A COMPLETE DICTIONARY OF THE AVESTA LANGUAGE, IN GUZERATI AND ENGLISH

A COMPLETE DICTIONARY OF THE AVESTA LANGUAGE, IN GUZERATI AND ENGLISH:

Comprising, in Addition to the Meanings,a Comparison,wherever Practicable,of Avesta Words with those of Pahlavi, sanskrit,Persian and Latin, and all the Inflected Forms of Verbs, Nouns Substantive and Adjective, Pronouns, and Partiiciples, and Adjective, pronouns,and Participles, and References as to where they Occur,

KAVASJI EDALJI KANGA

GYAN

Published by

Gyan Publishing House
5, Ansari Road
Daryaganj, New Delhi-110002
Phone: 011-47034999, 9811692060
E-mail: books@gyanbooks.com

Distribution Network
gyanbooks.com
India, USA, Canada, UK, Australia

ISBN: 978-93-6433-759-5 (PB)
First Published, 1867

2nd Impression 2024

Printed at: Gyan Press, Delhi.

A COMPLETE DICTIONARY OF THE AVESTA LANGUAGE, IN GUZERATI AND ENGLISH
AUTHOR: KAVASJI EDALJI KANGA

Ardeshir Sorabjee Dustoor Kamdin's Prize Essay.

A

COMPLETE DICTIONARY

OF THE

Avesta Language,

IN

GUZERATI AND ENGLISH,

COMPRISING, IN ADDITION TO THE MEANINGS, A COMPARISON, WHEREVER PRACTICABLE, OF AVESTA WORDS WITH THOSE OF PAHLAVI, SANSKRIT, PERSIAN AND LATIN, AND ALL THE INFLECTED FORMS OF VERBS, NOUNS SUBSTANTIVE AND ADJECTIVE, PRONOUNS, AND PARTICIPLES, AND REFERENCES AS TO WHERE THEY OCCUR.

BY

KAVASJI EDALJI KANGA,

FELLOW OF THE UNIVERSITY OF BOMBAY,

Translator of the Khordeh Avesta, the Vendidâd, the Yasna, the Vispered, and the Gâthâs. Author of a Practical Grammar of the Avesta Language, compared with Sanskrit,

HEAD MASTER, MOOLLA FEEROZ MADRESSA.

Published with the Permission of the Managing Committee of the Moolla Feeroz Madressa.

BOMBAY:

PRINTED AT THE EDUCATION SOCIETY'S STEAM PRESS.

THE YEAR OF YEZDZERD, 1269.

THE YEAR OF CHRIST, 1900.

Registered under Act XXV of 1867

Dedicated

TO THE MEMORY OF

THE LATE

Sheth Framjee Dinshawjee Petit,

IN APPRECIATION OF

HIS KEEN INTEREST IN, AND ZEAL FOR,

THE PROGRESS OF MORAL AND RELIGIOUS EDUCATIO

AMONG PARSEES,

AND HIS ENLIGHTENED CHARITY.

બેહેશ્ત-નશીન

શેઠ ફરામજી દીનશાહજી પીતીત

જેવણ પારસી ટોળામાં નીતિ તથા ધર્મ
સંબંધી કેળવણીના

ફેલાવા સારૂ દિલસોજી અને ઉલટ દેખાડતા હતા,

તથા

સખાવતના બાબમાં ઉત્તમ વિચારો ધરાવતા હતા

તેવણની યાદમાં

આ પુસ્તક

તેના બનાવનાર

મ્હોટાં માન સાથે અર્પણ કરયું છે.

આ પુસ્તક વિશે

મુલ્લાં ફીરોજ મદરેસાની કારોબાર મંડલી તરફનો ખોલાસો.

મુલ્લાં ફીરોજ મદરેસાની કારોબાર મંડલી હસ્તક શેઠ અરદેશર સોરાબજી, દસ્તુર કામદીને અવસ્તાનાં તમામ પુસ્તકોમાં આવેલા તમામ બોલોની ફરહંગ રૂ૦ ૧૨૦૦ નું ઈનામ આપી લખાવી મંગાવવામાટે ઈસ્વી સને ૧૮૯૨નાં સાલમાં નીચલો પત્ર લખી માંગણી કીધી હતી.

મુંબઈ, તા૦ ૪ આગસ્ટ ૧૮૯૨.

નેક નામ શેઠજી સાહેબ,

શેઠ બહમનજી બેહરામજી પટેલ, જે. પી.

મુલ્લાં ફીરોજ મદરેસાના ઑનરરી સેક્રેટરી જોગ.

શ્રી મુંબઈ.

મેહરબાન સાહેબ,

જત અવસ્તાના અભ્યાસીઓ તથા સાધારણ વાંચનારાઓમાટે આપણામાં એક ખરેખરી ખુટ હું જોવુંછું અને તે ખુટ પુરી પાડવા મારી ઇચ્છા છે, તે એ છે કેઃ—

અવસ્તાનાં તમામ પુસ્તકોમાં આવેલા તમામ બોલોની એક ફરહંગ પ્રગટ કરાવવી. એ કામ વખત, ધીરજ તથા મેહેનતનું છે તે હું સમજુંછું, પણ મને માનવાને કારણ છે કે આપણા કાબેલ અભ્યાસીઓ એવું એક પુસ્તક બાહાર પાડવાને પૂર્ણ કાબેલીયત ધરાવેછે; પણ તેની સાથે તેઓને ઉત્તેજન આપવાની જરૂર પણ હું વિચારૂંછું. તેની એ ફરહંગમાટે રૂ૦૧૨૦૦ અંકે બારસોનું હું એક ઇનામ આપવા તૈયાર છું. જેમ વિશેષનામોની ફરહંગ બાહાર પડી છે તેમ ખોદાનું ચાહ્યું છે તો એ ફરહંગ પણ બાહાર પડ્યા વીના રેહેશે નહી. માટે તમારી કમીટીના સાહેબોને એ કામ પણ સોંપવાની હું આરજુ રાખુંછું, અને મને આશા છે કે તેઓ તે કબુલ રાખશે. એ સંબંધી થોડી શરતો નીચે મુજબ છેઃ—

૧. એરવદ કાવશજી એદલજી કાંગાની બનાવેલી વંદીદાદની ફરહંગની ઢબમાં એ ફરહંગ પ્રગટ કરાવવી. ફક્ત તેમાં એકજ સુધારો કરવાની હું સુચના કરૂંછું, તે એ છે કે, અવસ્તાના દર બોલની પાસે તેનો ગુજરાતી ઉચ્ચાર પણ આપવો.

૨. અવસ્તાના બોલો તથા ધાતુઓને, બની શકે ત્યાં સુધી સંસ્કૃત, પેહેલવી, ફારસી, ઇંગ્રેજી તથા બીજી એરીયન ભાષાઓના બોલો સાથે સરખાવવા.

૩. નામ, સર્વનામ, વિશેષણ વગેરે બોલો જે જુદી જુદી વિભક્તિઓના રૂપમા વપરાએલા આવેછે તે સઘળાઓને તેઓનાં વ્યાકરણ સાથે આપવા. વળી જે જે ઠેકાણે તે બોલો આવેલા હોએ તે જગાના બની શકે તેટલા હવાલા (references) આપવા.

૪. ક્રિયાપદનાં જુદાં જુદાં રૂપોને, તેઓનાં વ્યાકરણ સાથે, તેના ધાતુનાં પેટાંમાં જણાવવાં. વળી જે જે ઠેકાણે તે આવેલાં હોએ તેના બની શકે તેટલા હવાલા (references) આપવા.

૫. હવાલા જે આપવા તે પ્રોફેસર ગેલ્ડનરે હાલ જે અવસ્તાનો ટેક્ષ્ટ (Text) છપાવ્યોછે, તથા હજુ તેના થોડા અંકો બાકી છે, જે સેહેજ મુદતમાં બાહાર પડશે એવી વકી છે, તેના ફકરાઓ ઉપર આપવા.

૬. હાલ જે વિશેષનામોની ફરહંગ બાહાર પડી છે તેમાં આવેલાં નામોમાં કાંઈ સુધારો તથા વધારો કરવાનું જરૂર નહી જણાએ તો તેવાં નામોની સામે એ ફરહંગનાં પાનાનો ફક્ત હવાલો આપવો, અને જો કાંઈ સુધારો કે વધારો કરવો ઘટે તો ઉપર મુજબ હવાલો આપી તે દાખલ કરવો, તથા કદાચ કોઈ નામો તે ફરહંગમાં દાખલ કરવાનાં રહી ગયાં હોએ તો તે ઉમેરવાં.

૭. એ ફરહંગ લખાવવાની મુદત વર્ષ ૨ ની રાખવી અને તે પછી પણ મુદત વધારવાનું તમારી કમીટીને દુરૂસ્ત લાગે તો તેમ કરવું.

ઉપલી શરતોમાં સુધારો, ઘટારો તથા વધારો કરવાનું તમારી કમીટીના કાબેલ સભાસદોની મુનસફી ઉપર હું રાખુંછું.

લા० સેવક તમારો

અરદેશર સોરાબજી દસ્તુર કામદીનની

સલામ વાંચજોજી.

ઉપલો પત્ર કારોબાર મંડળીની તા० ૧૧ મી આગસ્ટ ૧૮૯૨ ને દીને મલેલી સભામાં રજુ કરવાથી, શેઠ અરદેશર સોરાબજી દસ્તુર કામદીનની એ માંગણી ઉપકાર સાથે બાહાલ રાખવામાં આવી હતી, અને એ ફરહંગ બનાવવા માટે નીચલી જાહેરખબર અતરેના ગુજરાતી વર્તમાનપત્રોમાં છપાવવામાં આવી હતી.

મુલ્લાં ફીરોજ મદરેસા.

રૂ. ૧૨૦૦) નું ઈનામ.

શેઠ અરદેશર સોરાબજી દસ્તુર કામદીને કારોબાર મંડળી હસ્તક આપેલા રૂ० ૧૨૦૦ નું ઈનામ જે કોઈ જરતોશતી "**અવસ્તાનાં તમામ પુસ્તકોમાં આવેલા તમામ બોલોની ફરહંગ**" નીચલી શરત મુજબ સઉથી સરસ બનાવી મોકલશે તેને આપવામાં આવશે.

શરતો.

૧—એ ફરહંગ એરવદ કાવશજી એદલજી કાંગાની બનાવેલી વંદીદાદની ફરહંગના ઢપમાં બનાવવી. તેમાં અવસ્તાના દરેક બોલની પાસે તેનો ગુજરાતી ઉચ્ચાર તથા અર્થ આપવો.

૨—અવસ્તાના બોલો તથા ધાતુઓને સંસ્કૃત, પેહેલવી, ફારસી, ઇંગ્રેજી ઇત્યાદિ એરીયન ભાષાઓના બોલો સાથે સરખાવવા.

૩—નામ, સર્વનામ, વિશેષણ ઇત્યાદિના બોલો જે જુદી જુદી વિભક્તિઓનાં રૂપમાં વપરાએલા આવેછે તે સઘળાઓને તેઓનાં વ્યાકરણ સાથે આપવા. વળી જે જે ઠેકાણે તે બોલો આવેલા હોએ તે જગાના હવાલા (references) આપવા.

૪—ક્રિયાપદનાં જુદાં જુદાં રૂપોને, તેઓનાં વ્યાકરણ સાથે તે ક્રિયાપદનાં ધાતુનાં પેટાંમાં જણાવવાં. વળી જે જે ઠેકાણે તે આવેલાં હોએ તેના હવાલા (references) આપવા.

૫—હવાલા (references) જે આપવા તે પ્રોફેસર ગેલ્ડનરના અવસ્તાના "ટેક્ષ્ટ" (Text) ના ફકરા ઉપર આપવા.

૬—આ ફરહંગમાં તમામ વિશેષનામો પણ દાખલ કરવાં, તે એવી રીતે કે ઉપલા શેઠ અરદેશર સોરાબજી દસ્તુર કામદીને આપેલાં રૂ० ૫૦૦ નાં ઈનામની એ० જીવનજી જમશેદજી મોદી, બી: એ. એ બનાવેલી વિશેષનામોની ફરહંગ જે હાલ બાહેર પડીછે તેમાં આવેલા નામોમાં કાંઈ સુધારો કે વધારો કરવો નહીં હોએ

ત્યાં ફક્ત એ ફરહંગનાં પાનાંનો હવાલો આપવો, અને જો કાંઈ સુધારો કે વધારો કરવો ઘટે તો, ઉપર મુજબ હવાલો આપી તે દાખલ કરવો. તથા જે નામો ઉપલી ફરહંગમાં નહીં હોએ તે ઉમેરવાં.

૭—એ ફરહંગ આજથી બે વરસની મુદતમાં ઇશ્વીને તા૦ ૨૦ મી આગસ્ટ ૧૮૯૪ સુધીમાં બનાવી નીચે સહી કરનાર ઉપર મોકલી આપવી. કારોબાર મંડળી તે તપાસાવી તેમાંની જે તપાસનારા સાહેબોનાં ધીઆનમાં લાએક લાગશે તેના બનાવનારને ઉપલું ઇનામ આપવામાં આવશે.

મુંબઈ, તા૦ ૨૦ મી આગસ્ટ ૧૮૯૨.

કારોબાર મંડળીના હોકમથી,

બહમનજી બેહરામજી પટેલ,

ઑનરરી સેક્રેટરી.

ઉપલી ૨૦ મી આગસ્ટ ૧૮૯૪ સુધીની મુદતમાં [illegible] (વીસ્પ સ્રવાઓ જ.રથુશૂતિ યજ.મઇદે) એવી નિશાનીવાળી એકજ ફરહંગ કારોબાર મંડળીને મળી હતી. એ ફરહંગ એકજ હોવાથી તે તપાસી ઇનામને લાએક છે કે નહી, તે વિશે પોતાનો અભિપ્રાય આપવાને કારોબાર મંડળીએ સેવકને એલતેમાસ કીધી હતી. તે મુજબ ફરહંગ તપાસી તે ઉપર નીચે પ્રમાણે રીપોર્ટ મેં લખી મોકલ્યો હતો.

મુંબઈ, તા૦ ૨૨ મી જાનેવારી ૧૮૯૫.

શેઠ બેહમનજી બેહરામજી પટેલ,

તે મુલ્લાં ફીરોજ મદરેસાના ઑનરરી સેક્રેટરી જોગ.

સાહેબ,

જત તમારા તા૦ ૧૭ મી અકટોબર ૧૮૯૪ ના પત્રમાં જણાવ્યા મુજબ આપણી મંડળીએ શેઠ અરદેશર સોરાબજી દસ્તુર કામદીનવાળા રૂ૦ ૧૨૦૦) નાં ઇનામનો અવસ્તાના તમામ બોલોની ફરહંગનો રેસાલો તપાસવાને મને ફરમાવ્યું હતું, તે મેં બનતી ફરસદે તપાસી આ સાથે પાછો તમારી ઉપર મોકલ્યોછે.

બનાવનારે ફરહંગ પછવાડે ઘણી મેહનત લીધેલી જણાએછે, અને તે ઉપલાં ઇનામને પુરતો લાએક છે. એ ફરહંગ વધારે ઉપયોગી કરવા તેમાં સેજસાજ સુધારો કરવાની જગો છે, તે બનાવનારને ખુશીથી બતલાવીશ. ઉપલું ઇનામ તેને આપવાની બલામણ કરૂં છેઉં.

હું છેઉં, સાહેબ,

તમારો આધીન સેવક,

ખ. રૂ. કામા.

ઉપલા રીપોર્ટમાં એ ફરહંગ ઇનામને પુરતી રીતે લાએકનો ગણવાથી, કારોબાર મંડલીએ પોતાની તા૦ ૨૪ મી જાનેવારી ૧૮૯૫ ને દીનેની બેઠકમાં, તેની સાથે આવેલું ઉપલી [illegible] (વીસ્પ સ્રવાઓ જ.રથુશૂત્રિ યજ.મઇદે) નિશાનીવાળું પરબીડું ઉખેડવાથી તેના લખનાર તરીકે આએ મદરેસાના વડા શિક્ષાગુરૂ એરવદ કાવશજી એદલજી કાંગાનું નામ જાહેર થયું હતું. એ ચંચલ એરવદ સાહેબ આએ મદરેસાના આજ ૩૬ વરસ થયાં વડા શિક્ષાગુરૂ છે, અને એવણે વગર ધાંધલ દેખાડવે આગળ વંદીદાદ, યજશને, વીસ્પરદ, ખોરદેહ અવસ્તા તથા ગાથાના તરજુમા કરેલાછે. એવા આએ મદરેસાને લગતા વિદ્વાન તથા લાએક ગૃહસ્થને આએ મોટી રકમનું ઇનામ મદરેસા હસ્તકતજ મળવાથી, કારોબાર મંડલીને તેમ ખુદ એ ઇનામ આપનાર સખી ગૃહસ્થ શેઠ અરદેશર સોરાબજી દસ્તુર કામદીનને બી ઘણો સંતોષ ઉપજ્યો હતો.

એ બાદ મુલ્લાં ફીરોજ મદરેસાની તા૦ ૨૩ મી ફેબરવારી ૧૮૯૫ ને દીને સર જમશેદજી જીજીભાઈ બારોનેટ, સી. એસ. આઈ. નાં પ્રમુખપણા હેઠલ મળેલી વાર્ષિક સભામાં નામદાર સરનશીન સાહેબે પોતાને મુબારક હાથે ઉપલું રૂ૦ ૧૨૦૦ નું ઈનામ એરવદ કાવશજી એદલજી કાંગાને આપી, નીચે પ્રમાણેના સોખનો તેવણ વિશે કહી સંભળાવ્યા હતા.

"કેટલાક કારોબારીઓનાં મરણના દલગીરી ભરેલા બનાવોની ઉપલી નોંધો લેવા પછી, સેક્રેટરીનો રીપોર્ટ ખુશાલી ભરેલા બનાવોની નોંધ લેછે. તેમાં આપણું પેહેલ્લું ધ્યાન શેઠ અરદેશર સોરાબજી દસ્તુર કામદીનનાં ઇનામનાં રેસાલાઓ ખેંચેછે. આ ગૃહસ્થને સર્વ પ્રકારની શાબાશી ઘટેછે કે, તેવણે સખી દિલથી આવાં ઈનામો આપી એક હાથ ઉપર આપણા ભણેલા વિદ્યાર્થીઓને ઉત્તેજન અને ઉલટ આપેછે. અને બીજા હાથ ઉપર તેમ કરી એવાં પુસ્તકોને હસ્તીમાં લાવેછે, કે જે વિદ્યાર્થીઓને તેઓના અભ્યાસમાં ઉપયોગી થઈ પડેછે, અને આપણા ટોળાના મ્હોટા ભાગને સામાન્ય રીતે કાંમનાં થઈ પડે. વધારે ખુશાલીની વાત એ છે કે, શેઠ અરદેશર કામદીને રેસાલાઓ માટે જે બાબદો રજુ કરી હતી, તે બાબદનાં પુસ્તકોની આપણામાં અભ્યાસીઓ માટે તેમજ સાધારણ વાંચનારાઓ માટે ખરેખરી ખુટ હતી. અવસ્તા ભાષાનો સંપૂર્ણ શબ્દકોષ જેમ અમને જણાવવામાં આવ્યું છે તેમ, શું અંગ્રેજીમાં કે ગુજરાતીમાં, આજસુધી એક પણ નથી. એ ભાષાનો ફક્ત એકજ શબ્દકોષ પ્રગટ થયો છે. અને તે ડાકટર યુસ્તીનો જરમન ભાષામાં છે, કે જે ભાષા આપણામાં ઘણા થોડાજ વિદ્યાર્થીઓ સમજેછે. બીજું, આપણા પવિત્ર ગાથાના તરજુમાઓ અંગ્રેજી અને બીજી કેટલીક ભાષાઓમાં થયા છે. પણ આપણા ટોળાનાજ એક પક્કા અભ્યાસીને હાથે ખુદ અસલમાંથી અને હાલની વિદ્યાની નિયમિત રીત પ્રમાણે ગુજરાતી ભાષામાં તે પેહેલ વેહેલોજ થયો છે. એ બેઉ ઈનામો જીતી જનાર એરવદ કાવશજી એદલજી કાંગાને તેવણની ફતેહ માટે અમો મુબારકબાદી આપ્યે છિયે. આ એક મારગી પણ કાબેલ શિક્ષકે આપણા ટોળાને ખુદ અસલ અવસ્તામાંથી ગુજરાતી ભાષામાં સત્તાવાર તરજુમાઓ પુરા પાડવા માટે ઘણું કર્યું છે, અને આશા રાખવામાં આવેછે કે એવણ સાહેબ યશ્તોનો થોડોક ભાગ જે એવણને હાથે તરજુમો કર્યા વિનાનો રહી ગયોછે, તે પણ તમામ કરી પોતાના તરજુમાઓની માળા સપૂર્ણ કરશે. એવણ સાહેબે આસરે ૨૫ વરસ ઉપર વંદીદાદનો ફરહંગ સાથે તરજુમો કરી આજના જેવું મ્હોટું ઈનામ મેળવ્યું હતું. તે વખતે ડાકટર હાઉગે એવણના તરજુમા માટે જે કહ્યું હતું કે, તે પારસીઓમાં ઘણા વરસો સુધી સત્તાવાર તરજુમા તરીકે ગણાતો રેહેશે, તે અમને અનુભવીઓથી ખાતરી આપવામાં આવી છે કે, એવણના બીજા તરજુમાઓને પણ લાગુ પડેછે અને તે ખાસ કરી એટલા માટે છે કે, જ્યારે પણ પોતાના તરજુમાઓની એવણ બીજી આવૃત્તિ કાહાડેછે, ત્યારે અવસ્તા ભાષાનાં લખાણો ઉપર જે નવી રોશની પડી હોએ તેનો એવણ લાભ લેતા રેહેછે."

એરવદ કાવશજીએ ખુશાલીની તાલીઓ વચ્ચે ઉપલું ઇનામ બાહાલ રાખતાં, નામદાર સરનશીન સાહેબનો તથા ઇનામ બખશનાર શેઠ અરદેશર સોરાબજી દસ્તુર કામદીનનો ઉપકાર માન્યો હતો.

એ મુજબ ઉપલી ફરહંગ બનાવ્યા તથા તેનું ઈનામ આપ્યા પછી, તે પોતાને હીસાબે તથા જોખમે છપાવી પ્રગટ કરવાને એરવદ કાવશજી એદલજી કાંગાએ માંગણી કરવાથી, કારોબાર મંડલીએ તેને મ્હોટી ખુશી સાથે સ્વીકારી એવણને તે બાબેની પરવાનગી આપી હતી, અને તેની રૂયે એરવદ કાવશજીએ આએ ફરહંગ પોતાને હસ્તક છપાવી પ્રગટ કરી છે.

બીજી એક બાબદ જણાવતાં આ જગોએ કારોબાર મંડલીને અતી ઘણી દલગીરી ઉપજેછે કે, એ ફરહંગ છપાઈ તૈયાર થાએ તે આગમચ મજકુર અરદેશર સોરાબજી દસ્તુર કામદીનનું અકાળ મરણ નીપજ્યું છે. અગર એ ગૃહસ્થની હૈયાતી લાંબી રહી હતે તો, કારોબાર મંડલી યકીનથી માનેછે કે, તેવણ આપણા ધર્મને લગતાં હજુ બીજાં વધારે ઉપયોગી પુસ્તકો પ્રગટ કરાવવાને મદદ કરતે.

આ ફરહંગ બાહેર પડયાથી આપણા જરતોશતી ટોળામાં તથા સર્વે વિદ્વાનોમાં, અવસ્તા ભાષાના એક અગત્યનાં સાધનની ખુટ પુરી પડશે. હરેક ભાષા શિખતાં વ્યાકરણ તથા ફરહંગ પાસે રાખવાની જરૂર હોએછે; તે બંધે મારા કાબેલ કોશેશમંદ એકમારગી અને રાંક મિત્રથી પુરી પડેલી જોઈ ઘણી ખુશી ઉપજેછે. એવણના હાથ તળેથી પસાર થાએલા ચેલાઓને એવણની ઉસ્તાદગીરીથી મગરૂર થવાનું વાજબી કારણ મળ્યું છે. ઘણું જાણી થોડ઼ દેખાવ કરનારાઓમાં એરવદ કાવશજી ગણાએછે. એવણનો દરેક ચેલો તે ખુબીની નકલ કરવાથી પોતાના ઉસ્તાદની યાદગારી રાખશે.

ખ. રૂ. કામા,

મુલ્લાં ફીરોજ મદરેસાની કારોબાર મંડળીના સરનશીન.

મુંબઈ, તા૦ ૬ ઠી જાનેવારી
સને ૧૯૦૦ ઇસવી.

PREFACE.

An advertisement offering a prize of Rs. 1,200 for the compilation of a complete dictionary of all the words occurring in the Avesta texts was published in the local Guzerati newspapers in August 1892 by the Managing Committee of the Moolla Feeroz Madressa. The writer successfully competed for the prize, and, thanks to the patronage extended to him, he is able to publish this work.

The want of such a work of reference has been greatly felt by students of the Avesta and Pahlavi Languages, especially since those languages were recognized by the Bombay University as classical languages in its higher examinations like Sanskrit, Latin, Persian, &c. So far back as 1864, Professor Ferdinand Justi of Marburg published a dictionary of the Avesta language (Handbuch der Zendsprache). Though it is in the German language, it was found to be very useful by students of the Avesta language, as it helped them in determining the grammatical forms of Avesta words, and for knowing the references as to where those words occurred. The author of this dictionary has also derived very great help from that work. But during the period of 36 years which has elapsed since that dictionary was issued, the study of the language has greatly advanced, with the natural result, that new light is thrown on the interpretation and elucidation of many passages, phrases, and words, whose meaning was till then either ambiguous or altogether unknown. The want of a new dictionary, calculated to satisfy the requirements of the students of the present day was thus felt, and with a view to supply that want and still further to stimulate a study of Avesta, the late Mr. Ardeshir Sorabjee Dustoor Kamdin offered the prize of Rs. 1,200 above referred to.

In this dictionary, the inflected forms of nouns substantive and adjective, pronouns and participles, and also the references as to where they occur in the text, are given under their respective BASE or CRUDE Form as sub-items, and the inflected forms of verbs under their respective root. The *variants* of words as given by Professor Westergaard and Dr. Geldner are, as far as practicable, also given. As regards the signification of words, wherever the author has found reason to differ from European scholars, *viz.*, Spiegel, Justi, Haug, Harlez, Darmesteter, Mills, &c., he has, in notable cases, given their interpretations along with his own. One of the conditions of the prize was that the competitor should not insert proper names in the book, but merely give references to Shams-ul-Olamâ Jivanji Jamshedji Modi's Dictionary of Avestic Proper Names. But the author thought that such an omission would detract from the value and usefulness of a book as a work of reference. All proper names have therefore been inserted in this work with their inflected forms, references and explanation. The work in the form in which it was awarded the prize was entirely in the Guzerati language, but with a view to enhance its value and enlarge the sphere of its usefulness, the author has, under the advice of some of his friends, given the English as well as the Gujerati rendering of the Avesta words. The work is thus calculated to be of some help even to European students.

After the prize was awarded, the work was thoroughly revised and enlarged in the direction described above. This alone took three years and the present volume is therefore really the result of nearly seven years' work. But notwithstanding all the care and attention bestowed in making the work as accurate and useful as possible, the writer is conscious, having regard to the great and obvious difficulties attending the compilation of a dictionary of an ancient language, of inaccuracies and shortcomings. He will be thankful if such shortcomings are brought to his notice, for rectification hereafter.

In conclusion the author begs to express his deep gratitude to the late Mr. Ardeshir Sorabjee Dustoor Kamdin for his generosity in offering the prize and to the Managing Committee of the Moolla Feeroz Madressa for kindly according their permission to publish the work. He also offers his grateful thanks to his learned preceptor, Mr. Khurshedjee Rustomjee Kama, for valuable and practical suggestions while this work was being examined by him and for his interest in the publication of the same. The author's warmest acknowledgments are also due to the late lamented Bai Dinbai Nusserrwanjoe Petit and Sheth Framjee Dinshawjee Petit for their liberal support, without which this publication would not have seen the light of day, and to the esteemed Trustees of the Sir Jamsetjee Jejeebhoy Translation Fund who have marked their approbation of the work by subscribing for 100 copies.

Bombay,
February, 1900.

KAVASJI EDALJI KANGA.

દીબાચો.

ઈસવી સને ૧૮૯૨ નાં સાલના આગસ્ટ મહીનામાં અત્રેનાં વર્તમાન પત્રોમાં મુલ્લાં ફીરોજ મદરેસાની કારોબાર મંડળી તરફથી આપણી અવસ્તા કેતાબોમાં આવેલા તમામ બોલોની સંપૂર્ણ ફરહંગ બનાવવા બાબે રૂ૦ ૧૨૦૦ નું ઈનામ જાહેર કરવામાં આવ્યું હતું. એ જાહેર ખબર મુજબ પાક દાદાર હોરમજદની મદદ માંગી મેં એ કામ શરૂ કીધું હતું. મુલ્લાં ફીરોજ મદરેસાનાં કામથી ફારેગ થયા પછી, મને જે વખત મળતો હતો તે વખતનો લાભ લઇને, આએ ફરહંગનાં કામની પુઠે લાગતાં ખોદાની મેહેરબાનીથી આખેરે એ પાર પડયું છે. યુનીવરસીટીની ચઢતી પરીક્ષાઓમાં સંસ્કૃત, લાટિન, ફારસી, ઇત્યાદિ ભાષાઓની માફક બીજી ભાષા તરીકે, અવસ્તા તથા પેહેલવી દાખલ થએલી હોવાથી, અવસ્તાના અભ્યાસીઓને એ પુસ્તકની ઘણી જરૂર હતી. ઈસવી સને ૧૮૬૪ નાં સાલમાં ઇઆને આજ ૩૬ વરસની વાત ઉપર, જાણીતા જરમન વિદ્વાન પ્રોફેસર યુસ્તીએ અવસ્તાની ફરહંગ જરમન ભાષામાં છપાવી બાહાર પાડી હતી. એ ફરહંગ જરમન ભાષામાં હોવા છતાં, અવસ્તા બોલોના ઇશારા, તથા તે બોલોની વ્યાકરણની હાલત ઇત્યાદિ જાણવા માટે, અવસ્તાના અભ્યાસીઓને તે ઘણી ઉપયોગી હતી. એ ફરહંગ લખનારને એ કેતાબની ઘણી મદદ લેવી પડી હતી. પણ એ ફરહંગ છપાયા પછી ઇઆને ૩૬ વરસની મુદ્દતમાં, અવસ્તાનો અભ્યાસ વધું ખેડાયાથી તથા તેમાં પુષ્કળ વધારો થયાથી, એના તરજુમામાં તથા સમજમાં મ્હોટા ફેરફાર થઈ ગયો છે, તથા ઘણાએક ફકરાઓ, વાક્યો તથા શબ્દો જે આગળ સમજ નહી પડતા હતા, તે ઉપર નવું અજવાળું પડ્યાથી તેના અર્થ સિદ્ધ થયા છે. એ પ્રમાણે હોવાથી હાલના આગળ વધેલા અભ્યાસને અનુસરતી તથા અવસ્તાના વિદ્યાર્થીઓને ઉપયોગી થઈ પડે એવી એક ફરહંગની ઘણી જરૂર હતી; અને તે પુરી પાડવાને માટે મરહુમ શેઠ અરદેશર સોરાબજી દસ્તુર કામદીને ઉદાર દિલથી રૂ૦ ૧૨૦૦ નું ઈનામ જાહેર કીધુ હતું.

એ ફરહંગમાં નામ, સર્વનામ તથા વિશેષણને તેઓના અધુરા આકાર (Base) માં આપીને, તેનાં પેટાંમાં, તેઓની જુદી જુદી વિભક્તિનાં સઘળાં રૂપો તથા તેના ઇશારા, જે અવસ્તાનાં પુસ્તકોમાંથી મળી શક્યાછે, તે આપ્યાછે. વળી ઉપસર્ગ (Prefix) સાથના તેમજ ઉપસર્ગ વગરના ક્રિયાપદોને તે ક્રિયાપદનાં ધાતુ (Root) નાં પેટાંમાં ગોઠવ્યા છે. અવસ્તા બોલોની જોડણીની બાબદમાં જે જે ઠેકાણે ડાકટર ગેલ્ડનરનું લખાણ પ્રોફેસર વેસ્ટરગાર્ડનાં લખાણથી જુદું જણાયું છે ત્યાં, ઘટતી જગાએ તે શબ્દની બેહુની જોડણી આપી છે. શબ્દોના અર્થમાં જ્યાં ફેર જણાયો છે ત્યાં મારો પોતનો અર્થ આપ્યા પછી, જોઈતે ઠેકાણે સ્પીગલ, યુસ્તી, હાઉગ, હારલે, દારમેસ્તેતેર, મીલ્સ ઇત્યાદિ યુરોપિયન સ્કાલરોના તરજુમા બી આપ્યા છે. એ રીસાલો લખવાની શરતોમાંની એક શરતમાં એવું જણાવ્યું હતું કે લખનારે વિશેષનામો નહી આપવાં, પણ તે બાબે શમસુલ-ઓલમા જીવનજી જમશેદજી મોદી બી. એ. ની વિશેષ-નામોની ફરહંગના ઇશારા આપવા. પણ એ પુસ્તક સંપૂર્ણ બનાવવાની મકસદથી અવસ્તામાં આવેલાં સઘળાં વિશેષનામો તેઓના ખોલાસા, ઇશારા તથા જુદી જુદી વિભક્તિનાં રૂપો સાથે આપવામાં આવ્યાંછે. વળી મારા કેટલાએક ખેર-ખાહ દોસ્તોની ભળી સુચનાથી એ ફરહંગનો ઉપયોગ આપણા જરતોશતીઓ ઉપરાંત યુરોપિયનોમાં બી થઈ શકે એવી નેમથી, અવસ્તા બોલોના ગુજરાતી અર્થ સાથે અંગ્રેજી તરજુમો બી આપ્યો છે.

એ રીસાલો પસાર થયા પછી, છાપવા આપવા આગમચ નવેસરથી તપાસી બોલોના અર્થ, વ્યાકરણ તથા ખોલાસામાં મેં ઘટતો ફેરફાર તથા વધારો કીધો હતો, અને તેને માટે મને બીજાં ત્રણ વરસ જીઆદે રોકાવું

પડયું હતું. અવસ્તા જેવી કદીમ તથા બીકટ ભાષાની ફરહંગ બનાવામાં કેટલી મુશ્કેલીઓ છે તે, એ ભાષાના સ્કાલરો તથા અભ્યાસીઓને જાણીતી બીના છે. એ ફરહંગ સંપૂર્ણ હાલતમાં લાવવાને માટે ઘટતી સંભાળ, ચોકસાઈ તથા ધીરજ સાથે બનતી કોશેશ કરવામાં આવીછે તે છતાં, કસુર તથા ભુલભાલથી ખાલી નહી હશે, માટે એ કેતાબનો ઉપયોગ કરનારા સમજુ તથા કદરદાન સજ્જનોને એલતેમાસ કરવામાં આવેછે કે, મેહેરબાની કરીને તે વિશે મને લખી જણાવાની તસદી લેવી, કે તે ઉપર ધ્યાન આપીને પેહેલ્લી જોગવાઈએ સુધારવાને બની શકે.

સેવટે જણાવાની જરૂર છે કે, મ્હોટાં દિલથી રૂ. ૧૨૦૦ નું ઈનામ આપીને એ ફરહંગ બનાવાની તક આપનાર મરહુમ શેઠ અરદેશર સોહોરાબજી દસ્તુર-કામદીનનો, તથા એ ફરહંગ છપાવી બાહાર પાડવાને માટે પરવાનગી આપનાર મુલ્લાં ફીરોજ મદરેસાની કારોબાર મંડળીના સાહેબોનો હું ઉપકારી થયો છું. વળી એ રીસાલો તપાસનાર મારા પોતાના વિદ્વાન ઉસ્તાદ શેઠ ખરશેદજી રૂસતમજી કામાજીનો તેવણુની કીમતી સુચનાઓને માટે તથા એ કામ તરફની તેવણુની દિલસોજને માટે હું ઉપકાર માનુંછું. એ કામની કદર તથા તેનું અગત્સપણું જાણીને, આ પુસ્તક છપાવીને બાહાર પાડવાને સવલ પડે એવી મકસદથી, બેહેશ્તનશીન બાઈ સાહેબ દીનબાઈ નસરવાનજી પીતીતે તથા જન્નત-ગુજીન ઉદાર દિલના શેઠ ફરામજી દીનશાહજી પીતીતે એ પુસ્તકને પુરતી મદદ આપી છે, તેને માટે એઓનો હું ખાસ કરીને મ્હોટો આભારી થયોછું. તેમજ "સર જમશેદજી જીજીભાઈ ટરાંનસલેશન ફંડ" ના ટરસ્ટી સાહેબોએ એ પુસ્તકની ૧૦૦ નકલ ખરીદ કરીને જે આશ્રો આપવાની મેહેરબાની કીધી છે તેને માટે, એ માનવંતા અકાબરોનો હું એહસાન માનુંછું.

મુંબાઈ, ફેબ્રુઆરી, સને ૧૯૦૦ ઈસવી.

કાવશજી એદલજી કાંગા.

LETTERS.

The Avesta alphabet consists of 47 letters; 13 vowels and 34 consonants. They are, like Persian, written from right to left.

The following is the order of letters.

Vowels.

a (short), â (long), i (short), î (long), u (short),

û (long), [1] ere, [2] e (short), ê (middle),

[3] ē (long), [4] o (short), [5] ô (long), [6] ã

Consonants.

k, [7] , q, kh, g, gh, [8] , n, ch, j, [9] zh,

z, , [10] t, th, d, dh, , [11] ṇ, p, ph,

b, m, [12] , y, r, [13] , v, w, [14] ç (ss),

[15] s, [16] , sh, h,

---

[1] Corresponding with the Sanskrit ऋ ṛi.

[2] Pronounced like *e* in the word *fed.*

[3] Pronounced like *a* in the word *mate.*

[4] Sounded like *o* in the word *for.*

[5] Sounded like *o* in the word *fore.*

[6] Pronounced like â with a slight tinge of a nasal sound, like the French *an* in *boulanger, langue, ancre,* &c.

[7] Corresponding to Persian خو (in خواب, خویش, خواندن). Professor Geldner, in his Avesta Texts, uses before , and before vowels. He considers the former a modification of h, and the latter of hv. [8] , —Sounded like *ng* in the word *ring.* [9] Pronounced like *z* in the English word *azure* or the Persian ژ [10] , —Of the two, is a little soft, between a surd and a sonant. [11] —This letter never occurs at the beginning or end of a word; neither between two vowels. [12] , — is used at the beginning and in the body of a word. is an obsolete form of , generally seen in old copies. Exceptions— Yaçna 35, 2; Yasht 1, 19 (see Westergaard's Zend-Avesta) [13] , — is used at the beginning and in the body of a word. Exceptions:- , , &c. [14] Pronounced like the

It should be noted that the Avesta characters, unlike Sanskrit, Pehlvi and Persian, are always written in their full forms without being joined with one another, except [illegible], [illegible], and [illegible] which are optionally written conjointly; as, [illegible], [illegible] and [illegible]; [illegible] is a rare form of [illegible], generally seen in old copies.

Specimen of Reading. No. 1. Ashem Vohû.

açtî vahistem vohû Ashem*

ahmâi ustâ açtî Ustâ

ashem. vahistâi ashâi Hyaṭ

Specimen of Reading. No. 2. Ahunavar.

hachâ ashâṭchîṭ ratus athâ vairyô ahû Yathâ*

Mazdâi aṇhēus shyaothananãm manaṇhô dazdâ Vaṇhēus

vâçtârem. dadaṭ dregubyô yim â Ahurâi Khshathremchâ

Specimen of Reading. No. 3. Yênhê Hâtãm.

vaṇhô paiti yêçnê âaṭ hâtãm Yêṇhê*

hachâ ashâṭ vaêthâ Ahurô Mazdâo

yazamaidê. taoçchâ tãçchâ Yâoṇhãmchâ

Sanskrit स, or c in the word *city*, or like s in *sun*. [15] Sounded like the Sanskrit ष, or s in the word *sure*. [illegible] and [illegible] may optionally be written conjointly: [illegible] and [illegible]; *e.g.*, [illegible], [illegible], [illegible] [16] [illegible]—Pronounced like the Sanskrit श, or ss in the word *compassion*. [illegible] is a modified form of [illegible], and, according to Dr. Geldner, is generally used before [illegible]; *e.g.*, [illegible], [illegible], [illegible]

* The transliterated form should be read from left to right, each word.

Specimen of Reading. No. 4. Yispered 15, 1.

Mazdayaçna dârayadhwem ushi ava zaçtē ava padhô Ava

shyaothnanãm hvarstanãm rathwyanãm dâityanãm Zarathustrayô

shyaothnanãm duzhvarstanãm arathwyanãm adhâityanãm pairi varezâi.

anuyamnâis uyamna vâçtrya. vohu idha verezyâtãmcha varezâi.

daçta.

Specimen of Reading. No. 5. Yt. 10, 2.

Çpitama mithrô-drukhs mairyô dainhaom viçpãm Merenchaitê

janyâo mâ mithrem ashava-jachit. avavaṭ kayadhanãm çatem yatha

mithro açti zî vayâo ashaonaṭ. qâdaênâṭ yim mâ Çpitama

ashaonaêcha. drvataêcha

Specimen of Reading. No. 6. Yas. 12, 8—9.

âçtû- fravarânê Zarathustris Mazdayaçnô ahmî. Mazdayaçnô

hûkhtem âçtuyê manô humatem âçtuyê fravaretaçchâ. taçchâ

shyaothanem. hvarstem âçtuyê vachô

nidhâçnaithishem fraçpâyaokhedhrãm Mâzdayaçnîm daênãm Âçtuyê

bûshyêintinãmchâ hâitinãmchâ yâ ashaonîm qaêtvadathãm

Zarathustris. Âhûiris yâ çraêstâchâ vahistâchâ mazistâchâ
daênayâo açti aêshâ chinahmi. vohû viçpâ Mazdâi Ahurâi
âçtûitis. Mâzdayaçnôis

Specimen of Reading. No. 7. Yt. 17, 19—20.

mainyus aṇrô apa-dvaraṭ vakhshaêcha zãthaêcha Zarathustrahê
davata uiti dûraêpârayâo. çkarenayâo pathanayâo yaṭ zemaṭ hacha
viçpê mãm nôiṭ pouru-mahrkô. mainyus aṇrô duzhdâo yô hô
Zarathustrô aêvô mãm âaṭ fraorechinta anuçentem Yazatâoṇhô
apayêiti. anuçentem

açma yatha çnaithisha avavata Vairya Ahuna mãm Jainti
yatha ahê mãnayen vahista asha mãm tâpayêiti katô-maçâo.
kerenaoiti vaṇhô zemaṭ aṇhâo hacha mê raêkô ayaokhshuçtem.
Zarathustrô. Çpitâmô yô jâmayêiti aêvô mãm yô

Specimen of Reading. No. 8. Vend. 5, 22—25.

vidôyûm yim dâtem aêtem çrayô vaṇhô maçyô açti chû Dâtare.
çrayanacha. vaṇhanacha maçanacha çravâis anyâis upairi Zarathustri

Zarathustra Çpitama bâ mānayen Mazdâo Ahurô mraoṭ Âaṭ

çravâis anyâis upairi Zarathustri vîdôyûm yim dâtem aêtem

Vouru-kashem Zrayô yatha çrayanacha vanhanacha maçanacha

apâm kaçyanhâm âphs maçyâo yatha *** âpô. anyâo upairi

vanâm kaçyanhâm vana maçyâo yatha *** phrâdavaiti. avi

bavâva. pairicha âcha zām imām yatha *** aiwi-verenvaiti.

Specimen of Reading. No. 9. Yas 60, 2 - 5.

khshnûtaçcha ashaonām yâo jamyâres nmânê ahmi Tâo

ainhâi uç-nû paiti-zantayaçcha. vyâdaibischa ashayaçcha

qâthremcha qarenaçcha çavaçcha khshathremcha ashemcha jamyâṭ viçê

Âhurôis yaṭ daênayâo ainhâo daregho-phratemathwemcha

Zarathustrôis.

ashem açistem buyâṭ gâus viçaṭ hacha ainhaṭ Açista-nû

ṭkaêshô. Âhûiris açistô aojô ashaonô nars açistem

phravashayô çpentâo çûrâo vanuhîs ashâunām ithra Jamyān

hvare- dânu-drâjanha zem-phrathanha hachimnâo baêshaza ashôis phrasha âtaranãm paitistâtêe vanhanhãm istêe barezanha.

qarenanhãmcha. rayãmcha vakhshyâi

anâkhstîm âkhstis açrustîm çraoshô nmânê ahmi Vainiṭ

vâkhs arshukhdhô tarômaitîm ârmaitis arâitîm râitis

asha-drujem. vâchim mithaokhtem

Specimen of Reading. No. 10. Yt. 13, 87—94.

phravashîmcha ashîmcha ashaonô idha Çpitâmahê Zarathustrahê

nâiçt ashem çtaoṭ açtvaithyâo çtôis paoiryô yô yazamaidê.

Ahura- Vîdaêvô Zarathustris Mazdayaçnô phraorenata daêvô.

ṭkaêshô.

vîdôyum phramraoṭ vâchim açtvaithyâo çtois paoiryô Yô

daêvo- vîçpãm açtvaithyâo çtôis paoiryô yô Ahurô-ṭkaêshem.

vîçpô-hujyâitis çûrô yô avahmyãm. ayêçnyãm vavacha dâtem

daqyunãm. Paoiryô-ṭkaêshô

çtaotârem gaêthanãm ratûmcha ahûm Çpenta Ameshâo içen Yim

raêstahêcha vahistahêcha mazistahêcha yaṭ ashahê

. vahistayâi. haitinãm yaṭ daênayâi paiti-phrakhstâremcha

rvarâoçcha. âpô urvâçen vakhshaêcha zãthaêcha Yêhê

êhê urvarâoçcha. âpô ukhshin vakhshaêcha zãthaêcha yêhê

pentô- viçpâo nimravanta ustatâtem vakhshaêcha zãthaêcha

Zarathustrô. Çpitâmô yô âthrava zâtô usta-nô dâmãn. dâtâo

vi vîcpâis Mâzdayaçnis daêna vaṇuhi vijaçâiti apãm idha

hapta. yâis karshvãn

Specimen of Reading. No. 11. Yas. 45, 8.

vivareshô â nemaṇhô çtaotâis nō Tēm

vyâdareçem chashmainî Nû-ziṭ

ukhdhaqyâcha shyaothanahyâ manyōus Vaṇhēus

Ahurem Mazdãm yēm ashâ Vidus

nidâmâ. garô demãnê vahnēng hôi Aṭ

ABBREVIATIONS AND THEIR MEANINGS.

સંક્ષેપ કીધેલા બોલોનો ખોલાસો.

અકર્તૃક ક્રિ. = અકર્તૃક ક્રિયાપદ = Impersonal verb.
અતિ. ક્રિ. = અતિશય બતલાવનાર ક્રિયાપદ = Intensive verb.
અતિ. ક્રિ. અ. = અતિશયાર્થક ક્રિયાવિશેષણ અવ્યય = Adverb of the superlative degree.
અતિ. વિ. = અતિશયાર્થક વિશેષણ = Adjective of the superlative degree.
અધિ. ક્રિ. અ. = અધિકાર્થક ક્રિયાવિશેષણ અવ્યય = Adverb of the comparative degree.
અધિ. વિ. = અધિકાર્થક વિશેષણ = Adjective of the comparative degree.
અનિ. = અનિયમિતકાળ = Aorist.
અ. ભૂ. = અપૂર્ણ ભૂતકાળ = Imperfect tense.
અ. ભૂ. સં. = અપૂર્ણ ભૂતકાળ સંશયાર્થ = Imperfect subjunctive.
અસલ. = અસલ અર્થ = Original meaning.
આત્મને. = આત્મનેપદ = Âtmanepada.
આફ્રરં. ગાહામ. = આફ્રરંગાન ગાહામબાર = Âfringân Gâhâmbâr.
આફ્રરં. રપિ. = આફ્રરંગાન રપિથ્વન = Âfringân Rapithwan.
આશી. ક્રિ. = આશીર્વાદાર્થક ક્રિયાપદ = Benedictive verb.
આજ્ઞા. = આજ્ઞાર્થ = Imperative mood.
ઇ૦, ઇજ. = ઇજશ્ને = Yasna.
ઉપ. = ઉપસર્ગ = Prefix.
ઉપરથી. = ચોકસ બોલ ઉપરથી નીકળેલો (શબ્દ) = Derived from.
ઉભયા. અ. = ઉભયાન્વયી અવ્યય = Conjunction.
એકવ. = એકવચન = Singular number.
કર્મ. ક્રિ. = કર્મણિ ક્રિયાપદ = Passive verb.
કારાંત = the Base of a noun; *e.g.*, 𐬀 કારાંત *i.e.*, base 𐬀; 𐬁 કારાંત *i.e.*, base 𐬁; 𐬊 કારાંત *i. e.*, base 𐬊, &c.
કૃ. વિ. = કૃદંત વિશેષણ = Participial adjective.
કેવળ. અ. = કેવળપ્રયોગી અવ્યય = Interjection.
કેવળ સંખ્યા. વિ. = કેવળ સંખ્યાવાચક વિશેષણ = Cardinal numeral adjective.
ક્રમ સંખ્યા. વિ. = ક્રમ સંખ્યાવાચક વિશેષણ = Ordinal numeral adjective.
ક્રિ. = ક્રિયાપદ = Verb.
ક્રિ. અ. = ક્રિયાવિશેષણ અવ્યય = Adverb.
ગેલ્ડ. = ડાક્ટર ગેલ્ડનર = Dr. Karl F. Geldner.
જુઓ = Vide = See.
તૃ. પુ. સર્વ. = તૃતીય પુરૂષ સર્વનામ = Third personal pronoun.
દર્શ. સર્વ. = દર્શક સર્વનામ = Demonstrative pronoun.
દારમે. = પ્રોફેસર દારમેસ્તેતે = Professor Darmesteter.
દ્વિ. = દ્વિવચન = Dual number.
દ્વિ. પુ. સર્વ. = દ્વિતીય પુરૂષ સર્વનામ = Second personal pronoun.

ધા. = ધાતુ = The root of a word.
નર. = નર જાતી = Masculine gender.
નાન્ય. = નાન્યતર જાતી = Neuter gender.
નારી. = નારી જાતી = Feminine gender.
નામ સા. ક્રિ. = નામસાધિત ક્રિયાપદ = Denominative verb.
નીઆ. = નીઆએશ = Nyâesh.
ફરગ. = વંદીદાદની ફરગરદ = The Fargard of the Vendidâd.
પરસ્મૈ. = પરસ્મૈપદ = Parasmaipada.
પૂ. કૃ. આત્મને. = પૂર્ણભૂત કૃદંત આત્મનેપદ = Perfect participle Âtmanepada.
પૂ. કૃ. પરસ્મૈ. = પૂર્ણભૂત કૃદંત પરસ્મૈપદ = Perfect participle Parasmaipada.
પૂ. ભૂ. = પૂર્ણ ભૂતકાળ = Perfect tense.
પ્ર. પુ. સર્વ. = પ્રથમ પુરૂષ સર્વનામ = First personal pronoun.
પ્રયો. = પ્રયોજ્ય ક્રિયાપદ = Causal verb.
પ્રશ્ના. સર્વ = પ્રશ્નાર્થક સર્વનામ = Interrogative pronoun.
પ્રોફે. = પ્રોફેસર = Professor
બહુવ. = બહુવચન = Plural number.
ભવિ. = ભવિષ્ય કાળ = Future tense.
ભવિ. કૃ. = ભવિષ્ય કૃદંત = Future participle.
ભવિ. કૃ. વિ. = ભવિષ્ય કૃદંત વિશેષણ = Future participial adjective.
ભૂ. કૃ. = ભૂત કૃદંત = Past participle.
ભૂ. કૃ. વિ. = ભૂત કૃદંત વિશેષણ = Past participial adjective.
મોદી = શમ્સુલ ઓલમા જીવનજી જમશેદજી મોદીની અવસ્તા વિશેષનામોની ફરહંગ = Shams-ul-Olamâ J. J. Modi's Dictionary of Avestic Proper Names.
ય. = યશ્ત = Yasht.
યુ., યુસ્તિ. = Professor Ferdinand Justi.
વર્ત. = વર્તમાન કાળ = Present tense.
વર્ત. કૃ. = વર્તમાન કૃદંત = Present participle.
વર્ત. કૃ. વિ = વર્તમાન કૃદંત વિશેષણ = Present participial adjective.
વર્ત. સંશ. = વર્તમાન કાળ સંશયાર્થ = Present subjunctive
વિ. = વિશેષણ = Adjective.
વિ. ના. = વિશેષનામ = Proper noun.
વિ. ના. નર. = વિશેષનામ નર જાતી = Proper noun, masculine gender.
વિ. ના. નાન્ય. = વિશેષનામ નાન્યતર જાતી = Proper noun, neuter gender.
વિ. ના. નારી. = વિશેષનામ નારી જાતી = Proper noun, feminine gender.
વીસ્પ. = વીસ્પરદ = Vispered.
વેસ્ટર. = પ્રોફેસર વેસ્ટરગાર્ડ = Professor Westergaard.
વં. = વંદીદાદ = Vendidad.
સનન્ત ક્રિ. = સનન્ત ક્રિયાપદ = Desiderative verb.
સમાસ ના. નર. = સમાસ નામ નર જાતી = Compound noun, masculine gender.
સમાસ ના. નાન્ય. = સમાસ નામ નાન્યતર જાતી = Compound noun, neuter gender.
સમાસ ના. નારી = સમાસ નામ નારી જાતી = Compound noun, feminine gender.
સમાસ ના. સામા. = સમાસ નામ સામાન્ય જાતી = Compound noun, common gender.
સમાસ વિ. = સમાસ વિશેષણ = Compound adjective.

સર્વ. = સર્વનામ = Pronoun.
સા. ના. = સામાન્ય નામ = Common noun.
સા. ના. નર. = સામાન્ય નામ નર જાતી = Common noun, masculine gender.
સા. ના. નાન્ય. = સામાન્ય નામ નાન્યતર જાતી = Common noun, neuter gender.
સા. ના. નારી. = સામાન્ય નામ નારી જાતી = Common noun, feminine gender.
સામા. સર્વ. = સામાન્ય સર્વનામ = Indefinite pronoun.
સા. ના. સામા. = સામાન્ય નામ સામાન્ય જાતી = Common noun, common gender.
સીરો. = સીરોજા = Sirôzâ.
સંખ્યા. વિ. = સંખ્યાવાચક વિશેષણ = Numeral adjective.
સંબંધીં સર્વ. = સંબંધી સર્વનામ = Relative pronoun.
સંશ. = સંશયાર્થ = Subjunctive mood.
સ્પી. = ડાકટર સ્પીગલ = Dr. Spiegel.
શકયા. = શકયાર્થ = Potential mood.
શબ્દ. અ. = શબ્દયોગી અવ્યય = Preposition.
હાઉગ. = ડાકટર હાઉગ = Dr. Haug.
હાદો. નુસ્ક = હાદોખ્ત નુસ્ક = The Hâdokht Nask.

Aor. = Aorist = અનિયમિત કાળ.
Av. = Avesta = અવસ્તા.
Av. Gram. = Avesta Grammar = અવસ્તા વ્યાકરણ.
Bund. = Bundehesh = બુનદેહેશ.
Cf. = Compare = સરખાવો.
Cl. = Class (*i.e.*, the class to which a verb belongs) ક્રિયાપદનો વર્ગ.
Com. = Commentary = શરેહ.
Comp. = Compare = સરખાવો.
Compara. = Comparative adjective = અધિકાર્થક વિશેષણ.
Cune. = Cuneiform = ખીલારોકી ભાષાનો (બોલ).
Dar. = Professor Darmesteter = પ્રોફેસર દારમેસ્તેતે.
Fr. = From = (ફલાના) ઉપરથી બનેલો બોલ.
Frag. = Miscellaneous fragments.
(*Vide* Westergaard's text, pp. 331—334.)
Gâth. = Gâthâ = ગાથા.
Geld. = Dr. Karl F. Geldner = ડાકટર ગેલ્ડનર.
Ger. = German = જરમન ભાષાનો (બોલ).
Gr. = Greek = ગ્રીક ભાષાનો (બોલ).
Har. = Dr. Harlez = ડાકટર હારલે.
I. e. = Id est (Lat.) = that is = ઇઆને, એટલે.
Infini. = Infinitive = સામાન્ય રૂપ.
Jack. = Professor A. V. Williams Jackson = પ્રોફેસર જાકસન.
Jus. = Prof. Ferdinand Justi = પ્રોફેસર યુસ્તી.
L., Lat. = Latin = લાટીન ભાષાનો (બોલ).
Lit. = Literally = બોલે બોલ (અર્થ); અસલ અર્થ.
M. = Rev. Dr. Mills = રેવરંડ ડાકટર મિલ્સ.
Nya. = Nyâesh = નીઆએશ.

Orig. = Originally = અસલ અર્થ.
Pass. fut. = Passive future = કર્મણિ ભવિષ્ય કાળ.
Pass. perf. = Passive perfect = કર્મણિ પૂર્ણભૂત કાળ.
Pâz. = Pâzend = પાજંદ ભાષાનો (બોલ).
Pehl. = Pehlavi = પેહેલવી.
Pehl. Com. = Pehlavi commentary = પેહેલવી શરેહ.
Per. = Persian = ફારસી ભાષાનો (બોલ).
Pos. = Adjective of the positive degree.
Q. V. = Quid vide = Which see = જે જુઓ.
Reduplic. Aor. = Reduplicated aorist.
Rt. = Root = શબ્દનો ધાતુ, બોલની ઉત્પત્તિ.
Sax. = Saxon = સાકસન ભાષાનો (બોલ).
Sp. = Dr. Spiegel = ડાકટર સ્પીગલ.
Super. Adj. = Superlative Adjective = અતિશયાર્થક વિશેષણ.
Ved. = Vedic = વેદમાં આવેલો (બોલ).
Vend. = Vendidâd = વંદીદાદ.
Visp. = Vispered = વીસ્પરદ.
Wester. = Professor Westergaard = પ્રોફેસર વેસ્ટરગાર્ડ.
Y., Yas. = Yasna = ઇજિશ્ને.
Yt. = Yasht = યસ્ત.

નામ, સર્વનામ, વિશેષણ તથા કૃદંતના બોલોમાં જ્યારે બે સંખ્યાની વચ્ચે | આવો જીનો ઉભો કાપો કાહાડેલો હોએ ત્યારે, પેહેલ્લી સંખ્યા વિભક્તિ બતલાવેછે, અને બીજી સંખ્યા વચન બતલાવેછે (૧ = એકવચન; ૨ = દ્વિવચન; ૩ = બહુવચન); જેમકે

૧|૧ = ૧ લી વિભક્તિ એકવચન = Nominative Singular.
૨|૨ = બીજી વિભક્તિ દ્વિવચન = Accusative Dual.
૪|૩ = ચોથી વિભક્તિ બહુવચન = Dative Plural.
૭|૧ = સાતમી વિભક્તિ એકવચન = Locative Singular.
૮|૧ = આઠમી વિભક્તિ એકવચન = Vocative Singular.

ક્રિયાપદોમાં જ્યારે બે સંખ્યાની વચ્ચે | આવો જીનો ઉભો કાપો કાહાડેલો હોએ ત્યારે, પેહેલ્લી સંખ્યા પુરૂષ બતલાવેછે (૧ = પેહેલ્લો પુરૂષ; ૨ = બીજો પુરૂષ; ૩ = ત્રીજો પુરૂષ); અને બીજી સંખ્યા વચન બતલાવેછે (૧ = એકવચન; ૨ = દ્વિવચન; ૩ = બહુવચન); જેમકે ૧|૧ = પેહેલ્લો પુરૂષ એકવચન = First Person Singular; ૧|૩ = પેહેલ્લો પુરૂષ બહુવચન = First Person Plural; ૨|૧ = બીજો પુરૂષ એકવચન = Second Person Singular; ૩|૨ = ત્રીજો પુરૂષ દ્વિવચન = Third Person Dual; ૩|૩ ત્રીજો પુરૂષ બહુવચન = Third Person Plural, etc.

જુદેજુદે ઠેકાણે આવેલા બોલોના ઇશારાની બાબદમાં, વં. ની પછીનો પેહેલ્લો આંકડો વંદીદાદની પરગરદ, ઇજ.ની પછીનો પેહેલ્લો આંકડો ઇજિશ્નેનો હા, વીસ્પ.ની પછીનો પેહેલ્લો આંકડો વીસ્પરદનો કરદો, ય.ની પછીનો પેહેલ્લો આંકડો કેટરમી યશ્ત બતલાવેછે; અને તેની પછીના બાકીના આંકડા તેના ફકરા જણાવે છે; જેમકે:—

[illegible] વં. ૨, ૪. ૫. ઇત્આને [illegible] બોલ વંદીદાદની ૨ જી પરગરદના ૪ થા તથા ૫ મા ફકરામાં આવેલો છે. [illegible] ઇજ. ૩૧, ૯. ૧૧. ઇત્આને [illegible] બોલ ઇજિશ્નેના ૩૧ મા હાના ૯ મા તથા ૧૧ મા ફકરામાં આવેછે; [illegible] વીસ્પ. ૧, ૧. ૨. ૩.૪. ઇત્યાદિ; ઇત્આને

[illegible] બોલ વીસ્પરદના પેહેલ્લા કરદાના ૧ લા, ૨ જા, ૩ જા, ૪ થા ફકરામાં આવેછે; [illegible] ય. ૧૦, ૯. ૨૪. ૪૬ ઇચ્આને [illegible] બોલ ૧૦ મા (ઇચ્આને) (મેહેર) યશ્તના ૯ મા, ૨૪ મા તથા ૪૬ મા ફકરામાં આવેલો છે.

In the case of nouns substantive and adjective, pronouns, and participles, where a thin perpendicular stroke intervenes two numbers, the first number denotes the case and the second number indicates the number (1 = singular ; 2 = dual ; 3 = plural) ; *e.g.*, 1|1, *i. e.*, nominative singular ; 2|2, *i.e.*, accusative dual ; 4|3, *i. e.*, dative plural ; 7|1, *i. e.*, locative singular ; 8|1, *i. e.*, vocative singular.

In the case of verbs, where a thin perpendicular stroke intervenes two numbers, the first number denotes the person (1 = first person ; 2 = second person ; 3 = third person) ; while the second number indicates the number (1 = singular; 2 = dual; 3 = plural); *e.g.*, (1|1, *i.e.*, First Person Singular; 1|3, *i.e*, First Person Plural ; 2|1, *i.e.*, Second Person Singular ; 3|2, *i.e.*, Third Person Dual ; 3|3, *i.e.*, Third Person Plural, &c.

Numerals are also employed to indicate where the words of the texts occur, *i.e.*, the first number *after* **વં.** (Ven.) denotes the Fargard of the Vendidad ; *after* **યજ.** (Yas.), the Hâ of the Yasna; *after* **વીસ્પ.** (Visp.), the Chapter of the Vispered ; and *after* **ય.** (Yt.), the ordinal number of the Yasht; while the succeeding numbers indicate the *paragraphs*; *e.g.*, [illegible] વં. ૨,૪.૫ , *i.e.*, Vendidad 4, §§ 4 & 5; [illegible] યજ. ૩૧, ૯.૧૧; *i.e.*, Yasna 31, §§ 9 & 11; [illegible] વીસ્પ. ૧, ૧.૨.૩.૪. *i.e.*, Vispered 1, §§ 1.2.3.4. [illegible] ય. ૧૦, ૯. ૨૪. ૪૬. *i.e.*, Yasht 10 (Mehr Yasht), §§ 9, 24, 46.

To enable the English readers to follow the references to the Avesta text, the writer gives below the Gujerati numbers up to 10 with their corresponding numbers in English.

૧	૨	૩	૪	૫	૬	૭	૮	૯	૧૦
1	2	3	4	5	6	7	8	9	10

A DICTIONARY

OF THE

AVESTA, GUJERATI AND ENGLISH LANGUAGES.

અવસ્તા, ગુજરાતી તથા અંગ્રેજી ફરહંગ.

[illegible]=अ=A (Gr.)=નહી, વગર, સિવાય: a negative prefix, implying negation, privation; orig. [illegible]; contracted into [illegible], [illegible], [illegible], [illegible]. એ અવ્યય ઉપસર્ગ તરીકે વપરાએલો આવેછે:—જેમકે [illegible]=છોકરા વગરનો (વં. ૪, ૬૭). એનું અસલ રૂપ [illegible] છે:—જેમકે [illegible]-[illegible] ખોરાકને નહી લાએકનું (વં. ૧૦, ૧૮). [illegible]-[illegible] નહી જન્મેલું (વં. ૨૧, ૧): [illegible] દયા વગરનું (ય. ૧૩, ૧૩૬); [illegible] માંથી છેડનો [illegible] નીકળી ગયાથી [illegible] થયું; [illegible]=अन्=In (L.)=In (Fr.) Un (Sax.). એ [illegible] ઘણું કરીને સ્વરથી શરૂ થતા બોલોની આગમચ વપરાએલો આવેછે:—જેમકે [illegible]-ભલો નહી તે, અનારી, ઇ૦.ની નહી તે (વં. ૧, ૧૮), [illegible]=અણી-છેડા વગરનું (વં. ૨, ૬૦); [illegible]-પાણી વગરનું (વં. ૫, ૫૨). વળી કોઇ વખતે [illegible] બદલાઇને [illegible] આવેછે:—જેમકે [illegible]=નાશ નહી પામે તેવું (ય. ૧૦, ૨૮); [illegible] માંથી [illegible] નીકળી ગયાથી ફકત [illegible] રહ્યો. એ [illegible] ઘણું કરીને વ્યનજનથી શરૂ થતા બોલોની આગમચ વપરાએલો આવેછે:—જેમકે [illegible]=જે બાઈડીનાં થાનમાં દુધ નહી થએલું તે (વ. ૧૬, ૭). [illegible] નહી ચિરાએલો-ફાટવાળો (અનાજ) વં. ૭, ૩૫. વળી [illegible] માંથી શરૂઆતનો [illegible] નીકળી ગયાથી [illegible] (નહી) થયો; જેમકે [illegible]=નહી કોઈ (વં. ૧૩, ૧૯). એ પ્રમાણે જોતાં "નહી. સિવાય, વગેરેગે" ઉપસર્ગને માટે પાંચ રૂપ આવેછે:—[illegible], [illegible], [illegible], [illegible], અને [illegible]

[illegible] (૨ ધા. [illegible]) સા. ના. નારી. નાખવાનું હથિયાર (અસલ.); તીર; a missile (orig.); an arrow; [illegible] [illegible] [illegible] (સારી પેઠે તાંકીને ફેંકેલા તીરના) ૬।૧ યશ્ત. ૫૭, ૨૮.

[illegible] (=अति) ઉપ. પાછું; back; જેમકે [illegible] પાછું લઈ જવું (વં. ૫, ૪૧. ૪૨. ૪૩): કદાચ [illegible] નો અપભ્રંશ હોએ. आति સાથે સરખાવતાં એનો અર્થ "ઇત્યાદિ બીજું, વગેરે" થાએ.

[illegible] વિશે જુઓ [illegible]

[illegible] ([illegible] તથા [illegible]) વિ. નહી નાશ પામે તેવું, કાયમ, હમેશાનું: imperishable; [illegible] [illegible] (હમેશાની દુનિયા તરફ) નર. ૨।૧ વં. ૭, ૫૨; વં. ૧૯, ૩૧; [illegible] ૨,૧ ય. ૨, ૧૩; [illegible] નર. ૧।૩ ય. ૧૯, ૧૫.

[illegible] (જુઓ [illegible] તથા [illegible] [illegible]) વિ. અવિનાશી, નાશ નહી પામે તેવું; imperishable, undecaying; [illegible] નર. ૨।૧ ય. ૨૨, ૧૬; ય. ૨૮, ૬૨. [illegible] નર. ૫।૧ ય. ૨૨, ૧૬; ય. ૨૮, ૬૨.

[illegible] ના. (અર્થ અચોકસ) પાલેલું જાનવર (મિલ્સ તથા દાર.); પેહેલવાન (સ્પી.); tame, domesticated animal (M. and D.); a warrior (Sp.); [illegible] ૨।૩ ફર્વ. ૪૦, ૩. [illegible] ૬।૩ ય. ૧૩, ૧૫૮; [illegible] ફર્વ. ૩૯, ૨.

[illegible] (Ved. अद्य) ક્રિ. અ. હવે, હમણાં, અહિયાં; now; here; [illegible] ૨।૧ (ક્રિ. અ.) યશ્ત ૨૨, ૧૩.

[illegible] (-अनीक) સા. ના. નર. ક) આગળો ભાગ, ચેહેરો; પેશાની, કપાળ; face, forehead; [illegible] ૧।૧ ય. ૧૦, ૧૮૩: [illegible] ૨।૧ યશ્ત. ૧૮, ૯.

ખ) લશ્કરની પેહેલી સફ-હાર; પલટન; the front row of an army; a battalion; જુઓ [illegible]

[Avestan] વિશે જુઓ [Avestan]

[Avestan] (જુઓ — તથા [Avestan]) ભુ. કૃ. વિ. નહી દબાએલું-સકંજામાં આવેલું; જુલમ નહી પામેલું; not straightened-oppressed; [Avestan] નારી. રાક યે. ૧૩, ૩૪. ૫૧.

[Avestan] (જુઓ — તથા [Avestan]) સા. ના. નારી. કુશાદગી (અસલ.); દયા (દાર.); નમ્રતા, ભલમનસાઈ (મિલ્સ); amplitude (lit.); mercy (D.); gentleness (M.); [Avestan] ૩૧ હેજ. ૫૮, ૪.

[Avestan] (=[Avestan]+[Avestan]; જુઓ [Avestan]) ક્રિ. અ. અહિયાં નહી, બીજી જગાએ; not here; elsewhere; [Avestan] હેજ. ૫૭, ૩૩.

[Avestan] (જુઓ [Avestan]) સા. ના. નારી. મુરાદ-સંપત્તિ વગરની હાલત (અસલ.); કંગાલિયત, ગરીબાઈ, ખુટ; જુલમ (દાર.); want of means (lit.); poverty, loss; tyranny (D); [Avestan] રા૧યશ્ત ૧૦, ૧૧૦; [Avestan] દા૧યશ્ત ૧૩, ૧૩૦.

[Avestan] વિ. ના. નર. એક મહાન પુરૂષનું નામ, name of an illustrious personage; [Avestan] (Wester.—[Avestan]) દા૧ યે. ૧૩, ૧૨૨. ૧૨૪; (જુઓ મોદી).

૧ [Avestan], [Avestan] (=अपि) ક) ઉભયા. અ. બી, વળી, જોડે, તોપણ; also, though, however; [Avestan] [Avestan] (એટલુંબી) વં. ૯ ૧૦. [Avestan] યે. ૧૦, ૮૦.

ખ) શબ્દ. અ. પછી થી. આસપાસ, ઉપર, સુધી, નજદીક, પાસે; after, from, around, on, up to, near; [Avestan] [Avestan] (જન્મ પછી-થી) વં. ૫ ૨૧ [Avestan] [Avestan] [Avestan] (તે ગોફાની આસપાસ) વં. ૨, ૩૦; [Avestan] [Avestan] [Avestan] [Avestan] (અને આએ તમામ જમીનની ઉપર) હેજ. ૫૩, ૩૩; [Avestan] [Avestan] [Avestan] [Avestan] (લાંબા જમાના સુધી-વેર) હેજ. ૯૨, ૩.

ગ) ઉપ. પછવાડે, પુઠે, નજદીક, ઉપર, બધી ગમથી, આસપાસ; behind, next to, on, everywhere, around; [Avestan] પછવાડેના દેશોને લગતો (મેહેર હેજદ) યે. ૧૦, ૧૪૪. [Avestan] જેમકે

[Avestan]=પરદાએલું, હણેલું (વં. ૫, ૫૯)

૨ [Avestan] વિશે જુઓ ૨ [Avestan]

[Avestan] (ધા. [Avestan]) સા. ના. નર. પછવાડે ચાલનાર; one that follows behind; [Avestan] ૧૧ યે. ૧૫, ૪૫.

[Avestan] ક્રિ. અ. હવે પછી, પાછળથી; hereafter, henceforth; [Avestan], Geld.—[Avestan] હેજ. ૨૯, ૪.

[Avestan], [Avestan] (Geld.) સા. ના. નર. પુઠે ચાલનાર (યુ.); પછવાડેથી વાંકુ વળનાર (દાર.); a follower (J.); one that bends behind (D.); [Avestan] યે. ૧૫, ૪૫.

[Avestan] (જુઓ [Avestan]) વિ. પછવાડેના દેશોને લગતો (મેહેર હેજદ); (Mithra) of countries in the rear. [Avestan]-રા૧યે.૧૦,૧૪૪.

[Avestan] (જુઓ [Avestan]) વિ. ધુમસવાળી (રાત); વાદળાંવાળી (યુ.); વરસાદની-વાળી (દાર.); misty; cloudy (D.); rainy (D.)-[Avestan] [Avestan] નારી. દા૧ યે. ૧૧, ૪.

[Avestan] વિશે જુઓ ૩ ધા. [Avestan]

[Avestan] વિ. ના. નર. કેખુસરૂ પાદશાહના ખાનદાનના પુરૂષનું નામ; કૈકોબાદનો છોકરો (દાર.); name of an illustrious personage of the family of Kaikhosru; son of Kaikobad (D.); [Avestan] દા૧ યે. ૧૩, ૧૩૨; (જુઓ મોદી).

[Avestan] (ધા. [Avestan]) ભુ. કૃ. (ભણતી વખતે) વચમાંથી કાંઈ મુકી દઈને; ગફલત કરીને (સ્પી.); અશુદ્ધ ઉચ્ચાર કરીને (હાઉગ); એ બોલ અહુનવર ભણવાની બાબદમાં આવેછે; [Avestan] નારી. ૧૧હેજ. ૧૯, ૫; (intoned) with omissions; with negligence (Sp).; incorrectly (Haug).

[Avestan] વિશે જુઓ [Avestan]

[Avestan] (જુઓ ૧ ધા. [Avestan]) સા. ના. નાન્ય. રસ્તાની આફત; danger on the way. Comp. अपाय;
[Avestan] દા૩ યે. ૧૧, ૫.

[Avestan], [Avestan] Geld. (જુઓ [Avestan]) વિ. આસપાસ જતો-જનાર; છુપી રીતે આવનાર (દાર.); going about; coming secretly (D.); [Avestan] [Avestan] નારી. રા૧ યે. ૪, ૯.

[Avestan] (જુઓ [Avestan]) ભૂ. કૃ. (ભણતી વખતે) બીજું વચમાં બોલીને, નકામું કાંઈ ઉમેરીને; ભુલ કરીને (હાઉગ); (intoned) with needless additions; with blunders (Haug); [Avestan] નારી. ૫૧ ૬જ. ૧૯, ૫.

[Avestan], [Avestan], [Avestan] (=अभि=Gr. Epi= [Avestan]) ૧ ઉપ. ક) બુલંદ, ઉંચે, ઉપર, નજદીક: High up, above, near; જેમકે [Avestan] બુલંદ પ્રકારવું (વં. ૫, ૨); [Avestan] ઉપરથી ઢાંકી નાખવું. (વં. ૫, ૨૪); [Avestan] નજદીક જવું (૫. ૧૦, ૯૫).

ખ) વધારે, ઘણું: exceedingly, very; જેમકે [Avestan] ઘણો જોરાવર; [Avestan] ઘણો નુરવાળો (૫. ૧૦, ૪૮).

ગ) આસપાસ; around, about; જેમકે [Avestan] આસપાસ ફેરવવું; turning or leading about (વં. ૮, ૧૯).

૨) ક્રિ. અ. બુલંદ, ઉપર; on high, above; જેમકે [Avestan] (વં. ૨, ૩૦).

૩) શબ્દ. અ. ઊપર, વિશે; above, about, concerning. જેમકે [Avestan] [Avestan] [Avestan] તારા મુલુકો વિશે (૬જ. ૪૩, ૭) સમાસ બોલોમાં [Avestan] ની પછીનો બોલ [Avestan] અથવા [Avestan] થી શરૂ થાએતો ઘણી વખતે [Avestan] આવેછે; જેમકે [Avestan] (વં. ૯, ૩૨.); [Avestan] (વીસ્પરદ ૯, ૩).

[Avestan] (જુઓ ૬ ધા. [Avestan]) સા. ના. નાન્ય. પકડવું, એખત્યાર કરવું; holding; choosing, [Avestan] [Avestan] (હું એખત્યાર કરૂં છું) Periphrastic Verb વતે. આત્મને. ૧|૧ ૬જ. ૧૧,૧૭.

[Avestan] ([Avestan]) વિ. જીંદગી ઉપર પાસબાની રાખનાર; watching over life; [Avestan] ના. વિશેષણ તરીકે આવેછે. યુરોપિયન વિદ્વાનો એ બોલને વિશેષનામ ગણે છે; [Avestan]—નર. ૨|૧ ૬જ. ૨૦,૬; ગેહ ૪, ૫; [Avestan]—૪|૧ ૬જ. ૧, ૬. [Avestan]—૮|૧ ૬જ. ૧, ૨૦.

[Avestan] (જુઓ ૫ ધા. [Avestan]) સા. ના. ન. સ્તુતિ કરવી, ગાયન; praising, singing. [Avestan] ૩|૧ વી. ૨૨, ૧.

[Avestan] (જુઓ ધા. [Avestan]) સા. ના. ન. કીર્તી આપી; glorifying; [Avestan]-૩|૧ વીસ્પ. ૨૨ ૧.

[Avestan] (ધા. [Avestan]) સા. ના. નર. કીર્તિ ગાનાર; one who glorifies; [Avestan] ૫|૧ વી. ૫, ૧; [Avestan] ૬જ. ૧૪, ૧; [Avestan] ૮|૧ (૨|૧ ને બદલે) ૫. ૩. ૧. [Avestan] ૧|૩ ૬જ. ૩૫, ૨.

[Avestan] (ધા. [Avestan]) સા. ના. નારી. ક) કીર્તિનું ગાયન; song of praise; hymn; [Avestan] ૨|૧ ૬જ. ૭૦, ૬; ૬જ. ૭૧, ૬.

ખ) મ્હોટો આવાજ (પાણીના સંબંધમાં); roaring (of the water); [Avestan] ૨|૧ ૬જ. ૬૨, ૧૧. ૬જ. ૭૦, ૬.

[Avestan] વિશે જુઓ ધા. [Avestan]

[Avestan] (જુઓ ૧ ધા. [Avestan] ૭) વિ. ઘણીજ મદદ આપનાર; most helpful; [Avestan] ૨|૧ ૬જ. ૧૫, ૨; ૬જ. ૫૧, ૧.

[Avestan] (જુઓ ૧ ધા. [Avestan]) વિ. જતો ભટકતો, રખડતો; going, wandering, loitering; પેહેલવી [Avestan] (રેતીનો રસ્તો); [Avestan] નર ૧|૨ વંદી. ૧૩,૪૮.

[Avestan] (જુઓ ૨ ધા. [Avestan]) સા. ના. નર. એકાંતપણું, નિરાંત; reclusion, seclusion, quiet; Pehl. [Avestan] એકાંત-વસ્તી વગરની જગો; એને મળતો Gr. Eremaos; એન્ડ્રી અને રોથ એ બોલને સં. इरण, ईरिण (વેરાન જગા) સાથે સરખાવે છે; [Avestan] ૭|૧ વં. ૯, ૩૩-૩૫ વં. ૧૬, ૮-૧૦.

[Avestan] (ધા. [Avestan]) વિ. એકાંત જગાએ બેસવાને લગતું; pertaining to reclusion-segregation; [Avestan] [Avestan] [Avestan] [Avestan] [Avestan] (એકાંત જગાએ બેસવાને લગતા, ઈઆને બરશ્નુમની ક્રિયાને માટે નાખીને એકાંત જગાએ બેસવાને લગતા ખાડાઓમાંના ૧૦૦૦૦ (ખાડા) આએ જમીન ઉપર (ઉદ્રને મારનાર શખ્સ) ખોદે) વં. ૧૪, ૬, અપવિત્રને લગતા ઈઆને રીમન થએલાને નાહાવાના (મુ., હારથે, દાર.).

[Avestan] ([Avestan] તથા [Avestan]) વિ. એકાંત બેસનાર (વચમાંનો [Avestan] નકામો છે); એકાંત જગાએ નહી બેસનાર, આસાએશ નહી લેનાર (દાર.); એ બોલ ફરોહરના સંબંધમાં આવેછે; sitting at rest; not reposing (Dar.) [Avestan] નારી. ૧|૩ ૫. ૧૩, ૭૩.

[Avestan] (ધા. [Avestan]) ભૂ.કૃ.વિ. જખ્મી નહી થએલું; not wounded; [Avestan] નર. ૨|૧ ય. ૫, ૬૫.

[Avestan] (ધા. [Avestan]; એવડું રૂપ [Avestan]) વિ. નહી ખાલી (અસલ.); ભરપુર, તંદરોસ્ત; નહી બીગડેલું (મિલ્સ): not empty (lit.); full, sufficient, healthy; uncorrupted (M.); [Avestan] નારી. ૬|૩ યજ. ૬૫, ૭.

[Avestan] (अर्य, आर्य) (ધા. ૨ [Avestan]) ક) વિ. ભલું, આબરૂ વાળું, બુનિયાદી, માન આપવા લાએક, નેક (અસલ.); ઈરાનને લગતું; આર્ય; of noble birth, respectable (lit); Arian; ખ) ના. નર. ઇરાની, ઈરાની માણસ; Aryan; Aryâ; [Avestan] ૧|૧ ય. ૮, ૬ [Avestan] નર. ૧|૩ ય. ૫, ૬૯; [Avestan] નારી. ૧|૩ ય. ૮, ૯. ૫૯. [Avestan] નારી. ૪|૩ ય. ૮, ૬૧; [Avestan] નારી. ૬|૩ વં. ૧૯, ૭૯; ય. ૫, ૪૨; ય. ૧૩, ૧૦.

[Avestan] (=[Avestan]=ایران=Arian) ([Avestan]) વિ. ભલાને લગતું (અસલ.), ઇરાનને લગતું, ઇરાનીને લગતું, ઈરાની; Aryan, Iranian; [Avestan] [Avestan] (ઇરાની ઓરેહ) નાન્ય. ૨|૧ ય. ૧૮, ૫. [Avestan] [Avestan] (ઇરાનવેજ) વિ. ના. નાન્ય. ૨|૧ વં ૧,૩; [Avestan] [Avestan] નાન્ય. ૨|૧ ય. ૧૮, ૧; [Avestan] [Avestan] વિ. ના. નાન્ય. ૭|૧ વં. ૨, ૨૯ ય. ૧. ૨૧; ય. ૫, ૧૭. ૧૦૪; ય. ૧૫, ૨.

[Avestan] ([Avestan]= अर्यमन) ([Avestan]) ક) વિ. ના. નર. સલાહ સુખ-શાન્તિ આપનારો ફરેશ્તો; એના વિશેષણ તરીકે [Avestan] (પસંદ પડતો) આવેછે. એ ફરેશ્તાનું કામ પરી, જાદુને લગતા વિચારોને મનમાંથી કાહાડી નાખી આરામ આપવાનું છે. ખ) સલાહ-આરામ-સુખ-શાન્તિ આપનારી અઇરયમન' નામની બંદગી (યજ. ૫૪) ગ) તાબેદારી કરનાર, ખેદમતગાર (દાર.) જુઓ યજ. ૩૨, ૧.

(*a*) the angel presiding over peace and happiness; (*b*) the prayer Airyaman (y. 54); giving happiness and peace of mind; (*c*) a servitor (D. y. 32, 1); [Avestan] ૧|૧ વં. ૨૨, ૯. ૧૫. ૧૯. ૨૦ [Avestan] ૧|૧ વં. ૨૦, ૧૧. ૧૨; યજ. ૫૪, ૧: [Avestan] નાન્ય. ૧|૧ ય. ૩, ૨; [Avestan] તાબેદાર ૩|૧ યજ. ૩૨, ૧. [Avestan] ૩|૧ વી. ૨૪, ૧. [Avestan] ૪|૧ વં. ૨૨, ૭, ૧૩. [Avestan] (= કારાંત) ૪|૧ વં. ૨૨, ૮. ૧૪; [Avestan] ૬|૧ વી. ૧. ૮. ય. ૨, ૨; [Avestan] [Avestan] ૬|૧ યજ. ૩૩, ૪; યજ. ૪૬, ૧; [Avestan] નર. ૮|૧ વં. ૨૨, ૯. [Avestan] ([Avestan]) ૨|૨ વી. ૨૪,૧. કોઈ કોઈ ઠેકાણે રેવરંડ મિલ્સ [Avestan] નો અર્થ 'મદદગાર, કુમક આપનાર' કરેછે.

[Avestan] વિ. ના. નર. ફરેદુન પાદશાહનો સઉથી નાહલો દીકરો; એરચ (ایرج); the youngest son of King Faridoon; Irach; [Avestan] (Geld. [Avestan]) ૬|૧ ય. ૧૩, ૧૩૧. (જુઓ મોદી)

[Avestan] (જુઓ [Avestan] તથા [Avestan]) સા. ના. નર. ઇરાનની બેઠક—પાદશાહત; the Aryan seat of empire. [Avestan]—૨|૧ ય. ૧૦, ૧૩.

[Avestan] વિશે જુઓ [Avestan]

[Avestan] (જુઓ [Avestan]) વિ. ઘણો જોરાવર; very powerful; [Avestan]—નર. ૧|૧ ય. ૮, ૨૨. ૨૮.

[Avestan] (જુઓ [Avestan]) વિ. પુર વાદળાંવાળું; overcast with clouds; [Avestan] [Avestan] (પુરવાદળાંવાલી રાતનું) નારી. ૬|૧ ય. ૧૬, ૩૧.

[Avestan] (જુઓ ધા. [Avestan]) સા. ના. નારી. નજીમાત, હગાર, ગંદગી; excrement; filth; Pehl. [Avestan]; [Avestan]—૨|૧ વં. ૭, ૧૩. ૧૪.

[Avestan] (જુઓ ૩ ધા. [Avestan]) સા. ના. નર. ઘણો કાપી નાખનાર (અસલ.): નાશ કરનાર; most cutting (lit.); most fatal [Avestan]—૧|૩ યજ ૭૧, ૭.

[Avestan] ([Avestan]) ૧) વિ. ઘણા ઓરેહ —નુરવાળો; over-glorious; [Avestan] નર. ૧|૧ ય. ૧૫, ૪૮. ૨) વિ. ના. નર. એક મહાન પુરૂષનું નામ; name of an illustrious personage; [Avestan]—૬|૧ ય. ૧૩, ૧૧૭.

[Avestan] (જુઓ ૨ ધા. [Avestan], [Avestan]) સા. ના. નાન્ય. રેહેઠાણ; residence, lodging; [Avestan] ૪|૧ વં. ૨, ૨૫. ૩૩.

[Avestan] (ધા. [Avestan], [Avestan]) વિ. સુંદર, ખુબસુરત; beautiful, handsome; [Avestan] (Geld. [Avestan]) ૧|૧ વં. ૩, ૨૪.

[Avestan] (જુઓ ૧ ધા. [Avestan]) સા. ના. નારી. આવી પોહોંચવું; approach; [Avestan] (Geld. [Avestan]) ૨|૧ વં. ૯, ૬. ૭. ૯; [Avestan] ૩|૧ વં ૮, ૪.

[Avestan] (જુઓ ૧ ધા. [Avestan]) સા. ના. નર, ક) (શિયાલાનું) નજદીક આવી પોહોંચવું (અસલ.) શિઆળો; winter, Pehl. [Avestan]; ખ) વરસ; year; [Avestan] ૭|૧ વં. ૫, ૧૦. ૪૨; વં. ૧૫, ૪૫; [Avestan] ૬|૩ વં. ૨, ૪૧; ય. ૯, ૧૦; ય. ૧૫, ૧૨; ય. ૧૯, ૨૯.

[Avestan] (ધા. [Avestan]) સા. ના. નર. ધાગું વેહેવું; overflow (of waters); [Avestan] ૨|૧ ય. ૮, ૪૨.

[Avestan] (જુઓ ૪ ધા. [Avestan]) સા. ના. નર. એક જાતનો કુતરો તરતનો જનમેલો કુતરો (સ્પી.); ભોંસવાને શરૂ કરતું કુતરાનું બચ્ચું; a species of dog; a dog just come to life (Sp); a puppy; [Avestan] ૧|૧ વં. ૫, ૩૨.

[Avestan] (૧ ધા. [Avestan]) વિ. બંદગી કરતો-કરનાર, મદદને માટે અરજ કરનાર; offering prayers, invoking help; [Avestan] ૬|૩ ઈજ. ૮, ૪.

[Avestan] (જુઓ ૧ ધા. [Avestan]) વિ. દોડતો: running; [Avestan] નર. ૬|૧ ય. ૧૪, ૧૧.

[Avestan] (જુઓ [Avestan]) વિ. વધારે દૂરનું; far distant; [Avestan] નારી. ૫|૩ ય. ૧૭, ૧૪.

[Avestan] (=अर्भाति) સા. ના. નારી. નજદીકી (જુ.); proximity (J.); [Avestan], [Avestan] (Geld.) ૫|૧ ય. ૧૯, ૬.

[Avestan] (=अभितस्) શબ્દ. અવ્ય. આસપાસ, આગળ, પાસે; round about, near; [Avestan] ય. ૧૨, ૨૫; ય. ૧૯, ૬૬; ય. ૫, ૯૮.

[Avestan] (ધા. [Avestan]) વિ. જોરાવર, ગાલેબ; powerful, triumphant; [Avestan] નર. ૧|૧ ય. ૧૦, ૫; [Avestan] નારી. ૧|૩ ય. ૧૩, ૪૦; [Avestan] નારી. ૧|૩ ઈજ. ૪, ૬; વી. ૧૧, ૧૫; [Avestan] નારી. ૨|૩ ય. ૧૩, ૭૫. [Avestan] ઈજ. ૧, ૧૯; ઈજ. ૨૨, ૨૦. ય. ૧૩, ૧૫૧, [Avestan] નારી. ૮|૩ ઈજ. ૬૫, ૧૨.

[Avestan] ([Avestan]) ક્રિ અ. દૂર, હાંગે; far from; [Avestan] [Avestan] (તમો દૂર થજો) વં. ૧૮, ૧૭. ૨૫. [Avestan] [Avestan] (તમો દૂર ના થતા, હાંગા ના જતા) વં. ૧૮, ૧૭. ૨૫.

[Avestan] (જુઓ [Avestan]) વિ. બુલંદ દેશને લગતો; આસપાસના દેશને લગતો (દાર.); (Mithra) of elevated countries; of surrounding countries (D.); [Avestan] [Avestan] નર. ૨|૧ ય. ૧૦, ૧૪૪.

[Avestan] (જુઓ ૨ ધા. [Avestan] તથા [Avestan]) વિ. જેનીથી ધારતી બેસી જાએ તેવો; બીહામણો; terrific, dreadful; [Avestan] નર. ૬|૧ ય. ૮, ૨૧. ૨૭.

[Avestan] (૨ ધા. [Avestan]) સા. ના. નર. ઘોડાના જીન અથવા બોગીર ઉપર નાખવાનું કપડું, ઈત્યાદિ; પાખર; horse-clothing; the armour for a horse; જુઓ [Avestan]

[Avestan] (ધા. [Avestan]) ક. વિ. મજબુત, જોરાવર; દેખીતું (દાર.); strong, powerful; manifest (D.); [Avestan] [Avestan] (મજબૂત મદદથી) નાન્ય. ૩|૩ ય. ૧૩, ૧૯૯.

[Avestan] (૧ ધા. [Avestan]) ક) જુ. કૃ. વિ. તુટેલો (કોલ), કોલ આપીને ફરી ગએલો, ઠગાએલો; broken, unfulfilled, defrauded.

ખ) કૃ. ના. નાન્ય. જુઠું બોલેલું તે, જુઠાઈ, ઓટાઈ; falsehood, defrauding, deceit; [Avestan] -વિ. નર. ૧|૧ વં. ૪, ૫-૧૦; ય. ૧૦, ૧૭; [Avestan] ૨|૧ ય. ૧૦, ૧૦૫; વં. ૪, ૫૪. ૫૫.

[Avestan] (૧ ધા. [Avestan]) સા. ના. નારી. જુઠાઈ, ઓટાઈ, ફરેબ; deceit, fraud, trickery, જુઓ [Avestan]

[Avestan] (૨ [Avestan]) સા. ના. નારી. ફરમાન; mandate; [Avestan] ૨|૧ ઈજ. ૬, ૨૯.

[Avestan] ([Avestan]) બૂ કૃ. પેહેરેલું (અસલ.); પેહેરેલું તે, કપડું, પોશાક (સા. ના.); clothing, a garment; જુઓ [Avestan] [illegible] (ધા. [illegible]) સા. ના. નારી. ભીનાસ; પરસેવો; moisture, perspiration; [illegible]—ર૧ વં. ૭, ૧૩. ૧૪.

[illegible] (ધા. [illegible]) કૃ. વિ. (મદદે) પોહોંચનાર; coming (for help); [illegible]—નર. ર૧ યજ. ૭૧, ૩; ગેહ. ૧, ૪.

[illegible] (જુઓ ધા. [illegible]) સા. ના. નારી. આસપાસ ફેરવવું-લઇજવું; leading or carrying about; [illegible] ર૧ વં. ૮, ૧૬. ૧૭. ૧૮.

[illegible] (ધા. [illegible]) સા. ના. નારી. ઓકારી, વામિટ; vomit; [illegible]—ર૧ વં. ૭, ૧૩. ૧૪; [illegible] + [illegible] = [illegible], એજ પ્રમાણે [illegible] + [illegible] = [illegible] ગુસ્સે થએલો = enraged.

[illegible] (જુઓ ૧ ધા. [illegible]) અધિ. વિ. વધારે મારનાર-ગાલેબ-ફાવનારો-ફતેહમંદ; more smiting or triumphant; [illegible]—નર. ૫૧ ય. ૫, ૩૪. ૫૮; ય. ૮, ૨૨; ય. ૧૬, ૭૭.

[illegible] ([illegible]) સા. ના. નારી. વરસાદ વરસવો (અસલ.), પાણીનું વેહેવું; raining (lit.); flowing (of the waters); [illegible]—ર૧ વં. ६, ૪૧.

[illegible] (૧ [illegible]) સા. ના.નાન્ય. ઢાંકણુ; covering; [illegible]—ર૩ વં. ૭, ૧૧. ૪૫. ૪૬; વં, ६, ૫૧. જુઓ [illegible]

[illegible] ([illegible]) વિ. કપડાં સાથે, કપડાં પેહેરીને; covered with garments clothed; જુઓ [illegible]

[illegible] (ધા. [illegible]) કૃ. વિ. વરસાદ વરસતાં; raining; જુઓ [illegible]

[illegible] (૧ [illegible]) સા. ના. નારી. ઓલાસો, સમજણ (મિલ્સ); જાહેર કરવું (યુ.); explanation (M.); declaring publicly (J.); [illegible]—ર૧ વી. ૯, ૩.

[illegible] (જુઓ ૧ [illegible]) કૃ. વિ. સાંભળતો, સાંભળનાર; એકીન રાખનાર; hearing; putting faith in; [illegible]—નર. ૫૧ વં. ૩, ૪૦.

[illegible] (= [illegible], [illegible]) (૧ ધા. [illegible]) વિ. ના. નાન્ય. અઈવિસ્રુથ્રેમ ગેહ, અંધારાનો વખત; the time of Aiwiçrûthrema, time of darkness; [illegible]—ર૧ યજ. ૨,६; ગેહ ૪, ૫; [illegible]—ર૧ યજ. ૧. ६; યજ. ૩, ૮; ગેહ ૪, ૧; [illegible]—૪૧ યજ. ૧ ૨૦; (જુઓ બોધી).

[illegible] (૧ ધા. [illegible]) સા. ના. નર. રાજ કરતો; અથવા મથક રાખનાર (૨ ધા. [illegible] ઉપરથી); ruling; having a seat; [illegible] ય. ૧૦, ૭૭.

[illegible] (ધા. [illegible]) સા. ના. નર. (ઘોડા ઉપર) બેસનાર; one who sits (on horseback) a rider. [illegible] ૫૧ યજ. ૧૧, ૨.

[illegible] (ધા. [illegible]) વિ. પુંઠે-સાથે ચાલનાર; following; [illegible] (Geld.—[illegible]) નારી. ર૧ યજ. ૫૨, ૧.

[illegible] ([illegible]) વિ. પીવા લાએક; (water) fit for drinking. [illegible] નારી. ૫૧ વં. ६, ૩૨. ૩૫. ૩૮. ૪૧.

[illegible] (૧ [illegible]) સા. ના. નાન્ય. પ્રસાર, પથરાવવું; spread; diffusion; [illegible] ર૩ વં. ૧, ૧૧. ૧૮. ૨૦.

[illegible] (ધા. [illegible]) ૧) સા. ના. નર. ઉસ્તાદ, શિખવનાર. a teacher, an instructor; [illegible] ૫૧ યજ. ૯, ૨૪. ૨) સા. ના. નારી તપાસ, ચોકસી; watchfulness, inspection; [illegible] ર૧ ય. ૧૩, ६૭.

[illegible] (૧ ધા. [illegible]) સા. ના. નારી. હોમ કુટીને તૈયાર કરવાનું કામ; expressing the Hom juice; [illegible]—ર૧ વી. ૯, ૩.

[illegible] (૧ [illegible]) સા. ના. નારી. કુશ્તી બાંધવી; girding the *Kushti* (*i. e.*, the sacred thread); [illegible] ર૧ વં. ૧૮,૯.

૧—[illegible] ([illegible]) (જુઓ ૧ [illegible]) સા. ના. નાન્ય. કુશ્તી, કમરબંદ; પટો; the *Kushti*, the sacred thread; a waistband; a girdle. [illegible] ર૧ યજ. ૯,૨६; ય. ૧, ૧૭. જુઓ—[illegible]

૨—[illegible] ([illegible], [illegible], [illegible]) (૧ ધા. [illegible]) સા. ના. નાન્ય. યજશ્નેની

ક્રિયામાં બરસમ બાંધવાને માટે વપરાતી ખજુરીની પાતરી-ખજુરીની પાતરીના કાહાડેલા રેશા, જે જુબવાળો મોબેદ કાપી લાવીને વાપરેછે તે; અઈ-બ્યાઅ્યોનઘન; the fibres of the date-tree used for binding the *barsam* in the *Yaçna* ceremony by the officiating priest. જુઓ [illegible]

[illegible] (જુઓ ધાતુ [illegible]) સા. ના. નર. તપાસનાર, ચોકસી કરનાર; an overseer, a guardian; [illegible] ૧|૧ વં. ૨, ૪. ૫; યજ. ૫૭, ૧૫; ૫. ૧૦, ૧૦૩; [illegible] ૨|૧ ૫.૧૦,૧૦૩; [illegible] ૧|૩ ૫.૧૯,૧૮.

[illegible] (જુઓ ધા. [illegible]) સા. ના. નાન્ય. ચોકસી, તપાસ, નગેહબાની; watching, looking over; [illegible] ૪|૧ યજ. ૮, ૨; યજ. ७१, ૧૧; ૫. ૫, ૬.

[illegible] (૧ ધા. [illegible]) વિ. નજદીક પોહોંચતું; મદદે જતું; approaching; coming for help; [illegible] નર. ૬|૩ યજ. ૨૯, ૩; ૫. ૧૩. ૮૨; ૫. ૧૯, ૧૫; [illegible] અતિ. વિ. નર ૨|૩ યજ. ૧૩, ૩; વી. ૩, ૫.

[illegible] (૨ ધા. [illegible]) સા. ના. નાન્ય. બચાવ, ટેકો, મદદ; protection, support, aid; [illegible] ૩|૧ યજ. ૫૫, ૩.

[illegible] વિશે જુઓ ૨ [illegible]

[illegible] (अरुष) વિ. જંગલી; savage; [illegible] નર. ૬|૧ ૫. ૧૪, ૨૩; [illegible] નર. ૧|૩ યજ. ૩૪, ૯; [illegible] ૨|૩ ૫. ૮, ૩૬.

[illegible] ([illegible] =अरुष) વિ. સફેદ; એક બે ઠેકાણે એનો અર્થ રાતું, કરમજી રંગનું, કપીલા રંગનું પી થાએછે; white, red, crimson; [illegible] નર. ૧|૧ ૫. ૧૩, ૮૧; [illegible] ... [illegible] રાતા અથવા કેરમજી રંગના તેસ્તર (સેતારા) ને નર. ૨|૧ ૫. ૮, ૨; [illegible] નર. ૨|૧ ૫. ૧૪, ૫૦; ૫. ૮, ૫૮; [illegible] નર. ૬|૧ ૫.૮, ૧૮. ૨૦; ૫. ૧૪, ૯; [illegible] નર. ૧|૨ ૫. ૧૦, ૧૩૬; [illegible] નર. ૧|૩ યજ. ૫૭, ૨૭; ૫. ૧૦, ૬૮; [illegible] ૧|૩ ૫. ૫, ૭.

[illegible] ([illegible] તથા [illegible]) વિ. સફેદ-ગોરી બાજુવાળું; white-armed; [illegible] (સફેદ-ગોરી બાજુવાળી કન્યાનું) નારી. ૬|૧ ૫. ૨૨, ૯.

[illegible] ([illegible] તથા [illegible]) વિ. સફેદ ઘોડાવાળો (પેહેલવાન); (the warrior) of the white horse; [illegible] નર. ૨|૧ ૫. ૧૦, ૧૦૨.

[illegible] (જુઓ ૨ ધા. [illegible]) વિ. નામીચું, પ્રખ્યાત, બુલંદ, બાહાદુર; renowned, illustrious, exalted, valiant; [illegible] નર. ૧|૧ ૫.૫, ૪૫; ૫. ૧૫, ૫૪; યજ. ૧૦, ४; [illegible] નર. ૬|૧ ૫. ૧૦, ૧૦૯; ૫. ૧૫, ૧૬; યજ. ૯, ૫; [illegible] નર. ૮|૧ ૫. ૧૫, ૫૭; [illegible] નર. ૧|૩ ૫. ૧૦, ૧૪; ૫. ૧૯, ૭૨; [illegible] નર. ૬|૩ ૫. ૧૫, ૫૭; [illegible] અતિ. વિ. નર. ૧|૧ ૫. ૧૫, ૪૬; [illegible] નર. ૨|૧ ૫. ૧૫, ૫૭.

[illegible] =अर्वन्त्, अर्वन् (૨ ધા. [illegible]) ૧) વિ. રીતાબ, ચાલાક, જોરાવર; quick, agile, active, strong [illegible] નારી. ૧|૧ ૫. ૫, ૭. [illegible] નર. ૨|૧ યજ. ૧૦, ૧૦; ૫. ૫, ૧૩૧; [illegible] નર. ૨|૩ ૫. ૧૦,૪૨.

૨) સા. ના. નર. ઘોડો; a horse; [illegible] ૧|૩ યજ. ૫૭, ૨૭; [illegible] ૨|૩ યજ. ૯, ૨૨; [illegible] ૬|૩ યજ. ૧૧, ૨.

૩) સા. ના. નર. પેહેલવાન; a warrior; [illegible] ૨|૨ ૫. ૫, ૧૩૧; [illegible] ૧|૩ ૫. ૫, ૧૩૨; ૫. ૯, ૩૦.

૪) વિ. ના. નર. અલવંદ નામનો પાહાડ; Mount Alvand; [illegible] ૫. ૧૯, ૩. (જુઓ ગાદી.)

[illegible] (જુઓ [illegible], [illegible] તથા [illegible]) વિ. જલદપથી તથા મજબુટાઇથી ચાલનારો; (a horse) going at a fast and steady pace; [illegible] નર. ૬|૩ વં. ૨૨, ૩. ૧૦. ૧૬.

[illegible] ([illegible], [illegible] તથા [illegible]) વિ. મજબુત અને ઉંચી ખુંધવાળું (ઉંટ); strong and high-humped (a camel); [illegible] નર. ૬|૩ વં. ૨૨, ૩. ૧૦. ૧૬.

[illegible] (જુઓ [illegible] તથા [illegible]) ૧)

વિ. તેજ-ચાલાક ઘેાડા રાખનાર. એ બોલ ઓરવંદ તથા અપામ નપાત (પાણીનું મૂળ) ના વિશેષણ તરીકે આવે છે; swift-horsed; [illegible] નર. ૧।૧ ય. ૧૯, ૫૧; [illegible] નાન્ય. ૧।૧ ય. ૧૦, ૯૦; ય. ૬, ૧; [illegible] નર. ૨।૧ ન્યે. ૨, ૫; યશ્ત ૨, ૯; ય. ૫, ૭૨; [illegible] (નર. ૧।૧ ને બદલે) યં. ૨૩, ૬; [illegible] નાન્ય. ૨।૧ ન્યે. ૧૬, ૪; ય. ૧૨, ૩૪; [illegible] નાન્ય. ૪।૧ ન્યે. ૬૮, ૨૨; [illegible] નાન્ય. ૬।૧ ન્યે. ૨૨, ૨૪; ય. ૧૦, ૧૩; [illegible] નર. ૮।૧ ન્યે. ૬૫, ૧૩; [illegible] નાન્ય. ૮।૧ વં. ૨૧, ૫.

૨) સા. ના. ન. તેજ-રોતાજ ઘેાડા (દાર.); a swift horse (D.); [illegible]-૨।૩ ય. ૨૪, ૩૪. ૪૬.

૩) વિ. ના. નર. [illegible] કએ વીસ્તાસ્પનો બાપ, 'લોહોરાસ્પ' એ બોલની શરૂઆતનો નીકળી ગએલો સમજીએ તો 'લોહોરાસ્પ' થાએ; Lohrâspa (father of Kai Gushtâspa); [illegible]-૧।૧ ય. ૫, ૧૧૬; [illegible]-૨।૧ ય. ૫, ૧૦૫; ય. ૧૯; ૮૭; [illegible]-૬।૧ ય. ૧૭, ૫૦. (જુઓ મોદી.)

[illegible] (જુઓ [illegible]) સા. ના. નર. દુશ્મન, વેરી; an enemy, a foe; [illegible] આફ્રૂ. ગાહમ. ૧૬; [illegible] ૫।૧ ય. ૧; ૨૪ [illegible], ૫।૩ ન્યે. ૬૮, ૧૩. [illegible] ૫।૩ ય. ૧૩, ૬૯; [illegible] ૬।૩ ન્યે. ૫૭, ૨૬; ય. ૧૦, ૧૧. ૯૪; ય. ૧૩, ૩૧; [illegible] Wester. ૬।૩ ય. ૨૪, ૧૯.

[illegible] (જુઓ [illegible] તથા [illegible]) વિ. ના. નર. કેખસરૂ પાદશાહના દુશ્મનનું નામ; the adversary of Kavi Husravah (Kaikhosru); [illegible] ૧।૧ ય. ૧૫, ૩૧.

[illegible] વિશે જુઓ ૧ ધા.

[illegible] સા. ના. નારી. બરફ (દાર.); snow (D.); [illegible] Wester. ૭।૩ ય. ૨૨, ૨૫.

[illegible], [illegible] વિશે જુઓ [illegible]

[illegible] વિશે જુઓ ધા. [illegible]

[illegible] સા. ના. નર. બીમારી, મરકી; sickness, pestilence; rt. [illegible] = [illegible] = to move, to go; [illegible] ૨।૧ ય. ૧૮, ૨. ૬.

[illegible] વિ. ના. નર. પાહાડનું નામ; name of a mountain; [illegible] ૧।૧ યશ્ત. ૧૯, ૪.

[illegible] (જુઓ ધા. [illegible]) સા. ના. નાન્ય. મરજી, ખાહેશ; wish, desire; [illegible] ૨।૧ ય. ૧૯, ૮૨; [illegible] (Geld. [illegible]) ૭।૧ ય. ૧૯, ૮૨.

[illegible] (=एत) દર્શ. સર્વ. આએ, તે, this, that; [illegible] (નર.) =તે, પેલો; [illegible], [illegible] (નારી) =તે, પેલી; [illegible] (નાન્ય.) =તે, પેલું. [illegible] નર. ૧।૧ વં. ૪, ૫. ૪૯; વં. ૫, ૧૧. ૩૩. ૩૪. ૪૧. ૪૨. ૪૩; વં. ૭, ૩૭. ૩૯. ૪૪. ૫૮; વં. ૯, ૩૯. ૪૦. ૪૨. ૫૨; વં. ૧૩, ૬૧. ૬૪; વં. ૧૫, ૧૩, ૨૪. ૨૭. ૩૦. ૩૩. ૩૬. ૩૯. ૪૨. ૪૮; વં. ૧૯, ૨૧; [illegible] ([illegible] ને બદલે) ૧।૧ વં. ૫, ૨૬; વં. ૧૫, ૧૫. ૧૬. [illegible] નારી. ૧।૧ વં. ૩, ૧૬. વં. ૫, ૨૭-૩૨. ૪૫. ૫૦. ૬૦. ૬૧; વં. ૬, ૩૦. ૩૩. ૩૬. ૩૯; વં. ૭, ૧-૫. ૧૦. ૧૧. ૨૪. ૨૭. ૫૦. ૫૮. ૭૦. ૭૧; વં. ૮, ૧૬-૧૮, ૪૧-૬૧; વં. ૯, ૪૦, ૪૧. ૪૮; વં. ૧૫, ૬. ૯. ૧૪. ૧૯. ૨૩. ૨૬. ૨૯. ૩૨. ૩૫. ૩૮. ૪૧; વં. ૧૮, ૧૬. ૨૪; [illegible] નાન્ય. ૧।૧ વં. ૪, ૧૭; [illegible] નર. ૨। વં. ૧, ૧૩. ૬૧. ૬૬, વં. ૬, ૪૬; વં. ૮, ૨. ૭૪. ૭૫; વં. ૯, ૪૨. ૪૩. વં. ૧૩, ૨૮; વં. ૧૫, ૨૪. ૨૭. ૩૦. ૩૩. ૩૬. ૩૯. ૪૨. વં, ૧૮, ૧૦; [illegible] (નારી. ૨।૧ ને બદલે) વં. ૫. ૧૩. ૧૪; [illegible] નાન્ય. ૧।૧ વં. ૫, ૨૨-૨૫; [illegible] નાન્ય. ૨।૧ વં, ૮, ૨. ૩; [illegible] નારી. ૨।૧ વં. ૮, ૭૪; ય. ૨૨, ૧; [illegible] ન્યે. ૮, ૪; [illegible] નાન્ય. ૨।૧ વં. ૮, ૭૬-૭૮; [illegible] ૩।૧ વી. ૮, ૧; ય. ૫, ૧૩૨; [illegible] નારી. ૩।૧ ન્યે. ૨૧, ૪; [illegible] નર. ૪।૧ વં ૯, ૩૯; [illegible] ૪।૧ વં. ૧૩, ૩૧. ૩૭; [illegible] ૫।૧ વં. ૧૫, ૧૪; [illegible] નર. ૬।૧ વં. ૩, ૧૫; વં. ૪, ૨૦. ૨૧. ૨૪. ૨૫. ૨૮. ૨૯. ૩૨. ૩૩. ૩૫. ૩૬. ૩૮. ૩૯. ૪૧. ૪૨; વં. ૫, ૪૪; વં. ૬, ૫. ૯. ૧૯. ૪૮; વં. ૭, ૭૨; વં. ૧૩, ૨૪. ૨૫; વં. ૧૬, ૭; વં. ૧૮, ૨૯; [illegible] ૬।૧ વં. ૫, ૧૦. ૧૧. ૨૬. ૫૯; વં. ૧૮, ૬૮; [illegible] (Wester [illegible]) નારી. ૬।૧ વં. ૨,

૨૮; વં. ૯, ૫૬; [Avestan] નારી. ષ્ઠી વં. ૮, ૭૫; વં. ૧૭, ૬; વં. ૧૬, ૧૩; વં. ૧૮, ૭૨. [Avestan] નારી. ષ્ઠી ૫. ૫, ૯૩; [Avestan] ષ્ઠી નાન્ય. ષ્ઠી વં. ૪, ૫૦–૫૪; વં. ૫, ૯; વં. ૮, ૧૦૦-૧૦૨; વં. ૧૫, ૧૪; [Avestan] નર. ષ્ઠી વં. ૪, ૫૦-૫૪; વં. ૭, ૫૭; વં. ૮, ૮૧–૯૯; વં. ૧૩, ૨૦.૨૧.૨૩.૨૮; વં. ૧૭,૨. ૪; ઈજ. ૧૯, ૬; ૫. ૧૩, ૨૦; [Avestan] ષ્ઠી વં. ૧૩, ૪૧; [Avestan] નર. ૫્ર૩ વં. ૨, ૨૮. ૩૯. ૩૯; વં. ૩, ૧૫. ૧૮; વં. ૪, ૨; વં. ૫, ૪. ૭. ૧૦. ૧૩. ૧૪. ૩૯. ૪૬. ૪૯. ૬૬; વં. ૬, ૩. ૬. ૭. ૨૬. ૨૮. ૪૬. ૫૧; વં. ૭, ૪. ૧૩. ૧૮. ૩૬. ૫૭; વં. ૮, ૧. ૪. ૮. ૧૦. ૧૧. ૭૩; વં. ૯, ૩૯. ૬૯, વં. ૧૦, ૩. ૭. ૧૧. ૧૫. ૧૬. ૧૭; વં. ૧૮, ૯; વં. ૧૫, ૪. ૨૧. ૨૨. ૨૪. ૨૫. ૨૭. ૨૮. ૩૦. ૩૧. ૩૩. ૩૪. ૩૬. ૩૭. ૩૯. ૪૦. ૪૩. ૪૪. ૪૬. ૪૭; વં. ૧૬, ૧. ૨. ૧૧. ૧૨. ૧૩; [Avestan] (આએ તેની) નર. ૫્ર૩ વં. ૧૩, ૪૫-૪૮; [Avestan] નર. ચ૩ વં. ૮, ૧૧. ૧૩; વં. ૯, ૩૯; ઈજ. ૭૧, ૧૧; [Avestan] નારી. ચ૩ વં. ૩, ૧૯; વં. ૮, ૧૬-૧૯.૨૨. [Avestan] ગ્૩ વં. ૭, ૧૩. ૧૪; [Avestan] ચ૩ વં. ૭, ૧૦. ૧૧; [Avestan] (ચર ને બદલે) વં. ૧૮, ૨૮; [Avestan] વં. ૬, ૮૬; [Avestan] નાન્ય. ચ૩ વી. ૧૨, ૬; ૫. ૨૨, ૧૪; [Avestan] વં. ૩, ૮૦; [Avestan] ષ્ઠ૩ વં. ૨, ૪૬; વં. ૭, ૫૧; વં. ૧૩, ૮; વં. ૧૫, ૧૩. ૧૪, વં. ૧૮, ૩૩. ૩૮. ૩૯. ૪૦. ૬૫. ૬૬. ૫૩. ૫૮. ૭૦; ૫. ૩, ૧૦; [Avestan] નારી. ષ્ઠ૩ વં. ૬, ૭. ૮. ૪૬. ૪૭; વં. ૮, ૭૫; વં. ૧૩, ૧. ૨. ૫. ૬; [Avestan] નાન્ય. ષ્ઠ૩ વં. ૪, ૨૦. ૨૪. ૨૮. ૩૨. ૩૫. ૩૮. ૪૧; વં. ૧૩, ૨૦-૨૩; વં. ૧૫, ૨. ૩. ૫. ૭. ૮; [Avestan] ષ્ઠ૩ વં. ૬, ૪૩; વં. ૭, ૫૯; વં. ૯, ૨૯; [Avestan] નર. ષ્ઠ૩ વં. ૨, ૩૯. ૪૧; વં. ૭, ૫૦. ૫૬. ૫૭. ૫૮.

[Avestan] (૧ [Avestan] ઉપરથી) ક્રિ. અ. ક) ત્યાંહાં, તે જગોએ; there, in that place; [Avestan] વં. ૩. ૧૮; વં. ૫, ૧૨. ૬૯; વં. ૬, ૬૬. ૬૭; વં. ૮, ૮. ૯; વં. ૯, ૧. ૪૫. ૬૭; વં. ૧૯, ૧; [Avestan] વં. ૫, ૪૫; વં. ૧૫, ૪૯. ૫૦.

ખ) ત્યારે; then; (for [Avestan]); [Avestan] ૫, ૧૩; વં. ૭, ૧૩. ૧૪; વં. ૮, ૧૦. ૧૧; વં. ૧૫, ૧૮. ૧૯. ૧૮. ૨૨; [Avestan] [Avestan] ત્યાંહાં અને ત્યારે; તે જગોએ અને તે વખતે (ધુસ્તી); વં. ૮, ૫૦. ૫૧. ૫૨. ૫૩. ૫૪.

[Avestan] વિ. ના. નર. એક નામાંકિત પુરૂષનું નામ; name of an illustrious personage; [Avestan] (Wester. [Avestan]) ષ્ઠી ૫. ૧૩, ૧૨૩. (જુઓ મોદી.)

[Avestan] ([Avestan] ઉપરથી) વિ. એટલું; so much, this much; [Avestan] નાન્ય. ચ૧ (ક્રિ. અ.) વં. ૬, ૨૯. ૩૧. ૩૮; વં. ૭, ૩૧. ૩૫; વં. ૮, ૮૫. ૮૬; [Avestan] (જેવડું એટલું) ષ્ઠી વં. ૧૩, ૩૦. ૩૭.

[Avestan] (જુઓ [Avestan] તથા [Avestan]) ક્રિ. અ. ત્યાંહાં, ત્યારે; there; then; [Avestan] વં. ૧૫, ૧૦. ૨૧. ૨૪. ૨૭. ૩૦. ૩૩. ૩૬. ૩૯. ૪૨.

[Avestan] (meaning unsettled); thou sawest (Dar.) ૫. ૨૨, ૧૩.

[Avestan] વિરે જુઓ [Avestan]

[Avestan] (જુઓ રધા. ૦) સા. નાન્ય. કેળવણી, વિદ્યા; education, learning. જુઓ નીચેના બોલ.

[Avestan] (=[Avestan]) (જુઓ [Avestan] તથા ૧ [Avestan]) સા. ના. નર. કેળવણી-વિદ્યાનો ધણી, જ્ઞાનનો આપનાર, શિખવનાર, હેરબદ, એરવદ; master of learning; an instructor; *Herbad*; [Avestan]–ષ્ઠી ૧ ઈજ. ૬૫,૯; [Avestan]–ષ્ઠી ૫.૧૩,૧૦૫; [Avestan]–ચર ૫. ૧૦, ૧૧૬; [Avestan]–ષ્ઠી૩ વં. ૪, ૪૫; [Avestan]–ષ્ઠ૩ ઈજ. ૨૬, ૮; ઈજ. ૬૮, ૧૨.

[Avestan] ([Avestan] ઉપરથી) સા. ના. નર. કેળવણી લેનારો, ચેલો, શિષ્ય; one who receives instruction; a disciple; [Avestan] ચર ૫. ૧૦, ૧૧૬; [Avestan] ષ્ઠ૩ ઈજ. ૨૬, ૮; ઈજ. ૬૮, ૧૨. જુઓ [Avestan]–[Avestan]

[Avestan] (एनस्) (જુઓ ધા. ૧૦) ક) સા. ના. નાન્ય. કીનો, નુકસાન, અપમાન, ગુનાહ; revenge, injury, insult, sin. [Avestan] ૮ી ૧ ઈજ. ૩૨, ૧૬; ઈજ. ૪૬, ૭; ઈજ. ૬૫, ૧૧; [Avestan] ષ્ઠી ૧ ઈજ. ૩૧, ૧૩.

ખ) સા. ના. નર. કીનો રાખનાર, ઘાતકી, ગુનેહગાર; a revengeful, cruel person; a sinner; [Avestan] ૨ી ૧ ઈજ. ૩૮, ૪; [Avestan] ૮ી ૧ ઈજ. ૪૬, ૮; [Avestan] ષ્ઠ૩ ઈજ. ૩૦, ૮; ઈજ. ૩૨, ૭

[illegible] (જુઓ [illegible]) નામસાધિત ક્રિ. વર્ત. પરસ્મૈ. ૩|૧; કીનો રાખેછે, નુકસાન કરેછે; (denom. verb) bears revenge; does harm; હ્જ. ૯, ૨૯.

[illegible] (જુઓ [illegible]) વિ. કીનાખોર, ઘાતકી; revengeful, wicked; [illegible] નર. ૧|૧ ઈજ. ૯, ૨૮.

[illegible] (જુઓ [illegible] તથા [illegible]) સા. ના. નાન્ય. કીનાવાળું મન, ઘાતકી વિચાર; vindictive mind; a wicked thought; [illegible] ૩|૧ વં. ૮, ૧૭.

[illegible] (= अयम् = [illegible]) દર્શ. સર્વ. આએ, આ; this, that; [illegible] નર. ૧|૧ વં. ૨, ૩. ૫; વં. ૧૫, ૧૩; ઈજ. ૬૨, ૭. ૯; હ્જ. ૨૯, ૮; ય. ૧૦, ૩૭; ઈજ. ૪, ૫; વી. ૧૧, ૧૩; [illegible] નર. ૧|૧ વં. ૧, ૧૮; [illegible] નર. ૧|૧ વં. ૨, ૬; [illegible] નર. ૧|૧; [illegible] નારી. ૧|૧ વં. ૨, ૮. ૧૨. ૧૬; વં. ૩, ૨૪. ૨૬. ૨૮; ઈજ. ૧૯, ૭; ઈજ. ૭૧, ૧૫; *[illegible] નાન્ય. ૧-૨|૧. *[illegible] નાન્ય. ૧-૨|૧; *[illegible] નાન્ય. ૧-૨|૧; [illegible] નર. ૩|૧ વં. ૧૯, ૯; [illegible] વં. ૨૧, ૬, ૧૦. ૧૪; ઈજ. ૧૦. ૧૯; ય. ૫, ૯૧; [illegible] નર. ૩|૧ ઈજ. ૧૨, ૪; ઈજ. ૨૮, ૫; [illegible] નારી. ૩|૧ વં. ૩, ૩૨; વી. ૨૨, ૧; ઈજ. ૧૯, ૧૫; ઈજ. ૫૫, ૫; [illegible] નારી. ૩|૧ વં. ૫, ૪. ૭; વં, ૭. ૫૬; વં. ૮, ૩૪; હ્જ. ૯, ૧૫; ય. ૧૦, ૯૮; ય. ૧૩, ૯૭; [illegible] નાન્ય. ૩|૧ ઈજ. ૨, ૧; [illegible] નર. ૪|૧ વં. ૨, ૨; વં. ૮, ૮૧-૯૬; વં. ૯, ૪૩. ૪૪; વં. ૧૮, ૨૭; વં. ૧૯, ૬-૯; હ્જ. ૯, ૩. ૪. ૬. ૭. ૯. ૧૦. ૧૨. ૧૩; ઈજ. ૧૯, ૧૪; [illegible] નર. ૪|૧ ઈજ, ૭, ૨૫; [illegible] નર. ૪|૧ વં. ૧૪, ૧૭; ઈજ. ૪૫, ૫; [illegible] નારી. ૪|૧ વં. ૩, ૩૨; ઈજ. ૬૦, ૨; [illegible] નારી. ૪|૧ વં. ૧૮, ૩૬. ૩૭. ૪૨. ૪૩. ૪૮. ૪૯. ૫૬. ૫૭. ૬૮. ૭૫; [illegible] નારી. ૪|૧ ઈજ. ૩૧, ૯. ૧૦; ઈજ. ૪૮, ૬; [illegible] નાન્ય. ૪|૧ વં. ૯, ૫૪. ૫૭; વં. ૧૩, ૫૩. ૫૬; હ્જ. ૫૦, ૨; ઈજ. ૫૮, ૨; [illegible] નર. ૫|૧ વં. ૪, ૧૦. ૪૭; વં. ૫, ૩૪; વં. ૧૩, ૮; ઈજ. ૫૭, ૧૪. [illegible] નારી. ૫|૧ ઈજ. ૫૭, ૧૪; [illegible] નારી. ૫|૧ વં. ૧૩, ૩૮; વં. ૧૫, ૧-૪. ૬-૮; [illegible] નાન્ય. ૫|૧ વં. ૮, ૮૦; ઈજ. ૫૭, ૧૪; [illegible] [illegible] (=તેથી) ૫|૧ વં. ૧૩, ૩૮; વં. ૧૫, ૪; [illegible] [illegible] [illegible] (જ્યાંહાંસુધી) (ક્રિ. અ.) જુઓ [illegible] બોલ. [illegible] [illegible] [illegible] [illegible] (=જેમ અગાઉ હતી તેથી- તેનાં કરતાં) નાન્ય. ૫|૧ વં. ૨, ૧૧. ૧૫. ૧૯; [illegible] [illegible] [illegible] [illegible] [illegible] [illegible] (=તેથી અથવા તેના કરતાં વધારે સારૂં કામ તે કરતો નથી) નાન્ય. ૫|૧ વં. ૧૬, ૧૭; વં. ૧૮, ૧૦; [illegible] [illegible] [illegible] નારી. ૬|૧ (૫|૧ ને બદલે) ય. ૧૭, ૨૦; [illegible] ૫|૧ વં. ૪, ૫૦. ૫૧. ૫૨; [illegible] નર. ૬|૧ વં. ૩, ૨૧; વં. ૯, ૧૪; વં. ૨૨, ૧૩; ઈજ. ૫૭, ૩; તથા દરેક નીઆએશ તથા યશ્તમાં આવતા [illegible] [illegible] [illegible] ના ફકરામાં; ઈજ. ૧૦, ૭; વી. ૫, ૩; [illegible] નર. ૬|૧ હ્જ. ૩૧, ૧૨; ઈજ. ૩૨, ૧; ઈજ. ૩૪, ૬; ઈજ. ૩૬, ૮; હ્જ. ૪૭, ૫; હ્જ. ૪૯, ૧; [illegible] નર. ૬|૧; [illegible] નર. ૬|૧. ઈજ. ૩૨, ૧; [illegible] નર. ૬|૧ હ્જ. ૯, ૩; ઈજ. ૫૭, ૩; તથા દરેક નીઆએશ તથા યશ્તમાં આવતા [illegible] [illegible] [illegible] ના ફકરામાં; ય. ૧૯, ૯૫; [illegible] નારી. ૬|૧ વં. ૨, ૨૭. ૨૮. ૩૫. ૩૬; વં. ૬, ૧. ૭. ૩૨. ૩૫; વં. ૭, ૨૯. ૩૦. ૩૧. ૩૩. ૩૪; વં. ૮, ૮. ૧૦. ૩૭. ૩૮. ૩૯; વં. ૯, ૩; વં. ૧૦, ૧૮; વં. ૧૪, ૬; વં. ૧૯, ૪; હ્જ. ૬૮, ૧૫; ઈજ. ૧૧, ૭; હ્જ. ૬૫, ૧૧; ય. ૧૧, ૫; [illegible] હ્જ. ૬૫, ૫; ય. ૫, ૫; [illegible] નારી. ૬|૧ [illegible] નારી. ૬|૧ (કોઇ વખતે) ય. ૫, ૧૩૨; ય. ૧૬, ૧૯; ય. ૧૭, ૬૧; [illegible] નાન્ય. ૬|૧ વં. ૧, ૨. ૪-૧૩. ૧૫-૧૯; [illegible] નાન્ય. ૬|૧ (૭|૧ની મતલબે) વં. ૩, ૩; વં. ૫ ૩૯; [illegible] [illegible] [illegible] (જે પ્રમાણે-મિસાલે) ક્રિ. અ. એ બાબે જુઓ ૨ ધા. [illegible]; [illegible]; ૭|૧ વં. ૫, ૪૫. ૪૬. ૫૯; વં. ૭, ૬૦; વં. ૮, ૪. ૫; વં. ૧૩, ૨૯. ૩૫; વં. ૧૬, ૧; હ્જ. ૬૫, ૭; વી. ૧૨, ૫; ય. ૧૨, ૮; ય. ૧૯, ૬૮; [illegible] ૭|૧ હ્જ. ૪૩, ૬; ઈજ. ૫૧, ૧૨; [illegible] ૭|૧; [illegible] નારી. ૭|૧ હ્જ. ૯, ૨૮; વીસ્પ. ૧૨, ૫; [illegible] ૧|૨ વં. ૪, ૪૮; વં. ૧૩, ૪૧; [illegible] ૨|૩ ઈજ. ૫૭, ૩; ય. ૧૧, ૮; [illegible] ૩|૩ વં. ૩, ૨૪; હ્જ. ૯, ૨૨; [illegible] ૩|૩ હ્જ. ૫૦, ૧૦;

* વળી કેટલીએક વખતે, મુખ્ય કરીને ગાથામાં, [illegible] બોલ 'ખચીત, ખરેખર, કે, કારણકે'ને અર્થે અવ્યય તરીકે વપરાએલો આવેછે.

[illegible] ૩|૩. [illegible] નારી. ૩|૩. [illegible] નારી. ૩|૩ ય઼ુજ. ૩૮, ૭; [illegible] નર. ૪|૩ ય઼ુજ. ૧, ૧૦; ય઼ુજ. ૪૩, ૬; ય઼ુજ. ૨૮, ૧૦; વી. ૯, ૪; [illegible] ય. ૫, ૫૯; [illegible] નારી. ૪|૩ ય. ૧૩, ૪૬; ય. ૮, ૪૭; ય઼ુજ. ૧૦, ૮; [illegible] નારી. ૪|૩ ય઼ુજ. ૫૩, ૫. [illegible] નારી. ૪|૩ ય. ૧૫, ૪૬; [illegible] નર. ૫|૩ વં. ૩, ૪૦; ય઼ુજ. ૩૪, ૯; [illegible] નારી. ૫|૩ ય. ૧૦, ૮૨; [illegible] નારી. ૫|૩ ય. ૧૦, ૮૨; [illegible] નાન્ય. ૫|૩ વં. ૫, ૪૦; વં. ૯, ૩૯. ૪૦; [illegible] નર. ૬|૩ વં. ૨, ૪૩; વં. ૫, ૨૭; વં. ૭, ૨૪. ૨૭; વં. ૮, ૪૧–૬૯; વં. ૯, ૪૧; વં. ૧૨, ૧. ૩. ૫. ૭. ૯. ૧૧. ૧૩. ૧૫. ૧૭, ૧૯; વં. ૧૩, ૧૩. ૫૦; ય઼ુજ. ૩૫, ૯; વી. ૧૬, ૩; [illegible] ૬|૩ વં. ૫, ૯; [illegible] ૬|૩ વં. ૪, ૧; વં. ૧૩, ૪૯; [illegible] નારી. ૬|૩ વં. ૫, ૪. ૭; વં. ૮, ૩૮; વં. ૧૩, ૫૧; ય઼ુજ. ૬૮, ૭; ય. ૧૦, ૯૨; ય. ૧૩, ૨; [illegible] નારી. ૬|૩ વીસ્પ. ૨૧, ૧; ય઼ુજ. ૧. ૧૬; ય. ૧૩, ૧૪૮; [illegible] ૭|૩ ય. ૧૯, ૬૫; [illegible] નર. ૭|૩ ય઼ુજ. ૮, ૩; [illegible] નારી. ૭|૩ વં. ૧૭, ૩; ય઼ુજ. ૧૦, ૧૨; ય. ૮, ૯; [illegible] નારી. ૭|૩ ય઼ુજ. ૪૦, ૧.

૧ [illegible] (=[illegible] = *एक = *[illegible]) કેવળ. સંખ્યા. વિ. એક, એકુ, કોઇ, એખલું, માત્ર; one, some one, single, only. [illegible] નર. ૧|૧ વં. ૩, ૧૪. વં. ૫. ૨૭; ય઼ુજ. ૨૯, ૮; [illegible] નારી. ૧|૧ વં. ૧૮, ૩૦; ય. ૨૧, ૫; [illegible] નર. ૨|૧ વં. ૧૬, ૧૨; વં. ૨૦, ૪; [illegible] નાન્ય. ૨|૧ વં. ૮, ૨૫; [illegible] નર. ૨|૧ ય. ૧, ૧૯; [illegible] ૨|૧ ય. ૧૪, ૩૭; [illegible] નારી. ૨|૧ ય. ૮, ૧૧; [illegible] (એક તૃત્યાંશ) નર. ૩|૧ વં. ૨, ૧૧; [illegible] નારી. ૩|૧ ય઼ુજ. ૪૭, ૨; [illegible] ૬|૧ વં. ૧૩, ૨૮. ૪૪; વં. ૧૮, ૧૧. ૧૨; [illegible] નારી. ૬|૧ ય઼ુજ. ૬૫, ૫; [illegible] ૭|૧ ય. ૨૧, ૧.

૨ [illegible] (=एव) (જુઓ ૧ ધાતુ) ક્રિ. અ. એ રીતે-તરીકે, એમ, એ પ્રમાણે; in this manner, thus; [illegible] (કેમ? એમ.) વં. ૩, ૪૦; વં. ૭, ૧૩. ૨૯. ૩૩. ૭૪; વં. ૮, ૩૬. ૯૮; [illegible] યશ્ત ૧૩, ૧.

[illegible] (જુઓ ૨ [illegible] ક્રિ. અ. એમ, એપ્રમાણે; so, thus; [illegible] વં. ૫, ૧૭.

[illegible], [illegible] ([illegible]=एकादश= Undecimus Lat. [illegible]) (જુઓ ૧ [illegible] તથા ૨ [illegible]) ક્રમ. સંખ્યા. વિ. અગીઆરમું, ૧૧ મું; eleventh; 11th; [illegible] નર. ૧|૧ વં. ૧૪, ૯; ય. ૧, ૮; ય. ૧૯, ૨; [illegible] નર. ૨|૧ વં. ૫, ૨૮; [illegible] નાન્ય. ૨|૧ વં. ૧,૧૪.

[illegible] (=एकादशन्) (જુઓ ૧ [illegible] તથા ૨ [illegible]) કેવલ. સંખ્યા. વિ. અગીઆર, ૧૧; eleven, 11.

[illegible] (જુઓ ૧ [illegible] તથા [illegible] સમાસ ના. નાન્ય. એક પગલું–કદમ; one pace; [illegible] ૨|૧ વં. ૯, ૮.

[illegible] ([illegible]) (જુઓ ૧ [illegible] તથા [illegible]) કૃ. વિ. એકજ-એખલું પેદા કીધેલું. એ બોલ સઉથી પેહેલ્લા પેદા કીધેલા ગોધા (ગાવ્યોદાદ) ના વિશેષણ તરીકે આવેછે; the only created (bull); [illegible]-નારી. ૬|૧ ય. ૭, ૦; સી. ૧, ૧૨; [illegible]-નર. ૨|૧ સી. ૨, ૧૨.

[illegible] (=[illegible]) (જુઓ ૧ [illegible] તથા [illegible]) સા. ના. નાન્ય. એક પગલું–પગ; one step; one foot; [illegible] ૨|૧ ય. ૧૮, ૪)

[illegible] ([illegible]) (જુઓ ૧ [illegible] તથા [illegible] વિ. એક મહીનાનું-ને લગતું; (a woman with child) in the course of one month [illegible] ૨|૧ વં. ૫, ૪૫.

[illegible] વિ. ના. નર. પુરૂષનું નામ; name of a person. [illegible] ૬|૧ ય. ૧૩, ૧૨૫. (જુઓ મોદી.)

[illegible] ([illegible]=इध्म=[illegible]) (ધા. ૭૦) સા. ના. નર બાળવાનાં લાકડાં, ઇંધન, એઇસમ: firewoo fuel; [illegible] ૧|૧ (૨|૧ ને બદલે) વં. ૮, • [illegible] ૨|૧ વં. ૧૮, ૨૭; ય. ૧૪, ૫૫; ય઼ુજ.

* આવો અસલ [illegible] હોઍ, અને તેમાંથી [illegible] નીકળી ગયાથી સંસ્કૃતમાં एक અને ફારસીમાં [illegible] થયું.

૯; [illegible] ७/१ ઇજ. ६२, २; [illegible] १/३ વં. ७, २८; [illegible] २/३ ઇજ. ७, २; [illegible] २/३ વં. ८, ७५; વં. १८, १९. २१; [illegible] २/३ વં. ५, २; વં. १४, ७; [illegible] २/३ ઇજ. ४, १; ઇજ. २२, ३; વી. ११, ५; [illegible] ५/३ વં. १९, २. ११; [illegible] ६/३ વં. १૯, २४. ४०, વં. ७, ३१; વં. १४, २; વં. १८, १૯. २१. २२. २६. ७१.

[illegible] (= [illegible]) (જુઓ [illegible] તથા [illegible]) સમાસ ના. નર. જેના હાથમાં એ- સમ હોએ તે; having (the holy) fire-wood in the hand; [illegible] १/१ વં. ३, १; ઇજ. ६२, १; ५. १०, ९१.

१ [illegible] (= इष, इषा) (જુઓ १ [illegible]) ક) વિ. ઇચ્છતો, ખાહેશ રાખતો, મુરાદ પામેલો; wishing, having the desired effect; [illegible] નર. १/१ વં. १३, ४५; ઇજ. ४४, १७.

ખ) સા. ના. નર. ખાહેશ, મુરાદ, મરજી; wish, desire; [illegible] २/१ ઇજ. ६८, १३; [illegible] ७/१ ઇજ. २८, ४.

२ [illegible] ([illegible]) સા. ના. નાન્ય. એક જાતનું લંબાઈનું માપ; a measure of length; જુઓ [illegible]

३ [illegible], [illegible] વિશે જુઓ [illegible]

[illegible] (જુઓ १ ધા. [illegible]) વિ. ઇચ્છતો, ખાહેશ રાખતો; wishing, desiring; [illegible] १/३ ઇજ. ५३, ૯.

[illegible] (જુઓ १ ધા. [illegible]) અતિ. વિ. ઘણોજ ઇચ્છતો; greatly desiring; [illegible] નર. १/१ ५. १३, १०७.

[illegible] (= [illegible]) (જુઓ १ [illegible] તથા [illegible]) વિ. અએષ માપના જેટલું લાંબું; of the length of *aeshа*. [illegible] [illegible]-નાન્ય. २/१ વં. १૯, १૯.

[illegible] (= [illegible] = [illegible]) (જુઓ १ ધા. [illegible] ક) સા. ના. નર. ગુસ્સો; wrath; [illegible] १/१ ઇજ. २૯, १; [illegible] २/१ ઇજ. ४८, १२.

ખ) ગુસ્સાનો દેવ, એશમ નામનો દેવ; the Demon of Wrath; opponent of Sraosha [illegible] १/१ ઇજ. ४८, ७. (જુઓ મોદી.)

[illegible] (જુઓ [illegible] તથા १ ધા. [illegible]) જૂ. કૃ. વિ. ગુસ્સાથી ભેડાએલું (અસલ.); ગુસ્સાથી અથવા એશમ દેવથી ઉત્પન્ન થયેલું; produced by wrath or the Demon of Wrath; [illegible]-નાન્ય. ६/१ ५. १३, १३८.

[illegible] (જુઓ [illegible] તથા १ [illegible]) સમાસ વિ. ગોસ્સાથી દોડતો-ધસારો કરતો; rushing with wrath; [illegible] ६/१ ५. १, १८.

[illegible] (જુઓ [illegible] તથા ધા. [illegible]) વિ. ગુસ્સાને વધારનાર અથવા ટેકો આપનાર; increasing or fomenting wrath; [illegible] નર. ६/३ ५. १३, १३८.

[illegible] વિ. ના. નર. એક નામાંકિત શખ્સનું નામ; name of an illustrious personage; [illegible] ६/१ ५. १३, १२५; Wester [illegible]

[illegible] ના. ચોકસ જાતની ખરાબી; બદ હજમી; અજીરણ (દાર.); a particular kind of evil; indigestion (D); [illegible]; Wester [illegible] ६/३ ५. १३, १०४. (જુઓ મોદી.)

[illegible] સા. ના. નારી. પૂર્ણતા (યુ.); મેહેરબાની, કૃપા, સારી ઇચ્છા (હારલે); પવિત્ર કોલ (મિલ્સ); બાહાદુર (દાર.); perfection (J.); kindness, favor (Har.); sacred vow (M.); valiant (D.); [illegible] २/१ ગેહ ४, ५.

[illegible] (જુઓ १ [illegible] તથા [illegible]) વિ. બોલાએલાં-વખાણાએલાં નામવાળો; પોતાનાં ખાસ નામથી આરાધના પામેલો; (the Yazad) of the spoken name; (the Yazad) invoked by his own name. [illegible]—નર. २/१ ઇજ. २, ३; ઇજ. ६, २; ५. २०, १; સી. २, १९; [illegible]—નર. ૩/१ ५. १०, ३०. ५૯; ५. ८, ११; [illegible]—નર. ६/१ ५. १०, ०; વી. ૯, ५; ઇજ. १, ३; ઇજ. २२, २७.

[illegible] ([illegible] નું બીજું રૂપ) સા. ના. નાન્ય. કૌવત, ટેકો, મદદ; ખુશાલી (મિલ્સ); strength, support, aid; gladness (M.); [illegible] २/१ ઇજ. २૯, १०.

[illegible] (=[illegible] + [illegible] + [illegible]) અતિ. વિ. ઘણુંજ કૌવત-ટેકો આપનાર; most supporting or helping; [illegible] નર. ૧/૩ વં. ૭, ૨૧. ૨૭.

[illegible] ([illegible] નું બીજું રૂપ) સા. ના. નાન્ય. કૌવત, ટેકો, મદદ; strength, support, aid; [illegible] ૧/૧ ય. ૧૩, ૧૨.

[illegible], [illegible] વિશે જુઓ ૧ [illegible]

[illegible] વિશે જુઓ [illegible]

[illegible] વિશે જુઓ ૧ [illegible]

[illegible] (=[illegible] + [illegible]; જુઓ ૧ [illegible] + [illegible]; શરૂઆતનો [illegible] નો [illegible] થયો તથા વચમાંનો [illegible] નીકળી ગયો) કહેવું, બોલવું; to call, to name; [illegible] વર્ત. આત્મને. ૩/૧ વં. ૧૩, ૨. ૩. ૪. ૬. ૭; વં. ૧૭, ૩; વં. ૧૮, ૧૫. ૨૩; ય. ૮, ૫૧; [illegible] [illegible] (કીર્તિ ગાનાર તરીકે હું કહેવાઇશ ઇઆને જાણીતો થઇશ) ઇજ. ૫૦. ૧૧; [illegible] શકયા. આત્મને. ૩/૧ ય. ૨૯, ૧૧; [illegible] અનિ. આત્મને. ૧/૧ ઇજ. ૪૩, ૮; [illegible] વર્ત. કૃ. આત્મને. નર. ૧/૧ વં. ૨, ૧૦. ૧૮; વં. ૩, ૨૦; કેટલીએક વખતે [illegible] (એ પ્રમાણે બોલતાં-બોલીને) ને બદલે સમાસરૂપમાં [illegible] આવેછે; જુઓ તે બોલ; [illegible] નારી. ૧/૧ ય. ૨૨, ૬૨; [illegible] નારી. ૧/૧ ય. ૧૭, ૧૭.

[illegible] (=[illegible]=ओजस्) (ધા. [illegible]) સા. ના. નાન્ય. કૌવત, જોર, શક્તિ; strength, power; [illegible] ૧/૧ ય. ૧૯, ૬૮; ઇજ. ૬૦, ૩; [illegible] ૨/૧ ય. ૮, ૨૯; ય. ૧૦, ૨૩; ઇજ. ૯, ૧૭; [illegible] ૨/૧ ઇજ. ૭૧, ૮; ય. ૧૩, ૧; ય. ૧૦, ૧૪૬; [illegible] ૩/૧ વં. ૧૫, ૧૦; ય. ૮, ૫૫; [illegible] ઇજ. ૫૦, ૩; [illegible] ૬/૧ ય. ૧૩, ૧૩૪; [illegible] ૨/૩ ઇજ. ૫૭, ૧૦; ઇજ. ૯, ૨૨.

[illegible] ([illegible] ઉપરથી) વિ. કૌવતવાળું, જોરેમંદ; strong, powerful; [illegible]...[illegible] નર. ૨/૧ ય. ૧૦, ૧૪૦.

[illegible] Geld., [illegible] Wester. ય. ૧૭, ૧૩.

[illegible], [illegible] ([illegible] ઉપરથી) વિ. કૌવતમંદ, જોરાવર; powerful, strong; [illegible] (અધિ. વિ.) વધારે કૌવતમંદ; more powerful; [illegible] અતિ. વિ. ઘણોજ જોરેમંદ; most powerful; [illegible] ૨/૧ ઇજ. ૪૩, ૮. ૧૬; [illegible] નર. ૨/૧ ઇજ. ૩૪, ૪; [illegible] [illegible] નર. ૨/૧ ઇજ. ૫૭, ૧૧; [illegible] નાન્ય. ૧-૨/૧ ઇજ. ૨૮, ૬; ઇજ. ૩૧, ૪; વં. ૨૦, ૮; [illegible] નારી. ૨/૩ ય. ૧૩, ૩૨; [illegible] [illegible] (અધિ. વિ.) નારી. ૧/૩ ય. ૧૩, ૧૭. ૬૪; [illegible] (અતિ. વિ.) નર. ૧/૧ ય. ૧૫, ૪૬; ય. ૧૦, ૯૮; ઇજ. ૯, ૧૫; ઇજ. ૨૯, ૩; [illegible] નર. ૨/૧ ઇજ. ૫૭, ૧૩; ય. ૨૩, ૩; [illegible] નર. ૩/૧ વં. ૧૭, ૧; [illegible] નારી. ૧/૩ ય. ૧૩, ૧૭. ૨૧; [illegible] નારી. ૨/૩ ય. ૧૩, ૭૫.—[illegible] [illegible] ૬/૩ ય. ૧૦, ૧૯૧.

[illegible] (જુઓ ૧ ધા. [illegible]) વિ. જોરેમંદ; powerful, stout; [illegible] (નર. ૧/૧ ને બદલે) ય. ૧૫, ૪૬.

[illegible] Wester. (જુઓ [illegible] તથા [illegible]) અતિ. વિ. કૌવત-જોર ઘણુંજ ભોગવતો; in the enjoyment of the greatest strength; [illegible] નારી. ૨/૧ વં. ૧, ૨.

[illegible] Geld. (ઇજ. ૩૨, ૭.) વિશે જુઓ [illegible]

[illegible] (જુઓ ૨ ધા. [illegible]) વિ. જોરેમંદ; વધારે જોરેમદ (મિલ્સ); powerful; more powerful (M.); [illegible] નર. ૭/૩ ઇજ. ૪૬, ૧૨.

[illegible] (જુઓ ૨ [illegible]) ક) વિ. થંડું, સરદ; cold; [illegible] [illegible] (થંડો પવન) નર. ૧/૧ વં. ૨, ૫; ય. ૧૦, ૫૦; ય. ૧૨, ૨૩; [illegible] નર. ૨/૧ ય. ૯, ૧૦; [illegible] (થંડાં ઇઆને બેસમજ-અજ્ઞાન માણસથી, ઇઆને માણસના હાથમાંથી); નર. ૫/૧ ય. ૧૩, ૮૯; Geld. [illegible]

ખ) સા. ના. નાન્ય. થંડી; cold; [illegible] ૧/૧ ઇજ. ૯, ૫; ય. ૧૫, ૧૬; [illegible] ૨/૧ ય. ૧૯, ૬૯.

[illegible] વિશે જુઓ ધા. [illegible]

[illegible] (જુઓ ધા. [illegible]) સા. નાં. નાન્ય. જોડા;

a shoe; [illegible] ૨|૨ ય. ૫, ૬૪. ૭૮; [illegible] ૬|૩ વં. ૬, ૨૭.

[illegible] ([illegible] ઉપરથી) સા. ના. પગનું મોજું; a stocking; [illegible] વં. ૮, ૨૩.

[illegible] (ઇજ. ૫૧, ૧૨.) છાતીનું, દિલનું (મિલ્સ); તેઓ પાછા હઠાવેછે.-હાંકી કાહાડેછે. (હારલે); ઘાતકીપણું, સખ્તી (દાર.); bosom's (M.); they push back (Harlez); evil; wickedness (D).

[illegible] (જુઓ ૪ [illegible]) સા. ના. નર. પાણી, પાણીનો જથ્થો; water; a large volume of water; the basin of the River Tigris (D.); [illegible] ૭|૩ વં.૧,૨૦; ય.૧૨,૧૮; (જુઓ મોદી.)

[illegible] (=[illegible]) સા. ના. કલાઈ; tin; [illegible] ૫|૧ વં. ૮, ૮૯. ૯૩.

[illegible], [illegible] વિશે જુઓ ધા. [illegible]

[illegible] (=[illegible]=अवर) (જુઓ ૨ [illegible]) અધિ. ક્રિ. અ. વધારે નીચે-હેઠે; lower. nether; [illegible] વં. ૨, ૪૦; ય. ૫, ૬૨; ય. ૧૩, ૧૪૭; [illegible] ઇજ. ૫૩, ૭.

[illegible] વિશે જુઓ ધા. [illegible]

[illegible] (=[illegible]=[illegible]) (જુઓ ધા. [illegible]) ક) સા. ના. નાન્ય. મોત; death; [illegible] ૨|૧ વં. ૧૯, ૩. ૪૬; ઇજ. ૪૯, ૧. જુઓ [illegible]

ખ) બીમારી, દરદ; disease; sickness; જુઓ [illegible]

[illegible] (=[illegible]) (જુઓ [illegible]) ક) વિ. મરવાલાએક, નાશ પામવા જોગ, ખાકી; perishable, mortal; [illegible] Wester. નર. ૧|૧ વં. ૨, ૬; [illegible] નાન્ય. ૧|૧ વં. ૨, ૬; [illegible] [illegible] (મરવા લાએક-ખાકી તનનું) નારી. ૬|૧ વં. ૪, ૫૦. ૫૧. ૫૨.

ખ) વિ. મોતકારક; deadly, murderous; [illegible] ([illegible] ને બદલે) વધારે મોતકારક-ઘાતક-ખુનખાર; more murderous or deadly; [illegible] નર. ૧|૧ વં ૧૩, ૪૨. ૪૩.

[illegible] Converse ye (D.); તમો વાત કરો (દાર.); વીશ્તા ય. ૪૦.

[illegible] May destroy (M.); તે નાશ કરે-મારી નાખે (મિલ્સ.); Frag. 8, 1.

[illegible], જાંગ, થાપો (દાર.); the thigh; અથવા સં. ओष्ठ=હોઠ; the lip; [illegible] વં. ૭, ૫૯.

[illegible] વિ. ના. નર. નામાંકિત પુરૂષનું નામ; કેકાઉસ પાદશાહનો સલાહકાર; name of an illustrious personage; the counsellor of Kavi Usa; [illegible] ૧|૧ ય. ૨૩, ૨; [illegible] ૬|૧ ય. ૧૩, ૧૩૧; (જુઓ મોદી.)

૧ [illegible] (=अक) (જુઓ ધાતુ [illegible]) ક) વિ. ખરાબ, બદ, બુરૂ; evil, bad, wicked; abominable; [illegible] [illegible]=[illegible]=બુરો વિચાર (અસલ.) અકોમન નામનો બહમનની સાંભેનો દરૂજ; evil-mindedness (lit.); opponent of Vohu Mano; [illegible] [illegible]=બુરો-ખરાબ માર્ગે ચલાવનારો મીનો, બદ રૂહ; the evil spirit; [illegible], [illegible] (અધિ. વિ.)=વધારે બુરો-બદ; more wicked, worse; [illegible] (અતિ. વિ.)=ઘણોજ બુરો-બદ; most wicked; worst; [illegible] નર. ૧|૧ ઇજ. ૧૯, ૧૫; ઇજ. ૪૭, ૪; ય. ૧૦, ૨૯; [illegible] નર. ૧|૧ ઇજ. ૩૨, ૫; [illegible] ૨|૧ ઇજ. ૬૩, ૫; [illegible] નાન્ય. ૨|૧ ઇજ. ૩૩, ૪; [illegible] નાન્ય. ૧|૧ ય. ૧૯, ૯૬; [illegible] નાન્ય. ૧|૧ ય. ૧૯, ૪૬; [illegible] ૩|૧ ઇજ. ૪૫, ૧; ઇજ. ૩૨, ૫; વં. ૧૯, ૪; [illegible] ૪|૧ ઇજ. ૪૩, ૫; [illegible] ૫|૧ ઇજ. ૩૨, ૩; ઇજ. ૪૭, ૫; ઇજ. ૫૯, ૩૧; [illegible] ૧|૩ ઇજ. ૩૨, ૧૨; [illegible] ૩|૩ ઇજ. ૪૬, ૧૧; ઇજ. ૪૯, ૧૧; [illegible] ૨|૧ ય. ૧૦, ૨૯; [illegible] નાન્ય. ૨|૧ ઇજ. ૫૧, ૬; [illegible] ([illegible] ને બદલે) નાન્ય. ૧|૧ ઇજ. ૫૯, ૩૧; [illegible] નર. ૧|૧ ઇજ. ૩૦, ૪; [illegible] નર. ૨|૧ વં. ૩, ૩૫; ઇજ. ૩૩, ૪; [illegible] નર. ૪|૧ વં. ૫, ૬૨; [illegible] નર. ૫|૧ ઇજ. ૭૧, ૧૫; [illegible] નાન્ય. ૬|૧ ઇજ. ૩૨, ૧૩; [illegible] (૧|૨ ને બદલે) વં. ૭, ૭૦; [illegible] ૨|૩ ઇજ. ૩૨, ૪; [illegible] ૫|૩ વં. ૧૪,૧૭; [illegible] નાન્ય. ૬|૩ વં. ૧૮,૧૭. ૨૫.

ખ) સા. ના. ખરાબી, બુરાઈ; evil, badness; જુઓ [illegible]

૨ [illegible] (= [illegible]) (ધા. [illegible]) સા. ના. નર. આંકડો, આપડો; a hook, a clasp; [illegible] ૩|૧ ય. ૧૦, ૧૨૫.

[illegible] ([illegible]) (જુઓ [illegible] તથા [illegible]) વિ. ના. નર. દેવનું નામ; name of a Demon; [illegible] [illegible] ૨|૧ વં. ૧૦, ૧૩; વં. ૧૯, ૪૩.

[illegible] (ધા. [illegible]) સા. ના. આંકડો, મંડાએલો પકડવાનો હાથો; ઘોડાનો રેકાબ, પાવડો (યુ.); તીર રાખવાની કોથળી, ભાથડો (દા૨.); a hook; a bent handle; a stirrup (J); a quiver (D); [illegible] (પકડવાને હાથા સાથની તથા ૩૦ લોઢાંના ડુંગરા સાથની ઢાલ); વં. ૧૪, ૯.

[illegible] વિ. ના. નર. નામાંકિત પુરૂષનું નામ; name of an illustrious personage; [illegible] ૬|૧ ય. ૧૩, ૧૨૭. (જુઓ મોદી.)

[illegible] ([illegible]) (જુઓ [illegible] તથા [illegible]) વિ. છેડા-હદવગરનું, બેહદ; boundless; [illegible] (બેહદ પેદાએશ) નારી. ૧|૧ ય. ૮, ૪૮; [illegible] ૨|૧ (નારી. ને બદલે) વી. ૧૮, ૨; [illegible] નાન્ય. ૨|૧ ન્યાએશ ૧, ૮; [illegible] (નારી ૬|૧ ને બદલે) વં. ૭, ૨. ૩. ૫; વં. ૮, ૧૯. ૧૭. ૧૮. ૭૧; વં. ૯,૨૯; [illegible] નાન્ય. ૬|૧ વં. ૧૯, ૧૩. ૧૬; [illegible] નાન્ય. ૭|૧ વં. ૧૯, ૯.

[illegible] (જુઓ = તથા [illegible]) ભૂ. કૃ. વિ. નહી ખેડેલું, ખેતી કીધેલો નહી; uncultivated; [illegible] નારી. ૧|૧ વં. ૩, ૨૯; [illegible] નર. ૬|૩ વં. ૭, ૩૫.

[illegible] (જુઓ ધા. [illegible]) સા. ના. નર. ભોકવાનું હથિયાર; આંકડો; a piercing instrument, a hook; [illegible] ૧|૩ ય. ૧, ૧૮.

[illegible] (જુઓ ૧ [illegible] તથા [illegible]) વિ. ખરાબ (ચીજ) આપનાર; giving evil (things) (૧ ધા. [illegible]); ખરાબી ઉત્પન્ન કરનાર; producing evil (૨ ધા. [illegible]); ખરાબ જ્ઞાનવાળો-જાણનાર; evil knowing (૩ ધા. [illegible]) [illegible] ૩|૩ હવ. ૧૨, ૪.

[illegible] (૧ [illegible] ઉપરથી) સા. ના. નારી. ખરાબી; દુઃખ, પીડા (મિલ્સ); શિક્ષા (દા૨); evil; woe (M.) chastisement (D.); [illegible] ૧|૧ હવ. ૫૧, ૮.

[illegible] (ધા. [illegible] ક) સા. ના. નારી. ગલીચાઈ, નજીસાત, કચરો; filthiness, infection, uncleanness; [illegible] ૧|૧ વં. ૬, ૪૩; ય. ૧૨, ૨૩; વં. ૭, ૫૮; [illegible] ૩|૧ વં. ૫, ૨૭; વં. ૬, ૩૦. ૩૩. ૩૬. ૩૯. વં. ૭, ૧૦. ૧૧; [illegible] ([illegible] ને બદલે) ૨|૩ હવ. ૩૬, ૧; [illegible] ૬|૩ વં. ૭, ૫૯.

ખ) સા. ના. નારી. બીમારી, દુઃખ; sickness; illness; [illegible] ૧|૧ વં. ૨, ૫; [illegible] ૬|૩ હવ. ૭૧, ૧૭.

[illegible] (=[illegible]) વિ. ના. નર. અખ્ત નામનો જાદુગર, જેણે ગોશ્ત ફ્ર્યાનને ૯૯ અખ્યાંના રૂપી સવાલો પુછ્યા હતા; the sorcerer Akhtya, who challenged Gosht-Fryâna to solve 99 riddles, which the latter interpreted to the amazement of the former. [illegible] ૧|૧ ય. ૫, ૮૨; [illegible] ૨|૧ ય. ૫, ૮૨. (જુઓ મોદી.)

[illegible] (=[illegible])=ચોકસી-તપાસ રાખવી, જોવું; to guard, to watch, to see; જુઓ ૨ [illegible] (=[illegible]=આંખ.)

[illegible] =આસપાસ-બધી ગમથી તપાસ-નેગાહ રાખવી; to watch over; [illegible] વર્ત. પરસ્મૈ. ૧૦ મો વર્ગ ૩|૩ ય. ૧૩, ૫૯. ૬૦; [illegible] શક્યા. પરસ્મૈ. ૩|૧ ય. ૧, ૧૯; [illegible] આજ્ઞા. પરસ્મૈ. ૩|૧ હવ. ૫૮, ૪.

[illegible] (જુઓ = તથા [illegible]) વિ. નબલું-દુબલું નહી; જોરાવર; not lean; not weak; strong; [illegible] ૬|૩ વં. ૨૨, ૪. ૧૧. ૧૭.

[illegible] (= તથા [illegible]) વિ. રાતને લગતું-રાતના જેવું નહી (અસલ.); નહી અંધારૂં, ઉજાસ-રોશનીવાળું; not pertaining to night (lit.); not dark, lightsome; [illegible] ૨|૧ ય. ૧૪, ૨૦.

[illegible] (જુઓ ૧ ધા. [illegible]) વર્ત. કૃ. વિ. સંપત્તિ-ગુજાસ-શક્તિ વગરનો; having no means or resources; [illegible] નર. ૧|૩ હવ. ૩૫, ૪.

[illegible] (જુઓ ૧ ધા. [illegible]) વર્ત. કૃ. વિ. ક) નહી રાજ કરતો, સાહેબી નહી ભોગવતો; not ruling, not enjoying supremacy; [illegible] નર. ૨|૧ ઇજ. ૮, ૫; ઇજ. ૬૦, ૮.
ખ) કૌવત વગરનો, શક્તિહીન; powerless;—[illegible] નર. ૧|૧ ય. ૧૯, ૯૬.

[illegible] (જુઓ [illegible]) સા. ના. નારી. નાખુરનુદી, નાખુશી, અપ્રસન્નતા; displeasure; disfavor; [illegible] ૨|૧ ય. ૧૦, ૧૧૧.

[illegible] (જુઓ ૧ ધા. [illegible]) ભૂ. કૃ. વિ. નહી ખુશાલ થએલો, નાખુશ; not pleased, not satisfied; [illegible] નર. ૧|૧ વં. ૯, ૪૦; [illegible] નર. ૬|૧ ય. ૧૦, ૧૦૮.

[illegible] વિશે જુઓ ધાતુ [illegible]

[illegible] (જુઓ [illegible]) વિ. ઉંઘ વગરનો, જાગૃત; sleepless, awake; [illegible] નર. ૧|૧ વં. ૧૯, ૨૦; ય. ૧૦, ૭; ન્યાએશ ૧, ૬.

[illegible] (જુઓ [illegible]) વિ. નહી ઉંઘાતો, નહી ઝપ-ઝોકું ખાતો; not sleeping; wakeful; [illegible] નારી. ૨|૧ ય. ૧૯, ૩૯; ઇજ. ૬૨, ૫.

[illegible] (જુઓ ૧ ધા. [illegible]) વિ. (ખોરાક) નહી ખાતો; not eating (food); [illegible] ૧|૩ વં. ૧૩, ૨૮.

[illegible] (જુઓ ૧ ધા. [illegible]) વર્ત. કૃ. વિ. (ખોરાક) નહી ખાતો અથવા ખાનાર; one who does not eat; [illegible] ૬|૩ વં. ૩, ૩૩.

[illegible] (૧ ધા. [illegible]) વિ. નહી ખવાઈ જતું-ઓછું થતું; નાશ પામતું (અસલ); નહી છીનવી-લેવાઈ શકાએ તેવું; અખુટ, નહી ખુટે તેવું; એ બોલ 'ઓરેહ'ના વિશેષણ તરીકે આવેછે; not decreasing; not perishing (lit.); unconsumed; not seizable (D); [illegible] [illegible]=હેરબદના પંથને લગતું-હેરબદી ઓરેહ, ઇઆને જે ઓરેહ હેરબદના પંથે, નેકી તથા રાસ્ત કામો કરીને મેળવ્યું હોએ તે; (પેહેલવી તથા નેરયોસંગ ઉપરથી,-દારમે); [illegible] નાન્ય. ૨|૧ ય. ૧૯, ૪૫. ૪૭; [illegible] નાન્ય. ૬|૧ ઇજ. ૧, ૧૪; ઇજ. ૩, ૧૬; ય. ૧૯, ૯૭; સીરોજા ૧, ૨૫; [illegible] ૭|૧ ય. ૧૯, ૪૬.

[illegible] (જુઓ [illegible]) ભૂ. કૃ. વિ. સ્વાદદાર અથવા ખાવા લાએક નહી કીધેલું; not eatable or palatable; [illegible] ૬|૩ વં. ૭, ૩૫.

[illegible] (જુઓ [illegible]) વિ. નુરાની-ભોરેહ વગરનું; destitute of lustre; [illegible] નારી. ૮|૧ વં. ૧૮, ૩૦. ૩૩. ૩૬. ૩૯. ૪૨. ૪૫. ૪૮.

[illegible] (જુઓ [illegible]) સા. ના. નાન્ય. નહી ખાવું, ભુખે રેહેવું; not eating; abstaining from food; [illegible] ૭|૧ વં. ૩, ૩૩.

[illegible] (જુઓ ધા. [illegible]) ભૂ. કૃ. વિ. નહી સાંભળેલું; not heard; [illegible] નાન્ય. ૨|૩ ઇજ. ૩૧, ૧.

[illegible] (અર્થ અચોકસ); લોહી (પેહેલવી, સ્પી. તથા દારમે); ગરમી સાથે (મીલ્સ); blood (Pehl., Sp. & D.); (O waters), ye with heat (M.); [illegible] ઇજ. ૩૮, ૫.

[illegible] (=અઘ) ક) સા. ના. નાન્ય. ખરાબી, બુરઈ, પાપ, બદી; evil, badness; sin; [illegible] ૨|૧ વં. ૧, ૭. ૧૫; જુઓ [illegible], [illegible]
ખ) વિ. ખરાબ, બદ, દુષ્ટ, પાપી; bad, evil, sinful; [illegible] નર. ૨|૧ વં. ૨, ૨૨; વં. ૧૯, ૩૦; ય. ૧૯, ૯૬; ઇજ. ૯, ૮; [illegible] નારી. ૨|૧ વં. ૧૯, ૮૫; ય. ૧૯, ૫૭; [illegible] ([illegible] ને બદલે) વં. ૧૮, ૯; [illegible] નર. ૬|૧ વં. ૧૮, ૧૧. ૧૨; [illegible] નારી. ૧|૩ ઇજ. ૫૭, ૧૪; [illegible] નાન્ય. ૨|૩ વં. ૧, ૧૧. ૧૨. ૧૩. ૧૭; વં. ૩, ૨૧; વં. ૫, ૨૬; વં. ૯, ૫૦; [illegible] ૩|૩ ઇજ. ૧૨, ૪; [illegible] ૬|૩ ય. ૧૩, ૧૦૪; [illegible] ૬|૩ ય. ૧૦, ૨૦; જુઓ [illegible]

[illegible] (જુઓ [illegible] ખ તથા [illegible]) વિ. ખરાબ દીન-તરીકાવાળો; (Zohâk) of evil creed; of bad religion; [illegible] ય. ૨૩, ૩.

[illegible] ([illegible] ઉપરથી); ખરાબી; evil; [illegible] (Geld. [illegible]) ય. ૪, ૬.

[illegible] ([illegible] ઉપરથી) વિ. ખરાબીવાળું doing harm; injurious; [illegible] નર. ૬|૧ વં. ૭, ૨૭.

[illegible] (જુઓ [illegible] તથા ધા. [illegible]) સા. ના.

નર. ખરાબ કામ કરનાર, ખરાબી કરનાર; a worker of evil; [illegible] નર. ૧।૧ ૫. ૧૦, ૫૨.

[illegible] સા. ના. નારી. એક જાતનું દરદ, અથવા ખરાબ નજર; a kind of disease; also. an evil eye (=[illegible]); [illegible] ૬।૧ વં. ૨૦, ૩. ૬.૯; [illegible] ૮।૧ વં. ૨૦, ૭.

[illegible] સા. ના. નાન્ય. એક જાતનું દરદ; a kind of distemper; [illegible] ૨।૧ વં. ૨૦, ૯.

[illegible] સા. ના. નારી. ધ્રુજારી (સ્પી.); બચ્ચાંઓને થતું બરડાના કાંઠાનું તથા માંથાનું એક જાતનું દરદ (દા૨.); shivering (Sp.); rickets (D.); [illegible] ૧।૧ વં. ૭, ૫૮.

[illegible] વર્ત. કૃ. વિ. નહી ખાલી–ઓછું થતું; નાશ નહી પામે તેવું, અવિનાશી; not decreasing; unfailing; ધા. [illegible], [illegible]=[illegible]=નીચવવું, ખાલી કરવું; to squeeze, to empty;–[illegible] નાન્ય. ૧।૧ હ્જ. ૨૮, ૩.

[illegible] (=अग्र) ક) સા. ના. મથાળું, માથું, શિખર, સઉથી ઉપરનો ભાગ; top, head, summit; જુઓ [illegible], [illegible]

ખ) વિ. પેહેલું, શરૂઆતનું; first, beginning [illegible] [illegible] [illegible] (પેહેલી ઝઝકલાંવાળી આમદાદનેવખતે) નારી. ૨।૧ ૫. ૧૪, ૨૦.

[illegible] (اغریرث) (જુઓ [illegible] તથા [illegible]) વિ. ના. નર. અગ્રેરસ, અફ્રાસીઆબ તથા કરસીવજનો ભાઇ; Aghreras; brother of Afrâsyâb and Karsivaz; [illegible] ૬।૧ ૫. ૧૩, ૧૩૧; ૫. ૧૯, ૭૭; [illegible] ૬।૧ ૫. ૯, ૧૮. ૨૨; ૫. ૧૭, ૩૮. (જુઓ ગ્રાહી.)

[illegible] ([illegible] ઉપરથી) વિ. માથાં આગળનો, માંથાને લગતો (બાલ): (hair) of the head; [illegible] નર. ૬।૧ ૫. ૧૪, ૩૧.

[illegible] સા. ના. નારી. એક જાતનું દરદ; a kind of disease; [illegible] ૨।૧ વં. ૨૦, ૯.

[illegible] વિ. ખાવંદ–ધણી વગર, પરણ્યાવગર; unwedded; [illegible]=નહી; [illegible]=गुरु=ખાવંદ, ધણી; a husband; [illegible] નારી. ૧।૩ હ્જ. ૯, ૨૩; [illegible] નારી. ૨।૩ ૫. ૧૪, ૫૯.

[illegible] ([illegible] ઉપરથી) ક) વિ. માથાંને લગતું (અસલ); ઉંચેરેથી, માથાં ઉપરથી (પાણી નામતું) (purifying) from the head; [illegible] નારી. ૨।૧ વં. ૮, ૯૮.

ખ) વિ. પેહેલા કદનું, સઉથી સરસ; first-sized; of the first quality; of high value; [illegible] નર. ૨।૧ વં. ૭, ૪૧. ૪૩; [illegible] નર. ૬।૧ વં. ૯, ૩૭.

[illegible] વિશે જુઓ [illegible]

[illegible] (જુઓ [illegible] તથા [illegible]) વિ. નહી ખાતો, ભુખે મરતો; not eating; starving; [illegible] નર. ૨।૧ વં. ૪, ૪૫.

[illegible] ([illegible] ઉપરથી) સા. ના. નારી. શેઠાણી, બાઇ; ઘરધણીઆણી; the mistress of a family; a house-wife. [illegible] ૨।૩ હ્જ. ૩૨, ૧૧.

[illegible] (=[illegible]; જુઓ ધા. [illegible]) વિ. ક) ઘટાડનાર, ઓછું–કોતાહ–કમી કરનાર; decreasing, narrowing, destroying; [illegible] [illegible] = [illegible] = [illegible] = (આબાદી) ઘટાડનર મીનો, ગેબી નાશ કરનાર, અંગ્રમીનો, હારેમન; the destroying spirit; the invisible destroyer; Ahriman; ગાથામાં કેટલીએક વખતે [illegible] આવેછે. એનું ઉલટું [illegible] [illegible]=આબાદી કરનાર–વૃદ્ધિ કરનાર મીનો, સપેનામીનો; the bountiful spirit; એ બેહુ મીનો હોરમજદ ([illegible] [illegible])ને તાબે–તેના હાથ તળે છે; પણ વંદીદાદની પેહેલી પરગરદમાં [illegible] [illegible] ને [illegible] [illegible] ની સાંબે–તેના હરીફ તરીકે મુકયો છે; [illegible] [illegible] ૧।૧ વં. ૧, ૨. ૪–૧૩. ૧૫. ૧૬; વં. ૧૯, ૧. ૬. ૮; વં. ૨૦, ૩. ૫. ૬; વં. ૨૨, ૨. ૯. ૧૫; હ્જ. ૫૭, ૧૭; ૫. ૧૯, ૪૪. ૪૬; [illegible] [illegible] (૬।૧ ને બદલે) વં. ૧૩, ૧. ૨; વં. ૧૯, ૮; [illegible] [illegible] ૨।૧ વં. ૧૦, ૫; વં. ૧૯, ૫; [illegible] ૨।૧ હ્જ. ૪૫, ૨; [illegible] [illegible] [illegible] (૫।૧ ને બદલે) વં. ૧૯, ૧૨; [illegible] [illegible] ૬।૧ વં. ૯, ૧૩; વં. ૧૦, ૧૬; [illegible] [illegible] ૮।૧ વં. ૧૧, ૧૦. ૧૩; વં. ૧૯, ૩. ૫. ૯.

ખ) પાપી, નઠારો, હારેમનના જેવો, sinful, evil; Ahriman-like. [illegible] ૧।૧ હ્જ. ૪૪, ૧૨; [illegible] ૨।૬ હ્જ. ૪૩, ૧૫.

(જુઓ … તથા …) વિ. અંગ્રમીનેા-હારેમનને લગતું; (creation) of Ahriman, pertaining to Ahriman; …–૬|૩ વં. ૩, ૧૦. ૨૨; વં. ૧૬, ૧૨.

(જુઓ … તથા …) વિ. ના. નર. અંગ્રમાનેા; હારેમન; Ahriman, the destroying spirit; … (૬|૧ ને બદલે) વં. ૧૯, ૮.

(=असत्य) (જુઓ … તથા …) વિ. સાચું-જાહેર-ખેાલ્યું નહીતે; નાસત્ય, જુઠું, છુપું; not true-manifest; false; concealed; … ૨|૧ (ક્રિ. અ.) (છુપી રીતે, નહી જણાએ તેમ) વં. ૫, ૧૬. ૧૮; ય. ૧૯, ૩૩.

(જુઓ … તથા ધા. …) વર્ત. કૃ. વિ. નહી સુકાતું, સુકા નહી જતું; તાજું; not drying–decaying; free from drought; fresh; … નારી. ૧|૨ ય. ૧૯, ૩૨; … નારી. ૨|૨ ઇ઼જ. ૯, ૪; ય. ૧૫, ૧૬.

(… નું બીજું રૂપ) સા. ના. નારી. અંતઃકરણ; conscience; … ૩|૧ ઇ઼જ. ૩૨, ૧૬.

(= …) (જુઓ ૧ …) ક) સા. ના. નર. દુનિયાં; the world; … હાડમંદ-જેસ્માની દુનિયાં; the corporeal world; … સર્વોત્તમ દુનિયાં, ઇઆને બેહેસ્ત; the best world (lit.); paradise; … સઉથી ખરાબ દુનિયાં, ઇઆને દેાજખ; the worst world (lit.); hell; … ૧|૧ ઇ઼જ. ૧૯, ૧૦; ઇ઼જ. ૨૮, ૧૧; ય. ૧૩, ૧૨; ય. ૨૨, ૨; … ૨|૧ વં. ૨, ૨૨; વં. ૫, ૫૨; વં. ૭, ૫૨; વં. ૧૮, ૭૬; વં. ૧૯, ૩૧; ઇ઼જ. ૧૯, ૨; … ૪|૧ વં. ૨, ૨૪; વં. ૯, ૮૪; વં. ૧૩, ૮; ય. ૧૦, ૫; ય. ૫, ૧; ય. ૮, ૧૫; ઇ઼. ૫૫, ૨; … ૪|૧ ઇ઼. ૭, ૨૫; ઇ઼જ. ૪૦, ૨; … ૪|૧ ય. ૧૩, ૧૪૬; … ૪|૧; … ૫|૧ ય. ૨૨, ૧૬; વં. ૭, ૫૨; વં. ૧૯, ૩૧; … ૬|૧ વં. ૭, ૫૭; વં. ૮, ૧૦૦. ૧૦૧. ૧૦૨; વં. ૧૦, ૧૯; વં. ૧૯, ૪૭; ઇ઼. ૪૩, ૩; ઇ઼જ. ૪૮, ૨; ય. ૧૦, ૧૩૭; … ૭|૧ વં. ૪, ૫૦. ૫૧; વં. ૫, ૩૯; વં. ૧૯, ૨૭. ૨૯; ઇ઼. ૧૯, ૬; ય. ૧૦, ૧૪૪; … ૭|૧ વં. ૯, ૧; … ૭|૧ ય. ૬, ૩; … ૭|૧ ઇ઼. ૭૧, ૧૬. … ૪|૨ ય. ૧૦, ૯૬; ઇ઼. ૫૭, ૨૫; … ૪|૨ ઇ઼. ૩૫, ૩; …, … ૬|૨; … ૬|૨ ઇ઼. ૨૮, ૨; … ૭|૨ વી. ૧૧, ૭; … ૭|૨ ઇ઼. ૪૧, ૨; … ૭|૨ ઇ઼. ૫૧, ૯. … ઇ઼. ૩૧, ૧૯; ઇ઼. ૪૪, ૨.

ખ) સા. ના. નર. દુનિયાંનાં લેાકેા; people of the world; … ૧|૧ વં. ૧, ૧; વં. ૩, ૩૩; વં. ૫, ૪. ૭; વં. ૮, ૩૪; વં. ૧૫, ૧; … ૨|૧ વં. ૧૮, ૧૬. ૨૪.

ગ) સા. ના. નર. જીંદગી; life; … ય. ૧૦, ૯૩; ઇ઼જ. ૫૭, ૨૫. જુઓ …

ઘ) સા. ના. નર. દમ, પ્રાણ, જાન; spirit, vitality; … ઇ઼જ. ૨૬, ૪; ય. ૧૩, ૧૪૯.

ચ) સા. ના. નર. ધણી, સાહેબ; master, lord; … ૧|૧ વં. ૨, ૪૩; વી. ૧૬, ૩; … ૧|૧ ઇ઼જ. ૨૯, ૬; … ૧|૧ ય. ૧૩, ૯૧; … ૨|૧ વી. ૨, ૪; ઇ઼જ. ૧૯, ૧૨; ઇ઼જ. ૨૭, ૧; ય. ૧૩, ૯૨; … (ઘરધણી) ૨|૩ ઇ઼જ. ૩૨, ૧૧.

(… ઉપરથી) સા. ના. નર. સાહેબી, સત્તા; mastery, authority; … ૨|૧ ય. ૮, ૧.

(જુઓ …) સા. ના. ક) સાહેબી; sway, mastery; … નારી. ૨|૧ ઇ઼જ. ૩, ૪; … ૩|૧ ય. ૧૦, ૧૦૫.

ખ) અંતઃકરણ; heart, conscience; … ૩|૧ ઇ઼. ૧૧, ૧૮; … ૫|૧ વી. ૧૪, ૨; ય. ૧૦, ૯; … ૫|૧ ય. ૧૩, ૮૬.

(… ઉપરથી) denom. pres. subj. Atmane. ૩|૧ (હક્ક ધરાવે, સજાવાર થાએ) may have a right, may be fit for; આફ્રૂં. ૨પી. ૪; … નામ સાધિત. ક્રિ. વર્ત. આત્મને. ૩|૧ (હક્ક ધરાવેછે, સજાવાર થાએછે) આફ્રૂં. ૨પી. ૬.

… વિ. ના. નર. એક નામાંકિત પુરૂષનું નામ; name of an illustrious personage; … ૬|૧ ય. ૧૩, ૧૧૮.

* બેહુ દુનિયામાં (સ્પાગલ, યુસ્તી, હારલે, મિલ્સ તથા દારમે.); દારમે. એ બેાલને … નું બેવડું રૂપ ગણેછે.

[illegible] (જુઓ [illegible]) સા. ના. નારી. જીંદગી, જીવ; life, soul; [illegible] ૧|૧ વં. ૧૮, ૨૭; ય઼. ૬૨, ૧૦; [illegible] ૨|૧ વં. ૫, ૨૧; વં. ૧૮, ૧૯. ૨૧. ૨૨.

[illegible] (જુઓ ૧ [illegible]) પૂર્ણ ભૂ. કૃ. પરસ્મૈ. આગળ થઈ ગએલું તે, અગાઉ હયાતી ભોગવેલું તે; he who has lived or existed; [illegible] + [illegible] + [illegible] = [illegible] (વચમાંનો [illegible] નીકળી ગયાથી) = આગળ હયાતી ભોગવી ગએલાઓ-માંના; ધાતુ બેવડો નહી થયો; [illegible] નર.૬|૩ યિ઼જ. ૬૫, ૬.

[illegible] (જુઓ [illegible] તથા ૨ [illegible]) સા. ના. નર. શિક્ષા કરનાર; a punisher, (orig. [illegible]); [illegible] ૨|૧ ય. ૧૦, ૨૬.

[illegible] વિશે જુઓ ધાતુ [illegible]

[illegible] વિશે જુઓ ૧ [illegible]

[illegible] (જુઓ [illegible]) સમાસ ના. નાન્ય. સઉથી બુરૂ-દુષ્ટ કામ; the worst deed; [illegible] ૨|૧ યિ઼જ. ૩૦, ૫.

[illegible] (ધા. [illegible]) વર્તે. કૃ. આત્મને. નહી અરજ કરતો-માંગતો; not asking, not begging; [illegible] નર. ૪|૧ ય. ૮, ૪૯.

[illegible] (જુઓ [illegible]) ભૂ. કૃ. (વિ. ક) માંગ્યા વગર, અરજ-આજીજી કીધા વગર; unasked, unsolicited; [illegible] ૨|૩ વં. ૧૮, ૩૭.

ખ) ધિક્કારેલું; hated, accursed; [illegible] [illegible] (ધિક્કારેલાં ખરફસ્તરોની સાંભે થવાને માટે) ૨|૩ વનન્ત. યશ્ત ૧.

[illegible] (ધા. [illegible]) વર્તે.કૃ.વિ. જુનો નહી, તાજો, વાસી નહી; અખુટ (દાર.); કાએમ, ટકી રેહે તેવું (મિલ્સ); not stale, fresh; unfailing (D.); imperishable (M.); [illegible]) ૨|૧ યિ઼જ. ૯, ૪; ય. ૧૩, ૫૦; વં. ૨, ૨૬. ૩૪; [illegible] (૨|૨ ને બદલે) વં. ૨, ૨૮; [illegible] ૨|૨ ય. ૧૯, ૩૨.

[illegible] (જુઓ ૩ [illegible]) સા.ના.નારી.હયાતી-જીંદગી વગરની હાલત, નાશ; absence of life; એનું ઉલટું [illegible] આવેછે (જુઓ યિ઼જ. ૩૦, ૪) [illegible] ૨|૧ યિ઼જ. ૩૦, ૪.

[illegible] (જુઓ ધા. [illegible]) સા. ના. એક જાતનું દરદ-બીમારી; a kind of disease or sickness; [illegible] ૬|૧ વં. ૨૦, ૩. ૬. ૯; [illegible] (૮|૧ ને બદલે) વં. ૨૦, ૭.

[illegible] (જુઓ ધા. [illegible]) સા. ના. એક જાતનું દરદ-બીમારી; a kind of sickness or distemper; [illegible] ૬|૧ વં. ૨૦, ૩. ૬. ૯; [illegible] (૮|૧ ને બદલે) વં. ૨૦, ૭.

[illegible] ([illegible]=અહિ=Lat. Anguis=Ger. Unk=Gr. Exis) (ધા. [illegible]) સા. ના. નર. સાંપ; a dragon, a snake; [illegible] ૧|૧ ય. ૫, ૯૦; [illegible] ૨|૧ વં. ૧, ૩; [illegible] ૨|૨ યિ઼જ. ૯, ૧૧; ય. ૧૯, ૪૦; [illegible] ૬|૧ ય઼. ૯, ૩૦; [illegible] ૧|૩ વં. ૧૮, ૬૫; [illegible] ૬|૩ વં. ૧૪, ૫; વં. ૧૮, ૭૩.

ખ) [illegible] [illegible]=[illegible]=[illegible]=દંખ મારનાર સાંપ (અસલ.); ઝોહાક (વિ. ના. નર.) the stinging dragon (lit.); Zohâk; [illegible] ૧|૧ ય. ૧૯, ૪૭. ૪૮; [illegible] [illegible] ય. ૧૯, ૯૨; ય. ૫, ૨૯; ય. ૧૫, ૧૯; [illegible] [illegible] ૨|૧ યિ઼જ. ૯, ૮; ય. ૫, ૩૪; ય. ૯, ૧૪; ય. ૧૫, ૨૪; ય. ૧૯, ૩૭; [illegible] [illegible] ય. ૧૯, ૪૬; [illegible] [illegible]* ૬|૧ વં. ૧, ૧૮; [illegible] [illegible] (Geld.) ૮|૧ ય. ૧૯, ૫૦.

[illegible] (જુઓ [illegible] ક તથા [illegible]) ભૂ. કૃ. વિ. સાંપથી ઉત્પન્ન થએલી (ખરાબી); (the evil) done by the serpent; [illegible] નાન્ય. ૬|૧ ય. ૧૩, ૧૩૧.

[illegible] (જુઓ [illegible] ક તથા [illegible]) વિ. સાંપની તોખમ-બીજ-બુન્યાદનું; of the brood of the snake [illegible] ૨|૩ ય. ૩, ૧૧; [illegible] ૬|૩ ય. ૩, ૧૦; [illegible] ૮|૩ ય. ૩, ૮; [illegible] [illegible] (સાંપની તોખમનાઓમાંના ઘણાજ સાંપની તોખમનાને; the snakiest of the snake's brood) અતિ. વિ. ૨|૧ ય. ૩, ૧૫.

[illegible] (જુઓ [illegible] તથા ધા. [illegible]) સા. ના. સાંપનાં કરડવાથી થએલું દુઃખ; the pain caused

*અસલ રૂપ [illegible]; [illegible] નીકળીને તેની આગમચના [illegible] નો [illegible] થયાથી [illegible] થયું.

by snake-bite; [illegible] ૬|૧ વં. ૨૦, ૩. ૬. ૯; [illegible] (૮|૧ ને બદલે) વં. ૨૦, ૭.

૧ [illegible]=अह्=બાંધવું, બંદ કરવું; to tie, to tighten.

[illegible] =મજબુટ કરવું, તંગ બાંધવું; to gird tightly; [illegible] શક્યા. પરસ્મૈ. ૩|૩ વં. ૧૩, ૩૦. ૩૭; [illegible] અ. ભૂ. આત્મને. ૩|૧ ય. ૫, ૧૨૭. Comp. [illegible]=indigence.

૨ [illegible] =अज्=ક) આડે માર્ગે લઈ જવું, હાંકી કાહાડવું, દૂર કરવું; to lead astray, to drive away; cl.1; [illegible] વર્ત. પરસ્મૈ. ૧ લો વર્ગ ૩|૧ વં. ૫, ૩૭; [illegible] સંરા. આત્મને. વં. ૧૮, ૭૬; [illegible] શક્યા. વં. ૧૮, ૬૮. ૭૫; [illegible] પરસ્મૈ. વં. ૧૮, ૧૨; [illegible] અ. ભૂ. પરસ્મૈ. ૩|૩ ય. ૧૩, ૩૭; ઇ. ૪૮, ૧૦; [illegible] વર્ત. કૃ. પરસ્મૈ. નારી. ૨|૧ ય. ૧૦, ૮૬.

ખ) ગાડી હાંકવી; to drive (as in a carriage); જુઓ [illegible]

ગ) નહસાડવું; to put to flight; [illegible] આજ્ઞા. પરસ્મૈ. ૩|૧ ય. ૯, ૩૦.

ઘ) છોડવવું, છુટકારો આપવો; to set free, to deliver; [illegible] આજ્ઞા. પરસ્મૈ. ૩|૧ ય. ૫, ૩૪.

ચ) આડે માર્ગે જવું; to go astray; [illegible] વર્ત. પરસ્મૈ. ૩|૧ ય. ૧૦, ૩૮; [illegible] શક્યા. વં. ૩, ૧૧.

છ) (આંસુ) પાડવાં; to shed (tears); [illegible] વર્ત. કૃ. આત્મને. નર. ૧|૧ ય. ૧૦, ૩૮.

[illegible]=આડે માર્ગે લઈ જવું, ચોરી લઇ જવું (ગાએ-ઢોર); to lead astray, to steal off (as cattle); [illegible] શક્યા. પરસ્મૈ. ૩|૧ વં. ૧૮, ૧૨.

[illegible] ક) હાંકી કાહાડવું, મારી કાહાડવું; to drive away or back; [illegible] શક્યા. પરસ્મૈ. ૩|૧ વં. ૩, ૩૬; [illegible] [illegible] એ બોલો વંદીદાદમાં ગુનેહગારોની શિક્ષાની બાબદમાં સાધારણ રીત વપરાએલો આવેછે; પેહેલવીમાં તેમજ યુરોપિયન વિદ્વાનોએ એનો અર્થ 'ફટકા મારે' કીધો છે; [illegible] [illegible] [illegible] [illegible] (હાંકી કાહાડવામાંના ૫૦૦ દુધ દેનાર જાણવરોને (તે ગુનેહગાર શખ્સે મારીને હાંકી કાહાડવા જોઈએ) વં. ૩, ૩૬; [illegible] વં. ૩, ૩૭. વં. ૪, ૧૧-૧૭; વં. ૬, ૫. ૯. ૧૧. ૧૩; વં. ૧૪, ૨; વં. ૧૬, ૧૩. ૧૫. ૧૬; વં. ૧૮, ૭૪; ઇત્યાદિ.

ખ) લઈ જવું; to carry; [illegible] વર્ત. પરસ્મૈ. ૩|૧ ઇજ. ૧૦, ૭.

[illegible]=ક) ચોરી લઇ જવું; to steal off... [illegible] [illegible] શક્યા. પરસ્મૈ. ૩|૧ વં. ૧૮, ૧૨.

ખ) લાવવું; to bring; [illegible] (+ [illegible] [illegible]) વર્ત. પરસ્મૈ. ૩|૩ ય. ૧૩, ૬૮.

૩ [illegible] =Lat. *Ag*=ere ચાલવું, ફરવું, ચરવું; to walk, to graze જુઓ; [illegible], [illegible]

[illegible] (જુઓ [illegible] તથા [illegible]) સા. ના. નર. નાખુશી, મરજી વગરની હાલત; unwillingness; [illegible] ૩|૧ ઇજ. ૧, ૨૧.

[illegible] Gold. [illegible], (ઇજ. ૫૦, ૭) ક્રિ. વર્ત. સંરા. પરસ્મૈ. ૨|૩; ધા. [illegible]=अज्=રેહેનુમાઈ કરવી, આગળ ચલાવવું; (to guide, to drive on.

[illegible] (=अहन्) (ધા. [illegible], [illegible]); orig. [illegible]=[illegible]+[illegible]; સવારના ઝઝકલાંના વખતથી તે સાંજનું ઝઝકલું પુરૂ થાએ ત્યાંહાં સુધીનો તમામ વખત, દીવસનો વખત; day, day-time; એની મુકાબેલ [illegible]=ફક્ત રાત; રાત્રનો વખત; night, night-time; [illegible] ૫|૧ ય. ૫, ૧૫; [illegible] ૭|૧ વં. ૪, ૧. ૪૫; ય. ૧, ૯; ગેહ ૩, ૭; [illegible] ૬|૩ વં. ૪, ૪૫; ઇજ. ૬૨, ૫; ઇજ. ૮૬, ૩; ઇજ. ૫૦, ૧૦.

[illegible] એ બોલ કુશ્તી કાપવાની નીરંગમાં આવેછે; ગોસ્સા વગરનું; હદ બાંધ્યા વગરનું, હદ વગરનું (યુ. તથા મિલ્સ); ખલલ થયા વગરનું (સ્પી.); (આવાજ બાબે) નબલો નહી, મ્હોટે સાદનો (હારલે); not angering; unrestricted (J. and M.); uninterrupted (Sp.); (voice) not faltering or weak (Har.); [illegible] [illegible] Frag. 1, 1.

[illegible] (જુઓ ૧ ધા. [illegible]) વિ. બુઢું નહી થતું (દાર.); not growing old (D.); [illegible] નર. ૧|૧ વીશ્તા. ય. ૪૫. -

[illegible] ([illegible] તથા ૧ ધા. [illegible]) બવિ. કૃ. વિ. નહી બુઢું-જુનું થતું; not growing old; [illegible] [illegible] નર. ૨|૧ ય. ૧૯, ૧૧. ૮૯.

[illegible] ([illegible] તથા [illegible]) બ્રુ. કૃ. વિ. નહી જન્મે-લું, હવે પછી જન્મ પામવાનું તે; unborn; [illegible] ૬|૩ વી. ૧૧. ૭; ય્જ. ૨૪, ૫; ય. ૧૩, ૧૭; [illegible] ૬|૩ ય્જ. ૬૫, ૬; ય. ૫, ૪૨; ય. ૧૯, ૨૨.

[illegible] (અર્થ અચોકસ); આબાદી કરનાર, પાક-ફૂળ ઉત્પન્ન કરનાર (મિલ્સ); થુક (દાર.); productive (M.); saliva (D.) [illegible] ૨|૩ ય્જ. ૩૮, ૫.

[illegible] વિ. હથિયારબંદ; એ બોલ તેહેમુરસ ([illegible]) ના વિશેષણ તરીકે આવેછે; well-armed; epithet of Tehmurnç, [illegible] નર. ૧|૧ ય. ૧૫, ૧૧; [illegible] નર. ૨|૧ ય. ૧૯, ૨૮; *variant*, [illegible] *vide* Afrin Paegam. Lara. 2

[illegible] (= [illegible] =અર્ગી) (જુઓ ૩ ધા. [illegible]) વિ. નારી. ચાલતી, ફરતી; walking, going; [illegible] ૨|૧ ય્જ. ૪૪, ૬; [illegible] ૩|૧ ય. ૪૬, ૧૯; [illegible] ૬|૧ વં. ૯, ૩૭; ય્જ. ૩૪, ૧૪.

[illegible] (=अहम्=L. Ego=Fr. Je=Ger. Ich=I) પ્ર. પુ. સર્વ. હું; I; the pronoun of the first person in the nominative case; [illegible] ૧|૧ વં. ૧, ૧. ૨. ૪-૧૩. ૧૫-૧૯; વં. ૨, ૩. ૭; વં. ૫, ૧૭. ૧૮; વં. ૧૮, ૨૯; વં. ૨૦, ૪; વં. ૨૨, ૧. ૮. ૧૪; ય્જ. ૯, ૧; ય. ૧૦, ૧; [illegible] ૧|૧ ય. ૪૩, ૧૪; [illegible] ૧|૧ વં. ૭, ૫૨; [illegible] ૨|૧ વં. ૩, ૨૧; વં. ૧૮, ૭. ૧૩. ૧૯.૨૧. ૨૬. ૩૨. ૩૮. ૪૧. ૪૪. ૪૭. ૫૦. ૬૦. ૬૬; વં. ૨૨, ૨. ૯. ૧૫; ય. ૯, ૨; ય. ૧, ૬; [illegible] ૨|૧ ય. ૧૦, ૧; [illegible] ૨|૧ ય. ૯, ૨; ય. ૨૯, ૧; ય. ૩૧, ૫; ય. ૩૨, ૧૧; ય. ૪૩, ૭. ૯; ય. ૪૪, ૧૨; ય. ૪૯, ૧; ય. ૮, ૧૧; [illegible] ૨|૧ ૬. ૯, ૨; [illegible] ૨|૧ ય. ૩૩,૭; [illegible] ય. ૫૩, ૪; [illegible] ૪|૧ વં. ૨, ૩. ૫; વં. ૭, ૫૧; વં. ૧૮, ૨૮. ૨૯. ૫૧; ય્જ. ૯, ૨; ય. ૫, ૭૭; [illegible] ૪|૧ ય્જ. ૫૦, ૧; [illegible] ૪|૧ વં. ૧૯, ૧૦; ય. ૬૨, ૨; ય. ૨૯, ૧. ૮; ય્જ. ૩૧, ૫; ય્જ. ૩૩, ૮; ય્જ. ૪૪, ૧-૧૯; [illegible] મારી (અરજ) સાંભળો (તથા) મારી ઉપર દયા કરો. ય્જ. ૩૩, ૧૧; [illegible] ય્જ. ૪૬, ૧૯; [illegible] (મને તું કેહે) ૪|૧ ય. ૪૮, ૨; [illegible]* ૪|૧ ય. ૨૮, ૨. ૩; ય. ૩૧, ૪; ય. ૪૩, ૧૪; ય. ૪૮, ૮; ય્જ. ૫૧, ૧૦; [illegible] ૪|૧ ય્જ. ૨૮, ૭; ય. ૪૯, ૮; [illegible] ૫|૧ ય. ૪૪, ૧૫; [illegible] (મારાથી બીજો, હું સિવાય) ૫|૧ વં. ૨, ૧; [illegible] ૬|૧ વં. ૨, ૩. ૪; વં. ૫, ૪. ૭. ૧૯. ૨૦; વં. ૭, ૧૬; વં. ૮, ૩૪. ૧૦૦—૧૦૩; વં. ૧૮, ૧૦; વં. ૧૯, ૩. ૬. ૧૫; [illegible] ૬|૧; [illegible] ૬|૧ વં. ૨, ૫; વં. ૧૯, ૮. ૯. ૧૪; ય્જ. ૧૦, ૫; ય. ૧, ૨. ૨૫; [illegible] ૬|૧; [illegible] ૬|૧; [illegible] ૧|૩ વં. ૧૮, ૫૫. ૫૯; ય. ૩૦, ૯; વી. ૧૧, ૧૩; ય. ૧૦, ૩૪; † [illegible] ૧|૩ ય્જ. ૪૫, ૮. ૯. ૧૦; ‡ [illegible] ૧|૩ ય્જ. ૪૦, ૪; [illegible] ૨|૩ ય. ૧, ૨૪; [illegible] ૨|૩ ય. ૨૯, ૧૧; ય. ૩૪, ૧; [illegible] ૨|૩ ય. ૧, ૧; ય્જ. ૯, ૨૧; ય. ૫૨, ૩; [illegible] ૨|૩ ય. ૭૦, ૫; ય. ૫૮, ૧. ૫; [illegible] (Geld. [illegible]) ૨|૩ ય.૧૫, ૩૨; [illegible] ૨|૩ ય. ૧૩, ૧; ય. ૫૮, ૫; [illegible] ૪|૩ ય. ૨૮, ૬; ય. ૪૦, ૩; [illegible] ૪|૩ ય. ૪૭, ૧. ૩; ય. ૪૯, ૨; [illegible] § ૪|૩ ય. ૧૦, ૩૩; [illegible] ૪|૩ ય. ૬૮, ૨૧; ય. ૭, ૨૪; ય. ૮, ૧; ય. ૫૫, ૨; ય. ૭૦, ૨; ય. ૧૦, ૮૬; ય. ૮, ૫; [illegible] ૪|૩ ય. ૨૯, ૪; ય. ૫૧, ૧; [illegible] ૪|૩ ય. ૩૬, ૨; ય. ૧૪, ૩૬; ય. ૧૫, ૩; ય. ૫૯, ૧; [illegible] ૫|૩ (Prof. Justi) વં. ૧૩, ૮; [illegible] ૫|૩ ય્જ. ૩૪, ૯; ય. ૪૪, ૧૩; [illegible] ૬|૩ ય્જ. ૯, ૨૫; ય. ૧૦, ૭૫; ય. ૫૫, ૨; ય્જ. ૬૫, ૭; [illegible] ૬|૩ ય. ૧૦, ૨૦; ય. ૨૯, ૮; [illegible] ૬|૩ ય. ૧૪, ૧; વી. ૫, ૧; વી. ૧૧, ૨૦; ય. ૧૧, ૧૭.

[illegible] ક્રિ. આજ્ઞા. પરસ્મૈ. ૨ જો વર્ગ ૨|૩; ધા. [illegible] =अह=કેહેવું, બોલવું; to tell; [illegible] [illegible] અય એ આરાધના પામેલા! તમો (મને) કહો; tell me, O (ye) invoked ones! ય્જ. ૫૦, ૧.

[illegible], [illegible], [illegible] ([illegible] નું બીજું રૂપ) સા. ના. ક) હાડકું, હાડપિંજર; a bone; skeleton (of bones) [illegible] ૨|૩ વં. ૬, ૪૯; [illegible] ૨|૩ વં. ૪, ૫૦. ૫૧; ય્જ. ૫૫, ૧.

---

* એકવચનના સર્વનામને બહુવચનની વિભક્તિનો પ્રત્યય લાગો.

† Lat. Nos (દારમેસ્તેતે).

‡ એ રૂપ કોઈજ વખતે આવેછે, જેમ [illegible] નું ટુકું રૂપ [illegible] આવેછે, તેમ [illegible] નું ટુકું રૂપ [illegible]

§ કોઈજ વખતે આવેછે.

ખ) શરીર; the body ; [Avestan] ૩|૩ હજ. ૩૭, ૩.

[Avestan] (L. Ager=Gr. Agra=Acre) (જુઓ ધા. [Avestan]) સા. ના. ખેતર, ચરવાની જગા; a field; grazing ground; જુઓ નીચેનો બોલ.

[Avestan] (૨ ધા. [Avestan]) વિ. ખેતરમાં પેઠેલું-ધુસેલું; એનો અર્થ 'શિકાર શોધતું' પણ થઈ શકે; rushed into the field; also, seeking after prey; [Avestan] [Avestan] ૨|૧ વં. ૧૮, ૬૫.

[Avestan], [Avestan] =अञ्च=વાંકું વળવું; મંડવું, વળ દેવો; to bend, to twist; જુઓ ૧ [Avestan], [Avestan], [Avestan], [Avestan], [Avestan], ૨ [Avestan],

[Avestan] વિ. ના. નર. એક નામાંકિત પુરૂષનું નામ; name of an illustrious personage; [Avestan] [Avestan] ૬|૨ ય. ૧૩, ૧૨૪.

[Avestan] (જુઓ ધા. [Avestan]) સા. ના. હાથની પોંહોચી; પગનાં પોલ્લાં-કલ્લાં; bracelet; anklet; જુઓ નીચેનો બોલ.

[Avestan] (જુઓ ૧ ધા. [Avestan]) વિ. હાથની પોંહોંચીથી સંગરાએલી, પગનાં પોલ્લાંથી સંગારૅ પામેલી; adorned with bracelets or anklets; [Avestan] નારી. ૧|૩ ય. ૧૭, ૧૦.

[Avestan] (=[Avestan]=अङ्गुष्ठ=[Avestan]) (જુઓ ધા. [Avestan]) સા. ના. નર. પગનું આંગલું. ફક્ત ય. ૧૭, ૧૧ માં હાથનાં આંગલાંને માટે વપરાએલો છે; બાકી હાથનાં આંગલાંને માટે [Avestan] આવેછે; a toe; [Avestan] ૨|૨ વં. ૮, ૭૦; વં. ૯, ૨૫-[Avestan] [Avestan] ૩|૨ વં. ૮, ૭૦. ૭૧; વં. ૯, ૨૫. ૨૬; [Avestan] ૨|૩ વં. ૮, ૭૧; વં. ૯, ૨૬.

[Avestan] (જુઓ ધા. [Avestan]) સા. ના. નારી. બદી, ખરાબી; ક્રોધાયમાન જોસ્સો (મિલ્સ); evil, vice; angry zeal (M.); [Avestan] ૩|૧ હ. ૪૮, ૧૦; જુઓ [Avestan]

[Avestan] =अंह=Lat. *Ang*-ere=સાંકડું-તંગ-કોતા કરવું; દુઃખ દેવું; to straiten, to decrease; to torment; જુઓ [Avestan], [Avestan], [Avestan], [Avestan], [Avestan]

૧ [Avestan]=अज=જવું, ચાલવું; to go, to walk; જુઓ [Avestan], [Avestan]

[Avestan]=આગળ ચાલવું-જવું; to go forward; જુઓ [Avestan]

૨ [Avestan] =अज=મંડવું, નાખી દેવું; to bend; to throw off.

[Avestan] =નીચે નાખી દેવું, નીચે તોડી પાડવું; to throw down; જુઓ [Avestan]

[Avestan] =अञ्ज=ખરદહ જવું; અપવિત્ર કરવું; to be soiled; to pollute; જુઓ [Avestan]

[Avestan] (=अन्त=Ger. Ende=End) સા. ના. નર. ક) છેડો, અન્ત; end; જુઓ [Avestan]

ખ) ઝાલર, કોર; fringe, border; જુઓ [Avestan]

[Avestan] (=अन्तर=Lat. *Inter*-us=*Inter*-ior) વિ. અંદરનું; interior; [Avestan] ૨|૧ વં. ૬, ૪૩; [Avestan] ૫|૧ (ક્રિ. અ.) વં. ૨, ૪૦; [Avestan] [Avestan] ૫|૧ વ. ૫, ૪૩. ૫૧; વં. ૬, ૨. ૩. ૪; વં. ૭, ૭૭; વં. ૮, ૪૧. ૪૨. ૧૦૪. ૧૦૬; વં. ૯, ૧૫. ૧૬.

[Avestan] ([Avestan] = अन्तर = [Avestan] =Lat. Inter= Ger. Unter=Under) ૧) ઉપસર્ગ; અંદર, વચમાં, વચ્ચે; in, into, between; જેમકે [Avestan]=અંદરનો ભાગ (વં. ૨, ૩૦. ૩૮); [Avestan]=અંદરનાં દેશને લગતો (મેહેર યજદ) ય. ૧૦, ૧૪૪; [Avestan] (પૃથ્વી તથા ખોરશેદની) વચ્ચે આવેલો માહતાબ (અસલ.), અમાસનો ચાંદ (ઈ. ૨, ૮); [Avestan]=વચમાં જવું-દાખલ થવું (હજ. ૫૧, ૧.).

૨) શબ્દ. અ. વચમાં, વચ્ચે, માં; among, into, in the midst of; ૨ જી, ૩ જી તથા ૭ મી વિભક્તિમાં આવેલાં નામ તથા સર્વનામની આગમચ વપરાએલો આવેછે:–જેમકે [Avestan] [Avestan] (તે માણુસોમાંના કેટલાં?) વં. ૫, ૨૭; [Avestan] (અરધા ભાગમાં હઆને વચમાંના ભાગમાં) વં. ૫, ૧૯; વં. ૬, ૪૩; [Avestan] [Avestan] (મર્વ અને બદખની વચ્ચે) વં. ૧, ૮;

[illegible] [illegible] [illegible] ય. ૬૮, ૧૫; [illegible] [illegible] (સાતામાં, કોલમાં) વં. ૩, ૩. ૪.

૩) ક્રિ. અ. વચમાં, આસપાસ; in the midst of, around; [illegible] વં. ૯, ૧૧; [illegible] વં. ૯, ૧૧.

[illegible] (જુઓ ૧ [illegible] તથા [illegible] સા. ના. નારી. દુવાહી; interdict; [illegible] ૩/૧ ૬/જ. ૧૯, ૧૫.

[illegible] વિ. ના. નર. પાહાડનું નામ, જેની ઉપર સ્યાવક્ષે કંગદેજ નામનો કિલ્લો બાંધ્યો હતો; name of a mountain on the top which Syâvakhsh had built a fort, called Kang-dez; [illegible] ય. ૧૯, ૪ (જુઓ ગોદી).

[illegible] (જુઓ ૧ [illegible] તથા [illegible]) વિ. અંદરનાં દેશને લગતો (મેહેર ૬/જ૬); (Mithra) of countries in the interior; [illegible] નર. ૨/૧ ય. ૧૦, ૧૪૪.

[illegible] (જુઓ [illegible]) વિ. ના. નર. પાહાડનું નામ; name of a mountain [illegible] ૧/૧ ય. ૧૯, ૨.

[illegible] (=[illegible]) (જુઓ [illegible] તથા [illegible]) સમાસ ના. અંદરનો ભાગ; the inside, the inner part; [illegible] ૫/૧ વં. ૨, ૩૦. ૩૮; ૬/જ. ૫૭, ૨૧.

[illegible] (=[illegible]) (જુઓ [illegible]) સા. ના. નાન્ય. અમાસનો ચાંદ (એકવચનમાં); અમાસની પછીના દાહાડા (બહુવચનમાં); the moon within (lit.); the day before the new moon; the new moon (sing.); the days after the new moon (plu.); [illegible] ૨/૧ ય. ૭, ૪; ય. ૨, ૮; [illegible] ૪/૧ ય. ૧, ૮; ય. ૩, ૧૦; [illegible] ૨/૩ ય. ૭, ૪.

[illegible] (=अन्तरस्थ) (૧ [illegible] તથા ધા. [illegible]) વિ. (આસ્માન તથા જમીનની) વચમાં ઉભું રેહેતું; standing between (the earth and the heavens); [illegible] ના. ૫. ૨/૩ ય. ૧૩, ૧૫૩.

[illegible] (=अन्तिम=Lat. Ultimus) ([illegible] ઉપરથી) અતિ. વિ. સહુથી છેડેનું (અસલ.); સહુથી નીચેનું; at the furthest end (lit.); innermost. [illegible] ૨/૩ વં. ૭, ૧૧.

[illegible]=अन्ध=આંધળું થવું; આંધળું કરવું, રોશની બંદ કરવી; to be blind; to blind; to obstruct the light; જુઓ નાચેનો બોલ.

[illegible] (=अन्ध) (જુઓ ધા. [illegible]) વિ. આંધળું; blind; [illegible] ૧/૩ ય. ૫, ૯૩.

[illegible] (જુઓ ધા. [illegible]) વર્ત. કૃ. વિ. નહી દુઃખ દેનાર, નહી નુકસાન-હરકત કરનાર; not tormenting—doing harm; [illegible] નર. ૧/૧ ય. ૧૦, ૯૦.

[illegible] (= [illegible]) (જુઓ [illegible]) વિ. નહી ગુનેહગાર-પાપી; રાસ્ત; not sinful; righteous; [illegible] નર. ૬/૩વ. ૧૮, ૬૨.

[illegible] (જુઓ [illegible]) વિ. નહી માંથ્રનાં તનવાળો, તનને માંથ્રના તાબામાં નહી રાખનાર; not incarnate with Mâthra (holy word); not keeping the body in control of Mâthra [illegible] નર. ૧/૧ ય. ૧૦, ૧૩૮.

[illegible] (=Lat. Uter) દર્શ. સર્વનામ. બેમાંનુ આએ; [illegible], [illegible] (આએ) ઉપરથી; this of the two; [illegible] નર. ૧/૧ ય. ૧૪, ૪૪; એજ બોલનું બીજું રૂપ [illegible] છે; જુઓ [illegible]

[illegible] ક) દર્શક સ. નાન્ય. પેહેલી તથા બીજી એકવચન ([illegible], [illegible] નું બીજું રૂપ).

ખ) ક્રિ. અ. એ પ્રમાણે, એ ઉપરથી, એટલા માટે, ત્યારે ([illegible] ને બદલે); ખચીત, ખરેખર, હા. ગાથામાં એ અવ્યય વધારે વપરાએલો જોવામાં આવેછે. વળી કેટલીએક વખતે કવીતાના માત્રાને માટે નકામો આવેછે; વળી કેટલીએક વખતે [illegible], [illegible], [illegible], અથવા [illegible] સાથે જોડાએલો આવેછે; thus, thereupon, consequently; assuredly, yes; [illegible] ય. ૧૧, ૯; ય. ૨૮, ૧૦; ય. ૪૪, ૧૯; ય. ૫૮, ૮; ય. ૧૯, ૪૬, [illegible] [illegible] [illegible] (જેમ ઉનાળામાં તેમજ શિયાળામાં) ય. ૧૬, ૧૦; [illegible]; [illegible] (L. Atque) ૬/જ. ૨૯, ૯; ૬/જ. ૩૦, ૪;

યુ. ૪૯, ૭; [Avestan] ય. ૧૦, ૨૧; ય. ૧૭, ૫; [Avestan] યજ. ૫૦, ૬.

[Avestan] વિ. ના. નારી. અત્-ફ્રવક્ષ્યાનો કરદો, યજશ્નેનો ૪૫ મો હા; the Chapter At-Fravakhshyâ, *i.e.*, Yaç., 45; [Avestan] ૨|૧ યુ. ૪૫, ૧૨.

[Avestan] વિ.ના. નારી. અત્-મા-યવા નામનો કરદો, યજશ્નેનો ૪૯ મો હા; the Chapter At-mâ-yavâ, *i. e.*, Yaç. 49. [Avestan] ૨|૧ યુ. ૪૯, ૧૩.

[Avestan] (જુઓ [Avestan]) વિ. દ્વેષથી દૂર, દ્વેષવાળું નહી; બદ નિશાથી દૂર; free from rancour or harm; far from bad intention, [Avestan] ... કેઠા નાન્ય. ૧|૧ ય. ૧૧, ૨; [Avestan] નાન્ય. વી. ૨૧, ૩.

[Avestan] (જુઓ ધા. [Avestan]) ભૂ. કૃ. વિ. દુઃખી-ગોસ્સે નહી થએલો; રાજી થએલો; not offended, angered; well-pleased; [Avestan] નર. ૧|૧ વં. ૬, ૩૯; વં. ૧૮, ૨૬; યુ. ૬૨, ૯; ય. ૧૦, ૧૨૦; [Avestan] નર. ૮|૧ ય. ૧૨, ૮; [Avestan] નારી. ૧|૩ ય. ૧૩. ૩૪. ૫૧.

[Avestan] (=अथ) ક્રિ. અ. ક) એ પ્રમાણે, એમ, ત્યારે, હવે, પણ; thus, then, now, but; [Avestan] વં. ૭, ૨૯. ૩૦. ૩૧. ૩૩. ૩૪. ૩૫. ૭૪; વં. ૮, ૭૨; વં. ૧૦, ૧૯; વં. ૧૧, ૩. ૮. ૧૧; વં. ૧૩, ૨૦. ૨૧. ૨૨; વં. ૧૫, ૧. ૨. ૪. ૬; વં. ૧૭, ૨. ૫; ય. ૧૧, ૩. ૬; [Avestan] યુ. ૫૩, ૩; યુ. ૧૩, ૫; યુ. ૨૯, ૧; યુ. ૧૨, ૬; યુ. ૫૮, ૫; [Avestan] વં. ૧૩, ૪૭.

[Avestan] ([Avestan] ઉપરથી) ક્રિ. અ. ત્યારે; then [Avestan] ય. ૧૬, ૩.

[Avestan], [Avestan], [Avestan] ઇત્યાદિ બોલો વિશે જુઓ [Avestan]

[Avestan] (=अत्र) ક્રિ. અ. અહિંયાં, આએ તરફ; ત્યાહાં, તે તરફ; here, on this side, there; [Avestan] વં. ૨, ૨૯; વં. ૫, ૮. ૯. ૧૯; વં. ૧૩, ૫૧; વં. ૧૭, ૫; ય. ૮, ૩૩; ય. ૧૯, ૬૬; યજ. ૧૦, ૧૧; [Avestan] યજ. ૩૧, ૧૨; યજ. ૪૬, ૧૯.

[Avestan] (અર્થ અચોક્કસ); અનાજના વિશેષણ તરીકે વપરાએલો આવેછે; અગરજો [Avestan] (આતશ) ઉપરથી નીકળેલો ગણીએ તો, 'આતશવાળો, આતશ ઉપર મુકેલો, યઆને રાંધીને ખાવા લાએક કીધેલો થઇ શકે; ભેળેલો (સ્પી.); ગુંદેલો, ખમીર કીધેલો (યુસ્તી તથા દાર.); (food) dressed by putting on fire ([Avestan]); mixed (Sp.); kneaded (J. & D.); [Avestan] નર. ૬|૩ વં. ૭, ૩૫.

[Avestan] =अद्=Lat. Ed-ere=ખાવું; to eat; જુઓ [Avestan]

[Avestan] (જુઓ [Avestan]) વર્ત. કૃ. નહી આપતાં; not giving; [Avestan] નર. ૧|૧ યજ. ૪૬, ૫.

૧ [Avestan] ક્રિ. અ. તે ઉપરથી, ત્યારે; thereupon, then; [Avestan] યજ. ૨૯, ૨.

૨ [Avestan] (જુઓ ૨ ધા. [Avestan]) સા. ના. કામ; શરૂઆતનો -, - તે બદલે સમજવો; deed; [Avestan] ૩|૩ યજ. ૪૮, ૧; [Avestan] નારી. ૭|૩ યજ. ૪૦, ૧;

૩ [Avestan] (જુઓ ૧ ધા. [Avestan]) સા. ના. સખાવત, બક્ષેશ; gift, charity; [Avestan] ૩|૩ યજ. ૩૫, ૪.

[Avestan] ([Avestan]) (જુઓ [Avestan]) વિ. દેવને નહી યજનારો, દેવની પરસ્તેશ નહી કરનાર; મુર્તિપુજક નહી; not a worshipper of the Devs or idols; an adorer of Ahura Mazda; [Avestan] ૬|૩ વં. ૧૮, ૬૨.

[Avestan], [Avestan] જુઓ ધા. [Avestan]

[Avestan] ([Avestan]) (જુઓ [Avestan]) વિ. નેક—ભલો નહી; not pious or righteous; [Avestan] નર. ૧|૧ ય. ૧૦, ૧૩૮; [Avestan] ૬|૩ વં. ૧૮, ૬૨.

[Avestan] (જુઓ [Avestan]) વિ. નહી કાએદાસર; અન ઘટતું, નાલાએક; improper, unfit; જુઓ નીચેનો બોલ.

[Avestan] (જુઓ [Avestan]) ક) સમાસ ના. નર. નાલાએક ખોરાક; ખરાબ પોષણ; improper food, want of proper support;

[illegible] ૨|૧ વં. ૧૫, ૧૬. ૨૨. ૨૬, ૨૮. ૩૧. ૩૪. ૩૭. ૪૦.

ખ) વિ. નાબાઅમિક પોષણવાળું; not getting proper food or support; [illegible] ૬|૩ વં. ૧૪, ૧૭.

[illegible] (જુઓ [illegible]) સા. ના. જે કાંઇ વાજબી-ઘટતું-કાઅદેદાસર નહી તે; not proper or just; illegal; [illegible] ૨|૧ ઇજ. ૪૬, ૧૭; [illegible] ૨|૩ ઇજ. ૪૬, ૧૫.

૧ [illegible] (જુઓ ૧ [illegible]) ભૂ. કૃ. વિ. નહી ચીરાઅલો, નહી ફાટવાળો; not leguminous; cereal; [illegible] [illegible] = નહી ચીરાઅલો-ફાટવાળો અનાજ, જેમકે ઘઉં, ચોખા, મકાઈ, ઇત્યાદિ; [illegible] ૬|૩ વં. ૭, ૩૫.

૨ [illegible] (જુઓ ૨ [illegible]) કૃ. વિ. નહી માન આપતો, નહી વખાણ-દરકાર કરતો; not honouring or heeding; જુઓ નીચેનો બોલ.

[illegible] (જુઓ [illegible]) વિ. (જરતોશ્તી) ધર્મને માન નહી આપનાર; મજહબની દરકાર નહી કરનાર; not heeding the mandates of the Zoroastrian religion; [illegible] નર. ૧|૧ (૧|૩ ને બદલે) વ. ૧૬, ૧૮; વં. ૧૭, ૧૧.

[illegible] ક્રિ. અ. નીચે; below, down; [illegible] (ગાથા ૩૫) = [illegible] (અવસ્તા ૩૫) = अधस = નીચે, હેઠળ; below, down; [illegible] ય. ૪૪, ૪.

[illegible] (જુઓ ૨ [illegible]) વિ. જુઠું નહી બોલતો-બોલનાર; ઠગાઈ નહી કરતો; not lying; not deceiving; [illegible] ૬|૩ ય. ૧૦, ૮૦.

[illegible] (જુઓ ૧ [illegible]) કૃ. વિ. જુઠું નહી બોલતો, ઠગાઈ નહી કરતો; not telling a lie, not cheating; [illegible] ૬|૧ ઇજ. ૩૧, ૧૫.

[illegible] (=अद्वेष) (જુઓ [illegible]) વિ. બેઆજાર, નહી દુ:ખ દેતો; harmless, not tormenting; [illegible] નર. ૧|૧ ઇજ. ૨૯, ૩.

[illegible] ([illegible]) સા. ના. નાન્ય. બેગુમાની; શકવગરની રાસ્તી (મિલ્સ); doubtlessness (lit.); indubitable truths (M.). [illegible] ૧|૩ ઇ. ૩૧, ૨.

[illegible] (=अध) ક્રિ. અ. ક) અહિંયાં; here; [illegible] વં. ૧, ૪; વં. ૩, ૩૩; વં. ૭, ૭૧; [illegible] વં. ૪, ૪૭; જુઓ [illegible]

ગ) ત્યારે, તે ઉપરથી; then, thereupon; [illegible] વં. ૨૦, ૪; [illegible] (ગાથા) ઇ. ૨૯, ૨. જુઓ [illegible]

[illegible] (= [illegible]) ([illegible] ઉપરથી) શબ્દ. અ. નીચે, તળે; under, below; [illegible] [illegible] (= પગના તળીયાં નીચે) વં. ૮, ૬૯; વં. ૯, ૨૪; [illegible] [illegible] (પગના આંગળાંની નીચે) વં. ૮, ૭૦; વં. ૯, ૨૪. ૨૫; [illegible] [illegible] (પગની નીચે) ય. ૧૭, ૫૫. જુઓ નીચેનો બોલ.

[illegible] (જુઓ [illegible]); સમાસ વિ. જમીનની અંદર રેહેનાર (જીવજન્તુ-પેદાઅશ); (creatures) living under the ground. [illegible] ૧|૩ ય. ૮, ૪૮.

[illegible] (જુઓ [illegible]) વિ. નીચેનાં દેશને લગતો (મેહેર ઇજદ); (Mithra) of lower or nether countries; [illegible] ૨|૧ ય. ૧૦, ૧૪૪.

[illegible] (જુઓ ધા. [illegible], [illegible]) વિ. નહી ઠગાતો, નહી ઠગાઈ જાઅ તેવો, નહી ઠગવા જોગ; undeceivable; orig. [illegible] + [illegible] + [illegible]; [illegible] નર. ૧|૧ ય. ૧૦, ૮૨; ય. ૧૨, ૧.

[illegible] (જુઓ ધા. [illegible], [illegible]) વર્ત. કૃ. વિ. નહી ઠગાતો, ઠગાયા વગરનો; undeceivable; one who is not deceived; [illegible] નર. ૧|૧ ય. ૧૦, ૨૪. ૨૭. ૪૬; [illegible] નર. ૨|૧ ય. ૧૦, ૬૧. ૧૪૧; [illegible] નર. ૮|૧ ય. ૧૦, ૩૧.

[illegible] (જુઓ [illegible] તથા [illegible]) વિ. નહી ઠગાતી અથવા ભુલાવો ખાતી અક્કલ રાખનાર; possessing an undeceivable intellect; [illegible] નર. ૧|૧ ય. ૧૨, ૧.

[illegible] વિશે જુઓ ૧ ધા. [illegible]

[illegible] (=अधर) અધિ. વિ. વધારે નીચેનો-હેઠળનો; lower, nether; [illegible] [illegible] વધારે નીચેનો ઇઆને નીચે ફુકતો પવન; the wind that blows below. નર. ૨|૧ સી. ૨, ૨૨; [illegible] [illegible] (વધારે નીચેના ભાગથી) નર.

પા૧ વં. ૧૪, ૭; [Avestan] [Avestan] નર. ૬।૧ સી. ૧, ૨૨. જુઓ નીચેનો બોલ.

[Avestan] (જુઓ ૨ [Avestan]) જૂ. ફ્ર. વિ. નીચેની-અહીંની (એઆને આએ દુનિયાંની) મુકરર કીધેલી-ઠેરવેલી (બંદગી); [Avestan] [Avestan] with the prayer fixed for this nether (world) નાન્ય. ૩।૧ ય. ૧૦, ૧૧૮.

[Avestan] (જુઓ ધા. [Avestan], [Avestan]) વિ. નહી ઠગાઈવાળું, નહી ઠગતો-ઠગનાર; not deceiving; [Avestan] નર. ૧।૧ ય. ૧, ૧૪; ય. ૧૦. ૧૪૩; [Avestan] [Avestan] નહી ઠગાઈવાળી બંદગી, એઆને ખરાં દિલથી કીધેલી બંદગી; the prayer offered with a sincere heart. નાન્ય. ૧।૧ ય. ૧૧, ૨.

[Avestan] (અર્થ અચોકસ); આપતો નથી (સ્પી. તથા મિલ્સ); ધાતુ [Avestan] (=अद्=ખાવું) ઉપરથી ખાએ (યુ.); (મ્યજદનો) ભાગ લેતો નથી (દાર.); does not give (Sp. & M.); eats (rt. [Avestan]; J.); does not take part (of the Myazda) (D.); [Avestan] આપર. ગાહામ. ૭-૧૨.

[Avestan] (જુઓ [Avestan]) વિ. નહી કાએદાસર-ઘટતું, ગેરવાજબી, નદિરોસ્ત; not proper, not fit; unlawful; unsound; [Avestan] ૨।૧ (ક્રિ. અ.) વં. ૪, ૪૯; [Avestan] નાન્ય. ૬।૩ વી. ૧૫, ૧. જુઓ નીચેનો બોલ.

[Avestan] (જુઓ [Avestan]) વિ. અક્કલ ઠેકાણે નહી તેવું, દેવાનો, હરખાએલો; (a dog) unsound in mind, *i. e.*, mad. [Avestan] [Avestan] [Avestan] (હરખાએલો કુતરો) નર. ૧।૧ વં. ૧૩, ૨૯. ૩૧. ૩૫; [Avestan] ([Avestan]) નર. ૧।૧ વીશતા. ય. ૪૪.

[Avestan] વિરી જુઓ ૧ [Avestan]

[Avestan] ([Avestan] ઉપરથી) (ક્રિ. અ. ક) તે ઉપરથી, તે પછી, ત્યાર પછી; thereupon, afterwards; [Avestan] વં. ૪, ૩. ૪; વં. ૫, ૮. ૯; વં. ૬, ૫૦; વં. ૧૩, ૩૦. ૩૭; વં. ૧૮, ૪૩. ૪૯; ય. ૮, ૩૨; ય. ૧૭, ૧૮.

ખ) ત્યાંહાંથી; from that place; thence; [Avestan] વં. ૮, ૧૦૦-૧૦૩.

ગ) ત્યાંહાં, તે જગોએ; there, in that place; [Avestan] વં. ૧૩, ૧૦. ૧૧.

[Avestan] (જુઓ ધા. [Avestan]) સા. ના. નર. ખોરાક; બખશીશ (દાર.); food; gift (D.); [Avestan] ૧।૩ ય. ૮, ૨૯.

[Avestan] વિ. ના. નર. પાહાડનું નામ; name of a mountain; [Avestan] ૧।૧ ય. ૧૯, ૬.

[Avestan] સા. ના. (અર્થ અચોકસ); અંગવસ્ત્ર; mantle. [Avestan] ૨।૧ ય. ૫, ૧૨૬.

[Avestan] (=अध्वन्) સા. ના. નર. રસ્તો, માર્ગ; way, road; space; પ્રોફે. પૉત્ (Prof. Pott) એ બોલને નીચે મુજબ સમજાવે છેઃ—अधि=ઉપર; ધાતુ इ=જવું; वन् પ્રત્યય; अधि+इ+वन्=अध्वन् (ટુંકું ૩૫)= [Avestan] =જેની ઉપર જઈએ તે, રસ્તો; [Avestan] ૨।૧ વં. ૨, ૧૦. ૧૪. ૧૮. ૨૬. ૩૪; વં. ૧૩, ૧૮; ય. ૮, ૨૩; ય. ૧૨, ૩; [Avestan] ૨।૧ યુ. ૩૪, ૧૩; ઈજ. ૪૪, ૩; [Avestan] ૨।૩ ય. ૧૩, ૫૮.

૧ [Avestan] (=अन्). ઉપ. નહી, વગર, સિવાય; a prefix implying 'negation, privation'; *vide* [Avestan]

૨ [Avestan]=अन्=જીવવું, દમ લેવો; to breathe, to live; જેમકે [Avestan]+[Avestan]=[Avestan] (શરૂઆતનો નીકળી ગયાથી) =દમ લેનાર (અસલ અર્થ); માણસ; [Avestan]+[Avestan]=[Avestan] (શરૂઆતનો [Avestan] નીકળી ગયાથી)=દમ લેવાનો અવયવ, દમ લેવાની ઇન્દ્રિ=નાખ.

૧ [Avestan] (=On) શબ્દ. અ. ઉપર; on; [Avestan] [Avestan] (બાલીન અથવા ખીછાના ઉપર) વં. ૧૮, ૨૬.

૨ [Avestan] ઉપ. નહી, વગર, સિવાય; a prefix implying 'negation, privation'; જુઓ [Avestan]

૩ [Avestan] (=अनेन) દર્શક સર્વનામ ૩।૧ એથી કરીને; with this; *vide* [Avestan]

[Avestan] (જુઓ ૩ ધા. [Avestan]) વર્ત. કૃ. આત્મને. તોજેશ નહી કરતો; not atoning; [Avestan] નર. ૪।૧ વં. ૮, ૧૦૭; વં. ૧૪, ૧૮.

[Avestan] (=अनार्य) વિ. નહી ભલું-ખુનિયાદી; નહી માન આપવા લાએક-નેક; નહી એરયન-ઇરાનને લગતું; પારકા દેશનું; not noble, not respectable; evil; un-Arian; foreign; [Avestan] [Avestan] [Avestan] દેશનો ખરાખીનો—ને લગતો પ્રસાર; દેશમાં પારકાઓના હુમલા (હાઉગ); પારકા રાજકર્તાઓનો જુલમ (દાર.);

વં. ૧, ૧૮; [Avestan] [Avestan] (દેશો જે ઇરાનને લગતાં નહીતે, પારકાં દેશો) ૨/૩ નારી. ૨/૩ ય. ૧૮, ૨; [Avestan] [Avestan] ([Avestan]—ને બદલે) નારી. ૨/૩ ય. ૧૯, ૬૮.

[Avestan] (જુઓ ધા. [Avestan]) ભૂ. કૃ. વિ. નહી કોતરીને ખાંધેલુ, નહી કરડેલું; not gnawed; not nibbled: [Avestan] નારી. ૧/૧ વં. ૭, ૨૯. ૩૩; વં. ૮, ૩૭. ૯૯ ઇત્યાદિ.

[Avestan] (જુઓ ૧ [Avestan] તથા ૧ ધા. [Avestan]) ભૂ. કૃ. વિ. નહી ઠગાએલો; undeceived; [Avestan] નર. ૧/૧ ય. ૧૦, ૫.

[Avestan] (જુઓ ૧ [Avestan] તથા ૧ ધા. [Avestan]) સમાસ ના. નારી. ઠગાઇ--જુઠાઇવગરની હાલત, ઠગાઇથી વેગળાપણું; ખાલેસી; guilelessness; simplicity; [Avestan] ૩/૧ ઈ. ૬૫, ૧૧.

[Avestan] (જુઓ [Avestan]) વિ. કપડાં વગર, કપડાં કાહાડી નાખીને; having stripped off clothing. [Avestan] વં. ૮, ૧૦.

[Avestan] (જુઓ ૧ [Avestan] તથા [Avestan]) વર્ત. કૃ. વિ. વરસાદ નહી વરસતો; not raining; [Avestan] વં. ૬, ૫૦.

[Avestan] (જુઓ [Avestan]) કૃ. વિ. નહી સાંભળતો--સાંભળનાર; not hearing or heeding; [Avestan] નર. ૧/૧ વં. ૩, ૪૦.

[Avestan] (જુઓ [Avestan]) વિ. ખાવા-પીવાને નાલાએક; (water) unfit to drink. [Avestan] ... [Avestan] તે પાણી પીવાને નાલાએક (થાએછે); નારી. ૧/૧ વં. ૬, ૩૧. ૩૪. ૩૭. ૪૦.

[Avestan] (જુઓ ૧ [Avestan] તથા ધા. [Avestan]) ભૂ. કૃ. વિ. આસપાસ–ઉપર નહી પેહેરેલું-વીંટાડેલું; નહી કમ્મર બાંધેલી (અસલ.); સુદરો કુસ્તી નહી પેહેરેલી; વાકેફગારી નહી મેળવેલી; અભ્યાસ નહીકીધેલો; ungirded, not girded up the loins (lit.); not put on the shirt and the sacred thread; not experienced—studied. [Avestan] [Avestan] (દીનનાં કામમાં વાકેફગારી-માહીતી નહી મેળવેલો) નર. ૧/૧ વં. ૧૮, ૧-૪; [Avestan] ૧/૧ વં. ૧૮, ૫૪. ૫૮.

[Avestan] (જુઓ ૧ [Avestan] તથા ધા. [Avestan]) સમાસ. ના. નારી. ઉપર બેસવું (અસલ.); ઓરત સાથે મરદનો સંબંધ-સંજોગ થયા વગર; without sexual intercourse; [Avestan] ૧/૧ વં. ૧૮, ૩૦. ૩૧.

[Avestan] (જુઓ ૧ [Avestan]) વિ. નાપસંદ, અનગમતું, નામુરાદ, મરજી વગરનું, રાજીખુશીનું નહી; unsuccessful, disappointed; unwilling; [Avestan] નર. ૧/૧ ઇજ. ૪૬, ૨; [Avestan] ઇજ. ૨૯, ૯; વં. ૮, ૧૦૦–૧૦૩.

[Avestan] સા. ના. નાન્ય. (અર્થ અચોકસ); દ્વેષ (હારલે તથા મિલ્સ); અવિનાશી (સ્પી. તથા યુ.); ચુપકીડી (હાઉગ); hate (H. and M.); imperishable (Sp. and J.); silence (Haug); [Avestan] ૩/૧ ઇજ. ૪૪, ૧૫.

[Avestan] (જુઓ [Avestan]) વિ. અમર, મરે નહી તેવું; undying; [Avestan] નર. ૧/૩ ય. ૧૦, ૧૨૫.

[Avestan] (જુઓ ૨ [Avestan] તથા [Avestan]) વિ. ખોરાકને લાએક નહી (જગા), ઉજડ (જગા); not fit for food (lit.); (place) not fit for cultivation; barren; [Avestan] ૨/૨ વં. ૧૦, ૧૮.

[Avestan] (જુઓ [Avestan]) વિ. શરૂઆત--છેડાવગરનું; બેહદ; endless, boundless; [Avestan] . . . [Avestan] (બેહદ પેદાએશ) નારી. ૧/૧ ય. ૮, ૪૮; [Avestan] [Avestan]=બેહદ રોશની; અનેરાન રોજ; boundless lights; 30th day of the month, *Anerân*; [Avestan] [Avestan] (બેહદ રોશની) નાન્ય. ૧/૩ વં. ૨, ૪૦; [Avestan] [Avestan] નાન્ય. ૨/૩ વં. ૧૧, ૧. ૨. ૧૦. ૧૩. ૧૬. ૧૯; વં. ૧૯, ૩૫; ઈ. ૧૬, ૬; ય. ૧૨, ૩૫; [Avestan] [Avestan] નાન્ય. ૬/૩; [Avestan](અનેરાન રોજ) આપરં. ગાહામ. ૯. ૧૦; [Avestan] [Avestan] નાન્ય. ૭/૩ ય. ૨૨, ૧૫; [Avestan] [Avestan] [Avestan] in infinite darkness નાન્ય. ૭/૩ ય. ૨૨, ૩૩.

[Avestan] (અર્થ અચોકસ); આપતદઃખથી ઘણોજ થોડા સંકરાસમાં આવી પડેલો (મિલ્સ); ગુનાહમાંથી ઘણોજ મોકળો (સ્પી. તથા યુ.); ઘણોજ સાફ દિલનો–ખાલેસ (હાર.); least straitened by oppressions (M.); most sinless (Sp. & J.); most sincere (D.). [illegible] આફ્રીં. ગાહામ. ૪.

[illegible] (જુઓ ૨ [illegible] તથા [illegible]) વિ. નહી જન્મેલું; હવે પછી જન્મવાનું તે; unborn; yet to come hereafter; [illegible] ૪|૧ વં. ૨૧, ૧.

[illegible] (જુઓ [illegible]) ભૂ. કૃ. વિ. (ભણતી વખતે) વચમાંથી કાંઈ મુકી દીધા વગર; ગફલત નહી કરીને (સ્પી.); અશુદ્ધ ઉચ્ચાર નહી કરીને (હાઉગ); (recited) without omissions; without negligence (Sp.); incorrectly (Haug); [illegible] (૨|૧ ને બદલે) વીસ્પ. ૧૩, ૨; [illegible] નારી. ૧|૧ ઈ. ૧૯, ૫; [illegible] ૭|૧ વીસ્પ. ૧૫, ૨; [illegible] ૨|૩ વીસ્પ. ૧૩, ૨; [illegible] નારી. ૬|૩ ઈ. ૧૯, ૫.

[illegible] (જુઓ [illegible]) ભૂ. કૃ. વિ. (ભણતી વખતે) બીજું વચમાં નહી બોલીને, નકામું કાંઈ નહી ઉમેરીને; ભુલ નહી કરીને (હાઉગ); (recited) without additions; without blunders (Haug). [illegible] (૨|૧ ને બદલે) વી. ૧૩, ૨; [illegible] નારી. ૧|૧ ઈ. ૧૯. ૫; [illegible] ૭|૧ વી. ૧૫, ૨; [illegible] ૨|૩ વી. ૧૩, ૨; [illegible] નારી. ૬|૩ ઈ. ૧૯, ૫.

[illegible] (જુઓ [illegible]) સા. ના. નારી. જે બખાણ કવીતારૂપી એબારતમાં નહી તે, જે બખાણ સાદી એબારત-ગદ્યમાં તે; unmeasured verse; prose composition; [illegible] ૨|૧ હુજ. ૪૬, ૧૭.

[illegible] (જુઓ ૧ [illegible], ૧ [illegible] તથા ૧ [illegible]) ભૂ. કૃ. વિ. મુરાદે નહી પોહોંચેલો, મુરાદ હાસિલ નહી કીધેલી-પામેલી; સુદરો પેહેરયા વગર (દાર.); defeated of one's desire; without putting on the sacred shirt (D.); [illegible] નર. ૧|૧ વં. ૧૮, ૫૪. ૫૮; [illegible] ૨|૧ વીશ્તા. ય. ૨૩.

[illegible] (જુઓ ૧ ધા. [illegible]) વિ. જૂદા થએલું; devoted; [illegible] એકસરખો; the same; alike; [illegible] નર. ૪|૧ ય. ૫, ૮.

[illegible] (જુઓ [illegible]) વિ. દયા વગરનું; having no mercy. [illegible] નર. ६|૧ ય. ૧૩, ૧૩૯.

[illegible] (જુઓ [illegible]) વિ. રાસ્તી-સચ્ચાઇ વગરનું; સીધે-રાસ્ત રસ્તે નહી ચાલનાર; નેકી-સદગુણ વગરનું; void of truthfulness—virtue; going astray from rectitude; [illegible] નર. ૩|૩ ઈ. ૧૨, ૪.

[illegible] (જુઓ [illegible]) વિ. બેકાએદે, ઘટતી રીતે-બાએદે રીતે નહી; contrary to the prescribed rule, improper. [illegible] ૭|૧ (ક્રિ. અ.) ઈ. ६૫, ૯.

[illegible] સા. ના. નારી. નિરપરાધીપણું, નિર્દોષપણું; રાસ્તી; innocence; truthfulness; ધાતુ [illegible]=સં. [illegible]=દુઃખ-આજાર દેવો; to harm; [illegible] + [illegible] + [illegible] + [illegible] = [illegible]; [illegible] ६|૧ ઈ. ૭૦, ૩; વી. ૯, ૨.

[illegible] (જુઓ ૧ [illegible] તથા [illegible]) વર્ત. કૃ. વિ. નહી ઉંઘાતો, ઊંઘાયા વગર; not sleeping; [illegible] નર. ૧|૧ ઈ. ૫૭, ૧૬; ય. ૧૦, ૧૦૩; ય. ૧૧, ૧૧.

[illegible] (જુઓ ૧ [illegible] તથા ૧ [illegible]) વિ. નહી દરેલો, આટો નહી કીધેલો; not ground (as corn); [illegible] આટો કીધા વગરનો જવ-અનાજ; આખો અનાજ; unground corn; [illegible] નર. ६|૩ વં. ૭, ૩૫.

[illegible] ([illegible], [illegible]) (જુઓ [illegible]) વિ. નહી રાસ્ત-સાચ્ચું; નહી અશો-પાક; નાપાક, ખરૂં નહી બોલનાર; not honest—holy—truth-speaking; [illegible] નર. ૧|૧ વં. ૫, ૩૫. ૩૮; વં. ૯, ૫૨. ૫૬; વં. ૨૧, ૧; ય. ૧૦, ૧૩૮; [illegible] ય. ૩, ૧૦; [illegible] નર. ૨|૧ વં. ૪, ૪૯; [illegible] નર. ६|૧ વં. ૧૮, ૧૧. ૧૨; હજ. ૯, ૩૧; [illegible] નર. ૧|૩ વં. ૧૬, ૧૮; વં. ૧૭, ૧૧; [illegible] નર. ६|૩ ય. ૧૩, ૧૦૫.

[illegible] (જુઓ [illegible] તથા ૨ધા. [illegible]) કૃ. વિ. નહી મુરાદ હાસિલ કીધેલું-પામેલું; નહી આબાદ; not prosperous; [illegible] નારી. ૧|૩ ય. ૧૦, ૩૮.

[illegible] (જુઓ [illegible]) વિ. ધણી-સાહેબ વગ-

રહે; acknowledging no lord or master; [illegible] (=[illegible]+[illegible]) ૬|૩ ય. ૧૩, ૧૦૫; [illegible] વીસ્પ. ૧૦, ૨.

[illegible] સા. ના. નારી. (અર્થ અચોક્કસ); બાલનો ઓરો, નજીસાત; hair-wax; uncleanness; [illegible] ૫|૩ વં. ૧૪, ૧૭.

[illegible] વિ. હસતા ચેહેરાવાળી આંખવાળો; (Vayu) with smiling face and eyes; ધા. [illegible], [illegible]=સખ્ત થવું, ગુસ્સે થવું; to be hard—angry; [illegible]+[illegible]+[illegible]=સખ્ત-ગુસ્સે નહી, નરમ; નહી ધ્રુજતી—હીલતી ઇમ્યાને સ્થીર આંખવાળો (દાર.); (Vayu) with untrembling eyes (D.); [illegible] ૮|૧ ય. ૧૫, ૫૪.

૧ [illegible] વિ. અજીત, તાબે નહી થએલો (મિત્ર); unsubdued (M.); [illegible] [illegible] [illegible] નર. ૧|૧ Frag. 9, 1.

૨ [illegible] (જુઓ [illegible]) વિ. દોસ્તી-સલાહ સંપજ નહી રાખતો; દુશ્મની-અનબનાવ રાખનાર; not disposed to peace—friendship; inimical; hostile. [illegible] ૨|૩ ય. ૩, ૧૧; [illegible] ૮|૩ ય. ૩, ૮; [illegible] (દુશ્મની રાખનારાઓમાંના ઘણીજ દુશ્મની રાખનારને) અતિ. વિ. ૨|૧ ય. ૩, ૧૫.

[illegible] (જુઓ [illegible]) સા. ના. નારી. કજીઓ કંકાસ, અનબનાવ, દુશ્મની; unfriendliness, discord, enmity; [illegible] ૨|૧ ઈ. ૧૦, ૫; [illegible] ય. ૧૦, ૨૯.

[illegible] (જુઓ ૩ ધા. [illegible]) ભૂ. કૃ. વિ. નહી આજાર પામેલું, નહી દુઃખી થએલું; not harmed; [illegible] નારી. ૧|૩ ય. ૧૩, ૩૦. ૩૪. ૬૩.

[illegible] (જુઓ ૧ [illegible] તથા ૧ [illegible]) ભૂ. કૃ. વિ. નહી ઠગાએલો; not deceived; [illegible] નર. ૮|૧ ય. ૧૦, ૨૩; Frag. 9, 1.

[illegible] (જુઓ ૧ [illegible] તથા ૧ [illegible]) સમાસ ના. નારી. ઠગાઈ—જુઠાઈ—ફરેબથી વેગળાપણું; પ્રમાણિકપણું; freedom from deceit—lie; veracity. [illegible] ૫|૧ ય. ૧૯, ૩૩; [illegible] ૬|૧ ઈજ. ૭૦, ૩; વી. ૬, ૨.

[illegible] (=[illegible]) (જુઓ ૨ [illegible]) વિ. પાણી વગરનું (જે ખોરાકમાં) પાણી નહી નાખેલું—મેલેલું; (food cooked) without water; [illegible] ૨|૧ વં. ૫, ૫૨.

[illegible] (જુઓ ૨ [illegible]) વિ. પાણી વગરની (જગા); (ground) destitute of water; [illegible] (અતિ. વિ.)=ઘણીજ પાણી વગરની (જગા), (જે જગાએ) મુદ્દલ પાણી નહીં એવી; [illegible] ૪|૧ વં. ૩, ૪. ૨૩.

[illegible] (જુઓ [illegible]) વિ. પાર નહી થઈ શકે તેવું, જેને પ્રાયશ્ચિત્ત નહી તેવું, પ્રાયશ્ચિત્ત કીધા-થીબી છુટકારો નહી થાએ તેવું (કામ); that admits of no atonement; inexpiable. [illegible] નાન્ય. ૨|૧ વં. ૩, ૪૧; [illegible] નાન્ય. ૨|૩ વં. ૧, ૧૨. ૧૭; વં. ૩, ૩૯; વં. ૮, ૨૭.

[illegible] (જુઓ [illegible]) ભૂ. કૃ. વિ. અજમા-એશ પામ્યા વગરનો; નહી કસાએલો-અનુભવિક થએલો; inexperienced (lit.); unfit to practise (the art of healing). [illegible] નર. ૧|૧ વં. ૭, ૩૭.

[illegible] (જુઓ [illegible]) વિ. વિચારી નહી શકાએ તેવું; મનમાં ઉતરી નહી શકે તેવું; inconceivable, not to be seized by thought. [illegible] નારી. ૨|૩ ય. ૧૩, ૩૨.

[illegible] (જુઓ ૧ ધા. [illegible]) કૃ) ભૂ. કૃ. વિ. નહી પંથરાયેલું (અસલ.); નહી રીમન-અપવિત્ર થએલું; not spread (lit.); not infected or polluted; [illegible] નાન્ય. ૨|૧ વં. ૮, ૨૨.

[illegible] (જુઓ [illegible]) સા. ના. નર. તારીફ—વખાણ નહી કરનારો; not a praiser; [illegible] ૧|૧ વં. ૩, ૪૦.

[illegible] (જુઓ ૧ ધા. [illegible]) કૃ) વિ. આલુદગી—રીમની—ગુનાહ વગરનો; બેગુનાહ, પાકસાફ; free from defilement—sin; innocent; pure. [illegible] નર. ૧|૧ આફ્રીન પૈગમ., ૩.

[illegible] સામા. કૃ. નહી ફેલાવા દેવા માટે; not spreading—diffusing; [illegible]=નહી; ધા. [illegible], [illegible]=અપ=ફેલાવું; to spread અથવા બીજી રીતે:—[illegible]=નહી; ધા. [illegible]=અપ=Lat. *Nanc-ire*, Lat. *Nanciscor*=પામવું, પોહોંચવું; to get, to reach; [illegible] ઇજ. ૪૪, ૧૪.

[Avestan] (જુઓ ૧ [Avestan] તથા [Avestan]) વિ. ફ.) નિર્મલ; undefiled, void of impurity; epithet of [Avestan] નારી. ૧૧/ ઈ. ૬૫, ૪; ય. ૫, ૪. ૭. ૯૬; ય. ૧૨, ૨૪; [Avestan] નારી. ૨/૧ વી. ૨, ૭; ઈ. ૬૫, ૬; ય. ૫, ૧. ૯. ૬૨; ય. ૧૩, ૪; નીઆ. ૪, ૯; [Avestan] નારી. ૫, ૦; ય. ૧, ૨૧; [Avestan] નારી. ૮/૧ ૫, ૯.(જુઓ મોઘ)

ખ) નહી ગલીચ-મેલું-ચીમન થએલું; પવિત્ર; પાક; not dirty, not soiled, not polluted; pure; [Avestan] નર. ૧/૧ ય. ૧૦, ૮૮; [Avestan] નાન્ય. ૫/૧ ય. ૧૦, ૮૮; [Avestan] નારી. ૫/૧ ય. ૧૦, ૮૮; [Avestan] ૫/૩ ય. ૮, ૨; ય. ૧૦, ૮૮.

[Avestan] (જુઓ [Avestan] તથા ૧ ધા. [Avestan]) ભૂ. ફ. વિ. બાહાર નહી કાહાડેલું; not brought out; [Avestan] ૨/૩ વં. ૮, ૩૭. ૩૮.

[Avestan] (=अनु=Gr. Ana) ૧. ઉપ. માફકસર, કાએદા-પ્રમાણે; being in suitable proportion or degree. જેમકે [Avestan] કાએદાસર વિચારવું (વં. ૫, ૧૦૫). જુઓ નીચેના બોલો.

૨. શબ્દ. અ. પ્રમાણે, મુજબ; agreeably to, in conformity to; [Avestan] (પોતાની મરજી પ્રમાણે) વં. ૨, ૧૧. ૧૫. ૧૯.

[Avestan] (જુઓ [Avestan] તથા [Avestan]) સમાસ ના. નારી. માફકસર--કાએદાસર બોલવું; speaking in conformity with (the tenets of religion); orig. [Avestan] + [Avestan]; [Avestan] ૪/૧ ય. ૫, ૧૮. ૧૦૫; ય. ૧૬, ૭૯. ૮૪; [Avestan] ૪/૧ ઈજ. ૮, ૭.

[Avestan] (જુઓ ૧ [Avestan] તથા ધા. [Avestan]) ભૂ. ફ. વિ. ફીરેલાંને નહી ફીરેલાં બરાબર નહી કીધેલું, એટલે ગુનાહ કીધા પછી તેની તાજેશ નહી કીધેલી; not reversed what has been done (lit.); not atoned; [Avestan] ૫/૧ વં. ૪, ૨૦. ૨૪. ૨૮. ૩૨. ૩૫. ૩૮. ૪૨, ઇત્યાદિ [Avestan] નાન્ય. ૧/૩ વં ૧૫, ૧.

[Avestan] (જુઓ ૧ [Avestan] તથા [Avestan]) ભૂ. ફ. વિ. (મરદની) નજદીક નહી ગએલી (કન્યા), એટલે જે કન્યાએ દુનિયાનો સંસાર નહી ભોગવેલો તે; (a maid) not gone near (a man) (lit.); (a maid) who has had no carnal knowledge of man. [Avestan]; ([Avestan] ને બદલે) નારી. ૧/૩ ય. ૧૫, ૩૯; ય. ૧૭, ૫૪. ૫૫.

[Avestan] (જુઓ [Avestan]) ભૂ. ફ. વિ. (જે છોકરી) ખાવંદની નજદીક નહી ગએલી, પરણેલી નહી; (a maid) not gone near (a man); unmarried; [Avestan] નારી. ૨/૧ વં. ૧૪, ૧૫.

[Avestan] (જુઓ [Avestan] તથા [Avestan]) વિ. માફકસર ચરબીવાળો, માફકસર ફરબે; being moderately fat or plump; [Avestan] નર. ૬/૧ ય. ૧૦, ૭૦. ૧૨૭; ય. ૧૪, ૧૫.

[Avestan] (જુઓ [Avestan] તથા [Avestan]) વિ. અરદ્વીસુરનાં માંથાનાં તાજના વિશેષણ તરીકે આવે છે; માફકસર કદનું (અંકલે.); જાડું, મ્હોટું (સ્પી.); ગોળ (હારલે); proportional (Ankle.); thick (Sp.); circular (Har.) ... [Avestan] નારી. ૨/૧ ય. ૫, ૧૨૮.

[Avestan] (=अनुमति) (જુઓ [Avestan] તથા [Avestan]) સમાસ ના. નારી. (દીનના) કાએદા પ્રમાણે-મુજબ વિચારવું; thinking in conformity with (the tenets of religion); [Avestan] ૪/૧ ય. ૫, ૧૮. ૧૦૫; ય. ૧૬, ૭૯. ૮૪; [Avestan] ૪/૧ ઈજ. ૮, ૭.

[Avestan] (=[Avestan]) (જુઓ [Avestan] તથા ૧ ધા. [Avestan]) સમાસ ના. નર. માફકસર કદનું પશુ. નાહનું પશુ, ગોસ્પંદ; a quadruped of proportionate size; small cattle; a sheep, a goat; [Avestan] ૨/૧ વં. ૭, ૪૩; [Avestan] ૬/૧ વં. ૨, ૨૪; વં. ૯, ૩૮; [Avestan] ૨/૩ વં. ૧૪, ૧૬; [Avestan] ૬/૩ વં. ૧૮, ૭૦; વં. ૨૨, ૪. ૧૧. ૧૭. ૨૦; ય. ૫, ૨૧; ય. ૨૧, ૫.

[Avestan] (=[Avestan]) (જુઓ [Avestan] તથા [Avestan]) વિ. માફકસર કદના પશુ—ગોસ્પંદનાં જેટલું મ્હોટું (અસલ.); ગોસ્પંદની કીમતનાં જેટલું; of the size or value of small cattle; [Avestan] નર. ૧/૧ વં. ૪, ૪૮.

[Avestan] (જુઓ [Avestan]) વ. ફ. વિ. તંગી-હાજત વગરનું; નહી મુફલેસ-મોહેતાજ; not needy—poor; [Avestan] ૨/૩ વી. ૧૫, ૧.

[illegible] (જુઓ [illegible]) વિ. અસરકારક, કાંમને લાએક; મજબુટ; efficacious, useful, strong; [illegible] (Geld. —[illegible]) નારી. ૧/૩ ય. ૧૩, ૨૬.

[illegible] વિશે જુઓ [illegible]

[illegible] (જુઓ ૩ ધા. [illegible]) ભૂ. કૃ. વિ. જે બાઈડીનાં પેટમાં બચ્ચું બંધાએલું તે, જે બાઈડીને ગર્ભ રહ્યાને ચાર-પાંચ મહીના થએલા તે; (a woman) quick with child ; (a woman that has been pregnant for four or five months); [illegible] [illegible] નારી. ૨/૧ વં. ૧૫, ૮; [illegible] (Wester. and Geld.)

[illegible] (જુઓ ૧ [illegible] તથા [illegible]) વિ. વગર ખુશીએ, મરજી વગર; against one's will; [illegible] નાન્ય. ૨/૧ (ક્રિ. અ.) વં. ૪, ૫૨. ૫૩; વં. ૮, ૨૬; વં. ૯, ૪૧; ઈ. ૫૭, ૧૮.

[illegible] (જુઓ [illegible]) વર્ત. કૃ. વિ. મરજી ઉપરાંત, મરજીની સાંમે થઈને; in spite of oneself; opposed to the will; [illegible] ૨/૧ (ક્રિ. અ.) ય. ૧૭, ૧૯.

[illegible] (જુઓ ૧ [illegible] તથા ૧ ધા. [illegible]) ભૂ. કૃ. વિ. નહી ખોદી કાહાડેલું; not disinterred; [illegible] ૭/૧ વં. ૩, ૩૬-૩૮. જો એને ક્રિ. ગણીએ તો નકાર [illegible] સાથે લેવો પડેછે:—વર્તમાન કાળ આત્મનેપદ ૩/૩.

[illegible] (જુઓ [illegible]) વિ. નહી સાંકડું; નહી તંગ, કુશાદેહ; not narrow ; spacious, roomy; [illegible] ... [illegible] (કુશાદેહ મુકામ) નાન્ય. ૧/૧ ય. ૧૦, ૪૪.

[illegible] (=अन्य=L. Alius) વિ. ૧) બીજું; other in general ; [illegible] ... [illegible] अन्य .... अन्य= એક .... બીજું; (the one .... the other); [illegible] [illegible] એકબીજાથી; (from one another) (વં. ૯, ૮); [illegible] [illegible] એક (જન) બીજાને each one to the other (ઇજ. ૫૩, ૫); [illegible] નર. ૧/૧ વં. ૫, ૯; વં. ૧૩, ૯; ઇજ. ૫૦, ૧; [illegible] ... [illegible] (એક ..., બીજો ..) ઇજ. ૯, ૧૦; [illegible] [illegible] [illegible] [illegible] (જે એમાંનો એક (જન) બીજાનાં રવાનને આસપાસ જોએછે (ય. ૧૩, ૮૪.) [illegible] નર. ૧/૧ વં. ૫, ૯; વં. ૧૩, ૯; ય. ૧૩, ૮૪. [illegible] નર. ૨/૧; [illegible] નારી. ૨/૧ વં. ૬, ૨; [illegible] નાન્ય. ૨/૧ (ક્રિ. અ.) (બીજી રીતિ, જોઈએ તેવી રીતિ નહી, ખોટી રીતે) વં. ૧૮, ૧. ૨. ૩; [illegible] ૩/૧; [illegible] ૪/૧ ય. ૧૭, ૫૮; [illegible] ૬/૧ વં. ૩, ૨૯; વં. ૭, ૫; ય. ૧૩, ૮૪; [illegible] ૧/૨ વં. ૫, ૨૭; [illegible] નર. ૧/૩; [illegible], [illegible] Wester નર. ૧/૩ ય. ૫, ૬૬; [illegible] ૧/૩ વં. ૧, ૨૦; વં. ૧૮, ૩૨. ૩૫. ૪૧. ૪૭; [illegible] નર. ૧/૩ વં. ૧૩, ૪૨. ૪૩; [illegible] [illegible] નર. ૧/૩ વં. ૧૮, ૩૨; [illegible] નારી. ૧/૩ ઈ. ૧૫, ૧૮; [illegible] નારી. ૧/૩ ય. ૧૫, ૫૪; [illegible] નારી. ૧/૩ ય. ૧૭, ૭; [illegible] નર. ૨/૩ ય. ૧૦, ૫૪. ૧૩૫; ઇજ. ૧૫, ૫; [illegible] નર. ૨/૩ ઇજ. ૪૪, ૧૧; [illegible] નારી. ૨/૩; [illegible] નારી. ૨/૩; [illegible] નાન્ય. ૨/૩ ઈ. ૪૪, ૩; [illegible] [illegible] નાન્ય. ૨/૩ ઈ. ૨૨, ૨૪; ય. ૨, ૧; [illegible] ૩/૩ વં. ૫, ૨૨-૨૫; [illegible] ૫/૩ વં. ૫, ૫૬; વં. ૯, ૮. ૨૯. ૩૩-૩૫; ય. ૨૨, ૭; [illegible] ૬/૩ વં. ૧૯, ૨૫. ૩૨. ૩૬ ; ય. ૧, ૩૧; ય. ૩, ૩; ય. ૧૩, ૧૭; [illegible] ૬/૩ વં. ૧૮, ૭૩; [illegible] (=[illegible] + [illegible]) ૬/૩ વં. ૨, ૨૯. ૩૭; વં. ૯, ૩૯; વં. ૧૯, ૨૬. જુઓ નીચેના બોલો.

૨) શબ્દ. અ. સિવાય, જુદું; other than, different from except ; [illegible] [illegible] (મારા સિવાય) વં. ૨, ૧; [illegible] [illegible] (તારા સિવાય) વં. ૨, ૨.

[illegible] ([illegible] ઉપરથી) કૃ) વિ. બીજી રીતની, આએથી જુદી; of a different manner ; different from this ; [illegible] ૨/૧ (ક્રિ. અ.) વં. ૬, ૧.

ખ) વિ. બીજી બાજુથી, બાકીની તરફથી; from other or the rest of the sides ; [illegible] ૨/૧ (ક્રિ. અ.) વં. ૬, ૪૦.

[illegible] (જુઓ [illegible] તથા ધા. [illegible]) વિ. બીજી જગાએથી આવતું; coming from the other side ; [illegible]-[illegible] નર. ૧/૧ વં. ૧૫, ૪૮.

[illegible] ([illegible] ઉપરથી) ક્રિ. અ. બીજે ઠેકાણે અથવા જગાએ; પેલી દુનિયાંમાં; elsewhere ;

in the next world; [Avestan] (Gâthic form) યસ્ન. ૩૫, ૨.

[Avestan] ([Avestan] ઉપરથી) ક્રિ. અ. બીજી રીતે, જુદી રીતે; ઉલટી રીતે; otherwise, in a different way; [Avestan] (=अन्यथा) ય. ૫૧, ૧૦.

[Avestan] (જુઓ [Avestan] તથા [Avestan]) વિ. જુદા મજહબ-તરીકાવાળો; of a different creed or religion; [Avestan] નારી. ૧/૧ વં. ૧૨, ૨૧; [Avestan] નર. ૪/૧ વં. ૧૫, ૨.

[Avestan] (જુઓ ૩ [Avestan]) વિ. જુદાં ઇમાન-એકીન-વાળું વાળો; of a different faith or belief; [Avestan] નારી. ૧/૧ વં. ૧૨, ૨૧; -[Avestan] નર. ૪/૧ વં. ૧૫, ૨.

[Avestan] (=[Avestan]+[Avestan]; જુઓ [Avestan]) સમાસ ના. નારી. (દીનના) કાએદા મુજબ કામ કરવું; acting in conformity with (the tenets of religion); [Avestan] ૪/૧ ય. ૧૯, ૭૮. ૮૪; [Avestan] (Wester. [Avestan]) ૪/૧ ય. ૫, ૧૮; [Avestan] ૪/૧ ઈ. ૮, ૭.

૧ [Avestan] ([Avestan] =आप्= [Avestan]) =પોહોંચવું, જવું, પકડી પાડવું, બનવું; મેળવવું, ફાવવું; પામવું; to go, to reach, to over-reach, to happen; to acquire, to get, to succeed, to overcome; [Avestan] વર્ત. સંરા. પરસ્મૈ. ૧ લો વર્ગ ૩/૧ વં. ૪,૫૪; [Avestan] શક્યા. પરસ્મૈ. ૧/૩ વી. ૨૨,૨; [Avestan] ય. ૪૨,૨; [Avestan] પ્રયો. (શક્યા.રજા પુ.ને બદલે) ય. ૧૯, ૫૦; [Avestan] વર્ત. પરસ્મૈ. ૧/૧ ય. ૧૫, ૪૩; [Avestan] ૩/૧ ય. ૧૪, ૨૦. ૫૭; ય. ૧૦, ૨૧; ય. ૧૭, ૧૯; [Avestan] ઈ. ૩૨, ૧૧; [Avestan] ૩/૩ ઈ. ૫૭, ૨૯; ય. ૧૦, ૨૦; ··· [Avestan] [Avestan] * (છીનવી લીધું) અ. ભૂ. આત્મને. ૩/૩ ઈ. ૩૨. ૯; [Avestan] (હું મેલવું) આજ્ઞા. પરસ્મૈ. ૧/૧ ય. ૫, ૪૨; [Avestan] અ. ભૂ. સંરા. પરસ્મૈ. ૩/૧ ય. ૧૦, ૮૬; [Avestan] વર્ત. કૃ. નર. ૬/૧ ઈ. ૯, ૩૧.

અ) હાંસેલ કરાવવવું, પોહોંચાડવું; (પ્રેરણાર્થનીમતલબે); to cause to obtain or reach (causal); [Avestan] (હમુને બાંધી ઇજજતી હાંસેલ કરાવ-અપાવ) આજ્ઞા. પરસ્મૈ. ૨/૧ ઈ. ૩૩, ૫.

[Avestan]=પકડી પાડવું, પૂઠે લાગીને પકડવું; to overtake; [Avestan] [Avestan] overtake me (મને પકડી પાડ) આજ્ઞા. પરસ્મૈ. ૩/૧ ય. ૧૯, ૨.

[Avestan]=પોહોંચવું; to reach; [Avestan] અ. ભૂ. પરસ્મૈ. ૩/૧ ય. ૮, ૩૮.

[Avestan]=આસપાસ પોહોંચવું; to go round; to encompass; [Avestan] આજ્ઞા. પરસ્મૈ. ૨/૧ ય. ૧૦, ૧૦૫.

[Avestan]) આગળ જવું-પોહોંચવું; to go forward; to reach; [Avestan] (··· [Avestan] ને બદલે) વર્ત. પરસ્મૈ. ૧/૧ ય. ૫, ૬૩.

૨ [Avestan] (= [Avestan]=अप् = Lat. Aqua = [Avestan]) સા. ના. નારી. પાણી; water; [Avestan] ૧/૧ વં. ૨, ૨૪; વં. ૫, ૮. ૨૪. ૧૦૪; વં. ૬, ૩૧. ૩૨. ૩૪. ૩૫. ૩૭. ૩૮. ૪૦; વં. ૨૧, ૩; [Avestan] (૧/૧ ને બદલે) વં. ૭, ૧૬; [Avestan] ૨/૧ વં. ૨, ૨૬; વં. ૩, ૪; વં. ૪, ૫૪. ૫૫; વં. ૫, ૫. ૧૫. ૧૭. ૩૭; વં. ૭, ૨૫. ૭૦. ૭૧. ૭૯; વં. ૯, ૩૩-૩૬. ૪૨; વં. ૧૧, ૧. ૨. ૫. ૯. ૨૨; વં. ૧૮, ૬૫; વં. ૧૯, ૨૨. ૨૬. ૩૫; ઈ. ૨૩, ૧; વી. ૧૧, ૨; ય. ૧૩, ૨૨; ઈ. ૧૯, ૨; ય. ૮, ૨; [Avestan] ૨/૧ વં. ૧૫, ૯. ૧૦; [Avestan] ૩/૧ વં. ૫, ૫૪. ૫૬; વં. ૮, ૩૬. ૧૦૩; વં. ૯, ૩૩-૩૫; [Avestan] Geld. ૪/૧ ય. ૧, ૨૧; [Avestan] ૫/૧ વં. ૩, ૧૬; વં. ૫, ૪૭. ૪૮; વં. ૬, ૨૯. ૩૧. ૩૪. ૩૭. ૪૦; વં. ૮, ૬, ૭; વં. ૯, ૪. ૫; વં. ૧૧, ૧૦. ૧૩; વં. ૧૬, ૩. ૪. વં. ૧૭, ૪; વં. ૧૯, ૫; ઈજ. ૬૫, ૬; ય. ૧૯, ૬૨; [Avestan] ૫/૧ વી. ૭, ૪; [Avestan] ૬/૧ વં. ૬, ૨૭. ૩૦. ૩૨-૩૬. ૩૮. ૩૯; વં. ૧૪, ૧૬; વં. ૧૮, ૭૪; ય. ૧૩; ૮૬; [Avestan] (૭/૧ ની મતલબે) ય. ૧૧, ૪; [Avestan] ૬/૧ વં. ૬, ૫૦; વં. ૨૧, ૪. ૮. ૧૨. ૧૬; [Avestan] (૭/૧ ની મતલબે) વં. ૧૩, ૩૮; વં. ૧૫, ૬, [Avestan] ૬/૧ ઈ. ૧, ૫; [Avestan] Wester. ૭/૧ ય. ૧, ૨૧; [Avestan] ૭/૧ (વં. ૬, ૨૬) જુઓ [Avestan] [Avestan]; ૭/૧ ય. ૮, ૪૩; [Avestan] Geld. ૨/૨ ઈ. ૯, ૪; [Avestan] Geld. ૨/૨ ગેહ ૪, ૫; [Avestan] ૧/૩ વં. ૫, ૧૯; વં. ૮, ૪૧-૬૯; ઈ. ૧૨, ૭; ઈ. ૬૫, ૩. ૭; ય. ૮, ૭; ય. ૧૦, ૧૪; ય. ૧૩, ૬૫. ૭૮; [Avestan] ૧/૩; [Avestan] ૨/૩ વં. ૬, ૩;

* જુઓ ૧ [Avestan] (દૂર, વેગળું, નહી.)

વં.૫,૨૬; વં. ૬, ૨.૩. ૪. ૨૭.૩૨. ૩૫. ૩૮; વં. ૭, ૨૫. ૨૬. ૨૯. ૩૦.૩૨. ૩૩. ૩૪. ૩૫. ૭૪. ૭૫; વં. ૯, ૩૧; વં. ૧૬, ૧૨; વં. ૧૮, ૯; વં. ૧૯, ૨; [illegible] ૨।૩ ઈ. ૩૮, ૩; ઈ. ૬૮,૨૧; [illegible] ૨।૩ વં. ૬, ૬; ઈજ. ૨, ૧૬; વી. ૧૬, ૬; [illegible] ૨।૩ ઈ. ૫, ૧; ઈ. ૩૭, ૧; [illegible] ૪।૩ વં. ૪, ૪૬; વં. ૧૨, ૨. ૪. ૬. ૮. ૧૦. ૧૨. ૧૪. ૧૬. ૧૮. ૨૦; વં. ૧૮, ૭૦. ૭૨; ઈજ. ૬૫, ૧૭; વી. ૧૧, ૧; Frag. 7, 1; [illegible] ૬।૩ વં. ૫, ૨૪; વં. ૬, ૨૯; વં. ૧૨, ૨.૪. ૬. ૮. ૧૦. ૧૨. ૧૪. ૧૬. ૧૮. ૨૦; વં. ૧૩, ૫૧; વં. ૧૮, ૬૩; ય. ૧૩, ૫૩. [illegible] ૬।૩ વં. ૬, ૪૬. ૪૭; ઈ. ૫૨, ૨; ય. ૧૫, ૧; [illegible] ૮।૩ ઈ. ૬૫, ૯; નીઆ. ૩, ૧૧; જુઓ [illegible],

૧ [illegible] (=[illegible]=अप= L. Ab, Abs, Gr. Apo.) ૧ ઉપ.; દૂર, વેગળું; નહી; a prefix implying away, far, negation; *e. g.*, [illegible]=તારીફ કરવાથી દૂર રેહેવું (અસલ અર્થ), ધિક્કારવું. (વં. ૧૯, ૬. ૭); [illegible]=દૂર લઈ જવું (વં. ૫, ૩૮) [illegible] =તદન નાબુદ થઈ જવું (વં. ૮, ૨૧) [illegible]=વધવાથી દૂર રાખવું (અસલ અર્થ); તોડી પાડવું (વં. ૭, ૭૮. ૭૯). કોઈ વખતે એ ઉપસર્ગ ક્રિયાપદથી છુટો પણ આવેછે; જેમકે [illegible] . . . [illegible] (વં. ૯, ૪૯); [illegible] . . . [illegible] (વં. ૮, ૨૧).

૨ શબ્દ. અ. દૂર, સિવાય, બાહાર; away from, apart, except; out of; *e. g.*, [illegible] [illegible] [illegible]; apart from the former two (dogs) =પેહેલા બે (કુતરા) થી દૂર (વં. ૧૫, ૪૮.)

૨ [illegible] (જુઓ ૧ ધા. [illegible]) સા. ના. ખાહેશ, મુરાદ; desire, wish; [illegible] (૨।૧ ને બદલે ય. ૯, ૨૬; [illegible] ૭।૧ ઈજ. ૧૯, ૮.

[illegible] (=[illegible]+[illegible]) (ધા. [illegible]) સા. ના. નારી પોહોંચવું; reaching; [illegible] ૪।૧ ય. ૧૩, ૩૫.

[illegible] (જુઓ [illegible]) ભૂ. કૃ.વિ. વગર અટકાવે અથવા અડચણે; unrestrained; [illegible] નારી. ૧।૩ ય. ૮, ૨૯.

[illegible] (જુઓ [illegible]) ભૂ. કૃ.વિ. નહી માન પામેલો, નહી એસ્તેકબાલ પામેલો; not welcomed, not honoured; [illegible] નર. ૧।૧ ય. ૧, ૩૯.

[illegible] (=[illegible]) (જુઓ [illegible] તથા [illegible]) ભૂ. કૃ. વિ. (ગુનાહથી) પાછો નહી ગએલો (અસલ.); પસ્તાવો અથવા પતેત નહી કીધેલી; not retreated, not moved back (lit.); unatoned; [illegible] ન. ૧।૩ વં. ૧૫, ૧.

[illegible] (જુઓ [illegible]) સમાસ નારી. વગર જાણ-અવલોકણ અથવા તપાસની હાલત; માલુમ પડ્યા વગર; not knowing; nescience; [illegible] ૩।૧ unawares; (adv.); વં. ૧૩, ૧૦. ૧૧. ૪૦.

[illegible] (જુઓ [illegible]) વિ. અખુટ ખોરાકવાળો; provided with inexhaustible food or lustre; અખુટ ચળકાટવાળો; ધા. [illegible] =स्फुर=પ્રકાશવું; to shine; [illegible] નર. ૧।૧ વીરતા. ય. ૨૪, ૩૮.

[illegible] વિ. નહી ઘટનાર-ઓછું થતું; અભ્યાસની જરૂર વગર (દાર.); નહી ભટકતું (મિલ્સ); not decreasing; never wandering (M.); having no need of study (D); [illegible]=सृ=to go; to move; જવું, ગતિમાં રેહેવું; [illegible] . . [illegible] [illegible] (અક્કલ જે નહી ઘટતી-ઓછી થતી) નર. ૨।૧ ઈજ. ૬૨, ૪.

૬ [illegible] (જુઓ ૧ [illegible])વિ. નેમ ચુક્યા વગર મારનાર, ચોકસ નેમ તાકીને મારનાર; *intensive* ક્રિયાપદ બતલાવાને માટે ધાતુ બેવડો થયો છે; striking with aim; hitting; [illegible] [illegible]+[illegible]= [illegible]=નેમ રાખીને ઘણોજ ચોકસ મારનાર, મુદલ નેમ ચુક્યા વગર મારનાર; [illegible]નારી. ૧।૩ ય. ૧૩, ૨૯.

[illegible] (જુઓ ૧ ધા. [illegible]) સા. ના. નર. મુરાદે પોહોંચનાર; મુરાદ પામનાર; પુઠે લાગીને પકડી પાડનાર (દાર.); one who succeeds or gains his desire; an overtaker; એ બોલને, [illegible] નુ ટુકું રૂપ જાણવું; [illegible] ૧।૧ ય. ૧૫, ૪૩.

[illegible] (=[illegible]) (જુઓ ૧ ધા. [illegible] ખ)

વિ. ના. નર. અપઓષ નામનો દેવ જે વાદળાંઓને આસ્માન ઉપરથી જમીન ઉપર આવતાં અટકાવી, તેઓને અતિશય ગરમથી વાદુના આકારમાં પાછા ઉરાડી દેછે. એ તેશ્તરનો દુસ્મન છે.; the Demon of Drought; the antagonist of Tishtrya. He was supposed to keep away the rains, until vanquished by Tishtrya; [illegible] ૧|૧ ય. ૮, ૨૧. ૨૨; [illegible] ૨|૧ ય. ૮, ૨૮; ય. ૧૮, ૨. ૬. (જુઓ મોદી.)

[illegible] (જુઓ ૧ [illegible]) સા. ના. નર. (અર્થ અચોકસ); ક) પીઠ પાછળ ગીબત; કજી આખોર (ગુરતી.); પછવાડેથી બદરિકલ, ખુંધો (દાર.); backbiting; quarrelsome (J.); hump-backed (D). Pehl. [illegible]; [illegible] ૧|૧ વં. ૨, ૨૯. ૩૭.

ખ) ગીબત કરનાર; a back-biter, a slanderer: [illegible] ૫|૧ ય. ૫, ૯૩.

[illegible] (=अवक्रोश) (જુઓ ધા. [illegible]) વિ. પોકારતું; howling; [illegible] નર. ૧|૩ ય. ૫, ૯૫.

[illegible] (જુઓ [illegible]) સા. ના. પાદશાહી ઉપરથી દૂર કરવું; તખ્ત ઉપરથી ઉઠાડી મેલવું, રાજપદભ્રષ્ટ; dethroning; divesting of royal authority; [illegible] ૨|૧ ઈ. ૯, ૨૪.

[illegible] વિ. ના. નારી. મુલકનું નામ; name of a country; [illegible] ૬|૧ ય. ૧૩, ૧૨૭. (જુઓ મોદી.)

[illegible] (=अप-गति) (ધા. ૧ [illegible]) સમાસ ના. નારી. દૂર જતું રેહેવું, દોડાદોડ, નાહાસભાગ; fleeing, flight; [illegible] ૪|૧ ય. ૧૩, ૩૫.

[illegible] સા. ના. એક જાતનું દરદ અથવા બીમારી; name of a disease or distemper; [illegible] ૬|૧ વં. ૨૧, ૨.

[illegible] (જુઓ [illegible]) વિ. જીંદગીથી દૂર (કરવું); depriving (a person) of his life; જુઓ પેહેલવી ઈજ. ૪૬, ૪ ([illegible])

[illegible] (જુઓ ધા. [illegible]) સા. ના. નર. પાણીનું નાળું, પાણીની નેહેર; outlet of water, a channel; [illegible] ૧|૧ ઈજ. ૬૫, ૫; ય. ૧૩, ૬; ય. ૧૯, ૫૬; [illegible] ૨|૧ ય. ૧૫, ૨૭; [illegible] ૨|૩ ય. ૮, ૪૬; [illegible] ૬|૩ ઈજ. ૬૫, ૪; ય. ૫, ૧૦૧; ય. ૧૩, ૭.

[illegible] (જુઓ ધા. [illegible]) સા. ના. નારી. છોડી દેવું; માફી બખશવી; remission, forgiveness; [illegible] ૪|૧ વં. ૫, ૨૬.

[illegible] (જુઓ [illegible]) સા. ના. નાન્ય. પાછલો ભાગ, ગાંડ; પુછડી (દાર.); posteriors, anus; tail (D.); [illegible] ૬|૧ વં. ૭, ૨. ૩. ૫; વં. ૮, ૧૬. ૧૭. ૧૮. ૭૧; વં. ૯, ૨૬.

[illegible] (અર્થ અચોકસ); શીખવું (ગુરતી); સ્પીગલ, હારલે તથા દારમેસ્તેતે-એઓએ એ બોલનો અર્થ કીધોજ નથી; સમજ નથી પડતો કરીને મુકી દીધો છે; learning (Justi).; [illegible] ૨|૧ ય. ૧૯, ૪૨.

[illegible] ([illegible] ઉપરથી) ક) સા. ના. અંત, છેડો; end; [illegible] ૨|૧ ય. ૧૯, ૪૪.

ખ) વિ. ઉપર, ચઢતા દરજાવાળું; high, exalted; [illegible] (અતિ. વિ.) સઉથી ઉપર, સઉથી ચઢતા દરજાનું, દરજામાં સઉથી ઉપર-ચઢતું; highest, most exalted in dignity; [illegible] નર. ૧|૧ ઈ. ૫૭, ૪; ઈ. ૭૦, ૭; [illegible] નર. ૨|૧ ઈ. ૭૧, ૩; ય. ૫, ૫૪; [illegible] નારી. ૨|૧ વં. ૧૯, ૧૪; ઈ. ૨૬, ૨; ય. ૧૩, ૮૦; [illegible] નર. ૬|૧ વી. ૯, ૬; ઈજ. ૧, ૧; [illegible] નારી. ૭|૧ ઈજ. ૫૮, ૮.

[illegible] (જુઓ ધા. [illegible]) સા. ના. નાન્ય. નાબુદ કરવું, દફે કરવું; annihilating, driving away; [illegible] ૬|૧ વં. ૨૧, ૨.

[illegible] (જુઓ ૧ [illegible]) સા. ના. નારી. કાંઈ બનાવનું આવી પડવું, બનાવ, આફત; befalling, accident, calamity; [illegible] ૪|૧ ય. ૧, ૨૪; ઈ. ૬૫, ૧૧.

[illegible] (જુઓ ૨ [illegible]) અતિ. વિ. ઘણોજ દૂર કરવા લાએક (અસલ); ઘણોજ ધિક્કારવા જોગ; most repulsive (lit.); most abominable; orig. [illegible] + [illegible] + [illegible] = [illegible] [illegible] નર. ૬|૧ વન્ત યશ્ત ૧.

[illegible] વિરો જુઓ ધા. [illegible]

[illegible] (=अपर) ([illegible] ઉપરથી) ક) અધિ. વિ. વધારે દૂરનું, પાછળનું, પછવાડેનું, પછીનું; વધારે ઉતરતું, હલકું ; further, posterior, later; lower, inferior.

ખ) અધિ. ક્રિ. અ. પાછળથી, પાછું; later on, back; [illegible] ૨|૧ વં. ૪, ૪૫; વં. ૧૫, ૪૮; [illegible] (ક્રિ. અ.) (ત્યાર પછી) વં. ૮, ૫૮; વં.૯, ૨૧; [illegible] વી. ૨૦. ૩; વી. ૨૧, ૪; ગેહ ૩, ૭; ફ્ર. ૩૧; ૨૦; [illegible] ૫|૧ વીરતા. ય. ૨૯; [illegible] ૬|૧ વી. ૨૧, ૪; [illegible] નારી. ૬|૧ ય. ૧૩, ૧૩૪; [illegible] નર. (બીજા) ૧|૩ ફ્ર. ૯, ૨; [illegible] ૧|૩ ય. ૧૯, ૮૦; [illegible] નારી. ૧|૩ ફ્ર. ૫૨, ૩.

[illegible] (જુઓ [illegible] તથા ધા. [illegible]) વર્તે. કૃ. વિ. નહી મરી જતું ; not dying; [illegible] નર. ૧|૩ ય. ૧૩, ૧૧; [illegible] નર. ૧|૩ ફ્રજ. ૨૩, ૧.

[illegible] (જુઓ [illegible] તથા [illegible]) બ્રુ. કૃ. વિ. પાછળથી અથવા પછવાડેથી જન્મેલો; ન્હાનો; born later on; younger; [illegible] ૬|૧ ય. ૧૩, ૧૨૭.

[illegible] (જુઓ [illegible]) બ્રુ. કૃ. વિ. નહી પારકાને આપેલી (અસલ.); નહી અદરાએલી; (a damsel) not delivered over (lit.) not betrothed; [illegible] નારી ૨|૧ વં. ૧૫, ૯. ૧૧. ૧૩. ૧૫. ૧૮.

[illegible] (જુઓ [illegible] તથા [illegible]) વિ. ઉત્તર પશ્ચિમ દિશા તરફનું, વાયવ્ય દિશાનું; north-westerly; એ બોલ કોઈજ નકલમાં આવેછે; [illegible] ય. ૩, ૧૭.

[illegible] (જુઓ ધા. [illegible]) વિ. કુદતું, નાચતું કુદતું; jumping, dancing; [illegible] ૧|૩ ય. ૫, ૯૫.

[illegible] ના. વિશ્વાસ (દાર.); પુરૂષનું નામ (મોદી); confidence (D.); name of a person (Modi); [illegible] ૬|૧ ય. ૧૯, ૪૨.

[illegible] ક્રિ. અ. પાછું, પાછલી તરફ; back, backwards; [illegible] ય. ૧૦, ૨૦; ય. ૧૪, ૪૯. એનું બીજું રૂપ [illegible] આવેછે.

[illegible] ([illegible]) વિ. ઉત્તર તરફ; northern; એ બોલ બે રીતે સમજાવી શકાએછે: ક) [illegible] =अप=દૂર; far from; [illegible] = [illegible] = રાસીના તારા; a star; [illegible] + [illegible] રાસીના તારાથી દૂર, ઉત્તર દિશા તરફ.

ખ) [illegible] + [illegible] + [illegible] ધા. [illegible] = [illegible] =જવું; to go; [illegible] ૫|૧ વં. ૧૯, ૧; હાદોખ્ત. ય. ૨૫; [illegible] ૭|૧ ય. ય. ૩, ૧૭; [illegible] ૨|૩ વં. ૮, ૨૧; [illegible] ૫|૩ વં. ૮, ૧૬. ૧૭. ૧૮; વં. ૧૯, ૧; [illegible] ૫|૩ વં. ૮, ૭૧; વં. ૯, ૨૬.

[illegible] ([illegible] ઉપરથી) ક્રિ. અ. પછી, ત્યારપછી; afterwards; [illegible] ય. ૧૯, ૪૮.

[illegible] (જુઓ ૧ ધા. [illegible]) સા. ના. નર. અપવિત્રાઈ; બેવકુફી, નાદાની (હાઉગ); અભાવ (સ્પી.); ધિક્કાર, કે જુઓ, મારામારી (યુ.); દુશ્મની (હારલે); નામરદ (દાર.); impurity; stupidity (Haug); enmity (H.); impotent (D.); [illegible] ૧|૧ વં. ૨, ૨૯. ૩૭.

[illegible] (જુઓ [illegible]) કૃ. વિ. નારી. જે બાઈડીને થાનમાં દુધ નહી થએલું તે; not having milk in the breasts (of a woman); [illegible] ૨|૧ વં. ૧૫, ૮; [illegible] ૬|૩ વીશ્તાસ્પ. યશ્ત ૫૦.

[illegible] વિશે જુઓ ૨ ધા. [illegible]

[illegible] (જુઓ [illegible]) વિ. કુળા-હિકમત-તાળમેળ-દગલબાજી વગરનો; ભોળો; free from cunning or duplicity; guileless; [illegible] નર. ૧|૧ ય. ૧૦, ૧૦૫.

[illegible] ([illegible]) (જુઓ [illegible]) વિ. દરીઆ વગરનો (ખોરાક) ખાનાર (અસલ.); નહી તૈયાર કીધેલું ખાનાર; પકાવ્યા વગરનું ખાનાર; બેશરમ-નફ્ફટ ખાનાર (દાર.); (a dog) eating uncooked food; eating without scruple (D.); [illegible] નર. ૧|૧ વં. ૧૩, ૪૭.

[illegible] (= [illegible] = अपुत्र) (જુઓ [illegible] ક) વિ. છોકરાં વગરનું, જેને સુદલ છોકરૂં નહી તે; childless; [illegible] નારી. ૧|૧ વં. ૩, ૨૪; [illegible] નર. ૪|૧ વં. ૪, ૪૭.

ખ) વિ. છોકરાં સાથે, હમેલદાર, જે બાઈડીને પેટમાં બચ્ચું હોય્યે તે ([Avestan]=આ=નજદીક, પાસે; to, near તથા [Avestan]); being with young (as a female), pregnant; [Avestan] નારી. ૨।૧ વ. ૧૫, ૫. ૮. ૪૯. ૫૦.

ગ) સા. ના. હમેલ, પેટમાંનું બચ્ચું; pregnancy; જુઓ નીચેનો બોલ.

[Avestan] (જુઓ [Avestan] ગ તથા ધા. [Avestan]) વિ. નર. ગર્ભને તોડનારો; હમેલને પાડી નાખનારો; destroying pregnancy; [Avestan] વિ. નારી. હમેલ તોડનારી; [Avestan] ૬।૧ ય. ૧૭, ૫૭.

[Avestan] (જુઓ [Avestan]) સા. ના. નાન્ય. "હમેલ છુટવા, વીઆવું, છોકરૂં જનવાની હાલત; delivery; *accouchement*; [Avestan] ૨।૧ વં. ૫; ૪૫; વં. ૭, ૬૦.

[Avestan] (જુઓ [Avestan]) વર્ત. કૃ. વિ. નહી કોહી જતો, નહી વાસ મારતો; never rotting-stinking; [Avestan] નર. ૨।૧ ય. ૧૯, ૧૧. ૮૯ [Avestan] વીશ્તાસ્પ યશ્ત, ૪૫.

[Avestan] (=अवम) ([Avestan] ઉપરથી) ક) અતિ. વિ. સેવટનું, છેક છેડેનું, છેલ્લું; final, last; [Avestan] નર. ૭।૧ ઇજ. ૪૩, ૫; ઇજ. ૫૧, ૯.

ખ) સા. ના. ન. સેવટ, છેડો, અંત; end, close; [Avestan] ૧।૧ ઇજ. ૪૫, ૩; ઇજ. ૫૧, ૧૪; ઈ. ૪૮, ૪

ગ) ક્રિ. અ. આખેરે, સેવટે; સેવટ સુધી; at last, up to the end; [Avestan] ઇજ. ૪૪, ૧૯; [Avestan] ઇજ. ૧૦, ૧૯; ઈ. ૩૦, ૪; ઈ. ૫૩, ૭; ય. ૧, ૨૬.

[Avestan] (જુઓ) [Avestan] ખ) વિ. દુબલું-નબલું નહી થએલાં તનવાળું, બુઢાં નહી થએલાં તનવાળું; not of lean or decrepit body (as animals); [Avestan] ૬।૩ વં. ૨૨, ૪. ૧૧. ૧૭.

[Avestan] (=[Avestan]) (જુઓ [Avestan]) સા. ના. નર. પુરતી ઉમરનું નહી તે (અસલ.); બચ્ચું; one very young (lit.); a child; [Avestan] ૧।૧ વં. ૧૩, ૪૮; [Avestan] ય. ૧૯, ૪૩; [Avestan] ય. ૧૭, ૫૪. ૫૫. જુઓ નીચેનો બોલ.

[Avestan] (=[Avestan]) (જુઓ [Avestan])

ક) સા. ના. નર. બચ્ચું; a child; [Avestan] ૫।૧ વં. ૩, ૩; વં. ૧૫, ૧૫. ૧૬. ૧૮; વં. ૧૬, ૭.-[Avestan] ૧।૧ વં. ૩, ૧૧; [Avestan] ૨।૧ વં. ૯, ૩૮; વં. ૧૩, ૨૩; વં. ૧૫, ૪૮. [Avestan] ૬।૧ ૧૩, ૪૪. ૪૫. ૪૮; વ. ૧૫, ૪૫; વં. ૧૬, ૭; [Avestan] ૬।૩ ઈ. ૨૯, ૯; ઈ. ૬૮, ૧૨.

ખ) વિ. ન્હાની વયનું, કુમળી ઉમરનું; of tender age; [Avestan] [Avestan] નારી. ૧।૧ ઇજ. ૨૩, ૩.

૧ [Avestan] (૧ [Avestan] ઉપરથી) ક્રિ. અ. દૂર, વેગળું; નહી; away, far from; not; જેમકે-[Avestan] ... [Avestan] [Avestan] (તેઓએ લઇ લીધું, છીનવી લીધું); they seized away ઇજ. ૩૨, ૯; ધા. [Avestan]=મેળવવું, હાસેલ કરવું; to acquire.

૨ [Avestan] વિશે જુઓ ૨ [Avestan]

[Avestan] ([Avestan] ઉપરથી) ક્રિ. અ. હવે પછી; hereafter; [Avestan] ઈ. ૯, ૨૪; ઈ. ૧૦, ૧; ય. ૧૩, ૬૪. ૬૫.

[Avestan] (=[Avestan]+[Avestan]+[Avestan]; જુઓ ૧ ધા. [Avestan]) ક્રિ. અ. પછવાડેથી, પછવાડે; backwards, behind; [Avestan] ય. ૧૦, ૪૮; ય. ૧૪, ૬૩.

[Avestan] (૨ [Avestan] ઉપરથી) વિ. પાણીવાળું, પાણી આપનાર; water-giving; [Avestan] નર. ૨।૧ ય. ૭, ૫.

[Avestan] (જુઓ [Avestan] તથા [Avestan])વિ. નહી નાહાસી જવું; not going away—disappearing; [Avestan] નાન્ય. ૨।૧ ય. ૧૩, ૨૯.

[Avestan] (જુઓ ધા. [Avestan]) વર્ત. કૃ. વિ. (ઝાડો) નહી ઉગતાં અથવા વધતાં, ઉગ્યા વગર; without growing (as trees); [Avestan] નારી. ૧।૩ ય. ૧૩, ૫૫.

[Avestan] વિ. પાછો નહી હઠનારો, નહી હારી જાનારો (દાર.); (દુશ્મન ઉપર) એકદમ આગળ ધસારો નહી કરનાર (હારલે); never falling back (D.); not rushing at once (on the enemy) (H.); એ બોલ [Avestan] નામના રાક્ષસનાં વિશેષણ તરીકે આવેછે. [Avestan] નર. ૨।૧ ય. ૧૯, ૪૨.

[illegible] વિ. નહી નુકસાન કરનાર (ધા. [illegible] =નુકસાન કરવું,મારવું); not doing harm; [illegible] નારી. ૨/૧ ય. ૧૩, ૧૦૦.

[illegible] અતિ. વિ. ઓછી ધાંધલ-ધોધાત ગુદલ નહી કરનાર (હારલે); ઘણોજ ધીમો અથવા આસ્તેથી જનાર (દાર.); ગુદલ કજીઆખોર નહી (મુ.); least noisy or fussy (H.); slowest (D.); least querulous (J.); [illegible] નારી. ૧/૩ ય. ૧૩, ૨૬.

[illegible] (જુઓ – તથા ધા. [illegible] ખ) વિ.ખી અથવા મનીનહી નાખતાં–છાંટતાં; સોહોબત કીધા વગર; without emission (lit.); without sexual intercourse; [illegible] ૫/૧ વં. ૧૬, ૧૬.

[illegible] (જુઓ [illegible]) વર્ત. કૃ. વિ. કદી સુકઈ નહી જાએ તેવો (પાણીનો ઝરો), (પાણી) નહી ખુટી પડે તેવો; હમેશાં પાણી દુઝતો; never drying—failing, ever-flowing (as springs of water); [illegible] નારી. ૨/૩ ય. ૧૩, ૧૪.

[illegible] (=[illegible]) (જુઓ [illegible]) વિ. છોકરાં બચ્ચાં વગરનો; childless; [illegible] નર. ૧/૧ ઇજ. ૧૧, ૧. ૩.

[illegible] (જુઓ – તથા ધા. [illegible] ગ) સા. ના. નહી આગળ વધવું–ધસારો કરવો; not proceeding—rushing; [illegible] ૪/૧ ય. ૧૬, ૫૦. Darmes.—Thou mayst never rush (for [illegible]).

[illegible] ([illegible]; જુઓ ધા. [illegible]) સા. ના. નાન્ય. શિખામણ; ઈશ્વર સ્તુતિનું ગાયન (હારલે); ધર્મનાં ફરમાનોનું આશ્કારા કરવું (મિલ્સ); admonition; divine hymn (H.); doctrinal proclamation (M.); [illegible] ૬/૩ ગેહ ૩, ૬. Comp. [illegible], [illegible].

[illegible] ([illegible] જુઓ ધા. [illegible]) સા. ના. શિખવનાર, ઉપદેશ આપનાર; an instructor, a preacher; [illegible] નર. ૧/૧ ઇજ. ૬૨, ૬.

[illegible] વિ. નહી આગળ ચાલવું–જવું–વધવું; not proceeding—progressing; [illegible] આગળ જવું, વધારો; progress; ધા. [illegible]=આગળ જવું; [illegible]+[illegible]+[illegible]=[illegible] (ડુકુ ૨૫); [illegible] નર. ૧/૩ ય. ૧૩, ૫૭.

[illegible] (Geld.-[illegible]) વિ. ખાડામાંથી બાહાર નીકળ્યા વગર (અસલ.); ઝરામાંથી બાહાર વેહેયા વગર (પાણી); (waters) not flowing out from the stream; [illegible] = not; નહી; [illegible]=forward; આગળ, [illegible] એ અવ્યય; [illegible]=ખાડો, ગોહો, બિચર; a cavern, a cave; [illegible] નારી. ૧/૩ ય. ૧૩, ૫૩.

[illegible] (જુઓ ધા. [illegible]) વર્ત. કૃ. વિ. નહી ફીન ફીન થવું (અસલ.), નહી કોહોવું–વાસ મારવું—ખરાબ થઈ જવું; not foaming (lit.); never rotting; [illegible] નર. ૧/૧ વીસ્તા. ય. ૪૫. [illegible] .. [illegible] નર. ૨/૧ ય. ૧૬, ૧૧. ૮૯;

[illegible] (જુઓ [illegible]) સા. ના. નારી. પાકીજગી વગરની હાલત, અપવિત્રાઇ, અધર્મીપણું want of purity, irreligiousness; [illegible] ૩/૧ વીશ્તા. ય. ૩૦

[illegible] (જુઓ [illegible]) વિ. નહી પ્રિય–પ્યારૂં; અનગમતો; unfriendly; જુ ઓ નીચેનો બોલ.

[illegible] (જુઓ [illegible]) સા. ના. નર. નહી પ્યારો જોતી; નાપસંદ—અનગમતો ધર્મની ક્રિયા કરનાર; an unfriendly priest; [illegible] ૧/૩ વીશ્તા. ય. ૧૨.

[illegible]=ભાગ કરવા, પ્રમાણ મુજબ વેહેચી આપવું, માપવું; to measure out, to divide in due proportion; જુઓ નીચેના બોલો.

[illegible] (ધા. [illegible]) સા. ના. નાન્ય. પદ, બેત, મીજાંન, છંદ; a poetic metre or measure; a verse; [illegible] ૧/૩ ઈ. ૧૯, ૧૬. જુઓ નીચેનો બોલ.

[illegible] (જુઓ [illegible]) સા. ના. નાન્ય. બેત, કાફિયો; ઈશ્વર સ્તુતિનું ગાયન (હારલે); a verse, rhyme, metre; divine hymn (H.); [illegible] ૨/૧ ઇજ. ૭૧, ૪; [illegible] ૨/૩ વી. ૧૩, ૨. જુઓ [illegible]

[illegible] (જુઓ ધા. [illegible]) કૃ) સા. ના. બેત, કાફિયો, મીજાંન; metre; [illegible] ૨/૩ ઈ. ૫૭, ૮.

ખ) સા. ના. નારી; ભાગ, કટકો; આંતરડુ (દાર.); a piece, a part; entrails (D.); Pehl. [Avestan] ([Avestan]) [Avestan]; [Avestan] ર|૩ વં. ૧૮, ૭૦.

[Avestan] (જુઓ [Avestan]) વિ. નહી મેહેનતુ; નકામું; not hard-working, not industrious; useless; [Avestan] નર. ૧|૩ ઈ. ૪૯, ૪.

[Avestan] (જુઓ ધા. [Avestan]) સા. ના. નાન્ય. કવીતારૂપી એમારત; કવીતા, બેત; measured verse; [Avestan] નુ બીજુ રૂપ; [Avestan] ૧|૧ ઈ. ૪૬, ૧૭

[Avestan] (અર્થ અચોકસ); નીચે મુજબ સમજાવી શકાએ:— [Avestan]=નહી; [Avestan] (પશુ)=[Avestan]; [Avestan]=ખોવાઈ ગએલું-ચોરાએલું પશું; ૪|૧ નો પ્રત્યય લાગીને છેડેનો [Avestan] નીકળી ગયાથી [Avestan] =ચોરાએલાં-ખોવાએલાં પશુને માટે; for the lost sheep or cattle; (dat. sing.; fr. [Avestan]+[Avestan]) Pehl. [Avestan]; [Avestan] વં. ૧૩, ૧૦. ૧૧.

[Avestan] (જુઓ ૨ [Avestan] તથા [Avestan]) વિ. પાણીનુ મુળ અથવા તોખમ રાખનાર; having the seed or the germ of the waters; [Avestan] નર. ૨|૧ ય. ૮, ૪; [Avestan] નર. ૧|૩ ય. ૧૨, ૨૯; [Avestan] નર. ૨|૩ સીરો. ૨, ૧૩; [Avestan] નર. ૪|૩ ય. ૮, ૪૬. [Avestan] નર. ૬|૩ ય. ૮, ૩૯; સીરો. ૧, ૧૩; [Avestan] નર. ૭|૩ ય. ૮, ૪૫; [Avestan] નર. ૮|૩ વં. ૨૧, ૧૩.

[Avestan] (=[Avestan]) (જુઓ ૨ [Avestan] તથા [Avestan]) સમાસ વિ. પાણી દુઝતો (પાહાડ); પાહાડ જેમાંથી પાણી વેહેતુ; water-flowing; [Avestan] [Avestan] mountains from which the waters flow નર. ૨|૩ ઈજ. ૪૨, ૨.

[Avestan] (જુઓ ૧ [Avestan]) ભૂ. કૃ. વિ. નહી ઝડેલો-છરેલો (અનાજ); not ground-thrashed--husked (as corn); [Avestan] [Avestan] નર. ૬|૩ વં. ૭, ૩૫.

[Avestan] (જુઓ [Avestan]) વિ. નહી છાકટ-કેફી; જાગૃત, હુશિયાર; never intoxicated, vigilant, wakeful; [Avestan] નર. ૧|૧ વં. ૧૯, ૨૦.

[Avestan] (જુઓ [Avestan]) વિ. વગર માથાનો (અસલ); વગર સરદારીનો; without a head (lit.); deprived of authority; [Avestan] Wester. વં. ૨, ૬.

[Avestan] (જુઓ ૨ [Avestan]) સા. ના. ચોકસાઈ, ખાતરી; શક વગરની હાલત; certainty, assuredness; exemption from doubt; [Avestan] ૭|૧ (ક્રિ. અ.) ચોકસ રીતે, ખાતરીથી, ખોલ્લી રીતે; assuredly; openly; ઈ. ૩૩, ૧૩.

[Avestan] સા. ના. નાન્ય. ક) (अभ्र) orig. [Avestan]+[Avestan] keeping or holding water (lit.); a cloud; પાણી રાખનાર (અસલ); વાદળુ; [Avestan] ૧|૩ વં. ૨, ૨૪.

ખ) છુપી જગા, ઉંડો ગાર, ભોયરૂં; a deep cavern or cell; orig. [Avestan]+[Avestan] (a place) where one cannot step in; પગ પોહોંચી નહી શકે તેવું, ઉંડું; જુઓ [Avestan]

[Avestan] (જુઓ [Avestan] ખ) અતિ. વિ. ઘણુંજ ઉંડું— છુપું; ઘણોજ ઉંડો (ગાર); સઉથી અજાએબ જેવું, ઘણુંજ આશ્ચર્યકારક (દાર.); deepest, inaccessible; a deep cavern; most wonderful (D.); [Avestan] ૭|૧ ય. ૫, ૩૪; ય. ૯, ૧૪; ય. ૧૫, ૨૪; ય. ૧૭, ૩૪.

[Avestan] વિરો જુઓ [Avestan]

[Avestan]=अम्=હિમ્મત કરવી; મજબુટ—જોરાવર કરવું; to dare, to brave; to be bold; જુઓ નીચે.

[Avestan] (=अम) (જુઓ ધા. [Avestan]) ક) સા. ના. નર. હિમ્મત; courage; [Avestan] ૧|૧ ય. ૧૪, ૭. ૧૪; [Avestan] ૨|૧ ઈજ. ૨, ૬; ઈજ. ૯, ૧૭; ય. ૧૦, ૩૩; ય. ૧૩, ૪૨; ય. ૧૪, ૬૧; [Avestan] ૨|૧ ય. ૧૪, ૨; [Avestan] ૩|૧ (૭|૧ ની મતલબે) ય. ૧૪, ૩. ૭. ૯. ૧૩. ૧૫. ૧૭. ૨૧. ૨૩. ૨૫. ૨૭; [Avestan] ૩|૧ ઈ. ૫૫, ૩; ઈ. ૫૭, ૩; [Avestan] ૩|૧ ઈ. ૫૭, ૨૩; [Avestan] ૪|૧ ય. ૧૦, ૨૬; વી. ૯, ૪; આફ્. ગાહામ. ૧૪; [Avestan] ૪|૧ ઈ. ૯, ૨૭; [Avestan] ૬|૧ ય. ૧૫, ૫૧; [Avestan] ૬|૧ વં. ૧૮, ૬૪; ઈજ. ૧, ૬; ઈ. ૩, ૮;

ખ) વિ. હિમ્મતવાન, જોરાવર, દલીર; courageous, bold, strong; [Avestan] નારી ૬|૧ ય. ૨૨, ૯; [Avestan] ૨|૩ વીસ્પ. ૩, ૫; ઈજ. ૧૩, ૨. ૩.

[illegible] (જુઓ [illegible] તથા ૧ ધા. [illegible]) વર્ત. કૃ. વિ. નહી વિચારતાં, વિચારયા વગર; without thinking; [illegible] ૬/૧ ય. ૧૦, ૧૦૯.

[illegible] (જુઓ [illegible] તથા ધા. [illegible]) સમાસ. ના. નાન્ય. હિમ્મતથી મારવું, હિમ્મતથી મારવાનું કૌવત; smiting with courage; strength for smiting; [illegible] ૧/૧ ય. ૧૯,૫૪.

[illegible] (જુઓ [illegible] ક તથા ધા. [illegible]) સમાસ વિ. હિમ્મતથી મારનાર; smiting courageously; [illegible] નારી. ૧/૩ ય. ૧૩, ૩૩.

[illegible] સા. ના. નારી. મુફલિસીપણું, ગરીબાઈ, સંપત્તિ વગરની હાલત; want of means; poverty; [illegible]=નહી; not; [illegible]=પુંજી, સંપત્તિ; means, money; [illegible] moneyless; અથવા, બેઅકલીપણું, મુર્ખાઈ; foolishness, senselessness (Sans. माय); પરીશાની, બેકરારી (મિસ); distraction (M.); [illegible] ૬/૧ ઈ. ૭૧, ૧૭.

[illegible] (જુઓ ૨ ધા. [illegible]) વર્ત. કૃ. વિ. નહી યાદ કરતો, નહી ભણતો; not remembering; not reciting; [illegible] નર. ૧/૧ વં. ૧૮, ૫.

[illegible] (=[illegible]=अमवन्त) ([illegible] ઉપરથી) વિ. હિમ્મતવાન, જોરાવર; bold, courageous; [illegible] નર. ૧/૧ ઇ. ૯, ૨૦; ય. ૧૦, ૧૦૦; ય. ૧૨, ૬; ય. ૧૪, ૧૨; ય. ૧૭, ૧૬; [illegible] ૧/૧ વી. ૧૫, ૩; ય. ૧૦, ૬૪. ૧૦૭; ય. ૧૪, ૫૯; આફ્રી. પૈગમ. ૭૨. ૩ (ય. ૨૩, ૨); [illegible] નારી. ૧/૧ (૨/૧ ને બદલે) વં. ૧૯, ૧૮; ઈ. ૬૫, ૩; ય. ૫, ૧૫. ૯૬; વીશ્તા. ય. ૨૨; [illegible] નાન્ય. ૧/૧ ઈ. ૫૭, ૯; [illegible] નર. ૨/૧ ય. ૧૦, ૬. ૨૫. ૧૧૨; ય. ૧૨, ૫; ગેહ ૧, ૬; આફ્રૂ. ૨પિ. ૩; [illegible] નારી. ૨/૧ ઈ. ૨, ૧૪; ઈ. ૬૫, ૧૧; ય. ૫, ૧૫; ય. ૯, ૨; ય. ૧૭, ૧; સીરો. ૨, ૨૫; [illegible] નર. ૬/૧ વી. ૯, ૪; [illegible] નારી. ૬/૧ વી. ૯, ૪; [illegible] નાન્ય. ૬/૧ ય. ૧૦, ૯૬; ય. ૮, ૮; [illegible] નારી. ૮/૧ ય. ૧૭, ૭; [illegible] નારી. ૧/૩ ય. ૧૩, ૨૯; [illegible] ૪/૩ વી. ૯, ૪; [illegible] અવિ. વિ. નારી. ૧/૩ ય. ૧૩, ૬૪; [illegible] અતિ. વિ. નર. ૧/૧ ય. ૧૪, ૩. ૭. ૯. ૧૩. ૧૫. ૧૭. ૨૧. ૨૩. ૨૫. ૨૭; [illegible] નાન્ય. ૧/૧ ય. ૧, ૧; [illegible] નાન્ય. ૨/૧ ય. ૧૦, ૯૬. ૧૩૨.

[illegible] (જુઓ [illegible] તથા [illegible]) વિ. માણસ–વસ્તી વગરનું; વેરાન, ઉજડ; empty of men; depopulated; [illegible] ૨/૩ ય. ૫, ૩૦; ય. ૧૫, ૨૦.

[illegible] (જુઓ [illegible] તથા ૧ [illegible]) વિ. મોત અથવા મરકી વગરનો; free from death or pestilence; [illegible] નર. ૨/૧ આફ્રૂ. પૈગમ. ૭૨. ૭. (ય. ૨૩, ૭.); વીશ્તા. ય. ૨૪.

[illegible] (જુઓ [illegible] તથા ૨ ધા. [illegible]) વિ. જુઠાઈ—દગાઈથી વેગળો; નુકસાન નહી કરનારો (હારલે); જેના જેવો બીજો કોઈ નહી, જેનો જોડો જ નહી (દાર.); free from deceit—guile; incapable of doing harm (H.); incomparable (D.); [illegible] નર. ૨/૧ ય. ૧૦, ૧૪૦.

[illegible] (જુઓ [illegible] તથા ધા. [illegible]) વર્ત. કૃ. વિ. નહી હીલતું, દૃઢ, મક્કમ; not moving; firm, steadfast; [illegible] નારી. ૧/૧ ય. ૧૭, ૧૭; [illegible] નારી. ૬/૧ ય. ૧૩, ૧૩૩; [illegible] ૨/૩ વી. ૭, ૧; [illegible] નારી. ૨/૩ ય. ૧૩, ૩૫.

[illegible] (જુઓ [illegible] તથા [illegible]) સા. ના. નારી. અમરપણું; immortality; [illegible] ૧/૧ ય. ૧૯, ૧૧. ૮૯; [illegible] ૨/૧ ય. ૯, ૯; ય. ૧૦, ૧૨૪; ય. ૧૭, ૨૯.

[illegible] (જુઓ [illegible] તથા [illegible]) વિ. નહી મરણ પામે તેવું, નહી મરણ પામવા જોગ; not perishable; [illegible] ય. ૧૯, ૯૪; it is here (yt. 19, 94.) used as a substantive (immortality).

[illegible] (Pehl. Com. Y. 9, 1.) નહી મરણ પામે તેવું (યુ.); not perishable (J.); [illegible] [illegible] Pehl. Com. Y. 9, 1.

[illegible] (જુઓ [illegible] તથા [illegible]) સા. ના. નારી. અમરપણું; immortality; વિ. ના. નારી. અમરદાદ અમરાસ્પંદ; એ બાણુ કરીને ખોરદાદના જોડીઆ તરીકે તેની સાથે આવેછે, અને આડ-

પાન ઉપર મવક્કીલ છે; Amerdâd Amshâspand presiding over the whole vegetable kingdom; an inseparable companion of Haurvatât (Khordâd). [illegible] ૧।૧ ૬િ. ૫૭, ૨૮; [illegible] ૨।૧ ૬િ. ૧૬, ૩; ૬િ. ૩૪, ૧; ૬િ. ૭૧, ૧૨; ૫. ૨, ૮; [illegible] ૩।૧ ૬િ. ૪૪, ૧૮; [illegible] ૬।૧ ૫. ૨, ૩; [illegible] ૭।૧ ૬િ. ૪૮,૧; [illegible] ૧।૨ ૫. ૧, ૨૫. [illegible] ૧।૨ ૬. ૪૫, ૫; [illegible] ૨।૨ ૬િ. ૬, ૧૭. [illegible] ૨।૨ ૬િ. ૪૪, ૧૭; ૬િ. ૪૫. ૧૦; [illegible] ૨।૨ ૫. ૪, ૧; [illegible] ૬િ. ૩૪, ૧૧. [illegible] ૪।૨ ૬િ. ૧, ૨; ૫. ૨૧, ૭; [illegible] ૬।૨ ૬િ. ૭૦, ૨. [illegible] (Justi) ૬।૨ ૬. ૩૩, ૮. વધારે ખુલાસા માટે જુઓ [illegible]

[illegible] (જુઓ [illegible] તથા [illegible]) ફ. વિ. નહી મરે—નાશ પામે તેવું, નહી મરતું; અમર; never dying; free from death; immortal; [illegible] નર. ૨।૧ ૫. ૧૯, ૧૧. ૮૯ [illegible] નર. ૧।૨ ૫. ૧૯, ૩૨; [illegible] ૨।૨ ૬. ૯, ૪; ૫. ૧૫, ૧૬; [illegible] નારી. ૧।૩ ૫. ૧૯, ૧૨.

[illegible] (જુઓ [illegible] તથા [illegible]) ક) વિ. નહી મરે તેવું, અમર; undying, immortal; [illegible] નાન્ય. ૧।૧ ૫. ૬, ૧; નીઆ. ૧, ૯; [illegible] નાન્ય. ૨।૧ ૬િ. ૨૫, ૪; ૫. ૬, ૧; નીઆ. ૧, ૧૧; [illegible] નર. ૬।૧ ૬. ૯, ૧; ૫. ૧૦, ૫૫; [illegible] નાન્ય. ૬।૧ ૬િત્ર. ૨૨, ૨૪; ૫. ૬, ૧; ૫. ૧૦, ૧૩.

ખ) [illegible] = [illegible] = ઔમર્ગ આબાદી કરનાર, અમર વૃદ્ધિ કરનાર (અસલ.); અમશાસ્પંદ; the Bountiful Immortal; Ameshâspand; Archangel; [illegible] ૨।૧ ૬િત્ર. ૧૩, ૮; ૬િ. ૨૧, ૧૫; ૫. ૨, ૬. ૭. ૮; [illegible] ૧।૩ વં. ૧૯, ૯; ૬િ. ૫૭, ૨૩; ૬. ૬૦, ૬; વી. ૧૧. ૧૨; ૫. ૭, ૩; ૫. ૧૦, ૫૧. ૯૦; ૫. ૧૧, ૧૪; [illegible] ૧।૩ ૫. ૨૪, ૩૨; [illegible] ૨।૩ વં. ૧૯, ૧૩; ૫. ૧૦ ૧૩૯; [illegible] ૨।૩ ૬િ. ૨, ૨; ૬િ. ૬, ૧; ૬િ. ૩૫, ૧. [illegible] ૨।૩ વં. ૧૯, ૧૬; ૬િ. ૨૧, ૨; ૬િ. ૭૦, ૧; ૬િ. ૭૧, ૨; ૫. ૧, ૨૪; ૫. ૬, ૪; ૫. ૧૭, ૧૮; [illegible] ૨।૩ વી. ૩, ૫; ગેહ ૨, ૬; [illegible] ૨।૩ ૬િ. ૩૯, ૩; [illegible] ૨।૩ ૬િ. ૪૨, ૬; [illegible] ૨।૩ ૬. ૧૩, ૩. [illegible] ૪।૩ ૬િ. ૨૧, ૨. [illegible] ૪।૩ વં. ૧૯ ૨૫; ૬િત્ર. ૬૮, ૨૨; વી. ૮, ૧; વી. ૯, ૪; ૫. ૭, ૧; [illegible] ૪।૩ ૬િત્ર. ૪,૨; વી. ૧૧, ૬; [illegible] ૪।૩ ૫. ૪, ૩; [illegible] ૬।૩ વં. ૧૨, ૨. ૪. ૬૫ ૮. ૧૦. ૧૨. ૧૪. ૧૬. ૧૮. ૨૦; વં. ૧૯, ૩૨. ૩૬; ૬િ. ૧, ૨; ૬િ. ૧૪, ૧; ૬િ. ૧૯, ૮; ૬. ૨૬, ૩; વી. ૫, ૧; ૫. ૧, ૩; ૫. ૧૦, ૮૯; ૫. ૧૧, ૧૭. ૨૦; ૫. ૧૩, ૮૧. ૧૫૭; ૫. ૧૯, ૧૫. [illegible] ૮।૩ ૬. ૮, ૩; વી. ૫, ૧; [illegible] ૮।૩ ૬િત્ર. ૧૧, ૧૮; ૬િત્ર. ૫૮, ૫; વી. ૫, ૨.

[illegible] (જુઓ [illegible] તથા [illegible]) ભૂ. કૃ. વિ. હિમ્મતથી મારેલું; smitten with boldness; [illegible] ૨।૧ ૫. ૧૦, ૫૨.

[illegible] (જુઓ [illegible] તથા [illegible]) વિ. મ્યજદ વગરનું, અર્પણ કરવાની ચીજ વગરનું; not offering Myazda or oblation in sacred service; [illegible] ૨।૧ આફ્રિં. ગાહામ. ૭—૧૨.

[illegible] (જુઓ ધા. [illegible]) વર્ત. કૃ. વિ. નહી મરતું; never dying; [illegible] વીરતા. ૫. ૪૫.

[illegible] વિ. ના. નર. એક નામાંકિત પુરૂષનું નામ; name of an illustrious personage; also, the name of a bird, otherwise called [illegible] Sin-muru or Simurgh سيمرغ of the Shâh-Nâmeh. Comp. [illegible]; [illegible] ૬।૧ ૫. ૧૩, ૧૦૯ (જુઓ મોદી).

[illegible] (જુઓ [illegible]) સા. ના. નારી. અપવિત્રાઈ, નજીસાત, ગલીચાઈ; impurity, uncleanness; [illegible] ૩।૧ વં. ૩, ૧૪; વં. ૬, ૩૧. ૩૪. ૩૭. ૪૦; વં. ૭, ૨૪. ૨૫. ૨૭. ૭૫; વં. ૯, ૪૧.

[illegible] (જુઓ [illegible]) Periphrastic Verb અ. ભૂ. પરસ્મૈ. ૩।૩; તેઓ અપવિત્ર થાએ અથવા થએલાં ગણાએ; they become unclean (વં. ૭, ૨૪. ૨૬).

[illegible] વિશે જુઓ [illegible]

[Avestan] (=[Avestan]=अयस्=[Avestan] = Iron) સા. ના. નાન્ય. લોહોડું; iron; પ્રોફે० શાવે (Prof. Chavée એ બોલની ઉત્પત્તિ તથા સમજ નીચે મુજબ આપેછે:—ધા. [Avestan]=दम् તાબે કરવું, જેર કરવું; to subdue; [Avestan] તે અસલ [Avestan]=L. Domare= Fr. Dompter=તાબે કરવું; [Avestan] નીકળી ગયાથી [Avestan] થયું; નકારનો [Avestan] લાગીને [Avestan] પ્રત્યય લાગ્યાથી [Avestan]+[Avestan]+[Avestan]=[Avestan] अयस् ([Avestan] નીકળી ગયાથી)= L. Adamas = Adamant = નહી તાબે થઈ શકે તેવું (અસલ), નહી જેર થઇ શકે તેવી ધ્આને ઘણી કઠણ ધાતુ=લોહોડું; that cannot be subdued (lit.); iron; [Avestan] ૩|૧ ઈ. ૯, ૧૧; ય. ૧૯, ૪૦; [Avestan] ૩|૧ ઈ. ૩૨, ૭; ઈ. ૫૧, ૯; [Avestan] ૪|૧ વં. ૫, ૩૮; [Avestan] ૬|૧ (૫|૧ની મતલબે) ઈ. ૯, ૧૧; ય. ૧૯, ૪૦; [Avestan] ૬|૧ ય. ૧૦, ૯૬; ય. ૧૩, ૩; જુઓ [Avestan], [Avestan]

[Avestan] ([Avestan] ઉપરથી) સા. ના. કે) લોહોડું; iron; જુઓ [Avestan], [Avestan] ઇત્યાદિ નીચેના બોલો.

બ) લોહોડાંની બેરી, જંજીર; irons; chains; [Avestan] ૬|૧ ઈ. ૧૧, ૭.

[Avestan], [Avestan] ([Avestan] ઉપરથી) વિ. લોહોડાંનું, લોહોડાંનું બનાવેલું; made of iron; iron; [Avestan] ૧|૧ વં. ૭, ૭૫; [Avestan] ૨|૧ વં. ૬, ૪૬; વં. ૯, ૧૮; વં. ૧૬, ૬; [Avestan] ૩|૧ ય. ૧૦, ૧૨૯; [Avestan] ૪|૨ વી. ૧૦, ૨; [Avestan] ૨|૩ વી. ૧૧, ૨; ગેહ. ૪, ૫; [Avestan] ૨|૩ ઈ/જ. ૨૨, ૨; [Avestan] ૧|૩ (૮|૩ પુ. તથા મિશ્ર) વી. ૧૨, ૫; [Avestan] ૩|૩ વં. ૪, ૫૦. ૫૧; [Avestan] ૬|૩ ય. ૧૦, ૧૩૧.

[Avestan] (જુઓ [Avestan] તથા [Avestan]) સમાસ વિ. લોહોડાંનાં હથિયારવાળાં; (a boar) with iron weapons; [Avestan]—નર. ૬|૧ ય. ૧૦, ૭૦.

[Avestan] (જુઓ [Avestan] તથા [Avestan]) સમાસ. વિ. લોહોડાંના હાથવાળો (અસલ.); લોહોડાંના આગળા પગવાળો; (a boar) with iron fore-paws; [Avestan] નર. ૬|૧ ય. ૧૦, ૭૦.

[Avestan] (જુઓ [Avestan]) સમાસ. વિ. લોહોડાંની પુછડીવાળો; (a boar) with an iron tail; [Avestan] નર. ૬|૧ ય. ૧૦, ૭૦.

[Avestan] (જુઓ [Avestan]) સમાસ. વિ. લોહોડાંનાં જડબાંવાળો; (a boar) with iron jaws; [Avestan] નર. ૬|૧ ય. ૧૦, ૭૦.

[Avestan] (જુઓ [Avestan]) સમાસ. વિ. લોહોડાંના પગ-પાછલા પગવાળો; (a bore) with iron feet; [Avestan] ૬|૧ ય. ૧૦, ૭૦.

[Avestan] સા. ના. નર. ખેતીનું જાનવર, હળ ખેંચનાર જાનવર (જેમકે ઘોડો, બળદ ઇત્યાદિ); a draught-animal (as a horse, a bullock, &c.); [Avestan]; ([Avestan] Sp.) ગ|ર વં ૧૪, ૧૦.

[Avestan] (જુઓ ધા. [Avestan]) વર્ત. કૃ. વિ. નહી ઇજતો-આરાધના કરતો; (a priest) not performing the *Yaçna*; [Avestan] નર. ૧|૧ વં. ૧૮, ૫.

[Avestan], [Avestan] વિગેરે જુઓ ૧ ધા. ०

[Avestan] (અર્થ અચોકસ) (meaning unsettled); [Avestan] ([Avestan] Sp.) વં. ૧૫, ૪૯.

[Avestan] (= अयन) (જુઓ ૧ ધા. ०) સા. ના. માર્ગ. રસ્તો; જવું, ફરવું હરવું; course, way, going; [Avestan] નારી. ૨|૧ વીસ્પ. ૭, ૨; [Avestan] નર. ૭|૧ ય. ૩, ૪. જુઓ [Avestan]

[Avestan] વિગેરે જુઓ [Avestan]

[Avestan] વિગેરે જુઓ ધા. [Avestan]

[Avestan] (= अयास्य) વિ. ના. દેવ-દરૂજનું નામ; ઉજડતા (દાર.); name of a Dev-Druj; sterility (D); [Avestan] વં. ૨૧, ૧૭. (જુઓ મોદી.)

[Avestan] ([Avestan] ઉપરથી) વિ. દાહાડાને લગતું (અસલ); ગેહ; relating to a day (lit.); division of a day, Geh. [Avestan] ૬|૩ ઈ/જ. ૧, ૧૭; ઈ/જ. ૩, ૧૯; આફ્રિ. ગાહામ. ૧.

[Avestan] (જુઓ ૧ ધા. ०) સા. ના. નાન્ય. દાહાડો; a day; [Avestan] ૨|૧ વં. ૨, ૬૧; [Avestan] (light) ૨|૧ ઈજ. ૪૩, ૭; [Avestan] ઈ. ૪૩, ૨; [Avestan] ૬|૧ ય. ૧, ૧૮; ય. ૧૧, ૫; ઈ. ૫૭, ૩૧; ય. ૮, ૫૪; ય. ૧૦, ૧૧૭; વીશ્તા. ય. ૪૨; [Avestan] ૨|૩ વં. ૮, ૪; ય. ૧, ૧૧; ઈ. ૫૭, ૧૭; જાણવું જે, [Avestan], [Avestan] અને [Avestan] વચ્ચે કોઈ કોઈ ઠેકાણે તફાવત રાખવામાં આવેલો છે, તે એ કે [Avestan], [Avestan] daytime, ઈયાને સુરજ ઉગે ત્યારથી તે સુરજ અસ્ત પાંમે ત્યાંહાં સુધીનો વખત; દિવસનો વખત; [Avestan] ઈઆને સુરજ ઉગ્યાથી શરૂ થતો આખો દાહાડો; the whole day beginning from sunrise; એ તફાવત ઉપર જણાવેલા દાખલાઓ ઉપરથી સેહેજ જણાઈ આવશે. જુઓ [Avestan] [Avestan], [Avestan], [Avestan]

[Avestan] (જુઓ [Avestan] તથા [Avestan]) સા. ના. દાહાડાની સવારી (ઘોડા ઉપર બેસીને કીધેલી) one day's ride (on horseback); [Avestan] [Avestan] ૬|૩ ઈ. ૬૫, ૪; ય. ૫, ૪. ૧૦૧; ય. ૧૩, ૭.

[Avestan] વિશે જુઓ [Avestan]

[Avestan] (જુઓ [Avestan] તથા [Avestan]) વિ. દરદ-બીમારી વગરનો; દરદ-બીમારીથી છુટો-વેગળો; freed from sickness; [Avestan] (૧|૧ ને બદલે) આફ્રી. પેગમ. જરતો. ૭; વીશ્તા. ય. ૪.

[Avestan] (જુઓ [Avestan] તથા [Avestan]) વિ. આરાધના-ઈજશ્નેને લાએકનું નહી; unworthy of adoration-worship; [Avestan] ૨|૧ આફ્રૂં. ગાહામ. ૭; [Avestan] નારી. ૨|૧ ય. ૧૩, ૯૦; [Avestan] નર. ૨|૩ ય. ૧૯, ૮૧.

[Avestan] વિશે જુઓ [Avestan] તથા ૧ ધા. [Avestan]

[Avestan] (Geld. [Avestan]) (= [Avestan], [Avestan]) વિ. ના. નર. અયાથ્રીમ ગાહામબાર; છ ગાહામબારમાંનો ૪ થો ગાહામબાર, જે મેહેર મહીનાના આસ્તાદ રોજે શરૂ થાએછે, અને અનેરાંન રોજે આખરે થાએછે; એ મોસમ ઉપર ચોપગાં જાનવરોમાં બચ્ચાં જનમવાનો જોસ્સો વધારે હોએછે; name of the 4th Gahambar, when the heat of quadrupeds is on the increase. It begins from the 26th and ends with the 30th day of the 7th month, *viz*, Meher. [Avestan] ૨|૧ ગી. ૨, ૨; ઈ. ૨, ૯; [Avestan] ૪|૧ ઈ. ૧, ૯; ઈ. ૩, ૧૧; [Avestan] ૬|૧ વી. ૧, ૨; આફ્રૂં. ગાહામ. ૨. ૧૦.

[Avestan] વિશે જુઓ [Avestan]

[Avestan] વિશે જુઓ ૧ ધા. [Avestan]

[Avestan] વિ. ના. નર. નામાંકિત પુરૂષનું નામ; name of an illustrious personage; [Avestan] ૬|૧ ય. ૧૩, ૧૧૨ (જુઓ મોદી.)

[Avestan] (જુઓ [Avestan] તથા [Avestan]) સમાસ વિ. લોહોડાંની લડાઈની તોપીવાળો અથવા રાખનાર; with helms of iron; [Avestan] નારી. ૨|૩ ય. ૧૩, ૪૫.

[Avestan] ([Avestan]) (જુઓ [Avestan] તથા [Avestan]) સમાસ ના. સાફ કીધેલું — સોજું લોહોડું (અસલ); ચોખ્ખી ધાતુ; purified metal; [Avestan] ૨|૧ વી ૨૦, ૬; ય. ૨, ૭; ય. ૧૭, ૨૦; સીરો. ૨, ૪; [Avestan] ૬|૧ ય. ૨, ૨; સીરો. ૧, ૪

[Avestan] (જુઓ [Avestan] તથા [Avestan]) સમાસ વિ. લોહોડાંનાં હથિયારવાળું; with iron weapons; [Avestan] નારી. ૨|૩ ય. ૧૩, ૪૫.

[Avestan] (જુઓ [Avestan] તથા [Avestan]) સમાસ વિ. લોહોડાંનાં બખ્તરવાળું; with iron armour; [Avestan] નારી. ૨|૩ ય. ૧૩, ૪૫.

[Avestan] (જુઓ [Avestan] તથા [Avestan]) સમાસ વિ. લોહોડું પિગળવાને-ઓતવાને લગતું (કારખાનું); (a foundry) for casting iron into various forms; [Avestan] [Avestan] [Avestan] [Avestan] (=લોહોડું પિગળવાના-ઓતવાનાં કારખાનામાંથી) નર. ૫|૧ વં. ૮, ૮૯.

[Avestan] =[Avestan] ક) જવું; મળવું, મેળવવું, હાંસેલ કરવું; to go; to get, to acquire; [Avestan] (મળે, હાંસેલ થાએ) વર્ત. સંશ. ૫) મો વર્ગ. ૩|૩ ઈજ, ૫૨, [Avestan] કર્મ. અનિ. (pass. aor.) ૩|૧ (એ બોલમાં વર્ગના [Avestan] ની વૃદ્ધિ થઈને પછી pass. aor. ની નીશાની [Avestan] લાગી). ઈજ. ૯, ૩. ૬. ૯. ૧૨

ખ) ભલું ગણવું, માન આપવું; to regard (a person or thing) as good; to revere; [Avestan] વર્ત. સંશ. ૩|૩ Frag. 4, 1.

ગ) ધસીને જવું, ધસારો કરવો, હુમલો કરવો; to rush, to attack ; [Avestan] (ધસારો કરતાં, હુમલો કરતાં) વર્ત. કૃ. જુઓ [Avestan], [Avestan], [Avestan], [Avestan], [Avestan]

[Avestan] = ક) ઉઠવું, સજીવન થવું ; to arise . . . [Avestan] વર્ત. સંશ. ૩|૩ Frag. 4, 3. [Avestan] Wester. [Avestan]) infini. ઈજ. ૪૩, ૧૨ *

ખ) ઉશ્કેરવું, ઉત્તેજન આપવું; to urge, to encourage ; [Avestan] (Wester. [Avestan] infini. ઈજ. ૪૩, ૧૪.†

[Avestan] = સામે જવું-થવું (અસલ); વગોવવું, નિન્દા કરવી; to go against, to oppose (lit.); to calumniate; to vilify; [Avestan] વર્ત. આત્મને. ૨ જો વર્ગ ૩|૧.ઈ. ૪૪, ૧૨.

[Avestan] = ક) બાહાર આવવું, દેખાવ દેવો; to come out, to appear ; [Avestan] (+ [Avestan] [Avestan]) વર્ત. આત્મને. ૩|૩ ઈ. ૪૯, ૩.

ખ) આપવું, અર્પણ કરવું; to give, to dedicate; [Avestan] આ. ભૂ. પરસ્મૈ. ૫) મો વર્ગ ૩|૧ ઈ. ૧૧, ૪; [Avestan] વર્ત. પરસ્મૈ. ૩|૩ ય. ૧૩, ૪૯.

ગ) ભલું ગણવું, માન આપવું; to regard (a person or thing) as good ; to revere. [Avestan] આ. ભૂ. પરસ્મૈ. ૩|૧ ય. ૧૩, ૧૮૯; [Avestan] (= [Avestan] + [Avestan]) ભૂ. કૃ. વિ. નારી. ૧|૩ ય. ૧૩, ૨૫.

૧ [Avestan] વિશે જુઓ [Avestan]

૨ [Avestan] વિ. ના. નર. પુરૂષનું નામ; name of a person ; [Avestan] ૧|૧ ય. ૧૩, ૧૧૦ (જુઆ મોદી).

[Avestan] (meaning unsettled); [Avestan] [Avestan] તમામ કીધા પછી, બજાવ્યા પછી (દાર); after having accomplished (D.) Yt. 24, 5.

[Avestan] વિ. એ બોલ [Avestan] (કીડી) નાં વિશેષણ તરીકે આવેછે; એનો અર્થ ચોકસ ઠર્યો નથી. નીચે મુજબ એના જુદા જુદા અર્થ કરવામાં આવ્યા છેઃ-ક) ચટકો મારનારી, દુઃખ દેનારી; ખ) ટોલાબંદ જનાર. ગ) સીધું નહી તે, ખરાબ, દુષ્ટ; (variously interpreted) — (*a*) stinging, tormenting ; (*b*) going in great numbers ; (*c*) evil, bad. Comp. [Avestan] = રેખા=a line ; Pehl. [Pahlavi]; [Avestan] [Avestan] ૬|૩ વં. ૧૪, ૫

[Avestan] (જુઓ [Avestan] તથા [Avestan]) વિ. વગર સરદારે ; acknowledging no lord [Avestan] નર. ૬|૩ ય. ૧૩, ૧૦૫.

[Avestan] (જુઓ [Avestan], [Avestan] તથા [Avestan] ક) વિ. સરદારની સત્તા કબૂલ નહીકરનાર, ધણીના હોકમને તાબે નહી થનાર ; (a woman) disobedient to her husband ; [Avestan] નારી. ૪|૧ હાદો. નુસ્ક., ૩૯ (ય. ૨૨, ૩૯)

[Avestan] ([Avestan] નું ટુંકું રૂપ; જુઓ તે- બોલ) વિ. કવખતનું ; નઠારો અથવા અપસગન ભરેલો બનાવ (મુસ્તી. તથા હારલે); કાએદાઃ અથવા મુકદમાની ધાસ્તી (પેહેલવી તથા દાર); untimely; unauspicious occurrence (J.&H.); danger of law-suit (Pehl. & D.) [Avestan] (Wester. [Avestan]) ૬|૩ ય. ૧૧, ૫.

[Avestan] (જુઓ [Avestan]) વિ. કવખતનું; વખત સરનું નહી ; રીત-કાએદા મુજબ નહી ; બે-કાએદાનું; અઘટીત. unseasonable ; improper; illegal ; [Avestan] નર. ૨|૧ વં. ૧, ૧૯; [Avestan] નાન્ય. ૨|૩ વં. ૧, ૧૮. ૧૯ ; [Avestan] નાન્ય. ૨|૩ વં. ૩, ૪૦. વીશ્તા ય. ૪૭; [Avestan] વીશ્તા. ય. ૪૮; [Avestan] નાન્ય. ૬|૩ ૧૫; જુઓ નીચેના બોલો.

[Avestan] (જુઓ [Avestan] તથા [Avestan]) સમાસ ના. નાલાએક-ખરાબ વિચાર કરનાર; an evil thinker; [Avestan] નર. ૨|૧ આફ્રિં. ગાહામ. ૧૯; [Avestan] નર ૬|૩ ઈજ. ૬૧, ૪.

[Avestan] (જુઓ [Avestan] તથા [Avestan]) સમાસ ના. નાલાયક-ખરાબસખુન બોલનાર ; an evil speaker [Avestan]

---

* આએઠેકાણે ક્રિયાપદની મતલબ વપરાએલોછે. (હું ઉઠુંછું, તેયાર થાઉંછું.)

† ક્રિયાપદની મતલબે (હું ઉશ્કેરૂં-ઉત્તેજન આપું).

નર. ૨/૧ આકૂરં ગાહામ. ૧૯; [illegible] નર. ૬/૩ ધ્યૅ. ૬૧, ૪.

[illegible] (જુઓ [illegible] તથા [illegible] સમાસ. ના. નાલાયક-ખરાબ કામ કરનાર; an evil-doer; [illegible] નર. ૨/૧ આકૂરં-ગાહામ. ૧૯; [illegible] નર. ૬/૩ ધ્યૅ. ૬૧, ૪.

[illegible] (જુઓ ધા. [illegible]) સા. ના. ખુશાલી વગરની હાલત, દલગીરી; સંકટ, દુઃખ; state of being not joyous; sorrow, affliction, pain; [illegible] ૨/૩ ધ્યૅ. ૪૯, ૧.

[illegible] વિ. ના. ન. એક નામાંકિત પુરૂષનું નામ; name of an illustrious personage; [illegible] ૬/૧ ય. ૧૩, ૧૨૪.

[illegible] (= [illegible] = [illegible]) સા. ના. નર. અદેખાઈ, હસદ; envy, jealousy; [illegible] ૧/૧ હૅ. ૯, ૫; ય. ૧૫, ૧૯.

[illegible] (જુઓ – તથા ધા. [illegible]) વિ. બખીલ, કંજુસ; જરા જરામાં ગુસ્સે થઈ જાએ તેવો (હારલે); stingy, close-fisted; irascible (H.) [illegible] ૧/૩ ય. ૫, ૯૩.

[illegible] (જુઓ [illegible]) સા. ના. નારી. બખીલી કંજુસાઈ; stinginess, avarice; [illegible] ૨/૧ ધ્યૅ. ૬૦, ૫. જુઓ નીચેનો બોલ.

[illegible] (જુઓ [illegible]) વિ. બખીલ, કંજુસ; stingy, niggardly; [illegible] નર. ૧/૧ હૅ. ૬૫, ૮.

[illegible] વિશે જુઓ ૧ ધા. [illegible]

[illegible] = વાસ મારવું, બદબો નીકળવી; to stink, to emit a strong offensive smell; જુઓ [illegible]

[illegible] = अर्ह् = [illegible] = કીમત થવી: લાએક-સજાવાર થવું; માનને લાએક થવું-ગણાવું; to be worth, to become worthy—deserving; to be considered respectable. [illegible] વર્ત. પરસ્મૈ. ૧ લો વર્ગ ૩/૧ ય. ૨૧, ૫. ૬; [illegible] અ. ભૂ. પરસ્મૈ. ૩/૧ હૅ. ૫૦ ૧૦. જુઓ [illegible]

[illegible] વિ. ના. ન. એક નામાંકિત પુરૂષનું નામ; name of an illustrious personage; [illegible] ૬/૧ ય. ૧૩, ૧૧૭. (જુઓ બોદી.)

[illegible] (= [illegible]) (જુઓ ધા. [illegible]) સા. ના. નાન્ય. કીમત, મુલ; value, price; [illegible] ૧/૧ વં. ૭, ૪૧-૪૩; [illegible] ([illegible] કારાંત) ૬/૧ હૅ. ૧૦, ૧૭.

[illegible] વિ. ના. નર. ઈરાનીઓ તરફ સારી લાગણી ધરાવનાર તુરાની એરો મરદનું નામ; name of a beneficent Turanian having strong sympathetic feelings towards the Iranians. [illegible] ૬/૧ ય. ૧૩, ૧૧૩.

[illegible] (= [illegible]) વિ. ના. નર. અરજાસ્પ; Arjâsp. He was a Turanian King and waged war with Gushtâsp and was finally killed by Asfandyâr, the son of Gushtasp. [illegible] ૨/૧ ય. ૫, ૧૦૯; ય. ૧૯, ૮૭; [illegible] ૬/૧ ય. ૧૭, ૫૦. (જુઓ બોદી)

૧ [illegible] – अर्ज – સફેદ થવું; to be white. Comp. Per. [illegible] (tin, lead). જુઓ [illegible], [illegible]

૨ [illegible] પાક કરવું, સ્વચ્છ કરવું; to purify, to clean, to free from pollution.

[illegible] = બરાબર-પૂરતી રીતે પાક કરવું; to purify thoroughly; [illegible] = [illegible] + [illegible] + [illegible]) આજ્ઞા. આત્મને. ૨/૧ હૅ. ૩૩. ૧૨; નીઆ. ૫, ૧.

૨ [illegible] = अर्ज् = સીધું જવું, વાજબી થવું; to go on the right path; to be just; જુઓ [illegible], [illegible], [illegible]

૩ [illegible] = अर्ज् = કામ કરવું, કાંઇ કામ માથે લેવું, કોશેશ કરવી; to do, to undertake, to endeavour; જુઓ [illegible]

[illegible] (૩ ધા. [illegible]) સા. ના. લડાઈ, યુદ્ધ; battle, fight; [illegible] ૨/૧ ય. ૧૦, ૩૬; [illegible] ૭/૧ ય. ૧૦, ૩૬; [illegible] ૫/૩ હૅ. ૫૭, ૧૨.

[illegible] (જુઓ ૧ ધા. [illegible]) સા. ના. નાન્ય. સાંજના ઝળઝળાનો વખત; evening twilight; [illegible] ૭/૩ વં. ૨૬, ૩.

[illegible] (જુઓ ૨ ધા. [illegible]) સા. ના. ભાલો; લડાઇ (દાર.); a spear, a lance; battle (D); [illegible] ૨/૩ ય. ૧૩, ૪૫.

[illegible] (= [illegible], [illegible]) વિ. ના. નાન્ય. 'ખ્વનિરથ' નામનાં કેશ્વરની પશ્ચિમ દિશાએ આવેલાં કેશ્વરનું નામ; the first of the seven Keshvars into which the earth is divided. It is to the west of Khvaniratha, which forms the central region; [illegible] ૨/૧ વં. ૧૯, ૩૯; ય. ૧૦, ૧૫. ૧૩૩; ય. ૧૨, ૯; [illegible] (અરેજહિ કેશ્વરથી) (૫/૧ ની મતલબે) ય. ૧૦, ૬૭; [illegible] (દ્વંદ્વ સમાસ) ૪/૩ વીસ્પ. ૧૦, ૧; વીસ્પ. ૧૧, ૧૭. (જુઓ મોદી.)

[illegible] (= [illegible]) વિ. ના. નર. દોજખના દરવાજા આગળ આવેલા પાહાડનું નામ, જ્યાહાં દેવદરૂજો વસેછે. અસલતો 'અરેજુર' નામનો દેવ હતો જેને ગયોમરદે એ પાહાડ ઉપર મારી નાખ્યો હતો. પાછલથી એ પાહાડનેપણ અરેજુર કેહેવા લાગ્યા. "Name of a mount at the gate of hell, whence the demons rush forth. Arezûra was first the name of a fiend who was killed by Gayomard." [illegible] ૬/૧ વં. ૩, ૭; વં. ૧૯, ૪૪.૪૫. (જુઓ મોદી.)

[illegible] વિ. ના. નર. કોઇ દેવ ઇઆ રાક્ષસનું નામ, જેને કેરશાસ્પે માર્યો હતો; name of a demon or monster, killed by Korshasp. [illegible] ૨/૧ ય. ૧૯, ૪૨.

[illegible] (જુઓ [illegible] તથા [illegible]) જુ. કૃ. વિ. લડાઇ કરવાને માટે નીકળેલી (લશ્કરની હાર); the columns of an army set out for battle. [illegible] ૬/૧ ય. ૧૦, ૩૬.

[illegible] ([illegible] ઉપરથી) વિ. લડાઇને લગતું-નું; (મેદાન); (field) of battle; [illegible] નારી. ૬/૧ ય. ૧૩, ૧૦૭.

[illegible] વિ. ના. નર. એક નામાંકિત પુરૂષનું નામ; name of an illustrious personage; [illegible] (Geld; [illegible]) ૬/૨ ય. ૧૩, ૧૧૫ (જુઓ મોદી).

[illegible] (= ऋत) સા. ના. રાસ્તી, સત્યતા; truth; veracity; એનું બીજું રૂપ [illegible] છે. જુઓ [illegible], [illegible], [illegible].

[illegible] = ऋत = સાચ્ચું બોલવું, વાજબી કેહેવું; to speak the truth or what is just; જુઓ [illegible], ૨ [illegible], [illegible], [illegible], [illegible].

[illegible] (જુઓ [illegible] તથા [illegible]) સમાસ. વિ. એ બોલ 'હમસ્પથમએદિમ' ગાહામબારના વિશેષણ તરીકે આવેછે; ધરમને લગતી ક્રિયાઓ તથા કામોના હીંગામવાળો; દીનનાં કામો કરવાને માટે ઠેરવેલો; અગરજો [illegible] ને સં. कीर्तन સાથે સરખાવ્યે તો એનો અર્થ 'રાસ્તીનાં કીર્તનોને લગતો' ઇઆને "રાસ્તીનાં ગાયનો ગાવાને લગતો" થઇ શકે; consecrated to the works of religion, or dedicated to the singing of divine and moral hymns (Sans. कीर्तन) [illegible] ૨/૧ વી. ૨, ૨; [illegible] ૬/૧ વી. ૧,૨.

[illegible] (= अर्थ) સા. ના. નાન્ય ફાએદો, હાસિલ; ઉપયોગ, મતલબ, ધારણા; રાસ્તી; ઇલાકો, કાંમ; profit, gain, utility, object, intention, truth, connection, concern; [illegible] ૧/૧ વં.૭,૭૧; [illegible] સુષ્ટિ(સંકલ.) ૨/૧ ય. ૫, ૯૦; [illegible] ૬/૧ હ. ૪૪, ૫; [illegible] ૭/૧ ય. ૧૨, ૮; [illegible] ૨/૩ હ. ૩૩, ૮; હ. ૪૩, ૧૩.

[illegible] (= अर्थवन्त) ([illegible] ઉપરથી) વિ. રાસ્ત, સાચ્ચો; truthful, honest, just; જુઓ નીચેનો બોલ.

[illegible] (જુઓ [illegible]) અતિ વિ. રાસ્ત-સાચ્ચા માણસને પ્રણીજ ટેકો-ઉત્તેજન આપનાર; giving the greatest encouragement to a righteous person; [illegible] નર. ૮/૧ ય. ૧૨, ૭.

[illegible] સા. ના. બદનમાંથી નીકળતી નજીસ પ્રવાહી ચીજ, પરસેવો (સ્પી. તથા હારલે); humour of the body (Sp. & H.) [illegible] ૩/૩ ય. ૫, ૯૦.

૧ [illegible] = अर्घ = L. ex-*alt*-are = ઉંચું કરવું, ઉંચો દરજ્જો આપવો, વધારવું; to elevate, to exalt to increase; જુઓ [illegible], [illegible], [illegible]

૨ [illegible] = अर्द = દુઃખ દેવું, જખમ કરવો, ઇજા કરવી; to torment, to wound, to do harm; જુઓ [illegible]

[illegible] (= [illegible]) (જુઓ ૨ ધા. [illegible]) વિ. ના. ઇજા પોહોંચે તેવો (ફટકો) (અસલ અર્થ); દુઃખ થાએ એવી રીતે ફટકો માર્યાથી જે ગુનાહ બાઝે પડે તે ગુનાહનું નામ; અરેદુશ ગુનાહ; (a blow) causing hurt (orig.); name a crime, committed by striking a hurtful blow; *Aredush.* [illegible] ૧/૧ વં. ૪, ૧૭; [illegible] [illegible] ૩/૧ વં. ૪, ૨૬; [illegible] ૬/૩ વં. ૪, ૧૭.

[illegible] (જુઓ ૧ ધા. [illegible]) સા. ના. નર. ક) ક્રિયાની ભેટ-અર્પણ, બક્ષેશ; that which is dedicated; an offering, a gift. [illegible] ૬/૧ ય. ૫૦, ૮; [illegible] (આરાધનાનાં ગાથનો) ૨/૩ ય. ૫૦, ૪.

ખ) ક્રિયાની ભેટ આપનાર, આરાધના કરનાર બક્ષેશ કરનાર, સખી; one who dedicates an oblation in worship; a offerer; a bestower; [illegible] ૧/૧ ય. ૪૩, ૩; ય. ૪૬, ૯; ય. ૧૦, ૬૫; [illegible] ૪/૧ ય. ૫, ૧૯; ય. ૯, ૫; ય. ૧૫, ૧; [illegible] ૧/૩ ય. ૩૪, ૭; [illegible] ૨/૩ ય. ૪૮, ૮; [illegible] નારી. ૨/૩ ય. ૧૩, ૩૨. ૭૫; [illegible] નર. ૩/૩ ય. ૪૬, ૧૬; [illegible] ૬/૩ ય. ૧૦, ૬૫.

[illegible] વિ. ના. નારી. અરેદ્વીસૂર નામની નદી, જે 'હુકર' નામના પાહાડમાંથી નીકળેછે; name of the well-known Iranian river *Aredviçûra*, rising from Mount Hukairya and falling into the sea *Vourukasha* Pehl. [illegible], [illegible], [illegible]; [illegible] [illegible] [illegible] (અરેદ્વી (સૂર) નદી) ૧/૧ વં. ૭, ૧૬; [illegible] [illegible] [illegible] ૨/૧ વી. ૨, ૭; ઇજ. ૬૫, ૧; [illegible] [illegible] [illegible] ૬/૧ વી. ૧, ૫; [illegible] [illegible] ૬/૧ વં. ૨, ૨૨; [illegible] [illegible] [illegible] ૮/૧ ય. ૫, ૯.

[illegible] (= अर्ध) સા. ના. નર. અરધું (અસલ.); મધ્ય; બાજુ, તરફ; half (lit.); side, direction; પ્રોફે. બેન્ફી Prof. Benfey એ બોલની ઉત્પત્તિ નીચે મુજબ જણાવેછેઃ- [illegible] = નહી, [illegible] = वृध = વધવું; to grow, to increase; [illegible] + [illegible] + [illegible] = [illegible] = વધેલું નહી તે (અસલ.); not grown (lit.); [illegible] ૨/૧ વં. ૫, ૧૯; વં. ૬, ૪૩; વં. ૯, ૨૯. ૩૩. ૩૪. ૩૫; ય. ૧૭, ૬૦; ય. ૧૦, ૧૦૦; [illegible] ૭/૧ ય. ૧૦, ૧૨૬.

[illegible] Wester. વિ. ના. નર. પાહાડનું નામ, જેની ઉપર મીનોચેહેર જનમ્યો હતો; name of the mountain on which Minocheher was born; [illegible] ૬/૧ ય. ૧૯, ૧ (Geld—[illegible]); જુઓ મોદી.

[illegible] (જુઓ ધા. [illegible]) સા. ના. નારી. કીર્તિ; ફરજ (ऋण મિલ્સ); રીત (હારલે); glory; duty (M.); manner (H.); [illegible] ૧/૧ ય. ૧૯, ૧૭; મિલ્સ તથા હારલે એ બોલને ૭/૧ માં લેછે. Geld. [illegible]

[illegible] વિ. પોતાની ફરજ-કરજ અદા કરનાર (સં. ऋण=કરજ, ફરજ; [illegible]=અદા કરવું); ગુનેહગારને શોધી કાઢનાર-જાહેર કરનાર (ઉવીન્દીશમેન); લડવૈયાઓને ઉસકેરનાર (હારલે); રસ્તો દેખાડનાર (દાર.); discharging one's duty--debt (Sans. ऋण duty, debt; rt. [illegible]=to discharge); finding out the guilty (Windis.); inciting the warriors (H.); showing the way (D.); [illegible] નર. ૨/૧ ય. ૧૦, ૩૫.

[illegible] (જુઓ ધા. [illegible]) સા. ના. નર. ઘોડાની શરતનું મેદાન; race-course; [illegible] (Wester. [illegible]) ૨/૧ ય. ૯, ૨૨.

[illegible] (=[illegible]) વિ. ના. નારી. જમશીદ પાદશાહની બેહનનું નામ, અર્જવાજ; જમશીદ પાદશાહની છોકરીનું નામ (મોહલ તથા દારમે); name of one of the sisters of King Jamsheed; name of one of daughters of King Jamsheed (Mohl & Dar.). She and her sister ([illegible]) fell into the hands of Zohâk, when he conquered Yima (Jamsheed), and were delivered by Faridoon.

[illegible] (૨/૧ ને બદલે) ય. ૫, ૩૪; ય. ૯, ૧૪; ય. ૧૫, ૨૪.

[illegible] વિશે જુઓ [illegible]

[illegible] સા. ના. બાજુ, હાથ; the arm; જુઓ નીચેનો બોલ.

[illegible] (જુઓ [illegible] તથા [illegible]) વિ. હાથથી (ઘુમાવીને) ફેંકેલો (પત્થર); (a stone) flung from the arm; [illegible] (હાથથી (ઘુમાવીને) ફેંકેલા પત્થરો (તે પાદશાહને) નુકસાન નહી કરે) the stones flung from the arm shall not wound (the sovereign) નર. ૧/૧(૧/૩ ને બદલે) ય. ૧૩, ૭૨.

[illegible] =ऋष्=જખમ કરવો, દુઃખ દેવું; to wound, to harm; [illegible] વર્ત. કૃ. વિ. નર. ૨/૧ ય. ૧૫, ૫૦; વચમાંનો ॰ તે અસલ [illegible] હતો); [illegible] નર. ૧/૩ ઈ. ૫૨, ૨.

[illegible] ([illegible]નુ ગાથા૩૫); અસલમાં [illegible] (જુઓ એ બોલો); સા. ના. નાન્ય. દાહાડાનું મધ્ય-વચમાંનો ભાગ, બપોર; mid-day, noon; [illegible] ૨/૩ ઈ. ૪૮, ૫.

[illegible] ([illegible] ઉપરથી) નામ સાધિત વર્ત. કૃ.(Denom. pres. partic.); લડાઈકરતું; fighting; [illegible] નારી. ૧/૩ ય. ૧૩, ૩૩.

[illegible] (=[illegible] + [illegible] જુઓ એ બોલો) (=*[illegible]) સમાસ વિ. એકાંત જગાએ બેસતો-બેઠેલો. એ બોલ 'આતરા'ના વિશેષણ તરીકે આવેછે; sitting in a retired or sequestered place; [illegible] (એકાંત જગાએ બેઠેલા દોસ્તનેમાટે) નર. ૪/૧ ઈ. ૬૬, ૮.

[illegible] (= [illegible] + [illegible] જુઓ એ બોલો) (= [illegible], [illegible]); સમાસ વિ. થંભ ઉભું રેહેતું, સ્થીર (પાણી); standing motionless, stagnant(water); [illegible] નારી. ૨/૧ ય. ૯, ૨; [illegible] નારી. ૬/૧ વં. ૬, ૩૦; [illegible] નારી. ૧/૩ ય. ૮, ૪૧; [illegible] નારી. ૨/૩ ઈજ. ૬૮, ૬;

* વળી એજ બોલ પેહેલવીમાં [illegible] નેમાટે બી આવેછે.

[illegible] (તેણીએ બીજી નદીઓને સ્થીર ઉભીઆને વેહેતી બંધ કીધી) ય. ૫, ૭૮.

૧ [illegible] (= वर्षिन्, वृषन्) (જુઓ ધા. [illegible]) orig. [illegible]; ક) સા. ના. નર. નર (માદાથી ઉલટું); જાનવરોની નર જાતી બતલાવાને માટે એ બોલ આવે છે; male; the word used to denote the *male sex* of animals; *e.g.*, [illegible] ઘોડો a male horse; [illegible] ઉંટ he-camel; [illegible] = બલદ; a bull; [illegible] ૧/૧ ય. ૧૪, ૩૧; [illegible] ૬/૧ વં. ૧૪, ૧૧; વં. ૯, ૩૭; ય. ૧૦, ૭૦; ય. ૧૪, ૧૫; ય. ૧૭, ૫૫; [illegible] (॰ કારાંત) ૬/૧ ય. ૧૪, ૭; [illegible] (four horses) ૨/૩ ય. ૫, ૧૨૦; [illegible] ૬/૩ વં. ૨૨, ૨૦; ય. ૫, ૨૧. ૨૫. ૨૯. ૩૩; જુઓ [illegible]

ખ) સા. ના. નર. મરદ (ઓરતથી ઉલટું); man, a he (not feminine); [illegible] ૧/૧ વં. ૮, ૩૨; [illegible] (॰ કારાંત) પારકા મરદને માટે ૪/૧ ય. ૧૭, ૫૮; [illegible] ૬/૧ વં. ૩, ૨૪. [illegible] ૧/૩ વં. ૧૮, ૩૧; [illegible] ૧/૩ વં. ૧૮, ૩૨. ૩૫. ૪૧. ૪૭; [illegible] ૬/૩ વં. ૭, ૧૯; વં. ૧૮, ૩૩. ૩૮. ૩૯. ૪૦. ૪૫. ૪૯. ૫૩. ૫૪; ઈજ. ૬૫, ૨; ય. ૫, ૨; ય. ૧૪, ૧૨.

ગ) વિ. બાહાદુર, દલીર; brave, valiant; [illegible] નર. ૧/૧ ય. ૧૦, ૮૬; ય. ૫, ૪૯; ય. ૯, ૨૧; ય. ૧૫, ૩૨; ય. ૧૭, ૪૧; [illegible] નર. ૨/૧ ય. ૧૯, ૫૨.

૨ [illegible] (=[illegible]) વિ. ના. નર. કેકાઉસનો ભાઈ (દાર.); brother of Kai Kaus (D.).; He has been compared with Noldeke with the Erekhsha of yt. 8, 6. [illegible] ૨/૧ ય. ૧૯, ૭૧; [illegible] ૬/૧ ય. ૧૩, ૧૩૨; (જુઓ મોદી).

[illegible] (જુઓ [illegible] તથા [illegible]) ક સમાસ. કૃ. વિ. સાચો બોલેલો (સજ્જન); truthfully spoken, veraciously uttered; [illegible] નર. ૧/૧ ઈ. ૬૦, ૫; ય. ૧૧, ૩; [illegible] ૨/૧ ઈ. ૭, ૨૬; [illegible] ૬/૧ ઈ. ૮, ૧; [illegible] ૧/૩

૪. ૧૦, ૧૮; [Avestan] ૨|૩ ઈ. ૭૧, ૧૦; વી. ૭,૧; વી. ૨૦, ૧; ય. ૫, ૭૭; [Avestan] ૫|૩ ઈ. ૧૬, ૧; વી. ૬, ૧; ય. ૩, ૧૮; [Avestan] ૬|૩ વી. ૧૨. ૩.

ખ) સા. ના. સાચ્ચો બોલેલો સખુન; a word truthfully spoken. [Avestan] ૨|૧ વી. ૧૩, ૧; *variant;* [Avestan]

[Avestan] (જુઓ [Avestan] તથા [Avestan]) સમાસ. વિ. મરદાંનગી આપનાર-ઉત્પન્ન કરનાર; બેહેરાંમ ઇજદની ખાસિયત તરીકે આવેછે; yielding or producing virility. [Avestan] ૨|૧ ય. ૧૪, ૨૮. ૩૦. ૩૨.

[Avestan] વિ૦ જુઓ ૨ [Avestan]

[Avestan] ([Avestan] ક ઉપરથી) વિ. નારી. હમેલદાર, પેટમાં બચ્ચાં સાથે; (a mare) male-mated; pregnant, big;-[Avestan] (દશ હમેલદાર ઘોડી ten mares male-mated) ૨|૩ ઈ. ૪૪, ૧૮.

[Avestan] (Geld. -[Avestan]) ([Avestan] તથા [Avestan]) સમાસ. ના. નાન્ય. નેક મનશ્ની, રાસ્ત વિચાર; a good or correct thought ; [Avestan] ૩|૧ ઈ. ૧૯, ૧૭.

[Avestan] વિ.ના.ન. એક નામાંકિત પુરૂષનું નામ; name of an illustrious personage; [Avestan] ૬|૧ ય. ૧૩, ૧૦૮; (જુઓ મેાદી.)

[Avestan] (Geld [Avestan]) ક) સમાસ ના. નાન્ય. નેક ગવરની, સાચ્ચો સખુન; a truthful word; [Avestan] ૨|૧ ય. ૩, ૨; [Avestan] ૩|૧ ઈ. ૧૯, ૧૭.

ખ) સમાસ વિ. સાચ્ચા સખુનવાળો, રાસ્ત સખુન બોલનાર; truth-speaking; [Avestan] નર. ૧|૧ વં. ૯, ૨; [Avestan]-નર. ૨|૧ ય. ૧૦, ૭; [Avestan] (= [Avestan] + [Avestan]) most veracious in speech અતિ. વિ. નર. ૨|૧ વીસ્પ. ૩, ૧; [Avestan] નર. ૧|૩ આફ્રરં. આહમ. ૮; [Avestan] નર. ૨|૩ વી. ૩, ૫; ઈ. ૧૩, ૩; જાણવું જે, [Avestan], [Avestan] એ પ્રમાણે બેહુ રીતનાં લખાણ મળે છે.

[Avestan] (Geld. — [Avestan] જુઓ [Avestan]) સમાસ ના. નાન્ય. નેક કુનશ્ની, રાસ્ત કામ; a righteous action; [Avestan] ૩|૧ ઈ. ૧૯, ૧૭.

[Avestan] (જુઓ ૨ [Avestan]) વિ. સાચ્ચું, ખરૂં ; righteous, truthful; જુઓ [Avestan], [Avestan], [Avestan], ૧ [Avestan], [Avestan]; [Avestan]; [Avestan]

[Avestan] (= [Avestan], [Avestan]) (જુઓ [Avestan]) ક વિ. ના. નારી. આસ્તાદ ઇજદ; રાસ્તી-ઇનસાફની ઉપરનો મવક્કેલ ફરેશ્તો; Ashtâd Yazad, angel presiding over truthfulness and justice. [Avestan] ૨|૧ ઇજ. ૨, ૭; ય. ૧૦, ૧૩૯; ગેહ. ૫, ૭; સી. ૨, ૨૬; [Avestan] ૨|૧ ય. ૨, ૧૦; ય. ૧૩, ૧૮; [Avestan] ૬|૧ ય. ૧૨, ૧૬; સી. ૧, ૨૬; [Avestan] ૬|૧ ઈ. ૧; ૭; ૪. ૩, ૯; ય. ૨, ૫; ય. ૧૨, ૪૦.

ખ) સા. ના. નારી. રાસ્તી, સત્યતા, ઇનસાફ, truth, justice, honesty; [Avestan] ૨|૧ વી. ૭, ૨.

૧ [Avestan] ([Avestan]) ([Avestan] ઉપરથી) વિ. ના. નારી. આસ્તાદ ઇજદ; રાસ્તી-ઇનસાફ ઉપરનો મવક્કેલ ફરેશ્તો; Ashtâd Yazad, angel presiding over truthfulness and justice; another form of [Avestan]; [Avestan] ૬|૧ ઈ. ૫૧, ૩૪; ય. ૧૧, ૧૯.

૨ [Avestan] (= [Avestan] = ऋष्टि) (જુઓ ધા. [Avestan]) સા. ના. નારી. ભાલો; નેજો; a lance, a spear; [Avestan] ૧|૧ વં. ૧૮, ૯; ય. ૧૦, ૨૦; ય. ૧૩, ૭૨; [Avestan] ૨|૧ ય. ૧૦, ૨૧; [Avestan] ૬|૧ ય. ૧૦, ૨૪; [Avestan] ૧|૩ વં. ૧૭, ૯. ૧૦; [Avestan] ૧|૩ ય. ૧૦, ૩૯; [Avestan] ૬|૩ ય. ૧૦, ૧૩૦. જુઓ [Avestan], [Avestan], [Avestan], [Avestan], [Avestan]

[Avestan] (જુઓ [Avestan] તથા [Avestan]) સમાસ વિ. રાસ્ત મજહબ-તરીકા મુજબ ચાલનારો; following the doctrine or path of truthfulness. [Avestan] નર. ૨|૧ આફ્રરી. પેગમ. બર. ૭ (= ય. ૨૩, ૭).

[Avestan] (જુઓ [Avestan] તથા [Avestan]) સમાસ ક. વિ. સાચ્ચો-રાસ્ત પેદા કીધેલો; પાક-નીતિમાન

આસિવતવાળો; created true; righteous in nature; [illegible] નર. ૧/૧ ઈ. ૯, ૧૬; [illegible] નાન્ય. ૧/૧ ય. ૧૨, ૧.

[illegible] (Geld. [illegible]) વિ. ના. નર. એક નામાંકિત પુરૂષનું નામ; name of an illustrious personage; [illegible] ૬/૧ ય. ૧૩, ૧૦૯. જુઓ [illegible], [illegible],

[illegible] (અર્થ અચોકસ); (meaning unsettled); ગેલ્ડનરે એ બોલ લીધો નથી. [illegible] ૨/૧ ય. ૪, ૭.

[illegible] अङ्= ક) જવું; આવવું; to go, to come; [illegible] વર્ત. સંરા. પરસ્મૈ. ૩/૧ ય. ૧૩, ૧૬; ય. ૧૪, ૧૨.

અ) ઇચ્છવું; આગ્રહ કરવો, દબાન કરીને કહેવું (મિલ્સ); to desire, to wish; to press (M.); [illegible] વર્ત. પરસ્મૈ ૧/૧ ઈ. ૪૪, ૭.

ગ) પાસબાની કરવી, મદદ કરવી, ટેકો આપવો; to protect, to assist, to support; [illegible] અ. ભૂ. સંરા. પરસ્મૈ. ૩/૩ ઈ. ૫૭, ૨૩; ય. ૧૧, ૧૪; ય. ૮, ૭. ૩૮; [illegible] વર્ત. કૃ. આત્મને. ૧/૩ (મદદ કરનારા succouring) ય. ૧૩, ૧૪૬.

ઘ) નુકસાન કરવું, દુઃખ દેવું (अङ्); to do harm, to torment; જુઓ ૩ [illegible]

[illegible] = (કોઈ જગા) તરફ જવું; to go towards (a site); [illegible] ([illegible] Geld.) વર્ત. સંરા. પરસ્મૈ. ૩/૧ ય. ૮, ૨૦. ૨૬.

[illegible] = વચમાં આડું જવું; to come in across; [illegible] (Geld. [illegible] શકયા.) અ. ભૂ. પરસ્મૈ ૩/૨ ય. ૧૩, ૭૭.

૧ [illegible] (= [illegible] = [illegible]) દર્શ. સ. તે, આએ; this, that; [illegible] નાન્ય. ૧/૧ વં. ૯, ૪૧; વં. ૭, ७१; [illegible] નાન્ય. ૧/૧ વં. ૧૮, ૩૭. ૪૩. ૪૯; [illegible] નર. ૨/૧ વં. ૯, ૧૪. ય. ૫, ૧૩૧; ય. ૮, ૫૦; ય. ૧, ૨૪; ય. ૧૦, ૧૩૨; ય. ૧૨, ૩૩; ય. ૧૭, ૫૮; ય. ૧૪, ૨૯; [illegible] નારી. ૨/૧ વં. ૧૯, ૧૪; ય. ૮, ૫૫; ઈ. ૨૬, ૨; ઈ. ૪૪, ૧૯; [illegible] નાન્ય. ૨/૧ ય. ૧૯, ૩૫; [illegible] ૩/૧ ય. ૧૩, ૧૬; [illegible] ૩/૧ ઇ. ૩૩, ૬; [illegible] નારી. ૪/૧ ય. ૮, ૫૧; [illegible] નારી. ૪/૧ ય. ૧૭, ૫૮; [illegible] નારી. ૫/૧ વં. ૧૫, ૧૨. ૨૦; [illegible] નર. ૬/૧; [illegible] નર. ૬/૧ ગેહ ૨, ૮; [illegible] નર. ૬/૧ ય. ૧૬, ૬; [illegible] નર. ૬/૧ ઇ. ૧૯, ૮; [illegible] નર. ૬/૧ ઈ. ૧, ૧૬; ઈ. ૩, ૧૯; ય. ૧૩, ૨૮; [illegible] નારી. ૬/૧ વં. ૧૦, ૧૭; ઈ. ૧૯, ૮; [illegible] નાન્ય. ૬/૧ ઇ. ૧૯, ૮; [illegible] નર. ૧/૩ વં. ૯, ૪૧; ઇ. ૫૭, ૨૯; [illegible] ૧/૩ ય. ૧૪, ૪૧; [illegible] નર. ૨/૩ ઈ. ૫૭, ૨૯; ય. ૮, ૧૨; ય. ૧૦, ૪૫; ય. ૧૨, ૨૮–૩૨; [illegible] ય. ૪, ૧; [illegible] નારી. ૨/૩ વં. ૧૩, ૧૦. ૧૧; ય. ૫, ૯૩; [illegible] નારી. ૨/૩ ઇજ. ૨૩, ૧; [illegible] નાન્ય. ૨/૩ વી. ૯, ૨; ય. ૫, ૯૩; [illegible] નાન્ય. ૨/૩ ય. ૧, ૧૦; [illegible] નાન્ય. ૨/૩ ય. ૨૧, ૧૬; [illegible] નાન્ય. ૨/૩ ય. ૫, ૩૦; ય. ૧૫, ૨૦; [illegible] ૩/૩ ઇજ. ૪૬, ૧૫; [illegible] નારી. ૪/૩ વં. ૧૩, ૨૨; [illegible] નર. ૬/૩ ઇજ. ૨૯, ૩; [illegible] નર. ૬/૩ ય. ૧૦, ૪૫; જુઓ [illegible], [illegible], [illegible]

૨ [illegible] (= [illegible] = अव) ક) ઉપ. નજદીક, તરફ, નીચે, દૂર; નકાર બતલાવનારો ઉપસર્ગ; *prefix*-near; towards, below, far; away, off; implying negation. જેમકે [illegible] = નજદીક લઈ જવું (વં. ૩, ૨૫); [illegible] = કાંઈ ચીજ–માણસ તરફ નજર કરવી–જોવું (ય. ૮, ૫); [illegible] = નીચે ખેંચવું; ધસડી લાવવું (વં. ૫, ૫); [illegible] = કરમઈ જવું ([illegible] = मीव् = આબાદ થવું, ફૂલે થવું); [illegible] = ઓછું થવું ([illegible] = વધવું, ઉછરવું); કેટલીએક વખતે એ ઉપસર્ગ ક્રિયાપદની પાસેજ નથી આવતો, પણ તેની આગમચ જરા દૂર આવે છે; sometimes it is separated from the verb; *e. g.*, [illegible] . . . [illegible] (વં. ૮, ७४); [illegible] . . [illegible] (વં. ૮, ૨. ૩); [illegible] . . . [illegible] (વી. ૧૫, ૧).

અ) શબ્દ. અ. તરફ, પાસે, નીચે, દૂર; *prep.* towards, near, beside, below, far; જેમકે, [illegible] = તે ઘેર તરફ–નજદીક (વં. ૫, ૪૧. ૪૨. ૪૩).

ગ) ક્રિ. અ. નીચે; adv. downwards, below; જેમકે [Avestan] = [Avestan] = अवर = વધારે નીચે. ગાથામાં [Avestan] આવેછે.

૩ [Avestan] (જુઓ ધા. [Avestan] ઘ) સા. ના. નુકસાન, હલાકી, દુઃખ; destruction, harm; woe; [Avestan] ૭|૧ ઈજ. ૪૫, ૩.

[Avestan] (= ઇઝુઘ!) (જુઓ [Avestan] તથા [Avestan]) વિ. ગુનાહ-પાપવગરનું; ખાલિસ, આનાકાની કીધાવગર, પાછું હઠ્યા વગર (મિલ્સ); guileless, sinless; unreservedly (M.); [Avestan] ૧|૧ આફ્રરં. ગાહામ. ૧૩.

[Avestan] (૨ [Avestan] ઉપરથી) સા. ના. નારી. નીચાન (અસલ.); નીચપણું, હલકાઈ, પાજીપણું; શોકકારક (હારલે); ઘણો હલકો (મિલ્સ); અપમાન (દાર.); downward course (orig.); meanness, baseness; lamentable (H); lowest (M.); insult (Dar.); [Avestan] ૧|૧ ઈજ. ૩૧, ૨૦.

[Avestan] (જુઓ ધા. [Avestan]) વિ. નહી જોતું, નહી નજરે પડતું-દેખાતું; નાબુદ; not seeing; not appearing; extinct; [Avestan] ૧|૧ ય. ૧૯, ૩૮.

[Avestan] = [Avestan] + [Avestan] + [Avestan] + [Avestan] (ધા. [Avestan]) વિ. જખમ કરે તેવો (ફ્રટકો); કોઈને જખમ કરવાના ઇરાદાથી ધસારો કરીને તેની સામે જવાના ગુનાહનું નામ; (a blow) inflicting a wound (orig.); name of a crime committed by rushing against a person with the intention of inflicting a wound on his body. [Avestan] ૨|૧ વં. ૪, ૧૭.૨૨.૨૫.

[Avestan] વિશે જુઓ. [Avestan]

[Avestan] (જુઓ ૧ ધા. [Avestan]) સા. ના. ખોડેલી જગા (અસલ.); ભોંયરૂં, ખાડો; a hollow, a cavity, a pit; [Avestan] ૭|૩ વં. ૧૫, ૩૮.

[Avestan] (જુઓ ૧ ધા. [Avestan]) સા. ના. ખોડેલી જગા (અસલ.); ભોંયરૂં, ખાડો; a hollow, a pit; [Avestan] ૨|૧ વં. ૮, ૮; વં. ૧૫, ૩૯. ૪૭.

[Avestan] ([Avestan] ઉપરથી) વિ. ભોંયરાં અથવા ખાડાને લગતો; ભોંયરાંનો ધણી, ખાડા ખોદનાર; the keeper or the owner of the pit; [Avestan] નર. ૧|૧ વં. ૧૫, ૩૯.

[Avestan] વિશે જુઓ [Avestan]

[Avestan] કૃ. વિ. કોઈનો સાદ નહી સંભળાએ તેવું શાન્ત; perfectly stilled—hushed; [Avestan] = નહી not; ધા. [Avestan] = वच् = બોલવું; to speak; પછી સંનન્ત કૃદંત (desiderat. partic.) થયાથી [Avestan]; [Avestan] [Avestan] નારી. ૬|૧ કોઈનોએ સાદ નહી સંભળાએ એવી શાન્ત રાતના; બિલકુલ રોશની વગરની રાતના (સ્પી., યુ., હારલે તથા દાર.); in the stillness or death-like silence of the night; in the dark of the night (Sp., J., H. & D.) yt. 14, 31.

[Avestan] જુઓ ધા. [Avestan] કૃ.

[Avestan] (= अवस्) (જુઓ ધા. [Avestan] ગ) સા. ના. નાન્ય. મદદ, ટેકો, બચાવ; assistance, support, protection; [Avestan] ૨|૧ ઈ. ૨૯, ૯; ઈ. ૩૨, ૧૪; ય. ૧૩, ૮૯; [Avestan] ૨|૧ ય. ૧૩, ૧; [Avestan] ૩|૧ ઈ. ૫૦, ૫; [Avestan] ૪|૧ વં. ૧૮, ૧૯. ૨૧. ૨૨; વીસ્પ. ૧૧, ૧૫; ઈ. ૪,૬; ઈ. ૫૦, ૭; ય. ૧૦, ૫; ય. ૧૨, ૪; [Avestan] ૮|૧ ય. ૧, ૯; [Avestan] ૪|૧ ઈ. ૫૮, ૭; ય. ૧૦, ૭૮; [Avestan] (મેહેરબાનીનો) ૬|૧ ઈ. ૪૯, ૧૨; ઈ. ૫૦, ૧; [Avestan] ૨|૩ ય. ૪, ૧; [Avestan] ૩|૩ ય. ૧૩, ૧૪૯.

[Avestan] ([Avestan] ઉપરથી) સા. ના. મદદ, ટેકો; assistance, support; [Avestan] ૪|૧ ઈ. ૩૩, ૫.

[Avestan]
[Avestan] } વિશે જુઓ ધા. [Avestan]

[Avestan] (જુઓ [Avestan] તથા [Avestan]) વિ. નહી ભલું—સારૂં; ભલાઈ વગરનું, બુરૂં; bereft of good; evil; [Avestan] નર. ૨|૩ ઈજ ૧૨, ૪; [Avestan] અતિ. વિ. નર. ૩|૩ ઈજ. ૧૨, ૪.

[Avestan] (જુઓ [Avestan] તથા [Avestan]) વિ. નહી બોલતો—ભોંસતો, મુગો (કુતરો); not raising the voice (lit.); not barking (as a dog); [Avestan] [Avestan] નર. ૧|૧ વં. ૧૩, ૨૯. ૩૧.

[Avestan] વિશે જુઓ ૧ [Avestan]

[illegible] સા. ના. એક જાતનું ભરતનું માપ; એટલું (સ્પી., યુ. તથા હારલે); a measure of length; so much (Sp., J and H.); જુઓ નીચેના બોલ.

[illegible] (જુઓ [illegible]) સમાસ વિ. 'અવચિન' જેટલું મ્હોટું, 'અવચિન' ના માપ જેટલું; એટલું મ્હોટું (સ્પી., યુ. તથા હારલે); of the measure of *avachina*; so much large (Sp., J. and H.); [illegible] નાન્ય. ૨/૧ વં. ૫, ૬૦.

[illegible] (જુઓ [illegible], [illegible] તથા [illegible]) વિ. પોતાના વચન કરાર મુજબ નહી અમલમાં લાવતે; not fulfilling one's vows; [illegible] નર. ૨/૧ આફ્રરે. ગાહામ. ૮.

[illegible] (જુઓ ધા. [illegible]) સા. ના. નર. મારનાર; a smiter; [illegible] Frag. 8, 1.

[illegible] (જુઓ ધા. [illegible]) સા. ના. નારી. અરજ, વિનંતી, આજીજી; request, petition; [illegible] ૬/૧ ઇજ. ૬૫, ૧૦.

[illegible] જુઓ ૧ ધા. [illegible]

[illegible] ([illegible]) વિ. એટલું; [illegible] દરેક સર્વનામને [illegible] (વાળું) પ્રત્યય લાગ્યાથી [illegible] થયું; so much, this much; [illegible] નર. ૧/૧ વં. ૩, ૨૦; વં. ૯, ૪૯; [illegible] (એટલુંથી) વં. ૬, ૧૦; વં. ૮, ૨૩-૨૫; વં. ૧૭, ૭; [illegible] . . . [illegible] (એટલો વધારે મ્હોટો ફાએદો) નાન્ય. ૧/૧ વં. ૭, ૧૧; [illegible] (એટલો બદલો) વં. ૯, ૪૪; [illegible] નારી. ૧/૧ ઇજ. ૧૯, ૭; [illegible] નર. ૨/૧ ય. ૫. ૬૫; [illegible] નર. ૨/૧ ય. ૮, ૫૦; ય. ૧૦, ૧; [illegible] નાન્ય. ૨/૧ ય. ૧૫, ૪; [illegible] ૩/૧ ય. ૧૪, ૬૦; [illegible] ૫/૩ ય. ૫, ૮૫.

[illegible] (જુઓ [illegible] તથા ૨ ધા. [illegible]) સા. ના. નર. નહી ચાહનારો, નહી દોસ્તી રાખનાર, દુશ્મન; one who is unfavourable or unfriendly; an enemy; [illegible] ૨/૧ વં. ૨૨, ૫. ૧૨. ૧૮.

[illegible] (૧ [illegible] ઉપરથી) ક્રિ. અ. એમ, તેમ, એ પ્રમાણે; તે પ્રમાણે; એટલામાટે; so, thus, consequently; [illegible] વં. ૨, ૩૨. ૩૯; વં. ૮, ૨. ૩; વં. ૫, ૧૭. ૩૫; વં. ૮, ૨. ૩. ૩૬. ૧૦૩; વં. ૯, ૩૩. ૩૪. ૩૫. ૩૬. ૩૮. ૫૪. ૫૬; વં. ૧૮, ૭. ૧૩. ૩૨. ૩૫. ૩૮. ૪૧. ૪૬. ૪૭. ૫૦. ૬૦. ૬૬; વં. ૧૩, ૩૫; વં. ૧૫, ૪૫, ૪૮; વં. ૧૯, ૩૩; ય. ૫, ૬૨. ૬૯; ય. ૧૦, ૧૧૮; ય. ૧૩, ૧૨૯. ૧૪૨; ય. ૧૯, ૪૭.

[illegible] ([illegible] ઉપરથી) ક્રિ. અ. વળી, એ પ્રમાણે; also, in this manner; [illegible] ઇજ. ૧૫, ૩; ઇજ. ૫૬, ૧.

[illegible] ([illegible] ઉપરથી) ક્રિ. અ. તે તરફ; there, in that place; [illegible] વં. ૧, ૪; વં. ૨, ૪૨.

[illegible] (જુઓ ૧ ધા. [illegible]) સા. ના. નર. છુટું પાડવું, જુદું કરવું; separating, severing; [illegible] ૨/૩ વં. ૧૮, ૧૯. ૨૧. ૨૨.

[illegible] (૧ [illegible] ઉપરથી) ક્રિ. અ. ત્યાંહાં; there. [illegible] ય. ૧૩, ૨૫; ય. ૨૨, ૨૦; વં. ૪, ૫૦-૫૪.

[illegible] (૧ [illegible] ઉપરથી) ક ત્યાંહાં; there. [illegible] ય. ૧૯, ૬૬.

બ) ત્યાંહાંથી, અહિયાંથી; thence, hence; [illegible] ય. ૮, ૩૫.

[illegible] (જુઓ [illegible] તથા ૧ ધા. [illegible]) વર્ત. કૃ. વિ. નહી માર ખાતો—ખાનાર; જીતી નહી શકાએ તેવું; અજિત; not smitten; unconquerable; [illegible] (૧/૧ ને બદલે) ય. ૧, ૮; [illegible]; નર. ૬/૧ ય. ૧૦, ૧૦૯; [illegible] નારી. ૬/૧ ય. ૧૩, ૧૩૩; [illegible] ૩/૩ ય. ૮, ૫૫; [illegible] નર. ૬/૩ નીઆ. ૩, ૧૦; વીશ્તા. ય. ૬ (= ય. ૨૪, ૬).

[illegible] (જુઓ ધા. [illegible]) સા. ના. નારી. નીચે પડી જવું; falling down; orig., [illegible] + [illegible]; [illegible] ૬/૧ ઇજ. ૪૪, ૪.

[illegible] (જુઓ ૧ ધા. [illegible]) સા. ના. નારી. મરી જવું, મરણ; dying, death; [illegible] ૨/૧ હાદો. નુસ્ક ૩૬ (= ય. ૨૨, ૩૬).

[illegible] ([illegible] નું ગાથા ૩૫; જુઓ ધા. [illegible] ગ) સા. ના. નાન્ય. મદદ; aid; [illegible] ૨/૧ ઈ. ૨૯, ૧૧.

[Avestan] વિ. ના. નર. એક નામાંકિત પુરૂષનું નામ; name of an illustrious personage; [Avestan] ૬/૧ ય. ૧૩, ૧૨૫.

[Avestan] ([Avestan]; જુઓ [Avestan]) સા. ના. નારી. કીમતી ચીજ, માલ; a thing of value; goods; [Avestan] ૧/૩ ય. ૧૭, ૭; [Avestan] ૬/૩ વં. ૫, ૬૦; વં. ૯, ૩૯; વં. ૧૮, ૩૪. ૩૭; વં. ૧૯, ૨૬. જુઓ [Avestan]

[Avestan] (જુઓ [Avestan] તથા [Avestan]) વિ. મદદ-ટેકા-આશ્રા વગરનું; destitute of aid or support; [Avestan] નારી. ૨/૩ ય. ૧૦, ૨૭.

[Avestan] વિ. ના. નર. એક નામાંકિત પુરૂષનું નામ; આદરબાદ મારેસ્પંદનો છોકરો; name of an illustrious personage. According to the eighth volume of the Dinkard, he was the son of Adarbâd Mârâspand. [Avestan] ૬/૧ ય. ૧૩, ૧૦૬; (જુઓ મોદી).

[Avestan] જુઓ ધા. [Avestan]

[Avestan] ([Avestan] ઉપરથી) વિ. એટલું; so much; [Avestan] નારી. ૧/૧ ય. ૬૫, ૩; [Avestan] નાન્ય. ૧/૧ ય. ૮, ૬; ય. ૧૯, ૧૮; [Avestan] નર. ૨/૧ વં. ૫, ૧૮; વં. ૭, ૫૧; [Avestan] નાન્ય. ૨/૧ વં. ૮, ૧૧. ૨૩-૨૫. ૭૬-૭૮; વં. ૯, ૨૯; [Avestan] વં. ૭, ૫૪; ય. ૫, ૧૫; યં. ૧૯, ૧૦; [Avestan] નારી. ૩/૧ ન્યા. ૧૯, ૭; ન્યા. ૭૨, ૧૫; [Avestan] નાન્ય. ૩/૧ ય. ૧૭, ૨૦; [Avestan] ૬/૧ હાદો. નુસ્ક, ૯ (= ય. ૨૨. ૯); [Avestan] ૬/૩ ય. ૧૭, ૧૧.

[Avestan] (જુઓ [Avestan]) સમાસ (વિ. ક) પોતાની મરજી મુજબ નહી રાજ કરતો, પોતાની મુરાદ પ્રમાણે નહી સત્તા ભોગવનાર; not ruling according to one's will; bereft of all free-will. [Avestan] નર. ૧/૧ યં. ૮, ૯.

ખ) આપખુદી નહી ચલાવતો; જુલમી સત્તા નહી ચલાવનાર; a ruler who exercises no wanton or despotic power; [Avestan] નર. ૨/૧ યં. ૧૯, ૨૦.

[Avestan] (orig., [Avestan] + [Avestan] + [Avestan]; ધા. [Avestan] = છિન્દ = તોડવું, કાપવું; to break down, to cut) કૃ. વિ. તોડી નાખવા લાએક, તોડવા લાએક; fit to be broken down ([Avestan] a verbal adjectival suffix).

[Avestan] (જુઓ [Avestan] તથા [Avestan]) સમાસ વિ. તોડી નાખવા લાએક ફરવશીવાળો; ઘાતકી ફરવશીવાળો (સ્પી.); (evil persons) whose Fravashis are fit to be broken or destroyed; having wicked Fravashis. (Sp.); [Avestan] ૬/૩ ય. ૧૩, ૧૦૫.

[Avestan] (જુઓ ધા. [Avestan]) સમાસ. ના. નારી. નજર, જોવું; sight, seeing; [Avestan] (કોઇબી નજરે) ૩/૧ ય. ૧૧, ૫; જુઓ [Avestan].

[Avestan] વિરી જુઓ ધા. [Avestan]

[Avestan] (જુઓ ધા. [Avestan]) સમાસ ના. નારી. નજદીક ઉભું રેહેવું, મલવું; standing by; meeting; [Avestan] ૪/૧ વં. ૮, ૧૦૦-૧૦૩.

[Avestan] (Geld. [Avestan]) વિ. ના. નર. એક નામાંકિત પુરૂષનું નામ; name of an illustrious personage. [Avestan] ૬/૧ ય. ૧૩, ૧૨૩.

[Avestan] (જુઓ [Avestan] તથા [Avestan]) વિ. આરાધના-માન-કીર્તિને લાયકનું નહીં; unworthy of homage—adoration—glory; [Avestan] નારી. ૨/૧ ય. ૧૩, ૯૦; [Avestan] નર ૨/૩ ય. ૧૯, ૮૧.

[Avestan] (જુઓ ૧ ધા. [Avestan]) સા. ના. નાન્ય. કવિતારૂપી છંદ; ખામી વગરની-બીગડયા વગરની હાલત (સ્પી.); પૂર્ણતા (હારલે); મુકી દીધેલા કલામ (દાર.); poetic metre; non-mutilation (Sp.); completion (Har.); words omitted (Dar.); [Avestan] [Avestan] ૨/૩ ઈ. ૭૧, ૧૮.

[Avestan] વિરી જુઓ [Avestan]

* કોઈ કોઈ વખતે શરૂઆતનો [Avestan], [Avestan] ને બદલે આવેછે; જેમકે [Avestan].

[illegible] વિશે જુઓ ધા. [illegible]

[illegible] વિશે જુઓ ૨ ધા. [illegible]

[illegible] ([illegible]) વિ. ના. નર. એક નામાંકિત પુરૂષનું નામ; name of an illustrious personage; [illegible] ૬/૧ ય. ૧૩, ૧૦૩. ૧૦૪. (જુઓ માદી.)

[illegible] (જુઓ [illegible] તથા [illegible]) વિ. ખેતી-ઘાસચારાને નાશ કરતું; (drought) drying up agriculture—pastures; [illegible] (ખેતી-ઘાંસચારાને નાશ કરતો સુકો દુકાળ-પાણીની ટિપણી) નાન્ય. ૨/૧ વં. ૧૩, ૫૧; [illegible] નાન્ય. ૬/૧ વં. ૭, ૨૬; [illegible] નાન્ય. ૬/૧ ય. ૧૩, ૧૩૦.

[illegible] ના. સા. ક્રિ. નો અધુરો આકાર (denom. base); અશક્ત-શક્તિહીન થવું; to be weak—powerless; [illegible] = ખેતીને લગતું કામ કરનાર (અસલ), મેહેનતુ; a cultivator (lit.); laborious, working. [illegible] = શક્તિ-વગરનો, અશક્ત; powerless; [illegible] (તે દરૂજ અશક્ત-શક્તિહીન થાએ છે.) the Druj becomes powerless; વ. ૯, ૧૩; [illegible] (ગુનેહગાર—બદકાર શક્તિવગરનો થયો) ય. ૧, ૨૯.

૧ [illegible] ([illegible] ઉપરથી) ક) ઉપ. નજદીક, તરફ, પાસે, ઉલટું, સાંમે, વિરૂદ્ધ; *pref.*, near towards by; contrary to; જેમકે [illegible] = નજદીક લઈ જવું. (ય. ૮, ૨૫); [illegible] = હિમ્મત તરફ (અસલ.); હિમ્મતવાન (ય. ૮, ૧૪.) [illegible] (= મિથ્રની વિરૂદ્ધ-ઉલટો; કોલ તોડનાર) ય. ૧૦, ૨૦. કેટલીએક વખતે એ ઉપસર્ગ ક્રિયાપદની પાસેજ નથી આવતો, પણ તેની આગમચ જરા દુર આવેછે; જેમકે [illegible] વ. ૫, ૨.

ખ) શબ્દ. અ. નજદીક, પાસે, તરફ, સુધી, લગી; ૨ જી, ૪ થી, ૫ મી, ૬ ઠી, અને ૭મી વિભક્તિવાળા નામ-સર્વનામનીસાથે (ઘણું કરીને તેની આગમચ) વપરાએલો આવેછે; *prep.*, near, by, towards, up to; જેમકે [illegible] (હક્તં કેશ્વરને લગતી જમીન તરફ) વં. ૧૯, ૧૩; [illegible] (ગાએ-ઢોરના વાડા તરફ) ય. ૧૮, ૬૫; [illegible] (પશ્ચિમ "હિન્દુ" સુધી) વં. ૧, ૧૯; [illegible] (નસા તરફ) વં. ૫, ૧૬. ૧૮; [illegible] (તન તરફ = તનને) વં. ૭, ૭૦; [illegible] (હોરમજદની પેદાએશ તરફ) ય. ૯, ૯; [illegible] (ખડકની બાજુ તરફ) ફ઼િ. ૧૦, ૧૧; [illegible] (પાણી તથા ઓર-વરો તરફ) વં. ૬, ૪૬. ૪૭; [illegible] (= ચરવાની જગામાં) વં. ૧૫, ૪૧.

૨ [illegible] સા. ના. નાન્ય. એક જાતનું ભરતનું માપ; a kind of measure of length; જુઓ [illegible]

[illegible] (જુઓ [illegible]) વિ. હિમ્મત ધરાવનાર, હિમ્મતવાન; possessing courage; bold; [illegible] (Geld. [illegible]) નર. ૧/૧ ય. ૮, ૧૪; [illegible] નર. ૬/૧ ય. ૮, ૧૩; [illegible] નારી. ૧/૩ ય. ૧૩, ૩૫.

[illegible] (ધા. [illegible]) વિ. બધીતરફ પથરાયલો, સર્વવ્યાપક; જોરાવર (દાર.); (જીવજન્તુઓને) બનાવનાર (હારલે); all-pervading; powerful (Dar.); a constitutor (of beings) (Har.); [illegible] નર. ૧/૧ ય. ૧, ૭.

[illegible] (જુઓ ૨ [illegible] તથા ૩ [illegible]) સમાસ ના. નારી. 'અવિ'ના જેટલું માપ-પ્રમાણ; of the size—length of *avi*; [illegible] (Geld. [illegible] [illegible]) ૨/૧ વં. ૫, ૬૦. ૬૧.

[illegible] (જુઓ [illegible] તથા [illegible]) વિ. કોલ તોડનારને લગતું, મિથ્ર (મેહેર) ના દુશ્મનને લગતું; belying one's vow; inimical to Mithra, q. v. [illegible] [illegible] નારી. ૨/૩ ય. ૧૦, ૧૦૧.

[illegible] (જુઓ ૧ [illegible] તથા [illegible]) સમાસ ના. નર. મિથ્ર (મેહેરનો) નો દુશ્મન; કોલ તોડનાર; a foe of Mithra; a violator of a solemn contract. [illegible] ૧/૧ ય. ૧૦, ૨૦.

[illegible] (જુઓ ૩ ધા. [illegible]) વિ. મેહેનતુ, કામ કરતો, આલાક; laborious, working, active; [illegible] (Geld. [illegible]) નર. ૧/૧ ય. ૮, ૧૪.

[Avestan] ([Avestan] = [Avestan] નહી; જુઓ ૧ [Avestan] તથા ધા. [Avestan] = [Avestan]) વિ. નહી મરતું, નાશ નહી પામે તેવું; not dying; imperishable; [Avestan] નાન્ય. ૩|૧ ઈ. ૪૯, ૧૦.

[Avestan] વિરી જુઓ ૩ [Avestan]

[Avestan] ([Avestan] = [Avestan]; જુઓ ૨ [Avestan] તથા ધા. [Avestan]) સમાસ ના. નારી. પાણી પીવાની જગા-હભારો; પાણીનો ઝરો (સ્પી. તથા મિલ્સ); a drinking fountain; a water-spring (Sp. & M.); [Avestan] ૨|૩ ઈ. ૨, ૧૬; [Avestan] ૬|૩ ઈ. ૧, ૧૬; ઈ. ૩, ૧૮.

[Avestan] (જુઓ [Avestan] તથા ૧ [Avestan]) સમાસ બૂ. ક્. વિ. હિમ્મત-મદદને માટે આપેલું; given for help; [Avestan] ૨|૧ ય. ૨૪, ૨૩.

[Avestan] (અસલ રૂપ [Avestan]+[Avestan]; જુઓ ૨ [Avestan] તથા ૧ [Avestan]) સમાસ વિ. પાણી રાખનાર, પાણીથી ભરપુર; brimming with waters; [Avestan] ૨|૩ ઈ. ૪૨, ૨.

[Avestan] (જુઓ ૨ [Avestan] તથા ૨ [Avestan]) સમાસ બૂ. ક્. વિ. પાણીમાંથી પેદા કીધેલું; created—produced from the waters; [Avestan] નાન્ય. ૧|૧ ય. ૮, ૩૪.

[Avestan] વિ. ના. નારી. નદીનું નામ; name of an unknown river near *Vourukasha*; [Avestan] ૧|૧ ય. ૧૯, ૬૨ (જુઓ મોદી).

[Avestan] (= अभ્ર = [Avestan]) (= [Avestan] + [Avestan]) સા. ના. નાન્ય.

[Avestan] સા. ના. નારી. ક) વાદલું; a cloud; [Avestan] ૧|૧ ઈજ્ઞ. ૯, ૩૨. [Avestan] નારી. ૧|૩ ય. ૧૪, ૪૧.

ખ) વરસાદનું ઝાપટું; a shower of rain; [Avestan] નારી ૧|૩ ય. ૮, ૪૦.

[Avestan] =अश=ક) જલ્દીથી જવું, શેતાબી કરવી; to proceed rapidly, to hasten. જુઓ [Avestan], [Avestan]

ખ) પંથરાઈ જવું, ફેલાવું; to spread, to diffuse; જુઓ [Avestan]

ગ) ફેંકવું, નાખવું, મોકલવું; to throw, to send, to emit; જુઓ [Avestan], [Avestan], [Avestan] [Avestan], [Avestan]

[Avestan] (જુઓ ધા. [Avestan]) સા. ના. જલ્દપ, શેતાબી; haste, quickness; [Avestan] નારી. ૩|૧ ઈ. ૫૭, ૨૭; ય. ૧૦, ૬૮. અથવા બીજી રીતઃ– [Avestan] = નહી, વગર; not; [Avestan] = छाया = છાયો; shade; [Avestan] = છાયા વગરનું, જેનો છાયો પડે નહી તેવું; shadeless; [Avestan] નર. ૧|૩.

[Avestan] (= आशा) (જુઓ ધા. [Avestan]) સા. ના. નાન્ય. જગા, મ્હોટી વેરાન જગા, ખાલી જગા; place, land; wide uninhabited space; [Avestan] ૨|૧ વં. ૧, ૧; ય. ૧૩, ૬૭; ય. ૨૪, ૨૯; [Avestan] ૪|૧ વં. ૯, ૫૪. ૫૫. ૫૭; વં. ૧૩, ૫૩. ૫૪. ૫૬; [Avestan] ૫|૧ વં. ૯, ૫૩; વં. ૧૩, ૫૨; [Avestan] ૭|૧ વં. ૮, ૬૭; ય. ૧૩, ૬૭; [Avestan] ૧|૩ વં. ૧, ૨૧; [Avestan] ૨|૩ ય. ૮, ૩૩; સીરો. ૧, ૨૮; [Avestan] ૨|૩ ઈજ્ઞ. ૨, ૧૬; [Avestan] ૩|૩ ય. ૧૩, ૩૮; [Avestan] ૬|૩ વં. ૧, ૩. ૫-૧૪. ૧૬. ૨૦.

૧ **[Avestan]** [Avestan] (= [Avestan], [Avestan], [Avestan] = अश्मन् = * [Avestan]) (ધા. [Avestan] ગ) સા. ના. નર. ક) પત્થર; a stone; [Avestan] ૨|૧ ય. ૧૮, ૫૯ ભાલો; a spear (H.) હથિયાર a weapon (Sp.); [Avestan] ૧|૩ ય. ૧૩, ૭૨; [Avestan] ૧|૩ વં. ૧૭, ૯. ૧૦; [Avestan] ૧|૩ વં. ૧૯, ૮; [Avestan] ૨|૩ વં. ૯, ૧૧; [Avestan] ૭|૩ વં. ૬, ૫૧.

ખ) આકાશ, આસ્માન; the sky, the firmament; [Avestan] (= [Avestan]) ૨|૩ ઈ. ૩૦, ૪.

૨ **[Avestan]** (જુઓ ધા. [Avestan]) સા. ના. નર. ગાડીનાં પૈડાંની ધડી; axle of the wheel; [Avestan] ૨|૩ ય. ૧૦, ૧૩૬.

[Avestan], [Avestan] (જુઓ ધા. [Avestan]) વિ. નજદીકનું, પાસેનું; near, from near; [Avestan] ૫|૧ ઈ. ૪૫, ૧; [Avestan] ૫|૧ હાદો. તુરેક. ૧૩ (= ય. ૨૨, ૧૩); [Avestan] ([Avestan] ને બદલે) ૭|૧ ય. ૧૭, ૨; [Avestan] ૭|૧ હાદો. તુરેક. ૨. ૨૦.

*Orig. [Avestan] + [Avestan] = [Avestan] = [Avestan] = a stone.

[illegible] એ બોલ બે રીતે સમજાવી શકાએ:—

ક) વિ. ના. નર. તુરાની ખાનદાનનું નામ; name of a Turanian family.

ખ) ગોફણ—પત્થર મારનાર; ગોફણ—પત્થર વડે મારી નાખનાર; a slinger, one who kills by a sling; [illegible] a stone = પત્થર; rt. [illegible] = वध् = to kill મારવું, મારી નાખવું; એ બોલ [illegible] અને [illegible] ની સાથે આવેછે. 'કર' અને 'વર' નામના કોઈ જાણીતા ગોફણ નાખનાર; આબાદ ગોફણ ફેંકીને દુશ્મનના માણસોને મારનારા હોએ; [illegible] ૨/૨ ય. ૫, ૭૩.

[illegible] વિ. ના. નારી. એક નામાંકિત એારતનું નામ; name of an illustrious woman; [illegible] ૬/૧ ય. ૧૩, ૧૪૦. જુએ મોદી.

[illegible] વિ. ના. પાહાડનું નામ; name of a mountain; [illegible] (Geld. [illegible]) ય. ૧૯, ૪. જુએ મોદી.

[illegible] ([illegible]) (જુએ [illegible] તથા [illegible]) વિ. થંડા થયા વગર; બીહ્યા વગર, હિમ્મત ધરીને; not being cold (lit.) not fearing,—trembling; undauntedly; [illegible] નર. ૧/૧ (ક્રિ. અ.) વં. ૧૯, ૪.

[illegible] (જુએ [illegible] તથા ૪ ધા. [illegible]) પ્રેયો. વર્ત. કૃ. નહી શિખવતાં; not teaching; [illegible] નર. ૧/૧ વં. ૧૮, ૫.

[illegible] વિશે જુએ ૧ [illegible]

[illegible], [illegible] (= [illegible]) વિ. વગર સરદારે; destitute of a chief or leader; [illegible] નર. ૧/૩ વં. ૧, ૨૦; [illegible] Wester. વં. ૨, ૬.

[illegible] (જુએ ધા. [illegible]) વર્ત. કૃ. નહી શિખતો; not learning; [illegible] વં. ૧૮, ૫.

[illegible], [illegible] (Lat. Ocissimus; [illegible] ઉપરથી). અતિ. વિ. ઘણુંજ શેતાબ-જલ્દ્દપવાળું; swiftest; [illegible] નર. ૧/૧ ઈ. ૯, ૧૫; ય. ૧૦, ૯૮; ય. ૧૪, ૧૯; [illegible] નર. ૧/૧ ઈ. ૬૦, ૩; [illegible] નારી. ૧/૧ ઈ. ૬૦, ૩; [illegible] (તાબડતોબ) (ક્રિ. અ.) ઈ. ૩૦, ૧૦; [illegible] નાન્ય. ૧/૧ ઈ. ૬૦, ૩; [illegible] ૨/૧ (ક્રિ. અ.) વં. ૮, ૭૫. ૬૬. ૭૩. ૭૮; વં. ૧૩, ૨૮; [illegible] નર. ૨/૧ ઈ. ૫૭, ૧૩; [illegible] નર. ૨/૧ ય. ૩૪, ૪; [illegible] ૨/૨ ય. ૧૯, ૪૫.

[illegible] (જુએ [illegible]) વર્ત. કૃ. વિ. નહી સાંભળતો—સાંભળનાર (અસલ.); દીનના એલમ ઉપર નહી ધ્યાન આપનાર—નહી શિખનાર; not hearing (lit.); not listening to or studying religious doctrines. [illegible] નર. ૧/૩ ઈ. ૩૫, ૪.

[illegible] (જુએ [illegible]) સા. ના. નાન્ય. એ બોલ બે રીતે સમજાવી શકાએછે:— ૧) [illegible] = सूर = સુરજ, સુરજની રોશની; the sun; light of the sun; [illegible] બામદાદની આગમચની ઝાંખી રોશની; faint twilight; ૨) [illegible] = शूल = હથિયાર; a weapon; [illegible] (વિ.) હથિયાર વગરનું; unarmed; [illegible] નાન્ય. ૨/૧ ય. ૧૪, ૨૦.

[illegible] (= अशून्य =) (જુએ [illegible]) વિ. ખાલી નહી, તંગી-હાજત વગરનું; ભરપુર; not empty (lit.); not indignant, replete with; [illegible] ૧/૩ ઈ. ૨૮, ૧૦.

૧ [illegible] (જુએ [illegible]) વિ. શુરો-બાહાદુર-જોરાવર નહી; નબળો; not brave-strong; weak; [illegible] ના. ૬/૧ ઈ. ૨૯, ૯.

૨ [illegible] સા. ના. (જાનવરની) ખરી-નખરીઉં; a hoof, a claw; જુએ [illegible]

[illegible] સમાસ. વિ. પત્થરના હાથવાળો, stone-handed; [illegible] hand; [illegible] a stone, અથવા ગાએ ઢોરનો નાશ કરનાર; destroying cattle; संग = prospering; [illegible] destroying; [illegible] cattle (Har.); [illegible] નર. ૨/૧ ય. ૧૯, ૪૩.

[illegible] (જુએ [illegible] તથા [illegible]) સમાસ ના. નારી. જગા તથા શેહેર; land and city; [illegible] ૨/૩ ય. ૮, ૪૨.

[illegible] વિશે જુએ ૧ ધા. [illegible]

[illegible] (જુએ [illegible]) વિ. ઠોમાર્વબંધ નહી કીધેલી; ભતારની સંગત નહી કીધેલી (કન્યા);

deflowered (as a virgin); નારી. ૨|૧ વં. ૧૪, ૧૫.

જુ. ફ. જઈને, પોહોંચીને, ધસારો કરીને; going, rushing; = = ; = = = to go; probably a reduplicated form of the rt. to go; નર. ૧|૧ ય. ૧૩, ૧૭.

વિશે જુઓ ધા. ૭

સા. ના. નર. પગનું ટેટું, પગનું ગોતણું; calf (of the leg); ૨|૧ વં. ૮, ૬૩-૬૫; વં. ૯, ૨૩. જુઓ

૧ (= भस्त) (જુઓ ધા. ગ) સા. ના. નર. મોકલેલો (અસલ); કાસદ, પેગામ પોહોંચાડનાર; sent or despatched (lit.); a messenger; ૧|૧ વં. ૧૯, ૩૪; ર્ફ. ૫૧, ૧૨; ય. ૧૯, ૯૨; ૬|૩ વં. ૧૪, ૧૭.

૨ વિશે જુઓ

સા. ના. એક જાતનું દરદ; ઝીણી ઝીણી ફુલ્લી; a kind of malady; prickly heat; rt. = आ-स्तर् = to spread; ૬|૧ વં. ૨૦, ૩. ૬. ૯; (૮|૧ ને બદલે) વં. ૨૦, ૭.

( ) (જુઓ , ૧ ધા.) ફ. ના. વીખરાઈ નહી જવું (અસલ.); પરીશાન નહી થવું; મન તથા દિલનું ઠેકાણે રેહેવું; હિમ્મત ધરવી; undistractedness; composure of mind; taking courage; ૨|૩ વી. ૭, ૧; ય. ૧૧, ૧૫ (નોટમાં).

(= ; જુઓ ૧ ધા.) સા. ના. મરકી; નજીસાતથી ઉત્પન્ન થતું દરદ; pestilence; disease arising from filth; ૬|૩ ર્ફ. ૭૧, ૧૭.

(જુઓ) સમાસ વિ. વાલી (અથવા કુટુંબના વડા) ના બચાવમાં નહી રહેલી (છોકરી); (a damsel) not under the protection of a guardian or the chief of the family; નારી. ૨|૧ વં. ૧૫, ૯ ૧૧. ૧૩. ૧૫. ૧૮.

૧ , (= = अस्थन्, अस्थि = L. Os = Fr. Os =) સા. ના. નર. તથા નારી. ક) હાડકું; a bone; ૨|૧ વં. ૫, ૧૬. ૧૮; વં. ૬, ૧૦. ૧૨. ૧૪. ૧૬. ૧૮. ૨૦. ૨૨; ૧|૩ વં. ૧૫, ૪; ૧|૩ વં. ૧૯, ૭; ૧|૩ વં. ૭, ૫૮; ૨|૩ વં. ૫. ૯; ય. ૧૩, ૧૧; ય. ૧૦, ૭૨; ૬|૩ વં. ૬, ૨૯. ૪૬. ૪૭; ૬|૩ વં. ૬, ૭. ૮; ૬|૩ વં. ૧૫, ૩.

ખ) શરીર; the body; (હ કારાત પ્રમાણે) ૬|૧ ર્ફ. ૧૨, ૩; (હ કારાંત) ૬|૧ વં. ૮, ૮૧--૮૬; વં. ૯, ૪૩; ૧|૩ વં. ૮, ૧૦૭. વં. ૧૪, ૧૮.

ગ) હયાતી; existence; ૬|૧ ર્ફ. ૧૩, ૨.

ઘ) શખ્સ, પુરૂષ; a person; ૧|૧ ર્ફ. ૩૧, ૨૨.

ચ) તીર; an arrow; ૨|૩ ય. ૧૦, ૧૧૩.

૨ વિશે જુઓ ધા. ૭

૧ (૧ નું બીજું રૂપ) સા. ના. નર. હાડકું; a bone; ૧|૩ ય. ૧૪, ૩૬.

૨ વિશે જુઓ ધા. ૭

(૧ ઉપરથી) સા. ના. નારી. શરીરનો અવયવ; શરીરનું કૌવત (મિલ્સ); a member of the body; vigour of the body (M.); ૧|૩ ર્ફ. ૪૧, ૩.

(જુઓ ૧ , તથા ધા.) સમાસ વિ. હાડકું ભાંગી નાખે તેવો (જખમ-ઘા); (a blow) breaking the bone ૨|૧ વં. ૪, ૩૭. ૩૯.

(= , = Pâz.) (જુઓ , , તથા)વિ. ના. નર. હાડકાં ભાંગનાર-કાપ-નાર દેવ; the Demon who breaks the bones of men; ૧|૧ વં. ૪, ૪૯; વં. ૫, ૮. ૯. (જુઓ મોદી).

(=) (૧ , ક ઉપ-રથી) વિ. હાડમંદ, જેસ્માની; એ બોધ ઘણું કરીને (દુનિયા), (મુલક) તથા (જીંદગી) ના વિશેષણ તરીકે વપરાએલો આવે-

છે; corporeal, material; [Avestan] નર. ૧/૧ વં. ૬. ૧; વં. ૩, ૩૩; વં. ૫, ૪. ૭; વં. ૮, ૩૪; વં. ૧૫, ૬; ય. ૧૩, ૧૨. ૧૨૯; Frag. 4, 1; [Avestan] (જેરાવર) નાન્ય. ૧/૧ હ. ૪૩, ૧૬; [Avestan] નર. ૨/૧ વં. ૨, ૨૨; વં. ૧૮, ૧૬. ૨૪; ઈ. ૧૫, ૨; ઈ. ૫૭, ૧૬; ય. ૧૦, ૯. ૫૧. ૧૨૯; ય. ૧૯, ૯૮; ઈ. ૩૧, ૧૧; [Avestan] નારી. ૨/૧ ઈ. ૯, ૮; ઈ. ૫૭, ૨૪; ય. ૫, ૩૪; ય. ૧૯, ૯૪; [Avestan] નર. ૪/૧ હ. ૩૪, ૧૪; ઈ. ૬૫, ૬; ય. ૮, ૧૫; ય. ૧૦, ૫; વં. ૨, ૨૪; [Avestan] નારી. ૪/૧ ઈ. ૯, ૩. ૬. ૯. ૧૨; [Avestan] નર. ૫/૧ ય. ૨૨, ૧૬; [Avestan] નર. ૬/૧ વં. ૭, ૫૯; વં. ૧૦, ૧૬; હ. ૯, ૧; ઈ. ૫૭, ૨૫; હ. ૭૧, ૩; ય. ૧૦, ૯૩. [Avestan] નર. ૬/૧ હ. ૨૮, ૨; [Avestan] નારી. ૬/૧ ય. ૫, ૮૯; ય. ૧૩, ૪૧; [Avestan] નર. (૭/૧ ની મતલબે) વં. ૧૮, ૨૨. ૩૦. ૩૧; [Avestan] નર. ૭/૧ વં. ૪, ૫૦. ૫૧-૫૪; વં. ૫. ૩૯; વં. ૭, ૫૭; વં. ૮, ૮૧-૯૬; વં. ૯, ૧. ૫૨; ય. ૧૦, ૪૪; [Avestan] નર. ૭/૧ વં. ૧૩, ૨૦. ૨૨. ૨૩; વં. ૧૭, ૨; વં. ૧૯, ૨૭. ૨૯; હ. ૧૯, ૬; [Avestan] નારી. ૧/૩ વં. ૮, ૨૧; [Avestan] નારી. ૨/૩ વં. ૧૮, ૫૫. ૫૯; ય. ૩, ૧૭; ય. ૧૯, ૪૧; [Avestan] નારી. ૮/૩ હ. ૬૫, ૧૦; [Avestan] નારી. ૬/૩ વં. ૨, ૧. ૩૯; ય. ૧૦, ૭૪; [Avestan] [Avestan] [Avestan] (હાડમંદ મુલુકોના અર્થ અરી પેદા કરનાર) એ બોલો વંદીદાદમાં જણજણ આવેછે; જુઓ [Avestan] ([Avestan] ઉપરથી) બોલમાં.

[Avestan] (જુઓ [Avestan] તથા [Avestan]) વિ. ના. નર. હાડ-શરીર ઉભું કરનાર (અસલ.); સોશ્યોસનું બીજું નામ; one who makes the bodily creatures rise up (lit.); another name of Saoshyant, one of the three prophets who will appear before the end of the world; [Avestan] ૧/૧ ય. ૧૩, ૧૨૯; ય. ૧૯, ૯૨; [Avestan] ૧/૧ ય. ૧૩, ૧૨૯; [Avestan] [Avestan] ૬/૧ ય. ૧૩, ૧૧૦. ૧૧૭. ૧૨૮; ય. ૧૯, ૯૫. (જુઓ બોદી).

[Avestan] (જુઓ [Avestan] તથા [Avestan]) સમાસ ના. નર. હાડમંદ પેદાએશ જે કુના-નાશ થવા લાએકે; હાડમંદ પેદાએશને નાશ કરનાર-છેડો લાવનાર (યુ. તથા હારલે); the corporeal creation which is perishable; the destroyer of the corporeal creation (I. & Har.); [Avestan] ૨/૧ ય. ૧૩, ૧૨૯.

[Avestan] વિશે જુઓ [Avestan]

[Avestan] (જુઓ [Avestan] તથા [Avestan]) સમાસ વિ. નજદીકમાં જખમ કરનાર નજદીક આવનારને જખમ કરનાર; wounding near or close (lit.); wounding one who comes near. [Avestan] નર. ૧/૧ વં. ૧૩, ૪૬. ૪૮.

[Avestan], [Avestan] વિ. ના. નર. પાહાડનું નામ; the Mountain of Aderbaijân, near Lake Urumiah, where Kai Kâus consecrated the Fire Gushasp. [Avestan] ૧/૧ ય. ૧૯, ૫; [Avestan] [Avestan] ૨/૧ સી. ૨, ૯; [Avestan] [Avestan] ૬/૧ સીરો. ૧, ૯; આતશ ન્યાએશ, ૫; (જુઓ બોદી).

[Avestan], [Avestan] વિશે જુઓ [Avestan]

[Avestan] વિશે જુઓ [Avestan]

[Avestan] (= [Avestan]) (જુઓ [Avestan]; [Avestan] + [Avestan] = [Avestan]) વિ. દાહાડાને લગતું (અસલ.); સા. ના. દાહાડાને લગતો ભાગ, ગેહ; relating to a day (lit); the Geh. The Gehs, or the parts of the day, are five in number, *viz.*, (1) [Avestan] (as maintained at present) from dawn to mid-day; (2.) [Avestan] from mid-day to 3 P. M; (3.) [Avestan] from 3 P. M. to sunset; (4) [Avestan] from sunset to mid-night; (5.) [Avestan] from midnight to dawn. [Avestan] ૬/૧ વં. ૭, ૫; [Avestan] ૨/૩ ઈજ. ૨, ૩; [Avestan] ૪/૩ ઈજ. ૧, ૩ ઈજ. ૩, ૫; ઈજ. ૬૬, ૨; [Avestan] ૬/૩ ઈજ. ૧, ૧૭; ઈજ. ૩, ૧૯; આફ્રીં. ગાહામ., ૧.

[Avestan] ([Avestan] = L. Equus= [Pahlavi], [Pahlavi]) (જુઓ ધા. [Avestan]) સા. ના. નર. ઘોડો; horse; વળી કેટલીએક વખતે નર ઘોડા (rise llion) ને માટે [Avestan] [Avestan] અને ઘોડી (a mare)

ને માટે [illegible] અથવા [illegible] (અષા) આવેલે છે; [illegible] ૫/૧ ય. ૧૪, ૩૧. ૩૯; ય. ૧૬, ૧૦; [illegible] ૨/૧ યજ. ૧૧, ૨; ય. ૧૩, ૫૨; [illegible] યજ. ૧૧, ૧; [illegible] (૧/૧ ને બદલે) વીસ્તા. ય. ૨૯ (= ય. ૨૪, ૨૯); [illegible] ૬/૧ વં. ૩, ૩૬. ૩૭; વં. ૪, ૧૧. ૧૩. ૧૪. ૧૫. ૧૬. ૧૮; ઇત્યાદિ; ય. ૮, ૧૮. ૨૧; ય. ૧૯, ૬૮; [illegible] ... [illegible] ૬/૧ વં. ૯, ૩૭; [illegible] ૬/૧ વં. ૧૪, ૧૬; [illegible] ૭/૧ ય. ૧૦, ૧૦૧; [illegible] ૨/૨ ય. ૧૦, ૧૦૧; [illegible] ૫/૨ યજ. ૫૭, ૨૮; [illegible] ૧/૩ ય. ૧૦, ૬૨; વીસ્તા. ય. ૪૮ (= ય. ૨૪, ૪૮) [illegible] ૧/૩ ય. ૧૭, ૧૨; [illegible] ૧/૩ ય. ૧૦, ૨૦; [illegible] નારી. ૧/૩ ય. ૧૮, ૫; [illegible] [illegible] (૧૦ હમેલદાર ઘોડી) ten mares male-mated યજ. ૪૪, ૧૮; [illegible] ૬/૩ ય. ૫, ૨૧; ય. ૮, ૨૪; ય. ૧૦, ૧૧. ૧૧૩; વં. ૨૨, ૩. ૧૦. ૧૬; [illegible] [illegible] નારી. ૬/૩ આફ્રી. ગાહામ. ૯; [illegible] ૭/૩ ય. ૫, ૫૦; ય. ૧૫, ૫૩. Several proper names and compound adjectives are derived from [illegible]; *e. g.*,

[illegible], [illegible], [illegible], [illegible], [illegible], [illegible], [illegible], [illegible], [illegible], [illegible], [illegible]; [illegible], [illegible], [illegible], [illegible], [illegible], [illegible], [illegible], ઇત્યાદિ.

[illegible] (Geld yt. 10, 101)= [illegible] [illegible] Wester. the horse and his rider.

[illegible] (જુઓ [illegible] તથા [illegible]) ઘોડા ઉપર બેસીને લડાઈ કરનાર; એ એલકાબ ગુશ્તાસ્પના ભાઈ [illegible] (જરીર) ને માટેજ વપરાએલો આવેલે છે; fighting on horse-back; epithet of Zairi-Vairi, the brother of Gushtâspa. [illegible] નર. ૧/૧ ય. ૫, ૧૧૨; [illegible] (૨/૧ ને બદલે) ય. ૫, ૧૧૭.

[illegible] વિશે જુઓ [illegible]

[illegible]case સા. ના. વધારો, ભરઆદતી, પુષ્કળપણું; abundance, increase; Pehl. [illegible];

variants: [illegible], [illegible], [illegible], [illegible], [illegible]; ધા. [illegible] = [illegible] = આબાદી-વધારો કરવો; to increase, to add. શરૂઆતનો [illegible] = [illegible]; [illegible] ૪/૨ ય. ૨, ૩; સી. ૧, ૭; [illegible] ૨/૩ ય. ૨, ૮; સી. ૨, ૭; યજ. ૪૨, ૨.

[illegible] સા. ના. સુખ, આરામ, આબાદી; ([illegible] = [illegible]) [illegible]; = [illegible] = આબાદ થવું; બદબખ્તિ, ગીરફતારી (મિલ્સ); happiness, ease, prosperity; misfortune (M.); [illegible] ૨/૧ યજ. ૩૪, ૭;

[illegible] વિશે જુઓ ધા. [illegible]

[illegible] (= [illegible]) સા. ના. એક જાતનો જો-ખ-વજન; દેરમ (દાર.); a kind of weight; a *deram* (D.); જુઓ નીચેના બોલ.

[illegible] ([illegible]) (જુઓ [illegible] તથા [illegible]) સમાસ વિ. અસ્પેરેના જેટલું મોટું; દેરમની કીંમતનું (દાર.); of the weight of *asperena; of the weight of a deram* (Dar.); [illegible] નર. ૧/૧ વં. ૪, ૪૮.

[illegible] ([illegible]) (જુઓ [illegible] તથા [illegible]) સમાસના. નાન્ય. અસ્પેરેના જેટલી મોટાઈ-કદ-મહત્વ; the weight or the size of *asperena*. [illegible] ૨/૧ વં. ૫, ૬૦.

[illegible] (જુઓ [illegible] તથા [illegible]) સમાસ વિ. ઘોડાનાં શરીરનું (અસલ.); ઘોડાના જેવું જોરમંદ-કૌવતવાળું; having the body of a horse (lit.); as powerful as a horse; [illegible] નારી ૨/૧ ય. ૨, ૧૨.

[illegible] (જુઓ [illegible] તથા [illegible]) સમાસ ના. નારી. ઘોડાની શિકલ-રૂપ; the body or the shape of a horse; [illegible] ૨/૧ ય. ૮, ૮.

[illegible] (જુઓ [illegible], ૪ ધા. [illegible]) સમાસ વિ. ઘોડાને ગળી જનારો; (the dragon) swallowing horses; [illegible]...[illegible] (ઘોડાને ગળી જનાર અજદહાને) નર. ૨/૧ યજ. ૯, ૧૧; ય. ૧૯, ૪૦.

[illegible] (= [illegible]) (જુઓ [illegible] તથા [illegible]) સમાસ ના. નારી. ઘોડી; a mare [illegible] ૧/૧ વં. ૭, ૪૨.

[illegible] વિ. ના. નર. એક નામાંકિત પુરૂષનું નામ; name of an illustrious personage; [illegible] (Geld. [illegible]) ૬|૧ ય. ૧૩, ૧૧૬.

[illegible] (જુઓ [illegible] તથા [illegible]) સમાસ વિ. ઘોડાનાં કરતાં વધારે મ્હોટું—જોરેમંદ; ઘોડાનાં કરતાં વધારે મ્હોટા કદ જેટલું; bigger than the size of a horse; [illegible] નારી. ૧|૩ ય. ૫, ૭; ય. ૮, ૫. ૪૨.

[illegible] (= [illegible] = अश्वस्थान) (જુઓ [illegible] તથા [illegible]) સમાસ ના. નર. ઘોડાને રાખવાની જગા, ઘોડાનું થાન-તબેલો; a horse-stall. [illegible] ૨|૧ વં. ૧૫, ૨૭; [illegible] ૭|૩ વ. ૧૫, ૨૯.

[illegible] ([illegible] ઉપરથી) વ. ઘોડાના થાન-તબેલાને લગતો, ઘોડાના તબેલાને ભાડે રાખનાર; the owner or the keeper of the horse-stall; [illegible] ૧|૧ વં. ૧૫. ૨૭.

[illegible] (= अश्वय, अश्वीय, आश्विक) વિ. ઘોડાને લગતું, ઘોડાનું; relating to a horse, of a horse. [illegible] નર. ૨|૧ ય. ૧૪, ૩૧; ય. ૧૬, ૧૦; [illegible] નારી. ૨|૧ ય. ૮, ૧૯; [illegible] [illegible] [illegible] (ઘોડીનાં દુધનું; the milk of mares) નાન્ય. ૬|૩ વં. ૫, ૫૨.

૧ [illegible], [illegible] (= [illegible] = [illegible]) (જુઓ ધા. [illegible] ૫) સા. ના. નર. આસ્માન; the sky, the firmament; [illegible] ૨|૧ વં. ૧૯, ૩૫; વીસ્પ. ૭, ૪; ઇજ. ૧૬, ૬; ઇજ ૨૩, ૧; ઇજ. ૬૬, ૧; ય. ૧૩, ૨. ૨૨; ય. ૧૭, ૫૭; [illegible] ૨|૧ ઇજ. ૧૯, ૨. ૩; [illegible] ૨|૧ ય. ૧૦, ૯૫; [illegible] ૨|૧ ઇજ. ૪૨, ૩; [illegible] ૨|૩ વીસ્પ. ૧૧, ૨.

૨ [illegible], [illegible] (= अश्मन्) (જુઓ ધા. [illegible] ગ) સા. ના. પત્થર; a stone; [illegible] ૩|૧ ય. ૧૭, ૨૦. જુઓ નીચેનો બોલ.

[illegible] (= [illegible]) (૨ [illegible] ઉપરથી) વિ. પત્થરનું, પત્થરનું બનાવેલું; made of stone, stone; [illegible] [illegible] ([illegible] [illegible] પત્થરની બે ખાણ્ણી) નર. ૧|૨ વં. ૧૪, ૧૦; વીસ્પ. ૧૨, ૫; [illegible] [illegible] નર. ૨|૨ ઇજ. ૨૨, ૨; [illegible] [illegible] નર. ૪|૨ વીસ્પ. ૧૦, ૨.

[illegible] (જુઓ ૧ [illegible] તથા [illegible]) વિ. ના. નર. પેગમબર જરતોશ્તના પહેલા શાગેર્દોમાંનો એક શાગેર્દ; name of one of the first disciples of Zoroaster; if the compound were dissolved, it means the shining sky, *vide* Vend. 19, 15 ([illegible] [illegible]); [illegible] ૧|૧ ય. ૧, ૩૧; હાદો. નુસ્ક. ૩૭ (= ય. ૨૨, ૩૭); [illegible] ૬|૧ ય. ૧૩, ૯૯. (જુઓ મોદી).

[illegible] (= [illegible]) (જુઓ [illegible] તથા [illegible] ૫) વિ. (દીનનું ફરમાન) નહી સાંભળનાર; દીનના હોકમને નહી તાબે થનાર; not hearing (lit.); not obeying the religious mandate; [illegible] (૧|૩ ને બદલે) વં. ૧૬, ૧૮; વં. ૧૭, ૧૧.

[illegible] (જુઓ [illegible] તથા [illegible] [illegible]) વર્ત. કૃ નિ. નહી સંભળાવતો (અસલ); નહી ગાતો, નહી ગાથાને ભણતો; not chanting (the Gâthâs). [illegible] નર. ૧|૧ વં. ૧૮, ૫. જુઓ નીચેનો બોલ.

[illegible] (જુઓ [illegible] તથા [illegible]) સમાસ વિ. નહી ગાથા ગાતો, ગાથા ગાથને નહી ભણનાર; not singing the Gâthâs; [illegible] નર. ૧|૧ ય. ૫, ૯૨.

[illegible] (= अश्रु = [illegible]) સા. ના. નાન્ય. આંસુ; tears; [illegible] [illegible] (આંસુ પાડતી shedding tears) ૨|૩ ય. ૧૦, ૩૮.

[illegible] (જુઓ [illegible] તથા ધા. [illegible]) વિ. નહી સાંભળવા લાએક; નહી સાંભળેલું (મિલ્સ); નાફરમાની, બેરડાઈ (દારમે.); not fit for hearing; unheard (M); indocility (D). [illegible] નાન્ય. ૨|૩ ઇજ. ૪૩, ૧૨.

[illegible] (= [illegible]) (જુઓ [illegible] તથા [illegible]) સા. ના. નારી. નાફરમાન બરદારી; disobedience; [illegible] ૨|૧ ઇજ. ૩૩, ૪;

ઈજ. ૬૦, ૫; [illegible] ૪/૧ ય. ૨, ૧૩; [illegible] ૬/૧ ઈજ. ૧૦, ૪૬; ઈજ. ૪૪, ૧૩.

[illegible] વિશે જુઓ ૧ ધા. [illegible]

[illegible] ([illegible] = જુઓ [illegible] = પુરતી રીતે; જુઓ [illegible]) વિ. પુરતી રીતે દુશ્મનને મારનાર; ફતેહમંદ; sufficiently victorious—smiting the enemy; [illegible] અતિ. વિ. નર. ૧/૧ ઈજ. ૯, ૧૫; ય. ૧૦, ૯૮. Geldner. [illegible]

૧ [illegible] = अश् = પોહોંચવું; જવું, to reach, to go.

[illegible] = નજદીક જવું-પોહોંચવું, લાગવું; to approach, to reach; cl. 5; [illegible] વર્ત. પરસ્મૈ.૫ મો વર્ગ ૩/૧ ય. ૧૦, ૨૪.

[illegible] = ઉંચે-બુલંદ પોહોંચવું; to reach up—on high; [illegible] વર્ત. પરસ્મૈ ૫ મો વર્ગ ૩/૧ ય. ૧૦, ૮૫; [illegible] અ. ભૂ. ય. ૧૦, ૮૯.

[illegible] = સાંમે જવું, હુમલો કરવો; to go against, to oppose, to attack; [illegible] વર્ત. પરસ્મૈ. ૩/૧ વં. ૪, ૧૭.

[illegible] = ક) આગળ પોહોંચવું- જવું, ધસારો કરવો; to rush forth, to move forward with violence; [illegible] વર્ત. પરસ્મૈ. ૫ મો વર્ગ ૩/૧ વં. ૫, ૨૭-૩૨; વં. ૬, ૩૦.૩૩. ૩૬.૩૯; વં. ૭, ૧૦. ૧૧; વં ૧૫, ૧૬; [illegible] શક્યા. પરસ્મૈ. ૩/૧ ય. ૧૧, ૫; [illegible] (ધસારો કરતે, ઉભાઈ જતે) અ. ભૂ. સંશ. વં. ૧, ૧.

ખ) બાહાર આવવું, બાહાર નીકળવું; બચ્ચાંનું માઓનાં પેટમાંથી બાહાર આવવું, જન્મ પામવું; to come forth (lit.); to be born. [illegible] અ. ભૂ. સંશ. પરસ્મૈ. ૩/૧ વં. ૧૬, ૭.

[illegible], [illegible], [illegible] ઉપ. ઘણું, પુષ્કળ, પુરતી રીતે; sufficiently; abundantly; જુઓ [illegible], [illegible], [illegible], [illegible]

૧ [illegible] (= [illegible]) સા. ના. નાન્ય. આટો, લોટ; ground corn, flour; [illegible] (આટો); ૨/૧ વં. ૩, ૩; [illegible] [illegible] [illegible] પાણી વગર (રાંધેલો) અનાજનો આટો (અસલ.); પાણી વગર રાંધેલો અનાજનો ખોરાક (વં. ૫, ૫૨); [illegible] ૬/૩ વં. ૭, ૩૫; જુઓ [illegible]

૨ [illegible] ([illegible], ऋता) (જુઓ ધા. [illegible])

ક) સા. ના. નાન્ય. રાસ્તી, અશોઈ; પવિત્રાઈ; truth, rectitude, holiness, righteous order, sanctity; [illegible] (૧/૧ ને બદલે) ય. ૧, ૧૫; ઈજ. ૬૦, ૫, [illegible] ૧/૧ ઈજ. ૬૦, ૨; [illegible] ૧/૧ ઈજ. ૨૯, ૧૧; ઈજ. ૪૩, ૧૬; [illegible] ૨/૧ વં. ૩, ૩૧; વં. ૫, ૪. ૭; વં. ૭, ૭૮. ૭૯; વં. ૮, ૩૪; વં. ૧૮, ૧૧. ૨૪. ૪૩. ૪૫; ઈજ. ૧૨, ૧; ઈજ. ૫૧, ૨૧; ય. ૧૩, ૨૫; [illegible] ૩/૧ વીસ્પ. ૨, ૫; વીસ્પ. ૧૨, ૪; [illegible] ૩/૧ ઈજ. ૩૦, ૧; ઈજ. ૩૧, ૧૬; ઈજ. ૫૧, ૧; [illegible] ૩/૧ ઈજ. ૮, ૨; [illegible] ૩/૧ ઈજ. ૫૮, ૪; [illegible] ૪/૧ ઈજ. ૨૬, ૪. ૫; ઈજ. ૪૬, ૧૦; [illegible] ૫/૧ વં. ૪, ૪૫; વં. ૧૯, ૧૪; ઈજ. ૪૬, ૧૯; ઈજ. ૬૮, ૧૩; વી. ૨, ૩; [illegible] ૫/૧ ઈજ. ૨૯, ૬; [illegible] ૫/૧ ઈજ. ૩૨, ૪; ઈજ. ૩૫, ૧૦; [illegible] ૬/૧ વં. ૪, ૪૩; વં. ૮, ૨૧; વં. ૧૮, ૨૭. ૫૫. ૫૯; વીસ્પ. ૧, ૧; વીસ્પ. ૬, ૧; વીસ્પ. ૨૩, ૧; ઈજ. ૯, ૮; ઈજ. ૫૭, ૪; ય. ૧૩, ૭૭; [illegible] ૬/૧ ઈજ. ૭, ૨૫; [illegible] ૬/૧; [illegible] ૭/૧ વં. ૩, ૧૫. ૩૪. ૩૫; વં. ૫, ૪૬; વં. ૮, ૫. ૧૪. ૧૫. ૨૨. ૭૯; વં. ૯, ૩; વીસ્પ. ૯, ૩; ઈજ. ૭, ૧; ય. ૧૭, ૫; [illegible] ૭/૧ ઈજ. ૩૨, ૬; [illegible] ૮/૧ ઈજ. ૪૬, ૧૩; વં. ૨૦, ૧૧; ઈજ. ૧૩, ૬; ઈજ. ૩૧, ૬; ઈજ. ૩૪, ૭; ઈજ. ૩૯, ૫.

ખ) વિ. અશો, રાસ્ત, પવિત્ર; truthful, righteous, holy; [illegible] ૨/૧ વી. ૧૩, ૧; ય. ૧૩, ૯૧; [illegible] નર. ૮/૧ ઈજ. ૩૫, ૩; [illegible] નર. ૮/૩ ઈજ. ૫૮, ૫.

ગ) [illegible] = અષેમ વોહૂ; અષેમ વોહૂ નામની બંદગી; the prayer Ashem Vohû; one of the three antique and most frequently recited prayers; the other two being Ahura Vairya and Yénghé Hâtâm. [illegible] ૨/૧ ય. ૨૧, ૨. ૩.

ઘ) [illegible] [illegible] = સર્વોત્તમ પવિત્રાઈ-અશોઈ (અસલ.); અરદીબેહેશ્ત અમશાસ્પંદ (વિ. ના. નાન્ય.); વળી કોઈ વખતે ફક્ત [illegible] જ આવે છે; the best righteousness (lit.); Ardibehesht; the third of the seven Ameshâspentas. In the Gâthâs, he is often invoked by [Avestan] only; he presides over righteousness and purity; [Avestan] [Avestan] ૧।૧ ઇજ. ૫૭, ૨૯; ય. ૧, ૨૫; [Avestan] [Avestan] ય. ૩, ૧૪; [Avestan] [Avestan] ૨।૧ ય. ૨, ૭; ઇજ. ૨, ૪; ઇજ. ૧૦, ૯; [Avestan] [Avestan] (૨।૧ ને બદલે) ય. ૩, ૧. ૨; [Avestan] [Avestan] (અરદીબેહેશ્તની મારફતે) ૩।૧ ય. ૧૭, ૨૦; [Avestan] [Avestan] [Avestan] (સર્વોત્તમ પવિત્રાઇની મારફતે) ૩।૧ ઇજ. ૨૮, ૮; [Avestan] [Avestan] ૪।૧ વં. ૧૯, ૧૧; ઇજ. ૧, ૨; [Avestan] [Avestan] ૬।૧ ય. ૨, ૨; ઇજ. ૭૦, ૨.

૨) [Avestan] [Avestan] = અરદીબેહેશ્ત મહીનો; the second month of the year; [Avestan] [Avestan] ૬।૧ (૭।૧ ની મતલબે) આફ્રં. ગાહામ. ૭.

૩) [Avestan] [Avestan] = અરદીબેહેશ્ત રોજ; the third day of every month.

૪) [Avestan] [Avestan] = અષેમ્ વોહૂ, 'અષેમ વોહૂ' નામની બંદગી; the prayer Ashem Vohû. *vide*; [Avestan] c; [Avestan] [Avestan] ૨।૧ અરદી. ન્યા. ૮; વીસ્પ. ૨, ૬; [Avestan] [Avestan] ૬।૧ વીસ્પ. ૧, ૪.

[Avestan] (જુઓ [Avestan] તથા [Avestan]) વિ. પૈસા—દોલત—સંપત્તિ વગરનો; ગરીબ; destitute of means—riches; poor; [Avestan] નર. ૪।૧ વં. ૪, ૪૭.

[Avestan] (જુઓ ૨ [Avestan] ૬ તથા [Avestan]) સમાસ. કૃ. વિ. અરોઇને વધારતો, રાસ્તીને વધારનાર; causing the holy truth to flourish; [Avestan] ૬।૨ ઇજ. ૩૩, ૯.

[Avestan] (જુઓ [Avestan] તથા [Avestan]) વિ. પુરતો જોરાવર-કોવતમંદ; sufficiently strong, powerful; [Avestan] ૨।૧ ઇજ. ૯, ૮; ય. ૫, ૩૯; [Avestan] નારી. ૬।૧ ઇજ. ૫૭, ૧૫; [Avestan] અધિ. વિ. નારી. ૧।૨ વં. ૯, ૪૮; [Avestan] અતિ. વિ. નારી. ૧।૧ Frag. 8, 2; [Avestan] અતિ. વિ. નારી. ૨।૧ ઇજ. ૯, ૮; ય. ૫, ૩૪; ય. ૯, ૧૪; ય. ૧૪, ૪૦.

[Avestan] (જુઓ ૨ [Avestan] ૬ તથા [Avestan]) સમાસ વિ. અરોઇની ચળકાટવાળો; પવિત્ર સુખવાળો (દા૨.); of holy splendour, shining with holiness; of holy felicity (D); [Avestan] નર. ૨।૧ ઇજ. ૨, ૧૪; ઇજ. ૨૫, ૭; [Avestan] નર. ૬।૧ ઇજ. ૧, ૧૪; ઇજ. ૩, ૧૬; ઇજ. ૨૨, ૨૬; ય. ૧૯, ૦. ૯૭; [Avestan] નારી. ૨।૩ વીસ્પ. ૨, ૮; ઇજ. ૭૧, ૧૦; સી. ૨, ૨૮; [Avestan] ૬।૩ વં. ૧૯, ૨૮; વીસ્પ. ૧, ૬; ઇજ. ૧, ૧૪; સીરો. ૧, ૨૮.

[Avestan] ([Avestan] = જુઓ [Avestan], [Avestan] તથા [Avestan]) સમાસ ના. પુરતી અક્કલ-હુશિયારી; ઠેકાણે અક્કલ; sufficient sense; sound mind; [Avestan] ૩।૧ વં. ૧૩, ૩૯.

[Avestan] (જુઓ ૨ [Avestan] તથા [Avestan]) સમાસ વિ. અરોઇ-રાસ્તીની પુઠે ચાલનાર; following or closely knit with the righteous order; ધા. [Avestan] નારી. ૧।૧ ઇજ. ૫૯, ૩. ૪; [Avestan] નર. ૨।૧ ઇજ. ૪૧, ૩.

[Avestan] (જુઓ ૨ [Avestan] તથા ધા [Avestan]) સમાસ ના. અરોઇ-રાસ્તીની પુઠે ચાલવું. pursuit of the righteous order; [Avestan] ૩।૧ ઇજ. ૫૮, ૪.

[Avestan] (જુઓ ૨ [Avestan] તથા [Avestan]) સમાસ વિ. અરોઇનાં તોખમવાળું, રાસ્તીનાં મૂળવાળું; જેનું મૂળ રાસ્તી-અરોઇ; containing the seed or principle of righteousness; [Avestan] નાન્ય. ૧।૩ ય. ૧, ૭; [Avestan] નાન્ય. ૨।૩ વં. ૧૧, ૧.૨. ૧૦. ૧૩. ૧૬; વીસ્પ. ૧૧, ૫; ઇજ. ૮, ૫; ઇજ. ૧૯, ૨. [Avestan] ૬।૩ ય. ૨૧, ૧; [Avestan] ૭।૩ ય. ૧૧, ૩.

[Avestan] (જુઓ ૨ [Avestan] તથા [Avestan]) સમાસ વિ. અરોઇની ચાહેરા રાખતો; પવિત્રાઇ શોધતો; loving righteousness; seeking after truth; [Avestan] નર. ૬।૧ વીસ્પ. ૧૧, ૭; ઇજ. ૨૪, ૫; [Avestan] નર. ૨।૩ ઇજ. ૧૭, ૩; ઇજ. ૪૦, ૩.

[Avestan] (જુઓ ૨ [Avestan] તથા ૨ [Avestan]) સમાસ વિ. અરોઇ-રાસ્તીને તોડતો-નુકસાન કરનાર; violating the righteous order; [Avestan]

२।१ ઈજ઼. ૬૦, ૫. [Avestan] એ પ્રમાણે બેહુ બોલને જુદા ગણીએ તો એનો અર્થ 'રાસ્તી જુઠાઈની ઉપર ફતેહ પામે-ફાવે' ([Avestan]) થઈ શકે; if the compound be dissolved ([Avestan] [Avestan]), it signifies as follows: may the righteous order gain the victory over ([Avestan]) falsehood.

[Avestan] સા. ના. આસ્માન, આકાશ; the sky, the firmament; [Avestan] ૫।१ વીસ્પ. ૭, ૪; [Avestan] ૬।१ ય. ૧૩, ૪૨. ૮૬; ઈજ઼. ૧, ૧૬; ઈજ઼. ૩, ૧૮; ઈજ઼. ૧૯, ૮; સી. ૧, ૨૭.

[Avestan] (જુઓ ૨ [Avestan] તથા ૨ધા. [Avestan]) સમાસ વિ. અશોઈ-રાસ્તી તરફ પોહોચાડનાર; making (a person) to reach to purity or righteousness; [Avestan] [Avestan] (રાસ્તી તરફ પોહોંચાડનારી અક્કલ,) નર. ૨।१ વં. ૧૮, ૬; [Avestan] [Avestan] જે બંદગી રાસ્તી તરફ પોહોચાડે—લઈ જાએ તેની મારફતે) નાન્ય. ૩।१ ય. ૧૩, ૫૦.

[Avestan] વિ. ના. નર. એક નામાંકિત પુરૂષનું નામ; name of an illustrious personage; ([Avestan]) [Avestan] ૬।૨ ય. ૧૩, ૧૨૭

[Avestan] (જુઓ ૨ [Avestan] તથા [Avestan]) સમાસ વિ. અશોઈમાં પેહેલ્લું-સઉથી સરસ; એ બોલ [Avestan] (પેદાએશ) ના વિશેષણ તરીકે આવેછે; foremost in holiness—righteousness; [Avestan] ૩।૩ ઈજ઼. ૧૯, ૧૯; [Avestan] ૬।૩ ય. ૧, ૩૨; વીસ્પ. ૧૯, ૨.

[Avestan] (જુઓ ૨ [Avestan] તથા [Avestan]) સમાસ ભૂ. કૃ. વિ. અશોઈને લીધે—થી બચેલો; રાસ્તીને લીધે રક્ષણ પામેલો; protected on account of holiness; preserved by righteousness; [Avestan] નર. ૨।१ વીશ્તા. ય. ૪૨.

[Avestan] (જુઓ [Avestan] તથા [Avestan]) સમાસ વિ. પુરતી હિમ્મતવાળો, ઘણોજ જોરેમંદ; of sufficient courage; very strong [Avestan] [Avestan] (પુરતી હિમ્મતવાળી કન્યાનું) નારી. ૬।१ ય. ૫, ૬૪. ૧૨૬; ય. ૧૩, ૧૦૭; *variants:* [Avestan], [Avestan]

[Avestan] = સજાવાર થાએછે, લાએકીથી મેળવેછે (મિલ્સ); he becomes worthy of; he merits (M.) જુઓ આફ્રે. ૨વી. ૪.

[Avestan], [Avestan] (જુઓ [Avestan] તથા [Avestan]) સમાસ. ભૂ. કૃ. વિ; અશો (માણસ) ને માટે ઉત્પન્ન થએલું; (the evil) produced for righteous persons; [Avestan] [Avestan] (અશો માણસને માટે દુઆને અશો માણસની વિરૂધમાં ઉત્પન્ન થએલી ખરાબીનું) નાન્ય. ૬।१ ય. ૧૩, ૧૦૫; [Avestan] નાન્ય. ૬।१ ય. ૧૩, ૧૨૯.

[Avestan] સમાસ વિ. અશો-રાસ્ત માણસને ખુશાલ કરતો; rejoicing a righteous person; [Avestan] (Wester. [Avestan] [Avestan]) નર. ૧।१ ય. ૧૩, ૬૩.

[Avestan] (જુઓ [Avestan] તથા ૧ ધા. [Avestan]) સમાસ વિ. અશો (માણસ) ને ખુશી—ખુશ્નુદ કરનાર; gladdening righteous persons; [Avestan] [Avestan] નર ૪।१ ય. ૧૮, ૪.

[Avestan], Geld. [Avestan] ([Avestan]) (જુઓ [Avestan], તથા [Avestan]) સમાસ વિ. અશો-રાસ્ત (માણસ) ને મારનાર-મારી નાખનાર; smiting holy persons, murdering righteous persons; [Avestan] નર. ૬।१ વં. ૧૮, ૧૧. ૧૨. [Avestan] નર. ૬।૩ ઈજ઼. ૬૧, ૪.

[Avestan] ([Avestan] ઉપરથી) સમાસ ના. નાન્ય. રાસ્ત-અશો (માણસ) ને હાની પોહોંચાડવાનું-મારી નાખવાનું કામ; act of tormenting or murdering righteous persons; [Avestan] ૨।१ વં. ૩, ૪१; [Avestan] ४।१ વં. ૫, ૧૪.

[Avestan] (જુઓ [Avestan] તથા ધા. [Avestan]) સમાસ ના. નર. અશો (માણસ) ને મારનાર; રાસ્ત (માણસ) ને મારી નાખનાર; the tormentor or the murderer of righteous persons; [Avestan] ૫।૩ ઈજ઼. ૬૫, ૮; [Avestan] ૧।૩ ય. ૧૦, ૩૮. ૪૫; [Avestan] ૨।૩ ય. ૧૦, ૭૬.

[Avestan] (જુઓ [Avestan] તથા ધા. [Avestan]) સમાસ વર્ત. કૃ. વિ. રાસ્ત (માણસ) ને પોહોંચતો ઈઆને મદદ કરતો; reaching to (*i. e.*, helping) righteous persons; [Avestan] (Geld, [Avestan] [Avestan]) ૧|૧ ઈજ. ૭૧, ૧૬.

[Avestan] (જુઓ ૨ [Avestan] તથા [Avestan]) સમાસ વિ. અશોઈ-રાસ્તીનું કૌવત આપનાર; રાસ્તી લાવનાર-રાખનાર (મિલ્સ); પાક જનમેલો, પવિત્ર બુન્યાદનો (સ્પી., હ્યુ., હારલે તથા દાર.); આએ છેલ્લા વિદ્વાનો 'જન' (જનમવું) ધાતુ ઉપરથી લેછે; મિલ્સ 'વજ્' ઉપરથી ગણેછે. એ બોલ [Avestan] (હોમ) ના વિશેષણ તરીકે આવેછે; giving strength of righteousness; bringing righteousness (M.); pure born, pure by birth (Sp., H. & D.); [Avestan] નર. ૬|૧ ઈજ. ૧૦, ૧; સીરો. ૧, ૩૦; [Avestan] નર. ૮|૧ ઈજ. ૧૦, ૧૪; ઈજ. ૧૧, ૧૦.

[Avestan] વિ. ના. નર. એક મહાન પુરૂષનું નામ જેનાં ફ્રોહરને આરાધ્યું છે; એ નામના બે જુદા પુરૂષો છે; (a) one of the immortals who will come forth to help Saoshyant in the final struggle (Bund. XXIX, 6) [Avestan] ૬|૧ ય. ૧૩, ૧૧૨. [Avestan] ૧|૨ ય. ૫, ૭૨; (b) name of an illustrious personage, son of Sayuzdri.

બ) [Avestan] ૧|૧ ય. ૫, ૭૨; [Avestan] [Avestan] ૬|૧ ય. ૧૩, ૧૧૩. (જુઓ માદી.)

[Avestan] (= [Avestan]) ([Avestan] ઉપરથી) વિ. અશોઈ-પાકીજગીવાળો; રાસ્ત; holy, righteous, saintly; [Avestan] ૬|૧ વીસ્પ. ૯, ૫;

[Avestan] (= [Avestan] + [Avestan]); અતિ. વિ. ઘણોજ અશોઈ-પાકીજગીવાળો, ઘણોજ રાસ્ત (૧|૧ ને બદલે) ય. ૧, ૧૨; [Avestan] (most saintly) નર. ૧|૩ આફ્રી. ગાહામ. ૪.

[Avestan] (જુઓ [Avestan] તથા [Avestan]) સમાસ વિ. અશો તરીકા- કાનુનવાળું; કાનુન-તરીકામાં અશો-રાસ્ત; following the law saintly; righteous in doctrine; [Avestan] ૨|૩ ઈજ. ૭૧, ૬.

[Avestan] (જુઓ [Avestan] તથા ધા. [Avestan]) સમાસ ના. નર. અશો-રાસ્ત (માણસ) ને દુઃખ દેનાર; અશો-રાસ્ત (માણસ) ની સાથે અદાવત રાખનાર; tormenting righteous persons; bearing malice towards holy persons; [Avestan] (= [Avestan]) ૬|૩ ઈજ. ૬૧, ૪.

[Avestan] (જુઓ [Avestan] તથા [Avestan]) સમાસ ભૂ. કૃ. વિ. અશો પેદા કીધેલું; અશો તરીકાવાળું; created holy, possessing the holy institutions; [Avestan] ૨|૩ ઈજ. ૭૧, ૬.

[Avestan] (= [Avestan], [Avestan] = ऋतावन) (૨ [Avestan] ઉપરથી) વિ. અશો, રાસ્ત, નીતિમાન, પાક, પવિત્ર, સાચ્ચું બોલનાર; એ બોલ પોતાની જુદી જુદી વિભક્તિનાં રૂપમાં પુષ્કળ ઠેકાણે આવેછે; holy, righteous, pure, truthful, faithful; [Avestan] નર. ૧|૧ વં. ૩, ૧. ૨; વં. ૫, ૯. ૨૧. ૬૧; વં. ૮, ૧૧; વં. ૯, ૨; વં. ૧૯, ૩. ૪. ૧૦. ૩૩. ૪૬; ઈજ. ૯, ૨; વીસ્પ. ૧૨, ૪; ય. ૧૧, ૩; ય. ૧૩, ૨૪; આફ્રી. પેગમ. જર. ૪ (= ય. ૨૩, ૪); [Avestan] ૧|૧ ઈજ. ૧૨, ૬; ઈજ. ૩૧, ૧૭; ઈજ. ૪૪, ૧૨; ઈજ. ૪૬, ૬; ઈજ. ૫૮, ૪; [Avestan] (૨|૧ ને બદલે) વં. ૧૯, ૬૫. ૩૫; [Avestan] નારી. ૧|૧ ય. ૯, ૫; ય. ૧૬, ૭; [Avestan] ઈજ. ૭૧, ૬; [Avestan] નાન્ય. ૧|૧ ઈજ. ૬૮, ૧૫; [Avestan] નર. ૨|૧ વં. ૧, ૬. ૧૭; વં. ૩, ૧૫; વં. ૫, ૨૧. ૩૩. ૪૬; વં. ૮, ૫; વં. ૯, ૨. ૩. ૩૩. ૩૪. ૩૫. ૩૬. ૪૨; વં. ૧૧, ૧. ૨. ૧૦; વં. ૧૩, ૨૨; વં. ૧૫, ૨; વં. ૧૮, ૬; વં. ૧૯, ૧૨. ૨૬; ઈજ. ૨૦, ૨; ઈજ. ૩૧, ૧૦; ઈજ. ૪૨, ૪; ઈજ. ૭૧, ૧૩; ય. ૪, ૩; ય. ૧૧, ૧; [Avestan] નારી. ૨|૧ વં. ૯, ૩૩. ૩૪. ૩૫. ૩૬. ૪૨; વં. ૧૧, ૧. ૨. ૧૦; વં. ૧૯, ૧૨. ૨૬. ૨૯. ૩૫; વીસ્પ. ૨, ૬; ઈજ. ૧૨, ૯; ઈજ. ૬૫, ૧; [Avestan] નાન્ય. ૨|૧ ય. ૬, ૨; ય. ૧૦, ૨; [Avestan] નર. ૪|૧ વં. ૩, ૩૪. ૩૫; વં. ૫, ૨૦; વં. ૮, ૧૦૭; વં. ૧૩, ૩૫; વં. ૧૪. ૧૮; વં. ૧૮, ૨૮. ૩૪. ૩૭; વં. ૧૯, ૧૮. ૧૯. ૨૯; વં. ૨૧. ૧; ઈજ. ૩૨, ૧૦; ય. ૧૩, ૧૫૩; [Avestan] ૪|૧ ઈજ. ૩૩, ૩; ઈજ. ૪૩, ૮; ઈજ. ૪૭, ૫; [Avestan] ૪|૧ ઈજ. ૪૩, ૪; [Avestan] નારી. ૪|૧ હાદો. નુસ્ક. ૧૮ (= ય. ૨૨, ૧૮); [Avestan] નર. ૫|૧ ઈજ. ૭૨, ૧૩

ય. ૧૦, ૨; [illegible] નર. ૬|૧ વં. ૨, ૬; વં. ૩, ૧૧. ૪૨; વં. ૭, ૪૪; વં. ૧૦, ૫. ૬. ૯. ૧૦. ૧૩. ૧૪; વં. ૧૮, ૬૪; વીસ્પ. ૧, ૨; ય. ૨૧, ૫; [illegible] નર. ૬|૧ ઈજ. ૫૮, ૪; [illegible] (નર. ૬|૧ ને બદલે) ઈજ. ૮, ૧; ય. ૧૭, ૫; [illegible] નારી. ૬|૧ વીસ્પ. ૧, ૫; ઈજ. ૨૨, ૨૪; ય. ૨, ૨; ય. ૫, ૦. ૬૬; ય. ૧૩, ૧૩૯; ય. ૧૬, ૦. ૨૦; [illegible] ઈજ. ૧૦, ૧૬; [illegible] નારી. ૭|૧ ય. ૫, ૫૪. ૫૭; [illegible] (નર. ૨|૧ ને બદલે) વં. ૧૯, ૧; [illegible] (=[illegible]=[illegible]) નર. ૮|૧ વં. ૨, ૧. ૩૯; વં. ૩, ૧. ૨ તથા ૪-૧૩; વં. ૪, ૨. ૫. ૧૧. ૧૮; વં. ૬. ૧. ૪૨. ૪૩; વં. ૭, ૧. ૧૨. ૧૩, ૨૩. ૨૪. ૨૫; વં. ૭, ૨૬. ૪૬; વં. ૯, ૫૨; વં. ૧૩, ૪૧; વં. ૧૫, ૨; વં. ૧૭, ૨; વં. ૧૮, ૧ થી ૬ તથા ૬૨; વં. ૧૯, ૬. ૨૬. ૩૧; વં. ૨૧. ૨; [illegible] નારી. ૮|૧ વં. ૧૯, ૧૮; [illegible] નારી. ૮|૧ ય. ૧૬, ૨; વં. ૨૨, ૩; [illegible] નર. ૨|૨ ઈજ. ૨, ૧૧; ય. ૧૦, ૧૪૫; [illegible] નર. ૪|૨ ઈજ. ૧, ૧૧; ઈજ. ૩, ૧૩; [illegible] નર. ૬|૨ ય. ૧૩, ૧૧૫. ૧૨૪. ૧૨૭; [illegible] નર. ૧|૩ વં. ૧૯, ૧૯. ૩૪; ઈજ. ૧૧, ૧; ઈજ. ૪૦, ૪; ઈજ. ૬૫, ૧૨; ય. ૧૩, ૨૫ ૮૨; ય. ૧૯, ૧૫; ગેહ ૨, ૬; [illegible] નર. ૨|૩ વં. ૭, ૭૧; [illegible] નારી. ૧|૩ ઈજ. ૬૫, ૭; [illegible] નર. ૨|૩ વીસ્પ. ૨, ૨; ઈજ. ૨, ૩; ઈજ. ૬, ૨; [illegible] ૨|૩ ઈજ. ૨, ૧૮; વી. ૭, ૪; [illegible] ૨|૩ ઈજ. ૪૩, ૧૫; [illegible] ૨|૩ સીરો. ૨, ૨૮; [illegible] નારી. ૨|૩ ઈજ. ૨, ૧૨; ઈજ. ૭૧, ૬; આફ્રરં. ગાથા., ૩; [illegible] ઈજ. ૨૩, ૩; [illegible] નર. ૪|૩ વં. ૬, ૪૩; વં. ૭, ૭૭; વં. ૧૪, ૬. ૭. ૯. ૧૦. ૧૨. ૧૩. ઈજ. ૭૧, ૬; [illegible] Geld., [illegible] Wester. નર. ૪|૩ ય. ૮, ૧૧; ય. ૧૦, ૫૫. ૭૪; [illegible] Geld. (ગેરેાસ્માન બેહેસ્ત અશેા–રાસ્ત માણસોને માટે છે) ય. ૩, ૪; [illegible] નારી. ૪|૩ વં. ૧૯, ૩૮; ઈજ, ૨૩; ૨; ઈજ. ૭૧, ૧૧; આફ્રરં. ગાથા. ૧; [illegible] નર. ૫|૩ વં. ૩, ૧૬; વં. ૫, ૪૭. ૪૮; વં. ૮, ૬, ૭, વં. ૯, ૪. ૫; વં. ૧૬, ૩. ૪; વં. ૧૭, ૪; [illegible] નારી ૫|૩; [illegible] નર. ૬|૩ વીસ્પ. ૫, ૧; વં. ૧૪, ૧૭; વં. ૧૭, ૪; વં. ૧૮, ૭૬; વં. ૧૯, ૨૫. ૩૨. ૩૬; ગેહ ૨, ૬; [illegible] નર. ૬|૩ ઈજ. ૪૯, ૧૦; વં. ૧૯, ૩૦. ૩૨. ૩૭; ય. ૨૨, ૩૯; [illegible] નારી. ૬|૩ ઈજ. ૨૧, ૨; ય. ૧૩, ૧૪૩; [illegible] નારી. ૬|૩ વીસ્પ. ૧, ૩; [illegible] (નર. ૮|૩ ને બદલે) ઈજ. ૧, ૨૨, [illegible] ૨|૩ ય. ૧૯, ૮૪; [illegible] (Yt. 19, 84) impious (Dar.)

[illegible] (=[illegible]) (જુઓ [illegible] તથા [illegible]) સમાસ ના. નારી. અશેા-પાક-નીતિમાન ઓલાદ; a righteous line or offspring; [illegible] ૨|૧ ઈજ. ૯, ૨૨.

[illegible] (જુઓ [illegible] તથા [illegible]) સમાસ. બૂ. કૃ. વિ. અશેા-અશેાઈની રીતે બનાવેલું; made holy; [illegible] ૨|૩ ઈજ. ૭૧, ૬.

[illegible] (જુઓ [illegible] તથા [illegible]) સમાસ. બૂ. કૃ. વિ. અશેા માણસથી આરાધના પામેલું; worshipped by the holy or righteous; [illegible] ૨|૩ ઈજ. ૭૧, ૬.

[illegible] (=[illegible]+[illegible]) સા. ના. નર. અશેાઈ, પવિત્રાઈ, પાકી જગી; holiness, purity, righteousness; [illegible] ૨|૧ ય. ૧૦, ૩૩; [illegible] ૩|૧ ઈજ. ૫૫, ૩; [illegible] ૪|૧ ઈજ. ૧૧, ૧૦; ય. ૧૦, ૫; [illegible] ૪|૧ ઈજ. ૧૪, ૧; ઈજ. ૬૮, ૨; વીસ્પ. ૫, ૧; વીસ્પ. ૧૧, ૨૦; [illegible] ૬|૧ વં. ૧૮, ૬૮; [illegible] ૬|૩ ઈજ. ૬૮, ૪.

[illegible] વિશે જુઓ [illegible]

[illegible] (જુઓ [illegible] તથા ૧ ધા. [illegible]) સમાસ ના. નર. પવિત્રાઈ-અશેાઈ આપનાર; બેહેસ્તનું સુખ આપનાર (દાર.); bestower of purity, holiness; bliss-giver (Dar.); [illegible] ૫|૧ ય. ૧૦, ૬૫

[illegible] વિ. ના. નર. એક પુરૂષનું નામ; name of a person; [illegible] ૬|૧ ય. ૧૩, ૧૧૪.

[illegible] (જુઓ ૨ [illegible] તથા [illegible])

સમાસ વિ. અતિશય અશોઇવાળું, અશોઇમાં સઉથી ચડતું; extremely holy; uppermost in purity; [illegible] નાન્ય. ઔ ૧ ય. ૧૧, ૪.

[illegible] વિ. ના. નર. એ નામના બે પુરૂષો હતા જેઓનાં ફરોહરોને આરાધ્યાં છે; એક જન [illegible] (અષસહરથાંશ) નો છોકરો, અને બીજો, [illegible] (જહરથાંશ) નો છોકરો; names of two illustrious personages of the same name; [illegible] ૬|૧ ય. ૧૩, ૧૧૪. (જુઓ મોદી.)

[illegible] વિ. ના. નર. એક નામાંકિત પુરૂષનું નામ; name of an illustrious personage; [illegible] ૬|૧ ય. ૧૩, ૧૧૬.

[illegible] વિ. ના. નર. એક નામાંકિત પુરૂષનું નામ; name of an illustrious personage; [illegible] ૬|૧ ય. ૧૩, ૧૦૬. (જુઓ મોદી.)

[illegible] વિ. ના. નર. પાહાડનું નામ; name of a mountain; [illegible] ૧|૧ ય. ૧૯, ૫. (જુઓ મોદી.)

[illegible] વિ. ના. નર. એક નામાંકિત પુરૂષનું નામ; name of an illustrious personage; [illegible] ૬|૧ ય. ૧૩, ૧૧૬.

[illegible] (જુઓ ૨ [illegible] તથા [illegible]) સમાસ વિ. અશોઇ સાથની નેકી-ખુબી રાખનાર; પવિત્રાઇના સદ્‌ગુણો ધરાવનાર; possessing virtue with holiness; possessing moral qualities with piety. [illegible] નર. ૨|૧ ય. ૧૦, ૨૫.

૧ [illegible] (જુઓ - તથા [illegible]) સા. ના. નારી. ખુશી-ખુશાલી વગરની હાલત (અસલ.); દુઃખ, પીડા, ગિરફ્તારી; suffering, sadness, affliction; [illegible] ૬|૧ હાદો. નુસ્ક. ૨૦.

૨ [illegible] વિશે જુઓ ધા. [illegible]

[illegible] (જુઓ - તથા [illegible]) અતિ.વિ. ઘણોજ નાખુશાલ, અતિશય દલગીર; feeling the sorest grief; [illegible] નાન્ય. ૬|૧ વં. ૩, ૭. ૮. ૯. ૧૦. ૧૧.

[illegible] (= [illegible]) (જુઓ ૨ [illegible] તથા [illegible]) સમાસ વિ. અશોઇ-રાસ્તીનું કૌવત રાખનાર; possessing the power of holiness; [illegible] નર. ૬|૧ યજ. ૪૩, ૪.

[illegible] (જુઓ - તથા [illegible]) વિ. નાખુશ, દલગીર; sad, grieved; [illegible] નર. ૧|૧ ય. ૧૦, ૧૦૫; ય. ૧૯, ૩૪.

[illegible] (જુઓ ૨ [illegible] તથા ૧ ધા. [illegible]) સમાસ ના. નર. અશોઇને માટે બખશીશ કરનાર, ઇમાને રાસ્તીની રાહે ચાલવાથી તેનો બદલો આપનાર; એ સિફત દાદાર હોરમજદને માટે આવે છે; (God) bountiful (to a person) for his piety—righteousness; (God) giving reward for pursuing the path of justice. [illegible] ૮|૧ યજ. ૨૮, ૬.

[illegible] (જુઓ ૨ [illegible] તથા ધા. [illegible]) સમાસ વિ. અશોઇ-રાસ્તીને વધારનાર; promoting piety-righteousness; [illegible] નર. ૬|૧ યજ. ૩૪, ૧૪. [illegible] (Wester. and Geld.)

[illegible] (જુઓ ૨ [illegible] તથા [illegible]) સમાસ ના. નર. અશોઇ-રાસ્તીનું મુકામ; the abode of piety—righteousness. [illegible] ૨|૧ ય. ૩, ૪.

[illegible], સા. ના. નર. અશોઇ અથવા રાસ્તીને તોડનાર; સત્યતાનો ભંગ કરનાર; one who violates piety—righteousness; એ બોલ બે રીતે સમજાવી શકાએછે:—૧. [illegible], [illegible] = રાસ્તી; righteousness; ધા. [illegible] = वन् તોડવું; નુકસાન કરવું; to break, to smite; પછી [illegible] નો [illegible] થયો. ૨. [illegible] અશોઇ ધા. [illegible] = अद् to violate નુકસાન કરવું (જુઓ ધા. [illegible] ધ.); [illegible] પ્રત્યય લાગ્યાથી [illegible] + [illegible] + [illegible] = [illegible]; [illegible] (Wester. [illegible]) ૧|૧ ય. ૮, ૫૯. ૬૦; ય. ૧૪, ૫૧. ૫૨.

[illegible] (જુઓ ૨ [illegible] તથા [illegible]) સમાસ વિ. અશોઇની ખાહેશ રાખનાર; રાસ્તી પસંદ કરનાર; રાસ્તીની મરજી મુજબ ચાલનાર; desiring purity; esteeming righteousness; [illegible] ([illegible] ને બદલે) નારી. ૬|૧ યજ. ૫૮, ૪.

[illegible] વિશે જુઓ [illegible]

[Avestan] વિ. ના. નર. એક નામાંકિત પુરૂષનું નામ; name of an illustrious personage; [Avestan] ૬|૧ યે. ૧૩, ૧૧૦.

[Avestan] વિ. ના. નર. એક નામાંકિત પુરૂષનું નામ; name of an illustrious personage; [Avestan] ૬|૧ યે. ૧૩, ૧૧૩. (જુઓ મોદી.)

૧ [Avestan] (૨ [Avestan] ઉપરથી) ક) સા. ના. નારી. અશોઈ, પવિત્રાઈ, રાસ્તી, નીતિ, આશીર્વાદ, કલ્યાન, ફાએદો; holiness, purity, righteousness, blessedness, blessing; [Avestan] ૧|૧ ઇજ. ૯, ૩. ૬. ૯. ૧૨; ઇજ. ૩૩, ૧૩; [Avestan] ૨|૧ વં. ૨૦, ૧૧; ઇજ. ૨૮, ૭; ઇજ. ૪૬, ૧૦; ઇજ. ૫૧, ૨૧; ઇજ. ૫૮, ૧; યે. ૧૩, ૧૫૭; [Avestan] ૨|૧ વીસ્પ. ૧૬, ૨; ઇજ. ૧૩, ૭; યે. ૧૩, ૮૭; [Avestan] ૩|૧ ઇજ. ૪૩, ૧૨; [Avestan] ૩|૧ વં. ૪, ૪૫; [Avestan] ૩|૧ ઇજ. ૩૧, ૪; [Avestan] ૬|૧ વીસ્પ. ૯, ૧; ઇજ. ૪૮, ૮; ઇજ. ૫૦, ૩. ૯; ઇજ. ૬૦, ૪; યે. ૧૩, ૩૨; [Avestan] ૧|૩ ઇજ. ૫૨, ૩; [Avestan] ૧|૩ ઇજ. ૬૦, ૨; [Avestan] ૨|૩ ઇજ. ૨૮, ૪; ઇજ. ૩૪, ૧૨; ઇજ. ૪૩, ૧. ૪. ૧૨; જુઓ [Avestan]

ખ) [Avestan] [Avestan] = [Avestan], [Avestan], [Avestan] = ભલી પવિત્રાઈ-રાસ્તી (અસલ.); અશિશ્વંગ નામનો ફરેશ્તો જે રાસ્તી અને ખજાનાની ઉપર મવક્કલ છે (વિ. ના. નારી.). રાસ્તી એ આએ દુનિયાનું સુખ તથા પેલી દુનિયામાં બેહેશ્તનો દરજ્જો મેળવવાનો સબબ-મૂળ છે; pure, blessedness, righteousness (lit.); *Ashi Vanguhi*, the angel presiding over righteousness, good fortune, and wealth; [Avestan] [Avestan] ૧|૧ ઇજ. ૩; ઇજ. ૧૦, ૧; યે. ૧૦, ૬૬; યે. ૧૩, ૧૦૭; [Avestan] [Avestan] ૧|૧ યે. ૮, ૩૮; [Avestan] [Avestan] ૨|૧ વીસ્પ. ૪, ૨; [Avestan] [Avestan] ૨|૧ ઇજ. ૨, ૧૪; ઇજ. ૧૩, ૧; ઇજ. ૧૬, ૬; યે. ૧૭, ૧; [Avestan] [Avestan] ૨|૧ ઇજ. ૫૭, ૩; યે. ૧૮, ૩; [Avestan] [Avestan] ઇજ. ૧, ૧૪; વં. ૧૯, ૩૯; યે. ૧૧, ૧૬. ૨૧; યે. ૧૭, ૦. ૬૨; [Avestan] [Avestan] ૬|૧ ઇજ. ૬૦, ૭; વીસ્પ. ૧૧, ૧૬; [Avestan] [Avestan] ૬|૧ ઇજ. ૫૬, ૩; [Avestan] [Avestan] ૮|૧ યે. ૧૭, ૭. ૨૪; [Avestan] ૮|૧ યે. ૧૭, ૬.

૨ [Avestan] (= [Avestan] = अक्षि) (જુઓ ધા. [Avestan]) સા. ના. નાન્ય. આંખ; the eye; [Avestan] ૨|૨ યે. ૧૧, ૨; [Avestan] ૩|૨ ઇજ. ૯, ૨૯; યે. ૧૧, ૫; [Avestan] ૩|૨ ઇજ. ૩૨, ૧૦.

[Avestan] (૧ [Avestan] ઉપરથી) વિ. અશોઈ-પવિત્રાઈવાળું, આશીર્વાદ પામેલો, રાસ્ત; holy, blessed, righteous; [Avestan] નર. ૧|૧ ઇજ. ૫૧, ૫; ઇજ. ૫૬, ૩; [Avestan] નર. ૬|૧ ઇજ. ૧, ૭; ગેહ ૫, ૨; [Avestan] નર. ૨|૩ ઇજ. ૫૮, ૬.

[Avestan] અતિ. વિ. પુરતી રીતે ચાલાક-મેહેનતુ; ઘણી કષ્ટિ ખમનાર; sufficiently strenuous; very laborious; orig., + [Avestan] [Avestan]; or, [Avestan], [Avestan] = મેહેનત, કષ્ટિ, ઉદ્યોગ; labour, work; ધા. [Avestan] = गा = જવું; to go; redupli. [Avestan]; [Avestan] અતિ. વિ. નર. ૨|૩ ઇજ. ૧૩, ૨.

[Avestan] (= [Avestan], [Avestan]) (જુઓ ૨ [Avestan] તથા ધા. [Avestan]) ક) સા. ના. નર. અશોઈ-રાસ્તીનો નાશ કરનાર, જુઠું સમજાવનાર, ખોટું ભેરવી આપનાર; one who violates purity—righteousness; a heretic, a misinterpreter. [Avestan] ૧|૧ વં. ૫, ૩૫. ૩૮; વં. ૯, ૫૨. ૫૬; વં. ૧૨, ૨૩; વં. ૨૧, ૧; ઇજ. ૬૫. ૮; [Avestan] ૬|૧ ઇજ. ૯, ૩૧; [Avestan] ૬|૧ ઇજ. ૧૬. ૮; ઇજ. ૬૧, ૪; ઇજ. ૬૮, ૮; [Avestan] ૨|૩ યે. ૩, ૧૦. ૧૪; [Avestan] ૬|૩ ઇજ. ૯, ૧૮; યે. ૧૩, ૧૦૫; [Avestan] ૮|૩ યે. ૩, ૭.

ખ) વિ. ના. નર. અશોઈ-રાસ્તીનો નાશ કરનાર દેવ, આશ્મોગ દેવ; the Demon who destroys righteousness—purity; *Ashemaogha*. [Avestan] ૨|૧ વં. ૪, ૪૯; યે. ૧૫, ૫૧.

[Avestan] વિ. ના. નર. ખનીરથ બામી નામનાં કેશ્વરમાં જે ૭ અમર હકુમત કરનારાઓનાં નામ જણાવ્યાં છે તેમાંનો એક શખ્સ તથા એની પછીના બે નામ જાણવા; name of one of the seven immortals of the *Keshvar Khaniratha* (Yt. 13,120.) (જુઓ મોદી.)

[Avestan] વિ. ના. નર. એક

નામાંકિત પુરૂષનું નામ; same as above (*vide* Yt. 13, 120.)

[illegible] વિ. ના. નર. એક નામાંકિત પુરૂષનું નામ; same as above (*vide* Yt. 13, 120).

[illegible] (જુઓ ૨ [illegible] તથા ધા. [illegible]) વિ. અશોઇની હદવાળો, રાસ્તીના તરીકા મુજબ ચાલતો; following the rule of righteousness; epithet of Husravangh; [illegible] નર. ૧/૧ વીશ્તા. ૫. ૨.

[illegible] ([illegible]) સા. ના. નાન્ય. જાણીતી અષેમ વોહૂ નામની બંદગી; the well-known prayer *Ashem Vohû*; [illegible] વં. ૧૯, ૧૮. ૨૨; વં. ૧૮, ૪૩; તથા દરેક ભણતરની શરૂઆતમાં આવેછે. જુઓ ૨ [illegible] ગ.

[illegible] વિશે જુઓ ૧ [illegible]

૧ [illegible] (જુઓ ૨ [illegible] તથા ૧ ધા. [illegible]) સમાસ વિ. પવિત્રાઇ—અશોઇને સજાવાર થતો; having a just claim for purity—righteousness; [illegible] (Wester. [illegible]) નર. ૨/૩ ૫. ૧૩, ૧૫૧.

૨ [illegible] (જુઓ ૨ [illegible] તથા [illegible]) સમાસ વિ. અશોઇ—પવિત્રાઇ (વધારવા) ની ખાહેશ રાખતો; desiring (to promote) purity—righteousness; [illegible] નર. ૧/૩ ઇજ. ૪૨, ૯.

[illegible] વિ. ના. નર. રાસ્તીનો દોસ્ત (અસલ.); એક નામાંકિત પુરૂષનું નામ; a friend of righteousness (lit.); name of an illustrious personage. [illegible] ૬/૧ ૫. ૧૩, ૧૧૬. (જુઓ માદી.)

[illegible] (= [illegible]) (જુઓ ૨ [illegible]) તથા [illegible] વિ. ના. નર. અશોઇને ચાહનાર, પવિત્રાઇનો દોસ્ત (અસલ.), સપેનામીનોની પેદાએશનું એક જાતનું પક્ષિ; a friend of purity (lit.); name of a bird of the good creation; it eats the nails of fingers and toes; [illegible] ૮/૧ વં. ૧૭, ૯. (જુઓ માદી).

[illegible] (જુઓ ૨ [illegible] તથા [illegible]) સમાસ વિ. રાસ્તીના તરીકા—મજહબ પ્રમાણે ચાલનાર; following the doctrine of righteousness [illegible] નર. ૧/૧ ૫. ૧૦, ૮૪.

[illegible] વિ. ના. નર. એક નામાંકિત પુરૂષનું નામ; name of an illustrious personage; [illegible] ૬/૧ ૫. ૧૩, ૧૧૭; જુઓ [illegible]

[illegible] (જુઓ ૨ [illegible] તથા [illegible]) સમાસ ના. નર. પવિત્રાઇથી સાજું કરનાર, અશોઇથી તંદરોસ્તી આપનાર, ઇઆને રીમની દૂર કરીને પાકીજગી આપનાર યોજદાથ્રેગર; one who cleanses (lit., restores to health) by means of purificatory rites; [illegible] ૧/૧ ૫. ૩, ૬.

[illegible] (= [illegible]) (જુઓ ૨ [illegible] તથા [illegible]) સમાસ વિ. પવિત્રાઇનો બદલો આપનાર; રાસ્તીને માટે બદલો આપનાર; a giver of rewards for righteous deeds; [illegible] નારી. ૧/૩ ઇજ. ૫૫, ૨.

[illegible] વિ. ના. નર. એક નામાંકિત પુરૂષનું નામ; name of an illustrious personage; [illegible] ૬/૧ ૫. ૧૩, ૯૭.

[illegible] ([illegible]) સમાસ ના. નારી. અશોઇ—રાસ્તીની વખાણ; એ ઇશારો 'અષેમ વોહૂ'ની નામીચી બંદગીને માટે આવેછે; praise of righteousness (lit.); an allusion to the well-known prayer *Ashem Vohû*. [illegible] ૬/૩ વં. ૧૯, ૨૨.

[illegible] (જુઓ ૨ [illegible] તથા ધા. [illegible]) સમાસ ના. અશોઇને માટે જે વખાણેલું તે (અસલ.); રાસ્તીના વખાણ; એ ઇશારોબી ઉપલા બોલની માફક 'અષેમ વોહુ'ની બંદગીને માટે છે; that which is praised for righteousness (lit.); an allusion to the well-known prayer *Ashem Vohû*; [illegible] ૬/૩ ૫. ૨૧, ૯. ૮. ૧૦. ૧૨.

[illegible] (જુઓ [illegible], [illegible] તથા ધા. [illegible]) સમાસ વિ. નેમ અથવા નીશાનને નહી મારનાર [illegible] નર. ૧/૩ ૫. ૧૦, ૪૦.

[Avestan] (જુઓ [Avestan] તથા ધા. ૨ [Avestan]) સમાસ વિ. નેમ અથવા નીશાનને નહી પોંહોચનાર; અથવા ધા. [Avestan] = विद् = વીધવું; to pierce લઈએ તો, નેમ–નીશાનને નહી વીધનાર-તોડનાર; not hitting or piercing the mark; [Avestan] નર. ૧|૩ ય. ૧૦, ૩૯.

[Avestan] (= [Avestan], [Avestan], [Avestan]) (૨ [Avestan] ઉપરથી) ક) વિ. અશો, પાક, આશીર્વાદ પામેલો; એ વિશેષણ ઘણું કરીને [Avestan] (સરોશ યજદ) ના એલકાબ તરીકે આવેછે; holy; righteous, blessed; epithet of Sraosha; [Avestan] નર. ૧|૧ વં. ૯, ૫૬; વં. ૧૮, ૨૩. ૩૦. ૩૩. ૩૫. ૩૯. ૪૨. ૪૫. ૪૮; વં. ૧૯, ૯૦. ૪૧; ય. ૧૦, ૬૧; ય. ૧૧, ૩; [Avestan] નર. ૨|૧ વં. ૧૮, ૨૨; વં. ૧૯, ૧૫. ૪૧; યજ. ૫૭, ૨; તથા દરેક કરદાની શરૂઆતમાં; ય. ૧૧, ૯. ૧૦. ૧૪. ૧૫. ૧૮; [Avestan] નર. ૩|૧ ય. ૧૩, ૧૯૬; [Avestan] નર. ૪|૧ વી. ૧૧, ૬; યજ. ૪, ૨; [Avestan] નર. ૫|૧ યજ. ૬૦, ૬; [Avestan] નર. ૬|૧ વં. ૧૮, ૧૪; યજ. ૧, ૭; યજ. ૫૭, ૧; ય. ૧૧, ૨૩; [Avestan] નર. ૮|૧ વં. ૧૮, ૨૨. ૩૧. ૩૪. ૩૭. ૪૦. ૪૩. ૪૬. ૪૯. ૫૪. ૫૭; યજ. ૫૭. ૨૫.

ખ) [Avestan], Pehl. [Pahlavi], [Pahlavi] સા. ના. પવિત્રાઈ, રાસ્તી પવિત્રાઈનું કાંમ; purity, holiness; a righteous deed; [Avestan] નારી. ૨|૧ વં. ૩, ૩૩; [Avestan] Wester. [Avestan] Geld. નારી. ૨|૧ વીસ્પ. ૨૨, ૨; [Avestan] નારી. ૨|૧ યજ. ૩, ૪; [Avestan] ૨|૧ વીસ્પ. ૭, ૧.

૧ [Avestan] અધિ. વિ. વધારે અશો-પાક- રાસ્ત; more holy—righteous; compara. of [Avestan], [Avestan]; [Avestan] નાન્ય. ૨|૧ યજ. ૪૮, ૪.

૨ [Avestan] વિશે જુઓ ૧ [Avestan]

[Avestan] ક્રિ. શકયા. આત્મને. ૩|૬; ધા. [Avestan] = अश् = પામવું, મેળવવું અથવા લઈ જવું; to get, to obtain; *or*, to lead (rt. [Avestan] = [Avestan] = अश्); [Avestan] Frag. 3, 2; [Avestan] (Mills; rt. [Avestan] = to inhabit).

[Avestan] (જુઓ [Avestan] = ૨ [Avestan] તથા [Avestan]) ઘણો બદ, પુરતી રીતે ખરાબ; most evil, or wicked; [Avestan] (Geld. [Avestan] [Avestan]) નારી. ૨|૧ ય. ૧૯, ૯૫.

[Avestan] (= [Pahlavi], [Pahlavi]) (જુઓ ૨ [Avestan], [Avestan] તથા ૪ ધા. [Avestan]) ક્રિ. અ. જાહેર, આશ્કારા, દેખીતી રીતે, જાણીતી રીતે; evident, obvious; known far and wide; [Avestan] Wester. વં. ૧, ૪.

[Avestan] (જુઓ ૨ [Avestan], [Avestan] તથા ૧ ધા. [Avestan]) વિ. ઘણું ખાનાર, એધી, ખાધરો; eating greedily; [Avestan] અતિ. વિ. નર. ૪|૩ વં. ૩, ૨૦; વં. ૯, ૪૯.

[Avestan] (જુઓ ૨ [Avestan], [Avestan] તથા [Avestan]) સમાસ વિ. પુષ્કળ ઓરેહવાળું; most glorious; [Avestan] નર. ૧|૧ વં. ૨૨, ૨. ૬; ય. ૬૨, ૨; [Avestan] (નર. ૨|૧ ને બદલે) વં. ૧૯, ૧૬; [Avestan] નર. ૨|૧ યજ. ૨, ૧૩; યજ. ૨૫, ૬; સીરો. ૨, ૨૯.

[Avestan] (જુઓ ૨ [Avestan], [Avestan], [Avestan] તથા [Avestan]) સમાસ વિ. પુષ્કળ રોશણ અક્કલવાળું, પુરતી તેજ-હુશિયારીવાળું; possessing an exceedingly enlightened intellect; [Avestan] અતિ. વિ. નર. ૨|૩ યજ. ૧૩, ૩; વીસ્પ. ૩, ૫.

[Avestan] (જુઓ ૨ [Avestan], [Avestan] તથા [Avestan]) સમાસ વિ. પુરતી-પુષ્કળ અક્કલવાળો; very intelligent; [Avestan] અતિ. વિ. નર. ૧|૧ ય. ૧૦, ૧૪૧.

૧ [Avestan] (જુઓ ૧ [Avestan]) ક) સા. ના. નર. મોકલેલો (અસલ.); કાસદ, પેગામ પોંહોંચાડનાર; one who is sent (lit.); a messenger; [Avestan] Geld. ૧|૧ વં. ૧૯, ૩૪.

ખ) સા. ના. નાન્ય. જગા, વિસ્તાર; space; room; જુઓ [Avestan]

૨ [Avestan] (જુઓ ધા. [Avestan] ધ.) સા. ના. નાન્ય. ફેંકીને નાખવાનું હથિઆર, ભાલો, તીર; a missile, a lance; an arrow; [Avestan] ૨|૧ ય. ૧૯, ૪૬; [Avestan] ૨|૨ ય. ૧૯, ૪૬.

[Avestan] ([Avestan] ઉપરથી) વિ. એંસી ઘણું, ૮૦ ઘણું; eighty times; [Avestan] નર. ૧|૧ ય. ૧૦, ૧૧૬.

[Avestan] (જુઓ [Avestan] તથા [Avestan]) સમાસ વિ. આઠ ખુનાવાળું (તાજ); આઠ પડનું બનાવેલું (હારલે); આઠ કીરણવાળું (દારમે.); octagonal; formed of eightfolds (Har.); (a crown) of eight rays (Dar.); [Avestan] [Avestan] નારી. ૨|૧ ય. ૫, ૧૨૮.

[Avestan] (= अष्टादश = [Avestan], [Avestan], ([Avestan] ઉપરથી) ક્રમ સંખ્યા. વિ. અઢારમું; ૧૮ મું; eighteenth (18th); [Avestan] ય. ૧, ૮.

[Avestan] (= अष्टादशन् = [Avestan], [Avestan]) (જુઓ [Avestan] તથા [Avestan]) કેવળ સંખ્યા. વિ. અઢાર, ૧૮; eighteen (18).

[Avestan] (= [Avestan] = अष्टन् = L. Octo = Gr. Octo = [Avestan]) કેવળ સંખ્યા. વિ. આઠ, ૮; eight, 8 ; [Avestan] નારી. ૧|૩ વં. ૧૬, ૧૦; [Avestan] નર. ૨|૩ વ. ૧૧, ૮; ય. ૯, ૩૦; [Avestan] [Avestan] (= ૮૦૦) ૨|૩; વં. ૪, ૧૪; વં. ૮, ૨૬; વં. ૧૩, ૧૨; [Avestan] [Avestan] વં. ૪, ૮.

[Avestan] (= [Avestan], [Avestan]) (જુઓ [Avestan] તથા [Avestan]) સમાસ વિ. આઠ મહીનાને લગતું–મહીનાનું; (a woman with child) in the course of eight months; [Avestan] ૨|૧ વં. ૫, ૪૫.

[Avestan] (= [Avestan] = अशीति = [Avestan]) ([Avestan] ઉપરથી) કેવળ સંખ્યા. વિ. એંસી, ૮૦; eighty (80); [Avestan] ૨|૧ વં. ૮, ૮૯; આફ્રી. ગાહામ. ૧૧.

[Avestan] (જુઓ [Avestan] તથા [Avestan]) સમાસ ના. નાન્ય. આઠ ખાસિયત–ગુણ; eight characteristics; [Avestan] (Geld. [Avestan] [Avestan]) ૧|૩ વં. ૧૩, ૪૪.

[Avestan] ([Avestan] = अष्टम् = L. Octavus [Avestan]) ક્રમ સંખ્યા. વિ. આઠમું, ૮ મું; eighth (8th); [Avestan] નર. ૧|૧ વં. ૧૪, ૯; વં. ૬, ૭; ય. ૧૪, ૨૩; ય. ૧૯, ૨; [Avestan] નર. ૨|૧ વં. ૫, ૨૮; [Avestan] નાન્ય. ૨|૧ (ક્રિ. અ.) વં. ૬, ૧૧; વં. ૪, ૨૦; વં. ૮, ૭૭.

[Avestan] (અર્થ અચોક્કસ); સા. ના. નર. મુરદાં દાટનાર (દાર.); વિશેષનામ (સ્પી., યુસ્તી તથા હારલે); a corpse-burier (Dar.); name of a person (Sp. J. & H.); [Avestan] ૨|૧ ય. ૫, ૧૧૩. (જુઓ મોદી.)

[Avestan] (જુઓ [Avestan] તથા રધા. [Avestan]) સમાસ વિ. ખંજરથી કાપનાર; killing with the poniard; [Avestan] નર. ૨|૧ ય. ૧૦, ૧૧૨.

[Avestan] (= [Avestan] = अष्ट्रा) (જુઓ ધા. [Avestan] ગ) સા. ના. નારી. ક) ખનજર, કટારી; a dagger, a poniard; [Avestan] ૧|૧ વં. ૧૪, ૮; ય. ૧૦, ૧૧૩; [Avestan] ૨|૧ વં. ૧૮, ૪; [Avestan] ૨|૧ વં. ૨, ૭; [Avestan] ૩|૧ વં. ૨, ૧૦. ૧૪. ૧૮; [Avestan] ૧|૩ ય. ૧૦, ૧૧૩.

ખ) શિક્ષા કરવાનું–મારવાનું હથિયાર, એક જાતનો ચાબુક; a whip used in connection with *Sraosho-charana* in religious castigation for driving away noxious animals. [Avestan] [Avestan] (ઘોડાના ચાબુકે કરીને) ૩|૧; એ બોલો શિક્ષાની બાબદમાં વંદીદાદમાં જાબજા આવેછે; જેમકે વં. ૩, ૩૬. ૩૭; વં. ૪, ૧૧—૧૬. ઇત્યાદિ; વં ૬, ૫. ૯. ૧૧. ૧૩. ૧૫. ૧૭. ૧૯. ૨૧. ઇત્યાદિ; વં. ૧૩, ૨૫. ૨૬. ૨૭; વં. ૧૪, ૨; વં. ૧૬, ૧૩. ૧૫. ૧૬; વં. ૧૮, ૭. ૪, ઇત્યાદિ.

[Avestan] (જુઓ ૨ [Avestan], [Avestan] તથા [Avestan]) સમાસ વિ. પુષ્કળ પાણીવાળો, પુષ્કળ પાણીથી ઉગતો; [Avestan] [Avestan] = અનાજ જેને પાકવા તૈયાર થવાને માટે પુષ્કળ પાણીની જરૂર; મ્હોટાં બીવાળાં અનાજનાં ખેતર (દારમે.); પુષ્કળ દાનાવાળાં અનાજનાં ખેતર (હારલે); corns which require a large quantity of water for being fit to be cut or gathered; big-seeded corn-field (Dar.); fields of fertile grains (Har.); [Avestan] ૬|૩ ય. ૮, ૨૯.

[Avestan] (જુઓ ૨ [Avestan] [Avestan] તથા [Avestan]) સમાસ વિ. પુષ્કળ–ઘણી પરીવાળો; ધા. [Avestan] (લડવું) ઉપરથી, ખરો લડવૈયો (હારલે); attended by many Pairikas (fairies); a true warrior; (Har.); [Avestan] ૨|૧ ય. ૧૯, ૪૧.

[Avestan] (જુઓ ૨ [Avestan], [Avestan] તથા ધા. [Avestan]) સમાસ. વિ. ખોરાકમાં ભરપુર, પુષ્કળ ખોરાકવાળું; અથવા સારીપેઠે પોતાનો વહિવટ ચલાવનારાં (રાજ્યો); પુરતી રીતે પાક્કાં (ધા. [Avestan] = પાક્કું થવું); rich in aliments; or (kingdoms) well-administered (rt. [Avestan] पच् to be ripe); [Avestan] ૨|૩ ય. ૫, ૧૩૦; ય. ૧૭, ૭; (ય. ૭૧, ૭ માં ગેલ્ડનરની ચોપડીમાં એ બોલ નથી).

[Avestan] (જુઓ ૨ [Avestan], [Avestan] તથા [Avestan]) સમાસ. ના. નારી. પુષ્કળ ભેટ, પુરતી અર્પણની ચીજ; sufficient offering; numerous gifts. [Avestan] ૩|૧ ય. ૧૦, ૭૭.

[Avestan] (જુઓ ૨ [Avestan], [Avestan] તથા [Avestan]) સમાસ ના. નારી. પુષ્કળ-પુરતી આરાધના; many offerings of *Yaçna*; many consecrations; [Avestan] ૩|૧ ય. ૧૦, ૭૭.

[Avestan] (જુઓ ૨ [Avestan], [Avestan] તથા [Avestan]) સમાસ વિ. પુષ્કળ ખોરાકવાળું, ખોરાકમાં ભરપુર; having stores of food; [Avestan] ૨|૩ ય. ૫, ૧૩૦; ય. ૧૭, ૭.

[Avestan] (જુઓ ૨ [Avestan], [Avestan] તથા [Avestan]) સમાસ વિ. પુરતી- મજબુટ બાજુવાળું (અસલ.); મજબુટ ખભાંવાળું (ઉંટ); having strong arms (lit.); (a camel) having powerful shoulders [Avestan] [Avestan] નર. ૧|૧ ય. ૧૪, ૧૨.

[Avestan] (જુઓ ૨ [Avestan], [Avestan] તથા ૧ધા. [Avestan]) સમાસ વિ. પુરતી રીતે-ઘણો ટેકો આપનાર; well-supporting; [Avestan] નારી. ૧|૩. ય. ૧૩, ૨૩.

[Avestan] (જુઓ ૨ [Avestan], [Avestan] તથા [Avestan]) સમાસ વિ. પુરતો બદલો આપનાર; giving abundant rewards; [Avestan] નારી. ૧|૩ યિ. ૫૫, ૨.

[Avestan] (જુઓ ૨ [Avestan], [Avestan] તથા [Avestan]) સમાસ ના. નારી. પુરતી આરાધના; many offerings of *Yaçna*; sufficient invocation; [Avestan] [Avestan] ૩|૧ યિ. ૬૮, ૯.

[Avestan] (જુઓ ૨ [Avestan], [Avestan] તથા ૧ ધા. [Avestan]) સમાસ વિ. પુરતીરીતે ફતેહ મેળવનાર-ગાલિબ થનાર; most conquering; [Avestan] ના-ય. ૨|૧ ય. ૧૯, ૯.

[Avestan] (જુઓ ૨ [Avestan], [Avestan] તથા [Avestan]) સમાસ વિ. ક) ઘણો નુરમંદ, ઘણી કીર્તિવાળો; most glorious; [Avestan] નર. ૧|૧ ય. ૫, ૪૫; [Avestan] નર. ૧|૧ ય. ૨૩, ૨.

ખ) ઘણો દગલબાજ-મક્કાર (દાર.); ગુનેહગાર, પાપી (હારલે); most crafty (Dar.); criminal (Har.); [Avestan] [Avestan] [Avestan] (ઘણો કાવત્રાંવાળો તુરાની અફ્રાસીઆબ) નર. ૧|૧ ય. ૧૯, ૫૭.

૧ [Avestan] = अस् = L. Esse = Fr. être * = [Persian] હોવું, હયાત હોવું, દમ લેવો; to be, to exist, to breathe; cl. 2; its inflected forms in the Atmanepada are not to be found. [Avestan] (= अस्मि) વર્ત. ૧|૧ વં. ૨, ૩; યિ. ૯, ૨; ય. ૮, ૧૫; ય. ૧૦, ૫૪; [Avestan] યિ. ૩૨, ૮; યિ. ૪૬, ૨; [Avestan] (= असि) ૨|૧ વં. ૧૯, ૬. ૨૦; વં. ૨૧, ૫. ૯. ૧૩; યિ. ૯, ૧. ૨૫; ય. ૧૦, ૨૯; ય. ૧૨, ૯-૩૮; ય. ૧૭, ૨૨; ય. ૨૨, ૧૦; [Avestan] યિ. ૩૨, ૭; યિ. ૩૪, ૧૧; યિ. ૫૧, ૩; [Avestan] (= अस्ति) ૩|૧ વં. ૨, ૭. ૪૩; વં. ૩, ૩૦; વં. ૫. ૧૧. ૨૧; વં. ૭, ૪૪. ૫૫. ૫૬. ૭૧. ૭૨; વં. ૮, ૩૧. ૩૨. ૧૦૭; વં. ૧૦, ૧૯; વં. ૧૩, ૯. ૧૭. ૧૮. ૧૯; વં. ૧૪, ૧૮; વં. ૧૮, ૮. ૧૧. ૧૪. ૩૬. ૩૭. ૪૨. ૪૩. ૪૮. ૪૯. ૫૬. ૫૭. ૭૫; વં. ૧૯, ૬; વં. ૨૧, ૪. ૭. ૮. ૧૧. ૧૨. ૧૫. ૧૬; યિ. ૯, ૨૮; ય. ૫, ૧૨૯; ય. ૧૦, ૮૨; ય. ૧૪, ૩૪; [Avestan] ય. ૧૯, ૬૮; [Avestan] (તેને છે) વં. ૧૩, ૪૪; [Avestan] યિ. ૩૫, ૬; યિ. ૫૮, ૪; [Avestan] (स्तः=તેઓ બે છે) વર્ત. ૩|૨ ય. ૧, ૨૫; ય. ૧૩, ૧૨; [Avestan]† વર્ત. ૧|૩ વીસ્પ. ૧૧, ૧૩; [Avestan]† યિ. ૩૫, ૨; [Avestan] (= स्थ) વર્ત. ૨|૩ યિ. ૩૨, ૩; યિ. ૩૪, ૬. [Avestan] (= सन्ति) = L. Sunt = Fr. Sont વર્ત. ૩|૩ વં. ૧, ૪. ૧૫. ૨૧; વં. ૨, ૨૭. ૨૮. ૨૯. ૩૫. ૩૬. ૩૭; વં. ૯, ૪૬; વં. ૧૦, ૨. ૩. ૭. ૧૧. ૧૫. ૧૬. ૧૭; વં. ૧૩, ૧. ૨. ૫. ૬; વં. ૧૮, ૩૧; વં. ૧૯, ૪; વીસ્પ. ૧૧, ૧૩; [Avestan] યિ. ૧૫, ૨;

---

* અસલ બોલ estre છે, પણ s નીકળી ગયાથી être થયું.
† એમાંથી ધાતુ ([Avestan]) નીકળી ગયો અને ફક્ત પ્રત્યય રહ્યો સ્મસિ (Ved.).

યજ્ઞ. ૫૧, ૨૨; યજ્ઞ. ૩૩, ૧૦; યજ્ઞ. ૪૪, ૧૬; યજ્ઞ. ૫૧, ૧૦; (= असति) વર્ત. સંરા. ૩|૧ યજ્ઞ. ૩૦, ૧૧; યજ્ઞ. ૩૧, ૨૨; યજ્ઞ. ૫૩; ૭; વર્ત. સંરા. ૩|૧ ય. ૧૦, ૧૧૭; (અસલ બોલ) અ. ભૂ. ૩|૧ વં. ૨, ૧૧. ૧૫. ૧૯; વં. ૯, ૪૮. ૫૧; યજ્ઞ. ૯, ૧૫; યજ્ઞ. ૧૨, ૭; યજ્ઞ. ૩૧, ૯; યજ્ઞ. ૩૪, ૮; ય. ૧૦, ૯૮; ય. ૧૯, ૭૯; યજ્ઞ. ૪૬, ૧૮; (Ved. आस) અ. ભૂ. ૩|૧ વં. ૯, ૫૨; વં. ૨૨, ૧૯; યજ્ઞ. ૧૯, ૧; ય. ૧૪, ૪૬; ય. ૧૯, ૩૬; (= आस्व) અ. ભૂ. ૧|૨ યજ્ઞ. ૨૯, ૫; (= असत्) અ. ભૂ. સંરા. ૨|૧; (= असत्) ૩|૧ વં. ૧, ૧૫; વં. ૨, ૨૩. ૨૮; વં. ૩, ૧૫. ૪૦; વં. ૪, ૪૮; વં. ૫, ૨૮–૩૩ તથા ૩૫. ૫૯; વં. ૭, ૧૩. ૧૪. ૧૫. ૫૧. ૭૪. ૭૫. ૭૮. ૭૯; વં. ૮, ૧૩. ૫૮ તથા ૮૧–૯૬ તથા ૧૦૪. ૧૦૬; વં. ૯, ૨. ૩. ૨૧; વં. ૧૦, ૧૮; વં. ૧૩, ૩. ૭. ૪૦. ૪૧; વં. ૧૫, ૨૮. ૨૭. ૩૦. ૩૩. ૩૬. ૩૯. ૪૨; વં. ૧૮, ૭. ૧૩. ૬૦. ૬૬; યજ્ઞ. ૪૪, ૧૯. વળી એ બોલ ( ) — અનિયમિત (— aorist) માંથી લેવાઈ શકાએ; (असन्) અ. ભૂ. સંરા. ૩|૩ વં. ૨, ૨૮. ૩૬. ૩૯; વં. ૫, ૧૧. ૨૭; વં. ૬, ૪૨. ૪૩; વં. ૭, ૧૨. ૨૩. ૨૮. ૩૨. ૭૬. ૭૭; વં. ૮, ૧૨. ૧૦૭; વં. ૯, ૨૭; વં. ૧૧, ૩. ૮. ૧૧. ૧૪. ૧૭. ૨૦; વં. ૧૩, ૪૧; વં. ૧૪, ૧૮; વં. ૧૯, ૧૯; યજ્ઞ. ૩૧, ૧. ૬; યજ્ઞ. ૩૯, ૧; યજ્ઞ. ૬૮, ૧૨; વીસ્પ. ૧૧, ૧૩; (નું બીજું રૂપ) ય. ૫, ૩૮; ય. ૯, ૧૪; ય. ૧૫, ૨૬; (પ્રોફે. જાકસન) આજ્ઞા. ૨|૧ યજ્ઞ. ૩૧, ૧૭; (= अस्तु) આજ્ઞા. ૩|૧ ય. ૧૯, ૩૨; વીસ્પ. ૯, ૭; વીસ્પ. ૧૨, ૧; યજ્ઞ. ૧૨, ૯; યજ્ઞ. ૫૩, ૮; (= सन्तु) આજ્ઞા. ૩|૩ યજ્ઞ. ૩૩, ૭; યજ્ઞ. ૫૩, ૮; (=स्याम्) આશી. ૧|૧ યજ્ઞ. ૪૩, ૮; યજ્ઞ. ૫૦, ૯; (= स्याः) ૨|૧ યજ્ઞ. ૪૧, ૩; (= स्यात्) ૩|૧ યજ્ઞ. ૮, ૬: યજ્ઞ. ૩૫, ૩; યજ્ઞ. ૪૦, ૪; યજ્ઞ. ૪૩, ૧૫; યજ્ઞ. ૪૪, ૧૭; (= स्यात्) ૩|૧ ય. ૮, ૫૬; ય. ૧૦, ૧૨૦; ય. ૧૩, ૭૧; યજ્ઞ. ૩૨, ૧૪; (= स्याम) ૧|૩ યજ્ઞ. ૩૦, ૯; યજ્ઞ. ૪૦, ૪; (= स्यात) ૨|૩ વીરતા. નુસ્ક. ૧૨ (= ય. ૨૪, ૧૨); (स्यात) ૨|૩ યજ્ઞ. ૫૦, ૭; (= स्युः) ૩|૩ યજ્ઞ. ૫૧, ૪; ૩|૩ ય. ૮, ૫૫; ૩|૩ વં. ૧૭, ૯; (= आस) પૂ. ભૂ. ૩|૧ યજ્ઞ. ૯, ૫; ય. ૧૫, ૧૬; ૩|૩ યજ્ઞ. ૯, ૨૩; યજ્ઞ. ૨૩, ૧; ય. ૧૩, ૧૫૦; ૩|૩ યજ્ઞ. ૩૩, ૧૦; યજ્ઞ. ૪૪, ૨૦; યજ્ઞ. ૪૫, ૭; પૂ. ભૂ. સંરા. ૩|૧ (પુસ્તી તથા હાવિલાક) વં. ૫, ૪. ૭; વં. ૮, ૩૪; વં. ૧૩, ૪૯; ય. ૧૩, ૧૨; પૂ. ભૂ. સંરા. ૩|૨ ય. ૧૩, ૧૨; પૂ. ભૂ. ૧|૩ વીસ્પ. ૧૨, ૪; યજ્ઞ. ૩૨, ૧; યજ્ઞ. ૬૯, ૮; (?) પૂ. ભૂ. સંરા. ૩|૩ (પુસ્તી) યજ્ઞ. ૬૦, ૧૧. (આગળ થઈ ગએલાઓનું) પૂ. ફૂ. નર. ૬|૩ ય. ૧૩, ૨૨; પૂ. ફૂ. નર. ૬|૩ યજ્ઞ. ૬૫, ૬.

= કબૂલ રાખવું, માન્ય કરવું; to admit, to approve, to esteem; Pehl. ; જુઓ , ,

૨ = નાખવું, ફેંકવું; to throw, to fling; જુઓ ,

= परा-अस = દોડી જવું, ઉંધું વાળવું, ઢોળી નાખવું; to run away; to overturn; to spill; અ. ભૂ. સંરા. ૫૨૨મૈ. ૩|૧ યજ્ઞ. ૯, ૧૧; ય. ૧૯, ૪૦.

વિશે જુઓ

( ) (જુઓ તથા) ભૂ. કૃ. વિ. કુટ્યા વગરનો, નીચવ્યા-ગાળ્યા વગરનો, તૈયાર કીધા વગરનો (હોમ); not expressed or squeezed (as the juice of Haoma); not strained; વં. ૬, ૪૩.

૧ (ઉપરથી) વિ. ધણી-સાહેબને લગતું (અસલ.); pertaining to the Lord (lit.); = = ધણીને લગતી મરજી-ઇચ્છા (અસલ.); અહુનવર; 'યથા અહુ વઇર્યો' નામની બંદગી; the Lord's Will (lit.); the mystic and well-known prayer Ahuna Vairya, supposed to have been in existence before the creation of the world. It is considered to be very efficacious against the attacks of evil spirits and evil-minded men. નર.

૧।૧ ય. ૧૧, ૩; ય. ૧૯, ૮૧; ય. ૨૧, ૪; ઇજ઼િ. ૫૭, ૨૨; [illegible] [illegible] ૨।૧ વં. ૧૧, ૩; વં. ૧૮, ૪૩. ૪૯; વં. ૧૯, ૨. ૧૦. ૨૨; ઇજ઼િ. ૯, ૧૮; ઇજ઼િ. ૧૯, ૧૫; વીસ્પ. ૨. ૬; [illegible] [illegible] ૨।૧ વં. ૧૭, ૬. ૮; [illegible] [illegible] ૩।૧ વીસ્પ. ૨૪, ૨; ય. ૧૭, ૨૯; [illegible] [illegible] ૫।૧ આફ્રીં. ૨૫ી. ૫; [illegible] [illegible] ૬।૧ વીસ્પ. ૧, ૪; વીસ્પ. ૧૦, ૨; ઇજ઼િ. ૮, ૧; ઇજ઼િ. ૧૯, ૩; [illegible] [illegible] ૨।૩ વં. ૧૧, ૩. ૮. ૧૧. ૧૪. ૧૭. ૨૦.

૨ [illegible] વિશે જુઓ [illegible]

[illegible] ([illegible]); [illegible] [illegible] = [illegible] [illegible] = અહુનવદ ગાથા (= ઇજ઼િ. ૨૮–૩૪) એ ગાથાના હા ગુજરેલાં માણસનાં રવાન ઉપર ગેહેસારના તરીકે ભણવામાં આવેછે; વળી પાંચ ગાથા ગાહામબારેામાંનેા પેહેલેા ગાથા એ નામથી જણાએલેા છે; name of the first of the five Gâthâs, Ahunavat Gâthâ, consisting of seven chapters of Yaçna, *viz.*, y. 28–34. It is recited over the dead body for exorcising evil spirits, before carrying it to its last resting place. [illegible] [illegible] નારી. ૨।૧ વીસ્પ. ૨, ૭; ઇજ઼િ. ૩૪, ૧૬; આફ્રીં. ગાથા. ૩; ગેહ ૨. ૫; [illegible] [illegible] નારી. ६।૧ વં. ૧૯, ૩૮; વીસ્પ. ૧, ૫; ઇજ઼િ. ૩૪, ૧૬; આફ્રીં. ગાથા. ૧.

[illegible] (જુઓ [illegible] તથા ૨ ધા. [illegible]) સમાસ વિ. દુનિયાને મેળવનારી, (આએ) દુનિયામાં ફતેહ આપનારી, (આએ) દુનિયામાં પાર પાડનારી (અકલ); (wisdom) which makes a person reach to the world (lit.); giving success; accomplishing one's wishes. [illegible] [illegible] નર. ૨।૧ વં. ૧૮, ૬.

[illegible] (= [illegible]) વિ. અહુ (દુનિઆને સાહેબ અથવા ધણી) વાળેા, અહુને લગતેા; અહુનવરને લગતેા; (the prayer) containing Ahu (Lord); pertaining to the prayer Ahuna Vairya; [illegible] નર. ૨।૧ વીસ્પ. ૨, ૭; [illegible] નાન્ય. ૨।૧ ઇજ઼િ. ૧૯, ૮; [illegible] નર. ६।૧ વીસ્પ. ૧, ૫.

[illegible] (જુઓ [illegible] તથા ધા. [illegible]) સમાસ ના. નર. દુનિયાને ખરાબ કરનાર, દુનિયામાં નાશનેા ફેલાવેા કરનાર; spreading death in the world; world-destroying; [illegible] ૧।૧ ય. ૮, ૫૯; ય. ૧૪, ૫૧.

[illegible] ([illegible] ઉપરથી) ક) વિ. ના. નર. જીંદગી બક્ષનાર, જીવ આપનાર; the life-giver; [illegible] [illegible] = જીંદગી બક્ષનાર તથા મહાજ્ઞાની સાહેબ; હેારમજદ (અવસ્તામાં ખેાદાનું નામ.); કેટલીએક વખતે, મુખ્ય કરીને ગાથામાં, [illegible] અથવા [illegible] એકલેા બી આવેછે. વળી ગાથામાં, [illegible] [illegible] સાથે આવ્યાને બદલે એક બીજાથી છુટા જરા દુર આવેછે. [illegible], [illegible], અને [illegible] [illegible] એ ત્રણે બેાલેા હેારમજદ, ખેાદાને માટે વપરાએલાછે; [illegible] [illegible] the Life-giver and the Omniscient; the word for God in the Avesta; either [illegible], or [illegible]; or [illegible] [illegible] is used for the same.

[illegible] [illegible] ૧।૧ વં ૧, ૬. ૧. ૩. ૭. ૮. ૯. ઇત્યાદિ; વં. ૨, ૨–૫. ૩૧. ૩૨. ૪૦. ૪૨; વં. ૩, ૨. ૪-૧૦ ૧૨. ૧૩. ૧૫; વં. ૪, ૨. ૫-૧૦; વં. ૫, ૧૫–૧૮. ૨૧. ૬૦; વં. ૧૯, ૨૦; વં. ૨૧, ૪. ૮. ૧૨. ૧૬. ઇત્યાદિ; વીસ્પ. ૨, ૩. ૭; ઇજ઼િ. ૧૧, ૪; ઇજ઼િ. ૧૯, ૧૫; ય. ૮, ૨૫; ય. ૧૦, ૧૨૧; ય. ૧૫, ૨; [illegible] [illegible] (૨।૧ ને બદલે.) વં. ૧૯, ૧૫. ૩૫; [illegible] [illegible] ૨।૧ વં. ૨, ૧; વં. ૭, ૧; વં. ૧૮, ૬૧; વં. ૧૯, ૧૧. ૧૭. ૧૯. ૨૬; વં. ૨૦, ૧; વીસ્પ. ૨, ૪; ઇજ઼િ. ૧૩, ૧; ઇજ઼િ. ૧૬, ૧; ઇજ઼િ. ૩૫, ૧; ઇજ઼િ. ૫૭, ૪; ઇજ઼િ. ૭૦, ૧; ય. ૧, ૧; ય. ૧૦, ૧; [illegible] [illegible] ૩।૧ ય. ૧૩, ૧૪૬; [illegible] [illegible] ૪।૧ વં. ૧૯, ૧૧. ૨૫; ઇજ઼િ. ૧૨, ૧; ઇજ઼િ. ૨૮, ૫; ઇજ઼િ. ૬૮, ૨૨; ય. ૧૩, ૮૭; [illegible] [illegible] ૪।૧ ઇજ઼િ. ૪, ૨; ય. ૧૦, ૫૩; [illegible] [illegible] [illegible] વં. ૧૯, ૪; [illegible] [illegible] ६।૧ વં. ૩, ૧૫; વં. ૪, ૨; વં. ૫, ૪૬; વં. ૮, ૫. ૧૪. ૧૫. ૨૨; વં. ૯, ૩; વં. ૧૪, ૨. ૩. ૭; વં ૧૫, ૪૫. ૪૮; વં. ૧૮, ૧૮. ૨૦. ૨૨. ૨૬; વં. ૧૯, ૧૩. ૧૪. ૧૬. ૧૭. ૩૨. ૩૪. ૩૬; ય. ૧, ૦. ૨૩; ય. ૧૦, ૦; ય. ૧૩, ૧૫૭; વીસ્પ. ૧૫, ૧; ઇજ઼િ. ૧, ૧; ઇજ઼િ. ૪, ૭; ઇજ઼િ. ૧૯, ૧૪; ઇજ઼િ. ૭૧, ૪; [illegible] [illegible] ६।૧ વં. ૮, ૮૦; વં. ૧૯, ૩૪; [illegible] ६।૧ ઇજ઼િ. ૪૬, ૧૫; [illegible] [illegible] [illegible] ६।૧ ઇજ઼િ. ૩૨, ૧; ઇજ઼િ. ૩૫, ૭.

[illegible] [illegible] ६।१ ઇજ઼. ૨૮, ૪; [illegible] [illegible] ६।१ ઇજ઼. ૩૩, ૨; [illegible] [illegible] ८।१ વં. ૨, ૧. ૩૯; વં. ६, ૪૨. ૪૪. ૪૯; વં. ૭, ૧. ૧૨. ૨૩. ૨૫. ૩૨. ૭૩. ૭૮; વં. ૯, ૧. ૫૧; વં. ૧૦, ૧; વં. ૧૧, ૧; વં. ૧૩, ૪૧; વં. ૧૪, ૧; વં. ૧૯, ૧૧. ૧૭. ૨૦. ૨૬; વં. ૨૦, ૧; વીસ્પ. ૩, ૪; ઇજ઼. ૧૬, ૧૦; ય. ૧, ૧; ય. ૧૦, ૭૪. ૧૨૧; [illegible] [illegible] ८।१ ઇજ઼. ૭, ૨૪; ઇજ઼. ૧૩, ૫; ઇજ઼. ૨૮, ૯; ઇજ઼. ૩૫, ૩; [illegible] [illegible] ८।१ ઇજ઼. ૭૧, ૧૦; [illegible] [illegible] (ક઼ેહેર ઇજ઼દ તથા હોરમજ઼દ) ૧।૨ ય. ૧૦, ૧૧૩; નીઆ. ૧, ૭; [illegible] [illegible] ૨।૨ ઇજ઼. ૨, ૧૧; [illegible] [illegible] ૨।૨ ય. ૧૦, ૧૪૫; ઇજ઼. ૨, ૧૧; ઇજ઼. ૬, ૧૦; [illegible] [illegible] ૪।૨ ઇજ઼. ૧, ૧૧; ઇજ઼. ૩, ૧૩.

બ) સા. ના. નર. ધણી, માલેક, સાહેબ, સરદાર; lord, master, chief; [illegible] ૫।૧ ય. ૧૪, ૩૭; ય. ૧૯, ૭૭; [illegible] ૨।૧ ઇજ઼. ૨, ૫; ઇજ઼. ૩૧, ૮. ૧૦; ઇજ઼. ૭૦, ૬; ય. ૧૯, ૫૨; ય. ૨, ૯; ય. ૧૦, ૨૫; [illegible] ६।१ ઇજ઼. ૧, ૫; ઇજ઼. ૩, ૭; ય. ૧૦, ૬૯; ય. ૧૩, ૬૩; ગેહ ૩, ૨; [illegible] ८।१ ઇજ઼. ૬૫, ૧૨; [illegible] ૫।૧ ય. ૫, ૮૫; ય. ૧૪, ૩૯; ઇજ઼. ૩૦, ૯; ઇજ઼. ૩૧, ૪.

ગ) હોરમજ઼દ, દએપ આદર દાદાર, દએપ મેહેર દાદાર, દએપ દીન દાદાર-એ રોજ઼નાં નામ; name of the first, the eighth, the fifteenth and the twenty-third day of every month. જુઓ મ્હોટા તથા નાહલા સીરોજ઼ા ફકરા ૧. ૮. ૧૫. ૨૩.

[illegible] (જુઓ [illegible] ક તથા [illegible]) સમાસ વિ. હોરમજ઼દના તરીકા મુજબ ચાલનાર-તરીકાવાળો; following the doctrines of Ahura; devoted to the lore of the Lord; [illegible] નર. ૫।૧ વીસ્પ. ૫, ૩; ઇજ઼. ૧, ૨૩; ઇજ઼. ૯, ૧૩; ઇજ઼. ૧૨, ૧; ય. ૧૩, ૮૯; વળી એ બોલ દરેક નીઆએશ તથા યશ્તમાં ક઼્રવરાને ([illegible]) ના ફકરામાં આવેછે; [illegible] [illegible] નર ૨।૧ ય. ૧૩, ૯૦; [illegible] નારી. ૨।૧ ઇજ઼. ૬૫, ૬; ય. ૫, ૬; ય. ૧૩, ૪; નીઆ. ૪, ૨.

[illegible] (જુઓ [illegible] ક તથા ૨ [illegible]) સમાસ બ. ક઼. વિ. હોરમજ઼દનું પેદા કીધેલું-આપેલું; made or created by Ahura; given by Ahura Mazda; [illegible] નર. ૧।૧ ય. ૧૦, ૭૦; ય. ૧૪, ૧. ૬. ૮. ૧૦. ૧૪. ૧૬. ૧૮. ૨૨. ૨૪. ૨૬; [illegible] નર. ૨।૧ વં. ૧૯, ૩૭; વીસ્પ. ૨, ૮; ઇજ઼. ૧૬, ૫; ય. ૧૦, ૩૩. ૮૦; ય. ૧૪, ૧. ૬. ૮. ૧૦. ૧૪. ૧૬. ૧૮. ૨૨. ૨૪. ૨૬; આફ઼રી. પેગમ. જ઼રે. ૭ (ય. ૨૩, ૭); [illegible] નારી. ૨।૧ વં. ૧૩, ૪૯; વં. ૧૯, ૨૧. ૨૬. ૩૫; ય. ૬, ૨; ય. ૧૩, ૯; [illegible] નાન્ય. ૩।૧ ય. ૧૦, ૬૭; [illegible] નર. ६।१ વીસ્પ. ૧, ૬; ઇજ઼. ૧, ૬.

[illegible] વિ. ના. નર. પાહાડનું નામ; name of a mountain; probably, the mountain of Ahura (Dar.); [illegible] (Wester. [illegible]) ૧।૧ ય. ૧૯, ૫.

[illegible] ([illegible] ક ઉપરથી) વિ. નારી. હોરમજ઼દને લગતી; Ahurian; pertaining to Ahura, this word, with [illegible] or [illegible], is used as an epithet of Aredvi-çûra and of water; [illegible] ૨।૧ ઇજ઼. ૬૮, ૬; [illegible] ८।१ ઇજ઼. ૬૬, ૧; ઇજ઼. ૬૮, ૧. ૩. ૫. ૯. ૧૪; Frag. 7, 1. 2; [illegible] ૨।૩ ઇજ઼. ૩૮, ૩; ઇજ઼. ૬૮, ૧૦; નીઆ. ૧, ૧૦.

[illegible] (જુઓ [illegible] તથા ધા. [illegible]) સમાસ ના. દુનિયાને ખરાબ કરનાર, દુનિયામાં નારાનો ફેલાવો કરનાર; destroyer of the world; comp. [illegible]; [illegible] નર. ६।१ ઇજ઼. ૯, ૩૧; [illegible] નારી. ६।१ ઇજ઼. ૫૭, ૧૫.

[illegible] વિ. ના. નર. પુરૂષનું નામ; name of a person; [illegible] ६।१ ય. ૧૩, ૯૭.

[illegible], [illegible] [illegible] (Sp.) સમાસ ના. નર. જીંદગીને પાયમાલ કરનાર; one who squanders away his life; [illegible] = [illegible] = જીંદગી; life; ધાતુ [illegible] = સં. उष = બાળવું; to burn; મોતને લાએક (સ્પી. તથા યુ.); worthy of death (Sp. and J.); consuming life (M.); [illegible] ૫।૧ ઇજ઼. ૪૬, ૪.

[illegible], [illegible] સંખ્યા. વિ. અગણિત, બેશુમાર; innumerable, numberless; એ બોલની સમજ઼: [illegible] = अ = નહી; not; ધા. [illegible] = ख्या = કેહેવું, બોલવું; to speak; [illegible] = सख्या + ख्या = સંખ્યા .ગણવી; to count; [Avestan] + [Avestan] + [Avestan] + [Avestan] = [Avestan] ([Avestan] નીકળી જવાથી); [Avestan] ૨|૩ વીસ્પ. ૮, ૧; [Avestan] myriads of myriads (અગણિત ઘણા અગણિત) વીસ્તા. ય. ૧૯. (= ય. ૨૪, ૧૯); [Avestan] [Avestan] ય. ૪, ૨.

[Avestan] (જુઓ ઉપરનો બોલ) ગંખ્યા વિ. અગણિત ઘણા; અગણિત મારવું (દારમે); numberless times; killing by myriads(Dar.); [Avestan] (૫|૩ ને બદલે) વં. ૭, ૫૫. ૫૬; [Avestan] સી૩ ય. ૫, ૫૪. ૫૮. ૧૧૭; ય. ૮, ૬૧; ય. ૯, ૩૧; ય. ૧૦, ૪૩; ય. ૧૩, ૪૮; ય. ૧૪, ૫૩.

[Avestan] (જુઓ [Avestan] તથા [Avestan]) સમાસ વ. ક. વિ. બુદ્ધિ ઠેકાણે નહી તેવો = હરખાએલો; અથવા સુંઘવાની ઇન્દ્રી વગરનો (કુતરો); (a dog) deranged in mind; mad; or scentless (rt. [Avestan] = to smell); [Avestan] [Avestan] નર. ૫|૧ વં. ૧૩, ૩૫. ૩૮.

[Avestan], [Avestan] વિશે જુઓ [Avestan]

[Avestan] (= [Avestan] + [Avestan] + [Avestan]; [Avestan] = નહી; [Avestan] + [Avestan] = [Avestan]; [Avestan] નકામો અ. વેલોછે; જુઓ ૧ ધા. [Avestan]) વિ. નહી કરડાએ-ચવાએ તેવું (હાડકું); (a bone) that cannot be bit, *i. e.*, too hard. [Avestan] [Avestan] ૬|૩ વં. ૧૫, ૩.

[Avestan] વિશે. જુઓ [Avestan] this (આએ).

[Avestan] વિશે જુઓ [Avestan] I (હું).

[Avestan], [Avestan], [Avestan] વિશે જુઓ [Avestan]

[Avestan] [Avestan] વિ. ના. નારી. અહ્યા યાસા નામનો ઇજિશ્નેનો ૨૮ મો હા; the Chapter Ahyâ-yâçâ, *i. e.*, Y. 28. [Avestan] [Avestan] ૨|૧ ઇજિ. ૨૮, ૧૨.

[Avestan] એ બોલ બે રીતે સમજાવી શકાએ-છે:—૧. દર્શ. સર્વ. નારી. ૭|૩ ([Avestan] आसु નું ગાથા ૩૫) આએ (બાબદો) માં; in these (matters) demon. pro. loc. plu.

૨. [Avestan] (= आस्व) ક્રિ. અ. પૂ. પરસ્મૈ. ૧|૨; [Avestan]......[Avestan] (Periphrastic verb imperf. 2 per. du.) હમો બેહુ વખાણ કરનારા થયા; we both have been the praisers (lit.) Y. 29, 5; [Avestan] Wester.

[Avestan]

[Avestan] (= [Avestan] = आ = ी = Lat. Ac, ad, af, = Fr. á = At) ૧ ઉપ. તરફ, નજદીક, પાસે, સુધી; a prefix implying towards, near, beside, by, up to; *e.g.* [Avestan] = आ-गम् = નજદીક આવવું (વં. ૨૦, ૧૧); [Avestan] = (કોઈ ચીજ અથવા જગાની) તરફ-નજદીક લઇજવું (વં. ૧૭, ૫); [Avestan] = (કોઈ ચીજ) તરફ જવું (વં. ૧૧, ૯. ૧૨); [Avestan] (કોઈ) તરફ નજર કરવી-જોવું (વં. ૨૨, ૨. ૯. ૧૫); [Avestan] = (કોઈ માણસ-ચીજને) ધુઈ-ઓએ આપવી (વં. ૯, ૩૨); [Avestan] = ગુંઠણ સુધી (વં. ૫, ૨૭); sometimes, [Avestan] is used for [Avestan]; *e. g.*, [Avestan] (rt. [Avestan]) ઇજિ. ૫૭, ૩૧; [Avestan] (fr. [Avestan]) ય. ૮, ૧૮; વળી કોઈ વખતે એ ઉપસર્ગ ક્રિયાપદથી છુટો તેની આગમચ જરા દૂર આવેછે; જેમકે [Avestan] [Avestan] [Avestan] (વં. ૫, ૨૫); [Avestan] [Avestan] [Avestan] (વં. ૧૮, ૧૯).

૨ શબ્દ. અ. તરફ, નજદીક, પાસે, સુધી *prep.*, towards, near, by, up, to; [Avestan] [Avestan] = રોશનીઓ તરફ (વં. ૨, ૧૦. ૧૪. ૧૮); [Avestan] [Avestan] [Avestan] [Avestan] [Avestan] પાણીની નજદીક અથવા આતશની નજદીક (વં. ૭, ૨૫); [Avestan] [Avestan] = તેની તરફ = તેને (વં. ૫, ૩૪); [Avestan] [Avestan] [Avestan] = ઓહેરત તરફ (વં. ૭, ૫૨; વં. ૧૮, ૨૯).

શબ્દ. અ. તરીકે પેહેલી તથા આઠમી વિભક્તિ સિવાય, બાકીની બધી વિભક્તિવાળાં નામ તથા સર્વનામની આગમચ તેમજ પછી વપરાએલો આવેછે; જેમકે [Avestan] [Avestan] ૪|૧ (ઇજિ. ૪૩, ૯); [Avestan] [Avestan] ૫|૧ (ઇજિ. ૧૯, ૬); [Avestan] [Avestan] ૬|૧ (ઇજિ. ૫૮, ૩) [Avestan] [Avestan] = માર્ગમાં ૭|૧ (ઇજિ. ૫૦, ૪).

[Avestan] (=आत) ક. ક્રિ. અ. ત્યારે, તે ઉપરથી, તેથી, તો; then, thereupon, on that account; ગાથામાં કેટલીએક વખતે [Avestan], [Avestan] આવેછે. કાએદા

પ્રમાણે જોતાં એ બોજ [Avestan] (આએ) ની જાર છે ; [Avestan] = [Avestan] ([Avestan] નીકળી ગયાથી) = [Avestan] ([Avestan] તથા [Avestan] અવાર નવાર થયથી) ; [Avestan] વં. ૧, ૩ તથા ૫-૧૪. ૧૬-૨૦ ; વં. ૨. ૨. ૩. ૪. ૫. ૮. ૯. ૧૦. ૨૮ ; વં. ૩, ૩. ૭. ૮. ૯. ૧૦. ૧૧. ૨૬. ૨૮. ૩૨. ૩૪. ૩૬. ૩૭. ૩૯. ૪૦ ; વં. ૪, ૨. ૫. ૬. ૭. ૮. ૯. ઇત્યાદિ ; વં. ૫, ૩. ૬. ૮. ૧૦. ૧૧ ; વં. ૬, ૫. ૭. ૯. ૧૧ ; વં. ૭, ૨. ૫. ૧૩. ૧૪ ; વં. ૮, ૨. ૫. ૭. ૧૩. ૧૬. ૪૦ ; વં. ૯. ૨. ૫. ૧૩. ઇત્યાદિ ; વં. ૧૪, ૧૫. ૧૮. ૨૦. ૨૩ ; વં. ૨૧, ૬. ૧૦. ૧૪ ; વં. ૨૨.૨. ૯ ૧૫ ; [Avestan] ઇજિ. ૩૫, ૬.

ખ) ક્રિ. અ. [Avestan] [Avestan] જ્યારે ; *adv.*, when ; ય. ૧૦, ૧૦ ; વં. ૫, ૧૩ ; વં. ૭, ૩. ૪ ; વં. ૮, ૧. ૧૦. ૪૦ ; વં. ૯, ૧૫ ; વં ૧૨, ૧. ૩. ૫. ૭. ૯ ૧૧. ૧૩. ૧૫. ૧૭. ૧૯. ૨૦ ; વં. ૧૭, ૪.

ગ) ક્રિ. અ. આએ જગોએ ; *adv.*, in this place ; [Avestan] ઇજિ. ૫, ૧ ; ઇજિ. ૩૭, ૧.

ઘ) ઉભયા. અ. પણ ; *conj.*, but ; [Avestan] [Avestan] but if (પણ અગરજો...) વં. ૩, ૪૦ ; વં. ૫, ૨૮-૩૨ ; વં. ૭, ૧૪. ૧૫. ૩૦. ૩૪. ૭૪. ૭૫ ; વં. ૮, ૩૭ ; [Avestan] [Avestan] વં. ૩, ૧૪. ૨૧ ; વં. ૫, ૨૬ ; વં. ૯, ૫૦.

[Avestan] (= [Avestan] = ए = [Avestan] = Ah !). કેવળ. અ. અએ ! અરે ! interj. O ! Oh ! [Avestan] [Avestan] (અએ અશો સરોરા ઇજદ !) વં. ૧૮, ૨૨ ; ઇજિ. ૫૭, ૨૫ ; [Avestan] [Avestan] (અએ અશો જરતોસ્ત !) વં. ૧૮, ૧-૬ ; [Avestan] [Avestan] [Avestan] (અએ ખરાબ જાણનારા અંગ્રેમેન્યરા !) વં. ૧૯, ૯ ; [Avestan] (અએ મેહેર ઇજદ !) ય. ૧૦, ૮૨.

૧ [Avestan] ૬) શબ્દ. અ. નજદીક, પાસે ; *prep.*, near, by, to ; [Avestan] [Avestan] (= ખાડાની નજદીક-પાસે) વં. ૯, ૧૧. ૧૨ ; [Avestan] [Avestan] (= ઘેરની નજદીક) વં. ૯, ૩૨.

ખ) ક્રિ. અ. પાસે, નજદીક ; *adv.* by, near ; [Avestan] વીશ્તા. ય. ૩૬ (= ય. ૨૮, ૩૬).

ગ) ઉપ. નજદીક ; *pref.*, near, by ; જેમકે [Avestan] = નજદીક લઈ જવું (વં. ૯, ૧૧) ; [Avestan] = નજદીક જવું (વં. ૯, ૧૨. ૩૧. ૩૨).

૨ [Avestan] વિશે જુઓ ૧ ધા. [Avestan]

[Avestan], [Avestan] જુઓ ૧ ધા. [Avestan].

[Avestan] સા. ના. નારી. ક) છેવટ, છેડો ; end, ultimate state ; ધારયા મેજે (= अन्त = છેડો) ઉપરથી નીકળેલો છે ; [Avestan] = [Avestan], [Avestan] ; દુઃખ, = દલગીરી (મિલ્સ) ; woe. grief (M.) ; [Avestan] ૨ા૧ ઇજિ. ૪૮, ૯ ; [Avestan] (Geld. [Avestan] [Avestan]) ઇજિ. ૩૨, ૧૬. જુઓ [Avestan]

ખ) પાયમાલી, નાશ, ખરાબી ; [Avestan] ૨ા૧ ય. ૧૦, ૩૭.

[Avestan] ([Avestan] ઉપરથી) વિ. દુઃખ-સંકટથી ભરેલું, પીડાકારક ; full of distress—trouble ; [Avestan] નર. ૨ા૧ હાદો. નુસ્ક ૧૭ ; [Avestan] નર. ૨ા૧ હાદો. નુસ્ક. ૩૫ ; [Avestan] Wester. ૨ા૧ વીશ્તા. ય. ૬૩.

[Avestan] Geld., વિ. ના નર. એક પુરૂષનું નામ ; name of a person ; [Avestan] (Wester. [Avestan]) ૬ા૧ ય. ૧૩, ૧૧૦.

[Avestan], [Avestan], [Avestan] વિશે જુઓ ૧ ધા. [Avestan]

[Avestan] (જુઓ [Avestan] તથા ધા. [Avestan]) સા. ના. નર. રસ્તો દેખાડનાર, લઈ જનાર ; a guide, a leader ; [Avestan] ૧ા૧ ય. ૧૫, ૪૬.

[Avestan] વિશે જુઓ [Avestan] this (આએ)

[Avestan] વિ. ના. નર. મુલકનું નામ ; name of a region ; [Avestan] ૨ા૧ ય. ૧૦, ૧૪. (જુઓ મોદી.)

[Avestan] (= [Avestan] + [Avestan] + [Avestan]) (જુઓ ૩ ધા. [Avestan]) વિ. ખાવાને લગતું, ખાવાના, ખબરચી ખાનાને લગતું ; [Avestan] [Avestan] ખાવાનાં-ખબરચી ખાનાને લગતાં વાસણો ; eating or culinary vessels ; નર. ૧ા૩ વં. ૭, ૭૩.

[Avestan] (= आस्य) સા. ના. નાન્ય. મોહોડું ; the mouth ; [Avestan] ૬-૬ [Avestan] (Geld. [Avestan] from Thine own mouth તારા મોંહોડેથી ૭ા૧ ઇજિ. ૨૮, ૧૧ ; [Avestan] [Avestan] = તારાં મોંહોડાંની ૬ા૧ ઇજિ. ૩૧, ૩.

[Avestan] વિશે જુઓ ૨ ધા. [Avestan] to be (= હોવું).

[Avestan] (જુઓ ૧ ધા. [Avestan] ; [Avestan] એ [Avestan] નું ભેળવું રૂપ છે) સા. ના. નર. અસલ તોખમ-

[illegible], અસલ પેદાઈશ-ઉત્પત્તિ; the first origin, original or primitive existence [illegible] ૧/૧ વીસ્પ. ૧, ૩; [illegible] ૨/૧ વીસ્પ. ૨, ૩; [illegible] ૨/૧ વીસ્પ. ૧, ૩.

[illegible], [illegible] વિશે જુઓ ૧ ધા. [illegible]

[illegible], [illegible], [illegible], [illegible] } વિશે જુઓ ૧ ધા. [illegible]

[illegible] (જુઓ ધા. [illegible]) વિ. દેખીતું, જાહેર, ખોલ્લું; evident, obvious, clear; Pehl. [illegible]; [illegible] જાણીતા ચિન્વત પુલ ઉપર (૭/૧ ની મતલબે) ઈજ. ૧૧, ૧૩; [illegible] (ક્રિ. અ.) (જાહેર રીતે, ખોલ્લી રીતે) ઈજ. ૫૦, ૪; [illegible] (ક્રિ. અ.) (જાહેર રીતે, ખચીત) ઈજ. ૬૦, ૧૧.

[illegible] જુઓ ધા. [illegible]

[illegible] (= આકૃતિ) (જુઓ ૧ ધા. [illegible]) સા. ના. નારી. પૂર્ણતા, સરંજામ, તમામ થવું, બનાવ; consummation; a noble feature; [illegible] ૧/૧ ઈજ. ૪૮, ૨.

[illegible] (૧ [illegible] ઉપરથી) ક) વિ. ચો તરફ; in four directions, *i. e.*, in all places; [illegible] [illegible] [illegible] [illegible] ચો તરફ ફેલાએલો અહુનવર; ચાર વખત ભણાતો ... (દાર.); ચાર વખત રાગના હલકથી ભણીને (મિલ્સ) નર. ૨/૧ ઈજ. ૯, ૧૪; [illegible] ય. ૧૯, ૮૧.

ખ) ચાર વખત-વાર; four times; [illegible] [illegible] [illegible] (= આએ વચનો-સખુનો ચાર વાર તું ભણ) વં. ૧૦, ૧૧.

[illegible] વિ. ના. નર. એક નામાંકિત પુરૂષનું નામ; name of an illustrious personage; the son of Husravang (not Kaikhosru). According to the Bundehesh, he seems to be the son of Sâma. [illegible] ૬/૧ ય. ૧૩, ૧૩૦.

[illegible] (જુઓ ધા. [illegible]) સા. ના. નાન્ય. શિખવવું, કેળવણી; teaching, instruction; [illegible] ૨/૧ ઈજ. ૪૬, ૨.

[illegible] ([illegible] ઉપરથી) વિ. દોસ્તી-સલાહ—સંપજ ભરેલું; friendly, peaceful; [illegible] નર. ૧/૩ ય. ૧૬, ૩. જુઓ ૨ [illegible]

[illegible] (= [illegible] = [illegible]) ક) સા. ના. નારી. દોસ્તી, સલાહ; friendship, amity, peace. [illegible] ૧/૧ ઈજ. ૬૦, ૫; [illegible] ૨/૧ વીસ્પ. ૭, ૧; ય. ૨, ૬; ય. ૧૧, ૧૫; ય. ૧૫, ૧; [illegible] (૨/૧ ને બદલે) ય. ૧૬, ૧૯; [illegible] ૫/૧ વં. ૩, ૧; [illegible] ૬/૧ ય. ૨, ૧; ય. ૧૦, ૨૭; સી. ૧, ૨; [illegible] (૩/૧ ને બદલે) ય. ૧૧, ૧૪; જુઓ [illegible]

ખ) વિ. ના. નારી. દોસ્તી-સલાહ સંપજની ઉપરનો મવક્કેલ ફરેશ્તો; the angel presiding over peace and friendship; [illegible] ૪/૨ વીસ્પ. ૧૧, ૧૬.

[illegible] વિશે જુઓ [illegible]

[illegible] (= [illegible]) (જુઓ ધા. [illegible]) ક્. ના. નાન્ય. કોઈને મારવાને માટે હાથમાં હથિયાર પકડવું તથા પકડવાનો ગુનાહ; seized (lit.); seizing a weapon with the intention of striking a person; the crime so committed; [illegible] ૨/૧ વં. ૮, ૧૭. ૧૮. ૨૧.

[illegible] Geld., [illegible] Wester. સમાસ વિ. દોસ્તી-સલાહસંપજ ભરેલો વિચાર રાખનાર ([illegible] मति, વિચાર a thought); સલાહનો દોસ્ત (હારલે); entertaining a friendly thought; epithet of *Ashi Vanguhi*. [illegible] [illegible] નારી. ૧/૧ ય. ૧૭, ૬.

[illegible] વિશે જુઓ [illegible]

[illegible] (ધા. [illegible]) ના. મારવું (જુ.); શિક્ષા (હારલે તથા દારમે.); smiting (J.); punishment (Har. & Dar.); [illegible] ૭/૧ ઈજ. ૩૨, ૭. Geld. [illegible]

[illegible] (= [illegible] = [illegible]) ([illegible] નું બીજું રૂપ) ક) સા. ના. નર. લોભ, ખરાબ હવસ; lustful desire; [illegible] ૧/૧ ઈજ. ૫૩, ૭.

ખ) વિ. ના. નર. લોભ—ખરાબ હવસનો દેવ; the Demon of Lust.

[illegible] સામાન્ય રૂપ (infinitive) ખાહેશ રાખવાને માટે; મેળવવાને માટે (હારલે તથા

મિસ); ધા. = इष् = ઇચ્છવું; નેમ રાખવી, કોશેશ કરવી; for desiring—aiming at; for gaining (H. & M.); એ સામાન્ય રૂપનો પ્રત્યય લાગો; (રાસ્તી-અશોઇની ખાહેશ રાખવાને માટે) ઇજ. ૫૧, ૧૭.

(= (જુઓ ૨ ધા.) સા.ના. નારી. અવસ્તાની શરેહ, જંદ; Avesta commentary; Zend; જુઓ

(=) જુ. ફ. વિ. દુઃખ દીધેલું, આજોરદેહ કીધેલું; harmed, offended; જુઓ

૧ (= =) (જુઓ ધા.) વિ. ભલી બુનીઆદનું, સારાં તોખમનું, અશરાફ ખાનદાનનું, સ્વતંત્ર; of noble lineage, nobly born; નારી. ૨/૧ ય. ૯, ૨૬; નારી. ૬/૧ ય. ૫, ૬૪; ય. ૧૩, ૧૦૭; ય. ૨૨, ૯. જુઓ ૨

૨ વિ. ના. નર. એક નામાંકિત પુરૂષનું નામ; name of an illustrious personage; ૬/૧ ય. ૧૩, ૧૦૮. (જુઓ મોદી.)

(= =) (જુઓ ૩ધા.) સા. ના. નર. દુઃખ, ઇજા, દબાન; harm, injury, force; જુઓ

(= , =) ક) વિ. ના. નર. લોભ-ખરાબ હવસનો દરૂજ-દેવ; the Demon of Lust. ૬/૧ ઇજ. ૧૬, ૮; ઇજ. ૬૮, ૮.

ખ) વિ. ના. નર. આતશને થંડો કરી નાખનાર દરૂજ-દેવ; the Demon who extinguishes the fire; ૧/૧ વં. ૧૮, ૧૯. ૨૧. ૨૨.

ગ) સા. ના. નર. લોભ, હાવરો, ખરાબ હવસ. Lustful desire, greediness. ૨/૧ ય; ૧૮, ૧. જુઓ

(=) (જુઓ ૧ ધા.) સા. ના. નારી. છોકરાં જનવાની ખાહેશ રાખનારી ઓરત; a woman desiring to beget children; (૮/૩ ને બદલે) ઇજ. ૯, ૨૨.

(= आहुति) (જુઓ ૩ ધા.) સા. ના. નારી. ક) ચરબી (અસલ.), આબાદી; fatness (lit.); prosperity. ૧/૧ વં. ૯, ૫૩. ૫૪. ૫૬; વં. ૧૩, ૫૨.૫૩, ૫૪. ૫૬; ૧/૧ ઇજ. ૪૯, ૫; (ચરબી) (૨/૧ ને બદલે) વં. ૧૩, ૨૮; ૨/૧ ઇજ. ૩૮, ૬; ૪/૧ ઇજ. ૬૮, ૨; ૬/૧ ઇજ. ૨૯, ૭; ૨/૨ ઇજ. ૧૬, ૮; ઇજ. ૬૮, ૮.

ખ) ઝાડનો રસ-મવાદ; the sap (of the plants). ૨/૧ ય. ૧૨, ૩.

(જુઓ તથા ૧ ધા.) સમાસ. વિ. આબાદી આપનાર; prosperity-giving; ૧/૧ ય. ૧૦, ૬૫.

(=) (જુઓ ધા.) સા. ના. નર. નુકસાન; આફત; harm, injury; affliction; ૨/૧ ઇજ. ૧૨, ૩.

(જુઓ તથા) ક્રિ. અ. તે તરફ, ત્યાંહાં; in that place, there; વં. ૨, ૨૧; વં. ૫, ૧. ૯.

(= , = آتش) ક) સા. ના. નર. આતશ; fire; Vedic इताश, हुताशन; Pehl. , Per. آتش = (nom. sing. of ; ૧/૧ વં. ૩, ૩; વં. ૫, ૯; વં. ૮, ૮૦. ૧૦૬; વં. ૧૮, ૧૮. ૨૦. ૨૨. ૨૬; ઇજ. ૬૨, ૭; ય. ૧૦, ૩. ૧૨૭; ૧/૧ ય. ૧૩, ૭૭; , Geld. ૨/૧ વં. ૫, ૩૭. ૪૧–૪૩; વં. ૭, ૨૫; વં. ૮, ૧૪. ૨૨. ૭૩. ૭૫. ૮૧–૯૬; વં. ૯, ૩૩–૩૬. ૪૨; વં. ૧૧, ૧. ૨. ૪; વં. ૧૨, ૨.૪. ૬. ૮. ૧૦. ૧૨. ૧૪. ૧૬. ૧૮. ૨૦; વં. ૧૫, ૮૮; વં. ૧૬, ૨; વં. ૧૯, ૪૦; ઇજ. ૯, ૧; ઇજ. ૧૩, ૨; ઇજ. ૨૫, ૭; , Geld. ૨/૧ વં. ૩, ૧૫; વં. ૫, ૩૯. ૪૦. ૪૬; વં. ૮, ૫; વં. ૯, ૩; ય. ૧૨, ૩. ૩/૧ ઇજ. ૩૧, ૧૯; ઇજ. ૪૬, ૬; ઇજ. ૫૧, ૯; ૩/૧ ઇજ. ૩૧, ૩; ઇજ. ૫૮, ૪; ૪/૧ વં. ૫, ૨; વં. ૧૮, ૨. ૩. ૭; વં. ૧૬, ૨. ૧૭; વં. ૧૮, ૨૬. ૭૦. ૭૧; વં. ૧૯, ૨૪. ૪૦; ૪/૧ વીસ્પ. ૧૭ ૬; ઇજ. ૨૪, ૪; ૫/૧ વં. ૩, ૧૬. ૧૭; વં. ૫, ૪૭. ૪૮; વં. ૮, ૬. ૭. ૭૪. ૭૮; વં. ૯, ૪. ૫.

૫૬; વં. ૧૧, ૧૦. ૧૩; વં. ૧૩, ૫૫; વં. ૧૬, ૩. ૪; વં. ૧૭, ૪; આફ્રીં. ૨પી. ૫; [Avestan] ૬|૧ વં. ૫, ૨; વં. ૮, ૮૦; વં. ૧૪, ૬; વં. ૧૫, ૪૫; વં. ૧૮, ૨૭; વં. ૨૦, ૧. ૨; ઈજ઼ે. ૪૩, ૪; ઈજ઼ે. ૬૨, ૧૦; ય. ૧૩, ૮૫; ય. ૨૨, ૪૧; નીઆ. ૫, ૪; [Avestan] (૮|૧ ને બદલે) વીસ્પ. ૧૧, ૫; ઈજ઼ે. ૩૬, ૧; [Avestan] વીસ્પ. ૯, ૫; ઈજ઼ે. ૧, ૪; આફ્રીં. ૨પી. ૨; [Avestan] ૮|૧ ઈજ઼ે. ૩૬, ૨; ઈજ઼ે. ૬૫, ૧૨; [Avestan] ઈજ઼ે. ૫૮, ૭; [Avestan] ૮|૧ ઈજ઼ે. ૪, ૨૩; ઈજ઼ે. ૩૬, ૩; ઈજ઼ે. ૬૨, ૪; નીઆ. ૫, ૪. ૫; સીરો. ૧, ૯; [Avestan] ૨|૩ ઈજ઼ે. ૨૫, ૭; ઈજ઼ે. ૭૧, ૧૦; સીરો. ૨. ૯; [Avestan] ૪|૩ ઈજ઼ે. ૧, ૬૨; ઈજ઼ે. ૨, ૧૨; નીઆ. ૫, ૬; [Avestan] ૬|૩ વં. ૨, ૮. ૯. ૧૨. ૧૩. ૧૬. ૧૭. ૨૫.

ખ) વિ. ના. નર. આદર ઈજ઼દ; the angel Âdar, presiding over the fire; [Avestan] ૧|૧ ય. ૧૯, ૪૭; [Avestan], [Avestan] Geld. ૨|૧ ઈજ઼ે. ૧૬, ૪; [Avestan], [Avestan] Geld. (૧|૧ ને બદલે) ય. ૧૯, ૪૬.

[Avestan] વિ. બુરો, ખરાબ, દુષ્ટ; evil, bad; Pehl. [Pahlavi], Sans. आतुर; [Avestan] નર. ૩|૩ ઈજ઼ે. ૧૨, ૪; [Avestan] નર. ૬|૩ ઈજ઼ે. ૬૦, ૪.

[Avestan] (જુઓ [Avestan]) ક્રિ. અ. તે બેમાંથી એક તરફ; to that side of the two; [Avestan] ય. ૧૦, ૯; ય. ૧૩, ૪૭.

[Avestan] ક્રિ. અ. તે તરફ, આએ તરફ; towards this or that side; [Avestan] = [Avestan] = આએ this ([Avestan] નું બીજું રૂપ); [Avestan] તરફ; ગેલ્ડનર ઉપરથી [Avestan] સાથે લઈને દારમેસ્તેતેર એનો અર્થ 'આડી ચાલ તથા ગુનાહ' કરેછે; trespass and fault (Dar.): [Avestan] ય. ૨, ૧૩.

[Avestan] વિ. ના. નર. એક નામાંકિત પુરૂષનું નામ; name of an illustrious personage related to King Gushtâsp. [Avestan] ૬|૧ ય. ૧૩, ૧૦૨.

[Avestan] (જુઓ [Avestan] તથા ધા. [Avestan]) સમાસ વિ. આતરામાં જવા લાએક; fit for kindling, setting on fire. (અસલ.); સળગાવાને લાએક; [Avestan] નારી. ૬|૧ વં. ૮, ૭૫. ([Avestan] ની માફક ૬|૨ નો જ લાગો.)

[Avestan] (જુઓ [Avestan] તથા [Avestan]) સમાસ ના. આતરાને ચલાવાનું ઈઆને રોશન રાખવાનું સાધણ, જેમકે બાળવાનાં લાકડાં, સુખડ; materials for kindling fire, as fuel, sandalwood, &c.; [Avestan] ૨|૨ વં. ૧૪, ૭.

૧ [Avestan], [Avestan] (જુઓ [Avestan] તથા [Avestan] ધ) સમાસ (વિ. ક) આતરાનાં તોખમનું ઈઆને જલદી સળગી ઉઠે તેવું; having the germ of fire (lit.); easily combustible; [Avestan] = આતરામાં બાળવા લાએકનું ઝાડ; [Avestan] ... [Avestan] નારી. ૬|૩ વં. ૮, ૭૫.

ખ) આતરાના જેવા ચેહેરાનો, આતરાની આસિયતનો, નુરમંદ; fiery-faced, luminous like fire [Avestan] (નુરમંદ-તેજસ્વી ઈજ઼દો) નર. ૨|૩ વીસ્પ. ૧૬, ૧.

૨ [Avestan] વિ. ના. નર. ક) એક સાધારણ પુરૂષનું નામ; name of a person; [Avestan] ૨|૧ વં. ૧૮, ૫૨.

ખ) ગુશ્તાસ્પ પાદશાહના કબીલાના એક મહાન પુરૂષનું નામ; name of an illustrious personage of the family of King Gushtâsp. [Avestan] ૬|૧ ય. ૧૩, ૧૦૨. (જુઓ માદી.)

[Avestan] વિ. ના. નર. ક) એક સાધારણ પુરૂષનું નામ; same as [Avestan]; [Avestan] ૨|૧ વં. ૧૮, ૫૨.

ખ) ગુશ્તાસ્પ પાદશાહના કબીલાના એક મહાન પુરૂષનું નામ; same as [Avestan]; [Avestan] ૬|૧ ય. ૧૩, ૧૦૨.

[Avestan] વિ. ના. નર. ગુશ્તાસ્પ પાદશાહના કબીલાના એક મહાન પુરૂષનું નામ; name of an illustrious personage of the family of King Gushtâsp. [Avestan] ૬|૧ ય. ૧૩, ૧૦૨.

[Avestan] વિ. ના. નર. એક સાધારણ માણસનું નામ; same as [Avestan] [Avestan] ૨|૧ વં. ૧૮, ૫૨.

[Avestan] (વિશેષ નામ નર જાતી ક) એક સાધારણ માણસનું નામ; same as

[Avestan]; [Avestan] ૨।૧ વં. ૧૮, ૫૨.
આ) ગુશ્તાસ્પ પાદશાહના કબીલાના એક મહાન પુરૂષનું નામ; [Avestan] ૬।૧ ય. ૧૩, ૧૦૨.

[Avestan] ([Avestan] = [Pahlavi]) વિ. ના. નર. ગુશ્તાસ્પ પાદશાહના કબીલાના એક મહાન પુરૂષનું નામ; શાપુરશાહ હોરમજદના વખતમાં થઈ ગએલા એક જાણીતા તથા દીન-આગાહ દસ્તુરનું નામ; name of a well-known and deep-read Dustoor, who flourished in the reign of Shapoorshâh Hormazd; [Avestan] ૬।૧ ય.૧૩, ૧૦૨. (જુઓ માદી.)

[Avestan], [Avestan] (Geld. [Avestan]) (= [Avestan], [Avestan]) (જુઓ [Avestan] તથા ધા. [Avestan]) વિ. ના. નર. મોબેદનો એક પંથ, જેનું કામ આતશને રોશન રાખવાનું હોએ છે; આતરવક્ષી; a priestly order or fraternity, whose business is to keep the fire burning in certain religious ceremonies and to join in prayer; with the Zaotar; *Âtarvakhshi*; [Avestan] ૧।૧ વીસ્પ. ૩, ૬; [Avestan] ૨।૧ વીસ્પ. ૩, ૧ ગેહ ૩, ૫; [Avestan] ૪।૧ વં. ૫, ૫૭. ૫૮; [Avestan] ૬।૧ વીશ્તા. ય. ૧૫ (= ય. ૨૪, ૧૫).

[Avestan] (જુઓ [Avestan] તથા [Avestan]) સમાસ. ના. આતશને વધારવાનું અથવા ચલાવનારૂં હથિયાર; પંખો, વીંનો; an instrument for kindling fire, as a fan. [Avestan] ૨।૧ વં. ૧૪, ૭.

[Avestan] વિ. ના. નર. એક મહાન પુરૂષનું નામ; name of an illustrious personage; [Avestan] ૬।૧ ય. ૧૩, ૧૦૨.

[Avestan] vide [Avestan]

[Avestan] (= [Avestan]) (જુઓ ૨ [Avestan]) સમાસ ના. નર. બળતું લાકડું, લાકડાની બળતી ચૂલ; fire-brand; [Avestan] ધા૧ વં. ૮, ૮૧–૯૬.

[Avestan] વિ. ના. નર. એક મહાન પુરૂષનું નામ; name of an illustrious personage; [Avestan] (Geld.—[Avestan]) ૬।૧ ય.૧૩, ૧૦૨.

[Avestan] ([Avestan] ઉપરથી) સા. ના. આતશને લગતું (અસલ) રાખ; dust remaining after anything is *burnt* (lit.); ashes. [Avestan] ૬।૧ વં. ૬, ૮.

[Avestan] (જુઓ [Avestan]) સા. ના. આતશને લગતું મરી ગએલું-બુજાઈ ગએલું (અસલ); રાખ; ashes, same as [Avestan]; Pehl. [Pahlavi]; [Avestan] ૨।૧ વં. ૫, ૫૧.

[Avestan] વિશે જુઓ [Avestan]

[Avestan] Geld., [Avestan] Wester. ક્રિ. અ. ત્યારે, તે વખતે; then, at that time; [Avestan] ય. ૧૯,૧૨.

[Avestan] ([Avestan], [Avestan] = अथर्वन्); [Avestan] + [Avestan]; જુઓ ૧ ધા. [Avestan]) સા. ના. નર. આતશની પાસબાની કરનાર-જાળવનાર (અસલ); મોબેદ જેનું મુખ્ય કામ આતશની પાસબાની કરવાનું અથોર્નાન; the guardian of the sacred fire (lit.); a man in holy orders; a priest. [Avestan] ૧।૧ વં. ૫, ૨૮; વં. ૮, ૧૯; વં. ૧૩, ૨૨. ૪૫; વં. ૧૮, ૧-૫; ઈજ. ૯, ૨૪; ઈજ. ૧૯, ૧૭; ય. ૬, ૧૨; ય. ૧૩, ૮૯; ય. ૧૬, ૧૭; વીશ્તા. ય. ૧૦. [Avestan] વં. ૭, ૪૧; વં. ૯, ૩૭; વં. ૧૮, ૧. ૬; વીસ્પ. ૩, ૨; ગેહ ૪, ૭; ય. ૨, ૧૨; [Avestan] ૨।૧ ઈજ. ૧૦, ૧૫; [Avestan] ૪।૧ વં. ૫, ૫૭. ૫૮; વં. ૧૩, ૪૪. ૬૫; ય. ૧૩, ૮૮; [Avestan] (૬।૧ ને બદલે) વં. ૧૪, ૮; [Avestan] ૪।૧ ય. ૧૯, ૮; [Avestan] ([Avestan] કારાંત) ૪।૧ ય. ૪, ૯; ય. ૧૪, ૪૬; [Avestan] ૬।૧ ઈજ. ૧૩, ૩; ય. ૧૯, ૫૩; આફ્રિં. પૈગમ. જર. ૫; [Avestan] (= [Avestan] = [Avestan] ([Avestan] નો [Avestan] થયો.) ૮।૧ વીસ્પ. ૩, ૭; [Avestan] ૧।૩ ય. ૫, ૮૬. ૯૧; ય. ૧૩, ૧૪૭; [Avestan] ૨।૩ વીસ્પ. ૩, ૫; [Avestan] ૨।૩ ઈજ. ૧૩, ૩; [Avestan] ૬।૩ ઈજ. ૪૨, ૬.

[Avestan] સા. ના. જવું, માર્ગ, રસ્તો; going away, a path; ધા. [Avestan] = अत् = જવું; to go; જુઓ [Avestan], [Avestan]

[Avestan] ([Avestan]) વિ. આતરાવાળું (અસલ); [Avestan] . . . [Avestan] (=આતરાવાળું ઘેર ઇઆને

જે ઘેરમાં રાંધવાને માટે ચુલો માંડ્યો હોએ તે); a house wherein the fire is burning or where a fire-place is set up; fr. Pehl. [Avestan] the house of an Âthravan (Dar.) અથોરનાનવાળું ઘેર, જે ઘેરમાં અથોરનાન તે (દાર.) નાન્ય. ૨/૧ વં. ૩, ૨.

[Avestan] ([Avestan]) ([Avestan] ઉપરથી) અતિ. વિ. આથ્રવનને ઘણોજ મળતો, મોબેદાન મોબેદ; most Âthravan-like, *i. e.*, the priest of priests; [Avestan] ય. ૧, ૧૨.

[Avestan] ([Avestan] તથા [Avestan]) સમાસ ના. આથ્રવન (દસ્તુર-મોબેદ) ના જેવી ઓલાદ-છોકરાં; a priestly line or offspring; [Avestan] ૨/૧ ઇજિ. ૧૦, ૧૫.

[Avestan] ([Avestan] ઉપરથી) સા. ના. નર. ગુસ્સાનો; આતરા (મિલ્સ); શિક્ષા (સ્પી., હારલે તથા દાર.); burning wrath (M.); chastisement (Sp., Har. & Dar); Pehl. [illegible] (બેહદ જખમી કરવું.) [Avestan] ૧/૧ ઇજિ. ૪૬, ૮.

[Avestan] ([Avestan] ઉપરથી) ક્રિ. અ. ત્રણ વખત, ત્રણ વાર; three times, thrice; [Avestan] ૨/૧ (ક્રિ. અ.) વં. ૬, ૪૧; વં. ૮, ૧૬. ૪૦; વં. ૯, ૧૫; વં. ૧૦, ૭.

[Avestan] (= [Avestan] = आप्त्य = [illegible]) વિ. ના. નર. ફરેદુન પાદશાહના બાપનું નામ; આથવ્યાન; name of the father of King Faridoon; Âthvyân; [Avestan] ૧/૧ ઇજિ. ૯, ૭. Vide [Avestan] (જુઓ મોટી.)

[Avestan] ([Avestan] ઉપરથી) વિ. આથવ્યાનનાં ખાનદાનનો-વંશનો; એ બોલ ફરેદુનની સાથે આવેછે; of the family of Âthvyân; Âthwyánee; [Avestan] નર. ૨/૧ Frag. 2, 2; [Avestan] નર. (૬/૧ ને બદલે) Frag. 2, 1. 3.

[Avestan] ([Avestan] ઉપરથી)વિ. આથવ્યાનનાં ખાનદાનનો, આથવ્યાની; એ બોલ ફરેદુનની સાથે આવેછે; a descendant of the family of Âthwyân. [Avestan] નર. ૬/૧૫. ૫,૩૩; ૫.૯.૧૩; ય. ૧૩, ૧૩૧; ય. ૧૫, ૨૩; ય. ૧૯, ૩૬; આફ્રિ. પેગમ. જર. ૪; વીસ્તા. ય. ૨ (= ય. ૨૪, ૨).

[Avestan] વિશે જુઓ [Avestan]

[Avestan] (જુઓ [Avestan]) વિ. દેશાની નજદીકનો; આએ દેશને લગતો, આએ દેશનો; pertaining to this country; [Avestan] [Avestan] નર. ૨/૧ ય. ૧૦, ૧૪૬; [Avestan] ૬/૩ ઇજિ. ૨૬, ૯; વીસ્પ. ૧૬, ૨.

[Avestan] વ. ના. નર. પાહાડનું નામ; name of a mountain; [Avestan] ૧/૧૫. ૧૯, ૩.

[Avestan] વિશે જુઓ ૩ ધા. [Avestan]

૧ [Avestan] (જુઓ ૧ ધા. [Avestan]) સા. ના. બક્ષીશ, સખાવત, ખેરાતનું કાંમ; a gift, a charitable deed; [Avestan] ૩/૧ ઇજિ. ૪૯, ૧; [Avestan] ૧/૩ ઇજિ. ૩૫, ૮; [Avestan] ૨/૩ ઇજિ. ૫૨, ૩.

૨ [Avestan] (જુઓ ૨ ધા. [Avestan]) સા. ના. કાંમ; a deed, an action; [Avestan] [Avestan] [Avestan] [Avestan] [Avestan] have mercy for every deed which I do whatsoever. (= મારાં દરેક કાંમને માટે મારી ઉપર દયા કરો) ૬/૧ ઇજિ. ૩૩, ૧૧.

૩ [Avestan] (જુઓ ૩ ધા. [Avestan]) સા. ના. જ્ઞાન, ડહાપણ, દાનેશ; knowledge, wisdom, sense; [Avestan] ૨/૧ ઇજિ. ૬૮, ૨૧; વીસ્પ. ૪, ૧.

[Avestan] ([Avestan] = धाम) (જુઓ ૨ ધા. [Avestan]) સા. ના. પેદાએશ; [Avestan] ૩/૩ ઇજિ. ૩૦, ૭.

[Avestan] જુઓ ધા. [Avestan]

[Avestan] વિશે જુઓ [Avestan]

[Avestan] (જુઓ ધા. [Avestan]) સા. ના. નારી. શિખામન ધર્મનું ફરમાન; teaching; religious doctrine; [Avestan] ૧/૧ ઇજિ. ૪૪, ૮.

[Avestan] વિશે જુઓ ૧ ધા. [Avestan]

[Avestan] જુઓ ધા. [Avestan]

[Avestan] (જુઓ ૩ ધા. [Avestan]) વિ. આબરૂવાળો; respectable; Comp. Sans. आदर = honour, love; [Avestan] નર. ૨/૩ ઇજિ. ૨૯, ૩.

[Avestan] વિશે જુઓ ધા. [Avestan]

[Avestan] (જુઓ ૨ ધા. [Avestan]) સા. ના. ચાલાકી, ચંચળાઈ; જીંદગી; vivacity; activity; life; Pehl. [illegible] (life); જુઓ એની પછીનો બોલ.

[illegible] (જુઓ [illegible] તથા [illegible]) સમાસ વિ. ચંચલાઈ વધારનાર, જીંદગી વધારનાર; increasing vivacity—life; [illegible] [illegible] . . . [illegible] નારી. ૨/૧ ઈ. ૬૫, ૧; ય. ૫, ૧; ય. ૧૩, ૪.

[illegible] (જુઓ [illegible]) ક્રિ. અ. બે વખત; twice; [illegible] = आ + द्वितीय; द्वितीय માંનો द् (ꞏ) [illegible] માં પાછો આવ્યોછે; પણ [illegible] માંથી द् (= [illegible]) નીકળી ગયો છે; એજ પ્રમાણે [illegible] માંથી શરૂઆતનો च ([illegible]) નીકળીગયો, પણ [illegible] માં પાછો સજીવન થયો; [illegible] ૨/૨ (ક્રિ. અ.) વં. ૧૦, ૩.

[illegible] (= [illegible] + [illegible] + [illegible] q. v.) તુરતજ; ઉસ્તેવારીથી (મિલ્સ); લોભાવવું, લલચાવવું (દાર.); મજબુટ પકડવું (યુ.); closely following; instantly; steadily (M.); alluring (Dar.); holding fast (J.); [illegible] ઈ. ૩૧, ૧૨.

[illegible] વિશે જુઓ [illegible]

[illegible] (જુઓ ૧ ધા. [illegible]) સા. ના. પૂર્ણતા, પુરતાપણું; perfection, sufficiency; [illegible] ૩/૩ ઈજ. ૨૮, ૧૦.

[illegible] (૨ [illegible] ઉપરથી) અતિ. વિ. ઘણીજ પાણીવાળી (જગા); (ground) extremely wet or abounding with water; [illegible] ૮/૧ વં. ૩, ૪. ૨૩.

[illegible] (જુઓ ૨ ધા. [illegible]) સા. ના. નારી. ગુનાહની તોજેરા, પ્રાયશ્ચિત; atonement; expiation. [illegible] ૧/૧ વં. ૩, ૩૮. ૩૯; વં. ૮, ૨૭. ૧૦૭; વં. ૧૬, ૧૮; વં. ૧૮, ૬૮. ૭૫.

[illegible] (જુઓ ૨ ધા. [illegible]) વિ. પાર થઈ શકે તેવું, પ્રાયશ્ચિત થઈ શકે તેવું; expiable, that may be atoned for. જુઓ [illegible]

[illegible] (૧ ધા. [illegible] ઉપરથી) પોહોંચવું; to reach, to overtake. [illegible] વર્ત. આત્મને. ૩/૩ ઈજ. ૫૭, ૨૯.

[illegible] (૨ [illegible] ઉપરથી) ક વિ. પાણીવાળું, પાણીથી ભરપુર; (mountains) rich in waters. [illegible] નર. ૧/૩ ય. ૧૦, ૧૪; ય. ૧૩, ૯.

[illegible] ૫) પાણીવાળો માર્ગ, પાણીવાળું મુકામ; the watery way or place; [illegible] નર. ૨/૧ વં. ૨૧, ૫. ૯. ૧૩; ય. ૮, ૩૫; ય. ૧૩, ૫૪.

[illegible] (ઈજ. ૨૩, ૨) જુઓ [illegible]

[illegible] (જુઓ ૧ ધા. [illegible]) વર્ત. કૃ. વિ. શિખામણ-નસિહત આપવું; delivering precepts; [illegible] નારી. ૨/૧ ઈજ. ૫૨, ૧.

[illegible] એ બોલ બે રીતે સમજાવી શકાએ છે:—૧. ક્રિ. અનિ. કાળ (Root-Aorist) આત્મને. ૩/૧; ધા. [illegible] = પુછવું; [illegible] = પુછયું; દીન બાબે સવાલ કીધો-પુછપરછ કીધી; asked questions (on religious matters). ૨ [1] કારાંત સા. ના. નર. ૧/૧; પુછનાર, (દીન-બાબે) પુછપરછ કરનાર; તે ઉપરથી શાગેરદ, શિખાઉ; one who asks questions, *i. e.*, a student; a learner; [illegible] ઈજ. ૫૧, ૧૧.

[illegible] (જુઓ ધા. [illegible]) સા. ના. નારી. દુઆ, આશીર્વાદ, વખાણ; blessing; benediction, [illegible] ૧/૧ વં. ૧૮, ૧૧; [illegible] ૩/૧ વં. ૨૨, ૫. ૧૨. ૧૮; [illegible] ૨/૧ વીસ્પ. ૨, ૯; ઈજ. ૨, ૧૫; ઈજ. ૬, ૧૪; ઈજ. ૭૧, ૧૯; સીરો. ૨, ૩૦; [illegible] ૫/૧ વ. ૭, ૮૧; વં. ૯, ૩૭; [illegible] ૬/૧ વીસ્પ. ૧, ૭; વીસ્પ. ૯, ૨; ઈજ. ૧, ૧૫; ઈજ. ૩, ૧૭; ઈજ. ૭૦, ૩.

[illegible] (જુઓ ધા. [illegible] તથા [illegible]) સમાસ વિ. આફરીન-દુઆના સખુન બોલનાર; speaking words of blessing; [illegible] નર. ૧/૧ આફ. પેગમ. જર. ૧; [illegible] નર. ૧/૩ ઈજ. ૧૧, ૧; [illegible] ([illegible] + [illegible]) અતિ. વિ. નર. ૧/૧ ય. ૧૧, ૩.

[illegible] (જુઓ ધા. [illegible]) સા. ના. નાન્ય. દુઆ, આશીર્વાદ; blessing, benediction; [illegible] ૧/૧ ઈજ. ૬૨, ૧૦; વં. ૧૮, ૨૭; [illegible] [illegible] ૩/૩ Frag. 8, 1. આખા અવસ્તામાં આએજ [illegible] કારાત બોલને ૩/૩ માં [illegible] પ્રત્યય લાગેલો મળેછે; સાધારણ રીતે [illegible] છેડે આવે છે. એજ પ્રમાણે કોઈ કોઈ વેદીક બોલોને ऐस् ને બદલે एभिस् પ્રત્યય લાગેછે.

[illegible] (જુઓ ધા. [illegible]) સા. ના. નર. આફરીન કરનાર; a praiser; one who eulogizes; [illegible] (૨।૧ ને બદલે) ય. ૩, ૧. ૨.

[illegible] [illegible]) (જુઓ ધા. [illegible]) સા. ના. નર. દુઆ, આશીર્વાદ; blessing, benediction; [illegible] ૨।૧ આફ્રેગન. ७૨. ૨. ૮; વીશ્તા. ય. ૩.

[illegible] (જુઓ ધા. [illegible]) સામાન્યરૂપ (infinitive) આફ્રીન કરવાને, પ્યાર કરવાને; for wishing happiness to, for loving; [illegible] (Geld. [illegible]) ઈ. ७૧, ૧૩.

[illegible] (જુઓ [illegible], [illegible] તથા [illegible]) સમાસ ના. નારી. બે વખત પાણી છાંટવું; બે વખત પાણીની નેહેર ચલાવવી; watering or irrigating (a piece of land) twice; [illegible] ૩।૧ વં. ૧૪, ૧૩.

[illegible], [illegible] વિશે જુઓ [illegible] (આએ).

[illegible] (भूषा, भूषण) (જુઓ ધા. [illegible]) સા. ના. નારી. સંગાર, શોભા; elegance, embellishment; [illegible] (Westergaard [illegible]) ૨।૩ ઇજ. ૪૩, ૮.

[illegible] (= [illegible]) (orig. [illegible] + [illegible]; જુઓ [illegible] તથા ૧ ધા. [illegible]) વિ. ના. નર. ઓમેદ જેનું કાંમ ચોખ્ખું પાણી લાવવાનું; નાહાન નહવારવાને માટે અથવા ક્રિયાનાં કાંમોને માટે ચોખ્ખું પાણી લાવનાર; a man in holy orders, who provides for the sacred water used in religious ceremonies and for purificatory purposes; [illegible] ૨।૧ વીસ્પ. ૩, ૧; ગેહ ૩, ૫; [illegible] ४।૧ વં. ૫, ૫७. ૫૮; [illegible] ૬।૧ વીશ્તા. ય. ૧૫.

[illegible] વિશે જુઓ [illegible]

[illegible] (જુઓ [illegible] તથા [illegible]) સા. ના. નર. વિચાર, મનશક્તિ; intellectual power; [illegible] ૨।૧ ય. ૧૪, ૧૨.

[illegible] (જુઓ ૧ ધા. [illegible]) ભૂ. કૃ. વિ. અજમાએશ પામેલો, કસાએલો, અનુભવિક થએલો; experienced, proficient; [illegible] નર. ૧।૧ વં. ७, ૩૯.

ખ) યાદ કીધેલું, મનમાં વિચારેલું; remembered, meditated (જુઓ ૧ ધા. [illegible] ખ); [illegible] નર. ૨।૩ ય. ૧૦, ૧૨૨.

[illegible] સા. ના. મદદ (સ્પીગલ); ખુશાલી (હારલે); સોહોબત, સંગત (મિલ્સ તથા દારમે.); help (Sp.); joy (H.); union, society (M. & D.); જો એને [illegible] નું વધેલું રૂપ ગણીએ તો એનો ધાતુ [illegible] (=मिथ, मेथ = સાથે મળવું) થઈ શકે. દારમેસ્તેતે એ બોલને [illegible] નું વધેલું રૂપ ગણે છે. [illegible] (Geld. [illegible]) ૧।૩ ઇજ. ૩૦, ૯.

[illegible] (જુઓ ૧ ધા. [illegible]) વિ. વિચારી શકાએ તેવું, મનમાં ઉતારી શકાએ તેવું; conceivable; જુઓ [illegible]

[illegible] ([illegible] ઉપરથી) પ્ર. પુ. સર્વ. ૨।૧ (મને); to me, me; એજ અર્થે [illegible] પણ આવેછે. જુઓ [illegible]

[illegible] (જુઓ ધા. [illegible]) વિ. બોલવાને અથવા ભણવાને લાએકના, ભણવાના; fit for reciting; being recited; જુઓ [illegible], [illegible] [illegible], [illegible]

[illegible] ([illegible] ઉપરથી) દર્શ. સર્વ. નારી. ૩।૧; એને કરીને; by or with this; *vide* [illegible]

[illegible] (જુઓ ધા. [illegible]) વિ. જોડનાર; સાથે જોડી નાખનાર; મજબૂત, જોરાવર (ગુજરાતી.); મદદ કરવાને માટે જોરાવર (હારલે); uniting together; strong (J.); powerful for assistance (Har.) [illegible] (Geld. [illegible]) ૧।૧ ય. ૧૫. ૪७.

[illegible] (= [illegible]) (જુઓ ૧ ધા. [illegible]) સા. ના. નાન્ય. નફો, ફાયદો, હાંસેલ; gain, profit; [illegible] ૧।૧ ઇજ. ૯, ૩. ૬. ૯. ૧૨; ય. ૧૦, ૩૩. [illegible] ૨।૧ ય. ૫, ૧૮. ૨૨. ૨૬. ૩૦. ૩૬. ૩૮. ૪૨. ૪૬. ઇત્યાદિ; ય. ૧૩, ૨૮; ય. ૧७, ૨૫; વીશ્તા. ય. ૩૮; [illegible] (મકદુર, તાકાત) (૭।૧ ને બદલે) વીસ્પ. ૧૪, ૨; [illegible] ૨।૩ ઇજ. ૨૮, ૨. ७; ઇજ. ૫૩, ૧; [illegible] ૨।૩ ય. ૮, ૪૯; [illegible] ૬।૩ ય. ૮, ૪૯; ય. ૧૩, ૧૩૫.

[illegible] વિશે જુઓ ધા. [illegible]

[illegible] (= आयु = L. Ævum) [illegible] + [illegible] = [illegible] (ન્નીકલીને [illegible] નો [illegible] થયાથી) (જુઓ ધા. [illegible]) ક સા. ના. નાન્ય. વખત, ઉમર, જીંદગી, આયુ; time, life; [illegible] (=લાંબો વખત સુધી) ૨।૧ ઇજ. ૩૧, ૨૦.

[Avestan] (at the appointed time) ૨/૧ ય. ૮, ૧૧; ય. ૧૦, ૫૫; [Avestan] ૬/૧ ય. ૮, ૧૪. જુઓ [Avestan], [Avestan], [Avestan], [Avestan],

ખ) ક્રિ. અ.-ધણું; times, fold; as [Avestan] (ten thousand times); [Avestan] (hundred times); [Avestan] (thousand times.)

[Avestan] વિ. ના. નર. એક નામાંકિત પુરૂષનું નામ; name of an illustrious personage; [Avestan] ૬/૧ ય. ૧૩, ૧૧૮.

[Avestan] વિશે જુઓ ધા. [Avestan]

[Avestan] વિશે જુઓ ધા. [Avestan]

[Avestan] (જુઓ ધા. [Avestan] ખ) ક) સા. ના. નાન્ય. પૂર્ણતા, પુરતાપણું, ધટતી-જોઇએ તેવી હાલત; perfection, sufficiency; [Avestan] ૨/૧ હ્ય. ૪૪, ૮; હ્ય. ૪૫, ૧૧; [Avestan] ૭/૧ હ્ય. ૩૩, ૯; હ્ય. ૩૪, ૩; હ્ય. ૫૦, ૫; [Avestan] ૭/૧ હ્ય. ૫૬, ૩.

ખ) વિ. પુરતું, સંપૂર્ણ, ધટે-જોઇએ તેવું; sufficient, perfect, adequate. [Avestan] ૨/૧ (ક્રિ. અ.) હ્ય. ૪૩, ૧૦. Pehl. [Pahlavi]

[Avestan] વિ. ના. નર. પેગમબર જરતોશ્તનો પેહેલો શાગેર્દ મેદ્યોમાહ ([Avestan]) નો બાપ; father of Maidhyô-Mâh (the first disciple of Zoroaster) [Avestan] = આરાસ્તીનો છોકરો; [Avestan] નર. ૬/૧ ય. ૧૩, ૯૫.

[Avestan] ([Avestan] ઉપરથી) સા. ના. નારી. પૂર્ણતા, પુષ્કળપણું; perfection, abundance; [Avestan] ૬/૧ હ્ય. ૫૧, ૪; એ ઠેકાણે આબાદી (મિલ્સ), ઉત્તમ ગુણ, તમામ ખુબી (હારલે); [Avestan] ૬/૧ હ્ય. ૫૧, ૧૪; એ ઠેકાણે- પૂર્ણ (મિલ્સ); આબાદી (હારલે).

[Avestan] (જુઓ ધા. [Avestan]) સા. ના. નારી. પાણી છાંટવું (અસલ.); ખેતરમાં નેહેર ચલાવવી; watering; irrigation; જુઓ [Avestan]

[Avestan] (= आरमति) (=[Avestan] + [Avestan] q. v.) ક) સા. ના. નારી. સંપૂર્ણ મનસ્ની, નેક-પવિત્ર વિચાર, ડહાપણ, સભ્યતા; એની સિફતમાં કેટલાએક વખતે [Avestan] (ઇમાને આબાદી કરનાર) બોલ આવેછે; a consummate or noble thought; piety, humility, wisdom; [Avestan] હ્ય. ૩૧, ૯; હ્ય. ૪૪, ૬. ૧૧; હ્ય. ૪૫, ૪; હ્ય. ૫૧, ૪. ૧૧. ૨૦; હ્ય. ૬૦, ૫; હ્ય. ૨૮, ૩; હ્ય. ૩૦, ૭; હ્ય. ૩૪, ૧૧; હ્ય. ૪૩, ૬. ૧૬; [Avestan] ૧/૧ હ્ય. ૩૩, ૧૧; [Avestan] ૨/૧ હ્ય. ૧૨, ૨; હ્ય. ૪૭, ૩; હ્ય. ૪૪, ૭; વીસ્પ. ૨, ૫; હ્ય. ૩૨, ૨; હ્ય. ૩૪, ૯; હ્ય. ૪૯, ૨; ય. ૧, ૩૨; [Avestan] ૩/૧ હ્ય. ૩૩, ૧૨; હ્ય. ૩૧, ૪; હ્ય. ૪૩, ૧૦; [Avestan] ૬/૧ હ્ય. ૪૪, ૧૦; હ્ય. ૪૫, ૧૦; [Avestan] ૮/૧ હ્ય. ૨૮, ૭; હ્ય. ૪૩, ૧; હ્ય. ૪૮, ૫.

ખ) વિ. ના. નારી. [Avestan] = [Avestan] અસફંદારમદ અમેશાસ્પંદ; the Bounteous Piety (lit.); Asphandârmad Ameshâspand; [Avestan] ય. ૧૭, ૧૯; હ્ય. ૫૭, ૨૪; [Avestan] (૧/૧ ને બદલે) ય. ૧૦, ૯૨; [Avestan] ૨/૧ વીસ્પ. ૩, ૪; ગેહ ૪, ૯; [Avestan] ૩/૧ ય. ૧૩, ૩; ય. ૧, ૨૮; [Avestan] ૪/૧ વં. ૧૯, ૧૧; [Avestan] હ્ય. ૭૦, ૨; ય. ૧, ૨૭; [Avestan] ૮/૧ વં. ૮, ૨૧.

ગ) વિ. ના. નારી. [Avestan] = [Avestan] = સપનદારમદ જમીન; the Bountiful Ârmaiti (the Archangel presiding over the earth); [Avestan] ૨/૧ હ્ય. ૧૬, ૧૦; [Avestan] ૪/૧ વં. ૧૮, ૫૧; [Avestan] ૬/૧ વં. ૩, ૩૫; વં. ૧૮, ૬૪; [Avestan] ૮/૧ વં. ૨, ૧૦. ૧૪. ૧૮; વં. ૧૮, ૫૧. (જુઓ મોદી.)

[Avestan] (જુઓ [Avestan] તથા [Avestan]) સમાસ વિ. સભ્યતા—નમનતાઇમાં સઉથી ચઢતો-સરસ; foremost in humility; most advanced in piety; [Avestan] નારી. ૬/૩ હ્ય. ૨૧, ૨.

[Avestan] સા. ના. હાથનો અંગુઠો; thumb; જુઓ એની પછીનો બોલ.

[Avestan] (જુઓ ૧ ધા. [Avestan]) સમાસ વિ. અંગોઠાનાં જેટલું ઉંડું (જેહેર); (poison) as thick as thumbs; [Avestan] ([Avestan] ૧/૧ ને બદલે) હ્ય. ૯, ૧૧; ય. ૧૯, ૪૦.

[illegible] (3 [illegible] ઉપરથી) સા. ના. નારી. એતેકાદ, એકીન; belief, faith; [illegible] ૧|૩ ઇજ. ૩૦, ૨.

[illegible] (= आविस्) ક્રિ. અ. જાહેર, દેખીતું; evident, obvious; Pehl. [illegible]; rt. [illegible] = आ-विस् = જાણવું, વાકેફ થવું; to know; [illegible] + [illegible] = [illegible] (૭ નીકળી ગયાથી); [illegible] ક્રિ. અ.) ઇજ. ૩૩, ૭.

[illegible] (= [illegible] + [illegible] + [illegible]; જુઓ ધા. [illegible]) સા. ના. નારી. વાકેફ થવું, વાકેફી; information; [illegible] ૪|૧ વીસ્પ. ૯, ૩.

[illegible] ([illegible] ઉપરથી) વિ. જાહેર, દેખીતું, ખોલ્લું; open, manifest; Pehl. [illegible]; [illegible] adv. (openly) ઇજ. ૩૧, ૧૩; [illegible] [illegible] નાન્ય. ૩|૧ ઇજ. ૫૦, ૫.

[illegible] ([illegible] ઉપરથી) ક સા. ના. વિપત્તિ, દુઃખ, સંકટ; woe, affliction, misfortune; [illegible] ય. ૧૯, ૬૩; હાદો. નુસ્ક. ૩૪; વીશ્તા. ય. ૪૩. ખ) કેવળ. અ. અફસોસ! interj. alas! [illegible] (= woe!) ય. ૩, ૧૪.

૧ [illegible] = अश् = ક) આવી પોહોંચવું, આવવું; to reach, to come; cl. 5; [illegible] વર્ત. પરસ્મૈ. ૩|૧ યં. ૧૯, ૨૮; ય. ૧૦, ૧૩. ખ) આગળ લઈ જવું; to make (a person) go by; [illegible] વં. ૧૯, ૩૦.

૨ [illegible] વિશે જુઓ ૧ ધા. [illegible]

[illegible] વિશે જુઓ [illegible]

[illegible] (ધા. [illegible] ક તથા [illegible]) સમાસ વિ. પોતાનાં કાંમ ઉપર ચાલાક-ઉસ્તેવાર; ચાલવાની શેતાબી (હારલે); બીછાના ઉપરથી સકારે ઉઠનાર (દારમે. તથા મિલ્સ); active or steady on one's duty; speed in walking (H.); (an offspring) that rises quick from bed (M. & D.); [illegible] ૨|૧ ઇજ. ૬૨, ૫.

[illegible] વિશે જુઓ [illegible]

[illegible] (= आशु) (જુઓ ધા. [illegible] ક) વિ. શેતાબ, જહેંડપવાળું; ચાલાક; speedy, swift, active; [illegible] નર. ૧|૧ ય. ૫, ૧૩૧; ય. ૧૦, ૬૫; [illegible] નર. ૧|૧ ય. ૧૩, ૫૨; [illegible] નર. ૨|૧ ઇજ. ૫૭, ૧૧; [illegible] (શેતાબીથી, વગર ઢીલ કરવે) ક્રિ. અ. ઇજ. ૬૨, ૪; નીઆ. ૫, ૪; [illegible] ઇજ. ૪૪, ૪; [illegible] નર. ૫|૧ વીસ્પ. ૭, ૩; [illegible] ૭|૧ (ક્રિ. અ.) (શેતાબીથી) ઇજ. ૬૫, ૧૪; Frag. 8, 1; [illegible] નર. ૬|૩ ય. ૧૦, ૬૫.

[illegible] (જુઓ [illegible] તથા [illegible]) સમાસ વિ. શેતાબ ઘોડાવાળો; swift-horsed; [illegible] નર. ૨|૧ ય. ૧૭, ૫૮; [illegible] (the lord of the swiftest horses) અતિ. વિ. નર. ૧|૧ ય. ૫, ૯૮.

[illegible] (જુઓ [illegible] તથા [illegible]) સમાસ ના. ઘોડાની શેતાબી-તેજી; swiftness to the horses; [illegible] ૨|૧ ય. ૫, ૮૬. ૯૮; ય. ૧૦, ૩.

[illegible] (જુઓ [illegible] તથા [illegible]) સમાસ વિ. શેતાબીથી—ચાલાકીથી કાંમ કરનાર, કાંમમાં ચાલાક; speedy at work; [illegible] નારી. ૨|૧ ય. ૧૬, ૧.

[illegible] (જુઓ [illegible] તથા [illegible]) સમાસ વિ. શેતાબ જતો, તેજ શેતાબીવાળો (તેશ્તર); swift-flying; [illegible] [illegible] નર. ૨|૧ ય. ૮, ૩૭.

[illegible] (જુઓ [illegible] તથા [illegible]) સમાસ વિ. ચાલાક ઇજશ્ને કરનાર—આરાધનાર quick in performing the Yaçna; [illegible] નર. ૨|૧ ય. ૧૦, ૮૯.

[illegible] (અર્થ અચોકસ) શિખવવું (દાર.) આશીર્વાદ દેવા (મિલ્સ); teaching (Dar.) blessing (M.); [illegible] ઇજ. ૫૧, ૧૪.

[illegible] સા. ના. નારી. સંપૂર્ણતા (સ્પી., યુસ્ત તથા મિલ્સ); મુકામ (હાઉગ); કાંમ (દારમે. perfection (Sp., J. & M.); residence (Haug.); action (Dar.); [illegible] (Westergaard [illegible]) ૨|૧ ઇજ. ૪૪, ૧૭.

[illegible] (= [illegible]) (જુઓ ધા. [illegible]) સા. ના. નાન્ય. વખાણ, સ્તુતિ; praise [illegible] ૨|૧ ઇજ. ૧૩, ૮.

[Avestan] (= [Avestan]) (જુઓ ધા. [Avestan]) વિ. (દીનની) તારીફ-સ્તુતિ કરતો (અસલ.); દીન ઉપર એતેકાદ રાખનાર, દીન ઉપર ઉસ્તેવાર: praising (lit.); firm in adherence to the duties of religion; [Avestan] નર. ૬।૧ વં. ૩, ૪૧; [Avestan] ૫।૩ વં. ૩, ૪૦.

[Avestan] વિશે જુઓ ધા. [Avestan]

[Avestan]
[Avestan] } વિશે જુઓ ૧ ધા. [Avestan]

[Avestan] ([Avestan] ઉપરથી) (જુઓ ધા. [Avestan]) સા. ના. નર. તારીફ-વખાણ કરનાર; a praiser; [Avestan] ૧।૧ વં. ૩, ૪૦; [Avestan] ૧।૧ ઈજ. ૧૨, ૮.

[Avestan] (= स्तुति) (જુઓ ધા. [Avestan]) સા. ના. નારી. તારીફ, વખાણ, સ્તુતિ; praise; eulogy; [Avestan] ૧।૧ ઈજ. ૧૨, ૯.

[Avestan] (જુઓ ૧ ધા. [Avestan]) વિ. આલુદગી-રીમની-ગુનાહથી ભરેલો; polluted; defiled; tainted with guilt; જુઓ [Avestan]

[Avestan] વિશે જુઓ ૧ ધા. [Avestan]

[Avestan] (= [Avestan]) (૧ ધા. [Avestan]); [Avestan]

ક) વિ. ખુદરતી, જાતી, અસલ; natural, innate; [Avestan] (= [Avestan] જાતી-ખુદરતી અક્કલ; the innate understanding) નર. ૧।૧ ય. ૧૦, ૧૦૭; [Avestan] ૧।૧ ય. ૧૦, ૧૦૭; [Avestan] નર. ૨।૧ ઈજ. ૨૫, ૬; ય. ૧૭, ૨; [Avestan] નર. ૬।૧ ઈજ. ૨૨, ૨૫; ય. ૨, ૧; સિરિ. ૨, ૨૯.

ખ) વિ. ખુદરતી-જાતી અક્કલવાળું; naturally intelligent; [Avestan] (ખુદરતી-જાતી અક્કલવાળું ફરજંદ) નારી. ૧।૧ ઈજ. ૬૦, ૭; [Avestan] નારી. ૨।૧ ઈજ. ૬૨, ૫; ઈજ. ૬૮, ૫; ય. ૧૦, ૩; [Avestan] નર. ૨।૧ ઈજ. ૬૮, ૧૧; ય. ૧૦, ૧૦૮; [Avestan] નારી. ૬।૧ ય. ૧૩, ૧૩૪; [Avestan] innate thoughts (જાતી અક્કલના વિચારો) નાન્ય. ૨।૩ વીસ્પ. ૧૧, ૩; [Avestan] નારી. ૨।૩ ય. ૧૩, ૭૪.

[Avestan] વિશે જુઓ [Avestan]

[Avestan], [Avestan] (= [Avestan]) (જુઓ ૧ ધા. [Avestan]) વિ. ના. નર. મોબેદ, જેનું કામ નાહાન નવારવાનું તથા ક્રિયાના આલાતો પાક કરવાનું હોએ છે તે; a man in holy orders who purifies defiled persons as well as utensils used for ceremonial purposes; [Avestan] ૨।૧ વીસ્પ. ૩, ૧; ગેહ ૩, ૫; [Avestan] ૪।૧ વં. ૫, ૫૭. ૫૮; [Avestan] ૬।૧ વીશ્તા. ૫. ૧૫.

[Avestan] (જુઓ [Avestan] તથા [Avestan]) સમાસ વિ. જાતી અક્કલનાં રવાનવાળું; બેહેશ્તી રવાનવાળું (હારલે); નેક-ઈજદી રાહે ચાલનાર, રવાનવાળુ (દારમે.); having a soul of higher intelligence; having a celestial soul (Har.); godly of soul (Dar.); [Avestan] . . . . [Avestan] નારી. ૨।૩ ય. ૧૩, ૪૦.

[Avestan] ([Avestan] ઉપરથી) અધિ. વિ. વધારે શેતાબ-જલદપવાળું; more speedy, fleeter. [Avestan] નર. ૧।૧ વીસ્પ. ૭, ૩; [Avestan] નર. ૧।૨ ઈજ. ૫૭, ૨૮.

[Avestan], [Avestan] (= आस्) ક બેસવું; to sit, cl. 2; [Avestan] વર્ત. પરસ્મૈ. ૩।૩ ય. ૧૭, ૧૦; [Avestan] આત્મને. ઈજ. ૯, ૨૨; [Avestan] રાક્યા. આત્મને. ૨।૧ ઈજ. ૬૮, ૧૦; ય. ૧૦, ૩૨; [Avestan] પૂ. ભૂ. આત્મને. ૩।૩ ય. ૧૭, ૪૫; [Avestan] વર્ત. કૃ. આત્મને. નર. ૧।૧ વં. ૩, ૨૯; [Avestan] વર્ત. કૃ. આત્મને. નારી. ૨।૧ હાદો. નુસ્ક. ૧૮.

ખ) એકાંત બેસીને ખોદાની ઉપર દિલ લગાડવું-ભક્તિ કરવી; to commune with God in retirement; to pray in deep meditation; [Avestan] વર્ત. કૃ. આત્મને નર. ૧।૧ વં. ૧૯, ૧૧; વીશ્તા. ય. ૩૫.

ગ) બેસી રેહેવું, જારી રેહેવું, ખંતી રેહીને બેસવું; to rest, to continue; to sit steadily; [Avestan] વર્ત આત્મને. ૩।૧ વં. ૪, ૪૫; વં. ૫, ૫૩. ૫૪. ૫૫. ૫૬. ૫૯.

[Avestan] કોઈ માણસ-ચીજની સામે ઉભું કરવું; to set against; [Avestan] અ. ભૂ. પરસ્મૈ. ૩।૧ ય. ૮, ૩૯.

[Avestan] (= आश्रित) (= [Avestan] + [Avestan] + [Avestan]; જુઓ [Avestan]) વિ. નહી નિર્મલ-પાક-સ્વચ્છ; મેલું, ગલીચ; not pure—unsullied; dirty, filthy; જુઓ [Avestan]।

[Avestan] ([Avestan] = [Avestan]) ([Avestan] + [Avestan] + [Avestan]; જુઓ [Avestan]) ક) સા. ના. નારી. ગંદી, અપવિત્રાઈ, નજીસાત, ગલીચાઇ; filthiness, impurity, uncleanness; [Avestan] ૧/૧ ઈજ. ૧૦, ૭; ય. ૧૦, ૫૦; ય. ૧૨, ૨૩; [Avestan] ૨/૧ વં. ૧૧, ૯. ૧૨; વં. ૧૬, ૧૬; [Avestan] ૩/૧ વં. ૫, ૨૭; વં. ૬, ૩૦. ૩૩. ૩૬. ૩૯; [Avestan] — કારાત ૬/૧ વં.૨૦,૩.૬. ખ) વિ. ના. નારી. નજીસાત-ગલીચાઇ-અપિત્રાઇનો દેવ; the demon of uncleanness. [Avestan] ૨/૧ વં. ૧૧, ૯. ૧૨.

[Avestan] ([Avestan] ઉપરથી) વિ. નજીસ, મેલું —નાપાક થએલું, ખરદાએલું; filthy, impure, sullied; [Avestan] નર. ૨/૧ વં. ૧૬, ૧૬.

[Avestan] Geld. [Avestan] Wester. સા. ના. ખરાબી; શેકાર (દારમે.); સુકારા (યુ.); નાશ-પાયામાલીનો (મિલ્સ). evil; prey (Dar); drought (Justi.); desolation (M.); fr. Pehl. [Pahlavi], impure, defiled (Sp.); ઈજ. ૨૯, ૧.

[Avestan], [Avestan] ([Avestan] ઉપરથી) વિ. હોરમજદને લગતું, હોરમજદી, હોરમજદના તરીકાનું; devoted to Ahura (Mazda); pertaining to Ahura, Ahurian; [Avestan] નર. ૧/૧ ઈજ. ૫૭, ૨૪; ઈજ. ૬૦, ૩; ય. ૧૫, ૨૮; [Avestan] નારી. ૧/૧ ઈજ. ૮, ૭; ઇજ. ૧૨, ૯; [Avestan] નર. ૨/૧ વીસ્પ. ૨, ૧૧; ઈજ. ૭૧, ૧૨; ય. ૧૩, ૧૪૮; [Avestan] નારી. ૨/૧ વં. ૨, ૧. ૨; ય. ૮, ૮૯; [Avestan] નાન્ય. ૨/૧ ઈજ. ૧૦, ૧; [Avestan] નર. ૬/૧ વં. ૧૮, ૧૪; ઈજ. ૩, ૨૦; ઈજ. ૫૭, ૧; ય. ૧૧, ૦; ય. ૧૩, ૯૯. ૧૦૬; [Avestan] નર. ૬/૧ વીસ્પ. ૧, ૯; [Avestan] નારી. ૬/૧ ઈજ. ૬૦, ૩; ય. ૧૩, ૯૯; [Avestan] (અએ હોરમજદ!) નર. ૮/૧ ઈજ. ૬૦, ૧૧.

[Avestan], [Avestan] વિશે જુઓ [Avestan] (આએ).

[Avestan] Geld., [Avestan] Wester., [Avestan] Sp. બાહારી ચીજ (પુસ્તી.); ભપકો (દાર.); (meaning unsettled); fr. Pehl. [Pahlavi], a weighty thing (J.); grandeur (Dar.) Y. 32, 14.

[Avestan]

૧ [Avestan] = इ = Lat. *I*-re = જવું, આવવું; to go; to come; cl. 2; [Avestan] વર્ત. પરસ્મૈ. ૩/૧ વં. ૩, ૨૮; વં. ૫, ૨; ઈજ. ૧૦, ૧૩; ય. ૮, ૧૪; [Avestan] ૩/૩ ઈજ. ૫૭, ૧૪; [Avestan] આજ્ઞા. પરસ્મૈ. ૧/૧ વં. ૩, ૨૭; ઈજ. ૪૬, ૧; ઈજ. ૫૦, ૯; [Avestan] ૨/૧ ઈજ. ૪૬, ૧૬; [Avestan] ૩/૩ ઈજ. ૬૫, ૮; [Avestan] અ. ભૂ. સંશ. આત્મને. ૨/૧ (શરૂઆતનો [Avestan] અ. ભૂ. નો સમજવો) ઈજ. ૩૦, ૭; [Avestan] અ. ભૂ. સંશ. પરસ્મૈ. ૩/૩ વીશ્તા. ય. ૩૦; [Avestan] ઈજ. ૪૨, ૬; [Avestan] (Wester.) વર્ત. કૃ. પરસ્મૈ. નર. ૧/૧ ય. ૧૩, ૧૬. (જુઓ [Avestan]); [Avestan] ૨/૧ વં. ૬, ૨૬; વં. ૮, ૭૩; ઈજ. ૪૬, ૫; ય. ૫, ૬૮.

[Avestan] = अभि-इ = નજદીક જવું, પસાર કરી જવું; to approach, to pass over; [Avestan] (= [Avestan] [Avestan]) ભૂ. કૃ. નર. ૨/૧ હદિ. તુકડ. ૧૭.

[Avestan] = જવું, ચાલવું; to go, to pass; [Avestan] [Avestan] [Avestan] (પોતાને માર્ગે જાએછે.) વર્ત. પરસ્મૈ. ૩/૧ ય. ૧૩, ૧૬; [Avestan] [Avestan] [Avestan] ૩/૩ ય. ૧૩, ૧૬.

[Avestan] = आ-इ = આવવું; to come; [Avestan] (= [Avestan] + [Avestan]) વર્ત. પરસ્મૈ. ૩/૧ વં. ૧૧, ૯. ૧૨; ય. ૮, ૩૩. ૪૬; [Avestan] (= [Avestan] + [Avestan] + [Avestan]) વર્ત. આત્મને ૧/૧ ઇ. ૩૧, ૨; [Avestan] આજ્ઞા. પરસ્મૈ. ૨/૧ ય. ૫, ૮૫; [Avestan] આજ્ઞા. આત્મને. ૨/૩ ઈજ. ૩૩, ૭; [Avestan] ([Avestan] + [Avestan] + [Avestan]) ૩/૩ ય. ૧૩, ૧૫૬; [Avestan] અ. ભૂ. સંશ. પરસ્મૈ. ૩/૧ ઇજ. ૩૧, ૨૦; [Avestan] ઈજ. ૪૬, ૬.

[Avestan] = उप-इ = નજદીક આવવું; to come near; [Avestan] વર્ત. પરસ્મૈ. ૩/૧ વં. ૮, ૨. ૧૦૦-૧૦૨; વં. ૧૨, ૨. ૪. ૬. ૮. ૧૦. ૧૨. ૧૪. ૧૬. ૧૮. ૨૦; વં. ૧૩, ૨૮; વં. ૧૫, ૯. ૧૧. ૧૩. ૧૫. ૧૮; ... [Avestan], [Avestan] વં. ૫, ૨; [Avestan] (= [Avestan] + [Avestan]) અ. ભૂ. પરસ્મૈ. ૩/૧ ઈજ. ૯, ૧; [Avestan] ભૂ. કૃ. નારી.

૧/૧ વં. ૧૬, ૧૫. ૧૬; [Avestan] (= બાગેલું, વળગેલું) ૨/૧ વં. ૭, ૧૩. ૧૪.

[Avestan] = उस-इ ક) બાહાર આવવું, નીકળી આવવું; to come out, to issue, to emerge; [Avestan] . . . [Avestan] અ. ભૂ. સંરા. પરસ્મૈ. ૩/૧ વં. ૭, ૨.

ખ) આગળ ચાલવું-જવું; to proceed; [Avestan] આજ્ઞા. પરસ્મૈ. ૧/૧ વં. ૨૨, ૧. ૮. ૧૪.

[Avestan] = प्रति-इ = ક) સાંભે લેવા જવું, અસ્તેકબાલ લેવા જવું; to receive as a welcome; to meet; [Avestan] . . . [Avestan] વર્ત. પરસ્મૈ. ૩/૩ ઇજ. ૪૯, ૧૧.

ખ) નજદીક-પાસે જવું; to approach; [Avestan] . . . [Avestan] આજ્ઞા. પરસ્મૈ. ૧/૧ ઇજ. ૩૪, ૬.

ગ) સાંભે જવું-થવું; to oppose, to strive against; [Avestan] વર્ત. પરસ્મૈ. ૩/૩ વં. ૮, ૪૯.

ઘ) પાછું જવું (અસલ.); પસ્તાવો કરવો: to retreat (lit.); to repent; જુઓ [Avestan], [Avestan]

[Avestan] = परा-इ = દૂર જવું, દોડી જવું; to run away; [Avestan] વર્ત. પરસ્મૈ. ૩/૧ વં. ૯, ૪૦; વં. ૧૫, ૨. ૧૦; વં. ૧૩, ૮. ૧૭. ૧૮. ૫૦; વં. ૧૮, ૨૬; [Avestan] અ. ભૂ. પરસ્મૈ. ૩/૧ વં. ૨૨, ૧૩; [Avestan] આજ્ઞા. પરસ્મૈ. ૨/૧ વં. ૨૨, ૭.

[Avestan] = પાછું ફરવું; to return; [Avestan] (from [Avestan]) વર્ત. ફૃ. પરસ્મૈ. નર. ૧/૧ ય. ૧૩, ૧૬.

[Avestan] = प्र-इ = ક) આગળ જવું; to proceed, to go along; [Avestan] . . . [Avestan] વર્ત. પરસ્મૈ. ૩/૧ ય. ૧૦, ૧૧૮; [Avestan] વર્ત. આત્મને ૩/૩ ય. ૧૯, ૯૫; [Avestan] આજ્ઞા. પરસ્મૈ. ૩/૩ ઇજ. ૧૦, ૧૯; વં. ૮, ૧૯; [Avestan] વર્ત. ફૃ. પરસ્મૈ. નર. ૧/૩ વીશતા. ય. ૪૨.

ખ) કરવું, બજાવવું, અમલમાં લાવવું; to perform; to commit; [Avestan] ભૂ. ફૃ. નાન્ય. ૨/૩ વં ૧૫, ૧.

[Avestan] = દૂર જવું, નીકળી જવું; to go out; to depart; [Avestan] . . . [Avestan] અ. ભૂ. સંરા. પરસ્મૈ. ૩/૧ વં. ૭, ૨.

[Avestan] = सम-इ = સાથે જવું-મળવું, સાથે મળી જવું; to unite, to come together; [Avestan] (=[Avestan]) આજ્ઞા. પરસ્મૈ. ૩/૩ ઇજ. ૫૧, ૩.

૨ [Avestan] =इ= જ્ઞાન મેળવવું, જાણવું; to acquire knowledge; to know; જુઓ [Avestan]

૩ [Avestan] (= इ = Lat. *Id.* = *I*-t) દર્શ. સ. આએ, તે; this, that; એ સર્વનામ પોતે ([Avestan] સિવાય) વિભક્તિનાં રૂપમાં નથી આવતો, પણ ચોકસ પ્રત્યયો સાથે જોડાઈને ક્રિ. અ. તરીકે આવેછે; જેમકે [Avestan] એમ; [Avestan] આએ તરફ, તે તરફ; [Avestan] આ જગાએ, અહિંયાં, ઇત્યાદિ.

[Avestan] =ईष=ઇચ્છવું, પસંદ કરવું, માંગવું; મુરાદ ચાહાવી; to wish, to desire, to seek; cl. 4; [Avestan] વર્ત. સંરા. આત્મને (Wester. [Avestan] વર્ત. પરસ્મૈ.) ૪થા વર્ગ ૧/૧ ઇજ. ૩૩, ૬; ઇજ. ૪૯, ૩; [Avestan] વર્ત. પરસ્મૈ. ૩/૧ ઇજ. ૬૨, ૭; ય. ૧૯, ૫૧; વીશતા ય. ૨૯ [Avestan] ૩/૩ ઇજ. ૨૩, ૩.

[Avestan] (= अज)સા. ના. નર. બકરો; a goat; જુઓ નીચેનો બોલ.

[Avestan], [Avestan] (= आजिन) ([Avestan] ઉપરથી) વિ. જાણવરનાં ચામડાંને લગતું-ચામડાંનું; of leather, leather (as a garment); [Avestan] = ચામડાંનું વસ્ત્ર; [Avestan] નર. ૧/૧ વં. ૭, ૧૪; [Avestan], Geld. [Avestan] ૨/૧ વં. ૮, ૨૩-૨૫.

[Avestan] (= इह) ક્રિ. અ. અહિંયાં, આએ જગોએ; here, in this place; [Avestan] ય. ૧૯, ૮૮. ૮૨.

[Avestan] (Pehl. [Pahlavi], इन्द्र) વિ. ના. નર. ઇન્દ્ર દેવ; એ દેવ [Avestan] [Avestan] (અરદીબેહેસ્ત અમશાસ્પંદ) ની સાંભેનો—તેનો દુશ્મન છે; the demon of untruthfulness; his business is to turn away men from moral deeds; the adversary of Asha Vahishta.

It should be remembered that Aka Mano, Indra, Sâuru, Nâonghaithya, Tauru, and Zairi are the six principal demons; the six lieutenants of Angra Mainyu, as the six Ameshâspands are for those of Ahura Mazda. Aka Mano is opposed to Vohû Mano; Indra is opposed to Asha Vahishta, and dissuades men from practising virtue; Sauru is opposed to Khshathra Vairya; he is the demon of an evil-government; Nâonghaithya is antagonistic to Spenta Ârmaiti; he is the demon of discontentment; Tauru and Zairi are the enemies of Haurvatât and Ameretât and empoison the waters and the plants (Dar.); [Avestan] ૧|૧ વં. ૧૯, ૪૩; [Avestan] ૨|૧ વં. ૧૦, ૯.

[Avestan] (= इत) (જુઓ ૧ ધા. [Avestan]) સા. ના. નાન્ય. રવેશ, રીત, ચાલચલન; manner, way, practice; જુઓ [Avestan]

[Avestan] (= इति) (જુઓ ૧ ધા. [Avestan]) સા. ના. નારી. ફરવું હરવું, જીંદગી ગુજારવી; રીત, રવેશ; way, manner, mode of life; જુઓ [Avestan]

[Avestan] (૩ [Avestan] ઉપરથી) દર્શ. સ. ૪|૧; for this; [Avestan] (આ ખાનદાનને માટે for this family) નારી. ૪|૧ યજ. ૬૮, ૧૪.

[Avestan] (૩ [Avestan] ઉપરથી) દર્શ. સ. નાન્ય. ૧–૨|૧ આ; this (neut. nom. and acc. sing.); એનું ગાથા રૂપ [Avestan] છે. કોઇ વખતે એ બોલ 'ખચિત' assuredly ને અર્થે અવ્યય તરીકે વપરાએછે. જુઓ [Avestan]

[Avestan] (= इथा) (૩ [Avestan] ઉપરથી) ક્રિ. અ. એમ, એ પ્રમાણે, તે પ્રમાણે; so, thus, in this manner; [Avestan] વં. ૬, ૪૮; વં. ૭, ૫૨; વં. ૧૫, ૪૫; યજ. ૧૦, ૧૭; ય. ૧૦, ૧૦૫; ય. ૧૯, ૫૭; [Avestan] યજ. ૫, ૧; યજ. ૩૭, ૧; યજ. ૪૫, ૩; યજ. ૪૭, ૪.

[Avestan] = इत्वर; (જુઓ ૧ ધા. [Avestan]) વિ. જવા લાએક (અસલ.); નાશ પામે તેવું; passing (lit.); perishable; જુઓ [Avestan]

[Avestan] (= [Avestan]) (જુઓ ધા. [Avestan] ક) સા. ના. નાન્ય. નાશ; મોત; destruction; death; [Avestan] ૧|૧ યજ. ૩૮, ૮; [Avestan] ૨|૧ વં. ૧૯, ૪૩.

ખ) વિ. નાશકારક; destructive; [Avestan] નર. ૧|૧ વં. ૧૮, ૮; [Avestan] (નર. ૧|૧ ને બદલે) વં. ૧૯, ૧. ૨; [Avestan] ૬|૧ ય. ૬, ૪; [Avestan] ૬|૧ ય. ૧૩, ૧૩૦.

[Avestan] (= [Avestan]) ([Avestan] ક ઉપરથી) વિ. નાશ પામવાજોગ, નાશ પામનાર ; perishable; decaying; [Avestan] નર. ૫|૧ વં. ૭, ૫૨; વં. ૧૯, ૩૧; હદિ. નુસ્ક. ૧૬. ૩૪; વીશતા. ય. ૬૨.

[Avestan] (૩ [Avestan] ઉપરથી) ક્રિ. અ. આએ—તે તરફ; in this place; here, there; [Avestan] વં. ૨, ૧૧. ૧૫. ૧૯; વં. ૪, ૧; વં. ૭, ૪૪; યજ. ૬૦, ૪; ય. ૮, ૧૫; ય. ૧૦, ૬૯.

[Avestan], [Avestan] = इध् = બળવું; to burn; જુઓ [Avestan], [Avestan].

[Avestan] ૭ વિશે જુઓ ૧ ધા. [Avestan]

[Avestan] (= इह) (૩ [Avestan] ઉપરથી) ક્રિ. અ. અહિંયાં, આએ જગોએ; here, in this place; [Avestan] વં. ૨, ૨૩. ૨૪; વં. ૩, ૨૮. ૨૭. ૩૨. ૪૨; વં. ૪, ૪૬; વં. ૮, ૧૦૦-૧૦૨; વં. ૯, ૫૬; વં. ૧૧, ૪-૭; વં. ૧૩, ૨૨. ૩૯. ૫૫; વં. ૧૪, ૧૮; વં. ૧૯, ૩૧; વં. ૨૧, ૬. ૭. ૧૦. ૧૧. ૧૪. ૧૫; ય. ૧૦, ૬૦; ય. ૧૩, ૨૭; વીસ્પ. ૧૫, ૧; [Avestan] (આએ દુનિયામાં) યજ. ૨૯, ૮.

[Avestan] ([Avestan] ઉપરથી) ક્રિ. અ. અહિંયાં; here. [Avestan] યજ. ૫૭, ૩૩.

[Avestan] ([Avestan] ઉપરથી) ક્રિ. અ. આએ જગોએ, અહિંયાં; in his place, here; એનેથી (મિલ્સ); by this (M.); [Avestan] યજ. ૬૮, ૨૧.

[Avestan] = ક) દલગીર કરવું, દુઃખ દેવું; કીનો રાખવો; to grieve, to afflict, to harbour vindictive feelings; cl. 8. [Avestan] વર્ત. પરસ્મૈ. ૮ મો વર્ગ ૩|૧ વં. ૧૮, ૬૧.

ખ) સકંજામાં-દબાનમાં આવવું; to be pressed— straitened; જુઓ નીચેનો બોલ.

[Avestan] (જુઓ ધા. [Avestan] ખ). ભૂ. કૃ. વિ. સકંજામાં-દબાનમાં આવેલું, જુલમ પામેલું; straitened, oppressed; જુઓ [Avestan]

[Avestan] (જુઓ ધા. [Avestan]) સા. ના. નારી. કીનો, ધિક્કાર, અદાવત; સંકડાસ, દબાન; revenge, hatred; enmity, straitness, pressure; જુઓ [Avestan]

[Avestan] (= [Avestan]*) દર્શ. સ. આએ; this; એ સર્વનામ

---

* E. g., ایشب = Av. [Avestan] [Avestan] this night (lit.), to-night; امروز this day (lit.), to-day.

કેટલીએક વિભક્તિમાં [illegible] (આગ્મે) ની સાથે આવેછે ; ઇઆને થોડીએક વિભક્તિનાં રૂપો [illegible] ઉપરથી, અને બાકીનાં [illegible] ([illegible]) ઉપરથી નીકળેલાં આવેછે ; [illegible] નાન્ય. ૧।૧ વં. ૫, ૨૧ ; વં. ૧૮, ૨૭ ; [illegible] નાન્ય. ૨।૧ વં. ૧૯, ૧૪. ૧૭. ૩૪ ; [illegible] ૨।૧ વં. ૧૧, ૪–૭ ; [illegible] નર. ૨।૧ વં. ૧૮, ૫૧ ; વં. ૧૯, ૪૫ ; ઇજિ. ૯, ૧૯–૨૧ ; [illegible] નારી. ૨।૧ વં. ૨, ૧૦. ૧૧. ૧૪. ૧૫. ૧૮. ૧૯ ; વં. ૩, ૧૨. ૧૩. ૨૨. ૨૩. ૨૫. ૨૬. ૨૮. ૩૪ ; વં. ૫, ૨૫ ; વં. ૨૦, ૩. ૫. ૬. ૭. ૯ ; વીસ્પ. ૧૧, ૨ ; ઇજિ. ૨, ૧ ; ઇજિ. ૬૬, ૧ ; [illegible] નર. ૨।૨ વીસ્પ. ૧૧, ૨ ; [illegible] નર. ૧।૩ વં. ૧૦, ૩. ૭. ૧૧. ૧૫. ૧૬. ૧૭ ; ય. ૧૦, ૮૨ ; [illegible] નર. ૨।૩ વં. ૯, ૧૨. ૨૭ ; વં. ૧૧, ૩–૮. ૧૧. ૧૪. ૧૭. ૨૦ ; વં. ૧૭, ૫. ૭ ; વીસ્પ. ૧૧, ૨ ; ઇજિ. ૪, ૧ ; ઇજિ. ૨૪, ૧ ; ય. ૧૩, ૨૦ ; [illegible] નર. ૨।૩ વં. ૯, ૪૬ ; વં. ૧૦, ૨. ૩. ૫. ૭. ૯. ૧૧. ૧૩ ; [illegible] ૧।૩ ય. ૧, ૧૫ ; ય. ૫, ૧૫. [illegible] નારી. ૨।૩ વં. ૧૭, ૯ ; [illegible] ૨।૩ વં. ૧૨, ૨. ૪. ૬. ૮. ૧૦. ૧૨. ૧૪. ૧૬. ૧૮. ૨૦ ; [illegible] ૨।૩ ઇજિ. ૨, ૧૬ ; ય. ૧, ૧૧ ; ([illegible]) [illegible] નારી. ૨।૩ વં. ૧૭, ૯ ; ઇજિ. ૧૦, ૧૮ ; [illegible] નાન્ય. ૨।૩ ઇજિ. ૪, ૧ ; [illegible] નાન્ય. ૨।૩ ઇજિ. ૩૫, ૯ ; ઇજિ. ૫૮, ૮ ; ઇજિ. ૬૮, ૨૩.

[illegible], [illegible] = ईर् = ઉંચું થવું, ઉંચકાએલું થવું ; ફરવું, ગરદેશ કરવી ; to rise, to turn, to revolve ; [illegible] continually revolve (ગરદેશ કર્યા કરેછે.) પૂ. ભૂ. પરસ્મૈ. ૩।૩ ; ધાતુ બેવડો થયાને બદલે ફક્ત ગુણ થઇને [illegible] પ્રત્યય લાગો ; બામદાદ (હારલે, મિલ્સ તથા દારમે.) ; Aurora (M. & Har.) ; dawn (Dar.) ; [illegible] ઇજિ. ૫૦, ૧૦.

[illegible], [illegible] = उद्-ईर् = (ખોરશેદ, સેતારા ઇત્યાદિનું) ઉગવું ; to rise, to rise up (as the sun, the moon, &c.) ; [illegible] વર્ત. પરસ્મૈ. ૩।૧ વં. ૧૯, ૨૮ ; [illegible] આજ્ઞા. પરસ્મૈ. ૨।૧ વં. ૨૧, ૫. ૯. ૧૩. ૧૭ ; [illegible] અ. ભૂ. સંશ. પરસ્મૈ. ૩।૧ ય. ૮, ૫. ૪૨ ; [illegible] વર્ત. ફ. પરસ્મૈ. નર. ૨।૧ ય. ૮, ૩૬.

[illegible], [illegible] = [illegible] = री = [illegible] = હગવું, ખરાબ કરવું ; to discharge excrement ; to soil ; જુઓ [illegible]

[illegible] = હગવું, ખરકી નાખવું ; to discharge excrement, to soil ; [illegible] [illegible] (કે [illegible] હગેલી-ખરદાએલી જગા) ભૂ. ફ. વિ. નર. ૧।૧ વં. ૫, ૫૯.

[illegible] હગાર-છેર નાખવો ; to void excrement (as a bird) ; [illegible] . . . [illegible] ભૂ. ફ. નારી. ૧।૧ વં. ૫, ૧.

૧ [illegible] સા. ના. નીકળવું, ઉગવું, તલુ થવું ; rising (of the sun, the moon, &c.) ; [illegible] ૬।૧ વં. ૨, ૪૦.

૨ [illegible] (જુઓ ધા. [illegible]) સા. ના. ખરાબી ; નાશ (મિલ્સ) ; આડે માર્ગે જવું. ગુમરાહી (જુ.) ; evil, harm ; ruin (M.) ; deviation (J.) ; [illegible] ૨।૧ ઇજિ. ૩૨, ૭ ; ઇજિ. ૪૪, ૨ ; Wester. [illegible]

[illegible] = ક) ખાલી કરવું, ઉજડ કરવું ; to empty, to desolate ; cl. 7 ; જુઓ ય. ૧૦, ૭૫ માં [illegible] [illegible], [illegible] ઇત્યાદિ બોલો.

ખ) ભરવું ; આગળ ચલાવવું, ઢકેલવું (હારલે) ; મારવું (દાર.) ; to fill ; to push forward (Har.) ; to strike (Dar.) ; [illegible] વર્ત. પરસ્મૈ. ૭ મા વર્ગ ૩।૧ ય. ૧૦, ૬૮.

[illegible] = ખાલી કરી નાખવું (અસલ.) ; અપમાન આપવું, દુઃખ દેવું ; to empty (lit.) ; to offend, to harm. [illegible] વર્ત. પરસ્મૈ. ૭ મા વર્ગ ૩।૧ ય. ૧૪, ૪૭.

[illegible] = ક) ઝરકવું, ઝરવું, બાહાર પેહેવું ; to ooze out, to flow ; cl. 4 ; [illegible] વર્ત. પરસ્મૈ. ૩।૧ વં. ૬, ૧૦. ૧૨. ૧૪. ૧૬. ૧૮. ૨૦. ૨૨. ૨૪ ; [illegible] અ. ભૂ. સંશ. પરસ્મૈ. ૩।૧ વીશ્તા. ય. ૪૬ ; [illegible] પૂ. ભૂ. પરસ્મૈ. ૩।૩ વં. ૫, ૪. ૭ ; વં. ૮, ૩૪.

ખ) નીકળવું, ઉત્પન્ન થવું (સારી ચીજનું) ; દાખલ થવું (હારલે) ; સાથે મળી જવું (દાર.) ; to issue, to be produced ; to flow ; to penetrate (Har.) ; to be mixed (Dar.) ; [illegible] ઇજિ. ૧૦, ૧૨.

ગ) આલુદેહ કરવું, ખરડી નાખવું, નાપાક કરવું ; to soil, to pollute ; [illegible] અ. ભૂ. સંશ. પરસ્મૈ. ૩।૧ વં. ૧૬, ૧૪.

ઘ) મરી જવું, ગુજરી જવું ; to die ; [illegible] વં. ૫, ૨૭. ૩૯ ; વં. ૮, ૧. ૪ ; [illegible] પૂ. ફ. પરસ્મૈ. નર. ६।૩ ઇજિ. ૨૪, ૫ ; વીસ્પ. ૧૧, ૭.

[Avestan] = સાથે ખરડાઈ જવું, ભેળાઈ જવું; to besmear, to mingle; [Avestan] [Avestan] [Avestan] [Avestan] મેટાડાં-મિટ્ટી સાથે મળી ગએલા-ખરડાઈ ગએલા ઘેાડાના બાલને, a horse's hair mingled with the dust. વર્ત. કૃ. નર. ૨|૧ ય. ૧૬, ૧૦. એની મુકાબેલ જુઓ ય. ૧૪, ૩૧.

[Avestan] = (સારાં માણસનું) ગુજરવું-મરી જવું; to die; cl. 4. [Avestan] વર્ત. પરસ્મૈ. ૪ થેા વર્ગ ૩|૧ વં. ૫, ૧; વં. ૧૨, ૧. ૩. ૫. ૭. ૯. ૧૧. ૧૩. ૧૫. ૧૭. ૧૯. ૨૧; વં. ૧૩, ૫૦; હાદેા. નુસ્ક. ૧; [Avestan] ૩|૩ વં. ૬, ૧-૪; [Avestan] અ. ભૂ. સંશ. ૩|૧ વં. ૫, ૪૨-૪૩; [Avestan] વર્ત. કૃ. પરસ્મૈ. નર. ૧|૧ હાદેા. નુસ્ક. ૧૬; [Avestan] ભૂ. કૃ. નર. ૬|૧ વં. ૬, ૧૦. ૧૨. ૧૪. ૧૬. ૧૮. ૨૦. ૨૨. ૨૪. ૪૨; વં. ૭, ૧૨. ૨૩. ૨૮. ૩૨. ૭૩. ૭૬; વં. ૮, ૩૫; વં. ૧૯, ૨૮; [Avestan] ૬|૩ યજ. ૨૬, ૭; જુઓ [Avestan]

[Avestan] = ઝરીને-ઝરીને એકઠું થવું; to congeal, to concrete; જુઓ [Avestan]

[Avestan] વિશે જુઓ [Avestan]

[Avestan] = જવું; to go.

[Avestan] = જવું; to go. એ ધાતુનાં બધાં રૂપમાં [Avestan] ની પછી જે ૩ આવેલેા છે, તે કદાચ [Avestan] નું ટુંકુ થએલું હેાએ; એનું બીજું રૂપ [Avestan] આવેછે. [Avestan] (Wester. [Avestan]) વર્ત. પરસ્મૈ. ૩|૧ વં. ૮, ૧૦૪. ૧૦૬*; [Avestan] Wester. ય. ૨૧, ૧૭; [Avestan] [Avestan] (Wester. [Avestan]) આત્મને. (જાએછે, દાખલ થાએછે; enters) વં. ૯, ૪૦; [Avestan] (Wester. [Avestan]—) (જાએછે; goes) ય. ૧૦, ૯; [Avestan] (Wester. [Avestan]—) (જાએછે) પરસ્મૈ. ૩|૩ ય. ૧૩, ૪૭. ૪૮. [Avestan] (પાણી ઉપર પુલ) પેાહેાંચતા કરે-બંધાવે; he shall throw (bridges) over (canals) શક્યા. પરસ્મૈ. ૩|૧ વં. ૧૪, ૧૬; [Avestan] (ફેરવી નાખતાં, ઉંધી વાળીને; upturned (as a mortar). વર્ત. કૃ. આત્મને. ૧|૨ (અથવા ૧|૩) વીસ્પ. ૧૨, ૫.

[Avestan] ([Avestan] ઉપરથી) ક ભૂ. કૃ. મુવેલું, ગુજરેલું; dead, expired; [Avestan] નર. ૨|૧ વં. ૩, ૧૪; વં. ૫, ૪૦; વં. ૬, ૨૭. ૪૬; વં. ૮, ૨. ૨૩-૨૫; [Avestan] નારી. ૨|૧ વં. ૬, ૨૭; [Avestan] [Avestan] [Avestan] [Avestan] (= મુવેલાં ઉપરથી જીવતાં ઉપર-તરફ) (૫|૧ ના મતલબે) વં. ૯, ૬૫; વં. ૧૦, ૧. ૧૭. ૧૮; [Avestan] નર. ૬|૧ વં. ૫, ૧. ૧૦. ૧૧; વં. ૭, ૪૫-૪૯; વં. ૮, ૧૦૦-૧૦૩; [Avestan] ૧|૩ વં. ૭, ૫૬; [Avestan] (૧|૩ ને બદલે) વં. ૩, ૩૬-૩૮; [Avestan] ૨|૩ વં. ૩, ૮. ૧૦. ૧૨. ૧૪; વં. ૭, ૧; વં. ૮, ૧૪; [Avestan] ૫|૩ વં. ૮, ૧૧; [Avestan] નર. ૬|૩ વં. ૬, ૪૪. ૪૯; યજ. ૧૬, ૭; યજ. ૨૬, ૭; યજ. ૭૧, ૨૩; ય. ૧૩, ૧૭; હાદેા. નુસ્ક ૩૯.

ખ) ([Avestan] ખ ઉપરથી) નીકળતું, ઉત્પન્ન થતું; produced, obtained; [Avestan] [Avestan] (milk) obtained from the cow (= ગાએમાંથી નીકળતી-ઉત્પન્ન થતી ચીજનું, જેમકે જીવામ ઇત્યાદિ) ૬|૧ યજ. ૧૦, ૧૩.

[Avestan] (= [Avestan]) (જુઓ [Avestan] ક તથા ધા. [Avestan] ક) સમાસ ના. નર. એકલેા—બેકાએદે મુવેલાંને લઇ જનાર; એ બેાલ [Avestan] (બીજાની સાથે કાએદા પ્રમાણે પેવંદ થઇને મુવેલાંને લઇ જનાર) ની મુકાબલે આવેછે; one who singly carries a dead person unceremoniously; contrast [Avestan], *Vide* Vend. 8, 11, 12; [Avestan] [Avestan] ૬|૧ વં. ૩, ૧૫.

[Avestan] = [Avestan] = રિષ્ = [Avestan] = ક) જખમ કરવેા; to wound; cl. 4. [Avestan] (for [Avestan] [Avestan]) વર્ત. પરસ્મૈ. ૪ થા વર્ગ ૩|૩ વં. ૧૫, ૧૨; [Avestan] અ. ભૂ. સંશ. પરસ્મૈ. ૩|૧ વં. ૭, ૩૮; વં. ૧૩, ૩૮; વં. ૧૫, ૪. ૬. ૮. ૧૬; [Avestan] ૩|૩ વં. ૧૫, ૨૨. ૨૫. ૨૮. ૩૧. ૩૪. ૩૭. ૪૦. ૪૮; [Avestan] વર્ત. કૃ. ૬|૧ વં. ૭, ૩૮; વં. ૧૩, ૩૧; વં. ૧૫, ૧૬; વીશ્તા. ય. ૪૪; [Avestan] ૬|૩ વં. ૧૫, ૧૨. ૨૨. ૨૫. ૨૮. ૩૧. ૩૪. ૩૭. ૪૦.

* આ ઠેકાણે આનેા અર્થ "લાવેછે, ઉત્પન્ન કરેછે" થાએછે. Requires (Darm.)

ખ) મરીજવું; to die (for [Avestan]); [Avestan] વર્ત. પરસ્મૈ. ૪ થા વર્ગ ૩/૧ વં. ૧૩, ૩૮; વં. ૧૫, ૪. ૬. ૮.

ગ) જખમ કરીને મારી નાખવું; to destroy or kill by wounding; [Avestan] વં. ૧૫, ૧૨.

[Avestan] વિશે જુઓ ધા. [Avestan]

[Avestan] caus. impera. Paras. 2 per. plu. rt. [Avestan], [Avestan] = चीज् = જવું, ચાલવું; to go, to move; [Avestan] (પ્રયો.) = ચલાવવું (અસલ); to push on (lit.); to make an effort; to gird up one's loins; કેારેાશ કરવી; [Avestan] - તમો ચલાવેા-કેારેાશ કરેા, તમેા કમ્મર બાંધેા (યજ્ન. ૫૩, ૭).

૧ [Avestan] = इष्, इच्छ् = ઇચ્છવું, ચાહાવું, ખાહેશ રાખવી; to wish, to desire; cl. 6; [Avestan] વર્ત. પરસ્મૈ. ૬ ઠેા વર્ગ ૩/૧ વં. ૧૩, ૧૯; [Avestan] ૩/૩ ય. ૧૦, ૬૫; [Avestan] વર્ત. આત્મને. ૧/૩ યજ્ન.૩૫, ૭; [Avestan] અ. ભૂ. પરસ્મૈ. ૬ ઠેા વર્ગ ૩/૧ ય. ૧૯, ૫૬. ૮૨; [Avestan] અ. ભૂ. ૩/૩ ય. ૧૩, ૯૨; [Avestan] શક્યા. પરસ્મૈ. ૩/૧ યજ્ન. ૭૧, ૧૩; [Avestan] આત્મને. ૩/૧ વં.૮, ૧૦૦-૧૦૩; ય. ૧૯, ૫૩; [Avestan] ([Avestan] ને બદલે) પૂ. ભૂ. આત્મને. ૩/૧ યજ્ન. ૫૦, ૧ ([Avestan] નું મેળવડું રૂપ [Avestan] + [Avestan] = [Avestan]; પછી ગાથાના માત્રાને માટે [Avestan] થયેા); [Avestan] વર્ત. કૃ. પરસ્મૈ. નર. ૧/૧ ય. ૧૯, ૫૬. ૮૨; [Avestan] આત્મને. નર. ૧/૧ વં. ૭, ૭૮. ૭૯; વં. ૧૩, ૩૬; ય. ૧૪, ૨૦; ય. ૧૬, ૧૬; [Avestan] નારી. ૧/૧ ય. ૧૬, ૧૫; [Avestan] નર.૨/૧ય.૧૫.૫૩; જુઓ [Avestan]

[Avestan] = ઇચ્છવું, શેાધવું; to desire; to seek; [Avestan] [Avestan] (= [Avestan] + [Avestan]) શક્યા. પરસ્મૈ. ૬ ઠેા વર્ગ ૩/૩ વં. ૧૩, ૩૫; [Avestan] (Wester. [Avestan]) આજ્ઞા. પરસ્મૈ. ૩/૩ ય. ૧૩, ૧૪૫.

૨ [Avestan] = ईश् = તાકાત રાખવી, શકિત ધરાવવી, સાહેબી ભેાગવવી; to be able, to have the power, to rule over; [Avestan] વર્ત. સંશ. આત્મને. ૧/૧ યજ્ન. ૨૮, ૮; યજ્ન. ૬૩, ૯; [Avestan] યજ્ન. ૫૦, ૧૧. જુઓ [Avestan], [Avestan], [Avestan]

૩ [Avestan] = ઉચકી લઇ જવું; લેવું; to carry, to take [Avestan] શક્યા. આત્મને. ૩/૨ વં. ૮, ૧૦.

[Avestan] (= [Avestan], [Avestan]) વિ. ના. નર. પેગમબર જરતેાસ્તના એક છેાકરાનું નામ, જે મેાબેદાન મેાબેદ ઇઆને અથેારનાનેાનેા સરદાર હતેા ; એસદ-વાસ્તર; the eldest son of Zoroaster, and the chief representative of the sacerdotal class; Isat-vâstra; [Avestan] ૬/૧ યજ્ન. ૨૩, ૨; યજ્ન. ૨૬, ૫; ય. ૧૩, ૯૮. (જુઓ મેાદી.)

[Avestan] (= ईशा, ईषा) સા. ના. નારી. ગાડીનેા પુશ. પલંગ અથવા વેાલીઆની ઇસ બેાલ એની ઉપરથી નીકળેલેછે; the pole (of the carriage); જુઓ [Avestan]

[Avestan] (૨ ધા. [Avestan] ઉપરથી) કૃ. વિ. તાકાત રાખતેા, સાહેબી ભેાગવતેા; having great power, ruling; [Avestan] નર. ૨/૧ ય. ૮, ૪૫; [Avestan] નર. ૮/૩ યજ્ન. ૬૫, ૧૪.

[Avestan] (= [illegible] = Ice) સા. ના. નર. બરફ, યખ; ice; પ્રેાફે. પિકતે (Prof. Pictet) એ બેાલને [Avestan] (- यज़ - ચલકવું) ઉપરથી નીકળેલેા ગણેછે; [Avestan] + [Avestan] = [Avestan] (= નીકળી ગયાથી); [Avestan] (Geld. [Avestan]) ૬/૧ વં. ૯, ૬. ૭. ૯.

[Avestan] (જુઓ ૧ ધા. [Avestan] તથા [Avestan] ખ) સમાસ વિ. મરજી પ્રમાણે રાજ કરતેા, પેાતાની ખુશી મુજબ હકુમત કરતેા; ruling at one's will; [Avestan] નર.૧/૧૫.૧,૧૩; [Avestan] [Avestan] અતિ. વિ નર. ૧/૩ ય. ૧, ૧૩.

[Avestan] (જુઓ ૨ ધા. [Avestan]) વિ. જેારાવર, શક્તિવાન; strong, powerful; [Avestan] નર. ૧/૧ યજ્ન. ૬૩, ૮.

[Avestan] વિ. ના. નર. કેઆમતને દાહાડે દીનની મ્હેાટી દબદબા ભરેલી ક્રિયામાં ભાગ લેનારાએામાંનેા એક ધર્મગુરૂ (દારમે.); According to Darmesteter, on the authority of the Dinkard, among the personages that will supply the rôle in the great religious ceremonies, Isvant will act as Âtarevakhsha, Vohvasti, as Hâvanân, and Saena, as Frabaretar; [Avestan] ૬/૧ ય. ૧૩, ૯૯.

[Avestan] (જુઓ ૨ ધા. [Avestan]) વિ. તાકાતવાળો, શક્તિવાન; powerful, strong; [Avestan] નર. ૧|૧ ઈજ. ૪૭, ૪.

૧ [Avestan] = इष् = ઇચ્છવું, માંગવું; આહેરા રાખવી; to desire, to ask for, to demand; cl. 6. [Avestan] (orig. [Avestan] + [Avestan] + [Avestan]) ભવિ. પરસ્મૈ. ૧|૧ ઈજ. ૪૮, ૮; વળી એ બોલ બીજી રીતિથી સમજાવી શકાએછે:—ધા. [Avestan] = इष = મેળવવું; to acquire; [Avestan] + [Avestan] + [Avestan] = [Avestan] = હું મેળવીશ-મેળવું; [Avestan] વર્ત. પરસ્મૈ. ૨|૩ ઈજ. ૪૫, ૧; [Avestan] inchoative verb વર્ત. પરસ્મૈ. ૧|૧ ઈજ. ૩૧, ૪; [Avestan] incho. શક્યા. પરસ્મૈ. ૩|૧ ઈજ. ૫૦, ૨; [Avestan] વર્ત. પરસ્મૈ. ૬ઠો વર્ગ ૩|૧ વં. ૫, ૨; હાદો. નુસ્ક. ૨. ૨૦ (= ય. ૨૨, ૨. ૨૦); [Avestan] ૩|૩ ઈજ. ૪૬, ૯; [Avestan] સંશ. ઈજ. ૭, ૨૪; ઈજ. ૪૫, ૭; [Avestan] અ. ભૂ. પરસ્મૈ. ૩|૧ વં. ૨, ૩૨; [Avestan] ભૂ. કૃ. ૩|૧ ઈજ. ૪૯, ૧૨; [Avestan] વર્ત. કૃ. નર. ૧|૧ ઈજ. ૫૦, ૯; [Avestan] incho. વર્ત. કૃ. નર. ૧|૧ ઈજ. ૫૧, ૧૯; [Avestan] વર્ત. કૃ. નારી. ૧|૩ ય. ૧૩, ૬૬.

[Avestan] प्रति-इष =ક) પસંદ કરવું, ઇચ્છવું, આહેરા રાખવી, કબુલ રાખવું; to desire, to wish for, to seek for; [Avestan] (= [Avestan] તમો આહેરા રાખો)આજ્ઞા. પરસ્મૈ. ૬ઠો ૨|૩ ઈજ. ૫૭, ૧૩; [Avestan] (= [Avestan]) અ. ભૂ. સંશ. પરસ્મૈ. ૩|૧ ઈજ. ૪૪, ૨; [Avestan] ૩|૩ ઈજ. ૬૦, ૬; [Avestan] વર્ત. કૃ. આત્મને. નર. ૧|૩ ઈજ. ૫૫, ૬.

[Avestan] = પસંદ કરવું, વખાણ કરવી, મશાહુર કરવું; આહેરા રાખવી; to deem good, to praise, to seek for, to proclaim; [Avestan] વર્ત. પરસ્મૈ. ૧|૧ ઈજ. ૪૯, ૬; [Avestan] વં. ૨૦, ૫; વીસ્પ. ૨૨, ૧; [Avestan] (હમો મશાહુર-જાહેર કરીએ છિયે) ઈજ. ૬૧, ૧; ઈજ. ૭૨, ૧;- [Avestan] [Avestan] (હમો આહેરા રાખ્યે છિયે-માંગીએ છિયે) ઈજ. ૩૫, ૪.

૨ [Avestan] =તપાસવું, ચોકસી કરવી; તપાસીને જોવું; to examine, to search into.

[Avestan] =તલાશ કરવી, શોધવું; to search for; to look for; [Avestan] ... [Avestan] અ. ભૂ. સંશ. પરસ્મૈ. ૩|૩ વં. ૮, ૨.

[Avestan] = સાંભે જોવું, બદનજરથી જોવું, અદેખાઈ કરવી; to look with an evil eye upon; to envy; [Avestan] (= [Avestan] + [Avestan]) વર્ત. પરસ્મૈ. ૩|૧ વં. ૭, ૫૯; [Avestan] વર્ત. કૃ. પરસ્મૈ. નર. ૨|૧ ય. ૧૫, ૫૦. ૫૧; વીશ્તા. ય. ૫૨.

[Avestan] = परि-ईक्ष् = આસપાસ જોવું; પરીક્ષા કરવી; to examine, to look into; [Avestan] વર્ત. પરસ્મૈ. ૩|૩ વં. ૧૪, ૭; [Avestan] વર્ત. આત્મને. ૩|૩ વં. ૬, ૮; [Avestan] અ. ભૂ. પ્રયો. આત્મને. ૩|૩ વં. ૬, ૭.

૩ [Avestan] = નાખવું, ફેંકવું; to throw; જુઓ ૩ [Avestan], [Avestan], [Avestan]

[Avestan] = હાંકી કાહાડવું, નહસાડવું; to drive away, to turn (a person) to flight; [Avestan] [Avestan] વર્ત. પરસ્મૈ. ૩|૧ ય. ૧૪, ૩૬.

[Avestan] (જુઓ ૩ ધા. [Avestan]) ક્રિ. અ. જલદીથી, શેતાબીથી; immediately, soon, directly; [Avestan] વં. ૭, ૨; વં. ૧૮, ૫૫. ૫૯. જુઓ નીચેનો બોલ.

[Avestan] (જુઓ [Avestan]) ક્રિ. અ. ધારયામિજે એ બોલ [Avestan] ની જાગે છે. જલદીથી, થોડા વખતમાં; soon, in a short time (adv.); possibly, loc. sing. of [Avestan]; [Avestan] વં. ૫, ૪. ૭; [Avestan] વં. ૮, ૩૪.

[Avestan] (જુઓ ૧ ધા. [Avestan]) સા. ના. મરજી, આહેરા; wish, desire; [Avestan] ધાતુને incho. suffix (પ્રત્યય) [Avestan] લાગ્યાથી [Avestan] થયું; [Avestan] ૨|૧ (ક્રિ. અ.) વં. ૫, ૪. ૭; વં. ૮, ૩૪.

[Avestan] (yt. 19, 53) denom. verb pot. Atmane. 3rd per. sing.; one can long for; ઇચ્છા રાખી શકે; [Avestan] wish = ઇચ્છા; ધા. [Avestan] = ઇચ્છવું; to long for.

[Avestan] સા. ના. નાન્ય. એક જાતનું દરદ અથવા

બીમારી; a kind of disease or distemper; [Avestan] ૨।૧ વ. ૨૦, ૯.

[Avestan] (= इषु) (જુઓ ૩ ધા. [Avestan]) સા. ના. નર. તીર; an arrow; [Avestan] ૧।૧ વં. ૯, ૪૬; ય. ૧૩, ૭૨; [Avestan] ૬।૧ ય. ૧૦, ૨૪; [Avestan] ૧।૩ ય. ૧, ૧૮; [Avestan] ૧।૩ વં. ૧૭, ૯. ૧૦; [Avestan] ૧।૩ ય. ૧૦, ૩૯; [Avestan] ૨।૩ ય. ૧૦, ૧૦૧; [Avestan] ૬।૩ ય. ૧૦, ૧૨૯.

[Avestan] સા. ના. નારી. કરજ; કરજદારી, અેહસાનમંદી, આભારી થવું; debt; indebtedness; obligation; [Avestan] ૨।૧ ઇજ. ૩૪, ૧૫; [Avestan] ૧।૩ ઇજ. ૬૫, ૯; [Avestan] ૨।૩ ઇજ. ૩૧, ૧૪. જુઓ [Avestan]

[Avestan] (જુઓ [Avestan] તથા [Avestan]) વિ. ના. નર. સારી પેઠે ચિલ્લો ચહડાવેલો તીર (અસલ); તીરની માફક અેકાઅેક મોત લાવનાર દેવનું નામ; a well-shot arrow (lit.); the Demon who brings on instantaneous death like a well-shot arrow; [Avestan] ૧।૧ વં. ૪, ૪૯. (જુઓ મોદી.)

[Avestan] (denom. verb pres. Para. 1st per. plu.) we are indebted (હમો કરજદાર-અેહસાનમંદ-આભારી છિએ) ઇજ. ૧૩, ૫; ઇજ. ૩૯, ૫; ઇજ. ૩૮, ૪.

[Avestan] (જુઓ ૧ ધા. [Avestan]) વિ. પસંદ પડતો, ઇચ્છવાજોગ; agreeable, welcome; [Avestan] નર. ૧।૧ ઇજ. ૫૪, ૧; [Avestan] નર. ૨।૧ ઇજ. ૫૪, ૨; [Avestan] નારી. ૨।૧ ઇજ. ૫૧, ૧૭; [Avestan] નર. ૨।૩ ઇજ. ૩૨, ૧૬.

[Avestan] ([Avestan] ઉપરથી) સા. ના. નર. તીર; an arrow; જુઓ [Avestan]

[Avestan] (જુઓ [Avestan] તથા [Avestan]) સા. ના. નર. તીરના જેવી જહડપ-શેતાબી; the speed of an arrow; [Avestan] ૩।૧ ય. ૧૪, ૨૦.

[Avestan] ય. ૧૯, ૪. ([Avestan] Geld.) વિ. ના. પાહાડનું નામ; name of a mountain.

[Avestan] વિ. ના. પાહાડનું નામ; name of a mountain; [Avestan] ય. ૧૯, ૩; [Avestan] ઉચી જગા, પાહાડની ટોંચ; ગોફા (દારમે.); top of a mountain; a cavern, a grotto (Dar.); [Avestan] ઇજ. ૧૦, ૧૧.

[Avestan] (= इष्ट) (જુઓ ૧ ધા. [Avestan]) ભૂ. કૃ. વિ. ઇચ્છેલું, પસંદ કીધેલો, વાહાલો, દિલપસંદ, પ્યારો; wished for, desired, beloved; [Avestan] નર. ૧।૧ ઇજ. ૧૫, ૩; ઇજ. ૫૬, ૧; વીસ્પ. ૧૫, ૨; [Avestan] નર. ૧।૧ ય. ૧૩, ૧૫૨; [Avestan] નર. ૨।૧ ઇજ. ૪૦, ૪; [Avestan] નારી. ૧।૩ ઇજ. ૫૧, ૨; [Avestan] ઇજ. ૪૬, ૧૬; અે ઠેકાણે દારમેસ્તેતે [Avestan] ને [Avestan] ની ૭।૧ ગણેછે:- મરજીમાં.

[Avestan], [Avestan] (= इष्टि) (જુઓ ૧ ધા. [Avestan]) સા. ના. નારી. મરજી, ઇચ્છા, મુરાદ, સુખ; દોલત, દ્રવ્ય; wish, desire, happiness; riches; [Avestan] ૧।૧ ઇજ. ૪૮, ૮; ઇજ. ૫૩, ૧; ઇજ. ૬૦, ૭; [Avestan] = સર્વોત્તમ મુરાદ—બાહેરા (અસલ.); વેહેશ્તોઇશ્ત ગાથા; the best wish (lit.); Vahishtoishti Gâthâ (Visp. 23, 1). Vide [Avestan]; [Avestan] ૨।૧ ઇજ. ૩૨, ૯; ઇજ. ૪૬, ૨; ઇજ. ૬૫, ૧૬; ઇજ. ૬૮, ૧૧; ય. ૫, ૯૮; ય. ૮, ૧૫; ય. ૧૦, ૩૩; [Avestan] (મુરાદ બરલાવવાને માટે) ૪।૧ ઇજ. ૬૦, ૪; [Avestan] ૬।૧ ઇજ. ૪૬, ૧૮; ઇજ. ૫૧, ૨. ૧૮; વીશ્તા. ય. ૪૬; [Avestan] ૧।૩ ઇજ. ૪૮, ૧૦; ઇજ. ૩૪, ૫; [Avestan] (Geld. [Avestan]) ૨।૩ ય. ૫, ૨૬.

[Avestan] (= [Avestan]) (જુઓ [Avestan] તથા [Avestan]) સમાસ વિ. ઇટરદીના જેટલું મ્હોટું; as large or thick as a brick; [Avestan] નાન્ય. ૨।૧ વં. ૧૩, ૩૦. ૩૭.

[Avestan], [Avestan] (= [Avestan] = इष्टका = [Avestan]) સા. ના. નર. ઇંટ, ઇટરદી; a brick; [Avestan] ૬।૧ વં. ૮, ૮. જુઓ [Avestan]

[Avestan]

[Avestan] (૩ ઉપરથી) દર્શા. સ. નાન્ય. ૧-૨।૩ આઅે; these; [Avestan] ઇજ. ૩૫, ૩; ઇજ. ૪૫, ૬; ઇજ. ૬૫, ૮; વળી કોઇ કોઇ વખતે બેશીત (assuredly) ને અર્થે આવેછે.

[Avestan] (જુઓ ૧ ધા. [Avestan]) સા. ના. મુરાદ, પુષ્કળપણું, આબાદી, સુખાકારી, ખોરાક; wish, desire; abundance, prosperity, comfort; food; [Avestan] નારી. ૧/૧ વં. ૯, ૫૩. ૫૪. ૫૫. ૫૭; વં. ૧૩, ૫૨. ૫૩. ૫૪. ૫૬; ઈજ. ૪૯, ૫. ૧૦; [Avestan] ૪/૧ ઈજ. ૪૦, ૩; [Avestan] . . . [Avestan] (મારાં દિલના ઉભારાનાં કવિતારૂપી ગાયનોની મારફતે) નારી. ૬/૧ ઈજ. ૫૦, ૮; [Avestan] (Geld. [Avestan] નારી. ૬/૧ ય. ૧૯, ૬૪; [Avestan] નારી. ૨/૩ ઈજ. ૩૮, ૨; ઈજ. ૬૮, ૨૧; [Avestan] ઈજ. ૭૦, ૪; [Avestan] નાન્ય. ૨/૩ ઈજ. ૫૧, ૧. જુઓ [Avestan]

[Avestan] ([Avestan] ઉપરથી) વિ. પુષ્કળપણું—આબાદી—સુખાકારી આપનાર; giving plenty—prosperity—comfort; [Avestan] (Wester. [Avestan]) નર. ૨/૧ ઈજ. ૪૧, ૩; [Avestan] ૨/૩ વીસ્પ. ૧૨, ૪; [Avestan] અધિ. વિ. ૧/૩ વીસ્પ. ૧૨, ૪.

[Avestan] (૩ • ઉપરથી) દર્શ. સર્વ. નાન્ય. ૧-૨/૧ આ એ; this; એ ગાથામાંજ આવેછે; એનું અવસ્તા રૂપ [Avestan]; કોઈ કોઈ વખતે એ બોલ ખચીત (assuredly) ને અર્થે અવ્યય તરીકે આવેછે; [Avestan] ઈજ. ૩૫, ૬; ઈજ. ૩૯, ૩; ઈજ. ૪૩, ૧૦; ઈજ. ૪૪, ૧૯. ૨૦; ઈજ. ૪૬, ૨. વળી કેટલીએક વખતે પ્રત્યય તરીકેબી આવેછે; sometimes [Avestan] is used as an enclitic particle; *e. g.*, [Avestan] (= [Avestan] + [Avestan]); [Avestan] (= [Avestan] + [Avestan]); [Avestan] (= [Avestan] + [Avestan]); [Avestan] is orig. [Avestan], q. v.

[Avestan] ક્રિ. અ. અહિંયાં (સ્પી. તથા યુ.); here (Sp. & J.); આ એ માણસ (હારલે.); this man (Har.); Geld. [Avestan] આ એ પેદા કીધુ-બનાવ્યું (દારમે.); he made this (Dar.); [Avestan] ક્રિ. અ. ત્યાંહાં (સ્પી. તથા યુ.); there (Sp. & J.); તે માણસ (હારલે.) that man (Har.); Geld. [Avestan] તે પેદા કીધુ-બનાવ્યું (દારમે.); he made that (Dar.); [Avestan] ઈજ. ૬૫, ૮.

[Avestan] (૩ • ઉપરથી) દર્શ. નારી. ૧/૧ આ એ, તે; this, that (= इयम्); જુઓ [Avestan] વળીકેટલીએક વખતે 'ખચીત' (assuredly) ને અર્થે ગાથામાં એક અવ્યય તરીકે વપરાએલો આવેછે; [Avestan] ઈજ. ૧૯, ૧૨; ઈજ. ૩૦, ૯; ઈજ. ૪૫, ૧. ૩. ૪. ૧૧; ઈજ. ૪૬, ૮; ઈજ. ૫૧, ૧૨.

[Avestan] = ईर् = હીલવવું; પડવું (દારમે.); to move, to shake; to fall (Dar.); cl. 6; [Avestan] આગ્રા. પરસ્મૈ. ૬ ઠ્ઠો વર્ગ ૩/૧ ઈજ. ૫૩, ૮.

[Avestan] નીચે ઢોળવું-નાખવું-રેડવું ; to spill, to pour out; [Avestan] વર્ત. આત્મને. ૧/૧ ઈજ. ૧૦, ૧૭.

[Avestan] એ બોલનો ચોકસ અર્થ ઠરયો નથી ; સારૂ નસીબ (સ્પી., યુ. તથા દારમે.); કૌવત, જોર (હારલે); happiness, good luck (Sp., J. & Dar.); strength (Har.); [Avestan] ય. ૧૩, ૨૯.

[Avestan] (= इरा) સા. ના નારી. લશ્કર; troops ; an army; [Avestan] ૨/૩ ય. ૧૦, ૧૪. Wester. [Avestan]

[Avestan] (જુઓ ૧ ધા. [Avestan]) સા. ના. મુરાદ, ખાહેશ, ઇચ્છા; desire, wish; [Avestan] (ભલી ઇચ્છા) નારી. ૨/૧ ઈજ. ૩૮, ૨; . . . . [Avestan] (મુરાદનાં માર્ગમાં) ૬/૧ ઈજ. ૫૦, ૪.

[Avestan] (જુઓ ૧ ધા. [Avestan]) ક) સા. ના. નાન્ય. ઇચ્છા; wish ; [Avestan] (નારાકારક ઇચ્છા, ઇચ્છાને બદ દુઆ, લીઆનત; evil wishes, *i. e.*, curses) ૧/૩ ઈજ. ૬૫, ૮.

ખ) સા. ના. નર. ચાહાનાર; one who desires—wishes; [Avestan] ૬/૩ ઈજ. ૩૨, ૧૨.

[Avestan] (જુઓ [Avestan] તથા [Avestan]) સમાસ ના. નર. પોતાની મરજી-ઇચ્છા પ્રમાણે ચાલનાર પાદશાહ (અસલ.); અપખત્યાર સરદાર-સાહેબ; one who is the lord over his will; [Avestan] ૨/૧ ઈજ. ૨૯, ૯.

[Avestan] (૩ • ઉપરથી) દર્શ. સ. નર. ૨/૩; એઓને; to these, to them ; જુઓ [Avestan] (આ એ).

[Avestan] વિશે જુઓ [Avestan]

[Avestan] (જુઓ [Avestan]) વિ. મુરાદ-દોલત-સુખ-સંપત્તિ બખશનાર ; bestowing comfort—riches—desired wishes ; [Avestan] (Geld. [Avestan]) નર. ૨/૧ ય. ૭, ૫.

[Avestan], [Avestan] (Gâth.) ([Avestan] = L. Ut, Uti= इति) ([Avestan] + [Avestan]; [Avestan] = [Avestan] = તે) ક્રિ. અ. એરવેરી-પ્રમાણે;

thus, in this manner; [Avestan] વં. ૪, ૪૭; વં. ૧૮, ૧—૬; વં. ૧૯, ૧. ૪૪; ઇજ. ૬૮, ૨૧; વીસ્પ. ૯, ૪; ય. ૧૦, ૧૩૭; ય. ૧૪, ૫૯; [Avestan] ઇજ. ૩૮, ૪; ઇજ. ૩૯, ૩; ઇજ. ૪૫, ૨. જુઓ નીચેનો બોલ.

[Avestan] ([Avestan] + [Avestan]) (જુઓ [Avestan]) વર્ત. કૃ. આત્મને. એપ્રમાણે બોલતાં; so saying, thus speaking; [Avestan] નર. ૧|૧ વં.૨, ૧૦. ૧૪. ૧૮; વં. ૩, ૨૦; વં. ૯, ૪૯; [Avestan] ૧|૩ ય. ૧૦, ૪૨; ય. ૧૩, ૬૬.

[Avestan] (= उक्त) (જુઓ ૧ ધા. [Avestan]; [Avestan] + [Avestan] = [Avestan]) ક ભૂ. કૃ. બોલેલું, કહેલું; spoken; said.

ખ) સા. ના. બોલેલું તે, બોલ, સખુન; what is spoken; a word; જુઓ [Avestan], [Avestan] [Avestan] [Avestan], [Avestan], [Avestan], [Avestan] Wester., [Avestan] Geld., [Avestan] (= [Avestan] + [Avestan])

[Avestan] (= उक्ति) (જુઓ ૧ ધા. [Avestan]; [Avestan] + [Avestan] = [Avestan]) સા. ના. નારી. સખુન, બોલ, શબ્દ; a word, a vocable; જુઓ [Avestan], [Avestan] (=[Avestan] + [Avestan]), [Avestan], [Avestan]

[Avestan] ([Avestan] નું બીજું રૂપ) ક ભૂ. કૃ. વિ. બોલાએલું, ઓચરેલું (અસલ.); ભણવાલાએક; બંદગીને લાએક, વખાણાએલો, વખાણવાલાએક; spoken, uttered (lit.); fit for reciting prayer; praise-worthy; commended; [Avestan] [Avestan] [Avestan] (આએ બંદગીનો કલામ) નાન્ય. ૨|૧ ય. ૧૧, ૪; વીશ્તા. ય. ૨૦, ૫૩; [Avestan] [Avestan] (વખાણાએલા—બંદગીને લાએકના કલામો) નાન્ય. ૨|૩ ઇજ. ૩૫, ૯; [Avestan] [Avestan] (કલામોમાં ઘણોજ બંદગી ભણવાને લાએક) અતિ. વિ. નાન્ય. ૧|૧ ઇજ. ૧૯, ૧૦.

ખ) સા. ના. નાન્ય. સખુન, બંદગીનો કલામ; બંદગી; the holy word; prayer. [Avestan] ૧|૧ ઇજ. ૧૦, ૨૦; ય. ૧૪, ૬૧; [Avestan] Wester. ૩|૧૫. ૧૨, ૮; [Avestan] ૩|૧ ઇજ. ૪૩, ૫; [Avestan] ૬|૧ ઇજ. ૬૮, ૩; [Avestan] ૬|૧ ઇજ. ૩૩, ૧૪; ઇજ. ૪૫, ૮; [Avestan] ૬|૧ ય. ૧૩, ૮૮; [Avestan] ૧|૩ ઇજ. ૪૪, ૮; ઇજ. ૪૫, ૮; [Avestan] ૨|૩ ઇજ. ૫૧, ૨૦;* [Avestan] ૩|૩ ઇજ. ૨૮, ૬; ઇજ. ૪૪, ૧૦; ઇજ. ૪૬, ૧૪; ઇજ. ૪૭, ૨; ઇજ. ૫૧, ૩. ૨૧; [Avestan] ૫|૩ ઇજ. ૩૫, ૧૦; [Avestan] ૬|૩ ઇજ. ૧૯, ૧૦; જુઓ [Avestan] [Avestan], [Avestan], [Avestan], [Avestan]

[Avestan] ([Avestan] ક ઉપરથી) સા. ના. નારી. વખાણવાલાએકપણું, સ્તુતિયોગ્યતા; praise-worthiness; [Avestan] ૧|૧ ઇજ. ૧૯, ૧૦.

[Avestan] (જુઓ [Avestan] તથા [Avestan]) સમાસ ના. નાન્ય. બંદગીનો કલામ, ભણવાલાએક-બંદગીને લાએકનો કલામ; the holy word; the words fit for prayer; [Avestan] ૨|૩ એ બોલ વં. ૨, ૧૮ની પેહેલવી શરેહમાં આવેછે.

[Avestan] (જુઓ [Avestan] તથા [Avestan]) સમાસ વિ. કલામ બોલતો-ભણતો (અસલ.); બંદગી કરનાર; uttering the holy word; praying (to God); [Avestan] [Avestan] નર. ૨|૧ વીસ્પ. ૩, ૩; ગેહ ૪, ૮; [Avestan] [Avestan] [Avestan] નર ૬|૧ વીશ્તા. ય. ૧૭. (= ય. ૨૪, ૧૭.)

[Avestan] = उक्ष = ભીનવવું, છાંટવું, મની છાંટવી, બી નાખવું; to sprinkle, to wet; to seminate જુઓ ૧ [Avestan]

૧ [Avestan] (उक्षन् = Sax. Oxa = Ox) (જુઓ ધા. [Avestan]) સા. ના. નર. ગોધો, બળદ; a bull, a bullock; [Avestan] [Avestan] ૨|૧ વં. ૧૯, ૨૧; [Avestan] [Avestan] ૬|૧ વં. ૯, ૩૭.

૨ [Avestan] (જુઓ ધા. [Avestan]) સા. ના. ક) વધારો, ઇજાફતી; increase, addition; [Avestan] ૪|૧ વં. ૪, ૪૫.

ખ) વધારો કરનાર (અસલ.); an increaser, a promoter (lit.); [Avestan] [Avestan] દાહાડાનો પ્રકાશ અથવા ઉજાસ આપનાર; the day's enlighteners ૧|૩ ઇજ. ૪૬, ૩.

ગ) વધારો; increase; [Avestan] [Avestan] (દાહાડાનો વધારો—રોશની; the light of days) ૧|૧ ઇજ. ૫૦, ૧૦.

૩ [Avestan] વિ. ના. નર. નામાંકિત પુરૂષનું નામ;

* આ ઠેકાણે ૩|૧ બી લેવાઈ શકાએ.

name of an illustrious personage; [illegible] ૬|૧ ય. ૧૩, ૧૧૯. (જુઓ મોદી.)

[illegible] વિ. ના. નારી. નામાંકિત નારીનું નામ; name of an illustrious woman; [illegible] Geld., [illegible] Wester. ૬|૧ ય. ૧૩, ૧૪૦; (જુઓ મોદી.)

[illegible] (જુઓ ધા. [illegible]) વર્ત. કૃ. વિ. ઉગતું, વધતું; growing; જુઓ [illegible]

[illegible] (જુઓ [illegible] તથા [illegible]) ક સમાસ ના. નારી. ઉગતું ઝાડ-એોરવર; a growing tree; [illegible] ૨|૨ યજ઼. ૧૬, ૮; યજ઼. ૬૮, ૮.

ખ) ઝાડ પાનને વધારનાર-ઉગાડનાર; making the trees or plants grow up; [illegible] નર. ૧|૧ ય. ૧૩, ૪૪; [illegible] નર. ૭|૧ ય. ૧૦, ૬૧; ય. ૧૩, ૪૩.

[illegible] વિ. ના. નર. હોશેદર બામી; સૃુતત-ફ્રીને પેટનો રસ્તાખેજને વખતે પેદા થનાર પેગમબર જરતોસ્તનો છોકરો; the future prophet (son of Zoroaster) to be born of Srûtat-fedhri at the time of the Resurrection; *Hoshedar-Bâmi* of later tradition; [illegible] ૬|૧ ય. ૧૩, ૧૨૮.

[illegible] વિ. ના. નર. હોશેદરમાહ, વંઘુ-ફ્રીને પેટનો રસ્તાખીજને વખતે પેદા થનાર પેગમબર જરતોસ્તનો છોકરો; the future prophet (son of Zoroaster) to be born of Vanghu-fedhri at the time of Resurrection; Hoshedar-Mâh of later tradition [illegible], ૬|૧ ય. ૧૩, ૧૨૮. (જુઓ મોદી.)

[illegible] (= [illegible] + [illegible]; જુઓ [illegible]) સા. ના. નારી. વધારો, વધવું; waxing (of the moon); [illegible] ૧|૩ ય. ૭, ૨; ની઼આ. ૩, ૪; [illegible] ૧|૩ ય. ૭, ૨; ની઼આ. ૩, ૪.

૧ [illegible] (= उग्र) (જુઓ ૨ ધા. [illegible]) વિ. મજબુત, જોરાવર; દૃઢ; strong, powerful; firm, steady; [illegible] નર. ૧|૧ ય. ૧૦, ૫; [illegible] નર. ૧|૧ ય. ૧૦, ૬૬; [illegible] નારી. ૧|૧ ય. ૧૦, ૭૫; ય. ૧૯, ૩૯; [illegible] નાન્ય. ૧|૧ ય. ૧૦, ૧૨૭; [illegible] નાન્ય. ૨|૧ ય. ૧૦, ૬૬; [illegible] નર. ૨|૧ વીસ્પ. ૨, ૯; ય. ૧૫, ૫; [illegible] (નર. ૧|૧ ને બદલે) આફ઼. પેગમ. જર. ૩; [illegible] નારી. ૨|૧ વં. ૩, ૩૩; [illegible] નાન્ય. ૨|૧ ય. ૧૯, ૪૫; યજ઼. ૨, ૧૪; યજ઼. ૬, ૧૩; [illegible] ૨|૧ (ક્રિ. અ.) (સારીપેઠે, મેહેનતથી) વં. ૩, ૩૦; [illegible] ૩|૧ ય. ૧૩, ૪૭; [illegible] ૪|૧ યજ઼. ૮, ૬; સીરો. ૧, ૩૦; [illegible] ૬|૧ વીસ્પ. ૧, ૭; યજ઼. ૧, ૧૫; ય. ૧૩, ૧૩૬; [illegible] ૧|૩ ય. ૧૪, ૪૬; [illegible] નારી. ૧|૩ વીસ્પ. ૧૧, ૧૫; યજ઼. ૪, ૬; ય. ૧૦, ૬૬; [illegible] નર. ૨|૩ યજ઼. ૫૦, ૭; [illegible] નારી. ૨|૩ વં. ૧૯, ૩૭; યજ઼. ૬૫, ૧૨; ય. ૧૩, ૬૯; [illegible] નર. ૬|૩ ય. ૧૯, ૩૮; [illegible] નારી. ૬|૩ યજ઼. ૧, ૧૮; યજ઼. ૩, ૨૨; યજ઼. ૨૨, ૨૭; ય. ૧૩, ૦. ૧૫૬; [illegible] નારી. ૭|૩ ય. ૧૩, ૧૭; [illegible] (most powerful) અતિ. વિ. નાન્ય. ૧|૧ ય. ૩, ૫. જુઓ [illegible]

૨ [illegible] સા. ના. નારી. એક જાતનું દરદ; a kind of disease or distemper; [illegible] નારી. ૨|૧ વં. ૨૦, ૯.

[illegible] (જુઓ ૧ [illegible] તથા [illegible]) સમાસ વિ. મજબુત મરજી રાખનાર, દૃઢ મરજી-વાળો; of strong will, firm-minded; [illegible] નારી. ૨|૩ ય. ૧૩, ૩૧.

[illegible] (જુઓ [illegible]) ક સમાસ ના. નારી. જોરાવર—મજબુત બાજુ; a sturdy arm; [illegible] ૧|૧ ય. ૧૦, ૭૫; [illegible] (sturdy arms) ૨|૩ ય. ૧૦, ૪૨.

[illegible] (= [illegible] + [illegible]) (જુઓ [illegible] તથા ધા. [illegible]) વિ. મજબુત હુમલો કરતું, ઉસ્તેવારીથી ધસીને જતું; attacking firmly; rushing forth steadily; [illegible] નારી. ૧|૩ ય. ૧૩, ૨૩.

૧ [illegible] = ऊह = ચાહાવું; માન આપવું, બુલંદ ગણવું; to love, to esteem, to honour; [illegible] વર્ત. પરસ્મૈ. ૧|૩ યજ઼. ૪૬, ૯.

૨ [illegible] (બુલંદ, ઉંચે, ઉપર) વિશે જુઓ [illegible]

[illegible] (જુઓ ધા. [illegible]) સા. ના. નર. ઉગવું; rising (of the sun, the moon, &c.); [illegible] ૨/૧ વં. ૨૧, ૧૬; [illegible] ૩/૧ વં. ૨૧, ૫. ૯. ૧૩.૧૭.

[illegible] (= [illegible], [illegible]) વિ. ના. નર. ઉઝીરન ગેહ; the third division of the day; the evening twilight; *Uziran Geh.*; *vide* [illegible]; [illegible] ૨/૧ ઈન્જ. ૨, ૫; ગેહ ૩, ૫; [illegible] ૪/૧ ઈન્જ. ૧, ૫; ઈન્જ. ૩, ૭; ગેહ ૩, ૧; [illegible] ૮/૧ ઈન્જ. ૧, ૨૦.

[illegible] વિ. ના. નર. તેહેમાસ્પનો છોકરો જુ; Zu, son of Tehmâsp; grandson of Minochehr; Pehl [illegible], Per. [illegible]; [illegible] ૬/૧ ય. ૧૩, ૧૩૧.

[illegible] વિરો જુઓ ધા. [illegible]

[illegible] (જુઓ ધા. [illegible]) સા. ના. નાન્ય. જે- ટલો વખત ખોરશીદ આસમાન ઉપર દેખાએ તેટલો વખત; સુરજ ઉગવાથી તે અસ્ત પામે ત્યાંહાં સુધીનો વખત; day time; the time between the rising and setting of the sun; [illegible] ૭/૩ વં. ૨૧, ૩.

[illegible] વિરો જુઓ ધા. [illegible]

[illegible] વિરો જુઓ ધા. [illegible]

[illegible], [illegible] (જુઓ [illegible] તથા [illegible]) વિ. દિલની ગરમી વગરનું, જીવ વગરનું; મુએલું; destitute of vitality; lifeless, dead; [illegible] ૩/૧ વં. ૫, ૪૫.

[illegible] (જુઓ ૨ ધા. [illegible], [illegible]) (અર્થ અચો- કસ); ઉંચે ધરવું-કરવું (મુસ્તી); બાહાર નીકળવું (મિલ્સ); બુલંદ દરજ્જો, કીર્તિ (હારલે); ઉંચે ચઢવું-થવું (દારમે.); (meaning unsettled); raising up (J.); sallying or breaking forth (M.); exalted dignity (H.); rising, ascending (D.); [illegible] ૭/૧ ઈન્જ. ૪૬, ૫.

[illegible] વિરો જુઓ ૨ ધા. [illegible]

[illegible] (જુઓ ૧ ધા. [illegible]) વિ. પ્યારો, વાહાલો, આદરમાન આપતો (મિલ્સ); પ્યાર (સ્પી., યુ. તથા દારમે.); beloved; revering (M.); love (Sp., J. & D.); [illegible] નર. ૨/૧ ઈન્જ. ૪૪, ૭.

[illegible] વિરો જુઓ [illegible]

[illegible], [illegible] વિરો જુઓ ધા. [illegible]

[illegible] વિરો જુઓ ધા. [illegible]

[illegible] (જુઓ ધા. [illegible] તથા [illegible]) સમાસ. વિ. ઉંચે પકડેલા-ધરેલા વાવટાવાળું; with uplifted banners. [illegible] નારી. ૬/૧ ય. ૯ ૧૬; ય. ૧૩, ૧૩૬; [illegible] નારી. ૧/૩ ય. ૧૩, ૩૭.

[illegible] વિરો જુઓ ધા. [illegible]

[illegible] (જુઓ ધા. [illegible]) વિ. છુંદી- દળી નાખે તેવું; pounding, grinding; heavy; એ બોલને પ્રોફે૰ રીકર્ટ પાવન, gravel સાથે સરખાવીને એનો અર્થ 'બાહારી' આપેછે. જુઓ નીચેનો બોલ.

[illegible] (જુઓ [illegible] તથા [illegible]) સમાસ વિ. છુંદી-દળી શકે તેવા ઉપરના ભાગને લગતું; [illegible] [illegible] ઉપરના ભાગવાળું બાહારી એવું જે અનાજ છુંદ- વાનું-દળવાનું હથિયાર; ઘંટી કે જેનો ઉપરનો પત્થર બાહારી; a hand-mill with a heavy upper-stone; નાન્ય. ૧/૧ વં. ૧૪, ૧૦.

[illegible] વિરો જુઓ ૧ ધા. [illegible]

૧ [illegible] (= [illegible] = [illegible]) (જુઓ ધા. [illegible]) સા. ના. નર. બુલંદ ઉપરથી બાંધી લેવું, ઉ- પર બાધ કામ ઉઠાવવું; raising up; building up; [illegible] ૧/૩ વં. ૭, ૫૬; [illegible] ૨/૩ વં. ૩, ૯. ૧૩;

૨ [illegible] (જુઓ ધા. [illegible]) સા. ના. નર. ઘાસ-અનાજ ઇત્યાદિનો ઢગલો, ગંજી; a heap of corn; a stack; [illegible] ૨/૧ વં. ૧૫, ૩૬; [illegible] ૭/૩ વં. ૧૫, ૩૫.

[illegible] (૨ [illegible] ઉપરથી) વિ. અનાજના ઢગલાનો અથવા ઘાસની ગંજીનો માલેક (અથવા તે બાડે રાખનાર); the owner or the keeper of a stack; [illegible] નર. ૧/૧ વં. ૧૫, ૩૬.

[illegible] (જુઓ [illegible] તથા [illegible]) વિ. દૂરનાં- પારકા દેશને લગતું; દેશની બાહારનું; beyond the country; [illegible] ૬|૩ ઈજી. ૨૬, ૯; વીસ્પ. ૧૬, ૨.

[illegible] (જુઓ ધા. [illegible]) સા. ના. નાન્ય. ઉંચેથી ધરવું, ઉંચેથી બળતાંની બાહાર લેવી; holding up (lit.); receiving the heat or flame from on high; [illegible] ૩|૧ વં. ૮, ૭૫;

[illegible] (જુઓ ૨ ધા. [illegible]) ક સા. ના. નર. અસ્તોદાન, મુવેલાનાં હાડકાં મુકવાને બાંધેલી જગા; a repository for the bones of dead persons; an ossuary; [illegible] ([illegible] Wester.) ૨|૧ વં. ૭, ૫૦.

ખ) સા. ના. નર. નસા સુધાં બળતાં લાકડાંનો ઢગલો; a corpse-burning fire with the fuel on it. [illegible] [illegible] [illegible] [illegible] (માજદયસ્નો તે નસા સુધાં બળતાં લાકડાંના ઢગલાને વીખેરી નાખે) ૨|૧ વં. ૮, ૭૪.

[illegible] વિશે જુઓ ૨ ધા. [illegible]

[illegible] વિશે જુઓ ધા. [illegible]

[illegible] (જુઓ [illegible] તથા ૧ [illegible]) વિ. બુદ્ધિ-ભાન વગરનું, મુવેલું; destitute of consciousness; lifeless; [illegible] [illegible] (= જાન વગરનાં-મુવેલાં તનને) નારી. ૨|૧ વં. ૫, ૧૨; વં. ૮, ૯.

[illegible] (જુઓ [illegible] તથા [illegible]) વિ. ઉંચી બાજુ-વાળો (અસલ); જોરાવર-મજબુટ બાજુવાળો; (Mithra) with strong arms; [illegible] (Wester. [illegible]) નર. ૬|૧ ય. ૧૦, ૧૨૪.

[illegible] વિ. ના. નર. નામાંકિત પુરૂષનું નામ; name of an illustrious personage; [illegible] ૬|૧ ય. ૧૩, ૧૧૯. (જુઓ મોદી.)

[illegible], [illegible] વિશે જુઓ ધા. [illegible]

[illegible] (જુઓ ધા. [illegible]) સા. ના. નાન્ય. કીધેલાને નહી કીધેલાં બરાબર કરવું (અસલ); પ્રાયશ્ચિત્ત, ગુનાહની તોજેશ; reversing what has been done (lit.); expiation, atonement; [illegible] ૧|૧ વં. ૧૮, ૩૬. ૩૭. ૪૨. ૪૩. ૪૮. ૪૯. ૫૬. ૫૭; [illegible] ૪|૧ (સામાન્યરૂપ તરીકે infinitively) વીસ્પ. ૨૦, ૨.

[illegible] વિશે જુઓ ધા. [illegible]

[illegible] (જુઓ ધા. [illegible]) સા. ના. નારી. ગુનાહની તોજેશ, પ્રાયશ્ચિત્ત; expiation, atonement; [illegible] (Pehl. Commentary) ૧|૩ વં. ૭, ૫૩.

[illegible] (= [illegible] = Lat. Et = Fr. Et = उत = [illegible]) ક ઉભયા. અ. વળી, તથા; also, and, moreover; ધાર્યામેજે એ બોલ [illegible] (= [illegible] = તે) ઉપરથી નીકળેલો છે; [illegible] વં. ૨૨, ૫. ૧૨. ૧૮; ઈજી. ૯, ૨૨; ય. ૨, ૧૫; ય. ૧૪, ૨. ૭. ૯. ૧૨. ૧૫. ૧૭. ૨૧. ૨૩. ૨૫. ૨૭; [illegible] .... [illegible] उत .... उत as well as ઈજી. ૧૧, ૬; ય. ૧૦, ૧૮; [illegible] ઈજી. ૩૫, ૬; ઈજી. ૪૦, ૪.

ખ) ઉપ. વધારે, ઘણું; ઉપસર્ગ તરીકે ઘણેજ થોડો આવેછે; a prefix, implying 'much, great;' *e. g.* [illegible] ([illegible] + [illegible] + [illegible])

[illegible] વિ. ના. નર. નામાંકિત પુરૂષનું નામ; name of an illustrious personage; [illegible] ૬|૧ ય. ૧૩, ૧૨૬. (જુઓ મોદી.)

[illegible] (જુઓ [illegible] ખ તથા ધા. [illegible]) ક સા. ના. નારી. કૌવત, જોર, બળ; strength, power, might; [illegible] ૨|૧ ઈજી. ૪૮, ૬; [illegible] ૭|૧ ઈજી. ૪૫, ૭; [illegible] ૨|૨ ઈજી. ૩૩, ૮; [illegible] [illegible] (કૌવત અને શક્તિ) ૨|૨ ઈજી. ૩૪, ૧૧; ઈજી. ૪૩, ૧; [illegible] [illegible] ૨|૨ ઈજી. ૪૫, ૧૦; ઈજી. ૫૧, ૭. એ બે બોલો, [illegible] ની સાથે આવેછે ત્યારે, ડા૦ હાઉગ તથા રેવરંડ મિલ્સ 'બે હમેશાં ટકનારી (અથવા આબાદ) શક્તિ' એ પ્રમાણે અર્થ કરીને [illegible] [illegible] ને લાગુ પાડેછે.

ખ) કૌવતમંદ, જોરેમંદ, બળવંત; powerful, strong; [illegible] .... [illegible] Geld. (બળવંત આર્મઇતિ) નારી. ૧|૧ ઈજી. ૩૦, ૭.

[illegible] વિ. તે ઉપરાંત, તેથી વધારે, તે સાથે વળી; moreover, more than this, besides. [illegible] ૩|૧ ય. ૨, ૧૪.

[illegible], [illegible] Geld., same as [illegible]; *vide* [illegible]

[illegible] (= [illegible]) (જુઓ ૪ ધા. [illegible]) સા. ના. નાન્ય. નાપાક પ્રવાહી ચીજ; impure liquid matter; [illegible] ૨।૧ વં. ૧૬, ૧૩.

[illegible] (= उदर) સા. ના. નાન્ય. પેટ; the belly; જુઓ નીચેનો બોલ.

[illegible] (જુઓ [illegible] તથા ધા. [illegible]) સમાસ વિ. પેટે ચાલનાર; (snakes) going on the belly; [illegible] (= પેટે ચાલનારા સાપોનું) નર. ૬।૩ વં. ૧૪, ૫; વં ૧૮, ૭૩.

[illegible] (= [illegible] = उद्र = Otter) (જુઓ ૪ ધા. [illegible], [illegible]) સા. ના. નર. પાણીમાં રેહેનારો કુતરો; એની સિફતમાં [illegible] (પાણીમાં રેહેનારો) આવેછે; the water-dog; [illegible] ૨।૧ વં. ૧૪, ૧; [illegible] ૩।૧ વં. ૧૩, ૧૬; [illegible] ૬।૧ વં. ૧૩, ૫૧.૫૫; [illegible] ૧।૨ વં. ૧૩, ૫૧.

[illegible] (= [illegible]) (જુઓ [illegible] તથા ધા. [illegible]) સમાસ ના. નર. ઉદ્ર ઇઆને પાણીમાં રેહેનારા કુતરાને મારી નાખનારો; the murderer of the water-dog; [illegible] ૬।૧ વં. ૧૩, ૫૫.

[illegible] વિ. ના. નર. પાહાડનું નામ; name of a mountain; [illegible] ૬।૧ ય. ૧૯, ૬.

[illegible] (= [illegible] = ऊर्णा, ऊर्णा) સા. ના. નારી. માથાં ઉપરના બાલ; the hair on the crown of the head; [illegible], [illegible] Geld. ૭।૩ વં. ૧૭, ૨.

[illegible] (उप = [illegible]) ૧ ઉપ. ક) તરફ, પાસે, નજદીક; *pref.*; towards, by, near; જેમકે [illegible] (કાંઇ ચીજની તરફ લઈ જવું) વં. ૨, ૨૫; વં. ૬, ૫૧; [illegible] (પાસે જવું.) વં. ૬, ૨૭; [illegible] (દેવનું નજદીક દોડવું) વં. ૧૯, ૧; કેટલીએક વખતે એ ઉપસર્ગ ક્રિયાપદની સાથેજ નથી આવતો, પણ તેની આગમચ જરા દૂર આવેછે; જેમકે [illegible] [illegible] [illegible] [illegible] [illegible] વં. ૪, ૪૪; [illegible] [illegible] [illegible] [illegible] [illegible] વં. ૪, ૪૪.

ખ) ઉપર; on, upon; જેમકે [illegible] = [illegible] + [illegible] = જમીન ઉપરનાં (જાનવરો) વીસ્પ. ૨, ૧.

ગ) અંદર, માં; in, into; જેમકે [illegible] [illegible] [illegible] = પાણીમાં રેહેનારી કર (નામની) માછલી (વં. ૧૯, ૪૨); [illegible] [illegible] = પાણીમાં રેહેનારો ઉદ્ર (વં. ૧૪, ૧).

૨) શબ્દ. અ. નજદીક, તરફ, પાસે, આગળ, સુધી; ૨ જી તથા ૭ મી વિભક્તિવાળાં નામ તથા સર્વનામ સાથે વપરાએલો આવેછે; *prep.* near, towards, by, up to; જેમકે [illegible] [illegible] (દક્ષિણ દિશા તરફ) વં. ૨, ૧૦. ૧૪. ૧૮; [illegible] [illegible] [illegible] (તે કાલબુદ તરફ) વં. ૫, ૧; [illegible] [illegible] [illegible] (તે ઝાડ તરફ) વં. ૫, ૨; [illegible] [illegible] (જીવતાંની નજદીક) વં. ૯, ૪૫. ૪૭; [illegible] [illegible] [illegible] (નૂર આપનાર રસ્તાએજના વખત સુધી) હજ. ૧૦, ૩; [illegible] [illegible] [illegible] (રોશનીવાળાં ગરોથમાન બેહેશ્ત તરફ) ય. ૧૨, ૩૭.

૩) વિ. ઉંચું, ઘણું; *adj.* high, much; *vide* [illegible], [illegible], [illegible]

[illegible] (જુઓ ૧ [illegible] તથા ૨ [illegible]) સમાસ વિ. પાણીવાળું (વાદલું); (clouds) full of water, *i. e.*, thick; [illegible] .... [illegible] નાન્ય. ૨।૧ વં. ૨૧, ૨.

[illegible] ([illegible] = उपरि = [illegible] = Lat. *Super = Ger. Uber = Over) (૩ [illegible] ઉપરથી) ૧) વિ. ઉપર, વધારે ઉંચે; ઘણું; *pref.*—above, higher; more. જેમકે [illegible] = ઉપર-ઉંચે કામ કરનાર (ય. ૧૩, ૩૧); [illegible] ઉપરનાં દેશોને લગતો (ય. ૧૦, ૧૪૪); કોઈ વખતે એ ઉપસર્ગ ક્રિયાપદની સાથેજ નથી આવતો, પણ તેની આગમચ જરા દૂર આવેછે; જેમકે [illegible] [illegible] [illegible] વં. ૮, ૨.

૨) શબ્દ. અ. ક) ઉપર, વધારે ઉંચે; *prep.* above, upon, on, higher; જેમકે [illegible] [illegible] [illegible] [illegible] [illegible] [illegible] (કુતરું, લોકડી તથા વરૂ પોહોંચી શકે તેનાં કરતાં ઉપર-વધારે ઉંચે) વં. ૬,૫૦; [illegible] [illegible] (જેની ઉપર) હજ. ૯, ૧૧;

---

* Lat. Super is originally स + उप + रि.

[illegible] (આ એ જમીન ઉપર) ફર્ગ. ૧૨, ૩.

૫) ઉપર કરતાં, થી; over, than; [illegible] (બીજા કલામોના કરતાં) વં. ૫, ૨૨-૨૫; [illegible] (બીજાં પાણીઓ કરતાં) વં. ૫, ૨૩; ૨ જી તથા ૩ જી વિભક્તિવાળાં નામ તથા સર્વનામ સાથે વપરાએલો આવેછે; [illegible] બોલ [illegible] ની અધિકાર્થક (compara.) થઈને જા૧ નો પ્રત્યય લાગ્યાથી બનેલો દીસેછે; [illegible] = [illegible] ([illegible] ની પછીનો [illegible] નીકલી ગયાથી).

[illegible] (જુઓ [illegible] તથા [illegible]) સમાસ વિ. ઉપર કામ કરતું-કામ કરનાર; વધારે શક્તિથી—સારીપેઠે કામ કરનાર (હારલે તથા દારમે.); working on high; working powerfully (Har. & Dar.); [illegible] નારી. ૨|૩ ય. ૧૩, ૩૬; એ બોલનું બીજું રૂપ [illegible] આવેછે.

[illegible] (જુઓ [illegible] તથા [illegible]) સમાસ વિ. જમીન ઉપર રેહેનાર (જીવજન્તુ-પેદાએશ); (creatures) living on dry land; [illegible] ૧|૩ ય. ૮, ૪૮.

[illegible] (જુઓ [illegible] તથા [illegible]) સમાસ વિ. ઉપરનાં દેશને લગતો; pertaining to upper or elevated countries; epithet of [illegible]; [illegible] નર. ૨|૧ ય. ૧૦, ૧૪૮.

[illegible] (= [illegible]) સમાસ ના. ઉપરનો ભાગ, ઉપરની બાજુ; the upper part or side; top; [illegible] ૫|૧ વં. ૬, ૫૦.

[illegible] વિશે જુઓ [illegible]

[illegible] (જુઓ [illegible] તથા ધા. [illegible]) બૂ. કૃ. બરાબર જોડેલું-મજબુત કીધેલું; well fastened; [illegible] બરાબર જોડેલા-મજબુત કીધેલા ચાપડાએ કરીને) ૭|૧ ય. ૧૦,૧૨૫.

[illegible] (જુઓ ધા. [illegible]) બૂ. કૃ. વિ. નજદીક ગએલી (અસલ); (મરદની) નજદીક ગએલી (ઓરત), ઈઆને જે ઓરતે દુનિયાનો સંસાર ભોગવેલો તે; gone near (lit.); (a woman) who has had connection or sexual intercourse with a male individual; contrast [illegible] q. v.

[illegible] ([illegible] + [illegible] ઉપરથી; જુઓ [illegible]) સા. ના. નારી. જે તરફથી સવારનું અજવાળું નીકળેછે તે (અસલ.); પૂર્વદિશા; that part of the heavens where the morning twilight appears; the East; [illegible] ૧|૩ ય. ૧૯, ૧.

[illegible] સા. ના. નાન્ય. ભક્તિમાં ઉંડો વિચાર, બંદગીમાં પુરતું ચિત્ત રાખવું-તદન મશગુલ થઈ જવું, ભક્તિ; deep meditation in prayer, religious meditation; Pehl. tr. [illegible] goodness, virtue; નેકી; Comp. उपासा, उपासन; rt. [illegible] = उप-आस् કોઈ ચીજ ઉપરજ બેસવું ઈઆને તેની ઉપર પુરતું લક્ષ આપવું; to meditate deeply. એ પ્રમાણે લેતાં [illegible] નું ટુંકુ રૂપ [illegible] થયું; [illegible] ૨|૩ વીર્પ. ૧૨, ૨.

[illegible] (જુઓ ધા. [illegible]) સા. ના. નાન્ય. રેડવું, નાખવું; pouring; [illegible] ૨|૧ વં. ૯, ૧૮.

[illegible] (જુઓ ધા. [illegible]) સા. ના. નારી. રેડવું, નાખવું; ગાળવું; pouring; filtering; [illegible] ૪|૧ વીર્પ. ૯, ૩.

[illegible] (જુઓ ધા. [illegible]) સા. ના. નર. કાપી નાખવું; તોડી નાખવું; cutting; breaking; [illegible] ૨|૩ વં. ૮, ૧૦.

[illegible] વિશે જુઓ ૨ ધા. [illegible]

[illegible] (જુઓ ૨ ધા. [illegible]) સા. ના. નાન્ય. ઢાંકણ, છાયો, છાયદો; covering; shade; જુઓ [illegible]

[illegible] Geld. વિશે જુઓ [illegible]

[illegible] Geld. ([illegible] ઉપરથી) વિ. પેહેલો, પેહેલા દરજ્જાનો (તેશ્તર સેતારો); first; foremost in rank; epithet of Tishtrya; [illegible] નર. ૨|૧ ય. ૮, ૧૨.

[illegible] (જુઓ ૧ ધા. [illegible]) વિ. લઈ જવાએ તેવું, ઉંચકી શકાએ તેવું; that can be borne; portable; [illegible] = વધારે લઈ જવાઈ શકાએ તેવું, ઉંચકી લઈ જવાને વધારે ગવલ પડે તેવું; [illegible] ૨|૧ વં. ૮, ૨. ૩.

[illegible] (જુઓ [illegible] તથા [illegible]) સા. ના. નર. તળીઉં, (પાહાડની) નીચેની ભેડકનો ભાગ; કિલ્લો (દાર.); the bottom; the lower seat of a mountain; a fortress (Dar.); એ બોલ અલબુર્જ પાહાડના સંબંધમાં આવેછે; [illegible] (અલબુર્જ પાહાડના નીચેના ભાગમાં– તળીએ) ન્ય. ૫, ૨૧; ય. ૯, ૩; ય. ૧૭, ૨૪.

[illegible], [illegible] (= उपम) (૩ [illegible] ઉપરથી) ક અતિ. વિ. સઉથી ઉપરનું; સઉથી બુલંદ; સઉથી ચઢતું; uppermost, highest, [illegible] નર. ૧/૧ ગેહ ૧, ૬; [illegible] નર. ૨/૧ ય. ૧૧, ૧૮; [illegible] નાન્ય. ૨/૧ વં. ૮, ૩૮; વં. ૯, ૩૦; ય. ૫, ૨૨; [illegible] નર. ૩/૧ ય. ૧૧, ૧૮; [illegible] ૫/૧ વં. ૮, ૩૮; વં. ૯, ૩૦.

ખ) અતિ. વિ. સઉથી આગળનો (ભાગ); foremost; [illegible] (સઉથી આગળના ભાગમાં ૧૨ 'વીતાર') ૨/૩ વં. ૧૪,૧૪

[illegible] (જુઓ ૨ ધા. [illegible]) સા. ના. નારી. રેહેઠાણ, મુકામ; abode, residence; [illegible] ૨/૧ વં. ૩, ૨૦.

[illegible] (= उपमा, उपमान) ૧ સા. ના. નાન્ય. મીસાલ, ઉપમા, ચીતાર, નીશાન; a simile, a sketch, a symbol; એ બોલ બે રીતે સમજાવી શકાએ; ક) ધા. [illegible] = मन् = વિચારવું; to think; (મનની નજદીક લાવનાર, યાદ દેવડાવનાર).

ખ) [illegible] = मा = માપવું. to measure; [illegible] ૧/૧ ય. ૧૦, ૧૨૯.

૨) વિ. ના. નર. ફરેસ્તા-ઇજદનું નામ; હમેશા [illegible] ની સાથે આવેછે; [illegible] = ડાહાપણની ઉપમા (અસલ); 'દામિ ઉપમન' નામનો ઇજદ; the symbol of wisdom (lit.); name of an angel. In Yt. 10, 66, he is said to be a companion of Mithra; [illegible] ૧/૧ ય. ૧૦, ૬૬; [illegible] ૧/૧ ય. ૧૦, ૬૮. ૧૨૭; [illegible] . . [illegible] (૩/૧ ને બદલે) ય. ૧૦, ૯; ય. ૧૨, ૪; [illegible] ૨/૧ ઇજ. ૨, ૧૫; ઇજ. ૭૧, ૨૩; વીસ્પ. ૨, ૯; [illegible] ૩/૧ ય. ૧૩, ૪૭; [illegible] ૪/૧ ઇજ. ૮, ૧; સીરો. ૧, ૩૦; [illegible] ૬/૧ ઇજ. ૧, ૧૫; વીસ્પ. ૧, ૭.

[illegible] (જુઓ ૧ ધા. [illegible]) વિ. જારી રેહેતાં, તે ઉપરજ રેહેતાં, આગ્રહ રાખતાં; continuance, perseverance; [illegible] ૨/૧ વં. ૫, ૫૩–૫૬.

[illegible] ([illegible] ને બદલે) (જુઓ ૨ ધા. [illegible]) સા. ના. નર. યાદ કરનારો, સારી યાદદાસ્તની શક્તિ ધરાવનાર; one who bears in mind; one who has a retentive memory. [illegible] ૧/૧ વં. ૪, ૪૮.

[illegible] (= उपयत) ભૂ. કૃ. વિ. એ બોલ બે રીતે સમજાવી શકાએછે: ક) ધા. [illegible] = यम्= તાબે-વશ કરવું; to subdue. [illegible] + [illegible] = उप + यम् = પરણવું; to marry; [illegible] + [illegible] + [illegible] = [illegible] (૬ નીકળી ગયાથી) = (ખાવંદને) તાબે થએલી, પરણેલી; closely attached (to the husband); wedded.

ખ) ધા. [illegible] + [illegible] = उप + या = નજદીક જવું; to go near; [illegible] + [illegible] + [illegible] = [illegible] ([illegible] નો [illegible] થયાથી) = (ખાવંદની) નજદીક ગએલી, સોહોબતમાં પડેલી; approached to (the husband); married; *contra,* [illegible]

[illegible] જુઓ ૧ ધા. [illegible]) સા. ના. નારી. શિખામન, કેળવણી ; જુનો રેવાજ-કાએદા-રસમઃ જે ઉતરતું આવેલું તે; teaching, instruction; old custom, tradition; [illegible] [illegible] ૨/૧ ઇજ. ૨, ૧૩; ઇજ. ૨૫, ૬; ઇજ. ૭૧, ૫; [illegible] [illegible] ૬/૧ ઇજ. ૧, ૧૩. ઇજ. ૩, ૧૫; ય. ૧૧, ૧૭. ૨૨; સીરો. ૧, ૨૯.

[illegible] (= उपर = Ger. Uber = Upper) ([illegible] ઉપરથી) અધિ. વિ. વધારે ઉપરનું, વધારે ચઢતું; પછીનું, બીજું([illegible] ની મુકાબેલ); higher, more exalted, superior, later, next; [illegible] [illegible] [illegible] તારાં બીજાં નીચવવાનાં કામને (અએ હોમ!) ૨/૧ ઇજ. ૧૦, ૨; [illegible] . . [illegible] (ઉપરના ઇઆને ઉપર ફુકતા પવનને) ૨/૧ સીરો. ૨, ૨૨; [illegible] [illegible] વધારે ચઢતી-બુલંદહિમ્મતને માટે) નર. ૪/૧ આફ્રીં. આહા. ૧૪; [illegible] [illegible] વધારે ચઢતી સત્તાને માટે) આફ્રીં.

આહૃાય. ૧૪; [illegible] [illegible] (વધારે ઉપરના ભાગ ઉપરથી) ૫/૧ વં. ૮, ૮; વં. ૧૪, ૭; [illegible] નર. ૬/૧ સીરો. ૧, ૨૨.

[illegible] વિશે જુઓ [illegible]

[illegible] (જુઓ [illegible]) વિ. મ્હોટો, વધેલો, કદાવર, સારા ઘાતનો; grown up (li.); well-shapen ; [illegible] (the most righteous and well-shapen Rashnu) અતિ. વિ. નર. ૧/૧ યં. ૧૦, ૧૨૬.

[illegible] ([illegible] ઉપરથી) સા. ના. નારી. ચઢતાપણું, બુલંદ દરજ્જો, સરસાઈ; superiority, exalted dignity; ascendancy. [illegible] [illegible] ફતેહમંદ-સરસાઈ-ચઢતાપણું (અસલ.); ફરેશ્તાનું નામ (વિ. ના. નારી.); Victorious Ascendancy; the angel presiding over it; [illegible] [illegible] ૨/૧ ઇજ. ૫૭, ૩૪; વીસ્પ. ૨, ૮; યં. ૫, ૮૬; યં. ૧૦, ૩૩; યં. ૧૧, ૧૯; [illegible] [illegible] ૬/૧ ઇજ. ૧, ૬; ઇજ. ૩, ૮; વીસ્પ. ૧, ૬; ઇજ. ૩, ૮; યં. ૬, ૨૭; યં. ૧૪, ૦; [illegible] [illegible] (હિમ્મત આપનાર સરસાઈની) ૬/૧ વીસ્પ. ૯, ૪; [illegible] ૬/૧ યં. ૫, ૮૬.

[illegible] (જુઓ [illegible] તથા ૨ [illegible]) જુ. ફ. વિ. ઉપરની (ઇઆને પેલી દુનિયાની) મુકરર કીધેલી-ઠેરવેલી (બંદગી); (prayer) ordained for above, *i. e.*, for the next world. [illegible] [illegible] નાન્ય. ૩/૧ યં. ૧૦, ૧૧૮.

Geld. [illegible] [illegible]

[illegible] (જુઓ [illegible] તથા [illegible]) સમાસ ના. નાન્ય. ઉપરનો ભાગ; the upper side or part; [illegible] ૫/૧ યં. ૧૪, ૧૯.

[illegible] (જુઓ [illegible] તથા [illegible]) સમાસ વિ. ઉપર કામ કરતું-કામ કરનાર; વધારે શક્તિથી—સારીપેઠે કામ કરનાર; જોરેમંદ ; working on high; working energetically ; [illegible] [illegible] નર. ૧/૧ ઇજ. ૯, ૨૦; યં. ૧૫, ૪; [illegible] નર. ૨/૧ ઇજ. ૨૫, ૫; યં. ૮, ૪; યં. ૧૫, ૫; [illegible] નાન્ય. ૨/૧ યં. ૧૯, ૯; [illegible] નર. ૬/૧ વં. ૧૫, ૧૩. ૧૬; ઇજ. ૨૨, ૨૪; યં. ૧૫, ૦; [illegible] નર. ૮/૧ યં. ૧૫, ૩; જુઓ [illegible]

[illegible] (જુઓ [illegible] તથા [illegible]) સમાસ વિ. બુલંદ મુકામવાળો; having a lofty residence; (Mithra) who has a residence on heights ; [illegible] ... [illegible] (ઉંચાઈ ઉપર આવેલા મુકામવાળો મેહેર ઇજદ) નર. ૨/૧ યં. ૧૦, ૧૪૦.

[illegible] (જુઓ [illegible] તથા [illegible] વિ. (દીન ઉપર) વધારે-ગુમાનને લગતું; (દીન ઉપર) ઘણો શક લઈ જવાનું (પાપ); more unsettled in religious belief . [illegible] [illegible] the sin of utter unbelief; નાન્ય. ૨/૧ વં. ૧, ૧૬.

[illegible] (જુઓ ૧ ધા. [illegible]) વિ. નજદીક લઈ જતાં-આવતાં ; carrying or bringing near ; [illegible] નર. ૧/૧ આફ્રી. ગાહ. ૪.

[illegible] (જુઓ ૨ ધા. [illegible]) વિ. ફુંકતો ; blowing ; [illegible] [illegible] [illegible] (wind blowing from the region of the South દક્ષિણ તરફથી ફુંકતો પવન) નર. ૧/૧ હાદો. નુસ્ક. ૭; [illegible] [illegible] [illegible] ઉત્તર તરફથી ફુંકતો પવન; wind blowing from the region of the North નર. ૧/૧ હાદો. નુસ્ક. ૨૫.

[illegible] સા. ના. (અર્થ અચોકસ) લાકડાંનો ગાંઠ; ગુણો, સગડી (હારલે તથા મિલ્સ); આવના વખતને માટેનો જથ્થો-ખોરાક (દારમે); વધારો (સ્પી.); knotty or hard log of wood; and irons (Har. & Mills); provision Dar.) increase (Sp.); Pehl. [illegible]; [illegible] ૭/૧ ઇજ. ૬૨; ૨; આતશ નીઆ. ૨; Geld. [illegible]

[illegible] સા. ના. ગુજરેલાંને મુકવાની જગા; કત; the place where the corpse is laid; Kata ; Pehl. [illegible]; [illegible] (Wester. [illegible]) ૨/૧ વં. ૮, ૧૦.

[illegible] (જુઓ ધા. [illegible]) સા. ના. નારી. ૬) મદદ, ટેકો; assistance, support ; [illegible] [illegible] ૫/૧ યં. ૧૩, ૯૯; [illegible] ૨/૧ યં. ૫, ૬૩;

ય. ૧૩, ૧. ૧૨; ય. ૧૪, ૩૬; જુઓ [illegible] ખ) ગર્ભસ્થાન, ખરચેદાન; the womb; comp. Sans. उपस्थ. જુઓ નીચેનો બોલ.

[illegible] (જુઓ [illegible] ખ તથા ૧ ધા. [illegible]) સમાસ વિ. શેહેવત-પરસ્ત, ખરાબ પેશો કરનારી; પાપી માણસોને બચાવનાર (દારમે); lustful; (a harlot) offering her person to the lusts; giving protection to sinners (Dar.); [illegible] . . . . . [illegible] નારી. ૪/૧ ઇન્જ. ૯, ૩૨.

[illegible] (જુઓ ધા. [illegible]) સા. ના. નારી. વખાણ, સ્તુતિ; praise; [illegible] ૧/૧ ય. ૧૪, ૪૨; વીસ્તા. ય. ૨૯. (= ય. ૨૮, ૨૯).

[illegible] Geld., [illegible] Wester. (જુઓ ૧ ધા. [illegible]) સા. ના. નાન્ય. ગાલીચો ઇત્યાદિ પાંથરીને કીધેલી બેઠક (આસન); ગાદી, છત્ર, ઢાંકણુ (યુસ્તી. તથા દારમે.); a seat of carpet, mat, &c.; a sitting carpet; canopy (Justi & Dar.); [illegible] ૭/૧ ય. ૧૫, ૨.

[illegible] (જુઓ ધા. [illegible]) સા. ના. નારી. ધોવું, નાહાવું; washing, bathing; [illegible] ૪/૧ વં. ૮, ૯૮. ૯૯.

[illegible] (જુઓ [illegible] તથા [illegible]) સા. ના. નારી. હમેલ; pregnancy; [illegible] ૨/૧ વં. ૫, ૪૫; વં. ૭, ૬૦.

[illegible] (= [illegible] + [illegible]; જુઓ એ બોલો) વિ. જમીનથી ઉપર રેહેનાર, એટલેકે જમીનથી અલગ રેહેનારા (જીવજન્તુ); હવામાં રેહેનારાં; (creatures) that fly in the air; [illegible] નારી. ૨/૧ ઇન્જ. ૭૧, ૯; [illegible] ૧/૩ વં. ૮, ૪૮; [illegible] ૨/૩ વીસ્પ. ૨, ૧; [illegible] ૬/૩ વીસ્પ. ૧, ૧; ય. ૧૩, ૭૪.

[illegible] (જુઓ ૨ ધા. [illegible]) વર્ત. કૃ. વિ. આસ્તે ચાલતું, ધીમે જતું; slow-going ... [illegible] (ધીમે ચાલતા શિયાળા અથવા જમેસ્તાનનું) નર. ૬/૧ વં. ૭, ૨૭.

[illegible] (જુઓ ૨ ધા. [illegible]) સા. ના. નારી. રેહેઠાણ; residence; [illegible] ૪/૧ ય. ૧૩, ૩૦,

[illegible] (જુઓ ધા. [illegible] ક) સમાસ ના. નર. પુઠે ચાલનાર; one who follows; [illegible] (Wester. [illegible]) ૧/૧ ય. ૧૦, ૭૨.

[illegible], [illegible] વિશે જુઓ ૧ ધા. [illegible]

[illegible] (= [illegible], [illegible]) વિ. ના. પારસીન નામનો પાહાડ; name of a mountain; *lit.*, higher than the eagle, *i. e.*, higher than the flight of an eagle; Pehl. [illegible] [illegible]; હમકારાની આફ્રીનમાં 'મેહેપારસીન કુહ' કરીને આવેછે. [illegible] .... [illegible] ૨/૩ ઇન્જ. ૧૦, ૧૧; [illegible] ય. ૧૯, ૩.

[illegible] (જુઓ ૨ [illegible] ક) સા. ના. નાન્ય. આડેમાર્ગે લઈ જવું, હાંકી કાહાડવું; leading astray; driving away (noxious animals) used as a religious castigation to remove sin; [illegible] [illegible]—એ બોલો શિક્ષાની બાબદમાં વંદીદાદમાં જાબજા વપરાએલો આવેછે; [illegible] ૨/૩ વં. ૪, ૧૮. ૨૨. ૨૬; [illegible] ૬/૩ વં. ૩, ૩૬. ૩૭; એ બાબે વધારે ખોલાસા માટે જુઓ ૨ ધા. [illegible] ક.

[illegible] વિશે જુઓ ૨ ધા. [illegible] ક.

[illegible] (જુઓ [illegible] તથા ૨ [illegible]) (વિ. ક) પાણીમાં રેહેનારૂં, પાણીની અંદરનું (જીવજન્તુ-જાનવર); (creatures) that live in the waters; [illegible] નર. ૧/૧ ય. ૫, ૧૨૯; ય. ૧૪, ૨૯; ય. ૧૫, ૨૮; ય. ૧૯, ૫૨; [illegible] નર. ૨/૧ વં.૧૪, ૧; [illegible] નારી. ૨/૧ ઇન્જ. ૭૧, ૯; [illegible] ૩/૧ વં. ૧૩, ૧૯; [illegible] [illegible] નર. ૧/૨ વં. ૧૩, ૫૧; [illegible] ૧/૩ ય. ૮, ૪૮; [illegible] ૨/૩ વીસ્પ. ૨, ૧; [illegible] ૬/૩ વીસ્પ. ૧, ૧; વં. ૧૪, ૫; વં. ૧૮, ૧૩; ય. ૧૩, ૭૪.

ખ) પાણીથી ભરેલું (વાદલું); (a cloud) full of water; [illegible] ૧/૩ ય. ૧૪, ૪૧.

[illegible] (= उपास्ति) (અસલ બોલ + [illegible] + [illegible]; જુઓ ધા. [illegible] ખ) સા. ના. નારી. ભક્તિ, ખોદા ઉપર દિલ લગાડવું- પોતે ફેદા થઇ જવું; prayer; deep meditation in prayer; [illegible] ૪/૧ વીસ્પ. ૯, ૩.

[illegible] વિરી જુઓ ૧ ધા. [illegible]

[illegible], [illegible], [illegible], [illegible], એ બોલો વિરી જુઓ ૧ ધા. [illegible]

[illegible] (= [illegible] = Lat. Ambo) વિ. બેઉ, બંધે; both (used in the dual only); [illegible] નારી. ૧।૨ ઇજ. ૩૪, ૧૧; [illegible] નર. ૪।૨ ઇજ. ૩૫, ૩. ૮; [illegible] નર. ૭।૨ ઇજ. ૪૧, ૨.

[illegible] = [illegible] = દાબમાં રાખવું, નાશ કરવો (યુ.); to press down; to destroy (J.); [illegible] વર્ત. સંશ. ૩।૧ વં. ૭, ૫૪ (પેહેલવી શરેહ).

[illegible] (= [illegible] = Woven) (જુઓ ૧ ધા. [illegible]) ભૂ. કૃ. વણેલું; woven; orig. [illegible] + [illegible] = [illegible] (= નીકળી ગયાથી); જુઓ નીચેનો બોલ.

[illegible], [illegible] ([illegible] ઉપરથી) વિ. વણેલાને લગતું, વણેલું; woven; [illegible] ૧।૧ વં. ૭, ૧૫; [illegible] [illegible] woven clothes (વણેલું કપડું) ૨।૧ વં. ૮, ૨૩-૨૫.

[illegible] (જુઓ ધા. [illegible]) કૃ. વિ. તંગીમાં હોતો (અસલ.); હાજતમંદ, મુફલેસ; being in need; indigent, very poor; [illegible] ૨।૩ વીસ્પ. ૧૫, ૧.

[illegible] (અસલ રૂપ [illegible]; જુઓ [illegible]) વિ. ક) બેઉ, બંધે; both; [illegible] ૨।૨ ય. ૫, ૨૯..

ખ) બેવડું; two-fold; [illegible] ૧।૨ ઇજ. ૧૧, ૯.

[illegible] (= [illegible]) વિ. ઓહોળું, મ્હોટું, લાંબું; large, long; extensive; જુઓ [illegible], [illegible]

[illegible], [illegible] (= [illegible]) (જુઓ ૪ ધા. [illegible], [illegible]) સા. ના. [illegible] + [illegible] = [illegible] = અપવિત્રાઈ, કચરો, નજીસાઈ; impurity, filthiness; dirt; જુઓ [illegible] [illegible]

[illegible] (જુઓ [illegible] તથા ધા. [illegible]) સમાસ વિ. નજીસાઈ-કચરો પકાવતો (આતશ), (the fire) that burns filth or impure matter; [illegible] [illegible] ૨।૧ વં. ૮, ૮૨.

[illegible] વિરી જુઓ ૧ ધા. [illegible]

૨ [illegible] વિરી જુઓ ૩ ધા. [illegible]

[illegible] (જુઓ ૧ ધા. [illegible], [illegible]) સા. ના. નાન્ય. વધારો; growth, increase; [illegible] ૧।૧ વં. ૯, ૫૩. ૫૪. ૫૫. ૫૭; વં. ૧૩, ૫૨. ૫૩. ૫૪. ૫૬.

[illegible] (જુઓ ૧ ધા. [illegible], [illegible]) સા. ના. નર. વધારો, ઉન્નાદતી; growth, increase; [illegible] [illegible] (અનાજના વધારાને) ૨।૩ વં. ૧૯, ૨૬.

[illegible] ([illegible] ઉપરથી) ક) વિ. વધતું, ઉગતું (ઝાડ); growing; [illegible] [illegible] નારી. ૨।૩ ઇજ. ૭૧, ૯.

ખ) સા. ના. નારી. વધ, વધારો, વધવું (ઝાડનું); growing, growth (as of trees); [illegible] ૨।૩ ય. ૧૩, ૫૫; [illegible] ૫।૩ ય. ૧૩, ૭૮.

[illegible] ([illegible] ઉપરથી) વિ. વધતું, ઉગતું (ઝાડ); growing; [illegible] [illegible] (ઉગતા ઝાડોનું) નારી ૬।૩ [illegible]. ૧૯, ૧૮; વીસ્તા. ય. ૨૨.

[illegible], [illegible] (જુઓ ૧ ધા. [illegible]) સા. ના. નાન્ય. ક) વધારો; ઉન્નાદતી; increase; [illegible] ૧।૧ વં. ૩, ૩૦; [illegible] ૨।૧ વં. ૪, ૪૮.

ખ) જરએખ, અંદરખાનું, બાતેન; core, the heart or the inner part of a thing; [illegible] [illegible] (જરએખથી, બાહારની સપાટી ઉપરથી નહીં) ૨।૩ વં. ૭, ૪૪; ય. ૩, ૬.

ગ) ગર્ભસ્થાન, બચ્ચેદાન; the womb; [illegible] [illegible] ૭।૩ વં. ૫, ૫૧.

ઘ) આંતરડાં (દારમે.); intestines (Dar.); [illegible] ૨।૩ ય. ૧૩, ૧૧.

[illegible] સા. ના. નારી. ચારણીરૂપી નાહની રકાબી; ચાળવાનું-ગાળવાનું વાસણ; a small perforated dish, a sieve; [illegible] ૧।૧ વં. ૧૪, ૮.

[illegible] વિ. ના. પાહાડનું નામ; name of a mountain; [illegible] [illegible] ય. ૧૯, ૫.

[illegible]; [illegible] [illegible] = [illegible] = [illegible] વિ. ના. નર.) તેહેમુરસ, જમશીદનો વડો ભાઈ; Tehmuraç, the elder brother of King Jamsheed; Firdosi calls him [illegible] because he had subdued many demons; [Avestan] [Avestan] ૨।૧ ય. ૧૫, ૧૧; આફ્રિ. પૈગમ. ૭ર. ૨; [Avestan] [Avestan] (Geld.) (૨।૧ ને બદલે) ય. ૧૯, ૨૮

[Avestan] (= [Devanagari] = [Avestan]) (જુઓ ધા. [Avestan]) સા. ના. નર. કોહોલું ; a jackal; a fox; [Avestan] ૧।૧ વં. ૫, ૩૩. ૩૪; [Avestan] ([Avestan] ને બદલે; છેડેની • ની ગુણ થયાને બદલે વૃદ્ધિ થઈને ચ લાગેા) ૬।૧ વં. ૧૩, ૧૬.

[Avestan] (જુઓ [Avestan] તથા ૨ [Avestan]) વિ. પોહોળાં પાણીવાળો; વચમાંનો " નકામો છે; having a large quantity of water; (lakes) with salt waters (Dar.); [Avestan] ૬।૧ ય. ૮, ૮.

[Avestan] વિશે જુઓ ૧ ધા. [Avestan], [Avestan]

[Avestan] વિ. રાસ્ત, સાચ્ચું; righteous, just; truthful; એ બોલને [Avestan] (રાસ્ત) નું બીજું રૂપ ગણ્યું છે (જેમ [Avestan] નું [Avestan] થાયછે તેમ); [Avestan] રાસ્ત (માણસો) ને માટે ૪।૩ ઈજ. ૨૯, ૭.

[Avestan] (= [Devanagari] = સેાધ = [Avestan]) (જુઓ ૪ ધા. [Avestan]) સા. ના. વેહેતું પાણી, નદી; flowing water; a river; [Avestan] ૭।૧ વં. ૧૩, ૧૮; વં. ૧૫, ૯.

[Avestan] વિશે જુઓ ૧ ધા. [Avestan]

[Avestan] વિ. ના. નારી. નામાંકિત કન્યાનું નામ; name of an illustrious maid; [Avestan] [Avestan] ૬।૧ ય. ૧૩, ૧૪૧. (જુઓ મોદી.)

[Avestan] વિ. ના. નર. નામાંકિત પુરૂષનું નામ; name of an illustrious person; [Avestan] ૬।૧ ય. ૧૩, ૧૧૨. (જુઓ મોદી.)

[Avestan] વિશે જુઓ ૧ ધા. [Avestan]

[Avestan] વિ. ના. નારી. કાબુલ શેહેરનું અસલી નામ (ડાક્ટર હાઉગ); ખોરાસાનની દક્ષિણે આવેલાં શેહેરનું નામ (હારલે); the ancient name of Kabul (Haug); a city to the south of Khorassan (Har.); [Avestan] ([Devanagari] = પોહોળું; wide; extensive; [Avestan] [Avestan] ૨।૧ વં. ૧, ૧૧. (જુઓ મોદી.)

[Avestan], [Avestan] ક) સા. ના. નારી. દેાસ્તી, સલાહ, મુવાફેકત; કોલ; સંબંધ; friendship, peace, concord; promise, connection; એ બોલને બે રીતે સમજાવામાં આવ્યોછે:—

૧- [Avestan] = [Avestan] = પોહોળું; wide; ધા. [Avestan] = [Devanagari] = વણવું; એક બીજા સાથે જોડવું; to weave, to tie, to join; [Avestan] + [Avestan] + [Avestan] = [Avestan]

૨- ધા. [Avestan] = [Devanagari] = ચાહવું; to love; orig., [Avestan] + [Avestan] + [Avestan]; [Avestan] (મુવાફેક in accordance with) ૩।૧ ય. ૧૦, ૩૩; [Avestan] (દેાસ્તીથી ૩।૧ ને બદલે) ય. ૧૧, ૧૪. [Avestan] ૬।૧ ઈજ. ૪૬, ૫.

બ) વિ. દેાસ્તી ભરેલું (અસલ); આબાદી કરનાર; friendly; prosperity-bestowing; [Avestan] [Avestan] આબાદી કરનારાં વાદળાં ([Avestan] ને બદલે) ૧।૩ ય. ૮, ૪૦.

[Avestan] ([Avestan] ઉપરથી) સા. ના. નાન્ય. કોલકરાર, સાટું, અવેજ; a contract, a bargain; compensation; [Avestan] [Avestan] (બદલામાં, સાટામાં) ૩।૧ વં ૪, ૩. ૪.

[Avestan] સા. ના. કામ બજાવવું, પુરૂં કરવું; પવિત્ર કોલ બજાવવો (મિલ્સ); fulfilling, finishing; faithfulness to holy vows (Mills); [Avestan] (Geld. [Avestan])

[Avestan] (= [Devanagari] + [Avestan]; જુઓ [Avestan] તથા ધા. [Avestan]) ફ. વિ. પોહોળું-લાંબી હદ સુધી જોતું, દૂર સુધી નેગાહ કરતું; far-seeing; observing to a great distance; [Avestan] (Geld. [Avestan]) નારી. ૧।૩ ય. ૧૩, ૩૩.

[Avestan] (જુઓ ધા. [Avestan]) સા. ના. નર. ક) છેડો, અંત, આખેરી; end, final change; [Avestan] ૨।૧ ય. ૧૩, ૫૮; [Avestan] ૫।૧ વીશ્તા. ય. ૨૯; [Avestan] ૭।૧ ઈજ. ૪૩, ૫. ૬; ઈજ. ૫૧, ૬; ઈજ. ૬૮,૨૩; ઈજ. ૭૧, ૧૪; વ. ૨૧, ૧૫.

ખ) પાતળો-ઝીણેા મોજો (હારલે); મિંડું, બારીક નીશાન (યુસ્તી); the rippling of the wave (Dar.); a small mark (Justi); [Avestan] ૨।૧ ય. ૧૪, ૨૯.

[Avestan] વિ. જોરાવર, મજબુત; strong, stout;

[illegible] નર. ૬।૧ ય. ૧૧, ૨*; ય. ૧૪, ૧૧. ૧૯; [illegible] નર. ૨।૩ યશ. ૫૦, ૭†.

[illegible] વિ. સંપૂર્ણ, ઘણું, મોહોટું; complete; great; [illegible] (જે સંપૂર્ણ અથવા મોહોટી ખુરાકી) ૨।૧ યશ. ૩૧, ૩.

[illegible] (= [illegible], [illegible]) વિ. ના. નર. ક) પેગમબર જરતોશ્તના ત્રણ છોકરાઓમાંનો એક છોકરો; એ ખેડુતોનો સરદાર હતો; વળી એને જમશેદના વરનો વડો ગણ્યો છે; એનાં ફ્રોહરને આરાધ્યું છે; one of the three sons of Zarathushtra, and the head of the agricultural class. He was the chief of the Vara made by King Jamsheed. [illegible] ૧।૧ વં. ૨, ૪૩; [illegible] ૬।૧ ય. ૧૩, ૯૮.

ખ) એ નામનો એક બીજો નામાંકિત શખ્સ, જેનાં ફ્રોહરને આરાધ્યું છે; name of an illustrious personage; [illegible] ૬।૧ ય. ૧૩, ૧૨૭. (જુઓ મોદી.)

[illegible] ક) વિ. દોસ્તી રાખનાર-ધરાવનાર, friendly; [illegible] (દોસ્તી રાખનાર માણસ) નર. ૨।૧ ય. ૧, ૨૪; [illegible] (Geld. [illegible]) (ગુણકારક પાણી) નારી. ૨।૩ ય. ૮, ૪૭.

ખ) સા. ના. નર. દોસ્ત; a friend; [illegible] ૧।૧ યશ. ૧૦, ૯; યશ. ૩૧, ૨૧; યશ. ૪૪, ૨; યશ. ૪૫, ૧૧; યશ. ૪૬, ૧૪; યશ. ૫૦, ૬; [illegible] ૨।૧ યશ. ૧૦, ૯; યશ. ૧૯, ૧૪; યશ. ૭૧, ૧૩; [illegible] ૫।૧ યશ. ૭૧, ૧૩; [illegible] ૧।૩ યશ. ૫૧, ૧૪‡.

ગ) સા. ના. દોસ્તી; [illegible] નારી. ૨।૧ ય. ૧૨, ૩. ૫; જુઓ [illegible], [illegible]

[illegible] ([illegible] નું બીજું રૂપ) વિ. દોસ્તી ધરાવનાર, દોસ્તી ભરેલું; આફગાનીસ્તાનમાં આવેલી નદીનું નામ (ગેલ્ડનર); friendly, amicable; a river in Afghanistan (Geld.); [illegible] (Geld. [illegible]) ય. ૧૯, ૬૭.

[illegible] (= [illegible], [illegible]) સા. ના. નર. માણસનાં શરીરમાં એક રૂહાની ચીજ, જે આ એ દુનિયાનાં પોતાના જીવમાં સારાં ઉઆ નઠારાં કામોને અદિ આવતી દુનિયામાં જવાબદાર તે; જીવ, રવાન, આત્મા; soul; the immaterial and immortal spirit of man, responsible for his actions committed in this world; એ બોલની ચોકસ ઉત્પત્તિ જણાઈ નથી; કદાચ [illegible] = कृ = પોહોળું; wide; ધા. [illegible] = अन् = જીવવું; to live; [illegible] + [illegible] = [illegible]; [illegible] ૧।૧ વં. ૧૩, ૩. ૯. ૫૫; વં. ૧૯, ૨૯. ૩૦; ય. ૧૩, ૫૦. ૮૧; હાદો. નુસ્ક. ૧. ૧૯; વીશ્તા. ય. ૪૨; [illegible] ૧।૧ યશ. ૨૯, ૧. ૫; યશ. ૩૪, ૨; યશ. ૪૪, ૮; યશ. ૪૫, ૭; યશ. ૪૬, ૧૧; યશ. ૫૦, ૧; યશ. ૫૧, ૧૩; યશ. ૭૦, ૫; [illegible] ૨।૧ વં. ૧૩, ૩. ૯. ૫૫; વં. ૧૯, ૨૯. ૩૦; યશ. ૧૬, ૧૪; સીરો. ૨, ૧૪; યશ. ૩૯, ૧; ગેહ ૪, ૬; ય. ૬, ૪; ય. ૧૩, ૮૪; [illegible] ૨।૧ વં. ૧૯, ૨૯; યશ. ૫૫, ૧; [illegible] ૩।૧ ય. ૨૧, ૪; [illegible] ૪।૧ વં. ૧૪, ૨—૪. ૬—૧૦. ૧૨—૧૬; વં. ૧૯, ૨૭; યશ. ૧. ૨; યશ. ૬૨, ૪; યશ. ૭૦, ૨; ગેહ. ૪, ૫; વીશ્તા. ય. ૩૨; આફ. ગાહામ. ૭; Frag. 6, 1; [illegible] ૪।૧ યશ. ૯, ૧૬; યશ. ૬૨, ૬; ય. ૧૭, ૨૨; [illegible] ૬।૧ યશ. ૧, ૧૮; વીસ્પ. ૯, ૫; વીસ્પ. ૧૧, ૧; સીરો. ૨, ૧૨; [illegible] ૬।૧ યશ. ૬૩, ૩; [illegible] ૧।૩ વં. ૧૯, ૩૨; [illegible] ૧।૩ યશ. ૧૬, ૭; યશ. ૩૩, ૯; યશ. ૪૫, ૨; યશ. ૪૯, ૧૧; યશ. ૬૦, ૧૧; [illegible] ૨।૩ વં. ૧૯, ૩૦; [illegible] ૨।૩ યશ. ૨૬, ૭; ય. ૧૩, ૧૪૮; [illegible] ૨।૩ યશ. ૩૯, ૧; ય. ૧૩, ૭૪. ૧૫૪; [illegible] ૨।૩ યશ. ૪૨, ૪; યશ. ૪૯, ૧૦; [illegible] ૪।૩ યશ. ૪, ૨; યશ. ૨૪, ૪; વીસ્પ. ૧૧, ૬; જુઓ [illegible], [illegible], [illegible]

[illegible] (= [illegible] = उर्वरा = [illegible] = Fr. Arbre = L. Arbor) સા. ના. નારી. ઓરવર, ઝાડપાન; a tree, a plant; [illegible] ૧।૧ વં. ૫, ૧૨. ૧૩; વં. ૮, ૯. ૧૦. ૧૦૬; [illegible] ૨।૧ વં. ૯, ૩૩—૩૬. ૪૨; વં. ૧૧, ૨. ૬; વં. ૧૮, ૩; વં. ૧૯, ૩૫; યશ. ૩, ૩; વીસ્પ. ૧૧, ૫; [illegible] ૨।૧ વં. ૧૫, ૯. ૧૦; [illegible] ૫।૧ વં. ૧૧, ૧૦. ૧૩; [illegible] ૫।૧ વીસ્પ. ૭, ૪; [illegible] ૬।૧ વં. ૮, ૭૫; વં. ૧૪, ૪; વં. ૧૮, ૭૨; યશ. ૧૯, ૮; ય. ૧૩, ૮૬; [illegible] ૮।૧ વં. ૧૯, ૧૮; [illegible] ૨।૨ ગેહ. ૪, ૫; [illegible] ૧।૩ વં.

* Geld. [illegible] † Geld. [illegible]

‡ [illegible] ([illegible]).

૫, ૧૯; વં. ૨૧, ૩; ઇજ. ૧૨, ૭; વીસ્પ. ૨૧, ૧; ય. ૧૩, ૧૦; [Avestan] ૧/૩ ય. ૮, ૭; ય. ૧૩, ૯૩; [Avestan] ૨/૩ વં. ૧, ૪; વં. ૧૧, ૯; વં. ૨૦, ૪; ઇજ. ૪૮, ૬; ઇજ. ૭૧, ૯; ય. ૧૩, ૭૮. ૭૯; [Avestan] ૨/૩ વં. ૬, ૩; વીસ્પ. ૧૬, ૩; [Avestan] ૨/૩ ઇજ. ૫, ૧; ઇજ. ૩૭, ૧; ઇજ. ૪૪, ૪; [Avestan] ૫/૩ વં. ૧૬, ૨; [Avestan] ૬/૩ વં. ૨, ૨૮. ૩૬; વં. ૮, ૨. ૩. ૭૫. ૭૯. ૮૬; વં. ૯, ૨; વં. ૧૨, ૨. ૪. ૬. ૮. ૧૦. ૧૨. ૧૪. ૧૬. ૧૮. ૨૦; વં. ૧૪, ૩; વં. ૧૫, ૧૪; વં. ૧૮, ૬૩. ૭૧; વં. ૧૯, ૧૮; ય. ૭, ૪; ય. ૧૨, ૧૭; [Avestan] ૬/૩ વં. ૩, ૪. ૨૩; વં. ૬, ૪૬. ૪૭; ઇજ. ૫૨. ૫; [Avestan] ય. ૧૦, ૧૪૫; [Avestan] ૭/૩ હાદો. નુસ્ક. ૭; જુઓ [Avestan], [Avestan]

[Avestan] (જુઓ [Avestan] તથા [Avestan]) સમાસ વિ. ઓરવર-ઝાડપાનનું તોખમ રાખનાર; (the stars) having the seed of the plants (in them); [Avestan] નર. ૨/૩ ય. ૧૨, ૩૧; સીરો. ૨, ૧૩; [Avestan] નર. ૬/૩ સીરો. ૧, ૧૩.

[Avestan] (જુઓ [Avestan] તથા [Avestan] ધ) સમાસ ના. નર. ઝાડપાનથી સાજુ કરનાર વૈદ્ય, ઝાડપાલાનો દાકટર; one who restores to health by means of vegetable drugs [Avestan] ૧/૧ ય. ૩, ૬; [Avestan] ૧/૩ વં. ૭, ૪૪.

[Avestan] (જુઓ [Avestan] તથા [Avestan] સમાસ ના. નર. ઝાડપાનોને તોડી પાડવાં, ઝાડપાનોને કાપી નાંખવાં; felling or cutting down the trees; [Avestan] ૨/૩ હાદો. નુસ્ક. ૧૩; વીરતા. ય. ૩૭. ૫૯.

[Avestan] વિરો જુઓ [Avestan]

[Avestan] (અર્થ અચોકસ); વધારે ભકિતભાવથી (મિલ્સ); કીર્તિ (દારમે.); (meaning unsettled); more devoutly (M.); glory (Dar.); [Avestan] ઇજ. ૩૪, ૬.

[Avestan] સા. ના. ગરમી (દારમે.); દલગીરી, શોક (હારલે); heat (Dar.); grief (Har.); [Avestan] ૨/૧ ય. ૧૯, ૬૯.

[Avestan] વિરો જુઓ [Avestan]

[Avestan] ([Avestan] ઉપરથી) વિ. ખુશાલી ભરેલું, સુખ ભોગવતું; joyful, happy; [Avestan] [Avestan], [Avestan] Wester. (ખુશાલી ભરેલી જીંદગી સાથે) ૩/૧ ઇજ. ૬૨. ૧૦; [Avestan] [Avestan] (ખુશાલીભરેલી જીંદગીના જીવ સાથે) ૩/૧ વં. ૧૮, ૨૦.

[Avestan] ([Avestan]) વિ. ના. નર. થ્રિત ઇથ્આને અસ્રતનો છોકરો તથા કેરશાસ્પનો ભાઈ; son of Thrita, and brother of Kereshâspa; he was killed by Hitâspa and was avenged by Kereshâspa; [Avestan] ૧/૧ ઇજ. ૯, ૧૦; [Avestan] ય. ૧૫, ૨૮; [Avestan] Wester. ૬/૧ આફ્રીન. પેગમ. ૭૨. ૩.

[Avestan] ([Avestan] ઉપરથી) વધવું (અસલ.); ખુશાલી પામવી, સુખ ભોગવવું; ખુશાલ કરવું; to enjoy happiness; to please; to rejoice; [Avestan] અ. ભૂ. ૫૨૨મૈ. ૩/૧ ઇજ. ૩૪, ૧૩; ઇજ. ૪૪, ૮; ઇજ. ૭૦, ૫.

[Avestan] (જુઓ [Avestan] તથા [Avestan]) સમાસ. ના. નારી. ખુશી ભરેલા-મ્હેરી સખુન (અસલ.); હસવામાં-ખુશ મીજાજમાં બોલવું; a humourous word (lit.); speaking jestingly; [Avestan] ૩/૧ ઇજ. ૩૨, ૧૨.

[Avestan] = વધવું (અસલ.); ખુશાલી પામવી, ખુશી થવું; to feel gladness, to be pleased; [Avestan] વર્ત. કૃ. આત્મને. નર. ૧/૧ ય. ૧૦, ૭૩; [Avestan] ૧/૩ ય. ૧૦, ૩૪.

[Avestan] (જુઓ ધા. [Avestan]) કૃ વિ. ખુશાલીવાળો-પામતો; joyous, mirthful; [Avestan] (ફાયદાકારક; useful, advantageous) ૨/૩ ઇજ. ૩૦, ૧; [Avestan] અતિ. વિ. નર. ૧/૧ ઇજ. ૩૬, ૨; [Avestan] the most favoring guardian power (M.); the ardour for doing good works (Dar.) નારી. ૨/૧ ઇજ. ૪૯, ૮; [Avestan] of the most friendly (M.) નર. ૬/૧ ઇજ. ૩૬, ૨.

ખ) સા. ના. ખુશાલી, આનંદ; joy, gladness; [illegible] નારી. ૩/૧ ઇજ઼. ૩૬, ૨.

ગ) વિ. ના. નર. ઝાડપાણોની અંદરનો આતશ, જે તેઓને વધારવાને મદદ કરેછે; the fire in trees and plants which is kindled by friction. [illegible] [illegible] ૬/૧ ઇજ઼. ૧૭, ૧૧; [illegible] [illegible] ૬/૧ ઇજ઼. ૧૭, ૮૯.

[illegible] (જુઓ [illegible]) સા. ના. નાન્ય. ખુશાલી, આનંદ, સુખ; દોસ્તી (મિલ્સ); joy, happiness; friendship (M.); [illegible] ૧/૧ ઇજ઼. ૩૨, ૧.

[illegible] સા. ના. નાન્ય શિખામણ, દીનનો કાયદો, ધર્મની મુખ્ય બાબદ-તત્વ; ધા. [illegible] = માનવું, એકીન લાવવું; to put faith in a religious doctrine—instruction; [illegible] + [illegible] [illegible] = [illegible] = [illegible]; [illegible] ૬/૧ ઇજ઼. ૩૪, ૮; [illegible] ૨/૩ ઇજ઼. ૩૦, ૧૧; ઇજ઼. ૩૧, ૧; [illegible] ૩/૩ ઇજ઼. ૩૧, ૧; ઇજ઼. ૪૪, ૧૫.

[illegible] વિરો જુઓ [illegible]

[illegible] સા. ના. નાન્ય. પીઆર; ખુશાલી (દારમે.); સુખી વધારો (મિલ્સ); love; joy (D); happy increase (M.); [illegible] ૩/૧ ઇજ઼. ૪૩, ૨. જુઓ [illegible]

[illegible] સામાન્યરૂપ. દીન ઉપર એતેકાદ-એકીન લાવવાનેમાટે; for putting faith in religion; ધા. [illegible] = એકીન લાવવું; to put faith in; = [illegible] + [illegible] = [illegible] = [illegible] (Dar.); ઇજ઼. ૩૧, ૨.

[illegible] ([illegible] + [illegible]; જુઓ [illegible] તથા ૨ [illegible]) સમાસ વિ. ઓહોલાં પાણીવાળું; having a large quantity of water; (lakes) with salt waters (Dar.). Comp. [illegible]; [illegible] ૬/૧ ય. ૫, ૪૯; [illegible] નર. ૧/૩ ય. ૧૦, ૧૪.

[illegible] (જુઓ [illegible]) સા. ના. નારી. આતશ ઉપર બાળવાની એક જાતની ખુશબો; ખુશબોઈનું નામ; a sort of perfume, burnt on the fire for fumigation. Comp. [illegible] a plant having the odour of garlic; [illegible] ૬/૧ વં. ૮, ૨; ૩. ૭૫; વં. ૯, ૩૨; વં. ૧૪, ૩; વં. ૧૮, ૭૧.

[illegible] (જુઓ [illegible]) સા. ના. નાન્ય. ખુશાલી, આનંદ; joy, gladness; [illegible] ૩/૧ ઇજ઼. ૧૦, ૮; [illegible] વીશ્તા. ય. ૫૦.

[illegible] (જુઓ [illegible] તથા [illegible]) વિ. ના. નર. પોહોળી લોહોડાંની-બડાઈની ટોપીવાળો (અસલ); માણસનું નામ; જેને ગુશ્તાસ્પ પાદશાહ નહસાડવા માગતો હતો; with a broad helmet (lit.); name of a person whom Kai Gushtâsp wanted to put to flight; [illegible] ૬/૧ ય. ૯, ૩૦.

[illegible] વિ. પાતળું; thin; જુઓ નીચેનો બોલ.

[illegible] (જુઓ [illegible] તથા [illegible]) સમાસ વિ. પાતળી કમ્મરવાળું; having a thin waist; [illegible] ... [illegible] નારી. ૧/૩ ય. ૧૭, ૧૧.

[illegible] (જુઓ [illegible] તથા [illegible]) વિ. ના. નર. પોહોલાં બખ્તરવાળો (અસલ.); માણસનું નામ, જેને ગુશ્તાસ્પ પાદશાહ નહસાડવા માગતો હતો; with a broad armour (lit.); name of a person, whom King Gushtâsp wanted to put to flight; *vide* [illegible]; [illegible] ૬/૧ ય. ૯, ૩૦.

[illegible] = ક) પોહોંચવું, જહડપથી જવું; to reach, to go hastily; [illegible] અ. ભૂ. સંરા. પરસ્મૈ. ૧૦ મો વર્ગ ૩/૧ ય. ૫, ૧૩૧

ખ) ગોળ કરવું, ચક્રગતિ કરવી; to turn round, to revolve; [illegible] વર્ત. પરસ્મૈ. ૬ઠો વર્ગ ૩/૩ ય. ૧૨, ૨૫; [illegible] પ્રયો. અ. ભૂ. પરસ્મૈ ૩/૨ (Geld. [illegible]) ય. ૧૯, ૮૨.

ગ) પાછું ફરવું, પાછું ફરી જવું; to turn back, to revert; [illegible] પ્રયો. અ. ભૂ. આત્મને. ૩/૧ ય. ૧૩, ૮૯.

[illegible]-[illegible] = (કોઈ માણસ ઇઆ ચીજની) નજદીક આવવું—ફરવું; to turn, to come near; [illegible] [illegible]-[illegible] [illegible] મારી તરફ દયા ફેરવ—જાવ; turn thy mercy towards me; પ્રયો. આજ્ઞા. આત્મને. ૨/૧ ય. ૧૭, ૧૫.

[illegible]-[illegible] ક) પોહોંચવું, આવી પોહોંચવું; to

approach, to come down; [Avestan] [Avestan] he could not come down; (તે નીચે પોહોંચી શકયો નહી) શક્યા. પરસ્મૈ. ૩।૧ ય. ૫, ૬૨.

ખ) 'અવઈરિશ્ત' ઇખ્આને કોઇને જખ્મ કરવાના ઇરાદાથી તેના ઉપર ધસારો કરવાનો ગુનાહ કરવો; to commit the crime called *araoirishta*, q. v. [Avestan] વર્ત. પરસ્મૈ. ૩।૧ વં. ૪, ૨૨. ૨૫; [Avestan] ની પછીનો ક નકામો આવેલો ગણાય, અથવા તો + [Avestan] નો ટુંકો આકાર [Avestan] થયો હોય.

[Avestan] = દાખલ થવું, અંદર જવું; to enter, to go unto; [Avestan] (Geld. [Avestan]) આજ્ઞા. પરસ્મૈ. ૧।૧ ય. ૧૭, ૫૭; [Avestan] (Geld. [Avestan]) આજ્ઞા. પરસ્મૈ. ૨।૧ ય. ૧૭, ૬૦; [Avestan] ની માફક છેડેનો [Avestan] અસલ [Avestan] છે.

[Avestan] = આસપાસથી ઘેરી લેવું, બધી ગમથી ઢાંકી નાખવું; to cover all round; [Avestan] વર્ત. પરસ્મૈ. ૩।૩ ય. ૧૪, ૫૬; [Avestan] (આસપાસથી ઢાંકી નાખનારી) ફ. વિ. નાન્ય. ૧।૧ ય. ૧૧, ૨.

[Avestan] જુદું—છુટું પડવું; to separate; [Avestan] ... [Avestan] (Geld. [Avestan]) વર્ત. પરસ્મૈ. ૩।૧ ય. ૪, ૮.

[Avestan] આગળ જવું, પોહોંચવું, દાખલ થવું; to proceed, to reach, to enter; [Avestan] (પોહોંચાડે) પ્રયો. વર્ત. સંશ. પરસ્મૈ. ૩।૧ ય. ૧૦, ૮૬; [Avestan] (હું દાખલ કરૂં) પ્રયો. આજ્ઞા. પરસ્મૈ. ૧।૧ ય. ૯, ૩૧; એ ધાતુમાં [Avestan] ની પછી [Avestan] આવેલો છે. તે કદાચ [Avestan] નું ટુંકું રૂપ હોય.

[Avestan] = જુદું પડવું, છુટું પડવું; to separate; [Avestan] અ. ભૂ. સંશ. પરસ્મૈ. ૩।૧ વં. ૧૯, ૭. જુઓ [Avestan].

[Avestan] = સાથે જવું; સાથે મલી જવું; to unite, to join together; જુઓ [Avestan].

[Avestan] ([Avestan] ઉપરથી) સા. ના. હુમલો (હારશે); દુઃખ, સંકટ (દારમે.); દેવ-બદ રૂહનું નામ (સ્પી.); attack (H); distress (D); name of a Daeva or an evil spirit (Sp.); [Avestan] [Avestan] (Geld. [Avestan]) ય. ૪, ૩.

[Avestan] ([Avestan] ઉપરથી) સા. ના. નાન્ય. હાર, શેકસ્તગી, દુઃખ; defeat, distress; [Avestan] ૧।૧ ય. ૮, ૨૩; [Avestan] ૨।૧ ય. ૮, ૨૩. Contrast [Avestan] Yt. 8, 29.

[Avestan] સા. ના. માથા ઉપર બાંધવાની પોહોળી પટી; તાજ; a broad fillet; a diadem; ([Avestan] = broad); *vide* [Avestan]

[Avestan] (જુઓ [Avestan] તથા ૨ [Avestan] ક) સમાસ વિ. પોહોળાં માથાંવાળો (અસલ); (કુતરો જે) લાંબા બાહાર નીકળી આવેલા મોંહાડાંવાળો; having a broad head (lit); (a dog) with a long and thin muzzle; .... [Avestan] [Avestan] નર. ૨।૨ વં. ૧૩, ૨. ૪.

[Avestan] (જુઓ [Avestan] તથા ૧ ધા. [Avestan]) સમાસ વિ. રવાન (નાં સુખ) ને સજાવાર થતો; having a just claim for (the felicity of) the soul; [Avestan] (Wester. [Avestan]) નર. ૨।૩ ય. ૧૩, ૧૫૧.

[Avestan] = [Avestan] = ઉદ્ = Ger. Aus = Lat. Ex. = Out = [Avestan]*) ૧ ક્રિ. અ. ઉંચે, બુલંદીથી, ઉપર, ઘણું, સારી પેઠે, ઉંચે વેરથી; *adv.*, elevated, high, above, much, exceeding; જેમકે [Avestan] [Avestan] (બુલંદીથી ઉંચે પ્રકાશેછે) વં. ૨, ૪૦; [Avestan] [Avestan] [Avestan] (તણીએ) તેને ઉંચે વેરથી-સારી પેઠે પસવારયો (ય. ૧૭, ૨૨).

૨ ઉપ. ક) ઉંચે, ઉપર, બુલંદ, મ્હોટેથી, ઘણું; *prefix*: above, elevated, loudly, much; [Avestan] = બુલંદ પોહોંચવું (વં. ૧, ૧૫); [Avestan] ઉંચે પકડવું—ધરવું (વં. ૧૯, ૨૩); [Avestan] મ્હોટે સાદે—આવાજે જણાવવું (વં. ૧૯, ૫); [Avestan] ઉંચે વેરથી સ્નાન કરવું-ધોવું (વં. ૫,૫૪); [Avestan] उद्-स्था ઉભું થવું (વં. ૧૯, ૪); [Avestan] (= [Avestan] + [Avestan]) ઘણો બુરો-પાપી (ય. ૧૩, ૧૦૫).

ખ) બાહાર; out, outside, beyond; જેમકે [Avestan] બાહાર લઇ જવું, બાહાર કાહાડવું (વં. ૮,

* *E. g.* [Avestan] [Avestan] to cleanse, to scour.

૧૪). આહાર ખોદી કાહાડવું; વં. ૩, ૧૨.

ગ) સિવાય, વતરેાગે, નહી; except, exclusive of, without; જેમકે દિલની ગરમી—જીવ વગરનું, મુવેલું (વં. ૫, ૪૫); બુદ્ધિ વગરનું (વં. ૫, ૧૨); = નહી પરણુવું (પરણુવુંનું ઉલટું) (ય. ૧૭, ૫૯); કીધેલાને નહી કીધા બરાબર કરવેા = ગુનાહની તોબેશ કરવી (વં. ૧૩, ૩). કેટલીએક વખતે એ ઉપસર્ગ ક્રિયાપદની પાસેજ આવતેા નથી, પણુ તેની આગમચ, જરા દૂર આવેછે; જેમકે ... (વં. ૧૩, ૪૨. ૪૩); .... (વં. ૧૩, ૧૦. ૧૧); .... (ય. ૧૦, ૮૫); .... (ઈજી. ૧૨, ૨).

(જુઓ ધા.) સા. ના. મરજી, ખાહેશ; wish, desire; (ખુશીથી) ૩/૧ ય. ૧૦, ૧૦૮. Geld. એ પ્રમાણે સેતાં to bless, to wish happiness to; to exalt = સારૂ કરવું, કલ્યાન કરવું, બુલંદ કરવું.

વિશે જુઓ ૨

(જુઓ તથા) વિ. ઘણેા બુરેા—દુષ્ટ—પાપી; exceedingly bad—wicked—sinful. નર. ૬/૩ ય. ૧૩, ૧૦૫.

(જુઓ ધા.) સા. ના. નાન્ય. મરજી, ખુશી, ઇચ્છા; wish, desire; ૨/૧ (ક્રિ. અ.) (= ખુશીથી, મરજીથી, જાણી જોઇને voluntarily) વં. ૮, ૨૭; ૨/૧ વીસ્તા. ય. ૩૪. ૪૬. જુઓ

૧ (જુઓ ધા.) વિ. કૃ. ઇચ્છતાં, મરજી સાથે—થી; ખુશી થઇને; willing, inclined to anything; જુઓ;

૨ (જુઓ ૩ ધા.) વર્ત. કૃ. વિ. ચલકતું, પ્રકાશતું, ઝકઝક જતું; (પેહેલી ઝઝકબાંવાળી બામદાદની વખતે) નારી. ૨/૧ ય. ૧૪, ૨૦.

(અર્થ અચોકસ); = Ved. = એક જાતનેા જેહેરી રાપેા (હાઉગ); = (ઉવિનદિશ્માન); કરડી-કોતરીને ખાનારૂ એકજાતનું જાનવર (હારલે); કીડીઓનેા જથ્થેા (દારમે.); (meaning unsettled); a poisonous plant (Haug); a bug (Windis.); a gnawing insect (Har.); a swarm of ants (Dar.); ૨/૧ વં. ૧, ૯.

૧ , વિ ના. નર. () , = کاوس = કૈકાઉસ; Kava Usa, Kai Kâus, son of Kavi Kavâta (Kaikobâd) the founder of the Kayânian dynasty. He is said to have made an unsuccessful attempt to reach heaven, through the instigation of Ahriman. 'કાઉસ' બોલમાંજ આવી ચુકેા; કેકેાબાદ, કેખસરૂમાં 'કે' જુદેા આવ્યેા, તે ઉપરથી 'કાઉસ' માંથી તેની આગમચ, 'કે' ઉમેરેલેા દીસેછે; ૬/૧ ય. ૫, ૪૫; ય. ૧૪, ૩૯; આફ્રે. પેગમ. જર. ૨; ૨/૧ ય. ૧૯, ૭૧; ૬/૧ ય. ૧૩, ૧૩૨. (જુઓ મોદી.)

૨ વિ. ના. નર. મજદયસ્ન નામના શખ્સનેા છેાકરેા; name of an illustrious personage; son of Mazdayasna. ૬/૧ ય. ૧૩, ૧૨૧.

વિ. ના. નર. કીક, કરપ ઇત્યાદિની માફક દેવ ઇઆ બુરા માણુસની ચેાકસ જાત; a sect of Daevas or miscreants; ૧/૧ ઇજી. ૪૬, ૨૦; the Pehlvi translation has a pure transcript, viz., (જુઓ મોદી.)

વિ. ના. નર. નામાંકિત પુરૂષનું નામ; name of an illustrious personage; ૬/૧ ય. ૧૩, ૧૧૩. ૧૪૦. (જુઓ મોદી.)

(જુઓ તથા ધા.) વિ. ઇજાવેલી-ઇજીને પવિત્ર કીધેલી (મ્યજદ); (Myazda) consecrated with blessings; ૬/૩ વં. ૧૮, ૧૨.

વિશે જુઓ ધા.

, વિશે જુઓ ધા.

(ઉપરથી) વિ. ઉંચું; high;

(ઉંચે વેરથી, ઉંચે સુધી; high up) પા૧ (ક્રિ. અ.) ય. ૫, ६४; ય. ૧૩, ૧૦૭; ય. ૧૫, ૫૪.

[Avestan] (જુઓ [Avestan] તથા [Avestan]) વિ. બુલંદ દરજ્જાની જીંદગીવાળો; of an exalted life; [Avestan] નર. ૮/૧ આફ્. પેગમ. ૭૨. ૧.

[Avestan] (= उत्तान) (જુઓ ધા. [Avestan]) વિ. આજીજીની રીતે ઉંચા કીધેલા-ધરેલા (હાથ); લંબાવીને આસ્માન તરફ કીધેલા (હાથ); (hands) stretched out (with the face upwards in a supplicating posture); [Avestan] · · [Avestan] નર. ૩/૩ ઇજ. ૨૯, ૫. જુઓ [Avestan]

[Avestan] (= उत्तानहस्त) (જુઓ [Avestan] તથા [Avestan]) સમાસ વિ. આજીજીની રીતે આસ્માન તરફ હાથ ઉંચા કરીને; with hands stretched forth in entreaty; [Avestan] નર. ૧/૧ ઇજ. ૨૮, ૧.

[Avestan] (= उत्तम) ([Avestan] ઉપરથી) અતિ. વિ. સઉથી બુલંદ-ઉપર, સઉથી આખેરનું, છેલ્લું; highest; ultimate; last; [Avestan] ૨/૧; [Avestan] [Avestan] (જીંદગીના આખેરીના છેડામાં at the last ending of life) ૭/૧ ઇજ. ૭૧, ૧૮; ય. ૨૧, ૧૫.

[Avestan] [Avestan] ઉંઘમાંથી (જાગી) કોર મંડીને changing the side after awaking from sleep; rt. [Avestan] to turn the side; orig. [Avestan]; [Avestan] વર્ત. કૃ. નર. ૧/૧ ય. ૨૨, ૧૧.

[Avestan] ([Avestan] ઉપરથી) સા. ના. નારી. ઉંચાઈ, બુલંદી; height, altitude; [Avestan] ૨/૧ ઇજ. ૧૦, ૧૩.

[Avestan] (= [Avestan] + [Avestan]; જુઓ ધા. [Avestan]) સા. ના. નારી. ઉંચે વેરથી ધોવું—સ્નાન કરવું; washing (the whole body) from the top; [Avestan] ૨/૧ વં. ૮, ૯૮.

[Avestan] વિ. ના. નર. નામાંકિત પુરૂષનું નામ; name of an illustrious personage; [Avestan] ६/૧ ય. ૧૩, ૧૧૭. (જુઓ મોદી.)

[Avestan] (Wester. [Avestan]) વિ. ના. નર. [Avestan] [Avestan] = કુટુંબનું નામ (દારમે); [Avestan] = અજમાએશ પામેલા (સ્પી., યુસ્તી); name of a family (Dar); the experienced Çaenas (Sp. & J.); [Avestan] નર. ६/૧ ય. ૧૩, ૧૨૬. (જુઓ મોદી.)

[Avestan] વિ. ના. નર. પુરૂષનું નામ; name of a person; [Avestan] ६/૧ ય. ૧૩, ૧૨૧.

[Avestan] વિશે જુઓ ધા. [Avestan]

[Avestan] વ. ના. નર. એ નામના બે પુરૂષ થયા છે; ૧ [Avestan] નો છોકરો; ૨ [Avestan] [Avestan] નો છોકરો; એ બેહુનાં ફ્રોહરને આરાધ્યાં છે; two persons of the same name: (1) son of Paeshata; (2) son of Paeshatangh; [Avestan] ६/૧ ય. ૧૩, ૯૭. ૧૨૦.

[Avestan] વિશે જુઓ ધા. [Avestan]

[Avestan] વિશે જુઓ [Avestan]

[Avestan] (જુઓ [Avestan]) સા. ના. (અર્થ અચોક્કસ); નાહનેા મેવો-ફળ (સ્પી. તથા યુસ્તી); વગર છાલનો મેવો (હાઉગ); ખીર જેવો નહી બનાવેલો (દુધનો) નરમ ખોરાક; meaning unsettled); a small fruit (Sp. & J.); fruits without rind (Haug); (milk) without pap (D.); [Avestan] ६/૩ વં. ૫,૫૨.

[Avestan] વિશે જુઓ ધા. [Avestan]

૧ [Avestan] = उष = ક) બળવું, ગરમી આપવી; પ્રકાશવું; to burn; to communicate heat; to shine; જુઓ [Avestan], [Avestan]

પ) બાળી નાખવું; to burn, to consume with fire; જુઓ [Avestan]

૨ [Avestan] = कष = આજારી પડવું, બીમાર થવું; to be sick or ill; જુઓ [Avestan]

[Avestan] વિ. ના. નર. પાહાડનું નામ; name of a mountain; [Avestan] ૧/૧ ય. ૧૯, ૫. (જુઓ મોદી.)

[Avestan], [Avestan] (उषस् = Lat. Aurora = Aurora) (જુઓ ૧ ધા. [Avestan]) સા. ના. ક)

સવારનાં ઝઝકલાંનો વખત, બામદાદ; the break of day, dawn. [Avestan] નારી. ૨|૧ ગેહ ૫, ૫; [Avestan] નારી. ૨|૧ વં. ૧૩, ૧. ૨. ૫. ૬; વં. ૧૮, ૧૫. ૨૩; ય. ૫, ૬૨; ય. ૧૬, ૨૦; ય. ૧૫, ૫૫; ગેહ ૫, ૫; [Avestan] નર. ૨|૧ વં. ૧૩, ૧; [Avestan] ૨|૩ ઇજ઼. ૪૪, ૫; [Avestan] ૨|૩ હાદો. નુસ્ક. ૪૧; [Avestan] ૭|૩ વં. ૨૧, ૩. જુઓ [Avestan]

બ) [Avestan] = સવારનાં ઝઝકલાંની રોશનીની જગા=પૂર્વ દિશા; that part of the heavens where the morning light appears, *i. e.*, the East. [Avestan] .. [Avestan] (નુરવાળી પૂર્વ દિશાએથી) નારી. ૫|૧ ય. ૮, ૩૫. [Avestan] Wester.

[Avestan] (= [Avestan]) (જુઓ [Avestan]) વિ. પૂર્વ તરફ; eastern; [Avestan] એ 'તરફ, દિશા' બતલાવનારો પ્રત્યય છે; suffix implying direction; *e. g.*, [Avestan] western પશ્ચિમ તરફ; [Avestan] southern દક્ષિણ તરફ; [Avestan] northern ઉત્તર દિશા તરફ; [Avestan] + [Avestan] = [Avestan]; [Avestan] ૩|૧ વં. ૧, ૧૯; [Avestan] ૫|૧ વં. ૧૯, ૫; [Avestan] ૭|૧ ઇજ઼. ૫૭, ૨૯; ય. ૧૦, ૧૦૪; [Avestan] ૫|૩ વં. ૧૯, ૫.

[Avestan] (= [Avestan]) ([Avestan] ઉપરથી) વિ. ના. નર. ઉશાહેન ગેહ; સવારનું ઝઝકલું શરૂ થાએ તેઆરથી તે સુરજ ઊગે ત્યાંહાં સુધીનો વખત (અસલ.); રાતના બાર વાગાથી તે ઝઝકલું દેખાએ ત્યાંહાં સુધીનો વખત (હાલની રીત પ્રમાણે); Ushahin Geh; the time between the morning twilight and the rising of the sun (orig.); the time between twelve o'clock at night and the morning twilight; *vide* [Avestan]; [Avestan] ૨|૧ ઇજ઼. ૨, ૭; ગેહ ૫, ૫; [Avestan] ૪|૧ ઇજ઼. ૧, ૭; ઇજ઼. ૩, ૯; ગેહ ૫, ૧; [Avestan] [Avestan] ૮|૧ ઇજ઼. ૧, ૨૦.

[Avestan] (= [Avestan] = هوش) (જુઓ ૧ ધા. [Avestan] ક) સા. ના. નાન્ય. હુશિયારી, હોશ, ધ્યાન; intelligence, understanding; mind; [Avestan] ૨|૧ ય. ૧, ૨૮. ૩૧; ય. ૧૧, ૨; ય. ૧૪, ૫૬; ઇજ઼. ૯, ૨૮; ઇજ઼. ૬૨, ૪; વીસ્પ. ૧૫. ૧; [Avestan] (Geld. [Avestan]) ૩|૧ ઇજ઼. ૪૩, ૧૫.

[Avestan] (= [Avestan]) (જુઓ [Avestan] તથા [Avestan]) સમાસ ના. નાન્ય. હુશિયારીથી ધ્યાનમાં લેવું-સમજવું, મનમાં યાદ રાખવું; holding in mind; [Avestan] ૨|૧ ઇજ઼. ૨૨, ૨૫; ઇજ઼. ૨૫, ૬; સીરો. ૧, ૨૯; સીરો. ૨, ૨૯.

[Avestan] (= [Avestan]) (જુઓ [Avestan] તથા [Avestan]) વિ. ના. નર. હુશિયારી રાખવું (અસલ અર્થ); પાહાડનું નામ છે, અને તે પેગમબર જરતોશતના દીન લાવવાની બીના સાથે જોડાએલો છે. વધારે ખોલાસા માટે જુઓ ઓરદેહ અવસ્તા બા માએની, હોરમજદ યશતના ૨૮ મા ફકરાની નોટ; the name of the mountain, on which Ahura Mazda revealed His religion to Zoroaster. The Bundehesh places it in Soistan. [Avestan] ૧|૧ ય. ૧૯, ૨; [Avestan] [Avestan] ૨|૧ ઇજ઼. ૨, ૧૪; ઇજ઼. ૨૫, ૭; [Avestan] .... [Avestan] ય. ૧, ૨૮. ૩૧; [Avestan] ૬|૧ ઇજ઼. ૧, ૧૪; ઇજ઼. ૩, ૧૬; ય. ૧૯, ૦. ૯૭; સીરો. ૧, ૨૯.

[Avestan] (જુઓ [Avestan] તથા ૧ ધા. [Avestan]) સમાસ વિ. હુશિયારી આપનાર; એ બોલ [Avestan] નામના પાહાડનાં વિશેષણ તરીકે આવેછે, જે પાહાડ ઉપર પેગમબર જરતોશતને દાદાર હોરમજદ સાથે દીન બાબે વાતચીત થઈ અને ધર્મ બાબે બધી હુશિયારી હાંસેલ થઈ; (the mountain) that gives intelligence; [Avestan] ૧|૧ ય. ૧૯, ૨. ૬૬; [Avestan] ૨|૧ ય. ૧, ૨૮. ૩૧.

[Avestan], [Avestan] સમાસ ના. નાન્ય. બોહોળી અકલ, ઘણી હુશિયારી; wide mental light; [Avestan] = [Avestan] + [Avestan] = [Avestan] + [Avestan]; [Avestan] ૩|૧ ઇજ઼. ૩૪, ૭; [Avestan] ૪|૧ ઇજ઼. ૩૨, ૧૬.

[Avestan] (જુઓ ૧ ધા. [Avestan] ક) ક વિ. તંદરોસ્ત, નિરોગી; healthy, hale; vigorous; [Avestan] નર. ૨|૧ ય. ૧૯, ૪૨; [Avestan] .... [Avestan] [Avestan] નર. ૬|૧ આફ્રી. ગાહામ. ૩.

ખ) સા. ના. નારી. આબાદી, ચઢતી કળા, તંદરોસ્તી, દિલની ગરમી; કેટલાએક વખત અંગ્રેજી 'Hail!' (જય જય) ની મતલબે વપરાએલો આવેછે; prosperity, good fortune, health; vitality; hail! [illegible] અએ નર! તુંને એ પ્રમાણે આબાદી-બેહોદાઈ (હોજો)! ૧/૧ વં. ૭, ૫૨; [illegible] નું ઉલટું [illegible] તથા [illegible] આવેછે, જેનો અર્થ 'દુ:ખ, હાર, શોક, અફસોસ' થાએછે; જુઓ ય. ૮, ૨૩; ય. ૧૦, ૧૩૮. [illegible] ઇજ. ૯, ૨૫; ઇજ. ૬૨, ૧; વીસ્પ. ૧૩, ૧; વીસ્પ. ૧૮, ૧; ય. ૮, ૨૯; ય. ૧૦, ૯૧. ૧૩૭; [illegible] ૧/૧ ઇજ. ૨૦, ૨; ઇજ. ૩૦, ૧૧; ઇજ. ૪૩, ૧; ઇજ. ૫૧, ૮; [illegible] (Geld. [illegible] Hail to us!) ય. ૧૩, ૯૮; [illegible] ૩/૧ ઇજ. ૩૩, ૧૦; [illegible] (અને આબાદીથી) ૩/૧ ઇજ. ૮, ૫; ઇજ. ૪૧, ૪.

[illegible] વિ. ના. નર. પાહાડનું નામ; name of a mountain; [illegible] ૧/૧ ય. ૧૯, ૫.

[illegible] ([illegible] ક ઉપરથી) સા. ના. નારી. તંદરોસ્તી, સુખ, આબાદી, ફતેહ; health, happiness, prosperity, success; [illegible] ૨/૧ ઇજ. ૨૧, ૮; ઇજ. ૭૧, ૧૬; વીસ્પ. ૧૮, ૧; ય. ૮, ૨૯; ય. ૧૩, ૯૩; હાદો. નુસ્ક. ૨ (= ય. ૨૨, ૨); [illegible] ૪/૧ વીશ્તા. ય. ૩૩ (= ય. ૨૪, ૩૩); [illegible] ૭/૧ ઇજ. ૨૧, ૪; વીસ્પ. ૧૮, ૨.

[illegible] વિશે જુઓ [illegible]

[illegible] ([illegible] ઉપરથી) વિ. જાન રાખનાર, જાનવાળો, જાનદાર; possessing life; living (creature); [illegible] નર. ૧/૧ ય. ૧૩, ૧૨૯; [illegible] નર. ૬/૩ ય. ૧૪, ૨૦.

[illegible] (જુઓ [illegible] તથા [illegible]) સમાસ ના. નારી. તંદરોસ્તી આપનારી ભેટ, ઇઆને જે ભેટ અર્પણ કીધાથી તંદરોસ્તી-સુખાકારી હાંસેલ થાએ; a healthful offering, *i. e.*, an offering conducive to health; [illegible] ૨/૧ ઇજ. ૬૦, ૬; ઇજ. ૬૨, ૧. ૭; [illegible] (૨/૧ ને બદલે) ઇજ. ૬૮, ૧૮.

૧ [illegible] (= [illegible], [illegible], [illegible]) વિ. નારી. તંદરોસ્તી-આબાદી આપનાર (અસલ); [illegible] [illegible] (વિ. ના. નારી) = [illegible] = એોશ્તવદ ગાથા; પેગમબર જરતોશ્તના પાંચ ગાથાઓમાંનો બીજા ગાથા. [illegible] બોલથી શરૂ થાએછે તે ઉપરથી એ નામ આપવામાં આવ્યું; 'બેહેશ્તી રવાન બેહેશ્તમાં જવા આગમચ એ ગાથાના શબ્દો એોચરેછે.' એ ગાથાના હા, ઇજ. ૪૩-૪૬; giving health and prosperity (lit.); the second of the five Gâthâs of Zoroaster consisting of Yaç. 43–46. It is so named from its first word [illegible] The souls of the pious and the blessed chant the hymnic words [illegible] [illegible] [illegible] [illegible] &c., before they enter their celestial residence. [illegible] [illegible] ૨/૧ વીસ્પ. ૨, ૮; ઇજ. ૪૬, ૨૦; ઇજ. ૭૧, ૧૬; હાદો. નુસ્ક. ૨; આફ્. ગાથા. ૩; ગેહ ૨, ૫; [illegible] [illegible] (એોશ્તવદ હા) ૨/૧ ઇજ. ૪૩, ૧૭; [illegible] [illegible] ૬/૧ વં. ૧૯, ૩૮; ઇજ. ૪૬, ૨૦; વીસ્પ. ૧, ૬; આફ્. ગાથા ૧.

૨ [illegible] વિ. ના. નારી. એક નામીચી સ્ત્રીનું નામ; name of an illustrious woman; [illegible] ૬/૧ ય. ૧૩, ૧૩૯. (જુઓ મોદી.)

[illegible] ([illegible] ખ ઉપરથી) વિ. તંદરોસ્તી આપનાર, સુખવાસી (અસલ); અફ્ગાનીસ્તાનમાં આવેલા પાહાડનું નામ; health-giving, prosperous (lit.); name of a mountain in Afghanistan (Geld.); [illegible] નારી. ૧/૧ ય. ૧૯, ૬.

[illegible] (જુઓ [illegible] ખ તથા [illegible]) સમાસ ના. નર. તંદરોસ્તી-જીવની શક્તિ આપનાર સાહેબ (અસલ.); વૃદ્ધિ કરનાર-બખશેશ કરનાર સાહેબ; the bestower (orig., the master) of health and the vigour of life (lit.); the lord of prosperity or gift; [illegible] (Geld. [illegible]) ૨/૧ ઇજ. ૨૯, ૨.

[illegible] વિ. ના. નર. નામાંકિત પુરૂષનું નામ; name of an illustrious personage; [illegible] ૬/૧ ય. ૧૩, ૧૧૬.

[illegible], [illegible] (જુઓ ૧ ધા. [illegible]) ક સા. ના. નર. દિલની ગરમી (અસલ.); જીવ; the heat of the heart (lit.); life; [illegible] ૨|૧ વં. ૭, ७१; વં. ૧૮, ૫; વં. ૧૯, ૭; [illegible] ૨|૧ ઇજિ. ૧૧, ૧૮; ઇજિ. ૧૩, ૪; ઇજિ. ૧૪, ૨; ઇજિ. ૩૧, ૧૧; ઇજિ. ૩૩, ૧૮; વીસ્પ. ૫, ૨; [illegible] ૨|૧ વં. ૫, ૯; [illegible] (દમ-જીવ સાથે, પુર તેજીથી) ૩|૧ ઇજિ. ૪૩, ૧૬; [illegible] ૪|૧ ઇજિ. ૩૮, ૧૮; [illegible] ૬|૧ ઇજિ. ૯, ૧૯; ઇજિ. ૧૨, ૩; ય. ૧૯, ૪૮; આફ્રિ. ગાહામ. ૧૪; [illegible] ૨|૩ ઇજિ. ૫૫, ૧; [illegible] [illegible] ૭|૩ ઇજિ. ૫, ૩; ઇજિ. ૩૧, ૩; જુઓ [illegible] તથા નીચેનો બોલ.

[illegible] (જુઓ [illegible] તથા [illegible]) સમાસ ના. જાનની ખાહેશ, જાનનો પીઆર; the love of life; [illegible] ૬|૧ ય. ૧૯, ૪૮.

[illegible] (જુઓ ધા. [illegible]) સા. ના. નારી. મરજી, ઇચ્છા; wish, desire; [illegible] ૧|૧ ઇજિ. ૪૮, ૮; [illegible] ૨|૧ વં. ૨, ૧૧. ૧૫. ૧૯; [illegible] (Wester. [illegible]) ય. ૮, ૭.

૧ [illegible] (= [illegible] = उष्ट्र = شتر) સા. ના. નર. ઉંટ: a camel; પ્રોફે. પિક્ટે (Prof. Pictet) એ બોલને [illegible] = वश = તાબે થવું ઉપરથી નીકળેલો ગણેછે; સેહેલાઈથી વશ-જેર થાએ તેવું જાનવર (અસલ); [illegible] ૬|૧ વં. ૯, ૩૧; વં. ૧૮, ૧૧; [illegible] ૧|૩ ય. ૧૭, ૧૩; [illegible] ૬|૩ વં. ૨૨, ૩. ૧૦. ૧૬. ૨૦; ય. ૮, ૨૮; ય. ૯, ૩૦; આફ્રિ. ગાહામ. ૧૦.

૨ [illegible] વિ. ના. નર. નામાંકિત પુરૂષનું નામ; name of an illustrious personage; [illegible] ૬|૧ ય. ૧૩, ૧૧૫. (જુઓ બોદી.)

[illegible] ([illegible]) (જુઓ ૧ [illegible] તથા [illegible]) સમાસ ના. નારી. સાંઢણી; a she-camel; [illegible] ૧|૧ વં. ૭, ૪૨. Comp. [illegible] [illegible] a he-camel.

[illegible] (= [illegible] = उष्ट्रस्थान) (જુઓ ૧ [illegible] તથા [illegible]) સમાસ ના. નર. ઉંટને રાખવાની જગા, ઉંટનું થાન; a camel-stall; [illegible] ૨|૧ વં. ૧૫, ૨૪; [illegible] ૭|૩ વં. ૧૫, ૨૩.

[illegible] ([illegible] ઉપરથી) સમાસ વિ. ઉંટના તબેલાને લગતો, ઉંટના તબેલાને ભાડે રાખનાર; the owner or the keeper of the camel-stall; [illegible] નર. ૧|૧ વં. ૧૫, ૨૪.

[illegible]

[illegible] = ऊन् = ઓછું થવું, ખાલી થવું, તંગીમાં હોવું, હાજતમંદ થવું; to decrease, to be empty, to be in want: એજ ધાતુ ઉપરથી અંગ્રેજીમાં Want (તંગી) બોલ નીકળેલો છે. જુઓ [illegible], [illegible], [illegible]

૧ [illegible] (= [illegible]) (જુઓ ૪ ધા. [illegible], [illegible]) સા. ના. નાન્ય. ચરબી, ચીકાસ, રસી: grease, matter excreted from a dead body; [illegible] ૨|૧ વં. ૬, ૧૦. ૧૨. ૧૪. ૧૬. ૧૮. ૨૦. ૨૨. ૨૮.

૨ [illegible] સા. ના. નાન્ય. ફાએદો (સ્પી. તથા યુસ્તી); સુખ (હારલે.); આબાદી (દારમે.); મદદ (મિલ્સ): profit (Sp. & J.); happiness (Har.); prosperity (Dar.); help (M.); [illegible] ૬|૧ ઇજિ. ૪૬, ૩.

[illegible] (જુઓ ૧ [illegible] તથા ધા. [illegible]) સમાસ ના. નાન્ય. ચિકાસ-રસીનું વેહેવું; the flowing of grease or excreted matter; [illegible] ૧|૧ વં. ૬, ૧૦. ૧૨. ૧૪. ૧૬. ૧૮. ૨૦. ૨૨. ૨૮.

[illegible] (= ऊन) (જુઓ ધા. [illegible]) ક ભૂ. કૃ. વિ. ખાલી થએલું (અસલ.); હાજતમંદ, ગરજમંદ, તંગીવાળો; આએ ઠેકાણે ભૂ. કૃ. ના [illegible] ને બદલે, [illegible] પ્રત્યય લાગો (જુઓ મારૂં અવસ્તા વ્યાકરણ, સફો ૨૬૪ મો); emptied (lit.); needy, indigent; [illegible] નર. ૨|૧ વં. ૨૨, ૫. ૧૨. ૧૮.

ખ) સા. ના. નારી. તંગી, ગરીબાઈ, દરિદ્રતા; need, indigence; misery; [illegible] ૨|૧ ઇજિ. ૧૦, ૧૫.

[illegible] વિશે જુઓ [illegible]

[illegible] વિશે જુઓ [illegible]

દ

દ ([illegible] ને બદલે ; જુઓ [illegible]) ઉપ. સિવાય, વગરેગે, નહી ; એ ઉપસર્ગ [illegible] થી શરૂ થતા ચોકસ બોલોની આગમચ આવેછે ; a prefix used generally before words beginning with [illegible], implying 'negation, privation, absence,' *vide* [illegible]; *e. g.*, [illegible] = નહી તમામ ઉંઘ કાહાડનાર, ઇઆને જોઇએ તેટલી ઉંઘ કાહાડનાર (વં. ૧૩, ૪૬); [illegible] = કામ કરવાને અશક્ત, નાતવાન (વં. ૧૮, ૩૦); [illegible] = નહી પામતો (વં. ૧૩, ૨૮); [illegible] = નહી જાણતો (યજ. ૩૧, ૧૨); [illegible] = કુટુંબ વગરનો (વં. ૮, ૪૭).

[illegible] વિ. ના. નર. એક નામીચા તીર-અંદાજનું નામ ; એના ઓળાસા બાબે જુઓ બોરદેહ અવસ્તા બામાએની, તીર યશ્ત, ૬ ઠોકરો; Erekhsha, well known in the later writings by the name of ارش شیوا تیر (Pehl. Arish Shivâtir; Av. [illegible]) was the best archer in the Iranian army. When Minochehr and Afrâsyâb agreed to fix the boundary between Iran and Turan, Erekhsha was directed to discharge an arrow from Mount Damâvand, and the place in which the arrow fell was to form the boundary between the two kingdoms. [illegible] ૧|૧ ય. ૮, ૬.

[illegible] ([illegible] = [illegible]) (જુઓ ધા. [illegible]) વર્ત. કૃ. વિ. ઘનઘાતું, વાસ મારતું; stinking; [illegible] નાન્ય. ૩|૧ ય. ૧૯, ૪૪; [illegible] નારી. ૩|૧ વં. ૭, ૨. ૩. ૫; વં. ૮, ૧૬-૧૮. ૭૧; વં. ૯, ૨૬; [illegible] ૫|૧ ય. ૪, ૭; [illegible] નર. ૬|૧ વં. ૧૯, ૪૭; [illegible] નારી. ૬|૩ વ. ૧૪, ૬.

[illegible] (જુઓ [illegible] તથા [illegible] ખ) કૃ સમાસ કૃ. વિ. રાસ્ત બોલેલો (સખુન); truthfully spoken; rightly uttered; [illegible] નર. ૧|૧ ય. ૧૯, ૯૬; [illegible] નર. ૧|૧ ય. ૨૧, ૮; [illegible] નાન્ય. ૪|૧ યજ. ૩૧, ૧૯; [illegible] નાન્ય. ૫|૧ ય. ૫, ૭૬; [illegible] ૬|૩ યજ. ૯, ૨૫.

ખ) સમાસ ના. નર. રાસ્ત- સાચ્ચો સખુન બોલનાર; a truthful or correct speaker; [illegible] ૮|૧ યજ. ૬૪, ૧૯.

[illegible] (અસલ રૂપ [illegible]+[illegible]; જુઓ ૧ ધા. [illegible]) સમાસ ના. નર. રાસ્તીથી ચાલનાર, પ્રમાણિક જીંદગી ગુજારનાર ; one who passes his life honestly ; અગરજો એમ બોલને [illegible]+[illegible] ઉપરથી લઇએતો, એનો અર્થ 'સાચ્ચો સખુન બોલનાર' થાએ ; પછી [illegible] નો [illegible] થયો ; a truth-speaker ([illegible]+[illegible]); [illegible] ૬|૩ યજ. ૪૮, ૯.

[illegible] (જુઓ [illegible] તથા ૩ ધા. [illegible]) સમાસ ના. નર. રાસ્ત-પ્રમાણિક રીતે જીંદગી ગુજારનાર; one who lives honestly—truthfully ; [illegible] ૮|૧ યજ. ૫૩, ૯; [illegible] ૧|૩ યજ. ૫૦, ૨.

[illegible] (જુઓ [illegible] તથા ૩ ધા. [illegible]) સમાસ ના. રાસ્ત—પ્રમાણિકપણાથી જીંદગી ગુજારવી; living truthfully or honestly; [illegible] ૭|૧ યજ. ૨૯, ૫.

[illegible] (= रजत = Fr. Argent = Lat. Argentum) (જુઓ ૧ ધા. [illegible]) સા. ના. નાન્ય. રૂપું, ચાંદી; silver; [illegible] ૨|૧ ય. ૧૭, ૧૮; જુઓ [illegible]

ખ) વિ. રૂપાનું, રૂપેરી; of silver, silver; [illegible] ના-ય. ૧|૧ વં. ૧૪, ૧૧; [illegible] ૨|૧ ય. ૫, ૧૨૯.

[illegible], [illegible] ([illegible] ઉપરથી) વિ. રૂપેરી; of silver, silver ; [illegible] ૧|૧ વં. ૭, ૧૪; [illegible] ૩|૧ યજ. ૧૦, ૧૭; [illegible] ૧|૩ ય. ૧૦, ૧૨૫.

[illegible] (જુઓ [illegible] ખ તથા [illegible]) સમાસ વિ. રૂપેરી લડાઇની ટોપી-કોલાહ પેહેરનાર; (a warrior) with a silver helmet ; [illegible] નર. ૨|૧ ય. ૧૦, ૧૧૨.

[illegible] (જુઓ [illegible] તથા [illegible]) સમાસ વિ. રૂપાંને પિગળાવાને લગતુ-ઓતવાને-ઘડવાને લગતું કારખાનું; (a foundry) for melting silver and moulding it into various forms; [illegible] [illegible] [illegible] (રૂપાંને

પિગળાવી તેની જુદી જુદી જીનસો ઘડવાનાં કાર-ખાનામાંથી) નર. ૫|૧ વં. ૮, ૮૮.

૧ [Avestan] (જુઓ ૨ ધા. [Avestan]) સા. ના. નારી. સરચાઈ, રાસ્તી: uprightness, truthfulness ; [Avestan] (= રાસ્તીનું મૂળ) ૬|૧ ય. ૧૪, ૨૯. ૩૧. ૩૩.

૨ [Avestan] વિ. ના. અફગાનીસ્તાનમાં આવેલી નદીનું નામ (ગેલ્ડનર); name of a river in Afghanistan (Geld.); [Avestan] નારી. ૧|૧ ય. ૧૯, ૬૭.

૧ [Avestan] (= ऋजिप्य) સા. ના. નર. બાજ પક્ષિ, સકરો; શાહબાજ; a falcon; જુઓ [Avestan]

૨ [Avestan] વિ. ના. નર. પાહાડનું નામ; name of a mountain, probably a peak of the Alborz, on which Kai Kâus prayed to Ardvi Súra to enable him to conquer the Devs, the Pairikas and the Yâtus. Mount Erezifya has been supposed to be the same as the Sariphi Montes in Ptolemaeus, which stretch between Margiana and Ariana—from Bournouf (Dar.); [Avestan] ૧|૧ ય. ૧૯, ૨; [Avestan] (એરેજીફ્ય નામના પાહાડ ઉપરથી) ૫|૧ ય. ૫, ૪૫.

[Avestan] (જુઓ [Avestan]) સમાસ વિ. બાજ પક્ષિનાં પીછાંવાળો, શાહબાજનાં પીછાંવાળો (તીર); falcon-feathered (arrows); [Avestan] નર. ૧|૩ વં. ૧૭, ૯. ૧૦; ય. ૧૦, ૩૯; [Avestan] નર. ૨|૩ ય. ૧૦, ૧૦૧.

[Avestan] વિ. ના. નર. પાહાડનું નામ; name of a mountain; [Avestan] ૧|૧ ય. ૧૯, ૨. (જુઓ માદી.)

૧ [Avestan] (= ऋजु = Arch) (જુઓ ૨ ધા. [Avestan]) વિ. ખરૂ, વાજબી, ખાલેસ, સારચું; right, just, righteous; [Avestan] નર. ૧|૧ ઇજ. ૩૩, ૬; [Avestan] નર. ૬|૧ ઇજ. ૫૧, ૧૩; [Avestan] નર. ૮|૧ વં. ૫, ૧૭. ૨૧; વં. ૧૦, ૧૯; વં. ૧૮, ૭. ૧૩. ૬૦. ૬૬; ઇજ. ૯, ૧૩; ય. ૫, ૮૯; ય. ૧૨, ૨; Frag. 4, 1 [Avestan] (Geld. [Avestan]) ૧|૩ ઇજ. ૩૩, ૧; [Avestan] ૨|૩ ઇજ. ૩૩, ૫; ઇજ. ૪૩, ૩; ઇજ. ૫૩, ૨.

૨ [Avestan] (જુઓ ૨ ધા. [Avestan]) સા. ના. નર. હાથનું આંગળું, a finger; પગનાં આંગળાંને માટે [Avestan] (a toe) આવેછે; [Avestan] = (સઉથી નાંહલી-છેલ્લી આંગળીનું) વં. ૬, ૧૦; વં. ૧૭, ૭; [Avestan] (વચલાં આંગળાંનું; જો હાથનો અંગુઠો અને ત્રીજું આંગળું બાદ કરીએ તો, છેલ્લી આંગળીની પાસેનું આંગળું; અને એવીજ મતલબે એ બોલ વપરાએલો છે) ૬|૧ વં ૬, ૧૨; [Avestan] (સઉથી મ્હોટાં આંગળાંનું, ત્રીજાં આંગળાંનું) ૬|૧ વં. ૬, ૧૪; [Avestan] ૨|૨ વં. ૯, ૬. ૭. ૯; [Avestan] ૧|૩ વં. ૬, ૪૩; વં. ૯, ૨૯; [Avestan] ૨|૩ વં ૯, ૬. ૭. ૯. ૨૯; જુઓ [Avestan]

૩ [Avestan] વિ. ના. નર. નામાંકિત પુરૂષનું નામ ; name of an illustrious personage. According to the Dinkard, Erezu and Srûto-spâd, Zrayangh and Spento Khratu flourished about the middle of the Parthian dynasty. Four hundred years after the rise of Zoroastrianism comes the persecution of the Âshmogh *Rashné-rísh*, and the high-priest *Arezvák* (Av. [Avestan]) with his three colleagues (mentioned above) confirms the Zoroastrians in their faith (Dar.); [Avestan] ૬|૨ ય. ૧૩, ૧૧૫.

[Avestan] વિ. ના. નર. પાહાડનું નામ; name of a mountain; same as [Avestan] q. v.; [Avestan] ૧|૧ ય. ૧૯, ૨. (જુઓ માદી.)

[Avestan] (જુઓ ૨ [Avestan] અને [Avestan]) સમાસ વિ. હાથનાં આંગળાં જેટલું મ્હોટું (હાડકું); [Avestan] . . . [Avestan] (a bone as large as a finger) નર. ૨|૧ વં. ૬, ૧૬.

[Avestan] સા. ના. નારી. જુવાનીનું જોર, જોબન: મરદી; youthful vigour ; [Avestan] ૨|૧ ય. ૮, ૧૪.

[Avestan] વિ. ના. નર. નામાંકિત પુરૂષનું નામ; name of an illustrious personage; the high-priest of the Karshvare Vouru-bareshti; [Avestan] ક્રો૧ ય. ૧૩, ૧૨૧. (જુઓ માદી.)

[Avestan] (જુઓ ૧ ધા. [Avestan]) વિ. પાક, પવિત્ર, ખાલેસીવાળો; pure, holy, righteous; [Avestan] નર. ક્રો૧ ય. ૧૩, ૧૨૫; [Avestan] નારી. ક્રો૧ ય. ૫, ૬૪; ય. ૧૩, ૧૦૭; જુઓ ૧ ધા. [Avestan] ઉપરથી લઈએ તો ય. ૫, ૬૪; ય. ૧૩, ૧૦૭—એ બે ઠેકાણે 'સીધા સરોવરનાં જેવા કદવાળી' straight and lofty like a cypress એવો અર્થ ભી થઈ શકે.

[Avestan] વિ. ના. નર. પુરૂષનું નામ; name of a person; [Avestan] (Geld. [Avestan]) ક્રો૧ ય. ૧૩, ૧૨૮.

[Avestan] ([Avestan] ઉપરથી) સા. ના. નાન્ય. પવિત્રાઈ, સત્યતા; કાએદો, નિયમ (મિલ્સ તથા દારમે.); purity, righteousness; institution (M.); law (Dar.); [Avestan] ૨।૩ ઈન્જ. ૭૦, ૨.

[Avestan] (જુઓ ધા. [Avestan]) ક વિ. ઉંચું, બુલંદ; high, exalted.

બ) સા. ના. નર. ઉભું કરનાર; one who raises—erects; જુઓ [Avestan], [Avestan]

[Avestan] (જુઓ ધા. [Avestan]) સા. ના. નારી. રાસ્તી, સચ્ચાઈ, સત્યતા; truthfulness, righteousness; [Avestan]* ક્રો૧ વીસ્પ. ૯, ૪.

[Avestan] ([Avestan] નું બીજું રૂપ; જુઓ ધા. [Avestan]) સા. ના. રાસ્તી, સત્યતા; એ બોલ એજ રૂપમા ક્રો૧ માં આવેછે; righteousness, truthfulness; also, the angel presiding over truthfulness (pr. n.); [Avestan] નારી. ક્રો૧ ઈન્જ. ૧, ૧૪; ઈન્જ. ૩, ૧૬; ઈન્જ. ૭, ૧૬; ય. ૧૭, ૦. ૬૨; સીરો. ૧, ૨૫.

[Avestan] વિશે જુઓ [Avestan]

[Avestan], [Avestan], [Avestan] (જુઓ ૧ ધા. [Avestan]) ક વિ. ઉંચે ધરેલું; raised on high; lifted up; [Avestan] (ઉંચે ધરેલાં-પકડેલાં હથિયારે કરીને) નાન્ય. ૩।૧ ઈન્જ. ૫૭, ૧૬; [Avestan] (મજબુટ, મક્રમ) નારી. ધો૩ ય. ૧૩, ७૯. જુઓ [Avestan] [Avestan], [Avestan] [Avestan]

બ) વિ. બુલંદ દરજ્જાનું, ઉંચા મરતબાનું; બાએક થએલો; exalted, honoured with rank; fitted; [Avestan] નર. ૧।૧ ઈન્જ. ૪૬, ૧૩; [Avestan] નર. ૨।૩ ઈન્જ. ૨૮, ૧૦.

[Avestan] (જુઓ ૧ ધા. [Avestan]) વિ. બુલંદ દરજ્જાનું; exalted, of high rank; જુઓ નીચેનો બોલ.

[Avestan] (જુઓ [Avestan] તથા [Avestan]) બુનીઆદી ખાનદાનની, ઉંચી તોખમના વડાવાઓથી ઉતરેલી (અસલ.). વિ. ના. નારી. કેઆમતની વખતે જન્મ લેનાર સોશ્યોસની માએનું નામ. of noble and exalted parentage (lit.); the mother of Saoshyant, the future prophet. The Bundehesh states that she will become pregnant, while bathing in the sea Kâsava from one of the seeds of Zarathushtra. Per. [Avestan]; [Avestan] ક્રો૧ ય. ૧૩, ૧૪૨. (જુઓ માદી.)

[Avestan], [Avestan] Wester. વિ. બાહાર નીકળેલી છાટી-થાનવાળી (કન્યા); (a maiden) thick-breasted; [Avestan], [Avestan] = raised up; [Avestan], [Avestan], a corrupt form of [Avestan] breast. [Avestan] . . . [Avestan] નારી. ક્રો૧ હદિ. ય. ૯; [Avestan] . . . [Avestan] નારી. ધો૧ વીશ્તા. ય. ૫૬. (= ય. ૨૪, ૫૬).

[Avestan] (જુઓ [Avestan] તથા ધા. [Avestan]) સમાસ વિ. તકીઓ દઈને ઉંચે કીધેલું (માથું); [Avestan] the head elevated or set upright by putting a pad below it; નાન્ય. ૧।૧ વં. ૫, ૧૧.

૧ [Avestan] વિશે જુઓ [Avestan], [Avestan]

૨ [Avestan] વિ. ના. નર. પુરૂષનું નામ; name of an illustrious personage; [Avestan] ક્રો૧ ય. ૧૩, ૧૧૯. (જુઓ માદી.)

[Avestan] (જુઓ ૧ ધા. [Avestan]) સા. ના. નર. ટેકો આપનાર, કૌવત આપનાર, મદદ કરનાર; one who gives vigour or support; a helper; [Avestan] ૧।૧ ય. ૧૦, ૧૨૦.

* એજ પ્રમાણે [Avestan], [Avestan] ની ક્રો૧ [Avestan] [Avestan] આવેછે.

[Avestan] (જુઓ ૧ [Avestan] તથા [Avestan]) સમાસ વિ. ખરે પગે ઉભો રેહેનાર, મેહેનતુ; firm-footed, steady; [Avestan] Pehl. Com. વં.૫, ૧૧. [Avestan] નર. ૨।૧ યં. ૧૦, ૬૧; [Avestan] નારી. ૨।૧ ઇજ઼. ૬૨, ૫; ય. ૧૯, ૩૯.

[Avestan] (જુઓ ૧ [Avestan] તથા [Avestan]) સમાસ વિ. ઉંચા વાવતાવાળું, ઉંચે ઉઠાવેલા વાવતાવાળું; with uplifted banners; [Avestan] નારી. ૨।૧ વં. ૬, ૭; [Avestan] નારી. ૬।૧ ય. ૬, ૧૧; ય. ૧૩, ૧૩૯.

[Avestan] (જુઓ [Avestan] તથા [Avestan]) સમાસ વિ. એ બોલ સીમોર્ગ પક્ષિનું ઝાડ, ઇઆને જે ઝાડ ઉપર સીમોર્ગ પક્ષિ બેસે છે તેની સિફતમાં આવેછે; એનો અર્થ "તંદરોસ્તીના બુલંદ-મજબુટ ઉપાયવાળું" કરવામાં આવ્યોછે; [Avestan] બોલ [Avestan] નુ ટુંકુ રૂપ દીસેછે; (the tree) of powerful remedies; [Avestan] ૧।૧ ય. ૧૨, ૧૭. (જુઓ બોદી.)

[Avestan] વિશે જુઓ [Avestan] race-course

[Avestan] વિશે જુઓ ધા. [Avestan] to acquire

[Avestan] વિશે જુઓ [Avestan] ارزواز (pr. n.)

[Avestan] વિશે જુઓ ધા. [Avestan] to acquire

[Avestan] (જુઓ ધા. [Avestan]) (અર્થ અચોકસ). [Avestan] ઇજ઼. ૫૬, ૩. ૪ (૪।૧) ઉત્તેજન આપવાને (મિલ્સ); ફાએદાનેમાટે (હારલે); પવિત્રાઈનું (દારમે.); બુલંદ કરવાને માટે (સ્પી. તથા યુસ્તી); (meaning unsettled); for inciting (us) (M.); for (our) advantage (Har.); of piety (D.); for uplifting (Sp. & J.).

[Avestan] સા. ના. ના. નારી. ફાએદો (યુસ્તી); પેગમબર (મિલ્સ); [Avestan] ને સં. ऋषि સાથે સરખાવતાં એનો અર્થ "ઇશ્વરસ્તુતિનાં ગાયન લખનાર કવી," ऋषि; દારમેસ્તેતે એ બોલનો અર્થ "બેઇમાની-અધર્મીપણાનો દેત-રાક્ષસ" કરેછે, અને તે દીનકરદમાં આવેલા [Avestan] સાથે સરખાવેછે, જેનીસાથે પેગમબર જરતોશ્તને દીન બાબે તકરાર થઈ હતી; advantage (J.); a prophet (M.); an inspired poet or sage (Sans. ऋषि); the Demon of Infidelity (Dar.); [Avestan] ૧।૧ ઇજ઼. ૩૧, ૫.

[Avestan] ([Avestan] ઉપરથી) વિ. ખાલેસ, પ્રમાણિક; righteous, pure; sincere; [Avestan] નર. ૧।૩ ઇજ઼. ૪૦, ૪.

[Avestan] ([Avestan] ઉપરથી) વિ. રાસ્ત, વાજબી, ખરૂં; સાચ્ચું; true, upright, just; [Avestan] નર. ૧।૧ ઇજ઼. ૫૧, ૫. ૧૧; [Avestan] ... [Avestan] [Avestan] (એ હોરમજદ! તારી આદિલ પાદશાહીને લીધે) નાન્ય. ૩।૧ ઇજ઼. ૪૪, ૯; . . . [Avestan] [Avestan] (સાચ્ચા સખુનોને લીધે) ૩।૩ ઇજ઼. ૨૮, ૬; [Avestan] નર. ૨।૩ ઇજ઼. ૨૯, ૩.

[Avestan] (જુઓ [Avestan] તથા [Avestan]) વિ. રાસ્ત બોલનાર; a truth-speaker; contrast [Avestan] (જુઠું બોલનાર) one who tells lies; [Avestan] નર. ૧।૧ ઇજ઼. ૩૧, ૧૨.

[Avestan] (જુઓ ૨ ધા. [Avestan]) ક વિ. સાચ્ચું, રાસ્ત, નીતિવાન. એ બોલને વિભક્તિ નથી લાગતી. એજ રૂપમાં આવેછે; true, just, moral, righteous; (*indeclinable*); [Avestan] (સદાચારી, નીતિવાન) (નાન્ય. ૨।૩ ની મતલબે) ઇજ઼. ૪૪, ૧૦.

ખ) સા. ના. નાન્ય. રાસ્તી, સચ્ચાઈ; truthfulness; [Avestan] ૨।૧ ઇજ઼. ૩૦, ૩; ઇજ઼. ૪૪, ૧—૧૯. ([Avestan] [Avestan] [Avestan])

[Avestan] (જુઓ [Avestan] ક તથા ૧ [Avestan]) સમાસ ના. નર. રાસ્ત—સાચ્ચો સરદાર; a righteous leader; [Avestan] ૨।૧ ઇજ઼. ૫૧, ૫.

[Avestan] ([Avestan] નુ બીજું રૂપ. જુઓ તે બોલ.) વિ. સાચ્ચું—રાસ્ત બોલનાર; a truthful speaker; [Avestan] નર. ૧।૧ ઇજ઼. ૪૯, ૯.

[Avestan] (જુઓ ૬ તથા ૨ ધા. [Avestan]) વિ. નહીં પાંમતો, નહીં મેળવતો; not obtaining; [Avestan] નર. ૨।૩ વં. ૧૩, ૨૮.

[Avestan] (જુઓ ૬ તથા [Avestan]) સા. ના. નારી. બેખબરી, અણજાણપણું, અજ્ઞાનપણું; નહીં પાંમવું-મેળવવું (દારમે.); want of knowledge, ignorance; not obtaining (Dar.); [Avestan] (Westor. [Avestan]) ૩।૧ ઇજ઼. ૩૪, ૯.

[Avestan] (જુઓ [Avestan], [Avestan] તથા [Avestan]) વિ. બદી નહીં જાણનાર; ગુનાહ નહીં કરનાર; innocent of guilt; simple as to sin; [Avestan] નર. ૨|૧ વીરપ. ૩, ૪; ગેહ ૪, ૯.

[Avestan] (જુઓ [Avestan], [Avestan] તથા [Avestan]) સમાસ વિ. તમામ નહીં સુઈ રેહેનાર, માફકસર ઊંઘ કાહાડનાર; આલસુની મિસાલે ઘણી ઊંઘ ખેંચનારો નહીં; sleeping lightly or moderately; not heavy with sleepiness; [Avestan] [Avestan] (નર. ૧|૧ ને બદલે) વ. ૬૩, ૪૬.

[Avestan] (જુઓ [Avestan] તથા [Avestan]) વિ. સાઇ. નહીં; નઠાઇ; not good, bad, evil; જુઓ નીચેનો બોલ.

[Avestan] (જુઓ [Avestan] તથા [Avestan]) સમાસ વિ. બુરી અક્કલવાળો; કબુદ્ધિનો; dull in understanding; with intellect dethroned; [Avestan] નારી. ૬|૧ ઇજ. ૧૦, ૧૫.

[Avestan] (જુઓ [Avestan] તથા [Avestan]) વિ. નહીં જાણીતો-જાણતો; બેખબર; not knowing; unaware; [Avestan] નર. ૧|૧ વીરપ. ૨૨, ૨.

[Avestan] (જુઓ [Avestan] તથા [Avestan]) વિ. કુટુંબ વગરનો; ઘરબાર વગરનો; (a man) having no family or household; [Avestan] નર. ૪|૧ વ. ૪, ૪૭

[Avestan] (જુઓ [Avestan] તથા ધા. [Avestan]) વિ. નહીં કામ કરતો; આલસુ, નાઠોવતમંદ, સાઇ કામ કરવાને અશક્ત; એ બોલ [Avestan] (દરૂજ) ના વિશેષણ તરીકે વપરાએલો આવેછે; not working: lazy; powerless; incapable of doing a good deed; [Avestan] [Avestan] [Avestan] અએ નુરવગરના તથા સાઇ કામ કરવાને અશક્ત (દરૂજ !) નારી. ૮|૧ વં. ૧૮, ૩૦. ૩૩. ૩૬. ૩૯. ૪૨. ૪૫. ૪૮.

[Avestan] (જુઓ [Avestan] તથા ધા. [Avestan]) વિ. નહીં કામ કરતો-મેહેનતુ; આલસુ; not working (lit.); lazy; [Avestan] નર. ૧|૧ વ. ૧૮, ૫; [Avestan] નર. ૪|૩ વં. ૩, ૪૦.

[Avestan]

[Avestan] સા. ના. મોહોડાંએ કરીને, પોતાને મોહોડેથી (દારમે.); ઇજ. ૨૯, ૬; with the mouth (D); Pehl. [Pahlavi]; or, [Avestan] = [Avestan] (pref.); [Avestan] = spoke; or [Avestan] = [Avestan] (the augment [Avestan] of the imperfect); બીજી રીતે: [Avestan] = [Avestan] = બોલ્યો (તેમકે [Avestan] = [Avestan]); સ્પીગલ, હારલે તથા મિલ્સ એઓએ એ અક્ષરનો અર્થ કીધો નથી; ધારવા મેજે ઉપસર્ગ ગણ્યો હોએ; જુઓ ઇજ. ૨૯, ૬.

[Avestan] સા. ના. મોહોડું (મિલ્સ તથા દારમે.); the mouth (M. & D.); Pehl. [Pahlavi]; [Avestan] (મોહોડાંએ કરીને, મોહોડેથી) ૩|૧ ઇજ. ૩૨, ૧૬; ઇજ. ૪૭, ૨.

[Avestan] એ બોલને દાકટર હાઉગે [Avestan] નું બીજું રૂપ ગણીને એનો અર્થ 'હમેશાં' કીધો છે. વળી પેહેલવીમાં [Avestan] (Wester. [Avestan]) નો તરજુઓ [Pahlavi] કીધો છે, તેને વિશે દાકટર હાઉગ એવી અટકળ કરેછે કે પેહેલવીવાળાઓ [Avestan] (Wester.) ની સમજ નીચે મુજબ સમજેલાછે; [Avestan] = [Avestan] = [Pahlavi] = તે; [Avestan] = [Avestan] = [Pahlavi]; [Avestan] = [Avestan] = [Pahlavi] = મોહોડું; [Avestan] = [Avestan] = [Pahlavi] = બે; ઉપલા બોલને ગોયા ૪ અવરતા બોલોનો સમુદાય સમજીને એ પ્રમાણે તેઓએ તરજુમો કીધો છે. [Avestan] = હમેશાં (હાઉગ); મોહોડું (મિલ્સ); કાએદો (હારલે); બે કાએદા (દારમે.)—ધારવા મેજે સપેનામીનો તથા અંગ્રેમીનોની બાબદ; [Avestan] ઇજ. ૨૯, ૭. [Avestan] = [Avestan] everlasting (Haug); the mouth (M.); the law (Har.); the two laws (viz.), of Spento-Mainyu and Angro-Mainyu (Dar.).

[Avestan] સા. ના. નાન્ય. મોહોડું; the mouth. Comp. आस्य; [Avestan] (Wester. [Avestan]) ૩|૧ ઇજ. ૨૮, ૧૧.

[Avestan] (Wester. [Avestan]) ક્રિ. આજ્ઞા. પરસ્મૈ. ૩|૧; [Avestan] = [Avestan] (ગાથા) = [Avestan] (અવસ્તા) આજ્ઞા. પરસ્મૈ. ૩|૧ નો પ્રત્યય. [Avestan] (imperat. Paras. 3 per. sing.) he may declare જાહેર કરે, બોલ્લું કરે (ઇજ. ૩૫, ૬).

[Avestan] (અર્થ અચોકસ). મેળવ્યુંછે (સ્પી. તથા યુ.); has obtained (Sp. & J.); rt. [Avestan] to obtain; નાશ કરવાને ઇચ્છયું (સનન્ત) ક્રિ. અ. ભૂ. પરસ્મૈ. ૩|૧ (મિલ્સ); desired to destroy; rt. [illegible] to destroy (M.); શિક્ષા થઈછે; ધા. [illegible] (સંકડાસમાં આવવું) નું સનન્ત ક્રિ. નું રૂપ (દારમે.); (the criminals) are punished (D). [illegible] ૯જ. ૩૨, ૬.

[illegible] સા. ના. નારી. દુઃખ, વિપત્તિ, સંકટ; woe, affliction; એ બોલ [illegible], [illegible] (સંકડાસ, દુઃખ) નું ગાથા રૂપ દીસેછે (જુઓ વં. ૧૮, ૬૧). વળી એ [illegible] (અનીતિ) નું બી ગાથા રૂપ થઈ શકે; [illegible] [illegible] (સુખ તથા સંકટ બાબે) ૩|૧ ૯જ. ૩૦, ૧૧.

[illegible] ([illegible] નું ગાથા રૂપ; જુઓ તે બોલ) વિ. હિમ્મતવાન, હિમ્મત આપનાર, જોરાવર; giving courage; bold; powerful; [illegible] નર. ૨|૧ ૯જ. ૩૪, ૪; ૯જ. ૪૩, ૧૦; [illegible] નારી. ૨|૧ ૯જ. ૪૪, ૧૪; [illegible] નાન્ય. ૨|૧ ૯જ. ૩૩, ૧૨; [illegible] નર. ૬|૩ ૯જ. ૪૧, ૪; [illegible] ૬|૩ ૯જ. ૪૩, ૧૦.

[illegible] વિશે જુઓ [illegible]

[illegible] પ્રથમ પુરૂષ સર્વ. ૨|૩; [illegible] (હમુને) નું ગાથા રૂપ; us, to us; *vide* [illegible]

[illegible]

[illegible], [illegible], [illegible] વિશે જુઓ ૧ [illegible]

[illegible]

[illegible] ([illegible] + [illegible]; જુઓ [illegible] તથા [illegible]) ત્રિ. નાશ નહી પામે તેવું, ખરાબ નહી થઈ જાએ તેવું; નહી હીલી શકે-ખીસી શકે તેવું, મહકમ (હારલે); not perishable or decaying; immovable; firm (Har.); [illegible] નારી. ૨|૩ ય. ૧૦, ૨૮.

[illegible] સા. ના. નારી, લગામ; reins; [illegible] ૨|૩ ય. ૫, ૧૧.

[illegible] વિ. ના. નર. પુરૂષનું નામ; name of a person; [illegible] ૬|૧ ય. ૧૩, ૧૨૨. (જુઓ બાદી.)

[illegible] સા. ના. નર. ખભું; a shoulder; જુઓ એની પછીના બોલ.

[illegible] સા. ના. નર. ખભાંનુ હાડકુ (પુસ્તી); આગળું ખભું, ખભાંનો આગળો ભાગ; the fore-shoulder; જુઓ નીચેનો બોલ.

[illegible] (જુઓ [illegible]) સમાસ વિ. ખભાંના આગળા ભાગ જેટલું મ્હોટું—લાંબું; (a piece of wood) as high as to reach the fore-shoulder; [illegible] ૩|૩ આફ્ર. ગાહામ. ૫.

[illegible] સા. ના. નર. (પગનાં) પોલાં-કરાં-વારા; anklets; જુઓ નીચેનો બોલ.

[illegible] (જુઓ [illegible]) સમાસ વિ. પગનાં પોલાં-કરાં-વારા સાથે; adorned with the anklets of the leg. [illegible] (Wester. [illegible]) ([illegible] ને બદલે) નારી. ૧|૩ ય. ૧૭, ૧૧.

[illegible] (= સંહસ) (જુઓ ધા. [illegible]) સા. ના. નાન્ય. સંકડાસ, સંકટ, પીડા, દુઃખ; straitness, affliction, distress; [illegible] ૨|૧ વં. ૧૮, ૧૦; [illegible] ૨|૧ ૯જ. ૮, ૮; [illegible] ૪|૧ ય. ૧૩, ૩૯; આફ્ર. ગાહામ. ૧૮; [illegible] ૫|૧ ય. ૧૦, ૨૨. ૨૩; [illegible] Wester. ૭|૧ ય. ૧૩, ૧૪૬; [illegible] Geld. ([illegible] Wester.) ૫|૩ય. ૧૦, ૨૩; [illegible] ૭|૩ચીરતા.ય.૫૧; [illegible] Geld. ૭|૩ ય. ૧૩, ૧૪૬; જુઓ [illegible], [illegible], તથા નીચેના બે બોલો.

[illegible] (જુઓ [illegible]) સમાસ. કૃ. વિ. દુઃખથી-તંગીથી મારેલો; ભુખમરાથી મારેલો (હારલે); ગળામાં ફાંસો દઈને મારેલો, ગુંગળાવી નાખેલો (દારમે.); deprived of life by extreme indigence; ... by starvation (Harlez.); ... by the noose, *i.e.*, strangled to death (Dar.); [illegible] ૧|૩ વં. ૭, ૪.

[illegible] (જુઓ ધા. [illegible], [illegible]) સમાસ વિ. સંકટ-પીડા-પાપથી છુટકારો આપનાર; ફીકર-ચિન્તામાંથી છોડનાર (દારમે.); delivering a person from affliction—sin; making free from anxiety (Dar.); [illegible] [illegible] નર. ૨|૧ વં. ૧૮, ૬; [illegible] નારી. ૨|૧ ૯જ. ૬૨, ૫; [illegible] નારી. ૬|૧ ય. ૧૩, ૧૩૪.

[Avesta] સા. ના. નાન્ય. કૌવત, શક્તિ, ઉસ્તેવારી; strength, vigour, firmness; orig., [Avesta] + [Avesta]; [Avesta] not; rt. [Avesta] = to bend; [Avesta] + [Avesta] = [Avesta] not bending (lit.); stiffness; [Avesta] ૨/૧ ઇજ. ૩૦, ૭; [Avesta] ૪/૧ (૭/૧ ની મતલબે) ઇજ. ૪૪, ૨૦; [Avesta] ૭/૧ ઇજ. ૪૫, ૧૦.

[Avesta] સા. ના. (અર્થ અચોક્કસ); સારી ચીજ (સ્પી.); ટોલું, તાઇફો (રૉથ તથા મિલ્સ); પોંહોંચવું, આવવું (દારમે.); a good thing (Sp.); a band (M.); arrival (D.). Comp अंश = a share, a portion; [Avesta] [Avesta] ૬/૨ ઇજ. ૩૧, ૨.

[Avesta] (અર્થ અચોક્કસ) ખરા આકારમાં બાહાર આવશે (મિલ્સ તથા દારમે.); પેહેલવીમાંથી એવીજ મતલબનો અર્થ કીધો છે; shall be disclosed, shall come out; shall come (M. & D.); [Avesta] ઇજ. ૪૮, ૧.

[Avesta] (= अंशु) સા. ના. નાન્ય. નર. ઝાડની ડાળી— ડાંખલી; a branch of a tree; જુઓ [Avesta]

[Avesta] (જુઓ ધા. [Avesta]) સા. ના. નર. ક) દુઃખ, પીડા; જુલમ; affliction, anguish; oppression; [Avesta] ૪/૧ ઇજ. ૪૬, ૧૮; [Avesta] ૨/૩ ઇજ. ૪૬, ૧૮.

ખ) દગાબાજી; treachery; fraud; (rt. अंस् =ઠગવું to cheat); [Avesta] ૨/૩ ઇજ. ૪૪, ૧૪.

[Avesta] (જુઓ ધા. [Avesta]) સા. ના. નર. દુઃખ-દેનાર, પીડા કરનાર, જુલમ કરનાર; (દીનનાં ફુરમાનો) એનકાર કરનાર-રદ કરનાર; a tormentor, an oppressor; one who holds in contempt (the mandates of religion); [Avesta] ૧/૧ ઇજ. ૩૪, ૮; વીશ્તા. ય. ૪૪ (= ય. ૨૬, ૪૪).

[Avesta]

[Avesta] (= [Avesta] = क = [Avesta] = L. Quis = Fr. Qui=Sax. Hwa = Who) પ્રશ્ના. સર્વ. કોણ, શું, કયું; interro. pro., who? which? what? અનિયમિત સર્વ. તરીકે એનો અર્થ 'કોઈ, જે કોઈ, કાંઈ, થાએ છે; indef. pro., some one, whoever, whichever; [Avesta], [Avesta] (નર.); [Avesta] નારી. [Avesta] (નાન્ય.); [Avesta] નર. ૧/૧ વં. ૨, ૪૨. ૪૩; વં. ૩, ૧૨. ૧૩. ૨૨. ૨૩; વં. ૭, ૭૮; વં. ૮, ૩૧; વં. ૧૮, ૧૪. ૩૩. ૩૫. ૪૫. ૫૩. ૬૧; વં. ૨૦, ૬; ય. ૧૦, ૧૦૮; ય. ૧૪, ૪૭; [Avesta] (કોણે તુને) નર. ૧/૧ ઇજ. ૯, ૩. ૬. ૯. ૧૨; [Avesta] ([Avesta] + [Avesta]) તારો (એવો શખ્સ) કોણ (છે) ૧/૧ ઇજ. ૨૯, ૭; [Avesta] (કોઈપણ) નર. ૧/૧ વં. ૮, ૧૦૦—૧૦૨; વીસ્પ. ૩, ૫; ય. ૫, ૧૦૧; [Avesta] નર. ૧/૧ ઇજ. ૧૨, ૭; ઇજ. ૪૯, ૫; [Avesta] નર. ૧/૧ ઇજ. ૬૫, ૪; નીઆ. ૪, ૫; [Avesta] નર. ૧/૧ ઇજ. ૨૯, ૧; ઇજ. ૪૪, ૩. ૫. ૭. ૧૨. ૧૬. ૧૯; [Avesta] નારી. ૧/૧ વં. ૩, ૩૬. ૩૭; વં. ૪, ૧૧—૧૬; વં. ૧૪, ૧૫; [Avesta] બોલના વધારે ઇશારા માટે જુઓ [Avesta] બોલ. [Avesta] નારી. ૧/૧ ઇજ. ૩૪, ૫; ઇજ. ૯, ૩. ૬. ૯. ૧૨; ય. ૨૧, ૬. ૮. ૧૦. ૧૨. ૧૪. ૧૬; [Avesta] ([Avesta] ને બદલે) નારી. ૧/૧ ઇજ. ૨૩, ૩; *[Avesta] નાન્ય. ૧/૧ વં. ૩, ૩૦. ૩૮; વં. ૮, ૨૭; વં. ૧૮, ૬૮; [Avesta] [Avesta] (તે કોઈ પેદા એશ) નાન્ય. ૧/૧ વં. ૧૩, ૧. ૫; ઇજ. ૧૯, ૧૯; ઇજ. ૨૮, ૫; ઇજ. ૩૪, ૫. ૧૨; ઇજ. ૭૧, ૧; ઇજ. ૪૮, ૨; ઇજ. ૪૯, ૧૨; ઇજ. ૫૦, ૧; ય. ૧, ૧; ય. ૭, ૨; [Avesta] નર. ૨/૧ ય. ૫, ૯૪; [Avesta] ૨/૧ વં. ૨, ૨૫. ૩૩; વં. ૬, ૩૧. ૩૭; વં. ૭, ૨૯—૩૧. ૩૫. ૫૦; ય. ૫, ૧૦૨; [Avesta] નર. ૨/૧ ઇજ. ૨૯, ૨; [Avesta] નારી. ૨/૧ ઇજ. ૪૬, ૧; [Avesta] નારી. ૨/૧ ય. ૪, ૫; [Avesta] નાન્ય. ૨/૧ ઇજ. ૩૪, ૧૨; [Avesta] વં. ૧૮, ૮; [Avesta] ૩/૧ ઇજ. ૭૦, ૫; ઇજ. ૪૪, ૮; [Avesta] નર ૩/૧ વં. ૧૯, ૮. ૧૧; ય. ૫, ૬૦; ય. ૧૫, ૫૪; [Avesta] નર. ૪/૧ વં. ૨, ૧; ઇજ. ૨૯, ૧; ઇજ. ૪૪, ૧૫; [Avesta] નર. ૪/૧ વં. ૭, ૭૧; વં. ૧૦, ૧૫; વં. ૧૩, ૩૫; ઇજ. ૧૯, ૧૧; [Avesta] નર. ૪/૧ ઇજ. ૨૧, ૩; ઇજ. ૩૫, ૮; ઇજ. ૪૪, ૧૬; [Avesta] નારી. ૪/૧ ઇજ. ૩૩, ૧૧; [Avesta] નાન્ય. ૪/૧ ય. ૧૩, ૪૧; [Avesta] નર. ૫/૧ વં. ૧૫, ૧૭. ૨૦. ૨૩. ૨૬. ૨૯. ૩૨. ૩૫. ૩૮. ૪૧; [Avesta] નાન્ય. ૫/૧ વં. ૮, ૮૦; [Avesta] નર. ૬/૧ વં. ૧૬, ૧૨; વં. ૧૯, ૮; [Avesta] નર. ૬/૧ ઇજ. ૪૩, ૭; [Avesta] નર. ૬/૧ વં. ૧૬, ૧૨; [Avesta] નર. ૬/૧ ઇજ. ૧૨, ૫; [Avesta] [Avesta] નારી. ૬/૧

* એ બોલના વધારે ખોલાસા માટે જુઓ [Avesta] જોડામાં.

યજિ. ૬૧, ૪; [Avestan] ૬|૧ ય. ૨૧, ૫; [Avestan] ૭|૧ ય. ૫, ૧૦૧; [Avestan] નર. ૭|૧ ય. ૧૧, ૫; ય. ૨૧, ૧; [Avestan] નર. ૧|૩ યજિ. ૪૮, ૧૧; [Avestan] નર. ૧|૩ વં. ૧૦, ૩. ૭. ૧૧; યજિ. ૧૯, ૧૮; [Avestan] નર. ૨|૩ યજિ. ૪૮, ૧૧; [Avestan] ૩|૩ યજિ. ૧૯, ૧૬; [Avestan] નર. ૪|૩ યજિ. ૪૪, ૬; યજિ. ૪૬, ૩; [Avestan] ... [Avestan] નર. ૬|૩ વં. ૧૮, ૨૨; [Avestan] [Avestan] ... [Avestan] નારી. ૬|૩ વં. ૮, ૨. ૭૯; વં. ૧૪, ૩; વં. ૧૫, ૧૪; [Avestan] ..... [Avestan] નાન્ય. ૬|૩ વં. ૯, ૧૩; [Avestan] ૬|૩ વં. ૧૨, ૨૧; વં. ૧૮, ૫૨. ૭૧; [Avestan] યજિ. ૪૪, ૨૦. જુઓ [Avestan], [Avestan], [Avestan], [Avestan], [Avestan]

[Avestan] (જુઓ ૨ ધા. [Avestan]) સા. ના. નારી. પ્યાર, મોહોબત, દોસ્તી; love, affection, friendship; [Avestan] [Avestan] ૬|૧ વીશ્તા. ય. ૧૦. Wester. [Avestan]

[Avestan] ([Avestan] + [Avestan]; જુઓ ૨ ધા. [Avestan]) વિ. પસંદ પડતું, મનગમતું; agreeable, pleasing; [Avestan] [Avestan] ૩|૧ Frag. 9, 2.

[Avestan] (= [Avestan]) (જુઓ ૨ ધા. [Avestan]) સા. ના. નારી. કુમારી છોકરી, કન્યા; a virgin, a maid; [Avestan] ૧|૧ વં. ૧૫, ૧૪; વીશ્તા. ય. ૨૮ (= ય. ૨૪, ૨૮); [Avestan] ૨|૧ વં. ૧૫, ૯. ૧૧. ૧૩. ૧૫. ૧૮; [Avestan] ૬|૧ ય. ૫, ૬૪. ૧૨૬; ય. ૧૩, ૧૦૭; હાદો. નુસ્ક. ૨૯ (= ય. ૨૨, ૨૯); [Avestan] ૧|૩ યજિ. ૯, ૨૩; ય. ૫, ૮૭; ય. ૧૫, ૩૯; ય. ૧૭, ૧૧; [Avestan] ૧|૩ ય. ૧૭, ૫૪. ૫૫; [Avestan] વં. ૧૨, ૭; [Avestan] ૪|૩ યજિ. ૫૩, ૫.

[Avestan] (= कार्य) વિ. કામ કરતું, કામ કરનાર, મેહેનતુ, ચાલાક; working; industrious, active; જુઓ [Avestan], [Avestan], [Avestan], [Avestan], [Avestan], [Avestan]

ખ) સા. ના. નાન્ય. કામ, કારીગરી; workmanship, skill; જુઓ [Avestan]

[Avestan] (= कर्बु. कर्बुर) વિ. કાબરચિત્રા રંગનું; બોડકું (સ્પી.); speckled, spotted; bald (Sp.); [Avestan] ... [Avestan] નર. ૬|૧ ય. ૮, ૨૧. જુઓ એની પછીના બોલો.

[Avestan] (જુઓ [Avestan]) કુ સમાસ વિ. કાબરચિત્રા કાનવાળો; (a horse) with spotted ears; [Avestan] (Wester. [Avestan]) નર. ૬|૧ ય. ૮, ૨૧.

[Avestan] (જુઓ [Avestan]) સમાસ વિ. કાબરચિત્રી પુછડીવાળો; (a horse) with a spotted tail; [Avestan] (Wester.—[Avestan]) નર. ૬|૧ ય. ૮, ૨૧.

[Avestan] (જુઓ [Avestan]) સમાસ વિ. કાબરચિત્રી પીઠવાળો; (a horse) with a spotted back; [Avestan] (Wester. [Avestan]) નર. ૬|૧ ય. ૮, ૨૧.

[Avestan] (Ved. केत) સા. ના. ખાહેશ, મુરાદ; wish, desire; *or*, a worm, an insect; જીવું જાનવર, કીડો (कीट); [Avestan] (૭|૨ ની મતલબે) ય. ૮, ૫.

[Avestan] (= [Avestan] = کین) સા. ના. નારી. કીનો શિક્ષા, બદીનો બદલો; revenge, punishment; the retribution of evil; [Avestan] ૧|૧ યજિ. ૩૦ ૮; [Avestan] (૪|૧ ને બદલે) ય. ૧૫, ૨૮.

[Avestan] વિ. ના. નર. પુરૂષનું નામ; name of a person: [Avestan] ૬|૧ ય. ૧૩, ૧૨૨.

[Avestan] વિ. ના. નર. પાહાડનું નામ; name of a mountain; the *Kôirás* Mountain in Irân-Vêj (Bund. XII, 25). If Irân-Vêj borders on Adarbaijân, as the Bundehesh takes it to be, the name of the Mountain Kaoirisa may be identical with that of the River *Kurr* کر (Dar.). [Avestan] ૧|૧ ય. ૧૯, ૬. (જુઓ મોદી).

[Avestan] સા. ના. નર. ખુણું, બાજુ; પડ (હારલે); કીરણ (દારમે.); an angle, side; fold (H.); a ray (Dar.); જુઓ [Avestan]

[Avestan] (= [Avestan] = کوه) (જુઓ ધા. [Avestan]) સા. ના. નર. ક) પાહાડ; a mountain; [Avestan] (૧|૩ ને બદલે) ય. ૧૯, ૩; [Avestan] ૬|૩ ય. ૧૪, ૨૧; એને કાંઈ મળતો સંસ્કૃત कूप=ખાડો, કુવો, ગોઢો (ઉલટોજ અર્થ).

ખ) [Avestan] = ઉંટની ખુંધ ; a hump on the back (as of a camel); જુઓ [Avestan] [Avestan], [Avestan]

[Avestan] વિ. ના. નર. પુરૂષનું નામ ; name of a person ; [Avestan] ૬|૧ ય. ૧૩, ૧૨૨.

[Avestan] વિ. ના. નર. પાહાડનું નામ ; કદાચ કોકેસસ નામનો પાહાડ (યુ.); name of a mountain; probably Mt. Caucasus (J); [Avestan] ૧|૧ ય. ૧૯, ૪. (જુઓ મોદી.)

[Avestan], [Avestan], [Avestan]

વિ. ખરાબ ઓરેહ-નુરવાળું, નુર ઘટાડનાર (અસલ.); જાદુમંદ, ઘાતકી (સાધારણ અર્થ); of bad lustre, diminishing lustre (orig); practising sorcery ; wicked ; [Avestan] = [Avestan] = कु = ખરાબ, બદ; bad; [Avestan] એ [Avestan] (નુર) નું બીજું રૂપ; ધા. [Avestan] = छद = પ્રકાશવું; to shine; [Avestan] (નારી. ૨|૧ ને બદલે) ય. ૩, ૧૨. ૧૬; [Avestan] [Avestan] [Avestan] નર. તથા નારી. ૬|૧ યશ્ત. ૬૧, ૨; [Avestan] [Avestan] નર. તથા નારી. ૬|૩ યશ્ત. ૬૧, ૨.

[Avestan] ([Avestan]) વિ. ના. દરૂજ અથવા કોઈ બુરી શક્તિનું નામ ; પેહેલવી શરેહમાં એને [Avestan] [Avestan] [Avestan] (નુરને ઘટાડનાર હારેમન) ગણ્યો છે; પ્રોફેસર હારલે એ બોલને [Avestan] (= બદ-શિકલ દેખાવ) સાથ સરખાવીને એવું ધારે છે કે કોઈ તુરાનીઅન અથવા સેમિટિક મુર્તિ હોએ; name of a Druj or an evil spirit; Pehl. Comm. [Avestan] [Avestan] [Avestan] lustre-diminishing Ahriman; an image of a horrible form (Comp. Per. [Persian]), the name of a Turanian or Semitic idol (Har.); [Avestan] (Wester. [Avestan]) વં. ૨૧, ૧૭.

[Avestan] (= [Avestan]) વિ. ના. નારી. કાંઉસ પાદશાહે સ્થાપેલાં શેહેરનું નામ ; "Kangha was a town founded by Syâvarshâṇa, during his exile, in a part of the land of Khârazm which is described as an earthly paradise. The city was built on the top of a high mountain (Antare-Kangha, Yt. XIX, 4)–" Dar. [Avestan] ૭|૧ ય. ૫, ૫૪. ૫૭. (જુઓ મોદી.)

[Avestan] (= [Avestan] = [Avestan]) (જુઓ ૧ ધા. [Avestan]) ([Avestan] [Avestan] + [Avestan]) સા. ના. નર. ૬) ખોદેલી જગા (અસલ); ગુજરેલાંને મુકવાની જગા, કત ; a place dug out (lit.); the place where the corpse is laid temporarily, till it be carried to the Dakhma. [Avestan] [Avestan] (જોઈએ તેવો-બાઅકિક કત) (૧|૧ ને બદલે) વં. ૫, ૧૧; [Avestan] ૧|૩ વં. ૫, ૧૧; [Avestan] ૨|૩ વં. ૫, ૧૦.

ખ) ઓરડો, રેહેવાની જગા; પાટિયાંની ભોંય-જમીન (સ્ત્રી.); a room, a dwelling place; floor (Sp.) ; [Avestan] ૨|૧ વં. ૨, ૨૯. ૩૪.

ગ) ઘેર; a house; જુઓ [Avestan]

ઘ) એક જાતનું માપ; a kind of measure ; જુઓ [Avestan]

[Avestan] (= [Avestan] = कतर = L. *Uter) ([Avestan] ઉપરથી) ક પ્રશ્ના. સ. બેમાંથી કોણ, બેમાંથી કયું ? which of the two ? [Avestan] ૧|૧ વં. ૭, ૩૬; વં. ૧૩, ૪૧; [Avestan] ૨|૧ યશ્ત. ૩૧, ૧૭; યશ્ત. ૪૬, ૧૨.

ખ) અનિયમિત સર્વ. બેમાંનું જે કોઈ; indefin. pro., whichever of the two ; [Avestan] નર. ૧|૧ ય. ૧૪, ૪૩. ૪૪; ય. ૧૯, ૪૬; વીશ્તા. ય. ૪૭.

ગ) બેમાંનું દરેક, બેહુ, બન્ને; each of the two, both ; [Avestan] ૧|૧ યશ્ત. ૯, ૫; [Avestan] [Avestan] ૨|૧ ય. ૧૫, ૧.

[Avestan] (= [Avestan]) સા. ના. નર. ઘેરધણી ; the master of a house or family ; a landlord ; [Avestan] ૧|૩ યશ્ત. ૯, ૨૨.

[Avestan] વિ. ના. નર. પુરૂષનું નામ ; name of a person; [Avestan] ૬|૧ ય. ૧૩, ૧૧૪. (જુઓ મોદી.)

[Avestan] (= [Avestan]) (જુઓ [Avestan] ઘ તથા [Avestan]) વિ. 'કત' (માપ) નાં જેટલું મ્હોટું ; as big or large as a Kata ; [Avestan] [Avestan] (કત માપના જેટલા મ્હોટા પથરે કરીને) (૭|૨ ને બદલે) ય. ૧૭, ૨૦; [Avestan] [Avestan] .. નર. ૧|૩ વં. ૧૯, ૪.

[Avestan] ([Avestan] ઉપરથી) ક્રિ. અ. ક્યારે ? when [Avestan]

* Initial Q ([Avestan]) being dropped ; orig., quter.

વં. ૫, ૫૭; વં. ૬, ૪૨; વં. ૭, ૧. ૧૨. ૨૩. ૨૫. ૨૮. ૩૨. ૭૩. ૭૬; વં. ૮, ૧૪. ૩૩. ૩૫. ૬૭.

[Avestan] [Avestan] વિ. ના. નારી. સ્પેન્તોમદ ગાથાના છેલ્લા હાનું નામ, ઇજિશનેનો ૫૦ મો હા; એ હાના પેહેલ્લા બોલો ઉપરથી એ નામ પડ્યું; name of the last chapter of the Spentomad Gâthâ, *i. e.*, the 50th chapter of Yasna; [Avestan] [Avestan] [Avestan] ૨/૧ ઇજિ. ૫૦, ૧૨.

[Avestan] (=कथा, कथम्) ([Avestan] ઉપરથી) ક્રિ. અ. ક) કેવી રીતે? કેમ? how? [Avestan] ઇજિ. ૬૧, ૫; ઇજિ. ૬૫, ૯; હદિ. નુસ્ક. ૧૬ (= ય. ૨૨, ૧૬.); [Avestan] ઇજિ. ૪૩, ૭; ઇજિ. ૪૬, ૧૭; [Avestan] ઇજિ. ૪૪, ૨; [Avestan] [Avestan] (જેમ કેમ = જેમ ગમે તેમ) વં. ૨, ૧૧. ૧૫. ૧૯; ય. ૪, ૭; [Avestan] ય. ૧, ૨૬; [Avestan] (કોઇબી રીતે) વીસ્પ. ૨૨, ૨.

ખ) કેટલું? how much? [Avestan] [Avestan] (એક કદમ તે કેટલું?) વં. ૯, ૮; [Avestan] [Avestan] (ત્રણ કદમ તે કેટલું?) વં. ૯. ૯. ૧૦; એની મુકાબેલ [Avestan] (= જેટલું) આવેછે. (જુઓ વં. ૯, ૮. ૯. ૧૦.)

ગ) Fr. Quand=L. Quand=ક્યારે? when? [Avestan]……[Avestan] (ક્યારે તેઓ થાઓ) વં. ૧૫, ૪૪.

[Avestan] સા. ના. નર. ગધેડું; an ass; જુઓ નીચેનો બોલ.

[Avestan] (જુઓ [Avestan]) સમાસ ના. નારી. ગધેડી; she-ass; [Avestan] ૧/૧ વં. ૭, ૪૨.

[Avestan] વિશે જુઓ [Avestan] ખ.

[Avestan] ([Avestan]) વિ. ના. નર. પાહાડનું નામ; name of a mountain; the *Kôndrâsp* mountain, by the town of Tûs (the modern Meshed), on whose summit is the Lake Sôvbar (Bund. XII, 24)—Dar. [Avestan] ૨/૧ ય. ૧૯, ૬. (જુઓ મોદી.)

[Avestan] (= कथ = [Pahlavi]) ([Avestan] ઉપરથી) ક્રિ. અ. ક) ક્યાંહાં? where? [Avestan] વં. ૧૯, ૩૧.

ખ) ક્યારે? when? [Avestan] વં. ૯, ૫૪; વં. ૧૩, ૫૩; ય. ૧૦, ૮૬; [Avestan] [Avestan] (ક્યારે હમારી તરફ) ય. ૮, ૫; [Avestan] (Wester. [Avestan] [Avestan]) (ક્યારે હમુને) ય. ૧૦, ૮૬; [Avestan] ઇજિ. ૨૯, ૯; ઇજિ. ૪૬, ૩; ઇજિ. ૪૮, ૯. ૧૦.

૧ [Avestan]* = [Avestan] = खन् = [Pahlavi] = ખોદવું; to dig; cl. 1 and 2; એ ધાતુ ૧ લા વર્ગનો છે, પણ એનાં કેટલાંએક રૂપો ૨ જા વર્ગમાંથી આવેછે.—જુઓ [Avestan] [Avestan], [Avestan], [Avestan]

[Avestan] = ખાડો ખોદવો; to dig (a hole); to fill up (holes) (Dar.); [Avestan] શક્યા. પરસ્મૈ. ૩/૧ વં. ૧૪, ૬.

[Avestan] = ખોદવું; to dig; [Avestan] શક્યા. પરસ્મૈ. ૨/૧ વં. ૧૭, ૫. ૭; [Avestan] શક્યા. પરસ્મૈ. ૩/૩ વં. ૮, ૮. ૩૭-૩૯; વં. ૧૫, ૪૭; વં. ૧૬, ૧૨; [Avestan] અ. ભૂ. આત્મને. ૩/૧ વં. ૧૫, ૩૯; જુઓ [Avestan], [Avestan]

[Avestan] = उत्-खन् = બાહાર ખોડી કાહાડવું; to dig out; [Avestan] વર્ત. પરસ્મૈ. ૩/૧; અથવા [Avestan]નો ટુંકો આકાર ગણીએતો ૩/૩ વં. ૩, ૧૨.

[Avestan] नि-खन्=દાટવું, દફનાવવું; to bury; [Avestan] વર્ત. આત્મને. ૩/૧, અથવા [Avestan] નો ટુંકો આકાર ગણીએતો ૩/૩ વં. ૩, ૮. ૧૨. ૩૬. ૩૭; વં. ૭, ૪૭. ૪૮; [Avestan] [Avestan] શક્યા. પરસ્મૈ. ૩/૩ વં. ૭, ૧૩.

[Avestan] જમીનદોસ્ત કરી નાખવું, ભોંય બરાબર કરી નાખવું; to level to the ground; to raze; [Avestan] વર્ત. પરસ્મૈ. ૩/૧ વં. ૩, ૧૩. ૨૨; [Avestan] [Avestan] પ્રયો. અ. ભૂ. સંરા. પરસ્મૈ. ૩/૧ વં. ૭, ૫૧. જુઓ ૧ [Avestan]

[Avestan] =ચોળવું, મટોડી સાથે ઘસડવું, જમીનમાં ખાડો ખોદી તેમાં ઘસવું—ઉજારવું; to rub (with earth); to scour; [Avestan] શક્યા. પરસ્મૈ. ૩/૩ વં. ૭, ૧૫; વં. ૯, ૩૦.

૨ [Avestan] = कम् = ચાહાવું, પ્યાર કરવો, પસંદ કરવું; to love, to feel affection; to like; [Avestan] પૂ. ભૂ.

* એજ ધાતુ ([Avestan]) ઉપરથી અંગ્રેજીમાં *Can*-al (પાણીની નેહેર), *Chan*-nel (જળમાર્ગ) બોલો નીકળેલા છે.

પરસ્મૈ. ૩/૧ હાદિ. નુસ્ક. ૧૯ [illegible] (૨/૧ ને બદલે) હાદિ. નુસ્ક. ૧૨; [illegible] પૂ. ભૂ. પરસ્મૈ. ૩/૩ ઇજ. ૪૪, ૧૩; જુઓ [illegible], [illegible], [illegible]

[illegible] (केन) પ્રશ્ન. સ. ૩/૧; જુઓ [illegible] who કોણ.

[illegible] વિ. ના. નારી. એક નામાંકિત કન્યાનું નામ; name of a noted maiden; [illegible] ૬/૧ ય. ૧૩, ૧૪૧. (જુઓ મોદી.)

[illegible] (कन्या) (જુઓ ૨ ધા. [illegible]) સા. ના. નારી. કુમારી છોકરી, કન્યા; a virgin; a maid; [illegible] ૧/૧ વં. ૧૪, ૧૫; વં. ૧૫, ૧૦. ૧૧. ૧૨. ૧૪. ૧૯; [illegible] ૨/૧ વં. ૧૪, ૧૫; [illegible] ([illegible] ને બદલે) ૧/૩ ય. ૧૭, ૫૯.

[illegible] (Wester.) વિશે જુઓ [illegible]

[illegible] ક) સા. ના. નારી. જેહેરી રોપો-વનસ્પતિ; અથવા દગલબાજી, ઠગાઈ, કપટ ([illegible] + [illegible]); a poisonous herb or plant ([illegible]); *or*, fraud, deceit (कपट); [illegible] ૧/૧ ય. ૮, ૫૬; ય. ૧૪, ૪૮.

ખ) વિ. ના. નારી. દગલબાજી—ઠગાઈનો દેવ; the Demon of Fraud or Deceit; [illegible] [illegible] (Geld. [illegible]) ૨/૩ વં. ૧૧, ૯. ૧૨.

[illegible] (= कफ = [illegible]) સા. ના. નર. મોહોડાંમાંથી નીકળતું ફીણ; foam; [illegible] ૨/૧ ય. ૧૪, ૧૩.

[illegible] = कम् = Lat. *Am-are = ચાહવું, ઇચ્છવું, પ્યાર કરવો; to love, to be in love with, to wish; જુઓ [illegible]

[illegible] (= [illegible] = [illegible]) સા. ના. નારી. કમ્મરબંદ, પટો; a girdle, a waist-band; from [illegible] = कमर = વાંકુ થવું, મંડાએલું થવું; to be bent (J.); [illegible] ૧/૧ વં. ૧૪, ૯.

[illegible] ([illegible] = कु + मूर्धन्) સા. ના. ક) ખરાબ માણુસ ઇઆ દેવ-દરૂજનું માથું; the head (as of bad beings); the brainless head; સારાં—નેક માણુસનાં માથાંનેમાટે [illegible] the head (as of good beings); the head with brains; [illegible] = Camera = ખાલી ખોખુ-પેટારો; [illegible] = [illegible] રાખનાર; keeping, possessing; [illegible] = ખાલી ખોપ્પું રાખનાર, સમજ વગરનું માથું. [illegible] ૨/૧ વં. ૩, ૨૦; વં. ૯, ૪૯; વં. ૧૮, ૧૦; ઇજ. ૯, ૩૧; ઇજ. ૫૭, ૧૦; [illegible] ૫/૧ હાદિ. નુસ્ક. ૨૦; [illegible] ૭/૧ વં. ૧૯, ૧૫; ય. ૬, ૫; ય. ૧૦, ૧૨૮; [illegible] ૭/૧ વં. ૪, ૪૯; [illegible] નારી. ૨/૩ ય. ૧૦, ૩૭.

ખ) દોજખના રસ્તા ઉપર આવેલા અરેજુર નામના પાહાડની ટોચ—મથાળું—શિખર; the head, the top; [illegible] [illegible] [illegible] (અરેજુર પાહાડની ટોચ તરફ; on the top of Mt. Arezûra, q.v.) ૨/૧ વં. ૧૯, ૪૪. ૪૫.

[illegible] (= [illegible] = [illegible]) વિ. ઓછું, થોડું, કમ; few, little, deficient; insufficient; [illegible] ના-ય. ૨/૧ વં. ૪, ૪૫. જુઓ નીચેના બોલો.

[illegible] (જુઓ ૩ [illegible]) સમાસ વિ. ના. નારી. થોડાં ગાએ-ઢોરવાળો (અસલ); ટુંક સંપત્તિવાળો, થોડી ગુજાસવાળો; having few herds of cattle (lit.); of moderate or insufficient means; [illegible] ૧/૧ ઇજ. ૪૬, ૨.

[illegible] [illegible] ઓશતવદ ગાથાના છેલ્લા હાનું નામ; ઇજશ્નેનો ૪૬ મો હા; એ હાના પેહેલા બોલો ઉપરથી એ નામ પડયું છે; name of the last chapter of Ushtavad Gâthâ, *i. e.*, the 46th chap. of Yasna, viz., [illegible] [illegible] [illegible] કેઈ જગાએ હું વળાણુ લેઉં? [illegible] [illegible] [illegible] [illegible] ૨/૧ ઇજ. ૪૬, ૨૦.

[illegible] (= [illegible]) (જુઓ [illegible]) સમાસ વિ. થોડા માણુસવાળો, થોડા સાથીવાળો; having few men (lit.), *i. e.*, poor in followers; [illegible] નર. ૧/૧ ઇજ. ૪૬, ૨.

[illegible] (= [illegible]) ([illegible] ઉપરથી) અતિ. વિ. ઘણુંજ ઓછું-થોડું; the least; + [illegible] + [illegible] [illegible] = [illegible]; [illegible] ૨/૧ (ક્રિ. અ.) વં. ૩, ૧૫; વં. ૫, ૪૬; વં. ૮, ૫; વં. ૯, ૩.

* Lat. *Am*-are માંથી શરૂઆતનો K નીકળી ગયો; અસલ ૧૫ *Kam*-are સમજવું; orig., *Kam*-are

* જેમ Combustion બોલમાં b વધારો આવેલો છે (rt. *Us* = [illegible] = उष् = બળવું), તેમ પ્રમાણે [illegible] માં [illegible] વધારો છે. Orig., Com + b + *us* + tion.

[illegible] વિશે જુઓ [illegible] who, which

[illegible] (Ved. [illegible]) સા. ના. નર. ૬) દુષ્ટ-પાપી-ઘાતકી માણસ ; an evil-doer, a wicked person ; [illegible] ૫/૧ ય. ૧, ૧૯; ય. ૧૩, ૭૧; [illegible] [illegible] (દુષ્ટ માણસનું તથા દુષ્ટ માણસને લગતાનું) ૬/૧ યજ. ૫૧, ૧૫; ય. ૧૧, ૧૦: [illegible] [illegible] (દુષ્ટ માણસનું તથા દુષ્ટ બાઈડીનું) નર તથા નારી. ૬/૧ યજ. ૬૧, ૩; [illegible] ૬/૩ ય. ૧૦, ૨; [illegible] [illegible] નર. તથા નારી. ૬/૩ યજ. ૬૧, ૩.

ખ) બદી, ગુનાહ, પાપ; evil, vice, sin; જુઓ [illegible]

[illegible] વિશે જુઓ ધા. [illegible] ખ.

૧ [illegible] = [illegible] = [illegible] = Lat. *Cre*-are = Fr. Créer = [illegible] = કરવું, ઉત્પન્ન કરવું; એ ધાતુ પાંચમા વર્ગનો છે; to do, to make, to create; to produce; cl. 5; [illegible] વર્ત. પરસ્મૈ. ૧/૧ વં. ૨૧, ૬. ૧૦. ૧૪; વીસ્તા. ય. ૪૯ (= ય. ૨૪, ૪૯). [illegible] ૨/૧ યજ. ૧૦, ૧૩; [illegible] ૩/૧ વં. ૩, ૪. ૨૩; વં. ૪, ૩; વં. ૮, ૪૦; વં. ૯, ૧૫. ૪૩; વં. ૧૩, ૪૧. ૫૧; વં. ૧૯, ૪૩; વં. ૨૨, ૫. ૧૨. ૧૮; યજ. ૧૦, ૧૩; ય. ૧૦, ૨૮; ય. ૧૭, ૨૦; [illegible] (Wester. [illegible]) ૩/૩ ય. ૧૩, ૨૬; [illegible] વર્ત. સંરા. ૨/૧ વં. ૨૧, ૫. ૯. ૧૩; [illegible] શકયા. પરસ્મૈ. ૩/૧ વં. ૧૪, ૧૭; [illegible] આજ્ઞા. પરસ્મૈ. ૧/૧ વં. ૨, ૩૧; વં. ૧૯, ૧૨; ય. ૫, ૩૦; ય. ૧૫, ૧૬. ૫૮; ય. ૧૭, ૫૭; [illegible] આત્મને. ય. ૧૯, ૪૩; [illegible] આજ્ઞા. પરસ્મૈ. ૨/૧ વં. ૨, ૨૫. ૨૮. ૩૦; [illegible] આજ્ઞા. પરસ્મૈ. ૨/૧ યજ. ૯, ૨૮; [illegible] (= [illegible] + [illegible]) આજ્ઞા. આત્મને. ૨/૧ યજ. ૪૦, ૧; [illegible] અ. ભૂ. પરસ્મૈ. ૩/૧ વં. ૨, ૩૨. ૩૩. ૩૮. ૩૯. ૪૧. ૪૨; વં. ૫, ૧૩; વં ૬, ૫૦; યજ. ૯, ૪; [illegible] Wester. વં. ૨, ૬; [illegible] ૩/૩ યજ. ૩૦, ૯; ય. ૧૦, ૫૧; [illegible] સંરા. ૩/૧ વં. ૧૫, ૧૫. ૧૮. ૨૧. ૨૪. ૨૭. ૩૦. ૩૩. ૩૬. ૩૯. ૪૩. ૪૮; ય. ૧૦, ૧૨૦; ય. ૧૯, ૮૯; આફ્રૈ. પેગમ. ७२.२; [illegible] ૩/૩ વં. ૫, ૧૬; ય. ૧૯, ૧૧; [illegible] યજ. ૩૪, ૭; [illegible] પૂ. ભૂ. પરસ્મૈ. ૩/૩ વં. ૪, ૪૬; [illegible] (અસલ રૂપ [illegible]) અનિયમિત (= aor.) પરસ્મૈ. ૩/૧; પ્રોફે. યુસ્તી એ બોલને સં. [illegible] (redup. aor.) નું ટુંકુ રૂપ ગણેછે યે. ૪૪, ૭; યજ. ૪૫, ૯; [illegible] પ્રયો. વર્ત. પરસ્મૈ. ૩/૧ યજ. ૧૯, ૧૩; યજ. ૨૦, ૧; [illegible] અ. ભૂ. પરસ્મૈ. ૩/૧ યજ. ૧૯, ૧૫; [illegible] (Geld. [illegible]) કર્મ. ક્રિ. વર્ત. ૩/૧ ય. ૧૦, ૧૦૯; [illegible] ૩/૩ વં. ૩, ૯; [illegible] intensive verb વર્ત. પરસ્મૈ. ૧/૩ યજ. ૫૮, ૪. જુઓ [illegible], [illegible], [illegible], ૧-૨ [illegible]

[illegible] = કરવું; to do; to cause; [illegible] thou didst cause અ. ભૂ. પરસ્મૈ. ૨/૧ યજ. ૯, ૧૫.

[illegible] = प्र-कृ = કરવું, ઉત્પન્ન કરવું; to do; to work, to produce. [illegible] અ. ભૂ. પરસ્મૈ. ૩/૧ વં. ૧૯, ૪૧.

[illegible] = सङ्-कृ = ૬) સંપૂર્ણ કરવું (હારલે તથા મિલ્સ); અર્પણ કરવું (દારમે.); જાહેર કરવું (સ્પી.); મિજલસમાં આદરમાન આપવું (કામા.); to complete (H. & M.); to offer, to dedicate (D.); to announce to (Sp.); to pay homage; to welcome (Kama); [illegible] વર્ત. પરસ્મૈ. ૧/૧ યજ. ૧, ૧; વીસ્પ. ૧, ૧.

ખ) એકઠું કરવું, સાથે જોડી નાખવું; to unite, to consolidate; જુઓ [illegible]

૨ [illegible] = کاشتن , کشتن = ખેડવું, ખેતી કરવી; to sow, to cultivate; [illegible] વર્ત. પરસ્મૈ. ૩/૧ વં. ૩, ૪. ૨૩. ૩૧; [illegible] અ. ભૂ. પરસ્મૈ. ૩/૩ વં. ૬, ૨. ૩. ૪.

૩ [illegible] = ૬) કાપવું; to cut; [illegible] શકયા. પરસ્મૈ. ૮ મો વર્ગ ૩/૧ વં. ૧૮, ૧૦; [illegible] he draws (the furrows) (ફરા ખેંચેછે) વર્ત. પરસ્મૈ. ૩/૧ ય. ૪, ૪.

ખ) ઈજા કરવી, દુઃખ દેવું; to harm; to torment.

[illegible] = કાપી છોલી તૈયાર કરીને બનાવવું (અસલ.); પેદા કરવું; to mould, to model (orig.); to create; [illegible] અ. ભૂ. પરસ્મૈ. ૯ મો વર્ગ ૧/૧ વં. ૨૨, ૧. ૮. ૧૪.

[Avestan] = ક) આસપાસ કાપવું; to cut round about; [Avestan] જુ. ફ. ૨/૧ વં. ૧૯, ૧૯.

ખ) આસપાસ કરા ખેંચવી; નખ લીધા પછી તેની આસપાસ છરીએ કરીને ચક્કર પાડવાં; to draw circles around the hole in which the pared-off nails are put; [Avestan] [Avestan] રાફયા. પરરમે. ૨/૧ વં. ૧૭, ૬. ૮; જુઓ [Avestan]

[Avestan] = ક) કાપીને બનાવવું (અસલ); પેદા કરવું; ઉત્પન્ન કરવું (હારેમનનું); to shape by cutting (orig.); to create (as of Ahriman); [Avestan] [Avestan] [Avestan] (હારેમને પેદા કીધું) અ. બૂ. પરરમે. ૫ મો વર્ગ ૩/૧ વં. ૨૨, ૨. ૯. ૧૫.

ખ) કરા ખેંચવી; to draw circles or furrows round about. [Avestan] રાફયા. પરરમે. ૨/૧ વં. ૯, ૧૧; [Avestan] અ. બૂ. પરરમે. ૩/૧ વં. ૨૨, ૨૦.

૪ [Avestan] = [Avestan]* = कष्=[Persian], [Persian]* = જોવું, તપાસવું; to see, to examine; જુઓ [Avestan]

[Avestan] = આસપાસ જોવું; to see round about. [Avestan] [Avestan] Periphrastic અ. બૂ. પરરમે. ૩/૧ (પુરતી) વં. ૧૯, ૧૯.

૧ [Avestan] (જુઓ ૧ ધા. [Avestan]) વિ. કરતો, બનાવતો, કરનાર; કામ કરતો; working; producing; energetic; જુઓ [Avestan], [Avestan], [Avestan], [Avestan], [Avestan], [Avestan], [Avestan], [Avestan], [Avestan]

૨ [Avestan] વિ. ના. નર. તુરાની ખાનદાનનો કોઈ શખ્સ; name of a Turanian, antagonistic to the Mazdayasnian religion; [Avestan] [Avestan] ૨/૧ ય. ૫, ૭૩. (જુઓ મોદી.)

૩ [Avestan] (= [Avestan]) વિ. ના. નર. કર નામની માછલી; the chief of the fishes; it keeps watch and guards the White Haoma from being destroyed by Ahriman; for particulars, *vide* Yt. 14, 29; Yt. 16, 7. [Avestan] [Avestan] ૧/૧ ય. ૧૪, ૨૯; ય. ૧૬, ૭; [Avestan] [Avestan] (૨/૧ ને બદલે) વં. ૧૯, ૪૨.

૧ [Avestan] (જુઓ ૩ ધા. [Avestan]) સા. ના. નાન્ય. ઈજાર, પાએજામો, સુરવાળ; trowsers or long drawers; [Avestan] ૨/૧ વં. ૮, ૨૪.

૨ [Avestan] (= [Avestan] = [Persian] = Corner) (જુઓ ૩ ધા. [Avestan]) સા. ના. નર. બાજુ, ખુણું, તરફ, કીનારો, છેડો; a side, a corner, boundary, end; [Avestan] ૨/૧ ય. ૧૦, ૯૫; ય. ૧૨, ૨૦; [Avestan] [Avestan] (= બે છેડા) ૨/૨ ય. ૧૦, ૯૫; [Avestan] ૨/૩ ય. ૧૩, ૩; [Avestan] [Avestan] (ક કારાંત પ્રમાણે) ૨/૩ ઈજ. ૬૫, ૪; ય. ૫, ૪; ય. ૧૦, ૩૬; ય. ૧૩, ૭; [Avestan] ૨/૩ ય. ૫, ૩૮. જુઓ [Avestan], [Avestan], [Avestan], [Avestan]

[Avestan] (= [Avestan]) સા. ના. નર. સાંભળતે કાંને—છતે કાંને બેહેરો રેહેનાર; જરતોશ્તી દીનનાં ફરમાનો કાબૂલ નહીં રાખનાર; deaf (orig.); one who turns a deaf ear to the moral precepts of Zoroastrianism, Karapan; the Kavis and the Karapans, the blind and the deaf, are those ' who cannot see nor hear any thing of God. ' Comp. कृपण = miserable, wretched; [Avestan] ૧/૧ ઈજ. ૩૨, ૧૨; ઈજ. ૪૬, ૨૦; [Avestan] ૧/૩ ઈજ. ૪૬, ૧૧; ઈજ. ૪૮, ૧૦; ઈજ. ૫૧, ૧૪; ય. ૪, ૭; [Avestan] ૨/૩ Frag. 2, 2; [Avestan] ૬/૩ ઈજ. ૯, ૧૮; ય. ૧, ૧૦; ય. ૫, ૧૩; ય. ૧૦, ૩૪; ય. ૧૩, ૧૩૫.

[Avestan] ([Avestan] ઉપરથી) સા. ના. કરપનનો ચેલા-શાગેર્દ (મિલ્સ); પેહેલવી ઉપરથી દારમેસ્તેતેએ બોલનો અર્થ [Avestan] ના જેવોજ કરેછે:—કરપન, જરતોશતી દીનનાં ફરમાનો કાબૂલ નહીં કરનાર; a disciple of *Karapan* (M.); a *Karapan* (D.); [Avestan] [Avestan] ૨/૩ ઈજ. ૩૨, ૧૫.

[Avestan] વિ. ના. નર. નામાંકિત પુરૂષનું નામ; ધારયા મુજે શાહનામામાં આવેલો જાણીતો કારન; name of an illustrious personage; possibly the great Kâren ([Persian]) of the Shâh Nameh; [Avestan] (Geld. [Avestan]) ૬/૧ ય. ૧૩, ૧૦૬. (જુઓ મોદી.)

[Avestan], [Avestan] [Avestan] = कर्तनी, कर्तरि = Lat. Culter = Fr. Couteau = [Persian]) (જુઓ ધા.

* [Avestan], [Persian], [Persian] = Av. [Avestan]

[illegible]). સા. ના. નર. ક) છરી; ચાકુ; a knife; [illegible] ૩|૩ વં. ૪, ૫૦. જુઓ [illegible] [illegible]

ખ) તલવાર, શમશેર; a sword; [illegible] ૧|૧ વં. ૧૪, ૯; ય. ૧૩, ૭૨; [illegible] ૨|૧ ય. ૧૪, ૨૭; [illegible] ૧|૩ ય. ૧, ૧૮; [illegible] ૧|૩ ય. ૧૦, ૪૦; [illegible] ([illegible] ઉપરથી) ૧|૩ વં. ૧૭, ૯. ૧૦; [illegible] ૬|૩ ય. ૧૦, ૧૩૧.

[illegible] વિ.ના.નર. પક્ષિનું નામ; પરો-દર્શની માફક માણસોને ઉંઘમાંથી બામદાદના વખતમાં ઉઠારનાર મરઘો; the name of the cock, which, by its crowing, scares away Bushyásta, the Demon of Sloth. Comp. [illegible]; [illegible] ૧|૧ ય. હાદો. નુસ્ક. ૪૧.

[illegible] (= [illegible]) (જુઓ [illegible] ક તથા [illegible] ઘ) સમાસ ના. નર. વાહાડ કાપનું કામ જાણનાર વૈદ્ય; one who heals with the knife (lit.); a surgeon; [illegible] ૧|૧ ય. ૩, ૬; [illegible] [illegible] ૧|૩ વં. ૭, ૪૪.

[illegible] कर्त् = Lat. *Curt*–are ક) વાહાડ કાપનું કામ કરવું; to cut or open a part of the body with a view to healing; to operate; [illegible] (અસલ રૂપ [illegible] + [illegible]) આજ્ઞા. પરસ્મૈ. ૩|૩ વં. ૭, ૩૮. ૪૦; [illegible] અ. ભૂ. સંરા. પરસ્મૈ. ૩|૧ વં. ૭, ૩૭. ૪૯; [illegible] (અસલ રૂપ [illegible] + [illegible]) વર્ત. આત્મને. ૩|૩ વં. ૭, ૩૮.

ખ) કાપવું, કાપી નાખવું; to cut; to cut off; [illegible] વર્ત. પરસ્મૈ. ૩|૧ ય. ૧૪, ૬૨; [illegible] વં. ૭, ૩૮. ૪૦.

[illegible] = કાપી નાખવું; to cut off; [illegible] વર્ત. પરસ્મૈ. ૩|૧ યશ્ત. ૭૧, ૮; ય. ૧૦, ૭૨; [illegible] ૩|૩ યશ્ત. ૭૧, ૮.

[illegible] = કાપી નાખવું; to cut off; [illegible] ..... વર્ત. પરસ્મૈ ૩|૧ વં. ૧૩, ૧૦.૧૧.

[illegible] = કાપી નાખવું, કાપવું; to cut off; [illegible] શકયા. પરસ્મૈ. ૩|૧ વં. ૪, ૫૦.

[illegible] = કાપી નાખવું; કાપવાને માટે આવવું (દારમે.) ; to cut off; to come to cut. (Dar.); [illegible] વર્ત. પરસ્મૈ. ૩|૧ ય. ૧૪, ૬૨.

[illegible] = કાપી નાખવું; to cut off; [illegible] પ્રયો. અ. ભૂ. પરસ્મૈ. ૩|૩ વં. ૧૩, ૩૩.

[illegible] = ક) કટકે કટકા કરી નાખવા; to rend to pieces; [illegible] અ. ભૂ. પરસ્મૈ. ૩|૩ વં. ૭, ૧૩.

ખ) સાંમે પેદા કરવું (હારેમનનું); to counter-create; [illegible] અ. ભૂ. પરસ્મૈ. ૩|૧ વં. ૧, ૨. ૪-૧૩. ૧૫-૧૯; [illegible] યશ્ત. ૯, ૮; ય. ૫, ૩૪.

[illegible] સા. ના. નર. (અર્થ અચોકસ); ફારી નાખનાર, ફારીને છુટું પાડનાર (સ્પી. તથા હારલે), કાંઈ ચીજ કરવાને માટે જોનાર (દાર.); one who tears and separates (Sp. & Har.); one who sees the thing to do (Dar.); [illegible] (Wester. [illegible]) ૧|૧ ય. ૧૫, ૪૬.

[illegible] (= कर्ण) સા. ના. નર. કાન (દેવ-દરૂજ ઇઆ ખરાબ માણસનો); an ear (of an evil being); સારાં માણસના કાનને માટે [illegible] an ear (of a good being); [illegible] ૨|૨ ય. ૧૧, ૨.

[illegible] વિ. બેહેરો; deaf. Comp. کر, अकर्ण; [illegible] ૧|૩ ય. ૫, ૬૩.

[illegible] = कल्प = સીધું કરવું, આકાર બનાવવો; to erect, to shape, to model; જુઓ [illegible]

[illegible] = कर्श् = પાતલું-દુબલું-કાવલું થવું; to be lean—weak—thin; જુઓ [illegible]

[illegible] ([illegible] ઉપરથી) વિ. કરેસ્ન ઇઆને કારનનાં ખાનદાનને લગતો; (a member) of the family of Karesna (Per. کارن); [illegible] (Geld. [illegible]) નર. ૬|૧ ય. ૧૩, ૧૦૮.

१ [Avestan] = [Avestan] = कर्ष् = کشتن , کشتیدن = ખેડવું, ખેતી કરવી; to cultivate, to till; જુઓ [Avestan], [Avestan], [Avestan], [Avestan]

૨ [Avestan] = [Avestan] = कर्ष् = [Avestan] = ખેંચવું, તાણવું, ઘસડવું; ક્રરા ખેંચવી, ગોળ કુંડાઇ પાડવું; to draw; to pull, to drag; to draw the furrow or circle; જુઓ [Avestan], [Avestan] [Avestan]

[Avestan] પાછું ખેંચવું, પાછું ખેંચાઈ જવું; પાછું હટવું; to draw back, to shrink back, to recede; [Avestan] [Avestan] અ. ભૂ. પરસ્મૈ. ૩।૩ ય. ૧૯, ૮૦.

[Avestan] = अव-कर्ष् = ખેંચી લાવવું, ઘસડી લાવવું, તાણી લાવવું; to drag; to pull or drag along; [Avestan] વર્તે. પરસ્મૈ. ૩।૩ વં. ૫, ૫.

[Avestan] = परि-कर्ष् = આસપાસ ક્રરા ખેંચવી; to draw the furrows around. [Avestan] શક્યા. પરસ્મૈ. ૩।૧ વં. ૧૯, ૨૧. જુઓ [Avestan]

[Avestan] (Geld.) વિરો જુઓ [Avestan]

[Avestan], [Avestan] ([Avestan] = कर्ष = کشت) (જુઓ ૨ ધા. [Avestan]) સા. ના. ક્રરા, ભોંય-જમીન ઉપર ગોળ ચક્કર પાડવું; drawing a circle on the ground; a circular furrow; [Avestan] (૨।૧ ને બદલે) વં. ૯, ૧૧; [Avestan] (અસલ બોલ [Avestan]) ૨।૧ ય. ૪, ૪; [Avestan] નારી. ૬।૧ વં. ૯, ૧૨; [Avestan] ૨।૩ વં. ૯, ૧૧; [Avestan] નારી. ૨।૩ વં. ૨૨, ૨૦. જુઓ [Avestan], [Avestan]

[Avestan] (कर्ष) (જુઓ ૧ ધા. [Avestan]) સા. ના. નારી. ખેતી, ખેતીવાડી; cultivation; tillage; જુઓ નીચેનો બોલ.

[Avestan] ([Avestan] ઉપરથી) વિ. ખેતી—ખેતીવાડીને લગતો (માણસ)= ખેડુત; a husbandman, a cultivator; [Avestan] નર. ૩।૧ વં. ૩, ૨૪.

[Avestan] (જુઓ ૨ ધા. [Avestan]) સા. ના. નારી. ગીરદી, મંડળ, ટોળું; a thick crowd, a meeting; [Avestan]* [Avestan] પુષ્કળ માણસોની ગીરદીમાં) ૬।૧ (૭।૧ ની મતલબે) યશ્ત. ૧૧, ૨.

[Avestan], [Avestan] ([Avestan] = [Avestan]; જુઓ તે બોલ, તથા ધા. [Avestan]) સમાસ વિ. કેશ્વર ઉપર હકુમત કરનાર; મુલકને ગોઠવનાર-આબાદ કરનાર; અથવા [Avestan] ='ખેતી કરવી' લઈએ તો "ખેતીને આબાદ કરનાર" થઈ શકે; ruling over Karshvare (*i. e.*, the region); rendering the region prosperous; *or*, rendering the cultivation (of the country) prosperous (rt. [Avestan] = to cultivate). [Avestan] ...... [Avestan] [Avestan] નર. ૨।૧ ય. ૧૦, ૬૬; [Avestan] [Avestan] નારી. ૨।૧ યશ્ત. ૬૨, ૫.

[Avestan] સા. ના. નર. મંડલીને રેહેનુમાઈ કરનાર (અસલ.); સરદાર; orig. [Avestan] + [Avestan]; [Avestan] a circle, an assembly; rt. [Avestan] to lead; one who leads the assembly (lit.); a chief, a leader; [Avestan] (Wester. [Avestan] ૧।૩ ય. ૧૩, ૩૮.

[Avestan] (જુઓ ૧ ધા. [Avestan]) વિ. ખેતી કરવા લાયક, ખેડી શકાએ તેવી (જમીન); (land) fit for tillage; arable; [Avestan] નારી. ૧।૧ વં. ૩, ૨૪; [Avestan] [Avestan] નારી. ૨।૧ વં. ૧૪, ૧૩.

[Avestan], [Avestan] (= [Avestan] = کشور, کیشور) (જુઓ ૧ ધા. [Avestan]) સા. ના. નાન્ય. કેશ્વર, મુલક; a region; a country; Karshvare. The earth is divided into seven Karshvares, separated from one another by seas and mountains. These are:— [Avestan], [Avestan], [Avestan], [Avestan], [Avestan], [Avestan], [Avestan], q. v. [Avestan] ૨।૧ વં. ૧૯, ૩૯; યશ્ત. ૫૭, ૩૧; ય.૧૦,૧૫. ૬,૭; ય. ૧૨, ૯-૧૫;ય.૨૧.૧૪; [Avestan] (૬।૧ ની મતલબે) વીસ્પ. ૧૦, ૬; [Avestan] ૨।૩ યશ્ત. ૬૧, ૫; યશ્ત. ૬૫, ૫; ય. ૫, ૩૦ ય. ૮, ૩૩. ૪૦; ય.૧૦, ૬૪. ૮૯; ય. ૧૫, ૨૦; ય. ૧૯, ૮૨; [Avestan]

* [Avestan] ની ૬।૧ [Avestan] પામેછે, તેમ એને વિભક્તિ લાગી.

[illegible] નારી. ૭/૩ ય. ૧૦, ૧૬; જુઓ [illegible], [illegible]

[illegible] (= [illegible]) વિ. ના. નર. પાદશાહ જમશેદના 'વર' માં થઈ ગએલા પેગમબરનું નામ; name of the prophet who preached and promulgated his new religion in the Vara made by King Jamsheed; [illegible] (Wester. [illegible]) ૧/૧ વં. ૨. ૪૨. (જુઓ મોટી.)

[illegible] (જુઓ ૧ ધા. [illegible]) ભૂ. કૃ. વિ. ક) ખેડેલો, ખેતી કીધેલો; વાવેલો; sown; cultivated; [illegible] [illegible] નર. ૬/૩ વં. ૭, ૩૫.

ખ) ઉત્પન્ન થએલું, પેદા કીધેલું; produced, done; જુઓ [illegible], [illegible], [illegible], [illegible], [illegible], [illegible], [illegible], [illegible]

[illegible] (= कृष्टि = کشت) (જુઓ ૧ ધા. [illegible]) સા. ના. નારી. ખેતી; cultivation, tillage; [illegible] ૪/૧ વં. ૬, ૬; [illegible] ય. ૨૪, ૩૩ (= વીશતા. ય. ૩૩). જુઓ [illegible]

[illegible] સા. ના. જાદુ, મંત્ર; sorcery, black art [illegible] (Wester. [illegible]) વં. ૧, ૧૪.

૧ [illegible], [illegible], [illegible] (= [illegible]) ક) વિ. ના. નર. કેઆની ખાનદાન, જે પેશદાદીઆનની પછી ઇરાનની ગાદી ઉપર આવ્યું હતું; the second dynasty of the ancient Persians; the Kayânian dynasty, which succeeded the Peshdâdyan; literally, it implies 'imperial, royal'; [illegible] [illegible] (كيخسرو કૈખુસરૂ) ૧/૧ ય. ૯, ૧૮; ય. ૧૫, ૩૨; [illegible] (= [illegible] = કૈ ગુશતાસ્પ) ૧/૧ ય. ૫, ૧૦૮; [illegible] [illegible] ૧/૧ ઇજ. ૫૩, ૨; [illegible] [illegible] ૧/૧ ઇજ. ૧૨, ૭; ઇજ. ૪૬, ૧૪; ઇજ. ૫૧, ૧૬; [illegible] [illegible] ૧/૧ આફ્રી. પેગમ. બર. ૩ (= ય. ૨૩, ૩); [illegible] [illegible] ૨/૧ ય. ૫, ૧૦૫. ૧૧૭; [illegible] ૨/૧ ય. ૧૯, ૭૧; [illegible] [illegible] સીરો. ૨, ૯; [illegible] ૬/૧ ઇજ. ૨૩, ૨; ની આ. ૫, ૫; ય. ૫, ૧૩૨; ય. ૯, ૧૮; ય. ૧૫, ૩૬; [illegible] (૫/૧ ને બદલે) ય. ૧૫, ૩૨; [illegible] ૧/૩ ય. ૧૯, ૭૧.

ખ) વિ. પાદશાહી, કેઆની; royal, imperial; Kayânian; [illegible] [illegible] નાન્ય. (પાદશાહી-કેઆની ઓરેહ) નાન્ય. ૧/૧ ય. ૧૦, ૬૬. ૧૨૭; ય. ૧૯, ૬૮; [illegible] [illegible] નાન્ય. ૨/૧ ઇજ. ૨, ૧૪; ઇજ. ૬, ૧૩; ય. ૧, ૨૧; ય. ૧૯, ૯; [illegible] [illegible] [illegible] (૩/૧ ને બદલે) ય. ૧૨, ૪; [illegible] [illegible] નાન્ય. ૬/૧ ઇજ. ૧, ૧૪; ઇજ. ૩, ૧૬; ઇજ. ૭, ૧૬; ય. ૧૯, ૦. ૯૭; ની આ. ૫, ૫.

૨ [illegible], [illegible] (= [illegible]) સા. ના. નર. કીક, જોતી આંખે આંધળો રેહેનાર, ઇઆને, જરતોશતી દીનનાં ફરમાનો ઉપર ધ્યાન નહી આપનાર; blind (orig.); one who is unheedful to the moral truths of Zoroastrianism: Kavi; [illegible] ૧/૧ ઇજ. ૪૪, ૨૦; [illegible] નર. ૨/૩ ઇજ. ૩૨, ૧૪; [illegible] (= [illegible] + [illegible]; ' નો " તથા " નો ' થવાથી) ૬/૩ ઇજ. ૯, ૧૮; ય. ૧, ૧૦; ય. ૫ ૧૩; ય. ૧૦, ૩૪; ય. ૧૩, ૧૩૫.

[illegible] (= [illegible] = قباد) વિ. ના. નર. કોબાદ; [illegible] [illegible] = [illegible] = كيقباد કૈકોબાદ, કેઆની વંશનો સ્થાપનાર; Kobâd, [illegible] [illegible] Kai Kobâd, the founder of the Kayânian dynasty. He had a son, named Kai Apiveh (Av. [illegible] [illegible]) and the latter had four sons, *viz.*, Kai Arish, Kai Vyârsh, Kai Pisân, Kai Kâus (Dar.); [illegible] [illegible] ૬/૧ ય. ૧૩, ૧૩૨. (જુઓ મોટી.)

[illegible] (= گرزم) વિ. ના. નર. અસ્ફન્દીઆરનો ભાઈ જેણે અદેખાઈ તથા અદાવતને લીધે પોતાના બાપ ગુશતાસ્પ પાદશાહને ખોટું સમજાવીને અસ્ફન્દીઆરને કેદખાનામાં નખાવ્યો હતો (બુરાને કાતે); ફીરદોસી એને ગુશતાસ્પનો ખેશી ગણે છે; the Gurezm (گرزم) of later tradition; 'the jealous brother of Isfendyâr, whom he slandered to his father and caused to be thrown into prison' (Burân qati'h). Firdausi has only that he was a relation of Gûshtâsp: شنیدم که گشتاسپ را خویش

[illegible] (Dar.); [illegible] ૬।૧ ય. ૧૩, ૧૦૩.

૧ [illegible] વિ. ના. નર. નામાંકિત પુરૂષનું નામ, જેનાં પોતાનાં ફ્રેરોહરને તથા તેના છોકરા [illegible] તથા [illegible] (પોઉરૂશ્તિ તથા ગરૂશ્ત) નાં ફ્રેરોહરને આરાધવામાં આવ્યું છે; name of an illustrious personage; [illegible] ૬।૧ ય. ૧૩, ૧૧૪. ૧૧૫. ૧૨૩.

૨ [illegible] વિ. દાનાવ, હુશિયાર, જાણનાર; knowing; intelligent; wise; જુઓ [illegible]

[illegible] = काश = પ્રકાશવું (અસલ); જોવું, નેગાહ કરવી; to shine; to see, to observe; cl. 1.

[illegible] (કોઈની) તરફ જોવું; to look at (a person); cl. 1; [illegible] અ. ભૂ. પરસ્મૈ. ૧ લો વર્ગ ૩।૧ વં. ૨૨, ૨. ૯. ૧૫.

[illegible] વિશે જુઓ [illegible] little, small.

[illegible] (= [illegible] = [illegible]) વિ. થોડું, નાહનું; little, small; [illegible] (અધિ. વિ.) = વધારે થોડું-નાહનું; smaller; [illegible] (અતિ. વિ.) = [illegible] = ઘણુંજ નાહનું-થોડું; smallest; [illegible] નાન્ય. ૨।૧ વં. ૧૩, ૪૫; [illegible] નાન્ય. ૬।૧ ઈજ. ૩૧, ૧૩; [illegible] ૬।૧ ઈજ. ૪૭, ૬; [illegible] ૪।૧ વં. ૧૫, ૨; [illegible] ૬।૩ વં. ૫, ૨૯; [illegible] ૨।૧ ય. ૧, ૨૮; [illegible] નર. ૬।૧ વં. ૬, ૧૦; વં. ૧૭, ૭. જુઓ નીચેના બોલો.

[illegible] (= [illegible]) (જુઓ [illegible]) સમાસ. વિ. થોડી-ઓછી અક્કલવાળો; possessing little intelligence; [illegible] નર. ૧।૧ વં. ૭, ૫૯.

[illegible] (જુઓ [illegible]) સમાસ વિ. થોડાં પાણી-વાળો (અસલ.); થોડાં પાણીથી ઉગતી (ભાજી-તરકારી); [illegible] (ભાજી-તરકારી) જેને ઉગી તૈયાર થવાને માટે થોડાં પાણીની જરૂર; નાહલાં ખીચાળું ઘાસ-ચારાનું ખેતર (દારમે.); થોડું ઉત્પન્ન કરનારાં મેદાન (હારલે); corns which require a small quantity of water for being fit to be cut or gathered; small-seeded fields (D.); little-producing prairies (H.); [illegible] ૬।૩ ય. ૮, ૨૯.

[illegible] (= [illegible]) (જુઓ [illegible]) સમાસ વિ. નાહની અથવા પાતળી એડીવાળો; small-heeled; thin-heeled; [illegible] નર. ૬।૧ ય. ૧૪, ૧૭.

[illegible] વિ. ના. નર. નામાંકિત પુરૂષનું નામ; name of an illustrious personage; [illegible] (Wester. [illegible]) ૬।૧ ય. ૧૩, ૧૧૦.

[illegible] (= ૧૯૭ = कच्छप, कच्छप = [illegible], کشو) સા. ના. નર. કાચબો; a tortoise; પ્રોફે. પિક્તે (Prof. Pictet) એ બોલને નીચે મુજબ સમજાવેછે:—कच्छ = a shore; પાણીની જગા, નદીના કીનારા આગળની જગા; पा = to protect; બચાવવું; कच्छप = [illegible] = પાણીની જગાની સંભાળ રાખનાર, પાણીની જગાએ રેહેનાર; [illegible] ૬।૩ વં. ૧૪, ૫.

[illegible] ([illegible] ઉપરથી) ક સા. ના. નીચપણું, હલકાઈ, પાજીપણું; meanness, baseness; [illegible] (Geld. [illegible]) ૧।૧ વં. ૨, ૨૯. ૩૭.

ખ) વિ. ના. નર. નીચાઈ-હલકાઈ-પાજીપણા-નો દેવ; the Demon of Meanness; [illegible] (Geld. [illegible]) ૧।૧ વં. ૧૯, ૪૩.

ગ) સા. ના. નર. નીચ-હલકો માણસ; a low or mean person; [illegible] (= [illegible]) (નહી નીચો-હલકો માણસ) ૧।૧ ય. ૫, ૯૨.

[illegible] ([illegible] ઉપરથી) વિ. હલકું, નજેવું, જેવુંતેવું, થોડી કીમતનું; worthless, trifling; (a thing) of little value; [illegible] ([illegible] પ્રત્યય લાગો) નારી. ૨।૧ વં. ૪, ૧; વં. ૧૮, ૩૪; [illegible] નારી. ૨।૧ વં. ૧૮, ૩૭.

[illegible] = कष = [illegible] = ક) ખેંચવું (અસલ.); લઈ જવું; to pull, to carry, to drag; જુઓ [illegible], [illegible]

ખ) (હથિયાર) વાપરવું-ફેરવવું; to wield (a weapon); [illegible] (સાંપને અથવા ગુનેહગારને મારવાનું હથિયાર વાપરેછે—પકડેછે.) વર્ત. પરસ્મૈ. ૩।૧ વં. ૧૮, ૪.

૧ [illegible] (= [illegible] = काश = [illegible]) (જુઓ ધા. [illegible] ક) સા. ના. નર. બગલ, ફ્રેંશ, કાખ; the armpit; [illegible] [illegible] (જમણી કાખને) ૨।૧ વં. ૮, ૪૮. ૪૯; વં. ૯, ૧૭. ૧૮; [illegible] [illegible] (ડાબી કાખને) ૨।૧ વં. ૮, ૫૦; વં. ૯, ૧૭, ૧૮.

૨ [illegible] (कच्छ, कक्ष) (જુઓ ધા. [illegible] ક) સા. ના. કિનારો; shore; જુઓ [illegible] [illegible], [illegible], [illegible], [illegible], [illegible] વિશે જુઓ [illegible] क who

[illegible] વિ. ના. નર. 'પરોદર્શ' નામનાં પક્ષિનું બીજું નામ; another name of the bird Parodars, q. v.; [illegible] + [illegible] = [illegible] ૧।૧ વં. ૧૮, ૧૫. ૨૩. જુઓ [illegible]

[illegible] વિ. ના. નર. કહર્ક નામનાં ખાનદાનનો; [illegible] (હુકૃવચ્) નામનો નામાંકિત નર એ ખાનદાનનો હતો; (a member) of the family of Kahrka; [illegible] ૬।૩ ય. ૧૩, ૧૨૭. (જુઓ ઓદી.)

[illegible] ([illegible] = کرکس) સા. ના. નર. ગીધ પક્ષિ; a vulture; એ બોલ નીચે મુજબ સમજાવી શકાએછે: [illegible] = [illegible] = کرک = પક્ષિ, મોર્ગ; a bird; [illegible] = अद् = ખાવું; to eat; [illegible] ૧।૧ ય. ૧૪, ૩૩; ય. ૧૬, ૧૩; [illegible] ૬।૧ ય. ૫, ૬૧; [illegible] (=[illegible] + [illegible]) ૬।૩ વં. ૩, ૨૦; વં. ૯, ૪૯.

[illegible] (= [illegible]) સમાસ વિ. ગીધ પક્ષિનાં પીછાંવાળો–સાથનો (તીર); vulture-feathered (arrows); [illegible] [illegible] (Geld. [illegible]) નર. ૬।૩ ય. ૧૦, ૧૨૯.

[illegible] (= [illegible] = کرژو , کرزو , کرباس = Ger. Krabbe, = Fr. Crabe = Crab); સા. ના. કરચલું, એડકો; a crab; a lizard; જુઓ નીચે.

[illegible] ([illegible] ઉપરથી) વિ. કરચલાંનાં જેવો, કરચલાંની સુરતનો; crab-shaped; [illegible] [illegible]... નર. ૬।૩ વં. ૧૪, ૫.

[illegible] = ચકચકીત થવું, ઝળકવું; ગ્રીનો—તીક્ષ્ણ આવાજ કાહાડવો (ઉવીનદીશામાન); એક બીજા સાથે અથડાવવું-લાગવું (હારલે); to glitter; to fizz (Windis.); to clash against; એ બોલ લડાઇનાં હથિયારના સંબંધમાં આવેછે; [illegible] [illegible] અ. જૂ. સંરા. ૫૨સ્મૈ. ૩।૩ ય. ૧૦, ૧૧૩.

[illegible] ([illegible] = कम नुं બીજું રૂપ) = ક) ચાહવું, પ્યાર કરવો, પસંદ કરવું; to love; to regard with affection; to like; જુઓ [illegible], [illegible]

બ) મદદ બોલાવવું, યાદ કરવું, આરાધવું; to invoke, to address in prayer; [illegible] વર્ત. ૧।૧ ઇજ્ઞ. ૩૩, ૬; [illegible] વીશ્તા. ય. ૪૨.

[illegible] વિશે જુઓ [illegible]

[illegible] = જણાવવું, જાહેર કરવું, આશ્કારા કરવું (દારમે); to make (a thing) known, to declare (Dar.); Comp. काश. [illegible] વર્ત. આત્મને. ૧।૩ વીશ્તા. ય. ૨૨. (= ય. ૨૪, ૨૨)

[illegible] (જુઓ ૨ ધા. [illegible]) ક સા. ના. નર. ચાહાનાર, પસંદ કરનાર; one who holds wisdom dear; [illegible] + [illegible] = [illegible] ([illegible] એ [illegible] ને બદલે પ્રત્યય આવેલો છે.; જુઓ [illegible]

બ) ભૂ. કૃ. ચહવાએલો, પસંદ પડેલો; beloved, greatly esteemed; જુઓ [illegible]

૩ [illegible] વિ. ના. નર. નામાંકિત પુરૂષનું નામ; name of an illustrious personage. Comp. Pehl. [illegible] Kât, name of the Grand Vazir of Dârâ (Bund. XXXII, 2)—Dar. [illegible] ૬।૧ ય. ૧૩, ૧૨૮.

[illegible] (જુઓ ધા. [illegible]) સા. ના. નાન્ય. ઇચ્છા, ખાહેશ; wish, desire; [illegible] ૭।૧ ઇજ્ઞ. ૪૭, ૪.

[illegible] ([illegible] ઉપરથી) ક્રિ. અ. કેવી રીતે, કેમ; in what manner? how? other forms of the same:—[illegible], [illegible], [illegible] Geld. ય. ૧, ૨૯; [illegible] ઇજ્ઞ. ૪૮, ૨૦. Comp. Sans. कथम्. [illegible] ઇજ્ઞ. ૪૪, ૨.

[illegible] (= काम = کام) (જુઓ ધા. [illegible]) સા. ના. ઇચ્છા, ખાહેશ, મુરાદ; wish, desire; [illegible] ૨।૧ ઇજ્ઞ. ૨૮, ૧૦; [illegible] ૪।૧ ય. ૧૩, ૩૩; [illegible]

૬/૧ ઈજ. ૪૩, ૧૩; [illegible] ૭/૧ ઈજ. ૩૨, ૧૩; જુઓ [illegible]

[illegible] (= [illegible] = कार = کار) (જુઓ ૧ ધા. [illegible]) સા. ના. નર. કામ, ધંધો, ઉદ્યોગ, મેહેનત; doing; act, deed; business, labour; જુઓ [illegible]

[illegible] (જુઓ ૧ ધા. [illegible]) પ્રયો. વર્ત. કૃ. કામ કરાવતો, ઉદ્યોગી કરતો; causing (a person) to work; making active; [illegible] નર. ૧/૧ વીશ્તા. ૫. ૧૩ (= ૫. ૨૪, ૧૩).

[illegible] ([illegible] ઉપરથી) વિ. કામ કરતું, મેહેનતું, ઉદ્યોગી; hard-working, industrious; [illegible] નારી. ૧/૧ વં. ૨૧, ૭. ૧૧. ૧૫; વીશ્તા. ૫. ૪૯ (= ૫. ૨૪, ૪૯).

[illegible] વિશે જુઓ ૧ [illegible], [illegible]

[illegible] વિશે જુઓ ૨ [illegible], [illegible]

[illegible] = काश પ્રકાશવું; to shine; જુઓ ધા. [illegible]

[illegible] (જુઓ ધા. [illegible]) પ્રકાશવું, એલમથી પ્રકાશી નીકળવું; to shine; to shine by the lustre of knowledge; [illegible] (ઇશ્વરી જ્ઞાનથી પ્રકાશિત થએલાઓ) જૂ. કૃ. વિ. નર. ૧/૩ ઈજ. ૫૦, ૨.

[illegible] (૨ [illegible] નું બીજું રૂપ) = તોજેશ કરવી ; to atone for, to expiate.

[illegible] બરાબર રીતે તોજેશ કરવી; to atone for (a crime) thoroughly; [illegible] [illegible] શકયા. આત્મને. ૧ લો વર્ગ ૩/૩ ૫. ૧૦, ૧૨૨.

[illegible] the Gâthâ of despair (*vide* Y. 46, 1); [illegible] is an adjectival form of [illegible] (Dar.); [illegible] = singing the Gâthic words of despair, *viz.*, to what land shall I turn? હવે હું ક્યાંહાં જાઉં? એ પ્રમાણે નિરાશા ઉપજાવનારા ગાથાના કલામ ગાતાં. દુષ્ટ-પાપી માણસનાં ગુજરવા પછી તેના તકીઆ આગળ તેનું રવાન ગભરાત-શોક કરેછે તે બાબદમાં એ બોલો આવેછે. ગોયા તે પાપી માણસનું રવાન બોલેછેઃ—'હું ક્યાંહાં જાઉં. હું શું કરૂં' (જુઓ હાદો. નુસ્ક ૨૦).

[illegible] વિશે જુઓ ૧ ધા. [illegible]

૧ [illegible] – [illegible] નું બીજું રૂપ, જેની ઉપરથી [illegible], [illegible], [illegible], [illegible], [illegible] બોલો નીકળ્યાછે; જુઓ તે બોલો.

૫) ક્રિ. અ. کجا = ક્યાંહાં? where? [illegible] ઈજ. ૫૧, ૪; ઈજ. ૫૩, ૯.

૨ [illegible] = कु = મેંડવું, દુઃખ દેવું, આંધળું થવું; to bend, to torment; to be blind. Comp. rt. [illegible]; જુઓ [illegible], [illegible]

૩ [illegible] कु ઉપ. ખરાબ, બદ; *pref.*- bad, evil; *e. g.*, [illegible] ખરાબ બાઈડી, રાંડ; a bad woman.

[illegible] (જુઓ ધા. [illegible]) સા. ના. નાન્ય. ગરદન પટો, ગરદન તથા છાતી બચાવાનું બખ્તર; armour for the neck and chest; a hauberk; [illegible] (Geld. [illegible]) ૧/૧ વં. ૧૪, ૯.

[illegible] (જુઓ ૧ ધા. [illegible]) કૃ. વિ. ખુશ કરતાં, સંતોષ પમાડતાં, રાજી રાખતાં; rejoicing, satisfying; propitiating; [illegible] [illegible] નર. ૧/૧ ય. ૧૩, ૨૪; [illegible] હાદો. નુસ્ક. ૧૩; વીશ્તા. ય. ૫૯; [illegible] નર. ૪/૧ ય. ૮, ૯૯.

[illegible] (rt. [illegible]) desider. pres. 1. sing.; [illegible]...[illegible] (for [illegible]—) I wish to render thee content or satisfied. Frag. 7, 2.

[illegible] (= [illegible] = कबन्ध) વિ. ના. નર. દેવનું નામ; name of a demon; the demon in the cloud (Dar.). Comp. Per. کند stupid, dull; a blockhead; [illegible] ૨/૧ વં. ૧૯, ૪૧; [illegible] (૨/૧ ને બદલે) વં. ૧૧, ૯. ૧૨.

[illegible] વિ. ના. નર. દેવનું નામ; name of a demon; or, the offspring of the Demon Kunda; fr. [illegible] + [illegible]; rt. [illegible] = to be born; [illegible] (૨/૧ ને બદલે) વં. ૧૧, ૯. ૧૨.

[illegible] (= [illegible] = کوچک) વિ. નાહનું; small. [illegible]...[illegible] (નાહની કીડીઓનું) ૬/૩ વં. ૧૪, ૫.

[illegible] (જુઓ ૧ [illegible]) ક્રિ. અ. ક) કેવી રીતે, કેમ; in what manner? how? [illegible] (તેકે જે માઝ્દ-યસ્નો તેઓ કેમ કરે અથવા શું કરે?) વં. ૫, ૧૦. ૩૯. ૪૫; વં. ૬, ૬. ૨૬. ૨૮; વં. ૮, ૧. ૪. ૭૩; વં. ૧૩, ૨૯. ૩૫. ૩૬; વં. ૧૫, ૪૬; વં. ૧૬, ૧; [illegible] વં. ૨, ૩૧; વં. ૧૧, ૧; વં. ૯, ૧. ૪૫. ૪૭; વં. ૧૦, ૧; વં. ૧૨, ૨. ૪. ૬. ૮. ૧૦. ૧૨. ૧૪. ૧૬. ૧૮. ૨૦; વં. ૧૯, ૧૨; વં. ૨૨, ૬; ય. ૪, ૪; ય. ૧૦. ૧૨૧; ય. ૧૭, ૫૭.

ખ) Lat. qando = Fr. quand = ક્યારે; when? [illegible] (ક્યારે તે આતશને પાછો લાવે?) વં. ૫, ૪૧.

ગ) ક્યાંહાં; where? [illegible] (તેઓની બુદ્ધિ—જીવ ક્યાંહાં જાએછે) વં. ૧૩, ૫૦.

[illegible] (જુઓ [illegible]) ક્રિ. અ. ક) કેઈ તરફ, ક્યાંહાં; whither? to what place? [illegible] યજ. ૩૪, ૭; યજ. ૪૪, ૧૫; યજ. ૪૬, ૧; યજ. ૫૧, ૪.

ખ) કેવી રીતે, કેમ; in what manner? how? [illegible] યજ. ૬૫, ૯.

[illegible] (૧ [illegible] ઉપરથી) ક્રિ. અ. જ્યાંહાં, કહીં; where; anywhere; [illegible] વં. ૧, ૧.

[illegible] ક્યાંહાંથી તે પવન ફુકેછે? (દારમે.); whence does that wind blow? (D.); Vishtâsp Yt. 55.

[illegible] (૧ [illegible] ઉપરથી) ક્રિ. અ. ક્યારે; when? [illegible] યજ. ૨૯, ૧૧.

[illegible] (૧ [illegible] ઉપરથી) ક્રિ. અ. કોઈબી વખતે, બધી વખતે; જેબી જગાએ, જ્યાંહાં જ્યાંહાં (મિલ્સ); any time; wherever, at whatever place (M.); જુઓ નીચેનો બોલ.

[illegible] (જુઓ [illegible]) સમાસ ભૂ. કૃ. વિ. કોઇબી વખતે જન્મેલું; જ્યાંહાં જ્યાંહાં જન્મેલું (મિલ્સ); born at any time; born at whatever place (M.); [illegible] ૬/૩ યજ. ૩૯, ૨.

[illegible] (જુઓ ૨ [illegible] તથા [illegible]) સા. ના. નારી. ખરાબ બાઇડી, રાંડ; a bad woman, a woman of easy virtue. Comp. Sans. कु + नारि; [illegible] ૧/૧ વં. ૮, ૩૧. ૩૨.

[illegible] = कुप = ઉભાણું થવું, જોસ આવવો, ઉંચું થવું; to be excited, to be raised; જુઓ [illegible]

[illegible] = कूल = રક્ષણ કરવું, ઢાંકીને બંચાવવું; to protect, to shelter; જુઓ [illegible]

[illegible] સા. ના. ચોક્સ જાતનો કુતરો (મિલ્સ); a species of dog (M.); [illegible] the dog Kuro (M.) Frag. 2, 2; or, [illegible] = کور = blind.

[illegible] સા. ના. એક જાતનું દરદ; a kind of disease or distemper; [illegible] ૬/૧ વં. ૨૦, ૩. ૬. ૯; [illegible] (૮/૧ ને બદલે) વં. ૨૦, ૭.

[illegible] ક) વિ. ના. પાહાડનું નામ; પાહાડનો ઓ (મિલ્સ); ખડક (સ્પી.); name of a mount; the gorge of a mountain (M.); a crag (Sp.). [illegible] (Wester. [illegible]) ૫/૧ યજ. ૧૦, ૧૧.

ખ) સા. ના. ખુનું, છેડો (ગુસ્તી); edge, corner, angle (J.); જુઓ [illegible]

[illegible] (જુઓ [illegible] તથા [illegible] = [illegible]) સમાસ ના. કુસ્ર નામના પાહાડનો માર્ગ; અત્યંત ઉંડા ગાર (મિલ્સ); ખડકનો રસ્તો; the pass of Kusra; abyss (M.); a craggy way (Sp.); [illegible] (Wester. [illegible]) ૫/૧ યજ. ૧૦, ૧૧. (જુઓ મોઢી.)

[illegible] = कुष् = کشتن = મારી નાખવું; to kill.

[illegible] મારી નાખવું; to kill; [illegible] વર્ત. પરસ્મૈ. ૬ ઠ્ઠો વર્ગ ૩/૧ વં. ૫, ૩૪.

[illegible] વિશે જુઓ [illegible]

૧ [illegible] (= [illegible] = कृत = کرد) (જુઓ ૧ ધા. [illegible]) ભૂ. કૃ. વિ. કીધેલું, બનાવેલું; made, formed [illegible] નારી. ૧/૧ વં. ૧૯, ૩૦; [illegible] નાન્ય. ૧/૧ ય. ૫, ૧૨૯; [illegible] ૬/૧ વીશ્તા. ય. ૪૭. જુઓ [illegible], [illegible], [illegible],

[Avestan], [Avestan], [Avestan], [Avestan], [Avestan]

૨ [Avestan] (જુઓ ૨ ધા. [Avestan]) વિ. ઉત્પન્ન કરતો—કરનાર; producing; forming; જુઓ [Avestan]

[Avestan] (કર્તૃ) (જુઓ ૧ ધા. [Avestan]) સા. ના. નર. કરનાર, કામ કરનાર; a doer, one who acts. જુઓ [Avestan]

૧ [Avestan] (જુઓ ૩ ધા. [Avestan]) સા. ના. નારી. કાપી નાખવું (અસલ); ઇજા કરવી, શિક્ષા કરવી; cutting (lit.); tormenting; punishing; [Avestan] [Avestan] (ગુનેહગારને ઇજા કરવાને અથવા શિક્ષા કરવાને) ૪/૧ ય. ૧૦, ૧૦૯.

૨ [Avestan] (= કૃતિ) (જુઓ ૧ ધા. [Avestan]) સા. ના. નારી. કરવું, બજાવવું, કામ; making, fulfilling; deed; જુઓ [Avestan], [Avestan], [Avestan], [Avestan]

[Avestan] (જુઓ ૧ ધા. [Avestan]) સા. ના. કરવું, કામ; performing; action; જુઓ [Avestan]

[Avestan] (જુઓ ૧ ધા. [Avestan]) કૃ. ના. નર. કામ કરનારા (અસલ); મદદગારો; workers (lit.); helpers; એ બોલની સમજ: [Avestan] + [Avestan] + [Avestan] [Avestan]; [Avestan] નકામો જોડણીને માટે આવેલો છે; પછી [Avestan] નો ટુંકો [Avestan] થઇને ૧/૩ નો [Avestan] લાગો. [Avestan] ને લીધે ધાતુ બેવડો થવો જોઇએ, પણ નહી થયો; [Avestan] ૧/૩ ઇજ. ૨૯, ૩.

[Avestan] વિશે જુઓ [Avestan]

[Avestan] (જુઓ ધા. [Avestan]) ભૂ. કૃ. વિ. બનાવેલું; આકાર—રૂપ આપેલું; formed, shaped; જુઓ [Avestan]

[Avestan] વશે જુઓ [Avestan]

[Avestan] (= [Avestan]) (જુઓ [Avestan] અ તથા ૧ ધા. [Avestan]) સમાસ ના. નર. કાલબુદ ખાનાર, બારા—મુરદું ખાનાર; corpse-eating; [Avestan] [Avestan] [Avestan] [Avestan] [Avestan] [Avestan] (= કાલબુદ ખાનારા કુતરાનું અથવા કાલબુદ ખાનારાં પક્ષિનું) ૬/૧ વં. ૭, ૨૯. ૩૦. ૩૩. ૩૪: [Avestan] [Avestan] [Avestan] [Avestan] [Avestan] [Avestan] ૧/૩ વં. ૬, ૪૫. ૪૬. ૪૭; વં. ૭, ૩; વં. ૮, ૧૦; [Avestan] ૬/૩ વં. ૩, ૨૦; વં. ૯, ૪૯.

[Avestan] (= કૃમિ = Lat. Vermis = Fr. Ver = Worm) સા. ના. નારી. કીડો; a worm; [Avestan] [Avestan] worm-shaped (*i. e.*, shooting) stars; કીડાના આકારના તારા, બાણના આકારમાં ખરતા તારા ૧/૩ ય. ૮, ૮.

૧ [Avestan] (= કૃશ) જુઓ ધા. [Avestan]) વિ. પાતલું, લાંબું; thin, lean, long; [Avestan] ૨/૧ ય. ૧૯, ૭૭.

૨ [Avestan] સા. ના. નર. દીન દુશ્મન; બુતપરસ્ત (દારમે.); જુલમગાર (હારલે); આજાર દેનાર (સ્પી.); an opponent to the Zoroastrian religion; an idolator (D.); an oppressor (Har.); a tormentor (Sp.); [Avestan] (Geld. [Avestan]) (૧/૩ ને બદલે) ય. ૧૧, ૬.

[Avestan] વિ. ના. નર. એક નામાંકિત પુરૂષનું નામ; name of an illustrious personage; [Avestan] ૬/૧ ય. ૧૩, ૧૦૧. (જુઓ બોધી.)

[Avestan] (کرشیواز) વિ. ના. નર. કરસીવજ, અફ્રાસીઆબનો ભાઈ; the Kersivaz of Firdosi and the brother of Afrâsyâb, to whom he calumniated Syâvarshâna and obtained the order of his death. He was put to death by Husravangh in company with his brother; [Avestan] ૨/૧ ય. ૧૯, ૭૭. (જુઓ બોધી.)

[Avestan] (= [Avestan]) વિ. ના. નર. હોમની ક્રિયા દાખલ કરનાર હોમનો હરીફ; એને કાંઇક મળતો વેદમાં કૃશાનુ આવેછે. પ્રો. દારમે. એને સેકન્દર સાથે સરખાવેછે; the adversary of Haoma, the founder of the Haoma ceremony. Comp. Ved. કૃશાનુ; Keresani represents Alexander and the Hellenic oppression, which for a while put down the Mazdayasnian religion (Dar.); [Avestan] ૨/૧ ઇજ. ૯, ૨૪. (જુઓ બોધી.)

[Avestan] (= [Avestan], [Avestan] = [Avestan])

(= [Avestan] + [Avestan]) વિ. ના. નર. કેરશાસ્પ નામનો મશહુર પેહેલવાન; સામનાં ખાનદાનના થ્રિત (અથ્રત) નો છોકરો તથા ઉર્વાક્ષનો ભાઈ; the well-known hero Kerahâsp, the son of Thrita and the brother of Urvâkhshaya; " Kereshâspa plays the same part in the Avesta as Rustam plays in the Shâh-Nâmeh. He is the Hercules and the Theseus of Irân, subduing the monsters like the one, and the brigands like the other. According to the later legend, Kereshâspa is one of the immortals; he lies asleep in the plain of Pêshyânsâi; the glory (*farr*) of heaven stands over him for the purpose that, when Azhi Dahâka (*i. e.*, Zohâk) becomes unfettered, he may rise and slay him; a myriad guardian spirits of the righteous are as a protection to him (Bund. XXIX, 8; tr. West)"—Dar. as for his exploits, *vide* Yt. 19, 38-44. [Avestan] ૧।૧ યજ. ૯, ૧૧; ૫. ૫, ૩૭; ૫. ૧૫, ૨૭; ૫. ૧૯, ૩૮. ૪૪; [Avestan] ૧।૧ યજ. ૯, ૧૦; [Avestan] ૨।૧ વં. ૧, ૯; ૫. ૧૯, ૩૯; આફ્રિ. પેગમ. જર. ૩ (= ૫. ૨૩, ૩); [Avestan] [Avestan] ૬।૧ ૫. ૧૩, ૬૧. (જુઓ મોદી.)

[Avestan] ([Avestan], [Avestan] ઉપરથી) સા. ના. કવિ અથવા કીક (ઇન્સાને જરતોશ્તી દીનનાં ફરમાનો ઉપર ધ્યાન નહી આપનાર) નો ચેલો-શાગેર્દ (મિત્ર); પેહેલવી ઉપરથી દારમેસ્તેતે એ ઓલનો અર્થ કવી ઇન્સાને કીકના જેવોજ કરેછે; a disciple of *Kavi* (M.); *Kavi* (Dar.); [Avestan] [Avestan] ૨।૩ યજ. ૩૨, ૧૫.

[Avestan] વિશે જુઓ [Avestan]

[Avestan] ([Avestan] ઉપરથી; જુઓ [Avestan], [Avestan]) [Avestan] + [Avestan] = [Avestan] (ગાથા ३५); વિ. કવિ-કીકના જેવો; કીકને લગતો; અધર્મી; Kavi-like, following the *Kavi*; irreligious; [Avestan] ૧।૧ (જો [Avestan] ગણીએ તો ૨।૩ થાએ) યજ. ૫૨, ૧૨

[Avestan] (જુઓ ૧ ધા. [Avestan]) સા. ના. ક) કામ; orig. [Avestan] = [Avestan] ([Avestan], [Avestan] = [Avestan]; *vide* Av. Gram. pp. 37-38); [Avestan] ૨।૩ ૫. ૧૨, ૮.

ખ) બનાવત, કારીગરી; make, workmanship; [Avestan] નારી. ૨।૩ ૫. ૧૭, ૧૪.

[Avestan] (= [Avestan] = Ved. [Sanskrit], [Sanskrit] = Lat. corpus = Fr. corps = [Persian]). એ ઓલનો ધાતુ બે રીતે કાહાડવામાં આવ્યો છેઃ—

૧) [Avestan] = [Sanskrit] = બનાવવું, ઘડવું; to make, to shape; અને [Avestan] પ્રત્યય લાગો.

૨) [Avestan] = [Sanskrit] = બનાવવું, ઉત્પન્ન કરવું; to make, to produce; સા. ના. નારી. ક) જીવતું શરીર; a living body; [Avestan] ૨।૧ યજ. ૯, ૩૦. ૩૧; ૫. ૮, ૧૩; ૫. ૧૧, ૨૧. ૨૨; ૫. ૧૩, ૬૦; આફ્રી. પેગમ. જર. ૩; [Avestan] ૨।૧ યજ. ૩૦, ૭; યજ. ૫૧, ૧૭; યજ. ૫૮, ૮. યજ. ૩૬, ૬; [Avestan] [Avestan] વં. ૨૧, ૬. ૧૦. ૧૪; [Avestan] ૩।૧ વં. ૧૯, ૩૭; ૫. ૫, ૩૮. ૬૧; ૫. ૧૩, ૧૦૭; ૫. ૧૫, ૪૦; [Avestan] ૬।૧ વં. ૧૯, ૩૯; ૫. ૧૦, ૯૦; [Avestan] ૨।૩ યજ. ૫૫, ૧; વીસ્પ. ૧૧, ૩; ૫. ૧૩, ૮૧; [Avestan] ૬।૩ યજ. ૫૮, ૮. જુઓ [Avestan]

ખ) Corpse = મુવેલું શરીર, લાશ, મુરદું; a dead body, a corpse; [Avestan] (૨।૧ ને બદલે) વં. ૩, ૨૦; વં. ૯, ૪૯; [Avestan] ૨।૧ વં. ૫, ૧. ૧૩. ૧૪.

ગ) રચના, ગોઠવણ, યોજના; arrangement, plan, system; [Avestan] [Avestan] [Avestan] [Avestan] (હોરમજદની તમામ રચના—યોજનાને હમો વખાણીએ છિયે) (૨।૧ ને બદલે) યજ. ૭૧, ૪.

[Avestan] વિશે જુઓ [Avestan]

[Avestan], [Avestan] વિ. ના. નારી. પ્રોફે. દારમેસ્તેતે એને સિસ્તાનમાં આવેલા ઝરેહ અથવા હામુન દરિયા સાથે સરખાવેછે; the present Zarah or Hâmun Sea in Seistan (Dar.); Pehl. [Pahlavi] (Kyânsâi); [Avestan] [Avestan] [Persian] (Geld. [Avestan]) ૨।૧ ૫. ૧૯, ૬૬; [Avestan] [Avestan] [Avestan] ૫।૧ વં. ૧૯, ૫; ૫. ૧૯, ૬૨.

[illegible] વિ. ના. પાહાડનું નામ; name of a mountain; [illegible] ય. ૧૯, ૩.

[illegible] સા. ના. નાન્ય. [illegible] [illegible] [illegible] [illegible] (અર્થ ચોકસ જણાયો નથી). ઘાંટ (ગુરતી); એને કાંઇક મળતો સં. कांस्य (ઘાંટ બનાવવાની ધાતુ); હાથમાં રાખવાની તથા મજબુટ લગામ (સ્પી.); કામ કરતી વખતે (બળદોને) મારવાનો તથા ચમકાવવાનો ચાબુક (હારલે); ખોદવાનો તથા ખેતી કરવાનો પાવડો (દારમે.); a spade to dig and to plough (D.); reins which hold in and are strong (Sp.); [illegible] a bell (J.). Comp. कांस्य bell-metal; reins (Sp.); a whip (Har.) Comp. कशा, कशा; a spade (Dar) —rt. [illegible] = खन् = to dig. Pehl. [illegible]; [illegible] નાન્ય. ૧/૧ વં. ૧૮, ૧૧.

[illegible] (= क्व) (૧ [illegible] ઉપરથી) ક્રિ. અ. ક) ક્યાંહાં; where? [illegible] વં. ૩, ૧૫; વં. ૬, ૪૪. ૪૯; વ. ૭, ૫૫; વં. ૮, ૪૧—૬૯; વં. ૧૩, ૧૭. ૧૮. ૧૯; વં. ૧૯, ૪. ૨૭. ૪૬; હાદો. તુરક. ૧

ખ) કયું; which? [illegible] વં. ૩, ૧. ૨. ૪-૧૧.

ગ) કેમ, શી રીતે; how? in what manner? [illegible] [illegible] (કેમ? એમ.) વં. ૩, ૪૦; વં. ૭, ૧૩. ૨૯. ૩૩. ૭૮; વં. ૮, ૩૬. ૯૮.

ઘ) કેઈબી, કોઈબી જગાએ; anywhere, wherever; [illegible] યજ. ૨૩, ૩.

[illegible] વિ. ના. બાબુલ (Babylon) માં બાંધેલા ઝુહાકના મેહેલનું નામ. બાબુલમાં ઝોહાકે બગલાના આકારનો એક સુંદર મેહેલ બાંધ્યો હતો, જેનું નામ તેણે کلنک دِس (ઇઆને બગલાંના આકારનો કિલ્લો) પાડયું હતું; કદાચ کلنک دِس નું અવસ્તામાં [illegible] થયું (દારમે.); વળી એની સિફતમાં [illegible] (નજદીક જવાઈ નહી શકાએ તેવો) આવેછે તે પાછળથી બદલાઈને دِس هت થયું; શાહાનામામાં એ મેહેલ کنگ دژ هوخت ([illegible]) ને નામે જણાએલોછે; name of the palace of Azi Dahâka. Hamza of Isphâhân says, 'Azi Dahâka used to live in Babylon, where he had built a palace in the form of a stork; he called it Kuleng Dis (کلنک دِس), the fortress of the stork; the inhabitants called it Dis Het (دِس هت).' Kuleng Dis was in Avesta Kvirinta Daeza, and Dis Het is nothing else than Duzhita. One may doubt whether Kvirinta is the name of a palace or the Avesta form of Kuleng, a stork: in any case it was a palace in Bawri (Babylon). Kvirinta Duzhita is changed to Kang-dezh-hukht (کنگ دژ هوخت). The (دِس هت) of Hamza is another corruption of duzh-it [illegible] (Dar.); [illegible] [illegible] ૨/૧ ય. ૧૫, ૧૯.

[illegible], [illegible]

[illegible] = स्व = Lat. Se, *Su*-us = Fr. Se, Soi (એનું બીજું રૂપ [illegible], [illegible] છે) સામા. સર્વ. પોતાનું; *reflex pro.* own; belonging to oneself; ચોકસ વિભક્તિઓમાં [illegible] આવેછે, અને બાકીનીમાં [illegible], [illegible] આવેછે. વળી કોઈ કોઈ વખતે એકજ વિભક્તિના પ્રત્યય બેહુને ([illegible] તથા [illegible] ને) લાગેલા આવેછે; જેમકે [illegible], [illegible] ૩/૧; [illegible], [illegible] ૪/૧; [illegible], [illegible] ૬/૧; ઇત્યાદિ. જાણવું જે, જે નામની સાથે એ સર્વનામ આવેછે તે નામની જાતી પોતે લેછે; [illegible] [illegible] (પોતાનું સ્થાન) નર. ૧/૧ ઇજ. ૪૬, ૧૧; [illegible] [illegible] (પોતાનું અંતઃકરણ) નારી. ૧/૧ ઇજ. ૪૬, ૧૧; [illegible] [illegible] (પોતાની શક્તિથી) નાન્ય. ૩/૧ ઇજ. ૯, ૨૧; [illegible] [illegible] નારી. ૪/૧ ઇજ. ૩૦, ૨; [illegible] ૪/૧ વં. ૪, ૧; [illegible] નર. ૬/૧ ઇજ. ૯, ૧; ય. ૮, ૧૧; ય. ૧૦, ૫૫; [illegible] નારી. ૬/૧ ઇજ. ૧૪, ૨; ઇજ. ૩૩, ૧૪; વીસ્પ. ૫, ૨; [illegible] ૭/૧ વીસ્પ. ૧૪, ૨; [illegible] ૩/૩ વં. ૫, ૬૨; ઇજ. ૧૫, ૨; ઇજ. ૩૧, ૨૦; ઇજ. ૪૬, ૪; ઇજ. ૪૯, ૪; ઇજ. ૫૧, ૧૪; [illegible] ૭/૩ Frag 4, 2; જુઓ [illegible], [illegible], [illegible], [illegible]; સમાસ રૂપમાં [illegible] ને બદલે ઘણું કરીને [illegible] આવેછે.

[illegible] (જુઓ ૧ ધા. [illegible]) વિ. ખુબસુરત, ચળકતું, સુંદર; beautiful, shining, splendid; [illegible] [illegible] [illegible] (સુંદર બીછાવેલી બેઠક સાથે) ૩/૧ વં. ૧૪, ૧૪. જુઓ નીચેનો બોલ.

[illegible] (જુઓ [illegible] તથા ૩ ધા. [illegible]) સમાસ ક. વિ. સુંદર બનાવેલું (અસલ); ભપકાદાર

આસબાબ સાથનું; beautifully arrayed; with splendid equipage; [Avestan] [Avestan] નાન્ય. ૨|૧ ય. ૧૦, ૧૦૯. ૧૧૧.

[Avestan] વિ. ચલકતું, સુંદર, ચકચકિત; shining, beautiful, splendid; possibly a corrupt form of [Avestan]; Comp. Vend. 14, 14 and Yt. 5, 102. એ ફકરાઓમાં આસપાસના બોલો એકસરખા છે. જુઓ નીચેનો બોલ.

[Avestan] (જુઓ [Avestan]) સમાસ વિ. સુંદર બીછાવેલી (બેઠક); beautifully laid or spread (as a carpet, &c.); [Avestan] ૨|૧ ય. ૫, ૧૦૨.

[Avestan] ([Avestan] ઉપરથી) સામાન્ય સર્વ. પોતાનું; own, belonging to oneself; [Avestan] [Avestan] [Avestan] (ભલા મનના અથવા નેક મનશ્નીના પોતાના માર્ગો) ૨|૩ ઈજ. ૩૮, ૧૨

[Avestan] ([Avestan] ઉપરથી) સા. ના. નારી. પોતાવતપણું, એશકારી; affinity, relationship; [Avestan] ૨|૧ ઈજ. ૨૦, ૧; [Avestan] ૩|૧ ઈજ. ૧૩, ૬; ઈજ. ૩૯, ૫.

[Avestan] ([Avestan] ઉપરથી) સા. ના. નારી. પોતાપણું, પોતાની હાલત, પોતે; selfness, self; [Avestan] (Geld. [Avestan]) ૩|૧ ઈજ. ૩૩, ૭.

[Avestan] ([Avestan] ઉપરથી) ક) સા. ના. નાન્ય. સગાઈ, એશકારી; relationship, affinity; [Avestan] [Avestan] ૬|૧ ઈજ. ૧૩, ૬; ઈજ. ૩૯, ૫

ખ) સા. ના. નર. સગો, એશી, કુટુંબી; a relative, a kinsman, a relation; [Avestan] ૧|૧ ઈજ. ૪૯, ૭; ઈજ. ૩૨, ૧; [Avestan] ૩|૧ ઈજ. ૩૩, ૩; [Avestan] ૪|૧ ઈજ. ૨૦, ૧; ઈજ. ૪૬, ૫; [Avestan] (વચમાં » વધારે આવ્યો છે) ૪|૧ ઈજ. ૫૩, ૪; [Avestan] ૬|૧ ઈજ. ૪૬, ૧; વીસ્તા. ય. ૪૪ (= ય. ૨૪, ૪૪); [Avestan] ૬|૧ ઈજ. ૩૩, ૪; [Avestan] ૨|૩ ઈજ. ૪૦, ૪.

[Avestan] [Avestan] વિ. ના. નારી. અહુનવતનો હા—કરદો; 'અપયાચા અહુનવૈતી' નામનો ઈજશ્નેનો ૩૨ મો હા; the 4th chapter of the Ahunavad Gâthâ; the 32nd chapter of Yasna; [Avestan] [Avestan] [Avestan] ૨|૧ ઈજ. ૩૨, ૧૭.

[Avestan] ([Avestan] ઉપરથી) સા. ના. સગાઈ, એશકારી; relationship, family connection; જુઓ નીચેનો બોલ.

[Avestan] ([Avestan], [Avestan], [Avestan]) (જુઓ [Avestan]) ક) સમાસ. વિ. પોતાવતપણું આપનાર, પોતે ફેદા થએલું; giving relationship or family connection; self-devoted; [Avestan] નારી. ૨|૧ ઈજ. ૧૨, ૯;

ખ) સમાસ ના. નર. દેશહિતકારી પુરૂષ, પોતાનાં દેશ ઉપર ફેદા થએલો પુરૂષ; a patriotic person; a person devoted to the welfare of his native country; [Avestan] ૨|૧ વીસ્પ. ૩, ૩; ગેહ ૪, ૮.

ગ) સમાસ વિ. પોતે રાખેલું, પોતાને ત્યાંહાં પલાવેલું (પશ); domesticated, tamed; [Avestan] [Avestan] (Geld. [Avestan]) નર. તથા નારી. ૧|૧ વં. ૮, ૧૩.

[Avestan] વિ. સોજુ, સારૂ, ચોખ્ખું (દારમે.); ચલકતું (મિલ્સ); free from mixture, pure (Dar.); glittering (M.); [Avestan] [Avestan] નાન્ય. ૩|૧ ઈજ. ૩૨, ૭; [Avestan] ... [Avestan] નાન્ય. ૬|૧ ય. ૧૩, ૨.

[Avestan] વિ. પોતાનું; [Avestan] = स्व = પોતાનું; own; one's own; પ્રોફે. યુસ્તી [Avestan] ને એક જાતનો પ્રત્યય ગણીને તેને Lat. Pote, Pte પ્રત્યય (કે જે Utpote, Suapte, બોલોમાં આવેછે તે)ની સાથે સરખાવેછે; પેહેલવીમાં એનો તરજુમો [Pahlavi] (પોતાનું) કીધોછે. [Avestan] [Avestan] [Avestan] નારી. ૧|૧ ય. ૧૩, ૬૬; [Avestan] [Avestan] [Avestan] હાદો. નુસ્ક. ૧૧; [Avestan] [Avestan] (તથા પોતાના બાલે કરીને) ૩|૧ વં. ૯ ૪૬; [Avestan] [Avestan] ૧|૩ ય. ૧૯, ૯૫; [Avestan] [Avestan] [Avestan] (તેઓનાં પોતાનાં તન ઉપર) નારી. ૨|૩ ય. ૧૦, ૨૩; જુઓ [Avestan]

[Avestan], [Avestan] વિરી જુઓ [Avestan] own.

[Avestan] = જખમી કરવું; to wound; [Avestan] વર્ત. પરસ્મે. ૧૦ મો વર્ગ ૩|૧ ય. ૧૪, ૬૨.

[Avestan] = જખ્મી કરી નાખવું; જખ્મ કરવાને માટે આવવું (દાર.); to wound greatly; to come to wound (D.); [Avestan] (વ્યાકરણ ઉપરની માફક) ય. ૧૪, ૬૨.

[Avestan] = ભાંગી નાખવું; to break down; [Avestan] [Avestan] (વ્યાકરણ ઉપરની માફક) ઈજ. ૫૭, ૧૦.

[Avestan] (= स्वसृ = [Persian] = Lat. Soror = Ger. Schwester = Fr. Sœur = Sister) સા. ના. નારી. બેહેન; a sister; [Avestan] ૧|૧ વં. ૧૨, ૫; વં. ૧૪, ૧૫; ય. ૧૭, ૧૬; [Avestan] ૨|૧ વં. ૧૨, ૫; ય. ૧૭, ૨.

[Avestan] = संपरि-सञ्ज् = ઘેરી લેવું; to surround, to beset.

[Avestan] = संपरि-सञ्ज् આસપાસ ઘેરી લેવું; to beset on all sides; [Avestan] close-surrounded (આસપાસ ઘેરી લઈને) ભૂ. કૃ. ૨|૧ ઈજ. ૧૧, ૭; વળી [Avestan] [Avestan] ને [Avestan] નો વિશેષણ ગણીએતો "લોહોડાંનાં બખ્તરવાળા અફ્રાસીઆબને, ઇઆને અફ્રાસીઆબ જેને બદન ઉપર લોઢાંનું બખ્તર પેહેરેલું" એ પ્રમાણે અર્થ થઈ શકે; *or*, [Avestan] [Avestan] [Avestan] the iron-armoured Frangrasyan. (Per. Afrâsyâb).

[Avestan] (= [Avestan] + [Avestan] + [Avestan]; જુઓ ૨ ધા. [Avestan] તથા ૧ ધા. [Avestan]) સમાસ ના. નર. રાગ ગાનાર: મિત્રાચારીનું, દોસ્તી ભરેલું (સ્પી. તથા યુસ્તી); ગાવાને માટે શોખીલો (દાર.); singing; friendly (Sp. & J.); fond of singing (Dar.); [Avestan] ૧|૧ વં. ૧૩, ૪૬. ૪૮.

[Avestan] (= स्वतस् = [Avestan] = [Persian]) ([Avestan] ઉપરથી) એ બોલ એજ રૂપમાં વપરાએલો આવેછે; તે પોતે, તું પોતે; himself; herself; thyself; [Avestan] વં. ૧૨, ૭; વં. ૧૫, ૧૧; વં. ૧૮, ૧૧; વં. ૧૯, ૧૪. ૩૪.

૧ [Avestan] (= [Avestan], [Avestan]) (જુઓ [Avestan] તથા ૨ ધા. [Avestan]) ભૂ. કૃ. વિ. પોતાના ઠેરવેલા માર્ગ પ્રમાણે ચાલનાર, પોતે પોતાનું ઠેરવેલું કામ કરી જનાર; અથવા (હોરમજદે) પોતે પેદા કીધેલું; taking one's course according to one system; self-disposing; *or*, self-created, natural; [Avestan] નાન્ય. ૧|૧ ય. ૧૦, ૬૬; [Avestan] નર. ૨|૧ સીરો. ૨, ૩૦; [Avestan] નાન્ય. ૨|૧ નીઆ. ૧, ૮; [Avestan] નર. ૬|૧ વં. ૧૯, ૩૬; ય. ૧, ૧; સીરો. ૧, ૩૦; [Avestan] નાન્ય. ૬|૧ વં. ૧૯, ૧૩. ૧૬; [Avestan] [Avestan] (ખુદરતી પેદા કીધેલા રોશનીઓ) નાન્ય. ૧|૩ વં. ૨, ૪૦; [Avestan] ૨|૩ વં. ૧૯, ૩૫; ય. ૧૨, ૩૫; સીરો. ૨, ૩૦; [Avestan] નાન્ય. ૬|૩ ઈજ. ૧, ૧૬; ઈજ. ૩, ૧૮; સીરો. ૧, ૩૦.

૨ [Avestan] વિ. ના. નર. પુરૂષનું નામ; name of a person; [Avestan] ૬|૧ ય. ૧૩, ૧૧૬.

૧ [Avestan] = स्वन् = પ્રકાશવું, ચલકવું; to shine, to glitter; જુઓ [Avestan], [Avestan], [Avestan], [Avestan]

[Avestan] = પ્રકાશ—ચલકાટવગરનું કરવું (અસલ.); અસર વગરનું કરવું: to render (a thing) destitute of light (lit.); to make inefficacious or useless; [Avestan] વર્ત. પરસ્મૈ. ૮ મો વર્ગ ૩|૩ ય. ૧૬, ૪૬.

૨ [Avestan]* = स्वन् = L. *Son*-are = Fr. *Son*-ner – આવાજ કરવો: રાગ કાહાડવો: to sound, to utter sweet or melodious sounds, to sing; જુઓ [Avestan]

[Avestan] (જુઓ ૨ ધા. [Avestan]) વર્ત. કૃ. વિ. ખન ખન આવાજ કરતું; sounding; જુઓ નીચેનો બોલ.

[Avestan] (જુઓ [Avestan] તથા [Avestan]) સમાસ વિ. ખનખન આવાજ કરતાં પૈડાંવાળો (અસલ.); ખનખન આવાજ કરતી ગાડીવાળો-રાખનાર; અથવા ૧ ધા. [Avestan] લઈએતો, ચલકતાં-ચકચકિત પૈડાં—ગાડીવાળો; with sounding wheels (lit.); with sounding chariots; *or*, with splendid chariots (rt. [Avestan] = to shine); [Avestan] નારી. ૨|૧ ય. ૯, ૨; ય. ૧૭, ૧; [Avestan] ૨|૩ ય. ૫, ૧૩૦; ય. ૧૭, ૭. (ગેલ્ડનરની ચોપડીમાં ય. ૧૭, ૭ માં એ બોલ નથી.)

[Avestan] (= [Avestan]) (જુઓ [Avestan] તથા [Avestan])

* એ ધાતુ ઉપરથી ફારસીમાં [illegible] to recite, to invite (ભણવું, બોલાવવું) નીકળ્યો છે.

વિ. ના. નર. ચળકતી—સુન્દર ગાડી (અસલ.); ખનિરથ, અસલી ઇરાની મુલુકોમાંનાં મધ્ય કેશ્વ-નું નામ; one of the seven Keshvars of the earth, lying in the centre; it is called the brilliant Khanirac; for particulars, *vide* [Avestan]; [Avestan] [Avestan] (= [Avestan] [Avestan] = ચળકતું—શોભિતું ખનિરથ નામનું કેશ્વર) ૨|૧ વં. ૧૯, ૩૯; ઇજ. ૫૭, ૩૧; ય. ૧૦, ૧૫. ૬૭. ૧૩૩; ય. ૧૨, ૧૫; ય. ૨૧, ૧૮; [Avestan] ૬|૧ વીસ્પ. ૧૦, ૧. (જુઓ ઓદી.)

[Avestan] વિશે જુઓ [Avestan]

[Avestan] (જુઓ ૧ ધા. [Avestan]) વિ. પ્રકાશિત, ચળકતું, રોશન; bright, enlightened; જુઓ [Avestan]

૧ [Avestan] (જુઓ ૧ ધા. [Avestan]) વિ. ચળકતું, પ્રકાશતું; shining, bright; [Avestan] [Avestan] (= ચળકતાં-પ્રકાશિત આસ્માનને) નર. ૨|૧ વં. ૧૯, ૩૫; વીસ્પ. ૭, ૪; સીરો. ૨, ૨૭; [Avestan] નાન્યતર જાતી ૨|૧ ઇજ. ૫૩, ૪; [Avestan] [Avestan] ... (કીર્તી ભરેલી—પ્રતાપવાળી રાસ્તીથી) નાન્ય. ૩|૧ ઇજ. ૩૨, ૨; [Avestan] ૩|૧ ય. ૮, ૩૮; [Avestan] નર. ૬|૧ ઇજ. ૯, ૧; ય. ૮, ૧૧; ય. ૧૦, ૫૫; ય. ૧૩, ૯૯; [Avestan] નારી. ૨|૩ ઇજ. ૧૯, ૭; વીસ્પ. ૧૯, ૨. [Avestan] [Avestan] (brilliant deeds) ૨|૩ ય. ૩, ૧. ૨.

૨ [Avestan] વિ. ના. નર. એક નામાંકિત પુરૂષનું નામ; name of an illustrious personage; [Avestan] ૬|૧ ય. ૧૩, ૧૧૭.

૩ [Avestan] વિ. ના. નર. પાહાડનું નામ; બામીઆનનો પાહાડ (દારમે.); "Mount Khanvant may be the same as Mount Bâmyân, from which the Balkh river springs. Aris' arrow, mentioned in Yt. 8, 6, stopped at the Balkh river (an affluent of the Oxus)"— Dar. [Avestan] [Avestan] (ખનવન્ત નામના પાહાડ સુધી) ૨|૧ ય. ૮, ૬. ૩૮.

[Avestan] = [Avestan] = स्वप् = خوابیدن, خسپیدن = Lat. *Som*-niare = To sleep = સુવું, ઉંઘાવું; to sleep, to slumber; [Avestan] જુ. ફ. નર ૧|૧ વં. ૧૮, ૪૭. જુઓ [Avestan], [Avestan]

[Avestan] ([Avestan] ઉપરથી) ક્રિ. અ. પોતપોતામાં; among themselves; Pehl. [Avestan]; [Avestan] [Avestan] [Avestan] .... [Avestan] (તે બે મીનોઈ્એ પહેલાં પોતપોતામાં એક બીજાને સાંભળ્યું ઇઆને વાત કીધી) ઇજ. ૩૦, ૩.

[Avestan] (= [Avestan] = स्वप्न = خواب = L. *Som*-nus = Fr. Sommeil = Sleep) (જુઓ ધા. [Avestan]) ક) વિ. ઉંઘને પસંદ કરતો-ચાહતો; fond of sleep; [Avestan] નર. ૬|૧ વં. ૧૩, ૪૮.

ખ) સા. ના. નર. ઉંઘ; sleep; [Avestan] ૨|૧ વીસ્પ. ૭, ૩; [Avestan] ૨|૧ ઇજ. ૪૪, ૫; [Avestan] ૫|૧ વં. ૧૮, ૪૯; [Avestan] ૫|૧ ય. ૨૧, ૧૬; [Avestan] [Avestan] ૬|૩ ય. ૨૫, ૫.

ગ) વિ. ના. નર. ઉંઘનો દેવ, માણસને આળસુ કરનાર—હદથી જીઆદા ઉંઘ લાવનારો દેવ; the Demon of Sleepiness and Drowsiness; [Avestan] ૬|૩ ય. ૧૩, ૧૦૪.

[Avestan] (જુઓ [Avestan] તથા ૧ ધા. [Avestan]) વિ. પોતાને પસંદ પડતું—મનગમતું (અસલ.); ઘણું સંતોષકારક; pleasing or agreeable to one's self (lit.); very satisfactory; [Avestan] નારી. ૨|૩ વીશ્તા. ય. ૩૮ (= ય. ૨૪, ૩૮)

[Avestan] ([Avestan] ઉપરથી) = [Avestan] = خسپیدن = સુવું, ઉંઘાવું; to sleep, to slumber; [Avestan] [Avestan] (sleep on, O men!) આગ્રા. પરસ્મે. ૨|૩ હાદો. નુસક. ૪૨; જુઓ નાચેના બોલ.

[Avestan] (જુઓ ધા. [Avestan]) સા. ના. નર. ઉંઘ, જોઇએ તેનાં કરતાં વધારે ઉંઘ; sleep; sleepiness, drowsiness; [Avestan] [Avestan] (લાંબી-ઘણી ઉંઘ, ઇઆને જોઇએ તેના કરતાં વધારે ઉંઘ) ૧|૧ વં. ૧૮, ૧૬. ૨૮.

[Avestan] (જુઓ [Avestan] તથા ૧ ધા. [Avestan]) = ઉંઘાવું; to sleep.

[Avestan] = સુવું, આસાએશ-આરામ લેવો; to sleep, to take rest; [Avestan]

(= [illegible] = [illegible] + [illegible]) શક્યા. આત્મને. ૩|૧ વં. ૪, ૪૫; [illegible] વર્ત. કૃ. આત્મને. નર. ૧|૧ ય. ૨૧, ૧૧. જુઓ [illegible]

[illegible] = સુઈ જવું; to sleep, to lie down; [illegible] પ્રયો. વર્ત. પરસ્મૈ. ૩|૧ વં. ૧૮, ૧૧. ૨૪.

૧ [illegible] = [illegible] = [illegible]. એજ ધાતુનું બીજું રૂપ [illegible] આવેછે (જુઓ ૩ ધા. [illegible]) ક) ખાવું; to eat; cl. 1; [illegible] વર્ત. પરસ્મૈ. પહેલા વર્ગ ૨|૩ વં. ૭, ૫૭; [illegible] ૩|૩ વં. ૫, ૫૩. ૫૪; [illegible] આત્મને. ૩|૩ વં. ૭, ૫૭; [illegible] અ. ભૂ. સંશા. પરસ્મૈ. ૩|૧ વં. ૫, ૨૦. ૫૦; [illegible] આજ્ઞા. પરસ્મૈ. ૩|૧ વં. ૩, ૧૯; [illegible] શક્યા. પરસ્મૈ. ૩|૩ ઇજ. ૯, ૪; ય. ૧૩, ૫૦; ય. ૧૫, ૧૬; [illegible] ય. ૧૯, ૩૨; [illegible] કર્મ. ક્રિ. વર્ત. ૩|૧ વં. ૫, ૪૦; [illegible] વર્ત. કૃ. આત્મને. નર. ૧|૧ ઇજ. ૩૨, ૮; [illegible] વર્ત. કૃ. નર. ૨|૧ વં. ૧૩, ૨૮.

ખ) પીવું; to drink; [illegible] અ. ભૂ. સંશા. પરસ્મૈ. ૩|૧ વં. ૭, ૭૦. ૭૧; [illegible] (પીનારને માટે) વર્ત. કૃ. પરસ્મૈ. નર. ૪|૧ ઇજ. ૯, ૧૬.

[illegible] = ખાવું; to eat; [illegible] વં. ૨, ૨૯. ૩૮.

[illegible] = ખાવું; to eat; [illegible] વર્ત. પરસ્મૈ. ૩|૧ વં. ૧૩, ૪૫.

[illegible] = ખાવું; to eat; [illegible] વર્ત. પરસ્મૈ. ૩|૧ વં. ૭, ૩. (Wester.)

૨ [illegible] = स्वद = દુઃખ દેવું, જખમ કરવો; to harm, to wound; જુઓ [illegible]

૩ [illegible] = स्फुर = પ્રકાશવું, ચલકવું, રોશની આપવી; to shine, to glitter; જુઓ [illegible]

[illegible] ([illegible] = स्वरु = Sore) (જુઓ ૨ ધા. [illegible]) સા. ના. નર. જખમ; a sore, a wound; [illegible] ૨|૧ વં. ૪, ૩૦. ૩૩. ૩૪. ૩૬. ૩૭. ૩૯.

[illegible] (જુઓ ૩ ધા. [illegible]) સા. ના. નારી. ચલકાટ, પ્રતાપ, એશ્વરમત; lustre, glory; efficacy, charm, moral excellence; [illegible] મેં જાણ્યું છે કે તારા પસંદ પડતા કલામો એશ્વરમતથી ભરપુર (છે) ૩|૧ ઇજ. ૨૮, ૧૦. (Wester. [illegible])

[illegible] વિશે જુઓ [illegible] eatable.

[illegible] (જુઓ ૧ ધા. [illegible]) વિ. ખાવા લાએક; eatable; [illegible] (અતિ. વિ.) = ઘણુંજ ખાવા લાએક; most eatable; the fullest of food; જેમ [illegible] ની અતિ. વિ. [illegible] તેમ [illegible] ની અતિ. વિ. [illegible]; [illegible] ૧|૩ વં. ૨, ૨૮. ૩૬.

[illegible] (જુઓ ૧ ધા. [illegible]) સા. ના. નારી. ખોરાક; food; [illegible] ૨|૩ વં. ૨, ૨૭. ૨૯.

[illegible] (અર્થ અચોકસ); અંધાઇ, એકાંતપણું (સ્પી.); એકાંત-અંધારો માર્ગ (હારલે); માર્ગ, રસ્તો (દાર.); obscurity (Sp.); obscure road (Har.); road, way (for [illegible] vide Yt. 19, 77– Dar.); [illegible] ૨|૧ ય. ૫, ૫૦.

[illegible] (જુઓ ૧ ધા. [illegible]) સા. ના. નારી. ક) ખાવું; eating; [illegible] ૬|૩ ય. ૨૧, ૫.

ખ) પીવું; drinking; [illegible] ૧|૧ ઇજ. ૧૦, ૬; [illegible] ૪|૧ ઇજ. ૯, ૨.

૧ [illegible] (= [illegible] = خورش) (જુઓ ૧ ધા. [illegible]) સા. ના. નાન્ય. ખોરાક; food; [illegible] ૧|૧ હાદો. નુસ્ક. ૧૮; [illegible] ૨|૧ વં. ૧૬, ૫-૭; વં. ૧૯, ૪૧; ય. ૧૩, ૫૦; ય. ૧૪, ૬૧; ઇજ. ૩, ૧; ઇજ. ૯, ૪; ઇજ. ૧૦, ૨૦; [illegible] ૨|૧ વં. ૫, ૨૦; ઇજ. ૫૫, ૨; [illegible] ૪|૧ ઇજ. ૧૦, ૨૦; ઇજ. ૩૪, ૧૧; ઇજ. ૪૮, ૫; [illegible] ૬|૧ વં. ૭, ૪૩; વં. ૧૪, ૧૭; [illegible] ૬|૧ વં. ૫, ૩૮; [illegible] (ખાવા તથા પીવાનો ખોરાક) ૧|૨ ય. ૧૯, ૩૨; [illegible] ૧|૩ વં. ૧૫, ૪; [illegible] નારી. ૧|૩ વં. ૩, ૨૯; વં. ૬, ૪૩; વં. ૭, ૭૭; [illegible] ૨|૩ વં. ૩, ૧૯; વં. ૧૯, ૪૦; [illegible] ૨|૩ વં. ૫, ૫૫. ૫૬; વં. ૭, ૫૭; વં. ૧૩, ૪૫;

[Avestan] ૩|૩ ઇજ. ૪૯, ૧૧; [Avestan] ૪|૩ વં. ૩, ૧૮; વં. ૫, ૪૪; [Avestan] ૬|૩ વં. ૨, ૨૮. ૩૬; વં. ૫, ૫૦; વં. ૧૩, ૨૮; વં. ૧૫, ૩; હાદો. નુસ્ક. ૧૯; જુઓ [Avestan], [Avestan], [Avestan], [Avestan]

૨ [Avestan] (જુઓ ૩ ધા. [Avestan]) સા. ના. નાન્ય. ઓરેહ, નુર; lustre, glory; જુઓ ૨ [Avestan]

[Avestan] (જુઓ ૧ [Avestan] તથા ૧ ધા. [Avestan] ક) સમાસ વિ. ઓરાક ઉત્પન્ન કરનાર (ઝાડ) (અસલ.); મેવા ઉત્પન્ન કરનાર (ઝાડ); food-producing (lit.); fruit-bearing (trees); [Avestan] નાઝી. ૬|૩ વં. ૩, ૪. ૨૩.

[Avestan] (= خوره) (જુઓ ૩ ધા. [Avestan]) ક સા. ના. નાન્ય. ઓરેહ, નુર, ઝળકાટ; lustre, glory, splendour; *Kavaem Khareno* ([Avestan]) = the royal glory; emanation of the divine glory which gives divine investiture to the man on whom it descends, and puts in him virtue, intelligence and fortune; *vide* the whole of the Zamyâd Yasht (Dar.); [Avestan] ૧|૧ ઇજ. ૬૦, ૭; ય. ૧૦, ૬૬. ૧૨૭; ય. ૧૭, ૨૨; ય. ૧૮, ૫; ય. ૧૯, ૩૫. ૬૮; [Avestan] વં. ૫, ૯ (પેહેલવી શરેહ); [Avestan] ૨|૧ વં. ૧૯, ૩૯; ઇજ. ૨, ૧૪; વીસ્પ. ૧૯, ૨; ય. ૬, ૧; ય. ૧૨, ૪; ય. ૧૩, ૧; ય. ૧૪, ૪૧; ય. ૧૭, ૫૫; ય. ૧૮, ૧; ય. ૧૯, ૯. ૩૬; સીરો. ૨, ૨૫; [Avestan] ૨|૧ ઇજ. ૬૮, ૧૧. ૨૧; ઇજ. ૭૧, ૮; ય. ૧૦, ૧૦૮; વીશ્તા. ય. ૩૪. ૪૬; [Avestan] ૩|૧ ઇજ. ૫૭, ૩. ૬. ૮. ૧૦. ૧૨. ૧૪. ૧૮. ૨૦. ૨૨. ૨૬. ૨૯. ૩૨. ૩૫; ય. ૫, ૧૧. ૮૯; ય. ૧૦, ૪. ૬૭; ય. ૧૩, ૨; [Avestan] ૩|૧ ય. ૧૪, ૩. ૭. ૯. ૧૩. ૧૫. ૧૭. ૨૧. ૨૩. ૨૫. ૨૭. ઇત્યાદિ; [Avestan] ય. ૧૦, ૧૪૧; [Avestan] ૪|૧ વીશ્તા. ય. ૩૮ (= ય. ૨૪, ૩૮); [Avestan] ૬|૧ ઇજ. ૧, ૧૪; ય. ૫, ૯૬; ય. ૧૭, ૦. ૬૨; [Avestan] ૬|૧ ય. ૫, ૮૬; ય. ૧૩, ૧૩૪; [Avestan] ૨|૩ ઇજ. ૫૧, ૧૮; ય. ૧૦, ૨૭; ય. ૧૪, ૩૬; [Avestan] ૬|૩ ઇજ. ૬૦, ૪. જુઓ [Avestan], [Avestan], [Avestan], [Avestan], [Avestan], [Avestan], [Avestan], [Avestan], [Avestan], [Avestan]

અ) વિ. ઓરેહ-નુર- કીર્તિવાળો; glorious, illustrious; [Avestan] નર. ૧|૧ ય. ૧૫, ૪૮.

[Avestan] ([Avestan] ઉપરથી) વિ. ઓરેહ-વાળો, કીર્તિવાળો; full of lustre; glorious; [Avestan] નર. ૧|૧ ય. ૧, ૧૨.

[Avestan] વિ. ના. અફગાનીસ્તાનમાં આવેલી નદીનું નામ (ગેલ્ડ.);* name of a river in Afghanistan; the Pharnacotis of Pliny; the Harrût (*harr* = [Avestan]) which falls into the North of the Hâmûn (Geldner); [Avestan] Yt. 19, 67.

[Avestan] ([Avestan] ક ઉપરથી) વિ. ઓરેહ- નુરવાળો; full of lustre, glorious; [Avestan] નર. ૧|૧ ય. ૮, ૫; ય. ૧૯, ૬૭; આફ્રી. પેગમ. ૭૨. ૧; [Avestan] નર. ૨|૧ વં. ૧, ૧૪; વં. ૧૯, ૩૭. ૩૯; ઇજ. ૨, ૧૧; ઇજ. ૬, ૧૦; ઇજ. ૨૫, ૮; ય. ૭, ૫; [Avestan] (Wester.) નર. ૨|૧ (૧|૧ ને બદલે) આફ્રી. પેગમ. ૭૨. ૩; [Avestan] ૩|૧ ય. ૧૫, ૫૬; [Avestan] નર. ૪|૧ ઇજ. ૧૨, ૧; [Avestan] નર. ૬|૧ ઇજ. ૧, ૧; ઇજ. ૩, ૧૩; ઇજ. ૧૬, ૩; ય. ૧, ૦. ૨૩; ય. ૮, ૫૬; [Avestan] નર. ૧|૩ ય. ૮, ૧. [Avestan] નર. ૧|૩ સીરો. ૧, ૧૩; [Avestan] (ઘણોજ નુરમંદ) અતિ. વિ. નર. ૧|૧ ઇજ. ૯, ૪; ય. ૧૪, ૩. ૭. ૯. ૧૩. ૧૫. ૧૭. ૨૧. ૨૩. ૨૫. ૨૭; ય. ૧૫, ૧૬; [Avestan] (૧|૧ ને બદલે) ય. ૧, ૧૨; [Avestan] નાન્ય. ૧|૧ ય. ૧, ૧; ય. ૧૩, ૧૫૨; [Avestan] નર. ૨|૧ વં. ૧૯, ૧૫.

[Avestan] (= [Avestan] + [Avestan]; જુઓ [Avestan] તથા ૧ ધા. [Avestan]) સમાસ. વિ. ઓરેહ—નુર આપનાર; giving lustre—glory; [Avestan] ૧|૧ વીશ્તા. ય. ૩૮ (= ય. ૨૪, ૩૮).

* એ ઠેકાણે આવેલા એ ભાગને ડાક્ટર ગેલ્ડનર આફગાનીસ્તાનમાં આવેલી નદીનું નામ ગણેછે (જુઓ મોદી, સફો ૨૧૭-૨૧૮).

[Avestan] (જુઓ [Avestan] તથા ૧ ધા. [Avestan]) સમાસ. વિ. ઓરેહ—નુર આપનાર; giving lustre—glory; [Avestan] ૧/૧ ય. ૧૦, ૧૬

[Avestan] (= [Avestan]) વિ. પોતાની મેળે ફળ ઉત્પન્ન કરનાર (ઝાડ); self-bearing (as fruits); [Avestan] = स्व = પોતે; one's self; ધા. [Avestan] = भर् = to bear fruits; = ઉત્પન્ન કરવું, ફળ આપવાં; [Avestan] + [Avestan] + [Avestan] = [Avestan]; [Avestan] + [Avestan] + [Avestan] = [Avestan] = [Avestan] = સારી પેઠે વાદળાનાં પાણીથી છંટાએલા—તાજા થએલાં (ઝાડ); (trees) well-watered with clouds (Dar.); [Avestan] [Avestan] નારી. ૬/૩ વીસ્પ. ૨૧, ૧.

[Avestan] (= श्वशुर = [Persian]) સા. ના. નર. સસરો; a father-in-law; [Avestan] [Avestan] [Avestan] between the son-in-law and his father-in-law ૨/૨ ય. ૧૦, ૧૧૬.

[Avestan] વિશે જુઓ [Avestan] ૫.

[Avestan] (જુઓ [Avestan] તથા [Avestan]) વિ. પોતાના જોડા સાથનો; self-shod; [Avestan] નર. ૨/૧ વં. ૧૩, ૩૯.

[Avestan] ([Avestan]) વિ. ના. નર. જગાનું નામ ખારજ્મ; the region of Khârazm, lying to east of the Caspian Sea and to the north of Khorâssân; [Avestan] ૨/૧ ય. ૧૦, ૧૪. (જુઓ મોદી.)

[Avestan] વિ. ના. નર. એક નામાંકિત પુરૂષનું નામ; name of an illustrious personage; [Avestan] ૬/૧ ય. ૧૩, ૧૧૭ (જુઓ મોદી).

[Avestan] (જુઓ [Avestan] તથા [Avestan]) વિ. પોતાની હુશિયારીવાળો; પોતે સાવધ. પોતાનો બચાવ કરવાને શક્તિવાન (દારમે.); vigilant or circumspect of one's self; capable of self-defence (Dar.); [Avestan] નર. ૨/૧ વં. ૧૫, ૪૩. ૪૪.

[Avestan] (જુઓ [Avestan] તથા [Avestan]) વિ. પોતાની મેળે જવાઈ શકાએ તેવું; સેહેલાઇથી પાહોચી શકાએ તેવું; (mountains) that can be easily passed over; [Avestan] [Avestan] નર. ૧/૩ ય. ૧૬, ૩.

[Avestan] (જુઓ [Avestan] તથા [Avestan]) વિ. સારી પેઠે ચીલ્લો ચહડાવેલો, બરાબર તાંકેલો (તીર); (a bow) well-strung; (an arrow) well aimed or shot; [Avestan] [Avestan] નર. ૧/૧ વં. ૯, ૪૬; ય. ૧૩, ૭૨; જુઓ [Avestan] [Avestan]

[Avestan] (= [Avestan] + [Avestan]; જુઓ ૧ ધા. [Avestan]) સા. ના. નાન્ય. ક) ચલકાટ, ઓરેહ, નુર, ક્રાંતિ. lustre, splendour, glory; [Avestan] ૧/૧ ઈન્વ. ૫૩, ૬; [Avestan] (૧/૧ ને બદલે) ય. ૧, ૧૪. [Avestan] ૨/૧ ઈન્વ. ૪૩, ૨; [Avestan] ૧/૩ ઈન્વ. ૧૨, ૫; ઈન્વ. ૩૧, ૭; [Avestan] ૨/૩ ઈન્વ. ૩૩, ૯;

ખ) સુખ, આસાની; happiness, ease, repose; [Avestan] ૨/૧ ઈન્વ. ૬૨, ૪; નીઆ. ૫, ૪; [Avestan] ૨/૧ ઈન્વ. ૮, ૮; [Avestan] ૭/૧ ઈન્વ. ૨૮, ૨; ઈન્વ. ૫૦, ૫; જુઓ [Avestan], [Avestan], [Avestan], [Avestan]

[Avestan] ([Avestan] ઉપરથી) વિ. ક) ચલકાટ-ઓરેહ-ક્રાંતિવાળું; full of lustre—splendour; glorious; [Avestan] નર. ૧/૧ ય. ૧, ૧૪; [Avestan] [Avestan] નારી. ૧/૩ ઈન્વ. ૬૦, ૧૧.

ખ) આસાનીવાળું, સુખીઆરૂં; happy, giving comfort and ease; [Avestan] નારી. ૧/૧ ઈન્વ. ૬૦, ૭; ગેહ ૫, ૫; [Avestan] નાન્ય. ૧/૧ ઈન્વ. ૬૦, ૭; [Avestan] નારી. ૨/૩ ય. ૧૩, ૩૨.

[Avestan] ([Avestan] ખ ઉપરથી) વિ. સુખાકારી આપનાર; giving comfort or happiness; [Avestan] (નર. ૨/૧ ને બદલે) ય. ૯, ૧.

[Avestan] (જુઓ [Avestan] ખ તથા ધા. [Avestan] ક) સમાસ વિ. આસાની દેખાડનાઈ અથવા દેખાડનું (અસલ.); સુખ આપનું; (things) directing to ease and comfort; giving happiness; [Avestan] ૫/૧ ઈન્વ. ૬૦, ૭.

[Avestan] સા. ના. નાન્ય. [Avestan] [Avestan] increase of cattle; the wealth of cattle (J.); meat and bread of comfort (Dar.); આએ ઢોરની જીઆદતી; આએ

ઢોરની દોલત (પુસ્તી); સુખની રોટલી તથા ગોશ્ત (દારમે.) ૨|૧ નીઆ. ૩, ૧૦; વીશ્તા. ૫. ૬.

[Avestan] (જુઓ [Avestan] ક) વિ. ઓરેહ-ક્રીર્તિવાળો; full of glory; [Avestan] (the man endowed with glory; ક્રીર્તિવાળો માણસ) નર. ૧|૧ ઈજ. ૪૩, ૨.

૧ [Avestan] (જુઓ [Avestan] તથા [Avestan] ગ) સા. ના. નારી. પોતાનું અંતઃકરણ (અસલ); પોતાનુ કરતુક; one's own conscience (orig.); one's own doings; [Avestan] નારી. ૧|૧ વં. ૫, ૬૨.

ખ) વિ. પોતાની દીનનો, હમદીન; (a man) of the same faith or religion; [Avestan] નર. ૫|૧ ૫. ૧૦, ૨.

૨ [Avestan] વિ. ના. નર. ફ્રરશૉસ્તરનો છોકરો તથા પેગમબર જરતોશ્તનો સાળો; the son of Frashuostra, and the brother-in-law of Zarathustra; [Avestan] ૬|૧ ૫. ૧૩, ૧૦૪.

[Avestan] (જુઓ ૬-૨ [Avestan]) વિ. પોતાની મેળે દોડનાર; અથવા પોતાની મેળે ગુજરાણ કરનાર; capable of running; or, capable of self-supporting; [Avestan] (નર. ૧|૩ ને બદલે) વં. ૧૫, ૪૩. ૪૪.

[Avestan] (જુઓ [Avestan] તથા [Avestan]) ક) સા. ના. પોતાની ખુદી; selfness; self-existence; [Avestan] . . . [Avestan] (Ahura Mazda by His Omnipotence; હોરમજદ પોતાની ખુદીથી...) ૫|૧ ઈજ. ૩૧, ૨૧.

ખ) ([Avestan] નુ બીજું રૂપ; જુઓ તે બાબ) વિ. પોતાનુ, પોતાને લગતુ; one's own; belonging to one's self; [Avestan] [Avestan] [Avestan] (પોતાનાં મુકામ તરફ) ૨|૧ ૫. ૫, ૬૨.

[Avestan] (જુઓ [Avestan] તથા [Avestan]) વિ. પોતાનીમેળે—સેહેલાઇથી—જવાઈ શકાએ એવો (રસ્તો); (roads) that can be easily passed over; [Avestan] [Avestan] (આસાનીથી જ-વાઈ શકાએ એવા રસ્તા) નર. ૧|૩ ૫. ૧૬, ૩.

[Avestan] (= [Avestan]) (જુઓ [Avestan] તથા ૩ ધા. [Avestan]) વિ. પોતે બરદાસ્ત કરનાર; ટકાઉ, મજબુટ (સ્પી. તથા પુસ્તી); બક્ષીશ કરનાર, સખી (દારમે.); self-supporting, self-dependent; enduring (Sp. & J.); full of bounty (Dar.); [Avestan] નારી. ૨|૧ ઈજ. ૨, ૧૪; ઈજ. ૬, ૧૩; ઈજ. ૧૦, ૩; ઈજ. ૬૫, ૧૧; ૫. ૧૩, ૧૫૭; સીરો. ૨, ૨૫; [Avestan] ૨|૩ ૫. ૧૩, ૩૨.

[Avestan] (જુઓ [Avestan] તથા ૧ ધા. [Avestan] છ) સમાસ વિ. પોતે ટેકો આપવુ- આપનાર, પોતે રક્ષણ કરવું; પોતે તદન ફેદા થઈ જવું (મિલ્સ); self-supporting, self-defending; offering of the entire self (M.); [Avestan] ૫|૧ ઈજ. ૬૦, ૬.

[Avestan] (જુઓ [Avestan] ક) સમાસ ના. નાન્ય. પોતાનું ઢાંકણ—બીછાનું—ચાદર ઇત્યાદિ; one's own covering, bedding or sheet; [Avestan] ૨|૧ વં. ૬, ૫૧.

[Avestan] (જુઓ [Avestan]) સમાસ વિ. પોતાની મેળે રોશની આપતુ; self-lighted; [Avestan] ૨|૧ વં. ૨, ૩૦. ૩૮; ઈજ. ૫૭, ૨૧.

[Avestan] વિશે જુઓ ૧ ધા. [Avestan]

[Avestan] (જુઓ ૧ [Avestan]) સમાસ વિ. પોતે સુખ અથવા ફાએદો આપનાર; conferring weal or benefit on one's self; ...[Avestan] [Avestan] નારી. ૨|૧ ૫. ૯, ૨.

[Avestan] (= [Avestan] + [Avestan]; જુઓ [Avestan]) ક) ભૂ. કૃ. વિ. ખાવા લાએક-સ્વાદદાર કીધેલુ, પકાવેલુ; (food) made eatable or delicious; cooked; [Avestan] ૨|૧ વં. ૫, ૫૨; વં. ૭, ૫૧; [Avestan] નાન્ય. ૨|૩ વં. ૭, ૫૭; વં. ૧૯, ૪૦; [Avestan] ૬|૩ વં. ૭, ૩૫.

ખ) સા. ના. ખોરાક; food; [Avestan] નારી. ૨|૧ ઈજ. ૧૧, ૧.

[Avestan] (જુઓ [Avestan]) સમાસ ના. નાન્ય. પોતાનુ બીછાનું, પોતાની પથારી; one's own bedding or seat; [Avestan] ૨|૧ વં. ૬, ૫૧.

[Avestan] (જુઓ [Avestan]) વિ. પોતે—પોતાની મેળે ઉભું રેહેતુ, પોતાની જગા રાખતું; દઢ, કાએમ; ખુશાલી ભરેલી હાલત, સુખસ્થીતિ (મિલ્સ); self-standing (lit.); firm; pleasantness (M.); [Avestan] [Avestan] = (દીનના) ઉસ્તેવાર માર્ગને નારી. ૨|૧ નીઆ.

૧, ૮; Frag. 5, 2; [Avestan] [Avestan] નારી. ६।१ Frag. 5, 1.

૧ [Avestan] (= [Avestan] + [Avestan]; જુઓ ધા. [Avestan]); [Avestan] [Avestan] = [Avestan] [Avestan] = રામખાસ્તાર, ખાણાના સ્વાદની ઉપર સરદારી ભોગવતો ફરેશ્તો, વળી એ ફરેશ્તો વાતાવરણ ઉપરખી મવક્કેલ છે; મીનો રામ (વિ. ના. નર.); the Genius of the atmosphere; the angel that gives their taste to different kinds of meals; Râm Khâstar or Mino Râm. [Avestan] [Avestan] ૨।૧ વીસ્પ. ૨, ૯; યજ. ૧૬, ૫; યશ. ૨, ૩; યજ. ૬૮, ૧૫; [Avestan] [Avestan] ૨।૧ વં. ૩, ૧; ગેહ ૧, ૭; [Avestan] [Avestan] ૫।૧ યજ. ૧, ૩; યજ. ૩, ૫; ય. ૬૫, ૦. ૫૮; ગેહ ૧, ૧; [Avestan] [Avestan] [Avestan] ६।१ યજ. ૨૨, ૨૩; વીસ્પ. ૧, ૭; ય. ૧૦, ૦. ૧૬૬; [Avestan] [Avestan] (६।१ ને બદલે) ય. ૨૩, ૭ (= આફ્રીં. પેગમ. ७૨. ૭)

૨ [Avestan] વિ. ના. આફગાનીસ્તાનામાં આવેલી નદીનું નામ; name of a river in Afghanistan; the River Khâsh, an eastern tributary of the River Hâmûn (Geld.); [Avestan] Yt. 19, 67.

[Avestan] = [Avestan], [Avestan] (orig.) = स्वर्द् = ક) ખાવું; to eat; [Avestan], [Avestan] = [Avestan]; e. g., [Avestan] = [Avestan] a bridge; [Avestan] = [Avestan] = dead; [Avestan] = [Avestan] = mortal; જુઓ એની પછીનો બોલ.

ખ) પીવું; to drink; જુઓ [Avestan]

[Avestan] (જુઓ ધા. [Avestan] ખ) સા. ના. નર પીનાર; one who drinks; [Avestan] ૨।૧ યજ. ૧૧, ૩.

[Avestan] (જુઓ ધા. [Avestan]) સા. ના. નારી. ખોરાક, ખાવું; food, eating; another form of [Avestan], q. v.; [Avestan] ૩।૧ વં. ૩, ૨૩. જુઓ [Avestan]

[Avestan] સા. ના. નારી. મોજ; pleasure, enjoyment; [Avestan] = [Avestan]; (અસલ રૂપ); स्वाद, स्वादन = મોજ, આનંદ; ધા. [Avestan] = स्वाद् = સ્વાદ લેવો, મજાહ લેવી; to taste, to enjoy; [Avestan] ૨।૩ ય. ४, ૧.

૧ [Avestan] સા. ના. નારી. સુખ; happiness; [Avestan] = [Avestan] (અસલ રૂપ) = स्वाद; Comp. Sweet. [Avestan] [Avestan] (concerning happiness and suffering સુખ તથા દુઃખ બાબે) ૩।૧ યજ. ૩૦, ૧૧

૨ [Avestan] ([Avestan] નું બીજું રૂપ; જુઓ તે બોલ) વિ. પોતે; itself; [Avestan] [Avestan] [Avestan] (the Mâzdayaçna religion itself; માજદયસ્ન દીન પોતે) નારી. ૧।૧ ય. ૧૦, ૬૮.

[Avestan] = [Avestan] = श्वस् = ફૂંફારા મારવા, હાંફવું; to pant, to be out of breath; cl. 6; [Avestan] અ. ભૂ. પરસ્મૈ. ६ ઠો વર્ગ ૩।૧ યજ. ૯, ૧૧; ય. ૧૯, ૪૦; [Avestan] ૩।૩ વં. ૩, ૩૨.

[Avestan] સા. ના. નાન્ય. સુરજ; the sun; Gâthic form of [Avestan] = स्वर्; [Avestan], [Avestan] નાં રૂપ સિવાય, એ બોલને વિભક્તિ લાગતી નથી; [Avestan] ६।१ યજ. ૫૦, ૧૦; [Avestan] (६।१ ની મતલબે) યજ. ४૯, ૩.

[Avestan] (જુઓ ધા. [Avestan]) સમાસ વિ. સુરજનાં જેવું દેખાતું. સુરજનાં જેવું; looking like the sun (lit.); Avestaic form [Avestan] [Avestan] (vide Y. 9, 4); [Avestan] [Avestan] = in that (holy) Realm which shines (with splendour) as the sun; સુરજનાં જેવી (નુરમંદ) પાદશાહીમાં; નાન્ય. ७।१ યજ. ४૩, ૧૬.

[Avestan] વિશે જુઓ [Avestan]

[Avestan] વિ. ના. નર. ક) ઇરાનની ઉત્તરે આવેલા મુલકનું નામ; વધારે ખોલાસા બાબે જુઓ, ઓરદેહ અવસ્તા બા માઅનેની, ગોશયશ્તનો ૩૧ મો ફકરો; name of a region lying to the north of ancient Irân. Arejat-aspa, who waged war against King Gushtasp, was the king of Khyaona; [Avestan] ६।१ ય. ९, ३०; ય. ૧૭, ૫૦;

ખ) ખ્યઓન મુલકનો રેહેવાસી; [Avestan] ૨।૩ ય. ૧૯, ८७; જુઓ એની પછીનો બોલ.

[Avestan], [Avestan] ([Avestan] ઉપરથી) વિ. ખ્યઓન નામના મુલકને લગતો; pertaining to the Khyaona region. The Khyaonyas seem to have been the Chionitae, a bellicose tribe, near the land of Gilan, often at war with the first Sassanides (Dar.); for particulars, *vide* [Avestan] [Avestan] [Avestan] [Avestan] [Avestan] ય. ૯, ૩૧; ય. ૧૧, ૫૧; [Avestan] [Avestan] નારી. ૬|૩ ય. ૯, ૩૧; ય. ૧૭, ૫૧.

[Avestan], [Avestan], [Avestan], [Avestan], [Avestan], [Avestan], [Avestan] } એ બોલો વિશે જુઓ ૧ ધા. [Avestan] to be

[Avestan]

[Avestan] (= [Persian]) સા. ના. નર. લડાઈની ટોપી, લશ્કરી માણસની ટોપી; a helmet; જુઓ [Avestan], [Avestan], [Avestan]

[Avestan] = खन् = ખોદવું, ખણવું; to dig.

[Avestan] = वि-खन् = ઉથલપાથલ કરવું; to turn (the ground) upside down, to beat; [Avestan] આજ્ઞા. ૫૨૨મૈ. ૨|૧ વં. ૨, ૩૧; [Avestan] અ. ભૂ. ૫૨૨મૈ. ૩|૧ વં. ૨, ૩૨.

[Avestan] ([Avestan] ઉપરથી) વિ. ઝરાને લગતું, ઝરાનું (પાણી); (the waters) of the streams; એનું બીજું રૂપ [Avestan] આવેછે (જુઓ તે બોલ); [Avestan] [Avestan] (Wester. [Avestan]) નારી. ૨|૧ ય. ૬, ૨; ન્યાઆ. ૬, ૧૨.

[Avestan] for [Avestan], [Avestan] thyself (Dar.); તું પોતે; [Avestan] gen. sing.; [Avestan] [Avestan] [Avestan] [Avestan] mayst thou thyself be holy, like Zarathustra (Dar.); Vishtâsp Yt. 2.

[Avestan] (= [Persian]) સા. ના. નર. ઘદેડું: an ass; for particulars, *vide* Bund., Chap. XIX.; [Avestan] [Avestan] [Avestan] [Avestan] ૨|૧ ઇજ. ૪૨, ૪.

[Avestan] ([Avestan] નું બીજું રૂપ; જુઓ ૪ ધા. [Avestan]) સા. ના. નર. અક્કલ, બુદ્ધિ; sense, intelligence; જુઓ [Avestan]

[Avestan] સા. ના. નર. (અર્થ અચોક્કસ); દોસ્ત, સોબતી (સ્પી.); યાર, આશક (દારમે.); a companion (Sp.); a male paramour (D.); Pehl. [Pahlavi]; [Avestan] ૧|૧ વં. ૮, ૩૧. ૩૨.

[Avestan] (= [Avestan] = खा = [Persian]) (જુઓ ૧ ધા. [Avestan]) સા. ના. નારી. ક) પાણીનો ઝરો—ચશ્મો; a spring of water; [Avestan] ૧|૩ ય. ૮, ૫; [Avestan] [Avestan] [Avestan] ૨|૩ ઇજ. ૪૨, ૧; [Avestan] ૨|૩ વં. ૧૩, ૫૧; ઇજ. ૭૧, ૯; ય. ૧૩, ૧૮.

ખ) મૂળ, અસલ, પાયો; fountain, source; [Avestan] [Avestan] [Avestan] [Avestan] (verily thou art the fountain of righteousness (ખરેખર તું અશોઈ—રાસ્તીનું મૂળ છે) નર. ૧|૧ ઇજ. ૧૦, ૪; [Avestan] ૨|૩ ય. ૧૦, ૭૧; ય. ૧૪, ૨૫. ૩૧.

[Avestan] વિ. ના. નર. પુરૂષનું નામ; Khumbya, father of Fradhâkhshti, q. v.; *lit.*, belonging to the jar, of the jar; [Avestan] ૬|૧ ય. ૧૩, ૧૩૮. (જુઓ આદી.)

[Avestan] = कुम्ब्, कुम्ब = ઢાંકવું; to cover; જુઓ નીચેનો બોલ.

[Avestan] (= [Pahlavi], [Pahlavi], [Pahlavi] = कुम्भ = [Persian]) (જુઓ ધા. [Avestan]) સા. ના. નર. ક) મટોડીનું વાસણ; an earthen pot.

ખ) कुम्भकार = મટોડીનું વાસણ બનાવનાર, કુંભાર; a potter; [Avestan] ૫|૧ વં. ૮, ૮૪. ૮૫.

ગ) યાર, આશના (ખરાબ પેદાએશના); માશુક (દારમે.); a friend (of bad creation); a female paramour (Dar.); Pehl. [Pahlavi]; [Avestan] [Avestan] ૫|૧ વં. ૮, ૩૧. ૩૨.

[Avestan] ([Avestan] ઉપરથી) વિ. ઝરાને લગતું, ઝરાનું (પાણી); pertaining to a spring; [Avestan] [Avestan] (Wester. [Avestan]) spring-waters, નારી. ૧|૩ ય. ૮, ૪૧; [Avestan] નારી. ૨|૩ ઇજ. ૬૮, ૬.

[Avestan] વિ. ના. નર. મુલકનું નામ; કનદાહાર (હાઇઝ); name of a region; possibly, Kandahar (Haug); name of a river in Hyrcania (Dar.); Pehl. [Avestan]; [Avestan] ૨।૧ વં. ૧, ૧૧. (જુઓ ગાદી.)

[Avestan] વિ. ના. નારી. હારેમનની સંકૃતી એક પરીનું નામ; name of a fairy, who was attached to Kereshâspa; *vide* Dar.; [Avestan] (૨।૧ ને બદલે) વં. ૧, ૯; વં. ૧૯, ૫

[Avestan] ([Avestan] નું ટુકું રૂપ; જુઓ ૪ ધા. [Avestan]) સા. ના. અક્કલ; sense, intelligence; જુઓ [Avestan], [Avestan]

[Avestan] (જુઓ [Avestan]) ફ. વિ. સખ્ત, કઠણ; hard, firm; [Avestan] અધિ. વિ.; [Avestan] અતિ. વિ; [Avestan] [Avestan] (with louder voice; વધારે મ્હોટે સાદે, વધારે બુલંદ રાગથી) નારી ૩।૧ ઇજિ. ૯, ૧૪; ય. ૧૯, ૮૧; [Avestan] (ઘણો દઢ; ઇનિસાફમાં ઘણોજ વાજબી) નારી. ૨।૧ વ. ૧૯, ૧૪; ઇજિ. ૨૧, ૨; ય. ૧૩, ૮૦; -[Avestan] [Avestan] (સઉથી મજબુટ આકારા તરફ) ૨।૩ ઇજિ. ૩૦, ૫; જુઓ નીચેનો બોલ.

[Avestan] (જુઓ [Avestan] તથા [Avestan]) સમાસ વિ. કચવાએલા જીવવાળો, નાખુશ રવાનવાળો; (a man) with a dissatisfied heart or soul; [Avestan] નર. ૧।૧ વં. ૫, ૮. ૭; વં. ૮, ૩૬.

[Avestan] (જુઓ [Avestan] તથા ૧ ધા. [Avestan]) = સખ્ત અથવા કઠણ કરવું; to harden, to make obdurate; [Avestan] અ. ભૂ. પરસ્મૈ. ૩।૧ ઇજિ. ૪૬. ૧૦.

[Avestan] વિશે જુઓ [Avestan]

[Avestan] ([Avestan] ઉપરથી) વિ. સખ્ત, કઠણ; hard; [Avestan] નર. ૬।૧ વં. ૧૩, ૩૦. ૩૭; [Avestan] ૬।૩ વં ૭, ૩૧; વં. ૧૪, ૨; વં. ૧૮, ૭૧; [Avestan] નારી. ૬।૩ વં. ૫, ૧.

[Avestan] (જુઓ ધા. [Avestan]) વિ. પોકારતું, વિલાપ કરતું; howling, wailing; [Avestan] (નર. ૧।૧ ને બદલે) વં. ૧૩, ૯; [Avestan] અધિ. વિ. (નર. ૧।૧ ને બદલે) વં. ૧૩, ૮.

[Avestan] (= [Avestan] = क्रतु = [Avestan]) (જુઓ ૪ ધા. [Avestan]); [Avestan] + [Avestan] = [Avestan] (= કિરૂ આ-વ્યાથી), સા. ના. નર. અક્કલ, ડહાપણ; sense, wisdom; [Avestan] ૧।૧ ય. ૧, ૭; ય. ૧૦, ૧૦૭; [Avestan] ૧।૧ ઇજિ. ૩૧, ૯; ઇજિ. ૩૨, ૧૪; [Avestan] ૨।૧ વં. ૧૮, ૬; ઇજિ. ૨૫, ૬; ઇજિ. ૨૮, ૧; ઇજિ. ૩૨, ૯; ઇજિ. ૬૨, ૪; વીસ્પ. ૧૯, ૧; ય. ૧, ૩૧; ય. ૨, ૬; ય. ૧૭, ૨; વીશ્તા. ય. ૪૧ (= ય. ૨૬, ૬૧); [Avestan] ૩।૧ ઇજિ. ૪૫, ૬; ઇજિ. ૪૮, ૧૦; [Avestan] ૪।૧ (૬।૧ને બદલે) વં.૪,૪૫; [Avestan] ૬।૧ ઇજિ. ૨૨, ૨૫; ય. ૨, ૧; [Avestan] ૬।૧ ઇજિ. ૩૬, ૧૪; ઇજિ. ૪૩, ૬; ઇજિ. ૪૬, ૧૮; ય. ૧૯, ૫૯; વીશ્તા. ય. ૪૧ (= ય. ૨૬, ૪૧); -[Avestan] [Avestan] ૬।૧ (૫।૧ ને બદલે) ઇજિ. ૩૨, ૪; -[Avestan] ૭।૧ ઇજિ. ૮૮, ૪; [Avestan] ૧।૩ ઇજિ. ૧૯, ૧૫; ઇજિ. ૪૫, ૨; ઇજિ. ૬૬, ૩; -[Avestan] ૨।૩ ઇજિ. ૩૧, ૧૧. જુઓ [Avestan], [Avestan], [Avestan], [Avestan], [Avestan], [Avestan], [Avestan] તથા નીચેના બોલો.

[Avestan] (જુઓ ૧ [Avestan]) સમાસ ના. નર. અક્કલને ચાહનાર-પસંદ કરનાર; one who loves wisdom; comp. [Avestan] Vend. 4, 44; [Avestan] ૧।૧ ય. ૧૩, ૧૬.

[Avestan] (જુઓ ૨ ધા. [Avestan]) સમાસ વિ. અક્કલને વધારતો; wisdom-increasing; -[Avestan] [Avestan] નર. ૬।૧ ય. ૮, ૩૬.

[Avestan] (જુઓ [Avestan]) સમાસ વિ. અક્કલ શોધતો; વિદ્યા-ઇલમની ખાહેશ રાખતો; seeking after knowledge, wishing for wisdom; [Avestan] ૧।૩ વં. ૪, ૪૬.

[Avestan] (= [Avestan] = [Avestan]) ([Avestan] ઉપરથી) વિ. અક્કલમંદ, ડહાપણવાળો; intelligent, wise; [Avestan] નર. ૧।૧ ય. ૧, ૭; [Avestan] અતિ. વિ. નારી. ૨।૧ ([Avestan] = ઘણોજ અક્કલવાળો—ડહાપણવાળો) ય. ૧૯,

૧૪; યજ્. ૨૬, ૩; ય. ૧૩, ૮૦; [Avestan] નર. ૬|૧ યજ્. ૧, ૧.

[Avestan] ([Avestan] નું બીજું રૂપ) સા. ના. નર. અક્કલ, ડહાપણ; intelligence, sense, wisdom; [Avestan] ૨|૧ ય. ૧૮. ૧; [Avestan] [Avestan] (પોતાની અક્કલથી) ૩|૧ વં. ૧૫, ૨; [Avestan] ૩|૧ ય. ૧૭, ૨; [Avestan] ૩|૧ યજ્. ૩૧, ૭; યજ્. ૪૮, ૩; યજ્. ૫૩, ૩; [Avestan] ૩|૧ ય. ૧, ૨૬. જુઓ [Avestan]-[Avestan], [Avestan] [Avestan], [Avestan]-[Avestan]

[Avestan] વિરૂ જુઓ [Avestan]

[Avestan] વર્ત. કૃ. આત્મને. અક્કલમંદ થતો—હોતો; being intelligent or wise; denom. pres. partic. from [Avestan] (sense, wisdom); [Avestan] નર. ૬|૧ વં. ૪, ૨.

[Avestan] (જુઓ [Avestan] તથા ૧ [Avestan]) સમાસ ના. નર. અક્કલનો ખાવંદ, ડહાપણનો ધણી; lord of wisdom, master of intelligence; [Avestan] ૮|૧ યજ્. ૪૦, ૧.

[Avestan], [Avestan] = क्षप = કંગાળ થવું; અથવા પેટે ચાલવું; to be miserable; *or*, to creep; જુઓ નીચેનો બોલ.

[Avestan] (= [Avestan] = خرفستر) (જુઓ ધા. [Avestan]) ક) સા. ના. નર. ખરફસ્તર, નુકસાન કરનાર જાનવર; noxious creatures; Khrafstras; [Avestan] ૨|૧ વં. ૧૬, ૧૨; [Avestan] ૧|૩ વં. ૧૭, ૩; [Avestan] ૧|૩ યજ્. ૩૪, ૯; [Avestan] ૨|૩ ય. ૨૦, ૧; [Avestan] ૩|૩ વં. ૭, ૨. ૩. ૫; વં. ૮, ૧૬-૧૮. ૭૧; વં. ૯, ૨૬; [Avestan] ૬|૩ વં. ૧૬, ૧૨.

ખ) સા. ના. નર. દુષ્ટ–બદ માણસ; an evil or vicious person; [Avestan] ૨|૩ યજ્. ૨૮, ૫

ગ) વિ. દુષ્ટ, બદ; evil, bad; [Avestan] [Avestan] (દુષ્ટ માણસો) ૨|૩ યજ્. ૧૯, ૧; યજ્. ૩૯, ૫.

[Avestan] (જુઓ [Avestan] તથા ૧ [Avestan]) સમાસ ના. નાન્ય. ખર્ફસ્તર—નુકસાનકારક જાનવરોને મારવાનું હથિયાર; an instrument for killing noxious animals; [Avestan] ૨|૧ વં. ૧૪, ૮; વં. ૧૮, ૨.

[Avestan] પ્રયો. વર્ત. આત્મને. ૩|૧ ય. ૧૦, ૩૬; ધારવા મુજબ અસલ બોલ [Avestan] છે. ધા. [Avestan] = [Avestan] = त्रस् = ترسیدن = બીહીવું; to fear; [Avestan] = [Avestan] = બીહીવડાવવું; to terrify (caus.).

૧ [Avestan] ([Avestan] નું ટુંકું રૂપ) = સખ્ત થવું; ગુસ્સે થવું; to be hard; to be angry: [Avestan] નર. ૨|૧ હાદો. નુસ્ક. ૧૭, ૩૫. જુઓ [Avestan], [Avestan], [Avestan], [Avestan]

૨ [Avestan] (= क्रव्य) (જુઓ ૧ ધા. [Avestan]) સા. ના. નર. કઠણ—કાચું ગોશ્ત; hard flesh; [Avestan] [Avestan] [Avestan] a handful of hard flesh; (મુઠીમાં માએ એટલું કાચું ગોશ્ત) ૨|૧ ય. ૧૪, ૩૩.

૩ [Avestan] (જુઓ ૧ ધા. [Avestan]) વિ. ના. નર. દેવનું નામ; name of a Demon; possibly, the Demon of Tyranny; [Avestan] (૨|૧ ને બદલે) વં. ૧૧, ૯. ૧૨. (જુઓ આદી.)

[Avestan] (જુઓ ધા. [Avestan]) ક) સા. ના. નારી. ગુસ્સો; anger, wrath; [Avestan] = [Avestan] + [Avestan]; [Avestan] ને બદલે [Avestan] પ્રત્યય લાગો; [Avestan] ૩|૧ વં. ૧૯, ૪.

ખ) વિ. સખ્ત, કઠણ; hard; જુઓ [Avestan] [Avestan]

[Avestan] (જુઓ ધા. [Avestan]) ક) વિ. સખ્ત, મુશ્કેલ (સવાલ); hard, difficult; [Avestan] [Avestan] ૬|૩ ય. ૫, ૮૨.

ખ) સખ્ત, સુકું (એસમ, લાકડું); hard (wood); [Avestan] [Avestan] નર. ૬|૩ વં. ૧૯, ૨૮. ૪૦.

[Avestan], [Avestan] = क्रुध = સખ્ત થવું, ગુસ્સે થવું; મનમાં કચવાવું; to be hard—angry; to be displeased or fretted; [Avestan] વર્ત. પરસ્મૈ. ૧ લો વર્ગ. ૩|૧ યજ્. ૫૧, ૧૩. જુઓ [Avestan] [Avestan], [Avestan]

[Avestan] = [Avestan] = [Avestan] = [Avestan] = [Avestan]) (કોઈની) સાંભે પોકારવું; to clamour against, to decry; [Avestan] વર્ત. પરસ્મૈ. ૩|૧ વં. ૧૫,૫; [Avestan] શક્યા. પરસ્મૈ. ૩|૧ આફ્રરં. ગાહમ. ૧૩. ૫) વિલાપ કરવો, શોક કરવો; to bewail, to lament; [Avestan] વર્ત. કૃ. પરસ્મૈ. ૬|૩ ઈજ. ૫૩, ૮.

[Avestan] (વિરો જુઓ ૩ [Avestan]

[Avestan] (= [Avestan] + [Avestan]; જુઓ [Avestan]) (Wester. [Avestan]) સમાસ ના. નર. સખ્ત-કઠણ જમીન; hard earth or ground; [Avestan] ૭|૧ વં. ૮, ૮; વં. ૧૫, ૪૭; વં. ૧૭, ૫; [Avestan] ૬|૩ વં. ૯, ૧૧.

[Avestan] (જુઓ ૧ ધા. [Avestan]) ભૂ. કૃ. વિ. સખ્ત થએલું, ઘાતકી; hardened; cruel, severe; [Avestan] . . . . . . [Avestan] (સખ્ત થંડીનું, ઘાતકી જમેસ્તાનનું) નર. ૬|૧ વં. ૭, ૨૭.

[Avestan] (૧ [Avestan] ઉપરથી) = સખ્ત થવું, દુઃખ દેવું, જુલમ કરવો; to be hard, to torment, to oppress; જુઓ નીચેના બોલ.

[Avestan] (જુઓ ધા. [Avestan]) સા. ના. નારી. જખમ, સખ્તી; wound, hardship; [Avestan] ૨|૧ ઈજ. ૫૩, ૮.

[Avestan] (જુઓ ધા. [Avestan]) સા. ના. જુલમ, સખ્તી, દુઃખ; oppression, hardship, suffering; [Avestan] ૫|૧ ઈજ. ૪૬, ૫.

[Avestan], [Avestan] (જુઓ ૧ ધા. [Avestan]) વિ. ભયંકર, ધારતી ભરેલું; dreadful, frightful; [Avestan] ૨|૧ ય. ૧૦, ૩૮; [Avestan] નારી. ૧|૩ ય. ૧૦, ૩૮; [Avestan] ૨|૩ ય. ૧૩, ૩૮.

[Avestan] (= [Avestan]) (જુઓ ૧ ધા. [Avestan]) વિ. ઘાતકી, ભયંકર, સખ્ત દિલનું; cruel, hard-hearted, dreadful; [Avestan] [Avestan] ૨|૧ ય. ૧, ૧૧; ય. ૧૩, ૧૩૬; ઈજ. ૫૭, ૨૫; [Avestan] ૩|૩ (૫|૩ ની મતલબે) ઈજ. ૪૮, ૧૧. જુઓ [Avestan]

[Avestan] (જુઓ ૧ ધા. [Avestan]) વિ. સખ્ત, ભયંકર, જખમ કરતો; hard, dreadful, wounding; જુઓ [Avestan]

[Avestan] (જુઓ ૩ [Avestan] તથા ધા. [Avestan]) વિ. ના. નર. દેવનું નામ; name of a Demon; possibly, the Demon of Murder. [Avestan] (૨|૧ ને બદલે) વં. ૧૧, ૯. ૧૨.

[Avestan] (૧ ધા. [Avestan] ઉપરથી) = ઘાતકી-સખ્ત થવું; to be hard or cruel; [Avestan] કૃ. વિ. નર. ૬|૧ ઈજ. ૯, ૩૦; [Avestan] [Avestan] (= કારાંત) (ઘાતકી—નાશકારક બરકરનું) નર. ૬|૧ ય. ૧૦, ૩૬; [Avestan] કૃ. વિ. નારી. ૨|૩ ય. ૧૩, ૩૩; [Avestan] ([Avestan]—ને બદલે) કૃ. વિ. નારી. ૨|૩ ય. ૧૦, ૪૭. [Avestan] (Geld. [Avestan]) કૃ. વિ. નારી. ૨|૩ ય. ૧૫, ૪૯.

[Avestan] (જુઓ [Avestan] તથા ૩ [Avestan]) સમાસ વિ. ભયંકર ભાલો રાખનાર; ભયંકર હથિયાર રાખનાર; (Aeshma) of the wounding or bloody spear; epithet of Aeshma (the Demon of Wrath); [Avestan] [Avestan] = [Avestan] [Avestan] = ભયંકર ભાલો રાખનાર એશ્મ દેવ; [Avestan] ([Avestan] Geld.) નર. ૧|૧ ય. ૧૯, ૬૫; [Avestan] નર. ૨|૧ વં. ૧૦, ૧૩; વં. ૧૯, ૪૩; ય. ૧૯, ૪૬; [Avestan] [Avestan] (Geld. [Avestan]) નર. (૩|૧ ને બદલે) ઈજ. ૧૦, ૮; [Avestan] (Geld.-[Avestan]) ય. ૧૭, ૫; [Avestan] (Geld.-[Avestan]) નર. ૬|૧ વં. ૯, ૧૩; વં. ૧૦, ૧૬; ઈજ. ૨૭, ૧.

[Avestan] = શિખવવું; to teach; ધારયામિજે ધા. [Avestan] (= [Avestan] = શિખવવું) નું બીજું રૂપ; [Avestan] વર્ત. સંશ. આત્મને. ૧|૧ ઈજ. ૨૮, ૪; [Avestan] પૂર્ણ ભૂ. આત્મને. ૩|૧ ઈજ. ૬૫, ૯; [Avestan] [Avestan] ((શિખવેલા કલામે કરીને) ભૂ. કૃ. વિ. ૩|૧ ઈજ. ૬૫, ૯.

[Avestan] (= [Avestan] = *[Avestan]) (જુઓ ૩ ધા.

* Mark [Avestan] in [Avestan] (= Av. [Avestan] [Avestan]); [Avestan] (= Av. [Avestan]..[Avestan]).

[illegible]) વિ. નુરમંદ, ચળકાટવાળો; brilliant, shining; [illegible] (જમશેદ) ની સાથે આવેછે ત્યારે ([illegible] = क्षि = રાજ કરવું to rule ઉપરથી) એનો અર્થ 'પાદશાહ, રાજ કરનાર' પણ થઈ શકે; [illegible] = [illegible] = [illegible] = the brilliant Yima, or the King Jamsheed; (નુરમંદ અથવા પાદશાહ જમશેદ) નર. ૧|૧ વં. ૨, ૨૧; [illegible] નર. ૨|૧ ઈજ. ૨, ૫; ઈજ. ૬, ૪; ઈજ. ૭૦, ૬; ય. ૨, ૯; ય. ૫, ૭૨; ય. ૧૯, ૩૧. ૫૨; [illegible] ૪|૧ વં. ૬૯. ૩૯; ય. ૧૦, ૧૪૩; [illegible] નર. ૫|૧ ય. ૧૯, ૩૫; [illegible] નર. ૬|૧ ય. ૮, ૧૩; ય. ૧૪, ૧૭; [illegible] નાન્ય. ૬|૧ ઈજ. ૩, ૧૩; [illegible] નાન્ય. ૨|૩ ય. ૩, ૧; [illegible] નર. ૬|૩ ઈજ. ૨૬, ૩; ય. ૧૩, ૮૨; ય. ૧૯, ૧૫.

[illegible] (જુઓ ૧ ધા. [illegible]) સા. ના. નર. પાદશાહ, રાજ કરનાર; a king, a ruler; [illegible] ૧|૧ ઈજ. ૪૧, ૨.

[illegible] (જુઓ [illegible] તથા [illegible]) સમાસ ના. નર. નુરમંદ—ખુબસુરત ફરજંદ; a brilliant offspring; [illegible] ૨|૧ ઈજ. ૯, ૨૨.

[illegible] (= क्षीण) (જુઓ ૪ ધા. [illegible]) ત્રિ. નબલું, દુબલું, લાગેર; lean, weak; જુઓ [illegible]

[illegible] વિશે જુઓ [illegible]

[illegible] (= [illegible]) સા. ના. નાન્ય. પુષ્કળપણું, મ્હોટો જથો; abundance, a large quantity; [illegible] ૩|૧ ય. ૧૦, ૧૪.

[illegible] (= [illegible] = क्षत्र) (જુઓ ૧ ધા. [illegible]) ક) સા. ના. નાન્ય. રાજ્ય, પાદશાહી, હકુમત, સત્તા, કાબુ; kingdom, authority, dominant or sovereign power; [illegible] ૧|૧ વં. ૨૦, ૮; ઈજ. ૨૮, ૩; ઈજ. ૩૧, ૬; ઈજ. ૩૮, ૫; ઈજ. ૩૫, ૫; ય. ૧૩, ૧૨; [illegible] ૨|૧ ઈજ. ૧૯, ૧૪; ઈજ. ૩૧, ૪; ઈજ. ૩૭, ૫; ઈજ. ૫૧, ૨; ય. ૫, ૨૨. ૨૬. ૪૧; ય. ૧૦, ૧૦૯; ય. ૧૯, ૭૯; [illegible] ૧|૧ વં. ૮, ૧૯; [illegible] ૨|૧ ઈજ. ૨૮, ૯; ઈજ. ૨૯, ૧૧; ઈજ. ૩૨, ૧૨; [illegible] ૧|૧ ઈજ. ૯૦, ૨; [illegible] ૩|૧ ઈજ. ૩૧, ૨૨; ઈજ. ૩૮, ૧૧; ઈજ. ૪૪, ૯; ઈજ. ૫૧, ૬; ઈજ. ૪૬, ૧૧; [illegible] ૩|૧ ઈજ. ૩૭, ૨; ઈજ. ૫૦, ૪; [illegible] ૮|૧ ય. ૫, ૪૯; ય. ૧૫, ૩૨; આફ્રી. ૯૯. ૮; [illegible] ૫|૧ ઈજ. ૩૫, ૧૦; ઈજ. ૪૬, ૪; [illegible] ૫|૧ ઈજ. ૯, ૪; [illegible] ([illegible] કારાંત) નારી. ૬|૧ વં. ૨, ૭; [illegible] ૬|૧ ઈજ. ૩૧, ૨૧; ઈજ. ૪૪, ૯; ઈજ. ૪૮, ૮; [illegible] ૬|૧ ય. ૧૦, ૧૦૭; [illegible] ૬|૧ ય. ૧૩, ૧૩૫; [illegible] ૭|૧ વં. ૨, ૫; વીસ્પ. ૧૪, ૨; ય. ૧૫, ૧૬; ઈજ. ૯, ૫; [illegible] ૭|૧ ઈજ. ૩૨, ૬; ઈજ. ૩૪, ૩; ઈજ. ૪૩, ૧૩. ૧૬; જુઓ [illegible], [illegible]

ખ) સા. ના. નર. પાદશાહ, રાજ—હકુમત કરનાર; a king, a ruler; [illegible] ૪|૧ વં. ૨, ૮. ૧૨. ૧૬; જુઓ [illegible], [illegible], [illegible], [illegible], [illegible], [illegible], [illegible], [illegible]

ગ) [illegible] = [illegible], [illegible] = [illegible] the fourth of the 7 Ameshâspands, presiding over wealth and metals; શેહેરેવર અમશાસ્પંદ જે સઘળી જાતની ધાતુ તથા ખજાના ઉપર મવક્લ છે (ત્રિ. ના. નાન્ય.); [illegible] ૧|૧ ઈજ. ૫૭, ૨૪; ય. ૧, ૨૫; [illegible] ૨|૧ વીસ્પ. ૨૦, ૧; ઈજ. ૧૬, ૩; [illegible] ૩|૧ વં. ૨૦, ૩; [illegible] ૩|૧ ઈજ. ૪૩, ૬; [illegible] ૪|૧ ઈજ. ૧, ૨; વં. ૧૯, ૧૧; [illegible] ૬|૧ ઈજ. ૭૦, ૨; ય. ૨, ૨; [illegible] ૮|૧ ઈજ. ૩૩, ૧૧.

ઘ) [illegible] = ધાતુ (સા. ના. નાન્ય.); a metal; [illegible] ૨|૧ ય. ૧૦, ૧૨૫; [illegible] ૩|૧ વં. ૯, ૧૦; [illegible] ૪|૧ (૩|૧ ને બદલે) વં. ૧૭, ૬. ૮; [illegible] ૨|૩ વં. ૧૬, ૯.

૫) [illegible] [illegible] = [illegible] = વોહુ-ક્ષત્ર ગાથા; ૪ થી ગાથા (વિ. ના. નાન્ય.); the fourth of the five Gâthâs; [illegible] [illegible] ૨/૧ વીસ્પ. ૨૦, ૧. જુઓ [illegible]

૭) શેહેરેવર મહીનો; the sixth month of the year; [illegible] [illegible] ૬/૧ આફ્રીં. ગાહામ. ૯.

[illegible] ([illegible] ૫ ઉપરથી) સા. ના. નારી. પાદશાહી, સરદારી; royalty, command, rule; [illegible] ૧/૧ Frag. 8, 2.

[illegible] ([illegible] ૫ ઉપરથી) સા. ના. નારી. હકુમત કરનારી, શેઠાણી (અસલ); ખુબસુરત સ્ત્રી-બાઇડી; કોઇપણ ઓરત-સ્ત્રી; *lit.*, a woman that governs or holds authority (fem. of [illegible]); a beautiful lady; a woman, a female; [illegible] ૬/૩ વં. ૭, ૧૬; યજ. ૬૫, ૫; ય. ૫, ૫; ય. ૧૩, ૮; [illegible] [illegible] ૭/૩ વં. ૧૮, ૩૨. ૩૫. ૪૧. ૪૭; ય. ૧૪, ૧૨.

[illegible] (જુઓ [illegible] ક તથા [illegible]) સમાસ ના. પાદશાહીની મુરાદ; desire or ambition of sovereign power; [illegible] [illegible] ૭/૧ યજ. ૯, ૨૪.

[illegible] (જુઓ [illegible] ૫ તથા [illegible]) સમાસ કૃ. વિ. પાદશાહને માટે બનાવેલું, પાદશાહને લાયકનું; (a palace) built for the king (lit.); suitable to a king; [illegible] [illegible]... નાન્ય. ૬/૧ ય. ૧૭, ૬૦; ય. ૧૮, ૩.

[illegible] વિ. ના. નર. એક નામાંકિત પુરૂષનું નામ; name of an illustrious personage; [illegible] ૬/૧ ય. ૧૩, ૧૧૨.

[illegible] (જુઓ [illegible] ક તથા ૧ધા. [illegible]) સમાસ વિ. પાદશાહી-હકુમત આપનાર; bestowing sovereignty; [illegible] નર. ૧/૧ ય. ૧૦, ૧૬. ૬૫.

[illegible] (જુઓ [illegible] ક તથા [illegible]) સમાસ વિ. પાદશાહોની નાભ-ડુંટીમાં રહેતો (આતરા); residing in the navel of kings; [illegible] નર. ૨/૧ સીરો. ૨, ૯; [illegible] [illegible] નર. ૬/૧ નીઆ. ૫, ૬; સીરો. ૧, ૯.

[illegible] (Wester. [illegible]) વિ. ના. નાન્ય. કંગદેજના નામીચા કીલ્લાના દરવાજાનું નામ; name of the gate of the well-known fortress Kangha, q. v.; [illegible] [illegible] ૨/૧ ય. ૫, ૫૪. ૫૭. (જુઓ મોદી.)

[illegible] ([illegible] ક ઉપરથી) વિ. પાદશાહી રાખનાર-કરનાર, હકુમત ધરાવનાર, સાહેબી ભોગવનાર; kingly, lordly, enjoying sovereign power; [illegible] નર. ૧/૧ યજ. ૫૭, ૧૯; ય. ૯, ૧૭; ય. ૧૦, ૮૮; [illegible] (૧/૧ ને બદલે) ય. ૧, ૧૫; [illegible] નર. ૨/૭; બીજી એક વચનમાં એ બોલ [illegible] [illegible] (પાણીનો નામ-મુળ) નાં વિશેષણ તરીકે આવેછે; જેમકે યજ. ૨, ૫; યજ. ૬, ૪; યજ. ૭૦, ૬; ય. ૨, ૯; ય. ૫, ૭૨; ય. ૧૯, ૫૨; [illegible] નર. ૮/૧ યજ. ૬૫, ૧૨.

[illegible] = क्षण् = જખમ કરવો, મારવું, દુઃખ દેવું, કાપવું; to wound, to cut, to kill, to torment; જુઓ [illegible], [illegible], [illegible], [illegible]

૧ [illegible] = क्षप् = ઢાંકવું; to cover up, to veil; જુઓ ૨ [illegible], [illegible], [illegible]

૨ [illegible] (= [illegible] = क्षप् = [illegible]) (જુઓ ૧ [illegible]) સા. ના. નારી. સુરજ અસ્ત પામ્યા પછીથી તે પાછો બીજે દાહાડે સુરજ ઉગે ત્યાંહાં સુધીનો વખત, સાંજ તથા સહવારનાં ઝઝકાં સુધાંની આખી રાત; the time from sun-set to sun-rise; [illegible] ૬/૧ વં. ૧૯, ૨૮; યજ. ૫૭, ૩૧; ય. ૧, ૧૮; ય. ૮, ૫૪; [illegible] ૨/૩ યજ. ૪૪, ૫.

[illegible], [illegible] (૨ [illegible] ઉપરથી) સા. ના. નારી. સાંજ સહવારનાં ઝઝકાં વગરની ફકત અંધારી રાત; સાંજનું ઝઝકલું પુરૂં થયા પછીથી તે સહવારનું ઝઝકલું શરૂ થાએ તેની વચ્ચેનો વખત; ફકત અંધારી રાત; the time from the beginning of the night up to the morning twilight; time of darkness; [illegible] ૧/૧ ય. ૧૦, ૫૦; ય. ૧૨, ૨૩;

[illegible] ૨।૧ વં. ૧૮, ૫; ય. ૮, ૧૯; [illegible] ૪।૧ વં. ૪, ૧. ૪૫; વં. ૧૮, ૧૮. ૨૦. ૨૨; [illegible] ૬।૧ ય. ૫, ૬૨; ય. ૧૪, ૩૧; [illegible] ૧।૩ વં. ૯, ૩૩. ૩૪; વં. ૧૬, ૮—૧૧; વં. ૧૯, ૨૩; [illegible] ૨।૩ વં. ૧૮, ૨૭; ઈજિ. ૬૨, ૧૦; [illegible] ૨।૩ ઈજિ. ૫૭, ૧૭; [illegible] ૭।૩ ય. ૧૩, ૪૯; [illegible] ૨।૩ ય. ૮, ૧૩; [illegible] ૬।૩ વં. ૭, ૫૪; [illegible] ૬।૩ વં. ૪, ૪૫; ઈજિ. ૬૨, ૫; [illegible] ૬।૩ વં. ૭, ૫૪ (પેહેલવી શારેહમાં); [illegible] ૭।૩ વં. ૨૧, ૩.

[illegible] (૨ [illegible] ઉપરથી) સા. ના. નાન્ય. રાતથી શરૂ થતો આખો દાહાડો, રાતના અંધારૂ થાએ ત્યારથી તે બીજે દાહડે સાંજના અંધારૂ થાએ ત્યાંહાં સુધીનો વખત; the whole day beginning from night; the time from night to night; contrast [illegible], q. v. જુઓ [illegible], [illegible], [illegible], [illegible].

[illegible] (જુઓ ૨ [illegible] તથા [illegible] ધ) સમાસ વિ. રાતના ભટકનાર; prowling about in darkness; [illegible] નર. ૧।૧ વં. ૧૩, ૪૭.

[illegible] ([illegible] ઉપરથી) વિ. રાતને લગતું; pertaining to night; [illegible] ૨।૧ ય. ૧૪, ૨૦.

૧ [illegible] (જુઓ ૧ ધા. [illegible]) વિ. રાજ કરતો, હકુમત—સત્તા ભોગવતો, તાકાત રાખનાર; ruling, enjoying authority; with full power; [illegible] નર. ૧।૧ ઈજિ. ૩૨, ૫; ય. ૧૩, ૧૮; [illegible] નર. ૮।૧ ઈજિ. ૨૮, ૭.

૨ [illegible] (= [illegible] = [illegible]) (જુઓ ૨ ધા. [illegible]) સા. ના. નર. મુકામ, રેહેઠાણ; abode, residence; [illegible] (Geld. [illegible]) ૧।૧ ઈજિ. ૩૧, ૨૦.

[illegible] ([illegible] ઉપરથી) વિ. તોખમ-બીજને લગતો, અનાજને લગતો, અનાજનો; ગોશ્તને લગતો (ખોરાક) નહી; પીવાજોગ મેવો (સ્પી.); ગાળેલી પીવાની ચીજ (હારલે); જીવત આપનારો દારૂ (દાર.); (food) of seeds or of corn; of seed fruits (Sp.); distilled beverage (H.); cordial liquor (D.); otherwise: honey (Comp. Sans. [illegible]); જો સં. [illegible] સાથે સરખાવીએ તો એનો અર્થ 'મધ' થઈ શકે. [illegible] (Geld. [illegible]) ૬।૩ વં. ૧૬, ૭.

[illegible]* ([illegible] ઉપરથી) સા. ના. રાતનું ખાનું, રાતનો ખોરાક; the night meal; [illegible] ૨।૧ ઈજિ. ૬૨, ૭; નીઆ. ૫, ૧૩.

૧ [illegible] = क्षि = રાજ્ય ચલાવવું, સાહેબી ભોગવવી, શક્તિવાન થવું, હોકમ કરવો; to rule, to govern, to exercise authority, to be powerful, to command; cl. 1; [illegible] (હું ઉસ્તેવાર છેઉં) વર્ત. પરસ્મૈ. ૧।૧ ઈજિ. ૫૦, ૯; [illegible] (તું રાજ કરેછે) ૨।૧ ઈજિ. ૪૪, ૧૫; [illegible] ય. ૧૦, ૨૯; [illegible] (હોકમ કરેછે) વર્ત. આત્મને. ૩।૧ વં. ૫, ૨૬; [illegible] ય. ૫. ૯૬; [illegible] વર્ત. પરસ્મૈ. ૨।૩ ઈજિ. ૪૮, ૯; [illegible] વર્ત. પરસ્મૈ. ૩।૩ ય. ૧૭, ૭; [illegible] ([illegible] ને બદલે) શક્યા. આત્મને. ૨।૧ ઈજિ. ૮, ૫; [illegible] શક્યા. પરસ્મૈ. ૩।૧ ઈજિ. ૯, ૫; [illegible] આત્મને. ૩।૧ ઈજિ. ૧૨, ૫; Geld. [illegible] એ પ્રમાણે લેતાં ધા. [illegible], [illegible] = उप-क्षि, आ-क्षि = શિખવવું, દેખાડવું. [illegible] (Wester.) વીશ્તા. ય. ૪૭ (= ય. ૨૪, ૪૭); [illegible] આજ્ઞા. પરસ્મૈ. ૧।૧ Frag. 4, 2; [illegible] (orig., [illegible]) આજ્ઞા. આત્મને. ૩।૩ ઈજિ. ૪૮, ૫; [illegible] અ. ભૂ. પરસ્મૈ. ૩।૧ ય. ૧૯, ૨૬. ૨૮. ૩૧; [illegible] (orig., [illegible]) ૩।૩ ઈજિ. ૪૮, ૫; [illegible] અ. ભૂ. સંશ. ૩।૧ Frag. 4, 2; [illegible] વર્ત. કૃ. પરસ્મૈ. નર. ૧।૧ ઈજિ. ૪૩, ૧૦; ઈજિ. ૪૬, ૫; ઈજિ. ૫૧, ૫; [illegible] ૨।૧ ય. ૧૦, ૩૫; [illegible] નર. ૬।૧ ય. ૧૩, ૬૩. ૭૮; [illegible] નર. ૧।૩ ઈજિ. ૩૫, ૪;

* Compare Per. شام evening; supper; રાત સંધ્યા વખતનું ખાણું

[Avestan] ૧।૩ ઇજિ. ૨૯, ૨; [Avestan] વર્ત. ફૃ. આત્મને. નર. ૧।૧ ઇજિ. ૩૧, ૧૯; ઇજિ. ૧૯, ૨૦; ઇજિ. ૨૦, ૪; ઇજિ. ૬૬, ૫; ય. ૧૦, ૨૩. ૩૬; ય. ૧૪, ૪૭; [Avestan] ૩।૧ વં. ૯, ૩૩-૩૬; વં. ૧૮, ૫૫. ૫૯; [Avestan] ૨।૧ ઇજિ. ૮, ૫; ય. ૮, ૪૯; ય. ૧૦, ૩૫; [Avestan] નર. ૮।૧ ઇજિ. ૩૨, ૧૬; [Avestan] નારી. ૧।૩ ઇજિ. ૬૮, ૨૩; ય. ૧૫, ૫૪; [Avestan] નર. ૨।૩ ઇજિ. ૩૨, ૧૫. જુઓ [Avestan], [Avestan], [Avestan]

[Avestan] = સાહેબી ભોગવવી, રાજ્ય ચલાવવું; to exercise authority, to rule; -[Avestan] [Avestan] વર્ત. પરસ્મૈ. ૩।૩ વં. ૧, ૧૯.

[Avestan] = સાહેબી ભોગવવી, રાજ્ય કરવું; to reign, to rule; [Avestan] વર્ત. આત્મને. ૩।૧ ય. ૧૯, ૬૬.

૨ [Avestan], [Avestan] ક્રિ = રહેવું, મુકામ કરવો; to dwell, to reside; cl. 2. [Avestan] વર્ત. પરસ્મૈ. ૩।૧ ઇજિ. ૩૩, ૫; [Avestan] ઇજિ. ૪૬, ૧૬; [Avestan] ય. ૧૪, ૪૮; [Avestan] (Geld. [Avestan]) ૩।૩ ય. ૧૦, ૩૮; [Avestan] ૩।૩ ઇજિ. ૧૨, ૩; [Avestan] ઇજિ. ૩૭, ૨; ઇજિ. ૩૯, ૩; [Avestan] વીસ્પ. ૯, ૪; વીસ્પ. ૧૧, ૧૨; ઇજિ. ૨૪, ૯; [Avestan] આજ્ઞા. પરસ્મૈ. ૧।૩ ઇજિ. ૫૮, ૩.*

[Avestan] = રહેવું; સાથે મુકામ કરવો; to dwell, to lodge with; [Avestan] ([Avestan] ને બદલે) વર્ત. પરસ્મૈ. ઇજિ. ૪૩, ૩; [Avestan] વર્ત. ફૃ. પરસ્મૈ. નર ૧।૧ ઇજિ. ૪૭, ૫.

[Avestan] રહેવું, મુકામ કરવો; to dwell, to abide; [Avestan] ([Avestan]—ને બદલે) વર્ત. પરસ્મૈ. ૩।૧ ઇજિ. ૨૩, ૩; [Avestan] (તમો મુકામ કરો†) આજ્ઞા. પરસ્મૈ. ૨।૩ ય. ૧૩, ૧૮૭.

* આ ઠેકાણે એનો અર્થ 'હમો મોજ અથવા ખુશાલી મેળવો' બી લાગુ પડશે.

† તમોએ ખુશાલ થવું એઇએ બી અર્થ થઇ શકે. ધા. [Avestan] ખુશાલ થવું; એ પ્રમાણે લેતાં શક્યા પરસ્મૈ. ૨।૩ ([Avestan] + [Avestan])

૩ [Avestan], [Avestan] = ક્ષિ = પ્રકાશવું, ચળકવું; to shine, to glitter; જુઓ [Avestan]

૪ [Avestan] = ક્ષિ = ક્ષ) લાગેર—નબળું થવું, ઓછું-કમી થવું; to be lean or meagre; to decrease; જુઓ [Avestan], [Avestan]

ખ) નાશ કરવો, મારી નાખવું, નુકસાન પોંહોંચાડવું; to destroy, to kill, to injure; જુઓ [Avestan]

૫ [Avestan] (જુઓ ૪ ધા. [Avestan]) સા. ના. નારી. નાતવાની; આંસુ પાડવાં, શોક (દારમે.); infirmity, weakness; tears, grief (Dar.); [Avestan] ૬।૧ ઇજિ. ૭૧, ૧૭.

[Avestan] (= ક્ષુ = شوی) સા. ના. નાન્ય. દુધ અથવા દુધમાં નરમ કરેલી રોટલીનો ખોરાક; milk; soft food made of bread softened with milk; rt. [Avestan] = ક્ષુ = to squeeze, to soften; [Avestan] (Geld. [Avestan]) ૨।૧ વં. ૧૩, ૨૮.

[Avestan] વિ. ના. નર. દમાવંદ પાહાડનું બીજું નામ; Mount Khshutha seems to be the same as Mount Damâvand (Dar.); the mount from which the noted archer Erekhsha discharged his arrow to fix the boundary between Irân and Tûrân in the reign of King Minochehr. [Avestan] [Avestan] (ક્ષુથ પાહાડ ઉપરથી) ૫।૧ ય. ૮, ૬. ૩૭. (જુઓ ઓદી.)

[Avestan] = ક્ષુદ્= Lat. Cud ere = شسن = ભીનું કરવું, બી–તોખમ નાખવું; to moisten; to discharge seed; જુઓ [Avestan], [Avestan]

[Avestan] = વેહેવું, to flow; to stream; જુઓ [Avestan] (Geld. [Avestan])

[Avestan] (= [Avestan] = ક્ષુદ્ર) (જુઓ ધા. [Avestan]) સા. ના. તોખમ, બી, મની; semen, seed; [Avestan] ૨।૧ ય. ૧૩, ૬૨; [Avestan] ય. ૧૯, ૫૮; [Avestan] ૫।૧ વં. ૧૬, ૧૬; [Avestan] ૭।૧ વં. ૧૮, ૩૨. ૩૫. ૪૧. ૪૭; [Avestan] ૨।૩ વં. ૭, ૧૬; વં. ૮, ૩૨; વં. ૧૫, ૭. ૮; વં. ૧૬, ૧૭; વં.

૧૮, ૪૧. ૧૨. ૬૭. ૬૯; ય. ૫, ૨; ય. ૧૩, ૫; [Avestan] ૬|૩ વં. ૮. ૩૨. જુઓ [Avestan], [Avestan] [Avestan]

[Avestan] = क्षुभ् = હીલવું, ધુજવું (અસલ.); ગભરાતમાં પડવું, પરીશાન થવું; to move, to tremble (lit.); to be disturbed or perplexed; [Avestan] (= . . . . + [Avestan]) inchoative verb ઞ. ભુ. સંશા. પરસ્મૈ. ૩|૩ ય. ૧૦, ૧૧૩.

[Avestan] (અસલ રૂપ [Avestan] + [Avestan]) (જુઓ ધા. [Avestan]) ભૂ. કૃ. વિ. ધોઅલું, સાફ-સોજું કીધેલું પીગળાવેલું; washed (lit.); comp. Per. [Persian]; melted; purified (as iron). [Avestan] [Avestan] નાન્ય. ૩|૧ ઇજ. ૫૧, ૯. જુઓ [Avestan]

[Avestan] (જુઓ ધા. [Avestan]) ભૂ. કૃ. વિ. પોચી પડેલી તથા બી નાખેલી (જમીન); (the earth) turned up and strewn with seeds; [Avestan] [Avestan] (Geld. [Avestan]) (પોચી થએલી-ખેડવા લાએક જમીનમાં) નારી. ૭|૧ વં. ૨, ૩૧. ૩૨.

[Avestan], [Avestan] વિશે જુઓ ૧ ધા. [Avestan]

[Avestan] (જુઓ ૩ ધા. [Avestan]) વિ. નારી. નુરમંદ, ઝળકાટ-ચલકાટવાળી; brilliant, shining, bright; [Avestan] ૧|૧ ય. ૧૩, ૧૦૭; [Avestan] ૨|૧ ઇજ. ૨, ૧૪; ય. ૫, ૧૫; ય. ૧૭, ૧; ગેહ ૫, ૫; સારિ. ૨, ૨૫; [Avestan] ૫|૧ ય. ૮, ૩૫; [Avestan] (Geld. [Avestan]—) ૬|૧ ય. ૧૩, ૧૩૪; હદિ. નુસ્ક. ૯ (= ય. ૨૨, ૯).

[Avestan] વિ. ના. નર. નામાંકિત પુરૂષનું નામ; name of an illustrious personage; [Avestan] ૬|૧ ય. ૧૩, ૧૧૧.

[Avestan] ([Avestan] ઉપરથી) વિ. ક્ષોઇવ્રાસ્પને લગતો (અસલ); ક્ષોઇવ્રાસ્પનો છોકરો; of the family of Khshoiwrâspa (orig.); the son of Kh—; [Avestan] ૬|૧ ય. ૧૩, ૧૧૨. ૧૪૦.

[Avestan] (જુઓ ધા. [Avestan]) સા. ના. નાન્ય. દુઃખ, સંકટ; affliction, suffering; [Avestan] ૭|૧ ઇજ. ૨૯, ૯.

[Avestan] (જુઓ ૧ ધા. [Avestan]) સા. ના. નાન્ય. ખુશાલી, ખુશ્નુદી, ખુશી કરવું; satisfaction; propitiation; [Avestan] ૧|૧ ય. ૨૧, ૫; [Avestan] ૪|૧ ઇજ. ૩, ૨૪; વીસ્પ. ૪, ૨; તથા દરેક ન્યાએશ, ગેહ તથા યશ્તના ફ્રવરાને ([Avestan]) ના ફકરામાં; [Avestan] ૧|૩ ઇજ. ૪, ૨૩; તથા દરેક ન્યાએશ, ગેહ તથા યશ્તના ફ્રવરાનેના ફકરામાં; જુઓ [Avestan]

[Avestan] (જુઓ ૧ [Avestan]) વિ. ખુશી—ખુશ્નુદ કરવા લાએક, પ્રસન્નકારક; worthy of propitiation; [Avestan] most worthy of propitiation (adj. super) અ. તિ. વિ. નર. ૨|૧ ય. ૧૩, ૧૫૨. જુઓ નાચેનો બોલ.

[Avestan] (જુઓ [Avestan]) સા. ના. નારી. ખુશ્નુદીને લાયકની હાલત, પ્રસન્ન કરવાની યોગ્યતા; worthiness of propitiation; [Avestan] ૩|૧ ય. ૮, ૫૦.

[Avestan] (જુઓ ૧ ધા. [Avestan]) સા. ના. નાન્ય. ખુશાલી, ખુશ્નુદી; joy, satisfaction; [Avestan] ૩|૧ વં. ૩, ૧૨. ૧૩. ૨૨. ૨૩. ૩૪.

[Avestan] = [Persian] = જાણવું, વાકેફ થવું; to know, to be acquainted with; [Avestan] (desider. base) = જાણવાની ખાહેશ રાખવી: to desire or to wish to know; [Avestan] નારી. ૧|૩ ય. ૧૩, ૪૮. ૭૩.

૧ [Avestan] = [Pahlavi] = क्ष्णु = ( ) ખુશ થવું; to be pleased or propitiated; [Avestan] આશીર્વા. પરસ્મૈ. ૨|૧ ય. ૧૦, ૩૨; ઇજ. ૬૮, ૯; [Avestan] પ્રયો. વર્ત. પરસ્મૈ. ૩|૧ વં. ૩, ૧૨. ૧૩. ૨૨. ૨૩. ૩૪; વં. ૯, ૪૨; ય. ૬, ૪; ય. ૧૦, ૧૩૯; જુઓ [Avestan]

ખ) ખુશી કરવું, સંતોષ પમાડવો, રાજી કરવું; to rejoice, to satisfy, to propitiate; to conciliate; [Avestan] ભવિ. આત્મને. ૧|૧

* Compare Per [Persian] = [Avestan] to be disturbed; ગભરાતમાં પડવું

ઈજ. ૪૬, ૧; [Avestan] ભવિ. અ. જી. પરસ્મૈ. ૩।૩ ઈજ. ૩૦, ૫; [Avestan] ભવિ. ક. આત્મને. નર. ૧।૧ ઈજ. ૪૬, ૧૮. જુઓ [Avestan], [Avestan], [Avestan]

૨ [Avestan] = [Avestan] = તીક્ષ્ણ કરવું; to sharpen; જુઓ [Avestan], [Avestan]

૩ [Avestan] ([Avestan] નું બીજું રૂપ) = જાણવું, ઈલમ હાંસેલ કરવો; to know, to acquire knowledge; જુઓ ૫ [Avestan]

૪ [Avestan] (જુઓ ૧ ધા. [Avestan]) વિશેષણ ક) ખુશાલ, સંતોષી; pleased, content; [Avestan] Wester. નર. ૧।૧ ય. ૧૩, ૬૩. જુઓ [Avestan]

ખ) ખુશ કરતો, રાજી રાખતો; giving satisfaction, gladdening; [Avestan] ([Avestan] ની માફક) નર. ૧।૧ ઈજ. ૪૬, ૧. ૧૩; ઈજ. ૫૧, ૧૨.

૫ [Avestan] (જુઓ ૩ ધા. [Avestan]) સા. ના. નર. દીનનો ઈલમ, ખોદાને પીછાંનવાનો ઈલમ; divine or spiritual knowledge, religious lore; [Avestan] ૨।૧ ઈજ. ૪૮, ૧૨; ઈજ. ૫૩, ૨.

[Avestan] ([Pahlavi]) (જુઓ ૧ ધા. [Avestan]) સા. ના. નારી. ખુશનુદી ખુશાલી, પ્રસન્નતા; satisfaction, propitiation; જુઓ [Avestan], [Avestan]

[Avestan] (= [Avestan] = [Pahlavi]) (જુઓ ૧ ધા. [Avestan]) ક) ભૂ. કૃ. વિ. ખુશી-ખુશાલ થએલો, તૃપ્ત થએલો; well-pleased, satisfied, satiated; [Avestan] નર. ૧।૧ વં. ૯, ૩૯; વં. ૧૮, ૨૬; વં. ૧૯, ૩૨. ૮૦; ઈજ. ૬૨, ૯; ય. ૮, ૪૩; ય. ૧૦, ૨૮. ૮૭; [Avestan] નર. ૬।૧ ય. ૧૦, ૧૧૧; [Avestan] નારી. ૧।૩ ય. ૧૩, ૩૪. ૧૫૬. ૧૫૭. જુઓ [Avestan], [Avestan]

ખ) સા. ના. નર. ખુશનુદી, ખુશાલી; satisfaction; [Avestan] ૧।૧ (અથવા [Avestan] કારાંત લઈએતો ૧।૩) ઈજ. ૬૦, ૨; [Avestan] ૨।૧ ઈજ. ૩૧, ૩; ઈજ. ૫૧, ૯. આએ બે ઠેકાણે [Avestan] નો અર્થ 'મનની તીક્ષ્ણતા', 'ડહાપણ, દીનનો ઈલમ' પણ થઈ શકે; *or*, mental keenness, wisdom, religious lore (rt. [Avestan] to know); જુઓ [Avestan]

[Avestan] (જુઓ ૧ ધા. [Avestan]) સા. ના. નાન્ય. ખુશનુદી, ખશનુમન, ખુશી કરવું; propitiation; [Avestan] ૪।૧ ઈજ. ૩, ૧; ઈજ. ૬૬, ૧.

[Avestan] (હું ખુશાલ કરીશ—કરૂં) વર્ત. ભવિ. પરસ્મૈ. ૧।૧; ધા. [Avestan] = [Avestan] = ખુશ કરવું; to propitiate; ભવિષ્યના [Avestan] ની આગમચ નકામી ૨ આવીછે; [Avestan] + [Avestan] + ૨ + [Avestan] (અસલ રૂપ); [Avestan] (Wester. [Avestan] [Avestan]) ઈજ. ૨૮, ૧.

[Avestan] વિશે જુઓ [Avestan] thou તું.

[Avestan], [Avestan] વિશે જુઓ [Avestan] thou તું.

[Avestan] ([Avestan] નું ટુંકુ રૂપ) Poss. Pron. 2nd Plu.; your; તમારૂં; જોકે એ સર્વનામ બહુવચનનાં રૂપમાં છે, તો પણ એકવચનનાં નામને લાગે ત્યારે તે નામની વિભક્તિ તથા એકવચનનો પ્રત્યય લાગેછે.; [Avestan] નર. ૨।૧ ઈજ. ૪૬, ૧૮; [Avestan] નારી. ૨।૧ ઈજ. ૩૪, ૧૪; ઈજ. ૪૮, ૧૭; [Avestan] ૩।૧ ઈજ. ૩૪, ૧૫; [Avestan] ૪।૧ ઈજ. ૫૦, ય. ૧૦; [Avestan] ૬।૧ ઈજ. ૪૯, ૬; ઈજ. ૫૦, ૭.

[Avestan] ([Avestan] નું ટુંકુ રૂપ) સર્વનામિક વિ. (Pron. Adj.) તમારા જેવો; like you; [Avestan] of the One like You ૬।૧ ઈજ. ૩૩, ૮; ઈજ. ૩૮, ૨; ઈજ. ૪૪, ૧; ઈજ. ૪૯, ૬; ઈજ. ૫૮, ૩; [Avestan] of such as You ૬।૩ ઈજ. ૮૯, ૧૦; [Avestan] among those like You ૭।૩ ઈજ. ૩૮, ૩.

[Avestan] [Avestan]- [Avestan]- [Avestan] વિ. ના. નારી. 'ક્ષમઈવ્યા ગેઉશ ઉર્વા' નામનો ઈજશ્નેનો ૨૯ મો હા; the 29th Chapter of Yasna; [Avestan] [Avestan] [Avestan] ૨।૧ ઈજ. ૨૯, ૧૨.

[Avestan] (= [Pahlavi] , [Pahlavi] , [Pahlavi]) (જુ-

ઓ ધા. [Avestan], [Avestan]) વિ. જલદપ કરતો, દોડતો; જલદપવાળો, શેતાબ; fast-going, swift; gliding; epithet of [Avestan]; [Avestan] નર. ૧।૧ પ. ૮, ૬. ૩૭; [Avestan] નર. ૧।૩ વં. ૧૮, ૬૫. જુઓ [Avestan]

[Avestan] (જુઓ ધા. [Avestan]) વર્ત. કૃ. વિ. ભોકી નાખનું (હથિયાર), તીક્ષ્ણ, તેજ; (an instrument) piercing, sharp; જુઓ નીચેનો બોલ.

[Avestan] (જુઓ [Avestan] ક) સમાસ. વિ. ભોકી નાખે તેવાં—તીક્ષ્ણ ખનજર-વાળો; with sharp daggers; [Avestan] નાન્ય. ૨।૩ પ. ૫, ૧૩૦; પ. ૧૭, ૭ (Wester.)

[Avestan] ([Avestan] ઉપરથી) ક્રિ. અ. છ વખત; six times; [Avestan] વં. ૮, ૧૭.

[Avestan] (= [Avestan], [Avestan] = षष् = شش = L. Sex = Gr. Hex = Ger. Sechs = Fr. Six = Six) ક) કેવળ સંખ્યા. વિ. છ. ૬; six; 6; [Avestan] ૧।૩ વં. ૪, ૭; વં. ૯, ૩૪; વં. ૧૪, ૧૮; વં. ૧૬, ૯. [Avestan] ૨।૩ વં. ૨, ૩૦. ૩૮; વં. ૫, ૫૧; વં. ૯, ૧૧; વં. ૧૨, ૭; વં. ૧૫, ૪૫; વં. ૧૭, ૬. ૮; [Avestan] [Avestan] (= છસો, ૬૦૦) ૨।૩ વં. ૨, ૩૦; વં. ૪, ૧૨; વં. ૬, ૨૩; વં. ૮, ૨૯; . [Avestan] [Avestan] વં. ૪, ૬; એજ બોલ પ. ૫, ૯૫ માં સમાસ રૂપમાં ([Avestan]) આવેછે. જુઓ એની પછીના બોલો.

ખ) ક્રિ. અ. છ વખત; six times; [Avestan] [Avestan] [Avestan] [Avestan] (બળદનાં નારંગે કરીને છ વખત ધોઈએ) વં. ૭, ૧૫. ૭૫.

[Avestan] (જુઓ ૨ [Avestan]) સમાસ વિ. છ આંખવાળો; six-eyed; epithet of [Avestan] [Avestan] (Zohâk); [Avestan] [Avestan] [Avestan] નર. ૨।૧ ઈજ. ૯, ૮; પ. ૫, ૩૪; પ. ૯, ૧૪.

[Avestan] (જુઓ [Avestan]) સમાસ ના. નાન્ય. દિવસ સુધાંની છ રાત, રાતથી શરૂ થતા છ દહાડા; six nights including day time; six days commencing from night; [Avestan] ૬।૧ વં. ૯, ૩૪.

[Avestan] (જુઓ [Avestan] તથા [Avestan]) સમાસ ના. નાન્ય. છ કરા; ભોંય ઉપર પાડેલાં છ ગોળ ચક્કર; six circular furrows; [Avestan] ૨।૧ પ. ૪, ૬.

[Avestan] (= [Avestan] = [Avestan] شش) (જુઓ [Avestan]) સમાસ. ના. નાન્ય. છ પગલાં; છ કદમ; six steps; [Avestan] ૨।૧ વં. ૬, ૩૧. ૪૦.

[Avestan] (= षष्टि = [Avestan] = Fr. Soixante = Sixty) ([Avestan] ઉપરથી) કેવળ સંખ્યા. વિ. સાઠ, ૬૦; sixty; 60; [Avestan] ૨।૩ વં. ૮, ૬૧; વં. ૧૨, ૬. ૩. ૫.

[Avestan] ([Avestan] ઉપરથી) વિ. ૬૦ ઘણું; sixty times; [Avestan] નર. ૧।૧ પ. ૧૦, ૧૧૬.

[Avestan] ([Avestan] = षोडश = [Avestan]) ([Avestan] ઉપરથી) ક્રમ સંખ્યા. વિ. સોળમું, ૧૬ મું; sixteenth, 16th; [Avestan] નાન્ય. ૨।૧ વં. ૧, ૨૦.

[Avestan] (= [Avestan] = षोडशन् = [Avestan]) (જુઓ [Avestan]) કેવળ સંખ્યા. વિ. સોળ, ૧૬; sixteen, 16; જુઓ [Avestan]

[Avestan] (જુઓ [Avestan]) સમાસ વિ. છ મહીનાને લગતું, ૬ મહીનાનું; (a woman with child) in the course of six months; [Avestan] ૨।૧ વં. ૫, ૪૫.

[Avestan] ([Avestan] شش) (જુઓ [Avestan]) કેવળ સંખ્યા. વિ. છસો, ૬૦૦; six hundred, 600; [Avestan] (નર. ૨।૩ ની મતલબે) પ. ૫, ૯૫. જુઓ નીચેનો બોલ.

[Avestan] (જુઓ [Avestan]) સમાસ ના. નર. છસો શિયાળા; six hundred winters; [Avestan] ૧।૩ વં. ૨, ૧૨.

[Avestan], [Avestan] = क्षिप = [Avestan] ક) શીતાબી કરવી, ફેંકવું, ભોકવું; to hasten; to fling; to pierce; જુઓ [Avestan]

ખ) રેડવું, નાખવું; નાખવું; to pour; to throw; જુઓ [Avestan]

[Avestan] (જુઓ ધા. [Avestan] ખ) સા. ના. નાન્ય. ચિકાસ, ચરબી; fat, grease; જુઓ નીચેનો બોલ.

[Avestan] ([Avestan] ઉપરથી) વિ. ચિકાસ— ચરબીવાળું; rich in fat or grease; [Avestan] નારી. ૧/૧ વં. ૨૧, ૭. ૧૧.૧૫; વીશ્તા ય. ૪૯ (= ય. ૨૪, ૪૯).

[Avestan] વિ. ના. નર. નામાંકિત પુરૂષનું નામ; name of an illustrious personage; જુઓ નીચેનો બોલ.

[Avestan] વિ. ક્ષ્વિવ્રાસ્પનાં ખાનદાનનો—કુટુંબી; તેનો છોકરો; of the family of Khshviwrâspa; the son of Khshviwrâspa; [Avestan] નર. ૬/૧ ય. ૧૩, ૧૧૧.

[Avestan] (જુઓ ધા. [Avestan] ક) વિ. શેતાબ, જલદપવાળું; swift; જુઓ નીચેનો બોલ.

[Avestan] (જુઓ [Avestan] ક) સમાસ વિ. શેતાબીથી જતો તીર રાખનાર—નાખનાર (અસલ); ઉસ્તાદ તીરંદાજ; the swift (i. e., the best) archer; [Avestan] નર. ૧/૧ ય. ૮, ૬; [Avestan] નર. ૨/૧ ય. ૧૦, ૧૦૨; ય. ૧૭, ૧૨.

[Avestan] (જુઓ ૧ ધા. [Avestan] ક) સમાસ વિ. શેતાબીથી જતો—ચાલતો; swift-moving; [Avestan] નર. ૨/૧ ય. ૮, ૩૭.

[Avestan] વિરો જુઓ [Avestan]

[Avestan] (જુઓ ધા. [Avestan] ક) વિ. શેતાબ, તેજ; swift, fast; fluent; comp. क्षिप्र. [Avestan] (= [Avestan] = તેજ ઇબ્આને સુભાષિત જબાન a fluent tongue) ૨/૧ ઇજ. ૬૨, ૪.

[Avestan] (= ષટ્ શઃ) ક્રિ. અ. છ ધારું; six-fold; six times; [Avestan] ઇજ. ૧૨, ૯.

[Avestan] સા. ના. નાન્ય. દુધ, મીઠાસ (અસલ); આબાદી; milk, sweetness (orig.); prosperity; [Avestan] ૨/૧ ઇજ. ૨૯, ૭; [Avestan] (ઞ કારાંત) ૪/૧ ઇજ. ૬૮, ૨; [Avestan] (દુધ તથા પોષણને) ૨/૨ ઇજ. ૧૯, ૮; ઇજ. ૬૮, ૮.

[Avestan], abridged of [Avestan], which is a reduplicated form of the rt. [Avestan] (to stand), q. v.

[Avestan] વિ. ના. નર. પુરૂષનું નામ; name of a person; [Avestan] નર. ૬/૧ ય. ૧૩, ૧૧૧. (જુઓ મોદી.)

[Avestan] ([Avestan] ઉપરથી) વિ. મદદ કરનાર, ટેકો આપનાર; giving support—help; [Avestan] નર. ૨/૧ ય. ૭, ૫.

[Avestan] ([Avestan] ઉપરથી) સા. ના. નર. મજબુટ—ઉસ્તેવારીથી ઉભો રેહેનાર (અસલ.); પેહેલવાન, લડવૈયો; one who stands firm (lit.); a hero; [Avestan] ૧/૩ ય. ૧૩, ૩૭. ૩૮; [Avestan] (Wester. [Avestan]) ૪/૩ ય. ૧૩, ૩૭. (suff. [Avestan]* is orig. [Avestan])

[Avestan] વિરો જુઓ [Avestan] sixth.

[Avestan] Vend. 1, 14 (meaning (unsettled) the worst acts (Dar.); blights (Haug); સઉથી દુષ્ટ કામો (દારમે.); આડપાતોને નાશ કરનાર મરજ (હાઉગ).

[Avestan] વિરો જુઓ [Avestan]

[Avestan] (= [Avestan] = षष्ठ = Lat. Sextus = Ger. Sechste = Sixth) ક્રમ સંખ્યા. વિ. છઠ્ઠું, ૬ ઠું; sixth, 6th; [Avestan] નર. ૧/૧ વં. ૪, ૨; ય. ૧, ૭; ય. ૧૯, ૨; [Avestan] નારી. ૧/૧ વં. ૧૪, ૯; [Avestan] નર. ૨/૧ વં. ૫, ૨૯. ૩૦; વં. ૯, ૭; ઇજ. ૯, ૨૧; [Avestan] નાન્ય. ૨/૧ (ક્રિ. અ.) વં. ૧, ૯; વં. ૪, ૧૯. ૨૩. ૨૮; વં. ૮, ૭૭; [Avestan] નર. ૬/૧ આફ્રેં. ગાહામ. ૧૨.

* Comp. [Avestan], [Avestan], [Avestan] (orig., [Avestan] + [Avestan]).

[illegible]

[illegible] (= गति) (જુઓ ધા. [illegible]) સા. ના. નારી. જવું, હિલચાલ, ગતી; going, movement; જુઓ [illegible] flight દોડાદોડ.

[illegible] (= گند = गन्ध = گند) (જુઓ ધા. [illegible]) સા. ના. નારી. વાસ, ધન, બદબો; stench, stink; [illegible] ૧/૧ વં. ૭, ૫૮; [illegible] ૨/૩ હાદો. નુસ્ક. ૨૫; જુઓ [illegible]

[illegible] (= [illegible] = गिरि = كرى) (જુઓ ૩ ધા. [illegible]) સા. ના. નર. પાહાડ; a mount, a mountain; rt. [illegible] = गॄ = to sprinkle, to flow (Prof. Pictet); [illegible] ૧/૧ ય. ૧૯, ૧; [illegible] ૨/૧ વં. ૨૨, ૧૯; યજ. ૨, ૧૪; યજ. ૨૫, ૭; ય. ૧, ૩૧; ય. ૮, ૬. ૩૮; નીઆ. ૧, ૮; [illegible] ૫/૧ ય. ૫, ૪૫; ય. ૮, ૬; [illegible] ૬/૧ યજ. ૧, ૧૪; યજ. ૩, ૧૬; ય. ૧૯, ૦. ૯૭; [illegible] ૭/૧ યજ. ૧૦, ૪; [illegible] ૧/૩ ય. ૧૦, ૧૪; ય. ૧૬, ૩; ય. ૧૯, ૨. ૭; [illegible] [illegible] નારી. ૨/૩ યજ. ૨, ૧૪; વીસ્પ. ૨, ૮; સીરો. ૨, ૨૮; [illegible] [illegible] નારી. ૨/૩ યજ. ૭૧, ૧૦; [illegible] ૨/૩ યજ. ૧૦, ૩; [illegible] ૨/૩ ય. ૧૩, ૯; [illegible] ૨/૩ ય. ૧૪, ૪૧; [illegible] ૨/૩ યજ. ૪૨, ૨; [illegible] (૨/૩ ને બદલે) યજ. ૧૦, ૧૧; [illegible] ૫/૩ વં. ૨, ૨૨; [illegible] ૬/૩ વં. ૨, ૨૩; વં. ૫, ૧. ૨; વં. ૧૯, ૨૮; યજ. ૯, ૨૬; વીસ્પ. ૧, ૬; ય. ૮, ૨૪; ય. ૧૪, ૨૧; ય. ૧૯, ૬; સીરો. ૧, ૨૮. જુઓ નીચેના બોલો.

[illegible] (જુઓ [illegible]) સમાસ વિ. પાહાડના જેટલું મ્હોટું, પાહાડનાં કદનું; as large as, or, of the size of, a mountain; [illegible] Pehl. Commentary, Vend. 5, 9.

[illegible] (જુઓ ધા. [illegible]) સમાસ. વિ. ક) પાહાડ ઉપરથી આવતું-વેહેતું (પાણી); (waters) running from the mountain; .... [illegible] [illegible] નારી. ૧/૩ ય. ૧૯, ૬૬.

ખ) પાહાડ ઉપર બટકતાં (જાનવરો); (wild beasts) wandering on the mountains; [illegible] [illegible] ૧/૩ ય. ૮, ૩૬.

[illegible] (= [illegible], [illegible] = گیتی) (જુઓ ધા. [illegible]) સા. ના. નારી. ક) પ્રાણી, જીવજંતુ (અસલ); દુનિયાં, મુલુક, સંસ્થાન, ખલકત; animals, creatures (orig.); creation, the world, a region, a settlement; [illegible] [illegible] [illegible] (હાડમંદ દુનિયાં તરફ-ઉપર) યજ. ૯, ૮; યજ. ૫૭, ૨૪; [illegible] ૨/૧ યજ. ૫૦, ૩; ય. ૧૯, ૯૪; [illegible] [illegible] (Geld. [illegible]) ૪/૧ (૭/૧ ની મતલબે) યજ. ૯, ૩. ૬. ૯. ૧૨; [illegible] ૭/૧ ય. ૫, ૭૩; ય. ૧૨, ૮; [illegible] ૧/૩ વં. ૮, ૨૧; યજ. ૪૩, ૬; વીસ્પ. ૨, ૫; ય. ૧૯, ૧૨; [illegible] ૨/૩ વં. ૨, ૪. ૫; વં. ૧૮, ૫૫. ૫૯; યજ. ૮, ૩; યજ. ૩૧, ૩; યજ. ૪૬, ૮; [illegible] (દુનિયાંનો માલમતા) ૨/૩ યજ. ૫૫, ૧; યજ. ૫૮, ૨; [illegible] (જાનદાર ચીજોને) ૨/૩ યજ. ૩૧, ૧૧; [illegible] [illegible] (દુનિયાંનાં લોકોને) ૪/૩ યજ. ૬૫, ૯; ય. ૧૭, ૧; [illegible] ૪/૩ યજ. ૯, ૮; ય. ૫, ૩૪; ય. ૯, ૧૪; [illegible] ૫/૩ ય. ૧૯, ૯૩; [illegible] [illegible] [illegible] [illegible] Creator of the corporeal world, Thou Holy One! હાડમંદ ખલકતના અય્યે અશો પેદા કરનાર ૬/૩ વં. ૨, ૧; વં. ૩, ૧. ૨. ૪-૧૩. ૧૫. ૧૬. ૨૨. ૨૩. ૩૦. ૩૪. ૩૬; વં. ૪, ૨. ૫. ૬. ૭. ૧૧. ૧૮; વં. ૫, ૫. ૮. ૯. ૧૦; વં. ૬, ૪. ૬. ૮. ૧૦; વં. ૭, ૧. ૪. ૧૨. ૨૩. ૨૮, ઇત્યાદિ; ય. ૧૦, ૭૪; [illegible] ૬/૩ વં. ૧૯, ૨૯; વીસ્પ. ૧, ૩; યજ. ૯, ૮; યજ. ૫૫, ૪; ય. ૮, ૨૯; [illegible] (માલમિલકતનું) યજ. ૬૫, ૭; [illegible] [illegible] (તારા મુલુકોમાં) ૭/૩ યજ. ૪૩, ૭; [illegible] ૭/૩ યજ. ૯, ૧૭.

ખ) ગાઅ-ઢોરને રાખવાની જગા, મેંઢાનો વાડો; a pen or enclosure for animals; a fold; [illegible] ૨/૧ વં. ૧૮, ૬૫; [illegible] ૨/૩ વં. ૧૩, ૧૦; [illegible] ૪/૩ વં. ૧૩, ૩૯. ૪૨; [illegible] ૫/૩ વં. ૧૩, ૧૦. ૧૭; [illegible] ૬/૩ વં. ૧૩, ૩૯. જુઓ [illegible]

ગ) મિલકત; goods, property; જુઓ [illegible] તથા [illegible]

[illegible] ([illegible] ગ ઉપરથી) સા. ના. નર. માલ લઇ જનાર; પાલેલું, પેરનુ (હાર્સે); લાંબા બાલવાળું (દાર.); (a camel) carrying the goods of men; domesticated (H.); long-haired (Dar., from [Avestan] = Per. گیسو , گیس hair); [Avestan] ૬|૧ ય. ૧૪, ૧૧.

[Avestan] (જુઓ [Avestan] ૫ તથા ધા. [Avestan]) અધિ. વિ. ગાઓ ઢોરનો-ગાઓ ઢોરના વાડાનો વધારે નાશ કરનાર; more destructive to the folds of animals; [Avestan] નર. ૧|૧ વં. ૧૩, ૪૨. ૪૩.

[Avestan] (જુઓ [Avestan] ક તથા [Avestan]) સમાસ વિ. મુલુક—દુનિયાંને આબાદ કરનાર; ગાઓઢોરનાં ટોળાંને વધારનાર (હારલે તથા દાર.); rendering the world or regions prosperous; multiplying the flocks and herds (Har. & Dar.); [Avestan] નારી. ૨|૧ ઈજ. ૬૫, ૧; ય. ૫, ૧; ય. ૧૩, ૪; નીઆ. ૪, ૨.

[Avestan] (જુઓ [Avestan] ક તથા ધા. [Avestan] ક) સમાસ. વિ. દુનિયાંને ખરાબ—વેરાન કરનાર; spreading death into the world; desolating the world; [Avestan] નર. ૬|૧ ય. ૧૩, ૧૩૭.

[Avestan] ([Avestan] ઉપરથી) વિ. આઓ દુનિયાંને લગતું; earthly, mundane; [Avestan] નર. ૧|૧ ય. ૧૦, ૧૦૬; [Avestan] નર. ૨|૧ ઈજ. ૧૬, ૨; વીસ્પ. ૨, ૪; વીસ્પ. ૭, ૪; ય. ૧૦, ૧૦૭; સીરો. ૨, ૩૦; [Avestan] ૨|૧ ઈજ. ૧૯, ૨૦; [Avestan] નારી. ૨|૧ ઈજ. ૩૫, ૧; [Avestan] નારી. ૬|૧ વીસ્પ. ૨, ૪; વીસ્પ. ૭, ૪; [Avestan] નર. ૧|૩ Frag. 1, 2; [Avestan] નર. ૨|૩ ઈજ. ૧૬, ૯; ઈજ. ૭૧, ૫; ય. ૬, ૪; [Avestan] નર. ૨|૩ વીસ્પ. ૨, ૧; [Avestan] નર. ૪|૩ ઈજ. ૧, ૧૯; [Avestan] નર. ૬|૩ ઈજ. ૩, ૪; વીસ્પ. ૧, ૧; [Avestan] નર. ૬|૩ ય. ૧૯, ૨૨.

[Avestan] વિ. ના. નર. નામાંકિત પુરૂષનું નામ; name of an illustrious personage; [Avestan] ૬|૧ ય. ૧૩, ૧૧૫. (જુઓ ગોદી.)

[Avestan] (گیسو) વિ. ગુચ્છા સાથના—વાળેલા બાલવાળો; ringlet-headed; with plaited hair; *bouclé;* epithet of Kereshâspa, son of Thrita; [Avestan] નર. ૧|૧ ઈજ. ૯, ૧૦; [Avestan] નર. ૬|૧ ય. ૧૩, ૬૧; [Avestan] નર. ૬|૧ ય. ૧૩, ૧૩૬.

[Avestan] (= गो = गो = گو = Lat. Bōs = Fr. Bœuf = Ger. Kuh = Cow) (જુઓ ૨ ધા. [Avestan]) સા. ના. સામા. ક) ગાઓ, બલદ; કેટલીએક વખતે, મુખ્ય કરીને ગાથામાં, સંસ્કૃતની માફક 'પૃથ્વિ, જમીન' ને અર્થેની વપરાએલો આવેછે; વળી કોઈ વખતે જાનવર—પશુના તમામ વર્ગને માટે એજ બોલ આવેછે; a cow, an ox, a bull. In some few cases, the word is used for the animal creation, every kind of cattle; also, the Mother Earth. [Avestan] ૧|૧ વં. ૩, ૩; ઈજ. ૧૧, ૧; ઈજ. ૧૨, ૧; ઈજ. ૬૦, ૩; ય. ૧૦, ૩૮; [Avestan] ૧|૧ ઈજ. ૧૧, ૧; [Avestan] (૨|૧ ને બદલે) ઈજ. ૬, ૧૭; [Avestan] ૨|૧ વં. ૧૯, ૨૧; [Avestan] (૬|૧ ને બદલે) સીરો. ૨, ૧૨; [Avestan] ૨|૧ વં. ૫, ૩૭; વં. ૯, ૩૩–૩૯. ૪૨; વં. ૧૧, ૧. ૨. ૬. ૯; વં. ૧૩, ૪૫; વં. ૧૮, ૧૨; ઈજ. ૯, ૨૯; ઈજ. ૧૨, ૭; ઈજ. ૧૯, ૨; ઈજ. ૩૨, ૧૦; ઈજ. ૪૪, ૬; ઈજ. ૪૭, ૩; ઈજ. ૫૧, ૫; ય. ૧૩, ૨૨; [Avestan] ૨|૧ ઈજ. ૫, ૧; ઈજ. ૩૭, ૧; [Avestan] (તમામ જાનવરોને) ૨|૧ (૨|૩ ની મતલબે) ઈજ. ૭૧, ૯; [Avestan] ૩|૧ ઈજ. ૧૦, ૧૩; [Avestan] ૩|૧ ઈજ. ૪૬, ૧૯; [Avestan] ૪|૧ વં. ૫, ૨૦; વં. ૧૯, ૪૧; ઈજ. ૧૦, ૨૦; વીસ્પ. ૧, ૯; ય. ૧૦, ૧૪; ય. ૧૪, ૬૧; વીશતા. ય. ૪૧ (= ય. ૨૪, ૪૧); [Avestan] ૪|૧ ઈજ. ૨૯, ૨; ઈજ. ૩૩, ૩; ઈજ. ૩૫, ૪; ઈજ. ૪૮, ૫; [Avestan] ૫|૧ વં. ૧૧, ૧૦. ૧૩; [Avestan] ૫|૧ વીસ્પ. ૭, ૪; [Avestan] ૬|૧ વં. ૨, ૨૭. ૪૧; વં. ૪, ૪૮; વં. ૫, ૫૧. ૫૪. ૫૬; વં. ૭, ૧૪. ૧૫. ૭૪. ૭૫; વં. ૮, ૩૬-૩૮. ૯૮. ૯૯. ૧૦૩; વં. ૯, ૩૩—૩૫. ૩૭; વં. ૧૬, ૧૨; વં. ૧૮, ૨૭; વં. ૧૯, ૩૭; ઈજ. ૧૯, ૮; ય. ૮, ૧૬; [Avestan] ગાવ્યોદાદ-પેહેલ્લા પેદાકીધેલા ગોધાને નમાજ (હોજો) ઈજ. ૬૮, ૨૨; [Avestan] (= ગાવ્યોદાદની) વીસ્પ. ૨૧, ૨; ય. ૧૩, ૮૬; [Avestan] ૬|૧ ય. ૮, ૨; ય. ૧૦, ૨૮; ય. ૧૩, ૫૨; [Avestan] ૬|૧ ઈજ. ૧૩, ૭; ઈજ. ૫૮, ૪; વીસ્પ. ૯, ૫; [Avestan] (એકલા પેદા કીધેલા ગોધાની, ગાવ્યોદાદની) ૬|૧ ય. ૧, ૦. ૭; [Avestan] (ગો-

ધાતુ) નર. ૬/૧ ય. ૧૪, ૭; ય. ૧૭, ૫૫; [Avestan] ૬/૧ ઈજ઼. ૧૦, ૧૪; [Avestan] ૬/૧ ઈજ઼. ૩૨, ૧૪; [Avestan] [Avestan] ૮/૧ વં. ૨૧, ૧; [Avestan] ૧/૩ વં. ૨, ૨૩; વં. ૭, ૩૬; [Avestan] ૨/૩ વં. ૯, ૪; [Avestan] ૨/૩ ઈજ઼. ૪૬, ૪; [Avestan] ૩/૩ ઈજ઼. ૧૨, ૩; [Avestan] ૬/૩ વં. ૨, ૨૫; વં. ૨૨, ૪. ૧૧. ૧૭. ૨૦; ય. ૫, ૨૧. જુઓ નીચેના બોલો.

ખ) ગોશ્ત, માંસ; દુધ; meat; milk; [Avestan] [Avestan] fresh roasted meat, or clarified butter; (ગોરોદો, બાજમાં દરૂનની ઉપર ક્વાબ અથવા ઘી મુકેછે તે) [Avestan] ગોશ્ત, માંસ ૨/૧ વં. ૫, ૫૨–૫૪; વં. ૭, ૫૭; [Avestan] [Avestan] fresh milk; (જીવામ, ઈજિશ્નેની ક્રિયામાં ગાએ અથવા બકરીનું વપરાતું તાજું દોહેલું દુધ) ૨/૧ ઈજ઼. ૩, ૩; ઈજ઼. ૨૨, ૧; ઈજ઼. ૨૪, ૧; [Avestan] (જીવામેકરીને) દરેક નીઆએશ તથા યશ્તને છેડે [Avestan] [Avestan] [Avestan] ના ફકરામાં; [Avestan] ૬/૧ વં. ૭, ૪૩. ૭૭; વં. ૧૩, ૨૮; વં. ૧૪, ૧૭; વં. ૧૮, ૨૫; ઈજ઼. ૧૧, ૭; [Avestan] ૬/૧ ઈજ઼. ૩૨, ૮.

[Avestan] (જુઓ [Avestan] ક તથા ૨ ધા. [Avestan] ખ) સમાસ વિ. ગાએઢોરનું પોષણ કરનાર; nourishing or feeding the cattle; [Avestan] (Wester. [Avestan]) નર. ૬/૧ વીસ્પ. ૧, ૯.

[Avestan] (જુઓ [Avestan] ખ તથા ૨ ધા. [Avestan]) સા. ના. નારી. દુધ અથવા ગોશ્ત મુકવાની રકાબી; the milk-dish; the meat-dish; Pehl. [Pahlavi]; [Avestan] (Geld. [Avestan]) ૧/૧ વં. ૧૪, ૮.

[Avestan] (= [Pahlavi] = گوکرن = गोकर्णी) વિ. ના. નર. સફેદ હોમ; એ રોપાને તમામ ઝાડોના સરદાર ગણ્યોછે; પેહેલવીવાળાએ [Pahlavi] ની શરેહ [Pahlavi] (સફેદ હોમ) આપીછે; the white Hom, the juice of which is the elixir of immortality. It grows in the Sea Vouru-Kasha, and is protected by the Fish Kara from being destroyed by Anghra Mainyu; [Pahlavi] [Avestan]; [Avestan] ૨/૧ વં. ૨૦, ૪; ય. ૧, ૩૦; સીરો. ૨, ૭; [Avestan] ૬/૧ ય. ૧, ૩૦; ય. ૨, ૩; સીરો. ૧, ૭. (જુઓ મોદી.)

[Avestan] (જુઓ [Avestan] ક તથા [Avestan] ગ) સમાસ વિ. ગાએ-ગોસ્પંદનું તોખમ રાખનાર; (the moon) that keeps in it the seed of the kine or cattle; epithet of [Avestan] (the moon); [Avestan] નર. ૨/૧ ઈજ઼. ૧૬, ૪; ય. ૭, ૩; ય. ૧૨, ૩૩; [Avestan] નર. ૪/૧ ય. ૭, ૧; [Avestan] નર. ૬/૧ ઈજ઼. ૧, ૧૧; ઈજ઼. ૩, ૧૩; ય. ૭, ૦. ૭; [Avestan] નર. ૮/૧ વં. ૨૧, ૯.

[Avestan] (गोहन्) (જુઓ [Avestan] ક તથા ધા. [Avestan]) સમાસ વિ. ગાએ-ઢોરનો નાશ કરનાર; cattle-killing (winter); [Avestan] .... [Avestan] નર. ૬/૧ વં. ૭, ૨૭.

[Avestan] (જુઓ [Avestan] ખ તથા [Avestan]) સમાસ વિ. જીવામ-દુધના હાથવાળો, હાથમાં જીવામ લઈને; (the holy man) with fresh milk in hand; [Avestan] નર. ૧/૧ વં. ૩, ૧; ઈજ઼. ૬૨, ૧; ય. ૧૦, ૯૧.

[Avestan] (गोतम) વિ. ના. નર. બુદ્ધ ધર્મનો સ્થાપક ગઓતમ; the founder of the Buddha religion Gaotama. In Yt. 13, 16, there is an allusion to controversies with the Buddhists or Gaotama's disciples, whose religion had attained a footing in the western parts of Iran, as early as the s cond century before Christ (Dar.); [Avestan] ૬/૧ ય. ૧૩, ૧૬. (જુઓ મોદી.)

[Avestan] વિરો જુઓ [Avestan]

[Avestan], [Avestan] (જુઓ [Avestan] ક તથા ૨ ધા. [Avestan] ખ) સમાસ વિ. ગાએઢોરની પરવરેશ કરનાર; અથવા, 'દુનિયાંની આબાદી કરનાર; nourishing or feeding the cattle; otherwise: rendering the world prosperous ([Avestan] = गो = the world); [Avestan] નર. ૧/૧ ઈજ઼. ૨૯, ૨; [Avestan] નર. ૨/૧ વીસ્પ. ૨, ૧૧.

[Avestan] (= गोषन्) (જુઓ [Avestan] ક તથા [Avestan]) સમાસ ના. ગાએઢોરની દોલત-જીઆદતી; the wealth or increase of cattle; [Avestan] ૨/૧ વં. ૨૧, ૭. ૧૧. ૧૫.

[Avestan] (= गुण = گون) સા. ના. નર. ક) ગુણ, ફાએદો, હાંસિલ, નફો, દોલત, વધારો; gain, benefit, riches, increase; [Avestan] ૨/૧ વં. ૩, ૧૫; વં. ૨૨, ૧૦.

ખ) સ્નાયુ; a sinew; [Avestan] ... [Avestan] bones and sinews (હાડકાં તથા સ્નાયુ) ૨/૩ ય. ૧૩, ૧૧.

ગ) રંગ, તરાહ, જાત; colour, sort; [Avestan] ૬/૩ ય. ૧૪, ૫૦. [Avestan] finest-coloured સઉથી સરસ રંગનું ૧/૩ય. ૫, ૧૨૯. જુઓ [Avestan] [Avestan], [Avestan], [Avestan], [Avestan] [Avestan], [Avestan]

[Avestan] વિ. ના. નર. નામાંકિત પુરૂષનું નામ; name of an illustrious personage; [Avestan] [Avestan] ૬/૧ ય. ૧૩, ૧૧૧. (જુઓ આદી.)

[Avestan] ([Avestan] ક ઉપરથી) સા. ના. નર. ક) ગાઓ, બલદ, ગાઓ ઢોર; a cow, a bull; cattle; જુઓ [Avestan] ક.

ખ) ગાઓને લગતી ચીજ, દુધ, જીવામ; the fresh milk of the cow; the Jeevâm; જુઓ [Avestan] ખ.

[Avestan] (= गूत्र) (જુઓ [Avestan] ક તથા [Avestan]) સમાસ ના. નાન્ય. ગોધાનો નીરંગ, આબેઝર, ગોમેઝ; the urine of the bull; gomez; [Avestan] ૧/૧ વં. ૯, ૧૪; [Avestan] ૨/૧ વં.૧૯, ૨૧. ૨૨.

૧ [Avestan] (= गोमन्त्) ([Avestan] ખ ઉપરથી) વિ. ક) ગોશ્તને લગતું, ગોશ્તનું; of meat; [Avestan] [Avestan] ... meals with meat (ગોશ્તનું ખાનું) નર. ૨/૧ વં. ૮, ૨૨; [Avestan] નર. ૩/૧ ય. ૧૩, ૫૦; [Avestan] હાદો. નુસ્ક. ૧૬.

ખ) લિજતદાર, સ્વાદિષ્ટ (દારમે.); દુધના રંગનું (મિલ્સ); મિઠું (સ્પી.); savoury (Dar.); of milky whiteness (M.); sweet (Sp.); [Avestan] નર. ૮/૧ યિં. ૧૦, ૧૨.

૨ [Avestan] વિ. ના. નર. નામાંકિત પુરૂષનું નામ; name of an illustrious personage; [Avestan] ૬/૧ ય. ૧૩, ૧૨૫. (જુઓ આદી.)

[Avestan] ([Avestan] ક ઉપરથી) ક વિ. ગાઓ ઢોરથી ભરપુર, ગાઓ-ઢોરવાળું; rich in flocks or herds; [Avestan] નારી. ૨/૧ ય. ૧૮, ૧; [Avestan] ... [Avestan] a house where the cattle thrive નાન્ય. ૨/૧ વં. ૩, ૨.

ખ) ([Avestan] ખ ઉપરથી) વિ. ગાઓને લગતી ચીજનું, દુધ-જીવામવાળું; provided with the fresh milk; [Avestan] ... [Avestan] the offering with the fresh milk with it (જીવામ સાથની ભેટ-નજર) નારી. ૧/૧ યિં. ૬૮, ૧; [Avestan] [Avestan] નારી. ૨/૧ યિં. ૬૬, ૧; [Avestan] નારી. ૨/૩ યિં. ૨૨, ૨; વીસ્પ. ૧૧, ૪; [Avestan] નારી. ૫/૩ (૩/૩ ની મતલબે) ય. ૫, ૮; [Avestan] નારી. ૬/૩ વં. ૧૪, ૪; વં. ૧૮, ૭૨; ય. ૫, ૬૩.

[Avestan] ([Avestan] ક ઉપરથી) વિ. ગાઓઢોરને લગતું; pertaining to the cattle; [Avestan] [Avestan] [Avestan] [Avestan] the wealth of cattle, a herd of cattle (ગાઓઢોરને લગતી દોલત, ગાઓઢોરનું ટોલું) નારી. ૨/૧ ય. ૮, ૧૭. જુઓ [Avestan]

[Avestan] (= गव्यूति, गव्यूत = गव्यूति) (જુઓ [Avestan] ક તથા [Avestan]) સમાસ ના. નારી. ગાઓ-ઢોરને સંબંધ થવાની જગા (અસલ), ચરવાની જગા, ખેતર; ૪૦૦૦ દંદ, ૪ મેલ અથવા ૨ ગાઉ; a cattle-breeding plain (orig.); grazing ground, pasture, a field; a measure of distance equal to four miles; [Avestan] ૪/૧ ય. ૧૦, ૧૧૨; [Avestan] ૨/૩ યિં. ૨, ૧૬; ય. ૮, ૪૨; [Avestan] ૬/૩ યિં. ૧, ૧૬; યિં. ૩, ૧૮. જુઓ [Avestan]

[Avestan] ([Avestan] ઉપરથી) વિ. ગઓરિનો કુટુંબી; ગઓરિનો છોકરો; pertaining to the family of Gaori (lit.); the son of Gaori; [Avestan] ૬/૧ ય. ૧૩, ૧૧૮.

[Avestan] વિ. ના. નર. નામાંકિત પુરૂષનું નામ; name of an illustrious personage; [Avestan] ૬/૧ ય. ૧૩, ૧૧૮. (જુઓ આદી.)

[Avestan] (જુઓ [Avestan] તથા ૨ [Avestan]) સમાસ ના. નારી. ગાયની શિકલનો ગુરજ (અસલ.); હથિયાર; ભાલો (યુરતી); a cow-shaped club (lit.); a weapon; a spear (Jus.); [Avestan] [Avestan] ૫|૩ (૩|૩ ની મતલબે) ય. ૧૪, ૪૧.

અ) વિ. હથિયારવાળું, હથિયારબંદ; furnished with weapons, armed; [Avestan] ૨|૧ વીશ્તા. ય. ૯; [Avestan] ૧|૩ ય. ૧૭, ૮.

[Avestan] (જુઓ [Avestan] તથા [Avestan]) સમાસ ના. નર. આબાદી કરનાર- વૃદ્ધિ કરનાર જમીન; પવિત્ર ગોધો (યુરોપિયન વિદ્વાનો); the bountiful earth; the holy bull (Euro. scho.); an allusion to the primeval bull (Har. & Dar.); Comp. Per. گوسپند, گوسفند [Avestan] ૮|૧ વં. ૨૧, ૧.

[Avestan] (= [Avestan] = घोष = گوش) (જુઓ ધા. [Avestan]) સા. ના. નર. ક) કાન (સારી પેદાઅશના માણસનો); an ear (of beings of good creation); contrast [Avestan] q. v.; [Avestan] ૨|૧ વં. ૮, ૪૪-૪૬; વં. ૯, ૧૬. ૧૭; વં. ૧૩, ૧૦. ૧૧. ૩૨; [Avestan] (Geld. [Avestan]) (કાને સંભળાએ તેવી રીતે, મોટેથી) ૩|૧ ય. ૧૦, ૮૫; [Avestan] ૩|૨ ય. ૧૦, ૧૦૭; [Avestan] ૪|૨ ય. ૧૭, ૭; [Avestan] ૯|૨ ય. ૧૦, ૨૩; [Avestan] ૨|૩ ય. ૧૦, ૪૮; [Avestan] ૩|૩ વં. ૩૦, ૨. જુઓ [Avestan], [Avestan], [Avestan], [Avestan] તથા નીચેના બોલો.

અ) گوشه = ખુણું; a corner; જુઓ [Avestan] [Avestan]

[Avestan] (= [Avestan] = گوشوار) (જુઓ [Avestan] ક તથા ધા. [Avestan] = જુઓ ૧ ધા. [Avestan] ક) સા. ના. નાન્ય. કાનની બાળી, કાનમાં પેહેરવાનું ઘરેણું; an ear-ring; [Avestan] Geld. ૩|૧ ય. ૧૦, ૧૦; જુઓ [Avestan], [Avestan]

[Avestan] (જુઓ [Avestan]) સમાસ વિ. કાનને લાગે એટલું-કાન સુધીનું મ્હોટું (લાકડું—એ‌સમ); (wood) as high as the ear; [Avestan] ૩|૩ આફ્રીં. ગાહામ. ૫.

[Avestan] ([Avestan]) સમાસ કૃ. વિ. કાને સાંભળેલું; heard with the ear; [Avestan] [Avestan] [Avestan] = [Avestan] [Avestan] = the derived understanding which is heard by the ear; contrast [Avestan] [Avestan] q. v. There is between the two, (*i. e.*, the *âçna khratu* and the gaoshô-çrûta khratu) nearly the same relation, as between the *parâvidyâ* (पराविद्या) and aparâvidyâ (अपराविद्या) in Brahminism, the former reaching Brahma in se (parabrahma), the latter sabdabrahma, the word Brahma (Brahma as taught and revealed) Dar.; કાને સાંભળેલી અક્કલ ઇન્દ્રિયોને સાંભળીને મેળવેલું ડહાપણ = [Avestan] [Avestan] નર. ૨|૧ યશ્. ૨૫; ૬; સીરો. ૨, ૨; [Avestan] [Avestan] નર. ૬|૧ યશ્. ૨૨, ૨૫; ય. ૨, ૧; સીરો. ૧, ૨.

[Avestan]* = घस् = (દેવનું) ખાવું; to eat (as of evil beings); cl. 1; [Avestan] વર્ત. પરસ્મૈ. ૧ લો વર્ગ ૩|૩ વં. ૭, ૫૭.

[Avestan], [Avestan] (દેવ અથવા ખરાબ માણસનું એકાએક) ખાઈ જવું, કરડી ખાવું; to devour; to eat unceremoniously (of evil beings); to nibble; [Avestan] વર્ત. પરસ્મૈ. ૧ લો વર્ગ ૩|૩ વં. ૧૭, ૩; [Avestan] યશ્. ૧૦, ૧૫.

[Avestan] (= गन्धर्व) વિ. ના. નર. એક જોરેમંદ તથા નાશકારક દેવનું નામ, જેને કેરશાસ્પે મારી નાખ્યો હતો; Gandarewa was a monster who lived in the sea, on the mountain and in the valley. Kershâsp, the great Iranian hero, fought with him for nine days and nine nights together. He drew him at last from the bottom of the sea, and smashed his head with his club. The Gandarewa appears in the Vedas under the name of Gandharva (गन्धर्व) as a being of doubtful character, now as a god, now as a fiend,

* From the same root, Lat. Gâneo (orig. Gâs-neo) a glutton, and Lat. Gânea (orig, Gâs-nea) a cookshop.

now as the celestial guardian of Som. In the Shah-nameh, he appears as the prime minister of Azhi Dahâka (Zohâk)—Dar. [Avestan] ૧/૧ ય. ૧૫, ૨૮; [Avestan] ૨/૧ ય. ૫, ૩૮; ય. ૧૯, ૪૧.

[Avestan] વિ. ના. નર. એક પુરૂષનું નામ, જેના છોકરા [Avestan] (પરષિન્ત) નાં ફ્રરોહ-રને આરાધ્યું છે; name of a person, the Fravashi of whose son Parshinta is invoked; [Avestan] [Avestan] ૬/૧ ય. ૧૩, ૧૨૩.

[Avestan] (જુઓ ધા. [Avestan] તથા [Avestan]) સમાસ વિ. લડાઇમાં ગએલો (અસલ.); લડાઇમાં ફસાએલો, લડવૈયા; gone in the battle (lit.); experienced in war; veteran, warlike; [Avestan] (Geld. [Avestan] [Avestan]) ૬/૧ ય. ૧૯, ૪૨.

૧ [Avestan] (= Ved. घ) ક્રિ. અ. ખચીત; assuredly, verily (adv.); [Avestan] ઇજ. ૪૩, ૧.

૨ [Avestan] વિશે જુઓ ધા. [Avestan] गम to go.

૧ [Avestan] સા. ના. નર. લુટારો, ખુની; a freebooter, a brigand; a murderer; [Avestan] ૧/૧ ઇજ. ૬૫, ૮; [Avestan] ૨/૧ ઇજ. ૯, ૨૧; [Avestan] [Avestan] ૬/૧ ઇજ. ૯, ૩૦; ય. ૧૧, ૫; ય. ૧૩, ૧૩૬. જુઓ [Avestan]

૨ [Avestan] (= [Avestan] = गद) સા. ના. નર. એક જાતની બીમારી-માંદગી-રોગ; a kind of sickness or distemper; [Avestan] ૬/૧ વં. ૨૧, ૨.

[Avestan] (અસલ રૂપ [Avestan]; જુઓ [Avestan] તથા ૧ ધા. [Avestan]) સમાસ. ના. નર. ગુરૂજ રાખનાર; a club-bearer, a bludgeon-bearer; [Avestan] ૧/૧ ઇજ. ૯, ૧૦; [Avestan] ૬/૧ ય. ૧૩, ૬૧.

[Avestan] (= गदा) સા. ના. નારી. ગુરૂજ, બાહારી સોટો; a club, a mace, a cudgel; [Avestan] ૨/૧ ય. ૧૦, ૧૦૧; [Avestan] ૬/૩ ય. ૧૦, ૧૩૧. જુઓ [Avestan]

[Avestan] (જુઓ ૧ [Avestan] તથા [Avestan]) સમાસ કૃ. વિ. લુટારા-ખુનીથી ઉત્પન્ન થએલું; (the evil) done by the brigand; [Avestan] [Avestan] [Avestan] (લુટારાથી ઉત્પન્ન થએલી ખરાબીનું) નાન્ય. ૬/૧ ય. ૧૩, ૧૩૬.

[Avestan] (૧ [Avestan] ઉપરથી) સા. ના. નર. લુટારાનું ટોળું; a band of freebooters; [Avestan] ૧/૧ ય. ૧૧, ૬.

[Avestan]* સા. ના. નારી. ક) કુતરી; a bitch; [Avestan] ૧/૧ વં. ૧૫, ૬. ૧૯. ૨૩. ૨૬. ૨૯. ૩૨. ૩૫. ૩૮ ૪૧; [Avestan] ૨/૧ વં. ૧૪, ૧૬. ૧૭; વં. ૧૫, ૫. ૪૯. ૫૦.

ખ) કુતરો; a dog; [Avestan] ૧/૧ વં. ૮, ૩૪. ૩૮.

[Avestan] = [Avestan] = વાસ મારવું, ઘન નીકળવી; to stink, to emit a strong offensive smell; જુઓ [Avestan]

[Avestan] = जम्भ = મોહોડું ખોલવું કરવું, ડાચું વકાસવું; ઉંડું કરવું; to gape; to yawn, to deepen; જુઓ નાચેનો બોલ.

[Avestan] (જુઓ ધા. [Avestan]) સા. ના. નર. ઉંડાણ; depth; [Avestan] ૧/૧ ય. ૧૫, ૨૮. જુઓ નાચેનો બોલ.

[Avestan] (Wester.) (જુઓ ૧ [Avestan]) સમાસ. ના. નર. ઉંડાણનો ધણી, ઉંડા ગારમાં રેહેનાર; master of the depth (lit.); one who dwells in a deep cave; [Avestan] (Geld. [Avestan] [Avestan] ૧/૧ ય. ૧૫, ૨૮.

[Avestan] = गम् = [Avestan]† = to go, to come;‡ = જવું; [Avestan] intensive verb શક્યાર્થ પરસ્મૈ. ૧/૧ ય. ૮, ૬૬; ય. ૧૦, ૫૫; [Avestan] (પોહોંચે, હાંસિલ

* એને કાંઇક મળતો અંગ્રેજીમાં Cat બોલ આવે છે.

† गम् = रम (अ છેડે આવ્યાથી) = म (ग નીકળી ગયાથી) = [Avestan] + [Avestan]; તેમજ આ (= તરફ) ઉપસર્ગ લાગ્યાથી [Avestan] થયું.

‡ અંગ્રેજી To Go અને To Come એકજ બોલ છે; Come નો ટુંકો થઈ, C નો G થયાથી Go થયો; 'આવવું' અને 'જવું' એ પરસ્પર સંબંધ રાખનારા બોલો છે, બારીકીથી જોતાં તેઓના અર્થ એકજ છે.

થાગ્મે) અનિ. (Root-Aorist) પરસ્મૈ. ૩|૧ ઈજ. ૫૧, ૧૦. [illegible] પૂ. ભૂ. કૃ. પરસ્મૈ. વિ. નારી. ૨|૧ ઈજ. ૨૫, ૩; વીસ્પ. ૧૧, ૫; [illegible] નારી. ૬|૧ વીસ્પ. ૯, ૬; [illegible] અતિ. વિ. નર. ૧|૧ ઈજ. ૫૭, ૪. તથા એજ હાના દરેક કરદાને છેડે; ય. ૧૧, ૯ તથા એજ યશતના દરેક કરદાને છેડે; [illegible] (= [illegible] + [illegible] = गतः) ભૂ. કૃ. નર. ૧|૧ ઈજ. ૮, ૫.

[illegible] ([illegible]) = अभि-गम् = નજદીક જવું, આગળ પોહોંચવું; to come or go near; to approach; [illegible] અ. ભૂ. પરસ્મૈ. ૧ લો વર્ગ ૩|૩ ઈજ. ૪૬, ૧૧; [illegible] Intensive Verb અ. ભૂ. પરસ્મૈ. ૩|૧ ય. ૧૯, ૧૨.

[illegible]) = आ-गम् = આવવું; to come; [illegible] (= [illegible] + [illegible] + [illegible]) ભૂ. કૃ. નર. ૧|૧ વં. ૧૯, ૩૧.

બ) કોઈ હાલતે પુગવું, હાંસેલ કરવું; to reach to a state, to acquire; [illegible] અ. ભૂ. પરસ્મૈ. ૩|૧ ઈજ. ૪૪, ૮; ઈજ. ૭૦, ૫.

[illegible] આવી પોહોંચવું; to come up, to approach; [illegible] (= [illegible] + [illegible] + [illegible] + [illegible] + [illegible]; [illegible] ની પછીનો [illegible] અ. ભૂ. માં augment નો [illegible] આવેછે તે છે) અ. ભૂ. પરસ્મૈ. ૩|૧ ય. ૫, ૬૨.

[illegible] = सम्-गम् = સાથે જવું, એકઠું-ભેગું થવું (અસલ.); થવું; to come together, to meet (orig.); to become; [illegible] this earth became full of flocks (આગ્મે જમીન પશુઓથી ભરપુર થઈ) અ. ભૂ. આત્મને. ૩|૧; અથવા ભૂ. કૃ. નારી. ૧|૧ વં. ૨, ૯. ૧૩. ૧૭.

[illegible] (= [illegible] = गय = [illegible]) (જુઓ [illegible]) સા. ના. નર. જીંદગી; life; [illegible] ૧|૧ ઈજ. ૪૧, ૩; [illegible] ૧|૧ Frag. 4, 3. [illegible] ૨|૧ ઈજ. ૪૩, ૧; [illegible] ૨|૧ ઈજ. ૩૦, ૪; [illegible] ૩|૧ વં. ૨, ૪૧, વં. ૧૮, ૨૭; ઈજ. ૬૨, ૧૦; ન્યા. ૫, ૧૬; ય. ૧૫, ૪૦, [illegible] (= [illegible] [illegible] گیومرد) Gayomard, the primeval man from whom the whole human race is supposed to have sprung = ગયોમરદનું) ૬|૧ ઈજ. ૬૮, ૨૨; વીસ્પ. ૨૧, ૨; ય. ૧૩, ૮૬; [illegible] ૬|૧ ઈજ. ૯, ૧; ઈજ. ૭૧, ૧૪; ય. ૮, ૧૧; ય. ૧૦, ૫૫. ૭૯; ય. ૧૯, ૪૪; ય. ૨૧, ૧૫; [illegible] ૬|૧ ઈજ. ૫૧, ૧૯.

[illegible] ([illegible] ઉપરથી) વિ. ગયધાસ્તિનો કુટુંબી-ખાનદાનનો; (અસલ); ગયધાસ્તિનો છોકરો; of the family of Gayadhâsti (lit.); son of Gayadhâṣti; [illegible] ૬|૧ ય. ૧૩, ૧૧૪.

[illegible] વિ. ના. નર. નામાંકિત પુરૂષનું નામ, જે ફ્રેની નામની પ્રખ્યાત સ્ત્રીનો ખાવંદ હતો. બેહુનાં ફ્રેાહરને આરાધ્યા છે; name of an illustrious personage and the husband of Frénî, a noted godly woman; [illegible] ૬|૧ ય. ૧૩, ૧૧૨. ૧૪૦. (જુઓ માદી.)

[illegible] (જુઓ [illegible] તથા ૧ ધા. [illegible]) સમાસ વિ. જીંદગી આપનાર; life-giving; [illegible] નર. ૧|૧ ય. ૧૦, ૬૫.

૧ [illegible] = गृ, जागृ = જાગૃત રેહેવું; જાગવું; to keep awake; [illegible] (awake જાગૃત) પૂ. કૃ. પરસ્મૈ. વિ. નર. ૨|૧ ય. ૧૦, ૭; ન્યા. ૧, ૬; epithet of [illegible]; [illegible] પ્રયો. વર્ત. કૃ. નર. ૨|૧ વીશતા. ય. ૪૧ (= ય. ૨૪, ૪૧).

[illegible] જાગૃત-બીદાર રેહેવું; to be awaken; [illegible] he wakes up (causal) પ્રયો. વર્ત. પરસ્મૈ. ૩|૧ વં. ૧૮, ૨૩; [illegible] awaked ભૂ. કૃ. નર. ૧|૧ વં. ૧૮, ૧૯..૨૪.

૨ [illegible] = घृ = Fr. Brûler = પ્રકાશવું, ગરમ થવું; to shine, to be heated; જુઓ [illegible]

૩ [illegible] = गुरु = Lat. Gravescere = To Gravitate = ભાહારી થવું, ભાહાર બોજવાળું થવું; to be heavy, to be grave; જુઓ [illegible], [illegible]

૪ [illegible]* = गृ = Lat. *Vor*-are = ગળીજવું, ખાઈ જવું; to devour, to eat up; જુઓ [illegible], [illegible], [illegible],

* Glutton, Gourmand, to gurgle, to gorge, &c., are from the same root.

૫ [Avestan] = गर् (गृ) = ગાવું, કીર્તિ ગાવી; to sing in praise; to hymn; [Avestan] વીસ્પ. ૪, ૧. જુઓ [Avestan]

[Avestan] अभि-गर् = ગાવું, કીર્તિ ગાવી; to sing in praise; [Avestan] યજ. ૭૦, ૧.

૬ [Avestan] = પકડવું; to hold, to keep fast.

[Avestan] = પકડવું; એખત્યાર કરવું; to hold fast, to choose; જુઓ [Avestan]

૭ [Avestan] (જુઓ ૩ ધા. [Avestan]) સા. ના. ભારબોજ, આદરમાનથી મદદે બોલાવવું; gravity, respect, invocation; એ બોલ [Avestan] ની માફક ધાતુ તેજ નામ તરીકે વપરાયો; [Avestan] ૬|૧ યજ. ૪૧,૧.

૧ [Avestan] (જુઓ ૨ જો તથા ૫ મો ધા. [Avestan]) સા. ના. નર. બહિશ્તી ગાયન અથવા બેહદ રોશનીવાળું મુકામ. ગરોથમાન; the celestial abode of endless lights, or where hymns are chanted; [Avestan] (for [Avestan]) ૭|૧ યજ. ૨૮, ૪.

૨ [Avestan] (= गर) (જુઓ ૪ ધા. [Avestan]) સા. ના. નર. ઝેહેર; poison, venom. Comp. [Avestan] विष, [Avestan] विष poison; જુઓ [Avestan]

૧ [Avestan] (જુઓ ૫ ધા. [Avestan]) સા. ના. નાન્ય. ગાયન; a song, chant. [Avestan] ૭|૩ યજ. ૩૪, ૨.

૨ [Avestan] (= गल = گلو=L. Gula, Jugulum= Ger. Gurgel) (જુઓ ૪ ધા. [Avestan]) સા. ના. નાન્ય. ગળું; the throat; [Avestan] under the throat of a ram (= મેંઢાનાં ગળાંની અંદર) ૨|૧ ય. ૧૭, ૫૬. જુઓ ૨ [Avestan]

૩ [Avestan] (જુઓ ૩ ધા. [Avestan]) સા. ના. નાન્ય. આદરમાન, ભારબોજ; respect, honour, gravity; [Avestan] ૨|૧ વં. ૨૧, ૫. ૯. ૧૩.

[Avestan] (૨ [Avestan] ઉપરથી) વિ. ઝેહેરી (અસલ.); દુષ્ટ, નુકસાનકારક; poisonous (orig.); wicked, harmful; [Avestan] (Geld. [Avestan]) નર. ૬|૩ યજ. ૯, ૨૮.

૧ [Avestan] = गर्ज = [Persian] પોકાર કરીને કેહેવું, અરજ ગુજારવી, રડવું; to utter a loud voice; to weep, to cry aloud, to wail; cl. 6. Comp. [Avestan]; [Avestan] વર્ત. આત્મને. ૧|૧ યજ. ૩૨, ૯; [Avestan] ([Avestan] નું બીજું રૂપ) યજ. ૪૬, ૨; [Avestan] વર્ત. પરસ્મૈ. ૩|૧ ય. ૧૦, ૫૩; ય. ૧૭, ૫૭; [Avestan] Intensive Verb અ. ભૂ. પરસ્મૈ. ૩|૧ યજ. ૩૨, ૧૩; [Avestan] (અસલ રૂપ [Avestan] + [Avestan]) અ. ભૂ. આત્મને. ૩|૧ યજ. ૨૯, ૧; [Avestan] વ. કૃ. આત્મને. નર. ૬|૧ ય. ૧૦, ૮૫; [Avestan] વ. કૃ. આત્મને. નારી. ૧|૩ ય. ૧૩, ૧૫૭; ય. ૧૯, ૮૦.

૨ [Avestan] = गर्ह, ग्रह् = પકડવું; લેવું, માનસાથે કબૂલ રાખવું; કીર્તિ ગાવી (હારલે); to hold (orig.), to receive, to welcome; to chant the glory (Har.); [Avestan] (Geld. [Avestan]) આજ્ઞા. આત્મને. ૨|૩ યજ. ૫૧, ૧૭.

[Avestan] = પકડીને દાબી નાખવું, ખુંદવું, દરવું; to press closely, to pound, to grind; જુઓ [Avestan]

૧ [Avestan] = गर्ह्, ग्रह् = પકડવું (અસલ અર્થ); કબૂલ રાખવું; માથે લેવું (હારલે, મિલ્સ તથા દાર.); to hold (orig.); to accept, to welcome; to take up, to undertake (H., M. & D.); [Avestan] વર્ત. પરસ્મૈ. ૧|૩ વીસ્પ. ૨૧, ૧.

[Avestan] = अभि-ग्रह् = ક) પકડી રાખવું; મનમાં ઠસાવવું—ગોખવું; to lay hold of (orig.); to impress on the mind, to study carefully; [Avestan] વર્ત. પરસ્મૈ. ૧|૩ યજ. ૬૨, ૧૧; વીસ્પ. ૧૭, ૧.

૨ [Avestan] = ग्रह् = ખુશી કરવું; સમજવું; to please, to gratify; to understand; જુઓ [Avestan]

[Avestan] સા. ના. ખુજલી (દારમે); રોગ, બીમારી (સ્પી. તથા યુસ્ટી); દરદ (હારલે); itches (Dar.). Comp. Per. گر; disease, sickness (Sp. & J.); pain (Har.); [Avestan] ૫|૧ વં. ૭, ૫૭.

[Avestan] (જુઓ ધા. [Avestan]) સા. ના. નારી.

પકડવું; કબુલ રાખવું; અખત્યાર કરવું; holding (lit.); embracing; choosing; [Avestan] (Geld. [Avestan]) ૨।૧ ઈજ. ૩૪, ૧૦.

[Avestan] સા. ના. નાન્ય. એ બોલ બે ત્રણ રીતે સમજાવી શકાએછે:—ક) ધા. [Avestan] = ग्रह् = પકડવું; to hold, to conceive; [Avestan] = गर्भ = મેંઢા-બેટાનું બચ્ચું, હલવાન; a lambkin.

ખ) [Avestan] = [Persian] = ચરબી; fat, grease. ગ) ગોશ્તનો કટકો; a piece of flesh; [Avestan] ૨।૧ વં. ૯, ૩૮; આફ્રી. ગાહામ. ૩.

[Avestan] (= [Avestan] = घर्म = گرم = Lat. Fervor = Gr. Thermos) (જુઓ ૨ ધા. [Avestan]) ક) વિ. ગરમ; hot; [Avestan] નર. ૧।૧ વં. ૨, ૫; ય. ૧૦, ૫૦; ય. ૧૨, ૨૩; [Avestan] ૨।૧ ય. ૯, ૧૦; [Avestan] [Avestan] ૧।૩ વં. ૧૫, ૪; [Avestan] ૧।૩ વં. ૧૫, ૩.

ખ) સા. ના. નાન્ય. ગરમી; heat; [Avestan] ૧।૧ ઈજ. ૯, ૫; ય. ૧૫, ૧૬.

ગ) સા. ના. નાન્ય. પ્રતાપ, નુર; lustre, light; [Avestan] [Avestan] [Avestan] (તારા આતશના પ્રતાપની મારફતે) ૩।૧ ઈજ. ૪૩, ૪.

[Avestan] (= گلو = L. Gula, Jugulum = Ger. Gurgel) (જુઓ ૪ ધા. [Avestan]) સા. ના. નાન્ય. ગળું; the throat; [Avestan] ૧।૩ વં. ૧૫, ૪.

[Avestan] ([Avestan] ઉપરથી) સા. ના. નાન્ય. અતિશય ગરમી; excessive heat; [Avestan] ૨।૧ વં. ૧, ૧૯.

[Avestan] (જુઓ [Avestan] ક તથા ૨ [Avestan]) સમાસ વિ. ગરમ અથવા દાઝેલી છાટીવાળો (અસલ.); ગુનેહગાર જણાએલો (મિસ્સ); hot-breasted (lit.); (a reprobate) having his breast burnt by the ordeal, *i. e.*, detected (M.); [Avestan] નર. ૨।૧ આફ્રી. ગાહામ. ૯.

[Avestan] (= [Avestan] + [Avestan]* + [Avestan]; જુઓ ૧ ધા. [Avestan]) વિ. ગરમીને ઉત્પન્ન કરતાં-વધારતાં (અસલ.); ચીપીઓ (દારમે.); heat-producing or increasing; a pair of tongs (Dar.); [Avestan] નારી. ૧।૨ વં. ૧૪, ૭.

[Avestan]† = [Pahlavi] = ग्रभ्, ग्रह् = گرفتن Ger. *Ergreifen* = પકડવું; હાથમાં લાવવું, પામવું; to take hold of; to get into the hand; to acquire; [Avestan] વર્ત. પરસ્મૈ. ૯ મા વર્ગ ૩।૧ ય. ૧૦, ૧૩; [Avestan] વર્ત. પરસ્મૈ. ૪ થા વર્ગ ૩।૧ વીશ્તા. ય. ૩૦; [Avestan] પૂ. ભૂ. પરસ્મૈ. ૧।૧ હાદો. નુસ્ક. ૯; [Avestan] શક્યા. પરસ્મૈ. ૩।૧ ય. ૮, ૫૯; ય. ૧૪, ૫૧; [Avestan] seize away (લઈ લે) આજ્ઞા. પરસ્મૈ. ૨।૧ ઈજ. ૯, ૨૮; [Avestan] અ. ભૂ. પરસ્મૈ. ૩।૧ ય. ૫, ૬૫; [Avestan] સંશ. ય. ૮, ૬૦. જુઓ [Avestan], [Avestan]

[Avestan] = अप-ग्रह् = છુટું પાડવું (અસલ.); પાછો હાથ ખાંચવો; to separate (orig.); to hold back (the hand); [Avestan] અ. ભૂ. પરસ્મૈ. ૩।૧ ય. ૧૯, ૪૮. ૫૦.

[Avestan] = अव-ग्रह् = પકડાઈ જવું, ગીરફતાર થવું; બંધ થઈ જવું; to be caught (as in a snare); to be entangled; to be closed; [Avestan] અ. ભૂ. સંશ. પરસ્મૈ. ૩।૩ ય. ૧૧, ૬; [Avestan] [Avestan] [Avestan] (સંકટ—દુ:ખમાં ગીરફતાર થએલાને) ભૂ. કૃ. નર. ૨।૧ વં. ૧૮, ૧૦.

[Avestan] = आ-ग्रह् = ક) પકડી પાડવું, પોંહોંચવું; to overtake, to reach; [Avestan] વર્ત. આત્મને. ૩।૧ ઈજ. ૫૭, ૨૯; ય. ૧૦, ૧૦૪.

ખ) આગેરેપ્ત ઈઆને કોઈને મારવાનેમાટે હાથમાં હથિયાર પકડવાનો ગુનાહ કરવો; to commit the crime called Āgerepta; *vide* [Avestan]; [Avestan] પરસ્મૈ. વં. ૪, ૧૮. ૨૧.

[Avestan] = उद्-ग्रह् = ઉંચે પકડવું-ધરવું; to hold up, to uplift; [Avestan] . . . . [Avestan] અ. ભૂ. પરસ્મૈ. ૯ મો વર્ગ ૩।૩ ઈજ. ૫૭, ૨૫; [Avestan] શક્યા. પરસ્મૈ. ૩।૧ ય. ૧૩, ૪૬; [Avestan] વર્ત. આત્મને. ૩।૩ ય. ૧૩, ૧૪૭; [Avestan] અ. ભૂ. સંશ. પરસ્મૈ. ૩।૧ વં. ૧૯, ૨૩. ૨૫; [Avestan] ભૂ. કૃ. વિ. નર. ૧।૧

* Mark the redundant [Avestan], as in [Avestan]

† The words Graft and Gripe are derived from the same root.

૫. ૮, ૫૬; [Avestan] ૨।૧ ય. ૧૪, ૪૬; —[Avestan] [Avestan] ૫।૧ વં. ૫, ૨૫; —[Avestan] [Avestan] [Avestan] (ઉંચે ઝીલેલી બે એરીઓકરીને) ૩।૨ વં. ૮, ૭૦; વં. ૯, ૨૫; —[Avestan] [Avestan] [Avestan] (ઉંચાં ઝીલેલાં બે પગનાં આંગળાંએ કરીને) ૩।૨ વં. ૮, ૭૧; વં. ૯, ૨૬.

[Avestan] = नि-ग्रह = નીચે ધરવું, નીચે દાબવું-વાળવું; to press down, to press upon the ground; [Avestan] ભૂ. કૃ. નર. ૩।૨ વં. ૮, ૭૦; વં. ૯, ૨૫; વં. ૮, ૭૧; વં. ૯, ૨૬.

[Avestan] परि-ग्रह् = આસપાસ પકડવું, ધરી રેહેવું, વળગી રેહેવું; to encompass, to stick to; [Avestan] વર્ત. આત્મને ૩।૧ વં. ૪, ૧.

[Avestan] = ધરવું, ધરી રાખવું; લેવું; to hold, to retain; to receive; [Avestan] [Avestan] વર્ત. પરસ્મૈ. ૩।૧ વં. ૮, ૩૨.

[Avestan] = प्र-ग्रह् = ક) પકડવું, મદદ કરવી; to seize; to assist; [Avestan] (Geldner [Avestan]) વર્ત. પરસ્મૈ. ૩।૧ ય. ૧૦, ૧૦૪.

ખ) કબુલ રાખવું; to accept, to receive with approbation; [Avestan] (અસલ રૂપ [Avestan]) અ. ભૂ. સંરા. પરસ્મૈ. (*આશીર્વાદાર્થકની મતલબે) ૩।૩ ઈજ. ૨૮, ૦.

[Avestan] = वि-ग्रह् = પકડાઈ જવું, ગીરફતાર થવું; to be ensnared or entrapped; —[Avestan] [Avestan] ભૂ. કૃ. વિ. નારી. ૧।૧ (૨।૩ ને બદલે વીસ્પ. ૭, ૩. અથવા ૦કરાંત ના. નારી. ૭।૧ ગીરફતારીમાં, દુઃખમાં; in a state of embarrassment or trouble (loc. sing. from [Avestan]).

[Avestan] = सह्-ग्रह् = પકડવું, ધરવું; to seize, to lay hold of; [Avestan] વર્ત. પરસ્મૈ. ૯મો વર્ગ ૩।૧ ય. ૧૦, ૬૮. ૧૪૩; —[Avestan] [Avestan] વર્ત. પરસ્મૈ. ૩।૧ ઈજ. ૧૦, ૨; —[Avestan] [Avestan] (મેં રાખ્યો) અ. ભૂ. પરસ્મૈ. ૧।૧ ઈજ. ૩૬, ૮; [Avestan] ૩।૧ ય. ૧૯, ૫૧; —[Avestan] [Avestan] આત્મને. ય. ૧૯, ૩૧; —[Avestan] [Avestan] અ. ભૂ. સંરા. પરસ્મૈ. ૩।૩ વં. ૯, ૨૯; [Avestan] ભવિ. આજ્ઞા. આત્મને. ૧।૧ ય. ૧૯, ૪૭; [Avestan] ય. ૧૯, ૫૧; [Avestan] encompassing) ભવિ. કૃ. આત્મને. નર. ૧।૧ ય. ૧૦, ૧૦૫.

* જુઓ મારું અવસ્તા વ્યાકરણ, સફા ૩૦૭ મા.

[Avestan] (= [Avestan], [Avestan] = गर्भ) (જુઓ ધા. [Avestan]) સા. ના. નર. ક) ગર્ભસ્થાન; the womb; [Avestan] ([Avestan] Westor.) ૨।૩ વં. ૭, ૧૬; ઈજ. ૬૫, ૨; ય. ૧૩, ૫.

ખ) ગર્ભસ્થાનમાં રેહેલું બચ્ચું; the fruit in the womb of a woman; [Avestan] ૨।૧ વં. ૧૫, ૧૧. ૧૨.

[Avestan] ([Avestan]) (જુઓ ૧ [Avestan] તથા [Avestan]) વિ. ના. નાન્ય. ગરોથમાન, સઉથી ચઢતે દરજ્જેનું બેહેસ્ત, જેમાં દાદાર હોરમજદ રેહેછે; એનું બીજું રૂપ, મુખ્ય કરીને ગાથામાં, [Avestan] આવેછે; the region of supreme felicity in the next world; the highest heaven, where Ahura Mazda resides; *Garo-nmâna*. Literally, the Home of Hymns. Gâthic [Avestan]; [Avestan] ૧।૧ ય. ૩, ૪; —[Avestan] [Avestan] ૨।૧ વં. ૧૯, ૩૨. ૩૬; વીસ્પ. ૭, ૧; —[Avestan] [Avestan] ૩।૧ (૫।૧ ની મતલબે) ય. ૧૯, ૪૪; [Avestan] ૪।૧ ય. ૨૪, ૩૩; [Avestan] ૫।૧ ૦, ય. ૧ ૧૨૩; [Avestan] ૬।૧ સીરો. ૧, ૩૦; [Avestan] ૭।૧ ય. ૧૦, ૩૨; ય. ૧૨, ૩૭; ય. ૨૪, ૩૯; [Avestan] [Avestan] (Wester.) ય. ૨૪, ૨૮ (= વીસ્તા. ય. ૨૮).

[Avestan] વિ. ના. નર. નામાંકિત પુરૂષનું નામ; name of an illustrious personage; [Avestan] ૬।૧ ય. ૧૩, ૧૧૩.

૧ [Avestan] (= [Avestan] = Gr. Guion) સા. ના. નર. દેવના અથવા ખરાબ માણસના હાથ; સારા માણસના હાથનેમાટે [Avestan] આવેછે; the hand (of an evil being); *é contra*, [Avestan] the hand (of beings of good creation) [Avestan] ૨।૨ ય. ૧, ૨૮; ય. ૧૧, ૨; ય. ૧૬, ૫૦;

[Avestan] (૨।૨ ને બદલે) ય. ૧૦, ૪૮; ય. ૧૪, ૬૩. [Avestan] ૩।૨ ફ્રિ. ૯, ૨૯; જુઓ [Avestan]

૨ [Avestan] વિ. ના. નર. ઇરાનનાં તાબાનું એક કદીમ મુલકનું નામ, જેની રાજધાની સુગ્ધ (સોગદીઆના) હતી; name of a country, subject to the empire of Ancient Irân, having Sogdiana as its capital city; Pehl. tr. [Avestan]; [Avestan] ૨।૧ વં. ૧, ૪; [Avestan] ૨।૧ ય. ૧૦, ૧૪.

૩ [Avestan] વિરી જુઓ [Avestan] a bull, a cow.

[Avestan] ([Avestan] ક ઉપરથી) સા. ના. નર. ગાએ-બળદને રેહેવાની જગા, ગાએ-બળદનું થાન; the cow-stable; [Avestan] ૨।૧ ય. ૧૦, ૮૯.

[Avestan] ([Avestan] ક તથા [Avestan]) સમાસ ના. નારી. ગાએ; a cow, the female of the bull; [Avestan] અથવા [Avestan] = બળદ, ગોધો; a bull, the male of the cow kind; [Avestan] ૧।૧ વં. ૭, ૪૨.

[Avestan] (જુઓ [Avestan] ક તથા ૧ [Avestan]) સમાસ. ભૂ. કૃ. વિ. બળદનો આપેલો, ગોધાનો છોડેલો (નીરંગ-ગોમેજ); (*Gomez* or urine) given by the bull; [Avestan] (*i.e.*, the *Gomez* from the bull) નારી. ૬।૧ (નાન્ય. ૨।૧ ને બદલે) વં. ૧૯, ૨૨.

[Avestan] વિ. ના. નર. નામાંકિત પુરૂષનું નામ, જેનાં ફરોહરને આરાધ્યું છે. ફરવરદીન યશ્તમાં જેઓનાં ફરોહરોને આરાધ્યાં છે, તેઓની ટીપમાં એ શખ્સનું ત્રીજું નામ છે. તેથી જણાએછે કે પેગમબર જરતોશ્તના સઉથી પેહેલા શાગેરદોમાંનો એક હોએ; name of an illustrious personage whose Fravashi has been invoked. This man's name stands third in the list of the Fravashis in the Farvardin Yasht, from which he appears to be one of the very first disciples of Zoroaster. [Avestan] ૬।૧ ય. ૧૩, ૯૬.

[Avestan] (જુઓ [Avestan] ક તથા ૨ [Avestan]) સમાસ ના. નર. ગાએ-બળદનાં આંતરડાં; cow-gut; [Avestan] ૬।૧ ય. ૧૦, ૧૨૮.

[Avestan] (જુઓ [Avestan] ક તથા [Avestan]) સમાસ ના. નર. ગાએ-ઢોરનું રેહેવાનું મુકામ; the abode of cattle; [Avestan] ૨।૧ ય. ૧૦, ૧૫.

[Avestan] (જુઓ [Avestan] ક તથા [Avestan]) સમાસ ના. નારી. ગાએ-ઢોરને રેહેવાની જગા; ગાએ-ઢોરનું રેહેઠાણ; the dwelling of cattle; [Avestan] ૨।૧ ય. ૧૦, ૧૫.

[Avestan] (گواز, گوازه, کاوژن, گوازان) (અસલ રૂપ [Avestan] + [Avestan]; જુઓ [Avestan] ક તથા ૨ ધા. [Avestan] ક) સમાસ ના. નર. ગાએ-ઢોરને હાંકવાનું હથિયાર, ચાબુક, કોરડો; an ox-whip; an instrument for driving cattle; [Avestan] ૧।૩ વં. ૧૪, ૧૦. જુઓ નીચેનો બોલ.

[Avestan] ([Avestan] ઉપરથી) અતિ. વિ. ગાએ-ઢોરને ઘણોજ હાંકવાનો (કોરડો); (a whip) driving or urging the ox greatly; [Avestan] [Avestan] (ગાએ-ઢોરને ઘણોજ હાંકવાના કોરડાઓ) નર. ૧।૩ વં. ૧૪, ૧૦.

[Avestan]* (અસલ રૂપ [Avestan] + [Avestan]; જુઓ [Avestan] ક તથા [Avestan]) સમાસ વિ. ગાએ-ગોસ્પંદનાં ઘાંસ-ચારાને લગતું; pertaining to the fodder for cattle; જુઓ નીચે.

[Avestan] (જુઓ ધા. [Avestan]) સમાસ વિ. ગાએ-ગોસ્પંદનાં ઘાંસ-ચારાનેમાટે કામ કરનાર; working for the fodder of cattle; [Avestan] most strenuous for obtaining the fodder of cattle (superla. adj. acc. plu.) નર. ૨।૩ ફ્રિ. ૧૩, ૨.

[Avestan] ([Pahlavi] गोस्थान) (જુઓ [Avestan] ક તથા [Avestan]) સમાસ ના. નર. ગાએ-બળદને રાખવાની જગા; તબેલો; an ox-stall; a place for cattle; [Avestan] ૨।૧ વં. ૧૫, ૩૦; [Avestan] ૭।૩ વં. ૧૫, ૨૯.

[Avestan] ([Avestan] ઉપરથી) સમાસ વિ. ગાએ—બળદના તબેલાને લગતો, ગાએ—

* In several cases, [Avestan] is changed to [Avestan] in compound forms.

* એ બાબે જુઓ મારૂં અવસ્તા વ્યાકરણ, સફો ૪૧ મો.

બળદના તબેલાને ભાડે રાખનાર; the owner or the keeper of the ox-stall; [Avestan] નર. ૧।૧ વં. ૧૫, ૩૦.

૧ [Avestan] = गा = ક) આવવું; to come; cl. 2 (Vedic); [Avestan] આજ્ઞા. પરસ્મૈ. ૨।૧ ઇજિ. ૨૮, ૮; ઇજિ. ૪૯, ૧.

ખ) જવું; to go; [Avestan] અ. ભુ. સંશ. પરસ્મૈ. ૩।૧; [Avestan] [Avestan] [Avestan] [Avestan] [Avestan] તે પોતે ખરેખર દરૂજની પેદાએશ તરફ ગએાએ (અસલ અર્થ 'જાએ') ઇજિ. ૪૬, ૬.

૨ [Avestan] = गा, गै = ગાવું, ગીત ગાવું, ગાયન કરવું; to sing, to chant, to hymn; જુઓ [Avestan], [Avestan]

[Avestan] વિશે જુઓ [Avestan] ક a bull, a cow.

[Avestan] જુઓ ધા. [Avestan] (દેવનું) ખાવું.

[Avestan] (= [Avestan] = गातु = ક) (જુઓ ૧ ધા. [Avestan]) સા. ના. નર. ક) જગો; place; [Avestan] ૧।૧ વં. ૩, ૧૫; [Avestan] [Avestan] (નજીસ—ખરડાએલી જગો) ૧।૧ વં. ૫,૫૯; [Avestan] [Avestan] = ક ૦।૦ = (કોઇપણ ચીજની) લાએક જગો (અસલ અર્થ); આતશ રાખવાની-જાળવવાની લાએક જગો; દાદગાહ (આતશની બાબદમાં); [Avestan] [Avestan] [Avestan] (લાએક જગા તરફ-માં; આતશની લાએક જગાએ: દાદગાહમાં) વં. ૮, ૮૧-૯૬; [Avestan] ૨।૧ વં. ૮, ૮; વં. ૯, ૩૩-૩૫; વં. ૧૫, ૪૩; વં. ૧૬, ૮-૧૦; સીરો. ૨, ૩૦; [Avestan] નાન્ય. ૨।૧ વં. ૫, ૫૫. ૫૬; વં. ૧૬, ૨; [Avestan] ૫।૧ ય. ૧, ૧૭; [Avestan] Wester. ([Avestan] કારાંત) ૬।૧ વં. ૧૯, ૩૬; ય. ૧, ૧; સીરો. ૧, ૩૦; [Avestan] ૭।૧ ય. ૧૩, ૫૩. ૫૫. ૫૭; હાદો. નુસ્ક. ૧૪ (ય. ૨૨, ૧૪); [Avestan] ૭।૧ ઇજિ. ૬૫, ૯; [Avestan] (Geld. [Avestan]) ૨।૩ વં. ૨, ૮. ૯. ૧૨. ૧૩. ૧૬. ૧૭; [Avestan] ૭।૩ વં. ૬, ૪૫; ય. ૧૫, ૫૩.

ખ) બેઠક, તખ્ત; a seat, a carpet, mat, &c., a throne; [Avestan] ૧।૧ વં. ૩, ૨૫; [Avestan] ૨।૧ વં. ૧૫, ૪૩; [Avestan] ૩।૧ વં. ૧૪, ૧૪; [Avestan] ૭।૧ ય. ૧૫, ૨; [Avestan] [Avestan] [Avestan] (તારી બેઠક ઉપરથી ઉઠ) (૫।૧ ને બદલે (ય. ૧૯, ૨; [Avestan] [Avestan] [Avestan] [Avestan] ....[Avestan] up rose Vohu-mano from his throne (બહમન અમશાસ્પંદ પોતાનાં તખ્ત ઉપરથી ઉઠ્યા) (૫।૧ ને બદલે) વં. ૧૯, ૩૧; [Avestan] [Avestan] વં. ૧૯, ૩૨; [Avestan] ૧।૩ ય. ૧૭, ૯; [Avestan] ([Avestan] ને બદલે) ૨।૩ ય. ૧૭, ૧૦. જુઓ [Avestan], [Avestan]

[Avestan] ([Avestan] = गाथा) (જુઓ ૨ ધા. [Avestan]) સા. ના. નારી. ક) પવિત્ર ગીત, કવિતારૂપી બખાણ, ગાથા; બધા મળીને પાંચ ગાથા છે; ૧ [Avestan] [Avestan] [Avestan] અહુનવદ ગાથા (ઇજિ. ૨૮-૩૪); ૨ [Avestan] [Avestan] ઓશ્તવદ ગાથા (ઇજિ. ૪૩-૪૬); ૩ [Avestan] [Avestan] સ્પેન્તોમદ ગાથા (ઇજિ. ૪૭-૫૦); ૪ [Avestan] [Avestan] વોહુક્ષત્ર ગાથા (ઇજિ. ૫૧); ૫ [Avestan] [Avestan] વહિશ્તોઇશ્ત ગાથા (ઇજિ. ૫૩). ગાથાઓને ગાઇને ભણવા ([Avestan]) ફરમાવેલા છે; "The Gâthâs (Sans. गाथा), five in number, are comparatively small collections of metrical compositions, containing short prayers, songs and hymns which generally express philosophical and abstract thoughts about metaphysical subjects. That they were sung is not to be doubted, their recital is always designated by a separate word:—*fraсrdvayéiti*" (Haug); [Avestan] ૨।૧ વીસ્પ. ૨, ૭; આફ્. ગાથા, ૩; [Avestan] ૬।૧ વં. ૧૯, ૩૮; વીસ્પ. ૧, ૫-૭; [Avestan] ૧।૩ ઇજિ. ૧૦, ૧૮; ઇજિ. ૫૫, ૨; [Avestan] ૨।૩ વં. ૧૮, ૯; ઇજિ. ૫૭, ૭; ઇજિ. ૭૧, ૬; આફ્. ગાથા, ૩; ગેહ ૧, ૬; [Avestan] ૨।૩ ઇજિ. ૯, ૧; Frag. 7, 2; હાદો. નુસ્ક, ૧૩ (= ય. ૨૨, ૧૩); [Avestan] ૪।૩ વં. ૧૯, ૩૮; ઇજિ. ૫૫, ૧; ઇજિ. ૭૧, ૧૧; આફ્. ગાથા, ૧; [Avestan] ૬।૩ વં. ૧૨, ૨. ૪. ૬. ૮. ૧૦. ૧૨. ૧૪. ૧૬. ૧૮. ૨૦; ઇજિ. ૧૯, ૫; ઇજિ. ૭૧, ૧; [Avestan] ૬।૩ ઇજિ. ૩, ૪; [Avestan] ૭।૩ વં. ૯, ૪૬; વં. ૧૦, ૨. ૩. ૭. ૧૧. ૧૫.

ખ) ગાથા ગાહામબારના પાંચ દાહાડાઓમાંનો કોઇપણ દાહાડો; અસ્પંદાદ મહીનો પુરો થવા પછીના પાંચ દાહાડા જે ઉપર જણાવેલા પાંચ ગાથાનાં

નામથી જણાએલા છે; any one of the five days of the Gâthâ Gâhâmbâr; also, the five days immediately following the month of Asfandâd. These days are named after the names of the said Gâthâ Gâhâmbârs. [Avestan] [Avestan] (= વહિશ્તોઇશ્ત ગાથાના દાહાડાનું) ૬|૧ આફ્રી. ગાહામ. ૧૨.

[Avestan] (જુઓ ૨ ધા. [Avestan]) સા. ના. નાન્ય. ગીત ગાવું, ગાથાનું ગાયન; singing, a song; chanting of the Gâthâs or sacred songs; જુઓ [Avestan] તથા નીચેનો બોલ.

[Avestan] (જુઓ ધા. [Avestan]) સમાસ વિ. ગાથાનાં ગાયનને અપવિત્ર કરતો-ખરાબ કરતો; desecrating the Gâthâs; treating the Gâthâs with irreverence; [Avestan] [Avestan] નર. ૬|૩ ય. ૧૩, ૧૦૫.

[Avestan] (જુઓ ૨ ધા. [Avestan]) વિ. ગાથાને લગતું; pertaining to the sacred hymns; Gâthic; [Avestan] [Avestan] [Avestan] [Avestan] = કામ્ નેમોઇ જંમ્ ([Avestan] [Avestan] [Avestan]) *ગાથાને લગતા સખુનો ભણતાં (હાદો. નુસ્ક, ૨૦); [Avestan] [Avestan] (=ગાથાને લગતા કલામથી, ઇઆને ગાથાના કલામની મારફતે) ૩|૧ ઇજ. ૧૦, ૧૯; ઇજ. ૬૫, ૧૪; વીસ્તા. ય. ૩૬; નીઆ. ૪, ૮.

[Avestan] (= [illegible] = [illegible]) (જુઓ ૧ ધા. [Avestan]) સા. ના. નર. પગલું, કદમ; [Avestan] ૩|૧ ય. ૧૦, ૫૨; [Avestan] ૨|૨ હાદો. નુસ્ક, ૧૫ (= ય. ૨૨, ૧૫); [Avestan] ૨|૩ વં. ૯, ૯. ૧૦. જુઓ નીચેનો બોલ.

[Avestan] (જુઓ [Avestan] ખ) સમાસ ના. નારી. પગલું લઈ જવું (અસલ.); કદમ ભરવું; moving a step; [Avestan] ૨|૧ વં. ૧૮, ૫૫. ૫૯.

[Avestan] (= गाथ) (જુઓ ૧ ધા. [Avestan]) સા. ના. નાન્ય. પગલું, કદમ; a step, pace; જુઓ [Avestan], [Avestan], [Avestan], [Avestan], [Avestan], [Avestan], [Avestan], [Avestan], [Avestan]

[Avestan] (= गाव्य) (જુઓ [Avestan] ક) વિ. ગાઓને લગતું, ગાઓનું; (milk) of cows; [Avestan] [Avestan] (અને ગાઓનાં દુધનું) નાન્ય. ૬|૩ વં. ૫, ૫૨.

[Avestan] ([Avestan] ક ઉપરથી) સા. ના. નાન્ય. ગાઓ ગોસ્પંદને રાખવાની જગા, ગાઓ—ઢોરનું થાન; a pen or enclosure for cattle; Pehl. [Pahlavi]; Comp. [Avestan] = [Pahlavi] = गोस्थान; [Avestan] ૨|૧ વં. ૨, ૨૫. ૩૩; વં. ૧૪, ૧૪.

[Avestan] = जि = જીવવું; to live; [Avestan] શક્યા. આત્મને. ૨|૧ વં. ૧૮, ૨૭. જુઓ [Avestan]

[Avestan] પોંહોચવું; to reach. Comp. [Avestan] गा to go.

[Avestan] = નજદીક-પાસે પોંહોચવું; to approach, to come near; [Avestan] વર્ત. આત્મને. ૧|૧ ઇજ. ૩૪, ૨.

૧ [Avestan] = गु = ખરડી લચડી નાખવું; ગુથી ખરાબ કરવું; to soil, to dirty, to void excrement; જુઓ [Avestan]

૨ [Avestan] = गु = આવાજ કાહાડવો, બરાડવું; ગાઓ ગોધાની પેઠે પોકારવું; to make a loud cry; to bellow (as a bull); જુઓ [Avestan]

[Avestan] = गुह् = સંતાડવું, બંચાવવું; to conceal, to hide; to shelter; cl. 6; [Avestan] શક્યા. આત્મને. ૩|૧ ય. ૪, ૪; [Avestan] અ. ભૂ. આત્મને. ૧|૧ (- augment નો છે) ય. ૧૭, ૫૫. ૫૬.

[Avestan] શોધી કાહાડવું, જાહેર કરવું; to discover, to find out; [Avestan] શક્યા. આત્મને. ૩|૩ ય. ૧૭, ૫૫.

[Avestan], [Avestan] (= [illegible]) સા. ના. ગુંદો, આટો, મેંદો; અનાજનું કણુસ અથવા કણુસલું (દારમે.); ground corn, flour; an ear of corn (Dar.); [Avestan] નર. ૧|૧ વં. ૩, ૩૨; [Avestan] નારી. ૪|૧ વં. ૩, ૩૨.

* વધારે ખોલાસા માટે જુઓ [Avestan] બોલ.

[illegible] વિ. ના. નર. રંઘા નદીની એક શાખાનું નામ, જેના કીનારા આગળ કેરશાસ્પે રામ ઈજદની બંદગી કીધી, કે તેના ભાઈ ઉર્વાક્ષયના કીનામાં તેનું ખુન કરનાર હિતાસ્પને મારવાને શક્તિવાન થાએ; an unknown affluent of the Rangha (the Tigris): "It is curious to see the legend of Kershâsp, the scene of which is laid in Seistan and Kabul, extending up to the River Tigris. The name of his brother may signify 'The King of Urva' (Av. [illegible] that is to say, 'The King of Mésené,' which would explain the presence of Kershâsp on the borders of the Raugha, *i. e.*, the River Tigris" (Dar.). [illegible] ૨/૧ ય. ૧૫, ૨૭.

[illegible] = गुप् = સંતાડવું, છુપાવવું, બંચાવવું; to hide, to conceal, to shelter; or, گفتن = to speak, to declare; કેહેવું, જાહેર કરવું, બોલવું. જુઓ નીચેનો બોલ.

[illegible] (જુઓ ધા. [illegible]) વિ. છુપું, ઉંડું, નહી જણાએલું, નજરે નહી પડતું; deep, not obvious (fr. गुप्); or, well-known, famous (fr. گفتن); બોલાએલું, વખણાએલું, પ્રખ્યાત. જાણવું જે આએ ઠેકાણે [illegible] પ્રત્યય ભૂત કૃદંત તરીકે વપરાએલો છે (જુઓ મારૂં અવસ્તા વ્યાકરણ, સફો ૨૬૫ મો); [illegible] [illegible]....[illegible] નર. ૨/૧ ય. ૧૦, ૨૫; [illegible] [illegible] (ઉંડા દરિયાના) નાન્ય. ૬/૧ ય. ૧૯, ૫૧; [illegible] ૧/૩ વં. ૧, ૨૦; [illegible] નારી. ૨/૩ ય. ૧૩, ૩૦; [illegible] [illegible] નર. ૮/૩ વં. ૨૧, ૧૩.

[illegible] = *[illegible] = نیوشیدن* = श्रुष् = સાંભળવું. કાન ધરવા, લક્ષ આપવું; to hear, to give ear; to attend to; cl. 6; [illegible] (do Thou hear) આજ્ઞા. આત્મને. ૨/૧ ઇજ. ૪૯, ૭; [illegible] (hear ye) ૨/૩ ઇજ. ૪૫, ૧; [illegible] અ. ભૂ. આત્મને. ૩/૧ ઇજ. ૨૯, ૮; [illegible] અનિયમિત (Root-aorist) આત્મને. ૩/૧ ઇજ. ૩૧, ૧૮. ૧૯; [illegible] પરત ૧૩, ૮૭. ૯૧. જુઓ [illegible], તથા [illegible]

[illegible] = સાંભળવાથી દૂર થવું (અસલ.); બેહેરૂં થવું; to be deprived of the sense of hearing, to become deaf; [illegible] ... [illegible] (Geld. [illegible]) પ્રેયો. વર્ત. પરસ્મૈ. ૩/૧ ય. ૧૦, ૪૮; ય. ૧૪, ૬૩.

[illegible] (જુઓ ધા. [illegible]) વિ. છુપું, ભેદ ભરેલું; secret, mysterious; [illegible] [illegible] secret sayings (ભેદ ભરેલા કલામો-શિખામણો) નર. ૨/૩ ઇજ. ૪૮, ૩.

[illegible] (= [illegible] = गूथ = گوه) (જુઓ ૧ ધા. [illegible]) સા. ના. નર. કાદવ, કચરો, ગુ, નજાસત; filth, refuse, excrement; જુઓ [illegible] તથા નીચેનો બોલ.

[illegible] (જુઓ ધા. [illegible]) સમાસ વિ. કાદવ-કચરામાં ચાલનાર-ફરનાર; moving about in filth or refuse (as a mouse); [illegible] [illegible] (કાદવ--કચરામાં ફરનારા ઉંદરોનું) નર. ૬/૩ વં. ૧૪, ૯.

[illegible] (જુઓ ધા. [illegible] તથા [illegible]) સમાસ વિ. દીનના કલામ સંભળાવતો-સંભળાવનાર, દીનના કલામ સમજાવનાર; (a man) causing the Holy Word to be heard (lit.); elucidating the tenets of religion; [illegible] નર. ૧/૧ ય. ૧૩, ૧૯.

[illegible] વિરો જુઓ ધા. [illegible] પકડવું.

[illegible] વિરો જુઓ ૧ [illegible] a woman.

[illegible], [illegible] વિરો જુઓ ધા. [illegible] गम् to go.

[illegible] (= गर्ज, गर्जा, गर्जन) (જુઓ ૧ ધા. [illegible]) સા. ના. નારી. રડવું, રડવાનો પોકાર; wailing, lamenting with audible cries; [illegible] ૨/૧ ય. ૧૭, ૫૭.

[illegible] (જુઓ ૧ ધા. [illegible]) સા. ના. નર. અરજ ગુજારનાર; a suppliant, an humble petitioner; [illegible] ૧/૧ ઇજ. ૫૦, ૯; suff.

* Pehl. [illegible], Per. نیوشیدن = Av. [illegible]

[Avestan] is the soft form of [Avestan] (denoting the agent). Mark [Avestan] (Yaç. 29, 1) in the verbal form.

૧ [Avestan] ([Avestan] = गुह) સા. ના. નર. ખાડો (દેવદરૂજ તથા નુકસાનકારક જાનવરોનો); a burrow, a hole underground (of Drujes and noxious creatures); [Avestan] (Geld. [Avestan]) ૫/૧ વં. ૩, ૭; [Avestan] (from [Avestan] + [Avestan]) ૬/૩ વં. ૩, ૧૦. ૨૨.

૨ [Avestan] (જુઓ ૨ ધા. [Avestan]) સા. ના. નર. ખુશી કરનાર; સમજનાર; પોકાર કરનાર (દારમે.); ખાડા-ગોફાવાળો (હારલે); one who gladdens; one who knows or perceives; one who cries out or screams (Dar.); full of burrows; cavernous (Har.); [Avestan] ૧/૧ ય. ૧૫, ૪૭.

[Avestan] (Wester. [Avestan]) સમાસ ના. નર. ખરફસ્તરના ખાડામાં થુકનાર; one who spits in the burrow (of noxious creatures); from [Avestan] = a burrow; [Avestan] = [Avestan] = spittle; [Avestan] ૧/૧ ય. ૧૫, ૪૭.

[Avestan] (અર્થ અચોકસ) નીચે મુજબ સમજાવી શકાએ:—ધા. [Avestan], [Avestan] = गद = ગળી જવું, ખાઈ જવું; to eat, to devour; [Avestan] = [Avestan] = મુકવું, રાખવું; to keep; [Avestan] = ઓરાક રાખનાર, ઓજરી; the organ of digestion; the stomach; ધા. [Avestan] = कर् = નુકસાન કરવું; to do harm; [Avestan] = ઓજરી-પાચન ઇન્દ્રિને નુકસાન કરનાર; doing harm to the stomach (lit.); Pehl. [Pahlavi]; જે શખ્સ મુવેલા કુતરા તથા મુવેલાં માણસનો નસો ખાએ તેથી જે પરિણામ નીપજે તે બીનામાં [Avestan] તથા [Avestan] એ બે બોલો આવેછે; [Avestan] = દિલ-હૃદયને નુકસાન કરનાર; doing harm to one's heart; ([Avestan], [Avestan] = हृदय the heart દિલ; his burrow (*i. e.*, his house) shall be dug out, his heart (*i. e.*, his life shall be torn out (Dar.); [Avestan] ૧/૧ વં. ૭, ૨૪.

[Avestan] (જુઓ ૧ [Avestan] તથા ધા. [Avestan]) સમાસ ના. નર. ખરફસ્તરના ખાડાઓને ખોદી કાહાડનાર-નારા કરનાર-પુરી નાખનાર; one who digs out (and then fills up) the burrows (of noxious creatures); [Avestan] ૧/૧ ય. ૧૫, ૪૭.

[Avestan] વિશે જુઓ ધા. [Avestan] to take hold of; પકડવું.

[Avestan] વિશે જુઓ [Avestan]

[Avestan] વિશે જુઓ [Avestan] गो a bull, a cow.

[Avestan] (= घोष) સા. ના. નર. આવાજ, પ્રસિદ્ધતા, કીર્તિ; sound, noise (lit.); fame, glory; rt. [Avestan] घुष् to make known; જાહેર કરવું; એજ પ્રમાણે 'જાહેર કરવું' અર્થવાળા ધાતુ ઉપરથી અંગ્રેજીમાં fame અને ફારસીમાં [Persian] (કીર્તિ) બોલો નીકળેલા છે; [Avestan] ૩/૧ ઇજ. ૫૧, ૩.

[Avestan] વિશે જુઓ [Avestan]

[Avestan] (= घोर) વિ. દુષ્ટ, ખરાબ, ભયંકર, ધિક્કાર ભરેલું; evil, bad, dreadful, hateful; જુઓ નીચેનો બોલ.

[Avestan] (જુઓ [Avestan]) સમાસ વિ. ખરાબ-ધિક્કાર ભરેલી ભેટ અર્પણ કરનાર; જેની ભેટ ધિક્કાર પામેલી; (an evil person) dedicating an unworthy offering; one whose oblations are hated; [Avestan] નર. ૬/૩ ય. ૧૦, ૧૧૩.

[Avestan]* = [Persian], [Persian], [Persian] = ઘુરવું, ચીડાઈ જવું, ગુસ્સામાં પોકારવું; to growl in rage; to be angry, or wrathful; [Avestan] (orig., [Avestan] + [Avestan]†) ભૂ. કૃ. વિ. નર. ૧/૧ ય. ૧૦, ૧૮. ૧૯. ૨૩. ૩૯. ૪૩; [Avestan] નર. ૬/૧ ય. ૧૦, ૬૯. ૭૦. ૧૨૭; used as an epithet of [Avestan];

* To grumble and to grunt are derived from the same root.

† Similarly [Avestan] + [Avestan] = [Avestan] vomited ઓકેલું; [Avestan] + [Avestan] = [Avestan] met together.

[Avestan]...[Avestan] (ગુસ્સે થએલા દુશ્મનનું) નર. ૬/૧ ય. ૧૪, ૧૫.

[Avestan] (= [Avestan] = [Avestan]) (જુઓ ધા. [Avestan]) સા. ના. નર. લાકડી, પતળો બામ્બુ, નેતર; a stick; a piece of thin bamboo; [Avestan] ૨/૧ વં. ૯, ૧૪; [Avestan] ૬/૧ વં. ૯, ૧૪.

[Avestan] વિ. ના. નર. પુરૂષનું નામ; name of a person; [Avestan] ૬/૧ ય. ૧૩, ૧૨૨.

[Avestan] = **घस्** = ખાવું, ગળી જવું, લઈ લેવું; to eat, to devour; to take away; જુઓ [Avestan]

[Avestan] (જુઓ ધા. [Avestan]) સા. ના. નર. બંદીખાનું, કેદ; a prison; captivity; [Avestan] (Wester. [Avestan]) ૭/૧ ય. ૧૫, ૫૨.

[Avestan] (= **ग्रीवा**) સા. ના. નર. ગરદન, ડોકી (અસલ.); સાંકડી જગો; neck (of mountains); a narrow place; [Avestan] [Avestan] (અરેજૂર પાહાડની સાંકડી જગામાં) ૭/૧ વં. ૩, ૭.

[Avestan] સા. ના. નર. ગાયન, ગીત; મથાલુ (મિલ્સ); મોહોડે ભણી જવું (દાર.); a song, hymn; heading (M.); recitation (D.); ધા. [Avestan] = **गॄ** = ગાવું, વખાણ કરવી; to sing, to hymn; સંસ્કૃતની માફક [Avestan] નું [Avestan] થઈ જાએછે તેમ [Avestan] નું [Avestan] થયું; [Avestan] ૨/૩ ઈજ. ૯, ૨૬.

[Avestan] (Geld. [Avestan]) (જુઓ ધા. [Avestan]) સા. ના. નર. પેહેલવી [Avestan] ઉપરથી લાંચ, રૂશવત, લુચાઈથી મેળવેલા પૈસા (દારમે.); રૂશવત લેનાર-ખોર (હારલે); કોઈ ચોકસ અધર્મી દુષ્ટ સરદાર બાબે ઈશારો હોએ એમ ગણીને એ બોલને રેવરંડ મિલ્સ વિશેષનામ લેછે; એને કાંઈક મળતો સંસ્કૃતમાં **मास** આવેછે; a bribe, bribery, ill-got money (Pehl. & Dar.); one who receives bribes (Har.); name of some impious and corrupt chieftain (Mills); [Avestan] ૧/૧ ઈજ. ૩૨, ૧૩. ૧૪; [Avestan] ૩/૧ ઈજ. ૩૨, ૧૨.

[Avestan]

[Avestan] (= **घ**) (જુઓ ધા. [Avestan]) વિ. મારતો, મારી નાખતો; smiting, murdering; used as the last member of a compound. Comp. Sans. **घ** (as in **जीवघ**); e. g. [Avestan]

[Avestan] (= **हन**) (જુઓ ધા. [Avestan]) વિ. મારતો, મારી નાખતો; smiting, killing; [Avestan] નર. ૬/૧ વીસ્તા. ય. ૫૦ (= ય. ૨૪, ૫૦).

[Avestan] Wester. વિશે જુઓ [Avestan]

[Avestan] = **हृ** = (નામ) લેવું, મનમાં યાદ કરવું; to call upon (one's name); to recall to the memory.

[Avestan] = (નામનું) મનમાં સ્મરણ કરવું, આરાધવું; to invoke; to address in prayer. [Avestan] [Avestan] [Avestan] (કોણનાં નામને આરાધશે) શક્યા. પરસ્મૈ. ૩/૧ ય. ૧૩, ૫૦. ૭૩.

[Avestan] (Wester. [Avestan]) વિ. ના. નર. ચોકસ જાતની ખરાબી કરનાર દેવનું નામ; name of a Daeva; [Avestan] (૨/૧ ને બદલે) ય. ૪, ૨; [Avestan] (૫/૧ ને બદલે) ય. ૪, ૩.

૧ [Avestan] (= [Avestan] = [Avestan] = Gr. Gamos) (જુઓ ધા. [Avestan]) સા. ના. નારી. બાઈડી, ઓરત; a woman, female; [Avestan] ૧/૧ ઈજ. ૪૬, ૧૦; [Avestan] ૧/૩ ઈજ. ૩૮, ૧; [Avestan] ૨/૩ વીસ્પ. ૨, ૭; ગેહ ૪, ૯; [Avestan] ૨/૩ ઈજ. ૨, ૬; ય. ૨, ૧૦; સીરો. ૨, ૭; ગેહ ૪, ૧૦; [Avestan] ૩/૩ ઈજ. ૩૮, ૧; [Avestan] ૬/૩ ઈજ. ૧૩, ૧; ય. ૨, ૫; ગેહ ૪, ૨; [Avestan] ૬/૩ ઈજ. ૧, ૬; ઈજ. ૩, ૮; જુઓ [Avestan]

૨ [Avestan] (જુઓ ધા. [Avestan]) સા. ના. નારી. મારવું, માર, ફટકો; smiting, a blow; [Avestan] ૨/૧ ય. ૧૦, ૭૧; [Avestan] Wester. ૬/૩ ય. ૧૦, ૨૭.

[Avestan] Geld. (૨ [Avestan] ઉપરથી) સા. ના. નારી. માર, ફટકો; smiting, a stroke, a blow; [Avestan] ૨/૩ ય. ૧૦, ૨૭; [Avestan] Wester. વીસ્તા. ય. ૨૯.

[Avestan] (Wester. [Avestan]) (ધા. [Avestan] ઉપરથી) ભૂ. કૃ. આવેલું; મુકામ કીધેલું; situated, permanently fixed; [Avestan] ... [Avestan] [Avestan] ...[Avestan] [Avestan] [Avestan] [Avestan] [Avestan]

= અમરાસ્પંદોની આપ્એ મિજલસ જે આપ્એ આસ્માનની ઉંચાઈએ આવેલી છે તેને (હમો યાદ કરીએ છિએ) ૨|૧ ગેહ ૨, ૮.

[illegible] ([illegible] = क्षर् નું નરમ રૂપ) = વેહેવું, તાજું બાહાર નીકળવું (દુધનું); દોહોવું; to flow; to draw milk from the udder of a female beast; [illegible] [illegible] [illegible] પુષ્કળ તથા તાજાં દોહોવારેલાં (દુધની ભેટો) થી પ્રયો. વર્ત. કૃ. ૫|૩ ય. ૧૫, ૨.

[illegible] = વેહેવું; ગરમ ગરમ નીકળવું-દોહોવું (દુધ); to flow; to draw milk from the udder of a female beast; [illegible] [illegible] (તુરતનાં દોહેલાં દુધનું) વિ. નાન્ય. ૬|૩ વં. ૫, ૫૨.

[illegible] = આગળ વેહેવું; to flow onward; [illegible] [illegible] [illegible] (Tishtrya) makes the sea flow (caus.) પ્રયો. વર્ત. પરસ્મૈ. ૩|૧ ય. ૮, ૩૧.

[illegible] વધારે વેહેવું, ઉભાઈ જવું; to overflow; [illegible] (પાણી ઉભાઈ જતું કરે-છે) પ્રયો. વર્ત. પરસ્મૈ. ૩|૧ વં. ૨૨, ૫. ૧૨. ૧૮; ય. ૮, ૩૧; [illegible] પ્રયો. વર્ત. કૃ. નારી. ૨|૧ વં. ૧૯, ૪૦; ય. ૫, ૧૩૨; ય. ૧૨, ૩. આપ્એ છેલ્લાં કૃદંતનાં રૂપમાં એ બોલનો અર્થ "તાજાં દોહોવારેલાં દુધનો (ખોરાક)" પણ થઈ શકે.

[illegible] (જુઓ ધા. [illegible]) Frequentative વર્ત. કૃ. પરસ્મૈ. નારી. વેહેયા કરતું (પાણી); continually flowing (as water); [illegible] ૧|૩ વં. ૫, ૧૯.

[illegible] (જુઓ ધા. [illegible]) સા. ના. નારી. (પાણીનું) વેહેવું, પ્રવાહ; a flow (of waters); [illegible] ૨|૧ ય. ૮, ૪૨.

[illegible] ([illegible]* ઉપરથી) = જોરથી વેહેવું; to run or flow fast.

[illegible] જોરથી આગળ વેહેવું; to run down or flow fast (as water); [illegible] પ્રયો. વર્ત. પરસ્મૈ. ૩|૧ ય. ૮, ૩૧.

[illegible] જોરથી વેહીને ઉભાઈ જવું; to run over (as water); to overflow; [illegible] ય. ૮, ૩૧.

૧ **[illegible]** ([illegible] = हन नुं टुंकुं રૂપ) વિ. મારતો, મારનાર; smiting, killing; used as the last member of a compound like [illegible] q. v., *e. g.*, [illegible], [illegible], [illegible], [illegible], [illegible],

૨ **[illegible]** (= घन) ક્રિ. અ. ઘણું (જેમકે સોઘણું ઇત્યાદિ); એ બોલ સંખ્યાવાચક વિશેષણની સાથે જોડાએલો આવેછે; a multiplicative suffix implying "fold, times;" *e. g.*, [illegible] [illegible], [illegible], [illegible], [illegible], [illegible], q. v.

[illegible] (જુઓ ધા. [illegible]) સા. ના. નર. ગર્ભ તોડી પાડવાની એક જાતની દવા; a sort of drug which kills the fruit in the womb; [illegible] ૨|૧ વં. ૧૫, ૧૪.

[illegible] = કરડવું, કોતરીને ખાવું; to gnaw, to nibble, to bite, to eat; અસલ રૂપ [illegible] = [illegible] ([illegible] છેડે આવ્યાથી) = [illegible] ([illegible] નો [illegible] થયાથી) [illegible] (છેડે [illegible] ઉમેરાયાથી).

[illegible] = ઘણું કરડવું, વધારે કોતરીને ખાવું; to nibble or to bite greatly; to eat; [illegible] [illegible] the Nasu, *i. e.*, the dead body eaten by (the birds); (જાનવરોથી) ખવાએલો નસો જૂ. કૃ. વિ. નારી. ૧|૧ વં. ૭, ૩૦. ૩૪; વં. ૮, ૩૬. ૬૮. Contrast [illegible] q. v.

[illegible] (જુઓ ધા. [illegible]) કૃદંત વિ. મારતો, મારી નાખતો; smiting; killing; જુઓ [illegible] smiting the Daevas.

[illegible] (જુઓ ધા. [illegible]) ક) વિ. નાશકારક; destructive, destroying; [illegible] નર. ૧|૧ વં. ૧૩, ૪૨.

ખ) સા. ના. નાન્ય. મારી નાખવું, નાશ; killing, destruction; જુઓ [illegible]

---

* [illegible] નો [illegible] છેડે આવીને [illegible] ઉમેરાયાથી [illegible] થયું.

[illegible] વિશે જુઓ ૧ ધા. [illegible] to keep awake.

[illegible] = જાગૃત થવું, ઉંઘમાંથી ખીદાર થવું; ધારવા-મેજે ધા. ૧ [illegible] નું વધારેલું રૂપ લાગેછે; [illegible] [illegible] Wester. a fast-going (lit. vigilant) horse (initial [illegible] = [illegible]); તેજ—સાવધ ઘેાડેા વીશ્તા. ય. ૨૯. *Otherwise*: a horse of the first quality (read [illegible]—Dar.)

[illegible] = (ઉંઘમાંથી) જાગૃત થવું; to wake up; [illegible] [illegible] [illegible] a man when waking up from sleep... (કોઈ શખ્સ ઉંઘમાંથી જાગૃત થઈને...) વર્ત. ફ્. આત્મને નર. ૧/૧ ય. ૨૧, ૧૩.

[illegible] વિશે જુઓ [illegible]

[illegible]

[illegible] (= च = च = Lat. Que) ઉભયા. અ. ક) અને, તથા એ અવ્યય છુટેા આવતેા નથી, પણ હમેશાં શબ્દને જોડાએલેા આવેછે; જેટલા બોલાને જોડવા હેાએ તે દરેક બોલને છેડે ઘણું-કરીને આવેછે; [illegible] ([illegible] Gâth.) is an inseparable copulative particle, and is always subjoined to the word to which it belongs. When two or more words are to be joined, it is, in most cases, affixed at the end of each word; *e. g.*, [illegible] [illegible] [illegible] [illegible] (પશુઓ, ભાર બરદાર જાનવરેા તથા માણસેા) વં. ૨, ૯; [illegible] [illegible] [illegible] [illegible] [illegible] [illegible] Vend. 1, 20.

Inflected words, when abridged or changed, assume before the particles [illegible] and [illegible] (etcetera) their full or original forms; *e. g.*, [illegible], but [illegible]; [illegible], but [illegible] [illegible], &c. કોઈ વખતે બે શબ્દોને જોડવાને માટે એકજ [illegible] આવેછે, પેહેલેા [illegible] નીકળી જાએછે; જેમકે [illegible] [illegible] યજ. ૯, ૧૦. વળી કોઈ વખતે [illegible] આવતેા નથી; sometimes [illegible] is dropped; *e. g.* [illegible] [illegible] [illegible] [illegible] [illegible] [illegible] [illegible] [illegible] [illegible] વં. ૭, ૨૭. વળી [illegible] (= અને) બે વાક્યોને ખી જોડેછે, અને તે દરેક વાક્યના બોલમાં આવેછે; [illegible] is also used to join sentences; *e. g.*, [illegible] [illegible] [illegible] [illegible] [illegible] [illegible] ગેહ ૪, ૧૦.

ખ) કેટલીએક વખતે એ અવ્યય ([illegible]) 'નિશ્ચય, ખચીતપણું' બતલાવાને માટે, જેમ ગુજરાતીમાં શબ્દને છેડે 'જ' આવેછે (જેમકે આમેજ, ચેાપડીજ ઇત્યાદિ) તેમ વપરાએલેા આવેછે; when [illegible] is affixed to a single word, it only gives emphasis to it; *e. g.*, [illegible] [illegible] of these two men, *he* (આ એ બે માણસેામાંનેા તેજ) વં. ૪, ૪૮; [illegible] [illegible] [illegible] on the *highest* places; સઉથી ઉંચી જગા ઉપરજ વં. ૬, ૪૫.

૨ [illegible] જે કોઈ; કોણ? કયું? શું? એ બેાલ ઉપરથી પ્રશ્નાર્થક તથા અનિયમિત સર્વનામની વિભક્તિનાં ચેાકસ રૂપેા નીકળેલાં છે; any one, whosoever (indef. pro.); who? which? what? (interro. pro.); used in very few forms for [illegible] and [illegible]; *e. g.*, [illegible] ૪/૧ ય. ૧૩, ૩; [illegible] ૬/૧ ઇજિ ૪૮, ૯; ઇજિ. ૫૦, ૧. વધારે ખેાલાસા માટે જુઓ માઇ અવસ્તા વ્યાકરણ, સફ્રેા ૧૫૦–૧૫૧.

[illegible] (= कति = Lat. Quot, Quoteni) (૨ [illegible] ઉપરથી) ક્રિ. અ. કેટલાં?; how many? '... [illegible] [illegible] [illegible] તે કોલ કેટલાં (છે)? વં. ૪, ૨; [illegible] [illegible] [illegible] = તે કામેા કેટલાં (છે)? વં. ૧૫, ૧.

[illegible], [illegible] (= [illegible], [illegible]) વિ. ના. નર. સરેાવરનું નામ, જેની નજદીક ઉભેા રહીને કેખસરૂ પાદશાહે બંદગી કરીને પેાતાના બાપ શી આવક્ષનાં ખુનના કીનામાં અફ્રાસીઆબને મારવાને મુરાદ માહી; The name of the lake in Adarbaijân, near which King Kaikhosru used to pray. It is the modern Lake Urumiah. One of the exploits ascribed to Kaikhosru is the destruction of a temple of idols, on the borders of the Lake Chaechista. It is the Bahmandezh of the Shâh-nâmeh. Firdusi through mistake writes [illegible] for [illegible]; [illegible] (of deep water) which is the epithet of [illegible] is the same as Urumiah ([illegible] + [illegible]) - [illegible] being the Semitic word for [illegible] (water). [illegible] ૨|૧ સીરિ. ૨, ૯; [illegible] ૬|૧ સીરિ. ૧, ૯; [illegible] ય. ૫, ૪૯; ય. ૯, ૧૮. ૨૧; ય. ૧૭, ૩૮. ૪૧; નીઆ. ૫, ૫.

[illegible] વિરો જુઓ ૨ ધા. [illegible] कन् to love

[illegible] સા. ના. નર. ગોફણ; a sling; [illegible] ૧|૩ યં. ૧, ૧૮. જુઓ નીચેનો બોલ.

[illegible] ([illegible] ઉપરથી) સા. ના. નર. નીશાન મારવાનું ચક્કર; એક જાતનું ચક્કરનાં જેવું ધુમાવીને દુશ્મન ઉપર ફેંકવાનું હથિયાર; a quoit; a heavy flat ring of iron; [illegible] ૬|૩ ય. ૧૦, ૧૩૦.

[illegible] (જુઓ ધા. [illegible]) પૂ. ફૃ. પરસ્મૈ. (એના ખોલાસા બાબે જુઓ માઇ અવસ્તા વ્યાકરણ, સફો ૨૬૧ મો); ચાહાનાર, પસંદ કરનાર; one who loves or regards with kindness; [illegible] ૪|૧ ય. ૧૩, ૨૪. ૪૦.

૧ [illegible] (= चक्र = [illegible]*) સા. ના. નાન્ય. ક) ગાડીનું પૈડું; a wheel; એ બોલનો ધાતુ બે રીતે કાહાડી શકાએ છે:-૧ [illegible] = चर् = જવું, ખિસવું; to go, to move; [illegible] + [illegible] = [illegible]; ૨ [illegible] = चर् = ચાલવું; to go, to walk; [illegible] + [illegible] = [illegible] ([illegible] ની આગમન ૭ આવ્યાથી); [illegible] ૨|૧ ય. ૧૯, ૪૩; [illegible] ૩|૧ ય. ૧૦, ૧૩૬.

ખ) સત્તા-હકુમતનું ચક્કર, દોર; the wheel of authority or sovereignty; [illegible] ૨|૧ ય. ૧૩, ૮૯; [illegible] ૩|૧ ય. ૧૦, ૬૭.

૨ [illegible] ([illegible], [illegible]) વિ. ના. નર. નીશાપુરની દક્ષિણે ખોરાસાનમાં આવેલું ચર્ખ નામનું શેહેર; name of the city in Khorassan to the south of Nishâpur. It has been identified with the modern [illegible]; [illegible] ૨|૧ વં. ૧, ૧૭. (જુઓ ખોદી.)

[illegible] વિરો જુઓ ધા. [illegible] to teach.

[illegible] (= [illegible]) = ખાહેશ રાખવી, પસંદ કરવું; આતુરતાથી શોધવું; to seek, to desire, to wish earnestly; [illegible] આજ્ઞા. પરસ્મૈ. ૧|૩ ઇજ઼િ. ૩૮, ૩. જુઓ નીચેના બે બોલો.

[illegible] ([illegible] ઉપરથી) વર્ત. કૃ. વિ. ખાહેશ રાખતો, આતુરતાથી શોધતો-ઇચ્છતો; wishing, seeking, desiring; અસલ રૂપ [illegible] છે, ગાથાને લીધે [illegible] થયું; [illegible] નર. ૧|૧ ઇજ઼િ. ૫૧, ૨૦.

[illegible] (જુઓ ધા. [illegible]) પૂ. ભૂ. પરસ્મૈ. (અસલ.); સા. ના. નર. ખાહેશ રાખનાર, આતુરતાથી શોધનાર; a seeker, one who desires. [illegible] ૧|૧ ઇજ઼િ. ૪૬, ૨.

[illegible] સા. ના. જાનવરની ખડી; ફાટેલી ખડી; the hoof of an animal, cloven hoof; જુઓ નીચેનો બોલ.

[illegible] (જુઓ ધા. [illegible]) સમાસ વિ. ખડી ઉપર ચાલનાર (જાનવર), ખડીવાળું (જાનવર); hoofed or cloven-hoofed (animals). [illegible] [illegible] [illegible] નારી. ૧|૧ ય. ૧૦, ૩૮; [illegible] ૨|૩ વીસ્પ. ૨, ૧; [illegible] ૨|૩ ઇજ઼િ. ૭૧, ૯; [illegible] ૬|૩ વીસ્પ. ૧, ૧; ય. ૧૩, ૭૪.

[illegible] વિ. હુશિયાર, ચાલાકી ભરેલું; જાણનાર (અસલ.); દીન-ચાશીદાર, દીન-આગાહ, ધર્મ સમજાવનાર; intelligent, discerning, ingenious; devoutly religious; rt. [illegible] = चक्ष् = [illegible] to taste; to discern; ચાખવું, જોવું, તપાસવું; [illegible] + [illegible] = [illegible] = intelligence, discernment; હુશિયારી, જ્ઞાન; [illegible] + [illegible] = [illegible]; -[illegible] [illegible] (ગાથા રૂપ) = intelligent, discerning; હુશિયારી—ચાલાકીવાળું (અસલ.); [illegible] નર. ૨|૧ ઇજ઼િ. ૪૪, ૫; [illegible] નર. ૪|૩ ઇજ઼િ. ૩૧, ૩.

* [illegible] માંનો [illegible] અને [illegible] અદલબદલ થયાથી [illegible] થયું.

[Avestan], [Avestan] Wester. (meaning unsettled); four (Dar.); two, both (Har.); ચાર (દારમે.); બે, બેહુ (હારલે); [Avestan] ય. ૧૪, ૯૪.

[Avestan] ([Avestan] ઉપરથી) વિ. ચાર, ચાર વખત; four, four times; [Avestan] ૩।૧ વં. ૧૯, ૨૨. જુઓ નીચે.

[Avestan] (જુઓ [Avestan] તથા ૧ ધા. [Avestan]) સમાસ વિ. ચાર બચ્ચાંને જન્મ આપનાર (જાનવર); (a beaver) that bears four young ones; [Avestan] ૬।૩ (નારી જાતીમાં જોઇએ) ય. ૫, ૧૨૯.

[Avestan] (= [Avestan] = चतुर = [Avestan] = Lat. Quatuor = Fr. Quatre = Four) કેવળ સંખ્યા. વિ. ચાર, ૪; four, 4; જુઓ નીચેના બોલો.

[Avestan] (જુઓ ૨ [Avestan]) સમાસ વિ. ચાર ખુણાંવાળું (અસલ.); ચોરસ; four-cornered (lit.); square; . . . [Avestan] ચાર ખુણાંવાળી બાલી સાથે) ૩।૧ ય. ૫, ૧૨૭; ય. ૧૭, ૧૦.

[Avestan] (જુઓ [Avestan] ખ) સમાસ વિ. ચાર ખુણાં—બાજુવાળું; (અસલ.); ચાર બાગળ—દરવાજાવાળું; અથવા ચાર રસ્તાવાળું (શેહેર); four-cornered (lit.); four-gated; or, having four high roads (as a city); [Avestan] નર. ૨।૧ વં. ૧, ૧૮.

[Avestan] (જુઓ [Avestan]) સમાસ વિ. ચાર આંખવાળો; four-eyed; [Avestan] . . . . [Avestan] a dog with four eyes, *i. e.*, a dog which has two specks above the eyes (ચાર આંખવાળો કુતરો, ઇઆને બે આંખ તથા કપાલની ઉપર બે ટીપકીવાળો કુતરો) નર. ૨।૧ વં. ૮, ૧૬-૧૯.

[Avestan] ([Avestan] = चतुर्दश = [Avestan] = Lat. Quartus-decimus) (જુઓ ૨ [Avestan]) ક્રમ સંખ્યા. વિ. ચૌદમું, ૧૪ મું; fourteenth, 14th; [Avestan] ના૦ય. ૨।૧ વં. ૧, ૧૮.

[Avestan] (= चतुर्दशन् = [Avestan] = Lat. Quatuor-decim) કેવળ સંખ્યા. વિ. ચૌદ, ૧૪; fourteen, 14. જુઓ [Avestan]

[Avestan] (જુઓ ૩ [Avestan]) સમાસ વિ. ચાર ધંધાવાળો; pertaining to four classes of men (viz., the priest, the warrior, the cultivator, and the artisan); [Avestan] . . . (અહુનવરનો) આએ કુલામ ચાર ધંધાવાળો ના૦ય. ૧।૧ ઇજ. ૧૯, ૧૬.

[Avestan] (જુઓ [Avestan]) સમાસ વિ. ચાર મહીનાનું—ને લગતું; (a woman with child) in the course of four months; [Avestan] ૨।૧ વં. ૫, ૪૫.

[Avestan] (જુઓ ધા. [Avestan] ૨) સમાસ વિ. ચાર ઘોડાવાળી (ગાડી); [Avestan] a chariot and four (ચાર ઘોડાની ગાડી) નર. ૨।૧ વં. ૭, ૪૧.

[Avestan] (જુઓ ૧ [Avestan]) સમાસ વિ. ચાર સરદારવાળું; [Avestan] Ragha or Rai which has four chiefs, viz., the house-chief, the village-chief, the town-chief and the country-chief (ચાર સરદારવાળું રએ શેહેર) નારી. ૧।૧ ઇજ. ૧૯, ૧૮.

[Avestan] (= चतुस्, चतुः) ([Avestan] ઉપરથી) ક્રિ. અ. ચાર વખત; four times; જુઓ [Avestan]

[Avestan] (જુઓ [Avestan] તથા [Avestan]) સમાસ વિ. ચાર વખત ભણવાનો (કલામ); (holy words) that are to be recited four times; [Avestan] નર. ૧।૩ વં. ૯, ૪૬; વં. ૧૦, ૨. ૭. ૧૧. ૧૫.

[Avestan] ([Avestan] ઉપરથી) સા. ના. ચાર બાજુ—તરફ; four sides; [Avestan] ચાર બાજુઓમાંની દરેક (બાજુએ) ૬।૩ વં. ૨, ૨૫. ૩૩; વં. ૬, ૩૧. ૩૭; વં. ૭, ૨૯. ૩૦. ૩૧. ૩૩. ૩૪; વં. ૯, ૨.

[Avestan] ([Avestan] ઉપરથી) વિ. ચોથા હિ-

સો, એક ચતુર્થાંશ, ¼; one-fourth; ¼; [illegible] ૨|૧ વં. ૬, ૩૨; વં. ૧૬, ૨; ઇજિ. ૧૯, ૭.

[illegible] (= चत्वारस्) કેવળ સંખ્યા. વિ. ચાર, ૪; four, 4; [illegible] ૧|૩ વં. ૬, ૪૩; વં. ૧૬, ૮; વં. ૧૮, ૧૧. ૩૧. ૪૩; ઇજિ. ૫૭, ૨૭; ય. ૧૦, ૧૨૫; ય. ૧૯, ૩; [illegible] ૧|૩ ય. ૧૯, ૭. [illegible] ૨|૩ વં. ૯, ૬. ૭. ૯. ૨૯; વં. ૧૧, ૧૧. ૧૪. ૧૭; વં. ૧૮, ૪૩. ૪૯; ય. ૫, ૧૨૦; [illegible] [illegible] four hundred (ચાર સો) ૨|૩ વં. ૬, ૨૧; વં. ૮, ૨૩. ૮૪. ૧૦૫. ૧૦૭. જુઓ નીચેના બોલ.

[illegible] (જુઓ [illegible]) વિ. ચાર પગવાળું; four-footed; [illegible] [illegible] (ચાર પગવાળું વરૂ) નર. ૧|૩ વં. ૧૮, ૩૮. ૪૪. ૫૦.

[illegible] (જુઓ [illegible]) સમાસ વિ. ચાર પગે ઉભું રેહેનાર, ચાર પગવાળું; an animal standing on four legs; four-legged; [illegible] નારી. ૧|૧ વં. ૧૫, ૧૯; [illegible] નારી. ૧|૧ વં. ૧૫, ૧૯; [illegible] ૨|૧ ય. ૫, ૧૩૧.

[illegible] (= चत्वारिंशत्) કેવળ સંખ્યા. વિ. ચાલીસ, ૪૦; forty, 40; [illegible] ૧|૩ ય. ૧૯, ૭; [illegible] ૨|૩ વં. ૨, ૪૧; વં. ૮, ૯૩; વં. ૧૨, ૧૩; ઇજિ. ૬૫, ૪; ય. ૫, ૧૦૧; [illegible] ૪૫ (દાહાડા ગુજરવા પછી) આફ્રં. ગાહામ. ૭. જુઓ નીચે.

[illegible] ([illegible] ઉપરથી) વિ. ચાલીસ ઘણું; forty times; [illegible] ૧|૧ ય. ૧૦, ૧૧૬.

[illegible] વિ. ના. નર. નામાંકિત દસ્તુર—ધર્મગુરૂનું નામ; the spiritual chief of the Karshvare Vouru-jareshti; [illegible] ([illegible] Wester.) ૬|૧ ય. ૧૩, ૧૨૨. (જુઓ માદી.)

[illegible] વિ. ના. નર. પુરૂષનું નામ; name of an illustrious personage; also the name of a bird (*vide* [illegible]); [illegible] ૬|૧ ય. ૧૩, ૧૦૯.

[illegible] (જુઓ ૧ ધા. [illegible]) સા. ના. નાન્ય. ધ્યાન, ચિત્ત; વળી [illegible] = चि = ગોઠવવું, એકઠું કરવું ઉપરથી [illegible] ની મતલબે 'મનની શાન્તિ, એક ઠેકાણે દિલ રાખવું' અર્થ થઈ શકે; attention; *or*:—peace or composure of mind (rt. [illegible] = चि to collect, to compose). Comp. Per. [illegible]; [illegible] ૨|૧ ઇજિ. ૪૫, ૫.

[illegible] વિશે જુઓ ૩ [illegible] which? who?

[illegible] = चर् = [illegible] = Lat. *Col*-ere=ક) ચાલવું, ફરવું, જવું, ચરવું; to walk, to go; to pass; cl. 1; [illegible] વર્ત. પરસ્મૈ. ૩|૨ વં. ૧૩, ૪૯; [illegible] આજ્ઞા. પરસ્મૈ. ૨|૧ (યુસ્તી તથા દારમે.) ઇજિ. ૧૦, ૧૪; [illegible] અ. ભૂ. સંરા. પરસ્મૈ. ૩|૧ ઇજિ. ૯, ૨૪. જુઓ [illegible], [illegible]

૫) જીંદગી ગુજારવી; to proceed, to pass one's life; [illegible] આજ્ઞા. પરસ્મૈ. ૧|૧ ઇજિ. ૪૪, ૧૭;

ગ) अति-चर् = નાફરમાંની કરવી, કંટાળો આપવો; ધસારો કરવો, હુમલો કરવો (હારલ તથા મિલ્સ); to disobey; to trouble, to harass; to hasten to (Mills); to attack (Har.); [illegible] વર્ત. પરસ્મૈ. ૩|૨ ઇજિ. ૫૧, ૧૨.

[illegible] = अन्तर्-चर् = વચમાં જવું, દાખલ થવું (અસલ.); પાથરવું, ફેલાવો કરવો; to go into; to enter (lit.); to diffuse, to promote; [illegible] વર્ત. પરસ્મૈ. ૩|૧ ઇજિ. ૫૧, ૧.

[illegible] = आ-चर् = જવું; આવવું; to go; to come; [illegible] વર્ત. પરસ્મૈ. ૩|૧ ય. ૮, ૮. ૪૬; ય. ૧૦, ૧૧૨. ૧૩૭.

[illegible] = આવવું; to come; [illegible] (the hands) of those who come... આવનારાઓના (હાથ) વર્ત. કૃ. પરસ્મૈ. નર. ૬|૩ ઇજિ. ૬૬, ૮; નીઆ. ૫, ૧૪.

[illegible] = प्र-चर् = આગળ જવું (અસલ.); જીંદગી ગુજારવી; to proceed; to walk, to pass one's life; [illegible] વર્ત. આત્મને. ૨|૩ (તમો આગળ માર્ગ લેઓછો) ય. ૧૩, ૩૪; [illegible] વર્ત. પરસ્મૈ. ૩|૧ ય. ૧૮, ૩, ૪; [illegible]

[illegible] સંશ. ઈજી. ૫૭, ૨૪; [illegible] આ-ત્મને. ૫. ૧૦, ૧૧૨; [illegible] શક્યા. આત્મને. ૩/૨ ઈજી. ૯, ૫; [illegible] શક્યા. આત્મને. ૩/૧ ૫. ૧૩, ૧૦૭; [illegible] આજ્ઞા. આત્મને. ૧/૧ ઈજી. ૯, ૧૭; [illegible] અ. ભૂ. આ-ત્મને. ૩/૩ વં. ૨, ૧૧. ૧૫. ૧૯.

ખ) (માર્ગ) ખુલ્લા-મોકળો કરવો; to clear or open (the way); [illegible] . . . [illegible] અ. ભૂ. પરસ્મૈ. ૩/૧ ઈજી. ૪૬, ૪.

[illegible] = वि-चर् = ક) ફરવું હરવું; જીંદગી ગુ-જારવી; to move about; to come and go through; to pass one's life; [illegible] વર્ત. પરસ્મૈ. ૩/૩ ૫. ૫, ૮૯; ૫. ૧૩, ૪૯; [illegible] આજ્ઞા. પરસ્મૈ. ૩/૩ ૫. ૧૩, ૧૧૯. જુઓ [illegible], [illegible]

[illegible] = सम्-चर् = દાખલ થવું, અંદર જવું; to walk inside, to enter; [illegible] આ-જ્ઞા. આત્મને. ૨/૧ ૫. ૧૭, ૬૦.

[illegible] (= चरण) (જુઓ. ધા. [illegible] ક) સા. ના. નાન્ય. ચલાવવાનું સાધન-હથિયાર; the means or instrument of setting in motion; જુઓ [illegible], [illegible]

[illegible] (= [illegible]) (જુઓ ધા. [illegible]) સા. ના. નારી. ક) કુમારી, છોકરી; a maiden, a virgin; [illegible] ૧/૧ વં. ૩, ૨૪; [illegible] (' કારાંત) ૧/૧ હાદો. નુસ્ક. ૧૦. [illegible] (કુ-મારી છોકરીઓમાંની) ૬/૩ હાદો. નુસ્ક. ૧૦ (= ૫. ૨૨, ૧૦). જુઓ નીચેનો બોલ.

ખ) ઓરત; a woman; [illegible] [illegible] (for [illegible]) women on the point of giving birth to... (nom. plu.) Yt. 5, 87.

[illegible] (= [illegible]) ([illegible] ઉપરથી) સા. ના. નારી. ચરખા ઉપર સુતર કાંતનારી કુમારી છોકરી; a spinster, a maid; [illegible] ૧/૧ વં. ૫, ૬૦. ૬૧.

[illegible], [illegible] (જુઓ ધા. [illegible] ક) સા. ના. નર. ખેતર; a field. Comp. Per. زار (in کشت زار, فلعزار); [illegible] ૨/૧ ઈજી. ૧૦, ૪. જુઓ [illegible] a corn-field.

[illegible] (જુઓ ૧ ધા. [illegible]) સા. ના. નાન્ય. જે કાંઈ કરવાનું તે; ખરી ફરજ; ધાતુ બેવડો થઇને [illegible] પ્રત્યય લાગો; that which a person is bound to do; duty. [illegible] ૨/૩ ઈજી. ૨૯, ૮.

[illegible] (જુઓ ધા. [illegible] ક) સા. ના. નારી. મા-ર્ગ, રસ્તો; જહડપવાળી દોડ; way, rapid course, race; [illegible] ૨/૧ ૫. ૧૯, ૭૭. જુઓ [illegible]

[illegible] (જુઓ ધા. [illegible] ક) સા. ના. નર. ચા-લનાર, જનાર; જુઓ [illegible]

[illegible] (જુઓ ધા. [illegible] ક) સા. ના. નર. ઘોડાની શરતનો રસ્તો; ઘોડો દોડી શકે એટલી જગા; ભ-રતનું ચોક્સ માપ; riding ground; a running place for horses; a sort of measure of length; Pehl. [illegible]; Per. [illegible], [illegible] જુઓ નીચેનો બોલ.

[illegible] (જુઓ [illegible]) સમાસ વિ. ' ચરેતુ ' જેટલું લાંબું; ઘોડો દોડી શકે એ-ટલું લાંબું; long as a riding-ground. Pehl. [illegible]; [illegible] ૨/૧ વં. ૨, ૨૫. ૩૩.

[illegible] (= चर्मन् = [illegible]) સા. ના. નારી. ચામડું; the skin; hide, [illegible] ૨/૩ ૫. ૫, ૧૨૯.

૧ [illegible] = [illegible], [illegible] = ક) ચાખવું, ચાશની કરવી, ખાવું; to taste; to eat; જુઓ [illegible], [illegible]

ખ) દીનનો એલમ ચાખવો (અસલ.); દીન-નો એલમ શિખવો-હાંસેલ કરવો; to acquire spiritual knowledge or religious lore; જુઓ [illegible], [illegible]

૨ [illegible] = चष् = જોવું, તપાસવું, નેગાહ કરવી; to see, to examine, to look into; જુઓ [illegible] the eye; આંખ.

[illegible] (જુઓ ૧ ધા. [illegible]) સા. ના. નાન્ય. ચાખવું, શિખવું; tasting; learning; જુઓ [illegible]

[Avestan] (જુઓ ૧ ધા. [Avestan] ખ) સા. ના. નર. દીનનો ઍલમ શિખનાર-હાંસિલ કરનાર; દીનનો ઍલમ શિખવનાર (સ્પી., હારલે તથા દાર); one who acquires religious lore ; a relgious teacher or doctor (Sp., Har. & Dar.); [Avestan] ૨|૩ ઇજ. ૧૩, ૩.

[Avestan] (= [Avestan] = चक्षन्, चक्षुस् = [Avestan]) (જુઓ ૨ ધા. [Avestan]) સા. ના. નાન્ય. આંખ; the eye; [Avestan] ૫|૧ વં. ૩, ૧૪; વં. ૭, ૨૪; વં. ૬, ૪૦; [Avestan] ૭|૧ ઇજ. ૩૧, ૮; ઇજ. ૪૫, ૮; [Avestan] ૬|૨ ય. ૧૦, ૨૩; [Avestan] ([Avestan]—ને બદલે) ૨|૩ ઇજ. ૫૦, ૧૦; [Avestan] ([Avestan] કારાંત) (૩|૨ ને બદલે) ઇજ. ૩૧, ૧૩. જુઓ [Avestan], [Avestan], [Avestan], [Avestan]

[Avestan] વિ. ના. નર. પેગમબર જરતોશતના બપાવાના બપાવા હએચત્-અસ્પના બાપનું નામ; name of the father of Haechat-aspa, the great, great grandfather of Zoroaster. [Avestan] ૬|૧ ય. ૧૩, ૧૧૪. (જુઓ મોદી)

[Avestan] વિશે જુઓ ૨ ધા. [Avestan] कन् to love.

[Avestan] વિશે જુઓ ૧ ધા. [Avestan] कर् to do.

[Avestan] (= [Avestan]) (જુઓ [Avestan]) વિ. કુવાને લગતું, કુવાનું; of a well; well [Avestan] [Avestan] of well-water (કુવાનાં પાણીનું) નારી. ૬|૧ વં. ૬, ૩૩.

[Avestan] (= [Avestan] = [Avestan]) (જુઓ ૧ ધા. [Avestan]) સા. ના. કુવો; a well; [Avestan] into a well (કુવામાં). ૭|૧ વં. ૧૩, ૩૮; વં. ૧૫, ૬.

૧ [Avestan] = [Avestan] = चि = [Avestan] = ક) એકઠું કરવું; ચુંટી કાહાડવું; to gather, to collect, to cull.

ખ) શોધવું, ખાહેશ રાખવી, ઇચ્છવું; to seek, to desire, to wish; જુઓ [Avestan], [Avestan]

ગ) ગોઠવવું, સ્થાપવું, અંદર જડવું; to arrange, to establish, to set; [Avestan] અ. ભૂ. પરસ્મૈ. ૯ મો વર્ગ ૨|૧ ઇજ. ૪૪, ૬.

[Avestan] (Wester. [Avestan]) = બનાવવું; વધારવું, ઉધારવું; ખીલવવું; to form, to nourish, to develop; [Avestan] અ. ભૂ. પરસ્મૈ. ૧|૧ ય. ૧૩, ૧૧; [Avestan] ૩|૧ ય. ૧૩, ૨૮; [Avestan] ૩|૩ ય. ૧૩, ૨૨.

[Avestan] = (પાણી) બરાબર એકઠું કરવું; સારી પેઠે વેહેતું કરવું; to collect sufficiently; to make (the water) flow; [Avestan] [Avestan] આજ્ઞા. પરસ્મૈ. ૨|૧ વં. ૨, ૨૬; [Avestan] અ. ભૂ. પરસ્મૈ. ૩|૧ વં. ૨, ૩૪.

[Avestan] = [Avestan] = ક) પસંદ કરવું, પારખવું; to choose, to discern; [Avestan] you discern; (તમો પા: ઓછો-પિછાનોછો) વર્ત. પરસ્મૈ. ૨|૩ ઇજ. ૪૬, ૧૫. [Avestan] અ. ભૂ. પરસ્મૈ. ૫ મો વર્ગ ૩|૧ ઇજ. ૪૬, ૧૭; [Avestan] (પસંદ કરી શકે) શક્યા. આત્મને. ૩|૧ વં. ૧૯, ૨. ૧૧; [Avestan] સામાન્ય રૂપ (infinitively) ઇજ. ૪૯, ૬; જુઓ [Avestan] ખ

ખ) સં. विनिस्-चि = ચુકાદો કરવો, ઠેરાવ કરવો; to decide; જુઓ [Avestan] ક (decision).

૨ [Avestan] = चि = તોજેશ કરવી; શિક્ષા કરવી; to atone for; to punish; [Avestan] અ. ભૂ. પરસ્મૈ. ૩ જો વર્ગ. ૩|૩ વં. ૧૫, ૧૨. ૨૨. ૨૫. ૨૮. ૩૧. ૩૪. ૩૭. ૪૦; [Avestan] ૩|૧ વં. ૧૩, ૧૦. ૧૧. ૩૧. જુઓ [Avestan], [Avestan], ૨ [Avestan]

[Avestan] = તોજેશ કરવી; (કાંઈ ગુનાહને માટે તેનો) બદલો આપવો; to atone for, to make amends; [Avestan] . . . . [Avestan] (વ્યાકરણ, ઉપરની માફક) વં. ૧૩, ૧૦. ૧૧.

[Avestan] = તોજેશ કરવી; (કાંઈ ગુનાહને માટે તેનો) બદલો આપવો; to atone for; to make amends; [Avestan] . . . [Avestan] (વ્યાકરણ, ઉપરની માફક) વં. ૭, ૩૮; વં. ૧૩, ૩૧; વં. ૧૫, ૧૬; વીશતા. ય. ૪૪ (= ય. ૨૪, ૪૪).

૩ [Avestan] ([Avestan] નું બીજું રૂપ; જુઓ [Avestan]) ક) પ્રશ્ના. સર્વ. કોણ? શું? *interrogative pronoun* :— who? what? which?

ખ) અનિ. સર્વ. કોઈ, જે કોઈ, જે કાંઈ; *indef. pro.*, any one, some one, whoever, whatever; [Avestan] (કોણ) નર. ૧|૧ વં. ૯, ૫૧; વં. ૧૮, ૧૧; [Avestan] [Avestan] (નહી કોઈ) વં. ૩, ૧૪; [Avestan]

[Avestan] [Avestan] [Avestan] તેને માટે શું તોલેશ છે) વં. ૧૮, ૩૬. ૪૨. ૪૯. ૫૬; [Avestan] ૧/૧ વં. ૫, ૫૦; ઇજ. ૪૩, ૭; ૫. ૧૪, ૩૪; Frag. 8, 1; [Avestan] ૧/૧ ઇજ. ૯, ૨૮; [Avestan] ૧/૧ ઇજ. ૪૩, ૧૬; [Avestan] (શું) નાન્ય. ૧/૧ ઇજ. ૯, ૩. ૬. ૯. ૧૨; ઇજ. ૧૯, ૧; [Avestan] ૨/૧ વં. ૧૯, ૪૪; ૫. ૧૦, ૭૧; [Avestan] ૨/૧ ઇજ. ૨૦, ૪; ઇજ. ૨૧, ૨; ઇજ. ૬૨, ૮; [Avestan] (Wester.), [Avestan] (Geld.) wherefore? why? (શાથી, શામાટે) નારી. ૫/૧ ઇજ. ૪૪, ૧૨; [Avestan] ૧/૩ વં. ૨, ૩૯; વં. ૮, ૧૨; [Avestan] (જે કાંઈ) નાન્ય. ૨/૩ ઇજ. ૪૭, ૫; [Avestan] (Lat. quicunque) વં. ૩, ૪૧; જુઓ [Avestan], [Avestan], [Avestan], [Avestan]

[Avestan]
[Avestan] } એ બોલો વિશે જુઓ ૧ ધા. [Avestan] चित् to think, to know.

[Avestan]* (જુઓ ૧ ધા. [Avestan] ૫) સનન્ત વર્ત. કૃ. રાજી રાખવાને ઇચ્છતો; desiring to please or conciliate (desider. pres. partic.); [Avestan] નર. ૧/૧ ઇજ. ૩૨, ૮; ઇજ. ૪૩, ૧૫; ઇજ. ૪૫, ૯.

[Avestan] (for [Avestan]) desider. pres. Paras. I sing.; I seek to please or conciliate (fr. [Avestan] = to please) હું રાજી રાખવાને ઇચ્છું છું; *or*, I seek to reclaim (fr. [Avestan] = to sharpen) હું સુધારવાને ઇચ્છું છું; [Avestan] [Avestan] નો અર્થ "બદરીતિના માણસોને સુધારવાને હું ઇચ્છું છું" થઈ શકે.

૧ [Avestan] = चित् = વિચારવું, વાકેફ થવું, જાણવું; ગણવું; to think; to be informed, to know, to regard; [Avestan] (= [Avestan] + [Avestan] + [Avestan] + [Avestan]) વર્ત. પરસ્મૈ. ૭ મો વર્ગ ૩/૧ ઇજ. ૧૯, ૧૩; [Avestan] વર્ત. સંશ. આત્મને. ૩/૧ ઇજ. ૩૩, ૨; [Avestan] (હમો ગણીએ છિયે) વર્ત. સંશ. આત્મને. ૭ મો વર્ગ ૧/૩ વીસ્પ. ૧૨, ૪; [Avestan] અ. ભૂ. આત્મને. ૩/૧ ઇજ. ૫૧, ૫; [Avestan] અ. ભૂ. સંશ. પરસ્મૈ. ૩/૧ ઇજ. ૪૬, ૯; [Avestan] પૂ. ભૂ. પરસ્મૈ. ૩/૩ ઇજ. ૩૨, ૧૧; [Avestan] *[Avestan] ઇજ. ૪૩, ૨; [Avestan] પૂ. ભૂ. પરસ્મૈ. નર. ૧/૧ વં. ૧૮, ૬૭. ૬૯; [Avestan] (ઉપર પ્રમાણે વ્યાકરણ) વં. ૧૮, ૬૮. ૭૫. જુઓ [Avestan], [Avestan]

[Avestan] = જાણવું, વાકેફ થવું; to know, to be informed; [Avestan] પૂ. ભૂ. કૃ. પરસ્મૈ. નારીજાતી ૨/૧ વં. ૧૮, ૬૭. ૬૯; originally, [Avestan] + [Avestan] + [Avestan] = [Avestan]; fem. base [Avestan] (*vide* my Av. grammar, § 185).

[Avestan] જાણવું, ગણવું; વાકેફ થવું; to know, to regard; to be informed; [Avestan] અનિ. કાળ (= aorist) આત્મને. ૩/૧ ઇજ. ૫૧, ૧૧.

[Avestan] કબૂલ કરવું, ગણવું, વિચારવું; બોધ આપવો; to acknowledge, to regard, to think; to teach; [Avestan] વર્ત. ૭ મો વર્ગ પરસ્મૈ. ૩/૧ ઇજ. ૧૯, ૧૨; [Avestan] ..... [Avestan] ઇજ. ૧૯, ૧૩; ઇજ. ૨૦, ૧.

[Avestan] = જણાવવું; જાણ પાડવું; કાએદા તરફે ફેરવવું (મિલ્સ); to make known; to ascribe; to rule (M.); [Avestan] અ. ભૂ. પરસ્મૈ. ૭ મો વર્ગ ૩/૧; અસલ રૂપ [Avestan] + [Avestan] = [Avestan] = † [Avestan] ([Avestan] નીકળી ગયાથી) ઇજ. ૩૨, ૫.

૨ [Avestan] (= Lat. que = चित्) (૩ [Avestan] ઉપરથી) અવ્યય. ઇત્યાદિ, વગેરે; ગાથામાં [Avestan] આવેછે; [Avestan] ની માફક હમેશાં શબ્દને છેડે જોડાએલો આવેછે; બરાબર રીતે જોતાં એ અવ્યય [Avestan] તથા [Avestan] ની મીસાલે [Avestan] (કાંઈ, કોઈ) નું નાન્યતર પેહેલી, બીજી વિભક્તિનું એક વચનનું રૂપ છે; [Avestan], [Avestan] (Gâth.) = et cetera; like [Avestan], it is always affixed at the end of a word and gives an indefinite signification. Inflec-ed words, when abridged or changed

* જુઓ મારું અવસ્તા વ્યાકરણ, સફો ૨૫૭ મો.

* હું તારો બહેર દેખાવ દે (સ્પીગલ. તથા હારલે); તારા જાણવા (ડારમેસ્તેતે.) તારી ખાસિયત જાહેર કર (મિલ્સ).

† એજ પ્રમાણે ધા. [Avestan] (હોવું) નું અ. ભૂ. પરસ્મૈ. ૩/૧ નું રૂપ [Avestan] આવેછે; છેડેનો [Avestan] નીકળી ગયો.

assume, before the particles [Avestan] and [Avestan], their full or original forms; *e. g.*, [Avestan], but [Avestan], &c.; [Avestan] (શિયાળાની ઠંડી ઇ-ત્યાદિ) વં. ૧, ૪; [Avestan] (દવા ઇત્યાદિ) વં. ૭, ૩૮. ૪૦; વળી કોઈ વખતે એકજ બોલમાં [Avestan] અને [Avestan] બેહુ સાથે જોડાએલા આવેછે; જેમકે [Avestan] (અને કોઈબી) યજ. ૬૫, ૪.

[Avestan] (જુઓ ૨ ધા. [Avestan]) સા. ના. નારી. શિક્ષા; punishment; penalty; [Avestan] ૧|૧ વં. ૩, ૨૧; વં. ૫, ૨૬; વં. ૮, ૧૦૭; વં. ૯, ૫૦; વં. ૧૪, ૧૮. [Avestan] what is the penalty for it? (તેને માટે શું શિક્ષા છે?) — એ વાક્ય વંદીદાદમાં શિક્ષાની બાબદમાં વારંઘડી-એ વપરાએલા આવેછે; જેમકે વં. ૩, ૩૬. ૩૭. ૩૮; વં. ૪, ૧૧–૧૬. ૨૦–૨૨. ૨૪–૨૬. ૨૮–૩૦. ૩૨-૩૪. ૩૬–૪૨. ૫૫; વં. ૫, ૨. ૫. ૪૩; વં. ૬, ૪. ૮. ૧૦. ૧૨. ૧૪. ૧૬. ૧૮. ૨૦. ૨૨. ૨૪. ૪૭; વં. ૭, ૭૨; વં. ૮, ૨૩–૨૭. ૧૦૪. ૧૦૬; વં. ૯, ૪૯; વં. ૧૩, ૪. ૧૨-૧૫. ૨૪-૨૭; વં. ૧૪, ૧; વં. ૧૫, ૫૦; વં. ૧૬, ૧૩. ૧૪. ૧૬; [Avestan] ૨|૧ વં. ૩, ૪૨; વં. ૫, ૧૪; વં. ૭, ૭૧; વં. ૮, ૧૦૪. ૧૦૬; [Avestan] ૩|૧ વં. ૭, ૩૮; વં. ૧૩, ૧૦. ૧૧. ૩૧. ૩૪; વં. ૧૫, ૧૨. ૨૨. ૨૫. ૨૮. ૩૧. ૩૪. ૩૭. ૪૦; વીશ્તા. ય. ૪૪ (= ય. ૨૪, ૪૪); [Avestan] ૨|૩ વં. ૫, ૨૬; [Avestan] ૬|૩ વં. ૪, ૫–૧૦.

[Avestan] (જુઓ ૨ ધા. [Avestan]) સા. ના. નારી. શિક્ષા, તોજેશ; punishment, atonement; [Avestan] ૨|૧ વં. ૧૪, ૨–૪. ૬–૧૦. ૧૨–૧૬.

[Avestan] (૩ [Avestan] ઉપરથી) ક્રિ. અ. કેવું; કેવી રી-તનું, કેવા તરીકાનું; કદી પણ (પુસ્તી, મિલ્સ તથા દારમે.); how? of what sort? ever (J., M. & Dar.); [Avestan] બોલની માફક [Avestan] = [Avestan]; [Avestan] યજ. ૪૪, ૨૦. Comp. [Avestan], [Avestan] from [Avestan], [Avestan]

[Avestan] (= [Avestan] = [Avestan] = [Avestan]) (જુઓ ૧ ધા. [Avestan]) ક વિ. દેખીતું, જાહેર, પ્રગટ; evident, open; public; [Avestan] નર. ૧|૧ વં. ૧, ૧૪; [Avestan] ૨|૧ (ક્રિ. અ.) વં. ૧૬, ૧૪; યજ. ૧૦, ૭; ય. ૩, ૪; ય. ૮, ૪; વીશ્તા. ય. ૮. ૯ (= ય. ૨૪, ૮. ૯); ન્યીઆ. ૩, ૧૧; Frag. 3, 2. [Avestan] ૩|૧ (ક્રિ. અ.) યજ. ૪૪, ૧૬; વં. ૮, ૨૦; [Avestan] નાન્ય. ૧|૩ યજ. ૩૧, ૨૨; [Avestan] નારી. ૧|૩ યજ. ૩૩, ૭; ય. ૧૦, ૧૧૨; [Avestan] નાન્ય. ૧|૩ ન્યીઆ. ૩, ૧૧; [Avestan] (બરાબર, ખુલ્લી રીતે) ૨|૩ (ક્રિ. અ.) યજ. ૪૫, ૧.

ખ) સા. ના. નાન્ય. શાહાદત, જાહેરપણું; સ્પષ્ટતા; ચેહેરો; evidence; publicity; clearness; face; [Avestan] ૧|૧ ય. ૧૦, ૬૪; [Avestan] ય. ૫, ૬૪; [Avestan] ૭|૧ વીસ્પ. ૧૪, ૨.

ગ) સા. ના. નાન્ય. મૂળ, તોખમ, અસલ બુન્યાદ; origin, seed, source; brood; breed; [Avestan] ૧|૧ યજ. ૩૨, ૩; યજ. ૫૮, ૧; ય. ૮, ૪; હાદો. નુસ્ક. ૪૦ (= ય. ૨૨, ૪૦); [Avestan] ૨|૧ ય. ૧૩, ૮૭. જુઓ [Avestan], [Avestan], [Avestan], [Avestan], [Avestan], [Avestan], [Avestan], [Avestan], [Avestan], [Avestan], [Avestan], [Avestan], [Avestan], [Avestan], [Avestan], [Avestan], [Avestan], [Avestan]

ઘ) સા. ના. નાન્ય. દશ્તાન; દશ્તાનની નીશાન; monthly flowing of a woman; the signs of menstruation; [Avestan] ૧|૩ વં. ૧૬, ૧૪.

[Avestan] (= [Avestan]) ([Avestan] ઉપરથી; જુઓ [Avestan] ઘ) વિ. નારી. દશ્તાનની નીશાનવાળી (ઓરત); (a woman) who has an issue of blood; [Avestan] ૧|૧ વં. ૧૬, ૧; [Avestan] ૨|૧ વં. ૧૫, ૭; વં. ૧૬, ૧૭; વં. ૧૮, ૬૭. ૬૯; [Avestan] ૬|૧ વં. ૧૬, ૫. ૬. ૧૩. ૧૪.

[Avestan] (જુઓ [Avestan] ક તથા [Avestan]) સમાસ વિ. જાહેર રીતે મદદ કરનાર; ઘણી રીતે અથવા અજબ રીતે મદદ કરનાર; helping openly; *otherwise*—helping in various or wonderful ways; [Avestan] નર. ૨|૧ યજ. ૩૪, ૪; [Avestan] ([Avestan] Geld.) નર. ૬|૩ ન્યીઆ. ૩, ૧૦. વીશ્તા. ય. ૬.

[Avestan] (જુઓ [Avestan] ક તથા [Avestan]) સમાસ ના. નર. જાહેર દેખાવ

આપનાર; one who shows himself by the look; [Avestan] ૧/૧ વં. ૧, ૧૪.

[Avestan] ([Avestan] ગ ઉપરથી) તોખમ—મુળને લગતું (અસલ.); જાત, નસલ; pertaining to the seed (orig.); breed; [Avestan] (Wester. [Avestan]) ૨/૧ ય. ૪, ૭.

[Avestan] (૩ [Avestan] ઉપરથી) ક) પ્રમા. સર્વ. શામાં, શાની અંદર; કેઈ જાતનાં (વાસણમાં); wherein; in what kind (of vessels); Pehl. [Avestan] = [Avestan]; [Avestan] in what kind of vessels shall he carry the food? (શાની અંદર ખોરાક લઈ જાએ?) વં. ૧૬, ૬.

ખ) કોઈ વખતે નામને વિભક્તિ લાગ્યા પછી અનિયમિત બતલાવનારા અવ્યય તરીકે આવેછે; [Avestan] is sometimes, though rarely, used as an indefinite particle at the end of a word; *e. g.*, [Avestan] વં. ૪, ૧; વં. ૧૮, ૩૪; [Avestan] ય. ૧૧, ૫; [Avestan] વીસ્પ. ૨૨, ૨. [Avestan] ઇન્જિ. ૩૧, ૧૦.

[Avestan] (જુઓ ૧ ધા. [Avestan] ખ) સા. ના. નાન્ય. ખાહેશ, ઇચ્છા; તલબ; desire, wish; search; જુઓ [Avestan], [Avestan], [Avestan], [Avestan], [Avestan], [Avestan], [Avestan]

[Avestan] વિશે જુઓ ૧ ધા. [Avestan]

[Avestan] વિશે જુઓ ૧ ધા. [Avestan]

[Avestan] વિશે જુઓ ધા. [Avestan]

[Avestan] (જુઓ ૧ ધા. [Avestan] ખ) સા. ના. નાન્ય. પ્યાર, પ્રીતિ; love, affection; [Avestan] ૪/૧ ય. ૧૯, ૩૩; [Avestan] (Geld. [Avestan]) ૪/૧ ય. ૧૦, ૩૨; [Avestan] ૭/૧ ઇન્જિ. ૧૨, ૩.

૧ [Avestan] (જુઓ ૧ ધા. [Avestan] ખ) વર્તે. કૃ. વિ. ખાહેશ રાખતો, ઇચ્છતો, ખાહેશમંદ; wishing, desirous; [Avestan] (નર. ૧/૧ ને બદલે) વં. ૧૮, ૫. એ બોલ એ ફકરા (ઇઆને વં. ૧૮, ૫) ની શરૂઆતમાં આવેલા [Avestan] ને લાગેછે.

* આથી કેટલાએક એનો અર્થ 'ચિન્વદ પુલ ઉપર' બી થઇ શકે.

૨ [Avestan] (= [Avestan]) વર્તે. કૃ. શિક્ષા કરતો; inflicting punishment upon (rt. [Avestan] = चि = to punish); *or*, gathering, culling (rt. [Avestan] = चि to cull); જુઓ નીચેનો બોલ.

[Avestan] (= [Avestan], [Avestan], [Avestan], [Avestan]) (જુઓ ૨ [Avestan] તથા [Avestan]) વિ. ના. શિક્ષા કરતો—શિક્ષાવાળો પુલ (અસલ.); ચિન્વત પુલ. આ એ તથા પેલી દુનિયાંની વચ્ચેનો પુલ, જ્યાહાં આ એ દુનિયાંમાં કીધેલાં કરતુકનો મુવા પછી હીસાબ લઇને નેકીનો બદલો તથા બદીની શિક્ષા ઠેરવવામાં આવેછે; કેટલીએક વખતે એ બોલ છુટા ([Avestan]) આવેછે, ઇઆને પેહેલો બોલ ૬ઠી વિભક્તિ રૂપમાં આવીને છુટા પડેછે; [Avestan] is the bridge between heaven and hell; according to the Pehlvi interpretation, it extends from Mount Alborz to the Chakât Dâitih. It is called by different names, *viz.*, the Judge's Bridge, the bridge of the gatherer, the punishing bridge. Here the souls of the virtuous and the wicked receive divine rewards and punishments respectively. [Avestan] ૧/૧ ઇન્જિ. ૪૬, ૧૧; [Avestan] ૨/૧ વં. ૧૩, ૩; વં. ૧૮, ૬; વં. ૧૯, ૨૯. ૩૦. ૩૬; સીરો. ૧, ૩૦; સીરો. ૨, ૩૦; [Avestan] ૨/૧ ઇન્જિ. ૭૧, ૧૬; વીસ્પ. ૭, ૧; [Avestan]... [Avestan] ૨/૧ ઇન્જિ. ૪૬, ૧૦; [Avestan] ૭/૧ ઇન્જિ. ૫૧, ૧૩. (જુઓ ગાથા).

[Avestan] (ધા. [Avestan] ઉપરથી) = આપવું, બક્ષવું; to give; to bestow; [Avestan]* (આપવામાં આવે) કર્મ. અનિયમિત (Pass. Aor.) ૩/૧ ઇન્જિ. ૫૧, ૧૫; [Avestan] † અ. ભૂ. પરસ્મૈ. ૨/૩ (અથવા ભૂ. કૃ.) ઇન્જિ. ૩૪, ૧૩.

[Avestan] (જુઓ ૧ ધા. [Avestan]) સા. ના. નર. જાણનાર, વાકેફગારી ધરાવનાર; one who is well informed or conversant with; Pehlvi tr., [Avestan]; orig. [Avestan] + [Avestan]; [Avestan] ૧/૧ વં. ૨, ૩.

* જુઓ મારૂં અવસ્તા વ્યાકરણ, ફકરો ૨૫૪ મો.

† તેં જાહેર કીધો (દારમે.); તેં કબુલાત આપીછે (સ્પીગલ).

[illegible] (= चित्त) (જુઓ ૧ ધા. [illegible]) સા. ના. નારી. ગ્નાન, ડહાપણ. વિ. ના. નારી. ડહાપણની ઉપરનો મવક્કેલ ફરેશ્તો, જે દીન ઇજ.દ સાથે સંબંધ રાખેછે; knowledge, wisdom (orig.); the angel that presides over religious knowledge, the knowledge that leads to bliss; she is invoked in company with Daena ([illegible]), the impersonation of the Zoroastrian Law or Religion. " [illegible] was not worshipped by the old epic heroes, as Aredviçura Anâhita was, but by Zarathushtra and his wife, because she must have been, from her very name and nature, a goddess of Zoroastrian origin and growth (Dår.). [illegible] ૧।૧ ય. ૧૬, ७. ૧૦. ૧૩; [illegible] ૨।૧ ઇજ.૨૫, ૪; ય. ૧૦, ૧૨૬; ય. ૧૬, ૧. ૫. ૮. ૧૧. ૧૪. ૧૬. ૧૮; નીઆ. ૧, ૮; [illegible] ૬।૧ વં. ૧૯, ૩૯; ઇજ. ૨૨, ૨૪; ય. ૧૧, ૧૬. ૨૧; ય. ૧૬, ૦. ૨૦; [illegible] ૮।૧ ય. ૧૬, ૨. જુઓ [illegible]

[illegible] (= चित्ति) (જુઓ ૧ ધા. [illegible] ક) સા. ના. નારી. ગ્નાન, ડહાપણ. (૫) વિ. ના. નારી. ડહાપણની ઉપરનો મવક્કેલ ફરેશ્તો; same as [illegible] q. v.; [illegible] ૧।૧ ઇજ. ૩૦, ૯; ઇજ. ૪૮, ૬; ય. ૧, ७; [illegible] ૨।૧ ઇજ. ૫૧, ૧૬; વીસ્પ. ૪, ૧; [illegible] ૩।૧ ઇજ. ૪७, ૨; ઇજ. ૫૧, ૨૧; [illegible] ૩।૧ ય. ૧, ૨૬; [illegible] ૬।૧ વં. ૧૯, ૩૯; ઇજ. ૬, ૧૪; ઇજ. ૩, ૧૬; ઇજ. ૩૬, ૪; ઇજ. ૪૪, ૧૦; ઇજ. ૪૮, ૫; વીસ્પ. ૯, ૧; ય. ૧૧, ૧૬. ૨૧; ય. ૧७, ૦. ૬૨. જુઓ [illegible]

[illegible] ([illegible] ઉપરથી) વિ. ડહાપણવાળો; endowed with wisdom; [illegible] નર. ૧।૧ ય. ૧, ७; [illegible] more endowed with wisdom (compara.) અધિ. વિ. નર. ૨।૧ ઇજ. ૧૦, ૧૩.

[illegible], [illegible] = આપવું, બખશવું; લાગુ પાડવું, લગાડવું; કબૂલ કરવું; ખુબી પીછાનવી; દેખાડવું; to give, to bestow, to attribute; to accept, to appreciate, to show; [illegible] વર્ત. પરસ્મૈ. ७ મો વર્ગ ૧।૧ ઇજ. ૧૨, ૧; [illegible] (હમો ખુબી પીછાન્યે છિયે) ૨ જો વર્ગ ૧।૩ ઇજ. ૩૫, ૫; ઇજ. ૪૧, ૧; આફ. ગાહામ. ૬; [illegible] ઇજ. ૧૩, ૫; ઇજ. ૩૯, ૪; [illegible] આત્મને. ૧।૩ વીસ્પ. ૧૨, ૨; [illegible] શક્યા. પરસ્મૈ. ૩।૧ આફ. ગાહામ. ૬; [illegible] (દેખાડ) આગ્ના. પરસ્મૈ. ૨।૧ ઇજ. ૪૪, ૧૬; [illegible] (હું આપું) અનિયમિત (Aor.) પરસ્મૈ. ૧।૧ ઇજ. ૪૬, ૧૮; [illegible] (અસલ રૂપ [illegible] + [illegible]) ૨।૧ ઇજ. ૩૧, ૩; ઇજ. ૪७, ૫. *[illegible] ૩।૧ ઇજ. ૫૧, ૧૫; [illegible] ઇજ. ૫૦, ૩; [illegible] વર્ત. કૃ. આત્મને. નર. ૧।૧ ય. ૧૯, ૯૩.

[illegible] = (માર્ગ) તૈયાર કરવો-ખોલ્લો કરવો; (માર્ગ) દેખાડવો; to clear (the way) to show (the path); [illegible] શક્યા. પરસ્મૈ. ૩।૨ ય. ૮, ૩૮.

[illegible] = તૈયાર કરવું; to prepare; ... [illegible] શક્યા. પરસ્મૈ. ૩।૩ વં. ૮, ૨.

[illegible] for [illegible] q. v.; adj. (ways) dividing into branches; છુટા પડતા (રસ્તાઓ); [illegible] Wester. નારી. ૨।૩ વીશ્તા ય. ૫૪. (= ય. ૨૪, ૫૪).

[illegible] (જુઓ ૧ ધા. [illegible] ક) સા. ના. નારી. સ્વાદદાર ખાણું-પકવાન; delicious viands; *or*, teaching, admonition (fr. आ-चक्ष = to teach); શિખામન; [illegible] ૧।૩ ઇજ. ૧૦, ૧૮.

[illegible] વીશે જુઓ ૩ [illegible]

[illegible] વીશે જુઓ ધા. [illegible]

[illegible] (=[illegible]) (૨ [illegible] ઉપરથી) ક્રિ. અ. કેવી રીતે? કેટલું? how? how much? [illegible] વં. ૫, ૨૨.

[illegible] (= [illegible] + [illegible]; જુઓ એ બોલો) ક્રિ. અ. ખચીત, તાકીદથી; assuredly; by way of injunction; [illegible] ઇજ. ૧૨, ૫.

[illegible], [illegible] વિશે જુઓ ૧ ધા. [illegible]

[illegible] વિશે જુઓ ૧ ધા. [illegible]

[illegible], [illegible], [illegible] વિશે જુઓ [illegible]

* આપવાને ઠેરવ્યુંછે (હાઉગ); બખશ્યો (સ્પીગલ); કબૂલાત આપાછે, આગ્ના આપાછે (દારમેસ્તેતે).

[illegible], [illegible] [illegible] વિરો જુઓ ૩ [illegible]

[illegible] (= [illegible] = [illegible] =Lat. Quantus, Qualis) ([illegible] + [illegible]; જુઓ ૨ [illegible]) પ્રમા. સર્વ. વિ. ક) કેટલું; how much? how many? what? [illegible] . . . [illegible] (કેટલો બદલો) નાન્ય. ૧/૧ વં. ૮, ૮૧-૯૬; વં. ૯, ૪૩; આફ્રી. ૨પી. ૪; [illegible] નર. ૨/૧ વં. ૨, ૨૦; વં. ૬, ૧; વં. ૭, ૪. ૪૫. ૪૭. ૪૯; [illegible] [illegible] how far? (કેટલું લાંબું, કેટલું દૂર) (ક્રિ. અ.) વં. ૩, ૧૬; વં. ૫, ૪૬. ૪૭. ૫૩. ૫૫; વં. ૮, ૬; વં. ૯, ૪; વં. ૧૬, ૩. ૫; [illegible] [illegible] how much food? (કેટલો ખોરાક) નાન્ય. ૨/૧ વં. ૧૬, ૭; [illegible] [illegible] (કેટલો અનાજ) ૨/૧ વં. ૧૬, ૭; [illegible] [illegible] કેટલું પાંથરેછે-ફેલાવેછે (અસલ.); કેટલું ગીમન કરેછે વં. ૪, ૫-૧૦; વં. ૧૩, ૨૦-૨૩; [illegible] [illegible] as much as (જેમ બની શકે તેમ) ક્રિ. અ. વં. ૬, ૨૯; [illegible] . . [illegible] how much? . . as much as (કેટલું? . . . . . જેટલું) ક્રિ. અ. વં. ૯, ૮-૧૦; [illegible] [illegible] [illegible] [illegible] [illegible] [illegible] . . . . [illegible] [illegible] કેટલાં માણસોની ઉપર તે દરૂજનસુરા આગળ દોડેછે-ધસારો કરેછે) વં. ૫, ૨૭; [illegible] . . [illegible] (કેટલો . . . આગળ દોડેછે) વં. ૬, ૩૦. ૩૩. ૩૬. ૩૯; વં. ૭, ૧૦; [illegible] . . [illegible] how long shall they stay? (કેટલો વાર તેઓ થોભે) વં. ૧૨, ૧. ૩. ૭. ૯. ૧૧. ૧૩. ૧૫. ૧૭. ૧૯; [illegible] [illegible] (કેટલાને હમરીત કરેછે?) વં. ૫, ૩૩. ૩૫; વં. ૧૨, ૨૧; [illegible] [illegible] (કેટલાને પતરીત કરેછે) વં. ૫, ૩૩. ૩૫; વં. ૧૨, ૨૧.

ખ) કેવું? કેટલું મ્હોટું? how? how large? [illegible] વં. ૧૪, ૧૧-૧૪; [illegible] [illegible] [illegible] [illegible] [illegible] [illegible] [illegible] how large shall be those Katas for the dead? (અય દાદાર! તે મુવેલાંના 'કત' કેવા હોવા જોઇએ?) ૨/૩ વં. ૫, ૧૧.

ગ) કીયા હોધામાં; in what capacity? [illegible] નર. ૧/૧ ઇજ. ૧૯, ૨૦; ઇજ. ૨૦, ૪.

[illegible]

૧ [illegible] (જુઓ ધા. [illegible]) સા. ના. નારી. મારવું, માર; smiting; [illegible] ૩/૧ ૫. ૨૦, ૧૩૩.

૨ [illegible] (he smites) વિરો જુઓ ધા. [illegible]

૧ [illegible] (જુઓ ધા. [illegible]) સા. ના. નારી. ફટકો; a stroke; [illegible] [illegible] ([illegible]) Geld.) at one stroke ૩/૧ ૫. ૧૦, ૧૧૦.

૨ [illegible] (= जाति) સા. ના. નારી. ક) કુટુંબ; a family; rt. [illegible] = जन् to be born; જનમવું; orig. [illegible] + [illegible]; [illegible] [illegible] [illegible] (Ashi Vanguhi) enters in the midst of the family, Yt. 18, 3. 4 (Geldner has omitted it).

ખ) જીંદગી; life (for [illegible] ૧. ૪.); [illegible] ૧/૧ આફ્રીન પેગમ. ૭૨. ૧.

[illegible] (for smiting) વિરો જુઓ ધા. [illegible]

[illegible] (smite thou) વિરો જુઓ ધા. [illegible]

૧ [illegible] (જહ) (જુઓ ધા. [illegible]) વિ. ના. નારી. નારી જાતની બુરી શક્તિ-દરૂજ, દેવની ખસલતની ઓરત; જીન; બદી તથા દરદ રૂપી દેવી (દારમે.); હોમનો દુશ્મન (પુસ્તી); an evil female spirit; a bad woman that deceives men by her tricks; the feminine incarnaton of vice and disease (Dar.); the adversary of Haoma (J.); Jaini; [illegible] ૧/૧ ૫. ૧૯, ૮૦; [illegible] ૨/૩ વં. ૨૦, ૧૦. ૧૨; [illegible] ૬/૩ ઇજ. ૧૦, ૧૭. જુઓ નીચેના બોલો.

૨ [illegible] વિરો જુઓ ધા. [illegible]

[illegible] (જુઓ [illegible] તથા ૧ [illegible] ક) સમાસ ના. નર. જીનથી ઉત્પન્ન થતું મોત; death caused by Jaini. [illegible] ૬/૧ વં. ૨૧, ૨.

[illegible] (જુઓ [illegible] તથા [illegible] ક) સમાસ ના. નર. જીનથી ઉત્પન્ન થતું દરદ; sickness brought on by Jaini; [illegible] [illegible] ૬/૧ વં. ૨૧, ૨.

[illegible] (અર્થ અચોકસ); પુઠે આવતો (હારલે); માલ લઈ જતો (દારમે.); (meaning unsettled); following (Har.); carrying away the goods ([illegible] goods—Dar.); [illegible] ૫. ૯, ૩૦.

[Avestan] (૧ [Avestan] નું બીજું રૂપ) વિ. ના. નારી. દેવની બસલતની ઔરત; જીન; same as [Avestan] q. v.; [Avestan] ૬/૧ ઈજ. ૧૦, ૧૫.

[Avestan] (Wester. [Avestan]) વિ. ના. નર. પુરૂષનું નામ; name of a person; [Avestan] ૬/૧ ય. ૧૩, ૧૧૪. The base is unsettled.

[Avestan] (= गभीर) (જુઓ ધા. [Avestan]) વિ. ઉંડું; deep; જુઓ નીચેનો બોલ.

[Avestan] (જુઓ [Avestan]) સમાસ વિ. ઉંડા બરફવાળો (જમેસ્તાન); thick-snowing (as winter); [Avestan] . . . [Avestan] નર. ૬/૧ વં. ૭, ૨૭.

[Avestan] (જુઓ ૧ ધા. [Avestan]) વિ. જાગૃત, સાવધ, હુશિયાર, ખબરદાર; watchful, fully awake. Comp. Sans. जागरूक; rt. [Avestan] = to be awake; redup. [Avestan]; [Avestan] (Geld. [Avestan]) ૨/૧ ય. ૧૦, ૧૪૧; ય. ૧૯, ૪૨; [Avestan] [Avestan] ૨/૧ ઈજ. ૬૨, ૫; ય. ૧૯, ૩૯.

[Avestan]
[Avestan] } વિશે જુઓ ૧ ધા. [Avestan] to keep awake.

[Avestan] વિશે જુઓ [Avestan]

[Avestan]* (जग्निवस्, जघन्वस्) (જુઓ ધા. [Avestan]) પૂ. ભૂ. કૃ. પરસ્મૈ. મારનાર, મારતો; smiting; [Avestan] નર. ૧/૧ ઈજ. ૫૭, ૧૦; ય. ૧૦, ૭૧; [Avestan] smiting the most, the best smiter (બહુજ મારતો) અતિ. વિ. નર. ૧/૧ ય. ૧૧, ૩; [Avestan] નર. ૮/૧ ય. ૧૨, ૮; [Avestan] નર. ૧/૩ ઈજ. ૭૧, ૭.

[Avestan], [Avestan]
[Avestan] } વિશે જુઓ ધા. [Avestan]

[Avestan] વિ. ના. નારી. નામાંકિત કન્યાનું નામ, જેનાં ફ્રેાહરને આરાધવામાં આવ્યુંછે; name of a renowned maid; [Avestan] ૬/૧ ય. ૧૩, ૧૪૧.

* એના ખોલાસા બાબે જુઓ માઇ અવસ્તા વ્યાકરણ, સફો ૨૬૧ મો.

[Avestan] = जम् = (બરાબરીનું) આવી પડવું, ધસારો —હુમલો કરીને આવવું; to fall upon; to rush on; [Avestan] આજ્ઞા. પરસ્મૈ. ૩/૩ વં. ૨, ૨૨.

[Avestan] (જુઓ ૪ ધા. [Avestan]) સા. ના. નર. કુતરાની એક જાત; ભોંસતું કુતરાનું બચ્ચું; a species of dog; a puppy that begins to bark (rt. [Avestan] = गृ = to utter a sound); [Avestan] [Avestan] ૧/૧ વં. ૫, ૩૧; [Avestan] ૬/૧ વં. ૧૩, ૧૬; [Avestan] એ [Avestan] ધાતુનું બેવડું રૂપ દીસેછે.

[Avestan] ([Avestan] = हन्तृ) (જુઓ ધા. [Avestan]) સા. ના. નર. મારનાર, મારી નાખનાર; one who smites or kills; [Avestan] ૧/૧ વં. ૧, ૧૭; ઈજ. ૫૭, ૧૫; [Avestan] ૨/૧ ય. ૧૭, ૧૨.

[Avestan] વિશે જુઓ ધા. [Avestan] गम् to go.

[Avestan] વિશે જુઓ [Avestan]

[Avestan] (= [Avestan] = हत = [Avestan]) (જુઓ ધા. [Avestan]) ક ભૂ. કૃ. મારેલું; મારીનાખેલું; smitten; put to death, killed; [Avestan] નર. ૧/૧ વં. ૯, ૫૬; વં. ૧૩, ૫૫; [Avestan] નર. ૧/૩ ય. ૪, ૭; ય. ૧૦, ૧૧૩; [Avestan] નારી. ૨/૩ ય. ૧૩, ૪૮. જુઓ [Avestan], [Avestan], [Avestan], [Avestan] [Avestan], [Avestan], [Avestan], [Avestan], [Avestan], [Avestan], [Avestan], [Avestan]

ખ) ફેંકેલું, નાખેલું; shot (as an arrow); જુઓ [Avestan]

ગ) સા. ના. નર. મારનાર; one who smites (for [Avestan]); [Avestan] નર. ૧/૩ ય. ૧૪, ૪૩.

[Avestan] Wester. વિશે જુઓ [Avestan]

[Avestan] વિ. ના. નર. પાહાડનું નામ; name of a mountain; [Avestan] [Avestan] Wester. (Geld. [Avestan]) ૧/૧ ય. ૧૯, ૬.

[Avestan] = [Avestan] = गद् = [Avestan] = અરજ કરવી, માંગવું; ૪ થા વર્ગનો ધાતુ; to beseech, to solicit, to beg; cl. 4; [illegible] વર્ત. પરસ્મૈ. ૧|૧ ઈજ઼્. ૯,૧૯.૨૦.૨૧; ઈજ઼્. ૬૫, ૧૨; [illegible] (ઉપરની માફક વ્યાકરણ) ઈજ઼્. ૬૫, ૧૧; [illegible] ૨|૧ ઈજ઼્. ૧૧, ૨; [illegible] ૩|૩ ય. ૫, ૯૮; [illegible] સંરા. ૩|૩ ય. ૫, ૮૬; [illegible] શક્યા. પરસ્મૈ. ૨|૧ ઈજ઼્. ૬૫, ૧૦; [illegible] અ. ભૂ. પરસ્મૈ. ૩|૧ ય. ૫, ૧૮; ય. ૧૫, ૩; [illegible] આત્મને. વીરતા. ય. ૮ (= ય. ૨૪, ૮); [illegible] પરસ્મૈ. ૩|૩ ય. ૫, ૫૮; ય. ૧૫, ૪૦; [illegible] વર્ત. કૃ. પરસ્મૈ. નર. ૧|૧ વં. ૩, ૧; [illegible] (= કારાંત) નર. ૧|૧ ય. ૫, ૫૩; [illegible] (= કારાંત) ૪|૧ ય. ૫, ૧૯; ય. ૮, ૪૯; ય. ૯, ૫; [illegible] નર. ૧|૩ ય. ૧૦, ૧૧; [illegible] વર્ત. કૃ. આત્મને. નર. ૧|૧ ઈજ઼્. ૯, ૨૩; [illegible] ૨|૩ ઈજ઼્. ૬૮, ૨૧; [illegible] (= [illegible] + [illegible]) ભૂ. કૃ. વં. ૧૮, ૩૪. જુઓ [illegible], [illegible]

[illegible] = પુછપરછ કરવી; [illegible] વર્ત. પરસ્મૈ. ૩|૩ વં. ૧૯, ૨૫.

[illegible] = [illegible] = हन् = ૭૭; = મારવું; મારી નાખવું; to smite; to kill; cl. 2; [illegible] વર્ત. પરસ્મૈ. ૩|૧ વં. ૪, ૨૬. ૨૯. ૩૦. ૩૩. ૩૪. ૩૬. ૩૭. ૩૯. ૪૦. ૪૨; વં. ૫, ૮. ૯. ૩૭; વં. ૧૩, ૮. ૧૦-૧૫; વં. ૧૪, ૧; વં. ૧૫, ૫૦; ય. ૩, ૧૦; ય. ૧૦, ૫૨; ય. ૧૪, ૩૬; ય. ૧૭, ૨૦; [illegible] શક્યા. પરસ્મૈ. ૨|૧ ય. ૧૦, ૨; [illegible] ૩|૧ વં. ૧૮, ૧૨; [illegible] સંરા. વર્ત. પરસ્મૈ. ૩|૧ વં. ૫, ૩૪; વં. ૧૫, ૫; ય. ૩, ૫; [illegible]* (ઉપરની માફક વ્યાકરણ) ય. ૨, ૧૧; [illegible] આજ્ઞા. પરસ્મૈ. ૧|૧ વં. ૧૯, ૫; ય. ૫, ૨૨; ય. ૧૫, ૨૮; [illegible] ૩|૧ વં. ૨૦, ૧૨; [illegible] ૧|૩ ઈજ઼્. ૬૧, ૫; [illegible] (તું માર) ૨|૧ ઈજ઼્. ૯, ૩૦. ૩૧. ૩૨; [illegible]* અ. ભૂ. પરસ્મૈ. ૩|૧ વં. ૧૩, ૩. ૪. ૭; વં. ૭, ૫૩ (પેહેલવી શરેહમાં); ઈજ઼્. ૯, ૮. ૧૧; ય. ૩, ૧૦; ય. ૧૦, ૨; [illegible] ૩|૩ ય. ૧૪, ૫૬; [illegible]* અ. ભૂ. સંરા. ૩|૧ ય. ૩, ૧૪; ય. ૯, ૧૮; ય. ૧૯, ૪૪; [illegible] સામાન્ય રૂપ (infinitive) ઈજ઼્. ૩૨, ૧૪; [illegible] કર્મ. વર્ત. સંરા. ૩|૩ ય. ૮, ૬૧; ય. ૧૪, ૪૩. ૫૩; [illegible] કર્મ. અનિ. (Pass. aor.) ૩|૧ ય. ૧૯, ૯૨. ૯૩. જુઓ [illegible], [illegible], [illegible], [illegible], [illegible], [illegible], [illegible]

[illegible] = મારવું; to smite; to beat; [illegible] શક્યા. પરસ્મૈ. ૩|૧ ય. ૧૦, ૯૮; [illegible] ભૂ. કૃ. નર. ૧|૧ વં. ૫, ૫૯; વં. ૧૩, ૪૫; [illegible] ૭|૧ (Geld. [illegible]) વં. ૩, ૩૨.

[illegible] = अव-हन् = ક) મારવું, મારી નાખવું; to smite; to kill; [illegible] શક્યા. આત્મને. ૩|૧ વં. ૧૬, ૧૨; [illegible] · · [illegible] વં. ૮, ૭૪; [illegible] શક્યા. પરસ્મૈ. ૩|૧ વં. ૧૪, ૫. ૬; વં. ૧૬, ૧૨; વં. ૧૮, ૭૩; વં. ૧૯, ૪૧; [illegible] ૩|૩ વં. ૮, ૭૪; [illegible] વર્ત. કૃ. આત્મને. નર. ૧|૧ વં. ૧૩, ૫૧.

ખ) ડાપુ મારવું, કરડવું; to bite; to gripe with the teeth (as a dog); [illegible] અ. ભૂ. સંરા. પરસ્મૈ. ૩|૧ વં. ૧૩, ૩૨. ૩૩. ૩૪.

[illegible] = (ઝાડને) કાપી નાખવું, તેાડી પાડવું; to fell (a tree); [illegible] · · · [illegible] (Wester' [illegible]) વર્ત. સંરા. ૩|૧ વં. ૫, ૨.

[illegible] = उप-हन् = નજદીક મારવું (અસલ.); લાગવું, અથડાવવું; to strike (lit.); to touch; [illegible] શક્યા. પરસ્મૈ. ૩|૧ વં. ૫, ૧૧.

[illegible] = नि-हन् = મારીને નીચે તેાડી પાડવું, નાશ કરવેા; to crush down, to destroy; [illegible] વર્ત. આત્મને. ૧|૧ ઈજ઼્. ૧૦, ૨; [illegible] પરસ્મૈ. ૩|૧ વં. ૧૮, ૩૮. ૪૪. ૫૦; ય. ૧૦, ૭૧. ૧૦૧; [illegible] intensive ૩|૩ ય. ૧૩, ૪૮; [illegible] ([illegible] ને બદલે) કર્મ. સંરા. ૩|૧ વં. ૧૩, ૫૫; [illegible] આજ્ઞા. પરસ્મૈ. ૧|૧ ય. ૫, ૫૪; ય. ૯, ૩૧; ય. ૧૦, ૧૦૧; ય. ૧૪, ૫૮; ય. ૧૫, ૩; [illegible] ૧|૩ ય. ૫, ૫૮; [illegible] · · · [illegible] અ. ભૂ. સંરા. ૩|૧ ઈજ઼્. ૯, ૨૪; [illegible] ય. ૧૫, ૩૨;

* [illegible] ધાતુને કેટલાએક રૂપમાં પુરૂષ વચનનાં પ્રત્યયની આગમચ = વધારે લાગેછે; જુઓ મારૂં અવસ્તા વ્યાકરણ, ફકરો ૧૯૫ મેા.

[Avestan] ([Avestan] ને બદલે) પુ. બૂ. આત્મને. ૩|૩ ય. ૧૦, ૪૦; [Avestan] બૂ. ફ. નર. ૨|૧ ય. ૫, ૭૭; [Avestan] [Avestan] આફ્રરે. દહમાન, ૧૧; તથા દરેક આફ્રરગાનમાં [Avestan] ના કરદામાં.

[Avestan] = प्रति-हन् = ક) મારવું, મારીને હઠાવવું, દૂર કરવું; to smite away, to repulse; [Avestan] [Avestan] વર્ત. પરસ્મૈ. ૩|૧ ય. ૪, ૭.

ખ) લડવું, સાંમે થઈને મારવું; to fight against; to beat off; [Avestan] ય. ૧૩, ૬૭.

[Avestan] (= हन) (જુઓ ધા. [Avestan]) સા. ના. નર. મારનાર; one who smites or kills; [Avestan] ૨|૧ વં. ૧૯, ૪૦; [Avestan] ૧|૩ ય. ૧૪, ૫૬. જુઓ [Avestan], [Avestan]

[Avestan] વિ. ના. નર. પુરૂષનું નામ; name of a person; [Avestan] ૬|૧ ય. ૧૩, ૧૧૫. Geld. [Avestan]

[Avestan], [Avestan] = जन् = To gape = મોહોડું—ડાચું વકાસવું; પોહોળું થવું; to gape, to yawn; to widen; જુઓ [Avestan], [Avestan], [Avestan], [Avestan]

[Avestan] (જુઓ ધા. [Avestan]) વિ. ઉંડું; deep; [Avestan] નાન્ય. ૬|૧ ય. ૫, ૪૯; ય. ૮, ૮; [Avestan] નારી. ૬|૧ ય. ૧૪, ૨૯; [Avestan] નર. ૧|૩ ય. ૧૦, ૧૪; [Avestan] નારી. ૨|૩ ૧૦, ૧૧૨; [Avestan] નર. ૬|૩ વં. ૧૯, ૪૨; ય. ૧૯, ૫૨.

[Avestan] = गम् = ક) જવું; આવવું, પોંહોચવું; થવું, બનવું; to go; to come; to reach, to happen; cl. I; rt. [Avestan] is, in many forms, changed to [Avestan] q. v.; [Avestan] આશીર્વા. પરસ્મૈ. ૩|૧ ઈજ. ૫૯, ૩૧; ય. ૧૦, ૧૧૨; આફ્ર. પૈગમ. જર. ૮ (= ય. ૨૩, ૮); [Avestan] ૩|૩ ઈજ. ૬૦, ૪; [Avestan] આશીર્વા. આત્મને. ૩|૩ ઈજ. ૬૦, ૨; [Avestan] વર્ત. પરસ્મૈ. ૩|૧ ઈજ. ૩૯, ૮; [Avestan] (= [Avestan] + [Avestan]) આજ્ઞા. પરસ્મૈ. ૩|૧ ઈજ. ૪૯, ૧૬; [Avestan]* (બનશે, આવી પોંહોચશે) ભવિ. પરસ્મૈ. ૩|૧ ઈજ. ૩૧, ૧૪; [Avestan] (હાંકી કાહાડેછે, હટાવી નાખેછે.) પ્રયો. વર્ત. પરસ્મૈ. ૩|૧ ય. ૧૭, ૨૦; [Avestan] (caus.) may advance or promote (વધારે) સંભા. આફ્રરં. ૨૫ી.૬.

ખ) સંબંધ થવો; to be connected or related; જુઓ [Avestan]

[Avestan] = अभि-गम् = કોઈ ચીજ—માણસ તરફ પોંહોચવું (અસલ.); પાંમવું, હાસિલ કરવું; to reach (to a person or thing); to acquire;† [Avestan] ([Avestan] ની માફક) ઈજ. ૪૩, ૩.

[Avestan] = आ-गम् = આગળ અથવા તરફ આવવું; to come to; to approach; [Avestan] [Avestan] may'st thou come to us (હમારી આગળ તુ આવેતો સારૂ!) આશીર્વા. પરસ્મૈ. ૨|૧ ઈજ. ૬૮, ૯; [Avestan] [Avestan] ૩|૧ ઈજ. ૫૭, ૩ તથા એજ હાના દરેક કરદાને છેડે; ય. ૧૦, ૫૭. ૭૮; ય. ૧૧, ૮ તથા દરેક કરદાને છેડે; [Avestan] ... આજ્ઞા. પરસ્મૈ. ૩|૧ ઈજ. ૫૪, ૧.

[Avestan] = उद्-गम् = ક) જાહેર થવું, દેખાવ દેવો; ઉત્પન્ન થવું; to appear, to come in sight; [Avestan] ... આશીર્વા. પરસ્મૈ. ૩|૧ ઈજ. ૬૦, ૨; [Avestan] ૩|૩ ઈજ. ૫૫, ૪.

ખ) ઉધારવું, પાલવું; to bring up, to rear; [Avestan] શક્યા. પરસ્મૈ. ૩|૧ વં. ૧૪, ૧૬.

[Avestan] = उप-गम् = નજદીક જવું- પોંહોચવું; to come near, to approach; [Avestan] આશીર્વા. પરસ્મૈ. ૧|૩ ઈજ. ૭, ૨૫; ઈજ. ૪૧, ૬.

[Avestan] to go down; નીચે જવું [Avestan] (caus.) to cause to go down (lit.); to condemn; રદ કરવું; [Avestan] [Avestan] [Avestan] . [Avestan] (Geld.) they condemn maids to long celibacy, Yt. 17, 59.

[Avestan] = प्रति-गम् = ક) નજદીક જવું અથવા પોંહોચવું; to come near, to approach; [Avestan] [Avestan] આશીર્વા. પરસ્મૈ. ૨|૧ ઈજ. ૩૯, ૨; ઈજ. ૫૮, ૭; [Avestan] [Avestan] (Geld.) ૩|૧ ઈજ. ૭, ૨૪.

ખ) સાંમે લેવા જવું, માન આપવું; એસ્તેક-

* એના ખોલાસા બાબે જુઓ માફ્ર અવસ્તા વ્યાકરણ, સફે ૨૩૫—૨૩૬.

† Comp. Fr. Atteindre (to reach, to attain).

બાલ કરવું; to welcome; to receive with honour; જુઓ [Avestan]

[Avestan] = આસપાસ પોંહોચવું; નજદીક જવું; to come around, to go near; [Avestan] [Avestan] may we come around about Thee આશીર્વા. પરસ્મૈ. ૧/૩ હૅ. ૬૦, ૧૨.

[Avestan] = वि-गम् = દાખલ થવું; અંદર જવું (અસલ.); અસર કરવી; to enter into (orig.); to exercise influence; [Avestan] શક્યા. પરસ્મૈ. ૩/૧ હૅ. ૪૪, ૧૧.

[Avestan] = सम्-गम् = સાથે જવું—મળવું; એકઠું થવું; to meet together; [Avestan] . . . [Avestan] વર્ત. આત્મને. ૩/૨ હૅ. ૪૪, ૧૫. જુઓ [Avestan] [Avestan], [Avestan]

૧ [Avestan] (= जय) (જુઓ ૧ ધા. [Avestan]) સા. ના. નર. ફતેહ, જીત, જય; victory; triumph; [Avestan] ૪/૧ વં. ૧૮, ૫.

૨ [Avestan] (= [Avestan] + [Avestan]; જુઓ ધા. [Avestan]) સા. ના. નાન્ય. પોંહોચવું; reaching (Pehl. and Euro. scholars); [Avestan] ૩/૩ હૅ. ૫૦, ૭.

[Avestan] (જુઓ ૧ ધા. [Avestan]) વર્ત. કૃ. પરસ્મૈ. જીતતો, જીતનાર, ફતેહ મેળવનારો; conquering; vanquishing; જુઓ [Avestan]

[Avestan] = گریستن = પોકાર કરવો, રડવું; to wail, to weep. Comp. [Avestan]; જુઓ નીચેનો બોલ.

[Avestan] (જુઓ ધા. [Avestan]) વિ. પોકારતો, પોકાર કરતો; રડતો; wailing, weeping; [Avestan] [Avestan] [Avestan] she lifts up a wailing cry; (રડતો અથવા દલગીરી ભરેલો આવાજ કાહાડેછે) ૨/૧ વં. ૩, ૧૧.

[Avestan] વિ. ના. નર. નામાંકિત પુરૂષનું નામ; પ્રાચીન વખતમાં સવહિ નામનાં કેશ્વરનો દસ્તુર (ઉવેસ્ત); the high-priest of the Karshvare Savahi (West). Comp. [Avestan] [Avestan] the high-priest of the Karshvare Arezahi (West.); [Avestan] ૬/૧ ય. ૧૩, ૧૧૦. (જુઓ મોદી.)

[Avestan] વિ. ના. નર. નામાંકિત પુરૂષનું નામ; name of an illustrious personage; [Avestan] [Avestan] ૬/૧ ય. ૧૩, ૧૧૩. (જુઓ મોદી.)

[Avestan] (જુઓ ૨ ધા. [Avestan]) સા. ના. નર. આગળ વધારનાર; one who promotes or furthers; [Avestan] [Avestan] [Avestan] [Avestan] the furtherer of the deeds of Vohû Mano or good-mindedness (નેક મનસ્નીનાં કામોનો આગળ વધારનાર...) ૧/૧ હૅ. ૪૮, ૮.

[Avestan] = જવું; આવવું, પોંહોચવું; બનવું, આવી પડવું; to go; to come; to reach; to happen; cl. 1; another form of rt. [Avestan], q. v. [Avestan] વર્ત. પરસ્મૈ. ૩/૧ વં. ૧૩, ૫૦; વં. ૧૯, ૨૯. ૩૦; [Avestan] ૩/૩ વં. ૮, ૪; [Avestan] સંશ. ૩/૧ ય. ૪, ૧; [Avestan] [Avestan] સંશ. ૩/૩ ય. ૧, ૯; ય. ૮, ૬૧; ય. ૧૩, ૭૦; ય. ૧૪, ૫૩; [Avestan] શક્યા. પરસ્મૈ. ૩/૧ વં. ૯, ૩૩—૩૬; હૅ. ૪૬, ૮; [Avestan] શક્યા. પરસ્મૈ. ૩/૨ ય. ૧૯, ૮૨; [Avestan] ૧/૩ ય. ૧૦, ૬૯; [Avestan] આજ્ઞા. પરસ્મૈ. ૧/૧ ય. ૧, ૯; ય. ૧૨, ૪; [Avestan] ૨/૧ ય. ૧, ૩૩; [Avestan] ૩/૩ હૅ. ૧૦, ૧૪; હૅ. ૬૫, ૬; [Avestan] ય. ૧૩, ૧૪૬; [Avestan] આત્મને. હૅ. ૬૦, ૧૧; [Avestan] અ. ભૂ. પરસ્મૈ. ૩/૧ હૅ. ૯, ૩. ૪. ૬. ૭. ૯. ૧૦. ૧૨. ૧૩; હૅ. ૩૦, ૭; હૅ. ૫૧, ૧૫; [Avestan] ૩/૩ વં. ૧, ૧૪; [Avestan] સંશ. ૩/૧ વં. ૫, ૪૫; વં. ૭, ૬૦. ૭૦; ય. ૧૯, ૧૧; [Avestan] ૩/૩ વં. ૪, ૪૪; [Avestan] વર્ત. કૃ. પરસ્મૈ. નર. ૧/૧ હૅ. ૪૩, ૬. ૧૨; હૅ. ૬૮, ૨૩; ય. ૧૩, ૪૧; [Avestan] ૨/૧ હૅ. ૫૫, ૫; [Avestan] વં. ૧૩, ૨૨; [Avestan] (Wester.) નારી. ૬/૧ ય. ૨૧, ૫; [Avestan] નર. ૬/૩ ય. ૧, ૨૫.

[Avestan] = મળવું, હાંસિલ થવું; to be acquired, to be found; [Avestan] વર્ત. પરસ્મૈ. ૩/૧ આફ્રી. પેગમ. જર. ૮. એ ઠેકાણે [Avestan] ને બદલે [Avestan] [Avestan] એ પ્રમાણે બદલીએ તો, એનો અર્થ "એ પ્રમાણે (સં. इति) તું જા, તું જન્મે!" થઇ શકે—આરી બોલીનાં ઠેરાણ તથા

તમામ આસાનીવાળાં બેહેશ્તમાં એ પ્રમાણે તું જાએ! (ય. ૨૩, ૮.)

[illegible] = अप-गम् = ક) દૂર જવું રેહેવું; નાહાસી જવું; છુટું પડવું; to flee, to run away, to take refuge; to depart; [illegible] અ. ભૂ. પરસ્મૈ. ૨/૧ હદિ. નુસ્ક. ૧૬. [illegible] અ. ભૂ. સંશ. પરસ્મૈ. ૩/૧ વં. ૨, ૨૩.

ખ) તંદરોસ્તીમાં આવવું; સાજું થવું (દેવયસ્નનું); to recover from sickness (of a Daevayaçna); [illegible] . . [illegible] વં. ૭, ૩૯.

[illegible] = નજદીક જવું; to come near; [illegible] ([illegible] ને બદલે) વર્ત. સંશ. પરસ્મૈ. ૨/૧ વં. ૧૯, ૧૮; [illegible] આજ્ઞા. પરસ્મૈ. ૨/૧ ય. ૫, ૮૫; [illegible] વર્ત. ક. પરસ્મૈ. નર. ૧/૧ ય. ૧, ૧૭; [illegible] ૧/૩ ય. ૧૦, ૮.

[illegible] = आ-गम् = (કોઈ માણસ-ચીજ) તરફ જવું; આવવું; પોંહોચવું; to go to (a person or thing); to reach; [illegible] . . [illegible] વર્ત. પરસ્મૈ. ૩/૧ ઇજ. ૮, ૪; [illegible] આજ્ઞા. પરસ્મૈ. ૨/૧ ય. ૧૦, ૧૧૮; [illegible] અ. ભૂ. પરસ્મૈ. ૩/૧ ય. ૧૪, ૨. ૭. ૯. ૧૧. ૧૫. ૧૭. ૧૯. ૨૩. ૨૫. ૨૭; [illegible] સંશ. ય. ૧૧, ૬; ય. ૧૭, ૧૦; [illegible] (૩/૨ ને બદલે) વં. ૭, ૭૦; [illegible] [illegible] [illegible] મારી ખુશાલીને માટે (મારી) આરાધનાએાે તરફ તમો આવો—આજ્ઞા. પરસ્મૈ. ૨/૩ ઇજ. ૨૮, ૩.

[illegible] = નજદીક જવું; to walk to; [illegible] [illegible] શક્યા. પરસ્મૈ. ૩/૧ વં. ૯, ૧૨. ૩૧. ૩૨.

[illegible] = उद्-गम् = ક) આગળ વધવું, ઉંચે જવું; to march on; to go forth; to reach up; [illegible] વર્ત. પરસ્મૈ. ૩/૧ ય. ૧૦, ૫૦; [illegible] [illegible] સંશ. ય. ૧૦, ૧૯; [illegible] વર્ત. પરસ્મૈ. ૩/૩ વં. ૧, ૧૪; [illegible] વર્ત. ક. પરસ્મૈ. નર. ૨/૧ ય. ૮, ૩૬.

ખ) (અનાજનું) ઉગી નીકળવું; to be produced, to grow up (as corn); . . . [illegible] [illegible] વર્ત. સંશ. પરસ્મૈ. ૩/૩ ય. ૮, ૨૯.

ગ) (બચ્ચાંનું) ઉછરવું, મોટું થવું; (પેટમાંથી બચ્ચાંનું) બાહાર આવવું, જન્મ પામવું; (સ્પી., હારલે તથા દારમે.); to grow up (as a child); to be born (Sp., H. & D.); [illegible] અ. ભૂ. સંશ. પરસ્મૈ. ૩/૧ વં. ૧૫, ૧૫; [illegible] ૩/૩ વં. ૧૫, ૨૧. ૨૪. ૨૭. ૩૦. ૩૩. ૩૬. ૩૯.

[illegible] = उपा-गम् = નજદીક જવું—આવવું; to go to; to reach; [illegible] શક્યા. પરસ્મૈ. ૩/૧ વં. ૬, ૨૭; [illegible] ઇજ. ૩૦, ૬.

[illegible] = ક) નીચે જવું; to go down; [illegible] [illegible] વર્ત. પરસ્મૈ. ૩/૧ વં. ૫, ૮.

ખ) મેળવવું, ફતેહ પામવી; to obtain, to succeed; [illegible] આજ્ઞા. પરસ્મૈ. ૧/૧ ય. ૧૫, ૨૮.

ગ) ધસારો કરીને આવવું; to come rushing; [illegible] અ. ભૂ. પરસ્મૈ. ૩/૩ ય. ૧૩, ૩૭.

ઘ) બચ્ચાંનો જન્મ આપવો; to give birth to; [illegible] [illegible] [illegible] [illegible] [illegible] the woman gives birth to a still-born child; વર્ત. સંશ. પરસ્મૈ. ૩/૧ વં. ૫, ૪૫.

[illegible] = प्रति-गम् = ક) સાંમે જવું; to go against; [illegible] વર્ત. પરસ્મૈ. ૩/૧ વં. ૧૩, ૧. ૨. ૫, ૬; વં. ૮, ૮૦.

ખ) કોઈની સાંમે મળવું; to meet face to face; [illegible] (સાંમે મળ્યો) અ. ભૂ. પરસ્મૈ. ૩/૧ વં. ૨, ૨૧.

ગ) નજદીક જવું; પોંહોંચવું, લાગવું; to reach; to touch; [illegible] વં. ૮, ૪૧—૯૯; ઇજ. ૫૭, ૧૨; [illegible] . . . . [illegible] ય. ૧૦, ૯૯; [illegible] અ. ભૂ. સંશ. ૩/૩ ય. ૫, ૧૩૨.

ઘ) પાછું આવવું; to come back again, [illegible] વર્ત. સંશ. પરસ્મૈ. ૩/૨ વં. ૯, ૫૪. ૫૫. ૫૭; વં. ૧૩, ૫૩. ૫૪. ૫૬.

[illegible] = परि-गम् = પાસે જવું, નજદીક પોંહોચવું; to approach; to reach to; to draw near; [illegible] . . . . . [illegible] વર્ત. પરસ્મૈ. ૩/૧ ય. ૧૦, ૮૫; [illegible] વર્ત. સંશ. આત્મને. ૧/૩ ઇજ. ૧૩, ૬; ઇજ. ૩૯, ૫; [illegible] [illegible] ઇજ. ૩૬, ૧; [illegible] [illegible] વર્ત. સંશ. આત્મને. ૧/૧ ઇજ. ૫૧, ૨૨; [illegible] ઇજ. ૫૦, ૮; ઇજ. ૭૦, ૧; ય. ૧૦, ૬; [illegible]

ઈજ. ૨૮, ૨; [Avestan] અ. ભૂ. પરસ્મૈ. ૩|૧ ઈજ. ૪૩, ૭. ૯. ૧૧. ૧૩. ૧૫; [Avestan] ય. ૧૭, ૨૯.

[Avestan] = જવું, પોહોંચવું; to come, to arrive ; [Avestan] ય. ૧૦, ૧૦૧.

[Avestan] = प्र-गम् = ક) આગળ-પાસે જવું; to go forward ; to come near; [Avestan] વર્ત. પરસ્મૈ. ૩|૧ વં. ૫, ૮. ૯; [Avestan] અ. ભૂ. સંશ. ૩|૧ વં. ૬, ૪૭; વં. ૧૬, ૧૬; [Avestan] ૩|૩ વં. ૬, ૨૬. ૪૬; વં. ૮, ૭૩.

ખ) બચ્ચું જનવું; વીઆવું; to give birth to; *accoucher* ; [Avestan] વં. ૧૫, ૧૭. ૨૦. ૨૩. ૨૬. ૨૯. ૩૨. ૩૫. ૩૮. ૪૧.

[Avestan] = वि-गम् = પંથરાઈ જવું, ચોમેર પોહોંચવું, ફેલાઈ જવું; ફરીવળવું; to spread all over ; to go over; [Avestan] (ફક્ત વર્ત. ને બદલે) ઈજ. ૬૫, ૫; નીઆ. ૪, ૬; ય. ૧૦, ૮૫; ય. ૧૩, ૪૪; [Avestan] . . [Avestan] ય. ૮, ૯; [Avestan] (ફેલાઈ જશે, પંથરાશે) ય. ૧૩, ૯૪; [Avestan] (ફક્ત અ-ભૂ. ને બદલે) ય. ૧૦, ૮૯; [Avestan] વીશ્તા. ય. ૩૮; [Avestan] વર્ત. ફ. પરસ્મૈ. નારી. ૧|૩ ય. ૮, ૪૦.

[Avestan] = सम्-गम् = ક) સાથે જવું—મળવું—પુગવું; to meet together; to come together; [Avestan] વર્ત. આત્મને. ૩|૩ વં. ૧૯, ૨૭; [Avestan] સંશ. વં. ૭, ૪૪; ય. ૧૪, ૪૩; [Avestan] . . [Avestan] અ. ભૂ. સંશ. ૩|૧ વં. ૭, ૭૦; [Avestan] . . [Avestan] શક્યા. પરસ્મૈ. ૩|૨ ઈજ. ૩૦, ૪.

ખ) જુમલે થવું; to amount, to extend to; [Avestan] (Geldner [Avestan]) વં. ૨, ૮. ૧૨. ૧૬.

[Avestan] વિશે જુઓ ધા. [Avestan]

૧ [Avestan] = [Avestan] = પોહોંચવું; to reach to, to come unto; [Avestan] અ. ભૂ. સંશ. પરસ્મૈ. ૩|૧ નીઆ. ૯ ૧.

૨ [Avestan] = जक्ष् = છુટી રીતે ફરવું, ગમે તેમ ચાલવું; to live without restraint; to indulge; જુઓ એની પછીનો બોલ.

[Avestan] (= [Avestan]) (જુઓ ૨ ધા. [Avestan]) સા. ના. સામા. નિલાજરાપણાથી—મહબાજે રાખ્યા વગર ચાલ ચલાવનાર, વ્યભિચાર કરનારો રાખ્શ; વ્યભિચારી મરદ-ઓરત; a libertine ; a person who leads a licentious life, either male or female ; [Avestan] ૧|૧ વં. ૧૮, ૬૨; વં. ૨૧, ૧; [Avestan] ૮|૧ ય. ૩, ૯; [Avestan] (૨|૧ ને બદલે) ય. ૩, ૧૨; [Avestan] વં. ૨૧, ૧૭. જુઓ નીચેનો બોલ.

[Avestan] ([Avestan] ઉપરથી) ક) સા. ના. નર. પાપી-દુરાચરણી માણસ; a licentious or immoral man ; [Avestan] (૧|૧ ને બદલે) વં. ૧૮, ૫૪.

ખ) સા. ના. નારી. બદ ઓરત, છિનાળ, રાંડ; a woman of bad repute ; a fiendish woman; [Avestan] ૧|૧ વં ૧૩, ૪૮; ય. ૮, ૮૯; ય. ૧૪, ૫૧; ય. ૧૭, ૫૪; [Avestan] ૪|૧ ઈજ. ૯, ૩૨; ય. ૧૭, ૫૭; હાદો. નુસ્ક. ૩૬; [Avestan] ૬|૧ વં. ૧૩, ૪૪. ૪૮.

[Avestan] (જુઓ [Avestan] તથા [Avestan]) સમાસ ભૂ. ફ. વિ. જહિથી ઉત્પન્ન થએલું, વ્યભિચારી મરદ-ઓરતથી ઉત્પન્ન થએલું; produced or worked by the Jahi ([Avestan] q. v.); [Avestan] [Avestan] (જહિથી ઉત્પન્ન થએલી ખરાબી-બદીની સાંભે થવાનેમાટે) નાન્ય. ૬|૧ ય. ૧૩, ૧૪૨. Wester. [Avestan]

[Avestan] (જુઓ ધા. [Avestan]) પૂ. ભૂ. ફ. પરસ્મૈ. અધિ. વિ. પકડવાને વધારે શક્તિવાન, સંગેરી લેવાને વધારે તાકાત રાખનાર ; more capable to take hold of or to acquire ; rt. [Avestan] to hold ; redup. [Avestan]; perf. partic. Para. [Avestan]; weakest base [Avestan]; compara. [Avestan]; [Avestan] [Avestan] નર. ૧|૧ વં. ૪, ૪૮.

[Avestan] (જુઓ ધા. [Avestan] ખ) સા. ના. નાન્ય. સગપણ, સગાઈ; ભાઈચારો; connection, relationship; brotherliness. Comp. Sans. जामि. Lat. *Gem*-ini. [Avestan] ય. ૪, ૭.

[Avestan] વિશે જુઓ ધા. [Avestan] ક..

1 [illegible] (= [illegible] = [illegible]) વિ. ના. નર. ફરશોસ્તરનો ભાઈ તથા પાદશાહ ગુશ્તાસ્પનો વજીર; એના ડહાપણ તથા દૂર-અંદેશીને માટે એને [illegible] (ઈમ્આને જામાસ્પ હકીમ) નો એલકાબ મળ્યો છે; the brother of Ferashaostra and the prime minister of Kai Gushtâsp; he was noted for his great wisdom and a profound knowledge in astrology. In the *Yâdkâri Zarîrân* it is related, that when the two armies (the Irânians and the Khyonites) meet together, Gushtâsp asks Jâmâspa to reveal to him the future issue of the battle. Jâmâspa obeys reluctantly, as the issue is to be fatal to the Irânians. In Yt. V., 69, Jâmâspa appears in the character of a warrior (Dar.); [illegible] ૧।૧ આફ્રી. પૈગમ. જર. ૨ (= ૫. ૨૩, ૨); વીશ્તા. ૫. ૩, ૫. ૬૮ (= ૫. ૨૪, ૩. ૫. ૬૮); [illegible] ૧।૧ ઈજ઼. ૫૧, ૧૮; [illegible] (૧।૧ ને બદલે) ઈજ઼. ૪૯, ૯; [illegible] ૬।૧ ૫. ૧૩, ૧૦૩; [illegible] ૮।૧ ઈજ઼. ૪૬, ૧૭; [illegible] ૧।૨ ઈજ઼. ૧૨, ૭; [illegible] ૪।૨ વીશ્તા. ૫. ૧૧ (= ૫. ૨૪, ૧૧).

2 [illegible] વિ. ના. નર. ઉપલા જામાસ્પથી બીજો શખ્સ; એની સિફતમાં [illegible] (ઇમ્આને પાછલથી—પછવાડેથી જન્મેલો, ન્હાનો) આવેલ છે; he is different from Jâmâspa mentioned above; he is called Jâmâspa the younger; [illegible] ૬।૧ ૫. ૧૩, ૧૨૭. (જુઓ મોટી.)

[illegible] ([illegible] ઉપરથી) વિ. જામાસ્પનાં ખાનદાનનો; જામાસ્પનો છોકરો; pertaining to the family of Jâmâspa (orig.); the son of Jâmâspa (1) q. v.; [illegible] ૬।૧ ૫. ૧૩, ૧૦૪.

1 [illegible] = जि = જીતવું, ફતેહ કરવી; to win, to gain victory; જુઓ [illegible]

2 [illegible] = जिष् = ખાહેશ રાખવી, તલાશ કરવી; to desire, to seek after; [illegible] સનન્ત ક્રિ. (desider. verb) આજ્ઞા. આત્મને. ૨।૧ વં. ૧૫, ૧૩; [illegible] વર્ત. સંશ. પરસ્મૈ. ૩।૧ વં. ૧૫, ૧૪.

3 [illegible] ([illegible]નું ટુંકું રૂપ) = जीव् = જીવવું; to live; [illegible] સનન્ત ક્રિ. desider. વર્ત. પરસ્મૈ. ૩।૩ ઈજ઼. ૩૯, ૧. જુઓ [illegible], [illegible]

[illegible] Wester. વિશે જુઓ [illegible]

[illegible] વિશે જુઓ ધા. [illegible]

[illegible] વિશે જુઓ ધા. [illegible]

[illegible] (જુઓ ૩ ધા. [illegible]) વર્ત. કૃ. પરસ્મૈ. જીવતો, જીંદગી ગુજારતો; living; passing one's life; Wester. [illegible], Geld. [illegible]; see below.

[illegible] (જુઓ ૨ [illegible]) સમાસ કૃ. વિ. અશોઈ મુજબ જીંદગી ગુજારતો; passing one's life in accordance with (the rules of) purity; [illegible] ૨।૧ વં. ૫, ૪. ૭; વં. ૮, ૩૪.

[illegible]* = જવું; આવવું; આવી પડવું, બનવું; હાંસેલ થવું; to go, to come, to happen; to acquire; cl. 6; another form of rt. [illegible], q. v.; [illegible] વર્ત. પરસ્મૈ. ૩।૧ ઈજ઼. ૪૮, ૨; [illegible] [illegible] (ભલાં મનનું કૌવત મને મળો) અ. ભૂ. પરસ્મૈ. ૩।૧ (સંશ. ની મતલબે) ઈજ઼. ૪૩, ૪; [illegible] (સંશ. ની મતલબે) ઈજ઼. ૪૬, ૩; ઈજ઼. ૪૮, ૧૧; [illegible] ૧।૩ વીશ્તા. ૫. ૩૨.

[illegible] = (કોઈ માણસ અથવા ચીજની) નજદીક આવવું; હાંસેલ થવું, મળવું; to come to a person or thing; to acquire; [illegible] અ. ભૂ. પરસ્મૈ. ૩।૧ ઈજ઼. ૪૩, ૧૨; [illegible] · · · [illegible] ઈજ઼. ૪૪, ૧; [illegible] · · · [illegible] (હાંસેલ થાએ) ઈજ઼. ૭૦, ૫.

[illegible] = નજદીક પોંહોચવું; હાંસેલ થવું; to come near; to accrue; [illegible] અ. ભૂ. પરસ્મૈ. ૩।૩ ઈજ઼. ૪૫, ૫.

[illegible] (જુઓ ધા. [illegible]) કૃ) સા. ના. નર. આવનાર; one who comes; [illegible] ૧।૩ ઈજ઼. ૨૯, ૩.

* એના ખોલાસાબાબે જુઓ મારૂં અવસ્તા વ્યાકરણ, સફો ૧૮૬ મો.

ખ) સા. ના. નાન્ય. માર્ગ; ચાલચલન, આચરણ; course of conduct, practice. Comp. Sans. गम; ૭/૧ વીસ્પ. ૨૨, ૨.

(જુઓ ૩ ધા.) વિ. ચાલાક, ચપરાક, સાવધ; active, intelligent; vigilant; ૨/૧ ય. ૧૯, ૪૨. જુઓ તથા

૧ (૧ ધા. ઉપરથી) = ફતેહ કરવી, જીતવું; to conquer, to win; (Geld.)(ફતેહમંદ થઈને, ફતેહમંદીથી) વર્ત. કૃ. આત્મને. નર. ૧/૧ ય. ૧૯, ૫૩.

૨ (૩ ઉપરથી) = જીવવું. જીંદગી ગુજારવી; to live, to pass one's life; જુઓ

વિરી જુઓ ૧ ધા.

(૩ ધા. ઉપરથી) = જીવવાને— જીંદગી ગુજારવાને ઇચ્છવું; to desire to live (desider. base); *vide*

(ઉપરથી) વિ. જીવવાને— જીંદગી ગુજારવાને ઇચ્છતો; desiring to live; (= +) ૬/૩ ઇજ઼. ૩૫, ૮.

(જુઓ ૩ ધા.) સા. ના. નારી. જીંદગી; life; ૨/૧ ઇજ઼. ૬૨, ૪; ઇજ઼. ૩૮, ૫. જુઓ

(જુઓ તથા ૬) સમાસ વિ. ચંચલ માથાંવાળો; ચાલાક મગજનો; સાવધ; intelligent-headed; sharp-witted; vigilant; નર. ૧/૧ ય. ૧૪, ૧૨.

= जीव् = = = જીવવું; to live. Comp. ; જુઓ નીચેનો બોલ.

(= जीव) (જુઓ ધા.) વિ. જીવતું (અસલ.); living (lit.); fresh milk from the cow used in the Yaçna ceremony; (જીવામ, તાજું દોહેલું દુધ) નારી. ૨/૧ ઇજ઼. ૩, ૩; ઇજ઼. ૨૨, ૧; ઇજ઼. ૨૪, ૧; વીસ્પ. ૧૧, ૩.

(જુઓ) passing one's life (denom. pres. partic. Atmane); જીંદગી ગુજારતો; નર. ૧/૧ ઇજ઼. ૮, ૩.

૧ (જુઓ ધા.) સા. ના. નારી. જીંદગી; life; જુઓ

૨ વિ. ના. નર. પુરૂષનું નામ; name of a person; જુઓ નીચેનો બોલ.

(૨ ઉપરથી) વિ. જીશ્તિ (નામના શખ્સ) નાં ખાનદાનનો; જીશ્તિનો છોકરો (દારમે.); pertaining to the family of Jishti (orig.); the son of Jishti (Dar.); ૬/૧ ય. ૧૩, ૧૧૩.

૧ = જીવવું; to live, to exist; cl. 6; another form of ; વર્ત. પરસ્મૈ. ૩/૧ વં. ૩, ૩૩; ૧/૩ ઇજ઼. ૩૧, ૨; ૩/૩ વં. ૨, ૪૧; વર્ત. સંશ. ૨/૧ (આશીર્વાદાર્થકની મતલબે) ઇજ઼. ૬૨, ૧૦; આજ્ઞા. પરસ્મૈ. ૨/૧ આફ્રં. ૬હ. ૧૨ તથા દરેક આફ્રંગાનના ના ફકરામાં; (અસલ રૂપ +) અ. ભૂ. પરસ્મૈ. ૧/૨ ય. ૧૫, ૪૦; વર્ત. કૃ. પરસ્મૈ. નર. ૧/૧ ય. ૧૩, ૧૮; ઇજ઼. ૪૬, ૫; ૨/૧ વં. ૯, ૪૫. ૪૭; વં. ૧૦, ૬. ૧૭. ૧૮; નર. ૨/૩ ઇજ઼. ૩૧, ૩; નર. ૬/૩ ઇજ઼. ૨૪, ૫; વીસ્પ. ૧૧, ૭.

૨ = Ved. जू = જલ્દીથી જવું—આવવું; to hasten; do thou quickly hasten to my help; આજ્ઞા. પરસ્મૈ. ૧/૧ ય. ૫, ૬૩. જુઓ

(જુઓ ૧ ધા.) વિ. જીવતું, હૈયાત; living. Comp. ; the living world નર. ૧/૧ હાદો. નુસ્ક. ૨. ૨૦.

વિરી જુઓ ધા.

સા. ના. નારી. (અર્થ અચોક્કસ). દુઃખ, સંકટ (યુસ્તી); મારનાર (મિલ્સ); ખરાબ આફ્રીડી તથા માણસ (દારમે.); injury, harm (J.); the smiter (M.); abridged form of a bad woman and [Avestan] a man (Dar.); [Avestan] wicked persons (Dar.) ૨|૧ ઇજ઼. ૫૩, ૮.

[Avestan] (= जनी) સા. ના. નારી. નારી, ઓરત; a woman; rt. [Avestan]=[Avestan] जन् to give birth to; = જન્મ આપવો; [Avestan] ૮|૩ ઇજ઼. ૫૩, ૮. Comp. [Avestan], [Avestan]

[Avestan] (meaning unsettled); [Avestan] [Avestan] [Avestan] [Avestan] [Avestan] and that man receives the wished-for recompense with gift (Dar.); Vishtâsp Yt. 30.

[Avestan] ઘાતકારક (પુરતી.); શિક્ષા (દારમે.); ફતેહમંદ (મિલ્સ); deadly (J.); chastisement (Dar.); victorious (M.); [Avestan] ઇજ઼.૩૨,૭.

[Avestan] (= [Avestan] + [Avestan]; જુઓ ધા. [Avestan]) વિ. ઘાતકારક, પ્રાણઘાતક; deadly, murderous; [Avestan] નર. ૧|૩ વં. ૧૩, ૪૦; [Avestan] અધિ. વિ. (વધારે ઘાતકારક) નર. ૧|૧ વં. ૧૩, ૪૧; [Avestan] નર. ૧|૩ વં. ૧૮, ૬૫.

[Avestan] વિ. ના. નર. દેવ—દરૂજની એક જાત; કદાચ ૧ [Avestan] નું બીજું રૂપ હોએ; a species of Daeva or Druj; Pehl. [Pahlavi]; Comp. [Avestan] [Avestan] ૧|૧ વં. ૭, ૫૯. *Otherwise*: nom. plu. of [Avestan] (for [Avestan]);

[Avestan] (= [Avestan] = [Pahlavi]) (જુઓ ધા. [Avestan]) સા. ના. નારી. ઉંડાણ; depth; [Avestan] ૧|૩ વં. ૫, ૧. ૨; ય. ૧૪, ૨૧; ય. ૧૮, ૬; [Avestan] ૭|૩ વં. ૨, ૨૩; ઇજ઼. ૧૦, ૧૭.

[Avestan] (જુઓ ૨ [Avestan] તથા [Avestan] ૫) સમાસ બૂ. ફૃ. વિ. કમાનની દોરીમાંથી ફેંકેલો (તીર); (an arrow) shot from the string of the well-bent bow; . . . . . . [Avestan] [Avestan] નર. ૧|૩ ય. ૧૦, ૩૯.

૧ [Avestan] = ज्या = [Avestan]) બુઢું-જુનું થવું; સુકઇ જવું; to become old, to decay, to dry; જુઓ [Avestan], [Avestan]

૫) નાશ પામવો, હાની પહોંચવી; to be destroyed, to be injured; જુઓ [Avestan]

૨ [Avestan] (ज्या = [Avestan]) સા. ના. નારી. કમાનની દોરી; ચિલ્લો: bow-string; stringing the bow; [Avestan] ૩|૧ ય. ૧૦, ૧૨૮; [Avestan] ૧|૩ ય. ૧૦, ૧૧૩. જુઓ [Avestan]

[Avestan] (જુઓ ૩ ધા. [Avestan]) સા. ના. નારી. જીવવું, જીંદગી ગુજારવી, જીંદગી; living, passing one's life; life; જુઓ [Avestan], [Avestan] [Avestan], [Avestan], [Avestan] [Avestan], [Avestan], [Avestan]

[Avestan] (= जीवातु) (જુઓ ૩ ધા. [Avestan]) સા. ના. નારી. જીંદગી, જીવવું, જીંદગી ગુજારવી; [Avestan] નું બીજું રૂપ; living, passing one's life; life; same as [Avestan], q. v. [Avestan] ૨|૧ ઇજ઼. ૩૧, ૧૫; ઇજ઼. ૩૨, ૧૧; [Avestan] ૬|૧ (૫|૧ ની મતલબે) ઇજ઼. ૪૬, ૪; [Avestan] ૬|૧ ઇજ઼. ૩૨, ૯. ૧૫; ઇજ઼. ૫૩, ૯.

[Avestan] વિશે જુઓ [Avestan]

[Avestan] (જુઓ ૧ ધા. [Avestan]) વિ. જીવતું; living, alive; [Avestan] નર. ૧|૧ વં. ૫, ૩૬-૩૮; વં. ૧૨, ૨૨-૨૪; વં. ૧૩, ૩; [Avestan] વં. ૫, ૬૧; [Avestan] (=[Avestan]+[Avestan]) ૨|૧ ય. ૫, ૬૩; [Avestan] (Wester. [Avestan]) ય. ૧૩, ૯; [Avestan] નર. ૧|૩ ઇજ઼. ૪૫, ૭; અથવા બીજી રીતે:—એની પછીના બે ક્રિયાપદો ([Avestan] [Avestan]) ધ્યાનમાં લેતાં એ બોલ (ઇઆને [Avestan]) ગાથાને લીધે [Avestan] નું ટુંકું રૂપ બી થઈ શકે. [Avestan] ૬|૩ ય. ૧૩, ૧૭.

[Avestan] વિશે જુઓ ૧ ધા. [Avestan] to live.

[Avestan] (જુઓ ૧ ધા. [Avestan]) સા. ના. નર. જીંદગી, હેયાતી; life, existence; [Avestan] ૧|૧ ય. ૧૯, ૧૧. ૮૯.

[Avestan] (જુઓ [Avestan] તથા [Avestan] [Avestan]) સમાસ વિ. જીવતી નીશાનને લગતું (અસલ.); જાનવરનાં ખુદરતી—ખોરાકના જોસ્સાને લગતું; pertaining to natural excitement of love; [Avestan] [Avestan] sexual union (જાનવરના કુદરતી જોસ્સાને લગતો સંબંધ—સંભોગ) નર. ૨/૧ વં. ૧૫, ૪૬.

[Avestan]

[Avestan] ([Avestan] નું બીજું રૂપ) = વેહેવું ; to flow; cl. 1. Comp. [Avestan]

[Avestan] = આગળ વેહેવું ; to flow onward; [Avestan] વર્ત. પરસ્મૈ. ૧ લો વર્ગ ૩/૧ ઇજ. ૬૫, ૪; ય. ૫, ૪; ય. ૧૩, ૭. ન્યા. ૪, ૫.

[Avestan] = ज्ञा = Lat. Co-*gnoscere* = Fr. Con-*naitre* = જાણવું; to know, to discern; જુઓ [Avestan], [Avestan], [Avestan]=orig., [Avestan]

[Avestan] (= ज्ञातृ = Lat. Co-*gnitor*) (જુઓ ધા. [Avestan]) સા. ના. નર. જાણનાર ; આગાહી રાખનાર; one who knows or discerns; epithet of [Avestan] [Avestan]; [Avestan] ૧/૧ ય. ૬, ૧૩; the Discerner; [Avestan] ય. ૧, ૧૨.

[Avestan] (= [Avestan] = जानु = [Persian] = Lat. Genu = Fr. Genou = Ger. knie = knee) સા. ના. નર. ઘુંટણ ; the knee; rt. [Avestan], [Avestan] = to bend (Prof. Chavée); [Avestan] ૨/૧ વં. ૮, ૬૧. ૬૨. ૬૩; વં. ૯, ૨૨. ૨૩; [Avestan] knee-high (ઘુંટણ સુધી, ઘુંટણની ઉંચાઈ સુધી) ૨/૩ ઇજ. ૫૭, ૬. [Avestan] ૪/૩ (૪/૨ ને બદલે) વં. ૬, ૨૭; જુઓ [Avestan]

[Avestan] ([Avestan] નું બીજું રૂપ ; જુઓ ૨ ધા. [Avestan]) ભૂ. કૃ. વિ. તીક્ષ્ણ કીધેલું, અણીદાર કીધેલું ; sharpened, sharp-pointed. Comp. [Avestan]; જુઓ [Avestan]

[Avestan] (જુઓ. ધા. [Avestan]) અ. તિ. વિ. ઘણુંજ જાણનાર ; સર્વજ્ઞ ; most knowing; All-knowing; Omniscient; epithet of [Avestan] [Avestan]; [Avestan] (નર. ૧/૧ ને બદલે) ય. ૧, ૧૩.

[Avestan]

[Avestan] સા. ના. નર. ઢાલ ; જીન (સ્પી. તથા યુસ્તી); વીર રાખવાની કોથળી, ભાથડો (હારલે તથા દારમે.); a shield; a quiver (Har. & Dar.); [Avestan] (Geld. [Avestan] ૧/૧ વં. ૧૪, ૯.

[Avestan] (= हरि = Green) (જુઓ ૨ ધા. [Avestan]) વિ. કૃ.) લીલું, તરાવતવાળું, તાજું ; green, fresh; juicy; જુઓ [Avestan]

પ) પીળું, સોનેરી ; yellow; golden; [Avestan] ૬/૧ ય. ૧૦, ૯૬. ૧૩૨. જુઓ [Avestan], [Avestan], [Avestan], [Avestan]

[Avestan] (= [Pahlavi] = [Persian]) (જુઓ [Avestan] ગ) સમાસ વિ. તાજા—લીલા રંગનું ; green-coloured; [Avestan] નર. ૧/૧ ઇજ. ૯, ૧૧; [Avestan] ૨/૧ વં. ૨, ૨૬. ૩૪; [Avestan] નર. ૮/૧ ઇજ. ૧૦, ૧૨; [Avestan] [Avestan] નારી. ૬/૩ વં. ૧૮, ૬૩; ય. ૭, ૪; ય. ૧૮, ૬.

[Avestan] ([Pahlavi] = [Persian]) (જુઓ [Avestan] કૃ) સમાસ વિ. પીળા કાનવાળો ; (a dog) with yellow ears; [Avestan] [Avestan] (. . . કુતરો) નર. ૨/૧ વં. ૮, ૧૬—૧૯.

[Avestan] (=[Avestan]) ([Avestan] ઉપરથી) વિ. ના. નર. દેવનું નામ; અમરદાદ અમશાસ્પંદનો હરીફ-દુશ્મન; the demon who empoisons the plants; the adversary of Ameretât; indecl.; *vide* [Avestan]; [Avestan] (૧/૧ ને બદલે) વં. ૧૯, ૪૩; [Avestan] (૨/૧ ને બદલે) વં. ૧૦, ૧૦; વં. ૧૧, ૯. ૧૨.

[Avestan] વિ. ના. નારી. ગુશતાસ્પ પાદશાહના વખતની કોઈ નામાંકિત બાઈડીનું નામ ; an illustrious woman who flourished in the reign of King Gushtâsp; [Avestan] ૬/૧ ય. ૧૩, ૧૩૯.

૧ [Avestan] (=[Pahlavi]= हरित = [Persian] , [Persian]) (જુઓ ૨ ધા. [Avestan]) વિ. પીળું, લીલું; yellow; green; [Avestan] . . . [Avestan] greenish poison (લીલું ઝેહેર) નામ. ૧/૧ ઇજ. ૯, ૧૧; ય. ૧૯, ૪૦; [Avestan] . . . . [Avestan] the dragon green of colour નર. ૨|૧ ફ્રિ. ૯, ૧૧; ય. ૧૯, ૪૦; [illegible] [illegible] the yellow dog (પીળો કુતરો) ૨|૧ વં. ૮, ૧૬-૧૯; [illegible] નર. ૬|૧ ફ્રિ. ૯, ૩૦.

૨ [illegible] વિ. ના. નર. પેગમબર જરતોશ્તના વખતના કોઈ નામાંકિત પુરૂષનું નામ; name of an illustrious person of the time of Zarathushtra; [illegible] ૬|૧ ય. ૧૩, ૯૮. (જુઓ આગ્રી.)

[illegible] (= [illegible]) (જુઓ [illegible]) સમાસ વિ. સોનેરી આંખવાળો; (Haoma) with golden eyes; [illegible] નર. ૧|૧ ફ્રિ. ૫૭, ૧૯; ય. ૯, ૧૭; ય. ૧૦, ૮૮.

[illegible] (= [illegible] = हरित = [illegible]) ([illegible] ઉપરથી) વિ. પીળું; ફીકું; yellow, pale; or, lean, meagre, weak; of weak judgment (Comp. Per [illegible]); પતળો, નબળો, નાતવાન, મંદ બુદ્ધિનો; [illegible] [illegible] [illegible] (ખુબાંસ્ત ઇઆને આલસાઈનો દેવ કે જે પીળો અથવા સુસ્ત—મંદ બુદ્ધિનો) (૨|૧ ને બદલે) વં. ૧૯ ૯. ૧૨; [illegible] [illegible] ૨|૧ ય. ૧૮, ૨.

[illegible] ([illegible]) (જુઓ [illegible]) સમાસ વિ. (પગની) સોનેરી એડીવાળો; golden-heeled; [illegible] [illegible] નર. ૨|૧ ય. ૫, ૩૮; ય. ૧૯, ૪૧.

[illegible] ([illegible] ઉપરથી) સા. ના. લીલોતરી, તરાવત; greenness, verdure, Comp. [illegible]; જુઓ [illegible]

[illegible] (= [illegible]) વિ. ના. નર. દેવનું નામ; name of a Daeva, otherwise called [illegible] q. v.; [illegible] literally means the devourer (*i. e.*, the destroyer) of verdure; [illegible] verdure; rt. = [illegible] [illegible] = [illegible] = to eat; [illegible] ૨|૧ વં. ૧૩, ૬. ૭.

[illegible] (meaning unsettled) [illegible] [illegible] (Vend. 13, 46, 48) nom. sing. of thin measure, of three-fold measure (lit.); (fr. [illegible] = measure); badly trained up and fantastic (Dar.).

[illegible] વિ. ના. નર. દેવનું નામ; name of a Daeva, otherwise called [illegible] q. v.; Pehl. [illegible]; orig. [illegible] + [illegible] one who moves about in verdure (lit.); rt. [illegible]; = अक्, or अग् = to move, to go; [illegible] ૨|૧ વં. ૧૩, ૬. ૭.

[illegible] ([illegible] ઉપરથી) વિ. લીલોતરી આપનાર, તરોતાજગી લાવનાર; bestowing verdure or freshness; epithet of [illegible] (the moon); [illegible] . . . . [illegible] [illegible] ૨|૧ ય. ૭, ૫.

[illegible] (= [illegible]) વિ. ના. નર. જરીર લોહોરાસ્પનો છોકરો, અને ગુશ્તાસ્પનો ભાઈ; Zarir, the son of Aurvat-Aspa (Lohrâsp) and the brother of Kai Gushtásp. He seems to have taken an active part in spreading the religion. He was treacherously killed in battle by the sorcerer Bidrafsh and was avenged by his son Bastavairi (Dar.); [illegible] ૧|૧ ય. ૫, ૧૧૨. ૧૧૭; [illegible] ૬|૧ ય. ૧૩, ૧૦૧. (જુઓ આગ્રી)

[illegible] વિશે જુઓ [illegible]

[illegible] ([illegible] ઉપરથી) વિ. બુઢો; old, aged; [illegible] નર. ૧|૧ વં. ૩, ૧૯. ૨૦.

[illegible] (જુઓ ૧ ધા. [illegible]) સા. ના. નારી. બુઢાપો; old age. Comp. Sanskrit जरा, जरस [illegible] ૧|૧ વં. ૧૯, ૪૩; ફ્રિ. ૯, ૫; ય. ૧૫, ૧૬; [illegible] ૨|૧ ય. ૯, ૧૦.

૧ [illegible] ([illegible] ક ઉપરથી) સા. ના. નાન્ય. શિયાળો; winter; [illegible] (૧|૧ ની મતલબે) વં. ૧૬, ૧૨.

૨ [illegible] (જુઓ ૧ ધા. [illegible]) સા. ના. નાન્ય. હથિયાર; a weapon; [illegible] ૩|૧ ય. ૧૦, ૧૪૧; [illegible] (= [illegible] + [illegible]) ૬|૩ ય. ૧૦, ૬૬. જુઓ [illegible], [illegible]

[Avestan] (જુઓ ૨ ધા. [Avestan]) સા. ના. નાન્ય. જાગૃતિ, સાવધપણું; wakefulness, vigilance; Pehl. [Avestan] (જીનાવન્દી). [Avestan] ૩।૧ વં. ૧૩, ૪૬; ઇજ. ૫૭, ૧૬; ય. ૧૦, ૧૦૩.

[Avestan] ([Avestan] ઉપરથી) વિ. સાવધ, ચોકસી રાખનાર; ખબરદાર; vigilant watchful; *or*, armed (fr. [Avestan] a weapon) હથિયારબંદ; [Avestan] નર. ૨।૧ ય. ૧૦, ૬૧.

૧ [Avestan] (જુઓ ૨ ધા. [Avestan]) વિ. જાગૃત, સાવધ; awake, vigilant; [Avestan] નર. ૧।૧ વં. ૧૩, ૪૦. જુઓ [Avestan]

૨ [Avestan] (જુઓ ૧ ધા. [Avestan]) સા. ના. હથિયાર; a weapon; જુઓ [Avestan] Geld.

[Avestan] (જુઓ [Avestan]) સમાસ વિ. તીક્ષ્ણ વાસવાળો, સાવધ સુંઘવાની ઇંદ્રીવાળો; keen-scented (as a dog); [Avestan] . . . [Avestan] નર. ૨।૧ વં. ૧૩, ૩૯.

[Avestan] Wester. (જુઓ ૨ ધા. [Avestan]) વિ. હુશિયાર, સાવધ, ચપળ; ચાલાક; watchful, vigilant, active; [Avestan] Wester. નર. ૧।૧ ય. ૧૩, ૬૭.

[Avestan] (જુઓ ૨ ધા. [Avestan]) સા. ના. નાન્ય. જાગૃતિ, બીદારી; wakefulness, watchfulness; [Avestan] [Avestan] [Avestan] [Avestan] ? (કીયા કારીગરે ઉંઘ તથા જાગૃતિ બનાવી?) ૨।૧ ઇજ. ૪૪, ૫.

[Avestan], [Avestan] વિ૦ જુઓ ૧ ધા. [Avestan]

૧ [Avestan] (= [Avestan] = होतृ) (જુઓ ૧ ધા. [Avestan]) સા. ના. નર. ક્રિયા કરનાર (અસલ.); ઇજશ્ને, વીસ્પરદ, વંદીદાદ, ઇત્યાદિ ક્રિયાઓમાં જે મોબેદ ખીંઘરા ઉપર બેસીને ભણે તે; જશનની ક્રિયામાં જે મોબેદ આફરંગાન માંડે તે; જોતી. એની સાંભેના શખ્સને રાસ્પી અથવા આતરવક્ષી કેહેછે; the officiating priest (lit.); the chief reciter of prayers. The priest, who, seated on a stone stool with four legs, recites the Yasna, the Visparad and the Vendidad with due ceremony; the priest who inaugurates the Jashan and the Afringân ceremony. He is called the Zotî; the priest, who sits opposite to him and assists in the performance of the ceremony, is called the Râspi (Av. [Avestan]) or Âtarvakhshi (Av. [Avestan]); [Avestan] ૧।૧ ઇજ. ૫૯, ૩૦; ઇજ. ૬૫, ૯; વીસ્પ. ૩, ૬; વીસ્પ. ૫, ૧; વીસ્પ. ૧૧, ૧૯; ય. ૪, ૭; ય. ૧૦, ૮૯. ૧૩૭; ય. ૧૦, ૬૧. [Avestan] ૧।૧ ઇજ. ૧૪, ૧; ઇજ. ૩૩, ૬; [Avestan] ૨।૧ ય. ૫, ૧૩૨; ય. ૧૦, ૮૯; ગેહ ૩, ૫; [Avestan] ૪।૧ વં. ૫, ૫૭. ૫૮; ઇજ. ૫૯, ૩૦; ઇજ. ૬૮, ૧૨; [Avestan] ય. ૩, ૧. ૨; [Avestan] (૧।૩ ને બદલે) ય. ૧૦, ૧૨૦. જુઓ [Avestan], [Avestan]

૨ [Avestan] (જુઓ ૨ ધા. [Avestan]) સા. ના. નર. હાંકનાર; a driver (of an ox or a cow); [Avestan] [Avestan] [Avestan] the ox curses his driver or master; (ગાએ ઢોર પોતાના હાંકનારને-માલિકને બદ દુઆ દેછે) ૨।૧ ઇજ. ૧૧, ૧.

*[Avestan], [Avestan] (= [Avestan] = होत्र = [Avestan]) (જુઓ ૧ ધા. [Avestan]) સા. ના. ક્રિયાનું સાધણ (અસલ.); અર્પણ, નજર, ભેટ; કાંઇબી ચીજ ક્રિયાની રૂએ આપવાની તે; જેમકે દુધ, ગોશ્ત, ખોરાક, પાણી ઇત્યાદિ. ઇજશ્નેની ક્રિયામાં ક્રિયા કરી તૈયાર કરેલાં પવિત્ર પાણીને [Avestan] (જોર) નાં નામથી ઓળખવામાં આવેછે; a thing that is offered in sacred service or religious ceremony (lit.); an offering, as milk, meat, food, &c.; also, consecrated water used in the Yaçna ceremonies; Zaothra, the Bund, states that it possesses many virtues; [Avestan] ૧।૧ ઇજ. ૬૮, ૧; [Avestan] ૨।૧ ઇજ. ૨, ૧; ઇજ. ૬૬, ૧; ય. ૯, ૩; ય. ૧૦, ૧૨૦; [Avestan] (૨।૧ ને બદલે) ઇજ. ૨, ૧; [Avestan] (૩।૧ ની મતલબે) ઇજ. ૨, ૧. ૨; [Avestan] નારી. ૫।૧ ય. ૧૦, ૮૮; [Avestan]

* [Avestan] કારાંતમાં જુજ ઠેકાણે આવેછે; ઝાઝો ભાગ [Avestan] કારાંત નારી જાતીમાં આવેછે.

† અથવા [Avestan] કારાંત નાન્યતરજાતી લઇએ તો બીજું બહુવચન થઇ શકે.

[illegible] નારી. ૬।૧ ય. ૫, ૬૧; [illegible] ૭।૧ વં. ૭, ૭૭; વં. ૧૮, ૭૦; [illegible] નારી. ૧।૩ યજ. ૬૮, ૧૪; [illegible] ૨।૩ ય. ૫, ૯૩; ય. ૧૦, ૩૨. ૧૩૭; ય. ૧૩, ૮૪; વં. ૧૨, ૨. ૪. ૬. ૮. ૧૦. ૧૨. ૧૪. ૧૬. ૧૮. ૨૦; વં. ૧૯, ૨૪. ૪૦; યજ. ૬૫, ૧૦; વીસ્પ. ૧૧, ૩; [illegible] ૨।૩ યજ. ૪, ૧; યજ. ૨૪, ૧; [illegible] ૫।૩ (૩।૩ ની મતલબે)* યજ. ૨૬, ૧; યજ. ૫૭, ૩ તથા દરેક કરદાને છેડે; યજ. ૬૮, ૩. ૧૦; વીસ્પ. ૬, ૧; ય. ૧, ૯; ય. ૫, ૮; ય. ૧૦, ૪. ૩૧. [illegible] ૫।૩ (૩।૩ ની મતલબે)* ય. ૩, ૧૮. તથા દરેક યશ્તને છેડે; [illegible] ૬।૩ વં. ૧૪, ૪; વં. ૧૮, ૭૨; યજ. ૬૮, ૯; વીસ્પ. ૯, ૧; ય. ૫, ૬૩; ય. ૧૦, ૭૭. ૧૨૨; ય. ૧૭, ૫૪; [illegible] ૮।૩ યજ. ૮, ૩. જુઓ [illegible], [illegible], [illegible], [illegible], [illegible]

[illegible] (જુઓ ૨ [illegible]) સમાસ ના. ક્રિયાની ભેટ તથા બંદગીનો કલામ; the offering and the prayer; [illegible] ૨।૧ (Geld. [illegible]) ય. ૫, ૧૨૩.

[illegible] (જુઓ ૧ ધા. [illegible]) સમાસ વિ. ક્રિયાની ભેટ લઈ જતો-લઈ જનાર; carrying or bringing offerings; [illegible] નર. ૪।૧ ય. ૫, ૧૯; ય. ૯, ૫; ય. ૧૫, ૧. ૨૦.

[illegible] (જુઓ [illegible]) સમાસ વિ. ક્રિયાની ભેટ—જોર મુકવાની (રકાબી); (the dish) that holds the Zaothra; [illegible] (Geld. [illegible]) ૪।૧ વીસ્પ. ૧૦, ૨.

[illegible] (જુઓ ૧ ધા. [illegible]) વિ. આરાધનાને લાએક; worthy of invocation; [illegible] નર. ૬।૧ વં. ૧, ૧૪; [illegible] નારી. ૧।૩ ય. ૧૩, ૨૩. ૨૭; [illegible] નારી. ૨।૩ ય. ૧૩, ૧૪૮.

[illegible] (= [illegible] + [illegible]; જુઓ ધા. [illegible]) વિ. આરાધના કીધાથી ધસારો કરતું; rushing forth when invoked (as Fravashis); [illegible] નારી. ૧।૩ ય. ૧૩, ૨૩.

૧ [illegible] (= [illegible] = जोष) (જુઓ ધા. [illegible]) સા. ના. નર. ખુશી, મરજી, ખાહેશ; wish, desire, will; [illegible] ૬।૧ વં. ૨, ૧૧. ૧૫. ૧૯; ય. ૪, ૭; ય. ૧૭, ૧૧; ય. ૧૯, ૮૨; [illegible] ૨।૧ વં. ૨, ૧૧. ૧૫. ૧૯; ય. ૪, ૭; [illegible] ૩।૧ યજ. ૧, ૨૧; ય. ૫, ૭; [illegible] ૪।૭ ય. ૮, ૩૫; ય. ૧૩, ૩૩, [illegible] ૫।૧ યજ. ૪૭, ૫; [illegible] ૭।૧ યજ. ૩૪, ૨. ૧૦; વીસ્પ. ૧૪, ૨; [illegible] ૨।૩ યજ. ૪૮, ૪; [illegible] ૨।૩ ય. ૧૦, ૧૧૮; જુઓ [illegible], [illegible], [illegible], [illegible], [illegible]

૨ [illegible] વિ. ના. નર. પુરૂષનું નામ; name of a person; [illegible] ૬।૧ ય. ૧૩, ૧૨૪.

[illegible] ([illegible] ઉપરથી) બુજાવી નાખવું (પુસ્તી); ઠઠ્ઠામશ્કરી કરવી (દારમે.); to extinguish (J.); to sneer (Dar.) જુઓ નીચેનો બોલ.

[illegible] (જુઓ ધા. [illegible]) સા. ના. નાન્ય. બુજાવવાનું કામ; ઠઠ્ઠામશ્કરી (દારમે.); extinguishing (J.); sneering (Dar.); [illegible] ૨।૧ ય. ૧૯, ૪૭.

[illegible] વિ. (અર્થ અચોક્કસ) ૧. હસી કાહાડવા જોગ, હસી કાહાડેલો; ૨. રદ બાતલ થએલો; નાશ પામેલો, ફના થએલો (મિલ્સ); જખમી થએલો, મારેલો (દારમે.); (meaning unsettled); (1) laughed out, sneered at; comp. हास्य; rt. हस् = to laugh out; (2) rejected; rt. [illegible], [illegible] = हा = to leave off; consumed (M.); wounded or smitten (Dar.); Pehl. [illegible]; [illegible] નર. ૧।૩ યજ. ૫૩, ૮.

[illegible] (જુઓ ૩ ધા. [illegible]) પુ. ક્રિ. આત્મને. ઈજા કરનાર, દુઃખ દેનાર; tormenting; ધાતુ બેવડો થઈને [illegible] પ્રત્યય લાગો; [illegible]

* એના ખોલાસા બાબે જુઓ મારું અવસ્તા વ્યાકરણ, સફો ૩૦૧ મો.

* વધારે ખોલાસા બાબે જુઓ મારૂં અવસ્તા વ્યાકરણ, સફો ૨૬૨ મો, ફકરો ૫૪૯ મો.

નર. ૧|૧ ય. ૧૧, ૫; [Avestan] (૬|૧ ને બદલે) ઈજી. ૯, ૩૦.

[Avestan] (જુઓ ૪ ધા. [Avestan]) સા. ના. નારી. જન્મ આપનારી, જનનારી; ઓ. ધારવામેજે એ બોલ [Avestan] નું બેવડું રૂપ થઈ વર્તે. કૃ. નો પ્રત્યય લાગીને નારી જાતીના પ્રત્યયની [Avestan] લાગ્યાથી ઉત્પન્ન થયો; orig. [Avestan] + [Avestan] + [Avestan] = [Avestan] = the bearer of children (lit.); a woman; જન્મ આપતી—આપનારી. પછી છેડેની [Avestan] હ્રસ્વ થઈને ૪|૧ નો પ્રત્યય લાગવાથી [Avestan] થયું. [Avestan] ૪|૧ ય. ૫, ૩૪; ય. ૧૫, ૨૪; [Avestan] ૪|૧ ય. ૯, ૧૪.

[Avestan] વિશે જુઓ [Avestan]

[Avestan] (Wester. [Avestan]) (જુઓ ધા. [Avestan] ૫) સા. ના. નાન્ય. મેળવવું, પામવું; પ્રાપ્તિ; obtaining, gain; ધાતુ બેવડો થઈને નામનાં રૂપમાં વપરાયો*; અસલરૂપ [Avestan] તેનું [Avestan] (૨|૩) થયું. [Avestan] [Avestan] I may obtain; (હું મેલવું—પામું) ઈજી. ૬૨, ૬.

[Avestan] (જુઓ ૩ ધા. [Avestan]) પૂ. કૃ. પરસ્મૈ. વિ. કૌવત રાખતો, જોરાવર, જોરમંદ; strong, powerful; orig., [Avestan] + [Avestan]; [Avestan] ([Avestan] ને બદલે) ૧|૩ ય. ૫, ૧૩૨; † [Avestan] most powerful; અતિ. વિ. નર. ૧|૧ ય. ૧૩, ૧૮.

[Avestan] (=[Avestan]= जङ्घा) સા. ના. નર. પગનો નળો; ઘુંટીનું હાડકું (દારમે.); the bone of the leg; ankle-bone (Dar.); [Avestan] ૨|૧ વં. ૮, ૬૫. ૬૬. ૬૭; વં. ૯, ૨૩. ૨૪; [Avestan] ૪|૩ (૪|૨ ને બદલે) વં. ૬, ૨૭. જુઓ [Avestan], [Avestan].

[Avestan] (= [Avestan]) સા. ના. નર. પગ; the foot, the leg; જુઓ [Avestan], [Avestan].

* એના ખોલાસા બાબે જુઓ મારૂં અવસ્તા વ્યાકરણ, સફો ૪૩ મો, ફકરો ૬૮ મો.

† એના ખોલાસા બાબે જુઓ મારૂં અવસ્તા વ્યાકરણ, સફો ૧૨૬ મો, ફકરો ૧૮૫ મો.

[Avestan] ([Avestan] ઉપરથી) વિ. કસબાને લગતું; pertaining to the town, of the town; [Avestan] ૧|૩ વીસ્પ. ૧૨, ૫.

૧ [Avestan] (=[Avestan] = जन्तु) (જુઓ ૧ ધા. [Avestan]) સા. ના. નર. ક) કસબો; a town; [Avestan] ૨|૧ ય. ૧૭, ૧૮; [Avestan] ૨|૧ વં. ૮, ૧૦૩; ઈજી. ૬૨, ૫; ય ૧૦, ૮૭; [Avestan] [Avestan] (કસબામાંથી) ૩|૧ (૫|૧ ની મતલબે*) વં. ૧૦, ૫. ૬. ૭. ૧૦. ૧૩. ૧૪; [Avestan] ૪|૧ ય ૧૩, ૬૬; [Avestan] [Avestan] (આએ કસબામાંથી) ૫|૧ ઈજી. ૫૭, ૧૪; ય. ૧, ૧૭; [Avestan] [Avestan] (આએ કસબામાં) ૭|૧ ઈજી. ૯, ૨૮; વીસ્પ. ૧૨, ૫; [Avestan] ૬|૧ વં. ૭, ૪૧. ૪૨; વં. ૯, ૩૭; વં. ૧૦, ૫. ૬. ૯. ૧૦. ૧૩. ૧૪; વીસ્પ. ૩, ૨; [Avestan] ૬|૩ ઈજી. ૮, ૭; ઈજી. ૨૩, ૧; ય. ૧૩, ૧૫૦; [Avestan] ૬|૩ ય. ૧૦, ૧૮. જુઓ નીચેના ભાગો. ખ) જાત, વર્ગ, તબકો; a tribe, a class, rank; જુઓ [Avestan], [Avestan]

૨ [Avestan] (જુઓ ૨ ધા. [Avestan]) સા. ના. નર. ગ્નાન, અક્કલ, દાનેશ; intellect, sense; જુઓ [Avestan]

[Avestan] (જુઓ ધા. [Avestan]) સમાસ વિ. કસબાને ખાલી કરનાર-ઉજડ કરનાર; making the town desolate; [Avestan] નર. ૧|૩ ય. ૧૦, ૭૫.

[Avestan] (= [Avestan]) (જુઓ ૧ [Avestan]) સમાસ ના. નર. કસબાનો ધણી-માલિક; the lord of a town; [Avestan] ૧|૧ ય. ૧૦, ૧૮. ૮૩; [Avestan] ૨|૧ વં. ૭, ૪૧; વં. ૯, ૩૭; વીસ્પ. ૩, ૨; [Avestan] [Avestan] the wife of the lord of a town (કસબાના ધણીની બાઈડી) ૨|૧ વં. ૭, ૪૨; [Avestan] ૪|૧ ય. ૧૦, ૧૭; [Avestan] [Avestan] ૬|૧ વં. ૧૦, ૫. ૬. ૯. ૧૦. ૧૩. ૧૪; ઈજી. ૧૩, ૧; વીસ્તા. ય. ૧૬; [Avestan] ૮|૧ ઈજી. ૯, ૨૭; [Avestan] ૨|૩ ય. ૧૦, ૧૮.

[Avestan] ([Avestan] ઉપરથી) ક) વિ. કસબાને લગતું; pertaining to the town, of

* એના ખોલાસા બાબે જુઓ મારૂં અવસ્તા વ્યાકરણ, સફો ૩૦૧ મો, ફકરો ૬૨૭ મો.

the town; [Avestan] નર. ૧|૧ યજ. ૧૫, ૧૮; [Avestan] યજ. ૧૫, ૧૮. [Avestan] નર. ૮|૧ ય. ૧૦, ૧૧૫; [Avestan] નારી. ૨|૩ યજ. ૨૬, ૧; યજ. ૧૭, ૧૮; ય. ૧૩, ૨૧.

ખ) સા. ના. નર. કસબાના હાકેમની સરદારી; exercise of authority over a town.

ગ) વિ. ના. નર. કસબાની પાસબાની કરનાર ફરેશ્તો, જન્તુમ; the angel keeping watch over the town; Zantuma; [Avestan] ૨|૧ યજ. ૨, ૪; યજ. ૯, ૩; ગેહ ૨, ૬. ૯; [Avestan] ૪|૧ યજ. ૧, ૪; યજ. ૩, ૬; ગેહ ૨, ૧; [Avestan] ૬|૧ ગેહ ૨, ૮.

[Avestan] (= [Avestan] + [Avestan]; જુઓ ૧ ધા. [Avestan]) સમાસ વિ. કસબાને લાએકનું, કસબાને માટે જેવું જોઈએ તેવું; (જેઓએ) કસબો મેળવેલો અથવા સ્થાપેલો (દારમે.); fit for the town; (those) who have conquered or founded the town (Dar.); [Avestan] નર. ૨|૩ ય. ૧૩, ૧૫૧.

[Avestan] (= [Avestan]) સા. ના. નર. અવસ્તાની ખોટી ઝંદ (ઇબ્આને શરેહ) કરનાર; જુઠું સમજાવનાર; અધર્મી શખ્સ; અથવા ભયંકર ([Persian]); a false interpreter of the Avesta; a misinterpreter; an irreligious person; *or* dreadful, terrible (comp. Per. [Persian]). The term *zandik*, according to Mas'aûdi, was first applied to the Manicheans, and afterwards to all others who followed the commentary (*zand*) in preference to the Avesta; finally, however, the Arabs applied the term to the Persians, probably with its acquired meaning of 'heretic' or 'infidel'(West.). Comp. Ar. زندیق; [Avestan] ૧|૩ વં. ૧૮,૫૫. ૫૯; [Avestan] (= [Avestan] + [Avestan]) ૬|૩ યજ. ૬૬, ૩.

[Avestan] = हद् = હગવું, ઝાડાવાટે કાહાડવું; to discharge excrement, to void; જુઓ નીચેનો બોલ.

[Avestan] (જુઓ ધા. [Avestan]) સા. ના. નાન્ય. પાછલો ભાગ, ગાંડ; the lower orifice of the bowels, anus; જુઓ [Avestan]

૧ [Avestan] = [Avestan] = जन् = [Persian] = Lat. Gignere જનમવું; જનવું; to be born; to give birth to; cl. 3; [Avestan] વર્તે. પરસ્મૈ. ૩|૩ ય. ૧૩,૧૫. [Avestan] અ. ભૂ. પરસ્મૈ. ૩|૩ વીસ્પ. ૧, ૩; વીસ્પ. ૨, ૩; [Avestan] સંરા. ૩|૧ ય. ૧૩, ૧૪૨; [Avestan] (અસલ રૂપ [Avestan]) કર્મે. ક્રિ. (Pass.) વર્તે. સંરા. ૩|૧ યજ. ૧૧, ૬; [Avestan] ૩|૩ યજ. ૧૧, ૬; આફ્રૂ. પેગમ. જર. ૫ (= ય. ૨૩, ૫); વીશ્તા. ય. ૧; (એ બાળમાંથી ધાતુનો ૧ નીકળી ગયો); [Avestan] અ. ભૂ. ૩|૧ વં. ૧, ૧૭; [Avestan] ([Avestan] ને બદલે) (જનતી, જનનારી) વર્તે. કૃ. પરસ્મૈ. નારી. ૧|૩ ય ૫, ૮૭; [Avestan] (હવે પછી જેઓ જનમવાના તેઓનું) ભવિ. કૃ. ૬|૩ વીસ્પ. ૧૧, ૧૩.

[Avestan] = જનવું, જન્મ આપવો; to give birth to; જુઓ [Avestan] જન્મ આપનારી.

[Avestan] = જન્મ આપવો; to give birth to; [Avestan] [Avestan] (Geld. [Avestan] [Avestan]) a man is born; કર્મે. વર્તે. ૩|૧ ય. ૧૩, ૧૬; [Avestan] ૩|૩ વં. ૨, ૪૦; [Avestan] સંરા. આફ્રૂરી. પેગમ. જર. ૧; [Avestan] સંરા. ૩|૧ વં. ૧૯, ૫; [Avestan] અ. ભૂ. ૨|૧ યજ. ૯, ૧૩; [Avestan] ૩|૧ યજ. ૯, ૪. ૭; [Avestan] શક્યા. ૩|૨ યજ. ૯, ૧૦; [Avestan] અન્ય. (Aorist) પરસ્મૈ. ૩|૩ યજ. ૪૫, ૧૨. આએ ઠેકાણે ધાતુનો [Avestan] બદલાઈને [Avestan] થયો. [Avestan] [Avestan] [Avestan] (પશુઓ તથા ઢોરો પુષ્કળ જન્મ પામેછે) અતિ. ક્રિ. (Intensive Verb) વર્તે. પરસ્મૈ. ૩|૩ વં. ૩, ૫. જુઓ [Avestan], [Avestan], [Avestan]

૨ [Avestan] = ज्ञा = Lat. Co-*gno*scere = Fr. Con*naître* = જાણવું; to know; Comp. [Avestan] = ज्ञा to know; જુઓ [Avestan], ૨ [Avestan]

[Avestan] = જાણવું; માલુમ પડવું; to know; to perceive, to find; [Avestan] અ. ભૂ. સંસ. પરસ્મૈ. ૩|૩ વં. ૬, ૪૫; વં. ૮, ૨. ૧૦.

[Avestan] = જાણવું; આદરમાનથી કબૂલ રાખવું; to know; to receive; to recognise; to acknowledge with due respect; [Avestan] [Avestan] આજ્ઞા. પરસ્મૈ. ૨/૩ ઈજ. ૨૯, ૧૧; [Avestan] [Avestan] [Avestan] . . [Avestan] do ye now assign unto us your aid (હવે તમો હમુને મદદ આપો) ઈજ. ૨૯, ૧૧; [Avestan] વર્ત. પરસ્મૈ. ૩/૩ ય. ૧૩, ૪૬; [Avestan] [Avestan] who will receive (us) કોણ (હમુને) આદરમાન આપશે. અ. ભૂ. સંશ. ૩/૧ ય. ૧૩, ૫૦.

[Avestan] ([Avestan] નું બીજું રૂપ; જુઓ તે બોલ) સા. ના. નર. ઘૂંટણ; the knee. Comp. [Avestan]; [Avestan] ૨/૨ ય. ૧, ૨૮.

[Avestan] (ધા. [Avestan] નું બીજું રૂપ; જુઓ તે ધાતુ) = મોહોડું-ડાચું વકાસવું; to gape, to yawn જુઓ નીચેનો બોલ.

[Avestan] (= [Avestan], [Avestan]) (જુઓ ધા. [Avestan]) સા. ના. નાન્યતર. મોહોડું; the mouth; [Avestan] (Geld. [Avestan]) (મોહોડાંની ઉપર) ૬/૧ ય. ૧૦, ૩૮. જુઓ [Avestan]

[Avestan]* (= [Avestan], [Avestan] જુઓ ધા. [Avestan]) સા. ના. નાન્ય. મોહોડું; the mouth (*indecl.*). [Avestan] ૨/૧ વં. ૩, ૩૨; ય. ૧૧, ૨. ૬. [Avestan] (૭/૧ ની મતલબે) ય. ૧૯, ૫૦ જુઓ [Avestan]

[Avestan] (= [Avestan]) (જુઓ ૧ ધા. [Avestan]) સા. ના. નર. ક) હથિયાર; ધંધાદારી માણસનાં કામમાં આવતાં ઓજાર; a weapon; an implement; [Avestan] ૩/૧ વં. ૧૯, ૮. ૯; Frag. 8, 2; [Avestan] ૨/૨ વં. ૨, ૭; [Avestan] ૧/૩ વં. ૧૯, ૯; [Avestan] ૨/૩ વં. ૧૪, ૮. ૯. ૧૦; [Avestan] ૬/૩ વં. ૧૪, ૮. ૯. ૧૦; ય. ૧૦, ૧૩૨. જુઓ [Avestan], [Avestan], [Avestan]

ખ) ફતેહ; victory. Comp. Sans. जय; [Avestan] ૬/૩ વં. ૧૯, ૧૫.

ગ) વિ. ફતેહમંદ; victorious; [Avestan] ઘણોજ ફતેહમંદ; ઘણોજ હથિયારબંદ (દારમે.); most victorious; best-armed (Dar.); અતિ. વિ. નર. ૧/૧ ય. ૧૪, ૧. ૬. ૮. ૧૦. ૧૪. ૧૬. ૧૮. ૨૨. ૨૪. ૨૬.

[Avestan] ક) સા. ના. નાન્ય. શિયાળો; winter. Comp. [Avestan], [Avestan], [Avestan]; [Avestan] [Avestan] (ઉનાળામાં તથા શિયાળામાં) ૨/૧ (૭/૧ ની મતલબે) ઈજ. ૬૫, ૫; નીઆ. ૪, ૬; ય. ૧૩, ૮; [Avestan] [Avestan] [Avestan] [Avestan] in summer as well as in winter (ઉનાળામાં તેમજ શિયાળામાં) ૭/૧ ઈજ. ૧૬, ૧૦.

ખ) વિ. શિયાળાને લગતું; pertaining to winter; winter; [Avestan] [Avestan] [Avestan] [Avestan] તે તરફ (ઈઆને ઈરાનવેજમાં) દશ મહિના શિયાળાને લગતા (છે) નર. ૧/૩ વં. ૧, ૩.

૧ [Avestan]† = जर् = બુઢ્ઢું થવું, જુનું થવું; to be old; જુઓ [Avestan], [Avestan], [Avestan]

૨ [Avestan] = हर् = ચલકવું; પીળું થવું; to glitter; to be yellow; Sans. rt. हर् is originally घर् from which the following words are derived:— Gold, yellow, green, gall (bile); to gild. Gr. chrysos (gold), Gr. chroma (colour); Gr. chole (bile); *vide* [Avestan], [Avestan], [Avestan]

૩ [Avestan] = हृ = દુઃખ દેવું; આજોરદેહ કરવું; to hurt, to torment; [Avestan] શક્યા. પરસ્મૈ. ૯ મો વર્ગ ૧/૩ († ની પછી – નકામો આવેલોછે) ઈજ. ૨૮, ૯.

[Avestan] = [Avestan] = [Persian], [Persian] = આજોરદેહ કરવું; to molest, to injure; [Avestan] [Avestan] વર્ત. આત્મને. ૩/૩ ય. ૧૩, ૩૦.

૪ [Avestan] = हृ = પકડવું, લઈ લેવું, હરી લેવું; to hold, to take, to captivate. જુઓ નીચે.

[Avestan] (જુઓ ૪ ધા. [Avestan]) સા. ના. નાન્ય. દિલ, પ્યાર, મોહોબત; ફેલાવવું (દારમે.); the heart; affection, love; propagating (Dar.); [Avestan] ૨/૧ ય. ૯, ૨૬; ય. ૧૭, ૪૬. જુઓ નીચે.

* જાણવું કે [Avestan], [Avestan] (મોહોડું) એકજ બોલ જુદા રૂપમાં આવેલાછે.

† એ [Avestan] ધાતુ ઉપરથી ફારસીમાં [Persian] (બુઢો શખ્સ), અને [Persian] (બુઢી ઓરત) બોલો નીકળેલાછે.

[Avestan] (= [Avestan] + [Avestan]; જુઓ ૧ ધા. [Avestan]) સમાસ વિ. પોતાનું દિલ આપનાર (અસલ.); ફેદા થએલું, કુરબાન; devoted; ardently attached; [Avestan] નર. ૧/૩ ઈજ. ૩૧, ૧. [Avestan] most devoted (super.) (ઘણુંજ ફેદા થએલાં) અતિ. વિ. નર. ૧/૩ ય. ૧૩, ૨૫.

[Avestan] (= [Avestan] + [Avestan]; જુઓ ૧ [Avestan]) સમાસ ના. નારી. (કોઈ માણસ ઈઆ ચીજ ઉપર) દિલ આપવું—લગાડવું (અસલ); ફેદા થઈ જવું; devoting oneself; setting one's heart (on a person or thing); [Avestan] ૧/૧ ઈજ. ૪૩, ૧૧; [Avestan] ૨/૧ ઈજ. ૨૫, ૬; સીરો. ૨. ૨૯; [Avestan] ૪/૧ વીસ્પ. ૧૫, ૨; [Avestan] ૫/૧ વીસ્પ. ૧૪, ૨; ય. ૧૦, ૯. ૫૧; ય. ૧૩, ૪૭. ૬૧; ય. ૨૧, ૩. [Avestan] ૬/૧ ઈજ. ૨૨, ૨૫; સીરો. ૧, ૨૯.

[Avestan] અતિ. વિ. દિલમાં ઘણુંજ રેહેનાર (અસલ.); અંદર આનેનો, આતિનનો; fixed or inclosed in the heart (lit.); inmost, [Avestan] = हृद् = દિલ; the heart; [Avestan] = धा = રેહેવું, મુકામ કરવો; to abide; [Avestan] + [Avestan] = [Avestan]; [Avestan] + [Avestan] = [Avestan]; બીજી રીતઃ— [Avestan] + [Avestan] + [Avestan]; ધા. [Avestan] = सिद = બાંધવું; to bind, to fix; જેની ઉપર દિલ ઘણુંજ બાંધેલું-લગાડેલું તે; that on which the heart is ardently fixed; [Avestan] [Avestan] (આતિનનો લોભ-હવસ). નર. ૧/૧ ઈજ. ૫૩, ૭.

[Avestan] (= [Avestan], [Avestan] = زرتشت, زردشت, زر دشت) વિ. ના. નર. પેગમબર જરતોશ્ત, જરતોશ્તી ધર્મનો સ્થાપનાર. એ બાબતની વધારે વીગત તથા ખોલાસા બાબે જુઓ એરવદ મોદીની ફરહંગ, શેઠ ખુ. રૂ. કામાજીનું બનાવેલું જરતોશ્તનામું, તથા જરતોશ્તી અભીઆસ, આંક ૩ જો, સફે ૧૧૪-૧૧૮; the founder of the Zoroastrian religion. His name is written in several ways in Pehlvi and Persian. Various explanations of the name are given by different scholars. His age, as given by Western writers, is much more remote than that of Oriental authors. Dr. Haug and Mr. Kama, after long calculations, place him about 1000 B. C. and 1400 B. C. respectively. Ragha or Rai is supposed to be his birth-place. According to the Avesta, Hvovi was the name of his wife, Isat-vâstra, Urvatat-nara and Hvare-chithra being his three sons, Frêni, Thriti and Pouruchisti his three daughters. There is no account of his death in the Avesta, but he is generally supposed to have died at the age of 78, on the 11th day of the 10th month, viz., روز خورشید و ماه دی; [Avestan] ૧/૧ વં. ૨, ૧. ૪૩; વં. ૫, ૯; વં. ૭, ૧; વં. ૯, ૪૨. ૪૫; વં. ૧૦, ૧; વં. ૧૧, ૧; વં. ૧૯, ૨-૭. ૧૦ ૩૫. ૪૬; ઈજ. ૮, ૭; ઈજ. ૯, ૧; ઈજ. ૧૯, ૧૮; ઈજ. ૨૯, ૮; ઈજ. ૩૩, ૧૪; ઈજ. ૪૩, ૮. ૧૬; ય. ૫, ૧૦૪; ય. ૯, ૨૫; ય. ૧૩, ૪૧. ૧૬૬; ય. ૧૬, ૨; ય. ૧૭, ૪૫, ઇત્યાદિ. [Avestan] ૧/૧ ઈજ. ૧૨, ૫. ૬; [Avestan] ૧/૨ વં. ૫, ૨૧; ઈજ. ૯, ૧; ઈજ. ૪૬, ૧૩. ઈજ. ૫૧, ૧૨; ય. ૫, ૧૮; ય. ૮, ૪૬; ય. ૧૩, ૧૫૨; ય. ૧૯, ૭૯; ગેહ ૪, ૬; [Avestan] ૨/૧ ઈજ. ૪૨, ૩. [Avestan] (૨/૧ ને બદલે) વં. ૧૯, ૨. [Avestan] ૪/૧ વં. ૧, ૧; વં. ૨, ૧; વં. ૧૯, ૩; વં. ૨૨, ૧; ઈજ. ૨૮, ૬; ઈજ. ૪૬, ૧૯; ઈજ. ૬૫, ૧૦; ય. ૧૦, ૧; [Avestan] ૫/૧ વં. ૨, ૨; ય. ૧૯, ૩૬; [Avestan] ૬/૧ વં. ૨૦, ૧૧; ઈજ. ૮, ૧; ઈજ. ૨૩, ૨; ઈજ. ૫૩, ૧; વીસ્પ. ૯, ૧; વીસ્પ. ૧૧, ૭; ય. ૫, ૪૨; ય. ૧૩, ૬૨. ૮૭; ય. ૧૭, ૫; [Avestan] ૮/૧ વં. ૧, ૧; વં. ૨, ૨-૫. ૪૨; વં. ૩, ૪૨; વં. ૪, ૨. ૪૬; વં. ૬, ૨૭. ૪૫; વં. ૭, ૨. ૧૩. ૧૬. ૨૪. ૨૬. ૪૮. ૫૦; વં. ૧૦, ૧૮; વં. ૧૧, ૨; વં. ૧૩, ૩. ૬. ૭. ૨૮. ૩૯; વં. ૧૭, ૨. ૪. ૫. ૭; વં. ૧૮, ૧—૬; વં. ૧૯, ૧૩. ૧૪. ૨૧; ઈજ. ૯, ૨. ૧૩; ઈજ. ૬૫, ૧૦; ઈજ. ૭૧, ૧; ય. ૨, ૧૪; ય. ૧૭, ૨૨; [Avestan] ૮/૧ ઈજ. ૪૬, ૧૪. જુઓ નીચેના બોલો.

૧ [Avestan] ([Avestan] ઉપરથી) વિ. જરતોશ્તી; જરતોશ્તના તરીકાને લગતો; of the order of Zarathustra, Zarathustrian; Zoroastrian; pertaining to Zarathustra, of Zoroaster; પેહેલવીમાં એને માટે [Avestan] ની આગમચ ૭ (ઈજાફત) મુકીને [Avestan] ૭ (જરતોશ્તનું) એ પ્રમાણે કીધેલું છે; જેમકે [Avestan] ૭ [Avestan] જરતોશ્તનો ઈઆને જરતોશ્તી કાએદો. [Avestan] નર. ૧/૧ ઈજ. ૧, ૨૩;

યજ. ૧૨, ૧; તથા દરેક નીઆએશ તથા યશતના [Avestan] (ફ્રવરાને) ના ફકરામાં; યજ. ૫૩, ૨; ય. ૧૩, ૮૯; [Avestan] નારી. ૧|૧ યજ. ૮, ૭; યજ. ૧૨, ૫; યજ. ૧૯, ૧૮; [Avestan] નાન્ય. ૧|૧ વં. ૫, ૨૨-૨૫. [Avestan] નારી. ૨|૧ વં. ૧૬, ૧૬; યજ. ૨, ૧૩; યજ. ૬, ૧૨; યજ. ૨૫, ૬; સીરો. ૨, ૨૯; [Avestan] નારી. ૨|૧ વં. ૨, ૧.૨. [Avestan] નારી. ૫|૧ યજ. ૧૯, ૧૮; [Avestan] નર. ૬|૧ યજ. ૨૩, ૨; [Avestan] નારી. ૬|૧ ય. ૧૩, ૯૯; [Avestan] નાન્ય. ૬|૧ યજ. ૧, ૧૩; યજ. ૭, ૧૫; [Avestan] નાન્ય. ૨|૩ યજ. ૫૭, ૪; તથા એજ હાના દરેક કરદાને છેડે તથા સરોશ હાદોખ્તના દરેક કરદાને છેડે; [Avestan] ૬|૩ વીસ્પ. ૧૨, ૩; [Avestan] નર. ૮|૩ વીસ્પ. ૪, ૨; વીસ્પ. ૧૫, ૧.

૨ **[Avestan]** ([Avestan] ઉપરથી) વિ. પેગમબર જરતોશતનાં ખાનદાનનો (અસલ.); જરતોશતનો છોકરો; pertaining to the family of Zarathustra (orig.); the son of Zarathustra; [Avestan] [Avestan] [Avestan] [Avestan] (જરતોશતના છોકરા અરો એસદવાસ્તરનાં ફરોહરને હમો માન સાથે યાદ કરીએ છિયે) નર. ૬|૧ ય. ૧૩, ૯૮; [Avestan] [Avestan] ૬|૧ યજ. ૨૩, ૨.

[Avestan] (=[Avestan]) ([Avestan] ઉપરથી) અતિ. વિ. પેગમબર જરતોશતનાં ફરમાન મુજબ પ્રણાલ ચાલનાર (અસલ.); દસ્તુરાન દસ્તુર, વડો ધર્મગુરૂ; strictly following (or adherent to) the doctrines of Zarathustra (orig.); the chief of the sacerdotal order; Mobedân-Mobed, the High Priest; [Avestan] નર. ૨|૧ યજ. ૨, ૬: ગેહ ૪, ૬; [Avestan] નર. ૪|૧ યજ. ૧, ૬; યજ. ૩, ૮; ગેહ ૪, ૧; [Avestan] નર. ૬|૧ વીસ્પ. ૧, ૯; વીસ્પ. ૯, ૧; ગેહ ૪, ૯. [Avestan] નર. ૮|૧ ય. ૧૦, ૧૧૫; [Avestan] નારી. ૨|૩ યજ. ૧૭, ૧૮; યજ. ૨૬, ૧; ય. ૧૩, ૨૧.

[Avestan] (જુઓ [Avestan]) સમાસ વિ. પેગમબર જરતોશતથી જાહેર કરેલો, પેગમબર જરતોશતે જાહેર કીધેલા; promulgated by Zarathustra; [Avestan] ૧|૩ યજ. ૧, ૧૦; યજ. ૨, ૧૦.

[Avestan] (જુઓ [Avestan] તથા ધા. [Avestan]) સમાસ ના. દિલને તોડવું-મારવું, દિલને હાની પોહોંચાડવી; breaking or doing harm to the heart; [Avestan] ૪|૧ વં. ૧, ૧૪.

[Avestan] (हिरण) (જુઓ ૨ ધા. [Avestan]) સા. ના. નાન્ય. સોનું, કંચન; gold; જુઓ નીચેના બોલો.

[Avestan], [Avestan] (हिरण्य) ([Avestan] ઉપરથી) વિ. સોનેરી; golden; of gold; [Avestan] નર. ૧|૧ વં. ૭, ૭૪; [Avestan] ૨|૧ યજ. ૧૦, ૧૭; ય. ૫, ૧૨૩; ય. ૧૦, ૧૨૪; [Avestan] નારી. ૨|૧ વં. ૨, ૭; ય. ૫, ૧૨૮; [Avestan] નાન્ય. ૨|૧ ય. ૫, ૯૬. ૧૨૬; ય. ૧૨, ૨૪; [Avestan] ૩|૧ ય. ૫, ૧૨૭; ય. ૧૦, ૧૩૬; [Avestan] નારી. ૩|૧ વં. ૨, ૧૦. ૧૪. ૧૮; [Avestan] નર. ૭|૧ ય. ૧૫, ૨; [Avestan] નાન્ય. ૭|૧ ય. ૧૫, ૨; [Avestan] ૧|૩ ય. ૧૦, ૧૨૫.

[Avestan] (=Ger. zorn) (જુઓ ૩ ધા. [Avestan]) સા. ના. ગુસ્સો; જુઓ [Avestan]

[Avestan] (જુઓ [Avestan]) વિ. ક) ગુસ્સાવાળું, ભયાનક; સોનેરી (દારમે.); wrathful, dreadful; golden (Dar.); [Avestan] [Avestan] [Avestan] *ભયંકર હથિયારને; સોનેરી હથિયારને (દારમે.) નર. ૨|૧ ની આ. ૧, ૮; નીઆ. ૨, ૮. ખ) લાંબી જીંદગીવાળો (દારમે.); long-lived (Dar.); [Avestan] [Avestan] નર. ૨|૧ વીશતા. ય. ૪; [Avestan] નર. ૬|૧ વીશતા. ય. ૪ (= ય. ૨૪, ૪).

[Avestan] ([Avestan] ઉપરથી) (વિ. ગુસ્સાવાળો; અથવા ગુસ્સો મનમાં રાખનાર (ધા. [Avestan] = વિચારવું); એનો અર્થ 'દુઃખ દેનાર' ખી થઈ શકે; wrathful; keeping anger in one's mind (fr. [Avestan] anger and rt. [Avestan] to think);

[Avestan] (જુઓ [Avestan]

* ધાર્યામેળે એ ઇશારો મેહેરઈજદ અથવા સરોશ ઈજદનાં હથિયાર બાબે છે.

or, tormenting (rt. [illegible] = [illegible] to torment); [illegible] નર. ૧/૧ વ. ૧૧, ૫; [illegible] નર. ૨/૧ વ. ૧૦, ૪૭.

[illegible] (= हिरण्य) ([illegible] ઉપરથી) ક) વિ. સોનેરી, સોનાનું; golden; of gold; [illegible] નાન્ય. ૧/૧ વં. ૧૪, ૧૧; [illegible] નાન્ય. ૨/૧ વ. ૫, ૧૨૯; [illegible] ૩/૧ ઇજ. ૫૭, ૨૭; [illegible] ૬/૧ વ. ૧૦, ૯૬; [illegible] (સોનેરી જોડા) ૨/૩ (૩/૩ ને બદલે) વ. ૫, ૭૮.

ખ) સા. ના. નાન્ય. સોનું, કંચન; gold; [illegible] ૨/૧ વ. ૧૭, ૧૪. જુઓ નીચેનો બોલ.

[illegible] (જુઓ [illegible]) સમાસ બૂ. કૃ. વિ. સોનાથી સંગારેલું, સોનું જડેલું; inlaid with gold; જુઓ નીચેનો બોલ.

[illegible] (જુઓ [illegible]) સમાસ વિ. સોનું જડેલા પગ—પૈયાવાળું (તખ્ત); (બેઠક) જેના પૈયાને સોનાનો ઢોળ ચહડાવેલો; (a seat) with feet inlaid with gold; [illegible] . . . [illegible] નર. ૧/૩ વ. ૧૭, ૯.

[illegible] (= [illegible]) ([illegible] ઉપરથી) વિ. સોનેરી; golden; [illegible] . . [illegible] નારી. ૨/૧ વં. ૪, ૫૪. ૫૫.

[illegible] (જુઓ [illegible]) સમાસ વિ. સોનેરી પાખરવાળો (ઘોડો); (a horse) with a golden caparison; [illegible] નર. ૬/૧ વ. ૮, ૧૮. ૨૦; વ. ૧૪, ૯.

[illegible] (જુઓ [illegible]) સમાસ. વિ. સોનેરી પટાવાળો; (Vayu) of the golden girdle; [illegible] નર. ૨/૧ વ. ૧૫, ૫૭.

[illegible] (જુઓ [illegible]) સમાસ વિ. સોનાના જોડાવાળો; (Vayu) of the golden shoe; [illegible] નર. ૨/૧ વ. ૧૫, ૫૭.

[illegible] (જુઓ [illegible]) સમાસ વિ. સોનેરી તાજવાળો; wearing a diadem of gold; [illegible] . . . [illegible] [illegible] નારી. ૧/૧ વ. ૫, ૬૪.

[illegible] (જુઓ [illegible]) સમાસ વિ. સોનાનું બનાવેલું (તખ્ત); (a throne) made of gold; [illegible] વં. ૧૯, ૩૧, ૩૨.

[illegible] (= [illegible]) (જુઓ [illegible]) સમાસ વિ. સોનાની બડાઇની તાપીવાળો—રાખનાર; (Vayu) of the golden helmet; [illegible] નર. ૨/૧ વ. ૧૫, ૫૭.

[illegible] (જુઓ ૧ [illegible] ક) સમાસ વિ. સોનેરી પૈડાંવાળું; (Vayu) of the golden wheel; [illegible] નર. ૨/૧ વ. ૧૫, ૫૭.

[illegible] (જુઓ [illegible]) સમાસ વિ. સોનેરી મોહોડાંનું (અસલ.), સોનેરી પાનાવાળો—અનીવાળો (તીર); (an arrow) with a golden point; [illegible] . . . . [illegible] નર. ૬/૩ વ. ૧૦, ૧૨૯.

[illegible] (જુઓ [illegible] ક) સમાસ વિ. સોનેરી હથિયારવાળો; (Vayu) of the golden weapons; [illegible] નર. ૨/૧ વ. ૧૫, ૫૭.

[illegible] (જુઓ ૧ [illegible]) સમાસ વિ. સોનેરી સંગારવાળું—સાથે; (a lady) with ornaments of gold; [illegible] (Geld. [illegible]) ૩/૧ વ. ૧૭, ૧૦.

[illegible] (જુઓ ૨ ધા. [illegible]) સમાસ વિ. સોનેરી દાંતાદાર (હથિયાર); (a weapon) with golden forks; [illegible] [illegible] નારી. ૨/૧ વં. ૨, ૭.

[illegible] (જુઓ ૨ ધા. [illegible]) સમાસ ત્રિ. સોનાથી સંગારેલું; decked with gold; in a golden array; [illegible] નર. ૧/૧ વ. ૧૦, ૧૩.

[illegible] (જુઓ [illegible]) સમાસ વિ. સોનેરી તાજવાળો; (Vayu) of the golden crown; Comp. [illegible]; [illegible] [illegible] નર. ૨/૧ વ. ૧૫, ૫૭; વ. ૧૯, ૪૧.

[illegible] (જુઓ [illegible]) સમાસ વિ. સો-

નેરી કંઠમાળા સાથના, સોનેરી હાર રાખનાર; (Vayu) of the golden necklace; Comp. [Avestan]; [Avestan] નર. ૨/૧ ૫. ૧૫, ૫૭.

[Avestan] (જુઓ [Avestan]) સમાસ વિ. સોનેરી પોશાક સાથનો—રાખનાર; (Vayu) of the golden garment; [Avestan] [Avestan] નર. ૨/૧ ૫. ૧૫, ૫૭.

[Avestan] (જુઓ [Avestan]) સમાસ વિ. સોનેરી બખ્તર રાખનાર અથવા પેહેરનાર; (a warrior) with a golden cuirass; [Avestan] [Avestan] નર. ૨/૧ ૫. ૧૦, ૧૧૨.

[Avestan] (જુઓ [Avestan]) સમાસ વિ. સોનેરી ગાડી રાખનાર; (Vayu) of the golden chariot; [Avestan] નર. ૨/૧ ૫. ૧૫, ૫૭.

[Avestan] (જુઓ [Avestan]) સમાસ વિ. સોનાને ઘડવાને લગતું—પિગળાવાને લગતું (કારખાનું); (a foundry) for melting gold and moulding it into various forms; [Avestan] [Avestan] [Avestan] (સોનાને ઘડવાના કારખાનામાંથી) નર. ૫/૧ વં. ૮, ૮૭.

[Avestan] (જુઓ [Avestan]) સમાસ વિ. સોનેરી મુઠસાથની—મુઠવાળી (તલવાર); (a sword) with a golden hilt; [Avestan] [Avestan] [Avestan] નર. ૨/૧ ૫. ૧૪, ૨૭.

[Avestan] (જુઓ ૨ [Avestan], [Avestan]) સમાસ વિ. સોનેરી શિંગડાંવાળું; golden-horned; [Avestan] નર. ૬/૧ વં. ૧૯, ૩૭; ૫. ૮, ૧૬; ૫. ૧૪, ૭.

[Avestan] (જુઓ ૩ ધા. [Avestan]) સા. ના. નર. દુઃખ-દેનાર; જુલમગાર; a tormentor, an oppressor; [Avestan] ૧/૧ ૫. ૧૧, ૫.

[Avestan] (= हृद = Lat. Cor* = Fr. Cœur = Ger. Herz = Heart =) સા. ના. નાન્ય. દિલ; the heart, *i. e.*, the centre; [Avestan] [Avestan] [Avestan] here is the centre of winter; nom. sing. Vend. 3, 1.

* અસલ બોલ Cord છે; પેહેલી એક વચનમાં નીકળી ગએલો d બીજી વિભક્તિઓમાં પાછો આવેછે, જેમકે Cordis, &c.

[Avestan] વિશે જુઓ [Avestan]

[Avestan] સા. ના. કંચન, સોનું; gold. Comp. [Avestan]; *vide* [Avestan]

[Avestan] (જુઓ [Avestan] તથા ૧ [Avestan]) વિ. સોનેરી ગળાના કાંઠાવાળું (ગીધ); (a vulture) with a golden collar; [Avestan] [Avestan] નર. ૧/૧ ૫. ૧૪, ૩૩; ૫. ૧૬, ૧૩.

[Avestan] વિ. ના. નર. બુનદેહેશ પ્રમાણે ગણતાં, સરોવરનું નામ (મિલ્સ); according to the Bundehesh, the name of a lake (M.); [Avestan] ૨/૧ Frag. 5, 2, [Avestan] ૬/૧ Frag. 5, 1. (જુઓ મોદી.)

[Avestan] વિ. ના. આફ્ગાનીસ્તાનમાં આવેલી નદીનું નામ (ગેલ્ડનર); name of a river in Afghanistan (Geld.); the Zarinmand of the Bundehesh, a tributary of the Lake Kyânsâi (Bund. XX. 34); [Avestan] Yt. 19, 67.

[Avestan] (જુઓ ૨ ધા. [Avestan]) સા. ના. નર. લીલાસ, લિલોતરી, વસંત; greenness; verdure; the season of spring; જુઓ [Avestan]

[Avestan] ([Avestan] ઉપરથી) ક) વિ. લીલોતરીને લગતું, વસંત ઋતુને લગતું; verdant; pertaining to the season of spring; જુઓ [Avestan]; [Avestan]

ખ) સા. ના. નાન્ય. ઝાડનો પીલો; the germ or offshoot of a plant. [Avestan] ૧/૧ ૫. ૭, ૪; નીઆ. ૩, ૬.

૧ [Avestan] = हृष् = ખુશી થવું; ખુશી કરવું, હર્ષ ઉત્પન્ન કરવો; સંસ્કૃતમાં એ ધાતુ ૪ થા વર્ગમાં આવેછે; to rejoice; to gladden; to exhilarate; [Avestan] (ખુશી થતું) rejoicing; joyfully; à tire-d'aile = at a single flight; rt. [Avestan] to stretch (Dar.) વર્ત. કૃ. આત્મને. નર. ૧/૧ ૫. ૧૪, ૨૦; Geld. [Avestan]

[Avestan] = ગમગીન—નાખુશ કરવું; to sadden; to make gloomy; [Avestan] વર્ત. પરસ્મૈ. ૩/૧ વં. ૧૯, ૩૦.

[illegible] =ગમગીન—દલગીર કરવું; to sadden, to make sorrowful; જુઓ [illegible]

૨ [illegible] = हृष् = નીરાશ—નામુરાદ થવું; to be disappointed.

[illegible] = વધારે અથવા ઘણું નીરાશ થવું; to be greatly disappointed; [illegible] ભૂ. કૃ, વિ. નારી. ૧|૧ ય. ૧૦, ૩૮.

૩ [illegible] = हृष् = સીધું-ઉભું થવું; to be erect or straight; જુઓ [illegible]

[illegible] વિશે જુઓ [illegible]

[illegible] વિશે જુઓ [illegible]

[illegible] સા. ના. નર. પથ્થર; a stone; [illegible] ૬|૧ વં. ૮, ૮; [illegible] ૭|૧ વં. ૮, ૧૦; [illegible] ૧|૩ ય. ૧૦, ૩૯. જુઓ નીચે.

[illegible], [illegible] ([illegible] ઉપરથી) વિ. પથ્થરનું; made of stone; stone; [illegible] ૧|૧ વં. ૭, ૭૫; [illegible] ૨|૧ વં. ૬, ૪૬.

[illegible] (= हव) (જુઓ ૧ ધા. [illegible]) સા. ના. નર. આરાધના, ભક્તિ; બોલાવવું; અરજ; invocation, prayer, supplication; [illegible] ૨|૩ યશ. ૨૮, ૩; યશ. ૨૯, ૩.

[illegible] વિ. ના. નર. એક પુરૂષનું નામ; name of a person; lit. supplicating, invoking (rt. [illegible]); [illegible] (Geld.) ૬|૧ ય. ૧૩, ૧૨૫.

[illegible] (= हवन) (જુઓ ૧ ધા. [illegible]) સા. ના. નર. મદદને માટે બોલાવવું; બંદગીમાં આદરમાનથી યાદ કરવું; આરાધના; supplicating for help; invocation; જુઓ નીચેના બોલો.

[illegible] (જુઓ [illegible]) સમાસ ભૂ. કૃ. વિ. બોલાવવા તરફ ખુશી થએલો; આરાધનાથી માન પામેલો; pleased or honoured with the invocation; [illegible] નારી. ૧|૧ ય. ૫, ૯; નીઆ. ૪, ૯.

[illegible] (જુઓ [illegible]) ૬ સમાસ ના. નર. ક્રિયાનો ફાએદો; બંદગી કીધાથી હાંસેલ થતો ફાએદો; અરજ કીધાથી મલતો ફાએદો; the good derived by invocation; spiritual return or advantage; [illegible] ૧|૩ નીઆ. ૩, ૧૧; વીશ્તા. ય. ૮ (= ય. ૨૪, ૮).

બ) સમાસ વિ. બંદગી કીધાથી ફાએદો આપનાર; આરાધનાનો—ક્રિયાનો ફાએદો આપનાર; giving the good return for one's prayer; [illegible] (નર. ૧|૧ ને બદલે.) ય. ૧૦, ૭૯. [illegible] (Geld. [illegible]) નર. ૨|૧ ય. ૧૯, ૫૨.

[illegible] (જુઓ [illegible]) સમાસ ભૂ. કૃ. વિ. આરાધના—મદદને માટે કીધેલી અરજને સાંભળનાર; listening to appeals or supplicatory prayers; [illegible] નર. ૧|૧ ય. ૧૩, ૪૪; [illegible] નર. ૨|૧ ય. ૧૦, ૬૧; ય. ૧૩, ૪૩.

[illegible] (= [illegible] = [illegible]) (જુઓ ૩ ધા. [illegible] સા. ના. નાન્ય. જોર, કોવત; strength, vigour. Comp. [illegible]; [illegible] ૨|૧ યશ. ૭૧, ૮; ય. ૧૦, ૧૪૬. તથા દરેક નીઆએશ તથા યશ્તને છેડે યસ્નેમ્ચ ([illegible]) ના ફકરામાં.

[illegible] Wester (Yt. 24, 30) = આરાધનાવાળું, અરજ કરતું (વિ.); આરાધના (દારમે.); invoking supplicatory (adj.); *vide* [illegible]; invocation (Dar.).

[illegible] (જુઓ [illegible] તથા ૧ [illegible]) સમાસ ના. નર. બંદગી કીધાથી બખ્શેશ કરનાર; bestowing gifts for offering prayers; [illegible] (Geld. [illegible]) ૮|૧ યશ. ૩૩, ૧૨; નીઆ. ૫, ૧.

[illegible] (= [illegible] = हस्त = [illegible] = Ger. Hand = Hand) સા. ના. નર. હાથ (સારી પેદાએશના માણસનો); the hand (of beings of good creation); *é contra*: [illegible] the hand (of evil beings); [illegible] (૨|૨ ને બદલે) વં. ૫, ૫૯; [illegible] ૩|૧ વં. ૧૯, ૧૯; ય. ૧૩, ૫૦; [illegible] ૩|૧ યશ. ૪૩, ૪; [illegible] ૩|૧ (૭|૧ ની મતલબે) વં. ૧૯, ૪; [illegible] ૭|૧ વં. ૧૯, ૨૫; યશ. ૫૭, ૩૧; ય. ૧૦, ૯૬. [illegible] ૨|૨ વં. ૮, ૪૦; વં. ૯, ૧૫. ૪૯; વં. ૧૬, ૭; વં. ૧૮, ૧૯. ૨૧; યશ. ૬૨, ૮; ય. ૧૯, ૪૮; [illegible] ૨|૨ વીસ્પ. ૧૫, ૧. [illegible] ૩|૨ વં. ૨, ૩૧. ૩૨; વં. ૬, ૨૯; વં.

૮, ૪૦; વં. ૯, ૧૫; વં. ૧૮, ૧૯. ૨૧. ૨૨. ૨૬; ય. ૧૦, ૬૧; [Avestan] (એહુ હાથથી ઇચ્છાને બનતી કોશેશથી) ૩/૨ ઇજ઼. ૩૩, ૨; ઇજ઼. ૪૭, ૨; [Avestan] ૫/૨ વં. ૫, ૧૧; [Avestan] ૭/૨ ઇજ઼. ૩૦, ૮; ઇજ઼. ૪૪, ૧૪; [Avestan] ૨/૩ ય. ૧૩, ૧૪૭; [Avestan] ૩/૩ ઇજ઼. ૨૯, ૫. જુઓ [Avestan], [Avestan], [Avestan], [Avestan], [Avestan], [Avestan], [Avestan]; જુઓ નીચેના બોલો.

[Avestan] (= हस्तवन्त्) (જુઓ [Avestan]) વિ. જોરાવર હાથવાળું; મજબુટ; strong-handed; powerful; [Avestan] strong-handed help; (મજબુટ મદદ) નાન્ય. ૨/૧ ઇજ઼. ૨૯, ૯.

[Avestan] (જુઓ [Avestan] તથા [Avestan]) સા. ના. નાન્ય. ઇચ્છેલું કૌવત (અસલ.); પુરતું કૌવત-જોર; મજબુટ ખાહેશ (દારમે.); wished for strength (orig.); sufficient vigour; strong will (Dar.); [Avestan] ૩/૧ ઇજ઼. ૫૦, ૫; [Avestan] ૩/૩ ઇજ઼. ૩૪, ૪; નીઆ. ૫, ૧૮.

[Avestan] (જુઓ ધા. [Avestan] ગ) સમાસ ભૂ. કૃ. વિ. હાથ મસળેલો (અસલ); હાથનો આપેલો (કોલ અથવા વચન); (a contract) made by rubbing or pressing the hands of both parties; [Avestan] . . . [Avestan] નર. ૧/૧ વં. ૪, ૨. ૬; [Avestan] નર. ૨/૧ વં. ૪, ૧૨.

[Avestan] સમાસ ના. નર. કોપરિયાંથી તે પોંચા સુધીનો હાથનો ભાગ (મિલ્સ); the fore-arm (M.); જુઓ નીચેનો બોલ.

[Avestan] (જુઓ [Avestan]) સમાસ વિ. કોપરિયાંથી તે પોંચાસુધીના હાથનાં હાડકાં જેટલું મ્હોટું-લાંબું; (a piece of wood) as long as the fore-arm measure; [Avestan] ૩/૩ આફ્રં. ગાહામ. ૫.

[Avestan] (જુઓ [Avestan]) સમાસ વિ. હાથની (કીમત જેટલું) મ્હોટું; હાથની કીમતનું; (a contract) of the value of the hand; [Avestan] ૧/૧ વં. ૪, ૩; [Avestan] ૨/૧ વં. ૪, ૩.

[Avestan] (જુઓ [Avestan]) વિ. હાથનાં માપ જેટલું (અસલ.); હાથ ભરીને, ખોબલા ભરીને; કૌવત આપનારૂં (દારમે.); as much (water) as the hollow of the palm of the hand can contain; handful; strength-giving (Dar.); [Avestan] (Geld. [Avestan]) નારી. ૨/૧ વં. ૭, ૭૧.

[Avestan] = हस् = છોડી દેવું; to forsake.

[Avestan] છોડી દેવું; નાબુદ થવું (દારમે.); to forsake, to desert; to be lost, to perish (D.); [Avestan] શક્યા. પરસ્મૈ. ૩/૧ ઇજ઼. ૬૦, ૭.

[Avestan] = हा = ક) છોડી દેવું (પાણીને), વરસાવવું; to let fall; to cause to rain; cl. 3; [Avestan] વર્ત. પરસ્મૈ. ૩ જો વર્ગ ૧/૧ વં. ૫, ૧૭. [Avestan] ૨/૧ વં. ૫, ૧૫.

ખ) મેળવવું, પાંમવું; to obtain, to procure; જુઓ [Avestan] obtaining, gain.

ગ) આબાદ કરવું, વધારવું; to cause to thrive; to promote; [Avestan] ૩/૧ ય. ૫, ૧૩૦.

ઘ) આગળ માર્ગ લેવો (મિલ્સ); સજાવાર થવું (દારમે.); to proceed; to take a course (M.); to deserve, to merit (Dar.); [Avestan]* વર્ત. ૩/૩ ઇજ઼. ૩૦, ૧૦.

[Avestan] છોડી દેવું; to abandon; [Avestan] અ. ભૂ. પરસ્મૈ. ૩/૧ ઇજ઼. ૩૪, ૯.

[Avestan] ક) = વરસવું; to rain; [Avestan] I cause to rain; (હું વરસાઉંછું) પ્રયો. વર્ત. પરસ્મૈ. ૧/૧ વં. ૫, ૧૮; [Avestan] સંશ. ૨/૧ વં. ૫, ૧૬.

ખ) લઈ જવું; લાવવું; to carry; to bring; [Avestan] . . . [Avestan] શક્યા. પરસ્મૈ. ૩/૩ વં. ૮, ૩૭. ૩૮.

ગ) છોડી દેવું, જતું રેહેવું; to abandon; to leave; જુઓ [Avestan]

[Avestan] ([Avestan] ખ ઉપરથી) વિ. લીલું, પીળું; green; yellow; epithet of Haoma; [Avestan] [Avestan] નર. ૧/૧ વં. ૧૯, ૧૯. [Avestan] [Avestan] નર. ૨/૧ ઇજ઼. ૧૦, ૨૧; ઇજ઼. ૪૨, ૫; સીરો. ૨, ૩૦;

* અથવા જન્મ પામેલા છે; are born (rt. [Avestan])

[Avestan] [Avestan] નર. ૮/૧ ઈજ. ૯, ૩૦; વીસ્પ. ૧૧, ૨; [Avestan] નર. ૮/૧ ઈજ. ૯, ૧૭.

[Avestan] વિશે જુઓ [Avestan]

[Avestan] (= [Avestan] = जात = [Avestan] = Lat. Genitus) (જુઓ ૧ ધા. [Avestan]; [Avestan] + [Avestan]) ભૂ. કૃ. જનમેલો જન્મ પામેલો; born; brought into existence; [Avestan] નર. ૧/૧ વં. ૧૯, ૪૬; ય. ૧૩, ૬૪; [Avestan] ૬/૩ ઈજ. ૯, ૪; ય. ૫, ૪૨; ય. ૧૫, ૧૬; [Avestan] [Avestan] ૬/૩ ઈજ. ૪, ૫; ઈજ. ૨૪, ૧૦; ઈજ. ૬૫, ૬; વીસ્પ. ૧૧, ૧૩; ય. ૧૯, ૨૨. જુઓ [Avestan], [Avestan], [Avestan], [Avestan], [Avestan], [Avestan]

[Avestan] વિશે જુઓ ૧ ધા. [Avestan]

[Avestan] (meaning unsettled); extending up to the knees ([Avestan] = [Avestan] = the knee); ઘુંટણ જેટલું; *or*, [Avestan] = हनु = the chin (Haug.); હડપચી (હાઉગ); the mouth, the lip (Dar.); મોહોડું, હોઠ the jaw-bone (Har.); જડબું; [Avestan] વં. ૧૮, ૧૧.

[Avestan] ([Avestan] ઉપરથી નામ સાધિત ક્રિ. નું રૂપ denom. base; જુઓ [Avestan]) = બચ્ચાંનો જન્મ આપવો, જનવું; to give birth to children.

[Avestan] (denom. base) = બચ્ચાંનો જન્મ આપવો, જનવું; to give birth to children; [Avestan] વર્ત. પરસ્મૈ. ૩/૧ ય. ૧૭, ૫૯. Geld. [Avestan] (*vide* rt. [Avestan])

[Avestan] (= [Avestan] = जामातृ = [Avestan]) (જુઓ ૧ ધા. [Avestan]) સા. ના. નર. જમાઈ; a son-in-law; [Avestan] [Avestan] [Avestan] between the son-in-law and the father-in-law; (જમાઈ તથા સસરા વચ્ચે) ૬/૨ ય. ૧૦, ૧૧૯.

[Avestan] (= जाति) (જુઓ ૧ ધા. [Avestan]; [Avestan] + [Avestan]) સા. ના. નારી. બચ્ચાંનો જન્મ આપવો; child-birth; જુઓ [Avestan]

[Avestan] (જુઓ ૧ ધા. [Avestan]) સા. ના. નારીજાતી. બચ્ચાંનો જન્મ આપવો; child-birth; જુઓ [Avestan]

[Avestan] ([Avestan] નું બીજું રૂપ; જુઓ તે બાબ) સા. ના. નાન્ય. જોર, કૌવત; strength, vigour; [Avestan] ૨/૧ ઈજ. ૯, ૨૨. ૨૮; ઈજ. ૧૧, ૨; ઈજ. ૫૭, ૨૬; ય. ૧૦, ૧૧. ૨૩; ય. ૧૩, ૬; ય. ૧૬, ૭.

[Avestan] વિ. નારી. જાવિશ ખાનદાનની; જાવિશ ([Avestan]) એ પેગમબર અશો જરતોશતની દુગદો નામની મીઓનાં ખાનદાનનું નામ; મને આરાધ્યો હતો (દાર.); pertaining to Zâvish; Zâvish was the name of the family of Dogdo, the mother of Zarathustra. I was invoked; pass. aor. 1 sing.; rt. [Avestan] to invoke (Dar.); [Avestan] વં. ૧૯, ૬. જુઓ માદી.

૧ [Avestan] = जि = જીતવું, ફતેહ કરવી. to win, to conquer; [Avestan] ([Avestan] નું ટુંકું રૂપ) આગ્ના. પરસ્મૈ. ૧/૩ ઈજ. ૪૧, ૪. જુઓ [Avestan], [Avestan]

૨ [Avestan] = જાગૃત રેહેવું; સાવધ રેહેવું; to be awake or vigilant; જુઓ [Avestan], [Avestan]

૩ [Avestan] = हि = બરબાદ કરવું; લઈ લેવું (યુસ્તી તથા દાર.); ના પાડવું (મિલ્સ); to throw away; to carry away or steal (Jus. & Dar.); to deny (M.); [Avestan] અ. ભૂ. સંરા. પરસ્મૈ. ૯ મા વર્ગ. ૩/૧ ઈજ. ૧૧, ૫.

[Avestan] વિશે જુઓ ધા. [Avestan]

[Avestan], [Avestan] Wester. વિ. ના. નર. નામાંકિત પુરૂષનું નામ; name of an illustrious personage; [Avestan] ૬/૧ ય. ૧૩, ૧૨૯. (જુઓ માદી.)

[Avestan] વિશે જુઓ [Avestan]

[Avestan] (જુઓ [Avestan]) સા. ના. નર. છીનવી લેનાર, લઈ લેનાર; one who takes or snatches away; [Avestan] (૧/૧ ને બદલે) ય. ૧૫, ૪૫.

[Avestan], [Avestan] (= [Avestan] = हिम = [Avestan] = Lat. Hiems, Hiemps) ક સા. ના. નર. શિયાળો, શિયાળાની થંડી; winter; the cold of winter; rt. [Avestan]

= कि = to throw (Prof. Pictet); એ ધાતુની ૧/૧ [Avestan] અને ૨/૧ [Avestan] આવેછે તેની સમજ :— [Avestan] = [Avestan] (ગુણ થયાથી) = [Avestan] (સ્વર અવારનવાર થયાથી); પછી ૧/૧ નો પ્રત્યય [Avestan] લાગ્યાથી [Avestan] + [Avestan] = [Avestan] (નીકળીને [Avestan] નો [Avestan] થયાથી) = [Avestan]; તેજપ્રમાણે ૨/૧ + [Avestan] = [Avestan]; [Avestan] ૧/૧ વં. ૨, ૨૨; [Avestan] ૧/૧ વં. ૧, ૩; [Avestan] ૨/૧ વં. ૧૯, ૪૩; [Avestan] ૨/૧ વં. ૧, ૨. ૧૯; [Avestan] ૬/૧ વં. ૨, ૨૨. ૨૪; વં. ૭, ૨૭; વં. ૯, ૬; [Avestan] કારાંત ૬/૧ વં. ૧, ૩; [Avestan] ૭/૧ ય. ૫, ૧૨૦ (Geld. [Avestan])

૫) વરસ (દરેક શિયાળો આવે ત્યારે એકેકું વરસ થાએ તે ઉપરથી); year beginning from winter; જુઓ [Avestan] (= ૬૦૦ શિયાળા ઇઆને ૬૦૦ વરસ). જુઓ [Avestan], [Avestan], [Avestan]

[Avestan] = क्षिप् = ક) વેહેવું, નાપાક થવું; to ooze out; to become impure; જુઓ [Avestan]

૫) નબલું—નાફોતીવાળું થવું: to become weak or feeble; જુઓ [Avestan]

[Avestan] (= हि) ક) ઉભયા. અ. કારણ કે, સબબ કે; because, for; [Avestan] વં. ૧, ૧; વં. ૨, ૪૦; વં. ૩, ૨૪. ૩૩. ૪૧; વં. ૪, ૧૦; વં. ૫, ૧૧. ૨૮—૩૨. ૩૬. ૩૮. ૬૦; વં. ૭, ૫૨. ૫૮; વં. ૧૮, ૧૧; ઇજ઼િ. ૧૨, ૧; ઇજ઼િ. ૪૭, ૫; વીસ્પ. ૨, ૭; ય. ૧૦, ૨.

૫) ક્રિ. અ. ખચીત, ખરેખર; verily, certainly; [Avestan] વં. ૪, ૪૭. ૪૯; વં. ૭, ૩૭. ૩૯. ૪૪; વં. ૧૩, ૪૧; વં. ૧૮, ૧. ૩૦; ઇજ઼િ. ૩૩, ૧૦; ઇજ઼િ. ૪૫, ૭; ઇજ઼િ. ૫૩, ૪; વીસ્પ. ૧૨, ૪; ય. ૮, ૫૨. ૫૪. ૫૬; ય. ૧૦, ૧૦૮; ય. ૧૪, ૧૨.

[Avestan] વિશે જુઓ [Avestan]

[Avestan], [Avestan] વિશે જુઓ ૧ ધા. [Avestan]

[Avestan] perf. partic. Para. abl. sing.; rt. [Avestan], [Avestan] = to injure, to torment; નુકસાન કરવું, દુ:ખ દેવું; orig. [Avestan] + [Avestan] + [Avestan]; ([Avestan] is euphonic); weakest base, [Avestan]; [Avestan] (Geld. [Avestan]) ય. ૧, ૧૯; [Avestan] (Geld. [Avestan]) ય. ૧૩, ૭૨

[Avestan] અવ્યય. કારણ કે, ખચીત; [Avestan] = [Avestan] + [Avestan] = because, verily; [Avestan] ઇજ઼િ. ૪૫, ૮.

૧ [Avestan] = हु = ક) ક્રિયા કરવી, અર્પણ કરવું, મદદને માટે બોલાવવું; ભક્તિ કરવી, અરજ કરવી, માંગવું. એ ધાતુ સંસ્કૃતમાં ૩ જા વર્ગમાં આવેછે; to perform religious ceremonies; to dedicate, to call on for assistance; to invoke, to offer prayers; to ask earnestly; [Avestan] વર્ત. પરસ્મૈ. ૧/૧ ઇજ઼િ. ૪૩, ૧૦ [Avestan] (મદદને માટે બોલાવવા સારૂ (infin. pass.) ગેહ ૧, ૬; [Avestan] [Avestan] O Thou *invoked Ahura Mazda!) (અએ આરાધના પામેલા હોરમજદ!) નર. ૮/૧ ઇજ઼િ. ૫૦, ૧. જુઓ [Avestan], [Avestan]

૫) બદ દુઆદેવી; to curse; to imprecate evil upon. [Avestan] વર્ત. પરસ્મૈ. ૩/૧ ઇજ઼િ. ૧૧, ૧. ૨. ૩; [Avestan] ૩/૩ ઇજ઼િ. ૧૧, ૧; વં. ૧૮, ૧૧.

૨ [Avestan], [Avestan] = Ved. जू = શેતાબી કરવી, હાંકવું, દોડાવવું; આગળ જવું; to hasten on, to drive; to proceed; જુઓ ૨ [Avestan]

[Avestan] = બુલંદ—જહદપથી વેહેવું; to move along (as water); to gush out. [Avestan] વર્ત. કૃ. નારી. ૬/૧ વં. ૬, ૩૩; orig., [Avestan] + [Avestan] + [Avestan]; fem. [Avestan] (gushing); gen. sing. [Avestan]; [Avestan] નારી. ૬/૧ વં. ૬, ૩૩.

[Avestan] = આગળ જવું, પોંહોચવું; to proceed; to reach; [Avestan] Wester. વર્ત. પરસ્મૈ. ૩/૧ ય. ૧૪, ૧૩; Geld. [Avestan] [Avestan] (his look) goes afar.

૩ [Avestan] = जू = જોરાવર—મજબુટ થવું; ફરબે થવું; to be strong; to become fat or plump; જુઓ [Avestan], [Avestan]

[Avestan] (= [Avestan], [Avestan] = [Avestan]) (જુઓ ૩ ધા. [Avestan]) સા. ના. નર. જોર, જુલમ, જબરદસ્તી; violence, oppression, severity; જુઓ નીચેના બોલ.

[Avestan] (= [Avestan]) (જુઓ [Avestan]) સમાસ. બૂ. કૃ. વિ. જુલમ—જબરદસ્તીથી મારેલા;

* To be corrected at page 21 (*vide* [Avestan]).

(a man) who has been killed by oppression, *i. e.*, cruelly killed; [illegible] નર. ૧|૩ વં. ૭, ૪.

[illegible] = गुष् = Lat. *Gus-tare* = Fr. Gouter = ચાહવું, પ્યાર કરવો; to love; to feel affection for; જુઓ [illegible]

[illegible] = ઘણો પ્યાર રાખવો, ઘણું ચાહવું; to love greatly; [illegible] ભૂ. કૃ. વિ. નર. ૨|૧ ય. ૧૯, ૪૨.

[illegible] (= [illegible] = जुष्ट = [illegible]) (જુઓ ધા. [illegible]) સા. ના. નર. ચાહનાર, દોસ્ત; a lover, a friend; જુઓ [illegible], [illegible], [illegible] (Wester.), [illegible] (Geld.)

[illegible] (= [illegible] = ज्मा = [illegible] = Gr. Gē = Fr. Chemin) સા. ના. નારી. ક) પૃથ્વી; જમીન; ખુશકી; જમીનનો કોઇપણ ભાગ; the earth, land, a piece of land; ground; એ બોલનો ચોકસ ધાતુ જણાયો નથી, કદાચ [illegible] (= जन् = જન્મ આપવો) થઈ શકે; પછી છેડેના । નો ઼ થયો; [illegible] = બધાંને જન્મ આપનારી માતા; એવી મતલબનું લખાણ આપણને ખુદ અવસ્તામાંથી મળેછે:— [illegible] .... [illegible] (આએ) જમીન જે બરદાશ્ત કરનારી માતા તેને હું વખાણુંછું (યજ. ૧૦, ૪.). અંગ્રેજીમાંપણ એજ પ્રમાણે the Mother Earth આવેછે; એ બોલની ૧|૧ [illegible] + [illegible] = [illegible] (છેડેનો ઼ નીકળીને [illegible] નો [illegible] થયાથી); તેમજ ૨|૧ [illegible] + [illegible] = [illegible]; [illegible] (પૃથ્વી) ૧|૧ યજ. ૧૯, ૭; [illegible] ૧|૧ વં. ૨, ૮. ૧૨. ૧૬; વં. ૩, ૨૪. ૨૬. ૨૮; વં. ૧૪, ૧૩; વં. ૨૧, ૩; યજ. ૧૯, ૭; [illegible] (પૃથ્વી) ૨|૧ યજ. ૧૯, ૨. ૩; ય. ૧૦, ૮૫. ૮૯; ય. ૧૩, ૯; [illegible] ૨|૧ વં. ૨, ૧૦. ૧૧. ૧૪. ૧૫. ૧૮. ૧૯; વં. ૩, ૧૨. ૧૩. ૨૨. ૨૩. ૨૫. ૨૬. ૨૮. ૩૪; વં. ૫, ૭. ૧૨. ૧૩. ૨૫; વં. ૬, ૨. ૩. ૪; વં. ૮, ૯. ૧૦; વં. ૯, ૩૩-૩૬. ૪૨; વં. ૧૧, ૧. ૨. ૫. ૬; વં. ૧૩, ૪૯; વં. ૧૪, ૧૩; વં. ૧૯, ૧૩. ૨૧. ૨૬. ૩૫; [illegible] (પૃથ્વી) ૨|૧ વં. ૨૧, ૪. ૮. ૧૨. ૧૬; [illegible] (પૃથ્વી) ૨|૧ યજ. ૪૪, ૪; વં. ૨૧, ૮; યજ. ૧૦, ૪; યજ. ૧૩, ૧; [illegible] [illegible] [illegible] (આએ જમીન ઉપર) ૩|૧ વં. ૫, ૪. ૭; વં. ૭, ૫૬; વં. ૮, ૩૪; [illegible] ૫|૧ ય. ૧૧, ૧૦. ૧૩; ય. ૧૭, ૧૩. ૧૯. ૨૦; [illegible] ૫|૧ ય. ૭, ૪; ય. ૧૪, ૩૧; ય. ૧૩, ૧૦; ય. ૧૦, ૭૨; [illegible] ૫|૧; [illegible] ૫|૧ વીસ્પ. ૭, ૪; [illegible] (પૃથ્વીનુ) ૬|૧ વં. ૧૯, ૪; ય. ૧૦, ૯૫; ય. ૧૩, ૮૬; યજ. ૧, ૧૬; યજ. ૧૧, ૭; [illegible] વં. ૨, ૨૭. ૨૮. ૩૧. ૩૨. ૩૫. ૩૬; વં. ૩, ૧. ૨. ૪-૧૧. ૧૫; વં. ૬, ૧. ૭; વં. ૭, ૨૯-૩૧. ૩૩. ૩૪; વં. ૮, ૮. ૧૬. ૩૭-૩૯; વં. ૯, ૩; વં. ૧૦, ૧૮; [illegible] ૬|૧ (૭|૧ ની મતલબે) વં. ૩, ૩૬-૩૮; વં. ૬, ૪૩; વં. ૧૪, ૬; વં. ૧૫, ૪૭; વં. ૧૬, ૧૨; વં. ૧૭, ૩; [illegible] ૭|૧ યજ. ૧૦, ૧૭. [illegible] ([illegible] કારાંત પ્રમાણે) ૭|૧ વં. ૨, ૩૧. ૩૨; વં. ૬, ૨૯. ૩૧. ૩૪. ૩૭. ૪૦. ૫૧; વં. ૭, ૪૫-૪૮; વં. ૮, ૭૬-૭૮; [illegible] ૧|૩ વં. ૭, ૪૫; [illegible] ૨|૩ વં. ૧, ૩; યજ. ૧૦, ૪; [illegible] ૨|૩ વં. ૬, ૩; યજ. ૨, ૧૬; ય. ૧૩, ૨૮; [illegible] ૬|૩ યજ. ૧, ૧૬; યજ. ૩, ૧૮. જુઓ [illegible], [illegible], [illegible], [illegible], [illegible], [illegible], [illegible]

ખ) મટોડું, માટી, મિટ્ટી; earth, clay; [illegible] ૨|૩ વં. ૭, ૧૫. ૭૪. ૭૫; વં. ૯, ૨૯. ૩૦. જુઓ [illegible], [illegible], [illegible]

ગ) વિ. ના. જમીઆદ યજદ; the angel presiding over the earth; Zamyâd Yazad. [illegible] [illegible] [illegible] ૨|૧ સીરો. ૨, ૨૮; [illegible] [illegible] [illegible] ૬|૧ સીરો. ૧, ૨૮.

[illegible] ([illegible] ખ ઉપરથી) વિ. મટોડી—માટીને લગતું, માટીનું; pertaining to earth or clay; જુઓ નીચેનો બોલ.

[illegible] (જુઓ ધા. [illegible]) સમાસ ના. નર. મટોડીને પકાવનાર, કુંભાર; a maker of earthen vessels; a potter; એ બોલ અવસ્તાના [illegible] જંદ ઇઆને શરેહ તરીકે આવેલો છે. [illegible] [illegible] [illegible] (કુંભાર ઇઆને મટોડી પકાવનારને ત્યાહાંથી) ૫|૧ વં. ૮, ૮૪.

[illegible], [illegible] ([illegible] ખ ઉપરથી) વિ. મટોડીનું, મિટ્ટીનું (વાસણ); earthen, of earth (as vessels); [illegible] ૧|૧ વં. ૭, ૭૫; વં. ૭, ૧૩માં વેસ્ટરગાર્ડનાં પુસ્તકમાં વલ્લાયામાં [illegible] [illegible], [illegible] [illegible] કરીને બોલો આવેછે; સ્પી-

ગલ તથા ગેલ્ડનરના પુસ્તકમાં એ બોલ છેજ નહી. એનો અર્થ કદાચ "કપડાંને બગડવું, વણેલું" થાય.

[illegible] ([illegible] ઉપરથી) વિ. ના. નર. સખ્ત અથવા નુકસાનકારક શિયાળો ઉત્પન્ન કરનાર દેવ; the Demon of fatal winter, the Winter Fiend; [illegible] ૧/૧ વં. ૪, ૪૯. (જુઓ માદી.)

[illegible] (ધા. [illegible] = જુઓ ૧ ધા. [illegible]) સા. ના. નર. જનવાની શક્તિ; the power of conceiving or bearing (young ones); જુઓ [illegible] [illegible]

[illegible] (જુઓ [illegible] તથા ધા. [illegible]) સમાસ વિ. જમીનમાં સંતાએલા—ઢંકાએલા-દટાએલા; buried in the earth; hidden beneath the earth; orig., [illegible] + [illegible]; [illegible] changed to [illegible]; Comp. Sans. ज्योतिष् (or ज्योतिः) + यच्छति = ज्योतिर्गच्छति; [illegible] [illegible] [illegible] let Angra Mainyu be hid beneath the earth (base [illegible]) nom. sing. Frag., 4, 3; [illegible] [illegible] [illegible] નર. ૧/૩ Frag. 4, 3; [illegible] નર. ૨/૩ ઇજ઼. ૯, ૧૫; [illegible] ૨/૩ ય. ૧૯, ૮૧.

[illegible] (જુઓ [illegible] તથા [illegible] ૩) સમાસ વિ. જમીનનું તોખમ રાખનાર (સેતારો), ઇઆને જમીનને આબાદ ફળદ્રુપ કરવાની ખાસિયત રાખનાર (સેતારો); (stars) that have the seed of the earth, *i. e.*, of fructifying the earth, in them; [illegible] [illegible] [illegible] નર. ૧/૩ ય. ૧૨, ૩૦; [illegible] [illegible] નર. ૨/૩ સીરો. ૨, ૧૩; [illegible]....[illegible] નર. ૬/૩ સીરો. ૧, ૧૩.

[illegible] (= [illegible] + [illegible]; જુઓ [illegible] ૫ તથા [illegible], [illegible]) સમાસ ના. નર. માટીની બનાવેલી ઇંટરદી; a brick made of clay; [illegible] ૭/૧ વં. ૮, ૧૦.

[illegible] (= [illegible]) (જુઓ [illegible] તથા [illegible]) ક સમાસ ના. નર. પૃથ્વીની પોહોળાઈ—વીસ્તાર; the extent of the earth; [illegible] ૧/૧ (૨/૧ ને બદલે) ય. ૧૦, ૬૫.

૫) સમાસ વિ. પૃથ્વીના જેટલું પોહોળું—વીસ્તારવાળું; wide as the earth; as extensive as the earth; [illegible] [illegible] a dwelling as wide as the earth, ... (પૃથ્વીના વીસ્તાર જેટલું મ્હોટું મુકામ) ના-ય. ૧/૧ ય. ૧૦, ૪૪; [illegible] ૨/૩ ઇજ઼. ૬૦, ૪; ય. ૧૩, ૩૨.

[illegible] = मृद् = નાશ કરવો; છુંદવું; to destroy, to crush.

[illegible] = છુંદી નાખવું; to bruise; to beat down; [illegible] [illegible] [illegible] (= ખરાબ માણસોનાં) ઘૂંટણ છુંદો આગ્ના. આત્મને. ૨/૩ ય. ૧, ૨૮.

[illegible] સા. ના. નર. એક જાતની નરમ સુકી મટોડી; કહેરેલ; a kind of soft dry earth or clay; [illegible] soft; નરમ; [illegible] ૨/૧ વં. ૯, ૧૧.

[illegible], [illegible] (= हृद् =) સા. ના. નાન્ય. દિલ, અંતઃકરણ; the heart; the conscience. Comp. [illegible] = हृदय. [illegible] ૩/૧ ઇજ઼. ૩૧, ૧૨. જુઓ [illegible]

[illegible] (= [illegible]) (Geld. [illegible]) વિ. ના. નર. પાહાડનું નામ; name of a mountain; probably, to the south of Irân, [illegible] (Geld. [illegible]) ૧/૧ ય. ૧૯, ૧ (જુઓ માદી).

[illegible] *vide* [illegible]

[illegible] (ધા. [illegible] નું લાંબું રૂપ) = ચાહવું, પ્યાર કરવો; to love; to feel affection for; જુઓ નીચેનો બોલ.

[illegible] (જુઓ [illegible]) વિ. મિત્રાચારીવાળું, મેહેરબાન, પસંદ પડતું; friendly, kind, desirable; [illegible] નર. ૨/૧ ઇજ઼. ૪૫, ૯; [illegible] નર. ૧/૩ ઇજ઼. ૨૮, ૯; [illegible] [illegible] નર. ૨/૩ ઇજ઼. ૫૦, ૭; [illegible] નારી. ૨/૩ ય. ૧૩, ૨૧; [illegible] નારી. ૬/૩ ય. ૧૩, ૨૧.

[illegible] (જુઓ ૧ ધા. [illegible]) વિ. મદદને માટે બોલાવવા લાએક, અરજ કરવાજોગ, અરજ સાંભળવાને આએરામંદ; worthy of invocation; inclined to the appeal; [illegible] ૨/૧ ઇજ઼. ૩૧, ૪૯

[Avestan] (જુઓ ધા. [Avestan] ક) વિ. નાપાક, દુષ્ટ; filthy, foul; impure; [Avestan] + [Avestan] = [Avestan] [Avestan] = ઘણુંજ નાપાક-દુષ્ટ; foulest; most filthy; [Avestan] [Avestan] ૩।૩ વં. ૭, ૨. ૩. ૫; વં. ૮, ૧૬-૧૮. ૭૧; વં. ૯, ૨૬.

[Avestan] (જુઓ ધા. [Avestan] ખ) વિ. નબળું, નાકૌવતીવાળું; weak, feeble; [Avestan] [Avestan] (નબળાં—નાકૌવતીવાળાં તનને) નાચી. ૪।૧ વં. ૭, ૭૦.

[Avestan] (= [Avestan] + [Avestan]; જુઓ ૧ ધા. [Avestan]) સા. ના. નર. જન્મ, ઉત્પન્ન થવું; birth, rising; creation; [Avestan] ૨।૧ વં. ૫, ૨૧; વં. ૧૦, ૧૮; ઇજ. ૪૮, ૫; [Avestan] ૨।૧ વં ૨૬, ૬. ૧૦. ૧૪; [Avestan] ૪।૧ ઇજ. ૬૫, ૨; ય. ૧૩, ૫; નીઆ. ૪, ૩; [Avestan] ૫।૧ ઇજ. ૧૯, ૮; [Avestan] ૭।૧ (૪।૧ ની મતલબે) વં. ૨૧, ૪. ૮. ૧૨. ૧૬; [Avestan] ૭।૧ ય. ૧૩, ૯૩; ય. ૧૭, ૧૮; [Avestan] (પેદાશમાં, શરૂઆતમાં) ૭।૧ ઇજ. ૪૩, ૫; ઇજ. ૪૮, ૬.

[Avestan] (= जनित) (જુઓ ૧ [Avestan]) સા. ના. નર. જન્મ આપનાર, પેદા કરનાર; one who begets or procreates; [Avestan] ૧।૧ ઇજ. ૪૪, ૩.

[Avestan] (= [Avestan] + [Avestan]; જુઓ ૨ ધા. [Avestan]) સા. ના. નાન્ય. દાનેશ, ડહાપણ; wisdom, discretion; જુઓ [Avestan]

[Avestan] વિશે જુઓ ૧ ધા. [Avestan]

[Avestan] = જવું, જતું રેહેવું; to go, to pass away. Possibly, a redup. form of [Avestan], [Avestan] = to go.

[Avestan] = નાહાસી જવું; નાબુદ થઈ જવું; to run away, to perish, to fade away; [Avestan] [Avestan] [Avestan] the Nasus Druj fades away વર્ત. આત્મને. ૩।૧ વં. ૯, ૪૬.

[Avestan] = ધસારો કરીને કરીને જવું, ધસારો કરવો; to dart, to hurl; [Avestan] = [Avestan] + [Avestan] + (ધસારો કરીને જતો) —*Gerund; [Avestan] નર. ૧।૧ ય. ૫, ૧૩૧.

* *Vide* my Avesta Grammar, pp. 266-67.

[Avestan] = વેહેવું; to flow. Comp. rt. [Avestan]

[Avestan] = ક) આગળ વેહેવું: to flow onward. Comp. [Avestan]; [Avestan] વર્ત. આત્મને. ૩।૧ ય. ૫, ૯૬; ય. ૧૨, ૨૪.

ખ) જતું રેહેવું, નાહાસી જવું; to flee away; [Avestan] અ. ભૂ. આત્મને. ૩।૧ ય. ૧૯, ૫૬. ૮૨.

[Avestan] Wester. Yt. 22, 9; Dar.— [Avestan] [Avestan] (fem. gen. sing.) in that breeze (Dar.); તે પવનની લેહેકીમાં (દારમે.)

[Avestan] imperat. Para. 2 sing.; declare, make known; તું જણાવ, તું જાહેર કર ઇજ. ૩૧, ૧૭. rt. [Avestan] = जन् to produce, to declare; પેદા કરવું, જાહેર કરવું, બાહાર લાવવું.

[Avestan] વિ. જબઉર્વન્તનાં ખાનદાનનો; જબઉર્વન્તનો છોકરો; of the family of Zbaurvant; the son of Z.; [Avestan] ૬।૧ ય. ૧૩, ૧૦૬.

[Avestan] વિ. ના. નર. એક નામાંકિત પુરૂષનું નામ; name of an illustrious personage; [Avestan] ૬।૧ ય. ૧૩, ૧૦૬.

[Avestan] = ह्वृ = વાંકું વળવું, દબી જવું, મંડઈ જવું, ખરાબ ચાલ ચાલવવી, ઠગવું; ધસારો કરવો (દારમે.); to be crooked; to be crooked in conduct, to deceive; to rush upon (Dar.); [Avestan] વર્ત. ફ. પરસ્મૈ. નર. ૨।૧ ય. ૧૫, ૫૦; [Avestan] આત્મને. ૨।૧ ય. ૧૯, ૪૨; જુઓ [Avestan]

[Avestan] વિ. ના. નર. જબાર નામનો પાહાડ જેમાં દરેજ નામની નદીનું મુખ આવેલું છે; ઉંચો કીનારો (દારમે.); name of the mountain in Ragha, from which the River Dareja (Pehl. [Avestan]) flows; the high bank (of the River Dareja) (Dar.); [Avestan] [Avestan] ૭।૧ વં. ૧૯, ૪. ૧૧.

[Avestan] (= [Avestan]) (જુઓ ધા. [Avestan]) સા. ના. નર. પગ (દેવ અથવા ખરાબ માણસનો); the leg (of an evil person or a Daeva); [Avestan] ૪।૨ ઇજ. ૯, ૨૯.

[Avestan], [Avestan] = ह्वा, ह्वे = મદદ માગવી, અરજ કરીને બોલાવવું, તારીફ કરવી, આરાધના કરવી, યાદ કર-

વું; સંસ્કૃતમાં એ ધાતુ ૧ લા વર્ગમાં આવેછે; to invoke, to call on for assistance; to praise; [Avestan] વર્ત. પરસ્મૈ. ૧/૧ ઇજ. ૨૯, ૧; ઇજ. ૭૧, ૧૧; ય. ૧૨, ૩; ય. ૧૩, ૨૧; સીરો. ૨, ૩૦; [Avestan] (ન પ્રત્યય નીકળી ગયો) વર્ત. પરસ્મૈ. ૧/૧ ઇજ. ૩૩, ૫; ઇજ. ૪૯, ૧૪; ઇજ. ૫૧, ૧૦; [Avestan] ૩/૧ ય. ૧૦, ૮૩; ય. ૧૩, ૨૪; [Avestan] ૧/૩ ય. ૧૨, ૩. ૫; ય. ૧૫, ૧; [Avestan] ૨/૧ ય. ૧૭, ૧૭; [Avestan] શક્યા. આત્મને. ૨/૧ ય. ૧૫, ૪૯; [Avestan] શક્યા. પરસ્મૈ. ૩/૧ ય. ૪, ૨; [Avestan] અ. ભૂ. પરસ્મૈ. ૩/૧ ય. ૧૩, ૨૮; [Avestan] વર્ત. કૃ. પરસ્મૈ. નર. ૪/૧ ઇજ. ૨૦, ૩; ઇજ. ૪૯, ૧૨; યશ્ત. ૧૩, ૪૦; [Avestan]* ([Avestan] કારાંત) ૪/૧ ય. ૧૫, ૨૦; ય. ૧૭, ૨; [Avestan] (Geld. [Avestan]) નર. ૬/૩ ય. ૧૭, ૧૭.

[Avestan] = અરજ કરીને મદદ માંગવી, આરાધના કરવી; મદદને માટે બોલાવવું; to call on for assistance, to invoke; [Avestan] વર્ત. પરસ્મૈ. ૩/૨ ય. ૧૩, ૩૫.

[Avestan] = યાદ કરવું, મદદે બોલાવવું; આરાધના કરવી; to call upon, to address in prayer; [Avestan] (છેડેનો ન નીકળી ગયો) વર્ત. પરસ્મૈ. ૧/૧ ઇજ. ૧૫, ૧; વીસ્પ. ૬, ૧; [Avestan] વર્ત. સંશ. આત્મને. ૧/૧ ય. ૧૦, ૭૭.

[Avestan] = મદદે બોલાવવું; આરાધવું; to call on for assistance, to pray unto; [Avestan] વર્ત. પરસ્મૈ. ૩/૧ ય. ૧૩, ૬૯; [Avestan] આજ્ઞા. પરસ્મૈ. ૨/૧ વીશ્તા. ય. ૪૩ (= ય. ૨૪, ૪૩); [Avestan] અ. ભૂ. પરસ્મૈ. ૩/૧ ય. ૫, ૬૨; [Avestan] આત્મને. ૩/૧ વીશ્તા. ય. ૩૮ (= ય. ૨૪, ૩૮).

[Avestan] = આરાધવું, વખાણ કરવી; to invoke, to praise; [Avestan] વર્ત. પરસ્મૈ. ૧/૧ વં. ૧૯, ૧૫. ૧૬. ૩૫-૩૯. ૪૨; [Avestan] આજ્ઞા. આત્મને. ૨/૧ વં. ૧૯, ૧૩. ૧૪. ૩૪; [Avestan] (Wester.) શક્યા. આત્મને. ૨/૧ વીશ્તા. ય. ૨૪ (=ય. ૨૪, ૨૪).

[Avestan] (જુઓ ધા. [Avestan]) ભૂ. કૃ. મદદે બોલાવેલું, આરાધેલું; invoked, called on for assistance; જુઓ [Avestan] (Geld. [Avestan])

[Avestan] (જુઓ ધા. [Avestan]) સા. ના. નર. મદદ માગનાર, મદદને માટે બોલાવનાર; તારીફ કરનાર; one who invokes or calls on for assistance; a praiser; [Avestan] ૧/૧ ઇજ. ૧૪, ૧; વીસ્પ. ૫, ૧; [Avestan] ય. ૩, ૧. ૨.

[Avestan] = નુકસાન કરવું, દુઃખ દેવું; to do harm, to injure; જુઓ [Avestan], [Avestan], [Avestan]

[Avestan] વિરો જુઓ [Avestan] winter

[Avestan] (= [Avestan] = [Avestan]) (જુઓ ધા. [Avestan]) સા. ના. નર. નુકસાન, દુઃખ, ઇજા; harm, injury, vexation; [Avestan] ૪/૧ ઇજ. ૬૫, ૧૧; [Avestan] (= [Avestan] + [Avestan] ૬/૩ ય. ૧, ૨૪.

[Avestan] (=[Avestan]) (જુઓ ધા. [Avestan]) સા. ના. નારી. નુકસાન, નુકસાન કરવું, આફત; harm, doing injury; affliction; [Avestan] ૪/૧ ઇજ. ૧૨, ૨, Comp. [Avestan]

[Avestan] વિરો જુઓ [Avestan] winter.

[Avestan] વિ. ના. નર. નામાંકિત પુરૂષનું નામ; name of an illustrious personage; [Avestan] (Wester. [Avestan]) ૬/૧ ય. ૧૩, ૧૧૫.

૧ [Avestan] (= [Avestan] = [Avestan] = [Avestan]) સા. ના. નાન્ય. દરિયો; the sea; [Avestan] ૧/૧ વં. ૫, ૨૩; વં. ૨૧, ૪. ૮. ૧૨. ૧૬; ય. ૧૯, ૬૬; [Avestan] ૨/૧ વં. ૫, ૧૬. ૧૯; વં. ૧૯, ૩૫; ઇજ. ૬૫, ૩; ય. ૫, ૩; ય. ૮, ૨૦. ૩૧; ય. ૧૩, ૫૯; નીઆ. ૪, ૪; [Avestan] ૫/૧ વં. ૫, ૧૫. ૧૭. ૧૯; ય. ૮, ૨૩; [Avestan] ૬/૧ વં. ૫, ૧૯; ઇજ. ૪૨, ૪; ય. ૫, ૪૨; ય. ૮, ૩૨; ય. ૧૯, ૫૧; [Avestan] ૭/૧ ય. ૫, ૩૮; ય. ૮, ૮; [Avestan] ૭/૧ ઇજ. ૬૫, ૪; ય. ૫, ૪; ય. ૧૩, ૭; નીઆ. ૪, ૫; જુઓ [Avestan], [Avestan]

૨ [Avestan] વિ. ના. નર. નામાંકિત ધર્મગુરૂનું નામ; name of a noted high-priest of the Parthian period (Dar.); *vide* 3 [Avestan] (pr. n.); [Avestan] [Avestan] ૬/૨ ય. ૧૩, ૧૧૫.

* [Avestan] ને છેડે [Avestan] લાગીને [Avestan] કારાંત પ્રમાણે વિભક્તિનો પ્રત્યય લાગો.

[illegible] ([illegible] ઉપરથી) વિ. દરિયાને લગતું, દરિયાનું; (the waters) of the sea; [illegible] [illegible] (દરિયાનાં પાણીને) નારી. ૨।૧ યે. ૬, ૨; નીઆ. ૯, ૧૨.

[illegible] (= [illegible] = [illegible]) સા. ના. નર. બખ્તર; a cuirass; an armour for the breast; fr. [illegible] the heart; *or*, rt. [illegible] = हृ = to sound, to clang; [illegible] ૧।૧ વં. ૧૪, ૯.

[illegible] at the appointed time; ચોકસ વખતે; [illegible] fr. [illegible] time; [illegible] आयु life; [illegible] ૨।૧ (Wester. [illegible]) યે. ૮, ૧૧; [illegible] (Wester. [illegible]) ૨।૧ યે. ૧૦, ૫૫.

[illegible],* [illegible] (= [illegible] = Gr. Chronos) (જુઓ ૧ ધા. [illegible]) સા. ના. નાન્ય. ક) વખત; time; [illegible] ૨।૧ વં. ૨, ૨૦; વં. ६, ૧; વં. ૭, ૪. ૪૫. ૪૭. ૪૯; ઉવિ. ૯, ૧૧; ઉવિ. ६૨, ૩; યે. ૮, ૨૮; યે. ૧૯, ૨૬. ૩૧; યે. ૧૩, ૫૩; નીઆ. ૧, ૮; નીઆ. ૨, ૮; સીરો. ૨, ૨૧; [illegible] ૪।૧ યે. ૫, ૧૨૯; [illegible] ६।૧ વં. ૧૯, ૧૩. ૧६; વીસ્તા. યે. ૨૪ (= યે. ૨૪, ૨૪); સીરો. ૧, ૨૧; [illegible] (Geld. [illegible]) ૭।૧ વં. ૧૯, ૯. જુઓ નીચેનો બોલ.

[illegible] (= [illegible]) (જુઓ [illegible] તથા ૨ [illegible]) સમાસ જુ. કૃ. વિ. પુરાતમ વખતમાં પેદા કીધેલું; created or made in times immemorial; [illegible] [illegible] (પુરાતમ વખતમાં પેદા કીધેલા રસ્તાઓમાંનો) ६।૩ વં. ૧૯, ૨૯; વીસ્તા. યે. ૨૭ (= યે. ૨૪, ૨૭).

[illegible]

[illegible]† (= त) દર્શા. સર્વ. તે, આ; એ સર્વનામ પોતાની જુદી જુદી વિભક્તિનાં રૂપમાં જાજા આવેછે; this, that; *also*: he, she, it; [illegible] सः he નર. ૧।૧ વં. ૨, ૧૦. ૧૪. ૧૮. ૩૮; વં. ૩, ૩૧; વં. ૪, ૧૦. ૪૮; વં. ૫, ૨; વં. ૭, ૩૭. ૩૯. ૭૮. ૭૯; વં. ૮, ૩૨; વં. ૯, ૨. ૪૭. ૫૨; વં. ૧૮, ૧૫. ૨૩. ૨૮. ૩૫. ૩૮. ૪૦. ૪૧. ૪૪. ૪૭. ૫૦; વં. ૧૯, ૧. ૪૪; ઉવિ. ૫૭, ૧૮; યે. ૧૦, ૮૯; યે. ૧૪, ૫૧;

[illegible] (તે માણસ) નર. ૧।૧ વં. ૮, ૪૧; વં. ૯, ૧૫; [illegible] નર. ૧।૧ યે. ૧૩, ६૯; યે. ૧૪, ૨૦; યે. ૧૯, ૧; [illegible] (Wester. [illegible] તે પિતા) નર. ૧।૧ ઉવિ. ૫૮, ૪; [illegible] નર. ૧।૧ ઉવિ. ૫૮, ૪; [illegible] નર. ૧।૧ વીસ્પ. ૧૨, ૧; [illegible] ઉવિ. ૪૬, ૧; [illegible] (सा she) નારી. ૧।૧ વં. ૫, ૨૧; વં. ૭, ૧૬; વં. ૮, ૭૦. ૭૧. ૧૦૭; વં. ૯, ૧૩. ૧૫-૨૬. ૪૮; વં. ૧૦, ૧૮; વં. ૧૪, ૧૮; વં. ૧૮, ૧૬. ૨૪. ૩૧. ૩૪. ૩૭. ૪૦. ૪૩. ૪૬. ૪૯. ૫૪. ૫૭; વં. ૧૯, ૩૦; ઉવિ. ૯, ૪. ૭. ૧૦. ૧૩; ઉવિ. ૧૯, ૫; ઉવિ. ૩૨, ૨; ઉવિ. ૪૭, ६; [illegible] નારી. ૧।૧ વં. ૯, ૪૬; [illegible] નારી. ૧।૧ ઉવિ. ૩૧, ૧૦; [illegible] (तत्) નાન્ય. ૧।૧ વં. ૫, ૧. ૨. ૫; વં. ૧૩, ૧. ૨. ૫. ६; વં. ૧૮, ૭૫; યે. ૧૦, ૧૧૩; [illegible] (तम्) નર. ૨।૧ વં. ૨, ૧૧. ૧૫. ૧૯. ૨૫. ૩૦; વં. ૩, ૩૫; વં. ૫, ६૨; વં. ૧૮, ६. ૭६; ઉવિ. ६૫, ૮; [illegible] નર. ૨।૧ વં. ૨૧, ૫. ૯. ૧૩; ઉવિ. ૯, ૨૪; [illegible] નર. ૨।૧ ઉવિ. ૨૯, ૭; ઉવિ. ૩૧, ૨૦; ઉવિ. ૩૩, ૯; ઉવિ. ૩૭, ૩; ઉવિ. ૪૩, ૧૩; [illegible] (= [illegible] + [illegible] = જે તેને) ઉવિ. ૪૬, ६; [illegible] નર. ૨।૧ વં. ૨ ૩૨; વં. ૩, ૨૦. ૨૯; વં. ૫, ૧. ૨. ૮. ૯. ૨૧. ૩૪; વં. ६, ૪૫; વં. ૮, ૧૦. ૧૦૦. ૧૦૧. ૧૦૨; વં. ૯, ૩૨. ૪૩. ૪૫; વં. ૧૩, ૩. ૭. ૩૯; વં. ૧૫, ૪૮; વં. ૭, ૨; વં. ૧૮, ૧-६. ૨૯; વં. ૨૦, ૩; ઉવિ. ૮, ૩; યે. ૫, ૯૦; યે. ૮, ૨૩; યે. ૧૦, ૧; [illegible] નર. ૨।૧ વં. ૯, ૫૨; યે. ૧૯, ૫૧; [illegible] હદિ. નુસ્ક. ૧૭. (= યે. ૨૨, ૧૭); [illegible] (ताम्) નારી. ૨।૧ વં. ૫, ૧. ૨. ૧૪; વં. ६, ૨. ૩. ૪; વં. ૧૩, ૩૦. ૩૭; ઉવિ. ૧૦, ૧૫; ઉવિ. ૪૪, ૧૦; વીસ્પ. ૨૨, ૨; [illegible] નારી. ૨।૧ યે. ૫, ૧. ૧૨૦; નીઆ. ૪, ૨; [illegible] (तत्) નાન્ય. ૨।૧ વં. ૩, ૩૩; વં. ૨૦, ૫; વં. ૨૨, ૧. ૮. ૧૪; ઉવિ. ૯, ૪. ૭. ૧૦. ૧૩; ઉવિ. ૩૫, ૭; ઉવિ. ૪૪, ૧—૧૯; ઉવિ. ૪૯, ૮; યે. ૮, ૧૪; યે. ૧૫, ૪; યે. ૧૯, ૯६; [illegible] નાન્ય. ૨।૧ ઉવિ. ૪૯, ૭; [illegible] (= [illegible] + [illegible]) ઉવિ. ૪૪, ૧૯; [illegible] નાન્ય. ૨।૧ ઉવિ. ૧૯, ૧૦; [illegible] નાન્ય. ૨।૧ યે. ६, ६; [illegible] [illegible] (તે વચને કરીને) ૩।૧ વં. ૫, ૨૧; [illegible] [illegible] (તેજ હાથથી) નર. ૩।૧ ઉવિ. ૪૩, ૪; [illegible] ૩।૧ ઉવિ. ૩૬, ૩; ઉવિ. ૪૯, ૩; ઉવિ. ૫૧, ૧૨; ઉવિ. ૭૦, ૫; [illegible] નર. ૪।૧ વં. ૨, ૩. ૪. ૭; વં. ૩, ૧૮. ૨૫; વં. ૫, ૨૬; વં. ૭, ૫૨. ૭૧; વં. ૧૮, ૩૧. ૩૭. ૪૦. ૪૩. ૪૬. ૪૯. ૫૨,

* એની ઉપરથી gray, grey; બોલ નીકળ્યાછે.

† For particulars, see my Avesta Grammar.

૫૪. ૫૭; [illegible] [illegible] [illegible] [illegible] what is the penalty for it? (તેને માટે-ઈમાને તે ગુનાહને માટેનું શિક્ષા છે?) ૪|૧ વં. ૩, ૩૯. ૩૭; વં. ૪, ૧૧-૧૪. વધારે ખોલાસા માટે જુઓ [illegible] બોલ. [illegible] નર. ૪|૧ ઈજ. ૨૯, ૨; ઈજ. ૩૧, ૬; ઈજ. ૪૩, ૮; ઈજ. ૫૩, ૫; [illegible] નારી. ૪|૧ વ. ૫, ૪૯; વં. ૭, ૭૦; વ. ૧૫, ૯; [illegible] નારી. ૪|૧ ઈજ. ૪૭, ૩; [illegible] નર. ૫|૧ (કેટલીક વખતે) વં. ૧૯, ૨; [illegible] નર. ૬|૧ વ. ૬, ૨૯; [illegible] નર. ૬|૧ વં. ૨, ૮. ૧૨. ૧૬; વં. ૩, ૨૦. ૨૧; વં. ૫, ૧૧. ૧૨; વં. ૭, ૫૧; વં. ૮, ૪૦; વં. ૧૩, ૩. ૩૨-૩૪; વં. ૧૯, ૩. ૪૬. સમાસ ખાજને છેડે, [illegible] ની પછી [illegible] બદલાઈને [illegible], [illegible] થાય છે; જેમકે [illegible] ઈજ. ૯, ૨૮; [illegible] (Wester. [illegible]) ય. ૧૦, ૧૩૭; [illegible] નારી. ૬|૧ ય. ૧૭, ૨૧; [illegible] [illegible] (તે બે મીના) નર. ૧|૨ ઈજ. ૩૦, ૩; [illegible] નર. ૧|૨ ઈજ. ૩૦. ૩; [illegible] ૧|૨ ય. ૮, ૨૨; ય. ૧૩, ૭૮; [illegible] ૨|૨ ઈજ. ૫૧, ૨; [illegible] ૨|૨ વં. ૨, ૨૮; [illegible] નારી. ૨|૨ ઈજ. ૪૪, ૧૮; [illegible] ઈજ. ૩૨, ૧૪.

[illegible] (તે) નર. ૧|૩ વ. ૪, ૪૩; વં. ૫, ૧૦. ૩૯. ૪૧. ૪૫; વં. ૬, ૯. ૨૮; વં. ૭, ૨૬. ૨૭; વં. ૮, ૧. ૪; વં. ૧૩, ૨૯. ૩૫; વં. ૧૫, ૪૬; વં. ૧૬, ૧; વં. ૧૮, ૩૨; [illegible] નર. ૧|૩ વં. ૧, ૪; વં. ૨, ૪૧; વં. ૭, ૨૪. ૫૯; વં. ૧૫, ૪૯; [illegible] નર. ૧|૩ વં. ૧૩, ૪૨. ૪૩; ઈજ. ૯, ૨૩; [illegible] નર. ૧|૩ ઈજ. ૩૨, ૧૧; [illegible] નર. ૧|૩ ઈજ. ૩૨, ૧૫; ઈજ. ૩૯, ૧; ઈજ. ૪૮, ૧૨. [illegible] (ताः) નારી. ૧|૩ ઈજ. ૩૧, ૧૪; ઈજ. ૫૫, ૨; ઈજ. ૬૫, ૯; ય. ૧૩, ૨૭; [illegible] [illegible] [illegible] નારી. ૧|૩ ય. ૧, ૧૫; [illegible] નારી. ૧|૩; [illegible] નર. ૨|૩ ઈજ. ૯, ૨૨; [illegible] નર. ૨|૩ ઈજ. ૫૭, ૨૯; [illegible] નર. ૨|૩ વીસ્પ. ૧૨, ૬; ય. ૧૦, ૩૭; ય. ૧૩, ૪૭; [illegible] નર. ૨|૩ ઈજ. ૩૨, ૧; ઈજ. ૪૪, ૧૧; [illegible] નર. ૨|૩ દરેક ઠેકાણે ભણાતા [illegible] [illegible] ના ફકરામાં; [illegible] નર. ૨|૩ ઈજ. ૧૫, ૨; ઈજ. ૫૧, ૨૨; ઈજ. ૭૦, ૧; [illegible] નર. ૨|૩ વં. ૮, ૧૦; [illegible] સામાન્ય જાતી ૨|૩ વં. ૭, ૩; વં. ૧૯, ૧૨; [illegible] (ताः) નારી. ૨|૩ વ. ૪, ૪૫; વં. ૮, ૧૪; વં. ૧૩, ૪૦; વં. ૧૮, ૨૭; [illegible] નારી. ૨|૩; [illegible] નારી. ૨|૩ [illegible] [illegible] ના ફકરામાં. [illegible] નારી. ૨|૩ ઈજ. ૩૩, ૧૦; ય. ૧૦, ૨૭; [illegible] નાન્ય. ૨|૩ વં. ૩, ૪૧; વં. ૫, ૧૬. ૧૮. ૨૦; [illegible] ૨|૩ વં. ૭, ૧; [illegible] નાન્ય. ૨|૩ (કોઈજ વખતે) ઈજ. ૫૫, ૪; [illegible] ૩|૩ ઈજ. ૩૦, ૧૧; ઈજ. ૩૨, ૬; ઈજ. ૩૪, ૧૧; ઈજ. ૩૮, ૪; [illegible] (तेभ्यः) નર. ૪|૩ ઈજ. ૩૪, ૧.

[illegible] વિશે જુઓ [illegible] thou તું.

[illegible] (= [illegible]) (જુઓ ધા. [illegible]) વિ. ના. નર. દેવનું નામ; [illegible] (અહુરિય) નામના દેવનો સાથી અને ખોરદાદ અમશાસ્પંદનો દુશ્મન—હરીફ; the demon who empoisons the waters and the adversary of Haurvatât; for particulars, *vide* [illegible] (૨|૧ ને બદલે) વં. ૧૦, ૧૦.

[illegible] (= [illegible] = तरुण) વિ. નાદલો, જવાન; young; tender; [illegible] [illegible] a young dog not older than four months; નર. ૧|૧ વં. ૫, ૩૦; [illegible] .... [illegible] નર. ૨|૧ વં. ૧૩, ૧૫. ૨૩. ૨૭; [illegible] [illegible] a tender son; નર. ૨|૧ ઈજ. ૧૦, ૮; [illegible] ૧|૩ ય. ૧૭, ૫૪. ૫૫.

[illegible] = [illegible] = तुर्व् = Lat. Torquere = Fr. Tortuer = દુઃખ દેવું, ઈજા કરવી, નુકસાન કરવું; તોડવું, ભાંગવું, જેર કરવું, હરાવી નાખવું; to smite, to afflict, to torment, to break down, to destroy; [illegible] વર્ત. પરસ્મૈ. ૩|૧ ય. ૮, ૮; ય. ૧૮, ૨; [illegible] આજ્ઞા. પરસ્મૈ. ૧|૧ ય. ૧, ૬; ય. ૧૪, ૪. ૭. ૯. ૧૩. ૧૫. ૧૭. ૨૧. ૨૩. ૨૫. ૨૭; [illegible] ૧|૩ ય. ૧૦, ૩૪; [illegible] ઈજ. ૨૮, ૬; [illegible] ૨|૩ ય. ૧૩, ૩૮; [illegible] અ. ભૂ. પરસ્મૈ. ૩|૨ ય. ૧૩, ૭૮; [illegible] સંસા. ૩|૧ ય. ૧, ૬; ય. ૧૩, ૧૪૨; ય. ૧૫, ૫૬; [illegible] વર્ત. કૃ. પરસ્મૈ. નર. ૧|૧ ય. ૧, ૧૦; [illegible] ૨|૧ ગેહ ૨, ૬; [illegible] નારી. ૨|૧ ઈજ. ૫૨, ૨; [illegible] નર. ૧|૩ ય. ૫, ૧૩.

[Avestan] વિ. ના. નર. પુરૂષનું નામ; name of a person; [Avestan], (Westergaard [Avestan] ૬/૧ ય. ૧૩, ૧૧૫.

[Avestan] (જુઓ ધા. [Avestan]) વર્ત. કૃ. પરસ્મૈ. તોડતો, દાબી નાખતો; smiting, breaking down, overwhelming; [Avestan] નર. ૧/૧ વેન્દી. ૯, ૧૭; જુઓ [Avestan]-[Avestan], [Avestan]-[Avestan]

[Avestan] (જુઓ ધા. [Avestan]) વર્ત. કૃદંત પરસ્મૈ. તોડતો, દાબી નાખતો, તોડનાર, નુકસાન કરનાર; same as [Avestan], q. v.; જુઓ [Avestan], [Avestan]-[Avestan]

[Avestan] વિરો જુઓ [Avestan] (pr. n.).

[Avestan] ([Avestan] ઉપરથી) વિ. ના. નારી. દેવીનું નામ; name of a Daevi; fem. of [Avestan], q. v. [Avestan] ૧/૧ વં. ૧૯, ૪૩ (જુઓ મોદી.)

[Avestan] (= [illegible]) (જુઓ ધા. [Avestan]) સા. ના. નર. હથિયારની ધાર, અણી, તીક્ષ્ણતા; the edge of a weapon or tool; point, sharpness; જુઓ [Avestan] two-edged બે ધારવાળું.

[Avestan] (= तेजस्) (જુઓ ધા. [Avestan]) સા. ના. નર. તીક્ષ્ણતા; sharpness; જુઓ [Avestan] [Avestan] (a weapon) sharp and cutting.

[Avestan] વિ. ના. નર. અલબુર્જ પાહાડની એક ટોંચનું નામ; name of a peak of Mount Alborz (*vide* Y. 42, 3; Yt. 15, 7); Pehl. Bund. [Avestan];—It is round about the Taera, that the sun, the moon and the stars revolve (*vide* Yt. 12, 25). [Avestan] ૧/૧ ય. ૧૯, ૬; [Avestan] ૨/૧ ય. ૧૫, ૭; [Avestan] ૨/૧ વેન્દી. ૪૨, ૩.

[Avestan] (= [Avestan] = तोकम् = [Avestan]) સા. ના. નાન્ય. ક) તોખમ, બી; seed એ બોલ બે રીતે સમજાવી શકાએ છે:—૧ ધા. [Avestan] = तुच् = જન્મ આપવો; ૨-[Avestan] = तुज् = મજબુટ કરવું; [Avestan] ૨/૧ (૨/૩ ની મતલબે) વં. ૨, ૨૫. ૨૭. ૨૮. ૩૦. ૩૫. ૩૬. ૩૮; ય. ૧૨, ૧૭.

ખ) કુળની આદ, નસલ, ખાનદાન; parentage, lineage, family; [Avestan] ૬/૩ વં. ૧૨, ૨૧.

[Avestan] (જુઓ ધા. [Avestan]) સા. ના. નાન્ય. ધરતીકંપ (હાઉગ); દવનાં ટીપાં બંધાઈ ગયાથી થએલો હિમનો સફેદ ભૂકો (સ્પી. તથા યુસ્તી); જાદુઈ (દારમે.); earthquake (Haug); hoar-frost (Sp. & Justi); sorcery (Dar.); [Avestan] ૨/૩ વં. ૧, ૧૯.

૧ [Avestan] = तक् = ટકવું, નિભવું, મજબુટ રેહેવું; to endure, to continue, to remain firm; જુઓ ૧ [Avestan] strong, powerful મજબુટ.

૨ [Avestan] = [Avestan] = શેતાબી કરવી, દોડવું; વેહેવું, ટીપાવું, ટપકવું; to hasten, to flow, to run; to trickle, to fall in drops. જુઓ નીચે.

[Avestan] (જુઓ ૨ ધા. [Avestan]) ક) સા. ના. નાન્ય. વેહેવું, પ્રવાહ; flowing, flow; [Avestan] ૪/૧ ય. ૧૩, ૭૮.

ખ) વિ. વેહેતું, ટપકતું; flowing, dripping; [Avestan] ૬/૧ ય. ૧૦, ૩૮.

ગ) શેતાબી કરતો, ચાલતો; hastening; going; જુઓ [Avestan]-[Avestan]

[Avestan] (જુઓ ૨ ધા. [Avestan]) સા. ના. નાન્ય. શેતાબી, જલદપ; speed, celerity; જુઓ [Avestan]-[Avestan]

[Avestan] ([Avestan] ને બદલે; જુઓ ૨ ધા. [Avestan]) વિ. વેહેતું પિગળતું; flowing, melting [Avestan] ૫/૧ વં. ૮, ૯૩.

૧ [Avestan] (= तक्वम् = [Avestan] = Ger. Tuchtig) (જુઓ ૧ ધા. [Avestan]) વિ. જોરાવર, મજબુટ; બાહાદુર; strong, powerful, brave; [Avestan] નર. ૧/૧ (૨/૧ ને બદલે) વં. ૧૯, ૧૩. ૧૬; [Avestan] નર. ૧/૧ ય. ૧૦, ૬૫. ૧૨૭; ય. ૧૩, ૬૭; ય. ૧૫, ૧૧,† ૪૧; ય. ૧૯, ૮૭; [Avestan] નારી. ૧/૧ વં. ૧૯, ૩૦; [Avestan] નર. ૨/૧ ય. ૧૦, ૬૧. ૧૧૭. ૧૪૦; વેન્દી. ૬૨, ૮; વીસ્પ. ૨, ૯; [Avestan] નર. ૨/૧

* *E. g.* [Avestan], [Avestan] = [Avestan] [Avestan] strong-bodied જોરાવર તનવાળો; epithet of Rustam and Isphandyâr in the Shâh-Nâmeh.

† *Vide* [Avestan]; [Avestan] [Avestan]; = [Avestan] Tehmuraç દેવને જેર કરનારો ટેહેમુરસ.

ઈજ. ૪૩, ૪; [illegible] નર. ૬|૧ વં. ૧૮, ૧૪; ઈજ. ૧, ૧૫; ઈજ. ૫૭, ૧; ય. ૧૦, ૭૦; ય. ૧૧, ૦. ૨૩; ય. ૧૩, ૧૦૩. ૧૧૧. ૧૩૭; ય. ૧૪, ૩૬. [illegible] નર. ૮|૧ ય. ૧૫, ૫૭; [illegible] નર. ૧|૩ ય. ૧૩, ૨૭. ૩૭. ૩૮; ય. ૧૯, ૭૨; [illegible] નારી. ૨|૩ ય. ૧૩, ૩૨. ૭૫; [illegible] નર. ૬|૩ વં. ૨૦, ૧. ૨; ય. ૧૯, ૧૫; [illegible] નારી. ૬|૩ ઈજ. ૨૬, ૩; ય. ૧૩, ૮૨; [illegible] strongest (super. adj.) (ઘણુંજ જોરેમંદ) અતિ. વિ. નર. ૧|૧ ય. ૧૫, ૪૬; [illegible] નર. ૨|૧ ય. ૧૫, ૫૭. જુઓ [illegible]

૧ [illegible] વિ. ના. નર. માણુસનું નામ; name of a person; [illegible] ૬|૧ ય. ૧૩, ૯૮.

[illegible] (= [illegible] + [illegible]; જુઓ ૧ [illegible] તથા ધા. [illegible] ગ) વિ. જોરેમંદી—બાહાદુરીથી ધસારો કરતું—જતું; rushing forth with valour or courage; [illegible] નારી. ૧|૩ ય. ૧૩, ૨૩.

[illegible] (જુઓ [illegible] તથા [illegible]) અધિ. વિ. જોરાવરના કરતાં વધારે જોરાવર; stronger than the strong (compara. adj.) [illegible] નારી. ૧|૧ વીસ્પ. ૭, ૩.

[illegible] (અસલ રૂપ [illegible] + [illegible]; જુઓ ૧ ધા. [illegible]) = ક) દોડાવવું, શેતાબીથી ચલાવવું; to hasten, to urge forward; [illegible] વર્ત. પરસ્મૈ. ૩|૩ ઈજ. ૯, ૨૨.

ખ) રેડવું; to pour; [illegible] વર્ત. આત્મને. ૧|૧ ઈજ. ૧૦, ૧૭.

[illegible] = [illegible] = [illegible] = [illegible] = ક) દોડવું, જલ્દીથી ચાલવું, શેતાબી કરવી; to run, to move with haste; cl. 1; [illegible] શક્યા. પરસ્મૈ. ૩|૧ વં. ૮, ૧૦૦–૧૦૩; [illegible] અ. ભૂ. પરસ્મૈ. ૩|૧ વં. ૮, ૧૦૦–૧૦૨; [illegible] વર્ત. કૃ. પરસ્મૈ. નર. ૨|૧ વં. ૬, ૨૬; વં. ૮, ૭૩; [illegible] નર. ૧|૩ ય. ૧૦, ૨૦.

ખ) વેહેવું; to flow; [illegible] વર્ત. પરસ્મૈ. ૩|૩ વં. ૫, ૧૯; ય. ૧૩, ૧૦; [illegible] સંશ. પ. ૮, ૫; [illegible] પ્રયો. વર્ત. પરસ્મૈ. ૩|૩ ય. ૧૪, ૫૪; [illegible] [illegible] કારાંત વર્ત. કૃદંત પરસ્મૈ. નારી. ૨|૧ વં. ૧૯, ૨૬; ય. ૬, ૨.

ગ) જોરેમંદ—મજબુટ–કૌવતમંદ થવું; to be strong—vigorous; જુઓ [illegible], [illegible]

[illegible] = પાછું હટવું, પાછું જતુ રેહેવું; to recede; to retreat; [illegible] અ. ભૂ. પરસ્મૈ. ઈજ. ૯, ૧૧; ય. ૧૯, ૪૦. ૫૬; [illegible] ૩|૩ વં. ૫, ૧૨. ૧૩. વં. ૮, ૯, ૧૦.

[illegible] = ક) નજદીક જવું; (કોઈ ચીજ અથવા માણુસ) તરફ પોહોંચવું; to go to (a person); to run up to; [illegible] આજ્ઞા. પરસ્મૈ. ૧|૧ ય. ૫, ૩૮.

ખ) આગળ—જલ્દીથી વેહેવું; to flow fast; [illegible] વર્ત. કૃ. પરસ્મૈ. નારી. ૧|૩ ય. ૮, ૪૨.

[illegible] = આગળ દોડવું, ઉતાવળથી જવું; to push on; to hasten; [illegible] અ. ભૂ. પરસ્મૈ. ૩|૧ ય. ૫, ૬૪.

[illegible] = આસપાસ—નજદીક દોડવું; to run about or near; [illegible] અ. ભૂ. પરસ્મૈ. ૩|૧ ય. ૧૭, ૨૬. ૩૧. ૩૫; જુઓ [illegible]

[illegible] = આગળ વેહેવું; to flow onward; [illegible] વર્ત. પરસ્મૈ. ૩|૧ ઈજ. ૬૫, ૩; ય. ૫, ૪. ૧૫. ૯૬; નીઆ. ૪, ૪; [illegible] ૩|૩ ઈજ. ૬૫, ૩; ય. ૫, ૪. ૧૫. ૯૬; ય. ૧૩, ૫૪; [illegible] અ. ભૂ. પરસ્મૈ. ૩|૩ ય. ૧૩, ૭૮; [illegible] (Aredvîçûra) made (the waters) flow forward (Caus.) પ્રયો. અ. ભૂ. પરસ્મૈ. ૩|૧ ય. ૫, ૭૮. (Geld. [illegible])

[illegible] = [illegible] = પિગળવું, પિગળાઈ જવું; to be melted; જુઓ [illegible], [illegible]

[illegible] = ક) સાથે વેહેવું; to flow together; [illegible] [illegible] (Geld. [illegible])

વર્ત. પરસ્મૈ. ૩।૧ ય. ૧૯, ૬૭. જુઓ [illegible]

ખ) એક બીજાની સાથે અથડાવવું; to encounter, to bring into collision; *vide* [illegible] grappling each other by the arm.

[illegible] (જુઓ ધા. [illegible] ક) સા. ના. નાન્ય. દાર, ફરવું; ફેરો; a circuit; a movement in a circular direction; [illegible] ૭।૧ વં. ૧૫, ૪૫.

[illegible] (જુઓ ધા. [illegible]) વર્ત. કૃદંત પરસ્મૈ.

ક) દોડતો; running; જુઓ [illegible]

ખ) વેહેતું; flowing; જુઓ નીચેના બોલો.

[illegible] (જુઓ ૨ [illegible]) સમાસ ના. નારી. વેહેતું પાણી; flowing water; [illegible] ૨।૨ યજ. ૧૬, ૮; યજ. ૬૮, ૮.

[illegible] (જુઓ ૨ [illegible]) સમાસ ના. નર. પાણીને વેહેતું કરનાર; making the waters flow; [illegible] ૧।૧ ય. ૧૩, ૪૪; [illegible] ૨।૧ ય. ૧૦, ૬૧; ય. ૧૩, ૪૩.

[illegible] (જુઓ ધા. [illegible] ખ તથા [illegible]) સમાસ વિ. વેહેતું લોહી નીકળે તેવો (જખમ); (a wound) that causes the blood to flow; [illegible] નર. ૨।૧ વં. ૪, ૩૪.

[illegible] (જુઓ ધા. [illegible] ખ) સા. ના. નાન્ય. વેહેવું, પ્રવાહ; flowing; flow; [illegible] ૨।૧ ય. ૫, ૯૦.

[illegible] (જુઓ ૨ [illegible]) સમાસ ના. નારી. વેહેતું પાણી; running water; [illegible] ૭।૧ વં. ૬, ૨૬.

[illegible] (જુઓ ૨ [illegible]) સમાસ વિ. વેહેતાં પાણીનો (ઝરો); (a rill) of running water; [illegible] નારી. ૨।૧ વં. ૧૪, ૧૨.

[illegible] (જુઓ ધા. [illegible] ખ) વિ. વેહેતું; flowing, running; જુઓ [illegible], [illegible]

[illegible] (જુઓ ધા. [illegible] ક) વિ. દોડવાલાએક. જવાઈ-દોડી શકાએં તેવું; that can be run or passed over; જુઓ [illegible], [illegible]

[illegible], [illegible] (જુઓ ધા. [illegible] ગ) અતિ. વિ. ઘણોજ કૌવતમંદ—જોરૈ- મંદ, ઘણીજ તાકાત ધરાવનાર; strongest, most vigorous or persistent. Comp. [illegible], super. of [illegible]; compara. [illegible]; [illegible] નર. ૧।૧ ય. ૧૦, ૧૪૧; [illegible] નર. ૧।૧ યજ. ૯, ૧૫; [illegible] નર. ૨।૧ ય. ૫, ૭૩; [illegible] નર. ૨।૧ યજ. ૫૭, ૧૩; [illegible] નર. ૨।૧ વં. ૩, ૨૦; [illegible] નર. ૪।૧ યજ. ૧૧, ૭; [illegible] નર. ૬।૩ ય. ૧૦, ૧૪૧.

[illegible] વિગે જુઓ [illegible] (દર્શ. સર્વ.). આએ, તે.

[illegible] [illegible] વિ. ના. નારી. તત્-ત્વા-પેરેસા નામનો હા; યજ.શ્નેનો ૪૪ મો હા; the 44th chapter of Yaçna; [illegible] ૨।૧ યજ. ૪૪, ૨૧.

[illegible]* ([illegible] ઉપરથી) ક) ક્રિ. અ. તે જગોએ, ત્યાંહાં; in that place; there.

ખ) ત્યારે, તે વખતે; at that time, then. ~~Comp. Sans.~~ तत्र; [illegible] વં. ૫, ૪૫; વં. ૮, ૩૭–૩૯. ૭૭. ૭૮; ય. ૧૩, ૩૭. ૭૬; ય. ૧૯, ૫૧.

[illegible] = [illegible] = तन् = تنیدن = Lat. *Tendere* = Fr. E–*tendre* = તાનવું, ખેંચવું; to extend, to stretch.

[illegible] = उद्-तन् = (આજેજીની રીતિ હાથ) ઉંચા ધરવા; to stretch out (the hands in a supplicating posture); જુઓ [illegible]

[illegible] = દૂર ખેંચી લઈ જવું; to draw off; [illegible] [illegible] [illegible] (હું તેને દૂર ખેંચી લઈ જ- ઈશ) વર્ત. સંશ. પરસ્મૈ. ૧।૧ (પ્રત્યય નીકળી ગયો; Comp. Ved. तनवा) યજ. ૧૯, ૭; [illegible] [illegible] યજ. ૭૧, ૧૫; [illegible] શક્યા. આત્મને. ૧।૧ યજ. ૧૯, ૭; યજ. ૭૧, ૧૫.

[illegible] =આગળ વધવું—જવું; to move or run forward; [illegible] (= [illegible] + [illegible]† + [illegible]) વર્ત. પસ્મૈ. ૩।૩ ય. ૧૦, ૨૦.

---

* એના ખોલાસા માટે જુઓ મારૂં અવસ્તા વ્યાકરણ, સફેહ ૨૬૯–૨૭૨.

† [illegible] નકામો આવેલો છે. એના ખોલાસા માટે જુઓ મારૂં અવસ્તા વ્યાકરણ, સફેહ ૩૮-૩૯ મો.

[Avestan] (meaning unsettled); possibly, for [Avestan] and [Avestan] q. v. [Avestan] [Avestan] Yt. 12, 8. 37; Geld. [Avestan]

[Avestan] (= [Avestan] = तनू, तनु = [Avestan]) (જુઓ ધા. [Avestan]) સા. ના. નારી. તન, શરીર; the body; [Avestan] ૧/૧ વં. ૫, ૧૨; વં. ૭, ૫૧; વં. ૯, ૩૧; [Avestan] ૨/૧ વં. ૪, ૧૭. ૫૪; વં. ૫, ૫૪. ૫૬; વં. ૬, ૨૪. ૨૭. ૪૪; વં. ૮, ૯. ૩૬-૪૦. ૯૮. ૧૦૦-૧૦૩; વં. ૯, ૧. ૧૫. ૩૧. ૩૩-૩૫; વં. ૧૧, ૩; વં. ૧૬, ૧૪; ઇજ઼. ૩૩, ૧૦; ઇજ઼. ૬૮, ૨૩; [Avestan] ૨/૧ વં. ૮, ૧૧—૧૩; [Avestan] ૨/૧ ઇજ઼. ૪૬, ૮; [Avestan] ૪/૧ વં. ૭, ૭૦; વં. ૧૩, ૧૯; ઇજ઼. ૩૦, ૨; ય. ૬, ૧; ય. ૧૩, ૧૦૭; ય. ૧૪, ૩૮; ય. ૧૬, ૧૭; ય. ૧૭, ૨૨; [Avestan] ૫/૧ વં. ૧૯, ૨૦; [Avestan] ૫/૧ વં. ૨૦, ૧. ૨; [Avestan] ૬/૧ વં. ૪, ૫૦. ૫૧. ૫૨; વં. ૧૦, ૫. ૬. ૯. ૧૦. ૧૩. ૧૪; વં. ૧૬, ૭; ઇજ઼. ૯, ૧૯; ઇજ઼. ૫૩, ૬; વીસ્પ. ૭, ૨; ય. ૨, ૧૨; ય. ૧૦, ૧૦૮; ય. ૧૩, ૨૦; ય. ૧૪, ૨૯; ય. ૧૬, ૭; [Avestan] ૬/૧ ઇજ઼. ૧૩, ૪; ઇજ઼. ૩૩, ૧૪; વીસ્પ. ૫, ૨; [Avestan] ૬/૧ ય. ૧૩, ૧૩૪; [Avestan] ૨/૩ ઇજ઼. ૬૦, ૧૧; વીસ્પ. ય. ૧૦, ૨૩; [Avestan] ૨/૩ ઇજ઼. ૫૫, ૧; [Avestan] ૨/૩ ઇજ઼. ૫૮, ૨; [Avestan] ૪/૩ ઇજ઼. ૧૦, ૮; ઇજ઼. ૫૭, ૨૬; ય. ૧૦, ૧૧; આફ્રિં. દહ. ૮; તથા દરેક આફ્રિંગાનના છેડેના કરદામાં; [Avestan] ૬/૩ વં. ૧૨, ૨. ૪. ૬. ૮. ૧૦. ૧૨. ૧૪. ૧૬. ૧૮. ૨૦; ઇજ઼. ૧૬, ૧૦; ઇજ઼. ૬૫, ૭; ય. ૨૧, ૫; [Avestan] ૭/૩ Frag. 4, 3; જુઓ નીચેના બોલો.

[Avestan] (જુઓ [Avestan]) સમાસ. બૂ. કૃ. વિ. તનમાંથી પેદા થએલો (અસલ.); પોતાનાં પેટનો (છોકરો); produced from the body (lit.); begotten of one's own body; [Avestan] [Avestan] . . . . . . નર. ૧/૩ આફ્રી. પૈગમ. જર. ૧ (= ય. ૨૩, ૧); વીસ્ના. ય. ૧ (= ય. ૨૪, ૧).

[Avestan] (= [Avestan]) (જુઓ ૨ [Avestan]) સમાસ ના. નર. જે શખ્સ પોતાનાં તનને દરૂજ ઇઆને જુઠાઇના તાબામાં રાખે તે; દરૂજ (જુઠાઇ) ના માર્ગ ઉપર ચાલનારો; subjecting one's body to *Druj* (falsehood); contrast [Avestan]

[Avestan] subjecting one's body to Mânthra, *i. e.*, the Holy Word (ઇઆને તનને માંથ્રદીનના હોકમ પ્રમાણે રાખનાર). [Avestan] ૧/૩ વં. ૧૬, ૧૮; વં. ૧૭, ૧૧.

[Avestan] (= [Avestan]) (જુઓ [Avestan] તથા ૩ ધા. [Avestan]; [Avestan] [Avestan] *lit.*, to fill the body with sin; to be guilty; તનને (ગુનાહથી) ભરી નાખવું = ગુનેહગાર થવું) સમાસ વિ. ગુનેહગાર, પાપી; sinful, guilty; [Avestan] ૧/૧ (૧/૩ ને બદલે) વં. ૧૬, ૧૮; વં. ૧૭, ૧૧; [Avestan] ६/૩ વં. ૧૨, ૧. ૩. ૫. ૭. ૯. ૧૧. ૧૩. ૧૫. ૧૭. ૧૯; વં. ૧૮, ૬૨. જુઓ [Avestan]

[Avestan] (= [Avestan]) (જુઓ [Avestan]) સમાસ વિ. તનનાં જેટલા કદનું, તનનાં જેટલું મોટું; of the size of the body; as large as the body; [Avestan] ૨/૧ વં. ૧૮, ૨૯.

[Avestan] (જુઓ [Avestan]) સમાસ. વિ. તનને માંથ્ર—દીનના હોકમના તાબામાં રાખનાર (અસલ.); માંથ્રનાં તનવાળો, જેનું તનજ માંથ્રવાણીથી ભરપુર; subjecting one's body to Mânthra, *i. e.*, the Holy Word (lit.); incarnated with the Holy Word; [Avestan] નર. ૧/૧ ય. ૫, ૯૧; ય. ૧૦, ૧૩૭; [Avestan] નર. ૨/૧ વં. ૧૮, ૫૧; ય. ૧૦, ૨૫; [Avestan] નર. ૬/૧ વં. ૧૮, ૧૪; ઇજ઼. ૩, ૨૦; ઇજ઼. ૫૭, ૧. ૩૩; ય. ૧૧, ૦. ૨૩; ય. ૧૩, ૯૯. ૧૦૬. જુઓ [Avestan]

[Avestan] (= تنور) સા. ના. નર. રોટલી—મિઠાં પકવાન ઇત્યાદિ બનાવાની ભઠ્ઠી; an oven; a baker's fire; [Avestan] ૫/૧ વં. ૮, ૯૧.

[Avestan] (= तनुस्) ([Avestan] ઉપરથી) સા. ના. નાન્ય. તન, દિલ; the body (orig.); the heart; [Avestan] ७/૧ ઇજ઼. ૪૩, ७.

[Avestan] (ધા. [Avestan] ઉપરથી) (અર્થ અચોકસ) વિશેષનામ લઇએતો 'તન્ય' નામનો શખ્સ તથા 'તન્ય' નામનું મુલક; અસલ અર્થ:—વિસ્તારવાળું, ઓહોળું અથવા 'વિસ્તારવાળું—ઓહોળું કરનાર; extensive, wide (lit.); (1) name of country; (2) name of an illustrious person of the land of Tanya; [Avestan] [illegible] we invoke the Fravashi of the holy Thrit, a Tanyan of the Tanya land નર. ૬/૧ તથા નારી. ૬/૧ ય. ૧૩, ૧૨૫.

[illegible] = [illegible] = तप् = Lat. *Tep- ere* = [illegible] = ગરમ થવું, તપવું, ચલકવું; to grow hot, to be heated, to shine; [illegible] (તપેછે, પ્રકાશીછે) વર્ત. પરસ્મૈ. ૧૦ મો વર્ગ ૩/૧ ય. ૬, ૧; ૫. ૭, ૪; નીઆ. ૧, ૧૧; નીઆ. ૩, ૬; [illegible] (બાળી નાખેછે) પ્રયો. વર્ત. પરસ્મૈ. ૩/૧ ય. ૧૭, ૨૦. જુઓ [illegible] તથા નીચેના બોલો.

[illegible] = પ્રકાશવું; to shine; [illegible] વર્ત. આત્મને. ૧ લો વર્ગ ૩/૧ વં. ૫, ૪૧.

[illegible] (જુઓ ધા. [illegible]) ભૂ. કૃ. વિ. ગરમ થએલો, તપી ગએલો, ગુસ્સે થએલો, ક્રોધવાળો, તાપથી બીમાર; heated, excited; fever-sick; *vide* [illegible] no man who is excited or fever-sick.

[illegible] (જુઓ ધા. [illegible]) સા. ના. નાન્ય. ગરમી; heat, warmth; જુઓ નીચેનો બોલ.

[illegible] ([illegible] ઉપરથી) વિ. ગરમીવાળું, ગરમી આપનાર; warmth-giving; epithet of [illegible] (the moon); [illegible]* [illegible] નર. ૨/૧ ય. ૭, ૫; નીઆ. ૩, ૭.

[illegible] (= [illegible] = [illegible]) (જુઓ ધા. [illegible]) સા. ના. નર. ક) ગરમી; heat; [illegible] (આતશની ગરમી) ૧/૧ (૨/૧ ને બદલે) વં. ૨૦, ૧. ૨.

ખ) [illegible] = તાવની ગરમી; તાવ; heat of fever; fever; [illegible] ૧/૧ વીસ્તા. ય. ૫૦ (= ય. ૨૪, ૫૦); [illegible] ૧/૧ વં. ૭, ૫૮; [illegible] કારાંત ૧/૧ વં. ૭, ૭૦; [illegible] (૨/૧ ને બદલે) ય. ૩, ૧૧; [illegible] ૮/૧ વં. ૨૦, ૭; ય. ૩, ૮;† [illegible] (૬/૧ ને બદલે) વં ૨૦, ૩; [illegible] ૬/૧ ય. ૧૩, ૧૩૧. જુઓ નીચેનો બોલ.

[illegible] ([illegible] ખ ઉપરથી) અતિ. વિ. ગરમ મીજાજવાળાઓમાંનો ઘણોજ ગરમ મીજાજવાળો; તાપોમાંનો ઘણોજ સખ્ત તાપનો; the fieriest of the fiery; the hottest of hot fevers; [illegible] ૨/૧ ય. ૩, ૧૫.

[illegible] (= [illegible]) (જુઓ ધા. [illegible]) ગરમ થવા માંડવું; inchoative base* from the rt. [illegible]; to grow heated; [illegible] અ. ભૂ. પરસ્મૈ. ૩/૧ ઉર્જ. ૯, ૧૧; ય. ૧૯, ૪૦; [illegible] સંશ. ૩/૩ વં. ૩, ૩૨.

[illegible]† = तम् = અંધાઇ થવું; to grow dark, to become dim; જુઓ [illegible], [illegible]

[illegible] (= [illegible] + [illegible]; જુઓ ધા. [illegible]) ક્રિ. અ. ચોરી છુપાઇથી (અસલ.); છુપી રીતે; stealthily (lit.); secretly (adv.); Comp. [illegible], [illegible]; [illegible] . . . [illegible] openly or furtively (જાહેર રીતે અથવા છુપી રીતે) ઉર્જ. ૩૧, ૧૩.

[illegible] = तद् = ક) હરાવી નાખવું, હાંકી કાહાડવું, ટાળવું, દૂર કરવું; to rout; to put to flight; to repel; [illegible]‡ વર્ત. પરસ્મૈ. ૩/૧ ય. ૯, ૮. ૩૯; [illegible]‡ intensive; વર્ત. કૃ. પરસ્મૈ. નર ૨/૧ ગેહ. ૧, ૯.

ખ) ધસારો કરીને અંદર દાખલ થવું; to rush with violence; [illegible] intensive verb અ. ભૂ. પરસ્મૈ. ૩/૧ ય. ૧૩, ૭૭.

ગ) પાર થવું, પસાર થઇ જવું; to pass over.

[illegible] = वि-तद् = [illegible] = પેલીપાર થઇ જવું, બધીગમ પથરાઇ જવું, ફેલાઇ જવું; to cross; to spread over; [illegible] ભૂ. કૃ. જુઓ [illegible] [illegible] spread all over the body.

[illegible] (જુઓ ધા. [illegible] ક) વિ. ક) દૂર કરતો, ટાળતો; છુટકારો આપતો; repelling, averting; freeing; જુઓ [illegible]

ખ) છુટો, વેગળો, દૂર રેહેતો; free, far from, keeping one's self off. જુઓ [illegible]

[illegible] (જુઓ [illegible] તથા ૨ [illegible]) સ-

* એના ખોલાસા બાબે જુઓ માઇ અવસ્તા વ્યાકરણ, સફો ૯૪ મો.

† આ ઠેકાણે [illegible] નો અર્થ 'ગરમ મીજાજવાળો' બી થઇ શકે.

* For particulars, *vide* my Avesta Grammar, pp. 251-252.

† From the same root :—Dim, To Damn; Per. [illegible] the web or cataract on the pupil of the eye.

‡ [illegible] is the reduplic. form of [illegible]

માસ વિ. વધારે અહવું—સરસપેદા કીધેલું; created higher (than the other creations); [illegible] [illegible] નાત્મ. ૧|૧ ય. ૧૨, ૧; [illegible] નર. ૨|૧ ઇજ્ર. ૨૫, ૫; [illegible] (Geld. [illegible]) નર. ૨|૧ ય. ૨, ૬; [illegible] નાત્મ. ૨|૧ ય. ૧૯, ૯; [illegible] (નર. ૬|૧ ને બદલે) ઇજ્ર. ૨૨, ૨૪; ય. ૨, ૧; ય. ૧૫, ૦. ૫૮; સીરો. ૧, ૨.

[illegible] = तर्प् = લઇ લેવું, છીનવી લેવું; to snatch away, to deprive; [illegible], Geld. [illegible] અ. ભૂ. સંરા. પરસ્મૈ. ૪થો વર્ગ ૩|૧ ઇજ્ર. ૧૧, ૫.

[illegible] = [illegible] = त्रस् = [illegible] = બીહીવું; to fear, to be afraid; cl. 6; [illegible] વર્તે. પરસ્મૈ. ૬ ઠો વર્ગ ૩|૩ ય. ૧૪, ૩૮; [illegible] આગ્રા. પરસ્મૈ. ૩|૩ ય. ૧૪, ૩૮; [illegible] frightens (Caus.) પ્રયો. વર્તે. પરસ્મૈ. ૩|૧ ય. ૧૯, ૧૦૧; [illegible] ([illegible] ને બદલે) ય. ૧૦, ૩૬; [illegible] ભૂ. કૃ. નર. ૧|૧ ઇજ્ર. ૯, ૧૧; ઇજ્ર. ૫૭, ૧૮; ય. ૯, ૪; [illegible] નર. ૨|૨ ય. ૧૦, ૧૦૧; [illegible] નર. ૧|૩ ઇજ્ર. ૫૭, ૧૮; ય. ૯, ૪.

[illegible] = એક તરફથી બીહીવું; to fear from one side; [illegible] strikes fear; frightens ... (Caus.) (એક તરફથી બીહીવડાવેછે) પ્રયો. વર્તે. આત્મને. ૩|૧ ય. ૧૦, ૪૧.

[illegible] = સાંભી તરફથી બીહીવું; to fear from the opposite side; [illegible] strikes a counter-fear (Caus.) (બીજી તરફથી બીહીવડાવેછે) ય. ૧૦, ૪૧.

[illegible] = કુ) બીહીવું; to tremble; [illegible] [illegible] વર્તે. પરસ્મૈ. ૬ ઠો વર્ગ ૩|૧ વં. ૧૯, ૩૩; ય. ૧૦, ૯૭. ૧૩૪; વીશ્તા. ય. ૨૭ (= ય. ૨૪, ૨૭); [illegible] ૩|૩ વં. ૧૯, ૩૩; ય. ૧૦, ૬૯. ૯૩; વીશ્તા. ય. ૨૭ (= ય. ૨૪, ૨૭).

બ) બીહીવડાવવું; to frighten; [illegible] અ. ભૂ. સંરા. પરસ્મૈ. ૩|૩ ય. ૧૧. ૬.

[illegible] = तर्ष् = Lat. Torrere = Ger. Dursten = તરસીલું-તરસુ થવું; to feel thirsty; જુઓ [illegible] thirst તરસ, પિઆસી.

[illegible] ([illegible] નું ગાથા રૂપ) ઉપસર્ગ. ઉલટું, ખરાબ, હલકું; *prefix* : athwart, cross; perverse, bad, low; e. g., [illegible] to conceive an aversion to હલકું વિચારવું, ધિક્કારવું; જુઓ ૧ ધા. [illegible]

[illegible] ([illegible] નું ગાથા રૂપ; જુઓ [illegible] તથા [illegible]) સમાસ ના. નારી. આડો વિચાર (અસલ.); ઘુન્દી, મગરૂરી; perverted conception (lit.); arrogance; insolence; [illegible] ૨|૧ ઇજ્ર. ૩૩, ૪.

[illegible] (= [illegible] = तिरस् = Lat. Trans) (જુઓ ધા. [illegible]) ૧ શબ્દ. અ. કુ) આરપાર; ઉપરથી; પેલીતરફ-પાર; *prep.*– through; over; across; [illegible] [illegible] [illegible] (તમામ આખી રાતમાં) વં. ૧૮, ૫, ૬; [illegible] [illegible] (આખો વખત ચોકી કરનારા) વં. ૧૩, ૨૮; [illegible] [illegible] [illegible] (વેહેતાં પાણી ઉપરથી) વં. ૧૪, ૧૬; વં. ૧૮, ૭૪; [illegible] [illegible] [illegible] (અલબુર્જ પાહાડની પેલીપાર) વં. ૧૯, ૩૦; વં. ૨૧, ૫. ૯. ૧૩; ય. ૧૦, ૧૧૮; [illegible] [illegible] ચિન્વત પુલ ઉપરથી—ની પેલી પાર) વં. ૧૯, ૩૦; [illegible] [illegible] [illegible] ઇજ્ર. ૭૧, ૧૬; [illegible] ઇજ્ર. ૧૯, ૬; ય. ૧૦, ૧૩; [illegible] [illegible] (દશ્તાનની પેલી પાર, એટલે દશ્તાન બંધ થયા પછી) વં. ૧૫, ૯. ૧૦.

બ) વધારે, ઉપર; above, more than; [illegible] [illegible] [illegible] (એક વરસથી વધારે થએલું મરી ગએલો, મરી ગયાને એક વરસથી વધારે થએલું) વં. ૫, ૩૬; [illegible] વં. ૮, ૩૩; વં. ૯, ૪૬.

૨ ક્રિ. અ. બાહાર, ઘેરમાં નહી, બારણા આગળ; *adv.*– outside, at the door; [illegible] વં. ૩, ૨૯.

૩ ઉપ. ઉલટું, ખરાબ; *prefix*– perverse, athwart; evil; e. g., [illegible] = [illegible] q. v.

[illegible] (જુઓ ૩ [illegible] તથા [illegible]) સમાસ ના. નારી. આડી નજર, ધિક્કાર, તિરસ્કાર; disregard, contempt, scorn; [illegible] (Wester. [illegible]) ૧|૧ ય. ૯, ૦; નીઆ. ૧, ૨ તથા વગેરે નીઆએશ તથા પશ્તના શરૂઆતના ભાગમાં— [illegible] [illegible] [illegible] [illegible] [illegible] [illegible]

satisfaction (be) for Ahura Mazda, contempt for Anghra Mainyu દાદાર હોરમજદની ખુરસંદી (થાઓ)! હારેમનનો તિરસ્કાર (થાઓ)!

[Avestan] (જુઓ [Avestan] ખ તથા [Avestan]) સમાસ વિ. દ્વેષથી વેગળો-છુટો; free from malice; [Avestan] નર. ૧/૧ ય. ૧૫, ૪૭.

[Avestan] (જુઓ ૩ [Avestan] તથા [Avestan]) સમાસ ના. નાન્ય. ખરાબ—હલકો ખોરાક; bad food or nourishment; [Avestan] ૨/૧ વં. ૧૩, ૨૦-૨૭; વીસ્તા. ય. ૯. (= ય. ૨૪, ૯).

[Avestan] (જુઓ ૩ [Avestan] તથા [Avestan]) સમાસ ના. નારી. આડો વિચાર (અસલ.); તુન્દી, મગરૂરી; perverted conception (lit.); arrogance; insolence. Comp. [Avestan]; [Avestan] ૨/૧ ફ્રિ. ૬૦, ૫.

[Avestan] (જુઓ ૩ [Avestan] તથા [Avestan]) સમાસ. વિ. ઉલટો—ખોટો વિચાર રાખનાર; નાફરમાની કરનાર; thinking perversely; refractory; [Avestan] ૨/૩ ય. ૩, ૧૧. ૧૫; [Avestan] ૮/૩ ય. ૩, ૮.

[Avestan] (જુઓ ૧ [Avestan] ખ તથા [Avestan]) સમાસ વિ. એક વરસથી વધારે રેહેતું—ટકતું (કૌવત); (strength) lasting for more than a year; [Avestan] નાન્ય. ૨/૧ ય. ૧૯, ૫૪.

[Avestan] સા. ના. અનાજ (મિલ્સ તથા દારમે.); grains (Mills & Dar.); [Avestan] ય. ૧૯, ૫૮; આફ્રં. ગાહામ. ૧૨.

[Avestan] (= [Avestan] = तृष्णा = تشنگی = Ger. Durst = Thirst) (જુઓ ધા. [Avestan]) સા. ના. નર. તરસ, સોષ્યાગી, તૃષ્ણા; thirst; [Avestan] ૧/૧ વં. ૭, ૭૦; [Avestan] ૨/૧ ય. ૯, ૧૦; ય. ૧૯, ૬૯. ૯૬.

[Avestan]* (ધા. [Avestan]) સા. ના. નર. બનાવનાર; Maker, Creator; [Avestan] [Avestan] [Avestan] the Creator of all good things; (તમામ ચીજો અથવા નેઆમતના—ખલકતના બનાવનારને) ૨/૧ ફ્રિ. ૭૦, ૧.

[Avestan] વિરો જુઓ [Avestan] to fear બીહીવું.

[Avestan] (જુઓ ધા. [Avestan]) સા. ના. નારી. ધાસ્તી, બીહીક; fear, dread; terror; જુઓ [Avestan] terrific.

[Avestan] (thine) વિરો જુઓ [Avestan] thou તું.

[Avestan] ([Avestan] = [Avestan]) (જુઓ ધા. [Avestan]) વિ. જોરાવર, શક્તિવાન; strong, powerful; [Avestan] નર. ૧/૧ વં. ૩, ૩૩.

[Avestan] (thine) વિરો જુઓ [Avestan] thou તું.

[Avestan] વિરો જુઓ [Avestan]

[Avestan] = [Avestan] = तक्ष् = تراشیدن = છોલવું, છોલીને સાફ કરવું, બનાવવું, ઘડવું, ઘાટ બનાવવો; to fashion, to chisel, to model; cl. 1 & 2; [Avestan] અ. ભૂ. પરસ્મૈ. ૧ લો વર્ગ ૨/૧ ફ્રિ. ૩૧, ૧૧; ફ્રિ, ૫૧, ૭; ફ્રિ. ૬૫, ૧૫; [Avestan] ૩/૧ ફ્રિ. ૨૯, ૧. ૭; * [Avestan] 2nd. cl. (૨ જો વર્ગ) ફ્રિ. ૪૪, ૭; [Avestan] પૂ. ભૂ. પરસ્મૈ. ૩/૧ ફ્રિ. ૧, ૧; ય. ૧૯, ૫૨; [Avestan] ફ્રિ. ૨૯, ૬; [Avestan] intensive verb અ. ભૂ. પરસ્મૈ. ૩/૧ ફ્રિ. ૧૦, ૧૦; [Avestan] ભૂ. કૃદંત નર. ૧/૧ ફ્રિ. ૪૯, ૬; [Avestan] [Avestan] (છોલેલું લાકડું) નાન્ય. ૨/૧ વં. ૧૩, ૩૦. ૩૭.

[Avestan] = છોલીને સાફ કરવું; to shave, to make smooth by scraping; [Avestan]...... વર્ત. પરસ્મૈ. ૩/૧ વં. ૫, ૨.

[Avestan] = બનાવવું; to make, to build; [Avestan] [Avestan] (Geld.) વર્ત. પરસ્મૈ. ૩/૧ ફ્રિ. ૫૭, ૧૦. (Wester. [Avestan]); [Avestan] અ. ભૂ. પરસ્મૈ. ૩/૧ ફ્રિ. ૪૭, ૩; [Avestan] ય. ૫, ૧૨૦; [Avestan] ભૂ. કૃ. નર. ૨/૧ ય. ૧૦, ૧૪૩. જુઓ [Avestan] તથા નીચેના બોલો.

* આ બોલમાં [Avestan] નકામો આવેલો છે; જુઓ મારૂં અવસ્તા વ્યાકરણ, સફો ૩૮—૩૯ મો.

* આ ધાતુનાં કેટલાએક રૂપો બીજા વર્ગમાં બી મલે છે; જુઓ મારૂં અવસ્તા વ્યાકરણ, સફો ૧૮૭ મો.

[Avestan] (= [Avestan] = तक्ष = [Avestan]) (જુઓ ધા. [Avestan]) સા. ના. નર. લાકડાં છોલવાનું હથિયાર, વાંસલો; an adze, an axe; [Avestan] ૨/૧ વં. ૧૪, ૭.

[Avestan] (જુઓ ધા. [Avestan]) સા. ના. નર. બનાવનાર, આકાર આપનાર, ઘાટ ઘડનાર, પેદા કરનાર; Creator, Maker; one who models. Comp. Sans. तक्षन्, तक्षक; [Avestan] ૧/૧ યજ. ૨૯, ૨; યજ. ૩૧, ૯; યજ. ૪૬, ૯; [Avestan] ૨/૧ યજ. ૩૯, ૧; [Avestan] ૪/૧ યજ. ૧, ૨; યજ. ૭૦, ૨; સીરો. ૧, ૧૪; Frag. 6, 1; [Avestan] ૬/૧ વીસ્પ. ૯, ૫.

૧ [Avestan] (= [Avestan] = [Avestan] = Fr. Tasse = Ger. Tasse = Dish) (જુઓ ધા. [Avestan]) સા. ના. નાન્ય. ક) રકાબી; જરતોશતી ધર્મનાં યોજદાથ્રેગરીનાં કામમાં વપરાતી રકાબી; the cup used for ceremonial purposes; a chalice; [Avestan] ૩/૧ (૫/૧ ની મતલબે*) યજ. ૧૦, ૧૭; [Avestan] ૩/૧ વં. ૧૯, ૯; [Avestan] ૪/૧ વીસ્પ. ૧૦, ૨; [Avestan] [Avestan] the Haoma cups, *i. e.*, the cups in which twigs of Haoma are laid before being pounded (હોમને લગતી ડાળીઓને હોમ મુકવાની રકાબી) ૧/૩ વં. ૧૪, ૮; [Avestan] ૨/૩ વં. ૫, ૩૯. ૪૦.

ખ) વાસણ (રાંધવાનાં, ખાવાનાં); a (culinary) vessel; [Avestan] [Avestan] eating vessels (as plates, dishes, &c.) ૧/૩ વં. ૭, ૭૩.

૨ [Avestan] વિરો જુઓ ધા. [Avestan]

[Avestan] (જુઓ ધા. [Avestan]) સા. ના. નારી. બનાવવું, બનાવત, ગુથની; making, forming; interweaving. જુઓ [Avestan]

૧ [Avestan] (ધા. [Avestan] ઉપરથી) = ખેંચવું, તાણવું, લાંબું થવું; હાથ લંબાવવો, ચોરી કરવી; to stretch, to extend, to practise theft; જુઓ નીચે.

૨ [Avestan] વિરો જુઓ [Avestan] (સર્વનામ) તે, આએ.

[Avestan] (જુઓ ધા. [Avestan]) વિ. વેહેતું (પાણી); flowing, running (water); [Avestan] [Avestan] (flowing waters) નારી. ૧/૩ ય. ૫, ૧૫; [Avestan] નારી. [Avestan] .... ૨/૩ ય. ૮, ૪૭.

[Avestan] (જુઓ ૧ ધા. [Avestan]) વર્તમાન કૃદંત પરસ્મૈ. લંબાતું, લાંબું થતું; extending, continuing; (pres. partic. prom rt. [Avestan] to extend) [Avestan]—[Avestan] for evermore. લંબાતી હમેશગી સુધી (અસલ.) ૪/૧ યજ. ૬૨, ૬; જુઓ [Avestan]

[Avestan] (જુઓ ૧ ધા. [Avestan]) સા. ના. નર. ચોર; a robber, a thief. Compare [Avestan]; [Avestan] ૫/૧ યજ. ૧૨, ૨.

[Avestan] (= तायु) (જુઓ ૧ ધા. [Avestan]) સા. ના. નર. ચોર; a robber, a thief; [Avestan] ૧/૧ વં. ૪, ૧; વં. ૧૩, ૧૦. ૧૧. ૪૦. ૪૭; યજ. ૬૫, ૮; [Avestan] (૨/૧ ને બદલે) વં. ૧૩, ૧૭. ૧૮; [Avestan] ૨/૧ યજ. ૯, ૨૧; ય. ૧૨, ૭; [Avestan] ૬/૧ વં. ૧૩, ૪૪. ૪૭; [Avestan] ૬/૩ યજ. ૬૧, ૩; ય. ૬, ૪. Comp. [Avestan]

[Avestan] વિ. એ બોલનો ચોકસ અર્થ ઠરયો નથી; દસ્તાનવાળી ઓરતને ખોરાક આપવાની બાબદમાં એ બોલ આવેલો છે; [Avestan] = પિલું, મરઘીનું બચ્ચું (પુસ્તી); [Avestan], પિલાંનો (પુસ્તી); દાકટર સ્પીગલે [Avestan] ને બદલે [Avestan] લીધો છે, અને [Avestan] (જીંદગી) ઉપરથી નીકળેલો ગણીને [Avestan] નો અર્થ "જીવતાં જાનવરોમાંથી નીકળતો (ખોરાક)" કીધો છે; રોટલી (હારલે); પાટલી રોટલી (દારમે.); chicken-soup (J.); food obtained from living creatures (Sp.); bread (Har.); thin bread (Dar.); Pehl. [Pahlavi]; [Avestan] [Avestan] [Avestan] ૬/૩ વં. ૧૬, ૭.

[Avestan] (જુઓ [Avestan] તથા ૩ [Avestan]) સમાસ વિ. તે ઇમાન—એકીનનો (અસલ.); તેવી રીતનો; of that creed; belonging to that creed; [Avestan] Wester. (૧/૧ ની મતલબે) યજ. ૧૨, ૭. Geld. [Avestan] [Avestan].

[Avestan] [Avestan] વિ. ના. નારી. તા-વે-ઉર્વાતા નામનો યજશ્નેનો ૩૧ મો હા; the

* એના ખોલાસા બાબે જુઓ મારૂં અવસ્તા વ્યાકરણ, સફો ૩૦૧ મેહ ફકરો ૬૨૭ મો.

31st chapter of Yaçna; [Avestan] [Avestan] ૨/૧ ઇજી. ૩૧, ૨૩.

[Avestan] વિશે જુઓ ધા. [Avestan] to fashion બનાવવું.

[Avestan] (જુઓ ધા. [Avestan]) ભૂ. કૃ. બનાવેલું, કીધેલું; made, shapen, formed; (past partic.); જુઓ [Avestan], [Avestan]

[Avestan] (= [Avestan]) (જુઓ ધા. [Avestan]) વિ. અણીદાર, તીક્ષ્ણ; sharp, pointed; [Avestan] નાન્ય. ૩/૧ વં. ૯, ૧૦; [Avestan] નર. ૧/૩ ય. ૧૦, ૩૯; [Avestan] નર. ૨/૩ ય. ૧૦, ૧૧૩; [Avestan] ૨/૩ વં. ૩, ૩૫. Comp. [Avestan] [Avestan] sharp.

[Avestan] (= [Avestan]) (જુઓ ધા. [Avestan]) સા. ના. નર. તીર; an arrow; [Avestan] ૧/૧ ય. ૮, ૬. ૩૭.

[Avestan] = तिज् = અણીદાર—તીક્ષ્ણ કરવું; to sharpen; જુઓ [Avestan], [Avestan], [Avestan]

[Avestan] (જુઓ [Avestan] તથા [Avestan]) સમાસ વિ. તીક્ષ્ણ ભાલેા રાખનાર; (the warrior) of the sharp spear; [Avestan] નર. ૨/૧ ય. ૧૦, ૧૦૨; ય. ૧૭, ૧૨. Comp. [Avestan]

[Avestan] (જુઓ [Avestan]) સમાસ વિ. તીક્ષ્ણ નખરીઆં—ખરીવાળું; having sharp claws—hoofs; [Avestan] [Avestan] નર. ૬/૧ ય, ૧૦, ૭૦. ૧૨૭; ય. ૧૪, ૧૫.

[Avestan] ([Avestan]) (જુઓ [Avestan]) સમાસ ભૂ. કૃ. વિ. તીક્ષ્ણ અણીદાર કીધેલું; sharp-pointed; [Avestan] નર. ૨/૧ વં. ૧૪, ૭.

[Avestan] (જુઓ ૬ [Avestan]) સમાસ વિ. તેજ. દાંતવાળેા; sharp-toothed; [Avestan] નર. ૬/૧ વં. ૧૩, ૧૯. Comp. [Avestan]

[Avestan] (જુઓ [Avestan]) સમાસ વિ. તેજ ધારવાળું; (an adze) with a sharp edge; [Avestan] [Avestan] નર. ૨/૧ વં. ૧૪, ૭.

* From the same root: tigar, to stimulate, to instigate, Lat. Stimulus = Stig-mulus (orig.).

[Avestan] (જુઓ [Avestan]) સમાસ વિ. તેજ દાંતવાળેા; sharp-toothed; [Avestan] નર. ૨/૧ વં. ૧૩, ૩૯. Comp. [Avestan]

[Avestan] (જુઓ [Avestan]) સમાસ વિ. તીક્ષ્ણ મ્હેાટાં દાંતવાળેા; sharp-tusked; [Avestan] નર. ૬/૧ ય. ૧૦, ૭૦. ૧૨૭; ય. ૧૪, ૧૫.

[Avestan] (= [Avestan] = [Avestan]) (જુઓ ધા. [Avestan]) વિ. તીક્ષ્ણ; sharp, pointed; જુઓ [Avestan] તથા એની આગમચના બેાલેા.

[Avestan] ([Avestan] ઉપરથી) સા. ના. નર. તેજી, તીક્ષ્ણતા; sharpness; જુઓ નીચેના બેાલ.

[Avestan] ([Avestan] ઉપરથી) વિ. તેજીવાળેા, તીક્ષ્ણ; તીક્ષ્ણ કીરણવાળેા (દારમે.); sharp, piercing; (Mithra) of piercing rays (Dar.); [Avestan] નર. ૨/૧ આફ્રી. પેગમ. ઝર. ૬ (= ય. ૨૩, ૬); [Avestan] Wester વીશ્તા. ય. ૪ (= ય. ૨૪, ૪).

[Avestan] (જુઓ [Avestan]) સમાસ વિ. તીક્ષ્ણ—બેાકાએ એવાં શિંગડાંવાળેા : (a buck) with sharp horns; [Avestan] નર. ૬/૧ ય. ૧૪, ૨૫.

૧ [Avestan] (= [Avestan] + [Avestan]; જુઓ [Avestan] તથા [Avestan]) ક) સમાસ વિ. તીક્ષ્ણ ભાલેા રાખનાર; holding a piercing spear; also [Avestan] (*vide* Yasht 10, 102); [Avestan] નર. ૧/૧ ય. ૧૫, ૪૮.

ખ) સમાસ ના. નારી. તીક્ષ્ણ—તેજીવાળેા ભાલેા; a sharp or piercing spear; [Avestan] Geld., [Avestan] Wester. ૧/૧ ય. ૧૫, ૪૮.

૨ [Avestan] વિ. ના. નર. ગુશ્તાસ્પ પાદશાહના ભાઇનું નામ; brother of King Gushtâsp; [Avestan] ૬/૧ ય. ૧૩, ૧૦૧. (જુઓ મેાદી).

[Avestan] ક્રિ. અ. ત્યાંહાં, તે જગેાએ; there, in that place (adv.). Contrast. [Avestan] here (*vide* Yt. 19, 48, 82); [Avestan] ય. ૧૯, ૫૦.

[Avestan], [Avestan] વિશે જુઓ ધા. [Avestan]

[illegible] **त्विष्** પ્રકાશવું, ચલકવું; to shine, to glitter; જુઓ [illegible]

[illegible] વિશે જુઓ [illegible] three ત્રણ.

[illegible] (= [illegible], [illegible] = تشتر) (જુઓ ધા. [illegible]) વિ. ના. નર. ક) તેશતર સેતારો, એને Sirius સાથે સરખાવવામાં આવ્યો છે અને તે Canis Major નામનાં નક્ષત્રમાં આવેલો છે.

ખ) તેશ્તર ઇજદ, જે વરસાદ ઉપર મવક્કેલ છે, એનો હરીફ [illegible] (અપઓષ) છે; the Av. name of the star Sirius in Canis Major. As a Yazata he presides over rains, and is the opponent of Apaosha, the Demon of Drought. Tishtrya promises his worshippers children, oxen or horses according as he appears in the form of a man, of a bull or of a horse (*vide* Yt. 8, 15. 17. 19). [illegible] ૧/૧ ય. ૮, ૫. ૨૦; [illegible] ૧/૧ ય. ૮, ૨૨; [illegible] (૨/૧ ને બદલે) નીઆ. ૧, ૮; નીઆ. ૨, ૮; [illegible] ૨/૧ વં. ૧૯, ૩૭; ઇજ. ૧૬, ૪; ય. ૮, ૧. ૨૨; ય. ૧૨, ૨૭; ય. ૧૮, ૭; નીઆ. ૧, ૮; નીઆ. ૨, ૮; [illegible] ય. ૧૮, ૫; [illegible] ૬/૧ ઇજ. ૨૭, ૨; ય. ૮, ૦. ૫૬; [illegible] ૬/૧ ઇજ. ૧, ૧૧; ઇજ. ૩, ૧૩. જુઓ નીચે.

ગ) તીર મહીનો; the fourth month of the year; [illegible] ૬/૧ આફ્રી. ગાહામ. ૮. જુઓ ભેાદી તથા નીચેના બોલો.

[illegible] ([illegible] ઉપરથી) સ. ના. નર. તેશતર સેતારાનો સેાબતી, ઇઆને તેશતરના નક્ષત્ર (Canis Major) માં આવેલો સેતારો; તેશતરથી ઉત્પન્ન થતા ફાએદા-આશીર્વાદ (હારલે); તેશ-રથી ઉત્પન્ન થતી વૃષ્ટિ—વરસાદ (દારમે.); an attendant of Tishtrya; a satellite in the constellation Canis Major; the good or the benefits derived from Tishtrya (Har.); the rains of Tishtrya (Dar.); [illegible] ૨/૩ નીઆ. ૧, ૮; નીઆ. ૨, ૮; [illegible] ૨/૩ ય. ૮, ૧૨.

[illegible] (જુઓ [illegible] તથા [illegible]) સમાસ ના. નર. તેશતર સેતારો; the star Tishtrya; [illegible] ૬/૧ ય. ૧૦, ૧૪૩.

[illegible] વિ. ના. નર. સએનનાં ખાનદાનનો નામાંકિત પુરૂષ; an illustrious personage of the family Saena, q. v.; [illegible] ૬/૧ ય. ૧૩, ૧૨૬. (જુઓ ભેાદી.)

[illegible] = Vedic तु = [illegible] = શક્તિવાન થવું; શકવું; તાકાત રાખવી; to be capable; to be powerful; cl. 1; [illegible] (અને હું તાકાત રાખુંછું) વર્ત. પરસ્મૈ. ૧/૧ ઇજ. ૨૯, ૪; [illegible] (Wester.) અન્ય. (Root-Aor.) પરસ્મૈ. ૩/૩ વં. ૧, ૧૫; [illegible] અ. ભૂ. સંશ. પરસ્મૈ. ૩/૩ વં. ૬, ૫૧; વં. ૯, ૩૯; [illegible] પૂ. ભૂ. પરસ્મૈ. ૩/૧ વં. ૬, ૩૨. ૩૫; આફ્રી. ગાહામ. ૫.

[illegible] = કૌવત આપવું; to give strength; [illegible] શક્યા. પરસ્મૈ. ૨/૧ ઇજ. ૯, ૨૯.

[illegible] = શક્તિ આપવી; to bestow vigour; [illegible] શક્યા. પરસ્મૈ. ૨/૧ ઇજ. ૯, ૨૯.

[illegible] = तुज् = ધ્રુજવું; to tremble, to shake; જુઓ [illegible]

[illegible], [illegible] વિશે જુઓ ધા. [illegible]

[illegible] વિ. ના. પાહાડનું નામ; name of a mountain; [illegible] ય. ૧૯, ૪.

[illegible], [illegible] વિશે જુઓ [illegible] thou तु.

[illegible] (= [illegible] = [illegible]) વિ. ના. નર. તેહેમાસ્પ, જુનો બાપ; Tehmâsp, father of Zu.; જુઓ નીચેના બોલ.

[illegible] ([illegible] ઉપરથી) વિ. તેહેમાસ્પને લગતો, તેહેમાસ્પનો છોકરો; pertaining to Tehmâsp (lit.); son of Tehmâsp; [illegible] (Wester. [illegible]) ૬/૧ ય. ૧૩, ૧૩૧.

[illegible] ([illegible] નું બીજું રૂપ; જુઓ ધા. [illegible]) વિ. ના. નર. તુરાની, દીન દુશ્મન; Turanian; an adversary to the Zoroastrian religion; [illegible] ૧/૩ ય. ૧૭, ૫૫. ૫૬.

[illegible] = હાંફવું; ઠેાસવું (સ્પી.); ચેાંકવું (દારમે.); to be out of breath; to cough; to start up

(Dar.); cl. 6; [Avestan] અ. ભૂ. પરસ્મૈ. ૬ઠો વર્ગ ૩।૩ વં. ૩, ૩૨.

[Avestan] (= [Avestan] = توس) વિ. ના. નર. એક નામાંકિત ઇરાની પેહેલવાનનું નામ; name of a famous warrior, and the son of King Naotara. Aredviçûra accepted his prayer, in which he begged of her to enable him to overcome the gallant sons of Vaesaka, uncle of Afrâsyâb. According to the later legend he is one of the thirty immortals, who will assist the future prophet Saoshyant in the final work. The Sipâhdârs of the town of Tûs claim to be his descendants (Dar.); [Avestan] ૧।૧ ય. ૫, ૫૩; [Avestan] ૨।૧ ય. ૫, ૫૮.

૧ [Avestan] *vide* below:— [Avestan]

[Avestan] = રેહી જવું; (ખાલ) કાતરવા (પુસ્તી); નાખવું (હારલે); પડવા દેવું (દારમે.); to be left; to clip the hair (Jus.); to throw (Har.); to let fall (Dar.); [Avestan] વર્ત. પરસ્મૈ. પ્રયો. ૩।૧ વં. ૧૭, ૨.

૨ [Avestan] = तुष् = Lat. *Tac*-ere = આરામ–નીરાંત-સંતોષ પાંમવો; to be at rest, to get satisfied.

[Avestan] = ક) અસંતોષી થવું, નીરાંત વગરનું થવું; to be discontented or restless; જુઓ [Avestan] ખ) જોસ થવો, ઉકલવું; to boil, to effervesce; જુઓ [Avestan]

[Avestan] (જુઓ ૨ ધા. [Avestan]) વિ. સંતોષી, નીરાંત; contented, at ease; [Avestan] [Avestan] (સંતોષી વિચાર) નારી. ૧।૧ ઇજ. ૪૩, ૧૫.

[Avestan] વિ. ના. નારી. એક નામાંકિત સ્ત્રીનું નામ; name of an illustrious woman; [Avestan] ૬।૧ ય. ૧૩, ૧૩૯. ઉપર જુઓ.

[Avestan] (જુઓ [Avestan] તથા ધા. [Avestan]) સમાસ વિ. નીરાંત-સંતોષથી બેસતાં; sitting at ease; [Avestan] નારી. ૧।૩ ય. ૧૩, ૨૯.

[Avestan], [Avestan] (=तु) ક્રિ. અ. ખચીત, ખરેખર, હમણા; assuredly, certainly; now (adv.); [Avestan] ઇજ. ૮, ૫; ઇજ. ૫૯, ૩૦; ય. ૧૩, ૧૮૯; [Avestan] ય. ૫, ૮૯; [Avestan] (ખરેખર નહી) ય. ૧૦, ૬૯. કોઈ વખતે એ અવ્યય જોર, તાકીદ (an emphatic particle) ને માટે વપરાએલો આવેછે.

૧ [Avestan] (= तुरीय, तुर्य) ([Avestan] ઉપરથી) ક્રમ સંખ્યા. વિ. ચોથું, ૪ થુ; fourth; 4th; [Avestan] નર. ૧।૧ વં. ૪, ૨; વં. ૧૮, ૫૩. ૫૪; ઇજ. ૯, ૧૨; ઇજ. ૧૯, ૧૮; [Avestan] (૧।૧ ને બદલે) ય. ૧, ૭; [Avestan] નારી. ૧।૧ વં. ૧૪, ૯; [Avestan] નાન્ય. ૧।૧ વં. ૩, ૫. ૧૦. ૨૩; વં. ૫, ૫; [Avestan] (ક્રિ. અ.) હાદો. તુરક ૧૫ (ય. ૨૨, ૧૫); [Avestan] નર. ૨।૧ વં. ૫, ૩૦. ૩૧; વં. ૯, ૭; વં. ૧૩, ૩૩; [Avestan] નારી. ૨।૧ વં. ૧૮, ૫૫; [Avestan] નાન્ય. ૨।૧ (અથવા ક્રિ. અ.) વં. ૧, ૬; વં. ૪, ૧૯. ૨૩. ૨૭. ૩૧. ૩૫; વં. ૮, ૭૭; વં. ૧૫, ૬; [Avestan] ૧।૩ (ક્રિ. અ.) વં. ૧૬, ૧૬; [Avestan] ૬।૧ આફ્રિ. ગાહામ. ૧૦; [Avestan] ૩।૩ વં. ૭, ૫૪ (પેહેલવી શરેહમાં); જુઓ [Avestan]

૨ [Avestan] સા. ના. નર. કાકો, મામો; ભતરીજો (સ્ત્રી. તથા પુસ્તી); પીતરાઈ—મશીઆઈ ભાઈ (દારમે.); a paternal or maternal uncle; a nephew (Sp. & J.); a male cousin (Dar.); *vide* [Avestan]; [Avestan] ૧।૧ વં. ૧૨, ૧૫. ૧૭. ૧૯.

૩ [Avestan] ([Avestan] ઉપરથી) વિ. તુરાની; Turanian; [Avestan] [Avestan] (તુરાની અફ્રાસીઆબ) ૧।૧ ય. ૫, ૪૧; ય. ૧૯, ૫૬; [Avestan] નર. ૨।૧ ઇજ. ૧૧, ૭; ય. ૯, ૧૮; [Avestan] [Avestan] (તુરાની દેશોનું) નારી. ૬।૩ વં. ૫, ૩૮ (પેહેલવી શરેહમાં); ય. ૫, ૫૪; ય. ૧૩, ૧૪૩.

[Avestan] (૨ [Avestan] ઉપરથી) સા. ના. નારી. કાકી, મામી; ભતરીજી (સ્ત્રી. તથા પુસ્તી); પીતરાઈ—મશીઆઈ બેહેન (દારમે.); a paternal or maternal aunt; a niece (Sp. & J.); a female cousin (Dar.). Comp. 2 [Avestan]; [Avestan] ૧।૧ વં. ૧૨, ૧૫. ૧૭. ૧૯.

[Avestan], [Avestan] સા. ના. કનતાનનું જાડું કપડું, અથવા કોઈબી જાતનું વારનીસનું જાડું કપડું કે

જેની અંદર પાણી દાખલ થઈ શકે નહી. મોટાડી (દારમે.); a coarse varnished cloth impervious to water; canvas. Comp. Per. ; earth or clay (Dar.); [Avestan] ૭/૩ વં. ૬, ૫૧.

[Avestan] વિશે જુઓ ધા. [Avestan] to be capable.

[Avestan] (= त्वम् = = L. Tu = Fr. Tu = Ger. Du = Thou) દ્વિ. પુ. સર્વ. તું; thou; the pronoun of the second person in the nominative *case; [Avestan] ૧/૧ વં. ૨, ૧; વં. ૫, ૧૫. ૧૬. ૨૧; વં. ૯, ૧૨; વં. ૧૦, ૧૮; વં. ૧૭, ૪; વં. ૧૮, ૩૦; વં. ૧૯, ૬. ૨૦; વં. ૨૨, ૨. ૯. ૧૫; ઈજ઼. ૯, ૧૪; ય. ૧૦, ૨૩; [Avestan] ૧/૧ વં. ૨, ૪૩; [Avestan] ઈજ઼. ૧૦, ૧૯; [Avestan] ૧/૧ વં. ૧૯, ૧૩. ૧૪; ઈજ઼. ૮, ૫; ઈજ઼. ૨૮, ૬; ઈજ઼. ૩૯, ૪; ઈજ઼. ૪૯, ૭; [Avestan] (=[Avestan]) do Thou bestow તું બક્ષેશ કર ઈજ઼. ૨૮, ૭; [Avestan] (તેઓને તું) ઈજ઼. ૪૬, ૧૪; [Avestan] (તું હમારો સારો પાદશાહ ....) ઈજ઼. ૪૧, ૨; [Avestan] ૧/૧ વં. ૧૮, ૨૬; [Avestan] (त्वम्) ૧/૧ ઈજ઼. ૨૮, ૧૧; ઈજ઼. ૪૬, ૧૯; [Avestan] (त्वाम्) ૨/૧ વં. ૩, ૨૯; વં. ૧૮, ૬૧; વં. ૨૦, ૭; વં. ૨૧, ૬. ૧૦. ૧૪; ઈજ઼. ૩૫, ૯; ઈજ઼. ૬૮, ૬; ય. ૧૫, ૫૪; [Avestan] ૨/૧ ય. ૪, ૫; [Avestan] (त्वा) ૨/૧ વં. ૧૧, ૧૦. ૧૩; વં. ૧૮, ૨૭; વં. ૧૯, ૧૦; ઈજ઼. ૧, ૨૧; ઈજ઼. ૯, ૨૭; ઈજ઼. ૧૩, ૬; ઈજ઼. ૨૮, ૫; ઈજ઼. ૩૬, ૧; ઈજ઼. ૩૯, ૪; ઈજ઼. ૪૪, ૧-૧૯; ઈજ઼. ૬૦, ૧૨; ઈજ઼. ૬૮, ૩; ય. ૧૦, ૭૭; Frag. ૭, ૨; [Avestan] ૩/૧ ઈજ઼. ૩૧, ૧૯; ઈજ઼. ૪૩, ૧૦; [Avestan] (तुभ्यम्) ૪/૧ ઈજ઼. ૩૦, ૮; ઈજ઼. ૪૪, ૬. ૧૮; ઈજ઼. ૫૩, ૩; [Avestan] (તુને પણ) ૪/૧ ઈજ઼. ૫૧, ૨; [Avestan] (ते) ૪/૧ વં. ૩, ૨૯; વં. ૭, ૫૨; વં. ૧૭, ૯; વં. ૧૮, ૭. ૧૩. ૧૬. ૨૪. ૫૧. ૬૦. ૬૫. ૬૬; ઈજ઼. ૧૦, ૧૩; [Avestan] (જે કોઈ તુને) ૪/૧ ય. ૪, ૧; [Avestan] = નમાજ તુને (હોજો !) નીઆ. ૧, ૧; નીઆ. ૫, ૪; [Avestan] (એ પ્રમાણે તુને) ૪/૧ ય. ૧૩, ૧; [Avestan] (એ મુજબ–પ્રમાણે તુને) ૪/૧ ય. ૧૩, ૧૬; [Avestan] ૪/૧ ઈજ઼. ૨૯, ૨; ઈજ઼. ૧૩, ૫; ઈજ઼. ૩૯, ૪; ઈજ઼. ૪૩, ૧; ઈજ઼. ૪૪, ૧૧; [Avestan] (त्वत्) ૫/૧ ઈજ઼. ૩૩, ૪; ઈજ઼. ૪૪, ૩; [Avestan] [Avestan] (અને તુથી બીજો ઈઆને તું સિવાય) ઈજ઼. ૫૦, ૧; [Avestan] વં. ૨, ૨; [Avestan] ૫/૧ ઈજ઼. ૩૫, ૧૦; [Avestan] (ते) ૬/૧ વં. ૨, ૫. ૩૧; વં. ૧૮, ૩૩. ૩૯. ૪૫. ૫૩; ઈજ઼. ૧૦, ૪; ઈજ઼. ૫૧, ૧૦; વીસ્પ. ૩, ૪; ય. ૧૭, ૭; [Avestan] ૬/૧ ઈજ઼. ૩૪, ૪; ઈજ઼. ૫૮, ૮; [Avestan] (तव) ૬/૧ વં. ૪, ૨; Frag. 6, 1; [Avestan] ૬/૧ ઈજ઼. ૪૩, ૧૪; ઈજ઼. ૫૧, ૧૮; ઈજ઼. ૫૩, ૯; [Avestan] ૬/૧ ઈજ઼. ૩૧, ૯; ઈજ઼. ૩૪, ૧૧; ઈજ઼. ૪૧, ૫; ઈજ઼. ૪૪, ૧૧; ઈજ઼. ૪૮, ૮; [Avestan] ૬/૧ ઈજ઼. ૩૧, ૯; [Avestan] ૮/૧; [Avestan] ૮/૧; [Avestan] (તમારા એમાંનો) ૬/૨ Frag. 6, 1; [Avestan] ૧/૩ વં. ૭, ૫૭. ૭૧; ઈજ઼. ૬૫, ૧૪; ય. ૧૩, ૩૪; [Avestan] ૧/૩ ઈજ઼. ૨૮, ૯; [Avestan] ૧/૩ વીશતા. ય. ૮ (= ય. ૨૪, ૮); નીઆ. ૩, ૧૧; [Avestan] ૧/૩ ઈજ઼. ૩૨, ૩; ઈજ઼. ૪૬, ૧૫; [Avestan]* ૧/૩ ઈજ઼. ૩૨, ૪; [Avestan] ૧/૩ ઈજ઼. ૫૦, ૫; [Avestan] you to us (તમો હમુને) ૧/૩ ઈજ઼. ૫૧, ૨૦; [Avestan] ૨/૩ ઈજ઼. ૩૮, ૪; ઈજ઼. ૪૬, ૧૫; ઈજ઼. ૫૧, ૨૦; [Avestan] ૨/૩ ઈજ઼. ૨૮, ૨. ૩; ઈજ઼. ૨૯, ૫; ઈજ઼. ૩૧, ૨; ઈજ઼. ૩૮, ૩; ઈજ઼. ૪૩, ૧૩; ઈજ઼. ૬૫. ૧૧; ઈજ઼. ૬૮, ૨૧; [Avestan] ૨/૩ વં. ૧૮, ૧૬. ૨૪; ઈજ઼. ૧, ૨૨; ઈજ઼. ૬૮, ૧૦; [Avestan] ૩/૩ ઈજ઼. ૪૩, ૧૧; [Avestan] ૪/૩ ઈજ઼. ૨૯, ૧; ઈજ઼. ૩૨, ૯; ઈજ઼. ૪૬, ૧૫; [Avestan] ૪/૩ ઈજ઼. ૨૦, ૩; ઈજ઼. ૫૩, ૫; [Avestan] ૪/૩ ય. ૮, ૨૯; [Avestan] ૪/૩ ઈજ઼. ૧૪, ૧; ઈજ઼. ૨૮, ૯; ઈજ઼. ૪૬, ૧૩; ઈજ઼. ૫૧, ૨; ઈજ઼. ૬૮, ૨૧; વીસ્પ. ૫, ૨; [Avestan] ૪/૩; [Avestan] ૪/૩; [Avestan] ૫/૩ ઈજ઼. ૨૯, ૧; ઈજ઼. ૩૪, ૭; ઈજ઼. ૪૪, ૧૭; ઈજ઼. ૫૮, ૫; [Avestan] ૫/૩ આફ્રી. પેગમ. જર. ૫; [Avestan] ૬/૩ ઈજ઼. ૧૪, ૧; ઈજ઼. ૩૪, ૫; ઈજ઼. ૫૧, ૨; ઈજ઼. ૬૮, ૧૫; ય. ૩, ૨; Frag. 6, 1; [Avestan] ૬/૩ ઈજ઼. ૩૩, ૮; ઈજ઼. ૩૪, ૫; ઈજ઼. ૫૦, ૮; [Avestan] ૬/૩ વં. ૧૫, ૨૪. ૨૭. ૩૦. ૩૩. ૩૬. ૩૯. ૪૨; ય. ૮, ૨૯; ય. ૧૩, ૧૮; વીસ્પ. ૫, ૧; [Avestan] ૬/૩ ઈજ઼. ૨૮, ૭; ઈજ઼. ૩૧, ૧૮; ઈજ઼. ૫૩, ૫; ઈજ઼. ૫૮, ૪.

[Avestan] વિશે જુઓ [Avestan]

* For particulars vide my Avesta Gramm...

* Geld. [Avestan]

[Avestan] = तुर् = દુઃખ દેવું, નુકસાન કરવું; મારી નાખવું; to torment, to do harm; to kill; જુઓ [Avestan], १ [Avestan]

१ [Avestan] (= [Avestan]) (જુઓ ધા. [Avestan]) વિ. ના. નર. તુરાની, દીનદુશમન; Turanian. Comp. [Avestan]; literally, antagonistic to the Zoroastrian religion; [Avestan] [Avestan] (તુરાની અફ્રાસીઆબ) १|१ य. १९, ५७. ९३ ; [Avestan] ६|१ य. १३, ११३. १२३ ; [Avestan] ६|१ ઈજ. ४९, १२; [Avestan] २|३ य. ९, ७३; [Avestan] ६|३ य. १३, ३८.

२ [Avestan] (જુઓ ધા. [Avestan]) વિ. જોરાવર; powerful, strong; [Avestan] ६|१ वं. १३, ३९.

३ [Avestan] ([Avestan] ઉપરથી) વિ. ચારઘણું; four times. Comp. [Avestan] Sans. चतुस् (= चतुर् + स); [Avestan] ६|१ (ક્રિ. અ.) ઈજ. ११, ९.

[Avestan] (= [Avestan], [Avestan] = तमस्) (જુઓ ધા. [Avestan]) સા. ના. નાન્ય. અંધારૂં; darkness; [Avestan] २|१ वं. ३, ३५; [Avestan] ६|१ ઈજ. ३१, २०; ઈજ. ५७, १८; य. ९, ४; [Avestan] ५|१ य. १०, १४१; [Avestan] १|३ य. १०, ५०; य. १२, २३; [Avestan] ६|३ वं. ८, ४; ઈજ. ७१, १७; य. ६, ४; [Avestan] ७|३ वं. १९, ३०; હાદો. નુસ્ક. ३३ (= य. २२, ३३). જુઓ નીચેના બોલો.

[Avestan] (तामस) ([Avestan] ઉપરથી) વિ. અંધારાને લગતું; અંધારૂં; dark, destitute of light; [Avestan] નર. २|१ वं. ५, ६२; वं. १८, ७६; [Avestan] નર. ६|१ वं. १९, ४७.

[Avestan], [Avestan] ([Avestan] ઉપરથી) વિ. અંધારાને લગતું; dark ; [Avestan] નર. २|१ वं. ५, ६२; वं. १८, ७६; —[Avestan] .... [Avestan] અંધારામાં રહેનારો (ઈબ્લીસને દોજખનો) દરૂજ २|१ य. १९, ९५.

[Avestan] (જુઓ [Avestan] તથા [Avestan] ગ) [Avestan] વિ. અંધારાની તોખમ—જુનીઆદનો; born of darkness; having the germ of darkness; [Avestan] નર. २|१ वं. ५, ६२; वं. १८, ७६; [Avestan] નર. ६|३ वं. ८, ८०; य. ६, ४.

[Avestan] ([Avestan] ઉપરથી) વિ. અંધારાને લગતું; અંધારાની તોખમ—જુનીઆદનું, ઈબ્લીસને દોજખને લગતું; of the offspring of (*lit.*, sprung from) darkness; hellish; epithet of the sorcerer Akhtya; [Avestan] નર. ६|१ य. ५, ८२; [Avestan] નર. २|१ य. ५, ८२.

[Avestan] (જુઓ ધા. [Avestan]) સા. ના. જબરદસ્તી, જુલમ; violence, thievish might; [Avestan] (Wester. [Avestan]) १|१ ઈજ. २९, १.

[Avestan] (= तविषि) (જુઓ ધા. [Avestan]) સા. ના. નારી. જોર, શક્તિ, કૌવત; strength, vigour; વધારે ખોલાસા બાબે જુઓ [Avestan] બોલ. [Avestan] २|१ ઈજ. ३३, १२; ઈજ. ४८, ६; [Avestan] २|१ वं. २१, ६. १०. १६; [Avestan] (શક્તિ તથા જોર) २|२ ઈજ. ३४, ११; ઈજ. ४३, १; ઈજ. ४५, १०; ઈજ. ५१, ७; [Avestan] २|३ ઈજ. ५५, १; વીસ્પ. ११, ३.

[Avestan] વિશે જુઓ [Avestan]

[Avestan], [Avestan] વિશે જુઓ [Avestan]

[Avestan] વિશે જુઓ [Avestan] તથા [Avestan]

[Avestan] (= [Avestan] + [Avestan]) (જુઓ ધા. [Avestan]) સા. ના. નાન્ય. અંધારૂં; darkness; [Avestan] ७|३ वं. ७, ७९. જુઓ નીચેના બોલો.

[Avestan] એ બોલને વિશેષનામ ગણીને માણસનું નામ ગણવામાં આવ્યું છે; એનો અસલ અર્થ [Avestan] (અંધારૂં) ઉપરથી ' અંધારાને લગતું, અંધારૂં ' તે ઉપરથી ' જાહેલ ' થઈ શકે; pertaining to darkness or ignorance (lit.); name of a person, antagonistic to the Zoroastrian religion; [Avestan] નર. २|१ य. ५, १०९; य. ९, ३१; य. १७, ५१; य. १९, ८७.

[Avestan] (જુઓ [Avestan]) સમાસ. વિ. અંધારાને પસંદ કરતો; seeking or preferring darkness; [Avestan] [Avestan] [Avestan] seeking darkness like a thief (ચોરની માફક

[1] Possibly, the son of Tûra (Dar.).

અંધારું શોધતો-પસંદ કરતો) નર. ૧/૧ વં. ૧૩, ૪૭; [illegible] નર. ૧/૧ વં. ૧૩, ૪૭.

[illegible] ([illegible] ઉપરથી) વિ. અંધારૂં; dark; [illegible] . . . [illegible] નારી. ૨/૧ ય. ૧૪, ૧૩; [illegible] . . . [illegible] dark night નારી. ૬/૧ ય. ૧૧, ૪: [illegible] નારી. ૬/૧ ય. ૧૪, ૩૧; ય. ૧૬, ૧૦.

[illegible] અધિ. વિ. વધારે જોરાવર-કૌવતવાળું; more powerful or vigorous; compara. of [illegible]; super. [illegible], [illegible]; [illegible] નારી. ૧/૩ ય. ૧૩, ૬૪. જુઓ [illegible] stronger than the strong.

[illegible]

[illegible] (= [illegible]) સા. ના. નર. ક) મજહબ, દીન, દીનનો કાએદો—તરીકો; religion, a religious law; એ બોલ નીચે મુજબ સમજાવી શકાએ છે:— ધા. [illegible] = [illegible] જોવું, તપાસવું, ચાખવું; to see, to examine; to taste; [illegible] = अति = વધારે, ઘણું; exceedingly, greatly; [illegible] + [illegible] = [illegible] (દુકું રૂપ) = જેથી આપણુ નેક માર્ગ સારી રીતે જોઈ શકીએ તે (અસલ.); મજહબ; [illegible] ૧/૧ ઇજ.૫૭, ૨૪; ઇજ. ૬૦, ૩; [illegible] ૨/૧ ઇજ. ૧૯, ૧૩; ઇજ. ૨૦, ૧; ગેહ ૩, ૭; ઇજ. ૭૧, ૧૨; વીસ્પ. ૨, ૧૧; આફ્રે. ગાહામ. ૧૨; [illegible] ઇજ. ૧૬, ૨; [illegible] ઇજ. ૧૨, ૭; [illegible] ૬/૧ વીસ્પ. ૧, ૯.

ખ) દીનનો હોકમ—કાએદો અમલમાં લાવનાર; one who ordains and executes the religious law; [illegible] [illegible] = [illegible] = કદીમ દીનના તરીકા મુજબ ચાલનાર; પોરયોદકેશ; following the primitive religion; God-worshipping.* [illegible] ૧/૧ ઇજ. ૯, ૧૦; [illegible] ૨/૧ ય. ૧૩, ૧૪૮. ૧૫૨; [illegible] ૨/૩ ય. ૧૩, ૧૫૦: [illegible] ૬/૩ ઇજ. ૨૩, ૨; ઇજ. ૨૬, ૪; ય. ૧૩, ૧૭. ૧૪૯.

ગ) તરીકો, કાએદો; rule, law; [illegible] ૧/૧ ઇજ. ૪૮, ૨; [illegible] ૪/૧ ઇજ. ૪૯, ૩.

ઘ) દીનની કલમ, દીનનો વચન; શ્લોક; a religious writing or maxim; [illegible] ૧/૩ ઇજ. ૧૯, ૧૪; ઇજ. ૨૦, ૩; ઇજ. ૨૧, ૨; જુઓ [illegible], [illegible], [illegible], [illegible], [illegible], [illegible], [illegible]

[illegible] (= [illegible], [illegible] = द्वेष) (જુઓ ધા. [illegible]) સા. ના. નર. દુઃખ, ઇજા, ખરાબી, નુકસાન; દ્વેષ; harm, injury, evil; spite; જુઓ [illegible]

[illegible] (= [illegible], [illegible] = द्वेषस्) (જુઓ ધા. [illegible]) સા. ના. નાન્ય. દુઃખ, ઇજા, ખરાબી, દ્વેષ, દુશ્મની, ધિક્કાર; harm, ingjury, evil, spite, hatred; [illegible] ૧/૧ ય. ૧૧, ૫; [illegible] ૨/૧ ઇજ. ૯, ૧૭; ય. ૧, ૨૮; [illegible] ૩/૧ વં. ૧૮, ૬૬; [illegible] ૫/૧ ઇજ. ૫૮, ૨; ય. ૧૩, ૫૭; [illegible] ૬/૧ ય. ૧૩, ૧૦૫; [illegible] ૧/૩ ઇજ. ૬૫, ૮; [illegible] ૨/૩ ઇજ. ૯, ૧૮; ઇજ. ૫૨, ૨; ય. ૧, ૧૦; ય. ૧૦, ૩૪. ૭૬; ય. ૧૩, ૩૮. ૧૪૨; ગેહ ૧, ૬; [illegible] ૩/૩ ઇજ. ૯, ૨૮. Other forms of the same:— [illegible], [illegible], [illegible]—Vide [illegible], [illegible], [illegible], [illegible],

[illegible] ([illegible] ઉપરથી) વિ. દ્વેષ-કીનો-કપટ રાખનાર, દુઃખ દેનાર; malicious, tormenting; [illegible] ૬/૩ ય.૧૦, ૭૬.

[illegible] ([illegible] ઉપરથી) વિ. દ્વેષ રાખનાર, દુઃખ દેનાર, કીનો—કપટ રાખનાર; bearing spite, tormenting, harbouring revenge; [illegible] ૬/૩ ઇજ. ૯, ૧૮. ૨૮; ય. ૫, ૧૩. ૩૩; ય. ૧૪, ૪.

[illegible] (જુઓ [illegible] તથા [illegible] ખ) સમાસ વિ. કપટ—કીનાથી ઉત્પન્ન થવું—નીકળવું, કપટ—અદાવત સાથે ભેળાએલું;

* Vide [illegible]

arising from malice; mixed with rancour; [Avestan] ૭|૩ ય. ૫, ૮૨.

[Avestan] (= [Avestan]) (જુઓ [Avestan]) સમાસ ભૂ. કૃ. વિ. કપટ-કીના-અદાવતથી મારેલો; killed by the artifices of hatred; [Avestan] ૧|૩ વં. ૭, ૪.

[Avestan] (જુઓ [Avestan]) સમાસ વર્ત. કૃ. વિ. દ્વેષને તોડતો, ખરાબીને દાબી નાખતો; putting down or destroying malice; [Avestan] નર. ૧|૧ ય. ૧, ૧૪. Comp. [Avestan] (Yaç. 9, 17).

[Avestan] (જુઓ [Avestan]) સમાસ વર્ત. કૃ. વિ. દ્વેષ—ખરાબીને તોડનાર—દાબી નાખનાર; same as above, q. v.; [Avestan] (super.) destroying best the malice (of Daevas and men); અતિ. વિ. નાન્ય. ૧|૧ ય. ૧, ૨.

[Avestan] (જુઓ [Avestan]) સમાસ વિ. દ્વેષ-ખરાબીનો નાશ કરતો-ટાળતો; destroying malice; [Avestan] નર. ૧|૧ ય. ૧૫, ૪૭.

[Avestan] (= [Avestan]) (જુઓ [Avestan]) સમાસ કૃ. ના. નાન્ય. દ્વેષ-કપટથી પુછેલું તે, અદેખાઈ—ધિક્કાર ભરેલો સવાલ; a malignant question or riddle; [Avestan] ૬|૩ વં. ૧૯, ૪.

[Avestan] = द्विष् = દુઃખ દેવું, કપટ—કીનો રાખવો, ધિક્કારવું, દુશ્મની રાખવી; તોડવું, જેર કરવું; to torment, to harbour revenge, to bear hatred, to break down, to vanquish; [Avestan] આજ્ઞા. આત્મને. ૨|૧ વં. ૭, ૫૪ (પેહેલવી શરેહમાં); [Avestan] વર્ત. પરસ્મૈ. ૩|૧ વં. ૧૮, ૬૧; [Avestan] અ. ભૂ. સંશ. પરસ્મૈ. ૩|૧ ય. ૩, ૧૪. ૧૫. ૧૬; [Avestan] (કીનો—કપટ રાખતો) વર્ત. કૃદંત. નર. ૨|૧ આફ્રિં. ગાહામ. ૧૬. તથા દરેક આફ્રિંગાનમાં [Avestan] ના કરદામાં; [Avestan] નર. ૫|૧ વં. ૮, ૨૧; [Avestan] નર. ૨|૩ ય. ૧૯, ૫૪; [Avestan] [illegible] નર. ૫|૩ ઇજિ. ૬૮, ૧૩; ય. ૧૦, ૭૫; ય. ૧૩, ૬૯; [Avestan] નર. ૬|૩ ઇજિ. ૫૭, ૨૬; ય. ૧૦, ૧૧. ૭૬; ય. ૧૩, ૩૧; ય. ૧૪, ૩૪; [Avestan] (દુઃખી થએલો, નારાજી થએલો) ભૂ. કૃ. વિ. નર. ૧|૧ વં. ૯, ૪૦; ય. ૧૦, ૨૮; [Avestan] નર. ૬|૧ ય. ૧૦, ૧૧૧; [Avestan] નર. ૬|૧ ય. ૧૦, ૧૦૯; [Avestan] નારી. વીશતા. ય. ૫૧.

[Avestan] = દુઃખી થવું, આજોરદેહ—નાખુશ થવું; to be offended or dissatisfied; epithet of [Avestan]; [Avestan] ભૂ. કૃ. વિ. નર. ૧|૧ ય. ૧૦, ૧૮. ૧૯. ૩૯.

[Avestan] (= [Avestan]) સા. ના. નાન્ય. (હાથનાં આંગળાંનો સાંધ—તુકટો—બેતકી; joint of the finger; [Avestan] the top joint of the little finger (સઉથી નાહલી આંગલીનો સઉથી ઉપરનો સાંઢ-કટકો) ૨|૧ વં. ૬, ૧૦; વં. ૧૭, ૭; [Avestan] ૨|૧ વં. ૬, ૧૨. ૧૪.

[Avestan]

[Avestan] (જુઓ ધા. [Avestan]) ભૂત કૃદંત વિ. ખેંચેલો, તાણેલો, ચિલ્લો ચહડાવેલો (તીર); ફેંકેલો (ભાલો); stretched, strung, flung; [Avestan] with a sincere (lit. stretched) heart (ખરાં અંતઃકરણથી) નારી. ૫|૧ ય. ૧૩, ૪૬; [Avestan] નારી. ૨|૩ ય. ૧૩, ૪૫; [Avestan] serried files of the army (= લંબાવેલી—ખેંચેલી લશકરની હારોના) નાન્ય. ૬|૩ ય. ૧૪, ૬૩. જુઓ [Avestan], [Avestan]

[Avestan] = तञ्च्, तञ्ज् = ખેંચવું, તાણવું; to draw, to stretch; [Avestan] (ગાડી) ખેંચેછે. વર્ત. આત્મને. ૩|૩ ય. ૧૭, ૧૨; [Avestan] (Geld. [Avestan]) સંશ. પરસ્મૈ. ૩|૩ ય. ૧૦, ૧૩૬; [Avestan] (ગાડી) ખેંચશે ય. ૧૯, ૪૪; [Avestan] (હું ઘોડાઓને ખેંચું—ચલાઉં) આજ્ઞા. પરસ્મૈ. ૧|૧ ય. ૫, ૫૦.

[Avestan] = (ઘોડાને) ડાબમાં ઘોડાઓને લગા-

મમાં રાખવો; to curb, to bridle (as a horse); જુઓ [Avestan]

[Avestan] મજબુટ કરવું, હથિયારબંધ કરવું; to strengthen, to arm; [Avestan] વર્ત. પરસ્મૈ. ૩|૧ ય. ૧૭, ૨.

[Avestan], [Avestan], [Avestan] (= [Avestan] = धन्वन्, धन्व, धनस्) સા. ના. નાન્ય. કાંમઠું; a bow; rt. [Avestan] = to stretch; *or*, rt. धन् = to sound (Pictet); [Avestan] ૧|૧ વં. ૧૪, ૯; [Avestan] ૧|૧ વં. ૧૭, ૯. ૧૦; [Avestan] ૫|૧ ય. ૧૦, ૩૯.

[Avestan] ([Avestan] ઉપરથી) સા. ના. નારી. કાંમઠું; a bow; [Avestan] ૬|૩ ય. ૧૦, ૧૨૮.

[Avestan] = [Avestan] = दाम् = તંદરોસ્તી આપવી, રૂજ લાવવું, દિલાસો દેવો; to give health, to cure, to console; જુઓ નીચેનો બોલ.

[Avestan] (જુઓ ધા. [Avestan]) સા. ના. નાન્ય. તંદરોસ્તી, સાજુ કરવું; health; curing; જુઓ નીચેનો બોલ.

[Avestan] ([Avestan] ઉપરથી) વિ. તંદરોસ્તી આપનાર; રૂજલાવવામાં હુશિયાર; health-giving, skilful in the art of healing wounds; [Avestan] નર. ૨|૧ ય. ૧૨, ૧; -[Avestan] નર. ૨|૧ ય. ૮, ૪૯; ય. ૧૯, ૯; -[Avestan] ૧|૩ ય. ૧૯, ૭૨; [Avestan] ૬|૩ વં. ૨૦, ૧. ૨.

[Avestan] સા. ના. ગાએઢોરનો ચારો-ખોરાક (ઉવીનદીશમાન); પુશ્કળપણું, જીઆદતી (દારમે.); fodder (Windis.); plenty (Dar.); possibly, rt. [Avestan] to thrive; [Avestan] Geld. (Wester. [Avestan]) ય. ૧૦, ૧૪. The base is unsettled.

[Avestan] વિ. કામ કરતો, આલાક; working, active; Pehl. [Pahlavi]; [Avestan] ૧|૧ વીશ્તા. ય. ૧૮.

[Avestan] = त्यज् = છોડી દેવું, ત્યાગ કરવો; to abandon; to leave; જુઓ [Avestan]

[Avestan] (= [Avestan] = त्रैतन = [Persian]) વિ. ના. નર. ફરીદુન, આત્મીન (આથવ્યાન) નામના પરહેજગાર પુરૂષનો છોકરો. એના બાબાસા બાબે જુઓ ડાકટર હાઉગની જરતોશ્તી ધર્મના રીસાલાની ચોપડી તથા એરવદ જી.જં. મોદીની ફરહંગ; Faridoon, the son of Athvya ([Persian]) (Ved. आप्त्य, the father of त्रैतन). Âthvya was a godly man, to whom Faridoon was born on account of his performing the Haoma ceremony. Faridoon overcame Azi Dahâka (Zohâk) from whose bondage he delivered Savanghavâch and Arenavâch (Per. شهرناز and ارنواز), the two daughters of King Jamsheed; he then married them. He had a son Airyava, from Arnavâz, and two sons from Shehrnâz, Tûra and Sairima. Airyava, Tûra and Sairima became the Kings of Irân, Tûrân and Rûm, *i. e.*, Europa and Western Asia (Dar.). His killing Azi Dahâka can be compared with Traitana's killing Ahi. [Avestan] ૧|૧ વં. ૧, ૧૭; ઇજિ. ૯, ૭; ય. ૫, ૩૩. ૬૧; ય. ૯, ૧૩; ય. ૧૪, ૪૦; ય. ૧૫, ૨૩; ય. ૧૭, ૩૩; ય. ૧૯, ૩૬. ૯૨; આફ્રૃ. પેગમ. જર. ૨ (= ય. ૨૩, ૨); [Avestan] ૨|૧ Frag. 2, 2; [Avestan] ૬|૧ ય. ૧૩, ૬૧; Frag. 2, 1.

[Avestan] (= स्रोत, स्रोतस्) (જુઓ ધા. [Avestan]) સા. ના. નાન્ય. પાણીનો ઝરો, નાળું; a stream of water; જુઓ નીચેનો બોલ.

[Avestan] (જુઓ [Avestan] તથા ધા. [Avestan]) સમાસ વિ. દોડતા—વેહેતા ઝરાને લગતું (પાણી); (water) of running stream. Comp. Sans. स्रोतस् a stream; [Avestan] [Avestan] નારી. ૬|૩ વં. ૧૮, ૬૩.

[Avestan] (જુઓ ધા. [Avestan]) સા. ના. નાન્ય. છેડો; end; [Avestan] [Avestan] [Avestan] at the end of the third night (ત્રીજી રાતની આખેરીએ) ય. ૫, ૬૨; [Avestan] [Avestan] [Avestan] હદિ. નુસ્ક. ૭. ૨૫; વીશ્તા. ય. ૫૫.

[Avestan], [Avestan] વિશે જુઓ [Avestan]

[Avestan] = त्रा = To thrive = આબાદ કરવું, બંધાવવું, ઉધારવું; પોષણ કરવું; to make prosperous, to thrive, to nourish; [Avestan] (તમો બંધાવો)

આજ્ઞા. આત્મને. ૨ જો વર્ગ* ૨।૩ (નકામો આવ્યો છે) ઇજિ. ૩૪, ૭; ઇજિ. ૫૮, ૫; [Avestan] (તેઓ બંચાવે છે) વર્ત. આત્મને. ૪થો વર્ગ* ૩।૩૫. ૧૩, ૧૪૬; [Avestan]† સામા. ૩૫. (infini.) ઇજિ. ૩૪, ૫. જુઓ નીચેના બોલો તથા [Avestan]

[Avestan] (જુઓ ધા. [Avestan]) સા. ના. નારી. પોષણ; nourishment; Pehl. [Avestan]; [Avestan] ૨।૧ ઇજિ. ૬૨, ૪.

[Avestan] વિશે જુઓ ધા. [Avestan]

[Avestan] ([Avestan] નું ટુંકું રૂપ) વિ. પોષણ કરતો; બંચાવ કરનાર; nourishing, protecting; [Avestan] અતિ. વિ. નર. ૧।૧ ય. ૧૧, ૩; [Avestan] (નર. ૧।૩ ને બદલે) વીરતા. ય. ૧૮.

[Avestan] (= त्रातृ = Thriver) (જુઓ ધા. [Avestan]) સા. ના. નર. પાસબાની કરનાર, બંચાવનાર, પોષણ કરનાર; one who protects or nourishes; [Avestan] ૧।૧ ય. ૧, ૧૩; [Avestan] ૧।૧ ઇજિ. ૫૦, ૧; [Avestan] ૧।૧ વં. ૨, ૪. ૫; ય. ૧, ૧૨; [Avestan] નારી. ૧।૧ ય. ૯, ૫; [Avestan] ૨।૧ ઇજિ. ૭૧, ૧૩; [Avestan] ૨।૨ ય. ૧૦, ૪૧.

[Avestan] (જુઓ ધા. [Avestan]) સા. ના. નાન્ય. બંચાવ, પોષણ, ટેકો; protection, nourishment; support; [Avestan] ૨।૧ વં. ૧૫, ૧૫. ૧૮. ૨૧. ૨૪. ૨૭. ૩૦. ૩૩. ૩૬. ૩૯. ૪૩. ૪૫. ૪૮; વં. ૧૩, ૧૯; ય. ૧૯, ૬૯; [Avestan] ૪।૧ ય. ૧૩, ૧૦. ૪૩. ૪૬; ય. ૧૯, ૪૮.

[Avestan] (જુઓ ધા. [Avestan]) સા. ના. નાન્ય. પોષણ, રક્ષણ; nourishment, protection; જુઓ નીચેના બોલ.

[Avestan] ([Avestan] ઉપરથી) વિ. રક્ષણ કરતો- કરનાર, પોષણ કરનાર (અસલ); એ બોલ [Avestan] (ધર્મગુરૂ) ની સિફતમાં આવેછે, માટે આત્માનું રક્ષણ કરનાર—પોષણ કરનાર ઇઓને દીનનાં ફરમાનો સમજાવનાર, ધર્મનો બોધ આપનાર—એ અર્થ વધારે લાગુ પડી શકશે; વળી એનો અર્થ ત્રણ પંથવાળો (મોબેદ, દસ્તુર અને હેરબદ) કરવામાં આવ્યો છે; giving nourishment (to the soul); rt. [Avestan] to nourish; *or*, of three religious orders (fr. [Avestan] three), viz., Mobed, Dustoor and Herbed; [Avestan] [Avestan] . . . . . . નર. ૪।૧ ય. ૪, ૯; ય. ૧૪, ૪૬; [Avestan] [Avestan] નર. ૧।૩ ય. ૫, ૮૬.

[Avestan] વિશે જુઓ [Avestan]

૧ [Avestan] વિશે જુઓ ધા. [Avestan]

૨ [Avestan] ત્રણ ધારું; ત્રણ (મિલ્સ તથા દારમેસ્તેતે); threefold; three (Mills & Dar.); [Avestan] ઇજિ. ૧૧, ૯.

[Avestan] (જુઓ [Avestan] તથા [Avestan] સમાસ વિ. ગરીબનું પોષણ કરનાર; nourishing the poor; [Avestan] ૨।૧ ય. ૨, ૭; સીરો. ૨, ૪; [Avestan] ૪।૧ ય. ૨, ૨; સીરો. ૧, ૪. [Avestan] most helpful to (lit. nourishing) the poor (super. adj.) નર. ૧।૩ આફ્રં. ગાહ્મ. ૪.

[Avestan] (= त्रि = Lat. Três = Fr. Troi. = Ger. Drei = Three) કેવળ સંખ્યા. વિ. ત્રણ, ૩; three; 3; [Avestan] નર. ૧।૩ ઇજિ. ૧૧, ૧; [Avestan] [Avestan] (ત્રણ અને તીસ = ૩૩) ૧।૩ ઇજિ. ૧, ૧૦; ઇજિ. ૩, ૧૨; વીરતા. ય. ૧૮ (= ય. ૨૪, ૧૮); [Avestan] નારી. ૧।૩ વં. ૯, ૩૩; વં. ૧૬, ૮; [Avestan] નર. ૨।૩ વં. ૫, ૧૦; વં. ૯, ૯. ૧૧; [Avestan] (Geld. [Avestan]) નારી. ૨।૩ વં. ૨, ૩૦. ૩૮; વં. ૧૭, ૬. ૮; ૨।૩ વીસ્પ. ૧૩, ૨; [Avestan] ૨।૩ વીસ્પ. ૧૩, ૨; [Avestan] (= ત્રણસો) ૨।૩ વં. ૨, ૩૦. ૩૮; વં. ૪, ૧૧; [Avestan], ૬।૩ વં. ૧૫, ૪૯. ૫૦; વં. ૧૮, ૧૧; [Avestan] ૬।૩ વં. ૧૮, ૧૭. ૩૫; [Avestan] ૬।૩ વં. ૭, ૫૪ (પેહેલવી શરેહમાં); [Avestan] ૬।૩ વીસ્પ. ૧૩, ૨; [Avestan] [Avestan] (= ત્રણ તૃતીયાંશ) ૪।૩ વં. ૨, ૧૯. જુઓ નીચેના બોલો.

[Avestan] (જુઓ [Avestan]) સમાસ વિ. ત્રણ

---

* એ પ્રમાણે એકજ ધાતુ, કોઈ કોઈ વખતે જુદા જુદા વર્ગોમાં આવેછે. એના ખોલાસા માટે જુઓ માઈ અવસ્તા વ્યાકરણ. સફો ૨૩૧ મો, ફકરો ૪૯૭ મો.

† એના ખોલાસા બાબે જુઓ માઈ અવસ્તા વ્યાકરણ, સફો ૨૬૮ મો, ફકરો ૫૬૬ મો.

માત—છંદવાળો; the (Ahunavar) of three measures; [Avesta] નાન્ય. ૧|૧ ઇજિ. ૧૯, ૧૬.

[Avesta] (જુઓ [Avesta]) સમાસ ના. નાન્ય. ફક્ત ત્રણ દિવસ; three days; *contra*, [Avesta]; [Avesta] ૨|૧ * વં. ૯, ૫૬; વં. ૧૩, ૫૫; યે. ૫, ૬૨; યે. ૧૦, ૧૨૨.

[Avesta] (= [Avesta]) (જુઓ [Avesta]) સમાસ વિ. ત્રણ માથાંવાળો; three-headed; epithet of [Avesta] [Avesta] Zohâk; [Avesta] નર. ૨|૧ ઇજિ. ૯, ૮; યે. ૫, ૩૪.

[Avesta] ([Avesta]) સમાસ ના. નાન્ય. ત્રણ કરા; ભોંય ઉપર પાડેલાં ત્રણ ગોળ ચક્કર; three circular furrows; [Avesta] ૨|૧ યે. ૪, ૬.

[Avesta] ([Avesta] ને માટે જુઓ [Avesta]) સમાસ ના. નાન્ય. ફક્ત ત્રણ રાત; three nights; *contra*, [Avesta]; [Avesta] ૨|૧ વં. ૯, ૫૬; વં. ૧૩, ૫૫; યે. ૫, ૬૨; યે. ૧૦, ૧૨૨.

[Avesta] (જુઓ [Avesta]) સમાસ ના. નાન્ય. રાતથી શરૂ થતા ત્રણ આખા દાહાડા; દિવસ સુધાંની આખી ત્રણ રાત; three nights including day-time; [Avesta] ૨|૧ વં. ૫, ૧૨. ૫૬; વં. ૮, ૯; [Avesta] ૫|૧ વં. ૫, ૫૪. ૫૫; વં. ૯, ૩૩.

[Avesta] (જુઓ [Avesta]) સમાસ ના. નાન્ય. ત્રણ કદમ—પગલાં; three paces; [Avesta] ૨|૧ વં. ૩, ૧૭; વં. ૫, ૪૮; વં. ૬, ૩૭. ૪૦; વં. ૮, ૭. ૧૧. ૩૯; વં. ૯, ૫. ૧૦; વં. ૧૬, ૪. ૬.

[Avesta] ([Avesta] ઉપરથી) ક્રિ. અ. ત્રણ તરફ—જગાએથી; from three directions; (abla. sing. of [Avesta]) [Avesta] વં ૨, ૨૩.

[Avesta] ([Avesta] ઉપરથી) ક્રિ. અ. ત્રણ વખત, ત્રણ ઘણું; thrice, three-fold; [Avesta] વં. ૯, ૩૧.

[Avesta] (જુઓ ૧ [Avesta] ૫) સમાસ વિ. ત્રણ તોખમ—જાત—તબકાવાળું; [Avesta] [Avesta] = ત્રણ જાત—તબકાવાળું રગે શેહેર; ઇઆને રગે શેહેર, જેમાંથી અથોરનાન, રથેશ્તાર તથા વાસ્ત્ર્યોશના ત્રણ ધંધાના તબકા શરૂ થયા, અને દરેક ધંધાની ઉપર પેગમબર અશો જરતોશ્તના ત્રણ દીકરા સરદારી ભોગવતા હતા; (Ragha) of three classes of men, *viz.*, priests, warriors and peasantry); [Avesta] [Avesta] નારી. ૨|૧ વં. ૧, ૧૬.

* મતલબ ૨|૧ નો છે, પણ બોલ પોતે બહુવચનનો અર્થ બતલાવેછે.

[Avesta] (= [Avesta]) (જુઓ [Avesta]) સમાસ વિ. ત્રણ મોંહોડાંવાળો; three-mouthed; epithet of Zohâk; [Avesta] નર. ૧|૧ યે. ૫ ૨૯; યે. ૧૯, ૪૭; [Avesta] નર. ૨|૧ ઇજિ. ૯, ૮; યે. ૫, ૩૪; યે. ૯, ૧૪; *[Avesta] નર. ૮|૧ યે. ૧૯, ૫૦.

[Avesta] (= [Avesta]) (જુઓ [Avesta]) સમાસ વિ. ત્રણ વસંત ઋતુને લગતું; [Avesta] [Avesta] for three springs, *i. e.*, for three years;† Comp. [Avesta] (winter, also, a year); (ત્રણ વસંત ઋતુના વખત સુધી ઇઆને ત્રણ વરસ સુધી) નર. ૨|૧ વં. ૧૮, ૯.

૧ [Avesta] (= [Avesta] = त्रित = [Persian]) વિ. ના. નર. સામનાં ખાનદાનના એક પરહેજગાર પુરૂષનું નામ; અસ્રત; કેરશાસ્પ નામના જાણીતા પેહેલવાન તથા ઉર્વાક્ષ નામના દીનદાર તથા ઇનસાફી પુરૂષનો બાપ; name of a godly man of the family of Sâm, who was rewarded with two sons, viz., Kereshâspa and Urvâkhshaya, for performing the Haoma ceremony. [Avesta] ૧|૧ વં. ૨૦, ૨; ઇજિ. ૯, ૧૦. કેટલાએકો વંદીદાદ તથા ઇજિશનેમાં આવેલા [Avesta]ને જુદા પુરૂષો ગણેછે; વંદીદાદ પ્રમાણે [Avesta] કોઈ નામાંકિત તબીબ હતો, જેણે કેટલીએક જાતની બીમારીઓને દૂર કરવાને માટે ઉપાયો શોધી કાહાડ્યા હતા.

૨ [Avesta] વિ. ના. નર. એક નામાંકિત પુરૂષનું નામ, જેનાં ફ્રેરોહરને આરાધ્યું છે; name of an illustrious personage, son of Sâyushdri; [Avesta] [Avesta] ૧|૧ યે. ૫, ૭૨; [Avesta] [Avesta] [Avesta] ૬|૧ યે. ૧૩, ૧૧૩. (જુઓ બાદી.)

* Similarly, the voc. sing. of [Avesta] and [Avesta] are [Avesta] and [Avesta] respectively.

† Comp. [Avesta] (Vend. 2, 41) and [Avesta] Vend. 2, 8.

[Avestan] (= [Avestan]) વિ. ના. નારી. પેગમ્બર અશો જરતોશ્તની છોકરીનું નામ; થ્રિતી; the name of the second daughter of Zarathustra, q. v. [Avestan] ૬|૧ ય. ૧૩, ૧૩૯.

[Avestan] (= तृतीय = Lat. Tertius = Ger. Dritte = Third) ([Avestan] ઉપરથી) ક્રમ સંખ્યા. વિ. ત્રીજું, ૩ જું; third, 3rd; [Avestan] નર. ૧|૧ વં. ૪, ૨; વં. ૧૪, ૯; વં. ૧૮, ૪૫; ઇજિ. ૯, ૯; [Avestan] નાન્ય. ૧|૧ (અથવા ક્રિ. અ.) ય. ૧૯, ૩૮; [Avestan] ૨|૧ (ક્રિ. અ.) વં. ૧, ૫; વં. ૩, ૪. ૯. ૨૨; વં. ૪, ૧૮. ૨૩. ૨૭. ૩૧. ૩૪; વં. ૫, ૫; વં. ૭, ૩૭. ૩૯; વં. ૮, ૩૯. ૭૭; વં. ૧૫, ૫; [Avestan] નર. ૨|૧ વં. ૫, ૩૧; વં. ૮, ૧૦૨; વં. ૯, ૭. ૩૧; વં. ૧૩, ૩૩; ઇજિ. ૯, ૧૯; [Avestan] નારી. ૨|૧ ય. ૧૭, ૫૯; હાદો. નુસ્ક. ૫ (= ય. ૨૨, ૫); [Avestan] ૩|૧ (ક્રિ. અ.) વં. ૧૬, ૧૫; [Avestan] [Avestan] [Avestan] (ત્રીજી તૃતીયાંશ રાતને માટે, ઇઆને રાતના ત્રણ ભાગ માંહેલા ત્રીજાને માટે, એટલે છેલ્લા પોહોરને માટે) ૪|૧ વં. ૧૮, ૨૨; [Avestan] નર. ૬|૧ આફ્રી. ગાહામ. ૯; [Avestan] નારી. ૬|૧ વં. ૧૯, ૨૮; ય. ૫, ૬૨; હાદો. નુસ્ક. ૭; [Avestan] [Avestan] (ત્રીજી દશ રાત) નારી. ૨|૩ ય. ૮, ૧૮.

[Avestan] વિ. ના. નર. એક નામાંકિત પુરૂષનું નામ; name of an illustrious personage; [Avestan] ૬|૧ ય. ૧૩, ૧૨૫.

[Avestan] (= [Avestan] = त्रयोदश = Lat. Decimus tertius = Ger. Dreizehnte = [Avestan]) ([Avestan] ઉપરથી) ક્રમ સંખ્યા. વિ. તેરમું, ૧૩ મું; thirteenth, 13th; [Avestan] નર. ૧|૧ ય. ૧, ૮; [Avestan] નાન્ય. ૨|૧ (ક્રિ. અ.) વં. ૬, ૧૬.

[Avestan] (= त्रयोदशन् = Lat. Tredecim = Ger. Dreizehn = [Avestan]) કેવલ સંખ્યા. વિ. તેર, ૧૩; thirteen, 13; જુઓ [Avestan]

[Avestan] (= त्रिपद) (જુઓ [Avestan]) સમાસ ના. નાન્ય. ત્રણ પગ, ત્રણ પગનાં તળિયાંની લંબાઈ; three feet, the length of three feet; [Avestan] ૨|૧ વં. ૯, ૮.

[Avestan] (જુઓ [Avestan]) સમાસ ના. નાન્ય. ત્રણ બેડી; three-fold bonds. Comp. [Avestan], [Avestan]; [Avestan] ૩|૩ ય. ૮, ૫૫.

[Avestan] (જુઓ ધા. [Avestan]) સા. ના. નર. પોષણ; આબાદી; nourishment, prosperity; [Avestan] ૧|૧ વં. ૨૧, ૭. ૧૧. ૧૫; વીશ્તા. ય. ૪૯ (= ય. ૨૪, ૪૯); [Avestan] ૨|૧ ય. ૧, ૨૨; [Avestan] ૪|૧ ઇજિ. ૯, ૨૭; [Avestan] ૬|૧ ય. ૧૫, ૫૦.

[Avestan] (જુઓ [Avestan]) સમાસ વિ. ત્રણ મહીનાનું, ત્રણ મહીનાને લગતું; (a woman with child) in the course of three months; [Avestan] ૨|૧ વં ૫, ૪૫; વં. ૭, ૬૦.

[Avestan] વિ. ના. નર. સપેતમાનનાં ખાનદાનના એક નામાંકિત પુરૂષનું નામ; name of an illustrious personage of the family of Spitama; [Avestan] ૬|૧ ય. ૧૩, ૯૮.

[Avestan] ([Avestan] ઉપરથી) વિ. એક તૃતીયાંશ, ત્રીજો ભાગ; one-third; ⅓; [Avestan] ૩|૧ વં. ૭, ૫૯.

૧ **[Avestan]** (= त्रिंशत् = Lat. Trigenta = Ger. Dreissig) ક) કેવલ સંખ્યા. વિ. ત્રીશ, તીશ, ૩૦; thirty, 30; *[Avestan] ૨|૧ વં. ૪, ૧૯. ૨૩. ૨૭. ૩૧; વં. ૬, ૧૧; વં. ૮, ૯૪; વં. ૧૨, ૧. ૩. ૫. ૧૫; વં. ૧૬, ૧૫; વં. ૧૮, ૭૪; ય. ૧૦, ૧૨૨; ય. ૧૫, ૧૨; [Avestan] ૬|૩ ય. ૫, ૧૨૯.

ખ) (Lat. Tricesimus = Ger. Dreissigste) ક્રમ સંખ્યા. વિ. તીશમું, ૩૦ મું; thirtieth; 30th; [Avestan] [Avestan] [Avestan] [Avestan] આફ્રી. ગાહામ. ૧૦.

૨ **[Avestan]** (= त्रिशत = Lat. Tricenti, Triceni = [Avestan]) (જુઓ [Avestan] તથા [Avestan] કેવળ સંખ્યા. વિ ત્રણસે, ૩૦૦; three hundred; 300; જુઓ [Avestan]

[Avestan] (જુઓ ૧ [Avestan] ક તથા [Avestan]) સમાસ ના. નાન્ય. ૩૦ પગલાં, ૩૦ કદમ;

* વિભક્તિનો પ્રત્યય એકવચનનો છે, પણ બોલ ખુદ બહુવચનનો અર્થ બતલાવે છે.

thirty paces; [Avestan] ૨|૧ વં. ૩, ૧૭; વં. ૫, ૪૮; વં. ૮, ૭; વં. ૯, ૫; વં. ૧૭, ૪.

[Avestan] (૧ [Avestan] ક ઉપરથી) વિ. ૩૦ વખત; thirty times; [Avestan] ૨|૧ વં. ૮, ૯૮.

[Avestan] (જુઓ ૨ [Avestan] ક તથા [Avestan]) સમાસ ના. નાન્ય. ૩૦૦ શિયાળાઓને ૩૦૦ વરસ; 300 winters (*i. e.*, years); [Avestan] ૧|૩ વં. ૨, ૮.

[Avestan] (૧ [Avestan] ક ઉપરથી) વિ. ૩૦ ઘણું; thirty-fold; [Avestan] ૧|૧૫.૧૦, ૧૧૯.

[Avestan] (૧ [Avestan] નું બીજું રૂપ) કેવળ સંખ્યા. વિ. ત્રીશ, ૩૦; thirty, 30; [Avestan] [Avestan] (ત્રણ અને તીશ = ૩૩) ૧|૩ ઇજ઼. ૧, ૧૦; ઇજ઼. ૩, ૧૨; વીશ્તા. ય. ૧૮ (=ય. ૨૪, ૧૮). જુઓ નીચેના બોલો.

[Avestan] (જુઓ [Avestan] તથા [Avestan] ક) સમાસ ના. નાન્ય. ત્રીશ લોહોડાંની ટોચ—ડુંગરા; 30 iron knobs; [Avestan] ૩|૩ વં. ૧૯, ૯.

[Avestan] (જુઓ [Avestan] [Avestan]) સમાસ વિ. ત્રીશ ગોફણને લગતા (પત્થર), ઇઆને ગોફણમાંથી ફેંકવાને માટેના ૩૦ (પત્થર); 30 sling (stones); બીજે ઠેકાણે જ્યાંહીં [Avestan] આવેછે, તેની સાથે [Avestan] અથવા [Avestan] (પત્થર) આવેછે; જેમકે [Avestan] [Avestan] (= ગોફણને લગતા પત્થર) વં. ૧૭, ૯; [Avestan] [Avestan] [Avestan] (તેઓના ગોફણના પત્થર) ય. ૧૦, ૩૯; પણ વં. ૧૪, ૯ માં 'પત્થર' નો બોલ ગુપ્ત (understood) દીસેછે; [Avestan] ૩|૩ વં. ૧૪, ૯.

[Avestan] ([Avestan] ઉપરથી) વિ. એક તૃતીયાંશ, ⅓; one-third; ⅓; [Avestan] (Geld. [Avestan]) ૨|૧ વં. ૫, ૨૬; વં. ૬, ૩૨. ૩૫; વં. ૭, ૫૯; વં. ૮, ૧૦૦; વં. ૧૬, ૨; વં. ૧૮, ૬૩. ૬૪; ઇજ઼. ૧૯, ૭; ય. ૧૨, ૩; [Avestan]* Wester. ૨|૧ ઇજ઼. ૬૨, ૫; [Avestan] [Avestan] (= ⅓) ૩|૧ વં ૨, ૧૧; [Avestan] [Avestan] (= ⅓) ૨|૨ વં. ૨, ૧૫; ય. ૫, ૨૨; ય. ૧૫, ૮; ય. ૧૫, ૨૬; [Avestan] [Avestan] (= ⅓) ૪|૩ વં. ૨, ૧૯; [Avestan] ૪|૧ વં. ૧૮, ૧૮. ૨૦. ૨૨; [Avestan] ૭|૧ ઇજ઼. ૧૧, ૭; [Avestan] ય. ૧૩, ૨.

[Avestan] (= त्रिस्) ([Avestan] ઉપરથી) ક) કેવળ સંખ્યા. વિ. ત્રણ, ૩; three, 3; [Avestan] [Avestan] (અથવા ત્રણ ટીપાં) (૨|૩ ની મતલબે) વં. ૫, ૫૧; [Avestan] [Avestan] (ત્રણ મહિના) વં. ૭, ૧૫; [Avestan] [Avestan] (ત્રણ ખાડા) વં. ૮, ૩૭–૩૯; વં. ૧૬, ૧૨; [Avestan] [Avestan] (ત્રણસો) વં. ૪, ૫. જુઓ [Avestan], [Avestan]

ખ) ક્રિ. અ. ત્રણ વખત; three times; [Avestan] [Avestan] [Avestan] [Avestan] (= બળદના નીરંગેકરીને ત્રણ વખત ધોઇએ) વં. ૭, ૧૫. ૭૫; [Avestan] [Avestan] (ત્રણ વખત ધોવાએ કરીને) વં. ૧૨, ૨. ૪. ૬. ૮. ૧૦. ૧૨. ૧૪. ૧૬. ૧૮. ૨૦; [Avestan] [Avestan]... [Avestan] [Avestan] = ત્રણ વખત અષેમ વોહુ, તથા ત્રણ વખત હુક્ષ્ઓતેમાઇ (ભણે) વં. ૧૮, ૪૩. ૪૯; [Avestan] ઇજ઼. ૧૯, ૬; નીઆ. ૧, ૧. જુઓ નીચેનો બોલ.

[Avestan] (જુઓ [Avestan] ખ તથા [Avestan] સમાસ વિ. ત્રણ વખત ભણવાનો (કલામ); (holy words) that are to be recited three times; [Avestan] નર. ૧|૩ વં. ૯, ૪૬; વં. ૧૦, ૨. ૭. ૯. ૧૫.

[Avestan] વિશે જુઓ [Avestan]

૧ [Avestan] (ધા. [Avestan] નું બીજું રૂપ) = પોષણ કરવું, ઉધારવું, બંચાવવું; to nourish, to thrive, to protect; [Avestan] પુ. બુ. આત્મને. ૩|૧ ઇજ઼. ૧, ૧; [Avestan] [Avestan]...[Avestan] (પોષણ કરનાઇ ફરજંદ) સન્નન્ત વિ. (desider. adj.) નારી. ૨|૧ ઇજ઼. ૬૨, ૫.

૨ [Avestan] स्रु, स्रु=વેહેવું; to flow, to run; જુઓ [Avestan]

[Avestan] (ધા. [Avestan] નું બીજું રૂપ) = આબાદ થવું,

* [Avestan] [Avestan] [Avestan] (ઇજ઼. ૬૨, ૫) એ બોલો ડાકટર ગેલ્ડનરના પુસ્તકમાં નથી.

રક્ષણ થવું, પોષણ થવું; to prosper, to be protected—nourished; [illegible] [illegible] [illegible] (= જેનાં કામોથી રાસ્તી આબાદ થાએછે—વધેછે*) અ. ભૂ. આત્મને. ૩|૧ ઈજ. ૪૬, ૭; [illegible] ઈજ. ૩૪, ૩ (ભૂ. કૃ. ખીલવાઈ શકાએ); [illegible] ભૂ. કૃ. ૧|૩ વીસ્પ. ૧૨, ૪.

[illegible] = तृप् = ખુશ—તૃપ્ત થવું, સંતોષ પાંમવું; to be satisfied—satiated; જુઓ નીચેના બોલો.

[illegible] (જુઓ ધા. [illegible]) સા. ના. નાન્ય. તૃપ્તિ, ખુશી, મોજ, મન-દિલની ઇચ્છાનું પુરતી રીતે પાર પડવું; satisfaction, enjoyment, gratification of one's desires. Comp. Sans. तृप्ति; [illegible] (Geld. [illegible]) ૨|૧ ય. ૫, ૨૬; ય. ૧૯, ૩૨.

[illegible] (= तृप्त) (જુઓ ધા. [illegible]) ભૂ. કૃ. વિ. તૃપ્ત થએલો, ખુશ થએલો; છેડેનો [illegible] તે અસલ ભૂ. કૃ. નો [illegible] સમજવો; satisfied, well-pleased; [illegible] નર. ૧|૧ ઈજ. ૯, ૨૦; ઈજ. ૫૭, ૧૪; [illegible] નારી. ૨|૧ ય. ૧૩, ૪૨. ૧૦૦.

[illegible] (= [illegible] + [illegible]; જુઓ એ બે બોલો) સમાસ ના. નારી. ત્રણ ડાંખલી; 3 branches or stems; [illegible] ૨|૩ ઈજ. ૫૭, ૬.

[illegible] vide [illegible]

[illegible] 2nd. Per. Possessive Pronoun; Thy; તારૂં; જે નામને લાગે તે નામ પ્રમાણે એને વચન તથા વિભક્તિના પ્રત્યયો લાગેછે.† એકવચનમાંઃ- [illegible] [illegible] (તારા આતશની મારફતે) નર. ૩|૧ ઈજ. ૫૧, ૯; [illegible] [illegible] (તારી ઈનસાફવાળી રીતિ મુજબ) નર. ૩|૧ ઈજ. ૪૩, ૫; [illegible] [illegible] નારી. ૩|૧ ઈજ. ૩૧, ૧૧; [illegible] નર. ૪|૧ ઈજ. ૪૩, ૯; [illegible] નર. ૫|૧ ઈજ. ૪૬, ૭; ઈજ. ૪૭, ૫; [illegible] ૬|૧ ઈજ. ૩૧, ૩; ઈજ. ૩૨, ૧૩; ઈજ. ૩૪, ૮. ૯; [illegible] નારી. ૬|૧ ઈજ. ૪૮, ૮; [illegible] નર. ૭|૧ ઈજ. ૩૩, ૧૦; ઈજ. ૪૮, ૪. ૭; [illegible] નાન્ય. ૭|૧ ઈજ. ૪૧, ૪.

બહુવચનમાં—[illegible] નર. ૧|૩ ઈજ. ૩૨, ૯; ઈજ. ૪૫, ૫; [illegible] નાન્ય. ૧|૩ ઈજ. ૫૧, ૪; [illegible] ૨|૩ ઈજ. ૪૩, ૬; ઈજ. ૪૪, ૧૨; [illegible] નારી. ૭|૩ ઈજ. ૪૩, ૭.

[illegible] (જુઓ ધા. [illegible]) સા. ના. નર. ધાસ્તી, ભય, ગભરાત; fear, dread, alarm; [illegible] (૭|૧ ની મતલબે) ય. ૧૧, ૪. ૫; [illegible] ૪|૧ ય. ૧૩, ૨૦; [illegible] ૫|૧ ઈજ. ૫૭, ૧૮; ય. ૯, ૪; ય. ૧૭, ૨૫.

[illegible] = त्वक्ष् = ક) જહડપથી જવું, વેહેવું; to flow hastily; [illegible] વર્ત. આત્મને. ૩|૩ ય. ૧૦, ૧૪.

બ) શેતાબી કરવી, ચાલાક થવું, કોશેશ કરવી; to hasten, to accelerate, to be active, to endeavour. Comp. Pehl. [illegible], [illegible]; [illegible] speeding વર્ત. કૃ. આત્મને. નર. ૧|૧ વં. ૨૨, ૧૯; ય. ૫, ૬૫. જુઓ નીચેના બોલો.

[illegible] (જુઓ ધા. [illegible]) વિ. ચાલાકી—તેજી બક્ષનાર; bestowing agility—sharpness; [illegible] [illegible] નર. ૪|૧ ઈજ. ૧૧, ૧૦. જુઓ [illegible]

[illegible] (જુઓ ધા. [illegible]) સા. ના. નાન્ય. ચાલાકી, ચંચલાઈ, હુશિયારી, ઉદ્યોગ; agility, sprightliness; intelligence, industry; [illegible] (ચાલાકીથી) (ક્રિ. અ.) ઈજ. ૨૯, ૨; [illegible] ૩|૧ ઈજ. ૩૩, ૩; ઈજ. ૪૬, ૧૨.

[illegible] ([illegible] ઉપરથી) અતિ. વિ. ઘણોજ ચાલાક—ચંચલ; most active—energetic; [illegible] નર. ૧|૧ ઈજ. ૯, ૧૫; ય. ૧૦, ૫૮; [illegible] નર. ૨|૧ ઈજ. ૫૭, ૧૩.

[illegible] વિશે જુઓ [illegible] thou તું.

* કેટલીએક વખતે અપૂર્ણ ભૂતકાળની મતલબ વર્તમાન કાળના જેવી થાએછે; તેના ખોલાસા બાબે જુઓ મારૂં અવસ્તા વ્યાકરણ, સફો ૩૦૫-૩૦૬.

† વધારે ખોલાસા બાબે જુઓ મારૂં અવસ્તા વ્યાકરણ, સફો ૧૫૫ મો, ફકરો ૨૩૮ મો.

[Avestan] (જુઓ ધા. [Avestan]) સા. ના. નાન્ય. બીહીક, ધાસ્તી; dread, fear; જુઓ નીચેનો બોલ.

[Avestan] ([Avestan] ઉપરથી) વિ. ધાસ્તી ભરેલું, ભયંકર; dangerous, frightful, dreadful; [Avestan]...[Avestan] roads full of dangers નર. ૬/૩ ય. ૧૩, ૨૦.

[Avestan] (ધા. [Avestan] નું બીજું રૂપ) = બનાવવું, ઘાટ—રૂપ આપવું; to model, to shape, to form; જુઓ નીચેનો બોલ [Avestan]

[Avestan] (જુઓ ધા. [Avestan]) સા. ના. નર. ઘાટ—રૂપ આપનાર; one who shapes—models; [Avestan] ૧/૩ ય. ૧૯, ૧૮.

[Avestan] = ક) કાપી નાખવું; to cut off, to destroy; cl. 6; [Avestan] વર્ત. પરસ્મૈ. ૬ ઠો વર્ગ ૩/૧ વં. ૩, ૪૨; જુઓ [Avestan]

ખ) કાપી કુપીને આકાર—ઘાટ બનાવવો, ડોળ કાહાડવું (અસલ); પેદા કરવું; to model, to shape (lit.); to create; [Avestan] વર્ત. પરસ્મૈ. ૬ ઠો વર્ગ ૩/૨ ઇજ. ૫૭, ૨; [Avestan] અ. ભૂ. આત્મને. ૨/૩ ઇજ. ૨૯, ૧; [Avestan] [Avestan] [Avestan] for whom did ye create me (મને કોણને માટે અથવા શામાટે તમોએ પેદા કીધી) ઇજ. ૨૯, ૧.

[Avestan] = કાપવું, કટકા કરવા; to hew (as wood); [Avestan] [Avestan] [Avestan] (તેને ઈઆને લાકડાંને કાપેછે) વર્ત. પરસ્મૈ. ૩/૧ વં. ૫, ૨.

[Avestan] = કાપવું, કાપી નાખવું; નખ લેવાં; to fell (as trees); to pare off the nails; [Avestan]* વર્ત. પરસ્મૈ. ૨ જો વર્ગ ૩/૧ વં. ૯, ૨; [Avestan] [Avestan] they pare off the nails ૬ ઠો વર્ગ ૩/૩ વં. ૧૭, ૨; [Avestan] pare off (the nails) આજ્ઞા. આત્મને. ૨/૧ વં. ૧૭, ૪; [Avestan] શક્યા. પરસ્મૈ. ૩/૩ વં. ૧૩, ૩૨. ૩૪; [Avestan] પ્રયો. અ. ભૂ. પરસ્મૈ. સંશ. ૩/૩ વં. ૮, ૧૦; [Avestan] ભૂત કૃદંત નારી. ૧/૧ વં. ૧૪, ૧૩.

[Avestan] = કાપી નાખવું, કાપીને છુટું પાડવું; to cut off; [Avestan]....[Avestan] વર્ત. પરસ્મૈ. ૩/૧ વં. ૧૩, ૧૦. ૧૧.

[Avestan] = ખોદવું, ખાણવું; to dig; [Avestan] શક્યા. પરસ્મૈ. ૨/૧ વં. ૯, ૬. ૭. ૯; વં. ૧૦, ૧૮.

[Avestan] = ઉપર મુકવું, ઉપર ચઢાવવું; to put on; to cover with; [Avestan] [Avestan] [Avestan] (hoofs) covered with gold ભૂ. કૃ. નર. ૧/૩ ઇજ. ૫૭, ૨૭.

[Avestan] = ક) પેદા—ઉત્પન્ન કરવું (સારી પેદાએશને); to create (good things, beings, &c.); [Avestan] અ. ભૂ. પરસ્મૈ. ૧/૧ વં. ૧, ૨. ૪–૧૩. ૧૫-૧૯; [Avestan] ૩/૧ ય. ૧૦, ૫૦; ય. ૧૩, ૮૭; [Avestan] શક્યા. પરસ્મૈ. ૨/૩ વં. ૭, ૭૧.

ખ) કાપવું; તૈયાર કરવું; to cut (lit.); to prepare; [Avestan] અ. ભૂ. પરસ્મૈ. ૨/૧ ઇજ. ૧૧, ૭.

ગ) મુકરર કરવું; to fix, to prescribe (the penalty); [Avestan] વર્ત. પરસ્મૈ. ૩/૧ વં. ૭, ૭૧. જુઓ [Avestan]

[Avestan] (જુઓ ધા. [Avestan] ક) સા. ના. નાન્ય. કાપેલો ભાગ (અસલ.); કટકો; the portion cut (lit.); a part; [Avestan] ૨/૧ વં. ૨, ૨૦. (પેહેલવી શરેહમાં.)

[Avestan] (જુઓ ધા. [Avestan] ક) ભૂ. કૃ. વિ. ક) ઠેરવેલું, મુકરર કીધેલું; appointed, fixed; [Avestan] [Avestan] at the appointed time (ઠેરવેલે વખતે) નાન્ય. ૪/૧ ય. ૫, ૧૨૯; [Avestan] નાન્ય. ૬/૧ ય. ૮, ૧૧; ય. ૧૦, ૫૫.

ખ) બનાવેલું, પેદા કીધેલું; made, created; જુઓ [Avestan]

[Avestan] (જુઓ [Avestan] ખ) તથા [Avestan] ક) સમાસ ના. નારી. પેદા કીધેલું—બનાવેલું શરીર; the body made or created

* જાણવું જે એ ધાતુ ૬ ઠા વર્ગનો હોવા છતાં, કોઈ રૂપ ૨ જા વર્ગમાંથી આવેછે; જુઓ મારૂં અવસ્તા આકરણ, સફે ૨૧૮ મો.

[illegible] ७।१ ર્યજ. ૧૯, ૮. Geld. [illegible]

[illegible] વિરો જુઓ [illegible] તથા [illegible]

[illegible] ([illegible] ઉપરથી) વિ. (Pronominal adj.) તારા જેવો; like Thee; the One like Thee; [illegible] (તારા જેવો, તુંને મળતો, તારી સંદૃનો) નર. ૧।૧ ર્યજ. ૩૧, ૧૬; ર્યજ. ૪૪, ૧. ૯; ર્યજ. ૪૮, ૩.

१ **[illegible]** (જુઓ ધા. [illegible]) સા. ના. નાન્ય. આસમાન; આકાશ તથા જમીન વચ્ચેની ખાલી જગા, વાતાવરણ; the sky; the space between the earth and the sky; the atmosphere; [illegible] ૨।૧ વં. ૩, ૬૨; ય. ૧૦, ૬૬; નીઆ. ૧, ૮; નીઆ. ૨, ૮; [illegible] ૬।૧ વં. ૧૯, ૧૩. ૧૬; વીશ્તા. ય. ૨૪ (= ય. ૨૪, ૨૪).

२ **[illegible]** (જુઓ ધા. [illegible] ય) વિ. શીતાબ, જલ્દીવાળું, ચંચલ; speedy, swift; [illegible] (શેતાબીથી) ૨।૧ (ક્રિ. અ.) ર્યજ. ૧૧, ૭; ય. ૧૦, ૫૨; ય. ૧૩, ૩૯; [illegible] with a swift step (શેતાબ પગલાં—કદમથી) ૨।૧ ય. ૧૦, ૫૨.

१ **[illegible]** = બીહીવડાવવું; to frighten; જુઓ [illegible], [illegible]

२ **[illegible]** = બીહીવું, ધ્રુજવું,; to fear, to tremble; cl. 1; [illegible] વર્ત. પરસ્મૈ. ૧ લો વર્ગ ૩।૧ વીશ્તા. ય. ૨૭.

[illegible] (જુઓ ધા. [illegible]) વિ. ચલકતું, તીક્ષ્ણ; glittering, sharp; [illegible] Thou art gazing with Thy glittering eyes (તીક્ષ્ણ આંખોથી તું જોએછે) (૩।૨ ને બદલે) ર્યજ. ૩૧, ૧૩.

[illegible] = त्विष = ચલકવું, પ્રકાશવું; to shine, to glitter; Comp. rt. [illegible] (in [illegible]); જુઓ [illegible]

[illegible] વિરો જુઓ [illegible] thou તું.

[illegible] વિરો જુઓ [illegible] તથા [illegible] thou તું.

[illegible] (જુઓ ધા. [illegible] ય) સા. ના. નર. પેદા કરનાર, બનાવનાર, ઘાટ ઘડનાર; Creator, Maker, Modeller; [illegible] ૧।૧ ર્યજ. ૨૯, ૬; [illegible] ૫।૨ ર્યજ. ૫૭, ૨; [illegible] ૨।૨ ર્યજ. ૪૨, ૨.

[illegible] વિરો જુઓ [illegible] thou તું.

[illegible] (જુઓ ધા. [illegible]) સા. ના. નારી. ધાસ્તી, ભય; fear, dread; [illegible] ૨।૧ ય. ૧૦, ૨૩; [illegible] ૨।૧ ય. ૧૦, ૩૭.

[illegible] (જુઓ ૧ ધા. [illegible] વર્ત. કૃ. વિ. બીહીવડાવે તેવું, ધાસ્તી—ભયભરેલું; dreadful; frightful; [illegible] + [illegible] = [illegible] most dreadful (super. adj.) = ઘણુંજ ધાસ્તી ભરેલું; - [illegible] જગાઓમાંની ઘણીજ ધાસ્તી ભરેલી (જગાઓ) માં નાન્ય. ७।३ વં. ૨, ૨૩.

[illegible]

[illegible] એ [illegible] દર્શક સર્વનામનુ બીજું રૂપ. તે, આએ; a soft form of [illegible] (demon. pro.); *vide* [illegible]; [illegible] સર્વનામનાં થોડાંક રૂપો [illegible] ઉપરથી નીકળ્યાં છે, જેમકે [illegible], [illegible], [illegible]; એના વધારે ખોલાસા માટે જુઓ [illegible] બોલ તથા માઈ અવસ્તા વ્યાકરણ, સફો ૧૪૧—૧૪૨.

[illegible] ([illegible] ઉપરથી) વિ. દેશને લગતું; belouging to the country; [illegible] નર. ૧।૨ વીસ્પ. ૧૨, ૫.

[illegible] (જુઓ [illegible] તથા [illegible] ય) સમાસ વિ. દેશામાં ફરતો—ફેરી ખાતો; ranging or going round through the country; [illegible] નર. ૨।૧ વીસ્પ. ૩, ૩; ગેહ ४, ૮; [illegible] ६।१ ય. ૨૪, ૧૭.

[illegible] ([illegible] નું બીજું રૂપ; જુઓ તે બોલ) અતિ. વિ. ઘણોજ ડહાપણવાળો; wisest (super. adj.). Comp. [illegible], [illegible]; positive deg. [illegible] wise; [illegible] ७।३ વીશ્તા. ય. ૪૨.

[Avestan]* (= [Avestan]) સા. ના. નારી. દેશ; a country; a province. Comp. [Avestan]; વેસ્તરગાર્ડે એ બોલને [Avestan] લીધો છે. [Avestan] ૧|૧ ય. ૧૩, ૬૬; [Avestan] ૨|૧ ય. ૧૦, ૨. ૨૬; [Avestan] ૩|૧ (૫|૧ ની મતલબે) વં. ૧૦, ૫. ૬. ૯. ૧૦. ૧૩. ૧૪; [Avestan] ૪|૧ વં. ૪, ૨; ય. ૧૩, ૬૬; ય. ૧૬, ૧૯; [Avestan] ૪|૧ ય. ૫, ૨૯; [Avestan] ૫|૧ ઈજ. ૫૭, ૧૪; ય. ૧, ૧૭; ય. ૧૬, ૩૩; [Avestan] ૬|૧ વં. ૧, ૧૭. ૧૯; વં. ૨, ૨૪. ૩૦. ૩૮; વં ૭, ૪૧. ૪૨; વં. ૯, ૩૭; વં. ૧૦, ૫. ૬. ૯. ૧૦. ૧૩. ૧૪; ય. ૧૦, ૨૭; ય. ૧૩, ૧૮. ૬૯. ૧૨૫. ૧૨૭; ઈજ. ૬૮, ૧૫; વીસ્પ. ૩, ૨; [Avestan] ૬|૧ (૭|૧ ની મતલબે) વં. ૧૩, ૫૬; [Avestan] ૭|૧ ઈજ. ૯, ૨૪; [Avestan] ૭|૧ ઈજ. ૯, ૨૮; વીસ્પ. ૧૨, ૫; [Avestan] ૧|૩ ય. ૮, ૯. ૫૬; ય. ૧૦, ૧૦૧; [Avestan] ૨|૩ વં. ૧૫, ૪૧; ય. ૧૦, ૪૮. ૭૮; ય. ૧૩, ૪૮; [Avestan] ([Avestan] -ને બદલે) ૨|૩ ય. ૮, ૯; ય. ૧૯, ૬૮; [Avestan] ૪|૩ વં. ૩, ૨૭; ય. ૮, ૪૭. ૬૧; ય. ૧૦, ૪. ૨૯; ય. ૧૪, ૫૩; [Avestan] ૮|૩ ય. ૮, ૨૯. જુઓ [Avestan], [Avestan] તથા નીચેના બોલો.

[Avestan] (જુઓ ધા. [Avestan]) સમાસ ના. નર. દેશને ખાલી કરનાર—ઉજડ કરનાર; making the country desolate (lit. empty); [Avestan] ૧|૩ ય. ૧૦, ૭૫.

[Avestan] (= [Avestan]) (જુઓ ૧ [Avestan]) સમાસ ના. નર. દેશનો ધણી—સાહેબ; the ruler (lit. master) of a country; the lord of a province; [Avestan] ૧|૧ વં ૧૯, ૬; ય. ૧૦, ૧૮. ૭૮. ૮૩; ય. ૧૪, ૩૭; ય. ૧૫, ૩૧; વીશ્તા. ય. ૪૮ (= ય. ૨૪, ૪૮); [Avestan] ૨|૧ વં. ૭, ૪૧; વં. ૯, ૩૭; ઈજ. ૨, ૧૧; વીસ્પ. ૩, ૨; ય. ૧૦, ૧૪૫; [Avestan] [Avestan] the wife of the lord of a province (દેશના ધણીના બાઈડી) ૨|૧ વં. ૭, ૪૨; [Avestan] ૪|૧ ય. ૧૦, ૧૭; [Avestan] ૬|૧ વં. ૧૦, ૫. ૬. ૯. ૧૦. ૧૩. ૧૪; ઈજ. ૧, ૧૧; ઈજ. ૧૩, ૧; વીશ્તા. ય. ૧૬ (= ય. ૨૪, ૧૬); [Avestan] ૮|૧ ઈજ. ૯, ૨૭; આફ્રી. પેગમ. ૭૨. ૧ (= ય. ૨૩, ૧); [Avestan] ૧|૩ ય. ૫, ૮૫; ય. ૧૦, ૮; [Avestan] ૨|૩ ય. ૧૦, ૧૮; [Avestan] (૨|૩ ને બદલે) આફ્રરં. ગાહામ. ૧૪ તથા દરેક આફ્રરંગાનમાં [Avestan] ના કરદામાં; [Avestan] ૬|૩ ય. ૫, ૮૫.

[Avestan] (જુઓ [Avestan]) સમાસ ના. ના-ય. દેશની લડાઈ; the war of a country; the strife of the conflicting nations; [Avestan] ૭|૧ ય. ૧૦, ૮; ય. ૧૫, ૪૯.

[Avestan] (જુઓ [Avestan]) સમાસ વિ. દેશને આબાદ કરનાર; rendering the country prosperous; epithet of [Avestan] [Avestan]; [Avestan] નારી. ૨|૧ ઈજ. ૬૫, ૧; ય. ૫, ૧; ય. ૧૩, ૪; ની‌આ. ૪, ૨.

[Avestan], [Avestan] (જુઓ [Avestan]) સમાસ વિ. દેશની કીમત જેટલો, દેશની કીમતનો (કોલ); (a contract) of the amount or value of a country; [Avestan] નર. ૧|૧ વં. ૪, ૨. ૪. ૧૦; [Avestan] ૨|૧ વં. ૪, ૪; [Avestan] નર. ૨|૧ વં. ૪, ૧૬.

[Avestan] (જુઓ [Avestan]) સમાસ ના. નારી. દેશનો ધર્મ; દેશનું રાજ્ય, દેશની સત્તા (દારમે. તથા મિલ્સ); સ્વદેશ, બાપીકું વતન (હારલે); the religion of the country; the authority of the country (Dar. and Mills); one's own country (Har.); [Avestan] ૨|૧ ઈજ. ૬૨, ૫; ઈજ. ૬૮, ૫; ય. ૧૦, ૬૭; નીઆ. ૫, ૫.

[Avestan] વિશે જુઓ ૧ ધા. [Avestan] to give આપવું.

[Avestan] (અર્થ અચોકસ) જંગલી જાનવર (હારલે, મિલ્સ તથા દારમે.); a savage animal; [Avestan] [Avestan] ૬|૩ ય. ૧૩, ૭૪; [Avestan] ૬|૩ ઈજ. ૩૫, ૨; ય. ૧૩, ૧૫૪.

[Avestan], [Avestan], [Avestan] એ બોલો વિશે જુઓ ૧ ધા. [Avestan]

[Avestan] વિશે જુઓ ૧ તથા ૨ ધા. [Avestan]

* Wester. [Avestan]; Comp. Per. [Persian] a village.

[illegible], [illegible], [illegible] એ બોલો વિશે જુઓ ૨ ધા. [illegible]

[illegible] વિશે જુઓ ૧ ધા. [illegible]

[illegible] વિશે જુઓ ધા. [illegible]

[illegible] વિશે જુઓ ૨ ધા. [illegible]

[illegible] (જુઓ ધા. [illegible]) સા. ના. નર. ઠગારો; a deceiver; [illegible] ૧|૧ ઇજ. ૮૯, ૨.

[illegible] (= [illegible] + [illegible]; જુઓ [illegible] તથા ૧ ધા. [illegible]) સમાસ વિ. દેશને લાએકનું, દેશને માટે જોઈએ તેવું; (જેઓએ) દેશ મેળવેલું અથવા સ્થાપેલું (દારમે.); fit for the country; (those) who have conquered or founded the country (Dar.); [illegible] નર. ૨|૩ ય. ૧૩, ૧૫૧.

[illegible] (જુઓ ધા. [illegible]) સા. ના. નાન્ય. ઠગાઈ, લુચ્ચાઈ; deceit, roguery; [illegible] ૧|૩ ઇજ. ૩૨, ૩; ઇજ. ૪૮, ૧.

[illegible] (= द्वितीय) ક્રિ. અ. બીજી વખતે, બીજી વાર, ફરીથી; a second time, once more (adv.); [illegible] ૨|૧ (ક્રિ. અ.) ઇજ. ૪૫, ૧. એનું અવસ્તા રૂપ [illegible] છે. સંસ્કૃતનો શરૂઆતનો દ જે [illegible] માં નીકળી ગએલો હતો તે, [illegible] માં પાછો સજીવન થયો.

[illegible] (ધા. [illegible] નું ગાથા રૂપ. જુઓ તે ધાતુ) = ધિક્કારવું, દુઃખ દેવું, કીનો—કપટ રાખવો; to hate, to torment, to harbour revenge; Gâthic form of [illegible]; [illegible] વર્ત. પરસ્મૈ પદ ૩|૩ ઇજ. ૩૨, ૧; [illegible] વર્ત. ક. પરસ્મૈ. ૪|૧ ઇજ. ૩૪, ૪.

[illegible] (જુઓ [illegible]) વિ. કીનાખોર, કપટી, દુષ્ટ; revengeful, spiteful, evil; [illegible] નર. ૬|૧ ઇજ. ૨૮, ૬.

[illegible] (જુઓ ધા. [illegible]) ક) સા. ના. નારી. ઠગાઈ, લુચ્ચાઈ; deceit, roguery; [illegible] ૧|૧ વં. ૨, ૨૯. ૩૭.

ખ) વિ. ના. નર. ઠગાઈ—લુચ્ચાઈનો દેવ; the Demon of Deceit-Roguery; [illegible] ૧|૧ વં. ૧૯, ૪૩.

[illegible] વિશે જુઓ ધા. [illegible]

[illegible] (= [illegible] = [illegible]) (જુઓ ધા. [illegible]) સા. ના. નારી. ક) દીન, ધર્મ, દીનનો તરીકો—ફરમાન; religion, religious law or mandate; also, the angel presiding over the Zoroastrian religion: she is invoked in company with Chistâ; *vide* [illegible]; [illegible] ૧|૧ વં. ૩, ૪૧. ૪૨; વં. ૫, ૨૧; વં. ૧૦, ૧૮; ય. ૧૧, ૩; ય. ૧૭, ૧૬; વીરતા. ય. ૫૨ (= ય. ૨૪, ૫૨); [illegible] ૧|૧ ઇજ. ૧૯, ૧૫; ઇજ. ૪૪, ૧૧; ઇજ. ૫૧, ૧૩. *૨૧; ઇજ. ૫૪, ૧; [illegible] ૨|૧ વં. ૨, ૧. ૨. ૪૨; વં. ૩, ૩૧. ૪૦; વં. ૧૮, ૧-૪; વં. ૧૯, ૨. ૬. ૭. ૧૩. ૧૬; ઇજ. ૧૨, ૯; ઇજ. ૧૩, ૨; ઇજ. ૧૬, ૨; ઇજ. ૪૪, ૯. ૧૦; ઇજ. ૪૯, ૫; ઇજ. ૫૩, ૨; વીસ્પ. ૭, ૨; ય. ૮, ૫૯; ય. ૧૬, ૧; ય. ૧૯, ૮૪; નીઆ. ૧, ૮; નીઆ. ૨, ૮; [illegible] (૨|૧ ને બદલે) વં. ૧૮, ૯; [illegible] ૩|૧ વં. ૩, ૧; ઇજ. ૫૭, ૨૪; ય. ૧૦, ૯૨; [illegible] ૩|૧ ઇજ. ૪૫, ૧૧; ઇજ. ૪૯, ૪; [illegible] ૪|૧ ઇજ. ૪૬, ૭; ઇજ. ૫૧, ૧૭; ય. ૧૬, ૧૭; ય. ૧૦, ૬૪; [illegible] ૬|૧ વં. ૨, ૩. ૪; વં. ૩, ૩૦; વં. ૯, ૨. ૪૭. ૫૨; ઇજ. ૭૦, ૩; વીસ્પ. ૬, ૧; ય. ૧૧, ૧૬. ૨૧; ય. ૧૯, ૦. ૨૦; ગેહ ૨, ૭; [illegible] ૬|૧ વીસ્પ. ૧૨, ૩; [illegible] ૮|૧ ઇજ. ૮, ૩; ય. ૮, ૨૩. ૨૯; [illegible] ૨|૩ ઇજ. ૩૩, ૧૩; ઇજ. ૩૪, ૧૩; ય. ૧૩, ૭૪; [illegible] ૨|૩ ઇજ. ૩૧, ૧૧. જુઓ [illegible], [illegible], [illegible], [illegible]

ખ) દીનદાર માણસ, દીનના હોકમ મુજબ ચાલનાર; a religious man; one who follows the mandates of religion; [illegible] ૩|૩ ઇજ. ૫૩, ૫; [illegible] ૪|૧ ઇજ. ૭, ૨૪; ઇજ. ૪૦, ૧.

ગ) ઇમાનત, અંતઃકરણ, સારું નરસું જોવાની—સમજવાની શક્તિ; conscience, the sense of justice; the faculty of discerning good from evil; [illegible] ૧|૧ ઇજ. ૩૧, ૨૦; ઇજ. ૪૯,

* ૩|૧ (સ્પીગલ, હારલે વગેરે મિલ્સ) ઇજ. ૫૧, ૨૧.

૧૧; [Avestan] ૨।૧ વં. ૧૦, ૧૮. ૧૯; [Avestan] ૨।૧ ઇજ. ૨૯, ૪; [Avestan] ૬।૧ વં. ૧૦, ૧૯; [Avestan] ૧।૩ ઇજ. ૩૪, ૧૩; [Avestan] (૭।૧ ની મતલબે) ય. ૨૧, ૪; જુઓ [Avestan]

[Avestan] વિ. ના. નર. એક નામાંકિત પુરૂષનું નામ; name of an illustrious personage; [Avestan] ૬।૧ ય. ૧૩, ૧૧૭.

[Avestan] (= [Avestan] = धेनु) (જુઓ ૧ ધા. [Avestan]) સા. ના. નારી. માદા; કેટલાંએક જાનવરોનાં નામની પછી [Avestan] લાગ્યાથી તે જાનવરની માદા એવો અર્થ થાએછે; [Avestan] is subjoined to names of lower animals to denote the female of a species; *e. g.*, [Avestan] a mare ઘોડી; [Avestan] a she-camel સાંઢણી; [Avestan] a she-ass; ગધેડી; [Avestan] a cow ગાએ. [Avestan] ૬।૩ આફ્રૂ. ગાહામ. ૭, ૮. ૯. ૧૦.

[Avestan] (જુઓ [Avestan] ક તથા ધા. [Avestan]) સમાસ ના. નર. દીન સમજાવનાર; દીનનો એલમ શિખવનાર; an expounder of religious doctrines; a teacher of religious laws; [Avestan] ૧।૧ ઇજ. ૫૭, ૨૪; ય. ૧૧, ૧૪.

[Avestan] (જુઓ [Avestan] ક તથા ૪ ધા. [Avestan]) સમાસ ના. નર. દીન (નો એલમ) શિખનાર; one who studies religion—religious doctrines; [Avestan] (૧।૧ ને બદલે) ઇજ. ૧૯, ૧૭; [Avestan] ૬।૩ ય. ૧૩, ૧૫૫.

[Avestan] (જુઓ ધા. [Avestan]) સા. ના. નાન્ય. જોવાની શક્તિ, નજર; eye-sight; vision; [Avestan] ૨।૧ ય. ૧૦, ૪૮; ય. ૧૪, ૫૬. ૬૩. જુઓ [Avestan] sharp-sighted. જુઓ નીચે.

[Avestan] ([Avestan] ઉપરથી) સા. ના. નાન્ય. નજર, દૃષ્ટિ; look, sight; [Avestan] ૨।૩ ય. ૧૦, ૧૦૭.

[Avestan] (= [Avestan] = देव = Lat. Deus = Fr. Dieu = Gr. Zeus) (જુઓ ધા. [Avestan]) સા. ના. નર. દેવ; a Daeva, a false god; a Demon-god; *contra*, [Avestan]; એ બાબતના પુરતા ખોલાસા બાબે જુઓ શેઠ ખ. રૂ. કામાજીનું બનાવેલું જરતોશત નામું, બાબ ૬ ઠો. [Avestan] ૧।૧ વં. ૭, ૫૫; વં. ૮, ૩૧. ૩૨; વં. ૧૯, ૧. ૨૯. ૪૩. ૪૪; ય. ૧, ૬; ય. ૨, ૧૧; ય. ૮, ૨૧; ય. ૧૫, ૫૬; [Avestan] (૨।૩ ને બદલે) ઇજ. ૧૨, ૧; ય. ૧૩, ૮૯; [Avestan] ૧।૧ ય. ૮, ૨૨; [Avestan] (૧।૧ ને બદલે) વં. ૨, ૬ (Wester.); [Avestan] ૨।૧ વં. ૧૦, ૯. ૧૩; વં. ૧૩, ૬; વં. ૧૯, ૪૦. ૪૧. ૪૩; [Avestan] ૩।૧ વં. ૧૯, ૨૦; [Avestan] ૫।૧ ય. ૧૩, ૮૯. ૧૪૨; [Avestan] ૫।૧ ઇજ. ૫૮, ૧; [Avestan] ૬।૧ ઇજ. ૬૮, ૮; [Avestan] ૧।૩ વં. ૩, ૭. ૩૨; વં. ૭, ૫૫. ૫૬. ૫૭; વં. ૮, ૩૧. ૩૨; વં. ૧૬, ૧૧; વં. ૧૮, ૫૫. ૫૯; વં. ૧૯, ૩. ૨૮. ૩૩. ૪૪. ૪૫. ૪૭; ઇજ. ૫૭, ૧૮; ય. ૯, ૪; ય. ૧૦, ૬૯; [Avestan] ૧।૩ ઇજ. ૩૨, *૧; ઇજ. ૪૪, *૨૦; [Avestan] ૧।૧ ઇજ. ૧૦, ૧; [Avestan] ૨।૩ વં. ૧૦, ૧૪; વં. ૧૭, ૯. ૧૦; વં. ૧૮, ૧૯. ૨૪; ઇજ. ૯, ૧૫; [Avestan] ૨।૩ ઇજ. ૩૨, ૫; ઇજ. ૪૫, ૧૧; ઇજ. ૪૯, ૪; [Avestan] ૨।૩ ય. ૧૯, ૮૪; [Avestan] ૨।૩ ઇજ. ૧૯, ૨. ૪; [Avestan] ૩।૩ ઇજ. ૧૨, ૪; [Avestan] ૩।૩ ઇજ. ૨૯, ૪; ઇજ. ૩૪, ૫; ઇજ. ૪૮, ૧; [Avestan] ૫।૩ ઇજ. ૫૭, ૧૭. ૧૮; ય. ૫, ૨૬; ય. ૯, ૪; [Avestan] ૬।૩ વં. ૭, ૫૫. ૫૬. ૫૮; વં. ૮, ૩૧. ૩૨. ૮૦; વં. ૯, ૧૩; વં. ૧૦, ૧૬; વં. ૧૬, ૧૧; વં. ૧૭, ૧૦; વં. ૧૯, ૧. ૧૫. ૪૩. ૪૬; ઇજ. ૯, ૧૮; ય. ૧૦, ૩૪; [Avestan] ૮।૩ ય. ૩, ૭. જુઓ નીચેના બોલો.

[Avestan] વિ. ના. નર. નામાંકિત પુરૂષનું નામ; name of an illustrious personage; possibly, an abridged form of [Avestan] a tormenter of the Daevas. [Avestan] ૬।૧ ય. ૧૩, ૯૮. (જુઓ બોદી.)

[Avestan] (= [Avestan]) (જુઓ [Avestan] તથા [Avestan]) સમાસ ના. નર. દેવને ઇજનાર—પૂજનાર, મૂર્તિપૂજક; a worshipper of the Daevas—Demon-gods; an idol worshipper. *Contra*, [Avestan]; [Avestan] (૨।૧ ને

* એ ઠેકાણે એનો અર્થ 'બુરા માણસો' લેવું પડશે.

બદલે) વં. ૭, ૩૭. ૩૯; [Avestan] ૨|૧ વં. ૭, ૫૩ (પેહેલવી શરેહમાં); ૫. ૫, ૧૦૯; [Avestan] ૬|૧૫. ૯, ૩૦; [Avestan] ૧|૩ ૫. ૫, ૬૪; [Avestan] ૨|૩ આફ્રીં. ગાહામ. ૧૭ તથા દરેક આફ્રીંગાનના [Avestan] નામના કરદામાં; [Avestan] ૪|૩ વં. ૭, ૩૬. ૩૭; [Avestan] ૬|૩ વં. ૧૮, ૬૨; વં. ૧૯, ૨૬. ૨૯. ૪૧; ૫. ૫, ૬૮. ૭૭; ૫. ૧૧, ૪. જુઓ [Avestan]

[Avestan] વિશે જુઓ [Avestan] દેવી Daevi.

[Avestan], [Avestan] (જુઓ [Avestan] તથા ધા. [Avestan]) સમાસ ના. નર. દેવને પૂજનાર—પૂજનાર, મૂર્તિપૂજક; a worshipper of the Daevas; an idol worshipper. Comp. [Avestan]; [Avestan] ૧|૧ વં. ૭, ૫૫. ૫૬; વં. ૮, ૩૧. ૩૨; [Avestan] કારાંત ૧|૩ ૫. ૧૧, ૬; ૫. ૧૪, ૫૪; [Avestan] કારાંત ૨|૩ વં. ૧૯, ૪૬.

[Avestan] ([Avestan] ઉપરથી) વિ. દેવને અનુસરતો, દેવની સંકુનો; following (the doctrines of) the Daevas; [Avestan] ૩|૩ પૂજ. ૧૨, ૪.

[Avestan] (= દેવી) ([Avestan] ની નારી જાતી) સા. ના. નારી. દેવી; a Daevî, a female Daeva; [Avestan] ૧|૧ વં. ૧૮, ૩૧. ૩૪. ૩૭. ૪૦. ૪૩. ૪૬. ૪૯. ૫૪. ૫૭; [Avestan] ૨|૧ પૂજ. ૯, ૮; ૫. ૫, ૩૪; ૫. ૧૪, ૪૦; [Avestan] કારાંત ૬|૧ પૂજ. ૫૭, ૧૫; [Avestan] Geld. ૮|૧ વં. ૮, ૨૧; [Avestan] ૧|૩ પૂજ. ૧૦, ૧; [Avestan] ૧|૩ ૫. ૧૧, ૬.

[Avestan] (જુઓ [Avestan] તથા [Avestan]) સમાસ ના. નાન્ય. દેવથી નીપજતું મોત, દરદ-ગલીચાઈ-નજીસાતથી નીપજતું મોત (કુદરતી મોતથી ઉલટું); death produced by the Daeva; death brought on by disease, filthiness, plague, &c. (opposed to natural death); [Avestan] ૨|૧ વં. ૧૭, ૧. [Avestan] (Wester. & Geld.).

[Avestan] (જુઓ [Avestan] તથા [Avestan]) સમાસ. ભૂ. કૃ. વિ. દેવથી ઉત્પન્ન થએલું; (evils) produced by the Daevas; [Avestan] [Avestan] [Avestan] [Avestan] to withstand the evil done by the Daevas (દેવથી ઉત્પન્ન થએલી ખરાબીની સાંમે થવાને માટે) નાન્ય. ૬|૧ ૫. ૧૩, ૧૩૭.

[Avestan] (જુઓ [Avestan]) સમાસ. કૃ. વિ. દેવને તોડતો—મારતો—મારનાર; (holy words) smiting the Daevas; [Avestan] ... [Avestan] (દેવને તોડનારા દીનના કલામો) ૨|૩ ગેહ ૨, ૯.

[Avestan] (જુઓ [Avestan]) સમાસ વિ. દેવની તોખમ—જુની આદનો; (creation) of the breed of the Daevas; [Avestan] નારી. ૮|૧ વં. ૮, ૨૧.

[Avestan] (= [Avestan] = [Avestan] (જુઓ [Avestan]) સમાસ ભૂ. કૃ. વિ. દેવથી મારેલું; smitten by the Daevas; [Avestan] · · [Avestan] from the body smitten by the Daevas નારી. ૫|૧ વં ૧૯, ૨૦.

[Avestan] (= [Avestan] = [Avestan]) (જુઓ [Avestan]) સમાસ ના. નર. દેવનો દોસ્ત; દેવને ચાહાનાર; a friend of the Daevas; one who is attached to the Demon-gods; [Avestan] ૧|૩ પૂજ. ૩૨, ૪.

[Avestan] ([Avestan] ઉપરથી) અતિ. વિ. ક) ઘણોજ દેવના જેવો, દેવની ખાસિયત ઘણીજ રાખનારો; the most Daeva-like or demoniac.

ખ) દેવોમાં સઉથી મ્હોટો—પેહેલો ; the foremost among the Daevas; [Avestan] નર. ૧|૧ વં. ૧૯, ૪૩; [Avestan] ૨|૩ ૫. ૩, ૧૪.

[Avestan] (જુઓ ૩ [Avestan]) સમાસ વિ. દેવના માર્ગ ઉપર—રીતપ્રમાણે ચાલનાર, દેવની રસમનું, દેવના કાએદાનું; following the doctrines or ways of the Daevas; [Avestan] નર. ૧|૧ વં. ૧૮, ૧૯; ૨૧. ૨૨; પૂજ. ૯, ૫; [Avestan] (૨|૧ ને બદલે) વં. ૧૯, ૪૬; [Avestan] નારી. ૧|૧ ૫. ૧૦, ૫૦; ૫. ૧૨, ૨૩; [Avestan] નર. ૨|૧ વં. ૧, ૨. ૧૯; વં. ૧૯, ૫. ૪૩; [Avestan] [Avestan] [Avestan] ૨|૧ ૫. ૧૩, ૯૦; [Avestan] · [Avestan] નાન્ય. ૨|૧ વં. ૧૯, ૫; [Avestan] ૫|૧ પૂજ.

૫૭, ૨૫; [Avestan] નર. ૬/૧ વં. ૭, ૨૭; ઇન્જ. ૧૬, ૮.

[Avestan] Wester. (જુઓ [Avestan]) સમાસ ના. નારી. દેવને લગતો દરૂજ, દેવની સંકૃતો દરૂજ; the fiendish Druj; [Avestan] ૮/૧ વં. ૮, ૨૧. Geld. [Avestan]

[Avestan] (જુઓ [Avestan]) સમાસ ભૂ. કૃ. વિ. દેવનું વાવેલું, દેવથી ઉત્પન્ન થએલું; produced by the Daevas; [Avestan] નારી. ૬/૧ ય. ૧૩, ૧૩૦; [Avestan] નારી. ૮/૧ વં. ૮, ૨૧.

[Avestan] (જુઓ ૩ [Avestan]) સમાસ વિ. દેવની રીત—રસમની, દેવની રાહે ચાલનાર; following the doctrines or ways of the Daevas; *vide* [Avestan]; [Avestan] નારી. ૮/૧ વં. ૮, ૨૧.

[Avestan] (જુઓ ધા. [Avestan] ૫) સા. ના. નર. સ્વપ્નો, ઉંઘમાં નજર પડતો દેખાવ, વેહેમ, ખ્યાલ; vision, a phantom, a mental illusion; [Avestan] ૬/૩ ય. ૧૩, ૧૦૪.

[Avestan] સા. ના. ઠગાઈ; અથવા નજર, આંખ; deceit, fraud (rt. [Avestan] दम्भ to deceive); or, eye, sight (for [Avestan]; rt. [Avestan] धी to see); [Avestan] ૨/૧ વં. ૧૯, ૪૫; [Avestan] ય. ૧૯, ૫૭.

[Avestan] (અસલ રૂપ [Avestan]; જુઓ ધા. [Avestan] ક) સા. ના. નાન્ય. ઠગાઈ, ફરેબ; fraud, deceit; જુઓ [Avestan]

ખ) વિ. ફરેબવાળો, ઠગાઈ કરનાર; perfidious, treacherous; [Avestan] (Geld. [Avestan]) ઠગાઈ—ફરેબવાળો ધૂકતિ નામનો દેવ ન. ૧/૧ વં. ૧૯, ૧.

[Avestan] ([Avestan] ક ઉપરથી) વિ. ઠગાઈ—ફરેબવાળું; અથવા દોજખી; perfidious; *or*, infernal. Comp. [Avestan] (Geld. [Avestan]) નર. ૬/૧ વં. ૧૯, ૪૭.

[Avestan] સા. ના. દોજખ; hell. Comp. [Avestan];

[Avestan] (Wester. [Avestan]) ૫/૧ ય. ૪, ૭.

[Avestan] (જુઓ ધા. [Avestan], [Avestan]) વિ. ઠગાતો, ઠગાઈ જાએ તેવો; deceivable; જુઓ [Avestan]

[Avestan] વિ. પશ્ચિમ તરફનું; western; એ બોલની સમજ:— [Avestan] = दोषा = [Avestan] = Fr. Dos = પીઠ, રાત થવાની દિશા, જે દિશા તરફ ખોરશેદ ગરૂબ થવાથી અંધારૂ—રાત થાએછે તે દિશા; [Avestan] = પશ્ચિમ દિશાનું—તરફનું; [Avestan] ૨/૧ વં. ૧, ૧૯ (Wester.); [Avestan] ૭/૧ ઇન્જ. ૫૭, ૨૯; ય. ૧૦, ૧૦૪.

[Avestan] ([Avestan] નું બીજું રૂપ) સા. ના. નારી. દેશ; a country, a region; [Avestan] ૨/૧ ઇન્જ. ૩૧, ૧૮; ય. ૬, ૧૭; ય. ૧૦, ૧૮. ૧૧૨; [Avestan] ૨/૧ વં. ૮, ૧૦૩; ઇન્જ. ૬૨, ૫; [Avestan] ૬/૧ ઇન્જ. ૩૧, ૧૬; ઇન્જ. ૪૬, ૧. ૪; [Avestan] ૨/૨ ય. ૧૦, ૧૧૭; [Avestan] ૬/૩ વં. ૧૯, ૩૯; ઇન્જ. ૧, ૧૧; ઇન્જ. ૨, ૧૧; ઇન્જ. ૪૨, ૬; ઇન્જ. ૪૮, ૧૦; ય. ૫, ૨૨. ૪૬; ય. ૯, ૩૧; ય. ૧૦, ૧૮. ૨૯. ૯૮. ૧૪૫; ય. ૧૩, ૧૪૩. ૧૪૪; વીસ્પ. ૧૨, ૧૩. [Avestan] ૬/૩ ઇન્જ. ૮, ૭. જુઓ નીચે.

[Avestan] ([Avestan] ઉપરથી) ક) વિ. દેશને લગતો, દેશનો; pertaining to the country or region; [Avestan] નર. ૧/૧ ઇન્જ. ૧૯, ૧૮; [Avestan] O Mithra, lord of the country ! (અએ દેશના સરદાર મેહેર ઇજદ !) નર. ૮/૧ ય. ૧૦, ૧૧૫.

ખ) સા. ના. નર. દેશનો માલિક—ધણી; the lord of the country; [Avestan] ૬/૧ વીસ્પ. ૧, ૯. [Avestan] [Avestan] the Fravashis of the lords of the countries નારી. ૨/૩ ઇન્જ. ૨૬, ૧; ય. ૧૩, ૨૧.

ગ) વિ. ના. નર. દેશની પાસબાની કરનાર ફરેશ્તો, દખ્યુમ; the guardian angel of the country; Dahvyuma; [Avestan] ૨/૧ ઇન્જ. ૨, ૫; ગેહ ૩, ૬; [Avestan] ૪/૧ ઇન્જ. ૧, ૫; ઇન્જ. ૩, ૭; ગેહ ૩, ૧; [Avestan] ૬/૧ ગેહ ૩, ૭.

[Avestan] (= [Avestan]) (જુઓ ધા. [Avestan]) સા. ના. નર. ગોર, કબર; a tomb, a grave; the place where the dead are buried; એ બોલના ખોલાસા બાબે જુઓ શેઠ ખુ. રૂ. કાંમાજીનો જરતોશતી અભીઆસ, સફો ૨૨—૩૦ તથા ૮૩—૮૭; [Avestan] ૨।૧ વં.૫, ૧૬. ૧૮; [Avestan] ૭।૧ વં. ૭, ૪૯; [Avestan] ૨।૩ વં. ૩, ૯. ૧૩; વં. ૫, ૫૧; વં. ૮, ૨; [Avestan] ૬।૩ વં. ૫, ૧૪; [Avestan] ૭।૩ વં. ૭, ૫૦. ૫૬. ૫૭. ૫૮.

[Avestan] = દેખાડવું, જણાવવું, નીશાની આપવી; to show, to inform, to point out; [Avestan] અ. વુ. પરસ્મૈ. ૩।૧ ઈજ. ૪૩, ૧૫.

[Avestan] શિખવવું, દેખાડવું; જાહેર કરવું; to teach; to show, to disclose; [Avestan] આગ્ના. પરસ્મૈ. ૨।૧ ઈજ. ૩૩, ૧૩.

[Avestan] (જુઓ ધા. [Avestan]) સા. ના. નાન્ય. નીશાની; mark, a sign; [Avestan] ૨।૩ ઈજ. ૪૩, ૭.

[Avestan] (=[Avestan]) (જુઓ ધા. [Avestan]*) સા. ના. બાળેલાંનો ડાહામ—ડાઘ (અસલ.); ક) નીશાની, ચિન્હ, ખસલત, લક્ષણ; a brand (lit.); a mark, a characteristic; [Avestan] નાન્ય. ૧।૧ વં. ૨, ૨૯. ૩૭; ઈજ. ૩૪, ૬; [Avestan] ૨।૩ ય. ૫, ૯૩; [Avestan] નારી. ૪।૩ વં. ૧૩, ૨૨ [Avestan] ૬।૩ વં. ૨, ૨૯. ૩૭. જુઓ [Avestan] [Avestan], [Avestan]

ખ) [Avestan] = ચાલાકી; agility; [Avestan] નર. ૧।૧ વં. ૧, ૧૪.

ગ) હથિયાર, ઓજાર; an implement; [Avestan] [Avestan] ૨।૧ (૨।૩ ને બદલે) વં. ૧૪, ૬.

ઘ) દશ્તાન; menstrual flow; [Avestan] નારી. ૧।૧ વં. ૧૬, ૧૪; [Avestan] નાન્ય. ૧।૧ વં. ૧૬, ૧૪; [Avestan] ૨।૧ વં. ૧૫, ૯. ૧૦; વં. ૧૬, ૧૩; [Avestan] નાન્ય. ૨।૩ વં. ૧, ૧૭. જુઓ [Avestan]

ચ) વિ. દેખીતું, જાહેર; evident, manifest; [Avestan] (ક્રિ. અ.) વં. ૧૬, ૧૪.

[Avestan] ([Avestan] ઘ ઉપરથી) વિ. નારી. દશ્તાનવાળી; (a woman) who has an issue of blood; [Avestan] ૧।૧ વં. ૫, ૫૯; વં. ૧૬, ૧; [Avestan] ૨।૧ વં. ૧૫, ૭; વં. ૧૬, ૧૭; વં. ૧૮, ૬૭. ૬૯; [Avestan] ૬।૧ વં. ૧૬, ૬. ૫. ૧૩. ૧૪.

[Avestan] ([Avestan] ક ઉપરથી) વિ. નીશાનવાળું; ખાસિયત રાખનાર; having the characteristics of; stamped with; [Avestan] [Avestan] [Avestan] stamped with those characteristics ૨।૩ ય. ૫, ૯૩.

[Avestan] (= [Sanskrit] = [Avestan]) (જુઓ ધા. [Avestan]) સા. ના. નર. ડાહામ, બળેલાંની પડેલી નીશાન (અસલ.); ડાઘ, ચાઠું; a brand; a scar, a spot; [Avestan] ૬।૧ ય. ૮, ૨૧.

[Avestan] (= [Sanskrit]) (અસલ રૂપ *[Avestan] + [Avestan]; જુઓ ધા. [Avestan]) વિ. દાનેશમંદ, ડહાપણવાળો; wise, prudent; [Avestan] નર. ૧।૧ ય. ૧૫, ૪૦; [Avestan] નારી. ૬।૧ ય. ૧૩, ૧૩૪; એનું ગાથા રૂપ [Avestan] છે. જુઓ તે બોલ.

[Avestan] = [Sanskrit] = દાનાવ થવું, જોવું; to be discreet, to see; [Avestan] પૂ. ભૂ. આત્મને. ૧।૧; [Avestan] નું બેવડું રૂપ [Avestan] થઈને [Avestan] લાગ્યાથી [Avestan] [Avestan] થયું (ઈજ. ૪૩, ૧૧). જુઓ નીચેનો બોલ.

[Avestan] (જુઓ ધા. [Avestan]) સા. ના. નાન્ય. દાનેશ; wisdom; [Avestan] [Avestan] Geld. (જબાનની દાનેશવડે) ૩।૧ ય. ૩, ૧૮; ય. ૫, ૧૭; ય. ૯, ૨૫; તથા દરેક નીઆએશ તથા યશ્તમાં [Avestan] [Avestan] ના ફકરામાં. વેસ્તરગાર્ડ પ્રમાણે [Avestan] લઈએ તો એજ અર્થ થાએ, પણ [Avestan] બોલ સમાસ રૂપમાં [Avestan] થએલો સમજવો.

[Avestan] વિ. ના. નર. નામાંકિત પુરૂષનું નામ; name of an illustrious personage; lit., rendering the country prosperous; [Avestan] ૬।૧ ય. ૧૩, ૧૧૬.

* The aspirate of [Avestan] is [Avestan]; e.g., [Avestan] (to throw), [Avestan]; [Avestan] (to pour), [Avestan], &c.

* એના ખોલાસા બાબે જુઓ મારૂં અવસ્તા વ્યાકરણ, સફો ૩૧ મો.

[illegible] વિ. ના. નર. નામાંકિત પુરૂષનું નામ; name of an illustrious personage; lit., famous in the country; [illegible] ૬/૧ ય. ૧૩, ૧૧૬.

[illegible], [illegible] = [illegible] = [illegible] = દઝાડી નાખવું, બાળવું; to burn, to scorch; cl. 1; [illegible] વર્ત. પરસ્મૈ. ૩/૧ ઈજ. ૭૧, ૮. જુઓ [illegible]

[illegible] = अप-दह् = બાળી નાખવું, દઝાડવું; to burn; [illegible] અ. ભૂ. સંરા. પરસ્મૈ. ૩/૧ વં. ૧૫, ૪.

[illegible] = सम्-दह् = સાથે બાળી નાખવું, નાશ કરવો; to burn up; to destroy; [illegible] વર્ત. પરસ્મૈ. ૩/૧ વં. ૫, ૯.

[illegible] ([illegible] નું નરમ રૂપ; જુઓ ૧ ધા. [illegible]) સા. ના. નાન્ય. જે આપેલું તે* (અસલ.); બક્ષેશ; what is given (lit.); a gift; [illegible] ૧/૩ ઈજ. ૨૭, ૧૩.

[illegible], [illegible], [illegible], [illegible] એ બોલો વિશે જુઓ ૧ તથા ૨ ધા. [illegible]

[illegible] ([illegible] નું ગાથા રૂપ; જુઓ તે બોલ) વિ. દાનાવ, ડહાપણવાળો; wise, discreet; [illegible] નર. ૩/૧ ઈજ. ૪૬, ૧૭.

[illegible] ભૂ. કૃ. વિ. તાબે થએલો, ભલો; શિખેલો; subdued; mild (orig. [illegible] + [illegible]); rt. [illegible] = दम् to be tamed; *or*, learned (rt. [illegible] to know); [illegible] ય. ૧૫, ૪૦.

[illegible] (= दन्त = Lat. Dens† = Fr. Dent = Gr. Odontos = Ger. Zahn = Goth. Tunthus = Tooth = [illegible]) (જુઓ ધા. [illegible]) સા. ના. નર. દાંત; a tooth; [illegible] ધાતુનો વર્ત. કૃ. [illegible] થઈને [illegible] પ્રત્યય લાગીને શરૂઆતનો [illegible] નીકળી ગયાથી [illegible] થયું. નીકળી ગએલો [illegible] ગ્રીક ભાષામાં આવેલોછે (Gr. Odontos). જુઓ [illegible]

[illegible] વર્ત. કૃ. આપતાં; અથવા કરવા માંડતાં; giving forth (rt. [illegible] to give); *or*, setting about (rt. [illegible] = ધા.); [illegible] નર. ૧/૩ ઈજ. ૩૨, ૪.

૧ [illegible] = दंश् = કરડવું, દાંત પાડવા, દંશ દેવો; to bite, to gnaw, to sting. Comp. rt. [illegible]; જુઓ [illegible], [illegible]

૨ [illegible] = दंस्, दस् = જોવું; ડહાપણું થવું; to see, to be wise; જુઓ [illegible]

[illegible] વિશે જુઓ ૧ તથા ૨ ધા. [illegible]

[illegible] ([illegible] વિશે જુઓ ૧ ધા. [illegible]) સા. ના. આપવું; giving; જુઓ [illegible]

[illegible] વિશે જુઓ [illegible]

[illegible] ([illegible] વિશે જુઓ ૧ ધા. [illegible]) સા. ના. નાન્ય. આપવું, બક્ષેશ; giving, bestowing. Comp. [illegible]; [illegible] નાન્ય. ૧/૧ ઈજ. ૩૪, ૧૩. આએ ઠેકાણે એનો અર્થ 'બક્ષનાર, આપનાર' લાગુ પડશે.

[illegible] જુઓ ૧ તથા ૨ ધા. [illegible]

[illegible] વિશે જુઓ ૨ ધા. [illegible]

[illegible], [illegible], [illegible], [illegible], [illegible] એ બોલો વિશે જુઓ ૧ તથા ૨ ધા. [illegible]

[illegible] વિશે જુઓ ૧ ધા. [illegible]

[illegible], [illegible] (from [illegible] q. v.) ઉત્પન્ન કરવાની શક્તિ ધરાવતું (મિલ્સ. તથા દારમે.); creative (M. & Dar.); [illegible] [illegible] ૩/૩ (૨/૩ ની મતલબે) ઈજ. ૫૮, ૬; [illegible] ઈજ. ૫૮, ૬.

[illegible], [illegible], [illegible], [illegible], [illegible} } એ બોલો વિશે જુઓ ૧ ધા. [illegible]

* અંગ્રેજીમાં *Gift* બોલ એજ પ્રમાણેનો છે.—જે આપેલું તે. *Give* નો ભૂતકૃદંત Give + t = Gift.

† અસલ બોલ. Dent + s; નીકળી ગએલો *t*, બીજી વિભક્તિઓમાં પાછો આવેલો; જેમકે dentis ઇ૦.

[Avestan] (જુઓ ધા. [Avestan]) વિ. પાળવા જોગ, નરમ—થંડા સ્વભાવનું; tameable, mild; orig. [Avestan] + [Avestan]; redupl. form; rt. [Avestan] to tame; *or*, biting, sharp-toothed (rt. [Avestan] to bite; [Avestan] . . [Avestan] નર. ६।१ ય. ૧૪, ૧૧.

[Avestan]:— [Avestan] [Avestan] [Avestan] [Avestan] [Avestan] do not deliver me into the hands of the fiend (Dar.) Yt. 24, 50.

[Avestan], (જુઓ ૨ ધા. [Avestan]) સા. ના. નાન્ય. પેદાએશ; creation; [Avestan] ૨।૧ ઇજ. ૧૦, ૯.

[Avestan] પૂ. કૃ. પરસ્મૈ. (અસલ.); ક) સા. ના. નર. પેદા કરનાર, બનાવનાર; Creator, Maker; (જુઓ ૨ ધા. [Avestan]), અથવા બક્ષેશ કરનાર, આપનાર; Bestower, Giver; (જુઓ ૧ ધા. [Avestan]) [Avestan] ધાતુ બેવડો થઈ, તેનું નરમ રૂપ *[Avestan] થઈને [Avestan] લાગે; [Avestan] ૧।૧ વં. ૨, ૨૧; વં. ૭, ૫૨; વં. ૨૨, ૭; ય. ૫, ૧૭; ય. ૧૦, ૫૦; ય. ૧૫, ૨; [Avestan] ૨।૧ વં. ૧૮, ૭. ૧૩. ૬૦. ૬૬; ઇજ. ૬, ૧; ઇજ. ૧૬, ૪; ઇજ. ૭૦, ૧; સીરો. ૨, ૮; [Avestan] ૫।૧ ય. ૫, ૭; [Avestan] ૬।૧ ઇજ. ૧, ૧; ઇજ. ૪, ૭; ઇજ. ૧૬, ૩; ઇજ. ૫૮, ૬; ય. ૧૩, ૭૮. ૧૫૭; [Avestan] ૬।૧ ઇજ. ૫૮, ૬.

ખ) દએ,† દએ મહીનો; the tenth month; [Avestan] ૬।૧ આફ્રં. ગાહામ. ૧૧.

ગ) દએ ૫ મેહેર† રોજ; the fifteenth day of the month; [Avestan] ૬।૧ આફ્રં. ગાહામ. ૭. ૮.

[Avestan] (= धन =) સા. ના. નાન્ય. દોલત, કોઈબી પ્રકારની મિલકત—માલમત્તા; wealth, a valued possession, property; જુઓ [Avestan]

[Avestan] (= [Avestan] = [Pahlavi]) સા. ના. નાન્ય. એક જાતનું તોલનું માપ, દીનાર; a kind of weight; a dinar (*indecl.*); [Avestan] [Avestan] (એક દીનાર) ૨।૧ વં. ૧૯, ૭; [Avestan] [Avestan] (બે દીનાર) (૨।૨ ની મતલબે) વં. ૧૯, ૭.

[Avestan] વિશે જુઓ ધા. [Avestan] to deceive ઠગવું.

[Avestan] વિ. તુટેલું, મારેલું, શિકસ્ત પામેલું; foiled, defeated, smitten; [Avestan] [Avestan] [Avestan] (બુરું કામ કરનારા શિકસ્ત પામેલા થજો!) નર. ૧।૩ ઇજ. ૫૩, ૮.

[Avestan], [Avestan] = दम्भ्, दभ् = ઠગવું, છેતરવું, ઠગાઈ કરવી; to deceive, to beguile; [Avestan] વર્ત. પરસ્મૈ. ૩।૩ ઇજ. ૧૦, ૧૫; [Avestan] અ. ભૂ. પરસ્મૈ. ૨।૩ ઇજ. ૩૨, ૫; [Avestan] ૩।૩ ઇજ. ૫૩, ૬; [Avestan] વર્ત. કૃ. પરસ્મૈ. નારી. ૬।૧ ઇજ. ૯, ૧૮; [Avestan] (ઠગીને) ભૂ. કૃ. પરસ્મૈ. નારી. ૧।૩ ઇજ. ૧૦, ૧૫; [Avestan] [Avestan] [Avestan] whom no one deceives (જેને કોઈબી શખ્સ ભુલાવો ખવાડતું નથી) પ્રયો. વર્ત. પરસ્મૈ. ૩।૧ ઇજ. ૪૩, ૬; [Avestan] = दम्भय (causal). જુઓ [Avestan]

૧ [Avestan] = धम्, ध्मा = [Pahlavi] = દમ લેવો, ફુંકવું; to breathe, to blow; જુઓ [Avestan]

૨ [Avestan] = दम् = તાબે થવું, નરમ થવું, હલી જવું; to become obedient—mild; to be attached to; જુઓ [Avestan]

[Avestan] (જુઓ ૧ ધા. [Avestan]) સા. ના. ગાએ દોરનું ધાવતું નાહનું બચ્ચું, વાછરડો; વનસ્પતિ (દારમે.); the young of the cow; a calf; herbs, vegetation (Dar.); [Avestan] ૨।૩ વં. ૧, ૪.

[Avestan], [Avestan] વિશે જુઓ ૧ ધા. [Avestan]

૧ [Avestan] = दृ = [Pahlavi] = Ger. Trennen = To Tear = ફાડવું, ચીરવું, કાપવું; to tear, to split, to cut; જુઓ [Avestan], [Avestan], ૨ [Avestan], ૩ [Avestan]

[Avestan] मिल्-दृ = ચીરચાં કરી નાખવાં, ફાડી નાખવું; to tear in pieces; [Avestan] .Intensive Verb શક્યા. પરસ્મૈ. ૩।૧ વં. ૧૮, ૩૮. ૪૪. ૫૦.

---

* એના ખોલાસા બાબે જુઓ મારૂં અવસ્તા આકરણ, સફો ૨૬૧ મો.

† જાણવું જે 'દએ' બોલ [Avestan] બોલનું ટુંકું પાજંદ રૂપ છે: એનો અર્થ ' દએ મહીનો 'તેમજ ' આદર, મેહેર, તથા દીન '—એ રોજોની આગમચના દાહાડાને માટેબી આવી શકે; દએ ૫ આદર ઈઆને આદર રોજની આગમચનો દાદાર હોરમજદનો દહાડો.

૨ [illegible] धृ = ફ) ધરવું, મજબુટ પકડવું, પકડી રાખવું, ટેકો આપવો, ટકાવી રાખવું; to hold, to hold fast, to support, to sustain; [illegible] પૂ. ભૂ. પરસ્મૈ. ૩|૧ ય. ૧૩, ૬૭; [illegible] [illegible] [illegible] (જેણે રાસ્તીને ટેકો આપ્યો) આત્મને. ઇજ. ૫૧, ૮; [illegible] (Wester. [illegible]) (ખંતી રે-ણીને) પૂ. ફ. આત્મને. નર. ૧|૧ ઇજ. ૧૯, ૧૦; [illegible] (Wester. [illegible]) ૨|૧ વીસ્પ. ૨, ૫; [illegible] મનમાં ગોખવાલાઅક (સ્તઓત ય-સ્નના ફકરા) ૨|૩ ઇજ. ૫૫, ૬; [illegible] [illegible] (રાસ્તી પકડી રાખવાને માટે) સામા. ૬૫ (infini.) ઇજ. ૪૩, ૧; [illegible] Frag. 4, 3; [illegible] [illegible] (ટકાવી રાખેછે) વર્ત. પરસ્મૈ. ૧૦ મો વર્ગ ૩|૩ ય. ૭, ૩; નીઆ. ૩, ૫; [illegible] અ. ભૂ. પરસ્મૈ. ૩|૧ ઇજ. ૩૧, ૭.

ખ) રાખી મુકવું, પાછું રાખવું; અટકાવવું; પાછું હઠાવવું; to retain, to hold or keep back; to repel; [illegible] વર્ત. પરસ્મૈ. ૧૦ મો વર્ગ ૨|૧ ઇજ. ૧૧, ૩; [illegible] [illegible] ઇજ. ૩૨, ૧; એ ઠેકાણે એ બોલને [illegible] નું ૧|૩ નું રૂપ ગણીને 'તેઓને પાછા હઠાવનારા' અર્થ કીધોછે. [illegible] (અટકાવ્યું) અ. ભૂ. પરસ્મૈ. ૩|૧ વં. ૨૦, ૧. ૨.

[illegible] = ઉસ્તેવાર—મજબુટ રાખવું; to hold fast; [illegible] .... [illegible] આજ્ઞા. આત્મને. ૨|૩ વીસ્પ. ૧૫, ૧.

[illegible] = ટકાવી રાખવું; to sustain; [illegible] અ. ભૂ. પરસ્મૈ. ૩|૧ ય. ૧૩, ૨૯.

[illegible] = ફ) નીચે મુકવું—ધરવું; to lay down; [illegible] અ. ભૂ. પરસ્મૈ. ૩|૧ ય. ૧૯, ૩૪.

ખ) પકડી રાખવું, ધરી રાખવું; to hold fast; જુઓ [illegible]

[illegible] = આસપાસથી ઢાંકી નાખવું; to cover all over; [illegible] વર્ત. પ-રસ્મૈ. ૩|૩ ય. ૧૪, ૫૬.

[illegible] वि-धृ = ટેકો આપવો, ટકાવી રાખવું, મદદ કરવી; to sustain, to support, to assist; [illegible] પૂ. ભૂ. પરસ્મૈ. ૩|૧ ય. ૧૩, ૨૮; [illegible] વર્ત. પરસ્મૈ. ૩|૧ ય. ૧૦, ૨૮. ૪૮; ય. ૧૪, ૩૬. ૬૩; [illegible] (હાથ પકડીને લઈ જાએછે) વં. ૧૯, ૩૧; [illegible] (તુએ હાથમાં ધરવું—પકડવું જોઈએ) શક્યા. પરસ્મૈ. ૨|૧ ય. ૧૪, ૪૪; [illegible] (મેં ટકાવી રાખ્યું) અ. ભૂ. પરસ્મૈ. ૧|૧ ય. ૧૩, ૨; [illegible] ૩|૧ ય. ૧૩, ૨૮; [illegible] ૩|૩ ઇજ. ૨૩, ૧; ય. ૧૩, ૨૨; [illegible] [illegible] ફ. આત્મને. નર. ૧|૧ હાદો. નુસ્ક, ૭.

૩ [illegible] = स्तु = વખાણવું, તારીફ કરવી, માન આ-પવું; to praise, to revere; જુઓ [illegible], [illegible], [illegible]

[illegible] (જુઓ ૨ ધા. [illegible]) સા. ના. નર. સોબતી, વળગી રેહેનાર (મિલ્સ); an adherent (Mills); [illegible] Frag. 8, 1.

[illegible] વિશે જુઓ [illegible] long લાંબું.

[illegible] (જુઓ [illegible] તથા [illegible] ફ) સમાસ ના. નાન્ય. લાંબી જીંદગી; long life; [illegible] ૨|૧ ઇજ. ૨૮, ૬; ઇજ. ૪૧, ૪.

[illegible] (જુઓ [illegible] તથા ૧ [illegible] [illegible]) સમાસ ના. નારી. લાંબી જીંદગી; long life; [illegible] ૨|૧ ઇજ. ૩૩, ૫; [illegible] [illegible] ૬|૧ ઇજ. ૪૩, ૨.

[illegible] (= [illegible] = दीर्घ = دراز , دیر , درنگ) (જુઓ ધા. [illegible]) વિ. લાંબું; long; [illegible] નર. ૧|૧ વં. ૧૮, ૧૬. ૨૪; [illegible] નારી. ૧|૧ વં. ૩, ૨૪; [illegible] નાન્ય. ૧|૧ ય. ૧૭, ૨૨; [illegible] નાન્ય. ૧|૧ (ક્રિ. અ.) વં. ૨૨, ૧૯; હાદો. નુસ્ક, ૧૬ (= ય. ૨૨, ૧૬); [illegible] નારી. ૨|૧ ઇજ. ૨, ૧૩; ઇજ. ૬૮, ૧૧; [illegible] નાન્ય. ૨|૧ ઇજ. ૧૦, ૭; [illegible] ૨|૧ ઇજ. ૧૨, ૩; [illegible] (for long time) નાન્ય. ૨|૧ (ક્રિ. અ.) ઇજ. ૩૦, ૧૧; [illegible] (for long time) નાન્ય. ૨|૧ (ક્રિ. અ.) ઇજ. ૯, ૨૩; [illegible] ઇજ. ૪૧, ૪; [illegible] [illegible] (લાંબી—લાંબા વખતની રાસ્તીને માટે) ૪|૧ ય. ૧૦, ૭૯; [illegible] ૪|૧ વી-સ્તા. ય. ૩૨ (= ય. ૨૪, ૩૨); [illegible] ૪|૧ ઇજ. ૪૦, ૩; [illegible] ૫|૧ ઇજ. ૬૦, ૬; [illegible]

દ|૧ દ્જિ. ૪૩, ૧૩ ; [Avestan] નારી. દ|૧ દ્જિ. ૧, ૧૩; [Avestan] નારી. દ|૧ ય. ૧૩, ૧૩૫; [Avestan] ૭|૧ દ્જિ. ૬૨, ૬; [Avestan] ૮|૧ ય. ૧૦, ૭૭; [Avestan] ૧|૩ ય. ૧૦, ૧૦૪; [Avestan] ૪|૩ ય. ૧૩, ૩૦. જુઓ નીચેના બોલો.

[Avestan] (જુઓ [Avestan] તથા [Avestan]) સમાસ વિ. લાંબો ભાલો રાખનાર; (the warrior) of the long spear; [Avestan] (Wester. [Avestan]) નર. ૨|૧ ય. ૧૦, ૧૦૨; [Avestan] (Geld. [Avestan]) નર. ૨|૧ ય. ૧૭, ૧૨; [Avestan] નર. ૧|૩ ય. ૧૦, ૩૯.

[Avestan] ([Avestan] નું બીજું રૂપ; જુઓ તે બોલ) સમાસ વિ. લાંબી જીંદગીવાળો; (a man) of a long life; [Avestan] નર. ૮|૧ આફ્રી. પેગમ. ૭૨. ૧ (= ય. ૨૩, ૧).

[Avestan] (જુઓ [Avestan] તથા [Avestan]) સમાસ વિ. લાંબા આંગળાંવાળો (હાથના); having long fingers; [Avestan] નારી. ૧|૩ ય. ૧૭, ૧૧.

[Avestan] (જુઓ [Avestan]) સમાસ વિ. લાંબા વખત સુધી મજબુટ—ટકાવાળું; long-supported; [Avestan].....[Avestan] (Geld. [Avestan]) ૧|૩ ય. ૧૭, ૮.

[Avestan] (જુઓ [Avestan]) સમાસ ભૂ. કૃ. વિ. લાંબી મુદતનું પેદા કીધેલું; of the long period; [Avestan] [Avestan] ૨|૧ નીઆ. ૧, ૧; [Avestan] [Avestan] [Avestan] નાન્ય. ૨|૧ નીઆએશ ૧, ૮; સીરોજા ૨, ૨૧; [Avestan] [Avestan] નાન્ય. ૬|૧ સીરો. ૧, ૨૧.

[Avestan] (જુઓ [Avestan]) સમાસ ના. નાન્ય. લાંબી પાદશાહી—હકુમત, લાંબા વખત સુધીની સત્તા; long sovereignty, long duration to the reign; [Avestan] [Avestan] ૨|૧ આફ્રૂ. ગાહામ. ૧૪ તથા દરેક આફ્રૂંગાનમાં [Avestan] [Avestan] ના કરદામાં.

[Avestan] (= [Avestan]) (જુઓ ૧ [Avestan]) સમાસ વિ. લાંબા હાથવાળો; long-handed (lit.); lazy; epithet of [Avestan] the Demon of Procrastination; [Avestan] નારી. ૧|૧ વં. ૧૮, ૧૯. ૨૪; ય. ૧૦, ૯૭; હાદો. નુસ્ક, ૪૨ (= ય. ૨૨, ૪૨); [Avestan] (નારી. ૨|૧ ને બદલે) વં. ૧૧, ૯, ૧૨.

[Avestan] (જુઓ [Avestan]) સમાસ ના. નારી. લાંબી જીંદગી; long vitality; [Avestan] [Avestan] ૨|૧ દ્જિ. ૯, ૧૯; આફ્રૂ. ગાહામ. ૧૪, તથા દરેક આફ્રૂંગાનના [Avestan] [Avestan] ના કરદામાં; [Avestan] [Avestan] (લાંબામાં લાંબી જીંદગી, લાંબા આયુષ્યવાળી લાંબી જીંદગી) ૨|૧ દ્જિ. ૬૮, ૧૧; [Avestan] [Avestan] [Avestan] of a long, long life ૬|૧ ય. ૧૩, ૧૩૫.

[Avestan] (જુઓ [Avestan]) સમાસ ના. નાન્ય. લાંબા વખત સુધીની શ્રેષ્ઠતા—મ્હોટાઈ—ઉત્તમપણું; long enduring greatness or prominence; [Avestan] [Avestan] ૧|૧ દ્જિ. ૬૦, ૨.

[Avestan] (दीर्घबाहु) (જુઓ [Avestan]) સમાસ વિ. લાંબી બાજુવાળો; long-armed; [Avestan] *[Avestan] નર. ૧|૧ ય. ૧૭, ૨૨; [Avestan] નર. ૧|૧ દ્જિ. ૩૮, ૫.

[Avestan] (જુઓ [Avestan]) સમાસ ભૂ. કૃ. વિ. લાંબા વખતથી આરાધના કીધેલો—ઉજેલો; adored long time since; [Avestan] નર. ૨|૧ હાદોખ્ત નુસ્ક, ૧૪; [Avestan] વીશ્તા. ય. ૬૦ (= ય. ૨૪, ૬૦).

[Avestan] (જુઓ [Avestan]) સમાસ વિ. લાંબી—ઘણી ખુશાલી ભોગવતું; ઘણી ખુશાલી આપતું; enjoying great comfort; giving long joy; [Avestan] નારી. ૧|૩ ય. ૧૩, ૨૯.

[Avestan] (જુઓ [Avestan]) સમાસ ત્રિ. લાંબા વખત સુધી બચાવ કરતું, રક્ષણ

---

* એજ પ્રમાણે [Avestan], [Avestan] આવેછે. કોઈ કોઈ વખતે છેડેના [Avestan] ની વૃદ્ધિ થાયછે.

કરનાર; affording shelter for a long time; [illegible] . . . [illegible] નારી. ૨।૧ ઇજ઼િ. ૫૨, ૧; [illegible] નારી. ૨।૩ ઇજ઼િ. ૫૨, ૩.

[illegible] (જુઓ [illegible]) સમાસ ના. નારી. કુશાદેહ મુકામ, અથવા લાંબા વખત સુધી ટકે એવું મુકામ; spacious abode; *or*, an abode that can last for a long time; [illegible] (૨।૧ ને બદલે) ઇજ઼િ. ૬૮, ૧૪.

[illegible] (જુઓ [illegible]) સમાસ વિ. લાંબા વખત સુધીની દોસ્તી ધરાવનાર; (Drvâspa) with a long-continued friendship; [illegible] નારી. ૧।૧ ય. ૯, ૧.

[illegible] (= [illegible]) વિ. ના. જબાર નામના પાહાડમાંથી નીકળતી નદીનું નામ, જેની નજદીક પેગમબર જરતોશતના બાપ પોઉરૂશસ્પનું ઘેર હતું; the name of a river in Ragha, on the banks of which stood the house of Pourushaspa, the father of Zarathustra. Hence it is considered the chief of the rivers. It took its source from Mount Zabâr (Av. [illegible], q. v.); [illegible] ૭।૧ વં. ૧૯, ૪. ૧૧.

[illegible]* = [illegible] = [illegible] = [illegible]) મજબુટ—જોરાવર કરવું, ટેકો આપવો, મુકરર કરવું; મજબુટ પકડવું; to strengthen; to fix; to hold fast; [illegible] (તે મુકરર કીધું) intensive અ. બૂ. પરસ્મૈ. ૨।૧ ઇજ઼િ. ૪૪, ૧૫; [illegible] અન્ય. (Aor.) પરસ્મૈ. ૩।૧ ઇજ઼િ. ૪૯, ૨. [illegible] you desire to hold fast (the path of truth) (રાસ્તીનો માર્ગ) તમો મજબુટ પકડવાને ઇચ્છોછો—સનન્ત ક્રિ. (Desider.) વર્ત. આત્મને. ૨।૩ ઇજ઼િ. ૪૮, ૭.

ખ) બાંધવું, જડવું, બેડી ઘાલવી—ઠોકવી; to bind, to set; to put fetters upon; જુઓ [illegible], [illegible]

ગ) પાછું હટાડવું—હઠાવવું; to repulse; જુઓ [illegible]

ઘ) મેળવવું, લેવું, પામવું; to gain, to take, to acquire; [illegible] અનિ. (Root-Aorist) પરસ્મૈ. ૩।૧ ઇજ઼િ. ૪૩, ૧૩.

[illegible] = મજબુટ કરવું; (બેરી) ઘાલવી; to fasten with a chain; [illegible] આજ્ઞા. આત્મને. ૨।૩ ય. ૨, ૨૮.

[illegible] મજબુટ—મુકરર કરવું, મજબુટ પકડવું; to strengthen, to fix; [illegible] બૂ. ક્રૂ. ૩।૧ ઇજ઼િ. ૫૦, ૫; [illegible] ઇજ઼િ. ૩૧, ૨.

[illegible] = પછવાડેથી બાંધવું; to bind (the hands) from behind; [illegible] તેના હાથ પછવાડેથી બાંધિછે—સીકરેછે) વર્ત. પરસ્મૈ. ૩।૧ ય. ૧૦, ૪૮; ય. ૧૪, ૬૩.

[illegible] = બાંધવું, બેરીથી સીકરવું; to bind, to fasten with a chain; [illegible] વર્ત. પરસ્મૈ. ૩।૧ ય. ૮, ૫૫; [illegible] શક્યા. પરસ્મૈ. ૩।૧ ય. ૮, ૫૫.

[illegible] = તાણીને બાંધવું, સીકરી લેવું; to tie down, to tighten; [illegible] અ. બૂ. પરસ્મૈ. ૩।૩ વં. ૬, ૪૬; વં. ૧૩, ૩૧. ૩૭; વં. ૧૫, ૪૮; [illegible] વં. ૧૩, ૩૧. ૩૭; [illegible] Geld. કર્મ. (Pass.) સંશ. ૩।૩ વં. ૬, ૪૭; [illegible] આજ્ઞા. આત્મને. ૨।૩ ય. ૨, ૨૮.

[illegible] = આસપાસ બાંધવું; to fasten round about; જુઓ [illegible]

[illegible]* [illegible] = મજબુટ કરવું, સાથે બાંધવું; to tighten, to bind; [illegible] અ. બૂ. પરસ્મૈ. ૩।૩ વં. ૯, ૪૯; [illegible] આત્મને. વં. ૯, ૪૯; જુઓ [illegible]

[illegible] (જુઓ ધા. [illegible]) અતિ. વિ. ઘણોજ સખ્ત (અસલ.); ઘણોજ જાડો—હલકો (ખોરાક); hardest (lit.); coarsest; [illegible] [illegible] (Geld. [illegible]) ૭।૩. વં. ૩, ૧૯. Mark the double super. (*vide* my Avesta Grammar, § 195)

* Per. [illegible] (a tailor) is derived from the same root.

* એની ઉપરથી ફારસીમાં [illegible] = માણસને બાંધી રાખવાની—લગામમાં રાખવાની રીત (અસલ અર્થ). શિખામણ; admonition, precept.

[Avestan] (જુઓ ૩ ધા. [Avestan]) વિ. માન આપતો; revering, regarding with respect.* [Avestan] + [Avestan] [Avestan] નર. ૨|૧ વીસ્પ. ૨, ૫.

[Avestan] (જુઓ ૨ ધા. [Avestan]) સા. ના. નાન્ય. ક) મજબુટ પકડવું, ધરવું (અસલ.); ટેકો આપવો; holding fast (lit.); supporting; [Avestan] ... [Avestan] [Avestan] for holding the Righteous Order of the world દુનિયાંની રાસ્તીને ટેકો આપવાને માટે ઈજ. ૪૬, ૩.

ખ) મનમાં પકડી રાખવું, ગોખવું, સમજવું; to keep in mind; to commit to memory; to study carefully; [Avestan] [Avestan] [Avestan] (પવિત્ર માંથ્રને સમજવાને-મનમાં ગોખવાને માટે ૪|૧ ય. ૧, ૩૧. જુઓ [Avestan]

[Avestan] (= धारणा) (જુઓ ૨ ધા. [Avestan]) વિ. પકડી રાખતું; holding fast; જુઓ [Avestan]

[Avestan] (= वारण) (જુઓ ૧ ધા. [Avestan]) સા. ના. નારી. સાંકડી જગા, ખીન; a narrow place, a vale; [Avestan] ૭|૩ ય. ૧૦, ૩૮.

[Avestan] = दर्भ्, दृभ् = બાંધવું, તાણવું; to bind, to tighten; જુઓ [Avestan]

૧ [Avestan] = दर्श् = ક) જોવું, નજર કરવી; to see, to look at; cl. 1; [Avestan] આજ્ઞા. પરસ્મૈ. ૧|૧ ઈજ. ૨૮, ૫; [Avestan] ૧|૩ ઈજ. ૬૦, ૧૨; [Avestan] અ. ભૂ. પરસ્મૈ. ૧|૧ ઈજ. ૪૩, ૫; [Avestan] પૂ. ભૂ. પરસ્મૈ. ૧|૧ ઈજ. ૯, ૧; હદો. નુસ્ક. ૬૦ [Avestan] (= द + † [Avestan] + [Avestan]) ભવિ. પરસ્મૈ. ૩|૧ ઈજ. ૩૩, ૭.

ખ) શિખવું, સમજવું, જાણવું; to learn, to know; [Avestan] (શિખવા—જાણવા લાએક‡) verbal adj. ૨|૩ ઈજ. ૩૦, ૧.

[Avestan] = ચોખ્ખી રીતિ—બરાબર જોવું; to see clearly; [Avestan] અ. ભૂ. પરસ્મૈ. ૧|૧ ઈજ. ૪૫, ૮.

* એ [Avestan] પ્રત્યય Gerund ની મતલબે વપરાએલોછે; જુઓ મારૂં અવસ્તા વ્યાકરણ, સફો ૨૬૬-૨૬૭ મો.

† જુઓ મારૂં અવસ્તા વ્યાકરણ સફો ૧૩૪-૨૩૦.

‡ જુઓ મારૂં અવસ્તા વ્યાકરણ, સફો ૨૬૭-૨૬૮.

૨ [Avestan] (જુઓ ૧ ધા. [Avestan]) સા. ના. નાન્ય. નજર, દેખાવ; look; [Avestan] ૧|૧ ય. ૧૯, ૫૪.

[Avestan] (= दर्श) (જુઓ ૧ ધા. [Avestan]) સા. ના. નર. નજર, દેખાવ; sight; [Avestan] ૫|૧ ઈજ. ૩૨, ૧૩. જુઓ [Avestan]

[Avestan] (= दृशत) (જુઓ ૧ ધા. [Avestan]) વિ. જોતું, નજર કરતું; seeing, beholding; જુઓ [Avestan]

[Avestan] = धर्ष् = Ger. Durfen = To dare; durst = હિમ્મત કરવી; જોરાવર-મજબુટ થવું; સાંબે થવું; to dare, to be strong; to oppose; [Avestan] Intensive Verb અ. ભૂ. આત્મને. ૩|૧ ઈજ. ૪૬, ૭. જુઓ નીચેના બોલો.

[Avestan] = હિમ્મત કરવી; to dare; [Avestan] [Avestan] વર્ત. પરસ્મૈ. ૫ મો વર્ગ ૩|૩ ય. ૮, ૪૪.

[Avestan] (જુઓ ૧ ધા. [Avestan]) વિ. ઇન્તેજાર, ઉમેદવાર; waiting anxiously, expecting; [Avestan] નર. ૧|૩ ય. ૮, ૫.

[Avestan] (જુઓ ધા. [Avestan]) વિ. મજબુટ, સખ્ત; strong; stormy (as wind); [Avestan] [Avestan] (સખ્ત-તોફાની પવન) નર. ૧|૧ ય. ૮, ૩૩; ય. ૧૮, ૫; [Avestan] [Avestan] [Avestan] ૧|૧ ય. ૮, ૩૪; [Avestan] [Avestan] નર. ૨|૧ વીસ્પ. ૭, ૪; [Avestan] [Avestan] ૨|૧ ઈજ. ૪૨, ૩; [Avestan] નર. ૬|૧ ય. ૧૪, ૨. જુઓ નીચેના બોલો.

[Avestan] (જુઓ ૧ [Avestan]) સમાસ વિ. સખ્ત કામ કરતો, જોરાવર; working hard; powerful; [Avestan] (Geld. [Avestan]) નર. ૧|૩ ય. ૧૯, ૭૨.

[Avestan] (જુઓ ૩ [Avestan]) સમાસ વિ. મજબુટ—જોરાવર ભાલો રાખનાર; mighty-speared; of the daring spear; એ બોલ [Avestan] (સરોશ ઈજદ), [Avestan] (ગુશ્તાસ્પ પાદશાહ), તથા [Avestan] (કારન) ની સિફતમાં આવેછે: [Avestan] [Avestan] નર. ૬|૧ વં. ૧૮, ૧૪; ઈજ. ૩, ૨૦; ઈજ. ૪, ૨૩; ઈજ. ૫૭, ૧;

૫. ૧૧, ૦. ૨૩; [Avestan] નર. ૬/૧ ૫. ૧૭, ૯૯. ૧૦૬.

[Avestan] (જુઓ ધા. [Avestan]*) ભૂ. કૃ. વિ. સખ્ત થએલું, ભયંકર ; hardened, terrible to (the Daevas); epithet of [Avestan]; [Avestan] નર. ૨/૧ ઈજ઼. ૫૭, ૧૧.

[Avestan] વિ. ના. નર. અરજાસ્પની સંઘના એક બુતપરસ્ત દીન દુશ્મનનું નામ; the name of a wicked Daevayaçna and a great supporter of Arejat-Aspa, antagonistic to the Zoroastrian religion; [Avestan] ૬/૧ ૫. ૯, ૩૦; ૫. ૧૭, ૫૦.

[Avestan] (= द्रष्टृ) (જુઓ ધા. [Avestan]) સા. ના. નર. જોનાર, નજર કરનાર; one who sees or casts his glance; જુઓ [Avestan], [Avestan]

[Avestan] (= दृष्टि) (જુઓ ધા. [Avestan]) સા. ના. નારી. નજર, દેખાવ, દૃષ્ટિ; sight, look; [Avestan] ૬/૧ ઈજ઼. ૩૩, ૬.

૧ [Avestan] = धाव् = વેહેવું, દોડવું; to flow, to run.

[Avestan] = વધારે આગળ વેહેવું-દોડવું; to flow onward or swifter; [Avestan] વર્ત. પરસ્મૈ. ૧ લો ૩/૧ વર્ગ વં. ૫, ૨૪.

૨ [Avestan] = धाव् = કાંઈબી ખરાબ-અપવિત્ર ચીજ કાહાડી નાખીને સાફ કરવું; પાક કરવું; to clean, to purify.

[Avestan] = ચોળીને—ઘસરીને સાફ કરવું; to cleanse from dirt; [Avestan] અ. ભૂ. આત્મને. ૧ લો વર્ગ ૩/૧ વં. ૯, ૨૯.

૩ [Avestan] વિશે જુઓ ધા. [Avestan] to deceive ઠગવું.

[Avestan] વિશે જુઓ ધા. [Avestan], [Avestan] to deceive ઠગવું.

[Avestan] (જુઓ ધા. [Avestan], [Avestan]) વર્ત. કૃ. પરસ્મૈ. નર. ૧/૧; અસલ બોલ. [Avestan] (ઠગાઈ કરતો; ઠગારો; deceiving (lit.); a hypocrite; જુઓ [Avestan] ખ. [Avestan] ઈજ઼. ૩૧, ૧૦.

* જુઓ મારું અવસ્તા વ્યાકરણ,સફો ૨૬૪ મો.

દારમેસ્તેતે [Avestan] બોલને ફેહેલવીને આધારે એક બુરા પાદશાહનું નામ ગણેલુંછે.

[Avestan] વિ. ના. નર. એક નામાંકિત પુરૂષનું નામ; name of an illustrious personage; [Avestan] ૬/૧ ૫. ૧૩, ૧૨૨.

૧ [Avestan] दंश् = દંખ દેવો, કરડવું; to sting, to bite; જુઓ [Avestan]

૨ [Avestan] = दंश् = ક) તવંગર થવું; to be rich; જુઓ ૧ [Avestan]

ખ) તંદરોસ્ત થવું, સુખ ભોગવવું to become healthy; to enjoy comfort; જુઓ [Avestan]

[Avestan] (જુઓ ૨ [Avestan] તથા [Avestan]) સમાસ ના. નાન્ય. દશ પગલાં—કદમ; ten paces; [Avestan] ૨/૧ વં. ૧૭, ૪.

[Avestan] (જુઓ ૨ ધા. [Avestan] ખ) સા. ના. નર. દોલત, સુખ; wealth; comfort; જુઓ નીચે.

[Avestan] ([Avestan] ઉપરથી) વિ. દોલત અથવા સુખ બખશનાર; bestowing wealth or comfort; epithet of [Avestan]; [Avestan] નારી. ૧/૩ ૫. ૧૩, ૨૯.

૧ [Avestan] (જુઓ ૨ ધા. [Avestan] ક) સા. ના. નાન્ય. માલ, કીમતી ચીજ; goods, some valuable thing; [Avestan] ૨/૧ વં. ૧૩, ૧૦. ૧૧.

૨ [Avestan] (= दशन् = ૧૦ = Lat. Decem. = Fr. Dix = Gr. Deka = Ger. Zehn = Ten) કેવળ સંખ્યા. વિ. દશ, ૧૦; ten, 10; [Avestan] નર. ૧/૩ વં. ૧, ૩; [Avestan] ૨/૩ વં. ૪, ૧૮. ૨૨; વં. ૮, ૯૬; વં. ૧૨, ૧૭; ઈજ઼. ૧૯, ૫; ઈજ઼. ૪૪, ૧૮; ૫. ૮, ૧૩; ૫. ૧૩, ૪૯; ૫. ૨૧, ૬; [Avestan] ૬/૩ ૫. ૮, ૨૪.

[Avestan] (જુઓ ૨ [Avestan] તથા [Avestan]) સમાસ વિ. દશ મહિનાને લગતું, દશ મહિનાનું; (a woman with child) in the course of ten months; [Avestan] ૨/૧ વં. ૫, ૪૫.

૧ [Avestan] (= [Avestan] = दशम = Lat. Decimus = Fr. Dixieme =Ger. Zehnte = [Avestan]) (૨ [Avestan] ઉપરથી) ક્રમ સંખ્યા. વિ. દશમું, ૧૦ મું; tenth, 10th; [Avestan] નર. ૧/૧ વં. ૧૪, ૬; ૫. ૧, ૮;

વીસ્તા. ય. ૨૭ (= ય. ૨૪, ૨૭); [illegible] નર. ૨/૧ વં. ૫, ૨૮; [illegible] નાન્ય. ૨/૧ વં. ૧, ૧૨; [illegible] ૭/૧ ઇજ઼. ૧૧, ૯.

૨ [illegible] સા. ના. નર. તાલીમ, કેળવણી; instruction, training. Comp. [illegible]; rt. [illegible] = [illegible] = to show, to teach; [illegible] ૭/૧ ઇજ઼. ૨૮, ૯.

[illegible], [illegible], [illegible] એ બોલો વિશે જુઓ ૧ તથા ૨ ધા. [illegible]

[illegible] (જુઓ ૨ ધા. [illegible] ૫) સા. ના. નાન્ય. સુખાકારી; comfort, happy state; [illegible] ૧/૧ ઇજ઼. ૧૦, ૭; [illegible] ૧/૧ વં. ૯, ૫૩. ૫૪. ૫૫. ૫૭; વં. ૧૩, ૫૨. ૫૩. ૫૪. ૫૬; [illegible] ૨/૧ ઇજ઼. ૯, ૧૭; ઇજ઼. ૬૮, ૧૫; વીસ્પ. ૨૦, ૧; [illegible] Wester. Frag. 9, 2; [illegible] ૩/૧ ઇજ઼. ૫૫, ૩; [illegible] [illegible] (સુખાકારી તથા તંદરોસ્તીને માટે) (૪/૧ ની મતલબે) ઇજ઼. ૬૮, ૨.

[illegible] = [illegible] = મજબુટ થવું, લાએક થવું; to be strong, to become fit; જુઓ નીચેનો બોલ.

[illegible] (= [illegible] = [illegible] = Lat. Dexter) (જુઓ ધા. [illegible]) વિ. જમણું, જમણી તરફને લગતું; right, not left. Contrast [illegible], [illegible], [illegible] left; [illegible] નર. ૨/૧ વં. ૮, ૪૪. ૪૫. ૪૭. ૪૮. ૪૯. ૫૨. ૫૩. ૫૪. ૫૫. ૫૬. ૫૭. ૫૯. ૬૦. ૬૧. ૬૨. ૬૩. ૬૪. ૬૬. ૬૭. ૭૦; વં. ૯, ૧૬. ૧૭. ૧૮. ૧૯. ૨૦. ૨૧. ૨૨. ૨૩. ૨૫; વં. ૧૩, ૩૨. ૩૩; ય. ૧૦, ૯૯; [illegible] ૨/૧ ય. ૫, ૧૩૧; [illegible] નારી. ૨/૧ ય. ૧૩, ૬૩; [illegible] ૩/૧ વં. ૩, ૨૫. ૨૬. ૨૮; વં. ૧૯, ૨૩. ૨૫; ય. ૧૭, ૨૨; [illegible] ૩/૧ વં. ૩, ૨૫. ૨૬. ૨૮; વં. ૧૯, ૨૩. ૨૫; [illegible] ૫/૧ વં. ૩, ૪૨; [illegible] નર. ૨/૩ વં. ૮, ૭૧; વં. ૯, ૨૬.

૧ [illegible] = [illegible] = નાશ કરવો (ખરાબ પેદાએશનો); પ્રીતિ રાખવી, સંભાળવું (સારી પેદાએશને); to destroy (evil creation); to love, to protect; જુઓ [illegible]

૨ [illegible] = [illegible], [illegible] = ડંખ મારવો, દુઃખ દેવું; to sting, to do harm; જુઓ [illegible], [illegible]

[illegible] (જુઓ ધા. [illegible]) વિ. ડંખ દેનાર, દુઃખ દેનાર; stinging, tormenting. Comp. [illegible]; [illegible] ૧/૩ ઇજ઼. ૧૧, ૬.

[illegible] (જુઓ ૧ ધા. [illegible]) સા. ના. નર. (ખરાબ પેદાએશનો) નાશ કરનાર; a destroyer (of evil creation); [illegible] (૧/૧ ની મતલબે) ય. ૧૫, ૪૫.

[illegible] (= [illegible]) (જુઓ ૨ ધા. [illegible]) વિ. ડંખ મારનાર-દેનાર; stinging; [illegible] [illegible] = [illegible] = [illegible] = ડંખ મારનાર સાંપ (અસલ અર્થ); ઝોહાક (વિ. ના. નર.); એ બોલની વિભક્તિનાં જુદાં જુદાં રૂપો તથા ઇશારા બાબે જુઓ [illegible] ખ બોલ. Azhi Dahâka (lit., a stinging snake) was an usurper to the throne of King Jamsheed, who, elated by excessive prosperity and glory, claimed to be worshipped like God. Azhi Dahâka, better known in the later legend by the name of Zohâk, was a non-Aryan and a deadly foe of the Iranians. He is described as "three-mouthed, three-headed, six-eyed, a wicked lie-demon with a thousand tricks, a mighty fiendish Druj, baleful to the world." In the Sha-Nameh, he is described as a man with two snakes springing from his shoulders; they grew there through a kiss of Ahriman. For particulars, *vide* [illegible].

[illegible] (= [illegible], [illegible]) (જુઓ ૧ ધા. [illegible] ક) વિ. સારૂં, ભલું, નેક, પાક; good, pious, holy, righteous; [illegible] નર. ૧/૧ ય. ૧૦, ૧૩૭; આફ્રરી. પેગમ. ૭૨. ૧ (= ય. ૨૩, ૧); વીસ્તા. ય. ૧ (= ય. ૨૪, ૧); [illegible] [illegible] (ભલી—નેક બાઈડી) નારી. ૧/૧ ઇજ઼. ૨૩, ૩; [illegible] નર. ૨/૧ વં. ૧૩, ૫૫; [illegible] નારી. ૨/૧ વીસ્પ. ૨, ૯; સીરો. ૨, ૩૦; [illegible] નારી. ૨/૧ ઇજ઼. ૬૧, ૧; [illegible] [illegible] [illegible] (સારી અને ભલી દુઆએ કરીને) નારી. ૩/૧ વં. ૨૨, ય. ૧૨. ૧૮; [illegible] [illegible] [illegible] (નેક દુઆના બદલામાં—અવેજમાં) નારી. ૫/૧ વં. ૭, ૪૧; વં. ૯, ૩૭; [illegible] નર. ૬/૧ ઇજ઼. ૯, ૧૫; ઇજ઼. ૬૬, ૧; વીસ્પ. ૧, ૭;

[Avestan] નર. ૬/૧ ઇજ઼. ૩૨, ૧૬; [Avestan] નારી. ૬/૧ વીસ્પ. ૧, ૭; [Avestan] નર. ૧/૩ ય. ૧૦, ૨૬; [Avestan] નર. ૨/૩ વં. ૭, ૭૧; [Avestan] ૬/૩ વં. ૭, ૭૧; વં. ૧૨, ૧. ૩. ૫. ૭. ૯. ૧૧. ૧૩. ૧૫. ૧૭. ૧૯; વં. ૧૮, ૬૨; ઇજ઼. ૬૮, ૧૫. જુઓ [Avestan]) સા. ના. દાનાવ—ભલી બાબદ, a good concern or subject; [Avestan] નારી. ૭/૩ વં. ૭, ૭૧.

[Avestan] (જુઓ [Avestan] તથા [Avestan]) સમાસ વિ. લાંબા વખત સુધી ભલો; good for a long time; [Avestan] . . . [Avestan] (તું લાંબા વખત સુધી ભલો થજે!) નર. ૧/૧ ઇજ઼. ૬૨, ૨.

[Avestan] (= [Avestan]) (જુઓ [Avestan] તથા [Avestan]) સમાસ વિ. ભલું—નેક કીધેલું અથવા ભલું—નેક કરનાર ([Avestan] ઉપરથી લઇએતો); સવાબકાર; નિરપરાધી, સાલેસ; fulfilling the deeds of piety; virtuous, sinless, guileless. [Avestan] નર. ૨/૧ વં. ૧૩, ૨૩; [Avestan] ૬/૩ ઇજ઼. ૨૯, ૯.

[Avestan] (જુઓ [Avestan] તથા [Avestan]) સમાસ જૂ. કૃ. વિ. નેક—ભલા—દાનાવ માણસે ગાળેલો (હોમ); (Haoma) filtered or strained by a pious man; [Avestan] [Avestan] (with the offerings of Haoma filtered by a pious person) નારી. ૫/૩ (૩/૩ ની મતલબે) ઇજ઼. ૬૮, ૧૦; નીઆ. ૧, ૧૮. [Avestan] [Avestan] ..... [Avestan] ૬/૩ વં. ૧૪, ૪; વં. ૧૮, ૭૨.

[Avestan] (જુઓ [Avestan] તથા ૧ [Avestan]) સમાસ જૂ. કૃ. વિ. નેક માણસે તપાસેલું અથવા પરીક્ષા કીધેલી; examined or tested by a pious man; [Avestan] . . . [Avestan] નારી. ૨/૩ ઇજ઼. ૬૫, ૧૦.

[Avestan] (જુઓ [Avestan] તથા [Avestan]) સમાસ જૂ. કૃ. વિ. નેક—ભલા માણસે પવિત્ર કીધેલું; sanctified by a pious man. [Avestan] . . . [Avestan] ૬/૩ વં. ૧૪, ૪; વં. ૧૮, ૭૨.

૧ [Avestan] = [Sanskrit] = दा = [Persian] = Lat. *Da*-re = Fr. *Donner* = આપવું; to give, to bestow; cl. 3; in several instances, especially in the Gâthâ dialect, the personal terminations are subjoined directly to the *root; એના કેટલાંએક રૂપમાં મુખ્ય કરીને ગાથામાં, ધાતુ બેવડો થયા વગર આવેછે; [Avestan] વર્ત. પરસ્મૈ. ૧/૧ ઇજ઼. ૭, ૧; ઇજ઼. ૬૬, ૬; [Avestan] આત્મને. ઇજ઼. ૨૮, ૪; [Avestan] ય. ૫, ૧૩૦; [Avestan] (તું બખશેછે) ૨/૧ ઇજ઼. ૫૩, ૯; [Avestan]† ય. ૧૦, ૩૦; [Avestan] (= [Avestan] + [Avestan]) પરસ્મૈ. ૩/૧ વં. ૧૩, ૨૦–૨૭; ઇજ઼. ૧૦, ૧૫; [Avestan] વં. ૩, ૩૪. ૩૫; વં. ૧૫, ૩. ૯. ૧૧. ૧૩. ૧૫. ૧૮; વં. ૧૮, ૧૨. ૩૪. ૩૭; ઇજ઼. ૯, ૨૨; ઇજ઼. ૬૫, ૨; ય. ૧૦, ૩. ૨૬. ૧૦૭; [Avestan] આત્મને. ઇજ઼. ૪૬, ૮; ઇજ઼. ૫૧, ૬. ૧૯; [Avestan] ઇજ઼. ૪૪, ૧૯; [Avestan] ઇજ઼. ૩૩, ૧૪; ઇજ઼. ૪૪, ૧૯; [Avestan] આત્મને. ઇજ઼. ૪૪, ૧૯; [Avestan] ઇજ઼. ૩૪, ૧; [Avestan] ય. ૧૯, ૧૧; વીશ્તા. ય. ૫૦ (= ય. ૨૪, ૫૦); [Avestan] વર્ત. પરસ્મૈ. ૧/૩ વીસ્પ. ૧૧, ૨૧; [Avestan] ઇજ઼. ૧૩, ૫; ઇજ઼. ૩૯, ૪; [Avestan] ઇજ઼. ૬૮, ૧; [Avestan] ઇજ઼. ૪૧, ૧; [Avestan] આત્મને. ઇજ઼. ૪૧, ૩; ઇજ઼. ૫૮, ૧; વીસ્પ. ૧૨, ૪; [Avestan] (તમો લેઓછો—કબૂલ રાખોછો.) વર્ત. આત્મને. ૨/૩ ઇજ઼. ૪૧, ૧૫; [Avestan] પરસ્મૈ. ૩/૩ ઇજ઼. ૩૨, ૧૫; [Avestan] વર્ત. આત્મને, ૩/૩ ઇજ઼. ૩૧, ૧૪; [Avestan] સંશ. ઇજ઼. ૪૮, ૧૧; [Avestan] શક્યા. પરસ્મૈ. ૧/૧ ઇજ઼. ૪૪, ૧૪. ૨ જા વર્ગ પ્રમાણે ધાતુ ([Avestan]) ને પ્રત્યય લાગીને [Avestan] નીકળી ગયો. [Avestan] (Wester.) ૨/૧ વીશ્તા. ય. ૪૮ (= ય. ૨૪, ૪૮); [Avestan] ઇજ઼. ૪૩, ૧૦; [Avestan] શક્યા. પરસ્મૈ. ૩/૧ ઇજ઼. ૪૩, ૧૪. ૧૬; ઇજ઼. ૪૯, ૨; [Avestan] ઇજ઼. ૪૪, ૧૦; આફ્રૂ. ગાહામ. ૪; [Avestan] આત્મને. ઇજ઼. ૪૬, ૧૮; [Avestan] આજ્ઞા. પરસ્મૈ.

* એ [Avestan] વચમાં નકામો આવેલો છે.

* *Vide* my Avesta Grammar, pp. 196–201

† એનો અર્થ 'તું બનાવેછે' બી થઇ શકે.

૧/૧ વં. ૨૨, ૩. ૧૦. ૧૬; [illegible] આજ્ઞા. પરસ્મૈ. ૨/૧ યજ. ૧૦, ૬; ય. ૫, ૧૮; ય. ૧૦, ૩૩; [illegible] યજ. ૭, ૨૫; યજ. ૨૮, ૬; યજ. ૪૦, ૪; યજ. ૫૧, ૨. ૭; યજ. ૫૮, ૭; ય. ૧૫, ૩; [illegible] આત્મને. ય. ૧૦, ૩૨; [illegible] યજ. ૩૩, ૧૨; [illegible] યજ. ૫૦, ૨; [illegible] ૩/૧ યજ. ૫૩, ૮; [illegible] યજ. ૫૧, ૧૭; [illegible] આજ્ઞા. પરસ્મૈ. ૧/૩ યજ. ૩૪, ૩; [illegible] ૨/૩ યજ. ૬૮, ૨૧; વીશ્તા. ય. ૬; નીઆ. ૩, ૧૦; [illegible] યજ. ૩૩, ૮; યજ. ૩૪, ૬; યજ. ૪૩, ૧૩; [illegible] આફ્રરં. ગાહામ. ૬; [illegible] અ. ભૂ. પરસ્મૈ. ૧/૧ ય. ૮, ૧૫; [illegible] ૨/૧ યજ. ૪૪, ૧૫; [illegible] ૩/૧ વીશ્તા. ય. ૩૧ (= ય. ૨૪, ૩૧); [illegible] યજ. ૩૦, ૭; યજ. ૩૨, ૧૦; યજ. ૫૧, ૨૧; [illegible] વં. ૧૮, ૨૯; યજ. ૧૧, ૫; ય. ૫, ૧૯. ૨૩. ૨૭; ય. ૧૪, ૨૯; નીઆ. ૪, ૮; [illegible] યજ. ૨૯, ૯; [illegible] સંશ. ૩/૧ યજ. ૩૧, ૨૧; [illegible] ૩/૩ યજ. ૩૦, ૮; [illegible] (હું આપીશ—અર્પણ કરીશ) ભવિ. ૧/૧ (અસલ રૂપ [illegible]+[illegible]+[illegible]; fut. base [illegible]; [illegible] પ્રત્યય નીકળી ગયો) યજ. ૩૪, ૧; યજ. ૪૪, ૧૮; [illegible] અનિ. (Aor.) ૨/૧ યજ. ૩૧, ૩; યજ. ૪૩, ૧; યજ. ૪૭, ૩; યજ. ૪૯, ૮; [illegible] ૩/૧ યજ. ૨૯, ૧૦; ય. ૯, ૨૬; યજ. ૪૫, ૪; યજ. ૪૯, ૭; યજ. ૫૩, ૧. ૩; [illegible] ૩/૩ યજ. ૪૫, ૫. ૧૦; યજ. ૪૭, ૧; [illegible] (તું બખશ, તુંએ આપવું જોઈએ) શક્યા. ૨/૧ યજ. ૪૩, ૧૦; [illegible] યજ. ૬૨, ૪; યજ. ૫૭, ૨૬; [illegible] (તુંએ મને બખશવું જોઈએ, તું મને બખશ) ૨/૧ યજ. ૫૧, ૨; [illegible] ([illegible] નું ટુંકુ રૂપ) યજ. ૨૮, ૭; [illegible] ૩/૧ યજ. ૨૯, ૭; યજ. ૪૬, ૧૦; ય. ૧૩, ૫૦; [illegible] Geld. આશીર્વા. પરસ્મૈ. ૧/૧ યજ. ૪૩, ૮; [illegible] આશીર્વા. પરસ્મૈ. ૩/૧ યજ. ૨૧, ૩; યજ. ૪૩, ૧; [illegible] શક્યા. ૨/૩ યજ. ૬૫, ૧૧; યજ. ૬૮, ૧૨; નીઆ. ૩, ૧૧; [illegible] પૂ. ભૂ. આત્મને. ૩/૧ વં. ૫, ૬૦. [illegible] પૂ. ભૂ. પરસ્મૈ. ૩/૩ ય. ૧૯, ૬; [illegible] (હું આપવા માંગુંછું.) યજ. ૨૯, ૮; [illegible] (આપવાને, અર્પણ કરવાને) સામા. રૂપ (infin.) યજ. ૨૭, ૧; યજ. ૩૫, ૪; યજ. ૪૪, ૧; [illegible] [illegible] (મને આપવાનેમાટે) સામા. રૂપ (infin.) યજ. ૨૮, ૨

સમાસ બોલોને છેડે જ્યારે [illegible] આવેછે ત્યારે તેનો અર્થ આપનાર, બખશનાર થાએછે; જેમકે [illegible], [illegible], [illegible], [illegible], [illegible], [illegible], -[illegible], [illegible], [illegible], [illegible], [illegible], [illegible], [illegible]

[illegible] = ૬) આપી દેવું; મન લગાડવું; to give up; to attach to, to devote one's mind upon; [illegible] (Geld. [illegible]) વર્ત. પરસ્મૈ. ૧/૩ યજ. ૩૫, ૫; આફ્રરં. ગાહામ. ૬, આપવું; [illegible]…[illegible] સામા. રૂપ (infinitive) યજ. ૫૧, ૯.

[illegible] (અર્થ અચોકસ) -[illegible] ય. ૧, ૨૯.

[illegible] = આ-દા = ક) લઈ લેવું; to take back, to take in; [illegible]…[illegible] વર્ત. આત્મને. ૨/૧ યજ. ૩૬, ૧.

ખ) સોંપવું, અર્પણ કરવું; to entrust, to dedicate; [illegible] અનિ. (a-Aor.) પરસ્મૈ. ૧/૧ યજ. ૪૯, ૧૦; [illegible] ૩/૧ યજ. ૩૧, ૧૮; યજ. ૫૧, ૧૪.

[illegible] = તાબે થવું; to give way to; [illegible] શક્યા. પરસ્મૈ. ૩/૧ ય. ૧૩, ૧૩.

[illegible] = આપી દેવું, મુકી દેવું, મેલી છુટવું; to deliver, to give over; [illegible] યજ. ૩૨, ૧૪.

[illegible] = આપવું: to give; [illegible] આજ્ઞા. પરસ્મૈ. ૧/૧ ય. ૧૦, ૧૦૯; … [illegible] [illegible] શક્યા. પરસ્મૈ. ૩/૧ વં. ૧૩, ૨૦-૨૩.

[illegible] = ક) આપવું, અર્પણ કરવું, ક્રેદા કરવું; to give, to dedicate, to sacrifice; [illegible] …. [illegible] (હું ક્રેદા-અર્પણ કરૂંછું) વર્ત. પરસ્મૈ. ૧/૧ યજ. ૧૦, ૧૪; યજ. ૧૩, ૪;

[1] [illegible] = દા = આપવું; [illegible] = આ-દા = લઈ લેવું.

વીસ્પ. ૫, ૨; [Avestan] [Avestan] ૧|૩ ઇજ઼. ૫૮, ૬; [Avestan] . . . [Avestan] ઇજ઼ ૪, ૭; ઇજ઼. ૫૫, ૧; વીસ્પ. ૧૧, ૫; [Avestan] [Avestan] [Avestan] તું મને બખશાજે! તું મને વખશેતો સાઉ!) આશીર્વા. પરસ્મૈ. ૨|૧ ઇજ઼. ૧૧, ૧૦; [Avestan] ૩|૧ ઇજ઼. ૪૫, ૯.

ખ) * છોડી દેવું, મુકી દેવું, હાથ ઉઠાવવો; to forsake, to give up; [Avestan] . . . . [Avestan] વર્ત. પરસ્મૈ. ૩|૧ ઇજ઼. ૪૬, ૧.

[Avestan] = ક) આપી દેવું, બખશેશ કરવી, પારકાને આપવું; to give away, to give in charity; [Avestan] અ. ભૂ. પરસ્મૈ. ૩|૧ વં. ૧૮, ૨૮; [Avestan] શક્યા. પરસ્મૈ. ૩|૧ વં. ૧૯, ૨૭; આફ્રૂં. ગાહામ. ૭; જુઓ [Avestan]

ખ) અદરાવવું ('પારકાને આપવું' ઉપરથી); to betroth; જુઓ [Avestan]

[Avestan] = ક) આપવું; to give; [Avestan] વર્ત. પરસ્મૈ. ૩|૧ વં. ૪, ૩. ૪; [Avestan] અ. ભૂ. પરસ્મૈ. ૩|૧ ય. ૧૦, ૮૨; [Avestan] શક્યા. પરસ્મૈ. ૨|૧ વં. ૧૮, ૫૨; [Avestan] (તેં આપ્યો છે) પૂ. ભૂ. પરસ્મૈ. ૨|૧ ઇજ઼. ૭, ૨૪; ઇજ઼. ૪૦, ૧.

ખ) ફેલાવવું; to propagate; [Avestan] અ. ભૂ. પરસ્મૈ. ૩|૧ ઇજ઼. ૫૫, ૪; [Avestan] ૩|૩ વં. ૧૯, ૯.

[Avestan] = ક) ફેદા થવું, પોતે પોતાને આપી દેવું; મશગુલ થવું; to devote oneself; to give oneself; to be engaged; [Avestan] અનિયમિત † (Aor.) આત્મને. ૩|૧ ઇજ઼. ૩૧, ૧૯.

ખ) ભેટ અર્પણ કરવી; to dedicate a gift; [Avestan] ‡ ઇજ઼. ૫૧, ૯.

ગ) મળવું, હાંસેલ થવું; to be gained or obtained; [Avestan] ઇજ઼. ૪૩, ૧૨.

૨ [Avestan] (= धा = Lat. Facere = Fr. Faire = To Do = ક) બનાવવું, પેદા કરવું. મુકવું, ઠેરવવું, મુકરર કરવું; to make, to create, to put, to appiont; [Avestan] વર્ત. આત્મને. ૩|૧ ય. ૨, ૧૨; આફ્રૂં. ગાહામ. ૭; [Avestan] (હમો મુકરર કરીએ છિયે) ૧|૩ ઇજ઼. ૩૫, ૯; [Avestan] (મુકરર કરવામાં આવેછે) કર્મ. (Pass.) વર્ત. ૩|૧ ઇજ઼. ૩૧, ૧૧; [Avestan] (તે બે મીનોએ પેદા કીધું) પૂ. ભૂ. આત્મને. ૩|૨ ઇજ઼. ૩૦, ૪; કાએદા પ્રમાણે [Avestan] (दधाते) થવું જોઇએ, પણ – નીકળીને સંધિ થવાથી [Avestan] થયું [Avestan] શક્યા. પરસ્મૈ. ૧|૧ વં. ૧, ૧; [Avestan] ૩|૧ ઇજ઼. ૨૮, ૨; [Avestan] ઇજ઼. ૪૪, ૧૦; [Avestan] શક્યા. પરસ્મૈ. ૩|૨ ઇજ઼. ૫૭, ૧૭; ય. ૧૩, ૭૬; [Avestan] (તમો કરો) આજ્ઞા. પરસ્મૈ. ૨|૩ વીસ્પ. ૧૫, ૧; [Avestan] અ. ભૂ. પરસ્મૈ. ૧|૧ વં. ૧, ૧; ય. ૪, ૧; ય. ૧૦, ૧; [Avestan] વં. ૧૩, ૩૯; [Avestan] ૨|૧ ઇજ઼. ૩૧, ૯. ૧૧; [Avestan] ૩|૧ વં. ૨૧, ૪. ૮. ૧૨. ૧૬; [Avestan] વં. ૧૯, ૯; [Avestan] ૩|૩ ય. ૧૯, ૧૯; [Avestan] અ. ભૂ. પરસ્મૈ. ૨|૩ ઇજ઼. ૫૮, ૫; [Avestan] અનિ. (Aor.) પરસ્મૈ. ૨|૧ ઇજ઼. ૩૪, ૧૫; ઇજ઼. ૪૬, ૬; [Avestan] ઇજ઼. ૧૩, ૫; ઇજ઼. ૩૯, ૪; [Avestan] ૩|૧ ઇજ઼. ૫૦ ૧; ઇજ઼. ૩૭, ૧; ઇજ઼. ૪૪, ૩; ઇજ઼. ૪૮, ૪; [Avestan] શક્યા. આત્મને. ૩|૩ વં. ૮, ૨૨; [Avestan] આશીર્વા. પરસ્મૈ. ૨|૩ ઇજ઼. ૮, ૫; [Avestan] પૂ. ભૂ. પરસ્મૈ. ૩|૧ ઇજ઼. ૧, ૧; ઇજ઼. ૬૫, ૮; ય. ૧૯, ૫૨; [Avestan] ઇજ઼. ૧૨, ૭; [Avestan] ૨|૧ ઇજ઼. ૭૧, ૧૦. [Avestan] વર્ત. કૃ. આત્મને. નર. ૧|૧ ય. ૧૯, ૫૮; [Avestan] ૬|૧ ઇજ઼. ૯, ૩૧; [Avestan] ૨|૩ ઇજ઼. ૫૫, ૯. [Avestan] સામાન્ય રૂપ (infini.) ઇજ઼. ૩૧, ૫; [Avestan] [Avestan] (પાયમાલી કરવાને માટે) સામાન્ય રૂપ (infini.) ઇજ઼. ૪૪, ૧૪.

ખ) ટેકો આપવો, મદદ કરવી, ટકાવવું, પોષણ કરવું; to support, to aid, to nourish; [Avestan] અ. ભૂ. પરસ્મૈ. ૩|૩ ઇજ઼. ૪૯, ૪; [Avestan] શક્યા. પરસ્મૈ. ૩|૧ ય. ૧૩, ૧૨; [Avestan] આત્મને. ઇજ઼. ૪૩, ૨. જુઓ [Avestan], [Avestan], ૨ [Avestan]

* અંગ્રેજી To give up ને અર્થે. [Avestan] = परि = દૂર, વેગળું; [Avestan] ('વીસ્પ. ૧૫, ૧) ની માફક નકારનો અર્થ લેવો.

† અ. ભૂ. બી થઈ શકે; એજ ધાતુના બીજાં રૂપોની માફક ધાતુને પ્રત્યય લાગો.

‡ [Avestan] જુઓ = ભક્તિ કરતો નથી (હાઉગ); મનાહતો પ્રશ્નાનો તથા તેની લોજ્જેશ કરતો નથી (સ્પી.).

ગ) પગ મુકવો, પગ પેસારો કરવો, ઘુસવું; to set on foot, to intrude; જુઓ [illegible]

[illegible] = ક) મુકવું, ઠેરવવું, મુકરર કરવું; to put, to fix, [illegible] શકયા. આત્મને. ૩|૧ આફ્રરં. ગાહામ. ૧૩.

ખ) પેહેરવું; to wear, to put on; જુઓ [illegible] garment પોશાક.

[illegible] = अभि-धा = હુમલો કરવો; to attack; [illegible]* વર્ત. પરસ્મૈ. ૩|૧ ય. ૨, ૧૨.

[illegible] = ક) ઉત્પન્ન કરવું, મેળવવું, હાંસિલ કરવું; to produce, to gain; [illegible]† વર્ત. આત્મને. ૩|૧ ય. ૮, ૧૪.

ખ) મુકરર કરવવું, ઠેરવવું; to appoint; [illegible] અ. ભૂ. પરસ્મૈ. ૩|૧ ઇજિ. ૧૯, ૧૨; [illegible] અનિ. (Aor.) પરસ્મૈ. ૧|૧ ઇજિ. ૪૮, ૭.

[illegible] = ક) બુલંદ બનાવવું, બાંધવું, ઉભું કરવું; to set up, to build; [illegible] શકયા. પરસ્મૈ. ૩|૩ વં. ૫, ૧૦; [illegible] અ. ભૂ. આત્મને. ૩|૧ વં. ૩, ૨; વં. ૧૫, ૨૧. ૨૪. ૨૭. ૩૦. ૩૩. ૩૬. ૪૨.

ખ) [illegible] = સાફ કરવું, ઉજાળવું; to cleanse, to scour. Comp. Per. [illegible]; [illegible] પ્રયો. અ. ભૂ. પરસ્મૈ. ૩|૩ વં. ૭, ૭૪. ૭૫.

ગ) ઉભાણ થવું, જોશ આવવો; to effervesce, to boil; એ બોલ ઘણું કરીને [illegible] (હોમ) ની સિફત તરીકે આવેછે; [illegible] . . . [illegible] ભૂ. કૃ. વિ. નર. ૨|૧ ઇજિ. ૨૨, ૧; [illegible] નર. ૨|૧ વીસ્પ. ૧૧, ૧; ય. ૧૨, ૩; [illegible] ૫|૧ વં. ૬, ૫૬; વં. ૧૩, ૫૫; ય. ૧૦, ૯૧; [illegible] ૧|૩ વીસ્પ. ૯, ૩; [illegible] નારી. ૨|૩ વીસ્પ. ૧૧, ૪; [illegible] ૬|૩ વીસ્પ. ૯, ૧; [illegible] ૧|૩ વીસ્પ. ૯, ૩; [illegible] ભવિ. કૃ. આત્મને. નર. ૬|૩ વીસ્પ. ૯, ૧.

* જાણવું જે [illegible] એ [illegible] નું બીજું રૂપ છે. ડાક્ટર ગેલ્ડનરે ઘણે ઠેકાણે [illegible] ને બદલે [illegible] કબુલ રાખ્યોછે.

† કોઈ કોઈ વખતે [illegible] ઉપસર્ગને બદલે [illegible] આવેછે; જેમકે [illegible], [illegible], [illegible], ઇત્યાદિ.

ઘ) ઉંચે ધરવું; to raise or lift up; [illegible] ભૂ. કૃ. વિ. નારી. ૨|૧ ઇજિ. ૩, ૩; ઇજિ. ૬૬, ૧.

[illegible] = नि-धा = [illegible] = ક) નીચે મુકવું; to put down; [illegible] વર્ત. આત્મને. ૩|૧ ય. ૧૭, ૬; ય. ૧૮, ૪; [illegible] thou shalt expose (Dar.); શકયા. ૨|૧ વં. ૧૯, ૨૩; [illegible] શકયા. આત્મને. ૩|૧ વં. ૮, ૭૬. ૭૭. ૭૮; [illegible] (૩|૩ ની મતલબે) વં. ૬, ૫૧; [illegible] શકયા. પરસ્મૈ. ૩|૩ વં. ૫, ૧૨; વં. ૬, ૨૯. ૩૧. ૩૪. ૩૭. ૪૦. ૪૩; વં. ૭, ૨૯. ૩૦. ૩૧. ૩૩. ૩૪. ૩૫; વં. ૮, ૯. ૧૦; [illegible] આજ્ઞા. પરસ્મૈ. ૧|૩ વં. ૬, ૪૪. ૪૯; [illegible] ઇજિ. ૪૫, ૮; [illegible] [illegible] (તેઓને નીચે મુક) આજ્ઞા. આત્મને. ૨|૧ ય. ૧૦, ૩૨; [illegible] અ. ભૂ. પરસ્મૈ. ૩|૧ હાદો. નુસ્ક. ૧૫ (= ય. ૨૨, ૧૫); [illegible] (કર્મણિ (Pass.) ને અર્થે) ય. ૧૨, ૧૭; [illegible] કર્મ. ક્રિ. વર્ત. ૩|૩ વં. ૩, ૯. ૧૩; વં. ૭, ૫૪; [illegible] શકયા. આત્મને. ૩|૧ વં. ૧૬, ૨.

ખ) બનાવવું, પેદા કરવું; to make, to create; [illegible] અ. ભૂ. પરસ્મૈ. ૧|૧ વં. ૧૩, ૩૯.

ગ) મુકરર કરવું, સ્થાપવું, ઠેરવવું; to fix, to establish. [illegible] અ. ભૂ પરસ્મૈ. ૩|૧ ઇજિ. ૧૦, ૧૦; [illegible] આત્મને. ય. ૧૩, ૧૦૦; [illegible] ભૂ. કૃ. નાન્ય. ૧|૧ ઇજિ. ૪૯, ૩.

ઘ) દાબી નાખવું, જેર કરવું; to put down, to subdue; [illegible] ([illegible] Wester.) કર્મ. ક્રિ. આજ્ઞા. ૩|૧ ઇજિ. ૪૮, ૭.

[illegible] = પેદા કરવું; to create; [illegible] અ. ભૂ. પરસ્મૈ. ૧|૧ ય. ૧૦, ૧; [illegible] ૩|૧ ય. ૧૯, ૩૫; [illegible] ([illegible] ને બદલે) ય. ૧૩, ૯૫.

ખ)ઠેરવવું, મુકરર કરવું; to appoint, to establish; [illegible] ય. ૮, ૪૪; [illegible] શકયા. આત્મને. ૩|૧ ય. ૩, ૧; [illegible] અનિ. ([illegible] Aor.) પરસ્મૈ. ૨|૧ ય. ૩, ૨.

[illegible] = वि-धा = ક) વળગી રેહેવું, ચોંટી રેહેવું; to stick to, to be faithful; [illegible]

* એજ બોલ ૧ ધા. [illegible] (પેદા થવું) પોતે પોતાને આપી દેવું ઉપરથી બી લેવાઈ શકાએ.

(વળગી રેહે ઈઆને વફાદાર રેહે) અનિ. પરસ્મૈ. ૩/૧ ઇજ. ૫૩, ૪; [Avestan] વર્ત. સંશ. આત્મને. ૩/૩ વં. ૧૫, ૪; [Avestan] firm, unshaken (ઉસ્તેવાર) ભૂ. કૃ. વિ. નર. ૧/૧ (નાન્ય. ને બદલે) વં. ૧૩, ૮૯; [Avestan] (મજબુટ, ઉસ્તેવાર) ભૂ. કૃ. વિ. નાન્ય ૧/૧ ઇજ. ૫૭, ૨૧; ય. ૧૦, ૪૪.

ખ) શેાધવું, શેાધી કાહાડવું; to seek, to search for; [Avestan] ([Avestan] ને બદલે) વર્ત. પરસ્મૈ. ૧/૧ ઇજ. ૪૯, ૧.

ગ) મુકરર કરવું; to establish, to confirm; [Avestan] અનિયમિત ભુતકાળ (Root-Aorist) પરસ્મૈ. ૧/૧ ઇજ. ૩૨, ૬.

ઘ) ચેાતરફ પંથરાઈ જવું—ફેલાવું; to be spread over; [Avestan] ભૂ. કૃ. વિ. નાન્ય. ૧/૧ ય. ૧૦, ૬૪.

[Avestan] = सम्-धा = સાથે ગેાઠવવું; ગેાઠવીને મુકવું; to compose, to put together in order; જુએા [Avestan], [Avestan]

૩ [Avestan] = ध्यै = [Pahlavi] = જાણવું. વિચારવું; to know, to think; [Avestan] વર્ત. પરસ્મૈ. ૩/૧ વં. ૧૫, ૨; જુએા ૫ [Avestan], [Avestan], [Avestan], [Avestan]

[Avestan] = જાણવું, ગણવું, to know, to reckon, to treat; [Avestan] (તેએા ગણતા આવેલા છે) પૂ. ભૂ. પરસ્મૈ. ૩/૩ ઇજ. ૪૩, ૧૫. ધાતુનું બેવડું રૂપ તથા ધાતુના સ્વર નીકળી ગયેા.

૪ [Avestan] = शा, शं = ક) કાપવું; to cut; જુએા ૬ [Avestan]

ખ) = (અનાજની) કાપણી કરવી; to mow, to cut down with a scythe (as corn); જુએા [Avestan]

[Avestan] = કાપવું,* ચુકાદેા કરવેા; to decide; જુએા [Avestan]

૫ [Avestan] (જુએા ૩ ધા. [Avestan] ક) વિ. ડહાપું. દાનાવ; wise, prudent; [Avestan]...[Avestan] (એક ડહાયા સરદારને) નર. ૨/૧ વં. ૮, ૨૦; ઇજ. ૪૪, ૧૬; [Avestan] (દીન-આગાહ) નર. ૧/૩ ઇજ. ૫૩, ૨.

ખ) સા. ના. દાનેશ, ડહાપણ; wisdom, prudence; [Avestan] ૨/૧ (૬/૧ ને બદલે) વીસ્પ. ૧૪, ૨.

* અંગ્રેજીમાંથી ચુકાદેા કરવાનેા બેાલ (To Decide) કાપવં ઉપરથી નીકળેલેા છે. Lat. Cædere = કાપવું.

૧ [Avestan] (= दाति) સા. ના. નારી. ક) આપવું, બખ્ખશેશ (જુએા ૧ ધા. [Avestan]); giving, bestowing. [Avestan] ૩/૧ ઇજ. ૬૫, ૧૧. જુએા [Avestan], [Avestan]

ખ) પેદાએશ (જુએા ૨ ધા. [Avestan]); creation; જુએા [Avestan]

૨ [Avestan], [Avestan] વિશે જુએા ૧ ધા. [Avestan]

[Avestan] (૩ [Avestan] ઉપરથી) ક) વિ. કાએદાને લગતું, લાએક; lawful, fit, proper; [Avestan] [Avestan] = (કેાઇબી ચીજની) લાએક—ઘટતી જગા (અસલ.); વંદીદાદની ૮ મી પરગરદમાં એ બેાલ 'આતશની લાએક જગા અથવા દાદગાહ' ને માટે વપરાએલેા છે; [Avestan] (લાએક) નર. ૧/૧ ઇજ. ૬૨, ૨; [Avestan] [Avestan] (ઘટતેા ઇઆને જોઈએ તેવેા 'ક્રત') ૧/૧ વં. ૫, ૧૧; [Avestan] [Avestan] (દીનના કાએદા પ્રમાણે ચાલનાર—દીનદાર માણસ) નર. ૧/૧ વં. ૫, ૪૦; [Avestan] [Avestan] નર. ૨/૧ ય. ૧, ૨૪; [Avestan] [Avestan] [Avestan] (દાદગાહ-તરફ—માં) નર. ૨/૧ વં. ૮, ૮૧—૯૬; [Avestan] નર. ૨/૧ ય. ૮, ૫૬; [Avestan] નારી. ૨/૧ વીસ્પ. ૧૧, ૧૯; [Avestan] નાન્ય. ૨/૧ વં. ૧૪, ૧૭; ઇજ. ૬૫, ૨; ય. ૫, ૨; [Avestan] નર. ૪/૧ વં. ૫, ૪૦; [Avestan] નાન્ય. ૬/૩ વીસ્પ. ૧૫, ૨; [Avestan] most legitimate—appropriate (super.) (ઘણેાજ લાએક) અતિ. વિ. નર. ૧/૧ ઇજ. ૬૮, ૭; ય. ૮, ૫૬; ય. ૧૪, ૪૮. જુએા એની પછીના બેાલેા.

ખ) [Avestan] [Avestan] (વિ. ના. નારી) (વિ. ના. નારી.) = [Pahlavi] [Pahlavi] = ઇરાંનવેજમાં આવેલી વેહેદાતી નામની નદી; વળી એ નદીની જગા એ શેહેર તથા બલ્ખની વચ્ચે બી ધારવામાં આવીછે; બુનદેહેશ પ્રમાણે એ નદી ગેાર્ગેસ્તાનના પાહાડમાંથી નીકળેછે. પ્રોફેસરેા યુસ્તી તથા દારમેસ્તેતે એ નદીને આરાકસીસ (Araxes) સાથે સરખાવેછે, અને ડાકટર ગાઇગેર એને જરફશાન (Zarafshân) ધારેછે; [Avestan] [Avestan] = [Pahlavi]

[Pahlavi] = the name of a river in Airyana Vaeja. According to the Pehl. Bund., it rises from Mount Gorgestan; the River Araxes (J. and Dar.); Zarafshân (Geiger)

[Avestan] [Avestan] હ/૧ વં. ૧, ૨: વં. ૨, ૨૧; વં. ૧૯, ૨; ય. ૫, ૧૭. ૧૦૪; ય. ૧૫, ૨; [Avestan] [Avestan] Geld. ય. ૧, ૨૧; [Avestan] [Avestan] [Avestan] across—behind the River Dâitya (વેહેદાતી નદીની પેલીપાર—પછવાડે) હ/૧ ય. ૫, ૧૧૨; ય. ૯, ૨૯. જુઓ મોદી.

[Avestan] (જુઓ [Avestan] ક તથા ૧ [Avestan]) સમાસ ભૂ. કૃ. વિ. કાએદા પ્રમાણે પરીક્ષા કીધેલું, ઘટતી રીતે તપાસેલું; examined or tested in the proper way; [Avestan] Wester. વં. ૫, ૨.

[Avestan] (= [Avestan]) (જુઓ [Avestan] ક તથા [Avestan]) સમાસ ભૂ. કૃ. વિ. ક) કાએદા પ્રમાણે કીધેલું—બનાવેલું; (the mortar) made according to the rules; [Avestan] (દીનના કાનુન મુજબ બનાવેલી બે હાવનીમ) નર. ૧/૨ વં. ૧૪, ૮.

ખ) દીનના કાએદા મુજબ તૈયાર કીધેલો (વરસીઓ); (a bull) such as the law requires, *i. e.*, of a purely white colour; [Avestan] a bull ungelded and such as the law requires it (*i. e.*, the so-called Varasyo.) If a single hair on its body be found other than white, the animal is rejected as unfit for the purpose of the Nirangdin ceremony. નર. ૨/૧ વં. ૧૯, ૨૧.

[Avestan] (જુઓ [Avestan] તથા [Avestan], [Avestan]) સમાસ ના. નાન્ય. લાએક ખોરાક, જોઈએ તે પ્રમાણેનું પોષણ; the proper food or nourishment; [Avestan] ૧/૧ વં. ૧૩, ૨૮.

[Avestan], [Avestan] વિશે જુઓ ૧ ધા. [Avestan]

[Avestan] (= [Avestan] = दारु = [Pahlavi], درخت = Tree) (જુઓ ૧ ધા. [Avestan]) સા. ના. નાન્ય. ક) લાકડું; wood, a piece of timber; [Avestan] ૨/૧ વં. ૧૩, ૩૦. ૩૭. જુઓ એની પછીનો બોલ.

ખ) ભાલો, નેજો (કુસ્તી); a spear (F.); [Avestan] [Avestan] Wester. ([Avestan] Geld.) ૨/૧ ય. ૧૯, ૪૨.

[Avestan] (જુઓ [Avestan] ક તથા [Avestan]) સમાસ ના. નર. તદ્દન લાકડાનાં બાંધકામનું મુકામ-ઘેર; the abode or house of the limber-work; [Avestan] ७/૧ વં. ૮, ૧.

[Avestan] વિ. ના. નર. નામાંકિત પુરૂષનું નામ; wise, discreet (lit.); name of an illustrious personage; [Avestan] ય. ૧૩, ૯૮.

[Avestan], [Avestan] વિશે જુઓ ૧ ધા. [Avestan]

[Avestan], [Avestan], [Avestan] એ બોલો વિશે જુઓ ૧ ધા. [Avestan]

[Avestan] (જુઓ ધા. [Avestan], [Avestan]) સા. ના. નાન્ય. દજાર, ડહામ (અસલ.); દરદ, દુઃખ, દલગીરી; a brand, burning (lit.); pain, grief; [Avestan] ૨/૧ વં. ૨૦, ૩. ૯; [Avestan] ८/૧ વં ૨૦, ૭.

[Avestan] વિ. ના. નર. પુરૂષનું નામ; name of a person; જુઓ નાચેનો બોલ.

[Avestan] ([Avestan] ઉપરથી) વિ. દાઝગ્રાસ્પને લગતો (અસલ.); દાઝગ્રાસ્પનો છોકરો; of the family of Dâzgrâspa (lit.); the son of Dâzgrâspa; [Avestan] નર. ६/૧ ય. ૧૩, ૧૦૬.

[Avestan] વિ. ના. નર. નામાંકિત પુરૂષનું નામ; name of an illustrious personage; [Avestan] [Avestan] ६/૨ ય. ૧૩, ૧૨૭; (જુઓ મોદી).

[Avestan] વિશે જુઓ ૧ તથા ૨ ધા. [Avestan]

૧ [Avestan] (= [Avestan] = दत्त = [Pahlavi] = L. Datus) (જુઓ ૧ ધા. [Avestan]) ભૂ. કૃ. આપેલું, અર્પણ કીધેલું; given; dedicated; [Avestan] ૧/૧ આફ્રરં. ગાહામ. ૬; [Avestan] નાન્ય. ૧/૧ ય. ૧૭, ૧૫. ૨૨; [Avestan] ૫/૧ વં. ૫, ૨૫; [Avestan] ६/૧ ય. ૧૪, ૪૮; [Avestan] નાન્ય. ૧/૩ ઈજ. ૩૪, ૨; [Avestan] ६/૩ ય. ૧૦, ૩૩. જુઓ [Avestan], [Avestan]

૧ [Avestan] (= धित) (જુઓ ૨ ધા. [Avestan]) જૂ. કૃ. બનાવેલું, કીધેલું, પેદા કીધેલું, મુકરર કીધેલું; made, created, appointed; [Avestan] નર. ૧|૧ ઇજ. ૯, ૧૬; [Avestan] નારી. ૧|૧ વં. ૨, ૨૦; [Avestan] નાન્ય. ૧|૧ વં. ૧૩, ૧. ૨. ૫. ૬; [Avestan] [Avestan] . . . . . (કીધેલું કરતુક) નાન્ય. ૨|૧ વં. ૧૯, ૨૯; [Avestan] (મુકરર કીધેલા—થએલા) નર. ૧|૩ ઇજ. ૪૮, ૧૨; [Avestan] નારી. ૧|૩ વીશ્તા. ૫. ૪૩ (= ૫. ૨૪, ૪૩); [Avestan] નારી. ૨|૩ ઇજ. ૧૬, ૩; [Avestan] ૪|૩ ઇજ. ૫૧, ૧૪* જુઓ [Avestan], [Avestan], [Avestan], [Avestan], [Avestan], [Avestan], [Avestan], [Avestan], [Avestan], [Avestan], [Avestan], [Avestan], [Avestan], [Avestan]

૩ [Avestan] (= [Avestan] = [Avestan]) (જુઓ ૨ ધા. [Avestan] ક) સા. ના. નાન્ય. ક) જે ઠેરવેલું તે (અસલ.); કાએદા; ઇનસાફ; what is fixed, a law; justice; [Avestan] [Avestan] [Avestan] [Avestan] [Avestan] ૧|૧ વં. ૫, ૨૨–૨૫; [Avestan] ૧|૧ ૫. ૧૧, ૩; [Avestan] ૨|૧ વં. ૧૯, ૧૬; ઇજ. ૨, ૧૩; ઇજ. ૨૫, ૬; ઇજ. ૭૧, ૫; સીરે. ૨, ૨૯; [Avestan] ૩|૧ ઇજ. ૨૧, ૧ [Avestan] ૬|૧ ઇજ. ૧, ૧૩; ઇજ. ૩, ૧૫; ૫. ૧૧, ૧૭. ૨૨; સીરે. ૧, ૨૯; [Avestan] ૨|૩ ઇજ. ૫૧, ૧૯; [Avestan] ૩|૩ ઇજ. ૪૬, ૧૫; ઇજ. ૪૯, ૭; ૫. ૧૦, ૮૪; ૫. ૧૪, ૫. ૭. ૯. ૧૩. ૧૫. ૧૭. ૨૧. ૨૩. ૨૫. ૨૭. જુઓ ૧ [Avestan], [Avestan]

ખ) સા. ના. નર. ઇનસાફ કરનાર, ઇનસાફ કરવામાં નિપુણ—પ્રવીન શખ્સ; one who administers justice; one skilled in judicial matters; [Avestan] ૧|૧ વં. ૨, ૩.

૪ [Avestan] (૧ [Avestan] ઉપરથી) સા. ના. નર. આપનાર, બખ્શનાર; a bestower, a giver; જુઓ [Avestan], [Avestan]

* આએ ઠેકાણે દારમે. એનો અર્થ 'બક્ષેશો' કરેછે.

૫ [Avestan] (૨ [Avestan] ઉપરથી) સા. ના. નર. પેદા કરનાર; the Creator; [Avestan] ૧|૧ ૫. ૧, ૮; [Avestan] ૨|૧ વં. ૧૯, ૧૫. ૩૫.

૬ [Avestan] (જુઓ ૪ ધા. [Avestan]) સા. ના. દાંત; a tooth. Comp. [Avestan]; [Avestan] નારી. ૭|૩ વં. ૧૫, ૪; જુઓ [Avestan]

૧ [Avestan] (= [Avestan], [Avestan], [Avestan] = दातृ, दातर् = Lat. Dator) (જુઓ ૧ ધા. [Avestan]) સા. ના. નર. આપનાર, બખ્શીશ કરનાર; a giver, a bestower; [Avestan] ૧|૧ વં. ૨૨, ૧. ૮. ૧૪; [Avestan] [Avestan]* (મુરાદ બખ્શનારી) નારી. ૧|૧ ૫. ૫, ૧૯. ૧૩૨; ૫. ૯, ૫; [Avestan] [Avestan]* [Avestan] (ભલું નુર બખ્શનારી) નારી. ૧|૧ ૫. ૧૭, ૬; [Avestan] ૬|૧ વં. ૨૧, ૧; [Avestan] ૧|૩ વીસ્પ. ૧૧, ૧૨; [Avestan] નારી. ૧|૩ ૫. ૧૩, ૨૪; [Avestan] ૮|૩ ઇજ. ૬૫, ૧૨.

૨ [Avestan] (= [Avestan], [Avestan] = धातृ, धातर् = Lat. Conditor = [Avestan]) (જુઓ ૨ ધા. [Avestan] સા. ના. નર. પેદા કરનાર, બનાવનાર; the Creator, the Maker; [Avestan] ૧|૧ ૫. ૧, ૧૩; ૫. ૮, ૭; [Avestan] ૧|૧ ઇજ. ૫૦, ૧૧; [Avestan] ૧|૧ ૫. ૧, ૧૨; [Avestan] ૨|૧ ઇજ. ૧૬, ૧; ઇજ. ૪૪, ૭; [Avestan] (આએ પેદા કરનાર—દાદાર) ૮|૧ વં. ૨, ૧. ૪૨. ૪૩; વં ૩, ૧. ૪–૧૬. ૨૨. ૨૩. ૩૦. ૩૪. ૩૬. ૩૮; વં. ૪, ૨. ૫–૧૫; વં. ૫, ૮–૧૧. ૧૫. ૨૭. ૩૩. ૩૫. ૩૯; વં. ૬, ૬. ૧૦. ૧૪. ૧૬. ૨૦. ૨૬. ૩૦; વં. ૭, ૧; ૫. ૧૦. ૭૯. ઇત્યાદિ; [Avestan] ૧|૩ ૫. ૧૯, ૧૯.

[Avestan] (જુઓ ૩ [Avestan] ક તથા [Avestan] ધ) સમાસ ના. નર. કાએદા—ઇનસાફથી સાજું કરનાર (અસલ.); ન્યાયાધીશ, દાવર; જેનું કામ વાંધા ભરેલી બાબદોનો વાજબી ચુકાદો કરીને વાદી તથા પ્રતિવાદીને માટે જેમ ઘટતું દીસે તેમ કરવું; curing by law and justice (lit.); a judge whose business it is to adjudicate upon disputed matters and give his decision, as to the claims of the contending parties; [Avestan] ૧|૧ ૫. ૩, ૬.

* જુઓ મારૂં અવસ્તા વ્યાકરણ, સફે ૧૨૨ મો.

[Avestan] (જુઓ ૩ [Avestan] ક તથા ધા. [Avestan]) સમાસ ના. નર. ઇનિસાફનો રસ્તો દેખાડનાર; one who shows the path of justice; a judge confirming order; [Avestan] ૧|૧ ઇજ. ૯, ૧૦.

[Avestan] (જુઓ ૪ [Avestan]; [Avestan] એ [Avestan] ઉપરથી; જુઓ તે બોલ) સમાસ ના. નર. સારી ચીજ અથવા ભલાઇનો બખશનાર; the Giver of good things or goodness; *or*, prosperity-giver; from Pehl. [Avestan]; [Avestan] ૮|૧ વં. ૧૯, ૧૭.

[Avestan] (જુઓ ૩ [Avestan] ક તથા ૧ [Avestan]) સમાસ વિ. ઇનિસાફનો ફાએદો આપનાર; સુખ આપનાર; giving the benefit of justice; *or*, welfare-giving; [Avestan] ૨|૧ ય. ૧૦, ૨૫; [Avestan] નારી. ૨|૧ ય. ૧૩, ૧.

૧ [Avestan] (જુઓ ૧ ધા. [Avestan]) સા. ના. નર. બખશેશ; gift; [Avestan] ૨|૧ ઇજ. ૫૦, ૨; [Avestan] ૨|૩ ઇજ. ૩૨, ૧૦.

૨ [Avestan] (૩ [Avestan] નું બીજું રૂપ) સા. ના. નર. જે કાંઇ વાજબી—ઘટતું—ઇનિસાફ મુજબનું તે; what is just or proper; [Avestan] [Avestan] ૨|૧ ઇજ. ૪૬, ૧૭; [Avestan] ૨|૩ ઇજ. ૪૯, ૧૫. જુઓ [Avestan] unjust, illegal.

૩ [Avestan] (જુઓ ૨ ધા. [Avestan]) સા. ના. નર. પેદાએશ; creation; [Avestan] ૨|૩ ઇજ. ૨૮, ૧૦; [Avestan] ૪|૩ ઇજ. ૫૧, ૫.

૧ [Avestan] (= [Avestan]) (જુઓ ૧ ધા. [Avestan]) સા. ના. નાન્ય. બખશેશ, કાંઇબી આપવું તે, દાન; gift, giving; [Avestan] ૨|૧ ય. ૧૩, ૫૦; [Avestan] ૧|૩ વં. ૧૯, ૨૭; [Avestan] ૬|૩ ઇજ. ૩૧, ૧૬.

૨ [Avestan] (= [Avestan]) (જુઓ ૨ ધા. [Avestan]) સા. ના. નાન્ય. પેદાએશ; creation; [Avestan] ૭|૧ વીસ્પ. ૧૯, ૨; ય. ૧, ૩૨.

[Avestan], [Avestan], [Avestan] એ બોલો વિશે જુઓ ૧ [Avestan]

[Avestan] Wester., [Avestan] Geld સા. ના. એક જાતની મોટોડી; રેતી; a kind of earth or clay; sand, gravel. Comp. [Avestan]; [Avestan], [Avestan] ૨|૧ વં. ૯, ૧૧.

[Avestan] વિશે જુઓ ૧ ધા. [Avestan]

[Avestan] (જુઓ ધા. [Avestan]) વિ. દમ લેનાઇ, દમ લેતું (અસલ.); ખુશ્કી—જમીન ઉપર રેહેતું; breathing (lit.); (frogs) living on the dry ground. એ [Avestan] ધાતુ [Avestan] બોલમાં બેવડો થએલો છે:—[Avestan] = [Avestan] (= નીક-ળી ગંધથી); [Avestan] [Avestan] a land frog; જમીન—ખુશ્કી ઉપર રેહેનારો દેડકો. Contrast [Avestan] [Avestan] a water frog પાણીમાં રેહેનારો દેડકો; [Avestan] [Avestan] ૬|૩ વં. ૧૪, ૫; વં. ૧૮, ૭૩.

૧ [Avestan] (= धान = دان) (જુઓ ૨ ધા. [Avestan]) સા. ના. નર. રાખનાર; એ બોલ છુટો નથી આવતો પણ સમાસનાં રૂપમાં આવે છે; keeping, holding, *e. g.*, [Avestan], [Avestan]; Comp. دان— in قلمدان , شمعدان , آتشدان , دان سی , ابدان , &c.

૨ [Avestan] (= धान = धाना = دانه) (જુઓ ૨ ધા. [Avestan] ખ) સા. ના. નર. દાણો, ધાન્ય; grain, corn; જુઓ [Avestan]

૩ [Avestan] વિ. ના. નર. એક બુરા પુરૂષનું નામ; name of a evil person, antagonistic to the Zoroastrian religion. જુઓ નીચેનો બોલ.

[Avestan] (૩ [Avestan] ઉપરથી) વિ. દાનનાં કુટું-બને લગતો; pertaining to the family of Dâna; [Avestan] [Avestan] ૨|૧ ય. ૧૯, ૪૧. (જુઓ આદી.)

૧ [Avestan] સા. ના. નાન્ય. ક) નદી; a river; જુઓ [Avestan]

ખ) પાણી; water; જુઓ [Avestan], [Avestan]

૨ [Avestan] (જુઓ ૩ ધા. [Avestan]) વિ. ડહાપણ, દાનેશ-મંદ; wise, discreet; જુઓ [Avestan]

3 [Avestan] વિ. ના. નર. અસલી ઇરાનીઓની સાંમે થનારો તુરાની તાએફાનું નામ; the name of a Turanian tribe inimical to the Iranians. Mr. Modi thinks that the name is still found in the names of the modern Russian rivers, viz., the Danube, the Dneiper, the Dneister and the Don. Probably, the Danube derives its name from [Avestan] and [Avestan], meaning the river of the Dânu people. Comp. Sans. दानव; [Avestan] ૨|૩ ય. ૫, ૭૩; [Avestan] ૪|૩ ય. ૧૩, ૩૭; [Avestan] ૬|૩ ય. ૧૩, ૩૮.

[Avestan] (જુઓ ૧ [Avestan] કે તથા [Avestan]) સમાસ વિ. નદી જેટલું લાંબું; as long as the rivers; as far as the rivers stretch; [Avestan] ૨|૩ ઇજિ. ૬૦, ૪; ય. ૧૩, ૩૨.

[Avestan] (= دانه کش) (જુઓ ૨ [Avestan] તથા ૨ ધા. [Avestan]) સમાસ વિ. દાનો ખેંચનાર, અનાજ ઘસડી લઈ જનાર (કીડી); corn-carrying (ants); [Avestan] [Avestan] નર. ૨|૧ વં. ૧૬, ૧૨; [Avestan] [Avestan] ૬|૩ વં. ૧૪, ૫; વં. ૧૮, ૭૩.

૧ [Avestan]—It should be remembered, that the substantive [Avestan] is used in the three genders; *e. g.*, [Avestan] [Avestan] [Avestan] (neut.); [Avestan] [Avestan] (mas.); [Avestan] [Avestan] [Avestan] (fem.). (= [Avestan] = धामन् = [Persian]) (જુઓ ૨ ધા. [Avestan]) સા. ના. એ બોલ જુદી જુદી જાતીમાં વપરાએલો જોવામાં આવેછે અને તે, એની સાથે આવેલા વિશેષણો ઉપરથી જણાએછે. અર્થ:—પેદાએશ; પેદા કીધેલી ચીજ; creation; a creature. Comp. 1 [Avestan]; [Avestan] ૧|૧ વં. ૧૩, ૧. ૨. ૫. ૬; ય. ૧, ૨૫; [Avestan] ૨|૧ વં. ૧૬, ૫. ૬. ૮. ૧૪. ૧૫. ૧૭. ૩૪. ૩૫; ય. ૬, ૨; [Avestan] [Avestan] (બેહુ પેદાએશ) ૨|૨ ય. ૧૫, ૪૩; [Avestan] ૧|૩ ય. ૧૩, ૭૬. ૯૩; વીશ્તા. ય. ૫૧ (= ય. ૨૪, ૫૧); [Avestan] નારી. ૨|૩ વં. ૧૫, ૩૭. ૪૨; ઇજિ. ૧૬, ૩; ઇજિ. ૧૫, ૧૨; ઇજિ. ૨૨, ૨૪; ઇજિ. ૨૫, ૫; ઇજિ. ૪૬, ૬; ઇજિ. ૭૧, ૧૦; વીસ્પ. ૧૧, ૨; વીસ્પ. ૧૨, ૪; વીસ્પ. ૧૯, ૧; ય. ૨, ૧; ય. ૮, ૪૩; હાદો. નુસ્ક. ૯. (= ય. ૨૨, ૯.); વીસ્પ. ૭, ૪; ય. ૧૦, ૧૪૨. ૧૪૩; ય. ૧૩, ૭૬; ય. ૧૯, ૧૦; [Avestan] (૨|૩ ની મતલબે) ઇજિ. ૭૧, ૬; [Avestan] ૩|૩ ઇજિ. ૧૯, ૧૯; [Avestan] ૪|૩ ઇજિ. ૧૯, ૧૨. ૧૪; ય. ૯, ૯; [Avestan] ૫|૩ ઇજિ. ૮, ૬; ય. ૯, ૧૦; [Avestan] ૬|૩ વં. ૩, ૨૦; વં. ૫, ૩૩—૩૬; વં. ૯, ૪૯; વં. ૧૨, ૨૧; વં. ૧૩, ૧. ૨. ૫. ૬. ૨૮; ઇજિ. ૧૬, ૧; ય. ૮, ૪૮; ય. ૧૦, ૫૪. ૯૨; ય. ૧૫, ૧૮; [Avestan] (૭|૩ ની મતલબે) ઇજિ. ૯, ૧૫; ઇજિ. ૫૭, ૨; [Avestan] ૭|૩ વં. ૨૧, ૫. ૯. ૧૩; [Avestan] ૭|૩ ય. ૧૦, ૬. ૯૨; Frag. 4, 2. જુઓ [Avestan], [Avestan]

૨ [Avestan] (જુઓ ૩ ધા. [Avestan]) સા. ના. નાન્ય. દાનેશ, ડહાપણ; wisdom, discretion. Comp. [Avestan], ૨ [Avestan]; જુઓ [Avestan]

[Avestan] વિશે જુઓ ૧ ધા. [Avestan]

૧ [Avestan] (જુઓ ૨ ધા. [Avestan]) સા. ના. પેદાએશ; creation; Comp. 1 [Avestan]; [Avestan] ૧|૧ ય. ૧, ૨૫; [Avestan] ૬|૧ ઇજિ. ૪૩, ૫; ઇજિ. ૫૧, ૧૦.

૨ [Avestan] (જુઓ ૩ ધા. [Avestan]) સા. ના. નારી. ડહાપણ, દાનેશ; wisdom; [Avestan] ૨|૧ વીસ્પ. ૧૯, ૨; ય. ૧, ૩૨; [Avestan] ૬|૧ ય. ૧૦, ૬૬. જુઓ નીચે.

[Avestan], [Avestan] (જુઓ ૨ [Avestan] તથા ૨ [Avestan]) સમાસ બૂ. ફૂ. વિ. ડહાપણ-વાળું બનાવેલું, ડહાપણથી ભરપુર, દાનેશ-મંદ; made of wisdom (lit.); full of wisdom; wise; [Avestan] નર. ૧|૧ ય. ૧૪, ૫૪; [Avestan] નર. ૨|૧ ઇજિ. ૧૦, ૧૦; ય. ૧૦, ૬૧; [Avestan] નારી. ૮|૧ ય. ૧૭, ૬૦.

[Avestan] (જુઓ ૨ ધા. [Avestan] ૫૫) સા. ના. નાન્ય. પોષણ, ટેકો, આધાર; nourishment, support; જુઓ [Avestan]

[Avestan], [Avestan], [Avestan]— એ બાબી વિશે જુઓ ૧ તથા ૨ ધા. [Avestan]

[Avestan] (= धारा) (જુઓ ૧ ધા. [Avestan]) સા. ના. નર. ધાર, અની, કોર ; તીક્ષ્ણતા ; the sharp edge of a cutting instrument; sharpness; *vide* [Avestan], [Avestan], [Avestan]

[Avestan] (= धारणा) (જુઓ ૨ ધા. [Avestan]) સા. ના. નાન્ય. ટેકો આપવો, ટેકાવી રાખવું; supporting; sustaining; [Avestan] (Geld. [Avestan]) ૨|૧ ય. ૨, ૧૨.

[Avestan] વિ. ના. નર. એક નામાંકિત પુરૂષનું નામ; name of an illustrious personage; Comp. [Avestan], [Avestan]; [Avestan] ૬|૧ ય. ૧૩, ૧૦૮.

[Avestan] (જુઓ ધા. [Avestan] ખ) સા. ના. નર. પાછું હઠાવનાર, હાંકીને દૂર કરનાર; one who repels or drives away. [Avestan] ૧|૧ ય.૧૧, ૨.

[Avestan] (જુઓ ૨ ધા. [Avestan] ખ) વિ. સુખાકારી આપનાર; comfort-giving; [Avestan] નર. ૧|૧ દજ઼િ. ૧૦, ૧૮.

[Avestan] = ગ્રજ = [Avestan] = રાખવું, પકડવું; to keep, to hold; જુઓ નીચેનો બોલ.

[Avestan] (જુઓ ધા. [Avestan]) સા. ના. નર. રાખનાર, લઈ જનાર; one who keeps or bears; એ [Avestan] પ્રત્યયને Gerund* તરીકે લેવો, અથવા કર્તરિ [Avestan] પ્રત્યયનું ટુંકું રૂપ ગણવું. જુઓ [Avestan]

[Avestan] વિ. ના. નર. એક બુરા રાખસનું નામ, જેના કુટુંબીઓને કેરેશાસ્પ પેહેલવાને મારયા હતા; name of a wicked person, whose kinsmen were killed by Kereshâspa, the noted Irânian hero; જુઓ નીચે.

[Avestan] ([Avestan] ઉપરથી) વિ. દાશ્તયાનને લગતો, દાશ્તયાનનો કુટુંબી; of the family of Dâshtayâni. [Avestan] નર. ૬|૧ ય. ૧૯, ૪૧ (જુઓ મોદી.).

[Avestan] વિ. ના. નર. પુરૂષનું નામ; name of a person; જુઓ એની પછીનો બોલ.

* જુઓ મારું અવસ્તા વ્યાકરણ, સફો ૨૬૬-૨૬૭મો.

[Avestan] ([Avestan] ઉપરથી) વિ. દાશ્તાઘ્નને લગતો—તેનો છોકરો; (a member) of the family of Dâshtaghna (orig.); the son of Dâshtaghna; [Avestan] ૬|૧ ય. ૧૩, ૧૨૫ જુઓ મોદી.

૧ [Avestan] (= धासि) (જુઓ ૨ ધા. [Avestan]) સા. ના. નારી. પેદા થવું, પેદાએશ; coming into existence, creation; [Avestan] ૨|૧ દજ઼િ. ૧૯, ૮; ય. ૧૩, ૭૭; [Avestan] ૫|૧ દજ઼િ. ૧૯, ૮.

૨ [Avestan] વિ. ના. નારી. કાસ્પીયન સમુદ્રની પૂર્વ દિશાએ આવેલા મુલુકનું નામ; "The Dahae of the classics, and the Tahia of the Chinese, a country to the east of the Caspian Sea, inhabited by a warlike nomadic people. It was from them that the ancient Parthians recruited their forces. They appear as cavalry archers in the army of the last Darius at *Gaugamèle.* At the time of the invasion of the Scythians, they occupied *la Bactriane* (the Tahia of the Chinese). The province of Dahistân in Gûrgân is so called after their name. The Pehlvi Shâh Nâmeh attributes its foundation to Narseh the Arsacide" (Dar.); [Avestan] [Avestan] ૬|૩ ય. ૧૩, ૧૪૪.

[Avestan] (૫ [Avestan] ઉપરથી) અતિ. વિ. ઘણોજ દાનેશમંદ, ડહાપણ; wisest. Comp. [Avestan]; [Avestan] નારી. ૧|૩ ય. ૧૩, ૧૭.

[Avestan], [Avestan] વિશે જુઓ ૧ ધા. [Avestan]

૧ [Avestan] = धा, धे = ધાવવું; to suck at the breasts; જુઓ [Avestan], [Avestan]

૨ [Avestan] વિશે જુઓ ધા. [Avestan]

[Avestan] = दिह् = બાંધવું, વેરી લેવું; ઢગલો કરવો; to build, to encompass, to heap; જુઓ નીચે.

[Avestan] = ક) બુલંદ બાંધવું, ઉપરથી બાંધકામ કરવું—બાંધી લેવું; to build up, to erect; [Avestan] ભૂત કૃદંત. નર. ૧|૩ વં. ૭, ૫૬; વં. ૧૫, ૩૬. જુઓ ૧ [Avestan]

ખ) ઉંચો ઢગલો કરવો, ગંજી મારવી ; to heap up, to pile (hay, stack) ; જુઓ ૨

= આસપાસ બાંધી લેવું—ઘેરી લેવું ; to enclose, to encompass ; અ. ભૂ. સંશ. પરસ્મૈ. ૩|૩ વં. ૩, ૧૮ ; વં. ૫, ૪૯. જુઓ

ક્રિ. અ. ખચીત (ખુસ્તી) ; assuredly (J.); ખરેખર જોતાં એ બોલ દર્શ. સર્વ. નું નાન્ય. ૧-૨|૧ નું રૂપ છે, જેનું બીજું રૂપ આવેછે ; જુઓ ; ઇજ. ૧૯, ૧૦.

વિશે જુઓ ધા.

વિશે જુઓ

૧ (દિવ્ = ક) પ્રકાશવું, ચલકવું ; to shine, to glitter ; જુઓ

ખ) ખુશી-રાજી થવું ; to be pleased or willing. જુઓ નીચે.

= ખુશી-રાજી થવું ; to be pleased or willing ; વર્ત. પરસ્મૈ. ૪ થો વર્ગ ૩|૩ ઇજ. ૪૪, ૧૩.

૨ (૩ ધા. નું બીજું રૂપ) = ઠગવું ; to deceive ; (= ઠગતો આવે) વર્ત. કૃ. આત્મને. નર. ૨|૧ ઇજ ૩૧, ૨૦.

(ધા. ઉપરથી) = ઠગવું ; ફરેબ દેવો ; to deceive ; to delude ; સામા. રૂપ (infini.) ઇજ. ૪૫, ૪. જુઓ નીચેનો બોલ.

(જુઓ ધા.) સા. ના. ઠગાઈ ; ફરેબ ; fraud, hypocrisy ; (ઠગાઈથી) ૫|૧ વં. ૧૮, ૧. ૨. ૩. ૪. ૫.

= दिश् = Lat. Dicere, Lat. Docere = ક) શિખવવું, દેખાડવું ; to teach, to show. આજ્ઞા. પરસ્મૈ. ૩|૧ વીશ્તા. ય. ૩૩ (= ય. ૨૪, ૩૩) ; (તમો દેખાડો— જાહેર કરો) ૨|૩ ઇજ. ૮, ૩ ; અ. ભૂ. સંશ. પરસ્મૈ. ૩|૧ વં. ૧૮, ૯ ; આફ્રૂ. ગાહામ. ૭ ; (હું દેખાડીશ) ભવિ. પરસ્મૈ. ૧|૧ (fut. base. * + ; છેડેનો પ્રત્યય નીકળી ગયો) ઇજ. ૪૩, ૭

ખ) આશા બાંધવાને કારણ આપવું, કબુલાત આપવી ; to give ground to cherish hope ; to promise ; અ. ભૂ. સંશ. પરસ્મૈ. ૩|૧ વં. ૯, ૪૪.

ગ) નજરે પાડવું, નજર આગળ લાવવું ; દેખાડવું ; બખશવું, આપવું (દારમે) ; to exhibit to view or notice, to present ; to give (Dar.) ; (Reduplicated Aor. ; *vide* my Av. grammar, § 499) અનિયમિત કાળ પરસ્મૈ. ૩|૧ ઇજ. ૫૧, ૧૭.

ઘ) દેખાવું, દીસવું ; શિખવું ; to appear, to seem ; to learn ; to show, to teach (Caus.) દેખાડવું, શિખવવું (પ્રેરણાર્થ) ; (તેઓ દેખાડેછે) પ્રેરે. વર્ત. પરસ્મૈ. ૩|૩ ય. ૧૩, ૫૩. ૫૫ ; (હમો દેખાડીએ—દેખાડીશું) પ્રેરે. આજ્ઞા. પરસ્મૈ. ૧|૩ વીશ્તા. ય. ૩૨ (= ય. ૨૪, ૩૨) ; પ્રેરે. અ. ભૂ. પરસ્મૈ. ૩|૩ ય. ૧૩, ૫૭ ; (અશો હોરમજદે તેને દીન શિખવી) અ. ભૂ. પરસ્મૈ. ૩|૧ ય. ૧૧, ૧૪ ; વીશ્તા. ય. ૪૨. (= ય. ૨૪, ૪૨). જુઓ

ખ) ફરમાવવું, હોકમ કરવો, મુકરર કરવું ; to direct, to order, to fix. અ. ભૂ. પરસ્મૈ. ૨|૧ વં. ૫, ૧૪

= શિખવું ; to learn ; to teach (Caus.) શિખવવું ; રાઝ્યા. પરસ્મૈ. ૨|૧ ય. ૧૪, ૪૯ ; † (Wester.) ય. ૪, ૧૦ ; I taught... (મેં શિખવી) પ્રેરે. અ. ભૂ. પરસ્મૈ. ૧|૧ વં. ૨, ૨ ; thou didst teach ...૨|૧ વં. ૨, ૧.

= सम्-दिश् ‡ = આપી દેવું ; સોંપવું ; to give up ; to deliver over to ; આજ્ઞા. આત્મને. ૨|૧ ય. ૧૯, ૪૮. ૫૦.

---

* જુઓ મારૂં અવસ્તા વ્યાકરણ, સેકો ૨૭૪—૨૭૫

† Geld. Yt. 4, 9.

‡ સં. सम्-दिश ના બે અર્થ (૧— આપી દેવું, ૨— શિખવવું) થાયછે.

[illegible] (= [illegible])(ધા. [illegible] = જુઓ ૧ ધા. [illegible]) સા. ના. નર. ફાડીખાનારૂં જાનવર, શીકાર કરનારૂં જાનવર; a ferocious or hunting beast. [illegible] ૧/૧ વં. ૧૩, ૪૭; [illegible] ૬/૧ વં. ૧૩, ૪૪; [illegible] ૬/૧ વં. ૧૩, ૪૭. In [illegible] the final of the base is *vriddhied.*

[illegible] read [illegible] [illegible] they are destroyed (Dar.) Yt. 19, 51.

[illegible] = दिश् = દેખાડવું, આંગળી બતલાવવી; to show, to point out; જુઓ [illegible]

[illegible] (જુઓ ધા. [illegible] સા. ના. બળતાં લાકડાંનો ઢગલો, બળતી ચુલ; a heap of burning fuel—fire. Pehl. Tr. [illegible]; [illegible] નારી. ૨/૧ વં. ૮, ૭૪; [illegible] ૫/૧ વં. ૮, ૬૨.

[illegible] (= [illegible] = Lat. Digitus = Fr. Doigt) (જુઓ ધા. [illegible]) સા. ના. નારી. (Index ની મતલબે) જે દેખાડે તે (અસલ); હાથનું આંગળું; અરધી બિલ્લસ; 'વીતસ્તિ' નું અરધું માપ; that which points out, an index (lit.); a finger; a measure of half a span about five inches; [illegible] ૨/૧ વં.૧૭,૫.

[illegible] = [illegible] = धी, ध्यै = [illegible] = જોવું, વિચારવું; ધ્યાન આપવું, દેખાડવું; જાહેર કરવું; to see, to think, to show, to publish; cl. 3. [illegible] અ. ભૂ. સંશ. પરસ્મૈ. ૩/૧ ય. ૧૯, ૬૪; [illegible] (Wester.) આજ્ઞા. પરસ્મૈ. ૧/૩ વીસ્તા. ય. ૫૮ (= ય. ૨૪, ૫૮); [illegible] વર્ત. પરસ્મૈ. ૨/૧ ઇજ. ૩૩, ૧૩; એ બોલ ધા. [illegible] ઉપરથી પણ લેવાઇ શકાએ; दिश् = દેખાડવું (તું દેખાડે); [illegible] વર્ત. કૃ. પરસ્મૈ નર. ૧/૩ ય. ૧૦, ૪૫; [illegible] (Geld. [illegible]) ૬/૩ ય. ૧૭, ૧૧. જુઓ [illegible], [illegible], [illegible]

[illegible] = નજર ફેરવી નાખવી; to turn away the look (from a person); [illegible] [illegible] [illegible] [illegible] ... [illegible] O Asbi! do not turn thy look from me. મારીથી નજર ફેરવતી ના,* અશિ અશિશવંઘ.) આજ્ઞા. પરસ્મૈ. ૨/૧ ય. ૧૭, ૧૫.

[illegible] = નીચી-હલકી નજરે જોવું; ધિક્કારવું; to look with an eye of contempt; to hate. [illegible] અ. ભૂ. પરસ્મૈ. ૧/૧ વીશ્તા. ય. ૪૩.

[illegible] = નેઘાહ કરવી, જોવું; to see, to behold; [illegible] વર્ત. પરસ્મૈ. ૩/૧ ય. ૧૦, ૧૩. ૫૧. ૬૫; [illegible] પૂ. ભૂ. પરસ્મૈ. ૩/૧ ઇજ. ૬૨, ૮; નીઆ. ૫, ૧૪; [illegible] શક્યા. પરસ્મૈ. ૩/૧ વં. ૯, ૧૨ †

[illegible] = કૃ) જોવું; નજર કરવી; to look at; to see; [illegible] શક્યા. પરસ્મૈ. ૩/૧ વં. ૧૯, ૨.

અ) દેખાવું; to appear; [illegible] =(માહતાબના) દેખાએલા (ભાગ) ને ભૂ. કૃ. વિ. ૪/૧ ય. ૭, ૧; નીઆ ૩, ૩; [illegible] ‡ = (માહતાબના) દેખાતા (ભાગ) ને. વર્ત. કૃ. વિ. ૪/૧ ય. ૭, ૧; નીઆ. ૩, ૩.

[illegible] = બધી તરફ નજર કરવી—ચોકસી રાખવી; to look all over, to watch; જુઓ [illegible]

[illegible] (જુઓ ધા. [illegible]) સા. ના. નારી. નજર, નેઘાહ; look, sight; જુઓ [illegible], [illegible]

[illegible] વિશે જુઓ ધા. [illegible]

[illegible] વિશે જુઓ ધા. [illegible]

[illegible] વિશે જુઓ ધા. [illegible]

[illegible] વિશે જુઓ ધા. [illegible]

૧ [illegible] = [illegible] = द्रु = ચીડાઇ જવું, ગુસ્સે થઇને-ચીડાઇને બોલવું (દેવ અથવા ખરાબ માણસનું); સારાં માણસનાં બોલવાને માટે [illegible] આવેછે; to speak (of evil beings); cl. 1; *contra,* [illegible], [illegible] to speak (of good beings) [illegible] અ. ભૂ. આત્મને. ૩/૧ વં. ૧૯, ૧. ૪૪; ઇજ. ૯,

* Give me (Dar.); તું મને આપ (દારમે.); Do Thou reveal to me (M.); તું મને જાહેર—ખોલું કર (મિલ્સ).

* આએ ઠેકાણે [illegible] નો અર્થ [illegible] ના જેવો નકાર થયો છે; જુઓ મારૂં અવસ્તા વ્યાકરણ, સફો ૨૮૦ મો.

† આએ ઠેકાણે [illegible] નો અર્થ 'ભણવું-બોલવું જોઇએ' (the unclean man) shall repeat or recite ... લાગુ પડછે.

‡ Geld. [illegible]

૨૪; ય. ૧૭, ૧૯; [Avestan]* વં. ૧૯, ૬. ૮; ય. ૩, ૧૪; હાદો. નુસ્ક. ૩૫ (= ય. ૨૨, ૩૫); [Avestan] ૩|૩ (ધાતુની વૃદ્ધિ થઇને પ્રત્યય લાગો) વં. ૧૯, ૪૫; [Avestan]* વં. ૧૯, ૪૫. ૪૭; [Avestan] વર્ત. કૃ. આત્મને. નર. ૧|૧ ય. ૧૯, ૪૭; [Avestan] નારી. ૧|૧ હાદો. નુસ્ક. ૪૨ (= ય. ૨૨, ૪૨).

[Avestan] = ચીડાઇને પાછો જવાબ આપવો—કહેવું (દેવ-દરૂજનું); to answer (of evil beings); [Avestan] અ. ભૂ. પરસ્મૈ. ૩|૧ વં. ૧૮, ૩૧. ૩૪. ૩૭. ૪૦. ૪૩. ૪૬. ૪૯. ૫૪. ૫૭; વં. ૧૯, ૩; [Avestan]* . . . [Avestan] વં. ૧૯, ૬. ૮.

[Avestan] = ચીડાઇને મ્હોટેથી બોલવું (દેવનું); to vociferate (of evil beings); *contra*, [Avestan], [Avestan];—[Avestan] અ. ભૂ. પરસ્મૈ. ૩|૧ વં. ૧૯, ૪૩.

[Avestan] = વધારે ચીડાઇને બોલવું (દેવનું); to speak angrily (of evil beings); [Avestan] વં. ૧૯, ૪૩.

૨ [Avestan] = ધૂ = હિલવું, ગતિમાં આવવું; to shake, to move; જુઓ [Avestan], [Avestan], [Avestan]

[Avestan] † = दुह = دوشیدن , دوختن =દુધ દોહોવું; to milk; જુઓ નીચેનો બોલ.

[Avestan] (= [Pahlavi] = दुहितृ = دختر = Ger. Tochter = Daughter) (જુઓ ધા. [Avestan]) સા. ના. નારી. પોતાની છોકરી, દીકરી; દુધ દોહોનારી (અસલઅર્થ), સબબ કે પ્રાચીન વખતમાં છોકરીનું મુખ્ય કામ દુધ દોહોવાનું હતું; one who milks (lit.); a daughter; [Avestan] ૧|૧ વં. ૧૨, ૧. ૨. ૧૭. ૧૯; વં. ૧૪, ૧૫; વં. ૧૯, ૧૩. ૧૬; [Avestan] ૧|૧ ઈજ. ૪૫, ૪; [Avestan] ૨|૧ વં. ૧૨, ૩; ય. ૧૭, ૨; [Avestan] ૭|૧ વં. ૧૨, ૧૯; [Avestan] ૬|૩ ઈજ. ૫૩, ૩.

* શરૂઆતનો [Avestan] અ. ભૂ. (augment) નો છે; જુઓ મારૂં અવસ્તા વ્યાકરણ, સહે ૧૮૧ મો.

† Eng. Dug (the teat or pap of a cow or other beast) and Per. دوغ (butter-milk) are derived from the rt. [Avestan]; Comp. Lat. *Duc*-ere and To *Tug* with the Sans. rt. दुह् (Av. [Avestan]), which originally implies to draw out, to pull.

[Avestan] સા. ના. નાન્ય. વિપત્તિ, આફત, અભાગ્ય દશા; ગરીબી, મુફલેસી; જો [Avestan] નું અપભ્રંશ ગણીએ તો 'બદતોખમ, બદ-ઝાદી' અર્થ થઇ શકે; calamity, misfortune; poverty, misery; *or*, mean parentage, low birth (fr. [Avestan]); Contrast [Avestan];—[Avestan] ૨|૧ ય. ૧૦, ૧૧૦.

[Avestan] વિશે જુઓ ૨ [Avestan]

[Avestan] (૨. [Avestan] ઉપરથી) વિ. ખરાબ, નઠારૂં, દુષ્ટ; evil, bad; causing harm; [Avestan] [Avestan] (નઠારી કીડીઓમાંની) ૬|૩ વં. ૧૪, ૫.

૧ [Avestan] વિ. ના. નર. એક જાતનો કુતરો; [Avestan] (વંધાપર) નામના કુતરાનું બીજું નામ; a species of dog; the vulgar name of Vanghâpara. Comp. Per. [Persian], Pehl. [Pahlavi]; [Avestan] ૨|૧ વં. ૧૩, ૨. ૩. ૪.

૨ [Avestan] વિ. ના. નર. પાએતખતનું નામ; 'વએકેરત' ની રાજધાની; capital of Sajestân; *vide* [Avestan]; જુઓ એની નીચેનો બોલ.

[Avestan] (જુઓ [Avestan] તથા [Avestan]) સમાસ વિ. દુજક પાએતખતવાળું (વએકેરત); (Vaekereta) having Duzhaka as its capital city; [Avestan] [Avestan] [Avestan] [Avestan] નર. ૨|૧ વં. ૧, ૯; Geld. [Avestan] of the evil shadows ([Avestan] = Per. سایه = Sans. छाया shadow).

[Avestan] (= [Pahlavi]) ([Avestan], [Avestan] ઉપરથી) સા. ના. નાન્ય. દોજખ; hell; [Avestan] ૩|૧ ય. ૧૯, ૪૪.

[Avestan] સમાસ વિ. નર. ૧|૧ ખરાબ કૌવતવાળો, ઇઆને પોતાનાં કૌવત—જોરને ખરાબ માર્ગે વાપરનાર; જુલમગાર (યુસ્તી તથા દારમે.); બુરી જબાનવાળો (હારલે); abusing one's might (orig., [Avestan] + [Avestan] + [Avestan]); tyrannical, unjustly severe (Justi & Dar.); *of* an evil tongue (Har.); [Avestan] નર. ૧|૧ ઈજ. ૪૬, ૪.

[Avestan] વિરો જુઓ [Avestan]

[Avestan] (જુઓ ૨ [Avestan] તથા [Avestan]) સમાસ ના. નાન્ય. ખરાબ માર્ગ—રીતિ; વિપત્તિ; ખરાબ આસાની; evil way or practice; calamity, discomfort; Pehl. [Pahlavi]; [Avestan] ૨।૧ હ્વૅ. ૮, ૮.

[Avestan] (જુઓ ૨ [Avestan] અ તથા ૧ ધા. [Avestan]) સમાસ વિ. પોંહોંચવાને મુશ્કેલ, નજદીક જવાને કઠણ; difficult to be reached; [Avestan] નર. ૨।૧ વં. ૧૩, ૩.

[Avestan] (= दुरित) (જુઓ ૨ [Avestan] તથા [Avestan]) સમાસ વિ. ક) ખરાબ રવૈરા—તરીકાનો, નુકસાનકારક; of evil ways and practices; harmful; [Avestan] ૬।૩ ય. ૧૩, ૨૦; [Avestan] [Avestan] અધિ. વિ. નર. ૧।૧ વં. ૧૩, ૪૨. ૪૩.

ખ) નજદીક જવાઈ નહી શકાએ તેવું; inaccessible (Sans. दुरित); for particulars, *vide* [Avestan]; [Avestan] ૨।૧ ય. ૧૫, ૧૯.

[Avestan] (= [Pahlavi] = दुरुक्त) (જુઓ ૨ [Avestan] તથા [Avestan]) ક) સમાસ ના. નાન્ય. ખરાબ બોલેલું તે, બદ સખુન, જુઠો વચન; an evil word; [Avestan] ૨।૧ હ્વૅ. ૭૧, ૭; ય. ૧૦, ૧૦૬; [Avestan] [Avestan] ૨।૧ વં. ૩, ૨૦. ૪૨; વં. ૯, ૪૯; [Avestan] [Avestan] ૬।૧ હ્વૅ. ૧૦, ૧૬; હ્વૅ. ૭૧, ૭; [Avestan] [Avestan] ૨।૩ હ્વૅ. ૧૧, ૧૭; [Avestan] ૫।૩ ય. ૨૧, ૧૭; [Avestan] ૬।૩ વીસ્પ. ૨૦, ૨.

ખ) સમાસ ભૂ. કૃ. વિ. જુઠો સખુન બોલેલો, ખરાબ વચનવાળો; (a word) evil-spoken, falsely uttered; [Avestan] નારી. ૪।૧ હાદો. નુસ્ક ૩૬ (= ય. ૨૨, ૩૬); [Avestan] [Avestan] (જુઠા બોલેલા સખુનનું) નાન્ય. ૬।૧ વં. ૧૮, ૧૭. ૨૫. Contrast [Avestan]

[Avestan] (= [Pahlavi] = दुर्गन्ध) (જુઓ ૨ [Avestan] તથા [Avestan]) સમાસ વિ. ખરાબ વાસવાળો (પવન), ધન મારતો (પવન); foul-scented (wind); [Avestan] નર. ૧।૧ હાદો. નુસ્ક. ૨૫ (= ય. ૨૨, ૨૫); [Avestan] (Compara. adj.) more foul-scented (વધારૂ ધન મારતો) અધિ. વિ. નર. ૧।૧ ય. ૨૨. ૨૫; [Avestan] (super.) most foul-scented ધણોજ ધન મારતો અતિ. વિ. નર. ૨।૧ ય. ૨૨, ૨૬.

[Avestan] (= [Pahlavi]) (જુઓ ૨ [Avestan] તથા [Avestan]) સમાસ ના. નારી. ખરાબ જીંદગી ગુજારવી; દુઃખ, સંકટ; leading a miserable life; pain, affliction. Contrast [Avestan]; [Avestan] ૬।૧ હ્વૅ. ૪૬, ૮.

[Avestan] (જુઓ ૧ [Avestan]) સમાસ ના. નર. ખરાબ ક્રિયા કરનાર, બદ ધર્મગુરૂ; a bad Zaotar; an unworthy priest; *vide* [Avestan]; [Avestan] ૧।૩ વીસ્તા. ય. ૧૨ (= ય. ૨૪, ૧૨).

[Avestan] (= [Pahlavi]) (જુઓ [Avestan] ક) સમાસ વિ. ખરાબ દીન—તરીકાવાળો; of bad religion; of evil practices; [Avestan] નર. ૧।૧ ય. ૧૯, ૪૭; Frag. 4, 2; [Avestan] નર. ૨।૧ ય. ૫, ૧૦૯; ય. ૯, ૩૧; ય. ૧૯, ૮૭; [Avestan] નર. ૪।૧ હ્વૅ. ૬૫, ૬; [Avestan] નર. ૬।૧ હાદો. નુસ્ક. ૩૬ (= ય. ૨૨, ૩૬); *[Avestan] harbouring evil consciences (બદ વાનતવાળા) નર. ૨।૩ હ્વૅ. ૪૯, ૧૧.

[Avestan] (= [Pahlavi]) (જુઓ ૩ ધા. [Avestan]) સમાસ વિ. ખરાબ દાનેશવાળો, ખરાબ જાણનાર; evil-knowing; Contrast [Avestan], [Avestan]; [Avestan] નર. ૧।૧ વં. ૧૯, ૩. ૪૪; હ્વૅ. ૫૭, ૨૫; ય. ૫, ૮૨; ય. ૧૭, ૧૯; [Avestan] = કારાંત પ્રમાણે નર. ૨।૧ ય. ૫, ૮૨; [Avestan] [Avestan] [Avestan] (ખરાબ જાણનાર અંગ્રેમેન્યુશથી) ૩।૧ (૫।૧† ની મતલબે) વં. ૧૯, ૧૨; [Avestan] નર. ૮।૧ વં. ૧૧, ૧૦. ૧૩; વં. ૧૯, ૫. ૯; [Avestan] નર. ૧।૩ વં. ૧૯, ૩. ૨૮. ૩૩. ૪૪. ૪૫. ૪૭; હ્વૅ. ૩૦, ૩;‡ [Avestan] = કારાંત પ્રમાણે ૨।૩ વં. ૧૯, ૪૩.

---

* આએ ઠેકાણે [Avestan] નો જ અર્થ લેવાનો; જુઓ [Avestan] ના:—conscience, વાનત.

† જુઓ મારૂ અવસ્તા વ્યાકરણ, સેકે। ૩૦૧ મો.

‡ એ ઠેકાણે [Avestan] નો અર્થ 'ખરાબ પેદાએશવાળા' (of evil creation) બી થઈ શકે.

[Avestan] (જુઓ ૨ ધા. [Avestan]) સમાસ વિ. ખરાબ પેદાએશરાને લગતું અથવા ખરાબી ઉત્પન્ન કરનારું; of evil creation; *or*, mischief-doing; injurious; [Avestan] hurtful winter નર. ૬/૧ વં. ૭, ૨૭.

[Avestan] (= [Avestan]) (જુઓ ૧ [Avestan]) સમાસ વિ. ખરાબ પેદાએશરાને લગતું; of evil creation; epithet of [Avestan]; [Avestan] નર. ૧/૧ વં. ૧૯, ક. ૮; [Avestan] નર. ૬/૧ ઈજ. ૬૧, ૨.

[Avestan] ([Avestan]) (જુઓ [Avestan]) સમાસ વિ. બદ નજરવાળો; evil-eyed; [Avestan] ૨/૩ ય. ૩, ૧૧; [Avestan] ૮/૩ ય. ૩, ૮; [Avestan] (super.) the worst of the evil-eyed (બદ નજરવાળાઓમાંના ઘણાજ બદ નજરવાળાઓને) અતિ. વિ. સં૩ ય. ૩, ૧૫.

[Avestan] (જુઓ [Avestan]) સમાસ વિ. ખરાબ ચાલચલનનો, બદ ખાસિયત–ખસલત ધરાવનાર, ખરાબ વજુદનો; of evil demeanour or nature; [Avestan] નર. ૧/૧ વં. ૧૩, ૪૭.

[Avestan] (જુઓ [Avestan] ગ) સમાસ ના. નારી. દુઃખ-સંકટ ખમવું; suffering pain or trouble; [Avestan] ૪/૧ ય. ૧, ૨૪.

[Avestan] (જુઓ ૧ ધા. [Avestan] ક) શ્રાપ, બદ દુઆ; ગેરમરજી, નાખુશી, ઈતરાજી; curse; ill-will; [Avestan] = જ્યારે મેહેર ઈજદ તેઓ તરફ ગેરમરજી બતાવેછે; When Mithra bears them ill-will; when Mithra treats them as rebels (Har.); જ્યારે મેહેર ઈજદ (તેઓને) બલવાખોર તરીકે ગણેછે (હારલે) ય. ૧૦, ૪૮.

[Avestan] (જુઓ [Avestan]) સમાસ વિ. ખરાબ વરસને લગતું (અસલ અર્થ); દુકાળવાળું; દિપણી લાવનાર; pertaining to the bad year (lit.); [Avestan] = famine-producing Pairika; the female demon of drought and sterility; contrast [Avestan]; [Avestan] નારી. ૧/૧ ય. ૮, ૫૧; [Avestan] ૪/૧ ય. ૮, ૩૬

[Avestan] (= [Avestan]) (જુઓ [Avestan]) સમાસ ના. નારી. ખરાબ આરાધના, નાલાએક પરસ્તી; unworthy adoration. Contrast [Avestan]; [Avestan] ૩/૧ ય. ૧૦, ૧૦૮.

[Avestan] (= दुर्वचस्) (જુઓ [Avestan]) સમાસ વિ. ખરાબ સખુનવાળો—બોલનાર; of evil speech; evil-speaking; [Avestan] ૪/૧ ઈજ. ૬૫, ૭; [Avestan] (the youth of evil words) નર. ૬/૧ ય. ૨૨, ૩૬; [Avestan] નર. ૧/૩ વં. ૧૩, ૨. ૩. ૪. ૬. ૭; વં. ૧૮, ૧૫. ૨૩; ય. ૮, ૫૧; [Avestan] ૨/૩ ઈજ. ૪૯, ૧૧.

[Avestan]* સમાસ વિ. બેઇજ્જતવાળો, માનને નહી લાયકનો; of bad repute, not worthy of respect; rt. [Avestan] = नम् = to revere; [Avestan] નર. ૨/૩ ય. ૧૯, ૮૭.

[Avestan] (જુઓ ૧ [Avestan]) સમાસ ના. ખોટા એતેકાદ રાખનાર, ખરાબ એકીન ધરાવનાર; a false believer; [Avestan] ૩/૩ ઈજ. ૫૩, ૯.

[Avestan] (= [Avestan]) (જુઓ [Avestan]) સમાસ વિ. ખરાબ—દુષ્ટ કામ કરનાર; an evil doer. Comp. [Avestan] and [Avestan]; [Avestan] ૧/૩ ઈજ. ૫૩, ૮.

[Avestan] (= [Avestan]) (જુઓ [Avestan]), ક.) સમાસ ના. નાન્ય. ખરાબ કીધેલું તે, દુષ્ટ કામ; an evil deed; [Avestan] ૨/૧ ઈજ. ૭૬, ૭; ય. ૧૦, ૧૦૫. ૧૦૬; [Avestan] ૨/૧ વં. ૩, ૨૦. ૪૨; વં. ૯, ૪૯; [Avestan] ૬/૧ ઈજ. ૧૦, ૧૬; ઈજ. ૭૧, ૭; [Avestan] ૨/૩ ઈજ. ૧૧, ૧૭; [Avestan] ૫/૩ ય. ૨૧, ૧૭; [Avestan] ૬/૩ વીસ્પ. ૨૦, ૨.

ખ.) સમાસ ભૂ કૃ. વિ. ખરાબ કીધેલું; evil-done; [Avestan] નાન્ય.

* આએ ઠેકાણે [Avestan] નો અર્થ 'નકાર' લેવો અથવા 'કદાચજ' લેવાનો.

૬/૧ વં. ૧૮, ૧૭. ૨૫; [illegible] ૬/૩ વીસ્પ. ૧૫, ૧.

ગ) સમાસ વિ. બુરાં કામવાળો, ઈર્ષ્યાને બુરૂં-દુષ્ટ કામ કરનાર; an evil doer; [illegible] the fiendish woman rich in evil deeds. નારી. ૪/૧ હાદો. નુસ્ક. ૩૬; જુઓ નીચેનો બોલ.

[illegible] (જુઓ [illegible] તથા ધા. [illegible]) સમાસ ના. દુષ્ટ કામ કરનાર; a doer of evil deeds; [illegible] (Geld. [illegible]) નર. ૧/૧ ય. ૧૯, ૯૬; [illegible] ૬/૩ ય. ૧૩, ૩૯; આફ્રી. ગાહામ. ૧૮; તથા દરેક આ-ફ્રીગાનમાં [illegible] ના કરદામાં.)

[illegible] (= [illegible] = धूम = [illegible] = Ger. Dunst (જુઓ ૨ ધા. [illegible]) સા. ના. નાન્ય. ધુમસ, વાદળું બાફ; mist, a cloud, vapour; [illegible] ૧/૧ વં. ૨૧, ૨; [illegible] ૧/૩ ય. ૮, ૩૨; ય. ૧૦, ૫૦; ય. ૧૨, ૨૩; [illegible] ૨/૩ ય. ૮, ૩૩; [illegible] વં. ૫, ૨૫. ૧૭. જુઓ નીચેનો બોલ.

[illegible] (જુઓ [illegible] તથા ૪ ધા. [illegible]) સમાસ વિ. વાદળાંને ઘસડી લઈ જતો (પવન); (the wind) driving down the clouds; [illegible] . . . [illegible] નર. ૧/૩ ય. ૧૩, ૧૪.

[illegible] (= [illegible] = [illegible]) (જુઓ ૨ ધા. [illegible]) સા. ના. નર. પુછડી; a tail; [illegible] ૨/૧ વં. ૧૩, ૧૪. જુઓ [illegible], [illegible]

[illegible] સા. ના. નાન્ય. હાથ (સ્પી., જુસ્તી, હારલે, તથા દારમે.); Pehl. [illegible]; a hand (Sp., Jus., Har. & Dar.); [illegible] વં. ૭ ૫૯.

[illegible] સા. ના. એક જાતનું દરદ; a kind of disease or distemper; [illegible] ૬/૧ વં. ૨૦, ૩. ૬. ૯; [illegible] (૮/૧ ને બદલે) વં. ૨૦, ૭.

૧ [illegible] = दुष् = બિગડી જવું, એબદાર થવું, દુષ્ટ થવું; to be soiled or ugly; to become evil; જુઓ ૨ [illegible]

* આ એ ઠેકાણે [illegible] પ્રત્યય Gerund તરીકે વપરાએલો છે; જુઓ માહરું અવસ્તા વ્યાકરણ સફે। ૨૬૬-૨૬૭.

૨ [illegible], [illegible] (= [illegible] = दुष्, दुस्, दुर् = [illegible]*) ઉપ. ખરાબ, દુષ્ટ, બુરૂં; ધિક્કારવા જોગ; a prefix implying bad, evil, wicked, hateful, hard; before vowels, semivowels and soft consonants, [illegible] is used; sometimes [illegible] is gunated, *i.e.* changed to [illegible] એ અવ્યય છુટો આવતોજ નથી; સ્વર, અર્ધસ્વર તથા નરમ વ્યનજનની આગમચ ઘણું કરીને [illegible] બદલાઈ ને [illegible] થાએછે; ગાથામાં [illegible] ની આગમચ [illegible] આવેછે; કોઈ વખતે [illegible] ગુણનાં રૂપમાં ([illegible]) આવેછે; જેમકે [illegible], [illegible]; જુઓ [illegible] ની સાથે સમાસ થએલા તથા નીચેના બોલો.

[illegible] સમાસ ના. ખરાબ રીતિનો માણસ; a person of evil ways and practices (fr. [illegible] evil; rt. [illegible] = [illegible] to go). Comp. [illegible] दुरित; [illegible] ૨/૩ ઈજે. ૪૯, ૧.

[illegible] (= दुष्कृत) (જુઓ [illegible]) સમાસ. ના. નાન્ય. ખરાબ કીધેલું તે (અસલ.); ખરાબ કામ, ખરાબી; evil-done (lit.); an evil deed; evil. Contrast [illegible]; [illegible] ૨/૧ વં. ૨૧, ૬. ૧૦. ૧૪; વીસ્તા ય. ૪૯ (= ય. ૨૪, ૪૯).

૧ [illegible] (= [illegible]) (જુઓ ૧ [illegible]) સમાસ ના. નાન્ય. ખરાબ ખોરાક; foul food; [illegible] ૧/૧ ઈજે. ૩૧, ૨૦.

૨ [illegible] (જુઓ ૨ [illegible]) સમાસ વિ. ખરાબ ખોરેહ—નુરવાળું; of evil glory Comp. [illegible], [illegible];—[illegible]... [illegible] (ખરાબ ખોરેહવાળું સુખ અથવા આસાની) નાન્ય. ૧/૧ ઈજે. ૫૩, ૬.

[illegible] (જુઓ [illegible]) સમાસ વિ. બદખોરેહવાળો, અપકીર્તિવાળો, બદકાર; of evil glory, inglorious, villainous; [illegible] નર. ૧/૧ ય. ૧૦, ૧૦૫; ય. ૧૯, ૯૫.

[illegible] (= [illegible]) (જુઓ [illegible]) સમાસ ના. નર. બુરી અકલ, ખરાબ

* *E.* [illegible] an evil-minded person (lit.); an enemy; [illegible] ill-name.

દાનેશ; evil understanding. Contrast [illegible]; [illegible] ૩|૧ ઈજ. ૪૯, ૪.

[illegible] (જુઓ [illegible]) — ક)
સમાસ ના. નર. બુરો પાદશાહ, ખરાબ રાજકર્તા; an evil monarch. Contrast [illegible]; [illegible] ૧|૩ ઈજ. ૪૮, ૫.

ખ) સમાસ વિ. ખરાબ સત્તાવાળો, ઇચ્છાને પોતાની સત્તાને આડે માર્ગે વાપરનાર; misusing one's own authority; [illegible] નર. ૨|૩ ઈજ. ૪૯, ૧૧.

[illegible] (જુઓ [illegible]) સમાસ વિ. ખરાબ તોખમવાળો, બદ બુની આદીવાળો; of the evil seed, contrast [illegible]; [illegible] [illegible] નારી. ૨|૧ ય. ૧૯, ૬૫; [illegible] નારી. ૬|૧ ય. ૧૯, ૬૪.

[illegible] (જુઓ [illegible]) સમાસ ના. નર. બુરૂ વમાસનાર, બદ-અન્દિશ, દુશ્મન; evil-thinking (lit.); an enemy, a foe; [illegible] ૨|૧ ય. ૧૭, ૧૨; ય. ૧૮, ૬; ય. ૧૯, ૮૪; [illegible] ૫|૧ ય. ૧, ૨૪; ય. ૧૪, ૫૭; [illegible] ([illegible]—ને બદલે) ૧|૩ ય. ૧૪, ૩૮; [illegible] ([illegible]—ને બદલે) ૨|૩ ય. ૧૦, ૩૪; [illegible] ૨|૩ આફ્રરં. ગાહામ. ૧૭ તથા દરેક આફ્રરં-ગાનમાં [illegible] ના કરદામાં [illegible] ૬|૩ ઈજ. ૫૭, ૨૬; ય. ૧૦, ૧૬; આ-ફ્રરં. ગાહામ. ૧૫: તથા દરેકઆફ્રરંગાનમાં [illegible] ના કરદામાં; જુઓ નીચેનો બોલ.

[illegible] (જુઓ [illegible])
સમાસ ફ. વિ. દુશ્મનને જીતનાર, દુશ્મન ઉપર ફતેહ મેળવનાર; vanquishing the enemy; [illegible] નર. ૨|૧ (૧|૧ ને બદલે) આફ્રી. પેગમ-બર., ૭ (= ય. ૨૩, ૭).

[illegible] (= [illegible]) (જુઓ [illegible]) ક)
સમાસ ના. નાન્ય. ખરાબ વિચારેલું તે, બુરો વિચાર; an evil thought; [illegible] ૨|૧ ઈજ. ૭૧, ૭; ય. ૧૦, ૧૦૫. ૧૦૬; [illegible] ૨|૧ વં. ૩, ૨૦. ૪૨; વં. ૯, ૪૯; [illegible] ૬|૧ ઈજ. ૧૦, ૧૬; ઈજ. ૭૧, ૭; [illegible] ૨|૩ ઈજ. ૧૧, ૧૭; [illegible] ૫|૩ ય. ૨૧, ૧૭. [illegible] ૬|૩ વીસ્પ. ૨૦, ૨.

ખ) સમાસ બુ. ફ. વિ. બુરો વિચારેલો (વિ-ચાર), બુરા ખેઆલવાળો (વિચાર); બદ ધાનતનો; evil-thought; ill-considered; ill-intentioned; [illegible] નાન્ય. ૬|૧ વં. ૧૮, ૧૭. ૨૫. જુઓ [illegible]

[illegible] (= दुर्मनस्) (= [illegible]) (જુઓ [illegible]) સમાસ વિ. બુરી મનશ્નીવાળો, ખરાબ વિચારવાળો; of ill-intent; evil-minded; [illegible] ૪|૧ ઈજ. ૬૫, ૭; [illegible] (ખરી મનશ્નીવાળા જવાનનો) નર. ૬|૧ ય. ૨૨, ૩૬; [illegible] નર. ૨|૩ ઈજ. ૪૯, ૧૧.

[illegible] (જુઓ [illegible]) સમાસ ના. નર. બુરા સખુન બોલનાર; બદગોઈ કરનાર; one who utters evil words (lit.); a maligner; [illegible] નર. ૧|૧ ઈજ. ૧૦, ૧૨; [illegible] નર. ૬|૧ ઈજ. ૧૦, ૧૨.

[illegible] (જુઓ [illegible]) ક) સમાસ ના. નારી. ખરાબ શિખામણ, આડે માર્ગે ચલાવનારી નસીહત; a misleading advice.

ખ) સમાસ ના. નર. ખરાબ શિખામણ આ-પનાર, ખોટો ધર્મ સમજાવનાર; an evil teacher of religion; a false preacher; [illegible] ૧|૧ ઈજ. ૩૨, ૯; ઈજ. ૪૫, ૧.

[illegible] (= दुःखित, दुःखिता) (જુઓ ૧ ધા. [illegible]) સા. ના. નારી સંકટ, દુઃખ; trouble, affliction; [illegible] ७|૧ ઈજ. ૩૧, ૧૮.

[illegible] (જુઓ [illegible]*) સમાસ વિ. બુરૂં-અનીતિનું કામ કરનાર; committing evil deeds; [illegible] ૪|૧ ઈજ. ૩૧, ૧૫; ઈજ. ૬૫, ૭; [illegible] નર. ૬|૧ હાદો. નુસ્ક. ૩૬ (= ય. ૨૨, ૩૬); [illegible] ૧|૩ ઈજ. ૩૪, ૯.; [illegible] નર. ૨|૩ ઈજ. ૪૫, ૧૧.

* અસલ બોલ [illegible] છે; પણ કેટલીક વખતે, મુખ્ય કરીને આથામાં, ઠ ની પછી દાખલ થાએછે.

[Avestan] (જુઓ [Avestan]) સમાસ બ. કૃ. વિ. ખરાબ રીતે કેળવણી પામેલી, બદતરીકાની (ખરાબ એારત); badly trained or instructed; ill-principled. Contrast [Avestan] (well-instructed) Geh. 4, 9; [Avestan] . . . [Avestan] નારી. ૪/૧ હાદો. નુસ્ક. ૩૬ (= ય. ૨૨, ૩૬).

[Avestan] (= दूत) સા. ના. નર. પેગામ પોહોંચાડનાર, કાસદ, એલચી, દૂત; a messenger, an envoy, a prophet; [Avestan] (Geld. [Avestan]) ૨/૧ ઇજ. ૩૨, ૧૩; [Avestan] ૧/૩ ઇજ. ૩૨, ૧.

[Avestan] (= ફ઼ા = दूर = [Pahlavi]) ક) વિ. દૂર, લાંબું; distant, remote, long; [Avestan] . . . [Avestan] (નજદીકથી, . . . દૂરથી) ૫/૧ (ક્રિ. અ.) ઇજ. ૪૫. ૧; [Avestan] ઇજ. ૫૭, ૧૪; ઇજ. ૬૫, ૩; ય. ૫, ૩. ૬૮; ય. ૧૦, ૯૦; વીસ્તા. ય. ૫૧ (= ય. ૨૪, ૫૧); નીઆ. ૪, ૪; [Avestan] (દૂર જગામાં) ના-ન્ય. ૭/૧ વં. ૮, ૯૭; [Avestan] ૭/૧ (ક્રિ. અ.) ઇજ. ૩૪, ૮; ય. ૧૪, ૧૩; [Avestan] . . . [Avestan] (નજદીકથી . . . તથા દૂરથી) ૭/૧ (ક્રિ. અ.) ય. ૧૭, ૨. જુઓ નીચેના બોલો.

ખ) ક્રિ. અ. ઘણો, અતિશય, પુરતી રીતે; greatly, sufficiently; જુઓ [Avestan]

[Avestan] (જુઓ [Avestan] ક) સમાસ વિ. દૂર છેડાવાળો (રસ્તો); (માર્ગ) જેના છેડો—અંત ઘણો દૂર હોએ તેવો; (a way) far-extending; a road or path whose ends reach far off; [Avestan] ૨/૧ ય. ૮, ૩૫; ય. ૧૩, ૬૮.

[Avestan] વિ. ના. નર. દાનુ નામના તુરાની ટોળીના એક સરદારનું નામ; name of a leader of the Turânian tribe, called the Dânus, who were inimical to the Iranians; [Avestan] ૨/૧ ય. ૫, ૭૩.

[Avestan] (જુઓ [Avestan]) સમાસ વિ. દૂર સુધી પોહોંચતા છેડાવાળું (અસ્માન); જેના છેડા દૂર બેર બંધાએ તેવું; (the sky) with ends that lie afar. Comp. [Avestan]; [Avestan] નર. ૧/૧ ય. ૨૩, ૨.

[Avestan], [Avestan] (જુઓ ૧ ધા. [Avestan] ક) સમાસ વિ. દૂર જોતો, લાંબે સુધી નજર કરતો; far-seeing; [Avestan] most far-seeing (super.); epithet of Ahura Mazda and Rashnu Razishta; [Avestan] [Avestan] (૧/૧ ની મતલબે) ય. ૧, ૧૨; [Avestan] ૮/૧ ય. ૧૨, ૭.

[Avestan] (જુઓ ૧ ધા. [Avestan]) સમાસ ના. નર. દૂર સુધી નજર કરનાર, લાંબે બેર નેગાહ કરનાર; one who sees (things) far off; [Avestan] ૧/૧ ય. ૧, ૧૨.

[Avestan] (= दूरपार) (જુઓ [Avestan]) સમાસ વિ. પાર કરવાને દૂર પડે એવું, દૂર છેડાવાળું; far for crossing or passing over (lit.); (this earth) whose ends lie afar; generally used as an epithet of this world. [Avestan] નારી. ૨/૧ આફ્રી. પેગમ. જર. ૪ (= ય. ૨૩, ૪); [Avestan] [Avestan] [Avestan] (નારી. ૫/૧ ને બદલે) ય. ૧૭, ૧૯; [Avestan] [Avestan] નારી. ૬/૧ વં. ૧૯, ૪; ય. ૧૦, ૯૫. ૯૯; [Avestan] નારી. ૬/૧ ય. ૫, ૩૮; [Avestan] [Avestan] the River Rangha whose ends lie afar; નારી. ૬/૧ ય. ૧૪, ૨૯.

[Avestan] (જુઓ [Avestan] ખ તથા ૧ [Avestan]) સમાસ બ. કૃ. વિ. ઘણો—સારીપેઠે ચાહવાએલો; greatly esteemed or beloved; [Avestan]* [Avestan] નર. ૨/૧ ય. ૧૬, ૧૭.

[Avestan] (જુઓ [Avestan] તથા ૧ [Avestan] ક) સમાસ ના. નાન્ય. દૂર જોવાની શક્તિ; piercing look, far-reaching sight; [Avestan] ૧/૧ ય. ૧૪, ૧૩.

ખ) સમાસ વિ. દૂર સુધી જોવાની શક્તિ રાખનાર; having a piercing look; [Avestan] [Avestan] (નર. ૧/૧ ની મતલબે) ય. ૬, ૧૫; [Avestan] નારી. ૧/૩ ય. ૧૩, ૩૦.

ગ) સમાસ વિ. દૂર સુધી રોશની આપનાર (તેશતર); (Tishtrya) whose light goes afar; [Avestan]... [Avestan] નર ૨/૧ ય. ૮, ૪.

* [Avestan] (Wester.) created afar (Sp.).

[illegible] (જુઓ [illegible]) સમાસ જૂ. ક. વિ. દૂર સુધી વખણાએલો-પ્રખ્યાતિ પામેલો; લાંબા વખતની કીર્તિનો; renowned afar; distinguished from a long period; Comp. [illegible] Yt. 5, 3; [illegible] નર. ૨/૧ વીશ્તા. ય. ૪૨ (= ય. ૨૪, ૪૨); [illegible] નર. ૬/૧ ય. ૧૩, ૧૧૯.

[illegible] (= [illegible]) (અસલ રૂપ + [illegible]; જુઓ [illegible] ખ) સમાસ વિ. બીમારી દૂર રાખનાર, દરદને પછાત નાખનાર; removing sickness or disease afar; epithet of Haoma (except Y. 32, 14); [illegible] નર. ૧/૧ ઇજ. ૯, ૨. ૪. ૭. ૧૦. ૧૩; ઇજ. ૧૧, ૩; [illegible] નર. ૨/૧ ઇજ. ૧૦, ૨૧; ઇજ. ૪૨, ૫; સીરો. ૨, ૩૦; [illegible] ૨/૧ ઇજ. ૩૨, ૧૪; [illegible] .... [illegible] નર. ૮/૧ ઇજ. ૯, ૧૯. ૨૦. ૨૧.

[illegible] (ધા. [illegible] ઉપરથી) = ઠગવું, છેતરવું; denominative base of rt. [illegible] to deceive.

[illegible] = ઠગવું, છેતરવું; to deceive; [illegible] પ્રયો. અ. ભૂ. પરસ્મૈ. ૩/૧ ઇજ. ૩૧, ૧૭.

[illegible] = ઠગવું; માત કરવું, શીકસ્ત કરવું; to beguile, to checkmate; to foil; [illegible] અ. ભૂ. પરસ્મૈ. ૧/૩ ઇજ. ૩૦, ૬.

[illegible] વિરો જુઓ ધા. [illegible]

[illegible] ([illegible] નું ગાથા રૂપ. જુઓ ધા. [illegible] ખ) = વધારવું, મજબુત કરવું; to promote, to increase, to strengthen; [illegible] વર્ત. પરસ્મૈ. ૩/૧ ઇજ. ૪૪, ૬. જુઓ નીચેનો બોલ.

[illegible] (જુઓ [illegible]) સા. ના. નાન્ય. વધારો; increase; [illegible] ૩/૧ ઇજ. ૪૭, ૬.

[illegible] સા. ના. નાન્ય. ઘેર; મુકામ, રેહેઠાણુ; a house, a residence; Gâthic form of [illegible] (except Yt. 16, 2); [illegible] = [illegible] = [illegible] (* નીકળી ગયાથી); [illegible] ૨/૧ ઇજ. ૩૧, ૧૮; [illegible] ૪/૧ ઇજ. ૪૬, ૧૧; [illegible] ૪/૧ (૭/૧ ની મતલબે) ઇજ. ૪૬, ૧૧; [illegible] ૫/૧ ય. ૧૯, ૨; [illegible] ૬/૧ ઇજ. ૩૧, ૧૯; [illegible] ૭/૧ ઇજ. ૩૨, ૧૩; ઇજ. ૪૬, ૧૧; [illegible] (Geld.) ૭/૧ ઇજ. ૩૨, ૧૫; [illegible] (ગરોથમાન બેહેશ્તમાં) ૭/૧ ઇજ. ૫૦, ૪; [illegible] ૭/૧ ઇજ. ૫૧, ૧૫.

[illegible] (જુઓ ધા. [illegible] ખ) સા. ના. બેડી, બંદ, સાંકલ; chains, bonds; [illegible] ૨/૩ ઇજ. ૫૩, ૮; [illegible] (Geld. [illegible]) (બંદમાં) — કારાંત નારી. ૭/૩ ઇજ. ૧૦, ૧૭.

[illegible] (જુઓ ધા. [illegible] ક) વિ. સખ્ત, કઠણ, મુશ્કેલ; hard, difficult; જુઓ નીચે.

[illegible] (જુઓ ૨ ધા. [illegible]) સમાસ વિ. મુશ્કેલીથી ફીટી શકે—અદા થઈ શકે તેવું (કરજ); (debt) that can with difficulty be repaid; [illegible] (Geld. [illegible]) નર. ૧/૧ વં. ૩, ૪૧.

[illegible] (જુઓ ધા. [illegible] ક) મજબુટ; સખ્ત, ઉસ્તેવાર; fast, hard, strong; જુઓ [illegible] તથા નીચેનો બોલ.

[illegible] (જુઓ [illegible]) સમાસ વિ. સખ્ત દોડનાર (પવન); fast-rushing (wind); [illegible] નર. ૧/૧ વં. ૩, ૪૨.

[illegible] (જુઓ [illegible] તથા ૨ [illegible]) સમાસ વિ. મજબુટ બાંધાનો; strong-bodied; [illegible] નર. ૧/૧ ય. ૧૫, ૫૪.

[illegible] (જુઓ ધા. [illegible] ક) વિ. મજબુટ, દૃઢ; અસરકારક; firm, strong, efficacious; [illegible] નર. ૭/૧ ય. ૧૫, ૪૬. ૫૪; [illegible] (મજબુટ ગાડી) નર. ૧/૧ ય. ૧૩, ૫૨; [illegible] નાન્ય. ૧/૧ ય. ૩, ૫; [illegible] (હિમ્મત આપનાર) નર. ૧/૩ ય. ૧૪, ૪૬; [illegible] નારી. ૨/૩ ય. ૧૩, ૫૫. [illegible] (super. adj.) firmest (બહુ દૃઢ-મક્કમ) અતિ વિ. નર. ૭/૧ ય. ૧૫, ૪૬;

* For this, *vide* my Av. Grammar, Ch. V.

*[Avestan] (super. adj.) firmest નાન્ય. ૧/૧ ય. ૩, ૫.

[Avestan] (જુઓ ધા. [Avestan] ખ) સા. ના. નર. બેડી, સાંકળ; chains; fetters; [Avestan] ૨/૧ ય. ૧, ૨૭; [Avestan] ૧/૩ ય. ૧૧, ૨.

૧ [Avestan] (જુઓ ૧ ધા. [Avestan]) ક) ભૂ. કૃ. વિ. ચીરાએલો, ફાટ પડેલી; leguminous; [Avestan] = legumes; pease, beans, &c. ચીરાએલા—ફાટવાળો અનાજ. જેમકે ચના, વાલ, ઇત્યાદિ; [Avestan] ૬/૩ વં. ૭, ૩૫. જુઓ ૧ [Avestan]

ખ) સા. ના. નર. ડુંગરનો એ; a gorge; [Avestan] ઇજ. ૧૦, ૧૭.

૨ [Avestan] (જુઓ ૩ ધા. [Avestan]) ભૂ. કૃ. વિ. માન આપેલું; revered, esteemed; જુઓ ૨ [Avestan]

૩ [Avestan] ([Avestan] ને બદલે) (જુઓ ૨ ધા. [Avestan]) સા. ના. નર. રાખનાર, ધરાવનાર; one who is endowed with; one who possesses; [Avestan] (અગરજે તું માન—ભારભોજ રાખનાર છે) વં. ૨૧, ૫. ૯. ૧૩.

[Avestan] (= धर्तृ, धर्तृ) (જુઓ ૨ ધા. [Avestan]) સા. ના. નર. ટેકાવી રાખનાર; one who sustains, one who keeps from falling; [Avestan] ૧/૧ ઇજ. ૪૪, ૪.

[Avestan] વિશે જુઓ ૨ ધા. [Avestan]

[Avestan] (જુઓ ધા. [Avestan]) સા. ના. નાન્ય. સ્નાયુ, ગોટલું; a tendon, sinew; [Avestan] ૨/૩ ય. ૧૩, ૧૧.

[Avestan] (જુઓ ૧ ધા. [Avestan]) સા. ના. નર. બખેડો, ફુલરાઈ; બેશરમ સરકશી (મિલ્સ); ફારતોર, તોડવું (દારમે.); a tumult, rashness; audacious insolence (Mills); lacerating (Dar.); [Avestan] (અસલ રૂપ [Avestan] + [Avestan]) ૧/૧ ઇજ. ૨૯, ૧.

* For this, *vide* my Av. Grammar, Ch. V.

[Avestan] (જુઓ ધા. [Avestan]) સા. ના. નર. મજબુત પકડનાર; one who holds fast; [Avestan] ૧/૧ ઇજ. ૩૪, ૪; નીઆ. ૫, ૧૮.

[Avestan] ([Avestan] નું ગાથા રૂપ; જુઓ ૫ [Avestan]) વિ. દાનાવ, એલમવાળો; wise, enlightened, learned; [Avestan] [Avestan] એલમવાળા સએાબન્તોને—દીન સમજાવનારાઓને) નર. ૨/૩ ઇજ. ૪૫, ૧૧. જુઓ [Avestan]

[Avestan] વિશે જુઓ ૨ [Avestan] evil ખરાબ.

[Avestan] (જુઓ [Avestan] તથા [Avestan]) સમાસ ના. નાન્ય. બુરો વિચાર; an evil thought; [Avestan] ૪/૧ ય. ૧૯, ૩૪.

[Avestan] (= *[Avestan]) સમાસ વિ. ખરાબ-અપકીર્તિવાળો, બદનામીવાળો; evil-famed; [Avestan] નર. ૧/૧ ઇજ. ૧૧, ૧. ૩.

[Avestan] (જુઓ [Avestan] તથા ૧ [Avestan]) વિ. ના. નર. જામાસ્પ હકીમ, દાનેશાવર જામાસ્પ; the sagacious Jâmâspa. Pehl. [Avestan]; for particulars and references, *vide* 1 [Avestan]

[Avestan] સમાસ ના. નર. રાસ્તીની હાની કરનાર, સત્યતાનો નાશ કરનાર; a truth-harmer; explained as follows:— [Avestan] = [Avestan] = [Avestan] (pres. partic.) destroying નાશ કરતો; rt. [Avestan] = दह = to burn, to destroy; બાળી નાખવું, નાશ કારવો; [Avestan] = [Avestan] truth રાસ્તી, સત્યતા; [Avestan] નર. ૫/૩ ઇજ. ૫૩, ૬.

[Avestan] વિશે જુઓ [Avestan]

[Avestan] Wester. (meaning unsettled) smiting fiercely (Mills); Frag. 8, 2. જોરથી મારતાં (મિલ્સ).

[Avestan], [Avestan] = दो = કાપવું; to cut; જુઓ [Avestan]

[Avestan] (= [Avestan]) (જુઓ ધા. [Avestan]) સા. ના.

* ડાકટર સ્પીગલની ચોપડીમાં [Avestan] છે.

આંખ; the eye; [illegible] ૨/૧ ઇજ઼. ૧૧, ૪; [illegible] [illegible] ૬/૧ ઇજ઼. ૧, ૧૧; ઇજ઼. ૩, ૧૩; [illegible] નારી. ૩/૨ ય. ૧, ૨૯; ય. ૧૦, ૧૦૭; ય. ૧૯, ૫૮; [illegible] નારી. ૪/૩ ઇજ઼. ૬૮, ૨૨; [illegible] નારી. ૫/૩ (૩/૩ ની મતલબે*) ય. ૧૦, ૮૨; ય. ૧૯, ૪૪. જુઓ [illegible], [illegible], [illegible], [illegible], [illegible], [illegible], [illegible] Comp. [illegible]

[illegible] વિશે જુઓ ૧ ધા. [illegible]

[illegible] વિશે જુઓ ધા. [illegible]

[illegible] વિશે જુઓ ધા. [illegible]

[illegible] (જુઓ ધા. ૧ [illegible]) સા. ના. નાન્ય. દાંત; a tooth; Comp. 6 [illegible] and [illegible]; જુઓ [illegible]

[illegible] વિશે જુઓ ૫ [illegible]

[illegible] વિશે જુઓ [illegible]

[illegible] વિશે જુઓ ૧ ધા. [illegible]

[illegible] (જુઓ ૨ ધા. [illegible]) સા. ના. નર. પેદા કરનાર, બનાવનાર; Creator, Maker; [illegible] ૧/૧ ઇજ઼. ૩૧, ૭; ઇજ઼. ૪૪, ૪; ઇજ઼. ૪૫, ૭; [illegible] ૨/૧ ઇજ઼. ૩૪, ૧૦; [illegible] [illegible] [illegible] [illegible] [illegible] I reckoned Thee as the veritable source (lit. Maker) of righteousness (રાસ્તીનું ખરૂં મૂળ† તુને મેં ગણ્યો છે) ૨/૧ ઇજ઼. ૩૧, ૮. Compare [illegible] [illegible] [illegible] [illegible] (Yas. 10, 4)

[illegible] (જુઓ ૧ ધા. [illegible]) સા. ના. નાન્ય. દાંત; a tooth; જુઓ [illegible]

[illegible] (જુઓ ૨ ધા. [illegible]) સા. ના. નારી. જ્ઞાન; knowledge; [illegible] + [illegible] = [illegible]; [illegible] [illegible] [illegible] [illegible] [illegible] (દીનને માટે તે જ્ઞાન, અમે હોરમ-જદ! મને તું જાહેર કર) ૨/૧ ઇજ઼. ૪૬, ૭.

[illegible] ([illegible] નું બીજું રૂપ; જુઓ તે બોલ) અતિ. વિ. ઘણોજ દાનેશમંદ—ડહાપણી; wisest, most sagacious; Comp. [illegible]; [illegible] નર. ૨/૧ વીસ્પ. ૩, ૧; [illegible] આફ્રી. ગાહામ. ૪; [illegible] ૨/૩ વીસ્પ. ૩, ૫; [illegible] ૨/૩ ઇજ઼. ૧૩, ૩.

[illegible], [illegible], [illegible] વિશે જુઓ ૧ ધા. [illegible]

[illegible] સા. ના. ઠગાઇ, ફરેબ; cheat, fraud; rt. [illegible] = [illegible], [illegible] = [illegible] to deceive; [illegible] ૬/૧ ય. ૩, ૧૩.

[illegible] (= [illegible] = [illegible] = [illegible]) (જુઓ ૧ ધા. [illegible]) ક) સા. ના. નર. ખોટાઇ, ખોટાપણું, જુઠું; falsehood, a lie; [illegible] ૧/૧ (૨/૧ ને બદલે) વં. ૧૯, ૪૬; [illegible] ૨/૧ વં. ૪, ૫૪. ૫૫.

ખ) વિ. ખોટું, જુઠું, અસત્ય; false, untrue; [illegible] [illegible] (જુઠા સખુનને) ૨/૧ ય. ૧૯, ૩૩. જુઓ નીચેનો બોલ.

[illegible] (જુઓ ૨ [illegible] તથા [illegible]) સમાસ અતિ. વિ. ઘણા જુઠા સખુન બોલનાર; ઘણોજ જુઠો; the most lying of the liars; [illegible] ૨/૩ ય. ૩, ૧૨.* ૧૬†; [illegible] ૮/૩ ય. ૩, ૯.*

[illegible] ([illegible] ખ ઉપરથી) અતિ. વિ. ઘણોજ જુઠો; ઘણોજ દરૂજના જેવો; the most lying; the most like the Demon-of-the-Lie; [illegible] નર. ૧/૧ ય. ૩, ૧૩; [illegible] ૩/૩ ઇજ઼. ૧૨, ૪.

૧ [illegible], [illegible] (= [illegible]) સા. ના. નાન્ય. ક) દરૂન, જરતોશ્તી ધર્મનાં ક્રિયામાં વપરાતી ઘઉંના આટાની બનાવેલી રોટલી; the sacred cake. "It is a small unleavened bread, made of wheat and clarified butter, and is essential for the Yaçna, Vendidad and Bâj

* જુઓ મારૂં અવસ્તા વ્યાકરણ, સફો ૩૭૧ મો.
† [illegible] [illegible] 'પેદા કરનાર'

* Geld. [illegible] [illegible] [illegible]
† Geld. [illegible] [illegible]

ceremonies." [illegible] ૨।૧ ઇજ. ૧૦, ૧૫; ઇજ. ૧૧, ૫. ૭; ય. ૧૯, ૮ [illegible] ૫।૧ વં ૫, ૨૫. જુઓ ગ્રોદી.

૫) (મેહેરબાનીની) ભેટ (મિલ્સ); ખાણું, ભોજન (દારમે.); offering of grace (M.); feast (Dar.); [illegible] ૨।૧ ઇજ. ૩૩, ૮.

[illegible] (જુઓ ૧ ધા. [illegible]) વિ. દોડતો ભટકતો, દોડનારો; running, roving, wandering; [illegible] આગ્રવનની માફક થોડો ભટકતો, ઇઓને પોતાની ઘરની અથવા ગાએઢોરના વાડાની ચોકસી કરનારો (કુતરો); આગ્રવનની માફક રોટલીનો ભુકલો ખાનારો, ઇઓને થોડી જુપવાળો (હારલે તથા દારમે.) નર. ૧।૧ વં. ૧૩, ૪૫. જુઓ [illegible]

[illegible] (જુઓ ૧ ધા. [illegible] ૫) સા. ના. નાન્ય. ધસારો, હુમલો; assault, onset; [illegible] ૫।૩ ઇજ. ૫૭, ૨૫; ય. ૧૦, ૯૩; [illegible] ૭।૩ ય. ૧૩, ૫૭.

[illegible] (= [illegible]) સા. ના. નર. ખોટાઇ, ખોટાપણું, જુઠું, વિશ્વાસઘાત; fraud, falsehood, untruth; breach of trust; orig. [illegible] = [illegible] + [illegible]; rt. [illegible] to utter falsehood, to deceive જુઠું બોલવું, ઠગવું; [illegible] ૨।૧ વં. ૩, ૪૧.

[illegible] વિ. ના. નર. પાહાડનું નામ; name of a mountain; [illegible] ૧।૧ ય. ૧૯, ૪

[illegible] (જુઓ ધા. [illegible] તથા [illegible]) સમાસ વિ. હુનર-હિકમત પકડેલી, હિકમત શિખેલો, કેળવાએલો (અસલ); કુતરાની એક જાત (વિ. ના. નર.) skilled; trained (lit.); a trained-up dog; a species of dog. Pehl. [illegible]; [illegible] ૬।૧ વં. ૧૩, ૮. ૪૨.

[illegible], [illegible] (૨ [illegible] નું વધેલું રૂપ) = ધરવું, મજબુટ પકડવું; to grasp, to hold fast; [illegible] વર્ત. પરસ્મૈ. ૨।૧ વં. ૧૯, ૪; [illegible] વર્ત. કૃ. આત્મને. નર. ૧।૧ વં. ૧૯, ૪; ઇજ. ૫૭, ૩૧; [illegible] ય. ૧૦, ૯૬; [illegible] નારી. ૧।૧ ય. ૫, ૧૨૩; જુઓ [illegible]

[illegible] (= [illegible] = [illegible] = درفش = Fr. Drap) સા. ના. નર. વાવટો; a flag, a banner; [illegible] ૧।૧ ઇજ. ૧૦, ૧૪; ય. ૮, ૫૬; ય. ૧૪, ૪૮; [illegible] ૨।૧ ઇજ. ૫૭, ૨૫; ય. ૧, ૧૧; ય. ૧૦, ૯૩; ય. ૧૩, ૧૩૬; [illegible] (= કારાંત) નારી ૬।૧ ય. ૪, ૩. જુઓ [illegible], [illegible] [illegible] તથા નીચેનો બોલ.

[illegible] ([illegible] ઉપરથી) સા. ના. નર. નાહલો વાવટો (અસલ); ઝુલતી જીની ઝાલર; a little banner; a banneret (lit.); fillets; suffix. [illegible] = Per. * ک = Sax. Ock* = small; જુઓ નીચેનો બોલ.

[illegible] ([illegible] ઉપરથી) વિ. નાહલા વાવટાવાળું (અસલ); ઝુલતી જીની ઝાલરવાળું (તાજ); (a crown) with fillets streaming down; [illegible] … [illegible] નારી. ૨।૧ ય. ૫, ૧૨૮.

[illegible] વિ. ડરામણું, ધાસ્તી ભરેલું; frightful, dreadful; [illegible] [illegible] [illegible] in a lofty sequestered forest (ઉંચાં ડરામણા જંગલમાં) ૭।૧ વં. ૧૩, ૮.

[illegible] (= [illegible] = درازا) ૧) સા. ના. નાન્ય. લંબાઇ, દરાજી; length. Comp. [illegible]; [illegible], Pehl. ([illegible] how far, how long કેટલી દરાજી) વં. ૩, ૧૬; વં. ૫, ૪૭,૫૩. ૫૫; વં. ૮, ૬; વં. ૯, ૪; વં ૧૬, ૩. ૫; [illegible] ૨।૧ વં. ૯, ૨.

૨) વિ. લાંબું, દરાજ; long; [illegible] [illegible] (કેટલા લાંબા વખતે, કેટલી મુદતે) નાન્ય. ૨।૧ વં. ૬, ૧; વં. ૭, ૪૫; [illegible] (adv.) for a long period (લાંબા વખત સુધી) ૪।૧ (ક્રિ. અ.) ઇજ. ૯, ૨૬

જુઓ [illegible], [illegible], [illegible], [illegible], [illegible], [illegible], [illegible], [illegible], [illegible], [illegible], [illegible], [illegible]

* *E. g.* مرغک (a little bird); پسرک (a little boy); Hillock (a small hill).

[Avestan] ([Avestan] ખ ઉપરથી) અતિ વિ. ઘણુંજ લાંબું (અસલ); ઘણો લાંબો વખત ટકનાર; ઘણાજ લાંબા વખત-મુદ્દત સુધી (ક્રિ. અ.); longest (lit.); lasting for a long period; for a long time (adv.); [Avestan] ૨|૧ ઈજ. ૧૯, ૧૦;

[Avestan] વિ. ના. નર. નામાંકિત પુરૂષનું નામ; name of an illustrious personage; [Avestan] ૬|૧ ય ૧૩, ૧૦૫. જુઓ [Avestan]

[Avestan] વિશે જુઓ [Avestan]

[Avestan] (જુઓ [Avestan] તથા [Avestan]) સમાસ વિ. મુફલેસ—ગરીબને પોષણ કરતો; nourishing the poor—needy; [Avestan] નારી. ૨|૩ ઈજ. ૩૮, ૫.

[Avestan] = ગરીબ થવું, ભીખ માંગવી; to be poor, to beg; જુઓ નીચેનો બોલ.

[Avestan] ([Avestan] = [Avestan]) (જુઓ ધા. [Avestan]) સા. ના. નર. ગરીબ—મુફલેસ માણસ, દરવીશ; a poor—needy person; a Dervish; [Avestan] ૧|૧ ય. ૧૦, ૮૯; [Avestan] ૨|૧ ઈજ. ૩૮, ૫; ય. ૧૧, ૩; [Avestan] ૮|૧ ઈજ. ૫૩, ૯; [Avestan] ૬|૧ ઈજ. ૧૦, ૧૩; [Avestan] ઈજ. ૫૭, ૧૦; [Avestan] ૪|૩ ઈજ. ૧૯, ૧૪; ઈજ. ૨૭, ૧૩; Frag. 9, 2 જુઓ [Avestan]

[Avestan] (અસલ રૂપ [Avestan]; જુઓ ધા. [Avestan] ક) સા. ના. નર. ભીખારીપણું, દરિદ્રતા, કંગાલિયત; beggary, misery; [Avestan] ૧|૧ વં. ૨, ૨૯. ૩૭. જુઓ [Avestan]

ખ) વિ. ના. નર. [Avestan] [Avestan] = ભીખારી દેવ, દરિદ્રતાનો દેવ; the Demon of Misery; [Avestan] [Avestan] ૧|૧ વં. ૧૯, ૪૩.

ગ) સા. ના. નારી. ગલીચાઈ, નજીસાત; foulness, filthiness [Avestan] ૫ કારાંત ૬|૧ વં. ૭, ૨. ૩. ૫; વં. ૮, ૧૬. ૧૭. ૧૮. ૭૧; વં. ૯, ૨૬.

[Avestan] ([Avestan] ઉપરથી) સા. ના. નાન્ય. ભીખારીપણું; મુફલેસી; beggary, poverty; [Avestan] ૨|૩ વં. ૧, ૮.

[Avestan] (= [Avestan] = [Avestan]) સા. ના. દરદ, દુઃખ, પીડા; pain, affliction; [Avestan] ૩|૧ ઈજ. ૪૬, ૫. જો એ બોલને [Avestan] ઉપરથી ગણીએ તો ૭|૧ થાએ.

[Avestan] (અસલ બોલ [Avestan]) સા. ના. નારી. મુફલેસ બાઈડી; a poor woman; ૫ + [Avestan] = [Avestan] (fem. of [Avestan]) = [Avestan] ([Avestan] being dropped); [Avestan] ૬|૧ ઈજ. ૫૭, ૧૦.

૧ [Avestan] = [Avestan] = [Avestan] = ક) દોડવું, ભટકવું; to run, to rove; [Avestan] પ્રયો. અ. ભૂ. સંરા. પરસ્મૈ. ૩|૧ ઈજ. ૫૭, ૨૫; ય. ૧૦, ૯૩. જુઓ ૨ [Avestan], [Avestan]

ખ) ધસારો કરવો, હુમલો કરવો; to attack, to assault; જુઓ [Avestan], [Avestan]

૨ [Avestan]* = [Avestan] = ક) મજબુટ થવું, દૃઢ થવું, સખત થવું; to be strong or firm; to be hard; જુઓ [Avestan]

ખ) મજબુટ પકડવું; to hold fast; જુઓ [Avestan]

૩ [Avestan]† (- [Avestan] = Tree) (જુઓ ૧ ધા. [Avestan]) સા. ના. નાન્ય. ક) લાકડું (અસલ); લાકડાંની ચીજ, પેટી, પેટારો; wood, timber (orig.); wooden things; furniture; [Avestan] ૬|૧ વ. ૫, ૩૮. જુઓ [Avestan]

ખ) ભાલો; a spear; [Avestan] ૩|૧ ય. ૧૩, ૯૯. જુઓ [Avestan], [Avestan]

[Avestan] વિશે જુઓ ૨ [Avestan]

[Avestan] (જુઓ ૨ [Avestan] તથા ૨ [Avestan]) સમાસ ના. નર. જુઠાને સાંભો જુઠો પાડનાર; one who flatly contradicts the liar; a Druj to the Druj; [Avestan] ૧|૧ વં. ૧૯, ૪૬.

૧ [Avestan], [Avestan] = [Avestan] = [Avestan] = Ger. Trug-

* The words Truth and Firm are derived from the same root.

† From [Avestan] (a tree) are derived:— Druids (= ઈંગ્લંડ દેશના આગળા વખતમાં ઓક (Oak) નામના ઝાડને પુજનારા ધર્મગુરૂઓ). Tar (એક જાતના ઝાડમાંથી નીકળતો રસ=ડામર).

en = ૬) નુકસાન કરવું, જુઠું બોલવું, ઠગાઈ કરવી; to do harm, to tell a lie, to deceive; cl. 6; [illegible] વર્ત. પરસ્મૈ. ૩|૧ વં. ૪, ૧૦; [illegible] ૩|૩ ય. ૧૦, ૪૫; [illegible] અ. ભૂ. સંરા. પરસ્મૈ. ૩|૧ ય. ૧૦, ૧૦૮; [illegible] વર્ત. કૃદંત પરસ્મૈ. નર. ૨|૧ ય. ૧૦, ૧૦૭.

ખ) ઠગાવું, ઠગાઈ જવું; to be deceived; [illegible] વર્ત. કૃદંત પરસ્મૈ. નર. ૧|૩ ય. ૮, ૫.

[illegible], [illegible] = अभि-द्रुह = ૬) (કોલ-કરાર) તોડવો, ઠગવું; to break a contract or agreement; to deceive; [illegible] વર્ત. પરસ્મૈ. ૩|૧ વં. ૪, ૧૧-૧૬; ય. ૧૦, ૧૮; ય. ૧૪, ૪૭; [illegible] ૩|૩ ય. ૧૦, ૩.

ખ) નુકસાન કરવું, ખરાબી કરવી; to injure, to do harm; [illegible] સંરા. આત્મને. ૩|૩ ય. ૫, ૯૦.

૨ [illegible] (= [illegible] = द्रुह = द्रुज) (જુઓ ૧ ધા. [illegible]) સા. ના. નારી. નુકસાન કરનાર, ઠગાઈ કરનાર, જુઠું બોલનાર, ફરેબ દેનાર; દરુજ; one who does harm, a deceiver, a liar, a misleader; a Druj; *vide* [illegible]; [illegible] ૧|૧ વં. ૫, ૨૭–૩૨; વં. ૬, ૩૦. ૩૩. ૩૬. ૩૯; વં. ૭, ૧–૪. ૧૦. ૨૭; વં. ૮, ૪૧–૬૯; વં. ૯, ૧૩. ૬૫–૨૬; વં. ૧૯, ૧. ૨. ૩. (એ બાબે વધારે ખોલાસા માટે જુઓ [illegible] ખ); [illegible] ૧|૧ ઈજ઼. ૪૯, ૩; ય. ૩, ૧૭; ય. ૧૯, ૧૨; [illegible] (૨|૧ ને બદલે) વં. ૯, ૪૫. ૪૭; વં. ૧૦, ૧; [illegible] [illegible] નારી. ૧|૧ વં. ૧૮, ૩૧. ૩૪. ૩૭. ૪૦. ૪૩. ૪૬. ૪૯. ૫૪. ૫૭; [illegible] [illegible] નારી. ૧|૧ ય. ૨, ૧૧; [illegible] ૨|૧ વં. ૧૮, ૩૦. ૩૩. ૩૬. ૩૯. ૪૨. ૪૫. ૪૮; વં. ૨૦, ૮; ઈજ઼. ૩૩. ૪; ઈજ઼. ૪૪, ૧૬; ઈજ઼. ૪૮, ૧; ઈજ઼. ૬૬, ૫; ય. ૧૧, ૩; ય. ૧૯, ૧૪. ૬૫. ૯૩; ઈજ઼. ૯, ૮; [illegible] ૨|૧ ય. ૪, ૫; [illegible] ૪|૧ (૨|૩ ને બદલે) વં. ૨૦, ૮; [illegible] ૫|૧ વં. ૧૯, ૧૨; ય. ૨, ૧૬; [illegible] ૬|૧ વં. ૮, ૧૦૭; વં. ૧૦, ૧૭; ઈજ઼. ૩૦, ૧૦; ઈજ઼. ૩૧, ૧; ઈજ઼. ૪૬, ૬. ૧૧; ઈજ઼. ૪૯, ૧૧; ઈજ઼. ૫૩, ૬; ય. ૧૧, ૧૪; ય. ૧૩, ૧૨૯; [illegible] ૬|૧ ઈજ઼. ૩૨, ૩; [illegible] ૮|૧ વં. ૮, ૨૧; વં. ૧૮, ૩૦. ૩૩. ૩૬. ૩૯. ૪૨. ૪૫. ૪૮; વં. ૧૯, ૧; [illegible] ૧|૩ વં. ૩, ૭; [illegible] ૨|૩; [illegible] (Wester.) વીશ્તા. ય. ૨૯ (= ય. ૨૪, ૨૯). જુઓ [illegible], [illegible], [illegible], [illegible] (Wester.) તથા નીચેનો બોલ.

[illegible] (= [illegible]) (૨ [illegible] ઉપરથી) સા. ના. નર. દરુજનો સાહેબતી; an adherent or follower of the Druj; the servants of the Druj, (Har.); a wizard (Haug.); [illegible] ૬|૩ વં. ૧૯, ૪૧; વીશ્તા. ય. ૨૬ (= ય. ૨૪, ૨૬).

[illegible] (અસલ રૂપ [illegible]; જુઓ ૧ ધા. [illegible]) સા. ના. નર. જુઠો માણસ, ઠગારો; a liar, an impostor; જુઓ [illegible]

[illegible] (જુઓ ૩ ધા. [illegible]) ભૂ. કૃ. વિ. સખ્ત થએલું, સખ્ત; hardened, hard; [illegible] [illegible] [illegible] (ઘાતકી મનનો એશામ દરુજ) નાન્ય. ૬|૧ ય. ૬, ૧૮.

[illegible] વિશે જુઓ [illegible]

[illegible] ([illegible] નું ગાથા રૂપ; જુઓ [illegible]) વર્ત. કૃ. વિ. પેગમબર જરતોશ્ત સાહેબનાં ફરમાનથી દોડી જતો—ભટકતો (અસલ); દીનના હોકમ મુજબ નહી ચાલનાર; પાપી—દુષ્ટ માણસ, દરવંદ; deviating from the mandates of Zarathustra; not following the doctrines of religion; an irreligious or evil person; [illegible] ૧|૧ ઈજ઼. ૩૧, ૧૭; ઈજ઼. ૪૪,૧૨; ઈજ઼. ૪૬, ૪. ૬; ઈજ઼. ૪૭, ૫; [illegible] (હારેમન) ઈજ઼. ૩૦, ૫; [illegible] (હારેમતને) નર. ૨|૧ ઈજ઼. ૩૨, ૫; [illegible] નર. ૨|૧ ઈજ઼. ૩૨,૧૪; ઈજ઼. ૪૬, ૫; ઈજ઼. ૪૮, ૨; ઈજ઼. ૫૧, ૯; [illegible] [illegible] ૩|૧ ઈજ઼. ૧૨, ૪; ઈજ઼.૪૯, ૯; [illegible] ૪|૧ ઈજ઼. ૩૧, ૧૫; ઈજ઼. ૩૩, ૨; ઈજ઼. ૪૩, ૪. ૮; ઈજ઼. ૪૬, ૬; [illegible] ૪|૧ ઈજ઼. ૩૩, ૧; [illegible] ૪|૧ ઈજ઼. ૪૭, ૪; [illegible] ૬|૧ ઈજ઼. ૩૧, ૧૮; ઈજ઼. ૩૨, ૧૦; ઈજ઼. ૫૧, ૧૩; [illegible] ૧|૩ ઈજ઼. ૪૬, ૧; ઈજ઼. ૪૭, ૪; [illegible] ૨|૩ ઈજ઼. ૪૩, ૧૫; ઈજ઼. ૪૫, ૭; ઈજ઼. ૪૪, ૩. ૧૧; [illegible] ૩|૩ ઈજ઼. ૪૮, ૧૧; [illegible] ૪|૩ ઈજ઼. ૩૦, ૧૧; ઈજ઼.

૩૧, ૧૪; યજ્ન. ૫૩, ૬; [Avestan] ૬|૩ યજ્ન. ૩૦, ૪; [Avestan] યજ્ન. ૨૯, ૫; યજ્ન. ૪૪, ૧૪; [Avestan] ૮|૩ યજ્ન. ૩૧, ૨૦.

૧ [Avestan] = [Avestan] = મનમાં ભણવું—યાદ કરવું; to utter in a low voice, to recall mentally; [Avestan] અ. ભૂ. સંશ. પરસ્મૈ. ૩|૧ યજ્ન. ૧૯, ૬; [Avestan] ૩|૩ વં. ૪, ૪૫; [Avestan] શક્યા. પરસ્મૈ. ૨|૧ વં. ૯, ૧૨. ૨૭; વં. ૧૧, ૩. ૮. ૧૧. ૧૭. ૨૦; ય. ૧૩, ૨૦; [Avestan] વર્ત. કૃ. પરસ્મૈ. નર. ૧|૧ ય. ૧. ૧૧. ૧૬; [Avestan] વર્ત. કૃ. પરસ્મૈ. નર. ૧|૧ ય. ૪, ૪.

[Avestan] = આસ્તેથી ભણવું, ધીમે સાદે મોહોડેથી બોલી જવું; to undertone; to recite in a low voice; [Avestan] વર્ત. પરસ્મૈ. ૩|૧ યજ્ન. ૧૯, ૧૩.

[Avestan] = ધીમે સાદે ભણવું; to undertone; to recite in a low voice; [Avestan] ... [Avestan] વર્ત. કૃ. પરસ્મૈ. નર. ૧|૧ યજ્ન. ૧૯, ૬.

૨ [Avestan] (ધા. [Avestan] ઉપરથી) = ક) બાંધવું, મજબુટ કરવું; to tie, to fasten.

ખ) રાખવું (સ્પી.); અટકાવવું (હારલે); વધારવું (દારમે.); to keep (Sp.); to arrest, to hold back (Har.); to increase (Dar.); [Avestan] વર્ત. ૩|૧ વં. ૭, ૫૯.

[Avestan] = બાંધવું; to fasten; [Avestan] શક્યા. પરસ્મૈ. ૨|૧ વં. ૯, ૧૪.

[Avestan] (= ધ્રુવ) વિ. મજબુટ, જોરેમંદ, સખ્ત, તંદરોસ્ત; strong, powerful, hard, healthy; એ બોલનો બે રીતે ધાતુ કાહાડવામાં આવ્યો છે:—ક) [Avestan] = ધૃ = ધરવું, મજબુટ પકડવું; to hold fast.

ખ) [Avestan] = ધ્રુ = મજબુટ થવું, ઉસ્તેવાર રેહેવું; to be strong; to remain firm; [Avestan] (Wester.) ય. ૨૪, ૫૦; [Avestan] નર. ૨|૧ વં. ૨૨, ૫. ૧૨. ૧૮; ય. ૫, ૬૫; [Avestan] નાન્ય. ૬|૧ ય. ૧૩, ૧૩૪; [Avestan] યજ્ન. ૫૮, ૬. જુઓ [Avestan]

[Avestan], [Avestan] (જુઓ ૩ [Avestan] ઉપરથી) વિ. લાકડાંનું, લાકડાંનું બનાવેલું; wooden; made of wood; [Avestan] ૧|૧ વં. ૭, ૭૫.

[Avestan] (= [Avestan]) (જુઓ ૧ ધા. [Avestan]) વર્ત. કૃ. પેગમબર જરતોસ્ત સાહેબનાં ફરમાનથી દોડી જતો ભટકતો (અસલ), દીનના હોકમ મુજબ નહી ચાલનાર, પાપી-દુષ્ટ માણસ; દરવંદ; deviating from the mandates of Zarathushtra; not following the doctrines of religion; an irreligious or evil person; Comp. Gâth. [Avestan]; [Avestan] નર. ૧|૧ વં. ૫, ૩૫. ૩૬; વં. ૧૨, ૨૨; વં. ૨૧, ૧; યજ્ન. ૮, ૬; યજ્ન. ૭૧, ૧૩; ય. ૧૧, ૫; ય. ૧૯, ૯૩; હાદો. નુસ્ક. ૧૯ (= ય. ૨૨, ૧૯); [Avestan] ૧|૧ ય. ૫, ૯૩; [Avestan] ૧|૧ હાદો. નુસ્ક ૩૪ (= ય. ૨૨, ૩૪); [Avestan] ૨|૧ વં ૪, ૪૯; યજ્ન. ૮, ૫; યજ્ન. ૯, ૮; યજ્ન. ૧૯, ૧૫; [Avestan] ૪|૧ વં. ૧૯, ૨૯; [Avestan] ૪|૧ યજ્ન. ૭૦, ૧૩; [Avestan] ૪|૧ ય. ૧૦, ૨; [Avestan] ૪ કારાંત નારી. ૪|૧ ય. ૪, ૩; હાદો. નુસ્ક ૩૬ (= ય. ૨૨, ૩૬); [Avestan] ૫|૧ યજ્ન. ૫૭, ૨૫; ય. ૧, ૧૯; ય. ૧૦, ૨. ૯૩; [Avestan] ૪ કારાંત નારી. ૫|૧ ય. ૧, ૧૯; [Avestan] ૬|૧ વં. ૯, ૧૩; યજ્ન. ૮, ૮; યજ્ન. ૯, ૩૧; યજ્ન. ૧૦, ૧૬. યજ્ન. ૫૨, ૪; ય. ૧૦, ૧૧૮; ય. ૧૧, ૨; [Avestan] ૬|૧ વં. ૫, ૬૨; [Avestan] ૪ કારાંત નારી. ૬|૧ ય. ૧૧, ૨; [Avestan] નર. ૮|૧ હાદો. નુસ્ક ૩૪ (= ય. ૨૨, ૩૪);

[Avestan] નર. ૧|૩ વં. ૭, ૨૬. ૨૭; વં. ૧૬, ૧૮. વં. ૧૭, ૧૧; વં. ૧૯, ૩. ૨૮. ૩૩. ૪૪. ૪૫ ૪૭; ૪૭; ય. ૧૦, ૩૮. ૪૫; [Avestan] નર. ૨|૩ વં. ૭, ૬૨; [Avestan] ૪ કારાંત નારી. ૨|૩ વં. ૨૦, ૧૦. ૧૨; [Avestan] ૪ કારાંત નારી. ૫|૩ યજ્ન. ૫૭, ૨૫; ય. ૧૦, ૯૩; [Avestan] નર. ૬|૩ વં. ૫, ૬૨; વં. ૮, ૮૦; વં. ૧૮, ૭૬; વં. ૧૯, ૨૬. ૨૯. ૩૦. ૪૧; યજ્ન. ૬૧, ૪; ય. ૩, ૪; ય. ૪, ૪; ય. ૫, ૬૮.

[Avestan] ([Avestan] ઉપરથી) સા. ના. નારી. મજબુટી, તંદરોસ્તી; soundness; health; [Avestan] ૨|૧ યજ્ન. ૯, ૧૯; યજ્ન. ૫૭, ૨૬; યજ્ન. ૬૮, ૧૧; વીસ્પ. ૪, ૧; ય. ૧૦, ૧૧; ય. ૧૩, ૨૪; ય. ૧૪, ૨૯; [Avestan] ૬|૧ ય. ૧૩, ૧૩૪.

[Avestan] (જુઓ [Avestan] તથા ૩ [Avestan]) ક)

સમાસ ના. નર. તંદરૅાસ્ત પશુ; healthy herds; [Avestan] ૨|૩ ઈજ. ૫૮, ૬.

બ) સમાસ વિ. પશુને તંદરૅાસ્ત કરનાર—તંદરૅાસ્તી આપનાર; giving health to herds of cattle; [Avestan] [Avestan] the home which gives health to herds of cattle, ૬|૧ ઈજ. ૧૬, ૧૦.

[Avestan] (= [Avestan] + [Avestan]; જુઓ એ બે બોલો) વિ. ના. ઘોડાને તંદરૅાસ્ત—મજબુટ રાખનાર (અસલ); ગોશ ઈજદનું બીજું નામ. એના હમકાર તરીકે [Avestan] [Avestan] આવેછે, જેનો અર્થ 'જાનવરનો જાન—મૂળ, દુનિયાનું જોહર' થાએછે; દાકટર હાઉગ ગોશ યશ્તના પેહેલા ફકરા ઉપરથી [Avestan] ને આકાશગંગા સાથે સરખાવેછે, તે આએ રીતઃ પુષ્કળ આંખવાળી ([Avestan]), દૂર રસ્તાવાળી ([Avestan] [Avestan]), પોતાની રોશનીવાળી ([Avestan]), અને લાંબા નક્ષત્રના જુમખાવાળી ([Avestan]); [Avestan], a synonym for [Avestan], is a female Yazata, who presides over the animal kingdom, literally implying, keeping the horse in health ([Avestan] + [Avestan]), Pehl. Gôshûrvan (=Av. [Avestan] [Avestan]). The ox and the horse, being very useful and absolutely necessary to the cultivator and the warrior, respectively, the Gâush and the Drvâspa are invoked conjointly. [Avestan] ૨|૧ ય. ૯, ૫; [Avestan] ૨|૧ ય. ૯, ૧. ૬; સીરો. ૨, ૧૪; [Avestan] ૬|૧ ય. ૯, ૦. ૩૩; સીરો. ૧, ૧. ૧૪; [Avestan] ૮|૧ ય. ૯, ૪. ૯. ૧૪. ૧૮. ૨૨. ૨૬. ૩૦. જુઓ બોધી.

[Avestan] (જુઓ [Avestan] તથા [Avestan]) સમાસ વિ. બચ્ચાંને તંદરૅાસ્તી આપનાર; giving health to children; epithet of Drvâspa; [Avestan]....[Avestan] નારી. ૨|૧ ય. ૯, ૧.

[Avestan] (જુઓ [Avestan] તથા [Avestan]) સમાસ વિ. અશોઈનાં તોખમની (ચીજો) ને કૌવત આપનાર; giving vigour to the creation that has its origin from the good principle (lit., seed of purity); [Avestan] [Avestan]..... ૬|૧ ઈજ. ૧૬, ૧૦.

[Avestan] (જુઓ [Avestan] [Avestan]) સમાસ વિ. દોસ્તોને તંદરૅાસ્તી આપનાર; giving health to friends. Otherwise:—giving health to grown-up persons; rt. [Avestan] = Sans. वृध् = to grow; [Avestan] = [Avestan] = [Avestan]; [Avestan]....[Avestan] નારી. ૨|૧ ય. ૯, ૧. એ ફકરામાં એ બોલની પછી [Avestan] આવેલો છે, તે ઉપરથી, [Avestan] બોલને સં. वृध् (મ્હોટું થવું) ઉપરથી લઈએતો, [Avestan] નો અર્થ "ઉમરે પુગેલાઓને તંદરૅાસ્તી આપનાર" થઈ શકે; [Avestan] માંનો [Avestan], [Avestan] ની આગમચ આવીને પુષ્ટિનો રાશ્ આતમાં આવ્યાથી [Avestan] = [Avestan]

[Avestan] (જુઓ [Avestan] તથા [Avestan] ક) સમાસ ના. નારી. તંદરૅાસ્ત જીવ ધન; healthy live-stock; [Avestan] ૨|૩ ઈજ. ૫૮, ૬.

[Avestan] (જુઓ [Avestan] તથા [Avestan]) સમાસ વિ. તંદરૅાસ્ત આંખવાળો; (Tishtrya) whose eye-sight is sound; epithet of Tishtrya; [Avestan] [Avestan] નર. ૨|૧ ય. ૮, ૧૨; નીઆ. ૧, ૮: નીઆ ૨, ૮.

[Avestan] (જુઓ [Avestan] તથા [Avestan]) સમાસ વિ. પશુઓને તંદરૅાસ્તી આપનાર; giving health to cattle; ..... [Avestan] [Avestan] નારી. ૨|૧ ય. ૯, ૧.

[Avestan] (જુઓ [Avestan] તથા ૧ ધા [Avestan]) સમાસ વિ. મજબુટ બચાવ કરનાર; giving powerful support; [Avestan]... ([Avestan]) નારી. ૨|૧ ય. ૯, ૨.

[Avestan] (જુઓ [Avestan]) સમાસ ના. નર. તંદરૅાસ્ત માણસ-નર; healthy men; [Avestan] ૨|૩ ઈજ. ૫૮, ૬.

[Avestan] (જુઓ [Avestan]) સમાસ વિ. ઢોર—ભાર બરદાર જાનવરને તંદરૅાસ્તી આપનાર; giving health to black cattle or draught animals; [Avestan] નારી. ૨|૧ ય. ૯, ૧.

[Avestan] (જુઓ [Avestan]) સમાસ વિ. મજબુટ—દ્રઢ ઉભું રેહેનાર; standing firm; [Avestan] નારી. ૨/૧ ય. ૯, ૨.

[Avestan] (= [Avestan] = द्व द्वि = = Lat. Duo = Fr. Deux = Ger. Zwei = Two) કેવળ સંખ્યા. વિ. બે; two, 2; [Avestan] is declined only in the dual. [Avestan] નર. ૧/૨ વં. ૧, ૪; વં. ૨, ૪૧; વં. ૫, ૨૭; વં. ૭, ૫૨. ૭૦; વં. ૮, ૧૦; વં. ૧૩, ૪૯. ૫૧; ય. ૧૯, ૩; [Avestan] ય. ૧૯, ૭; [Avestan] ૨/૨ ય. ૧૪, ૪૫; [Avestan] (કે) ૨/૨ વં. ૨, ૧૫; ય. ૫, ૨૨. ૧૩૧; ય. ૧૦, ૯૫; ય. ૧૫, ૧૨; [Avestan]* [Avestan] (ભુખ અને તરસ બેહુ) ૨/૨ ય. ૯, ૧૦; [Avestan] (બેનવ = ૧૮) નારી. ૨/૨ વં. ૧૪, ૧૭; [Avestan] (બસો) નારી. ૨/૨ વં. ૪, ૨૦. ૨૧. ૨૪. ૨૫. ૨૮. ૨૯. ૩૨. ૩૩. ૩૫. ૩૬. ૩૮. ૩૯. ૪૧. ૪૨; વં. ૫, ૪૪; વં. ૬, ૫. ૯. ૧૯. ૪૮; વં. ૭, ૭૨; વં. ૧૩, ૨૪; વં. ૧૬, ૧૨. ૧૩. [Avestan] (બે હજાર) ૨/૨ વં. ૧૮, ૭; [Avestan] ૨/૨ ય. ૮, ૧૧; [Avestan] (૨૨૦૦) ૨/૨ ય. ૧૯, ૭; [Avestan] ૨/૨ ય. ૧૫, ૪૩; [Avestan] (બુઢાપો અને મોત બેહુ) નારી. ૨/૨ ય. ૯, ૧૦; [Avestan] (બે આંગળાં) નર. ૨/૨ વં. ૯, ૬. ૭. ૯; [Avestan] નાન્ય. ૨/૨ વં. ૧૬, ૭; [Avestan] (બે ખાડા) નર. ૨/૨ વં. ૧૬, ૧૨; [Avestan] નર. ૨/૨ ય. ૧૦, ૧૦૧; [Avestan]* (બે હથિયારે કરીને) નાન્ય. ૩/૨ ઈજ. ૫૭, ૨૯; [Avestan] ૪/૨ (૭/૨ ની મતલબે) ઈજ. ૫૭, ૨૫; ય. ૧૦, ૯૩; [Avestan] ૫/૨ વં. ૨, ૪૧; વં. ૮, ૧૩; [Avestan] નાન્ય. ૫/૨ વં. ૧૩, ૩૧ (Wester.); [Avestan] નર. ૬/૨ વં. ૧૮, ૧૧; [Avestan] ૬/૨ ય. ૧૦, ૨; ય. ૧૩, ૭૬. જુઓ નીચે.

[Avestan] ([Avestan] ઉપરથી) જુદા જુદા, તરેહવાર; different, various. Comp. Sans. द्विधा; શક (પેહેલવી, મિલ્સ તથા દારમે.) doubt (Pehl, Mills & Dar.); [Avestan] ઈજ. ૨૯, ૫. જુઓ નીચે.

[Avestan] ([Avestan] ઉપરથી) સા. ના. નાન્ય. શક, ગુમાન; doubt; [Avestan] doubtings ૧/૩ ઈજ. ૩૨, ૧૬; ઈજ. ૪૮, ૯.

[Avestan] (જુઓ ધા. [Avestan]) સા. ના. નર. દુઃખ, આજાર, ધિક્કાર; harm, injury; hate. Comp. [Avestan]; જુઓ [Avestan], [Avestan]

[Avestan] (જુઓ ધા. [Avestan]) ક) સા. ના. નાન્ય. દુઃખ, ઈજા, ખરાબી, દુશ્મની, દ્વેષ, ધિક્કાર; harm, injury, evil, enmity, hate; Gâthic form of [Avestan]; [Avestan] (ધિક્કાર-દ્વેષથી) ૩/૧ ઈજ. ૪૪, ૧૧; ઈજ. ૪૬, ૮; [Avestan] (ખરાબીઓને હમો તોડીએ) ૨/૩ ઈજ, ૨૮, ૬.

ખ) સા. ના. નર. દ્વેષ રાખનાર, ધિક્કારનાર, દુશ્મન; one who harbours rancour or malice; an avenger, an enemy; [Avestan] openly, I would be a strong avenger to the wicked (જાહેર રીતે, દુષ્ટ માણસનેમાટે એક જોરાવર દુશ્મન હું થાઉં) ૧/૧ ઈજ. ૪૩, ૮.

[Avestan] (જુઓ ધા. [Avestan]) સા. ના. નર. ખરાબી, દુઃખ, દુશ્મની; evil, harm, enmity; જુઓ [Avestan]

[Avestan] (= [Avestan], [Avestan] = द्वादश = Lat. Duo-decimus = [Pahlavi]) ([Avestan] ઉપરથી) ક્રમ સંખ્યા. વિ. બારમું, ૧૨ મું; twelfth, 12th; [Avestan] ૧/૧ વં. ૧૪, ૯; ય. ૧, ૮; ય. ૧૯, ૨; [Avestan] નાન્ય. ૨/૧ (ક્રિ. અ.) વં. ૧, ૧૫.

[Avestan] (= द्वादशन् Lat. Duo-decim = [Pahlavi]) કેવળ સંખ્યા. વિ. બાર, ૧૨; twelve, 12; [Avestan] (બાર 'વીતાર') નર. ૧/૩ વં. ૧૪, ૧૪; [Avestan] (બાર કરા) નર. ૨/૩ વં. ૯, ૧૧; ([Avestan]) [Avestan] (બાર મહીના) નર. ૨/૩ વં. ૧૨, ૭.

[Avestan] સા. ના. નર. કાવતરું, ઠગાઈ; fraud, wily scheme; deceit; [Avestan] ૨/૩ ઈજ. ૪૪, ૧૪.

[Avestan] (= द्विधाः) બહુ સાં-ખંદવાળો,

* શરૂઆતનો [Avestan] નીકળી ગયો છે તે જણાવાનેમાટે " રેહેલો, ? નહી થયો.

ઇ્ઓને હાથે પગે બેડી પડેલો (એરવદ શી. હા. બરૂચા); ઠગારો (મિલ્સ); ઠગાઈ (યુસ્તી તથા દારમે.); fastened with chains in hands and feet (Ervad Shehr.); a deceiver (M.) ; deception (Jus. & Dar.) ; [illegible] નર. ૧/૧ ઇજ. ૫૩, ૮.

૧ [illegible] = [illegible] = (દેવ અથવા ખરાબ માણસનું) દોડવું ; to run or rush (of evil beings) ; cl. 1 ; [illegible] વર્ત. આત્મને. ૩/૧ વં. ૧૮, ૧૬. ૨૪ ; [illegible] વર્ત. પરસ્મૈ. ૩/૩ ઇજ. ૫૭, ૧૮ ; ય. ૧૧, ૧૩ ; [illegible] વર્ત. સંશા. આત્મને. ૩/૩ ય. ૯, ૪ ; [illegible]* અ. ભૂ. સંશા. ૩/૧ ; ય. ૩, ૧૭; [illegible]† અ. ભૂ. આત્મને. ૩/૩ વં. ૧૯, ૪૫. ૪૭.

[illegible] = (દેવ અથવા દુષ્ટ માણસનું) દૂર દોડી જવું ; to run away ; [illegible] આજ્ઞા. પરસ્મૈ. ૨/૧ વં. ૮, ૨૧ ; [illegible] અ. ભૂ. પરસ્મૈ. ૩/૧ વં. ૧૯, ૨ ; ય. ૧૭, ૧૯ ; [illegible] આજ્ઞા. પરસ્મૈ. ૨/૩ ય. ૩, ૭.

[illegible] = (દેવ અથવા દુષ્ટ માણસનું) નજદીક દોડવું ; to run to (a person). [illegible] આજ્ઞા. પરસ્મૈ. ૨/૧ વં. ૧૯, ૧.

[illegible] = (દેવ—પરી ઇત્યાદિનું) નજદીક અને આસપાસ દોડવું ; to rush about here and there [illegible] વર્ત. ફ. પરસ્મૈ. ૭/૧ ય. ૮, ૫૪

[illegible] = (દેવ અથવા દુષ્ટ માણસનું) પસારો કરીને દોડી આવવું ; to rush down ; [illegible] વર્ત. પરસ્મૈ. ૩/૧ ય. ૮, ૨૧. ૨૭.

[illegible] = (દેવ અથવા ખરાબ માણસનું) આસપાસ દોડવું ; to run about . ; [illegible] અ. ભૂ. પરસ્મૈ. ૩/૧ વં. ૧૭ ૧.

[illegible] = (દેવ અથવા દુષ્ટ માણસનું) આગળ દોડવું ; to rush forth ; [illegible] વર્ત. પરસ્મૈ. ૩/૧ ય. ૧૦, ૫૨; હદિ. નુસ્ક ૪૨ (= ય. ૨૨, ૪૨); [illegible] અ. ભૂ. પરસ્મૈ. ૩/૧ વં. ૧૯, ૧ ; ય. ૧૯, ૪૭ ; [illegible] સંશા. ૩/૩ ય. ૧૧, ૬.

[illegible] = (દેવ અથવા દુષ્ટ માણસનું) સાથે દોડવું ; to rush together ; [illegible] વર્ત. પરસ્મૈ. ૩/૧ હદિ નુસ્ક ૨૦ (= ય. ૨૨, ૨૦). [illegible] ૩/૩ વં. ૩, ૭ ; વં. ૭, ૫૩. ૫૪. [illegible] અ. ભૂ. પરસ્મૈ. ૩/૧ ય. ૧૯, ૪૬ ; [illegible] અ. ભૂ. આત્મને. ૩/૩ ઇજ. ૩૦, ૬.

૨ [illegible] = [illegible] = ઢાંકવું, બંધ કરવું ; to cover, to shut ; જુઓ નીચેનો બોલ.

[illegible] (= [illegible], [illegible] = [illegible] = Ger. Thür, Thor = Door) સા. ના. નાન્ય. દરવાજો, બારણું ; a door, a gate ; [illegible] ૨/૧ વં. ૨, ૩૦. ૩૮ ; [illegible] ૨/૧ વં. ૩, ૨૯; Comp. [illegible] ૨/૧ ય. ૫, ૫૪. ૫૭.

[illegible] (જુઓ ૧ ધા. [illegible]) સા. ના. નાન્ય. દેવ અથવા દુષ્ટ માણસનો પગ ; a foot (of evil beings). Comp. [illegible] ; [illegible] ૨/૨ ય. ૧૧, ૩.

[illegible] સા. ના. બારણું શોધનાર (અસલ.); બારણે બારણે ભટકનાર (ઉવીનદીશમાન); પરણેલું જોડું (હાઉગ તથા દારમે.) ; a door-seeker ; orig. [illegible] + [illegible] ; rt. [illegible] = [illegible] to seek; *i. e.*, wandering from door to door (Windis.); a wedded pair (Haug & Har.) ; [illegible] ય. ૧૦, ૮૪.

[illegible] (ધા. [illegible] નું બીજું રૂપ) = [illegible] દુઃખ દેવું, આજોરદેહ કરવું ; અપમાન આપવું ; to torment, to injure, to offend ; [illegible] પૂ. ભૂ. પરસ્મૈ. ૧/૧ ઇજ. ૧, ૨૧. ૨૨ ; [illegible] ૧/૩ ઇજ. ૬૮, ૧.

૧ [illegible] = ઉડવું, જવું ; to fly ; to go.

[illegible] = ઉંચે ઉડવું—જવું. ; to fly ; or go up ; [illegible] (પ્રેષ.) ઉંચે ઉડાડવું, ઉંચે નાખવું to fling up (caus.) ; [illegible] અ. ભૂ. પરસ્મૈ. ૩/૧ ય. ૫, ૬૧.

---

* આશીર્વાદાર્થકની મતલબે (જુઓ માઈ અવસ્તા વ્યાકરણ, સેહ. ૩૭૭ મો.)

† શરૂઆતને [illegible], Augment નો છે. જુઓ માઈ અવસ્તા વ્યાકરણ, સેહ. ૧૮૨ મો.

૨ [illegible] = छद् = ઢંકાઈ જવું; to be covered up; જુઓ [illegible], [illegible]

[illegible] સા. ના. ધુમસ, વાદલું; mist, a cloud; જુઓ [illegible]

[illegible] (જુઓ ૨ ધા. [illegible]) સા. ના. નાન્ય. ધુમસ, વાદલું; mist, a cloud. Comp. [illegible]; [illegible] ૪|૩ ઇજ. ૪૪, ૪.

[illegible] = ध्वंस् = (દરૂજ નસુરાનું) દોડવું—કુદવું, ધસારો કરવો; to run, to rush on (of evil beings); cl. 1; Pehl. [illegible]

[illegible] = (દરૂજ નસુરાનું) દૂર દોડી જવું; to run away, to fly away; [illegible] વર્ત. પરસ્મૈ. ૩|૧ વં. ૭, ૩; વં. ૮, ૧૯. ૧૭. ૧૮.

[illegible] (દરૂજ નસુરાનું) નજદીક દોડવું—ધસારો કરીને જવું; to rush on, to fall upon; [illegible] વર્ત. પરસ્મૈ. ૩|૧ વં. ૩, ૧૯; વં. ૭, ૧. ૨. ૪. ૨૪. ૨૭; વં. ૮, ૪૧–૬૯; વં. ૯, ૧૫–૨૯. ૪૧. ૪૫. ૪૭; વં. ૧૦, ૧. ૧૭. ૧૮.

[illegible] (દરૂજ નસુરાનું) આગળ દોડવું, ધસારો કરીને આગળ જવું; to rush on, to fall on; [illegible] વર્ત. પરસ્મૈ. ૩|૧ વં. ૫, ૨૮. ૨૯. ૩૦. ૩૧. ૩૨.

[illegible] = હાંકી કાહાડવું, દૂર કરવું; to drive away, to repel; [illegible]*(Geld. [illegible]) અ. ભૂ. પરસ્મૈ. ૩|૩ (૩|૨ ને બદલે) ય. ૧૪, ૪૫.

[illegible] = આગળ હાંકી કાહાડવું; to drive onward; [illegible] (Geld. [illegible]) (ઉપરની માફક વ્યાકરણ) ય. ૧૪, ૪૫.

[illegible] = વધારે હાંકી કાહાડવું; to drive far off; [illegible] (Geld. [illegible]) (ઉપરની માફક વ્યાકરણ) ય. ૧૪, ૪૫.

[illegible]

અવસ્તામાં [illegible] થી શરૂ થતા બોલો આવતા નથી; ધ થી શરૂ થતા સંસ્કૃત બોલ અવસ્તામાં [illegible] થઈ જાયછે. There are no words in the Avesta beginning with the letter [illegible]; words beginning with Sans. ध् are changed to [illegible]; *e.g.*, धारण = [illegible] protection, holding; ध्वंस = [illegible] to rush on; धेनू = [illegible]; धा = [illegible] to make, to create; to fix; धाना = [illegible] = grain, corn, etc.

[illegible]

૧ [illegible] (= न = नै = Lat. Nē = Ger. Nein = Fr. Ne = No, Nay) ક્રિ. અ. નહી, નથી; a particle of negation, equivalent to 'no, not;' [illegible] ... [illegible] (જે કોઈ તે નથી આપતો) ઇજ. ૪૪, ૧૯. જુઓ [illegible], [illegible], ૨ [illegible]

૨ [illegible] (= न = Lat. Ne) ક્રિ. અ. ખચીત, બિલકુલ, તદન; assuredly, altogether; [illegible] (તે શખ્સ મારા દીનના કલામોને ખચીત—તદન ઉલટાવી નાખેછે) ઇજ. ૩૨, ૧૦.

૩ [illegible] a suffix used in certain words, *e. g.*, [illegible], [illegible] q. v.

[illegible] (नृमनस्) (અસલ રૂપ [illegible] + [illegible]) (જુઓ એ બોલો) સમાસ વિ. મરદને છાજતા વિચાર—દિલનો (અસલ.); બાહાદુર, દલીર, હિમ્મતવાન; of manly heart—judgment (lit.); brave, valiant; epithet of [illegible]; [illegible] the manly-hearted Kershâsp નર. ૧|૧ ઇજ. ૯, ૧૧; ય. ૫, ૩૭; ય. ૧૫, ૨૭. Comp. نریمان کرشاسپ.

[illegible] (= नर्य = نرو, نریو) ([illegible] ઉપરથી)

ક) વિ. નરના જેવો, બાહાદુર, જોરાવર; manly, brave, valiant; [illegible] નારી. ૧|૧ ય. ૧૦, ૬૬; ય. ૧૯, ૩૮; [illegible] નારી. ૨|૧ ઇજ. ૬૨, ૪; ઇજ. ૬૮, ૫; વીસ્પ. ૭, ૩; સીરો. ૨, ૨૨; [illegible] નારી. ૩|૧ ય. ૧૦, ૭૧; [illegible] નારી. ૫|૧ ય. ૧૯, ૩૮; [illegible] નારી. ૬|૧ સીરો. ૧, ૨૨.

ખ) સા. ના. નર. પુરૂષ, નર; a man, a male; [illegible] ૧|૧ વં. ૮, ૫૮; વં. ૯, ૨૧; [illegible]

* શરૂઆતનો = અ. ભૂ. (augment) નો છે.

[Avestan] (સ્ત્રી અને પુરૂષ) ૧|૧ વં. ૨, ૪૧; [Avestan] [Avestan] (માદા અને નર.) ૧|૧ વં. ૧૩, ૫૧; વં. ૧૮, ૨૮; જુઓ નીચેના બોલો.

[Avestan] (જુઓ [Avestan] તથા [Avestan]) સમાસ વિ. નર નામનું, નર જાતીનું; of the male species; [Avestan] નર. ૧|૩ વં. ૧૩, ૫૧; વં. ૧૪, ૧; [Avestan] (Wester.) નર. ૧|૩ ય. ૪, ૩.

[Avestan] (= [Avestan] = नराशंस) (જુઓ [Avestan] ક તથા [Avestan]) વિ. ના. નર. એક ચોકસ જાતના આતશ તથા ઇજદનું નામ. એ આતશ પાદશાહોના નામમાં બખ્શવામાં આવે છે, જેથી તેઓ દુનિયાંને આબાદ કરવાનાં કામોમાં પોતાની હકુમત સારી પેઠે ચલાવી શકે. ફરેશ્તા તરીકે એનું કામ દાદાર હોરમજદની તરફના પેગામો પોહોંચાડવાનું છે. [Avestan] is the name of a fire and an angel. As a fire it resides in the heart of kings and assists them in the management of their state affairs. As an angel, he is the messenger of Ahura Mazda. [Avestan] ૧|૧ વં. ૧૯, ૩૪; વં. ૨૨, ૧૩; [Avestan] (૪|૧ ને બદલે) વં. ૨૨, ૭; [Avestan] ૧|૧ ય. ૧૦, ૫૨; [Avestan] ૨|૧ ઇજ. ૧૭, ૧૧; સીરો. ૨, ૯; [Avestan] ૬|૧ નીઆ. ૫, ૬; [Avestan] ૮|૧ વં. ૨૨. ૭. વળી એ બોલ છુટા રૂપમાં ([Avestan] [Avestan]) પણ આવે છે. [Avestan] [Avestan] ૨|૧ ઇજ. ૭૧, ૨૩; વીસ્પ. ૭, ૧; [Avestan] [Avestan] ૨|૧ ઇજ. ૫૭, ૩. ૬. ૮. ૧૦. ૧૨. ૧૪. ૧૮. ૨૦. ૨૨. ૨૬. ૨૯. ૩૨. ૩૫; ય. ૧૧, ૮. ૧૩. ૧૪. ૧૭. ૨૨. જુઓ મોદી.

[Avestan] (જુઓ [Avestan] ક તથા [Avestan]) સમાસ વિ. મરદાંનગીવાળો હિમ્મતવાળો; of manly courage. [Avestan] નર. ૨|૧ ય. ૧૯, ૪૨.

[Avestan] (જુઓ ૧ [Avestan] તથા ૩ [Avestan]) સામાન્ય સર્વ. કોઈ નહી, કાંઈ નહીં; no one, none; nothing; [Avestan] નર. ૧|૧ વં. ૩, ૩૩; વં. ૧૮, ૫૭; ઇજ. ૪૩, ૬; ઇજ. ૬૫, ૧૧; ય. ૧, ૬; ય. ૩, ૪; ય. ૧૫, ૩; Frag. 4, 5. [Avestan] નર. ૨|૧ વં. ૧૩, ૧૯; [Avestan] નર. ૨|૧ ઇજ. ૩૪, ૭; ઇજ. ૫૮, ૫; [Avestan] nothing (કાંઈ નહી) નાન્ય. ૨|૧ ઇજ. ૩૨, ૭.

૧ **[Avestan]** ક) સા. ના. નર. ગંદવાડ, નજીસાઈ, નાપાકી, અપવિત્રાઈ; filth, filthiness, impurity. [Avestan] ૧|૧ વં. ૭, ૫૮.

ખ) વિ. નજીસ, નાપાક; filthy; impure; [Avestan] [Avestan] (નજીસ નસો) નર. ૨|૧ વં. ૧૬, ૧૭.

૨ **[Avestan]** સા. ના. નર. નાતવાની, દુબળાપણું; રસવિકાર (હારલે તથા દારમે.); infirmity, weakness; humours (Har. & Dar.); [Avestan] ૬|૧ ય. ૧૩, ૧૩૧.

૩ **[Avestan]** સા. ના. નર. અણી, ટોચ, a point; a tip; [Avestan] [Avestan] the point of a needle (સોઈની અણી) ૨|૧ ય. ૧૪, ૩૩.

[Avestan] (= [Avestan] + [Avestan]; જુઓ ૧ [Avestan] તથા [Avestan]) ક્રિ. અ. નહી અહિંયાં (અસલ.); અને તે પણ નહી; not here (lit.); neither; [Avestan] વં. ૨, ૩૭; વં. ૧૩, ૯; વં. ૧૮, ૧૧; ઇજ. ૧૦, ૧૫; ઇજ. ૧૯, ૧૫; ય. ૧૦, ૭૧; ય. ૧૯, ૯૫; [Avestan] (ગાથા રૂપ) ઇજ. ૨૯, ૬; ઇજ. ૪૫, ૩.

[Avestan] સા. ના. નર. વિચાર કરનાર, ચિત્ત લગાડનાર; શિખવનાર (દારમે.); one who meditates or pays attention to; one who teaches (Dar.); [Avestan] ૧|૩ ઇજ. ૩૫, ૨.

[Avestan] વિશે જુઓ ધા. [Avestan]

[Avestan] (= [Avestan] = नेम = [Avestan]) (ધા. [Avestan] = જુઓ ધા. [Avestan]) ક) વિ. અરધું; half; [Avestan] ૨|૧ વં. ૩, ૩૬; વં. ૬, ૩૨. ૩૫; વં. ૮, ૧૦૧; વં. ૧૬, ૨; ઇજ. ૧૯, ૭; [Avestan] ૭|૧ વં. ૪, ૪૫.

ખ) સા. ના. નાન્ય. તરફ, બાજુ, ભાગ; side, direction; [Avestan] ૪|૧ ય. ૧૦, ૧૯; [Avestan] ૫|૧ વં. ૫, ૪૩. ૫૧; વં. ૬, ૨. ૩. ૪; વં. ૭, ૭૭; વં. ૮, ૮. ૪૧. ૮૦. ૧૦૪. ૧૦૬; વં. ૯, ૧૫. ૧૬; વં. ૧૪, ૭; વં. ૧૯, ૧. ૫; હાદો. નુસ્ક ૭ (= ય. ૨૨, ૭); આફ્રિ. ૨પિ. ૬; [Avestan] ૫|૨

વં. ૧૩, ૩૧ (Wester.); ... પો૩ વં. ૭, ૨. ૩. ૫; વં. ૮, ૧૬. ૧૭. ૧૮. ૭૧; વં. ૯, ૨૬; વં. ૧૯, ૧. ૫; ય. ૧૦, ૪૧; હદિ. નુસ્કે ૭ (= ય. ૨૨, ૭); ... ૬।૩ વં. ૮, ૮૦; ય. ૧૦. ૧૯; ય. ૧૩, ૩. જુઓ ..., ..., ..., ...

... વિશે જુઓ ધા. ...

... (= نوذری ,نوذری) (... ઉપરથી) વિ. નોદર—નોજરનાં ખાનદાનનો; (a member) of the family of Naotara; *vide* ...; ... નર. ૧।૩ ય. ૫, ૯૯; ... નર. ૧।૩ ય. ૫, ૯૮.

... (... ઉપરથી) સા. ના. નર. નોદર—નોજરને લગતો (અસલ.); નોદર—નોજરનો દીકરો; pertaining to Naotara (lit.); son of Naotara, q. v., ... ૧।૧ ય. ૫, ૭૬; ... ૬।૧ ય. ૧૩, ૧૦૨.

... (= نوذر ,نوذر) ફ) વિ. ના. નર. નોદર, નોજર; અસલી ઇરાની એઓમાંનો એક નામાંકિત પુરૂષ, જેનાં ખાનદાનમાંથી નામીચા નરો પેદા થયા હતા; ગુશ્તાસ્પ પાદશાહની રાણી હુતોસી પણ એ ખાનદાનની હતી; Naoder or Naozer, son of Minochehr; he was killed in the first invasion of Afrâsyâb; he left two sons Tus (Av. ...) and Gustehm (Av. ...). Hutaosa, the wife of King Gushtâsp, belonged to this family, from which several other illustrious persons were born.

ખ) નોદરનાં ખાનદાનનો, નોજરનો કુટુંબી; a descendant of Naotara; a member of the Naotara house; ... ૧।૩ ય. ૧૭, ૫૫.૫૬; ... ૬।૩ ય. ૧૫, ૩૫. જુઓ મોદી.

... વિશે જુઓ ...

... ક્રિ. અ. નવ ઘણા તફાવત સુધી; to nine times the distance; ... (નવમું) ઉપરથી નીકળેલો દીસેછે; ... (Wester. ...) ય. ૧૪, ૩૩; ય. ૧૬, ૧૦. ૧૩.

... (= नक्त = Lat. Noc-s (orig.) = Nox = Ger. Nacht = Fr. Nuit = Night) (ધા. ... = જુઓ ૧ ધા. ...) સા. ના. નાન્ય. ઓરશીદની રોશનીનો નાશ કરનાર (અસલ); રાત્ર, રાત; night; જુઓ એની પછીનો બોલ.

... (= Lat. Nocturnus = Ger. Nachtlich = Nocturnal, Nightly) (... ઉપરથી) વિ. રાતને લગતું, રાતનું; nocturnal, pertaining to night; ... (Geld. ...) (રાતનાં અંધારામાં) નાન્ય. ૭।૩ વં. ૭, ૭૯.

... વિ. ના. પાહાડનું નામ; name of a mountain; ... ૧।૧ ય. ૧૯, ૪.

... = नह् = બાંધવું, જોડી નાખવું; to bind, to connect; જુઓ નીચેનો બોલ.

... (= ... = نزد , نزدیک = Ger. Nahe = Nigh) (જુઓ ધા. ...) વિ. નજદીક; nigh, near, at hand. Compara. ... = नेदिवस वधारे नजदीक; nearer; super. ... = नेदिष्ठ घणुंज नजदीक; nearest; ... नान्य. २।१ (ક્રિ. અ.) ય. ૧૭, ૨૧; ... નારી. ૨।૧ દિન. ૩૩, ૪; દિન. ૫૦, ૩; ... નાન્ય. ૨।૧ વં. ૮, ૧૦૩; વં. ૧૫, ૨૧; ... પો૧ વં. ૮, ૯૯; વં. ૧૯, ૪૧; ... નારી. પો૧ દિન. ૬૫, ૬; ... નર. ૧।૩ દિન. ૯, ૧૦; વીસ્તા. ય. ૧૮; જુઓ ...

... વિશે જુઓ ...

... = કાપવું; to cut. નીચે જુઓ.

... કાપી નાખવું; to cut off; ... પ્રયો. અ. ભૂ. પરસ્મૈ. ૩।૩ વં. ૩, ૨૦; વં. ૯, ૪૯.

... = निन्द् = ધિક્કારવું, તુચ્છકારી કાહાડવું; અપમાન આપવું; to hate, to treat with contempt, to insult. ... વર્તમાન કૃદંત પરસ્મૈ. નર. ૨।૩ દિન. ૩૩, ૪.

... વિ. ના. નર. નામાંકિત પુરૂષનું નામ; name of an illustrious personage; ...

[Avestan] ६/१ य. १३, ११५. (જુઓ મોદી).

[Avestan] (= नाना) ક્રિ. અ. જુદી જુદી—તરેહવાર રીતે; ખોલ્લી રીતે; in various or many ways; openly (adv.); [Avestan] ઇજિ. ४८, ४.

[Avestan] = ભીનું થવું; ભીલું રેહેવું; to be wet or humid; [Avestan] (green, humid) ભુ. ફ. ६/३ वं. ७, २९. ३३. ३४. જુઓ [Avestan]

[Avestan], [Avestan] (= [Avestan] = नपात = Lat. Nepos, Neptis = [illegible]) સા. ના. નર. ક) નબીરો છોકરાનો અથવા છોકરીનો છોકરો; a grandson પ્રોફે. શાવે (Prof. Chavée) એ બોલને તથા [Avestan] (the navel ડુંટિ) ને ધા. [Avestan] (स्ना = to issue નીકળવું, વેહેવું) ઉપરથી લેછે; શરૂઆતનો [Avestan] નીકળી ગયો; [Avestan] १/१ वं. १२, ९. ११; [Avestan] (Wester. [Avestan]) (२/१ ને બદલે) वं. १२, ११. [Avestan]* (અને ઓલાદ-વંશમાં) ७/३ ઇજિ. ४६, १२. જુઓ [Avestan], [Avestan], [Avestan]

બ) ઝરામાંથી નીકળતી-ઉત્પન્ન થતી ચીજ; જેમાંથી કોઈ ચીજ નીકળે તે, મુળ, ઝરો; that from which anything has its origin; source; a fountain head; Apâm Napât literally means 'the source, the navel or the son of the waters.' It is so called, because, the Arvand (the Tigris) takes its source from it; originally, it is the fire of lightning, as produced in the clouds, like the Vedic अपाम नपात्. As an angel it is commonly known by the name of the Ized Borj (Av. Berezant); Berezant (tall, high), an epithet of Apâm Napât, became one of his names (Dar.); [Avestan] [Avestan] (પાણીનું મુળ—ઝરો, પાણીનો નાભ) १/१ य. १३, ९५; य. १९, ५१; [Avestan] [Avestan] १/१ य. ८, ३४; [Avestan] [Avestan] २/१ ઇજિ. ७१, २३; વીસ્પ. ७, ५; [Avestan] [Avestan] २/१ ઇજિ. २, ५; ઇજિ. ६, ४; ઇજિ. ७०, ६; य. २, ९; य. ५, ७२; य. १९, ५२; ગેહ २, ८; [Avestan] [Avestan] ५/१ य. ८, ४; [Avestan] [Avestan] ६/१ ઇજિ. १, ५; ઇજિ. ३, ७; य. २, ४; [Avestan] [Avestan] ८/१ ઇજિ. ६५, १२.

* અસલ બોલ [Avestan] હોસેછે; અને તે [Avestan] નું ટુકું બનાવ.

[Avestan] ([Avestan] ઉપરથી) સા. ના. નારી. પેઢી, ઓલાદ; posterity, descendants; *vide* [Avestan], [Avestan]

[Avestan] ([Avestan] ની નારી.) સા. ના. નારી. છોકરાની—છોકરીની છોકરી; a grand-daughter; [Avestan] १/१ वं. १२, ५; [Avestan] (२/१ ને બદલે) वं. १२, ११.

१ [Avestan] ([Avestan] ઉપરથી) સા. ના. નાન્ય. કુટુંબી, સગું, વંશમાંથી ઉતરેલું તે; વંશજ; kith-and-kin; blood relations; [Avestan] ७/३ ઇજિ. ४६, १२.

२ [Avestan] વિ. ના. નર. નામાંકિત પુરૂષનું નામ; પાદશાહ ગુશ્તાસ્પનો છોકરો (મોદી); name of an illustrious personage. Modi thinks him to be the نوزر of the Shâh-Nâmeh, who was a son of King Gushtâsp's and who was killed in the battle-field. [Avestan] ६/१ य. १३, १०२.

[Avestan] વિશે જુઓ [Avestan] ક.

१ [Avestan], [Avestan] (= [Avestan] = नाभि = ناف = Ger. Nabel = Fr. Nombril = Lat. Umbilicus = Navel) સા. ના. ડુંટિ, નાભિ; the navel; *vide* [Avestan]

२ [Avestan] (= नभस्) સા. ના. નારી. આસ્માન; the sky; the firmament; [Avestan] २/३ ઇજિ. ४४, ४.

[Avestan] (= [Avestan] = नभानेदिष्ठ)

(જુઓ [Avestan] ક તથા [Avestan]) ક) વિ. ડુંટિની બહુંજ નજદીકનું (અસલ.); બહુંજ નજદીકનું સગુંવાહલું; the next of kin; [Avestan] ६/३ वं. ४, ५. ६. ७. ८. ९. १०.

બ) સા. ના. નર. પેગમબર અશો જરતોશ્તની દીન કબુલ રાખનાર—પાળનાર; જરતોશ્તી ધર્મમાં જન્મ પામેલો શખ્સ; a true believer in the Zoroastrian religion; a born Zoroastrian; Contrast [Avestan] (પેગમબર જરતોશ્ત દીન લાવ્યા તેની આગમચની દીન પાળનાર, હોરમજદી દીન પાળનાર આવેછે; [Avestan]

[Avestan] ૬|૩ ઇજિ. ૧, ૧૮; ઇજિ. ૩, ૨૨; ઇજિ. ૪, ૨૪; ઇજિ. ૭, ૨૨; ઇજિ. ૨૨, ૨૭; ઇજિ. ૨૬, ૬; ય. ૧૩, ૦. ૧૪૯.

[Avestan] = नम् ક) = નમવું, વાંકું વળવું; to bend down; to bow; [Avestan] વર્ત. પરસ્મૈ. ૩|૧ વીશ્તા. ય. ૫૧ (= ય. ૨૪, ૫૧); જુઓ [Avestan]

ખ) વલણ લેવી, જવું; to turn to, to go, to be inclined; [Avestan] [Avestan] [Avestan] to what land shall I turn (કેઈ જગાએ હું વલણ લેઉં!) વર્ત. આત્મને. ૧|૧ ઇજિ. ૪૬, ૧; હાદો. નુસ્ક ૨૦ (= ય. ૨૨, ૨૦)

ગ) ભીનું થવું; to be wet. Comp. Per. [Avestan]; *vide* [Avestan]

[Avestan] પાછું ફરવું, છૂટું પડવું; જતું રેહેવું; to turn back; to depart; to disappear; [Avestan] [Avestan] અ. ભૂ. આત્મને. ૩|૧ ય. ૧૯, ૩૫.

[Avestan] = નમવું, નમસ્કાર કરવી; to bow down; [Avestan] . . . [Avestan] વર્ત. સંશ. આત્મને. ૩|૩ ય. ૯, ૪; [Avestan] (Geld. [Avestan]) વર્ત. સંશ. આત્મને. ૧|૧ ય. ૯, ૪; [Avestan] ૩|૧ ઇજિ. ૫૭, ૧૮; ય. ૧૯, ૯૧; [Avestan] . . . . [Avestan] પરસ્મૈ. ૩|૩ ય. ૧૪, ૫૬.

[Avestan] = મંડીનાંખવું (અસલ.); વીખરીનાખવું, પરાગંદેહ કરી નાખવું; to bend down (lit.); to make (the centre of the army) swerve; to scatter about; [Avestan] . . . [Avestan] વર્ત. પરસ્મૈ. ૩|૩ ય. ૧૩, ૩૯.

[Avestan], [Avestan] વિશે જુઓ ધા. [Avestan]

[Avestan], [Avestan] (= [Avestan] = नर, नर=[Avestan]) સા. ના. નર. માણસ, પુરૂષ, નર; a man, a male; rt. [Avestan] अन् to live, to breathe; [Avestan] + [Avestan] = [Avestan] = [Avestan] (શરૂઆતનો [Avestan] નીકળી ગયાથી) = દમ લેનાર, જીવનાર (અસલ); શરૂઆતનો નીકળી ગએલો [Avestan] ગ્રીક ભાષામાં રહેલોછે Gr. Aner = માણસ.

Sing.—[Avestan] ૧|૧ વં. ૩, ૧. ૨. ૨૫; વં. ૫, ૧. ૨. ૫. ૩૯–૪૩; વં. ૮, ૧. ૪; વં. ૯, ૩૯. ૪૦. ૪૨. ૪૭; વં. ૧૫, ૧૩; વં. ૧૮, ૩૪. ૩૭. ૪૦. ૪૩. ૪૬. ૪૯. ૫૪. ૫૮; વં. ૧૯, ૨૧; ઇજિ. ૧૦, ૬; ઇજિ. ૩૨, ૧૦; ઇજિ. ૩૫, ૫; ઇજિ. ૩૬, ૨; ઇજિ. ૪૧, ૨; ઇજિ. ૪૩, ૨; ય. ૧૦, ૧૨૦; ય. ૧૧, ૩; ય. ૧૩, ૭૦; [Avestan] ૧|૧ વં. ૧૫, ૧૪; ઇજિ. ૫૭, ૧૪; [Avestan] (તે માણસ) ૧|૧ વં. ૮, ૪૧; વં. ૯, ૧૬; [Avestan] [Avestan] કારાંત ૧|૧ વં. ૪, ૪૯; વં. ૧૫, ૧૩; ય. ૧૭, ૫૪; [Avestan] ૨|૧ વં. ૧૩, ૨૨. ૩૧. ૩૨. ૩૩. ૩૪; વં. ૧૫, ૧૨. ૨૬; વં. ૩, ૧૫; વં. ૪, ૧૮. ૨૧. ૨૨. ૨૫. ૨૯. ૩૦. ૩૩. ૩૪. ૩૬. ૩૭. ૩૯. ૪૦. ૪૨. વં. ૫, ૩, ૪, ૮. ૯. ૩૭. ૪૬; વં. ૮, ૫; વં. ૯, ૨. ૩. ૨૮. ૩૩. ૩૪. ૩૫. ૩૬. ૪૨; વં. ૧૧, ૧. ૨. ૧૦. ૧૩; વં. ૧૫, ૨; વં. ૧૮, ૧૦. ૫૧; [Avestan] ૪|૧ વં. ૩, ૩૪. ૩૫; વં. ૪, ૧; વં. ૫, ૨૦; વં. ૮, ૮૧—૯૬; વં. ૯, ૩૯. ૪૩. ૪૪; વં. ૧૮, ૨૮. ૩૪. ૩૭. ઇજિ. ૧૯, ૧૭; ઇજિ. ૬૨, ૧; ય. ૧૩, ૧૫૩; [Avestan] ૪|૧ ઇજિ. ૨૮, ૮; [Avestan] [Avestan] [Avestan] (મુંએલાંને અડકેલાં માણસથી) (૫|૧ ને બદલે) વં. ૧૦, ૫. ૬. ૯. ૧૦. ૧૩. ૧૪; [Avestan] ૬|૧ ઇજિ. ૨૯, ૯; ઇજિ. ૩૪, ૨; [Avestan] ૬|૧ વં. ૩, ૧૧. ૧૫. ૨૧. ૪૧. ૪૨; વં. ૫, ૨૬; વં. ૬, ૨૨; વં. ૯, ૫૦; વં. ૭, ૪૪; વં. ૮, ૮; વં. ૧૫, ૪૭; વં. ૧૮, ૬૪; ઇજિ. ૩, ૧૭; વીસ્પ. ૧, ૭; ય. ૮, ૧૩; ય. ૧૪, ૧૭; [Avestan] [Avestan] [Avestan] (શરા અશ્રેરસના) ૬|૧ ય. ૯, ૧૮. ૨૨; [Avestan] ૭|૧ વં. ૭, ૫૨; [Avestan] વં. ૩, ૩૬. ૩૭. ૩૮; [Avestan] ૮|૧ વં. ૭, ૫૨; ઇજિ. ૯, ૧; [Avestan] [Avestan] કારાંત ૮|૧ વં. ૩, ૨૬. ૨૮; ય. ૨૩, ૧.

Dual:—[Avestan] ૧|૨ વં. ૨, ૪૧; વં. ૫, ૨૭; વં. ૮, ૧૦; [Avestan] ૩|૨ વં. ૨, ૪૧; [Avestan] ૬|૨ વં. ૪, ૪૮.

Plural:—[Avestan] ૧|૩ વં. ૨, ૨૮. ૪૧; વં. ૩, ૯; વં. ૪, ૪૪; વં. ૫, ૨૭; વં. ૭, ૨૪. ૫૬; વં. ૧૯, ૧૯. ૩૪; [Avestan] ૧|૩ વં. ૬, ૧. ૨; ય. ૨૪, ૩૦; [Avestan] ૧|૩ ય. ૫, ૮૬. [Avestan] ૧|૩ વં. ૭, ૨૩. ૨૫; વં. ૮, ૩૩. ૩૫. ૯૭; [Avestan] ૨|૩ વં. ૩, ૮. ૧૨; વં. ૮, ૧૪; [Avestan] ૨|૩ ઇજિ. ૪૦, ૭; ઇજિ. ૪૫, ૭; [Avestan] ૨|૩ વં. ૫, ૨૭; વં. ૧૮, ૧૨; ય. ૧૯, ૫૨; [Avestan] ૨|૩ ય. ૨૪, ૫૨; [Avestan] ૨|૩ વં. ૭, ૧; [Avestan] ૪|૩ વં. ૪, ૪૬; વં. ૬, ૪૩; વં. ૭, ૭૭; વં. ૧૪, ૬. ૭. ૯. ૧૦. ૧૨–૧૬; ય. ૮, ૧; ય. ૧૩, ૩૦; [Avestan] ૪|૩ ઇજિ. ૫૪, ૧; [Avestan] ૪|૩ વં. ૨૦, ૧૧; **Frag. 1, 1**; [Avestan] (Geld. [Avestan]) ય. ૮, ૧૧; [Avestan] ૪|૩ ય. ૧૦, ૫૫. ૭૪; [Avestan] (Geld.) ૪|૩

યં. ૩, ૪; [illegible] ૫।૩ વં. ૩, ૧૬; વં. ૪, ૧૦; વં. ૫, ૪૭. ૪૮; વં. ૮, ૬. ૭; વં. ૯, ૪. ૫; વં. ૧૬, ૩. ૪; વં. ૧૭, ૪; [illegible] ૬।૩ વં. ૨, ૨૫. ૩૦. ૩૮; વં. ૪, ૫–૧૦; વં. ૫, ૯. ૨૭; વં. ૬, ૪૪. ૪૯; વં. ૮, ૧૨. ૧૫. ૨૨; વં. ૧૪, ૧૭; ય. ૪, ૧; ય. ૧૩, ૧૪૩; [illegible] ૬।૩ ઇજે. ૬૮, ૧૨; [illegible] ૮।૩ ઇજે. ૮. ૨; ઇજે. ૫૩, ૬. જુઓ [illegible], [illegible], [illegible], [illegible], [illegible], [illegible]

[illegible] ([illegible] ઉપરથી) એ બોલ [illegible] (અઘ્રેરથ) ની સાથે આવેછે; 'નરૂ ([illegible]) નાં ખાનદાનનો, અર્થ થઈ શકે; બાહાદુર; માણસનું નામ (હારલે તથા પુસ્તી); valiant (lit.); epithet of Aghraeratha; (a member) of the family of Naru or Narava; (Comp. [illegible] from [illegible]); a semi-man (Dar.); Agraeratha was a brother of Afrâsyâb's; he was a righteous man, and Afrâsyâb killed him for his having saved the Iranian King Minochehr with his army when captive in the Padashkhvâr mountains (Bund. xxxi, 21). According to the Shâh-Nameh, for having set free the prisoners made after the defeat of Nôdar. He is still living as an immortal in the land of Saukavastân, under the name of Gôpatshâh, king of the bulls (Dar.); [illegible] [illegible] ૬।૧ ય. ૯, ૧૮; ય. ૧૩, ૧૩૧; ય. ૧૭, ૩૮. જુઓ માદી.

[illegible] સા. ના. નર. માણસોને (ખરાબ માર્ગથી) બચાવનાર (અસલ.); ([illegible]; [illegible] = [illegible] = પા = બંચાવવું); ધર્મગુરૂ. નીતિનો રસ્તો દેખાડનાર ; one who saves men from evil ways (from [illegible] a man and rt. [illegible] = to protect); a spiritual teacher, a religious guide. Comp. Sans. नृप a king. [illegible] ૨।૩ ઇજે. ૫૩, ૯.

[illegible] = [illegible] = ઘટવું, ઓછું થવું; to decrease, to wane; cl. 6; [illegible] વર્ત. પરસ્મૈ. ૬ ઠો વર્ગ ૩।૧ ઇજે. ૪૪, ૩; ય. ૭, ૨.

[illegible] (જુઓ [illegible] તથા [illegible]) સમાસ વિ. ગોલામ બારગીને લગતું (કામ); pertaining to unnatural crime; sodomitical; [illegible] [illegible] [illegible] (કામો ને ગોલામ બારગીને લગતાં) નાન્ય. ૨।૩ વં. ૧, ૧૧.

૧ [illegible] (= [illegible] = नव = نو = Lat. Novus = Fr. Neuf = Ger. Neu = New) વિ. નવું, તાજું; new, fresh; [illegible] નારી. ૧।૧ વં. ૨૧, ૩; [illegible] (નારી. ૨।૩ ને બદલે) વં. ૨૧, ૩; [illegible] (નવેસરથી) (ક્રિ. અ.) ય. ૫, ૫૦; ય. ૮, ૫.

૨ [illegible] (૧ ના ઉપરથી) ક્રિ. અ. નહી, નથી; no, not; [illegible] [illegible] [illegible] [illegible] [illegible] [illegible] [illegible] [illegible] for this there is no punishment, for this there is no atonement (તેને માટે શિક્ષા નથી, તેનેમાટે તોબ્જેશ નથી) વં. ૩, ૩૯; વં. ૮, ૨૭; [illegible] વં. ૪, ૧૦; વં. ૫, ૨૫; વં. ૧૮, ૩૧; ઇજે. ૧૧, ૩. જુઓ [illegible]

૧ [illegible] ([illegible] ઉપરથી) કેવળ સંખ્યા. વિ. નવ, ૯; nine, 9; [illegible] [illegible] eighteen (બે નવ = અઢાર) ૨।૨ વં. ૧૪, ૧૭.

૨ [illegible] (= [illegible] = नवति = نود) ([illegible] ઉપરથી) કેવળ સંખ્યા. વિ. નેવું, ૯૦; ninety, 90 [illegible] ૨।૧ વં. ૪, ૧૯. ૨૩. ૨૭. ૩૧. ૩૪. ૩૭. ૪૦; વં. ૬, ૧૭; વં. ૮, ૮૮; વં. ૧૩, ૨૫; વં. ૧૬, ૧૬; ય. ૫, ૮૨; [illegible] ૨।૩ વં. ૨૨, ૨. ૬. ૯. ૧૫; ય. ૧૩, ૫૯. જુઓ નીચેનો બોલ.

[illegible] (૨ [illegible] ઉપરથી) વિ. નેવું ઘણું; ninety times. [illegible] નર. ૧।૩ ય. ૧૦, ૧૧૬.

[illegible] (જુઓ [illegible] તથા [illegible]) સમાસ ના. નાન્ય. નવ કરા, ભોંય ઉપર પાડેલાં નવ ચક્કર; nine circular furrows; [illegible] ૨।૧ ય. ૪, ૬.

[illegible] (જુઓ [illegible] તથા [illegible]) સમાસ ના. નાન્ય. રાતથી શરૂ થતા આખા નવ દાહાડા, દિવસ સુધાંની નવ રાત; nine nights including day-time; [illegible] ૫।૧ વં. ૫, ૪૨. ૫૬; [illegible] ૫।૧ વં. ૫, ૫૬; વં. ૯, ૩૫; વં. ૧૯, ૨૪; [illegible] ૬।૧ વં. ૫, ૪૩.

[illegible] (જુઓ [illegible] તથા [illegible]) સમાસ ના. નાન્ય. નવ પગલાં; નવ કદમ; nine steps; [illegible] ૨/૧ વં. ૬, ૪૦.

[illegible] (જુઓ ૨ [illegible] તથા ૩ [illegible]) અનિયમિત સર્વ. નહી કોઈ; no one; none (indefinite pro.); [illegible] નર. ૧/૧ ય. ૬, ૩.

[illegible] (૧ [illegible] ઉપરથી) વિ. નવું, તાજું; new, fresh; [illegible] નર. ૧/૩ વં. ૨૧, ૩.

[illegible] = नवदश = نوزدہ) (જુઓ ૧ [illegible] તથા ૨ [illegible]) ક્રમ સંખ્યા. વિ. ઓગણીસમું; ૧૯ મું; nineteenth, 19th; [illegible] નર. ૧/૧ ય. ૧, ૮.

[illegible] (= नवदशन् = نوزدہ) (જુઓ ૧ [illegible] તથા ૨ [illegible]) કેવળ સંખ્યા. વિ. ઓગણીસ, ૧૯; nineteen; 19.

[illegible] (= नवन् = نہ = Lat. Novem = Ger. Neun = Fr. Neuf = Nine) કેવળ સંખ્યા. વિ. નવ, ૯; nine, 9. [illegible] ૧/૧ વં. ૯, ૩૫; વં. ૧૪, ૧૪; વં. ૧૬, ૧૦. ૧૧; વં. ૧૯, ૨૩; યશ્ત. ૧૧, ૯; [illegible] ૨/૧ વ. ૨, ૩૦. ૩૮; વં. ૫, ૫૧. ૫૪; વં. ૯, ૨; વં. ૧૦, ૧૮; વં. ૧૭, ૬. ૮; [illegible] ૨/૧ વં. ૨૨, ૨. ૬. ૯. ૧૫; ય. ૪, ૬; [illegible] [illegible] (નવાનું, ૯૯) ય. ૫, ૮૨; [illegible] (નવસો) વં. ૪, ૧૫; ય. ૧૩, ૫૯, ૬૦; [illegible] [illegible] (અને નવસો) વં. ૨૨, ૨. ૬. ૯. ૧૫; [illegible] વં. ૪, ૯; [illegible] (અને નવ હજાર) વં. ૨૨, ૨. ૬. ૯. ૧૫; [illegible] ૬/૩ વં. ૨૨, ૨૦. જુઓ નીચેના બોલ તથા ૧ [illegible], ૨ [illegible], [illegible], [illegible]

[illegible] (જુઓ [illegible] તથા [illegible]) સમાસ ના. નારી. નવ પેઢી—ઓલાદ; nine generations; [illegible] ૪/૧ વં. ૧૩, ૩.

[illegible] (Geld. [illegible]) (જુઓ ૧ [illegible] તથા [illegible]) સમાસ વિ. તાજાં ઘાંસ સાથનો-વાળો (તબેલો); (તબેલો) જેની અંદર તાજું ઘાંસ ભરી રાખ્યું હોએ; furnished with fresh pasture; [illegible] . . . [illegible] નાન્ય. ૨/૧ વં. ૧૪, ૧૪.

[illegible] (જુઓ [illegible] તથા [illegible]) સમાસ ના. નાન્ય. નવ પગ, ઇઆને પગનાં નવ આપ્યાં તળિયાંની લંબાઈ; nine feet; the length of nine feet; [illegible] ૨/૧ વં. ૯, ૧૦. ૧૧.

[illegible] (જુઓ [illegible] તથા [illegible]) વિ. વન ગાંઠવાળું, નવ ગાંઠનું; (a stick) with nine knots; [illegible] . . . . [illegible] (નવ ગાંઠની લાકડી) નર. ૨/૧ વં. ૯, ૧૪.

[illegible] વિ. નવ ફ્રાથ્વેરેસ જેટલો (લાંબો રસ્તો); (a course) of the length 9 *frâthweresa*; frâthweresa = a kind of measure (Dar.). Yt. 5, 50, Yt. 19, 77.

[illegible] (જુઓ [illegible] તથા [illegible]) સમાસ વિ. નવ મહિનાનું (પેટમાંનું. બચ્ચું); (a woman with child) in the course of nine months; [illegible] ૨/૧ વં. ૫, ૪૫.

[illegible] (જુઓ [illegible] તથા [illegible]) સમાસ ના. નારી. નવ ડાંખલી; nine branches or stems; [illegible] ૨/૩ યશ્ત. ૫૭, ૬.

[illegible] ([illegible] ઉપરથી) ક્રિ. અ. નવ વખત; nine times; [illegible] [illegible] નવ વખત દસ હજાર = ૯૦૦૦૦; [illegible] [illegible] નર. ૨/૩ વં. ૨૨, ૨. ૬. ૯. ૧૫; ય. ૧૩, ૫૯. ૬૦. ૬૧. ૬૨.

[illegible] (= नवशत = Lat. Nongenti = نہصد) (જુઓ [illegible] તથા [illegible]) કેવળ સંખ્યા. વિ. નવસો, ૯૦૦; nine hundred; 900; જુઓ નીચેનો બોલ.

[illegible] (જુઓ [illegible] તથા [illegible]) સમાસ ના. નર. નવસો શિયાળા; ઇઆને નવસો વરસ; 900 winters, *i. e.*, 900 years; [illegible] ૧/૩ વં. ૨, ૧૬.

[illegible] (જુઓ [illegible] તથા [illegible]) સમાસ વિ. નવ 'હાસર' જેટલું (લાંબું); (a house) of nine *hâthras* ; *vide* [illegible]; [illegible] (નવ ' હાસર ' જેટલું લાંબું મુકામ—ઘેર) નાન્ય. ૨/૧ વં. ૧૪, ૧૪.

[illegible] વિ. ના. નર. પુરૂષનું નામ ; name of a person ; *vide* [illegible]; [illegible] ૧/૧ ય. ૫, ૬૧; આફ્રી. પૈગમ. ૭૨. ૪ (= ય. ૨૩, ૪).

[illegible] વિશે જુઓ [illegible]

[illegible] (૨ [illegible] ઉપરથી) ક્રિ. અ. નહી ; no, not ; એ બોલ [illegible] (નહી) ની ૫/૧ દીસેછે ; એજ પ્રમાણે [illegible] ઉપરથી [illegible] આવેછે. [illegible] (નહી શક્તિવાન—તાકાતવાળો હોએ, નહી બની શકે) વં. ૬, ૩૨. ૩૫; આફ્રી. ગાહામ. ૩.

૧ [illegible] (= नश = Lat. *Nec*-are, *Noc*-ere = [illegible]) નાશ પામવો ; નાબુદ થવું ; to be destroyed ; to perish, to disappear ; cl. 4 ; [illegible] વર્ત. પરસ્મૈ. ૩/૧ ઇજ઼િ. ૧૦, ૭; [illegible] ([illegible] ને બદલે) આજ્ઞા. પરસ્મૈ. ૨/૧ વં. ૮, ૨૧ ; [illegible] અ. ભૂ. સંશ. (અથવા આશીર્વાદાર્થક) પરસ્મૈ. ૩/૧ ય. ૩, ૧૭; [illegible] ભવિ. સંશ. પરસ્મૈ. ૩/૧ ય. ૨, ૧૧; [illegible] ([illegible] Geld.) આત્મને. ય. ૧૯, ૧૨. ૯૦; [illegible] (હું નાશ પામતા કરૂંછું) પ્રયો. વર્ત. પરસ્મૈ. ૧/૧ ઇજ઼િ. ૧૨, ૧. [illegible] (Geld.) (જેણે દેવોને નાશ પામતા કીધા—નાબુદ કીધા) ય. ૧૩, ૮૯; [illegible] વર્ત. કૃ. પરસ્મૈ. નર. ૧/૩ ઇજ઼િ. ૩૨, ૪; [illegible] ભૂ. કૃ. નર. ૧/૧ ય. ૧૦, ૧૦૫ ; [illegible] ભવિ. કૃ. ૬/૩ ય. ૨, ૧૨. ૧૪.

બ) નાશ કરવો ; to destroy ; [illegible] અનિયમિત કાળ ([illegible] Aorist) પરસ્મૈ. ૩/૧ ઇજ઼િ. ૫૩, ૬. જુઓ [illegible]

[illegible] = નાબુદ થઈ જવું ; to vanish, to perish ; [illegible] વર્ત. પરસ્મૈ. ૩/૧ ઇજ઼િ. ૧૦, ૧૫; [illegible] વર્ત. આત્મને. ૨/૧ (સંશ. ની મતલબે) વં. ૮, ૨૧ ; [illegible] આજ્ઞા. પરસ્મૈ. ૨/૩ ય. ૩, ૯; [illegible] ય. ૩, ૧૨; [illegible] અ. ભૂ. સંશ. (અથવા આશીર્વાદાર્થક પરસ્મૈ. ૩/૧ ય. ૩, ૧૭.

[illegible] = નાબુદ થઈ જવું, નાશ થવો ; to disappear, to be destroyed ; [illegible]* = નાબુદ કરવું, નાશ કરવો, હઠાવી કાહાડવું (પ્રયો.) ; [illegible] ભવિ. આજ્ઞા. પરસ્મૈ. ૧/૩ ઇજ઼િ. ૬૧, ૫; [illegible] ઇજ઼િ. ૪૪, ૧૩.

[illegible] = તદન નાબુદ થઈ જવું—નાશ પામવું ; to be annihilated, to disappear ; [illegible] અનિ. ([illegible] aor.) પરસ્મૈ. ૩/૧ ઇજ઼િ. ૫૩, ૭.

[illegible] = वि-नश् = નાબુદ થઈ જવું, તદન નાશ પાંમેલું થવું ; to disappear, to be utterly destroyed ; [illegible] (આજ્ઞા. પરસ્મૈ. ૨/૧ વં. ૮, ૨૧ ; [illegible] ([illegible] ની માફક વ્યાકરણ) ય. ૩, ૧૭; [illegible] (હું ખચીત નાબુદ—નાશ કરીશ) Inten. સંશ. વર્ત. પરસ્મૈ. ૧/૧ ઇજ઼િ. ૩૨, ૧૫.

૨ [illegible] = नश् = Lat. *Nanc*-ire, *Nanc*-iscor = પોહોંચવું, પાંમવું, મુરાદ હાંસેલ કરવી ; to reach ; to obtain ; to acquire one's object ; [illegible] (મેળવ્યું) અનિ. ([illegible] aor.) પરસ્મૈ. ૩/૧ ઇજ઼િ. ૫૧, ૧૬; [illegible] (અસલ રૂપ [illegible]) ભવિ. ૧/૩ ઇજ઼િ. ૭૦, ૪; [illegible] (બચાવાને માટે, ધાસ્તીમાંથી મોકળું કરવાને માટે) વર્ત. કૃ. આત્મને. ૪/૧ ઇજ઼િ. ૯, ૩૦—૩૨; [illegible] (પોહોંચવાની ખાહેશ રાખીને) ૧/૩ ય. ૧૩, ૫૮; જુઓ [illegible], [illegible], [illegible], [illegible]

[illegible] = પોહોંચવું, મેળવવું ; to reach, to acquire ; [illegible] વર્ત. પરસ્મૈ. ૩/૩ ઇજ઼િ. ૨૩, ૩; જુઓ [illegible]

---

* જુઓ મારૂં અવસ્તા વ્યાકરણ, સફે ૨૩૫—૨૩૬.

* જુઓ મારૂં અવસ્તા વ્યાકરણ, સફે ૨૫૧ મો.

† શરૂઆતનો [illegible] અ. ભૂ. (augment) નો છે. કવિતાના કાહીધામે માટે [illegible] છેડે આવ્યો.

[Avestan] =આવવું, લઈ જવું; to bring; to carry; [Avestan] (પ્રયો.) = મોકલાવવું; to send for (Caus.); [Avestan] પ્રયો. અ. ભૂ. આત્મને. ૩/૧ આફ્રૂં. ગાહાંમ. ૫.

[Avestan] (૧ ધા. [Avestan] ઉપરથી) અતિ. વિ. ધણોજ નાશ કરનાર; most destructive (super. adj.); [Avestan] નર. ૮/૧ ય. ૧૨, ૮.

[Avestan], [Avestan] વિશે જુઓ [Avestan]

[Avestan] (જુઓ ૧ ધા. [Avestan]) ક) સા. ના. નર. તથા નારી. [Avestan], [Avestan] = રીમની, નસો, કોઈપી મુરદાર ચીજ અથવા મુવેલું શરીર, જેમાંથી બદબો તથા કોહોવાટ નીકળતો હોએ તે; a dead body; any dead matter which stinks and decomposes; defilement; [Avestan] નર. ૧/૧ વં. ૫, ૩. ૬ [Avestan] નારી. ૧/૧ વં. ૬, ૩૧. ૪૩; વં. ૭, ૨૯. ૩૩; વં. ૮, ૩૬. ૩૭. ૯૮. ૯૯; [Avestan] (૧/૩ ને બદલે) વં. ૫, ૪. ૭; [Avestan] ૨/૧ વં. ૫, ૫; વં. ૬, ૨૬. ૪૨; વં. ૭, ૧૨. ૨૩. ૨૫. ૨૮. ૩૨. ૭૩. ૭૬; [Avestan] ૨/૧ વં. ૫, ૧૬. ૧૮; વં. ૮, ૭૩; વં. ૧૬, ૧૭; [Avestan] ૧/૩ વં. ૫, ૪. ૭; વં. ૬, ૨૮; [Avestan] ૨/૩ વં. ૬, ૩૧. ૩૨. ૩૪. ૩૫. ૩૭. ૩૮. ૪૦. ૪૧; [Avestan] ૬/૩ વં. ૫, ૪. ૭; વં. ૮, ૩૪; [Avestan] ૬/૩ વં. ૫, ૧૪. જુઓ [Avestan] તથા નીચેના બોલો.

ખ) વિ. ના. નર. તથા નારી. [Avestan] = નસુશ દેવ—દરૂજ; the Druj Nasus; the Fiend of Corruption and Decomposition who enters and pervades every corpse immediately after death, except in certain cases of violent death, when its arrival is delayed till the next period of the day, *i. e.*, the next Geh (West.); [Avestan] [Avestan] [Avestan] [Avestan] નારી. ૧/૧ વં. ૫, ૨૭–૩૨; વં. ૬, ૩૦. ૩૩. ૩૬. ૩૯; વં. ૭, ૧–૫. ૧૦. ૧૧. ૨૪. ૨૭; વં. ૮, ૧૬. ૧૭. ૧૮. ૪૧—૭૧; વં. ૯, ૪૦. ૪૧. ૪૮; [Avestan] [Avestan] [Avestan] [Avestan] નારી. ૧/૧ વં. ૯, ૧૫—૨૬; [Avestan] ૧/૧ વં. ૯, ૪૬; [Avestan] (૨/૧ ને બદલે) વં. ૯, ૪૫; વં. ૧૦, ૧; વં. ૧૯, ૫. ૧૨. ૪૬; [Avestan] ૨/૧ વં. ૧૦, ૧૬; વં. ૧૧, ૯. ૧૨; [Avestan] [Avestan] નાન્ય. ૨/૧ વં. ૯, ૪૭; [Avestan] [Avestan] [Avestan] આએ નસાના દેવના હરીફને) (નારી. ૬/૧ ની મતલબે) વં. ૧૦, ૧૭.

[Avestan] (= [Avestan]) (જુઓ [Avestan] તથા ધા. [Avestan] ક) સમાસ ના. નર. મુવેલાં માણસને લઈ જનાર, નસેસાલાર; a corpse-bearer, one who carries a dead body to the *Dakhma* in a strictly ceremonious manner. Nasâsâlâr. Contrast [Avestan] one who singly carries a dead person unceremoniously; [Avestan] ૧/૩ વં. ૮, ૧૧. ૧૩.

[Avestan] (જુઓ [Avestan] ક તથા ૨ [Avestan]) સમાસ વિ. નસો ઇઆને કોહોવાત ઉત્પન્ન કરતો—કરનાર; producing Nasu, *i.e.*, putrefaction; [Avestan] [Avestan] (નસાને ઉત્પન્ન કરનાર દરંદો) ૧/૩ વં. ૭, ૨૬. ૨૭; [Avestan] (Geld.) ૫. ૪, ૭.

[Avestan] (= [Avestan]) (જુઓ [Avestan] ક તથા ધા. [Avestan]) સમાસ વિ. નસો પકાવતો, નસો બાળતો; (fire) that burns a dead body; [Avestan] [Avestan] (નસાને—મુરદાંને બાળતા આતશને) નર. ૨/૧ વં. ૮, ૭૩. ૭૪. ૮૧; [Avestan] [Avestan] નર. ૫/૧ વં. ૮, ૭૬. ૭૭. ૭૮.

[Avestan] (= [Avestan]) ([Avestan] ક ઉપરથી) વિ. નસાવાળું; (water) defiled by a carcass; [Avestan] [Avestan] (નસાવાળાં પાણીને) નારી. ૨/૧ વં. ૭, ૭૯.

[Avestan] (જુઓ [Avestan] ક તથા ધા. [Avestan]) સમાસ ના. નાન્ય. નસાને—મુરદાંને બાળવું; the burning of corpses; [Avestan] ૨/૩ વં. ૧, ૧૬.

[Avestan] (જુઓ [Avestan] ક તથા ધા. [Avestan]) સમાસ ના. નાન્ય. નસાને બંધાવવો અથવા રાખી મુકવો (અસલ.); નસાને દાટવો; the burying of the dead. Comp. [Avestan]; [Avestan] ૨/૧ વં. ૩, ૪૧; વં.૬, ૩; [Avestan] ૨/૩ વં. ૧, ૧૨.

* [Avestan] ની આગમચનો [Avestan] નકમો આવેલો છે; જુઓ મારૂં અવસ્તા વ્યાકરણ. સેહે. ૩૮—૩૯.

[illegible] (જુઓ [illegible] ક તથા ધા. [illegible] સમાસ ના. નર. મુરદાંને દાટનાર; a burier of dead bodies; [illegible]* ૧।૧ ઇજિ. ૬૫, ૮.

[illegible] (= [illegible] = نسک, نُسک) સા. ના. નર. નુસ્ક, ધર્મપુસ્તક; a religous book; *Naska*; પાક અવસ્તાની કેતાબ જેની સંખ્યા સઘળી મલીને ૨૧ જણાવવામાં આવી છે. આ૦ર્યા અહુનવરના ૨૧ બોલો ઉપરથી એ નુસ્કોનાં નામ આપવામાં આવ્યાં છે. એ કેતાબોમાં ફીલસુફી, તબાબત, નીતિ, જ્યોતિઃશાસ્ત્ર તથા બધી જાતની વિદ્યા હુનરોને લગતી બાબદો આવેલી હતી; એમાંનો ઘણો મ્હોટો ભાગ તારાજ થઈ ગયો. દીનકરદ નામની પેહેલવી કેતાબના ૮ મા તથા ૯ મા ભાગમાં એ નુસ્કો વિશે લંબાણથી અહેવાલ આપેલો છે. A religious or holy book; Naska. According to the reports handed down to us, the whole scripture consisted of twenty-one books, called Naskas, each containing Avesta and Zend, *i. e.*, the original text with a commentary on it.... Several descriptions of the contents of these Naskas are extant. The longest of these accounts forms the eighth and ninth books of the Dinkard... Another Pehlvi description of the Naskas is found in the Dini-Vajarkard, and this does not differ much from those given in the Ravâyets. જુઓ નીચેનો બોલ.

[illegible] (જુઓ [illegible] તથા ધા. [illegible]) સમાસ વિ. નુસ્ક—ધર્મ પુસ્તક ભણાવતો; પાક અવસ્તા શિખવતો; teaching the Holy Word; imparting religious knowledge to; [illegible] નર. ૧।૩ ઇજિ., ૯, ૨૨.

[illegible] (જુઓ ૧ ધા. [illegible]) ભૂ. કૃ. નાશ પામેલું, જતું રહેલું; destroyed, lost; જુઓ એની પછીનો બોલ.

[illegible] (જુઓ [illegible] તથા [illegible]) સમાસ વિ. જતી રહેલી જનવાની શક્તિવાળી (કુતરી); (કુતરી) જેની જનવાની શક્તિ જતી રહેલી તે; (a she-dog) whose power of bearing young ones is exhausted; [illegible] [illegible]... ૧।૧ (નારી. ને બદલે) વં. ૧૩, ૫૦.

૧ [illegible] વિશે જુઓ [illegible]

૨ [illegible] વિશે જુઓ ૨ [illegible]

[illegible] (જુઓ ધા. [illegible]) વિ. તુચ્છકારી કાહાડતો, હસી કાહાડતો; treating with contempt; slighting [illegible] નર. ૨।૧ ઇજિ. ૩૪, ૮; ઇજિ. ૫૭, ૧૦; [illegible] નર. ૬।૧ ય. ૧૩, ૧૬. Otherwise: weaker (compara. adj.) વધારે કંગાલ—નબલો; rt. [illegible] = नाघ् to solicit; to be needy, to be weak.

[illegible] (= [illegible]) ([illegible] ઉપરથી) સા. ના. નારી. ક) બાઈડી, નારી; a woman; the female of the human race. Comp. [illegible] ૧।૧ વં. ૩, ૩; વં. ૫, ૪૫. ૫૦. વં. ૭, ૬૦. ૭૦. ૭૧; વં. ૧૬, ૧. ૨. ૭. ૯. ૧૦. ૧૧; [illegible] ૧।૧ ઇજિ. ૨૩, ૩; [illegible] (મુવેલાંને અડકેલી બાઈડીથી) વં. ૧૦, ૫. ૬. ૯. ૧૦. ૧૩. ૧૪; [illegible] ૨।૧ વં. ૭, ૪૨; વં. ૯, ૩૩-૩૬. ૩૮. ૪૨; વં. ૧૧, ૧. ૨. ૧૦. ૧૩; વં. ૧૫, ૭. ૮; વં. ૧૬, ૧૭; વં. ૧૮, ૬૭. ૬૯; વં. ૧૯, ૧૨. ૨૬; [illegible] ૪।૧ વં. ૧૫, ૪૫; હાદો. નુસ્ક. ૧૮ (= ય. ૨૨, ૧૮); [illegible] ૬।૧ વં. ૧૬, ૫. ૬. ૧૩. ૧૪; [illegible] (= [illegible] + [illegible]) ૬।૩ આફ્રી. પેગમ. જર. ૧ (= ય. ૨૩, ૧).

ખ) પોતાની બાઈડી; પરણિયત બાઈડી; a wife; a woman united to a man by marriage. [illegible] ૨।૧ વં. ૪, ૪૪.

[illegible] (જુઓ [illegible] તથા [illegible]) સમાસ વિ. બાઈડી શોધતો, બાઈડીની ઈચ્છા રાખતો; wishing for a wife; wanting to have a wife; [illegible] નર. ૧।૩ વં. ૪, ૪૪.

[illegible] ([illegible] ઉપરથી) સા. ના. નાન્ય. બાઈડીપણું (અસલ); બાઈડીની હાલત (અસલ). લગ્ન, વિવાહ, શાદી; womanhood (lit.); marriage, wedlock; [illegible] ૩।૧ વં. ૧૪, ૧૫.

[illegible] (= [illegible]) ([illegible] ઉપરથી)

* [illegible] ની આગમચનો [illegible] નકમો આવેલો છે; જુઓ મારૂં અવસ્તા વ્યાકરણ, સફો. ૩૮-૩૯.

વિ. બાઈડીવાળો; having a wife; ... [Avesta] a house with a wife (lit.); i. e., a house in which a man lives with his wife; (બાઈડીવાળું ઘેર.) નાન્ય. ર/૧. વં. ૩, ૨. [Avesta] નર. ૪/૧ વં. ૪, ૪૭.

[Avesta] (= नारी) ([Avesta] ઉપરથી) સા. ના. નારી. ક) નારી. બાઈડી, ઓરત; a woman, the female of the human race. Compare Av. [Avesta]; Gâth. [Avesta]; [Avesta] ૧/૧ ઈજ઼. ૩૫, ૬; ઈજ઼. ૪૧, ૨; [Avesta] ય. ૧૧, ૪; [Avesta] ૧/૩ વીશ્તા. ય. ૩૦ (=ય. ૨૪, ૩૦); [Avesta] ૪/૩ વં. ૨૦, ૧૧; Frag. 1, 1; [Avesta] ૪/૩ ઈજ઼. ૫૪, ૧; [Avesta] ૬/૩ વં. ૫, ૨૭; વં. ૮, ૧૨-૧૫. ૨૨; ઈજ઼. ૨૬, ૭; ય. ૧૩, ૧૪૩; [Avesta] ૬/૩ વીસ્પ. ૧૬, ૨. જુઓ નીચેના બોલો.

ખ) પોતાની બાઈડી; પણિયત બાઈડી; a wife; a woman united to a man by marriage; [Avesta] ૬/૧ ઈજ઼. ૧૧, ૧; ય. ૧૩, ૧૪૦.

[Avesta] (Vend. 7, 57) probably for [Avesta]; from [Avesta] = नासा = the nose; the odour (Dar.).

[Avesta], [Avesta] (= [Avesta]=नवम= [Avesta] = L. Nonus = Ger. Neunte = Fr. Neuvieme = Ninth) ([Avesta] ઉપરથી) ક્રમ સંખ્યા. વિ. નવમું, ૯ મું; ninth; 9th; [Avesta] ૧/૧ વં. ૧૪, ૯; ય. ૧, ૭; [Avesta] ૧/૧ ય. ૧૪, ૨૫; ય. ૧૯, ૨; [Avesta] નર. ૨/૧ વં. ૫, ૨૮; [Avesta] નાન્ય. ૨/૧ (ક્રિ. અ.) વ. ૧, ૧૧.

[Avesta] ([Avesta] ઉપરથી) ક્રિ. અ. નવ વખત; nine times (adv.); [Avesta] ([Avesta] Wester.) વં. ૮, ૧૮. [Avesta] (નવ ઘણા તફાવત સુધી) ય. ૧૪, ૩૩.

[Avesta], [Avesta] (= [Avesta] = नासा = Lat. Nasus = Ger. Nasé = Fr. = Nez = Nose) orig., [Avesta] + [Avesta]; rt. [Avesta] to breathe; the organ of breathing (lit.); the nose; સા. ના. નારી. તથા નાન્ય. નાખ; [Avesta] ૩/૧ હદો. નુસ્ક. ૮. ૨૬ (= ય. ૨૨, ૮. ૨૬); [Avesta] [Avesta] (નાખમાંથી) ૫/૧ (૩/૧ ની મતલબે *) વં. ૩, ૧૪; વં. ૯, ૪૦; [Avesta] ૩/૨ હદો. નુસ્ક ૮. ૨૬ (= ય. ૨૨, ૮. ૨૬.); વીશ્તા. ય. ૫૫ (=ય. ૨૪, ૫૫).

[Avesta] (= नासत्य) વિ. ના. નર. દેવનું નામ જે અસંતોષ અમરશાસંદની વિરુદ્ધ છે; the Demon of Discontentment, and the adversary of Spenta Ârmaiti; for particulars, vide [Avesta]; [Avesta] ૨/૧ (૧/૧ ને બદલે) વં. ૧૯, ૪૩; [Avesta] [Avesta] ૨/૧ વં. ૧૦, ૯.

[Avesta] (જુઓ ૧ [Avesta]) ક) સા. ના. નર. સગું, અતલગનું; a relative; kin; [Avesta] (Geld.) ૪/૧ ય. ૧૩, ૬૬.

ખ) બુન્યાદ, ઓલાદ; lineage, offspring; જુઓ [Avesta], [Avesta]

[Avesta] (જુઓ [Avesta]) સા. ના. નાન્ય. ડૂંટિ (અસલ.); મૂળ, ઓલાદ, બુન્યાદ; the navel (lit.); source; family, lineage; [Avesta] ૧/૧ ય. ૧૩, ૮૭. જુઓ નીચેના બોલો.

[Avesta] (=नाभ्य) ([Avesta] ઉપરથી) સા.ના. નાન્ય. ડૂંટિને લગતું, એકજ ડૂંટિમાંથી નીકળતું (અસલ); ઓલાદ, સગું, સગુંવાહાલું; અતલગનું; pertaining to the navel (lit.); issued from an ancestor; offspring; kin, a relative; [Avesta] ૨/૧ વીશ્તા. ય. ૩૭ (= ય. ૨૪, ૩૭). જુઓ નીચેના બોલો.

[Avesta] (જુઓ [Avesta] તથા [Avesta] ખ) સમાસ બૂ. કૃ. વિ. સગાંવાહાલાંથી ઉત્પન્ન થએલી (ખરાબી; (evil) done by one's kindred; [Avesta] [Avesta] નાન્ય. ૬/૧ ય. ૧૩, ૧૨૦.

[Avesta] ([Avesta]) (જુઓ [Avesta] તથા ધા. [Avesta]) સમાસ ના. નર. સગાવાહાલાંને દુઃખ દેનાર; one who torments his own kindred; [Avesta] ૪/૧ ઈજ઼. ૬૫, ૭.

[Avesta] વિશે જુઓ [Avesta]

[Avesta] પસ્તાવો—તોબેશ કરતો (મિલ્સ); [Avesta] [Avesta] expiating deeds (M.);

* એ બાબે જુઓ મારૂં અવસ્તા વ્યાકરણ, સફે ૩૦૧.

capital crimes (Dar.) from [Avestan] + [Avestan] = not of Rashnu, *i. e.*, not approved of by Rashnu, *i. e.*, *Margarzân* (Dar.); *vide* Afr. Gâhâm., 13.

[Avestan] (= नाव्य) (અસલ રૂપ [Avestan]; (જુઓ ૧ ધા. [Avestan]) વિ. વેહેતું, ચાલતું (પાણી) (અસલ.); flowing, running (lit.); (water) of the river; નદી–નેહેરનું (પાણી); [Avestan] [Avestan] નારી. ૧।૧ ય. ૧૪, ૩૯; ય. ૧૬, ૩; [Avestan] [Avestan] નારી. (૭।૧ ની મતલબે) વં.૧૩, ૩૮; વં. ૧૫, ૬; [Avestan] [Avestan] નારી. ૧।૩ ય. ૧૦, ૧૪; ય. ૧૩, ૧૦; [Avestan] [Avestan] [Avestan] [Avestan] (વેહેતાં પાણીની ઉપરથી) નારી. ૨।૩ વં. ૧૪, ૧૬ ; વં. ૧૮, ૭૪; [Avestan] [Avestan] [Avestan] નારી. ૬।૩ ય. ૮, ૨૪; ય. ૧૧, ૪.

[Avestan] (Yaç. 38, 5) (meaning unsettled) reaching (Mills); they go (Pehl.).

[Avestan] (=[Avestan], । = नि = [Avestan]*) ઉપ. ક) નીચે; એનું ઉલટું [Avestan], [Avestan] (ઉંચું); down; downward; into, backward. Contrast [Avestan], [Avestan] on high above. [Avestan] to bury; to enter નીચે ખોદવું = દાટવું (વં. ૩, ૮. ૧૨.); [Avestan] to put down નીચે મુકવું (વં. ૭, ૫૬); [Avestan] to smite down મારીને નીચે તોડી પાડવું (વં. ૧૮, ૩૮); [Avestan] to carry down નીચે લઈ જવું (વં. ૫, ૮); કોઈ વખતે [Avestan] ને બદલે । આવેછે; જેમકે [Avestan] = [Avestan] + [Avestan] = રેહેવાની જગા, ઘેર; મુકામ. [Avestan] ની આગમચ [Avestan] આવેછે; જેમકે [Avestan] (વં. ૮, ૧૧); [Avestan] ઇત્યાદિ.

ખ) નહી, સિવાય, ઉલટું ;† implying "negation, no, not, deprived of." *E. g.*, [Avestan] to gladden ખુશ કરવું; [Avestan] to sadden નાખુશ—ગમગીન કરવું (વં. ૧૯, ૩૦); [Avestan] to scatter seed ખી નાખવું; [Avestan] to eradicate ખી ઉખેડી નાખવું (ઇજ. ૧૦, ૧૨); એ અવ્યય અસલ [Avestan] ([Avestan] નહી) ઉપરથી છે, અને જેમ [Avestan] માંથી શરૂઆતનો [Avestan] નીકળી ગયાથી [Avestan] થયો (જેમકે [Avestan]), તેજ પ્રમાણે [Avestan] માંથી [Avestan] નીકળી ગયાથી [Avestan] થયો. કેટલીએક વખતે એ ઉપસર્ગ ક્રિયાપદની સાથેજ નથી આવતો પણ તેની આગમચ છુટો આવેછે, અને ત્યારે [Avestan] ની બદલે [Avestan] થાએછે: જેમકે [Avestan] [Avestan] [Avestan] (ઇજ. ૧, ૨૧); [Avestan] [Avestan] [Avestan] [Avestan] (ઇજ. ૯, ૧૭).

ગ) વિ. નાહનું, હલકું, ઓછી કીમતનું; small, inferior, of lower value; *vide* [Avestan]

* *E. g.* [Avestan] (= [Avestan]) = મુકવું; to put down; [Avestan] (= [Avestan]) = જોવું, તપાસવું; to see; [Avestan] (= [Avestan]) = લડાઈ; battle.

† ફારસીમાં બી [Avestan]* " ઉલટું, સિવાય " ને અર્થે આવેછે; જેમકે [Avestan] = [Avestan] ; 'આફ્રીન' બી ઉલટું = લેઆનત, an imprecation, curse.

[Avestan] (જુઓ [Avestan]) વિ. હલકું; જુનું; coarse, inferior [Avestan] = [Avestan] coarsest; the most worn-out (clothes) super. adj. ઘણુંજ હલકું (કપડું)(અતિ. વિ.); [Avestan] [Avestan] ૭।૩ વં. ૩, ૧૯ (Wester. [Avestan]). [Avestan]

[Avestan] (= [Avestan] + [Avestan] = [Avestan] + [Avestan]) ક્રિ. અ. પછવાડે; behind; [Avestan] (Geld. [Avestan]) ય. ૧૦, ૧૨૭.

[Avestan] વિ. ના. નીનીવ શેહેરનું નામ; નીચે ઉતરેછે (મિલ્સ); મારેછે (દારમે.); Niniveh; lights down or alights (M.); smites. (Dar.); [Avestan] ઇજ. ૫૭, ૨૯; ય. ૧૦, ૧૦૪.

[Avestan] (જુઓ ધા. [Avestan]) સા. ના. નારી. મારવું, નીચે તોડી પાડવું; smiting; striking down; [Avestan] ૩।૧ ય. ૧૦, ૧૩૩.

[Avestan] વિશે જુઓ ધા. [Avestan]

[Avestan] (જુઓ ધા. [Avestan]) અતિ. વિ. ઘણુંજ મારનાર; smiting the most; the best smiter; [Avestan] નર. ૮।૧ ય. ૧૨, ૭.

[Avestan] (અસલ રૂપ [Avestan] + [Avestan]; જુઓ ૧.

[Avestan]) સા. ના. નાન્ય. મારવું, મારીને નીચે તોડી પાડવું; smiting; striking down; [Avestan] ૨/૧ ય. ૧૩, ૭૧.

[Avestan] = निज् = કચરો—અપવિત્રાઈ કાહાડી નાખવી; સાફ કરવું; to sweep away (impurities); to cleanse; [Avestan]* વર્ત. પરસ્મૈ. ૩ જો વર્ગ ૩/૧ ય. ૮, ૪૩.

[Avestan] વિશે જુઓ ૧ ધા. [Avestan]

[Avestan] (જુઓ ૧ ધા. [Avestan]) અતિ. વિ. ઘણોજ બાહાર કાહાડી નાખનાર—હાંકી કાહાડનાર; driving away the most; [Avestan] નર. ૧/૧ ય. ૧૧, ૩.

[Avestan] (જુઓ ૧ ધા. [Avestan]) ભૂ. કૃ. વિ. બાહાર કાહડેલું; taken out; [Avestan] [Avestan] (તે બાહાર કાહડેલા નસો) નારી. ૧/૧ વં. ૬, ૩૧. ૩૪. ૩૭. ૪૦; [Avestan] વં. ૮, ૩૭. ૩૮; [Avestan] ૫/૧ વં. ૮, ૩૮. જુઓ [Avestan]

[Avestan] (જુઓ ૧ ધા. [Avestan]) સા. ના. નારી. બાહાર કાહાડવું—કાહાડી નાખવું; taking out; [Avestan] [Avestan] [Avestan] (નસાને બાહાર કાહાડી નાખ્યા પછી) ૩/૧ વં. ૬, ૩૨. ૩૫. ૩૮. ૪૧.

[Avestan] (જુઓ [Avestan]) સા. ના. નર. પગના નળાની નીચેનો ભાગ; પગની ઘુંટી; the ankle; [Avestan] (Geld. [Avestan]) ૨/૨ ય. ૫, ૬૪.

[Avestan] = निन्दु = તુચ્છકારી કાહાડવું; હસી કાહાડવું; to treat with contempt, to laugh out; *vide* [Avestan] treating with contempt.

[Avestan] (=[Avestan]) (જુઓ ન ગ) અતિ. વિ. ક) ઘણુંજ ઓછી કીમતનું—હલકું, સઉથી નાહલાં કદનું—નાહલું; lowest, of the smallest size, of low value; [Avestan] (ઘણુંજ થોડું-ઓછું) નારી. ૧/૧ ઇજ. ૧૦, ૯; [Avestan] [Avestan] નર. ૨/૧ વં. ૭, ૪૧. ૪૩; [Avestan] [Avestan] (સઉથી નાહલું બચ્ચું) નર. ૨/૧ વં. ૯, ૩૮; [Avestan]

[Avestan] (સઉથી હલકી ધાતુ) નાન્ય. ૨/૩ વં. ૧૬, ૬; [Avestan] ૬/૩ વીશતા. ય. ૨૩.

ખ) સઉથી નીચું; lowest; [Avestan] નર. ૧/૧ (ક્રિ. અ. તરીકે) વં. ૨, ૩૦. ૩૮; [Avestan] ૨/૩ (ક્રિ. અ.) વં. ૧૪, ૧૪; [Avestan] [Avestan] (સઉથી નીચી જગાઓમાં) નર. ૭/૩ ય. ૧૫, ૫૩.

[Avestan] (જુઓ ધા. [Avestan]) સા. ના. નર. ઘોડાને ડાબમાં—લગામમાં રાખનાર; one who curbs or keeps in check (as a horse); [Avestan] ૧/૧ ઇજ. ૧૧, ૨.

[Avestan] (જુઓ ૨ ધા. [Avestan] ખ) સા. ના. નર. પકડી-ધરી રાખનાર, ટેકો આપનાર; one who holds up or supports; [Avestan] ૧/૧ ય. ૨૪, ૩૦.

[Avestan]
[Avestan] } એ બોલો વિશે જુઓ ૨ ધા. [Avestan]

[Avestan] (જુઓ ૨ ધા. [Avestan]) સા. ના. નારી. નીચે મુકવું, એક ઠેકાણે—એક કોરે મુકવું; putting off; laying aside; [Avestan] ૩/૧ વં. ૬, ૨૭.

[Avestan] (જુઓ ૨ ધા. [Avestan]) ક) ભૂ. કૃ. પં; નીચે મુકેલું; મુકરર કીધેલું; put down; established. Comp. Per. [Avestan] નાન્ય. ૧/૧ ય. ૧૦, ૬૪; [Avestan] નાન્ય. ૧/૧ ય. ૧૪, ૩૮; [Avestan] ૭/૧ વં. ૭, ૪૫. ૪૬. ૪૯.

ખ) લાગેલું, વળગેલું; attached; connected. [Avestan] નાન્ય. ૨/૧ વં. ૨, ૨૯. ૩૭.

ગ) સા. ના. નાન્ય. ખસલત, ખાસિયત, ચાલચલન; nature, demeanour. Comp. Per. [Persian]; *vide* [Avestan] ill-natured.

ઘ) સા. ના. નાન્ય. પુષ્કળપણું, જહોજલાલી, આબાદી; abundance, plenty; prosperity; [Avestan] ૭/૧ ય. ૧૩, ૬૬.

ચ) વિ. પુષ્કળ, ભરી રાખેલું, જહોજલાલી, આબાદ; abundant; stored up, plentiful prosperous; જુઓ નીચે [Avestan]

[Avestan] (જુઓ [Avestan] ચ તથા [Avestan]) સમાસ વિ. ભરી રાખેલા—પુષ્કળ ખોરાકવાળું (રાજ્ય); (રાજ્ય) જે ખાધ ખોરાકીમાં આબાદ-

* The reduplicative syllable is strengthened instead of the radi al vo wel.

ભરપૂર ; (a kingdom) with stores of food ; [Avestan] ... [Avestan] નાન્ય. ૨।૩ ય. ૫, ૧૩૦; ય. ૧૭, ૭.

[Avestan] (જુઓ [Avestan] ક તથા [Avestan]) સમાસ અતિ. વિ. સઉથી ઉંચા છાપરાંવાળું (ઘેર) ; ઉંચી ઊભરનીના છાપરાવાળું (ઘેર); ભોંય—જમીનથી ઘણું ઉંચું (દારમે) ; high-roofed ; high above the ground work (Dar.); [Avestan] [Avestan] નાન્ય. ૨।૧ ય. ૧૦, ૩૦; [Avestan] [Avestan] ૨।૩ ય. ૧૦, ૩૦.

[Avestan] (જુઓ ૧ ધા. [Avestan] તથા [Avestan]) સમાસ વિ. હથિયાર છોડવનારી (દીન); લડાઈ—મારામારી દૂર કરનારી (દીન); (the religion) which lays the arms aside (lit.) ; i. e., which removes strife and discord ; [Avestan]......[Avestan] નારી. ૨।૧ ઇજ. ૧૨, ૯.

[Avestan] હાથની તાળી પાડતા (દારમે); clapping; (Dar.); [Avestan] નર. ૧।૩ ય. ૫, ૯૫.

[Avestan] (જુઓ ૧ ધા. [Avestan]) સા. ના. નારી. બચાવ, રક્ષણ; protection, preservation; [Avestan] ૪।૧ ઇજ. ૫૮, ૨ ; [Avestan] ૪।૧ ઇજ. ૭૧, ૧૧; ય. ૫, ૬; [Avestan] (Wester.) વીસ્તા. ય. ૪૩ (= ય. ૨૪, ૪૩).

[Avestan] ઇજ. ૪૯, ૧૦ (ધા. [Avestan]) સા. ના. નાન્ય. ૭।૧ (તારા) આશ્રયમાં (હારલે તથા મિલ્સ); વર્ત. આત્મને. ૨।૧; તું બચાવેછે (દારમે.) ; in Thy protection (Har. & M.); Thou protectest: pres. 2 per. sing. (Dar.).

[Avestan] (જુઓ ૧ ધા. [Avestan]) સા. ના. નર. બચાવનાર, રક્ષણ કરનાર; a protector, a preserver; [Avestan] ૧।૧ ય. ૧૦, ૫૪. ૮૦ ; [Avestan] ૨।૧ ય. ૧૪, ૫૭; [Avestan] * નારી. ૨।૧ ય. ૫, ૮૯; ય. ૨૪, ૧૪; [Avestan] [Avestan] ૨।૨ ય. ૧૪, ૪૫; [Avestan] ૧।૩ ય. ૧૯, ૧૮.

[Avestan] વિશે જુઓ ધા. [Avestan]

[Avestan] (જુઓ ૧ ધા. [Avestan]) વિ. છુપું ; secret. Comp. સં. निभृत ; or, modest, humble (adj. fem. nom. sing.; in tribute (Dar.). નમ્ર, નિરહંકારી ; [Avestan] (Wester. [Avestan]—) ય. ૧૭, ૧૪.

[Avestan], [Avestan] (= [Avestan] = [Avestan]) (જુઓ ધા. [Avestan]) સા. ના. નર. ક) સુકું ઘાંસ; કાંટા; hay, thorn, thistle; [Avestan] ૧।૧ વં. ૯, ૪૬ ; [Avestan] ૨।૩ વં. ૩, ૩૫. જુઓ નીચેના બોલ.

ખ) ઉનનું કપડું ; woollen stuff; felt; [Avestan] ૬।૧ વં. ૫, ૩૮.

[Avestan] (જુઓ [Avestan] તથા [Avestan]) સમાસ ના. નાન્ય. ઘાંસનું ઉપરથી કીધેલું ઢાંકણ, ઝાવલીનું છાપરું; a thatched roof; the wattlings of a hut; [Avestan] ૭।૧ વં. ૮, ૧.

[Avestan] સા. ના. નર. પાણીનો ધોત (ધા. [Avestan] निम्न = નીચે જવું-વહેવું) ; ખાડી (સ્પી.); પાણીની નેહેર (પુરતી) ; ગોફો (દારમે.) ; a torrent of water ; a channel of water (Sp.); a canal, a cavern (Dar.); [Avestan] ૨।૩ ય. ૮, ૪૬.

[Avestan] (= नीर) સા. ના. નાન્ય. પાણી ; અસ્ત પામવું (હારલે); માર્ગ (સ્પી.); (meaning unsettled water ; setting of the sun (Har.); path (Sp.); [Avestan] ૫।૧ ય. ૮, ૩૮.

[Avestan] (= [Avestan]; જુઓ [Avestan]) સા. ના. નાન્ય. તકદીર ; fate, decree ; [Avestan] ૧।૩ ય. ૨૪, ૩૮.

[Avestan] (Yt. 14, 57) તે મેળવશે—પામશે (દારમે.); he shall obtain—win (Dar.) ; rt. [Avestan] = [Avestan] = to find.

[Avestan] દોડતા (દારમે.); running (Dar.), [Avestan] ૧।૩ ય. ૫, ૯૫.

[Avestan] વિ. નારી. માનને લાયક (ધા. [Avestan] = मिद = માન આપવું); કામીની નોંધ સારૂ (હાઉગ); જોબન સાથની, જુવાન (હારલે); ને માણસને પાપી માણસથી પીછાંનવાની શક્તિ ધરાવનાર (દારમે.); લાકડી રાખનાર [Avestan] [Avestan] (રિકર્ટ ડાકટર સ્પીગલે એ બોલનો તરજુમો કીધો નથ worthy of respect (rt. [Avestan] to revere;

* ઊંબાએ જુઓ મારૂં અવસ્તા વ્યાકરણ, સફો ૧૨૨.

youthful (Har.); distinguishing good from bad (Dar.); holding a stick (Rück.); Comp. Per. نیزوار [Avestan] નારી. ૧।૧ વં. ૧૯, ૩૦.

[Avestan] સમાસ વિ. નીચે વળી ગએલાં શિંગડાંવાળો (મેંઢો); (a ram) with twisted horns; [Avestan] = down; [Avestan] = Per. گردیده = turned; .... [Avestan] [Avestan] નર. ૬।૧ ય. ૧૪, ૨૩.

૧ [Avestan] સા. ના. નારી. હરીફાઈ; છુટું થવું (મિલ્સ); ચુકાદો (દારમે.); rivalry, strife; parting (M.); decision (Dar.); [Avestan] ૧।૧ ઇજ. ૧૦, ૧૬.

૨ [Avestan] (= [Avestan] + [Avestan]; જુઓ ૧ ધા. [Avestan]) સા. ના. નારી. નીચે તોડી પાડવું, હરાવી નાખવું; smiting down, defeating; જુઓ [Avestan] [Avestan]

[Avestan] (= نوازان) વિ. લોભાવતું, દિલપસંદ; enticing, charming; *lit.*, caressing; (partic. adj.) rt. [Avestan] = نوازیدن = to caress; [Avestan] (Wester. [Avestan]) ૧।૩ ય. ૫, ૧૨૭.

[Avestan] વિ. ના. નર. એક દુષ્ટ શખ્સનું નામ, જેની ઓલાદને મારી નાખવાનું માહભારત કામ કેરેસાસ્પે કીધું હતું; name of an evil person, whose descendants were slain by Kereshâspa, the noted Irânian hero. Comp. Pehl. Nivik; [Avestan] [Avestan] ૬।૧ ય. ૧૯, ૪૧.

[Avestan] વિશે જુઓ ૧ ધા. [Avestan]

[Avestan] (= Cune. Nisâya = Gr. Nisœa = Nishâpur.) વિ. ના. નર. નીશાપુર મર્વ તથા બલ્ખની વચ્ચેની જગા-મુલુક; મુર્ગાબની ખીનમાં આવેલી જગા (યુસ્તી તથા હારલે); Nishâpur; a city between Merv and Bactria; the city situated in the valley of the Murgâb (Justi and Har.). There have been three other cities of the same name: the one in Fârs, the other in Kirmân, and the third, the most celebrated, to the west of Merv, and through which Behrâm Gôr passed in his campaign against the Turks while going from Amol to Merv (Dar.); [Avestan] ૨।૧ વં. ૧, ૭. (જુઓ મોદી.)

[Avestan] વિશે જુઓ ધા. [Avestan]

[Avestan] (Geld. [Avestan]) એ બોલ બે ત્રણ રીતે સમજાવી શકાએ છે :— ક) [Avestan] = नश् = નાશ પામવો, નાબુદ થવું; [Avestan] = [Avestan] ([Avestan] નો [Avestan] થયાથી) [Avestan] [Avestan] = દેવો નાશ પામેલા—નાબુદ (થાએ) બૂ. ફૂ. નર. ૧।૩ વં. ૧૮, ૧૯. ૨૪.

ખ) [Avestan] આજ્ઞા. પરસ્મૈ. ૨।૩; ધા. [Avestan] નાશ કરવો; [Avestan] [Avestan] દેવોને તમો નાબુદ કરો, દેવોને તમો નાશ કરી નાખો.

ગ) [Avestan] [1] કારાંત નર. ૧।૧ નાશ-નાબુદ કરનાર; અષેમ વોહુ (ની બંદગી કે જે દેવોને નાબુદ કરનાર; destroyed ; extinct (past partic.); *or*, destroy ye (imperat. 2nd per. plu.); *or*, a destroyer; base [1] nom. sing, fr. [Avestan];

[Avestan] (જુઓ ધા. [Avestan]) સા. ના. નારી. તારીફ; નમનતાઈ ભરેલી-નમ્ર વખાણ; eulogy; humble praise; [Avestan] ૧।૧ ય. ૧૪, ૮૨.

[Avestan] (જુઓ ૧ ધા. [Avestan]) સા. ના. નર. નીચે ગગડાવી નાખનાર; he that hurls down; [Avestan] ૧।૧ ય. ૧૫, ૪૫

[Avestan] (= [Avestan] + [Avestan]; જુઓ [Avestan] તથા [Avestan]) સા. ના. નાન્ય. ઉંડાણ, ઉંડાઈ; depth; [Avestan] ૬।૧ વં. ૯, ૬. ૭. ૯.

[Avestan] વિશે જુઓ ધા. [Avestan]

[Avestan], [Avestan], [Avestan], [Avestan] } વિશે જુઓ ધા. [Avestan]

[Avestan] (ઇજ. ૫૦, ૨); (અર્થ અચોકસ); [Avestan] [Avestan] મને બેસાડ—જગા આપ (દારમે.); (જે ચીજો) મને ખોળ કરીને મેળવવાની છે (મિલ્સ); make me sit, make room for me (Dar.); things which are to be sought and gained by me (M.).

[Avestan], [Avestan] = (= निस्, निष्, निर्) ક) ઉપ બાહેર ; a prefix implying out of, forth from; *e. g.*, [Avestan] = to carry out, to put out; બાહેર લઈ જવું—કાહાડવું (વં. ૭, ૨૪); [Avestan] = (દેવનું) બાહેર દોડવું—કુદવું —નીકળી આવવું (વ. ૮, ૨૧. ૨૭) ; કોઈ વખતે, ઘણું કરીને ગાથામાં, [Avestan] ને બદલે [Avestan] આવેછે, જેમકે [Avestan] (યજ. ૪૪, ૧૩).

ખ) વિ. બાહેરનું, બાહેરની તરફનું; outside ; outward (adj.); જુઓ [Avestan]

[Avestan] (જુઓ ૧ ધા. [Avestan]) સા. ના. નારી. બચાવ, પાસબાની [Avestan] ૪|૧ યજ. ૭૧, ૧૧; વ. ૫, ૬; [Avestan] ૪|૧ યજ. ૫૮, ૨.

[Avestan], [Avestan] એ બોલો વિશે જુઓ ધા. [Avestan] ([Avestan] ધાતુ હેઠળ).

[Avestan] ([Avestan] ખ ઉપરથી) અવ્યિ. વિ. વધારે બાહાર, બાહારની બાજુએ; outer (lit.); outside (adv.); [Avestan] ૨|૧ (ક્રિ. અ.) વં. ૯, ૧૨. જુઓ નીચેનો બોલ [Avestan]

[Avestan] (જુઓ [Avestan] તથા [Avestan] ખ) સમાસ ના. નાન્ય. બાહારનો ભાગ; બાહારની બાજુ; outside. Contrast [Avestan] [Avestan] q. v.; [Avestan] from without ૫|૧ વં. ૧૭, ૭; યજ. ૫૭, ૨૧.

[Avestan] સમાસ વિ. દાધ—ગલીચીથી વેગળું ; સફાઈદાર (સ્ત્રી. તથા પુસ્તી); મજબુટ પાયા સાથનું (દારમે.); સુંદર ગાલીચા સાથનું (હારલે); spotless, clean (Sp. & J.); (a house) with well-laid foundations (Dar.); with good carpets spread out (Har.); [Avestan] [Avestan] . . . (Geld. [Avestan]) નાન્ય. ૨|૧ વ. ૧૦, ૩૦ ; [Avestan] . . . . [Avestan] નાન્ય. ૨|૩ વ. ૧૦, ૩૦.

[Avestan] વિશે જુઓ ધા. [Avestan]

[Avestan] વિશે જુઓ ૧ ધા. [Avestan]

[Avestan] (જુઓ ધા. [Avestan] સા. ના. નર. બચાવનાર, પાસબાની કરનાર ; a protector, a preserver ; [Avestan] ૫|૧ વ. ૧૦, ૫૪, ૮૦ ; [Avestan] (Wester.) નારી. ૨|૧ વ. ૨૪, ૧૪ ; [Avestan] ૨|૨ વ. ૧૪, ૪૫ [Avestan] [Avestan] ૫|૩ વ. ૧૯, ૧૮.

[Avestan] = नी = માર્ગ બતલાવવો, રસ્તો દેખાડીને આગળ ચલાવવું, લઈ જવું; ૧ લો વર્ગ ; to lead, to guide, to carry; to bring ; cl. 1; [Avestan] વર્ત. પરસ્મૈ. ૩|૧ વં. ૫, ૮. ૯; [Avestan] (લઈ જશે) ભવિ. અ.ભૂ. પરસ્મૈ. ૩|૧ યજ. ૩૧, ૨૦ ; [Avestan] + [Avestan] is the future base*

[Avestan] = નીચે લાવવું; to bring down; [Avestan] આજ્ઞા. પરસ્મૈ. ૩|૧ વ. ૧૯, ૪૪.

[Avestan] = उप-नी = નજદીક લઈ જવું ; to bring; [Avestan] આજ્ઞા. પરસ્મૈ. ૧|૧ વ. ૯, ૧૮.

[Avestan] = દૂર લઈ જવું; to take or carry away; [Avestan] . . . . . . [Avestan] વર્ત. આત્મને. ૩|૩ વ. ૧૦, ૪૨.

[Avestan] વિશે જુઓ ૨ ધા. [Avestan]

[Avestan] વિશે જુઓ ધા. [Avestan]

[Avestan] = उद् = ઉઠવું ; to rise, to get up.

[Avestan] = (ઉંઘમાંથી ઉઠવું ; to rise (from sleep); to leave the place of sleep ; [Avestan] વર્ત. કૃ. નર. ૧|૧ વ. ૨૧, ૧૩. *or*, [Avestan] = [Avestan] awaking or rising (from sleep)—*vide* Vend. 18, 49.

[Avestan], [Avestan] =नुरु, नूर ([Avestan] ઉપરથી) ક્રિ. અ. હમણાં; હોવા છતાં ; now ; notwithstanding ; એ બોલ વિભક્તિના રૂપમાં આવેછે; [Avestan] ૨|૧ વ. ૫, ૫૦ ; વ. ૧૯, ૭૭ ; [Avestan] ૨|૧ વ. ૫, ૬૩; વ. ૧૪, ૫૪; [Avestan] ૨|૧ (હમેશાં, દર વખતે) યજ. ૩૧, ૭; [Avestan] ૨|૧ યજ. ૬૨, ૬ ; [Avestan] નારી. ૨|૧ વ. ૮, ૧૫; વ. ૧૩, ૫૪.

[Avestan] સા. ના. નાન્ય. કીડા (પુસ્તી); એક જાતનો ઝેહેરી ભાજીપાલો (હાઉગ) ; worms (J.); poisonous herbs (Haug) ; [Avestan] (Wester., ૨|૧ વં. ૧, ૭.

* *Vide* my Avesta Gram., pp. 235-236.

[illegible] = नू, नु = نونکو , نونکو = Lat. Nunc = Ger. Nun = Now) ક્રિ. અ. હમણા, હાલ; now, at the present time (adv.) ; [illegible] વં. ૨, ૩૧. ૩૨; વં. ૭, ૫૦; વં. ૯, ૫૩. ૫૫; વં. ૧૩, ૫૨. ૫૪; ઇજિ. ૨૯, ૧૧; ઇજિ. ૪૫, ૧; ઇજિ. ૬૦, ૨; [illegible] ઇજિ. ૫૧, ૧.

[illegible] વિશે જુઓ [illegible]

[illegible] વિશે જુઓ [illegible]

[illegible] વિશે જુઓ [illegible]

[illegible] હમો નમીએ છિએ; we bow down our heads; we direct our prayers (to Thee)— denom. verb pres. Para. 1st per. plu. (from [illegible] નામ સાધિત ક્રિ. વર્ત. પરસ્મૈ. ૧/૩ વં. ૨૦, ૫; [illegible] ઇજિ. ૧૩, ૫; ઇજિ. ૩૬, ૫; ઇજિ. ૩૮, ૪.

[illegible], [illegible] (= [illegible] = नमस = نماز) (જુઓ ધા. [illegible]) સા. ના. નાન્ય. ક) નમાજ, નમસ્કાર; homage, bowing, salutation; obeisance; [illegible] ૧/૧ વં. ૧૯, ૧૮; ઇજિ. ૯, ૩; ઇજિ. ૧૦, ૨૨. ય. ૧૧, ૧; ય. ૧૪, ૬૧; [illegible] Homage to you, O sacred Gâthâs! આપે પવિત્ર ગાથા તમુને નમાજ (હોજો)! ઇજિ. ૨૮, ૦; ઇજિ. ૪૩, ૦; ઇજિ. ૪૭, ૦; ઇજિ. ૫૧, ૦; ઇજિ. ૫૩, ૦; [illegible] = તુને નમાજ—નમસ્કાર (હોજો)! વં. ૨૧, ૧; [illegible] = તુને નમાજ—નમસ્કાર (હોજો)! ઇજિ. ૫, ૮. ૭; [illegible] ૧/૧ ઇજિ. ૪૯, ૧૦; [illegible] ૧/૧ ય. ૧, ૨૧; [illegible] ૨/૧ ઇજિ. ૫૮, ૧; [illegible] વં. ૨, ૧૦. ૧૪. ૧૮; ય. ૧૦, ૧૧૮; ય. ૧૩, ૫૦; [illegible] ૩/૧ ય. ૧૦, ૬; [illegible] ૩/૧ ઇજિ. ૧૨, ૩; ઇજિ. ૨૮, ૧; ઇજિ. ૩૪, ૩; ઇજિ. ૩૬, ૨; ઇજિ. ૫૦, ૬. ૮; ઇજિ. ૫૧, ય. ૨૦; [illegible] ૪/૧ ઇજિ. ૫૮, ૨. ૩; [illegible] ૬/૧ ઇજિ. ૪૩, ૯; ઇજિ. ૪૬, ૧; ઇજિ. ૪૫, ૮; [illegible] ૭/૧ ઇજિ. ૫૮, ૩. જુઓ [illegible]

બ) ફરજ, જે કાંઈ ઘટતું હોએતે; bounden duty, moral obligation; [illegible] ૨/૧ વં. ૪, ૧; [illegible] ૬/૧ વં. ૪, ૧. જુઓ [illegible] તથા [illegible]

[illegible] ([illegible] ક ઉપરથી) સા. ના. નાન્ય તાબેદારી, નમ્રતા, નમનતાઈ, હલીમી; obedience, modesty, humility. [illegible] (Geld. [illegible]) ૩/૧ વં. ૪, ૪૫.

[illegible] (જુઓ [illegible] અ) વિ. ક) ફરજવાળો, જેની તરફ ફરજ અદા કરવાની હોએતે; (a person) to whom a moral obligation or a bounden duty is to be performed (fr. [illegible] bounden duty); [illegible] [illegible] (વચમાંથી „ નીકળી ગયો) નર. ૪/૧ વં. ૪, ૧.

બ) આજીજી—નમનતાઈ ભરેલી; બંદગીને લગતી; humble, pertaining to prayers (fr. [illegible] homage); [illegible] .... [illegible] offerings of worship; નારી. ૧/૩ ઇજિ. ૩૩, ૭.

[illegible] વિશે જુઓ નીચે [illegible]

[illegible] (જુઓ ધા. [illegible] ગ) સા. ના. નાન્ય. બાળવાનાં કામમાં નહી વાપરવા લાએક એક જાતનું લીલું અને ખરાબ લાકડું; a species of green wood from which moisture oozes out and which is unfit for putting on fire). Comp. [illegible]; [illegible] (Wester. [illegible]) ૧/૧ ય. ૧૪, ૫૫.

[illegible] વિશે જુઓ ધા. [illegible]

[illegible] (જુઓ [illegible] અ તથા ૧ ધા. [illegible] ક) સમાસ ના. નર. ફરજ ધરાવનાર—રાખનાર; one who has to discharge a moral obligation or a bounden duty. [illegible] ૬/૧ વં. ૪, ૧.

[illegible] વિ. ના. નર. નામાંકિત પુરૂષનું નામ; name of an illustrious personage; [illegible] [illegible] ૬/૧ ય. ૧૩, ૧૦૯.

[illegible] ([illegible] એ [illegible] નું ટુકું રૂપ; જુઓ [illegible] તથા [illegible]) સમાસ ના. નારી. ઘાંસ, ઝાવલી ઇત્યાદિની બનાવેલી ચીજ, જેમકે સાદરી, તોપલો ઇત્યાદિ; a litter of straw, hay, &c.; a basket, a mat; [illegible] ૭/૩ વં. ૧૫, ૪૩.

[illegible] (જુઓ ધા. [illegible]) સા. ના. નારી. ઘટાડો, ઓછું થવું (ચંદ્રમા—માહતાબનું); the waning (of the moon). Contra, [illegible] the waxing (of the moon);

orig., [Avestan] (pres. partic.) and [Avestan]; [Avestan] ૧|૩ ય. ૭, ૨; નીઆ. ૩, ૪.

[Avestan] (જુઓ [Avestan] તથા [Avestan]) સમાસ ના. નાન્ય. માણસના જેટલી ઉંચાઈ; a man's full height; [Avestan] (માણસની ઉંચાઈ સુધી, માણસ પુર) ૨|૧ વં. ૬, ૨૭.

[Avestan], [Avestan], [Avestan], [Avestan], [Avestan] —એ બોલો વિશે જુઓ [Avestan]

[Avestan] વિ. ના. નર. નામાંકિત પુરૂષનું નામ; name of an illustrious personage; [Avestan] ૬|૧ ય. ૧૩, ૧૧૦.

[Avestan] (= Ger. Nicht = Not) (= [Avestan] + [Avestan]; જુઓ [Avestan] તથા [Avestan]) ક્રિ. અ. નથી, નહી; not, no (adv.); [Avestan] વં. ૧, ૧. ૨ (Wester.); વં. ૨, ૫. ૮. ૯. ૧૨. ૧૩. ૧૭; વં. ૩, ૨૧. ૨૪. ૨૮. ૩૩. ૩૫; વં. ૪, ૧. ૨૧. ૨૫. ૨૯. ૩૩. ૩૬. ૩૯. ૪૨. ૪૮; વં. ૫, ૩. ૬. ૮. ૯. ૧૧. ૧૪. ૨૬. ૩૪. ૩૭. ૩૮. ૫૮. ૬૦. ૬૧; વ. ૬, ૮. ૨૯. ૪૩. ૪૬. ૪૭. ૫૧; વં. ૭, ૫૦. ૫૨. ૭૭; વં. ૮, ૧૩. ૧૫. ૧૭. ૧૮. ૧૯. ૨૭. ૩૪. ૩૭–૪૦. ૧૦૦–૧૦૩. ૧૦૭; વં. ૯, ૧૫. ૩૯. ૪૭. ૫૨. ૫૫; વં. ૧૩, ૩. ૯. ૩૧. ૩૬. ૩૮. ૪૦. ૪૯. ૫૪; વં. ૧૪, ૧૮; વં. ૧૫, ૧૬. ૧૯. ૨૨. ૨૫. ૨૮. ૩૪. ૩૭. ૪૦. ૪૮; વં. ૧૬, ૨ ૭. ૧૭; વં. ૧૭, ૧૦; વં. ૧૮, ૯. ૧૦. ૧૨. ૧૬; ૨૪. ૨૯. ૩૪. ૭૬; વં. ૧૯, ૩. ૭; વં. ૨૨, ૧૯; ઈજ. ૯, ૨૪; ઈજ. ૧૯, ૧૫; ઈજ. ૪૩, ૧૨; ય. ૫, ૬૫; ય. ૧૯, ૫૦.

[Avestan] (જુઓ [Avestan] તથા ધા. [Avestan]) સમાસ ના. નારી. નામનું સ્મરણ, નામની આરાધના; invoking the name; [Avestan] ૧|૧ ય. ૧૪, ૪૨.

[Avestan] (= [Avestan] = नामन् = [Avestan] = Lat. Nomen = Ger. Name = Fr. Nom = Name) (અસલ રૂપ [Avestan] + [Avestan]; જુઓ ધા. [Avestan]) સા. ના. નાન્ય. ૬) નામ; a name;* orig., [Avestan]*; rt. [Avestan] to know; [Avestan] ૧|૧ વં. ૭, ૧૬; વં. ૧૮, ૧૫; વં. ૧૯, ૨૯; ય. ૧૩, ૭. ૧૨; ય. ૧૫, ૪૩. ૪૮. [Avestan] ૨|૧ વં. ૧૩, ૨. ૩. ૪. ૬. ૭; વં. ૧૭, ૩; વં. ૧૮, ૧૫. ૨૩. ૫૨; ય. ૧, ૫; ય. ૮, ૨; ય. ૧૦, ૮૮; ય. ૧૯, ૫૬; [Avestan] (under His name) ૩|૧ ઈજ. ૫, ૩; ઈજ. ૩૭, ૩; [Avestan] ૧|૩ ય. ૪, ૭; [Avestan] ૧|૩ ય. ૧, ૧૧. ૧૬. ૧૯; [Avestan] ૨|૩ ય. ૧૫, ૪૯; [Avestan] ૨|૩ ઈજ. ૩૮, ૪; ય. ૧૯, ૬; ઈજ. ૧૫, ૧; [Avestan] [Avestan] by their own names (૩|૩ ને બદલે) ઈજ. ૧૫, ૨; ઈજ. ૫૧, ૨૨; [Avestan] ૬|૩ ઈજ. ૩૬, ૩. જુઓ નીચેના બોલો તથા [Avestan], [Avestan], [Avestan]

ખ) કીર્તિ, નામદારી; glory, fame, renown; જુઓ [Avestan], [Avestan]

[Avestan] ([Avestan] ખ ઉપરથી) અતિ. વિ. ઘણોજ નામાંકિત—નામદાર—કીર્તિવાળો; most glorious—famous. Comp. Per. [Persian] [Avestan] નર. ૬|૧ ઈજ. ૩૬, ૨.

[Avestan] (જુઓ [Avestan] ખ તથા [Avestan]) સમાસ વિ. કીર્તિથી રાજ કરતો, નામદારીથી હકુમત ચલાવતો; managing the affairs of the kingdom with glory; [Avestan] [Avestan] નર. ૧|૧ ય. ૧, ૧૩; [Avestan] (super. adj.) અતિ. વિ. નર. ૧|૧ ય. ૧, ૧૩.

[Avestan] (જુઓ ધા. [Avestan]) વિ. નમતું, વાંકુ વળતું, ઝુલાતું; bending, stooping down. Comp. Sans. नम्र. *Vide* [Avestan]

[Avestan] (= [Avestan] + [Avestan]; જુઓ એ બે બોલો) સમાસ વિ. નમતી ડાંખળીવાળો (હોમ); (Haoma) with bending sprouts; [Avestan] [Avestan] નર. ૧|૧ ઈજ. ૯, ૧૬.

[Avestan] વિશે જુઓ ૨ ધા. [Avestan]

[Avestan] (જુઓ ૨ ધા. [Avestan]) પૂ. કૃ. પરસ્મૈ. પોહોંચનાર, મેળવનાર; one who reaches to or obtains; [Avestan] નર. ૧|૧ ઈજ. ૫૧, ૧૩.

[Avestan] = થોભવું, ઓઠી રેહેવું; to wait, to stay; orig., [Avestan] + [Avestan]; [Avestan] = [Persian] to remain; રેહેવું; (જુઓ ૨ ધા. [Avestan]); [Avestan] [Avestan] [Avestan]

---

* Comp. Lat. Co-gnomen (a surname, epithet) and Lat. Nomen, Eng. Noble and Ignoble; g = [Avestan]; gna = [Avestan] = Sans. ज्ञा = to know.

(stay for me) આત્મા. પરસ્મૈ. ૧૦ મો વર્ગ ૨|૧ ય. ૧૬, ૨.

[Avestan] (= [Avestan] = [Avestan] = Mansion) (orig., [Avestan] & [Avestan])(જુઓ ૨ ધા. [Avestan]) સા. ના. નાન્ય. ઘેર, મુકામ, મકાન; a house, a residence, an abode; [Avestan] ૧|૧ વં. ૧૩, ૪૯; ઇજ. ૫૭, ૧૦. ૨૧; ય. ૫, ૧૦૧; ય. ૧૭, ૬; [Avestan] ૨|૧ વં. ૩, ૨; વં. ૫, ૪૧-૪૩; વં. ૮, ૨. ૩. ૧૦૩; વં. ૧૧, ૧. ૪; વં. ૧૨, ૨. ૪. ૬. ૮. ૧૦. ૧૨. ૧૪. ૧૬. ૧૮. ૨૦; વં. ૧૪, ૧૪; વં. ૧૮, ૨૮; વં. ૨૨, ૧. ૭. ૧૩. ૧૪; ઇજ. ૧૦, ૧; ઇજ. ૬૦, ૭; ય. ૫, ૬૫; ય. ૧૦, ૧૮; ય. ૧૪, ૪૧; વીશ્તા. ય. ૯ (= ય. ૨૪, ૯); [Avestan] [Avestan] (ઘેરમાંથી) ૩|૧ (૫|૧ ની મતલબે *) વં. ૧૦, ૫. ૬. ૯. ૧૦. ૧૩. ૧૪; વં. ૧૬, ૨; [Avestan] ૪|૧ ઇજ. ૫૨, ૨; ય. ૧૦, ૨૮; ય. ૧૫, ૧; [Avestan] [Avestan] (ઘેરમાંથી) ૫|૧ વં. ૧૧, ૧૦. ૧૩; [Avestan] [Avestan] [Avestan] ૫|૧ ઇજ. ૧૦, ૭; [Avestan] [Avestan] [Avestan] ઇજ. ૨૩, ૩; ઇજ. ૫૭, ૧૪; ય. ૧૩, ૧૫૭; [Avestan] ૬|૧ વં. ૬, ૪૩; વં. ૭, ૧૫. ૪૧. ૪૨; વં. ૯, ૩૩. ૩૪. ૩૫. ૩૭. ૩૮; વં. ૧૦, ૫. ૬. ૯. ૧૦. ૧૩. ૧૬; વં. ૧૩, ૪૫. ૪૬; વં. ૧૭, ૭; વં. ૧૮, ૧૮. ૧૯; વં. ૧૯, ૪; વીસ્પ. ૩, ૨; વીસ્પ. ૧૧, ૧૩; [Avestan] ૬|૧ (૭|૧ ની મતલબે) વં. ૩, ૩; વં. ૫, ૩૯; વં. ૮, ૨૨; વં. ૧૯, ૪૬; [Avestan] ૭|૧ વં. ૩, ૩૨; વં. ૫, ૧૦. ૪૫. ૪૬. ૫૯; વં. ૭, ૬૦; વં. ૮, ૪. ૫. ૧૦૭; વં. ૧૩, ૨૨. ૨૯. ૩૫; વં. ૧૪, ૧૮; વં. ૧૬, ૧; ઇજ. ૯, ૨૮; ઇજ. ૬૨, ૩; વીસ્પ. ૧૨, ૫; ય. ૧૩, ૧૦૭; [Avestan] (Wester. [Avestan]) ૭|૧ ઇજ. ૫૭, ૧૪; [Avestan] ૨|૩ વં. ૨, ૨૬. ૩૪; [Avestan] ૨|૩ (૭|૩ ની મતલબે) વં. ૫, ૩૯; [Avestan] ૨|૩ વં. ૯, ૩૨; વં. ૧૧, ૨; વં. ૧૫, ૪૫; ઇજ. ૫૭, ૩૫; [Avestan] ૫|૩ વં. ૫, ૪૦; વં. ૯, ૩૯. ૪૦; [Avestan] ૬|૩ વં. ૧૩, ૪૯; ય. ૧૦, ૧૮; [Avestan] ૬|૩ ઇજ. ૮, ૭; ઇજ. ૨૩, ૧; ય. ૧૩, ૧૫૦; [Avestan] ૭|૩ વં. ૨, ૨૩; [Avestan] ([Avestan] કારાંત નારી. પ્રમાણે) ૭|૩ ઇજ. ૬૨, ૧; ય. ૧૦, ૯૧. જુઓ નીચેના બોલો.

[Avestan] (= [Avestan] + [Avestan]; જુઓ [Avestan] તથા ૧ ધા. [Avestan]) સમાસ વિ. ઘેરને લાયકનું, ઘેરનેમાટે જોઈએ તેવું; (જેઓએ) ઘેર મેળવેલું અથવા સ્થાપેલું (દારમે.); fit for the house; (those) who have conquered or founded the house (Dar.); [Avestan] નર. ૨|૩ ય. ૧૩, ૧૫૧.

[Avestan] ([Avestan] ઉપરથી) વિ. ઘરબારવાળું; belonging to the house and family; household; [Avestan] Wester. નારી. ૧|૧ ગેહ ૫, ૫. Geld. [Avestan] q. v.

[Avestan] (જુઓ [Avestan] તથા ધા. [Avestan]) સમાસ વિ. ઘેરને ખાલી કરનાર—ઉજડ કરનાર; making the house desolate; [Avestan] નર. ૧|૩ ય. ૧૦, ૭૫.

[Avestan] (= [Avestan]) (જુઓ [Avestan] તથા ૧ [Avestan]) સમાસ ના. નર. ઘેરધણી; the master of the house; [Avestan] [Avestan] = ઘેરધણીની બાઈડી, ઘેરધણિયાણી; the mistress of the house (*vide* [Avestan]); [Avestan] ૧|૧ વં. ૧૨, ૭; ય. ૧૭, ૧૦; ય. ૧૦, ૧૮. ૮૪; [Avestan] [Avestan] ૨|૧ વં. ૭, ૪૧; વં. ૯, ૩૭; વં. ૧૩, ૨૦. ૨૧; વં. ૧૮, ૧૮; [Avestan] [Avestan] નારી. ૨|૧ વં. ૭, ૪૨; વં. ૯, ૩૮; [Avestan] ૪|૧ ઇજ. ૫૨, ૨; ય. ૧૦, ૧૭; ય. ૧૫, ૧; [Avestan] ૬|૧ વં. ૧૦, ૫. ૬. ૯. ૧૦. ૧૩. ૧૪; [Avestan] ૮|૧ વં. ૧૮, ૧૯; ઇજ. ૯, ૨૭.

[Avestan] (= [Avestan]) (જુઓ [Avestan] તથા [Avestan]) સમાસ ના. નારી. ઘેરધણિયાણી; the mistress of the house. Comp. [Avestan] [Avestan] [Avestan] (Vend. 7, 42). [Avestan] ૧|૧ વં. ૧૨, ૭; [Avestan] ૨|૧ વીસ્પ. ૩, ૩; ગેહ ૪, ૮; [Avestan] ૬|૧ વીશ્તા. ય. ૧૭.

[Avestan] ([Avestan] ઉપરથી) ૬) વિ. ઘેરને લગતું, ઘેરનું; belonging to the house; of the house; [Avestan] નર. ૧|૧ ઇજ. ૧૯, ૧૮; [Avestan] નર. ૧|૧ ઇજ. ૧૯, ૧૮; [Avestan] ... [Avestan] O Mithra, thou master of the house! (અએ ઘેરના સરદાર મેહેર ઇજદ!) નર. ૮|૧ ય. ૧૦, ૧૧૫; [Avestan] ૧|૩ વીસ્પ. ૧૨, ૫; [Avestan] ... [Avestan] નારી. ૬|૩ ઇજ. ૨૬, ૧; ય. ૧૩, ૨૧.

* જુઓ માઈ અવસ્તા વ્યાકરણ, સફે ૩૦૧ મો.

ખ) સા. ના. નર. ઘેરધણીના અધિકારને લગતું કામ ; affairs connected with the duty of the master of the house.

ગ) વિ. ના. નર. ઘેરની પાસબાની કરનાર ફરેશ્તો, ન્માન્ય ; the gaurdian angel of the house or family; Nmânya ; [Avestan] ૨/૧ ઇજ. ૩, ૭; ગેહ ૫, ૬ ; [Avestan] ૪/૧ ઇજ. ૧, ૭; ઇજ. ૩, ૯; ગેહ ૫, ૧; [Avestan] ૬/૧ ગેહ ૫, ૬.

[Avestan] (Geld.) Geh. 5, 5—denom. verb pres. 3 per. sing. (Ushahina) which works with, or which has its *collaborateur* Nmânya. Or : which abides in the house (fr. [Avestan]) ; [Avestan] [Avestan] which gives light within the house ; or, while it abides (Mills). Wester. [Avestan], q. v. ઉશહેન ગેહ જે ન્માન્ય ફરેશ્તા સાથે કામ કરેછે.

[Avestan] Geld., [Avestan] [Avestan] Wester. Yt. 19, 42; (meaning unsettled).

[Avestan] (ધા. [Avestan] = अद्य् = જવું ; [Avestan] = નીચે જવું, નીચે કરવું) સા. ના. જમાવથએલું તે, નીચે કરેલું તે (અસલ); કાદવ, પાણી, બરફ, ઇત્યાદિ; a deposit of filth, dirt, &c., on the surface of the earth during the extreme cold of water; flood ; rt. [Avestan] to go down, to fall to the bottom ; [Avestan] [Avestan] કાદવ, બરફ ઇત્યાદિ દૂર થાએ, ઇઆને બરફ પીગળાઈ જાએ ; રેલનાં પાણી ઓસરી જાએ (હાઉગ તથા દારમે.); ખીનોમાંના પાણી ઓસરી જાએ (હારલે) વં. ૫, ૧૨. ૧૩; વં. ૮, ૯. ૧૦.

[Avestan] (જુઓ ૧, [Avestan] તથા ૨ ધા. [Avestan]) સા. ના. નર. ક) નીચે નાખી દેનાર—તોડી પાડનાર; નાશ કરનાર ; one who throws or smites down; a destroyer; [Avestan] ૧/૧ વં. ૧૯, ૪૬. જુઓ [Avestan]

ખ) નબલો પડેલો, નાશ પામતો, નીચે પડેલો; disabled; being destroyed ; fallen down ; [Avestan] ✱ કારાંત ૧/૩ ય. ૧૧, ૬.

[Avestan] (= [Avestan] = [Avestan]) સા. ના. નર. બપાવો, મમાવો; a paternal grandfather; a maternal grandfather; [Avestan] (= [Avestan]) સા. ના. નારી. બપઈ, મમઈ. a paternal grandfather; a maternal grandmother.

એ બોલનો ખોલાસો:— ૧ = नि = નીચે; [Avestan] = आ = તરફ ; ધા. [Avestan] = अङ्क् = વાંકું વળવું, ઝુકી જવું; to bend down, to stoop; orig., [Avestan] + [Avestan] + [Avestan] + ૧ = [Avestan] (a person) bent down (through old age); (પીઠમાંથી વાંકો વળેલો (અસલ.); બપાવો, મમાવો; [Avestan] નર. ૧/૧ વં. ૧૨, ૯; [Avestan] નારી. ૧/૧ વં. ૧૨, ૯; [Avestan] (નર. ૧/૨ ને બદલે) વં. ૧૨, ૯; [Avestan] (નારી. ૨/૧ ને બદલે) વં. ૧૨, ૯.

[Avestan]
[Avestan] } વિશે જુઓ ૧ ધા. [Avestan]

[Avestan] (જુઓ ૧ તથા ૨ [Avestan]) વિ. ક) નીચેથી વેહેતું, ઇઆને પછવાડેથી વેહેતું (પાણી); જે તરફ ઝરો વેહેતો હોએ તેની પછવાડેથી વેહેતું (પાણી); (water) flowing down; flowing down the stream ; [Avestan] ૨/૧ વં. ૬, ૪૦.

ખ) નીચે વેહેતું—ચાલતું (વાદલું); (a cloud) floating down ; [Avestan] નાન્ય. ૧/૧ વં. ૨૧, ૨.

[Avestan] વિશે જુઓ [Avestan]

[Avestan]

૧ [Avestan] (= [Avestan] = पति = Lat. Potis = ✱[Avestan]) (જુઓ ૧ ધા. [Avestan]) સા. ના. નર. ક) ધણી, સાહેબ, માલેક ; સરદાર; a master, lord, an owner; a leader. [Avestan] (માલેક) ૧/૧ ઇજ. ૪૪, ૯; [Avestan] (બચાવનાર. ૧/૧ ને બદલે) ય. ૧૦, ૮૦ ; [Avestan] ૨/૧ ઇજ. ૨, ૧૬ ; [Avestan] ૬/૧ ઇજ. ૪૫, ૧૧; [Avestan] ૮/૧ ઇજ. ૧૬, ૧૦; [Avestan] (Geld.) ૮/૧ ઇજ. ૯, ૨૭. જુઓ [Avestan], [Avestan], [Avestan],

---

✱ *E. g.*, [Avestan] = [Avestan] = master of learning, an instructor, વિદ્યાનો ધણી, શિખવનાર હેરબદ; [Avestan] = [Avestan] a military commander. લશ્કરનો સરદાર.

[Avestan], [Avestan], [Avestan], [Avestan] [Avestan], [Avestan], [Avestan]

બ) પોતાનો આવંદ—ધણી; a husband; [Avestan] ૪।૧ ઇજ. ૫૩, ૪; [Avestan] ૪।૧ ય. ૧૭, ૫૮; Other forms of the same:—[Avestan], [Avestan]

૨ [Avestan] (= प्रति) વિ. દરેક, પ્રત્યેક; every, each; Pehl. [Pahlavi] [Pahlavi] different; [Avestan] [Avestan] [Avestan] (કોરીના દરેક—જુદા જુદા કટકાનું) ૬।૩ વં. ૮, ૮૫; [Avestan] [Avestan] (દરેક—જુદાં જુદાં અગીઆરવરીનું) નારી. ૬।૩ વં. ૮, ૮૬.

૩ [Avestan] (= [Avestan], [Avestan] = प्रति* = Lat. Red,† Re = Fr. Red, Re = [Avestan] ‡) ૧ ઉપ. Prefix. ક) back, again, against; પાછું, ફરીથી, સાંભે:—જેમકે [Avestan] = પાછો જવાબ આપવો (વં. ૨, ૩. ૫); [Avestan] = ચીડાઇને પાછું કેહેવું (દેવ—દરુજનું); [Avestan] = પાછું જણાવવું (વં. ૨, ૯. ૧૩. ૧૭); [Avestan] = સાંભે જવું (વં. ૪, ૪૯); [Avestan] = સાંભે ઉભું રેહેવું (વં. ૨૦, ૩. ૬); [Avestan] (= ગોમેજ અથવા પાણી) સાંભે છાંટવું (વં. ૯, ૫૨).

બ) by, near, towards. નજદીક, આગળ, તરફ:—જેમકે [Avestan] = નજદીક—આગળ લઇ જવું (વં. ૧૮, ૨૨. ૨૬); [Avestan] = નજદીક જવું—પોહોંચવું (વં. ૮, ૪૧).

ગ) એક સરખી રીતે; equally, uniformly vide [Avestan]

ગાથામાં કેટલીએક વખતે [Avestan] આવેછે:- જેમકે— [Avestan] [Avestan] ઇજ. ૩૮, ૫.

* प्रति બોલમાંથી ṛ નીકળી ગયાથી અવસ્તામાં [Avestan], અને ṛ નીકળી ગયાથી લાટીનમાં *Red* થયું. વળી Lat. *Red*માંથી *d* નીકળી ગયાથી Lat. Re થયું.

† *E. g.* To Redeem = L. Red + emere = પાછું ખરીદ કરવું, વેચેલું ફરી વેચાતું લેવું; Redolent = Lat. Red + olere; Redact = Lat. Red + agere; Redundant = Lat. Red + unda.

‡ *E. g.* [Avestan] = [Avestan] + [Avestan] = to measure.

કેટલીએક વખતે એ ઉપસર્ગ (ઇત્યાદિ [Avestan]) ક્રિયાપદની પાસેજ નથી આવતો, પણ તેના આગમચ જરા દૂર આવેછે:—જેમકે [Avestan] [Avestan] [Avestan] [Avestan] (વં. ૧૫, ૬. ૮); [Avestan] [Avestan] [Avestan] [Avestan] (ય. ૧૦, ૩૨).

વળી કોઈ વખતે [Avestan] ને બદલે [Avestan] આવેછે:—જેમકે [Avestan] (= જવાબ, ઉત્તર ; ધા. [Avestan]) ય. ૧૪, ૨૮. ૩૦. ૩૨; [Avestan] તથા [Avestan] ની આગમચ [Avestan] ને બદલે [Avestan] આવેછે:—જેમકે [Avestan] (વં. ૧૪, ૧૧); [Avestan] (ઇજ. ૧, ૯); [Avestan] (વં. ૩, ૧૪.)

૨ શબ્દ. અ. *Prep.* પેહેલી તથા આઠમી વિભક્તિ સિવાય બાકીની બધી વિભક્તિવાળાં નામ તથા સર્વનામ સાથે વપરાએલો આવેછે, તે નીચે આપેલા દાખલા ઉપરથી જણાઈ આવેછે:—

અર્થ:—ક) on, upon; ઉપર; જેમકે [Avestan] [Avestan] [Avestan] [Avestan] [Avestan] [Avestan] [Avestan] = જે (જમીન) ઉપર અશો માણસ ખચીત ઘેર બાંધે (વં. ૩, ૨); [Avestan] [Avestan] [Avestan] = હોરમજદની પેદા કીધેલી જમીન ઉપર (વં. ૧૩, ૪૯; વં. ૧૯, ૨૧); [Avestan] [Avestan] [Avestan] = આએ જમીન ઉપર (વં. ૫, ૪. ૭; વં. ૭, ૫૬; વં. ૮, ૩૪); [Avestan] [Avestan] = નપ ઉપર (વં. ૭, ૨૪. ૨૭; વં. ૬, ૪૧.); [Avestan] [Avestan] = જમીન ઉપર (વં. ૬, ૫૧); [Avestan] [Avestan] [Avestan] = સઉથી ઉંચી જગાએ ઉપરજ (વં. ૬, ૪૫).

બ) towards, for; તરફ, વાસ્તે; જેમકે [Avestan] [Avestan] = આતરા તરફ, આતરાને માટે (વ. ૧૬, ૧૭); [Avestan] [Avestan] [Avestan] = પેહેલાંને વાસ્તે તોબ્જેશ કીધા વગર (વં. ૪, ૨૦. ૨૪. ૨૮. ૩૨. ૩૫. ૩૮. ૪૧); [Avestan] [Avestan] [Avestan] = તેનાં ગુનેહગાર—પાપી તનને માટે (વં. ૫, ૪૪; વં. ૬, ૫ ૯. ૧૯. ૪૮).

ગ) near, opposite to, towards; નજદીક, તરફ, સાંભે, આગળ:—જેમકે [Avestan] [Avestan] [Avestan] = બળતા આતરાની સાંભે—આગળ (વં. ૯, ૫૬; વં. ૧૩, ૫૫); [Avestan] [Avestan] [Avestan] = સુરજના રસ્તાની તરફ—સાંભે (વં. ૨, ૧૦. ૧૪. ૧૮).

ઘ) with; થી, સાથે; જેમકે [Avestan] [Avestan] = ગુરૂજથી (વં. ૧૮, ૩૦. ૩૩. ૩૬. ૩૯. ૪૨. ૪૫. ૪૮).

ય) face to face, near, in front of; સાંમે, રૂબરૂ, મુકાબેલ; [illegible] = તેની સાંમે—રૂબરૂ બીજા બે માણુસો (વં. ૫, ૨૭); [illegible] = માજનદરાંનના દેરાની સાંમે (વં. ૧૭, ૯. ૧૦); [illegible] = તે માણુસની સાંમે (વં. ૭, ૫૨).

છ) for, in exchange of, in return of; વાસ્તે, અવેજમાં, બદલામાં; જેમકે [illegible] = તેના બદલામાં (વં. ૨૨. ૩. ૪. ૧૦. ૧૧. ૧૬. ૧૭); [illegible] = પેહેલા કદના—સઉથી સરસ ઉંડના બદલામાં (વં. ૯, ૩૭); [illegible] = પેહેલા કદના બલદના અવેજમાં (વં. ૯, ૩૭).

જ) from થી:—જેમકે [illegible] = તમામ ઉરાહેન પેહના વખતથી તે આકૂતાબ તલુ થાએ ત્યાંહાં સુધી (વં. ૧૩, ૧. ૨. ૫. ૬).

ટ) into; માં:—જેમકે [illegible] દાહાડામાં તથા રાતમાં (વં. ૪, ૪૫); [illegible] =પાણીના ઝરામાં (વં.૧૩, ૫૧).

ઠ) according to, after પ્રમાણે, મુજબ; જેમકે [illegible] = રાસ્તીના માર્ગ મુજબ, સચ્ચાઇની રાહે જોતાં (વં. ૪, ૪૩). ગાથામાં હમેશાં [illegible] આવેછે (જુઓ ઇજ઼. ૩૦, ૨; ઇજ઼. ૩૩, ૧૧). કોઈ વખતે [illegible] આવેછે:—જેમકે [illegible] (ગરોદમાન તરફ) ૫.૩, ૪.

[illegible] વિશે જુઓ ધા. [illegible]

[illegible] (જુઓ ૧ [illegible] તથા ધા. [illegible]) સમાસ ના. નાન્ય. પાછું આવી પોહોંચવું, પાછું ફરવું; act of coming back; return; orig., [illegible]; [illegible] (Geld. [illegible]) ૨।૧ ઇજ઼. ૪૨, ૬.

[illegible] (જુઓ [illegible]) વિ. લોહોડાંનું (અસલ.); મજબુટ, મકમ; consisting of iron (lit.); strong; fortified; [illegible] નારી. ૬।૧ ય. ૧૫, ૭.

[illegible] વિ. ના. નર. નામાંકિત પુરૂષનું નામ; name of an illustrious personage; [illegible] ([illegible] Geld.) ૬।૧ ય. ૧૩, ૧૦૫.

[illegible] (જુઓ ૧ ધા. [illegible]) સમાસ ના. નારી. ક) કબૂલ રાખવું, તાબે થવું; accepting, obeying; obedience; [illegible] ૨।૧ આફ્રૂરે. ગાહામ. ૧૪; તથા દરેક આફ્રૂરેંગાનમાં [illegible] ના કરદામાં; [illegible] (Geld. [illegible]) ૩।૧. વં. ૨૨, ૧૩.

[illegible] (Wester.) going against (lit.); opposition (for [illegible]); rt. [illegible] = [illegible] to go; [illegible] (Yt. 24, 15) in opposition to thee (lit.), without thee (Dar.).

[illegible] (જુઓ [illegible]) ભૂ. કૃ. વિ. ગુજરી ગએલું, મુએલું; deceased; dead; [illegible] નર. ૨।૧ વં. ૯, ૧.

[illegible] (જુઓ [illegible]) ભૂ કૃ. વિ મુવેલાં—ગુજરી ગએલાંને અડકેલો; મુવેલાંને અડકીને રીમન થએલો; defiled by the dead; [illegible] (નર. ૫।૧ ને બદલે) વં. ૧૦, ૫. ૬; [illegible] (નારી. ૫।૧ ને બદલે) વં. ૧૦, ૫. ૬; [illegible] (તે કે જે મુવેલાંને અડકેલો) ૧।૧ વં. ૯, ૧૨. ૨૯. ૩૧. ૩૨. ૪૧; [illegible] નર. ૨।૧ વં. ૯, ૪૨. ૪૩.

[illegible] (જુઓ ધા. [illegible]) સા. ના. નારી. મોત, મરણ; death, dying; [illegible] ૩।૧ વં. ૧૩, ૯.

[illegible] (જુઓ ધા. [illegible]) ભૂત કૃદંત. સાંમે થએલું, અટકાવેલું, અડચણ કીધેલું; opposed, restrained, obstructed; જુઓ [illegible]

[illegible] (જુઓ ધા. [illegible]) સા. ના. નારી. સાંમે થવું, આડે આવવું; opposing; hindering; [illegible] ૪।૧ ય. ૮, ૩૯.

[illegible] (જુઓ ધા. [illegible]) વિ. સાંમે થતો, હુમલો કરતો; opposing, attacking; [illegible] નર. ૬।૧ ય. ૧૦, ૭૦. ૧૨૭; ય. ૧૪, ૧૫.

[illegible] વિશે જુઓ ધા. [illegible]

[Avestan] (જુઓ ધા. [Avestan]) સા. ના. નારી. મારીને હઠાવવું; શીકસ્ત કરવું; smiting down; defeating; [Avestan] ૨|૧ ઇજ. ૫૭, ૨૬; ય. ૧૦, ૧૧. ૬૪; ય. ૨૪, ૨૫; આફ્રીં. ગાહામ. ૧૫ તથા દરેક આફ્રીંગાનમાં [Avestan] ના કરદામાં.

[Avestan] ([Avestan] = [Avestan] = [Avestan] + [Avestan]; જુઓ ધા. [Avestan] ખ) બુ. કૃ. વિ. માન પામેલો; એસ્તેકબાલ થએલો; honoured; welcomed; [Avestan] નર. ૧|૧ વં. ૧૯, ૪૦; ઇજ. ૫૭, ૧૪. ૩૫; ય. ૮, ૪૩; ય. ૧૧, ૨૦; [Avestan] નારી. ૧|૩ ય. ૧૩, ૧૪૭. જુઓ [Avestan]

[Avestan] (જુઓ ધા. [Avestan] ખ) સા. ના. નારી. માન, આવકાર, એસ્તેકબાલ; warm reception; welcome; [Avestan] ૧|૩ ઇજ. ૬૦, ૨.

[Avestan] વિશે જુઓ [Avestan]

[Avestan] (= [Avestan] = [Avestan]) (= [Avestan] + [Avestan]; જુઓ ૧ ધા. [Avestan] ગ) સા. ના. પાછું ગએલું તે (અસલ); પસ્તાવો, તોબેરા; gone back to (lit.); repentance; penitence. Compare [Avestan]; [Avestan] નારી. ૧|૧ વં. ૩, ૨૧; વં. ૫, ૨૬; વં. ૯, ૫૦; [Avestan] નાન્ય. ૧|૧ વં. ૭, ૫૧; વં. ૧૩, ૭. જુઓ [Avestan]

[Avestan] (જુઓ ધા [Avestan]) સા. ના. નારી. હાંકી—હઠાવી કાહાડવું; driving away; putting to flight; [Avestan] ૪|૧ ઇજ. ૧૬, ૮; ઇજ. ૬૮, ૮; ય. ૮, ૫૧.

[Avestan] (જુઓ ધા. [Avestan]) વિ. શક્તિવાન, કોવતમંદ; જોરેમંદ; powerful, strong; [Avestan] નર. ૧|૧ ય. ૧૦, ૪૮; ય. ૧૪, ૬૩.

[Avestan] (જુઓ ૧ ધા. [Avestan]) સા. ના. નારી. ક) પસ્તાવો, તોબેરા; repentance, penitence (Pehl. [Pahlavi]). Comp. [Avestan]; [Avestan] ૧|૧ વં. ૧૮, ૬૮. ૭૫.

ખ) પાછું જવું, પાછું હઠવું; ઓટ; going away from; receding (lit.); the ebb; [Avestan] [Avestan] [Avestan] [Avestan] the flowing on of the good waters, and their ebb as well (Mills); ભલાં પાણીનાં આગળ વેહેવાને તથા પાછાં વેહેવાને ઇચ્છાને ભરતી ઓટને ૨|૧ ઇજ. ૬૨, ૧૧.

ગ) વધારો; growth; [Avestan] ૨|૧ ઇજ. ૭૧, ૯.

[Avestan] (જુઓ ધા. [Avestan]) સા. ના. નર. ક) નગેહબાની રાખનાર; a superintendent; an overseer; [Avestan] ૨|૧ ય. ૮, ૪૪.

ખ) જે આપણને દેખાએ—નજરે પડે તે; દેખાવ; perception of objects by the eye, view. Comp. Pehl. [Pahlavi], Per. [Persian]; vide [Avestan]

[Avestan] (જુઓ ૨ ધા. [Avestan]) સા. ના. નર. બચાવ, સંભાળ, જતન; protection, care, helpfulness; [Avestan] ૬|૩ વં. ૩, ૩૧.

[Avestan] (= [Pahlavi]) (જુઓ ૨ ધા. [Avestan]). સા. ના. નર. ક) પદાંન; કપડાંનો કટકો, જે મોહોંડાંની આગળ નાખ્ય ઉપર મુકીને બાંધવામાં આવે છે તે; a mouth-veil; the Paitidâna (Pâz. Panâm), consisting of two pieces of white cotton cloth, hanging loosely from the bridge of the nose to, at least, two inches below the mouth, and tied with two strings at the back of the head (Haug). As anything that goes out of man is unclean, his breath defiles all that it touches; priests, therefore, while on duty must wear a mouth-veil (Dar.); [Avestan] ૧|૧ વં. ૧૪, ૮; [Avestan] ૨|૧ વં. ૧૮, ૧; ય. ૫, ૧૨૩.

ખ) લડાઇમાં ઘા—જખમ નહી વાગે એટલા માટે મોંહોડાંની ઉપર મુકવાની લોહોડાંની જાલ (જેમ 'સોડાવાટર' ભરતી વખતે હાલ મુકવામાં આવે છે તેમ); a steel covering for the face in war; [Avestan] ૧|૧ વં. ૧૪, ૯.

[Avestan] (જુઓ ધા. [Avestan] ક) સા. ના. નર. પાછો હઠાવનાર; that which repels or resists; [Avestan] ૧|૧ ય. ૧૧, ૨.

[Avestan] વિશે જુઓ ધા. [Avestan]

[Avestan] (જુઓ [Avestan]) સા. ના. નારી. ન-

નજર, નેગાહ, જોવું; look, gaze, beholding; [Avestan] ૩|૧ વં. ૧૮, ૬૩. ૬૪.

[Avestan] વિશે જુઓ ધા. [Avestan]

[Avestan] (જુઓ ૧ ધા. [Avestan]) સા. ના. નારી. બચાવ; protection, defence; ([Avestan] + [Avestan] = [Avestan]) [Avestan] ૨|૧ ય. ૬, ૩: નીઆ. ૧, ૧૩.

[Avestan] વિ. ના. નર. નામાંકિત પુરૂષનું નામ; name of an illustrious personage; [Avestan] ૬|૧ ય. ૧૩, ૧૦૫.

[Avestan] (જુઓ ધા. [Avestan]) સમાસ ના. નારી. દ્વેષ—દુશ્મની—દુઃખથી વેગળાપણું; freedom from spite, rancour or enmity; [Avestan] ૩|૧ હાદો. , નુસ્ક. ૧૧.

[Avestan] (જુઓ ધા. [Avestan]) સમાસ ના. નારી. વાતચીત; જવાબ સવાલ; conversation; [Avestan] conversation (with God) on the Holy Word; the Revelation of the Divine Word. Yt. 10, 33.

[Avestan] (જુઓ ધા. [Avestan] તથા ૧ [Avestan]) સમાસ વિ. દાદાર હોરમજદથી સાંભળેલા પેગમબર જરતોશ્તના જે ફલામો તેથી પુછાએલો થએલો; પેગમબર જરતોશ્તે દાદાર હોરમજદથી જે સખુનો સાંભળ્યા તેથી વાકેફગાર; દીનનાં ફરમાનોથી વાકેફગાર; conversant with the answers made to the questions (of Zarathushtra); well-acquainted with religious doctrines; one who has learnt the revealed law; [Avestan] નર. ૨|૧ વં. ૧૮, ૫૧; [Avestan] નર. ૧|૩ ય. ૫, ૯૧.

[Avestan] સા. ના. નારી. નજર; જોવું; sight, looking (orig., [Avestan]; rt. [Avestan] = स्पश् = Lat. *Spec*-ere = to see); *or*, to touch લાગવું. Comp. Sans. प्रतिपत्ति = perception; [Avestan] ૩|૧ વં. ૧૮, ૬૪.

[Avestan] (જુઓ ૩ [Avestan] તથા [Avestan]) સમાસ ના. નર. એકસરખી રીતે બચાવનાર; a steady or equable protector; *or*, the guardian who defends; *or*, the best) preserver (lit., the master protector); [Avestan] ૧|૧ ય. ૧, ૧૪.

[Avestan] (જુઓ [Avestan]) વિ. હમેલદાર; બચ્ચાં સાથે; pregnant; being with young; [Avestan] ewes big with young (હમેલદાર મેંઢીઓનું) નારી. ૬|૩ આફ્રં. ગાહામ. ૭.

[Avestan] (જુઓ [Avestan]) સમાસ ના. નાન્ય. ઉલટ પાલટ સવાલ; a cross-question. Comp. [Avestan] Vide [Avestan]

[Avestan] (જુઓ ધા. [Avestan]) સા. ના. નર. સમજાવનાર; ખોલાસો કરીને જાહેર કરનાર; an interpreter, an expounder; [Avestan] ૨|૧ ય. ૧૩, ૯૨.

[Avestan] (જુઓ ધા. [Avestan]) સમાસ ના. નાન્ય. જવાબ સવાલ, પુરસેરા પાસુખ; a question and its answer; જુઓ [Avestan]

[Avestan] (અસલ રૂપ [Avestan]; જુઓ ધા. [Avestan]) સમાસ વિ. ખરાબીની સાંમે થતું; દ્વેષની સાંમે; થનાર; fighting against evil —malice; [Avestan] નર. ૧|૧ ઇજ. ૧૦, ૧૮; [Avestan] નર. ૬|૩ વીસ્પ. ૯, ૧.

[Avestan] (= [Avestan] + [Avestan]; જુઓ ૨ ધા. [Avestan]) સમાસ ના. નારી. જાણવું, અવલોકન; knowing, observation, cognition; જુઓ [Avestan]

[Avestan] (= [Avestan]) (જુઓ ૧ ધા. [Avestan]) સમાસ ના. નર. પતરીત; નસાને અડકેલાં માણસને અડકીને નાપાક થવું; ગુજરેલાં માણસને અડકેલાંને અડકીને રીમન થવું; indirect defilement. Comp. [Avestan]; [Avestan] ૨|૧. વં. ૧૦, ૬; વં. ૧૧, ૯. ૧૨; વં. ૧૯, ૧૨. જુઓ નીચેનો બોલ.

[Avestan] (the Druj Nasus)

defiles (a man) indirectly; પતરીત કરેછે (fr. [Avestan])—denom. verb caus. 3 per. sing., *vide* Vend. 5, 28-36; Vend. 12, 21; Vend. 19, 20.

[Avestan] (જુઓ ધા. [Avestan]) સમાસ ના. નાન્ય. ક) છોડી દેવું, ત્યાગ કરવો; ધિક્કારવું; leaving off; repudiating; [Avestan] (I repudiate) Periphrastic Verb. વર્ત. આત્મને ૧/૧ ઇજ. ૧૧, ૧૭.

ખ) નકામું જવા દેવું, રદ કરવું; wasting, throwing away; (જુઓ ધા. [Avestan] ખ); [Avestan] વં. ૫, ૬૦.

[Avestan] વિ. ના. નર. નામાંકિત પુરૂષનું નામ; name of an illustrious personage; [Avestan] ૬/૧ ય. ૧૩, ૧૦૯.

[Avestan] (= प्रति-वचन) (જુઓ ૧ ધા. [Avestan]) સમાસ ના. નારી. પાછો સખુન (અસલ); ઉત્તર, જવાબ; a reply; an answer. Comp. Sans. प्रति वचन and प्रति-वचस्; [Avestan] ૩/૧ ઇજ. ૨૧, ૪.

[Avestan] (જુઓ ૧ ધા. [Avestan]) અતિ. વિ. સઉથી સારી રીતે જવાબ આપનાર; (the Creator) who knows the best to give an answer (when questioned); [Avestan] નર. ૨/૧ વં. ૧૮, ૭. ૧૩. ૬૦. ૬૬.

[Avestan] (જુઓ ૨ [Avestan]) સમાસ ના નર. ઉપરની છાતી, છાતીનો ઉપરનો ભાગ; the chest in front; [Avestan] in front upon the chest (ઉપરની છાતી તરફ) ૨/૧ વં. ૮, ૫૦. ૫૧; વં. ૯, ૧૮.

[Avestan] (જુઓ [Avestan]) સમાસ વિ. માણસ સહિત-સુધાં; [Avestan] . . . [Avestan] Hvanirath with its men નર. ૨/૧ ય. ૨૧, ૧૪.

[Avestan] (જુઓ ૩ [Avestan] ક તથા [Avestan]) સમાસ ના. નારી. પાછું આવવું (અસલ); (કોઈ બીજાના) અવેજમાં ભેટ—બક્ષીસ કરવી; giving back, returning (lit.); a gift in return; [Avestan] ૨/૩ ઇજ. ૩૮, ૫.

[Avestan] (જુઓ [Avestan]) સમાસ ના. નાન્ય. શિખામણની સાંમે થવું; એનો અર્થ "બદદુઆ, શ્રાપ, ફિટકાર" બી થઈ શકે; acting in opposition to one's admonition; *also*, execration, curse; contempt; [Avestan] ૨/૧ વં. ૪, ૫૪. ૫૫.

[Avestan] સમાસ ના. નારી. બંદગીનો અવેજ; a return for prayers; [Avestan] ૨/૩ ઇજ. ૩૮, ૫.

[Avestan] સમાસ ના. નારી. નાશ; નાશ કરવો; destroying, annihilating; [Avestan] ૪/૧ ઇજ. ૧૬, ૮; ઇજ. ૬૮, ૮ ય. ૮, ૫૧.

[Avestan] Wester. એ બોલ દાકટર ગેલ્ડનરની ચોપડીમાં આપેલો નથી. વિ. ના. નર. ઘણો શોભિતો—ખુબસુરત (અસલ.); પુરૂષનું નામ; very elegant, beautiful (lit.); name of a person; [Avestan] ૬/૧ ય. ૧૩, ૧૨૦.

[Avestan], [Avestan] (૩ [Avestan] ઉપરથી) શબ્દ. અ. તરફ; towards, to; [Avestan] ય. ૩, ૪; [Avestan] વં. ૮, ૪૧. ૪૨. ૪૩. ૫૦. ૫૧; વં. ૯, ૧૫. ૧૬. ૧૮; ય. ૧૨, ૩.

૧ [Avestan] વિશે જુઓ [Avestan]

[Avestan] ([Avestan] + [Avestan]; જુઓ ૧ ધા. [Avestan]) વિ. ના. નર. સાંમે—બુરૂં ઇછનાર (અસલ.); કોઈબી સારાં કામની સાંમે થનાર દેવ; નિંદા—ગીબત કરનાર દેવ; uttering an ill-wish against one (lit.); the Daeva who interferes with any good action; the Demon-of-Slander; [Avestan] ૧/૧ વં. ૧૯, ૪૩. (જુઓ મોઘ.)

[Avestan] (= [Avestan]) (જુઓ ૧ ધા. [Avestan]) સમાસ ના. નાન્ય. જડબું; ગાળ (સ્પી.); the jaw; a cheek (Sp.); [Avestan] ૨/૧ વં. ૮, ૪૩. ૪૪; વં. ૯, ૧૬; [Avestan] ૫/૧ વં. ૩, ૧૪; વં. ૯, ૪૦.

[Avestan] (= [Avestan] = प्रतिज्ञा) (જુઓ ધા. [Avestan]) સમાસ ના. નારી. ક) આબરૂ, ઇજ્જત,

તારીફ; વખાણ; honour, respect, praise; [Avestan] ૬।૩ વં. ૩, ૩૧.

ખ) થર પડવું, થરી થામ રેહેવું; settling; a fixed residence; *or*, the power of repelling (the Daevas) ([Avestan] against); (દેવ દરૂજોની) સાંમે ઉભું રેહેવાનું કૌવત; [Avestan] ૨।૧ ય. ૬, ૩; નીઆ. ૧, ૧૩.

[Avestan] (જુઓ ધા. [Avestan]) સમાસ ના. નારી. સાંમે ઉભું રેહેવું, સામે થવું; withstanding; offering resistance; [Avestan] ૪।૧ વં. ૨૦, ૩. ૬; ઈજ. ૬૦, ૪; ય. ૬, ૪; ય. ૧૩, ૧૦૪. ૧૨૦. ૧૨૯; ય. ૨૦, ૧; નીઆ. ૧, ૧૪; [Avestan] ૪।૧ ઈજ. ૧૬, ૮; ઈજ. ૬૮, ૮; ય. ૮, ૫૧.

[Avestan] (= [Avestan] = प्रतिष्ठान) (જુઓ ધા. [Avestan]) સમાસ ના. નર. જેનીથી ઉભું રેહેવાએ તે = પગ; that part of the body on which we *stand*; the foot; [Avestan] [Avestan] અરધા પગમાં, = અરધા પગની લંબાઈ જેટલું, ટાંટિયાની અરધી લંબાઈ જેટલું) ૭।૧ વં. ૮,૮; વં. ૧૫, ૪૭. જુઓ [Avestan] [Avestan], [Avestan]

[Avestan] વિરી જુઓ ૧ ધા. [Avestan]

[Avestan] (જુઓ ૨ [Avestan]) વિ. ખુશાલ; આહેરામંદ; happy, pleased; eager; [Avestan] (Wester. [Avestan]) નર. ૧।૧ ય. ૧૯, ૫૮.

[Avestan] વિરી જુઓ ૧ ધા. [Avestan]

[Avestan] વિરી જુઓ [Avestan]

[Avestan] (= [Avestan], [Avestan]) (જુઓ [Avestan]) વિ. ના. નર. પએતેશાહેમ ગાહામબાર; છ ગાહામબારોમાંનો ત્રીજો ગાહામબાર, જે શેહેરેવર મહીનાના આસ્તાદ રોજથી શરૂ થઈ અનેરાન રોજે આખેર થાએછે. એ બોલનો અર્થ " અનાજ તથા મેવો ઉતારવાનો વખત" થાએછે. ઉતરતી ગરમીમાં જ્યારે અનાજ તથા ફળ પાક્યાં હોએ, અને તે ઉતારવાનો હીંગામ પોહોંચ્યો હોએ તે વખતને પએતેશાહેમ ગાહામબાર કેહેછે; the third of the six season-festivals or Gâhâmbârs; the harvest-season; the beginning of autumn. It begins on the 26th and ends with the 30th day of the sixth month (Shehrivar). According to the Afrin-i-Gâhâmbâr, it commemorates the creation of the earth by Ahura Mazda. For particulars, *vide* [Avestan]; [Avestan] ૨।૧ ઈજ. ૨, ૯; વીસ્પ. ૨, ૨; [Avestan] ૪।૧ ઈજ. ૧, ૯; ઈજ. ૩, ૧૧; [Avestan] ૬।૧ વીસ્પ. ૧, ૨; આફ્ર. ગાહામ. ૨ ૪.

[Avestan] વતે. ફ. ના. ના૦ય. ફ) પ્રતિફળ, કર્મફળ (હાઉગ); retribution (Haug); orig., coming back; return; rt. [Avestan] to come back; [Avestan] ૧।૧ ઈજ. ૪૬, ૮.

ખ) સાંમે જવું, અટકાવવું; going; against; checking; જુઓ નીચેનો બોલ.

[Avestan] (જુઓ [Avestan]) સમાસ ના. નાન્ય. ખરાબીને અટકાવવું—તેની સાંમે થવું; repelling the evil; [Avestan] ૪।૧ ઈજ. ૧૬, ૮; ઈજ. ૬૮, ૮; [Avestan] (Geld. [Avestan]—) ૪।૧ ય. ૮, ૫૧.

[Avestan] વિ. ના. નર. નામાંકિત પુરૂષનું નામ; name of an illustrious personage; [Avestan] ૬।૧ ય. ૧૩, ૧૦૯.

[Avestan] ([Avestan] + [Avestan]; જુઓ ૨ [Avestan]) સમાસ વિ. સાંમે—આગળ વેહેતું (પાણી), જે તરફ ઝરો વેહેતો હોએ તે તરફ વેહેતું (પાણી); (water) flowing onward or up the stream. Comp. Pehl. [Pahlavi] and Per. پیشاب a sacred ablution; *lit.*, a washing by water. [Avestan] ૨।૧ વં. ૬, ૪૦; ઈજ. ૬૫, ૬.

[Avestan] (= [Avestan] + [Avestan] + [Avestan]) વિરી જુઓ ધા. [Avestan]

[Avestan] (= [Avestan] = [Pahlavi]) (જુઓ ધા. [Avestan]) સમાસ ના. નર. ફ) સાંમે જનાર-થનાર; ઉલટું કામ કરનાર; a counter-worker; a counter-fiend; [Avestan] ૧।૧ વં. ૧૯, ૪૬. [Avestan] [Avestan] [Avestan] = તે (ઇબ્લીસને પેગમબર જર-

તોરત) દેવોની સાંભે થનાર—દેવોથી ઉલટું કરનારો (છે); વં. ૧૯, ૪૬; [illegible] ૨|૩ ય. ૩,૧૦; [illegible] ૯|૩ ય. ૩, ૧૪; [illegible] ૮|૩ ય. ૩, ૭. જુઓ [illegible]

ખ) ઉલટું—સાંભે જવું, ઉલટું કરવું; going against (lit.); counteraction; [illegible] ૨|૧ વં. ૧, ૨—૧૩. ૧૫—૧૯.

ગ) ઘાત, હાની, ઇજા, નુકસાન; striking, harm; mischief; [illegible] ૨|૧ વં. ૧૬, ૧૧; [illegible] ૧|૩ વં. ૯, ૪૮.

[illegible] (જુઓ ધા. [illegible]) સમાસ ના. નર. સાંભે થનાર; one who acts in opposition to. Comp. [illegible]; [illegible] ૧|૧ ય. ૮, ૫૯; ય. ૧૪, ૫૧.

[illegible] ([illegible] ક ઉપરથી) અ-તિ. વિ. ઘણોજ સાંભે થનાર; the most counter-working; [illegible] નર. ૨|૩ ય. ૩, ૧૪.

[illegible] (= [illegible] + [illegible] + [illegible]; જુઓ ધા. [illegible] ગ) ભૂ. કૃ. વિ. ફેદા થએલા; devoted to; strongly attached to; [illegible] [illegible] (નેક મનશ્નીતથા રાસ્તીની ઉપર ફેદા થએલાને) નર. ૨|૧ ઇજ. ૫૩, ૩.

[illegible] (જુઓ ૧ ધા. [illegible]) સમાસ ના. નર. કબૂલ રાખનાર; an acceptor, a receiver. [illegible] ... [illegible] તે (કલામો) નો કબૂલ રાખનાર ઇઆને સાંભળનાર (ઇજ. ૩૫,૯).

[illegible] (જુઓ ૧ ધા. [illegible]) સમાસ ના. નારી. કબૂલ રાખવું; accepting; receiving; [illegible] ૪|૧ વીસ્પ. ૧૫, ૨.

[illegible] વિરો જુઓ ૧ ધા. [illegible] ગ.

[illegible] વિરો જુઓ [illegible]

[illegible] વિરો જુઓ ૧ [illegible] ખ.

[illegible] ([illegible] ઉપરથી) સા. ના. નર. પગ; the leg; જુઓ [illegible]

[illegible] (= [illegible] = [illegible]) ([illegible] ઉપરથી) સા. ના. નારી. ક) પગની નેસ—રગ; tendon of the foot; [illegible] ૨|૧ વં. ૧૩, ૧૦. ૧૧. ૩૩.

ખ) પગ; the foot; [illegible] ૨|૩ ય. ૧૩, ૧૧.

[illegible] (Gâth. [illegible]) (= [illegible] = परि = Gr. Peri = Lat. Per. Fr. Per. = پیرامن) ૧ *Prefix*: round about, all round; ઉપ. ક) આસપાસ:—

જેમકે [illegible] (દવ—દરૂજવું) આસપાસ દોડવું (વં. ૧૯, ૧.); [illegible] = આસપાસ જોવું—નજર કરવી (વં. ૧૯, ૩.); [illegible] આસપાસ કરા ખેંચવી (વં. ૧૯, ૨૧.); [illegible] = આસપાસ ઘેરી લેવું (વં. ૩, ૧૮.); [illegible] = ફરતી વાડ—દીવાલ (વં. ૨, ૨૬. ૩૪).

ખ) ઉલટ પાલટ, આડું અટાડું; cross; જેમકે [illegible] cross-questioning; ઉલટ પાલટ સવાલ (ઇજ. ૯, ૨૫).

ખ) વતરોગે, ઉલટું, દૂર, સાંભે; exclusive of, opposite, against, far from; [illegible] (નહી કરવું, કરવાથી દૂર રેહેવું) વીસ્પ. ૧૫, ૧; [illegible] (છોડી દેવું) ઇજ. ૪૬, ૧; [illegible] ... [illegible] (ઇજ. ૪૬, ૧.)

કોઈ વખતે [illegible] આવેછે; sometimes, [illegible] is used for [illegible]; e. g. [illegible] rushing all around; આસપાસ, ધસીને જતો (ય. ૧૦, ૧૨૭; ય. ૧૪, ૧૫.)

[illegible] is used instead of [illegible] before [illegible] and [illegible]; e. g., [illegible] (ઇજ. ૧૧, ૭.) [illegible] (વં. ૧૪, ૭); [illegible] (ઇજ. ૧, ૧૦);

કેટલીએક વખતે એ ઉપસર્ગ ક્રિયાપદની પાસેજ નથી આવતો, પણ તેની આગમચ જરા દૂર આવેછે:—જેમકે [illegible] [illegible] [illegible] [illegible] (આએ જમીનની આસપાસ તે જાએછે) ય. ૧૦, ૮૯; [illegible] [illegible] [illegible] (તારી આસપાસ નજદીક હમો પોહોચીએ!) ઇજ. ૬૦, ૧૨.

૨ શબ્દ. અ. ૨ જી, ૩ જી, ૪ થી, ૫ મી તથા ૭ મી વિભક્તિવાળા નામ અથવા સર્વનામની સાથે વપરાએલા આવેછે, તે નીચે આપેલા દાખલા ઉપરથી સેહેજ જણાઈ આવશે. *Prep*: around, near;

ક) આસપાસ; નજદીક. જેમકે [Avesta] [Avesta] (પે-રની આસપાસ) વં. ૧૫, ૪૫; [Avesta] [Avesta] (બુરા માણુસોની નજદીક) યજ. ૨૯, ૫.

ખ) થી; from; જેમકે [Avesta] [Avesta] (અદેખાથી) વં. ૮, ૨૧; [Avesta] . . . [Avesta] (આતથી) યજ. ૫૭, ૨૫.

ગ) દૂર, વેગળે; far from; જેમકે [Avesta] [Avesta] [Avesta] (અને ઝાડપાણીથી દૂર) વં. ૧૯,૨.૧૧.

ઘ) સુધી; for; during; [Avesta] [Avesta] [Avesta] for ten nights; વ. ૧૩, ૪૯.

૩. ક્રિ. અ. બરાબર રીતે, બધી તરફથી *Adv.*, all round, completely; thoroughly; [Avesta] [Avesta] [Avesta] [Avesta] [Avesta] [Avesta] [Avesta] [Avesta] (જે પ્રમાણે સખ્ત ફુંકતો પવન દક્ષિણ તરફથી (આવીને) વાતાવરણને બધી તરફથી સાફ કરી શકે તે પ્રમાણે . . . .) વં. ૩, ૪૨.

[Avesta] વિશે જુઓ [Avesta]

[Avesta] વિશે જુઓ ધા. [Avesta]

[Avesta] (જુઓ [Avesta]) ભૂ. કૃ. વિ. બરાબર ગાળેલો—ચાળેલો (અસલ.); ચોકસી કીધેલો; well-strained; tested. [Avesta] [Avesta] (Geld. [Avesta]) બરાબર ગાળેલી—ચાળેલી જોરથી ૫|૩ (૩|૩ની મતલબે*) ય. ૫, ૮. ૧૨૪. [Avesta] [Avesta] ([Avesta] [Avesta] Geld.) ૬|૩ વં. ૧૪, ૪; વં. ૧૮, ૭૨; ય. ૫, ૬૩.

[Avesta] (= परिकर = [Persian]†) (જુઓ ૩ ધા. [Avesta]) સમાસ ના. નર. આસપાસ ચક્કર—કુંદાઈ; a furrow round about; [Avesta] ૨|૧ (૨|૩ને બદલે) વં. ૧૭, ૬. ૮.

[Avesta] (= [Pahlavi] = [Persian] = Fairy) સા. ના. નારી. પરી; a fairy, Peri. The Pairikas are female supernatural creatures, who seduce men by their beauty and witchcraft. The Yâtus (*i. e.*, sorcerers) and the Pairikas (*i. e.*, fairies) are often cited together in the Avesta; rt. [Avesta], Sans. पद् to seduce; *or* : rt. [Avesta] = Per. [Persian] to fly. એ બોલ બે રીતે સમજાવી શકાએછે :—

ક) [Avesta] = पद् લોભાવવું, ફુસલાવવું.

ખ) [Avesta] = [Persian] = ઉડવું; [Avesta] ૧|૧ ય. ૮. ૫૪; [Avesta] ૨|૧ વં. ૧, ૯; વં. ૧૧, ૯. ૧૨; વં. ૧૯, ૫; ય. ૮, ૫૫; [Avesta] ૪|૧ ય. ૪, ૩; [Avesta] [Avesta] (Geld. [Avesta]) યજ. ૧૬, ૮; યજ. ૬૮, ૮; [Avesta] ૧|૩ ય. ૧, ૬; [Avesta] ૧|૩ ય. ૮, ૪૪; [Avesta] ૨|૩ ય. ૮, ૮,૩૯; [Avesta] ૨|૩ વં. ૨૦, ૧૦. ૧૨; ય. ૧, ૬; ય. ૧૧, ૬; ય.૧૫, ૧૨; ય. ૧૯, ૨૯; [Avesta] ૬|૩ ય. ૧૦, ૨૬; ય. ૧૩, ૧૦૪; [Avesta] ૬|૩ વં. ૮, ૮૦; યજ. ૯, ૧૮; ય. ૯. ૧૦; ય. ૩, ૫; ય. ૬, ૪; ય. ૧૦, ૩૪; ય. ૧૩, ૧૩૫; સીરો. ૨, ૧૩. જુઓ [Avesta], [Avesta]

[Avesta] (જુઓ ૨ ધા. [Avesta]) સમાસ ના. નર. આસપાસ ચક્કર—કુંદાઈ; a furrow round about; [Avesta] ૨|૧વં.૧૯, ૨૧.

[Avesta] ([Avesta] ઉપરથી) વિ. પરીને લગતો; પરીની સંકૂનો; an adherent or a follower of Pairika, q. v.; [Avesta] ૬|૩ ય. ૧૧, ૬.

[Avesta] (જુઓ ૩ ધા. [Avesta]) ભૂ. કૃ. વિ. આસપાસથી કાપેલી (બરસમ), અથવા આસપાસ જોઇને; cut round about (rt. [Avesta] = to cut); *or*, looking round about (rt. [Avesta] = [Avesta] = to see). [Avesta] [Avesta] ના-પ. ૨|૧ વં. ૧૯, ૧૯.

[Avesta] સમાસ વિ. પઇરિગા (ના-નુસ્ક) ના કલામ ભણનાર; [Avesta]=[Pahlavi]* = નુસ્કનું નામ; વખતસર સખુન બોલનાર (સ્પી., યુસ્તી તથા દારમે.); (Haoma) reciting the holy text from the Pairigâ (Pehl. [Pahlavi])

---

* જુઓ માઈ અવસ્તા વ્યાકરણ, સફે ૩૦૧ મો.

† A pair of compasses, a circle made by them.

* ' બરગ '([Pahlavi]) ના નામથી સાધારણ રીતે જણાએલો છે; પણ એ પેહેલવી બોલ ' બરેગા ' બી વચાઈ શકાએ અને તે [Avesta] ને બરાબર મળતો આવેછે.

Naska; speaking at an opportune time (Sp., Jus. & Dar.); (Haoma) of the guarding word (M.); [Avestan] (Geld. [Avestan]) નર. ૧|૧ ઈજ. ૫૭, ૨૦.

[Avestan] વિરો જુઓ ધા. [Avestan]

[Avestan] ક્રિ. અ. આગળ, આગળથી; beforehand. Contrast [Avestan] hereafter; possibly, fr. [Avestan] + [Avestan] + [Avestan] = [Avestan] (Geld. [Avestan]) ઈજ. ૨૯, ૪.

[Avestan] સમાસ વિ. આસપાસ-બાહાર ફરતો; itinerant; contrast [Avestan] q. v. ધા. [Avestan] =गम्=જવું; [Avestan] + [Avestan] = [Avestan]; -[Avestan] નર. ૨|૧ વીસ્પ. ૩, ૩; ગેહ ૪, ૮; [Avestan] નર. ૬|૧ વીસ્પ. ૯, ૨; વીસ્તા. ય. ૧૭ (=ય. ૧૪, ૧૭).

[Avestan] (જુઓ ધા. [Avestan]) સમાસ વિ. આસપાસ દોડનારો; running round about; [Avestan] નર. ૧|૧ વં. ૧૩, ૪૮.

[Avestan] (=पृतना) (જુઓ ધા. [Avestan], [Avestan]) સા. ના. નાન્ય. લડાઈ, ઝઘડો, મારામારી, હુમલો; battle, dispute, fight; attack; [Avestan] ૨|૧ વં. ૧૮, ૧૯. ૨૧. ૨૨; વં. ૧૯, ૨૭; ય. ૮, ૫૪.

[Avestan] (= [Avestan]) (જુઓ ધા. [Avestan]) સમાસ ના. નર. આસપાસ ઘેરી લીધેલી-બાંધેલી જગા; inclosure; encompassing; [Avestan] ૨|૩ વં. ૩, ૧૮; વં. ૫, ૪૯.

[Avestan] (જુઓ ૧ [Avestan] તથા [Avestan]) સમાસ વિ. આસપાસનાં દેશને લગતો (મેહેર ઈજદ); pertaining to countries round about; epithet of [Avestan]; [Avestan] [Avestan] નર. ૨|૧ ય. ૧૦, ૧૪૪; નીઆ. ૨, ૧૧.

[Avestan] (જુઓ ધા. [Avestan]) સમાસ ના. આસપાસ બાંધનાર-બાંધતુ (અસલ.); જુસરી; fastening round about (lit.); a yoke of oxen; ખરેખર જોતાં એ બોલ વર્તમાન કૃદંત આત્મનેપદમાં છે. [Avestan] નારી ૧|૧ વં. ૧૪, ૧૦.

[Avestan] (જુઓ [Avestan]) સમાસ નર. ઉલટ પાલટ—આડો અટાડો સવાલ; a cross-question; [Avestan] ૩|૧ ઈજ. ૯, ૨૫.

[Avestan] (જુઓ ૧ [Avestan] ૫ તથા [Avestan]) સમાસના. નારી. આડો-ઉલટો વિચાર (અસલ.); ગુમરાહી; મગરૂરી; a distorted conception (orig.); conceit, perversion; pride. Comp. [Avestan]; [Avestan] ૬|૧ ઈજ. ૩૨, ૩.

[Avestan] (જુઓ ૧ [Avestan] ૫ તથા [Avestan]) સમાસ વિ. આડો—ગુમરાહી ભરેલો વિચાર ધરાવનાર; મગરૂર; entertaining a conceited idea; proud; [Avestan] ૨|૩ ય. ૩, ૧૧. ૧૫; [Avestan] ૮|૩ ય. ૩, ૮.

[Avestan] (= परिवार) (જુઓ ૧ ધા. [Avestan]) સમાસ ના. નર. ફરતી દેવાલ—વાડ; an inclosing wall or fence; [Avestan] ૨|૧ વં. ૨, ૨૬. ૩૪. ૫) બંચાવ; protection; [Avestan] ૧|૧ ય. ૧, ૧૯; ય. ૧૩, ૭૧.

[Avestan] (જુઓ ૧ ધા. [Avestan]) સમાસ ના. નારી. પડવું; વીખરાઈ જવું; falling, dropping down; scattering round about; [Avestan] ૩|૧ વં. ૬, ૨૯.

[Avestan], [Avestan], [Avestan] એ બોલો વિરો જુઓ ૨ ધા. [Avestan]

[Avestan] વિરો જુઓ ૧ [Avestan]

[Avestan] વિરો જુઓ ધા. [Avestan] [Avestan]

૧ [Avestan] (જુઓ ૨ ધા. [Avestan]) ભૂ. કૃ. વિ. પરીક્ષા કીધેલું, ચોકસી કીધેલું, તપાસેલું; examined, tested; [Avestan] (Wester. [Avestan]) ૬|૩ વં. ૧૪, ૨; વં. ૧૮, ૭૧; ય. ૧૩, ૭૧; [Avestan] ૬|૩ આફ્રીં. ગાહામ. ૪. જુઓ [Avestan], [Avestan], [Avestan], [Avestan]

૨ [Avestan] ([Avestan] + [Avestan] + [Avestan]; જુઓ ધા. [Avestan]) ભૂ. કૃ. વિ. સુકાઈ ગએલું, બળી ગએલું;

burnt up (lit.); dried up; જુઓ નીચેના બે બોલો.

[Avestan] (from [Avestan] q. v.) denom. verb. Paras. pres. 3 sing.; dries up; (સુકાવી નાખેછે) વં. ૧૮, ૬૩.

[Avestan] (જુઓ ૨ [Avestan] તથા [Avestan]) સમાસ વિ. સુકઈ ગએલી મનીવાળો; જેની મની સુકઈ ગએલી તે, મરદીનાં જોર વગરનો; one whose seed is dried up; [Avestan] નર. ૧/૧ વં. ૩, ૧૯. ૨૦; ય. ૧૭, ૫૪; [Avestan] ૧/૧ વં. ૧૩, ૫૦.

[Avestan] વિ. ના. નર. પુરૂષનું નામ; name of a person; the father of Jarodanghu, the high-priest of the Karshvare Savahi; [Avestan] (Wester. [Avestan] [Avestan]) ૬/૧ ય. ૧૩, ૧૧૦. (જુઓ મોદી.)

[Avestan] કૃદંત વિ. આતશને સળગાવતું—સળગાવનારૂં (સ્પી. તથા યુસ્તી); લાએક (દારમે.); (an instrument) that kindles the fire (Sp. & Jus.); suitable to (Dar.); [Avestan] વં. ૧૪, ૭.

[Avestan] (જુઓ ૧ [Avestan] તથા [Avestan]) સમાસ વિ. હાવન ગેહની આસપાસનું; round about Hâvani, q. v. [Avestan] ૨/૩ ઈજ. ૧, ૧૦; ઈજ. ૨, ૧૦; ય. ૨૪, ૧૮.

[Avestan] (જુઓ [Avestan] તથા ૧ ધા. [Avestan]) સમાસ ના. નર. આસપાસ જનાર (અસલ.); ચાકર, નફર (દારમે.); સારી પુંજી—દોલતવાળો (સ્પી.); one who goes round about (lit.; rt. [Avestan]); a servant (Dar.); a man of substance (Sp.); [Avestan] (Wester. [Avestan] [Avestan]) વં. ૯, ૩૮.

[Avestan] વિરો જુઓ ધા. [Avestan]

[Avestan] = પૂર્વ) (જુઓ ૩ ધા. [Avestan]) વિ. પેહેલું; prior in place, time, order or importance; fore, first; [Avestan] (ક્રિ. અ.) વં. ૭, ૩૬. ૩૭; વ. ૮, ૨૬; ય. ૨૨, ૧૬. ૩૪; ઈજ. ૯, ૨૧; [Avestan] (પેહેલ્લાં, પ્રથમ) નારી. ૧/૧ (ક્રિ. અ.) વં. ૨, ૨૪; ય. ૫, ૧૧; [Avestan] (પેહેલ્લાંતેને) ક્રિ. અ. ય. ૧૪, ૩૬; [Avestan] નારો. ૨/૧ ઈજ. ૬૫, ૧૦; [Avestan] નર. ૩/૧ વં. ૧૮, ૪૦; [Avestan] (અગાઉથી) ક્રિ. અ. ઈજ. ૯, ૨૧; [Avestan] નાન્ય. ૫/૧ વં. ૪, ૨૦. ૨૪. ૨૮. ૩૨. ૩૫. ૩૮. ૪૧; [Avestan] વં. ૧૩, ૪૫. ૪૮; [Avestan] ૫/૨ વં. ૮, ૩૭-૩૯; વ. ૧૫, ૪૮; [Avestan] નર. ૧/૩ (ક્રિ. અ.) ય. ૧૦, ૪૫. ૮૦; [Avestan] (આગળા—આગળા વખતના—અગાઉના હેરબાદો) નર. ૧/૩ વ. ૪, ૪૫; [Avestan] (પેહેલ્લાં) ક્રિ. અ. ય. ૧૦, ૯; ય. ૧૩, ૪૭; [Avestan] નારી. ૧/૩ (ક્રિ. અ.) ય. ૧૩, ૩૦; [Avestan] નારી. ૧/૩ (સઉથી આગળ—સરસ) foremost; ય. ૧૭, ૮; [Avestan] નારી. ૨/૩ ઈજ. ૧૬, ૩. [Avestan] નર. ૫/૩ વં. ૯, ૯; [Avestan] [Avestan] (આએ વધારે ચઢતે દરજ્જાના, દીનનો માર્ગ બતલાવનાર પેગમબર જરતોશત!) અધિ. વિ. નર. ૮/૧ ઈજ. ૭૧, ૧. જુઓ [Avestan], [Avestan] [Avestan]

[Avestan] (= પર્વત) સા. ના. નારી. પર્વત, પાહાડ, ઉંચી જગા; an elevated place; a mount; [Avestan] ૧/૨ ય. ૧૯, ૩; [Avestan] [Avestan] on these elevated places (આએ પાહાડો—ઉંચી જગાઓ ઉપર) ૭/૩ ઈજ. ૧૦, ૧૨.

[Avestan] ([Avestan] ઉપરથી) સા. ના. નારી. સરસાઈ, ઉત્તમતા, શ્રેષ્ઠતા; priority, the first place; pre-eminence; [Avestan] ૨/૧ ઈજ. ૩૩, ૧૪; ઈજ. ૫૭, ૨૦; [Avestan] ૩/૧ ઈજ. ૩૭, ૨; [Avestan] ૬/૧ વીસ્પ. ૯, ૪.

[Avestan] (જુઓ [Avestan] તથા [Avestan] ૫) સમાસ ના. નાન્ય. પેહેલો—આગળો ભાગ; the upper part; forepart; front; [Avestan] [Avestan] ૫/૧ વં. ૯, ૧૪; ય. ૩, ૧૩. ૭૦; ય. ૧૦, ૧૩; ય. ૧૬, ૨.

[Avestan] ([Avestan] ઉપરથી) વિ. પુરાનું, પ્રાચીન (દારમે.); આગળ (મિલ્સ.); પેહેલ્લાં (સ્પી. તથા યુસ્તી); antique (Dar.); forth (M.); first (Sp. & Jus.); [Avestan] ૨/૧ ઈજ. ૯, ૨૧.

[illegible] વિશે જુઓ ધા. ૧ [illegible]

[illegible] (=[illegible] + [illegible]; જુઓ ૧ ધા. [illegible]) સમાસ વિ. આગળ ચાલતું—ધસારો કરતું; rushing forth; attacking; [illegible] [illegible] with a stunning spear ના-ય. ૩|૧ ય. ૧૩, ૯૯.

[illegible] ([illegible] ઉપરથી) વિ. ધવડાવતી (કુતરી); (a bitch) suckling; nursing at the breast; [illegible] નારી. ૬|૧ વં. ૧૫, ૪૯. ૫૦.

[illegible] (=[illegible]) (જુઓ ૨ ધા. [illegible]) સા. ના. નાન્ય. બાઈડીનું દુધ; milk. Comp. [illegible]; [illegible] ૨|૧ વં. ૭, ૧૬; યજ. ૬૫, ૨. ૫; ય. ૫, ૨; ય. ૧૩, ૫; વીશ્તા. ય. ૫૦ (= ય. ૨૪, ૫૦); જુઓ [illegible], [illegible]-[illegible] તથા નીચેનો બોલ.

[illegible] (= [illegible]) ([illegible] ઉપરથી) વિ. દુધવાળું; દુધથી ભરપુર; rich in milk; [illegible] નારી. ૧|૧ (૨|૧ ને બદલે) વં. ૨૧, ૭. ૧૧. ૧૫; વીશ્તા ય. ૪૯ (= ય. ૨૪, ૪૯).

૧ [illegible] (જુઓ ૧ ધા. [illegible]) સા. ના. નાન્ય. સંગાર; an ornament; embellishment; જુઓ [illegible]-[illegible], [illegible]-[illegible], [illegible]

૨ [illegible] (= [illegible]) સા. ના. નર. કોહોડ; કોહોડીઓ; leprosy; a leper; [illegible] ૧|૧ વં. ૨, ૨૯. ૩૭; ય. ૫, ૯૨.

[illegible] (= पेशस) (જુઓ ૧ ધા. [illegible]) સા. ના. નાન્ય. સંગાર; આરારતગી; an ornament; adorning; bespangling; જુઓ [illegible], [illegible], [illegible]

[illegible] વિ. ના. નારી. નામાંકિત કન્યાનું નામ; name of an illustrious maid; [illegible] [illegible] ૬|૧ ય. ૧૩, ૧૪૧ (જુઓ મોદી.)

[illegible] વિ. ના. નર. પુરૂષનું નામ; name of a person; [illegible] ૬|૧ ય. ૧૩, ૯૭.

[illegible] વિ. ના. નર. પુરૂષનું નામ, જેના ત્રણ છોકરા [illegible] (નનરાસ્તિ), [illegible] (જરજદાઇતિ) તથા [illegible] (ઉસ્માનર) નાં ફ્રેહરોને આરાધ્યાંછે; name of a person; the Fravashis of his three sons (viz. [illegible], [illegible] and [illegible]) are invoked; [illegible] ૬|૧ ય. ૧૩, ૧૧૫. ૧૨૦. (જુઓ મોદી.)

[illegible] વિ. ના. નારી. કોહોવાત તથા બીગાડાનો દરૂજ; મૂર્તિ (સ્પી.); the Druj of Putrifaction or Corruption. Comp. Sans. पिशाची; an image (Sp.); [illegible] (Geld. [illegible] .....) ૬|૧ ય. ૧૯, ૯૪. (જુઓ મોદી.)

[illegible] ([illegible] ઉપરથી) ક) વિ. પેહેલું, સઉથી આગળ; foremost; [illegible] ૧|૧ ય. ૧૦, ૧૪૨. ૧૪૩.

ખ) ઘણું, પુષ્કળ; many; [illegible] નારી. ૧|૩ ય. ૧૩, ૬૫; [illegible] ક્રિ. અ. ય. ૧૯, ૬૬; [illegible] [illegible] (પુષ્કળ દુઃખો—વેદનાને) નારી. ૨|૩ ય. ૧૯, ૬૭; [illegible] [illegible] (પુષ્કળ લશ્કર) નારી. ૨|૩ ય. ૧૦, ૧૪.

[illegible] (જુઓ ૩ ધા. [illegible], [illegible]) વિ. પેહેલું; પેહેલીવાર; first, in the first place, for the first time; કેટલીએક વખતે એ બોલ વિભક્તિનાં રૂપમાં આવીને ક્રિ. અ. તરીકે વપરાએલો આવેછે; [illegible] નર. ૧|૧ વં. ૨, ૧. ૨; વં. ૪, ૨; વં. ૧૪, ૯; વં. ૧૮, ૩૩. ૩૪; વં. ૨૦, ૧. ૨; યજ. ૯, ૩; યજ. ૩૧, ૭; યજ. ૫૭, ૨; ય. ૧૦, ૧૩; ય. ૧૩, ૮૭. ૮૯; ય. ૧૯, ૧; [illegible] નર. ૨|૧ વં. ૪, ૩; વં. ૫, ૩૨; વં. ૮, ૧૦૦; વં. ૯, ૬. ૨૮. ૩૧; વં. ૧૩, ૩૨; [illegible] નાન્ય. ૨|૧ વં. ૧, *૨; વં. ૪, ૪૯; વં. ૫, ૫૦; વં. ૧૫, ૨; [illegible] ૨|૧ (ક્રિ. અ.) વં. ૩, ૧. ૭. ૧૨; વં. ૭, ૩૭. ૩૯. ૪૨; વં. ૮, ૧૯. ૩૭. ૪૦. ૭૧; વં. ૯, ૧૫. ૪૯; વં. ૧૬, ૭; ય. ૧૩, ૧૪૮; [illegible] નર. ૨|૧ ય. ૧૧, ૧૮; ય. ૧૩, ૧૫૨; [illegible] નારી. ૨|૧ વીસ્પ. ૧૮, ૧; ય. ૧૭, ૫૭; ય. ૨૪, ૫૪; [illegible] (ક્રિ. અ.) યજ. ૨૩, ૧; [illegible] ૩|૧ (ક્રિ. અ.) વં. ૧૬, ૧૫; [illegible] નર. ૩|૧ ય. ૧૧, ૧૮; [illegible] ૪|૧ વં. ૧૫, ૪૮; વં. ૧૮, ૧૮; ય. ૧૩, ૮૮; [illegible] ૬|૧ વં. ૨, ૨૦ (Wester.); [illegible] ૬|૧ આફ્રીં. ગાહામ. ૭; [illegible] નર. ૨|૩ ય.

* વેસ્ટરગાર્ડના પુસ્તક પ્રમાણે વં. ૧, ૨. ૩.

૧૩, ૧૫૦; [Avestan] (૨|૩ ની મતલબે) વીસ્પ. ૧૩, ૧; [Avestan] ૨|૩ વીસ્પ. ૧૩, ૨; [Avestan] નારી. ૨|૩ ય. ૮, ૧૩; [Avestan] નાન્ય. ૨|૩ વીસ્પ. ૧૧, ૨; [Avestan] નાન્ય. ૩|૩ ય. ૧૪, ય. ૭. ૯. ૧૩. ૧૫. ૧૭. ૨૧. ૨૩. ૨૫. ૨૭; [Avestan] નર. ૬|૩ ઇજ. ૨૩, ૨; ય. ૧૩, ૧૭. Pehl. [Pahlavi], Per. پیر (old) are derived from Av. [Avestan]; જુઓ [Avestan] [Avestan], [Avestan], [Avestan], [Avestan] તથા નીચેના બોલો.

[Avestan] ([Avestan] ઉપરથી) વિ. પેહેલા દરજ્જાને લગતો; of the first rank, foremost (lit.); [Avestan] (= પેહેલા દરજ્જાના લગતાઓને. એ બોલ તેશ્તર સેતારાનાં નક્ષત્રમાં આવેલા બધા સેતારાઓને માટે આવેલો છે); satellites in the constellation of Tistrya, Lagarde and Weber identify [Avestan] [Avestan] to پروین Pleiades (acc. plu.) Yt. 8, 12.

[Avestan] (= [Avestan]) (જુઓ [Avestan]) સમાસ ના. નર. પેગમબર અશો જરતોશ્તની આગમચના જમાનાના મજદાંપરસ્ત—એક ખોદાને માનનાર. એની મુકાબેલ [Avestan] નબાનજદિશ્ત, ઇઓને પેગમબર અશો જરતોશ્તની દીન કબૂલ રાખનાર—પાલનાર; the Mazdayaçnians before the time of Zoroaster. Contrast Nabânazdishta; [Avestan] ૧|૧ ય. ૧૩, ૯૦; [Avestan] ૬|૩ ઇજ. ૧, ૧૮; ઇજ. ૩, ૨૨; ઇજ. ૪, ૨૪; ઇજ. ૭, ૨૨; ઇજ. ૨૨, ૨૭; ઇજ. ૨૬, ૬; ય. ૧૩, ૦. ૧૫૬; આફ્રી. ૨પિ. ૨.

[Avestan] (જુઓ [Avestan] [Avestan]) સમાસ ભૂ. કૃ. વિ. સઉથી પેહેલાં બનાવેલું; first-created. [Avestan] ... [Avestan] (the first-created firmament) નર. ૨|૧ વીસ્પ. ૭, ૪; [Avestan] ૧|૩ વીસ્પ. ૭, ૪.

[Avestan] વિરો જુઓ [Avestan]

[Avestan] ([Avestan] ઉપરથી) અતિ. વિ. સઉથી પેહેલાં-આગળ; foremost; [Avestan] (Geld. [Avestan]) ૩|૩ ઇજ. ૩૪, ૧.

[Avestan] (જુઓ ૩ ધા. [Avestan], [Avestan]) ક) ક્રિ. અ. પેહેલાં, પ્રથમ; first, at first; એ બોલ ક્રિયાવિશેષણ છતાં વિભક્તિનાં રૂપમાં આવેલો છે. [Avestan] ૧|૧ વં. ૧૮, ૨૬; [Avestan] ૨|૧ વં. ૮, ૪૧. ૫૮; વં. ૯, ૧૫. ૨૧.

ખ) વિ. પુર, તમામ; full, entire; જુઓ [Avestan]

[Avestan] (જુ ઓ [Avestan]) સમાસ વિ. પુર—તમામ મરજીવાળું; with entire volition; [Avestan] [Avestan] with an action full of desire; (પુર-મરજીવાળાં કામે કરીને) નાન્ય. ૩|૧ ૨. ૧૬, ૧૪.

[Avestan] ([Avestan] ઉપરથી) ક) વિ. પેહેલાં; સઉથી પેહેલા દરજ્જાનો; first; supreme; [Avestan] નર. ૨|૧ ઇજ. ૨૯, ૧૦; ઇજ. ૪૩, ૮; [Avestan] (સઉથી ચઢતો) નર. ૨|૧ ઇજ. ૪૩, ૫; ઇજ. ૫૧, ૨; [Avestan] નર. ૬|૧ ઇજ. ૩૩, ૧; ઇજ. ૪૮, ૬; ઇજ. ૫૪, ૨; ઇજ. ૫૫, ૬; ઇજ. ૫૮, ૮; ઇજ. ૭૧, ૧૮; [Avestan] [Avestan]* (પેહેલા કાએદાને અનુસરતું) નાન્ય. ૩|૩ ઇજ. ૪૬, ૧૫.

ખ) સા. ના. નાન્ય. મૂળ; source; [Avestan] ૧|૧ ઇજ. ૪૪, ૨.

[Avestan] (ધા. [Avestan] = જુઓ ૨ ધા. [Avestan]) અતિ. વિ. ઘણુંજ ગંધાતું—વાસ મારતું; most stinking—filthy. Pehl. [Pahlavi] Comp. Per. پوسیده‌ترین most rotten; [Avestan] ૩|૩ ઇજ. ૧૨, ૪.

[Avestan] (જુઓ ધા. [Avestan]) વિ. પાકું બાંધેલું, મજબૂટ (મેર.); (a house) well-built; [Avestan] [Avestan] નાન્ય. ૭|૩ વં. ૨, ૨૩.

[Avestan] ભૂ. કૃ. બુમબરાડાથી હાંકી કાહડેલો; દૂર કીધેલો; driven away by howling; exercised; orig., [Avestan] + [Avestan] + [Avestan]; rt. [Avestan]

* એની મુકાબેલ જુઓ ય. ૧૪, ય. ૭. ૯. ૧૩. ૧૫. ૧૭ ૨૧. ૨૩. ૨૫. ૨૭. ([Avestan] [Avestan])

= [Devanagari] = خروشیدن = to yell, to howl; [Avestan] (Wester. [Avestan]) વં. ૨૧, ૧૭. For further particulars, *vide* my Vendidad Glossary.

[Avestan] ભૂ. કૃ. વિ. સંગારેલું; decorated; inlaid; rt. [Avestan] = to decorate; સંગારવું. *Vide* [Avestan] inlaid with gold.

[Avestan] (= [Avestan]) ([Avestan] ઉપરથી) વિ. એક પંચમાંશ, ⅕; one-fifth, ⅕; [Avestan] ૨|૧ વં. ૬, ૩૨. ૩૫; વં. ૧૬, ૨.

[Avestan] = [Avestan] = पच् = پختن = Ger. Kochen = = Lat. Coquere=Gr. *Pepto* = To Cook, To Bake = પકાવવું; to cook; to bake; cl. 1; [Avestan] અ. ભૂ આત્મને. ૩|૧ ઈજ. ૯, ૧૧; ય. ૧૯, ૪૦; [Avestan] શક્યા. પરસ્મૈ. ૩|૩ ય. ૮, ૫૮; ય. ૧૪, ૫૦. જુઓ [Avestan], [Avestan], [Avestan], [Avestan]

[Avestan] = प्र-पच् = પકાવવું, ભુંજવું; to roast; to cook; [Avestan] અ. ભૂ. સંરા. પરસ્મૈ. ૩|૧ વં. ૧૬, ૧૭.

[Avestan] = પકાવવું; to cook; [Avestan] ૩|૩ વં. ૮, ૭૩; [Avestan] વર્ત. સંરા. આત્મને. ૩|૧ ઈજ. ૬૨, ૭.

[Avestan] = ક) પગ ભોંય ઉપર અફાડવા, પગે કરીને આવાજ કરવો; to stamp on the ground; [Avestan] = [Avestan] + [Avestan]; [Avestan] = [Avestan] a foot; rt. [Avestan] to put; to strike; [Avestan] વર્ત. પરસ્મૈ. ૩|૧ વં. ૧૫, ૫.

ખ) પુઠે લાગવું, ડુંબાલો પકડવો; to run after; to pursue; [Avestan] અ. ભૂ. આત્મને. ૩|૩ ય. ૧૭, ૫૫.

[Avestan] સા. ના. એ બોલનો ચોક અર્થ ઠરયો નથી; મચ્છર. એક જાતનું અનાજ ખાઈજનાર જાનવર (રિકર્ટ); ઉંદર (સ્પી.); જમીન ઉપરનો કીડો (દારમે.); a gnat پشه; a corn-destroying insect پزوه (Rück.); a mouse (Sp.); a worm (Dar.); [Avestan] ૬|૩ વં. ૧૪, ૬.

[Avestan] (= [Avestan] = पञ्चदश = Lat. Quintus-decimus = Ger. Funfzehnte = پانزدهم) ([Avestan] ઉપરથી) ક્રમ સંખ્યા. વિ. પંદરમું, ૧૫ મું; fifteenth; 15th; [Avestan] [Avestan] (૧|૧ ને બદલે) ય. ૧, ૮; [Avestan] નાન્ય. ૨|૧ વં. ૧, ૧૮; [Avestan] નારી. ૬|૧ હાદો. નુસ્ક. ૯ (= ય. ૨૨, ૯); [Avestan] નર. ૧|૨ ઈજ. ૯, ૫.

[Avestan] (જુઓ [Avestan] તથા [Avestan]) સમાસ ના. નાન્ય. પંદર પગલાં-કદમ; fifteen paces; [Avestan] ૨|૧ વં. ૧૬, ૪.

[Avestan] ([Avestan] ઉપરથી) વિ. પંદર વરસની ઉમરનો, પંદર વરસનો; of 15 years of age; [Avestan] [Avestan] [Avestan] in the shape of a man of 15 years of age નર. ૬|૧ ય. ૮, ૧૩; ય. ૧૪, ૧૭.

[Avestan] (= पञ्चदशन् = پانزده = Lat. Quindecim = Ger. Funfzehn = Fifteen) કેવળ સંખ્યા. વિ. પંદર, ૧૫; fifteen; 15; [Avestan] [Avestan] ૨|૩ વં. ૪, ૧૮. ૨૨. ૨૬; વં. ૮, ૯૯; વં. ૯, ૩૦; વં. ૧૨, ૧૫; [Avestan] = પંદર (દાહાડા) ૨|૩ ય. ૭, ૨. જુઓ નીચેનો બોલ.

[Avestan] ([Avestan] ઉપરથી) ક્રમ સંખ્યા. વિ. પંદરમું, ૧૫ મું; fifteenth, 15th; [Avestan] [Avestan] [Avestan] (પંદરમા વરસ પછી, ઈમાને પંદરમું વરસ ઉગ્યા પછી) નર. ૨|૧ વં. ૧૪, ૧૫; વં. ૧૮, ૫૪. ૫૮.

[Avestan] (= [Avestan] = पञ्चन् = پنج = Lat. Quinque = Ger. Funf. = Gr. Pente = Five) કેવળ સંખ્યા. વિ. પાંચ, ૫; five, 5; પ્રોફે. શાવે (Prof. Chavée) એ બોલની ઉત્પત્તિ નીચે મુજબ આપેછે :— ધા. [Avestan] = पच् = લંબાવવું, ફુશાદેહ-પોહોળું કરવું; [Avestan] = પોહોળો ફાવે (હાથનો પોંહચો) (અસલ અર્થ); હાથનાં પાંચ આંગલાં = પાંચ. [Avestan] નર. ૧|૩ વં. ૧, ૩; વં. ૫, ૨૭; [Avestan] નારી. ૧|૩ વં. ૧૬, ૮. ૯; ગેહ ૧, ૬; [Avestan] નાન્ય. ૧|૩ વં. ૧૫, ૨; [Avestan] નારી. ૨|૩ ઈજ. ૫૭, ૮; [Avestan] ૨|૩ વં. ૪, ૧૮; વં. ૧૬

૩. ૨૦; [Avestan] [Avestan] = ૪૫ (દાહાડા ગુજરવા પછી) ૨|૩ આફ્રી. ગાહામ. ૭; [Avestan] [Avestan] = ૭૫ (દાહાડા ગુજરવા પછી) ૨|૩ આફ્રી. ગાહામ. ૯. ૧૨; [Avestan] [Avestan] = પચીસ (દાહાડા) ૨|૩ વં. ૧૨, ૯. ૧૧; [Avestan] [Avestan] પાંનસો ૨|૩ વં. ૩, ૩૬; વં. ૮, ૮૩; [Avestan] ૬|૩ ઈજ઼. ૧૦, ૧૬. જુઓ નીચેના બોલો.

[Avestan] (જુઓ [Avestan]) સમાસ વિ. પાંચ મહિનાને લગતું, પાંચ મહિનાનું; (a woman with child) in the course of five months; [Avestan] ૨|૧ વં ૫, ૪૫.

[Avestan] (જુઓ [Avestan]) સમાસ ના. નારી. પાંચ ડાંખલી; 5 branches or stems; [Avestan] ૨|૩ ઈજ઼. ૫૭, ૬.

[Avestan] (જુઓ [Avestan]) સમાસ વિ. પાંચ સરદારવાળો; belonging to five chiefs or masters; epithet of [Avestan] [Avestan]; [Avestan] [Avestan] નાન્ય. ૧|૧ ઈજ઼. ૧૯, ૧૯.

[Avestan] (અસલ રૂપ [Avestan]) (જુઓ [Avestan]) ક) વિ. પચાસ ઘણું, પચાસ વખત; fifty times; [Avestan] = घन = full; compact, solid; ભરેલું, પુર, ઘણું; [Avestan]) ૪|૧ વં. ૭, ૫૫. ૫૬; ય. ૫, ૫૮. ૫૮. ૧૧૭; ય. ૮, ૬૧; ય. ૯, ૩૧; ય. ૧૩, ૪૮; ય. ૧૪, ૫૩.

ખ) સમાસ ના. નાન્ય. પચાસ ઘણુ મારવું (જુઓ ૧ [Avestan]; smiting (evil beings) fifty times; [Avestan] ૪|૧ ય. ૧૦, ૪૩.

[Avestan] ([Avestan] ઉપરથી) વિ. પચાસ ઘણું; fifty-fold. Comp. [Avestan]; [Avestan] ૧|૧ ય. ૧૦, ૧૧૬.

[Avestan] (= [Avestan] = पञ्चाशत् = [Pahlavi] = Lat. Quinquaginta = Ger. Funfzig) કેવળ સંખ્યા. વિ. પચાસ, ૫૦; fifty; 50; [Avestan] (નર. ૧|૩ ને બદલે) વં. ૫, ૨૭; [Avestan] ૨|૩ વં. ૪, ૧૯. ૨૩. ૨૭. ૩૧. ૩૬; વં. ૬, ૧૩; વં. ૭, ૪૮; વં. ૮, ૯૨; વં. ૧૨,૯; વં. ૧૩, ૨૭; વં. ૧૬, ૧૫; ય. ૮, ૧૧; [Avestan] [Avestan] ૩|૩ વીસ્પ. ૮, ૧.

[Avestan] (જુઓ [Avestan]) સમાસ ના. નાન્ય. ૫૦ પગલાં-કદમ; fifty paces; [Avestan] ૨|૧ વં. ૧૭, ૪.

[Avestan] Geld. એ બોલ [Avestan] બોલની સાથે આવેછે. બુનદેહેશ પ્રમાણે:—વિ. ના. 'કર' નામની માછલીના કરતાં વધારે મ્હોટી, બલકે રાક્ષી કદની માછલીનું નામ, જે વોઉરૂ-કષ નામના દરિયામાં તમામ માછલીઓનું રક્ષણ કરેછે; the dwelling-place Panchâsadvara, *i. e.*, having 50 fountains (Sp.); (the fish) of fifty fins (M.). [Avestan] [Avestan] a sort of leviathan, more formidable than the Karo Masyo; the fishes of the sea live under its shelter (Bund.); [Avestan] [Avestan] [Avestan] (Pehl. [Pahlavi]) ૨|૧ ઈજ઼. ૪૨, ૪. Wester. [Avestan]; Sp. [Avestan]

[Avestan] સમાસ વિ. પાંચ જાતનાં (જાનવર); (animals) of five kinds, *viz.*—(1) creatures that live under the waters; (2) those that live on land; (3) those which strike the wing; (4) those that bound on the plains; (5) those of the cloven hoof; for particulars, *vide* Visp. 1, 1. [Avestan] [Avestan] નારી. ૬|૧ ય. ૧૩, ૧૦. ૪૩; [Avestan] [Avestan] (Geld. [Avestan] [Avestan]) ય. ૧૯, ૬૯.

[Avestan], [Avestan], [Avestan] એ બોલો વિશે જુઓ [Avestan]

[Avestan], [Avestan] (= [Pahlavi] = पितृ = [Persian] = Lat. Pater = Ger. Vater = Fr. Pére = Father) (જુઓ ૨ ધા. [Avestan]) સા. ના. નર. બાપ, પિતા; a father; [Avestan] ૧|૧ વં. ૧૨, ૧. ૩; ઈજ઼. ૯, ૫; ઈજ઼. ૧૧, ૪; ય. ૧૭, ૧૬; [Avestan] ૧|૧ ઈજ઼. ૪૪, ૩; ઈજ઼. ૪૫, ૧૧; ઈજ઼. ૪૭, ૨; [Avestan] (તે પિતા) ૧|૧ ઈજ઼. ૫૮, ૪; [Avestan] ૧|૧ ય. ૧૩,

૮૩; [Avestan] ૨।૧ વં. ૧૨, ૧; ય. ૧૦, ૧૧૭; [Avestan] ૨।૧ ઈજ઼િ. ૩૧, ૮; ઈજ઼િ. ૪૫, ૪; [Avestan] ૪।૧ ઈજ઼િ. ૪૪, ૭; ય. ૪, ૯; ય. ૧૪, ૪૯; [Avestan] ૪।૧ ઈજ઼િ. ૫૩, ૪; [Avestan] ૧।૩ વં. ૭, ૭૨ (પેહેલવી રાહેહ); [Avestan] ૨।૩ વં. ૧૯, ૪૩; [Avestan] (માબાપોને માટે) ૪।૩ વં. ૧૫, ૧૨. જુઓ [Avestan]

[Avestan] (= पत्र, पतत्र) (જુઓ ધા. [Avestan] ૫) સા. ના. ના૦પ. પાંખ; a wing. Comp. [Avestan] Sans. पर्ण; જુઓ [Avestan]

[Avestan] ([Avestan] ઉપરથી) વિ. પાંખવાળું; winged. Comp. Sans. पत्रिन्; [Avestan] Geld. ૩।૨ ઈજ઼િ. ૫૭, ૨૮; ય. ૧૦, ૧૧૯. જુઓ [Avestan] Wester.

[Avestan] (= पातक) (જુઓ ધા. [Avestan] ક) *ભૂ. કૃ. વિ. (ગુનાહમાં) પડેલો, ગુનેહગાર; fallen (in sin); criminal, sinful; [Avestan] (નર. ૧।૧ ને બદલે) વં. ૩, †૨૧; વં. ૫, ‡૨૬; વં. ૯, ૫૦.

[Avestan] વિશે જુઓ ધા. [Avestan] ૫.

[Avestan] = [Avestan] = पत् = Lat. petere = ક) પડવું to fall; cl. 1; [Avestan] વર્ત. પરસ્મૈ. ૩।૩ ય. ૮, ૮; [Avestan] ય. ૧૦, ૧૨૮; [Avestan] વર્ત. કૃ. પરસ્મૈ. નર. ૨।૧ ય. ૧૫, ૫૦.

ખ) ઉડવું; to fly; જુઓ [Avestan]

ગ) નાહાસી જવું, દોડી જવું; to run away; to flee; [Avestan] અ. ભૂ. પરસ્મૈ. ૩।૧ ય. ૩, ૧૩.

ઘ) ધસારો કરવો, ધસારો કરીને આવવું; to rush, to move forward with impetuosity; ‡ [Avestan] અ. ભૂ. પરસ્મૈ. ૩।૧ ય. ૧૯, ૪૧. ૮૨. [Avestan] .... [Avestan] વર્ત. કૃ. પરસ્મૈ. નારી. ૬।૧ ઈજ઼િ. ૯, ૧૮.

[Avestan] = ક) ધસારામાં દોડી જવું; to rush down; [Avestan] અ. ભૂ. પરસ્મૈ. ૩।૧ ય. ૧૯, ૫૮.

ખ) अव-पत् = [Avestan] = નીચે પડી જવું; to fall down; જુઓ [Avestan]

[Avestan] = નાખવું, મુકવું; to throw; to drop; [Avestan] ભૂ. કૃ. નારી. ૧।૧ વં. ૫, ૧.

[Avestan] आ-पत् = દોડવું, ભટકવું; to run, to wander about; [Avestan] (=[Avestan]) શકયા. પરસ્મૈ. ૩।૩ ઈજ઼િ. ૯, ૧૫.

[Avestan] = उद्-पत् = દોડી જવું, ધસારો કરવો; to fall on; [Avestan] વર્ત. પરસ્મૈ. ૩।૩ વં. ૧૩,૪૨. ૪૩; [Avestan] અ. ભૂ. પરસ્મૈ. ૩।૧ ય. ૧૯, ૫૭; [Avestan] I shall make (the Evil Spirit rush up .... (Caus.) પ્રયો. આજ્ઞા. પરસ્મૈ. ૧।૧ ય. ૧૯, ૪૪.

[Avestan] = परि-पत् = આસપાસ પડવું; to fall round about. Comp. Peripatetics (the followers of Aristotle who disputed questions, *walking about* in the Lyceum at Athens; [Avestan] વર્ત. પરસ્મૈ. ૩।૧ વં.૧,૩.

[Avestan] = प्र-पत् = ક) ઉડવું; to fly; [Avestan] [Avestan] (પક્ષિઓ ઉડે) અ. ભૂ. સંશ. પરસ્મૈ. ૩।૩ વં. ૫, ૧૨. ૧૩; વં. ૮, ૯. ૧૦.

ખ) દુનિયાંદારીમાં પડવું: to fall in worldly affairs; [Avestan] વર્ત. પરસ્મૈ. ૩।૧ વં. ૧૮, ૫૪, ૫૮.

ગ) આગળ દોડવું, એકદમ તુટી પડવું, હુમલો કરવો; to rush on; to attack; [Avestan] (ઉપરની માફક વ્યાકરણ) વં. ૧૮, ૬૫; [Avestan] સંશ. ૩।૩ ય. ૮, ૬૧; ય. ૧૪, ૫૩.

[Avestan] = દૂર જતુ રેહેવું—નાહાસી જવું; to run away; to fly far away; [Avestan] આજ્ઞા. પરસ્મૈ. ૩।૩ ઈજ઼િ. ૧૦, ૧.

[Avestan] = सम्-पत् = ઉપર તુટી પડવું, સાથે ધસારો કરીને આવવું, હુમલો કરવો; to fall down with rapidity, to make an onset; [Avestan] વર્ત. પરસ્મૈ. ૩।૧ વં. ૧૯, ૪૧; વીશ્તા. ય. ૨૬ (= ય. ૨૪, ૨૬). જુઓ [Avestan]

[Avestan] = पथ् = જવું; to go, એ ધાતુ ૪ થા વર્ગને છે; સંસ્કૃતમાં ૧ લા વર્ગમાં આવેછે. [Avestan]

* [Avestan] ધાતુને ભૂ. કૃ. નો [Avestan] લાગો; જુઓ મારૂં અવસ્તા વ્યાકરણ, સફો ૨૬૪ મો.

† એ બે ઠેકાણે ડાકટર ગેલ્ડનરે [Avestan] લીધાછે.

‡ શરૂઆતનો [Avestan] એ Augment (અપૂર્ણ ભૂતકાળની નીશાની) નો છે.

વર્ત. સંશા. પરસ્મૈ. ૩/૧ વં. ૫, ૬૨; વં. ૧૮, ૭૬; [Avestan] વર્ત. સંશા. આત્મને. ૩/૩ ય. ૧૦, ૧૧૩; વીશ્તા. ય. ૨૮ (= ય. ૨૪, ૨૮); [Avestan] (orig. [Avestan]) વર્ત. કૃ. આત્મને. નર. ૧/૧ ઇજ઼. ૫૭, ૨૦. જુઓ [Avestan]

[Avestan] = ઉપર તુટી પડવું, હુમલો કરવો; to fall upon, to attack; [Avestan] વર્ત. પરસ્મૈ. ૩/૧ વીશ્તા. ય. ૩૫ (= ય. ૨૪, ૩૫).

[Avestan] (= पन्थन = Ger Pfad. = Path) (જુઓ ધા. [Avestan]) સા. ના. એ બોલ વિભક્તિનાં રૂપોમાં એકાએક નર તથા નારી-એ બેહુ જાતીમાં વપરાએલો આવેછે; વળી કેટલાંએક રૂપો [Avestan] ઉપરથી નીકળ્યાંછે. રસ્તો, માર્ગ; a road, path. This substantive, used both in the masculine and feminine, is anomalous in its inflected forms. Base: [Avestan], [Avestan]; [Avestan] ૧/૧ (૨/૧ ને બદલે) વં. ૧૬, ૨. ૧૧; [Avestan] ૨/૧ વં. ૧૩, ૪; [Avestan] ૨/૧ વં. ૩, ૧૧; વં. ૪, ૪૩; વં. ૨૧, ૫. ૯. ૧૩; ય. ૮, ૭; ય. ૧૦, ૩. ૩૮. ૮૬; ય. ૨૨, ૧૭; ય. ૨૪, ૪૨; [Avestan] ૨/૧ ઇજ઼. ૩૧, ૯; ય. ૧૪, ૪૪; ય. ૧૩, ૨૦; નીઆ. ૧, ૮; નીઆ. ૨, ૮; Frag. 5, 2. [Avestan] ૩/૧ ય. ૪, ૪; ય. ૧૩, ૧૬; [Avestan] ૫/૧ વં. ૮, ૯૪; [Avestan] ૬/૧ ઇજ઼. ૬૮, ૧૩; [Avestan] ૬/૧ Frag. 5, 1. [Avestan] ૭/૧ ઇજ઼. ૫૦, ૪; [Avestan] ૧/૩ ય. ૧૩, ૮૪; ય. ૧૬, ૩; [Avestan] ૨/૩ ઇજ઼. ૩૩, ૫; ઇજ઼. ૩૪, ૧૨; ઇજ઼. ૪૩, ૩; ઇજ઼. ૫૦, ૧૩; ય. ૮, ૩૩; ય. ૧૦, ૮૫. ૬૮; ય. ૧૩, ૫૩. ૫૭; [Avestan] ૨/૩ વં. ૮, ૧૦૪. ૧૦૬; [Avestan] ૨/૩ વં. ૩, ૧૫; વં. ૫, ૪૬; વં. ૮, ૫. ૧૪—૧૮. ૨૨; ય. ૨૪, ૫૪; [Avestan] ૬/૩ વં. ૧૯, ૨૯; ય. ૧૧, ૪; [Avestan] ૬/૩ ઇજ઼. ૪૨, ૧. જુઓ [Avestan], [Avestan], [Avestan], [Avestan]

[Avestan] (= प्रथ = [Persian]) ([Avestan] ઉપરથી) કૃ) વિ. પોહોળું; wide, spacious; [Avestan] (Geld. [Avestan]) (પોહોળી રીતે) ૩/૧ (ક્રિ. અ.) ય. ૯, ૧; .... [Avestan] (પોહોળી જમીનને) નારી. ૨/૧ ઇજ઼. ૧૦, ૪; [Avestan] ય. ૧૩, ૯; [Avestan] [Avestan] (પોહોળી જમીન ઉપરથી) નારી. (૫/૧ ને બદલે) ૬/૧ ય. ૧૭, ૧૯; [Avestan] નારી. ૬/૧ વં. ૧૯, ૪; ય. ૫, ૩૮; ય. ૧૦, ૯૫.

ખ) સા. ના. મેદાન, સપાટ જગા; a plain, level land; [Avestan] નારી. ૨/૩ ય. ૧૦, ૧૧૨.

[Avestan] Geld., [Avestan] Wester. ([Avestan] ઉપરથી) વિ. ના. નર. વાટપાડાની જબરદસ્ત તોલકીનું નામ, જેને કેરશાસ્પે શીકસ્ત કીધી હતી; a tribe of highwaymen overcome by Kereshâspa (from [Avestan] road, a highway). Comp. Per. [Persian] (fr. [Persian] and [Persian]); [Avestan] ૨/૩ ય. ૧૯, ૪૧. જુઓ બોદી.

[Avestan] વિરી જુઓ [Avestan].

[Avestan] (= पत्नी) સા. ના. નારી. ધણિયાણી બાઈ, બાઈડી; a mistress, a lady; fem. of [Avestan], [Avestan], [Avestan] a master, a lord; *vide* [Avestan]

[Avestan] (જુઓ ધા. [Avestan]) સા. ના. નર. માર્ગ, રસ્તો; ખોરાકનો જથ્થો (પેહેલવી, સ્પી., યુસ્તી, મિલ્સ તથા દારમે.); a road, path; stores, provisions (Pehl., Sp., J., M. & Dar.); [Avestan] ૨/૩ ઇજ઼. ૪૬, ૪.

[Avestan] ([Avestan] ઉપરથી) સા. ના. માર્ગ, રસ્તો; ખોરાકનો જથ્થો (સ્પી., યુસ્તી, મિલ્સ તથા દારમે.); a way, path; provisions, stores (Pehl., Sp., J., M. & Dar.); જુઓ [Avestan]

[Avestan] = पद् = ક) પડવું; to fall; cl. 4; [Avestan] વર્ત. પરસ્મૈ. ૩/૧ વં. ૧૩, ૩૮; વં. ૧૫, ૬.

ખ) નાખવું; to throw; [Avestan] વર્ત. આત્મને. ૩/૧ વં. ૪, ૫૨.

ગ) જવું; to go; જુઓ [Avestan], [Avestan]

ઘ) મેળવવું, રાખવું; to obtain, to possess; [Avestan] (orig., [Avestan]) નારી. ૧/૩ ય. ૧૩, ૪૨.

[Avestan] = બેસવું; to sit; [Avestan] વર્ત. આત્મને. ૩/૩ વં. ૫, ૨૭; [Avestan] આજ્ઞા. આત્મને. ૨/૧ ય. ૧૭, ૫૭; [Avestan] (અથવા બેસતાં) વર્ત. કૃ. આત્મને. નર. ૧/૧ ય. ૨, ૧૭.

[Avestan] = જવું, પોહોંચવું; દાખલ થવું; to go, to reach; to enter; [Avestan] વર્ત. સંશ. પરસ્મૈ. ૩/૧ ય. ૬૫, ૫૩.

૧ [Avestan], [Avestan] (= पद, पाद) (જુઓ ધા. [Avestan] ક) સા. ના. નર. કવીતા રૂપી ગાયન; કવીતાનાં પદનું વજન; chant, metric foot, poetic measure; [Avestan] ૩/૩ ઈજ. ૫૦, ૮; [Avestan] ૩/૩ ઈજ ૫૧, ૧૯; [Avestan] (Geld. [Avestan]) ૫/૩ (૩/૩ ની મતલબે) વીસ્પ. ૧૪, ૧.

૨ [Avestan] વિશે જુઓ [Avestan]

[Avestan] વિશે જુઓ ૧ ધા. [Avestan]

[Avestan] (જુઓ ૨ ધા. [Avestan]) સા. ના. નાન્ય. ખોરાક, પોષણ; food; nourishment; જુઓ [Avestan]

[Avestan] (= पयस) (જુઓ ૨ ધા. [Avestan]) ક) સા. ના. નાન્ય. જાનવરનું દુધ; milk of animals; [Avestan] ૬/૩ ય. ૫, ૫૨.

ખ) વિ. દુધવાળું (અસલ.); તરોતાજગી આપનાર; ઝાડપાનમાં તરાવત આપનાર (મઈદીઓજરેમ ગાહાંમબાર); milk-giving (lit.); giving freshness and verdure to the vegetable kingdom; epithet of Maidyôzarem Gâhâmbâr; [Avestan] નર. ૬/૧ વીસ્પ. ૧, ૨. જુઓ [Avestan]

[Avestan] વિ. ના. નર. નામાંકિત પુરૂષનું નામ; name of an illustrious personage; [Avestan] (Geld. [Avestan]) ૬/૧ ય. ૧૩, ૧૧૬.

[Avestan] (જુઓ [Avestan] તથા ૨ ધા. [Avestan]) સમાસ ના. નાન્ય. દુધને ઘોળીઆથી જે થાએ તે, દુધ જે ઘોળેલું તે (અસલ.); પનીર; cheese; [Avestan] (Geld. [Avestan]) ૨/૩ વં. ૭, ૭૭.

૧ [Avestan] = पद = આજેજ કરવું, લડાઈ કરવી, સાંભે થવું, પુઠે પડવું; to make helpless or weak; to fight against; to oppose with sucess; cl. 9; [Avestan] વર્ત. આત્મને. ૯ મો વર્ગ ૧/૧ વં. ૧૧, ૯. ૧૦; [Avestan] સંશ. ૩/૧ વં. ૯, ૪૭; [Avestan] આજ્ઞા. ૧/૧ વં. ૯, ૪૫. ૪૭; વં. ૧૦, ૧; [Avestan] (સાંભે થતો આવેલો છે) પૂ. ભૂ. આત્મને. ૩/૧ ઈજ. ૪૯, ૧.

[Avestan] = લડાઈ કરવી, સાંભે થવું; હાંકી કાહાડવું; to fight against, to oppose, to chase away; [Avestan] વર્ત. આત્મને. ૯ મો વર્ગ ૧/૧ વં. ૧૦, ૫. ૬. ૯. ૧૦. ૧૩. ૧૪; વં. ૨૦, ૯. ૧૦; વં. ૨૧, ૧૮. ૧૯.

૨ [Avestan] = पृ = ક) જવું, પસાર થવું; પાર કરવું; to go, to reach the other side of anything, to cross; [Avestan] વર્ત. સંશ પરસ્મૈ. ૩/૧ વં. ૯, ૪૦; [Avestan] આજ્ઞા. પરસ્મૈ. ૧/૧ વં. ૨૨, ૧. ૮. ૧૪; [Avestan] અ. ભૂ. સંશ. પરસ્મૈ. ૩/૧ વં. ૯, ૩૯; વં. ૧૫, ૯; [Avestan] આજ્ઞા. પરસ્મૈ. ૩/૩ ય. ૧૩, ૧૫૭. જુઓ [Avestan], [Avestan], [Avestan], [Avestan], [Avestan]

ખ) પાર પડવું; to succeed; [Avestan] વર્ત. પરસ્મૈ. ૩/૩ વં. ૧૯, ૧૭. ૩૨.

[Avestan] = ક) નીચે મોકલવું; to send down, to transmit; [Avestan] વર્ત. પરસ્મૈ. ૩/૩ ય. ૬, ૧; નીઆ ૧, ૧૧.

ખ) મોકલવું, અર્પણ કરવું, અનાયત કરવું; to send, to dedicate, to offer; [Avestan] (ઉપરની માફક વ્યાકરણ) ય. ૧૭, ૫૪.

[Avestan] ક) પસાર કરવું; to pass over, to cross; [Avestan] = પસાર કરાવવું; to cause to pass over (Caus.); [Avestan] thou shalt cause thy soul to pass over the Chinvat Bridge. વર્ત. સંશ. આત્મને. ૨/૧ ઈજ. ૭૧, ૧૯. [Avestan] આજ્ઞા. પરસ્મૈ. ૧/૧ ઈજ. ૧૯, ૬.

ખ) દૂર કરવું, હાંકી કાહાડવું, બાહાર કાહાડવું; to expel; to drive away; [Avestan] વર્ત. પરસ્મૈ. ૫મો વર્ગ ૩/૧ આફ્રી. ગાહામ. ૧૦. ૧૧. ૧૨.

૩ [Avestan], [Avestan] = पृ, पूर = Lat. *Ple*-re = Fr. Em-*plir* = To Fill = ભરવું, પુર કરવું; ભરપૂર કરવું; to fill, to fill to the full; [Avestan] . . . [Avestan]

= (તેઓની) ખાહેશ—મુરાદ બરલાવ. (આજ્ઞા. પરસ્મૈ. ૯ મો વર્ગ ૨/૧) ઇજ. ૨૮, ૧૦; [Avestan] [Avestan] (Geld. [Avestan]) તે માણસ (ગુનાહથી) પોતાનાં તનને ભરી નાખેછે, ઇઆને તે માણસ તનાફુર—ગુનેહગાર થાએછે (વં. ૪, ૧૭). [Avestan] (ગુનેહગાર, પાપી) જે બીજે ઠેકાણે આવેછે તે બોલ અહિંયાં ગોથા ક્રિયાપદનાં રૂપમાં ([Avestan] = તનને (ગુનાહથી) ભરી નાખવું = તનાફુર થવું) આવેલો છે.

[Avestan] = ગુનાહની તોજેશ કરવી; to atone for a crime, [Avestan] વર્ત. કૃ. આત્મને. નર. ૪/૧ વં. ૮, ૧૦૭; વં. ૧૪, ૧૮.

[Avestan] = ખરાબ કરી નાખવું; નાશ કરવો; to cause evil, to spoil, to destroy. [Avestan] પ્રથ. અ. ભૂ. આત્મને. ૩/૩ વં. ૧૯, ૨૯.

[Avestan] = सम-पद् = ભરપુર કરવું, વધારો કરવો; to fill to the brim; to increase; [Avestan] Intensive Verb વર્ત. પરસ્મૈ. ૩/૧ વં. ૪, ૪૮.

૪ [Avestan] = पत् = [Persian] = ઉડવું; to fly; જુઓ [Avestan]

[Avestan] (= [Avestan] = पर, परा = Fr. Para* = Gr. Para‡ = [Persian]) *Pref*:— far from, away, out, different from; ૧ ઉપ. ક) દૂર, વેગળું, જુદું, પારકું, બાહાર:— જેમકે [Avestan] = પારકાને આપવું (વં. ૧૯, ૨૭); [Avestan] = દૂર જવું (વં. ૯, ૪૦); [Avestan] = દૂર લઈ જવું, ઉઠાવી લઈ જવું (વં. ૧૩, ૧૦); [Avestan] = લઈ લેવું (વં. ૮, ૩૨); [Avestan] = પાણીને બાહાર કાહાડવું (વં. ૬, ૩૨. ૩૫); [Avestan] (= [Avestan] + [Avestan]) = પેલી દુનિયાં (ઇજ. ૪૬, ૧૯).

ખ) આગમચ, આગળનું, પેહેલું; before, fore; જેમકે [Avestan] = મોતની આગમચ (વં. ૮, ૩૧;); [Avestan] = આગળની ખરી, ઇઆને આગલા પગની ખરી (ય. ૧૦, ૧૨૫); [Avestan] = પેહેલા—આગલા કાએદાવાળો (વં. ૨૦, ૧. ૨.).

ગ) વધારે, ઘણું, ચઢતું; more, greater, superior. Comp. [Avestan]; કેટલીએક વખતે એ ઉપસર્ગ ક્રિયાપદની સાથેજ નથી આવતો, પણ તેની આગમચ જરા દૂર આવેછે:–જેમકે [Avestan] (વં. ૭, ૩૮); [Avestan] (ય. ૧૦, ૩૭); [Avestan] [Avestan] (ય. ૪, ૪).

૨ *Prep*:—by, near, શબ્દ. અ. ક) આગળ, નજદીક:- જેમકે [Avestan] [Avestan] [Avestan] (નેક—ભલાઓમાંના કોઇની નજદીક—આગળ) (વં. ૭, ૭૧).

ખ) અગાઉ; જેમકે before, formerly; [Avestan] [Avestan] = અગાઉના કરતાં (વં. ૨, ૧૧. ૧૫. ૧૯); [Avestan] [Avestan] [Avestan] = બરાબર અગાઉની માફક (વં. ૬, ૩૨. ૩૫. ૩૮. ૪૧. ૪૩; (વં. ૭, ૭૭; વં. ૯, ૪૮).

ગ) આગમચ; before, ere; જેમકે [Avestan] [Avestan] = તેની આગમચ (વં. ૭, ૫૦; વં. ૯, ૫૫; ઇજ. ૯, ૧૫); [Avestan] [Avestan] = આસ્માનની આગમચ (ઇજ. ૧૯, ૨); [Avestan] [Avestan] = દેવોની આગમચ (ઇજ. ૧૯, ૨); [Avestan] [Avestan] પેદા થવાની આગમચ (ઇજ. ૧૯, ૮); [Avestan] [Avestan] [Avestan] = મ્હોટા બનાવની આગમચ (ઇજ. ૫૩, ૬).

શબ્દ. અ. તરીકે ૨ જી, ૩ જી, ૪ થી, ૫ મી, અને ૬ઠી વિભક્તિવાળાં નામ તથા સર્વનામ સાથે આવેછે. તે ઉપરના દાખલાથી જણાશે. ગાથામાં [Avestan] ને બદલે [Avestan] આવેછે (જુઓ ઇજ. ૩૦, ૨; ઇજ. ૪૩, ૧૨; ઇજ. ૪૮, ૨; ઇજ. ૫૧, ૧૫; ઇજ. ૫૩, ૬.

[Avestan] વિશે જુઓ ધા. [Avestan]

[Avestan] (જુઓ ધા. [Avestan]) સમાસ નારી. મોત, મરણ; death, dying; [Avestan] [Avestan] [Avestan] (મરણ પછી) ૨/૧ વં. ૧૯, ૩૩; હાદોખ્ત. નુસ્ક. ૧૮ (= ય. ૨૨, ૧૮); [Avestan] [Avestan] [Avestan] (મરી ગયા પછી તુરતજ) ૨/૧ વં. ૭, ૨.

[Avestan] (જુઓ ૧ ધા. [Avestan]) સમાસ નારી. જમીનમાં દાણા નાખવા, બી વાવવાં; scattering seeds in the ground; sowing; [Avestan] [Avestan] ૪/૧ વં. ૬, ૬.

[Avestan] (જુઓ [Avestan] તથા ૨ [Avestan]) સમાસ

---

* *E. g.*, Fr. Parapluie, Fr. Paravent, Fr. Parasol, Fr. Parachute.

‡ *E. g.*, Parable, Paradox.

વિ. આગમચથી જાણતો, અગાઉથી જાણનાર; fore-knowing; [illegible] most fore-knowing (super. adj.) અતિ. વિ. નર. ૮।૧ ય. ૧૨, ૭.

[illegible] એ બોલ નીચે મુજબ સમજાવી શકાએ-છે :— [illegible] = पर, परा = out, બાહાર, જુદું; [illegible] = [illegible] = આવતો, નીકળતો; coming out; being produced (pres. partic.); rt. [illegible] = to come; જેમ [illegible] (જીવવું) નો વર્ત. કૃ. [illegible], તેજ પ્રમાણે [illegible] નો વર્ત. કૃ. [illegible] થયો; [illegible] = બાહાર નીકળતો, તાજો (નીરંગ) તુરતનો મુતરાવેલો (નીરંગ); સિવાય (સ્પી., યુસ્તી, હારલે તથા દારમે.); fresh (urine); except (Sp. Jus, Har. & Dar.); [illegible] વં. ૮, ૧૩.

[illegible] (જુઓ [illegible] ધ) સમાસ વિ. આગમચથી—કવખતનું દસ્તાન લાવતી (દારમે.); દસ્તાન નહી બેસતી (સ્પી., યુસ્તી તથા હારલે); [illegible] the courtezan who produces untimely issues (Dar.); the harlot who has no more tokens (Sp., Jus. & Har.); [illegible] નારી. ૧।૧ ય. ૧૭, ૫૪.

[illegible] (જુઓ ૧ ધા. [illegible]) વર્ત. કૃ. પારકાંને આપતો, બીજાને બક્ષેરા કરતો-કરનાર; giving away, presenting to others; [illegible] નર. ૧।૧ વં. ૧૮, ૨૮.

[illegible] વિશે જુઓ ઉપરનો બોલ.

[illegible] (જુઓ ૧ ધા. [illegible] ખ) ભૂ. કૃ. વિ. પારકાને આપેલી (અસલ); અદરાવેલી (કન્યા); (a damsel) delivered over (lit.) betrothed; [illegible] નારી. ૨।૧ વં. ૧૫, ૯. ૧૧. ૧૩. ૧૫. ૧૮. જુઓ [illegible]

[illegible] (= [illegible] = [illegible]) (જુઓ ૩ [illegible]) સમાસ (વિ. ક) પેહેલ્લા—આગલા કાએદા-વાળો (અસલ.); આગળી અજમાએશ પામેલો, અગાઉના કાએદાથી જાણીતો થએલો; well acquainted with the primitive law; of past experience; [illegible] ૬।૩ વં. ૨૦, ૧. ૨.

ખ) પેશદાદી ખાંનદાનનો; of the Peshdâdyan dynasty from Hushang, its founder; the name is given to the first Kings who ruled over the earth, organised the society, administered justice and believed in one true God. They are named Paradhâta (or Peshdâd), because they were the first who put in force the law of royalty. The dynasty of the Peshdâdyans include Hushang, Tahmuras, Jamsheed and Faridoon. [illegible] નર. ૧।૧ ય. ૫, ૨૧; ય. ૯, ૩; [illegible] નર. ૨।૧ ય. ૧૯ ૨૬. (જુઓ ભેદી.)

[illegible] (જુઓ ધા. [illegible]) સમાસ વિ. દૂર જતો—ઉડતો (તીર); (an arrow) going far off; flying; [illegible] નર. ૬।૧ ય. ૧૦, ૨૪.

[illegible] (જુઓ ૧ ધા. [illegible]) સમાસ વિ. મરી ગયા આગમચ, મરણની આગમચ before death. Contrast [illegible] after death; [illegible] (Geld. [illegible]) નર. ૧।૧ વં. ૮, ૩૧. ૩૨.

[illegible] વિશે જુઓ [illegible]

[illegible] (જુઓ ૨ [illegible]) સમાસ ના. નર. આગળી ખરી ઇઆને આગળા પગની ખરી; the hoofs of their fore-feet. [illegible] [illegible] the hoofs of their (*i. e.*, the stallions') fore-feet are shod with gold). ૧।૩ ય. ૧૦, ૧૨૫.

[illegible]* (= [illegible]) (જુઓ [illegible] તથા [illegible]) સમાસ ના. નર. આગમચથી જાણવાની બુદ્ધિ; anticipative understanding. Comp. [illegible]; એ બોલ [illegible] (જાતી—ખુદરતી અકલનું બીજું રૂપ છે.); [illegible] ૨।૧ વીસ્પ. ૧૯, ૧.

* [illegible] વચમા નકામો આવેલો દીસેછે; જુઓ માઈ અવસ્તા વ્યાકરણ, સફો ૩૮–૩૯.

* [illegible] નકામો આવેલો છે; જુઓ માઈ અવસ્તા વ્યાકરણ, સફો ૩૮–૩૯.

[Avestan] (= [Avestan]) (જુઓ [Avestan]) સમાસ ના. નર. હોમને છુંદી—કુટીને તેનો નીચવી કાહાડેલો રસ; the juice of the Haoma prepared for ceremonial purposes; [Avestan] [Avestan] ૨|૧ ઇજ. ૩, ૨. (જુઓ ભાદી.)

[Avestan] (જુઓ ૧ ધા. [Avestan]) સમાસ ના. નારી. દૂર—બાહાર પાણી કાહાડી નાખવું; drawing off; [Avestan] after the water has been drawn off ૩|૧ વં. ૬, ૩૨. ૩૫.

[Avestan] વિ. ના. નર. નામાંકિત પુરૂષનું નામ; name of an illustrious personage. [Avestan] (Wester. [Avestan]) ૬|૧ ય. ૧૩, ૯૬. (જુઓ ભાદી.)

[Avestan] (= [Avestan] + [Avestan]) (જુઓ [Avestan] ૬) સમાસ ના. નર. આવતી—પેલી દુનિયાં; આવતી જીંદગી; the next world; the life to come; [Avestan] ૨|૧ ઇજ. ૪૬, ૧૯.

[Avestan] (જુઓ ૩ ધા. [Avestan]) ૬) વિ. પુષ્કળ, ઘણું; numerous, many. Comp. [Avestan]; [Avestan] [Avestan] (ખચીત ઘણાં માણસો) નર. ૧|૩ વં. ૧૮, ૧.

ખ) જથ્થાબંદ, પુષ્કળ; abundant; [Avestan] ૧|૩ વં. ૨, ૨૨.

ગ) પુષ્કળપણું, ખીસ્યારી, આબાદી; abundance, plenty; prosperity; [Avestan] ૬|૧ ઇજ. ૪૭, ૪; ય. ૧૩, ૯.

***[Avestan]** = લડાઈ કરવી, મારામારી કરવી; to struggle, to fight. Comp. Per. پرخاش war, battle, commotion; possibly, from rt. [Avestan] = Sans. पृ to fight against, to oppose with success. [Avestan] [Avestan] [Avestan] [Avestan] અ. ભૂ. આત્મને. ૩|૨ ય. ૧૯, ૪૬.

[Avestan] વિશે જુઓ [Avestan]

[Avestan] (૧ ધા. [Avestan] ઉપરથી) = લડવું, લડાઈ કરવી; to fight against, to struggle; cl. 6; [Avestan] વર્ત. પરસ્મૈ. ૩|૩ ય. ૧૩, ૨૭. ૪૫;

[Avestan] (Geld. [Avestan]) અ. ભૂ. આત્મને. ૩|૧ ય. ૫, ૫૦; ય. ૧૯, ૭૭; [Avestan] વર્ત. કૃ. આત્મને. ૧|૩ ય. ૧૭, ૧૩. જુઓ [Avestan]

[Avestan] = નાશ પામવો, નાબુદ થઈ જવું; to be destroyed—extinct. [Avestan] (Geld. [Avestan]) અ. ભૂ. પરસ્મૈ. ૩|૩ વં ૩, ૩૨.

[Avestan] (= [Avestan] = पर्ण = Lat. Penna = پر) (જુઓ ૪ ધા. [Avestan]) ક) સા. ના. નાન્ય. પાંખ; a wing; [Avestan] ૧|૧ વં. ૮, ૬૯. ૭૦; વં. ૯, ૨૪. ૨૫. જુઓ [Avestan] (a bird) well-winged.

ખ) સા. ના. નર. પીછ; a feather; [Avestan] ૧|૧ ય. ૧૪, ૩૬; [Avestan] ૨|૧ ય. ૧૪, ૩૫; [Avestan] ૩|૧ ય. ૧૪, ૩૫; [Avestan] ૨|૩ ય. ૧૪, ૪૪. જુઓ [Avestan], [Avestan], [Avestan]

[Avestan] (જુઓ ૩ ધા. [Avestan]) સા. ના. નાન્ય. પુષ્કળપણું, ખીસ્યારી, પૂર્ણતા; abundance, plenty, fulness. Comp. Sans. पूर्णता. જુઓ [Avestan]

[Avestan] ([Avestan] ઉપરથી) વિ. પુષ્કળ, પુરતું, આબાદ; abundant, sufficient; prosperous. [Avestan] નર. ૨|૧ ય. ૫, ૧૩૦.

[Avestan] ([Avestan] નું બીજું રૂપ) સા. ના. નર. પીછ; a feather; [Avestan] ૧|૩ ય. ૧૪, ૩૬.

[Avestan] = [Avestan] = प्रच्छ = L. Prec-ari = Fr. Prier = Ger. *Frag*-en = پرسیدن પુછવું, સવાલ કરવો; પ્રશ્ન કરવો; to ask, to question; cl. 6; [Avestan] ([Avestan] ને બદલે) વર્ત. પરસ્મૈ. ૧|૧ ઇજ. ૩૧, ૧૪; ઇજ. ૪૪, ૧—૧૯; વં ૧૯, ૧૦; [Avestan] ઇજ. ૪૩, ૧૦; [Avestan] આત્મને. ય. ૧૨, ૧; [Avestan] પરસ્મૈ. ૨|૧ ઇજ. ૯, ૨૫; ય. ૨૨, ૧૭; [Avestan] આત્મને. વં. ૭, ૫૪ (પેહેલવી શરેહમાં), [Avestan] વર્ત. સંશ. આત્મને. ૨|૧ ય. ૧૦, ૨; [Avestan] વર્ત. સંશ. પરસ્મૈ ૩|૧ વં. ૧૫, ૧૪; [Avestan] આત્મને. ઇજ. ૩૧, ૧૨; [Avestan] આજ્ઞા. આત્મને. ૨|૨

* એ ધાતુ ઉપરથી ફારસી پرخاش લડાઈ.

વં. ૧૫, ૧૩ [illegible] અ. ભૂ. પરસ્મૈ. ૩/૧ વં. ૨, ૧; વં. ૭, ૧; વં. ૯, ૧; વં. ૧૦, ૧; વં. ૧૧, ૧; વં. ૧૪, ૧; વં. ૧૭, ૧; વં. ૧૯, ૧૧. ૧૭. ૨૦. ૨૬; વં. ૧૮, ૮. ૧૪. ૬૧. ૬૭; વં. ૨૦, ૧; ય. ૫, ૮૨; *[illegible] (augment [illegible]) વં. ૧૮, ૩૦. ૩૩. ૩૬. ૩૯. ૪૨. ૪૫. ૪૮; [illegible] સંશ. વં. ૧૮, ૬; [illegible] કર્મ. અન્ય. (Pass. Aor.) ૩/૧ ઈજ. ૪૪, ૮; ઈજ. ૪૫, ૬; [illegible] ભૂ. કૃ. ઈજ. ૪૯, ૨: [illegible] વર્ત. કૃ. પરસ્મૈ. નર. ૧/૧ ઈજ. ૫૧, ૫; [illegible] વર્ત. કૃ. પરસ્મૈ. નર. ૧/૧ ય. ૨૨, ૧૦; ય. ૨૪, ૩૩; [illegible] આત્મને. ૨/૩ ઈજ. ૩૦, ૬; [illegible] [illegible] (ભીખ માંગનારાઓમાં) ૭/૩ વં. ૩, ૨૯; જુઓ [illegible], [illegible]

ખ) વાતચીત—ગોફતેગો કરવી; to converse; [illegible] વર્ત. સંશ. આત્મને. ૧/૧ ઈજ. ૪૪, ૧૨ [illegible]* અ. ભૂ. આત્મને. ૧/૧ વં. ૨, ૨; [illegible] [illegible] (Geld. [illegible]) (૨/૧ ને બદલે) વં. ૨, ૧; [illegible] શક્યા. પરસ્મૈ. ૩/૨ ઈજ. ૧૨, ૫. ૬.

[illegible] = प्रति-प्रच्छ् = ક) પુછવું, પાછું પુછવું; to ask; to inquire, to demand; to ask again; [illegible] વર્ત. સંશ. આત્મને. ૨/૧ વં. ૧૮, ૭. ૧૩. ૬૦. ૬૬. [illegible] [illegible] (તું મને પુછ) આજ્ઞા. આત્મને. ૨/૧ વં. ૧૮, ૭. ૧૩. ૬૦. ૬૬; [illegible] [illegible] (તેને પાછું-ફરીથી પુછયું) અ. ભૂ. પરસ્મૈ. ૩/૧ ય. ૫, ૯૦; ય. ૧૦, ૧૨૧; ય. ૧૪, ૪૯; [illegible] ... [illegible] આત્મને. વં. ૯, ૪૩. ૪૫; [illegible] વર્ત. કૃ. આત્મને. નર. ૧/૧ વં. ૧૮, ૨૯.

ખ) ઉલટ પાલટ પુછવું; to cross-question; જુઓ [illegible]

[illegible] = परि-प्रच्छ् = ઉલટ પાલટ પુછવું; to cross-question; જુઓ [illegible]

[illegible] = પુછવું; to ask; [illegible] [illegible] વર્ત. આત્મને. ૩/૧ ય. ૧૪, ૪૧.

* શરૂઆતનો [illegible], Augment નો છે; જુઓ મારું અવસ્તા વ્યાકરણ, સફે ૧૮૧ મો.

† [illegible] Wester.

[illegible] = सम्-प्रच्छ् = સાથે પુછપરછ કરવી સાથે મનસુબો—મસલેહત કરવી; to consult; to take counsel together; [illegible] વર્ત. આત્મને. ૩/૩ વં. ૧૯, ૩; [illegible] (અવસ્તા રૂપ [illegible]) આજ્ઞા. આત્મને. ૨/૧ ઈજ. ૫૩, ૩; [illegible] ભૂ. કૃ. નર. ૨/૧ ય. ૨૨, ૧૪; ય. ૨૪, ૬૦; [illegible] (અવસ્તા રૂપ [illegible] મસલેહત પુછાએલો); [illegible] [illegible] ... [illegible] (મસલેહત પુછાએલા બહમનની મારફતે) ભૂ. કૃ. નાન્ય. ૩/૧ ઈજ. ૪૭, ૩.

[illegible] (૧ ધા. [illegible] ઉપરથી) = સાંમે થવું; to combat; અથવા [illegible] = वर्ष् મારવું, નાશ કરવો; to smite, to destroy; [illegible]* ભવિ. કાળ ૩/૧ [illegible] [illegible] = (અવરતાનો કલામ) એશમ દેવને મારશે—નાશ કરશે (વં. ૧૧, ૧૨. ૧૩).

૨ [illegible] = वर्ष् = ટીપાવું (પાણી); છાંટવું; to fall in drops (as water); to sprinkle; જુઓ [illegible]

[illegible] (meaning unsettled); name of a Daeva? *otherwise*: struggle, strife; rt. [illegible] = वर्ष्= to smite; કદાચ દેવનું નામ હોય. વીસ્પ. ૭, ૧ ઉપરથી સુધારીને દારમેસ્તેતે એ બોલને [illegible] વાંચીને એનો અર્થ 'પાપ' કરેછે; દદ (હારલે); [illegible] (Geld. [illegible]) ૬/૧ ય. ૧૧, ૧૫.

[illegible] ([illegible] નું ગાથા રૂપ; જુઓ તે બોલ) શબ્દ. અ. નજદીક, આગળ; near, by; [illegible] ઈજ. ૩૩, ૭.

[illegible] ([illegible] ઉપરથી) ૧ ઉપસર્ગ:—ક) વધારે, ઘણું, ઊંચું; more, greater, higher; *vide* [illegible]

ખ) વેગળું, દૂર, પેલી તરફનું; far from, distant; being on the other side; જુઓ [illegible], [illegible]

૨ શબ્દ. અ. ક) આગમચ; before; [illegible] [illegible] (શિયાળાની આગમચ) વં. ૨, ૨૪;

* એના ખોલાસા બાબે જુઓ મારું અવસ્તા વ્યાકરણ, સફે ૨૩૪-૨૩૫.

[Avestan] [Avestan] [Avestan] (પેરની આગમચ અને પછવાડે) વં. ૧૩, ૪૫. ૪૬.

ખ) વાસ્તે, અવેજમાં, બદલામાં; for; in exchange of; [Avestan] [Avestan] [Avestan] (= ભલી—નેક દુઆના બદલામાં) વં. ૭, ૪૧; વં. ૯, ૩૭.

ગ) નજદીક, આગળ; near; before, in presence of; [Avestan] [Avestan] (તમારી નજદીક —હજુરમાં) ઇજ. ૬૮, ૨૧; [Avestan] વં. ૩, ૨૭; વં. ૧૩, ૨૮; વં. ૨૧, ૯.

ઘ) થી; લીધે; for; owing to; [Avestan] [Avestan] (ભયથી) ઇજ. ૫૭, ૧૮; ય. ૯, ૪; ય. ૧૧, ૧૩; [Avestan] [Avestan] [Avestan] (માણુસોની શરમને લીધે) વં. ૧૫, ૯. ૧૨; [Avestan] ઇજ. ૫૭, ૧૮; ય. ૧૦, ૭૫. ૮૮; ય. ૧૩, ૫૭; ય. ૧૭, ૨૫.

એ અવ્યય (ઇઆને [Avestan]) ૩જી,૫મી,૬ઠી તથા ૭ મી વિભક્તિવાળાં નામ તથા સર્વનામ સાથે આવેછે; તે ઉપર જણાવેલા ઇશારા (references) ના ફકરા જોયાથી જણાશે.

[Avestan] (જુઓ ૧ [Avestan] તથા [Avestan]) સમાસ વિ. ઉંચી—ચઢતી કીમતનું; of higher value; [Avestan] નાન્ય. ૧/૧ ઇજ.૬૫, ૧૪.

[Avestan] (જુઓ ૧ [Avestan] ખ તથા ૧ [Avestan] ગ) ક) સમાસ ના. નારી. આઅે હયાતીથી વેગળાપણું; મીનોઈ જીંદગી—હયાતી; freedom from this life; spiritual life; [Avestan] ૭/૧ ય. ૬, ૨૫.

ખ) આઅે જીંદગી છોડી દેવી; departing this life; [Avestan] ૭/૧ ય. ૨૧, ૫.

[Avestan] (જુઓ ૧ [Avestan] ખ તથા [Avestan]) સમાસ વિ. નજદીકનું નહી; દૂરનું; not near; remote, distant; [Avestan] [Avestan] નજદીકની નહી ઇઆને નહી આઅે) દુનિયાં = પેલી-મીનોઈ દુનિયાં; the world beyond; the other world; [Avestan] [Avestan] ૪/૧ વં. ૬, ૪૪; વં. ૧૩, ૮; ઇજ. ૫૫, ૨; આફ્રિ. ગાહામ. ૭.

[Avestan] (= [Avestan] + [Avestan]; જુઓ એ બોલિ) શબ્દ. અ. આગમચ; before; [Avestan] વં. ૧૮, ૧૯. ૨૧. ૨૨; ય. ૮, ૫૪.

[Avestan] અતિ. વિ. ઘણોજ આ-હેરામંદ; ઘણોજ સાહસિક (હારશે); most desirous or eager; (rt. [Avestan] = कम् = to love, to wish; [Avestan] + [Avestan] = [Avestan]); most enterprising (Har.); Prof. Jackson: [Avestan] [Avestan] (super. adj.) = fled from even at a distance; [Avestan] (=Sans. परस्‌ at a distance and [Avestan] fled; Pehl. tr. [Pahlavi] foremost in loving; [Avestan] નર. ૨/૧ ઇજ. ૫૭, ૧૩.

[Avestan] *vide* [Avestan]

[Avestan] સમાસ વિ. આરપાર વીંધવાનું હથિયાર રાખનાર; (the warrior) of the piercing instrument; [Avestan] through આરપાર, ધણુંજ; [Avestan] = [Avestan] = how! કેવું! ઇઆને બરાબર, સારૂ. ધા. [Avestan] = विध् = વિંધવું; to bore; [Avestan] [Avestan] નર. ૨/૧ ય. ૧૦, ૧૦૨; ય. ૧૭, ૧૨.

[Avestan] (= [Avestan]) વિ. ના. નર. એક જાતનો મરઘો; માણુસોને ઉંઘમાંથી બામદાદમાં ઉઠારનાર મરઘો; the name of the cock, which, by its crowing, scares away Bushyãsta, the Demon-of-Sloth. In other words, it is the cock which rouses men from idle sleep. Literally, the word signifies 'he who foresees (the coming dawn)'; from [Avestan], [Avestan] पर, परा before; rt. [Avestan] =दृश्=to see; [Avestan] ૧/૧ વં. ૧૮, ૧૫;ય. ૨૨, ૪૧; [Avestan] [Avestan] (૨/૧ ને બદલે) વં. ૧૮, ૨૩; [Avestan] [Avestan] કારાંત ૬/૧ વં. ૧૮,૨૯.

[Avestan] વિ. ના. નર. નામાંકિત પુરૂષનું નામ; name of an illustrious personage; [Avestan] ૬/૧ ય. ૧૩, ૧૨૫.

[Avestan] (જુઓ ૧ [Avestan]) સમાસ વિ. પિત્તળ અથવા તાંબા સાથની; પિત્તળ અથવા તાંબા સાથે મેળવેલી—ભેળેલી; mixed with brass or copper; [Avestan] [Avestan] = પિત્તળ અથવા તાંબા સાથે ભેળેલી કલાઇ; એક ચોકસ જાતની મિશ્રિત ધાતુ કે જે પિત્તળ તથા કલાઇની મેળવણીની બનેલી; tin mixed with brass or copper; [Avestan] [Avestan] [Avestan] ૫/૧ વં. ૮, ૬૯.

[Avestan] (= पराच्, परांच्) (= [Avestan] + [Avestan]; જુઓ ૧ [Avestan] ક તથા ૧ ધા. [Avestan]) ક્રિ. અ. પાછળથી, પાછળી તરફ; backward, behind. *Contra*, [Avestan]; [Avestan] ઇન્જિ. ૯, ૧૧.

[Avestan] વિ. ના. નર. નામાંકિત પુરૂષનું નામ; name of an illustrious personage; [Avestan] [Avestan] (Woster. [Avestan]) ૬|૧ ય. ૧૩, ૧૨૩.

[Avestan] વિ. ના. નર. નામાંકિત પુરૂષનું નામ; name of an illustrious personage; [Avestan] ૬|૧ ય. ૧૩, ૯૬; [Avestan] [Avestan] ૬|૨ ય. ૧૩, ૧૨૭. (જુઓ મોદી.)

[Avestan] (જુઓ ૨ ધા. [Avestan]) વિ. દવનું ટીપાવું (પાણી); dew-dripping ...[Avestan] [Avestan] નારી. ૧|૩ ય. ૮, ૪૧; .....[Avestan] [Avestan] નારી. ૨|૩ ઇન્જિ. ૬૮, ૬.

[Avestan] (જુઓ ૧ ધા. [Avestan] તથા [Avestan]) સમાસ વિ. લશ્કરની હારને મારનાર; smiting the rows of the army; [Avestan] નર. ૬|૧ ય. ૧૦, ૭૦. ૧૨૭; ય. ૧૪, ૧૫.

૧ [Avestan] (જુઓ ધા. [Avestan]) ભૂ. કૃ. પુછેલું; asked, inquired; [Avestan] નર. ૨|૧ વં. ૧૮, ૭. ૧૩. ૬૦. ૬૬. જુઓ [Avestan], ૧ [Avestan], [Avestan]

[Avestan] વિરો જુઓ ૧ ધા. [Avestan]

[Avestan] સા. ના. ના-ય. ટેકો; support; prop; [Avestan] ૧|૧ ય. ૧, ૧૯; ય. ૧૩, ૭૧.

૧ [Avestan] (= [Avestan] = पृष्ठ = [Avestan]) સા. ના. નારી. પીઠ, બરડો; the back, the spine or back-bone; rt. [Avestan] = पृ to bend (Prof. Chavée); [Avestan] ૩|૧ (૨|૧ ને બદલે) વં. ૮, ૫૧; વં. ૯, ૧૮. ૧૯; [Avestan] ૨|૧ ય. ૧૪, ૫૬.

૨ [Avestan] (જુઓ ધા. [Avestan]) સા ના. નારી. સવાલ જવાબ, તકરાર; discussion, debate; [Avestan] ૫|૧ ય. ૧૩, ૧૬.

[Avestan] (જુઓ ૧ [Avestan] તથા [Avestan]) સમાસ વિ. કલામ પુછેલો (અસલ.); દીનનો ઈલમ શિખેલો; one who has asked about the Holy Word (lit.); instructed in the religious lore; [Avestan] [Avestan] નર. ૧|૩ ય. ૫, ૯૧.

[Avestan] ધારવા મુજે એ બોલ [Avestan] ની ૧|૧ છે; [Avestan] પ્રત્યયને લીધે ધાતુ બેવડો થવો જોઇએ તે નહી થયો; ધાતુ [Avestan] =पा= બચાવવું, to protect; [Avestan] protecting; રક્ષણ કરતો ૧|૧ ય. ૧૦, ૪૬; [Avestan] [Avestan] [Avestan] [Avestan] guarding behind and guarding in front ય. ૧૦, ૪૬.

[Avestan] (જુઓ ૨ ધા. [Avestan]) સા. ના. નારી. કોહોવાટ; રીમની; putrefaction, pollution. Comp. Sans. पूति, पूतिक. [Avestan] (Geld. [Avestan]) ૩|૧ વં. ૫, ૨૭; વં. ૬, ૩૦. ૩૩. ૩૬. ૩૯; વં. ૭, ૧૦. ૧૧.

[Avestan] વિ. ના. પાહાડનું નામ; name of a mountain. Comp. the pass Parvân, one of the most difficult passes of the Hindoo Kush (Dar.); [Avestan] ૨|૩ ઇન્જિ. ૧૦, ૧૧. (જુઓ મોદી.)

[Avestan] = [Avestan] = पश् = [Avestan], [Avestan] = Lat. *Pac*-iscor = બાંધવું; to bind, to fasten; જુઓ [Avestan], [Avestan]

[Avestan] = अव-पश् = સાંકળે બાંધવું, બેરી ઘાલવી; to chain, to shackle; [Avestan] (Geld. [Avestan]) અ. ભૂ. સંરા. પરસ્મૈ. ૩|૧ વં. ૪, ૫૧.

[Avestan] (= [Avestan] = पशु = Lat. Pecus) (જુઓ ધા. [Avestan]) સા. ના. નર. બાંધી રાખેલું જાનવર (અસલ.); પશુ; a domestic or tame animal; an animal in general; cattle; [Avestan] ૨|૧ વં. ૧૩, ૩૧-૩૪; ય. ૫, ૮૯; ય. ૮, ૫૮; [Avestan] [Avestan] ૬|૧ વં. ૨, ૨૪; વં. ૯, ૩૮; ઇન્જિ. ૩૧, ૧૫; ઇન્જિ. ૫૦, ૧; આફ્રીં. ગાહામ. ૩; [Avestan] ૧|૨ ય. ૧૦, ૧૧૩; ય. ૧૫, ૧૬; ય. ૧૯, ૩૨; [Avestan] ૨|૨ વં.

* જુઓ માઈં અવસ્તા વ્યાકરણ, સફો ૨૬૧-૨૬૨ સી.

૧૦, ૧૮; ઇજ઼. ૯, ૪; [Avestan] ૩|૨ ય. ૧૦, ૧૧૯; [Avestan] ૪|૨ વં. ૬, ૩૨. ૩૫. ૩૮. ૪૧; [Avestan] [Avestan] ૬|૨ વીસ્પ. ૭, ૩; ય. ૧૩, ૧૦. ૪૩; [Avestan] ૧|૩ વં. ૨, ૮. ૯. ૧૧. ૧૨. ૧૩. ૧૫. ૧૬. ૧૭. ૧૯; વં. ૩, ૫. ૬. ૧૫; વં. ૫, ૪૬; વં. ૮, ૫; વં. ૯, ૩; ય. ૫, ૮૯; ય. ૮, ૫; [Avestan] ૨|૩ વં. ૯, ૩૯; [Avestan] ૨|૩ વં. ૧૪, ૧૬; [Avestan] ૨|૩ ઇજ઼. ૪૫, ૯; ઇજ઼. ૫૮, ૬; [Avestan] ૬|૩ વં. ૮, ૧૨—૧૫. ૨૨; વં. ૧૮, ૭૦; [Avestan] ૬|૩ વં. ૨, ૮. ૯. ૧૦. ૧૨. ૧૩. ૧૪. ૧૬. ૧૭. ૧૮. જુઓ નીચેના બોલો.

[Avestan] ([Avestan] ઉપરથી) સા. ના. નર. પશુ; a tame animal; cattle; [Avestan] ૬|૩ ય. ૧૩, ૭૪; [Avestan] ૬|૩ ઇજ઼. ૩૯, ૧.

[Avestan], [Avestan] (જુઓ [Avestan] તથા [Avestan]) સમાસ વિ. પશુ જેટલું મ્હોટું, પશુની કીમતનું; of the size or value of cattle; [Avestan] ૧|૧ વં. ૪, ૨. ૩. ૭; [Avestan] ૨|૧ વં. ૪, ૩; [Avestan] ૨|૧ વં. ૪, ૧૩.

[Avestan] (જુઓ [Avestan] તથા [Avestan]) સમાસ ના. નાન્ય. પશુનું વસ્ત્ર, પશુનાં બદન ઉપરનું ઢાંકણ; covering of the cattle; [Avestan] ૨|૧ ય. ૫, ૮૯. Wester. [Avestan] ઉપરથી પશુનું રક્ષણ કરનાર, ભરવાડ (દારમે.), પશુનો ઘાસચારો (હારલે તથા યુસ્તી); a protector of the cattle, a pastor (Dar.); pasture for the cattle (Har. & Jus.).

[Avestan] (જુઓ [Avestan] તથા [Avestan]) સમાસ ના. નાન્ય. પશુનો ખોરાક; food of cattle; [Avestan] ૨|૧ વં. ૧૯, ૪૧.

[Avestan] (= [Avestan]) (જુઓ [Avestan] તથા [Avestan]) સમાસ ના. નર. પશુની પાસબાની કરનારો (કુતરો); (a dog) protecting the cattle; [Avestan] [Avestan] a shepherd dog; (પશુની પાસબાની કરનારો—ભરવાડનો કુતરો) ૧|૧ વં. ૫, ૨૯; વં. ૧૩, ૪૯; [Avestan] [Avestan] (૪|૧ ને બદલે) વં. ૧૩, ૧૭; [Avestan] ...[Avestan] ૨|૧ વં. ૧૩, ૧૨. ૨૦. ૨૪; [Avestan]...[Avestan] (" કારાંત હોય તેમ) ૪|૧ વં. ૧૩, ૧૦; વં. ૧૫, ૩; [Avestan] ૨|૩ ય. ૧૧, ૭; -[Avestan] [Avestan] ૬|૩ વં. ૧૩, ૭. ૪૨.

[Avestan] (જુઓ [Avestan] તથા [Avestan]) સમાસ ના. નર. પશુને રાખવાની જગા; an enclosure for the cattle; a cattle-fold. Pehl. [Avestan];—[Avestan] ૨|૧ વં. ૧૫, ૩૩; [Avestan] ૭|૩ વં. ૧૫, ૩૨. ૪૭.

[Avestan] ([Avestan] ઉપરથી) સમાસ વિ. પશુને રાખવાની જગાને બાહાંડે રાખનાર; the keeper of the cattle-pen; [Avestan] નર. ૧|૧ વં. ૧૫, ૩૩.

[Avestan] (= પશ્ચાત્) ([Avestan] ઉપરથી) ૧. ક્રિ. અ. ક) પછવાડેથી; પછવાડે; behind; [Avestan] (પછવાડેથી) ઇજ઼. ૫૭, ૨૯; ય. ૧૭, ૧૨. [Avestan] (પછવાડે) ય. ૧૬, ૨.

ખ) ક્રિ. અ. ત્યારપછી; afterwards; [Avestan] ય. ૮, ૩૮; ય. ૧૩, ૩૯.

૨. શબ્દ. અ. પછી, પછવાડે; after, [Avestan] [Avestan] behind him (તેની પછી, તેની પછવાડે) વં. ૯, ૪૦; ય. ૧૯, ૪૭; [Avestan] [Avestan] behind me (મારી પુઠે) ય. ૧૪, ૫૮; [Avestan] ય. ૧૦, ૮૬.

[Avestan] (= [Avestan] = [Pahlavi]) ૧. ક્રિ. અ. પછી; afterwards; અસલ રૂપ [Avestan] છે. [Avestan] + [Avestan] (દૂર જવું) ઉપરથી નીકળેલો દીસેછે; અથવા [Avestan] નો [Avestan] થઈને [Avestan] લાગ્યાથી [Avestan] થયો [Avestan] [Avestan] (ત્યારપછી) વં. ૯, ૧૧; [Avestan] ય. ૯, ૩૦.

૨. શબ્દ. અ. ક) પછવાડે; behind [Avestan] [Avestan] (તેની પછવાડે—પીઠ પાછળ) વં. ૮, ૫૮; વં. ૯, ૨૧; [Avestan] [Avestan] [Avestan] (તેનાં માથાંની પછવાડે) વં. ૮, ૪૨; વં. ૯, ૧૬; [Avestan] [Avestan] (ઘેરની પછવાડે) વં. ૧૩, ૪૫. ૪૬.

ખ) પછી; after; [Avestan] વં. ૨, ૨૪; વં. ૫, ૫૪. ૫૫. ૫૬. ૫૭. ૫૮; વં. ૬, ૩૨. ૩૫. ૩૮. ૪૧. ૪૩; વં. ૭, ૪૮. ૭૭; વં. ૮, ૪૦. ૮૧—૯૬; વં. ૯, ૧૫. ૩૩. ૩૪. ૩૫. ૪૩; વં. ૧૦, ૫. ૯. ૧૩; વં. ૧૪, ૧૫; વં. ૧૬, ૫૪. ૫૫. ૫૮. ૫૯; વં. ૧૮, ૪૯; વં. ૧૯, ૨૪. ૨૮.

ગ) થી; શરૂઆતથી; from; implying 'commencing from'; [Avestan] (ઉનાળાનાં આવવાથી, ઉનાળાની શરૂઆતથી) વં. ૯, ૬. ૭૯; [Avestan] (જમેસ્તાનનાં બરફનાં આવવાથી, ઈઆને જમેસ્તાનનો બરફ પડે તેની શરૂઆતથી) વં. ૯, ૬. ૭. ૯; [Avestan] = દુઆ (બર આવ્યા) પછી (ય. ૨૩, ૮). એ અવ્યય (ઇઆને [Avestan]) ૨ જી, ૩ જી, ૫ મી તથા ૬ ઠી વિભક્તિવાળાં નામ તથા સર્વનામ સાથે આવેછે, તે ઉપર જણાવેલા ઇશારાથી જણાશે. જુઓ [Avestan], [Avestan]

[Avestan] ([Avestan] ઉપરથી) ૧ ક્રિ. અ. ત્યાર પછી; afterwards; [Avestan] વં. ૨, ૬ (Wester.); વં. ૩, ૧૪. ૧૮. ૧૯. ૪૦; વં. ૪, ૪૩; વં. ૫, ૮. ૨૬. ૩૫. ૪૨. ૪૯; વં. ૬, ૨. ૩; વં. ૭, ૨. ૨૪. ૨૭. ૩૮. ૪૦; વં. ૮, ૨૨; વં. ૯, ૧૨. ૧૪. ૨૯. ૩૧. ૩૨. ૪૧. ૫૭; વં. ૧૧, ૨; વં. ૧૨, ૨. ૪. ૬. ૮. ૧૦. ૧૨. ૧૪. ૧૬. ૧૮. ૨૦; વં. ૧૩, ૫૬; વં. ૧૫, ૪૫; વં. ૧૭, ૧૦; વં. ૧૮, ૫૫. ૫૯; [Avestan] · [Avestan] (ત્યારપછી) વં. ૩, ૩; વં. ૫, ૫૨; [Avestan]···[Avestan] વં. ૧૭, ૪.

૨ શબ્દ. અ. પછી; after; [Avestan] [Avestan] [Avestan] (મરી ગયા પછી તુરતજ) વં. ૭, ૨; [Avestan] [Avestan] [Avestan] (કેટલા વખત પછી) વં. ૭, ૪; [Avestan] વં. ૨, ૨૦; વં. ૭, ૫.

[Avestan] (જુઓ [Avestan] તથા ૧ ધા. [Avestan]) સમાસ બૂ. કૃ. મરી ગયા પછી; after death; *Contra.* [Avestan];—[Avestan] (Geld. [Avestan] [Avestan]) નર. ૧|૧ વં. ૮, ૩૧. ૩૨.

[Avestan] વિ. પછવાડેથી ફુંકતો—પીઠનો ફુંકતો પવન; blowing behind; [Avestan]···[Avestan] [Avestan] the wind that blows behind નર. ૨|૧ સીરો. ૨, ૨૨; [Avestan] . . . [Avestan] નર. ૬|૧ સીરો. ૧, ૨૨.

[Avestan] (= [Avestan]) શબ્દ. અ. પછવાડે; behind. એ બોલ સરોવર તથા નદીના સંબંધમાં ૨ જી તથા ૬ ઠી વિભક્તિવાળાં નામ સાથે યશ્તોમાં આવેછે; [Avestan] ય. ૫, ૩૭. ૪૯. ૧૦૮. ૧૧૨.

[Avestan] (= [Avestan] + [Avestan]; જુઓ એ બોલો) સમાસ ના. નર. પશુ અને માણસ (દ્વંદ્વ સમાસ); animals and men. Comp. [Avestan] [Avestan] (Y. 9, 4); [Avestan] ૧|૨ ય. ૧૩, ૧૨.

૧ [Avestan] = पा = ૬) બંચાવવું, રક્ષણ કરવું;* to protect, to defend; to shelter; cl. 2; [Avestan] વર્ત. પરસ્મૈ. ૩|૧ વં. ૧૧, ૩; ય. ૩, ૩; ય. ૧૪, ૧૨; [Avestan] (હમુને બંચાવો) આજ્ઞા. પરસ્મૈ. ૨|૩ વં. ૮, ૨૧; [Avestan] (હું બંચાવીશ) ભવિ. આત્મને. ૧|૧ ય. ૮, ૧; [Avestan] વર્ત. કૃ. પરસ્મૈ. ૧|૩ ય. ૧૦, ૪૫. જુઓ [Avestan], [Avestan]

ખ) અડચણ કરવી, ખલલ કરવી; પાછું હટાવવું; to hinder, to hold back or afar; [Avestan] અ. ભૂ. (અથવા અનિ.) પરસ્મૈ. ૩|૧ ઇજ. ૩૨, ૧૩; ઇજ. ૪૬, ૪; [Avestan] શક્યા. પરસ્મૈ. ૩|૧ ઇજ. ૪૬, ૮.

[Avestan] = બંચાવવું, રક્ષણ કરવું; to protect, to preserve, to guard; [Avestan], વર્ત. પરસ્મૈ. ૪ થો વર્ગ† ૧|૧ ય. ૫, ૮૯; [Avestan] ૨|૧ ય. ૧૦, ૭૮; [Avestan] ૩|૧ ઇજ. ૫૭, ૧૬; ય. ૧૦, ૧૦૩; [Avestan] આજ્ઞા. પરસ્મૈ. ૩|૧ ઇજ. ૫૮, ૧; [Avestan] શક્યા. પરસ્મૈ. ૨|૧ ઇજ. ૫૭, ૨૫; ય. ૧૦, ૯૩; [Avestan] ભવિ. આત્મને. ૧|૧ ઇજ. ૨૮, ૧૧; [Avestan] પ્રયો. શક્યા. પરસ્મૈ. ૨|૧ ય. ૧, ૨૪.

[Avestan] = બંચાવવું; to protect; to shelter; [Avestan] વર્ત. ૩|૧ ય. ૧૦, ૧૯.

૨ [Avestan], [Avestan] = पा = પોષણ કરવું; to nourish; to feed; જુઓ [Avestan], [Avestan], [Avestan], [Avestan], [Avestan], [Avestan]

[Avestan] (જુઓ ધા. [Avestan]) સમાસ

* વેદિક पा ધાતુના બે ઉલટા અર્થ આપેલાછે:—૧. બંચાવવું. ૨. હટાવવું. ૧. ખરાબથી અટકાવવું; ઇઆને રક્ષણ કરવું; ૨. સારાંથી અટકાવવું, ઇઆને ખલલ કરવી.

† કોઈ કોઈ વખતે એકજ ધાતુ બે જુદા વર્ગના રૂપમાં આવી શકેછે; એના ખોલાસા બાબે જુઓ મારૂં અવસ્તા વ્યાકરણ, સેક્શન ૨૩૧-૨૩૨ મી.

ના. નર. પાછું કેહેવું; જબાબ, ઉત્તર; an answer; a reply; [illegible] ૭/૧ ય. ૧૪, ૨૮. ૩૦. ૩૨.

[illegible] વિશે જુઓ [illegible]

[illegible] ([illegible] = જુઓ [illegible] તથા ૧ ધા. [illegible] ધ) સમાસ વિ. આસપાસ જતું—પસારો કરતું (ડુક્કર); (a boar) rushing all around; [illegible] ... [illegible] નર. ૬/૧ ય. ૧૦, ૧૨૭; ય. ૧૪, ૧૫.

[illegible] વિશે જુઓ ધા. [illegible]

[illegible] વિ. ના. નર. નામાંકિત પુરૂષનું નામ; name of an illustrious personage; [illegible] ૬/૧ ય. ૧૩, ૧૧૭.

[illegible] (= पात) (જુઓ ૧ ધા. [illegible]) ભૂ. કૃ. વિ. બંચાવેલું, રક્ષણ કીધેલું; protected, guarded; જુઓ [illegible], [illegible], [illegible]

[illegible] [illegible] [illegible] [illegible] (Yt. 24, 43) praise Him who makes the moon and the sun ascend and descend (Dar.).

[illegible] (= पातृ, पातृ) (જુઓ ૧ ધા. [illegible]) સા. ના. નર. બંચાવનાર; રક્ષણ કરનાર; a protector; [illegible] ૧/૧ ય. ૨, ૧૩; ય. ૧૦, ૮૦; [illegible] ૨/૨ ય. ૧૪, ૪૫.

[illegible] ([illegible] = જુઓ [illegible] તથા [illegible]) સમાસ વિ. મીનોઈ-બેહેશ્તનો રસ્તો દેખાડનાર; leading to the spiritual (heavenly) path; [illegible] અતિ. વિ. નર. ૧/૧ ઈજ઼ે. ૯, ૧૬.

[illegible] (= पात्र) (જુઓ ૧ ધા. [illegible]) સા. ના. નાન્ય. બંચાવ, રક્ષણ; protection; shelter; [illegible] ૪/૧ ઈજ઼ે. ૫૫, ૩; ય. ૫, ૬. જુઓ નીચે.

[illegible] ([illegible] ઉપરથી) વિ. જેથી બંચાવ-રક્ષણ થાએ એવું; બંચાવ કરતું; giving protection; [illegible] નારી. ૧/૩ ઈજ઼ે. ૫૫, ૨.

[illegible] (= पाद, पद) સા. ના. જગા, જમીન, મુલક; land; a country; [illegible] [illegible] (Geld. [illegible]) from the Aryan countries ૫/૩ ય. ૪, ૫.

[illegible], [illegible] (= [illegible] = पाद, पु, पाय = Lat. Ped-s (orig.) = Pēs = Fr. Pied = Ger. Fuss) (જુઓ ધા. [illegible] ગ) સા. ના. નર. પગ(સારી પેદાએશનાં માણસનો); a foot (of good being). Contrast [illegible] and [illegible] the leg of an evil person; [illegible] ૨/૧ ય. ૧૭, ૫૫; [illegible] ૨/૧ વં. ૨. ૨૪; [illegible] ૩/૧ વં. ૬, ૨૬; વં ૮, ૭૩; [illegible] ૨/૨ ય. ૧૦, ૪૮; ય. ૧૪, ૬૩; ય. ૧૭, ૬; [illegible] (૨/૨ ને બદલે) વીસ્પ. ૧૫, ૧; [illegible] ૩/૨ વં. ૬, ૪૬; [illegible] ૪/૨ ય. ૧૬, ૭; [illegible] ૫/૨ ઈજ઼ે. ૯, ૨૮; [illegible] ૫/૨ વં. ૫, ૧૧; [illegible] ૬/૨ ય. ૧૦, ૨૩; જુઓ [illegible], [illegible], [illegible]

[illegible] (જુઓ ધા. [illegible]) સા. ના. નાન્ય. લડાઈ; battle; war; the root [illegible] is reduplicated. Comp. Sans. पृतना. જુઓ [illegible]

[illegible] સમાસ વિ. પાપો†(નામના નુસ્ક) ના કલામ ભણનાર; બંચાવનારા સખુન બોલનાર (સ્પી., યુસ્તી અને દારમે.); (Haoma) reciting the holy text from the Pâpa (Pehl. Pâchem) Naska; (Haoma) of the guarding words (Sp., Jus. & Dar.); (Haoma) of the warning words (M.); [illegible] = [illegible] = નુસ્કનું નામ; પાચે (પાચેમ) નામનો નુસ્ક; [illegible] નર. ૧/૧ ઈજ઼ે. ૫૭, ૨૦.

[illegible] (= पामन्) સા. ના. નાન્ય. ચામડી ઉપર થતી કીડ—ખુજલી, ચામડીનું દરદ; કોહેાડ (હારલે તથા દારમે.); scab; skin-disease; leprosy (Har. & Dar.); [illegible] ૧/૧ ય. ૮, ૫૬; ય. ૧૪, ૪૮.

[illegible] (જુઓ ૧ ધા. [illegible] તથા ધા. [illegible]) સમાસ વિ. બંચાવને માટે જોરેમંદ; પાછું જોડનાર—સાંધનાર (દારમે.); powerful for pro-

† એ બોલ પાપે (પાપક) વંચાઈ શકાએ. પણ પાચે (પાચેમ) ના નામથી સાધારણ રીતે જણાએ છે.

tection; he that re-unites (Dar.) [Avestan] (Geld. [Avestan]) નર. ૧।૧ ય. ૧૫, ૪૭.

[Avestan] (= पायु) (જુઓ ૧ ધા. [Avestan] ક) સા. ના. નર. બંચાવ કરનાર, રક્ષણ કરનાર; a protector; [Avestan] ૧।૧ ય. ૧, ૧૨; [Avestan] ૨।૧ વં. ૮, ૨૦; ઇજ. ૪૬, ૭; [Avestan] [Avestan] (બંધે રક્ષણ કરનાર તથા બનાવનાર) ૨।૨ ઇજ. ૫૭, ૨; [Avestan] [Avestan] (Geld. [Avestan]) ૨।૨ ઇજ. ૪૨, ૨.

૧ [Avestan] (જુઓ ૨ ધા. [Avestan]) સા. ના. ક) કરજ; debt; [Avestan] [Avestan] (મુશ્કેલીથી ફીટી શકે-અદા થઈ શકે એવું કરજ) ૨।૧ વં. ૩, ૪૧.

ખ) ગુનાહ; sin, crime; [Avestan] [Avestan] (મ્હોટા ગુનાહ) ૨।૧ વં. ૪, ૫૩.

૨ [Avestan] (= [Avestan] = पार = ફારસી) (જુઓ ૨ ધા. [Avestan]) સા. ના. તરફ, બાજુ, પાર, છેડો; side, direction; end; જુઓ [Avestan] તથા [Avestan]

[Avestan] થી શરૂ થતા બોલો વિશે જુઓ ૨ ધા. [Avestan]

[Avestan] (૨ [Avestan] ઉપરથી) ક્રિ. અ. બાજુ તરફ, બાજુએ; એક બાજુએ, જુદું; બાહારની બાજુએ; aside; outside. Contrast [Avestan] inside; [Avestan] વં. ૯, ૧૧. ૨૯. ૩૩. ૩૪. ૩૫; [Avestan] (બાહારની બાજુએ) ૨।૧ (ક્રિ. અ.) ય. ૧૯, ૧.

[Avestan], [Avestan] (= [Avestan], [Avestan]) ક) વિ. ના. નારી. ખજાનાના ઉપરનો મવક્કલ ફરેશ્તો, તથા અશીશવંઘનો સાથી; a female angel; she is the companion of Ashi Vanghuhi, who presides over riches; she is also the guardian of hidden treasures. As a star, it resembles the Persian پرن the Pleiades. Comp. Ved. पुरन्धि. [Avestan] ૧।૧ ય. ૮, ૩૮; ય. ૧૦, ૬૬; ય. ૨૪, ૮; [Avestan] ૨।૧ ઇજ. ૧૩, ૧; ઇજ. ૩૮, ૨; [Avestan] ૨।૧ વીસ્પ. ૭, ૨; [Avestan] ૨।૧ સીરો. ૨, ૨૫; [Avestan] ૬।૧ સીરો. ૧, ૨૫.

ખ) ખજાનો; riches, treasures; [Avestan] ૨।૩ આફ્રી. ગાહામ. ૪.

[Avestan] (= [Avestan] = पार्ष्णि = Lat. Pernix = Ger. Ferse = ફારસી) સા. ના. નર. પગની એડી; the heel; the sole of the foot; [Avestan] [Avestan] (Geld. [Avestan]) ૩।૨ વં. ૨, ૩૧. ૩૨; [Avestan] ૩।૨ વં. ૮, ૭૦. ૭૧; વં. ૯, ૨૫. ૨૬.

[Avestan], [Avestan] = पीव् = ફરબે કરવું; પોષણ કરવું; to fatten; to nourish; cl. 5, જુઓ [Avestan], [Avestan], [Avestan], [Avestan], [Avestan]

[Avestan] = ક) આબાદ કરવું, પોષણ કરવું; to fertilize; to nourish; cl. 5; [Avestan] વર્તે. પરસ્મૈ ૫ મો. વર્ગ ૩।૧ વં. ૩, ૩૧.

ખ) વધવું, ફેલાવું; to grow; to swell; to spread; [Avestan] (Geld. [Avestan]) ય. ૧૯, ૫૧.

[Avestan] = पिश् = ફારસી, ફારસી = વળ દેવો, ગાંઠ વાળવો; to twist; to tie in a knot; જુઓ [Avestan], [Avestan]

[Avestan] (= [Avestan]) (જુઓ ધા. [Avestan]) સા. ના. નર. ગાંઠ; a knot; જુઓ [Avestan]

[Avestan] (ધા. [Avestan] ઉપરથી) = વળ દેવો; to twist. જુઓ નીચે.

[Avestan] = વળ દેવો; મરડીને પેચ આપવો; to twist; to twist by bending; [Avestan] ભૂ. કૃ. વિ. નર. ૨।૧ ય. ૧૪, ૨૭.

[Avestan] વિ. ના. નર. ખરાબી કરનાર રાક્ષસ ઈબ્બા દેવનું નામ, જેને કેરશાસ્પ પેહેલવાને મારી નાખ્યો હતો; name of an evil-working giant or Daeva killed by Kereshâspa. [Avestan] ૨।૧ ય. ૧૯, ૪૧. (જુઓ ભાદી.)

[Avestan] વિશે જુઓ [Avestan]

[Avestan], [Avestan] (= [Avestan] = पितु) (જુઓ ધા. [Avestan]) સા. ના. નાન્ય. ક) ખોરાક, ખાણું; પોષણ; food, nourishment; [Avestan] ૨।૧ ઇજ. ૯, ૧૧; ય. ૧૯, ૪૦; [Avestan] ([Avestan] ને બદલે) ૪।૧ ય. ૧૦, ૮૪; [Avestan] ૭।૧ ઇજ. ૬૨, ૨. જુઓ

[illegible], [illegible], [illegible] [illegible]

ખ) વચમાંનો ભાગ, ગર, મધ્ય; marrow, pith, the middle part; જુઓ [illegible]

[illegible] સા. ના. પડી ભાગવું, પાયમાલી (દારમે.); મોત, નાશ (પેહેલવી, જુસ્તી તથા હારલે); fall, downfall (Dar.); death, ruin (Pehl., Jus. & Har.); [illegible] ઇનિ. ૫૩, ૯.

[illegible] વિશે જુઓ [illegible]

[illegible] (જુઓ ૨ ધા. [illegible], [illegible]) અસલ રૂપ [illegible] = [illegible] ([illegible] નીકળી ગયાથી) ફ. વિ. નારી. જે બાઈડીને થાનમાં દુધ ચએલું તે; having milk in the breasts (of a woman); [illegible] ૨।૧ વં. ૧૫, ૮.

[illegible] (જુઓ ધા. [illegible], [illegible]) સા. ના. નાન્ય. ચરબી. (અસલ.); ગૂડ, ગૂર; શક્તિ, કૌવત; fat (orig.); marrow; strength. Comp. Sans. पीवन् ;— [illegible] ૨।૧ વં. ૧૮, ૫૫. ૫૯.

[illegible] વિશે જુઓ [illegible]

૧ [illegible] = पिश् = બનાવવું, આકાર કરવો, સંગારવું; to model, to shape; to decorate; જુઓ [illegible], ૧ [illegible], [illegible], [illegible]

૨ [illegible] = पिष् = ભોકવું; to prick; જુઓ [illegible]

[illegible], [illegible] (پشین) વિ. ના. નર. (કએ) પશીન; નામાંકિત પુરૂષનું નામ; brother of Kai Kâus; the Kai Pisin of the Bundehesh, and the Kai Pashin (کی پشین) of the Shâh-Nâmeh; [illegible] [illegible] કારાંત ૨।૧ ય. ૧૯, ૭૧; [illegible] ૬।૧ ય. ૧૩, ૧૩૨. (જુઓ મોદી).

[illegible] (જુઓ ૧ ધા. [illegible]) સા. ના. નર. જુદાં જુદાં ધાતુઓને ઘડવાનું કારખાનું—શિલ્પશાળા; a manufactory; a workshop; [illegible] ૫।૧ વં. ૮, ૮૭. ૮૮. ૮૯. ૯૦.

૧ [illegible] (= [illegible]) (જુઓ ધા. [illegible] ક) સા. ના. નર. જખમ, ઘા; a wound, a cut; hurt; [illegible] ૧।૧ વં. ૫, ૫૯; [illegible] ૨।૧ વં. ૧૩, ૧૦. ૧૧.

૨ [illegible] (જુઓ ધા. [illegible] ખ) સા. ના. નર. છરેલો—ઝુડેલો—ખાંડેલો અનાજ; beaten or thrashed corn. Comp. Lat. pistor, a grinder. [illegible] ૧।૧ વં. ૩, ૩૨.

૩ [illegible] (જુઓ ધા. [illegible] ક) સા. ના. નર. ધંધો, વર્ગ; profession; class. Comp. Per. پیشه; જુઓ [illegible]

[illegible] = पिष् = Lat. Pinsere, Pīsere = ક)
મારવું, ઠોકવું, દુઃખ દેવું, જખમ કરવો; to smite; to torment; to wound; [illegible] (જખમ કરતો) વર્ત. ફ. નર. ૧।૧ ય. ૧૪, ૧૯. જુઓ ૧ [illegible]

ખ) (અનાજને) છરવો—ખાંડવો; (અનાજને) દળવો—પિસવો; to thrash; to beat (as corn); to grind. Comp. Sans. पिष्ट = flour, meal; જુઓ ૨ [illegible], [illegible]

[illegible] વિ. ના. નાન્ય. કાબુલની દક્ષિણે આવેલી પિષિન નામની ખીન; the Pishin valley in Cabul near which Kereshâspa is supposed to have fallen into a lethargy; [illegible] ૬।૧ ય. ૫, ૩૭. (જુઓ મોદી.)

[illegible] વિ. ના. નર. નામાંકિત પુરૂષનું નામ; ગુસ્તાસ્પ પાદશાહનો છોકરો; name of an illustrious personage; the son of King Gushtâsp mentioned by Malcolm; [illegible] (Wester. [illegible]) ૬।૧ ય. ૧૩, ૧૦૩. (જુઓ મોદી.)

[illegible] સા. ના. નાન્ય. કળા, તાલમેલ, દગલબાજી; skill, cunning, duplicity; જુઓ [illegible]

[illegible] (= [illegible]) (જુઓ ધા. [illegible] ખ તથા ૧ ધા. [illegible]) સમાસ વિ. દરેલો (ખોરાક) ખાનાર (અસલ.); રાંધેલો ખોરાક ખાનાર; eating cooked food; જુઓ [illegible]

[illegible] વિશે જુઓ [illegible]

[illegible] (જુઓ ૧ ધા. [illegible]) સા. ના. સંગાર, આરાસ્તગી; ornament; decoration; જુઓ [illegible]

૧ [Avestan], [Avestan] = पु, पू = Lat. *Pu*-nire = Fr. *Pu*-nir = પવિત્ર—પાક કરવું; to purify; જુઓ [Avestan]

૨ [Avestan], [Avestan] = पू, पूय् = Lat. *Pu*-trere, *Pu*-trescere = Fr. *Pu*-trefier = To *Pu*-trefy = વાસ મારવું, ધન નીકળવી; to stink; cl. 4; [Avestan] વર્ત. પરસ્મૈ. ૪ થા વર્ગ ૩|૧ વં. ૬, ૨૮. જુઓ [Avestan], [Avestan], [Avestan]

[Avestan] ([Avestan] ઉપરથી) ક્રમ સંખ્યા. વિ. પાંચમું, ૫ મું; fifth, 5th; [Avestan] નર. ૧|૧ વં. ૪, ૨; વં. ૧૪, ૯; ઇન્જિ. ૧૫, ૧૮; [Avestan] (૧|૧ ને બદલે) ય. ૧, ૭; [Avestan] ૨|૧ (ક્રિ. અ.) વં. ૩, ૬. ૧૧. ૩૪; [Avestan] નર. ૨|૧ વં. ૫, ૩૦; વં. ૯, ૭; વં. ૧૩, ૩૪; ઇન્જિ. ૯, ૨૦; [Avestan] નાન્ય. ૨|૧ (ક્રિ. અ.) વં. ૧, ૭; વં. ૪, ૧૯. ૨૩. ૨૭. ૩૨; વં. ૮, ૭૭; વં. ૧૫, ૮; [Avestan] ૨|૧ વં. ૪, ૧૭; [Avestan] ૬|૧ આફ્રૂં. ગાહામ. ૧૧.

[Avestan] (= [Avestan], [Avestan], [Avestan] = पुत्र = [Persian]) (જુઓ ૧ ધા. [Avestan]) ક) સા. ના. નર. છોકરો, દીકરો, પુત્ર; a son; [Avestan] ૧|૧ વં. ૧૨, ૧. ૧૭. ૧૯; વં. ૧૯, ૬; ઇન્જિ. ૯, ૪; ય. ૫, ૭૨; ય. ૧૪, ૫૯; [Avestan] ૧|૧ ઇન્જિ. ૯, ૫; [Avestan] ય. ૯, ૩૦; [Avestan] ૨|૧ વં. ૩, ૨૫; વં. ૮, ૧૪. ૧૫. ૨૨; વં. ૧૨, ૩; વં. ૧૫, ૪૮; વં. ૧૮, ૩૮. ૪૪. ૫૦; ઇન્જિ. ૧૦, ૮; ઇન્જિ. ૪૪, ૭; ય. ૫, ૧૮; ય. ૧૦, ૧૧૭; ય. ૧૭, ૫૮; [Avestan] વં. ૧૨, ૭; [Avestan] ૪|૧ ય. ૪, ૯; ય. ૧૪, ૪૬; [Avestan] ૬|૧ વં. ૫, ૨; વં. ૧૬, ૧૭; વં. ૨૧, ૭. ૧૧. ૧૫; [Avestan] ૮|૧ ઇન્જિ. ૩, ૨; ઇન્જિ. ૬૫, ૧૨; વીસ્પ. ૧૧, ૫; ય. ૨૪, ૫૪; આતશ નીઆ. ૫. ૬; [Avestan] વં. ૧૫, ૪૫; [Avestan] ૧|૨ ઇન્જિ. ૯, ૧૦; ય. ૫, ૭૨; [Avestan] ૧|૩ વં. ૧૯, ૪૨; ય. ૫, ૮૫; ય. ૧૪, ૫૯; [Avestan] ૧|૩ ય. ૨૩, ૧. ૫; ય. ૨૪, ૧. જુઓ એની પછીના બોલો.

ખ) સા. ના. હમેલ, ગર્ભ; pregnancy, child in the womb; unformed offspring; [Avestan] ૨|૧ વં. ૧૫, ૧૩; [Avestan] નારી. ૨|૧ વં. ૧૫, ૯. ૧૧. ૧૩. ૧૫. ૧૮; [Avestan] (૨|૧ ને બદલે) વં. ૧૫, ૧૪; [Avestan] ૨|૩ ઇન્જિ. ૨૩, ૧; ય. ૧૩, ૧૧. ૧૫. ૨૨.

ગ) વિ. હમેલવાળી, મહિનાવાળી; big with young; pregnant; [Avestan] વં. ૧૫, ૫૦.

ઘ) સા. ના. (કુતરીનું) બચ્ચું; a puppy; the young of the canine species, a whelp; [Avestan] he shall bring up twice seven whelps. Vend. 14, 16.

[Avestan] ([Avestan] ઉપરથી) વિ. છોકરાંવાળો; he who has children; Pehl. [Pahlavi]; [Avestan] ૪|૧ વં. ૪, ૪૭.

[Avestan] ([Avestan] = पुत्रवन्त्) ([Avestan] ઉપરથી) વિ. છોકરાંવાળું; having a son or sons, or children; [Avestan] . . . [Avestan] a house with children. ૨|૧ વં. ૩, ૨.

[Avestan] (જુઓ [Avestan] તથા [Avestan]) સમાસ ના. નારી. છોકરાંની ઇચ્છા, ઇચ્છાને છોકરાં જનવાની ખાહેશ; desire to beget children; [Avestan] ૨|૧ વં. ૩, ૩૩.

[Avestan] (= पुत्रदा) (જુઓ [Avestan] તથા ૧ ધા. [Avestan]) સમાસ વિ. છોકરાં આપનાર; son-giving; [Avestan] ૧|૧ ય. ૧૦, ૬૫.

[Avestan] વિ. ના. નર. કુટુંબ—ખાનદાનનું નામ, જેનાં એક નામાંકિત પુરૂષ [Avestan] નાં ફ્રોહરને આરાધ્યું છે; name of a family; the Fravashi of a member of this family, named Akayadha is invoked; [Avestan] (Wester. [Avestan]) ૬|૩ ય. ૧૩, ૧૨૭.

[Avestan] (જુઓ ૨ ધા. [Avestan]) વર્ત. કૃ. વિ. કોહી જતો; વાસ મારતો; putrefying, stinking; જુઓ [Avestan]

[Avestan] (= [Pahlavi]) ([Avestan] ઉપરથી) વિ. તાજવાળો, તાજ રાખનાર; wearing a crown on the head; [Avestan] નારી. ૧|૧ વં. ૧૯, ૩૦.

[Avestan] (= पुष्प) સા. ના. નારી. માથાનું તાજ; a crown, diadem; [Avestan] ૨|૧ ય. ૫, ૧૨૮. જુઓ [Avestan], [Avestan]

pūiti (= पूति, पूतिका) (જુઓ ૨ ધા. ૧૭, ૧૭) સા. ના. નારી. કોહોવાટ; rottenness; putrefaction. Comp. [Avestan]; [Avestan] ૬|૧ વં. ૨૦, ૩. ૬.

pūitika (= [Avestan]) વિ. ના. નાન્ય. દરિયાનું નામ; According to the Vendidad, it is the sea which purifies the waters before they run back to the Sea Vouru-Kasha. It is identified with the Sea of Aral; [Avestan] to the Sea Pûitika પૂઈતિક (નામના) દરિયા તરફ ૨|૧ વં. ૫, ૧૬. ૧૮; [Avestan] from the Sea Pûitika પૂઈતિક દરિયામાંથી ૫|૧ વં. ૫, ૧૯.

[Avestan] વિ. ના. નર. નામાંકિત પુરૂષનું નામ, જેનાં ફ્રોહરને આરાધ્યું છે. એ શખ્સ પેગમબર અશો જરતોશતના પેહેલ્લા શાગેરદોમાંનો એક ધારવામાં આવેછે; name of an illustrious personage; possibly, one of the earliest disciples of Zoroaster; [Avestan] (Wester. [Avestan]) ૬|૧ ય. ૧૩, ૯૭. (જુઓ માદી.)

pərətu (= [Avestan] = [Avestan] = Lat. Pons = Fr. Pont = Gr. Brucke = Bridge) (જુઓ ૨ ધા. [Avestan]) સા. ના. નારી. પુલ; a bridge; for particulars, *vide* [Avestan]; [Avestan] (ચિન્વત પુલ) ૭|૧ ઈજ. ૪૬, ૧૧; [Avestan] over the (Chinvat) Bridge (ચિન્વત પુલની પેલીપાર ૨|૧ ઈજ. ૧૯, ૬; [Avestan] on the Chinvat Bridge (ચિન્વત પુલ ઉપર) ૭|૧ ઈજ. ૫૧, ૧૩; [Avestan] ૭|૧ ઈજ. ૫૧, ૧૨; [Avestan] (માર્ગો) ૨|૩ ઈજ. ૫૦, ૭; [Avestan] (પાણી ઉપરના પુલો) ૨|૩ ઈજ. ૪૨, ૧; [Avestan] ૨|૩ ય. ૧૧, ૪; [Avestan] passages, avenues (જવાના માર્ગો, તાલુકા) ૨|૩ વં. ૨, ૩૦. ૩૮. જુઓ [Avestan], [Avestan]; [Avestan] નું બીજું રૂપ [Avestan] આવેછે ([Avestan] = *[Avestan]; જેમકે [Avestan] = [Avestan]; [Avestan] = [Avestan])

* એના ખોલાસા બાબે જુઓ મારૂં અવસ્તા વ્યાકરણ, સફે ૩૭-૩૮ મો.

[Avestan] (જુઓ ૨ ધા. [Avestan] તથા [Avestan]) સમાસ વિ. ક) ગુનાહની હદથી પાર થએલાં તનવાળું (અસલ.); ગુનાહભરેલું; transgressed (lit.); sinful; [Avestan] (ગુનાહ ભરેલાં કામોનુ) નાન્ય. ૬|૩ વં. ૭, ૫૩ (પેહેલવી શરેહમાં).

ખ) (જુવાનીની હદથી) પાર જીવેલાં તનવાળું (અસલ.); નબળાં—દુબળાં થએલાં તનવાળું; of a lean or decrepit body (as an animal); જુઓ [Avestan]

૧ **pərəθwi** (જુઓ ૨ ધા. [Avestan]) વિ. પાર થઈ શકે તેવું (અસલ); પ્રાયશ્ચિત્ત થઈ શકે તેવો (ગુનાહ); that can be crossed or passed over (lit.); expiable (as sin); જુઓ [Avestan], [Avestan], [Avestan]

૨ **pərəθwi** (જુઓ ૧ ધા. [Avestan]) સા. ના. નર. જઘડો, મારામારી; conflict, strife; [Avestan] (મને લાગતા વળગતા જઘડા) ૧|૩ ઈજ. ૪૮, ૨.

pərəθu (= पृथु = [Avestan]) (જુઓ ધા. [Avestan])

ક) વિ. પોહોળું, વિશાળ; wide, spacious; [Avestan] ... [Avestan] (પોહોળું—વિશાળ મુકામ) નાન્ય. ૭|૧ ય. ૧૦, ૪૪; [Avestan] (વિસ્તારવાળી જમીન) નારી. ૨|૧ ઈજ. ૧૦, ૪; ય. ૧૩, ૯; [Avestan] (Geld. [Avestan]) (આએ પોહોળી સપાટ જમીનમાં) નારી. ૭|૧ વં. ૯, ૨; [Avestan] ... [Avestan] wide-flowing rivers (પોહોળી નદીઓ) નારી. ૧|૩ ય. ૧૦, ૧૪. જુઓ નીચેના બોલો.

ખ) ક્રિ. અ. ઘણું, પુષ્કળ; સારીપેઠે; [Avestan] Wester. વં. ૯, ૨૯; [Avestan] ય. ૮, ૪૦. જુઓ [Avestan]

pərəθu-aini-kā (જુઓ [Avestan] તથા [Avestan] ખ) સમાસ વિ. પુષ્કળ પલટણવાળું, પોહોળી લશ્કરની સફવાળું; (an army) with the wide battle array; wide-fronted; [Avestan] [Avestan] નારી. ૬|૧ ઈજ. ૯, ૧૮; ય. ૪, ૩; ય. ૫, ૧૩૧; ય. ૧૩, ૧૩૬.

[Avestan] વિ. ના. નર. પુરૂષનું નામ; name

of a person; [Avestan] (Geld. [Avestan]) ૬।૧ ય. ૧૩. ૧૨૯. (જુઓ બાદી.)

[Avestan] વિરો જુઓ [Avestan]

[Avestan] (જુઓ [Avestan] ક તથા ધા. [Avestan]) સમાસ વિ. પોહોળો તથા ઉંચે પકડેલો (વાવટો); (a banner) broad and uplifted; [Avestan] [Avestan] નારી. ૬।૧ ય. ૪, ૩.

[Avestan] (पृथु-जवस) (જુઓ [Avestan] ક તથા [Avestan]) સમાસ વિ. પોહોળા દરિયાવાળું, પોહોળા દરિયાનું (પાણી); [Avestan] [Avestan] [Avestan] the waters of the wide sea નારી. ૨।૧ ય. ૮, ૨.

[Avestan] (જુઓ [Avestan] ક તથા [Avestan]) સમાસ વિ. પોહોળા વાવટાવાળું (લશ્કર); [Avestan] [Avestan] an army with broad banners; the hordes with the many spears (Dar.); નારી. ૬।૧ ય. ૧, ૧૧; ય. ૧૩, ૧૩૯.

[Avestan] (જુઓ [Avestan] ખ તથા ૧ [Avestan]) સમાસ ના. નાન્ય. સારીપેઠે ઘસરવું–ચોળવું; સારીપેઠે સાફ કરવું; thorough cleansing or rubbing; [Avestan] ૩।૩ વં. ૯, ૨૯.

[Avestan] (જુઓ [Avestan] ક તથા [Avestan]) સમાસ વિ. ક) ઓહોલી વેહેતી (અરેદ્વીસુર નદી); wide-flowing; epithet of Aredviçûra; [Avestan] [Avestan] [Avestan] [Avestan] the wide-flowing undefiled Aredviçûra નિર્મલ ઓહોલી વેહેતી અરેદ્વીસુર નદી) નારી. ૨।૧ ઈજ. ૬૫, ૧; ય. ૫, ૧; ય. ૧૩, ૪; નીઆ. ૪, ૨.

ખ) ઓહોલી પથરાતી–ફેલાતી (દીન); wide-spreading (as religion); .... [Avestan] [Avestan] નારી. ૪।૧ ય. ૧૦, ૬૪.

[Avestan] (જુઓ [Avestan] ખ તથા [Avestan] ગ) સમાસ વિ. સારીપેઠે મદદ કરનાર; ઘણું કૌવત આપનાર; અથવા કુશાદેહ મુકામ રાખનાર (જુઓ [Avestan] ખ); giving sufficient assistance—strength; *or,* having a spacious residence (*vide* [Avestan] ખ); [Avestan] નારી. ૧।૩ ય. ૧૩, ૨૯.

[Avestan] (જુઓ [Avestan] ક તથા [Avestan]) સમાસ વિ. પોહોળા બુરજ ઉપરથી તપાસ કરનાર; અથવા બુરજ ઉપરથી ઓહોલી રીતે ચોકસી કરનાર (મિહેર ઈજદ); surveying from a watch-tower or large fortress; *otherwise*: making a thorough survey; epithet of Mithra; [Avestan] .. [Avestan] નર. ૨।૧ ય. ૧૦, ૭; નીઆ. ૧, ૬; નીઆ. ૨, ૬.

[Avestan] (જુઓ [Avestan] ક તથા ૨ [Avestan]) સમાસ વિ. પોહોળી છાતીવાળો (વાઅ ઈજદ); wide-breasted; epithet of Vayu; [Avestan] [Avestan] ... નર. ૧।૧ ય. ૧૫, ૫૪.

[Avestan], Geld. [Avestan] (જુઓ [Avestan]) સમાસ વિ. પુષ્કળ પેહેલવાનવાળું; અથવા ઘણું *જોરમંદ; પુર હુશિયારી—વિચાર શક્તિવાળું (દારમે.); provided with many heroes; very powerful; with fulness of intellect (Dar.); [Avestan] [Avestan] [Avestan] નારી. ૨।૧ ય. ૧૭, ૧.

[Avestan] (જુઓ ૨ [Avestan]) સમાસ વિ. પોહોલી ખરીવાળો (ઘોડો) ; wide-hoofed (as a horse); [Avestan] નર. ૧।૩ ય. ૧૦, ૪૭.

[Avestan] (જુઓ [Avestan]) સમાસ વિ. પોહોલા થાપા—જાંગવાળો; wide-thighed; epithet of Vayu; [Avestan] નર. ૨।૧ ય. ૧૫, ૫૪.

૧ [Avestan] (= [Avestan] + [Avestan]) (જુઓ [Avestan]) ક) સમાસ વિ. પોહોલો ભાલો રાખનાર; (Vayu) of the broad spear; [Avestan] નર. ૧।૧ ય. ૧૫ ૪૮.

ખ) સમાસ ના. નર. પોહોલો ભાલો; a broad spear; [Avestan] ૧।૧ ય. ૧૫, ૪૮.

૨ [Avestan] વિ. ના. નર. ગુરતાસ્પ પાદશાહના ભાઈનું નામ; brother of King Gush-

* સંસ્કૃત. वीर નો અર્થ 'પેહેલવાન' ઉપરાંત "જોરમંદ, કૌવતવાળું" થાય છે.

tâsp; *vide* 2 [illegible] ; [illegible] ૬/૧ ય. ૧૩, ૧૦૧.(જુઓ મોદી.)

૧ [illegible] (= पूर्ण) (જુઓ ૩ ધા. [illegible]) ક) વિ. ભરેલું, પૂર્ણ, ભરપુર; full of, filled with; [illegible] ૨/૧ વં. ૨૨, ૫. ૧૨. ૧૮; [illegible] ૨/૧ વં. ૨૨, ૫. ૧૨. ૧૮; [illegible] ના-પ. ૨/૧ ય. ૧૦, ૧૩૮; [illegible] નારી. ૨/૧ વં. ૧૯, ૪૦; ય. ૫, ૧૩૨; [illegible] નર. ૧/૩ ઈજ. ૪૬, ૧૩; [illegible] (Wester. [illegible]) ૫/૩ (૩/૩ ની મતલબે) ય. ૧૫, ૨. જુઓ નીચેના બોલ.

ખ) સા. ના. ના-પ. પૂર્ણતા, પુષ્કળપણું; fulness, abundance; જુઓ [illegible]

૨ [illegible] વિશે જુઓ [illegible]

[illegible] (= [illegible] = [illegible]) (= [illegible] + [illegible]; જુઓ [illegible] ક તથા [illegible] ક) વિ. પુરતી ઉમરવાળો, જવાન; of full age, young; [illegible] [illegible] [illegible] [illegible] (ભલી તથા જવાંમરદીવાળી ઈચ્છાને જોરેમંદ-પુર ફેલાએલી માજદયસ્નની દીન) નારી. ૧/૧ વં. ૩, ૪૨; અથવા આએં ઠેકાણે [illegible] ને ક્રિ. અ. ગણીએતો 'પુરતી રીતે' અર્થ થઈ શકે; [illegible] (પુરતો વખત—લાંબી મુદત સુધી) ઈજ. ૬૨, ૨. [illegible] (નર. ૧/૧ ને બદલે) ય. ૧૯, ૪૩; [illegible] ૬/૩ ઈજ. ૮, ૪. જુઓ [illegible]

[illegible] (૨ [illegible] ઉપરથી) વિ. પાંખવાળું; winged; [illegible] ૪/૧ ય. ૧૪, ૩૮; [illegible] (Geld. [illegible]) ૧/૩ ય. ૧૦, ૧૧૯.

[illegible] (= [illegible] = पूर्णमा = [illegible]) (જુઓ ૧ [illegible] ક તથા [illegible]) સા. ના. નર. પુનમનો ચાંદ, પુરમાહ; the full moon; [illegible] ૨/૧ ઈજ. ૨, ૮; ય. ૭, ૪; નીઆ. ૩, ૬; [illegible] ૪/૧ ઈજ. ૧, ૮; ઈજ. ૩, ૧૦; [illegible] the days after the full moon. (પુનમની પછીના દાહાડા) ૨/૩ ય. ૭, ૪; નીઆ. ૩, ૬.

[illegible] (૧ [illegible] ખ ઉપરથી) વિ. ભરપુર; full of; replenished with; [illegible] [illegible] [illegible] [illegible] [illegible] [illegible] this earth was replenished with flocks and herds (આએ જમીન પશુઓથી તથા ઢોરોથી ભરપુર થઈ) નારી. ૧/૧ વં. ૨, ૮. ૧૨. ૧૬; [illegible] નારી. ૧/૧ વં. ૨, ૯. ૧૩. ૧૭.

[illegible] (Geld. [illegible]) denom. verb pres. 3 per. sing.; he asks. (તે પુછેછે—સવાલ કરેછે) ય. ૮, ૧૫.

[illegible] (= [illegible] = पर्शु = [illegible]) સા. ના. નર. પાંસળી; a rib; rt. [illegible] = पृ = to bend (Chavée). [illegible]* ૨/૧ વં. ૮, ૫૪. ૫૫; વં. ૯, ૧૯. ૨૦. જુઓ નીચેનો બોલ.

[illegible] (= [illegible]) (જુઓ [illegible] તથા [illegible]) સમાસ વિ. પાંસળીનાં જેટલું મોહટું (હાડકું); (a bone) as large as a rib; [illegible] . . . [illegible] નર. ૨/૧ વં. ૬, ૧૬.

[illegible] (=Lat. Pretium = Fr. Prix = Ger. Preis = Price) (જુઓ ધા. [illegible]) સા. ના. નારી. કીમત; price, value; [illegible] [illegible] [illegible] [illegible] as much as the price of a stallion (ઘોડાની કીમત જેટલું) ૧/૧ વં. ૧૪, ૧૧.

[illegible] (જુઓ ધા. [illegible]) સા. ના. નર. સવાલ; a question. Comp. [illegible] = Sans. प्रश्न; જુઓ [illegible]

[illegible] (ધા. [illegible] નું બીજું રૂપ) = લડાઈ કરવી; સાંભે થવું; to fight against; [illegible] ([illegible] ઉપરથી) ના. સા. ક્રિ. (Denom. Verb) વર્ત. પરસ્મૈ. ૩/૧ વં. ૪, ૪૫; [illegible] (Geld. [illegible]) વર્ત. પરસ્મૈ. ૩/૩ ઈજ. ૪૪, ૨૦. જુઓ [illegible]

૧ [illegible] ([illegible] નું બીજું રૂપ; જુઓ ૨ ધા. [illegible]) ક) વિ. (ગુનાહની હદથી) પસાર થએલું

* એજ પ્રમાણે [illegible] ની ૨/૧ [illegible] તથા [illegible] બેઉ આવેછે.

† [illegible], [illegible] = [illegible]; *e. g.*, [illegible] = [illegible] a drinker, an eater; [illegible] = [illegible] a bridge; [illegible] = [illegible] dead, &c.

(અસલ.); ગુનાહ ભરેલું; transgressed (lit.); sinful; [Avestan] ૨/૧ ય. ૧૪, ૪૬; જુઓ [Avestan]

પ) સા. ના. નર. ગુનેહગાર—પાપી માણસ; a sinful person; જુઓ [Avestan]

૨ [Avestan] સા. ના. નર. ઘુવડ (સ્પી., જુસ્તી તથા હારલે); an owl (Sp., Jus. & Har.); *vide* [Avestan]

[Avestan] વિ. ના. નર. બુરા બુટપરસ્ત શખ્સનું નામ; name of a wicked idolator; [Avestan] ૨/૧ ય. ૫, ૧૦૯; ય. ૧૯, ૮૭. (જુઓ મોદી.)

[Avestan] (જુઓ ધા. [Avestan]) સા. ના. નારી. લડાઈ, મારામારી; battle, strife. Comp. [Avestan]; [Avestan] ય. ૧૪, ૫૭; [Avestan] ૭/૧ ય. ૯, ૩૦; [Avestan] ૨/૩ ય. ૧૩, ૩૭; [Avestan] ૭/૩ ય. ૧૩, ૧૭. ૨૩. ૨૭. ૬૭; [Avestan] ૭/૩ ય. ૫, ૧૩૧. જુઓ [Avestan] [Avestan]

[Avestan] ([Avestan]* નું બીજું રૂપ) સા. ના. ક) પુલ; a bridge. Comp [Avestan]; [Avestan] ૨/૧ ય. ૨૪, ૪૨; [Avestan] ૨/૩ વં. ૧૪, ૧૬. જુઓ [Avestan]

પ) માર્ગ, રસ્તો; a passage, course; [Avestan] [Avestan] a dry passage (સુકો માર્ગ) ૨/૧ ય. ૫, ૭૭. ૭૮.

[Avestan] (= [Avestan]) (જુઓ [Avestan] તથા ૧ ધા. [Avestan]) સમાસ વિ. (ચિન્વત) પુલની પાસબાની કરનાર (કુતરો); [Avestan] [Avestan] the two dogs that guard the Chinvat bridge નર. ૧/૨ વં. ૧૩, ૯.

[Avestan] વિરી જુઓ [Avestan]

[Avestan] વિ. ના. નર. મુરદાં દાટનાર માણસનું નામ; name of a corpse-burier; [Avestan] (Wester. [Avestan]) ૨/૧ ય. ૫, ૧૧૩. (જુઓ મોદી.)

* જુઓ મારૂં અવસ્તા વ્યાકરણ, સફો ૩૭-૩૮ મો.

૧ [Avestan] ([Avestan]* નું બીજું રૂપ; જુઓ તે બોલ) ક) સમાસ ના. નારી. ગુનાહની હદથી પાર થએલું તન; ગુનાહ ભરેલું—પાપી તન; a sinful or criminal body; [Avestan] ૪/૧ વં. ૪, ૨૦. ૨૧. ૨૪. ૨૫. ૨૮. ૨૯. ૩૨. ૩૩. ૩૫. ૩૬. ૩૮. ૩૯; વં. ૪, ૪૧. ૪૨; વં. ૫, ૪૪; વં. ૬, ૫. ૯. ૧૯. ૪૮; વં. ૭, ૭૨; વં. ૧૩, ૨૪; વં. ૧૬, ૧૩; [Avestan] (Wester.) વં. ૭, ૫૩.

પ) વિ. પાપી—ગુનેહગાર તનવાળો; પાપી, ગુનેહગાર; sinful, criminal; [Avestan] વં. ૫, ૪. ૭; વં. ૮, ૩૪; ય. ૧૦, ૯૭; [Avestan] નર. ૧/૩ વં. ૧૩, ૩૮; વં. ૧૫, ૧. ૨. ૪. ૬. ૭. ૮.

૨ [Avestan] (= پشوتن) વિ. ના. નર. પેશુતન; ગુશ્તાસ્પ પાદશાહનો છોકરો; a son of King Gushtâsp, and the head priest in Kangdez. In the Avesta his name occurs only once, *viz.*, in the Vishtâsp Yasht. He was made to drink the consecrated milk, and consequently became immortal. [Avestan] ૧/૧ ય. ૨૪, ૪. (જુઓ મોદી.)

[Avestan] (જુઓ ૨ [Avestan] તથા [Avestan]) સમાસ વિ. ઘુવડનાં જેવાં પીછાંવાળું (પક્ષિ) (અસલ.); પક્ષિનું નામ (વિ. ના. નર.); owl-feathered (lit.); name of a bird; the feather of the Pesho-Parena plays the same part as the Sîmurgh's feather in the Shâh-Nâmeh, *i. e.*, for healing wounds, by rubbing it over the wounded part. When Rûdâbeh's flank was opened to bring forth Rustam, her wound was healed by rubbing it with a Sîmurgh's feather. Rustam, wounded to death by Isfendyâr, was cured in the same manner (Dar.); [Avestan] [Avestan] ૬/૧ ય. ૧૪, ૩૫.

[Avestan] (જુઓ ૧ [Avestan] પ તથા [Avestan] પ) સમાસ ના. નર. ગુનેહગારોનો સરદાર—વડો; the chief of the criminals; [Avestan] [Avestan] a robber, skulls in-crushing (Mills); a robber condemned to death (Dar.); a thief whose head is forfeit (Jack.); epithet

* એના ખોલાસા બાબે જુઓ મારૂં અવસ્તા વ્યાકરણ, સફો ૩૭-૩૮ મો.

of [illegible]; [illegible] ૧/૧ યજ. ૧૧, ૩; [illegible] [illegible] ૨/૧ યજ. ૧૧, ૩.

[illegible] વિ. ના. નર. રંઘ નદીની એક શાખાનું નામ; an affluent of the River Rangha, *i. e.*, the Xaoxartes (*vide.* Yt. 15, 27); [illegible] [illegible] [illegible] (Geld. [illegible]) ૭/૧ ય. ૫, ૮૧.

[illegible] એ બોલ યજ. ૪૪, ૧૫. ૧૬ માં ' પાસબાની કરનાર, રક્ષણ કરનાર ' ને અર્થે નર. ૧/૧ ની મતલબે આવેલો છે; a protector; rt. [illegible] =पा= to protect.

[illegible] ([illegible] ઉપરથી) નાન્ય. ક) પુષ્કળપણું; આબાદી; plenty; prosperity; [illegible] ૧/૧ ય. ૨૪, ૯

ખ) ફરબે; fat; [illegible] નર. ૧/૩ વં. ૧૩, ૪૦. જુઓ [illegible]

[illegible] (= [illegible] = पुरु = [illegible] = Ger. Voll = Lat. Plus = Fr. Plus = Full) (જુઓ ૩ ધા. [illegible]) ક) વિ. પુર, ભરેલું, પુષ્કળ, ઘણું; full, abundant, much, many; [illegible] નર. ૧/૧ વં. ૩, ૩૨; [illegible] Wester. (પુષ્કળ) ય. ૧૩, ૧૦; [illegible] (પુરતું) નાન્ય. ૨/૧ (ક્રિ. અ.) યજ. ૬૨, ૪; નીઆ. ૫, ૧૦; [illegible] [illegible] [illegible] (O Ahura Mazda!) Thou hast made many things and good things પુષ્કળ અને સારી (ચીજો) તેં બનાવીછે નાન્ય. ૨/૩ યજ. ૭૧, ૧૦; [illegible] નાન્ય. ૨/૩ ય. ૧૯, ૧૦; [illegible] [illegible] (પુષ્કળ નીઆમત—બક્ષેશ) ૨/૩ ય. ૮, ૪૯; [illegible] [illegible] (એક પુરો* માણસ) નર. ૧/૧ યજ. ૪૩, ૧૫; [illegible] (પુરતી રીતે, ઘણોજ) ક્રિ. અ. યજ. ૪૭, ૬; [illegible] પુષ્કળ (છોકરાં—ફરજંદ) ૧/૩ યજ. ૬૫, ૧૧; [illegible] (Geld. [illegible]) નારી. ૨/૩ વં. ૨૦, ૪; [illegible] ૪/૩ યજ. ૩૪, ૮; [illegible] ૬/૩ ય. ૧૦, ૬૬; [illegible] ૭/૩ યજ. ૫૦, ૨.

ખ) સા. ના. પુષ્કળપણું, ઉઆદતી; abundance, plenty; જુઓ [illegible]

* એની મતલબ રાસ્ત અને એલમ ડિએલો થઈ શકે; આગેવાન, સઉથી પેહલો, વડો (મિસ્સ).

[illegible] (જુઓ [illegible] તથા [illegible]) સમાસ વિ. ઘોડાઓથી ભરપુર, પુષ્કળ ઘોડાવાળો; rich in horses; epithet of [illegible]; [illegible] નર. ૧/૧ ય. ૨૪, ૨; [illegible] નર. ૨/૧ ય. ૨૩, ૪.

[illegible] (જુઓ [illegible] તથા [illegible]) સમાસ વિ. (અવસ્તાની) પુરતી શરેહો સાથનું; replete with the Avesta commentary; [illegible] નારી. ૨/૧ યજ. ૫૭, ૨૦.

[illegible] (જુઓ [illegible]) સમાસ વિ. પુરતી દોલતવાળું, દોલતમાં ભરપુર; rich in wealth; [illegible] . . . [illegible] (Geld. [illegible] glory rich in wealth (નાન્ય. ૨/૧ ને બદલે) ય. ૧૮, ૧.

[illegible] (=[illegible]) (જુઓ [illegible]) સમાસ વિ. પુર ઓરેહવાળું, પુર નુરવાળું, પુરતાં ઝળકાટવાળું; full of glory; [illegible] [illegible] [illegible] અશો જરતોશ્ત પુર ઓરેહવાળો (છે) નર. ૧/૧ વં. ૫, ૯ (Wester.); વં. ૧૯, ૩; [illegible] . . . [illegible] [illegible] the Aryan Glory, rich in glory નાન્ય. ૨/૧ ય. ૧૮, ૧; [illegible] [illegible] . . . [illegible] (અએ પુર ઓરેહવાળા આદર યજદ!) નર. ૮/૧ નીઆ. ૫, ૬; સીરો. ૨, ૯; [illegible] [illegible] [illegible] Ye Yazatas full of glory! (અએ પુર ઓરેહવાળા યજદો!) નર. ૮/૩ નીઆ. ૩, ૧૧; ય. ૨૪, ૭.

[illegible] (જુઓ [illegible] ખ) સમાસ વિ. પુરતાં સુખવાળું, પુર આસાનીવાળું; with sufficient comfort or ease; with fulness of welfare; [illegible] (૧/૧ ને બદલે) ય. ૧, ૧૪; [illegible] નર. ૨/૧ ય. ૨૩, ૭; [illegible] [illegible] ૨/૩ યજ. ૨, ૧૪; વીસ્પ. ૨, ૮; સીરો. ૨, ૨૮; [illegible] ૬/૩ યજ. ૧, ૧૪; વીસ્પ. ૧, ૬; સીરો. ૧, ૨૮.

[illegible] (જુઓ [illegible] ખ) સમાસ ના. નાન્ય. પુરતું ડહાપણ—જ્ઞાન; એનો અર્થ ' પુરતી ખુશનુદી, પુરતો સંતોષ ' બી થઈ શકે. sufficient wisdom or knowledge; *or:* perfect satisfaction; [illegible] ૨/૧ય.૧૯, ૫૩.

[illegible] (જુઓ [illegible] ક) સમાસ વિ. આબ-

ઢોરથી ભરપુર; rich in cattle; epithet of the descendants of the Âthwya family, of which Thraêtaona was a member. All of them bore names that show them to have been rich in cattle: Pûr-tôrâ, Sôk-tôrâ, Bôr-tôrâ, &c., *i. e.*, one with abundant oxen, with useful oxen, with the brown ox, &c. (Bund., tr. West.); [Avestan] Wester. નર. ૧/૧ ય. ૨૩, ૪; ય. ૨૪, ૨.

[Avestan] ([Avestan]) વિ. ના. નારી. પેગમબર અશો જરતોશતની છોકરીનું નામ; એ બોલનો અસલ અર્થ 'પુર—પુરતાં ડહાપણવાળી' થાએછે; The third and the youngest daughter of Zarathustra; literally implying, full of wisdom; *vide* [Avestan] and [Avestan]; In Yaç. 53, 3 there is a mention of her marriage to Jâmâsp, the minister of King Gushtâsp. [Avestan] ૬/૧ ય. ૧૩, ૧૩૯; [Avestan] ૮/૧ ઇજ. ૫૩, ૩. (જુઓ મોદી.)

[Avestan] (જુઓ [Avestan]) સમાસ વિ. પુરતી ચાલાકી—ચંચલાઇ—હુશિયારીવાળો; full of activity or intelligence; [Avestan] નર. ૧/૧ ય. ૨૩, ૨; [Avestan] નર. ૬/૧ ય. ૧૩, ૧૩૧; [Avestan] ૧/૩ ય. ૫, ૯૩.

[Avestan] વિ. ના. નર. મુલુકનું નામ; name of a country to the north of Arachosia and to the south of Paropamisus (Sp., Jus. & Har.); the country between the Oxus and the Xaxartes (Dar.); [Avestan] ૨/૧ ય. ૧૦, ૧૪.

[Avestan] ([Avestan] ઉપરથી) સા. ના. નારી. પુષ્કળપણું, છઆદવી, જથ્થો; abundance; multitude; [Avestan] ૧/૧ વં. ૧૮, ૨૭; ઇજ. ૬૨, ૧૦; [Avestan] ૨/૧ નીઆ. ૩, ૧૦.

[Avestan] (જુઓ ૧ ધા. [Avestan]) સમાસ વિ. પુર જોતો, પુરતી રીતે નેગાહ કરતો; fully watching, discerning; [Avestan] most discerning (super. adj.) (૧/૧ ને બદલે) ય. ૧, ૧૨.

[Avestan] (જુઓ ૧ ધા. [Avestan]) સમાસ ના. નર. પુર જોનાર, પુરતી રીતે નેગાહ કરનાર; one who beholds or discerns fully; [Avestan] ૧/૧ ય. ૧, ૧૨.

[Avestan] ([Avestan] ઉપરથી) વિ. પોઉરૂધાક્ષ્તિનાં ખાનદાનનો—તેને લગતો; પોઉરૂધાક્ષ્તિનો છોકરો (દારમે.); of the family of Pourudhâkhsti; the son of Pouru-(Dar.); [Avestan] ૬/૧ ય. ૧૩, ૧૧૨.

[Avestan] વિ. ના. નર.*નામાંકિત પુરૂષનું નામ. એના તથા એના કુટુંબીઓ (છોકરાઓ) નાં ફરોહરોને આરાધ્યાં છે; તે ઉપરથી દીસેછે કે એઓએ જરતોશ્તી દીનનાં ફેલાવવાનાં કામમાં સારી મદદ કીધી હોશે; name of an illustrious personage; his Fravashi and those of his family have been invoked. From this it would appear that they must have promoted the diffusion of the Zoroastrian religion. [Avestan] ૬/૧ ય. ૫, ૭૨; ય. ૧૩, ૧૧૧. ૧૪૦. (જુઓ મોદી.)

[Avestan] (જુઓ [Avestan] તથા [Avestan]) સમાસ ના. નર. પુષ્કળ-ઘણા માણસો; many men; [Avestan] ૬/૩ ય. ૧૪, ૩૪. જુઓ નીચેનો બોલ.

[Avestan] ([Avestan] ઉપરથી) સમાસ વિ. પુષ્કળ માણસોવાળું—નું; thronged with men; [Avestan] નર. ૨/૧ ઇજ. ૧૦, ૧૩; [Avestan] in the circuit thronged with men (પુષ્કળ માણસોનાં મંડલ—ટોળાંમાં) નારી. ૬/૧ (૭/૧ની મતલબે) ઇજ. ૧૧, ૨.

[Avestan] સમાસ બૂ. ફૂ. વિ. પુષ્કળ ભરત ભરેલું-શિંગારેલું; fully embroidered or decorated; [Avestan] (સોનેરી પુષ્કળ ભરત ભરેલું અંગવસ્ત્ર) ૨/૧ ય. ૫, ૧૨૬; Wester. [Avestan]

[Avestan] વિશે જુઓ [Avestan]

[Avestan] (જુઓ [Avestan]) સમાસ ના. નારી. પુરતો માર્ગ—રસ્તો; a wide passage or road; [Avestan] ૨/૧ ય. ૮, ૩૮.

[Avestan] (જુઓ [Avestan]) સમાસ વિ. જેની આસપાસ ઘણા (સેતારા) ફરે

* આએ ઠેકાણે એ બોલ વિશેષનામ થી થઇ શકે.

એવેા (અલબુર્જ પાહાડ) (દારમે.); [Avestan] [Avestan] [Avestan] Hara Berezaiti around which many (stars) revolve (Dar.) નારી. ૨/૧ ય. ૧૨, ૨૩. જુએા નીચે.

[Avestan] સમાસ વિ. જેની આસપાસ ઘણા (સેતારા) ફરે એવેા (અલબુર્જ પાહાડ); [Avestan] [Avestan] [Avestan] Hara Berezaiti around which many (stars) revolve (Dar.) નારી. ૨/૧ ય. ૧૦, ૫૦.

[Avestan] (= [Avestan]) (જુએા [Avestan]) સમાસ વિ. ઘણા દશ હજાર; many tens of thousands. [Avestan] . . [Avestan] નારી. ૧/૩ ય. ૧૩, ૬૫; [Avestan] [Avestan] [Avestan] નારી. ૨/૩ વં. ૨૦, ૪.

[Avestan] (જુએા [Avestan] ક) સમાસ ના. નર. ઘણી જાતના વૈદેા, ઘણા વૈદેા; many doctors or healers; [Avestan] ૧/૩ વં. ૭, ૪૪.

ખ) સમાસ વિ. પુર તંદરેારતી આપનાર; giving full health; [Avestan]...[Avestan] નર. ૮/૧ નીઆ. ૫, ૬; સીરેા. ૨, ૯; [Avestan] [Avestan] [Avestan] નર. ૮/૩ નીઆ. ૩, ૧૧.

[Avestan] (જુએા [Avestan]) સમાસ વિ. પુરનાં સુખ—આનંદવાળું; having many comforts; rich in enjoyments; [Avestan] [Avestan] ૬/૧ યજ. ૯, ૨૭.

[Avestan] વિ. ના. નર. નામાંકિત પુરૂષનું નામ; name of an illustrious personage; [Avestan] (Wester. [Avestan]) ૬/૧ ય. ૧૩, ૧૨૪.

[Avestan] (જુએા [Avestan]) સમાસ વિ. પુષ્કળ —ઘણા ભાઇવાળેા; [Avestan] [Avestan] [Avestan] Hutaosa, of the many brothers (ઘણા ભાઇવાળી હુતઓસ) નારી. ૧/૧ ય. ૧૫, ૩૫.

[Avestan] (જુએા [Avestan] ખ) વિ. પુષ્કળ, સંખ્યાબંધ, ઘણા; [Avestan] [Avestan] in the meeting thick with numbers (ભર મીજલસમાં) નર. ૭/૧ યજ. ૧૧, ૨.

[Avestan] (ઉંદ્ગ—ાઇ) (જુએા ૨ [Avestan]) સમાસ વિ. પુર મરકી—પીડાવાળું; full of plague or pestilence; [Avestan] [Avestan] [Avestan] (પુર મરકીવાળેા હારેમન) નર. ૧/૧ ય. ૧, ૨. ૪–૧૯; વં. ૧૯, ૧. ૪૩. ૪૪; વં. ૨૨, ૨. ૯. ૧૫; ય. ૧૦, ૫૦. ૯૭; ય. ૧૨, ૨૩; [Avestan] નર. ૨/૧ ય. ૧૮, ૨; [Avestan] (નારી. ૨/૧ ને બદલે) વં. ૧, ૪; [Avestan] નર. ૬/૧ યજ. ૧૬, ૮; યજ. ૬૧, ૨. ૪.

[Avestan] (જુએા [Avestan]) સમાસ વિ. પુરતી યુક્તિ—તદબીરવાળેા; પુરતી હિકમતવાળેા; full of skill or ingenuity; [Avestan] [Avestan] . . . નર. ૨/૧ ય. ૧૦, ૬૧.

[Avestan] (જુએા ૨ [Avestan]) સમાસ નામ; પુર સખુન; many words or sayings. [Avestan] (Geld. [Avestan]) ૬/૩ યજ. ૯, ૨૫.

[Avestan] (= [Avestan]) (જુએા [Avestan] [Avestan]) સમાસ વિ. પુર ઘાંસ—ચારાવાળું; rich in pastures; [Avestan] નારી. ૧/૧ ય. ૧૯, ૬૭; [Avestan] [Avestan] નારી. ૨/૧ વં. ૧, ૧૦; [Avestan] [Avestan] mountains rich in pastures નર. ૧/૩ ય. ૧૦, ૧૪; ય. ૧૩, ૯.

[Avestan] (જુએા [Avestan] ખ) સમાસ વિ. પુષ્કળ ચાકર નફરવાળેા, ઘણાં માણસેાવાળેા; well provided with attendants or men; [Avestan] [Avestan] નાન્ય. ૨/૧ ય. ૧૮, ૧; [Avestan]...[Avestan] નર. ૬/૧ ય. ૧૩, ૧૩૦.

[Avestan] (જુએા [Avestan]) સમાસ વિ. ઘણાં સેા; many hundreds; [Avestan] નારી. ૧/૩ ય. ૧૩, ૬૫; [Avestan] નારી. ૨/૩ વં. ૨૦, ૪.

[Avestan] (= [Avestan]) (જુએા ૨ [Avestan]) સમાસ વિ. ઘણી તરાહનું, પુષ્કળ જાતનું; of many kinds or species. [Avestan] નર. ૧/૧ યજ. ૧૦, ૧૨; [Avestan] નારી. ૨/૧ યજ. ૬૫, ૧૧; [Avestan] નર. ૬/૧ સીરેા. ૨, ૧૨; [Avestan] [Avestan] નારી. ૬/૧ ય. ૭, ૦; સીરેા. ૧, ૧૨;

જીઆ. ૩, ૨; [Avestan] Geld. ૧/૩ ઈજ. ૧૧, ૬; [Avestan] નારી. ૧/૩ ય. ૧૩, ૧૩. જુઓ નીચેના બે બોલ.

[Avestan] (જુઓ ધા. [Avestan]) સમાસ વિ. તરેહવાર જાતનાં કામ કરનાર (અસલ); મક્કરબાજ; ઘણી જાતના ગુનાહ કરનાર (હારલે); ઘણી જાતના પુશ્કળ બાલવાળા માણસો (સ્પી.); doing evil practices, fraudulent; committing many kinds of crimes (Har.); hairy beings of many kinds (Sp.); [Avestan] (Geld. [Avestan]) [Avestan] ૧/૩ ઈજ ૧૧, ૬.

[Avestan] (જુઓ [Avestan]) સમાસ વિ. પુશ્કળ જાતના પેહેલવાનોનાં ટોળાંવાળી (ઓરતો); [Avestan] [Avestan] (women with their numerous troups of heroes) નારી. ૬/૩ વીસ્પ. ૧, ૫.

[Avestan] વિશે જુઓ [Avestan]

૧ [Avestan] (જુઓ [Avestan]) સમાસ ના. નારી. પુરતી રીતે જેર કરવું; completely smiting down; [Avestan] [Avestan] (અહેરીમાનોનું પુરતીરીતે જેરકરવું) ૨/૧ ઈજ. ૫૭, ૨૬; ય. ૧૦, ૧૧. ૯૮; ય. ૨૪, ૨૫; આફ્રીં. ગાહામ. ૧૫; તથા દરેક આફ્રીંગાનમાં [Avestan] [Avestan] ના કરદામાં.

૨ [Avestan] ([Avestan] = [Avestan]; જુઓ ધા. [Avestan]) સમાસ વિ. પુરતી રીતે નગેહબાની રાખતો; watching or guarding well; epithet of Drvâspa; [Avestan] ..... [Avestan] [Avestan] નારી. ૨/૧ ય. ૯, ૧. Geld. [Avestan]

[Avestan] (= [Avestan])(જુઓ [Avestan]) સમાસ વિ. પુશ્કળ-ઘણાં લશ્કરવાળું; .. [Avestan] [Avestan] (sovereignty arrayed with many armies) નાન્ય. ૨/૧ ય. ૧૦, ૧૦૯; [Avestan] [Avestan] the Fravashis who form many battalions (પુશ્કળ લશ્કરવાળાં ફરોહરો) નારી. ૨/૩ ય. ૧૩, ૩૭.

[Avestan] (= [Avestan] = پورشسپ) વિ. ના. નર. પોરૂશસ્પ, પેગમબર અશો જરતોશ્તના બાપનું નામ; the father of Zarathustra, who was born to him as a reward for his performing the Haoma ceremony. Literally, Pouroshaspa means possessing many horses. [Avestan] ૧/૧ ઈજ. ૯, ૧૩; [Avestan] ૨/૧ ય. ૨૩, ૪; [Avestan] ૬/૧ વં. ૧૯, ૪. ૬. ૪૬; ઈજ. ૯, ૧૩; ય. ૫, ૧૮; ય. ૨૪, ૨.

[Avestan] વિ. પુશ્કળ, ઘણું; plentiful; numerous (fr. [Avestan]); *or*: of a very long period (fr. [Avestan] = [Avestan] = Sans. पूर्व prior in time ઘણા વખતના, ઈઆને લાંબી મુદતના; [Avestan] [Avestan] (= પુશ્કળ અથવા ઘણા વખતનાં પડી રહેલાં હાડકાં તથા બાલ) નાન્ય. ૨/૩ વં. ૭, ૫૧

[Avestan] (જુઓ [Avestan] તથા [Avestan] ક તથા ખ) સમાસ વિ. પુરતાં ચળકાટવાળું, અથવા પુરતાં સુખ—આસાનીવાળું; with full lustre; *otherwise*: with fulness of welfare-comfort; [Avestan] નારી. ૧/૧ ય. ૧૮, ૪; ય. ૧૯, ૫૪; [Avestan] નારી. ૨/૧ ઈજ. ૬૮, ૧૧; ય. ૧૦, ૧૦૮.

[Avestan] વિ. ના. નર. નામાંકિત પુરૂષનું નામ; name of an illustrious personage; [Avestan] [Avestan] ૬/૧ ય. ૧૩, ૧૧૪.

[Avestan] (= [Avestan]) (જુઓ [Avestan]) સમાસ વિ. ઘણા હજાર; many thousands; [Avestan] ... [Avestan] નારી. ૨/૩ ય. ૧૩, ૬૫; [Avestan] ... [Avestan] નારી. ૨/૩ વં. ૨૦, ૪.

[Avestan] (જુઓ [Avestan] તથા [Avestan] ક) સમાસ વિ. પુર ગુનાહવાળો, ગુનાહથી ભરેલો (અસલ.), ગુનેહગાર; ઘણા કીનાવાળો; tainted with sin, criminal. Pehl. [Pahlavi] very vindictive; [Avestan] નર. ૧/૩ ઈજ. ૩૨, ૬.

[Avestan][^1] ([Avestan] ઉપરથી) ક) વિ. પેહેલું;

[^1]: [Avestan] ને લીધે [Avestan] ની પછી [Avestan] વધારે આવ્યો.

first; [Avestan] નર. ૧|૧ ય. ૧૪, ૪૪; [Avestan] (Geld. [Avestan]) નર. ૩|૧ ય. ૫, ૬૧; [Avestan] [Avestan] [Avestan] [Avestan] [Avestan] . . . [Avestan] during the first part of the day, during the first part of the night (દીવસના પેહેલા ભાગ ઇઆને પાહોરમાં, રાતના પેહેલા પાહોરમાં) (૭|૧ ની મતલબે) વં. ૪, ૪૫.

ખ) ક્રિ. અ. સઉથી પેહેલાં, પ્રથમ; at first, first (adv.); [Avestan] ય. ૮, ૩૩; [Avestan] ૨|૧ (ક્રિ. અ.) વં. ૪, ૪૭.

[Avestan] વિ. ઘણાં, સંખ્યાબન (દારમે.); many, numerous (Dar.); [Avestan] ૨|૩ ય. ૨૪, ૨૯.

[Avestan] (જુઓ [Avestan] ખ તથા [Avestan]) સમાસ વિ. પ્રાચીન વખતથી પોતાના ઠેરવેલા માર્ગ પ્રમાણે ફરનાર—ચાલનાર; taking one's course from antique period according to one system; [Avestan] [Avestan] (નાન્ય. ૨|૧ ને બદલે) વં. ૧૯, ૪૨.

[Avestan] ([Avestan] ખ ઉપરથી) ક્રિ. અ. સઉથી પેહેલાં, પ્રથમ; first; earliest in time; [Avestan] ઈજ. ૩૧, ૭.

[Avestan] (= [Avestan] = [Avestan]) સા. ના. નર. બદનની ચાંમડી; the skin; જુઓ નીચેનો બોલ.

[Avestan] (જુઓ [Avestan]) સમાસ વિ. ચાંમડીની પોહોળાઇને લગતું; of the breadth of the skin; [Avestan] [Avestan] [Avestan] [Avestan] [Avestan] (તેનાં માંથાને ચાંમડીની ઉંડાઈ સુધીનું કાપી નાખે) વં. ૩, ૨૦; વં. ૯, ૪૯; વં. ૧૮, ૧૦.

[Avestan] (= पांशु, पांसु) સા. ના. નારી. ધુળ; dust; [Avestan] ૧|૧ વં. ૭, ૫૦; વં. ૯, ૩૧; [Avestan] ૨|૧ વં. ૮, ૮. જુઓ [Avestan] તથા નીચેનો બોલ.

[Avestan] ([Avestan] ઉપરથી) વિ. ધુળવાળો, ધુળથી ભરેલો (રસ્તો); (a way) dusty; covered with dust; [Avestan] . . . . . [Avestan] ૨|૧ વં. ૩, ૧૧.

[Avestan], [Avestan], [Avestan] એ બોલો વિશે જુઓ [Avestan], [Avestan]

[Avestan]

[Avestan] વિ. ના. નર. પાહાડનું નામ દીસેછે; possibly, name of a mountain; [Avestan] Fáonku Mountains. ૧|૩ ય. ૧૯, ૩. (Wester. [Avestan]).

[Avestan] વિશે જુઓ [Avestan] [Avestan]

[Avestan] થી શરૂ થતા બોલો બાબે જુઓ—[Avestan]

[Avestan] વિશે જુઓ [Avestan]

[Avestan] વિશે જુઓ [Avestan]

[Avestan] (Gâth.) (જુઓ ધા. [Avestan]) સા. ના. સવાલ; a question (Av. [Avestan] पृच्छा); [Avestan] નાન્ય. ૧|૧ ઈજ. ૪૩, ૯; [Avestan] નારી. ૪|૩ ઈજ. ૨૯, ૫.

[Avestan] (Gâth.) (જુઓ ધા. [Avestan]) સા. ના. નાન્ય. પુછપરછ કરવી; asking, inquiring (Av. [Avestan] = पृच्छा); [Avestan] ૪|૧ ઈજ. ૪૩, ૭.

[Avestan] વિશે જુઓ ૨ [Avestan]

[Avestan] વિશે જુઓ ધા. [Avestan]

[Avestan] વિશે જુઓ [Avestan]

[Avestan] સા. ના. નર. કરાં; sleet; [Avestan] ૨|૧ ય. ૫, ૧૨૦; ય. ૮, ૩૩; જુઓ નીચેના બોલો.

[Avestan] ([Avestan] ઉપરથી) નામ* સાધિત ક્રિ. (denom. verb pres. 3 per. plu.) it is sleeting; કરાં વરસેછે ય. ૫, ૧૨૦.

[Avestan] ([Avestan] ઉપરથી) વિ. કરાંવાળી, કરાં વરસતી (રાત); sleety; ... [Avestan] [Avestan] નારી. ૬|૧ ય. ૧૬, ૧૦.

[Avestan], [Avestan] (= [Avestan] = प्र = فر, فرا = Lat.

* એના ખોલાસા બાબે જુઓ મારૂં અવસ્તા વ્યાકરણ, સફા ૨૪૮—૨૪૯ મો.

Pro = Ger. Vor = Forth) ૧ ઉપ. ક) પુષ્કળ, વધારે, ઘણું, આગળ લંબાઇમાં; બાહારઃ— forward, forth; excessive; lengthwise; out of; જેમકે [illegible] માણસોની [illegible] આદતી, પુષ્કળ માણસો (વીસ્પ. ૧૨, ૧); [illegible] આગળ જવું (ય. ૫, ૮. ૯); [illegible] આગળ લઈ જવું (વં. ૨, ૬; વં. ૭, ૭૯); [illegible] આગળ—લંબાઇમાં વધવું (વં ૨, ૧૦. ૧૪. ૧૮); [illegible] બાહાર પડવું—નીકળવું (વં. ૭, ૩૬); [illegible] મ્હોંઢેથી બોલવું—કેહેવું (વં. ૮, ૧૯; વં. ૧૯, ૧૮).

ખ) છુટું, જુદું, મોકલું; free from; જુઓ ૩ [illegible]

કેટલીએક વખતે એ ઉપસર્ગ ક્રિયાપદની સાથે નથી આવતો, પણ તેથી જરા દૂર આવેછે, અને ત્યારે [illegible] ને બદલે [illegible] આવેછેઃ—જેમકે [illegible] (યજ. ૯, ૨૬); [illegible] (વં. ૫, ૧૨); [illegible] (વં. ૫, ૧૨.); [illegible] (વં. ૫, ૧૦.)

૨ વિ. આગળ; forward; in advance of something else (adj.); જુઓ [illegible], [illegible], [illegible], [illegible]

[illegible] (જુઓ ૨ ધા. [illegible]) સા. ના. નારી. ઠગાઈ, દગલબાજી; deceit, fraud; [illegible] યજ. ૩૨, ૧૪.

[illegible] વિશે જુઓ ધા. [illegible] ખ.

[illegible], **[illegible]** વિશે જુઓ ૧ તથા ૩ ધા. [illegible]

[illegible] (= [illegible] = प्रेष्ठ = Ger. Ferste = First) (૨ [illegible] ઉપરથી) અતિ. વિ. સઉથી આગળ, પેહેલું; ઘણુંજ; foremost; first; most; [illegible] (વડો, સઉથી પેહેલા દરજ્જાનો) નર. ૧/૧ ય. ૧૯, ૩૪; [illegible] ૨/૧ (ક્રિ. અ.) વં. ૧, ૩; વં. ૩, ૪. ૫. ૬. ૮. ૯. ૧૦. ૧૨. ૧૩. ૨૨. ૨૩; વં. ૫, ૪૬; વં. ૮, ૫; વં. ૯, ૨; ય. ૧૩, ૧૦૫. [illegible] (સઉથી પેહેલા) નર. ૧/૩ યજ. ૪૯, ૮. વળીએ છેલ્લા બોલને [illegible] (प्रिय પ્યારો) ની અતિશયાર્થક (superlat.) ગણીએ તો એનો અર્થ "સર્વ પ્રિય, ઘણાજ પસંદ પડતા" થઈ શકે.

[illegible] વિશે જુઓ ધા. [illegible]

[illegible] અતિ. વિ. ઘણોજ આગળ જનાર; કોઈ તરફ ઘણીજ વલણ લેનાર; એ બોલને પુરતી ધા. [illegible] (આગળ જવું) ઉપરથી નીકળેલો ગણેછે; [illegible] નારી. ૧/૩ ય. ૧૩, ૨૫.

[illegible] વિશે જુઓ ધા. [illegible]

[illegible] ([illegible] ઉપરથી) સા. ના. નાન્ય. ફરવું, ચાલવું; જહડપથી જવું; turning round, going fast. જુઓ [illegible], [illegible]

[illegible] (જુઓ ધા. [illegible]) (ગરમીનો) છેડો લાવનાર (અયાથ્રેમ ગાહામબાર); the Ayâthrema Gâhâmbâr) which closes the summer; the promoter (Sp); the furtherer (M.); [illegible] ની પછીનો [illegible] અમથો વધારાનો હોએ, અથવા [illegible] માંથી બેહુ [illegible] નીકળી ગયાથી થયો હોએ; [illegible] [illegible] અતિ. વિ. નર. ૨/૧ યજ. ૨, ૯; વીસ્પ. ૨, ૨; [illegible] નર. ૪/૧ યજ. ૧, ૯; યજ. ૩, ૧૧; [illegible] નર. ૬/૧ વીસ્પ. ૧, ૨.

[illegible] (= प्रोक्त) (= [illegible] + [illegible]; જુઓ [illegible]) ભૂ. કૃ. જાહેર—ખોલ્લીરીતે બોલેલું; જાહેર કહેલું; declared; spoken; proclaimed; [illegible] નર. ૧/૧ ય. ૨૧, ૪; [illegible] નાન્ય. ૧/૩ યજ. ૪૮, ૧. જુઓ [illegible], [illegible]

[illegible] ([illegible] + [illegible]; જુઓ [illegible]) સા. ના. નારી. જાહેર—ખોલ્લીરીતે કેહેવું (અસલ.); (બીજાઓને) સમજાવવું; proclaiming (lit.); elucidating (the holy text); [illegible] ૪/૧ વીસ્પ. ૧૫, ૨.

[illegible] (જુઓ ધા. [illegible]) વર્ત. કૃ. વિ. ખંખારતો, ફુંકારા મારતો (ઘોડો); neighing; snorting (as a horse); જુઓ નીચેનો બોલ.

[illegible] (જુઓ [illegible]) સમાસ વિ. ફુંફારા મારતા ઘોડાવાળો (અસલ.); શેતાબ ચાલના ઘોડાવાળો; [illegible] ... [illegible]

Kingdoms with snorting (*i., e.* fleet) horses. નાન્ય. ૨/૩ ય. ૫, ૧૩૦; ય. ૧૭, ૭ (Wester.); ગેલ્ડનરની ચોપડીમાં એ બોલ નથી.

[Avestan] સા.ના. નાન્ય.ઘોડાનો ખંખાર—હુંફારો; સં. ઘ્રોથ = ઘોડાની નસકોરી; the neighing or snorting of a horse. Comp. Sans. घ्रोथ the nostrils of a horse; જુઓ [Avestan]

[Avestan] વિ. ના. નર. નામાંકિત પુરૂષનું નામ; name of an illustrious personage; [Avestan] [Avestan] (Wester. [Avestan]) ६/१ ય. ૧૩, ૧૨૨.

[Avestan] (અસલ રૂપ [Avestan] + [Avestan]; જુઓ ૩ ધા. [Avestan] ક) સા. ના. નારી. એતેકાદ, ઈમાન; દીન; faith; belief; religion; [Avestan] [Avestan] ૨/૧ ઈજ. ૧૩, ૮; જુઓ [Avestan]

ખ) વિ. ના. નારી. ફ્રઓરેઈતિ (ઈઆને દીન ઉપર એતેકાદ રાખવાબાબે) નો હા—કરદો; ઈજિશ્નેના ૧૨–૧૩ મા હાને માટે વપરાએલો આવેછે; [Avestan] [Avestan] (Pehl. [Avestan]) the Hâ of the Profession of Faith (lit.); generally used for Chap. XII—XIII of Yaçna. [Avestan] [Avestan] [Avestan] ૨/૧ ઈજ. ૧૩, ૮.

[Avestan] (જુઓ ૩ ધા. [Avestan]) વર્ત. કૃ. એતેકાદ રાખતાં (અસલ.); દીન ઉપર અથવા દીનનાં કામની ઉપર પુરતું એકીન રાખતાં; putting faith in religion or any religious deed (indecl.); અસલ રૂપ [Avestan] = [Avestan] (બીજો — નીકળી જવાથી તથા છેડાના — નો ૧ થયાથી); બધે ઠેકાણે એજ રૂપમાં એ બોલ વપરાએલો આવેછે; જેમકે [Avestan] નર. ६/१ ય. ૧૦, ૯; [Avestan] નર. ૧/૩ ઈજ. ૩૦, ૫; ઈજ. ૫૩, ૨; વીસ્પ.૧૪, ૨; ય.૧૦,૫૧; ય.૧૩, ૯૨.

[Avestan] વિ. ના. નર. પાહાડનું નામ; name of a mountain; [Avestan] ય. ૧૯, ૨.

[Avestan] (= प्रकार) (જુઓ ધા. ૧ ધા. [Avestan]) સા. ના. નર. કામ, ધંધો, રોજગાર; work, business, employment; [Avestan] ७/१ વં. ૧૯, ૪૧.

[Avestan] સા. ના. નર. (અર્થ અચોકસ) ક) મગરૂરી; કજિયા, ટંટો (સ્પી., પુરતી તથા હારલે); ખુંધ (દારમે.); pride; strife (Sp., Jus. & Har.); hump-back (Dar.). Pehl. [Avestan]; [Avestan] ૧/૧ વં. ૨, ૨૯. ૩૬.

ખ) મગરૂર માણસ; કજીઆખોર શખ્સ (હારલે); ખુંધો માણસ (દારમે.); a proud person; a querulous person (Har.); a hump-backed person (Dar.); [Avestan] ૧/૧ ય.૫, ૯૩.

[Avestan] (જુઓ ધા. [Avestan] તથા [Avestan]) સમાસ વિ. નાશ ઉત્પન્ન કરનો (લુટારો); (the brigand) who works destruction; [Avestan] [Avestan] નર. ६/१ ય. ૧૩, ૧૩૯.

[Avestan] (orig., [Avestan] + [Avestan]) = વધવું; to grow; જુઓ [Avestan], [Avestan]

[Avestan] (જુઓ ધા. [Avestan]) સા. ના. નાન્ય. (પાણીનું) વેહેવું; પાણીનો પ્રવાહ; the flowing (of the waters). [Avestan] [Avestan] [Avestan] (પાણીના વેહેવને) ૨/૧ ઈજ. ૪૨, ૧.

[Avestan] (જુઓ ધા. [Avestan]) સા. ના. નાન્ય. વધારો; growth; [Avestan] ७/१ વીસ્પ. ૧૪, ૨; ય. ૧૦, ૯. ૨૬. ૪૬. ૫૧; ય. ૧૩, ૯૨; ય. ૧૯, ૪૮. ૫૦.

[Avestan] વિશે. જુઓ ૧ ધા. [Avestan]

[Avestan] (જુઓ ધા. [Avestan]) સા. ના. નારી. વધારો; growth, increase; [Avestan] ૩/૧ય. ૧, ૩૦; ય. ૨૨, ૩૭. જુઓ નીચેનો બોલ.

[Avestan] (જુઓ ૧ ધા. [Avestan]) સમાસ વિ. વધારો આપનાર; increase-giving; growth-giving; [Avestan] ૧/૧ ય. ૧૦, ६૫.

[Avestan] વિ. પુછવા લાએક; worthy of being asked or inquired; rt. [Avestan], fr. [Avestan] to ask. [Avestan] [Avestan] [Avestan] (માઈ) નામ એ કે હું પુછવાલાએક છેઉં, ઈઆને મારે વિશે દરેકજ પુછપુરછ કરવાની ખાહેશ રાખેછે; my name i the One of whom questions are asked *Otherwise*: [Avestan] = first; [Avestan] [illegible] [illegible] my first name is 'I exist,' *i. e.*, I am Ever-living (Yt. 1, 7). વળી એ ઓજનો અર્થ 'પેહેલ્લું' ખી કરવામાં આવ્યો છે એમ લેતાં એનો અર્થ (મારૂં) પેહેલ્લું નામ (એ કે) હું હયાત છેઉં, યાને હમેશા ને હમેશા સુધી હું જીવતો છેઉં (ય. ૧, ૭.).

[illegible] (જુઓ ૨ ધા. [illegible]) સા. ના. નાન્ય. ગાવું, ગાયન; chanting; chant. [illegible] ૨/૧ યજ. ૫૫, ૭; વીસ્પ. ૩, ૭; વીસ્પ. ૧૩, ૨.

[illegible], [illegible] વિશે જુઓ ૧ ધા. [illegible]

[illegible] (અસલ રૂપ [illegible]; જુઓ ૩ ધા. [illegible]) સા. ના. નર. ખાનાર, પીનાર; one who eats or drinks. [illegible] ૧/૧ ય. ૨૧, ૭.

[illegible] (અસલ રૂપ [illegible]; જુઓ ૩ ધા. [illegible] ખ) સા. ના. નારી. પીવું; drinking; [illegible] [illegible] [illegible] [illegible] (કુટીને રસ કાહાડેલા હોમનાં પીવા પછી) ૩/૧ ય. ૨૧, ૯.

[illegible] વિ. ના. નારી. નામાંકિત કન્યાનું નામ; name of an illustrious maiden; [illegible] [illegible] ૮/૧ ય. ૧૩, ૧૪૧. (જુઓ મોદી.)

[illegible] વિશે જુઓ નીચે [illegible]

[illegible] (= [illegible] = افراسیاب) વિ. ના. નર. અફ્રાસ્યાબ. The Afrâsyâb of Firdosi. He was a descendant of Tûr, the son of Faridoon, and was the King of Tûrân. He was unjust and merciless; he killed his own brother Aghraeratha for his strong sympathies towards the Irânians. He was denied the Kyânian glory, which he begged of Ardvî Sûra.

"The perpetual struggle between Irân and Tûrân, which lasts to this day, was represented in the legend by the deadly and endless wars between Afrâsyâb and the Irânian kings from Minochehr down to Kai Khosru. The chief cause of the feud was the murder of his own son-in-law, Syâvakhsh, by Afrâsyâb at the instigation of Karsivaz, his brother (Dar.)."

Finally, Afrâsyâb was captured by a man named Haoma Frâshmi, who gave him up to Kai Khosru, who killed him in revenge for his father Syâvakhsh. [illegible] ૧/૧ ય. ૫, ૪૧; ય. ૧૯, ૫૬. ૫૭. ૮૨. ૯૩; [illegible] ૨/૧ યજ. ૧૧, ૭; ય. ૯, ૧૮. ૨૨; ય. ૧૭, ૩૮; ય. ૧૯, ૯૧. જુઓ મોદી.

[illegible] (જુઓ. ધા. [illegible]) સા. ના. નર. આગળ ચાલનાર; he that goes forward; epithet of Mino-Râm; [illegible] ૧/૧ ય. ૧૫, ૪૫.

[illegible]* (જુઓ ધા. [illegible]) કૃ. વિ. ચાલતો; walking; [illegible] ....[illegible] the friend who walks (ચાલતો દોસ્ત) નર. ૧/૧ યજ ૬૨, ૮; નીઆ. ૫, ૧૪.

[illegible] (ય. ૧૫, ૫૫.) (બરસમ) બાંધેલી (દારમે.); (the Baresma) tied (Dar.).; lit., collected; rt. [illegible]

[illegible] (જુઓ ધા. [illegible]) સા. ના. નાન્ય. મારવું, નાશ કરવો; smiting, destroying; [illegible] ય. ૨, ૧૩.

[illegible] (જુઓ ધા. [illegible] ખ) સા. ના. નારી. નાશ, હાની; destruction, ruin; [illegible] [illegible] ૧/૧ યજ. ૨૯, ૫.

[illegible] વિ. વધારો કરતો; વધારો કરનારો; progress-making; [illegible] = [illegible] (જુઓ એ ઓજ); [illegible] નાન્ય. ૧/૧ ય. ૧૨, ૧.

[illegible] (= [illegible] = प्रजा = فرزند) (જુઓ ૧ ધા. [illegible] સા. ના. નારી. ફરજંદ, ઓલાદ, બચ્ચાંછોકરાં; an offspring, a son; [illegible] ૧/૧ યજ. ૬૦, ૭; [illegible] ૨/૧ યજ. ૬૨, ૫; યજ. ૬૮, ૫; [illegible] ૨/૧ ય. ૧૦, ૩; [illegible] ૨/૧ યજ. ૬૫ ૧૧;

* [illegible]—suffix (past act. partic.); *vide* my Avesta Grammar, § 563.

[Avestan] ૨|૧ ય. ૧૫, ૪૦; [Avestan] ૩|૧ ૧૦, ૩૮; [Avestan] ૬|૧ ય. ૬૩, ૬૩૪. જુઓ [Avestan], [Avestan]

[Avestan] (= [Avestan], [Avestan]) ([Avestan] ઉપરથી) વિ. ફરજંદવાળું; rich in children; [Avestan] fem. (a woman) rich in offspring (નારી. ૨|૧ ને બદલે) ય. ૨૧, ૭. ૧૧. ૧૫; ય. ૨૪, ૪૯.

[Avestan] (જુઓ [Avestan]) વિ. ખુશાલી ઉપજાવનારું, પસંદ પડતું; pleasant, agreeable; [Avestan] (ખુશનુમા અંગવસ્ત્ર પેહેરીને) ૨|૧ ય. ૫, ૧૨૬. Geld. [Avestan]

[Avestan] (જુઓ ધા. [Avestan] તથા [Avestan]) સમાસ વિ. બુદ્ધિ—ભાન નીકળી જાએ તેવો (ફટકો), બેશુદ્ધ—બેભાન થઈ જાએ એવો (ફટકો); fainting, swooning (as a blow); [Avestan] ૨|૧ વં. ૪, ૪૦. ૪૨; વં. ૫, ૩૭; વં. ૧૩, ૧૨. ૧૩. ૧૪. ૧૫; વં. ૧૪, ૧.

[Avestan] વિ. ના. નર. સરોવરનું નામ છે. એ સરોવર આગળ ઉભા રહીને ગુશ્તાસ્પ પાદશાહે અરેદ્વીસૂર પાસે દુઆ માંગી કે, હું તુરાની અરજાસ્પ તથા બીજા બદકારોને શેકસ્ત કરૂં; the name of a lake supposed to be in Seistân, near which King Gushtâsp addressed his prayers to Aredvi Sûra to overcome Arjâsp and other Turanians. According to the Bahman Yasht, Hoshedar Bâmî (Av. [Avestan]), the future prophet, will be born near this lake. [Avestan] ૨|૧ ય. ૫, ૧૦૮. જુઓ મોદી.

[Avestan] ([Avestan] ઉપરથી) અધિ. વિ. વધારે આગળનું; forward; onward (compara. adj.); [Avestan]...[Avestan] the wind that blows before નર. ૨|૧ સીરો. ૨, ૨૨; [Avestan] (ક્રિ. અ.) ય. ૨૪, ૨૯; [Avestan]...[Avestan] નર. ૬|૧ સીરો. ૧, ૨૨; [Avestan] in the higher place (વધારે આગળની-ચઢતી-ઉંચી જગામાં) નર. ૭|૧ ય. ૨૨, ૧૪; [Avestan] (Wester.) super. adj. in the foremost place (ઘણીજ આગળની—ઘણીજ ઉંચે દરજ્જેની જગામાં) નર. ૭|૧ ય. ૨૨, ૧૪. [Avestan] (Wester. [Avestan]) ૪|૩ ય. ૧૫, ૫૫.

ખ) પેહેલું; first; [Avestan] (O Haoma!) at the first force of thy pressure; ૨|૧ ઇજ. ૧૦, ૨.

ગ) વધારે દૂર; further, more distant; [Avestan] વં. ૧૯, ૨.

[Avestan] (Yt. 24, 43) I have said (to thee) first (Dar.); *variant*:— [Avestan]; [Avestan] first; [Avestan] = [Avestan] (Dar.).

[Avestan] (જુઓ [Avestan] તથા [Avestan]) સમાસ વિ. એક બિલ્લસ—વેંહેત જેટલું વધારે દૂર; a span farther [Avestan] (Wester. [Avestan]) ૧|૧ વં. ૮, ૭૬. ૭૭. ૭૮.

[Avestan] વિ. ના. નર. નામાંકિત પુરૂષનું નામ; name of an illustrious personage; [Avestan] ૬|૨ ય. ૧૩, ૧૨૫. Wester. [Avestan]; (જુઓ મોદી.)

[Avestan] (= [Avestan] = प्रथम = [Persian] ([Avestan] ઉપરથી) અતિ. ક) વિ. સઉથી આગળનું, સઉથી ઉપરનું; [Avestan] નર. ૧|૧ ગેહ ૧, ૬; foremost, uppermost, top. [Avestan] the top joint of the finger. (આંગલાંની સઉથી ઉપરની બેટકી) નાન્ય. ૨|૧ વં. ૬, ૧૦. ૧૨. ૧૪; વં. ૧૭, ૭; [Avestan] (દેરાના સઉથી આગળા ભાગમાં) ૨|૧ (ક્રિ. અ.) વં. ૨, ૩૦. ૩૮.

ખ) સઉથી ચઢતું—સરસ; highest; supreme; [Avestan] the highest Yaçna, *i. e.*, Dvâzdeh Homâst Yaçna. [Avestan] નર. ૨|૧ ય. ૧૧, ૧૮; [Avestan] ૩|૧ ય. ૧૧, ૧૮. જુઓ નીચેના બોલ.

ગ) સા. ના. નર. આગેવાન, મુખ્ય માણસ, સરદાર; a chief person, a leader. [Avestan] .... [Avestan] the heads of the houses, villages, &c.; [Avestan] ૨|૩ ઇજ. ૮, ૭.

* એ બોલમાં અધિકાર્થક વિશેષણનાં બેવડી નીશાની લાગી. જુઓ મારૂં અવસ્તા વ્યાકરણ, સંફો ૧૨૯ મો.

[Avestan] ([Avestan] ઉપરથી) સા. ના. નારી. ઉત્તમપણું, ખુબી; excellence; pre-eminence; [Avestan] ૨|૩ ૫. ૧૩, ૯૫.

[Avestan] ([Avestan] ઉપરથી) સા. ના. નાન્ય. શ્રેષ્ઠતા, મ્હોટાઈ, ઉત્તમપણું; greatness, prominence; જુઓ [Avestan]

[Avestan] ([Avestan] નું ટુકું રૂપ; જુઓ ૨ [Avestan]) સમાસ જા. કૃ. વિ. સઉથી સરસ પેદા કીધેલું—બનાવેલું (અસલ.); આગેવાન, મુખ્ય માણસ, સરદાર; a leader, a foremost man; [Avestan] [Avestan] the foremost men of the regions ૨|૩ ૫. ૧૦, ૧૮.

[Avestan] (જુઓ [Avestan] ૫ તથા [Avestan]) સમાસ ના. નાન્ય. સઉથી સરસ ઘેર; a house of the first rank; [Avestan] ૬|૧ વં. ૧૩, ૨૦.

[Avestan] (જુઓ ૧ ધા. [Avestan] તથા ૨ [Avestan]) સમાસ વિ. પાણીને આગળ વેહેતું કરતો—કરનાર; making the waters run. Comp. [Avestan]; [Avestan] એ ધા. [Avestan] નું વર્તમાન કૃદંત રૂપ છે; [Avestan] .... [Avestan] નર. ૨|૧ ૫. ૧૦, ૬૧.

[Avestan] = प्रथ् = પોહોળું થવું; to be broad or wide; જુઓ [Avestan], [Avestan]

[Avestan] (જુઓ ધા. [Avestan]) ક) સા. ના. નાન્ય. પોહોળાઈ; breadth; width; [Avestan] ૨|૧ ઇજ. ૧૯, ૭; ઇજ. ૭૧, ૧૫.

ખ) વિ. પોહોળું; broad, wide. Compare [Avestan]; [Avestan] ૧|૧ ઇજ. ૧૯, ૭; ઇજ. ૭૧, ૧૫. જુઓ [Avestan], [Avestan], [Avestan], [Avestan]

[Avestan] (જુઓ ધા. [Avestan]) સમાસ વિ. બોહોળી-રીતે ફાએદો કરનાર; doing good widely—to a great extent; [Avestan] નર. ૨|૩ વીસ્પ. ૧૯, ૨.

[Avestan] (જુઓ ધા. [Avestan] ગ) ભૂ. કૃ. વિ. મુકરર કીધેલું, ઠેરવેલું; appointed, fixed; [Avestan] નર. ૨|૧ વં. ૨૧, ૫. ૯. ૧૩.

[Avestan]
[Avestan]
[Avestan]
} એ બોલો વિશે જુઓ ૧ તથા ૨ ધા. [Avestan]

[Avestan] (જુઓ ધા. [Avestan]) સા. ના. નારી. ગોફણ; a sling. Pehl. [Avestan] ([Pahlavi], [Pahlavi] a hammer); [Avestan] ૧|૧ વં. ૧૪, ૯. જુઓ નીચેનો બોલ.

[Avestan] ([Avestan] ઉપરથી) વિ. ગોફણને લગતું; [Avestan] [Avestan] sling stones (ગોફણના પથરો) નર. ૧|૩ વં. ૧૭, ૯. ૧૦. જુઓ [Avestan]

[Avestan] (જુઓ ધા. [Avestan]) સા. ના. નાન્ય. જે દેખાડેલું તે (અસલ.); નીશાંની; a token, a mark. Comp [Avestan] ક; [Avestan] ૧|૩ ૫. ૫, ૯૩; [Avestan] ૨|૩ ઇજ. ૩૧, ૧૭. જુઓ [Avestan]

[Avestan] (જુઓ ધા. [Avestan]) સા. ના. નર. દેખાડનાર, શિખવનાર, રાહનુમા; a director, a guide, an instructor; [Avestan] ૧|૧ ઇજ. ૫૧, ૩; [Avestan] ૨|૧ ઇજ. ૧૯, ૧૩; [Avestan] ૨|૧ ઇજ. ૩૫, ૯.

૧ [Avestan] (= [Avestan]) (જુઓ ૧ ધા. [Avestan] ખ) સા. ના. નાન્ય. વધારો, વૃદ્ધિ, આબાદી; growth, increase, prosperity; [Avestan] ૧|૧ વં. ૯, ૫૩-૫૫. ૫૭; વં. ૧૩, ૫૨-૫૪. ૫૬; [Avestan] ૨|૧ વં. ૯, ૫૧. વીસ્પ. ૨૦, ૧; ૫. ૧૮, ૬; [Avestan] ૩|૧ ઇજ. ૫૫, ૩; [Avestan] ૪|૧ ઇજ. ૪, ૫; ઇજ. ૨૭, ૨; ઇજ. ૪૫, ૯; વીસ્પ. ૧૧, ૧૩; [Avestan] ૭|૧ (૪|૧ ની મતલબે) ઇજ. ૬૮, ૨.

૨ [Avestan] વિ. ના. આફગાનીસ્તાનમાં આવેલી નદીનું નામ; ફરાહ રૂદ (ગેલ્ડનર); name of a river in Afghanistan; the *Frâh Rûd* (Geld.); [Avestan] Yt. 19, 67.

[Avestan], [Avestan]
[Avestan]
} એ બોલો વિશે જુઓ ૧ તથા ૨ ધા. [Avestan]

[illegible] (= [illegible]) વિ. ના. નાન્ય. હફતે કેશ્વરોમાંનાં એક કેશ્વરનું નામ; એ કેશ્વર તથા વિદધફ્ષુ ([illegible]) જોડીઆં કેશ્વરો છે, અને બુનદેહેશ પ્રમાણે ખનિરથ નામનાં કેશ્વરની દક્ષિણ પશ્ચિમે આવેલાંછે; one of the seven Keshvars of the earth, lying to the south-west of *Khanirat*; for particulars, *vide* [illegible]; [illegible] ૨।૨ વં. ૧૯ ૩૯; ય. ૧૦, ૧૯. ૧૩૩; ય. ૧૨, ૧૧; [illegible] ૪।૩ ([illegible]*); વીસ્પ. ૧૦, ૧; વીસ્પ. ૧૧, ૧૭

[illegible] વિશે જુઓ ૨ ધા. [illegible]

[illegible] વિશે જુઓ [illegible]

[illegible] વિ. ના. નર. નામાંકિત પુરૂષનું નામ; name of an illustrious personage; "one of the immortals in the Khaniratha Karshvaré; he resides in the Peshyânsaî plain. He is called Khembya for this reason, because he was brought up in a Khemb (jar) for fear of Khashm (Bund. XXIX, 5). He answers pretty well to the Agastya and Vasishtha of the Vedic legend" (Dar.); [illegible] ૬।૧ ય. ૧૩, ૧૩૮. (જુઓ મોદી.)

[illegible] (જુઓ ૨ ધા. [illegible] ખ) ક) બૂ. કૃ. મુકરર કીધેલું, ઠેરવેલું; appointed, fixed; [illegible] નારી. ૧।૩ ય. ૧૩, ૫૩. ૫૫.

ખ) સા. ના. નાન્ય. વધારો; growth; increase; [illegible] ૭।૧ ય. ૧૩, ૬૮.

[illegible] વિશે જુઓ [illegible]

[illegible] વિશે જુઓ ધા. [illegible]

[illegible] વિશે જુઓ ધા. [illegible]

[illegible] વિશે જુઓ ધા. [illegible]

[illegible] (જુઓ [illegible]) સા. ના. નર. પુષ્કળપણું, જીઆદતી; abundance, plenty; [illegible] in abundance ૭।૧ વં. ૩, ૩.

* એના ખોલાસા બાબે જુઓ માઈ અવસ્તા વ્યાકરણ. સફો ૫૯—૬૦ મો.

[illegible] વિ. પાંખવાળું; ઉડનાઈ (પક્ષિ); winged, flying (birds); [illegible] = [illegible] = [illegible] = a wing પાંખ; ધા. [illegible] = to strike; to flutter મારવું; ફફરાવવી (પાંખ); fluttering the wings (lit.); પાંખ ફફરાવવું (અસલ.); [illegible] ૧।૩ ય. ૮, ૪૮.

[illegible] વિ. પાંખવાળું, ઉડનાઈ (પક્ષિ); winged, flying (birds); lit., fluttering the wings; [illegible] a wing; પાંખ; અને ધા. [illegible] નો વર્ત. કૃ. [illegible] થઈને [illegible] નીકળીને [illegible] પ્રત્યય લાગ્યાથી [illegible] થયું. [illegible] નારી. ૨।૧ ઈજ. ૭૧, ૯; [illegible] ૨।૩ વીસ્પ. ૨, ૧; [illegible] ૬।૩ વીસ્પ. ૧, ૧; ય. ૧૩, ૭૪.

[illegible] (જુઓ ૨ ધા. [illegible] ક) સા. ના. નાન્ય. (પક્ષીનું) ઉડવું; the flight (of birds). [illegible] [illegible] (Wester. [illegible]) ૨।૧ ઈજ. ૪૨, ૬.

[illegible], [illegible] વિશે જુઓ ૨ ધા. [illegible].

[illegible] (જુઓ ૧ [illegible] ક તથા ૩ [illegible]) સમાસ ના. નાન્ય. ગાઅદોરની જીઆદતી, પશુઓનો વધારો; abundance in cattle; [illegible] ૧।૧ વીસ્પ. ૧૨, ૧.

[illegible] વિશે જુઓ ૧ ધા. [illegible]

[illegible] (= [illegible]) (જુઓ ૧ ધા. [illegible]) સા. ના. નર. ક્રિયાના આલાતો તથા તેને લગતી બીજી ચીજો લઈ જનાર—લાવનાર મોબેદ; the priest who brings to the Zaotar all the implements and other things required for the ceremonies; [illegible] ૨।૧ વીસ્પ. ૩, ૧; ગેહ ૩, ૫; [illegible] ૪।૧ વં. ૫, ૫૭. ૫૮.

[illegible] (જુઓ ૧ ધા. [illegible]) સા. ના. નારી. ભેટ, અર્પણ કરવાની ચીજ; an offering, a thing dedicated; જુઓ [illegible], [illegible]

[illegible] ([illegible]) (અસલ [illegible] + [illegible])

[Avestan] = [Avestan] ([Avestan] નીકળી.ગયાથી); [Avestan] a foot પગ; સા. ના. નર. [Avestan] પગની પાટલી; the instep of the human foot; [Avestan] ૨/૧ વં. ૮, ૬૭.૬૮.૬૯; વં. ૯, ૨૪; [Avestan] ૩/૧ વં. ૧૮, ૪૦. જુઓ એની પછીનો બોલ.

[Avestan] (= [Avestan]) (જુઓ [Avestan]) સમાસ ના. નાન્ય. પગની પાટલી જેટલી લંબાઈ; the length of the instep; [Avestan] ૨/૧ વં ૧૮, ૪૦.

[Avestan] (= प्रमनस्) (જુઓ [Avestan]) વિ. દોસ્તી ભરેલા વિચારવાળું; સાગ વિચારનું; friendly-minded; in good spirit; . . . [Avestan] [Avestan] નર. ૧/૩ ય. ૧૦, ૩૪.

[Avestan] (જુઓ ૨ ધા. [Avestan]) સા. ના. નર. યાદ કરનાર, સ્મરણ કરનાર; a reciter; [Avestan] ૧/૧ વીસ્પ. ૫, ૧; [Avestan] ૧/૧ ઇજ. ૧૮, ૧; [Avestan] ૨/૧ વીસ્પ. ૨, ૫.

[Avestan] (જુઓ ૨ ધા. [Avestan]) સા. ના. નાન્ય. યાદ કરવું, સ્મરણ; reciting; [Avestan] ૨/૧ ઇજ. ૫૫, ૭; વીસ્પ. ૩, ૭; વીસ્પ. ૧૩, ૨.

[Avestan] (જુઓ ૧ ધા. [Avestan]) સા. ના. નાન્ય. વિચાર; thought; [Avestan] ૪/૧ ય. ૧૬, ૩. Wester. [Avestan]

[Avestan] જુઓ ૧ ધા. [Avestan]

[Avestan] વર્ત. પરસ્મૈ. ૩ જો વર્ગ (અથવા Inten.) ૨/૩; ધા. [Avestan] = मथ् = ઉસકેરવું, પરીશાન કરવું; દોહોવી નાખવું; to agitate, to perplex; orig., [Avestan] * ye are confusing our thoughts (M. and Dar.); [Avestan] તમો હમારા વિચાર આડે માર્ગે લઈ જાઓછો; હમારા મનને ગુમરાહ કરોછો (મિલ્સ તથા દારમે.) ઇજ. ૩૨, ૪.

[Avestan] (જુઓ ધા. [Avestan]) સા. ના. નારી. એક કોરે મુકવું, કાહાડી નાખવું; taking off (the shoes); [Avestan] (જોડાનું એક કોરે મુકવા સાથે, ઇચ્છાને જોડા પગમાંથી કાહાડી નાખીને) ૩/૧ વં. ૬, ૨૭.

[Avestan] (જુઓ ૧ ધા. [Avestan] તથા [Avestan]) સમાસ વિ. માણસોને પસંદ પડતું; માણસોને આબાદી આપતું (હારલે); agreeable or pleasing to men; giving prosperity to men (Har.); having the men of forethought (M.); ... which increases men (Dar.); [Avestan] નારી. ૨/૩ વીસ્પ. ૭, ૩; ગેહ ૫, ૫. જુઓ નીચેનો બોલ.

[Avestan] (જુઓ [Avestan]) સમાસ વિ. નર. પેહેલવાનોને પસંદ પડતું; પેહેલવાનોને આબાદી આપતું (હારલે); pleasing to heroic men; giving prosperity to heroes (Har.); [Avestan] નારી.૨/૧ વીસ્પ. ૭, ૩; ગેહ ૫, ૫.

[Avestan] (જુઓ ૨ ધા. [Avestan]) સા. ના. નારી. યાદ, સ્મરણ; the memorised recital; [Avestan] ૧/૧ ઇજ. ૭૧, ૧; [Avestan] ૩/૧ વીસ્પ. ૨૦, ૨; [Avestan] ૪/૧ વીસ્પ. ૧૫, ૨.

[Avestan] (જુઓ ૧ ધા. [Avestan]) સા. ના. નાન્ય. મારી નાખવું, નાશ કરવો; killing, destroying; [Avestan] ય. ૨, ૧૩.

[Avestan] વિશે જુઓ ધા. [Avestan]

[Avestan] (જુઓ ૧ ધા. [Avestan]) સા. ના. નાન્ય. જવું, માર્ગ લેવો, દાખલ થવું; માર્ગ; going; passage, course, entrance; [Avestan] ૩/૧ (૭/૧ ની મતલબે) વં. ૭, ૫૨; [Avestan] ૪/૧ વં. ૧૮, ૨૯.

[Avestan] વિશે જુઓ ૧ ધા. [Avestan]

[Avestan] (જુઓ ૧ ધા. [Avestan]) સા. ના. નારી. માર્ગ, રસ્તો; a way, a path; [Avestan] ૧/૩ ય. ૧૦, ૧૧૨.

[Avestan], [Avestan] વિશે જુઓ ૧ ધા. [Avestan]

૧ [Avestan] (જુઓ ૫ ધા. [Avestan]) સા. ના. નાન્ય: ઘસરવું, ચોળવું; સાફ કરવું; cleansing, rubbing; purifying. જુઓ [Avestan]

* એના ખોલાસાબાબે જુઓ મારૂં અવસ્તા વ્યાકરણ સફો ૪૧ મો.

[illegible] વિ. ના. નર. નામાંકિત પુરૂષનું નામ; name of an illustrious personage; [illegible] ૬/૧ ય. ૧૩, ૧૧૭.

[illegible] (જુઓ [illegible]) વિ. ભાહારી; જોરથી વાગે તેવો (ગુરૂજ); heavy; striking upon vigorously (as a club); ... [illegible] [illegible] (૧/૧ ને બદલે) ય. ૧૦, ૧૩૨; [illegible] [illegible]... ૨/૧ ય. ૧૦, ૯૬.

[illegible] (જુઓ ૧ ધા. [illegible]) સા. ના. નર. જાણનાર, શિખનાર, વાકેફ થનાર; one who knows; one who acquires knowledge; [illegible] ૪/૧ ય. ૧૩, ૮૮.

[illegible] (જુઓ ૧ ધા. [illegible]) પ્રયો. વર્ત. કૃ. આત્મને. શિખવનાર, વાકેફ કરનાર; one who instructs or makes acquainted with; [illegible] નર. ૪/૧ ય. ૧૩, ૮૮.

[illegible] વિશે જુઓ ૧ ધા. [illegible]

[illegible] (જુઓ ૧ ધા. [illegible] ખ) વિ. આગળ વેહેતું (પાણી); વરસાદનું (પાણી) (બુનદેહેશ ઉપરથી—દારમે.); (water) flowing onward; rain-water (Bund. & Dar.) [illegible]...[illegible] નારી. ૨/૩ ઇજ઼િ. ૩૮, ૩.

[illegible] (જુઓ ૩ ધા. [illegible]) વર્ત. કૃ. વિ. હોલ ખેડતું, હોલ ખેડનાર; ploughing; [illegible] [illegible] (for the value) of a ploughing cow; (હોલખેડનારી—ખેચનારી ગાઅેના બદલામાં) નારી. ૬/૧ વં. ૯, ૩૮.

[illegible] (જુઓ ૩ ધા. [illegible]) સા. ના. નર. અકીન લાવનાર, અેતેકાદ રાખનાર; one who puts faith in religion. [illegible] ૧/૧ ઇજ઼િ. ૧૨, ૮.

[illegible] (જુઓ ૨ ધા. [illegible]) સા. ના. નર. પસંદ કરનાર, ચાહાનાર; one who likes or regards with kindness; [illegible] ૫/૧ ય. ૧, ૩૦; ય. ૨૨, ૩૭.

[illegible] વિશે જુઓ ધા. [illegible]

[illegible] (= [illegible], [illegible] [illegible]) સા. ના. નારી. ફ્રોહર; ફ્રવષિ; રવાનને નેકી તથા બેહેસ્તનો માર્ગ બતેલાવનારી અેક રૂહાની ચીજ; ફ્રોહર વિશે અવસ્તામાં અેવું જણાવ્યું છે કે તે, તમામ જીવતાંઓનાં, ગુજરી ગયેલાંઓના, તથા હવે પછી જન્મ પામવાનાં છે તે બધાંઓનાં જુદાં જુદાં છે. વળી 'ફ્રોહર'નો બીજો અર્થ (અંગ્રેજી Prototype ને મળતો) કોઈબી ચીજનો અસલ નમુનો, મુળ રૂપ, અસલ બી થાઅે છે. અે બોલ બે રીતે સમજાવી શકાઅે છે:—

ક) ધા. [illegible], [illegible] = वृ = બંચાવવું, સંભાળવું.

ખ) ધા. [illegible] = वक्ष, અથવા [illegible] वर्ध = વધવું. અે બોલના ખોલાસા બાબે જુઓ ડાકટર હાઉગના રીસાલની ચોપડી; guardian spirits or spiritual prototypes which protect the creatures of Ahura Mazda. Every animal, whether dead, living, or to be born in the future, has its own Fravashi. In man, it is the guiding spirit that leads him to the path of virtue. Moreover, Ahura Mazda, the Ameshâspands and the Yazatas have Fravashis of their own. The Fravashis reminds one of Plato's ideas. [illegible] ૨/૧ વં. ૨, ૬ (Wester.); વં. ૧૯, ૧૪; ઇજ઼િ. ૧૩, ૭; ઇજ઼િ. ૧૬, ૨; ય. ૧૩, ૮૦. ૧૪૮; [illegible] ૨/૧ ઇજ઼િ. ૫૫, ૬; ય. ૮, ૨; [illegible] (૨/૩ ની મતલબે) ઇજ઼િ. ૨૩, ૨; [illegible] ૪/૧ ઇજ઼િ. ૧, ૧૮; ઇજ઼િ. ૩, ૨; ઇજ઼િ. ૨૩, ૪; ઇજ઼િ. ૬૮, ૨૨; વીસ્પ. ૧૧, ૭; Frag. 2, 1; [illegible] ૧/૩ ઇજ઼િ. ૧૬, ૭; ઇજ઼િ. ૬૫, ૬; ય. ૮, ૩૪; ય. ૧૦, ૩. ૬૬. ૧૦૦; ય. ૧૩, ૧. ૫૧. ૧૪૫; ઇજ઼િ. ૬૦, ૪; ય. ૨૨, ૩૯; [illegible] ૨/૩ વં. ૧૯, ૩૭; ઇજ઼િ. ૨, ૬; ઇજ઼િ. ૧૬, ૫; ઇજ઼િ. ૨૩, ૧; વીસ્પ. ૨૧, ૧; ય. ૧૩, ૧૮. ૨૧. ૬૯. ૭૪. ૧૪૩; [illegible] ઇજ઼િ. ૨૩, ૩; [illegible] ૨/૩ ય. ૧૩, ૭૫; [illegible] ૪/૩ ઇજ઼િ. ૪, ૨; વીસ્પ. ૧૧, ૬. ૧૫; ય. ૧૩, ૪૬; [illegible] ૫/૩ ઇજ઼િ. ૨૩, ૨; વીસ્પ. ૧૧, ૭; [illegible] ૬/૩ ઇજ઼િ. ૧, ૬; ઇજ઼િ. ૨૨, ૨૭; ય. ૧૩, ૦. ૮૦. ૧૫૬; [illegible] ૬/૩ ય. ૨, ૧૪; જુઓ [illegible]

[illegible] (જુઓ ૧ ધા. [illegible]) સા. ના. નાન્ય. ક) બોલ, શબ્દ, કલામ, નસીહત; a word;

admonition, advice; [Avestan] ૧|૧ ઈજ઼. ૧૯, ૧૪; ઈજ઼. ૨૦, ૩; [Avestan] ૨|૧ ઈજ઼. ૧૯, ૨૦; ઈજ઼. ૨૦, ૪; [Avestan] ૭|૧ ય. ૧૪, ૨૮. ૩૦. ૩૨.

ખ) ભણવું, બોલવું; reciting, speaking; [Avestan] ૪|૧ વીસ્પ. ૧૫, ૩; ય. ૧, ૩૧; [Avestan] [Avestan] (૪|૧ ની મતલબે) વીસ્પ. ૧૫, ૨.

[Avestan] (જુઓ ધા. [Avestan]) સા. ના. ઈનિ-સાનની શરમગાહ; the sexual organ; [Avestan] [Avestan] ૫|૧ વં. ૩, ૧૪; વં. ૯, ૪૦; [Avestan] ૨|૩ ય. ૧૩, ૧૧.

[Avestan] (જુઓ ધા. [Avestan]) સા. ના. નર. ઝાડ—રોપાનો પીલો; the shoot of a plant; [Avestan] ૨|૩ ઈજ઼. ૧૦, ૫.

[Avestan], [Avestan] (વિ. ક) કાંજીનું (વાસણ); ચિકટ મટોડીનું; (eating vessels) made of starch or clay; Pehl. [Pahlavi], [Pahlavi]; [Pahlavi] is an adj. form from Pehl. [Pahlavi] = Per. [Persian] starch, clay; કાંજી, ચીકટ મટોડી; [Avestan] ૧|૧ વં. ૭, ૭૫.

ખ) સીસાંનું; of lead; lead; [Avestan] [Avestan] ૨|૧ વં. ૬, ૪૬.

[Avestan] (= प्रवाह) (જુઓ ૧ ધા. [Avestan] ક) સા. ના. નર. વધારો; growth; increase in prevalence; [Avestan] ૩|૧ વં. ૩, ૩૧.

[Avestan] (= [Avestan] = प्रवार) (જુઓ ૧ ધા. [Avestan]) સા. ના. નર. લાંબી દીવાલ; a long extended wall. Comp. [Avestan]; [Avestan] ૨|૧ વં. ૨, ૨૯. ૩૪.

[Avestan] (જુઓ ૨ ધા. [Avestan]) સા. ના. નારી. ગતિ, હીલચાલ; movement; *or*, moving, revolving (adj.); અથવા જો વિ. લઈએ તો, ફરતી, ગતિવાળી (દુનિયાં); [Avestan] [Avestan] of all this moving world (તમામ ફરતી દુનિયાંનો) ૬|૧ ઈજ઼. ૫૭, ૧૫; ય. ૧૦, ૧૦૩; ય. ૧૧, ૧૦.

[Avestan] (૧ ધા. [Avestan] ઉપરથી) = વધારવું; to increase; જુઓ [Avestan]

[Avestan] = વધારો કરવો; આબાદ કરવું; to increase; to make prosperous; [Avestan] આજ્ઞા. આત્મને. ૧|૧ વં. ૩, ૨૭.

[Avestan] (જુઓ ધા. [Avestan]) સા. ના. સવાલ; a question. Gâth. [Avestan]; — [Avestan] (વાદ-વિવાદમાં, સવાલ જવાબમાં) ૭|૧ ઈજ઼. ૪૪, ૧૩. * આએ ઠેકાણે એ બોલનો અર્થ ધા. [Avestan] (= प्रस् = ફેલાવું, ખિલવું) ઉપરથી 'વધારામાં' પી થઈ શકે. [Avestan] (સવાલો) ૨|૩ ઈજ઼. ૩૧, ૧૩.

[Avestan] વિશે જુઓ ૧ ધા. [Avestan]

[Avestan] (જુઓ ધા. [Avestan]) સા. ના. નર.

ક) શિખામણ, નસીહત; teaching, precept. Comp. [Avestan]; [Avestan] ૪|૧ ય. ૧૯, ૩.

ખ) વખાણ, કીર્તિ; praise, glory; [Avestan] ૩|૧ ય. ૮, ૫૦.

ગ) વિ. કીર્તિનેલાએક; કીર્તિનેલાએક ગણાએલો; worthy of glorification; [Avestan] [Avestan] (super. adj.) most worthy of glorification; [Avestan] નર. ૨|૧ ય. ૧૩, ૧૫૨.

[Avestan] (= प्रशस्ति) (જુઓ ધા. [Avestan]) સા. ના. નારી. ક) શિખામણ, નસીહત; teaching, precept; [Avestan] ૨|૧ વં. ૪, ૪૩; ઈજ઼. ૩૮, ૨.

ખ) વખાણ, કીર્તિ; વખાણ—કીર્તિ ગાવી; praise, glory; glorification; [Avestan] ૧|૧ ય. ૫, ૨૯; [Avestan] ૧|૧ ઈજ઼. ૭, ૨૯; ઈજ઼. ૮, ૧; [Avestan] ૨|૧ ઈજ઼. ૪૯, ૭ [Avestan] [Avestan] ૪|૧ ઈજ઼. ૩, ૨૪; વીસ્પ. ૪ ૨ તથા દરેક નીઆએશ, ગેહ, યશ્ત ઇત્યાદિ ફ્રવરાને ([Avestan]) ના કરદામાં.

[Avestan] સા. ના. નાશ, હાની; destruction, ruin; જુઓ [Avestan]

[Avestan] (જુઓ ધા. [Avestan] ખ) ભૂ. કૃ. શિખવેલું; instructed, taught (past partic.) જુઓ [Avestan]

[Avestan] (જુઓ ધા. [Avestan] ખ) સા. ના. નર. શિખવનાર, હોકમ કરનાર; an instructor, an admonitor or admonisher; one who commands; [Avestan] ७|१ य. १३, ८३.

[Avestan] (જુઓ ધા. [Avestan]) સા. ના. નર. થામલો, સ્થંભ; a pillar, a column; [Avestan] २|१ વં. २, २६. ३४. જુઓ [Avestan]

[Avestan] (જુઓ ધા. [Avestan]) સા. ના. નર. ક) નાહલો પુલ: ખાઈ—ચર અથવા ઝરાની ઉપરથી પસાર થવાને માટે મુકેલો લાંબો લાકડાંનો કટકો; a small bridge; a long piece of timber placed over a ditch or a small stream for crossing; [Avestan] ६|३ વં. १८, ७४.

ખ) ઘેરનો ભારવટ્ટિયો; a beam of the house; જુઓ [Avestan]

ગ) ટેકો આપનાર; a supporter; [Avestan] ६|३ य. १३, २६.

[Avestan] વિરો જુઓ ધા. [Avestan]

[Avestan] (જુઓ ૧ ધા. [Avestan]) ક) ભૂ. કૃ. વિ. પાંથરેલી (બરસમ); બાંધેલી (યુરોપિયન વિદ્વાનો); (the Baresma) spread; tied up in bundles (Euro. scho.); [Avestan] વં. ३, १५; વં ५, ४६; વં. ८, ५. १८. १५. २२; વં. ९, ३; [Avestan] (Geld. [Avestan]) નાન્ય. ५|१ વં. ९, ५६; વં. १३, ५५; ઇજે. ५७, २; [Avestan] નાન્ય. ६|१ વીસ્પ. १०, २; [Avestan] નાન્ય. ६|३ વીસ્પ. १२, ३.

ખ) સાદરી; ઝુડી, બંદલ (સ્પી., યુસ્તી તથા દારમે.); a mat; a bundle (Sp., Jus. & Dar.); [Avestan] ६|३ વં. १४, ४; વં. १८, ७२.

[Avestan] (= [Avestan] = प्रश्न = پرسش) (જુઓ ધા. [Avestan]) સા. ના. નર. પ્રશ્ન, સવાલ, પુરસેશ; a question. Comp. [Avestan], [Avestan]; જુઓ [Avestan]

[Avestan] (જુઓ ૧ ધા. [Avestan]) સા. ના. નાન્ય. નાહાન, સ્નાન; [Avestan] २|३ વં. १८, २२.

[Avestan] (જુઓ ૧ ધા. [Avestan]) સા. ના. નારી. નાહાન, સ્નાન, ધોવું; a sacred ablution; washing; purification by bathing; [Avestan] ३|१ વં. ५, ५७. ५८; વં. १२, २. ४. ६. ८. १०. १२. १४. १६. १८. २०; [Avestan] ४|१ વં. ८, ९८. ९९.

[Avestan], [Avestan] } વિરો જુઓ ૧ ધા. [Avestan]

[Avestan] (જુઓ ધા. [Avestan]) વિ. આગળ ચાલતું, જોરથી પગલાં આગળ ભરતું; stepping forwards; stamping forwards; [Avestan] [Avestan]... નર. ६|१ य. १८, ११.

[Avestan] (જુઓ ધા. [Avestan]) સા. ના. નર. ડાંખલી; a branch. Comp. [Avestan]; [Avestan] २|३ ઇજે. १०, ५.

[Avestan] (જુઓ ૧ ધા. [Avestan]) સા. ના. નર. દૂર ગગડાવી નાખનાર; one who hurls away; [Avestan] ५|१ य. १५, ४५.

[Avestan] (જુઓ ૧ ધા. [Avestan]) સા. ના. નાન્ય. ગર્ભ—હમેલ તોડી પાડવાની એક જાતની દવા; a medicine used to procure abortion; literally, it means that which expels (the fruit); [Avestan] २|१ વં. १५, १४.

[Avestan] (જુઓ ૧ ધા. [Avestan]) સા. ના. નાન્ય. છત્ર; a canopy; *dais*; Comp. Per. فرسپ; فرسب a transverse joist; the main beam; [Avestan] ७|१ य. ६५, २. ७. ११. १५.

[Avestan] (જુઓ ૧ ધા. [Avestan] તથા [Avestan]) સમાસ વિ. ઝઘડા મટાડતી, કજીઆ કંકાસ દૂર કરનાર (દીન); removing quarrels; driving away dissentions; epithet of the Mazdayasnian religion· ...[Avestan] [Avestan] નારી. २|१ ઇજે. १२, ९.

[Avestan] (જુઓ ૧ ધા. [Avestan]) વિ. નાખી દેતો, રદ કરતો; throwing away, rejecting; [Avestan] १|१ य. २, १३.

[Avestan] (જુઓ ૧ ધા. [Avestan] ખ) ક) સા. ના. નાન્ય. ગાવું, ગ ઇને ભણવું; singing, intoning. Comp. [Avestan];—[Avestan] २|१ ઇજે. ५५, ७; વીસ્પ. ३, ७; વીસ્પ. १३, २.

ખ) વિ. ગાવાલાએક, ગાઈને ભણવાને માટે કામમાં આવતો (અહુનવર); (Ahunavar) well adapted or fit for chanting; [Avestan] [Avestan] [Avestan] ૨।૧ વીસ્પ. ૨, ૬; [Avestan] ૬।૧ વીસ્પ. ૧, ૪.

[Avestan] (જુઓ ૧ ધા. [Avestan] ખ) સા. ના. નારી. ગાવું, ગાયનનો આવાજ, ગાઈને ભણવું; singing, singing voice, intoning, [Avestan] ૩।૧ વં. ૧૨, ૨. ૪. ૬. ૮. ૧૦. ૧૨. ૧૪. ૧૬. ૧૮. ૨૦; ઈજ. ૯, ૧૪; ય. ૧૯, ૮૧.

[Avestan] (જુઓ ૧ ધા. [Avestan] ખ) ભૂ. કૃ. વિ. ક) ગાઈને ભણાએલું; intoned; recited in a singing style; epithet of Ahuna Vairya; [Avestan] ૬।૧ વીસ્પ. ૧૨, ૨.

ખ) વખણાએલો, કીર્તિ પામેલો: renowned, glorious; [Avestan] નર. ૨।૧ ય. ૧૦, ૪૭; [Avestan] નારી. ૨।૧ ઈજ. ૬૫, ૩; ય. ૫, ૩; ય. ૮, ૨; ય. ૧૩, ૬; ય. ૧૬, ૧: નીઆ. ૪, ૪; [Avestan] નારી. ૧।૩ ય. ૧૩, ૨૯; [Avestan] famed afar (પુરતી રીતે જણાએલા) ૧।૩ ઈજ. ૫૦, ૮; [Avestan] of high renown નારી. ૨।૩ ય. ૧૩, ૩૦.

[Avestan] વિ. ના. નર. નામાંકિત પુરૂષનું નામ; name of an illustrious personage. Comp. [Avestan] (Yt. 13, 121). [Avestan] ૬।૧ ય. ૧૩, ૧૨૧. જુઓ આદી.

૧ [Avestan] (અસલ રૂપ [Avestan]; જુઓ ૧ ધા. [Avestan]) ક) વિ. આગળ વધતું, ઉધરતું, આબાદ; thriving, prosperous; [Avestan] ૧।૩ વં. ૧, ૨૦; [Avestan]...[Avestan] (આગળ વધનારો—આબાદ પેદાએશો) નાન્ય. ૨।૩ ય. ૧૯, ૧૦. [Avestan] (Geld. [Avestan]) most promotive, અતિ. વિ. નાન્ય. ૧।૧ ઈજ. ૪૬, ૧૯; ઈજ. ૫૦, ૧૧: ઈજ. ૬૫, ૧૪; નીઆ. ૧, ૨; Frag. 9, 2.

૨ [Avestan] (= Gr. Frisch = Fresh) વિ. તાજું, નવું; fresh, new; [Avestan] નર. ૨।૧ ઈજ. ૫૫, ૬; ય. ૧૯, ૧૧; [Avestan] નર. ૨।૧ ઈજ. ૩૦, ૯; ઈજ. ૩૮, ૧૫: *[Avestan] [Avestan] with the enlivening (lit., fresh) intelligence (તેજ. અક્કલથી) ૩।૧ ય. ૧૭, ૨; જુઓ [Avestan], [Avestan]

૩ [Avestan] (= [Avestan] = Gr. Pross = Lat. Porro = فراز) ક્રિ. અ. આગળ; forward. Contrast [Avestan] backwards; [Avestan] વં. ૫, ૧૦; વં. ૬, ૨૭; વં. ૭, ૫૨; વં. ૮, ૧૦૦. ૧૦૧. ૧૦૨; વં. ૧૮, ૨૯; ઈજ. ૧૦, ૧૪; ય. ૫, ૭૮; ય. ૧૯, ૪૭.

[Avestan] સા. ના. નાન્ય. રેડવું, ઢોળવું; pouring, shedding; rt. [Avestan] = Per. [Persian] to pour. Comp. the verbal form [Avestan] (Yt. 14, 54); [Avestan] ૨।૧ ય. ૧૪, ૫૪.

[Avestan] (=[Pahlavi], [Pahlavi], =فرشوشتر) વિ. ના. નર. ફરશોસ્તર. પેગમબર અશો જરતોશ્તનો સસરો તથા તેનો એક ઘણો ચુસ્ત શાગેર્દ તથા મદદગાર; the brother of Jâmâspa and the father-in-law of Zarathustra. He was one of the early disciples of the prophet and played a prominent part in spreading the religion; [Avestan] ૧।૧ ઈજ. ૭૧, ૧; [Avestan] ૧।૧ ઈજ. ૫૧, ૧૭; [Avestan] ૧।૧ ઈજ. ૫૩, ૨; [Avestan] ૪।૧ ઈજ. ૨૮, ૮; ઈજ. ૪૬, ૮; [Avestan] ૬।૧ ય. ૧૩, ૧૦૩; [Avestan] ૮।૧ ય. ૨૪, ૧૧. ૫૮; [Avestan] ૧।૨ ઈજ. ૧૨, ૭; [Avestan] ૮।૨ ય. ૨૪, ૧૧. જુઓ એની પછીનો બોલ.

[Avestan] ([Avestan] ઉપરથી) વિ. ફરશોસ્તરનાં ખાનદાન—ઓલાદનો (અસલ.); ફરશોસ્તરનો છોકરો; of the family of Frashaostra (orig.); the son of Frashaostra; [Avestan] [Avestan] (Geld.-[Avestan]) ૬।૧ ય. ૧૩, ૧૦૪.

[Avestan] (જુઓ ૩ [Avestan] તથા [Avestan]) સમાસ ના. નાન્ય. આગળ વધવું, વધારો; furtherance; growth, increase; [Avestan] ૪।૧ ઈજ. ૬૦, ૪.

* એનો અર્થ 'આગળ વધતી અક્કલથી' બી થઈ શકે.

[Avestan] વિ. ના. નર. નામાંકિત પુરૂષનું નામ ; name of an illustrious personage ; [Avestan] ૬।૧ ય. ૧૩, ૧૦૯.

[Avestan] વિશે જુઓ ધા. [Avestan]

[Avestan] સા. ના. નર. પાછલો ભાગ, ગાંડ ; the hinder parts ; [Avestan] ૫।૧ વં ૩, ૧૪ ; વં. ૯, ૪૦.

૧ [Avestan] (જુઓ ૨ [Avestan] તથા ૧ [Avestan]) સમાસ ના. નર. તાજું—નવું કરનાર (અસલ); વધારો કરનાર, કેઆમત કરનાર; one who renovates or resuscitates ; one who promotes ; one who makes the Frasho-kereti ; epithet of Verethraghna ; [Avestan] ૨।૧ ય. ૧૪, ૨૮. ૩૦. ૩૨.

૨ [Avestan] વિ. ના. નર. નામાંકિત પુરૂષનું નામ; ગુશ્તાસ્પ પાદશાહનો છોકરો ધારવામાં આવે છે ; name of an illustrious personage; possibly, one of the sons of King Gushtâsp. [Avestan] (Wester. [Avestan]) ૬।૧ ય. ૧૩, ૧૦૨. (જુઓ મોદી.)

[Avestan] (= [Avestan]) (જુઓ ૨ [Avestan] તથા ૨ [Avestan]) સમાસ ના. નારી. તાજું બનાવવું, નવું કરવું (અસલ.); કેઆમત, રસ્તાખેજ; renovation, resuscitation (orig.); resurrection ; [Avestan] ૨।૧ વં. ૧૮, ૫૧; હ્રજિ. ૬૨, ૩; [Avestan] ૫।૧ હ્રજિ. ૬૨, ૩ ; ય. ૧૩, ૫૮.

[Avestan] (જુઓ ૩ [Avestan] તથા [Avestan]) સમાસ ના. નર. આગળ ચાલનાર—વધનાર (અસલ.); દુનિયાંને નવેસરથી તાજગી આપનાર ; a promoter; one who works for the renovation of the world ; [Avestan] ૬।૩ હ્રજિ. ૨૪, ૫; વીસ્પ. ૧૧, ૭ ; ય. ૧૩, ૧૭; ય. ૧૯, ૨૨.

૧ [Avestan] (= [Avestan] = प्रश्न = [Persian]) (જુઓ ધા. [Avestan]) સા. ના. નર. સવાલ ; a question ; [Avestan] ૧।૧ હ્રજિ. ૫૭, *૨૪; વીસ્પ. ૨, *૧૧; [Avestan] ૬।૧ વીસ્પ. ૧, ૯; [Avestan] (સવાલો, ઉખ્યાણાં riddles) ૨।૩ ય. ૫, ૮૨; [Avestan] (સવાલ જવાબોમાં) ૭।૩ હ્રજિ. ૧૨, ૫. ૬.

૨ [Avestan] સા. ના. નર. લડાઇની ટોપી—કોલાહ ; a helmet ; જુઓ [Avestan]

[Avestan] (જુઓ [Avestan] તથા [Avestan]) સા. ના. નર. ઘૂંટણની આગળનો ભાગ; the front part of the knee. [Avestan] ૬।૧ વં. ૭, ૨. ૩. ૫; વં. ૮, ૨૬. ૧૭. ૧૮. ૭૧ ; વં. ૯, ૨૬.

[Avestan] વિશે જુઓ ધા. [Avestan]

[Avestan] (જુઓ ધા. [Avestan]) સા. ના. નારી. વધારો, વૃદ્ધિ ; અથવા પુછપરછ (ધા. [Avestan]); increase ; prosperity. *Otherwise* : questions ; inquiries (as to duty) ; Pehl. [Avestan] ; [Avestan] (Geld. [Avestan]) ૨।૩ હ્રજિ. ૩૮, ૨.

[Avestan] (= [Avestan], [Avestan], [Avestan] = [Persian]) વિ. ના. નર. ગુશ્તાસ્પ પાદશાહનો છોકરો, જે અરજાસ્પની લડાઇમાં મારયો ગયો હતો.; Frash-hâm-vareta ; a son of King Gushtâsp's, killed while fighting against Arjâsp. According to Darmesteter, the twelve names up to Spentodhâta, which follow Frash-hâm-vareta (*vide* Yt. 13, 102-103) are the names of his brothers, the sons of King Gushtâsp. [Avestan] ૬।૧ ય. ૧૩, ૧૦૨. (જુઓ મોદી.)

[Avestan] (જુઓ ૧ ધા. [Avestan]) ભૂ. કૃ. (ધાતુ) એાતેલું ; (any metal) melted or cast ; [Avestan] નર. ૨।૧ ય. ૧૦, ૯૬. ૧૩૨.

૧ [Avestan] (૨ ધા. [Avestan] ઉપરથી) = જવું, ચાલવું, આવજાવ કરવો ; to go, to move; to walk about; cl. 4 ; [Avestan] અ. ભૂ. પરસ્મૈ. ૪ થો વર્ગ ૩।૧ વં. ૩, ૧ ; [Avestan] સંભા. ૩।૩ વં. ૩, ૧૫ ; વં. ૧૫, ૪૬ ; વં. ૮, ૫. ૧૪. ૧૫. ૨૨ ; [Avestan] શકયા. પરસ્મૈ. ૩।૧ વં. ૬, ૨૭.

[Avestan] = ક) આવવું ; to come ; [Avestan] (thou hast come) અ. ભૂ. પરસ્મૈ. ૨।૧ વં. ૭, ૫૨.

* એ ઠેકાણે [Avestan] નો અર્થ 'સવાલો કરનાર, દીન બાબે પુછનાર'ની થઈ શકે. Revelation ઇશ્વરી જ્ઞાન (ધારમે.).

ખ) પસાર કરાવવું ; to lead on ; [Avestan] [Avestan] [Avestan] [Avestan] forth to the Judge's Bridge (itself) with all of them shall I lead on (M.); સઘળાઓને ચિન્વત પુલ હું પસાર કરાવી લઈ જાઉં. વર્ત. સંશ. ૧|૧ ઈજ. ૪૬, ૧૦. (The personal termination is dropped).

૨ [Avestan] (૩ ધા. [Avestan] ઉપરથી) = ભરપુર કરવું, વધારવું ; to fill, to increase; જુઓ [Avestan]

[Avestan]-[Avestan] = વધારવું, ભરપુર કરવું ; to promote, to further ; [Avestan] (Intensive verb) વર્ત. પરસ્મૈ. ૩|૧ વં. ૪, ૪૮.

૩ [Avestan] (= Ger. Frei = Free) ઉપ. છુટું, મોકળું, જુદું ; free from ; distinct from ; જુઓ [Avestan], [Avestan], [Avestan], . . . [Avestan] [Avestan] (જુઓ ધા. [Avestan] ગ)

[Avestan] (જુઓ [Avestan] તથા ૨ [Avestan]) સમાસ વિ. આગળ વેહેતાં પાણીવાળું (વાદલું); (a cloud) floating onward ; [Avestan] [Avestan] [Avestan] નાન્ય. ૨|૧ વં. ૨૧, ૨.

[Avestan] (જુઓ ૨ ધા. [Avestan] અથવા ધા. [Avestan]) સા. ના. નારી. ક) (પાણીનું) આગળ વેહેવું ભરતી ; flowing (of the water); the tide. *Contra*, [Avestan] the ebb ; [Avestan] [Avestan] [Avestan] [Avestan]... the flowing on of the good waters and their ebb (ખુબીવાળાં પાણીઓની ભરતી તથા ઓટને) ૨|૧ ઈજ. ૬૨, ૧૧.

ખ) આગળ વધારો થવો ; સુધારો; advancement ; improvement ; [Avestan] ૨|૧ ઈજ. ૭૧, ૬.

[Avestan] (જુઓ ધા. [Avestan]) સા. ના. નારી. વધારો ; growth ; progress ; [Avestan] ૨|૧ ઈજ. ૫૩, ૬.

[Avestan] (જુઓ ૩ [Avestan] તથા [Avestan]) સમાસ વિ. નજીસાત—કચરાથી દૂર ; સોજું, ચોખ્ખું ; free from filth—dirt ; pure. જુઓ નીચેનો બોલ.

[Avestan] (જુઓ [Avestan] તથા [Avestan]) સમાસ વિ. સોજાં દુધવાળું (પશુ); [Avestan] ... [Avestan] a beast, yielding pure milk ; *or* : with a full flow of milk (Mills)— rt. [Avestan] = to flow. ૬|૧ આફ્રૂ. ગાહામ. ૩.

[Avestan] (જુઓ ૧ ધા. [Avestan]) વિ. વેહેતું ; flowing ; જુઓ [Avestan]

[Avestan] (જુઓ ધા. [Avestan] ખ) ભૂ. કૃ. (હારેમન, દેવ, દરૂજનું) ઉત્પન્ન કીધેલું ; created (by an evil being) ...[Avestan] [Avestan] (... નજીસાત) નારી. ૧|૧ ઈજ. ૧૦, ૭.

[Avestan] (જુઓ ધા. [Avestan]) સા. ના. નાન્ય. વધારો, બાહુલતા, પુષ્કળપણું ; increase, abundance ; [Avestan] in abundance (adv.) ૨|૧ (૭|૧ ની મતલબે) (ક્રિ. અ.) ઈજ. ૪૩, ૧૪ ; [Avestan] ૭|૧ (ક્રિ. અ.) ઈજ. ૨૯, ૧૧ ; ઈજ. ૪૩, ૧૨.

[Avestan] (જુઓ [Avestan]) સમાસ ના. નાન્ય. કાનમાં પેહેરવાનું ઓરીન ; કાનની બાલી; an ear-ring ; an ornament worn in the ear ; [Avestan] ૩|૧ ય. ૫, ૧૨૭; ય. ૧૭, ૧૦.

[Avestan] વિશે જુઓ ધા. [Avestan]

[Avestan] વિ. ના. નર. નામાંકિત પુરૂષનું નામ; name of an illustrious personage ; [Avestan] ૬|૧ ય. ૧૩, ૧૨૪.

[Avestan] વિ. ના. નર. નામાંકિત પુરૂષનું નામ ; name of an illustrious personage ; [Avestan] [Avestan] ૬|૧ ય. ૧૩, ૧૧૫ (જુઓ મોદી.)

[Avestan] વિશે જુઓ [Avestan]

[Avestan] }
[Avestan] } એ બોલો વિશે જુઓ ૧ ધા. [Avestan]

[Avestan], [Avestan] સમાસ વિ. દોડતું તથા વેહેતું (પાણી); running and flowing (as water); [Avestan] = [Avestan] + [Avestan] (જુઓ એ બોલો); અથવા [Avestan]

= [illegible] (વર્ત. કૃ.) = વધતું; ધા. [illegible] = વધવું; ધા. [illegible] = वर् = આવવું: [illegible] નારી. ૬|૧ વં. ૬, ૩૯; [illegible] નારી. ૧|૩ ય. ૧૩, ૧૪; [illegible] નારી. ૧|૩ ય. ૮, ૪૧; [illegible] નારી. ૨|૩ ઈજ. ૬૮, ૬.

[illegible] (જુઓ ધા. [illegible] ક) સા. ના. નર. વધારનાર, આબાદી કરનાર; one who promotes or furthers; [illegible] ૧|૩ ઈજ. ૩૪, ૧૪; ઈજ. ૪૬, ૧૨. જુઓ એની પછીના બોલો.

[illegible] (જુઓ ધા. [illegible]) વર્ત. કૃ. વધારતો, આબાદી કરતો; promoting, making prosperous; જુઓ નીચેના બોલો.

[illegible] વિ. ના. નર. નામાંકિત પુરૂષનું નામ; રસ્તાખેજના વખતમાં સોશ્યાશને મદદ કરનારાઓમાંનો એક; one of the six foremost helpers of Saoshyant; for particulars, [illegible] ૬|૧ ય. ૧૩, ૧૨૮.

[illegible] (જુઓ [illegible] તથા [illegible] ક) સમાસ વિ. મુલકો—દુનિયાંની આબાદી કરતો; making the world prosperous; [illegible] નર. ૧|૧ ઈજ. ૫૫, ૩; ય. ૮, ૩૩; [illegible] નર. ૨|૧ ઈજ. ૨, ૭; ઈજ. ૧૬, ૧; ઈજ. ૪૨, ૫; ઈજ. ૫૭, ૨. ૪. ૭. ૯. ૧૧. ૧૩. ૧૫. ૧૯. ૨૧. ૨૩. ૨૭. ૩૦. ૩૩; ય. ૧૧, ૧. ૧૦. ૧૪. ૧૫. ૧૮; [illegible] નારી. ૨|૧ ઈજ. ૨, ૭; વીસ્પ. ૭, ૨; ય. ૧૦, ૧૩૯; ય. ૧૩, ૧૮; [illegible] નર. ૪|૧ વીસ્પ. ૧૧, ૧; [illegible] નર. ૬|૧ ઈજ. ૧, ૭; ઈજ. ૩, ૯; [illegible] નારી. ૬|૧ ઈજ. ૧, ૭; ઈજ. ૩, ૯; ય. ૧૧, ૧૬; ય. ૧૨, ૪૦; [illegible] ના-ય. ૬|૧ ય. ૧૨, ૪૦; સીરો. ૧, ૧૮.

ખ) સમાસ ના. નર. મુલકો—દુનિયાંની આબાદી. [illegible] ૪|૧ ઈજ. ૬૮, ૨.

[illegible] વિ. ના. નર. નામાંકિત પુરૂષનું નામ; name of an illustrious personage; [illegible] ૬|૧ ય. ૧૩, ૧૨૨.

[illegible] (જુઓ [illegible] તથા [illegible] બાબે જુઓ [illegible]) સમાસ ના. નર. પશુઓને આરામ આપવાનું કામ (અસલ.); giving rest or relief to beasts; પશુઓને આબાદ કરનાર ફરેશ્તો; ફ્રદત-ફશુ. (વિ. ના. નર.); the angel giving relief to beasts; Frâdat-fshu; [illegible] ૨|૧ ઈજ. ૨, ૪; ઈજ. ૬, ૩; ગેહ ૨, ૬; [illegible] ૪|૧ ઈજ. ૧, ૪; ઈજ. ૩, ૬; ગેહ ૨, ૧; આફ્રી. ૨૫. ૧ (જુઓ બોદી.)

[illegible] વિ. ના. નર. નામાંકિત પુરૂષનું નામ; name of an illustrious personage; [illegible] ૬|૧ ય. ૧૩, ૧૨૧.

[illegible] (જુઓ [illegible] તથા [illegible]) સમાસ ના. નર. માણસોને આબાદ કરવાનું—આરામ આપવાનું કામ (અસલ.); rendering men prosperous, giving them comfort; માણસોને આબાદ કરનાર ફરેશ્તો; ફ્રાદત-વીર (વિ. ના. નર.); the angel rendering men prosperous and happy; [illegible] ૨|૧ ઈજ. ૨, ૫; ગેહ ૩, ૬; [illegible] ૪|૧ ઈજ. ૧, ૫; ઈજ. ૩, ૭; ગેહ ૩, ૧.

[illegible] (જુઓ [illegible] તથા [illegible]) સમાસ ના. નારી. જીંદગીને લગતી સારી તમામ જરૂરીયાતની—અવશ્યની ચીજોની આબાદી કરવાનું કામ; તેની ઉપરનો મવક્કેલ ફરેશ્તો (વિ. ના.); rendering all the necessaries of life thriving; the angel presiding over the same; [illegible] ૨|૧ ઈજ. ૨, ૬; ગેહ ૪, ૬; [illegible] ૪|૧ ઈજ. ૧, ૬; ઈજ. ૩, ૮; ગેહ ૪, ૧.

[illegible] (જુઓ ૧ ધા. [illegible]) વિ. જોવાલાયક, દેખાવડું, ખુબસુરત; seemly, beautiful; [illegible] નર. ૧|૧ ય. ૧૩, ૨. ૮૧; [illegible] નર. ૨|૧ ય. ૮, ૨; [illegible] ના-ય. ૨|૧ વં. ૨૨, ૧. ૮, ૧૪; [illegible] નર. ૧|૩ ઈજ. ૫૭, ૨૭; ય. ૧૦, ૬૮.

[illegible] = ક) આબાદ કરવું; to render prosperous; [illegible] વર્ત. પરસ્મૈ. ૩|૧ ય. ૬, ૧;

ય. ૨૪, ૧૫; આફ્રીં. ૨|૫. ૬; [Avestan] (= વધારે છે; [Avestan] ની મતલબે) ય. ૧૦, ૧૪૨; [Avestan] સંરા. ઈજ. ૬૫, ૭; [Avestan] રાફ્યા. પરસ્મૈ. ૩|૧ ઈજ. ૪૪, ૧૦; [Avestan] અ. ભૂ. પરસ્મૈ. ૩|૧ ઈજ. ૪૬, ૧૩; [Avestan]* (વધારવાને, આબાદ કરવાને) સામાન્ય રૂપ (Infinitive) ઈજ. ૪૪, ૨૦.

ખ) આબાદ થવું; વધવું; to be prosperous; to advance; [Avestan] વર્ત. આત્મને. ૩|૩ ઈજ. ૧૯, ૧૭; ઈજ. ૪૩, ૬; વીસ્પ. ૨, ૫; [Avestan] રાફ્યા. ૨|૧ ઈજ. ૧૦, ૮; [Avestan] પ્રયો. આજ્ઞા. પરસ્મૈ. ૧|૧ વં. ૨, ૫; [Avestan] આજ્ઞા. પરસ્મૈ. ૨|૧ વં. ૨, ૪; †[Avestan] પ્રયો. વર્ત. આત્મને. ૩|૩ ય. ૧૦, ૧૪; [Avestan] પ્રયો. અ. ભૂ. સંરા. પરસ્મૈ. ૩|૧ ઈજ. ૬૨, ૫; ઈજ. ૬૮, ૫; [Avestan] વર્ત. કૃ. આત્મને. ૬|૧ વં. ૮, ૨.

ગ) આગળ જવું—ચાલવું; to proceed, to move on; [Avestan] (Caus.) to push forward, to drive on; [Avestan] (Wester. [Avestan]) વર્ત. કૃ. નર. ૧|૧ ય. ૧૫, ૫૨.

[Avestan] = આસપાસથી ખોલવું કરવું; બધી તરફથી કુશાદેહ કરવું; to open wide. [Avestan] [Avestan] [Avestan] અ. ભૂ. પરસ્મૈ. ૩|૧ ય. ૮, ૭.

[Avestan] (જુઓ ધા. [Avestan]) વિ. આબાદ કરતું, વધારતું; rendering prosperous; advancing; increasing; *vide* [Avestan], [Avestan] [Avestan], [Avestan] [Avestan], [Avestan]

[Avestan] (જુઓ ૩ [Avestan] તથા [Avestan]) સમાસ વિ. નસાથી છુટું—દૂર; free from defilement or pollution; [Avestan] ૨|૧ વં. ૯, ૪૨. ૪૩.

[Avestan] વિ. ના. નર. પુરૂષનું નામ; name of a person; father of Vohu-raochang, Asho-raochang and Varesmo-raochang, who were probably among the early disciples of Zoroaster; [Avestan] ૬|૧ ય. ૧૩, ૯૭.

[Avestan] (= પાપ) (જુઓ ૧ [Avestan] તથા ૨ [Avestan]) સમાસ વિ. ક) (વરસાદનાં) પાણીને વહેંચી નાખતું; distributing the water (of rain); [Avestan] [Avestan] નર. ૬|૧ ય. ૮, ૦. ૬૨.

ખ) પાણીથી ભરપુર (અસલ.); પાણીથી ફળદ્રુપ થએલા (દેશ); washed by the waters (lit.); fructified by the waters (as a country); [Avestan] નારી. ૬|૧ ય. ૧૯, ૧.

[Avestan] વિ. ના. નર. પાહાડનું નામ; name of a mountain; *literally*, abundant in water; [Avestan] ૬|૧ ય. ૧૯, ૬.

[Avestan] (= [Avestan]) (જુઓ [Avestan] તથા [Avestan] ખ) સા. ના. નર. બગલ સુધીનો આખો હાથ; an arm; the limb of the human body from the shoulder to the tip of the middle finger; a measure of about 36 inches; જુઓ નીચેનો બોલ.

[Avestan] (= [Avestan]) (જુઓ [Avestan]) સમાસ ના. નાન્ય. બગલ સુધીના આખા હાથની લંબાઈ; the length of an arm; double the length of [Avestan], q. v.; [Avestan] ૨|૧ વં. ૭, ૩૦. ૩૩. ૩૪.

[Avestan] વિ. ના. નર. નામાંકિત પુરૂષનું નામ; name of an illustrious personage; [Avestan] (Wester. [Avestan]) ૬|૧ ય. ૧૩, ૧૦૮.

[Avestan] ([Avestan] ઉપરથી) અધિ. વિ. વધારે, જીઆદે, અધિક; greater, more; [Avestan] નાન્ય. ૨|૧ (ક્રિ. અ.) ય. ૧૭, ૧૭; [Avestan] નારી. ૨|૩ ઈજ. ૪, ૫; ઈજ. ૨૪, ૧૦; વીસ્પ ૧૧, ૧૩; [Avestan] and yet more (અને એથીબી વધારે) ૩|૩ વીસ્પ. ૮, ૧. એનું અસલ રૂપ [Avestan] + [Avestan] + [Avestan]; જુઓ [Avestan] સાથના સમાસ બોલ.

[Avestan] વિ. ના. નર. નામાંકિત પુરૂષનું નામ; name of an illustrious personage; [Avestan] ૬|૧ ય. ૧૩, ૧૧૩. જુઓ પછવાડે.

* જુઓ મારૂં અવસ્તા વ્યાકરણ, સફે ૨૬૯ મો.

† Wester. [Avestan]

[Avestan] ([Avestan] ઉપરથી) વિ. ફ્રાયજે-તનાં ખાનદાનનો—કુટુંબી (અસલ.); ફ્રાયજ.ન્તનો છોકરો; (a member) of the family of Frâyazenta (orig.); son of Frâyazenta; [Avestan] ૬/૧ ય. ૧૩, ૧૧૩. ૧૪૦.

[Avestan] વિશે જુઓ ૧ ધા. [Avestan]

[Avestan] (= प्रयत्त) (જુઓ ૧ ધા. [Avestan]) ભૂ. કૃ. વિ. મુકરર કીધેલું, ઠરેલું; appointed, fixed; [Avestan] [Avestan] નર. ૫/૧ ય. ૧, ૨૪.

[Avestan] વિ. ના. નર. નામાંકિત પુરૂષનું નામ; name of an illustrious personage. Comp. [Avestan] and [Avestan]; [Avestan] ૬/૧ ય. ૧૩, ૧૦૮.

[Avestan] વિશે જુઓ ૧ ધા. [Avestan]

[Avestan] (જુઓ ધા. [Avestan]) ભૂ. કૃ. આરાધના થએલું, ઇજીએલું, વખાણાએલું; invoked, praised; જુઓ [Avestan], [Avestan]

[Avestan] (જુઓ ધા. [Avestan]) સા. ના. નારી. આરાધના, વખાણ; invocation, praise; [Avestan] ૨/૧ ઇજ. ૧૯, ૨૧; ઇજ. ૫૫, ૭; વીસ્પ. ૩, ૭; વીસ્પ. ૧૩, ૨. જુઓ [Avestan], [Avestan]

[Avestan] (જુઓ [Avestan]) વિ. આરાધનાને લાએક; ઇજવાને લાએક; worthy of adoration or Yaçna [Avestan] નાન્ય. ૨/૩ ય. ૧૩, ૧૫૩.

[Avestan] (જુઓ ધા. [Avestan]) ભૂ. કૃ. જોડેલું (અસલ.); ઘડેલું, બનાવેલું, ડોળ કાહાડેલું; united (lit.); moulded, shapen; જુઓ [Avestan]

[Avestan] વિશે જુઓ ૧ ધા. [Avestan]

[Avestan] (જુઓ [Avestan] તથા [Avestan]) સમાસ વિ. વધારે બુરી—ખરાબ મનશ્નીવાળો; rich in evil thoughts; thinking worse thoughts. *Contra*, [Avestan]; [Avestan] નારી. ૪/૧ ય. ૨૨, ૩૬.

[Avestan] વિશે જુઓ [Avestan]

[Avestan] (જુઓ [Avestan] તથા [Avestan]) સમાસ ના. નાન્ય. પુષ્કળ—જોઇએ તેનાં કરતાં વધારે નેઆમત; superfluous wealth or gifts; [Avestan] ૬/૩ વં. ૩, ૨૯; ય. ૨૪, ૩૫.

[Avestan] (=[Avestan]) (જુઓ [Avestan] તથા [Avestan] ય) સમાસ વિ. વધારે નેક મનશ્નીવાળો; rich in good thoughts; thinking better thoughts; [Avestan] નર. ૧/૧ ઇજ. ૫૭, ૧૪; ય. ૧૧, ૨૦; [Avestan] નર. ૨/૧ વીસ્પ. ૩, ૪; [Avestan] નારી. ૨/૧ વીસ્પ. ૩, ૪; ગેહ ૪, ૯; [Avestan] નારી. ૪/૧ ય. ૨૨, ૧૮; [Avestan] નર. ૬/૧ વં. ૧૮, ૬૪.

[Avestan] (=[Avestan]) (જુઓ [Avestan] તથા [Avestan] ય) સમાસ વિ. વધારે નેક ગવશ્નીવાળો; rich in good words; speaking truthful words, [Avestan] નર. ૧/૧ ઇજ. ૫૭, ૧૪; ય. ૧૧, ૨૦; [Avestan] નર. ૨/૧ વીસ્પ. ૩, ૪; [Avestan] નારી. ૨/૧ વીસ્પ. ૩, ૪; ગેહ ૪, ૯; [Avestan] નારી. ૪/૧ ય. ૨૨, ૧૮; [Avestan] નર. ૬/૧ વં. ૧૮, ૬૪.

[Avestan] (= [Avestan]) (જુઓ [Avestan] તથા [Avestan] ય) સમાસ વિ. વધારે નેક કુનશ્નીવાળો; rich in good deeds; doing holy deeds; [Avestan] નર. ૧/૧ ઇજ. ૫૭, ૧૪; ય. ૧૧, ૨૦; [Avestan] નર. ૨/૧ વીસ્પ. ૩, ૪; [Avestan] નારી. ૨/૧ વીસ્પ. ૩, ૪; ગેહ ૪, ૯. [Avestan] નારી. ૪/૧ ય. ૨૨, ૧૮; [Avestan] નર. ૬/૧ વં. ૧૮, ૬૪.

[Avestan] (જુઓ ધા. [Avestan]) વિ. વખાણ

ગાતો; તારીફ કરતો; અથવા ભેટ આપતો (ધા. [Avestan]); praising (rt. [Avestan] to praise); or:-bestowing gifts (rt. [Avestan] to bestow); [Avestan] નર. ૪/૧ ય. ૫, ૮.

[Avestan] (જુઓ ૧ ધા. [Avestan]) સા. ના. નારી. બક્ષેશ, સખાવત; gift, liberality; [Avestan] (૨/૧ ને બદલે) વીસ્પ. ૨૧, ૩; [Avestan] ૩/૧ ઈજ. ૫૫, ૩; ઈજ. ૫૮, ૪.

[Avestan] વિ. ના. નર. નામાંકિત પુરૂષનું નામ; name of an illustrious personage; [Avestan] [Avestan] ૬/૧ ય. ૧૩, ૧૨૩.

[Avestan] (= [Avestan]) (જુઓ [Avestan]) સા. ના. નારી. કોપરિયાંથી તે વચલાં આંગળાંના છેડા સુધીનું માપ; a measure from the elbow to the end of the middle finger; a measure of two spans (i. e., 18 inches). જુઓ નીચે.

[Avestan] (= [Avestan]) (જુઓ [Avestan] તથા [Avestan]) સમાસ ના. નાન્ય. કોપરિયાંથી તે આંગળાંનાં છેડા સુધીની લંબાઈ; the length of Frârâthni, i. e., two spans. [Avestan] ૨/૧ વં. ૭, ૨૯. ૩૦. ૩૩.

[Avestan] વિશે જુઓ ધા. [Avestan]

[Avestan] થી શરૂ થતા બોલો માટે જુઓ ૧ તથા ૨ ધા. [Avestan]

[Avestan] વિશે જુઓ [Avestan]

[Avestan] (જુઓ ૩ [Avestan] તથા [Avestan]) સમાસ વિ. છુટા—પીખાએલા બાલસાથે; પીખી નાખેલા બાલસાથે; with the dishevelled hair; with the hair torn off; [Avestan] નર. ૧/૩ ય. ૧૦, ૧૧૩.

[Avestan] (= [Avestan]) (જુઓ ૧ [Avestan] તથા [Avestan]) સમાસ ના. નાન્ય. માણસોની જીઆદતી—વધારો; abundance in men. Comp. [Avestan]; [Avestan] (૧/૧ ની મતલબે) વીસ્પ. ૧૨, ૧. [Avestan] કારાંત નારીજાતી લઈએતો ૧/૧ થઈ શકે.

[Avestan] (જુઓ [Avestan]) સા. ના. નાન્ય. આગળ જવું, વધવું; going forward; growing (lit.); જુઓ [Avestan]

[Avestan] (= [Avestan], [Avestan]) (જુઓ [Avestan]) વિ. વધારો કરતો, આબાદીકરનાર—આપનાર; causing progress; prosperity-giving; [Avestan] નર. ૧/૧ ઈજ. ૫૭, ૧૯; ય. ૮, ૩૩; ય. ૯, ૧૭; ય. ૧૦, ૮૮; [Avestan] નર. ૨/૧ ઈજ. ૧૦, ૨૧; સીરો. ૨, ૩૦.

[Avestan] સમાસ ના. નારી. એ બોલ [Avestan] (સુરજનું) ની સાથે આવેછે અને એનો અર્થ સુરજનાં અસ્ત પામવા પછીનો વખત; the word is invariably preceded by [Avestan]; it means the time after sun-set. Pehl. [Avestan], [Avestan]; [Avestan] [Avestan] [Avestan] ૨/૧ વં. ૭, ૫૮; ઈજ. ૫૭, ૧૦. ૧૬; ય. ૪, ૮; ય. ૫, ૬૪; ય. ૧૦, ૯૫; [Avestan] [Avestan] [Avestan] from sunrise to sun-set (સુરજનાં ઉગવાના વખતથી તે સુરજનાં અસ્ત પામવાના વખત સુધી) ૫/૧ ય. ૫, ૯૧.

[Avestan] (= प्रीति) (જુઓ ૧ ધા. [Avestan]) સા. ના. નારી. વખાણ, બંદગી, આરાધના; praise, prayer, adoration; જુઓ [Avestan]

[Avestan] = To Froth = ફિણ ફિણ થઈજવું, નસામાંથી ફિણ નીકળવું, વાસ મારવું; to be in a high state of decomposition (as a dead body); to stink; cl. 4; [Avestan] વર્ત. પરસ્મૈ. ૪ થા વર્ગ ૩/૧ વં. ૬, ૨૮. જુઓ [Avestan]

[Avestan] (જુઓ ધા. [Avestan]) વિ. પ્યારૂં, વાહાલું; beloved, affectionate; [Avestan] નર. ૧/૧ વં. ૧૯, ૪૦; ઈજ. ૫૭, ૩૪; ય. ૧૧, ૨૦; [Avestan] નારી. ૧/૧ ય. ૧૫, ૩૯; [Avestan] નારી. ૨/૧ ય. ૧૩, ૧૦૦; ય. ૨૨, ૧૮; ય. ૨૪, ૯૦; [Avestan] નારી. ૩/૧ વં. ૨૨, ય. ૧૨. ૧૮; [Avestan] નારી. ૮/૧ વં. ૨, ૧૦. ૧૪. ૧૮; [Avestan] નારી. ૧/૩ ય. ૧૩, ૧૪૭; [Avestan] અધિ. વિ. નારી. ૨/૧ ય. ૨૨, ૧૪; ય. ૨૪, ૯૦.

૧ [Avestan] = प्री = આહાવું, પ્રીતિ રાખવી, વખાણવું,

બંદગી કરવી; to love, to act kindly towards; to praise, to pray; cl. 9; એ ધાતુ ૯ મા વર્ગનો છે; [illegible] વર્ત. પરસ્મૈ. ૧|૩ વં. ૨૦, ૫; ય. ૧૨, ૫; [illegible] (= [illegible] = [illegible]) ઈજ. ૩૮, ૪; [illegible] (= [illegible]) વર્ત. સંશ. આત્મને. ૧|૧ ઈજ. ૪૯, ૧૨; [illegible] અ. ભૂ. સંશ. પરસ્મૈ. ૩|૧ ય. ૧૩, ૫૦; [illegible] વર્ત. કૃ. આત્મને. ૧|૩ ઈજ. ૨૯, ૫. જુઓ [illegible], [illegible], [illegible]

[illegible] = વખાણવું, આફ્રીન કરવી, દુઆ માંગવી, આશીર્વાદ દેવો; to praise, to bless, to beseech, to pray with benedictions; [illegible] વર્ત. પરસ્મૈ. ૧|૧ ઈજ. ૮, ૮; ઈજ. ૫૨, ૧; ઈજ. ૬૨, ૧; ઈજ. ૬૮, ૧૪; ય. ૧, ૨૩; ય. ૧૦, ૧૪૬; ય. ૧૪, ૪૫; ય. ૨૩, ૧. ૮; તથા દરેક નીઆએશ, ગેહ તથા યશ્તની આખેરીએ [illegible] ના ફકરામાં તથા દરેક આફરંગાનના [illegible] [illegible] ના કરદામાં; [illegible] ૩|૧ ઈજ. ૬૨, ૯; [illegible] ૩|૩ ય. ૧૩, ૫૧; [illegible] આજ્ઞા. પરસ્મૈ. ૧|૧ વં. ૨૨, ૫. ૧૨. ૧૮; [illegible] આજ્ઞા. પરસ્મૈ. ૩|૩ ય. ૧૩, ૧૫૭; [illegible] અ. ભૂ. સંશ. પરસ્મૈ. ૩|૧ વં. ૧૮, ૨૬; ય. ૨૪, ૩૮. જુઓ [illegible], [illegible], [illegible]

૨ [illegible] (જુઓ ૧ ધા. [illegible]) સા. ના. નારી. બંદગી, દુઆ; prayer; benediction; દુઆ; [illegible] ૧|૩ ઈજ. ૬૫, ૯.

[illegible] (= [illegible]) (જુઓ ૧ ધા. [illegible]) સા. ના. નર. બંદગી, દુઆ, વખાણ; prayer, benediction; praise; [illegible] ૭|૧ વં. ૫, ૫૯.

[illegible] વિ. ના. નર. નામાંકિત પુરૂષનું નામ; name of an illustrious personage; [illegible] ૬|૧ ય. ૧૩, ૧૨૨.

૧ [illegible] = [illegible] = [illegible], [illegible] = [illegible]) બુજાઈ જવું; to be extinguished (as fire); [illegible] (caus.) he blows out the fire પ્રયો. વર્ત. પરસ્મૈ. ૩|૧ વં. ૫, ૩૭; વં. ૧૨, ૨૩; [illegible] શક્યા. પરસ્મૈ. ૩|૧ વં ૮, ૭૫. ૭૬. ૭૭. ૭૮.

ખ) જતું રેહેવું, નાબુદ થઈ જવું; to flee, to be extinct or annihilated; [illegible] શક્યા. પરસ્મૈ. ૩|૧ ય. ૧૯, ૮૦.

[illegible] = નાશ થઈ જવો, નાબુદ થવું; to be destroyed or annihilated; [illegible] પ્રયો. શક્યા. પરસ્મૈ. ૩|૧ ય. ૧૯, ૬૮.

૨ [illegible] = [illegible] = Ger. Fliegen = To fly = જવું, ઉડવું; to go, to fly.

[illegible] = ઉડવું, ઉડીને આવવું; to fly, to come flying; [illegible] they (*i. e.*, the Fravashis) come flying unto him, *i. e.*, the sovereign) તેઓ (ઈઆને ફરોહરો) તેની તરફ ઉડીને આવેછે. વર્ત. આત્મને. ૩|૩ ય. ૧૩, ૭૦.

[illegible] = ક) ઉડવું, ઉડયા કરવું; to fly continually; [illegible] વર્ત. પરસ્મૈ. ૩|૧ ઈજ. ૯, ૩૨. જુઓ [illegible]

ખ) આગળ વેહેવું (અસલ.); વરસવું; to flow on (lit.); to rain; [illegible] (હું પાણી છોડી દેઉછું, હું વરસાઉછું). પ્રયો. વર્ત. પરસ્મૈ. ૧|૧ વં. ૫, ૧૮; [illegible] ૨|૧ વં. ૫, ૧૬.

૩ [illegible] = Ger. Pflugen = To plough, To plow, To *fur*-row = હોળ ખેડવું; to plough; જુઓ [illegible]

૪ [illegible] = [illegible] = ઘસડી લઈ જવું; to pull; to drive down; જુઓ [illegible]

૫ [illegible] [illegible] = Lat. *Plu*-ere = Fr. *Pleu*voir = પાણી રેડવું, ધોવું (અસલ.); સાફ કરવું, ચોળવું; ઘસરવું; to pour water, to wash, to cleanse, to scour; જુઓ ૧ [illegible]

[illegible] (જુઓ ૨ ધા. [illegible]) સા. ના. નાન્ય. પુષ્કળપણું, છુઆદતી; જથ્થો; abundance, a large quantity; [illegible] ૩|૧ વં. ૫, ૪. ૭; વં. ૮, ૩૪; ય. ૫, ૧૨૯; ય. ૧૦, ૨૦. ૨૧.

[illegible] વિ. ના. નર. નામાંકિત પુરૂષનું નામ; name of an illustrious personage; [illegible] ૬|૧ ય. ૧૩, ૧૧૩.

૧ [illegible] (= [illegible]) વિ. ના. નારી. ફ્રેની; પેગમ-

બર અશો જરતોશ્તની વડી છોકરીનું નામ; Frénî, the eldest daughter of Zarathustra; [Avestan] ૬/૧ ય. ૧૩, ૧૩૯.

૨ [Avestan] વિ. ના. નારી. ફ્રેની નામની નામાંકિત સ્ત્રી જેનાં ફ્રેરોહરને આરાધ્યું છે. એ નામની ચાર જુદી જુદી સ્ત્રી, ચાર જુદા જુદા નામાંકિત અશો પુરૂષોની બાઈડી હતી; name of a renowned woman; [Avestan] appears four times, the wives of four different illustrious personages, *viz.*, 1 [Avestan], 2 [Avestan], 3 [Avestan], 4 [Avestan] (vide Yt. 13, 140). [Avestan] ૬/૧ ય. ૧૩, ૧૪૦.

[Avestan] (Yt. 22, 9) pres. partic. fem. nom. sing.; stepping forward; આગળ જતી; rt. [Avestan] to come forward.

૧ [Avestan] (જુઓ ધા. [Avestan] ગ) સા. ના. નારી. પાકીજગી, ધર્મીપણું, પરહેજગારી; piety, sanctity, religiousness. *Contra*, [Avestan]; [Avestan] ૩/૧ યજ. ૮, ૨.

૨ [Avestan] (જુઓ ધા. [Avestan] ક) સા. ના. નારી. બાહાર આવવું—નીકળવું, દેખાવ દેવો; coming out; appearing; [Avestan] [Avestan] [Avestan] (towards the dawning of the day) ૫/૧ ય. ૨૨, ૪૧.

[Avestan], [Avestan] } વિશે જુઓ ધા. [Avestan] ખ.

[Avestan] ક્રિ. અ. વધારે, પુષ્કળ, બરાબર; આગળ; much, properly; well; forward; [Avestan] નું બીજું રૂપ, ઘણું કરીને ગાથામાં આવેછે. [Avestan] [Avestan] (તું મને બરાબર શિખવ) યજ. ૨૮, ૧૧; [Avestan] (તે મને બરાબર શિખવશે) યજ. ૪૫, ૬; કોઈ વખતે વગર અર્થે અમથો વધારાનો આવેછે; જેમકે [Avestan] યજ. ૪૬, ૩.

[Avestan] (= [Avestan] + [Avestan]; જુઓ એ બે બોલો) ક્રિ. અ. બખીત; assuredly (adv.); [Avestan] ય. ૧, ૫.

[Avestan] (અસલ રૂપ [Avestan] + [Avestan]; જુઓ ધા. [Avestan]) સા. ના. નારી. ફરવું, ચાલહાલ કરવું; going about; [Avestan] ૬/૧ યજ. ૪૯, ૪.

[Avestan] વિશે જુઓ ધા. [Avestan]

[Avestan] વિ. ના. નર. નામાંકિત પુરૂષનું નામ; name of an illustrious personage; [Avestan] ૬/૧ ય. ૧૩, ૧૨૬. જુઓ બોદી.

[Avestan] (= ઝાઇ = प्रांच् = فراز) (અસલ રૂપ [Avestan] [Avestan] + [Avestan] +) (જુઓ ધા. [Avestan]) ક્રિ. અ. આગળ; forward (adv.). Contrast [Avestan] (backward); [Avestan] યજ. ૯, ૧૧; ય. ૮, ૫૬; ય. ૧૪, ૪૮.

[Avestan] (જુઓ [Avestan] તથા ધા. [Avestan] ક) વર્ત. કૃ. વિ. શેતાબીથી આગળ જતો; નાહાસતો; hastening, fleeing; [Avestan] નર. ૧/૧ ય. ૧૦, ૭૧.

[Avestan] Yaç. 43, 14 (meaning unsettled); inspired (Dar.); rt. [Avestan]; advancing (M.); rt. [Avestan]; thou hast commanded (Sp. & Jus.); બેશારત થએલો (દારમે.); આગળ વધતી (પાદરાહી) થી (મિલ્સ); તેં ફરમાવેલી (છે) (સ્પી. તથા યુસ્તી).

[Avestan] (જુઓ ધા. [Avestan]) સા. ના. નારી. આગળ જવું; પોંહોચવું; going forward; reaching; [Avestan] ૩/૧ ય. ૧૧, ૬.

[Avestan] (= प्रिय) (જુઓ ધા. [Avestan] ક) વિ. પ્યારૂં, વાહાલું, પ્રિય; beloved, affectionate; [Avestan] નર. ૧/૧ વં. ૩, ૨૫; યજ. ૪૬, ૬; યજ. ૫૭, ૩૫; યજ. ૭૧, ૧૩; ય. ૧૧, ૨૦; [Avestan] નારી. ૧/૧ ય. ૧૫, ૩૬; [Avestan] ૨/૧ ય. ૨૪, ૫૧; [Avestan] ૪/૧ વં. ૩, ૨૫; [Avestan] ૬/૧ યજ. ૧૩, ૨; [Avestan] ૧/૩ યજ. ૭૦, ૪; [Avestan] ૧/૩ ય. ૧૭, ૧૦; [Avestan] યજ. ૪૪, ૧.

ખ) સા. ના. નર. દોસ્ત, ખેરખાહ; a friend; a well-wisher; [Avestan] ૧/૧

* [Avestan]—an inseparable particle implying any, whatever. Comp. Sans. चन. *vide* my Av. Gram., § 231.

ઈજ઼. ૪૬, ૨; [Avestan] ૪|૧ ઈજ઼. ૪૩, ૧૪; ઈજ઼. ૪૪, ૧; ઈજ઼. ૪૬, ૨. જુઓ [Avestan]

૨ [Avestan] વિ. ના. નર. નામાંકિત પુરૂષનું નામ, જેનાં ફ્રેરોહરને બે વખત આરાધ્યું છે; કદાચ એકજ નામના બે જુદા પુરૂષો હોએ. એઓના બાપનું ઈઆ ખાનદાનનું નામ જણાવ્યું નથી; name of an illustrious personage; probably, two different persons of the same name, as appears from Yt. 13, 110. 119; [Avestan] ૬|૧ ય. ૧૩, ૧૧૦. ૧૧૯. જુઓ મોદી.

[Avestan], [Avestan] વિ. ના. નર. એક તુરાની નામીચા કુટુંબનું નામ; એજ કુટુંબનો એક નામાંકિત નર [Avestan] (યોઇશ્ત) જે પાછળથી ગોશ્ત ફ્રયાન ([Avestan] [Avestan]) નાં નામથી જાણીતો હતો; name of a Turanian family, noted for its piety and virtue; for particulars, *vide* [Avestan]; – [Avestan] ૬|૧ ઈજ઼. ૪૬, ૧૨; [Avestan] ૬|૩ ય. ૫, ૮૧; [Avestan] ૬|૩ ય. ૧૩, ૧૨૦.

[Avestan] વિશે જુઓ [Avestan]

[Avestan] વિશે જુઓ ૧ ધા. [Avestan]

[Avestan] (જુઓ [Avestan]) સમાસ ના. નારી. આબાદીનો સરદાર—કાએદો (મિલ્સ); ([Avestan] = [Avestan] = [Avestan] = આબાદી કરવી); અથવા ગાએ-ઢોર ઉપરની સરદારી ([Avestan] = [Avestan] = પશુ); પેહેલવીમાં એનો તરજુમો [Avestan] છે, તે ઉપરથી સાધારણ રીતે એનો અર્થ 'સરદારી' કરવામાં આવ્યો છે; control or sovereignty over the cattle (lit.); the thrift-lord, the thrift-law (M.); sway, command (from Pehl. [Avestan]); [Avestan] (Geld. [Avestan]) ૧|૧ ઈજ઼. ૫૧, ૪; [Avestan] ૨|૧ ઈજ઼. ૩૩, ૧૨; [Avestan] ઈજ઼. ૩૭, ૫; [Avestan] [Avestan] ૬|૧ ઈજ઼. ૧૩, ૬; [Avestan] ૬|૧ ઈજ઼. ૩૯, ૫.

[Avestan] (Yaç. 11, 1), denom. verb pres. 2nd per. sing. (fr. [Avestan] fatness) thou fattenest (me) તું (મને) ફરબે કરેછે.

[Avestan] (જુઓ ૧ ધા. [Avestan] ક) સા. ના. ચરબી, ફરબેપણું (અસલ.); આબાદી, વધારો; fatness (lit.); prosperity, increase; એ બોલ [Avestan] (ગાએ-ઢોરની ઉઆદતી) ની સાથે આવેછે; [Avestan] [Avestan] ૨|૧ ય. ૨, ૮; સિરો. ૨, ૭; [Avestan] [Avestan] ૨|૨ ય. ૯, ૯; [Avestan] [Avestan] ૪|૨ ય. ૨, ૩; સિરો. ૧, ૭; [Avestan] [Avestan] ૨|૩ ય. ૫, ૨૯.

ખ) વિ. ફરબે (અસલ.); આબાદી આપનાર; fat (lit.); prosperity-giving; [Avestan] ... [Avestan] નારી. ૨|૧ ય. ૯, ૨.

[Avestan] (= [Avestan] = Ger. Fessel = Fetter) (જુઓ ધા. [Avestan]) સા. ના. નાન્ય. બેડી, જંજીર; a fetter or chain; અસલ રૂપ [Avestan] + [Avestan] = [Avestan] ([Avestan] ની પછીનો [Avestan] નીકળી ગયાથી); [Avestan] ૩|૩ વ. ૪, ૫૧.

[Avestan]* (= [Avestan] = شرم = Ger. Schaam = Shame) સા. ના. નર. શરમ, લાજ, હયા; shame, disgrace; [Avestan] [Avestan] [Avestan] (માણસોની શરમને લીધે) ૫|૧ વ. ૧૫, ૯. ૧૦. ૧૧. ૧૨.

[Avestan] (Yt. 14, 56) denom. verb pres. 3rd per. plu; [Avestan] [Avestan] [Avestan] [Avestan] they extend or stretch their waists. Comp. Per. افشاندن to disperse, to scatter. તેઓ પોતાની કમ્મર ખેંચેછે.

૧ [Avestan] = [Avestan] = વધારો કરવો, આબાદી-વૃદ્ધિ કરવી; to increase, to render prosperous; [Avestan] (વર્ત. કૃ. વિ.) આબાદી કરતો; ઉદ્યોગી, મેહેનતુ; rendering prosperous; thrifty; epithet of [Avestan] (the husbandman); [Avestan] [Avestan] (દેશની) આબાદી કરનાર ખેડુત (નર. ૧|૧) વં. ૫, ૨૮; વં. ૧૩, ૪૬; ઈજ઼. ૧૧, ૬; [Avestan] [Avestan] (૪|૧ ને બદલે) વં. ૧૪, ૧૦; [Avestan] (વધારો કરતુ-કરનાર.) ય. ૧૪, ૬૧; ઈજ઼. ૪૮, ૫. આમરજ઼ે ઈજ઼. ૪૮, ૫માં [Avestan] લઈને ક્રિયાપદ ગણીએ તો આજ્ઞા. પરસ્મૈ. ૨|૧ (તું આબાદ કર)' [Avestan] [Avestan]

* શરૂઆતનો [Avestan] એ [Avestan] અથવા [Avestan] ઉપસર્ગનું ટુકું રૂપ હોએ. જુઓ [Avestan]

[Avestan] [Avestan] હમારા ખોરાકને માટે તેને (ઇઆને ગાએ—ગોસ્પંદને) તું આબાદ કર. [Avestan] [Avestan] નર. ૨/૧ વં. ૧૮, ૨૦; વીસ્પ. ૩, ૨; [Avestan] [Avestan] નર. ૪/૧ વં. ૫, ૫૭. ૫૮; ય. ૧૩, ૮૮; ય. ૧૯, ૭; [Avestan] મેહેનતુ (માણસ)ને માટે (નર. ૪/૧) ઇજ. ૨૯, ૫; [Avestan] [Avestan] [Avestan] નર. ૬/૧ વં. ૧૩, ૪૪. ૪૬; વં. ૧૪, ૧૦; ઇજ. ૧૩, ૨; ય. ૨૩, ૫; ય. ૨૪, ૧૬; [Avestan] [Avestan] (આબાદી કરનાર તથા મેહેનત કરનાર) ૪/૧ ઇજ. ૨૯, ૬; [Avestan] [Avestan] નર. ૮/૧ વં. ૧૮, ૨૧; [Avestan] [Avestan] નર. ૨/૩ ઇજ. ૧૩, ૩; વીસ્પ. ૩, ૫; [Avestan] ઉદ્યોગી (માણસો)માં નર. ૭/૩ ઇજ. ૪૯, ૪. જુઓ [Avestan], [Avestan]

૨ [Avestan] = [Avestan], [Avestan] = દુધને મંથન કરવું, ઘોળવું, વલોળવું; to churn or agitate (boiled milk); જુઓ [Avestan]

૩ [Avestan] ([Avestan] નું ટુંકું રૂપ. જુઓ તે બોલ) સા. ના. નર. પશુ; cattle; used in compound forms; *e. g.*, [Avestan], [Avestan], [Avestan], [Avestan], [Avestan], [Avestan], [Avestan]

[Avestan] (જુઓ ૧ ધા. [Avestan]) વિ. આબાદી-વાળો, આબાદ કરતો, વૃદ્ધિ કરનાર; rendering prosperous; prosperity-producing; [Avestan] નર. ૬/૧ ઇજ. ૫૮, ૪; ય. ૧, ૧૩.

[Avestan] (જુઓ ૧ ધા. [Avestan]) ક) સા. ના. નર. આબાદી, આબાદીવાળું કામ; prosperity, a prosperous work. [Avestan] ૨/૩ ઇજ. ૫૮, ૪.

ખ) વિ. આબાદી કરતો, આબાદી કરનાર; same as [Avestan], *i. e.*, rendering prosperous; prosperity-producing; [Avestan] [Avestan] (આબાદી કરનાર માંથ્ર, ઇજશ્નેનો ૫૮ મો હા) નર. ૧/૧ ઇજ. ૫૭, ૨૨; [Avestan] [Avestan] નર. ૨/૧ ગેહ ૨, ૯. વળી એ જ બોલ સમાસ રૂપ-માં પણ આવેછે. જુઓ નીચેનો બોલ.

[Avestan] (= [Avestan], [Avestan]) (જુઓ [Avestan] તથા [Avestan]) વિ. ના. નર. આબાદી આપનાર માંથ્ર (અસલ.); ઇજશ્નેના ૫૮ મા હાનું નામ; Fshusho-mâthra; *lit.*, a prayer for prosperity; the name by which Yaçna LVIII is known; it appears to be called so, from the presence in it of the words *fshusha*, *fshushant*, 'thriving, causing to thrive' which aptly express its contents (Dar.). [Avestan] (Geld. [Avestan]) (૧/૧ ની મતલબે) ય. ૧, ૧૩; [Avestan] ૨/૧ વીસ્પ. ૨, ૧૦; [Avestan] [Avestan] (હદોખ્ત નુસ્કનો ઇઆને હદોખ્ત નુસ્કમાં આવેલો ફ્શુષો-માંથ્ર) ૨/૧ ઇજ. ૫૯, ૩૨; [Avestan] ૬/૧ વીસ્પ. ૧, ૮.

[Avestan] (જુઓ ૧ ધા. [Avestan]) વિ. આ-બાદી—વૃદ્ધિ કરનાર; મેહેનતુ; prosperity-giving; active, industrious; [Avestan] નર. ૧/૧ ઇજ. ૪૯, ૯;* [Avestan] નર. ૨/૧ ઇજ. ૩૧, ૧૦.

[Avestan] (= [Avestan] = स्तन [Persian]) સા. ના. નર.

ક) થાન, ધાઈ; ધાળી; the breast, the nipple. એ બોલની ચોક્સ ઉત્પત્તિ જણાઈ નથી. બે રીતે સમજાવી શકાએ:—ક) ધા. †[Avestan] = [Avestan] = तन् = ખેંચવું, તાણવું (ધા. [Avestan] ની રીતે; જુઓ તે ધાતુ તથા તેની નોટ); શરૂઆતનો [Avestan], [Avestan] અથવા [Avestan] ઉપસર્ગનું ટુંકું રૂપ દીસેછે.

ખ) ધા. [Avestan] = स्था = ઉભું રેહેવું; [Avestan] ૨/૧ વં. ૮, ૫૨. ૫૩. ૫૪; વં. ૯, ૧૯.

ગ) ડુચકુ, ડુગરો; a knob; જુઓ [Avestan] [Avestan]

[Avestan]

[Avestan] (જુઓ ૧ ધા. [Avestan] છ) અતિ. વિ. ૫-ણોજ ટેકો—મદદ આપનાર; most supporting or helping; જુઓ [Avestan], [Avestan] [Avestan]

---

* આએ ઠેકાણે (ઇઆને ઇજ. ૪૯, ૯ માં) એ ઇશારો ફરશોસ્તર બાબે દીસે છે અને તેને પેહેલવી ટેકો આપેછે.

† [Avestan] (ય. ૧૦, ૨૦) માં આવેછે તેમ [Avestan] નકામો ગણવો.

(= જુઓ ; તથા ૨) સમાસ ના. નાન્ય. (હાથનાં) બે આંગળાં; two fingers; વં. ૧૮, ૨ (પેહેલવી રાદેહ); જુઓ એની પછીના બોલો.

(જુઓ) સમાસ વિ. હાથનાં બે આંગળાં જેટલું પોહોળું; as thick as two fingers; વં. ૧૮, ૧ (પેહેલવી રાદેહ).

(જુઓ) સમાસ વિ. (હાથનાં) બે આંગળાંનાં જેટલા કદનું, (હાથનાં) બે આંગળાં જેટલું લાંબું ; as large as two fingers; a bone as large as two fingers (બે આંગળાંનાં જેટલાં કદનાં હાડકાંને) નર. ૨|૧ વં. ૬, ૧૮.

વિશે જુઓ

(= + ; જુઓ તથા ખ) સંખ્યા. વિ. દશ હજાર ધાયું; ten thousand times. જુઓ

(= =) કેવળ સંખ્યા. વિ. દશ હજાર, ૧૦,૦૦૦; ten thousand, 10,000; (નારી. ૧|૩ ની મતલબે) ય. ૧૩, ૬૪ ; ૨|૩ વં. ૩, ૩૧; વં. ૮, ૮૧; વં. ૧૪, ૨-૬; ઈજ. ૬૮, ૧૫; ય. ૫, ૨૧; ય. ૯, ૩; ય. ૧૦, ૨૭. ૮૨; ૨|૩ ય. ૧૩, ૭૧; ૪|૧ ય. ૩, ૧૦. ૧૩; ય. ૨૪, ૧૯; ૨|૩ વં. ૨૨, ૨. ૬. ૯. ૧૫; (નવ વખત દશ હજાર = ૯૦૦૦૦) ૨|૩ વં. ૨૨, ૨. ૬. ૯. ૧૫; (દશ હજાર ઘણા દશ હજાર) ૨|૩ ય. ૩, ૧૦. ૧૩; ૩|૩ વીસ્પ. ૮, ૧. જુઓ એની પછીના બોલો.

ક) વિ. દશ હજાર ઘણા—વખત (જુઓ ૨); ten thousand times; ૪|૧ વં. ૭, ૫૫. ૫૬; ય. ૫, ૫૪. ૫૮. ૧૧૭; ય. ૮, ૬૧; ય. ૯, ૩૧; ય. ૧૩, ૪૮; ૩|૩ વં. ૭, ૫૫. ૫૬; ય. ૫, ૫૪. ૫૮. ૧૧૭; ય. ૮, ૬૧; ય. ૯, ૩૧; ય. ૧૩, ૪૮.

ખ) સમાસ ના. નાન્ય. દશ હજાર ઘણું મારવું (જુઓ ૧); smiting (evil beings) ten thousand times; ૪|૧ ય. ૧૦ ૪૩; ૩|૩ ય. ૧૦, ૪૩.

(=) (જુઓ) સમાસ વિ. દશ હજાર આંખવાળો, ઇઆને દશ હજાર આંખના જેટલી જોવાની શકિત ધરાવનાર—તીક્ષ્ણતા રાખનાર; (Mithra) of the ten thousand eyes, *i. e.*, whose power of vision is as intense as 10,000 eyes taken together; = કારાંત નર. ૧|૧ ય. ૧૦,૧૪૧; નર. ૨|૧ ઈજ. ૨, ૩; ય. ૧૦, ૭; નીઆ. ૧, ૬; નીઆ. ૨, ૬; નર. ૪|૧ ય. ૧૦, ૯૧; નર. ૬|૧ ઈજ. ૧. ૩; ય. ૧૦, ૦. ૧૪૬.

(જુઓ ૧ ક) સમાસ ના. નર. દશ હજાર (માણસો)નો ધણી—સરદાર; a chief of myriads; ૧|૩ ય. ૧૪, ૫૯.

ખ) સમાસ વિ. દશ હજાર સરદારવાળો; (the Dânus) of ten thousand chiefs ; *vide* 3 ; ૬|૩ ય. ૧૩, ૩૮.

(જુઓ) સમાસ વિ. દશહજાર નાદલા સ્થંભવાળો(મેહેલ); (a palace) with ten thousand small pillars ; નાન્ય. ૧|૧ ય. ૫, ૧૦૧.

(જુઓ) સંખ્યા. વિ. દશ હજાર ઘણા દશ હજાર; ten thousand times ten thousand, *i. e.*, numberless; નારી. ૬|૩ વં. ૫, ૧૯.

સમાસ વિ. (અર્થ અચોકસ); (ઘર) ના વિશેષણ તરીકે આવેલો છે ; દશ હજાર બારીવાળું (સ્પી. તથા દારમે.); દશ હજાર પેહેડીઆંવાળું (હારલે) ; દશ હજાર ખુંટાવાળું (યુસ્તી); (meaning unsettled); (a dwelling) with ten thousand windows (Sp. &. Dar.); with...joists (Har.); with... pegs (Jus.); Pehl. ; . . . નાન્ય. ૨|૧ વં. ૧૮, ૨૮.

(જુઓ)

સમાસ વિ. દશ હજાર (જોવાના) બુરૂજ—ગડારાંવાળો (મેહેલ); (a palace) with ten thousand battlements; [Avestan] .... [Avestan] નાન્ય. ૨/૧ વં. ૧૮, ૨૮.

[Avestan] (= [Avestan]) (જુઓ [Avestan]) સમાસ ના. નર. દશ હજાર વરસાદનાં આપતા; ten thousand showers of rain; [Avestan] ૧/૧ વં. ૨૧, ૨.

[Avestan] (જુઓ [Avestan]) સમાસ વિ. દશ હજાર જાસુસવાળો; અથવા દશહજાર જોવાની શક્તિવાળો; (Mithra) who has 10,000 spies. *Otherwise*: same as [Avestan] q. v. [Avestan] નર. ૧/૧ ય. ૧૦, ૨૪. ૨૭. ૪૬. ૮૨; ય. ૧૭, ૧૬; [Avestan] નર. ૧/૧ ય. ૧૦, ૯૦. ૬૯. ૧૪૧.

[Avestan] સંખ્યા. વિ. દશ હજાર ઘણું; ten thousand times (for [Avestan]); [Avestan] ય. ૧૦, ૧૧૭.

[Avestan] (જુઓ [Avestan]) સમાસ વિ. દશ હજાર ઘણું દશ હજાર = ૧૦૦૦૦૦૦૦૦; ten thousand times ten thousand, *i. e.*, numberless; [Avestan] ૨/૩ ય. ૨૪, ૧૯.

[Avestan] ([Avestan] ઉપરથી નામ સાધિત ક્રિ.)= [Avestan] = તંદરોસ્તી આપવી, નિરોગી કરવું, સાજું કરવું; to give health, to cure (denom. base); [Avestan] શક્યા. પરસ્મૈ. ૨/૧ વં. ૨૨, ૨. ૯. ૧૫; [Avestan] આજ્ઞા. પરસ્મૈ. ૧/૧ વં. ૨૨, ૬; [Avestan] (Tishtrya) brings health to... (સજીવન કરેછે) વર્ત. પરસ્મૈ. ૩/૧ ય. ૮, ૪૩; [Avestan] અ. ભૂ. સંશ. પરસ્મૈ. ૩/૧ વં. ૭ ૪૦ ૪૧. ૪૨. ૪૩. ૪૪; વં. ૨૧, ૩; ય. ૩, ૬.

[Avestan] (= [Avestan] = ભેષજ) ક) સા. ના. તંદરોસ્તી આપનારો ઇલાજ—ઉપાય; a remedy, a restorative; [Avestan] નર. ૧/૧ ય. ૧૪, ૩૪; [Avestan] ૨/૧ વં. ૧૩, ૩૫; [Avestan] (૭/૧ ની મતલબે) ય. ૧૪, ૩; [Avestan] નારી. ૧/૩ વં. ૨૧, ૩; [Avestan] નાન્ય. ૨/૩ ય. ૮, ૬૦; ય. ૧૪, ૫૨; [Avestan] ૨/૩ ઇજ. ૬૦, ૪; વીસ્પ. ૯, ૧. ૨; ય. ૧૩, ૩૨.

ખ) સા. ના. નાન્ય. તંદરોસ્તી; health; [Avestan] ૧/૧ વં. ૯, ૫૩. ૫૪. ૫૫. ૫૭; વં. ૧૩, ૫૨. ૫૩. ૫૪. ૫૬; ઇજ. ૧૦, ૭; [Avestan] ૨/૧ ઇજ. ૯, ૧૭; વીસ્પ. ૨૦, ૧; [Avestan] ઇજ. ૫૫, ૩; [Avestan] ૪/૧ ઇજ. ૧૦, ૮; [Avestan] ૪/૧ ઇજ. ૬૮, ૨; [Avestan] ૬/૩ ઇજ. ૬૮, ૧૫; ય. ૬ ૨૬; ય. ૧૩, ૧૩૫.

ગ) વૈદ્યનો ધંધો, તબાબત, હકીમું; the medical profession; [Avestan] ૪/૧ વં. ૭, ૩૯.

ઘ) સા. ના. નર. [Avestan] = भिषज = [Persian] વૈદ્ય, તબીબ, હકીમ; સાજું કરીને તંદરોસ્તી આપનાર; a healer; a curer; a physician; [Avestan] ૬/૩ વં. ૭, ૪૪; ય. ૩, ૬.

ચ) વિ. તંદરોસ્તી આપતું, સાજું કરતું; healing, curing; giving health; [Avestan] નાન્ય. ૧/૧ ય. ૩, ૫; [Avestan] નર. ૨/૧ ય. ૭, ૫; ય. ૨૦, ૧. જુઓ [Avestan], [Avestan], [Avestan], [Avestan], [Avestan], [Avestan].

[Avestan] (= [Avestan]) સમાસ ના. નાન્ય. તંદરોસ્તી આપનાર ઇલાજ કરવાનું કામ; અથવા તંદરોસ્તી આપનારા ઉપાયની ખેતી, ઇઆને તંદરોસ્તી આપનારા રોપાઓની ખેતી—ખેડણી; a healing or curative work (rt. [Avestan] to do); *or*, tillage of curative plants (rt. [Avestan] = to till); [Avestan] = [Avestan] = Per. کشت tillage; a sown field; [Avestan] ૧/૩ વં. ૨૬, ૩.

[Avestan] (જુઓ [Avestan] ખ તથા ૧ ધા. [Avestan]) સમાસ ના. નર. તંદરોસ્તી આપનાર; a health-giver, a healer; [Avestan] ૧/૧ ઇજ. ૧૦, ૯.

[Avestan] (= [Avestan], [Avestan], [Avestan]) ([Avestan] ખ ઉપરથી) વિ. તંદરોસ્તીવાળું, તંદરોસ્તી આપનારું, ગુણકારક; health-giving, curing; effective; [Avestan] નર. ૧/૧ ઇજ. ૯, ૧૬; ઇજ. ૫૭, ૧૯; ય. ૧૦, ૮૮; [Avestan] (નર. ૧/૧ ને બદલે) ય.

* જુઓ મારું અવસ્તા વ્યાકરણ. સફો ૩૭-૩૮ મે.

૧, ૧૨; [illegible] (Wester.) નર. ૨।૧ ય. ૨૦, ૧; [illegible] નારી. ૨।૧ ઇજિ. ૬૫, ૧; ય. ૫, ૧; ય. ૯, ૨; ય. ૧૦, ૧૫; ય. ૧૩, ૪; ય. ૧૭, ૧; [illegible] ૬।૧ ય. ૧૫, ૫૦. ૫૧; [illegible] નર. ૬।૧ ઇજિ. ૧૦, ૭; [illegible] ઇજિ. ૧૦, ૧૮; [illegible] ૧।૩ ય. ૧૪, ૪૬; સીરો. ૧, ૧૩; [illegible] ૨।૩ ય. ૧૫, *૫૧; [illegible] નારી. ૨।૩ વં. ૨૦, ૪; ય. ૮, ૪૭; ય. ૧૩, ૩૦; [illegible] ૨।૩ વં. ૧૦, ૫. ૯. ૧૩; [illegible] અધિ. વિ. નારી. ૧।૩ ય. ૧૩, ૬૪; [illegible] અતિ. વિ. નર. ૨।૧ વં. ૭, ૪૮; ય. ૩, ૬; ય. ૧૪, ૩. ૭. ૯. ૧૩. ૧૫. ૧૭. ૨૧. ૨૩. ૨૫. ૨૭; [illegible] નાન્ય. ૧।૧ ય. ૧. ૨. ૪; ય. ૩, ૫; [illegible] નર. ૧।૩ વં. ૮, ૭૨; વં. ૯, ૨૭; વં. ૧૧, ૩. ૮. ૧૧. ૧૪. ૧૭. ૨૦

[illegible] વિ. ના. નર. નામાંકિત પુરૂષનું નામ; name of an illustrious personage. Comp. [illegible]; [illegible] ૬।૨ ય. ૧૩, ૧૨૫.

[illegible] (= [illegible] = [illegible], [illegible]) (જુઓ ૧ ધા. [illegible], [illegible]) સા. ના. બોઓ, સુગંધ; perfume; [illegible] ૨।૧ વં. ૮, ૮૦; [illegible] ૨।૧ ઇજિ. ૪, ૧; વીસ્પ. ૧૧, ૫; [illegible] નાન્ય. ૨।૧ ઇજિ. ૩, ૨; [illegible] ૩।૧ ય. ૨૪. ૩૮; [illegible] ૭।૧ ઇજિ. ૬૨, ૨; [illegible] ૨।૩ ય. ૨૨, ૭; [illegible] ૬।૩ વં. ૧૯, ૨૪. ૪૦. જુઓ [illegible], [illegible], [illegible]

[illegible] વિશે જુઓ [illegible]

[illegible] સા. ના. ખોરાક; food, provision; જુઓ [illegible]

[illegible] (= [illegible]) (જુઓ ધા. [illegible]) સા. ના. નર. છુટકારો કરનાર—આપનાર; one who sets free; a freer; [illegible] ૨।૧ વીસ્પ. ૭, ૩.

[illegible] (જુઓ ધા. [illegible] ૫) સા. ના. નાન્ય. સુખ, મોજ, આનંદ; comfort, pleasure, joy; જુઓ [illegible], [illegible]

૧ [illegible] (= [illegible] = બોધ, બુદ્ધિ) (જુઓ ૨ ધા. [illegible], [illegible]) સા. ના. કાંઇબી ચીજ આપણા શરીરને લાગ્યાથી તેની અસર આપણા મગજ ઉપર થાએ તે શકિત, બુદ્ધિ, ભાન; intellect; consciousness જુઓ [illegible]

૨ [illegible] (= [illegible] = [illegible], [illegible]) (જુઓ ૧ ધા. [illegible], [illegible]) સા. ના. નર. બોઓ, સુગંધ; perfume; [illegible] ૧।૧ ય. ૨૪, ૫૧; [illegible] ૨।૧ વં. ૧૯, ૩૩; ય. ૨૪, ૨૭ જુઓ [illegible], [illegible], [illegible]

[illegible] (= [illegible] = બુધિ) (જુઓ ૨ ધા. [illegible], [illegible]) સા. ના. નાન્ય. બુદ્ધિ, ભાન, શુદ્ધિ; જીવ; intellect, consciousness; life; [illegible] ૧।૧ વં. ૭, ૨; વં. ૧૩, ૫૦; [illegible] ૧।૧ વં. ૧૯, ૭; [illegible] ૨।૧ ય. ૧૩, ૪૬; [illegible] ૨।૧ વં. ૧૯, ૨૯; ઇજિ. ૨૬, ૪; ઇજિ. ૫૫, ૧; [illegible] ૬।૧ વં. ૮, ૮૧–૯૬; વં. ૯, ૪૩; ઇજિ. ૫૫, ૨. જુઓ [illegible] તથા એની પછીના બોલો.

[illegible] ([illegible] ઉપરથી) વિ. જાણીતું, ચેતેલું, વાકેફગાર; knowing, cognizant; [illegible] નારી. ૨।૧ વં. ૧૮, ૬૭. ૬૯.

[illegible] (= [illegible], [illegible]) (જુઓ [illegible] તથા [illegible]) ક) સમાસ બૂ. કૃ. ના. નાન્ય. જાણી બુજીને કીધેલું તે (અસલ); જાણીબુજીને કીધેલો ગુનાહ; બઓધો-વરશ્ત ગુનાહ; wilfully done (lit.); a crime wilfully committed; [illegible] ૬।૧ વં. ૭, ૩૮; વં. ૧૩, ૧૦. ૧૧. ૩૧. ૩૪; વં. ૧૫, ૧૨. ૧૬. ૨૨. ૨૫. ૨૮. ૩૧. ૩૪. ૩૭. ૪૦; ય. ૨૪, ૪૪.

ખ) સમાસ બૂ. કૃ. વિ. બુદ્ધિથી—સમજથી કીધેલું; done with knowledge or intelligence; [illegible] નાન્ય. ૧।૩ Frag. 8, 1 (i. e., Vîspa Humata).

[illegible] (જુઓ [illegible] તથા [illegible]) સમાસ વિ. બુદ્ધિથી જાણતો, પુરતી

* ય. ૧૫, ૫૬ માં એ બોલની સાથે આવેલા [illegible] બોલને બી શબ્દ માં ગણવો.

રીતિ [illegible]; knowing with a full understanding; fully knowing; [illegible] નર. ૧/૧ વં. ૧૮, ૬૭. ૬૯.

[illegible] વિશે જુઓ [illegible] to be હોવું, થવું.

[illegible], [illegible] સા. ના. નર. મૂર્તિપૂજન (દારમે.); idolatry (Dar.); [illegible] ૨/૩ ય. ૨૨, ૧૩; [illegible] ય. ૨૪, ૩૭; [illegible] ય. ૨૪, ૫૯.

[illegible] ([illegible] ઉપરથી) સા. ના. નારી. સુખ, મોજ, આનંદ; comfort, pleasure, joy; [illegible] ૨/૩ ય. ૪. ૧.

[illegible] નામ. મેહેસુલ, ખંડણી; revenue; tribute. Comp. Per. [illegible]; rt. [illegible] = Sans. भज to allot, to distribute; જુઓ [illegible]

૧ [illegible] (જુઓ ૧ ધા. [illegible]) ભૂ. કૃ. વિ. છરેલો, ભાડેલો, છલતાં કાહાડેલો (અનાજ); ground, thrashed, husked (as corn); [illegible] નર. ૬/૩ વં. ૭, ૩૫. જુઓ [illegible]

૨ [illegible] (= [illegible] = [illegible]) (જુઓ ૧ ધા. [illegible]) સા. ના. નાન્ય. ક) જે ભાગ કરીને આપેલું તે (અસલ); નસીબ, બખ્ત; what is allotted; luck, fortune; [illegible] ૨/૧ વં. ૨૧, ૧. જુઓ [illegible], [illegible]

ખ) કમબખ્તી, ભોગ, woe; ill-luck; [illegible] [illegible] (અમે માજદયસ્ની દીન! મારી કમબખ્તી-ભોગ) ૧/૧ ય. ૮, ૨૩.

ગ) તકદીર, સરજત; fate, destiny; chance; [illegible] ૩/૧ વં. ૫, ૮; [illegible] ય. ૨૪, ૩૮.

[illegible] (જુઓ ૧ ધા. [illegible]) સા. ના. નર. બક્ષીશ કરનાર; one who bestows gifts; epithet of Tishtrya; [illegible] ૨/૧ ય. ૮, ૧.

[illegible] વિશે જુઓ [illegible]

[illegible] = [illegible] = [illegible] = ક) બખશવું, આપવું; વેહેંચી આપવું-નાખવું; to bestow, to give, to distribute; orig., [illegible] to divide; [illegible] + [illegible] = [illegible]; cl. 1; એ ધાતુ ૧ લા વર્ગનો છે; [illegible] વર્ત. આત્મને. ૨/૧ ઈજ. ૧૧, ૧; [illegible] ૩/૧ ઈજ. ૧૦, ૧૩; [illegible] પરસ્મૈ. ઈજ. ૯, ૨૨; [illegible] ઈજ. ૫૦, ૩. [illegible] ૩/૩ ય. ૬, ૧; ય. ૭, ૩; નીઆ. ૧, ૧૧; નીઆ. ૨, ૫; [illegible] સંશ. ય. ૨૪, ૩૪. ૪૬; [illegible] આજ્ઞા. પરસ્મૈ. ૧/૧ ય. ૧૦, ૧૦૮; ય. ૧૪, ૪૭; [illegible] પ્રયો. આજ્ઞા. પરસ્મૈ. ૨/૩ ય. ૨૪, ૮.

ખ) બખશવું, માફ કરવું; to remit, to forgive; [illegible] વર્ત. પરસ્મૈ. ૩/૩ વં. ૮, ૧૦૦. ૧૦૧. ૧૦૨.

ગ) ભાગ—હિસ્સો લેવો, પાંમવું; to partake of, to have a share in; [illegible] વર્ત. પરસ્મૈ. ૩/૧ વં. ૫, ૬૧; જુઓ [illegible]

[illegible] = બખશવું, આપવું; to bestow, to grant; [illegible] આજ્ઞા. આત્મને. ૨/૧ ઈજ. ૩૩, ૧૦.

[illegible] = બખશવું, આપવું; to give, to bestow; [illegible] .... [illegible] વર્ત. પરસ્મૈ. ૩/૩ ય. ૮, ૧.

[illegible] = ચોતરફ વેહેંચી નાખવું; to distribute in all directions; [illegible] વર્ત. પરસ્મૈ. ૩/૧ ય. ૮, ૩૪. ૪૭.

[illegible] (જુઓ ધા. [illegible]) સા. ના. નર. ફાએદો મેળવનાર—પાંમનાર; one who derives benefit; [illegible] ૧/૧ ઈજ. ૩૧, ૧૦.

[illegible] વિશે જુઓ [illegible]

૧ [illegible] (= [illegible], [illegible]) ક) વિ. ના. નર. ખોદા; ઈશ્વરી શક્તિ, ભગવાન; સાહેબ; Deity, God. divine power; lord; literally, implying one who distributes or portions in parts; rt. [illegible] = to distribute; or: adorable; rt. [illegible] = भज् = to worship, to pray; [illegible] ૧/૧ ઈજ. ૧૦, ૧૦; [illegible] (liberal) ૨/૧ ઈજ. ૭૦, ૧; ય. ૭, *૫; નીઆ. ૩, *૭; [illegible] [illegible] [illegible] I praise the waters and Him who distributes them ૨/૧ ય. ૧૫, ૧. ૬. ૧૦. ૧૪; [illegible] (ઈશ્વરી શક્તિઓમાંનો) ૬/૩ ય. ૧૦, ૧૪૧.

* આ ઠેકાણે એનો અર્થ 'બખશીશ કરનાર, નસીબ આપનાર, સખી' પણ થઈ શકે.

ખ) સા. ના. બખ્ત, નસીબ; luck, fortune; *vide* [illegible] fortunate બખ્તાવર.

૨ [illegible] (જુઓ ૧ ધા. [illegible]) સા. ના. ફ) ભાગ; a portion, a piece ; [illegible] નારી. ૧|૧ ઈજ઼. ૧૯, ૩; ય. ૩, ૧૪; [illegible] નારી. ૨|૧ ઈજ઼. ૧૯, ૬; ઈજ઼ ૨૦, ૫; ઈજ઼. ૫૫, ૭; [illegible] નાન્ય. ૨|૩ ઈજ઼. ૩૨, ૮. આમ્મે છેલ્લા ઈશારા (ઈજ઼. ૩૨, ૮.) સિવાય, બધી ગમ એ બોલ અવસ્તાના ગોક્સ બંદગીના ભાગ અથવા શ્લોકને માટે વપરાએલો છે.

ખ) હિસ્સો, બખ્શેશ ; a portion; a gift, a present, boon; [illegible] (Geld.) demanding a good present (acc. sing.) Yt. 16, 15.

[illegible]* (= [illegible]) (જુઓ ૧ [illegible] તથા ૨ [illegible]) સમાસ ભૂ. કૃ. વિ. ખોદાનું પેદા કીધેલું, ઈશ્વરનું બનાવેલું ; made or created by God; [illegible] ૬|૩ વં. ૧૯, ૨૩.

[illegible] (= [illegible]) (જુઓ ૧ [illegible] તથા ૨ [illegible] ફ) સમાસ ભૂ. કૃ. વિ. ખોદાનું આપેલું—બખ્શેલું ; bestowed by God. [illegible] નર. ૧|૧ ય. ૨૪, ૨૫; [illegible] (ભાગ્યશાલી) નર. ૨|૧ વીસ્પ. ૭, ૩; [illegible] નર. ૨|૧ વં. ૨૧, ૫. ૯. ૧૩; ય. ૮, ૩૫. ૫૪.

[illegible] = भास = પ્રકાશવું, ઝલકવું; રોશન કરવું; to shine, to glitter; જુઓ [illegible]

૧ [illegible] (= भास, भास) (જુઓ ધા. [illegible]) સા. ના. નાન્ય. પ્રકાશ, રોશની (અસલ.); દીનનું જ્ઞાન ; lustre, light (orig.) ; religious lore; [illegible] (Geld. [illegible]) ૨|૧ ય. ૧૬, ૧૫.

૨ [illegible] ([illegible] નું બીજું રૂપ) સા. ના. નાન્ય. ગર્ભ—હમેલ તોડી પાડવાની એક જાતની કેફી દવા, ભાંગ; a medicine used to procure abortion; [illegible] ૨|૧ વં. ૧૫, ૧૪. જુઓ [illegible]

૧ [illegible] = भज्, भञ्ज् = Lat. Frangere = To Break = ભાગ કરવો, ભાંજવું, વેહેચી આપવું ; to divide, to break, to distribute; જુઓ ૧-૨ [illegible], ૧-૨ [illegible], [illegible]

૨ [illegible] = સાફ કરવું, પાક કરવું; to cleanse, to purify ; જુઓ નીચેનો બોલ.

[illegible] (જુઓ ૨ ધા. [illegible]) વિ. સાફ કરતું ; purifying, freeing from impurity; જુઓ [illegible]

[illegible] = भज = વેહેચી આપવું, આપવું ; to divide, to give ; [illegible] અ. ભૂ. પરસ્મૈ. ૩|૧ ય. ૧૯, ૭.

[illegible] (= भङ्गा = بنگ) ફ) સા. ના. નર. કેફ ઉપજાવવનારી દવા, ભાંગ, ગાંજો ; a narcotic ; *bhāng*.

ખ) વિ. ના. નર. છાકટપણાનો દેવ; the Demon of Drunkenness; [illegible] ૨|૧ વં. ૧૯, ૪૧; ય. ૨૪, ૨૯. જુઓ [illegible]

[illegible] સા. ના. નર. આજારી—બીમાર શખ્સ (હારલે તથા દારમે.); a sick person (Har. & Dar.); [illegible] ૪|૧ ય. ૧૩, ૨૪. ૪૦.

[illegible] = [illegible] बन्ध् = [illegible] = Ger. Binden = Fr. Bander = To Bind = બાંધવું; મજબૂટ કરવું; to bind, to fasten; [illegible]* (હું બાંધું) વર્ત. સંરા. પરસ્મૈ. ૧|૧ ય. ૪, ૫; [illegible]* વર્ત. પરસ્મૈ. ૩|૧ વં. ૫, ૮. ૯ (બાંધેછે); વં. ૨૨, ૫. ૧૨. ૧૮ (મજબૂટ કરેછે); [illegible] હું બાંધું આજ્ઞા. પરસ્મૈ. ૧|૧ ય. ૯, ૧૮; [illegible] અ. ભૂ. પરસ્મૈ. ૩|૧ ઈજ઼. ૧૧, ૭; ય. ૧૯, ૭૭; [illegible] સંરા. ઈજ઼. ૧૧, ૭; [illegible] નિર્મલ અરેદ્વીસુરે (પોતાનાં માથાં) ઉપર તાજ બાંધ્યું છે ઇઆને મુકુટ—ગોઠવ્યું છે (ય. ૫, ૧૨૮). જુઓ નીચેનો બોલ.

[illegible] (= [illegible] = बन्ध = [illegible] = Ger. Bond = Bond) (જુઓ ધા. [illegible]) સા. ના. નર. ફ) બેડી, જંજીર, સાંકલ; bonds, chains; [illegible] ૧|૨ વં. ૩, ૪૧.

*એની ઉપરથી [illegible] (બગદાદ શેહેર) બોલ નીકળેલો દીસેછે.

* [illegible] ધાતુ બે જુદા વર્ગમાં આવેલો છે. જુઓ મારું અવસ્તા વ્યાકરણ, સફો ૨૩૧—૨૩૨ મો.

ખ) ગાંઠ, સંબંધ, બંધ; a knot, a tie; union; [illegible] ૨|૧ વં. ૨૨, ૫. ૧૨. ૧૮.

[illegible] વિ. ના. નર. પાહાડનું નામ; name of a mountain; possibly, a branch of the Hindûkush; [illegible] ૧|૧ યં. ૧૯, ૩.

૧ [illegible] = [illegible] = भृ=[illegible]=Lat. Ferre = To Bear = ક) લઈ *જવું; લાવવું; રાખવું; પાસે હોવું, પકડવું; to carry, to bear, to bring; to have; to hold. [illegible] (હું રાખુંછું) વર્ત. આત્મને. ૧|૧ ય. ૧૪, ૫૭; [illegible] ૨|૧ ય. ૨૪, ૫૦; [illegible] પરસ્મૈ. ૩|૧ વં. ૩, †૧૧; વં. ૧૫, ૧૬. ૧૯. ૨૨. ૨૫. ૨૮. ૩૧. ૩૪. ૩૭. ૪૦. ૪૯. ૫૦; વં. ૧૮, ૧. ૨. ૩. ૧૫. ૨૩. ૨૭; ય. ૧૦, ૮૫; ય. ૧૪, ૨૯. ૩૧. ૩૩ (રાખેછે); [illegible] ઈજિ. ૩૧, ૧૨; ઈજિ. ૫૦, †૬; ઈજિ. ૬૨, ૭; ય. ૧૪, ૨૯ (રાખેછે); ય. ૧૦, ૨૧. ૧૧૨. ૧૩૭; [illegible] વર્ત. પરસ્મૈ. ૩|૨ ય. ૮, ૨૨ (તેશ્તર તથા અપઓશ નામનો દેવ) વળગી પડેછે—ભીડી પડેછે); [illegible] શક્યા. આત્મને. ૩|૧ વં. ૧૨, ૨. ૪. ૬. ૮. ૧૦. ૧૨. ૧૪. ૧૬. ૧૮. ૨૦; [illegible] આજ્ઞા. પરસ્મૈ. ૧|૧ વં. ૧૯, ૧૨; ય. ૫, ૬૩. ૭૭; ય. ૧૫, ૧૨; [illegible] ૨|૧ ય. ૫, ૬૩; [illegible] ૩|૧ વં. ૧૩, ૨૮; [illegible] ઈજિ. ૩૩, ૯; [illegible] ૧|૩ વં. ૬, ૪૪. ૪૯; [illegible] ૩|૩ ય. ૧૩, ૧૫૭; [illegible] અ. ભૂ. પરસ્મૈ. ૩|૧ વં. ૮, ૭૯; વં. ૨૨, ૨૦; ય. ૫, ૧૨૭; ય. ૧૪, ૨. ૭. ૯. ૧૩. ૧૫. ૧૭. ૨૧. ૨૩. ૨૫. ૨૭; [illegible] ૩|૩ ય. ૧૩, ૧; [illegible] સંશ. ૩|૧ વં. ૩, ૧૪; વં. ૧૫, ૧૭. ૨૦. ૨૩. ૨૬. ૨૯. ૩૨. ૩૫. ૩૮. ૪૧; ય. ૧૦, ૧૧૩; ય. ૧૭, ૬૧; [illegible] પૂ. ભૂ. પરસ્મૈ. ૩|૩ ઈજિ. ૬૫, ૬; [illegible] કર્મ. ક્રિ. (Pass.) વર્ત. ૩|૧ વં. ૫, ૪૦; [illegible] ૩|૩ વં. ૩, ૨૯; [illegible] સંશ. ઈજિ. ૩૨, ૧૫. જુઓ [illegible] ક.

ખ) ખમવું, સોસવું; to suffer; to undergo; જુઓ [illegible] ખ.

ગ) જન્મ આપવો, ઉત્પન્ન કરવું, ફળ—ફૂલ આપવો;* to give birth to, to produce, to bear fruits. જુઓ [illegible], [illegible], [illegible], [illegible] ખ.

ઘ) વા વીંઝોઈ થવું, જોસથી પવન ફુંકવો; to be windy, to blow furiously (as wind); [illegible] અકર્તૃક ક્રિ. (Impersonal Verb) વર્ત. પરસ્મૈ. ૩|૩ (અથવા વર્ત. કૃ. ૭|૧) વં. ૮, ૪.

ચ) ઘોડા ઉપર સ્વારી કરવી; to ride; [illegible] અ. ભૂ. પરસ્મૈ. ૩|૧ ય. ૧૯, ૨૯; જુઓ [illegible], [illegible] ગ, [illegible], [illegible]

છ) ટેકો આપવો, મદદ કરવી; પોષણ કરવું; to support, to assist, to nourish; [illegible] વર્ત. પરસ્મૈ. ૩|૧ ય. ૧૪, ૩૬; [illegible] ઈજિ. ૧૩, ૧; ઈજિ. ૩૮, ૧; જુઓ [illegible], [illegible], [illegible]

[illegible] = પાછું લઈ જવું—લાવવું (જુઓ [illegible]) to bring or carry back; [illegible] (Geld. [illegible]) અ. ભૂ. સંશ. પરસ્મૈ. ૩|૩ વં. ૫, ૪૧. ૪૨. ૪૩.

[illegible] = ક) દૂર લઈ જવું, લઈ લેવું, છીનવી લેવું; to carry or take away, to deprive; [illegible] વર્ત. પરસ્મૈ. ૩|૧ વં. ૫, ૩૮; [illegible] ય. ૧૦, ૨૨; [illegible] શક્યા. પરસ્મૈ. ૨|૧ વં. ૧૭, ૪; ય. ૧૦, ૨૩; [illegible] = (માજદયસ્નો) તેનાં કપડાં લઈ લે—કાહાડી નાખે (શક્યા. પરસ્મૈ. ૩|૩ વં. ૯, ૪૯); [illegible] અ. ભૂ. પરસ્મૈ. ૩|૧ વં. ૯, ૫૧; [illegible] આજ્ઞા. પરસ્મૈ. ૧|૧ ય. ૯, ૧૦; ય. ૧૦, ૧૧૧.

ખ) વીખેરી નાખવું; [illegible] શક્યા. પરસ્મૈ. ૩|૩ વં. ૮, ૭૪.

---

* 'ભેટ લઈ જવી' ને અર્થે બી વપરાએલો આવેછે.

† [illegible] અથવા [illegible] ની સાથે એનો અર્થ 'શખુન કાહાડવો, ઓચરવું, બોલવું' થાએછે. [illegible] [illegible] [illegible] she lifts up a voice of wailing (Vend. 8, 11); [illegible] ... [illegible] he lifts his voice in Mânthras. (Yaç 50, 6).

* From rt. [illegible] (to bear fruits) are derived: [illegible] (fruit, ફળ), Berry (બીવાળાં કોઈબી ન્હાનાં ફળ), Barley (જવ), Beer (ભીજવી કેહોવડાવેલા જવામાંથી બનાવેલો દારૂ), Farina (ફુલ ઉપરની ખરતી બારીક ભુકી જેથી ફળની ઉત્પત્તિ થાએ છે), Farinaceous (આટાનું બનાવેલું.)

[Avestan] = ૬) નજદીક લઈ જવું; to carry to; to bring down; [Avestan] વર્ત. પરસ્મૈ. ૨|૧ ય. ૧૦, ૨૩; [Avestan] ૩|૧ વં. ૩, ૨૫; વં. ૮, ૮૧—૯૬; ઇજિ. ૬૫, ૨. ૫; ય. ૫, ૨; ય. ૧૩, ૫; ય. ૧૭, ૨; [Avestan] ૩|૩ વં. ૧૬, ૧૧; [Avestan] આત્મને. ય. ૮, ૪૭; [Avestan] શક્યા. પરસ્મૈ. ૩|૩ વં. ૮, ૨. ૩. ૮; વં. ૧૩, ૩૦. ૩૭; [Avestan] આજ્ઞા. પરસ્મૈ. ૧|૧ ય. ૯, ૯; [Avestan] ભૂ. કૃ. નર. ૧|૧ વં. ૬, ૪૩ (Geld.); [Avestan] નર. ૧|૨ વં. ૬, ૪૨; [Avestan] નાન્ય. ૧|૩ વં. ૭, ૧૨. ૨૮. ૩૨. ૭૩; વં. ૮, ૩૫.

ખ) (પાણી) વેહેવું; to flow down (as water); [Avestan] વર્ત. આત્મને. ૩|૩ ય. ૫, ૧૫.

[Avestan] = (કોઈ શખ્સ ઈઆ ચીજની) તરફ લઈ જવું—લાવવું; to carry or bring to. [Avestan] વર્ત. પરસ્મૈ. ૧|૧ ય. ૮, ૨૫; [Avestan] ૩|૧ ય. ૧૦, ૩૭. ૧૦૧; [Avestan] (મારી તરફ લાવ) આજ્ઞા. પરસ્મૈ. ૨|૧ વં. ૧૮, ૧૯. ૨૧; [Avestan] પૂ. ભૂ. શક્યા. ૧|૧ (અથવા Intensive શક્યા. ૧|૧) ય. ૮, ૨૪; [Avestan] ભૂ. કૃ. ૨|૨ વીસ્પ. ૧૧, ૨.

[Avestan] = આ-ભૃ = *آوردن ૬) = (કોઈ માણસ અથવા ચીજ) તરફ લઈ જવું—લાવવું; to carry; to bring to; [Avestan] વર્ત. પરસ્મૈ. ૩|૩ ય. ૧૪, ૫૫; [Avestan] શક્યા. પરસ્મૈ. ૨|૧ વં. ૧૭, ૫; †[Avestan] ય. ૧૪, ૫૯; [Avestan] ભૂ. કૃ. ૨|૩ ય. ૧૭. ૧૪.

ખ) રાખવું, પાસે હોવું, ધરાવવું; to keep, to have, to possess. [Avestan] ય. ૧૪, ૧૨.

[Avestan] = નજદીક લઈ જવું; to carry towards; [Avestan] શક્યા. પરસ્મૈ. ૨|૧ વં. ૯, ૧૧.

[Avestan] = ૬) લઈ જવું; to bring, to carry; [Avestan] વર્ત. પરસ્મૈ. ૩|૧ વં. ૩, ૨૫; [Avestan] [Avestan] શક્યા. પરસ્મૈ. ૩|૩ વં. ૧૫, ૪૩; [Avestan] આજ્ઞા. પરસ્મૈ. ૨|૧ વં. ૨, ૨૫. ૨૭. ૨૮. ૩૦; [Avestan] અ. ભૂ. પરસ્મૈ. ૩|૧ વં. ૨, ૩૩. ૩૫. ૩૬. ૩૮; વં. ૯, ૫૧; ય. ૨૪, ૩૮.

ખ) નજદીક લઈ જઈને આપવું, અનાયત કરવું; to present; [Avestan] વર્ત. ૩|૧ ય. ૧૭, ૫૮.

[Avestan] = ૬) બાહાર લઈ જવું, બાહાર કાહાડવું; to take out, to bring out; [Avestan] વર્ત. આત્મને. ૩|૩ વં. ૮, ૧૪; [Avestan] ય. ૨૪, ૫૦; [Avestan] શક્યા. પરસ્મૈ. ૩|૧ વં. ૬, ૨૭; [Avestan] શક્યા. પરસ્મૈ. ૩|૩ વં. ૫, ૪૦; [Avestan] પ્રયો. અ. ભૂ. પરસ્મૈ. ૩|૧ વં. ૧૮, ૧૦.

ખ) ઉંચે—ઉપર લઈ જવું; લાવવું; to carry up; to bring; [Avestan] વર્ત. આત્મને. ૩|૩ ય. ૧૩, ૬૫; [Avestan] [Avestan] [Avestan] તેનેમાટે ક્રિયાની ભેટો લઈ જાઅે (ય. ૮, ૫૮; ય. ૧૪, ૫૦). [Avestan] ય. ૨૪, ૨૮.

ગ) છીનવી લેવું, લઈ લેવું; to deprive, to take away; [Avestan] આજ્ઞા. પરસ્મૈ. ૧|૧ ય. ૫, ૨૬; [Avestan] અ. ભૂ. પરસ્મૈ. ૩|૧ ય. ૧૯, ૩૨.

ઘ) ઉત્પન્ન કરવું, પેદા કરવું, ઉગારવું; to produce, to create, to cause to grow; [Avestan] અ. ભૂ. પરસ્મૈ. ૧|૧ વં. ૨૦, ૪; [Avestan] આત્મને. ય. ૫, ૬. નીઆ. ૪, ૭.

[Avestan] = બાહાર લઈ જવું, બાહાર કાહાડવું; to bring out, to take out; [Avestan] વર્ત. પરસ્મૈ. ૩|૩ વં. ૭, ૨૪; [Avestan] અ. ભૂ. પરસ્મૈ. ૧|૧ ય. ૪, ૫; [Avestan] સંશ. ૩|૧ વં. ૫, ૫૯; ય. ૧૯, ૯૩; [Avestan] પ્રયો. અ. ભૂ. પરસ્મૈ. ૩|૩ વં. ૬, ૨૯. ૩૧. ૩૪. ૩૭. ૪૦.

[Avestan] = ૬) લઈ જવું; to carry, to bring; [Avestan] વર્ત. પરસ્મૈ. ૩|૧ વં. ૧૮, ૨૨. ૨૬; [Avestan] [Avestan] (સજ્જન કાહાડ્યો—અંગ્રીચરયો—બોલ્યો) ય. ૧૯, ૩૩. ૩૪; [Avestan] વં. ૭, ૭૭; [Avestan] અ. ભૂ. સંશ. પરસ્મૈ. ૩|૧ વં. ૧૬, ૧૭; [Avestan] ભૂ. કૃ. વિ. નાન્ય. ૩|૧ ઈજિ. ૩, ૧; ઈજિ. ૨૨, ૧.

---

*Per. آوردن is originally [illegible] + آ Av. [Avestan] Sans. આ-ભૃ.

† Possibly, for [Avestan] (imperfect 3 plu.); or: [Avestan], *i. e.*, [Avestan] with the *augment* [Avestan]

ખ) પાછું લઈ જવું; to carry back; [illegible] [illegible] વં. ૪, ૧.

ગ) બદલો આપવો; to reward, to give (something) in return; [illegible] (તું બદલો આપે) વર્ત. સંરા. ૨।૧ ઇજિ. ૫૫, ૪.

[illegible] = આસપાસ રાખવું; to keep round about; [illegible] [illegible] [illegible] we take around us the holy Sraosha (અશો સરોશ ઇજિ.દને હમારી આસપાસ રાખીએ છિયે) વર્ત. આત્મને. ૧।૩ ય. ૧૧, ૭.

[illegible] = ક) લઈ જવું, આપવું; to carry, to give; [illegible] વર્ત. આત્મને. ૩।૧ વં. ૪, ૫-૧૦; [illegible] [illegible] [illegible] [illegible] [illegible] (તમામ ફળ સાથનો તથા અનાજનો ખોરાક હું લઈ જઇશ—આપીશ) ([illegible] ને બદલે) વં. ૩, ૨૭.

ખ) લઈ જવું, ઉઠાવી લઈ જવું, લઈને નાહાસી જવું; to carry, to take away; to flee away after taking; [illegible] વર્ત. પરસ્મૈ. ૩।૧ વં. ૧૩, ૧૦. ૧૧. ૪૦.

[illegible] = प्र-भृ = લઈ જવું; વાપરવું, કામમાં લાવવું; to carry, to bring, to use; to make use of. [illegible] વર્ત. પરસ્મૈ. ૩।૧ વં. ૭, ૭૯; વં. ૧૫, ૧૪; [illegible] ૩।૩ વં. ૭, ૨૫; ય. ૫, ૯૪; [illegible] શક્યા. પરસ્મૈ. ૨।૧ વં. ૧૯, ૨૧. ૨૪. ૪૦; [illegible] ૩।૧ વં. ૧૮, ૭૦. ૭૧; વં. ૧૯, ૨૪; ઇજિ. ૬૫, ૧૦; [illegible] અ. ભૂ. પરસ્મૈ. ૧।૧ વં. ૨, ૭; [illegible] [illegible] (પગલાં મુક્યાં) ૩।૧ ય. ૨૨, ૧૫; [illegible] [illegible] [illegible] [illegible] (દાદાર હોરમજદ તારેમાટે લાવ્યા) ઇજિ. ૯, ૨૬; [illegible] [illegible] =(તે) અનજુમનને આગળ લઈ ગયો (આત્મને.) વં. ૨, ૨૧; [illegible] (લઈ જાએ) સંરા. પરસ્મૈ. વં. ૧૯, ૫. ૬. ૭; [illegible] પૂ. ભૂ. પરસ્મૈ. ૩।૧ ય. ૧૦, ૭૯; [illegible] પ્રયો. અ. ભૂ. પરસ્મૈ. ૩।૩ વં. ૯, ૩૯; [illegible] વર્ત. ફ. પરસ્મૈ. નર. ૧।૧ ય. ૯, ૩.

[illegible] = દૂર લઈ જવું, પાંથરી નાખવું; ફેલાવવું; to carry afar, to spread, to diffuse; [illegible] વર્ત. પરસ્મૈ. ૩।૧ વં. ૮, ૮૦; [illegible] [illegible] શક્યા. પરસ્મૈ. ૩।૧ વં. ૮, ૭૫. ૭૬; [illegible] (દૂર લઈ જા) આજ્ઞા. પરસ્મૈ. ૨।૧ ઇજિ. ૯, ૨૮; [illegible] [illegible] [illegible] (કોણ માજદયસ્ની દીન ફેલાવી) અ. ભૂ. પરસ્મૈ. ૩।૧ વં. ૨, ૪૨; [illegible] ૩।૩ ઇજિ. ૧૦, ૧૧.

[illegible] = सम्-भृ = ક) સાથે લઈ જવું; લાવવું; to bring together; to bring; [illegible] વર્ત. પરસ્મૈ. ૧।૩ વં. ૫, ૩૯; [illegible]...[illegible] શક્યા. પરસ્મૈ. ૩।૩ વં. ૮, ૧૧; [illegible] આજ્ઞા. પરસ્મૈ. ૨।૧ ય. ૨૪, ૩૯; [illegible]...[illegible] આત્મને. ય. ૧૦, ૩૨; [illegible] પ્રયો. આજ્ઞા. પરસ્મૈ. ૧।૩ વં. ૧૯, ૪૫; [illegible] પ્રયો. અ. ભૂ. પરસ્મૈ. ૩।૩ વં. ૪, ૪૪; [illegible] [illegible] આત્મને. વં. ૧૯, ૪૪.

ખ) [illegible] = એકઠું—જમાવ કરવું; to gather together, to collect; [illegible] [illegible] (Geld. [illegible]) વર્ત. પરસ્મૈ. ૩।૩ ય. ૯, ૧; નીઆ. ૧, ૧૧.

૨ [illegible], [illegible] = [illegible] = भृ = [illegible] = Ger. Bohren = Lat. *For*-are = Fr. *For*-er = To Bore = કાપવું; to cut; જુઓ ૨ [illegible]

[illegible] = કાપવું, કાપી નાખવું; to cut, to cut off; [illegible] પ્રયો. અ. ભૂ. પરસ્મૈ. ૩।૧ વં. ૧૯, ૧૯.

[illegible], [illegible] = આસપાસથી—બધી તરફથી કાપવું; to cut round about; [illegible] [illegible] વર્ત. પરસ્મૈ. ૩।૩ વં. ૧૭, ૨; [illegible] [illegible] આજ્ઞા. આત્મને. ૨।૧ વં. ૧૭, ૪.

[illegible] (જુઓ ૧ ધા. [illegible] ચ) સા. ના. નાન્ય. ઘોડાની સ્વારી; a ride on horseback. Comp. Per. [illegible] a horse; *vide* [illegible] one day's ride.

[illegible] વિ. ચલકતું? (યુસ્તી); ઇચ્છેલું, માગેલું (દારમે.); shining? (Jus.); well-desired (Dar.); [illegible] ૨।૧ ય. ૨૪, ૪૦.

[illegible] = भरन्त = Lat. Ferens*) વર્તે. કૃ. ક) લઈ જતો, લઈ જનાર; લાવતો; રાખતો; (જુઓ ૧ ધા. [illegible] ક); carrying, bringing; keeping, having; [illegible] નર. ૧/૧ વં. ૩, ૧૪; [illegible] ૨/૧ (ક્રિ. અ. ની મતલબે) વં ૬, ૪૬. ૪૭; [illegible] (રાખનાર) નારી. ૨/૧ ઈજ. ૫૦, ૨; [illegible] નારી. ૬/૧ ય. ૧૩, ૧૩૬; [illegible] — કારાંત નારી. ૬/૧ ય. ૧, ૧૧; [illegible] (રાખનારી) નારી. ૧/૩ ય. ૧૩, ૪૫; જુઓ નીચેના બોલો.

ખ) ઉત્પન્ન કરતો, ફળ—અનાજ આપતો (જુઓ ૧ ધા. [illegible] ગ); producing (as corn, fruits); [illegible] (Geld. [illegible]) નારી. ૧/૩ ય. ૮, ૪૦.

ગ) સ્વારી કરતો (જુઓ ૧ ધા [illegible] ચ); riding; [illegible] નર. ૧/૩ ય. ૧૦, ૨૦.

[illegible] (જુઓ [illegible] ક તથા [illegible]) સમાસ વિ. દોલત લાવતો; wealth-bringing; [illegible] [illegible] નારી. ૨/૧ ય. ૧૩, ૪૨.

[illegible] (જુઓ [illegible] ક તથા [illegible]) સમાસ વિ. આશીષત—નફો—મુરાદ બરલાવતો; boon-bringing; fulfilling one's desires; [illegible] [illegible] નારી. ૨/૧ ય. ૧૩, ૪૨.

[illegible] (જુઓ [illegible] ક તથા [illegible]) સમાસ વિ. ક્રિયાની ભેટ—અર્પણ લઈ જતો; bearing libations, bringing sacred offerings. Comp. [illegible]; [illegible] [illegible] નારી. ૨/૧ ય. ૧૦, ૧૨૬; ય. ૧૬, ૧.

૧ [illegible] (= भरण) (વિ. ક) લઈ જવું, રાખવું (જુઓ ૧ ધા. [illegible] ક); keeping, holding; જુઓ [illegible]

ખ) ટેકો—મદદ આપવું (જુઓ ૧ ધા. [illegible] છ); supporting, aiding; [illegible] ૧/૩ ઈજ. ૩૦, ૯.

ગ) સ્વારીને લાયકનો (ઘોડો) (જુઓ ૧ ધા. [illegible] ચ); fit for riding (as a horse); vide [illegible] admirably fit for riding.

૨ [illegible] વિ. ના. નર. પાહાડનું નામ; name of a mountain; [illegible] ૧/૧ ય. ૧૯, ૬.

૧ [illegible] = [illegible] =To bless = આશીર્વાદ દેવા, દુઆ માંગવી, બુલંદ દરજ્જો આપવો; to bless, to felicitate; to exalt; [illegible] (તેઓ તેને આશીર્વાદ દે) વર્તે. સંરા. પરસ્મૈ. ૧૦ મો વર્ગ ૩/૩ વં. ૭, ૫૨; [illegible] અ. ભૂ. પરસ્મૈ. ૧/૧ વં. ૭, ૫૨; [illegible] ૩/૧ ય. ૧૦, ૯૦; [illegible] ૩/૩ ય. ૧૦, ૯૦; [illegible] સંરા. ઈજ. ૬૫, ૧૧.

[illegible] = આશીર્વાદ દેવા; બુલંદ દરજ્જો આપવો; to bless, to exalt; [illegible] આજ્ઞા. પરસ્મૈ. ૧/૧ ય. ૧૦, ૧૦૮. જો ગેલ્ડનર પ્રમાણે [illegible] [illegible] [illegible] લઈએ તો, [illegible] = બુલંદ કરવું; to exalt; [illegible] later on પાછળથી; પછી.

૨ [illegible] = भ्राज् = Lat. *Flag*-rare, Lat. *Fulg*-ere = પ્રકાશવું, ચલકવું; to shine, to glitter; જો જુઓ [illegible]

૧ [illegible] = वर्द् = to વધવું, ઉંચું થવું, બુલંદ થવું; to grow, to grow high, to be exalted; [illegible] (બુલંદ, બુલંદ દરજ્જાની) વર્તે. કૃ. પરસ્મૈ. વિ. નારી. ૧/૧ ય. ૮, ૩૮; ય. ૧૦, ૬૮; ય. ૧૭, ૧૭; [illegible] ય. ૨૪, ૪૬; [illegible] નર. ૨/૧ ઈજ. ૨, ૫; ઈજ. ૬, ૪; ઈજ. ૫૭, ૪. ૬. ૮. ૧૦. ૧૨. ૧૪. ૧૮. ૨૨. ૨૬. ૨૯. ૩૨. ૩૫; ય. ૫, ૭૨; ય. ૮, ૪; ય. ૧૧, ૯. ૧૩. ૧૪. ૧૭. ૨૨; [illegible] નારી. ૨/૧ ઈજ. ૨, ૧૪; ઈજ. ૫૭, ૩. ૬. ૮. ૧૦. ૧૨. ૧૪. ૧૮. ૨૨. ૨૬. ૨૯. ૩૨. ૩૫; ય. ૧૧, ૯. ૧૩. ૧૪. ૧૭. ૨૨; ય. ૧૦, ૧૩; ય. ૫, ૧૫; ય. ૧૭, ૧; ય. ૧૮, ૩; સીરો. ૨, ૨૫; [illegible] [illegible] (બુલંદ આવાજે) ૩/૧ ય. ૧૦, ૮૯; [illegible] ૪/૧ ઈજ. ૪, ૨; વીસ્પ. ૧૧, ૭; [illegible] નર. ૬/૧ ઈજ. ૧, ય. ૧૭; ઈજ. ૩, ૭; ય. ૮, ૧૩; આફ્રી. ગાહામ. ૧; [illegible] નારી. ૬/૧ ય. ૨૪, ૫૬; [illegible] નારી. ૭/૧ ય. ૫, ૫૪; [illegible] નર. ૮/૧ ઈજ. ૬૫, ૧૨; વીસ્પ. ૨૧, ૨;

* Originally, Lat. Ferent (base *t*); nom. sing. Ferent + s = Ferens (*t* being dropped).

[Avestan] નર. ૧|૨ ય. ૧૦, ૧૧૩; નીઆ. ૭, ૭; [Avestan] નર. ૨|૨ યિં. ૨, ૧૧; યિં. ૯, ૧૦; ય. ૧૦, ૧૪૫; [Avestan] નર. ૪|૨ યિં. ૧, ૧૧; યિં. ૩, ૧૩; [Avestan] નર. ૫|૩ ય. ૫, ૧૩; [Avestan] નર. ૫|૩ ય. ૧૦, ૧૪; [Avestan] નારી. ૫|૩ ય. ૧૩, ૨૫; [Avestan] ૨|૩ નર. યિં. ૧૦, ૩; ય. ૧૩, ૯; [Avestan] નર. ૬|૩ યિં. ૨૬, ૩; ય. ૧૩, ૮૨; [Avestan] (સઉથી બુલંદ) અતિ. વિ. નાન્ય. ૨|૧ યિં. ૬૮, ૨૩; વીસ્પ. ૧૫, ૨; [Avestan] ([Avestan] ને બદલે) વર્તે. કૃ. આત્મને. ૬|૩ યિં. ૬૮, ૨૩; વીસ્પ. ૧૫, ૨.

૨ [Avestan] (જુઓ ૧ ધા. [Avestan]) સા. ના. નારી. ઉંચાઈ, બુલંદી, પાહાડ (અસલ.); height, altitude, a mountain (orig.); [Avestan] [Avestan] = البرز = અલબુર્જ નામનો પાહાડ (વિ. ના.); Mount Alborz, a chain of mountains which raise their colossal summits to the south of the Caspian Sea; its highest top is the Damâvand—5,628 metres high according to Ivachintzov. According to the later legend, the Alborz surrounds the earth and ascends up to the sky. All the mountains of the earth are detached from it as the branches of the tree are separated from its trunk (Dar.); [Avestan] [Avestan] (Geld. [Avestan] [Avestan]) ૧|૧ ય. ૧૯, ૧; [Avestan] [Avestan] (Geld. [Avestan]) ૬|૧ યિં. ૪૨, ૩.

[Avestan] (જુઓ ૧ ધા. [Avestan]) સા. ના. નાન્ય. ઉંચાઈ, પાહાડ; height, a mountain; [Avestan] [Avestan] (હુકર નામનો પાહાડ) ૨|૧ ય. ૫, ૯૬; [Avestan] [Avestan] [Avestan] ૫|૧ યિં. ૬૫, ૩; ય. ૫, ૨૨; નીઆ. ૪, ૪; [Avestan] [Avestan] [Avestan] from the Alborz (અલબુર્જ ઉપરથી ઇઆને અલબુર્જ નામના પાહાડ ઉપરથી) ૫|૧ ય. ૧૦, ૫૧; [Avestan] [Avestan] [Avestan] on the highest height (સઉથી ઉંચી ટોચ ઉપર) ૭|૧ યિં. ૫૭, ૧૯; [Avestan] (પાહાડોનું) ૬|૩ વં. ૩, ૨૦. જુઓ [Avestan], [Avestan] [Avestan], [Avestan]

[Avestan] (જુઓ ૧ ધા. [Avestan]) સા. ના. નારી. ઉંચાઈ, પાહાડ; height; a mountain; [Avestan] [Avestan] [Avestan] નારી. ૬|૧ યિં. ૧૦, ૧૦; યિં. ૫૭, ૧૯. ૨૧; [Avestan] [Avestan] [Avestan] on all the heights (તમામ ઉંચાઈ ઉપર) ૭|૩ ય. ૧૦, ૪૫.

[Avestan] (= [Avestan] = [Avestan]) (જુઓ ૧ ધા. [Avestan]) સા. ના. નાન્ય. ક) કોઈપણ જાતની બીછાવેલી બેઠક; સાદરી, આદર, બીછાનું, ઇત્યાદિ; a seat or a carpet stretched on the ground; mats; sheets. [Avestan] ૨|૧ વં. ૫, ૫૯; વં. ૭, ૯. ૧૦; [Avestan] [Avestan] (બીછાના ઉપર) ૨|૧ વં. ૧૮, ૨૬; [Avestan] (= સાદરી, આલીચો) ૨|૧ વં. ૫, ૨૭; [Avestan] ૩|૧ વં. ૧૪, ૧૪. જુઓ [Avestan]

ખ) તકીઆ; ગાદી; a pillow, a cushions [Avestan] ૧|૧ ય. ૫, ૧૦૨. જુઓ [Avestan]

[Avestan] (જુઓ ૧ ધા. [Avestan]) અતિ. વિ. સઉથી ઉંચું, ઘણુંજ બુલંદ; highest, most exalted; એ બોલ [Avestan] નું અતિ. (super. adj.) રૂપ છે; [Avestan] [Avestan] (સઉથી મ્હોટાં જંગલમાં) નર. ૭|૧ વં. ૧૩, ૮; [Avestan] નાન્ય. ૭|૧ યિં. ૫૭, ૧૯. ૨૧; ય. ૯, ૧૭; ય. ૧૦, ૮૮; [Avestan] ૧|૩ વં. ૨, ૨૮. ૩૬; [Avestan] નર. ૫|૩ વં. ૨, ૨૨; [Avestan] નર. ૭|૩ વં. ૬, ૪૫. જુઓ [Avestan]

[Avestan] (જુઓ [Avestan] ખ તથા [Avestan]) સમાસ વિ. ગાદી—તકીઆ સાથનું (બીછાનું); (a bed) provided with cushions; [Avestan] નર. ૧|૩ ય. ૧૭, ૯. ૧૦.

[Avestan] (=[Avestan]) (જુઓ ૧ ધા. [Avestan] ગ) સા. ના. નારી. જન્મ આપનારી, માતા, માએ; a female that bears (children); a mother; [Avestan] ૧|૧ ય. ૧૩, ૯; [Avestan] ૧|૨ વં. ૧૫, ૪૯. ૫૦; [Avestan] ૨|૧ યિં. ૧૦, ૪; [Avestan] ૫|૧ વં. ૧૮, ૩૮. ૪૪; વં. ૨૫, ૬; [Avestan]

૮|૧ વં. ૨, ૧૦. ૧૪. ૧૮; [illegible] ૭|૩ વં. ૫, ૫૬; [illegible] in the wombs (માઓના પેટમાં, ગર્ભસ્થાનમાં) ૭|૩ ઈજ. ૨૩, ૧; ય. ૧૩, ૧૧.

[illegible] સમાસ વિ. (બલદ) બોજો લઈ જતો, બાહાર ઉંચકીને જતો (દારમે.); (a bull) walking under his burden (Dar.); [illegible] [illegible] [illegible] નર. ૬|૧ ય. ૧૭, ૫૫.

૧ [illegible] (જુઓ ૧ ધા. [illegible] ચ) વર્ત. કૃ. આત્મને. ઘોડા ઉપર સ્વારી કરતો; riding; [illegible] નર. ૨|૧ વં. ૬, ૨૬; વં. ૮, ૭૩; [illegible] [illegible] [illegible] to a man riding on a good horse (તેજ ઘોડાવાળા સ્વારી કરનાર મરદને) નર. ૪|૧ ઈજ. ૬૫, ૪; ય. ૫, ૧૦૧; નીઆ. ૪, ૫.

૨ [illegible] વિ. ના. નર. નામાંકિત પુરૂષનું નામ; name of an illustrious personage. [illegible] ૬|૧ ય. ૧૩, ૧૨૧. (જુઓ માદી.)

[illegible] (= [illegible], [illegible] = ब्रह्मन् = [illegible]) (જુઓ ૧ ધા. [illegible] સા. ના. નાન્ય. ક) બરસમ, ચોક્સ જાતનાં ઝાડની ડાંખળી. Originally, the twigs of the pomegranate tree, used in the Yaçna and Vendidad ceremonies. Nowadays, instead of these twigs, pieces of brass or silver wires tied in a bundle are used. The number of wires used differs according to the nature of the ceremony. Thus, 35 pieces are used in the Vendidad and Vispered ceremonies, 23 in the Yaçna ceremony and 5 in the Bâj ceremony. The Baresman ceremony seems to be very old, dating from the time of King Hushang (*vide* Yt. 15, Chap. 2). [illegible] ૧|૧ વં. ૩, ૧૫; વં. ૫, ૪૬; વં. ૧૪, ૮; [illegible] ૨|૧ વં. ૮, ૧૪. ૧૫. ૨૨; વં. ૧૨, ૨. ૪. ૬. ૮. ૧૦. ૧૨. ૧૪. ૧૬. ૧૮. ૨૦: વં. ૧૯, ૧૯; ઈજ. ૨, ૧; ઈજ. ૫૭, ૬; વીસ્પ. ૧૧, ૨; ય. ૮, ૫૮; ય. ૧૦, ૧૩૮; ય. ૧૨, ૩; ય. ૧૫, ૫૫; ય. ૧૭, ૬૧; [illegible] ૨|૧ વં. ૫, ૩૯. ૪૦; વં. ૮, ૫; વં. ૯, ૩; [illegible] ૨|૧ ય. ૧૨, ૩; [illegible] ૩|૧ ઈજ. ૨, ૧; ઈજ. ૩, ૧; ઈજ. ૨૨, ૧; ય. ૩, ૧૮; તથા દરેક નીઆએશ તથા યશ્તને છેડે આવતા [illegible] [illegible] [illegible] ના ફકરામાં; [illegible] ઈજ. ૨, ૨; ઈજ. ૧૪, ૩; વીસ્પ. ૨, ૧; [illegible] ૪|૧ વં. ૭, ૭૭; વં. ૧૪, ૪; વં. ૧૮, ૭૨; [illegible] [illegible] [illegible] (Geld. [illegible]) ૫|૧ વં. ૯, ૫૬; વં. ૧૩, ૫૫; ઈજ. ૫૭, ૨; ય. ૧૦, ૮૮. ૯૧; આફ્રી. રપિ. ૫; [illegible] ૬|૧ વીસ્પ. ૧૦, ૨; [illegible] [illegible] ૬|૩ વીસ્પ. ૧૨, ૩; [illegible] ૭|૩ ય. ૧૩, ૨૭. જુઓ [illegible] તથા નીચેના બોલો.

[illegible] (= [illegible]) ([illegible] ઉપરથી) વિ. બરસમને લગતું, બરસમનું (ઝાડ); pertaining to the Baresma; of the Baresma, q.v.; [illegible] [illegible] નારી. ૨|૧ ઈજ. ૨૨, ૩; ઈજ. ૨૫, ૩; વીસ્પ. ૧૧, ૫; [illegible] [illegible] [illegible] નારી. ૭|૩ ઈજ. ૨, ૧૧; ઈજ. ૬, ૧૦; ય. ૧૦, ૧૯૫.†

[illegible] (જુઓ [illegible]) સમાસ વિ. બરસમના હાથવાળો, ઈઆને જેણે હાથમાં બરસમ ધરેલી તે; (the holy man) who holds the Baresma in his hand; [illegible] નર. ૧|૧ વં. ૩, ૧; ઈજ. ૬૨, ૧; ય. ૧૦, ૯૧; [illegible] નારી. ૧|૧ ય. ૫, ૧૨૭; [illegible] [illegible] નર. ૧|૩ ય. ૫, ૯૮.

[illegible] સા. ના. નર. પીઠ; the back. Comp. [illegible]; [illegible] [illegible] [illegible] on the back of horses (ઘોડાઓની પીઠ ઉપર) ૭|૩ ય. ૫, ૫૩; ય. ૧૦, ૧૧. જુઓ [illegible]

[illegible] વિશે જુઓ [illegible]

[illegible] (જુઓ ૧ ધા. [illegible]) સા. ના. નારી. ક) મથાળું, શિખર, ઉંચાઈ, સઉથી ઉપરનો ભાગ; top, height, the uppermost part; [illegible] વં. ૮, ૪૦. ૪૧; વં. ૯, ૧૫; [illegible] [illegible] [illegible] from a thousand times the height of a man (હજાર માણસોની ઉંચાઈએથી)

* વળી કેટલેક ઠેકાણે [illegible] [illegible] નો તરજુમો પેહેલવીમાં [illegible] [illegible] આવેછે.

† Geld. [illegible] [illegible] [illegible] નારી. ૨|૩.

૩|૧ ય. ૫, ૯૬. ૧૦૨; ય. ૧૨, ૨૪; [illegible] [illegible] [illegible] (પાહાડોનાં તમામ મથાળાંઓની ઉપર) ૨|૩ ય. ૧૮, ૬; [illegible] [illegible] [illegible] (પાહાડોનાં મથાળાં ઉપરથી) ૨|૩ વં. ૫, ૧. ૨; [illegible] ૨|૩ ય. ૧૪, ૨૧; [illegible] ૨|૩ વં. ૨, ૨૩; ઇજ. ૯, ૨૬; ઇજ. ૧૦, ૩; [illegible] [illegible] [illegible] (આએ આસ્માનની ઉંચાઇએ) ૨|૩ ય. ૧૩, *૪૨; ગેહ ૨, ૮; [illegible] [illegible] ૨|૩ ય. ૧૦, ૧૩; [illegible] [illegible] on the heights of mountains ૭|૩ ઇજ. ૧૦, ૧૭.

ખ) સરદાર ; the head, the chief ; [illegible] ૧|૧ ય. ૧૩, ૪૧.

ગ) મુખ્ય બાબદ ; a subject-matter; chief points; [illegible] ૨|૩ ગેહ ૨, ૭.

[illegible] વિશે જુઓ [illegible]

[illegible] (જુઓ ૨ ધા. [illegible]) વિ. કાપી નાખે તેવું (હથિયાર); (a weapon) cutting; જુઓ નીચેનો બોલ.

[illegible] (જુઓ [illegible]) સમાસ વિ. કાપી નાખે તેવું તથા તીક્ષ્ણ (હથિયાર); (a weapon) sharp and cutting ; [illegible] [illegible] (Geld. [illegible]) નાન્ય. ૨|૧ ઇજ. ૫૭, ૩૧; [illegible] [illegible] (Geld. [illegible]) નારી. ૬|૩ ય. ૧૦, ૧૩૦.

[illegible] (જુઓ [illegible] ક તથા [illegible]) સમાસ વિ. ઓરેહ રાખનાર, ઇઆને માથાં ઉપર ઓરેહનું તાજ રાખનાર; (Verethraghna) who wears the glory, *i. e.*, the crown of glory; [illegible]...[illegible] નર. ૨|૧ વં. ૧૯, ૩૭.

[illegible] (જુઓ [illegible] ક તથા [illegible]) સમાસ વિ. ક્રિયાની ભેટ લઇ જતો, જોર રાખતો ; bringing or holding sacred offerings. Comp. [illegible];- [illegible] નર. ૧|૧ ય. ૧૦, ૩૦. ૫૬; ય. ૧૩, ૨૪.

[illegible] (જુઓ [illegible] ક તથા ધા. [illegible]) સમાસ વિ. પ્યાર—મોહોબત રાખતો, પ્યારો; well-beloved; [illegible] (Wester. [illegible]) નર. ૨|૧ ય. ૧૯, ૪૨.

[illegible] (જુઓ [illegible] ક તથા [illegible]) સમાસ વિ. બોએ—ખુશબો લઇ જતો (પવન); perfume-spreading (wind); . . . [illegible] [illegible] નર. ૧|૧ ય. ૧૩, ૪૬.

[illegible] વિ. ના. નર. પાહાડનું નામ; અથવા (તએર પાહાડ જે) ભપકાદાર નુર રાખતો (દારમે.) ; name of a mountain. Otherwise: (Taera) keeping splendours, *i. e.*, it is round about Taera, that the sun, the moon and the stars revolve (Dar.); [illegible] ૬|૧ ય. ૧૯, ૬.

[illegible], [illegible] (= Beaver) સા. ના. નર. ખીવર નામનું ચોપગું જાનવર ; the beaver ; [illegible] ૧|૧ ય. ૫, ૧૨૯; [illegible] ૬|૩ ય. ૫, ૧૨૯.

[illegible] ([illegible] ઉપરથી) વિ. ખીવર નામના જાનવરનાં ચામડાંનું (વસ્ત્ર); of the beaver (lit.); of the skin of the beaver; [illegible] [illegible] garments of the skin of the beaver નાન્ય. ૨|૩ ય. ૫, ૧૨૯.

[illegible] વિશે જુઓ ૧ ધા. [illegible]

૧ [illegible] વિશે જુઓ [illegible]

૨ [illegible] વિ. ના. નારી. શેહેરનું નામ, હાલનું બાબીલાન શેહેર; Bawri, the modern Babylon ;—here the tyrant Azhi Dahâka prayed to Aredviçûra and begged of her to make the seven Keshvars of the earth empty of men. But his prayer was rejected. For particulars, *vide* [illegible] and [illegible];- [illegible] ૬|૧ ય. ૫ ૨૯. (જુઓ બાદી.).

[illegible] વિશે જુઓ ૧ ધા. [illegible]

[illegible] (= [illegible] = बद्ध = [illegible]) (જુઓ ધા. *[illegible]) ભૂ. કૃ. બાંધેલું ; bound, tied ; [illegible] a prisoner (બંદમાં પડેલો, બેડીમાં પડેલો =

*વેસ્ટર ગાર્ડ તથા ગેલ્ડનરમાં એ ઠેકાણે [illegible] છે.

* [illegible] + [illegible] = [illegible]; *vide* my Avesta Gram., § 552. Similarly, [illegible] + [illegible] = [illegible]

બંદીવાન); નર. ૧/૧ ય. ૬૫, ૫૨; (બાંધીને) નર. ૨/૧ વં. ૫, ૮. ૯; વં. ૧૬, ૨૯.

વિ. ના. નર. ગુશ્તાસ્પ પાદશાહના ભાઈ ઝઈરીવઈરી (ઝરીર) નો છોકરો; (યાદગારે-ઝરિરાંન); the son and the avenger of Zairivairi (brother of King Gushtâsp); the Nastûr of the Shah-Nameh (بسنور being changed to نستور). The foundation of *Bôst* in Seistan is ascribed to Bastavairi. ૬/૧ ય. ૧૩, ૧૦૩. (જુઓ મોદી.)

વિ. ના. નર. ચોકસ જાતની ખરાબી કરનાર દેવનું નામ; name of a Daeva. Comp. ; (૨/૧ ને બદલે) ય. ૪, ૩.

૧ ક્રિ. અ. ખચીત, ખરેખર; assuredly, certainly; વં. ૩, ૧. ૨. ૪. ૫. ૬. ૮–૧૩; વં. ૫, ૧૭. ૨૩. ૨૪. ૨૫; વં. ૭, ૭૯; વં. ૯, ૪૬. ૪૮. ૫૨; વં. ૧૭, ૨; વં. ૧૮, ૪૦. ૪૬. ૫૪. ૬૨; ઇજ. ૩૫, ૫; ય. ૩, ૨; ય. ૧૨, ૨.

૨ = भा=પ્રકાશવું; to shine; જુઓ ,

(ઉપરથી) અતિ. ક્રિ. અ. ઘણુંજ ખચીત; most assuredly; ૨/૧ (ક્રિ. અ.) વં. ૬, ૪૫; વં. ૮, ૧૦.

(meaning unsettled)—a becoming pregnant, conception (Dar.); હમેલ (દારમે.); વં. ૧૫, ૪૯.

વિરી જુઓ ધા.

વિ. ના. નર. નામાંકિત પુરૂષનું નામ; name of an illustrious personage; ૬/૧ ય. ૧૩, ૧૨૪.

(= = بلخ = Bactria) (જુઓ ૧ ધા.) વિ. ના. નારી. બલ્ખ શેહેરનું નામ; the town of Balkh in Bactria. It is called (with high-lifted banners), because it was the capital of King Gushtâsp. ૨/૧ વં. ૧, ૬; ૨/૧ વં. ૧, ૭. (જુઓ મોદી.)

(નું બીજું રૂપ. જુઓ તે બાબ) સા. ના. નાન્ય. દોલત; wealth. Comp. ; ૧/૧ ઇજ. ૫૧, ૧.

(= = बाहु = بازو) સા. ના. નર. તથા નારી. ક) બાજુ; (જાનવરનો) આગલો પગ; (1) the arm; (2) the foreleg (of animals). ૧/૧ ય. ૧૩, ૯૯; ૩/૧ (૨/૩ માંથી સિવાઈ શકાય) વં. ૧૮, ૭૦; ૬/૧ ય. ૧૩, ૧૩૬; ૩/૨ ય. ૧૩, ૧૦૭; ૩/૨ ય. ૧૦, ૧૦૫; ય. ૧૩, ૪૬; ૧/૩ ય. ૧૦, ૧૦૪; ય. ૫, ૭; ૨/૩ ય. ૫, ૬૪; ૨/૩ ય. ૧૩, ૩૧; ૪/૨ ય. ૧૬, ૭; ૫/૨ ય. ૧૩, ૪૬; ૬/૨ ય. ૧૦, ૨૩. ૬૩; ય. ૧૪, ૨૯; ૬/૨ વં. ૧૬, ૨૩. ૨૫; ય. ૧૭, ૨૨; ૫/૩ ય. ૧૦, ૩૯ જુઓ , , , , તથા નીચેના બોલો.

ખ) બગલથી તે કોપરિયાં સુધીનું માપ; a measure from the arm-pit to the elbow; જુઓ , ,

(જુઓ ક તથા) સમાસ વિ. અધિ. વધારે જોરેમંદ—મ્હોટી બાજુવાળું; (Aredvi Sûra) with stronger arms. નારી. ૧/૧ ય. ૫, ૭.

(જુઓ ક તથા) સમાસ વિ. બાજુનાં જેટલું મ્હોટું—લાંબું (હાડકું); બાજુનાં કદનું (હાડકું); as large as the arm; a bone as large as an arm-bone; નર. ૨/૧ વં. ૬, ૨૦.

(જુઓ ક તથા) સમાસ વિ. બાજુનાં કૌવતવાળો, જોરાવર બાજુવાળો; of the strong arms; epithet of Mithra and Sraosha; નર. ૨/૧ ય. ૧૦, ૨૫; નર. ૬/૧ ઇજ. ૫૭, ૩૪; ય. ૧૧, ૧૬.

, ક્રિ. અ. ખચીત, ખરેખર; assuredly, certainly; = + ;

[illegible] = [illegible] + [illegible]; [illegible] ય. ૫, ૧૨૬; ય. ૧૭, ૧૦; [illegible] વં. ૩, ૨૭. ૨૯; વં. ૧૮, ૩૧.

[illegible] (= भानु) (જુઓ ૨ ધા. [illegible]) સા. ના. નર. ક) કિરણ; a ray (of light); [illegible] ૫|૩ (૩|૩* ની મતલબે) ય. ૮, ૨; ય. ૧૭, ૬. જુઓ નીચેનો બોલ.

ખ) બળતાંની જાહાર; the heat of the flame; [illegible] ૩|૨ વં. ૮, ૭૫.

[illegible] (= भानुमन्त्) ([illegible] ક ઉપરથી) વિ. કિરણ—રોશની ફેંકતું, પ્રકાશિત, નુરવાળું; shining, full of light; radiant; [illegible] નર. ૧|૧ ય. ૧૩, ૪૪; [illegible] નાન્ય. ૬|૧ ય. ૧૩, ૧૩૫; [illegible] નારી. ૮|૧ ય. ૧૭, ૬.

[illegible] વિશે જુઓ ધા. [illegible]

[illegible] (= भाम = [illegible]) (જુઓ ૨ ધા. [illegible]) સા. ના. નર. ઝલકાટ, પ્રકાશ, ચલકાટ; lustre, glitter, brilliancy; જુઓ [illegible], [illegible], [illegible] [illegible] તથા નીચેના બોલો.

[illegible] ([illegible] ઉપરથી) વિ. ચલકાટવાળું, ભપકાદાર; splendid, glittering; [illegible] [illegible] [illegible] garments of splendid make (ઘણી ઉંચી બનાવતનાં વસ્ત્રો) નારી. ૨|૩ ય. ૧૭, ૧૪.

[illegible] (= [illegible] = [illegible]) ([illegible] ઉપરથી) ક) વિ. ચલકતું, પ્રકાશતું; shining, radiant; [illegible] નારી. ૧|૧ ય. ૫, ૬૪. ૭૮; [illegible] નાન્ય. ૧|૧ ય. ૫, ૧૦૧; ય. ૧૦, ૪૪; [illegible] નર. ૨|૧ વં. ૧૯, ૩૯; ય. ૧૦, ૬૭; [illegible] નારી. ૨|૧ ય. ૧૦, ૫૦; ય. ૧૨, ૨૩; [illegible] નાન્ય. ૨|૧ ય. ૧૩, ૧૯; ય. ૧૫, ૫૫; [illegible] નારી. ૧|૩ ય. ૧૩, ૩૭; [illegible] ... [illegible] [illegible] ૧|૩ વં. ૧, ૨૦; [illegible] નાન્ય. ૨|૩ ય. ૧૯, ૧૦. જુઓ [illegible]

ખ) સા. ના. નાન્ય. રોશની; light; *vide* [illegible] horned light.

* જુઓ માઇ અવસ્તા વ્યાકરણ, સેક્શન ૭૦૧ મો.

[illegible] (= [illegible] = [illegible], بامداد) ([illegible] ઉપરથી) સા. ના. નારી. પરોઢિયું, બામદાદ; dawn, day-break; [illegible] ૧|૧ વં. ૧૯, ૨૮.

[illegible] Geld. interj. alas! અફસોસ! [illegible] [illegible] (Yt. 8, 14) woe to me! woe!

[illegible] સા. ના. તોહોમત, આળ; a charge, an accusation. Comp. Sans. भाषा. [illegible] ७|१ ય. ૧૫, ૫૨.

[illegible] (અસલ રૂપ [illegible]; જુઓ ૧ ધા. [illegible] ચ) સા. ના. નર. ઘોડા ઉપર સ્વારી કરનાર, સ્વાર; a rider; orig., [illegible] + [illegible] = [illegible] (*vide* my Avesta Grammar, pp. 37–38.) rt. [illegible] to ride; [illegible] ૨|૧ ઈજ. ૧૧, ૨.

[illegible] ([illegible] નું ટુંકું રૂપ) સંખ્યા. વિ. બે; two; always used in compound forms. Comp. [illegible] in [illegible] two fingers; સં. द्वि માંથી द् નીકળી ગયાથી वि = [illegible]; જુઓ એની પછીના બોલો.

[illegible] (જુઓ [illegible]) સમાસ ના. નાન્ય. બે દિવસ; two days; two days (including the time between the rising and the setting of the sun only). *Contra*, [illegible]; [illegible] ૨|૧ ય. ૧૦, ૧૨૨.

[illegible] વિ. ખસી કીધા વગરનો (ગોધો); (a bull) ungelded; not castrated; Pehl. [illegible] [illegible] [illegible] [illegible] [illegible] નર. ૨|૧ વં. ૧૯, ૨૧.

[illegible] (જુઓ [illegible], [illegible]) સમાસ ના. બે રાત; two nights (including the time from the beginning of the night up to the morning twilight). *Contra*, [illegible]; [illegible] ૨|૧ ય. ૧૦, ૧૨૨.

[illegible] (જુઓ [illegible]) સમાસ ના. નાન્ય. દિવસ સુધાની બે રાત, દિવાને આખા બે દાહાડા; two nights including day-time

i. e., full two days; [Avestan] ૨।૧ વં. ૫, ૧૨; વં. ૮, ૯.

[Avestan] ([Avestan] ઉપરથી) ક્રિ. અ. બે વખત, બેવડું; twice, double. Comp. [Avestan]; [Avestan] વં. ૮, ૮૦; વં. ૯, ૩૧; વં. ૧૯, ૨૨.

[Avestan] (= [Avestan]) (જુઓ [Avestan]) સમાસ વિ. બેપગવાળું; two-footed (beings of evil creation). *Contra*, [Avestan] q. v.; [Avestan] નર. ૧।૧ વં. ૫, ૩૫. ૩૬. ૩૮; વં. ૧૨, ૨૨. ૨૪; [Avestan] નર. ૨।૧ વં. ૭, ૫૩ (પેહેલવી શરેહ); [Avestan] (Geld. [Avestan]) ૧।૩ ય. ૫, ૮૯; [Avestan] ૬।૩ ઈજ. ૯, ૧૮; ય. ૧, ૧૦. જુઓ નીચેનો બોલ.

[Avestan] (જુઓ [Avestan]) સમાસ વિ. બે પગવાળાની તોખમ—બુનીઆદનું (અસલ); એ બોલ દેવ—દરૂજ તથા દુષ્ટ—બુરા માણસની ઓલાદને માટે વપરાએલોછે; the brood of the two-legged (of evil beings); [Avestan] નારી. ૬।૧ ય. ૧૩, ૧૨૯; [Avestan] ૨।૩ ય. ૩, ૧૧; [Avestan] ૬।૩ ય. ૩, ૧૩; [Avestan] (super. adj.) the worst of the two-legged brood (અતિ. વિ. બે પગવાળા (દુષ્ટ માણસ) ની તોખમવાળાઓમાંના ઘણુંજ તેવી ખાસિયતવાળાઓને ૨।૩ ય. ૩, ૧૫.

[Avestan] (જુઓ [Avestan]) સમાસ વિ. બે ધારવાળું ઈઆને બેહુ ગમથી ધારવાળું (હથિયાર); (a weapon) two-edged; · · · [Avestan] નર. ૬।૩ ય. ૧૦, ૧૩૦.

[Avestan] (=द्वितीय) ([Avestan] ઉપરથી) ક્રમ. સંખ્યા. વિ. બીજું, ૨ જું; second; 2nd; [Avestan] નર. ૧।૧ વં. ૪, ૨; વં. ૧૪, ૯; વં. ૧૮, ૩૯. ૪૦; ઈજ. ૯, ૬; ય. ૧, ૭; ય. ૧૯, ૧; [Avestan] નર. ૨।૧ વં. ૫, ૩૧. ૩૨; વં. ૮, ૧૦૧; વં. ૯, ૭. ૩૧; વં. ૧૩, ૩૨; વં. ૧૮, ૨૯; ઈજ. ૯, ૧૯; [Avestan] ૨।૧ (ક્રિ. અ.) વં. ૧, ૪; વં. ૩, ૨. ૮. ૧૩. ૩૮; વં. ૪, ૧૮. ૨૨. ૨૭. ૩૧. ૩૪. ૪૧. ૪૯; વં. ૫, ૫; વં. ૭, ૩૭. ૩૯; વં. ૮, ૭૭; વં. ૧૨, ૫; વં. ૧૫, ૩; ય. ૧૯, ૩૬; [Avestan] નારી. ૨।૧ ય. ૧૭, ૫૮; ય. ૨૨, ૩; [Avestan] (બીજી મરતબે—વખતે) ૩।૧ (ક્રિ. અ.) વં. ૧૬, ૧૫; [Avestan] ૪।૧ વં. ૧૮, ૨૦; [Avestan] ૬।૧ આફ્રર. ગાહામ. ૮; [Avestan] નારી. ૨।૩ ય. ૮, ૧૬; જુઓ [Avestan]

[Avestan], [Avestan] = विद् = Lat. *Find*-ere = Fr. *Fend*-re = ભાંજવું, કાપવું, છુટું પાડવું; to break, to cut in parts; જુઓ [Avestan]

[Avestan] (= [Avestan]) (જુઓ [Avestan]) સમાસ વિ. બે પગવાળું (અસલ); માણસ જાત; two-footed; man; a human being; [Avestan] નારી. ૧।૧ વં. ૧૫, ૧૯; [Avestan] નારી. ૧।૧ વં. ૧૫, ૧૯; [Avestan] નર. ૨।૧ ય. ૫, ૧૩૧; [Avestan] નારી. ૨।૧ ઈજ. ૧૩, ૧; [Avestan] નર. ૬।૧ ઈજ. ૧૯, ૮; [Avestan] નારી. ૬।૧ ય. ૧૩, ૪૧; [Avestan] ૬।૩ ય. ૧૧, ૧૭.

[Avestan] (= [Avestan]) (જુઓ [Avestan]) સમાસ ના. નર. બે પાંસળી; two ribs. જુઓ નીચેનો બોલ.

[Avestan] (= [Avestan]) (જુઓ [Avestan]) સમાસ વિ. બે પાંસળી જેટલું મ્હોટું (હાડકું); (a bone) as large as two ribs; [Avestan] નર. ૨।૧ વં. ૬, ૧૮.

૧ [Avestan] સા. ના. નાન્ય. ખાસિયત, લક્ષણ, ગુણ; a characteristic, a quality. Pehl. [Pahlavi] = Av. [Avestan] habit, character. જુઓ [Avestan]

૨ [Avestan] સા. ના. નાન્ય. ચોકસાઈ અથવા ખાતરી વગરની હાલત, શક; uncertainty, doubt; જુઓ [Avestan]

[Avestan] (જુઓ [Avestan]) સમાસ ના. નાન્ય. બે બેડી; twofold bonds. [Avestan] ૩।૩ ય. ૮, ૫૫.

[Avestan] (જુઓ [Avestan]) સમાસ વિ. બે મહીનાનું; બે મહીનાને લગતું; (a woman with child) in the course of two months; [Avestan] ૨।૧ વં. ૫, ૪૫.

[Avestan] વિ. ના. નર. નામાંકિત પુરૂષનું નામ; name of an illustrious personage; father of Ashâvanghu (the high-priest of the Karshvare Arezahi); [Avestan] ૬/૧ ય. ૧૩, ૧૧૦. (જુઓ મોદી.)

[Avestan] વિશે જુઓ ધા. [Avestan]

૧ [Avestan] (= द्विस् = Lat. Bis=Twice) ([Avestan] ઉપરથી) ક્રિ. અ. બે વખત, બેવડું; twice, double; [Avestan] વં. ૭, ૭૪; વં. ૧૮, ૪૩. ૪૯; વં. ૧૯, ૨૨; [Avestan] [Avestan] (બે વખત સાત = ૧૪) વં. ૧૪, ૬. ૧૬; વં. ૧૫, ૪૫; [Avestan] [Avestan] twice as much (બે વખત એટલું = બેવડું) વં. ૧૩, ૩૦. ૩૭.

૨ [Avestan] ([Avestan] નું ટુંકું રૂપ) સા. ના. તંદરોસ્તીનો ઉપાય; that which cures a disease and restores health; a remedy; જુઓ [Avestan], [Avestan], [Avestan]

[Avestan] (જુઓ ૧ [Avestan] તથા [Avestan]) સમાસ વિ. બે વખત ભણવાનો (કલામ); (holy words) that are to be recited twice. [Avestan] નર. ૧/૩ વં. ૯, ૪૬; વં. ૧૦, ૨. ૩. ૧૫.

૧ [Avestan] = भी = બીહીવડાવવું; to frighten; cl. 1. [Avestan] વર્ત. આત્મને. ૩/૩ ય. ૧૭, ૧૨. ૧૩; [Avestan] (= નીકળી ગયો) દર્જ. ૩૪, ૮; [Avestan] (બીહીવડાવતો, બીહીવડાવનાર) પૂ. કૃ. પરસ્મૈ. નર. ૧/૧ ય. ૧૧, ૫; ય. ૧૩, ૪૧; ય. ૧૯, ૪૮. ૫૦. જુઓ [Avestan]

૨ [Avestan] (meaning unsettled). [Avestan] [Avestan] [Avestan] Frag. 7, 2.

[Avestan] (જુઓ ૧ ધા. [Avestan]) સા. ના. નારી. છુટકારો; deliverance. [Avestan] ૧/૧ ય. ૧૫, ૪૭.

[Avestan] (ય. ૧૫, ૪૭) છુટકારો આપનાર (દારમે.); a deliverer (Dar.); rt. [Avestan] = Sans. भुज to set free; possibly, for [Avestan]

[Avestan] = [Avestan] = भुज = [Pahlavi] = [Pahlavi]) છુટકારો કરવો; ખલાસી આપવી; બંચાવવું; to deliver, to set free, to protect. [Avestan] (બંચાવેછે) વર્ત. પરસ્મૈ. ૩/૧ ય. ૧૪, ૪૬; [Avestan] અ. ભૂ. પરસ્મૈ. ૩/૧ ય. ૪, ૩; [Avestan] ભૂ. કૃ. Frag. 2, 2.

ખ) બંદ છોડવો; to unbind (the girdle); [Avestan] વર્ત. કૃ. આત્મને. નર. ૧/૧ ય. ૧, ૧૭.

ગ) આરામ થવો; to get relief or comfort; [Avestan] પ્રયો. અ. ભૂ. સંશ. પરસ્મૈ. ૩/૧ વં. ૭, ૭૧.

ઘ) સુખ ભોગવવું, આનંદ કરવો; to enjoy, to delight in; જુઓ [Avestan]

ચ) સાફ કરવું, દૂર કરવું; to clear away, to remove; જુઓ [Avestan]

[Avestan] વિ. ના. નર. નામાંકિત પુરૂષનું નામ; ગુશ્તાસ્પ પાદશાહનો છોકરો (યુસ્તી); ગુશ્તાસ્પ પાદશાહનો ભાઈ (ઉવેસ્ત); the son of King Gushtâsp (Jus.); brother of King Gushtâsp (West); [Avestan] (Wester. [Avestan]) ૬/૧ ય. ૧૩, ૧૦૧.

[Avestan], [Avestan] (= [Avestan] = बुक्क = Ger. Bock = Fr. Bouc = [Pahlavi]) સા. ના. બકરો, બકરી, બકરૂં; a goat, a buck; [Avestan] (બકરાનું) નર. ૬/૧ ય. ૧૪, ૨૫. જુઓ [Avestan]

[Avestan] ([Avestan] ઉપરથી) વિ. બકરાંને લગતું, બકરીનું (દુધ); (the milk) of goats; [Avestan] [Avestan] નાન્ય. ૬/૩ વં. ૫, ૫૨.

૧ [Avestan] = [Pahlavi] = સુંઘવું, બોઈ લેવી, સુગંધી થવું; to smell, to be perfumed; [Avestan] વર્ત. આત્મને. ૩/૧ ય. ૧૭, ૬. જુઓ [Avestan], ૨ [Avestan], [Avestan]

[Avestan] = સુગંધદાર થવું; બોઈ—ધુપ લેવી; to be perfumed—fumigated; [Avestan] પ્રયો. શક્યા. આત્મને. ૩/૧ વં. ૯, ૩૨; વં. ૧૯, ૨૪.

[Avestan] = [Pahlavi]) બોઈ—ધુપ લેવી; to be perfumed—fumigated; [Avestan] … [Avestan] પ્રયો. અ. ભૂ. સંશ. પરસ્મૈ. ૩/૩ વં. ૮, ૨. ૩.

ખ) હવામાં વખાતું થવું; to be exposed; [Avestan] હવામાં વખાતું નાખવું, સુકાવા મુકવું—નાખવું; to expose (a thing) to the air (Caus.); [Avestan] પ્રયો. અ. ભૂ. સંશ. પરસ્મૈ. ૩/૩ વં. ૭, ૧૫.

२ [Avestan] = बुध् = L. Put-are = ફ઼) જાણવું, વાકેફ઼ થવું; to know, to be aware of; cl. 4; [Avestan] રાજ્યા. આત્મને. ૩/૧ ઇજ઼. ૯, ૨૧; [Avestan] ૧/૩ ઇજ઼. ૯, ૨૧; [Avestan] વર્તમાન કૃદંત પરસ્મૈ. નર. ૧/૩ ય. ૧૯. ૬૯. જુઓ [Avestan], [Avestan], [Avestan]

ખ) બીદાર થવું; to be awake (intrans.); [Avestan] (trans.) (he awakes) પ્રેરો. વર્તે. ૩/૧ ય. ૧૦, ૯૦.

[Avestan] = સાવધ—બીદાર થવું; જાગવું; to be awake; [Avestan] [Avestan] after waking from sleep. (ઉંઘમાંથી બીદાર થયા પછી) વર્તે. કૃ. આત્મને. નર. ૧/૧ વં. ૧૮, ૪૯; ય. ૨૧, ૧૩.

[Avestan] = બુદ્ધિ—અક્કલ ઠેકાણે રાખવી; to be of sound mind; જુઓ [Avestan]

[Avestan] (જુઓ ૧ ધા. [Avestan]) સા. ના. નર. વાસ, સુગંધ; smell, scent. જુઓ [Avestan]

[Avestan] વિશે જુઓ ધા. [Avestan]

[Avestan] (= [Avestan] = बुध्न = Lat. Fundus = Fr. Fond = [Avestan]) સા. ના. નર. ફ઼) તળિઉં; bottom; [Avestan] ૨/૧ વં. ૧૯, ૪૭; ય. ૧૯, ૫૧; [Avestan] ૭/૧ વં. ૧૯, ૪૨; [Avestan] ૭/૧ ઇજ઼. ૫૩, ૭.

ખ) છેડો, પુછડી; end, a tail; જુઓ નીચે.

[Avestan] ([Avestan] ખ ઉપરથી) વિ. પુછડીને લગતો, પુછડી આગળનો—નો (બાલ); (a hair) from the tail; [Avestan] નર. ૧/૧ ય. ૧૬, ૧૦; [Avestan] (Geld. [Avestan]) નર. ૧/૧ ય. ૧૪, ૩૧.

[Avestan] થી શરૂ થતા બોલો વિશે જુઓ ધા. [Avestan]

[Avestan] = [Avestan] = भू = [Avestan] = L. Fu-turus = To Be = ફ઼) હોવું, થવું, to be; to become; cl. 1. [Avestan] વર્તે. પરસ્મૈ. ૩/૧ વં. ૪, ૧; વં. ૬ ૩૨. ૩૫. ૩૮. ૪૧; વં. ૧૬, ૧૪; ઇજ઼. ૧૦, ૬; ય. ૮, ૪૩; ય. ૧૦, ૨૮. ૧૩૮; ય. ૧૮, ૫; [Avestan] ૩/૩ વં. ૩, ૧૦. ૧૪; વં. ૪, ૪૩; વં. ૭, ૨૪. ૨૬. ૨૭. ૪૧—૪૯. ૫૬; વં. ૧૩, ૩૮. ૪૨. ૪૩; વં. ૧૫, ૧. ૨. ૪. ૬. ૭. ૮; વં. ૯, ૪૧; વં. ૧૯, ૪૨; ય. ૫, ૯૪; ય. ૧૦, ૨૦. ૩૯; [Avestan] ઇજ઼. ૩૩, ૧૦; [Avestan] (= નીકળી ગયાથી) ઇજ઼. ૪૫, ૭; [Avestan] વર્તે. સંશ. ૨/૧ ય. ૨૩, ૨—૭; [Avestan] ૩/૩ ય. ૮, ૯; Frag. 4, 3; [Avestan] આજ્ઞા. પરસ્મૈ. ૧/૧ ય. ૫, ૨૨. ૩૪; ય. ૧૪, ૩૪; [Avestan] આજ્ઞા. પરસ્મૈ. ૧/૩ ય. ૫, ૫૮; [Avestan] અ. ભૂ. પરસ્મૈ. ૩/૧ ય. ૫, ૯૮; ય. ૧૯, ૨૯; [Avestan]* ઇજ઼. ૯, ૧૫; ઇજ઼. ૧૯, ૧૫; ય. ૨૨, ૧૭; [Avestan] સંશ. વં. ૩, ૧૯. ૨૦. ૩૨; વં. ૮, ૩૮; વં. ૯, ૩૦. ૩૧; વં. ૧૩, ૨૯. ૩૫; ઇજ઼. ૬૫, ૯; [Avestan] અ. ભૂ. પરસ્મૈ. ૩/૨ વં. ૭, ૫૩ (પેહેલવી શરેહ); [Avestan] (= + [Avestan]) અ. ભૂ. પરસ્મૈ. ૩/૩ ય. ૫, ૯૮; [Avestan] (= + [Avestan]) ય. ૧૩, ૩૮; ય. ૧૯, ૭૨; [Avestan] ૩/૩ વં ૧૫, ૪૩. ૪૬. ૪૫; ઇજ઼. ૬૫, ૯; ય. ૨૪, ૪૩; [Avestan] પૂ. ભૂ. પરસ્મૈ. ૩/૩ ય. ૧૩, ૧૫૦; [Avestan] [Avestan] † [Avestan] (હું પુછું નહીં) (—aorist) અનિ. ૧/૧ વં. ૧૮, ૨૯; [Avestan] અનિ. પરસ્મૈ. ૩/૧ વં. ૨, ૫. ૮. ૧૨. ૧૬; વં. ૫, ૬૧; વં. ૧૯, ૨૦; ય. ૬, ૨; [Avestan] ૩/૩ વં. ૧૧, ૨; વં. ૧૨, ૨. ૪. ૬. ૮. ૧૦. ૧૨. ૧૪. ૧૬. ૧૮. ૨૦; વં. ૧૭, ૧૦; વં. ૧૯, ૨૩. ૨૫; ય. ૧૯, ૧૨; [Avestan] આશી. પરસ્મૈ. ૨/૧ ઇજ઼. ૧૧, ૧. ૨. ૩; ઇજ઼. ૬૨, ૧; ય. ૫, ૯; ય. ૧૦, ૯૧; ય. ૨૪, ૯; [Avestan] ૩/૧ ઇજ઼. ૫૯, ૩૦; ઇજ઼. ૬૦, ૩; ઇજ઼. ૬૨, ૧; ય. ૧૦, ૯૧; ય. ૧૩, ૫૨; [Avestan] ૩/૩ ય. ૧૬, ૩; [Avestan] ૧/૩ ઇજ઼. ૭૦, ૪; ય. ૧૦, ૭૫; [Avestan] ૧/૩ ઇજ઼. ૪૧, ૪; [Avestan] ૨/૩ વં. ૧૮, ૧૭. ૨૫; ય. ૧૩, ૧૪૭; [Avestan] રાજ્યા. આત્મને. ૩/૧ (આશી. ની મતલબે) ઇજ઼. ૭૧, ૧૧; વીસ્પ. ૧૨, ૫; [Avestan] આશી. પરસ્મૈ. ૩/૩ ઇજ઼. ૫૫, ૨; ય. ૧૬, ૩; [Avestan] આત્મને. નીઆ ૩, ૧૧; ય. ૨૪, ૭; [Avestan] Pass. Pres. 1 sing. (Justi) ઇજ઼. ૬૨, ૬; [Avestan] [Avestan] (હું મેળવું—પામું) ઇજ઼. ૬૨, ૬; [Avestan] (વર્તે સંશ. ૩/૧ ની મતલબે) દરેક આફ્રરંગાનમાં [Avestan] [Avestan]

* શરૂઆતનો વધારાનો (Augment) [Avestan]. એ બાબે જુઓ, મારું અવસ્તા વ્યાકરણ, સફે ૧૮૧ મો.

† Orig., [Avestan] + [Avestan]; *vide* my Av. Gram., § 494.

[illegible] ના કરદામાં; [illegible] .... [illegible] he may conquer (M.) આફ્રીં. ગાહામ. ૧૬; [illegible] [illegible] (Wester. [illegible] [illegible]) he may be constantly victorious (M.) આફ્રીં. ગાહામ. ૧૭; તથા દરેક આફ્રીંગાનમાં [illegible] [illegible] ના કરદામાં. [illegible] કર્મે. ક્રિ. ૩|૩ ય. ૧૫, ૫૨; [illegible] વર્ત. કૃ. પરસ્મૈ. નર. ૨|૧ ઈજ. ૨૧, ૪; વીસ્પ. ૧૮, ૨; [illegible] નારી. ૨|૧ ઈજ. ૧૯, ૯; [illegible] નારી. ૪|૧ ઈજ. ૫૨, ૧; ઈજ. ૬૮, ૨૨; [illegible] ભવિ. કૃ. નર. ૨|૧ ઈજ. ૨૧, ૪; વીસ્પ. ૧૮, ૨; [illegible] [illegible] નારી. ઈજ. ૧૯, ૯; [illegible] નારી. ૪|૧ ઈજ. ૫૨, ૧; ઈજ. ૬૮, ૨૨; [illegible] [illegible] નર. ૬|૩ ય. ૧૩, ૨૧; [illegible] નારી. ઈજ. ૧૨, ૯.

ખ) પેદા થવું, ઉત્પન્ન થવું, હયાતીમાં આવવું; વધવું; to be created, to exist, to grow; [illegible] (નીકળેલાં, ઉત્પન્ન થએલાં) બૂ. કૃ. ૧|૩ વીસ્પ. ૧૧, ૧૨; જુઓ [illegible]

ગ) હાંસેલ કરવું, મેળવવું; હાસેલ થવું, પાર પડવું; to acquire, to get; to reach, to be successful; [illegible] Wester. ([illegible] ની મતલબે) સંરા. પરસ્મૈ. ૩|૧ (પાર પડશે, પાર પડે) ઈજ. ૫૩, ૪; [illegible]* સામા. ૩૫ (infinitive) ઈજ. ૪૪, ૧૭.

[illegible] = ઓચરવું; to utter, to pronounce; [illegible] [illegible] બૂ. કૃ. નર. ૧|૩ ઈજ. ૬૫, ૯.

[illegible] = હોવું, થવું; to be; to become; [illegible] અ. બૂ. પરસ્મૈ. ૩|૧ ય. ૧, ૨૬; [illegible] સંરા. ય. ૮, ૨૯.

ખ) પેદા થવું, ઉત્પન્ન થવું; to be created, to come into existence, [illegible] ... [illegible] અ. બૂ. પરસ્મૈ. ૩|૧ ઈજ. ૨૮, ૧૧.

[illegible] (= परि-भू) કૃ) આસપાસ જવું—દોડવું, આસપાસ પોહોંચવું—ઘેરી લેવું; to go round about; to encompass; [illegible] વર્ત. પરસ્મૈ. ૩|૩ વં. ૧૯, ૨૭; [illegible] ... [illegible] અ. બૂ. પરસ્મૈ. ૩|૩ વં. ૧૫, ૪૬; [illegible] [illegible] [illegible] પૂ. બૂ. પરસ્મૈ. ૩|૧ વં. ૫, ૨૫; ય. ૧૩, ૨.

* જુઓ મારૂં અવસ્તા વ્યાકરણ, સફો ૨૬૮ મો.

ખ) આવી પડવું, ઉત્પન્ન થવું; to come over; to be produced; [illegible] વં. ૧૪, ૧૭.

ગ) હાંસેલ કરવું; મેળવવાને ફતેહ પાંમવું; to acquire; to succeed to obtain; *[illegible] અ. બૂ. પરસ્મૈ. ૧|૧ ય. ૧૯, ૫૭. ૬૦. ૬૩; *[illegible] ૩|૧ ય. ૧૯, ૬૪.

[illegible] (= प्र-भू) = થવું, હોવું; to be, become; [illegible] વર્ત. પરસ્મૈ. ૩|૩ વં. ૮, ૩૧. ૩૨; [illegible] વર્ત. સંરા. ૩|૧ વં. ૧૪, ૧૩.

ખ) છુટું થવું; to be free; [illegible] વં. ૯, ૨૮.

ગ) (મુશ્કેલીમાં) આવી પડવું; to be involved (in difficulties); [illegible] (Geld. [illegible]) ય. ૧૫, ૫૨.

[illegible] ([illegible] ને બદલે) (ગીરફતારીમાં) ફસી પડવું; to be entrapped; [illegible] (Geld. [illegible]) ય. ૧૫, ૫૨.

[illegible] = સાથે થઈ જવું; સાથે મળવું; એકઠું થવું; to go together, to meet together; [illegible] [illegible] વર્ત. ૩|૧ વં. ૧૯, ૩૪; [illegible] વં. ૭, ૫૮; વં. ૧૭, ૩; [illegible] (૩|૨ ને બદલે) વં. ૧૩, ૫૧.

[illegible] (= [illegible] = बुत) સા. ના. નારી. મૂર્તિ, પુતળું; an idol; જુઓ એની પછીનો બોલ.

[illegible] (= [illegible]) (જુઓ [illegible]) વિ. ના. નર. બુતપરસ્તોનો દેવ; માણસનાં મરણની આગમચ તેનાં શરીરમાં અતિશય ગરમી દાખલ કરીને તેને મારી નાખનાર દેવ (દારમે. દાદરે-દાદુખ્ત નામની ચોપડીને આધારે); the Daeva who teaches men to worship idols; the Demon-of-Idolatry; *Bût*, the forerunner of death; when the time of the end is at hand, he produces in the body of man such excessive heat, that he falls ill.—

* Mark the augment [illegible] after [illegible].—When one or more prepositions are prefixed to a root, the augment [illegible] takes its place after the preposition or prepositions and immediately before the root.

Dâdâr-i- Dâdukht (Dar.); ૧|૧ વં. ૧૯, ૧. ૨. ૪૩.

વિ. ના. નર. દેવનું નામ; કદાચ નું બીજું રૂપ હોય; the name of a demon. Possibly, another form of the Demon-of-Idolatry; (૨|૧ ને બદલે) વં. ૧૧, ૯. ૧૨. જુઓ નીચેનો બોલ.

વિ. ના. નર. દેવનું નામ; અથવા બુઇધિ નામના દેવની ઓલાદ; name of a Demon; or, the brood of Bûidhi, q. v.; =Sans. = born (in compound forms); rt. to be born (૨|૧ ને બદલે) વં. ૧૧, ૯. ૧૨.

(=) (જુઓ ધા. ખ) સા. ના. નાન્ય. બરકત, આબાદી; પુષ્કળપણું; abundance; plenty, prosperity; (બરકત) ૨|૧ ઇજ. ૪૦, ૧; ૨|૧ ય. ૨૪, ૪૫; (આબાદીની) ૬|૧ ઇજ. ૩૧, ૨૧.

(જુઓ ધા.) સા. ના. નર. છુટકારો (અસલ.); તોજેરા; release (orig.); penance; ૨|૧ ઇજ. ૩૧, ૧૩.

વિ. ના. નર. ચોકસ જાતની ખરાબી કરનાર દેવનું નામ; name of a Daeva; (૨|૧ ને બદલે) ય. ૪, ૫; (૫|૧ ને બદલે) ય. ૪, ૩.

વિરી જુઓ

વિરી જુઓ ધા. ગ.

વિરી જુઓ a goat બકરો.

વિરી જુઓ bottom તળીઉં.

(= = =) (જુઓ ધા.) સા. ના. નારી. જમીન, પૃથ્વિ, ભૂમિ; land, the earth; ૨|૧ ય. ૧૯, ૨૬; ૨|૧ ઇજ. ૫, ૧; ઇજ. ૩૭, ૧; ઇજ. ૪૨, ૩; ૬|૧ ઇજ. ૩૨, ૩.

વિ. ના. નર. પાહાડનું નામ: અરેઝુર નામના પાહાડની નજદીકમાં આવેલા પાહાડનું નામ; name of a mountain, near Mount Arezûra, q. v. There is a second Arezûra, the Arezûri Bûm, which is in the direction of Rûm, of the empire of the West; it is the Bûmya of the text, *i. e.*, Yt. 19, 2. (Dar.); (Wester.) ૧|૧ ય. ૧૯, ૨. (જુઓ મોટી.)

વિરી જુઓ.

= = સંગારવું, શોભા આપવી; to decorate, to embellish; જુઓ

વિરી જુઓ ધા.

(= ,) વિ. ના. આલસાઇનો દેવનું નામ; કાંઇપી કામ કરતી વખતે ઢીલ કરાવનાર—વીલમ લગાડનાર દેવ; the Demon of Procrastination, Sloth and Lethargy. + + હવે પછી થરીહોરી એવી હાલત (અસલ.); ભવિષ્ય કૃદંતને પૃથક નામ નારી જાતીનો પ્રત્યય લાગીને એ બોલ થયો*; નારી. ૧|૧ વં. ૧૮, ૧૬. ૨૪; (૨|૧ ને બદલે) વં. ૧૧, ૯. ૧૨; ૨|૧ ય. ૧૮, ૨. (જુઓ મોટી.)

વિ. મજબૂત, ટકાઉ, ઉસ્તેવાર; solid, durable; rt. = to increase, to strengthen; વધારવું, મજબૂત કરવું; for durable amity (મજબૂત મિત્રાચારીને માટે) નાન્ય. ૪|૧ ઇજ. ૪૦, ૩.

(જુઓ ૧ ધા.) અસલ રૂપ; + ;) કૃ. વિ. પસંદ પડતું, પ્યારું; બુલંદ દરજાનું; exalted, agreeable, beloved; that may be wished for; નારી. ૨|૧ ઇજ. ૩૪, ૯; ઇજ. ૪૪, ૭; ઇજ. ૫૧, ૧૭, and other valuable things that may be wished for (તથા બીજી પસંદ પડતી કીમતી ચીજો) નારી ૧|૩ ય. ૧૭, ૭; desirable ૧|૩ વં. ૧, ૨૦; (compara. adj.) more desirable (વધારે પસંદ પડતું) અધિ. વિ. નારી ૨|૧ ય. ૨૨, ૧૪.

* એના ખોલાસા બાબે જુઓ મારૂં અવસ્ત વ્યાકરણ, સેહ ૫૦ મો તથા ૨૬૦—૨૬૧ મો.

પ) સા. ના. જે પસંદ પડતું તે (અસલ.); મુરાદ, ખાહેશ; wish, desire; નારી. ૨|૧ ઇજ. ૩૨, ૯; in the good mind's longing (નેક નયતની મુરાદમાં) ૭|૧ ઇજ. ૪૮, ૬.

(જુઓ ૧ ધા.) વિ. પસંદ પડતું, દિલપસંદ; મુરાદ મુજબનું; agreeable, pleasing; *or*, bright, brilliant; rt. = Sans. to shine; ચલકતી, ભપકાદાર. જુઓ નીચેનો બોલ

(જુઓ ૧) સમાસ ના. નાન્ય. મુરાદ મુજબની દોલત—સંપત્તિ; riches that can be wished for; ૨|૧ ય. ૧૦, ૭૭.

(જુઓ ૧ ધા.) સા. ના. નર. આશીર્વાદ, દુઆ; મુરાદ, ખાહેશ; blessing, benediction; desire; wish; ૧|૧ આફ્રીં. ગાહામ. ૪; ૩|૧ વં. ૧૮, ૨૭; ઇજ. ૧૫, ૧; ઇજ. ૬૨, ૧૦; વીસ્પ. ૬, ૧ ય. ૧૦, ૯૨; નીઆ. ૫, ૧૬; ગેહ ૫, ૬; ૩|૧ ઇજ. ૩૫, ૧.

૧ (= برنج = Brass) (જુઓ ૨ ધા.) સા. ના. નર. પિત્તલ; તાંબું; brass; copper; જુઓ

૨ (=) (જુઓ ૧ ધા.) સા. ના. નાન્ય. મુરાદ ચાહાવાનું કામ, મુરાદ માંગવી (અસલ.); મનની મુરાદ આપનારો ફરેશતો (વિ. ના.). એ બોલ ઉશાહેન ગેહના સંબંધમાં આવેછે; asking for one's desire (lit.); the angel that fulfils one's desires; *or*, the angel that promotes the growth of corn. Comp. Per. برنج rice; ૨|૧ ઇજ. ૨, ૭; ગેહ ૫, ૬; ૭|૧ ઇજ. ૧, ૭; ઇજ. ૩, ૯; ગેહ ૫, ૧.

(જુઓ ૧ ધા.) વિ. ઉંચું, બુલંદ દરજ્જાનું; high, exalted, lofty; નર. ૨|૧ વીસ્પ. ૨, ૧૦; નર. ૬|૧ વીસ્પ. ૧, ૮; of Mount Alborz (*vide* 2) નારી. ૬|૧ ય. ૯, ૩.

૧ (જુઓ ૧ ધા.) ક) વિ. ઉંચું, બુલંદ; high, exalted, lofty; નર. ૧|૧ વં. ૧૯, ૧૯; (બુલંદ કરનો) નર. ૧|૧ ય. ૫૦, ૩૦; ય. ૧૦, ૧૦૦; ય. ૧૪, ૧૨; ય. ૧૭, ૧૬; (નર. ૧|૧ ને બદલે) ય. ૧, ૧૫; ... (મ્હોટા સાદ) ૨|૧ ય. ૧૦, ૧૧૩; ય. ૧૭, ૬૧.

ખ) સા. ના. નાન્ય. બુલંદી; exaltedness, exaltation; (બુલંદીને લીધે) ૫|૧ ય. ૮, ૪.

થી શરૂ થતા બોલો વિષે જુઓ ૧ ધા.

(જુઓ ૧ તથા ધા.) સમાસ વિ. બુલંદ નજર કરનાર; દીર્ઘ દૃષ્ટિવાળો, દુરઅન્દેશ; 'બુલંદ નજર કરનાર' ઉપરથી એનો અર્થ 'ઉદાર દિલનો' બી થઈ શકે; looking from an elevated position (lit.); far-seeing, fore-sighted; liberal-hearted; એ બોલ સરોશ ઇજદ તથા ગુશતાસપ પાદશાહની સિફતમાં આવેછે. ૧|૧ નર. ૧|૧ ય. ૫, ૧૦૯; ય. ૯, ૨૯; નર. ૨|૧ ઇજ. ૫૭, ૧૧.

(૧ નું બીજું રૂપ) વિ. બુલંદ, ઉંચું; high, lofty, elevated; જુઓ નીચેના બોલો.

(જુઓ) સમાસ વિ. બુલંદ (આવાજે), ગાયન—ગાથા ગાતો; chanting the hymns with a loud voice; epithet of ; નર. ૧|૬ ય. ૧૦, ૮૯; નર. ૨|૧ ય. ૧૦, ૮૯.

(જુઓ ૧ ક); સમાસ વિ. ઉંચાં પૈડાંવાળી (ગાડી); (a chariot) high-wheeled; ... ૩|૧ ય. ૧૦, ૬૭.

(જુઓ) સમાસ વિ. બુલંદ—ઉંચા પગવાળો; high-footed; epithet of ; નર. ૧|૧ ય. ૧૫, ૫૪.

(જુઓ) સમાસ વિ. બુલંદ માપેલું (અસલ.); બુલંદ—ઉંચુ બાંધેલું (ઘેર); (a house) high-built; ... નાન્ય. ૨|૧ ય. ૧૦, ૩૦; નાન્ય. ૬|૧ ય. ૧૦, ૨૮.

[Avestan] (જુઓ [Avestan]) સમાસ બૂ. કૃ. વિ. જેની કમ્મર તંગ બાંધેલી ; high-girded ; [Avestan] નર. ૧/૧ ઇજિ. ૫૭, ૩૦; [Avestan] [Avestan] નારી. ૧/૩ ય. ૧૩, ૨૯.

[Avestan] (જુઓ ધા. [Avestan]) સમાસ વિ. બુલંદ રાજ કરતું, બુલંદીથી સરદારી ભોગવતું ; high-ruling ; ruling with exaltation ; epithet of the Mazdayasnian Religion ; [Avestan] નારી. ૨/૧ ય. ૧૩, ૧૦૦.

[Avestan] વિ. ના. બેરેજિ-સવંઘહ નામનો આતશ ; પાદશાહોની નાભનો આતશ ; દાદાર હોરમજદની હજુરનો આતશ (બુનદિહેશ); the fire Bereẓi-savangha ; the fire in the navel of Kings ; the fire which burns in the presence of Ahura Mazda (Bund.) ; [Avestan] [Avestan] ૨/૧ ઇજિ. ૧૭, ૧૧. (જુઓ મોટી.)

[Avestan] (= [Avestan]) (જુઓ [Avestan]) ઉંચા—બુલંદ થાંભલાવાળો (મિહેલ); (a palace) lofty-pillared ; [Avestan] [Avestan] નાન્ય. ૨/૧ ય. ૨૪, ૯.

[Avestan] વિ. ના. નર. નામાંકિત પુરૂષનું નામ ; name of an illustrious personage ; [Avestan] [Avestan] ૬/૧ ય. ૧૩, ૧૧૦.

[Avestan] (= [Avestan] + [Avestan]) (જુઓ [Avestan] તથા ૧ ધા. [Avestan]) વર્ત. કૃ. વિ. બુલંદ—મ્હોટે બોલતો ; speaking loudly ; [Avestan] + [Avestan] = [Avestan] ([Avestan] નીકળી જવાથી) = [Avestan] ([Avestan] ની ગુણ થવાથી) = [Avestan] = બોલતો. જુઓ નીચેનો બોલ.

[Avestan] (જુઓ [Avestan]) સમાસ ના. નાન્ય. મ્હોટે બોલતો સખુન—આવાજ ; a loud-speaking voice ; [Avestan] ૨/૧ વં. ૮, ૧૦૦. ૧૦૧. ૧૦૨. ૧૦૩.

[Avestan] વિ. ના. નર. નામાંકિત પુરૂષનું નામ ; ધારવામાં આવે છે ગુશતાસ્પ પાદશાહનો ભાઈ ; name of an illustrious personage ; possibly, a brother of King Gushtâsp's ; [Avestan] [Avestan] ૬/૧ ય. ૧૩, ૧૦૧.

૧ [Avestan] (જુઓ ૧ ધા. [Avestan]) વિ. બુલંદ દરજાનું ; exalted ; name of a person (Dar.) ; [Avestan] નર. ૬/૧ ય. ૧૩, ૧૧૫.

૨ [Avestan] વિ. ના. નર. પુરૂષનું નામ છે ; name of a person ; [Avestan] ૬/૧ ય. ૧૩, ૧૨૪.

૧ [Avestan] (= भृत) (જુઓ ૧ ધા. [Avestan] ક) બૂ. કૃ. લઈ ગએલું ; brought ; carried ; [Avestan] નર. ૨/૧ ઇજિ. ૬૨, ૯ ; નીઆ. ૫, ૧૫ ; [Avestan] [Avestan] of the food brought to him નાન્ય. ૬/૩ ય. ૨૨, ૧૮ ; જુઓ [Avestan], [Avestan], [Avestan], [Avestan], [Avestan], [Avestan]

૨ [Avestan] (જુઓ ૧ ધા. [Avestan] ગ) કૃ. વિ. ઉત્પન્ન કરતું ; producing ; [Avestan] is a gerundial suffix (*vide* my Avesta Gram., § 564). એ બોલ [Avestan] (ઘાંસ ચારા) ના સંબંધમાં આવેછે. [Avestan] નર. ૧/૧ વં. ૨, ૨૪ ; [Avestan] ૨/૧ વીસ્પ. ૨, ૧૧. જુઓ [Avestan]

[Avestan] (= [Avestan] = भर्तृ = برار = Bearer) (જુઓ ૧ ધા. [Avestan] ક) સા. ના. નર. લઈ જનાર, (દીનનો) ફેલાવો કરનાર ; a bearer ; a promoter ; [Avestan] ૧/૧ વં. ૨, ૩. ૪.

[Avestan] (= भृति) (જુઓ ૧ ધા. [Avestan] ક) સા. ના. નારી. ક) કાંઈ ચીજ લઈ જવી તે ; ભેટ, અર્પણ ; an offering, a gift, a thing dedicated ; જુઓ [Avestan], [Avestan], [Avestan]

ખ) લઈ જવું ; (કદમ) ભરવું—મુકવું ; carrying (lit.), taking or moving (a step) ; જુઓ [Avestan]

ગ) ખમવું, સોસવું ; suffering ; જુઓ [Avestan]

૧ [Avestan] (જુઓ ૧ ધા. [Avestan] ગ) સા. ના નાન્ય. ઉત્પત્તિ, ઉપજ, ફળ ; produce, fruit [Avestan] (Geld. [Avestan]) ૭/૧ વં. ૩, ૨૭.

૨ [Avestan] (જુઓ ૧ ધા. [Avestan] ક) સા. ના. ક બજો ; possession. [Avestan] ૭/૧ વં. ૨, ૭.

[Avestan] Yt. 24, 25 (meaning unsettled)

[Avestan] [Avestan] for taking away or crushing the Druj (Dar.).

[Avestan] વિરી જુઓ [Avestan]

[Avestan] વિરી જુઓ ધા. [Avestan] ગ.

[Avestan] વિ. ના. નર. રેવરંડ મિલ્સ પ્રમાણે જોતાં:—એનદૂ નામનો શખ્સ ઇરાનની સરહદ ઉપરનો એક સરદાર હતો, જે પોતાની ફીતુરી ટોળકીવાળાઓની કુમકથી અશો જરતોસ્તને તેની પેગમબરીનાં કામમાં એક જોરેમંદ દુશ્મન થઈ પડ્યો હતો. એને લીધે તે રાસ્ત પેગમબર મ્હોટી ચિંતામાં ગિરફતાર હતો. એ એનદૂને દાક્ટર હાઉગ સં. पाण्डव સાથે, અને પ્રોફે. યુસ્તી સં. मिन्दव સાથે સરખાવેછે. According to Mills, a border chief, who, with his wicked functionaries, had proved himself a formidable enemy to Zoroaster. " He had caused the true prophet many an hour of thought as well as anger." Haug identifies him with the पाण्डव, and Justi with the मिन्दव; [Avestan] ૧/૧ ઈજ. ૪૯, ૧; [Avestan] ૬/૧ ઈજ. ૪૯, ૨.

[Avestan] કેવળ. અ. અફસોસ! હાયહાય! Alas! (Interj.). Comp. [Avestan] વં. ૧૯, ૪૬.

[Avestan] (= [Avestan] + [Avestan]; [Avestan] = જુઓ [Avestan]; તથા [Avestan]) ક્રિ. અ. ખચીત, ખરેખર; assuredly; [Avestan] વં. ૧૩, ૨૨; ય. ૫, ૮૯; નીઆ. ૩, ૧૧.

[Avestan] (જુઓ ધા. [Avestan]) સા. ના. નાન્ય. ધાસ્તી, દેહેશત; dread, fear; જુઓ [Avestan]

[Avestan] = वह् = ક) સંગત-સોહોબત કરવી; to associate; to keep company with; [Avestan] વર્ત. પરસ્મૈ. ૩/૧ વં. ૧૩, ૯.

ખ) વધારવું, લંબાવવું, મ્હોટું કરવું; to extend, to enlarge. જુઓ [Avestan], [Avestan]

[Avestan] (જુઓ ધા. [Avestan] ખ) ક) સા. ના. નાન્ય. કદ, મ્હોટાઈ, લંબાઈ; size, largeness, length; [Avestan] ૨/૧ વં. ૨, ૨૦ (પેહેલવી રાહે); [Avestan] (લંબાઈ) ૨/૧ ઈજ. ૧૯, ૭; ઈજ. ૭૧, ૧૫.

ખ) વિ. લાંબું; long; [Avestan] ૧/૧ ઈજ. ૧૯, ૭; ઈજ. ૭૧, ૧૫.

[Avestan] = અપવિત્ર—નાપાક કરવું; ખરાબી કરવી; to defile, to pollute, to corrupt; [Avestan] વર્તમા. પરસ્મૈ. ૩/૩ ઈજ. ૩૦, ૬.

[Avestan] (= [Avestan]) (જુઓ ધા. [Avestan] ખ) સા. ના. નર. ઉંડાણ, ઉંડાઈ; depth; [Avestan] ૪/૩ વં. ૨, ૨૨.

૧ [Avestan] સા. ના. નર. બેડી; fetters, bonds; rt. [Avestan] = [Avestan], [Avestan] = बन्ध् to bind, to tie; બાંધવું; જુઓ [Avestan], [Avestan], [Avestan]

૨ [Avestan] સા. ના. નર. પગ; a foot; orig., [Avestan], [Avestan] a foot પગ; જુઓ [Avestan], [Avestan]

[Avestan] વિ ના. નર. બાદશાહ કએકોબાદના ખાનદાનનો નામાંકિત પુરૂષ; દારમેસ્તેતે એને શાહનામામાં આવેલા [Avestan] સાથે સરખાવે છે; a noted person of the family of King Kaikobâd; the Armin ([Avestan]) of the Shâh-Nâmeh (Dar.); [Avestan] [Avestan] ૬/૧ ય. ૧૩, ૧૩૨. (જુઓ મોદી.)

[Avestan] (= [Avestan] + [Avestan]; જુઓ [Avestan] તથા [Avestan]) સા. ના. નાન્ય. બે વરસ; two years; જુઓ નીચે.

[Avestan] (જુઓ [Avestan]) સમાસ ના. નાન્ય. બે વરસની દરાજી; the period (lit. the length) of two years. Comp. [Avestan]; [Avestan] ૨/૧ વં. ૩, ૩૮.

[Avestan] વિરી જુઓ ધા. [Avestan]

[Avestan] સા. ના. નર. એ બોલ બે રીતે સમજાવી શકાએછે :—

ક) ધા. [Avestan] = मर्द् (Ved.) = નાશ કરવો, ખાઈ જવું; to destroy, to eat away; એક જાતનું નાશકારક—દુઃખ દેનાઇ જાનવર; a rodent; a noxious insect.

ખ) ધા. [Avestan] = भ्रम = Lat. *Frem-ere* = ગુંજું કરવું; to hum, to buzz. એક જાતનું ગુંજું કરનાઇ જાનવર, ભમરો; a humming insect, a wasp; [Avestan] ૨/૧ વં. ૬, ૬.

[Avestan] = मर्द् = પ્રકાશવું, ચલકવું; to shine, to

glitter, to flash with light; [Avestan] વર્ત. પરસ્મૈ. ૩/૧ ય. ૧૦, ૧૪૩; [Avestan] અ. ભૂ. આત્મને. ૩/૩ ય. ૫, ૧૨૯. જુઓ નીચેના બોલ.

[Avestan] (જુઓ ધા. [Avestan]) ક) વિ. ચળકતું, પ્રકાશતું; shining, glittering; [Avestan] · [Avestan] *[Avestan] the glitter of a shining needle (ચળકતી સોયનો ચળકાટ) નારી. ૬/૧ ય. ૧૪, ૩૩; ય. ૧૬, ૩.

ખ) સા. ના. નાન્ય. ચળકાટ, પ્રકાશ; glitter, lustre; [Avestan] (Wester. [Avestan]) ૨/૧ ય. ૧૪, ૩૩; ય. ૧૬, ૩.

[Avestan] (= [Avestan], [Avestan] = भ्रातृ = [Persian] = Goth. Brothar = Ger. Bruder = Lat. Frāter = Fr. Frère = Brother) (જુઓ ૧ ધા. [Avestan] ૭) સા. ના. નર. ભાઈ; a brother; [Avestan] ૧/૧ વં. ૧૨, ૫; ય. ૧૭, ૧૬; ય. ૨૪, ૧૦; [Avestan] ૧/૧ ઈજિ. ૪૫, ૧૧; [Avestan] ૨/૧ વં. ૧૨, ૫; [Avestan] ૨/૧ ય. ૨૪, ૧૦; [Avestan] ૪/૧ ય. ૪, ૯; ય. ૧૪, ૪૬; [Avestan] ૬/૧ ય. ૧૫, ૨૮; [Avestan] · [Avestan] between two brothers (બે ભાઈઓ વચ્ચે) ૨/૨ ય. ૧૦, ૧૧૬; [Avestan] ૧/૩ વં. ૪, ૪૪. જુઓ [Avestan] તથા નીચેના બોલ.

[Avestan] વિરી જુઓ [Avestan]

[Avestan] ([Avestan] ઉપરથી) વિ. ભાઈને લગતું, ભાઈ તરીકે; like a brother; as a brother; [Avestan] નારી. ૧/૩ ય. ૨૪, ૩૬.

[Avestan] ([Avestan] ઉપરથી) સા. ના. નર. ભતરીજો; કાકો (સ્પી. તથા દારમે.); a brother's son; a paternal uncle (Sp. & Dar.); [Avestan] ભતરીજી; કાકી (સ્પી. તથા દારમે.); a brother's daughter; the wife of a paternal uncle; [Avestan] નર. ૧/૧ વં. ૧૨, ૧૩; [Avestan] નારી. ૧/૧ વં. ૧૨, ૧૩.

[Avestan] = भ्रम, भ्रंश = ધુમરી—ફેર આવ્યાથી પડી જવું; ગભરાતમાં પડવું; to fall down through giddiness; to take alarm; cl. 1; [Avestan] અ. ભૂ. પરસ્મૈ. ૧ લો વર્ગ ૩/૧ ય. ૧૯, ૩૪.

[Avestan] વિરી જુઓ [Avestan]

[Avestan] (= [Avestan] = भ्रू = [Persian] = Lat. †Frons = Fr. Front = Brow) સા. ના. નારી. આંખનાં ભવાં; આંખનાં ભમર; the eye-brows; [Avestan] (Geld. [Avestan]) ૪/૨ વં. ૮, ૪૧. ૪૨; વં. ૯, ૧૫. ૧૬. સંસ્કૃતમાં ૩ જી, ૪ થી તથા ૫ મી દ્વિવચનના પ્રત્યય તરીકે भ्याम् આવેછે; અને અવસ્તામાં [Avestan], [Avestan], [Avestan] આવેછે. ફક્ત [Avestan] બોલમાં સંસ્કૃત भ्याम् ને મળતો [Avestan] આવેલો છે.

[Avestan], [Avestan] વિરી જુઓ ધા. [Avestan]

[Avestan]

૧ [Avestan] પ્ર. પુ. સર્વ. મારૂં; જે નામને લાગે તે નામ પ્રમાણે એને વચન તથા વિભક્તિના પ્રત્યયો લાગેછે ; Possessive pronoun of the first person sing. (my); it agrees with the noun which it governs in number and case. એકવચનમાં singular :—[Avestan] (મારૂં રવાન) નર. ૧/૧ ઈજિ. ૨૯, ૫; ઈજિ. ૪૪, ૮; [Avestan] મારાં ઘોડાં ગાએ ઢોર (અસલ અર્થ); મારી ટુંક સંપત્તિ—પુંજી. નર. ૧/૧ ઈજિ. ૪૯, ૨; [Avestan] ૪/૧ ઈજિ. ૫૦, ૭; [Avestan] ૪/૧ ઈજિ. ૪૯, ૩; [Avestan] ૪/૧ ઈજિ. ૯, ૨૭; [Avestan] નર. ૬/૧ ઈજિ. ૪૮, ૧૨; [Avestan] નારી. ૬/૧ ઈજિ. ૪૬, ૧૦; [Avestan] ૭/૧ ઈજિ. ૩૨, ૧.

બહુવચનમાં plural :— [Avestan] ૧/૩ વં. ૧૮, ૩૧; [Avestan] નર. ૧/૩ ઈજિ. ૪૮, ૨; [Avestan] નારી. ૨/૩ ય. ૫, ૯૩; [Avestan] નારી. ૨/૩ ય. ૧૪, ૩૮; [Avestan] નાન્ય. ૨/૩ ઈજિ. ૩૨, ૧૦. એ બોલના ખોલાસા બાબે જુઓ મારૂં અવસ્તા વ્યાકરણ, સફો ૧૫૩–૧૫૪ મો. એ બોલ જે નામોની સાથે વપરાએલા છે તે નામ સાથે ત્યાંહાં સમજાવ્યું છે.

૨ [Avestan] ([Avestan] નું ટુંકું રૂપ. જુઓ ૨ [Avestan]) ઉપસર્ગ તરીકે કેટલાએક બોલો સાથે જોડાએલો આવેછે; નહી, મા. *Prefix*:—no, not; *e. g.*, [Avestan]

* Wester. [Avestan] [Avestan] · [Avestan] સંસ્કૃતમાં એ ધાતુ ૧ લા તથા ૪ થા વર્ગોમાં આ:—भ्राजते, भ्राजति.

† Originally, Lat. Front + s ; base t.

(no mean person); [illegible], [illegible], [illegible], [illegible], [illegible] (*vide* Yt. 5, 92).

[illegible] વિશે જુઓ [illegible]

[illegible] (= मति = Lat. Mens* = Mind) (જુઓ ૧ ધા. [illegible]) સા. ના. નારી. વિચાર, અક્કલ, સમજ; thought, sense, intelligence, judgment; જુઓ [illegible], [illegible], [illegible], [illegible], [illegible]

[illegible], [illegible] વિશે જુઓ [illegible]

[illegible] (= मध्य = Ger. Mitte = Lat. Medius = Middle) (જુઓ ૧ ધા. [illegible]) ક) વિ. અંદાજ—માપની અંદરનું (અસલ.); વચમાંનું અરધું; moderate, proportional (orig.); middle, half; [illegible] નર. ૭/૧ વં. ૮, ૮; વં. ૧૫, ૪૭. જુઓ [illegible]

ખ) સા. ના. નર. વચમાંનો ભાગ, મધ્ય; the middle part; middle; [illegible] ૧/૧ ઈજ. ૬૫, ૪; નીઆ. ૪, ૫; [illegible] ([illegible] Geld.) નાન્ય. ૧/૧ વં. ૧, ૩; [illegible] ૨/૧ ય. ૧૨, ૧૭; [illegible] ૨/૧ ઈજ. ૪૨, ૪; [illegible] ૨/૧ ય. ૫, ૪૨. ૧૨૭; ય. ૮, ૩૨; [illegible] ૪/૧ વં. ૪, ૪૫. જુઓ નીચેના બોલો.

ગ) સા. ના. નર. કમ્મર; the waist. Comp. [illegible]; *vide* [illegible]

[illegible] (= [illegible], [illegible]) (જુઓ [illegible] ખ તથા [illegible]) વિ. ના. નાન્ય. મઇધીઆરેમ ગાહામબાર; ૭ ગાહામબારોમાંનો પાંચમો ગાહામબાર, જે દએ મહીનાના મેહેર રોજથી શરૂ થાએછે, અને બેહેરાંમ રોજે આખેર થાએ છે. એ બોલનો અર્થ "પુર—અતિશય સરદીને લીધે ધંધારોજગાર કમ આલ્યાથી માણસને આસાએશ મળવાનો વખત" થાએછે; [illegible] + [illegible] = પુર—સંપૂર્ણ આસાએશનો હીંગામ. [illegible] = નીરાંત, ધંધારોજગાર વગરની હાલત; ધા. [illegible] નીરાંત રેહેવું. એની ઉલટી મોસમ [illegible] (પુર ગરમી—ઉનાળાનો વખત); the fifth of the six season-festivals or Gâhâmbârs; it begins with the 16th and ends with the 20th day of the 10th month; it is the time of mid-winter. Literally, it means the period of perfect rest. [illegible] ૨/૧ ઈજ. ૨, ૯; વીસ્પ. ૨, ૨; [illegible] ૪/૧ ઈજ. ૧, ૯; ઈજ. ૩, ૧૧; [illegible] ૬/૧ વીસ્પ. ૧, ૨; આફ્રી. ગાહામ. ૨, ૧૧. જુઓ મેઇધ.

[illegible] (= [illegible], [illegible])

વિ. ના. નાન્ય. મઇધીઓજરેમ ગાહામબાર; ૭ ગાહામબારોમાંનો પેહેલો ગાહામબાર, જે અરદીબેહેસ્ત મહીનાના ખોરશેદ રોજથી શરૂ થાએછે, અને દએ ૫ મેહેર રોજે આખેર થાએ છે. એ બોલનો અર્થ "પુર લીલોતરી તથા ભર વસંત ઋતુનો વખત" થાએ છે. એ ગાહામબારની મોસમમાં ઝાડપાનોમાં રસકસ વધારે હોએછે; the first of the six Gâhâmbârs or season-festivals, which are held, respectively, on the 45th, 105th, 180th, 210th, 290th and 365th days of the Parsee Year. It begins with the 11th and ends with the 15th day of the 2nd month. In reality, the last day is the day of the great festival. Literally, it means the period of mid-spring. For particulars, *vide* [illegible]; [illegible] ૨/૧ ઈજ. ૨, ૯; વીસ્પ. ૨, ૨; આફ્રી. ગાહામ. ૩; [illegible] ૪/૧ ઈજ. ૧, ૯; ઈજ. ૩, ૧૧; [illegible] ૬/૧ વીસ્પ. ૧, ૨; આફ્રી. ગાહામ. ૨, ૭. જુઓ મેઇધ.

[illegible] (= [illegible])

(જુઓ [illegible] ખ તથા [illegible]) સમાસ ના. નર. પગનો અરધો ભાગ, પગના અરધા ભાગની લંબાઈ; the middle of the leg; [illegible] ૨/૩ ઈજ. ૫૭, ૬.

[illegible] (= [illegible], [illegible])

વિ. ના. નર. ક) મેદીઓમાહ; અશો જરતોશ્તના કાકાનો છોકરો, તેનો પીત્રાઈ; એણે જરતોશ્તી દીન ફેલાવામાં તે રાસ્ત પેગમબરને ઘણી મદદ કીધી હતી; Maidyo-Mâh, the paternal cousin of Zoroaster and a staunch supporter in

* અસલ બોલ Lat. Ment છે; ૧/૧ નો s લાગીને t નીકળી જવાથી Lat. Mens થયું. એ નીકળી ગએલો t બીજી વિભક્તિઓમાં પાછો સજીવન થાએછે; જેમકે Mentis ૬/૧.

propagating the religion. [Avestan] ([Avestan] Wester.) ૬|૧ ય. ૧૩, ૯૫; [Avestan] ([Avestan] Wester.) ૮|૧ ઇજ. ૫૧, ૧૯. જુઓ મેદી.

ખ) ઉપલા મેદીઓમાહનો કુટુંબી—નબીરાનો છોકરો; એની સિફતમાં. [Avestan] (પાછળથી જન્મેલો, પછી જન્મ પામેલો) આવેછે; a descendant of the Maidyomâh family; otherwise called, [Avestan] [Avestan], *i. e.*, Maidyo-Mâh who was born later on (younger); [Avestan] ૬|૧ ય. ૧૩, ૧૨૭.

[Avestan] ([Avestan] ઉપરથી) વિ. મેદીઓમાહનાં કુટુંબને લગતો (અમલ.); તેનો કુટુંબી--છોકરો; a descendant of the Maidyo-Mâh family; his son; [Avestan] [Avestan] ([Avestan] Wester.) ૬|૧ ય. ૧૩, ૧૦૬.

[Avestan] (જુઓ [Avestan] ખ તથા ધા. [Avestan]) સમાસ વિ. વચમાં બેસતું—બીરાજતું; sitting in the middle; [Avestan] નારી. ૨|૧ ય. ૧૩, ૧૦૦; ય. ૧૯, ૮૯.

[Avestan] (= [Avestan], [Avestan]) (જુઓ [Avestan] ખ તથા ૧ [Avestan]) વિ. ના. નાન્ય. મઅેદીઓારાહેમ ગાહામબાર, છ ગાહામબારોમાંનો બીજો ગાહામબાર; જે તીર મહીનાના ખોરશેદ રોજથી શરૂ થાએછે, અને દએ પ મેહેર રોજે આખેર થાએછે. એ બોલનો અર્થ: પુર—અતિશય ગરમીનો વખત મઅેદીઆરેમ ગાહામબારની ફસલથી ઉલટો હીંગામ; the second of the six Gâhâmbârs, beginning with the 11th and ending with the 15th day of the 4th month. Literally, it is the mid-summer festival (orig., [Avestan] middle and [Avestan] समा summer). According to the Afrin-i-Gâhâmbâr, it commemorates the creation of the waters by Ahura Mazda. For particulars, *vide* [Avestan]; [Avestan] ૨|૧ ઇજ. ૨, ૯; વીસ્પ. ૨, ૨; [Avestan] ૪|૧ ઇજ. ૧, ૯; ઇજ. ૩, ૧૧; [Avestan] ૬|૧ વીસ્પ. ૧, ૨; આફ્રી. ગાહામ. ૨, ૮. જુઓ મેદી.

[Avestan] વિગેરે જુઓ [Avestan]

[Avestan]

[Avestan] વિગેરે જુઓ [Avestan]

[Avestan] વિગેરે જુઓ [Avestan]

[Avestan] (= [Avestan] = [Avestan]) ([Avestan] ગ ઉપરથી) સા. ના. નર. ૬) કમ્મર; the waist; [Avestan] ૨|૧ ય. ૧૪, ૫૬; [Avestan] up to the waist; waist-deep; (કમ્મર સુધી) (૨|૧ ને બદલે) વં. ૬, ૨૭.

ખ) (લશ્કરનો) વચમાંનો ભાગ; the centre (of the army). [Avestan] ૨|૧ ય. ૧૦, ૩૬; ય. ૧૩, ૩૯.

૧ [Avestan] (= माले) સા. ના. શણગાર (અસલ.); કંઠી; ornament in general (orig.); a necklace. Comp. [Avestan], [Avestan]; *vide* [Avestan]

૨ [Avestan] સા. ના. નર. શિક્ષા (સ્પી., જુસતી, હારલે, તથા દારમે.); શિક્ષાનો ઠેરાવ—ટેપ (મિલ્સ); punishment, chastisement (Sp., Jus., Har. & Dar.); award, sentence (M.); Pehl. [Avestan]; [Avestan] ૧|૧ ઇજ. ૩૧, ૧૫; ઇજ. ૪૪, ૧૯.

[Avestan] વિગેરે જુઓ ૧ ધા. [Avestan]

૧ [Avestan] સમાસ વિ. મીનોઈ મરજી પ્રમાણે ચાલનાર; અથવા મીનોઈ—આકાશી જગા (માંથી પસાર થતો); obeying the spiritual will, fr. [Avestan] + [Avestan]). *Otherwise:*— (going through) the heavenly space (fr. [Avestan] + [Avestan]); epithet of the horses of Sraosha and Mithra; [Avestan] નર. ૧|૩ ઇજ. ૫૭, ૨૭; [Avestan] નર. ૧|૩ ય. ૧૦, ૬૮.

૨ [Avestan] સમાસ વિ. ગુસ્સાથી જતો (અસલ.); શેતાબીથી જતો (તીર); (an arrow) swift-flying. [Avestan] = मन्यु = anger ગુસ્સો; ધા. [Avestan] अय to go=જવું; [Avestan] [Avestan] (શેતાબીથી જતો તીર) નર. ૧|૧ ય. ૮, ૬

[Avestan] વિગેરે જુઓ [Avestan]

[Avestan] (જુઓ ૧ ધા. [Avestan]) વિ. વિચાર કરતું,

રાહ જોતું; thinking, waiting; [Avestan] ૧|૩ ય. ૧૭, ૧૦.

[Avestan] (= [Avestan]) ([Avestan] ઉપરથી) (જુઓ ૧ ધા. [Avestan]) વિ. જેને વિશે ફક્ત વિચાર કરી શકીએ, અને નજરે જોઈ નહી શકીએ તેવું (અસલ.); અનદીઠ, નહી દેખાતું, મીનોઈ, મીનોને લગતું; spiritual, invisible; [Avestan] નર. ૧|૧ ય. ૧૦, ૧૩; ય. ૧૩, ૧૦૬; [Avestan] નારી. ૧|૧ વં. ૨, ૨૦ (પેહેલવી શરેહ); [Avestan] નર. ૨|૧ યજ઼. ૧૬, ૧; વીસ્પ. ૨, ૪; ય. ૧૦, ૧૦૭. ૧૪૦; નીઆ. ૧, ૯; સીરો. ૨, ૩૦; [Avestan] નર. ૨|૧ યજ઼. ૧૯, ૨૦; [Avestan] નારી. ૨|૧ ય. ૧૧, ૩; [Avestan] નારી. ૨|૧ યજ઼. ૩૫, ૧; -[Avestan] [Avestan] નારી. ૫|૧ ય. ૧, ૧૯; ય. ૧૩, ૭૧; -[Avestan] [Avestan] નર. ૬|૧ યજ઼. ૪, ૭; [Avestan] નારી. ૬|૧ વીસ્પ. ૨, ૪; [Avestan] નર. ૧|૩ વં. ૮, ૩૧. ૩૨; ય. ૬, ૩; ય. ૧૦, ૬૯. ૭૭; [Avestan] નર. ૧|૩ ય. ૬, ૧; ય. ૧૦, ૬૮; [Avestan] નર. ૨|૩ વીસ્પ. ૨, ૧; [Avestan] નર. ૨|૩ યજ઼. ૧૬, ૯; યજ઼. ૭૧, ૫; ય. ૬, ૪; [Avestan] નર. ૪|૩ વં. ૨, ૨૧; [Avestan] ૪|૩ યજ઼. ૧, ૧૯; યજ઼. ૩, ૨૩; યજ઼. ૨૩, ૪; [Avestan] નર. ૬|૩ વં. ૮, ૮૦; વં. ૧૯, ૩૦; યજ઼. ૩, ૪; યજ઼. ૨૨, ૨૭; વીસ્પ. ૧, ૧; [Avestan] નાન્ય. ૬|૩ વીસ્પ. ૨, ૪. જુઓ [Avestan]-[Avestan], -[Avestan] [Avestan]

[Avestan] વિશે જુઓ [Avestan]

૧ [Avestan] (= [Avestan] = [Avestan]) (જુઓ ૧ ધા. [Avestan]) વિ. મીનો, મીનોઈ, ગેબી, અનદીઠ, નહી દેખાતું; spiritual, invisible; [Avestan] (Wester.) ૧|૧ યજ઼. ૩૧, ૯; [Avestan] નર. ૬|૧ યજ઼. ૨૮, ૧. ૧૧; [Avestan] નર. ૬|૧ યજ઼. ૪, ૭; [Avestan] નર. ૮|૧ યજ઼. ૩૧, ૩, ૭; યજ઼. ૩૬, ૧; યજ઼. ૪૩, ૨; યજ઼. ૪૪, ૨. ૭; ય. ૨૧, ૧; [Avestan] નર. ૮|૧ વં. ૨, ૧; વં. ૭, ૧; વં. ૯, ૧; વં. ૧૦, ૧; વં. ૧૧, ૧; વં. ૧૪, ૧; વં. ૧૭, ૧; વં. ૨૦, ૧; ય. ૧, ૧; ય. ૧૦, ૭૪.

ખ) સા. ના. નર. મીનો; a spirit. [Avestan] [Avestan] = [Avestan], [Avestan] [Avestan] = સપેનામીનો, આબાદી કરનાર મીનો; the bountiful or beneficent spirit. *Contra*, [Avestan] [Avestan] = [Avestan], [Avestan] = ગનામીનો, અંગ્રેમીનો, ખરાબ કરનાર-નાશ કરનાર મીનો; હરિમન; the destroying spirit; Ahriman; [Avestan] [Avestan] the Most Bountiful Spirit, *i.e.*, Ahura Mazda; (ઘણોજ આબાદી કરનાર મીનો = હોરમજદ) ૧|૧ યજ઼. ૩૦, ૫; [Avestan] [Avestan] the Evil Spirit (બુરો મીનો) ૧|૧ યજ઼. ૩૨, ૫; [Avestan] [Avestan] the Most Bountiful; epithet of Ahura Mazda (ઘણોજ આબાદી કરનાર મીનો = હોરમજદ) ૧|૧ યજ઼. ૧, ૧; [Avestan] ૧|૧ યજ઼. ૫૩, ૭; [Avestan] ૬|૧ યજ઼. ૪૭, ૩. ૪; [Avestan] [Avestan] ૧|૧ વં. ૧, ૨. ૪—૧૩. ૧૫—૧૯; વં. ૧૯, ૧. ૬. ૮. ૪૩. ૪૪; વં. ૨૦, ૩. ૫. ૬. ૭. ૯; વં. ૨૨, ૨. ૯. ૧૫; યજ઼. ૯, ૮; યજ઼. ૫૭, ૧૭; ય. ૩, ૧૪; ય. ૮, ૩૯; ય. ૧૦, ૯૭; ય. ૧૩, ૧૩. ૭૭; ય. ૧૫, ૪૩; ય. ૧૭, ૧૯; ય. ૧૯, ૪૪. ૪૬. ૯૬; [Avestan] [Avestan] (૬|૧ ને બદલે) વં. ૧૩, ૧. ૨; વં. ૧૯, ૮; [Avestan] [Avestan] (૨|૧ ને બદલે) ય. ૩, ૫; [Avestan] [Avestan] ૨|૧ વં. ૧૦, ૫; વં. ૧૯, ૫; ય. ૧૫, ૧૨; ય. ૧૮, ૨; ય. ૧૯, ૪૪; [Avestan] [Avestan] [Avestan] ૫|૧ ય. ૧, ૧૯; ય. ૧૩, ૭૮; [Avestan] [Avestan] [Avestan] (૫|૧ ને બદલે) વં. ૧૯, ૧૨; [Avestan] [Avestan] ૬|૧ વં. ૨, ૨૯; વં. ૯, ૧૩; વં. ૧૦, ૧૬; વં. ૧૩, ૫; યજ઼. ૨૭, ૧; ય. ૧૦, ૧૧૮; ય. ૧૩, ૭૮; ય. ૨૦, ૧; [Avestan] [Avestan] ૬|૧ યજ઼. ૬૧, ૨; [Avestan] (બાતેનના, જાનના*) ૬|૧ યજ઼. ૪૪, ૧૧; [Avestan] [Avestan] ૮|૧ વં. ૧૧, ૧૦. ૧૩; વં. ૧૯, ૩. ૫. ૯; [Avestan] [Avestan] ૧|૧ વં ૧૯, ૯; યજ઼. ૫૭, ૧૭; ય. ૧૩, ૨૮; ય. ૧૫, ૪૩; ય. ૧૯, ૪૬; [Avestan] .... [Avestan] ૧|૧ ય. ૧, ૧૨; [Avestan] [Avestan] [Avestan] (સપેનામીનો તથા અંગ્રેમીનો) ૧|૧ ય. ૧૯, ૪૪; ય ૨૪, ૪૭; [Avestan] [Avestan] ૨|૧ ય. ૧૯, ૪૪; [Avestan] ૨|૧ યજ઼. ૩૩, ૯; યજ઼. ૪૩, ૧૬; [Avestan] [Avestan] ૩|૧ યજ઼. ૪૩, ૬; યજ઼. ૪૭, ૧; [Avestan] [Avestan] ૪|૧ યજ઼. ૫૮, ૪; [Avestan] [Avestan] ૪|૧ ય.

* રેવરંડ ડાકટર મિલ્સ.

૧૩, ૧૩; [Avestan] [Avestan] [Avestan] ૫।૧ ય. ૨૨, ૪૦; [Avestan] [Avestan] ૬।૧ વં. ૫, ૩૩—૩૬; વં. ૧૨, ૨૧. ૨૨; વં. ૧૩, ૧. ૨. ૮; વીસ્પ. ૧૨, ૪; ..., ૨; ય. ૮, ૪૮; [Avestan] ૬।૧ ઇર્જિ. ૩૬, ૩; [Avestan] [Avestan] (બે મીનો ઇચ્છાને સપેનામીનો તથા અંગ્રેમીનો) ૧।૨ વં. ૭, ૫૨; [Avestan] (બે મીનો) ૧।૨ ઇર્જિ. ૧૩, ૪; ઇર્જિ. ૩૦, ૩; ઇર્જિ. ૫૭, ૧૭; [Avestan] ૨।૨ ઇર્જિ. ૩૧, ૧૨; ઇર્જિ. ૪૫, ૨; [Avestan] [Avestan] ૬।૨ ઇર્જિ. ૩૦, ૫; [Avestan] [Avestan] ૬।૨ ય. ૧૩, ૧૩. ૭૬; [Avestan] [Avestan] ૬।૨ ઇર્જિ. ૯, ૧૫; [Avestan] ૬।૨ ઇર્જિ. ૧૦, ૧૬; ઇર્જિ. ૧૯, ૯; જુઓ [Avestan], [Avestan]

ગ) બેહેશ્ત; heaven, paradise; *vide* [Avestan]

ઘ) વિચાર; a thought, mind; [Avestan] ૧।૧ ઇર્જિ. ૫૩, ૭; [Avestan] ૩।૧ ઇર્જિ. ૩૧, ૨૧; [Avestan] [Avestan] (નેક વિચારનો) ૬।૧ ઇર્જિ. ૪૫, ૮; [Avestan] [Avestan] (Wester.) ૬।૧ ઇર્જિ. ૩૪, ૨; જુઓ [Avestan]

૨ [Avestan] (= मन्यु) (જુઓ ૧ ધા. [Avestan]) સા. ના. નાન્ય. ગુસ્સો; anger; [Avestan] ૩।૧ ય. ૧૦, ૧૯.

[Avestan] (જુઓ ૧ [Avestan] ખ તથા [Avestan]) સમાસ બૂ. કૃ. વિ. મીનોની બનાવેલી; અથવા [Avestan] ગ ઉપરથી લઈએ તો :— બેહેશ્તમાં બનાવેલી; અથવા મીનોઈ ચીજની બનેલી; spirit-made; *or*, made in paradise; *otherwise:* made of a heavenly substance; [Avestan] ... [Avestan] [Avestan] (... ગાડી) નર. ૨।૧ ય. ૧૦, ૧૪૩; [Avestan]...[Avestan] (...... કુશ્તી) નાન્ય. ૨।૧ ઇર્જિ. ૯, ૨૬; [Avestan] (...... પેહેરણ—વસ્ત્ર) નાન્ય. ૨।૧ ય. ૧૩, ૩; [Avestan]...[Avestan] (... હાવનીમે કરીને) નર. ૩।૧ ય. ૧૦, ૯૦.

[Avestan] (જુઓ ૧ [Avestan] ગ તથા [Avestan]) સમાસ બૂ. કૃ. બેહેશ્તમાંથી નીકળીને—આવીને; having come forth from the heaven; epithet of [Avestan]; [Avestan] નારી. ૧।૩ ય. ૧૩, ૪૨.

[Avestan] (= [Avestan]) (જુઓ ૧ [Avestan] ક તથા [Avestan]) ક) સમાસ ના. મીનોઈ ખોરાક; spiritual food, *i. e.*, the Gâthâs; [Avestan] નારી. ૧।૩ ઇર્જિ. ૫૫, ૨.

ખ) સમાસ વિ. મીનોઈ ખોરાક ખાતો—ખાનાર; living on heavenly food; epithet of the stallions of Mithra; [Avestan] નર. ૧।૩ ય. ૧૦, ૧૨૫.

[Avestan] (જુઓ ૧ [Avestan] ખ તથા ધા. [Avestan]) સમાસ બૂ. કૃ. વિ. મીનોએ બનાવેલી (ગાડી); અથવા બેહેશ્તમાં બનાવેલી; (a chariot) made by a spirit; *or*, made in paradise; [Avestan] [Avestan] નર. ૩।૧ ય. ૧૦, ૬૭.

[Avestan] વિશે જુઓ [Avestan]

૧ [Avestan] (= [Avestan] = [Avestan]) (જુઓ ૧ ધા. [Avestan] ખ) ક) સા. ના. નર. સાંપ; a serpent, a snake; [Avestan] ૧।૧ વં. ૨૨, ૨. ૯. ૧૫; ઇર્જિ. ૯, ૧૧; ય. ૧૯, ૪૦.

ખ) વિ. સાંપને લગતું, સાંપને મારવાનું (હથિયાર); ૨ [Avestan] ઉપરથી ગણીએ તો :— ગુનેહગારને મારવાનું—શિક્ષા કરવાનું (હથિયાર); [Avestan] [Avestan] an instrument for killing serpents (*vide* 1 [Avestan]); *or:* an instrument for punishing criminals (*vide* 2 [Avestan]); નારી. ૨।૧ વં. ૧૮, ૪.

૨ [Avestan] (= [Avestan]) (જુઓ ૧ ધા. [Avestan] ક) વિ. મરવાને લાએક, નકામો, ગુનેહગાર; ઘાતકી, નિર્દય; not fit to live, useless, cruel, criminal; [Avestan] નર. ૧।૧ વં. ૫, ૩૫. ૩૬. ૩૮; વં. ૧૨, ૨૨. ૨૪; ય. ૧, ૨૯; ય. ૧૦, ૨; ય. ૫, ૪૧; ય. ૮, ૫૯. ૬૦; ય. ૧૪, ૫૧. ૫૨; ય. ૧૯, ૫૬. ૭૭; [Avestan] નારી. ૧।૧ ય. ૨૨, ૪૨; [Avestan] નર. ૨।૧ ઇર્જિ. ૧૧, ૭; ય. ૯, ૧૮; ય. ૧૯, ૭૭; [Avestan] નર. ૬।૧ ય. ૯, ૩૦; [Avestan] નારી. ૬।૧ ઇર્જિ. ૧૦, *૧૫; [Avestan] ૬।૩ ઇર્જિ. ૯, *૧૮; ય. ૧, ૧૦.

[Avestan] વિ. એ બોલ [Avestan] (પાણી) ના વિશે-

* આ બે ઠેકાણે [Avestan] નો અર્થ 'સાંપની ખસલતનું' પણ થઇ શકે.

ષણુ તર્ફકિ આવેલેા છેઃ નીચે ટીપાતું—દવતું (પાણી); ઝાડ પાણુને લગતું (પાણી) ઇઆને ઝાડ પાણુમાં જે રસ—તરાવત હોઅછે તેને લગતું (બુનદિહેશ તથા દારમે.); [illegible] the waters that are showered down (M.); the waters that are in the plants, probably the juice; perhaps, the dew (Bund. & Dar.) નારી. ૨|૩ ઇજ. ૩૮, ૩.

[illegible] (= [illegible], [illegible] = मेघ = [illegible]) (જુઓ ધા. [illegible]) સા. ના. નર. વાદલું; a cloud; [illegible] ૨|૧ ઇજ. ૧૦, ૩; ય. ૫, ૧૨૦; ય. ૮, ૩૩; [illegible] ૫|૨ ઇજ. ૫૭, ૨૮; [illegible] ૧|૩ ય. ૮, ૪૦. જુઓ નાચેનેા બોલ.

[illegible] (= मेघकर) (જુઓ ૧ [illegible]) સમાસ વિ. વાદળાં બનાવનેા—કરનાર; cloud-making (vapours); [illegible] નાન્ય. ૨|૩ ય. ૮, ૩૩.

[illegible] (= [illegible] = मेह) (જુઓ ધા. [illegible]) સા. ના. નાન્ય. મૂતર, પિશાબ, નીરંગ; urine; જુઓ [illegible]

[illegible] (૧ ધા. [illegible]) સા. ના. રેહેઠાણુ, મુકામ; મુકામ કરવેા; residence, abode, living; [illegible] નારી. ૧|૧ ઇજ. ૩૦, ૯; ઇજ. ૩૧, ૧૨; ઇજ. ૩૩, ૯; ઇજ. ૩૪, ૬.

[illegible] (= [illegible], [illegible], [illegible]) (જુઓ ૧ ધા. [illegible]) સા. ના. નાન્ય. મુકામ, રેહેઠાણુ; abode, residence; [illegible] ૧|૧ ય. ૧૦, ૪૪; [illegible] ૨|૧ વં. ૧૯, ૩૨. ૩૬; ઇજ. ૧૬, ૧૦; ય. ૧૦, ૫૦. ૧૩૭; ય. ૧૩, ૬૭; [illegible] ૨|૧ (૭|૧ ની મતલબે) ઇજ. ૧૦, ૭; [illegible] ૨|૧ ય. ૮, ૧; [illegible] ૬|૧ ય. ૧૦, ૮૦; [illegible] ૬|૩ ઇજ. ૧, ૧૬; ઇજ. ૩, ૧૮.

[illegible] (જુઓ ૧ ધા. [illegible]) સા. ના. નારી. મુકામ, રેહેઠાણુ; abode, residence; [illegible] ૧|૩ ય. ૧૦, ૩૮; [illegible] ૨|૩ ઇજ. ૨, ૧૬.

[illegible] (જુઓ ધા. [illegible]) સા. ના. નાન્ય. સંબંધ, સાથે; જોડાવું, સોહેબત; connection, union; [illegible] [illegible] (sexual union) ૨|૧ વં. ૧૫, ૪૬.

[illegible] વિ. ના. નર. પાહાડનું નામ; name of a mountain. Comp. Sans. मेनका a female divinity, wife of Himâlaya; [illegible] ૧|૧ ય. ૧૯, ૪. (જુઓ મેાદી.)

[illegible] વિરી જુઓ [illegible]

[illegible] (જુઓ ધા. [illegible]) સા. ના. નાન્ય. મૂતર, પિશાબ, નીરંગ; urine; [illegible] [illegible] = urine of the bull; [illegible] [illegible] (બળદના નીરંગે કરીને) ૩|૧ વં. ૫, ૫૧. ૫૪. ૫૬; વં. ૮, ૩૬. ૩૭. ૩૮. ૯૮. ૯૯. ૧૦૩; વં. ૯, ૩૩. ૩૪. ૩૫; [illegible] [illegible] (બળદના નીરંગે કરીને) ૩|૧ વં. ૭, ૧૪. ૧૫. ૭૪. ૭૫; વં. ૧૬, ૧૨; [illegible] ૩|૧ વં. ૮, ૩૯; [illegible] = કારાંત ૧|૩ વં. ૮, ૧૨; [illegible] = કારાંત ૨|૩ વં. ૮, ૧૧. ૧૩.

[illegible] (= [illegible] = मेष = [illegible]) (જુઓ ધા. [illegible]) સા. ના. નર. મેંઢેા; a ram, the male of the sheep; [illegible] (मेषी) સા. ના. નારી. મેંઢી; an ewe, a female sheep; [illegible] નારી. ૧|૧ વં. ૧૯, ૩૩; ય. ૨૪, ૨૭; [illegible] નર. ૬|૧ ય. ૧૪, ૨૩; ય. ૧૭, ૫૬; [illegible] [illegible] (મેંઢીઓમાંની) નારી. ૬|૩ આફ્રૂ. ગાહામ. ૭. આ ઠેકાણે [illegible] નું નારીજાતી રૂપ [illegible] થવા ઉપરાંત [illegible] (માદા) લાગેા.*

[illegible] ([illegible] ઉપરથી) વિ. મેંઢીનું (દુધ); (milk) of sheep; [illegible] ... [illegible] (Geld. [illegible]) નાન્ય. ૬|૩ વં. ૫, ૫૨.

[illegible] વિરી જુઓ [illegible]

[illegible]† (= [illegible] = वम्रा, †वम्री, वल्मी = Lat. Formica = Fr. Fourmi = [illegible]) સા. ના. નર. કીડી; an ant; [illegible] ૨|૧ વં. ૧૬, ૧૨; [illegible] ૬|૩ વં. ૧૪, ૫; વં. ૧૮, ૭૩.

* એના ખોલાસા બાબે જુઓ મારૂં અવસ્તા વ્યાકરણ, સફેા ૧૨૪ મેા, [illegible] બેાલ.

† વમ્રી બેાલમાંના અક્ષરેા અવારનવાર થયાથી [illegible] = [illegible]; પ્રોફે૦ પિક્તે (Prof. Pictet) એ બેાલનેા ધાતુ वम् (ઓકવું) ગણેછે.

[Avestan] (જુઓ ધા. [Avestan]) સા. ના. નાન્ય. મોજમજા, હવસ; pleasure, lustful desire; જુઓ નીચેનો બોલ.

[Avestan] (જુઓ [Avestan]) સમાસ વિ. ખરાબ મોજ મજા કરતું—ભોગવતું; delighting in lusty desires; .... [Avestan] [Avestan] નારી. ૪।૧ ઈજ. ૯, ૩૨.

[Avestan] વિશે જુઓ [Avestan] ગ.

[Avestan] વિશે જુઓ ૧ [Avestan]

[Avestan] (= [Avestan]) (જુઓ [Avestan] તથા [Avestan]) સમાસ વિ. માંખનાં શરીરવાળું; [Avestan]...[Avestan] (the Druj Nasu in the shape of a fly) નારી. ૧।૧ વં. ૭, ૨. ૩. ૫; વં. ૮, ૧૬. ૧૭. ૧૮. ૭૧; વં. ૯, ૨૬.

[Avestan] (જુઓ [Avestan] તથા ૧ [Avestan]) સમાસ ભૂ. કૃ. વિ. માંખથી લઈ જવાએલું; (any dead matter) that has been brought by flies; [Avestan] [Avestan] નર. ૧।૧ વં. ૫, ૩. ૬; [Avestan] ... [Avestan] નર. ૧।૩ વં. ૫, ૪. ૭.

[Avestan] (= [Avestan], [Avestan] = मक्षिका* = Lat. Musca = Fr. Mouche = مگس) સા. ના. નારી. માંખ; a fly; [Avestan] વં. ૮, ૨૨ (પેહેલવી શરેહમાં); વં. ૮, ૬૯. ૭૦; વં. ૯, ૨૪. ૨૫; [Avestan] ૬।૩ વં ૧૪, ૬. જુઓ એની આગમચના બે બોલો.

[Avestan] (જુઓ ૧ ધા. [Avestan]) સા. ના. નાન્ય. સાહસકર્મ, માહભારત કામ; an enterprise; a dangerous undertaking; [Avestan] ૨।૧ ઈજ. ૫૩, ૭. કેટલીએક વખત એની સિફતમાં [Avestan] (મ્હોટું, ભાહરી) આવેછે:—જેમકે [Avestan] [Avestan] ૪।૧ ઈજ. ૨૯, ૧૧; ઈજ. ૪૬, ૧૪; ઈજ. ૫૧, ૧૧; [Avestan] ૬।૧ ઈજ. ૫૨, ૧૬; ઈજ. ૫૩, ૭.

[Avestan] વિશે જુઓ [Avestan]

[Avestan] (= मघवन्) ([Avestan] ઉપરથી) સા. ના. નર. મ્હોટું—સાહસિક કામ કરનાર (અસલ.); રાસ્ત દીનદાર; ધર્મ ઉપર પુરતો એતેકાદ રાખનાર સદ્ગુણી માણસ; એ ખસલત ધરાવનાર એક ચોક્કસ પંથ—ટોલો હતો. વંદીદાદ ઉપરથી માલુમ પડેછે પાછલથી એ પંથવાળાઓ પરણ્યા વગર પોતાની જીંદગી ગુજારતા હતા; one who undertakes difficult works (orig.); a righteous or devout man; a virtuous person who has full faith in religion. Comp. Per. مغ = [Avestan]. Latterly, it meant a celibate (*vide* Vend. 4, 47). [Avestan] [Avestan] કારાંત ૧।૧ વં. ૪, ૪૭. [Avestan] ૨।૩ ઈજ. ૩૩, ૭; [Avestan] ૪।૩ ઈજ. ૫૧, ૧૫.

[Avestan] (= [Avestan] = مغاک) સા. ના. નર. ખાડો; a pit; a hole; [Avestan] ૨।૧ વં. ૫, ૫૪; વં. ૮, ૩૭–૩૯; વં. ૯, ૬. ૭. ૨૮. ૩૧; વં. ૧૬, ૧૨; વં. ૧૭, ૫. ૭; [Avestan] ૬।૧ વં. ૯, ૨૯; [Avestan] ૭।૧ વં. ૧૩, ૩૮; વં. ૧૫, ૬; [Avestan] [Avestan] ૨।૨ વં. ૧૬, ૧૨; [Avestan] ૨।૩ વં. ૯, ૯. ૧૧. ૧૨. ૩૧; વં. ૧૦, ૧૮; [Avestan] ૫।૩ વં. ૯, ૧૦. ૨૯; [Avestan] ૬।૩ વં. ૧૪, ૬.

[Avestan] (= नग्न = Ger. Nackt = Lat. Nudus = Naked) વિ. નાગું, ઉઘાડું; naked; rt. नज् = to feel ashamed શરમાવવું, લાજ આવવી; नग्न = [Avestan] = [Avestan] = શરમ આવે—લાજ લાગે તેવી હાલતને લગતું (અસલ.); નાગું; [Avestan] નર. ૧।૧ ય. ૧૯, ૫૬. ૫૯; [Avestan] ૧।૨ (૨।૧ ને બદલે) વં. ૮, ૧૦.

[Avestan] વિશે જુઓ ૧ ધા. [Avestan]

૧ **[Avestan]** = मह् = વધવું, મ્હોટું થવું; to grow, to be large; જુઓ [Avestan], ૨ [Avestan], [Avestan], [Avestan], [Avestan], [Avestan],

૨ **[Avestan]** ([Avestan] = [Avestan] = Lat. *Mag*-nus) (જુઓ ૧ ધા. [Avestan]) વિ. મ્હોટું, અગત્યનું, ભારી; ચઢતે દરજાનું; large, great; important, exalted

* પ્રોફે. પિકતે (Prof. Pictet) એ બોલને ધા. मश (અવાજ કાહાડવો, ખીજવવું) ઉપરથી નીકળેલો ગણે છે.

* જેમ [Avestan] બોલમાં ; બદલાઈને ૬ થયો તેમ [Avestan] માં થયું; [Avestan] = [Avestan] = [Avestan]

[Avestan] [Avestan] (મ્હોટાં—મ્હાભારત કામતેમાટે) નાન્ય. ૪|૧ યજ. ૨૯, ૧૧; યજ. ૪૫, ૧૧. [Avestan] [Avestan] (મ્હોટા બનાવેાની આગમચ) ૨|૩ યજ. ૩૦, ૨; [Avestan] ૩|૩ યજ. ૩૨, ૧૧.

[Avestan] (= मह, महा) (૧ [Avestan] ઉપરથી) વિ. મ્હોટું, અગત્યનું, ભારી; ચઢતે દરજ્જાનું; great, large, important, exalted; [Avestan] અગ્રે ચઢતે દરજ્જાના (હેારમજદ !) નર. ૮|૧ યજ. ૫૮, ૭. જુઓ [Avestan], [Avestan], [Avestan], [Avestan], [Avestan], [Avestan]

[Avestan] (= [Avestan] = महस्) (જુઓ ૧ ધા. [Avestan]) સા. ના. નાન્ય. ક6, મ્હોટાઈ, મહત્વ; size, largeness, greatness; [Avestan] ૨|૧ વં. ૭, ૫૧. જુઓ [Avestan], [Avestan], [Avestan]

[Avestan] (= महन्त्) (જુઓ ૧ ધા. [Avestan]) વર્ત. કૃ. વિ. મ્હોટું, વિસ્તારવાળું; વધતું, બુલંદ દરજ્જાનું; large, spacious, exalted; [Avestan] નર. ૧|૧ વીસ્પ. ૧૫, ૩; ય. ૧૪, ૪૧; [Avestan] નાન્ય. ૧|૧ ય. ૧૦, ૬૪; [Avestan] નાન્ય. ૧|૧ ય. ૧૦, ૪૪; [Avestan] નર. ૨|૧ યજ. ૬૨, ૪; યજ. ૬૫, ૧૧.

[Avestan] વિશે જુઓ ૨ [Avestan]

[Avestan] વિ. ના. નર. પાહાડનું નામ; name of a mount; possibly, the Mîzîn of the Bundehesh in Armenia (Jus.); [Avestan] ૧|૧ ય. ૧૯, ૨. (જુઓ મેાદી.)

[Avestan] (= [Avestan], [Avestan] = महिष्ठ) (જુઓ ૧ ધા. [Avestan]) અતિ. વિ. ઘણુંજ મ્હોટું—ચઢતે દરજ્જાનું; largest, greatest, most exalted; [Avestan] નર. ૧|૧ યજ. ૪૯, ૧ (સઉથી જોરેમંદ); યજ. ૫૩, ૮ (સઉથી મ્હોટું); ય. ૧૭, ૧૬ (સઉથી ચઢતે દરજ્જેના); [Avestan] નારી. ૧|૧ યજ. ૧૨, ૯; [Avestan] નાન્ય. ૧|૧ ય. ૧, ૫; ય. ૩, ૫; [Avestan] નર. ૨|૧ યજ. ૧૬, ૧; યજ. ૧૯, ૧૨; યજ. ૨૮, ૫; યજ. ૪૫, ૬; વીસ્પ. ૧૧, ૨૧; [Avestan] નારી. ૨|૧ યજ. ૩૧, ૧૩; [Avestan] ૨|૧ વં. ૧૯, ૧૪; યજ. ૨૬, ૨; ય. ૧૩, ૮૦; [Avestan] નારી. ૩|૧ વં. ૧૮, ૬૧; [Avestan] નાન્ય. ૩|૧ વં. ૩, ૧૨. ૧૩. ૨૨. ૨૪. ૩૪; વં. ૧૮, ૬૧; [Avestan] નાન્ય. ૪|૧ યજ. ૫૮, ૭; [Avestan] નર. ૬|૧ વં. ૬, ૧૪; યજ. ૧, ૧; [Avestan] નાન્ય. ૬|૧ ય. ૧૩, ૯૧; [Avestan] નર. ૮|૧ નીઆ. ૫, ૪; [Avestan] [Avestan] ૧|૩ વં. ૨, ૨૭. ૩૫; [Avestan] નારી. ૧|૩ ય. ૧૩, ૨૫; [Avestan] નારી. ૧|૩ યજ. ૫૨, ૧૦; [Avestan] નાન્ય. ૧|૩ વીસ્પ. ૧૨, ૪; [Avestan] ૨|૩ ગેહ ૨, ૭; [Avestan] નર. ૨|૩ યજ. ૧૩, ૩; [Avestan] નર. ૨|૩ વીસ્પ. ૩, ૫; [Avestan] (૨|૩ની મતલબે) યજ. ૧૩, ૩; [Avestan] [Avestan] [Avestan] all ye lords, the greatest ones નર. ૮|૩ યજ. ૧, ૨૨. જુઓ [Avestan]

[Avestan] (જુઓ ૧ ધા. [Avestan])વિ. મ્હોટું; large; [Avestan] [Avestan] (મ્હોટાં શરીરનેા) નારી. ૬|૧ વં. ૧૩, ૩૯.

[Avestan] (જુઓ ૧ ધા. [Avestan]) સા. ના. નાન્ય. મ્હોટાઈ; greatness; [Avestan] ૩|૧ યજ. ૫, ૨; યજ. ૩૭, ૨.

[Avestan] (= [Avestan] = मज्जा = [Avestan]) સા. ના. ભેજું, માવેા, ગર; marrow, pith; જુઓ નીચેનેા બેાલ.

[Avestan] (= [Avestan]) ([Avestan] ઉપરથી) વિ. માવાવાળું; rich in marrow; [Avestan] નારી. ૧|૧ વં. ૨૧, ૭. ૧૧. ૧૫.

[Avestan] (= [Avestan] + [Avestan]; જુઓ [Avestan] તથા [Avestan]) સમાસ બૂ. કૃ. વિ. હેારમજદનેા બેાલેલેા (કલામ—સખુન); (this word uttered by Mazda; [Avestan] [Avestan] [Avestan] [Avestan] (Wester. [Avestan]) નાન્ય. ૧|૧ યજ. ૧૯, ૧૯.

[Avestan] (જુઓ [Avestan] તથા ૨ [Avestan]) સમાસ બૂ. કૃ. વિ. હેારમજદનું પેદા કીધેલું; made or created by Mazda. Comp. [Avestan]; [Avestan] નર. ૧|૧ યજ. ૧૭, ૧૭; [Avestan] નર. ૧|૧ (૨|૧ ને બદલે) વં. ૧૯, ૧૩. ૧૬; [Avestan] [illegible] નારી. ૧|૧ ય. ૯, ૫; ય. ૧૬, ૭; [illegible] નાન્ય. ૧|૧ ય. ૧૩, ૬૫; [illegible] નર. ૨|૧ વં. ૧૯, ૩૭; વં. ૨૧, ૫. ૯. ૧૩; યજ. ૪૨, ૩; ય. ૧, ૩૦; [illegible] નારી. ૨|૧ વં. ૧૯, ૨૯; યજ. ૨, ૫; [illegible] નાન્ય. ૨|૧ યજ. ૨, ૧૪; ય. ૮, ૨; [illegible] નાન્ય. ૩|૧ ય. ૧૦, ૬૭; ય. ૧૫, ૫૬; [illegible] નર. ૪|૧ યજ. ૧૦, ૧૭; [illegible] નર. ૬|૧ યજ. ૧, ૧૪; ય. ૧, ૩૦; ય. ૧૪, ૨૭; નીઆ. ૫, ૫; [illegible] નારી. ૬|૧ વં. ૧૯, ૨૨; યજ. ૧, ૫; યજ. ૩, ૭; ય. ૨, ૨. ૪. ૯; ય. ૧૫, ૨૭. [illegible] નાન્ય. ૬|૧ યજ. ૧, ૧૪; [illegible] [illegible] નારી. ૮|૧ વં. ૨૨, ૩. ૪. ૧૦. ૧૧. ૧૭; [illegible] નારી. ૮|૧ ય. ૧, ૨૧; [illegible] નારી. ૮|૧ વં. ૧૯, ૧૮; ય. ૧૬, ૨; [illegible] (૩|૧ ને બદલે) ય. ૧૨, ૪; [illegible] ૨|૩ યજ. ૨, ૧૪; વીસ્પ. ૨, ૮; સીરો. ૧, ૧૩; [illegible] નારી. ૨|૩ યજ. ૨, ૧૨; યજ. ૧૬, ૪; [illegible] નાન્ય. ૨|૩ વં. ૧૧, ૧. ૨. ૧૦. ૧૩. ૧૬; યજ. ૧૯, ૨; યજ. ૭૧, ૬; ય. ૫, ૮૯; [illegible] નર. ૬|૩ યજ. ૧, ૧૪; વીસ્પ. ૧, ૬; [illegible] નારી. ૬|૩ યજ. ૧, ૧૨; વીસ્પ. ૧, ૫; ય. ૧૩, ૫૩; [illegible] નાન્ય. ૬|૩ નીઆ. ૫, ૫.

[illegible] (= [illegible]) (જુઓ [illegible] તથા [illegible]) સમાસ ના. નર. હોરમજ઼્દને યજનાર—માનનાર; હોરમજ઼્દની પરસ્તેશ કરનાર; a believer in one true God; a Mazda-worshipper; a Mazdayasnian. Contrast [illegible] a worshipper of the Daevas—Demon-gods દેવ્આને દેવને યજનાર—પુજનાર, મુર્તિપુજક; [illegible] ૧|૧ યજ. ૧, ૨૩; યજ. ૮, ૩; યજ. ૧૨, ૧; વીસ્પ. ૫, ૩; ય. ૧૩, ૮૯; તથા દરેક નીઆએશ, ગેહ, યશ્ત તથા આફરીંગાનમાં [illegible] ના ફકરામાં; [illegible] ૬|૧ વં. ૧૬, ૧૩; ય. ૧૩, ૧૨૧; [illegible] ૧|૩ વં. ૩, ૧૮. ૨૦; વં. ૫, ૭. ૧૦. ૧૩. ૧૪. ૩૯. ૪૫. ૪૯. ૬૬; વં. ૬, ૨. ૩. ૪. ૬. ૭. ૨૬. ૨૮. ૪૬. ૫૧; વં. ૭, ૧૩. ૧૪. ૩૬. ૩૮. ૪૦. ૭૧; વં. ૮, ૧. ૪. ૮. ૧૦. ૨૨. ૩૭. ૩૮. ૩૯. ૭૩; વં. ૯, ૩૯. ૪૯; વં. ૧૪, ૭; વં. ૧૫, ૪૬. ૪૭; ય. ૫, ૯૮; ય. ૧૦, ૧૧૯; [illegible] ૨|૩ વં. ૭, ૩૮. ૪૦; [illegible] ૩|૩ આફરીં. ગાહામ. ૭; [illegible] ૪|૩ વં. ૭, ૩૬; વં. ૮, ૧૧; [illegible] ૪|૩ વં. ૭, ૩૭; [illegible] ૫|૩ વં. ૫, ૫૫. ૫૬; વં. ૯, ૩૩. ૩૪. ૩૫; [illegible] ૬|૩ વં. ૧૫, ૧૭; ૨૦. ૨૩. ૨૬. ૨૯. ૩૨. ૩૫. ૩૮. ૪૧; યજ. ૧૨, ૨ (Geld.); યજ. ૬૮, ૧૨; વીસ્પ. ૩, ૫; ય. ૧૦, ૬૬; ય. ૧૩, ૧૦૮. ૧૫૭; [illegible] ૭|૩ યજ. ૮, ૩; [illegible] ૮|૩ વં. ૮, ૧૧; વીસ્પ. ૧૫, ૧; આફરીં. ગાહામ. ૩.

* કેટલીએક વખતે [illegible] નેમાટે પેહલવીમાં; [illegible], [illegible], [illegible] બી આવેછે.

[illegible] (જુઓ ૨ [illegible] તથા ૩ ધા. [illegible]) ક) વિ. ના. નર. મહાજ્ઞાની, સર્વજ્ઞ; Omniscient, All-knowing; *vide* [illegible];- [illegible] [illegible] the Life-giver and the Omniscient (lit.); Ahura Mazda; God. જીંદગી બક્ષનાર તથા સર્વજ્ઞાની = હોરમજ઼્દ; ખોદાનું અવસ્તા નામ; કેટલીએક વખતે, મુખ્ય કરીને ગાથામાં, હોરમજ઼્દને માટે ફકત [illegible] અથવા ફકત [illegible] આવેછે. [illegible] સાથની એ બોલની જુદી જુદી વિભક્તિઓનાં રૂપો તથા ઇશારા બાબે જુઓ [illegible] બોલ. [illegible] ૧|૧ યજ. ૯, ૨૬; યજ. ૨૦, ૪; યજ. ૨૯, ૪; યજ. ૫૫, ૪; ય. ૩, ૩; ય. ૧૩, ૩. ૨૮; ય. ૨૩, ૨; [illegible] ૧|૧ યજ. ૧૨, ૫. ૬; યજ. ૩૧, ૪; યજ. ૫૩, ૩; [illegible] ૨|૧ યજ. ૪૨, ૨; [illegible] ૨|૧ યજ. ૨૯, ૫; [illegible] ૪|૧ યજ. ૧૯, ૯; યજ. ૩૧, ૧; [illegible] [illegible] [illegible] (પેદા કરનાર હોરમજ઼્દથી) (૫|૧ ને બદલે) ય. ૫, ૭ [illegible] ૬|૧ યજ. ૧૦, ૪; યજ. ૧૯, ૧૩; યજ ૨૮, ૧; યજ. ૩૦, ૧૦; યજ. ૫૧, ૧૯; ય ૯, ૯; [illegible] ૮|૧ વં. ૮, ૨૧; [illegible] ૮|૧ યજ. ૧૯, ૧૪; યજ. ૬૦, ૧૧ ય. ૧, ૩૩; ય. ૨૪, ૩૮; [illegible] ૮|૧ યજ. ૨૮ ૬; યજ. ૪૩, ૩; યજ. ૪૮, ૧૧; યજ. ૩૧, ૧૬ યજ. ૩૪, ૫. ૧૫; યજ. ૨૯, ૮; યજ. ૩૨, ૯; યજ ૪૬, ૭; યજ. ૪૯, ૫; યજ. ૫૦, ૫. જુઓ [illegible] તથા એની પછીના બોલો.

ખ) સમાસ ના. મ્હોટું ડહાપણ; great wisdom Omniscience; [illegible] ૨|૧ યજ. ૪૦,

[Avestan] (જુઓ ૨ [Avestan] તથા ૧ [Avestan]) સમાસ ના. નારી. બુલંદ દરજ્જો આપવો; પવિત્ર ગણીને માન આપવું (સ્પી.); કીર્તિ ગાવી (હારલે); વિચાર કરવો (મિલ્સ); giving an exalted position, exalting; hallowing (Sp.); glorification (Har.); pondering (M.); [Avestan] ૪|૧ વીસ્પ. ૧૫, ૨.

[Avestan] (Geld.) ponder ye (M.) તમો મનમાં તોલ કરો (મિલ્સ); imperat. Atmane, 2 plu. Y. 45, 1.

[Avestan] ([Avestan] ક ઉપરથી) સા. ના. નાન્ય. ઈશ્વરી શક્તિ; divine power; [Avestan] the two divine powers (of creating and destroying) (ઈશ્વરી બે શક્તિ*) ૨|૨ ઈજ. ૩૦, ૧.

[Avestan] (જુઓ [Avestan] ક તથા ૩ [Avestan]) સમાસ વિ. મજ્દ પસંદ, ઈશ્વાને હોરમજ્દને પસંદ પડતું; pleasing or dear to Mazda; [Avestan] [Avestan] નાન્ય. ૩|૧ ઈજ. ૫, ૩; ઈજ. ૩૭, ૩.

[Avestan] (જુઓ [Avestan] ક તથા [Avestan]) સમાસ ભૂ. કૃ. વિ. હોરમજ્દનો જાહેર રીતે—ખોલ્લીરીતે કહેલો (કલામ—સખુન); (the Holy Word) declared by Mazda; [Avestan] [Avestan] ૩|૧ વં. ૧૯, ૯; [Avestan] [Avestan] ૨|૩ ઈજ. ૭૧, ૭.

[Avestan] (જુઓ [Avestan] ક તથા [Avestan]) સમાસ ભૂ. કૃ. વિ. હોરમજ્દે શિખવેલું; taught or inculcated by Mazda; [Avestan] ૧|૩ ઈજ. ૧, ૧૦; ઈજ. ૨, ૧૦.

[Avestan] (૨ [Avestan] ઉપરથી) અધિ. વિ. વધારે મ્હોટું, વધારે ચઢતે દરજ્જેનું; greater, larger, more exalted. Comp. [Avestan];— [Avestan] નાન્ય. ૧|૧ ઈજ. ૩૧, ૧૭; ઈજ. ૬૫, ૧૪.

[Avestan] (જુઓ ૧ ધા. [Avestan]) ભૂ. કૃ. વિ. ધારેલું, યોજના કીધેલી; contemplated, intended, projected; [Avestan] [Avestan] the contemplated—projected works (ધારેલાં કાંમ) ૨|૩ ઈજ. ૩૩, ૬.

* એ ઈશારો સપેનામીનો તથા અંગ્રેમીનાનાં કામ બાબે છે.

[Avestan] (= मन्तृ) (જુઓ ૧ ધા. [Avestan]) સા. ના. નર. ક) વિચારનાર, મનમાં ખ્યાલ કરનાર; a thinker, a conceiver; [Avestan] [Avestan] the First Thinker ૧|૧ ઈજ. ૩૧, ૭.

[Avestan] (= मन्तु) (જુઓ ૧ ધા. [Avestan]) સા. ના. નર. વિચાર, દરકાર, સંભાલ; thought, care, treatment; Pehl. [Avestan];— [Avestan] [Avestan] (the worst treatment—care) ૨|૧ ઈજ. ૩૩, ૪.

[Avestan] વિશે જુઓ ૧ ધા. [Avestan] ૫.

[Avestan] વિશે જુઓ [Avestan]

[Avestan] (= मत) (અસલ [Avestan] + [Avestan]; જુઓ ૧ ધા. [Avestan]) ભૂ. કૃ. વિચારેલું; જે કાંઈ વિચારેલું તે, વિચાર; what has been conceived by the mind; a thought (ના. નાન્ય.). [Avestan] ૨|૩ વીસ્પ. ૪, ૧. જુઓ [Avestan], [Avestan], [Avestan], [Avestan]

[Avestan] (જુઓ ૨ [Avestan] તથા [Avestan]) વિ. ગરમ મીજાજવાળો—ગોસ્સાવાળો નહી*; તાપથી બીમાર નહી*; no man who is excited or fever-sick (shall partake of my sacred offering); [Avestan] નર. ૧|૧ ય. ૫, ૯૨.

[Avestan] (स्मत् = Ger. Mit, Samt.) ૧ ઉપ. ક) સહિત, સાથે, સુદ્ધાં; with, including, together with; જુઓ નીચેના બોલો.

૫) હમેશાં always; જુઓ [Avestan]

૨ શબ્દ. અ. સાથે, સહિત, સુદ્ધાં; તે સાથે; along with, together with; [Avestan] વં. ૨, ૨૬; ૩૪; વં. ૬, ૨૭; વં. ૧૩, ૨૨. ૨૮; વં. ૧૪, ૯. ૧૪; ઈજ. ૨૩, ૨; ઈજ. ૩૨, ૧; ઈજ. ૩૪, ૧૧; ઈજ. ૪૩, ૧૪; ઈજ. ૪૪, ૭; ઈજ. ૪૮, ૧૧.

[Avestan] (જુઓ [Avestan] તથા [Avestan]) સમાસ વિ. બેત—કાફિયા સાથે; (the Gâthâ Ahunavaitî) with its measured verses; [Avestan] નારી. ૨|૧ વીસ્પ. ૧૪, ૧.

[Avestan] (જુઓ [Avestan] તથા [Avestan])

* ઈશ્વાને તે અર્પણ કીધેલી ચીજ ગુસ્સાવાળો અથવા તાપથી બીમાર શખ્સ ખાએ નહી, ઈશ્વાને એવા માણસે ખાવી નહી; 'નહી' ને ક્રિયાપદ (ખાવી) સાથે લેવાનો.

સમાસ. વિ. શરેહ સુદ્ધાં—સાથે; (the Gâthâs) with their commentary; [Avesta] નારી. ૨|૧ વીસ્પ. ૧૪, ૧; [Avesta] ... [Avesta] નારી. ૨|૩ યજિ. ૫૭, ૮.

[Avesta] (જુઓ [Avesta]) સમાસ વિ. કાનની બાલી—એરીન સાથે; (a daughter) with ear-rings; [Avesta] નારી. ૧|૧ વં. ૧૪, ૧૫.

[Avesta] (જુઓ [Avesta]) સમાસ વિ. નજીસાઈ સાથનો નસો); (a corpse) with filth; [Avesta] [Avesta] નારી. ૨|૧ વં. ૭, ૨૫,

[Avesta] (જુઓ [Avesta]) સમાસ વિ. પેદાએશ સાથનો; (Angra Mainyu) with his creation; [Avesta] [Avesta] [Avesta] નર. ૬|૧ યજિ. ૬૧, ૨.

[Avesta] (જુઓ [Avesta]) સમાસ વિ. ઉલટપાલટ સવાલ સાથે; (the Gâthâ Ahunavaiti) with its cross-questions; [Avesta] ૨|૧ વીસ્પ. ૧૪, ૧.

[Avesta] (જુઓ [Avesta]) સમાસ વિ. પુરસેશ પાસુખ સુદ્ધાં; (the Gâthâs) with their questions and answers; [Avesta] [Avesta]...નારી. ૨|૩ યજિ. ૫૭, ૮.

[Avesta] (જુઓ [Avesta]) સમાસ વિ. સવાલ—પ્રશ્ન સાથે; (the Gâthâ Ahunavaitî) with its questions; [Avesta] ૨|૧ વીસ્પ. ૧૪, ૧.

[Avesta] (જુઓ ૩ [Avesta]) સમાસ વિ. પશુ સુદ્ધાં; પશુ સાથે; (the Karshvare Khaniratha) with its cattle; [Avesta] નાન્ય. ૨|૧ ય. ૨૧, ૧૪.

[Avesta] (જુઓ [Avesta]) સમાસ વિ. ગાડી—રથ સાથે; (this Karshvare Khaniratha) with its chariots; [Avesta] નાન્ય. ૨|૧ ય. ૨૧, ૧૪. Wester. [Avesta]

[Avesta] (જુઓ [Avesta]) સમાસ વિ. ફકરા સાથે, ફકરા સુદ્ધાં (the Gâthâ Ahunavaitî) with its stanzas; [Avesta] [Avesta] ૨|૧ વીસ્પ. ૧૪, ૧.

[Avesta] (જુઓ [Avesta] ૫ તથા [Avesta]) સમાસ ના. નર. હમેશાં બળતું—રોશન રેહેતું; ever in flame (as fire); [Avesta] (હમેશાં બળતો) ૭|૧ યજિ. ૬૨, ૩; નીઆ. ૫, ૯.

[Avesta] (જુઓ [Avesta]) સમાસ વિ. જબાન સાથે; (the offering) with the tongue; [Avesta] [Avesta] નાન્ય. ૨|૧ યજિ. ૧૧, ૪. ૫. Wester. [Avesta]

[Avesta] વિશે જુઓ [Avesta]

૧ [Avesta], [Avesta] = मद् = Lat. *Med*-ēri = દવા આપવી; એલાજ કરવો; તંદરોસ્તી આપવી; to treat medically, to remedy, to restore (a person) to health. જુઓ નીચે.

[Avesta] = દવા કરવી, દવા કરીને તંદરોસ્તી આપવી; to prescribe medicine; to restore (a person) to health by giving medicine; [Avesta] વર્ત. સંશ. ૧૦ મો વર્ગ ૩|૩ વં. ૭, ૩૮; [Avesta] અ. ભૂ. આત્મને. ૩|૩ વં. ૭, ૩૮. ૪૦.

૨ [Avesta], [Avesta] = मद् = Lat. *Mad*-ere મસ્ત થવું-કેફ આવવી, ખુશી થવું; to be intoxicated, to be merry or pleased; [Avesta] અ. ભૂ. ૫૨૨મે. ૨|૧ વીસ્પ. ૮, ૧.

[Avesta] (= [Avesta] + [Avesta]) (જુઓ ૨ [Avesta] તથા [Avesta] વિ. નહી. બુરો; no unrighteous or unholy person (may partake of the offering. [Avesta] નર. ૧|૧ ય. ૫, ૬૨.

[Avesta] (જુઓ ૨ [Avesta] તથા [Avesta]) વિ. *નહી જુઠો—ઠગારો; no liar (may partake of the offering); [Avesta] નર. ૧|૧ ય. ૫, ૬૨.

૩ [Avesta], [Avesta] = ડાહ્યું—દાનાવ થવું; to be wise or discreet; જુઓ ૨ [Avesta]

૪ [Avesta], [Avesta] (જુઓ ૧ ધા. [Avesta]) સા. ના. નર. તંદરોસ્તી આપનાર ઉપાય; રોગને દૂર કરનાર સાધન; health-giving remedy; disease-removing means; [Avesta] ૧|૩ યજિ. ૧૦, ૧૯.

---

* એના એાબાસા બાબે જુઓ [Avesta]

१ [Avestan] (જુઓ ૨ ધા. [Avestan]) સા. ના. નર. કેફ, છાકટપણું, મસ્તી; intoxication, drunkenness; [Avestan] ૧/૧ ઇજ. ૧૦, ૮; ય. ૧૭, ૫; [Avestan] ૬/૧ ઇજ. ૪૮, ૧૦; [Avestan] ૧/૩ ઇજ. ૧૦, ૮; ય. ૧૭, ૫.

૨ [Avestan] (જુઓ ૩ ધા. [Avestan]) સા. ના. નર. ડહાપણ; wisdom, sagacity; [Avestan] ૨/૧ ઇજ. ૯, ૧૭; [Avestan] ૪/૧ ઇજ. ૧૧, ૧૦.

[Avestan] સા. ના. ખેતીનો નાશકરનાર તીડ; crop-destroying locusts. Pehl. [Avestan]; [Avestan] નર. ૬/૧ વં. ૧, ૧૪; [Avestan] નારી. ૬/૧ વં. ૭, ૨૬. (જુઓ માદી.)

[Avestan] (= [Avestan] = मद, मधु = Lat. Mel = Fr. Miel= [Pahlavi]) જુઓ ૨ ધા. [Avestan]) સા. ના. નાન્ય. કોવત આપનારો દારૂ, નાકીવતી ઉપર જે દારૂ આપવામાં આવેછે તે, તંદરોસ્તી મેળવવા સારૂ જે દારૂ આપવામાં આવેછે તે, મધ; cordial; health-giving wine; honey; [Avestan] ૨/૧ વં. ૫, ૫૨. ૫૩. ૫૪; [Avestan] ૬/૧ વં. ૧૪, ૧૭. જુઓ [Avestan]

[Avestan] (= [Avestan] = मधुमन्त्) ([Avestan] ઉપરથી) વિ. દારૂ સાથનું, દારૂનું (ખાણું); (meals) with wine; [Avestan] નર. ૨/૧ વં. ૮, ૨૨.

[Avestan] (= मध्यम) ([Avestan] નું અતિશયાર્થક રૂપ) (વિ. ક) ધણુંજ—સઉથી વચમાંનું; સઉથી મધ્ય; middlemost. [Avestan] નર. ૧/૧ ગેહ ૧, ૬; [Avestan] (૨/૧ ને બદલે ક્રિ. અ. તરીકે) વં. ૨, ૩૦. ૩૮; [Avestan] નર. ૨/૧ વં. ૭, ૪૧. ૪૩; ય. ૧૧, ૧૮; [Avestan] ૨/૧ ય. ૧૩, ૬૪; [Avestan] ૩/૧ ય. ૧૧, ૧૮; [Avestan] ૬/૧ વં. ૬, ૧૨; [Avestan] ૭/૧ વં. ૧૫, ૪૧; ઇજ. ૧૧, ૭; [Avestan] [Avestan] in the mid-third of this earth, *i. e.*, deep under the earth ઇજ. ૧૧, ૭; [Avestan] ૨/૩ (ક્રિ. અ.) વં. ૧૪, ૧૪.

ખ) ઘણુંજ મધ્યમસરનું, વચલે વાપેનું; a middle-sized; middling; of the middle class; જુઓ એની પછીનો બોલ.

[Avestan] (જુઓ [Avestan] ખ તથા [Avestan]) સમાસ ના. નાન્ય. ઘણુંજ મધ્યમસરનું ઘેર, ઇમ્પાને ઘણું મ્હોટું તેમ ઘણું ન્હાનું ખી નહી; અથવા ઘણું ભપકાદાર ખી નહી તેમ ઘણું હલકું ખી નહી; a middle-sized house; a house neither high nor low in value; [Avestan] ૬/૧ વં. ૧૩, ૨૧.

૧ [Avestan] = मन् = Lat. Me-*min*-isse* = ક) વિચારવું, મનમાં તોલ કરવો, ગણવું, મન લગાડવું, લક્ષ આપવું; to think, to ponder, to consider, to heed, to attend to; cl. 4; conjugated mostly in the Atmanepada. [Avestan] વર્તે. ૧/૧ (છેડેનો પ્રત્યય નીકળી ગયો) ય. ૧૦, ૧૦૬. [Avestan] સંશ. ય. ૧૦, ૧૩૭. ૧૩૮; [Avestan] ઇજ. ૪૩, ૯; [Avestan] (હું ગણું અથવા માનની નજરે જોઉં) ([Avestan] નું બીજું રૂપ) ઇજ. ૪૫, ૩; [Avestan] વર્તે. ૩/૧ ય. ૧૦, ૧૦૫; [Avestan] [Avestan] (ઉંધો વિચાર કરેછે, ધિક્કારેછે) ય. ૧૦, ૧૩૯; [Avestan] ય. ૧૦, ૭૧; [Avestan] વર્તે. ૧/૩ વીસ્પ. ૧૨, ૪; [Avestan] ૩/૩ વં. ૨, ૪૧; [Avestan] ય. ૧૩, ૧૪૭. [Avestan] પરસ્મૈ. ઇજ. ૧૦, ૧૫. [Avestan] (હમારૂં મન લગાડીએ છિયે†) અ. ભૂ. ૧/૩ ઇજ. ૩૫, ૩; [Avestan] શકયા. ૩/૧ વં. ૧૮, ૨૮; [Avestan] અ. ભૂ. ૩/૩ ઇજ. ૩૪, ૮; [Avestan] [Avestan] (ભલો ગણે) અ. ભૂ. સંશ. ૩/૧ ઇજ. ૪૫, ૧૧; [Avestan] પૂ. ભૂ. આત્મને. ૩/૨ ઇજ. ૧૩, ૪; [Avestan]...... મને વિચાર કરાવેછે (અસલ અર્થ); મને ફીકરમાં નાખેછે પ્રયો. પરસ્મૈ. ૩/૧ ઇજ. ૪૯, ૨; [Avestan] અનિ. (Root-Aor.) આત્મને. ૩/૧ ઇજ. ૩૬, ૧૯; ઇજ. ૫૧, ૧૬. [Avestan] અનિ. ([Avestan]-Aor.) આત્મને. ૧/૧ ઇજ. ૨૯, ૧૦. [Avestan] ઇજ. ૩૧, ૮; ઇજ. ૪૩, ૫. ૭. ૯. ૧૧. ૧૩. ૧૫; [Avestan] (તેં વિચાર્યું) ૨/૧ ઇજ. ૧૩, ૫; ઇજ. ૩૯, ૪; [Avestan] ૩/૧ વં. ૨, ૩૧; [Avestan] (હમો ગણીએછિયે) ([Avestan]-Aor.) ૧/૩ ઇજ. ૪૬, ૧૩. અસલ રૂપ [Avestan] + [Avestan] + [Avestan]; ધાતુનો । નીકળીને ‑ નો ૬ થવાથી [Avestan] થયું. [Avestan]

* એ ક્રિયાપદ બેવડા થએલા રૂપમાં આવેલો છે.
† જુઓ મારૂં અવસ્તા વ્યાકરણ, સફે ૩૦૫-૩૦૬.

(હું ગણુતો રહીશ) વર્ત. ભવિ. આત્મને. ૧|૧ ઇજ. ૪૩, ૪; [Avestan] કર્મ. (Pass.) વર્ત. ૩|૧ ઇજ. ૪૪, ૧૨; [Avestan] [Avestan] [Avestan] [Avestan] [Avestan] [Avestan] wherefore is he not considered to be the sinner (lit. Ahriman-like (શામાટે તે પોતે અંગ્રેમીનોને લગતો ગણુતો નથી) ઇજ. ૪૪, ૧૨; [Avestan] વર્ત. ફ. આત્મને. નર. ૧|૧ વં. ૭, ૭૮. ૭૯; [Avestan] નર. ૧|૩ ઇજ. ૭૦, ૪; [Avestan] ([Avestan] Geld.) પૂ. ફ. પરસ્મૈ. નર. ૧|૧ જાણી બુજીને* ય. ૮, ૩૯; [Avestan] પૂ. ફ. આત્મને. નર. ૪|૧ ય. ૧૩, ૮૮; [Avestan] (વિચારતાં) અનિ. (Aor.) વર્ત. ફ. આત્મને. નર. ૬|૧ ય. ૧૯, ૪૭, ૪૯.

ખ) મોહોબત રાખવી, માનની નજરે જોવું, માન—ઇજ્જત આપવું; to regard with affection, to esteem, to respect; [Avestan] (હું કીમતી ગણીશ, માનની નજરથી જોઇશ) વર્ત. સંશ. ૧|૧ ઇજ. ૪૩, ૯; [Avestan] આજ્ઞા. પરસ્મૈ. ૩|૧ ઇજ. ૪૬, ૧૭.

[Avestan] = હલકું વિચારવું; ધિક્કારવું; to hold (a person) in derision, or in slight esteem; to hate; [Avestan] અ. બૂ. ૩|૩ ઇજ. ૪૫, ૧૧; [Avestan] અનિ. ([Avestan]- Aor.) આત્મને. ૩|૧ ઇજ. ૪૫, ૧૧.

[Avestan] = ક) વિચારવું; to think; [Avestan] [Avestan] વર્ત. આત્મને. ૩|૩ ઇજ. ૬૮, ૧૩.

ખ) ફીકર—અંદેશામાં પડવું; to be greatly concerned or uneasy; [Avestan] અ. બૂ. આત્મને. ૩|૧ વં. ૧૯, ૪૩.

ગ) મનજલે પુગવું, આવી પોંહોચવું; to reach one's goal; to arrive at; [Avestan] વર્ત. આત્મને. ૩|૩ ય. ૧૦, ૨૦.

[Avestan] ગભરાતમાં વિચારવું, ફીકરમાં પડવું; to think distractedly, to become restless; [Avestan] અ. બૂ. આત્મને. વં. ૧૯, ૪૩.

૨ [Avestan] = [Avestan] = Lat. *Man*-ere = રેહેવું; to dwell, to stay; જુઓ [Avestan], [Avestan]

[Avestan] = રેહેવું, વસવું; to dwell, to live in a place; [Avestan] (Geld. [Avestan]) વં. ૭, ૫૫.

[Avestan] (જુઓ ૧ ધા. [Avestan] ક) ક) વિ. મીનોઈ; spiritual; [Avestan] [Avestan] (Wester. [Avestan]) (lords) of the corporeal and of the spiritual (world) હાડમંદ તથા મીનોઈ (દુનિયાં) ના (સરદારો) નર. ૬|૧ ઇજ. ૭૧, ૩; તથા દરેક ગેહમાં આવતા [Avestan] [Avestan] [Avestan] ના કુકરામાં; [Avestan] (Geld. [Avestan]) (મીનોઓની તરફથી) નર. ૫|૩ ઇજ. ૧૨, ૩.

ખ) સા. ના. નર. મન, વિચાર, ધ્યાન; mind, thought, attention; [Avestan] [Avestan] in my mind (મારાં મનમાં—વિચારમાં) ૭|૧ ઇજ. ૩૨, ૧; [Avestan] (ધ્યાનમાં) ૭|૧ ઇજ. ૩૫, ૯. જુઓ [Avestan]

[Avestan] સા. ના. નર. કુતરાની ગરદન, કુતરાની ગરદનની આસપાસનો ભાગ; the neck of a dog; [Avestan] (Wester. [Avestan]) ૨|૧ વં. ૧૩, ૩૦. ૩૭.

[Avestan] (= [Avestan] = मनस् = [Pahlavi]) (જુઓ ૧ ધા. [Avestan] ક)

ક) સા. ના. નાન્ય. વિચાર, વિચારશક્તિ, ધારણા, મન, મનશ્ની; thought, mental power, mind; intention; [Avestan] ૧|૧ વં. ૭, ૫૧; વં. ૧૩, ૭; વં. ૧૮, ૨૭; ઇજ. ૯, ૩૨; ઇજ. ૨૮, ૦; ય. ૧૩, ૮૩; ઇજ. ૬૨, ૧૦; નીઆ. ૫, ૧૬; [Avestan] [Avestan] (સર્વોત્તમ મનશ્ની) ૧|૧ ઇજ. ૫૧, ૪; [Avestan] ૨|૧ વં. ૪, ૪૮; વં. ૮, ૧૦૦—૧૦૩; ઇજ. ૯, ૨૮; ઇજ. ૧૦, ૧૨; ઇજ. ૪૮, ૪; વીસ્પ. ૨, ૫; વીસ્પ. ૧૪, ૨; ય. ૧૦, ૧૦૯; [Avestan] .. [Avestan] ૨|૧ ઇજ. ૨૮, ૯; [Avestan] (મક્કમપણાથી, જોસ્સાથી) ૨|૧ (ક્રિ. અ.) ય. ૫, ૫૦; [Avestan] ૨|૧ ય. ૧૩, ૮૭; [Avestan] *[Avestan] Wester. ૩|૧ ય. ૧૭, ૧૩; [Avestan] ૩|૧ ઇજ. ૧, ૨૧; વીસ્પ. ૨૨, ૨; [Avestan] with great ardour; eagerly (આતુરતાથી) ૩|૧ ય. ૧૦, ૭૧; [Avestan] ૩|૧ ઇજ. ૧૧, ૧૮; ઇજ. ૩૦, ૨; ઇજ. ૪૭, ૧; [Avestan] [Avestan] (સઉથી નેક મનશ્નીથી) ૩|૧ ઇજ. ૫૦, ૪; [Avestan] ૪|૧ ઇજ.

---

* અદાવતવાળો (હારલે). સ્પાંગલે તથા દારમેસ્તેતેએ એ બોલનો અર્થ કીધો નથી.

* Geld. [Avestan] full of ardour.

૧૯, ૧૩; યસ્ન. ૬૮, ૪; [Avestan] [Avestan] ૫/૧ ય. ૨૨, ૪૦; [Avestan] ૬/૧ વં. ૧૮, ૧૭. ૨૫; વં. ૨૦, ૧૧; યસ્ન. ૨૮, ૨; ય. ૧૬, ૬; [Avestan] [Avestan] યસ્ન. ૩૨, ૧૧; યસ્ન. ૫૦, ૧; [Avestan] ૬/૧ (૭/૧ ની મતલબે) વં. ૧૯, ૩; ય. ૧૦, ૧૦૬. ૧૦૪; [Avestan] ૬/૧ યસ્ન. ૪૩, ૩; યસ્ન. ૪૬, ૭. ૧૮; [Avestan] ૭/૧ ય. ૧૪, ૨૮. ૩૦. ૩૨; [Avestan] ૭/૧ યસ્ન. ૩૦, ૩; [Avestan] ૧/૩ યસ્ન. ૪૫, ૨; યસ્ન. ૬૦, ૧૧; [Avestan] ૨/૩ યસ્ન. ૫૮, ૬; વીસ્પ. ૧૧, ૩; ય. ૧૩, ૭૪; [Avestan] ૧/૩ યસ્ન. ૩૦, *૯; [Avestan] ૩/૩ યસ્ન. ૧૨, ૪; [Avestan] ૬/૩ વીસ્પ. ૭, ૨. જુઓ [Avestan], [Avestan], [Avestan], [Avestan], [Avestan], [Avestan], [Avestan], [Avestan], [Avestan].

અ) [Avestan] [Avestan] = [Avestan] = [Avestan] = બહમન અમશાસ્પંદ (વિ. ના.); good-mindedness (lit.); the archangel Vohu Mano. The second of the 7 Ameshâspands. In his spiritual character, he is a personification of the Good Mind, Peace and Intelligence (natural as well as acquired); and in his natural character, he is the guardian of sheep and cattle. Of all Yazads, Vohu Mano (Pâz. Bahman) is nearest to the Creator. He welcomes the blessed souls of the pious and introduces them to Ahura Mazda. His *collaborateurs* are Mohr (Av. [Avestan]), Gôsh (Av. [Avestan] [Avestan]) and Râm (Av. [Avestan] [Avestan]). Contrast [Avestan] [Avestan], opponent of Vohu Mano.

કેટલેક ઠેકાણે [Avestan] [Avestan] નો અર્થ 'નેક મનશ્નની, ભલેા વિચાર' થાએછે:—એ અર્થે નીચે જણાવેલી જગાએ વપરાએલેા છે:—

[Avestan] [Avestan] (નેક વિચાર) ૧/૧ યસ્ન. ૨૯, ૧૧; [Avestan] [Avestan] (ભલાં મનને) ૨/૧ યસ્ન. ૪૨, ૪; યસ્ન. ૪૯, ૧૦; યસ્ન. ૫૫, ૫; [Avestan] [Avestan] ૨/૧ યસ્ન. ૩૭, ૫; [Avestan] [Avestan] ૨/૧ યસ્ન. ૨૮, ૫. ૧૧; યસ્ન. ૩૩, ૧૧; [Avestan] [Avestan] ૩/૧ વીસ્પ. ૧૨, ૪; [Avestan] [Avestan] ૩/૧ યસ્ન. ૨૮, ૨; યસ્ન. ૪૪, ૧; યસ્ન. ૬૮, ૨૩; [Avestan] [Avestan] ... ૩/૧ યસ્ન. ૪૪, ૮. ૧૬; [Avestan] [Avestan] ૩/૧ યસ્ન. ૩૦, ૭; [Avestan] ... [Avestan] ૩/૧ યસ્ન. ૪૪, ૬; યસ્ન. ૫૦, ૩; [Avestan] [Avestan] ૬/૧ યસ્ન. ૨૮, ૮; યસ્ન. ૬૮, ૩; [Avestan] ... [Avestan] ૬/૧ યસ્ન. ૩૧, ૮; યસ્ન. ૪૪, ૪; યસ્ન. ૫૪, ૧; વીસ્પ. ૯, ૪; [Avestan] [Avestan] ... [Avestan] ૧/૧ યસ્ન. ૩૩, ૧૪; [Avestan] [Avestan] ૬/૧ યસ્ન. ૩૫, ૧૦.

બહમન અમશાસ્પંદને અર્થે [Avestan] [Avestan] નીચે જણાવેલે ઠેકાણે વપરાએલેા છે:—

[Avestan] [Avestan] (બહમન) ૧/૧ વં. ૧૯, ૩૧; ય. ૧૦, ૬૨; ય. ૧૯, ૪૬. ૪૬; [Avestan] ... [Avestan] ૧/૧ યસ્ન. ૩૪, ૮; [Avestan] [Avestan] ૧/૧ ય. ૬૩, ૭૭; [Avestan] [Avestan] ૨/૧ યસ્ન. ૧૬, ૩; [Avestan] [Avestan] ૩/૧ યસ્ન. ૬૮, ૨૩; [Avestan] [Avestan] ૪/૧ યસ્ન. ૧, ૨; ય. ૨, ૧; સીરે. ૧. ૨; [Avestan] [Avestan] ૫/૧ વીસ્પ. ૧૧, ૧૨; [Avestan] [Avestan] ૬/૧ યસ્ન. ૧૦, ૧૨; યસ્ન. ૩૦, ૧૦; યસ્ન. ૭૦, ૨; [Avestan] [Avestan] ૬/૧ યસ્ન. ૩૨, ૧૫; [Avestan] [Avestan] ૮/૧ યસ્ન. ૨૮, ૩; યસ્ન. ૩૩, ૧૧.

ગ) [Avestan] [Avestan] = [Avestan] (વિ. ના.) = બહમન અમશાસ્પંદની સામે થનાર દેવ; બુરા વિચારવાળેા દેવ; અકેામન; the evil spirit (literally, implying bad thought); the demoniac counterpart of Vohu Mano; the archdemon of evil thought and special opponent of Vohu Mano—the archangel of good thought). [Avestan] [Avestan] ૩/૧ વં. ૧૯, ૪; [Avestan] [Avestan] (અકેામનની તાબામ—બુન્દાદ) ૬/૧ યસ્ન. ૩૨, ૩.

ઘ) [Avestan] [Avestan] નેક વિચાર—મનશ્નીવાળેા શખ્સ; દીનદાર માણસ; a good-minded or faithful person; a religious man; [Avestan] [Avestan] ૧/૧ વં. ૧૯, ૨૦.

[Avestan] (જુઓ ૧ ધા. [Avestan] અ) વિ. મહોબત ભરેલું; પ્યારૂં; affectionate, beloved; [Avestan] નારી. ૨/૧ ય. ૧૦, ૭૯. ૮૧. એ જ ઠેકાણે એ બેાલ નામ તરીકે 'પ્યાર, મોહોબત' (attachment, affection) ને અર્થે વપરાએલેા છે.

* આએ ઠેકાણે [Avestan] (સારી મનશ્નીવાળેા શખ્સ) ૧/૧ ની થઇ શકે.

[Avestan] (જુઓ [Avestan] તથા [Avestan]) ક) સમાસ વિ. વિચાર શક્તિમાં સઉથી સરસ-પેહેલો દરજ્જેનું; foremost in intellectual power; [Avestan] ૨/૩ વીસ્પ. ૧૯, ૧; [Avestan] ૪/૩ ઇજ. ૧૯, ૧૨.

ખ) સમાસ ના. સઉથી પેહેલો વિચાર; the first thought. [Avestan] [Avestan] સઉથી પેહેલો રાસ્ત વિચાર ૧/૧ ઇજ. ૧૯, ૧૯.

[Avestan] ([Avestan] ઉપરથી) ક) વિ. મીનોને લગતું, મીનોઈ; આવતા ભવને લગતું; spiritual. *Contra*, [Avestan] corporeal, material; [Avestan] મીનોઈ (દુનિયાં) નર. ૧/૧ ઇજ. ૫૭, ૨૫; ય. ૧૦, ૯૩; [Avestan] [Avestan] — (મીનોઈ જીંદગી ઇઆને આવતા ભવની હયાતી) નર. ૨/૧ ઇજ. ૫૩, ૬; [Avestan] [Avestan] [Avestan] (મીનોઈ દુનિયાં તરફ—માં) નર. ૨/૧ ય. ૨૨, ૧૯. ૩૪; [Avestan] [Avestan] [Avestan] for this world and the spiritual (આ઼ઓ તથા મીનોઈ દુનિયાંનેમાટે) નર. ૪/૧ ઇજ. ૭, ૨૫; ઇજ. ૪૦, ૨; [Avestan] [Avestan] of the spiritual world નર. ૬/૧ ય. ૨૪, ૩૨.

ખ) સા. ના. નાન્ય. વિચાર; જુઓ [Avestan]

[Avestan] વિશે જુઓ [Avestan]

[Avestan] સા. ના. નારી. વિચાર (દારમે.); thought (Dar.); [Avestan] ૧/૧ ય. ૨૪, ૩૭.

[Avestan] (= [Avestan]) વિ. ના. નર. ઇરાનની દક્ષિણે આવેલા પાહાડનું નામ; બુનદેહેશ પ્રમાણે જેરેધજ પાહાડનું બીજું નામ; એ પાહાડ ઉપર મીનોચેહેર પાદશાહ જનમ્યો હતો; name of a mountain to the south of Irân. According to the Bundehesh, Manusha is another name of Mount Zeredhaza. It is the mountain, on which King Minochehr was born (Dar.); [Avestan] ૬/૧ ય. ૧૯, ૧.

[Avestan] (= [Avestan] = [Avestan]) વિ. ના. નર. મીનોચેહેર; ફરેદુનના નાહલા છોકરા એરચની છોકરીની છોકરીનો છોકરો; Minochehr, the great grandson of Erach, the youngest son of King Faridoon. He slew Salam and Tûr, his great uncles in revenge for Erach, who was killed by his brothers Salam and Tûr. [Avestan] ૬/૧ ય. ૧૩, ૧૩૧. (જુઓ માદી.)

[Avestan] વિશે જુઓ [Avestan]

[Avestan] સમાસ ના. નાન્ય. ઇજ્જત—માનની દોલત; મન શક્તિની આશીર્વાદો મેળવેલી (મિલ્સ); નેઆમતો જે મળી શકે (હાઉગ); the wealth of honour; [Avestan] = मान = honour (ઇજ્જત); [Avestan] = वित्त = wealth, property. (દોલત, મિલકત); mental blessings gained (through...) (M.); all the goods to be had (Haug); [Avestan] ૩/૩ ઇજ. ૪૯, ૧૯.

[Avestan] (જુઓ [Avestan] ગ તથા ધા. [Avestan]) સમાસ બૂ. ક. વિ. મીનો (ઇઆને ઇજદો) એ બાંધેલો (મેહેલ); (a palace) built up by heavenly spirits (*i. e.*, angels); [Avestan]* નર. ૧/૧ ય. ૧૩, ૨.

[Avestan] } એ બોલો વિશે જુઓ ૧ ધા.
[Avestan] }

૧ [Avestan] (જુઓ ૧ ધા. [Avestan]) સા. ના. નારી. ક) જ્ઞાન, ડહાપણ, સમજ; knowledge, wisdom, understanding. [Avestan] ૩/૧ ઇજ. ૩૩, ૯; જુઓ [Avestan]

ખ) ખુબી, કરામત; virtue, good effect, excellence; [Avestan] ૫/૩ ઇજ. ૧૦, ૧૨.

૨ [Avestan] સા. ના. નારી. ઠગાઈ (હારલે); વેર, દ્વેષભાવ (દારમે.); trumpery, deceit (Har.); malice (Dar.). Comp. Per. [Persian] ferment, tumult. [Avestan] ૧/૩ ય. ૧૯, ૮૦.

૨ [Avestan] = [Avestan] = मृ = [Persian] = Lat. Mori = Fr. Mourir — ક) મરી જવું; to die, to expire; [Avestan] (= मृतः) બૂ. ક. નર. ૧/૧ વં. ૫, ૩૭. ૩૮; વં. ૧૨, ૨૪; [Avestan] ૬/૩ વં. ૮, ૩૩. જુઓ [Avestan], [Avestan] ૨ [Avestan], [Avestan], [Avestan]

ખ) મારી નાખવું, નુકસાન કરવું; to kill, to do harm; જુઓ [Avestan], ૧ [Avestan]

* Wester. [Avestan] ય. ૧૩, ૭.

[Avestan] = દેવનું, દેવયસ્નનું અથવા બુરા માણસનું મરવું, અરીા—રાસ્ત માણસનાં મરવાનેમાટે [Avestan] આવેછે; to die (of evil beings). [Avestan] [Avestan] [Avestan] when an evil person dies (જ્યારે કોઈ બુરો માણસ મરી જાયછે) વર્ત. આત્મને. ૩/૧ ય. ૨૨, ૧૯; [Avestan] . . . [Avestan] (Geld. [Avestan] સંશ. વં. ૭, ૩૭; Frag. 8, 1. [Avestan]* અ. બુ. આત્મને. ૨/૧ ય. ૨૨, ૩૪; ય. ૨૪, ૬૨; [Avestan] બુ. ફૂ. નર. ૧/૧ ય. ૨૨, ૩૪.

[Avestan] = મરી જવું; to die; [Avestan] વર્ત. આત્મને. ૩/૧ વં. ૩, ૩૩.

૨ [Avestan] = [Pahlavi] = स्मृ = [Avestan] = Lat. Memor† ફ) યાદ કરવું, ગણવું, હીસાબ લેવો; ભણવું; to remember, to reckon, to adjust an account; to recite. એ [Avestan] ધાતુનું અસલ રૂપ [Avestan] = स्मृ; રારૂ આતનો નીકળી ગએલો ■ એ ધાતુના બેવડા રૂપમાં પાછો સજીવન થાએછે:— જેમકે [Avestan] (યજ. ૧૯, ૧૧); [Avestan] [Avestan] (ય. ૧૦, ૪૫). [Avestan] (પારખેછે, જોએછે) વર્ત. આત્મને. ૩/૧ ય. ૧૪, ૨૯; [Avestan] (યાદ કરેછે) વર્ત. પરસ્મૈ. ૩/૩ યજ. ૪૩, ૧૪; [Avestan] (યાદ રાખે) આશીર્વા. ૩/૧ વં. ૩, ૩૩; [Avestan] (શુમાર કર, હીસાબ ગણ) આજ્ઞા. પરસ્મૈ. ૨/૧ ય. ૧૨, ૮; [Avestan] અ. બુ. સંશ. પરસ્મૈ. ૩/૧ યજ. ૧૯, ૬; [Avestan] વર્ત. ફૂ. પરસ્મૈ. નર. ૧/૧ ય. ૪, ૪; [Avestan] (યાદ રાખનારા) ૧/૩ ય. ૧૦, ૪૫; [Avestan] સામાન્ય રૂપ (infini.) યજ. ૩૨, ૬; [Avestan] for making account (of the good and evil deeds) of men (done in this world) (માણસોનાં સારાં તથા નઠારાં કામોનો હીસાબ) ગણવાને યજ. ૩૨, ૬; [Avestan] ૨/૧ યજ. ૧૯, ૧૧; [Avestan] વર્ત. ફૂ. આત્મને. ૨/૧ ય. ૧૬, ‡૧૭; [Avestan] નર. ૧/૩ યજ. ૫૫, ૬; ય. ૫, ૮૯.

* Wester. [Avestan]

† The root [Avestan] is reduplicated.

‡ આએ ઠેકાણે એનો અર્થ 'યાદદાસ્ત શક્તિ' લાગુ પડશે; [Avestan] [Avestan] wishing a good memory (Yt. 16, 17).

૫) આતુરતાથી ઇચ્છવું, ખાહેશ રાખવી; to wish eagerly, to long for; [Avestan] (અમે ખાહેશમંદ !) વર્ત. ફૂ. પરસ્મૈ. નર. ૮/૩ યજ. ૩૧, ૧.

[Avestan] = (મંત્ર) યાદ કરવું, ઇચ્છાને મંત્ર મારવો; to have a spell told upon; [Avestan] [Avestan] . . . [Avestan] (જ્યારે હું મંત્ર મારેલો થાઉં, ઇચ્છાને જારે કોઈ મારી ઉપર મંત્ર મારે) બુ. ફૂ. નર. ૧/૧ ય. ૧૪, ૩૪.

[Avestan] = ભણવું, યાદ કરવું; to learn by rote, to study, to remember; [Avestan] . . . . [Avestan] રાકયા. આત્મને. ૩/૧ વં. ૪, ૪૫; [Avestan] . . . [Avestan] વર્ત. આત્મને. ૧/૧ ય. ૧, ૨૯ (મુસ્તી). જુઓ [Avestan]

[Avestan] = યાદ કરવું; to remember; [Avestan] [Avestan] વર્ત. પરસ્મૈ. ૩/૩ યજ. ૨૩, ૩; [Avestan] [Avestan] આત્મને. ય. ૮, ૫; ય. ૨૪, ૫૨; [Avestan] [Avestan] વર્ત. ફૂ. પરસ્મૈ. નર. ૨/૧ ય. ૨૪, ૫૨; [Avestan] (યાદ કરતી) આત્મને. નારી. ૧/૧ ય. ૫, ૧૨૩; ય. ૧૦, ૮૬; [Avestan] (અભ્યાસ કરવા લાએક) નર. ૧/૩ યજ. ૫૫, ૬.

[Avestan] = ભણવું, યાદ કરવું; to recite, to remember; [Avestan] વર્ત. સંશ. આત્મને. ૩/૧ આફ્રીં. ૨૫િ. ૫; [Avestan] . . . [Avestan] વર્ત. ફૂ. પરસ્મૈ. નર. ૧/૧ યજ. ૧૯, ૬; [Avestan] વર્ત. ફૂ. આત્મને. નારી. ૨/૧ વીસ્પ. ૧૪, ૧; [Avestan] નર. ૧/૩ યજ. ૫૫, ૬. જુઓ [Avestan]

[Avestan] (= मरक) (જુઓ ૧ ધા. [Avestan]) સા. ના. નર. મરકી, પીડા, રોગ; a plague; affliction, disease; [Avestan] ૭/૧ યજ. ૩૧, ૧૮.

[Avestan] વિરો જુઓ ૨ ધા. [Avestan]

[Avestan] (જુઓ ધા. [Avestan]) સા. ના. નર. નારા કરનાર; a destroyer; [Avestan] (Geld. [Avestan]) ૧/૩ યજ. ૩૨, ૧૩.

૧ [Avestan] ([Avestan] ઉપરથી) = મારી નાખવું, નારા કરવો; નુકસાન કરવું; to kill, to destroy, to do harm; [Avestan] (જે આદમી મને નુકસાન કરેછે) ઇજ. ૫૧, ૧૦. એ [Avestan]* (સનન્ત ક્રિ. Desider.) ને બદલે આવેલો ગણી એ તો, એનો અર્થ 'નુકસાન કરવા ઇચ્છેછે–માગેછે' થઈ શકે. [Avestan] (નાશ કરવાને ઇચ્છતો) સનન્ત વર્ત. કૃ. આત્મને. નર. ૧/૧ ય. ૧૯, ૪૧.

[Avestan] ([Avestan] ઉપરથી) = સાફ–પવિત્ર કરવું, સંગારવું, શોભીતું કરવું; to clean, to purify, to make elegant; જુઓ નીચેનો બોલ.

[Avestan] (જુઓ ૨ ધા. [Avestan]) સા. ના. નર. સાફ–પવિત્ર કરનાર, સંગારનાર; one who purifies—decorates; [Avestan] ૧/૩ ય. ૧૯, ૧૮.

[Avestan] ([Avestan] નું બીજું રૂપ) = મારી નાખવું, નાશ કરવો; to kill, to destroy; cl. 6; [Avestan] વર્ત. આત્મને. ૩/૩ વં. ૧૮, ૫૫. ૫૯. ઇજ. ૮, ૩; ય. ૩, ૧૭; ય. ૮, ૪૪.

[Avestan] વિશે જુઓ [Avestan]

[Avestan] (જુઓ [Avestan] તથા ૧ ધા. [Avestan]) = દયા કરવી, માફ કરવું; to pity, to compassionate; to forgive; [Avestan] આજ્ઞા. પરસ્મૈ. ૨/૩ ઇજ. ૩૩, ૧૧; [Avestan] ય. ૨૪, ૩૧. જુઓ [Avestan]

[Avestan] = मर्श = ક) અડકવું, લાગવું, હદ બાંધવી, ચોકસ હદ સુધી જવું; to touch, to limit; to arrive at a certain limit; cl. 1; [Avestan] વર્ત. પરસ્મૈ. ૩/૧ ય. ૧૦, ૫૫; [Avestan] અ. ભૂ. ૩/૧ ય. ૧૪, ૨૧.

ખ) સાફ–સોજું કરવું (અસલ.); બનાવવું; to clean (lit.); to make, to prepare; [Avestan] આજ્ઞા. પરસ્મૈ. ૨/૧ વં. ૨, ૩૦; [Avestan] અ. ભૂ. પરસ્મૈ. ૩/૧ વં. ૨, ૩૮.

ગ) [Avestan] = મસળવું, ઘસવું, દબાવવું; to rub, to press, to touch [Avestan] (મસળેલો, દબાવેલો) ભૂ. કૃ. જુઓ [Avestan]

[Avestan] = સાફ–સોજું કરવું; to clear (the way); [Avestan] અ. ભૂ. પરસ્મૈ. ૩/૨ ય. ૮, ૩૮.

[Avestan] = ઘસડી નાખવું, સાફ કરવું, કાહાડી નાખવું; [Avestan] અ. ભૂ. પરસ્મૈ. ૩/૩ ય. ૧૪, ૪૫.

[Avestan] = સાફ કરી નાખવું; (ખરાબ વિચારોને) દૂર કરવા—કાહાડી નાખવા; to cleanse away; to efface (evil thoughts); [Avestan] (super. adj.) effacing (the evil thoughts) in the best manner; epithet of [Avestan] [Avestan]—Comp. [Avestan] most purifying (Yt. 1, 2. 4) [Avestan] (ખરાબ વિચારોને) ઘણુંજ સાફ કરી નાખનારી (આજ.દયસ્ની દીન) અતિ. વિ. નારી. ૨/૧ ય. ૧૬, ૧.

[Avestan] = પસવારવું, મોહોબત બતલાવીને હાથ ફેરવવો; to move the hand gently and smoothly (as over the body of a person) to caress; [Avestan] અ. ભૂ. પરસ્મૈ. ૩/૧ ય. ૧૭, ૨૨.

[Avestan] = ક) સાફ કરી નાખવું, કાંઇબી ખરાબી–ખરાબ ચીજને દૂર કરીને સાફ કરવું; to clear away, to cleanse. [Avestan] વર્ત. પરસ્મૈ. ૩/૧ વં. ૩, ૪૨; [Avestan] શક્યા. વં. ૩, ૪૨; [Avestan] (સાફ કરી નાખ્યું ઇઆને પાયમાલ કીધું) અ. ભૂ. પરસ્મૈ ૩/૩ ય. ૧૪, ૪૫.

ખ) રદ—નકામું કરવું; to merge in; [Avestan] વર્ત. પરસ્મૈ. ૩/૧ વં. ૪, ૩. ૪.

[Avestan] = વધારે સાફ કરી નાખવું, કાહાડી નાખવું; નાશ કરવો; to clear off; to strike off; to annihilate; [Avestan] અ. ભૂ. ય. ૧૪, ૪૫.

[Avestan] (જુઓ ધા. [Avestan] ખ) વિ. ક) સફાઈવાળું, સાફ, પવિત્ર; clean, glistening; pure; [Avestan] નારી. ૨/૧ ય. ૯, ૧. જુઓ [Avestan]

ખ) મોટું; large, great; [Avestan] ૨/૧ વં. ૪, ૫૩.

[Avestan] વિ. ના. નર. પુરૂષનું નામ; name of a person; જુઓ એની પછીનો બોલ.

*જુઓ [Avestan] વં. ૧૫, ૧૪.

* [Avestan] ધાતુ ૧ લા તથા ૬ ઠા વર્ગના રૂપમાં આવેલો છે. એના ખોલાસા બાબે જુઓ મારૂં અવસ્તા વ્યાકરણ, સફે ૨૩૧–૨૩૨.

[Avestan] ([Avestan] ઉપરથી) વિ. મરેજિશ્મને લગતો ; મરેજિશ્મનો કુટુંબી—છોકરો ; (a person) of the family of Marezishma ; son of Marezishma ; [Avestan] ६/१ ય. ૧૩, ૧૨૬. (જુઓ આદી.)

[Avestan] = [Avestan] = मर्द = ક) મારી નાખવું, મારવું, નાશ કરવો ; to smite, to kill ; to destroy ; cl. 6 ; [Avestan] વર્ત. આત્મને. ૩/૧ વં. ૨૧, ૧. ૩ ; ય. ૧૦, ૨ ; [Avestan]* (તમો ખસબ કરોછો) વર્ત. આત્મને. ૨/૩ ઈજ. ૫૩, ૬ ; [Avestan] [Avestan] પરસ્મૈ. ૩/૩ ય. ૬, ૩ ; [Avestan] આત્મને. વં. ૧૮, ૫૫. ૫૯ ; [Avestan] આજ્ઞા. આત્મને. ૨/૧ વં. ૧૯, ૧. ૬ ; [Avestan] ભવિ. સંશ. પરસ્મૈ. ૩/૧ ઈજ. ૪૫, ૧ ; [Avestan] સન્નંત ક્રિ. (Desiderative verb) વર્ત. આત્મને. ૩/૧ વં. ૧૫, ૧૪ ; [Avestan] આજ્ઞા. ૨/૧ વં. ૧૫, ૧૪ ; [Avestan]* (ખરાબ કરવાને) સામાન્ય. રૂપ (infinitive) ઈજ. ૪૬, ૧૧.

[Avestan] = ક) દુઃખ દેવું, પીડા કરવી ; to afflict, to torment ; જુઓ ૨ [Avestan]

ખ) તોડી નાખવું, નાશ કરવો ; to break down, to destroy ; [Avestan]† સામાન્ય રૂપ (infinitive) ઈજ. ૪૪, ૧૪.

[Avestan] = મારી નાખવું ; to kill. [Avestan] [Avestan] વર્ત. આત્મને. ૩/૧ વં. ૧૩, ૩.

[Avestan] = ખરાબ કરી નાખવું, પાયમાલ કરવું ; to desolate, to devastate ; [Avestan] વર્ત. આત્મને. ૩/૧ (૩/૩ ની મતલબે) ઈજ. ૩૧, ૧.

[Avestan] (= [Avestan] = [Avestan]=मर्त) (જુઓ ૧ ધા. [Avestan] ક) સા. ના. નર. માણસ ; અસલ અર્થ 'મરવા લાયક' ; subject to death (lit.) ; a human being ; man. Comp. [Avestan] ; [Avestan] ૪/૩ ઈજ. ૨૯, ૭ ; ઈજ. ૪૫, ૫ ; [Avestan] ‡ ૭/૩ ઈજ. ૪૬, ૧૩.

* એના ખોલાસા બાબે જુઓ મારૂં અવસ્તા વ્યાકરણ, સફે ૧૭૪, ૨૧૩.

† એ બાબે જુઓ અવસ્તા વ્યાકરણ, સફે ૨૬૮ મો.

‡ એજ મોઅનું બીજું રૂપ [Avestan] (ઈજ. ૪૩, ૧૧) આવેછે.

[Avestan] (Lat. Mortalis Mortal) (જુઓ ૧ ધા. [Avestan] ક) સા. ના. નર. મરવા લાયક, મરી જાય તેવું (અસલ.) ; માણસ ; subject to death (lit.) ; a human being ; man ; [Avestan] ૧/૩ ઈજ. ૩૨, ૧૨ ; [Avestan] ૨/૩ ઈજ. ૩૦, ૯.

ખ) [Avestan] [Avestan] = [Avestan], [Avestan], [Avestan] = [Avestan] ગયોમરદ, દુનિયાંમાં પેદા થએલો સઉથી પહેલો માણસ ; mortal life (lit.) ; Gayomard, the first man ; [Avestan] [Avestan] [Avestan] (ગયોમરદથી) ५/१ ઈજ. ૨૬, ૧૦ ; ઈજ. ૫૯, ૨૭ ; ય. ૧૩, ૧૪૫ ; [Avestan] [Avestan] ६/१ ઈજ. ૨૩, ૨ ; ય. ૧૩, ૮૭ ; [Avestan] (ગયોમરદનું) ६/१ વીસ્પ. ૨૧, ૨. (એ કાણુ [Avestan] ગુપ્ત છે) ; [Avestan] [Avestan] ६/१ ઈજ. ૧૩, ૭ ; [Avestan] એ [Avestan] નું ગાથા રૂપ સમજવું ; એના ખોલાસા બાબે જુઓ મારૂં અવસ્તા વ્યાકરણ, સફે ૨૮૯ મો.

[Avestan] (જુઓ ૨ ધા. [Avestan] ક) સા. ના. નાન્ય. સ્મરણ, યાદ, અભ્યાસ ; recalling to mind ; remembrance, study ; [Avestan] ૨/૧ ઈજ. ૨૫, ૩ ; વીસ્પ. ૧૧, ૫ ; [Avestan] (યાદ કરવાનેમાટે, અભ્યાસ કરવાનેમાટે) ४/१ (સામાન્ય રૂપની મતલબે) ય. ૧, ૨૮.

૧ [Avestan] = मर्द =Lat. *Mord*-ere= Fr. *Moud*-re = ક) ચાવવું, કરડવું ; to chew, to masticate, to bite ; જુઓ [Avestan]

ખ) કચરી નાખવું ; to crush ; [Avestan] વર્ત. પરસ્મૈ. ૩/૧ ઈજ. ૫૧ ૧૩.

૨ [Avestan] (= मर्द = Ger. *Mord*—en=To Murder= કાપી નાખવું, ખુન કરવું ; to cut down, to shed blood. જુઓ નીચેનો બોલ.

[Avestan] (=Ger. Mord=Murder) (જુઓ ૨ ધા. [Avestan]) સા. ના. નારી. ખુનરેજી, કાપાકાપી ; લુંટફાટ (દારમે.) ; bloodshed ; pillage (Dar.) ; [Avestan] ૨/૧ વં. ૧, ૯.

[Avestan] (જુઓ ૨ [Avestan] ક) સા. ના. નર. હીસાબ ગણનાર—લેનાર, શુમાર કરનાર ; one who takes an account of (the deeds of men) ; one who reckons ; *vide* [Avestan]

[Avestan] (જુઓ [Avestan]) સા. ના. નાન્ય. દયા, રેહેમદિલી; માફી બખ્ખશવી; pity, compassion, forgiveness; [Avestan] ૨/૧ વીસ્પ. ૨૧, ૩; ય. ૧૭, ૧૫; ય. ૨, *૭; [Avestan] ૪/૧ ય. ૨, *૨; ય. ૧૦, ૫; નીઆ. ૨, ૧૪; જુઓ નીચેના બોલ તથા [Avestan]

[Avestan] ([Avestan] ઉપરથી) વિ. દયાળુ, માફી બખ્ખશતો; compassionate, forgiving; [Avestan] નર. ૬/૧ વીસ્પ. ૯, ૫; [Avestan] (super. adj.) most merciful (ઘણુંજ દયાળુ) અતિ. નર. ૧/૩ આફ્રૂ. ગાહામ. ૪.

[Avestan] (જુઓ ૧ ધા. [Avestan]) સા. ના. મોત; death; જુઓ નીચેના બોલ.

[Avestan] (જુઓ [Avestan]) વિ. મોત ભરેલો, મોતકારક; deadly; [Avestan] નર. ૧/૧ વં. ૧૮, ૮; [Avestan] (નર. ૧/૧ ને બદલે) વં. ૧૯, ૧. ૨. ૪૩; [Avestan] (Geld. [Avestan]) નાન્ય. ૬/૧ ય. ૬, ૪; ય. ૧૩, ૧૩૦; નીઆ. ૧, ૧૪.

[Avestan] (જુઓ [Avestan] તથા [Avestan]) સમાસ ના. નર. મોત ઉત્પન્ન કરનાર—લાવનાર; death-bringing; epithet of Verethraghna; [Avestan] ૨/૧ ય. ૧૪, ૨૮. ૩૦. ૩૨.

[Avestan] સા. ના. નારી. પેટ; the belly; [Avestan] †[Avestan] ૬/૧ ઇજ. ૧૧, ૧.

[Avestan] (૧ [Avestan]) વિ. મારા જેવું, મારી માફકનું; like me; such as I; [Avestan] નર. ૨/૧ ઇજ. ૭, ૨૪; ઇજ. ૪૦, ૧.

[Avestan] (૧ [Avestan] ઉપરથી) વિ. મારા જેવું, મારી માફકનું; like me; such as I; [Avestan] to the friend (who is) such as I (મારા જેવા દોસ્તને) નર. ૪/૧ ઇજ. ૪૪, ૧; [Avestan] (મારા જેવાને, મને લગતા વળગતાને) નર. ૪/૧ ઇજ. ૪૬, ૭.

[Avestan] (૨ [Avestan] નું બીજું રૂપ) ([Avestan]) વિ. મ્હોટું, ઘણું, ભવ્ય; large, great; [Avestan] in high waters (ઘણું પાણીમાં) નારી. ૬/૧ (૭/૧ ની મતલબે*) ય. ૧૧, ૪; [Avestan] large kingdoms (મ્હોટાં રાજ્યો.) નાન્ય. ૨/૩ ય. ૫, ૧૩૦. જુઓ [Avestan], ૨ [Avestan]

[Avestan] (= [Avestan]) ([Avestan] નું બીજું રૂપ; જુઓ ૧ ધા. [Avestan]) ક) સા. ના. નાન્ય. કદ, મ્હોટાઈ, મહત્વ; size, largeness, [Avestan] ૨/૧ વં. ૩, ૩૨; ય. ૫, ૯૬.

ખ) વિ. મ્હોટું, વિસ્તારવાળું; large, extensive. [Avestan] ઇજ. ૬૫, ૩; ય. ૧૩, ૬; નીઆ. ૪, ૪. જુઓ [Avestan], [Avestan], [Avestan], [Avestan], [Avestan], [Avestan], [Avestan], [Avestan], [Avestan], [Avestan], [Avestan], [Avestan], [Avestan], [Avestan], [Avestan], [Avestan]

[Avestan] વિ. [Avestan] = નહી, મા; no, not. [Avestan] બુરા—અદાવતભરેલા સખુન બોલનાર (હારલે); બદગોઈ કરનાર (સ્પી.); બીચકારો માણસ (દારમે.); uttering evil or malicious words (Har.) a slanderer (Sp.); a coward (Dar.); [Avestan] ૧/૧ ય. ૫, ૯૨.

[Avestan] (જુઓ ૧ ધા. [Avestan]) સા. ના. નાન્ય. મ્હોટાઈ, મ્હોટાપણું; greatness, શ્રેષ્ઠપણું; [Avestan] ૩/૧ વં. ૫, ૨૨. ૨૩. ૨૪. ૨૫; ય. ૧૭, ૫૮; ય. ૨૧, ૬; ય. ૨૨, ૧૧; [Avestan] ૧/૩ ય. ૨૪, ૭; નીઆ. ૩, ૧૬; [Avestan] ૨/૩ ઇજ. ૫૮, ૪.

[Avestan] ([Avestan] ઉપરથી) ક) વિ. મ્હોટું; great, large; [Avestan] નારી. ૨/૧ ઇજ. ૬૫, ૩; ય. ૫, ૩; ય. ૧૩, ૬; નીઆ. ૪, ૪; [Avestan] [Avestan] [Avestan] these big clouds, full of water (આ પાણીથી ભરેલાં મ્હોટાં વાદળાં) નારી. ૧/૩ ય. ૧૪, ૪૧; [Avestan] [Avestan] large houses (મ્હોટાં ઘેરો) નારી. ૨/૩ ય. ૧૦, ૩૦.

ખ) સા. ના. મ્હોટાઈ, પ્રમાણ; largeness, proportion; [Avestan] ૩/૧ ઇજ. ૬૨, ૪; નીઆ. ૫, ૧૦.

---

* આ ઠેકાણે જો આ બોલને [Avestan] [Avestan] નો વિશેષણ ગણીએ તો 'દયાળુ' અર્થ થાય.

† બીજા પ્રમાણે [Avestan] ની ૬/૧ [Avestan] થાય છે.

* જુઓ મારું અવસ્તા વ્યાકરણ, સફો ૩૦૩.

[Avesta] સા. ના. નર. ભેજું; brains; [Avesta] = मस्त, मस्तक the head; માંથું; [Avesta] = [Avesta] = = مغز fat, marrow; માવો; [Avesta] ૨|૩ ય. ૧૦, ૭૨.

[Avesta] (= [Avesta] + [Avesta]; જુઓ ૨ [Avesta]) સા. ના. નારી. મ્હોટાઈ, શ્રેષ્ઠપણું; greatness, excellence; [Avesta] ૨|૧ ઈજ. ૯, ૧૭; ઈજ. ૫૭, ૨૦; ઈજ. ૬૨, ૪; ય. ૫, ૮૬; ય. ૧૦, ૩૩; [Avesta] ૨|૧ ઈજ. ૯, ૨૨.

[Avesta] (જુઓ ૨ [Avesta] તથા [Avesta]) સા. ના. નારી. નહી સ્ત્રી—ઓરત *જાત; no woman; (*vide* [Avesta]); [Avesta] ૧|૧ ય. ૫, ૯૨.

૧ [Avesta] (= मत्स्य,† मच्छ = ماهی) સા. ના. નર. માછલી, મચ્છી; a fish; [Avesta] [Avesta] (કર નામની માછલી) ૧|૧ ય. ૧૪, ૨૯; ય. ૧૬, ૭; [Avesta] [Avesta] (૨|૧ ને બદલે) વં. ૧૯, ૪૨.

૨ [Avesta] ([Avesta] ઉપરથી) વિ. મ્હોટું, વિસ્તારવાળું; wide, extensive; [Avesta] . . . [Avesta] the wide world (મ્હોટી—વિસ્તારવાળી પૃથ્વી) નારી. ૨|૧ ય. ૧૩, ૯.

[Avesta] (= Lat. Mājor,‡ Mājus) (૨ [Avesta] ઉપરથી) અધિ. વિ. વધારે મ્હોટું, વધારે ચઢતે દરજ્જેનું; larger, greater, more exalted. Comp. [Avesta];- [Avesta] નાન્ય. ૧|૧ વં. ૪, ૫૦. ૫૧. ૫૨; વં. ૫, ૨૨; [Avesta] [Avesta] (વધારે મ્હોટા ફાયદા—હાંસેલ) નાન્ય. ૧|૧ વં. ૭, ૭૧; [Avesta]§ નારી. ૧|૧ વં. ૫, ૨૪; [Avesta] નારી. ૨|૧ વં. ૨, ૧૧. ૧૫. ૧૯; [Avesta] નાન્ય. ૨|૧ વં. ૪, ૫૦. ૫૧. ૫૨; [Avesta] નારી. ૧|૩ ય. ૧૩, ૬૪. જુઓ નીચેનો બોલ.

[Avesta] (જુઓ [Avesta] તથા [Avesta]) સમાસ વિ. વધારે મ્હોટી—ચઢતે દરજ્જેની અક્કલ ધરાવનાર; (a person) of superior intelligence or wisdom; [Avesta] ૬|૩ વં. ૭, ૫૯.

[Avesta] (= [Avesta] + [Avesta]; જુઓ ૨ [Avesta]) ક્રિ. અ.

ક) ઘણું, બહુ; most; [Avesta] ઈજ. ૩૨, ૩.

ખ) બીલકુલ, તદ્દન; utterly (adv.); [Avesta] ક્રિ. અ.) ઈજ. ૩૪, ૯.

૧ [Avesta] વિ. શીતાબીથી આવતું; hastening; rt. [Avesta] = मक्ष्, मस्क्, = to hasten; Comp. [Avesta] (मङ्क्षु hastily); [Avesta] ૧|૩ ઈજ. ૨૯, ૧૧.

૨ [Avesta] (= [Avesta] + [Avesta]; જુઓ ૧ ધા. [Avesta])

ક) સા. ના. મોત; death; [Avesta] Wester.* ૩|૩ વં. ૨, ૨૯. ૩૭.

[Avesta] (= मर्त्य = مرد) ([Avesta] + [Avesta]; જુઓ ૧ ધા. [Avesta] ક) સા. ના. નર. મરવા બાબેક, મરી જાએ તેવું (અસલ.); માણસ; subject to death; man. Comp. [Avesta], [Avesta];—[Avesta] ૧|૧ વં. ૫, ૨૦; વં. ૮, ૩૨; વં. ૧૯, ૨૩. ૨૫. ૨૭; ઈજ. ૯, ૩. ૬. ૯. ૧૨; ઈજ. ૬૫, ૮; [Avesta] ૧|૧ વં. ૨૧, ૧; [Avesta] ૨|૧ વં. ૪, ૪૯; વં. ૮, ૩૨; ઈજ. ૩૨, ૫; ઈજ. ૪૬, ૧૧; ય. ૧, ૨૪; ય. ૧૦, ૧૦૭; [Avesta] ૪|૧ વં. ૫, ૨૧. ૫૭. ૫૮; વં. ૧૦, ૧૮; ઈજ. ૪૮, ૫; ય. ૪, ૩; ય. ૮, ૪૯; ય. ૧૮, ૪; [Avesta] ૫|૧ ય. ૧૩, ૮૯. ૧૪૨; [Avesta] ૫|૧ ઈજ. ૫૮, ૧; [Avesta] ૬|૧ વં. ૫, ૧; વં. ૬, ૧૦. ૧૨. ૧૪. ૧૬. ૧૮. ૨૦. ૨૨. ૨૪. ૪૨; વં. ૭, ૧૨. ૨૩. ૨૮. ૩૨. ૪૫—૪૯. ૭૩. ૭૬; વં. ૮, ૩૫; વં. ૧૯, ૨૮; વં. ૨૦, ૧. ૨; ઈજ. ૯, ૩૧; ય. ૮, ૩૬; [Avesta] ૬|૧ ઈજ. ૬૮, ૮; [Avesta] ૧|૩ વં. ૭, ૫૮; ય. ૧૭, ૫૯; [Avesta] ૧|૩ ઈજ. ૩૨, ૪; [Avesta] ૧|૩ વં. ૨, ૮. ૯. ૧૧. ૧૨. ૧૩. ૧૫. ૧૬. ૧૭. ૧૯; ય. ૮, ૫; -[Avesta] ૧|૩ ય. ૧૦, ૮૦; [Avesta] ૨|૩ ઈજ. ૩૨, ૮; [Avesta] ૨|૩ ય. ૧, ૬; [Avesta] ૨|૩ ઈજ. ૪૫, ૧૧; [Avesta] Geld. ૩|૩ વં. ૨,

---

* એ બોલના ખોલાસા બાબે જુઓ [Avesta]

† પ્રોફે. બેન્ફી (Prof. Benfey) એ બોલનો ધાતુ मद् (ભીનું થવું) લેછે:—मद् + स्य = मत्स्य.

‡ Lat. Mājor is originally Mag-ior = [Avesta]; Mag-ior = Māior = Mājor.

§ Geld. [Avesta]

* Geld. [Avesta] and with men.

*૨૯. *૩૭; [Avestan] ઇજિ. ૧૯, ૨; [Avestan] [Avestan] ૩|૩ ઇજિ. ૨૯, ૪; ઇજિ. ૩૪, ૫; ઇજિ. ૪૮, ૧; [Avestan] ૬|૩ વં. ૨, ૧. ૨; વં. ૮, ૩૨; વં. ૧૫, ૯–૧૨; વં. ૧૯, ૨૬. ૨૯. ૪૧; વં. ૨૦, ૧. ૨. ૩. ૫. ૬. ૭. ૯; ઇજિ. ૯, ૪; ય. ૧૦, ૨૩; ય. ૧૫, ૧૬. ૩૯; ય. ૧૭, ૫૫; ય. ૧૯, ૩૬; [Avestan] [Avestan] ૬|૩ ઇજિ. ૯, ૧૮; ઇજિ. ૫૨, ૨; ય. ૧૦, ૩૪; [Avestan] ૭|૩ ઇજિ. ૪૩, ૧૧; [Avestan] [Avestan] ૮|૩ ઇજિ. ૩૦, ૧૧. જુઓ [Avestan] તથા નીચેના બોલો.

[Avestan] ([Avestan] ઉપરથી) સા. ના. નર. માણસ; man; [Avestan] ૧|૧ ય. ૧૭, ૧૮; [Avestan] [Avestan] (૧|૧ ને બદલે) વં. ૧૭, ૧; [Avestan] ૮|૧ વં. ૧૮, ૧૬. ૨૪; [Avestan] ૧|૩ વં. ૨, ૩૧. ૩૨; વં. ૭, ૫૭; વં. ૯, ૧; વં. ૧૩, ૨. ૩. ૪. ૬; વં. ૧૫, ૨. ૩. ૫. ૭. ૮; વં. ૧૭, ૩; વં. ૧૮, ૧. ૧૫. ૨૩; ય. ૮, ૧૧; ય. ૧૦, ૫૪; [Avestan] ૪|૩ વં. ૨, ૬. ૨૧; ય. ૧૦, ૨૯; [Avestan] ૫|૩ ય. ૧૯, ૮૦; [Avestan] ૬|૩ ઇજિ. ૬૨, ૧; ય. ૧૦, ૪૦; [Avestan] ૮|૩ વં. ૧૮, ૧૬. ૨૪.

[Avestan] (જુઓ [Avestan] તથા [Avestan]) સમાસ બૂ. કૃ. વિ. માણસથી મારેલ, ઇઆને કોઈ માણસે મારી નાખેલો; ફોજદારી કાર્યદાથી—ગુનાહના અવેજમાં માણસે મારી નાખેલો (હારલે તથા દારમે.); killed by a person; put to death by the community according to law (Har. & Dar.); [Avestan] ૧|૩ વં. ૭, ૪.

[Avestan] સમાસ વિ. માણસ સાથે રેહેતુ–વસતુ, તે ઉપરથી મીલનસાર; living with men, *i. e.*, social; rt. [Avestan] = वस् = રેહેવું, વસવું; to dwell; *or*: bearing the goods of men; માણસનો માલ લઈ જનાર; [Avestan] = वस्तु; an article, property; [Avestan] . . . [Avestan] (... ઉંડના) નર. ૬|૧ ય. ૧૪, ૧૧.

[Avestan] (જુઓ ૨ [Avestan]) સમાસ ના. નર. માણસો ઉપર જુલમ કરનાર, મરદુમઆજાર; an oppressor of men; [Avestan] [Avestan] ૨|૩ ય. ૩, ૧૦; [Avestan] ૮|૩ ય. ૩, ૭; [Avestan] (super. adj.) the most oppressive of the oppressors of men (માણસો ઉપર જુલમ કરનારાઓમાંનો ઘણોજ જુલમ કરનારને) અતિ. વિ. ૨|૧ ય. ૩, ૧૪.

[Avestan], [Avestan] વિરો જુઓ ૧ ધા. [Avestan]

[Avestan], [Avestan], [Avestan] વિરો જુઓ ૧ [Avestan]

૧ [Avestan]* (= [Avestan] = مرگ) (જુઓ ૧ ધા. [Avestan])

ક) સા. ના. નર. ક) મોત; death; [Avestan] ૧|૧ વં. ૨, ૫; [Avestan] ૨|૧ વં. ૨૦, ૧. ૨; [Avestan] [Avestan] ૨|૧ વં. ૨૦, ૧૦. ૧૨; [Avestan] ૩|૧ વં. ૧૭, ૧; [Avestan] ૪|૧ ઇજિ. ૯, ૮; ઇજિ. ૬૫, ૧૧; ય. ૧૯, ૫૦; [Avestan] ૫|૧ ઇજિ. ૫૭, ૨૫; [Avestan] [Avestan] ૬|૧ વં. ૨૦, ૩. ૬. ૯; વં. ૨૧, ૨; [Avestan] ૮|૧ વં. ૨૦, ૭; [Avestan] ૨|૩ ય. ૩, ૧૦; [Avestan] ૮|૩ ય. ૩, ૭. જુઓ [Avestan]

ખ) મોતવાળો માણસ, મોતની જાળમાં ફસેલો માણસ; a person entrapped in the snare of death; [Avestan] ૪|૧ વં. ૨૦, ૧. ૨.

ગ) મોત લાવનાર—ઉત્પન્ન કરનાર; occasioning death; deadly. [Avestan] ૬|૩ ય. ૩, ૧૪; [Avestan] (super. adj.) the deadliest (ઘણુંજ મોત લાવનાર—મોતકારકને) અતિ. વિ. ૨|૧ ય. ૩, ૧૪. જુઓ [Avestan], [Avestan]

૨ [Avestan] (જુઓ ધા. [Avestan] ખ) સા. ના. નર. પીડા, દરદ, આજાબ, મરકી; affliction, disease, pestilence. [Avestan] ૨|૧ વં. ૯, ૫૧; [Avestan] ૨|૧ ય. ૧૦, ૧૧૦; ય. ૧૪, ૪૭. જુઓ [Avestan], [Avestan]

૩ [Avestan] (= مرک = Ger. Mark = Mark) સા. ના. નર. જીવતાં માણસનાં બદનમાંથી નીકળતી પ્રવાહી ચીજ, જેમકે નાત, પરૂ, રસી ઇત્યાદિ; any moisture or fluid of a human body except the blood; humour; [Avestan] ૧|૧ વં. ૬, ૪૩.

* એ બે ઠેકાણે [Avestan] ને બદલે [Avestan] (મોત સાથે) બી વાગુ પડી શકે. જુઓ ૨ [Avestan]

* Mark the euphonic [Avestan] before [Avestan]; orig., [Avestan] + [Avestan]; rt. [Avestan]—Comp. [Avestan] = [Avestan] + [Avestan] (orig.); rt. [Avestan]

[illegible] (૧ [illegible] ક ઉપરથી). ક) સા. ના. નાન્ય. મોત લાવવું, મારી નાખવું; putting (a person) to death; killing. [illegible] ૪/૧ ય. ૮, ૪૪; ય. ૧૯, ૧૨.

ખ) વિ. મરકી ઉત્પન્ન કરનાર રોગ ઉત્પન્ન કરતો : plague-producing. [illegible] [illegible] (મરકી ઉત્પન્ન કરનાર અપઓષ નામના દેવને) નર. ચો૧ ય. ૧૮, ૨.

[illegible] (૧ [illegible] ક ઉપરથી) વિ. મોતકારક; deadly (lit.). "The wizard or fiend Mahrkûs. According to Pehl. Vend. II., 49 (Sp.), the evil winter which was foretold to Yima is called the Winter Markûs. In later times, this name has been understood as Heb. Malkôs, 'autumnal rain'; so the idea of the fatal freezing winter of Mahrkûs, the intender of death was abandoned for that "of the deluging rain of Malkôs." (West). [illegible] નર. ૧/૧ Frag. 8, 2.

૧ [illegible]† = मा = Lat. *Me*-tiri = Fr. *Me*-surer= Ger *Messen* = To Mete, To Measure) = ક) માપવું, અંદાજો—મીઝાન કરવું; to measure, to proportion; જુઓ ૧-૨ [illegible], [illegible]

ખ) ઉત્પન્ન થવું, પેદા થવું; to be produced; [illegible] નર. ૧/૩ વીસ્પ. ૧૧, ૧૨.

[illegible] ક) = અજમાએશ કરવી, અજમાવી જોવું; to experience, to test; [illegible] વર્ત. સંરા. આત્મને. ૩/૩ વં. ૭, ૩૬; [illegible] શક્યા. આત્મને. ૩/૩ વં. ૭, ૩૭.

ખ) યાદ કરવું, વિચારવું; to remember, to ponder; જુઓ [illegible] ખ.

* મોદે. ગેલ્ડનરનાં પુસ્તકમાં એ બાબ નથી.

† એજ ધાતુ ઉપરથી ફારસી ભાષામાં آماده (= [illegible] + [illegible])= તૈયાર કરવું; to make ready; آموختن = ભરવું; to fill; آزمودن (= [illegible] + [illegible]) = અજમાવવું; to put to the proof; نمودن (= [illegible] + [illegible]) દેખાડવું, દેખાવું; to show; to seem; پیمودن ([illegible] + [illegible]) = માપવું; to measure; فرمودن ([illegible] + [illegible]) = ફરમાવવું; to order.

[illegible] = उप-मा = જારી રેહેવું; to continue; જુઓ [illegible]

[illegible] = प्र-मा = فرمودن = ફરમાવવું, હોકમ કરવો (અસલ.); તાબે—વશ કરવું; to order, to bid (orig.); to subdue; [illegible] ભૂ. કૃ. નર. ૨/૧ ય. ૧૫, ૧૨; ય. ૧૯, ૨૯.

૨ [illegible] (= मा) ક્રિ. અ. નહી, મા; a particle of negation or prohibition, implying 'no, not.' [illegible] ૧, ૨. ૨૯; વં. ૩, ૧૪; વં. ૪, ૪૬; વં. ૬, ૨; વં. ૮, ૨૧; વ. ૯, ૩૩–૩૫; વં. ૧૩, ૪૯; વં. ૧૫, ૯. ૧૧; વં. ૧૮, ૧–૫. ૧૭. ૨૫; વં. ૧૯, ૬. ૧૯; ઈજે. ૯, ૨૯; ઈજે. ૬૦, ૭; ઈજે. ૩૨, ૯; ય. ૫, ૯૨; [illegible] (no one, no person નહી કોઈ) ઈજે. ૯, ૨૧; ય. ૧૦, ૧૨૨; [illegible] ય. ૧૩, ૧૫૭; [illegible] (નહી તુંને) ઈજે. ૧૧, ૭.

૩ [illegible] (જુઓ ૧ ધા. [illegible] ક) સા. ના. માપ, પ્રમાણ, અંદાજો; measure, proportion; [illegible] [illegible] (પ્રમાણ મુજબ, કાએદા પ્રમાણે) ૨/૧ ય. ૫, ૧૨૭; જુઓ [illegible]

૧ [illegible] (= [illegible] = [illegible] =Ger. Mond = Moon) (જુઓ ૧ ધા. [illegible] ક) સા. ના. નર. ચાંદ, ચંદ્ર; the moon. [illegible] ૧/૧ વં. ૯, ૪૧; ઈજે. ૪૪, ૩; ય. ૭, ૨; ય. ૧૩, ૧૬; નીઆ. ૩, ૪; [illegible] ૧/૧ વં. ૨, ૪૦; ય. ૧૨, ૨૫; [illegible] ૨/૧ વં. ૧૧, ૧. ૨. ૧૦. ૧૩. ૧૬. ૧૯; ઈજે. ૧૬, ૪; ય. ૭, ૩. ૫; ય. ૧૨, ૩૩; ય. ૨૩, ૬; ય. ૨૪, ૪; [illegible] ૨/૧ (૧/૧ ને બદલે) વં. ૭, ૫૨; [illegible] ૨/૧ ઈજે. ૨, ૧૧; ય. ૬, ૫; ય. ૧૦, ૧૪૫; [illegible] ૬/૧ ઈજે. ૧, ૧૬; ઈજે. ૩, ૧૩; ય. ૧૩, ૫૭; Frag. 8, 1. જુઓ [illegible], [illegible] [illegible]

૨ [illegible] (= मास्, मास = [illegible] = Lat. Mensis = Fr. Mois = Ger. Monat = Month) (જુઓ ૧ ધા. [illegible] ક) સા. ના. નર. મહિનો, માસ; a month ; [illegible] ૧/૩ વં. ૧, ૩; [illegible] ૧/૩ વં. ૧, ૪ (Wester.); [illegible] ૨/૩ વં. ૭, ૧૫; વં. ૧૨, ૭; વં. ૧૫, ૪૫; જુઓ [illegible], [illegible]

[illegible] (૧ [illegible] ઉપરથી) સા. ના. નર. ચાંદ,

ચંદ્ર; the moon; [Avestan] ૧|૧ ય. ૧૦, ૧૪૨; [Avestan] ૨|૧; એના ઇશારા વિશે જુઓ ૧ [Avestan]; [Avestan] ૪|૧ ય. ૭, ૧; નીઆ. ૩, ૧. ૩; [Avestan] ૬|૧ ય. ૭, ૦. ૪; સીરો. ૧, ૧૨; નીઆ. ૩, ૦. ૨; [Avestan] ૬|૧ યશ્ત. ૧, ૧૧; યશ્ત. ૩, ૧૩; [Avestan] ૮|૧ વં. ૨૧, ૯.

[Avestan] (= [Avestan]) ([Avestan] ઉપરથી) વિ. માજનદરાનને લગતું; માજનદરાનનું; (the demons) of Mâzana, q. v.; Mâzainya. [Avestan] [Avestan] (માજનદરાનના દેવો) નર. ૨|૩ વં. ૧૭, ૯. ૧૦; [Avestan] [Avestan] નર. ૨|૩ ય. ૯, ૪; [Avestan]...[Avestan] ૪|૩ યશ્ત. ૫૭, ૧૭; ય. ૧૧, ૧૨; [Avestan] [Avestan] નર. ૬|૩ વં. ૯, ૧૩; વં. ૧૦, ૧૬; વં. ૧૭, ૧૦; યશ્ત. ૨૭, ૧; યશ્ત. ૫૭, ૩૨; ય. ૫, ૨૨; ય. ૧૩, ૧૩૭; ય. ૧૫, ૮.

[Avestan] (= [Pahlavi] = [Persian]) વિ. ના. નર. માજનદરાન નામનો મુલક, કે જે કાસ્પીયન સમુદ્રની દક્ષિણે તથા બલ્ખની ઉત્તર પૂર્વ દિશાએ આવેલો છે; Mâzandarân: a region to the south of the Caspian Sea and north-east of Balkh. It was notorious for the wild and unruly nature of its inhabitants, also a place of resort for demons and sorcerers. It occupied in the Irânian legend nearly the same place as Ceylon is in the Râmâyana. The Damâvand mountain, to which Azi Dahâka was bound, is the southern boundary of Mâzandarân; *vide* [Avestan]

[Avestan] ([Avestan] ઉપરથી) વિ. માજદયસ્ની; God-worshipping; a worshipper of Mazda. Mazdayasnian [Avestan] [Avestan] (માજદયસ્ની દીન) નારી. ૧|૧ વં. ૩, ૪૧. ૪૨; વં. ૫, ૨૧; વં. ૧૦, ૧૮; ય. ૧૦, ૬૮. ૧૧૩; [Avestan] [Avestan] નારી. ૨|૧ વં. ૨, ૪૨; વં. ૩, ૩૧. ૪૦; વં. ૧૯, ૨. ૬. ૭. ૧૩. ૧૬; યશ્ત. ૧૨, ૯; વીસ્પ. ૭, ૨; [Avestan] [Avestan] [Avestan] ૨|૧ યશ્ત. ૨, ૧૩; [Avestan] [Avestan] (નારી. ૨|૧ ને બદલે) ય. ૧૮, ૮; [Avestan] [Avestan] [Avestan]... મોહોલ્લાને માટે (નારી. ૪|૧ ને બદલે) યશ્ત. ૬૮, ૧૪: [Avestan]...[Avestan] નારી. ૫|૧ વં. ૧૯, ૧૨; [Avestan]...[Avestan] નારી. ૬|૧ વં. ૩, ૩૦; વં. ૯, ૨. ૪૭. ૫૨; વીસ્પ. ૬, ૧; [Avestan]..[Avestan] (માજદયસ્નીનાં ઘેરમાં) નાન્ય ૭|૧ વં. ૫, ૪૫. ૪૬. ૫૯; વં. ૮, ૪. ૫; વં. ૭, ૬૦; વં. ૧૩, ૨૯. ૩૫; વં. ૧૬, ૧; [Avestan] [Avestan] [Avestan] નારી. ૮|૧ યશ્ત. ૮, ૩; [Avestan] [Avestan] [Avestan] નારી. ૮|૧ ય. ૮, ૨૩. ૨૯; [Avestan] [Avestan] [Avestan] (માજદયસ્નીના મોહોલ્લા તરફ) નારી. ૨|૩ વં. ૧૮, ૧૨; યશ્ત. ૧૨, ૩; [Avestan] [Avestan] [Avestan] Wester. નારી. ૬|૩ યશ્ત. ૧૨, ૨.

[Avestan] (= [Avestan] + [Avestan] + [Avestan]) (જુઓ ૨ [Avestan] તથા [Avestan]) સમાસ વિ. એક મહિનાની દરાજીને લગતું; a month long; [Avestan] ૨|૧ વ. ૫, ૧૨. ૯૨. ૪૩; વં. ૮, ૯.

[Avestan] (= [Avestan] = मातृ = [Persian] = Lat. Mater= Fr. Mère = Ger. Mutter = Mother) સા. ના. નારી. માએ, માતા; a mother; એ બોલ બે રીતે સમજાવી શકાએછે:—

ક) rt. [Avestan] = मा = to adjust; ગોઠવવું, બંદોબસ્ત કરવો; તે ઉપરથી [Avestan] = ગોઠવનાર, ઘેરનાં કામકાજનો બંદોબસ્ત કરનાર—રાખનાર.

ખ) rt. [Avestan] = निस्-मा = જન્મ આપવો; ઉત્પન્ન—પેદા કરવું; to give birth to; તે ઉપરથી [Avestan] = જન્મ આપનારી, જણતી; [Avestan] ૧|૧ વં. ૧૨, ૧. ૩; ય. ૧૭, ૧૬; [Avestan] ૨|૧ વં. ૧૨, ૧; [Avestan] ૮|૩ યશ્ત. ૩૮, ૫; [Avestan] (Geld. [Avestan]) ૮|૩ યશ્ત. ૩૮, ૫.

[Avestan] સા. ના. દુધ (દારમે.); milk (Dar.); [Avestan] without milk (Dar.) Yt. 24, 50.

[Avestan] (= [Avestan] + [Avestan]) (જુઓ ૨ [Avestan] તથા [Avestan]) ક્રિ. અ. નહી અહિંયાં; not here; [Avestan] વં. ૨, ૨૯; યશ્ત. ૬૫, ૭; ય. ૧૦, ૭૫.

[Avestan] વિ. ના. નર. પુરૂષનું નામ; name of a person; [Avestan] ૬|૧ ય. ૧૩, ૧૨૩.

[Avestan] વિ. પ્યારને લગતું (દારમે.); pertaining to love (Dar.); [Avestan] [Avestan]

[Avestan] from the enjoyments of love (Dar.) Yt. 22, 16. 22.

[Avestan] (= [Avestan]) (જુઓ ૧ ધા. [Avestan] ક) સા. ના. નારી. દોલત, કીમતી ચીજ; wealth, a valuable thing; [Avestan] ૨|૩ ઇજ઼. ૪૩, ૨. જુઓ [Avestan], [Avestan], [Avestan]

[Avestan] ([Avestan] ઉપરથી) વિ. દાનેશમંદ, ડહાપો; sensible, discreet; [Avestan] નર. ૧|૧ ય. ૧૦, ૫૨.

[Avestan] વિશે જુઓ ૧ [Avestan]

[Avestan] (= मास्य = [Avestan]) (૨ [Avestan] ઉપરથી) ક) વિ. મહીનાને લગતું, મહિનાનું; monthly, relating to a month; જુઓ [Avestan], [Avestan], [Avestan], [Avestan], [Avestan], [Avestan], [Avestan], [Avestan], [Avestan], —[Avestan], —[Avestan]

ખ) સા. ના. મહિનાને લગતો (વખતનો ભાગ); પખવાડીઉં; જેમાં પેહેલું પખવાડીઉં અમાસની પછીના દાહાડા ([Avestan]) અને બીજું પખવાડીઉં પુનમની પછીના દાહાડા ([Avestan]). એની ઉપરનો મવક્કેલ ફરેશ્તો (વિ. ના.); one of the two divisions of a month; a fortnight: the first fortnight from the new moon up to the full-moon ([Avestan]); the second fortnight from the full-moon up to the new moon ([Avestan]); [Avestan] (= [Avestan]) ૨|૩ ઇજ઼. ૨, ૮; [Avestan] ૪|૩ ઇજ઼. ૧, ૮; ઇજ઼. ૩, ૧૦; [Avestan] ૬|૩ ઇજ઼. ૧, ૧૭; આફરીં. ગાહામ ૧.

[Avestan] = मि = માપવું, જોવું, જાણવું; to measure (lit.); to see, to know; to reckon; [Avestan] અ. ભૂ. પરસ્મૈ. ૯ મો વર્ગ ૨|૧ ઇજ઼. ૪૬, ૧૪; [Avestan] = તેં જોયું—જાણ્યું (અસલ.); તેં લાગ્મિક ગણ્યું; તેં પસંદ કીધું (હાઉગ); તેં સાથે જોડયું છે (હારલે); તું મળશે (મિલ્સ).

[Avestan] = [Avestan] = मिह् = [Avestan] = Lat. *Ming*-ere = છાંટવું, છટકાવ કરવો (અસલ.); ક) મૂતરવું, પિશાબ કરવી; to sprinkle (orig.); to make water; to discharge urine; cl. 1. [Avestan] વર્ત. પરસ્મૈ. ૩|૩ વં. ૩, ૬; [Avestan] અ. ભૂ. પ્રેમ. આત્મને. ૩|૩ વં. ૮, ૧૩.

ખ) તરોતાજ઼ગીવાળું કરવું, આબાદ રાખવું; to make verdant; to keep prosperous. [Avestan] અ. ભૂ. પરસ્મૈ. ૩|૩ ઇજ઼. ૪૪, ૨૦.

[Avestan] = प्र-मिह् = મૂતરવું, પિશાબ કરવી; to make water; to discharge urine; [Avestan] વર્ત. પરસ્મૈ. ૩|૧ વં. ૧૮, ૪૦.

[Avestan] (ધા. [Avestan] = જુઓ ૧ ધા. [Avestan] ક) સા. ના. નારી. માપ; measure; જુઓ [Avestan]

[Avestan] = मिद् = ચાહવું, મેહેરબાની કરવી, દોસ્તી કરવી, સંબંધ કરવો; to love, to show favour, to befriend, to unite; *[Avestan] Wester. વર્ત. ફૃ. આત્મને. ૬|૧ વં. ૪, ૧. જુઓ [Avestan], [Avestan], [Avestan]

૧ [Avestan] = मेथ = રેહેવું, મુકામ કરવો, આવીને મળવું, સાથે રેહેવું; to dwell, to abide, to meet, to live together; [Avestan] (મળેછે, આવીને મળેછે) વર્ત. પરસ્મૈ. ૯ મો વર્ગ ૩|૧ ઇજ઼. ૧૦, ૩૯; [Avestan] (મુકામ કરે, રેહે) આજ્ઞા. પરસ્મૈ. ૩|૧ ઇજ઼. ૧૦, ૧; [Avestan] (રેહે, મુકામ કરે) ઇજ઼. ૧૦, ૧; [Avestan] અ. ભૂ. સંશ. પરસ્મૈ. ૩|૧ (૩|૩ ની મતલબે) વં. ૩, ૩૨; [Avestan] (આશીર્વાદાર્થકની મતલબે) ઇજ઼. ૧૬, ૧૦. જુઓ [Avestan]

[Avestan] = સાથે મળી જવું, સાથે દોસ્તી ધરાવવી; to reside together, to meet together; to hold friendship with. [Avestan]† અનિ. (Root-Aor.) પરસ્મૈ. ૩|૧ ઇજ઼. ૪૬, ૧૨.

૨ [Avestan] = मिथ् = નુકસાન કરવું, દુઃખ દેવું (અસલ.); ગગડાવી નાખવું (મિલ્સ); હાંકી કાહડવું (હાઉગ); છીનવી લેવું (સ્પી. તથા હારલે); ઠગવું (મુસ્તી); to hurt, to do harm (orig.); to hurt (M.); to drive away (Haug); to deprive of (Sp. & Har.); [Avestan] અ. ભૂ. પરસ્મૈ. ૩|૧ ઇજ઼. ૪૬, ૪. જુઓ [Avestan], [Avestan]

---

* Geld. [Avestan] mansion.

† વળી એ બોલ [Avestan] (ચાહવું) ધાતુ ઉપરથી બી લેવાઈ શકાએ.

[illegible] = જુઠું બોલવું—કરવું—વિચારવું; to perpetrate, to do evil; cl. 9; [illegible] *[illegible] વર્ત. પરસ્મૈ. ૯ મા વર્ગ. ૩|૧ એ ક્રિયાપદ [illegible] [illegible] [illegible] ની સાથે આવેછે.

[illegible] = નુકસાન કરવું, હાની પોહોંચાડવી, નાશ કરવો; to do harm, to destroy; [illegible] [illegible] (અસલ રૂપ [illegible]) શક્યા. પરસ્મૈ. ૩|૧ ઇજ. ૫૩, ૯; અથવા [illegible] = [illegible] = सं = એક સરખી રીતે; aliko, uniformly.

[illegible] (= [illegible] = मिथ्या) (જુઓ ૨ ધા. [illegible]) વિ. જુઠું, ફોકતનું; false, useless; unavailing; જુઓ નાચેના બોલો.

[illegible] (= [illegible]) (= [illegible] + [illegible]; જુઓ એ બોલો) ક) સમાસ બૂ. ફૂ. વિ. ખોટું બોલેલું, જુઠું કહેલું; false-spoken. [illegible] [illegible] [illegible] the false-spoken lie (જુઠાં—ફોકટ બોલલાં જુઠાને) (૨|૧ ને બદલે) વં. ૧૯, ૪૬; [illegible] [illegible] the false-spoken word (૨|૧ ને બદલે) ય. ૧૯, ૬૬; [illegible] [illegible] ૨|૧ ઇજ. ૬૦, ૫.

ખ) સમાસ ના. નાન્ય. ખોટો—જુઠો સખુન; a false word; [illegible] ([illegible] ને બદલે) ૬|૩ વીસ્પ. ૨૦, ૨.

[illegible] (જુઓ ૨ ધા. [illegible]) સા. ના. નાન્ય. જુઠાઈ, જુઠું, નારાસ્તી; falsehood, untruthfulness; જુઓ [illegible]

[illegible] ([illegible] ઉપરથી) વિ. જુઠું, ખોટું, નારાસ્ત; નાસત્ય; false, untrue; જેમ [illegible] ઉપરથી [illegible], તેમ [illegible] ઉપરથી [illegible]; [illegible] ૧|૩ ઇજ. ૩૩, ૧.

[illegible] (જુઓ [illegible] તથા [illegible]) સમાસ વિ. જુઠું બોલનાર; a liar. *Contra*, [illegible]; [illegible] નર. ૧|૧ ઇજ. ૩૧, ૧૨.

[illegible] (જુઓ [illegible] તથા [illegible]) સમાસ ના. નાન્ય. ખોટો—જુઠો—જુઠો વિચાર; a false or treacherous thought. [illegible] ૬|૩ વીસ્પ. ૨૦, ૨.

[illegible] (જુઓ [illegible] તથા [illegible]) સમાસ ના. નાન્ય. ખોટું—જુઠું કામ; an unfair deed; [illegible] ૬|૩ વીસ્પ. ૨૦, ૨.

[illegible] (= [illegible] = मित्र = [illegible]) (જુઓ ધા. [illegible]) ક) વિ. ના. નર. મેહેર ઇજદ, રોશની તથા રાસ્તી ઉપરનો મવક્કેલ ફરેશ્તો; રાસ્ત તથા સદ્ગુણી માણસને મદદ કરનારો તથા જુઠા અને પાપી માણસને શિક્ષા કરનાર ફરેશ્તો, ગુજરેલાઓનાં રવાનોને ચિન્વત પુલ આગળ ઇન્સાફ કરનાર દાવર; મેહેર ઇજદનાં કામો તથા તેની સિફતો બાબેનો ખોલાસો આપણુને મેહેર યશ્તમાંથી મળી આવેછે; Meher, the angel presiding over light. His friendship with Rám Hvâstra, who presides over luminiferous ether, can be explained scientifically by the fact, that luminiferous ether is essential for the passing of light through space. Meher also presides over contracts, faith and friendship and is one of the judges at the Chinvat Bridge, where the souls of the dead are called to account for the deeds committed in this world.* [illegible] ૧|૧ ય. ૮, ૭; ય. ૧૦, ૨; ય. ૧૩, ૯૫. ૧૧૬; ય. ૧૯, ૩૫; ય. ૨૮, ૫૨; [illegible] ૧|૧ ય. ૧૦, ૧૦૬; ય. ૧૭, ૧૬; [illegible] ૨|૧ વં. ૧૯, ૧૫; વીસ્પ. ૨, ૯; ઇજ. ૨, ૩; ઇજ. ૧૬, ૫; ય. ૬, ૫; ય. ૧૦, ૧. ૪૫; તથા મેહેર યશ્તના દરેક ફકરાની શરૂઆતમાં; ય. ૧૪, ૪૭; ય. ૧૯, ૩૫; ય. ૨૩, ૬; નીઆ. ૧, ૬; નીઆ. ૨, ૬; [illegible] ૨|૧ વં. ૩, ૧; ગેહ ૧, ૭; [illegible] ૨|૧ ય. ૧૦, ૧૦૭; [illegible] ૩|૧ ય. ૧૩, ૩. ૪૭. ૪૮; [illegible] ૪|૧ ઇજ. ૬૮, ૨૨; ય. ૧૦, ૪૨; [illegible] ૪|૧ વીસ્પ. ૧૧, ૬; [illegible] ૫|૧ ય. ૧૦, ૪૨; [illegible] ૬|૧ ઇજ. ૧, ૩; ઇજ. ૭૦, ૩; ય. ૧૦, ૦. ૪૫; ય. ૧૧, ૧૬. ૨૧; ય. ૧૩, ૮૬; ગેહ ૧, ૧; [illegible] ૬|૧ વં. ૪, ૫૪. ૫૫; [illegible] ૮|૧ ઇજ. ૬૫, ૧૨; ય. ૧૦, ૨૩. ૨૯. ૪૨. ૧૦૯; [illegible] ૮|૧ ય. ૧૦, ૧૦૫; [illegible] [illegible] (મેહેર ઇજદ તથા હોરમજદ) ૧|૨ ય. ૧૦, ૧૧૩

* મેં સમાસ રૂપમાં લીધો છે.

* For particulars, *vide* Dissertation on the Mithraic Worship, by Mr. K. R. Kama.

[Avestan] [Avestan] ૨।૨ ઇજ઼. ૨, ૧૧; [Avestan] [Avestan] ૪।૨ ઇજ઼. ૧, ૧૧.

ખ) ખોરશેદ ઉગ્યાની આગમચ ખોરશેદનાં આવવાનો દેખાવ; ખોરશેદની ઉપરનો મવક્કેલ ફરેશ્તો; the harbinger of the sun (*vide* Yt. 10, 13.); [Avestan] (૧।૧ ને બદલે) વં. ૧૯, ૨૮. (જુઓ મોદી.)

ગ) સા. ના. નર. કોલ, કોલકરાર, કબાલો, દોસ્તી, વચન; a contract, promise, an agreement, a bargain; friendship; [Avestan] ૧।૧ વં. ૪, ૫—૧૦; [Avestan] ૨।૧ વં. ૪, ૩. ૧૧—૧૬; [Avestan] ૧।૩ વં. ૪, ૨; [Avestan] ૫।૩ ઇજ઼. ૪૬, ૫. જુઓ [Avestan] તથા નીચેના બોલો.

ઘ) વિ. ના. નર. મેહેર મહીનો; the seventh month of the year; *Meher*; [Avestan] ૯।૧ (૭।૧ ની મતલબે) આફ્રં. ગાહામ. ૧૦.

[Avestan] (જુઓ [Avestan] ગ તથા [Avestan]) સમાસ ના. નર. કોલ—વચન મજબૂટ રાખનાર; કોલ—વચન મુજબ ચાલનાર; one who sticks to his word or agreement. *Contra*, [Avestan] and [Avestan]; [Avestan] ૨।૩ ય. ૧૦, ૧૦૪.

[Avestan] (જુઓ [Avestan] ગ તથા ધા. [Avestan]) સમાસ ના. નર. મેહેર ઇજ઼દને દુઃખ દેનાર (અસલ.); કોલ તોડનાર, કોલકરાર કરીને ફરી જનાર; the man who injures Mithra; one who breaks the covenant. Comp. [Avestan]; [Avestan] ૨।૧ ય. ૧૦, ૮૨; [Avestan] (= [Avestan] + [Avestan]) ૬।૩ ઇજ઼. ૬૧, ૩.

[Avestan] (= [Avestan]) (જુઓ [Avestan] ગ તથા ૧ ધા. [Avestan] ક) સમાસ ના. નર. મેહેરને ઠગનાર (અસલ.); કોલ તોડનાર, જુઠું બોલનાર; one who lies unto Mithra, one who breaks the contract; one who tampers with the covenant; a liar. *Contra*, [Avestan];— [Avestan] ૧।૧ ય. ૧૦, ૨. ૧૯; [Avestan] ૨।૧ ય. ૧૦, ૪૫. ૮૨; [Avestan] ૫।૩ ય. ૧૦, ૩૮. ૪૫; [Avestan] ૬।૩ ઇજ઼. ૬૬, ૩; ય. ૧૦, ૨૦. ૨૩; ય. ૧૪, ૬૩.

[Avestan] સમાસ ના. નર. રાસ્તીનો ત્યાગ કરનાર; બોલીને ફરી જનાર, જુઠું બોલનાર; a truth-forsaker; one who breaks his promise; [Avestan]* (Jus.) ૧।૩ ય. ૧૯, ૬૫. [Avestan] = કોલ, વચન, રાસ્તી; a promise, truth; rt. [Avestan] = ज़ुप् = to violate. ત્યાગ કરવો.

[Avestan] (=मिथुन) (જુઓ ધા. [Avestan]) સા. ના. નર-માદા—સ્ત્રી પુરૂષનું જોડું; a pair, a couple (a male and a female). Comp. [Avestan];— [Avestan] ૩।૧ વં. ૨, ૪૧; વં. ૧૩, ૫૧; [Avestan] ૨।૨ વં. ૧૮, ૨૮.

[Avestan] (જુઓ ધા. [Avestan]) સા. ના. નર. માદા—સ્ત્રી પુરૂષનું જોડું; a pair; a couple (a male and a female). Comp. [Avestan];— [Avestan] ૨।૨ વં. ૨, ૨૮. ૩૬.

[Avestan] = मिद् = આપવું, મેહેરબાની કરવી; to bestow; to show favour; *vide* [Avestan]

[Avestan] વિરી જુઓ [Avestan]

[Avestan] વિરી જુઓ ધા. [Avestan]

[Avestan], [Avestan] સા. ના. નર. ગળામાં પેહેરવાની માળા, હાર, કાંટલી; a necklace. Comp. Sans. मणि an ornament in general; [Avestan] ૨।૧ ય. ૫, ૧૨૭; [Avestan] ૩।૧ ય. ૧૭, ૧૦. એનું બીજું રૂપ [Avestan] આવેછે. જુઓ [Avestan]

[Avestan] સન્નત (Desider.) વર્ત. કૃ. પરસ્મૈ. rt. [Avestan] = मन् to adore, to worship; ભક્તિ કરવી; [Avestan] seeking to adore (ભક્તિ કરવાને ઇચ્છતો—ખાહેશ રાખતો) નર. ૧।૧ ઇજ઼. ૪૫, ૧૦. પણ આએ ઠેકાણે એ બોલ "હમો ભક્તિ કરવાને ઇચ્છિયે છિયે" એવે અર્થે વપરાએલો છે; *or*: from rt. [Avestan] मन् to reach, to approach; = પોંહોંચવું, જવું. [Avestan] seeking to approach નજદીક જવાને ઇચ્છતો.

[Avestan] (મરવું) વિરી જુઓ ૧ ધા. [Avestan]

[Avestan] = [Avestan] = मेद् = ફરબે કરવું; વધારવું; to fatten, to promote.

---

* Geld. [Avestan]; Wester. [Avestan]

[Avestan] =વધારવું, કૌવતવાળું કરવું; to promote, to strengthen; cl. 6; [Avestan] વર્ત. પરસ્મૈ. ૬ ઠ્ઠો વર્ગ ૧/૩ વં. ૧૮, ૫૫. ૫૯.

[Avestan] વિ. મધ્યમ ફાએદાવાળું; અસલ રૂપ [Avestan] + [Avestan]; [Avestan] = [Avestan] = સાથે; [Avestan] = ફાએદો કરવો; [Avestan] (વિ. ના. નર.) મધ્યમ ફાએદાવાળી જગા (અસલ.); ગુજરેલાં માણસોનાં રવાનની પેલી દુનિયાંમાં તે જગા, જ્યાંહાં ઘણું સુખ નહી તેમજ ઘણું દુઃખ પી નહી; હમેશતગેહાન; જે માણસોનાં સવાબનાં કામો તથા દુષ્ટ કામો એક સરખા હોએકે તેઓનાં રવાનોને એ જગા આપવામાં આવેછે; a place where mediocre comforts are provided (orig.); the place assigned to the souls of the dead in the other world, where there is neither much happiness nor much misery. This place is assigned to the souls of those whose deeds of virtue and vice balance each other, *i. e.*, are equal. [Avestan] ૨/૧ સીરો. ૨, ૩૦; [Avestan] ૬/૧ વં. ૧૯, ૩૬; ૫. ૧, ૧; સીરો. ૧, ૩૦.

[Avestan] વિ. હમેશાં પુઠે ચાલનાર—સાથે જનાર; દોસ્ત; ever following or going after (lit.); a friend; orig., [Avestan] + [Avestan]; [Avestan] = [Avestan] = स्मद् = together, ever; સાથે, હમેશાં; rt. [Avestan] = सच् = to follow; પુઠે જવું—ચાલવું; [Avestan] નારી. ૨/૧ યજ. ૫૨, ૧.

[Avestan], [Avestan] (જુઓ ધા. [Avestan]) સા. ના. નારી. દવ, ભીનાસ; dew, moisture; [Avestan] ૩/૧ ય. ૭, ૪; નીઆ. ૩, ૬; [Avestan] ૩/૧ ય. ૫, ૧૨૦.

[Avestan] (= [Avestan]) (= [Avestan] + [Avestan]; જુઓ ધા. [Avestan]) સા. ના. નાન્ય. બદલો, અવેજ; reward; compensation; એ બોલમાં ભૂ. કૃ. નો [Avestan] બદલાઇને [Avestan]* થયો. પછી ભૂ. કૃ. નું રૂપ નામ તરીકે વપરાયું.† [Avestan] ૧/૧ વં. ૮, ૮૧—૯૬; વં. ૯, ૪૩; ય. ૧, ૨૫; [Avestan] ૨/૧ યજ. ૭, ૨૪; યજ. ૩૪, ૧૩; યજ. ૪૦, ૧; યજ. ૪૪, ૧૮; યજ. ૫૪, ૧; યજ. ૫૯, ૩૦; વીસ્પ. ૨૦, ૧; [Avestan] (Wester.) ૬/૧ ય. ૨૪, ૩૦; [Avestan] ૭/૧ યજ. ૪૯, ૯; [Avestan] (Geld. [Avestan]) ૭/૧ યજ. ૬૨, ૬; નીઆ. ૫, ૧૨. જુઓ નીચેનો બોલ તથા [Avestan], [Avestan], [Avestan]

* જુઓ મારૂં અવસ્તા વ્યાકરણ, સફો ૨૬૪-૨૬૫ મો.

† એજ પ્રમાણે અંગ્રેજીમાં To Give નું ભૂ. કૃ. રૂપ (Gift) નામ તરીકે વપરાએલું છે.

[Avestan] ([Avestan] ઉપરથી) વિ. બદલો પામતો—મેળવતો; obtaining a reward; [Avestan] નર. ૨/૩ યજ. ૪૩, ૫.

[Avestan] વિશે જુઓ [Avestan]

[Avestan] = હીલવું, ખસવું, મક્કમ નહી રેહેવું; to move, to shake, not to be firm; જુઓ [Avestan]

[Avestan] = मुह् = તોડવું, નુકસાન કરવું; to break, to violate; to hurt. જુઓ [Avestan]

[Avestan] = मुच् = Lat. E-*mung*-ere = ક) છોડી દેવું; એક કોરે મુકવું; to leave off, to lay aside. ખ) નાખવું, મુકવું; to throw, to put.

[Avestan] = प्रति-मुच् = ઉપર મુકવું—નાખવું; to put on, to overspread with. [Avestan] [Avestan]* [Avestan] the hoofs of their (*i. e.*, the stallions') fore-feet are shod with gold ભૂ. કૃ. ૩/૧ ય. ૧૦, ૧૨૫.

[Avestan] = प्र-मुच् = એક કોરે મુકવું, કાહાડી નાખવું; to take off, to lay aside; જુઓ [Avestan]

[Avestan] સા. ના. મુલુકનું નામ; name of a non-Arian country; [Avestan] [Avestan] [Avestan] (Wester. [Avestan] [Avestan]) a Muzhian, of the Muzha country ય. ૧૩, ૧૨૫. (જુઓ મોઢી.)

[Avestan] = मुद् = મોજ મજા કરવી, ખુશી થવું; to enjoy, to revel; *vide* [Avestan] मोदन joy.

[Avestan] (= [Avestan] = मुष्टि = [Persian]) સા. ના. નારી. મુઠ્ઠી; the fist; જુઓ નીચેનો બોલ.

[Avestan] (જુઓ [Avestan] તથા [Avestan])

* Geld. [Avestan]

સમાસ વિ. મુઠી જેટલું મ્હોટું; (a piece of flesh) as thick as a fist; [illegible] [illegible] નર. ૨/૧ ય. ૧૪, ૩૩; ય. ૧૬, ૧૩.

[illegible] વિ. ના. નર. દેવનું નામ; name of a Daeva; [illegible] (૨/૧ ને બદલે) વં. ૧૧, ૯. ૧૨.

[illegible] (= [illegible] = मूत्र) સા. ના. નાન્ય. ૬) મૂતર, પિશાબ; urine; rt. [illegible] = मिह् = to let water (Prof. Benfey) [illegible] (= [illegible] + [illegible]) ૬/૩ વં. ૬, ૨૯; [illegible] ૬/૩ વં. ૬, ૭. ૮.

ખ) નજીસાત; ખરાબી; filthiness; soil; evil. [illegible] [illegible] [illegible] the soil of this drunkenness (આ એ છાકટપણાની ખરાબીને) ૨/૧ યશ્ત. ૪૮, ૧૦.

[illegible] વિ. બેવકુફ, મુરખ; foolish, idiotic. Comp. Sans. मूर्ख; *otherwise* : evil-doing; deadly; ખરાબી કરતો, મોતકારક; rt. [illegible] to die; [illegible] (caus.) to kill. [illegible] ૧/૩ યશ્ત. ૧૧, ૬.

[illegible] વિ. ઘાતકી, ખરાબી—નાશ કરતો; adj. cruel, evil-doing, destroying; rt. [illegible] = मृ = મરી જવું; to die. Caus. [illegible]* to destroy નાશ કરવો (પ્રયોજ્ય); [illegible] ૧/૩ ય. ૫, ૬૩.

[illegible] વિ. ના. નારી. કોઈ જાતની દેવી ઇઆ પરીનું નામ; name of a Daevî or Pari; a plague of mice (Mills). Comp. Per. موش a mouse; rt. [illegible] = मुष् = to injure, to plunder. એકજ રૂપમાં ૬/૧ ની મતલબે [illegible] [illegible] (Geld. [illegible]) ની સાથે આવેછે. [illegible] [illegible] ૬/૧ યશ્ત. ૧૬, ૮; યશ્ત. ૬૮, ૮. (જુઓ મોદી.)

[illegible] એ બોલનો ખાતરી ભરેલો અર્થ તથા ઉત્પત્તિ જણાઈ નથી; કદાચ [illegible] (પાંચ) ના અપભ્રંશ રૂપને [illegible] લાગ્યાથી થયુ હોએ :— પાંચ વખત, પાંચ ઘણું; five-fold, five times more. [illegible] યશ્ત. ૪૪, ૮; [illegible] યશ્ત. ૧૧, ૯.

[illegible] (જુઓ ધા. [illegible]) સા. ના. નારી. મોત, મરણ; death, dying; જુઓ [illegible]

[illegible] (જુઓ ૧ ધા. [illegible]) વિ. મરણ પામે તેવું, મરણ પામવા લાએક; perishable; જુઓ [illegible]

[illegible] (= [illegible], [illegible] = [illegible]) સા. ના. નર. પક્ષી, પંખી, પંખેરૂં; a bird; [illegible] ૧/૧ વં. ૫, ૨; વં. ૧૮, ૧૫; ય. ૧૪, ૪૧; ય. ૨૨, ૪૧; ય. ૧૩, ૭૦; [illegible] (૧/૧ ને બદલે) વં. ૫, ૧; [illegible] ૨/૧ વં. ૧૮, ૨૩; [illegible] ૬/૧ વં. ૧૮, ૨૯; ય. ૫, ૬૧; ય. ૧૪, ૧૯. ૩૫. ૩૬; ય. ૧૬, ૩૪; [illegible] ૮/૧ વં. ૧૩, ૯; [illegible] ૨/૨ વં. ૧૮, ૨૮; [illegible] ૧/૩ યશ્ત. ૧૦, ૧૧; [illegible] — કારાંત ૨/૩ વં. ૨, ૨૬. ૩૪. એ ઠેકાણે (વં. ૨, ૨૬. ૩૪.) જો [illegible] ને Lat. Mercatus, Eng. Market સાથે સરખાવીએ તો, એનો અર્થ ' બજાર, ચકૂટું ' થઇ શકે.

[illegible] (જુઓ ધા. [illegible]) સા. ના. નારી. દયા, કૃપા, રેહેમદિલી, માફી; pity, compassion, mercy, forgiveness. Comp. [illegible];— [illegible] ૧/૧ યશ્ત. ૫૧, ૪.

[illegible] વિશે જુઓ [illegible]

૧ [illegible] સા. ના. નાન્ય. આકાશગંગા, આકાશમાં રાતે જે સફેદ તથા ચળકતો લીસોટો નદી આકારે પડેલો દેખાએછે તે; the milky-way; galaxy; [illegible] ૨/૧ વં. ૧૬, ૪૨.

૨ [illegible] (= Ger. Mark = Marrow). સા. ના. નાન્ય. માવો, ગર, કોઈપી ચીજનો મુખ્ય ભાગ; the marrow. Comp. Sans. मज्जा (orig., मर्ज्ज). [illegible] ૨/૧ ય. ૧૦, ૭૧.

૩ [illegible] વિ. પાપી, ગુનેહગાર; sinful, criminal; rt. [illegible] = मृ to die; મરી જવું, મરવું; [illegible] = મરવા લાએક, નકામું, પાપી; fit to die (lit.); useless, sinful; [illegible]··· [illegible] (પાપી—દુષ્ટ દરૂજ) નારી. ૧/૧ Frag. 8, 2. જુઓ નીચેનો બોલ.

[illegible] (જુઓ ૩ [illegible] તથા [illegible]) સમાસ વિ. પાપી જીંદગીવાળો; (a person) of sinful life, a sinner; [illegible] ૨/૧ વં. ૧૯, ૨૧. ૨૯. ૪૧; [illegible] ૧/૩ ય. ૨૨, ૪૨.

* Vide my Avesta Grammar, p. 251.

[Avestan] (જુઓ [Avestan] તથા [Avestan]) સમાસ વિ. પાપી જીંદગી ગુજારતો, પાપ—ગુનાહમાં જીવતો; living in sin; [Avestan] ૧/૩ ય. ૨૨, ૪૨.

[Avestan] વર્ત. કૃ. સંગારતાં; adorning. Comp. Sans. [Sanskrit]; rt. [Avestan] = Sans. [Sanskrit] = to clean, to purify; [Avestan] નારી. ૧/૩ ય. ૧૭, ૧૦.

[Avestan] વિશે જુઓ ધા. [Avestan]

[Avestan] (જુઓ ધા. [Avestan]) વિ. મારી નાખવાને લાયક, માર ખાવાને લાયક; fit for killing; worthy to be smitten; [Avestan] નારી. ૧/૩ વં. ૮, ૨૧; ય. ૩, ૧૭.

[Avestan] (જુઓ ધા. [Avestan]) સા. ના. નાન્ય. (Verbal Noun;) મારવું; killing, smiting. [Avestan] ૪/૧ (infini.) વં. ૧, ૧૪.

[Avestan] (= [Avestan] + [Avestan]) (જુઓ ધા. [Avestan]) અતિ. વિ. ઘણુંજ નાશકારક, ઘણુંજ મોતકારક; most deadly or destructive; [Avestan] નર. ૧/૩ વં. ૭, ૫૮.

૧ [Avestan] વિશે જુઓ ૧ ધા. [Avestan]

૨ [Avestan] (જુઓ ૨ ધા. [Avestan]) ભૂ. કૃ. ભણેલો; learned, instructed; *or*: fr. [Avestan] one who studies—learns; ભણનાર, યાદ કરનાર (સા. ના. નર.); [Avestan] ૧/૧ વં. ૨, ૩. ૪. જુઓ [Avestan]

[Avestan] (જુઓ ૧ ધા. [Avestan]) સા. ના. નારી. મોત, મરણ; death, dying; જુઓ [Avestan]

[Avestan] (= [Sanskrit]) (જુઓ ૨ ધા. [Avestan]) સા. ના. નારી. દીનનો કાયદો; a religious law or doctrine; જુઓ [Avestan]

[Avestan] (જુઓ ૧ ધા. [Avestan]) સા. ના. નાન્ય. મરવું; dying; જુઓ [Avestan]

[Avestan] (= [Sanskrit]) (જુઓ ૧ ધા. [Avestan]) સા. ના. નર. [Avestan]) મોત; death; [Avestan] ૧/૧ વિં. ૯, ૧; ય. ૧૫, ૧૬; [Avestan] ૨/૧ ય. ૯, ૧૦.

ખ) મરકી, પીડા, રોગ; pestilence, affliction, disease; [Avestan] [Avestan]* (સહુથી મ્હોટી પીડા—મરકી) ૧/૧ વિં. ૫૩, ૮.

[Avestan] (જુઓ ૨ ધા. [Avestan]) કૃ. વિ. (Past Active Participle †) યાદ કરતાં, વિચારકરતાં; remembering, thinking of; [Avestan] thinking of Garonmâna (ગરોથમાનને યાદ કરતાં) નર. ૨/૧ ય. ૧૩, ૮૪.

[Avestan] (જુઓ ૧ ધા. [Avestan]) સા. ના. નાન્ય. મરવું; dying; જુઓ [Avestan]

[Avestan] (જુઓ ૧ ધા. [Avestan]) કૃ. વિ. મરી જાય—નાશ પામે તેવું; perishable, dying; જુઓ [Avestan]

[Avestan] વિશે જુઓ ધા. [Avestan]

[Avestan] ([Avestan]‡ નું બીજું રૂપ) (જુઓ ૧ ધા. [Avestan]) ભૂ. કૃ. વિ. મુવેલું; dead. Comp. [Avestan]; [Avestan] નર. ૧/૧ વં. ૫, ૬૧. જુઓ [Avestan]

[Avestan] વિશે જુઓ [Avestan] તથા ૧ [Avestan]

[Avestan] વિશે જુઓ [Avestan]

[Avestan] વિશે જુઓ ૧ [Avestan]

[Avestan], [Avestan], [Avestan], [Avestan], [Avestan] વિશે જુઓ ૧ ધા. [Avestan]

[Avestan] ક્રિ. અ. નહીં, કદી નહીં; not, never; ૨ [Avestan] નું બીજું રૂપ દીસેછે; [Avestan] (= નહી ખચીત) ય. ૧૦, ૬૯.

[Avestan] વિશે જુઓ ૨ ધા. [Avestan]

[Avestan] વિશે જુઓ ૧ ધા. [Avestan]

[Avestan] (Frag. 8, 2)—(meaning unsettled).

[Avestan] ([Avestan] = [Persian] = [Avestan] = Gr. Margiana = Cune. Margush) વિ. ના. નર. મર્વ શેહેર, જે

---

* એજ પ્રમાણે [Avestan] ની ૧/૧ [Avestan] આવેછે.

† જુઓ માઈ અવસ્તા વ્યાકરણ, સફો ૧૯૯ મો.

‡ જુઓ માઈ અવસ્તા વ્યાકરણ, સફો ૩૭—૩૮ મો.

સોગદીઆનાની દક્ષિણ પશ્ચિમ દિશાએ આવેલું ગણવામાં આવેલું છે; name of a city, probably, to the south-west of Sogdiana; [Avestan] ૨/૧ વં. ૧, ૫; [Avestan] ૨/૧ વં. ૧, ૭. (જુઓ મોઘી.)

[Avestan] (= Magi) સા. ના. નર. દીનની ક્રિયા કરનાર, પવિત્ર ચીજ અર્પણ કરનાર; મોબેદ; a priest, one who dedicates sacred offerings; a Magian. Comp. [Sanskrit]; fr. [Avestan] exalted, great; મ્હોટું, બુલંદ દરજ્જાનું = Lat. *Magnus*. જુઓ નીચેનો બોલ.

[Avestan] (= [Avestan]) (જુઓ [Avestan] તથા ધા. [Avestan]) સમાસ ના. નર. મોબેદને દુઃખ દેનાર; a priest-tormentor; an insulter of a Magian; [Avestan] ૪/૧ યશ્ન. ૬૫, ૭.

[Avestan] વિશે જુઓ [Avestan]

[Avestan] = નાશ કરવો, મારી નાખવું; to destroy, to kill. Comp. 2 [Avestan], Sans. [Sanskrit], Pehl. [Pahlavi]; [Avestan] અ. બૂ. પરસ્મૈ. ૩/૧ યશ્ન. ૩૨, ૯. ૧૦; [Avestan] ૩/૩ યશ્ન. ૩૨, ૧૧. ૧૨.

[Avestan] (= [Sanskrit] = Lat. Mox) ક્રિ. અ. જલદીથી, તુરત; quickly, soon (adv.); [Avestan] વં. ૨, ૬; વ. ૨૨, ૧૯; યશ્ન. ૯, ૨૩; ય. ૫, ૬૩. ૬૫. ૯૮; ય. ૧૩, ૧૪૫; [Avestan] યશ્ન. ૬૫, ૧૪; [Avestan] યશ્ન. ૫૩, ૮; Frag. 8, 1; જુઓ નીચેનો બોલ.

[Avestan] (જુઓ [Avestan] તથા [Avestan]) સમાસ વિ. જલદીથી કામ કરતું, કામમાં રોકાએ; quick of work (adj.); [Avestan] નારી. ૨/૧ ય. ૧૬, ૧.

[Avestan] ([Avestan] નું વધેલું રૂપ) વિ. મ્હોટું; great; [Avestan] [Avestan] (Thy Great Sovereign Power) યશ્ન. ૪૯, ૧૦. જુઓ નીચેના બોલો.

[Avestan] ([Avestan] ઉપરથી) સા. ના. નારી. પુષ્કળપણું, પૂર્ણતા; abundance, perfection; [Avestan] ૩/૧ વીસ્પ. ૧૭, ૧.

[Avestan] (જુઓ [Avestan] તથા [Avestan]) સમાસ ના. નાન્ય. મ્હોટો ભપકો, ઘણી દબદબો; mighty splendour; [Avestan] ૩/૧ યશ્ન. ૪૩, ૧૨.

[Avestan] (તમો ધ્યાન આપો—આપજો) આજ્ઞા. આત્મને. ૨/૩; અસલ રૂપ [Avestan] + [Avestan] + *[Avestan] + [Avestan]; ધા. [Avestan] = વિચારવું; to think; [Avestan] + *[Avestan] + [Avestan] = [Avestan] = ધ્યાન—ચિત્ત આપવું; to heed; to attend; [Avestan] heed ye, યશ્ન. ૫૩, ૫.

[Avestan] (અસલ રૂપ [Avestan] + [Avestan] + [Avestan]) (જુઓ ૧ ધા. [Avestan] ક) સા. ના. નર. માંથ્ર, જરતોશ્તી ધર્મનો છુપો ભેદ—ગુપ્ત વિચાર; બંદગી; secret mysteries of the Zoroastrian religion; deep contemplations; earnest prayers; the Māthra. Comp. [Avestan]; *vide* [Avestan]

૫) વિ. માંથ્ર (એટલે જરતોશ્તી ધર્મના છુપા ભેદ) જાણતો; માંથ્રથી વાકેફગાર; conversant with or reciting the Māthras; *vide* [Avestan];— [Avestan] નર. ૨/૧ વં. ૧૮, ૫૧.

[Avestan] વિ. ના. નર. નામાંકિત પુરૂષનું નામ; name of an illustrious personage. [Avestan] ૬/૧ ય. ૧૩, ૧૧૮.

[Avestan] (= [Avestan] = [Sanskrit]) (જુઓ ૧ ધા. [Avestan] ક) સા. ના. નર. માંથ્ર; જરતોશ્તી ધર્મનો છુપો ભેદ—ગુપ્ત વિચાર; ધર્મનું પવિત્ર લખાણ; બંદગી, secret mysteries of the Zoroastrian religion; divine commandments; Mānthra; deep contemplations; earnest prayers; revealed texts; [Avestan] [Avestan] = [Avestan] [Avestan] = આબાદી કરનાર અથવા પવિત્ર માંથ્રવાળી; the Holy Word; the revealed law of Ahura Mazda. [Avestan] [Avestan] ૧/૧ વં. ૧૯, ૧૪; વં. ૨૨, ૬. ૧૦. ૧૪; યશ્ન. ૧૯, ૧૯; ય. ૧૧, ૩; ય. ૧૨, ૨; ય. ૧૩, ૮૧; [Avestan] ૨/૧ વં. ૩, ૩૩; વં. ૪, ૪૩; યશ્ન. ૨૦, ૩; યશ્ન. ૨૯, ૭; યશ્ન. ૩૧, ૬; યશ્ન. ૪૫, ૩; વીસ્પ. ૬, ૫; વીસ્પ. ૧૩, ૧; ય. ૪, ૯; ય. ૫, ૯૩; ય. ૧૩, ૬૧;

* [Avestan] નકામો આવેલો છે. જુઓ મારૂં અવસ્તા વ્યાકરણ, સફો ૩૮—૩૯ મો.

[Avestan] [Avestan] ૨|૧ વં. ૪, ૪૪; ઈજ઼િ. ૨, ૧૩; ઈજ઼િ. ૧૬, ૬; [Avestan] [Avestan] (૨|૧ ને બદલે) ય. ૧૮, ૮; [Avestan] ૩|૧ ઈજ઼િ. ૨૮, ૫; ઈજ઼િ. ૪૪, ૧૭; [Avestan] ૩|૧ ય. ૩, ૧૮; તથા દરેક નીઆએશ તથા યશ્તના [Avestan] [Avestan] ના ફકરામાં; [Avestan] ૬|૧ ઈજ઼િ. ૯, ૨૬; [Avestan] ૬|૧ ઈજ઼િ. ૮, ૧; ય. ૧૭, ૫; [Avestan] [Avestan] ૬|૧ વીસ્પ. ૯, ૭; વીસ્પ. ૨૧, ૨; ય. ૧, ૧; ય. ૧૧, ૧૭. ૨૨; ય. ૧૩, ૮૬; [Avestan] ૨|૩ ઈજ઼િ. ૨૮, ૭; ઈજ઼િ. ૫૦, ૬; ઈજ઼િ. ૫૨, *૮; [Avestan] = કારાંત ૨|૩ ઈજ઼િ. ૩, ૪; ઈજ઼િ. ૪૩, ૧૪; વીસ્પ. ૧૯, ૨; [Avestan] ૨|૩ ઈજ઼િ. ૩૧, ૧૮; [Avestan] ૩|૩ ઈજ઼િ. ૪૪, ૧૪; [Avestan] ૬|૩ ય. ૩, ૫; [Avestan] [Avestan] of the evil Mānthras (બુરા ઈમ્આને પરાણી કરનારા માંથ્રોનું) ૬|૩ ય. ૧૦, ૨૦. જુઓ નીચેના બોલો તથા [Avestan], [Avestan], [Avestan] [Avestan]

બ) [Avestan] [Avestan] (વિ. ના. નર.) = [Avestan] [Avestan] = ફરેશ્તાનું નામ, માંથ્રસ્પેન્ત, મીનો મારેસ્પંદ; name of an angel; Māthra Spenta; [Avestan] [Avestan] ૧|૧ વં. ૨૨, ૨. ૬; [Avestan] [Avestan] ૩|૧ ય. ૧૩, ૧૪૯. (જુઓ માદી.)

[Avestan] ([Avestan] ઉપરથી) સા. ના. નર. ક) માંથ્ર— અવસ્તાના કલામ ભણનાર; દીનનો કલામ જાહેર કરનાર; the reciter of the Māthras; the revealer of the Holy Word; [Avestan] ૪|૧ ઈજ઼િ. ૫૦, ૫; [Avestan] ય. ૩, ૧. ૨; [Avestan] [Avestan] ૧|૩ ઈજ઼િ. ૭, ૨૪; ઈજ઼િ. ૪૧, ૫.

બ) માંથ્રવાણી; દીનનો કલામ; દીનનું ફરમાન; the Holy Word; a religious mandate; [Avestan] [Avestan] [Avestan] the messenger of Thy Holy Word, i. e., the Prophet (તારા દીનના કલામનો પેગામ પોહોંચાડનાર) ૬|૧ ઈજ઼િ. ૩૨, ૧૩.

[Avestan] વિ. ના. નર. નામાંકિત પુરૂષનું નામ; name of an illustrious personage; lit., one who proclaims the Mānthra; [Avestan] ૬|૧ ય. ૧૩, ૧૦૫. ૧૧૫.

* રેવરેડ મિલ્સ એ ઠેકાણે ૩|૧ મા લેછે.

[Avestan] (જુઓ એ ત્રણ બોલો) સમાસ ના. નર. પવિત્ર માંથ્રવાણી ભણીને તંદરોસ્તી આપનાર; one who heals (or gives health) by reciting the Holy Word. [Avestan] ૧|૧ વં. ૭, ૪૪; ય. ૩, ૬; [Avestan]* (૧|૩ ને બદલે) વં. ૭, ૪૪.

[Avestan] (જુઓ [Avestan] ક તથા ૧ ધા. [Avestan]) સમાસ વિ. માંથ્રવાણી ઈલ્મને દીનનો કલામ (શિખવા) ને લાએક થતો; worthy of being initiated into the secret mysteries of the Māthra Spenta or the Holy Word. [Avestan] નર. ૧|૩ ય. ૧૩, ૧૫૧.

[Avestan] (= [Avestan]) (જુઓ [Avestan] ક તથા ધા. [Avestan]) સમાસ ના. નર. માંથ્ર શિખતો; દીનના કલામનો અભ્યાસ કરતો; learning the Māthra; studying the sacred text; [Avestan]† ૧|૧ વં. ૯, ૨.

[Avestan] (જુઓ [Avestan] ક તથા [Avestan] ૫) માંથ્રવાણી (ઈલ્મને દીનના કલામ) ભણીને સાજુ કરનાર (અસલ.); પાક અવસ્તાના ચોકસ કલામો ભણીને મનને શાન્તિ બખશનાર તથા દિલને આરામ આપનાર; on who restores (a person) to health by means of Mānthra Spenta (lit.); one who gives peace of mind and ease of heart to a person by reciting the Holy Text. [Avestan] ૧|૧ ય. ૩, ૬; [Avestan] ૧|૩ વં. ૭, ૪૪.

[Avestan] (જુઓ [Avestan] ક તથા [Avestan] ક) સમાસ બ્રુ. ફ્. વિ. માંથ્રવાણીથી બંધાએલું; દીનના કલામને તાબે—વશ થએલું; (the body) Māthra-bound; subdued to the Holy Word; [Avestan] [Avestan] [Avestan] ૬|૧ આફ્રી. રપિ. ૫.

[Avestan] (= [Avestan] + [Avestan]) (જુઓ ૧ ધા. [Avestan] ક) સા. ના. નાન્ય. વિચાર, મનસૂબી; thought; intention; [Avestan] ૨|૧ વં. ૨, ૬ (Wester.);

* ડાકટર ગેલ્ડનરે સમાસને બદલે એ ત્રણ બોલોને જુદા નાખ્યા છે.

† [Avestan] (ડાકટર ગેલ્ડનર).

[illegible] ५/३ (૩/૩ ની મતલબમાં*) ઈજ. ૧૧, ૧૭; [illegible] ६/३ વીસ્પ. ૧૨, ૩. જુઓ [illegible]

૧ [illegible] = [illegible] = ઓટી રેહેવું, થોભવું; to wait, to stay.

[illegible] = ઓટી રેહેવું, થોભવું; to wait, to stay; [illegible] અ. બૂ. ૧૦ મો વર્ગ (અથવા રાક્યા.) ૫રસ્મૈ. ૩/૩ વં. ૫, ૪૨. ૫૩–૫૬; વં. ૬, ૨૭; વં. ૮, ૩૮; વં. ૯, ૩૦; વં. ૧૨, ૧. ૩. ૫. ૭. ૯. ૧૧. ૧૩. ૧૫. ૧૭. ૧૯.

૨ [illegible] = [illegible], [illegible], [illegible] = મળતું આવવું, મુકાબલો થવો; સરખાવવું; to be similar; to resemble; to compare; [illegible] (ઉપરની માફક વ્યાકરણ) [illegible] [illegible] [illegible] જેમ તેનો તેઓએ મુકાબલો કીધો (અસલ અર્થ); જે પ્રમાણે, જે મિસાલે (ક્રિ. અ.); as, in the manner that (adv.) વં. ૨, ૩૧. ૩૨; વં. ૩, ૨૫; વં. ૫, ૪૦; વં. ૮, ૬૯. ૭૦; વં. ૯, ૨૪. ૨૫; ઈજ. ૭૧, ૮; ૫. ૧, ૧૯; ૫. ૫, ૮૯; ૫. ૧૭, ૨૦; [illegible] [illegible] (adv.) in the same way (તે પ્રમાણે) ક્રિ. અ. વં. ૩, ૪૨. વળી કેટલેક વખતે 'જે પ્રમાણે, જે મિસાલે'ને માટે ફક્ત [illegible] ([illegible]) આવેછે:—જેમકે [illegible] (adv.) as, in the manner that (જે પ્રમાણે ; માફક) વં. ૫, ૨૩. ૨૪. ૨૫; વં. ૭, ૫૭; વં. ૯, ૪૬. ૪૮.

[illegible] સા. ના. નર. સમજમાં પૂર્ણતા, કામેલ બુદ્ધિ (મિલ્સ); mind's perfection (M.); [illegible] [illegible] men of mind's perfections (કામેલ બુદ્ધિના માણસો) ६/१ ઈજ. ૪૮, ૧૦; દારમેસ્તેતે એ બોલને પેહેલવીને આધારે નીચે મુજબ સમજાવેછે:— [illegible] = માઈ; [illegible] =માણસ; [illegible] = મારા માણસ ઇઓને મારા ચેલાઓ; [illegible] મારા ચેલાઓનો (કલામ).

[illegible] વિરો જુઓ ૧ ધા. [illegible] ક.

[illegible] (જુઓ ૧ ધા. [illegible] ક તથા ૨ [illegible]) દ્વંદ્વ સમાસ ના. નર. વિચાર તથા સખુન) thoughts and words (Copu. Comp.) [illegible] = [illegible] + [illegible]; અથવા [illegible] માંથી બીજો

* નીકળી ને [illegible] નો [illegible] થયો. [illegible] ૨/૨ ઈજ. ૯, ૩૧. Geld. [illegible] [illegible]

[illegible] ([illegible], [illegible] = [illegible]) સા. ના. નર. ક) ક્રિયામાં અર્પણ કરવાની પવિત્ર ચીજ, જેમકે દરૂન, મેવા, ઈત્યાદિ; મયઝદ; sacred things to be dedicated in ceremonies; *e.g.*, Daroon, fruits, wine, &c.; the Myazda; rt. [illegible], [illegible] = मिह् = to bestow આપવું, મેહેરબાની કરવી; * [illegible] + [illegible] = [illegible] the thing dedicated or offered (lit.)= જે આપેલું—અર્પણ કીધેલું તે; [illegible] ૨/૧ ઈજ. ૩, ૧; ઈજ. ૮, ૨; ઈજ. ૩૪, ૩; [illegible] ૨/૧ ૫. ૮, ૧; આફ્રરં. ગાહામ. ૩; [illegible] ६/१ આફ્રરં. ગાહામ. ૭—૧૨; [illegible] [illegible] ७/१ વીસ્પ. ૪, ૨; વીસ્પ. ૧૧, ૬; [illegible] [illegible] ૨/૩ ઈજ. ૪, ૧; ઈજ. ૨૪, ૧; [illegible] ૨/૩ વીસ્પ. ૧૧, ૨; [illegible] ६/३ વં. ૧૮, ૧૨; વીસ્પ. ૧, ૩; ૫. ૧૩, ૬૪. જુઓ નીચેનો બોલ.

ખ) ખોરાક, ખાવાનું; ભોજન; meals, food; [illegible] [illegible] . . . [illegible] meals with meat and wine (ગોશ્ત તથા દારૂનો ખોરાક) ૨/૧ વં. ૮, ૨૨.

[illegible] ([illegible] ક ઉપરથી) વિ. મયઝદ ઇઓને અર્પણ કરવાની પવિત્ર ચીજ આપવું; offering Myazda or oblation in sacred service; [illegible] નર. ૧/૧ આફ્રરં. ગાહામ. ૭. ૮. ૯. ૧૦. ૧૧. ૧૨. જુઓ [illegible]

[illegible] (જુઓ [illegible] ક તથા [illegible]) સમાસ ના. નારી. વખતસરની બંદગી સાથની મયઝદ ઇઓને અર્પણની ચીજ—ભેટ; the Myazda offered with the well-timed prayer; †[illegible] આફ્રરં. ગાહામ. ૬.

[illegible] ([illegible] નું વધેલું રૂપ) = મરવું, નાશ થવો; to die, to perish, to be destroyed; જુઓ [illegible]

[illegible] past partic. adj.; [illegible] [illegible] (Yt. 17, 12) supple leather-strap. Comp. Sans.

* એ બાબે જુઓ મારું અવસ્તા વ્યાકરણ, સફે ૩૦૧.

* બૂ. ક. નો [illegible] ને બદલે [illegible] આવેલો. જુઓ મારું અવસ્તા વ્યાકરણ, સફે ૨૬૪–૨૬૫.

† Geld. [illegible] [illegible]

[Avestan] (Dar.); Wester. [Avestan]; નરમ મેંઢાંઓ તેઓ ચામડાંનો પેટો (ઘરમે.).

[Avestan] = [Sanskrit] = જવું; to go, to move.

[Avestan] = નીકળી જવું, જતું રેહેવું; દૂર થવું; to be removed, to perish; [Avestan] [Avestan] વર્ત. કૃ. પરસ્મે. નર. ૧|૧ ઇજ. ૫૩, ૭.

[Avestan] = [Sanskrit] = બોલવું, કેહેવું; to speak, to say; cl. 2; [Avestan] વર્ત. પરસ્મે: ૧|૧ વં. ૧૮, ૬૫; ઇજ. ૭૧, ૧૩; Frag. 4, 1; [Avestan] ઇજ. ૫૩, ૫; [Avestan] ૩|૧ ય. ૧૦, ૧૦૬; [Avestan] (જાહેર કરેછે, ફરમાવેછે) આત્મને. ઇજ. ૪૯, ૬; [Avestan] સંશ. પરસ્મે. ઇજ. ૫૧, ૮; [Avestan] શક્યા. પરસ્મે. ૨|૧ વં. ૧૮, ૧—૬; વં. ૨૧, ૨; [Avestan] ૩|૧ ઇજ. ૫૧, ૮; [Avestan] આજ્ઞા. પરસ્મે. ૨|૧ વં. ૨, ૬ (Wester.); વં. ૧૯, ૩૪; ય. ૩, ૨; Frag. 1, 2; [Avestan] ૩|૧ ઇજ. ૩૧, ૧૭; [Avestan] અ. ભૂ. પરસ્મે. ૧|૧ વં. ૨, ૩. ૪; [Avestan] ૨|૧ ઇજ. ૩૪, ૧૩; ઇજ. ૪૩, ૧૨; [Avestan] ૩|૧ વં. ૧, ૧; વં. ૨, ૨. ૪૨; વં. ૩, ૧. ૨. ૪—૭. ૯. ૧૦. ૧૨. ૧૩. ૧૫. ૨૨. ૨૩. ૩૦. ૩૪; વં. ૪, ૨. ૫—૧૬; વં. ૫, ૩. ૬. ૮. ૧૧. ૧૭. ૨૩. ૨૮; વં. ૬, ૧. ૫. ૭. ૯. ૧૧. ૧૩. ૧૫. ૧૭. ૧૯, ૨૧; વં. ૭, ૨. ૫. ૧૧; વં. ૧૮, ૧—૬; વં. ૨૨, ૧; ઇજ. ૩૨. ૧૨; ઇજ. ૪૫, ૫; ઇજ. ૫૧, ૧૯; ય. ૧૦, ૧; [Avestan] સંશ. ઇજ. ૪૫, ૨; [Avestan] અ. ભૂ. પરસ્મે. ૨|૩ ઇજ, ૪૩, ૧૧; [Avestan] કર્મ. *અનિ. (Aor. Pass.) ૩|૧ ઇજ. ૩૨, ૧૪; [Avestan] વર્ત. કૃ. પરસ્મે. નર. ૧|૩ ઇજ. ૭૦, ૪.

[Avestan] = ના પાડવું, રદ કરવું; to abjure, to interdict, to deny; [Avestan] વર્ત. આત્મને. ૧|૧ ઇજ. ૪૯, ૩. [Avestan] [Avestan] [Avestan] [Avestan] I abjure all the allies of the wicked (બુરા માણસના સોબતીઓને ધિક્કારીને હું રદ કરહું (ઇજ. ૪૯, ૩).

[Avestan] ક) = યાદ કરવું; બંદગીમાં યાદ કરવું—યાદ કરીને મદદે બોલાવવું; જાહેરરીતે કેહેવું; to invoke, to call on for assistance; to speak openly; [Avestan] વર્ત. આત્મને. ૧|૧ ઇજ. ૧૩, ૧. ૩; [Avestan] (હમો યાદ કરીએ છિયે) ૧|૩ વીસ્પ. ૩, ૫; [Avestan] (યાદ કીધો, બનો) અ. ભૂ. પરસ્મે. ૩|૧ ઇજ. ૧૯, ૧૨ [Avestan] (orig. [Avestan]+[Avestan]+[Avestan]) જાહેર કીધું ઇજ. ૨૧, ૪; [Avestan] (બોલ્લી રીતે—જાહેર રીતે કહ્યું) આત્મને. ઇજ. ૧૯, ૧૫; [Avestan] Wester અ. ભૂ. આત્મને. ૧|૧ Frag. 9, 2.

ખ) ઇચ્છવું, ખાહેશ રાખવી; to wish, to desire; [Avestan] વર્ત. આત્મને. ૧|૧ ય. ૨૪, ૩૯.

[Avestan] = સ્મરણ કરવું, અરજ કરવી; to remember, to beseech. [Avestan] ઇજ. ૯, ૨૭.

[Avestan] = ક) માંગવું; to ask for, to demand; [Avestan] વર્ત. આત્મને. ૧|૧ ય. ૨૪, ૩૯; [Avestan] ઇજ. ૯, ૧૭. ૧૮.

ખ) નમનતાઇથી કેહેવું; જાહેર કરવું, બોલ્લી રીતે બોલવું; to speak submissively; to declare; to address; [Avestan] વર્ત. આત્મને. ૩|૧ ય. ૮, ૨૩; [Avestan] (Wester. [Avestan]) વર્ત. આત્મને. ૩|૧ ય ૮, ૨૯; [Avestan] [Avestan] [Avestan] (હમો યાદ કરીએ છિયે તથા માંગીએ છિયે; (અસલ રૂપ [Avestan] [Avestan] [Avestan] [Avestan]); ઇજ. ૬૮, ૨૧; [Avestan] અ. ભૂ. આત્મને. ૩|૩ ય. ૧૩, ૯૩; [Avestan] (બોલતો, ભણતો) વર્ત. કૃ. આત્મને. નર. ૧|૧ ઇજ. ૭૧, ૧૬; ય. ૨૨, ૨.

[Avestan] = પાછું કેહેવું, જવાબ—ઉત્તર આપવો; to answer; [Avestan] આજ્ઞા. આત્મને. ૧|૧ ય. ૫, ૮૨; [Avestan] પરસ્મે. ૨|૧ ઇજ. ૭૧, ૧; [Avestan] ય. ૧૨, ૧; [Avestan] અ. ભૂ. પરસ્મે. ૩|૧ ઇજ. ૩૨, ૨; [Avestan] સંશ. ઇજ. ૨૯, ૩; [Avestan] (તુંને બોલવું જોઇએ) શક્યા. પરસ્મે. ૨|૧ ય. ૨૪, ૨૫.

[Avestan] = ક) બોલવું, મ્હોટે સાદે બોલવું; જાહેર કરવું; to speak, to speak loudly, to declare; [Avestan] વર્ત. પરસ્મે. ૧|૧ ય. ૧૩, ૧૯; [Avestan] [Avestan] આત્મને. ઇજ. ૧૯, ૧૦; [Avestan] ૩|૧ ઇજ. ૮, ૪; [Avestan] [Avestan] [Avestan] વીસ્પ. ૩, ૬; તથા દરેક ની આફ્રીન, ગેહ તથા યશ્તમાં [Avestan]

* એના બોલાયા બાબે જુઓ માઇ અવસ્તા વ્યાકરણ, સફો ૨૫૪ મ.

ના ફકરાને છેડે ; રાક્ષા. પરસ્મૈ. ૨/૧ વં. ૧૦, ૫. ૭; ય. ૧૧, ૬; ય. ૧૩, ૨૦; આત્મને. ય. ૧૦, ૧૧૯; પરસ્મૈ. ૩/૧ ઇજ. ૪૬, ૫; આજ્ઞા. પરસ્મૈ. ૧/૧ ય. ૧૨, ૨; ય. ૧૫, ૫૬; ૨/૧ ઇજ. ૭૧, ૧૪; ય. ૧, ૫; વં. ૬, ૪૬; વં. ૧૦, ૨. ૩. ૫. ૭. ૯. ૧૧, ૧૩; વં. ૧૧, ૪—૭; ય. ૧, ૧૧; ય. ૧૩, ૧; ય. ૧, ૧૬; . . . ૩/૧ વીસ્પ. ૩, ૬; તથા દરેક નીઆએશ, ગેહ તથા યશ્તમાં ના ફકરાને છેડે; અ. ભૂ. પરસ્મૈ. ૩/૧ વં. ૧૯, ૧૦; ઇજ. ૧૯, ૧૫. ૨૦; ઇજ. ૭૧, ૧૪; વર્ત. સંશ. પરસ્મૈ. ૨/૧ ઇજ. ૭૧, ૧૫; નું અસલ રૂપ + + + ; ની આગમયનો ઉ નીકળી જઇ, તેની આગમયનો નો થયાથી થયું. પૂ. ભૂ. આત્મને. ૩/૩ ય. ૧૩, ૬૪; (વર્ત. કૃ. નર. ૧/૧ ની મતલબે) વં. ૩, ૧; વં. ૮, ૧૪; વં. ૧૯, ૧૮; (ઉપલીજ મતલબે) ય. ૪, ૪; ય. ૪, ૪; વર્ત. કૃ. આત્મને. તથા પરસ્મૈ. ૬/૧ Frag. 9, 1; વર્ત. કૃ. આત્મને. નર. ૧/૧ ય. ૨૧, ૪.

બ) પસંદ કરવું; to prefer; વર્ત. પરસ્મૈ. ૧/૧ વં. ૪, ૪૭; ય. ૪, ૩; (Wester.) ય. ૪, ૬.

= રદ કરવું, નાપાડવું, કબૂલ નહી રાખવું, ત્યાગ કરવો; to abjure, to deny, to forsake, not to accept; . . . વર્ત. આત્મને. ૧/૧ ઇજ. ૧૨, ૪; ઇજ. ૧૨, ૬; અ. ભૂ. પરસ્મૈ. ૩/૧ ય. ૨, ૧૩ (orig., + + +) રાક્ષા. આત્મને. ૩/૧ ઇજ. ૧૨, ૬.

વિ. મારી નાખે તેવી (ઠંડી); killing, fatal; rt. = मृ = to die; મરી જવું; (caus.) = to kill; મારી નાખવું; *vide* Av. Gram., p. 251; the fatal winter (મારી નાખે એવો ઇઆને પ્રમુખ સખ્ત શિયાળો) નર. ૧/૧ વં. ૨૨, ૨.

વિશે જુઓ ધા.

(meaning unsettled)—possibly, the name of a Daevi. ધારવામાંએ દેવીનું નામ; not coming to shame (Sp.); લાજ વગરનો (સ્પી.); invincible (Har.); નહી જીતી શકાએ તેવો (હારલે); hatred, spite (Dar.); ધિક્કાર, અદાવત (દારમે.); ૬/૧ ય. ૧૧, ૧૫.

[*] (= ह =य) સર્વ. સર્વ. જે, જે કોઇ; જે કાંઇ; *relat. pro.*—who, which; એ સર્વનામ પોતાની જુદી જુદી વિભક્તિનાં રૂપમાં આખજા આવેછે. (यः) નર. ૧/૧ વં. ૧, ૨. ૪—૧૩. ૧૫–૧૯; વં. ૨, ૨૯. ૩૭; વં. ૩, ૨૫. ૨૬. ૨૮. ૩૧; વં. ૪, ૧. ૨. ૫—૧૮. ૨૧. ૨૨. ૨૫. ૨૬. ૨૯. ૩૦. ૩૪. ૩૬. ૩૭. ૪૦. ૪૨. ૪૮. ૫૫; વં. ૫, ૧૫—૧૮. ૨૧. ૩૩. ૩૪; વં. ૬, ૧૦. ૧૨. ૧૪. ૧૬. ૧૮. ૨૦. ૨૨. ૨૪. વં. ૭, ૭૮. ૭૯; વં. ૮, ૧૩. ૨૩—૨૫. ૭૯. ૮૧—૮૬; વં ૯, ૨. ૩૯. ૪૦. ૪૨. ૫૧; વં. ૧૦, ૧૯; વં. ૧૩, ૩. ૪. ૮. ૧૦—૧૫. ૨૦—૨૭; વં. ૧૪, ૭; વં. ૧૫, ૨. ૩. ૫. ૭. ૮. ૯. ૧૧. ૧૩. ૧૫. ૧૮. ૫૦; વં. ૧૬, ૧૪. ૧૭; વં. ૧૭, ૨; વં ૧૮, ૬. ૯. ૧૨. ૧૫. ૨૭. ૬૨. ૬૭. ૬૯; વં. ૧૯, ૧. ૭. ૯. ૨૦. ૨૧. ૪૪. ૪૬; વં. ૨૦, ૪; વં. ૨૨, ૧. ૬. ૭. ૮. ૧૪; ઇજ. ૪૨, ૪; વીસ્પ. ૧૫, ૩; નર. ૧/૧ વં. ૪, ૪૯; વં. ૭, ૫૧. ૭૦; વં. ૧૩, ૩. ૭. ૯; વં. ૧૮, ૧૦. ૨૮. ૨૯; વં. ૧૯, ૨૯.

સમાસ રૂપમાં અથવા ની આગમય અથવા આવેછે:—[†]

જેમકે , ; , , (=) ઇજ. ૪૪, ૧૯; વં. ૧૩, ૧૦. ૧૧; ઇજ. ૧૦, ૧૩; ઇજ. ૩૩, ૫; Geld. ય. ૪, ૧; (= + =તેઓને જે કોઇ) ઇજ. ૩૧, ૭; ઇજ. ૪૫, ૧૧. વળી કોઈ વખતે

[*] વધારે ખોલાસા માટે જુઓ મારૂં અવસ્તા વ્યાકરણ, સફે ૧૪૭–૧૫૦.

[†] As the first member of a compound when followed by or

[*] ના ખોલાસા બાબે જુઓ મારૂં અવસ્તા વ્યાકરણ સફે ૨૪૦ મો.

[illegible] જુદાં રૂપમાં આવેછે (ય. ૨૯, ૮૭) ; [illegible] (ગાથા રૂપ) નર. ૧/૧ ઈજ. ૪૪, ૧૯.

[illegible] (= [illegible]) નારી. ૧/૧ વં. ૧, ૯; વં. ૩, ૨૪; વં. ૫, ૨૧; વં. ૬, ૩૦. ૩૩. ૩૬. ૩૯; વં. ૯, ૪૫. ૪૭; વં. ૧૦, ૧. ૧૮; વં. ૧૧, ૯. ૧૨; વં. ૧૪, ૪. ૧૫; વં. ૧૫, ૧૯; વં. ૧૮, ૩૧. ૩૪. ૩૭. ૪૦. ૪૩. ૪૬. ૪૮. ૫૪. ૫૭.

[illegible] (= [illegible]) નાન્ય. ૧/૧ વં. ૨, ૪૧; વં. ૩, ૧૫; વં. ૫, ૪૬; વં. ૮, ૫; વં. ૯, ૩; વં. ૧૦, ૧૮; [illegible] નાન્ય. ૧/૧ વં. ૨, ૨૩; [illegible] નાન્ય. ૧/૧ વં. ૫, ૨૨–૨૫;

[illegible] ([illegible]) નર. ૨/૧ વં. ૧, ૪. ૭. ૮. ૯. ૧૧. ૧૭; વં. ૩, ૧૫; વં. ૪, ૧૧–૧૬; વં. ૫. ૪૬. ૬૨; વં. ૧૩, ૨. ૩. ૪. ૬. ૭. ૮. ૧૦–૧૫. ૨૦–૨૭; વં. ૧૪, ૧; વં. ૧૭, ૩; વં. ૧૮, ૭. ૧૩. ૧૫. ૨૩. ૬૦. ૬૨. ૬૬. ૭૬; ઈજ. ૯, ૧૧; ય. ૫, ૫૮; ય. ૧૦, ૪૫; [illegible] (= [illegible]) નારી. ૨/૧ વં. ૧, ૯; વં. ૫, ૧. ૨. ૧૯; વં. ૧૫, ૫. ૮. ૪૯. ૫૦; વં. ૧૮, ૧૫. ૨૩; વં. ૧૯, ૫. ૧૪; વં. ૨૦, ૩. ૫. ૬. ૭. ૯; [illegible] (= [illegible]) નાન્ય. ૨/૧ વં. ૨, ૧. ૨. ૪. ૫. ૬. ૮-૧૧; વં. ૧૩, ૫૧; વં. ૧૮. ૧૯. ૨૪; વં. ૧૯, ૩૯. કેટલીએક વખતે [illegible] જુદી જુદી જાતી તથા વિભક્તિવાળાં નામને માટે એજ રૂપમાં વપરાએલો આવેછે:—જેમકે વં. ૩, ૧૫; વં. ૪, ૫૦–૫૪; વં. ૫, ૫૯; વં. ૬, ૩૦. ૫૦; વં. ૮, ૮૧–૯૬; વં. ૯, ૫૨; વં. ૧૩, ૨૦. ૨૧. ૨૩. ૨૮; વં. ૧૬, ૧; વં. ૧૮, ૨૯; વં. ૧૯, ૪. ૧૨. ૨૦. ૪૭; [illegible] ([illegible] ને બદલે) ય. ૧૫, ૪૩; [illegible] ૩/૧ ઈજ. ૨૮, ૧; ઈજ. ૩૦, ૬; ઈજ. ૩૧, ૨; ઈજ. ૩૩, ૧; ઈજ. ૩૪, ૧૩; ઈજ. ૪૩, ૪; ઈજ. ૪૪, ૩; ઈજ. ૪૮, ૧૦; [illegible] (= [illegible]) ૪/૧ (૭/૧ ની મતલબે) વં. ૧, ૧૭; [illegible] નર. ૪/૧ ઈજ. ૪૬, ૬; ય. ૮, ૪૫; ય. ૧૦, ૮૭; [illegible] ૪/૧ (જ્યાંહાં સુધી) ક્રિ. અ. વં. ૧૯, ૫; [illegible] ([illegible]) નર. ૫/૧ વં. ૨, ૨૨; ય. ૫, ૯૬; [illegible] ૫/૧ ય. ૧૦, ૬૯. ૯૭; [illegible] નારી. ૫/૧ ઈજ. ૫૭, ૩૪; ય. ૧૧, ૨૦; [illegible] નર. ૬/૧ વં. ૧૯, ૧૪; વં. ૨૦, ૮; ઈજ. ૧૨, ૧; વીસ્પ. ૨, ૫; ય. ૧૭, ૧૭; [illegible] ૬/૧ વં. ૨૧, ૪. ૮. ૧૨. ૧૬; ય. ૧, ૩૨; ય. ૧૩, ૯૩; [illegible] ([illegible]) ૬/૧ ઈજ. ૭, ૨૪; ઈજ. ૩૧, ૪; ઈજ. ૫૧, ૨૨; [illegible] ([illegible]) ૬/૧ ઈજ. ૩૩, ૧; [illegible] ([illegible]) નારી. ૬/૧ વં. ૧૫, ૨૪; ઈજ. ૬૫, ૧૧; [illegible] ૬/૧ ઈજ. ૧૯, ૧; ઈજ. ૫૮, ૧; વીસ્પ. ૧૧, ૧૩; [illegible] ([illegible]) નર. ૭/૧ ય. ૧૦, ૬૪; ય. ૧૩, ૯૧; [illegible] ૭/૧ ઈજ. ૬૮, ૨૩; [illegible] નર. ૭/૧ (૬/૧ ની મતલબે) ય. ૧૦, ૬૪. [illegible] નારી. ૭/૧ વં. ૩, ૯. ૧૨. ૧૩; વં. ૭, ૫૬; [illegible] (જ્યાંહાં) ય. ૧૦, ૧૪; ય. ૧૩, ૨૭; [illegible] (૨/૧ ની મતલબે) ય. ૫, ૮૫; [illegible] [illegible] [illegible] ૮/૧ ય. ૧૫, ૩. ૮. ૧૨. ૧૬. ૨૦. ૨૪. ૨૮. ૩૨. ૩૬. ૪૦.

[illegible] ([illegible]) નર. ૧/૨ વં. ૬, ૪૨; ઈજ. ૧૦, ૩; ઈજ. ૫૭, ૨; [illegible] (જે બે છે) ૧/૨ ય. ૧૩, ૧૨; [illegible] Geld. ([illegible] Wester.) (૧/૨ ની મતલબે) ય. ૧, ૨૫; [illegible] નાન્ય. ૨/૨ ઈજ. ૩૦, ૨; [illegible] નર. ૬/૨ વં. ૧૩, ૯; ઈજ. ૪૫, ૨; ઈજ. ૪૬, ૭; [illegible] નાન્ય. ૬/૨ ઈજ. ૩૩, ૯.

[illegible] નર. ૧/૩ વં. ૧, ૧૯; વં. ૨, ૨૭. ૨૮. ૨૯. ૩૫. ૩૬. ૩૭. ૪૧; વં. ૩, ૧૮; વં. ૫, ૧૦; વં. ૬, ૩. ૨૬; વં. ૭, ૨૬. ૨૭. ૩૬. ૫૬. ૫૭. ૭૧; વં. ૮, ૧. ૪. ૧૪. ૭૩; વં. ૯, ૨૭. ૨૮. ૪૬. ૪૯; વં. ૧૦, ૨. ૩. ૭. ૧૧. ૧૫. ૧૬. ૧૭; વં. ૧૧, ૩. ૮. ૧૧. ૧૪. ૧૭. ૨૦; વં. ૧૩, ૧. ૨. ૫. ૬. ૨૮; વં. ૧૪, ૧૭; વં. ૧૫, ૨. ૩. ૫. ૭. ૮. ૨૧. ૨૨. ૨૪. ૨૫. ૨૭. ૨૮. ૩૦. ૩૧. ૩૩. ૩૪. ૩૬. ૩૭. ૩૯. ૪૦. ૪૩. ૪૪. ૪૬; વં. ૧૬, ૧૮; વં. ૧૭, ૧૧. ૫૫. ૫૯; વં. ૧૮, ૫૫; ઈજ. ૯, ૨૫; ઈજ. ૩૨, ૧૧; વીસ્પ. ૨, ૫; ય. ૧૩, ૩૦; [illegible] નર. ૧/૩ [illegible] નર. ૧/૩ ઈજ. ૩૦, ૫; ઈજ. ૩૯, ૧; ઈજ. ૪૫, ૧; [illegible] નર. ૧/૩ ઈજ. ૧૦, ૧૭.

[illegible] નારી. ૧/૩ વં. ૫, ૪. ૭; વં. ૮, ૩૪; વં. ૧૩, ૪૨. ૪૩; ય. ૫, ૧૫; ય. ૧૦, ૭૮; [illegible] નારી. ૧/૩ વીસ્પ. ૯, ૪; ય. ૧૩, ૯૮; [illegible] નારી. ૧/૩ ઈજ. ૩૩, ૧૦; [illegible] નારી. ૧/૩ ઈજ. ૩૮, ૧; [illegible] નાન્ય. ૧/૩ વં. ૭, ૧૨; [illegible] ૧/૩ વં. ૫, ૪. ૭; વં. ૭, ૪. ૧૨. ૨૩. ૨૫. ૨૮. ૩૨. ૭૩; [illegible] નર. ૨/૩ ય. ૮, ૧૨; [illegible] નર. ૨/૩; [illegible] નર. ૨/૩ ઈજ. ૨૮, ૧૦; ઈજ. ૩૨, ૧૫; ઈજ. ૪૩, ૩; [illegible]* (જેઓને તું) નર. ૨/૩ ઈજ. ૪૬, ૧૪; [illegible] ૨/૩ (કોઈ વખતે) ય. ૫, ૫; [illegible] નારી. ૨/૩ વં. ૪, ૪૫; વં. ૧૮, ૨૭; વં. ૨૦, ૧૦. ૧૨; [illegible] નારી. ૨/૩ ઈજ. ૩૯, ૧૪; [illegible]

* In [illegible] (whom Thou), [illegible] is redundant.

[Avestan] નાન્યે. ૨/૩ વ. ૧, ૧૧. ૧૨. ૧૬; વં. ૧૫, ૧; વં. ૨૦, ૩. ૫. ૬. ૭. ૯; [Avestan] (જોધી, જે ફાઇખી) નાન્ય. ૨/૩ વં. ૩, ૪૧; [Avestan] (ચૈઃ) ૩/૩ ઈજ઼. ૩૨, ૭; ઈજ઼. ૪૬, ૨૦; [Avestan] (ચૈભ્યઃ) નર. ૪/૩ ઈજ઼. ૨૮, ૩; ઈજ઼. ૪૪, ૧૧; [Avestan] નર. ૪/૩ ઈજ઼. ૩૯, ૧; [Avestan] (યાભ્યઃ) નારી. ૪/૩ ઈજ઼. ૧૦, ૯; [Avestan] નર. ૫/૩ (૩/૩ ની મતલબે*) વં. ૮, ૧૧. ૧૨, ૧૩; વં. ૧૪, ૭; [Avestan] નારી. ૫/૩ [Avestan] (યેષામ્) નર. ૬/૩ વં. ૩, ૨૯; વં. ૧૩, ૩; વં. ૧૪, ૮. ૯. ૧૦; ઈજ઼. ૩૨, ૭; વીસ્પ. ૧૬, ૩; ય. ૧૩, ૮૩; [Avestan] નારી. ૬/૩ ઈજ઼. ૨૧, ૨; [Avestan] (યેષુ) નર. ૭/૩ ઈજ઼. ૩૩, ૫; [Avestan] નારી. ૭/૩ ય. ૧૦, ૨૮, ૩૮; ય. ૧૩, ૪૬; [Avestan] (યાસુ) નારી. ૭/૩; [Avestan] નારી. ૭/૩; [Avestan] નાન્ય. ૭/૩ ઈજ઼. ૩૪, ૮. જુઓ [Avestan], [Avestan], [Avestan], [Avestan], [Avestan], [Avestan], [Avestan]

[Avestan], [Avestan] } એ બોલો વિશે જુઓ ૧ ધા. [Avestan]

[Avestan] વિ. ના. નર. નામાંકિત પુરૂષનું નામ; name of an illustrious personage; [Avestan] ૬/૧ ય. ૧૩, ૧૨૩.

[Avestan] (જુઓ ૨ ધા. [Avestan] ગ) સા. ના. નાન્ય. મદદ; assistance, aid; (the root is reduplicated); [Avestan] ૧/૧ ઈજ઼. ૧૧, ૯.

[Avestan] વિશે જુઓ ધા. [Avestan]

[Avestan] (= યુતિ = [Avestan]) (જુઓ ધા. [Avestan]) સા. ના. નારી. સંબંધ, જોડાઈ જવું, સંયોગ; union, connection; જુઓ [Avestan]

[Avestan] (જુઓ ૧ [Avestan] તથા [Avestan]) સમાસ ના. નારી. જવની—અનાજની ખેતી; sowing corn; cultivation of corn; [Avestan] ૧/૧ વં. ૩, ૩૦.

૧ [Avestan] (જુઓ ધા. [Avestan]) સા. ના. નાન્ય. કજીઓ, મારામારી; strife, dissension, discord; જુઓ [Avestan]

* જુઓ મારૂં અવસ્તા વ્યાકરણ, સફો ૩૦૧.

૨ [Avestan] (જુઓ ધા. [Avestan]) સા. ના. નાન્ય. બાંધો, આંગ, શરીર; constitution, natural frame of body; the body; જુઓ [Avestan]

[Avestan] (જુઓ ધા. [Avestan]) સા. ના. નારી. યુક્તિ, તદબીર; કૌવત, શક્તિ; skill, strength, power; [Avestan] ૫/૩ (૩/૩ ની મતલબે) ય. ૧૦, ૮૨; [Avestan] ૬/૩ય. ૮, ૪૫; ય. ૧૦, ૮૨. જુઓ [Avestan], [Avestan] તથા નીચેના બોલ.

[Avestan] ([Avestan] ઉપરથી) વિ. યુક્તિ—તદબીરવાળું; કૌવત—શક્તિવાળું; skilful; powerful. [Avestan] નારી. ૧/૧ વં. ૧૯, ૩૦; [Avestan] — કારાંત નાન્ય. ૧/૧ ય. ૧૨, ૧; [Avestan] નર. ૨/૧ ય. ૭, ૫; ય. ૮, ૪૯; ય. ૧૦, ૬૧; [Avestan] — કારાંત નાન્ય. ૨/૧ ય. ૧૯, ૯; [Avestan] [Avestan] નર. ૧/૩ ય. ૧૯, ૭૨; [Avestan] [Avestan] [Avestan] (સખત પવન ફુંકેછે) નર. ૧/૩ ય. ૮, ૮; [Avestan] નર. ૬/૩ વં. ૨૦, ૧. ૨.

[Avestan], [Avestan] } વિશે જુઓ ધા. [Avestan]

[Avestan], [Avestan] (= યોસ્) વિ. પવિત્ર, પાક; holy, pure, undefiled; જુઓ નીચેના બોલો.

*[Avestan] વિશે જુઓ [Avestan]

૧ *[Avestan] (જુઓ [Avestan] તથા ૨ ધા. [Avestan]) = પાક—પવિત્ર કરવું; to purify, to cleanse; [Avestan] આજ્ઞા. પરસ્મૈ. ૨/૧ વં. ૧૧, ૧; વં. ૧૯, ૧૨; વં. ૨૧, ૬. ૧૦. ૧૪; [Avestan] [Avestan] (Geld. [Avestan]) વં. ૧૨, ૨. ૪. ૬. ૮. ૧૦. ૧૨. ૧૪. ૧૬. ૧૮. ૨૦; [Avestan] આત્મને. વં. ૧૧, ૪–૭; [Avestan] વર્ત. પરસ્મૈ.

* ધા. [Avestan], [Avestan] ના બોલાસા બાબે જુઓ મારૂં અવસ્તા વ્યાકરણ, સફો ૧૯૯—૨૦૦.

૩|૧ વં. ૫, ૨૧; વં. ૧૦, ૧૮. ૧૯; [Avestan] વં. ૭, ૧૬; [Avestan] આત્મને. ૩|૩ વં. ૮, ૧૦૦–૧૦૩; [Avestan] શક્યા. આત્મને. ૨|૧ વં. ૧૦, ૧૯; [Avestan] પરસ્મૈ. ૩|૩ વં ૫, ૫૪. ૫૬; વં. ૭, ૨૯. ૩૦. ૩૧. ૩૩. ૩૪. ૩૫. ૭૪. ૭૫; વં. ૮, ૨૨. ૩૬. ૧૦૩; વં. ૯, ૩૩–૩૫; [Avestan] [Avestan] Periphrastic Imperf. 3rd Per. Plu. વં. ૬, ૪૨. ૪૩; વં. ૭, ૧૨. ૧૩. ૨૩. ૨૫. ૨૮. ૨૯. ૩૨. ૩૩. ૭૩. ૭૪. ૭૬. ૭૭; વં. ૮, ૩૩–૩૬. ૯૭. ૯૮; [Avestan] (પાક કરતો, પવિત્ર કરનાર) વર્ત. કૃ. પરસ્મૈ. નર. ૧|૧ વં. ૯, ૩૭. ૩૮. [Avestan] ભૂ. કૃ. નર. ૧|૧ વં. ૧૯, ૨૦; [Avestan] [Avestan] નારી. ૨|૧ વં. ૧૮, ૨૭; [Avestan] (નર. ૧|૧ ને બદલે) વં. ૧૯, ૨૩; [Avestan] વં. ૧૨, ૨. ૪. ૬. ૮, ૧૦. ૧૨. ૧૪. ૧૬. ૧૮. ૨૦; [Avestan] (નર. ૨|૧ ને બદલે) વં. ૧૯, ૨૧; [Avestan] વં. ૧૧, ૨; [Avestan] નર. ૬|૩ વં. ૧૮, ૧૯. ૨૧. ૨૨. ૨૬; [Avestan] નારી. જાતી. ૬|૩ વં. ૧૪, ૪; વં. ૧૮, ૭૨; જુઓ [Avestan] [Avestan] તથા નીચેના બોલ.

[Avestan] = આસપાસથી પાક કરવું; બધી તરફથી પવિત્ર કરવું; to cleanse or purify thoroughly; [Avestan] શક્યા. આત્મને. ૩|૧ વં. ૮, ૩૬. ૩૭. ૩૮. ૩૯. ૫૮. ૯૯; વં. ૯, ૩૧; વં. ૧૪, ૧૭.

[Avestan] = પવિત્ર કરવું; to purify, to cleanse, [Avestan] . . . [Avestan] આજ્ઞા. પરસ્મૈ. ૧|૧ વં. ૨૧, ૬; ય. ૨૪, ૪૯.

૨ [Avestan] (જુઓ ૧ [Avestan]) સા. ના. નારી. પવિત્રાઈ, પાકીજગી; purity; [Avestan] ૧|૧ વં. ૫, ૨૧; વં. ૧૦, ૧૮; હજ. ૪૮, ૫.

[Avestan] (જુઓ ૧ [Avestan]) સા. ના. નારી. પાક—પવિત્ર કરવાનું કામ; purification; [Avestan] ૧|૧ વં. ૧૦, ૧૯; [Avestan] ૨|૧ વં. ૮, ૧૦૦. ૧૦૧. ૧૦૨. ૧૦૩; [Avestan] ૩|૧ વં. ૫, ૫૭. ૫૮.

[Avestan] વિશે જુઓ ૧ [Avestan]

[Avestan] (જુઓ ૧ [Avestan]) સા. ના. નર. પાક કરનાર, પવિત્રાઈ—પાકીજગી આપનાર; a purifier, a cleanser; [Avestan] ૨|૧ ય. ૧૦, ૯૨.

[Avestan] (જુઓ [Avestan] તથા [Avestan]) સમાસ વિ. પાક—સોજી કીધેલી જગાવાળું; (the place) whereof the ground is clean; [Avestan] super. adj. (the place) whereof the ground is the cleanest. નાન્ય. ૧|૧ વં. ૩, ૧૫; વં. ૫, ૪૬; વં. ૯, ૩; વં. ૮, ૫.

[Avestan] (જુઓ ૧ [Avestan]) સા. ના. નાન્ય. ક) પવિત્રાઈ, પવિત્ર—પાક કરવાનું કામ; purification; [Avestan] ૧|૧ વં. ૩, ૩૮. ૩૯; વં. ૮, ૨૭; [Avestan] ૨|૧ વં. ૧૯, ૧૨; ય. ૮. ૧૫. જુઓ એની પછીનો બોલ.

ખ) પાકીજગી આપવાનો સબબ, પવિત્ર કરવાનું સાધન; the means or the instrument of purifying; [Avestan] ૧|૧ ય. ૬, ૨; ની આ. ૧, ૧૨.

ગ) પવિત્ર કરવાની બંદગી અથવા કલામ; the prayer or the words of purification; [Avestan] ૨|૧ વં. ૧૧, ૨.

[Avestan] ([Avestan] ક ઉપરથી) વિ. પવિત્રાઈને લગતો (અસલ.); પાક કરનાર, પવિત્રાઈ આપનાર, યોજદાથ્રેગર, નાહાન નહવારનાર (સા. ના. નર.); a purifier, one who performs the purificatory rites; the Yaozhdâthrya retains so much of the purifying effect of the Bareshnûm ceremony (see Bund., Chap. II, 6.), as to be able to assist in purifying others by means of the same ceremony. When that effect has passed away, a priest can no longer perform the sacred rites, until he has again undergone the nine nights' purification of the Bareshnûm (West); [Avestan] ૧|૧ વં. ૯, ૩૯. ૪૦. ૪૨; વં. ૧૯, ૨૧. ૩૩; [Avestan] ૫|૧ વં. ૯, ૨. ૪૭. ૫૨; વં. ૧૯, ૪૧.

[Avestan] (= [Avestan]) (જુઓ ૧ [Avestan]) સા. ના. નાન્ય. પાક—પવિત્ર કરવાનું હથિયાર; an instrument for cleansing; [Avestan] ૧|૧ વં. ૧૮, ૭. ૧૨ થી થઈ શકે.

[illegible] (૧ [illegible] ઉપરથી) સા. ના. નારી. પવિત્રાઈ, ચોખ્ખાઈ; purity, cleanness; [illegible] [illegible] ૩|૧ વં. ૫, ૧૯.

[illegible] (૨ [illegible] ઉપરથી) વિ. પવિત્ર, પાક; pure, clean; [illegible] [illegible] [illegible] [illegible] (the rest of) the water is pure તે (બાકી રહેલું) પાણી પવિત્ર થાએછે નારી. ૧|૧ વં. ૬, ૩૨. ૩૫. ૩૮. ૪૧.

[illegible] (જુઓ ધા. [illegible]) સા. ના. નર. ક) વ્યોમ = વાદળાંની જગા; વાદળાં એકઠાં થાએછે તે જગા; ઉપર હવામાં જે જગાએ વાદળાં થાએ છે તે જગા; the aerial space, where the clouds are formed; [illegible] ૨|૧ વં. ૨૧, ૪. ૫. ૯; ય. ૮, ૩૫; ય. ૧૩, ૫૪. ૫૬; [illegible] ૨|૧ વં. ૨૧, ૪. ૮. ૧૨. ૧૬.

ખ) મુકામ, રેહેઠાણ; a residence, an abode; [illegible] ૨|૩ ય. ૫, ૮૭. જુઓ [illegible], [illegible] ગ.

ગ) કૌવત, શક્તિ, જોર; મદદ; power, strength; assistance; જુઓ [illegible], [illegible], [illegible] ક તથા ખ.

ઘ) ખંતી રેહેવું; કોઈબી ચીજની પુઠે લાગવું; perseverance; continuance; [illegible] (Adv.) fixedly, perseveringly ખંતી રેહીને; જાથુક; ૨|૧ (ક્રિ. અ.) વં. ૪, ૪૫.

[illegible] વિશે જુઓ [illegible]

[illegible] (જુઓ [illegible] ગ તથા [illegible]) સમાસ વિ. પોતે શક્તિ—કૌવત ધરાવનાર; having one's own strength; [illegible] નર. ૬|૧ વં. ૧૩, ૧૬.

[illegible] વિશે જુઓ ૧ [illegible]

[illegible] (= योस) ક) વિ. પાક, પવિત્ર; pure, holy; indecl.; [illegible] [illegible] (પાક દીન) યજ. ૪૪, ૯. જુઓ [illegible]

ખ) સા. ના. પવિત્રાઈ; ખુશાલી (હારલે); purity; sanctity; joy (Har.); [illegible] યજ. ૪૬, ૧૮.

[illegible] ([illegible] ક ઉપરથી) સા. ના. નારી. પવિત્રાઈ; purity; [illegible] ૨|૩ યજ. ૩૮, ૨.

[illegible] (= वाटि) સા. ના. નારી. ડાંખળી; ડાળી; branch, the stem of a tree. Comp. [illegible]; *vide* [illegible], [illegible], [illegible], [illegible]

[illegible] = यत = બનતી કોશેશ કરવી; to strive to the utmost; to endeavour; [illegible] વર્તે. આત્મને. ૩|૧ યજ. ૪૩, ૧૬. જુઓ [illegible]

[illegible] = [illegible], [illegible] = यज् = [illegible] = [illegible] = યજવું, આરાધવું, વખાણવું, યાદ કરવું; to worship, to invoke, to praise, to call on for assistance; cl. 1; conjugated only in the Atmanepada; [illegible] વર્તે. ૧|૧ ય. ૮, ૨૫; [illegible] ૩|૧ યજ. ૩૨, ૩; ય. ૬, ૪; ય. ૧૦, ૩૦; [illegible] ૧|૩ વં. ૨, ૬ (Wester.); યજ. ૬, ૧; યજ. ૧૩, ૫; યજ. ૩૮, ૧; યજ. ૪૨, ૧-૬; ય. ૧૫, ૧. એ ઉપરાંત એ ક્રિયાપદ પુષ્કળ ઠેકાણે વપરાએલો જોવામાં આવેછે; [illegible] ૧|૩ યજ. ૭૧, ૧૧; [illegible] ૩|૩ ય. ૮, ૧૧; ય. ૧૦, ૮; ય. ૨૨, ૧૪; [illegible] વર્તે. સંશ. ૧|૧ વં. ૨૨, ૩. ૧૦. ૧૭; યજ. ૫૦, ૪; યજ. ૫૧, ૨૨; યજ. ૫૭, ૩. ૬. ૮. ૧૦. ૧૨. ૧૪. ૧૮. ૨૦. ૨૨ ૨૬. ૨૯. ૩૨. ૩૫; યજ. ૬૫, ૧; યજ. ૭૦, ૧; ય. ૮, ૧. ૧૨; ય. ૧૦, ૩૧. ૧૪૩; ય. ૧૫, ૧; [illegible] ૩|૧ વં. ૧૭, ૧; વં. ૧૮, ૯; યજ. ૧૯, ૬; ય. ૧૦, ૧૦૮. ૧૩૭; [illegible] ૩|૩ ય. ૫, ૮૫; [illegible] શક્યા. ૨|૧ ય. ૧, ૯; ય. ૫, ૧; ય. ૧૦, ૧૧૯; [illegible] ૩|૧ વં. ૧૨, ૨. ૪. ૬. ૮. ૧૦. ૧૨. ૧૪. ૧૬. ૧૮. ૨૦; ય. ૫, ૯૦; [illegible] ૩|૩ ય. ૮, ૧૧; ય. ૧૦, ૫૫; [illegible] [illegible] અ. ભૂ. ૩|૧ યજ. ૫૭, ૨. ૧૯; ય. ૫, ૧૭; ય. ૧૦, ૮૮; ય. ૧૪, ૨૮; ય. ૧૭, ૧૮. ૬૧; [illegible] [illegible] ૩|૩ ય. ૫, ૫૭; ય. ૧૫, ૩૯; [illegible] આજ્ઞા. ૧|૧ વં. ૧૯, ૧૭; ય. ૫, ૯૦; [illegible] (યજિતો) વર્તે. કૃ. નર. ૧|૧ ય. ૧૦, ૧૩૯; ય. ૧૩, ૨૪; [illegible] (યજિતો) વં. ૧૯, ૧૯; [illegible] [illegible] યજ. ૩૪, ૬; [illegible] (Passive ;- worshipped; આરાધના થતો, ઇજીઅયેથી કર્મ. વર્ત. કૃ. નર. ૧|૧ ય. ૧૯, ૫૨; [illegible] (આરાધના કરનારને) ૨|૧ ય. ૫, ૧૩૨; [illegible] ૪|૧ ઇજ. ૬૮, ૧૨; ય. ૫, ૧૯; [illegible] ૧|૩ ઇજ. ૫૧, ૨૦; [illegible] (Pass. Past Partic.) worshipped. (ઇજીઅયેલો, આરાધના પામેલો) ભૂ. કૃ. નર. ૧|૧ વં. ૧૯, ૪૦; ય. ૮, ૪૩; ય. ૧૫, ૫૬; [illegible] નારી. ૧|૩ Frag. 1, 2; [illegible] ૨|૩ ય. ૧૦, ૩૨; જુઓ [illegible], [illegible], [illegible]

[illegible] = આરાધના કરવાથી દૂર રેહેવું (અસલ.); ધિક્કારવું, રદ કરવું; to worship away; to abjure, to reject; [illegible] (= [illegible]) વર્ત. સંશ. ૧|૧ ઇજ. ૩૩, ૪.

[illegible] = વખાણવું; to praise; to extol; [illegible] વર્ત. ૧|૩ વીસ્પ. ૪, ૧; [illegible] (= [illegible]) વીસ્પ. ૧૯, ૨.

[illegible] = વધારે ઇજવું—વખાણવું; આરાધવું; to praise highly, to invoke, to call upon; to worship; [illegible] વર્ત. ૧|૧ ઇજ. ૧૫, ૧; વીસ્પ. ૬, ૧; [illegible] ૧|૩ ય. ૮, ૧; ય. ૧૧, ૭. [illegible] ૩|૩ ય. ૧૦, ૯. ૧૬; ય. ૧૩, ૪૭; [illegible] સંશ. ૩|૧ ય. ૮, ૧૫; ય. ૧૪, ૪૪; ય. ૧૦, ૯૧; આફ્રે. ૨૫, ૫; [illegible] ૩|૩ વં. ૯, ૫૬; વં. ૧૩, ૫૫; ય. ૧૪, ૪૮; [illegible] ય. ૧૦, ૧૨૦; [illegible] શક્યા. ૨|૧ વં. ૧૯, ૪૦. ૪૧; ય. ૫, ૯૧; [illegible] ૩|૧ વં. ૧૯, ૨; [illegible] *[illegible] શક્યા. પરસ્મૈ. ૩|૧ ય. ૧૩, ૫૦; [illegible] આજ્ઞા. ૧|૧ વં. ૧૯, ૧૭; ય. ૫, ૯૦; ય. ૧૫, ૫૪; ય. ૧૭, ૬૧; [illegible] વર્ત. કૃ. નર. ૧|૩ ઇજ. ૫૫, ૬; [illegible] ૬|૩ ઇજ. ૬૮, ૧૨; વીસ્પ. ૧૨, ૫.

[illegible] (= [illegible] = यजत = [illegible]) (જુઓ ધા. [illegible]) સા. ના. નર. આરાધનાને લાયકનો† (અસલ.); ઇજદ, ફરેશ્તો; worthy of adoration or divine honour (lit.); an angel; Yazata; [illegible] નર. ૧|૧ ય. ૧૦, ૧૩; ય. ૧૯, ૫૨; [illegible] ૨|૧ ઇજ. ૨, ૩; ઇજ. ૬, ૨; ઇજ. ૧૭, ૧૧; ઇજ. ૪૧, ૩; ઇજ. ૭૧, ૨૩; વીસ્પ. ૨, ૯; ય. ૧૦, ૬. ૧૦૮; ય. ૧૫, ૧. સીરો. ૨, ૯. ૨૮. ૩૦; [illegible] [illegible] the greatest Yazata, i.e., Ahura Mazda (સઉથી ચઢતે દરજ્જેનો ઇજદ = હોરમઝદ) ૨|૧ ઇજ. ૧૬, ૧; [illegible] ૬|૧ ઇજ. ૧, ૩; ઇજ. ૭, ૨૦. ૨૧; ઇજ. ૨૨, ૨૭; ઇજ. ૫૭, ૩૪; ઇજ. ૬૬, ૩; વીસ્પ. ૧, ૭; ય. ૧૧, ૧૯; [illegible] ૨|૨ ય. ૧૦, ૪૧; [illegible] ૧|૩ ય. ૬, ૧; ય. ૧૭, ૧૯; [illegible] ૧|૩ ય. ૬, ૩; [illegible] ૨|૩ ય. ૮, ૧૧; ય. ૧૦, ૫૪; [illegible] ૨|૩ ય. ૬, ૪; [illegible] ૨|૩ વીસ્પ. ૧૬, ૨. [illegible] ૪|૩ વે. ૨, ૨૧; ઇજ. ૧, ૧૯; વીસ્પ. ૮, ૧; [illegible] ૬|૩ વં. ૧૯, ૩૦; ઇજ. ૩, ૪; ઇજ. ૨૨, ૨૭; ઇજ. ૫૭, ૩. ૬. ૮. ૧૦. ૧૨. ૧૪. ૧૮. ૨૦. ૨૨. ૨૬. ૨૯. ૩૨. ૩૫; ય. ૧૦, ૯૮; ય. ૧૧, ૧૭. ૨૧; ય. ૧૭, ૧૬; ય. ૧૯, ૨૨; [illegible] ૮|૩ ઇજ. ૬૫, ૧૨; [illegible] ૮|૩ ઇજ. ૬૫, ૧૪; નીઆ. ૩, ૧૧; ય. ૨૪, ૭. જુઓ ૧ [illegible]

[illegible] વિશે જુઓ [illegible]

[illegible] વિશે જુઓ ૧ ધા. ·

[illegible] (= यतर = Lat. Uter) ([illegible] ઉપરથી) સંબં. સર્વ. એમાંથી જે કોઇ; whichever of the two; [illegible] નર. ૧|૧ વં. ૧૮, ૨૬; ય. ૧૪, ૪૪; [illegible] ૧|૩ ય. ૧૦, ૯; ય. ૧૩, ૪૭.

૧ [illegible] ([illegible] ઉપરથી) ક) ક્રિ. અ. ત્યારે; when (adv.); [illegible] વં. ૩, ૩૨; વં. ૬, ૧. ૨. ૩. ૪; વં. ૭, ૪૪; વં. ૯, ૩૧; વં. ૧૩, ૪૯. ૫૦; વં. ૧૬, ૧. ૮. ૯. ૧૦. ૧૧. ૧૪.

ખ) ઉભયા. અ. અગરજો, જો; if (conjunc.); [illegible] વં. ૩, ૩૬. ૩૭. ૩૮; વં. ૪, ૧૭;

* [illegible] ધાતુ આત્મનેપદમાં આવેછે, પણ આંહી ઠેકાણે પરસ્મૈપદમાં, અને વળી ૨ જા વર્ગનો હોયે તેમ [illegible] પ્રત્યય લાગો.

† એના ખોલાસા માટે જુઓ માઇ અવસ્તા આકરણ, સફો ૨૬૭—૨૬૮ મો.

વં. ૫, ૪૫. ૪૬. ૫૯; વં. ૬, ૨૬; વં. ૭, ૨૯. ૩૦. ૩૩. ૩૪. ૩૬. ૩૭. ૩૯. ૪૨; વં. ૮, ૪. ૫. ૨૬. ૨૭. ૭૩. ૧૦૦; વં. ૧૩, ૨૯. ૩૫. ૪૯. ૫૦; [illegible] ([illegible] ને બદલે) વં. ૫, ૨૭.

ગ) ક્રિ. અ. નામે, એટલે, યાને, અર્થાત; namely, to wit, that is (adv.); [illegible] વં. ૨, ૧. ૨; વં. ૪, ૨; વં. ૧૯, ૧૪.

૨ [illegible] = वश् = ક) જલદપથી જવું; ઉતાવળ કરવી, દોડીને સાથે એકઠું થવું; to hasten, to accelerate; [illegible] પૂ. ભૂ. પરસ્મૈ. ૩/૧ વં. ૨૧, ૨.

ખ) તાકાત ધરાવવી, શક્તિવાન થવું; to have power, to be able; [illegible] આફ્રૂં. આહામ. ૩. જુઓ [illegible]

ગ) મદદ કરવી; to assist; [illegible] (ઘણીજ મદદે પોહોંચતો) અતિ. કૃ. વિ. નર. ૨/૧ હ્રિ. ૭૧, ૩; તથા દરેક ગેહમાં [illegible] [illegible] ના ફકરામાં; અસલ રૂપ [illegible] + [illegible] + [illegible] = *[illegible] (perf. partic. adj. super.) most helpful; [illegible] નર. ૪/૧ હ્રિ. ૧, ૨. [illegible] [illegible] (મદદે પોહોંચતી—ખુબી ધરાવનારી અર્પણની ચીજો અથવા જોર) નારી. ૨/૩ વીસ્પ. ૧૧, ૩; અસલ રૂપ: [illegible] + [illegible] + [illegible] = [illegible];† જુઓ [illegible], [illegible]

ઘ) કોશેશ કરવી; to endeavour; [illegible] ‡[illegible] વર્ત. પરસ્મૈ. ૩/૩ ય. ૧૦, ૭૮. [illegible] પૂ. ભૂ. પરસ્મૈ. ૧/૩ હ્રિ. ૨૮, ૯. Orig., [illegible] + [illegible] = [illegible] = [illegible] Gâth. (Perf. Paras. 1st per. plu.) we have endeavoured; we have most earnestly made effort.

[illegible] = શેતાબીથી જવું, જલદપથી આગળ દોડવું; to take one's course hastily; to hasten; [illegible] હ્રિ. ૫૭, ૨૯; [illegible] અ. ભૂ. ૩/૧ વં. ૨૨, ૧૯; ય. ૫, ૬૫.

* જુઓ મારૂં અવસ્તા વ્યાકરણ, સફો ૧૨૬ મો.

† [illegible] એ નારી જાતીનો પ્રત્યય, જુઓ મારૂં અવસ્તા વ્યાકરણ, સફો ૧૨૨ મો.

‡ પ્રયોજક પણ થઈ શકે. Geld. [illegible]

[illegible] (= यथा) ([illegible] ઉપરથી) ક) ક્રિ. અ. જેમ, જે મિસાલે; as, in the manner that; [illegible] વં. ૧, ૧૪; વં. ૩, ૪૨; વં. ૪, [illegible]—૫૪; વં. ૫, ૧૭. ૨૧. ૨૩. ૨૪. ૨૫. ૩૬; વં. ૭, ૨. ૩. ૫. ૫૦; વં. ૮, ૧૬. ૧૭. ૧૮; વં. ૯, ૪૬. ૪૮; વં. ૧૨, ૨૯ વં. ૧૩, ૮. ૨૦. ૨૧. ૩૫. ૪૪—૪૮; વં. ૧૮, ૩૨. ૩૪ ૩૮. ૪૧. ૪૪. ૪૭. ૫૦. ૫૫. ૫૯. ૬૫; વં. ૧૯, ૯. ૩૩; વં. ૨૧, ૪. ૮. ૧૨. ૧૬; હ્રિ. ૯, ૨; હ્રિ. ૫૨, ૩; હ્રિ. ૬૦, ૬; [illegible] (જે પ્રમાણે, જેમ) હ્રિ. ૧૨, ૬; હ્રિ. ૧૩, ૫; હ્રિ. ૨૭, ૧૩; હ્રિ. ૨૯, ૪; હ્રિ. ૩૧, ૧૪; હ્રિ. ૩૯, ૪; હ્રિ. ૪૫, ૩. [illegible] ય. ૧, ૨૬; [illegible] [illegible] (જેમ ગમે તેમ) વં. ૨, ૧૧. ૧૫. ૧૯; [illegible] [illegible] [illegible] (બરાબર અગાઉની માફક)—એના ઇશારા બાબે જુઓ [illegible] બાબ; [illegible] [illegible] [illegible] (જે મિસાલે, જે પ્રમાણે)—એના ઇશારા બાબે જુઓ ૨ ધા. [illegible] જુઓ [illegible], [illegible]

ખ) શબ્દ. અ. આગમચ, અગાઉ; before; prior to; [illegible] વં. ૭, ૩૭.

ગ) ક્રિ. અ. જેટલું; as much; [illegible] વં. ૨, ૧૧. ૧૫. ૧૯; વં. ૬, ૧૦. ૧૨. ૧૪. ૪૩; વં. ૮, ૧૧. ૨૩. ૨૪. ૨૫. ૩૯. ૭૬. ૭૭. ૭૮. ૮૧—૯૮; વં. ૯, ૬—૧૦; વં. ૧૪, ૧૧; વં. ૧૭, ૭.

ઘ) ઉભયા. અ. કરતાં; than; [illegible] વં. ૪, ૪૭. ૪૮; વં. ૧૩, ૪૧. ૪૨. ૪૩; વં. ૧૮, ૬૫; હ્રિ. ૧૦, ૯; ય. ૧૩, ૧૭; ય. ૧૫, ૫૪.

ચ) અથવા; either—or; [illegible] . . [illegible] વં. ૧૩, ૪૧.

છ) જેથી કરીને; so that, thereby; [illegible] વં. ૮, ૭૫. ૭૬. ૭૭. ૭૮.

જ) જ્યારે; when; since; [illegible] (when) ય. ૮, ૧૪ [illegible] (since) હ્રિ. ૪૪, ૧.

[illegible] ([illegible] ક ઉપરથી) ક્રિ. અ. ક) જેમ, જે પ્રમાણે; as, in the manner that [illegible] (Geld. [illegible]) ય. ૧૩, ૧૫૨; ય. ૧૫ ૬૦. ૬૩; [illegible] હ્રિ. ૧૨, ૪; હ્રિ. ૨૦, ૨ હ્રિ. ૩૧, ૨૨; હ્રિ. ૩૫, ૨; ય. ૧૬, ૩.

ખ) જેથી; so that; [illegible] (Geld. [illegible]) હ્રિ. ૧૯, ૧૧.

[Avestan] (જુઓ [Avestan] ક તથા ૧ ધા. [Avestan]) વિ. જોઇતા માપની ઇચ્છાને કાયદા મુજબની (બરસમ); (the Baresma) of the required measure, according to the rules; [Avestan] ૨|૧ ય. ૫, ૧૨૭.

[Avestan] [Avestan] વિ. ના. નારી. 'યથા આઇશ ઇથા'ન મનો કરેલો; ઇજશ્નેનો ૩૩ મો હા; the 33rd chapter of Yasna; the Chapter Yathâ-Âish-Ithâ [Avestan] [Avestan] [Avestan] ૨|૧ ઇજ. ૩૩, ૧૫.

[Avestan] વિશે જુઓ [Avestan]

[Avestan] (= यत्र) ([Avestan] ઉપરથી) ક્રિ. અ. જે તરફ, કેઠે ખી, જ્યાંહાં: જે જે જગાએ; wherever, at whatever place; [Avestan] ઇજ. ૧૦, ૩. ૭; ય. ૧૦, ૫૦. ૧૦૧; ય. ૧૩, ૪૮. [Avestan] ઇજ. ૩૦, ૯; ઇજ. ૩૧, ૧૧; ઇજ. ૪૬, ૧૧.

[Avestan] (= यथा) ([Avestan] ઉપરથી) ક્રિ. અ. ક) જ્યારે, જે વખતે; when, at the time that; [Avestan] ઇજ. ૩૦, ૮; ઇજ. ૩૧, ૧૬; ઇજ. ૫૦, ૯.

ખ) આએ જગાએ, આએ દુનિયાંમાં; here, in this world; [Avestan] [Avestan] here and elsewhere. *Otherwise:* in this world and in the next ઇજ. ૩૫, ૨.

[Avestan] ([Avestan] ઉપરથી) ક્રિ. અ. જ્યાંહાં; where; at the place in which; *vide* [Avestan], [Avestan]

[Avestan] ([Avestan] ઉપરથી) ક્રિ. અ. જોકે; though; [Avestan] ય. ૧૯, ૧૨.

[Avestan] (= [Avestan] + [Avestan]; જુઓ એ બે બોલો) ક) ક્રિ. અ. જ્યાંહાંથી; whence; [Avestan] વં. ૬, ૧૭, ૪૫; વં. ૮, ૨૦.

ખ) ઉભયા. અ. કરતાં; than; [Avestan] વં. ૧૬, ૧૭.

૧ [Avestan] = यम् = વશ—તાબે કરવું; સત્તા ચલાવવી, રાજ કરવું; to subdue; to rule, to sway; જુઓ [Avestan]

[Avestan] = आ-यम् = તાબે થવું; ખમવું; to submit to, to undergo, to suffer; [Avestan] (= —[Avestan] + [Avestan]) વર્તે. આત્મને. ૩|૧ ઇજ. ૩૧, ૧૩.

[Avestan] = તાબે—વશ કરવું; to subdue; જુઓ [Avestan]

[Avestan] = प्र-यम् = ઠેરવવું, મુકરર કરવું; to fix, to appoint; જુઓ [Avestan]

૨ [Avestan] = यम् = જવું, મળવું; જોડઇ જવું; to go, to meet; to unite; જુઓ [Avestan]

[Avestan] = દૂર જવું; હરત થવું. દુઃખી થવું; to go far off; to be disgraced, to suffer pain; [Avestan] (અસલ રૂપ [Avestan] + [Avestan] + [Avestan]) ભૂ. કૃ. નર. ૫|૧ ય. ૧૦, ૮૪.

[Avestan] = સાથે મળવું—જવું, એકઠું થવું; to go or meet together; [Avestan] (અસલ રૂપ [Avestan] + [Avestan] + [Avestan]) ભૂ. કૃ. વિ. ૨|૩ ય. ૧૦, ૮. ૪૮; ય. ૧૫, ૪૯.

[Avestan] વિશે જુઓ [Avestan]

[Avestan] વિશે જુઓ ૨ ધા. [Avestan]

[Avestan] વિશે જુઓ [Avestan]

૧ [Avestan] (= यव) (જુઓ ધા. [Avestan] ખ) સા. ના. નર. જીંદગીને ટેકો આપનારી ચીજ, જીંદગીનો આધાર (અસલ.); જવ, અનાજ, ધાન્ય; the staff or the support of life (lit.); barley (orig.); corn; [Avestan] ૧|૧ વં. ૩, ૩૨; [Avestan] (૨|૧ ને બદલે) વં. ૫, ૨૦; [Avestan] ૨|૧ વં. ૩, ૩૧; વં. ૧૬, ૬. ૭; વં. ૧૭, ૩; [Avestan] ૨|૧ વં. ૫, ૫૨. ૫૩. ૫૪; [Avestan] ૬|૧ વં. ૩, ૨૭; [Avestan] [Avestan] નાન્ય. ૧|૩ વં. ૭, ૩૨; [Avestan] ૬|૩ વં. ૭, ૩૫; વં. ૧૫, ૨૬; ય. ૮, ૨૯; [Avestan] ૬|૩ વં. ૩, ૪. ૨૩; વં. ૯, ૫૩. ૫૪. ૫૫. ૫૭; વં ૧૩, ૫૨. ૫૩. ૫૪. ૫૬; *[Avestan] ૭ કારાંત ૭|૩ વં. ૧૭, ૩. જુઓ [Avestan], [Avestan]

* એનો અર્થ 'અનાજની કોઠી—કોઠારમાં' (in the granaries) લાગુ પડશે. Geld. [Avestan] [Avestan]

૨ [Avestan] (= Ger. *je*-mals = Fr. *ja*-mais = ever) (જુઓ ૧ ધા. [Avestan]) ક્રિ. અ. હમેશાં, હરેક—કોઇપણ વખતે; always; any time: [Avestan] ... [Avestan] never (હરગેજ નહી, કદી નહી) વં. ૧૮, ૨૯; ય. ૧૧, ૫; [Avestan] any time (કદીપણ, કોઇપણ વખતે) યજ. ૧૯, ૧૦; ય. ૨૨, ૮, ૧૦; [Avestan] always (હમેશાં) યજ. ૪૯, ૧; [Avestan] [Avestan] (ક્યારે) યજ. ૨૯, ૯; જુઓ [Avestan], [Avestan], [Avestan]

૩ [Avestan] (= [Avestan]) (જુઓ ધા. [Avestan]) સા. ના. નર. એક જાતનું માપ; a kind of measure; જુઓ [Avestan]

[Avestan] (જુઓ ૧ [Avestan] તથા ૩ ધા. [Avestan]) સમાસ વિ. હમેશાં જીવનાર—જીવતું; ever living; [Avestan] નર. ૨|૧ ય. ૧૯, ૧૧. ૮૯; [Avestan] નર. ૨|૩ યજ. ૩૯, ૩; [Avestan] નર. ૪|૩ યજ. ૪, ૪; યજ. ૨૪, ૯; વીસ્પ. ૯, ૪.

[Avestan] (૨ [Avestan] ઉપરથી) સા. ના. નારી. હમેશાગી; everlastingness. Comp. Per. [Persian]; [Avestan] for ever (adv.); (હમેશાં) ૪|૧ વં. ૭, ૭૫; યજ. ૨૮, ૧૧; ય. ૧, ૨૮; [Avestan] for ever and ever (હમેશાને હમેશા સુધી) ૪|૧ (ક્રિ. અ.) વં. ૩, ૧૪. ૨૧. ૩૯; વં. ૫, ૨૬. ૩૪; વં. ૭, ૩૭. ૩૯; વં. ૮, ૨૭; વં. ૯, ૪૧. ૫૦; [Avestan] now and for ever more (હમણા તથા હમેશા સુધી) યજ. ૬૨, ૬; ન્યા. ૫, ૧૨.

[Avestan] (જુઓ ૨ [Avestan] તથા [Avestan]) સમાસ વિ. હમેશા ફાએદો કરનાર-કરતો; ever benefitting, doing good for ever. [Avestan] નર. ૨|૧ ય. ૧૯, ૧૧. ૮૯; [Avestan] નર. ૨|૩ યજ. ૩૯, ૩; [Avestan] નર. ૪|૩ યજ. ૨૪, ૯; વીસ્પ. ૯, ૪.

[Avestan] (= [Sanskrit]) ([Avestan] ઉપરથી) ક) વિ. જેટલું; as much; [Avestan] નારી. ૧|૧ યજ. ૧૯, ૭; [Avestan] નાન્ય. ૨|૧ ક્રિ. અ. વં. ૫, ૬૦. ૬૧; વં. ૮, ૮૫; વં. ૧૫, ૪૫; યજ. ૩૪, ૯; [Avestan] [Avestan] (જેટલું બની શકે તેટલું) નાન્ય. ૨|૧ (ક્રિ. અ.) વં. ૬, ૨૯.

ખ) ક્રિ. અ. જ્યારે; when; [Avestan] વં. ૧૪, ૧૧. ૧૨. ૧૩. ૧૪; યજ. ૫૩, ૭.

ગ) ક્રિ. અ. જ્યાંસુધી; as long as; [Avestan] વં. ૬, ૩૧. ૩૪. ૩૭. ૪૦; વં. ૧૫, ૪૮; યજ. ૫૦, ૧૧; યજ. ૪૩, ૮. ૯; યજ. ૨૮, ૪; [Avestan] so long as (adv.); (જ્યાંહાં સુધી) ૩|૧ (ક્રિ. અ.) યજ. ૯, ૫; ય. ૧૦, ૭૧; ય. ૧૫, ૪૦.

[Avestan], [Avestan] ([Avestan] = [Sanskrit] = [Greek] = L. *juven*-tus = Fr. jeune) (જુઓ ધા. [Avestan]) સા. ના. નર. જવાન; જવાન શખ્સ; a young man, a youth; [Avestan]* ૧|૧ યજ. ૯, ૧૦; [Avestan]* ૨|૧ વીસ્પ; ૩, ૩; ગેહ ૪, ૮; [Avestan] ૬|૧ ય. ૨૨, ૧૮. ૩૬; ય. ૨૪, ૧૭; [Avestan] [Avestan] [Avestan] [Avestan] [Avestan] [Avestan] O thou Youth of good thoughts, good words and good deeds, of good religion ૮|૧ ય. ૨૨, ૧૧. ૧૨; ય. ૨૪, ૫૮. અસલ બોલ [Avestan] = [Avestan] ([Avestan] ની માફક ૧ નો ૬ થયાથી)= [Avestan]; [Avestan] ૨|૩ ય. ૧૫, ૪૦; [Avestan] ૬|૩ યજ. ૫૭, ૧૩.

[Avestan] વિશે જુઓ [Avestan]

[Avestan] (૧ [Avestan] ઉપરથી) અનાજ—ધાન્યને લગતું, અનાજનું; (plenty) of corn; *variants*: [Avestan], [Avestan], [Avestan] (fr. [Avestan] corn); [Avestan] ૪|૨ ય. ૨, ૩; સીરો. ૧, ૭; [Avestan] ૨|૩ ય. ૨, ૮; [Avestan] ૨|૩ યજ. ૪૨, ૨ (Wester. [Avestan]); સીરો. ૨, ૭.

[Avestan] (જુઓ ૧ [Avestan] તથા [Avestan]) સમાસ ના. નર. અનાજનું ખેતર; a corn-field; [Avestan] ૨|૧ વં ૫, ૫.

[Avestan] (જુઓ ૩ [Avestan] તથા [Avestan]) સમાસ વિ. 'યવ' (માપ) જેટલું પોહોળું; as thick (lit., broad) as *Yava*, q.v. [Avestan] [Avestan] નાન્ય. ૨|૧ વં. ૧૯, ૧૯.

૧ [Avestan] = કાપવું, નાશ કરવો; to cut, to

* જાણવું જે એ બોલનો અધુરો આકાર (Base) એ રીતે આવેછે:—[Avestan] તથા [Avestan]

destroy; orig., [illegible] = [illegible] to cut. Comp. [illegible] and [illegible] [illegible] is changed to [illegible]

[illegible] = નાશ કરી નાખવો; ખરાબ કરી નાખવું; to destroy, to ruin; [illegible] વર્ત. આત્મને. ૩/૧ વં. ૧૮, ૬૩. ૬૪; [illegible] (અસલ રૂપ [illegible]; ઌ નીકળીને તેની આગમચના [illegible] નો [illegible] થયાથી) વર્ત. સંશ. ૩/૧ વં. ૧૫, ૮; [illegible] આજ્ઞા. આત્મને. ૨/૧ વં. ૧૫, ૫. ૧૨.

૨ [illegible] = [illegible] = આવવું: to come; orig., [illegible] ([illegible]); જુઓ નીચેનો બોલ.

૩ [illegible] (૨ [illegible] ઉપરથી) વિ. આવતાં; approaching; [illegible] [illegible] (આવતાં થાએ, ઇજ્આને આવે) ૧/૩ (યુસ્તિ) ઇજ઼. ૫૧, ૪.

[illegible] (જુઓ ધા. [illegible]) સા. ના. નર. ઇજ઼-શ્ને; adoration, worship, prayer; Yasna. Comp. [illegible]; જુઓ નીચેનો બોલ.

[illegible] (જુઓ [illegible] તથા ૨ [illegible]) સમાસ બ્રુ. કૃ. વિ. ઇજ઼શ્નેનેમાટે લઈ ગએલી (બેટ-અર્પણની ચીજ); (Zaothras) brought for Yasna; [illegible] [illegible] ૫/૩ (અંક ની મતલબે) ૫. ૧, ૯; ગેહ ૩, ૭.

[illegible] (= [illegible]) સા. ના. નર. ક) દરદ, રોગ; sickness; illness; [illegible] ૩/૧ વં. ૯, ૫૧; વં. ૨૦, ૧. ૨. ૭; ૫. ૧૪, ૪૭; [illegible] ૩/૧ વં. ૨૦, ૧૦. ૧૨; ૫. ૧૦, ૧૧૦; [illegible] ૬/૧ વં. ૨૦, ૩. ૬. ૯; વં. ૨૧, ૨; [illegible] [illegible] (બે દરદ) ૧/૨ વં. ૭, ૭૦; [illegible] ૧/૩ વં. ૯, ૪૮; [illegible] ૨/૩ ૫. ૩, ૧૦; [illegible] (Wester. [illegible]) ૨/૩ વં. ૨૨, ૯. ૯. ૧૫; [illegible] ૬/૩ ૫. ૩, ૧૪; [illegible] ૮/૩ ૫. ૩, ૭; જુઓ [illegible], [illegible]

ખ) દરદી માણસ; a sick person; [illegible] ૪/૧ વં. ૨૦, ૧. ૨.

[illegible] ([illegible] ક ઉપરથી) અતિ. વિ. ઘણુંજ દરદવાળું, ઘણુંજ દરદ પૈદાશ કરતું; sickliest; the most sickness-producing; [illegible] નર. ૨/૩ ૫. ૩, ૧૪.

[illegible] વિષે જુઓ [illegible]

[illegible], [illegible], [illegible] (= ... + [illegible]) એ બોલો વિષે જુઓ [illegible] ને

[illegible] (જુઓ [illegible] તથા ૨ [illegible]) સમાસ વિ. હથિયારબંદ થએલો; furnished with weapons; fortified with arms. Comp. [illegible]; [illegible] Geld. નર. ૧/૧ ૫. ૧૩, ૬૭. Wester. [illegible]

[illegible] (જુઓ [illegible] તથા [illegible] ક) સમાસ વિ. હથિયારથી કમ્મર બાંધેલી, હથિયાર બંદ થએલું; girded with weapons; [illegible] [illegible] નારી. ૨/૩ ૫. ૧૩, ૩૭.

[illegible] (= [illegible] = [illegible] = [illegible]) (જુઓ ધા. [illegible]) સા. ના. નર. ક) ઇજ઼વા-આરાધવાનું કામ; ઇજ઼શ્ને, આરાધના, વખાણ, પરસ્તેશ, ભક્તિ; act of adoring or worshipping; adoration, worship, a prayer of praise; Yasna. The solemn recital of the Yasna before the sacred fire is always connected with ceremonies. The Yasna at the present time consists of 72 Chapters, including the 18 chapters of the Gâthâs; otherwise called the older Yasna; *vide* [illegible]; [illegible] ૧/૧ ઇજ઼. ૨૨, ૨; [illegible] ઇજ઼. ૬૮, ૭; [illegible] ૨/૧ ઇજ઼. ૩૩, ૮; ઇજ઼. ૫૭, ૧૩; વીસ્પ. ૨૧, ૯; ૫. ૧, ૨૪; ૫. ૧૦, ૩૨; [illegible] ૨/૧ વીસ્પ. ૧૧, ૧૯; તથા દરેક નીઆએશ, ગેહ, તથા યશ્તને છેડે; [illegible] ૨/૧ ઇજ઼. ૧૧, ૧૮; [illegible] ૩/૧ વં. ૧૫, ૧૭; ઇજ઼. ૫૭, ૩. ૬. ૮. ૧૦. ૧૨. ૧૪. ૧૮. ૨૦. ૨૨. ૨૬. ૨૯. ૩૨. ૩૫; ૫. ૧૦, ૩૦; ૫. ૧૧, ૧૮; [illegible] ૩/૧ ઇજ઼. ૩૪, ૧; ઇજ઼. ૩૫, ૧૦; [illegible] ૪/૧ વીસ્પ. ૧૫, ૨; [illegible] ૪/૧ વં. ૧૬, ૧૧; ઇજ઼. ૫, ૧; વીસ્પ. ૪, ૨; તથા દરેક નીઆએશ, ગેહ, યશ્ત, આફ્રીંગાન, ઇત્યાદિમાં આવતા [illegible] [illegible] ના ફકરામાં; [illegible] ૫/૧ ૫. ૧, ૨૪; [illegible] ૬/૧ ઇજ઼. ૨૨, ૨;

* Geld. [illegible]

ય. ૧૩, ૧૪૭; [illegible] ૬|૧ ઇજ. ૧, ૨૧; [illegible] ૬|૧ ઇજ. ૩૪, ૧૨; [illegible] ૭|૧ ઇજ. ૧૩, ૮; ઇજ. ૧૫, ૨; ઇજ. ૫૧, ૨૨; વીસ્પ. ૧૬, ૩; ય. ૧૩, ૧૪૮; તથા દરેક નીઆએશ, યશ્ત, ગેહ, ઇત્યાદિમાં આવતા [illegible] ના ફકરામાં; [illegible] ૨|૩ ઇજ. ૨૩, ૩; ઇજ. ૬૦, ૬; Frag. 7, 2; [illegible] ૨|૩ ઇજ. ૫૩, ૨; [illegible] ૩|૩ ઇજ. ૪૫, ૧૦; ઇજ. ૫૦, ૯; [illegible] ૫|૩ ઇજ. ૩૫, ૧૦; [illegible] ૬|૩ ઇજ. ૩૭, ૨. જુઓ [illegible], [illegible], [illegible], [illegible] તથા નીચેના બોલો.

૫) [illegible] = [illegible] = હપ્તન યશ્ત; ઇજશ્નેના ૩૫-૪૧ હા. ૪૨ મો હા છેડા તરીકે એમાં પાછળથી દાખલ થયો છે; જુઓ [illegible] બોલ. [illegible] ૧|૧ ઇજ. ૫૭, ૨૨; [illegible] ૨|૧ ઇજ. ૪૧, ૭; વીસ્પ. ૨, ૭; [illegible] ૬|૧ ઇજ. ૪૨, ૧; વીસ્પ. ૧, ૫.

[illegible] (= [illegible]) (જુઓ [illegible] ૬ તથા ૨ [illegible]) સમાસ ના. નારી. ૬) ઇજશ્નેનું કામ, ઇજશ્ને કરવી; the performance of the Yasna ceremony; [illegible] ૬|૩ વં. ૩, ૩૧.

૫) ઇજશ્નેનો કરદે—હા (જુઓ ૧ [illegible]); a chapter of the Yasna; a Yasna section; [illegible] ૧|૩ ઇજ. ૫૭, ૨૨.

[illegible] (= [illegible] = यज्ञिय) ([illegible] ૬ ઉપરથી) ૬) વિ. ઇજશ્ની—વખાણને લાએક, ઇજવાલાએક; worthy of adoration or praise; [illegible] નર. ૧|૧ ઇજ. ૬૨, ૧; ય. ૧૦, ૫. ૭૮; ય. ૧૪, ૫૪, [illegible] નર. ૧|૧ ય. ૮, ૧૫; ય. ૧૩, ૧૫૨; [illegible] નાન્ય. ૧|૧ ઇજ ૨૧, ૧. ૨; [illegible] નારી. ૨|૧ ઇજ. ૬૫, ૧; ય. ૫, ૧; ય. ૧૩, ૪; ન્યા. ૪, ૨; [illegible] નર. ૧|૩ ઇજ. ૧, ૧૯; ઇજ. ૨૭, ૪; ઇજ. ૭૧, ૧૦; [illegible] નારી. ૧|૩ ય ૧૩, ૩૪; [illegible] નાન્ય. ૧|૩ ય. ૧૩, ૧૫૩; [illegible] નર. ૨|૩ વીસ્પ. ૨, ૩; [illegible] (super. adj.) most worthy of adoration; (ઘણીજ આરાધના—વખાણને લાએક) અતિ. વિ. નર. ૨|૧ ય. ૧૩, ૧૫૨. જુઓ [illegible], [illegible]

૫) સા. ના. સ્તાએશ, ઇજશ્ને, વખાણ; praise, Yasna; [illegible] ૨|૩ ઇજ. ૩૦, ૧.

ગ) [illegible] = [illegible], [illegible] = સતુદ યશ્ત; આપણી પાક દીનના ૨૧ નુસ્કો-માંના એક નુસ્કનું નામ (વિ. ના.) એ બોલ બહુ વચનમાં આવેછે, તેથી જણાએ છે કે એમાં એક-કથી વધારે પ્રકરણ હોવાં જોઈએ; [illegible] = Pehl. [illegible], [illegible] the Stut Yasht; name of one of the 21 Nasks which originally comprised a complete text of the Avesta language. It now designates the five Gâthâs and the Yasna Haptanghâiti. [illegible] ૧|૩ ઇજ. ૫૫, ૪; [illegible] ૨|૩ વીસ્પ. ૨૩, ૧; [illegible] ૬|૩ ઇજ. ૫૫, ૭; વીસ્પ. ૧, ૩; વીસ્પ. ૩, ૭; વીસ્પ. ૯, ૭; [illegible] ૬|૩ વીસ્પ. ૧૨, ૩.

[illegible] = તેયાર કરવું, ખોલો રસ્તો કરી આપવો; to prepare, to widen the way; [illegible] ૫. ભૂ. ૫૨સ્મૈ. ૩|૧ ય. ૧૩, ૯૯; ય. ૧૯, ૮૫; [illegible] .... [illegible] (તેણે રાસ્તીને માટે ફરાખીને ખોલો રસ્તો કરી આપ્યો) ય. ૧૩, ૯૯; ય. ૧૯, ૮૫.

[illegible] (Yt. 13, 148) verbal adj. abl. sing., from [illegible] worthy of invocation--praise—Yasna (rt. [illegible] यज् to invoke, to praise); આરાધના—ઇજશ્નેને લાએક. Wester. [illegible]

[illegible] (જુઓ ધા. [illegible]) ભૂ. કૃ. આરાધેલું, વખાણેલું; adored; praised; *vide* [illegible], [illegible]

[illegible] (= यष्टृ, यष्टृ) (જુઓ ધા. [illegible]) સા. ના. નર. ઇજશ્ને કરનાર, આરાધના કરનાર, સ્તુતિ ગાનાર; an invoker, a worshipper, a praiser; [illegible] ૧|૧ વીસ્પ. ૫, ૧; [illegible] ૧|૧ ઇજ. ૧૨, ૧; ઇજ. ૧૪, ૧; [illegible] ય. ૩, ૧. ૨.

verbal adj.—worthy of invocation—Yasna (rt.); આરાધનાને લાયક ; *vide*

વિરી જુઓ ધા.

1 વિ. જાહેર, દેખીતું, ખોલ્લું; clear, manifest. Pehl. ;— ૧|૩ ઈજ. ૭૧, ૬.

2 (જેમાં) વિરી જુઓ જે.

Geld. વિ. ના. નર. પાહાડનું નામ; name of a mountain; (Wester.) ૧ ૫, ૧૯, ૬.

1 = वा = જવું; to go, to walk; cl. 2; જુઓ

= अभि-वा = બધે પોહોંચી વલવું, નજદીક જવું; પસાર કરવું; to go over or round. (= +) વર્ત. પરસ્મૈ. ૩|૧ ૫. ૧૦, ૯૫. જુઓ

= प्रति-वा= સાંભે જવું—થવું; to go against, to encounter; વર્ત. ફ. નર. ૧|૧ ૫. ૮, ૨૧. Orig.,

= આરપાર જવું; ઉંડી નજર કરવી; to go through, to penetrate; to reach by the intellect; જુઓ ,

2 = वा = મેહેરબાની કરવી; to show favour; જુઓ

(જુઓ ૧ ધા.) સા. ના. નારી. જવું, ફરવું હરવું; જીંદગી ગુજારવી; going about; passing one's life. Comp. Sans. वृत्ति mode of life. *Vide.*

(ઉપરથી) ક) વિ. ફસલ—મોહોસમને લગતું, ફસલનું; pertaining to the season; = ફસલનું વખતસર આવવું; the coming of the season at its proper time; નારી. ૨|૧ ઈજ. ૨, ૬; ગેહ ૪, ૧૦; નારી. ૬|૧ ઈજ. ૧, ૬.

ખ) સા. ના. ગાહામબાર, ફસલ; ગાહામબારનું જશન; season; the season-festival; Gâhâmbâr. "The Gâhâmbârs are six in number, each held for five days (the last day being the day of the grand festival), and severally ending on the 45th, 105th, 180th, 210th, 290th, and 365th days of the Parsi year. When the year was fixed to begin at the vernal equinox, they were probably intended originally to celebrate the periods of midspring, midsummer, the beginning of autumn, the beginning of winter, midwinter and the beginning of spring. In later times they were supposed to commemorate the creations of the sky, the earth, water, vegetation, animals and man." ૨|૩ ઈજ. ૨, ૯; વીસ્પ. ૨, ૨; ૪|૩ ઈજ. ૧, ૯; ઈજ. ૩, ૧૧; વીસ્પ. ૧, ૨; ૬|૩ ઈજ. ૧, ૧૭; આફ્રે. ગાહં. ૧.

1 , =वास्= પેહેરવું, મુકવું, શરીરની આસપાસ વીતારવું; to put on (as a garment); to wear; to gird round about the body; (કમ્મર બાંધેલી) બુ. ફ. નર. ૧|૧ ૫. ૧૩, ૬૭; જો ગેલ્ડનર પ્રમાણે લઈએ તો 'હથિયારબંદ થએલો, હથિયાર પેહેરેલો' થઈ શકે; (Geld.) ઉંચે વેરથી કમ્મર બાંધેલી અથવા કપડાં પેહેરેલાં ૫. ૧૫, ૫૪; નારી. ૬|૧ ૫. ૫, ૬૪; ૫. ૧૩, ૧૦૭.

= આસપાસ વીતારવું—બાંધવું; ઉપર પેહેરવું; to gird round about the body; to gird up; to put on (as a garment); કુશ્તી નથી બાંધતો, he does not wear the sacred girdle; *or* : he does continue (lit., sit on) his religious studies (Sans. अभ्यास); અભ્યાસ ઉપર બેસતો નથી, ઈબાને (દીનનો) અભ્યાસ નથી કરતો વં. ૧૮, ૯; (તું કપડાં પેહેર) આજ્ઞા. આત્મને. ૨|૧ વં. ૧૮, ૧૯. ૨૬;

[illegible] (તેણે કપડાં પેહેરવાં જોઈએ) રાક્ષ્યા. આત્મને. ૩/૧ વં. ૯, ૩૨; [illegible] (કુશ્તી બાંધીને) ભૂ. કૃ. નર. ૧/૧ ઇજિ. ૯, ૨૬; [illegible] (કુશ્તી બાંધતાં અથવા બંદ બાંધતાં) વર્તે. કૃ. આત્મને. નર. ૨/૧ ય. ૧, ૧૭. [illegible] having tied up (the Baresma) ય. ૨૪, ૨૩.

૨ [illegible] ([illegible] ધાતુનું બીજું રૂપ) કોશીશ કરવી. મેહેનત કરવી ; to endeavour, to work ; જુઓ [illegible]

૩ [illegible] (જુઓ ૨ ધા. [illegible]) સા. ના. નર. મ્હોટા બનાવ; અગત્યનું કામ; a great event, an important undertaking; [illegible] (મ્હોટા બનાવોની આગમચ) ૨/૩ ઇજિ. ૩૦, ૨ ; [illegible] ૬/૩ ઇજિ. ૩૬, ૨; ઇજિ. ૫૮, ૭; ય. ૧૩, ૪૧.

[illegible] (જુઓ ૧ ધા. [illegible]) સા. ના. કપડું, પેહેરણ; a garment, clothing ; જુઓ નીચેનો બોલ.

[illegible] (જુઓ [illegible]) વિ. પેહેરણ—કપડાંને લગતું; pertaining to garments. [illegible] ૬/૩ વં. ૫, ૬૦; વં. ૧૮, ૩૪. ૩૭.

[illegible] (= वात) (જુઓ ૧ ધા. [illegible]) સા. ના. નાન્ય. જીંદગીની રીત*; ચાલચલન, આચરણ, કર્તુક; mode of life, conduct; actions, deeds. [illegible] ૨/૧ વં. ૧૯, ૨૯; આફ્રી. ગાહામ. ૧૧.

[illegible] વિશે જુઓ ૨ ધા. [illegible] ધ.

[illegible] (જુઓ ૨ ધા. [illegible] ૫) સા. ના. નારી. તાકાત. શક્તિ; power, strength; [illegible] ([illegible] ને બદલે) ૩/૧ ઇજિ. ૩૬, ૨. Wester. [illegible]

[illegible] (= [illegible], [illegible] = यातु = [illegible]) (જુઓ ધા. [illegible]) ક) સા. ના. નાન્ય. જાદુ; sorcery, magic; [illegible] ૩/૧ ઇજિ. ૮, ૩; ય. ૭, ૧૭.* [illegible] ૨/૩ વં. ૧, ૧૩. જુઓ એની પછીના બોલો.

ખ) સા. ના. નર. જાદુગર; a sorcerer; one who practises the black art; [illegible] (Geld. [illegible]) (૧/૧ ની મતલબે) ય. ૨, ૧૧. [illegible] (Geld. [illegible]) ૧/૩ ય. ૧૫, ૫૬; [illegible] ૧/૩ ય. ૧૧, ૬; [illegible] ૨/૩ વં. ૨૦, ૧૦. ૧૧; ય. ૬, ૬; ય. ૧૫, ૧૨ ; ય. ૧૯, ૨૯; [illegible] ([illegible] -ને બદલે) ૨/૩ ઇજિ. ૧૨, ૪; [illegible] ૬/૩ વં. ૮, ૮૦; ય. ૬, ૮; [illegible] ૬/૩ ઇજિ. ૯, ૧૮; ય. ૩, ૫; ય. ૧૦, ૩૪; ય. ૧૩, ૧૩૫ ; સિરિ. ૨, ૧૩.

[illegible] (જુઓ [illegible] ક તથા ધા. [illegible]) સમાસ ના. નાન્ય. જાદુથી મારવું; killing by sorcery; [illegible]† ૨/૧ વં. ૩, ૪૧.

[illegible] (= [illegible]) (જુઓ [illegible] ક તથા [illegible]) સમાસ ભૂ. કૃ. વિ. જાદુથી મારેલો; killed by witchcraft; [illegible] ૧/૩ વં. ૭, ૪.

[illegible] (= [illegible] = [illegible]) ([illegible] ક ઉપરથી) વિ. ક) જાદુમંદ, જાદુવાળું; addicted to sorcery; [illegible] નર. ૧/૧ ઇજિ. ૬૫, ૮; ય. ૧૫ ૫૬; [illegible] નારી. ૧/૧ (૨/૧ ને બદલે) વં. ૨૧, ૧૭; ય. ૩, ૧૨; [illegible] નર. ૨/૧ વં. ૧, ૧૪; [illegible] નારી. ૪/૧ ઇજિ. ૯, ૩૨ ; [illegible] નર. ૧/૩ વં. ૧૮, ૫૫. ૫૬; [illegible] નર. ૩/૩ ઇજિ. ૧૨, ૪; [illegible] નર. ૬/૩ ય. ૧૧, ૬; [illegible] નર. ૬/૩ ઇજિ. ૬૧, ૩; [illegible] (super. adj.) most addicted to sorcery (ઘણોજ જાદુમંદ) અતિ. વિ. નર. ૧/૩ વં. ૧, ૧૪.

ખ) જાદુને દૂર કરતો, જાદુને તોડનાર ; driving away sorcery; demolishing the black art. [illegible] નર. ૬/૩ વં. ૨૦, ૧. ૨.

[illegible] (જુઓ [illegible] ક તથા [illegible] ખ)

* એજ પ્રમાણે ફારસીમાંથી [illegible] (જવું) ઉપરથી [illegible] (ચાલચલન, આચરણ) આવેલું.

* એ ફકરામાં 'જાદુગરો' અર્થ કરીએતો [illegible] નો અર્થ "મારેલું, ખરાબ કરેલું" કરવો.

† Geldner omits this word.

સમાસ ના.નર. જાદુ ઉપર વિચાર રાખનાર—ધ્યાન આપનાર; જાદુમાં માનનાર; one who believes in sorcery; [Avestan] ૬|૧ ઈજ્ઞ. ૮, ૪.

[Avestan] વિશે જુઓ [Avestan] ૫.

[Avestan] ([Avestan] ઉપરથી) અવ્યય. ક) કારણ કે; because; [Avestan] ઈજ્ઞ. ૩૨, ૪; ય. ૨૪, ૪૩.

ખ) કે, કેજે; that, which (for [Avestan]); [Avestan] ઈજ્ઞ. ૩૬, ૬.

[Avestan] (= [Avestan] = याम = ૭૫) (જુઓ ૨ ધા. [Avestan]) સા. ના. નર. બખ્ખરોશ; favor, gift; [Avestan] ૨|૧ વં. ૧૯, ૬; ઈજ્ઞ ૯, ૧૯. ૨૦. ૨૧; ઈજ્ઞ. ૬૫, ૧૧; ય. ૧૭, ૨૬; ય. ૨૪, ૮; [Avestan] (બખ્ખરોશમાં) ૩|૧ (૭|૧ ની મતલબે) ય. ૧૪. ૩. ૭. ૯. ૧૩. ૧૫. ૧૭. ૨૧. ૨૩. ૨૫. ૨૭. જુઓ એની પછીના બોલો.

[Avestan] ([Avestan] ઉપરથી) વિ. બખ્ખરોશવાળો, મેહેરબાની કરતો; showing favour; favouring. [Avestan] + [Avestan] = [Avestan] (super. adj.) most favouring; [Avestan] [Avestan] I am the most favouring in favour (બખ્ખરોશમાં હું ઘણોજ બખ્ખરોશવાળો છેઉં) અતિ. વિ નર. ૧|૧ વ. ૧૪, ૩. ૭. ૯. ૧૩. ૧૫. ૧૭. ૨૧. ૨૩. ૨૫. ૨૭.

[Avestan] ([Avestan] ઉપરથી) વિ. બખ્ખરોશ—બરકતથી ભરપુર; બેશારત પામેલું; gift-bestowing, full of blessing—prosperity; inspired; [Avestan] નાન્ય. ૧|૧ ઈજ્ઞ. ૨૮, ૦.

[Avestan], [Avestan] (= [Avestan]) સા. ના. નર. કાચ, કોરી; glass-wares; [Avestan] ૬|૩ વં. ૬, ૮૫. જુઓ નીચેનો બોલ.

[Avestan] (જુઓ [Avestan] તથા ધા. [Avestan]) સમાસ ના. નર. કાચ—કોરીનાં વાસણો બનાવનાર; a glass-blower; [Avestan] ૫|૧ વં. ૮, ૮૫.

[Avestan] (Ger. Jahr = Year) (જુઓ ૧ ધા. [Avestan]) સા. ના. નાન્ય. વરસ; ૩૬૫ દહાડાનું (૩૬૫કું નું નહી) વરસ; કબીસાનું વરસ; વીશતાસ્પ નુસ્કના ૪૫ માં ફકરા સીવાએ એ બોલ ૩ વરસથી વધારે વરસને માટે વપર અંશો નથી; ૩૬૫કું દહાડાના—બરાબર ... ના વરસને માટે [Avestan] આવેછે; a year (of 365 days). Except in Vishtâsp Yasht, § 45, [Avestan] is used for a period of time up to 3 years; for periods beyond that number, [Avestan] is used, as will be seen from references given below. [Avestan] ૨|૧ વં. ૨, ૪૧; [Avestan] [Avestan] (એક વરસની ઉપરથી વધારે) ૨|૧ વં. ૫, ૩૬; વં. ૮, ૩૩; વં. ૯, ૪૬; વં. ૧૨, ૨૨. જુઓ એની પછીના બોલો.

[Avestan] (Wester. [Avestan]) those who go by the season (lit., the year), *i. e.*, those who live on the fruits of the year (Dar.); [Avestan] (acc. plu.) Yt. 8, 36. વરસ પ્રમાણે ચાલનાર (અસલ.); વરસના ઈચ્માને મોસમના મેવા ઉપર જીંદગી ગુજારનાર (દારમે.).

[Avestan] (જુઓ [Avestan] તથા [Avestan]) સમાસ ના. નાન્ય. એક વરસના દરાજીઇચ્માને એક વરસની મુદત; the period (lit., the length) of one year; [Avestan] ૧|૧ વં. ૬, ૪૩; [Avestan] ૨|૧ વં. ૩, ૩૬. ૩૭; વં. ૫, ૧૪; વં. ૬, ૧ ૪. ૪૩; વં. ૭, ૬૧. ૭૭; [Avestan] [Avestan] (અરધા વરસની દરાજી) ૨|૧ વં. ૩, ૩૬.

[Avestan] (જુઓ [Avestan] તથા ૩ [Avestan]) સમાસ વિ. જે ઈમાન—એકીનનો (અસલ.); જે વરણ—રીતનો; the faith or creed to which) [Avestan] નર. ૧|૧ ઈજ્ઞ. ૧૨, ૭; [Avestan] નારી. ૧|૧ ઈજ્ઞ. ૧૨, ૭; [Avestan] નર. ૧|૨ ઈજ્ઞ. ૧૨, ૭; [Avestan]* નારી. ૧|૩ ઈજ્ઞ. ૧૨, ૭.

[Avestan] સા. ના. નાન્ય. અનાજ છુંદવાનું—છરવાનું હથિયાર; ઘટી, ઘંટી; an instrument for thrashing corn; a hand-mill; Pehl. [Pahlavi]. Comp. Per. جواز, جوازه=a large mortar; કદાચ એ બોલ નીચે મુજબ સમજાવી શકાએ: [Avestan] = [Avestan] corn; અનાજ; [Avestan] = [Avestan] motion, ગતિ, હીલચાલ; [Avestan] ૧|૧ વં. ૧૪, ૧૦.

[Avestan] = याच = ક) માંગવું, માંગી લેવું, વિનંતિ કરવી; to beseech, to beg; to pray for; cl. 1; [Avestan] (હું માંગુંછુ) વર્ત. પરસ્મૈ. ૧|૧ ઈજ્ઞ. ૬૫, ૧૧; ય. ૫ ૧૩૦; [Avestan] (જ નીકળી ગયા) ઈજ્ઞ.

* Geld. [Avestan].

૨૮, ૧. ૮; ઇજ઼. ૪૯, ૮; ઇજ઼. ૫૧, ૨૧; ઇજ઼. ૫૪, ૧; [illegible] ૧|૩ ય. ૧૦, ૩૩; [illegible] અ. ભૂ. પરસ્મૈ. ૩|૧ ઇજ઼. ૩૨, ૧; [illegible] (pres. partic. mas. nom. sing.) beseeching (તલબ કરનારો) વર્ત. કૃ. પરસ્મૈ. નર. ૧|૧ ઇજ઼. ૪૯, ૧૨.

ખ) ખાહેશ રાખવી, ઇચ્છવું; to wish, to desire; [illegible] વર્ત. સંશ. ૩|૧ ઇજ઼. ૬૫, ૧૧.

ગ) બોલાવવું; [illegible] વર્ત. પરસ્મૈ. ૩|૧ વં. ૧૮, ૧૮. ૨૦. ૨૨.

[illegible] = પસંદ નહી કરવું; ધિક્કારવું; to dislike, to hate; [illegible] ... [illegible] વર્ત. સંશ. પરસ્મૈ. ૩|૧ ઇજ઼. ૧૧, ૫.

[illegible] = ઇચ્છવું, પસંદ કરવું, તલબ કરવું; to wish, to desire, to demand; [illegible] વર્ત. આત્મને. ૧|૧ ઇજ઼. ૨, ૧; વીસ્પ. ૨, ૧; ઇજ઼. ૫૩, ૬; [illegible] (મને રોધ, મારી તલબમાં રહે) આજ્ઞાર્થ આત્મને. ૨|૧ ઇજ઼. ૯, ૨; ...... [illegible] વં. ૧૮, ૧૯. ૨૧; [illegible] શક્યા. પરસ્મૈ. ૨|૧ વં. ૧૯, ૨૧; [illegible]. આત્મને. ય. ૧૪, ૩૫; ય. ૧૫, ૫૫.

[illegible] = પકડી રાખવું; to take hold of; to seize; [illegible] વર્ત. સંશ. આત્મને. ૨|૧ ય. ૧૯, ૪૮. ૫૦; [illegible] વર્ત. સંશ. ૩|૧ ય. ૧૩, ૯૫; [illegible] વર્ત. કૃ. આત્મને. નર. ૧|૧ વં. ૧૯, ૧૯.

[illegible] = (એક સરખા પ્રમાણમાં) સાથે મળી જવું—એકઠું થવું; to combine in equal measure; [illegible] (Geld. [illegible]) વર્ત. આત્મને. ૩|૧ ઇજ઼. ૩૩, ૧. Geld. [illegible] = [illegible] uniform; એકસરખું. જુઓ [illegible]

[illegible] (= [illegible] + [illegible]; જુઓ ૨ ધા. [illegible] તથા ૧ ધા. [illegible]) વિ. અસરકારક, ખુબીવાળું; efficacious, effective; [illegible] નારી. ૨|૩ ય. ૧૩, ૭૫; [illegible] (compara. adj.) more effective; અધિ. વિ. નારી. ૨|૩ ય. ૧૩, ૬૪; [illegible] (super. adj.) most effective; અતિ. વિ. નાન્ય. ૧|૧ ય. ૧, ૧; [illegible] ૧|૧ ય. ૧, ૫; [illegible] નર. ૬|૧ ય. ૧૩, ૧૦૮; [illegible] નારી. ૧|૩ ય. ૧૩, ૭૧; [illegible] ૨|૩ ય. ૧૩, ૭૫.

[illegible] (જુઓ ૧ ધા. [illegible]) ભૂ. કૃ. કમ્મર બાંધેલી; girded, girded up. Comp. [illegible] in [illegible];- જુઓ [illegible], [illegible]

[illegible] વિ. ના. નારી. યા-અય્યોધન નામનો કરદો, ઇજ઼શ્નેનો ૩૪મો હા; the 34th chapter of Yasna; [illegible] ૨|૧ ઇજ઼. ૩૪, ૧૬.

[illegible] (જુઓ ૨ ધા. [illegible]) વિ. ક) અસરકારક, ખુબીવાળું; efficacious, effective; virtual; [illegible] નર. ૧|૧ ય. ૧૧, ૩.

ખ) સાહસિક, બાહાદુર, ચાલાકીથી કામ કરતો; enterprising, valiant; heroic; working vigorously. [illegible] the heroic Gushtâsp (બાહાદુર ગુશતાસ્પ) નર. ૧|૧ ઇજ઼. ૪૬, ૧૪; [illegible] ઇ કારાંત ૧|૨ ઇજ઼. ૪૯, ૯.

[illegible] વિશે જુઓ [illegible]

[illegible] (= [illegible] = जम = [illegible]) (જુઓ ૧ ધા. [illegible]) વિ. ના. નર. વીઘામનો છોકરો, જમશેદ પાદશાહ; જમશેદને માટે [illegible] તથા [illegible] એ પ્રમાણે આવેછે; [illegible] [illegible] = King Jamsheed, son of Vivanghvant, the great hero of the Irânian history, the founder of the Persian civilization and the true ideal of power and splendour. He was the third king of the Peshdâdyan dynasty. He was born to his father as a reward for his performing the Haoma ceremony. According to the Vendidad, Ahura Mazda proposed to him to preach the new religion; but he refused to do so on the ground of inability. On the advice of Ahura, however, he built a Vara to protect the best pairs of every kind of animals from the Deluge. According to the Zamyâd Yasht, he lost his glory when he began to find delight in pride and falsehood. He was overthrown and killed by Azhi Dahâka (Zohâk). [Avestan] ૧/૧ વં. ૨, ૫. ૭, ૧૦. ૧૧. ૧૪. ૧૫. ૧૮. ૧૯. ૨૧. ૩૧. ૩૨. ૩૩. ૪૨; [Avestan] [Avestan] ૧/૧ વં. ૨, ૨૧; ઈજ઼. ૯, ૪; ય. ૫, ૨૫; ય. ૯, ૮; ય. ૧૫, ૧૫; ય. ૧૭, ૨૮; ય. ૨૩, ૩; [Avestan] ૧/૧ ઈજ઼. ૩૨, ૮; [Avestan] [Avestan] ૨/૧ ય. ૧૯, ૩૧; [Avestan] ૪/૧ વં. ૨, ૨. ૮. ૯. ૧૨. ૧૩. ૧૬. ૧૭. ૨૨. ૩૧; [Avestan] [Avestan] ૪/૧ વં. ૧૯, ૩૯; [Avestan] ૫/૧ ય. ૧૯, ૩૫; [Avestan] ૬/૧ વં. ૨, ૬ (Wester.); ઈજ઼. ૯, ૫; ય. ૧૩, ૧૩૦; ય. ૧૫, ૧૬; [Avestan] ૮/૧ વં. ૨, ૩. ૪. ૯. ૧૩. ૧૭. ૨૨. ૨૩. ૩૧. જુઓ ભાઈ.

[Avestan] (જુઓ [Avestan] તથા [Avestan] ૧) સમાસ વિ. જમશેદ પાદશાહને કાપી નાખનાર— વેહેરી નાખનાર; he who sawed Jamsheed (in twain); for particulars, *vide* [Avestan]; [Avestan] નર. ૨/૧ ય. ૧૯, ૪૬.

૧ [Avestan] = [Avestan] = ૬) જોડવું, બાંધવું; અડકવું, સંબંધમાં આવવું; જારી રેહેવું; to unite, to tie up, to touch, to come in contact with, to continue જુઓ ૨ [Avestan], ૨ [Avestan], [Avestan],

અ) નિભાવવું, ટેકો આપવો; ટકાવવું, to support, to maintain ; to prop up ; જુઓ [Avestan], ૧ [Avestan]

[Avestan] = સંબધમાં લાવવું; વધારે વાર રેહેવા દેવું; to bring in contact; to allow to remain; [Avestan] શકયા. પરસ્મૈ. ૨/૧ ય. ૧, ૨૪.

[Avestan] = સાથે અડકવું—સંબંધમાં આવવું; મળી જવું; to be united, to be mixed. જુઓ [Avestan]

૨ [Avestan] (જુઓ ૧ ધા. [Avestan] ૬) સા. ના. ૬) જારી રેહેવું, હમેશગી; continuity, everlastingness; [Avestan] [Avestan] for ever; for all duration; (હમેશાને હમેશા સુધી) ૪/૧ ઈજ઼. ૭, ૨૫; ઈજ઼. ૨૮, ૮; ઈજ઼. ૪૦, ૨; ઈજ઼. ૪૧, ૨; [Avestan] [Avestan] for ever ૪/૧ ઈજ઼. ૪૬, ૧૧; ઈજ઼. ૪૯, ૮; [Avestan] [Avestan] (હમેશાને હમેશા સુધી) ઈજ઼. ૫૩, ૧. ૪; [Avestan] [Avestan] (કદી નહિ) ઈજ઼. ૬૦, ૭; [Avestan] [Avestan] વિશે જુઓ [Avestan]

અ) જીંદગી; [Avestan] [Avestan] of long life (લાંબી જીંદગીનું) ૬/૧ ઈજ઼. ૪૩, ૧૩.

[Avestan] (જુઓ ધા. [Avestan]) ભૂ. કૃ. ૬) બાંધેલું; સાથે જોડેલું, tied up, yoked; [Avestan] નર. ૧/૩ ય. ૧૦, ૧૩૯.

અ) પાસે પાસે ગોઠવેલી—ચીસાવેલી (લશ્કરની હાર); compacted, serried (as columns of the army); [Avestan] [Avestan] [Avestan] [Avestan] [Avestan] on the peak Taera of Mount Alborz, strong and well-fortified (lit., compacted and consisting of iron) નારી. ૬/૧ ય. ૧૫, ૭; [Avestan] [Avestan] નાન્ય. ૬/૩ ય. ૧૪, ૬૩.

ગ) સા. ના. નર. (ગાડીમાં) જોડેલા તે (અસલ.); ઘોડા; a team of horses; [Avestan] ૬/૩ ય. ૫, ૫૦. જુઓ [Avestan]

ઘ) સાથે જોડાએલું—મળી ગએલું; joined together; [Avestan] નર. ૧/૨ ઈજ઼. ૪૯, ૯.

[Avestan] (જુઓ [Avestan] ઘ તથા [Avestan]) સમાસ વિ. ઘોડાને ગાડીમાં જોડતો—જોડનાર; one who yokes teams of horses; epithet of Drvâspa; [Avestan] નારી. ૨/૧ ય. ૯, ૨.

[Avestan] વિ. ના. નર. નામાંકિત પુરૂષનું નામ; ગુશતાસ્પ પાદશાહનો ભાઈ ધારવામાં આવેછે; name of an illustrious personage; probably, a brother of king Gushtâspa's; [Avestan] [Avestan] ૬/૧ ય. ૧૩, ૧૦૧. જુઓ ભાઈ.

[Avestan] વિ. ના. નર. નામાંકિત પુરૂષનું નામ; name of an illustrious personage; [Avestan] [Avestan] ૬/૧ ય. ૧૩, ૧૧૪.

[Avestan] = જાહેર કરવું (મિસ્સ); to declare (M.). જુઓ નીચેનો બોલ.

[Avestan] = જાહેર કરવું (મિસ્સ); ઠપકો આપવો (દારમે.); to declare (M.); to reproach (Dar.); [Avestan] આજ્ઞા. પરસ્મૈ. ૨/૧ ઈજ઼. ૪૩, ૧૨.

[Avestan] = [Avestan] = Lat. Jungere = [Avestan]* = બાંધવું,

* એની ઉપરથી [Avestan] a yoke for oxen (બળદની જુસરી).

જોડવું, મજબુત કરવું ; સાથે જોડાઈ જવું; to tie, to unite; to strengthen; to be joined; [Avestan] (તમારી સાથે હું જોડાઈ જાઉંછું ઇચ્છાને તમારી ઉપર માહે ચિત્ત લગાડુંછું.) વર્ત. પરસ્મૈ. ૧|૧ ઇજ. ૫૦, ૭; [Avestan] [Avestan] [Avestan] (મેહેર ઇજદ પોતાની ગાડી જોડેછે.) ૩|૧ ય. ૧૦, ૫૨; [Avestan] (જોડાઈ જાચ્છે, શામેલ થાચ્છે) આત્મને. ઇજ. ૩૦, ૧૦; [Avestan] (અસલ રૂપ [Avestan] જોડી, સાથે મુકી) અ. ભૂ. અથવા અનિ. પરસ્મૈ. ૩|૧ ઇજ. ૪૪, ૪; [Avestan] (સાથે મળી ગયા, એકમત થયા, મનસુબા કીધા) ૩|૩ ઇજ. ૪૬, ૧૧; [Avestan] (સાથે મળી ગયા, એક પંક્તિના થઈ ગયા) ઇજ. ૪૯, ૯.

[Avestan] = अप-युज्; જોડવું નહી; છુટું કરવું; છોડી દેવું; એક કોરે મુકવું; to disjoin, to separate (lit.); to leave off; to lay aside; [Avestan] [Avestan] ભૂ. કૃ. વિ. નર. ૫|૧ વં. ૧૮, ૩૦. ૩૩. ૩૬. ૩૯. ૪૨. ૪૫. ૪૮. ૫૩. ૫૬.

[Avestan] = ક) સાથે જોડાઈ જવું (અસલ.); દોસ્તી રાખવી, મેહેરબાન થવું; to be united (lit.); to befriend, to be kind; [Avestan] [Avestan] વર્ત. આત્મને. ૧|૩ ય. ૪, ૧.

ખ) સાથે જોડવું; to yoke; [Avestan] નર. ૧|૩ ય. ૧૦, ૧૨૫;

[Avestan] સા. ના. નારી. એક જાતનું રસ્તાનું માપ; a measure of distance; a measure of about 16,000 paces (Dar.). Comp. Sans. योजन; [Avestan] ૨|૧ વં. ૧૩, ૧૭.

[Avestan] = युज् = ક) સાથે જોડાઈ જવું–ભેળાઈ જવું; to be mixed or united; [Avestan] વર્ત. પરસ્મૈ. ૩|૧ ઇજ. ૬૫, ૪; ય. ૫, ૪; ય. ૧૮, ૫; નીઆ. ૪, ૫; [Avestan] ૩|૩ ઇજ. ૬૫, ૪; ય. ૫, ૪; ય. ૧૩, ૭; [Avestan] (સાથે ભેળી નાખેછે) પ્રયો. ય. ૧૪, ૬૨.

ખ) જોસમાં આવવું, ઉસકેરઈ જવું; to be agitated, to boil; [Avestan] (ઉસકેરેછે) પ્રયો. ય. ૧૦, ૧૧૧; [Avestan] વર્ત. કૃ. નારી. ૨|૩ ય. ૧૩, ૯૫. અહિંયાં 'બખેડા, ગભરાટ, જોસ્સા' અર્થ લાગુ પડશે.

[Avestan] = સાથે ભેળી નાખવું; to throw (the columns of the army) into confusion; [Avestan] [Avestan] [Avestan] (લશકરની હારોને સાથે ભેળી નાખેછે અથવા એક બીજા સાથે અથડાવેછે) ય. ૧૪, ૬૨.

[Avestan] જોસમાં આવવું, ભરતી થવી; to be agitated (as the water of the tide); to overflow; [Avestan] (જોસમાં લાવેછે, ભરતી ઉત્પન્ન કરેછે) ય. ૮, ૩૧.

[Avestan] = ઉસકેરાવું, જોસમાં આવવું; to be agitated, to be disturbed (as the water of the sea). *[Avestan] [Avestan] વર્ત. પરસ્મૈ. ૩|૩ ય. ૫, ૩૮; [Avestan] . . [Avestan] પ્રયો. ય. ૮, ૮.

[Avestan] = નરમ પડી જવું, ઓટની હાલતમાં આવવું; to ebb, to flow back (as the water of the tide); contrast [Avestan]; [Avestan] (orig., [Avestan]) (ઓટની હાલતમાં લાવેછે) પ્રયો. વર્ત. પરસ્મૈ. ૩|૧ ય. ૮, ૩૧.

[Avestan] = युध् = લડાઈ કરવી; to fight, to contend with; cl. 4; rt. [Avestan] lengthens its vowel in its inflected forms; [Avestan] વર્ત. પરસ્મૈ. ૩|૧ ઇજ. ૫૭, ૧૭; [Avestan] વર્ત. પરસ્મૈ. ૩|૨ ય. ૮, ૨૨; [Avestan] ૩|૩ ય. ૧૩, ૬૩. ૬૪.

[Avestan] = લડાઈ કરવી; to fight; જુઓ [Avestan]

[Avestan] વિશે જુઓ [Avestan]

[Avestan] સમાસ ના. નાન્ય. જમીનમાં દાના-ધાન્ય વાવવાનું હથિયાર; હોલ (દારમે.); an implement for sowing seeds in the ground; a plough-share (Dar.); [Avestan] = [Avestan] = અનાજ; corn; [Avestan] = [Avestan] = જમીન; ground; [Avestan] ૧|૧ વં. ૧૪, ૧૦.

[Avestan] (= युति) (જુઓ ૧ ધા. [Avestan] ક) સા. ના. નારી. સંબંધ, અડકવું, સંબંધમાં આવવું; connection, touch, contact; [Avestan] ૭|૧ વં. ૫. ૫૫. ૫૬.

[Avestan] (જુઓ ધા. [Avestan]) અતિ. વિ.

* Geld. [Avestan] [Avestan]

[Avestan] બહુવેયો-જંગી; most heroic or powerful; [Avestan] fighting most heroically; નર. ૧/૧ ય. ૧૩, ૧૦૭; [Avestan] [Avestan] [Avestan] [Avestan] (the most powerful, sovereign, milky-way) વં. ૧૯, ૪૨.

[Avestan] વિશે જુઓ [Avestan]

[Avestan] (જુઓ ધા. [Avestan]) સા. ના. નર. (ઘોડાને ગાડીમાં) જોડનાર; one who yokes (lit.); one who harnesses; [Avestan] [Avestan] [Avestan] [Avestan] be not spanner of the racers (M.) ૧/૧ ઈજ. ૧૧, ૨.

[Avestan] (જુઓ ધા. [Avestan]) વિ. મજબુત બાંધાનું, જોરાવર અંગવાળું; strong-bodied, well-built; [Avestan] ... [Avestan] [Avestan] [Avestan] in the shape of a strong-bodied boar-pig નર. ૬/૧ ય. ૧૦, ૧૨૭; ય. ૧૪, ૧૫.

[Avestan] વિશે જુઓ ધા. [Avestan]

[Avestan] સા. ના. નારી. એક જાતનું રસ્તાનું માપ; ૮ મૈલનું માપ (ડા૦ ઉવેસ્ટ); આસરે ૧૬૦૦૦ કદમ જેટલું માંપ (દારમે.); a measure of length; 8 miles (West). Comp. Sans. योजन; a measure of about 16,000 paces (Dar.); [Avestan] ૨/૧ વં. ૧૩, ૧૭.

[Avestan], [Avestan] વિશે જુઓ [Avestan] નું.

[Avestan] વિશે જુઓ [Avestan]

[Avestan], [Avestan] વિશે જુઓ [Avestan]

[Avestan], [Avestan], [Avestan] } એ બોલો વિશે જુઓ [Avestan] નું.

[Avestan] દ્વિ. પુ. સર્વ. તમારૂં; એનું ટુંકું રૂપ [Avestan] છે. જે નામને લાગે તે નામ પ્રમાણે એને વચન તથા વિભક્તિના પ્રત્યયો લાગેછે; possessive pronoun of the second person plural (our). It agrees with the noun it governs in number and case.* [Avestan] [Avestan] [Avestan] to nourish Your poor ૨/૧ ઈજ. ૩૪, ૫; [Avestan] [Avestan] for Your reciter of the Mānthras ૪/૧ ઈજ. ૫૦, ૫; [Avestan] [Avestan] of Your adoration. ૬/૧ ઈજ. ૫૦, ૭.

[Avestan] ([Avestan] = તમારૂં) વિ. pronomial adj. તમારા જેવા; (beings) such as you*; એનું ટુંકું રૂપ [Avestan] છે. [Avestan] [Avestan] ૬/૩ ઈજ. ૨૯, ૧૧.

[Avestan] વિશે જુઓ [Avestan] નું.

[Avestan] વિ. ના. નર. નામાંકિત પુરૂષનું નામ; ગેલ્ડનરે એ નામ નથી આપ્યું; name of an illustrious personage; Geldner omits the name. [Avestan] ૬/૧ ય. ૧૩, ૧૧૮.

[Avestan] Geld. વિશે જુઓ [Avestan] ([Avestan] બોલમાં).

[Avestan], [Avestan], [Avestan], [Avestan] } એ બોલો વિશે જુઓ [Avestan] ને.

[Avestan] (= यम) (જુઓ ૨ ધા. [Avestan]) સા. ના. જોડું, જોડીઉં; the twins, a pair; [Avestan] ૧/૨ ઈજ ૩૦, ૩.

[Avestan] વિશે જુઓ [Avestan]

[Avestan] વિશે જુઓ ૧ ધા. [Avestan]

[Avestan] વિ. ના. નારી. બંદગીનું નામ; યથા તથા અષેમની માફક પેગમબર અશો જરતોશતની આગમચના વખતની ધારવામાં આવેછે. ઈજશ્નેના ૨૧ માહામાં એ બંદગીની શરેહ આપવામાં આવી છે. દરેક નીઆએશ, યશ્ત, ગેહ ઇત્યાદિની સેવટે ભણવામાં આવેછે; one of the three antique and most frequently recited prayers, the other two being Ahuna Vairya and Ashem Vohû, q. v. Fem. base [Avestan]; [Avestan] [Avestan] ૨/૧ ઈજ. ૧૧, ૯; [Avestan] ૨/૧ વીસ્પ. ૨, ૬; [Avestan] ૬/૧ વીસ્પ. ૧, ૪.

[Avestan], [Avestan] (= [Avestan] = यदि) જેમ. અ.

* For particulars, *vide* my Avesta Grammar, pp. 155-156.

* For particulars, *vide* my Avesta Grammar, pp. 159-160.

અગરજો; if; [Avestan] વં. ૧, ૧; ય. ६, ३; ય. ૧૦, ૫૫; ઇજ. ७१, १५; [Avestan] વં. ૨, ४; વં. ३, २१. ४०; વં. ४, २१. २५. २૯. ३३. ३६. ३૯. ४२. ४४; વં. ५, ४. ७. २६. २८. २૯—३३. ३५. ४३. ६१; વં. ६, ३. ४. ६. ८. १०. १२. १४. १६. १८. २०. २२. २४. २८. ३२. ३५. ४६. ५१; વં. ७, १३. १४. १५. २૯. ३०. ३३. ३४. ७४. ७५; વં. ८, २. ३. १७. १८. १૯. ३४. ३६. ३७. ૯८. ૯૯. १०४. १०६; વં. ૯, १४. २१. ३६; વં. १३, ३१. ३६. ३८. ३૯. ४૯; વં. १५, ४. ६. १६. १७. १૯. २०. २२. २५. २८. ३१. ३४. ३७. ४०. ४६; વં. १६, २. ७—११; વં. १७, १०; વં. १८, ७. १३. ६०. ६६. ७६; વં. २१, ३. ५. ૯. १३; ઇજ. १, २१; ય. १૯, ४३; [Avestan] ઇજ. ४४, ६. १५; ઇજ. ४८, १. ૯; [Avestan] વં. ५, २६; વં. ७, ६०; વં. ૯, ४०. ५०; વં. ८, ४१—६૯; વં. ૯, ४७. ५०; વં. १५, ४. ६. १०. १२. १३. २३. २६. २૯. ३२. ३५. ३८. ४१; [Avestan] (અગરજો તેનું) વં. ३, १४. २१; વં. ५, २६; વં. ૯, ५०.

[Avestan] [Avestan] વિ. ના. નારી. 'યેજિ અદાઇશ' નામનો કરદેા; ઇજિશ્નેનો ४८ મો હા; the 48th chapter of the Yasna; the Hâ Yeziadâish; [Avestan] [Avestan] (Geld. [Avestan] [Avestan]) २/१ ઇજ. ४८, १३.

[Avestan] (જુઓ ધા. [Avestan]) વિ. (Verbal* adj.) ઇજવા—પરસ્તેશ કરવા લાએક; worthy of divine adoration. Comp. [Avestan]; [Avestan] (Wester. [Avestan]) નર. १/२ ઇજ. ३१, ८.

[Avestan] વિરી જુઓ [Avestan]

[Avestan] વિરી જુઓ [Avestan]

[Avestan] ([Avestan] ઉપરથી) સા. ના. નારી. ઇજિશ્નીનેમાટે લાએકપણું, ઇજિશ્ની—વખાણની યેાગ્યતા; state of being worthy of adoration; [Avestan] ३/१ ય. ८, ५०; ય. १०, १.

[Avestan] કૃ. વિ. વેહેતું અથવા ઉકળતું (પાણી); flowing; boiling (as water); ધા. [Avestan] = यस् = to be agitated; જોસમાં આવવું, ઉકળવું; [Avestan] [Avestan] (Geld. [Avestan]) નારી. २/१ ઇજ. ૯, ११.

[Avestan] (= यज्ञ) (જુઓ ધા. [Avestan]) સા. ના. નારી. ઇજિશ્ને, આરાધના, ઇજિશ્નેનું કામ; worship, adoration, Yasna; [Avestan] ३/१ ઇજ. २, १; ઇજ. २२, १; વીસ્પ. २, १; વીસ્પ. १०, १; જુઓ [Avestan], [Avestan], [Avestan]

[Avestan] વિરી જુઓ २ ધા. [Avestan] ધ.

[Avestan] (જુઓ २ ધા. [Avestan] ગ) વિ. મદદ કરતેા—આપતેા; મદદગાર; assisting, helping; [Avestan] નર. १/१ વીસ્પ. १२, १.

[Avestan] વિ. ના. નર. ફ્રયાન ખાનદાનનેા એક નામાંકિત પુરૂષ જે સાધારણ રીતે ગેાશ્ત ફ્રયાન ([Avestan] [Avestan]) નાં નામથી જણાએલેા છે, જેણે અખ્ત જાદુગર ([Avestan] [Avestan]) ના ३३ સવાલેાના જવાબેા આપ્યા હતા; a noted person of the well-known Fryâna family, better known in the latter legend by the name of Gosht Fryâna. He successfully solved the 33 (but 99 according to the Abân Yasht) riddles of the sorcerer Akht. Compare with this the Greek legend of Œdipus and the Sphinx. [Avestan] [Avestan] [Avestan] १/१ ય. ५, ८१; [Avestan] [Avestan] ६/१ ય. १३, १२०.

[Avestan] વિરી જુઓ [Avestan]

[Avestan]

१ **[Avestan]** વિરી જુઓ [Avestan]

२ **[Avestan]** (= रथ्य, रथ्या) (જુઓ ધા. [Avestan]) સા. ના. નર. માર્ગ, રસ્તેા; path, course. જુઓ [Avestan]

[Avestan] (= रै = Lat. Rēs.) સા. ના. નર. દેાલત, પ્રકાશ, ચળકાટ; wealth, lustre, glitter; [Avestan] २/१ ય. १૯, ७૯; [Avestan] ३/१ ઇજ. ५७, ३. ६. ८. १०. १२. १४. १८. २०. २२. २६. २૯. ३२. ३५; ય. ५, ११. ८૯; ય. १०, ४; ય. ११, ૯. १३. १४. १७. २२; ય. १३, २; [Avestan] [Avestan] (તું મને સંપત્તિ—સુખી હાલત બખ્શ) २/३ ઇજ. ४३, १; [Avestan] २/३ ઇજ. ६८, ११. २१; ય. १,

* *Vide* my Avesta Grammar, pp. 267-268.

૩૩; ય. ૧૦, ૧૦૮; ય. ૨૪, ૩૪; [Avestan] ૬।૩ ઇજ. ૬૦, ૪. જુઓ ૧ [Avestan]

[Avestan] સા. ના. નાન્ય. ખાલી થવું (અસલ.); છુટું પડવું; evacuation, emptying (lit.); Comp. Sans. रेचन, रेचना; rt. [Avestan], [Avestan] = रिच् to empty; departure. Furnace (Sp.); a smith's forge (Jus.); [Avestan] ૨।૧ ય. ૧૭, ૨૦.

[Avestan] (= रेक्णस्) સા. નાન્ય. નીઆમત, સારી ચીજ, દોલત; gift, a valuable thing, wealth. Comp. Sans. रेक्णस्. [Avestan] ૬।૧ ઇજ. ૩૨, ૧૧; [Avestan] ૨।૩ ઇજ. ૩૪, ૭.

૧ [Avestan] (જુઓ ધા. [Avestan]) સા. ના. નાન્ય. આલુદગી, અપવિત્રાઇ, રીમની, નજીસાત; impurity, defilement, pollution; [Avestan] ૨।૩ ય. ૪, ૫. જુઓ [Avestan], [Avestan]

૨ [Avestan] નામ સાધિત ક્રિ. નો અધુરો આકાર; (Base of the Denom. Verb) = આલુદેહ થવું (અસલ.); મળી જવું; ભેલઇ-સાથે આમેજ થઇ જવું; કોઇ ચોકસ ચીજનું રૂપ લેવું; to be mingled with; to take the form of; [Avestan] અ. ભૂ. સંશ. ૩।૧ વં. ૭, ૫૦. એનો અર્થ 'મળી જાએ, થઇ જાએ.' (જ્યાહાં સુધી તે મુએલું શરીર ખાક થઇ જાએ); [Avestan] અ. ભૂ. પરસ્મૈ. ૩।૩ ઇજ. ૧૨, ૧; ઇજ. ૩૧, ૭; [Avestan] (રૂપ આપેછે); પ્રયો. વર્ત. પરસ્મૈ. ૩।૧ ય. ૧૩, ૮૧; ... [Avestan] [Avestan] [Avestan] (તેરતર શરીરનો આકાર લેછે) ય. ૮, ૧૩.

[Avestan] (૨ [Avestan] ઉપરથી) નામ સાધિત ક્રિયાપદનો અધુરો આકાર (Base of the Denom. Verb) = રીમની પાંથરવી; રીમની લાગવી; to defile, to pollute [Avestan] વર્ત. પરસ્મૈ. ૩।૧ વં. ૯, ૪૫; [Avestan] (Geld. [Avestan]) વં. ૧૦, ૧. ૧૭; [Avestan] અ. ભૂ. સંશ. પરસ્મૈ. ૩।૧ વં. ૩, ૧૪.

[Avestan] (જુઓ ધા. [Avestan]) સા. ના. નાન્ય. મેલ, કાંઇ પ્રવાહી ચીજનો રગરો-થરો-થરી-છાહારી; dregs, sediment, the grosser parts of any liquid matter. જુઓ એની પછીનો બોલ.

[Avestan] વિ. રગરો અથવા છાહારી કાહાડી નાખી સાફ કરવાનું (સાધન) (અસલ.); રગરો ગાળવાની (ચારણી); (a sieve) used for straining (Haoma.) and for removing dregs from it; [Avestan] [Avestan] નારી. ૧।૧ વં. ૧૪, ૮.

[Avestan] (= [Avestan]) સા. ના. નર. ક્રિયાનાં તમામ આલાતો તથા ચીજોને તેઓની ઘટતી જગાએ ગોઠવનાર મોબેદ; રાસ્પી; the priest who performs all the accessory services, such as adjusting the ceremonial utensils and putting them in their proper order; Râthvi or Râspi. "Nowadays, there are only two priests, the Zaotar (Zoti) and the Raethwishkar (Râthvi); the latter perfoming all the accessory services, formerly performed by several priests, *viz.*, Âtarevakhsh, Âberet, Fraberetar, &c." For particulars, *vide* Visp. 3, 1 [Avestan] ૨।૧ વીસ્પ. ૩, ૧; ગેહ ૩, ૫; [Avestan] ૪।૧ વં. ૫, ૫૭. ૫૮.

[Avestan] વિ. ના. નર. પાહાડનું નામ; name of a mountain; [Avestan] ૧।૧ ય. ૧૯, ૫.

૧ [Avestan] (= [Avestan] = रेवन्त्) (જુઓ [Avestan]) વિ. દોલતવાળું, ખજાનો બખશનાર, નુરમંદ, ઝળકાટ-પ્રકાશવાળું; wealthy; wealth-bestowing; brilliant, bright; radiant; [Avestan] નર. ૧।૧ ય. ૮, ૫; ય. ૧૦, ૭૮; ય. ૧૯, ૬૭; [Avestan]...[Avestan] (દેખામણું છે) નર. ૧।૧ ય. ૧૪, ૧૨; [Avestan] [Avestan] [Avestan] [Avestan] no one smites that fortunate man (તેભાગ્યશાળી માણસને કોઇ મારતું નથી) ય. ૧૪, ૩૯; [Avestan] નર. ૨।૧ વં. ૧, ૧૩; વં. ૧૯, ૩૭. ૩૯; ઇજ. ૨, ૧૧; ઇજ. ૧૬, ૪; ઇજ. ૨૫, ૪; ય. ૨, ૬; ય. ૭, ૫; ય. ૮, ૨૨; [Avestan] [Avestan] (કીર્તિવાળો ચેહેરો—જુનીઆદ) નાન્ય. ૨।૧ ય. ૫, ૬૪; [Avestan] નર. ૪।૧ ઇજ. ૧૨, ૧; [Avestan] નર. ૬।૧ ઇજ. ૧, ૧. ૧૧; ઇજ. ૩, ૧૩; ઇજ. ૧૬, ૩; ય. ૧, ૦. ૨૩; ય. ૮, ૫૬; ય. ૧૪, ૨૭; [Avestan] [Avestan] of precious cost (ઉંચી કીમતનો) નર. ૬।૧ ઇજ. ૧૦, ૧૭; [Avestan] (નુરમંદ) નાન્ય. ૬।૧ ઇજ. ૨૨, ૨૪; ય. ૬, ૦. ૭;

સીરો. ૧, ૧૧; નીઆ. ૧, ૧૦; ૧૭; [Avestan] નર. ૬|૩ વં. ૨૦, ૧. ૨; ય. ૨૪, ૩૭. [Avestan] = [Avestan] + [Avestan] (super. adj.) most brilliant, most glorious. [Avestan] (ઘણોજ નુરમંદ—કીર્તિવાળો) અતિ. વિ. નર. ૧|૧ ય. ૧૯, ૭૯; [Avestan] નર. ૨|૧ ય. ૧૩, ૧૫૨; —[Avestan] [Avestan] ૬|૧ ઈજિ. ૧૦, ૧૩. જુઓ નીચેના બોલો.

૨ [Avestan] વિ. ના. નર. ખોરાસાનમાં આવેલા પાહાડનું નામ જેની ઉપર આદરબુરજીન નામનો આતશ સ્થાપ્યો હતો; Mount Raevant in Khorâsân on which the Fire Burzin, otherwise known as Adar Burzin Meher, was consecrated by King Gushtâsp. Pehl. Bund. [Avestan]; [Avestan] [Avestan] ૧|૧ ય. ૧૯, ૬; [Avestan] [Avestan] ૨|૧ સીરો. ૨, ૯; [Avestan] [Avestan] = કારાંત ૬|૧ નીઆ. ૫, ૬; સીરો. ૧, ૯. જુઓ બોદી.

[Avestan] (જુઓ ૧ [Avestan] તથા [Avestan]) સમાસ વિ. ચળકતા ઘોડાવાળી* (બામદાદ); (the dawn) with its radiant horses; [Avestan] [Avestan] ... નારી. ૨|૧ ગેહ ૫, ૫.

[Avestan] (જુઓ ૧ [Avestan] તથા [Avestan] ગ) સમાસ વિ. કીર્તિભરેલી તોખ્મનું, ઉંચી બુનીઆદનું; (a maiden) of a glorious seed; [Avestan]...[Avestan] નારી. ૬|૧ ય. ૨૨, ૯; [Avestan]...[Avestan] ય. ૨૪, ૫૯.

[Avestan] વિશે જુઓ ૧ [Avestan]

૧ [Avestan], [Avestan] (= [Avestan], [Avestan] = ریش) (જુઓ ૧ ધા. [Avestan]) સા. ના. નર. તથા નાન્ય. જખમ, ધા; a wound, a cut, hurt. [Avestan] ૨|૧ વં. ૭, ૩૮; વં. ૧૩, ૩૧; વં. ૧૫, ૧૬; ય. ૨૪, ૪૪; [Avestan] ૨|૧ વં. ૧૩, ૧૦. ૧૧; ય. ૨૪, ૪૪; [Avestan] ૨|૩ વં. ૧૫ ૧૨. ૨૨. ૨૫. ૨૮. ૩૧. ૩૪. ૩૭. ૪૦.

૨ [Avestan] (= [Avestan] = ریش) (જુઓ ૨ ધા. [Avestan]) સા. ના. નર. દાઢી; a beard; [Avestan] ૭|૧ વં. ૧૭, ૨.

[Avestan] વિ. હલકી (ગાડી); સેહેલાઈથી—જલદપથી ચાલી શકે એવી (ગાડી); light, easy to be driven (as a chariot); mostly used in a compound form with [Avestan] (a chariot); [Avestan] = [Avestan] = लघु light હલકું, ભાહારી નહી તે; rt. [Avestan] q. v., orig., [Avestan] = [Avestan] ([Avestan] being dropped); [Avestan]* [Avestan] નર. ૨|૧ ય. ૧૭, ૧૨. જુઓ [Avestan]

૧ [Avestan] (જુઓ ૧ ધા. [Avestan]) કૃ. વિ. વધેલું; મ્હોટું; grown, large; [Avestan] ધાતુને [Avestan] ને બદલે બૂ. કૃ. નો [Avestan] લાગો; અથવા [Avestan] ધાતુનું પ્રયોજ્ય રૂપ [Avestan] થઈને પછી [Avestan] નીકળી જઈને [Avestan] લાગો (જુઓ માઈ અવસ્તા વ્યાકરણ, સફો ૨૬૪–૨૬૫); [Avestan] [Avestan] [Avestan] (સાંપ જે મ્હોટો અથવા વધેલો) નર. ૨|૧ વં. ૧, ૨.

૨ [Avestan] (વિ. ના. નર.) વિશે જુઓ [Avestan]

[Avestan] (= [Avestan] = روشن) (જુઓ ધા. [Avestan]) ક) સા. ના. નર. રોશની, ચળકાટ; light, lustre. Comp. [Avestan];— [Avestan] ૨|૧ વં. ૨૧, ય. ૯. ૧૩; [Avestan] ૨|૩ વં. ૧૬, ૨.

ખ.) વિ. ચળકતું, રોશનીવાળું; shining, brilliant; [Avestan] નર. ૧|૧ ય. ૧૩, ૨. ૮૧; [Avestan] નર. ૨|૧ ય. ૭, ૩; ય. ૮, ૨; ય. ૨૪, ૪; [Avestan] નાન્ય. ૨|૧ વં. ૨૨, ૧. ૮. ૧૪; [Avestan] નાન્ય. ૩|૧ (૫|૧ ની મતલબે †) ય. ૧૯, ૪૪; [Avestan] નાન્ય. ૫|૧ ય. ૧૦, ૧૨૩; [Avestan] નાન્ય. ૬|૧ ય. ૧૨, ૩૭; સીરો. ૧, ૩૦; [Avestan] નર. ૧|૩ ઈજિ. ૧૦, ૧૯; ઈજિ. ૫૭, ૨૭; ય. ૧૦, ૬૮; [Avestan] નર. ૧|૩. ય. ૧૩, ૮૪; જુઓ [Avestan], [Avestan] તથા એની પછીના બોલો.

[Avestan] (= روشن) (જુઓ ધા. [Avestan]) ક) સા. ના.

---

* અલંકાર રીતે, જેમ ખોરશેદને તેજ ઘોડાવાળો ([Avestan]) કહેલો છે તેમ.

* [Avestan] [Avestan] Wester.

† એના ખોલાસા બાબે જુઓ માઈ અવસ્તા વ્યાકરણ, સફો ૩૦૧ મો.

નાન્ય. રોશની, ચળકાટ; light, lustre, brilliancy; [illegible] ૧/૧ ય. ૬, ૧; ન્ીઆ. ૧, ૧૧; ય. ૭, ૪; ન્ીઆ. ૩, ૬.

ખ) વિ. ચળકતું, રોશનીવાળું; shining, brilliant; [illegible] [illegible] (Tishtrya) with its shining rays (તેશતર સેતારો) (પોતાનાં ચળકાટવાળાં કીરણોથી) ૫/૩ (૩/૩ ની મતલબે) ય. ૮, ૨. જુઓ નીચેના બોલો.

[illegible] (જુઓ [illegible] તથા [illegible]) સમાસ ના. ચળકાટવાળો—ચકચકીત પોશાક; brilliant garments; *or:* garments of light. [illegible] ૭/૩ ય. ૧૩, ૪૫.

[illegible] (જુઓ [illegible] ખ તથા [illegible] ખ) સમાસ ના. નાન્ય. રોશન દીનનો ઈલમ, ધર્મનું ગ્નાન જેથી ખોદાઈ માર્ગ રોશન–ખોલ્લો થાએ તે; the brilliant religious lore; the spiritual knowledge which makes the divine path clear; [illegible] ૨/૧ ય. ૧૯, ૫૩.

[illegible] (જુઓ ધા. [illegible]) સા. ના. નર. નુર, રોશની, ચળકાટ; light, lustre; [illegible] amongst the stars (lit., lights) ૭/૩ ય. ૮, ૧૩. ૪૫.

[illegible] ([illegible] ક ઉપરથી) વિ. રોશની—ચળકાટવાળું, નુરમંદ; bright, luminous; epithet of the star Satavaesa, q. v.; [illegible] નર. ૧/૧ ય. ૧૩, ૪૮.

[illegible] (= [illegible] = [illegible]) સા. ના. નર. તેલ, ચરબી, રોગન; oil, fat; butter. જુઓ નીચેના બોલો.

[illegible] [illegible] the butter of spring, *i. e.*, the best butter (lit.); ambrosial food given to the souls of pious and godly persons in paradise. Contrast ... [illegible] [illegible] the food of poisonous stench given to the souls of wicked and sinful persons (*vide* Yt. 22, 36); [illegible] [illegible] gen. sing. Yt. 22, 18. જુઓ નીચેનો બોલ.

[illegible] (= [illegible]) (જુઓ [illegible]) વિ. રોગન—ચરબીવાળું; rich in fat; [illegible] નારી. ૧/૧ (૨/૧ ને બદલે) વં. ૨૧, ૭. ૧૧. ૧૫.

[illegible] ([illegible] ઉપરથી) વિ. ચીકાસવાળું; રોગન–તેલવાળું; rich in oil; [illegible] નારી. ૨/૧ ય. ૧૨, ૩.

[illegible] (= रोचिस् = Lat. Lux*) (જુઓ ધા. [illegible]) ક) સા. ના. નાન્ય. રોશની, ચળકાટ, નુર; light, lustre; [illegible] ૭/૧ ઈજી. ૬૨, ૩; ન્ીઆ. ૫, ૯; [illegible] (heavenly) lights ૧/૩ વં. ૨, ૩૯. ૪૦; ઈજી. ૧૨, ૧ (સેતારા); ઈજી. ૫૦, ૧૦. કેટલીએક વખતે બહુવચનમાં 'સેતારાઓ' ને અર્થે બી વપરાએલો આવેછે); [illegible] ૨/૩ વં. ૨, ૧૦. ૧૪. ૧૮; વં. ૬, ૫૧; વં. ૭, ૪૫. ૪૬; વં. ૧૧, ૧. ૨. ૧૦. ૧૩. ૧૬. ૧૯; વં. ૧૯, ૩૫; ઈજી. ૭૧, ૯; ય. ૩, ૧. ૨; ય. ૧૦, ૮૫; ય. ૧૫, ૫૫; [illegible] ઈજી. ૫, ૧; ઈજી. ૩૭, ૧; ઈજી. ૪૪, ૫; [illegible] [illegible] stars without beginning ૨/૩ ઈજી. ૧૬, ૬; ય. ૧૨, ૩૫; ગેહ ૨, ૬; સીરો. ૨, ૩૦; [illegible] ઈજી. ૧૨, ૧; ઈજી. ૩૦, ૧; ઈજી. ૩૧, ૭; ઈજી. ૫૮, ૬; [illegible] ૫/૩ ઈજી. ૧૯, ૬; [illegible] ૬/૩ વં. ૧૯, ૨૩; ઈજી. ૧, ૧૬; ય. ૧૩, ૫૭; સીરો. ૧, ૩૦; [illegible] [illegible] (બેહદ રોશનીઓમાં = ગરોથમાન બેહેશતમાં) ૭/૩ ય. ૨૨, ૧૫; ય. ૨૪, ૬૬; જુઓ [illegible] તથા નીચેના બોલો.

ખ) વિ. રોશની–ચળકાટવાળું; shining, brilliant; [illegible] ૨/૧ (જુઓ [illegible] માં); [illegible] [illegible] [illegible] [illegible] (અશો લોકોનાં નુરમંદ બેહેશ્તનું) નર. ૬/૧ સીરો. ૧, ૨૭.

[illegible] ([illegible] ક ઉપરથી) વિ. ચળકાટ—નુરવાળું; brilliant, shining; [illegible]

---

* [illegible] (ખોરશેદની રોશની) સમાસ રૂપમાં લેવાને હું દુરસ્ત ધારૂંછું; એના ખોલાસા માટે જુઓ [illegible] [illegible] Wester. (ય. ૭, ૪) Geld. [illegible]

* અસલ બોલ Luc છે; પેહેલી એકવચનનો પ્રત્યય s લાગવાથી Luc+s=Lux થયું. અસલ બોલની c બીજી વિભક્તિઓમાં પાછી આવેછે, જેમકે Lucis.

[illegible] [illegible] [illegible] (અશેા લેાકેાનાં નુરમંદ ભોહેશ્તને) નર. ૨|૧ વં. ૧૫, ૩૬; ઈજ. ૯, ૧૫; ઈજ. ૧૬, ૭; ય. ૧૨, ૩૬; ય. ૨૩, ૮.

[illegible] (=[illegible] = रोचन = [illegible]) (જુઓ ધા. [illegible]) સા. ના. નાન્ય. ક) દિવસની રેાશની, દિવસ; day-light, day-time; [illegible] ૨|૧ વં. ૧૮, ૧૬. ૨૪. Geld. [illegible]

ખ) રેાશની દાખલ થવા માટે રાખેલી જગા = બારી; an aperture in the wall for the admission of light; a window; [illegible] ૨|૧ વં. ૨, ૩૦, ૩૮; વં. ૭, ૧૫. જુઓ [illegible]

[illegible] વિશેષનામ નરજાતી. ક) રસ્તાખેજનાં છેલ્લાં ૫૭ વરસની મુદતમાં જે ૬ જન સેાશ્યાસ સાથે રસ્તાખેજ કરવામાં ભાગ લેશે તેઓમાંનેા આ એક છે. One of the six foremost helpers of Saoshyant, in the work of the Resurrection each in one of the six Keshvars. ' It is said that in the fifty-seven years, which are the period of the raising of the dead, Raoshan-chashm (Av. Raochas-chaeshman) in Arzah, Khur chashm (Av. Hvare-chaeshman) in Savah, Frâdad-gadman (Av. Frâdad hvareno) in Vidadafsh, Varedad-gadman (Av. Varedat-hvareno) in Vidadafsh, Kâmak-vyâcshu (Av. Vouru-nemo) in Vorubarash, Kâmak-sut (Av. Vouru-savo) in Vorujarasht, while Saoshyant in the illustrious and pure Khaniraç is connected with them, are immortal. The completely good sense, perfect hearing and full glory of those seven producers of the renovation are so miraculous that they converse from region unto region, every one together with the six others ' (Dâdistan XXXVI, 5-6; tr. West); [illegible] gen. sing. Yt. 13, 128.

ખ) ઉપર જણાવેલાથી જુદા એક નામાંકિત પુરૂષનું નામ; name of an illustrious personage, different from the one mentioned above; [illegible] ૬|૧ ય. ૧૩, ૧૨૧.

[illegible] (જુઓ [illegible] ક તથા ૧ [illegible]) સમાસ ન્યુ. ક. વિ. રેાશનીમાં પરીક્ષા— તપાસ કીધેલી (કાઠી—બાળવાનું લાકડું); (fire-wood) tested in the light (of the day); [illegible] [illegible] (Geld. [illegible]) ૨|૧ વં. ૧૮, ૨૭; ઈજ. ૬૨, *૧૦; નીઆ. ૫, *૧૬.

[illegible] ([illegible] ઉપરથી) ક) વિ. ઝળકાટવાળું; નુરવાળું, ઝળકતું; shining, brilliant. [illegible] નર. ૧|૧ ય. ૧૩, ૩.

ખ) સા. ના. નાન્ય; lustre, brightness; ચલકાટ, નુર. જુઓ નીચેનેા બેાલ.

[illegible] (જુઓ ધા. [illegible]) સા. ના. ક) ઝળકાટ, નુર; brilliancy, lustre, splendour. Comp. [illegible], [illegible]; જુઓ [illegible] ક.

ખ) દિવસનેા ઉજાસ—રેાશની ; day-light. જુઓ [illegible] ખ.

[illegible] ([illegible] ક) ઉપરથી) વિ. ચળકાટવાળું; નુરવાળું; resplendent, brilliant; [illegible] નર. ૨|૧ (૧|૧ ને બદલે) ય. ૨૩, ૬.

ખ) દિવસના ઉજાસ—રેાશનીને લગતેા (વખત) ([illegible] ખ ઉપરથી); pertaining to the light of the day; (time) of day-light; [illegible] નર. ૨|૧ ય. ૧૫, ૫૫.

[illegible] ([illegible] ક ઉપરથી) વિ. ચલકાટ-નુરવાળું; brilliant; endowed with light; [illegible] નાન્ય. ૨|૧ ઈજ. ૫, ૪; ઈજ. ૩૭, ૪.

[illegible] સા. ના. નર. કેાહેાલું; લેાંકડી; a fox. Pehl. [illegible].- Comp. Per. [illegible] (Pictet); [illegible] (૧|૧ ને બદલે) વં. ૫, ૫; [illegible] ૨|૧ વં. ૬, ૫૦.

[illegible] વિ. ના. નર. મુલુકનું નામ; name of a non-Arian country; જુઓ નીચેનેા બેાલ.

[illegible] ([illegible] ઉપરથી) વિ. રઓજદ નામના મુલુકનું, રઓજદને લગતું; of the country of Raozhda; a Raozhdian; [illegible] [illegible] ... રઓજદ મુલુકના રેહેવાસી ગઓમતનાં (કુરેાહરને ....) નર. ૬|૧ ય. ૧૩, ૧૨૪; [illegible] [illegible] (રઓજદના મુલુકના ...) નારી. ૬|૧ ય. ૧૩, ૧૨૫.

* Geld. [illegible]

[illegible] (= [illegible], [illegible]) (જુઓ ૧ ધા. [illegible]) સા. ના. નર. દેખાવ, રૂપ, કદ; face, feature, size; [illegible] ભંડ ઈનિ. ૯, ૫; ય. ૨૨, ૯. જુઓ [illegible], [illegible]

[illegible] (જુઓ ૪ ધા. [illegible]) વિ. પાણી સીંચવાલાયક (ખેતર); તરાવતવાળી (જમીન); [illegible] નારી. ૨/૧ વં. ૫, *૭; વં. ૬, ૬.

[illegible] વિ. ના. નર. પાહાડનું નામ; name of a mount; the Rôyishnomand of the Bundehesh; the Rûyân of the Arabian geographers, in Tabaristân (Dar.); [illegible] ([illegible] Wester.) ૧/૧ ય. ૧૯, ૨.

[illegible]† (જુઓ ૪ ધા. [illegible]) વિ. પાણી સીંચવા લાયક (જમીન); (land) fit for irrigation or watering; [illegible] . . . [illegible] નારી. ૨/૧ વં. ૧૪, ૧૩.

[illegible] વિશે જુઓ [illegible]

[illegible] (= [illegible], [illegible] = [illegible]) (જુઓ ધા. [illegible]) સા. ના. નર. કોહોલું; a fox. Compare [illegible];- [illegible] ૧/૧ વં. ૧૩, ૧૬.

[illegible] (જુઓ [illegible] તથા [illegible]) સમાસ વિ. હલકી—જલદપથી ચાલતી ગાડીવાળો (પારેન્દી નામનો ફરેશ્તો); (Pârendi) of the light chariot; *or*: on her light chariot; [illegible] [illegible] નારી. ૧/૧ ય. ૮, ૩૮; ય. ૧૦, ૬૬; ય. ૨૪, ૮; [illegible] [illegible] નારી. ૨/૧ સીરો. ૨, ૨૫; [illegible] [illegible] નારી. ૬/૧ સીરો. ૧, ૨૫.

[illegible] સા. ના. દુ:ખ, ખરાબી (દારમે.); harm, evil (Dar.); [illegible] ૨/૧ ય. ૨૪, ૧૨.

[illegible] = लघ् = [illegible]) હલકું થવું; to be light; જુઓ [illegible]

* [illegible] [illegible] [illegible] [illegible] [illegible] આ બોલો ડાકટર ગેલ્ડનરે નથી આપ્યા.

† ધાતુને [illegible] પ્રત્યય લાગ્યાથી Verbal adjective બને છે; જુઓ મારૂં અવસ્તા વ્યાકરણ સફો. ૨૯૭-૨૯૮.

ખ) ફરાકેહ—પોહોળું થવું; ફરાખી પામવી; to widen; to be in easy circumstances; જુઓ [illegible]

[illegible] (= [illegible] = Gr. Ragæ = [illegible]) વિ. ના. નારી. રઘે શેહેર; પેગમબર અશો જરતોશ્તનું જન્મ શેહેર; Rae; an important city of Media to the south of Teheran; the birthplace of Zoroaster. The Vendidad calls it the Ragha of the three classes, thereby referring to the three classes of people, *viz.*, the priests, the warriors and the husbandmen; [illegible] ૧/૧ ઈનિ. ૧૯, ૧૮; [illegible] [illegible] ૨/૧ વં. ૧, ૧૫. (જુઓ મોદી).

[illegible] = रस् = મોટેથી આવાજ થવો, ગાજી ઉઠવું; વખાણવું; to resound; to spread the fame of; to praise; *vide* [illegible]

૧ [illegible] (= [illegible], [illegible]) વિ. ના. નારી. નદીનું નામ; The River Tigris (Dar.); the Oxus (Har.); the Xaxartes (Sp., Jus. and Geiger); [illegible] ૨/૧ ય. ૫, ૬૩; ય. ૨૩, ૪; [illegible] ૨/૧ ય. ૨૪, ૨; [illegible] ૬/૧ વં. ૧, ૧૯; ય. ૧૦, ૧૦૪; ય. ૧૨, ૧૮. ૧૯; ય. ૧૪, ૨૯; ય. ૧૫, ૨૭. (જુઓ મોદી).

૨ [illegible] વિ. ખરાબ ભેટ આપનાર (સ્પી.); રડતો, પોકારતો (યુસ્તી); બેશરમ (હારલે); ઉડાઉ, ખાઉપડાઉ (દારમે.); an evil offerer (Sp.); weeping (Jus.); immodest (Har.); prodigal (Dar.); [illegible] ૧/૩ ય. ૫, ૯૩.

૧ [illegible] સા. ના. નારી. રાજ્ય, રાજ; a kingdom, domain. Comp. Sans. राज्य. rt. राज् to rule દારમેસ્તેતે એ બોલનો તેમજ [illegible] બોલનો અર્થ 'રઘે શેહેર' કરેલો છે; [illegible] [illegible] ૫/૧ ઈનિ. ૧૯, ૧૮.

૨ [illegible] વિ. ફેદા થએલું; devoted; rt. [illegible] = रञ्ज् = to be attached or fascinated; ફેદા થવું; મન-પ્રીતિ લગાડવી, મોહિત પડવું; [illegible] [illegible] [illegible] Thy devoted religious guides (તારા દીન ઉપર ફેદા થએલા ધર્મગુરૂઓને) નર. ૨/૩ ઈનિ. ૫૩, ૯.

૧ [illegible] વિશે જુઓ [illegible]

૨ [illegible] = [illegible] = દુઃખ દેવું, રંજ પોંહોંચાડવું; નુકસાન કરવું; to torment, to do harm; જુઓ [illegible]

૧ [illegible] = रह् = છોડી દેવું; to leave, to abandon; જુઓ [illegible], [illegible]

૨ [illegible] = राज् = સીધુ-બરાબર કરવું, વાજબી ઇનસાફ કરવો; to rectify, to adjust; to do justice to. Comp. rt. [illegible]; જુઓ [illegible], [illegible], [illegible], [illegible], [illegible]

[illegible] (= [illegible] = रहस् = [illegible]) (જુઓ ૧ ધા. [illegible]) સા. ના. નાન્ય. એકાંત જગા, જંગલ, રાન; a solitary place, a forest, a wood. Compare [illegible], [illegible]; [illegible] ૬/૩ વં. ૮, ૯૭.

[illegible] (= रजिष्ठ) અતિ. વિ. ઘણોજ વાજબી—સાચો—ખરો; most righteous, straightest; most true; superl. of [illegible] (righteous). જુઓ ૧ [illegible]; [illegible] નર. ૧/૧ વં. ૧૩, ૯ (Wester.); ઇજ. ૬૮, ૧૩; [illegible] નારી. ૧/૧ ય. ૧૬, ૭; [illegible] નર. ૨/૧ ય. ૧૦, ૩; [illegible] નારી. ૨/૧ ઇજ. ૨૫, ૫; ય. ૧૦, ૧૨૬; ય. ૧૬, ૧; [illegible] ૩/૧ ય. ૧૦, ૧૦૫; [illegible] નર. ૬/૧ ઇજ. ૬૮, ૧૩; [illegible] નારી. ૬/૧ વં. ૧૯, ૩૯; ઇજ. ૨૨, ૨૪; ય. ૧૧, ૧૬; [illegible] ૮/૧ ય. ૧૬, ૨; [illegible] નારી. ૨/૩ ય. ૧૦, ૨૭; [illegible] નાન્ય. ૨/૩ ઇજ. ૩૩, ૧; [illegible] ૬/૩ ય. ૧૩, ૩૫; ય. ૧૭, ૧૭.

[illegible], [illegible] (જુઓ ૧ ધા. [illegible]) સા. ના. જંગલ, રાન; a forest, a wood; Comp. [illegible]; [illegible] ૨/૧ ય. ૫, ૫૦; ય. ૧૫, ૩૧; ય. ૧૯, ૭૭; [illegible] [illegible] [illegible] (Yt. 15, 31.) towards the White Forest; the chief of forests (Bund.). According to the Bahman Yasht (III, 9), it was the seat of the last and decisive battle between Arjâsp and Gushtâsp (Dar.); [illegible] ૭/૧ વં. ૧૩, ૮; [illegible] ૭/૧ ય. ૧૫, ૩૨; [illegible] ૧/૩ ય. ૧૬, ૩; [illegible] [illegible] કારાંત નારી. ૨/૩ ય. ૧૫, ૩૧.

૧ [illegible] (= [illegible] = [illegible]) (જુઓ ધા. [illegible]) સા. ના. નર. ક) સાચ્ચો માણસ, સચ્ચાઈ ઉપર ચાલનાર (અસલ.); સરદાર (સાધારણ અર્થ); કોઈ વખતે એનો અર્થ "દીનને લગતો કારોબાર ચલાવનાર સરદાર, વડો ધર્મગુરૂ" બી થાએછે (જુઓ ઇજ. ૨૭, ૧૩; ઇજ. ૩૩, ૧); a righteous person (orig.); a leader, a chief; a lord, a spiritual leader; the head priest (sometimes); [illegible] ૧/૧ વં. ૫, ૨૫. ૨૬; વં. ૭, ७१; વં. ૮, ૧૧; ઇજ. ૨૯, ૨; ય. ૧૩, ૪૧; આફ્રૂં. ગાહામબાર ૭. ૮. ૯. ૧૦. ૧૧. ૧૨; [illegible] ૧/૧ વં. ૨, ૪૩; ય. ૧૩, ૯૧; [illegible] ([illegible] ને બદલે) ૧/૧ ઇજ. ૩૩, ૧; [illegible] ૨/૧ ઇજ. ૧૩, ૧. ૨; ઇજ. ૩૧, ૨; ઇજ. ૪૪, ૧૬; ઇજ. ૨, ૩; વીસ્પ. ૨, ૨; ય. ૧૧, ૧. ૧૦. ૧૪. ૧૫. ૧૮; ઇજ. ૫૭, ૨. ૪. તથા એમજ હાના દરેક કરદામાં; વીસ્પ. ૨, ૭; નીરંગ. ૪, ૯; ગેહ ૪, ૮; [illegible] ૨/૧ વીસ્પ. ૨, ૭; [illegible] ૪/૧ ઇજ. ૧, ૩. તથા દરેક ગેહની ખશ્નુમનમાં; [illegible] ૪/૧ વીસ્પ. ૧૧, ૬; [illegible] ૬/૧ ઇજ. ૧, ૧૭; ઇજ. ૬૬, ૧; વીસ્પ. ૧, ૨; વીસ્પ. ૯, ૬; ય. ૨, ૩; આફ્રૂં. ગાહામ. ૧. [illegible] ૬/૧ Frag. 7, 2; [illegible] ૬/૧ વીસ્પ. ૧, ૮; આફ્રૂં. ગાહામ. ૫ (દીનનો સરદાર, વડો ધર્મગુરૂ*); [illegible] ૬/૧ વીસ્પ. ૯, ૬; [illegible] (Wester. [illegible]) ૮/૧ ઇજ. ૧, †૨૦; વીસ્પ. ૨૧, ૨; ય. ૧૦, ૧૧૫; [illegible] ૧/૩ ઇજ. ૧, ૧૦; ઇજ. ૧૯, ૧૮; [illegible] ૨/૩ ઇજ. ૧૩, ૩; વીસ્પ. ૩, ૫; [illegible] ૨/૩ ઇજ. ૨, ૩. ૧૮; વીસ્પ. ૧, ૧; વીસ્પ. ૨, ૨; ગેહ ૪, ૫. ય. ૧૦, ૧૨૨; ઇજ. ૧૯, ‡૫; [illegible] ૪/૩ ઇજ. ૧, ૩; વીસ્પ. ૧, ૨; [illegible] ૬/૩ ઇજ. ૧, ૧૬; ઇજ. ૧૯, ૦૫; ઇજ. ७१, ૧; વીસ્પ. ૧, ૧; આફ્રૂં. ગાહામ. ૧; [illegible] ૮/૩ ઇજ. ૧, ૨૨; જુઓ [illegible], [illegible], [illegible], [illegible], [illegible], [illegible] તથા એની પછીના બોલો.

ખ) રાસ્પી, જોતીની સાંભેનો—સાથે ક્રિયા કરનાર§

*કેટલેક ઠેકાણે [illegible] નો એ અર્થ બી થાએ છે.

† આ એ ઠેકાણે [illegible] નો અર્થ 'વખત' બી થઈ શકે.

‡ આએ ઠેકાણે એ બોલનો અર્થ 'કીમતી' (આધા), અથવા 'સચ્ચાઇનો માર્ગ દેખાડનાર' લાગુ પડી શકે.

§ પ્રોફેસર ગુસ્તી રાસ્પી અર્થને માટે નીચે મુજબના ઇશારા આપેછેઃ— વં. ૫, ૨૫; વં. ૭, ७१; આફ્રૂં. ગાહામ. ૫, ૭.

(સુરતી); RAspi; (Jus.). Comp. [Avestan], q. v.

ગ) સરદારી, બુલંદ દરજ્જો; mastery, exalted dignity; [Avestan] [Avestan] (પોતાના બુલંદ દરજ્જા મુજબ) (૭|૧ ની મતલબે) વીસ્પ. ૧૪, ૨.

૨ [Avestan] (= ऋतु) (જુઓ ધા. [Avestan]) સા. ના. નર. વખત; time, period; [Avestan] ૨|૧ વં. ૧૮, ૯; યજ. ૯, ૧; [Avestan] ૨|૧ આફ્રરં. ગાહામ. ૩; [Avestan] ૪|૨ (૭|૧ ની મતલબે) વીસ્પ. ૪, ૨; [Avestan] ૬|૧ વં. ૭, ૫; [Avestan] ૬|૧ (૭|૧ ની મતલબે) , યજ. ૩, ૧; [Avestan] ૨|૩ વીસ્પ. ૪, ૧.

૧ [Avestan] (જુઓ ૨ [Avestan] તથા [Avestan]) સમાસ વિ. વખતની ઉપર પાદશાહી ભોગવનાર; (the Gâthâs) which rule over the Ratus (*vide* 2 [Avestan]); [Avestan] નર. ૪|૧ વીસ્પ. ૧૧, ૨૧; [Avestan] [Avestan] (વખત ઉપર અથવા રાસ્તી ઉપર પાદશાહી ભોગવનારા ગાથા) નારી. ૨|૩ યજ. ૫૪, ૨; આફ્રરં. ગાથા, ૩; [Avestan] ..... [Avestan] ૪|૩ વં ૧૯, ૩૮; યજ. ૫૫, ૧; યજ. ૭૧, ૧૧; આફ્રરં. ગાથા, ૨.

૨ [Avestan] (જુઓ ૧ [Avestan] ક તથા [Avestan]) સમાસ વિ. (નારી જે) પોતાના ખાવંદને તાબેદાર; (નારી જે) પોતાના ખાવંદને સરદાર ગણતી; (the holy woman) obedient to her husband; *or*, whose ruler is her husband; [Avestan] .... [Avestan] નારી. ૨|૧ વીસ્પ. ૩, ૪; ગેહ ૪, ૯; [Avestan] ..... [Avestan] [Avestan] નારી. ૪|૧ ય. ૨૨, ૧૮.

[Avestan] (૧ [Avestan] ક ઉપરથી) સા. ના. નાન્ય. સરદારી, મ્હોટાઈ; chieftainship, mastery, greatness; [Avestan] ૧|૧ ય. ૨૪, ૪૨; [Avestan] ૨|૧ ય. ૮, ૧.

[Avestan] સા. ના. સરદાર—રોડથી ઉતરતો (અસલ.); ચેલો, શિષ્ય; subordinate to the Ratu (lit.); a disciple; [Avestan] નર. ૧|૧ આફ્રરં. ગાહામ. ૧૩; [Avestan] ૨|૧ આફ્રરં. ગાહામ. ૭, ૮. ૯. ૧૦. ૧૧. ૧૨.

[Avestan] (જુઓ ૨ [Avestan] ક તથા [Avestan]) સમાસ ના. નારી. ક) વખતસરની બંદગી—આરાધના; ૧ [Avestan] (સરદાર) લઈએતો 'સરદારોની આરાધના' અર્થ થઈ શકે; the well-timed prayer; the adoration at the proper time; *or*, the reverential prayer of the chiefs; [Avestan] ૨|૧ યજ. ૨૫, ૩; વીસ્પ. ૧૧, ૫; [Avestan] ૨|૧ યજ. ૩, ૪; [Avestan] (Geld. [Avestan]) ૩|૧ આફ્રરં. દહમાન, ૫; [Avestan] ૩|૧ યજ. ૫૫, ૫; [Avestan] ૪|૧ વીસ્પ. ૪, ૨; વીસ્પ. ૧૧, ૯. ૨૦; [Avestan] ૬|૧ વીસ્પ. ૯, ૬; [Avestan] ૬|૩ વીસ્પ. ૯, ૭. જુઓ [Avestan], [Avestan]

ખ) સરદારની પ્રીતિ; the affection or kindness of the chieftain; [Avestan] (સરદારની પ્રીતિનેમાટે ઇચ્છાને હમારો સરદાર ખુરસંદ થઈને હમારી ઉપર પ્રીતિ રાખે એટલા માટે) ૪|૧ વીસ્પ. ૫, ૧.

[Avestan] (= [Avestan]) (જુઓ ૧ [Avestan] ક) વિ. સરદારવાળો, 'રતુ' ને લગતો; (the prayer) which contains the Ratu, q. v. [Avestan] નર. ૨|૧ વીસ્પ. ૨, ૭; [Avestan] ... [Avestan] [Avestan] [Avestan] this prayer (*i. e.*, the Ahuna Vairya) which contains the Ahû and the Ratu આએ કલામ જે ' અહુ ' ને લગતો તથા ' રતુ ' ને લગતો*) નાન્ય. ૨|૧ યજ. ૧૯, ૮; [Avestan] નર. ૬|૧ વીસ્પ. ૧, ૫.

[Avestan] (જુઓ ૧ [Avestan] ક તથા ૨ ધા. [Avestan] ક) સમાસ ના. નર. સરદારને યાદ કરનાર (અસલ.); સરદારને માન આપનાર; one who preserves the memory of his chieftain (orig.); one who respects his master; [Avestan] ૧|૧ યજ. ૧૯, ૧૭.

[Avestan] (= रथ = Lat. Rota) (જુઓ ધા. [Avestan])

* આએ ઠેકાણે એનો અર્થ ' સરદારોની ઉપર પાદશાહી ભોગવનાર ' પણ થઈ શકે.

* ઇચ્છાને યથા અહૂ વયરયો, જેમાં અહુ તથા રતુની બીના આવેલી છે.

સા. ના. નર. ગાડી, લડાઈની ગાડી; a chariot, a war-chariot; [Avesta] (= જવું) નો [Avesta] થઈને [Avesta] પ્રત્યય લાગ્યાથી [Avesta] થયું; [Avesta] ૧।૧ ય. ૮, ૫૯; ય. ૧૪, ૪૮; [Avesta] ૨।૧ ય. ૧૯, ૪૩; [Avesta] ७।૧ ય. ૧૫, ૨૮; [Avesta] ७।૧ ય. ૧૦, ૩૮; ય. ૧૭, ૧૭; [Avesta] ૧।૩ ય. ૨૪, ૪૮. જુઓ [Avesta], [Avesta] તથા નીચેના બોલો.

[Avesta], [Avesta] (= [Avesta], [Avesta]) (જુઓ [Avesta] તથા ધા. [Avesta]) સમાસ ના. નર. લડાઈની ગાડીમાં ઉભો રેહેનાર (અસલ.). ગાડીમાં ઉભો રેહી લડાઈ કરનાર; પેહેલવાન, લડવૈયો†; one who stands on the war-chariot (lit.); orig., [Avesta] + [Avesta] + ॰ + [Avesta]; [Avesta] = रथ a war-chariot; rt. [Avesta] स्था to stand; one who fights on the war-chariot; a warrior; name of the second of the three (latterly four) classes of the ancient Irânians, corresponding to the Sans. Khshatriya (क्षत्रिय) a member of the military or second caste; [Avesta] + [Avesta] + ॰ + [Avesta]; [Avesta] ને ७।૧ ની ॰ લાગીને પછી સમાસ થયો; [Avesta] ૧।૧ વં. ૫, ૨૮; વં. ૧૩, ૪૫; યજ. ૧૧, ૬; યજ. ૧૯, ૧७; ય. ૧૩, ૬७. ૮૯; [Avesta] = કારાંત ૧।૧ ય. ૫, ૫૩; [Avesta] ૨।૧ યજ. ૬૨, ૮; વીસ્પ. ૩, ૨; ય. ૨, ૧૨; ય. ૫, ૫૮; ય. ૨૪, ૨૬; [Avesta] ૨।૧ ય. ૧૦, ૨૫. ૧૦૨. ૧૧૨; [Avesta] [Avesta] ૪।૧ વં. ૫, ૫७. ૫૮; ય. ૧૩, ૮૮; ય. ૧૯, ७; [Avesta] = કારાંત ૬।૧ વં. ૧૩, ૪૪. ૪૫; ય. ૨૩, ૫; ય. ૨૪, ૧૬; [Avesta] ૬।૧ યજ. ૧૩, ૨; યજ. ૫७, ૩૩; ય. ૧૧, ૧૯; [Avesta] [Avesta] ૮।૧ નીઆ. ૫, ૬; સીરો. ૧, ૯; [Avesta] ૧।૩ ય. ૧૦, ૧૧; [Avesta] ૨।૩ યજ. ૧૩, ૩; [Avesta] ૨।૩ વીસ્પ. ૩, ૫.

[Avesta] (જુઓ [Avesta] તથા [Avesta] ૫) સમાસ વિ. ગાડીના આકારના જેવી બનાવતનું (તાજ); (a crown) in the shape of a chariot; or, in the shape of the wheel of a chariot; [Avesta] .... [Avesta] નારી. ૨।૧ ય. ૫, ૧૨૮.

[Avesta] (જુઓ [Avesta] તથા ૩ ધા. [Avesta]) સમાસ કૃ. વિ. લડાઈની ગાડી ગગડાવીને બાવતો; hurling the war-chariot; [Avesta] નર. ૨।૧ ય. ૧૫, ૫૦.

[Avesta] ([Avesta] નું બીજું રૂપ) સમાસ ના. નર. પેહેલવાન, લડવૈયો; one who fights on the war-chariot; a warrior. Comp. [Avesta]; [Avesta] ७।૧ (૬।૧ ને બદલે) વં. ૧૪, ૯.

[Avesta] (૧ [Avesta] કુ ઉપરથી) સા. ના. નારી. સરદારી, મ્હોટાઈ; અથવા સત્યતા; mastery, greatness; or, truthfulness; [Avesta] ૨।૧ યજ. ૩, ૪.

[Avesta] (૨ [Avesta] ઉપરથી) કૃ) વિ. વખત સરનું, પ્રસંગે આવેલું; ઘટતું, કાએદાસરનું; timely, opportune; lawful, proper; [Avesta] નારી. ૨।૧ વીસ્પ. ૧૧, ૧૯; [Avesta] નાન્ય. ૨।૧ યજ. ૬૫, ૨; ય. ૫, ૨; નીઆ. ૪, ૩; [Avesta] ૩।૧ ય. ૧૦, ૩૦. ૫૯. આફ્રી. ગાહામ. ૧७; તથા દરેક આફ્રીગાનમાં [Avesta] [Avesta] ના કરદામાં; [Avesta] [Avesta] [Avesta] (ઘટતી વખતે—વેળાએ) ૨।૩ વીસ્પ. ૪, ૧; [Avesta] નાન્ય. ૬।૩ વીસ્પ. ૧૫, ૧.

૫) (૧ [Avesta] ઉપરથી) વિ. સરદારના જેવું (અસલ.); અમીરી, ખુનવાદી, કુલીન; befitting a chief; (lit.); noble, of eminent descent; [Avesta] [Avesta] (Geld.) of noble breed. ય. ૧૦, ૬७. *Otherwise:* [Avesta] [Avesta] (Wester.) with the wheel which moves easily (lit. regularly) ૩।૧ ય. ૧૦, ૬७.

[Avesta] = रभ् = [Avesta], = જોસમાં આવવું, ઉસકેરવું; to excite, to agitate; જુઓ [Avesta], [Avesta]

[Avesta] (रण) સા. ના. લડાઈનું મેદાન; a battle-field; જુઓ ૨ [Avesta]

[Avesta] = रभ् = Lat. *Rap*-ere = [Avesta] = કુ) લઈ લેવું, છિનવી લેવું, જીતી લેવું; to deprive, to snatch away; to win; જુઓ [Avesta]

* Geld. [Avesta] [Avesta]

† ગ્રીક પ્રમાણે કદીમ મિસર દેશની તવારીખમાં લડવૈયાઓને Charioteers કરીને કેહેતા હતા.

ખ) ખુશી કરવું, ખુશાલી આપવી; to please, to give joy; [illegible] શાક્યા. પરસ્મૈ. ૨।૧ ઇજ. ૪૧, ૪; [illegible] ઇજ. ૫૧, ૧૮; [illegible] bestowing gladness (ખુશાલી આપતો—આપનાર) વર્ત. કૃ. પરસ્મૈ. નર. ૨।૧ ઇજ. ૭૦, ૧; [illegible] ૨।૩ ઇજ. ૨૮, ૨. જુઓ [illegible], [illegible], [illegible]

[illegible] (જુઓ ધા. [illegible] ખ) સા. ના. નર. ખુશી, ખુશાલી; enjoyment, revelling; [illegible] ૧।૧ વં. ૭, ૫૮.

[illegible] ([illegible] ખ ઉપરથી) વર્ત. કૃ. વિ. ખુશાલી આપતું; bestowing gladness or delight; જુઓ [illegible]

[illegible] (અસલ રૂપ [illegible] + [illegible]; જુઓ એ બે બોલ) સા. ના. નારી. દાહાડાનું મધ્ય, બપોર; દક્ષિણ દિશા*; mid-day, noon; south; Comp. Gâthic [illegible]; [illegible] ૨।૧ વં. ૨, ૧૦. ૧૪. ૧૮. જુઓ નીચેના બોલો.

[illegible] ([illegible] ઉપરથી) વિ. દક્ષિણ દિશા તરફનું,† દક્ષિણનું; southern. Contrast [illegible]; [illegible] [illegible] (Geld. [illegible] [illegible]) from the southern quarter. નાન્ય. ૫।૧ આફ્રરં. રપિ. ૬.

[illegible] (= [illegible], [illegible]) ([illegible] ઉપરથી) વિ. ના. નર. રપિથ્વન ગેહ; the second division of the day, Rapithwan Geh (from 12 o'clock mid-day to 3 P. M.); *also*, the time of noon; the Genius of the time of noon; [illegible] ૨।૧ ઇજ. ૨, ૪; આફ્રરં. રપિ. ૫; ગેહ ૨, ૫; [illegible] [illegible] (બપોરની વખતે) ૨।૧ ઇજ. ૯, ૧૧; ય. ૮, ૨૮; ય. ૧૯, ૪૦; [illegible] ૪।૧ ઇજ. ૧, ૪; ઇજ. ૩, ૬; આફ્રરં. રપિ. ૧; ગેહ ૨, ૧; [illegible] ૬।૧ આફ્રરં. રપિ. ૩; [illegible] [illegible] [illegible] [illegible] ૮।૧ ઇજ. ૧, ૨૦.

[illegible] (જુઓ ધા. [illegible] ખ) સા. ના. નાન્ય. ખુશાલી, આનંદ; સુખ; pleasure, joy, delight. [illegible] ૨।૧ ઇજ. ૫૧, ૨૦; [illegible] (સુખ, દિલાસો) ૨।૧ ઇજ. ૪૬, ૨; [illegible] ૪।૧ ઇજ. ૨૮, ૩; ઇજ. ૩૩, ૧૩; ઇજ. ૪૬, ૧૨; ઇજ. ૫૪, ૧; [illegible] ૬।૧ ઇજ. ૨૮, ૧.

[illegible] (જુઓ ધા. [illegible] ખ) ક) સા. ના. નાન્ય. ખુશાલી, આનંદ; joy, delight, comfort. [illegible] ૧।૧ ઇજ. ૨૮, ૬; [illegible] ૨।૧ ઇજ. ૪૩, ૧૪; [illegible] ૨।૧ ય. ૧૩, ૧; [illegible] ૩।૧ ઇજ. ૧૫, ૧; વીસ્પ. ૬, ૧; [illegible] ૪।૧ ય. ૧૦, ૫; નીઆ. ૨, ૧૪; [illegible] ૪।૧ ય. ૧, ૯; [illegible] ૪।૧ ઇજ. ૫૮, ૭; [illegible] ૭।૧ ઇજ. ૪૧, ૪; [illegible] ૨।૩ ય. ૪, ૧.

ખ) સા. ના. નર. ખુશાલી આપનાર, ખુશાલ કરનાર; one who bestows joy—comfort; [illegible] ૧।૧ ઇજ. ૪૩, ૮; *[illegible] [illegible] ૨।૩ ઇજ. ૪૦, ૩. જુઓ [illegible]

૧ [illegible] = [illegible] = रम् = ક) આરામ પામવો—લેવો; ખુશાલ થવું; to take rest, to be pleased; cl. 1; [illegible] શાક્યા. આત્મને. ૨।૩ ઇજ. ૬૫, ૯; [illegible] પ્રયો. વર્ત. પરસ્મૈ. ૩।૧ ય. ૧૦, ૧૦૯; [illegible] અ. ભૂ. પરસ્મૈ. ૩।૧ ઇજ. ૧૦, ૧.

ખ) નરમ થઈ જવું, તાબે થવું; to be tamed or subdued; [illegible] Wester. પ્રયો. વર્ત. આત્મને. ૨।૧ ય. ૪, ૯; [illegible] ય. ૧૩, ૯૫.

[illegible] = आ-रम् = [illegible] = આરામ લેવો, ખુશી થવું; to take rest, to be pleased; [illegible] (Caus.) to rejoice ખુશી કરવું; [illegible] . . . [illegible] (ખુશી કીધો) પ્રયો. અ. ભૂ. પરસ્મૈ. ૩।૧ વં. ૫, ૨૧.

૨ [illegible] = रम् = મારવું, ફટકો મારવો; to smite, to strike a blow; જુઓ [illegible]

[illegible] ([illegible] ઉપરથી) ક) વિ. ચળકાટ—નુરવાળો; shining, brilliant; epithet of the sun;

* લાટિન, ફ્રેંચ તથા ફારસીમાં પણ એજ પ્રમાણે છે, કેમકે એ ભાષાઓમાં મધ્ય દાહાડો 'બપોર' ને માટે જે બોલ હોએછે, તેજ બોલનો અર્થ 'દક્ષિણ દિશા' થાએછે. Comp. Lat. Meridies, Fr. Midi, Per. [illegible] meaning 'mid-day' and 'south.'

† એના ખોલાસા બાબે જુઓ માહરૂં અવસ્તા વ્યાકરણ. સફો ૧૨૭ મો.

* Geld. [illegible] ઉમુને ખુશાલ કરનારાઓને.

[illegible] નાન્ય. ૧/૧ ય. ૬, *૧ (Wester.); [illegible] ૨/૧ ઈજ. ૨૫, ૪; નીઆ. ૧, ૧૧; ય. ૬, ૧.

૫) સા. ના. નાન્ય. ઝળકાટ, પ્રકાશ, દબદબો, ભપકો; splendour, lustre; જુઓ [illegible]

[illegible] Geld. (જુઓ [illegible] તથા [illegible]) સમાસ વિ. નુરમંદ–ઝળકાટવાળા નામવાળું; (Yazatas) of brilliant names; [illegible] નર. ૧/૩ ય. ૪, ૩.

[illegible] (જુઓ ધા. [illegible]) સા. ના. નાન્ય. કુશાદગી, ફરાખી (અસલ.); સુખી હાલત, સંપત્તિ; affluence, easy circumstances; happy state, means. *Contra*, [illegible] straitness, affliction, distress. [illegible] ૨/૧ ય. ૧૩, ૯૯. ૧૦૭; ય. ૧૪, ૮૫; [illegible] ૨/૧ ઈજ. ૮, ૮; [illegible] ૪/૧ ય. ૧૦, ૫; નીઆ. ૨, ૧૪; [illegible] ૭/૩ વં. ૧૮, ૧૦; ય. ૩, ૪. જુઓ [illegible], [illegible], [illegible]

[illegible] (જુઓ [illegible] તથા ૧ ધા. [illegible]) સમાસ વિ. ફરાખી—કુશાદગી આપતી; આનંદ ઉપજાવનારી (અક્કલ); expanding, widening (lit.); joy-producing; [illegible] [illegible] [illegible] the joy-producing holy wisdom નર. ૨/૧ વં. ૧૮, ૬.

[illegible] વિ. ના. નર. પુરૂષનું નામ; name of a person; [illegible] ૬/૧ ય. ૧૩, ૧૨૩. (જુઓ મોદી.)

[illegible] (=Ravine) (જુઓ ધા. [illegible]) સા. ના. નર. ખીન, ખો; a valley, dale, vale; [illegible] ૬/૩ વં. ૨, ૨૩; વં. ૫, ૧. ૨; ઈજ. ૧૦, ૧૭; ય. ૧૪, ૨૧; ય. ૧૮, ૬.

[illegible] (જુઓ [illegible] તથા ધા. [illegible]) સમાસ કૃ. વિ. લાંબી ફલંગ ભરતું—મારનાર (જાનવર); (animals) that wander wild at large; (animals) that bound on the plains; [illegible] [illegible] કારાંત નારી. ૨/૧ ઈજ. ૭૨, ૬; [illegible] ૧/૩ ય. ૮, ૪૮; [illegible]

---

*[illegible] [illegible] [illegible] [illegible] [illegible] [illegible] [illegible] (ય. ૬, ૧; નીઆ. ૧, ૧૧) એ બોલો ગેલ્ડનરના પુસ્તકમાં નથી.

૨/૩ ય. ૮, ૩૬; [illegible] ૨/૩ વીસ્પ. ૨, ૧; [illegible] ૬/૩ વીસ્પ. ૧, ૧; ય. ૧૩, ૭૪.

[illegible] (જુઓ [illegible] તથા [illegible]) સમાસ વિ. ફરાખીથી આગળ આવતું-ફલંગ ભરતું; wide-stepping; [illegible] નર. ૨/૧ ય. ૮, ૨; [illegible] નર. ૧/૩ ય. ૧૭, ૧૨; આજ ઠેકાણે (ય. ૧૭, ૧૨.) એનો અર્થ 'મ્હોટેથી ફુંફાડા મારતું—ખંખારતું' (loud-snorting) ખી થઈ શકે; [illegible] નારી. ૧/૩ ય. ૧૩, ૨૯.

[illegible] ([illegible] નું બીગડેલું રૂપ) સા. ના. નર. ગાડી; a chariot; a corrupt form of [illegible], q. v. [illegible] (Pehl. Com.) nom. sing. Vend. 2, 6.

[illegible] સા. ના. નારી. રાસ્તી, ઈન્સાફ, વાજબીપણું. રાસ્તી—ઈન્સાફ ઊપરનો મવક્કેલ ફરેશ્તો (વિ. ના. નારી); અશિશવંઘ તથા ચિસ્તિની સાથે હમકાર તરીકે આવેછે; truthfulness, righteousness, justice, equity; the angel presiding over truthfulness and justice; a *collaborateur* of Ashis Vanghuhi and Chisti. Originally, [illegible] + [illegible]; rt. [illegible] = [illegible] = राज् to rectify, to adjust; સીધું—બરાબર કરવું; [illegible] ૬/૧ ઈજ. ૧, ૧૪; ઈજ. ૩, ૧૬; ય. ૧૭, ૦. ૬૨; સીરો. ૧, ૨૫.

[illegible] (જુઓ ૨ ધા. [illegible]) સા. ના. નર. લશ્કરની હાર—સફ; the lines or files of the army; [illegible] [illegible] (બરાબર ખેંચેલી લશ્કરની હાર); નાન્ય. ૨/૧ ય. ૧૪, ૪૩; [illegible] ૬/૧ ય. ૧૦, ૩૬; ય. ૧૩, ૩૯; [illegible] [illegible] [illegible] (બરાબર ખેંચેલી લશ્કરની હાર વચ્ચે) ૨/૩ ય. ૧૪, ૪૭ [illegible] ૨/૩ ય. ૧૦, ૩૬. ૪૧; ય. ૧૪, ૬૨; [illegible] [illegible] ૪/૩ ય. ૫, ૬૮; ય. ૧૦, ૮. ૪૭; [illegible] [illegible] [illegible] [illegible] (સાથે—એકઠી મળેલી લશ્કરની હારોની વચ્ચે) ય. ૧૫, ૪૯; [illegible] ૬/૩ ય. ૧૪, ૬૩. જુઓ નીચેનો બોલ.

[illegible] (જુઓ [illegible] તથા [illegible]) સમાસ ભૂ. કૃ. વિ. લશ્કરની હારમાં મારેલો; smitten in the lines of the army; [illegible] નર. ૨/૧ ય. ૧૦, ૫૨.

[illegible] (ધા. [illegible] નું બીજું રૂપ) = બખમ કરેલો;

નુકસાન કરવું, દુઃખ દેવું; to wound, to hurt, to torment; [Avestan] પ્રયો. વર્ત. આત્મને. ૩/૩ ય. ૧૦, ૨૧; [Avestan] Intensive Verb પરસ્મૈ. ૩/૩ ઇજ. ૪૭, ૪; [Avestan] અ. ભૂ. સંશ. ઇજ. ૩૨, ૧૧; [Avestan] વર્ત. કૃ. પરસ્મૈ. ૫૬ નર. ૧/૩ ય. ૧૧, ૬. *[Avestan] (Causal Infinitive) for wounding, for tormenting જખમ કરવાને, દુઃખ દેવાને (પ્રયો. સામાન્ય રૂપ.) ઇજ. ૪૯, ૩; ઇજ. ૫૧, ૯. જુઓ નીચેનો બોલ.

[Avestan] (જુઓ ધા. [Avestan]) સા. ના. નાન્ય. જખમી થવું (અસલ.); દુઃખ ખમવું; wounding (orig.); suffering; [Avestan] ૨/૧ ઇજ. ૩૦, ૧૧.

[Avestan] (જુઓ ૨ ધા. [Avestan]) સા. ના. નારી. વાજબીપણું, સચ્ચાઈ, સત્યતા; righteousness, truthfulness; [Avestan] ૭/૧ ઇજ. ૪૬, ૫. જો અસલ બોલ [Avestan] લઈએ તો ૩/૧ થઈ શકે.

[Avestan] (= [Avestan], [Avestan]) (જુઓ ૨ ધા. [Avestan]) વિ. ના. નર. રશ્ને ઇજદ; રાસ્તી તથા ઇનસાફ ઉપરનો મવક્કેલ ફરેશ્તો; એ ફરેશ્તો મરણ પામેલાંઓનાં રવાનોનો ચિન્વત પુલ ઉપર હિસાબ લેછે. Rashnu or Rashnu Razishta (*i. e.*, the justest Rashnu), the angel presiding over truthfulness and justice; "he is one of the three judges of the departed, with Mithra and Sraosha; he holds the balance, in which the deeds of men are weighed after their death; he makes no unjust balance neither for the pious nor yet the wicked."

"It is the same balance which is used by the angel Gabriel in Islamism, by Saint Michael in Christianity of the middle age, and more anciently by Anubis among the Egyptians" (Dar.).

"As a god of Truth must know everything and be present everywhere, Rashnu is called from whatever part of the world he may actually be in. Hence, an enumeration of all the parts of the world from this earth to the highest heaven is given in the Rashn Yasht."

[Avestan] [Avestan] = [Avestan] [Avestan] the truest Rashnu સહુથી વાજબી ઇનસાફ કરનાર રશ્ને; રશ્ને રાસ્ત ઇજદ; [Avestan] [Avestan] ૧/૧ વં. ૧૩, ૯; [Avestan] ૧/૧ ય. ૧૦, ૪૧. ૧૦૦; ય. ૧૨, ૬; ય. ૨૩, ૭; -[Avestan] [Avestan] ૧/૧ ય. ૧૭, ૧૬; ય. ૨૪, ૫૨; [Avestan] ૧/૧ (૪/૧ ને બદલે) ય. ૧૦, ૭૯; [Avestan] (૨/૧ ને બદલે) વીસ્પ. ૧૬, ૧; [Avestan] ૨/૧ ઇજ. ૨, ૭; ઇજ. ૧૬, ૫; ય. ૨, ૧૦; ગેહ ૫, ૭; ય. ૧૨, ૫. ૯; ય. ૧૪, ૪૭; [Avestan] ૨/૧ ય. ૧૦, ૧૩૯; [Avestan] ૩/૧ ય. ૧૪, *૪૭; [Avestan] ૩/૧ ય. ૧૩, ૩; [Avestan] [Avestan] ૪/૧ વીસ્પ. ૧૧, ૬; [Avestan] ૬/૧ ઇજ. ૧, ૭; ઇજ. ૩, ૯; ઇજ. ૭૦, ૩; ય. ૨, ૫; ય. ૧૧, ૧૬. ૨૧; ય. ૧૨, ૦. ૪૦; ય. ૧૩, ૮૬; ગેહ ૫, ૨; [Avestan] ૬/૧ વં. ૪, ૫૪. ૫૫; [Avestan] ૮/૧ ઇજ. ૬૫, ૧૨; ય. ૧૨, ૭. ૧૧–૩૮; [Avestan] ૮/૧ (૧/૧ ને બદલે) (અથવા - કારાંત ૧/૧) ય. ૪, ૩; ય. ૧૦, ૧૨૬.

[Avestan] (૨ ધા. [Avestan] ઉપરથી) વિ. સાચ્ચું, વાજબી, રાસ્ત; truthful; [Avestan] [Avestan] truthful words (રાસ્ત સખુન) નાન્ય. ૨/૩ ય. ૧૨, ૧.

[Avestan] (Yt. 24, 10) for [Avestan] (Dar.) gen. plu. from [Avestan] brilliant, radiant; નુરમંદ, ચળકાટવાળું.

[Avestan] વિશે જુઓ ધા. [Avestan]

૧ [Avestan] = रा = આપવું, બખશવું; to give, to bestow; [Avestan] Thou shalt bestow (Fut. Pres. Atmane. 2 Per. Sing.). Orig., [Avestan] + [Avestan] + [Avestan]; (તું આપશે) વર્ત. ભવિ. આત્મને. ૨/૧ (અસલ રૂપ †[Avestan] + [Avestan] + [Avestan]) ઇજ. ૨૮, ૮. જુઓ [Avestan]

[Avestan] = આપવું; અર્પણ કરવું; to bestow, to dedicate; [Avestan] [Avestan] [Avestan] I dedicate to you...

* [Avestan] ધાતુનું પ્રયોજ્ય રૂપ [Avestan] થઈને સામાન્ય રૂપનો [Avestan] (વેદીક सै) લાગો. એના ખોલાસા બાબે જુઓ મારું અવસ્તા વ્યાકરણ. સફો ૨૬૯ મો.

* Geld. [Avestan]

† એના ખોલાસા બાબે જુઓ મારું અવસ્તા વ્યાકરણ. સફો ૨૩૫–૨૩૬ મો.

(હું તમુને અર્પણ કરૂં) અનિ. (-Aor.) પરસ્મૈ. ૧।૧ ઈજ. ૧૧, ૧૮ ; ...... (હું આપીશ—આપું) વર્ત. ભવિ. આત્મને. ૧।૧ ઈજ. ૧૨, ૩. વળી એ બોલ સામાન્ય રૂપ (infinitive) માં પણ ગણાઈ શકાએ (આપવાને માટે); ધાતુ ને સામાન્ય રૂપનો * પ્રત્યય લાગ્યાથી થયું.

૨ = दा = અટકાવવું, દૂર રાખવું (સ્પી., યુસ્તી તથા હારલે); છુંદી નાખવું, કચરી નાખવું, (દારમે.); to hinder, to prevent (Sp., Jus. & Har.); to bruise, to crush (Dar.); શકયા. ભવિ. પરસ્મૈ. ૩।૩ ઈજ. ૩૨, ૧૨.

= વળગી રેહેવું, ચોંટી રેહેવું; અટકી બેસવું; to stick; to be infixed; (=) વર્ત. આત્મને. ૩।૩ વં. ૧૫, ૪.

(= = दाति =) (જુઓ ૧ ધા.) ક) સા. ના. નારી. બખશેશ, સખાવત; ભેટ; gift; generous giving, offering; ૧।૧ ઈજ. ૬૦, ૫; ૩।૧ ઈજ. ૧૯, ૧૯; ય. ૧૮, ૪; Frag. 9, 2; ૩।૧ ઈજ. ૪૦, ૧. ૪; ૬।૧ ઈજ. ૨૯, ૧૧; ઈજ. ૩૮, ૫; ૧।૩ ઈજ. ૩૩, ૭. ઈજ. ૬૫, ૯; જુઓ

ખ) સા. ના. નર. સખી (અસલ.); દોસ્ત, મિત્ર; generous (lit.); a friend; ૧।૩ ય. ૧૦, ૪૫.

} એ બોલો વિશે જુઓ ૧ તથા ૨ ધા.

=राज् = ક) પ્રકાશવું; રાજ કરવું, હોકમ કરવો; લશ્કરની સફ—હાર ગોઠવવી; સીધું કરવું; to glitter, to rule, to domineer, to array the lines of the army, to adjust; વર્ત. પરસ્મૈ. ૩।૩ ય. ૧૪, ૫૬; આત્મને. ય. ૧૦, ૧૪; (બરાબર ગોઠવેલી લશ્કરની સફ) ભૂ. કૃ. નાન્ય. ૨।૧ ય. ૧૪, ૪૩; straight (adv.) (સીધું, બરાબર) (ક્રિ. અ.) ય. ૧૦, ૧૩૭; (બરાબર ખેંચેલી લશ્કરની હાર વચ્ચે) નાન્ય. ૨।૩ ય. ૧૪, ૪૭.

* એના ખોલાસા બાબે જુઓ મારૂં અવસ્તા વ્યાકરણ, સફો ૨૯૯ મો.

ખ) મ્હોટે સાદે—આવાજે કેહેવું; to cry out aloud; they shall cry out aloud અ. ભૂ. સંશ. પરસ્મૈ. ૩।૩ વં. ૮, ૧૦૦. ૧૦૧. ૧૦૨. ૧૦૩

= પાલવું (દારમે.); to nurse (Dar.); ય. ૨૪, ૩૬.

= હોકમ કરવો, હોકમ કરતો દેખાવું, હોકમ કરવાને માટે જવું; to command, to go to issue a command; વર્ત. પરસ્મૈ. ૩।૧ ય. ૧૪, ૪૭.

= ક) સાથે ગોઠવવું; (બાલને) દુરસ્ત કરવા—સમારવા—હોરવા; to comb one's hair; વર્ત. આત્મને. ૩।૧ વં. ૧૭, ૨; and comb thy hair આજ્ઞા. આત્મને. ૨।૧ વં. ૧૭, ૪.

ખ) સીધું આગળ જવું; to advance straight forward; અ. ભૂ. ૩।૧ ય. ૧૯, ૪૭. ૪૯.

(જુઓ ધા. ક) સા. ના. નર. દીનનો કાએદો—હોકમ; religious doctrines or mandates. *Otherwise*: secrets of religion. Comp. Per. راز ; દીનનો છુપો ભેદ, માંથ્રવાણી; ૨।૩ ઈજ. ૫૦, ૬.

(જુઓ ધા. ક) સા. ના. નાન્ય. ક) કાએદો; ઠેરવેલો કાનુન; regulation; a fixed law; ૧।૩ ઈજ. ૩૪, ૧૨.

ખ) ભક્તિ, બંદગી; prayer, worship; ૨।૧ ય. ૧૩, ૧૫૭. ...... may (the Fravishis) carry our hymns and prayers to the Creator Ahura Mazda and the Amesha-Spentas (Yt. 13, 157).

(જુઓ ૧ ધા.) ક) ભૂ. કૃ. વિ. ભેટ કીધેલું, બખશેલું; offered, bestowed; with these offered Zaothras નારી. ૫।૩ (૩।૩ ની મતલબે) ઈજ. ૧૬, ૧.

ખ) સા. ના. ભેટ કીધેલુ તે, બખશેશ, ભેટ, સખાવત; any thing *given*; a *gift**, an offering,

* *Gift*, like , is a past partic. subs.; gift = give + t.

liberality; [Avestan] નારી. ૨।૧ યજ્ન. ૩૩, ૧૪; યજ્ન. ૪૩, ૯. [Avestan] ૬।૩ ય. ૧૯, ૫૩.

ગ) વિ. ના. નારી. સખાવત—બક્ષીશની ઉપરનો મવક્કેલ ફરેશ્તો; the angel presiding over generosity—charity [Avestan] ૧।૧ ય. ૨૪, ૩૬; [Avestan] ૧।૧ વં. ૧૯, ૧૯; [Avestan] ૧।૧ ય. ૨૪, ૮; [Avestan] ૨।૧ ય. ૨, ૮; સીરો. ૨, ૫; [Avestan] ૬।૧ ય. ૨, ૩; સીરો. ૧, ૫. જુઓ માધી.

[Avestan] વિરી જુઓ [Avestan]

[Avestan] (= [Avestan] अरत्नि) સા. ના. નારી. બે વેંત જેટલું માપ; a measure of two spans; *vide* [Avestan]

[Avestan] સા. ના. નર. ક) રસ્તો, માર્ગ; a path, way; [Avestan] ૨।૧ યજ્ન. ૮, ૩; [Avestan] ૨।૧ યજ્ન. ૫૩, ૬.

ખ) માર્ગ—રસ્તો બતલાવનાર; દોલત (હાઉગ); બદલો (દારમે.); one who guides the way; wealth (Haug); recompense (Dar.). [Avestan] ૧।૧ યજ્ન. ૪૪, ૧૭.

[Avestan] = Vedic राध् = ક) આપવું, ભેટ આપવી; મેહેરબાન થવું; to bestow, to be kind; [Avestan] વર્ત. પરસ્મૈ. ૩।૩ યજ્ન. ૩૩, ૨.

ખ) ભેટ સાથે આરાધવું; to adore with an offering; [Avestan] અ.ભૂ. પરસ્મૈ. ૩।૧ યજ્ન. ૫૧, ૬. જુઓ [Avestan]

ગ) (રસ્તો) સમારવો—તૈયાર કરવો—ખુલ્લો કરવો; [Avestan] ૩।૧ ય. ૧૦, ૬૮.

ઘ) આવી પડવું, થવું; to be effected or accomplished; [Avestan] (અસલ રૂપ [Avestan] + [Avestan]) વર્ત. પરસ્મૈ. ૩।૧ યજ્ન. ૫૩, ૯.

[Avestan] (= राधस्) (જુઓ ધા. [Avestan] ખ) ક) સા. ના. નાન્ય. ભેટ, બક્ષીશ; મેહેરબાની; a gift, an offering, favour; [Avestan] ૩।૧ યજ્ન. ૪૬, ૧૩. [Avestan] ૧।૩ યજ્ન. ૪૬, ૧૭.

ખ) વિ. કીમતી; નાદેર; precious, excellent; [Avestan] we may hear Thy precious Mānthras (તારા* કીમતી—ઉત્તમ માંથ્રવાની હમો સાંભળીએ) ૨।૩ યજ્ન. ૨૮, ૭.

ગ) સા. ના. નર. ક્રિયાની ભેટ આપનાર, અર્પણ કરનાર; an offerer, one who dedicates; [Avestan] ૧।૩ યજ્ન. ૭, ૨૪; [Avestan] (ભેટ આપનાર અથવા સખાવત કરનાર) ૧।૩ યજ્ન. ૪૫, ૭.

[Avestan] (જુઓ ધા. [Avestan] ક) સા. ના. નર. ક) સરદાર, ધણી; a lord, a master; [Avestan] ૨।૧ યજ્ન. ૨૯, ૯.

ખ) ખાવંદ, ભર્તાર, ધણી; a husband. Comp. [Avestan] पति (*vide* Yas. 53, 4) [Avestan] ૨।૧ યજ્ન. ૯, ૨૩.

૧ [Avestan] (= [Avestan] = ران) સા. ના. નર. રાન, જાંગ; the thigh; [Avestan] ૨।૧ વં. ૮, ૫૯. ૬૦. ૬૧; વં. ૯, ૨૧. ૨૨; વં. ૧૬, ૧૬. જુઓ [Avestan]

૨ [Avestan] (જુઓ [Avestan]) સા. ના. નર. લડનાર, લડવૈયો; one who fights or strives against. Comp. Sans. रण fight, a battle-field. Comp. [Avestan]; [Avestan] ૪।૨ યજ્ન. ૩૧, ૩; યજ્ન. ૪૭, ૬; યજ્ન. ૫૧, ૯; [Avestan] ૪।૩ યજ્ન. ૪૩, ૧૨; જુઓ [Avestan]

[Avestan] (= [Avestan]) (જુઓ ૧ [Avestan] તથા ૧ ધા. [Avestan] ક) સમાસ ના. નર; જાંગને રક્ષણ કરનાર (અસલ અર્થ); પગમાં પેહેરવાનું બખ્તર, પગમાં પેહેરવાનું લડાઇનું પેહેરણ; a pair of greaves; an armour for the legs; cuisse; [Avestan] ૧।૧ વં. ૧૪, ૯.

[Avestan] સમાસ વિ. ખુશાલી ઉપજાવનાર (મિલ્સ); બક્ષીશો—ભેટ (આપવા) માં ભરપુર (દારમે.); ક્રિયાની ભેટો પુરી પાડનાર (હારલે); joy-creating (M.); rich in gifts (Dar.); furnishing offerings (Har.); [Avestan] નારી. ૨।૧ યજ્ન. ૪૪, ૬; યજ્ન. ૫૦, ૨; [Avestan] નારી. ૨।૧ યજ્ન. ૪૭, ૩.

૧ [Avestan] (= रान) (જુઓ ધા. [Avestan] ક) સા. ના. ક) નીરાંત, શાન્તિ, સુખ; ease, comfort, happiness; [Avestan] ૨।૧ યજ્ન. ૪૮, ૧૧; [Avestan] નારી. ૨।૧ યજ્ન. ૨૯, ૧૦.

ખ) નાકીવતી, નબળાઈ; weakness, infirmity; [Avestan] નારી. ૨।૧ યજ્ન. ૫૩, ૮.

* આમાં કેટલીએક વખતે હોરમજદને માટે ૨ જો પુરૂષ સર્વનામ બહુવચનમાં આવે છે.

૨ [illegible] સા. ના. નર. અદેખાઈ (પેહેલવી); જબરદસ્તી, જુલમ (હારલે.); ઘાતકીપણું (દારમે.); jealousy (Pehl.); violence (Har.); brutality (Dar.); [illegible] ૨|૧ ઈજ. ૪૯, ૪.

[illegible] (= [illegible] = [illegible]) (જુઓ ધા. [illegible] ક) ક) સા. ના. નાન્ય. ખુશાલી, રામશ્ની, સુખ, નીરાંત; pleasure, comfort, ease; [illegible] ૨|૧ ઈજ. ૩૫, ૪; જુઓ નીચેના બોલો.

ખ) [illegible] [illegible] = [illegible] [illegible] (વિ. ના. નર.) = રામ ખાસ્તર, ખાણાના સ્વાદની ઉપર સરદારી ભોગવતો ફરેશ્તો; મીનો રામ; વાતાવરણની ઉપરનો મવક્કેલ ફરેશ્તો. એના ખોલાસા બાબે જુઓ મારી ઓરદેહ અવસ્તા બા માએની, ઓરદેહનીઆએશ, ફકરો ૧૧ મો. એ બોલના ઇશારાઓ બાબે જુઓ [illegible] બોલ; The angel presiding over the atmosphere and the companion of [illegible], q. v. He gives their taste and good flavour to different kinds of meals and contributes to the happiness and joy of the whole creation; *vide* [illegible]

[illegible] (જુઓ [illegible] ક તથા [illegible]) સમાસ વિ. રામશ્નીની બેઠકવાળો—રાખનાર; (Tishtrya) of a happy dwelling; epithet of [illegible] and [illegible] નર. ૨|૧ ય. ૮, ૨; ય. ૧૦, ૪; નીઆ. ૨, ૧૩.

[illegible] (જુઓ [illegible] ક તથા ૧ ધા. [illegible]) સમાસ વિ. ખુશાલી—સુખ આપનાર; bestowing cheerfulness or happiness; [illegible] ૧|૧ ઈજ. ૪૭, ૩.

[illegible] (જુઓ [illegible] તથા ૧ [illegible] ખ) સમાસ વિ. રામશ્નીની પેદાએશવાળી (જગા); અથવા રામશ્નીના દેખાવવાળી; અથવા રામશ્ની—સુખ લાએકની; (land) of good (lit., cheerful) creation (rt. [illegible] to create); *or*: of a cheerful appearance (rt. [illegible] to see); *or*: fit for enjoyment ([illegible] fit, worthy); [illegible] [illegible] નાન્ય. ૨|૧ વં. ૧, ૧.

[illegible] (જુઓ [illegible] ક તથા [illegible]) સમાસ ના. નારી. રામશ્નીનું મુકામ; સુખનું—આનંદી રેહેઠાણ; a joyful or happy abode;

Comp. [illegible] (૨|૧ ને બદલે) ઈજ. ૬૮, ૧૪.

[illegible] (જુઓ ધા. [illegible]) સા. ના. નર. દુઃખ દેનાર; a tormenter; the root is reduplicated; [illegible] ૧|૧ ઈજ. ૪૯, ૨.

[illegible] = [illegible] = [illegible] = પોહોંચવું, જવું (અસલ.); મદદે* પોહોંચવું; to reach, to go; to assist; [illegible] વર્ત. ફ. નારી. ૨|૧ ઈજ. ૫૨, ૧; [illegible] ૨|૩ ઈજ. ૫૨, ૩.

[illegible] (જુઓ ધા. [illegible] ક) સા. ના. નાન્ય. હોકમ, ફરમાન; કાએદો; an ordinance, a command, a law; [illegible] ૬|૩ ઈજ. ૩૪, ૧૨.

[illegible] વિશે જુઓ ધા. [illegible]

[illegible] વિ. ના. નર. પુરૂષનું નામ; name of a person; the Dinkard appears to identify him with the famous Âderbâd Mârespand, the Mobedân Mobed of Shapur II.; *vide* [illegible] (Yt. 18, 106); [illegible] ૬|૧ ય. ૧૩, ૧૦૬.

[illegible] વિશે જુઓ ધા. [illegible]

[illegible] = રી = ઝરકવું, મેલું થવું; અપવિત્ર કરવું; to ooze, to be foul; to desecrate. Comp. rt. [illegible]; *vide* [illegible]

[illegible] = [illegible] = रिच् = Lat. Licere, Licitare, Linquere = To Leak = ક) †ખાલી કરવું; રેડી નાખવું; to empty, to pour out; [illegible] (ખાલી કરવાને ઇચ્છેછે) સનન્ત ક્રિ. (Desider. Verb.)‡ વર્ત. આત્મને. ૩|૧ ઈજ. ૬૫, ૭. [illegible] [illegible] [illegible] [illegible] [illegible] [illegible] (Aredvisûra) left him a dry passage to pass over the good Vîtanghu-

---

* એજ પ્રમાણે [illegible] (= गम् = જવું, પોહોંચવું) ઉપરથી [illegible] = મોબેજ મદદે પોહોંચનાર.

† ધા. [illegible] ની માફક ધા. [illegible] ના બે ઉલટા અર્થ થાએછે. ૧. ખાલી કરવું. ૨. ભરપુર કરવું.

‡ એના ખોલાસા બાબે જુઓ મારૂં અવસ્તા વ્યાકરણ, સ્પે. ૨૪૭ મો.

haiti અ. ભૂ. પરસ્મૈ. ૩|૧ ય. ૫, ૭૮; [illegible] આજ્ઞા. પરસ્મૈ. ૨|૧ ય. ૫, ૭૭.

ખ) પાણીથી તર—ભરપુર કરવું, પાણી છાંટવું—નાખવું; to water; to irrigate; *vide* [illegible]

ગ) છોડી દેવું, ત્યાગ કરવો; to forsake, to leave off.

ઘ) વીખેરી નાખવું, પરાગંદેહ કરી નાખવું; to scatter or blow away; to melt away; [illegible] વર્ત. પરસ્મૈ. ૩|૩ ય. ૧૦, ૪૧.

[illegible] = ક) છોડી દેવું, કીનારે ધસડી કાહાડવું; to throw (a person) ashore; [illegible] વર્ત. પરસ્મૈ. ૩|૧ વં. ૫, ૮.

ખ) નકામું જવા દેવું; રદ કરવું; to waste, to throw away; *vide* [illegible] ખ.

ગ) ત્યાગ કરવો; ધિક્કારવું; to leave off, to abandon; to repudiate; *vide* [illegible] ક.

[illegible] = ઝરકવું, મેલું થવું; નાપાક થવું; અપવિત્ર કરવું, to ooze; to be foul; to defile; to make impure; Compare [illegible] જુઓ [illegible], [illegible], [illegible], [illegible]

૧ [illegible] = [illegible] = रिष = [illegible] = જખમ કરવો; to wound; cl. 4; [illegible] અ. ભૂ. સંરા. પરસ્મૈ. ૩|૧ વં. ૧૩, ૩૧. ૩૨. ૩૩. ૩૪; વં. ૧૫, ૧૧; ય. ૨૪, ૪૪.

[illegible] =रीः= મ્હોટે સાદે બોલવું, પોકારવું; to bawl out.

[illegible] = મ્હોટે સાદે બોલવું, પોકારવું; to cry out aloud; [illegible] અ. ભૂ. પરસ્મૈ. ૩|૧ ય. ૧૦, ૭૩.

[illegible] =પ્રકાશવું, ચળકવું; to shine, to glitter; orig., [illegible] (to shine). In several instances, primary roots affix a redundant consonant at the end; *e. g.*, [illegible] fr. [illegible], [illegible] to deceive; [illegible] fr. [illegible], [illegible] to strike, to wound; [illegible] fr. [illegible] to rule, to glitter; *vide* [illegible], [illegible]

[illegible] = रुच = Lat. *Lucere* = Ger. *Leuch*-ten = પ્રકાશવું, રોશની આપવી; to shine, to give light, to glitter; [illegible] [illegible] [illegible] when he makes his own body shine (પોતાનાં બદનને પ્રકાશિત કરેછે (પ્રયો. વર્ત. પરસ્મૈ. ૩|૧ ય. ૧૦, ૧૪૨ [illegible] [illegible] [illegible] with fire brightly flaming (બળતા—રોશન આતશની સનમુખ) = કારાંત વર્ત. કૃ. નર. ૫|૧ આફ્રૂરં. ૨પિ. ૫.

[illegible] = [illegible] = अभि-रुच = افروختن = રોશની આપવી, પ્રકાશવું; to give light, to shine; [illegible] [illegible] [illegible] [illegible] he lights it (*i. e.*, the fuel) in the fire (Caus.) તે (લાકડાં) ને આતશની ઉપર મુકીને બાળેછે) વં. ૫, ૨; [illegible] વર્ત. સંરા. આત્મને. ૩|૩ વં. ૧૯, ૨૩.

[illegible] = आ-रुच = પ્રકાશવું; to shine; to give light; [illegible] વં. ૨, ૩૯. ૪૦.*

[illegible] = બુલંદ પ્રકાશવું, ઉંચેથી રોશની આપવી; to give light to brighten up; to blaze up; [illegible] વં. ૨, *૪૦; વં. ૧૯, ૨૮; [illegible], આજ્ઞા. પરસ્મૈપદ ૧|૧ ય. ૧૯, ૫૦; [illegible], [illegible] ને બદલે) વર્ત. સંરા. પરસ્મૈ. ૨|૧ ય. ૧૯, ૪૮.

[illegible] = રોશન કરવું, સળગાવવું; to light up (as fire); to kindle; [illegible] [illegible] [illegible] (મને રોશન કર) આજ્ઞા. પરસ્મૈ. ૨|૧ વં. ૧૮, ૧૯. ૨૧.

[illegible] વિશે જુઓ ૧ તથા ધા. [illegible], [illegible]

૧ [illegible], [illegible] = [illegible] = रुह = رستن روئيدن = વધવું, ઉગવું; to grow, to increase; [illegible] (તું ઉગેછે) વર્ત. આત્મને. ૨|૧ ર્હ્વ. ૧૦, ૪; [illegible] (તું ઉગેછે) ર્હ્વ. ૧૦, ૪; [illegible] વર્ત. પરસ્મૈ. ૩|૩ વં. ૫, ૧૯; [illegible] (મગરૂર થઈ ગયો) અ. ભૂ. આત્મને. ૩|૧ ર્હ્વ. ૯, ૨૪; [illegible], [illegible] ધૂ. ભૂ. આત્મને. ૨|૧ ર્હ્વ. ૧૦, ૩; [illegible], (બુલંદ દરજ્જે પોહોંચ્યોછે) દ્વિત્વ અનિયમિત કાળ

* [illegible] [illegible] [illegible] [illegible] [illegible] [illegible] [illegible] [illegible] [illegible] [illegible] [illegible]—એ વાક્ય ડાકટર ગેલ્ડનરનાં પુસ્તકમાં નથી આપ્યો.

(Reduplic. Aor.) પરસ્મૈ. ૩/૧ ઇજ઼. ૫૧, ૧૨ ; [illegible] has flourished (વધેલા છે) અ. ભૂ. આત્મને. ૩/૧ ઇજ઼. ૪૪, ૨૦ ; [illegible] ભૂ. કૃ. વિ. નારી. ૧/૧ (૨/૧ ને બદલે) વં. ૧૯, ૧૮. જુઓ [illegible], [illegible], [illegible], [illegible], [illegible]

[illegible] = વધવાથી અટકાવવું, વધવા નહી દેવું (અસલ.) ; તોડી નાખવું, નાશ કરવો ; to retard from growing (lit.) ; to break down, to destroy; [illegible] વં. ૭, ૭૮. ૭૯.

[illegible] = ખામી કરવી, ભુલ કરવી ; to be deficient of; to cause decrease; to lack, to err; [illegible] પૂ. ભૂ. પરસ્મૈ. ૧/૧ ઇજ઼. ૧, ૨૨.

[illegible] = ઉગવું, વધવું; to grow, to increase; [illegible] વર્ત. આત્મને. ૨/૧ ઇજ઼. ૧૦, ૧૨.

૨ [illegible], [illegible] = रुध् = અટકાવવું ; to hinder, to check.

[illegible] = ફ઼) દૂર હાંકી કાહાડવું, દૂર કરવું ; to drive away, to keep away ; [illegible] શક્યા. આત્મને. ૩/૧ વં. ૧૩, ૪૯.

પ) મુકી દેવું, કાહાડી નાખવું, ઓછું કરવું; to omit, to take out, to lessen ; [illegible] ઇજ઼. ૧૯, ૭.

૩ [illegible], [illegible] = रुद् = Lat. *Rud*-ere = રડવું, વિલાપ કરવો; પોકાર કરીને કેહેવું; to weep, to lament; [illegible] અ. ભૂ. આત્મને. ૩/૧ ઇજ઼. ૨૯, ૯ ; [illegible] અ. ભૂ. પરસ્મૈ. ૩/૩ વં. ૩, ૩૨ ; [illegible] આત્મને. વં. ૧૯, ૪૫.

૪ [illegible], [illegible] = વેહેવું ; to flow; [illegible]* (Wester. [illegible]) અ. ભૂ. પરસ્મૈ. ૩/૧ ઇજ઼. ૯, †૧૧ ; [illegible] ય. ૧૯, †૪૦.

[illegible] = (દશ્તાન) વેહેવું—બાહાર નીકળવું ; to issue (as menstrual flow) ; [illegible] શક્યા. પરસ્મૈ. ૩/૧ વં. ૧૬, ૭.

[illegible] = (મની) વેહેતી કરવી ; to emit seed (during sleep) ; [illegible] વર્ત. આત્મને. ૩/૧ વં. ૧૮, ૪૬.

[illegible] = रुप् = [illegible] = Lat. *Rap*-ere = Ger. *Raub*-en = To rob = ફ઼) છીનવી લેવું, બાઇ લેવું ; to snatch away ; જુઓ [illegible], [illegible]

પ) લુટફાટ કરવી, ખરાબી કરવી ; to plunder ; to put to pillage ; to devastate ; to desolate ; [illegible] વર્ત. પરસ્મૈ. ૩/૩ ઇજ઼. ૪૮, ૧૦.

[illegible] વિશે જુઓ [illegible]

[illegible]* = लू = કાપવું, જુદું પાડવું ; to cut, to separate; જુઓ [illegible]

[illegible] = लघ् = હલકું થવું, ચપળ થવું; હલકું કરવું, ચપળ કરવું ; to be light—agile ; to make light—active ; orig., [illegible], q. v.; [illegible] વર્ત. પરસ્મૈ. ૩/૧ ઇજ઼. ૧૦, ૮. [illegible] [illegible] [illegible] (Yas. 10, 8) the intoxication of Haoma is light (intrans.). *Otherwise* : the drunkeness of Haoma makes (us) agile (trans.). *Vide* [illegible]

[illegible] હલકું—ચપળ થવું ; to be light—agile. [illegible] (caus.) to make light—agile ; [illegible] [illegible] [illegible] (Pârendi) makes our persons agile (પારેંદિ આપણાં શરીરને (ચપળ કરેછે) પ્રયો. વર્ત. પરસ્મૈ. ૩/૧ વીસ્પ. ૭, ૨.

[illegible] (જુઓ ધા. [illegible]) વર્ત. કૃ. વિ. ચપળ, તેજ, શેતાબ ; nimble, smart, fleet ; જુઓ નીચેનો બોલ.

[illegible] (જુઓ [illegible] તથા [illegible]) સમાસ વિ. ચપળ—શેતાબ ચાલના (ઘોડાવાળું); (the dawn) of nimble-paced horses;

---

* શરૂઆતનો [illegible] અપૂર્ણ ભૂતકાળ (augment) નો છે. જુઓ માઇ અવસ્તા વ્યાકરણ, સેહે ૧૮૧ મો.

† એ ઠેકાણે ' વધવું ' અર્થ બી થઇ શકે:— [illegible] [illegible] [illegible] [illegible] [illegible] જેનાં (શરીર) ઉપર હાથના આંગોઠા જેટલું ઉંડું, લીલું જેહેર વેહેતું હતું અથવા વધ્યું હતું (ઇજ઼. ૯, ૧૧).

* એજ ધાતુ ઉપરથી To row = પાણી કાપવું, હલેસાં મારવાં; Rudder વાહાણને ચલાવનાર, પાણી કાપનાર (અસલ અર્થ); વાહાણનું સુકાન.

epithet of [Avestan] (the dawn). Comp. [Avestan]; [Avestan] (Geld. [Avestan] [Avestan]) નારી. ૨।૧ ગેહ ૫, ૫.

[Avestan] (જુઓ ધા. [Avestan]) વિ. હલકું (ભાહારી નહી તે); સેહેલું; light (not heavy); easy; [Avestan] (adv.) lightly, easily (સેહેલાઇથી) નર. ૧।૧ (ક્રિ. અ.) ઇજ. ૧૦, ૧૯; [Avestan] (super. adj.) lightest (ઘણુંજ હલકું.) અતિ. વિ. નર. ૧।૧ ય. ૧૪, ૧૯; [Avestan] નારી. ૧।૩ ય. ૧૩, ૨૯; [Avestan] નારી. ૨।૩ ય. ૧૩, ૭૫.

[Avestan] (જુઓ ૨ ધા. [Avestan]) સા. ના. નર. મારામારી, મારવું; ઘાતકીપણું; strife, dissention; smiting, cruelty; [Avestan] ૧।૧ ઇજ. ૨૯, ૧; [Avestan] ૨।૧ ઇજ. ૪૮, ૭.

[Avestan] (અસલ રૂપ [Avestan]; જુઓ ધા. [Avestan]) વિ. હલકું (ભાહારી નહીં તે); ચપળ, તેજીવાળું; light (not heavy); nimble, agile. Comp. [Avestan] નારી. ૨।૧ વીસ્પ. ૭, ૨; ગેહ ૫, ૫; [Avestan] નારી. ૨।૩ ય. ૧૩, ૭૫.

[Avestan] (જુઓ ધા. [Avestan] ક) વિ. લડાઇ કરતો; એને મળતો સં. रण લડાઇ; fighting. Comp. Sans. रण battle; a battle-field; [Avestan] [Avestan] in the shape of a fighting buck (ટક્કર મારતા બકરાનાં શરીરમાં) નર. ૬।૧ ય. ૧૪, ૨૫; [Avestan] the two spirits fighting with one another (બે મીનો લડાઇ કરતા—લડતા) નર. ૧।૨ વં. ૭, ૫૨.

[Avestan] વિરી જુઓ ૨ [Avestan]

[Avestan] (અસલ રૂપ [Avestan] + [Avestan]) (જુઓ ૨ ધા. [Avestan]) કૃ. વિ. રંજ પોહોંચાડતું, નુકસાન—ખરાબી કરતું; doing harm, causing havoc or destruction; [Avestan] [Avestan] નારી. ૬।૧ ય. ૧૦, ૨૭; *[Avestan] નર. ૨।૩ ઇજ. ૧૨, ૪; [Avestan] નારી. ૨।૩ ય. ૧૦, ૭૮.

[Avestan] (=रण) (જુઓ ધા. [Avestan] ક) સા. ના. નારી. લડાઇ; સંસાર રૂપી લડાઇ; battle; the strife or the struggle of life [Avestan] ૬।૧ (૭।૧ ની મતલબે*) ઇજ. ૩૧, ૧૯.

* Geld. [Avestan]

[Avestan], [Avestan] (જુઓ ૧ ધા. [Avestan] ક) વિ. ખુશાલી ભોગવતું; ખુશાલી આપતું; enjoying pleasure; giving joy (the root is reduplicated); ધાતુ દ્વિત્વ થઇને પ્રત્યય લાગ્યો. [Avestan] નારી. ૧।૩ ય. ૧૩, ૪૦. જુઓ [Avestan] [Avestan]

[Avestan]

[Avestan] † સંખ્યા. વિ. બે; two (orig., [Avestan]); *vide* [Avestan]; એને માટે જુઓ [Avestan] બોલ.

[Avestan] અધિ. વિ. વધારે ભલું—સારું—નેક; better, more virtuous—upright; compara. of [Avestan], [Avestan]; કોઇ વખતે બેહેતરીને અર્થે નામ તરીકે પી એ બોલ વપરાએલો છે; sometimes, it is used as a subs., meaning 'betterment, amelioration'; for particulars, *vide* [Avestan]

[Avestan] સા. ના. નારી. ફતેહ (જુઓ ૧ ધા. [Avestan]); અથવા મોહોબત, પ્યાર (જુઓ ૨ ધા. [Avestan]); victory (rt. [Avestan] to vanquish); *or*: love, affection (rt. [Avestan] = to love); જુઓ [Avestan]

[Avestan] વિ. ફતેહમંદ (જુઓ ૧ ધા. [Avestan]) અથવા મોહોબત ભરેલું, પસંદ પડતું (જુઓ ૨ [Avestan]); [Avestan] ધાતુને Verbal Adj. નો [Avestan]‡ પ્રત્યય લાગ્યો; victorious; *or*: pleasing, dear to the heart; [Avestan] [Avestan] નાન્ય. ૨।૩ ઇજ. ૨૮, ૧૦.

[Avestan] (જુઓ ૪ ધા. [Avestan]) સા. નારી. પાણી સીંચવાનું કામ; પાણી સીંચવું; irrigating, watering (as a corn-field). [Avestan] ૨।૧ વં. ૫, ૫.

[Avestan] વિરી જુઓ ૧ ધા. [Avestan]

* એના ખોલાસા બાબે જુઓ મારૂં અવસ્તા વ્યાકરણ, સફો ૩૦૩ મો.

† શરૂઆતનો [Avestan] નીકળી ગયો છે તે જણાવાને માટે " રેહ્યો, [Avestan] નહી થયો.

‡ જુઓ મારૂં અવસ્તા વ્યાકરણ, સફો ૨૬૭ મો.

[illegible] (= [illegible]) (જુઓ ધા. [illegible]) સા. ના. નર. સરોવર; a lake; [illegible] ૧|૧ ય. ૧૯, ૫૯. ૫૯; [illegible] ૨|૧ ય. ૮, ૮; સીરો. ૨, ૯; [illegible] ૬|૧ ય. ૫, ૩૭. ૪૫; નીઆ. ૫, ૫; [illegible] ૧|૩ ય. ૧૦, ૧૪; [illegible] નારી. ૨|૩ ઈજ. ૭૧, ૧૦; [illegible] (Geld. [illegible]) ૨|૩ ય. ૮, ૪૬; [illegible] ૨|૩ ઈજ. ૪૨, ૨.

૧ [illegible] (જુઓ ધા. [illegible]) સા. ના. નર. નદી; સરોવર; a river, a lake; [illegible] ૬|૩ વં. ૧૯. ૪૨; ઈજ. ૬૫, ૪; ય. ૫, ૪. ૧૦૧; ય. ૧૯, ૫૧.

૨ [illegible] વિશે જુઓ [illegible]

૩ [illegible] (= [illegible]) (જુઓ ૨ ધા. [illegible])

ક) વિ. પસંદ પડતું, મન ગમતું; agreeable, pleasing to the heart; [illegible] નાન્ય. ૨|૧ ઈજ. ૩૪, ૧૪; ઈજ. ૫૪, ૧; Frag. 9, 1; [illegible] (પસંદ કરવા જોગ) નારી. ૨|૩ ઈજ. ૩૮, ૧; [illegible] (પસંદ પડતી) નારી. ૨|૩ ઈજ. ૪૩, ૧૩.

ખ) સા. ના. મરજી; ઈચ્છા; wish, desire; [illegible] = [illegible] = ધણીને લગતી મરજી, સાહેબને લગતી ઈચ્છા (અસલ.); અહુનવર, યથા અહૂ વઈર્યો નામની બંદગી (વિ. ના.); the Lord's Will (lit.); Ahuna Vairya; for particulars about [illegible] vide 1. [illegible]; [illegible] ની જુદી જુદી વિભક્તિનાં રૂપો તથા ઈશારા બાબે જુઓ ૧ [illegible]

ગ) વિ. મરજી પ્રમાણે ચાલતો, આપખુત્યાર; self-commanding, independent; [illegible] an independent or self-willed ruler (orig.). આપખુત્યાર પાદશાહ, પોતાની મરજી પ્રમાણે ચાલનાર પાદશાહ (અસલ.).

ઘ) [illegible] = [illegible], [illegible] = [illegible] (વિ. ના. નાન્ય.) = શેહેરેવર અમશાસ્પંદ, જે સઘળી જાતની ધાતુ તથા ખજાના ઉપર મવક્લ છે; Sheherivar Amshâspand, one of the archangels, presiding over the metals; એના ઈશારા બાબે જુઓ [illegible] ગ.

ચ) [illegible] ધાતુ (સા. ના. નાન્ય.); a metal; જુઓ [illegible] ઘ.

(છ) [illegible] = શેહેરેવર મહીનો; the sixth* month of the year; [illegible] ૬|૧ આફ્રીં. ગાહામ. ૯.

[illegible] (Gr. Aristeros) વિ. ડાબું (જમણું નહી, જમણી તરફનું નહી); left (not right). Comp. [illegible], [illegible] left. Contrast [illegible]† at his left hand (તેની ડાબી બાજુ તરફ) નર. ૨|૧ ય. ૧૦, ૧૦૦.

[illegible] (જુઓ ૧ ધા. [illegible]) વિ. જાણીતો, માહીતગાર; જ્ઞાનવાળો; knowing, well-informed, full of knowledge; [illegible] નર. ૧|૧ ય. ૧૦, ૧૪૨.

[illegible] વિશે જુઓ [illegible]

[illegible] વિ. ના. નર. મુલકનું નામ; કાબુલનું પ્રાચીન નામ (પેહેલવી, હારલે તથા દારમે.); સજેસ્તાન; the ancient name of Cabul(Pehl. Com., Har. and Dar.); Sejistan (Burnouf, Haug and Sp.). [illegible] ૨|૧ વં. ૧, ૯. (જુઓ મોદી.)

[illegible] (= [illegible]) (જુઓ ધા. [illegible]) સા. ના. નર. ફટકો, ઝપાટો; a stroke, a blow; [illegible] ૪|૧ ય. ૧૦, ૬૯; [illegible] ૬|૩ ય. ૧૦, ૬૯. જુઓ [illegible], [illegible].

[illegible] (= બીજ, બીજ) સા. ના. નર. ખી; તોખમ; seed, germ; [illegible] નર. ૧|૧ ય. ૧૯, ૬૨. Comp. [illegible]; જુઓ નીચેનો બોલ.

[illegible] (= [illegible] = બીજ,‡ બીજ = [illegible]) સા. ના. નાન્ય. મુળ, ખી; અસલ જગા; seed, germ; the primitive seat; [illegible] = [illegible] (વિ. ના. નાન્ય.) એરીઅન લોકોનું સઉથી પેહેલું મથક; ઈરાનવેજ, એર્યનારૂતીસ તથા ઓ·

* To be corrected at p. 151, 1st column, 5th line; read the sixth (and not the fourth) month of the year.

† Geld. [illegible].

‡ પ્રોફે૦ બેન્ફી (Prof. Benfey) એ બોલની ઉત્પત્તિ વિ-જન (જન્મ આપવો) ધારેછે.

આસ નદીની વચ્ચે આવેલો મુલક; the Arian germ (lit.); the primitive seat of the Arians; the whole tract of land situated between the Jaxartes and the Oxus; [illegible] [illegible] ૨/૧ વં. ૧, ૧. ૨; [illegible] [illegible] ૭/૧ વં. ૨, ૨૧; ય. ૧, ૨૧; ય. ૫, ૧૭. ૧૦૪; ય. ૧૫, ૨.

[illegible] વિશે જુઓ [illegible]

[illegible] (ધા. [illegible] = જુઓ ધા. [illegible] સા. ના. બાહાર (અસલ.); કચરો, નજીસાત; પાપ, ગુનાહ; burden (lit.); rubbish; sin, crime; જુઓ [illegible]

[illegible] (= [illegible] = [illegible] = [illegible] = Withy) સા. ના. નારી. એક જાતનો બાંબુ—નેતર; ઝાડની ડાંખલી; સેબ ફળ (રિકર્ટ); વેસ્તરગાર્ડની નોટમાં [illegible] બોલ છે, તેને [illegible] નો અપભ્રંશ ગણીને સં. बीज, बीज સાથે સરખાવીને પ્રો॰ હારલે એ [illegible] [illegible] નો અર્થ "નવ જાતનાં બીજ" કીધો છે; a willow; a twig; an apple (Rück.); [illegible] [illegible] nine kinds of seeds (Har.); fr. Sans. बीज, बीज a seed; [illegible] ૨/૩ વં. ૨૨, ૨૦.

[illegible] (જુઓ ધા. [illegible]) સા. ના. નારી. વાકેફગારી, માહીતી, સમજણ; knowledge, information, understanding; [illegible] ૭/૩ વં. ૭, ૭૧.

[illegible] (જુઓ ૨ ધા. [illegible]) ક) સા. ના. નાન્ય. મેળવેલું તે; હાસિલ, કબજો; that which is obtained; possession; [illegible] ૨/૧ ઇજ. ૩૨, ૧૧.

ખ) સા. ના. નર. રાખનાર, ધરાવનાર; a possessor; [illegible] ૨/૧ ઇજ. ૨૯, ૧૦.

૧ [illegible] (જુઓ ધા. [illegible]) ક) સા. ના. નર. લાકડાં ફાડવાનો છરો, લાકડાં બાંધવાનું હથિયાર; કોડારી; an instrument, usually of iron, for hewing timber and chopping wood; [illegible] ૨/૧ વં. ૧૪, ૭.

૨ [illegible] (જુઓ ૧ ધા. [illegible]) સા. ના. નર. જ્ઞાન, વાકેફી; knowledge, information; [illegible] ૨/૧ ઇજ. ૬૮, ૧૩.

ખ) સા. ના. હમેલ, ગર્ભધારણ (દારમે.); conception, a becoming pregnant (Dar.); [illegible] (Wester. [illegible]) ૧/૧ ય. ૧૫, ૯૨.

[illegible] (જુઓ ૧ ધા. [illegible]) સા. ના. જ્ઞાન, ભાન, સમજ, લાગણી; knowledge, consciousness, sense; [illegible] ૩/૧ ઇજ. ૩૪, ૭. Wester. [illegible] (pres. partic. Âtmane. nom-plu.) knowing.

[illegible] વિશે જુઓ [illegible]

[illegible] વિ. ના. નર. પુરૂષનું નામ; name of a person; [illegible] ૬/૧ ય. ૧૩, ૧૦૯. (જુઓ મોદી.)

[illegible] (જુઓ ૧ ધા. [illegible]) સા. ના. નારી. ઉંચેથી જોવાનો બુરજ; a watching-place; a tower; [illegible] [illegible] at all the watching-places ૭/૩ ય. ૧૦, ૪૫. જુઓ [illegible], [illegible]

[illegible] (જુઓ ૧ ધા. [illegible]) અતિ. વિ. ઘણુંજ જાણનાર, સઉથી ડહાલો; સર્વ વિદ્વાન; Omniscient; All-wise, the most knowing. Comp. [illegible]; [illegible] નર. ૧/૧ ઇજ. ૩૨, ૭; ઇજ. ૪૧, ૧૫; [illegible] નર. ૨/૧ વં. ૧૮, ૭. ૧૩. ૯૦. ૬૬; [illegible] [illegible] O thou most-knowing Rashnu! ૮/૧ ય. ૧૨, ૭.

[illegible] (જુઓ ૧ ધા. [illegible]) ક) વિ. જાણનાર, જાણીતો, ડહાલો; knowing, trained, wise; [illegible] (super. adj.). Comp. [illegible] the most adroit નર. ૨/૧ વં. ૩, ૨૦.

ખ) સા. ના. નાન્ય. વિદ્યા; knowledge; learning. Comp. Sans. विद्या. [illegible] ૨/૧ ઇજ. ૨૨, ૨૫; ઇજ. ૨૫, ૬; સીરો. ૧, ૨૯; સીરો. ૨, ૨૯; [illegible] ૨/૧ ય. ૧૦, ૩૩; [illegible] ૩/૧ ઇજ. ૧૦, ૧૩; [illegible] ૩/૧ ઇજ. ૫૭, ૨૩. [illegible] ૩/૩ ઇજ. ૧૩, ૩. જુઓ નીચે.

[illegible] (જુઓ [illegible] ખ તથા ૧ [illegible] ક) સમાસ ના. નર. વિદ્યાનો ધણી; master of learning; an accomplished scholar. Comp. [illegible]; [illegible]* ૮/૧ ઇજ. ૯, ૨૭.

* Geld. [illegible] [illegible]

[Avestan] (જુઓ ધા. [Avestan]) વિ. ગોલામ બારગીનાં કામનો લપ્પ લાગેલો, ગોલામ બારગીનું કામ કરનાર; one who commits an unnatural crime, a paederast; sodomite; [Avestan] [Avestan] નર. ૧/૧ વં. ૮, ૩૨. એ બોલ [Avestan] (વર્ત. કૃ. વિ.) ની ખી ૧/૧ થઈ શકે. જુઓ [Avestan]

[Avestan] (જુઓ ધા. [Avestan]) વિ. ગોલામ બારગીનું કામ કરતો—કરનાર; same as [Avestan], q v.; [Avestan] નર. ૧/૧ ઇન્જિ. ૫૧, ૧૨.

૧ [Avestan] વિશે જુઓ [Avestan]

૨ [Avestan] વિશે જુઓ [Avestan]

[Avestan] (=[Avestan])(જુઓ ૧ ધા. [Avestan]) સા. ના. નર. ઉંડાણ; ઘણી ઉભી ઉતરણ, ટેકડી; depth; a steep descent; a precipice; [Avestan] ૨/૧ વં. ૪, ૫૨; [Avestan] ૭/૧ વં. ૧૩, ૩૮; વં. ૧૫, ૯.

ખ) ઉભી ઉતરણ ઉપરથી અથવા ઉંચેથી પડી જવું; falling down a precipice. Comp. Per. گم lost. જુઓ નીચેનો બોલ.

[Avestan] (= [Avestan]) (જુઓ [Avestan] ખ તથા [Avestan]) સમાસ ભૂ. કૃ. વિ. ઉભી ઉતરણથી અથવા ઉંચેથી પડી ગયાથી મરી ગએલું; killed by falling down a precipice; [Avestan] ૧/૩ વં. ૭, ૪.

[Avestan], [Avestan] (૨ [Avestan] ઉપરથી) સા. ના. નર. ક) મોહેલ્લેદાર, મોહોલ્લામાં રેહેનાર (અસલ.); હલકી પદવીનો માણુસ; ગામડિયો (સ્ત્રી. તથા પુસ્તી); a street-fellow; one of the inmates of the street (orig.); a man of low dignity; a villager (Sp. & Jus.); [Avestan] ૧/૧ વં ૧૩, ૪૬; [Avestan] (Geld. [Avestan]) વં. ૯, ૩૮.

ખ) ગવૈયો, ભટકતો ગાનાર; a minstrel; a strolling singer; [Avestan] ૧/૧ વં. ૧૩, ૪૬; [Avestan] ૬/૧ વં. ૧૩, ૪૪. ૪૬.

[Avestan] (Yt. 14, 37) probably, a corrupt form of [Avestan] all; તમામ.

[Avestan] (= [Avestan]) વિ. ના. નર. વીસેહ નામનો શાહનામામાં આવેલો જાણીતો પુરૂષ; પેશંગનો ભાઈ તથા અફ્રાસ્યાબનો કાકો; the well-known Viseh of the shâh-Nâmeh; brother of Peshang and uncle of Afrâsyâb. Wester. [Avestan]; જુઓ નીચેનો બોલ.

[Avestan] ([Avestan] ઉપરથી) વિ. વીસેહ નામનાં ખાનદાનનો; વીસેહનાં ખાનદાનને લગતો; of the family of Viseh; [Avestan] [Avestan] [Avestan] the gallant sons of Viseh (વીસેહના બાહાદુર છોકરાઓ) નર. ૧/૩ ય. ૫, ૫૭; [Avestan] [Avestan] નર. ૨/૩ ય. ૫, ૫૪. (જુઓ મોદી.)

[Avestan] વિ. ના. નર. નામાંકિત પુરૂષનું નામ; name of an illustrious personage; [Avestan] [Avestan] (Wester. [Avestan]) ૬/૧ ય. ૧૩, ૧૧૦. જુઓ મોદી.

[Avestan] (= वेशमन्) (જુઓ ૧ ધા. [Avestan]) સા. ના. નાન્ય. મુકામ, રેહેઠાણ; ઘેર; a residence abode, house;* [Avestan] [Avestan] from the abode of the Druj (દરૂજનાં મુકામમાંથી) ૫/૧ ય. ૧૦, ૮૯.

[Avestan] ([Avestan] ઉપરથી) સા. ના. નાન્ય. સંક. આફત; દુઃખ; affliction, calamity, distress. Comp. [Avestan]; [Avestan] [Avestan] (અને સંકટમાં) ૨/૧ વં. ૩, ૩૫.

[Avestan] (Ved. वक्ष) સા. ના. મેવો? a fruit? *vide* [Avestan], [Avestan]

[Avestan], [Avestan]
[Avestan], [Avestan]
[Avestan]
} ઇત્યાદિ બોલો વિશે જુઓ ૧ ધા. [Avestan]

[Avestan] perf. Atmane. 3 per. plu. (Jackson) rt. [Avestan] to carry; redup. [Avestan]; weak base [Avestan]; giving joy; redup. of *vzar* = vraz, urvâz (Dar.)

---

* Mark the final [Avestan] for [Avestan] (abl. sing.) છેડેનો [Avestan] ([Avestan] ને બદલે) ૫/૧ નો પ્રત્યય સમજવો; જેમકે [Avestan] ની ૫/૧ [Avestan] આવેલી.

[Avestan], [Avestan], [Avestan] } ઇત્યાદિ આગળ વિશે જુઓ ૧ તથા ૨ ધા. [Avestan]

[Avestan] (pres. Parasmi. 2 per. plu.) you gladden or exhilarate તમો ખુશાલી આપો છો; rt. [Avestan] to cheer = ખુશ કરવું; [Avestan] નું બીજું રૂપ; [Avestan] માંનો [Avestan] બદલ બદલ થવાથી [Avestan] થયું; દ્વિત્વ (Reduplic.) રૂપ [Avestan] = [Avestan]; [Avestan] ઇજ. ૫૦, ૫. એજ રૂપ આજ્ઞા. પરસ્મૈ. ૨।૩ બી થઈ શકે (તમો ખુશાલ કરો—ખુશાલી આપો). વર્ત. પરસ્મૈ. ૨।૩ નો પ્રત્યય કોઈ વખત [Avestan] ને બદલે [Avestan] બી આવેછે; જેમકે [Avestan] Y. 53, 7; [Avestan] Y. 53, 6.

[Avestan] = [Sanskrit] = દુઃખ દેવું; to afflict; to torment; to injure; જુઓ [Avestan]

[Avestan] વિશે જુઓ [Avestan]

[Avestan] (જુઓ ૧ ધા. [Avestan]) સા. ના. નાન્ય. સખુન, બોલ; બોલવું; ભાષણ; a word; speech; oration; [Avestan] ૬।૧ ઇજ. ૨૯, ૮; [Avestan] ય. ૨૪, ૩૭.

[Avestan] (જુઓ ૧ ધા. [Avestan]) સા. ના. નાન્ય. સખુન, ગવશ્ની; a word; an oral expression; [Avestan] ૫।૩ ઇજ. ૧૧, ૧૭; [Avestan] ૬।૩ વીસ્પ. ૧૨, ૩.

[Avestan] = [Pahlavi] = [Sanskrit] = To wax = ક) ઉગવું; વધવું; to grow (as a tree); to wax (as the moon); to increase; to advance; cl. 4; [Avestan] વર્તમાન પરસ્મૈ. ૩।૧ ઇજ. ૧૦, ૬; [Avestan] ઇજ. ૪૪, ૩; ય. ૭, ૨; [Avestan] અ. ભૂ. પરસ્મૈ. ૩।૩ ય. ૧૩, ૯૩; [Avestan] અનિ. ([Avestan]—Aor.) પરસ્મૈ. ૩।૧ ઇજ. ૩૧, ૬; [Avestan] અનિ. (Root-Aor.) ૩।૧ ઇજ. ૩૪, ૧૧; [Avestan] (વધારેછે) પ્રયો. વર્ત. પરસ્મૈ. ૩।૨ ઇજ. ૧૦, ૩; [Avestan] વૃદ્ધિ પામેલી—આબાદ થએલી (ખુબીઓ) ભૂ. કૃ. ૧।૩ વીસ્પ. ૧૨, ૪. જુઓ એની પછીના શબ્દો.

ખ) વધારવું; જોરાવર—મજબુત કરવું; આબાદ કરવું; to increase; to strengthen, to render prosperous; [Avestan] (મજબૂત કર) આજ્ઞા. પરસ્મૈ. ૨।૧ ઇજ. ૩૩, ૧૦; ઇજ. ૬૮, ૨૩; [Avestan] અનિ. ([Avestan]-Aor.) પરસ્મૈ. ૩।૧ ઇજ. ૪૮, ૬; વં. ૧૧, ૬; વં. ૧૭, ૫; [Avestan] (આબાદ કરતો) વર્ત. કૃ. પરસ્મૈ. નર. ૧।૧ ઇજ. ૩૧, ૭.

[Avestan]-[Avestan] = વધવું, ઉગવું, ખીલવું; to grow, to increase, to bloom; [Avestan].. વર્ત. આત્મને. ૩।૩ ય. ૮, ૪૨.

[Avestan]-[Avestan] = ક) બુલંદ ઉગવું; ઉગી નીકળવું; to grow up; [Avestan] વર્ત. પરસ્મૈ. ૩।૧ યે. ૭, ૪; નીઆ. ૩, ૬; [Avestan] ૩।૩ ય. ૧૩, ૧૦; [Avestan] અ. ભૂ. સંશ. પરસ્મૈ. ૩।૩ ય. ૧૩, ૭૮; [Avestan] [Avestan] (બુલંદ ઉગતાં ઝાડોનું) વર્ત. કૃ. વિ. નારી. ૬।૩ વં. ૧૮, ૬૩; [Avestan] વર્ત. કૃ. આત્મને. નર. ૧।૧ ય. ૪, ૮.

ખ) ઉપર ચઢવું, ઉંચે ચઢી જવું; to rise up, to mount, to ascend; [Avestan] આજ્ઞા. આત્મને. ૧।૧ ય. ૧૯, ૫૦.

[Avestan]-[Avestan] = ઉગવું, વધવું; to grow up; [Avestan] (ઉગેછે) ય. ૧૩, ૫૬; [Avestan] (જીંદગી ગુજારી શકયો) શકયા. પરસ્મૈ. ૩।૧ વં. ૪, ૪૭; [Avestan]....[Avestan] (ઉગે) અ. ભૂ. સંશ. પરસ્મૈ. ૩।૩ વં. ૫, ૧૨. ૧૩; વં. ૮, ૯. ૧૦; [Avestan] (બાહાર નીકળ્યા, ઉત્પન્ન થયા) ય. ૧૯, ૨.

૧ [Avestan] (જુઓ ધા. [Avestan] ક) સા. ના. નાન્ય. ક) વધારો, વધ; growth; increase; [Avestan] ૨।૧ વં. ૨૧, ૧૨; [Avestan] ૩।૧ ય. ૮, ૪૨; [Avestan] ૭।૧ (૪।૧ ની મતલબે) વં. ૨૧, ૪. ૮. ૧૨. ૧૬; [Avestan] ૭।૧ ય. ૧૩, ૯૩; [Avestan] = કારાંત નારી. ૨।૩ વં. ૧૮, ૬૩.

ખ) (સુરજનું) ઉગવું—તલુ થવું; rising (of the sun) [Avestan] [Avestan] [Avestan] (સુરજનાં ઉગવા—તલુ થવા સુધી) ૫।૧ વં. ૧૩, ૧. ૫; [Avestan] . [Avestan] [Avestan] (સુરજનાં ઉગવાથી દુનિયાને આફતાબ તલુ થાએ ત્યારથી) ૫।૧ ય. ૫, ૯૧.

ગ) આબાદી; ચડતી હાલત; prosperity; thriving state; [Avestan] ૫/૧ (૪/૧ ને બદલે) વીસ્પ. ૧૧, ૧૩.

૨ [Avestan] (ધા. [Avestan] = [Avestan] + [Avestan]; જુઓ ૧ ધા. [Avestan]) સા. ના. નાન્ય. સખુન, બોલ; a word; [Avestan] ૨/૧ વં. ૧૯, ૧૫. ૩૫.

[Avestan] (= वक्षथ) (જુઓ ધા. [Avestan] ક) સા. ના. નાન્ય. વધ, વધારો; growth, increase; [Avestan] ૧/૧ વં. ૯, ૫૩. ૫૪. ૫૫. ૫૭; વં. ૧૩, ૫૨. ૫૩. ૫૪. ૫૬; [Avestan] ૨/૧ વં. ૨૬, ૯. ૧૦. ૧૪. [Avestan] *[Avestan] (be on thy growth) ૭/૧ ઈજ. ૬૨, ૩.

[Avestan] (જુઓ ધા. [Avestan] ક) સા. ના. નાન્ય. વધારો; increase; જુઓ [Avestan] [Avestan]

[Avestan] વિશે જુઓ ૧ ધા. [Avestan]

[Avestan], [Avestan] વિશે જુઓ ૨ [Avestan]

[Avestan] (= सुवच्) (= [Avestan] + [Avestan]; જુઓ ૨ [Avestan] તથા ૧ [Avestan]) સા. ના. નાન્ય. સખુન—વિચાર રાખનાર (અસલ.); ક) માથું (સારા માણસનું કે જે વિચારીને બોલે); the head (of a person who speaks with good sense). Contrast [Avestan] the head (of an evil being). [Avestan] ૧/૧ વં. ૫, ૧૧; વં. ૯, ૨૨; [Avestan] ૨/૧ વં. ૮, ૪૦. ૪૧. ૪૨; વં. ૯, ૧૫; ય. ૧૪, ૧૩; [Avestan] ૬/૧ ય. ૨૨, ૨; [Avestan] ૬/૧ વં. ૮, ૩૮; વં. ૯, ૩૦.

ખ) ઉપરનો ભાગ; the upper part; જુઓ [Avestan]

૧ [Avestan] = वस् = રેહેવું, મુકામ કરવો, to reside, to dwell; [Avestan] વર્ત. પરસ્મૈ. ૩/૧ ય. ૨૨, ૧. ૧૯; ય. ૨૪, ૫૪; †[Avestan] ઈજ. ૩૦, ૫.

૨ [Avestan] = वस् = ઢાંકવું, કપડા પેહેરવાં; to cover to put on (as garments); [Avestan] વર્ત. આત્મને. ૩/૧ વં. ૪, ૪૯; ય. ૧૩, ૩; [Avestan] પરસ્મૈ. ય. ૧૦, ૧૨૬; [Avestan] આજ્ઞા. પરસ્મૈ. ૩/૧ વં. ૩, ૧૯; [Avestan] અ. ભૂ. આત્મને. ૩/૧ ય. ૫, ૧૨૫.

૩ [Avestan] = वस् = ચલકવું, પ્રકાશવું; to shine, to glitter; જુઓ [Avestan]

[Avestan] = પ્રકાશવું; to shine; [Avestan] (ધાતુનો [Avestan] નીકળી ગયાથી) વર્ત. પરસ્મૈ. ૩/૧ વં. ૧૯, ૨૮.

૪ [Avestan] = वस् = ચાહવું, પસંદ કરવું; માન આપવું; to love, to approve, to respect; જુઓ [Avestan], [Avestan] [Avestan]

[Avestan] ([Avestan] નું બીજું રૂપ) વિ. ભલું, નેક, સારૂં; good, virtuous, noble; [Avestan] ભલી (બાઈડીઓને) નારી. ૨/૩ ઈજ. ૫૨, ૧. Wester. [Avestan]

[Avestan] વિ. ના. નર. સરોવરનું નામ; a bestower of the better gifts (lit.); name of a lake, probably the Lake Khvârizm (the Lake Aral) or the sôvbar in the country Tûs (Dar.); [Avestan] (Wester. [Avestan]) ૧/૧ ય. ૧૯, ૫૬.

[Avestan] ([Avestan] પ ઉપરથી) સા. ના. નાન્ય. ખુબી, ભલાઈ; goodness; [Avestan] ૩/૧ ઈજ. ૬૮, ૧૩.

[Avestan] (જુઓ ૪ ધા. [Avestan]) ક) સા. ના. નાન્ય. ખુબી, નેકી, ભલાઈ; goodness, excellence; virtue; [Avestan] ૩/૧ વં. ૫, ૨૨. ૨૩. ૨૪. ૨૫; ય. ૨૧, ૬; ય. ૨૨, ૧૧; [Avestan] ૨/૩ ઈજ. ૫૮, ૪.

ખ) વિ. ભલું, સારૂં; good; [Avestan] (Wester. [Avestan]) નાન્ય. ૨/૩ ય. ૩, ૧. ૨. જુઓ [Avestan]

[Avestan] (= वसन) (જુઓ ૨ ધા. [Avestan]) સા. ના. નાન્ય. કપડું, પેહેરણ; a garment, clothing; [Avestan] ૨/૧ વં. ૪, ૪૯; ય. ૫, ૧૨૬; ય. ૧૩, ૩.

[Avestan] વિ. ના. નર. સપેનામીનોની પેદાઈશનો એક જાતનો કુતરો, જેને અંગ્રેમીનોની પેદાઈશનાં જાનવરોનો નાશ કરતો બતાવેલો છે;

* Geld. [Avestan]

† પેહેરેછે (મિલ્સ તથા દારમેસ્તેતે).

a species of dog of the good creation, known to have been useful for destroying the creatures of the evil creation; the hedge-hog (Dar.); its vulgar name is Duzhaka; *vide* [illegible]; [illegible] ૨।૧ વં. ૧૩, ૨. ૪.

૧ [illegible] (= [illegible] = [illegible] = [illegible]) (જુઓ ૪ ધા. [illegible]*) ફ) વિ. ભલું, સારૂં, નેક; good, morally good, virtuous, wholesome; [illegible] નર. ૧।૧ ઈજ. ૯, ૧૬; ઈજ. ૫૬, ૩; વીસ્પ. ૧૨, ૧; ય. ૧૦, ૧૦૯; [illegible] નારી. ૧।૧ વં. ૩, ૪૨; વં. ૧૫, ૧૬; ય. ૫, ૧૨૩; ય. ૧૦, ૬૦; ય. ૧૩, ૯૪; [illegible] ૧।૧ ઈજ. ૪૮, ૨; [illegible] ૧।૧ વ. ૩, ૪૨; ઈજ. ૬૮, ૧૫; ય. ૧૦, ૬૦; ય. ૧૧, ૧; [illegible] [illegible] ના જુદા જુદા અર્થો, વિભક્તીનાં રૂપો તથા તેના ઉચ્ચારો આગે જુઓ [illegible] બોલ. [illegible] નર. ૨।૧ ઈજ. ૫૭, ૨૯; [illegible] નર. ૧।૧ (૨।૧ ને બદલે) ય. ૧૦, ૧૪૦; [illegible] નારી. ૨।૧ વં. ૧૯, ૬. ૧૩. ૧૬. ૩૭; વીસ્પ. ૨, ૯; ઈજ. ૩૨, ૨; ઈજ. ૩૮, ૨; ઈજ. ૪૯, ૭; ય. ૧૬, ૧; [illegible] નારી. ૨।૧ વીસ્પ. ૪, ૧; [illegible] નાન્ય. ૨।૧ ઈજ. ૭૧, ૧૦; [illegible] ૨।૧ ઈજ. ૨૦, ૧; ઈજ. ૩૫, †૬; ય. ૧૫, ૪૪; [illegible] નાન્ય. ૨।૧ ય. ૧૩, ૨૪; [illegible] નાન્ય. ૩।૧ ઈજ. ૩૬, ૪; [illegible] નર. ૪।૧ ઈજ. ૧૨, ૧; [illegible] નર. ૪।૧ ઈજ. ૪૩, ૫; [illegible] નારી. ૪।૧ ઈજ. ૫૧, ૧૭; ઈજ. ૫૩, ૪; [illegible] નારી. ૬।૧ ય. ૧૩, ૫૮; [illegible] ૫।૧ ઈજ. ૫૯, ૩૦; [illegible] નર. ૬।૧ વં. ૩, ૨૪; ઈજ. ૪૩, ૩; ઈજ. ૪૫, ૮; [illegible] નારી. ૬।૧ ઈજ. ૩૬, ૪; વીસ્પ. ૬, ૭; ય. ૨, ૩; ય. ૧૭, ૦. ૬૨; [illegible] ૬।૧ વં. ૨૦, ૧૧; ઈજ. ૩૫, ૫; વીસ્પ. ૬, ૧; [illegible] [illegible] (વેહેદાતી નદીનું) નારી. ૬।૧ વં. ૬, ૨; વં. ૨, ૨૧; વં. ૧૯, ૨; [illegible] [illegible] = [illegible] (ભલી આશીરાવંઘનું) નારી. ૬।૧ વં. ૧૯, ૩૯; [illegible] ૭।૧ ઈજ. ૩૧, ૧૬; ઈજ. ૩૩, ૨; ઈજ. ૪૦, ૬; ઈજ. ૪૯, ૮; [illegible] નાન્ય. ૭।૧ ઈજ. ૬૨, ૬; [illegible] નાન્ય. ૭।૧ ઈજ. ૫૧, ૧૦; [illegible] [illegible] નાન્ય. ૭।૧ વં. ૩, ૩૪. ૨૫; વં. ૧૪, ૨—૪. ૬—૧૦. ૧૨—૧૬; વં. ૧૮, ૨૮. ૭૦—૭૨; ય. ૧૭, ૫; આફ્રી. ગાહામ. ૭—૧૨; [illegible] ઈજ. ૫૯, ૩૦; [illegible] નારી. ૮।૧ વં. ૧૯, ૧૮; વં. ૨૨, ૩. ૪. ૧૦. ૧૧. ૧૭. ૧૮; ય. ૫, ૧૮. ૧૩૦; ય. ૨૪, ૨૨.

[illegible] નર. ૧।૩ વીસ્પ. ૧૧, ૧૨; [illegible] નારી. ૧।૩ વં. ૮, ૪૧—૬૯; ઈજ. ૬૦, ૪; ય. ૧૦, ૩; [illegible] નર. ૨।૩ ઈજ. ૧૫, ૧; ય. ૧૩, ૧૫૧; [illegible] ૨।૩ ઈજ. ૩૯, ૩; [illegible] નર. ૨।૩ ઈજ. ૫૮, ૫; [illegible] નારી. ૨।૩ ઈજ. ૧૬, ૯; ઈજ. ૫૮, ૫; વં. ૧૮, ૯; વં. ૧૯, ૨; ઈજ. ૨, ૬; ઈજ. ૨૬, ૧; ય. ૧૩, ૨૬. ૩૦—૩૩. ૩૫. ૩૭. ૩૯; [illegible] નારી. ૨।૩ ઈજ. ૫૨, ૩. ૪૦. ૪૫. ૪૯. ૫૩. ૫૫. ૫૭. ૫૯—૬૩. ૮૨. ૮૫; [illegible] નારી. ૨।૩ ઈજ. ૩૯, ૩; [illegible] નાન્ય. ૨।૩ ય. ૧૯, ૧૦; [illegible] નર. ૪।૩ વીસ્પ. ૮, ૧; [illegible] નારી. ૪।૩ વં. ૧૨, ૨. ૪. ૬. ૮. ૧૦. ૧૨. ૧૪. ૧૬. ૧૮. ૨૦; વં. ૧૪, ૪; વં. ૧૮, ૭૦. ૭૨; વીસ્પ. ૧૧, ૧૫; ય. ૧૩, ૪૬; [illegible] નર. ૬।૩ ય. ૧૩, ૧૧૧; [illegible] નર. ૬।૩ ઈજ. ૩૫, ૨; [illegible] નારી. ૬।૩ ઈજ. ૩, ૩; ઈજ. ૫૬, ૨. ૩; વીસ્પ. ૨૧, ૧; [illegible] [illegible] નાન્ય. ૬।૩ ઈજ. ૧૬, ૧; [illegible] ૭।૩ ય. ૧૧, ૩; [illegible] [illegible] અમે ભલા(માણુસો)! તથા અમે ભલી (બાઈડીઓ)! નર. તથા નારી. ૮।૩ ઈજ. ૮, ૩; [illegible] નારી. ૮।૩ ઈજ. ૬૮, ૧૨.

[illegible] (compara. adj.) better (વધારે સારૂં—ભલું) અધિ. વિ. નર. ૧।૧ ઈજ. ૩૧, ૨; [illegible] (compara. adj.) better નર. ૧।૧ ઈજ. ૩૦, ૩; ઈજ. ૫૧, ૧૯; [illegible] (Geld. [illegible]) (અસલ રૂપ [illegible]) નાન્ય. ૧।૧ વં. ૫, ૨૧. ૨૨; વં. ૧૮, ૭. ૧૩. ૬૦. ૬૬; ઈજ. ૫૯, ૩૦; ઈજ. ૬૫, †૧૧; ઈજ.

* વળી એ બોલ ૩ ધા. [illegible] (પ્રકાશવું) ઉપરથી બી લેવાઈ શકાએ.

† આ ઠેકાણે ૨।૪ બી લાગુ પડે છે.

[illegible] [illegible] (ય. ૧૩, ૧૧૧) વિશેષ-નામ તરીકે બી લેવાઈ શકાએ; અસલ અર્થ સારી ચીજોનો (નીઆમતનો) સંગેરનાર—ભેગું કરનાર.

† આ ઠેકાણે [illegible] બેહેતરીને અર્થે નામ તરીકે વપરાએલો છે.

૭૧, ૧૩; [illegible] (Geld. [illegible]) નર. ૨/૧ ઇજ. ૧૦, ૯; [illegible] (Geld. [illegible]) ૨/૧ વં. ૧૬, ૧૭; વં. ૧૮, ૧૦. ૧૨; વીસ્પ. ૧૬, ૩; ય. ૧૩, ૧૪૮; [illegible] નાન્ય. ૨/૧ ઇજ. ૩૧, ૫; ઇજ. ૪૩, ૩; ઇજ. ૪૮, ૪; ઇજ. ૫૧, ૬; [illegible] નાન્ય. ૨/૧ ઇજ. ૫૩, *૯; [illegible] ૨/૧ ય. ૨૪, *૫૮; [illegible] (વધારે સારીરીતે) નારી. ૩/૧ (ક્રિ. અ.) ઇજ. ૩૫, ૯; [illegible] નારી. ૨/૩ ઇજ. ૩૯, ૨; ઇજ. ૫૨, ૩; ય. ૧૩, ૧૫૪; [illegible] (Geld. [illegible]) નર. ૬/૩ ઇજ. ૬૦, ૪.

ખ) સા. ના. નાન્ય. ખુબી, ભલાઈ; goodness; excellence; જુઓ [illegible], [illegible]

ગ) સા. ના. નાન્ય. વસ્તુ, નેઆમત, પેદાએશ; a thing (orig.); a good thing; a gift; creation. Comp. Sans. वसु ; [illegible] ૨/૩ ઇજ. ૭૦, ૧; [illegible] ૨/૩ વં. ૧૧, ૧. ૨. ૧૦. ૧૩. ૧૬. ૧૯; ઇજ. ૮, ૫; ઇજ. ૧૨, ૧; ઇજ. ૧૯, ૨. ૪; ઇજ. ૩૭, ૧; વીસ્પ. ૧૧, ૫; ય. ૫, ૮૯; ય. ૧૩, ૧૫૩; ય. ૨૧, ૩; [illegible] [illegible] the bestower of good things (નેઆમતોનો બખશનાર) ૬/૩ વં. ૨૨, ૧. ૮. ૧૪; [illegible] [illegible] (નેઆમતોના બખશનારા) ૬/૩ ઇજ. ૬૫, ૧૨; વીસ્પ. ૧૧, ૧૨; [illegible] ૬/૩ ય. ૨૧, ૧; [illegible] ૭/૩ ય. ૧૧, ૩.

૨ [illegible] વિ. ના. નર. નામાંકિત પુરૂષનું નામ; name of an illustrious personage; [illegible] ૬/૧ ય. ૧૩. ૧૦૮. (જુઓ બોદી.)

[illegible] ([illegible] ઉપરથી) સા. ના. નારી. લોહી; blood; [illegible] ૬/૩ વં. ૬, ૨૯; [illegible] ૬/૩ વં. ૬, ૭. ૮.

[illegible] (૧ [illegible] ક ઉપરથી) સા. ના. નાન્ય. ભલાઈ, ખુબી; goodness, excellence; [illegible] ૭/૩ ય. ૧૬, ૨૩.

૧ [illegible] (જુઓ ૧ [illegible] ક તથા ૫ [illegible]) સમાસ વિ. સારાં ડહાપણવાળું; having good sense; discreet; [illegible] નર. ૪/૩ ઇજ. ૧, ૧૯; ઇજ. ૩, ૨૩; ઇજ. ૨૩, ૪.

* આમે ઠેકાણે [illegible] બોલ બેહેતરીને અર્થે નામ તરીકે વપરાએલા છે.

૨ [illegible] (= वसुदा) (જુઓ ૧ [illegible] ખ તથા ૧ ધા. [illegible]) સમાસ વિ. નેઆમત બખશનાર; bestowing gifts; [illegible] નર. ૧/૧ ઇજ. ૩૮, ૪; [illegible] નર. ૧/૩ ઇજ. ૧૬, ૯.

[illegible] વિ. ના. નર. નામાંકિત પુરૂષનું નામ; name of an illustrious personage; [illegible] ૬/૧ ય. ૧૩, ૧૧૯; (જુઓ બોદી.)

[illegible] ([illegible] ઉપરથી) વિ. વંઘહુધાતનાં ખાનદાનનો-કુટુંબી; વંઘહુધાતનો છોકરો; of the family of Vanghudhâta; son of Vanghudhâta; [illegible] નર. ૬/૧ ય. ૧૩, ૧૧૯.

[illegible] વિ. ના. નારી. રસ્તાખીજને વખતે પેદા થનાર પેગમબર હોશેદરમાહની માઅેનું નામ; the mother of Ukhshyat-Nemangh, the future prophet to be born at the time of the Resurrection; lit., of noble parentage. Comp. [illegible] (Saoshyant's mother); [illegible] fem. of [illegible], [illegible] a father; [illegible] ૬/૧ ય. ૧૩, ૧૪૨. (જુઓ બોદી.)

[illegible] (જુઓ ૧ [illegible] ખ તથા ધા. [illegible]) સમાસ વિ. નેઆમતને લાએકનું; અથવા ભલાઈ-ખુબીને લાએકનું; ભલાઈ—ખુબી મેળવેલો (દારમે.); deserving of gifts or goodness; one who has acquired good things (Dar.) [illegible] નર. ૨/૩ ય. ૧૩, ૧૫૧.

[illegible], [illegible], [illegible] } એ બોલો વિશે જુઓ ૧ [illegible]

[illegible] (અસલ રૂપ [illegible] + [illegible]) (જુઓ [illegible] તથા ૧ ધા. [illegible]) સમાસ વિ. બેહેતરી અથવા વધારે ભલી (ચીજો) આપતો—આપનાર; a bestower of the better gifts; [illegible] નર. ૧/૩ ગેહ ૨, ૬; [illegible] નર. ૮/૩ ઇજ. ૬૫, ૧૨. Geld. [illegible]

[illegible] loc. sing. of [illegible], q. v.

૧ [illegible] = वच् = Lat. Voc-are = બોલવું, કેહેવું; to

speak; to say; cl. 3. [illegible]* વર્ત. પરસ્મૈ. ૨/૧ ઇજ઼. ૪૫, ૩; [illegible] શક્યા. પરસ્મૈ. ૩/૧ વં. ૪, ૪૬; [illegible] ૧/૩ ઇજ઼. ૩૫, ૩; [illegible] આજ્ઞા. પરસ્મૈ. ૨/૧ ઇજ઼. ૩૧, ૩; ઇજ઼. ૩૪, ૧૫; ઇજ઼. ૪૪, ૧—૧૯; [illegible] (તું મને કેહે) ઇજ઼. ૪૮, ૨; [illegible] અ. ભૂ. પરસ્મૈ. ૨/૧ ઇજ઼. ૧૩, ૫; ઇજ઼. ૩૯, ૪; [illegible] ૩/૧ ઇજ઼. ૨૯, ૬; ઇજ઼. ૩૧, ૬; ઇજ઼. ૩૪, ૧૦; ઇજ઼. ૪૫, ૩; [illegible] સંશા. વં. ૮, ૧૧; વં. ૧૫, ૧૩; [illegible] પૂ. ભૂ. પરસ્મૈ. ૩/૧ ય. ૧૩, ૯૦; [illegible] આત્મને. વં. ૧૪, ૪; વં. ૧૮, ૭૨; ય. ૧૪, ૫૫; [illegible] પૂ. ભૂ. પરસ્મૈ. ૩/૨ ઇજ઼. ૧૩, ૪; †[illegible] અનિ. (Root-Aor.) આત્મને. ૩/૧ વં. ૨, ૨૨. ૩૧. ૪૦. ૪૨; વં. ૩, ૨૬. ૨૮; ઇજ઼. ૯, ૩; ઇજ઼. ૧૦, ૯; ય. ૧, ૫. ૨૫; ય. ૧૩, ૯૦; [illegible] (‡[illegible] નું ગાથા રૂપ) ઇજ઼. ૩૨, ૧૦; [illegible]§ વર્ત. ભવિ. પરસ્મૈ. ૧/૧ ઇજ઼. ૩૦, ૧; ઇજ઼. ૫૧, ૮; [illegible] આત્મને. ૩/૩ ઇજ઼. ૩૨, ૧૦; [illegible] કર્મ. ભવિ. (Pass. Fut.) ૩/૧ ઇજ઼. ૪૪, ૧૧; અસલ રૂપ [illegible] + [illegible] + [illegible]

[illegible] (caus.) he sent word (કેહેવરાવ્યું) પ્રયો. અ. ભૂ. આત્મને. ૩/૧ વં. ૨૨, ૭; [illegible] કર્મ. અનિ. (Pass. Aor.) ‖૩/૧ ઇજ઼. ૪૩, ૧૩; ¶[illegible] ([illegible] ની માફક વ્યાકરણ) ઇજ઼. ૩૯, ૬; ઇજ઼. ૫૮, ૮; [illegible] (જાહેર કરવાને માટે) સામાન્ય રૂપ (infinitive)** ઇજ઼. ૨૮, ૧૧;

[illegible] (બોલનારને માટે) પૂ. કૃ. પરસ્મૈ. નર. ૪/૧ ય. ૧૩, ૮૮; [illegible] (વચનમાં ઓળો સરદાર) ભૂ. કૃ. વિ. નર. ૧/૧ વં. ૫, ૨૫; વં. ૭, ૭૨. જુઓ ૨ [illegible], [illegible]

[illegible] = કેહેવું; to call, to address; [illegible] [illegible] આજ્ઞા. પરસ્મૈ. ૧/૩ ઇજ઼. ૩૮, ૫.

[illegible] = प्रति-वच् = પાછો જવાબ આપવો; to reply, to answer; [illegible] અનિ. (Root-Aor.) આત્મને. ૩/૧ વં. ૨, ૩. ૫; ઇજ઼. ૯, ૨; ય. ૨૨, ૧૧; ય. ૨૪, ૧.

[illegible] = વધારે ચઢતું ગણવું—કેહેવું; to esteem or declare (a person) more exalted [illegible] [illegible] પૂ. ભૂ. પરસ્મૈ. ૧/૩ ઇજ઼. ૩૪, ૫; ([illegible] = [illegible] = पर superior ચઢતું.)

[illegible] = प्र-वच् = મ્હોટેથી કેહેવું—બોલવું, જાહેર કરવું; to declare forth; to speak openly or publicly; [illegible] વર્ત. પરસ્મૈ. ૧/૧ ય. ૨૪, ૪૬; [illegible] [illegible] [illegible] we declare and I declare (હમો જાહેર કરીએ છિયે અને હું જાહેર કરૂંછું) ઇજ઼. ૭૦, ૨; [illegible] ([illegible] ને બદલે) વર્ત. સંશા. પરસ્મૈ. ૨/૧ (આજ્ઞા. ની મતલબે) ય. ૨૪, ૨૨; [illegible] આજ્ઞા. પરસ્મૈ. ૨/૧ ઇજ઼. ૩૪, ૧૨; ઇજ઼. ૪૬, ૭; [illegible] અ. ભૂ. પરસ્મૈ. ૧/૧ ઇજ઼. ૧૯, ૩; [illegible] ય. ૧૭, ૨૨; [illegible] ૨/૧ ઇજ઼. ૧૯, ૧; [illegible] [illegible] ૩/૧ વં. ૧૯, ૨૫. ૩૧; આફ્રી. ૨પિ. ૮; [illegible] ૧/૩ ય. ૨૪, ૧૩. ૨૦; [illegible] *[illegible] ૧/૩ ઇજ઼. ૩૫, ૯; [illegible] સંશા. ૩/૧ ય. ૧૧, ૪; ય. ૨૪, ૨૦; [illegible] પૂ. ભૂ. પરસ્મૈ. ૩/૧ ઇજ઼. ૧૯, ૯; [illegible] ઇજ઼. ૬૫, ૯; [illegible] . . . [illegible] પૂ. ભૂ. આત્મને. ૧/૧ ઇજ઼. ૧૯, ૮; [illegible] [illegible] ઇજ઼. ૧૯, ૧૦; [illegible] ૩/૧ વીસ્પ. ૧૫, ૩; [illegible] †[illegible] (તે કોઈ બાબુરી) ભવિ. ૩/૧ વીસ્પ. ૧૫, ૩; [illegible] [illegible] (this word)

* દ્વિત્વ (Reduplic.) રૂપ [illegible] માંથી બીજો [illegible] નીકળી ગયાથી [illegible] થયું.

† ધા. [illegible] માંથી [illegible] નીકળી ગયાથી [illegible] થયું: પછી શરૂઆતમાં Augment નો [illegible] તથા અ. ભૂ. નો [illegible] લાગાથી [illegible] + [illegible] + [illegible]; એનું ગાથારૂપ [illegible]

‡ વ્યનજ્ન નરમ થઈને વચમાં [illegible] ઉમેરાયાથી [illegible] નું [illegible] થયું.

§ જુઓ માઈ અવસ્તા વ્યાકરણ, સેહે ૨૩૫ મો.

‖ જુઓ માઈ અવસ્તા વ્યાકરણ, સેહે ૨૫૪ મો.

¶ શરૂઆતમાં Augment નો [illegible] લાગો.

** [illegible] = Vedic से (સામાન્ય રૂપનો પ્રત્યય); જુઓ માઈ અવસ્તા વ્યાકરણ, સેહે ૨૬૯ મો.

* આજ્ઞા. પરસ્મૈ. ૧/૩ બી થઈ શકે.

† એના ખોલાસા બાબે જુઓ માઈ અવસ્તા વ્યાકરણ, સેહે ૨૩૫—૨૭૬ તથા ૨૫૫.

which shall be spoken in future (તે કલામ) જે હવે પછી બોલાશે. કર્મ. ભવિ. (Pass. Fut.) ૩/૧ ઇજ઼. ૧૯, ૧૦; [illegible] this word has been declared to us (આપણે કલામ હમુને જાહેર કરવામાં આવ્યો છે) કર્મ. પૂ. ભૂ. (Pass. Perf.) ૩/૧ ઇજ઼. ૧૯, ૧૧; [illegible] ભવિ. વર્ત. પરસ્મૈ. ૧/૧ ઇજ઼. ૪૪, ૬; ઇજ઼. ૪૫, ૧.

૨ [illegible] (= वाच् = Lat. Voc. + s = Vox) (જુઓ ૧ ધા. [illegible]) સા. ના. નર. તથા નારી. સખુન, બોલ, આવાજ, બંદગી; a word, voice, prayer; [illegible] ૧/૧ ઇજ઼. ૪૪, ૧૭; ય. ૧૦, ૮૫. ૮૯; ઇજ઼. ૬૦, ૫; ય. ૧૯, ૯૬; ય. ૨૧, ૪; [illegible] ૨/૧ વં. ૩, ૧૧; વં. ૧૩, ૪૦; વં. ૧૮, ૧૫. ૨૩, ૨૯; ઇજ઼. ૭, ૨૬; ઇજ઼. ૨૯, ૯; ઇજ઼. ૫૦, ૬; ઇજ઼. ૬૦, ૫; ઇજ઼. ૭૦, ૪; ય. ૧૦, ૮૫; ય. ૧૪, ૨૧; ય. ૧૭, ૧૭. ૬૧; [illegible] ૩/૧ વં. ૫, ૨૧; વં. ૧૯, ૮. ૯; ઇજ઼. ૧૦, ૨. ૧૯; વીસ્પ. ૮, ૧; ય. ૨, ૧૮; ય. ૧૦, ૩૦. ૮૯. ૧૩૭; [illegible] [illegible] ૬/૧ ઇજ઼. ૮, ૧; [illegible] ૧/૩ વં. ૧૦, ૩. ૭. ૧૧. ૧૫. ૧૬. ૧૭; [illegible] ૧/૩ ઇજ઼. ૧૦, ૧૮; ઇજ઼. ૬૫, ૯; ય. ૧૪, ૪૬; [illegible] ૨/૩ વં. ૩, ૨; વં. ૯, ૪૬; વં. ૧૦, ૨. ૩. ૫. ૭. ૯. ૧૧. ૧૩; વીસ્પ. ૭, ૧; [illegible] ૨/૩ વં. ૮, ૧૯; વં. ૯, ૧૨. ૨૭; વં. ૧૧, ૩. ૪. ૫. ૬. ૭. ૮. ૧૧. ૧૪. ૧૭. ૨૦; વં. ૧૭, ૫. ૭; વં. ૨૨, ૧૩; ઇજ઼. ૩૧, ૨૦; ઇજ઼. ૬૫, ૧૦; [illegible] ૨/૩; [illegible] ૨/૩ ઇજ઼. ૩, ૪; ઇજ઼. ૭૧, ૧૮; [illegible] ૨/૩ ઇજ઼. ૭૧, ૭; [illegible] ૩/૨ વીસ્પ. ૧૪, ૧; [illegible] ૫/૩ (૩/૩ ની મતલબે) ઇજ઼. ૧૬, ૧; વીસ્પ. ૬, ૧; ય. ૩, ૧૮; તથા દરેક નીઆએશ તથા યશ્તને છેડે આવતા [illegible] [illegible] [illegible] ના ફકરામાં; [illegible] (Wester. [illegible]) ૫/૩ (૩/૩ ની મતલબે) ય. ૧૦, ૮૮; [illegible] ૬/૩ ય. ૨, ૧૧; ય. ૧૧, ૩; [illegible] ૬/૩ વીસ્પ. ૧૫, ૩. જુઓ [illegible], [illegible], [illegible], [illegible]

[illegible] (= वचस्) (જુઓ ૧ ધા. [illegible]) સા. ના. નાન્ય. સખુન, બોલ, કલામ, વચન; a word, a speech, a discourse; [illegible] ૧/૧ વં. ૪, ૩; વં. ૭, ૫૨; વં. ૧૩, ૭; ઇજ઼. ૧૯, ૧; ઇજ઼. ૨૧, ૧. ૨; ઇજ઼. ૨૮, ૦; ઇજ઼. ૫૩, ૭; ય. ૧૩, ૮૩; ય. ૨૧, ૧; [illegible] ૨/૧ વં. ૮, ૧૦૦—૧૦૩; વં. ૧૯, ૧૮; વીસ્પ. ૨, ૫; ય. ૧૧, ૪; [illegible] ૨/૧ ઇજ઼. ૪૫, ૫; [illegible] ૩/૧ ઇજ઼. ૧, ૨૧; વીસ્પ. ૨૨, ૨; ય. ૧૯, ૪; આફ્રીં. ગાહાંમ. ૧૭; તથા દરેક આફ્રીંગાનને છેડે આવતા [illegible] [illegible] ફકરામાં; [illegible] ૩/૧ ઇજ઼. ૧૧, ૧૮; ઇજ઼. ૩૨, ૫; ઇજ઼. ૩૩, ૨; ઇજ઼. ૩૪, ૧; ઇજ઼. ૪૭, ૧; ઇજ઼. ૪૮, ૪; [illegible] ૪/૧ ઇજ઼. ૬૮, ૪; [illegible] ૫/૧ ય. ૫, ૭૬; [illegible] ૬/૧ વં. ૧૮, ૧૭. ૨૫; ય. ૧૨, ૦; ય. ૧૯, ૬; [illegible] ૭/૧ ય. ૧૪, ૨૮. ૩૦. ૩૨; [illegible] ૭/૧ ઇજ઼. ૩૦, ૩; [illegible] ૨/૩ ઇજ઼. ૩૧, ૧; ઇજ઼. ૩૩, ૮; ઇજ઼. ૫૮, ૬; [illegible] ૩/૩ ઇજ઼. ૧૨, ૪; ય. ૫, ૭૬; [illegible] ૩/૩ ઇજ઼. ૩૬, ૪; [illegible] ૬/૩ વં. ૯, ૧૩; ઇજ઼. ૩૧, ૧૯; વીસ્પ. ૭, ૨; વીસ્પ. ૧૨, ૩; જુઓ [illegible], [illegible], [illegible], [illegible], [illegible], [illegible], [illegible], [illegible], [illegible], [illegible], [illegible], [illegible], [illegible], [illegible], [illegible]

[illegible] (જુઓ [illegible] તથા [illegible]) સમાસ ના. નારી. શબ્દોની ગુંથણી—ગોઠવણ; ઇબારત, ફકરો; the structure or arrangement of words (lit.); style, a stanza; [illegible] [illegible] ૨/૧ વીસ્પ. ૧૩, ૨; * [illegible] ૭/૧ ઇજ઼. ૫૮, ૮. જુઓ [illegible] તથા એની પછીનો બોલ.

[illegible] ([illegible] ઉપરથી) વિ. ફકરાવાળું; ફકરા સાથે—સુદ્ધાં; (the five Gâthâs) with the well-constructed order of their words; [illegible] નાન્ય. ૨/૧ (નારી. ૨/૩ ને બદલે) ઇજ઼. ૫૭, ૮.

[illegible] ([illegible] ઉપરથી) વિ. વચનને લગતો, બોલ—વચનથી થએલો (કોલ); verbal, oral, expressed in words; [illegible] [illegible]

* Comp. [illegible], [illegible], [illegible] loc. sing. (base [illegible]); vide my Avesta Grammar, pp. 80-81.

a verbal contract; વચનને લગતો ઇમાને મોહોટે ભાગીને ફળીધો કોલ નર. ૧/૧ વં. ૪, ૨. ૫; [illegible]...[illegible] નર. ૨/૧ વં. ૪, ૧૧.

[illegible] ([illegible] ઉપરથી) વિ. તારીફ— વખાણને લાયક (અસલ.); બંદગી; praiseworthy (lit.); prayers; [illegible] નર. ૬/૧ ય. ૧૫, ૧.

[illegible] (જુઓ [illegible] તથા [illegible]) સમાસ વિ. પોતાનો વચન કરાર મુજબ અમલમાં લાવતો; fulfilling one's vows; [illegible] નર. ૧/૧ વં. ૭, ૫૩ (પેહેલવી શરેહમાં). જુઓ [illegible]

[illegible] વિ. ના. નર. નામાંકિત પુરૂષનું નામ; ધારયામે કે ગુસ્તાસ્પ પાદશાહના છોકરાનું નામ(મોદી); name of an illustrious personage; probably, a son of King Gushtâsp's (Modi); [illegible] ૬/૧ ય. ૧૩, ૧૦૨.

[illegible] (જુઓ ૨ ધા. [illegible]) વિ. મજબૂદ, બળવાન; powerful, strong; [illegible] નર. ૧/૧ ય. ૮, ૪૩.

[illegible] (જુઓ ૨ ધા. [illegible]) સા. ના. નર. કોવત—ટેકો આપનાર, મદદગાર; one who supports or strengthens; a helper; [illegible] [illegible] the supporters of righteousness (રાસ્તીના મદદગારોને) ૨/૩ દ્વિ. ૪૬, ૪.

૧ [illegible] = [illegible] = वह् = [illegible] = Lat. *Veh*-ere = Fr. En-*voy*-er = [illegible]) લઈ જવું; to carry; to convey; [illegible] વર્ત. પરસ્મૈ. ૧/૧ વં. ૫, ૧૮; [illegible] ૩/૧ વં. ૩, ૩૧; ય. ૮, ૩૩; [illegible] ૩/૩ ય. ૫, ૬૫; [illegible] સંશા. ૨/૧ વં. ૫, ૧૬; *[illegible] (લઈ ગયો, હાંકી ગુજર્યા) અ. ભૂ. પરસ્મૈ. ૩/૧ ય. ૧૯, ૮૧; [illegible] [illegible] સીપવાનેમાટે પાણી (છે) સામાન્યરૂપ (infinitive) વં. ૨, ૨૪.

આ) આગળ ચલાવવું, ગતિ આપવી, હડસેલવું; to propel, to waft; to set in motion; to push forward; *vide* [illegible]

અ) [illegible] = Ger. Wagen = To Weigh = તોલવું; ભારી થવું; to weigh; to be heavy; *vide* [illegible], [illegible], [illegible]

ક) ગાડીમાં* બેસીને જવું; ગાડી હાંકવી; ગાડીમાં લઈ જવું; to drive in a carriage, to take on a drive; to carry (as in a carriage); [illegible] વર્ત. પરસ્મૈ. ૩/૧ ય. ૧૦, ૧૨૬; [illegible] (ગાડીમાં લઈ જાયછે.) ૩/૩ દ્વિ. ૫૭, ૨૭; ય. ૧૦, ૪૭. ૬૮; [illegible] સંશા. ય. ૧૦, ૧૨૫; [illegible] સંશા. ૩/૧ ય. ૫, ૧૧; [illegible] વર્ત. કૃ. પરસ્મૈ. નર. ૧/૩ ય. ૧૦, ૨૦; [illegible] વર્ત. કૃ. આત્મને. નારી. ૧/૧ ય. ૫, ૧૧; [illegible] (ગાડીમાં બેસીને જતો) નર. ૨/૧ વં. ૫, ૨૬; વં. ૮, ૭૩; [illegible] (ગાડીમાં બેસાડીને) ૧/૩ દ્વિ. ૫૭, ૨૯.

ચ) જવું, ચાલવું; જહડપથી જવું; to go, to move; to hasten; [illegible] વર્ત. આત્મને. ૩/૧ ય. ૧૦, ૧૬. ૨૦. ૭૦. ૧૦૦; [illegible] વર્ત. પરસ્મૈ. ૩/૩ ય. ૧૦, ૧૨૮; [illegible] સંશા. ય. ૮, ૬; [illegible] અ. ભૂ. આત્મને. ૩/૧ ય. ૧૦, ૧૨૭; ય. ૫, ૬૨; [illegible] વર્ત. કૃ. પરસ્મૈ. નર. ૬/૩ ય. ૧૩, ૨૬; [illegible] આત્મને. નર. ૧/૧ ય. ૧૦, ૮૬; ય. ૧૪, ૨; [illegible] (જહડપથી જતો) ૧/૩ ય. ૧૦, ૩૯; [illegible]... [illegible] a chariot that drives on swiftly (સેહેલાઇથી ચાલી શકે તેવી—જહડપથી જતી ગાડી) પૂ. કૃ. આત્મને. નર. ૨/૧ ય. ૧૦, ૧૨૪; જુઓ [illegible], [illegible], [illegible]

છ) ઉડીને જવું; to take flight; to fly; [illegible] વં. ૫, ૧; ય. ૧૪, ૨૦.

જ) વેહેવું; to flow; [illegible] વર્ત. આત્મને. ૩/૧ ય. ૫, ૪૨.

ઝ) પરણવું, શાદી કરવી; to marry; to unite in wedlock. Comp. rt. [illegible] (to wed) in [illegible] (Vend. 14, 15); [illegible] [illegible] (પરણવી કન્યાઓને) વર્ત. કૃ. નારી. ૪/૩ દ્વિ. ૫૩, ૫.

ટ) મળી આવવું, હાસિલ થવું; to be obtained; [illegible] દ્વિ. ૧૦, ૧૯.

---

* શરૂઆતનો = Augment ના ગયરો. આગળ જો ધા. [illegible] (ग - લેઇજવું) ઉપરથી આવીને [illegible] ઉપસર્ગ લઈ ગયો, અનિ. (Root-Aor.) પરસ્મૈ. ૩/૧ આવી.

* ધા. [illegible] ય ઉપરથી અંગ્રેજી Waggon (ગાડી) નામ નીકળ્યો છે.

[Avestan] = अभि-वह् = ઉંચે જવું—ચઢવું; to rise up; to ascend; [Avestan] [Avestan] વર્ત. આત્મને. ૩/૧ ય. ૧૦, ૧૧૮.

[Avestan] = आ-वह् = જવું; આગળ જવું; to go, to drive on; [Avestan] ([Avestan] ને બદલે) વર્ત. સંરા. આત્મને. ૩/૧ ઈજ. ૫૭, ૩૧. Wester. [Avestan]

[Avestan] = उप-वह् = નજદીક—તરફ જવું; to go to (a person or place) [Avestan] વર્ત. આત્મને. ૩/૩ ય. ૧૩, ૬૪; [Avestan] આજ્ઞા. આત્મને. ૨/૧ વં. ૨૨, ૭; [Avestan] અ. ભૂ. આત્મને. ૩/૧ વં. ૨૨, ૧૩; ય. ૧૦, ૧૨૭.

[Avestan] = उद्-वह् = ક) ઉડવું; to fly, to take flight; [Avestan] વર્ત. આત્મને. ૩/૧ વં. ૫, ૧; વં. ૭, ૩ (Wester.).

ખ) ઉપર લઈ જવું; to take or carry up; [Avestan] વર્ત. પરસ્મૈ. ૩/૧ વં. ૫, ૮.

ગ) બાહાર—દૂર લઈ જવું; to carry out; to remove; [Avestan] અ. ભૂ. પરસ્મૈ ૧/૩ ય. ૧૩, ૧૦૦.

[Avestan] = नि-वह् = ક) નીચે લઈ જવું; to take or carry down; [Avestan] વર્ત. પરસ્મૈ. વં. ૫, ૮.

ખ) પી જવું; ગળી જવું; to gulp down; to drink; [Avestan] (Geld. [Avestan]) ય. ૧૪, ૫૭.

[Avestan] = દૂર લઈ જવું; to carry away, to take off; [Avestan]...[Avestan] ય. ૧૦, ૩૭.

[Avestan] = ક) प्र-वह् = લઈ જવું; to carry; [Avestan]...[Avestan] ય. ૮, ૩૩.

ખ) વેહેવું; to flow; જુઓ [Avestan]

ગ) જવું, આગળ માર્ગ લેવો; to go, to take one's course; [Avestan] વર્ત. આત્મને. ૩/૧ ય. ૧૦, ૪૮. ૬૭. ૬૬; [Avestan] સંરા. ય. ૮, ૩૫; [Avestan] વર્ત. પરસ્મૈ. ૩/૩ ય. ૧૩, ૫૮; [Avestan] આત્મને. ય. ૧૩, ૩૯; [Avestan] વર્ત. કૃ. આત્મને. નર. ૬/૩ ય. ૧૩, ૨૯.

ઘ) ઉડવું; to fly; [Avestan] વર્ત. સંરા. આત્મને. ૩/૩ ય. ૧૯, ૧૧૯.

ચ) બાહાર આવવું (અસલ.); (ડાક્ટરનો ધંધો કરવાને માટે) બાહાર પડવું—નીકળવું; to come forward (orig.); to begin to practise (surgery); [Avestan] વર્ત. સંરા. આત્મને. ૩/૩ વં. ૭, ૩૬.

[Avestan] = सम्-वह् = સાથે જવું—પોંહોચવું; to go together; to meet together; [Avestan] [Avestan] વર્ત. આત્મને. ૩/૧ ય. ૧૯, ૬૭.

૨ [Avestan] = [Avestan] = वज = Lat. *Vig*-ere = મજબુટ કરવું; to strengthen, to support; જુઓ [Avestan], [Avestan], [Avestan], [Avestan], ૧ [Avestan], [Avestan], [Avestan].

[Avestan] વિશે જુઓ ૧ ધા. [Avestan] ક.

[Avestan] (જુઓ ૨ ધા. [Avestan]) વિ. કૌવતવાળું, મજબૂટ; જોરાવર; strong, powerful; *vide* [Avestan], [Avestan]

[Avestan] (= [Avestan] = [Avestan]) સા. ના. ક) દેડકો; a frog. Prof. Pictet explains the word as follows :—rt. [Avestan] = वह् = to flow; [Avestan] = water, a river; [Avestan] = ग = moving (fr. गम् = to go); [Avestan] moving in the water (lit.); [Avestan] નારી. ૧/૧ વં. ૫, ૩૬; વં. ૧૨, ૨૨; [Avestan] ૬/૩ વં. ૧૪, ૫; વં. ૧૮, ૭૩.

ખ) [Avestan] a alligator, a crocodile; સોસવાડ; [Avestan] ૨/૧ (૧/૧ ને બદલે) વં. ૧૮, ૬૫.

[Avestan] (= वहन, वाहन) (જુઓ ૧ ધા. [Avestan] ખ) સા. ના. નાન્ય. ગતિમાં લાવવું; setting in motion; *vide* [Avestan]

[Avestan] (= [Avestan] + [Avestan]) (જુઓ [Avestan] તથા ધા. [Avestan] ગ) વિ. કૌવત—શક્તિથી ધસારો કરતું; rushing forth or attacking vigorously; [Avestan] નારી. ૧/૩ ય. ૧૩, ૨૩.

[Avestan] (જુઓ ૧ ધા. [Avestan] ગ) વિ. ભાર ઉંચકતું, બોજો ખેંચતું, ભાર ભરનાર; load-carrying;

[Avestan] [Avestan] [Avestan] for a draught cow (ભાર ખરદાર ગાઓના બદલામાં) નારી. ૬।૧ વં. ૯, ૩૮.

[Avestan] (જુઓ ૧ ધા. [Avestan] ચ તથા ૨ [Avestan]) સમાસ ના. નારી. ભોકતો ભાલો; a piercing lance; Pehl. [Avestan] [Avestan]; [Avestan] (૨।૧ ની મતલબે) વં. ૨૦, ૧. ૨. Wester [Avestan] [Avestan]

[Avestan] (જુઓ [Avestan] તથા [Avestan]) સમાસ વિ. જોરાવર ટોળકીવાળો (લુટારો); (a brigand) of a strong clique or party; [Avestan] [Avestan] નર. ૬।૧ ય. ૧૧, ૫.

[Avestan] (જુઓ ૨ ધા. [Avestan]) સા. ના. નાન્ય. કુવત, જોર; strength; vigour; [Avestan] ૩।૧ ઇજિ. ૪૯, ૧૦.

[Avestan] સા. ના. નાન્ય. સુખ, આનંદ; comfort, ease, happiness; indecl.;* rt. [Avestan] = वस् to shine પ્રકાશવું; *or*: [Avestan] = वश् to wish ઇચ્છવું, ચાહવું; [Avestan] ૨।૧ વં. ૯, ૪૪; ઇજિ. ૩૧, ૨૧; ઇજિ. ૬૮, ૧૧; ય. ૧૪, ૨૯; ય. ૧૬, ૭.

[Avestan] (= वाह) (જુઓ ૧ ધા. [Avestan] ગ) સા. ના. નાન્ય. બોજો, ભારો; a load; [Avestan] ૬।૩ વં. ૧૪, ૨. ૩; વં. ૧૮, ૭૨.

[Avestan] (જુઓ ૧ ધા. [Avestan] ચ) વર્તમાન કૃદંત વિ. આવતો, જતો, દોડતો; going; running; †[Avestan] (orig., [Avestan] + [Avestan]) compara. adj.; swifter in running (દોડવામાં વધારે ચીતાબ) અધિ. વિ. નર. ૧।૩ ય. ૧૦, ૨૦.

[Avestan] (= [Avestan] = वज्र = [Avestan]) (જુઓ ૧ ધા. [Avestan] ગ) સા. ના. નર. ગુરજ; a club, a mace; [Avestan] ૧।૧ વં. ૧૪, ૯; ય. ૧૩, ૭૨; [Avestan] (૧।૨ ની મતલબે) ય. ૧૦, ૧૩૨; [Avestan] ૨।૧ ય. ૬, ૫; ય. ૧૦, ૯૬; નીઆ. ૧, ૧૫; [Avestan] ૫।૧ વં. ૧૮, ૩૦.

---

* Nouns ending in [Avestan], [Avestan] are neuter, and are, in most cases, indeclinable; *vide* my Av. Gram., p. 118.

† Geld. [Avestan]

૩૩. ૩૬. ૩૯. ૪૨. ૪૫. ૪૮. ૫૩. ૫૬; [Avestan] ૧।૩ ય. ૧, ૧૮; [Avestan] ૧।૩ ય. ૧૦, ૪૦.

૧ [Avestan] (જુઓ ૨ ધા. [Avestan]) ક) સા. ના. નાન્ય. મોહોબત, પ્યાર, દોસ્તી: love, affection; friendship; [Avestan] ૩।૧ ઇજિ. ૫૧, ૨૨; ઇજિ. ૭૦, ૧; [Avestan] ૩।૧ ઇજિ. ૧૫, ૧; વીસ્પ. ૯, ૧; [Avestan] ૩।૧ ય. ૧૦, ૯. જુઓ [Avestan]

ખ) સા. ના. નર. [Avestan] = પરણેલો પુરૂષ; પ્યારો ખાવંદ; a married man; a beloved husband; [Avestan] = પરણેલી ઓરત, પ્યારી બાઇડી; a married woman; a beloved wife. Comp. Eng. a spouse, a consort; [Avestan] [Avestan] his two wives (તેની બે માશુકોને; બે પ્યારી ઓરતોને) ૨।૨ ય. ૫, ૩૪; ય. ૯, ૧૪; ય. ૧૫, ૨૪. *[Avestan] (Wester. [Avestan]) માશુકો, પ્યારી બાઇડીઓ નારી. ૧।૩ ય. ૧૭, ૧૦.

૨ [Avestan] વિશે જુઓ ધા. [Avestan]

[Avestan] (જુઓ ૧ [Avestan] ક તથા [Avestan]) સમાસ ના. નારી. દોસ્તી—મોહોબત ભરેલી ભેટ; a friendly offering; [Avestan] ૨।૧ ઇજિ. ૬૦, ૬; ઇજિ. ૬૨, ૧. ૭; [Avestan] (૨।૧ ને બદલે) ઇજિ. ૬૮, ૧૪.; [Avestan] ૨।૩ Frag. 7, 2.

[Avestan] સા. ના. નારી. નેતરનું કામ, વાંસ—ઝાવળી ઇત્યાદિનું ગુંથેલું કામ; cane-work, thatch-work; *vide* [Avestan]

[Avestan] (જુઓ ૨ ધા. [Avestan]) સા. ના. નારી. માશુક, બાઇડી; a beloved wife; [Avestan] [Avestan] (પ્યારી માશુકને, વાહાલી બાઇડીને) ૪।૧ વં. ૩, ૨૫.

[Avestan] વિશે જુઓ [Avestan]

[Avestan] ([Avestan] ઉપરથી) વિ. વન્દરેમનને લગતો; વન્દરેમનનો; (brother) of Vandareman, *vide* [Avestan]; [Avestan] [Avestan] Arjâsp, (the brother) of Andari-

---

* Mark a fem. noun with a mas. suffix; નારીના અર્થવાળા બે બોલમાં નરજાતીનો પ્રત્યય લાગેલો; જુઓ મારું અવસ્તા વ્યાકરણ, સફો ૭૩ મો.

mân; વન્દરેમનનો (ભાઈ જે) અરજાસ્પ નર. ૧/૧ ય. ૫, ૧૧૬. જુઓ નીચેનો બોલ.

[Avestan] વિ. ના. નર. અરજાસ્પનો ભાઈ; brother of Arejat-aspa. Comp. *[Persian] of the Shâh-Nâmeh (initial [Avestan] being dropped). જુઓ [Avestan]

[Avestan] = वद् = જાણવું, વાકેફ થવું; to know, to be informed.

[Avestan] = જાણવું, પીછાનવું, વાકેફ થવું, શિખવું; to know, to be versed in, to learn; [Avestan] thou are well-versed in તું જાણે છે. વર્ત. પરસ્મૈ. ૨/૧ યશ. ૯, ૨૫; [Avestan] (a holy man) who may be well-versed in....) વર્ત. સંરા. આત્મને. ૩/૧ વં. ૯, ૨ ૪૭. ૫૨; †[Avestan] (વાકેફ થાઓ, શિખો) અ. ભૂ. સંરા. પરસ્મૈ. ૩/૧ ય. ૯, ૨૬; . . . [Avestan] ‡ it is known to me (મને જણાએલું છે). કર્મ. અનિ. (Pass. Aor.) ૩/૧ યશ. ૪૪, ૧૮.

[Avestan] = જાણવું, શિખવું; to know, to learn; [Avestan] (caus.) to inculcate; to teach શિખવવું (પ્રયોજ્ય); [Avestan] (હમો શિખવ્યે છિયે) પ્રયો. વર્ત. પરસ્મૈ. ૧/૩ યશ. ૩૫, ૭; [Avestan] આજ્ઞા. પરસ્મૈ. ૧/૩ યશ. ૩૫, ૬.

[Avestan] = જુનો આવાજ કાહાડીને (તીર) છોડવો—ફેંકવો; to force out (arrows with) a whizzing sound.

[Avestan] = જુનો આવાજ કાહાડીને (તીર) છોડી દેવો—ફેંકવો; to force out (arrows) with a whizzing sound; [Avestan] અ. ભૂ. સંરા. પરસ્મૈ. ૩/૩ ય. ૧૦, ૧૧૩. Geld. [Avestan]

૧ [Avestan], [Avestan] = वह्§ = જવું; to go; to move; [Avestan] (caus.) to drag; [Avestan] (caus.) = લઈજવું, ચલાવવું; to carry; to lead [Avestan] (લઈ જાએછે) પ્રયો. વર્ત. પરસ્મૈ. ૩/૧ વં. ૧૯, ૨૯; [Avestan] (હું ચલાઉં, ખેંચી લઈ જાઉં) આજ્ઞા. પરસ્મૈ. ૧/૧ ય. ૯, ૧૮; [Avestan] (ખેંચી લઈ જતો) પ્રયો. વર્ત. કૃ. આત્મને. નર. ૧/૧ ય. ૧૫, ૫૨.

[Avestan] = બધી તરફ જવું, આરપાર જવું; to go round about; [Avestan] (caus.) = to cause to go round about, to turn round about; [Avestan] (તેઓ બધી તરફ ફેરવે, બધી તરફ લઈ જાએ) પ્રયો. આજ્ઞા. પરસ્મૈ. ૩/૩ વં. ૮, ૧૬. ૧૭. ૧૮.

૨ [Avestan], [Avestan] = वह् = To wed = પરણવું, લગ્ન કરવાં; to marry.

[Avestan] = પરણવું, લગ્ન કરવાં; to marry, to be wedded; [Avestan] (caus.) to give in marriage પરણાવવું; [Avestan] . . . [Avestan] પ્રયોજ્ય શક્યાર્થ આત્મને. ૩/૧ વં. ૪, ૪૪; [Avestan] વં. ૧૪, ૧૫.

[Avestan] = નહી પરણવું; not to marry (intransitive); [Avestan] = not to give in marriage; to deprive (a maid) of marrying (caus.); નહી પરણાવવું (પ્રયોજ્ય); [Avestan] [Avestan] they deprive maids of marrying (તેઓ કન્યાઓને પરણાવતા નથી) ય. ૧૭, ૫૯.

૩ [Avestan], [Avestan] = वाध्, बाध् = ક) મારવું, દુઃખ દેવું; to smite, to hurt; *vide* [Avestan]

ખ) પાછું હટાડવું, સાંમે થવું; to repel, to oppose, to hurl back; [Avestan] શક્યા. પરસ્મૈ. ૩/૧ યશ. ૨૯, ૨. [Avestan] [Avestan] [Avestan] [Avestan] (the master) who might hurl back the fury of the wicked (Y. 29, 2).

૪ [Avestan], [Avestan] = उन्द्* = ભીનું કરવું. પાણી સી-

---

* Similarly Av. [Avestan] = Per. [Persian] a hero.

† અથવા ધા. [Avestan] (= वद् = બોલવું, જાહેર કરવું) ઉપરથી અર્થ એતો 'જાહેર કરે. (માજદયસ્ની દીન) કેહાવે.'

‡ એના ખોલાસા બાબે જુઓ મારૂં અવસ્તા વ્યાકરણ સેક્ષ ૨૫૪.

§ [Avestan] માંથી [Avestan] નીકળી ગયાથી वह् થયું; द्+ह्=ध.

* From rt. [Avestan], Sans. उन्द् (to moisten) are derived:—Lat. Unda (a wave); Water; Sweat (= [Avestan] + [Avestan] = स + उन्द्); Undulation, Inundation, Redundant, Abundant.

પવું, વેહેતું કરવું; to moisten, to water; to cause to flow; જુઓ [Avestan], [Avestan], [Avestan], [Avestan], [Avestan], [Avestan].

[Avestan] (જુઓ ૩ ધા. [Avestan]) સા. ના. નાન્ય. મારવાનું હથિયાર; ફટકો; an instrument for smiting; a blow; [Avestan] ૨|૧ યજ. ૯, ૩૦. ૩૧. ૩૨. [Avestan] ૨|૧ યજ. ૩૨, ૧૦.

[Avestan] (= [Avestan]) વિ. ના. નર. એક બુરા—બદકાર માણસનું નામ; name of an evil idol-worshipper, who lived before Zoroaster; probably, a Turânian King (Har.); another name of Azhi Dahâka, *i. e.*, Zohâk (Dar.); [Avestan] ૧|૧ વં. ૧૯, ૬. જુઓ બાધી.

[Avestan], [Avestan] વિ. ભારબરદાર, બોજો લઈ જવું (ધા. वह् = લઈ જવું); અથવા ગરીબ, કહ્યા મુજબ ચાલનાર; burden-bearing; load-carrying (rt. वह् to carry); *or*; docile, tractable; epithet of [Avestan] (a camel); ...[Avestan] [Avestan] નર. ૧|૧ ય. ૧૪, ૧૨; [Avestan] [Avestan] ય. ૧૪, ૩૯; [Avestan] .... [Avestan] નર. ૬|૧ ય. ૧૪, ૧૧; [Avestan] [Avestan] નર. ૧|૩ ય. ૧૭, ૧૩.

[Avestan] વિ. ના. નારી. નામાંકિત કન્યાનું નામ; name of an illustrious maiden; [Avestan] [Avestan] ૬|૧ ય. ૧૩, ૧૪૧.

[Avestan] (જુઓ ૨ ધા. [Avestan]) વિ. પરણવાલાયક (કન્યા); marriageable; [Avestan] [Avestan] marriageable maids નારી. ૧|૩ ય. ૫, ૮૭.

૧ [Avestan] (= [Avestan] = वन् = ફ) મારવું; મારીને ફતેહ મેળવવી; to smite, to strike, to vanquish, to gain by success; to conquer; cl. 1; [Avestan] વર્ત. પરસ્મૈ. ૧|૧ ય. ૧૫, ૪૪; [Avestan] ૩|૧ ય. ૧૯, ૯૬; [Avestan] ([Avestan] ને બદલે) વર્ત. સંરા. ૨|૧ વં ૧૯, ૮; [Avestan]* શક્યા. પરસ્મૈ. ૩|૧ યજ. ૬૦, ૫; [Avestan] ૧|૩ વં. ૨૦, ૮; [Avestan] યજ. ૩૧, ૪; [Avestan] આજ્ઞા. પરસ્મૈ. ૧|૧ વં. ૧૯, ૯; [Avestan] ૧|૩ ય. ૧૦, ૩૪: [Avestan] (મારે અથવા મારશે) (સંરા. અથવા ભવિ. ની મતલબે) ય. ૧, ૨૮; [Avestan] ય. ૨, ૧૧; [Avestan] અ. ભૂ. સંરા. પરસ્મૈ. ૩|૧ યજ. ૯, ૨૪; ય. ૧૯, ૫૪; [Avestan] અનિયમિત (ઞ-Aor.) પરસ્મૈ. ૩|૧ યજ. ૪૮, ૨; [Avestan] ભવિ. (ફાવશે, મારશે) યજ. ૪૮, ૧; [Avestan] (Wester.) કર્મ. વર્ત. સંરા. (Pass. Pres. Subj.) આત્મને. ૩|૩ ય. ૧૪, ૪૩; *[Avestan] ય. ૨૪, ૨૫; [Avestan] [Avestan] (Wester. [Avestan] [Avestan]) that he may be constantly victorious તે હમેશાં ફતેહમંદ થાએ) આફ્રૂ. ગાહામ. ૧૭, તથા દરેક આફ્રંગાનમાં આવતા [Avestan] [Avestan] ના કરદામાં; [Avestan] વર્ત. કૃ. આત્મને. નર. ૧|૧ યજ. ૫૭, ૧૫; ય. ૧૧, ૧૦; [Avestan] smiting, victorious (મારનારો, ફતેહમંદ) પૂ. કૃ. પરસ્મૈ. નર. ૧|૧ યજ. ૫૭, ૧૧; આફ્રૂ. ગાહામ. ૧૬; તથા દરેક આફ્રંગાનમાં આવતા [Avestan] [Avestan] ના કરદામાં.

૨) (રાસ્તી, દીન ઇત્યાદિને માટે) લડવું—લડાઈ કરવી; to strive after, to fight for (righteousness, truthfulness, &c.); [Avestan] પૂ. ભૂ. પરસ્મૈ. ૩|૩ યજ. ૨૯, ૪. ૫; ય. ૧૩, ૧૫૫; [Avestan]† પૂ. કૃ. પરસ્મૈ. નર. ૬|૩ ય. ૧૩, ૧૫૫; [Avestan] વર્ત. કૃ. પરસ્મૈ. નર. ૬|૩ ય. ૧૩, ૧૫૫; [Avestan] ભવિ. કૃ. ૬|૩ ય. ૧૩, ૧૫૫. [Avestan] [Avestan] [Avestan] .... [Avestan] [Avestan] [Avestan] [Avestan] we glorify the soul and the Fravashi of those who struggle, will struggle or have struggled for (righteousness) Yt. 13, 155.

[Avestan] (=ક) લાગવું, અથડવું; અથડાવું; to touch, to beat; [Avestan] વર્ત. પરસ્મૈ. ૩|૩ ય. ૧૪, ૪૧.‡ [Avestan] [Avestan] [Avestan] [Avestan] [Avestan] [Avestan] [Avestan] as these big clouds, full of water, beat the mountains. Yt. (14, 41.)

* આશીર્વાદાર્થક (Benedictive) બી થઈ શકે.

*For smiting (dat. sing, used infinitively (Dar.)).

† અસલ રૂપ [Avestan] + [Avestan] + [Avestan]; જુઓ મારૂં અવસ્તા વ્યાકરણ, સંકો ૨૬૧-૨૬૨ મો. Geld. [Avestan]

‡ આએ ઠેકાણે એનો અર્થ 'ઢાંકેછે, ઢાંકી નાખેછે બી થઈ શકે.

ખ) જીતવું, ફતેહ મેળવવી ; to win ; to gain success ; [Avestan] ય. ૧૩, ૯૮ ; [Avestan] આજ્ઞા. પરસ્મૈ. ૧/૧ ય. ૫, ૧૩૦ ; [Avestan] અ. ભૂ. સંશા. ય. ૧૦, ૭૫. [Avestan] . . . ના ય. ૧૩, ૧૩.

[Avestan] = મારી નાખવું, કતલ કરવું ; to slay, to kill ; [Avestan] શક્યા. પરસ્મૈ. ૫ મો વર્ગ ૩/૧ વં. ૧૮, ૭૦.

૨ [Avestan] = वन् = Lat. *Ven*-erare= Fr. Vénérer = ચાહવું, મોહોબત રાખવી, પ્યાર કરવો, માન આપવું ; to love, to regard with affection, to revere ; [Avestan] (જેઓ) માન આપેછે, અથવા માન આપશે, અથવા માન આપી ચુકા હૈજ. ૩૯, ૨ ; [Avestan] (ઉપયેજ અર્થે) ય. ૧૩, ૧૫૪ ; [Avestan], [Avestan] વર્ત. પરસ્મૈ. ૩/૩ ; [Avestan], [Avestan] ભવિ. અ. ભૂ. પરસ્મૈ ૩/૩ ; [Avestan], [Avestan] પૂ. ભૂ. પરસ્મૈ. ૩/૩ ; જુઓ [Avestan], [Avestan]

[Avestan] = ચાહવું, પ્રીતિ રાખવી ; to love, to treat with affection ; [Avestan] ભવિ. આજ્ઞા. પરસ્મૈ. ૩/૧ હૈજ. ૫૩, ૫.

[Avestan] (જુઓ ૧ ધા. [Avestan] ક) સા. ના. નારી. ફતેહ ; ફતેહમંદીથી મારવું ; victory ; smiting victoriously ; [Avestan] ૨/૩ હૈજ. ૫૭, ૩૪ ; ય. ૧૧, ૧૯. જુઓ નીચેનો બોલ.

[Avestan] ([Avestan] ઉપરથી) વિ. ફતેહમંદીવાળો ; ફતેહથી મારતો ; victorious; smiting with success ; epithet of Sraosha ; [Avestan] નર. ૬/૧ હૈજ. ૫૭, ૩૪ ; ય. ૧૧, ૧૯.

૧ [Avestan] (જુઓ ૧ ધા. [Avestan] ક) કૃ. વિ. મારતો, મારનાર ; ફતેહમંદ, ફતેહ પામતો ; smiting, gaining victory ; victorious ; [Avestan] નર. ૧/૧ હૈજ. ૯, ૧૭ ; Wester. [Avestan]

[Avestan] = ફતેહમંદ સરસાઈ ; ફરેશ્તાનું નામ (વિ. ના. નારી.) ; victorious ascendancy (lit.) ; also, the angel presiding over the same ; [Avestan] નાં જુદાં જુદાં રૂપો તથા તેના ઇશારા બાબે જુઓ [Avestan] બોલ ; [Avestan] નર. ૬/૧ હૈજ. ૫૭, ૩૪ ; ય. ૧૧, ૧૯ ; ય. ૧૦, ૧૦૯ ; [Avestan] નર. ૬/૩ નીઆ. ૩, ૧૦ ; ય. ૨૪, ૬ ; જુઓ [Avestan]

૨ [Avestan] (= [Avestan]) વિ. ના. નર. વનન્ત * સેતારો ; દક્ષિણ દિશાએ આવેલા સેતારાઓમાં એ મુખ્ય અને ઘણો ચળકતો સેતારો છે. એને બૃહસ્પતિનો હરીફ ગણેલોછે. વનન્ત *હૈજ.૬. "The chief of the stars to the West and the opponent of the planet Jupiter. It literally signifies one who smites or destroys (rt. [Avestan] = वन्). Its proper function is to guard the passes and the gates of the Alborz, round which the sun, the moon and the stars revolve and to check the Peris and the Daevas from obstructing the path of the sun" (Dar.) ; *also*, the Divinity (Vanant Yazata). [Avestan] ૨/૧ ય. ૮, ૧૨ ; ય. ૧૨, ૨૯ ; નીઆ. ૧, ૮ ; નીઆ. ૨, ૮ ; સીરો. ૨, ૧૩ ; [Avestan] ૬/૧ ય. ૨૦, ૦. ૨ ; સીરો. ૧, ૧૩.

[Avestan] (જુઓ ૧ [Avestan] તથા [Avestan]) ક) સમાસ વિ. લડાઈમાં મારતો ; લડાઈમાં ફતેહ મેળવતો ; smiting or conquering in battles ; [Avestan] નર. ૧/૧ હૈજ. ૯, ૨૦ ; [Avestan] નારી. ૧/૩ ય. ૧૩, ૪૦ ; [Avestan] નારી. ૨/૩ ય. ૧૩, ૩૦.

ખ) સમાસ ના. નાન્ય. ફતેહમંદ લડાઈ ; victorious battles ; [Avestan]† ૭/૧ આફ્રૂ. ગાહામ. ૧૯ ; તથા દરેક આફ્રૂંગાનમાં આવતા [Avestan] ના ફકરામાં.

[Avestan] (જુઓ ૧ ધા. [Avestan]) સા. ના. નાન્ય. ફતેહ ; victory ; [Avestan] . . . [Avestan] (how wilt Thou give victory) ૨/૧ હૈજ. ૪૪, ૧૫.

[Avestan] (= [Avestan] = वन = [Avestan]) સા. ના. નારી. ઝાડ, વૃક્ષ ; a tree ; [Avestan] ૧/૧ વં. ૫, ૨૪ ; [Avestan] ૨/૧ વં.

* પણ એ ઠેકાણે કર્મણિને અર્થે વપરાએલોછે :— હમારી જોરાવર બાજુ અદેખાઓની આગળ માર ખાધેલી નહી થાએ.

* જેમ તેશતર ([Avestan]) સેતારા તથા ઇજદનું નામ છે તેમ [Avestan] સમજવું.

† Geld. [Avestan]

પ, ૧. ૨. ૨૯; ય. ૧૨, ૧૭: [Avestan] (= [Avestan] + [Avestan]) ૬|૩ વં. પ, ૨૪.

[Avestan] વિ. ના. નર. નામાંકિત પુરૂષનું નામ; ધારચામેજે ગુશ્તાસ્પ પાદશાહનો ભાઈ (મોદી); name of an illustrious personage, probably; a brother of King Gushtasp's (Modi); [Avestan] ૬|૧ ય. ૧૩, ૧૦૧.

[Avestan] (જુઓ ૧ [Avestan] તથા ૧ [Avestan]) સમાસ વિ. ફતેહમંદ તથા પ્યારો; victorious and dear; [Avestan]... [Avestan]* [Avestan] (ફતેહમંદ તથા પ્યારા સપેના મીનોને) નર. ૪|૧ ય. ૧૩, ૧૩.

[Avestan] (જુઓ ૧ [Avestan] તથા [Avestan]) સમાસ વિ. બધાની ઉપર ફતેહમંદ, બધાઓને મારતો—જીતતો; all-smiting, all-conquering; [Avestan] નર. ૧|૧ ય. ૧૫, ૪૪.

૧ [Avestan]† = वप्, वे = [Avestan] = Lat. *Vi*-ere = Ger. *Weben* = To Weave = વણવું (અસલ.); કીર્તિ ગાવી; કીર્તિનાં ગાયન ગાવાં; to weave (orig.); to weave the hymns; to sing the glory; cl. 4; [Avestan] વર્ત. પરસ્મૈ. ૧|૧ ઈજ. ૨૬, ૧; ય. ૧૩, ૨૧; સીરો. ૨, ૩૦; [Avestan] [Avestan] [Avestan] Thee, O Mazda! I praise and weave my song (અય હોરમજદ! હું તુંને વખાણુંછું તથા તારી કીર્તિનાં ગાયન ગાઉંછું.) વર્ત. પરસ્મૈ. ૧|૧ ઈજ. ૪૩, ૮; [Avestan] આજ્ઞા. ઈજ. ૨૮, ૩; [Avestan] અ. ભૂ. સંરા. પરસ્મૈ. ૩|૧ ય. ૧૩, ૫૦.

૨ [Avestan] = वप् = ક) બી વાવવાં, આબાદી કરવી; to sow seeds; to render prosperous; *vide* [Avestan]

ખ) નાંખવું, પાંથરવું; to throw, to spread; *vide* [Avestan]

[Avestan] (જુઓ ૨ ધા. [Avestan] ક) વિ. આબાદી કરતો; rendering prosperous or flourishing. [Avestan] [Avestan] [Avestan] [Avestan] (સર્વજ્ઞ તથા આબાદી કરનાર હોરમજદ) નર. ૧|૧ ઈજ. ૨૯, ૬; [Avestan] [Avestan] (અય આબાદી કરનાર હોરમજદ!) નર. ૮|૧ ઈજ. ૪૮, ૯.

[Avestan] (= [Pahlavi] = [Persian]) (જુઓ ૨ ધા. [Avestan] ખ) સા. ના. નર. આસ્માન ઉપરથી નીચે જમીન ઉપર નખાએ—પડે તે (અસલ.); બરફ; snow; congealed moisture *dropping* from the air (lit.); rt. [Avestan] to drop, to throw; [Avestan] ૬|૧ વં. ૨, ૨૪; [Avestan] (Wester.) ૧|૩ ય. ૧૯, ૩; જુઓ [Avestan], [Avestan], [Avestan]

[Avestan] વિ. ના. નર. પાહાડનું નામ; બરફથી ઢંકાએલો હોવાથી એ નામ પડેલું દીસેછે; snowy; snow-clad (lit.); name of a mountain. Comp. [Pahlavi] of the Bund. According to the Bundehesh, the Mount Siyâkômand (Av. [Avestan] the black mountain) and the Mount Vafarômand (Av. [Avestan] the snowy mountain) are said to have grown out of the Apârsên ridge and to extend towards China (Dar.); [Avestan] ૧|૧ ય. ૧૯, ૫. જુઓ મોદી.

[Avestan] = [Pahlavi] = वम् = Lat. *Vom*-ere=Fr. *Vom*-ir = To Vomit = વામિટ કરવું, ઓકવું, ઓકી કાહાડવું; to vomit; જુઓ [Avestan]

[Avestan] =ઓકી કાહાડવું, ઓકવું; to vomit, to throw up; [Avestan] . . . [Avestan] ભૂ. કૃ. નારી. ૧|૧ વં. ૫, ૧.

૧ [Avestan] (= [Pahlavi]) (જુઓ ૨ ધા. [Avestan]) સા. ના. નર. ક) હવા; વાતાવરણ; air; the region of the air; atmosphere; the space between the earth and the sky; *vide* [Avestan] [Avestan] (Wester. [Avestan]) ૨|૩ ય. ૧૯, ૮૨.

ખ) વિ. ના. નર. વાએ ઈજદ, મીનોરામ, પવનની ઉપરનો મવક્કેલ ફરેશ્તો; the angel presiding over the atmosphere; Vayu, the collaborateur of Râma Hvâstra; [Avestan] ૨|૧ ઈજ. ૨૫, ૫; ય. ૧૫, ૧. ૫. ૫૭; [Avestan] [Avestan] [Avestan] ૨|૧ નીઆ. ૧, ૧.*

* Geld. [Avestan] [Avestan]

† Rt. [Avestan] drops [Avestan] in its inflected forms; *vide* my Avesta Grammar, p. 207.

* પ્રોફેસર યુસ્તી સં. वयस् સાથે સરખાવીને [Avestan] નો અર્થ એ ઠેકાણે "લાંબો જમાનો-વખત" કરેછે.

ગ) વિ. ના. નર. વાએ ઇજદની સાંબેનો દેવ, જેને પેહેલવીમાં [illegible] અથવા [illegible] કેહેછે. ખરાબ—જેહરી હવાથી માણસને ગુંગળાવી નાખી મારી નાખનાર દેવ; સાધારણ રીતે એનો અર્થ 'જમ' કરવામાં આવ્યો છે; the adversary of Vayu, called in Pehlvi [illegible] or [illegible] the Demon of Suffocation by poisonous air, commonly named the Demon of Death. [illegible] ૧/૧ વં. ૫, ૮. ૯. (જુઓ મોદી.)

૨ [illegible] વિરો જુઓ [illegible] પક્ષિ, a bird.

[illegible] વિરો જુઓ [illegible]

[illegible] વિરો જુઓ [illegible] બે two.

[illegible] (= [illegible] = वायु) (જુઓ ૨ ધા. [illegible]) ક) સા. ના. નર. હવા, વાયુ; વાતાવરણ; air; the region of the air; atmosphere.

ખ) વિ. ના. નર. પવન—હવાની ઉપરનો મવક્કેલ ફરેશતો, વાએ ઇજદ, મીનોરામ; the angel presiding over the atmosphere; Vayu; the collaborateur of Râma Hvâstra or Mino Râm. એ બોલનો [illegible] ધાતુ (=वी=બધી તરફ પંથરઈ જવું—ફેલાવું, બવે ફરી વળવું) બી થઈ શકે; [illegible] ૧/૧ ય. ૧૫, ૪. ૪૩. ૫૪; [illegible] ૬/૧ વં. ૧૯, ૧૩. ૧૬; ય. ૧૫, ૦. ૫૮; ય. ૨૪, ૨૪; [illegible] O Vayu! who dost work highly (આએ વધારે કામ કરનાર ઈઆને જોરેમંદ વાએ ઇજદ) ૮/૧ ય. ૧૫, ૩. ૮. ૧૨. ૧૬. ૨૦; ૨૪. ૨૮. ૩૨. ૩૬, ૪૦; [illegible] ૮/૧ ઇજ. ૨૨, ૨૪. ઇજ. ૨૫, ૫; ય. ૧૫, ૦. ૩. ૫૩; [illegible] ય. ૧૫, ૫૭.

[illegible] (meaning unsettled); one who bears Vayu, *i. e.*, one who promotes the interests of Vayu (M.); being carried off to the place of grief (Dar.). *Otherwise:* [illegible] = Sans. वायु life; breath of life; possessing: [illegible] possessing, keeping; a man; human being (S. D. Bharucha); [illegible] ૪/૩ ઇજ. ૫૩, ૬.

[illegible] વિરો જુઓ ૧ ધા. [illegible]

[illegible] વિરો જુઓ [illegible] તથા ૨ [illegible]

[illegible] કેવળ. અ. અફસોસ! (એરવદ શે. દા. ભરૂચા); alas! (S. D. Bharucha). Comp. [illegible], Per. [illegible]; [illegible] ઇજ. ૫૩, ૭.

[illegible]* (અસલ રૂપ [illegible]; જુઓ [illegible]* તથા ધા. [illegible]) સમાસ વિ. બેથી પકડાએ તેવું (અસલ.); that can be seized by both (lit.); [illegible] trowsers enough to cover both legs (બેહુ પગમાં આવે એવી ઇજાર—સુરવાલ) નર. ૨/૧ વં. ૮, ૨૪.

[illegible] એ બોલનો ચોકસ અર્થ જણાયો નથી; નીચે મુજબ સમજાવી શકાએછે. ધા. [illegible] = भी to fear, to dread; બીહીવું; [illegible] dreadful ભયંકર, બેહામણું; ધા. [illegible] = शु = to be powerful; શક્તિવાન થવું; [illegible] = શક્તિવાન થએલું; જોરાવર; mighty; [illegible] =dreadful and mighty; ભયંકર અને જોરાવર; [illegible]† in a dreadful and mighty forest (= ભયંકર તથા મ્હોટાં જંગલમાં) ७/१ વં. ૧૩, ૮.

[illegible]† (જુઓ [illegible]* તથા [illegible]) સમાસ વિ. બે ધારવાળી (તરવાર); (a sword) two-edged; [illegible] નર. ૬/૩ ય. ૧૦, ૧૩૧.

[illegible] (જુઓ [illegible] તથા ૧ [illegible]) ભૂ. કૃ. વિ. પક્ષિથી લઈ જવાએલો (નસો); (any dead matter) that has been brought by birds. [illegible] ... [illegible] નર. ૧/૧ વં. ૫, ૩. ૬; [illegible] નર. ૧/૩ વં. ૫, ૪. ૭.

૧ [illegible]‡ = वृ = ઢાંકવું, સંતાડવું, બંચાવવું; to cover; to conceal; to shelter; [illegible], (ગર્ભ રાખેછે, ગર્ભ ગ્રહણ કરેછે) વર્ત. પરસ્મૈ-પદ ૭ મો વર્ગ ૩/૩ ય. ૧૩, ૧૫. જુઓ [illegible] ૧ [illegible], ૨ [illegible], ૨ [illegible], [illegible], [illegible]

---

* શરૂઆતનો [illegible] નીકળી ગયો છે તે બતલાવાને માટે [illegible] ને બદલે [illegible] થયો.

† Geld. [illegible]—છુટો આવ્યાથી પેહેલો બોલ વિભક્તિનાં રૂપમાં (સાતમી એકવચનમાં) આવ્યો.

‡ From the rt. [illegible] are derived:—Wall, Veil; Lat. *Aper*-ire, To *Open* (=अ-वृ not to cover or conceal, *i.e.*, to open, નહી ઢાંકવું, ઉઘાડવું, ખોલવું).

[Avestan] = ઉપરથી ઢાંકી નાખવું; to cover up; to overshadow; [Avestan] વર્ત. પરસ્મૈ. ૩|૧ વં. ૫, ૨૪.

[Avestan] = દૂર રાખવું, પાસે નહી આવવા દેવું; to keep off; to drive away; [Avestan] આજ્ઞા. પરસ્મૈ. ૧|૧ વં. ૨૨, ૬.

[Avestan] = ભરાઈ બેસવું, સંતાવું; to be concealed, to hide; [Avestan] (the Druj Nasu) is concealed કર્મ. (Pass. Pres.) વર્ત. ૩|૧ વં. ૮, ૬૯. ૭૦. ૭૧; વં. ૯, ૨૪. ૨૫. ૨૬.

[Avestan] = ક) બચાવવું, ટકાવી રાખવું; to shelter, to enclose safely; [Avestan] (for [Avestan] sheltered બચાવેલાં) ભૂ. કૃ. ૨|૩ ઈજ. ૨૩, ૧; ય. ૧૩, ૧૧.

ખ) પાછું હઠાવવું; દૂર રાખવું; to repel; to turn away; [Avestan] ... [Avestan] ય. ૧૦, ૨૭.

[Avestan] = આસપાસથી ઢાંકવું; to cover all round; to throw a veil over; [Avestan] [Avestan] ય. ૧૪, ૪૧; [Avestan]...[Avestan] પ્રયો. વર્ત. ૩|૧ ય. ૧૦, *૪૮; ય. ૧૪, ૬૩; [Avestan] [Avestan] [Avestan] throw thou the veil of darkness over his mind આજ્ઞા. પરસ્મૈ. ૨|૧ ઈજ. ૯, ૨૮; [Avestan] [Avestan] [Avestan] આજ્ઞા. આત્મને. ૨|૩ ય. ૧, ૨૭.

[Avestan] = બંચાવવું; આબાદ કરવું; to shelter; to render prosperous; [Avestan] ...... [Avestan] (આબાદી કરવાનેમાટે) સામાન્ય રૂપ (infinitive) વીસ્પ. ૪, ૨.

[Avestan] = सम-वर = ઢાંકવું, ઉપર પાથરવું; to cover; to spread over; [Avestan] વર્ત. સંશ. આત્મને. ૩|૩ વં. ૫, ૫૯.

૨ [Avestan] = वर = Lat. *Velle*† = પસંદ કરવું, ચાહવું, પ્યાર કરવો; સોહોબત કરવી; to like, to love; to regard with affection; [Avestan] (હું પસંદ કરૂંછું) વર્ત. આત્મને. ૯ મો *વર્ગ ૧|૧ ઈજ. ૧૨, ૨; ઈજ. ૪૬, ૩; [Avestan]† ૩|૧ ઈજ. ૪૩, ૧૬; ઈજ. ૫૧, ૧૮; [Avestan] અ. ભૂ. આત્મને. ૯ મો વર્ગ* ૩|૧ ઈજ. ૩૦, ૬; [Avestan] અ. ભૂ. આત્મને. ૧ લો વર્ગ* ૩|૧ ઈજ. ૩૨, ૧૨; [Avestan] વર્ત. સંશ. ૫ મો વર્ગ* ૩|૧ ઈજ. ૩૧, ૧૭; (આ એ ઠેકાણે એનો અર્થ દીન ઉપર એતેકાદ રાખવો પી થઈ શકે); [Avestan] Geld. અ. ભૂ. આત્મને. ૧|૩ ઈજ. ૩૫, ૩; [Avestan] Wester. વર્તમાન કાળ આત્મનેપદ ૧|૩ ઈજ. ૩૫, ૩; [Avestan] (Wester. [Avestan]) ઈજ. ૩૨, ૨; [Avestan] (સોહોબત કરેછે) વર્ત. આત્મને. ૫ મો વર્ગ ૩|૧ વં. ૧૮, ૩૫. ૪૧. ૪૭; [Avestan] ૩|૩ વં. ૧૮, ૩૨; [Avestan] (હું ચાહીશ) આજ્ઞા. પરસ્મૈ. ૧|૧ ઈજ. ૫૩, ૪; [Avestan] (ખચીત પસંદ પડે) Intensive Verb વર્ત. સંશ. આત્મને. ૩|૧ ઈજ. ૪૭, ૬; [Avestan] નું બેવડું રૂપ [Avestan] = [Avestan] ([Avestan] નીકળી ગયાથી); વળી એમજ રૂપ અ. ભૂ. આત્મને. ૩|૨ પી થઈ શકે.

[Avestan] ક) = પસંદ કરવું; to choose; [Avestan] અ. ભૂ. આત્મને. ૩|૧ ઈજ. ૩૧, ૧૦.

ખ) રાજી થવું; to be pleased; [Avestan] અ. ભૂ. આત્મને. ૩|૩ ઈજ. ૫૭, ૨૪; ય. ૧૦, ૯૨.

[Avestan] = સાથે સોહોબત—મોહોબત કરવી; એશકબાજી કરવી; to be in love with; to copulate; [Avestan] વં. ૧૮, ૩૨. ૪૧. ૪૮.

૩ [Avestan] = वर = [Pahlavi] = માનવું, એકીન રાખવું; માન—મ્હોટાઈ આપવી; to put faith in, believe in; to venerate, to exalt; [Avestan] [Avestan] [Avestan] (I may make all the living believers) Intensive Verb પ્રયો. વર્ત. પરસ્મૈ. ૧|૧ ઈજ. ૩૧, ૩; [Avestan] = દીન ઉપર એકીન રાખનાર હું કરૂં; [Avestan] નું બેવડું રૂપ [Avestan] = [Avestan] ([Avestan] નીકળી ગયાથી); પછી પ્રયોજ્યનો [Avestan] લાગો, અને [Avestan] નીકળી ગયો. [Avestan] (હમો ખચીત ઈમાન

---

* Geld. [Avestan]...[Avestan]

† Lat. Velle is originally rt. Vel & re (infini.).

* કેટલીએક વખતે એકજ ધાતુ, એકથી વધારે વર્ગનાં રૂપમાં આવેછે. વધારે ખોલાસા માટે, જુઓ મારૂં અવસ્તા વ્યાકરણ, સફે ૨૩૧-૨૩૩.

† ૯ મા વર્ગના [Avestan] ને બદલે બેકાએદે [Avestan] લાગેલો દીસેછે; દારમેસ્તેતે ૭ મા વર્ગનો [Avestan] ગણેછે.

આપી શકીએ, એકીનવાળા કરી શકીએ) Intensive Verb શક્યા. આત્મને. ૧|૩; વળી એ બોલનો ધા. [illegible] (= Vedic वृ = હઠાવવું to repel ઉપરથી ગણીએ તો, એનો અર્થ "હમો હઠાવી શકીએ" બી થઈ શકે. જુઓ [illegible]

[illegible] = એતેકાદ રાખવો; to put faith in; [illegible] I confess my belief in Thee, O Ahura Mazda; વર્ત. આત્મને. ૧|૧ વીરપ. ૫. ૩; [illegible] (અસલ રૂપ [illegible] + [illegible] + [illegible]) અ. બૂ. આત્મને. ૯ મો વર્ગ ૩|૧ ય. ૧૩, ૮૯; [illegible] (અસલરૂપ [illegible] + [illegible] + [illegible] + [illegible]) શક્યાર્થ આત્મનેપદ ૩|૧ વં. ૧૯, ૨; [illegible] I confess myself a Mazdayasnian, of the order of Zarathushtra (હોરમજદની પરસ્તેશ કરનાર (તથા) (પેગમબર) જરતોશ્તે જાહેર કીધેલી દીન પ્રમાણે ચાલનાર તરીકે હું એકરાર કરૂંછું) આજ્ઞા. આત્મને. ૧|૧ ઇજ. ૧, ૨૩; ઇજ. ૩, ૨૪; ઇજ. ૧૨, ૧; ઇજ. ૧૪, ૪; તથા દરેક નીઆએશ, ગેહ તથા યશ્તમાં [illegible] ના ફકરામાં.

૪ [illegible] = वृ = (ایوردن=) ઉલટું કરવું—ચાલવું, નિષ્ફળ થવું; આડે માર્ગે જવું; to counteract, to transgress, to be disappointed; to go astray; [illegible] (નિષ્ફળ થએલો) કૃ. નર. ૧|૧ ઇજ. ૮, ૬.

બ) રદ—બાતેલ કરવું, કબૂલ નહી રાખવું; to reject, to refuse, to accept; [illegible] [illegible] (કબૂલ નહી રાખવા જોગ ઇઆને રદ—બાતેલ ઢોર) કૃ. વિ. નર. ૨|૧ આફ્રીં. ગાહામ. ૧૦.

[illegible] = આડે માર્ગે જવું; to be led astray, to deviate; [illegible] બૂ. કૃ. નર. ૧|૧ ઇજ. ૪૫, ૧.

૧ [illegible] (= [illegible]) (જુઓ ૧ ધા. [illegible]) સા. ના. નર. ઘેરી લીધેલી જગા; ગોફા; an enclosure, a sheltered place, a cave; Vara; Pehl. [illegible] the Vara made by King Jamsheed; [illegible] ૨|૧ વં. ૨, ૨૫. ૩૦. ૩૧. ૩૩. ૩૮; [illegible] ૭|૩ વં. ૨, ૨૮. ૩૦. ૩૮. ૩૯. ૪૧. ૪૨.

૨ [illegible] (= उरस् = [illegible]) (જુઓ ૧ ધા. [illegible]) સા. ના. નર. છાતી; the breast or chest; જુઓ [illegible], [illegible]

૩ [illegible] (જુઓ ૨ ધા. [illegible]) વિ. પસંદ પડતું, મનગમતું; pleasing, agreeable; *vide* [illegible] pleasing or dear to Mazda.

૪ [illegible] વિ. ના. નર. તુરાની ખાનદાનના કોઈ પુરૂષનું નામ, જે જરતોશ્તી દીનનો દુશ્મન હતો; name of a Tûranian, antagonistic to the Zoroastrian religion; [illegible] ૨|૧ ય. ૫, ૭૩. (જુઓ માદી.)

[illegible] (જુઓ ધા. [illegible]) વિ. આડું; સીધું—સરખું નહી તે; straying, deviating; [illegible] [illegible] a straying way (= આડે માર્ગે) ૨|૧ વં. ૩, ૧૧; ય. ૧૦, ૩૮.

[illegible] વિ. ના. નર. પુરૂષનું નામ; name of a person; [illegible] = Valkash (of the Parthians) = Volagesses (Dar.); જુઓ નીચેનો બોલ.

[illegible] ([illegible] ઉપરથી) વિ. વરકસનો કુટુંબી—ખાનદાનને લગતો; વરકસનો છોકરો; (a person) of the family of Varakasa; son of Varakasa; [illegible] નર. ૬|૧ ય. ૧૩, ૧૧૩. (જુઓ માદી.)

[illegible] (meaning unsettled); [illegible] [illegible] [illegible] a person who refused charity to the poor (Dar.) Yt. 22, 13.

[illegible], [illegible] સા. ના. નાન્ય. ભેટ, બખશીશ (પુસ્તી તથા હારલે); વર નીરંગ, દિવ્ય (દારમે.); a present; a gift (Jus. and Har.); "the Var Nirang or ordeal, which is alluded to in several passages of the Avesta (*vide* Yas. 32, 7; Yas. 47, 6; Yas. 51, 9; Afrin. Gâhâm., 9). According to the Dinkard, there were 33 kinds of *var* ordeals (Haug, Arda Viraf, p. 145); the most common was to pour melted copper upon the breast of the man whose truth was to be tested, if he came out uninjured, he was considered to have spoken the truth (Dar.). Compare the legend of Syâvakhsh in the Shâh-Nâmeh. For particulars, *vide* [illegible]; [illegible] ૨|૧ ય. ૧૨, ૩. ૫; [illegible] ૨|૧ ય. ૧૨, ૩. ૫.

[Avestan] વિશે જુઓ ૧ [Avestan]

[Avestan] વિશે જુઓ [Avestan]

[Avestan] વિશે જુઓ [Avestan]

[Avestan] વિ. ના. પાહાડનું નામ; name of a mountain; [Avestan] Geld. ય. ૧૯, ૩; Wester. [Avestan]

૧ [Avestan] (= वराह = گراز = Lat. Verres) સા. ના. નર. ડુક્કર; a bore; [Avestan] in the shape of a wild boar (lit., boar-pig) ૬|૧ ય. ૧૦ ૭૦. ૧૨૭; ય. ૧૪, ૧૫; [Avestan] ૬|૧ ય. ૧૦, ૭૦. ૧૨૭; ય. ૧૪, ૧૫.

૨ [Avestan] વિશે જુઓ [Avestan]

[Avestan], [Avestan] = व्रक्, व्रश्च् = ફાડી નાખવું, ચીરવું, પકડવું; to tear off, to lacerate; to hold. Comp. ૨ [Avestan]; જુઓ [Avestan]

૧ [Avestan] = वर्च् = ચળકવું, પ્રકાશવું; to shine, to glitter; જુઓ [Avestan]

૨ [Avestan] (= व्रश्च्) ફાડી નાખવું, ચીરવું; to lacerate, to tear off. Comp. [Avestan]

[Avestan] = ફાડી નાખવું, ચીરીએ ચીરીઆં કરી નાંખવાં; to lacerate, to tear in pieces; [Avestan] વર્ત. પરસ્મૈ. ૩|૩ ય. ૧૭, ૧૯.

[Avestan] (જુઓ ૧ ધા. [Avestan]) ચળકાટ; દેખીતું, ખુલ્લું (પુસ્તી); ખરાબ હિકમત (દારમે.); શક્તિનાં કામ (મિલ્સ); glitter; evident, clear (Jus.) bad skill (Dar.); deeds of power (M.); [Avestan] (Wester. [Avestan]) ઇજ. ૩૨, ૧૪.

[Avestan] (= वर्चस्) (જુઓ ૧ ધા. [Avestan]) સા. ના. નાન્ય. ચળકાટ, પ્રકાશ; brilliancy, lustre; જુઓ [Avestan] તથા નીચેનો બોલ.

[Avestan] (= [Persian]) ([Avestan] ઉપરથી) વિ. ચળકાટવાળું; નુરમંદ; brilliant, refulgent; [Avestan] (= કારાંત પ્રમાણે) નાન્ય. ૧|૧ ય. ૧૨, ૧; [Avestan] નર. ૨|૧ ય. ૭, ૫; ય. ૮, ૪૯; નીઆ. ૩, ૭; [Avestan] (= કારાંત પ્રમાણે) નાન્ય. ૨|૧ ય. ૧૯, ૯; [Avestan] [Avestan] નર. ૧|૩ ય. ૧૯, ૭૨; [Avestan] નર. ૬|૩ વં. ૨૦, ૧. ૨.

[Avestan] = [Pahlavi] = वर्ज् = ورزیدن = Ger. *Wirk*-en = [Avestan]) કામ કરવું; ઉદ્યોગ—મેહેનત કરવી; to work, to do, to commit; to perform; to be industrious, to labour; cl. 4; [Avestan] વર્ત. પરસ્મૈ. ૧|૧ ય. ૧૫, ૪૪; [Avestan] ૩|૧ વં. ૩, ૪૧; વં. ૧૫, ૧; વં. ૧૬, ૧૭; વં. ૧૮, ૧૦. ૧૨; ય. ૧૦, ૨૦; [Avestan] ૧|૩ ઇજ. ૩૫, ૭; [Avestan] ૩|૩ વં. ૧૫, ૨. ૩. ૫. ૭. ૮; ય. ૧૭, ૫૯; [Avestan] શક્યા. પરસ્મૈ. ૩|૧ વં. ૧૯, ૪૧; [Avestan] આજ્ઞા. પરસ્મૈ. ૩|૧ ઇજ. ૩૫, ૬; [Avestan] (Geld. [Avestan]) આત્મને. ૩|૧ વીસ્પ. ૧૫, ૧; અથવા કર્મણિ ક્રિ. આજ્ઞા. ૩|૧ વીસ્પ. ૧૫, ૧; [Avestan] let the good deeds of husbandry be done here Visp. 15, 1; [Avestan] અ. ભૂ. પરસ્મૈ. ૩|૧ ઇજ. ૪૭, ૨*; [Avestan] સંશ. વં. ૧૩, ૨૩; [Avestan] ૩|૩ વં. ૫, ૧૦. ૩૯. ૪૫; વં. ૬, ૬. ૨૬. ૨૮; વં. ૮, ૧. ૪; વં. ૧૫, ૧૪; વં. ૧૬, ૧. ૨. ઇજ. ૩૫, ૬; ઇત્યાદિ; [Avestan] ([Avestan]—ને બદલે) (હું કરીશ) ભવિ. પરસ્મૈ. ૧|૧ ઇજ. ૫૦, ૧૦; [Avestan] ૩|૧ ઇજ. ૩૩, ૨; ઇજ. ૪૬, ૧૯; [Avestan] આત્મને. ઇજ. ૨૯, ૪; ઇજ. ૩૩, ૧; [Avestan] પરસ્મૈ. ૩|૩ ઇજ. ૪૫, ૩; [Avestan] (મને કરવા દે, હું કરીશ) ભવિ. આજ્ઞા. આત્મને. ૧|૧ ઇજ. ૫૧, ૧; [Avestan] અનિ. (Root-Aor.) પરસ્મૈ. ૨|૧ ઇજ. ૧૩, ૫; ઇજ. ૩૯, ૪; [Avestan] અ. ભૂ.† પરસ્મૈ. ૧|૩ ઇજ. ૩૫, ૩; [Avestan] પૂ. ભૂ. પરસ્મૈ. ૩|૨ ઇજ. ૧૩, ૪; [Avestan]‡ કર્મ. પૂ. ભૂ. (Pass. Perf.) (કરવામાં આવ્યું છે) આત્મને. ૩|૧ ઇજ. ૨૯, ૪. [Avestan] સામા. રૂપ (infinitive) ઇજ. ૩૩, ૬; ઇજ. ૪૩, ૧૧; [Avestan] વર્ત. કૃ. પરસ્મૈ. નર ૨|૧ ય. ૨૪, ૫૨.

* આએ ઠેકાણે એનો અર્થ to work out, to achieve ના જેવો થાએ છે.

† જો વચમાનો ' જોડણીનો નકામો ગણીએ તે અનિયમિત પરસ્મૈ ૧|૩ થઈ શકે.

‡ એના ખોલાસા બાબે જુઓ અવસ્તા વ્યાકરણ, સફે ૨૫૪-૨૫૫ મો.

[Avestan] આત્મને. નાન્ય. ૧/૧ વં. ૩, ૪૨; વં. ૪, ૨૦. ૨૪. ૨૮. ૩૨. ૩૫. ૩૮. ૪૧. ૪૫; [Avestan] પરસ્મૈ. ૬/૧ ઈજ. ૪૫, ૪; [Avestan] નર. ૧/૩ ઈજ. ૭૦, ૪; [Avestan] (અસરકારક) આત્મને. ૨/૩ ઈજ. ૫૫, ૬; [Avestan] ૬/૩ ઈજ. ૩૫, ૨; *[Avestan] પૂ. કૃ. પરસ્મૈ. નર. ૪/૧ ય. ૧૩, ૮૮; [Avestan] પૂ. કૃ. આત્મને. ૬/૩ ઈજ. ૩૫, ૨. [Avestan] . . . [Avestan] (કામો જે હવે પછી કરવામાં આવશે તે) ભવિ. કૃ. વિ. નાન્ય. ૨/૩ ઈજ. ૫૭, ૪. ૬. ૮. ૧૦. ૧૨. ૧૪. ૧૮. ૨૦. ૨૨. ૨૬. ૨૯. ૩૨. ૩૫; ઈજ. ૭૦, ૭; ઈજ. ૭૧, ૨૪; ય. ૧૧, ૯. ૧૩. ૧૪. ૧૭. ૨૨. [Avestan] (કામ કરાવનારને) પ્રયો. વર્ત. કૃ. નર. ૨/૧ વં. ૧૪, ૧૧. જુઓ ૧ [Avestan]

ખ) ખેતી કરવી; to till, to cultivate; [Avestan] અ. ભૂ. સંરા. પરસ્મૈ. ૩/૧ વં. ૩, ૩૪. ૩૫.

ગ) [Avestan] = वर्ज् = Lat. *Verg*-ere = છોડી દેવું. સાફ કરવું; to forsake, to avoid, to purify; to work off; જુઓ નીચે ધા. [Avestan] ખ.

[Avestan] = કૃ) મેહેનત કરવી, કામ કરવું, ખેતી કરવી; to work, to cultivate, to till; [Avestan] વર્ત. પરસ્મૈ. ૨/૧ વં. ૩, ૨૬. ૨૮; [Avestan] ૩/૧ વં. ૩, ૨૫. ૨૬. ૨૮.

ખ) સાફ થવું, નીકળી જવું; to be cleansed, to clear off; [Avestan] ભૂ. કૃ. ૬/૩ વં. ૫, ૧૪.

[Avestan] = કીધેલાંને નહી કીધેલાં બરાબર કરવું, (જેમકે ખરાબ કામ); તોબેશ કરવી; to reverse what has been done; to undo (an evil deed); to atone for (a misdeed); [Avestan] વર્ત. પરસ્મૈ. ૩/૧ વં. ૧૩, ૩; [Avestan] અ. ભૂ. સંરા. વં. ૪, ૨૧. ૨૫. ૨૯. ૩૩. ૩૬. ૩૯. ૪૨; વં. ૧૬, ૧૩; [Avestan] (દસ્તાનને નહી કીધા બરાબર કરે, ઈઓને દર માસે કાએદાસર આવતાં દસ્તાનને બંધ કરે) વં. ૧૬, ૧૩; [Avestan] ભૂ. કૃ. નાન્ય. ૧/૧ વં. ૭, ૫૧; વં. ૧૩, ૭. જુઓ [Avestan], [Avestan]

* અસલ રૂપ [Avestan] + [Avestan] + [Avestan]; એના ખોલાસા બાબે જુઓ મારૂં અવસ્તા વ્યાકરણ, સફા ૨૯૧ મો.

[Avestan] = કામ નહી કરવું, અટકવું (દારમે.); not to work, to cease to work (Dar.); [Avestan] ય. ૧૯, ૮૦.

[Avestan] = ([Avestan] ખ ઉપરથી) = દૂર રેહેવું; to abstain from; [Avestan] ભૂ. કૃ. નાન્ય. ૨/૩ વં. ૩, ૨૧; વં. ૫, ૨૬; વં. ૯, ૫૦.

[Avestan] = ઉલટું કામ કરવું, ઉલટી રીત—ખોટી રીતે કરવું; to act in opposition to; to act against; to act in a wrong way; જુઓ [Avestan]

[Avestan] (જુઓ ધા. [Avestan] ક) સા. ના. નર. કામ, અમલ; કરવું; doing, work, practice, fulfilment; [Avestan] ૨/૧ ઈજ. ૨૨, ૩; ઈજ. ૨૫, ૩; ઈજ. ૭૧, ૧૭; વીસ્પ. ૧૧, ૫; [Avestan] ૪/૧ વીસ્પ. ૧૫, ૧.

[Avestan] (જુઓ ધા. [Avestan] ક) સા. ના. નાન્ય. કારખાનું; a workshop; [Avestan]* ૬/૧ ય. ૧૦, ૮૦; [Avestan] ૭/૧ વં. ૧૫, ૧૭. ૨૦.

ખ) સા. ના. નર. સાથે કામ કરનાર, ધંધાદારી માણસ; working together (lit.); a *collaborateur*; a fellow-labourer; [Avestan] ૨/૨ ય. ૧૦, ૧૧૬. જુઓ [Avestan] તથા નીચેનો બોલ.

ગ) સા. ના. નાન્ય. ફેલાવવું, ફેલાવો કરવો; propagation, spreading; [Avestan] (infinitively) (દીન) ફેલાવાને માટે ૪/૧ (સામાન્ય રૂપની મતલબે) ય. ૯, ૨૬.

[Avestan] (જુઓ [Avestan] ખ તથા ધા. [Avestan]) સમાસ ના. નર. ધંધાદારી—મેહેનતુ માણસને દુઃખ દેનાર; a tormenter of work-men; [Avestan] ૪/૧ ઈજ. ૬૫, ૭.

[Avestan] (જુઓ ધા. [Avestan] ક) સા. ના. નાન્ય. કામ કરવાની શક્તિ; કૌવત; power of working; strength; [Avestan] [Avestan] [Avestan] [Avestan]† ... [Avestan] (હોરમજદ હમુને કામ કરવાની શક્તિ બખશે!) ૨/૧ ઈજ. ૪૫, ૯.

* મેહેનતું માણસ (સ્પીગલ); પડોસી (યુસ્તી); ઘરબાર, કુટુંબ (હારલે); ટોલકી clan (દારમેસ્તેતે).

† Geld. [Avestan], Wester. [Avestan] [Avestan]

[Avestan] = કામ કરવું, અસર કરવી; to work, to effect; (compound rt. of [Avestan]+[Avestan]); [Avestan], [Avestan], [Avestan], [Avestan], ઈત્યાદિની માફક બે ધાતુ સમાસ રૂપમાં આવેલાછે. જુઓ મારૂં અવસ્તા વ્યાકરણ, સફો ૨૫૫ મો.

૧ [Avestan], [Avestan] (જુઓ ધા. [Avestan]) સા. ના. નારી. આડો માર્ગ-રસ્તો; a misleading way, deviation; [Avestan] નારી. ૨|૧ વં. ૧૮, ૧૨; [Avestan] નારી. ૨|૧ વં. ૫, ૩૭; વં. ૧૨, ૨૩. જુઓ [Avestan], [Avestan]

૨ [Avestan] (Ger. Werth = Worth) (જુઓ ૨ ધા. [Avestan]) સા. ના. નારી. કીમતી ચીજ, માલ, દોલત; a valuable thing, wealth. Comp. Eng. Worth. જુઓ [Avestan]

[Avestan] (જુઓ ૧ [Avestan] તથા [Avestan] = જુઓ [Avestan]) સમાસ ના. પશુઓનું આડે માર્ગે જવું—રસ્તો ભુલી જવું; the going astray of cattle; [Avestan]* ૭|૧ વં. ૮, ૪.

[Avestan] (જુઓ ધા. [Avestan] ૫ તથા [Avestan]) સમાસ વિ. ગાડી ચલાવતો; driving the chariot; epithet of Drvâspa; [Avestan] નારી. ૨|૧ ય. ૯, ૨.

[Avestan] (જુઓ ૧ [Avestan] તથા [Avestan]) સમાસ ના. માણસોનું આડે માર્ગે જવું; માણસોને પોતાનાં કામ કાજમાં ખલલ થવી; માણસોનો રોજગાર અડચણને લીધે બંધ થઈ જવો; deviation of men from their ordinary course of business; a complete cessation of the affairs of men; [Avestan] ૭|૧ વં. ૮, ૪.

[Avestan] = [Avestan] = [Avestan] = Lat. *Vert*-ere = ફ) ફરી જવું, આડે માર્ગે જવું; to turn, to change; to go astray; જુઓ [Avestan], ૧ [Avestan]

૫) જવું, ચાલવું, ફરવું; to move, to walk about; જુઓ [Avestan], [Avestan]

[Avestan] (જુઓ ૧ ધા. [Avestan]) સા. ના. નર. ૬)

* એજ પ્રમાણે [Avestan] (દુનિયાં), [Avestan] (પુલ) ની ૭|૧ [Avestan], [Avestan] આવેછે.

બંચાવ, ટેકો, આશ્રો; protection, support; જુઓ [Avestan]

૫) ઢાલ; a shield; [Avestan] ૧|૧ ય. ૧૩, ૭૧.

Comp. [Avestan]; [Avestan] ૬|૩ ય. ૧૩, ૨૯.

[Avestan], [Avestan] = वर्ध् = વૃદ્ધિ—વધારો કરવો; to promote, to increase; [Avestan] વર્ત. પરસ્મૈ. ૩|૧ આફ્રરં. ૨પિ. ૬; [Avestan] અ. ભૂ. ૩|૩ ઈજ. ૪૯, ૪; [Avestan] (આબાદી આપનારી) વર્ત. કૃ. વિ. નારી. ૧|૧ ઈજ. ૨૮, ૩; [Avestan] વર્ત. કૃ. વિ. નારી. ૮|૧ વં. ૨૧, ૧; [Avestan] વર્ત. કૃ. આત્મને. ૬|૧ વં. ૪, ૨; [Avestan] (વધેછે) વર્ત. આત્મને. ૩|૧ વં. ૯, ૪૮; [Avestan] [Avestan] [Avestan] [Avestan] who can render us prosperous with the strength of righteousness) પ્રયો. શક્યા. આત્મને. ૩|૧ ઈજ. ૫૦, ૩; [Avestan] [Avestan] [Avestan] [Avestan] I will make Thy settlements thrive (હું તારા મુલુકોને આબાદ કરીશ.) આજ્ઞા. પરસ્મૈ. ૧|૧ વં. ૨, ૫; [Avestan] ૨|૧ વં. ૨, ૪; [Avestan] આત્મને. ઈજ. ૧૦,૫. જુઓ એની પછીના બોલો.

[Avestan], [Avestan] (= वर्ध) (જુઓ ધા. [Avestan]) સા. ના. ફ) ફુલનું ઝાડ, રોપો, બાગનું ઝાડ; a flower-tree, a plant, a garden tree. Comp. [Avestan]; [Avestan] નારી. ૫|૩ વં. ૧૬, ૨. ૧૧.

૫) વધારો, વૃદ્ધિ; increase, growth. Comp. [Avestan]; [Avestan] નર. ૩|૧ વં. ૨૦, ૮; [Avestan] ૬|૩ ઈજ. ૯, ૨૮.

[Avestan] (જુઓ ધા. [Avestan]) વર્ત. કૃ. વિ. વૃદ્ધિ કરતો, વધારો કરતો; increasing; rendering prosperous; જુઓ [Avestan]

[Avestan] વિશે જુઓ [Avestan]

[Avestan] (જુઓ [Avestan] તથા [Avestan]) સમાસ વિ. મુલુકો—દુનિયાંની વૃદ્ધિ કરતો; causing the settlements to flourish; epithet of [Avestan]; [Avestan] ... [Avestan] નારી. ૨|૧ ઈજ. ૨, ૭; વીસ્પ. ૭, ૨; ય. ૧૦, ૧૩૯; ય. ૧૩, ૧૮; [Avestan] (Âshtât Yazata) નર. ૬|૧ ઈજ. ૧, ૭; ઈજ. ૩, ૯; ય. ૧૨, ૪૦; સીરો. ૧, ૧૮; [Avestan] નારી. ૬|૧ ઈજ. ૧, ૭, ઈજ. ૩, ૯; ય. ૧૧, ૧૬; ય. ૧૨, ૪૦.

[Avestan] (જુઓ ધા. [Avestan]) (જુઓ ધા. [Avestan]) સા. ના. નાન્ય. વધારો, વૃદ્ધિ; increase growth; [Avestan] ૧|૧ વં. ૯, ૫૩. ૫૪. ૫૫. ૫૭; વં. ૧૩, ૫૨. ૫૩. ૫૪. ૫૬; [Avestan] ૨|૧ વં. ૯, ૫૧; ઈજ. ૯, ૧૭; વીસ્પ. ૨૦, ૧; [Avestan] ૩|૧ ઈજ. ૫૫, ૩; [Avestan] ૪|૧ ઈજ. ૬૮, ૨.

[Avestan] સા. ના. નારી. પસંદ પડતું મુકામ; an agreeable or pleasing abode; rt. [Avestan] = to like; [Avestan] = [Avestan] (Gâth.) = [Avestan] (Av.) = an abode; મુકામ, રેહેવાની જગા; *or*: an honoured abode; માન પામેલું—દબદબાભરેલું મુકામ; (rt. [Avestan] to revere). *Otherwise*: simply, an abode. Comp. वर्धमान, वर्तन abode, residence; મુકામ, ઘેર; [Avestan] ૨|૧ ઈજ. ૪૬, ૧૬.

[Avestan] (અસલ રૂપ [Avestan] + [Avestan]; જુઓ [Avestan] તથા [Avestan]) સા. ના. નર. નરમ—પોચી જમીન; soft ground. Contrast [Avestan] hard ground. [Avestan] ૭|૧ વં. ૮, ૮; વં. ૧૫, ૪૭; વં. ૧૭, ૫.

[Avestan]* વિ. નરમ, પોચું, મૃદુ; soft. Contrast [Avestan] hard; [Avestan] ૬|૧ વં. ૧૩, ૩૦. ૩૭; [Avestan] નારી. ૬|૩ વં. ૫, ૧; [Avestan] નર. ૬|૩ વં. ૭, ૩૧; વં. ૧૪, ૩; વં. ૧૮, ૭૧.

[Avestan] વિ. ના. નર. તુરાની ટોળાનું નામ; The Varedhakas ought to be an Irânian people or of Irânian dependence. Their name reminds one of the Vertae who are mentioned once in company with Chionitae; but their geographical situation is not ascertained. In any case the proximity of the Daitya shows that both people (*viz.*, the Khyaonyas and Varedhakas) must have inhabited the western coast of the Caspian Sea (Dar.); [Avestan] ૬|૩ ય. ૯, ૩૧; ય. ૧૭, ૫૧.

[Avestan] (જુઓ ધા. [Avestan]) સા. ના. નાન્ય. આબાદી, વૃદ્ધિ; prosperity, flourishing state; [Avestan] ૭|૧ ય. ૧૩, ૬૮.

૧ [Avestan] (જુઓ ૩ ધા. [Avestan]) સા. ના. નર. એતેકાદ, એકીન; દીનનો તરીકો; faith, belief, creed, a religious doctrine or custom; [Avestan] ૨|૧ ઈજ. ૧૬, ૨; [Avestan] [Avestan] (ખરાબ તરીકાને લીધે) ૩|૧ ઈજ. ૪૫, ૧; [Avestan] ૪|૧ ઈજ. ૪૯, ૩; [Avestan] ૧|૩ ઈજ. ૪૫, ૨; [Avestan] ઈજ. ૧૨, ૭; [Avestan] ૨|૩ ઈજ. ૪૮, ૪. જુઓ [Avestan], [Avestan], [Avestan]

૨ [Avestan] (જુઓ ૨ ધા. [Avestan]) સા. ના. નર. પસંદગી, મરજી, ખાહેશ; choice, wish, desire; [Avestan] ૨|૩ ઈજ. ૩૧, ૧૧.

૩ [Avestan] (જુઓ ૧ ધા. [Avestan]) સા. ના. ઢાંકણ (જમીનનું); તે ઉપરથી વસંત ઋતુની જમીનની લીલોતરી; વનસ્પતિ; the covering (lit., garment) of the earth, *i.e.*, freshness of vegetation; verdure; [Avestan] ય. ૨૪, ૫૦; [Avestan]* નારી. ૧|૧ વં. ૯, ૪૬; [Avestan] નારી. ૨|૩ વં. ૧૮, ૬૪.

૪ [Avestan] (= ورن = گیلان = Ghilân) વિ. ના. નર. ગીલાન શેહેર, ફરેદુન પાદશાહની જન્મભૂમિ; a mountainous region to the south-west of the Caspian Sea, adjoining Mâzandarân and Mount Damâvand. According to the tradition, it is the *Patashkhvârgar* or *Dailam*, the modern Gilân, the birthplace of King Faridoon. [Avestan] ૨|૧ ય. ૫, ૩૩; ય. ૯, ૧૩; ય. ૧૫, ૨૩. જુઓ [Avestan]

[Avestan] સા. ના. નાન્ય. મોજમજા (દારમે.); luxury (Dar.); [Avestan] ૬|૩ ય. ૨૪, ૩૭.

[Avestan] (=ورنی) (૩ [Avestan] ઉપરથી) વિ. ગીલાન

---

* પ્રોફે૦ રૉથ (Prof. Roth) એ એઓને સંસ્કૃત मृदु (નરમ, પોચું) સાથે સરખાવીને मृद् (નરમ થવું) ધાતુ ઉપરથી લેછે; म બદલઇને [Avestan] થયો.

* [Avestan] [Avestan] નો અર્થ વખતસર જોડનારો જોડાણી થઈ શકે; [Avestan] = ورن, ورن = જોડો.

શેહેરને લગતું; (fiends) of Gilân; Varenya; *vide* S. [Avestan]; [Avestan] નારી. ૫|૧ ય. ૧, ૧૯; ય. ૧૩, ૭૧; [Avestan] નર. ૫|૩ ય. ૧૦, ૬૯. ૯૭; [Avestan] નર. ૨|૩ વં. ૧૦, ૧૪; [Avestan] [Avestan] નર. ૬|૩ ઇજ. ૨૭, ૧; ય. ૫, ૨૨; ય. ૧૩, ૧૩૭; ય. ૧૫, ૮.

[Avestan] સા. ના. ધાત (હારલે); semen virile (Har.); [Avestan] ૩|૩ ય. ૫, ૯૦.

[Avestan] સમાસ ના. ધાતનું ઝેહેર; the poison of semen virile; [Avestan] (Geld. [Avestan]) ૩|૩ ય. ૫, ૯૦.

[Avestan] (વધારે જુઓ ૧ [Avestan]

[Avestan] સા. ના. મોજો (દારમે.); a wave, billow (Dar.). Comp. Sans. ऊर्मि, ऊर्मिका; [Avestan] ૧|૧ ય. ૧૯, ૬૭.

[Avestan]* (= [Avestan])(જુઓ ૧ ધા. [Avestan]) સા. ના. માથાને ઢાંકનાર (અસલ.); બાલ; hair ; also, the hair of the White Bull, used in the ceremonies. " A lock of three, five or seven hairs from the tail of a white bull, tied to a metal thumb-ring, is put into the Hom-strainer, when the Hom-juice is about to be poured through it. This ring and the lock of hair may be the relic of a hair-sieve, that may have been used for straining the Hom-juice in former times" (West). The ring and the lock of hair can be used as long as the bull lives, but as often as it is used it must be consecrated (Haug). [Avestan] નર. ૧|૧ વં. ૭, ૫૮; [Avestan] નારી. ૧|૧ વં. ૮, ૩૮; વં. ૯, ૩૦; [Avestan] ૨|૧ ય. ૧૪, ૩૧; ય. ૧૬, ૧૦; [Avestan] ૩|૧ વં. ૬, ૪૬; [Avestan] the hair-sieve for straining the Hom-juice (વરસીઆના બાલની ચારણી) ૪|૧ વીસ્પ. ૧૦, ૨; [Avestan] નર. ૨|૩ ય. ૧૦, ૭૨; [Avestan] નારી. ૨|૩ વં. ૮, ૧૧. ૧૨. ૧૩; વં. ૧૭, ૨. ૪; [Avestan] ૬|૩ ય. ૫, ૭૭; [Avestan] ૬|૩ વં. ૬, ૨૯; [Avestan](= [Avestan] + [Avestan]) ૬|૩ વં. ૬, ૭. ૮. જુઓ [Avestan] તથા નીચેનો બોલ.

[Avestan] (જુઓ [Avestan] બોલ તથા [Avestan]) સમાસ વિ. બાલનાં કદનું, બાલનાં જેટલું પાતલું; hair-sized ; as thin as a hair; [Avestan] ૨|૧ ય. ૧૪, ૨૯; ય. ૧૬, ૭.

[Avestan] વિ. ના. નર. નામાંકિત પુરૂષનું નામ; name of an illustrious personage; [Avestan] ૬|૧ ય. ૧૩, ૧૧૫. જુઓ મોદી.

[Avestan] વિ. ના. નર. નામાંકિત પુરૂષનું નામ; two illustrious persons of the same name;—(1) the son of Frânya (*vide* Yt. 13, 97);—(2) the son of Pereth-vafzam (*vide* Yt. 13, 126). [Avestan] ૬|૧ ય. ૧૩, ૯૭; [Avestan] (૬|૧ની મતલબે) ય. ૧૩, ૧૨૬. જુઓ મોદી.

૧ [Avestan] = वर्ष् = ખી નાખવું, વાવવું; to put seed into, to sow; જુઓ [Avestan], ૧ [Avestan], [Avestan]

૨ [Avestan] = वर्ष् = ઢાંકવું; to cover; જુઓ નીચેનો બોલ.

[Avestan] (= [Avestan] = वृक्ष = [Persian]) (જુઓ ૨ ધા. [Avestan]) સા. ના. નર. ક) જંગલ, ખીઆબાન, રાન; a forest; [Avestan] ૨|૧ વં. ૨૨, ૧૯.

ખ) ઝાડ; a tree; જુઓ [Avestan]

[Avestan] વિશે જુઓ ધા. [Avestan] ક.

[Avestan] (જુઓ [Avestan] ખ તથા ૩ ધા. [Avestan]) સા. ના. નર. ઝાડને જીવારનાર (અસલ.); ઝાડનું થડ; that which gives life to the tree (lit.); the stem or trunk of a tree; [Avestan] ૧|૩ ય. ૮, ૪૨; [Avestan]* [Avestan] ૨|૩ ઇજ. ૧૦, ૫; [Avestan]* ૨|૩ ઇજ. ૭૧, ૯.

*કેટલેક ઠેકાણે ડાકટર ગેલ્ડનરે [Avestan] લીધા છે.

* Geld. [Avestan]

[illegible] વિ. ના. નર. જરતોશ્તી ધર્મની વિરૂદ્ધ દુષ્ટ માણસનું નામ; પાછલી કેતાબ પ્રમાણે લેતાં, ખરાબ પેદાએશને લગતું રાક્ષી કહતું એક પક્ષિ જે પોતાની પાંખોથી વરસાદને જમીન ઉપર વરસતો અટકાવીને ખરાબી કરતું હતું. કેરશાસ્પ પેહેલવાને તેને મારી નાખીને દુનિયાંની આબાદી વધારી; name of an evil person, antagonistic to the Zoroastrian religion, who, in the later tradition, is identified with the gigantic bird *Kamak*, which, with the aid of its wings, overshadowed the earth and kept off the rain till the rivers dried up and thereby caused distress and famine. The hero Kershâsp killed the bird, by shooting it with arrows continuously for seven days and nights, and thus promoted the prosperity of the world. The destruction of this bird was one of the feats of Kershâsp (Modi). [illegible] ૨|૧ ય. ૧૯, ૪૧. (જુઓ મોદી).

[illegible], [illegible} } એ બોલો વિશે જુઓ ધા. [illegible] ક.

[illegible] (જુઓ ધા. [illegible] ક) સા. ના. નાન્ય. કામ; a deed, an action; જુઓ [illegible]

[illegible] વિશે જુઓ ધા. [illegible] ક.

[illegible] વિ. ના. નર. ગુશ્તાસ્પ પાદશાહના વજીર જામાસ્પના છોકરાનો છોકરો; the grandson of Jâmâsp (a minister of King Gushtâsp's); [illegible] ૬|૧ ય. ૧૩, ૧૦૪. ૧૧૬. જુઓ મોદી.

૧ [illegible] (જુઓ ૧ ધા. [illegible]) ક) વિ. બી—તોખમ નાખતો; નર (માદાથી ઉલટું); throwing seed into (lit.); pertaining to the sex that begets young, and applied to animals; not female; [illegible] ... [illegible] નર. ૬|૧ ય. ૧૭, ૫૬.

ખ) સા. ના. તોખમ, બી, મની; seed, semen virile; જુઓ [illegible]

૨ [illegible] વિ. ના. નર. નામાંકિત પુરૂષનું નામ; name of an illustrious personage; [illegible] ૬|૧ ય. ૧૩, ૧૧૫.

[illegible] (જુઓ [illegible] ખ તથા ધા. [illegible] ખ) સમાસ વિ. મની છાંટતો; ગોસ્પન-છોડવનાર એ બોલ [illegible] (અયાથ્રેમ) ગાહામ-બારની સિફતમાં આવિછે; the spender of the seed of males (Ayâthrema Gâhâmbâr) of the rutting season; [illegible] ... [illegible] [illegible] નર. ૨|૧ હ્વિ. ૨, ૯; વીસ્પ. ૨, ૨; [illegible] નર. ૪|૧ હ્વિ. ૧, ૯; હ્વિ. ૩, ૧૧; [illegible] નર. ૬|૧ વીસ્પ. ૧, ૨.

[illegible] (જુઓ ધા. [illegible] ક) ક) ભૂ. કૃ. કીધેલું; done, committed; [illegible] નાન્ય. ૧|૩ વં. ૧૫, ૧. ૧૦; વં. ૧૮, ૬૮. ૭૫; [illegible] નાન્ય. ૨|૩ હ્વિ. ૫૭, ૪. ૬. ૮. ૧૦. ૧૨. ૧૪. ૧૮. ૨૦. ૨૨. ૨૬. ૨૯. ૩૨. ૩૫; હ્વિ. ૭૦, ૭; હ્વિ. ૭૧, ૨૪; ય. ૧૧, ૯. ૧૩. ૧૪. ૧૭. ૨૨.

ખ) સા. ના. નાન્ય. કીધેલું તે = કામ; that which is done; a deed; જુઓ [illegible], [illegible], [illegible], [illegible], [illegible], [illegible]

ગ) હમેલ રહેલા; conceived; formed in the womb; [illegible] ૨|૧ ય. ૧૭, ૫૮; [illegible] (નર. ૧|૧ ને બદલે) વં. ૧૫, ૧૩.

[illegible]* ([illegible] ખ ઉપરથી) કૃ. વિ. કામ કરતો, કામને લાએક; અસરકારક; મજબૂત; working, fit to work; efficacious; strong; જુઓ [illegible]

[illegible] (જુઓ ધા. [illegible] ક) સા. ના. નારી. કામ; કરવું; a deed, doing; જુઓ [illegible]

[illegible] (જુઓ ધા. [illegible] ક) સા. ના. નાન્ય. કામ, કુનશ્ની; an action; a deed [illegible] ૫|૩ (૩|૩ની મતલબે) હ્વિ. ૧૧, ૧૭; [illegible] ૬|૩ વીસ્પ. ૧૨, ૩.

[illegible] વિશે જુઓ ધા. ૧ ધા. [illegible] ચ.

[illegible] વિશે જુઓ ૧ ધા. [illegible] ક.

* એ બોલના ખોલાસા બાબે જુઓ મારૂં અવસ્તા વ્યાકરણ, સફે ૨૬૬ મો.

[Avestan] સા. ના. મોહોંડાંમાંથી ગળતું પાણી; થુંક, લબ; spittle, viscid matter; [Avestan] [Avestan] ૩|૩ ય. ૫, ૯૦.

[Avestan] = वश् = ચાહાવું, ઇચ્છવું, ખાહેશ રાખવી; to wish, to desire, to will; cl. 2; rt. [Avestan] drops the radical [Avestan] in all weak forms; [Avestan] વર્ત. પરસ્મૈ. ૧|૧ ઇજ઼. ૨૯, ૯; ઇજ઼. ૪૩, ૧; ઇજ઼. ૪૪, ૩; [Avestan] ([Avestan] + [Avestan]) ૨|૧ ઇજ઼. ૭૧, ૧૬; ય. ૧, ૧૦; [Avestan] ઇજ઼. ૩૪, ૧૨; ઇજ઼. ૪૩, ૯; ઇજ઼. ૪૪, ૧૬; [Avestan] ૩|૧ ઇજ઼. ૨૯, ૮; ઇજ઼. ૪૬, ૧૪; [Avestan] વર્ત. પરસ્મૈ. ૧|૨ ઇજ઼. ૪૬, ૧૬; [Avestan] ૧|૩ ઇજ઼. ૭, ૨૪; ઇજ઼. ૪૧, ૫; [Avestan] ઇજ઼. ૩૪, ૮; ઇજ઼. ૫૮, ૩; [Avestan] શક્યા. પરસ્મૈ. ૩|૧ ઇજ઼. ૫૦, ૨; [Avestan] અ. ભૂ. સંશ. પરસ્મૈ. ૩|૧ ઇજ઼. ૨૯, ૪; [Avestan] અ. ભૂ. પરસ્મૈ. ૩|૩ વં. ૫, ૭; વં. ૬, ૬; વં. ૧૫, ૪૬; [Avestan] અ. ભૂ. પરસ્મૈ. ૩|૩ ય. ૨૪, ૪૨; [Avestan] (જેણે હમાઈ ભલું ચાહીને ...) ઇજ઼. ૪૫, ૯. જુઓ ૧ [Avestan], [Avestan], [Avestan], [Avestan], [Avestan], [Avestan]

[Avestan]* (= [Avestan]) (જુઓ ધા. [Avestan]) સા. ના. નાન્ય. મરજી; ઇચ્છા, મુરાદ; wish, desire. Comp. Per. [Persian] adequate to one's *desire*; [Avestan] ૨|૧ (ક્રિ. અ.) at one's pleasure or will; વં. ૬, ૨. ૩૨. ૩૫. ૩૮. ૪૧. ૪૩; વ. ૭, ૪૦. ૭૭; વં. ૮, ૨૨; વં. ૧૨, ૨. ૪. ૬. ૮. ૧૦. ૧૨. ૧૪. ૧૬. ૧૮. ૨૦; વં. ૧૫, ૪૫; ઇજ઼. ૮, ૫; ઇજ઼. ૩૨, ૧૫; [Avestan] (at my will) ૨|૧ ઇજ઼. ૫૦, ૯; [Avestan] ... [Avestan] in desire (ખાહેશ તરફ—માં) ૨|૧ ઇજ઼. ૪૩, ૮; [Avestan] (wishes) ઇજ઼. ૩૧, ૧૧. જુઓ [Avestan], [Avestan]

[Avestan] (જુઓ ધા. [Avestan]) સા. ના. નાન્ય. મરજી, ખાહેશ, મુરાદ; wish, desire. Comp. [Avestan] [Avestan] [Avestan] [Avestan] thou art sovereign at thy will તારી મરજી મુજબ તું હકુમત કરનારી છે (અષ્મે અષ્મે અશીરાવંધ!) ૩|૧ ય. ૧૭, ૧૫.

* એની ઉપરથી ફારસી [Persian] = ચાહીએ તેટલું, મરજી મુજબનું (અસલ અર્થ) પુરતું. બસ.

[Avestan] (જુઓ [Avestan] તથા [Avestan]) સમાસ ના. નારી. મરજી પ્રમાણે ફરવું હરવું; છુટાપણું; going about at will; freedom. Comp. [Avestan] [Avestan]; [Avestan] ૬|૧ ઇજ઼. ૫૩, ૯. જુઓ [Avestan]

[Avestan] (જુઓ [Avestan] તથા ૧ ધા. [Avestan]), સમાસ ફ. વિ. મરજી મુજબ રાજ કરતો; ruling at one's will; [Avestan] નર. ૧|૧ ઇજ઼. ૨૧, ૩; ય. ૨૨, ૨; ય. ૨૪, ૫૩.

[Avestan] (જુઓ [Avestan] તથા [Avestan]) સમાસ ના. નારી. મરજી પ્રમાણે ફરવું હરવું; going about at will. Comp. [Avestan]; [Avestan] ૨|૧ ઇજ઼. ૧૨, ૩. જુઓ [Avestan]

[Avestan] સમાસ ના. નારી. મરજી પ્રમાણે રાજ ચલાવવું—હકુમત કરવી; ruling at one's will (rt. [Avestan] = to rule); *or*: living at one's own pleasure (rt. [Avestan] = to live) મરજી પ્રમાણે રેહેવું—જીંદગી ગુજારવી; [Avestan] (Geld. [Avestan]) ૨|૧ ઇજ઼. ૧૨, ૩.

[Avestan] (જુઓ [Avestan] તથા [Avestan] [Avestan]) સમાસ વિ. પોતાની મરજી મુજબ હકુમત કરતો; ruling at one's will. Compare [Avestan];- [Avestan] નર. ૧|૧ ઇજ઼. ૯, ૧૧. ૨૫; ઇજ઼. ૫૭, ૨૮; ય. ૧૦, ૧૧૨; [Avestan] નર. ૨|૧ ય. ૧૯, ૧૧; જુઓ [Avestan]

[Avestan] (જુઓ [Avestan] બોલ તથા [Avestan]) સમાસ વિ. ખેતર ઉપર સાહેબી ભોગવતો—અખ્ત્યાર રાખતો; swaying over the pasture-fields; epithet of Mithra; [Avestan] [Avestan] નર. ૨|૧ ય. ૧૦, ૬૦.

[Avestan] (meaning unsettled); [Avestan] [Avestan] [Avestan] (Yt. 24, 23) the smallest twig (of Haoma) renders a man or a woman very powerful (Dar.).

[Avestan] (જુઓ [Avestan]) સમાસ વિ. મરજી પ્રમાણે મદદ કરનાર; assisting at will; *or* : exercising authority over the aërial space (*vide* [Avestan]); હવાની જગા ઉપર અખત્યાર ભોગવનાર; [Avestan] નર. ૨।૧ ય. ૧૦, ૬૦; [Avestan] નારી. ૨।૩ ય. ૧૩, ૩૪.

[Avestan] (જુઓ [Avestan] તથા [Avestan]) સમાસ વિ. પોતાની મરજી મુજબ બક્ષેશ કરનાર, બક્ષેશ ઉપર અખત્યાર રાખનાર; bestowing gifts at will; [Avestan] નર. ૨।૧ ય. ૧૦, ૬૦.

[Avestan] સમાસ ભૂ. કૃ. મરજી મુજબ છુંદેલો (દારમે.); (Haoma) pounded at will (Dar.); rt. [Avestan] = to beat; [Avestan] + [Avestan] = [Avestan]; [Avestan] ૨।૧ ય. ૨૪, ૨૩.

[Avestan] વિશે જુઓ ૧ તથા ૨ [Avestan]

[Avestan] (=[Avestan], [Avestan] = વસ્ત્ર) (જુઓ ૨ ધા. [Avestan]) સા. ના. નાન્ય. ક) કપડું, લુગડું; garment, apparel, dress, clothes; [Avestan] ૧।૧ ઈજ. ૧૦, ૨૦; ય. ૧૪, ૬૧; [Avestan] ૧।૧ ઈજ. ૫૫, ૨; [Avestan] ૨।૧ વં. ૮, ૨૩. ૨૪. ૨૫; વં. ૧૬, ૧૬; [Avestan] ૫।૧ વં. ૯, ૩૨; [Avestan] [Avestan] (કપડાં વગર—કાહાડી નાખીને) ૫।૧ વં. ૫, ૫૪. ૫૬; વં. ૯, ૩૩. ૩૪. ૩૫; [Avestan] ૬।૧ વં. ૪, ૪૬; [Avestan] ૬।૧ વં. ૫, ૩૮; વં. ૧૨. ૨૪; [Avestan] ૧।૩ વં. ૫, ૫૭. ૫૮; વં. ૭, ૧૨; [Avestan] ૨।૩ વં. ૫, ૫૫. ૫૬; વં. ૧૭, ૩; વં. ૧૮, ૧૯. ૨૧; [Avestan] [Avestan] કારાંત નારી. ૨।૩ વં. ૩, ૧૯; વં. ૭, ૧૩. ૧૪; વં. ૯, ૪૯; [Avestan] ૨।૩ ય. ૧૭, ૧૪; [Avestan] ૪।૩ વં. ૩, ૧૮; વં. ૫, ૪૯; [Avestan] ૬।૩ વં. ૬, ૨૭; વં. ૧૨, ૨. ૪. ૬. ૮. ૧૦. ૧૨. ૧૪. ૧૬. ૧૮. ૨૦; જુઓ [Avestan], [Avestan], [Avestan], [Avestan], [Avestan]

ખ) કપડાં મુકવાની કબાટ—પેટી; a wardrobe; a trunk; [Avestan] [Avestan] [Avestan] (as insects) eat up the clothes in the wardrobe (જેમ જીવડા) કબાટમાં કપડાં કરડી ખાએછે (તેમ) ૭।૩ વં. ૧૭, ૩.

[Avestan] (=[Avestan]) ([Avestan] ક ઉપરથી) વિ. વસ્ત્રવાળું; holding clothes (in the hand); [Avestan] [Avestan] [Avestan] ખોરાક સાથના (અસલ અર્થ ગોશ્ત સાથના) તથા વસ્ત્ર સાથના હાથે નર. ૩।૧ ય. ૧૩, ૫૦.

[Avestan] (જુઓ ધા. [Avestan]) સા. ના. નર. મરજી, ખાહેશ, ઈચ્છા; wish, desire; [Avestan] ૩।૧ ઈજ. ૫૫, ૬; ય. ૧૯, ૧૧; [Avestan] ૩।૧ ઈજ. ૪૫, ૧૯; [Avestan] ઈજ. ૫૦, ૧૧; ઈજ. ૬૫, ૧૪; બીજા ૧, ૨. જુઓ [Avestan]

[Avestan] (જુઓ ૧ ધા. [Avestan] ચ) સા. ના. નર. જહડપ, શેતાબી; speed; swiftness; *vide* [Avestan] the speed of an arrow.

[Avestan] = ક) બોલવું, કેહેવું; to speak, to say; probably, from [Avestan] + [Avestan]; [Avestan] વર્ત. આત્મને. ૨।૧ વં. ૫, ૧૭. ૨૧; [Avestan] (Geld. [Avestan]) વર્ત. આત્મને. ૩।૧ વં. ૧૮, ૨૬. ૫૧.

ખ) મદદે બોલાવવું; આતુરતાથી માંગવું (દારમે.); to call on for assistance; to covet (Dar.); [Avestan] વર્ત. સંશ. આત્મને. ૩।૩ ય. ૧૪, ૩૯; [Avestan] અ. ભૂ. આત્મને. ૩।૧ ય. ૧૪, ૩૯.

[Avestan] = પાછું કેહેવું, પાછો જવાબ આપવો; to reply; to answer; [Avestan] . . . [Avestan] અ. ભૂ. આત્મને. ૩।૧ વં. ૧૯, ૭; વં. ૨૨, ૬. શરૂઆતનો [Avestan] Augment નો છે.

[Avestan] = જાહેર રીતે કેહેવું, મ્હોટે સાદે કેહેવું; જાહેર કરવું; to proclaim; to say aloud; [Avestan] અ. ભૂ. આત્મને. ૩।૧ ય. ૧૪, ૫૪; ય. ૧૭, ૧૮.

[Avestan] વિ. ના. નર. પાહાડનું નામ; name of a mountain; [Avestan] [Avestan] [Avestan] (Wester. [Avestan]) (આઠ વચન નામના પર્વતો) ૧।૧ ય. ૧૯, ૩.

[Avestan] (= [Avestan] + [Avestan]) વિશે જુઓ.ધા. [Avestan]

[Avestan] વિશે જુઓ ૧.ધા. [Avestan]

[illegible] સા. ના. નર. જીતનાર, વશ કરનાર; one who conquers or subdues; a hero; લડવૈયો; rt. [illegible] =to subdue; તાબે કરવું. Comp. Sans. वश subdued; વશ-તાબે થએલો, તાબેદાર; [illegible] (લડવૈયા) ૧|૩ ય. ૧૪, ૪૩.

[illegible] (જુઓ ૧ ધા. [illegible]) સા. ના. નર. ઘોડો; a horse; [illegible] four horses (ચાર ઘોડા) ૧|૩ ય. ૫, ૧૩.

[illegible] વિશે જુઓ ધા. [illegible]

[illegible] (= वसिष्ठ = [illegible]* અતિ. વિ. ઘણુંજ સારૂં; best, most excellent; super. of [illegible], [illegible]; compara. [illegible];- [illegible] નર. ૧|૧ વં. ૧૯, ૧૯; ઇજિ. ૯, ૧૬; ઇજિ. ૧૯, ૧૫; ઇજિ. ૨૧, ૪; ઇજિ. ૪૬, ૬; ઇજિ. ૭૧, ૧૩; ય. ૧૭, ૧૬; [illegible] ઇજિ. ૬૦, ૧૧; [illegible] નર. ૧|૧ ય. ૧૦, ૨૯; [illegible] નારી. ૧|૧ વં. ૫, ૨૧; વં. ૧૦, ૧૮; ઇજિ. ૫૩, ૧; [illegible] નાન્ય. ૧|૧ ઇજિ. ૩૦, ૪; ઇજિ. ૩૧, ૬; ઇજિ. ૫૧, ૪; ય. ૩, ૫; ય. ૧૧, ૧; [illegible] ૨|૧ ઇજિ. ૪૩, ૨; ઇજિ. ૪૫, ૫; ઇજિ. ૪૭, ૨; ઇજિ. ૫૧, ૨૨; વીસ્પ. ૨૩, ૧; [illegible] the best world (lit.); heaven, paradise (સઉથી સારી દુનિયાં = બેહેસ્ત) ૨|૧ વં. ૧૯, ૩૬; ઇજિ. ૯, ૧૯; [illegible] (બેહેસ્ત તરફ) નર. ૨|૧ વં. ૭, ૫૨; વં. ૧૮, ૨૯; [illegible] these are my best weapons (આએ) મારાં સઉથી સરસ હથિયાર છે (૧|૩ ને બદલે) વં. ૧૯, ૯; [illegible] નારી. ૨|૧ વં. ૧૯, ૧૪; ઇજિ. ૨૬, ૨; ય. ૧૩, ૮૦; [illegible] નારી. ૨|૧ વીસ્પ. ૭, ૨; વીસ્પ. ૨૩, ૧; [illegible] નાન્ય. ૨|૧ વં. ૧, ૨. ૪—૧૩. ૧૫—૧૯; વં. ૧૮, ૧૬. ૨૪; ઇજિ. ૨૦, ૧; ઇજિ. ૨૧, ૪; ઇજિ. ૨૮, ૯; [illegible] નર. ૩|૧ ઇજિ. ૪૫, ૬; [illegible] નાન્ય. ૩|૧ ઇજિ. ૩૧, ૪; ઇજિ. ૩૨, ૬; ઇજિ. ૪૭, ૧; [illegible] નાન્ય. ૩|૧ ઇજિ. ૬૦, ૧૨; [illegible] નાન્ય. ૩|૧ ઇજિ. ૫૦, ૪; [illegible] ૩|૧ ઇજિ. ૩૨, ૧૬; [illegible] ૪|૧ વં. ૨૧, ૧; [illegible] નાન્ય. ૪|૧ વં. ૧૯, ૧૧; [illegible] ૫|૧ ઇજિ. ૩૨, ૧૨; વીસ્પ. ૨, ૩; [illegible]... [illegible] નાન્ય. ૫|૧ ઇજિ. ૩૨, ૧૧; [illegible] નાન્ય. ૫|૧ ઇજિ. ૫૦, ૧; [illegible] નર. ૬|૧ વં. ૫, ૬૧; વં. ૯, ૪૪; વં. ૧૮, ૬. ૨૬; ઇજિ. ૧, ૬; [illegible] નર. ૬|૧ ઇજિ. ૪૪, ૨; [illegible] નાન્ય. ૬|૧ ય. ૧૩, ૯૧; [illegible] નારી. ૬|૧ ય. ૧૩, ૯૧; [illegible]... [illegible] નાન્ય. ૭|૧ ઇજિ. ૪૯, ૯; [illegible] નર. ૮|૧ ઇજિ. ૨૮, ૮; [illegible] નર. ૧|૨ ય. ૧૩, ૧૨; [illegible] ૧|૩ વં. ૨, ૨૭. ૩૫; [illegible] નારી. ૧|૩ ઇજિ. ૫૨, ૩; [illegible] નાન્ય. ૧|૩ ઇજિ. ૧૨, ૧; ઇજિ. ૩૫, ૩;-[illegible] નાન્ય. ૧|૩ વીસ્પ. ૧૨, ૪; [illegible] ૨|૩ ઇજિ. ૭૧, ૧૪; [illegible] નારી. ૨|૩ ઇજિ. ૨, ૧૨; ઇજિ. ૧૭, ૧૨; ઇજિ. ૩૮, ૫; ય. ૧૩, ૪૨; [illegible] નાન્ય. ૨|૩ ઇજિ. ૩૦, ૨; ઇજિ. ૩૩, ૭; ઇજિ. ૪૬, ૧૦. ૧૮; [illegible] નાન્ય. ૨|૩ વીસ્પ. ૨૩, ૧; [illegible] નર. ૪|૩ વં. ૨, ૨૧; [illegible] નાન્ય. ૪|૩ ઇજિ. ૧૯, ૬; [illegible] નારી. ૫|૩ (૩|૩ ની મતલબે) ઇજિ. ૬૮, ૧૦; [illegible] નાન્ય. ૬|૩ વં. ૧૮, ૧૭. ૨૫; [illegible] ૬|૩ ઇજિ. ૩૫, ૮; [illegible]* નાન્ય. ૧|૧ ય. ૩, ૫. જુઓ એની પછીના બોલો.

[illegible] (જુઓ [illegible] તથા ૨ ધા. [illegible]) સમાસ વિ. સઉથી સારી (ચીજ) તરફ પોહોંચાડનારી (અક્કલ); (wisdom) which makes (a person) reach the best (thing); [illegible] ... [illegible] નર. ૨|૧ વં. ૧૮, ૬.

[illegible] (= [illegible], [illegible], [illegible]) (જુઓ [illegible] તથા [illegible]) સમાસ ના. નારી. ઉત્તમ મરણ—બાહેશ (અસલ.)

* [illegible] = સઉથી સરસ, સર્વોત્તમ (અસલ અર્થ). [illegible] સઉથી સરસ દુનિયા, ઇઆને બેહેસ્ત [illegible]-ફારસીમાં [illegible] નેમાટે કાંઇ આવ્યું નહી. ફકત [illegible] નોજ [illegible] અર્થ 'સ્વર્ગ' ને માટે વપરાયો.

* Mark the double super. ([illegible] and [illegible]). એ બોલમાં અતિ. વિ. ની બેવડી નીશાની ([illegible] તથા [illegible]) લાગી. એ બોલ ગેલ્ડનરના પુસ્તકમાં નથી.

the best wish or desire (lit.); [Avestan] [Avestan] [Avestan] = [Avestan] [Avestan] (વિ. ના. નારી.) = વહિશ્તોઇશ્ત ગાથા, પાંચમા ગાથાનું નામ; the Vahishtoishti Gâthâ; name of the fifth Gâthâ; [Avestan] [Avestan] = [Avestan] [Avestan] (વિ. ના. નારી.) = વહિશ્તોઇશ્ત ગાથાનો હા, ઇજશ્નેનો ૫૩ મો હા; the Vahishtoishti Hâ.

"The Vahishtoishti Gâthâ, named from its first words, consists of Chapter LIII of the Yasna. While its matter is homogeneous with that of the other Gâthâs, it bears some evidence of having been composed in the latter portion of Zarathushtra's life. It is, as usual, separated from the other Gâthâs by its metre, which shows four lines with two half lines. The first two have eleven or twelve syllables; the third seems to have fourteen plus a half line with five, so also the last. Irregularities seem frequent. The composition has for its substance a marriage song, but one of a politically religious character" (Mills).

"The Vahishtoishti Gâthâ contains but one Hâ (Yasna LIII) of a complicated rhythm. The stanza consists of 4 verses, the first two are of 12 syllables, divided in 7+5, and the last two of 19 syllables, divided in 7+7+5. The formula is then: 2 (7+5); 2 (7+7+5)"—Dar.

[Avestan] [Avestan]* (વહિશ્તોઇશ્ત) ૧|૧ ઇજ. ૫૩, ૧; [Avestan] [Avestan] ૨|૧ ઇજ. ૫૩, ૧૦; [Avestan] [Avestan] ૨|૧ ઇજ. ૫૩, ૧૦; વીસ્પ. ૨, ૬; આફ્રીં. ગાથા ૩., ગેહ ૨, ૫; [Avestan] (વહિશ્તોઇશ્ત ગાથા) ૨|૧ વીસ્પ. ૨૦, ૨; [Avestan] [Avestan] ૬|૧ વં. ૧૯, ૩૮; ઇજ. ૫૩, ૧૦; વીસ્પ. ૧, ૭; ય. ૨૪, ૫૩; આફ્રીં. ગાથા ૧.

[Avestan] વિરો જુઓ [Avestan]

[Avestan] (જુઓ ૪ ધા. [Avestan]) સા. ના. નર. માન આપવું, નામનું સ્મરણ, કીર્તિ, આરાધના; બંદગી; homage, glory, invocation, mental recitation of the name of a divine being; prayer; [Avestan] ૧|૧ ઇજ. ૬૮, ૭; [Avestan] = કારાંત નારી. ૧|૧ ઇજ. ૪૫, ૬; [Avestan] ૨|૧ ઇજ. ૨૧, ૨; ઇજ. ૪૮, ૧; [Avestan] ૨|૧ ઇજ. ૬૦, ૬; વીસ્પ. ૧૧, ૧૯; વીસ્પ. ૨૧, ૧; [Avestan] ઇજ. ૧૧, ૧૮; ઇજ. ૩૫, ૭; [Avestan] ૩|૧ ય. ૫, ૧૩૨; [Avestan] ૪|૧ ઇજ. ૪૬, ૧૦; ઇજ. ૫૩, ૨; [Avestan] ૪|૧ વં. ૧૯, ૧૧; ઇજ. ૧, ૨૪; વીસ્પ. ૪, ૨; તથા દરેક નીઆએશ, ગેહ તથા યશ્તમાં [Avestan] ના ફકરામાં; [Avestan] ૬|૧ ઇજ. ૧, ૨૧; [Avestan] ૬|૧ ઇજ. ૫૦, ૭; [Avestan] ૭|૧ ઇજ. ૩૪, ૨; [Avestan] ૨|૩ ઇજ. ૪૧, ૧; ઇજ. ૪૫, ૮; ઇજ. ૪૬, ૧૭; [Avestan] ૨|૩ ઇજ. ૨૩, ૩; ઇજ. ૬૦, ૬; Frag. 7, 2. જુઓ [Avestan] તથા નીચેના બોલો.

[Avestan] વિ. ના. નર. નામાંકિત પુરૂષનું નામ; name of an illustrious personage; [Avestan] ૬|૧ ય. ૧૩, ૧૧૫. (જુઓ બારી.)

[Avestan] ([Avestan] ઉપરથી) વિ. માન અથવા કીર્તિને લાએક; worthy of homage or glory; [Avestan] ૨|૧ વીસ્પ. ૨૧, ૩.

[Avestan] (જુઓ [Avestan] તથા [Avestan]) સમાસ વિ. આરાધના—બંદગીથી રાજી થતો; pleased with invocation—prayers; [Avestan] નર. ૨|૧ ય. ૧૦, ૨૫.

[Avestan] ([Avestan] ઉપરથી) વિ. આરાધના—પરસ્તેશ—કીર્તિને લાએક; worthy of homage—adoration—glory; [Avestan] નર. ૧|૧ ઇજ. ૬૨, ૨; ય. ૧૦, ૫. ૭૮; ય. ૧૪, ૫૪; [Avestan] નર. ૧|૧ ય. ૮, ૧૫; ય. ૧૩, ૧૫૨; [Avestan] નારી. ૨|૧ ઇજ. ૬૫, ૧; ય. ૫, ૧; ય. ૧૩, ૪; નીઆ. ૪, ૧; [Avestan] નારી. ૧|૩ ય. ૧૩, ૩૪; [Avestan] નર. ૧|૩ ઇજ. ૧, ૧૯; ઇજ. ૨૩, ૪; ઇજ. ૭૧, ૧૦; [Avestan] નર. ૨|૩ વીસ્પ. ૨, ૩; [Avestan] નાન્ય. ૨|૩ ય. ૧૩, ૧૫૩. જુઓ [Avestan], [Avestan]

[Avestan] ([Avestan] ઉપરથી) સા. ના. નારી. આરાધના—માન—કીર્તિની યોગ્યતા; state of

* સમાસને બદલે છુટાં રૂપમાં આવ્યો.

being worthy of homage—adoration—glory; [Avestan] ૩|૧ ય. ૮, ૫૦; ય. ૧૦, ૧.

[Avestan] વિશે જુઓ [Avestan]

૧ [Avestan] (= वा = Lat.—Ve) ઉભયા. અ. અથવા; or; [Avestan]...[Avestan] = वा...वा=either...or = આએ અથવા તે; [Avestan] (અને) ની માફક જેટલા બોલોને જુદા પાડતા હોએ તે દરેકની પછી ઘણું કરીને [Avestan] આવેછે:—જેમકે [Avestan] [Avestan] [Avestan] [Avestan] (મરદ અથવા ઓરત) ય. ૧૧, ૪; [Avestan] [Avestan] [Avestan] [Avestan] [Avestan] [Avestan] (કુતરો અથવા કોહેલું અથવા વરૂ) વં. ૫, ૫. બે વાક્યોને છુટા પાડવાને માટે બી વપરાએ-છે:—જેમકે [Avestan]...[Avestan] [Avestan] [Avestan] [Avestan] [Avestan] [Avestan] [Avestan] (શું પાણી માણસને મારી નાએ-છે? અથવા શું આતશ માણસને મારી નાખેછે?) વં. ૫, ૮. ૯. કેટલેક ઠેકાણે ડાકટર ગેલ્ડનરે એ અવ્યયને સમાસ રૂપમાં વાપર્યો છે:—જેમકે [Avestan], [Avestan], [Avestan], ઇત્યાદિ. જુજ દાખલાઓમાં [Avestan] આવતો નથી:—જેમકે [Avestan] [Avestan] ...[Avestan] [Avestan] [Avestan] [Avestan] પણ અગરજો (તે વાસણ) કાદવનું અથવા લાકડાંનું અથવા કાંજીનું (બનાવેલું) હોએ તો, (તે હમેશાને હમેશાસુધી અપવિત્ર ગણાએ) વં. ૭, ૭૫. [Avestan] નથી આવતો, પણ ગુપ્ત (understood) રેહેછે, તેને માટે બીજા દાખલાઓસારૂ જુઓ વં. ૫, ૬૦; વં. ૮, ૧૬.

એ અવ્યય ([Avestan]) પુષ્કળ ઠેકાણે વપરાએલો આવેછે:—જેમકે [Avestan] વં. ૩, ૧૯. ૨૦. ૨૩. ૨૫. ૪૦; વં. ૪, ૧. ૪૪. ૫૦. ૫૧. ૫૨; વં. ૫, ૫. ૮. ૯. ૧૨. ૨૭. ૩૯. ૪૫. ૫૧. ૫૭. ૫૯. ૬૨; વં. ૬, ૧૦. ૧૨. ૧૪. ૧૬. ૧૮. ૨૦. ૨૨. ૨૪. ૨૬. ૩૨. ૩૫. ૪૨. ૪૫. ૪૬; વં. ૭, ૩. ૧૨. ૧૩. ૨૩. ૨૫. ૨૮. ૩૨. ૩૬. ૭૩. ૭૬; વં. ૮, ૧. ૨. ૩. ૪. ૮. ૯. ૧૦. ૧૨. ૧૩. ૧૪. ૨૨—૨૫. ૩૨. ૩૫. ૭૩. ૭૫. ૭૯; વં. ૯, ૧૧. ૧૪. ૩૨. ૪૬. ૫૬; વં. ૧૨, ૧. ૩. ૫. ૭. ૯. ૧૧. ૧૩. ૧૫. ૧૭. ૧૯. ૨૧; વં. ૧૩, ૧૦. ૧૧. ૨૯. ૩૧. ૩૫. ૩૮. ૪૦. ૪૯. ૫૫; વં. ૧૪, ૩. ૧૫. ૧૭; વં. ૧૫, ૨-૬. ૮. ૯. ૧૧. ૧૩. ૧૪. ૧૫. ૧૮. ૪૧; વં. ૧૬, ૨. ૬; ૧૨; વં. ૧૭, ૬. ૮; વં. ૧૮, ૧૨. ૫૨. ૫૪. ૫૮. ૬૫; ઇજ. ૩૧, ૯; ઇજ. ૪૫, ૧૧; ય. ૧૦, ૧૮.

૨ [Avestan] = वा = પવન ફુકવો; to blow (as the wind); cl. 2; [Avestan] વર્ત. પરસ્મૈ. ૩|૧ ય. ૨૨, ૮; [Avestan] વર્ત. પરસ્મૈ. ૩|૩ ય. ૧૩, ૧૪.

[Avestan] = ફુકી દેવું, ફુકીને ઉરાડી નાખવું; to blow away; [Avestan] ([Avestan] ને બદલે) વર્ત. પરસ્મૈ. ૩|૧ ય. ૧૦, ૨૭.

[Avestan] = આસપાસ ફુકવું; to blow all around (as the wind); [Avestan] [Avestan] [Avestan] [Avestan] strong winds blow all around; સખત પવન આસપાસ ફુકેછે) વર્ત. પરસ્મૈ. ૩|૩ ય. ૮, ૮.

[Avestan] = ફુકવું; to blow; જુઓ [Avestan]

[Avestan] = प्र-वा = ક) ફુકવું; to blow; [Avestan] ય. ૧૩, ૪૬.

ખ) (વાદળાંઓનું) એકઠું થવું; to meet together by the blowing of the wind (as clouds); [Avestan] આત્મને. ૩|૩ ય. ૮, ૪૦.

[Avestan] = પવન ફુકી ઉરાડી દેવું; to blow away; [Avestan] [Avestan] he blows them away (તેશતર) તે (પરી) ઓને પવન ફુકી ઉરાડી દેછે વર્ત. પરસ્મૈ. ૩|૧ ય. ૮, ૪૦; [Avestan] blowing away (the foes) વર્ત. ક્ર. નારી. ૧|૩ ય. ૧૩, ૪૦.

[Avestan] =सम्-वा = એકદમ-સાથે ફુકવું, ફુકીને ઉરાડી દેવું; to blow at once together; to blow away; [Avestan] ય. ૧૦, ૪૧.

[Avestan] (= [Avestan] = بادغیس) વિ. ના. નર. હેરાતની નજદીકમાં આવેલા પાહાડનું નામ; a mountain near Herat; the *Bádghês* of the modern people; the lower chain which runs between the basin of Merv and Herat (Dar.). Comp. Per. بادغیس; [Avestan] ૧|૧ ય. ૧૯, ૨. (જુઓ માદી.)

[Avestan] (= जु = جوی) (જુઓ ૪ ધા. [Avestan], [Avestan]) સા. ના. નારી. પાણીનો ઝરો; a stream of water; [Avestan] ૨|૧ વં. ૧૪, ૧૨.

[Avestan] ([Avestan] ઉપરથી) વિ. વરસાદને લગતું, વરસાદનું (પાણી); (water falling) from rain; [Avestan] ... [Avestan] rain water (Geld. [Avestan]) નારી. ૬|૧ વં. ૬, ૫૦.

[Avestan] (જુઓ ૨ ધા. [Avestan]) ક્રિ. અ. પ્યાર—

મોહોબ્બતથી; lovingly, affectionately (adv.); orig., [Avestan] + [Avestan] = [Avestan] (weakest *base) = [Avestan].— Comp. [Avestan] (from rt. [Avestan]); rt. [Avestan] = वन् = to love, ચાહવું; [Avestan] ઇજ. ૨૮, ૮.

[Avestan] } એ બોલો વિશે જુઓ
[Avestan] } ૧ તથા ૨ ધા. [Avestan]

[Avestan] વિશે જુઓ [Avestan] તું, thou.

[Avestan] વિ. ના. નર. પાહાડનું નામ; name of a mountain; [Avestan] (Wester. [Avestan]) ય. ૧૯, ૪.

[Avestan] વિશે જુઓ [Avestan]

[Avestan] વિશે જુઓ ૨ [Avestan]

[Avestan] વિ. ના. નર. પુરૂષનું નામ; name of a person; [Avestan] ૬/૧ ય. ૧૩, ૧૧૫. (જુઓ મોદી).

[Avestan] વિશે જુઓ ૨ [Avestan]

[Avestan] (જુઓ ૨ ધા. [Avestan]) સા. ના. નર. કૌવત, જોર; strength, vigour; [Avestan] ૩/૧ ઇજ. ૫૧, ૧૨.

[Avestan] (જુઓ ૧ ધા. [Avestan] ચ) અતિ. વિ. ક) ઘણોજ રોતાબ—તેજ--આલાક; ઘણોજ તેજીવાળો; ઘણોજ મદદગાર; swiftest (orig.); sharpest, most acute of mind; most helpful; [Avestan] નર. ૧/૧ ઇજ. ૩૧, †૨૨; [Avestan] ૬/૧ ઇજ. ૧૩, ૨; [Avestan] નર. ૧/૩ ઇજ. ૭૦, ૪.

ખ) [Avestan] [Avestan] = [Avestan] [Avestan] (વિ. ના. નર.) વીજળીનો આતશ; સ્પેનજગ્ર નામના દેવની સાંમે લડનાર; the Vâzishta fire; the fire in the clouds (lightning); adversary of the Demon Spenjaghra, which is a metaphorical explanation of the phenomenon of thunder and lightning. For particulars, *vide* [Avestan]; [Avestan] [Avestan] ૨/૧ વં. ૧૯, ૪૦; ઇજ. ૧૭, ૧૧; [Avestan] ૨/૧ ઇજ. ૩૯, ૩. (જુઓ મોદી.)

[Avestan] (=[Avestan] = वात = [Avestan] = Lat. *Vent*-us = Fr. Vent = Ger. Wind = Wind) (જુઓ ૨ ધા. [Avestan]) સા. ના. નર. પવન; કેટલીએક વખતે વિશેષનામ તરીકે ગોવાદ ઇજદને માટે પી વપરાએલો આવેછે; wind; also, the angel presiding over the wind; contra, [Avestan], the Demon-of-Wind who raises storms; [Avestan] ૧/૧ વં. ૨, ૫; વં. ૩, ૪૨; વં. ૫, ૧૨. ૧૩; વં. ૮, ૯. ૧૦. ૮૦; ય. ૮, ૩૩; ય. ૧૦, ૨૧. ૫૦; ય. ૧૩, ૪૫; ય. ૧૮, ૫; ય. ૨૨, ૭; આફ્રૂં. રપિ. ૬; [Avestan] ૧/૧ ય. ૮, ૩૪; [Avestan] ૧/૧ (collectively ૧/૩ ને બદલે); ય. ૧૩, ૧૪; [Avestan] (૨/૧ ને બદલે) વં. ૧૯, ૧૩. ૧૬; ય. ૩, ૧૨. *૧૬; ય. ૧૮, ૭; ય. ૨૪, ૨૪; [Avestan] ૨/૧ ઇજ. ૧૬, *૫; વીસ્પ. ૭, ૪; ય. ૨૨, ૮; [Avestan] ૨/૧ વં. ૫, ૧૫. ૧૭; ય. ૫, ૧૨૦; ય. ૯, ૧૦; [Avestan] ૨/૧ ઇજ. ૪૨, ૩; [Avestan]† = કારાંત ૨/૧ ય. ૮, ૩૩; [Avestan] ૩/૧ ય. ૧૦, ૯; ય. ૧૨, ૪; ય. ૧૩, ૪૭; [Avestan] ૪/૧ ઇજ. ૪૪, ૪; [Avestan] ૬/૧ ઇજ. ૭૦, ૩; ય. ૧૧, ‡૧૬. ‡૨૧; ય. ૧૪, ૨; સીરો. ૧, ‡૨૨; [Avestan] ૬/૧ ઇજ. ૧, ૧૬; ઇજ. ૩, ૧૮; [Avestan] ૮/૧ ય. ૩, ૯; [Avestan] ૫/૨ ઇજ. ૫૭, ૨૮; [Avestan] ૧/૩ ય. ૮, ૮; [Avestan] ૫/૩ ય. ૨૨, ૭. ૨૫. જુઓ એની પછીના બોલો.

[Avestan] (= [Avestan]) (જુઓ [Avestan] તથા [Avestan]) સમાસ વિ. ના. નર. પુષ્કળ પવન—વાવીઝોરાંથી ખરાબી કરનાર દેવ; the Demon-of-Wind, who raises storms and spreads ruin and desolation by untimely violent rains. Contrast [Avestan] [Avestan] [Avestan]

---

* *Vide* my Av. Gram., p. 261–262.

† આ એ ઠેકાણે એનો અર્થ 'ઘણોજ મદદગાર' પી થઇ શકે.

* એ ઠેકાણે એનો અર્થ 'ગોવાદ ઇજદ' પી થઇ શકે.

† [Avestan] અથવા [Avestan] ને બદલે ગણીને મેહેરસુસ્તી એ બોલને ૨/૩ ગણેછે.

‡ આ એ ઠેકાણે એનો અર્થ 'ગોવદ ઇજદ' (the angel presiding over the wind) થાએછે.

(Yas. 16, 5); [Avestan]* ૨|૩ વં. ૧૦, ૧૪.

[Avestan] (= [Avestan]) (જુઓ [Avestan] તથા ૧ ધા. [Avestan] ક) સમાસ ભૂ. કૃ. વિ. પવનથી લઈ જવાએલો—ઘસડાઈ ગએલો (નસો); (any dead matter) that has been brought by winds; [Avestan] નર. ૧|૧ વં. ૫, ૩. ૬; [Avestan] નર. ૧|૩ વં. ૫, ૪. ૭.

[Avestan] વિશે જુઓ ધા. [Avestan]

[Avestan] (જુઓ [Avestan] તથા [Avestan]) સમાસ ભૂ. કૃ. વિ. પવનથી ઘસડાએલું, પવનથી દોડતું (વાદળું); driven or pushed by the wind (as clouds); [Avestan] (પવનથી દોડતાં વાદળાંની માફક) નર. ૨|૧ ઈન્જ. ૯, ૩૨.

[Avestan] વિશે જુઓ ધા. [Avestan]

[Avestan] વિશે જુઓ ૩ ધા. [Avestan], [Avestan]

[Avestan] (= वाध) (જુઓ ૩ ધા. [Avestan]) સા. ના. નર. મારવાનું હથિયાર; મારવું, ફટકો; a weapon for smiting; smiting; a blow. Comp. [Avestan]; [Avestan] ૨|૧ ય. ૧૦, ૫૨.

[Avestan], [Avestan] ઇત્યાદિ બોલો વિશે જુઓ ૧ તથા ૨ ધા. [Avestan], [Avestan]

[Avestan] (= [Avestan] = वाद् = [Persian]) = વરસાદ વરસવો; to rain; [Avestan] અકર્તૃક ક્રિ. (Impersonal Verb) પરસ્મૈ. ૩|૩ (અથવા વર્ત. કૃ. ૭|૧) વં. ૮, ૪; [Avestan] ના. સા. ક્રિ. (Denom. Verb) વર્ત. અથવા ફક્ત વર્ત. આત્મને. ૩|૩ (વરસાદ વરસેછે) ય. ૫, ૧૨૦; [Avestan] in the rainy night (વરસાદ વરસતી રાતે) વર્ત. કૃ. વિ. નારી. ૬|૧ (૭|૧ ની મતલબે) ય. ૧૬, ૧૦. જુઓ ૧ [Avestan], [Avestan]

[Avestan] = વરસાદ વરસવો; to rain; જુઓ [Avestan] વરસાદ વરસતો raining.

[Avestan] = વરસવું; to rain (intr.); [Avestan] વર્ત. પરસ્મૈ. ૩|૩ વં. ૨૧, ૩; [Avestan] (Caus.) I rain down upon the earth (હું વરસાદ વરસાવુંછું) પ્રયો. વર્ત. પરસ્મૈ. ૧|૧ વં. ૫, ૨૦.

૧ [Avestan], [Avestan] (= [Avestan] = वार, वारि = [Persian]) (જુઓ ધા. [Avestan]) સા. ના. નર. વરસાદ; rain; [Avestan] ૨|૧ ઈન્જ. ૧૦, ૩; ય. ૫, ૧૨૦; [Avestan] ૩|૨ ઈન્જ. ૫૭, ૨૮; જુઓ [Avestan], [Avestan], [Avestan], [Avestan]

૨ [Avestan] (= वार) (જુઓ ૨ ધા. [Avestan]) સા. ના. નર. ક) ખાહેશ, મરજી; પુરા કરવું; wish, desire, satisfying; [Avestan] ૨|૧ ઈન્જ. ૪૯, ૧૮; [Avestan] (પુરા કરવાને) ૪|૧ (infinitively) ઈન્જ. ૫૧, ૬.

ખ) ધર્મ સંબંધી એતેકાદ (૩ ધા. [Avestan] ઉપરથી); religious faith; [Avestan] ૪|૧ ઈન્જ. ૩૩, ૨.

૩ [Avestan] (= Vedic वार = [Persian]) (જુઓ ૧ ધા. [Avestan]) સા. ના. નર. પાંખ; a wing; જુઓ [Avestan], [Avestan]

૪ [Avestan] (= वार) (જુઓ ૧ ધા. [Avestan]) સા. ના. નર. ઢાંકણ, બચાવ; shelter, protection; જુઓ [Avestan]

૫ [Avestan] (meaning unsettled); rain (M.); Pehl. [Pahlavi] = [Persian] (Per. com.) = the heart; [Avestan] Geld. ([Avestan] Wester.) ઈન્જ. ૧૦, ૧૪.

[Avestan] (= [Persian]) (જુઓ ૩ [Avestan] તથા ૧ [Avestan]) સમાસ વિ. પાંખ ફફરાવતું (પક્ષિ); fluttering the wings (as a bird). Compare [Avestan]; [Avestan] . . . [Avestan] (Geld. [Avestan]) નર. ૬|૧ ય. ૧૪, ૧૯; ય. ૧૬, ૩૫.

[Avestan] (orig., [Avestan] + [Avestan]) (= [Persian]) (જુઓ ૩ [Avestan], [Avestan]) સમાસ વિ. પાંખ ફફરાવતું (પક્ષિ); fluttering the wings (as a bird). Comp. [Avestan]; [Avestan] . . . [Avestan] (Geld. [Avestan]) નર. ૬|૧ ય. ૧૪, ૩૫.

[Avestan] (= वर्मन) (જુઓ ૧ ધા. [Avestan] ક) સા. ના. નાન્ય. ઢાલ, બચાવ; a shield, shelter; [Avestan] ૧|૧ ય. ૧૧, ૨.

* Geld. [Avestan]

[illegible] ([illegible] ઉપરથી) ક) વિ. ફતેહમંદ, દુશ્મન ઉપર ફાવતો; smiting the enemy (lit.); prevailing over the enemy; victorious. [illegible] નર. ૧|૧ ઇજ઼. ૧૦, ૧૮. ૧૯; ઇજ઼. ૫૭, ૨૨; [illegible]....[illegible] the victorious Mānthra Spenta ૧|૧ Frag. 9, 1; [illegible] નાન્ય. ૧|૧ ઇજ઼. ૫૭, ૨૧; ય. ૩, ૫; [illegible] નર. ૨|૧ ય. ૧૯, ૯૨; [illegible] નારી. ૧|૩ ય. ૧૩, ૪૦, [illegible] નારી. ૨|૩ વં. ૮, ૧૯; વં. ૧૭, ૫. ૭; વીસ્પ. ૨૦, ૧; ય. ૧૩, ૨૦; [illegible]...[illegible] ૨|૩ વં. ૧૦, ૫. ૯. ૧૩; ય. ૧૮, ૮; [illegible] ૬|૩ વીસ્પ. ૯, ૬; વીસ્પ. ૧૫, ૩; ય. ૧૩, ૧૫૯.

ખ) સા. ના. ફતેહ મેળવવાનું કૌવત, ફતેહનું સાધન; the strength or the means of gaining victory; [illegible] ૬|૩ ઇજ઼. ૧૦, ૯.

[illegible] ([illegible] ઉપરથી) વિ. ફતેહમંદ, દુશ્મન ઉપર ફાવતો; victorious; prevailing over the enemy; fiend-smiting; [illegible] (super. adj.) the most fiend-smiting અતિ. વિ. નાન્ય. ૧|૧ ય. ૧, ૨; [illegible] ૨|૧ ય. ૩, ૫; [illegible] ૧|૩ વં. ૮, ૭૨; વં. ૯, ૨૭; વં. ૧૧, ૩. ૮. ૧૧. ૧૮. ૧૭. ૨૦.

[illegible] (= वर्मन्) (જુઓ ૧ ધા. [illegible] ક) સા. ના. નાન્ય. બચાવ, ટેકો; મદદ; shelter, support; help; [illegible] ૨|૧ ય. ૫, ૧૩૦; ય. ૧૭, ૨.

[illegible] (જુઓ ૧ ધા. [illegible]) સા. ના. નારી. રંડીબાજી, શોહેવતબાજી; incontinence, free indulgence of lust; ધાતુ એવડો થઈને નામનાં રૂપમાં આવ્યો; [illegible] ૬|૧ ય. ૧૩, ૧૩૧.

[illegible]) એ બાબે વિશે જુઓ ધા.
[illegible]) [illegible] ક.

[illegible] સા. ના. નારી. રાક્ષી કદની માછલી; a huge aquatic animal; a sort of leviathan; *vide* [illegible]; [illegible] ૨|૧ ઇજ઼. ૪૨, ૪.

[illegible] (જુઓ ૨ ધા. [illegible]) સા. ના. નર. બચાવનાર, રક્ષણ—પાસબાની કરનાર; a protector, a shelterer, a helper; [illegible] [illegible] [illegible] [illegible] I have no other protector than You તમારા સિવાય મને બચાવનાર (કોઈ) નથી ૧|૧ ઇજ઼. ૨૯, ૬; [illegible] ૨|૧ ઇજ઼. ૧૯, ૧૪; ઇજ઼. ૨૭, ૧૩.

[illegible] (= [illegible]) (જુઓ ૨ ધા. [illegible]) સા. ના. નાન્ય. જેથી જમીન ઢંકાએ તે, જમીનને ઢાંકવાનું સાધન (અસલ અર્થ); ક) ઘાંસ, ચારો, ચારાની જગા, ચરવાની જગા; મેદાન; pasture; pasturage; grazing ground; [illegible] ૧|૧ વં. ૨, ૨૪; વં. ૩, ૩; [illegible] ૨|૧ વં. ૧૫, ૪૨; [illegible] ૨|૧ વં. ૫, ૨૦; [illegible] ૨|૧ ઇજ઼. ૩૫, ૪; [illegible] ૫|૧ ઇજ઼. ૩૩, ૪; [illegible] ૬|૧ ય. ૧૩, ૧૦૦; ય. ૧૯, ૫૪; [illegible] ૭|૧ વં. ૧૫, ૪૧; [illegible] ૧|૩ વં. ૭, ૩૨; [illegible] ૬|૩ વં. ૩, ૪. ૨૩; વં. ૯, ૫૩. ૫૪. ૫૫. ૫૭; વં. ૧૩, ૫૨. ૫૩. ૫૪. ૫૬. જુઓ [illegible], [illegible], [illegible]

ખ) ખેતી; ખેતર; tillage, agriculture; a field; [illegible] ૨|૧ ઇજ઼. ૪૪, ૨૦; [illegible] ૭|૧ વં. ૧૯, ૪૧; [illegible] ૨|૩ ઇજ઼. ૩૨, ૧૦; [illegible] (વનસ્પતિનું) ૬|૩ ય. ૮, ૨૯; જુઓ [illegible], [illegible], [illegible]

ગ) ઉદ્યોગ, ઉદ્યમ, કામ; industry, labour; work; [illegible] ૩|૧ ઇજ઼. ૨૯, ૨; [illegible] ૩|૧ ઇજ઼. ૫૮, ૪; [illegible]* ૪|૧ ઇજ઼. ૪૭, ૩; [illegible] ૫|૧ ઇજ઼. ૫૨, ૧૪; [illegible] ૭|૧ ઇજ઼. ૩૩, ૩.

[illegible] ([illegible] ખ ઉપરથી) વિ. ખેતીવાળું, ખેતીવાડીથી ભરપુર(અસલ.); આબાદીવાળું, આબાદીથી ભરપુર: provided with pastures—corn-fields; rich in agriculture; prosperous; [illegible] નારી. ૧|૧ ઇજ઼. ૪૮, ૧૧; [illegible] ૨|૧ ઇજ઼. ૫૦, ૨; [illegible] નર. ૬|૧ વીસ્પ. ૧, ૯; વીસ્પ. ૨, ૧૧; વીસ્પ. ૯, ૫.

---

* [illegible] ... [illegible] હમારાં કામ—ઉદ્યોગને માટે; અથવા હમારા ફાએદાને માટે; પોષણને માટે (મિલ્સ).

[illegible] ([illegible] ક ઉપરથી) વિ. ઘાંસ—ચરવાની જગાને લગતો, મેદાનને લગતો ઇસ્માને ચરવાની જગાને બાંડે રાખનાર; the owner or the keeper of the pasture-field. [illegible] નર. ૧।૧ વં. ૧૫, ૪૨.

[illegible] (જુઓ [illegible] ખ તથા ૪ ધા. [illegible] ખ) સમાસ વિ. ખેતરના અનાજની કાપણીને લગતો (હીંગામ); (the time) of mowing the ripe fields of corn; epithet of the Maidhyoshem Gâhâmbâr. [illegible] [illegible] નર. ૨।૧ વીસ્પ. ૨, ૨; [illegible] નર. ૬।૧ વીસ્પ. ૧, ૨.

[illegible] (જુઓ [illegible] ક તથા [illegible] ગ) સમાસ વિ. ઘાંસ—ચારો ઉત્પન્ન કરતું; pasture-producing; [illegible] નર. ૬।૧ વીસ્પ. ૧, ૯.

[illegible] ([illegible] ખ ઉપરથી) ક) સા. ના. નર. ખેડુત; a farmer; a cultivator; a husbandman; [illegible] [illegible] the thrifty husbandman (દેરાની) આબાદી—વૃદ્ધિ કરનાર ખેડુત; [illegible] સાથના [illegible] નાં વિભક્તિનાં જુદાં જુદાં રૂપો તથા ઉચ્ચારો બાબે જુઓ ૧ ધા. [illegible]; [illegible] (ખેડુતના) ૬।૧ ઇજ. ૩૧, ૧૫.

ખ) સા. ના. ખેતી, ખેતીવાડી; tillage, agriculture; [illegible] નારી. ૨।૧ વં. ૩, ૩૩.

ગ) સા. ના. નાન્ય. ઉદ્યમ, ઉદ્યોગ; business, occupation, industry; [illegible] ૫।૧ ઇજ. ૩૧, ૯; [illegible] ૨।૩ વીસ્પ. ૧૫, ૧; [illegible] ૨।૩ ઇજ. ૨૯, ૧; ઇજ. ૩૩, ૬.

ઘ) વિ. ઉદ્યોગી, મેહેનતુ; industrious, diligent, toiling; [illegible] નર. ૧।૧ ઇજ. ૩૧, ૯; [illegible] નર. ૨।૩ ઇજ. ૪૦, ૩; [illegible] [illegible] નર. ૪।૩ ઇજ. ૫૩, ૪.

[illegible] (જુઓ [illegible] ખ તથા ધા. [illegible]) સમાસ વિ. ખેતીનું કામ કરતો (અસલ.); મેહેનતુ, ઉદ્યોગી; diligent working [illegible] [illegible] the diligent maiden નારી. ૧।૧ ઇજ. ૨૩, ૩; [illegible] ૬।૩ ઇજ. ૬૮, ૧૨.

[illegible] (= [illegible] = वह वाह, वह्म, = Lat. Vehiculum = Waggon) (ધા. [illegible] = [illegible] + [illegible]; જુઓ ૧ ધા. [illegible] ઘ) સા. ના. નર. ગાડી; a chariot; [illegible] ૧।૧ ય. ૧૩, ૫૨; [illegible] ૨।૧ વં. ૭, ૪૧; ય. ૧૦, ૫૨. ૬૮. ૧૨૪; ય. ૧૭, ૧૨; ય. ૧૯, ૪૪; [illegible] ૩।૧ ય. ૧૦, ૬૭. ૧૩૬; [illegible] ૬।૧ ય. ૫, ૧૧; ય. ૧૦, ૧૨૮; ય. ૧૭, ૨૧; [illegible] ૭।૧ ય. ૧૦, ૧૨૫; [illegible] Geld. નારી. ૨।૩ ય. ૫, ૧૩૧; [illegible] Wester. નારી. ૭।૩ ય. ૫, ૧૩૧. જુઓ [illegible]

[illegible] they drive the chariot (તેઓ ગાડી ચલાવેછે—હાંકેછે); ([illegible] ઉપરથી); નામ સાધિત ક્રિ. (Denom. Verb) વર્ત. આત્મને. ૩।૩ ય. ૧૭, ૧૨.

[illegible] (= [illegible] = वि. = Lat. Avis) (જુઓ ૧ ધા. [illegible]) સા. ના. નર. પક્ષી, પંખી, પંખેરૂં; a bird *[illegible] ૧।૧ વં. ૨, ૪૨; †[illegible] ૧।૧ ય. ૧૩, ૩; [illegible] ૬।૧‡ વં. ૭, ૨૯. ૩૦. ૩૩. ૩૪; [illegible] ૩।૩ ય. ૧૦, ૧૧૯; [illegible] ૫।૨ ઇજ. ૫૭, ૨૮; [illegible] ૧।૩ વં. ૫, ૧૨. ૧૩; વં. ૬, ૪૫. ૪૬. ૪૭; વં. ૭, ૩; વં. ૮, ૯. ૧૦; [illegible] ૬।૩ વં. ૩, ૨૦; વં. ૯, ૪૯; ય. ૧૪, ૧૯. ૨૧; [illegible] ૬।૩ વં. ૨, ૮. ૯. ૧૨. ૧૩. ૧૬. ૧૭; [illegible] ૬।૩ ઇજ. ૪૨, ૬; [illegible] ૬।૩ વં. ૫, ૧૪.

[illegible] (ય. ૧૫, ૫૫.) (બરસમ) છોડેલી (દારમે.); (the Baresma) untied (Dar.)

[illegible] = ક) क्लिश् = દુઃખ દેવું, નુકસાન કરવું; to afflict, to do harm; જુઓ [illegible], [illegible]

ખ) ભારી થવું; to be heavy; એનું બીજું

---

* એના ખોલાસા બાબે જુઓ મોદીની ૬૨૯મ [illegible] ભાસ.

† મેહેલ, મુકામ (દારમે.); a palace (Dar.).

‡ • ની ગુણ થઈને દા૧ નો [illegible] લાગેલો ગણીએ તો.

રૂપ [illegible] આવેછે. જુઓ ૧ ધા. [illegible] ગ. જુઓ [illegible]

[illegible] (જુઓ ૨ ધા. [illegible] તથા [illegible]) સમાસ ના. નર. ઓરેહ મેળવનાર, નુર પામનાર; he who obtains the glory: [illegible] (Geld. [illegible]) (૧/૧ ની મતલબે) ય. ૧૫, ૪૫.

[illegible] (જુઓ ૧ ધા. [illegible] તથા [illegible]) સમાસ વિ. લશ્કર (ની હીલચાલ) વિશે ખબર રાખતો—જાણીતો થતો; અથવા લશ્કરની ચોકસી—તપાસ રાખતો; cognisant (of the movements) of the army; *or*, watching over the army; [illegible] . . . [illegible] નર. ૨/૧ ય. ૧૦, ૩૫.

[illegible] (જુઓ ૨ ધા. [illegible]) સા. ના. નાન્ય. સંપાદન કરવું, પાંમવું, મેળવવું; gaining, acquiring; [illegible] (Geld. [illegible]) ૭/૧ ગેહ ૨, ૭.

[illegible] વિશે જુઓ [illegible]

[illegible] વિ. ના. નર. પુરૂષનું નામ; name of a person; [illegible] (Wester. [illegible]) ૬/૧ ય. ૧૩, ૧૨૬. (જુઓ માદી.)

[illegible] (= [illegible] = [illegible]) ક્રિ. અ. જુદું, છુટું; different; separate; from [illegible] separate, out of, જુદું, બાહાર; *or*, from [illegible] = [illegible] = divided in two; distinct બે થએલું, જુદું થએલું; [illegible] વં. ૯, ૧૧.

[illegible] = જાણવું, વાકેફ થવું; to know, to be informed; cl. 1. Comp. [illegible];- [illegible] વર્ત. પરસ્મૈ. ૩/૩ વં. ૪, ૫૦—૫૪; [illegible] આગ્ના. પરસ્મૈ. ૨/૧ ય. ૧, ૨૬; [illegible]* પૂ. ભૂ. પરસ્મૈ. ૩/૧ દરેક નીઆએશ, ગેહ તથા યશ્તને છેડે ભણવામાં આવતા [illegible] [illegible] ના ફકરામાં; જુઓ [illegible], [illegible]

* એનું બેવડું થએલું રૂપ [illegible] નીકળી ગયું. સંસ્કૃતમાં પણ એમજ આવેછે (વેદ). જુઓ મારૂં અવસ્તા વ્યાકરણ, સફો ૨૩૯ મો.

૧ [illegible] = विद् = Lat. *Vid*-ere = To Wit = જાણવું, વાકેફ થવું, જોવું; to know, to learn, to be informed, to see. [illegible]* (મેં જાણ્યું છે) પૂ. ભૂ. પરસ્મૈ. ૧/૧ યજ. ૨૮, ૧૦; યજ. ૩૪, ૭; યજ. ૪૬, ૨; યજ. ૪૮, ૯; યજ. ૫૮, ૫; [illegible] (તેં જાણ્યું છે) ૨/૧; અસલ રૂપ [illegible] + [illegible] = [illegible] ([illegible] નીકળી ગયો); [illegible] યજ. ૨૮, ૧૦; યજ. ૩૩, ૬; યજ. ૪૬, ૧૦; [illegible]* ૩/૧ વીસ્પ. ૧૬, ૩; [illegible] ૩/૧ યજ. ૩૫, ૬; યજ. ૩૧, ૨; યજ. ૪૫, ૪; યજ. ૫૧, ૨૨; [illegible] શકયા. પરસ્મૈ. ૩/૧ યજ. ૪૮, ૯; [illegible] (જાણવાને) સામા. રૂપ (infinitive) યજ. ૪૪, ૩; યજ. ૨૯, ૩; યજ. ૩૧, ૫; [illegible] (જાણવાનેમાટે) સામા. રૂપ યજ. ૩૧, ૩; [illegible] વર્ત. કૃ. પરસ્મૈ. નર. ૧/૧ યજ. ૩૩, ૩; [illegible] વર્ત. કૃ. આત્મને. નર. ૧/૧ યજ. ૨૮, ૫; યજ. ૪૩, ૧૪; [illegible] ૪/૧ યજ. ૩૧, ૨૨; યજ. ૪૮, ૩; [illegible]* નર. ૧/૩ યજ. ૩૪, ૭; [illegible] (જણાએલો) ભૂ. કૃ. નર. ૧/૧ યજ. ૨૯, ૬. ૮; યજ. ૫૦, ૬; [illegible] નારી. યજ. ૪૮, ૨. જુઓ [illegible]

[illegible] = જાણવું; જાહેર કરવું; બુલંદ રીતે કેહેવું—બોલવું; to know, to declare; to make known; to speak aloud; [illegible] [illegible] [illegible] (બુલંદીથી બોલાવેછે) પ્રયો. વર્ત. આત્મને. ૩/૩ ય. ૧૦, ૧૨૦; [illegible] (જાણતો, દાનેશમંદ) વર્ત. કૃ. આત્મને. નર. ૧/૧ યજ. ૫૧, ૧૯; †[illegible] (સારી પેઠે જણાએલાં) પ્રયો. ભૂ. કૃ. ૧/૩ વીસ્પ. ૯, ૩; [illegible] (સારીપેઠે જણાતાં) પ્રયો. વર્ત. કૃ. ૧/૩ વીસ્પ. ૯, ૩; [illegible] (સારીપેઠે જણાએલો) ભૂ. કૃ. નર. ૧/૧ ય. ૧૦, ૧૨૦. *

[illegible] = आ-विद् = જાણવું; જાહેર કરવું, અર્પણ કરવું; to know; to declare, to dedicate;

* Geld. [illegible]

† પ્રોફેસર જુસ્તી Lat. Amandus ની માફક એ બોલમાં વચમાં [illegible] નકામો આવેલો માનેછે.

[Avestan] વર્ત. પરસ્મૈ. ૧/૧ વં. ૧૭, ૯; [Avestan] ૧/૩ ઈજ઼. ૨૪, ૧; ઈજ઼. ૪૧, ૧; ઈજ઼. ૫૮, ૮; વીસ્પ. ૧૧, ૧; [Avestan] ... [Avestan] વીસ્પ. ૪, ૨; [Avestan] ઈજ઼. ૪, ૧; [Avestan] (હમો કેહેદા કરીએ છિયે) આત્મને. ઈજ઼. ૫૮, ૨; [Avestan] (જાહેર કીધી) અ. ભૂ. પરસ્મૈ. ૩/૧ વીસ્પ. ૧૧, ૧૯; [Avestan] (જણાએલો) ભૂ. કૃ. નર. ૧/૧ ય. ૧૦, ૧૨૦; [Avestan] = મુકરર—તેહેકીક—ચોકસ કીધેલી (બેટ) ૨/૧ વીસ્પ. ૧૧, ૧૯.

[Avestan] = બરાબર જાણવું; to know well; [Avestan] (caus.) to make known openly; to declare loudly; [Avestan] (બુલંદ—મ્હોટે સાદે જણાવ્યું) પ્રયો. અ. ભૂ. પરસ્મૈ. ૩/૧ વં. ૧૯, ૫.

[Avestan] = नि-विद् = ઈજ઼ન કરવું, બોલાવવું; to invite; to request the company of, to call; [Avestan] ઈજ઼. ૧, ૧—૧૯; વીસ્પ. ૧, ૧—૯; [Avestan] ... [Avestan] ઈજ઼. ૬, ૨૧; [Avestan] અ. ભૂ. પરસ્મૈ. ૩/૧ ય. ૫, ૮૫.

[Avestan] = प्रति-विद् = જાણવું, જોવું; ખબર થવી; to know, to see; to be informed; .... [Avestan] I dedicate or show (હું દેખાડું છું, હું જણાઉં છું) પ્રયો. વં. ૧૭, ૯; [Avestan] (દેખાડે—અર્પણ કરે*) વં. ૧૭, ૧૦; [Avestan] (મેં પાછું જણાવ્યું, મેં ખબર આપી) અ. ભૂ. પરસ્મૈ. ૧/૧ વં. ૨, ૯. ૧૩. ૧૭.

[Avestan] = જણાવવું, દેખાડવું; to make known; to show; [Avestan] આજ્ઞા. આત્મને. ૨/૩ ઈજ઼. ૩૩, ૮; [Avestan] (હું જણાએલો છું) કર્મ. પૂ. ભૂ. ૧/૧ (Reduplic. Perf. Pass. 1st Per. Sing.) ઈજ઼. ૪૪, ૧૧; [Avestan] વિદ્યાવાળી—વિચારવંત—દાનેશમંદ (અરેદ્વીસૂર) વર્ત. કૃ. આત્મને. નારી. ૧/૧ ય. ૫, ૧૨૬. [Avestan] (શિખવતાને, શિખવનારને) પ્રયો. નર. ૪/૧ ય. ૧૩, ૮૮.

[Avestan] = કૃ) જાહેર કરવું; to declare; [Avestan]†

* સંશયાર્થની મતલબે; જુઓ માહરૂં અવસ્તા વ્યાકરણ, સેહે ૩૭૪.

† જણાવું જે એ બોલમા એવડું રૂપ ( ) નીકળી ગયું છે. જુઓ માહરૂં અવસ્તા વ્યાકરણ, સેહે ૨૩૯ મો.

પૂ. ભૂ. પરસ્મૈ. ૩/૧ ય. ૧૩, ૯૯; ય. ૧૯, ૮૫.

ખ) મોહોબતની નજરે જોવું; માનની નજરથી જોવું; to esteem, to respect; [Avestan] સામાન્ય રૂપ (infinitive) ઈજ઼. ૪૩, ૯.

૨ [Avestan] = [Avestan] = विद् = Ger. Find-en= To Find = કૃ) પાંમવું, પોહોંચવું, માલમ પડવું, મેળવવું, સંપાદન કરવું; to get, to reach, to be known; to obtain; cl. 6. [Avestan] વર્ત. પરસ્મૈ. ૩/૩ વં. ૨, ૯. ૧૩. ૧૭; [Avestan] ય. ૬, ૩; નીરંગ. ૧, ૧૩; [Avestan] ([Avestan] ને બદલે) વર્ત. સંશ. ૨/૧ વં. ૧૯, ૬; [Avestan] ૩/૧ વં. ૧૩, ૩૬; ય. ૧૭, ૫૪ (Wester.); [Avestan] ([Avestan] ને બદલે) શક્યા. આત્મને. ૩/૧ ઈજ઼. ૧૦, *૮; [Avestan] આજ્ઞા. પરસ્મૈ. ૧/૩ વં. ૧૯, ૪૬; ય. ૧૫, ૪૦; [Avestan] અ. ભૂ. પરસ્મૈ. ૩/૧ વં. ૧૯, ૬; ય. ૧૭, ૨૬; [Avestan] ૩/૩ વં. ૨, ૮. ૧૨. ૧૬; [Avestan]† Intensive Verb વર્ત. સંશ. પરસ્મૈ. ૩/૧ ઈજ઼. ૩૦, ૮; [Avestan]‡ (તમો પાંમજો—મેળવજો) આજ્ઞા. આત્મને. ૨/૩ ઈજ઼. ૫૩, ૫; [Avestan] વર્ત. કૃ. આત્મને. નર. ૧/૧ વં. ૧૯, ૪; [Avestan] (મેળવવાને માટે) સામાન્ય રૂપની મતલબે ઈજ઼. ૪૪, ૮; [Avestan] (અસલ રૂપ [Avestan]+[Avestan]) સામાન્ય રૂપ ઈજ઼. ૪૩, ૧૩.

ખ) વધારવું; to increase, to promote; to further; [Avestan] વર્ત. પરસ્મૈ. ૭ મો વર્ગ ૩/૧ વં. ૭, ૭૮. ૭૯. અસલ રૂપ [Avestan]+[Avestan]; જો એ બોલને ધા. [Avestan] = नश् = પોહોંચવું ઉપરથી લઈ [Avestan] ઉપસર્ગ ગણીએ તો [Avestan] [Avestan] નો અર્થ "તે માણુસ દરૂજનને પોહોંચેછે" ઇઆને "દરૂજની સંકૃતો થાએછે" એમ થઈ શકે.

[Avestan] = મેળવવું, પાંમવું; પસંદ પડવું, કબૂલ થવું; to obtain; to acquire; to be approved; to be accepted; [Avestan] ભૂ. કૃ. નર. ૧/૧ ઈજ઼. ૬૮, ૨૧.

* આએ ઠેકાણે એનો અર્થ અંગ્રેજી To treat, to regard ની મતલબે 'ગણી શકે' અર્થ લાગુ પડશે.

† વેસ્ટરગાર્ડના પુસ્તક પ્રમાણે [Avestan] થઈએલો પૂ. ભૂ. આત્મને. ૩/૨

‡ ૨ જા વર્ગના રૂપમાં આવેલો છે.

[Avestan] = [Avestan] = भिद् = भांजवुं, કાપીને છુટું પાડવું; to break, to cut asunder; જુઓ [Avestan]

[Avestan] વિ. ના. નર. નામાંકિત પુરૂષનું નામ; one of the six foremost helpers of Saoshyant, q. v.; for particulars, *vide* [Avestan];—[Avestan] (Wester. [Avestan]) ૬/૧ ય. ૧૩, ૧૨૮.

[Avestan] અતિ. વિ. અકલથી ઘણોજ પારખતો-પીછાંનતો; most discerning; rt. [Avestan] = विद् to know, જાણવું; ધા. [Avestan] = चि to search for; તલાશ કરવી, પીછાનવું; ([Avestan] ને અર્થે); [Avestan] નર. ૮/૧ ય. ૧૨, ૭.

[Avestan] (= विद्या) સા. ના. નારી. જ્ઞાન, વિદ્યા; knowledge. Comp. [Avestan];—[Avestan] ૧/૧ ય. ૨૪, ૧૫.

[Avestan] વિ. ના. નર. પાહાડનું નામ; name of a mountain; [Avestan] [Avestan] [Avestan] the four Vidhwana summits ૧/૩ ય. ૧૯, ૩.

[Avestan] = वेण्, वेन् = [Avestan]* = જોવું, નજર કરવી; to see, to observe; to look to; cl. I; એ ધાતુ ૧ લા વર્ગનો છે; [Avestan] વર્ત. પરસ્મૈ. ૩/૧ ય. ૧૦, ૧૦૫; ય. ૧૪, ૩૧; [Avestan] આત્મને. વં. ૨, ૪૦; ઇજ. ૧૦, ૧૪; ઇજ. ૧૧, ૧૦;—[Avestan] વર્ત. સંશ. ૩/૧ વં. ૨, ૨૪; [Avestan] શક્યા. પરસ્મૈ. ૩/૧ ઇજ. ૯, ૨૯; [Avestan] અ. ભૂ. પરસ્મૈ. ૩/૩ ય. ૧૦, ૯૨; [Avestan] અ. ભૂ. સંશ. ૩/૧ ય. ૧૯, ૯૪; [Avestan] (જોવાને, નજર કરવાને) સામાન્ય રૂપ (infinitive) ઇજ. ૩૨, ૧૦; [Avestan] વર્ત. ફ. પરસ્મૈ. નર. ય. ૫, ૧૨૯; [Avestan] આત્મને. ૨/૧ ય. ૧૯, ૩૪. ૮૦.

[Avestan] = જોવું, નજર કરવી; to observe, to see; to look at; [Avestan] [Avestan] વર્ત. પરસ્મૈ. ૨/૧ ઇજ. ૩૧, ૧૩; [Avestan] Wester. ૩/૧ વં. ૭, *૩; ય. ૧૩, ૮૪; ય. ૧૪, ૩૩; [Avestan] અ. ભૂ. (વર્તમાનની મતલબે) પરસ્મૈ. ૧/૧ ય. ૭, ૩; નીઆ. ૩, ૫; [Avestan] ૩/૧ ય. ૨૪, ૧૦; [Avestan] સંશ. વં. ૧૬, ૨. ૮. ૯. ૧૦. ૧૧.

[Avestan] = નેગાહ કરવી, ધ્યાન લગાડીને જોવું; to behold, to observe attentively; [Avestan]† આજ્ઞા. પરસ્મૈ. ૨/૧ ઇજ, ૪૬, ૨; [Avestan] (= [Avestan]) ૨/૩ ઇજ. ૩૦, ૨.

[Avestan] = ક) જોવું, નજર કરવી; to see, to look at; [Avestan] અ. ભૂ. પરસ્મૈ. ૩/૧ ય. ૭, ૩; નીઆ. ૩, ૫.

ખ) સાંભે ઇચ્છાને ઉલટી નજરથી જોવું (અસલ.); ધિક્કારની નજરથી જોવું; to look down upon (lit.); to disdain, to slight; [Avestan] [Avestan] અ. ભૂ. સંશ. પરસ્મૈ. ૩/૧ ય. ૧૯, ૯૪.

[Avestan] = આસપાસ જોવું, બધી તરફ નજર કરવી; to see round about; [Avestan] વર્ત. પરસ્મૈ. ૧/૧ વં. ૧૯, ૩; [Avestan] શક્યા. આત્મને. ૩/૨ ય. ૧૩, ૩. ‡[Avestan] અ. ભૂ. પરસ્મૈ. ૩/૧ ય. ૫, ૬૮; [Avestan] અ. ભૂ. સંશ. પરસ્મૈ. ૩/૧ સંશ. વં. ૧૯, ૩.

[Avestan] = ક) તદબીર કરવી; to manage; [Avestan] . . . [Avestan] how shall they manage? (તેઓ શું તદબીર કરે?) વર્ત. સંશ. આત્મને. ૩/૩ વં. ૯, ૧.

ખ) જોવું, નજર કરવી; to see, to look at; [Avestan] શક્યા. આત્મને. ૧/૩ ઇજ. ૫૮, ૬.

[Avestan] = विप्, वप् = બી નાખવું; to emit seed;

* ફારસી [Avestan] નો અર્થ 'જો, નેગાહકર' કરીને થાએ-છે. 'જોવું' ને માટે [Avestan] આવેછે. એ (Av. [Avestan]) ક્રિયાપદ પોતાનાં બધાં ગરદાનમાં બે રૂપ લેછે:—૧ [Avestan], ૨ [Avestan] (Av. [Avestan]); એજ પ્રમાણે લાટિનમાં બી આવે-છે—જેમકે Lat. Fero = હું લઈ જાઉંછું; Lat. Latus (ભૂત કૃદંત) લઈ ગએલું.

* એ આખો ફકરો (વં. ૭, ૩) ડાકટર ગેલ્ડનરની ચોપડીમાં આપ્યો નથી.

† Geld. [Avestan] (= [Avestan]).

‡ [Avestan] ની પછીનો [Avestan] અ. ભૂ. (augment) નો સમજવો.

cl. 4; [Avestan] વર્ત. પરસ્મૈ. ૪ થા વર્ગ ૩/૧ વં. ૮, ૨૭; [Avestan] જૂ. કૃ. નર. ૫/૧ વં. ૮, ૩૨.

[Avestan] = એશકુઆરૂ કરવી, સાથે સંબંધ કરવો; to copulate; [Avestan] [Avestan] વર્ત. પરસ્મૈ. ૩/૩ વં. ૭, ૫૫. જુઓ [Avestan], [Avestan]

[Avestan] = ખી કાહાડી નાખવું; ખીખ—મુળ-માંથી ઉખેડી કાહાડવું = નાશ કરવો; to take off the roots; to extirpate, to destroy; [Avestan] (તે બદગોઈ કરનારની વિચાર શક્તિને તું નાશ કર) આગ્ના. પરસ્મૈ. ૨/૧ ઇજ. ૧૦, ૧૨.

[Avestan] (જુઓ ૨ [Avestan] ક તથા [Avestan]) સમાસ વિ. દ્વેષને દૂર કરતું; removing malice; [Avestan]* ... [Avestan] ૨/૧ ઇજ. ૫૪, ૨.

[Avestan] (જુઓ ધા. [Avestan]) વર્ત. કૃ. ખી નાખતો, ખી નાખનાર ઇઆને પુરૂષ; one who emits semen virile, *i. e.*, a male, man; [Avestan] નર. ૭/૧ વં. ૮, ૨૬. ૨૭.

[Avestan] વિ. ના. નર. પુરૂષનું નામ; [Avestan] (Wester. ... [Avestan]) name of a chief whom King Feridoon had sent to the top of a mountain, and who had lost his way in a glacier (Modi) ૧/૧ ય. ૫, ૬૧; આફ્રીન પેગમ-બર જરતોશ્ત, ૪. (જુઓ મોદી.)

[Avestan] (અસલ રૂપ [Avestan] + [Avestan]; [Avestan] બદલાઈને » થયો) (જુઓ ૨ [Avestan] તથા ધા. [Avestan]) સા. ના. છુટું પાડનાર; જુદું પાડનાર; he that separates; [Avestan] (Geld. [Avestan]) નર. ૧/૧ ય. ૧૫, ૪૭.

[Avestan] (જુઓ ૧ ધા. [Avestan]) જૂ. કૃ. વિ. જાણીતો, વાકેફ થએલો; informed of; aware, knowing; *vide* [Avestan]

[Avestan] વિ. ના. નર. નોદરનો છોકરો ગુસ્તેહેમ; the son of Naotara (Per. نوذر) and the brother of Tusa (Per. توس). Nodar had two sons, Tus and Gustahm. Comp. Per. گستهم; for particulars, see [Avestan];

* Wester. [Avestan]

[Avestan] ૧/૧ ય. ૫, ૭૬; [Avestan] ૬/૧ ય. ૧૩, ૧૦૨.

[Avestan] (જુઓ ૧ ધા. [Avestan]) સા. ના. નારી. કાંઈ જાણવું તે, ખબર, જ્ઞાન, વાકેફી; information, knowledge; જુઓ [Avestan]

[Avestan] (જુઓ [Avestan] તથા [Avestan]) સમાસ વિ. દીનથી વાકેફ થએલો, અથવા દીન ઉપર પુરતો એતેકાદ રાખનાર; well-versed in religious lore; *or*: keeping implicit faith in religion; ... [Avestan] નર. ૨/૧ ગેહ ૪, ૯.

[Avestan] = विष = પાણી છાંટવું, ભીનું કરવું; to sprinkle, to moisten; જુઓ ૨ [Avestan]

[Avestan] (= [Avestan] = विष) સા. ના. જેહેર, વિખ; poison. Comp. 1 [Avestan]; [Avestan] નારી. ૫/૧ ય. ૨૨, ૩૬. જુઓ [Avestan]

[Avestan] (જુઓ [Avestan] તથા [Avestan]) સમાસ વિ. જેહેરના વાસવાળો (ખોરાક); (food) of poisonous stench; [Avestan] Wester. ય. ૨૨, ૩૬.

[Avestan] વિ. ના. પાહાડનું નામ; name of a mountain; [Avestan] ય. ૧૯, ૪. Wester. [Avestan]

[Avestan] (Yt. 19, 8) branching off (Dar.). શાખા લંબાવવી (દારમે.). Comp. Sans. विशसन dissecting; rt. शस् to dissect.

૧ [Avestan] (= [Avestan] = विष) સા. ના. જેહેર, વિખ; poison. Comp. [Avestan]; [Avestan] ૧/૧ ઇજ. ૯, ૧૧.

૨ [Avestan] (જુઓ ધા. [Avestan]) સા. ના. પાણી; water; જુઓ [Avestan]

૩ [Avestan] ક્રિ. અ. દૂર, હાંગે; afar, at a distance; [Avestan] (वि) નું બીજું રૂપ; [Avestan], [Avestan] ની માફક છેડે [Avestan] લાગો. [Avestan] ઇજ. ૧૦, ૧.

[Avestan] (= [Avestan]) (જુઓ ૨ [Avestan] તથા [Avestan] ગ) સમાસ ના. નાન્ય. (આડ પાનમાંથી)

'રસ નીચવીને કાહાડેલી દવા; એબાજનું મૂળ (દારમે.); the fluid part or the juice extracted from medicinal plants. *Otherwise*: a source of remedies (Dar.); from [illegible] = [illegible] = [illegible] = remedy; [illegible] = source; [illegible] ૨/૧ વં. ૨૦, ૩.

[illegible] (= [illegible] + [illegible]) (જુઓ ૧ ધા. [illegible]) સા. ના. નર. જાણનાર; તપાસનાર, ચોકસી રાખનાર; one who knows; one who watches or superintends; [illegible] ૧/૧ ય. ૧૨, ૮. Geld. [illegible]

[illegible] (જુઓ [illegible] તથા [illegible]) સમાસ ના. પક્ષિનો માર્ગ, ઇઆને જે સાંકડી જગાએ પક્ષિ ઉડે તે જગા; the pathways of the birds; [illegible] (Geld. [illegible]) ૨/૧ ઇજ. ૧૦, ૪. ૧૧.

[illegible] (= [illegible]) (જુઓ ૨ [illegible] તથા ૨ [illegible]) સમાસ ના. નર. મોહોલ્લાની પાસબાની—ચોકસી કરનાર (કુતરો); (the dog) that watches the street; [illegible] ૧/૧ વં. ૫, ૨૯; વં. ૧૩, ૪૯; [illegible] (૪/૧ ને બદલે) વં. ૧૩, ૧૮; [illegible] ૨/૧ વં. ૧૩, ૧૩. ૨૧. ૨૫; [illegible] ૪/૧ (" કારાંત હોએ તેમ) વં. ૧૩, ૧૧; વં. ૧૫, ૩; [illegible] ૬/૩ વં. ૧૩, ૮; [illegible] ૬/૩ વં. ૧૩, ૪૨.

[illegible] (જુઓ ૨ [illegible] તથા ધા. [illegible]) સમાસ વિ. પુષ્કળ પાણીવાળું, પાણીમાં પુષ્કળ; abounding in waters; [illegible] નર. ૨/૧ વં. ૧, ૮.

[illegible] (= [illegible]) (જુઓ ૧ [illegible] તથા [illegible]) સમાસ વિ. (દેડકો) જેનું ઝેહેર—વિખ સુકઈ ગએલું તે; (a frog) whose venom is dried up; [illegible] નર. ૧/૧ વં. ૫, ૩૬; વં. ૧૨, ૨૨.

૧ **[illegible]** = ધી = ક) દોડીને જવું, ઉડવું; પડવું; to run after; to fly; to fall; cl. 2. [illegible] (પુઠે જાએછે) વર્તે. પરસ્મૈ. ૩/૩ ઇજ. ૫૭, ૨૯; [illegible] frightens by running after (પુઠે દોડીને ભડકાવેછે) પ્રયો. વર્તે. ૩/૧ વં. ૧૫, ૫. જુઓ [illegible]

ખ) બધે પંથરાઈ જવું, બધે ફેલાવું; to pervade; to spread through; [illegible] વર્તે. પરસ્મૈ. ૧/૧ ય. ૧૫, ૪૩. જુઓ [illegible]

ગ) પુઠે લાગવું; નાહાસી જવું; to pursue; to flee; [illegible] (પુઠે લાગતો) વર્તે. કૃ. પરસ્મૈ. નર. ૧/૧ ય. ૧૩, ૩૫; [illegible] (નાહાસી જતો) આત્મને. ય. ૧૩, ૩૫; [illegible] ય. ૧૩, ૩૫.

[illegible] = હાંકી કાહાડવું; to drive away; to put to flight; [illegible] (ત્યાંહાંથી તેને હાંકી કાહાડેછે) ય. ૮, ૨૩. ૨૯.

[illegible] = આવવું, પધારવું; to come to (a place); [illegible] વર્તે. પરસ્મૈ. ૩/૩ ય. ૧૩, ૪૯; [illegible] વર્તે. કૃ. પરસ્મૈ. નર. ૬/૩ ય. ૧૩, ૮૪; ય. ૧૯, ૧૭.

[illegible] = આગળ જવું, સરસ થવું, સરસાઈ ભોગવવી; to come foremost (lit.); to excel, to surpass; [illegible]* શક્યા. પરસ્મૈ. ૩/૧ વીસ્પ. ૨૨, ૨.

૨ **[illegible]** (= [illegible] = Lat. Dē, Dis† = Fr. Dé‡ = [illegible] §) ([illegible], [illegible] ઉપરથી) ઉપસર્ગ. ક) જુદું, વગર, સિવાય,¶ નહી, ઉલટું; apart, separate from; different from, exclusive of; contrary to; *e. g.*, [illegible] = પાણી વગરનું (વં. ૩, ૧૫); [illegible] આડપાન વગરનું (વં. ૯, ૩); [illegible] = આનંદ-ખુશીનો ભંગ કરનારો ઇઆને ગમગીની ઉપજાવનારો દેવ (વં. ૧૯, ૨૯); [illegible] = દેવથી જુદું-ઉલટું (વં. ૨, ૨૨); [illegible] = જુદો વિચાર = ગુમાન (વં. ૧, ૭). જુઓ એની પછીના બોલો.

---

* Geld. [illegible]

† *E. g.*, Lat. Dēstringere, Lat. Dēstruere, Lat. Disjungere.

‡ *E. g.*, Fr. Dépolir, Fr. Déplaisir, &c.

§ *E. g.*, [illegible] (= [illegible]); [illegible] (= [illegible]); [illegible] (= [illegible]) &c. &.

¶ ફારસીમાં 'સિવાય'ને માટે જે [illegible] બોલ આવેછે તે, [illegible] અથવા [illegible] નો બનેલો છે.

ખ) ([Avestan], [Avestan] ઉપરથી ગણતાં) એક નહી, પણ બેવડું (અસલ.); વધારે જીઆદે, ઘણું; પોહોળાઇમાં, આરપાર, બધી તરફ; ચો તરફ; two-fold (lit., fr. [Avestan], [Avestan]); more excessively, through and through; all around; જેમકે [Avestan] બધીતરફ જવું = ફેલાઇ જવું ય. ૧૩, ૬૪; [Avestan] = બધી તરફ લઇ જવું = ફેલાવો કરવો (વં. ૨, ૪૨); [Avestan] = પોહેળાઇમાં વધવું (વં. ૨, ૧૧); [Avestan] = (દેવનું) વધારે ચીડાઇને—ગુસ્સે થઇને બોલવું (વં. ૧૯, ૪૩); [Avestan] = ઘણો વરસાદ (વં. ૨૧, ૩). જુઓ નીચેના બોલો.

કેટલીએક વખતે એ ઉપસર્ગ ક્રિયાપદની સાથે આવ્યાને બદલે તેની આગમચ જરા દૂર આવેછે; જેમકે [Avestan] ય. ૧૦, ૮૫; ...... [Avestan] [Avestan] (ફ્રવ. ૯, ૨૮); .... [Avestan] [Avestan] (ફ્રવ. ૧૨, ૪).

કોઇ વખતે [Avestan] ને બદલે [Avestan], [Avestan] આવેછે :— જેમકે [Avestan] . . . [Avestan] (ફ્રવ. ૧૦, ૧); [Avestan] (ફ્રવ. ૫૪, ૨).

[Avestan] (= پر خشک) (જુઓ ૨ [Avestan] ક તથા ૨ [Avestan]) વિ. પાણી વગરની—ભીનાશ વગરની (જગા); waterless (ground); free from wetness; [Avestan] (super.) most free from wetness; મુદલ પાણી નહી તેવી (જગા); [Avestan] નાન્ય. ૧|૧ વં. ૩, ૧૫; વં. ૯, ૩; વં. ૧૦, ૧૮.

[Avestan] (જુઓ ૨ [Avestan] ક તથા [Avestan]) વિ. ઓરવર—ઝાડપાન વગરની (જગા); treeless; [Avestan] super. adj. (the ground) where there are fewest trees (અતિ. (વિ.) = ઘણીજ ઓરવર વગરની, ઇઆને જ્યાંહાં મુદલ ઝાડપાન નહીં એવી (જગા); [Avestan] નાન્ય. ૧|૧ વં. ૩, ૧૫; વં. ૯, ૩; વં. ૧૦, ૧૮.

[Avestan] (જુઓ ધા. [Avestan]) સા. ના. નારી. જુદું—જુદું પડવું; separation, disunion; [Avestan] ૨|૧ વં. ૮, ૮૯–૯૬; વં. ૯, ૪૩.

[Avestan] વિરી જુઓ ૩ ધા. [Avestan]

૧ **[Avestan]** (જુઓ ૧ ધા. [Avestan]) સા. ના. નારી. જમીનદોસ્ત કરી નાખવું, બાંય બરાબર કરી નાખવું; levelling or rasing to the ground; demolishing; [Avestan] ૪|૧ વં. ૭, ૫૦.

૨ **[Avestan]** વિરી જુઓ ૧ ધા. [Avestan]

[Avestan] (જુઓ [Avestan] ખ) વિ. પોહોળું; wide; extended; broad; Pehl. [Pahlavi]; [Avestan] [Avestan] [Avestan] extended at the bottom ૨|૧ વં. ૧૪, ૭.

[Avestan] (જુઓ ૨ [Avestan] ખ, ધા. [Avestan] તથા [Avestan]) સમાસ વિ. દિલની ગરમીને વધારે કાપી નાખે તેવો (અસલ.); જાન નીકળી જાએ—જતો રેહે તેવો (ફટકો); (a blow) that separates the soul from the body; [Avestan] [Avestan] નર. ૨|૧ વં. ૫, ૩૭; વં. ૧૩, ૧૨. ૧૩. ૧૪. ૧૫; વં. ૧૪, ૧.

[Avestan] (જુઓ ૨ [Avestan] ખ તથા ૧ ધા. [Avestan]) વિ. ઘણો સખ્ત, ઘાતકી; very hard; cruel; [Avestan] [Avestan] a sore wound; (ઘાતકી જખમ) નર. ૨|૧ વં. ૪, ૩૦. ૩૩; [Avestan] ૨|૧ ય. ૪, ૮.

[Avestan] સા. ના. નાન્ય. ટોચ; ખુણું (દા-રમે.); બાજુ (હારલે); the top, the highest point; a corner (Dar.); flank, side (Har.); [Avestan] ૨|૧ ય. ૧૪, ૨૧. Otherwise: [Avestan] = [Avestan] (from [Avestan] + [Avestan]) acc. plu.

[Avestan] (જુઓ ધા. [Avestan] ખ) વિ. બધી તરફ જવું—ફરવું; moving along to and fro; *or*: discerning; distinguishing (good from evil ([Avestan] Geld.; rt. [Avestan]) પારખનાર, ચૂંટી કાહાડનાર; [Avestan] નારી. ૨|૩ ય. ૧૩, ૪૦.

[Avestan]* (જુઓ ધા. [Avestan] ખ) સા. ના. નારી. જે જગાએથી જવાના જુદા જુદા રસ્તાઓ હોએ તે જગા; dividing into branches; [Avestan] [Avestan] the forkings of the highways (રસ્તાઓમાંના જુદા જુદા માર્ગોને) ૨|૩ ફ્રવ. ૪૨, ૧.

* Comp. Per. بازار a market બજાર.

[Avestan] ([Avestan] = [Avestan], [Avestan]) સા. ના. ખરચી ચુનો, રેતી ચુનાનો ગારો, છોઅ્મે; mortar; a mixture of lime and sand with water; [Avestan] ૭/૩ વં. ૬, ૫૧; વં. ૮, ૧૦.

[Avestan] (જુઅ્મો ૧ ધા. [Avestan] ૫) સા. ના. ના-૫. ક) ચુકાદો, ઠેરાવ; decision; final judgment; [Avestan] ૧/૧ ઇજ઼. ૪૬, ૧૮.

૫) બારીક તપાસ અથવા પીછાન; discerning, discrimination; [Avestan] ૬/૧ ઇજ઼. ૩૦, ૨; [Avestan] ૭/૧ ઇજ઼. ૩૨, ૮.

ગ) વિ. પીછાનતો, પારખતો, ખરૂં ખોટું સમજતો; discerning, discriminating, distinguishing right from wrong; [Avestan] ના-૫. ૧/૧ ૫. ૧૨, ૧. Wester. [Avestan]. Comp. Sans. विचित्र wonderful.

[Avestan] વિશે જુઅ્મો [Avestan] ગ.

[Avestan] વિશે જુઅ્મો ૧ ધા. [Avestan]

[Avestan]* (= [Avestan]) (જુઅ્મો ધા. [Avestan] ક) સા. ના. નર. ચુંટી કાહાડનાર, પસંદ કરનાર; a discerner; the discerning arbiter; [Avestan] ૧/૧ ઇજ઼. ૨૯,† ૪; ઇજ઼. ૪૬,† ૫.

[Avestan] (જુઅ્મો ધા. [Avestan]) વિ. પોંહોચતો; reaching; orig., [Avestan] + [Avestan] + [Avestan] (reduplic.) [Avestan]; [Avestan] (super.) most reaching (for giving help); most helpful. ખચીત ઘણોજ પોંહોચતો, ઇમાને ઘણીજ મદદ કરતો; [Avestan] ના-૫. ૧/૧ ૫. ૧, ૨.

[Avestan] (જુઅ્મો [Avestan] તથા [Avestan] ક) સમાસ વિશેષણ. ભોકાસ્મે એવો ભાલો રાખનાર; he who holds a piercing spear; [Avestan] ‡ નર. ૧/૧ ૫. ૧૫, ૪૮.

૫) સમાસ ના. નારી. ભોકાસ્મે એવો ભાલો; a piercing spear; [Avestan]* ૧/૧ ૫. ૧૫, ૪૮.

[Avestan] (જુઅ્મો ૧ ધા. [Avestan] ૫) વિ. ભોકાસ્મે તેવું, ભોકાતું; piercing; જુઅ્મો [Avestan]

[Avestan] વિશે જુઅ્મો ૨ [Avestan]

[Avestan] વિ. ના. નર. ગુશ્તાસ્પ પાદશાહના એક એશીનું નામ; name of a kinsman of King Gushtasp. Lit., one who holds a piercing spear. Comp. [Avestan]; [Avestan] (Geld. [Avestan]) ૬/૧ ૫. ૧૩, ૧૦૧. (જુઅ્મો ભાદી.)

[Avestan] (orig., [Avestan] + [Avestan]) (*vide* [Avestan] & rt. [Avestan]) સા. ના. બધી તરફ; સઘળી દિશા; all directions; [Avestan] ૨/૩ (ક્રિ. અ.) ઇજ઼. ૧૦, ૧૧. Comp. Sans. विष्वाच (Justi).

[Avestan] (જુઅ્મો ૨ [Avestan] ક તથા [Avestan]) વિ. જોર ઇમાને ક્રિયાની ભેટને માટે નાલાયક; unfit for a sacred offering; Pehl. [Pahlavi], [Pahlavi]; [Avestan] નારી. ૨/૧ વં. ૭, ૭૮.

[Avestan] (જુઅ્મો ૨ [Avestan] ૫ તથા [Avestan]) સમાસ વિ. પોહોળાં મોહોડાં સાથનો, ઉઘાડાં જડબાં સાથનો (રાક્ષસ); (a monster) with open jaws; [Avestan] (Geld. [Avestan]) નર. ૧/૧ ૫. ૧૯, ૪૧.

[Avestan] (= [Avestan]) (જુઅ્મો ધા. [Avestan]) વિ. ના. નર. ગમગીનીની ઉપજાવનાર (અસલ.); પાપી માણસોને દોઝખમાં લઇ જનાર દેવ; the Demon who binds and drags off the soul of the wicked to hell; [Avestan] ૧/૧ વં. ૧૯, ૨૯. (જુઅ્મો ભાદી.)

[Avestan] (જુઅ્મો ૪ ધા. [Avestan]) સા. ના. નર. એક ચોક્કસ જાતનો કુતરો; નહી ભોંસતું કુતરાનું બચ્ચું (હારલે); a species of dog; a puppy that does not bark (Har.); from [Avestan] = not; rt. [Avestan] = [Avestan] =

---

* Comp. Pehl. [Pahlavi], Per. [Persian] a decision; ચુકાદો, ઠેરાવ.

† એકેકાણે એનો અર્થ 'ઇનસાફ કરનાર' લાગુ પડશે.

‡ Geld. [Avestan]

* Geld. [Avestan]

to utter a sound; [Avestan] [Avestan] ૧/૧ વં. ૫, ૩૨; [Avestan]* ૬/૧ વં. ૧૩, ૧૬.

[Avestan] (જુઓ ૨ [Avestan] તથા [Avestan] (વિશે જુઓ [Avestan]) વિ. નાપાક નહી=પાક, સોજું; not foul or filthy; pure, clean; [Avestan] Geld. ૬/૩ વં. ૮, ૧૦. Wester [Avestan], q.v.

[Avestan] (જુઓ ૨ [Avestan] ખ તથા ધા. [Avestan]) સા. ના. નર. જે કાંઈ આડું અટાડું—વાકું તે (અસલ.); અપ્રમાણિકપણું; crookedness (lit.); dishonesty; [Avestan] ૧/૧ વં. ૨, ૨૯. ૩૭.

[Avestan] વિ. જીવ વગરનું (મિલ્સ); lifeless (Mills); [Avestan] [Avestan] Wester. (in lifeless bodies) loc. plu. Frag. 4, 3.

[Avestan] (જુઓ ૨ [Avestan] ખ તથા ૩ ધા. [Avestan]) અતિ. વિ. ઘણોજ જોરેમંદ—કોવતવાળો; most powerful; strongest; [Avestan] Wester. ૬/૩ વં. ૮, ૧૦. Geld. [Avestan], q. v.

[Avestan] (જુઓ ૧ ધા. [Avestan]) (= वित = [Avestan]) ક) ભૂ. કૃ. જતું રહેલું; છુટું—જુદું પડેલું; gone, departed; separated; severed.

ખ) સાહું, ઠીક; good, right, proper; *vide* [Avestan] not good; not proper; [Avestan] = [Avestan], q. v.

[Avestan] (જુઓ ધા. [Avestan]) સા. ના. નારી. પીગળઈ જવું; melting; [Avestan] ૩/૧ વં. ૨.૨૪; વં. ૬, ૩૮.

[Avestan] વિ. ના. નારી. નદીનું નામ. "A river, the name of which does not reappear elsewhere; if the episode appertains to the cycle of Nodar-Afrâsyâb, it ought to be in the region of the North, in the watershed of the Patashkhârgar. Vistauru (گستهم) having escaped from the massacre of his family, after having killed thousands of his enemy who pursued him, is arrested by this river (*viz.*, Vitanguhaiti): Ardvi-Sûra saves him by stopping for him the course of the waters" (Dar.); [Avestan] ૨/૧ ય. ૫, ૭૬. ૭૭.

[Avestan] (જુઓ ૧ ધા. [Avestan] ખ) સા. ના. નર. ક) બધી જગાએ ફેલઈ જનાર, સર્વ વ્યાપક; All-pervading; epithet of Ahura Mazda; [Avestan] ૧/૧ ય. ૧, ૧૩.

ખ) પુઠે જનાર; one who pursues; [Avestan] [Avestan] [Avestan] pursuing after his enemies (હરીફની પુઠે જનાર) ૨/૧ ય. ૧૭, ૧૨.

[Avestan], [Avestan] (જુઓ ૨ [Avestan] ખ ઉપરથી) અધિ. વિ. ક) વધારે પોહોળું—કુશાદેહ; more extended-wide; compara. adj. from [Avestan];- [Avestan] ૨/૧ (ક્રિ. અ.).

ખ) વધારે નીચે ([Avestan] થી ઉલટું); downwards; [Avestan] ૪/૩ ય. ૧૫, ૫૫.

ગ) વધારે દૂર—હાંગે; far off; at a distance; જુઓ [Avestan], [Avestan]

[Avestan] (જુઓ [Avestan] ગ તથા [Avestan]) સમાસ ના. નાન્ય. તંગી—સંકટ—પીડાને દૂર કરવી; removing affliction—indigence [Avestan] ૬/૧ ફ્રજ. ૬૮, ૧૩; ય. ૮, ૧૨.

[Avestan] (જુઓ [Avestan] ગ તથા [Avestan]) સમાસ ના. નાન્ય. ખરાબી—દ્વેષ દૂર કરવો; removing malice or rancorous feelings; [Avestan] ૨/૧ વીસ્પ. ૧૧, ૧૩.

[Avestan] (જુઓ [Avestan] ગ તથા [Avestan]) સમાસ ના. નાન્ય. ખરાબી—દ્વેષને દૂર કરવો; removing malice or rancorous feelings; [Avestan]; ૬/૧ ફ્રજ. ૬૮, ૧૩; ય. ૮, ૧૨.

[Avestan] (જુઓ [Avestan] તથા [Avestan]) સમાસ ના. નાન્ય. તંગી—સંકટ—પીડા દૂર કરવી; removing affliction—indigence; *vide* [Avestan]; [Avestan] ૨/૧ વીસ્પ. ૧૧, ૧૩.

* કેટલીએક વખતે ૬ કારાંત બોલીની ૬/૧ [Avestan] ધાઓમાં:—જેમકે [Avestan], [Avestan], ઇત્યાદિ. જુઓ મારૂ અવસ્તા વ્યાકરણ સંહે ૮૭ મો.

[illegible] (= [illegible] = वितस्ति = [illegible]) સા. ના. નારી. બિલ્લસ, વેંત; a span; a measure of about 9 inches; [illegible] ૨/૧ વં. ૧૭, ૫. જુઓ નીચેના બોલ.

[illegible] (= [illegible]) (જુઓ [illegible] તથા [illegible]) સમાસ ના. નાન્ય. એક બિલ્લસ—વેંતના જેટલી લંબાઈ; the length of a span; [illegible] ૨/૧ વં. ૭, ૨૯.

[illegible] (જુઓ ધા. [illegible]) વિ. પીગળાવી નાખે એવું (અસલ.); હમેલ તોડી પાડે તેવી (દવા); melting away (lit.); causing abortion; [illegible] [illegible] drugs that produce miscarriage (હમેલને) પીગળાવી નાખે—તોડી પાડે એવા બાજુપાલાનું નારી. ૬/૩ વં. ૧૫, ૧૪.

[illegible] વિ. પાણી વગરનું; waterless; orig., [illegible] + *[illegible] + [illegible].–*Otherwise:* [illegible] void of water (*vide* [illegible]); પાણીથી જુદું, પાણી વગરનું; [illegible] ૨/૧ ય. ૧૯, ૮૨.

[illegible] (જુઓ ધા. [illegible]) સા. ના. નર. જમી માપવાનું એક જાતનું માપ; a kind of long measure; a passage; an alley (Dar.). Comp. Per. [illegible]; [illegible] ૨/૩ વં. ૧૪, ૧૪.

[illegible] (= [illegible]; (જુઓ ધા. [illegible] તથા [illegible]) સમાસ વિ. તમામ તન ઉપર પથરાએલો (કોઢ); (leprosy) spread all over the body; [illegible] [illegible] [illegible] નર. ૧/૧ વં. ૨, ૨૯. ૩૭; ય. ૫, ૯૨.

[illegible] ક્રિ. અ. છુપી રીતે, ચુપચુપ; secretly; privily. [illegible] [illegible] even privily (છુપી રીતથી) ય. ૧૦, ૮૦. Comp. Vedic अपि व्यथिष्ट (Dar.).

[illegible] (જુઓ ધા. [illegible] ૫) વિ. ઉકળતું (પાણી); boiling (water); ......[illegible] [illegible] નારી. ૨/૧ વં. ૪, ૫૪. ૫૫.

* [illegible] is redundant. Comp. [illegible]

[illegible] (જુઓ ધા. [illegible]) સા. ના. નારી. અસંતોષીપણું; discontentment; [illegible] [illegible] ૨/૧ વં. ૧, ૫.

[illegible] વિરો જુઓ [illegible]

[illegible] ([illegible] નું ટુંકું રૂપ) વર્તમાન કૃદંતની મતલબ. જાણીને, જાણીજોઈને; knowingly. Comp. [illegible]; —[illegible] વં. ૪, ૫૪. ૫૫.

[illegible] (જુઓ ૨ [illegible] તથા ધા. [illegible]) સા. ના. ધાસ્તી; dread; terror; [illegible] [illegible] [illegible] [illegible] (the terror of dangerous paths comes upon thee) nom. sing. Yt. 13, 20. Geld. [illegible]

૫) વિ. ધાસ્તી ભરેલું; full of dread; જુઓ નીચેનો બોલ.

[illegible] Wester. (જુઓ [illegible] તથા [illegible]) સમાસ વિ. દેહેશત તથા ધાસ્તી ભરેલો (રસ્તો); (a road) full of dread and fear; [illegible] [illegible] [illegible] *[illegible] ૬/૩ ય. ૧૩, ૨૦.

[illegible] (= विद्) સા. ના. જ્ઞાન, વાકેફી, વિદ્યા (જુઓ ૧ ધા. [illegible]); અથવા પ્રાપ્તિ, સંપાદન (જુઓ ૨ ધા. [illegible]); knowledge, science (rt. [illegible] to know). *Otherwise*: acquisition, gaining (rt. [illegible] to obtain); [illegible] ૨/૩ ઇજ. ૫૧, ૧૮; અગરજો અસલ બોલ (base) [illegible] (નાન્યનર) ગણીએ તો ૨/૧ થાએ.

[illegible] (જુઓ ૨ [illegible] ક તથા [illegible]) સમાસ વિ. દેવથી જુદું—વેગળું; દેવના તરીકાથી દૂર રેહેતું; inimical to the Daevas; estranged from the Daevas; fiend-destroying; [illegible] નર. ૧/૧ ઇજ. ૧, ૨૩; ઇજ. ૯, ૧૩; ઇજ. ૧૨, ૧; વીસ્પ. ૫, ૩; ય. ૧૩, ૧૪૬. [illegible]...[illegible] † નાન્ય. ૧/૧ નર. વં. ૫, ૨૨-૨૫;

* Geld. [illegible] [illegible]

† એની ઉપરથી પેહેલવી [illegible] ઇમાને વંદીદાદ, ઇમાને દેવથી દૂર રેહેવાનો કાએદો.

[Avestan] નર. ૨।૧ ય. ૨૩, ૯૦; [Avestan] નારી. ૨।૧ ઇજ. ૬૫, ૧; ય. ૫, ૧; ય. ૧૩, ૪; નીઆ. ૪, ૨; [Avestan] · [Avestan] નાન્ય. ૨।૧ વં. ૧૯, ૧૬; ઇજ. ૨, ૧૩; ઇજ. ૨૫, ૬; [Avestan] નર. ૬।૧ ય. ૧૩, ૧૪૬; [Avestan] [Avestan] નાન્ય. ૬।૧ ઇજ. ૧, ૧૩; [Avestan] · [Avestan] નાન્ય. ૬।૧ ય. ૧૧, ૧૭. જુઓ નીચેના બોલ.

[Avestan] (જુઓ [Avestan] તથા ૧ [Avestan]) સમાસ વિ. દેવની સાંમે કામ કરતો, દેવના તરીકાથી ઉલટું કરતો; working against the Daevas; [Avestan]* નર. ૧।૧ ય. ૧૫, ૪૬; [Avestan] (Geld. [Avestan]) નર. ૮।૧ ય. ૧૫, ૫૩.

[Avestan] (જુઓ ૨ ધા. [Avestan]) સા. ના. નર. પામનાર, મેળવનાર; he who obtains or acquires; [Avestan]† ૧।૧ ય. ૧૫, ૪૫.

[Avestan] વિશેષનામ નર. નામાંકિત પુરૂષનું નામ; name of an illustrious personage; [Avestan] · [Avestan] ૬।૨ ય. ૧૩, ૧૨૭. (જુઓ મોદી.)

[Avestan] (= [Avestan]) વિ. ના. નાન્ય. ખ્વનિરથ નામનાં કેશ્વરની દક્ષિણ પૂર્વ દિશાએ આવેલા મુલકનું નામ; one of the seven Keshvars of the earth, lying to the south-east of Khaniraç; [Avestan] ૨।૧ વં. ૧૯, ૩૯; ય. ૧૦, ૧૫. ૧૩૩; ય. ૧૨, ૧૨; [Avestan] ૪।૩ (ઇઇ‡) વીસ્પ. ૧૦, ૧; વીસ્પ. ૧૧, ૧૭. જુઓ મોદી.

[Avestan] (જુઓ ૪ ધા. [Avestan]) સા. ના. નાન્ય. ચુકાદો, ફેસલો; decision, final judgment; [Avestan] [Avestan] ૭।૧ ઇજ. ૪૭, ૬.

[Avestan] વિશે જુઓ ૧ ધા. [Avestan]

[Avestan] વિશે જુઓ ૨ ધા. [Avestan]

[Avestan] (જુઓ ધા. [Avestan]) સા. ના. નર. બધી તરફ નજર કરનાર—ચોકસી રાખનાર; surveying round about; [Avestan] ૧।૧ ય. ૧૪, ૧૩.

[Avestan] (જુઓ ૨ ધા. [Avestan] તથા [Avestan]) વિ. ના. નર. કીર્તિ પામતો (અસલ.); પુરૂષનું નામ; acquiring glory (lit.); name of a person; [Avestan] (Geld. [Avestan]) નર. ૬।૧ ય. ૧૩, ૧૧૯. (જુઓ મોદી.)

[Avestan] (જુઓ ૧ ધા. [Avestan]) સા. ના. નારી. જ્ઞાન, એલમ, વાકેફી, દાનેશ; knowledge, learning; wisdom; [Avestan] ૧।૧ ઇજ. ૫૫, ૩; [Avestan] (૨।૧ ને બદલે) વીસ્પ. ૨૧, ૩; [Avestan] [Avestan] ૩।૧ ઇજ. ૫૮, ૪.

[Avestan] કૃ. વિ. પવિત્ર કરતું; પવિત્ર; purifying; holy; rt. [Avestan] = शीज् to purify; પવિત્ર કરવું; [Avestan] ... [Avestan] (પવિત્ર—સારાં કામોને લીધે) ૩।૩ ઇજ. ૫૧, ૧. Wester. [Avestan]

[Avestan] ([Avestan] નુ ટુંકુ રૂપ) વર્તમાન કૃદંતની મતલબે. જાણતો, જાણીતો, જાણીને; knowing; [Avestan] (૧।૧ ની મતલબે) ઇજ. ૨૮, ૪; ઇજ. ૪૫, ૮. જુઓ નીચેના બોલો.

[Avestan] (જુઓ [Avestan] તથા ૨ [Avestan]) ક) સમાસ ના. નાન્ય. પાક ઇરાદો, પવિત્ર નિષ્ઠા—દીઆનત—નેમ; a pious intent; [Avestan] ૩।૧ ય. ૧૦, ૧૯. વેસ્ટરગાર્ડ પ્રમાણે [Avestan] [Avestan] છુટા લઈએ તો '(નેઓ) જાણીને—સમજીને પવિત્રાઈથી' એ પ્રમાણે અર્થ થઈ શકે.

ખ) સમાસ વિ. રાસ્તીને સમજતો; પવિત્રાઈ જાણતો; cognizant of purity—holiness; [Avestan] [Avestan] ·[Avestan] નર. ૨।૧ ય. ૨૪, ૧૫.

[Avestan] (જુઓ [Avestan] તથા [Avestan]) સમાસ વિ. ગાથા—પવિત્ર ગાયન જાણતો; knowing the Gâthâs, i. e., the divine hymns; [Avestan]···[Avestan] નર. ૨।૧ વં. ૧૮, ૫૧.

[Avestan] (જુઓ [Avestan] તથા [Avestan]) સમાસ વિ. ઇજશ્ને જાણતો; knowing the Yasna, q. v.; [Avestan] ... [Avestan] નર. ૨।૧ વં. ૧૮, ૫૧.

* Geld. [Avestan]

† Wester. [Avestan]

‡ એના બોલાસા બાબે જુઓ માઈ અવસ્તા વ્યાકરણ, સફો ૫૯-૬૦.

[Avestan] (જુઓ [Avestan]) સા. ના. નાન્ય. જોવું; seeing; [Avestan] for seeing; to see (જોવાને માટે) ૭/૧ (૪/૧ ની મતલબે) ય. ૧૦, ૮૨.

[Avestan] વિરો જુઓ [Avestan]

[Avestan] વિરો જુઓ ૧ ધા. [Avestan]

[Avestan] (જુઓ ૨ [Avestan] ખ તથા ૨ ધા. [Avestan] ખ) વર્ત. કૃ. આત્મને. મજબુટ પકડતાં; holding fast; [Avestan] ૬/૧ વં. ૪, ૪૫.

[Avestan] (જુઓ ૨ [Avestan] ક તથા [Avestan]) વિ. દુઃખ—આજારને દૂર કરતો, દ્વેષને કાહાડી નાખતો; expelling evil; driving out malice; [Avestan] ૨/૧ ઇજ. ૩૪, ૧૧.

[Avestan] (જુઓ ૨ [Avestan] ક તથા [Avestan]) સા. ના. દુશ્મની—ઇજા વગરનો; દ્વેષથી વેગળો; he in whom there is no harm; separate from malice; [Avestan] નર. ૧/૧ ય. ૧, ૮; વીસ્પ. ૧૫, ૩.

[Avestan] વિરો જુઓ ૧ ધા. [Avestan]

[Avestan] (જુઓ ધા. [Avestan]) સા. ના. નર. જોનાર, નેગાહ રાખનાર, ચોકસી કરનાર; one who watches or surveys; [Avestan] ૧/૧ ય. ૧૦, ૪૬.

[Avestan] (જુઓ ૨ [Avestan] ક તથા ધા. [Avestan], [Avestan]) વિ. ઠગનારથી દૂર; નહી ઠગાએલો (દારમે.); ઠગાઇને તોડનાર (હારલે); wide apart from a deceiver; he who is not deceived (Dar.); he who baffles deceit (Har.); [Avestan] નર. ૧/૧ ય. ૧, ૧૪.

[Avestan] વિરો જુઓ ૨ ધા. [Avestan] ક.

[Avestan] (જુઓ ૪ ધા. [Avestan]) વિ. ના. નર. (માણસનાં હાડકાં) ભાંજનાર—કાપનાર દેવ; one of the demons of Death, breaking the bones of men; *vide* [Avestan] the bone-dislocator (lit.); the Demon-of-Death who binds the parting soul (see Vend. V, 8-9). In later writings he is said to throw a noose over the neck of the soul to drag it to hell, but if its good works have exceeded its sins, it throws off the noose and goes to heaven (West.); [Avestan] નું બીજું રૂપ [Avestan] આવેછે; [Avestan] ૫/૧ ઇજ. ૫૭, ૨૫; ય. ૧૦, ૯૩; ય. ૧૩, ૧૧. ૨૮. જુઓ નીચેનો બોલ.

[Avestan] (જુઓ ધા. [Avestan], [Avestan]) વિ. ના. નર. (માણસનાં હાડકાં) ભાંજનાર—કાપનાર દેવ; same as [Avestan], q. v.; *vide* [Avestan]

[Avestan] (જુઓ ૧ ધા. [Avestan]) પૂ. ભૂ. કૃ. પરસ્મૈ. ક) જાણતો, વાકેફગાર; knowing; acquainted with; [Avestan] નર. ૧/૧ વં. ૧૫, ૨; વીસ્પ. ૧૧, ૧૯; [Avestan] (ભણેલો) નર. ૧/૧ ઇજ. ૩૧, ૧૨; [Avestan] (વાકેફ) ઇજ. ૪૪, ૧૯; [Avestan] (વિદ્વાન) ઇજ. ૩૧, ક. ૧૭. [Avestan]* (વિદ્વાન, પંડિતા) નારી. ૧/૧ ય. ૧૬, ૧૫; [Avestan] (જાણીતી; વાકેફ) ૨/૧ વં. ૧૮, ૬૭. ૬૯; [Avestan] (Wester. [Avestan]) (વિદ્વાન,) નર. ૩/૧ ય. ૧૩. ૧૪૬; [Avestan] (જાણવાને માટે) ૪/૧ ઇજ. ૩૦, ૧; [Avestan] (વિદ્વાન માણસને) ૪/૧ ઇજ. ૩૧, ૧૭; ઇજ. ૫૧, ૮; [Avestan] ૧/૩ ઇજ. ૩૪, ૯; [Avestan] [Avestan] શીઆનાં (ઘોડા) નર. ૧/૩ ઇજ. ૫૭, ૨૭; ય. ૧૦, ૬૮; [Avestan] [Avestan] with Zaothras intelligently offered (સારી સમજથી અર્પણ કીધેલી જોટાથી) ૫/૩ (૩/૩ ની મતલબે) વીસ્પ. ૬, ૧; અથવા ઘણો સંતોષ પમાડે એવી જોટાથી with gratifying Zaothras (rt. [Avestan] = [Avestan] = to satisfy તૃપ્ત કરવું; [Avestan] = वि = ઘણું, વધારે); જુઓ [Avestan], [Avestan]

ખ) સર્વજ્ઞ, તમામ જાણનારો. All-knowing; in the sense of [Avestan]; epithet of Ahura Mazda; [Avestan] નર. ૧/૧ ય. ૧૨, ૧; [Avestan] નર. ૧/૧ ઇજ. ૨૯, ૬.

[Avestan] વિરો જુઓ ૧ ધા. [Avestan]

[Avestan] વિરો જુઓ ૨ ધા. [Avestan] ખ.

[Avestan] વિરો જુઓ ૧ ધા. [Avestan]

* એના ખોલાસા બાબે જુઓ માહૂં અવસ્તા ગ્રામર, સેહે ૧૨૨ મો.

[Avestan] (જુઓ ૨ [Avestan] ૫ તથા [Avestan]) વિ. ના. નર. ઘણા છાકટપણાનો દેવ; માણસોને છાકટપણાથી બેભાન કરનાર દેવ; the Demon of extreme drunkenness; the Demon who inebriates men (Comp. [Avestan]); without swallowing intoxicating liquors (Dar.); [Avestan] [Avestan] [Avestan] [Avestan] the Demon Kunda, who is drunken without drinking (Dar.); [Avestan] ૨।૧ વં. ૧૯, ૪૧; ય. ૨૪, ૨૯.

[Avestan] (જુઓ ૨ [Avestan] ૫ તથા [Avestan] ૫) સા. ના. નર. બે હાથ લાંબા કરીએ તેટલું માપ (અસલ.); એક વામ; the length of extended arms; a measure of about 72 inches; *vide* [Avestan]; [Avestan] [Avestan] (નવ વામ) ૨।૩ વં. ૯, ૨. જુઓ નીચેનો બોલ.

[Avestan] (જુઓ [Avestan] બોલ તથા [Avestan]) સમાસ ના. નાન્ય. એક વામ જેટલી લંબાઈ—દરાજી; the length of extended arms; double the length of [Avestan], q. v.; [Avestan] ૨।૧ વં. ૭, ૩૪.

[Avestan] (=विश्रुतवन्) (જુઓ ૧ ધા. [Avestan]) કૃ. વિ. ફેલાએલી ઇઆને સારી પેઠે જણાએલી (અહુનવર.); spread abroad (lit.); well-known. Orig., [Avestan] + [Avestan] + [Avestan] + [Avestan] એના બોબાસા બાબે જુઓ માઇ અવસ્તા વ્યાકરણ, સફો ૨૯૬ મો; [Avestan] ... [Avestan] [Avestan] નર. ૨।૧ ઇજ. ૯, ૧૪; [Avestan] ય. ૧૯, ૮૧.

[Avestan] (જુઓ ૨ [Avestan] ક તથા [Avestan] ૫) સા. ના. નાન્ય. વચમાંનો ભાગ નહી તે; છેડો, છેડેનો ભાગ; હદ, સીમા; boundary, exterior limit. Contrast [Avestan], q. v.; [Avestan] ૨।૧ ય. ૧૦, ૧૦૪; ય. ૧૨, ૨૧; ય. ૧૫, ૩૧.*

[Avestan] (જુઓ ૧ [Avestan]) સમાસ ના. દગદગો—બાસ્તી ઉત્પન્ન કરતો; અથવા મનની બેચેની ઉપજાવતો; he who strikes fear ([Avestan] = [Avestan] doubt, apprehension). *Otherwise*: he who produces inquietude or distraction of the mind (rt. वि-मह्); [Avestan]* નર. ૮।૧ ય. ૧૫, ૫૩.

* Geld. [Avestan]

[Avestan] (= [Avestan] = [Avestan]) (જુઓ ૨ [Avestan] ક તથા [Avestan]) સા. ના. નાન્ય. શક, ગુમાન; doubt, suspicion; જુઓ નીચેનો બોલ.

[Avestan] ([Avestan] ઉપરથી) વિ. ગુમાન—શકને લગતું; (દીન બાબે) શક ઉત્પન્ન થાએ તેવું; unsettled in religious belief; [Avestan] [Avestan] નાન્ય. ૨।૧ વં. ૬, ૭. જુઓ [Avestan]

[Avestan] (જુઓ ૨ [Avestan] ૫ તથા [Avestan]) વિ. પાક—પવિત્ર કરતું; purifying; [Avestan] (super. adj.) most purifying; નાન્ય. ૧।૧ ય. ૧, ૨. ૪.

[Avestan] (જુઓ ૧ ધા. [Avestan]) સા. ના. નાન્યતર. દવા, તંદરોસ્તી આપવાનો એલાજ; medicine; a remedy for restoring health; [Avestan] ૨।૧ વં. ૭, ૩૮. ૪૦.

[Avestan] (જુઓ ૨ [Avestan] ક તથા ધા. [Avestan] =જુઓ ૧ ધા. [Avestan]) ભૂ. કૃ. વિ. માપ—પ્રમાણથી ઉલટું થએલું (અસલ.); આડું અટાડું; formed irregularly; crooked; જુઓ નીચેનો બોલ.

[Avestan] (જુઓ [Avestan] તથા [Avestan]) સમાસ ના. નર. આડા અટાડા દાંત; અંદાજ—પ્રમાણ વગરના દાંત, ઇઆને બેદોલ દાંત; આડા દાંતવાળો, ઇઆને અપરાબ્દ બોલનાર; ill-formed teeth; also, crooked-toothed, *i. e.*, speaking evil words; [Avestan] ૧।૧ વં. ૨, ૨૯. ૩૭; ય. ૫, ૬૩.

[Avestan] (= [Avestan] = वीर = [Avestan] = Lat. Vir) સા. ના. નર. માણસ, પુરૂષ, નર, વીર; a man; a manly person; [Avestan] ૨।૧ ય. ૮, ૧૪; [Avestan] પા૨ (૮।૧ ને બદલે) ઇજ. ૩૧, ૧૫; [Avestan] (પેહેલવાનના) ૮।૧ ય. ૧૪, ૨૭; [Avestan] ૭।૧ ય.

* Geld. [Avestan]

† શરૂઆતનો [Avestan] નીકળી ગયાથી [Avestan] નો [Avestan] થયું.

૧૦, ૧૦૧; [Avestan] ૨/૨ ઇજ઼ે. ૯, ૪; [Avestan]* Wester. ૨/૨ ય. ૧૦, ૧૦૧; [Avestan] [Avestan] ૪/૨ વં. ૬, ૩૨. ૩૫. ૩૮. ૪૧; [Avestan] [Avestan] ૬/૨ વીસ્પ. ૭, ૩; ય. ૧૩, ૧૦; [Avestan] ૨/૩ ઇજ઼ે. ૪૫, ૯; ઇજ઼ે. ૫૮, ૬; [Avestan] ૬/૩ વં. ૧૮, ૨૭; ઇજ઼ે. ૬૨, ૧૦; ય. ૫, ૯૬; ય. ૧૨, ૨૪; ય. ૧૩, ૫૨; નીઆ. ૫, ૧૬; [Avestan] ૬/૩ ય. ૧૦, ૨૮; [Avestan] ૭/૩ ય. ૧૫, ૫૩. જુઓ [Avestan], [Avestan], [Avestan], [Avestan], [Avestan], [Avestan], [Avestan], [Avestan], [Avestan], [Avestan], [Avestan] [Avestan], [Avestan] તથા નીચેના બોલો.

[Avestan] (= वीरहन्) (જુઓ [Avestan] તથા ૧ ધા. [Avestan]) સમાસ ના. નર. માણસને મારનાર; પેહેલવાનને મારનાર; a man-slayer; a hero-killer. Comp. [Avestan];— [Avestan] ૧/૧ ય. ૧૪, ૩૭.

[Avestan] વિ. ના. નર. ધારયાપ્રમાણે ગુશ્તાસ્પ પાદશાહના ભાઈનું નામ; name of an illustrious personage; probably, a brother of King Gushtâspa's; [Avestan] ૬/૧ ય. ૧૩, ૧૦૧. ([Avestan] Wester., [Avestan] Jus.)

[Avestan] વિ. ના. નર. નામાંકિત પુરૂષનું નામ; name of an illustrious personage of the noted family of Karsna (Per. [Avestan]); [Avestan] ૬/૧ ય. ૧૩, ૧૦૮.

[Avestan] ([Avestan] નું બીજું રૂપ) સમાસ ના. નર. માણસને મારનાર, પેહેલવાનને મારી નાખનાર; a man-slayer; a hero-killer. Comp. [Avestan], q. v.; [Avestan] ૬/૧ ય. ૧૩, ૧૩૬.

[Avestan] (જુઓ [Avestan] તથા ૧ ધા. [Avestan]) સમાસ વિ. માણસની સાથે દોડતો (કુતરો), એઆને પોતાના ધણીનો વિશ્વાસુ—નિમકહલાલ; માણસ પાસેથી પોતાનો ખોરાક લેતો (હારલે તથા દારમે.); running after man (as a dog); faithful to his master; born to take his food from man (Dar.); [Avestan] [Avestan] નર. ૨/૧ વં. ૧૩, ૩૯.

[Avestan] (જુઓ [Avestan] તથા [Avestan]) સમાસ વિ. માણસને નીચે નાખી દેતો—નાશ કરતો (ગુરૂજ); (a club) that knocks or fells men down; [Avestan]..[Avestan] નર. ૨/૧ ય. ૧૦, ૯૬; [Avestan] ... [Avestan] (૧/૧ ની મતલબે) ય. ૧૦, ૧૩૨. છેડેના [Avestan] ની આગમચનો [Avestan] નો [Avestan] થયો.

[Avestan], [Avestan] (= [Avestan]) (જુઓ [Avestan] તથા [Avestan]) સમાસ વિ. માણસના જેટલું મોહટું; માણસની કીમતનો—કીમત બરાબરનો (કોલ—કબાલો); (a contract) of the value of man; [Avestan] ([Avestan]) a man-contract; a hostage નર. ૧/૧ વં. ૪, ૨. ૪. ૯; [Avestan] ૧/૧ વં. ૪, ૪૮; [Avestan] [Avestan] કારાંત ૨/૧ વં. ૪, ૪; [Avestan]...[Avestan] નર. ૨/૧ વં. ૪, ૧૫.

[Avestan] (જુઓ [Avestan] તથા [Avestan]) સમાસ ના. નર. માણસની સુરત—દેખાવ—રૂપ; human shape; [Avestan] ૩/૧ ઇજ઼ે. ૯, ૧૫.

[Avestan] ([Avestan]) (જુઓ [Avestan] તથા [Avestan]) સમાસ ના. નાન્ય. માણસનું વસ્ત્ર; એઆને માણસને લાએકનું મોહટું પેહેરવાનું વસ્ત્ર (જેમકે ઝબ્બો અથવા તેવુંજ બીજું પેહેરણ); a man's garment; a complete garment fitted for a man; [Avestan] ૨/૧ વં. ૮, ૨૫.

[Avestan] (જુઓ [Avestan] તથા [Avestan]) સમાસ વિ. પેહેલવાનનાં ટોલાંવાળી (ઓરત); (ઓરત જે) ઘણા પુત્રોવાળી (મિસ્સ); (women) with their troops of heroes; (women) who have many sons (M.); એ બોલ [Avestan] (ઓરત) ની સિફત તરીકે આવેલો છે; [Avestan] [Avestan] નારી. ૨/૩ ઇજ઼ે. ૨, ૬; ય. ૨, ૧૦; ગેહ ૪, ૧૦; [Avestan] [Avestan] નારી. ૬/૩ ઇજ઼ે. ૧, ૬; ઇજ઼ે. ૩, ૮; ય. ૨, ૫. જુઓ [Avestan]

[Avestan] (= वीर्य) ([Avestan] ઉપરથી) પેહેલવાનની ઓલાદનું, પેહેલવાનના જેવું; દલીર, વીર્ય; born

* [Avestan] [Avestan] (Wester.) the horse and his rider. Geld. [Avestan] [Avestan]

of a hero (lit.); heroic, valiant; [illegible] નારી. ૨।૧ ય. ૮, ૧૫.

[illegible] (જુઓ ૨ ધા. [illegible]) વિ. ખુશ સેહે-ફીવાળી (બામદાદ); breezy (dawn); [illegible]...[illegible] (Geld. [illegible]) નારી. ૨।૧ ય. ૫, ૬૨.

[illegible] વિરો જુઓ ધા. [illegible]

[illegible] (= [illegible], [illegible] = विवस्वत्) વિ. ના. નર. વીંઘામ; જમશેદ પાદશાહનો બાપ, તથા પાદશાહ હોશંગનો નબીરો; Vîvanghant, father of King Jamsheed, the grand-son of King Hoshang. He was the first to perform the Haoma ceremony, and the fifth from Gaya Maretan, the Irânian Adam. (Y. 9, 4). For particulars, *vide* [illegible]; [illegible] ૧।૧ ઇજ. ૯, ૪; [illegible] ૬।૧ ઇજ. ૯, ૫.

[illegible] (= [illegible]) વિ. ના. નર. વીંઘામ; એ બોલ બી ઉપલા બોલની માફક [illegible] (જમશેદ) ના સંબંધમાં આવેછે; સાધારણ રીતે એનો અર્થ 'વીંઘામનો છોકરો' કરવામાં આવ્યો છે; same as [illegible], q. v.; [illegible] ૬।૧ વં. ૨, ૯ (Wester.); ય. ૧૩, ૧૩૦. [illegible] ૮।૧ વં. ૨, ૩. ૯. ૧૩. ૧૭. ૨૨. (જુઓ મોદી.)

[illegible] વિ. ના. નર. વીંઘામ; જમશેદ પાદશાહનો બાપ; [illegible] નું બીજું રૂપ સમજવું; same as [illegible], q. v.; [illegible] ૧।૧ ઇજ. ૩૨, ૮; [illegible] ૫।૧ ય. ૧૯, ૩૫.

[illegible] (= [illegible] + [illegible] + [illegible]) (જુઓ ધા. [illegible]) કર્તરી. બૂ. કૃ. ઉલટી રીતે કામ કરનાર; ખોટી રીતે કામ કરનાર; acting in opposition to; doing otherwise; [illegible] [illegible] [illegible] (ઉલટી રીતે કામ કરનાર લુટારાની સાંથે) નર. ૬।૧ ઇજ. ૯, ૩૦.

[illegible] (Y. 45, 8) I wish to extol (Haug); I would faithfully serve (Mills); rt. [illegible]; હું વખાણવાને ઇચ્છુછું (હાઉગ); નીમકહલાલીથી હું ખેદમત કરૂં (મિલ્સ).

[illegible] વિરો જુઓ ૧ ધા. [illegible]

[illegible] (= [illegible]) (અસલ રૂપ [illegible] + [illegible] + [illegible]; *[illegible] નકામો છે); (જુઓ ૨ [illegible] કે તથા ૨ [illegible]) સા. ના. પાણી વગરની હાલત, પાણીની તંગી—ટીપણી; વેરાણપણું; want of water; drought; [illegible] ૨।૧ ઇજ. ૧૨, ૩; [illegible] ૫।૧ ઇજ. ૧૨, ૨. જુઓ નીચેનો બોલ.

[illegible] ([illegible] ઉપરથી) નામ સાધિત ક્રિ. (Denom. Verb) અ. બૂ. પરસ્મૈ ૩।૧ ઇજ. ૩૨, ૧૦; Pehl. [illegible];- [illegible] [illegible] [illegible] who parches the fields with drought (જે કોઈ ખેતરોને પાણી વગરના ઇઆને વેરાન કરે) ઇજ. ૩૨, ૧૦.

[illegible] (જુઓ ધા. [illegible]) સા. ના. નારી. ઘણો વરસાદ; copious rains; [illegible] ૭।૩ વં. ૨૧, ૩.

[illegible] વિ. ના. નર. નામાંકિત પુરૂષનું નામ; name of an illustrious personage. [illegible] † ૬।૧ ય. ૧૩, ૧૨૨.

[illegible] વિરો જુઓ ૧ ધા. [illegible]

૧ [illegible] (विष = ક) થવું; to be, to become; cl. 6; [illegible] ([illegible] ને બદલે) વર્ત. સંશા. પરસ્મૈ. ૨।૧ વં. ૨, ૪; [illegible] આજ્ઞા. આત્મને. ૧।૧ વં. ૨, ૫; [illegible] ([illegible] ને બદલે) (તું થા) વં. ૨, ૩; [illegible] વર્ત. આત્મને. ૩।૧ ય. ૧, ૧૯; ય. ૧૩, ૭૧; [illegible] (અસલ રૂપ [illegible] + [illegible]) પૂ. બૂ. આત્મને. ૨।૧ વં. ૨, ૪.

ખ) આવવું; to come; [illegible] વર્ત. આત્મને. ૩।૩ ઇજ. ૪૮, ૧૦; ય. ૧૩, ૭૩; [illegible] ય. ૧૩, ૭૩; [illegible] અ. બૂ. આત્મને. ૩।૩ ઇજ. ૩૨, ૧૪.

ગ) ભોંકાવું; દાખલ થવું, લાગવું; to pierce,

* એના બોલાચા બાબે જુઓ મારૂં અવસ્તા વ્યાકરણ, સફો ૨૬૬ મો.

* જુઓ મારૂં અવસ્તા વ્યાકરણ, સફો ૩૮–૩૯.

† Wester. [illegible]

to enter, to touch; [Avestan] વર્ત. આત્મને. ૩|૩ ય. ૬ ૧૮.

ધ) કબૂલ રાખવું, સ્વીકારવું; to accept, to receive; [Avestan] વર્ત. પરસ્મૈ. ૩|૧ ઇજ. ૮, ૪; [Avestan] ૩|૩ ય. ૫, ૯૫; [Avestan] વર્ત. આત્મને. ૧|૩ ઇજ. ૭, ૨૪; ઇજ. ૪૧, ૫.

ચ) કબૂલ થવું; to agree to, approve of; [Avestan] વર્ત. આત્મને. ૧|૧ વીસ્પ. ૫, ૧; [Avestan] વર્ત. સંરા. આત્મને. ૧|૧ ઇજ. ૧૪, ૧; વીસ્પ. ૩, ૭; [Avestan] અ. ભૂ. આત્મને. ૩|૧ ઇજ. ૫૭, ૨૨; ય. ૧૩, ૯૯; ય. ૧૯, ૮૫.

છ) હોકમને તાબે થવું; to obey the order; to comply with the commands; [Avestan] (pres. subj. 1st sing.) I will obey the order; I will come (and fulfil the services which fall to his, *i.e.*, the Hâvanân's, the Atare-vakhsha's charge) (Mills); here I am (Dar.).

જ) મશગુલ થવું, મન—ચિત્ત લગાડવું; to be engaged; to pay attention to; to heed; [Avestan] વર્ત. આત્મને. ૧|૩ ઇજ. ૫૮, ૩.

[Avestan] = કબૂલ કરવું; to receive, to accept; [Avestan] અ. ભૂ. પરસ્મૈ. ૧|૧ ય. ૭, ૩; ની આ. ૩, ૫.

[Avestan] = કબૂલ કરવું; કબૂલ રાખવું; to receive; to accept; [Avestan] વર્ત. આત્મને. ૧|૧ ય. ૫, ૯૩; [Avestan] ૩|૩ ય. ૫, ૯૫; [Avestan] અ. ભૂ. પરસ્મૈ. ૧|૧ ય. ૭, ૩; ની આ. ૩, ૫; [Avestan] આજ્ઞા. આત્મને. ૨|૧ ય. ૧૦, ૩૨.

[Avestan] = ક) આગળ આવવું, to come forth; [Avestan] વર્ત. પરસ્મૈ. ૩|૧ ય. ૧૦, ૪૬; [Avestan] ... [Avestan] આત્મને. સંરા. ઇજ. ૧૦, ૮.

ખ) થવું; to be, to become; [Avestan] I will be a faithful praiser to thee (તારો સ્નેહી અથવા ફીદા થએલો સ્તુતિ કરનાર હું થઇશ) ઇજ. ૧૦, ૯.

૨ [Avestan]* (= [Avestan] = विश् = Lat. *Vic*-us) સા. ના. નારી. ક) મોહોલ્લો; ગામડું; a street; a village; [Avestan] ૨|૧ વં. ૮, ૧૦૩; ઇજ. ૬૨, ૫; [Avestan] ૨|૧ ઇજ. ૩૧, ૧૮; ય. ૧૦, ૧૮; [Avestan] [Avestan] (મોહોલ્લામાંથી) ૩|૧ (૫|૧ ની મતલબે†) વં. ૧૦, ૫. ૬. ૯. ૧૦. ૧૩. ૧૪; [Avestan] ૪|૧ ય. ૧૩, ૬૬; [Avestan] ૫|૧ વં. ૧૯, ૧૨; ઇજ. ૫૭, ૧૪; [Avestan] ૬|૧ વં. ૭, ૪૧. ૪૨; વં. ૯, ૩૭; વં. ૧૦, ૫. ૬. ૯. ૧૦. ૧૩. ૧૪; વીસ્પ. ૩, ૨; [Avestan] [Avestan] [Avestan] [Avestan] (ઘેરેઘેર અને મોહોલ્લે મોહોલ્લે) ૭|૧ વં. ૫, ૧૦; [Avestan] ૨|૩ વં. ૧૩, ૧૧. ૪૦; વં. ૧૮, ૧૨; ઇજ. ૧૨, ૩; [Avestan]‡ ૫|૩ વં. ૧૩, ૧૧. ૧૮. ૪૦; [Avestan] ૬|૩ ઇજ. ૧૨, ૨; ય. ૧૦, ૧૮; [Avestan] ઇજ. ૮, ૭; ઇજ. ૨૩, ૧; ય. ૧૩, ૧૫૦. જુઓ [Avestan], [Avestan], [Avestan]

ખ) ખાનદાન, કુટુંબ; a family; a household; [Avestan] ૪|૧ ઇજ. ૬૮, ૧૪; ઇજ. ૬૦, ૨; [Avestan] ૪|૧ (૭|૧ ની મતલબે§) ઇજ. ૧૦, ૭; [Avestan]‖ ૫|૧ ય. ૧૩, ૪૯; [Avestan] ૫|૧ ઇજ. ૬૦, ૩; [Avestan] ૬|૧ વં. ૭, ૪૩; ઇજ. ૯, ૭; ય. ૫, ૩૩; [Avestan]‖ ૫|૩ ઇજ. ૫૩, ૮. જુઓ [Avestan], [Avestan]

[Avestan], [Avestan] (= [Avestan] = विंशति = Lat. Viginti = Fr. Vingt = بیست) કેવળ સંખ્યા. વિ. વીસ, ૨૦; twenty; 20; [Avestan] ૨|૩ વં. ૮, ૯૫; વં. ૧૨, ૧૩; ય. ૧૦, ૧૨૨; [Avestan] [Avestan] (Geld. [Avestan] [Avestan]) પાંચ અને વીસ= પચીસ ૨|૩ વં. ૧૨, ૯. ૧૧. જુઓ નીચેના બોલો.

[Avestan] (જુઓ [Avestan] તથા [Avestan]) સમાસ ના. નાન્ય. વીસ કદમ; વીસ પગલાં; twenty paces; [Avestan] ૨|૧ વં. ૧૭, ૪.

* ઇંગ્લાન્ડ તથા સ્કાટલાન્ડનાં કેટલાંએક પ્રતિનાં નામો 'wick' થી આખેર થાએછે. એ wick = [Avestan] = મોહોલ્લો :— જેમકે Berwick ઇઆને 'બર' નામનો મોહોલ્લો (અસલ અર્થ); બર નામનું પ્રાંત અથવા નગર; એજ પ્રમાણે Warwick, Zerwick, ઇત્યાદિ.

† એના ખોલાસા બાબે જુઓ મારૂં અવસ્તા વ્યાકરણ, ફકરો ૬૨૭ મો, સંકે ૩૦૧.

‡ By the insertion of • before the termination ([Avestan] + • + [Avestan])

§ જુઓ મારૂં અવસ્તા વ્યાકરણ, ફકરો ૬૩૦ મો, સંકે ૩૦૧.

‖ 'મોહોલ્લો' અર્થ બી થઇ શકે.

[Avestan] (જુઓ [Avestan]) વિ. વીસ ગણું; twenty-fold; [Avestan] ૧|૧ ય. ૧૦, ૧૧૬.

[Avestan] (૨ [Avestan] પ ઉપરથી) વિ. કુટુંબવાળો, ઘેર-બારવાળો; a family man; one having a house-hold; [Avestan] ૪|૧ વં. ૪, ૭.

[Avestan] વિશે જુઓ ૨ [Avestan] ક.

[Avestan] (જુઓ ૨ [Avestan] ક તથા ધા. [Avestan]) સમાસ વિ. મોહોલ્લાને ખાલી કરનાર-ઉજાડ કરી નાખનાર; making the street desolate; [Avestan] નર. ૧|૩ ય. ૧૦, ૭૫.

[Avestan] (જુઓ ધા. [Avestan]) સા. ના. શિખામણ; an admonition, counsel; [Avestan] નારી. ૧|૧ ય. ૬, ૧૯. Wester. [Avestan]

[Avestan] (= [Avestan] = विंशतितम. विंश = بیستم) ([Avestan] ઉપરથી) ક્રમ સંખ્યા. વિ. વીસમું, ૨૦ મું; twentieth; 20th; [Avestan] નર. ૧|૧ ય. ૧, ૮.

[Avestan] વિશે જુઓ ૧ ધા. [Avestan]

[Avestan] (જુઓ ૧ ધા. [Avestan] તથા [Avestan] ક) સમાસ વિ. ધર્મ સમજતો; દીન વિશે વાકેફગાર; learned in pious lore; ... [Avestan] નર. ૨|૧ વીસ્પ. ૩, ૪; ગેહ. ૪, ૯.

[Avestan] (= [Avestan] = विश्व) વિ. તમામ, દરેક, સર્વ, બધું; all (plu.); every (sing.); whole, entire; from [Avestan] = वि = much વધારે; rt. [Avestan] = [Avestan] = श्वि to increase, to grow; વધારો થવો, વધવું; [Avestan] [Avestan] = [Avestan] = [Avestan] whole, entire; સઘળું, તમામ; [Avestan] નર. ૧|૧ વં. ૧, ૧; વં. ૩, ૩૩; વં. ૫, ૪. ૭; વં. ૮, ૩૧. ૩૨. ૩૪; યજ. ૬૫, ૪; [Avestan] (દરેક) નારી. ૧|૧ વં. ૧૫, ૧૯; [Avestan] નાન્ય. ૧|૧ યજ. ૧૯, ૧૪; ય. ૨૨, ૨; [Avestan] નર. ૨|૧ વં. ૧૩, ૧. ૨. ૫. ૬; વં. ૧૮, ૧૬. ૨૮; વં. ૨૦, ૧૦; યજ. ૨૦, ૨; વીસ્પ. ૧૩, ૧; [Avestan] નર. ૨|૧ યજ. ૧૬, ૧; [Avestan] નારી. ૨|૧ વં. ૮, ૪૦; વં. ૯, ૧૫; યજ. ૧૯, ૯; ય. ૫, ૧૩૦; [Avestan] [Avestan] [Avestan] (સઘળું—તમામ તન) નારી. ૨|૧ વં. ૬, ૨૪; [Avestan] નાન્ય. ૨|૧ વં. ૩, ૨૦. ૪૨; વં. ૮, ૧૦૨; વં. ૯, ૪૯; વં. ૨૦ ય. ૧૦; [Avestan] નાન્ય. ૨|૧ યજ. ૭૧, ૫; [Avestan] [Avestan] [Avestan] (adv.) so long as, until, till (જ્યાંહાંસુધી) ક્રિ. અ. વં. ૨, ૨૮. ૩૬; વં. ૩, ૧૯; વં. ૪, ૪૫; વં. ૫, ૧૨. ૧૪. ૫૯; વં. ૬, ૨૭. ૩૧. ૩૪. ૩૭. ૪૦. ૪૩; વં. ૭, ૩. ૫૮; વં. ૮, ૯. ૩૮; વં. ૯, ૩૦. ૩૩. ૩૪. ૩૫. ૩૯; વં. ૧૬, ૮. ૯ ૧૦; વં. ૧૫, ૧૫. ૧૮. ૨૧. ૨૪. ૨૭. ૩૦. ૩૩. ૩૬. ૩૯. ૪૩. ૪૮; વં. ૧૯, ૨૩; [Avestan] ૨|૧ ય. ૧૦, ૬૫; [Avestan] ૨|૧ યજ. ૭૧, ૪; ય. ૧૯, ૭; [Avestan] ૪|૧ યજ. ૨૦, ૨; [Avestan] [Avestan] (દરેક ખાનદાનમાં) ૪|૧ (૭|૧ ની મતલબે *) યજ. ૬૮, ૧૪; [Avestan] [Avestan] for all duration (હમેશાને હમેશા સુધી) ૪|૧ યજ. ૭, ૨૫; યજ. ૨૮, ૮; યજ. ૪૦, ૨; યજ. ૪૧, ૨; [Avestan] [Avestan] for ever (હમેશા સુધી) યજ. ૪૬, ૧૧; યજ. ૪૯, ૮; [Avestan] [Avestan] [Avestan] for eternal duration (હમેશા સુધી) યજ. ૫૩, ૧. ૪; [Avestan] નર. ૬|૧ વં. ૧૮, ૩૦. ૩૧; યજ. ૯, ૧; [Avestan] ([Avestan] ને બદલે) નર. ૬|૧ વીસ્પ. ૧૬, ૨; [Avestan] નારી. ૬|૧ વં. ૧૦, ૫. ૬. ૯. ૧૦. ૧૩. ૧૪; યજ. ૫૨, ૧; [Avestan] [Avestan] (Wester. [Avestan]) નારી. ૬|૧ યજ. ૨૪, ૪; વીસ્પ. ૪, ૨; વીસ્પ. ૯, ૭; [Avestan] નારી. ૬|૧ યજ. ૫૫, ૪; [Avestan] ૭|૧ યજ. ૧૯, ૧૭; [Avestan] યજ. ૨૩, ૩.

[Avestan] નર. ૧|૩ વં. ૧૬, ૧૮; વં. ૧૭, ૧૧; ય. ૧૦, ૩૬. ૫૧; ય. ૧૯, ૭૨; [Avestan]† નર. ૧|૩ યજ. ૩૨, ૩; યજ. ૫૧, ૨૦; [Avestan] નર. ૧|૩

* એના ખોલાસા બાબે જુઓ મારું અવસ્તા વ્યાકરણ સફા ૩૦૧.

† It should be remembered, that [Avestan] and [Avestan] follow the declension of nouns as well as of pronouns; *e. g.* [Avestan] and [Avestan] (gen. plu.); [Avestan] (= [Avestan] + [Avestan]) and [Avestan] (gen. plu.); [Avestan] and [Avestan] (nom. plu.), &c.

ઈજિ. ૩૧, ૨; [illegible] નારી. ૧/૩ વં. ૫, ૧૯; ય. ૫, ૧૫; ય. ૧૩, ૯૩; [illegible] નારી. ૧/૩ ઈજિ. ૫૭, ૨૨; [illegible] નાન્ય. ૧/૩ વં. ૨, ૪૦; [illegible] નાન્ય. ૧/૩ ઈજિ. ૩૪, ૨; [illegible] ૧/૩ ય. ૮, ૪૮; [illegible] નર. ૨/૩ ઈજિ. ૩૧, ૨; ઈજિ. ૪૩, ૧૫; ઈજિ. ૪૪, ૧૧; [illegible] નર. ૨/૩ ઈજિ. ૫૭, ૨૯; ય. ૮, ૪૬; ય. ૧૦, ૩૪; [illegible] નર. ૨/૩ વં. ૧૪, ૮. ૯. ૧૦; વં. ૨૦, ૧૦; ય. ૧, ૬; ય. ૬, ૪; ય. ૧૯, ૭૭; આફ્રૂં. ગાહામ. ૧૭ તથા દરેક આફ્રૂંગાનમાં આવતા [illegible] [illegible] ના કરદામાં; [illegible] નર. ૨/૩ ઈજિ. ૪૨, ૬; [illegible] નર. ૨/૩ ઈજિ. ૧૦, ૫; ઈજિ. ૭૧, ૪; ય. ૮, ૪૬; [illegible] નર. ૨/૩ ઈજિ. ૭૧, ૫; [illegible] નર. ૨/૩ વં. ૩, ૩૫; [illegible] નર. ૨/૩ ય. ૧૦, ૩૪. ૧૦૦. ૧૨૦; [illegible] નારી. ૨/૩ વં. ૩, ૨૭; વં. ૧૯, ૩૭; વં. ૨૦, ૧૦. ૧૨; વીસ્પ. ૫, ૨; ય. ૧૩, ૭૯. ૧૪૧; વીસ્પ. ૧૬, ૨; ઈજિ. ૨, ૧૨; ઈજિ. ૧૬, ૯; ઈજિ. ૫૨, ૨; [illegible] [illegible] (તમામ પાહાડો) ૨/૩ સીરો. ૨, ૨૮; [illegible] નાન્ય. ૨/૩ ઈજિ. ૨૮, ૧; [illegible] નારી. ૨/૩ ઈજિ. ૭૧, ૫; [illegible] નાન્ય. ૨/૩ ઈજિ. ૮, ૫; ઈજિ. ૧૯, ૨; ઈજિ. ૫૭ ૪. ૬. ૮. ૧૦. ૧૨. ૧૪. ૧૮. ૨૦. ૨૨. ૨૬. ૨૯. ૩૨. ૩૫; ઈજિ. ૭૧, ૨૪; ય. ૧૧, ૯. ૧૩. ૧૪. ૧૭. ૨૨; ય. ૧૯, ૯૪; [illegible] નાન્ય. ૨/૩ ઈજિ. ૭૧, ૬; [illegible] [illegible] (બધા દાહાડા) નાન્ય. ૨/૩ ઈજિ. ૪૩, ૨; [illegible] (નાન્ય. ૨/૩ ને બદલે) ય. ૧૦, ૩૪; [illegible] ૨/૩ ઈજિ. ૫૭, ૩૩; ય. ૧૧, ૧૮; [illegible] [illegible] (આપણે તમામ પેદાએશોને) નારી. ૨/૩ ય. ૮, ૪૩; [illegible] [illegible] [illegible] (દર દીવસ અને રાતે) ૨/૩ ઈજિ. ૫૭, ૧૭; ય. ૧૧, ૧૨; [illegible] ૨/૩ ય. ૮, ૪૩; [illegible] નર. ૩/૩ ઈજિ. ૪૬, ૧૦; [illegible] નાન્ય. ૩/૩ (૫/૩ ની મતલબે) ઈજિ. ૩૪, ૫; ઈજિ. ૬૧, ૫; [illegible] નર. ૪/૩ ઈજિ. ૧, ૧૦; ઈજિ. ૬૨, ૭; [illegible] નારી. ૪/૩ ઈજિ. ૨૩, ૨; ઈજિ. ૨૬, ૬; [illegible] નર. ૫/૩ વં. ૧૪, ૧૭; [illegible] નર. ૫/૩ ઈજિ. ૬૨, ૭; [illegible], નર. ૫/૩ ઈજિ. ૪૪, ૨; [illegible] નાન્ય. ૫/૩ ય. ૧૦, ૪૧; [illegible] નર. ૬/૩ વં. ૨, ૨૭. ૩૫; વં. ૯, ૧૩; ઈજિ. ૯, ૧૯; ઈજિ. ૪૩, ૨; ય. ૫, ૨; ય. ૧૪, ૪. ૭. ૯. ૧૩. ૧૫. ૧૭. ૨૧. ૨૩. ૨૫. ૨૭; [illegible] નર. ૬/૩ Frag. 5, 1; [illegible] નર. ૬/૩ ઈજિ. ૧, ૧૪; વીસ્પ. ૯, ૭; સીરો. ૧, ૨૮; [illegible] નારી. ૬/૩ વં. ૨, ૨૮. ૩૬; ઈજિ. ૬૫, ૨; ય. ૫, ૨; [illegible] નારી. ૬/૩ ઈજિ. ૧, ૧૨; વીસ્પ. ૯, ૭; [illegible] નાન્ય. ૬/૩ ય. ૧૦, ૫૪; [illegible] ૬/૩ ઈજિ. ૪૪, ૭; [illegible] નાન્ય. ૬/૩ ય. ૧૩, ૧૩૫; [illegible] [illegible] ૭/૩ ય. ૩, ૫; ય. ૧૧, ૩; ય. ૧૫, ૫૩; [illegible] નર. ૭/૩ ઈજિ. ૧૨, ૫. ૬; [illegible] નારી. ૭/૩ ય. ૧૦, ૪૫; [illegible] [illegible] (તમામ દેશવરોમાં) ૭/૩ ય. ૧૦, ૧૬; [illegible] નર. ૮/૩ ઈજિ. ૧, ૨૨; ઈજિ. ૬૫, ૧૨; ની આ. ૧, ૧. જુઓ [illegible], [illegible], [illegible] તથા નીચેના બોલો.

[illegible] (= [illegible] = विश्पति) (જુઓ [illegible] તથા ૧ [illegible]) સમાસ ના. નર. મોહોલ્લાનો ધણી—માલિક; the master of a street or borough; [illegible] ૧/૧ ય. ૧૦, ૧૮. ૮૪; [illegible] ૨/૧ વં. ૭, ૪૧; વં. ૯, ૩૭; વીસ્પ. ૩, ૨; ય. ૧૦, ૧૧૨; [illegible] [illegible] (મોહોલ્લાના ધણીની બાહીડી) ૨/૧ વં. ૭, ૪૨; [illegible] ૪/૧ ય. ૧૦, ૧૭; [illegible] ૬/૧ વં. ૧૦, ૫. ૬. ૯. ૧૦. ૧૩. ૧૪; ઈજિ. ૧૩, ૧; ય. ૨૪, ૧૬; [illegible] ૮/૧ ઈજિ. ૯, ૨૭; [illegible] [illegible] (Geld. [illegible]) ૨/૩ ય. ૧૦, ૧૮.

[illegible] (જુઓ [illegible] તથા [illegible]) સમાસ વિ. તમામ સુખ—આસાનીવાળું; enjoying perfect ease or comfort; [illegible] (નર. ૧/૧ ને બદલે) ય. ૧, ૧૪.

[illegible], [illegible] વિ. ના. નારી. હવે પછી પેદા થનાર સઓશ્યન્ત (સોશ્યોસ) ની ભવિષ્યની માતાનું નામ; સોશ્યોસ તમામ બુરા માણસોનો દોર તોડશે તે ઉપરથી તેહેને 'તમામ (બુરાઓ) ને તોડનારની માતા' ને નામે ઓળખી છે; The mother of Saoshyant, the future prophet to be born at the time of the Resurrection; she is so called, because she will give birth to one who *will destroy* the malice of *all* Daevas and men. She is otherwise called [Avestan] (born of noble parentage); [Avestan] ૧|૧ ય. ૧૩, ૧૪૨; [Avestan] ૧|૧ ય. ૧૩, ૧૪૨; [Avestan] ૬|૧ ય. ૧૬, ૯૨. જુઓ મોદી.

[Avestan] વિ. ના. નારી. નામાંકિત સ્ત્રીનું નામ; name of a noted and pious woman; [Avestan] ([Avestan]— Geld.) ૬|૧ ય. ૧૩, ૧૩૯.

[Avestan] (જુઓ [Avestan] તથા ધા. [Avestan]) સમાસ ના. નર. બધાંઓનો ઘાટ ઘડનાર, બધાંઓને બનાવનાર; He Who shapes or models; epithet of Ahura Mazda; [Avestan] (Geld. [Avestan]) ૧|૧ ય. ૧, ૧૪.

[Avestan] ([Avestan] ઉપરથી) વિ. તમામ, બધું; પુરૂ; all, whole, entire; [Avestan]* નર. ૧|૧ ય. ૨, ૧૨.

[Avestan] વિ. ના. નર. અરજાસ્પની તરફના કોઈ તુરાની દીન દુશ્મનનું નામ; an adherent of Arjâsp, a Turanian by birth, antagonistic to the Zoroastrian religion; [Avestan] ૧|૧ ય. ૯, ૩૦; ય. ૧૭, ૫૦.

[Avestan] વિ. ના. નર. અરજાસ્પની તરફના કોઈ તુરાની દીન દુશ્મનનું નામ; one of the adherents of Arjâsp, a Turanian by birth, antagonistic to the Zoroastrian religion; *vide* [Avestan]; [Avestan] ૬|૧ ય. ૯, ૩૦; ય. ૧૭, ૫૦.

[Avestan] (જુઓ [Avestan] તથા [Avestan]) સમાસ ના. નાન્ય. તમામ બેડી, ઇઆનેતમામ બદન ઉપર બેડી; all bonds (lit.); *i. e.*, bonds all over the body; [Avestan] ૩|૩ ય. ૮, ૫૫.

[Avestan], [Avestan] } એ બન્નેના વિશે જુઓ ધા. [Avestan]

* Geld. [Avestan]

[Avestan] (જુઓ ૧ ધા. [Avestan]) સમાસ ના. નર. બધાંને મારનાર—જીતનાર; He Who smites everybody; He Who conquers everything; epithet of Ahura Mazda; [Avestan] (Geld. [Avestan] (૧|૧ ની મતલબે) ય. ૧, ૧૪.

[Avestan] (જુઓ [Avestan] તથા [Avestan]) સમાસ ના. નર. તમામ જોનાર, દરેક ચીજ તપાસનાર; the All-seeing One (*i. e.*, Ahura Mazda); He Who surveys all things; [Avestan] (અસલ રૂપ [Avestan] + [Avestan]) ૧|૧ ય. ૧, ૮; [Avestan] ૧|૧ ઇજ. ૪૫. ૪; base [Avestan]

[Avestan] (= [Avestan] + [Avestan]) (જુઓ [Avestan] ૬) વિ. તમામ, સંપૂર્ણ; perfect, entire; whole; [Avestan] [Avestan] perfect happiness; life-long state of blessedness (for the holy) (M.) (સંપૂર્ણ સુખાકારી) નારી. ૨|૧ વીસ્પ. ૧૮, ૨.

[Avestan] ([Avestan] ઉપરથી) અતિ. વિ. તમામ, બધું; whole, entire (super. adj.); કેટલીએક વખતે અતિ. વિ. ની નીશાની [Avestan] ને બદલે ફક્ત [Avestan] લાગેછે: જેમકે [Avestan] (= [Avestan] + [Avestan]) તેમજ [Avestan], ઇત્યાદિ; [Avestan] [Avestan] [Avestan] (તમામ હાડમંદ દુનિયામાં) નર. ૪|૧ (૭|૧ ની મતલબે) ય. ૧૦, ૫; નીઆ. ૨, ૧૪.

[Avestan] (જુઓ [Avestan] તથા [Avestan]) સમાસ વિ. સઘળાઓમાં સહુથી મ્હોટા—ચઢતે દરજ્જેનો; the most exalted of all; [Avestan] ૨|૧ ઇજ. ૩૩, ૫; [Avestan] [Avestan] ૬|૩ આફ્રૂ. ગાહામ. ૧.

[Avestan] (જુઓ [Avestan]) સમાસ વિ. તમામ ઇશ્વરી સ્તુતિનાં ગાયનવાળી (દીન); [Avestan] [Avestan] [Avestan] the Mâzdayasni religion, with all its hymns નારી. ૨|૧ ય. ૨૪, ૧૪.

[Avestan] (જુઓ [Avestan]) સમાસ ના. નાન્ય. દરરોજ; તમામ દાહાડા; every day; all the days; day after day; [Avestan] ૨|૧ ય. ૧૯, ૫૪.

[Avestan] (જુઓ [Avestan]) સમાસ વિ. તમામ ચળકાટ—એરેહ—કીર્તિવાળો; (a man) with all glory; [Avestan] નર. ૧/૧ ય. ૧૮, ૪.

[Avestan] (જુઓ [Avestan]) સમાસ વિ. તમામ સુખાકારી—આસાનીવાળું; all-blissful; epithet of paradise; [Avestan] નર. ૧/૧ (૬/૧ [Avestan] બદલે) સીરો. ૧, ૨૭; [Avestan] નર. ૨/૧ વં. ૧૯, ૩૬; ર્યિ. ૯, ૧૯; વીસ્પ. ૭, ૧; વીસ્પ. ૨૩, ૧; ય. ૧૨, ૩૬; ય. ૨૩, ૮.

[Avestan] (જુઓ [Avestan]) સમાસ વિ. તમામ અક્કલ—ડહાપણવાળો; (a man) with all intelligence; [Avestan] નર. ૧/૧ ય. ૧૮, ૪.

[Avestan] (જુઓ [Avestan] ૧) સમાસ વિ. તમામ જાત—તરાહનું; (small cattle) of all species; *vide* [Avestan]

[Avestan] (જુઓ [Avestan]) સમાસ વિ. તમામ તનને લગતું—તનનું (કૌવત); (vigour) of the entire frame; [Avestan] [Avestan] નાન્ય. ૨/૧ ર્યિ. ૯, ૧૭.

[Avestan] (જુઓ ૨ [Avestan]) સમાસ ના. નારી. તમામ દરૂજ (અસલ.); પૂર્ણ જુઠો—લુચ્ચો; an entire Druj (lit.); a consummate liar or rogue. Comp. [Avestan] [Avestan] (Vend. VIII, 31); [Avestan] (Wester.) ૨/૧ ય. ૪, ૧૦.

[Avestan] સમાસ ના. નર. સઘળાઓનો રીદ; સઘળાઓ ઉપર સાહેબી ભોગવનાર; the master or ruler of (us) all; [Avestan] ૨/૩ ર્યિ. ૩૮, ૫.

[Avestan] (જુઓ ૧ [Avestan]) સમાસ વિ. તમામ ચળકાટ—સંગારવાળું; full of splendour or embellishment; .... [Avestan] [Avestan] (Geld. [Avestan]) (... ગાડી) નર. ૨/૧ ય. ૧૦, ૧૨૪; [Avestan] .... [Avestan] [Avestan] (... તલવાર) ૨/૧ ય. ૧૪, ૨૭; [Avestan] [Avestan] (...મ્હોટાઈ)નારી. ૨/૧ ર્યિ. ૧૯; ૧૭; [Avestan] નાન્ય. ૨/૧ ય. ૨૪, ૩૩.

[Avestan] (જુઓ [Avestan]) સમાસ ના. તમામ રસ્તો; all the way; [Avestan] નાન્ય. ૨/૧ ય. ૨૪, ૨૮.

[Avestan] (૧ [Avestan] ઉપરથી) સમાસ વિ. તમામ સંગારવાળું; તમામ આરાસ્તગીવાળું; full of decoration; wholly ornamented or embellished; [Avestan] [Avestan] (તમામ આરાસ્તગીભરેલી મ્હોટાઈ)નારી. ૨/૧ ર્યિ. ૫૭, ૨૦.

[Avestan] (જુઓ [Avestan]) સમાસ વિ. તમામ સંગારવાળી (કન્યા); (a maiden) with all sorts of ornaments; [Avestan] [Avestan] નારી. ૧/૧ ય. ૫, ૭૮.

[Avestan] (જુઓ [Avestan]) સમાસ વિ. તમામ ચળકાટવાળું; full shining; all-resplendent; [Avestan] નર. ૨/૩ ય. ૧૦, ૧૩૬.

[Avestan] (જુઓ [Avestan]) સમાસ વિ. તમામ ચળકાટવાળું; all-shining, all-resplendent; [Avestan] નાન્ય. ૫/૧ ય. ૧૫, ૧૫.

[Avestan] (જુઓ ૨ [Avestan]) સમાસ વિ. તમામ તંદરોસ્તીના ઉપાયવાળું; (the tree) of all remedies. Comp. [Avestan]; [Avestan] ૧/૧ ય. ૧૨, ૧૭.

[Avestan] (જુઓ ૨ [Avestan]) સમાસ વિ. તમામ પીડા—મરકીવાળું; (the fiend) who is all plague, *i. e.*, full of plague or pestilence. Comp. [Avestan]; [Avestan] [Avestan] [Avestan].... નર. ૫/૧ ય. ૧, ૧૯; ય. ૧૩, ૭૧.

[Avestan] (જુઓ [Avestan]) સમાસ વિ. તમામ વખાણ—કીર્તિ—માનવાળું; worthy of all homage—glory; [Avestan] નાન્ય. ૨/૧ ય. ૫, ૯૬; ય. ૧૨, *૨૪.

[Avestan] (જુઓ [Avestan]) સમાસ વિ. તમામ જાણનાર, દરેક બાબદથી જાણીતો; All-knowing; Omniscient; [Avestan] નર.

---

* Geld. [Avestan] એ ઠેકાણે (ય. ૧૨, ૨૪) દારમેસ્તેતે એ બોલને [Avestan] લઈને બીજો અર્થ 'of the deep precipices' કરે છે.

૧/૧ ય. ૧૦, ૨૪; ય. ૧૨, ૧; [illegible] [illegible] [illegible] નર. ૨/૧ વીસ્પ. ૧૯, ૧; ય. ૧૦, ૩૫; [illegible] [illegible] [illegible] (અય સર્વજ્ઞ હોરમજ્દ!) નર. ૮/૧ વં. ૧૯, ૨૦. ૨૯.

[illegible] (જુઓ [illegible]) સમાસ વિ. તમામ કામ કરતું (અસલ.); પુરતી રીતે અસરકારક—ખુબીવાળું; sufficiently efficacious; [illegible] નારી. ૨/૧ ય. ૨૪, ૧૪.

[illegible] (જુઓ [illegible]) સમાસ વિ. તમામ ફતેહ સાથે; (a man) with all victory; [illegible] નર. ૧/૧ ય. ૧૮, ૪.

[illegible] (જુઓ [illegible]) સમાસ વિ. પુષ્કળ ગાઓ ઢોરનાં ટોળાં સાથે; (a man) with all sorts of flocks; [illegible] નર. ૧/૧ ય. ૧૮, ૪.

[illegible] (જુઓ [illegible]) સમાસ વિ. દરેક જાતનું; (trees) of every kind; [illegible]....[illegible] દરેક જાતનાં ઓરવરો (નારી. ૧/૩ ને બદલે) વં. ૫, ૧૯.

[illegible] સમાસ વિ. તમામ કામો સાથે; with all the performances; [illegible] નારી. ૨/૧ ય. ૨૪, ૧૪.

[illegible] (જુઓ [illegible]) સમાસ વિ. જીંદગીને લગતી તમામ સારી ચીજ આપનાર; તમામ જીંદગીનું સુખ આપનાર; giving all the good things or comforts of life; [illegible] નર. ૧/૧ ય. ૧૩, ૯૦.

[illegible]* (જુઓ [illegible]) સમાસ વિ. જીંદગીની સારી ચીજોથી ભરપુર; જીંદગીનાં સુખથી ભરપુર; thriving with every blessing of life; [illegible] ૧/૧ વં. ૩, ૩. જુઓ [illegible]

[illegible] (૨ [illegible] ઉપરથી) ક) વિ. મોહોલ્લા—ગામડાંને લગતું, મોહોલ્લાનું; pertaining to the village or borough; [illegible] નર. ૧/૧ યજ. ૧૯, ૧૮; [illegible] નર. ૮/૧ ય. ૧૦, ૧૧૫; [illegible] ૧/૩ વીસ્પ. ૧૨, ૫; [illegible] નારી. ૨/૩ યજ. ૨૯, ૧; યજ. ૧૭, ૧૮; ય. ૧૩, ૨૧.

ખ) સા. ના. નર. મોહોલ્લા—ગામડાંનો વડો; the chief of the village or borough.

ગ) વિ. ના. નર. મોહોલ્લા—ગામડાંની પાસબાની કરનાર ફરેશ્તા, વીસ્ય; the guardian angel of the village or borough; Viçya; [illegible] ૨/૧ યજ. ૨, ૩. ૧૮; યજ. ૬, ૨; ગેહ ૧, ૬; [illegible] ૪/૧ યજ. ૧, ૩. ૨૩; યજ. ૩, ૫; ગેહ ૧, ૧; [illegible] ૬/૧ ગેહ ૧, ૭.

[illegible] વિ. ના. નર. નામાંકિત પુરૂષનું નામ; name of an illustrious personage; possibly, name of a High-priest (Modi); [illegible] ૬/૧ ય. ૧૩, ૧૨૧.

[illegible] વિ. ના. નર. નામાંકિત પુરૂષનું નામ; name of an illustrious personage; possibly, name of a High-priest (Modi); [illegible] ૬/૧ ય. ૧૩, ૧૨૧.

[illegible] વિશે જુઓ ૩ [illegible]

[illegible] (અસલ રૂપ [illegible] + [illegible]) (જુઓ ૨ [illegible] તથા ૧ ધા. [illegible]) વિ. મોહોલ્લાને લાએકનું, મોહોલ્લાને માટે જોઈએ તેવું; (જેઓએ) મોહોલ્લો અથવા ગામડું મેળવેલું અથવા સ્થાપેલું (દારમે.); fit for the street or village; (those) who have conquered or founded the village (Dar.); [illegible] નર. ૨/૩ ય. ૧૩, ૧૫૧.

[illegible] (= [illegible]) વિ. રાત (નાં અંધારાં) ને નાબુદ કરનાર. એ બોલ પુનમના ચાંદ ([illegible]) ની સિફતમાં આવેછે; [illegible] =[illegible]= exclusive of, not સિવાએ, વગેરે; [illegible] = [illegible] =રાત=night; [illegible] = તિથિ a lunar day; તથિ, તિથિ, દાહાડો; [illegible] = night-destroying lunar day (lit.); i. e., the day of the full-moon; રાત (નાં અંધારાં) ને નાબુદ કરનાર તથિ—દાહાડો = પુનમનો દાહાડો; પુનમને દાહાડે રાતના અંધારાં જુદલ નહી, કારણકે, એક ગમથી જેવો સુરજ અસ્ત પામે એટલે બીજી

* કેટલીએક વખતે સમાસનો પેહેલો બોલ વિભક્તિના રૂપમાં આવેછે (જેમકે [illegible]). જુઓ મારું અવસ્તા વ્યાકરણ, સફો ૫૩-૫૪.

ગમથી ચંદ્રમા ઉગે; [Avestan] નર. ૨|૧ ઈજ. ૨, ૮; ઈજ. ૬, ૭; ય. ૭, ૪; નીઆ. ૩, ૬; [Avestan] ૪|૧ ઈજ. ૧, ૮; ઈજ. ૩, ૧૦; [Avestan] the days following the full moon (plu.); રાતનાં અંધારાને નાબુદ કરનારા પુનમની પછીના દાહાડા ૨|૩ ય. ૭,૪; નીઆ. ૩,૬.

[Avestan] (= [Avestan]) (જુઓ [Avestan])
વિ. જેહેરવાળું; full of poison; venomous; [Avestan] નર. ૨|૧ ઈજ. ૯, ૧૧; ય. ૧૯, ૪૦.

[Avestan] (જુઓ [Avestan] તથા ધા. [Avestan])
સમાસ વિ. જેહેર ઉત્પન્ન કરતું; poison-producing (lit.); (a dragon) belching forth his poison; [Avestan] .... [Avestan] (જેહેર ઉત્પન્ન કરતા સાંપનું) નર. ૬|૧ ઈજ. ૯, ૩૦.

[Avestan] વિશે જુઓ ધા. [Avestan]

[Avestan] (=[Avestan] = [Pahlavi]) વિ. ના.
નર. ગુશતાસ્પ પાદશાહ, લોહરાસ્પનો છોકરો; King Gushtâsp, the son of Aurvat-aspa (Per. Lohrâsp). He was the fifth king of the Kayânian dynasty. It was in his reign that Zarathushtra successfully preached his religion of which he became the patron. He was 'the Constantine of Zoroastrianism and Defender of the Faith.' His services in spreading the new religion are acknowledged in Yt. 13, 99, where he is said to have made himself the arm and support of the Law of Ahura, of the Law of Zarathushtra. In Yasna XLV. 14, Zarathushtra calls Vishtâspa his friend and considers him to be a great and wise man, and blesses him in a special *Afrin-i- Spitamân Zaratosht* and the Vishtâsp Yasht.

[Avestan] ૧|૧ ય. ૫, ૯૮. ૧૦૮; ય. ૯, ૨૬; ય. ૧૭, ૪૯. ૬૧; ય. ૧૯, ૮૭; [Avestan] [Avestan] (= [Avestan] = ક્યે ગુશતાસ્પ) ૧|૧ ઈજ. ૧૨, ૭; ઈજ. ૪૬, ૧૪; ઈજ. ૫૧, ૧૬; [Avestan] [Avestan] ૧|૧ ઈજ. ૫૩, ૨; [Avestan] ૨|૧ ય. ૫, ૧૦૫; [Avestan] [Avestan] ય. ૧૯, ૮૪; [Avestan] ૪|૧ ઈજ. ૨૮, ૭; ય. ૨૩, ૨; ય. ૨૪, ૨૨; [Avestan] [Avestan] ૬|૧ ઈજ. ૨૩, ૨; ઈજ. ૨૬, ૫; ય. ૫, ૧૩૨; ય. ૧૩, ૯૯; ય. ૧૫, ૩૬; ય. ૨૩, ૧; [Avestan] [Avestan] ૮|૧ ય. ૨૪, ૧. ૧૯; [Avestan] [Avestan] (૪|૧ ને બદલે) ય. ૨૪, ૨૧; [Avestan] [Avestan] ૮|૧ ય. ૨૪, ૪૫. (જુઓ મોદી.)

[Avestan] (Sax. Worc = Ger. Werk = Work) (જુઓ ધા. [Avestan] ક) સા. ના. નારી. કામ; work, a deed. Comp. [Avestan]; [Avestan] [Avestan] the glorious deeds (પ્રકાશિત કામો) ૨|૩ વીસ્પ. ૧૯, ૨; [Avestan] [Avestan] ૨|૩ ય. ૩, ૧. ૨; [Avestan] [Avestan] [Avestan] the glorious deeds of righteousness (રાસ્તીનાં પ્રકાશિત—નામાંકિત કામો) ૨|૩ ઈજ. ૧૬, ૭. જુઓ [Avestan]

[Avestan] (જુઓ ધા. [Avestan] ક) ક) સા. ના. કામ; work, a deed. Comp. [Avestan] (a deed). જુઓ [Avestan], [Avestan].

ખ) વિ. કામ કરતું; અસરકારક; working; efficacious; જુઓ [Avestan], [Avestan]

[Avestan] (જુઓ [Avestan] ખ તથા [Avestan])
સમાસ વિ. અસરકારક આંખવાળું, દુશ્માને તીક્ષ્ણ જોવાની શક્તિવાળું; (the Fravashis) whose eyes are powerful; of effective glance. Comp. [Avestan]; [Avestan] નારી. ૧|૩ ય. ૧૩, ૨૯.

[Avestan] (જુઓ [Avestan] ખ તથા [Avestan])
સમાસ વિ. તીક્ષ્ણ જોવાની શક્તિવાળું, દીર્ઘ દૃષ્ટિવાળું; (the Fravashis) whose eyes are powerful; of effective glance. Comp. [Avestan]; [Avestan] નર. ૬|૩ ય. ૧૯, ૧૫; [Avestan] નારી. ૬|૩ ઈજ. ૨૬, ૩; ય. ૧૩, ૮૨.

[Avestan] વિશે જુઓ ધા. [Avestan] ક.

[Avestan] (જુઓ [Avestan] ક તથા [Avestan])
સમાસ વિ. કામમાં ચાલાક; active in work; [Avestan] (નર. ૧|૧ ને બદલે) ય. ૧, ૧૫.

[Avestan] (જુઓ [Avestan] ક તથા [Avestan])

સમાસ વિ. કામમાં ઉપયોગી; useful in work; [Avestan] નર. ૧|૧ યુ. ૬, ૧૫.

[Avestan] (જુઓ ધા. [Avestan] ક) ક) સા. ના. નાન્ય. કામ કરવું (અસલ.); મારફત; working (lit.); agency; [Avestan] [Avestan] [Avestan] [Avestan] [Avestan] [Avestan] અમે હોરમજદ! આમે તારા આતરાની મારફતે; પણ અગરજો અંગ્રેજી service ની મતલબે [Avestan] નો અર્થ લઈએ તો: આતરાની બંદગી—ભક્તિથી ૭|૧ ઇજ. ૩૬, ૧; વં. ૧૧, ૪.

ખ) સા. ના. નર. કામ કરનાર (અસલ.); ધંધાદારી; a worker (lit.); a colleague; *confrère*; [Avestan] ૨|૧ ઇજ. ૩૨, ૧; [Avestan] [Avestan] ૬|૧ ઇજ. ૩૩, ૪; [Avestan] ૧|૩ ઇજ. ૪૬, ૧; [Avestan] ૨|૩ ઇજ. ૪૦, ૪.

ગ) સા. ના. નાન્ય. કામ; work, a deed; [Avestan] ૪|૧ ઇજ. ૪૯, ૭; [Avestan] ૭|૧ ઇજ. ૩૪, ૧૪; [Avestan] ૨|૩ ઇજ. ૩૪, ૧૪; [Avestan] (અમલમાં*) ૭|૧ ઇજ. ૩૫, ૮; વં. ૧૦, ૪. જુઓ [Avestan]

[Avestan] ([Avestan] ગ ઉપરથી) વિ. કામ કરતો; ધંધો—રોજગાર કરતો, સાથે કામ કરતો; a worker, a colleague; confrère; [Avestan] નર. ૧|૧ ઇજ. ૩૩, ૩. જુઓ [Avestan] ખ.

[Avestan] (જુઓ ધા. [Avestan]) વિ. અસરકારક, એજ:મતી; efficacious; effectual. Compare [Avestan]; [Avestan] નારી. ૨|૩ યુ. ૧૩, ૮૧; [Avestan] ૩|૩ ઇજ. ૪૬, ૩.

[Avestan] (જુઓ ધા. [Avestan] ક) વિ. અસરકારક; ખુબીવાળું; effective, efficacious. Comp. [Avestan], q. v.; [Avestan] ગેહ ૨, ૭. અગરજો [Avestan] (કામ કરવું, અસર કરવી) લઈએ તો [Avestan] (અસર કરવામાં) સા. ના. ૭|૧ થઈ શકે. જુઓ [Avestan]

[Avestan] (જુઓ ધા. [Avestan] ક) સા. ના. નાન્ય. કામ.; a deed, work; action; જુઓ [Avestan] તથા નીચેનો બોલ.

[Avestan] ([Avestan]) ક) વિ. કામ કરતું, કામનું; એજમતી; working (lit.); effective, with strong effect; [Avestan] [Avestan] [Avestan] . . . (Wester. [Avestan]) નર. ૬|૧ ઇજ. ૧, ૧૩; ઇજ. ૩, ૧૫; સીરો. ૧, ૨૯; [Avestan] (Wester. [Avestan]) નર. ૧|૩ ઇજ. ૧૦, ૧૪.

ખ) ફળદ્રુપ (જમીન); productive; [Avestan] . . [Avestan] (Wester. [Avestan]) નારી. ૨|૧ ઇજ. ૧૦, ૪.

[Avestan] (જુઓ ધા. [Avestan]) વિ. કામ કરતું; working; useful; [Avestan]... [Avestan] (કામ કરતી—ઉપયોગી જીંદગી) નારી. ૧|૧ વં. ૧૮, ૨૭; ઇજ. ૬૨, ૧૦; નીઆ. ૫, ૧૬; [Avestan] [Avestan] (કામ કરતું મન; ચાલાક મનશક્તિ) નાન્ય. ૧|૧ વં. ૧૮, ૨૭; ઇજ. ૬૨, ૧૦; નીઆ. ૫, ૧૬.

[Avestan] (જુઓ ૧ ધા. [Avestan]) સા. ના. નાન્ય. ક) ફતેહ, ફતેહમંદી, ફતેહનું કૌવત; victory, strength of victory; [Avestan] ૧|૧ ઇજ. ૧૦, *૨૦; યુ. ૧૪, *૬૧; યુ. ૧૯, ૫૪; [Avestan] ૨|૧ ઇજ. ૫૮, ૧. યુ. ૧૩, ૨૪. ૩૮; ઇજ. ૬૮, ૧૧; [Avestan] ૨|૧ ઇજ. ૭૧, ૮; યુ. ૧, ૨૨; [Avestan] ૩|૧ યુ. ૫, ૬૯; યુ. ૧૧, ૩; યુ. ૧૪, ૪૪; યુ. ૧૯, ૫૪; [Avestan] ૩|૧ (૭|૧ ની મતલબે) યુ. ૧૪, ૩. ૭. ૯. ૧૩. ૧૫. ૧૭. ૨૧. ૨૩. ૨૫. ૨૭; યુ. ૧૯, ૭૯; [Avestan] ૪|૧ યુ. ૧૦, ૨૬; આફ્રિ. ગાહામ. ૧૪; તથા દરેક આફ્રિંગાનને છેડે ભણવામાં આવતા [Avestan] [Avestan] ના ફકરામાં. જુઓ [Avestan]

ખ) બખ્તર; dress worn *to protect* the body in battle; dress for war; an armour; જુઓ [Avestan]

ગ) સા. ના. નર. દુશ્મન, વેરી; an enemy, a foe. Comp. Sans. वृत्र; *vide* [Avestan], [Avestan], [Avestan], [Avestan]

[Avestan] (જુઓ [Avestan] અ તથા ૧ [Avestan])

* અંગ્રેજી Practice, તથા ફારસી [Persian] ની મતલબે આ ઠેકાણે એનો અર્થ 'કરવામાં' ની બાજુ પડી શકે.

* એ ઠેકાણે 'બંચાવ' (defence) અર્થ બી થઈ શકે.

ક) સમાસ વિ. દુશ્મનને મારતો—મારી નાખતો, ફતેહમંદ; smiting or killing the enemy; victorious; an epithet generally used for Âtar, Mithra, Vâta, Verethraghna (Behrâm), Saoshyant and Sraosha. Comp. Sans. वृत्रहन्; [illegible] વીસ્પ. ૧૫, ૨.

ખ) સા. ના. દુશ્મનને મારવાનું કૌવત; ફતેહ, ફતેહમંદી; the strength of smiting the enemy; victory; [illegible] ૨|૧ ઇજ. ૯, ૧૭; વીસ્પ. ૨૦, ૧; ય. ૧૦, ૧૬. ૨૧; [illegible] ૨|૧ ય. ૫, ૮૬; ય. ૧૦, ૩૩; [illegible] ૩|૧ ઇજ. ૫૭, ૩. ૬. ૮. ૧૦. ૧૨. ૧૪. ૧૮. ૨૦. ૨૨. ૨૬. ૨૯. ૩૨. ૩૫; ય. ૧૦, ૬૭; ય. ૧૧, ૮..૧૩. ૧૪. ૧૭. ૨૨; [illegible] ૩|૧ ઇજ. ૫૫, ૩, [illegible] ૪|૧ વીસ્પ. ૯, ૪; ય. ૧૦, ૫; ય. ૨૪, ૩૭; [illegible] ૬|૧ વં. ૧૮, ૬૪; ય. ૧૦, ૧૧૭.

ગ) વિ. ના. નર. બેહેરામ ઇજદ; [illegible] = [illegible] = the angel presiding over victory; Verethraghna. In the Bundeheshn the planet Mars is called [illegible]; [illegible] ૧|૧ ય. ૧૦, ૭૦; ય. ૧૪, ૧. ૬. ૮. ૧૦. ૧૪. ૧૬. ૧૮. ૨૨. ૨૪. ૨૬. ૪૪; વં. ૧૯, ૩૭; વીસ્પ. ૨, ૮; [illegible] ૨|૧ વં. ૧૯, ૩૭; ઇજ. ૧૬, ૫; ય. ૧૪, ૨. ૬. ૮. ૧૦. ૧૪. ૧૬. ૧૮. ૨૨. ૨૪. ૨૬; [illegible] (૧|૧ ને બદલે) ય. ૨૩, ૭; [illegible] ૨|૧ ઇજ. ૨, ૬; ય. ૧૪, ૪૫; [illegible] ૬|૧ ઇજ. ૧, ૬; ઇજ. ૩, ૮; વીસ્પ. ૧, ૬; ય. ૧૪, ૦. ૪૨. ૪૯.

ઘ) વિ. ના. નર. બેહેરામ રોજ; the twentieth day of the month; [illegible] ૬|૧ અફ્રી. ગાહામ. ૧૧.

[illegible] ([illegible] ઉપરથી) ક) વિ. દુશ્મનને મારનાર (કલામ); ફતેહમંદ; smiting the adversary; victorious; [illegible] નર. ૧|૩ ય. ૧૪, ૪૬.

ખ) સા. ના. દુશ્મનની સાંમે લડવું; ફતેહ, ફતેહમંદી; fighting against foes; victory; [illegible] ૪|૧ ઇજ. ૯, ૨૭; [illegible] ૪|૧ વીસ્પ. ૫, ૧; [illegible] (in fights against foes) ૭|૩ ય. ૧૩, ૨૩. ૨૭. ૪૫.

[illegible] (= वृत्रहन्) (જુઓ [illegible] ખ તથા ખા. [illegible]) ક) સમાસ વિ. દુશ્મનને—વેરીને મારતો, ફતેહમંદ; smiting or killing the enemy; victorious; [illegible] નર. ૧|૧ વં. ૧૯, ૫. ૪૦; વીસ્પ. ૧૫, ૩; ય. ૧૧, ૩; ય. ૧૩, ૧૨૯; ય. ૨૪, ૩૦; [illegible] નર. ૧|૧ ઇજ. ૯, ૧૬. ૨૦; ઇજ. ૫૫, ૪; ઇજ. ૫૭, ૩. ૬. ૮. ૧૦. ૧૨. ૧૪. ૧૮. ૨૦. ૨૨. ૨૬. ૨૯. ૩૨. ૩૫; ય. ૫, ૬૧; ય. ૨૩, ૨; [illegible] (વેરીને મારતો) નર. ૧|૧ ઇજ. ૪૪, ૧૬; ય. ૧, ૨૦; [illegible] નર. ૨|૧ ઇજ. ૨, ૭; ઇજ. ૫૭, ૨. ૫. ૭. ૯. ૧૧. ૧૩. ૧૫. ૧૯. ૨૧. ૨૩. ૨૭. ૩૦. ૩૩; ઇજ. ૫૯, ૨૮; ય. ૧૧, ૧. ૧૦. ૧૪. ૧૫. ૧૮; ય. ૧૪, ૫૭; ય. ૧૯, ૮૯; ગેહ ૧, ૬; [illegible] (નર. ૧|૧ ને બદલે) ય. ૨૩, ૬; [illegible] [illegible] [illegible] (ફતેહમંદ પવન સાથે) નર. ૩|૧ ય. ૧૩, ૪૮; [illegible] [illegible] [illegible] (નર. ૩|૧ ને બદલે) ય. ૧૦, ૯; ય. ૧૨, ૪; [illegible] નર. ૪|૧ વીસ્પ. ૧૧, ૧; [illegible] નર. ૫|૧ ઇજ. ૨૬, ૧૦; [illegible] નર. ૬|૧ ઇજ. ૧, ૭; [illegible] નર. ૬|૧ ય. ૧૯, ૯૫; [illegible] નર. ૧|૩ ઇજ. ૭૦, ૪; ય. ૧૩, ૩૮; [illegible] (વધારે ફતેહમંદ) અધિ. વિ. નર. ૧|૧ ઇજ. ૧૦, ૬; [illegible] (ઘણોજ ફતેહમંદ) અતિ. વિ. નર. ૧|૧ ઇજ. ૯, ૧૫; ય. ૧૦, ૯૮; ય. ૧૧, ૩; frag. 9, 1.

ખ) સા. ના. ફતેહમંદી, ફતેમંદ કૌવત; victory; victorious strength; [illegible] ૪|૧ ઇજ. ૬૮, ૨.

[illegible] ([illegible] ઉપરથી) સા. ના. નારી. ફતેહમંદી, ફતેહમંદ કૌવત; victory; victorious strength; [illegible] ૩|૧ ય. ૨૨, ૧૧.

[illegible] (જુઓ [illegible] ખ તથા [illegible]) સમાસ વિ. વેરીને તોડતો—દાબી નાખતો; દુશ્મનને જેર કરતો; smiting or breaking down the enemy; [illegible] નર. ૧|૧ ઇજ. ૧૦, ૯.

[illegible] (જુઓ [illegible] ક તથા [illegible]) સમાસ ના. નર. ફતેહનો સુગંધ; the smell or the breath of victory; [illegible] ૧|૧ ય. ૧૩, ૪૬.

[Avestan] (જુઓ [Avestan] ૪ તથા ૧ ધા. [Avestan]) સમાસ વિ. વૈરી—દુશ્મનને મારતો; ફતેહમંદ; smiting the adversary; victorious. Comp. [Avestan];— [Avestan] નર. ૧|૧ ૫. ૧૦, ૧૪૧; ૫. ૧૪, ૫૯; [Avestan] નર. ૬|૩ ૫. ૧૯, ૩૬; [Avestan] (વધારે ફતેહમંદ) અધિ. વિ. નારી. ૧|૩ ૫. ૧૩, ૬૪; [Avestan] (ઘણોજ ફતેહમંદ) અતિ. વિ. નર. ૧|૧ ૫. ૧૧, ૩; ૫. ૧૪, ૩. ૭. ૯. ૧૩. ૧૫. ૧૭. ૨૧. ૨૩. ૨૫. ૨૭; ૫. ૧૯, ૩૬. ૭૯; [Avestan] નાન્ય. ૧|૧ ૫. ૧, ૧. ૩; [Avestan] નર. ૨|૧ વં. ૧૯, ૧૫; ૫. ૧૦, ૯૬; [Avestan] . . . [Avestan] (નર. ૧|૧ ને બદલે) ૫. ૧૦, ૧૩૨.

[Avestan] (જુઓ ધા. [Avestan]) સા. ના. વધારો કરવો; ફેલાવો કરવો; spreading, propagating; [Avestan] (Geld. [Avestan]) ફેલાવો કરવાને માટે ૪|૧ (સામાન્ય રૂપ તરીકે) ઇજ. ૯, ૨૪.

[Avestan] (= [Pahlavi] = گردہ) સા. ના. ગુરદો; a kidney; [Avestan] Wester. વં. ૧૮, ૭૦.

[Avestan] (જુઓ ૨ ધા. [Avestan]) સા. ના. નર. હમેલ; pregnancy, the fruit of the womb. [Avestan] ૨|૩ વં. ૧૮, ૩૮. ૪૪. ૫૦.

[Avestan]* (= [Pahlavi] = वृक = گرگ = Lat. Vulpes = Ger. Wolf = Wolf) (જુઓ ધા. [Avestan]) સા. ના. નર. વરૂ; a wolf; [Avestan] ૧|૧ વં. ૧૩, ૮. ૧૦. ૧૧. ૪૦. ૪૧; વં. ૧૮, ૩૮. ૪૦. ૫૦; [Avestan] (૧|૧ ને બદલે) વં. ૫, ૫; [Avestan] ૨|૧ વં. ૬, ૫૦; [Avestan] ૨|૧ વં. ૧૩, ૧૭. ૧૮; [Avestan] (a she-wolf) નારી. ૨|૧ વં. ૧૮, ૬૫; [Avestan] ૫|૧ વં. ૧૯, ૩૩; [Avestan] ૬|૧ વં. ૧૩, ૪૧; [Avestan] ૬|૨ વં. ૧૩, ૪૧; [Avestan] ૧|૩ વં. ૧૩, ૪૦. ૪૩; [Avestan] ૧|૩ વં. ૧૮, ૬૫; [Avestan] ૬|૩ ઇજ. ૯, ૧૮; ૫. ૧, ૧૦. જુઓ એની પછીના બોલો.

[Avestan] (જુઓ [Avestan]) વિ. વરૂથી ઘેરાએલું; pursued by the wolf (as a sheep); [Avestan] [Avestan] (વરૂથી ઘેરાએલી મેંઢી) નારી. ૧|૧ વં. ૧૯, ૩૩; ૫. ૨૪, ૨૭.

[Avestan] (= [Pahlavi] = گرگان , جورجان) ([Avestan] ઉપરથી) વિ. ના. નર. ગોરગાંન, જોરજાંન; શેહેરનું નામ; the capital of Khnenta; *vide* [Avestan]. It is identified by some with Hercania. Haug identifies it with Aurgandâb; જુઓ [Avestan]

[Avestan] (જુઓ [Avestan] તથા [Avestan]) વિ. ગોરગાંન—જોરજાંન પાએતખતવાળું (ખ્નેન્ત); [Avestan] [Avestan] [Avestan] Khnenta having Vehrkâna its capital-city નર. ૨|૧ વં. ૧, ૧૧. (જુઓ મોદી.)

[Avestan] (જુઓ [Avestan] તથા [Avestan] ગ) સમાસ વિ. વરૂની તોખમ—બુન્યાદનું; of the brood of the wolf; [Avestan] ૨|૩ ૫. ૩, ૧૧; [Avestan] ૮|૩ ૫. ૩, ૮; —[Avestan] [Avestan] (super. adj.) the most wolfish of the wolf's brood (વરૂની તોખમનાઓમાંનાં ઘણાજ વરૂની તોખમનાને) અતિ. વિ. ૨|૧ ૫. ૩, ૧૫.

[Avestan] (= [Pahlavi]) (જુઓ [Avestan] તથા [Avestan]) સમાસ ભૂ. કૃ. વિ. વરૂથી મારેલું; (a man) killed by a wolf; [Avestan] નર. ૧|૩ વં. ૭, ૪.

[Avestan] (= [Pahlavi]) (જુઓ [Avestan] તથા ૧ [Avestan]) સમાસ ભૂ. કૃ. વિ. વરૂથી લઈ જવાએલો (નસો); (any dead matter) that has been brought by a wolf; [Avestan] [Avestan] નર. ૧|૧ વં. ૫, ૩. ૬; [Avestan] [Avestan] નર. ૧|૩ વં. ૫, ૪. ૭.

[Avestan] વિશે જુઓ [Avestan]

[Avestan], [Avestan], [Avestan], [Avestan] } એ બોલો વિશે જુઓ ૧ તથા ૨ ધા. [Avestan]

[Avestan] વિશે જુઓ [Avestan]

[Avestan] (meaning unsettled); an emblem; નિ-

* Mark the euphonic [Avestan] before [Avestan]; orig., [Avestan] + [Avestan]; rt. [Avestan], Sans. व्रश्च्, वृश्च to tear off.

શાન, અલામત. *Otherwise*: verily, certainly (Sans. वै); ખચીત; [Avestan] ઇજ. ૩૬, ૩; [Avestan] [Avestan] [Avestan] [Avestan] [Avestan] O Fire! thou art an emblem of Ahura Mazda; *or*: thou art verily the Fire of Ahura Mazda! (અએ આતશ! તું હોરમજની એક નિશાન છે; અથવા ખચીત તું હોરમજદનો આતશ છે) ઇજ. ૩૬, ૩.

[Avestan] (= विघ्न) (જુઓ ધા. [Avestan]) સા. ના. નારી. સંકટ; પીડા, દુઃખ, અડચણ; affliction, trouble, distress; from वि + हन् + अ (Prof. Benfey); rt. वि-हन् = to smite, to torment; મારવું, દુઃખ દેવું: [Avestan] ૧/૧ યં. ૮, ૫૬; ય. ૧૪, ૪૮; [Avestan] ૧/૩ ઇજ. ૫૭, ૧૪; [Avestan] ૨/૩ ય. ૧૯, ૬૭; *[Avestan] (Geld. [Avestan]) ૫/૩ ઇજ. ૬૮, ૧૩; [Avestan] ૬/૩ વં. ૧, ૩.

[Avestan] (orig., [Avestan] + [Avestan]†) (જુઓ ધા. [Avestan] ક) = દુઃખ દેવું, નુકસાન કરવું; to torment, to do harm; [Avestan] અ. ભૂ. ૫૨સ્મૈ. ૩/૧ ઇજ. ૩૨, ૧૦.

[Avestan] = નુકસાન કરવું; દુઃખ દેવું; to torment, to do harm; .... [Avestan] [Avestan] (નુકસાન કરનાર માણસના...) = કારાંત વર્ત. કૃ. નર. ૬/૧ ઇજ. ૯, ૩૧; (આએ ઠેકાણે વર્ત. કૃ. નો પ્રત્યય લાગીને પછી એક = લાગો).

[Avestan], [Avestan] } એ બોલો વિશે જુઓ ૨ ધા. [Avestan]

[Avestan] વિશે જુઓ ૧ ધા. [Avestan]

[Avestan] (= उरु‡) વિ. પોહોળું, ઓહોળું, કુશાદેહ; wide, spacious, great, large; જુઓ એની પછીના બોલો.

[Avestan] (જુઓ [Avestan] તથા [Avestan] ખ) સમાસ વિ. કુશાદેહ જગાવાળું, ઓહોળા વિસ્તારવાળું (મુકામ); (an abode) wide-extending; [Avestan] [Avestan] (Geld. [Avestan] [Avestan]) (ઓહોળાવિસ્તારવાળું મુકામ) નાન્ય. ૧/૧ ય. ૧૦, ૪૪.

[Avestan] (જુઓ [Avestan] તથા [Avestan]) વિ. ના. નાન્ય. વોઉરૂકશ નામનો દરિયો; એને Caspian Sea સાથે સરખાવામાં આવ્યો છે. Pehl. [Pahlavi]; the modern Caspian Sea. It is the largest of all seas, rather lakes. Etymologically, the words [Avestan], [Pahlavi] and Caspian mean one and the same thing, *viz.*, wide-shored; for, [Avestan] = [Pahlavi] = فراخ wide; and [Avestan] = [Pahlavi] = كرد shore; while, 'Cas' = كش = shore; 'pian' = پهن wide, broad; [Avestan] [Avestan] (= [Pahlavi] [Pahlavi]) ૧/૧ વં. ૫, ૨૩; વં. ૨૧, ૪. ૮. ૧૨. ૧૬; [Avestan] [Avestan] ૨/૧ વં. ૫, ૧૯; વં. ૧૯, ૩૫; ઇજ. ૪૨, ૪; ઇજ. ૬૫, ૩; વીસ્પ. ૭, ૪; ય. ૫, ૩. ૧૧૬; ય. ૮, ૬; ય. ૧૨, ૧૬; ય. ૧૯, ૫૧; નીઆ. ૪, ૪; [Avestan] [Avestan] [Avestan] ૫/૧ વં. ૫, ૧૫ ૧૭; ય. ૮, ૨૩; ય. ૧૩, ૬૫; ય. ૧૯, ૫૭; [Avestan] [Avestan] ૬/૧ ઇજ. ૪૨, ૪; ય. ૧૨, ૧૦; ય. ૧૯, ૫૬; [Avestan] [Avestan] ૭/૧ ય. ૮, ૮; [Avestan] [Avestan] [Avestan] ૭/૧ ઇજ. ૬૫, ૪; ય. ૫, ૪; નીઆ. ૪, ૫. (જુઓ મોદી.)

[Avestan] (= उरु-गव्यूति)(જુઓ [Avestan] તથા [Avestan]) સમાસ વિ. ઓહોળાં ખેતરવાળો—રાખનાર; the lord of wide pastures; epithet of [Avestan], q. v.; [Avestan] [Avestan] ([Pahlavi] [Pahlavi], [Pahlavi] [Pahlavi], [Pahlavi] [Pahlavi]) Mithra of the wide pastures; ઓહોળાં ખેતરોનો માલેક મેહેર ઇજદ) નર. ૧/૧ ય. ૮, ૭; ય. ૧૦, ૩; [Avestan] [Avestan] નર. ૨/૧ વં. ૧૯, ૧૫; વીસ્પ. ૨, ૯; ય. ૧૦, ૧; [Avestan] [Avestan] વં. ૩, ૧;

---

* Mark the termination [Avestan] for [Avestan].

† એના ખોલાસા બાબે જુઓ મારૂં અવસ્તા વ્યાકરણ, સહે ૨૫૫ મો.

‡ उरु ના અધિકાર્થક (Compara.) તથા અતિશયાર્થક (Super.) રૂપમાં व સજીવન પામેછે:—જેમકે वरीयस् (વધારે પોહોળું); वरिष्ठ (ઘણુંજ કુશાદેહ); એ બોલને ધા. वृ (= ઘેરી લેવું) ઉપરથી ગણવામાં આવ્યો છે.

[Avestan] નર. ૪|૧ ઈજ. ૬૮, *૨૨; વીસ્પ. ૧૧, ૬; ય. ૧૦, *૪૨; [Avestan]† [Avestan] નર. ૬|૧ ઈજ. ૧, ૩; વીસ્પ. ૧, ૭; ય. ૧૦, ૦; [Avestan] નર. ૮|૧ ઈજ. ૬૫, ૧૨; ય. ૧૦, ૪૨.

[Avestan] (જુઓ [Avestan] તથા ૧ધા. [Avestan] ખ) સમાસ ના. નાન્ય. ઓહળીરીતે—પુરતીરીતે દીનનો ઈલમ હાંસિલ કરવો; sufficiently acquiring religious lore; [Avestan] ૪|૧ (સામાન્ય રૂપની મતલબે) ઈજ. ૩૩, ૧૩.

[Avestan] (= [Avestan], [Avestan]) વિ. ના. નાન્ય. 'ખનિરથ' નામનાં કેશ્વરની ઉત્તર પૂર્વ (ઈશાન) દિશાએ આવેલાં કેશ્વરનું નામ; one of the seven Keshvars of the earth, lying to the north-east of Khaniraç; for particulars, *vide* [Avestan]; [Avestan] ૨|૧ વં. ૧૯, ૩૯; ય. ૧૦, ૧૫. ૧૩૩; ય. ૧૨, ૧૪; [Avestan] .... [Avestan] ....૪|૩ (દ્વંદ્વ સમાસ‡) વીસ્પ. ૧૦, ૧; વીસ્પ. ૧૧, ૧૭. જુઓ મોદી.

[Avestan] (જુઓ [Avestan] તથા [Avestan]) સમાસ વિ. ઓહોળી—પોહોળી આંખવાળો (અસલ.); મ્હોટી—મોહોબ્બતભરેલી નજરવાળો; મ્હોટાં મનવાળો; of large eyes (lit.); with eyes of love; high-minded; ...[Avestan] [Avestan] નારી. ૧|૧ ય. ૨૪, ૮; [Avestan] [Avestan] નારી. ૨|૧ વં. ૧૯, ૩૭; ય. ૨, ૭; [Avestan] [Avestan] નારી. ૨|૧ ય. ૨, ૮; [Avestan]...[Avestan] નારી. ૬|૧ ય. ૨, ૨. ૩; સીરો. ૬ ૩.

[Avestan] વિ. ના. નર. નામાંકિત પુરૂષનું નામ; રસ્તાખેજને વખતે સોશ્યોસના છ મદદગારોમાંનો એક; one of the six foremost helpers of Saoshyant; for particulars, *vide* [Avestan]; — [Avestan] ૬|૧ ય. ૧૩, ૧૨૮. જુઓ મોદી.

[Avestan] (= [Avestan]) વિ. ના. નાન્ય. 'ખનિરથ' નામનાં કેશ્વરની ઉત્તર પશ્ચિમ (વાયવ્ય) દિશાએ આવેલાં કેશ્વરનું નામ; one of the seven Keshvars of the earth, lying to the north-west of Khaniraç; for particulars, *vide* [Avestan]; [Avestan] ૨|૧ વં. ૧૯, ૩૯; ય. ૧૦, ૧૫. ૧૩૩; ય. ૧૨, ૧૩; [Avestan] ...... [Avestan] ૪|૩ (દ્વંદ્વ સમાસ*) વીસ્પ. ૧૦, ૧; વીસ્પ. ૧૧, ૧૭. જુઓ મોદી.

[Avestan] (જુઓ [Avestan] તથા [Avestan]) સમાસ વિ. ઓહોળી ખુશાલીવાળો—આપનાર; giving great delight—joy; [Avestan] નારી. ૨|૧ ય. ૨૪, ૧૪; [Avestan] નર. ૬|૧ ઈજ. ૧, ૧; [Avestan] (super. adj.) giving the greatest delight; અતિ. વિ. નર. ૧|૩ આફ્રૂ. ગાહામ. ૪.

[Avestan] (જુઓ [Avestan] તથા ૨ [Avestan]) સમાસ વિ. ઓહોળી જાતવાળું, ઘણી તરાહનું; (good things) of various kinds; rich in various sorts; [Avestan] નારી. ૮|૧ ય. ૧૭, ૭.

[Avestan] વિ. ના. નર. નામાંકિત પુરૂષનું નામ; રસ્તાખેજને વખતે સોશ્યોસના છ મદદગારોમાંનો એક; one of the six foremost helpers of Saoshyant; for particulars, *vide* [Avestan]; — [Avestan] ૬|૧ ય. ૧૩, ૧૨૮. જુઓ મોદી.

[Avestan] વિ. ના. નર. પાહાડનું નામ; name of a mountain; [Avestan] ૧|૧ ય. ૧૯, ૫.

[Avestan] વિ. દુઃખી, કંગાળ, હાહે—અફસોસ કરતું; unhappy, miserable; bemoaning. Comp. Per. وای alas! અફસોસ! Possibly, rt. [Avestan] Sans. भी to fear; [Avestan] (નર. ૧|૧ ને બદલે) વં. ૧૩, ૯; [Avestan] (compara. adj.)

* Geld. [Avestan]

† Geld. [Avestan].

‡ એના ખોલાસા બાબે જુઓ મારૂં અવસ્તા વ્યાકરણ, સફા ૫૯–૬૦.

* એના ખોલાસા બાબે જુઓ મારૂં અવસ્તા વ્યાકરણ, સફા ૫૯–૬૦.

more bemoaning અધિ. વિ. (નર. ૧।૧ ને બદલે) વં. ૧૩, ૮. જુઓ નીચેનો બોલ.

[illegible] ([illegible] ઉપરથી) સા. ના. નાન્ય. ધાસ્તી; ધાસ્તીથી મારવું (મિલ્સ); પાછું હટાડવું; દૂર કરવું (હારલે તથા દારમે.) impressed fear; smiting with fear (M.); driving back (Dar.); [illegible] ઇજ. ૩૪, ૧૦.

[illegible] વિશે જુઓ [illegible]

[illegible] વિ. ના. નર. નામાંકિત પુરૂષનું નામ; name of an illustrious personage; [illegible] (Geld. [illegible]) ૬।૧ ય. ૧૩, ૧૨૨. (જુઓ મોદી.)

[illegible] (= [illegible]) (જુઓ [illegible] તથા [illegible]) સમાસ ના. નારી. એક જાતની ખુશબો; ખુશબોઇનું નામ; અગર; a sort of perfume, burnt on the fire for fumigation; aloe-wood; [illegible] ૬।૧ વં. ૮, ૨. ૩. ૭૯; વં. ૯, ૩૨; વં. ૧૪, ૩; વં. ૧૮, ૭૧.

[illegible] ([illegible]) (જુઓ [illegible] તથા [illegible]) વિ. ના. વોહુ-ક્ષથ્ર ગાથા; ૪ થા ગાથાનું નામ; ઇજિશ્નેનો ૫૧ મો હા; name of the fourth Gâthâ, Vohu-Khshathra Gâthâ. This Gâthâ consists of the single chapter (Yasna LI.). Each stanza consists of three lines of fourteen syllables with the cæsura in the middle (7+7); [illegible] [illegible](= [illegible] વોહુક્ષથ્રગાથા) નારી. ૨।૧ ઇજ. ૫૧, ૨૩; વીસ્પ. ૨, ૯; ગેહ ૨, ૫; આફ્રરં. ગાથા, ૫; [illegible] [illegible] (= [illegible] વોહુ-ક્ષથ્ર નામનો હા) નારી. ૨।૧ ઇજ. ૫૧, ૨૩; [illegible] [illegible] [illegible] between the Gâthâ Vohu-khshatra and the Gâthâ Vahishtoishti, *i. e.*, Yas. LII. (વોહુ-ક્ષથ્ર ગાથા તથા વહિશ્તોઇશ્ત ગાથાની વચ્ચે, ઇઆને ઇજિશ્નેના ૫૨ મા હામાં) ૨।૧ વીસ્પ. ૨૦, ૨; [illegible] [illegible] નારી. ૬।૧ વં. ૧૯, ૩૮; ઇજ. ૫૧, ૨૩; આફ્રરંગાન ગાથા, ૨.

[illegible] (= [illegible]) (જુઓ [illegible] તથા [illegible] ગ) ક) સમાસ વિ. સારા રંગનું, સોનેરી; અથવા પીળા રંગનું; fine-coloured. Otherwise: gold-coloured. Comp. Sans. [illegible] gold. [illegible] .... [illegible] નર. ૨।૧ ય. ૮, ૫૮; ય. ૧૪, ૫૦.

બ) સમાસ ના. એક જાતની ખુશબો; ખુશબોનું નામ; લોબાન; a sort of perfume burnt on the fire for fumigation; benzoin; frankincense; [illegible] ૬।૧ વં. ૮, ૨. ૩. ૭૯; વં. ૯, ૩૨; વં. ૧૪, ૩; વં. ૧૮, ૭૧; [illegible] ૬।૩ વં. ૧૯, ૨૪. ૪૦.

[illegible] (જુઓ [illegible] તથા [illegible]) સમાસ વિ. નેક જીંદગીવાળું; (a person) leading a good life; [illegible] નર. ૮।૧ ય. ૨૩, ૧.

[illegible] વિ. ના. નર. નામાંકિત પુરૂષનું નામ; name of an illustrious personage; [illegible] ૬।૧ ય. ૧૩, ૧૨૪.

[illegible] વિશે જુઓ [illegible]

[illegible] (= [illegible]) સા. ના. નર. લોહીની તલબને માટે દોડનારો કુતરો (અસલ.); નસો, મુરદાર તથા ખરેસ્તર ખાનાર કુતરો (સાધારણ અર્થ); એ જાતનો કુતરો પોતાનાં બદનનું પોષણ કરવાસિવાય બીજો કાંઇ હુનર જાણતો નથી; a species of dog that lives on corpses and hunts after noxious creatures; lit., going after blood; from [illegible], [illegible] blood; [illegible] redup. of [illegible] to go after. He is the dog without a master, the vagrant dog (سگ غریب). [illegible] [illegible] ૧।૧ વં. ૫, ૩૦; [illegible] [illegible] (૪।૧ ને બદલે) વં. ૧૩, ૧૯; [illegible] [illegible] ૨।૧ વં. ૧૩, ૧૪. ૨૨. ૨૬; [illegible] ૬।૩ વં. ૧૩, ૮. ૪૨.

[illegible] (= [illegible]) ([illegible] ઉપરથી) વિ. લોહીવાળું; [illegible] [illegible] a woman who has an issue of blood (દસ્તાનના લોહીવાળી બાઇડી) નારી. ૧।૧ વં. ૧૬, ૮; [illegible]...[illegible] નારી. ૨।૧ વં. ૧૬ ૭; વં. ૧૬, ૧૭; વં. ૧૮, ૬૭. ૬૯; ...[illegible] [illegible] નારી. ૬।૧ વં. ૧૬, ૫. ૬. ૧૩. ૧૪.

[illegible], [illegible] (= [illegible] = [illegible] = [illegible]) સા.

ના. લોહી; દસ્તાનનું લોહી; (a) blood; (b) the monthly courses of females; catamenia, [illegible] ૨|૩ વં. ૧૬, ૮. ૯. ૧૦. ૧૧. જુઓ [illegible], [illegible], [illegible]

[illegible] વિ. ના. નર. એ નામના જુદા જુદા ત્રણ પુરૂષનાં નામ આવેલાં છે; three different persons of the same name; (a) [illegible] ૬|૧ ય. ૧૩, ૧૦૪.

(b) [illegible] ૬|૧ ય. ૧૩, ૧૧૪.

(c) [illegible] ૬|૧ ય. ૧૩, ૧૧૫. (જુઓ મોદી.)

[illegible] વિ. ના. નર. નામાંકિત પુરૂષનું નામ; name of an illustrious personage; [illegible] ૬|૧ ય. ૧૩, ૧૨૪.

[illegible] વિ. ના. નર. માણસ તથા જાનવરોનાં દિલમાંનો આતશ, કે જે ખોરાકને પચાવે છે; the fire that dwells in the bodies of men and animals (animal or vital heat); [illegible] ૨|૧ ઇજ. ૧૭, ૧૧.

[illegible] વિશે જુઓ [illegible] ખ.

[illegible] (જુઓ [illegible] ખ) વિ. ભલાઈ—નેકી—ખુબીવાળું; endowed with goodness—moral qualities; [illegible] નર. ૪|૧ વં. ૧૯, ૧૧; ઇજ. ૧૨, ૧.

[illegible] વિ. ના. નર. એ નામના બે જુદા જુદા પુરૂષનાં નામ આવેલાં છે; two different persons of the same name; (a) [illegible] ૬|૧ ય. ૧૩, ૯૭. એ શખ્સ અશો જરતોશ્તના સઉથી પહેલા શાગેરદોમાંનો એક હોવો જોઇએ, કારણકે એનાં ફરોહરને પેગમબરના છોકરાઓનાં ફરોહરની આગમચ આરાધ્યું છે. This person must be one of the first disciples of Zoroaster, because his Fravashi has been invoked before those of Zoroaster's sons. (b) [illegible] ૬|૧ ય. ૧૩, ૧૧૩; name of an illustrious personage, son of Varkasa.

[illegible] વિશે જુઓ [illegible]

[illegible] વિશે જુઓ [illegible]

[illegible] વિશે જુઓ [illegible]

[illegible] (અસલ રૂપ [illegible] + [illegible]) (જુઓ [illegible] ક) સા. ના. નાન્ય. સારી ચીજ, નેઆમત, આબાદી; a good thing, a gift; prosperity; જુઓ [illegible]

[illegible] વિ. ના. નર. નામાંકિત પુરૂષનું નામ; name of an illustrious personage; [illegible] ૬|૧ ય. ૧૩, ૧૧૪.

[illegible] (અસલ રૂપ [illegible] + [illegible]) ([illegible] વિશે જુઓ [illegible] ખ તથા ધા. [illegible] ક) સમાસ વિ. ભલાઈ—નેકી કરવું; નેક કામ કરવું; practising virtue; performing good deeds; [illegible] નર. ૬|૩ વીસ્પ. ૧૧, ૧૪, [illegible] નારી. ૬|૩ વીસ્પ. ૧૧, ૧૪.

[illegible] (અસલ રૂપ [illegible] + [illegible]) (જુઓ [illegible] તથા [illegible] ખ) સમાસ ના. નર. નેક—સારૂં કામ કરનાર; the worker of good; [illegible] (Geld. [illegible]) (નર. ૧|૧ ને બદલે) ય. ૧૫, ૪૪. અસલ બોલ (base) [illegible] ખી લેવાઈ શકાએ.

[illegible] વિ. ના. નર. ક) કેઆમતને દહાડે દીનની મ્હોટી ક્રિયામાં ભાગ લેનારાઓમાંનો એક (દારમે.); According to Darmesteter, on the authority of the Dinkard, among the personages that will supply the rôle in the great religious ceremonies, Vohvasti will act as Hâvanân, Isvant, as Atarevakhsha and Saena, as Frabaretar.—[illegible] ૬|૧ ય. ૧૩, ૯૬.

ખ) નામાંકિત પુરૂષનું નામ; name of an illustrious personage; [illegible] ૬|૧ ય. ૧૩, ૧૧૨.

[illegible] (જુઓ [illegible]) વિ. નીઆમતવાળું; આબાદીવાળું, ઇઆને નીઆમત-આબાદી

આપતું; gift-bestowing; prosperity-giving; epithet of the moon; [Avestan]....[Avestan] નર. ૨/૧ ય. ૭, ૫; નીઆ. ૩, ૭.

[Avestan] (અસલ રૂપ [Avestan]+[Avestan]) (જુઓ ૧ ધા. [Avestan]) સા. ના. નારી. ટાળું, જથ્થો, જમિયત, જીઆદતી; a herd. a flock (of animals); a multitude (of men); increase; [Avestan] [Avestan] (ગાઓ ઢોરનું ટાળું) ૧/૧ વં. ૧૮, ૨૭; ઇન્જ. ૬૨, ૧૦; નીઆ. ૫, ૧૬; [Avestan] [Avestan] ૧/૧ ય. ૧૩, ૫૨; [Avestan] [Avestan] (પેહેલવાની ઓલાદનો ટોળો) ૨/૧ ય. ૮, ૧૫; [Avestan] [Avestan] prosperity and the increase of flocks; આબાદી અને (ગાઓ ઢોરની) જીઆદતી ૨/૧ ય. ૨, ૮; સીરો. ૨, ૭; [Avestan] [Avestan] ૨/૨ ય. ૯, ૯; [Avestan] [Avestan] ૪/૨ ય. ૨, ૩; સીરો. ૧, ૭; [Avestan] ૧/૩ ય. ૧૮, ૫, [Avestan] [Avestan] ૨/૩ ય. ૫, ૨૬; [Avestan] [Avestan] કારાંત ૨/૩ વીસ્પ. ૧૯, ૨; ય. ૧૦, ૨૮; [Avestan] ૬/૩ આફ્રૂ. ગાહામ. ૧૧. જુઓ [Avestan], [Avestan], [Avestan], [Avestan], [Avestan], [Avestan], [Avestan], [Avestan], [Avestan]

[Avestan] વિશે જુઓ [Avestan]

[Avestan] (જુઓ [Avestan] તથા ૧ ધા. [Avestan]) સમાસ ના. નર. (ગાઓ ઢોરનું) ટાળું આપનાર; (માણસોની) જીઆદતી આપનાર; giving a herd of cattle; bestowing a multitude of men; [Avestan] ૧/૧ ય. ૧૦, ૬૫.

[Avestan] (જુઓ [Avestan] તથા [Avestan]) સમાસ વિ. (ગાઓ ઢોરનાં) ટાળાંને વધારતું; (માણસનાં) ટાળાંને આબાદ કરતું; herd-increasing; rendering the multitude of men prosperous; epithet of Aredviçûra, [Avestan] નારી. ૨/૧ ઇન્જ. ૬૫, ૧; ય. ૫, ૧; ય. ૧૩, ૪; નીઆ. ૪, ૨.

[Avestan] ([Avestan] ઉપરથી) વિ. ટોળાંવાળો (અસલ.); ટોળાંની પાસબાની કરનાર; માણસો તથા ગાઓઢોરનું ટાળું આપનાર (પેહેલવી તથા દારમે.); protecting herds of cattle and multitudes of men; giving herds of cattle and multitudes of men (Pehl. and Dar.); [Avestan] નર. ૧/૧ ય. ૧, ૭

[Avestan] સા. ના. ખાહેશ, મરજી; wish, desire; rt. [Avestan] = Sans. वश = to wish; Pehl. [Avestan] wish; [Avestan] ૧/૧ ઇન્જ. ૪૫, ૪.

[Avestan] (meaning unsettled); filthiness, uncleanness; putrefaction; નજીસાત, કોહોવાત; [Avestan] ૬/૩ વં. ૧૪, ૧૭.

[Avestan] = व्यच = સાથે મળવું, એકઠું થવું; એક દિલ થવું; to assemble, to meet together, to be unanimous; જુઓ [Avestan], [Avestan]

[Avestan] (= व्यर्थ) (જુઓ ૨ [Avestan] તથા [Avestan]) સા. ના. નારી. નજીસાત, અપિત્રાઈ; ઘટતી ક્રિયાની ગેરહાજરી (દારમે.); ગુનાહ ભરેલું કાંમ (હારલે); filthiness, impurity; want of the lawful rites (Dar.); a culpable act (Har.); [Avestan] ૭/૩ વં. ૧૪, ૧૭. જુઓ નીચે.

[Avestan] ([Avestan] ઉપરથી) સા. ના. નારી. અપવિત્રાઈ, અધર્મીપણું: impurity; impiety; [Avestan] નારી. ૬/૧ ય. ૧૩, ૧૩૪.

[Avestan] વિ. ના. નર. નામાંકિત પુરૂષનું નામ; name of an illustrious personage; [Avestan] ૬/૧ ય. ૧૩, ૧૦૯.

[Avestan] સા. ના. માર્ગ, રસ્તો (યુસ્તી); મોહોબત, પ્યાર (હારલે); આશ્રો, પનાહ (મિલ્સ); ખાહેશ (દારમે.); way, path (Jus.); love (Har.); refuge (M.); desire (Dar.); rt. [Avestan] = Sans. वी = to go, to love, to wish; [Avestan] ૨/૧ ઇન્જ. ૪૮, ૭.

[Avestan], [Avestan] (જુઓ ધા. [Avestan]) સા. ના. નર. ક) મિજલસ ચલાવનાર અન્જુમનનો વડો; મિજલસનો સરનશીન; કેટલીએક વખતે એનો અર્થ 'પ્રખ્યાત, વિખ્યાત, મશહુર' પણ થાએછે; the head of an assembly; a chief in assemblies; or: well-known, noted (fr. [Avestan] + [Avestan] + [Avestan] + [Avestan]); rt. [Avestan] = Sans. श्रि-श्रवा = to be famous; [Avestan] ૧|૧ વં. ૨૨, ૧૩; ય. ૧૦, ૬૫; ય. ૧૩, ૧૬; [Avestan] ૨|૧ ય. ૧૦, ૭. ૨૫. ૬૧; [Avestan] (૧|૧ ને બદલે) ય. ૨૩, ૩; [Avestan] નારી. ૨|૧ ઈજ. ૬૨, ૫; [Avestan] ૬|૧ ય. ૧૩, ૮૫. ૧૦૮; [Avestan] નારી. ૬|૧ ય. ૧૩, ૧૩૪; [Avestan] ૮|૧ વં. ૨૨, ૭; [Avestan] (સરદારો) નર. ૨|૩ ય. ૫, ૭૩; [Avestan] ૬|૩ ય. ૧૦, ૬૫; નીઆ. ૩, ૧૦; ય. ૨૪, ૬.

ખ) મિજલસ, સાથે મેળવું, એકઠું થવું; an assembly, a meeting; [Avestan] ૨|૧ ગેહ ૨, ૮.

[Avestan] ([Avestan] ખ ઉપરથી) વિ. મિજલસ ઉપર કાબુ ધરાવતો, અનજુમન ઉપર સત્તા ભોગવતો; assembly-ruling; [Avestan]* નર. ૧|૩ ય. ૧૪, ૪૬.

[Avestan] વિશે જુઓ [Avestan]

[Avestan] (જુઓ ધા. [Avestan]) સા. ના. નાન્ય. મિજલસ, અનજુમન; an assembly, a meeting. Comp. [Avestan] ખ; [Avestan] ૨|૧ ઈજ. ૫૭, ૧૨; [Avestan] ૭|૩ ય. ૧૩, ૧૬.

[Avestan] † Denominative Base (fr. [Avestan]) નામસાધિત ક્રિ. ક) મિજલસ બોલાવવી, અનજુમન એકઠી કરવી; to convoke, to convene (an assembly); [Avestan] વર્ત. પરસ્મૈ. ૩|૧ ય. ૮, ૧૫. ૧૭. ૧૯.

ખ) લોકોને જાહેર કરવું, આશકારા કરીને કહેવું; to proclaim to the people; [Avestan] અ. ભૂ. આત્મને. ૩|૧ ય. ૧૯, ૪૩.

[Avestan] વિ. ના. નર. પુરૂષનું નામ; name of a person; જુઓ નીચેનો બોલ.

[Avestan] ([Avestan] ઉપરથી) વિ. વ્યાત નામના પુરૂષનાં ખાનદાનનો—કુટુંબી; વ્યાતનો છોકરો; of the family of Vyâta; son of Vyâta; [Avestan] ૬|૧ ય. ૧૩, ૧૨૩.

[Avestan] (= [Avestan] + [Avestan] + [Avestan]) (જુઓ ૧ ધા. [Avestan]) સા. ના. નારી. બક્ષેશ, ભેટ, આપવું; a gift, giving; જુઓ [Avestan]

[Avestan] (orig., [Avestan] + [Avestan] + [Avestan]) (જુઓ ૨ [Avestan] ક, [Avestan] તથા ધા. [Avestan]) સા. ના. નારી. નિષ્કપટપણું, ઠગાઈ વગરની હાલત; guilelessness, freedom from deception. Comp. [Avestan]; - [Avestan] ૧|૧ ઈજ. ૬૦, ૨.

[Avestan] વિશે જુઓ [Avestan]; ૧ ધા. [Avestan])

[Avestan], [Avestan] (જુઓ ૧ ધા. [Avestan]; અથવા [Avestan]) ક) સા. ના. તીક્ષ્ણ *બુદ્ધિ, હુશિયારી, ડહાપણ; sharp intellect, insight, wisdom. Comp. [Avestan]; - [Avestan] [Avestan] કારાંત નારી. ૩|૧ ઈજ. ૨૯, ૬.

ખ) વિ. તીક્ષ્ણ બુદ્ધિવાળો, હુશિયાર, ડહાપણવાળો; being of sharp intellect; wise; [Avestan]† [Avestan] કારાંત નર. ૨|૧ ય. ૧૦, ૬૧;

[Avestan], [Avestan] વિશે જુઓ ૧ ધા. [Avestan]

[Avestan] (જુઓ ૧ [Avestan]; અથવા [Avestan]) સા. ના. નાન્ય. તીક્ષ્ણ * બુદ્ધિ, ડહાપણ; sharp intellect, wisdom. Comp. [Avestan]; - [Avestan]‡ ૧|૧ ય. ૧૦, ૬૪.

[Avestan] ચોક્કસ જાતના દેવનું નામ હોઍ; ચીરી નાખનાર, ફાડી નાખનાર (સ્પી.) અપમાન આપનાર, હસી કાહાડનાર, જોસ્સાવાળા (હારલે); a certain class of Daevas; lacerating (Sp.); Harlez:—violent, fierce (fr. अभ्यद्). *Otherwise*: insulting, ridiculing (rt. अस्त् to insult). [Avestan] [Avestan] ૧|૩ ય. ૧૪, ૫૪.૫૫. ૫૬.-*Variants*: [Avestan] [Avestan], [Avestan] [Avestan], [Avestan] [Avestan], [Avestan] [Avestan], [Avestan] [Avestan], [Avestan] [Avestan], [Avestan] [Avestan]

* એ જ પ્રમાણે [Avestan] ની નર. ૧|૩ [Avestan] આવે છે. (જુઓ ય. ૫, ૬૯; ય. ૧૪, ૬૦.)

† જુઓ મારૂં અવસ્તા વ્યાકરણ, સફે ૨૪૮-૨૫૦.

* એ અર્થ એ બોલનો ધાતુ [Avestan] (આરપાર જવું, ઉંડી નજર કરવી; to penetrate) થી થઈ શકે.

† Geld. [Avestan]

‡ Geld. [Avestan]

[illegible] વિશે જુઓ ધા. [illegible]

[illegible] (causal verb) (meaning unsettled); (the crowing of the cock) rouses (me) from sleep (Har. and Dar.); rt. [illegible], *or* [illegible] = रौ = to cry; મરઘો (મને) બોલાવેછે, (બીછાના ઉપરથી) ઉઠવા કેહેછે (હારલે તથા દારમે.); [illegible] [illegible] પ્રયો. વર્ત. આત્મને. ૩|૧ વં. ૧૮, ૨૯.

[illegible] વિ. મદદ કરતું (જુઓ ધા. [illegible] ગ), અથવા પેવસ થતું, દાખલ થતું (જુઓ ૧ ધા. [illegible]); helpful (rt. [illegible] to help); *or*, far-piercing (rt. [illegible] to pervade, to pierce); [illegible] નર. ૨|૧ ય. ८, ૨; [illegible] (Wester. [illegible]) નારી. ८|૧ ય. ૧૭, ૬.

[illegible] (Yt. 13, 11) probably, from [illegible] + [illegible];— [illegible] (a prefix); [illegible] (demon. pro. fem. loc. plu. in them, *i. e.*, in the wombs of women.

[illegible] સા. ના. બામદાદ, બામદાદની રોશની; dawn ; the faint light which is reflected upon the earth before sunrise. Comp. Sans. व्युष्ट dawn ; rt. [illegible] = वि-वस् to shine; [illegible] is originally [illegible] + [illegible] + [illegible]; weakest base [illegible] (by the elision of the medial [illegible]); [illegible] (૧|૧ ની મતલબે) ય. ૨૨, ૭. ૨૫ ; ય. ૨૪, ૫૫.

[illegible] Jus. (અસલ રૂપ [illegible] + [illegible] + [illegible]) (જુઓ ૩ ધા. [illegible]) સા. ના. નારી. બામદાદ, પરોઢયું; dawn, daybreak. Comp. Sans. व्युष्ट ; [illegible] (Jus.) ૨|૧ ય. ૫, ६૨.

[illegible], [illegible] વિશે જુઓ ૧ ધા. [illegible]

[illegible] વિશે જુઓ ૧ [illegible] ક.

[illegible] = वध = મારવું, નાશ કરવો, કાપવું; to smite, to destroy, to cut.

[illegible] = નાશ કરવો, શીકસ્ત કરવો ; to smite down, to destroy, to defeat ; [illegible]* અ. ભૂ. આત્મને. ૩|૩ ય. ૧૭, ૧૯.

[illegible]

[illegible] સા. ના. દેખાવ (દારમે.) ; appearance, show ; rt. [illegible] to appear (Dar.); [illegible] (Wester. [illegible]) ૧|૧ ય. ૧૫, ૪૭.

[illegible] વિશે જુઓ ૧ ધા. [illegible] ખ તથા ગ.

[illegible] (જુઓ ૧ ધા. [illegible]) સા. ના. ક) કાચ— બિલોર ફુકતી વખતે વધેલા કાચ; બિલોરનો કટકો ; a shred or bit of glass ; [illegible] [illegible] [illegible] (કાચના—બિલોરના જુદાજુદા કટકાનું, બિલોર બનાવતાં કાચના જુદા જુદા વધેલા કટકાનું) ६|૩ વં. ८, ८૫.

ખ) કચરો, પુંજો, ગલીચી ; filth, dirt, rubbish. Comp. [illegible] & [illegible]

[illegible] વિ. ના. નર. ફરેદુન પાદશાહના છોકરા સલમને ભાગે આવેલા મુલકનું નામ ; ફીરદોસી પ્રમાણે એને ભાગે પશ્ચિમ તરફનો મુલક આવ્યોહતો; the region of Salam (Per. سلم) the eldest son of King Feridoon, as Tûrân and Irân were inherited by Tûra (Per. تور) and Airyu (Per. ایرج) respectively. According to the Shâh-Nâmeh, Salam inherited the kingdom of Rûm (that is to say, Europa and Western Asia) and Hvâvar (Per. خاور) lying to the west of Persia. [illegible] [illegible] ६|૩ ય. ૧૩, ૧૪૩; જુઓ મોદી.

[illegible] thinking (or bearing in mind) as a chief (Dar.) = [illegible]; સરદાર તરીકે ગણતાં (દારમે.); [illegible] ६|૩ ય. ૨૪, ૫૨.

[illegible] સા. ના. નાન્ય. કચરો, પુંજો; જાનવરનું છાણ ; લીંદ (સ્પી.) ; ગાયનું છાણ (દારમે.); filth, rubbish ; dung (Sp.); cow-dung (Dar.). Comp. Per. سرگین cow-dung ; Pehl. [illegible]*[illegible] (Jus.) ૫|૧ વં. ८, ८૩.

* Wester. [illegible], Geld. [illegible], q. v.

* Wester. and Geld. [illegible]

[illegible] સા. ના. મટોડું, ધુળ; earth, dust; [illegible] ૬|૧ વં. ૮, ૮.

[illegible] (= [illegible] = शर्व) ત્રિ. ના. નર. શેહેરેવર અમશાસ્પંદની સાંભેનો દેવ, શેહેરેવરનો દુશ્મન; the adversary of Khshathra Vairya, and the demon of an evil government. For particulars, *vide* [illegible]; [illegible] ૨|૧ વં. ૧૦, ૯.

૧ [illegible] (= [illegible]) વિ. ના. નર. જરતોશ્તી દીન શિખવનાર એક જાણીતા દસ્તૂરનું નામ; એનાં તેમજ એનાં કુટુંબીઓનાં ફ્રોહરોને આરાધ્યાં છે; an illustrious personage, subsequently known as a preacher; *vide* [illegible];— [illegible] ૬|૧ ય. ૧૩, ૯૭. ૧૨૬; [illegible] ૬|૩ ય. ૧૩, ૧૨૬. (જુઓ મોદી.)

૨ [illegible] વિ. ના. નર. પક્ષિનું નામ; એને તમામ પક્ષિઓનું સરદાર ગણ્યું છે; name of a bird, considered as the leader of all other birds; the eagle, the proper name of which appears to have been *Amru*, is called in the Pehlvi texts *Sînamrú* (Per. سیمرغ). The seat of the Sînamrû, says the Minokhered (LXII, 37), is on the tree *Chasse-le-mal* (*Jad-bêsh*), the tree of all seeds. When he rises aloft, a thousand twigs will shoot forth from that tree; and when he alights he will break off the thousand twigs and scatters away the seeds therefrom (Dar.). [illegible] [illegible] (سیمرغ સીમોર્ગ નામનું પક્ષિ) ૧|૧ ય. ૧૪, ૪૧; [illegible] ૬|૧ ય. ૧૨, ૧૭. (જુઓ મોદી.)

૧ [illegible] સા. ના. ઝાડનું શિખર—મથાળું; the summit or top of a tree; [illegible] ૨|૩ ય. ૧૪, ૨૧. જુઓ [illegible]

૨ [illegible], [illegible] વિ. ના. નર. દેવનું નામ; name of a Daeva; [illegible] (Wester. [illegible]) (૨|૧ ને બદલે) ય. ૪, ૨; [illegible] (Wester. [illegible]) (૫|૧ ને બદલે) ય. ૪, ૩.

[illegible] Geld., [illegible] Wester. (જુઓ [illegible] તથા [illegible] ૫) સમાસ વિ. ઉંચી ખુંધવાળું (ઉંટ); (a camel) high-humped. Comp. [illegible]; *vide* [illegible]

[illegible] (૧ [illegible] ઉપરથી) વિ. ઉંચું, બુલંદ; high; જુઓ એની આગમચનો બોલ.

[illegible] (જુઓ ધા. [illegible] ૫) વિ. (ધાતુ) પીગળાવાને લગતું—ઓતવાને લગતું (કારખાનું); (a foundry) for casting, melting or moulding (metals). Comp. Sans. शिल्प; *vide* [illegible], [illegible], [illegible] [illegible]

૧ [illegible] (= [illegible]) (જુઓ ધા. [illegible]) ક) સા. ના. ફાએદો, સુખ; profit, good; happiness; welfare; [illegible] ૩|૧ (૭|૧ ની મતલબે) ય. ૧૪, ૩. ૭. ૯. ૧૩. ૧૫. ૧૭. ૨૧. ૨૩. ૨૫ ૨૭; [illegible] ૪|૧ ય. ૧૬, ૩; [illegible] ૨|૩ ય. ૫, ૨૬. જુઓ [illegible], [illegible], [illegible]

ખ) વિ. ના. ફાએદો કરનાર ફરેશ્તો; દોલત—સુખ ઉપરનો મવક્કેલ ફરેશ્તો; the angel presiding over prosperity, wealth and happiness; a personification of the Ormazdian weal. [illegible] નારી. ૨|૧ વં. ૧૯, ૩૭; ય. ૨, ૭; [illegible] ૨|૧ ય. ૧૩, ૪૨; [illegible] [illegible] (૩|૧ ની મતલબે) ય. ૧૨, ૪; [illegible] (૪|૧ ને બદલે) ય. ૧, ૨૧; [illegible] નારી. ૬|૧ ય. ૨, ૨; સીરો. ૧, ૩; [illegible] ૮|૧ વં. ૨૨, ૩. ૪. ૧૦. ૧૬. ૧૭.

૨ [illegible] (જુઓ ધા. [illegible]) સા. ના. નર. બળતો લાકડાંનો કકડો; a burning or partly burned piece of wood; a brand; *vide* [illegible] a fire-brand.

[illegible] (જુઓ ૧ [illegible] ક) વિ. ફાએદો કરતો, ફાએદેમંદ; સુખ આપતો; doing good; profitable; happiness-giving; [illegible] નર. ૨|૧ ય. ૭, ૫; નીઆ. ૩, ૭; [illegible] (નર. ૧|૧ ને બદલે) ય. ૨૪, ૪; [illegible] the best giver of welfare (ઘણોજ ફાએદો

Geld. [illegible] [illegible]

કરતો, ઘણુંજ સુખ આપતો) અતિ. (વિ. નર. ૧|૧ ય. ૧૪, ૩. ૭. ૯. ૧૩. ૧૫. ૧૭. ૨૧. ૨૩. ૨૫. ૨૭.

[Avestan] વિ. ના. નર. પાહાડનું નામ; a mountain in the vicinity of Hukairya; *vide* [Avestan];— [Avestan] [Avestan] ૨|૧ નીઆ. ૧, ૮; Frag. 5, 2; [Avestan] [Avestan] ૬|૧ Frag. 5, 1; (જુઓ ગ્રાઘ.)

[Avestan] (જુઓ ધા. [Avestan]) વિ. ઉકળતું, બળતું; ગંધકવાળું (દારમે.); boiling, burning; brimstoned (Dar.); [Avestan] [Avestan] નારી. ૨|૧ વં. ૪, ૫૪. ૫૫.

[Avestan] (જુઓ ધા. [Avestan]) સા. ના. નર. બળતું; a blazing fire; flame; [Avestan] ૭|૧ ઇજ. ૬૨, ૩; નીઆ. ૫, ૯. જુઓ [Avestan]

[Avestan] (જુઓ ધા. [Avestan]) વર્ત. કૃ. વિ. બળતું; burning; blazing; [Avestan] [Avestan] [Avestan] (બળતા આતશની સનમુખ) નર. ૫|૧ વં. ૯, ૫૬; વં. ૧૩, ૫૫; .... [Avestan] [Avestan] નર. ૬|૩ વં. ૨, ૮. ૯. ૧૨. ૧૩. ૧૬. ૧૭.

[Avestan] (જુઓ ધા. [Avestan]) વિ. ચળકતો, રોશનીવાળો, પ્રકાશિત; shining, glittering. Comp. Sans. रोचिस् light, glitter; [Avestan] નર. ૧|૧ ય. ૧૫, ૪૭; Wester. [Avestan]

[Avestan] સા. ના. મશ્કેરી, ઠઠ્ઠા (દારમે.); derision (Dar.); [Avestan] ૨|૩ ય. ૨૨, ૧૩; ય. ૨૪, ૩૭.

[Avestan] (જુઓ ધા. [Avestan]) વિ. ચળકાટવાળો; resplendent; [Avestan] (નર. ૧|૧ ને બદલે) ય. ૨૩, ૬.

[Avestan] સા. ના. નર. (તલવારની) મુઠ; the hilt (of a sword). Comp. [Avestan], Sans. त्सरु; *vide* [Avestan]

[Avestan] (Âfringân Rapi., 6.) renders prosperous (Dar.); [Avestan] [Avestan] [Avestan] [Avestan] .... [Avestan] [Avestan] [Avestan] .... [Avestan] as the wind from the southern quarter renders the entire corporal world prosperous (Âfringân Rapi., 6.)

[Avestan] (જુઓ ધા. [Avestan]) કૃ) ભવિ. કૃ. પરસ્મૈ. વિ. ફાએદો કરતો—કરનાર; લોકોનું ભલું કરતો (અસલ.) સા. ના. નર. દીનનો માર્ગ દેખાડનાર, ધર્મ સમજાવનાર, પરહેજગારીમાં કામેલ; દીનના એલમમાં પુરો; પેગમબર; doing good to the people; beneficent (lit.); leading to the path of religion; interpreter of religion; a person well versed in the precepts of religion; a prophet [Avestan] ૧|૧ ઇજ. ૪૮., ૯; [Avestan] ૨|૧ ય. ૨૪, ૧૫; [Avestan] [Avestan] (દીન સમજાવનાર માંથ્ર–ભેદ ભરેલા કલામને) ૬|૧ વીસ્પ. ૨, ૫; [Avestan] ૬|૧ ઇજ. ૫૩, ૨; [Avestan] [Avestan] (દેશોનું ભલું કરનારા–આબાદી કરનારા) ૧|૩ ઇજ. ૪૮, ૧૨; વીસ્પ. ૧૧, ૧૩; [Avestan] ૧|૩ ઇજ. ૯, ૨; ઇજ. ૬૧, ૫; ઇજ. ૭૦, ૪; ય. ૧૩, ૩૮; Frag. 4, 1; [Avestan] ૨|૩ વીસ્પ. ૩, ૫; [Avestan] ૨|૩ ઇજ. ૧૩, ૩; [Avestan] [Avestan] ૨|૩ ઇજ. ૪૫, ૧૧; [Avestan] – કારાંત ૪|૩ ઇજ. ૨૦, ૩; [Avestan] ૬|૩ ય. ૧૯, ૨૨; વીસ્પ. ૧૧, ૩. ૭; ઇજ. ૩૪, ૧૩; ઇજ. ૪૬, ૩; ય. ૧૩, ૧૭. ૭૪; ય. ૧૭, ૨; ઇજ. ૧૨, ૭; વીસ્પ. ૫, ૧; ય. ૧૧, ૧૭. ૨૨; [Avestan] ૬|૩ ઇજ. ૫૫, ૪; વીસ્પ. ૨૨, ૧.

ખ) વિ. ના. નર. [Avestan] = સોશ્યોસ, એરેદતફેદ્રી ([Avestan]) નામની માતાને પેટે કેઆમતને વખતે જન્મ પામનાર પેગમબર; એનું બીજું નામ અસ્તવત-એરેત ([Avestan]) ઇઆને હાડ–શરીર ઉભું કરનાર; રસ્તાખીજ કરનાર છે; the prophet who will be born of the mother *Eredat-fedhri* on the day of judgment, otherwise called *Astvat-ereta*, q. v.; for particulars, *vide* [Avestan]; [Avestan] [Avestan] ૧|૧ વં. ૧૯, ૫; ય. ૨૪, ૩૦; [Avestan] ૨|૧ ઇજ. ૫૯, ૨૮; [Avestan] (૨|૧ ની મતલબે) (સોશ્યોસને) ય. ૧૯, ૮૯; [Avestan] [Avestan] ૫|૧ ઇજ. ૨૬, ૧૦; ય. ૧૩, ૧૪૫.

[Avestan] = શિખવવું; to teach. Comp. [Avestan] (शास्);

[illegible] અ. ભૂ. સંશ. પરસ્મૈ. ૩|૧ ઈજ઼િ. ૪૪, ૯; [illegible] આશી. પરસ્મૈ. ૩|૧ ઈજ઼િ. ૪૪, ૧; જુઓ નીચેના બોલ.

[illegible] (= [illegible] = [illegible]) (જુઓ ધા. [illegible]) સા. ના. નાન્ય. સખુન, નસિહત, કલામ; words, admonitions; uttered indications (M.). Comp. Gâthic [illegible] (Y. 53, 5) & Av. [illegible];— [illegible] ૨|૩ ઈજ઼િ. ૨૯, ૪.

[illegible] = शिक्ष् = શિખવું; to learn; *[illegible] (તમો શિખો) આજ્ઞા. પરસ્મૈ. ૨|૩ ઈજ઼િ. ૩૦, ૧૧: [illegible] (શિખનારો) વર્ત. કૃ. પરસ્મૈ. નર. ૧|૧ ઈજ઼િ. ૧૯, ૧૦; [illegible] ૨|૧ ય. ૨૪, ૫૨; [illegible] આત્મને. ૨|૩ ઈજ઼િ. ૫૫, ૬. જુઓ [illegible]

[illegible] = શિખવું; to learn; [illegible] અનિ. (--Aor.) પરસ્મૈ. ૩|૧ ઈજ઼િ. ૧૯, ૧૦.

[illegible] (જુઓ ધા. [illegible]) વિ. શિખવા લાએક; fit for learning; [illegible] ૨|૧ ઈજ઼િ. ૧૯, ૧૧. *Otherwise*: [illegible] (Geld.) fit for teaching; શિખવવા લાએક.

[illegible] = शंस्, शास् = ક) શિખવવું, શિખામન—નસિહત આપવી; [illegible] વર્ત. આત્મને. ૩|૧ ઈજ઼િ. ૩૦, ૮; [illegible] (દેખાડેછે) ઈજ઼િ. ૪૬, ૧૨; [illegible] આજ્ઞા. પરસ્મૈ. ૧|૧ ય. ૨૪, ૧૩; [illegible] (તમો શિખવો) ૨|૩ ઈજ઼િ. ૨૯, ૧; [illegible] (તેં શિખવ્યું) (અસલ રૂપ [illegible] + [illegible]) અનિ. (Root-Aor.) પરસ્મૈ. ૨|૧ ઈજ઼િ. ૪૩, ૧૧; ઈજ઼િ. ૪૬, ૧૯; જુઓ [illegible], [illegible]

ખ) કેહેવું; to say; to speak; [illegible] (કેહેછે) વં. ૧૮, ૧. ૨. ૩. ૪, ૫; [illegible] શક્યા. પરસ્મૈ. ૨|૧ વં. ૨૨, ૭; [illegible] અ. ભૂ. ૩|૧ વં. ૨૨, ૮.

ગ) જાહેર કરવું; માન સાથે કબૂલ રાખવું (હારલે); to declare; to accept or receive with respect (Harlez); [illegible] [illegible] [illegible] (જરતોશ્તે મારો કલામ જાહેર કીધો અથવા માન સાથે કબૂલ રાખ્યો) અનિ. પરસ્મૈ. ૩|૧ વં. ૧૯, ૧૫. ૩૫.

ઘ) વખાણવું; to praise (*vide* rt. [illegible]); જુઓ [illegible]

[illegible] = अभि-शंस् = આપ—બદ દુઆ દેવી; to curse; to imprecate evil upon. *Contra*, [illegible]; [illegible] [illegible] [illegible] if I have a curse thrown upon me (જ્યારે હું આપ દીધેલો થાઉં) ભૂ. કૃ. નર. ૧|૧ ય. ૧૪, ૩૪.

[illegible] = આપ—બદ દુઆ દેવી; આપ દઈને હાંકી કાહાડવું; to curse back; to drive away by curses; to exorcise; [illegible] વર્ત. પરસ્મૈ. ૧|૧ વં. ૨૦, ૭; [illegible] [illegible] [illegible] [illegible] તે પીછાંથી (તારા) દુશ્મનને શ્રાપ દઈને તુંએ હાંકી કાહાડવો જોઈએ) શક્યા. આત્મને. ૨|૧ ય. ૧૪, ૩૫. જુઓ [illegible]

૨ [illegible] (જુઓ ૧ ધા. [illegible] ક) સા. ના. શિખામણ; હોકમ (દારમે.); admonition; instruction; commandment (Dar.); [illegible] [illegible] (Geld. [illegible]) ૬|૧ ય. ૧૩, ૧૩૩.

[illegible] (= शंसा) (જુઓ ૧ ધા. [illegible] ક) સા. ના. નર. ક) શિખામણ, કેળવણી; સખુન; admonition; instruction; a word. Comp. 2 [illegible];- [illegible] ૨|૧ ય. ૧૦, ૧૩૮. જુઓ [illegible], [illegible], [illegible], [illegible]

ખ) રીતિ, કાનુન; a principle; a doctrine; moral; [illegible] [illegible] (વધારે ઉતરતી—હલકી નીતિવાળાને) વં. ૧૫, ૨.

[illegible] વિ. ના. નારી. જમશેદ પાદશાહની બેહેનનું નામ, શેહેરનાજ઼; જમશેદ પાદશાહની છોકરીનું નામ (મોહલ તથા દારમે.); name of one of the two sisters of King Jamsheed; name of one of the daughters of King Jamsheed (Mohl. & Dar.). Comp. Per. شهرناز; for particulars, *vide* [illegible];- [illegible]* ૧|૧ (૨|૧ ને બદલે) ય. ૫, ૩૪; ય. ૯, ૧૪; ય. ૧૫, ૨૮. જુઓ મોદી.

* વળી એજ રૂપ વર્ત. પરસ્મૈ. ૨|૩ બી થઈ શકે. જુઓ માહરું અવસ્તા વ્યાકરણ, સેહે ૧૭૩ તથા ૧૭૫.

* Wester. [illegible]

[Avestan] (૨ [Avestan] ક ઉપરથી) વિ. શિખા-મનથી ભરપુર, બોધકારક; full of admonition; instructive; [Avestan] નારી. ૧|૩ ય. ૧૯, ૧૨.

૧ [Avestan] = ગુજરવું, જવું; to pass; [Avestan] [Avestan] [Avestan] [Avestan] when the year is passed વર્ત. સંરા. આત્મને. ૩|૧ વં. ૬, ૪૩; [Avestan] ૩|૧ વં. ૯, ૩૩-૩૫; વં. ૧૬, ૮-૧૧; વં. ૧૯, ૨૩.

[Avestan] = ગુજરી જવું, પુરૂં થવું, આખેરી આવવી; to pass away, to end; [Avestan] [Avestan] [Avestan] if the summer is passed (જ્યારે ઉનાળો ગુજરી જાએ ...) વર્ત. આત્મને. ૩|૩ વં. ૫, ૧૦; [Avestan] જૂ. ફૂ. ૬|૧ વં. ૧૯, ૨૮.

૨ [Avestan] = [Avestan] = [Avestan] = લાએક-સજાવાર થવું; to befit, to be worthy; [Avestan] [Avestan] [Avestan] [Avestan] [Avestan] [Avestan] (અએ માનવી! લાંબી ઉંઘ તુને સજાવાર નથી) વં. ૧૮, ૧૬. ૨૪.

૩ [Avestan] = ક) [Avestan] = બનાવવું; ગોઠવવું; to make; to array; જુઓ [Avestan]

ખ) કરવું, બજાવવું; to make, to perform.

[Avestan] = કરવું, બજાવવું; આપવું, અનાયત કરવું; to do; to perform; to offer; (आ-शक्); [Avestan] રાકયા. આત્મને. ૩|૩ ય. ૮, ૫૬.

[Avestan] = હમેલવાળી બાઈડીનો ગર્ભ પેટમાં બંધાવો; પેટમાં બચ્ચું બંધાવું, બચ્ચાંના આકારમાં હમેલ થવો; to be well-formed (as child in the womb); to be in the fifth month of pregnancy; જુઓ [Avestan]

૪ [Avestan] = शक् = શિખવું; to learn; to acquire knowledge; [Avestan] (ધાતુનો [Avestan] નીકળી ગયાથી) આજ્ઞા. પરસ્મૈ. ૩|૩ ઇજિ. ૫૩, ૨; [Avestan] (અસલરૂપ [Avestan] + [Avestan] + [Avestan]*) દીનનો એ-લમ ઘણોજ શિખતા) પૂ. ભૂ. કૃ. નર. ૧|૩ આફરં. ગાહામબાર, ૪; [Avestan] પ્રયો. વર્ત. કૃ. પરસ્મૈ. નર. ૨|૧ ય. ૨૪, ૫૨; [Avestan] આત્મને. ૨|૩ ઇજિ. ૫૫, ૬.

* એના ખોલાસા બાબે જુઓ મારૂં અવસ્તા વ્યાકરણ, સફો ૧૨૬ મો. Geld. [Avestan]

[Avestan] વિરો જુઓ [Avestan]

[Avestan] (= [Avestan] + [Avestan]) (જુઓ ૧ ધા. [Avestan]) સામા. (infinitive) શિખવવાને માટે; for teaching; for instructing; [Avestan] ઇજિ. ૩૦, *૨; ઇજિ. ૫૧, ૧૬.

[Avestan] (= [Avestan] = शत = [Avestan] = Lat. Centum = Fr. Cent = Hundred) કેવળ સંખ્યા. વિ. સો, ૧૦૦; a hundred, 100. Prof. Pictet explains it as follows: Orig., [Avestan] + [Avestan] (ten times ten) = [Avestan] (by the elision of the initial [Avestan] and the final [Avestan]) = [Avestan];- [Avestan] (નર. ૧|૧ ની મતલબે) વં. ૫, ૨૭; ય. ૧૦, ૨; [Avestan] (નર. ૧|૧ ની મતલબે) ય. ૬, ૧; [Avestan] ૨|૧ વં. ૩, ૩૧; વં. ૮, ૮૭; વં. ૧૯, ૨૨; ય. ૫, ૨૧. † ૨૫; ય. ૧૪, ૩૭; ઇજિ. ૧૯, ૭; [Avestan] ૨|૧ ય. ૧૯, ૧૨; ‡[Avestan] (Wester.) ય. ૧૦, ૧૦૬; [Avestan] [Avestan] (બસો, ૨૦૦) નારી. ૨|૨ વં. ૪, ૨૦. ૨૧. ૨૪. ૨૫. ૨૮. ૨૯. ૩૨. ૩૩. ૩૫. ૩૬. ૩૮. ૩૯. ૪૧. ૪૨; વં. ૫, ૪૪; વં. ૬, ૫. ૯. ૧૯. ૪૮; વં. ૭, ૭૨; વં. ૧૩, ૨૪; વં. ૧૬, ૧૨. ૧૩; [Avestan] [Avestan] (Wester. [Avestan] [Avestan]) ૨|૨ ય. ૧૯, ૭; [Avestan] [Avestan] (૭૦૦) નર. ૧|૩ ય. ૯, ૩૦; [Avestan] [Avestan] (૩૦૦) નારી. ૨|૩ વં. ૨, ૩૦; વં. ૪, ૧૧; [Avestan] [Avestan] (૪૦૦) ૨|૩ વં. ૬, ૨૧; વં. ૮, ૨૩. ૮૪. ૧૦૫. ૧૦૭; [Avestan] [Avestan] (૫૦૦) ૨|૩ વં. ૩, ૩૬; વં. ૮, ૮૩; વં. ૧૩, ૧૫; [Avestan] [Avestan] (૬૦૦) ૨|૩ વં. ૨, ૩૦; વં. ૪, ૧૨; વં. ૬, ૨૩; વં. ૮, ૨૪; વં. ૧૩, ૧૪; [Avestan] [Avestan] (૭૦૦) ૨|૩ વં. ૪, ૧૩. ૫૫; વં. ૧૩, ૧૩; વં. ૧૫, ૫૧; [Avestan] [Avestan] (૮૦૦) ૨|૩ વં. ૪, ૧૪; વં. ૮, ૨૬; વં. ૧૩, ૧૨; [Avestan] [Avestan] (૯૦૦) ૨|૩ વં. ૪, ૧૫; [Avestan] [Avestan] (અને નવસો) ૨|૩ વં.

* એ ઠેકાણે એનો અર્થ 'વાકેફ થવા માટે, શિખવાને માટે' બી થઈ શકે.

† Wester. [Avestan]

‡ Geld. [Avestan] (loc. sing. of [Avestan]) in the world. Comp. [Avestan] Yas. 31, 8.

૨૨, ૨. ૬. ૯. ૧૫; ય. ૧૩, ૫૯. ૬૦; [Avestan] [Avestan] વં. ૪, ૫; [Avestan] [Avestan] વં. ૪, ૬; [Avestan] [Avestan] વં. ૪, ૭; [Avestan] [Avestan] વં. ૪, ૮; [Avestan] [Avestan] વં. ૪, ૯; [Avestan] વીસ્પ. ૮, ૧. જુઓ [Avestan], [Avestan], [Avestan], [Avestan] તથા નીચેના બોલો.

[Avestan] = ક) સમાસ વિ. સોધણું (જુઓ ૨ [Avestan]); a hundredfold. Comp. [Avestan]; [Avestan] ૪|૧ વં. ૭, ૫૫. ૫૬; ય. ૫, ૫૪. ૫૮. ૧૧૭; ય. ૮, ૬૧; ય. ૯, ૩૧; ય. ૧૩, ૪૮; [Avestan] ૩|૩ વં. ૭, ૫૫. ૫૬; ય. ૫, ૫૪. ૫૮. ૧૧૭; ય. ૮, ૬૧; ય. ૯, ૩૧; ય. ૧૩, ૪૮.

ખ) સમાસ ના. નાન્ય. સોધણું મારવું (જુઓ ૧ [Avestan]); smiting (evil beings) hundred times; [Avestan] ૪|૧ ય. ૧૦, ૪૩; [Avestan] ૩|૩ ય. ૧૦, ૪૩.

[Avestan] (જુઓ [Avestan] તથા [Avestan] ખ) સમાસ વિ. સો ડુંગરા–કુચકા સાથનો (ગુરજ); (a club) with a hundred knobs .... [Avestan] [Avestan] (નર. ૧|૧ ને બદલે) ય. ૧૦, ૧૩૨; [Avestan] ... [Avestan] નર. ૨|૧ ય. ૧૦, ૯૬.

[Avestan] (જુઓ [Avestan] તથા [Avestan]) સમાસ ના. નાન્ય. સો વરસ; one hundred years; [Avestan] ૨|૩ ય. ૨૪, ૪૫.

[Avestan] (= [Avestan]) વિ. ના. નર. પશ્ચિમ તરફનો મુખ્ય સેતારો: the name of a star. Geiger identifies it with Viga, and Darmesteter with the Pleides. It is the leader of southern stars; literally, it means having a hundred habitations ([Avestan] = Sans. शत a hundred; [Avestan] = Sans क्षेत्र a dwelling). It receives the waters of the ocean, and distributes them on the earth for the nourishment of men and animals, and the growth of plants (*vide* Yt. 13, 43–44); [Avestan] ૧|૧ ય. ૮, ૯. ૩૨; ય. ૧૩, ૪૪; [Avestan] ય. ૨૪, ૩૮; [Avestan] ૨|૧ ય. ૧૩, ૪૩; સીરો. ૨, ૧૩; [Avestan] ૬|૧ ય. ૮, ૦. ૬૨; સીરો. ૧, ૧૩.

[Avestan] ([Avestan] ઉપરથી) વિ. સોધણું; hundred times. Comp. [Avestan] ક;–[Avestan] ૩|૧, ય. ૨, ૧૪; [Avestan] નારી. ૬|૩ વં. ૫, ૧૯.

[Avestan] (જુઓ [Avestan] તથા [Avestan] ખ) વિ. સોધણું; a hundredfold. Comp. Sans. शतगुण; [Avestan] ૧|૧ ય. ૧૦, ૧૧૭.

[Avestan] વિ. સોધણું; a hundredfold; [Avestan] [Avestan] with a hundred times hundredfold Yt. 2, 14. Wester. [Avestan]. —Comp. [Avestan] and [Avestan]

[Avestan] (જુઓ [Avestan] તથા [Avestan]) સમાસ વિ. સો ચેલાવાળો–રાખનાર; (Saena) with a hundred pupils; [Avestan] નર. ૧|૧ ય. ૧૩, ૯૭.

[Avestan] (જુઓ [Avestan]) સમાસ વિ. સો (ઘણું) કામ કરતો; સો (ઘણો) આલાક–કૌવતમંદ; (a ram) of hundredfold energy; [Avestan] [Avestan]... નર. ૬|૧ ય. ૧૭, ૫૬.

[Avestan] (જુઓ [Avestan]) સમાસ વિ. સો ઘણા સો = ૧૦૦૦૦; a hundred times a hundred = 10,000; [Avestan] ૨|૩ ય. ૨૪, ૧૯.

[Avestan] (= शतधार) (જુઓ [Avestan]) સમાસ વિ. સો ધારવાળો (ગુરજ); (a club) with a hundred edges; [Avestan]...[Avestan] (નર. ૧|૧ ની મતલબે) ય. ૧૦, ૧૩૨; ...[Avestan] [Avestan] નર. ૨|૧ ય. ૧૦, ૯૬.

[Avestan] (= [Avestan]) (જુઓ [Avestan]) સમાસ વિ. સો બારીવાળો (મેહેલ); (a palace) with a hundred windows; [Avestan] ..... [Avestan] નાન્ય. ૧|૧ ય. ૫, ૧૦૧.

[Avestan] (= [Avestan]) (જુઓ [Avestan]) સમાસ વિ. સો માણસના જેટલી ઉંચી (ઉતરણ); (a precipice) a hundred times the height of a man; [Avestan] [Avestan] ૨|૧ વં. ૪, ૫૨.

(જુઓ ૨) સમાસ વિ. સો સેતારાવાળું, ઇઆને સો જવાહેરથી સંગારેલું (સોનેરી તાજ); (a golden crown) with a hundred gems (lit., stars); (Geld.) નારી. ૨|૧ ૫. ૫, ૧૨૮.

(= =) (જુઓ) સમાસ વિ. સો થામલા—સ્તંભવાળું (ઘેર); (a house) with a hundred columns; .... નાન્ય. ૨|૧ વં. ૧૮, ૨૮.

૧ = खाद् = Lat. *Cad*-ere = ક) નુકસાન કરવું, ખરાબી કરવી; to damage, to ravage; અ. ભૂ. સંશા. પરસ્મૈ. ૩|૧ વં. ૨, ૨૪.

ખ) (કોઇની ઉપર) તુટી પડવું, એકદમ હુમલો કરવો; to rush upon, to attack; અ. ભૂ. પરસ્મૈ. ૩|૧ વં. ૯, ૫૧; ૩|૩ ૫. ૧૪, ૫૬; (= +) પ્રયો. આજ્ઞા. આત્મને. ૨|૩ ઇજ. ૩૧, ૧૮; નું પ્રયોજ્ય રૂપ તોડી પાડવું; (એના ખોલાસા બાબે જુઓ મારૂ અવસ્તા વ્યાકરણ, સફો ૨૫૧ મો).

ગ) પડતું મુકવું; leave off, to defer; વર્ત. પરસ્મૈ. ૩|૧ ૫. ૧૦, ૭૧.

ઘ) જતું રેહેવું, અસ્ત પામવું; to pass away, to set (as the sun); જુઓ

= હાની પોંહોંચાડવી, નુકસાન કરવું; to do harm, to hurt; Intensive Verb શક્યા. પરસ્મૈ. ૩|૧ ૫. ૮, ૫૪.

= મારવું, દાબી નાખવું; to smite, to crush; ૫. ૨૪, ૧૯.

૨ = ક) દેખાવું, નજરે પડવું; to appear, to seem; I appear to thee (હું તુંને દેખાઉંછું.) વર્ત. પરસ્મૈ. ૧|૧ ૫. ૨૨, ૧૨; thou dost appear to me (તું મને દેખાએછે) ૨|૧ ૫. ૨૨, ૧૧; ૫. ૨૩, ૧; ૩|૧ ૫. ૨૨, ૭; ૫. ૨૪, ૫૫.

ખ) આવવું, આવી પોંહોંચવું; to come, to arrive; વં. ૧૮, ૧૯. ૨૧. ૨૨.

ગ) આસપાસ ફેરવવું; to turn about; to turn round; વર્ત. પરસ્મૈ. ૩|૧ વં. ૩, ૩૨.

(જુઓ ૧ ધા. ઘ) સા. ના. (ખોરશેદ, ચંદ્ર તથા તારાઓનું) અસ્ત પામવું; setting (of the sun, the moon and the stars). ૭|૧ વં. ૨, ૪૦.

વિ. ના. નર. પુરૂષનું નામ; name of a person; ૬|૧ ૫. ૧૩, ૧૧૫.

વિશે જુઓ ધા.

the southern basin of the Tigris (Rangha). Contrast (the northern basin of the Tigris) Yt. 12, 18; તાઇગ્રીસ નદીનો દક્ષિણ ભાગ; ૭|૧ ૫. ૧૦, ૧૦૪; ૫. ૧૨, ૧૯.

૧ (= سفال) સા. ના. નર. એક જાતની મિટ્ટી-મટોડી; ઠીકરૂં; a kind of earth or clay potsherd. Comp. and ; ૨|૧ વં. ૯, ૧૧.

૨ (= = سنب, سم = शफ = Ger. Hulf=Hoof) સા. ના. નર. ખડી, ખરી; the hoof of an animal; ૧|૩ ઇજ. ૫૭, ૨૭. જુઓ ,

Jus. = शम् = નરમ પડવું, શાંત થવું; to be quiet or calm.

વિશે જુઓ ધા.

૧ = शद् = ભાંગી નાખવું, કટકા કરી નાખવા; દુઃખ—ઇજા કરવી; to break into pieces, to torment, to injure. જુઓ , ,

૨ = પડી રેહેવું; to lie, to lie down; જુઓ ૧ , ,

૧ (જુઓ ૨ ધા.) સા. ના. નાન્ય. પડી રેહેવું; lying down; * (પડી રેહેવામાં) ૭|૧ વં. ૩, ૮. ૧૨; વં. ૭, ૪૫. ૪૬. ૪૭. ૪૮.

* Geld.

૪૯ ; વં. ૧૫, ૧૭. ૨૦. અગરજો [illegible] ને બદલે ગણીએ તેા, પૂ. ભૂ. આત્મને. ૩|૩ ધા. [illegible] = પડવું; [illegible] ની માફક બેવડાં રૂપનેા શરૂઆતનેા ભાગ (the reduplicative syllable) નીકળી ગયેા: (પડેલાં છે). જુએા [illegible] ધાતુમાં [illegible] બેાલ.

૨ [illegible], [illegible] (= [illegible] = शिरस् = [illegible])

ક) સા. ના. નર. માથું; the head; [illegible] ૭|૩ ય. ૧૦, ૪૦.

ખ) સા. ના. નર. સરદારી; authority, headship; [illegible] ૨|૧ ઈજ઼. ૭, ૨૫; ઈજ઼. ૧૨, ૪. ૬; ઈજ઼. ૪૧, ૬; [illegible] ૨|૧ ઈજ઼. ૪૯, ૮.૯; [illegible]* ૭|૧ ઈજ઼. ૩૫, ૮; [illegible] ૭|૧ ઈજ઼. ૪૪, ૧૭. જુએા ૨ [illegible]

ગ) સા. ના. નર. સરદાર; ખાવંદ, ધણી: a chief; a husband; [illegible]† ૨|૧ ઈજ઼. ૫૩, ૩.

[illegible] (૨ [illegible] (ખ) નું બીજું રૂપ) સા. ના. નાન્ય. સરદારી; supremacy, command; [illegible] ૨|૧ ઈજ઼. ૩૧, ૨૧.

[illegible] (૨ [illegible] (ખ) નું બીજું રૂપ) સા. ના. નાન્ય. સરદારી; leadership; [illegible] ૨|૧ ઈજ઼. ૪૯, ૩.

[illegible] (= [illegible]) (જુએા ૨ [illegible] ક તથા ધા. [illegible]) સમાસ વિ. માથાંમાં મારનાર, માથું ભાંજનાર (અસલ અર્થ); ઘાતકી, ફીતુરી; breaking the head (lit.); cruel, seditious; [illegible] નર. ૧|૧ ઈજ઼. ૨૯, ૩.

[illegible] (= [illegible] = [illegible] = Ger. Kalt = cold)

(વિ. ક) ઠંડું, ટાહાડું; cold; [illegible] નર. ૧|૩ વં. ૧, ૩.

ખ) બીહીતેા, ધ્રુજતેા; fearing; trembling; જુએા [illegible]

[illegible] (જુએા ૧ [illegible] ખ તથા ૧ [illegible]) સમાસ ના. સરદારી ધરાવનાર–રાખનાર (અસલ.); સરદાર; holding authority (lit.); a leader; a chief; [illegible] ૨|૩ ઈજ઼. ૪૩, ૧૪.

૧ [illegible] (शरद्, शरदा = [illegible]) ક) સા. ના. નર. ૩૬૫¼ દહાડાનું વરસ; the solar year; a year of 365¼ days; એ બેાલની સમજ:— [illegible] = वार = water; પાણી; rt. [illegible] = वार = વેહેવું, to flow; [illegible] = [illegible] दा to give આપવું; [illegible] = वारदा the rainy season (lit.); a year; પાણી આપનારી મેાસમ, વરસાદની ઋતુ, ચેામાસું (અસલ.); વરસ* (સાધારણ અર્થ); [illegible] [illegible] (પંદરમા વરસ પછી) ૨|૧ વં. ૧૪, ૧૫; વં. ૧૮, ૫૪. ૫૮; [illegible] ૬|૧ Frag. 8, 1; [illegible] ૨|૩ વં. ૧૫, ૪૫; [illegible] ૨|૩ ઈજ઼. ૨, ૯: વીસ્પ ૨, ૬; ય. ૨, ૮; ય. ૪, ૦; [illegible] ૪|૩ ઈજ઼. ૧, ૯; ઈજ઼. ૩, ૧૧; વીસ્પ. ૧, ૮; ય. ૨, ૩; [illegible] ૬|૩ ઈજ઼. ૧, ૧૭; આફ્રં. ગાહામ. ૧: [illegible] [illegible] વરસેામાંના ૫૦ (વરસ) પછી (તે જમીન પાક થાએછે.) ૬|૩ વં. ૭, ૪૮. જુએા ૧ [illegible]

ખ) વિ. વરસાદની ઋતુવાળેા (મઐદીઆરેમ ગાહામબાર); (Maidhyâirya) of the rainy season; [illegible] ૨|૧ વીસ્પ. ૨, ૨; [illegible] ૬|૧ વીસ્પ. ૧, ૨.

૨ [illegible] (= [illegible] = शर्धस् = sort) સા. ના. નર. જાત, તરાહ; sort, kind; [illegible] ૬|૩ વં. ૨, ૨૭. ૩૫. ૬૧; ય. ૧૩, ૧૨. જુએા [illegible], [illegible], [illegible]

૧ [illegible] (૧ [illegible] ક ઉપરથી) વિ. વરસ–ઋતુને લગતું; relating to the season or year; [illegible] નર. ૬|૧ Frag. 9, 1.

૨ [illegible] (૧ [illegible] ખ ઉપરથી) વિ. સરદારી ભેાગવતેા—રાખતેા; સરદાર; enjoying power; holding authority; a leader; [illegible] ૬|૨ ઈજ઼. ૩૩, ૯.

[illegible] (જુએા ધા. [illegible]) સા. ના. નાન્ય. નફેા ફાએદેા, બદલેા; profit, gain; reward; good; blessing; [illegible] ૭|૧ ઈજ઼. ૪૩, ૧૨; [illegible] ૧|૩ ઈજ઼. ૩૦, ૧૧; [illegible] ૨|૩ વીસ્પ. ૧૩, ૧.

* Geld. [illegible]

† [illegible] ની માફક સરદાર, ધણી, ખાવંદ

* 'વરસ' બેાલ પેાતે અસલ वर्ष છે; અને वर्ष નેા અર્થ 'વરસાદની ઋતુ, ચેામાસું.'

[Avestan] ૨|૩ ઇજિ. ૭, ૨૪; ઇજિ. ૪૪, ૭; [Avestan] ૩|૩ ઇજિ. ૫૧, *૧૫; ઇજિ. ૪૮, ૧.

[Avestan] (= [Sanskrit]) (જુઓ ધા. [Avestan]) સા. ના. નાન્ય. ફાએદો, નફો; આબાદી, સુખ; profit, gain; prosperity; happiness; [Avestan] ૧|૧ ઇજિ. ૩૪, †૩; [Avestan] (આબાદી, બરકત) ૧|૧ ઇજિ. ૬૦, ૨; [Avestan] ૨|૧ ઇજિ. ૨, ૧૪; ઇજિ. ૫૧, ૨૦; [Avestan] ૬|૧ ઇજિ. ૧, ૧૪; ઇજિ. ૩, ૧૬; ઇજિ. ૪૩, ૩; ઇજિ. ૫૧, ૨; વીસ્પ. ૧૧, ૧૩; ય. ૧૭, ૦. ૬૨; નીઆ. ૫, ‡૫; [Avestan] ૬|૩ ઇજિ. ૨૮, ૯. જુઓ [Avestan], [Avestan], [Avestan]

[Avestan] ([Avestan] ઉપરથી) વિ. ફાએદાકારક, સારૂં; beneficent, good; [Avestan] [Avestan] [Avestan] નારી. ૨|૩ વં. ૧૯, ૩૭.

[Avestan] વિશે જુઓ [Avestan]

[Avestan] (= [Avestan]) વિ. ના. નાન્ય. 'ખનિરથ' નામનાં કેશ્વરની પૂર્વ દિશાએ આવેલાં કેશ્વરનું નામ; one of the seven Keshvars § of the earth, lying to the east of Khaniraç; regions situated to the east of the Caspian Sea; [Avestan] ૨|૧ વં. ૧૯, ૩૯; ય. ૧૦, ૧૫. ૧૩૩; ય. ૧૨, ૧૦; . . . [Avestan] [Avestan] [Avestan] ૪|૩ ([Sanskrit] ‖) વીસ્પ. ૧૦, ૧; વીસ્પ. ૧૧, ૧૭. (જુઓ મોદી.)

[Avestan] (જુઓ [Avestan] તથા [Avestan]) સમાસ વિ. મુલુકો—દુનિયાંને ફાએદા કરતો; દુનિયાંની આબાદી વધારતો; benefiting the settlements; rendering the world prosperous; epithet of [Avestan] (Ashtâd Yazad); [Avestan] નારી. ૨|૧ વીસ્પ. ૭, ૨; [Avestan] નારી. ૬|૧ ય. ૧૧, ૧૬.

[Avestan] વિશે જુઓ ૪ ધા. [Avestan]

[Avestan] (જુઓ ધા. [Avestan]) સા. ના. નારી. ક) શિખામણ, નસિહત; precept, admonition; [Avestan] ૨|૧ ઇજિ. ૬૨, ૭, [Avestan] ૩|૧ ઇજિ. ૧૫, ૧; વીસ્પ. ૬, ૧.

ખ) ધર્મબોધ, ધર્મ, દીન; religious lore or instruction; religion; જુઓ [Avestan] [Avestan]

[Avestan] (જુઓ ધા. [Avestan]) સા. ના. નાન્ય. શિખામણ, કેળવણી; instruction, admonition; [Avestan] ૪|૧ ય. ૧૦, ૧૩૭.

[Avestan] વિશે જુઓ ધા. [Avestan]

[Avestan] સનન્ત ક્રિ. (Desider. Verb) અ. ભૂ. પરસ્મૈ. ૩|૩; ધા. [Avestan] = to learn = શિખવું; એવડું રૂપ થયા વગર [Avestan] લાગ્યાથી [Avestan] + [Avestan] થયું : પછી [Avestan] અને [Avestan] અવાર નવાર થઇને અ. ભૂ. ૩|૩નો પ્રત્યય લાગ્યાથી [Avestan] wished to learn = શિખવાની ખાહેશ રાખી; Wester. [Avestan] = ચેલા (યુસ્તી તથા મિલ્સ); કેળવણી, શિખામણ (દાર્મે.); disciples (Jus. & M.); instruction (Dar.); [Avestan] ઇજિ. ૫૩, ૧.

[Avestan] = [Sanskrit] = ક) નાશ કરવો, કાપી નાખવું; છેડો લાવવો ; to destroy, to cut off; to put an end to. Comp. rt. [Sanskrit] to cut; *vide* [Avestan]

ખ) ઇજા કરવી, દુઃખ દેવું, જુલમ કરવો; to torment, to oppress; *vide* [Avestan]

[Avestan] વિશે જુઓ [Avestan]

[Avestan] (= [Sanskrit]) વિ. ના. મુલુકનું નામ; ચીન; China; the Kingdom inherited by Tûr (the second son of King Feridoon). Comp. Pehl. [Pahlavi], [Pahlavi]; [Avestan] [Avestan] ૬|૩ ય. ૧૩, ૧૪૪. (જુઓ મોદી).

[Avestan] વિ. ના. નર. પુરૂષનું નામ; name of a person; father of Mâthravâka, the noted Aethrapaiti and Hamidhpaiti, q. v.; [Avestan] (Wester. [Avestan]) ૬|૧ ય. ૧૩, ૧૦૫. (જુઓ મોદી).

* એ ઠેકાણે [Avestan] નો અર્થ 'આશીર્વાદો સાથે' (with blessings) બી લાગુ પડશે.

† આશીર્વાદ a blessing (M) ; ભલું good (Dar.)

‡ આએ ઠેકાણે 'ચળકાટ' અર્થ વધારે લાગુ પડશે.

§ For particulars, *vide* [Avestan]

‖ એના ખોલાસા બાબે જુઓ મારૂં અવસ્તા વ્યાકરણ, સફો ૫૯—૬૦.

[Avestan] ([Avestan] ના બીજું રૂપ) સા. નાન્ય. કચરો, પુંજો, ગલીચી; અપવિત્રાઈ; rubbish, filthiness, impurity. Comp. [Avestan]; જુઓ નીચેનો બોલ.

[Avestan] (જુઓ [Avestan] તથા ધા. [Avestan]) સમાસ વિ. ગલીચીને સાફ કરી નાખનું; નજીસાતને દૂર કરતું; purifying impurity; epithet of Haoma; [Avestan]* નર. ૨।૧ ય. ૧૪, ૫૭.

[Avestan] વિ. ના. નર. પાહાડનું નામ; name of a mountain; [Avestan] ૧।૧ ય. ૧૯, ૪.

[Avestan] વિ. ના. નર. શોહેરેવર અમશાસ્પંદની સાંમેનો દેવ; the adversary of Khshathra Vairya; *variant:* [Avestan], q. v.; for particulars, *vide* [Avestan]; [Avestan] (Geld. [Avestan]) (૧।૧ ની મતલબે) વં. ૧૯, ૪૩.

[Avestan] = शास = ક) શિખવવું; to teach; cl. 2. Comp. rt. [Avestan] શંસ્; [Avestan] વર્ત. પરસ્મૈ. ૩।૧ ઈજ. ૪૮, ૩; [Avestan] શક્યા. ઈજ. ૫૦, ૬; [Avestan] આગ્ના. ઈજ. ૪૫, ૬. જુઓ [Avestan] ખ) હોકમ કરવો, સત્તા ચલાવવી, ફરમાવવું; to command, to exercise authority, to order; જુઓ [Avestan]

[Avestan] = હોકમ કરવો, શિખામણ આપવી; to command, to admonish; જુઓ [Avestan]

[Avestan] = સારી પેઠે શિખવવું, બરાબર કેળવણી આપવી; to train properly, to give good education; જુઓ [Avestan], [Avestan]

[Avestan] વિશે જુઓ [Avestan]

[Avestan] વિ. ના. નર. પુરૂષનું નામ; name of a person; [Avestan] (Wester. [Avestan]) ૬।૧ ય. ૧૩, ૧૨૪. (જુઓ મોદી).

[Avestan] (જુઓ ધા. [Avestan]) સા. ના. નાન્ય. નસિહત, શિખામણ; નસિહતનો સખુન; monitions, words of admonitions. Other forms of the same :— [Avestan], [Avestan];— [Avestan] ૨।૩ ઈજ. ૫૩, ૫.

[Avestan] (જુઓ ૪ ધા. [Avestan]) પ્રયો. વર્ત. કૃ. પરસ્મૈ. શિખવતાં; teaching (caus. pres. partic.); rt. [Avestan] to learn; *vide* [Avestan]

[Avestan] (જુઓ ધા. [Avestan]) સા. ના. નર. જુલમગાર, મરદુમ-આજાર; જાલમ રાજકર્તા; a tyrant, an oppressor; a tyrannical ruler; [Avestan] ૬।૧ ય. ૧૦, ૧૦૯; [Avestan] ૬।૩ ઈજ. ૯, ૧૮; ય. ૧, ૧૦; ય. ૫, ૧૩; ય. ૧૦, ૩૪; ય. ૧૩, ૧૩૫.

[Avestan] વિશે જુઓ ૧ ધા. [Avestan] ગ.

[Avestan] (જુઓ ૧ ધા. [Avestan] ક) સા. ના. સંકટ, દુઃખ, પીડા; અફસોસ: affliction, distress, pain; misery; woe; [Avestan] નારી. ૧।૧ ઈજ. ૬૩, *૧૧; ઈજ. ૪૫, ૭; વીસ્પ. ૧૮, ૨; ગેહ ૩, ६; [Avestan] Misery (be) to that man નાન્ય. ૧।૧ ય. ૧૦, ૧૩૮; [Avestan] woe (be) to me! (મારી ઉપર અફસોસ!) નાન્ય. ૧।૧ ય. ૮, ૨૩. [Avestan] (તેશતર ઈજિદ પોતાનાં દુઃખ તથા હાર બાબે નમનતાઈથી બોલેછે) ૨।૧ ય. ૮, ૨૩; [Avestan] નાન્ય. ૨।૩ ઈજ. ૩૪, ૭.

[Avestan] (જુઓ ધા. [Avestan] ક) સા. ના. નારા, છેડો; destruction; ruin; end; [Avestan] ૨।૧ ય. ૧૯, ૪૪.

૧ [Avestan] (= [Avestan] = [Avestan]) વિ. ના. નર. સામ (જાણીતો ઈરાની પેહેલવાન); Sâma; the father of Thrita and the grandfather of Kereshâspa and Urvâkhshaya, q. v.; [Avestan] ६।१ ય ૧૩, ६१. ૧૩६; [Avestan] ६।૩ ઈજ. ૯, ૧૦. (જુઓ મોદી).

૨ [Avestan] (= श्याम) વિ. કાળું; dark; black; [Avestan] નર. ६।૧ ય. ૮, ૨૧.

[Avestan] વિ. ના. નર. પુરૂષનું નામ, જેના બે છોકરા અથવજદંધહ અને થ્રિત ([Avestan]

* Geld. [Avestan] [Avestan]

* એ ઠેકાણે એનો અર્થ 'મુશ્કેલ' લાગુ પડશે.

અને [Avestan]) એઓએ તુરાની દીન-દુશ્મનો સાથે લડીને તેઓને શિકસ્ત આપી હતી; name of a person whose sons Ashavazdang and Thrita fought with and vanquished the Tûrânians, who were the enemies of the Zoroastrian religion; [Avestan] ૬|૧ ય. ૫, ૭૨; [Avestan]* ૬|૧ ય. ૧૩, ૧૧૩.

[Avestan] (૨ [Avestan] ખ ઉપરથી) Denom. Base.† ક) સરદારી આપવી; સરદાર તરીકે ગણવું, શ્રેષ્ઠ ગણવું; to consider a person as the leader of; to give superiority; [Avestan] વર્ત. આત્મને. ૩|૩ દ્દજ. ૫૧, ૩; [Avestan] અનિયમિત ([Avestan]-Aor.) આત્મને. ૩|૧ દ્દજ. ૪૯, ૫.

ખ) સરદારી ભોગવવી; to rule, to sway authority; [Avestan] વર્ત. કૃ. આત્મને. નર. ૧|૧ દ્દજ. ૩૨, ૨.

[Avestan] (૨ [Avestan] ક ઉપરથી) સા. ના. નર. ક) માથું; the head. Comp. ૨ [Avestan]; [Avestan] ૨|૧ ય. ૫, ૭૭; ય. ૧૪, ૪૬. જુઓ [Avestan], [Avestan]

ખ) સરદાર. જુઓ [Avestan]

ગ) મથાલુ, ટોચ; top, summit; જુઓ [Avestan]

[Avestan] ([Avestan] ક ઉપરથી) સા. ના. માથાંનું દરદ; headache; [Avestan] ૬|૧ વં. ૨૦, ૩. ૬. ૯; [Avestan] (૮|૧ ને બદલે) વં. ૨૦, ૭.

[Avestan] (= [Avestan]) (જુઓ [Avestan] ક તથા ૪ [Avestan]) સમાસ ના. નર. માથાંનું ઢાંકણુ (અસલ.); લડાઇની ટોપી; defensive armour for the head; a helmet; [Avestan] ૧|૧ વં. ૧૪, ૯.

[Avestan] સા. ના. નારી. તાહાડયો તાવ; cold fever; ague; [Avestan] ૧|૧ વં. ૭, ૫૭; [Avestan] ૬|૧ ય. ૧૩, ૧૩૧.

[Avestan] સા. ના. નર. ચોકસ જાતની બીમારીનું નામ; a kind of sickness or distemper; probably, same as [Avestan], q. v. [Avestan] ૬|૧ વં. ૨૦, ૩. ૬. ૯; [Avestan] [Avestan] (૮|૧ ને બદલે) વં. ૨૦, ૭.

[Avestan] વિશે જુઓ [Avestan]

[Avestan] (= [Avestan]) ([Avestan] ઉપરથી) ક) સા. ના. નર. નફો હાંસિલ કરવાનું કામ; ધંધારોજગારનું કામ; business of gaining profit; business work.

ખ) વિ. ના. નર. ફરેશ્તાનું નામ, સાવંઘહિ; name of an angel; a *collaborateur* of Hâvani; *vide* [Avestan]; Sâvanghi; *[Avestan] ૨|૧ દ્દજ. ૨, ૩. ૧૮; દ્દજ. ૬, ૨; ગેહ ૧, ૬; [Avestan] ૪|૧ દ્દજ. ૧, ૩. ૨૩; દ્દજ. ૩, ૫; ગેહ ૧, ૧; [Avestan] ૮|૧ દ્દજ. ૧, ૨૦.

૧ [Avestan] (જુઓ ધા. [Avestan]) ભૂ. કૃ. વખાણાએલું, માન પામેલું; ચહવાએલું; noted, honoured, beloved. Comp. Sans. शस्त; જુઓ [Avestan]

૨ [Avestan] ([Avestan] ખ નું ટુંકું રૂપ) સા. ના. નર. દુઃખ દેનાર, જુલમ કરનાર; an oppressor, a tyrant; [Avestan] (નર. ૪|૧ ને બદલે) ય. ૪, ૩; [Avestan] ૧|૩ ય. ૧૭, ૫૯. જુઓ [Avestan], [Avestan]

[Avestan] (= [Avestan] = शास्तृ) (જુઓ ધા. [Avestan] ખ) સા. ના. નર. ક) રાજકર્તા, પાદશાહ; a king; a ruler; [Avestan] ૧|૧ ય. ૧૩, ૧૮. ૬૯; ય. ૧૪, ૧૩; [Avestan] ૧|૩ ય. ૧૦, ૧૪; [Avestan]† ૬|૩ ય. ૧૪, ૩૭.

ખ) જુલમગાર, દુઃખ દેનાર; an oppressor, a tyrant; [Avestan] ૧|૧ વં. ૨૧, ૧; દ્દજ. ૬૫, ૮; ય. ૧૫, ૫૦; [Avestan] ૨|૧ વં. ૪, ૪૯; [Avestan] ૬|૧ દ્દજ. ૯, ૩૧; [Avestan]† ૬|૧ દ્દજ. ૧૬, ૮; દ્દજ. ૬૧, ૪; દ્દજ. ૬૮, ૮; [Avestan] ૧|૩ દ્દજ. ૪૬, ૧.

---

* [Avestan] નીકળી ગયાથી એ રૂપ થયું.

† એના ખોલાસા બાબે જુઓ માઇ અવસ્તા વ્યાકરણ, સફે ૨૪૮ મો.

* છેડેની [Avestan] ગુણ થઇને પ્રત્યય લાગ્યો. જુઓ માઇ અવસ્તા વ્યાકરણ, સફે ૭૮ મો.

† [Avestan] નું રૂપ બદલાઇને [Avestan] થયું.

[Avestan] (જુઓ [Avestan] તથા [Avestan]) સમાસ બૂ. કૃ. વિ. જુલમગારથી ઉત્પન્ન થએલી (ખરાબી); (evils) produced by oppressors; [Avestan] [Avestan] નાન્ય. ૬|૧ ય. ૧૩, ૧૩૫.

[Avestan] વિશે જુઓ [Avestan]

[Avestan] (= शासन) (જુઓ ધા. [Avestan] ક) સા. ના. નારી. શિખામણ, નસિહત, દીનનું ફરમાન; doctrine, admonition, religious command. *[Avestan] Geld. ૩|૧ હ્જિ. ૨૯, ૭; [Avestan] ૨|૩ હ્જિ. ૨૯, ૮; હ્જિ. ૪૫, ૯; [Avestan] ૨|૩ ય. ૧૩, ૮૭; [Avestan] ૨|૩ હ્જિ. ૩૧, ૧૮; [Avestan] ૬|૩ હ્જિ. ૪૮, ૩; ય. ૨૪, ૧૩. જુઓ એની પછીના બોલો.

[Avestan] (જુઓ [Avestan] તથા ધા. [Avestan]) સમાસ ના. નર. દીનનું ફરમાન સાંભળનાર, દીનની કેળવણી ઉપર ધ્યાન આપનાર; one who listens to the teachings of religion; one who pays attention to religious instruction; [Avestan] ૬|૩ હ્જિ. ૨૯, ૪; ય. ૧૩, ૧૪૫.

[Avestan] Wester. ([Avestan] ઉપરથી) વિ. નસિહત—શિખામણને લગતું (અસલ.); શિખામણનો કલામ; pertaining to instruction (lit.); (words) of admonition; [Avestan] ૨|૩ હ્જિ. ૨૯, ૭.

[Avestan] (ધા. [Avestan] નું બીજું રૂપ) ક) = (કોઈ બીજાની ઉપર) પડી રેહેવું—તેને લાગવું; to lie down; to touch; to rest; [Avestan] (Geld. [Avestan]) અ. બૂ. પરસ્મૈ. ૯ મો વર્ગ. ૩|૧ ય. ૧૪, ૭. ૯.

ખ) પથરાઈ જવું; to spread over; to extend in all directions; [Avestan] ([Avestan] ને બદલે) અ. બૂ. પરસ્મૈ. ૩|૧ ગેહ ૫, ૫.

ગ) નીચે પડી જવું; નાશ થઈ જવો; to fall down; to be destroyed; જુઓ [Avestan]

[Avestan] = शिक्ष = શિખવું; to learn; [Avestan] learning; શિખતાં વર્ત. કૃ. જુઓ [Avestan]

[Avestan] વિ. ઉતાવળ, જલદપવાળું; quick; speedy. Comp. Sans. क्षिप्र; [Avestan] ય. ૧૪, ૫૯.

[Avestan] (= [Avestan]) વિ. ના. નર. પાહાડનું નામ; name of a mount; a branch of the Antare-Kangha ([Avestan]) q. v. [Avestan] ૧|૧ ય. ૧૯, ૫. (જુઓ માદી).

[Avestan] (જુઓ ધા. [Avestan] તથા ૧ ધા. [Avestan]) = ક) નાશ કરવો; to destroy; [Avestan] destroying વર્ત. કૃ. નર. ૧|૧ ય. ૧૯, ૮૪.

ખ) છોડી દેવું, રદ—બાતિલ કરવું; to reject, to abandon; [Avestan] વર્ત. કૃ. આત્મને. ૧|૩ હ્જિ, ૩૨, ૪.

[Avestan] વિશે જુઓ [Avestan]

[Avestan] વિશે જુઓ [Avestan]

[Avestan] વિશે જુઓ ધા. [Avestan]

[Avestan] (જુઓ ધા. [Avestan] ગ) સા. ના. નારી. પાયમાલી; destruction, ruin; [Avestan] ૨|૧ હ્જિ. ૪૪, ૧૪.

[Avestan], [Avestan] = [Avestan] = क्षिप = [Avestan] = ક) વેહે—સુરાખ પાડવો (અસલ.); ઉથલપાથલ કરવું, ખોદવું; to bore, to pierce (lit.); to turn upside down; to dig; cl. 6; [Avestan] અ. બૂ. પરસ્મૈ. ૩|૧ વં. ૨, ૧૦. ૧૪. ૧૮.

ખ) પિગળાવવું; તાવવું; to melt; to smelt; જુઓ [Avestan]

[Avestan] = ઘસરવું; to rub; to rub on; [Avestan] શક્યા. પરસ્મૈ. ૨|૧ ય. ૧૪, ૩૫.

૧ [Avestan] ક) વિ. બીહામણું, ભયંકર; dreadful, frightful. [Avestan] ... [Avestan] at the fearful dragon નર. ૬|૧ હ્જિ. ૯, ૩૦; [Avestan] ..... [Avestan] to withstand the dreadful brigand ય. ૧૩, ૧૩૬; [Avestan] નર. ૬|૩ ય. ૧૩, ૧૦૫.

* Wester. [Avestan]

* [Avestan] + [Avestan], [Avestan] + [Avestan], [Avestan] + [Avestan] ની માફક સમાસ રૂપમાં ધાતુ આવ્યો. જુઓ માઇં અવસ્તા વ્યાકરણ, સંક઼ ૨૫૫ મો.

ખ) સા. ના. ધાસ્તી, ભય; ધાસ્તી—ભય ભરેલી ચીજ; fear, dread; a thing of fear or dread. Comp. Per. [illegible];—[illegible] નારી. ૨|૩ ૮, ૪૩.

૨ [illegible] (જુઓ ધા. [illegible] ક) સા. ના. જુસરી; yoke; [illegible] નારી. ૨|૧ ય. ૧૦, ૧૨૫. જુઓ નીચે.

[illegible] (૨ [illegible] ઉપરથી) સા. ના. જુસરીનું જોતર; the strap or cord of the yoke; [illegible] નારી. ૨|૧ ય. ૧૦, ૧૨૫.

[illegible] વિશે જુઓ ૧ ધા. [illegible]

[illegible] = क्षिप् = છોડી દેવું, રદ-બાતલ કરવું; નુકસાન કરવું, દુઃખ દેવું; to reject; to abandon; to hurt, to torment; જુઓ [illegible]

[illegible] = शी = રેહેવું, પડી રેહેવું, સુવું, સુઈ રેહેવું; to lie down, to sleep, to stretch; cl. 2; rt. [illegible] guṇates (sometimes vṛiddhies) its vowel in all the forms; *vide* Av. Gr. p. 195. [illegible] વર્ત. આત્મને. ૩|૧ વં. ૧૮, ૫; [illegible] અ. ભૂ. વ. ૩, ૨૪; [illegible] (પડેલાં છે) પૂ. ભૂ. આત્મને. ૩|૩ ય. ૧૦, ૮૦. એ બોલમાં ધાતુ દ્વિત્વ નહી થયો તથા [illegible] ને બદલે [illegible] પ્રત્યય લાગો.* [illegible] [illegible]† [illegible] [illegible] who, reposing in the wide (mental) light of the pious (Mills) વર્ત. કૃ. પરસ્મૈ. નર. ૫|૧ ઈજ. ૩૨, ૧૬; [illegible] (પડીને, સુઈને) આત્મને. નર. ૧|૧ વં. ૩, ૨૫; [illegible] (lying) પડેલો. ૨|૧ ય. ૧૪, ૩૧; [illegible] ૬|૩ વં. ૧૮, ૨૬.

[illegible] = આસપાસ પંથરઈ જવું; to extend all over; to stretch all along; [illegible]‡ વર્ત. આત્મને. ૩|૧ ય. ૧૯, ૧. [illegible] = [illegible]; in some rare instances, [illegible] is used for [illegible], *e. g.*, [illegible] (Yt. 14, 15).

[illegible] વિશે જુઓ ધા. [illegible]

[illegible] ક) વિ. કાંટાદાર, કાંટાવાળું; prickly; Pehl. [illegible]; [illegible] [illegible] the dog with the prickly back નર. ૨|૧ વં. ૧૩, ૨. ૪.

ખ) સા. ના. સંસિલીઆંની જાતનું કાંઠાવાળું જાનવર; a hedgehog; [illegible] ૨|૩ ય. ૮, ૩૬.

[illegible] વિશે જુઓ [illegible]

[illegible] સા. ના. નુકસાન, ખરાબી (દારમે.); harm, evil (Dar.); Pehl. [illegible];- [illegible] ય. ૨૪, ૫૧.

[illegible] = शिक्ष् = શિખવવું; to teach, to instruct; [illegible] રાજ્યા. પરસ્મૈ. ૩|૧ ઈજ. ૪૩, ૩; [illegible] teach us (હમુને શિખવ) આજ્ઞા. પરસ્મૈ. ૨|૧ ઈજ. ૩૪, ૧૨.

[illegible] = શિખવવું; to teach; [illegible] [illegible] teach me (મને શિખવ) ઈજ. ૨૮, ૧૧.

[illegible]* = ફાએદો કરવો; ફાએદો મેળવવો; to do good; to derive advantage; to be benefited; [illegible] (caus.) to benefit. ફાએદો કરવો; [illegible] પ્રયો. અ. ભૂ. સંશ. ૩|૧ ય. ૧૩, ૧૨૯; [illegible] વર્ત. કૃ. આત્મને. ૬|૧ વં. ૪, ૨; [illegible] ૧|૩ ઈજ. ૭૦, ૪; [illegible] ૬|૩ ઈજ. ૫૫, ૪; [illegible] ([illegible] ને બદલે) પ્રયો. વર્ત. કૃ. નર. ૧|૧ ઈજ. ૫૧, ૯; [illegible] (infini.) સામાન્ય રૂપ (ફાએદો કરવાનેમાટે) ઈજ. ૪૯, ૩; [illegible] infini. (ફાએદો હાંસેલ થવાને) ઈજ. ૪૪, ૨; [illegible] infini. (ફાએદો કરવાને માટે, સુખ આપવાને માટે); ઈજ. ૪૯, ૯. જુઓ ૧ [illegible], [illegible], [illegible]

[illegible]‡ (જુઓ ધા. [illegible]) સા. ના. નર.

---

* જુઓ માહરૂં અવસ્તા વ્યાકરણ, સફે ૨૩૮ મો.

† શિખવતાં (સ્પીગલ તથા યુસ્તી); કેળવણી, તાલીમ (દારમેસ્તે).

‡ Wester. [illegible] [illegible]

* એની ઉપરથી પેહેલવી [illegible] તથા ફારસી [illegible] = નફો, ફાએદો.

† જાણવું જે [illegible] ધાતુ ફાએદો થવો (અકર્મક) અને ફાએદો કરવો (સકર્મક) એ બેહુ અર્થે વપરાએલો આવેછે.

‡ Geld. [illegible]; [illegible] ની માફકની [illegible] ની પછીનો [illegible] નકામો આવેલો દીસેછે.

આંધલું ઈન્આને પાંચ સાત દાહાડાનું કુતરાનું બચ્ચું; સીસોલીઉ (દારમે); blind (lit.); a puppy five days old; probably, a porcupine (Dar.). Comp. [illegible] (Dar.); [illegible] ૧/૧ વં. ૫, ૩૧; [illegible] ૬/૧ વં. ૧૩, ૧૬.

[illegible] (= [illegible] = [illegible] = [illegible]) (જુઓ ધા. [illegible]) વિ. રાતું, સોર્ખ; રોશન; red, shining; [illegible] by means of Thy flaming fire (તારા રોશન આતશની મારફતે) નર. ૩/૧ ઈજ. ૩૧, ૧૯; ઈજ. ૫૧, ૯. [illegible] (રાતા અને બળતા આતશનું) નર. ૬/૩ વં. ૨, ૮. ૯. ૧૦. ૧૨. ૧૩. ૧૬. ૧૭.

[illegible] (= [illegible] = Sogd, Sogdiana) (જુઓ ધા. [illegible]) વિ. ના. નર. શેહેર-રાજધાનીનું નામ; સુઘ્ધ; 'ગવ' નામના મુલકનું પાયતખ્ત; the capital-city of Gava ([illegible]); the river and the valley of Zarafshân (Pehl.); જુઓ નીચેનો બોલ.

[illegible] (જુઓ [illegible] તથા [illegible]) સમાસ વિ. 'સુઘ્ધ' પાય તખ્તવાળું; [illegible] Gava having Sogdiana its capital-city નર. ૨/૧ વં. ૧, ૪.

[illegible] = [illegible] = शुच् = [illegible] = બળવું, પ્રકાશવું; to burn, to shine; [illegible] (caus.) to kindle સળગાવવું; [illegible] પ્રયો. અ. ભૂ. પરસ્મૈ. ૩/૧ ઈજ. ૩૨, ૧૪. જુઓ ૨ [illegible], [illegible], [illegible], [illegible], [illegible].

[illegible] = બળવું, રોશની આપવી; to burn, to blaze, [illegible] (ચળકાટ-વાળો આદર ઈજ.૬) ભૂ. કૃ. વિ. નર. ૧/૧ ય. ૧૦. ૧૨૭.

[illegible] = સળગવું; to be kindled; [illegible] (caus.) to kindle, સળગાવવું; [illegible] પ્રયો. વર્ત. પરસ્મૈ. ૨/૧ વં. ૮, ૭૫.

[illegible] સા. ના. નર. ઉગેલો-તૈયાર થએલો અનાજ; corn fit to be cut or gathered; Pehl. [illegible]; [illegible] ૧/૧ વં. ૩, ૩૨.

[illegible] = [illegible] = વેહે-સુરાખ પાડવો (અસલ અર્થ); ખોદીને ઉથળપાથળ કરવું; to bore, to pierce (lit.); to turn upside down (as ground). Comp. Av. rt. [illegible] and Sans. [illegible]; *vide* [illegible]

[illegible] (= [illegible] = शुप्ति = [illegible]) સા. ના. નારી. ખભું, ખાંધ; a shoulder; [illegible] ૨/૧ વં. ૮, ૪૬. ૪૭. ૪૮; વં. ૯, ૧૭. જુઓ નીચેનો બોલ.

[illegible] વિશે જુઓ [illegible]

[illegible] (જુઓ [illegible] તથા ૨ ધા. [illegible] ક) સમાસ વિ. ખભાથી ટેકો આપનાર ઈન્આને મદદ કરનાર (દોસ્ત); (a friend) supporting by the shoulder, *i. e.*, helping *[illegible] between two helping friends ૨/૨ ય. ૧૦, ૧૧૬.

[illegible] (જુઓ ધા. [illegible]) સા. ના. નારી. ફાએદો, ખેરિયત, સુખ; profit; weal, happiness; [illegible] ૨/૧ ય. ૧૫, ૧.

[illegible] (જુઓ ધા. [illegible]) વર્ત. કૃ. ક) સાંભળતો (અસલ.); દીનના એલમ ઉપર ધ્યાન આપતો; દીનનો એલમ શિખતો; listening to (lit.); studying the religious lore; [illegible] નર. ૧/૩ ઈજ. ૩૫, ૪. જુઓ [illegible]

ખ) સંભળાતી, સંભળાએ તેવી, પ્રખ્યાત (ઈજશ્ને); અથવા સંભળાતી આવેલી (ઈજશ્ને); audible (lit.); loud intoned; noted; *or*: heard from mouth to mouth; following oral tradition; traditional; [illegible] નર. ૩/૧ ઈજ. ૫૭, ૩. ૬. ૮. ૧૦. ૧૨. ૧૪. ૧૮. ૨૦. ૨૨. ૨૬. ૨૯. ૩૨. ૩૫; ય. ૧૧, ૮. ૧૩. ૧૪. ૧૭. ૨૨. તથા દરેક નીઆએશ તથા યશ્તના પાછલા ભાગમાં આવતા [illegible] ના ફકરામાં.

[illegible] (= [illegible]) (જુઓ ધા. [illegible]) સા. ના. નારી. ક) હોળ, હળ; a plough; [illegible] ૨/૧

* Wester. [illegible]

વં. ૨, ૭; [Avestan] (Geld. [Avestan]) ૩|૧ વં. ૨, ૧૦. ૧૪. ૧૮.

બ) હથિયાર; an implement; [Avestan] (Geld. [Avestan]) ૩|૧ વં. ૨, ૩૦. ૩૮.

[Avestan] સા. ના. ક) બપોરનું ખાનું; mid-day meal; from [Avestan]* Sans. the sun; the light of the sun; સુરજ, સુરજની રોશની *or:* [Avestan] = Per. سور a banquet, feast; [Avestan] ૨|૧ ઈજ. ૬૨, ૭; નીઆ. ૫, ૧૩.

બ) હથિયાર; a weapon (Sans. शूल); અથવા રોશની; the light of the sun (Sans. शूर); [Avestan] ૨|૧ ય. ૧૮, ૨૦. જુઓ [Avestan]

૧ [Avestan] (જુઓ ધા. [Avestan]) સા. ના. નર. ક) આંખની રોશની; દૃષ્ટિ; જોવાની શક્તિ; lustre, eye-sight; [Avestan] ૨|૧ ય. ૧૦, ૨૩; ય. ૧૮, ૨૯. ૩૧. ૩૩; ય. ૧૬, ૭. ૯; [Avestan] ૨|૩ ય. ૧૦, ૧૦૭. જુઓ [Avestan]

બ) (અક્કલની) તેજી; (મનની) રોશની; illumination; enlightenment; [Avestan] ૪|૧ ઈજ. ૬૮, ૪.

૨ [Avestan] (= سوزن) (જુઓ ધા. [Avestan]) સા. ના. સોએ; a needle; [Avestan] નારી. ૬|૧ ય. ૧૪, ૩૩; ય. ૧૬, ૧૩.

[Avestan] (જુઓ ધા. [Avestan]) વિ. રોશન, પ્રકાશિત; ચળકાટ ભરેલું; clear, enlightened; [Avestan] [Avestan] with an enlightened judgment (રોશન વિચાર શક્તિથી) નાન્ય. ૩|૧ ઈજ. ૩૦, ૨.

[Avestan] (= शून्य) વિ. ખાલી (અસલ અર્થ); હાજતમંદ, તંગદસ્ત; empty (lit.); indigent, poor; જુઓ [Avestan]

[Avestan], [Avestan], [Avestan], [Avestan} } એ બોલો વિશે જુઓ [Avestan]

[Avestan] ([Avestan] ઉપરથી) સા. ના. કુતરૂં; a dog;

* Comp. Per. شام evening, also supper (=રાત, તથા રાતનું ખાનું).

[Avestan] (Wester. [Avestan]) ૧|૧ વં. ૧૩, ૫૦; [Avestan] ૧|૩ વં. ૧૩, ૫૧; વં. ૧૪, ૧.

[Avestan] = शूर = બાહાદુર-હિમ્મતવાન થવું; to be courageous; to act the hero; જુઓ એની પછીનો બોલ.

૧ [Avestan] (= शूर) (જુઓ ધા. [Avestan]) વિ. બાહાદુર, હિમ્મતવાન, શુરો; brave, valiant, courageous; [Avestan] નર. ૧|૧ ય. ૧૦, ૧૫. ૧૪૧; ય. ૧૩, ૯૦; [Avestan] (નર. ૧|૧ ને બદલે) ય. ૧, ૧૫; [Avestan] નારી. ૧|૧ ઈજ. ૬૫, ૪; ય. ૯, ૫; [Avestan] નાન્ય. ૧|૧ ય. ૫, ૧૦૧; [Avestan] નર. ૨|૧ વં. ૧, ૫. ૧૬; ઈજ. ૫૭, ૧૧; વીસ્પ. ૨, ૭; ય. ૧, ૨૯; ય. ૨, ૭; ય. ૧૦, ૬; સીરો. ૨, ૩; [Avestan] નારી. ૨|૧ વં. ૧૮, ૧૫. ૨૩. ૫૧; ઈજ. ૬૨, ૩; ઈજ. ૬૫, ૧; ય. ૫, ૧; ય. ૯, ૧; ય. ૧૭, ૧; [Avestan] નાન્ય. ૨|૧ ય. ૫, ૧૩૮; [Avestan] ૩|૧ ય. ૧૩, ૧૪૬; [Avestan] નર. ૬|૧ ય. ૧, ૨૯; ય. ૧૩, ૧૮. ૧૩૦; સીરો. ૧, ૨૭; [Avestan] નારી. ૬|૧ ઈજ. ૯, ૭; ઈજ. ૬૨, ૩; ય. ૫, ૩૩. ૬૨; [Avestan] નર. ૮|૧ ય. ૧૦, ૩૧; [Avestan] નર. ૧|૩ વીસ્પ. ૯, ૩; [Avestan] નારી. ૧|૩ ય. ૧૦, ૩; ઈજ. ૬૦, ૪; [Avestan] નારી. ૨|૩ ઈજ. ૨, ૬; ઈજ. ૧૬, ૫; ય. ૧૩, ૨૧. ૧૪૭; [Avestan] નારી. ૪|૩ ય. ૧૩, ૪૬. જુઓ [Avestan], [Avestan]

૨ [Avestan] (= शूल) સા. ના. નર. હથિયાર; ભાલો; a weapon; a spear; rt. Sans. शॊ to cut, to sharpen (Bonfey); [Avestan] ૨|૧ નીઆ. ૧, ૮; નીઆ. ૨, ૮. જુઓ [Avestan]

[Avestan] (જુઓ ૧ [Avestan] તથા [Avestan]) સમાસ બૂ. કૃ. વિ. ભપકાદાર બનાવેલી—પેદા કીધેલી (રોશની); (lights) created powerful or made splendid; [Avestan] નાન્ય. ૬|૩ વં. ૧૯, ૨૩.

[Avestan] વિ. ના. નર. નામાંકિત પુરૂષનું નામ; name of an illustrious personage; [Avestan] ૬|૧ ય. ૧૩, ૧૧૮.

[illegible] = રાજી–ખુશી થવું; પસંદ પડવું; to be pleased; to like; જુઓ [illegible]

[illegible] (જુઓ ધા. [illegible]) સા. ના. નાન્ય. રાજી, ખુશી, પસંદગી; willingness, wish; જુઓ [illegible]

[illegible] (જુઓ ધા. [illegible]) વિ. ફાયદો કરતો; આબાદી—સુખ આપતો; doing good; beneficent; giving prosperity—happiness; [illegible] (નર. ૧/૧ ની મતલબે) ય. ૧, ૧૫. જુઓ [illegible]

[illegible] (= वसिष्ठ) (જુઓ ધા. [illegible]) અતિ. વિ. ઘણોજ ફાયદો કરતો; ઘણોજ આબાદી—સુખ આપતો; most beneficent; bestowing prosperity—happiness in the highest degree; super. of [illegible] & [illegible];—[illegible] નર. ૧/૧ વં. ૧૦, ૮; ઈજ. ૯, ૧૦; ઈજ. ૩૩, ૧૧; ઈજ. ૫૫, ૪; ય. ૧, ૮; ય. ૮, ૪૩.૪૭; ય. ૧૦, ૧૩; ય. ૨૩, ૨; [illegible] (નર. ૧/૧ ની મતલબે) ય. ૧, ૧૫; [illegible] નર. ૨/૧ ઈજ. ૧૬, ૧; વીસ્પ. ૧૧, ૧; ય. ૧૦, ૬; [illegible] નર. ૪/૧ ઈજ. ૨૮, ૫; ય. ૮, ૪૫; [illegible] નર. ૬/૧ વીસ્પ. ૧૫, ૨; [illegible] નર. ૮/૧ ય. ૧૦, ૩૧; [illegible] નારી. ૮/૧ ય. ૫, ૧૮; [illegible] નર. ૧/૩ ય. ૧૩, ૩૮; [illegible] ય. ૫, ૫૮; [illegible] નારી. ૨/૩ ય. ૧૩, ૩૧. ૭૫. ૭૮; [illegible] નારી. ૮/૩ ય. ૧૩, ૧૪૭.

[illegible] = ક) શિખવવું; to teach. Comp. Av. rt. [illegible];—[illegible] વર્ત. પરસ્મૈ. ૩/૧ ઈજ. ૪૩, ૬; [illegible] આત્મને. ઈજ. ૩૨, ૭. જુઓ [illegible]

ખ) જાહેર—આશ્કારા કરવું; to declare; to make known; [illegible] વર્ત. પરસ્મૈ. ૧/૩ ઈજ. ૩૧, ૧.

ગ) મશહુર કરવું, વખાણવું; to extol; to praise highly; to celebrate in words; [illegible] આજ્ઞા. પરસ્મૈ. ૧/૧ ઈજ. ૪૬, ૧૭.

[illegible] (જુઓ ધા. [illegible]) સા. ના. નર. શિખામન, નસિહત, અસરકારક કલામ; ધર્મનું ફરમાન, teaching; exhortation; an effective word; a religious mandate. Gâthic form of [illegible];—[illegible] ૧/૧ ઈજ. ૫૧, ૧૪; [illegible] ઓ કારાંત ૨/૩ ઈજ. ૩૨, ૬. [illegible] ... [illegible] (તારા કલામથી) ૩/૧ ઈજ. ૪૪, ૧૬; [illegible] (શિખામનના) ૬/૧ ઈજ. ૪૩, ૧૪; [illegible] (ફરમાનનાં, હોકમનાં) ૬/૧ ઈજ. ૪૮, ૧૨; [illegible] [illegible] [illegible] (તારા કલામના મંત્રોથી ઇચ્છાને છૂપા ભેદ ભરેલી અસરોથી) ૬/૧ ઈજ. ૪૪, ૧૪; [illegible] (ધર્મબોધ) — કારાંત નારી. ૨/૨* ઈજ. ૫૧, ૭; [illegible] (શિખામનો) ૧/૩ ઈજ. ૧૯, ૧૫; ઈજ. ૪૫, ૨: [illegible] [illegible] (ભેદ ભરેલા કલામો) નર. ૨/૩ ઈજ. ૪૮, ૩: [illegible] (ધર્મનાં ફરમાનો) ૨/૩ ઈજ. ૩૧, ૧૧; [illegible] [illegible] (અસરકારક દીનના કલામો સાથે) ૩/૩ ઈજ. ૪૬, ૩; [illegible] ૩/૧ ઈજ. ૫૧, ૧૪. જુઓ [illegible], [illegible]

[illegible] ([illegible] ઉપરથી) સા. ના. નાન્ય. શિખામન, નસિહત; teaching, exhortation; [illegible] ૩/૩ ઈજ. ૩૨, ૯.

[illegible], [illegible] } એ બોલો વિશે જુઓ ધા. [illegible]

[illegible] ([illegible] નું બીજું રૂપ) સા. ના. નર. શિખામન; દીનનું ફરમાન; teaching; a religious mandate. Comp. [illegible];—[illegible] ૨/૩ ઈજ. ૩૪, ૭.

[illegible] વિશે જુઓ [illegible]

[illegible] = शो = ક) કાપવું, છુટું પાડવું; to cut, to separate; cl. 4. Rt. [illegible], in all its conjugated forms, drops the final vowel. Comp. Sans. श्यति, from rt. शो.

ખ) દુઃખ દેવું, ઈજા કરવી, નુકસાન કરવું; to torment, to do harm.

* [illegible] [illegible] (ઈજ. ૯, ૪.) ની માફક.

[Avestan] = દુઃખ દેવું, ઈજા કરવી; to torment; to do harm; [Avestan] અ. ભૂ. સંશ. પરસ્મૈ. ૩|૧ ય. ૧, ૧૮; ય. ૧૩, ૭૨.

[Avestan] = કાપી નાખવું, નાશ કરવો; to cut off, to destroy; *[Avestan] (તમો કાપી નાખો) આજ્ઞા. આત્મને. ૨|૩ ઈજ. ૪૮, ૭.

[Avestan] = નુકસાન કરવું; to do harm; [Avestan] અ. ભૂ. સંશ. પરસ્મૈ. ૩|૧ ઈજ. ૪૯, ૮. [Avestan] = [Avestan]

[Avestan] = ક) તફાવત જાણવો, અકલથી †પીછાનવું; to discriminate, to discover by the intellect; [Avestan] (orig., [Avestan] + [Avestan]) અ. ભૂ આત્મને. ૩|૧ ઈજ. ૩૦, ૬.
ખ) પસંદ કરવું; અખત્યાર કરવું; to choose, to select; [Avestan] અ. ભૂ. ૩|૧ ઈજ. ૩૦, ૩.

[Avestan] સા. ના. નાન્ય. ફાએદો, સુખ; profit, good, welfare. Comp. Pehl. [Pahlavi], Per. سود; [Avestan] ૨|૧ ઈજ. ૫૮, ૧.

[Avestan] વિશે જુઓ ધા. [Avestan]

[Avestan] એ એક અવ્યય છે, અને તે 'કોઈબી' ને અર્થે હમેશાં [Avestan] (તમામ) ના પછી આવેછે; an enclitic particle, subjoined to [Avestan] (entire), implying 'any.' [Avestan] ઈજ. ૨૪, ૪; વીસ્પ. ૪, ૨; વીસ્પ. ૯, ૭. (Geld. [Avestan] [Avestan])

[Avestan] વિશે જુઓ ૧ ધા. [Avestan]

[Avestan] (જુઓ ૧ ધા. [Avestan] ધ) સા. ના. નાન્ય. વખાણ; praise; [Avestan] gen. plu. Vend. 2, 18. (Pehl. Commen.).

[Avestan] (જુઓ ૧ ધા. [Avestan] ક) સા. ના. નાન્ય. નસિહત, બોધ; exhortation, teaching (Dar.); an exhorter (Mills). [Avestan] ૪|૧ ઈજ. ૪૯, ૩.

* Geld. [Avestan] [Avestan]

† અંગ્રેજી to decide, to discern બોલોના ધાતુઓનો અસલ અર્થબી કાપવું, છુટું પાડવું થાએછે.

[Avestan] સા, ના. નારી. ગાએ-ઢોરને નુકસાન કરનારી એક જાતની માંખ, બગાઈ; તીડ (દારમે.); the cattle-fly; the grasshopper (Dar.); [Avestan] ૨|૧ વ. ૧, ૪.

[Avestan] સા. ના. લશ્કરગાહ, લશ્કરની છાવણી; શેકારીઓની છાવણી; military encampment; hunting ground. [Avestan] ૫|૧ વં. ૮, ૯૫.

[Avestan] = स्खल = ગોળ ફરવું, હિલવું, હાલવું; to turn round, to move. જુઓ નીચેનો બોલ.

[Avestan] (Lat. Circulus = Circular) (જુઓ ધા. [Avestan]) વિ. ગોળ; circular, round; [Avestan] [Avestan]...[Avestan] [Avestan] (આએ ગોળ પૃથ્વીનું) નારી. ६|१ વં. ૧૯, ૪; ય. ૧૦, ૯૫; [Avestan] નારી. ६|१ ય. ૫, *૩૮; [Avestan]...[Avestan] [Avestan] (૫|૧ ને બદલે) ય. ૧૭, ૧૯.

[Avestan] (વિ. ના. નર. નામાંકિત પુરુષનુ નામ; name of an illustrious personage; [Avestan] ६|१ ય. ૧૩, ૧૦૮.

[Avestan]† = स्कु = ઢાંકવું, ઢાંકી નાખવું (અસલ.); અકલ—જોવાની શક્તિને ઢાંકી નાખવું; to cover, to cover over (lit.); to obscure the light of intelligence. જુઓ [Avestan], [Avestan]

[Avestan] (જુઓ ધા [Avestan]) અધિ. વિ. સમજમાં વધારે આંધળો; દુઃખ દેનાર (સ્પી., જુસ્તી તથા દારમે.); ઠગારો (હાઉગ); ઘાતકી (હારલે); wanting (lit., more blind) in intelligence; a tormentor (Sp., Jus. & Dar.); an impostor (Haug); cruel (Har.); [Avestan] [Avestan] [Avestan] નર. ८|१ વં. ૧૯, ૩.

[Avestan] ([Avestan] નું બીજું રૂપ) = તોડવું, ભાંજવું, ઘા લાગવો; to break, to be wounded. Comp. rt. [Avestan]; જુઓ નીચેનો બોલ.

[Avestan] (જુઓ ધા. [Avestan]) ક) સા. ના. નર. ઘા, જખમ; a wound, hurt; [Avestan] ૧|૧ વં. ૫, ૫૯; વ. ૭, ૧૯.

* એ ઠેકાણે [Avestan] બોલ ગુપ્ત (understood) છે.

† એ ધાતુ ઉપરથી Ob-scure (ઝાંખું) તથા ફારસી کور (આંધળું) બોલો નીકળ્યા છે.

૫) વિ. તુટેલું, ભાગેલું ; broken, wrecked ; [illegible] (તુટેલો) નર. ૧।૧ ઇજ. ૩૦, ૧૦ ; [illegible] [illegible] [illegible] [illegible] paralyse his intellect (તેની વિચાર શક્તિને તું તુટેલી કર) નાન્ય. ૨।૧ ઇજ. ૯, ૨૮.

[illegible]* = स्कम्भ् = ટેકો આપવો ; પુષ્ટિ આપવી ; to support ; જુઓ નીચેનો બોલ.

[illegible] (= स्कम्भ) (જુઓ ધા. [illegible]) સા. ના. નર. થાંભલો, ખાંભ ; a pillar, a column ; જુઓ [illegible]

[illegible] વિશે જુઓ ૪ ધા. [illegible]

[illegible] ([illegible] નું બીજું રૂપ) = તોડવું, ભાંજવું ; to break ; to break down.

[illegible] = તોડવું, ભાંજી નાખવું ; to break ; to break down ; જુઓ [illegible]

[illegible] = [illegible] = छिन्द् = [illegible] = L. Scindere = ફ.) ભાંજવું, તોડવું, શિકસ્ત કરવું ; to break ; to break asunder ; cl. 10 ; [illegible] વર્ત. પરસ્મૈ. ૨।૧ ય. ૧૦, ૭૯ ; [illegible] ૩।૧ ય. ૧૪, ૬૨ ; [illegible] ૩।૩ ય. ૧૦, ૪૨ ; ય. ૧૩, ૩૧ ; [illegible] આજ્ઞા. પરસ્મૈ. ૨।૧ ય. ૧૦, ૭૯ ; [illegible] આજ્ઞા. આત્મને. ૨।૩ ય. ૧, ૨૮.

૫) ફારી નાખવું, ચીરી નાખવું ; to tear to pieces ; to lacerate. જુઓ [illegible]

[illegible] = તોડી નાખવું ; તોડવાને માટે આવવું (દારમે.) ; to break asunder ; to come to break asunder (Dar.) ; [illegible]..... વર્ત. પરસ્મૈ. ૩।૧ ય. ૧૪, ૬૨.

[illegible] = કાપી—તોડી નાખવું, નાશ કરવો ; to cut off ; to destroy ; [illegible] વર્ત. પરસ્મૈ. ય. ૧૦, ૧૮ ; [illegible] ... [illegible] ય. ૧૦, ૨૮.

[illegible] = ફના કરવું ; નાશ કરી નાખવો ; ફચરી નાખવું ; to destroy ; to crush down ; [illegible] [illegible] ય. ૧૦, ૮૭ ; [illegible]...[illegible] ય. ૧૦, ૩૯ ; [illegible] (pres. partic. fem. acc. plu.) breaking to pieces. વર્ત. કૃ. પરસ્મૈ. વિ. નારી. ૨।૩ ય. ૧૩, ૩૩.

[illegible] ([illegible] નું બીજું રૂપ) = स्कम्भ् = પુષ્ટિ આપવી ; to support ; to uphold.

[illegible] = ફ) ટેકો આપવો ; પુષ્ટિ—ખાંભ આપવો ; to support, to uphold.

૫) પાણીનો ઝરો—ખાઈ—ચર ઇત્યાદિ પસાર કરવાને માટે તેની ઉપર લાંબા લાકડાંનાં પાટીઆં મુકવાં ; પગે ચાલી જવાનો નાહાનો પુલ ઉભો કરવો ; to throw a bridge across a stream, a rivulet or a ditch ; [illegible] પ્રયો. શકયા. પરસ્મૈ. ૩।૧ વં. ૧૮, ૭૪. જુઓ [illegible]

[illegible] (જુઓ ધા. [illegible] ૫) વિ. ફારી નાખતું ચીરી નાખતું ; lacerating, tearing to pieces (as wolves) ; [illegible] [illegible] નર. ૧।૩ વં. ૧૩, ૪૦.

[illegible] (= स्तर = [illegible]) (જુઓ ધા. [illegible]) સા. ના. નાન્ય. બીછાનું, બીસ્તરો, પથારી ; bedding, anything spread as a seat ; [illegible] ૨।૧ વં. ૫, ૨૭ ; [illegible] ૨।૧ વં. ૫, ૫૯ ; વં. ૭, ૯. ૧૦. ૧૧. જુઓ [illegible]

[illegible] સા. ના. ટેકરી ; પાહાડનું નામ (દારમે.) ; a mount ; the Mount Staera in the group of Ghorband (Dar.) ; [illegible] [illegible] ૨।૩ ઇજ. ૧૦, ૧૧. જુઓ નીચેનો બોલ.

[illegible]* Wester. (જુઓ [illegible] તથા [illegible] ગ) સમાસ ના. ટેકરીનું મથાળું ; અથવા સ્તએતર નામની ટેકરીની ટોચ ; the summit of a mount ; or : the summit of Staera ; *vide* [illegible] ; [illegible] Wester. ૨।૩ ઇજ. ૧૦, ૧૧. Geld. [illegible]

[illegible] (જુઓ ધા. [illegible]) ફ) સા. ના. વખાણ, કીર્તિ, કીર્તિનાં ગાયન ; praise, glory ; songs of praise ; [illegible] ૩।૩ ઇજ. ૩૫,

---

* Lat. Scabellum, Lat. Scamnum (a footstool = પગ મેલવાનું દલ, પગ મુકવાનો પાટલો) *are from the same root.*

* Geld. [illegible] = સેતારાની ઉંચાઈવાળું ઇઆને સેતારા જે ટલું ઉંચું.

૧૦; ઇજ. ૪૫, ૮; ઇજ. ૪૯, ૧૨; [Avestan] ઇજ. ૧૯, ૧૯; [Avestan] ૫|૩ ઇજ. ૩૫, ૧૦.

૫) [Avestan] [Avestan] = [Avestan] [Avestan], [Avestan] [Avestan], [Avestan], (વિ. ના.) સતુદ યશ્ત; આપણી પાક દીનના ૨૧ નુસ્કોમાંનાં એક નુસ્કનું અવસ્તા નામ; the Stut Yasht; name of one of the 21 Nasks which originally comprised a complete text of the Avesta language. It now designates the five Gâthâs and the Yasna Haptanghâiti (Yas. 35-41); [Avestan] [Avestan] ૨|૩ ઇજ. ૫૫, ૪. ૬; ઇજ. ૫૮, ૮; ઇજ. ૭૧, ૭; વીસ્પ. ૨૩, ૧; નીઆ. ૪, ૮; [Avestan] [Avestan] ૬|૩ ઇજ. ૫૫, ૭; ઇજ. ૫૮, ૮; ઇજ. ૭૧, ૧૮; ય. ૨૪, ૨૮; [Avestan] [Avestan] ૬|૩ વીસ્પ. ૧૨, ૩.

૧ [Avestan] (= स्तोतृ) (જુઓ ધા. [Avestan]) સા. ના. નર. વખાણ કરનાર, સ્તુતિ ગાનાર; a praiser; [Avestan] ૧|૧ ઇજ. ૧૦, ૯; વીસ્પ. ૫, ૧; ય. ૧૩, ૯૧; [Avestan] ૧|૧ ઇજ. ૧૨, ૧; ઇજ. ૧૪, ૧; ઇજ. ૫૦, ૧૧ [Avestan] ૨|૧ ઇજ. ૧૦, ૯; ય. ૧૩, ૯૨; ય. ૧૭, ૧૨; [Avestan] ય. ૩, ૧. ૨; [Avestan] ૧|૩ ઇજ. ૭, ૨૪; ઇજ. ૪૧, ૧૫.

૨ [Avestan] વિ. ના. નર. નામાંકિત પુરૂષનું નામ; [Avestan] [Avestan] [Avestan] (pr. n.) name of an illustrious personage; lit., the praiser of the best purity; the reciter of the well-known prayer Ashem Vohû; [Avestan] [Avestan] [Avestan] ૬|૧ ય. ૧૩, ૧૧૧. ...... [Avestan] [Avestan] [Avestan] ૬|૧ ય. ૧૩, ૧૪૦.

[Avestan] (જુઓ ધા. [Avestan]) ક) સા. ના. નાન્ય. વખાણ, સ્તુતિ; praise.

ખ) વિ. સ્તુતિને—લાએકની (અષેમ વોહૂ); deserving of praise; Ashem Vohû—consecrated to praise; [Avestan] [Avestan] [Avestan] નાન્ય. ૨|૧ વીસ્પ. ૨, ૬; [Avestan] [Avestan] [Avestan] નાન્ય. ૬|૧ વીસ્પ. ૧, ૪.

[Avestan] (= स्तोम) (જુઓ ધા. [Avestan]) સા. ના. નાન્ય. કીર્તિનું ગાયન; a song of praise Comp. [Avestan];- [Avestan] ૨|૧ ય. ૧૩, ૧૪૭; [Avestan] ૭|૧ ઇજ. ૯, ૨.

[Avestan] (= स्तोम) (જુઓ ધા. [Avestan]) સા. ના. નર. કીર્તિનું ગાયન; a song of praise. Comp. [Avestan];- [Avestan] નર. ૧|૩ ઇજ. ૧૦, ૧૮.

[Avestan] (= स्तोम्य) (જુઓ ધા. [Avestan]) વિ. વખાણને લગતું, સ્તુતિને લાએક; pertaining to praise (lit.); [Avestan] [Avestan] the words of praises (કીર્તિના સખુનો) નાન્ય. ૨|૩ ઇજ. ૩૩, ૮.

[Avestan] (= स्यवीयस्) (જુઓ [Avestan]) અધિ. વિ. વધારે મ્હોટું—જાડું, વધારે જોરમંદ; larger, thicker; more powerful, stronger (compara. adj.); pos. [Avestan]; [Avestan] ૩|૩ આફ્રીંગાન ગાહામ. ૫. જુઓ [Avestan]—[Avestan], [Avestan]—[Avestan]

[Avestan] વિશે જુઓ [Avestan]

[Avestan] (= [Avestan] = स्थूर, स्थूरिन्, स्थौरिन् = [Persian] = L. Taurus = Steer) સા. ના. નર. ઢોર, ભારબરદાર જાનવર; a beast, a draught animal; [Avestan] ૨|૧ વં. ૭, ૪૧. ૪૩; આફ્રી. ગાહામ. ૧૦; [Avestan] ૩|૨ ય. ૧૦, ૧૧૯; [Avestan] ૧|૩ વં. ૨, ૮. ૯. ૧૨. ૧૩. ૧૬. ૧૭; વં. ૩, ૫. ૬. ૧૫; વં. ૫, ૪૬; વં. ૮, ૫; વં. ૯, ૩; ય. ૮, ૫; [Avestan] ૨|૩ વં. ૯, ૩૯; [Avestan] ૬|૩ વં. ૨, ૮. ૯. ૧૨. ૧૩. ૧૬. ૧૭; [Avestan] ૬|૩ વં. ૮, ૧૨. ૧૩. ૧૪. ૧૫. ૨૨. [Avestan] = [Avestan] + [Avestan]; જુઓ [Avestan]—[Avestan] તથા એની પછીના બોલો.

[Avestan] (જુઓ [Avestan] તથા [Avestan]) સમાસ વિ. ગાએ ઢોરને ચરવાને લગતો—ચરવાનો (રસ્તો); (path) leading to the pasturage (lit.); grass-land for feeding cattle; [Avestan] [Avestan] [Avestan] નર. ૫|૧ વં. ૮, ૯૪.

[Avestan], [Avestan] (= [Avestan] [Avestan]) (જુઓ [Avestan] તથા [Avestan]) સમાસ વિ. ઢોરનાં જેટલું મ્હોટું; ઢોરની કીમતનાં જેટલું; (a contract) of the value of a beast; [Avestan] ([Avestan]) નર. ૧|૧ વં. ૪, ૨. ૪. ૮;

[Avestan] . [Avestan] [Avestan] . [Avestan] નર. ૧।૧ વં. ૪, ૪૮; [Avestan] ૨।૧ વં. ૪, ૪; [Avestan] ... [Avestan] નર. ૨।૧ વં. ૪, ૧૪.

[Avestan] = स्तम्भ = સાંભે થવું, પાછું હઠાવવું; (કોઈ ચીજની) સાંભે મારવું; to resist, to repel, to strike against; જુઓ; [Avestan]

[Avestan] (= [Avestan]* = [Avestan] =) (જુઓ ધા. [Avestan]) વિ. મજબૂત, સખ્ત; severe, rigorous; [Avestan] .. [Avestan] (સખ્ત શિયાળો) નર. ૧।૧ વં. ૨, ૨૨; [Avestan] નર. ૧।૧ Frag. 8, 2.

[Avestan] ([Avestan] નું બીજું રૂપ) સા. ના. પેદાઅશ; creation; [Avestan] [Avestan] (અશો પેદાઅશોને) ૪।૩ ય. ૧૩, ૮૬.

[Avestan] સા. ના. નર. ક) કુતરાની ગરદન—ડોકી; the neck of a dog; [Avestan] ૨।૧ વં. ૧૩, ૩૦. ૩૭.

ખ) કુતરાનું મોહોડું; the mouth of a dog; [Avestan] ૨।૧ વં. ૧૫, ૪.

[Avestan], [Avestan] વિરો જુઓ ધા. [Avestan]

૧ [Avestan] = स्तृ = L. *Ster*-nere, L. *Stru*-ere = પાંથરવું; to spread, to strew; cl. 9; [Avestan] શક્યા. આત્મને. ૩।૧ વં. ૧૨, ૨. ૪. ૬. ૮. ૧૦. ૧૨. ૧૪. ૧૬. ૧૮. ૨૦; [Avestan] શક્યા. પરસ્મૈ. ૩।૩ ય. ૮, ૫૮; ય. ૧૪, ૫૦; [Avestan] વર્ત. કૃ. આત્મને. નર. ૧।૧ ય. ૧૦, ૧૩૮. જુઓ [Avestan], ૨ [Avestan], [Avestan], [Avestan]

[Avestan] = પંથરઈ જવું, ફેલાવો પાંમવો; to be spread—diffused; જુઓ [Avestan]

[Avestan] = आ-स्तृ = ક) પંથરાવું, પસરવું, ફેલાવું (અસલ.); ગુનાહ—રીમનીનું ફેલાવું; to spread, to disperse (as of defilement, sin, &c.); [Avestan] (પ્રયો.) = [Avestan] = રીમન કરવું; ગુનેહગાર કરવું, રીમનીનો ફેલાવો કરવો; to make guilty; to render culpable; to spread defilement; [Avestan]* વર્ત. પરસ્મૈ. ૩।૧ વં. ૫, ૩. ૬; [Avestan]† આત્મને. વં. ૪, ૫—૧૦; વં. ૧૩, ૨૦—૨૩; [Avestan]‡ સંસ. ૩।૩ વં. ૬, ૩; [Avestan] (Geld. [Avestan]) વં. ૬, ૨૯; [Avestan]§ વર્ત. કૃ. નારી. ૨।૧ વં. ૫, ૪. ૭. જુઓ [Avestan]

ખ) ગુનાહ માંથે ચોંતાડવો—લાગુ પાડવો; to fix to, to attach (as a crime); [Avestan] Wester. ([Avestan] ને બદલે) વં. ૧૫, ૧૨. Geld. [Avestan]

[Avestan] = (બરસમ) પાંથરવી; (બરસમ) બાંધવી (સ્પી. તથા દારમે.); to spread forth (the Baresma); to bind up, to tie (the Baresma) (Sp. & Dar.); [Avestan] અ. ભૂ. આત્મને. ૩।૧ હ્જ. ૫૭, ૬; [Avestan] શક્યા. પરસ્મૈ. ૨।૧ ય. ૧૨, ૩; [Avestan] ૩।૧ વં. ૧૪, ૪; વં. ૧૮, ૭૨; [Avestan] [Avestan] [Avestan] [Avestan] (બાંધેલી બરસમથી) નાન્ય. ૫।૧ વં. ૩, ૧૬. ૧૭; વં. ૫, ૪૭. ૪૮; વં. ૮, ૬. ૭; વં. ૯, ૪. ૫; વં. ૧૭. ૪. Wester. [Avestan] [Avestan] [Avestan]

[Avestan] (દરદનું) પંથરઈ જવું; (રોગનો) ફેલાવો પામવો; (intr.) to spread, to diffuse (as of a disease); [Avestan] ભૂ. કૃ. વિ. ૨।૧ ય. ૧૮, ૨. ૬.

૨ [Avestan], [Avestan] (= [Avestan] = स्तृ = [Avestan] = Lat. Aster, Lat. Stella = Ger. Stern = Star) (જુઓ ૧ ધા. [Avestan]) સા. ના. નર. રોશની પાંથરનાર (અસલ.); સેતારો, તારો; light-*spreader* (lit.); a star; [Avestan] ૨।૧ વં. ૧૯, ૩૭; હ્જ. ૧૬, ૪; ય. ૮, ૧. ૪. ૫. ૬. ૮. ૧૦. ૧૨.

* પ્રોફેસર યુસ્તી. વચમાંનો [Avestan] નીકળી ગયાથી ફારસી [Persian] (જુલમ, સખ્તી). [Persian] ઉપરથી [Persian] (the ancient Persepolis).

† એ ધાતુને [Avestan] ઉપસર્ગ લાગ્યાથી પાંથરવાને અર્થે પેહેલવીમાં [Pahlavi] (= [Avestan]) તથા ફારસીમાં [Persian] (= [Avestan]) બોલો નીકળેલ છે.

* Geld. [Avestan]

† Geld. [Avestan]

‡ Geld. [Avestan]

§ Geld. [Avestan]

૩૫. ૩૬. ૩૭. ૩૯. ૪૧. ૪૩. ૪૫. ૪૮; ય. ૨૦, ૧; [illegible] ૨|૧ ઇજ. ૪૪, ૩; [illegible] ૬|૧ ઇજ. ૧, ૧૧; ઇજ. ૩, ૧૩; ય. ૮, ૦. ૬૨; ય. ૨૦, ૦. ૨; [illegible] ૬|૧ ય. ૧૦, ૧૬૩; [illegible] ૧|૩ વં. ૯, ૪૧; ય. ૮, ૧. ૮; [illegible] ૧|૩ વં. ૨, ૪૦; ય. ૧૨, ૨૫; [illegible] ૨|૩ વં. ૧૧, ૧. ૨. ૧૦. ૧૩. ૧૬. ૧૯; ય. ૮, ૧૨; ય. ૧૩, ૬૦; સીરો. ૨, ૧૩; [illegible] ૧|૩ વં. ૭, ૫૨; [illegible] ૨|૩ ઇજ. ૨, ૧૧; ઇજ. ૭૧, ૯; ય. ૧૦, ૧૪૫; ગેહ ૨, ૬; [illegible] ૨|૩ ય. ૧૨, ૨૮; સીરો. ૨, ૧૩; [illegible] ૫|૩ ય. ૫, ૮૫. ૧૩૨; [illegible] ૬|૩ વં. ૧૯, ૨૩; [illegible] ૬|૩ ઇજ. ૧, ૧૧; ઇજ. ૩, ૧૩; ય. ૮, ૩૯; સીરો. ૧, ૧૩; [illegible] ([illegible] ને બદલે) ૬|૩ ય. ૧૩, ૫૭; [illegible] ૮|૩ વં. ૨૧, ૧૩. જુઓ [illegible], [illegible]

[illegible] સા. ના. નર. પાપી માણસ (દારમે.), ખ-નજર (યુસ્તી); a sinner (Dar.); a dagger (Jus.); [illegible] ૪|૧ ય. ૪, ૩. Geld. [illegible]

[illegible] (જુઓ ૧ ધા. [illegible]) ક) ભૂ. કૃ. વિ. પાંથરેલું, બીછાવેલું; spread (as a carpet, &c.). [illegible] [illegible] (બીછાવેલી બેઠક) નર. ૧|૧ ય. ૧૭, ૭; [illegible] [illegible] * વ. ૩, ૨૫; [illegible] * [illegible] વં. ૧૪, ૧૪; [illegible] નાન્ય. ૭|૩ ય. ૧૩, ૨૭; જુઓ [illegible]

ખ) ભૂ. કૃ. વિ. બીધેલો, બીહીને; ગભરઈને; dismayed; trembled; frightened; distracted; Pehl. [illegible]; *vide* [illegible]

ગ) સા. ના. નાન્ય. બીસ્તરો, પાંથરનું, સાદરી; bedding, anything spread as a seat, matting; [illegible] ૨|૩ વીસ્પ. ૧૧, ૨.

[illegible] સા. ના. ટોપલી, પાંટી; a small basket; also, a broad open basket; from [illegible] spread; પાંથરેલું; [illegible] = इषीका a reed, a branch; hay; બરૂ, દાંખળી, એક જાતનું ઘાંસ; [illegible] ૬|૩ વં. ૧૫, ૪૩.

[illegible] (જુઓ [illegible] તથા [illegible]). સ-માસ વિ. સેતારાને લાગે એવી ટોચવાળો (સ્તએર નામનોપાહાડ); (Mount Staera) which has its summit up to the stars; [illegible] [illegible] ઇજ. ૧૦, ૧૧. Wester. [illegible] [illegible]

[illegible] સા. ના. નાન્ય. કદ, લંબાઈ; size; length; જુઓ [illegible], [illegible], [illegible].

[illegible] = स्तम्, स्तंभ् = મજબૂટ—ઉસ્તેવાર કરવું, ટેકો આપવો; to strengthen, to support; જુઓ નીચેનો બોલ.

[illegible] (= स्थूल, स्थावर, [illegible]) વિ. મજબૂટ, ઉસ્તેવાર; strong, solid; [illegible] નારી. ૨|૩ ય. ૧૦, ૨૮.

[illegible] = [illegible], [illegible] = स्था = [illegible], [illegible] = Lat. *Sta*-re, Lat. Sistere * = ક) ઉભું રે-હેવું; to stand; cl. 3; [illegible] વર્ત. પરસ્મૈ. ૨|૧ વં. ૩, ૨૯; [illegible] ૩|૧ ય. ૫, ૧૨૩; ય. ૮, ૯; ય. ૧૦, ૧૨૮; ય. ૧૨, ૧૭; [illegible] આ-ત્મને. ઇજ. ૧૦, ૧૨; ઇજ. ૪૨, ૪; ય. ૫, ૧૦૧; ય. ૮, ૩૨; [illegible] વર્ત. પરસ્મૈ. ૩|૩ વં. ૫, ૧૯; ય. ૬, ૧; [illegible] (૩|૧ ને બદલે.) વં. ૧૩, ૪૯; [illegible] આત્મને. વં. ૧૩, ૨૮; ય. ૧૭, ૮. ૯; [illegible] (સરોવરો) આવેલા છે ય. ૧૦, ૧૪; [illegible] અ. ભૂ. આત્મને. ૩|૩ ય. ૧૩, ૫૩; ય. ૫, ૯૮; [illegible] ([illegible] ને બદલે) વર્ત. સંશ. પરસ્મૈ. ૧|૧ ઇજ. ૧૨, ૩; [illegible] અનિ. ([illegible]-Aor.) પરસ્મૈ. ૩|૧ ઇજ. ૫૦, ૪; [illegible] (ઉભું રાખ્યું, અટકાવ્યું) પ્રયો. અ. ભૂ. પરસ્મૈ. ૩|૧ ય. ૧૩, ૭૮; [illegible] (મુકરર કીધો) આત્મને. ય. ૧૦, ૮૯; [illegible] વર્ત. કૃ. આત્મને. નર. ૧|૧ ય. ૧૫, ૫૨; ય. ૧૭, ૬૧; [illegible] ય. ૨૪, ૩૬; [illegible] ઉસ્તેવા (દીનને) ભૂ. કૃ. નારી. ૨|૧ ય. ૧૩, ૧૦૦.

ખ) હોવું; to be, [illegible] (Redupli.

---

* [illegible] બોલને નારી જાતીમાં ગણીએતો [illegible] [illegible] કારાંત ૧|૧ થઈ શકે.

* Mark the reduplicated form of Lat. Stare in Lat. Sistere. Lat. Sistere અવસ્તાની માફક ત્રીજા વર્ગનાં રૂપમાં, ઈઆને Lat. Stare.નો દ્વિત્વ થઈને આવેલો છે. બેઉનો અર્થ એકજ છે.

† વચમાંની • નીકળી ગયાથી [illegible] નો [illegible] થયો.

Aor.; *or* : Imperf. Paras. 3 Sing.); orig., [illegible] (Aor.) અનિ. અથવા અ. ભૂ. પરસ્મૈ. ૩|૧ ઇજ઼. ૫૧, ૪.

ગ) રેહેવું, ઠરી ઠામ રેહેવું; to remain, to stay, to stop ; જુઓ [illegible]

[illegible] = अव-स्था = (કોઈ માણસ ઇઆ ચીજની) નજદીક—પાસે ઉભું રેહેવું; to stand near or by; [illegible] શક્યા. પરસ્મૈ. ૨|૧ વં. ૯, ૧૨; [illegible] અ. ભૂ. સંશ. પરસ્મૈ. ૩|૧ વં. ૪, ૫૩; વં. ૮, ૩૩; વં. ૧૬, ૫. ૬; [illegible] (પોંહોચે, થાઓ) ય. ૧૫, ૫૪; [illegible] પૂ. ભૂ. પરસ્મૈ. ૧|૧ વં. ૮, ૧૦૦. ૧૦૧. ૧૦૨. ૧૦૩; [illegible] પૂ. ભૂ. પરસ્મૈ. ૩|૧ વં. ૮, ૯૭; [illegible] અનિ. ([illegible]—Aor.) પરસ્મૈ. ૩|૧ (૩|૨ ને બદલે.) વં. ૭, ૫૨; [illegible] (વસાવ, સ્થાપ) પ્રયો. આજ્ઞા. પરસ્મૈ. ૨|૧ વં. ૨, ૨૬; [illegible] અ. ભૂ. ૩|૧ વં. ૨, ૩૪. જુઓ [illegible]

[illegible] = आ-स्था = ઉભું રેહેવું; to stand; [illegible] (ઉભો કર, હાજર કર) પ્રયો. આજ્ઞા. પરસ્મૈ. ૨|૧ વીસ્પ. ૩, ૧. ૨. ૩. ૪; [illegible] (હું કાઅેમ રાખુંછું.) પ્રયો. વર્ત. પરસ્મૈ. ૧|૧ ઇજ઼. ૧૩, ૩; [illegible] (હમો મુકરર કરીએ છિયે અથવા કાએમ રાખીએ છિયે) પ્રયો. વર્ત. આત્મને. ૧|૩ વીસ્પ. ૩, ૫; [illegible] (તેઓ મુકરર કરે) અ. ભૂ. ૩|૩ વં. ૩, ૧૮; વં. ૫, ૪૯.

[illegible] = उप-स्था = નજદીક ઉભું રેહેવું; to stand near or by; [illegible] આજ્ઞા. પરસ્મૈ. ૨|૧ ય. ૧૭, ૨૧; [illegible] અ. ભૂ. ૩|૧ ય. ૧૭, ૨૧.

[illegible] = उद्-स्था = ઉભું થવું, ઉઠવું; to stand up, to rise, to get up; [illegible] વર્ત. પરસ્મૈ. ૩|૧ વં. ૪, ૧૭; વં. ૧૮, ૨૬; [illegible] . . . ય. ૮, ૩૨; [illegible] આજ્ઞા. ૨|૧ વં. ૧૮. ૧૯. ૨૧. ૨૬; વં. ૨૧, ૪; ય. ૧૬, ૨; [illegible] ૨|૩ વં. ૧૮, ૧૯. ૨૪; [illegible] અ. ભૂ. ૩|૧ વં. ૨, ૧૮ (પેહેલવી શરેહ); વં. ૧૯, ૪. ૩૧; [illegible] સંશ. વં. ૧૮, ૪૩; [illegible] . . . * ય. ૮, ૩૨; [illegible] ૩|૩ ય. ૧૯, ૧૧; [illegible] . . . (ઉભું થતાં, ઉઠતાં) વર્તે. કૃ. પરસ્મૈ. નર. ૧|૧ ય. ૧, ૧૭.

[illegible] = नि-स्था = ચોકસ થવું; મુકરર થવું; to be fixed; [illegible] (મુકરર કરેછે, ઠરાવેછે) પ્રયો. વર્ત. ૩|૧ ય. ૧૦, ૧૦૯; [illegible] (જે ચોકસ—મુકરર થએલું તે) ભૂ. કૃ. નારી. ૧|૧ ય. ૧૦, ૧૦૯.

[illegible] = प्रति-स्था = ક) મજબૂત ઉભું રેહેવું; સાંભે થવું; સાંભે ઉભું રેહેવું; to stand firm, to oppose; [illegible] ય. ૧૦, ૩૬; [illegible] અનિયમિત (Aor.) ૩|૧ ય. ૧૩, *૧૨૯; [illegible] વર્ત. કૃ. આત્મને. નર. ૧|૧ ય. ૧૦, ૩૬.

ખ) ઉભું થવું; ઉભું રેહેવું; to stand up; [illegible] † [illegible] શક્યા. આત્મને. ૩|૧ ય. ૧૭, ૧૭.

[illegible] = દૂર જતું રેહેવું, દૂર થવું; to stand off, to be removed; [illegible] ‡ . . . [illegible] અનિ. (Aor.) અથવા અ. ભૂ. ૩|૧ વં. ૯, ૫૩; વં. ૧૩, ૫૨.

[illegible] = प्र-स्था = ક) આગળ જવું; ફરવું હરવું; to proceed, to walk about, to run; [illegible] વર્ત. સંશ. વં. ૧૫, ૪૫; ય. ૧૦, ૫૮; [illegible] આજ્ઞા. આત્મને. ૧|૧ ઇજ઼. ૯, ૨૦.

ખ) આગળ ઉભું રેહેવું; નીકળવું, બાહાર—જાહેરમાં આવવું; to stand forth, to rise; to appear; [illegible] વર્ત. સંશ. ૩|૧ ય. ૧૯, ૯૨; [illegible] અ. ભૂ. આત્મને. ૩|૧ ય. ૧૩, ૯૭.

ગ) ઉભું રેહેવું; to stand; [illegible] પૂ. ભૂ. પરસ્મૈ. ૩|૧ ય. ૧૦, ૧૩૮.

* વર્તમાનકાળનો છેડેનો [illegible] પ્રત્યય નીકળી ગયો.

* આએ ઠેકાણે એનો અર્થ સકર્મકને અર્થે 'પાછું ઉભું કરશે' (will raise, will cause to rise) થઈ શકે. Geld. [illegible]

† ધાતુ બેવડો થયા વગર [illegible] પ્રત્યય લાગો; અથવા પ્રયો. અ. ભૂ. આત્મને. ૩|૧ બી થઈ શકે પણ પ્રયોજ્યનો અર્થ ઠીક લાગુ પડતો નથી.

‡ શરૂઆતનો [illegible] augment નો છે; [illegible] = [illegible] ([illegible] નીકળી ગયાથી [illegible] નો [illegible] થયો.)

[illegible] = બાહાર નીકળવું, ઉંચે ચઢવું, ઉપર પોંહોંચવું; to rise up, to come up; [illegible] [illegible] ય. ૮, ૩૨; [illegible] ય. ૧૯, ૧.

[illegible] (= स्थिति) (જુઓ ધા. [illegible] ક) સા. ના. નારી. ઉભું રેહેવું, કાએમ રેહેવું; ઉસ્તેવારી; standing, firmness; [illegible] ૩/૧ યજ્. ૨૦, ૨. જુઓ [illegible], [illegible]

[illegible] વિશે જુઓ ધા. [illegible] ક.

[illegible] (= स्थित) (જુઓ ધા. [illegible] ગ) ભૂ. કૃ. ઠરીઠામ રહેલું; fixed, remained firm; stopped; જુઓ નીચેનો બોલ.

[illegible] (જુઓ [illegible] તથા ૧ [illegible] ક) સમાસ વિ. સરદાર—મુરબ્બી—વાલીના આશ્રામાં રહેલી (કન્યા); (a damsel) under the protection of a guardian or the chief of the family; [illegible] ... [illegible] નારી. ૨/૧ વં. ૧૫, ૯. ૧૧. ૧૩. ૧૫. ૧૮. જુઓ [illegible]

[illegible] (= [illegible] = स्थान) (જુઓ ધા. [illegible] ક) સા. ના. નર. થાન, ઘાંસ ઢોરને રાખવાની જગા, તબેલો; a stall, a stable; જુઓ [illegible], [illegible], [illegible]

[illegible], [illegible], [illegible]—એ બોલો વિશે જુઓ [illegible] બોલ.

[illegible] (= स्थाविष्ठ) ([illegible] ઉપરથી) અતિ. વિ. ઘણુંજ મોહોટું (અસલ.); ઘણુંજ બુરૂં; enormous; worst; super. of [illegible], q. v.; [illegible] [illegible] the worst deed (સઉથી બાહારી ઇઆને સઉથી બુરૂં—દુષ્ટ કામ) નાન્ય. ૨/૧ ય. ૧૭, ૫૯.

[illegible] (જુઓ ધા. [illegible] ક) વિ. ઉસ્તેવાર, મજબૂત; firm, strong; steady; [illegible] નર. ૧/૧ ય. ૧૩, *૫૨; [illegible] નર. ૬/૩ ય. ૨૪, ૬; નીઆ. ૩, ૧૦.

૧ [illegible] (= [illegible]) સા. ના. નારી. ક) પેદાએશ; creation; એ બોલ બે રીતે સમજાવી શકાએછે; rt. [illegible] = अह् - to exist, to be; હયાતી ભોગવવી, હોવું; [illegible] = [illegible] ([illegible] નીકળી ગયાથી); or: rt. [illegible] = स्था = to exist, to be; હયાતી ભોગવવી; હોવું; પછી ધાતુનો [illegible] બદલાઇને [illegible] થયાથી [illegible] થયું. [illegible]* ૧/૧ (૧/૩ ની મતલબે) ય. ૮, ૪૮; [illegible] [illegible] (મીનોઇ પેદાએશ) ૧/૧ વં. ૨, ૨૦ (પેહેલવી શારેહ); [illegible] ૨/૧ યજ્. ૧૯, ૯; યજ્. ૩૫, ૧; વીસ્પ. ૧૨, ૧; વીસ્પ. ૧૮, ૧; ગેહ ૩, ૭; [illegible] ૬/૧ ય. ૧૦, ય. ૬. ૯. ૧૦. ૧૩. ૧૪; યજ્. ૫૨. ૧; યજ્. ૫૫, ૬; યજ્. ૫૮, ૪; યજ્. ૬૧, ૫; યજ્. ૬૮, ૨૨; વીસ્પ. ૨, ૬; ય. ૧૧, ૧૭. ૨૨; ય. ૧૩, ૮૯; [illegible] in the creation (પેદાએશમાં) ૭/૧ યજ્. ૩૧, †૮.

ખ) દુનિયાં; [illegible] ૬/૧ યજ્. ૪૩, ૧૩; [illegible] (Geld.) in the world (દુનિયાંમાં) ૭/૧ ય. ૧૦, ૧૦૬; [illegible] [illegible] in those veritably real worlds (Mills) (મોજુદ દુનિયાં તરફ) ૨/૩ યજ્. ૪૩, ૩. જુઓ [illegible]

૨ [illegible] સા. ના. (કોઇબી હથિયારનો) હાથો; the shaft or handle (of a weapon); *vide* [illegible]

[illegible] = [illegible] = લડાઈ—મારામારી કરવી; to fight, to contend with; જુઓ નીચેનો બોલ.

[illegible] (= [illegible] = [illegible]) (જુઓ ધા. [illegible]) સા. ના. લડાઈ, મારામારી; battle, fight; [illegible] ૭/૧ ય. ૧૦, ૭૧.

[illegible] (જુઓ ધા. [illegible]§) સા. ના. નારી. કાએમી, પાએદારી, હમેશ સુધી કાએમ રેહેવું; permanence; [illegible] ૬/૧ વીસ્પ. ૧૦, ૨.

[illegible] (= [illegible] (જુઓ [illegible] ખ તથા ૨ [illegible]) સમાસ. ભૂ. કૃ. વિ. આએ દુનિયાંની

---

* સંસ્કૃતને આધારે ધા. [illegible] ઉપરથી ગણીને 'બોધાની સ્તુતિ કરતો' (દારમેસ્તેતે).

* અથવાં [illegible] ને બદલે આવેલો ગણીએતો ૧/૩ થઈ શકે.

† આએ ઠેકાણે [illegible] નો અર્થ 'હમેશા' થઈ શકે.

‡ Wester. [illegible] a hundred સો.

§ જેમ સંસ્કૃતમાં स्था ઉપરથી પૃથક નામ स्थिति થયું, તેજ પ્રમાણે અવસ્તામાં [illegible] ઉપરથી [illegible] બોલ નીકળ્યો.

(ઇચ્છાને હાથની) બનાવેલી (રોશની); (lights made in this world; artificial lights. Contrast [Avestan] self-created, natural. [Avestan] [Avestan] [Avestan] ના-૫. ૧/૩ વં. ૨, ૪૦.

[Avestan] વિ. ના. નર. નામાંકિત પુરૂષનું નામ; name of an illustrious personage; [Avestan] ૬/૧ ય. ૧૩, ૧૨૩. (જુઓ મોદી.)

[Avestan] (meaning unsettled); a flea; secretion from the body (Har.); ચીમોડી, ચાંચડ; શરીરમાંથી ઝરીને નીકળતી પ્રવાહી ચીજ (હારલે); [Avestan] ૫/૩ વં. ૧૪, ૧૭.

[Avestan] વિ. ના. નર. પુરૂષનું નામ; name of a person; [Avestan] ૬/૧ ય. ૧૩, ૧૨૧.

[Avestan] = [Avestan] = स्तु ૭૨૭ = તારીફ કરવી; સ્તુતિ ગાવી; to praise, to laud, to extol; cl. 2; [Avestan] વર્ત. પરસ્મૈ. ૧/૧ ઇજ. ૧૦, ૩; ઇજ. ૨૯, ૧; ય. ૧૩, ૨૧; સીરો. ૨, ૩૦; [Avestan] [Avestan] I praise righteousness (રાસ્તીને હું વખાણુંછું) એ વાક્ય દરેક નાઆર્યેરા તથા યશ્તના શરૂઆતના ભાગમાં આવેછે. [Avestan] * ઇજ. ११, १९; ય. १, ०; [Avestan] આત્મને; [Avestan] પરસ્મૈ. ૩/૧ ઇજ. ૧૦, ૬; ય. ૨૧, ૩. ૭; [Avestan] અ. ભૂ. પરસ્મૈ. ૩/૧ ય. ૧૩, ૮૯; [Avestan] આત્મને. ય. ૧૭, ૧૮; †[Avestan] સંશ. પરસ્મૈ. ૩/૧ ય. ૫, ૮; ય. ૧૩, ૫૦; ‡[Avestan] ૩/૩ ઇજ. ૯, ૨; [Avestan] આજ્ઞા. પરસ્મૈ. ૨/૩ વં. ૧૮, ૧૬. ૨૪; [Avestan] વીસ્પ. ૯, ૬; [Avestan] વર્ત. પરસ્મૈ. નર. ૧/૧ ઇજ. ૪૬, ૬; ઇજ. ૫૦, ૪; ઇજ. ૫૨, ૪; ઇજ. ૬૧, ૫; [Avestan] આત્મને. ઇજ. ૧૦, ૬.

[Avestan] = સ્તુતિ—તારીફ કરવાથી દૂર રહેવું; ધિક્કારવું; to dislike greatly; to hate, to abhor; [Avestan] આજ્ઞા. આત્મને. ૧/૧ વં. ૧૯, ૭; [Avestan] ૨/૧ વં. ૧૯, ૬.

* કોઈ વખતે [Avestan] નેબદલે [Avestan] પી આવેછે.

† Mark the redundant [Avestan] before the final [Avestan]

‡ Mark the redundant [Avestan] before the final [Avestan]

[Avestan] = વખાણવું; to praise; [Avestan] (Geld. ...[Avestan]) આજ્ઞા. પરસ્મૈ. ૨/૧ ઇજ. ૯, ૨.

[Avestan] = વખાણ—તારીફ કરવી; to praise; [Avestan] વર્ત. આત્મને. ૧/૧ ઇજ. ૧૨, ૯; ..... [Avestan] ઇજ. ૧, ૨૨; [Avestan] વર્ત. પરસ્મૈ. ૩/૧ ઇજ. ૧૦, ૧૯; [Avestan] અ. ભૂ. આત્મને ૩/૧ ય. ૧૯, ૮૮.

[Avestan] = વખાણવું; વખાણમાં ગાવું-ભણવું; [Avestan] વર્ત. પરસ્મૈ. ૧/૧ ઇજ. ૧૦, ૨. ૧૭; [Avestan] ૩/૧ ઇજ. ૧૦, ૭; ય. ૨૪, ૩૯; [Avestan] (ગાઇને ભણે) શક્યા. પરસ્મૈ. ૩/૧ વં. ૧૯, ૨૨; [Avestan] (ગાઇને ભણે) વં. ૧૮, ૪૩, ૪૯; *[Avestan] (વખાણાએલી) ભૂ. કૃ. નારી. ૧/૧ ય. ૧૭, ૧૭.

[Avestan] = બંદગીથી બચાવવું; to protect by prayers; [Avestan] વર્ત. આત્મને. ૧/૧ ઇજ. ૧૨, ૨.

[Avestan] = સ્તુતિ ગાવી; વખાણ કરવી; to praise, to laud, [Avestan] ઇજ. ૧૨. ૩; [Avestan] (Geld. [Avestan]) વર્ત. કૃ. નર. ૧/૧ ઇજ. ૫૦, ૯.

[Avestan] = વખાણવું; કીર્તિ ગાવી; to praise, to glorify; [Avestan] વર્ત. આત્મને. ૧/૧ ઇજ. ૧૧, ૧૭; ય. ૧, ૦; [Avestan] ઇજ. ૧, ૨૧; [Avestan] [Avestan] (હમો તારી કીર્તિ ગાઈએછિયે) Frag. 7, 2; [Avestan] વર્ત. કૃ. આત્મને. નર. ૧/૧ ય. ૨૧, ૭.

[Avestan] (જુઓ ધા. [Avestan]) ક) ભૂ. કૃ. વખાણેલું; કીર્તિ ગાએલી; praised; glorified.

ખ) સા. ના. વખાણનું ગાયન; a song of praise; [Avestan] નર. ૧/૧ ય. ૨૧, ૨.

[Avestan], [Avestan] વિ. મ્હોટું, કદાવર, ભાહારી; large, bulky, stout, heavy. Comp. Sans. स्थूल. *Vide* [Avestan], [Avestan], [Avestan]

[Avestan] (= स्तुति) (જુઓ ધા. [Avestan]) સા. ના.

* Geld. [Avestan] (base) subs. (nom. sing.) a chanter.

નારી. સ્તુતિ, વખાણ; praise; [Avestan] ૬/૧ ઈજ. ૧૦, ૬. જુઓ [Avestan]

[Avestan] (જુઓ [Avestan] તથા [Avestan]) સમાસ વિ. મ્હોટી ખંડણીવાળું (રાજ્ય); (a kingdom) with high tributes; ...[Avestan] [Avestan] ૨/૩ ય. ૫, ૧૩૦; ય. ૧૭, ૭ (Wester.); ગેલ્ડનરે ય. ૧૭, ૭ માં એ બોલ (ઈઆને [Avestan]) આપ્યો નથી.

[Avestan] (જુઓ ધા. [Avestan]) ક) સા. ના. નર. વખાણ કરનાર, સ્તુતિ ગાનાર; a praiser; ખરેખર જોતાં [Avestan] બોલ [Avestan] બોલની માફક વર્તમાન કૃદંતનાં રૂપમાં (સ્તુતિ કરતો) છે. [Avestan] ૬/૩ ઈજ. ૩૪, ૨. ખ) સા. ના. વખાણ, સ્તુતિ; praise; [Avestan] ૬/૧ ઈજ. ૩૪, ૧૨. ૧૫; ઈજ. ૪૧, *૧; [Avestan] ૬/૩ ઈજ. ૨૮, ૯.

[Avestan] વિશે જુઓ [Avestan]

[Avestan] (=[Avestan] = स्थूणा = [Persian]) (જુઓ ધા. [Avestan]) સા. ના. નર. થાંભલો, સ્તંભ; a pillar, a column; [Avestan] ૧/૧ ય. ૧૦, ૭૧; [Avestan] ઈજ. ૯, ૧ (પેહેલવી શારેહમાં); [Avestan] — કારાંત નારી. ૨/૩ ય. ૧૦, ૨૮. જુઓ [Avestan], [Avestan], [Avestan]

[Avestan] = स्तम्भ् = ટેકો આપવો, ટકાવી રાખવું; to support, to uphold; જુઓ નીચેનો બોલ.

[Avestan] (= स्तम्भन) (જુઓ ધા. [Avestan]) સા. ના. નર. ટેકો, પુષ્ટિ, થાંભલો; support, a pillar; જુઓ [Avestan]

[Avestan] (જુઓ ૧ ધા. [Avestan]) ભૂ. કૃ. બીધેલો, બીહીને; dismayed, frightened, trembled; Pehl. [Avestan]; [Avestan] નર. ૧/૧ વં. ૧૯, ૨; ય. ૧૯, ૩૪.

[Avestan] (જુઓ ધા. [Avestan] તથા [Avestan]) સમાસ વિ. ક્રિયામાં બરસમ પાથરનાર; (Zoroaster) who spread forth the Baresma at the religious ceremonies; [Avestan] નર. ૧/૧ ય. ૧૩, ૯૪. જો એ બોલને ૩/૧ [Avestan] ની મતલબે લઈએતો, એનો અર્થ 'પાથરેલી બરસમથી' (with the Baresma spread forth) સમાસ નામ નાન્યતરજાતી થઈ શકે.

[Avestan] (જુઓ ૧ ધા. [Avestan]) વિ. તાકેલું (હથિયાર); levelled (as a weapon) Contrast [Avestan] (- uplifted, raised); [Avestan] [Avestan] ૩/૧ ઈજ. ૫૭, ૧૦; ય. ૪, ૮.

[Avestan] (જુઓ ૧ ધા. [Avestan]) સા. ના. લડાઈનું મેદાન; field of battle; [Avestan] ૭/૩ ય. ૫, ૧૩૦.

[Avestan] (જુઓ ૨ [Avestan] તથા ૧ [Avestan]) સમાસ વિ. સેતારાથી સંગારેલું—આરાસ્તે કીધેલું; (a palace) star-studded; inlaid with stars. Comp. [Avestan]; [Avestan]...[Avestan] નાન્ય. ૧/૧ ઈજ. ૫૭, ૨૧.

[Avestan] (જુઓ ૨ [Avestan] તથા [Avestan]) સમાસ વિ. સેતારાથી સંગારેલું—આરાસ્તે કીધેલું; star-studded, decorated with stars; [Avestan]...[Avestan] નર. ૨/૧ ય. ૧૦, ૧૪૩; [Avestan] [Avestan] નાન્ય. ૨/૧ ઈજ. ૯, ૨૬; ય. ૧૩, ૩; ...[Avestan] [Avestan] નર. ૩/૧ ય. ૧૦, ૯૦.

[Avestan] વિશે જુઓ [Avestan]

[Avestan] વિશે જુઓ ધા. [Avestan] હોવું, to be.

[Avestan] ક્રિ. અ. હમેશાં, જાયુક; always; continually; rt. [Avestan]* = to stand; ઉભું રેહેવું, કાએમ રેહેવું; [Avestan] ઈજ. ૩૧, ૮; ઈજ. ૩૩, ૧૦; ઈજ. ૪૫, ૧૦; ઈજ. ૪૬, ૧૬; ઈજ. ૪૯, †૨; ઈજ. ૫૦, ૨. ૬. જુઓ એની પછીનો બોલ.

* ઈજ. ૪૧, ૧ મા આવેલા [Avestan] નો અર્થ 'સતુદગરની આરાધના' ઈઆને સતુદગર નુસ્ક ભણીને કીધેલી આરાધના થઈ શકે; [Avestan] = [Avestan] = સતુદગર નામનું નુસ્ક; ૨૧ નુસ્કોમાંના પેહેલા નુસ્કનું નામ.

* ફારસીમાં વપરાતો [Persian] (હમેશા) બોલબી 'ઉભું રેહેવું' ([Persian]) ઉપરથી નીકળેલો છે.

† કોઈબી દાહાડે, કદીબી Ever ને અર્થે.

[Avestan], [Avestan] (જુઓ [Avestan] તથા [Avestan]) સમાસ ફ. વિ. હમેશાં ખુશાલી આપવું; ever bestowing gladness—delight; [Avestan]* … [Avestan] નર. ૨|૧ ઇજ. ૩૮, ૪; નીઆ. ૫, ૧૮; [Avestan] … [Avestan] નર. ૬|૩ નીઆ. ૩, †૧૦. ય. ૨૮, ૬.

[Avestan] (જુઓ ધા. [Avestan]) સા. ના. તોડી પાડવું, નીચે નાખીદેવું, કાપી નાખવું (ઝાડપાલાને); felling (trees) down ; જુઓ [Avestan].

[Avestan] (= स्त्री) સા. ના. નારી. ક) સ્ત્રી, બાઈડી; a woman ; rt. सु to give birth to ; જન્મ આપવો ; orig., सु + तृ + ई = स्त्री = [Avestan] (the vowel of the root being dropped) ; the female that gives birth to a child. = જન્મ આપનારી (અસલ.) ; [Avestan] ૧|૧ વં. ૮, ૫૮ ; વં. ૯, ૨૧. જુઓ [Avestan]

ખ) માદા ; a female ; [Avestan] [Avestan] a female and a male ; (માદા તથા નર) ૧|૧ વં. ૨, ૪૧ ; વં. ૧૩, ૫૧ ; વં. ૧૮, ૨૮. જુઓ એની પછીનો બોલ.

[Avestan] (જુઓ [Avestan] ખ) તથા [Avestan]) સમાસ વિ. માદા નામનું, નારી જાતનું ; of the female species ; [Avestan] Geld. (Wester. [Avestan]) નારી. ૧|૩ વં. ૧૩, ૫૧ ; વ. ૧૪, ૧.

[Avestan], Geld. [Avestan] (જુઓ [Avestan] તથા ૧ [Avestan]) (meaning unsettled) ; [Avestan] [Avestan] [Avestan] Geld. (Afrin. Gâhâm., 4) the treasures which are bound with women (Sp.) ; the treasures which come from women (Har.) ; those who in the intercourse with their wives follow the laws of Pârendi (Dar.).

[Avestan] (જુઓ [Avestan] તથા [Avestan] ખ) સમાસ વિ. મ્હોટી ખુંધવાળું (ઉંટ) ; (a camel) with large humps. Comp. [Avestan] ; [Avestan] … [Avestan] નર. ૧|૧ ય. ૧૮, ૧૨.

* Geld. [Avestan] [Avestan]

† Geld. [Avestan] [Avestan]

[Avestan] વિ. ના. નર. તુરાની વંશના પુરૂષનું નામ ; એનો બોલે બોલ અર્થ 'મ્હોટી ગરદનવાળો' ; of the thick neck (lit.) ; probably, name of an evil person of Tûranian extraction ; [Avestan] ૧|૧ ય. ૯, ૩૦.

[Avestan] (= [Avestan], [Avestan] = [Avestan]) (જુઓ ધા. [Avestan]) સા. ના. નાન્ય મારવાનું હથિયાર ; a weapon for smiting (evil beings) ; [Avestan] ૧|૧ ઇજ. ૫૭, ૨૨ ; [Avestan] ૧|૧ ય. ૧૩, ૭૧ ; [Avestan] ૨|૧ વં. ૧૯, ૧૫ ; ઇજ. ૫૭, ૩૧ ; [Avestan] ૩|૧ ઇજ. ૫૭, ૧૦. ૧૬ ; ય. ૪, ૮ ; ય. ૧૭, ૨૦ ; [Avestan] ૩|૧ ઇજ. ૩૧, ૧૮ ; [Avestan] ૩|૨ ઇજ. ૫૭, ૨૯ ; [Avestan] ૬|૩ ય. ૧૩, ૨૯. જુઓ [Avestan]

[Avestan] (જુઓ ૧ ધા. [Avestan]) વર્ત. કૃ. પરસ્મૈ. ટીપાતું (બરફ) : dripping, falling in snow ; snowing ; [Avestan] [Avestan] (બરફ ટીપાતી રીતે) નારી. ૬|૧ ય. ૧૬, ૧૦ ; [Avestan] [Avestan] [Avestan] (ટીપાતાં બરફનાં પાણીમાં) વં. ૬, ૩૬.

૧ **[Avestan]** (= स्नेहन) (જુઓ ૧ ધા. [Avestan]) વિ. (લોહી) ટીપાતું કરતું, જાનવરને લોહી લુહાન કરતું (વરૂ) ; letting fall in drops (lit.) ; causing to bleed (as a wolf) ; [Avestan] [Avestan] નર. ૧|૩ વં. ૧૩, ૮૦.

૨ **[Avestan]** (જુઓ ૨ ધા. [Avestan]) વિ. લાડ કરતું, લાડકું ; caressing, foudling (like a child) ; [Avestan] [Avestan] [Avestan] નર. ૧|૧ વં. ૧૩, ૪૮.

[Avestan] (જુઓ ધા. [Avestan]) વિ. ક) ટીપાતો, પડતો (અસલ અર્થ) ; પુષ્કળ, જથ્થાબંદ ; dropping, falling (lit.) ; abundant, in large quantity ; જુઓ [Avestan]

ખ) જોરમંદ, કૌવતવાળો, શક્તિવાન ; powerful, strong ; જુઓ [Avestan] [Avestan], [Avestan]

[Avestan] (જુઓ [Avestan] ખ તથા [Avestan]) સમાસ વિ. જોરમંદ-મજબૂત મનવાળો ;

of powerful intellect: strong-minded; [Avestan] નર. ૧/૧ ય. ૨૪, ૩૧.

[Avestan] (જુઓ [Avestan] ૫ તથા [Avestan]) સમાસ વિ. જોરેમંદ—અસરકારક સખુન-વાળો; of effective speech; [Avestan] નર. ૧/૧ ય. ૨૪, ૩૧.

[Avestan] Wester (જુઓ [Avestan] ક તથા [Avestan]) સમાસ ના. નર. પુષ્કળ બરફ; thick snowflakes; [Avestan] Wester. (Geld. [Avestan]) ૧/૩ વં. ૨, ૨૨.

[Avestan] (જુઓ [Avestan] ૫ તથા [Avestan]) સમાસ વિ. મજબૂત કામ કરતો; બળવાન, પરાક્રમી; strong in working; vigorous; puissant; [Avestan] નર. ૧/૧ ય. ૨૪, ૩૧.

[Avestan] વિ. ના. નર. પુરૂષનું નામ; name of a person; father of Vohvasti; *vide* [Avestan]; [Avestan] ૬/૧ ય. ૧૩, ૯૬.

[Avestan] = श्नथ = મારવું, નાશ કરવો; to smite down, to destroy; જુઓ [Avestan], [Avestan]

[Avestan] (= [Avestan], [Avestan] = [Avestan]) (જુઓ ધા. [Avestan]) સા. ના. નર. ક) મારવાનું હથિયાર; a smiting weapon. Comp. [Avestan];- [Avestan] ૬/૧ વં. ૧૯, ४૬; [Avestan] ૨/૧ વં. ૧૦, ૧૬; [Avestan] ૩/૧ વં. ૪, ૨૬. ૨૯.

ખ) ઝટકો, ફટકો, ઝપાટો, મારવું; a blow, smiting; [Avestan] ૨/૧ વં. ૬, ૧૭. ૪૦; વં. ૫, ૩૭; વં. ૧૩, ૧૨. ૧૩. ૧૪. ૧૫; વં. ૧૪, ૧; [Avestan] ૪/૧ વં. ૯, ૧૩; યજ. ૨૭, ૧; યજ. ૫૭, ૩૨; યજ. ૬૫, ૧૧; ય. ૧, ૩૨; [Avestan] ૬/૧ Frag. 8, 2.

૧ [Avestan] = स्ना = Lat. Nāre* = Fr. Nager*= ધોવું, નાહવું, સ્નાન કરવું; ; to bathe, to perform ablution or the ceremony of bathing; cl. 4; rt. [Avestan] shortens its vowel in most of its inflected forms, *vide* [Avestan], [Avestan]; જુઓ [Avestan]

[Avestan] = ઉંચેથી નીચે સુધી સ્નાન કરવું-ધોવું; to wash one's body from top to toe; to bathe thoroughly; [Avestan] [Avestan] [Avestan] (તેણે ઉંચેથી પોતાનું તન ધોવું જોઇએ) શક્યા. આત્મને. ૩/૧ વ. ૫. ૫૮. ૫૯; વ. ૯, ૩૩. ૩૮. ૩૫.

[Avestan] = ધોવું; to wash; to cleanse with water; [Avestan] (Geld. [Avestan]) વર્ત. સંશ. આત્મને. ૩/૩ વં. ૮, ૧૧. ૧૨. ૧૩; [Avestan] શક્યા. પરસ્મૈ. ૩/૧ વ. ૧૯, ૨૨; [Avestan] (I will cleanse or purify) આજ્ઞા. પરસ્મૈ. ૧/૧ વં. ૨૧, ૬. ૭. ૧૦. ૧૧. ૧૪. ૧૫; [Avestan] [Avestan] wash thy hands (તારા બેહુ હાથ ધો) આત્મને. ૨/૧ વં. ૧૮, ૧૯. ૨૧; [Avestan] શક્યા. આત્મને. ૩/૩ ય. ૧૦, ૧૨૨; [Avestan] (caus.) પ્રયો. અ. ભૂ. પરસ્મૈ. ૩/૩ વં. ૭, ૧૮. ૧૫. ७૮. ७૫; વં. ૮, ४०; વં. ૯, ૧૫; વં. ૧૬, ૭. ૧૨.—Mark the causal base [Avestan]; sometimes, though rarely, the causal substitutes [Avestan], [Avestan] or [Avestan] (Sans. पय, लय) for [Avestan] (Sans. अव); *e. g.*, [Avestan] Yt. 8, 33. (rt. [Avestan]); [Avestan] Vend. 18, 23 (rt. [Avestan]); [Avestan] નર. ૧/૨ વં. ૮, ૬૦; વ. ૯, ૧૫; [Avestan] નર. ૩/૨ વ. ૮, ૬૦; વં. ૯, ૧૫; વં. ૧૮, ૧૯. ૨૧; ય. ૧૦, ૬૧; ય. ૧૮, ૪૮; આફ્રી. ૨૫િ. ૫. જુઓ [Avestan] [Avestan], [Avestan]

૨ [Avestan] સા. ના. સ્નાયુ, નેસ, રગ; તાંત, આંતરડું (ગાય-બળદનું); tendon; a gut, an entrail. Comp. Sans. स्नायु, स्नाव. Probably, from rt. [Avestan]* = [Avestan] = Sans. नृ to stretch; ખેંચવું. તાનવું; *vide* [Avestan], [Avestan]

[Avestan] (= [Avestan] = स्नाव) સા. ના. નાન્ય. સ્નાયુ,

* Originally, Lat. Snare, Fr. Snager. એ બોલોમાંથી શરૂઆતનો s નીકળી ગયો. લાટીન તથા ફ્રેન્ચ ભાષાઓમાં sn થી શરૂ થતો બોલ આવતો નથી; હમેશાં s નીકળી જાએછે.

* Mark [Avestan] Yt. 10, 20; rt. [Avestan]

નેસ, રગ, તાંતની દોરી; a sinew, tendon, a gut; જુઓ નીચેનો બોલ.

[Avestan] (= [Avestan]) (જુઓ [Avestan] તથા [Avestan] ૫) સમાસ ના. નારી. બાજુ જેટલી લાંબી તાંતની દોરી; a string of cow-gut of an arm's length; [Avestan] ૧/૧ વં. ૧૪, ૯.

[Avestan] વિશે જુઓ [Avestan]

[Avestan] વિ. ના. નર. રાક્ષસની ખજાસતના બુરા રાખ્સનું નામ, જે દુનિયાંમાં પાયામાલી તથા ખરાબી કરવાને ઇરાદો રાખતો હતો, જેને કેરસાસ્પ પેહેલવાને માર્યો; name of a monster who was bent on bringing misery and destruction in this world, and who was slain by the noted Irânian hero Kereshâspa. According to the Zamyâd Yasht, he thus exclaimed to all around: "I am an infant still, and I am not yet of age; if I ever grow of age, I shall make the earth a wheel, I shall make the heavens a chariot. I shall bring down the Good Spirit from the shining Garo-nmâna; I shall make the Evil Spirit rush up from the dreary Hell. They will carry my chariot, both the Good Spirit and the Evil One, unless the manly-hearted Kereshâspa kill me." Snâvidhka reminds one vividly of the Tetanic Otus and Ephialtes (Odyssea xi, 308)—Dar. [Avestan] ([Avestan] Wester.) ૨/૧ ય. ૧૯, ૪૩. (જુઓ મોદી.)

[Avestan] (૨ [Avestan] ઉપરથી) વિ. સ્નાયુ—નેસને લગતું; તાંતને લગતી (દોરી); (a string) of cow-gut; [Avestan] [Avestan] (a bow) with a string of cow-gut (તાંતની દોરીસાથે; તાંતની જેહ સાથે)૩/૧ ય. ૧૦, ૧૨૮.

૧ [Avestan]* = स्निह् = Ger. Schneien = Fr. Neiger† =Lat. Ningere† =To Snow; બરફ ટીપાવું—પડવું; [Avestan] અકર્તૃક ક્રિ. (Impersonal Verb) પરસ્મૈ. ૩/૩ (અથવા વર્તે. કૃ. ૭/૧) વં. ૮, ૪; [Avestan] આત્મને. ૩/૩ ય. ૫, ૧૨૦; [Avestan] અ. બૂ. સંરાયાર્થ ૩/૧ વં. ૨, ૨૨. જુઓ [Avestan], ૧ [Avestan]

૨ [Avestan] = स्निह् = ચાહાવું, લાડ કરવો; to love, to fondle, to caress; જુઓ ૨ [Avestan]

[Avestan] = स्नुह् = ક) ટીપાવું, પડવું; to dribble, to fall; જુઓ [Avestan] ક.

ખ) આંસુ પાડવાં, વીલાપ કરવો; to shed tears, to lament; [Avestan] વર્તે. કૃ. નારી. ૧/૩ ય. ૧૯, ૮૦.

ગ) જોરેમંદ—શક્તિવાન થવું; to be strong; જુઓ [Avestan] ખ.

[Avestan] વિશે જુઓ ૧ ધા. [Avestan]

[Avestan] (= [Avestan] = श्वेत = [Avestan], [Avestan]) (જુઓ ધા. [Avestan]) વિ. સફેદ; white; [Avestan] [Avestan] નર. ૨/૧ વં. ૮, ૧૬. ૧૭. ૧૮. ૧૯; [Avestan] [Avestan] નર. ૧/૩ ય. ૫, ૧૩; [Avestan] [Avestan] નાન્ય. ૨/૩ ય. ૧૦, ૧૨૬.

[Avestan] (જુઓ ધા. [Avestan]) પ્રયો. બૂ. કૃ.* સફેદ; white; [Avestan]...[Avestan] white foam (સફેદ ફીન) નર. ૨/૧ ય. ૧૪, ૧૩; [Avestan] [Avestan] (the White Forest; for particulars, *vide* [Avestan]) ૨/૧ ય. ૧૫, ૩૧; [Avestan] [Avestan] white horses (સફેદ ઘોડા) નર. ૧/૩ ય. ૧૦, ૧૨૫.

[Avestan] ([Avestan] ઉપરથી) વિ. સફેદ; white; [Avestan] [Avestan] [Avestan] acc. plu. (Yt. 15, 31) towards White Forests—the seat of the last and decisive battle between Arjâsp and Gushtâsp (Dar.); *vide* [Avestan]; [Avestan] [Avestan] [Avestan] swelling the white billows (Yt. 19, 67).

* એને મળતો Lat. Nix (બરફ). અસલ બોલ Snigvi છે; ૧/૧ની નીશાનીનો s લાગ્યાથી Snigvis= Nigs (s, v અને i નીકળી જવાથી)=Nics=Nix.

† સાનુઆસતનો s નીકળી ગયો.

* એના ખોલાસા બાબે જુઓ મારૂં અવસ્તા વ્યાકરણ, સફે ૨૬૫ મો.

[Avestan] ([Avestan] ઉપરથી) (જુઓ [Avestan]) વિ. કુતરાના જેવું, કુતરાની સુરતનું; (a snake) with the shape of a dog; [Avestan] [Avestan] નર. ૬।૩ વં. ૧૪, ૫.

[Avestan] = જેર કરવું, દાબી નાખવું; to crush, to smite down; જુઓ નીચેનો બોલ.

[Avestan] (જુઓ ધા. [Avestan]) સા. ના. નારી. જેર કરવું, દાબી નાંખવું; smiting down, crushing; જુઓ [Avestan]

[Avestan] (= [Avestan] વિશે જુઓ [Avestan] તથા [Avestan] ગ) સમાસ વિ. કુતરાની જાતનું; of the species of dog; belonging to the dog kind; [Avestan] ૬।૩ વં. ૧૩, ૧૬.

[Avestan] (જુઓ ધા. [Avestan]) સા. ના. નર. ચુગલીખોર; a slanderer; a tell-tale; [Avestan] ૨।૩ ય. ૩, ૧૧; [Avestan] ૮।૩ ય. ૩, ૮. [Avestan] [Avestan] (super. adj.) the most slanderous of slanderers (ચુગલીખોરોમાંના ઘણાજ ચુગલીખોરોને) અતિ. વિ. નર. ૨।૩ ય. ૩, ૧૫.

૧ [Avestan] = ડહાહ્યું—અક્કલવાળું થવું; to be wise or discreet; જુઓ [Avestan], [Avestan],

૨ [Avestan], [Avestan], [Avestan] = श्वि = વૃદ્ધિ—આબાદી કરવી, આબાદી વધારવી, વધારો કરવો; to promote, to increase prosperity; જુઓ [Avestan], [Avestan], [Avestan]

[Avestan] (જુઓ ૨ ધા. [Avestan]) સા. ના. નાન્ય. આબાદી, વૃદ્ધિ; prosperity, increase; જુઓ [Avestan]

[Avestan] વિશે જુઓ [Avestan]

[Avestan] ([Avestan] ઉપરથી) વિ. આબાદી—વૃદ્ધિ કરતો; prosperity-giving; bountiful; [Avestan] નર. ૧।૧ ય. ૧, ૮.

૧ [Avestan] (જુઓ ૧ ધા. [Avestan]) અધિ. વિ. વધારે ડહાહ્યો; વધારે દાનેશમંદ; more wise—discreet; [Avestan] નર. ૧।૧ ૧૯, ૭. ૧૩. ૧૦. ૬૬.

૨ [Avestan] (જુઓ ૨ ધા. [Avestan]) અધિ. વિ. વધારે આબાદી—વૃદ્ધિ કરતો; more bountiful; [Avestan] નર. ૧।૧ ર્જિ. ૧૯, ૯; ર્જિ. ૪૫, ૨; [Avestan] (Geld. [Avestan]) નર. ૨।૧ ર્જિ. ૧૦, *૧૩.

[Avestan] (જુઓ ૧ ધા. [Avestan]) સા. ના. નાન્ય. નાશ, ખરાબી; destruction, ruin; [Avestan] ૬।૧ ર્જિ. ૩૦, ૧૦; [Avestan] ૬।૧ Frag. 8, 2.

૧ [Avestan] = જવું; ચાલવું; to go, to walk, to move.

[Avestan] = આગળ ચાલવું; આગળ પગલાં ભરવાં; to rush forward; to step out; [Avestan] અ. ભૂ. પરસ્મૈ. ૩।૧ ર્જિ. ૯, ૧૧; ય. ૧૯, ૪૦. જુઓ [Avestan]

૨ [Avestan] = स्फुर् = [Avestan], [Avestan] = [Avestan], [Avestan] = Lat. *Spar*-gere, Lat. *Sper*-nere = To Spurn = પગ તળે દાબવું, કચડવું, ખુંદવું, વિખેરી નાખવું; to trample under foot; to crush, to disperse. જુઓ [Avestan]

[Avestan] = वि-स्फुर् = ઉથળપાથળ કરવી (જમીનને); to turn upside down (as ground); to beat as with the bottom of the foot; [Avestan] આજ્ઞા. પરસ્મૈ. ૨।૧ વં. ૨, ૩૧; [Avestan] અ. ભૂ. પરસ્મૈ. ૩।૧ વં. ૨, ૩૨.

[Avestan] = બાહાર નીકળવું, બાહાર ફુટી નીકળવું; to germinate, to shoot, to sprout; જુઓ [Avestan], [Avestan]

[Avestan] (જુઓ ધા. [Avestan]) સા. ના. નર. ટોચ, અણી; (તીરનો) ફાંપલો; point, edge-blade; [Avestan] ૩।૧ ય. ૧૦, ૧૨૯.

૧ [Avestan] = કોશેશ કરવી; to strive, to endeavour; cl. 6. Comp. Sans. स्पर्ध्; †[Avestan] અ. ભૂ. ૬ ઠો વર્ગ આત્મને. ૩।૧ ર્જિ. ૩૧, ૧૬.

૨ [Avestan] = स्पर्ध् = અદેખાઈ કરવી; to be jealous; જુઓ [Avestan]

---

* આંએ ઠેકાણે 'વધારે આબાદી કરતો' તથા 'વધારે આબાદ' એ બેઉ અર્થ લાગુ પડી શકે છે.

† શબ્દઆતનો અનૂપૂર્વીનુ વધારનો (Augment) છે.

[illegible] = स्पर्ध् = હરીફાઈ—સરસાઈ કરવી; to emulate; to vie; cl. 6. [illegible] (I will vie with him) આજ્ઞા. ૬ ઠો વર્ગ પરસ્મૈ. ૧।૧ ઇજિ. ૫૩, ૮.

[illegible] (જુઓ ૨ ધા. [illegible]) સા. ના. નાન્ય. દુ:ખ, બેચેની (દારમે.); pain, uneasiness (Dar.); [illegible] ૭।૧ ય. ૨૪. ૩૬.

૧ [illegible]* = स्पश, पश = Lat. *Spec*-ere = જોવું. તપાસવું; to see, to look upon; to watch; [illegible] (૮૬ નીકળી ગયો) વર્ત. પરસ્મૈ. ૧।૧ ઇજિ. ૪૪, ૧૧; [illegible] ૩।૧ ય. ૧૦, ૮૨; [illegible] (ચોકસી રાખતો) વર્ત. કૃ. પરસ્મૈ. નર. ૧।૧ ય. ૧૧, ૧૮; [illegible]† Inten. વર્ત. કૃ. પરસ્મૈ. નર. ૨।૧ ય. ૮, ૩૬; [illegible]† આત્મને. ૧।૩ ય. ૧૦, ૪૫ જુઓ [illegible], [illegible]

[illegible] = નજર કરવી; [illegible] અ. ભૂ. ૫ મો વર્ગ ૩।૧ ય. ૧૧, ૫. જુઓ [illegible]

૨ [illegible] = દાબી નાખવું, એકદમ હુમલો કરવો; to crush, to attack suddenly.

[illegible] = એકદમ હુમલો અથવા ચઢાઈ કરવી; to attack suddenly, to surprise (an enemy); [illegible] ભૂ. કૃ. નર. ૧।૧ ય. ૧૩, ૬૯.

૩ [illegible]‡ (જુઓ ૧ ધા. [illegible]) સા. ના. નર. ચોકસી—તપાસ કરનાર; one who watches the actions of others; a spy; [illegible] (અસલ રૂપ [illegible] + [illegible]) ૧।૧ ય. ૧૦, ૮૬; [illegible] ૨।૧ ય. ૧૦, ૬૧; [illegible] ૧।૩ ય. ૧૦, ૪૫.

[illegible] (જુઓ ૧ ધા. [illegible]) સા. ના. નર. તપાસનાર; ચોકસી કરનાર; one who watches or guards; [illegible] ૧।૩ વં. ૧૩, ૨૮. જુઓ [illegible]

[illegible] (જુઓ ૧ ધા. [illegible]) સા. ના. નર. સંભાલ રાખનાર, નગેહબાની રાખનાર; a protector, a guardian; [illegible] ૧।૧ ય. ૧, ૧૩.

[illegible] (Yas. 53, 6) denom. verb impera. 2 per. plu.; keep a watch over; guard ye; rt. [illegible], [illegible] to watch, to guard; નેગાહ રાખવી; [illegible]=a watch, guard; નેગાહ, સંભાલ; *or:* [illegible], [illegible] =पश to block up; to shut up; બંધ કરવું; [illegible] block up or check; તમો બંધ કરજો; [illegible]... [illegible] [illegible] [illegible] (દરૂજના માર્ગથી તમો સંભાલ રાખજો; અથવા દરૂજના માર્ગને તમો બંધ કરજો (શે. દા. ભરૂચા) ઇજિ. ૫૩, ૬.

[illegible] (જુઓ ૧ ધા. [illegible]) સા. ના. નારી. નજર, બચાવ; sight; protection; [illegible] [illegible] ૫।૧ ય. ૧૯, ૬.

૧ [illegible] = क्षि) નાખવું, નાખી દેવું, કાહાડી નાખવું; to throw; to throw away; to take away; [illegible]* વર્ત. આત્મને ૩।૧ વં. ૩, ૪૧; [illegible] ય. ૨૮, ૩૫; જુઓ [illegible] ૨) નાશ કરવો; to destroy; જુઓ [illegible]

[illegible] = નાખવું; to throw; [illegible] વર્ત. પરસ્મૈ. ૩।૧ ય. ૧૮, ૧૩.

[illegible] = (કપડાં) કાહાડી નાખવાં; to undress; to strip off garments; [illegible] અ. ભૂ. પરસ્મૈ. ૩।૧ ય. ૧૯, ૫૬.

[illegible] = નીચે નાખવું; to throw down; to precipitate; [illegible] let us throw (him) down below આજ્ઞા. પરસ્મૈ. ૧।૩ ય. ૨૪, ૪૪.

[illegible] (કોઈ ચીજની) અંદર પડવું; નીચે પડવું; to fall down into; [illegible] અ. ભૂ. સંશ. પરસ્મૈ. ૩।૧ વં. ૩, ૩૫.

* એની ઉપરથી ફારસી. [illegible] (શુકરાના).

† [illegible] નું બેવડું રૂપ [illegible], [illegible] થયું. જુઓ મારૂં આવસ્તા વ્યાકરણ, સફે ૧૭૧ મો.

‡ [illegible], [illegible] ની માફક ધાતુ પોતે નામ તરીકે વપરાયો. જુઓ મારૂં અવસ્તા આકરણ, સફે ૪૩ મો.

* Wester. [illegible]

[Avestan] =આસપાસ નાખવું; એની ગમ પેલી ગમ નાખવું; to scatter round about; જુઓ [Avestan]

[Avestan] = દૂર નાખી દેવું (અસલ.); (માથું) કાપી નાખવું, છતકાવી નાખવું; to throw away (lit.); to cut off (the head); [Avestan] [Avestan] ય. ૧૦, ૩૭.

[Avestan] = નીચે તોડી પાડવું; મારી નાખવું; to throw (a person) to the ground (lit.); to kill; [Avestan] ય. ૧૦, ૪૩.

૨ [Avestan] વિશે જુઓ [Avestan]

૩ [Avestan] સા. ના. નર. એક જાતનું માપ; એક ફુટ (પેહેલવી, સ્પીગલ, યુસ્તિ તથા હારલે); measure of length; one foot (Pehl., Sp., Jus. & Har.); Pehl. [Avestan];- જુઓ [Avestan], [Avestan]

[Avestan] = શ્વસ્ = Lat. *Spir*-are = દમ—શ્વાસ લેવો (અસલ.); શિખવું, જાણવું; to breathe (orig.); to learn, to know; [Avestan] વં. ૩, ૪૦.

[Avestan] વિશે જુઓ [Avestan]

[Avestan] (= [Avestan] = [Avestan]) સા. ના. નર. લશ્કર, ફોજ; an army; [Avestan] ૨|૧ ય. ૫, ૬૮; ય. ૧૪, ૫૮; [Avestan] ૬|૧ ય. ૧૦, ૩૬; [Avestan] ૧|૨ ઈજ. ૪૪, ૧૫; [Avestan] ૧|૩ (૧|૨ પણ થઈ શકે) ય. ૧૪, ૪૩. જુઓ [Avestan], [Avestan]

૧ [Avestan] વિશે જુઓ [Avestan]

૨ [Avestan] (જુઓ ૧ ધા. [Avestan]) સા. ના. ડહાપણ, દાનેશ; wisdom, discretion, sense. Comp. [Avestan];- [Avestan] ૨|૧ ય. ૫, ૮૬; જુઓ [Avestan]

[Avestan] (જુઓ ૧ ધા. [Avestan]) સા. ના. નાન્ય. ડહાપણ, દાનેશ; wisdom, discretion; [Avestan] ૨|૧ ઈજ. ૯, ૨૨; ઈજ. ૬૨, ૪; નીઆ. ૫, ૧૦; ય. ૧૦, ૩૩; [Avestan] ૩|૧ ઈજ. ૯, ૨૭

[Avestan] ([Avestan] ઉપરથી) વિ. ડહાપણ-દાનેશવાળું; પવિત્ર (હારલે.); (ચિન્વત પુલ આગળ ચોકી કરનારા) કુતરા સાથે (હાઉગ, પેહેલવી, સ્પીગલ, યુસ્તી તથા દારમે.); wise, sensible; saintly (Har.); with the two dogs (that keep watch over the Chinvat Bridge)—Haug, Sp., Jus. & Dar.; Pehl. [Avestan]; [Avestan] નારી. ૧|૧ વં. ૧૯, ૩૦.

[Avestan] (જુઓ ૩ [Avestan] તથા [Avestan]) સમાસ વિ. સ્પા (અથવા એક ફુટ) જેટલું પોહોળું; (a rill) as broad as Spâ, q. v. *Otherwise*: (a rill) one foot broad; [Avestan] ([Avestan]) ૨|૧ વં. ૧૪, ૧૨.

[Avestan] (જુઓ ૩ [Avestan] તથા [Avestan]) સમાસ વિ. સ્પા (અથવા એક ફુટ) જેટલું ઉંડું; (a rill) as deep as Spâ, q. v. *Otherwise*: (a rill) one foot deep; [Avestan] ([Avestan]) ૨|૧ વં. ૧૪, ૧૨.

[Avestan] (જુઓ ૧ ધા. [Avestan]) સા. ના. હગાર; excrement; [Avestan](=[Avestan] + [Avestan]) ૬|૩ વં. ૬, ૨૯; [Avestan] ૬|૩ વં. ૬, ૭. ૮.

[Avestan] (= [Avestan]) સા. ના. નર. ઢાલ; a shield; જુઓ નીચેનો બોલ.

[Avestan] (જુઓ [Avestan] તથા [Avestan]) સમાસ વિ. ઢાલ રાખતું; shield-bearing; [Avestan]...[Avestan] નારી. ૧|૧ ય. ૧૯, ૫૪; [Avestan] . . . [Avestan] નારી. ૨|૩ ય. ૧૩, ૩૫.

૧ [Avestan] = શ્વિ = ફુ) લંબાન થવું, વધવું, (અસલ.); ઉછળવું; to grow large (lit.); to swell; to toss; to throw up; [Avestan] Inten. વર્ત. કૃ. નર. ૧|૧ ય. ૧૯, ૬૭; [Avestan] [Avestan] [Avestan] (the River Hilmand) throwing up its white billows (Yt. 19, 67).

બ) લટકવું, ઝુલતું થવું; to suspend; to hang; [Avestan] [Avestan] (ladies) adorned with pendant ear-rings (ઝુલતી—લટકતી કાનની બાલી સાથે) ૩|૧ ય. ૫, *૧૨૭; ય. ૧૭, ૧૦.

* Geld. [Avestan]

૨ [Avestan] = સફેદ-પાક-પવિત્ર થવું; to be white; to become pure. Comp. [Avestan]; જુઓ [Avestan], [Avestan]

[Avestan] વિ. ના. નર. તુરાની તોખમના તથા અરજાસ્પની સંઘના બુરા શખ્સનું નામ; name of an evil person who was an adherent of Arjâsp, a Tûranian by birth, a worshipper of the Daevas, antagonistic to the Zoroastrian religion; [Avestan] (Geld. [Avestan]) ૨|૧ ય. ૯, ૩૧; ય. ૧૭, ૫૧.

[Avestan] = श्वित = સફેદ થવું; to be white; જુઓ [Avestan], [Avestan]

[Avestan] (= [Avestan] = श्वेत = [Avestan], [Avestan]) (જુઓ ૨ ધા. [Avestan]) વિ. સફેદ; white; જુઓ [Avestan]

[Avestan] (જુઓ [Avestan] તથા [Avestan] ગ) સમાસ વિ. સફેદ રંગનું (અસલ.); white-coloured (lit.); [Avestan] (વિ. ના. નર.) પાહાડનું નામ; the snow-topped mountain (lit.); name of a mountain. Comp. Per. [Avestan]; *vide* [Avestan] & [Avestan]; [Avestan] [Avestan] (૨ જી વિભક્તિની મતલબે) યજ. ૧૦, ૧૧.

[Avestan], [Avestan] (= [Avestan]) વિ. ના. નર. પેગમબર અશો જરતોશ્તની ૯ મી પેઢીના વડવાનું નામ. ધાતુ પ્રમાણે લેતાં એનો અર્થ 'ઘણોજ પવિત્ર, સઉથી પાકીજગીવાળો' થઈ શકે (જુઓ ૨ ધા. [Avestan]). Spitama was an ancestor of Zoroaster, ascending to the tenth generation; the ascending line is as follows: Pourushaspa, Paîtiraspa, Aurvat-aspa, Haechat-aspa, Chakshnûsh, Paîtir-aspa, Hardarshna, Hardâr and Spitama. [Avestan] [Avestan] (= [Avestan] [Avestan]) ૧|૧ વં. ૧૯, ૭. ૯; ય. ૧૩, ૯૪; ય. ૧૭, ૧૮; [Avestan] [Avestan] ૧|૧ યજ. ૨૯, ૮; ય. ૨૩, ૪; [Avestan] [Avestan] ૧|૧ યજ. ૫૩, ૨; [Avestan] ૨|૧ યજ. ૪૬, ૧૩; યજ. ૫૧, ૧૨; યજ. ૭૦, ૧; વીસ્પ. ૨, ૪; [Avestan] ૪|૧ વં. ૧, ૧; વં. ૧૯, ૩; વં. ૨૨, ૧; યજ. ૧૯, ૧૪; યજ. ૫૧, ૧૧; વીસ્પ. ૧૨, ૧; ય. ૧૦, ૧; [Avestan] ૬|૧ યજ. ૩, ૨; યજ. ૧૩, ૭; યજ. ૨૩, ૨; યજ. ૫૭, ૮; વીસ્પ. ૧૧, ૭; વીસ્પ. ૧૬, ૨; ય. ૮, ૨; ય. ૧૩, ૬૨. ૯૮; [Avestan] ૬|૧ યજ. ૫૩, ૧; [Avestan] [Avestan] ૮|૧ વં. ૧, ૧; વં. ૨, ૪૨; વં. ૩, ૪. ૨૩. ૨૫. ૨૬. ૨૮. ૩૦. ૩૫. ૪૧. ૪૨; વં. ૪, ૪૭; વં. ૫, ૨૩. ૨૪. ૨૫. ૨૮-૩૨. ૪૦; વં. ૬, ૬૫; વં. ૭, ૨. ૧૬. ૪૪. ૫૦; વં. ૮, ૧૬-૧૯. ૩૨. ૭૯; વં. ૯ ૨. ૪૦. ૪૧. ૪૬. ૪૮. ૫૩. ૫૫; વં. ૧૨, ૨. ૪. ૬. ૮. ૧૦. ૧૨. ૧૪. ૧૬. ૧૮. ૨૦; વં. ૧૩, ૩. ૬. ૭. ૨૮ ૪૦. ૫૧. ૫૨. ૫૪; વં. ૧૮, ૯. ૧૫. ૨૩. ૨૮. ૬૫; વં. ૧૯, ૧૮. ૨૯; વં. ૨૦, ૨; યજ. ૯, ૨; યજ. ૬૧, ૪; ય. ૫, ૭. ૮૯; ય. ૧૦, ૧. ૧૧૮. ૧૧૯; ય. ૧૭, ૨૨; [Avestan] ૮|૧ યજ. ૫૧, ૧૯; [Avestan] અર્થે સપેતમાનનાં ખાનદાનની (પીઉરૂચિસ્ત) નારી. ૮|૧ યજ. ૫૩, ૩; [Avestan] અર્થે સપેતમાનના ખાનદાનના (નબીરાઓ!) ૮|૩ યજ. ૪૬, ૧૫.

[Avestan] વિ. ના. નર. પાહાડનું નામ; name of a mountain; literally, clothed in white, *i. e.*, the snowy mountain. Comp. [Avestan] [Avestan] (Yas. 10, 11) and [Avestan] (Yt. 19, 5); [Avestan] ૧|૧ ય. ૧૯, ૬.

૧ [Avestan]* (= [Avestan] = [Avestan], [Avestan]) (જુઓ ૨ ધા. [Avestan]) વિ. સફેદ; ચળકતું, ચકચક થતું; white; shining; clear. Comp. [Avestan] and [Avestan]; જુઓ [Avestan]

૨ [Avestan] વિ. ના. નર. નામાંકિત પુરૂષનું નામ; name of an illustrious personage, the high-priest of the Karshvare Vouru-jareshti. Comp. [Avestan]; [Avestan] ૬|૧ ય. ૧૩, ૧૨૧.

[Avestan] (જુઓ ૧ [Avestan] તથા [Avestan] ક) સમાસ વિ. ચકચક થતી આંખવાળો; brilliant-eyed; clear-eyed; [Avestan] નર. ૬|૧ ય. ૮, ૧૩; ય. ૧૪, ૧૭; [Avestan] નારી. ૬|૧ ય. ૧૩, ૧૩૪.

ખ) સમાસ ના. ચળકતી આંખ; ચકચકતી જોવાની શક્તિ; bright eyes; clear eye-sight; [Avestan] વં. ૭, ૨૪.

* એની ઉપરથી અંગ્રેજી White (Sax Hwite) તથા Wheat (Sax. Hwæte).

[Avestan] (= [Pahlavi]) વિ. ના. નર. જમશેદ પાદશાહના ભાઈનું નામ. According to the Bundehesh, Spityura was a brother of Jamsheed. When Zohâk took possession of the throne, Jamsheed fled away. Afterwards he was found and delivered to Zohâk, who, with Spityura, sawed him in two. He is said to have stood to his brother in the same relation as Barmâyûn and Katâyûn to Feridun, or Shâgâd to Rustam (Dar.); [Avestan] ૨।૧ ય. ૧૯, ૪૬.

[Avestan] (= [Pahlavi] = سپش, شپش) સા. ના. નાન્ય. જૂ; a louse; [Avestan] ૨।૧ વં. ૧૭, ૩.

[Avestan] (= [Pahlavi] = سپوزگر) વિ. ના. નર. દેવનું નામ, જેને વાજિશ્ત ઇઆને વીજળીના આતશની સાંભેથનારો જણાવેલો છે; the Demon of Thunder-storm; he is vanquished by Vâzishta (the fire of lightning). He is also the demon who keeps off the rain from falling, a *confrère* of Apaosha and an enemy of Tishtrya (Dar.). Comp. Pehl. [Pahlavi], [Pahlavi], Per. سپوزگر; . . . [Avestan] ૨।૧ વં. ૧૯, ૪૦.

૧ [Avestan] (જુઓ ૨ ધા. [Avestan], [Avestan]) વિ. ક) વૃદ્ધિ—આબાદી કરતો, વધારો કરનાર; bountiful; prosperity-increasing; [Avestan] [Avestan] = [Avestan] = વૃદ્ધિ કરનાર મીનો; સપેના મીનો; અનદીઠ આબાદી કરનાર; એનું ઉલટું [Avestan] [Avestan] = ઘટાડનાર—આબાદી ઓછી કરનાર મીનો; [Avestan] [Avestan] નર. ૧।૧ વં. ૧૯, ૯. [Avestan] [Avestan] બોલીની જુદી જુદી વિભક્તિ તથા તેના ઇશારા બાબે જુઓ ૧ [Avestan] ખ.

ખ) પવિત્ર, પાક; holy; pure; જુઓ [Avestan], [Avestan]

[Avestan] [Avestan] (આબાદી કરનાર અથવા પવિત્ર માંથ્રવાણી) નર. ૧।૧ વં. ૧૯, ૧૪; વં. ૨૧, ૯. ૧૦. ૧૪. [Avestan] [Avestan] બોલીની જુદી જુદી વિભક્તિ તથા તેના ઇશારા બાબે જુઓ [Avestan] ક. [Avestan] [Avestan] ૩।૧ ય. ૧૩, ૧૪૬.

[Avestan] [Avestan] = [Pahlavi] the Genius of the Holy Text; the Divinity Mãnthra Spenta; મારેસ્પંદ ફરેશ્તો; મીનો મારેસ્પંદ (વિ. ના. નર.); [Avestan] [Avestan] ૧।૧ વં. ૨૨, ૨. ૬; [Avestan] [Avestan] ૩।૧ ય. ૧૩, ૧૪૬.

[Avestan] [Avestan] = [Pahlavi] = સપંદારમદ જમીન; અસ્પંદાદ અમશાસ્પંદ; the bountiful earth or the surface of the earth; the female archangel presiding over the same; Spendârmad; also the female archangel Bountiful Devotion, in whose special charge are the earth and virtuous women.

[Avestan] [Avestan] બોલીની વિભક્તિ તથા તેના ઇશારા બાબે જુઓ [Avestan] ખ તથા ગ.

[Avestan] [Avestan] = [Pahlavi] = [Pahlavi] અમર તથા આબાદી કરનાર મીનો (અસલ.); અમશાસ્પંદ; the undying causers of prosperity; immortal benefactors, archangels. The archangels are usually reckoned as seven in number, because Ahura Mazda, their Creator, is considered as presiding over the six others, whose names are Vohu Mano, Asha Vahishta, Khshathra Vairya, Spenta Ârmaiti, Haurvatât and Ameretât.

[Avestan] [Avestan] બોલીની જુદી જુદી વિભક્તિ તથા તેના ઇશારા બાબે જુઓ [Avestan]

[Avestan] [Avestan] = આબાદી કરનાર ગાથા. [Avestan] [Avestan] નારી. ૨।૩ આફ્રરં. ગાથા ૩; [Avestan] [Avestan] ૪।૩ આફ્રરં. ગાથા ૧.

[Avestan]* (Super. adj.) most bountiful. Comp. [Avestan] (ઘણોજ વૃદ્ધિ—આબાદી કરનાર) અતિ. વિ. [Avestan] નર. ૧।૧ ઇજ. ૧, ૧; ઇજ. ૪૫, ૫; ય. ૧, ૧૨; [Avestan] ૩।૧ ઇજ. ૫, ૨; ઇજ. ૩૭, ૩. જુઓ એની પહેલીના બોલો.

૨ [Avestan] વિ. ના. નર. પુરૂષનું નામ; name of

* એજ અર્થે [Avestan] બો આવેલો છે. એ બેહ બોલો હોરમજદની સિફતને માટે આવેલો છે.

a person; [Avestan] (Geld. [Avestan]) ૬।૧ ય. ૧૩, ૧૨૩.

[Avestan] (જુઓ ૧ [Avestan] ૫ તથા [Avestan]) સમાસ વિ. પવિત્ર ખાસિયતવાળું; અથવા સારાં સગન લાવનાર (પક્ષી); (birds) having holy or divine characteristics; *or*: bringing good omen; [Avestan] [Avestan] ૧।૩ ઇજ. ૧૦, ૧૧.

[Avestan] (= [Avestan]) (જુઓ ૧ [Avestan] તથા [Avestan]) વિ. ના. [Avestan] [Avestan] = [Avestan] [Avestan] સ્પેન્તોમદ ગાથા; the Gâthâ Spentâ Mainyû; the third of the five Gâthâs. "This Gâthâ, consisting of Yasna XLVII—L., takes its name from its commencing words. Like the other Gâthâs it owes its existence as a collection to the nature of its metre, as its matter is homogeneous with that of the others. Its metre may be said to be Trishtup, as its lines have each eleven syllables, and are arranged in stanzas of four" (Mills). The cesura is after the fourth syllable (4+7); [Avestan] [Avestan] = [Avestan] (ઇઆને સ્પેન્તોમદ હા) નારી. ૨।૧ ઇજ. ૪૭, ૭; [Avestan] [Avestan] નારી. ૨।૧ ઇજ. ૫૦, ૧૨; વીસ્પ. ૨, ૮; આફ્રરં. ગાથા ૩; ગેહ ૨, ૫; [Avestan] [Avestan] ૬।૧ વ. ૧૯, ૩૮; ઇજ. ૫૦, ૧૨; વીસ્પ. ૧, ૬; આફ્રરં. ગાથા ૧.

[Avestan] વિ. ના. નર. નામાંકિત ધર્મ-ગુરૂનું નામ; name of a noted high-priest of the Parthian period (Dar.); *vide* 3 [Avestan]; [Avestan] [Avestan] ૬।૨ ય. ૧૩, ૧૧૫.

૧ [Avestan] (= [Avestan] = [Avestan]) વિ. ના. નર. અસ્ફંદીઆર, ગુશ્તાસ્પ પાદશાહનો છોકરો; Asfandyâr; the Persian Achilles, the most heroic of the sons of King Gushtâsp, killed by Rustam; his other sons according to Yt. 13, 102, being Âtarevanu, Âtarepâta, Âtaredâta, Âtarechithra, Âtarehvarenang Âtaresavang, Âtarezantu, Âtaredanghu, etc. (Dar.); [Avestan] (Wester.) ૪।૧ ય. ૨૪, ૨૫; [Avestan] (Wester. [Avestan]) ૬।૧ ય. ૧૩, ૧૦૩. (જુઓ આદી).

૨ [Avestan] (= [Avestan]) વિ. ના. નર. પાહાડનું નામ; name of a mountain situated in the range of Mount Raevant, in Khorâsân; it is perhaps the Mount *Spand*, the fortress of which was taken by Rustam (Dar.). [Avestan] ૧।૧ ય. ૧૯, ૬. (જુઓ આદી).

[Avestan] વિશે જુઓ ૧ [Avestan]

[Avestan] (જુઓ ૧ [Avestan] ૫ તથા [Avestan]) સમાસ વિ. પવિત્ર સવાલને લગતો (પાહાડ—જંગલ) ઇઆને જે પાહાડ ઉપર તથા જંગલમાં દાદાર હોરમજદ તથા પેગમબર અશો જરતોસ્ત વચ્ચે દીન બાબે જવાબ સવાલ થયા તે; pertaining to the holy questions; [Avestan] [Avestan] [Avestan] [Avestan] [Avestan] (for acc. sing.) the mountain of the holy questions, towards the forest of the holy questions, *i. e.*, the mountain and the forest, where holy conversations between Ormazd and Zoroaster took place (*Vend.* 22, 19).

[Avestan] (= [Avestan]) (જુઓ ૧ [Avestan] ક તથા [Avestan]) સમાસ વિ. વૃદ્ધિ કરનાર મીનોને લગતું; સપેનામીનોને લગતું; (the creation) of the Bountiful Spirit; [Avestan] [Avestan] (નાન્ય. ૧।૧ ને બદલે) વં. ૧૩, ૧. ૨; [Avestan] નર. ૨।૧ ય. ૧૫, ૪૨; [Avestan] ઇજ. ૨૨, ૨૪; ઇજ. ૨૫, ૫; ય. ૧૫, ૦; સીરો. ૧, ૨૧; [Avestan] નર. ૧।૩ ય. ૧૨, ૩૨; [Avestan] [Avestan] નાન્ય. ૬।૩ વં. ૩, ૨૦; વં. ૯, ૪૯; ઇજ. ૧, ૧૧; ઇજ. ૩, ૧૩; [Avestan] ૬।૩ વં. ૧૩, ૧૯.

[Avestan] (= [Avestan], [Avestan] [Avestan]) (જુઓ ૧ [Avestan] ક તથા [Avestan]) સમાસ ના. નર. અનદીક આબાદી કરનાર, વૃદ્ધિ

કરનાર મીનો; the Bountiful Spirit. Comp. [Avestan] [Avestan]; [Avestan] ૨/૧ વં. ૧૩, ૫. ૬. Wester. [Avestan] [Avestan]

[Avestan] (જુઓ ૨ ધા. [Avestan]) વિ. અ-દેખો; jealous; [Avestan] નર. ૧/૧ ઈજ. ૬૫, ૮.

[Avestan] (૨ ધા. [Avestan] નું બીજું રૂપ) = આબાદી-વૃદ્ધિ કરવી; to make prosperous, to promote. Comp. 2 [Avestan]; જુઓ [Avestan]

[Avestan] (જુઓ ધા. [Avestan]) ૬) અતિ. વિ. ઘણીજ વૃદ્ધિ-આબાદી કરતો; the Most Bountiful. Comp. [Avestan]; mostly used for Ahura Mazda; [Avestan] નર. ૧/૧ ઈજ. ૩૦, ૫; ઈજ. ૪૩, ૧૬; ય. ૧૦, ૧૨૬; [Avestan] નર. ૨/૧ વં. ૧૮, ૭. ૧૩. ૬૦. ૬૬; [Avestan] નર. ૩/૧ ઈજ. ૫૩, ૩; [Avestan] નર. ૬/૧ ઈજ. ૪૭, ૨; [Avestan] નર. ૬/૧ ય. ૧૧, ૧૪; [Avestan] નર. ૮/૧ વં. ૨, ૧; વં. ૭, ૧; વં. ૯, ૧; વં. ૧૦, ૧; વં. ૧૧, ૧; વં. ૧૪, ૧; વં. ૧૭, ૧; વં. ૨૦, ૧; [Avestan] [Avestan] નર. ૮/૧ ય. ૧૨, ૭; [Avestan] નર. ૮/૧ ઈજ. ૩૩, ૧૨; ઈજ. ૩૬, ૧; ઈજ. ૫૧, ૭; [Avestan] [Avestan] નારી. ૨/૩ ય. ૧૩, ७૫.

૫૫) [Avestan] [Avestan] (વિ. ના. નર.) = ગરોથ્માન બેહેશ્તમાં દાદાર હોરમજદની હજુરનો આતશ (દારમે.); ઘરસંસારનો તેમજ આતશ-બેહેરામનો આતશ (બુનદેહેશ); the celestial fire which burns in the Garothmân before Ahura Mazda (Dar.); the household fire and the Fire Behrâm (Bund.); [Avestan] ઈજ. ૩૬, *૩; [Avestan] [Avestan] ૨/૧ ઈજ. ૧૭, ૧૧. જુઓ મોદી.

[Avestan] (જુઓ ધા. [Avestan]) વિ. આબાદી—વૃદ્ધિ કરતું; rendering prosperous; beneficent; [Avestan] [Avestan] happiness-giving righteousness; the blessed righteousness (Mills); [Avestan] [Avestan] નાન્ય. ૨/૧ ઈજ. ૫૧, ૨૧.

[Avestan] (જુઓ [Avestan] તથા [Avestan]) સમાસ ગુ. ક. વિ. કુતરાથી મારેલું; (a man) killed by a dog; [Avestan] નર. ૧/૩ વં. ૭, ૮.

[Avestan] (જુઓ [Avestan] તથા ૧ [Avestan]) સમાસ ગુ. ક. વિ. કુતરાથી લઈ જવાએલું; (any dead matter) that has been brought by dogs; [Avestan] . . . . [Avestan] (કુતરાથી લઈ જવાએલા નસો) નર. ૧/૧ વં. ૫, ૩. ૬; [Avestan] [Avestan] . . . [Avestan] નર. ૧/૩ વં. ૫, ૪. ૭.

[Avestan] વિ. તીક્ષ્ણ; sharp, keen; જુઓ નીચેનો બોલ.

[Avestan] (જુઓ [Avestan] તથા [Avestan]) સમાસ વિ. તીક્ષ્ણ આંખવાળું; આલાક જોવાની શક્તિવાળું; quick-eyed; sharp-sighted; [Avestan] નર. ૧/૧ ય. ૧૪, ૧૨.

[Avestan] = હાંકી કાહાડવું, બીહીવડાવીને હાંકી કાહાડવું; to drive away; to frighten away; [Avestan] [Avestan] શક્યા. પરસ્મૈ. ૩/૧ આફ્રીં. ગાહામ. ૧૩.

[Avestan] = જતું રેહેવું, નાહાસી જવું; નાબુદ થવું; to flee away; to be extinct; [Avestan] અ. ભૂ. પરસ્મૈ. ૩/૧ ઈજ. ૩૪, ૯.

[Avestan] વિરી જુઓ ધા. [Avestan]

[Avestan] વિ. ના. નર. પાહાડનું નામ; black (lit.); name of a mount; the northern boundary of the Hari-rûd; the Mount Syâmaka and the Mount Vafra are said to have grown out of the Asparin ridge and to extend towards China; Syâmaka is the Siyâk-ômand of the Bundehesh, the modern کوه سیاه, opposite to the Spitigaona, Per. سیاه کوه (Dar.); *vide* [Avestan] [Avestan] ૧/૧ ય. ૧૯, ૫.

[Avestan], [Avestan] (سیاوش) વિ. ના. નર. કૈકાઉસ પાદશાહનો છોકરો, તથા કયખુસરૂ પાદશાહનો બાપ; સ્યાવક્ષ; the Syâvakhsh of the Shâh-Nâmeh; the son of Kâûs (Av. Kava Usa) and the father of Kaikhosru. Syâvakhsh; following the later legend, being calumniated near his

* આએ ઠેકાણે [Avestan] નો અર્થ 'ઘણીજ વૃદ્ધિ કરનાર' બીઆઈ છે.

father Kai Kâûs by his step-mother Rudâbeh, whose adulterous amours he had repulsed, took refuge with Afrâsyâb who received him with honour and gave him his daughter in marriage; but the fortune of Syâvakhsh raised the jealousy of Afrâsyab's brother Kersivaz, who, by means of calumnious accusations, extorted from Afrâsyâb an order of putting him to death. Syâvakhsh was revenged by his son Kaikhosru, the grandson of Afrâsyâb (Dar.); [Avestan] [Avestan] નર. ૧|૧ ય. ૨૩, ૩; [Avestan] [Avestan] ૨|૧ ય. ૧૯, ૭૧; [Avestan]* ૪|૧ ય. ૯, ૧૮. ૨૨; ય. ૧૯, ૭૭; [Avestan] [Avestan] ૬|૧ ય. ૧૩, ૧૩૨.

[Avestan] વિ. ના. નર. નામાંકિત પુરૂષનું નામ; name of an illustrious personage; lit., possessing black horses; Sans. श्याव black; अश्व a horse [Avestan] ૬|૧ ય. ૧૩, ૧૧૪.

[Avestan] (= श्रेष्ठ) (જુઓ [Avestan]) અતિ. વિ. ઘણુંજ સોહામણું-ખુબસુરત; finest, fairest, most beautiful; pos. adj. [Avestan] fair, fine શોભીતું; compara. adj. [Avestan], [Avestan] fairer, more beautiful; = વધારે શોભીતું; [Avestan] નારી. ૧|૧ ય. ૫, ૧૨૯; [Avestan] નારી. ૧|૧ ઈન્. ૧૨, ૯; [Avestan] નાન્ય. ૧|૧ ય. ૯, ૫; [Avestan] નર. ૨|૧ ઈન્. ૯, ૧; ય. ૩, ૫; [Avestan] નારી. ૨|૧ ઈન્. ૩૯, ૬; ઈન્. ૫૮, ૮; ય. ૨૨, ૧૦; [Avestan] વ. ૧૯, ૧૪; ઈન્. ૨૯, ૨; ય. ૧૩, ૮૦; [Avestan] નાન્ય. ૨|૧ ઈન્. ૫, ૪; ઈન્. ૩૭, ૪; – [Avestan] (Yt. 17, 17) whose voice is the sweetest I have ever heard of all that invoked me most; [Avestan] નર. ૭|૧ વં. ૨, ૪૧; ય. ૧૫, ૪૦; [Avestan] નાન્ય. ૭|૧ ઈન્. ૬૦, ૧૨; –[Avestan] [Avestan] નર. ૬|૧ ઈન્. ૧, ૧; [Avestan] નાન્ય. ૬|૧ ય. ૨, ૨; [Avestan] નાન્ય. ૬|૧ ય. ૧૩, ૯૧; [Avestan] નર. ૧|૩ વં. ૨, ૨૭. ૩૫; [Avestan] નારી. ૧|૩ ઈન્. ૫૨, ૩; [Avestan] નાન્ય. ૧|૩ વીસ્પ. ૧૨. ૪; [Avestan] નારી. ૨|૩ ઈન્. ૩૮, ૫; [Avestan] નાન્ય. ૨|૩ ય. ૧૦, ૧૪૩; ય. ૨૨, ૯; [Avestan] નારી. ૫|૩ (૩|૩ ની મતલબે *) ઈન્. ૬૮, ૧૦.

[Avestan] (જુઓ ૧ ધા. [Avestan]) વિ. વખણાએલું, નામીચું; દેખામણું, ખુબસુરત; noted; beautiful; જુઓ [Avestan], [Avestan], [Avestan]

[Avestan] વિરો જુઓ [Avestan]

[Avestan] (જુઓ [Avestan] તથા ૧ [Avestan]) સમાસ વિ. વખણાએલી—ખુબસુરત ઓરતવાળું (ઘેર); (a house) with noted—beautiful women; [Avestan]...[Avestan] નાન્ય.† ૨|૧ ય. ૧૦, ૩૦; [Avestan]...[Avestan] નારી.† ૨|૩ ય. ૧૦, ૩૦.

[Avestan] adj. listening to the chants (of religion); (ધર્મનાં) ગીત ઉપર ધ્યાન આપતો; [Avestan] ૨|૧ ય. ૨૪, ૧૪.

[Avestan] (જુઓ [Avestan] તથા [Avestan]) સમાસ વિ. દેખામણા-ખુબસુરત તનવાળું; beautiful of body; [Avestan] . . . [Avestan] [Avestan]. in the shape of a maiden beautiful of body (ખુબસુરત શરીરવાળી કન્યાનાં રૂપમાં) નારી. ૬|૧ ય. ૨૨, ૯; [Avestan] નારી. ૧|૩ ય. ૧૩, ૪૦; ય. ૧૭, ૧૧.

[Avestan] (= श्रोतृ) (જુઓ ૧ ધા. [Avestan]) સા. ના. નર. સાંભળનાર (અસલ.); સાંભળવાની તીક્ષ્ણ શક્તિ ધરાવનાર; one who hears (lit.); having a keen sense of hearing; epithet of [Avestan] નારી. ૧|૩ ય. ૧૩, ૨૯.

[Avestan] (= श्राव) (જુઓ ૧ ધા. [Avestan]) સા. ના. નાન્ય. સંભળાવવું, ગાવું, ગાયન; chanting, singing. Comp. [Avestan]– [Avestan] ૨|૧ ઈન્. ૩, ૪; ઈન્. ૨૫, ૩; વીસ્પ. ૧૧, ૫.

* Wester. [Avestan]

* જુઓ મારૂં અવસ્તા વ્યાકરણ, સફે ૩૦૧.

† જાણવું જે [Avestan] (ઘેર) બોલ નર જાતી તથા નારી જાતી એ બેઉ રૂપમાં આવેલ છે. જુઓ મારૂં અવસ્તા વ્યાકરણ, સફે ૧૨૧.

[Avestan] (= [Avestan] = श्रोणि = Lat. Clunis = [Persian]) સા. ના. ગાંડનો થાપો, કુલ્હું; the hips; buttocks; thighs; [Avestan] [Avestan] (જમણો થાપો) નર. ૨/૧ વં. ૮, ૫૬. ૫૭; વં. ૯, ૨૦; [Avestan] [Avestan] (ડાબો થાપો) નારી. ૨/૧ વં. ૮, ૫૭. ૫૮; વં. ૯, ૨૦. ૨૧. જુઓ નીચેનો બોલ.

[Avestan] (= [Avestan]) (જુઓ [Avestan] તથા [Avestan]) સમાસ વિ. ગાંડના થાપા જેટલું મ્હોટું (હાડકું); (a bone) as large as a thigh; [Avestan]...[Avestan]. નર. ૨/૧ વં. ૯, ૨૦.

[Avestan] (જુઓ ધા. ૧ [Avestan]) સા ના. નામ. સાંભળવાની શક્તિ; the sense of hearing; the quick hearing (of the ears); [Avestan] ૨/૧ ય. ૧૦, ૨૩; ય. ૧૬, ૭.

[Avestan] (જુઓ [Avestan] તથા [Avestan]) સમાસ વિ. નામીચી ગાડીવાળું; દેખાવમણી ગાડી સાથનું (ઘેર); (a house) with beautiful chariots; [Avestan] ... [Avestan] નામ. ૨/૧ ય. ૧૦, ૩૦; [Avestan]...[Avestan] નારી. ૨/૩ ય. ૧૦, ૩૦.

[Avestan] (= [Avestan] = [Persian]) (જુઓ ૧ ધા. [Avestan]) ક) સા. ના. નર. તાબેદારી (અમલ.); દીનના હોકમની ફરમાન બરદારી; obedience to the religious mandate; submission to the divine authority; lit., act of hearing; [Avestan] ૧/૧ યજ. ૫૬, ૧; યજ. ૬૦, ૫; વીસ્પ. ૯, ૭; [Avestan] ૧/૧ વીસ્પ. ૧૫, ૨; [Avestan] ૨/૧ ય. ૧૩, ૮૮; [Avestan] ૨/૧ યજ. ૩૩, ૧૪; યજ. ૪૫, ૫; [Avestan] ૩/૧ યજ. ૪૬, ૧૭; [Avestan] ૬/૧ યજ. ૧૦, ૧૬. જુઓ [Avestan], [Avestan]

ખ) વિ. તાબેદાર, ફરમાન બરદાર; obedient, submissive; [Avestan] નર. ૧/૧ વીસ્પ. ૧૨, ૧. જુઓ [Avestan]

ગ) વિ. ના. નર. સરોશ યજદ; એ નામે દેવની સાંભે થનાર ફરેસ્તો; Sraosha Yazata; a personification of 'obedience' (orig.); as an angel, his work is to protect the creatures of the Good Spirit, especially at night time. He is also the guardian angel of the soul for the first three nights after death. He is the opponent of Aeshma, the Demon-of-Wrath. He enjoys a high position among the angels.

Sraosha is described in the Avestic writings as holy, blessed, stately-formed, powerful, mighty-speared, fiend-smiting, fighting against the evil spirits, the best protector of the poor, wakefully guarding the creation of Ahura Mazda, rendering the world prosperous, incarnated with the Holy Word, chanting the divine hymns, &c.; for particulars, *vide* Yasna, ch. 57 and Yasht 11.

[Avestan] ૧/૧ વં. ૮, ૨૦; વં. ૯, ૫૬; વં. ૧૮, ૨૩. ૩૦. ૩૩. ૩૬. ૩૯. ૪૨. ૪૫. ૪૮. ૫૩. ૫૬; વં. ૧૯, ૪૦. ૪૧; ય. ૧૦, ૪૧. ૧૦૦; ય. ૧૧, ૩; ય. ૧૭, ૧૬; [Avestan] ૧/૧ ય. ૧૦, ૫૨; [Avestan] ૨/૧ વં. ૧૮, ૨૨; વ. ૧૯, ૧૫. ૬૧; યજ. ૫૭, ૨. ૪. ૫. ૭. ૯. ૧૧. ૧૩. ૧૪. ૧૯. ૨૧. ૨૩. ૨૭. ૩૦. ૩૩; ય. ૧૧, ૧. ૧૦. ૧૪. ૧૫. ૧૮; [Avestan] ૨/૧ યજ. ૨૮, ૫; [Avestan] (૧/૧ ને બદલે) ય. ૨૩, ૬; [Avestan] ૩/૧ ય. ૧૩, ૧૪૬; [Avestan] ૪/૧ યજ. ૪, ૨; વીસ્પ. ૧૧, ૬; [Avestan] ૫/૧ યજ. ૯૦, ૬; [Avestan] ૬/૧ આફ્રે. ગાહાન. ૪; [Avestan] ૬/૧ વં. ૧૮, ૧૪; યજ. ૧, ૭; યજ. ૩, ૨૦; યજ. ૫૭, ૧. ૧૩; યજ. ૭૦, ૩; ય. ૧૧, ૦. ૧૯. ૨૩; ય. ૧૩, ૮૫; [Avestan] ૮/૧ વં. ૧૮, ૨૨. ૩૧. ૩૪. ૩૭. ૪૦. ૪૩. ૪૬. ૪૯. ૫૪. ૫૭; યજ. ૫૭, ૨૫; યજ. ૬૫, ૧૨; જુઓ [Avestan]

[Avestan] (= [Avestan], [Avestan]) (જુઓ [Avestan] ક તથા ધા. [Avestan] ક) સમાસ ના. નર. ફરમાન બરદારીથી અમલ કરનાર; તાબેદારીથી ચાલનાર—કામ કરનાર; one who practises obedience; one who acts with obedience; epithet of the cock Parodarsh which wakes men for prayer (*vide* Vend. 18, 14). [Avestan] ૧/૧ વં. ૧૮, ૧૪.

ખ) વિ. ના. નર. ધર્મ ગુરૂ જેની આગળ કોઈ શખ્સ પોતાથી થએલા ગુનાહનો એકરાર

કરીને તેની તોબેરા કરે; દોષ શ્રવન ગુરૂ; a priest in whose presence a sinner confesses his misdeeds and makes amends for them; the priest of penance; the confessor; [Avestan] ૧|૧ વં. ૫, ૨૫; વં. ૭, ૭૧; [Avestan] ૨|૧ વીસ્પ. ૩, ૧; ગેહ ૩, ૫; [Avestan] (કારાંત ૪|૧ વં. ૫, ૫૭. ૫૮; [Avestan] ૬|૧ ય. ૨૪, ૧૫.

[Avestan] (= [Avestan]) (જુઓ [Avestan] ક તથા [Avestan]) સમાસ ના. નારી. તાબેદારી—ફરમાનબરદારી ચલાવવાનું હથિયાર; જંગલી—નુકસાનકારક જાનવરોને તાબે કરવાનું તથા તેઓને મારવાનું એક જાતનું હથિયાર; ચાબુક, કોરડો. એ બોલ વંદીદાદમાં શિક્ષાની બાબદમાં બબજા આવેછે; an instrument for accomplishing obedience, *i. e.*, an instrument for leading (refractory persons or creatures) to obedience (orig.); a sort of whip for killing or driving away wild animals; a whip used in religious castigation; [Avestan] ૩|૧ વં. ૩, ૩૬. ૩૭; વં. ૪, ૧૧—૧૬. ૧૯—૨૫. ૨૭—૪૨; વં. ૬, ૫. ૧૧. ૧૩. ૧૫. ૧૭. ૧૯. ૨૧. ૨૩. ૨૫; વં. ૧૬, ૧૩. ૧૫. ૧૬; વં. ૧૪, ૨. ૮. ઇત્યાદિ.

[Avestan] (જુઓ [Avestan] ગ તથા [Avestan]) સમાસ બુ. ફ્. વિ. સરોશ ઇજદથી પાસબાની થએલું (ઘેર); (a house) guarded by Sraosha; [Avestan] નાન્ય. ૨|૩ ઇજ. ૫૭, ૩૫; ય. ૧૧, ૨૦.

[Avestan] ([Avestan] ક ઉપરથી) ક) સા. ના. તાબેદારી; obedience; [Avestan] નારી. ૨|૧ વં. ૧૩, ૩.

ખ) સા. ના. શિક્ષાને લાએક શખ્સ; ગુનેહગાર—પાપી માણસ; અપરાધી; a person fit to be punished; a criminal, a sinner; [Avestan]* ૨|૧ ય. ૧૦, ૧૦૯; [Avestan] ૬|૩ ય. ૧૦, ૧૯.

[Avestan] વિરો જુઓ ૨ [Avestan]

* શિક્ષા (દારમિસ્તેતે). એ બોલ ૬|૩ ની થઈ શકે:— [Avestan] + [Avestan]

[Avestan] (જુઓ [Avestan]) અધિ. વિ. વધારે શોભીતું—સોહામણું—ખુબસુરત; fairer, more beautiful; pos., [Avestan], q. v. [Avestan] નારી. ૧|૧ ય. ૨૨, ૯; [Avestan] નાન્ય. ૧|૧ વં. ૫, ૨૧. ૨૨; ઇજ. ૬૫, ૧૪; [Avestan] ૨|૧ ય. ૨૪, ૫૮.

[Avestan] / [Avestan] } એ બોલો વિરો જુઓ ધા. [Avestan]

[Avestan] ([Avestan] ઉપરથી) સા. ના. નાન્ય. શોભા; સોહામણાપણું; fairness; elegance; beauty; [Avestan] ૩|૧ વં. ૫, ૨૨. ૨૩. ૨૪. ૨૫.

[Avestan] વિરો જુઓ ધા. [Avestan]

[Avestan] = આપવું; to give.

[Avestan] = ઉભું કરવું, ઉચકવું (દારમે.); to raise up (Dar.) [Avestan] (Yt. 24, 41) raise up thy body; raise thyself up.

[Avestan] = પાછું આપવું—સોંપવું; to deliver back; [Avestan] પ્રયો. અ. ભૂ. સંશ. ૨|૧ વં. ૧૮, ૫૧.

૧ [Avestan], [Avestan] (= [Avestan] = श्रवस्) (જુઓ ૧ ધા. [Avestan]) સા. ના. ક) સખુન, બોલ; બંદગીનો કલામ, બંદગી; a word, a prayer, the sacred text; [Avestan] ૧|૧ ય. ૧૩, ૫૧; [Avestan] બંદગીના (અવેજ)માં ૭|૧ ઇજ. ૬૨, ૬; ન્યી આ. ૫, ૧૨; [Avestan] ૧|૩ ઇજ. ૨૮, ૧૦; [Avestan] ૨|૩ વં. ૪, ૪૫; ઇજ. ૧૬, ૨; ઇજ. ૩૨, ૯; ઇજ. ૫૭, ૪. તથા એના દરેક કરદાને છેડે તથા સરોશહદોખ્તના દરેક કરદાને છેડે; ઇજ. ૭૦, ૭; [Avestan] ૨|૩ ઇજ. ૩૪, ૧૫; [Avestan] [Avestan] (બીજા કલામો કરતાં) ૩|૩ વં. ૫, ૨૨—૨૫; [Avestan] (બંદગીઓનું) ૬|૩ ય. ૧૦, ૩૩; Frag. 4, 1; [Avestan] [Avestan] (જરતોશ્તના કલામોની) ૬|૩ વીસ્પ. ૧૨, ૩.

ખ) કીર્તી; glory; [Avestan] ૭|૧ ઇજ. ૩૦, ૧૦.

જુઓ [Avestan], [Avestan], [Avestan], [Avestan], [Avestan]

ग) (બુરી) શિખામન, (ખોટી) સમજાવતઃ an (evil) doctrine; false advice; [Avestan] ૩/૧ ઇજ. ૩૨, ૧૨.

૨ [Avestan] વિશે જુઓ [Avestan]

[Avestan] ([Avestan] = જુઓ [Avestan]) વિ. નખરિયાં સાથનું, નખરિયાંવાળું (વરૂ); (a wolf) with claws; [Avestan] [Avestan] નર. ૧/૩ વં. ૧૮, ૬૫. Wester. [Avestan]

[Avestan] (જુઓ [Avestan] તથા [Avestan] ખ) સમાસ ના. નાન્ય. શિંગડાંવાળી (એટલે કે શિંગડાંના આકારની) રોશની; horned light; light resembling horns; [Avestan] [Avestan] seven-horned lights (lit.); probably, the name of some constellation; કોઈ નક્ષત્રનું નામ હોય; [Avestan] [Avestan] ૨/૩ વં. ૧૯, ૪૨; Wester. and Geld :— [Avestan] [Avestan] [Avestan]

[Avestan] (ધા. [Avestan] = જુઓ ધા. [Avestan]) સા. ના. નર. કરાં (અસલ.); આંસુ, દલગીરી; hail (orig.); tears; (Comp. سرشک); grief; [Avestan] ૨/૧ વં. ૧, ૮.

[Avestan] = ક) ટીપાવું; કરાં પડવાં; to dribble; to pour down like hail; to hail; [Avestan] વર્ત. આત્મને. ૩/૩ ય. ૫, ૧૨૦. જુઓ [Avestan], [Avestan]

ખ) પાણી છાંટવું; to sprinkle water.

[Avestan] = બધીગમથી પાણી છાંટવું—પાણીનો છટકાવ કરવો; to sprinkle over; [Avestan] રાક્યા. પરસ્મૈ. ૩/૩ વં. ૭, ૨૯. ૩૦. ૩૧. ૩૩. ૩૪. ૩૫

[Avestan] (જુઓ ધા. [Avestan]) વર્ત. કૃ. વિ. ક) કરાં પડતાં, કરાંને લગતું; hailing, of hail; [Avestan] [Avestan]...[Avestan] what part of a sheet of hail; (કરાંને લગતાં પાણીનો કેટલો ભાગ) નારી. ૬/૧ વં. ૬, ૩૬; .... [Avestan] [Avestan] કરાંવાળી રાતના (એટલે જે રાતે કરાં પડે તે રાતના) નારી. ૬/૧ ય. ૧૬, ૧૦.

ખ) ઘેંડા, વાસી (ખોરાક); cold (lit.); stale (food); [Avestan] [Avestan] ૧/૩ વં. ૩, ૨૯.

[Avestan] (= ([Avestan])) (જુઓ ૧ ધા. [Avestan]) પ્રયો. વર્ત. કૃ. ગાતાં, ગાઇને ભણતાં; singing, chanting; જુઓ [Avestan]

[Avestan] વિશે જુઓ ૧ ધા. [Avestan]

[Avestan] = મિ = હંઈ તંઈ જવું, ભટકવું; to go about, to wander. *Otherwise* : to lean, to rest on, to depend on; અઢેલવું, આધાર લેવો—પકડવો. [Avestan] વર્ત. કૃ. આત્મને. નર. ૧/૧ વં. ૩, ૨૯.

[Avestan] = પાછું જવું, પાછળ હઠવું; to retire; to retreat; [Avestan] ૬/૩ ય. ૧૩, ૨૬.

[Avestan] = ઉપર ચઢવું; (ગાડી ઉપર) ચઢવું; to ascend; to mount (as in a carriage); [Avestan] [Avestan] [Avestan] [Avestan] mount on my chariot (મારી ગાડી ઉપર તું ચઢ) આજ્ઞા. આત્મને. ૨/૧ ય. ૧૭, ૨૧; [Avestan]...[Avestan] અ. ભૂ. આત્મને. ૩/૧ ય. ૧૭, ૨૧.

[Avestan] = ક) આપવું, સોંપવું; to give over; to deliver; [Avestan] વર્ત. પરસ્મૈ. ૧/૧ વં. ૧૮, ૫૧. *[Avestan] [Avestan] [Avestan] (દશ હજાર ફટકા આપેછે એટલે કે મારેછે) ૩/૧ ય. ૧૦, ૨૭. [Avestan] (તું બંખશરી) સંશ. ૨/૧ ય. ૫, ૮૭; [Avestan] રાક્યા. પરસ્મૈ. ૩/૧ વં. ૩, ૨૦; વં. ૯, ૪૯; વં. ૧૪, ૨. ૩. ૪. ૬—૧૬; [Avestan]† વં. ૫, ૬૨; [Avestan] વર્ત. પરસ્મૈ. ૨/૩ ય. ૧૩, ૩૪; [Avestan] [Avestan] [Avestan] [Avestan] [Avestan] ભૂ. કૃ. નાન્ય. ૫/૧ વં. ૫, ૨૫.

ખ) નીકળવું, ઉત્પન્ન થવું; to issue, to be produced; [Avestan]‡ ભૂ. કૃ. ઇજ. ૬૫, ૧૧.

[Avestan] સા. ના. ખરી, ખડી; the hoof of an animal. Comp. [Avestan] ([Avestan]); નસકોરી (દારમે.); nostrils (Dar.); [Avestan] ૧/૩ ય. ૧૦, ૧૧૩.

[Avestan] =મિ=ક) વળગી રેહેવું; ચોંટી રેહેવું; to cling,

---

* [Avestan] ની પછીની • નકામી આવેલી છે. જુઓ મારું અવસ્તા વ્યાકરણ, સફે ૨૧૧ મેં.

† એનો અર્થ સોંપવું, હવાલે કરવું, (To Deliver) વધારે લાગુ પડેછે.

‡ Wester. [Avestan]

to stick to; [illegible]* વર્ત. પરસ્મૈ. ૪ થા વર્ગ ૩/૧ વં. ૮, ૩૪; [illegible] વર્ત. કૃ. પરસ્મૈ. નારી. ૨/૧ વં. ૮, ૩૪.

આ) વળગી પડવું, ધસારો કરવો; હુમલો કરવો; to lay hold of; to rush upon, to attack; [illegible] વર્ત. કૃ. આત્મને. નર. ૧/૧ વં. ૧૩, ૧૭. ૧૮.

૧ [illegible] = શોભીતું—સોહામણું—ખુબસુરત થવું; to be beautiful or elegant. Comp. Sans. श्री = beauty, grace, prosperity; જુઓ [illegible], [illegible], [illegible]

૨ [illegible] (જુઓ ૧ ધા. [illegible]) વિ. શોભીતું, દેખામણું; fair, beautiful; [illegible] ૧/૩ ય. ૧૭, ૧૧.

[illegible] (= श्रील) (જુઓ ૧ ધા. [illegible]) વિ. સોહામણું, દેખામણું, ખુબસુરત; fair, fine, beautiful, elegant; [illegible] નર. ૧/૧ વં. ૨, ૩. ૫; ઈજ. ૫૭, ૧૯; ય. ૮, ૯; ય. ૯, ૧૭; ય. ૧૦, ૮૮; ય. ૧૩, ૪૪; [illegible] નારી. ૧/૧ વં. ૧૯, ૩૦; ય. ૧૩, ૧૦૭; [illegible] (નારી. ૨/૧ ને બદલે) વં. ૧૯, ૧૩. ૧૬. ૧૮; [illegible] નર. ૨/૧ ય. ૧૦, ૧૨૪. ૧૩૨; [illegible] ય. ૨૩, ૩; [illegible] નારી. ૨/૧ વં. ૧, ૬. ૧૨; ય. ૫, ૧૨૭. ૧૨૮; ય. ૨૨, ૧૪; [illegible] નાન્ય. ૨/૧ વં. ૨૨, ૧. ૮. ૧૪; [illegible] નર. ૩/૧ ય. ૫, ૭; [illegible] (સારી તથા ભલી દુઆથી) નારી. ૩/૧ વં. ૨૨, ૫. ૧૨; [illegible] નર. ૪/૧ વં. ૨, ૨; [illegible] નારી. ૪/૧ ય. ૧૦, ૬૪; [illegible] નર. ૬/૧ ય. ૮, ૧૮; ય. ૧૪, ૨. ૭. ૨૩. ૨૫. ૨૭; [illegible] નારી. ૬/૧ ય. ૫, ૬૪; ય. ૯, ૩; ય. ૧૩, ૧૦૭; [illegible] નાન્ય. ૬/૧ ય. ૧૩, ૯; ય. ૧૭, ૯૦; [illegible] નર. ૭/૧ વં. ૨, ૩. ૯. ૧૩. ૧૭. ૨૨; [illegible] નર. ૮/૧ ઈજ. ૩૫, ૩; [illegible] નારી. ૮/૧ ય. ૧૭, ૬; [illegible] નર. ૧/૩ ય. ૫, ૭; [illegible] [illegible] [illegible] ૧/૩ વં. ૬, ૨૦; [illegible] નર. ૨/૩ ય. ૧૦, ૧૦૭; [illegible] ૨/૩ ય. ૮, ૪૬; [illegible] નારી. ૨/૩ ય. ૧૩, ૫૩. ૫૫. ૮૧; ય. ૧૦, ૧૩; [illegible] નાન્ય. ૨/૩ ય. ૧૯, ૧૦; [illegible] [illegible] ૨/૩ ય. ૮, ૪૨; [illegible] વં. ૧૯, ૧૯; [illegible] ૨/૩ ઈજ. ૧૫, ૧; વીસ્પ. ૬, ૧; [illegible] નારી. ૬/૩ વં. ૧૮, ૬૩; ય. ૧૮, ૬; [illegible] (compara. adj. fem. acc. sing.) fairer (વધારે દેખામણી—સોહામણી) અધિ. વિ. નારી. ૨/૧ ય. ૨૨, ૧૪. જુઓ [illegible]

[illegible] વિ. ના. નર. નામાંકિત પુરૂષનું નામ; name of an illustrious personage; probably a brother of King Vishtâspa's; [illegible] ૬/૧ ય. ૧૩, ૧૦૧. (જુઓ મોદી.)

[illegible] વિ. ના. નર. નામાંકિત પુરૂષનું નામ; name of an illustrious personage; [illegible] ૬/૧ ય. ૧૩, ૧૧૮.

૧ [illegible] = [illegible] = श्रु = [illegible], [illegible] = ક) સાંભળવું; to hear, to listen to; cl. 5. [illegible] (caus.) = [illegible] to cause to hear; to chant, to sing; = સંભળાવવું; ગાવું, ગાઈને ભણવું; કોઈ વખતે એનો અર્થ આરાકારા—જાહેર કરવું પી થાએછે (જુઓ ઈજ. ૪૯, ૬); [illegible]† વર્ત. પરસ્મૈ. ૩/૧ ય. ૧૦, ૧૦૭; ય. ૨૨, ૪૧; [illegible] શક્યા. પરસ્મૈ. ૨/૧ ઈજ. ૬૮, ૯; ય. ૧૦, ૩૨; [illegible] (cl. 2) આજ્ઞા. પરસ્મૈ. ૩/૧ ઈજ. ૪૫, ૬; ઈજ. ૪૯, ૭. ૯; [illegible] (તમો સાંભળો) ૨/૩ ઈજ. ૩૦, ૨; ઈજ. ૩૩, ૧૧; ઈજ. ૪૫, ૧; [illegible] (તમો મારૂં સાંભળો) ય. ૨૪, ૩૧; [illegible] ભૂ. ભૂ. આત્મને. ૧/૧ ય. ૧૭, ૧૭; [illegible] (Geld. [illegible]) ભૂ. ભૂ. પરસ્મૈ. ૧/૩ ય. ૧૩, ૧૪૮; [illegible] ‡ અસલ રૂપ [illegible] + [illegible]) આશી. પરસ્મૈ. ૧/૩ ઈજ. ૨૮, ૭; [illegible] (ગાએછે) પ્રયોજ્ય વર્તમાન પરસ્મૈ. ૩/૧ વં. ૧૮, ૯;

---

* એ બોલમા એકાએરે ધાતુનો ગુણ થઈને ૪ થા વર્ગનો [illegible] આયો. જુઓ મારૂં અવસ્તા વ્યાકરણ, સેકો ૨૦૭.

* From the same root: To Celebrate (= [illegible] + [illegible]) and Laudation (orig., Claudation).

† = પછી [illegible] નકામો આવેલો છે. જુઓ મારૂં અવસ્તા વ્યાકરણ, સેકો ૨૧૧ મો.

‡ Geld. [illegible] chant (Dar.); ગાયન ગાવું (કાહ્નેમે.)

[Avestan]* (ગવાસ્મેહુ—જણાસ્મેહુ છે) પ્રયો. કર્મ. ૩/૧ ઈજ. ૩૨, ૬; [Avestan] પ્રયો. શક્યા. પરસ્મૈ. ૨/૧ વં. ૧૧, ૨; [Avestan] ૩/૧ Frag. 7, 2; [Avestan] (હમો આશકારા કરવાને શક્તિવાન થઈએ) પ્રયો. શક્યા. પરસ્મૈ. ૧/૩ ઈજ. ૪૯, ૬; [Avestan] આજ્ઞા. પરસ્મૈ. નીઆ. ૪, ૮; [Avestan] અ. ભૂ. સંશ. પરસ્મૈ. ૩/૧ ઈજ. ૧૯, ૬; [Avestan] (એક બીજાને સાંભળ્યું, વાતચીત કીધી) અનિ. પરસ્મૈ. ૩/૨ ઈજ. ૩૦, ૩; [Avestan] (હું સાંભળીશ—સાંભળું) ભવિ. આત્મને. ૧/૧ ઈજ. ૫૦, ૪; [Avestan] કર્મ. વર્ત. (Pass. Pres.) ૧/૧ (હું સંભળાએલો છેઉં, જણાએલો છેઉં.) ઈજ. ૩૩, ૭; [Avestan] (સંભળાઈ) કર્મ. અનિ. (Pass. Aor.†) ૩/૧ ઈજ. ૫૩, ૧; [Avestan] [Avestan] [Avestan] [Avestan] [Avestan] (સપીતમાન જરતોશતની સર્વોત્તમ મુરાદ પાર પડી‡) ઈજ. ૫૩, ૧; [Avestan] (જાહેર થયું, જણાયું, આશકારા થયું) ઈજ. ૩૨, ૭. ૮; ઈજ. ૪૫, ૧૦; [Avestan]§ તમો સંભળાયા (અસલ અર્થ); તમો નામાંકિત થયા કર્મે. અનિ. (Pass. Aor.) ૨/૩ ઈજ. ૩૨, ૩; [Avestan] પ્રયો. વર્ત. કૃ. પરસ્મૈ. નર. ૧/૧ ઈજ. ૭૧, ૧૬; ય. ૨૨, ૨. ૧૩; [Avestan] નર. ૨/૧ ઈજ. ૯, ૧; [Avestan] આત્મને. નારી. ૧/૧ ઈજ. ૧૯, ૫; [Avestan] ૫/૧ ય. ૧૦, ૯૧; આફ્રરં. ૨પિ. ૫; [Avestan] આત્મને. ૬/૩ ઈજ. ૧૯, ૫. [Avestan]‖ (તાબેદાર; સારી કીર્તિવાળી (દારમે.) ય. ૧૩, ૪૦; [Avestan] (સાંભળવાની ખાહેશ રાખતો) સનન્ત (Desider.) વર્ત. કૃ. નર. ૧/૧ ય. ૧૪, ૨૧. [Avestan] (infinitive) to be heeded સામાન્ય રૂપ. ઈજ. ૩૪, ૧૨; ઈજ. ૪૫, ૫; [Avestan] (caus. infini.) to chant પ્રયો. સામાન્ય રૂપ. ય. ૨૪, ૪૬; [Avestan] (caus. infini.) to announce; (સંભળાવાને માટે, જાહેર કરવાને માટે) પ્રયો. સામાન્ય રૂપ. ઈજ. ૨૯, ૮.

૫) [Avestan] = [Avestan] = સંભળાવવું, ગાવું; to sing, to chant; જુઓ [Avestan], [Avestan], [Avestan], [Avestan]

[Avestan] = સાંભળવું; to hear, to listen to; [Avestan] (caus.) = સંભળાવવું, ગાવું ગાયનની ઢબમાં ભણવું; to chant, to sing; [Avestan] શક્યા. પરસ્મૈ. ૨/૧ વં. ૧૬. ૩. ૮. ૧૧. ૧૪. ૧૭. ૨૦; વં. ૧૭, ૬. ૮; [Avestan] [Avestan] ૩/૧ વં. ૧૮, ૪૩. ૪૬; વં. ૧૯, ૨૨; [Avestan] [Avestan] અ. ભૂ. પરસ્મૈ. ૨/૧ ઈજ. ૯, ૧૪; [Avestan] [Avestan] ૩/૧ વં. ૧૯, ૨. ૧૦; ઈજ. ૫૭, ૭; . . . [Avestan] [Avestan] વર્ત. કૃ. પરસ્મૈ. નર. ૧/૧ ઈજ. ૧૯, ૬; [Avestan] આત્મને. ૬/૧ વીસ્પ. ૧૨, ૨; [Avestan] (infini.) to proclaim સંભળાવાનેમાટે, જાહેર કરવાને માટે) સામાન્ય રૂપ ઈજ. ૪૬, ૧૩. [Avestan]=[Avestan]

[Avestan] = બધું સાંભળવું, સાંભળી લેવું; to hear out; to hear to the end; [Avestan] pass. imperf. Âtmane. 3 sing.) (બધું સંભળાયું) કર્મ. અ. ભૂ. ૩/૧ ય. ૧૩, ૯૧.

૨ [Avestan] = [Avestan] = જવું, ચાલવું; to go, to move; જુઓ [Avestan]

૩ [Avestan] (= [Avestan], [Avestan]) સ્ત્રા. ના. સીસું; lead; [Avestan] ૨/૧ વં. ૯, ૧૪; વં ૧૬, ૬.

૪ [Avestan] સા. ના. નખ; a nail of a finger or toe; *vide* [Avestan]

[Avestan] (જુઓ ૧ધા. [Avestan] ક) વર્ત. કૃ. સાંભળતો; hearing, listening to; ધાતુને અક્રમ વર્ત. કૃ. નો દ્ લાગ્યાથી થયું. એજ પ્રમાણે [Avestan] ઉપરથી [Avestan] (જીવતો) થાએછે. જુઓ નીચેનો બોલ.

[Avestan] (જુઓ [Avestan] તથા [Avestan] ક) સમાસ વિ. સાંભળતા કાનવાળો, તીક્ષ્ણ કાનવાળો; (Mithra) whose ears hear well; whose ears are quick to hear. Comp. Sans.

* Geld. [Avestan]

† એના ખોલાશા બાબે જુઓ માઈ અવસ્તા વ્યાકરણ, સફો ૨૫૪ મો.

‡ અસલ અર્થે 'સંભળાઈ.'

§ જુઓ માઈ અવસ્તા વ્યાકરણ, સફો ૨૫૪ મો.

‖ Comp. the final [Avestan] to the Ved. suffix श्रवः e. g., [illegible] (rt. श्रु to hear);—Benfey, *vide* my Av. Gram., p. 269, note.

[Avestan]; [Avestan] નર. ૧/૧ ય. ૧૦, ૧૦૭; ય. ૧૯, ૩૫; [Avestan] (super. adj.) one whose ears are the quickest to hear; (ઘણુંજ તીક્ષ્ણ કાનવાળો) અતિ. વિ. નર. ૧/૧ ય. ૧૯, ૫૨.

[Avestan] (જુઓ ૧ ધા. [Avestan] ક) સા. ના. નારી. તાબેદારી, ફરમાન-બરદારી; obedience; submission; *vide* [Avestan]

[Avestan] ક) ભૂ. કૃ. સાંભળેલું (૧ ધા. [Avestan] ક ઉપરથી); heard, listened to. Comp. Sans. श्रुत; જુઓ [Avestan]

ખ) સા. ના. નર. સાંભળનાર; a hearer (for [Avestan], Sans. श्रोतृ); જુઓ [Avestan] [Avestan]

ગ) ભૂ. કૃ. વિ. સંભળાએલો (અસલ.); આશકારા—પ્રખ્યાત થએલો, વખણાએલો; well-heard (lit.); noted, famed; [Avestan] નર. ૧/૧ વં. ૨, ૨૧. ઈન્ટ. ૯, ૧૪.

[Avestan] વિ. ના. નારી. હોશેદરબામી નામના ભવિષ્ય પેગમબરની માએનું નામ; the mother of Ukhshyat-Ereta (modern Hoshedar-Bâmi), the future prophet to be born at the time of the Resurrection; [Avestan] ૬/૧ ય. ૧૩, ૧૪૧. (જુઓ મોદી.)

[Avestan] વિ. ના. નર. નામાંકિત ધર્મગુરૂનું નામ; name of a noted high-priest of the Parthian period (Dar.); for particulars, *vide* 3 [Avestan] ૬/૨ ય. ૧૩, ૧૧૫. (જુઓ મોદી.)

[Avestan] વિશે જુઓ ૧ ધા. [Avestan] ક.

[Avestan] (= [Avestan], [Avestan] = Ger. Horn = Lat. Cornu = Fr. Corne = Gr. *Keras** = Horn = کرنا, کرنای, سرو સા. ના. ક) નખ; a nail of a finger or toe; [Avestan] (Geld. [Avestan]), કારાંત ૪/૧ વં. ૩, ૧૪; [Avestan] (Geld. [Avestan]), કારાંત ૪/૧ વં. ૭, ૨૪. ૨૭; [Avestan] ૪/૧ વં. ૯, ૪૧; [Avestan] ૪/૧ ય. ૧૪, ૭; [Avestan] ના-ય. ૩/૨ વં. ૧૭, ૨. ૪; [Avestan] (dat. du.) for the nails of fingers and toes બેહુ (હાથ પગના) નખને માટે, નારી. ૪/૨ વં. ૧૭, ૭; [Avestan] નારી. ૧/૩ વં. ૧૭, ૯; [Avestan] નારી. ૨/૩ વં. ૧૭, ૯. ૧૦.

ખ) શિંગડું; the horn of an animal; જુઓ [Avestan], [Avestan], [Avestan], [Avestan] તથા એની પછીના બોલો.

[Avestan] ([Avestan] ખ ઉપરથી) વિ. શિંગડાંનાં જેવું; શિંગડાંનું; શિંગડાંના જેવું કઠણ; made of horn; hard as a horn; *or*: of lead, (fr. [Avestan] = سرب lead), સીસાનું; *vide* 3 [Avestan]; [Avestan] નર. ૧/૩ ઇન્ટ. ૫૭, ૨૭.

[Avestan] વિ. ના. નર. શિંગડાંવાળો (અસલ.); રાક્ષી કદના અજદહાનું નામ; *lit.*, horny (fr. [Avestan] a horn); Pehl. [Avestan]; name of a horse-devouring and man-devouring dragon of a gigantic size, over which yellow poison flowed a thumb's breadth thick. On his back the Irânian hero Kereshâspa cooked his meat in iron caldron; at the time of noon the fiend felt the heat and stood upon his feet. The heroic Kereshâspa killed him; [Avestan] [Avestan] ૨/૧ ઇન્ટ. ૯, ૧૧; ય. ૧૯, ૪૦.

[Avestan] (જુઓ [Avestan] તથા ૨ [Avestan]) સમાસ વિ. શિંગડાંના હાથા સાથનો (તીર); (an arrow) with a hornshaft; [Avestan] નર. ૬/૩ ય. ૧૦, ૧૨૯.

[Avestan] (જુઓ [Avestan] ક—ખ તથા ધા. [Avestan]) સમાસ વિ. નખરિયાંથી મારી નાખતો; અથવા શિંગડાંથી મારી નાખતો; (Snâvidhaka) who killed with his nails or horns ([Avestan] a nail; a horn); [Avestan]* નર. ૨/૧ ય. ૧૯, ૪૩.

[Avestan] (= श्वन् = Lat. Canis = Fr. Chien = Ger. Hund = Hound) સા. ના. નર. કુતરો; a dog; rt. [Avestan] = Sans. श्वस् = to hasten, to go fast; શેતાબીથી—ઉતાવળથી જવું; [Avestan] + [Avestan] = [Avestan] = [Avestan]

* E. g., Rhino-ceros, Mono-ceros.

* Geld. [Avestan]

Otherwise: rt. [Avestan] = Sans. [Devanagari] to go fast, ઝડપથી જવું; [Avestan] + [Avestan] = [Avestan]; [Avestan] is changed into [Avestan] in the nom. and acc.; it is a noun of three bases; strong base, [Avestan]; middle base, [Avestan], [Avestan]; but no forms of it are met with; weakest base, [Avestan]; *vide* my Av. Gram. [Avestan] ૧/૧ વં. ૩, ૩; વં. ૫, ૨૯-૩૪. ૩૯; વં. ૭, ૩; વં. ૮, ૧. ૪; વં. ૧૩, ૨૯. ૩૧. ૩૫. ૩૮. ૪૧. ૪૯; વં. ૧૫, ૪૮; [Avestan] (૪/૧ ને બદલે) વં. ૧૩, ૧૭. ૧૮. ૧૯; [Avestan] ૨/૧ વં. ૫, ૫; વં. ૬, ૫૦; વં. ૮, ૧૬-૧૯; વં. ૧૩, ૨. ૩. ૪. ૧૨-૧૫. ૨૦-૨૭. ૩૯; [Avestan] ૪/૧ વં. ૧૩, ૧૦. ૧૧; વં. ૧૫, ૩; [Avestan] ૬/૧ વં. ૬, ૧૦. ૧૨. ૧૪. ૧૬. ૧૮. ૨૦. ૨૨. ૨૪. ૪૨; વં. ૭, ૧૨. ૨૩. ૨૬. ૨૮. ૨૯. ૩૦. ૩૨. ૩૩. ૩૪. ૭૩. ૭૬; વં. ૮, ૩૫; વં. ૧૫, ૪૫; [Avestan] = કારાંત ૬/૧ વં. ૧૩, ૧૦. ૧૧. ૨૮. ૪૪; ય. ૨૪, ૪૪; [Avestan] ૧/૨ વં. ૧૩, ૯; [Avestan] ૧/૩ વં. ૬, ૧. ૨. ૩. ૪; [Avestan] ૧/૩ વં. ૧૩, ૪૨; વં. ૧૫, ૨૧. ૨૨. ૨૪. ૨૫. ૨૭. ૨૮. ૩૦. ૩૧. ૩૩. ૩૪. ૩૬. ૩૭. ૩૯. ૪૦. ૪૩. ૪૪. ૪૫; [Avestan] ૧/૩ વં. ૬, ૪૫. ૪૬. ૪૭; વં. ૮, ૧૦; [Avestan] (૧/૩ની મતલબે) વં. ૧૩, ૪૨; [Avestan] ૨/૩ વં. ૧૩, ૨૮; [Avestan] ૨/૩ વં. ૩, ૮. ૧૨. ૩૬. ૩૭. ૩૮; વં. ૮, ૧૪; [Avestan] ૬/૩ વં. ૧૩, ૮; વં. ૧૫, ૪૯. ૫૦; [Avestan] ૬/૩ વં. ૨, ૮. ૯. ૧૨. ૧૩. ૧૬. ૧૭. જુઓ [Avestan], [Avestan], [Avestan], [Avestan], [Avestan]

[Avestan]

[Avestan] (Yt. 24, 26) meaning unsettled.

[Avestan] વિશે જુઓ [Avestan]

[Avestan] વિશે જુઓ [Avestan]

[Avestan] વિશે જુઓ [Avestan]

[Avestan] (તેને માટે, તેનું) વિશે જુઓ [Avestan]

[Avestan], [Avestan] વિશે જુઓ [Avestan]

[Avestan] વિશે જુઓ [Avestan]

[Avestan] (Yt. 24, 40) for [Avestan], q. v.

[Avestan]

૧ [Avestan] (= Ger. Schatze) (જુઓ ૧ ધા. [Avestan]) સા. ના. દોલત, સંપત્તિ, સુખ, ફુરાખી; wealth, affluence, happiness, easy circumstances; [Avestan] ૨/૧ વં. ૪, ૪૪; ય. ૧૮, ૧. [Avestan]* ૬/૧ ય. ૧૩, ૬૭. જુઓ [Avestan], [Avestan], તથા એની પછીના બોલો.

૨ [Avestan] (= વેસ) (જુઓ ૪ ધા. [Avestan] ૫) સા. ના. ગર્ભ—હમેલ તોડી પાડવાની એક જાતની દવા; a medicine used to procure abortion; [Avestan] ૨/૧ વં. ૧૫, ૧૪.

[Avestan] (જુઓ ૧ [Avestan]) વિ. દોલત—સંપત્તિ—ફુરાખીવાળો; possessing wealth or means; affluent; [Avestan] ૬/૧ વં. ૪, ૪૦.

[Avestan]-[Avestan] (જુઓ ૧ [Avestan] તથા [Avestan]) સમાસ વિ. દોલત શોધતો; સંપત્તિ શોધતો; ફુરાખીની ચાહેશ રાખતો; seeking after wealth; wishing for affluence; [Avestan] [Avestan] નર. ૧/૩ વં. ૪, ૪૪.

[Avestan]-[Avestan] (જુઓ ૧ [Avestan] તથા [Avestan]) સમાસ વિ. દોલત—ફુરાખી વધારતું; increasing the wealth; promoting happiness; [Avestan] નારી. ૨/૧ ઙ્ગિ. ૬૫, ૧; ય. ૫, ૧; ય. ૧૩, ૪; નીઆ. ૪, ૨.

[Avestan] (અસલ રૂપ [Avestan] + [Avestan]) (જુઓ ધા. [Avestan]) ભૂ. કૃ. કાપેલું; cut, felled; જુઓ [Avestan]

[Avestan] (અસલ રૂપ [Avestan] + [Avestan]) સા. ના. નારી. ઝટકો, ફટકો, મારવું; a blow, smiting; [Avestan] ૨/૧ વં. ૧, ૨ (Wester.).

[Avestan] (ધા. [Avestan] = જુઓ ધા. [Avestan]) સા. ના. નર. ઘા, જખમ, ફટકો વાગવો; a wound,

* Wester. [Avestan]

a cut, hurt, a stroke with a weapon; [illegible] (Wester. [illegible]) ૧|૧૫. ૧૦, ૨૪.

[illegible] = [illegible] * = પીવું, ચુસવું; to drink, to sip; જુઓ [illegible]

[illegible] (જુઓ ૧ ધા. [illegible]) ક) સા. ના. પાયતખ્ત, રાજકર્તાનું મુખ્ય મથક, રાજધાની; the chief city, capital. જુઓ [illegible], [illegible], [illegible]

ખ) બેઠક, રેહેઠાણ; મુકામ; an abode, residence, seat; જુઓ [illegible], [illegible]

[illegible] = ક) ઇચ્છવું, ખ્વાહેશ રાખવી (મિસ્સ તથા દારમે.); to desire; to seek for (M. & Dar.); [illegible] † અ. જુ. પરસ્મૈ. ૩|૧ ઇજ. ૩૨, ૧૩.

ખ) જોવું, તપાસવું, નેઘાહ રાખવી; to see, to examine, to observe minutely; જુઓ [illegible]

૧ [illegible] = ક) ખુશી ‡ થવું, આનંદ પામવો; to be pleased, to feel happy; to be delighted; [illegible] § વર્ત. પરસ્મૈ. ૩|૩ ઇજ. ૧૬, ૭; [illegible] in order that our minds may be delighted જેથી હમારાં મન ખુશાલ થાએ (૧|૩ ની મતલબે) ઇજ. ૬૦, ૧૧. જુઓ [illegible]

ખ) ખુશાલ કરવું; ખુશી ‡ કરવું; to rejoice; to exhilarate.

[illegible] = ખુશાલ કરવું; to rejoice, to render gay; [illegible] ¶ ([illegible] ને બદલે) વર્ત. આત્મને. ૩|૧ આફ્રરં. ૨પિ. ૬.

* Per. [illegible] = Av. [illegible] to drink પીવું.

† ૩ જો વર્ગ; અથવા Intensive ને લીધે ધાતુ બેવડો થયો હોએ.

‡ જાણવું જે, કેટલા એક ધાતુ અકર્મક તથા સકર્મક એ બેહુ અર્થ આવે છે.

§ અથવા રેહેછે, મુકામ કરેછે; ધા. [illegible] ક્ષિ= રેહેવું ઊપરથી લેઈએ તો.

‖ Geld. [illegible]; Wester. [illegible]

¶ Sometimes, [illegible] is substituted for the prefix [illegible]; e. g., [illegible], [illegible], [illegible]

૨ [illegible] (જુઓ ૧ ધા. [illegible]) વિ. ખુશાલ, ખુશી ભરેલું; joyful, glad; happy; [illegible] નારી. ૧|૧ વં. ૩, ૨૪. જુઓ [illegible]

[illegible] (= [illegible]) (જુઓ ૧ ધા. [illegible]) સા. ના. નારી. ખુશાલી, આસુદગી, સુખ; joy, comfort; happiness; [illegible] ૨|૧ વં. ૧, ૧; વીસ્પ. ૭, ૩; [illegible] ૩|૧ ય. ૧૭, ૬; [illegible] (Wester. [illegible]) ય. ૧૭, ૧૦; [illegible] ૬|૧ ય. ૨૨, ૨. જુઓ ૧ [illegible]

[illegible] (જુઓ ૧ ધા. [illegible]) અતિ. વિ. ઘણુંજ ખુશાલ, ઘણીજ ખુશાલી ભરેલું; most happy; most joyful (super. adj.); [illegible] નાન્ય. ૧|૧ વં. ૩, ૧. ૨. ૪. ૫. ૬.

[illegible] (= [illegible], [illegible]) (જુઓ ધા. [illegible]) સા. ના. નર. ટીપું; a drop; [illegible] ૨|૩ વં. ૫, ૫૧; વં. ૭, ૬૬.

[illegible] = રેહેવું, મુકામ કરવો; to dwell, to reside; જુઓ ૨ ધા. [illegible]

[illegible] = મુકામ કરવો; રેહેવું; to abide; to reside; [illegible] આજ્ઞા. પરસ્મૈ. ૨|૩ ય. ૧૩, ૧૪૭. જુઓ ૨ ધા. [illegible]

[illegible] = [illegible] = રેડવું, ઢોળવું, નાખવું; to pour; to spill.

[illegible] = ઢોળી નાખવું, રેડવું; to spill, to shed, to pour; [illegible] વર્ત. પરસ્મૈ. ૩|૩ ય. ૧૪, ૫૪.

[illegible] (= क्षिति) (જુઓ ૨ ધા. [illegible]) સા. ના. નારી. મુકામ, રેહેઠાણ; an abode, residence; [illegible] ૧|૩ ય. ૧૦, ૩૮; [illegible] (Wester. [illegible]) ૫|૩ ય. ૨૨, ૧૬. જુઓ [illegible], [illegible], [illegible], [illegible], [illegible]

[illegible] = [illegible] = ક) જવું, ચાલવું; to go, to march; cl. 1; [illegible] * (હું ચાલું) વર્ત. સંશ. આત્મને. ૧|૧ ઇજ. ૩૩, ૮.

* Geld. [illegible]

ખ) જતું રહેવું; to depart; [illegible] Inchoative* Verb અ. ભૂ. પરસ્મૈ. ૩/૧ ય. ૧૯, ૩૫.

મ) વધવું; to increase; to grow.

ઘ) વધારવું; to advance, to promote; [illegible] વર્ત. આત્મને. ૩/૧ ૬જ઼િ. ૨૯, ૩.

[illegible] = (ભણુતી વખતે) વચમાંથી કાંઈ મુકી દેવું; to omit, to leave out; જુઓ [illegible]

[illegible] = વધારવું, વધારો કરવો; to increase, to extend; [illegible] અનિ. (--Aorist) પરસ્મૈ. ૩/૧ વ. ૨, ૧૦. ૧૪. ૧૮.

[illegible] = ક) લંબાઈમાં વધવું; to extend in length; [illegible] (લંબાઈમાં તથા પેહોળાઈમાં વધ) આગ્રા. પરસ્મૈ. ૨/૧ વ. ૨, ૧૦. ૧૪. ૧૮.

ખ) આવવું, પોહોંચવું; to come, to arrive; [illegible] Inten. શક્યા. પરસ્મૈ. ૨/૧ ય. ૮, ૧૧; ય. ૧૦, ૫૫; [illegible] (આગળ ધસડી લઈજાએછે) પ્રયોજ્ય† વર્ત. પરસ્મૈ. ૩/૧ ય. ૮, ૩૩; [illegible] (જે ઈઆને મેહેર ઈજદ લડાઈને આગળ ચલાવેછે) પ્રયો. ય. ૧૦, ૩૬; [illegible] (સતવએસ નામનો સેતારો તે પાણીઓને આગળ વેહેતાં કરેછે) પ્રયો. ય. ૮, ૯; [illegible] Incho. Verb વર્ત. પરસ્મૈ. ૩/૧ વ. ૪, ૧૭; વ. ૫, ૨; [illegible] પરસ્મૈ. ૩/૩ ય. ૧૩, ૯૫; [illegible] આત્મને. ય. ૧૩, ૪૨; [illegible] Incho. Verb અ. ભૂ. પરસ્મૈ. ૩/૧ વ. ૨, ૧૦. ૧૪. ૧૮; વ. ૧૯, ૪; ય. ૫, ૭; [illegible] ય. ૧૯, ૩૪; [illegible] આગ્રા. પરસ્મૈ. ૧/૧ ય. ૧૭, ૫૭; [illegible] ૨/૧ ય. ૧૬, ૨; ય. ૧૭, ૬૦; [illegible] (હોમ કુટવાની હાવનીમ જે અરોઇથી બાલવામાં આવેલીતથા હવે પછી જે બાલવવામાં આવશે તે હાવનીમની) પ્રયો. ભૂત. કૃ. તથા કર્મે. વર્ત. કૃ. નારી. ૬/૧ વીસ્પ. ૧૨, ૨; [illegible] (ઈંધી વાળવામાં આવતી તથા પાછી સીધી [illegible]માં આવતી *હાવનીમ) નર. ૬/૩ વીસ્પ. ૧૨, ૫.

[illegible] = ક) પોહોળાઈમાં વધવું; to extend in breadth; [illegible] (લંબાઈમાં વધ તથા પેહોળાઈમાં વધ) વં. ૨, ૧૦. ૧૪. ૧૮; [illegible] પ્રયો. અ. ભૂ. પરસ્મૈ. ૩/૧ વં. ૨, ૧૧. ૧૫. ૧૯; [illegible] પ્રયો. વર્ત. ૩/૩ વં. ૨, ૩૧. ૩૨.

ખ) વીખરઈ જવું; to be dispersed; [illegible] (caus.) = વીખરી નાખવું; to disperse; to scatter away; [illegible] પ્રયો. શક્યા. પરસ્મૈ. ૩/૧ વ. ૮, ૭૫. ૭૬. ૭૭. ૭૮.

[illegible], [illegible] = ક્ષુધ્ = ભુખ લાગવી, ભુખ્યું થવું; to become or feel hungry; જુઓ [illegible]

[illegible] (= [illegible] = ક્ષુધા) (જુઓ ધા. [illegible]) સા. ના. નર. ભુખ, ક્ષુધા; hunger; [illegible] ૧/૧ વ. ૭, ૭૦; [illegible] ૨/૧ ય. ૧૯, ૬૯; [illegible] ૨/૧ ય. ૯, ૧૦; ય. ૧૯, ૯૬.

[illegible] (= [illegible]) ભૂ. કૃ. આવેલું, ગએલું; નીકળેલું; having come—gone; pushed on; issued; જુઓ [illegible], [illegible]; [illegible], [illegible]

[illegible] સા. ના. નીશાન, નેમ; an aim, a mark; જુઓ [illegible], [illegible]

[illegible] (તેને, તેનું) વિશે જુઓ [illegible]

[illegible] (= [illegible] = ક્ષેત્ર = [illegible]) (જુઓ ૨ ધા. [illegible]) સા. ના. શેહેર; a field; (orig.); a city; [illegible] ૨/૧ ૬જ઼િ. ૩૧, ૧૮; [illegible] ૫/૧ વ. ૯, ૫૩; વ. ૧૩, ૫૨; [illegible] ૬/૧ ૬જ઼િ. ૨, ૧૬; ય. ૮, ૧; [illegible] ૬/૧ ૬જ઼િ. ૩૧, ૧૬; ૬જ઼િ. ૪૬, ૪; [illegible] ७/૧ વં. ૯, ૫૪. ૫૫. ૫૭; વં. ૧૩, ૫૩. ૫૪. ૫૬; ય. ૧૩, ૯૭; [illegible] — કારાંત નારી. ૬/૩ વં. ૧, ૨૦; [illegible] ૨/૩ ય. ૮, ૩૩; સીરો. ૩, ૨૮; [illegible]

* *Vide* my Av. Gram., pp. 251—252.

† એના ખોલાસા બાબે જુઓ મારૂં અવસ્તા વ્યાકરણ, સફો ૨૫૦—૨૫૨.

* ઈંજરને કરવી વખતે એકસ ભણતરમાં [illegible] અને સીધી બાંધવામાં આવેછે, અને ત્યારપછી તેને પાછી સીધી કરવામાં આવેછે.

[illegible] ૨।૩ ઇજ. ૨, ૧૬; [illegible] ૬।૩ વં. ૧, ૨. ૪—૧૩. ૧૫—૧૯; ઇજ. ૧, ૧૬; ઇજ. ૩, ૧૮; ય. ૧૪, ૬૩. જુઓ એની પછીના બોલો.

[illegible] (જુઓ [illegible] તથા ધા. [illegible]) સમાસ ના. નર. શેહેરને ખાલી કરનાર (અસલ.); શેહેરને ઉજડ કરનાર; one who desolates (lit., empties) the city; [illegible] ૧।૩ ય. ૧૦, ૭૫. *Contra,* [illegible]

[illegible] (જુઓ [illegible] તથા ૧ ધા. [illegible]) સમાસ ના. નર. શેહેરની પાસબાની કરનાર; શેહેરનું રક્ષણ કરનાર; the guardian or protector of the city; [illegible] ૧।૩ ય. ૧૦, ૭૫. *Contra.* [illegible]

[illegible] (જુઓ [illegible] તથા [illegible]) સમાસ વિ. શેહેરમાં પોહોંચતું કરવાનું—વેહેંચી આપવાનું (પાણી); (the waters) which are to be distributed in the city; ... [illegible] નારી. ૨।૩ ય. ૮, ૩૪.

[illegible] (= શેહેરિય) ([illegible] ઉપરથી) વિ. શેહેરને લગતું; pertaining to or of the city; fields (Har., M. & Dar.); [illegible] ૨।૩ (નારી. ૨।૩ ને બદલે) વીસ્પ. ૧૬, ૩.

[illegible] (જુઓ ધા. [illegible]) સા. ના. નાન્ય. કામ; a work, a deed, an action; Gâth. [illegible] & [illegible]; [illegible] ૧।૧ વં. ૩, ૪૨; વં. ૭, ૫૧; વં. ૧૩, ૭; ઇજ. ૨૮, ૦; ય. ૧૩, ૮૩. [illegible] ૨।૧ વં. ૩, ૪૧; વં. ૮, ૧૦૦—૧૦૩; વં. ૧૩, ૨૩; વં. ૧૬, ૧૭; વં. ૧૮, ૧૦. ૧૨; [illegible] [illegible]* [illegible] નર. ૧।૧ ઇજ. ૩૧, ૧૬; [illegible] ૨।૧ ઇજ. ૩૨, ૫; [illegible] ૩।૧ વં. ૧૬, ૧૪; ઇજ. ૬, ૨૧; વીસ્પ. ૨૨, ૨; ય. ૧૧, ૪; તથા દરેક આહુનેમાનને છેડે ભણાતા [illegible] [illegible] ના કરદામાં; [illegible] ૩।૧ ઇજ. ૧૧, ૧૮; ઇજ. ૩૪, ૧; ઇજ. ૫૧, ૨૧; [illegible] ૭।૧ દરેક નીઆએશ તથા પરતને છેડે ભણાતા [illegible] [illegible] [illegible] ના કુકરામાં; [illegible] [illegible] ૭।૧ ઇજ. ૩૧, ૨૧; ઇજ. ૪૭, ૧; ઇજ. ૪૮, ૪; [illegible] ૭।૧ ઇજ. ૩૪, ૫; [illegible] ૫।૧ ઇજ. ૩૨, ૭૨; [illegible] ૬।૧ વં. ૪, ૫૦—૫૪; વં. ૮, ૧૦૦—૧૦૩; વં. ૧૫, ૧૪; વં. ૧૮, ૧૭. ૨૫; ઇજ. ૬૮, ૩; ય. ૧૯, ૬; [illegible] ૬।૧ ઇજ. ૩૩, ૧૪; ઇજ. ૪૫, ૫; [illegible] ૭।૧ ય. ૧૪, ૨૮. ૩૦. ૩૨; [illegible] [illegible] ૭।૧ ઇજ. ૩૦, ૩; ઇજ. ૪૬, ૯; [illegible] ૧।૩ વં. ૧૫, ૧. ૧૦; [illegible] ૧।૩ ઇજ. ૧૯, ૧૫; ઇજ. ૪૫, ૨; [illegible] ૨।૩ વં. ૧, ૧૧. ૧૨. ૧૬; વં. ૩, ૨૧. ૪૦. ૪૨; વં. ૫, ૨૬; વં. ૯, ૫૦; વં. ૧૮, ૬૮. ૭૫; ઇજ. ૫૭, ૪ તથા દરેક કરદાને છેડે તથા સરોશ હાદોખ્તના દરેક કરદાને છેડે; [illegible] [illegible] ૨।૩ ઇજ. ૨૮, ૧; ઇજ. ૩૩, ૧; ઇજ. ૩૪, ૧૪; ઇજ. ૪૩, ૫; ઇજ. ૫૮, ૬; [illegible] ૨।૩ ઇજ. ૩૧, ૧૧; ઇજ. ૫૦, ૧૦; [illegible] ૩।૩ ય. ૫, ૬૨; ઇજ. ૯, ૩૦; વીસ્પ. ૨, ૫; [illegible] [illegible] ૩।૩ ઇજ. ૧૨, ૪; ઇજ. ૩૦, ૫; [illegible] ૩।૩ ઇજ. ૩૧, ૨૧; ઇજ. ૩૬, ૪; [illegible] ૬।૩ વં. ૪, ૨૦. ૨૪. ૨૮. ૩૨. ૩૫. ૩૮. ૪૧. ૪૯; વં. ૭, ૫૩; વં. ૧૩, ૨૦. ૨૧. ૨૨. ૨૩; વં. ૧૫, ૨. ૩. ૫. ૭. ૮; વીસ્પ. ૧૫, ૧; [illegible] ૬।૩ ઇજ. ૨૮, ૪; ઇજ. ૩૫, ૩; [illegible] (Wester. [illegible]) ૬।૩ ઇજ. ૧૯, ૧૩. જુઓ [illegible], [illegible], [illegible] [illegible], [illegible], તથા નીચેના બોલો.

* Geld. [illegible]

[illegible] (જુઓ [illegible] તથા ધા. [illegible] ક) ક) સમાસ ના. નાન્ય. કામ કરવું; committing an action; [illegible] ૩।૧ વં. ૧૩, ૩૮; વં. ૧૫, ૧. ૨. ૩. ૪. ૫. ૬. ૭. ૮.

ખ) સમાસ ના. નર. પાપી કામ કરનાર, ગુનેહગાર; the committer of a sinful action; a criminal; [illegible] ૨।૧ વં. ૧૩, ૨૩.

[illegible] ([illegible] ઉપરથી) સા. ના. નારી. કામની હાલત; કામનો નમુનો; કામ બજાવવું તથા પાર પાડવું (મિલ્સ); the state of an action; the model of an action; the performance and realization of the actions (Mills); [illegible] ૭।૧ ઇજ. ૩૬, ૯.

[Avestan] (જુઓ ધા· [Avestan]) સા· ના· નારી· આગળ વધવું, વધારો; progress, increase; [Avestan] ૨|૧ ઇજ઼. ૩૨, ૩.

[Avestan] (જુઓ ૨ ધા· [Avestan]) વર્ત· કૃ· પરસ્મૈ· રેહેતો, મુકામ કરતો; dwelling, abiding; [Avestan] નર· ૧|૧ ઇજ઼. ૪૪, ૯.

[Avestan] = ખુશી થવું, ખુશાલી પાંમવી; to be pleased, to feel joyful; possibly, an extended form of [Avestan], q. v.; [Avestan] (ખુશાલ) ભૂ· કૃ· વિ· નર· ૧|૧ ઇજ઼. ૫૧, ૮; [Avestan] (નાન્ય· ૧|૩ને બદલે) ઇજ઼. ૬૦, ૧૧.

[Avestan] = ऋधु, ऋधु (Ved.) = [Avestan] = આગળ ચાલવું; આગળ જવું; વધારો થવો; to proceed, to increase; ધાસ્યામેળે ધા· [Avestan] નું વધેલું રૂપ છે. જુઓ [Avestan] તથા [Avestan]

[Avestan] (જુઓ ૨ ધા· [Avestan]) સા· ના· નારી· રેહેઠાણ, મુકામ; an abode, a residence; an extended form of [Avestan] (क्षिति); *vide* [Avestan]- [Avestan] ૫|૩ ઇજ઼. ૫૩, ૮.

[Avestan]

[Avestan] (= स) ક) દર્શ· સર્વ· તે· એ [Avestan] ને [Avestan] (= તે) નું બીજું રૂપ સમજવું; demon. pro., this, that; જુઓ [Avestan], ૧ [Avestan], ૨ [Avestan]

ખ) ઉપ· સાથે, એકજ, એકસરખું; એકસાન; *prefix*: with, same, alike, similar; *e. g.*, [Avestan] having the same desire (lit.); a friend.

ગ) ઉપ· સાથે; *prefix*: together, in concert; as [Avestan] (for [Avestan]) working in concert; [Avestan] dying together (lit.); a foe.

[Avestan], [Avestan] વિશે જુઓ [Avestan]

[Avestan] (= सत्य) ([Avestan] ઉપરથી) વિ· સાચ્ચું, રાસ્ત, ખોલ્લું, દેખેતું, જાહેર· એ બોલ ક્રિ· અ· તરીકે સાધારણ રીતે વપરાએલો આવેછે; honest, true, truthful, right, real, evident (adj.); really, evidently, openly (adv.); rt. [Avestan] to exist; orig., [Avestan] + [Avestan]; [Avestan] (જાહેર રીતે, ખોલ્લી રીતે) નર· ૧|૧ (ક્રિ· અ·) ઇજ઼. ૪૩, ૮; [Avestan] (ખરે-ખર) ક્રિ· અ· ઇજ઼. ૫૮, ૪; [Avestan] [Avestan] (સાચ્ચો ધણી, પ્રમાણિક ભર્તાર) નર· ૨|૧ ઇજ઼. ૯, ૨૩; [Avestan]...[Avestan] (ખરો પેદા કરનાર, ખરૂં મૂળ) ૨|૧ ઇજ઼. ૩૧, ૮; [Avestan] (सत्यम् = ખરેખર) ૨|૧ ક્રિ· અ· ઇજ઼. ૩૪, ૧૫; [Avestan] (ખોલ્લી રીતે, દેખેતી રીતે) નાન્ય· ૨|૧ ક્રિ· અ· વં· ૭, ૫૩ (Wester.*); ઇજ઼. ૩૧, ૬; [Avestan] (ખરેખર) ઇજ઼. ૧૧, ૧; ઇજ઼. ૩૪, ૬; ઇજ઼. ૩૫, ૬; ઇજ઼. ૪૬, ૧૯; ઇજ઼. ૫૧, ૧૩; ૫· ૧૦, ૩૮; [Avestan] (ખરેખર) ઇજ઼. ૧૦, ૪; [Avestan] (જાહેર રીતે, ખોલ્લી રીતે) ૩|૧ વં· ૮, ૧૦૭; વં· ૧૪, ૧૮; ઇજ઼. ૪૪, ૬; ઇજ઼. ૪૯, ૧૧; ઇજ઼. ૫૩, ૬; [Avestan] Geld. ઇજ઼. ૪૬, ૬; [Avestan] [Avestan] in those veritably real† worlds (M.); (મોજુદ દુનિયા તરફ) ૨|૩ ઇજ઼. ૪૩, ૩; [Avestan] [Avestan] by virtuous deeds (રાસ્ત કામોથી કરીને) નાન્ય· ૩|૩ ઇજ઼. ૩૦, ૫. જુઓ [Avestan] તથા એની પછીના બોલો.

[Avestan] (જુઓ [Avestan] તથા ૨ ધા· [Avestan]) સમાસ અતિ· વિ· રાસ્તી—સચ્ચાઇને ઘણોજ ટેકો આપતો; supporting righteousness—truth the most; [Avestan] [Avestan]...[Avestan] નારી· ૧|૧ ય· ૧૧, ૩.

[Avestan] (જુઓ [Avestan] તથા ધા· [Avestan] ક) સમાસ ના· નર· રાસ્ત—નેક કામ કરનાર; રાસ્તીનું કામ કરનાર; one who practises righteous-virtuous deeds; [Avestan] ૨|૧ ગેહ ૩, ૭; [Avestan] નર· ૬|૩ વીસ્પ· ૧૧, ૧૪; [Avestan] (રાસ્ત—નેક કામ કરનારીઓના) નારી· ૬|૩ વીસ્પ· ૧૧, ૧૪.

[Avestan] ([Avestan] ની મતલબે) (જુઓ [Avestan] તથા ધા· [Avestan] ક) સમાસ ના· નર· રાસ્ત-નેક કામ કરનાર; રાસ્તીનું કામ કરનાર; one who practises virtuous deeds. Comp.

* Wester. [Avestan] enchainer or terrifier (Mills.)

† Evidently in the worlds (Dar.)

; the suffix stands for denoting an agent; ૬।૩ ય. ૧, ૦; નીઆ. ૯ ૨; તથા દરેક નીઆગ્મેરા તથા વશતની શરૂઆતમાં આવતા ના ફકરામાં; ૬।૩ ઈજ. ૫૦, ૧૧; ઈજ. ૬૫, ૧૪.

(જુઓ તથા ધા. ક) સમાસ ના. નાન્ય. રાસ્ત—નેક કામ કરવું; practising virtuous deeds; * ૭।૨ ગેહ ૨, ૭.

(જુઓ તથા) સમાસ વિ. ખોલ્લી રીતે આવતો; જાહેર રીતે આવતો; coming openly; *contra* , q. v. નારી. ૨।૧ ય. ૪, ૫.

૧ (= Ger. All = All) વિ. સર્વ. તમામ, સંપૂર્ણ; all, entire; = = = બધું, તમામ, આખું, સઘળું; all and entire; complete; નાન્ય. ૧।૧ ઈજ. ૧૯, ૧૪; ઈજ. ૨૦, ૩; નારી. ૨।૧ વં ૬, ૨૪; વં. ૧૮, ૫. ૬; નારી. ૨।૧ ઈજ. ૫૮, ૮; (સંપૂર્ણ) ૨।૩ વીસ્પ. ૧૩, ૨; (આખાં, ખાંમી વગરના; વગરના) ૨।૩ ઈજ. ૫૮, ૬.

૨ (જુઓ ૧ ધા.) સા. ના. નર. બચાવનાર, રક્ષણ—પાસબાની કરનાર; a protector, a guardian; જુઓ ,

, (૧ ઉપરથી) ક) સા. ના. નારી. પુરતાપણું, સંપૂર્ણતા, પુષ્કળપણું; તંદુરોસ્તી, ખુશ્પાકારી; fulness, completeness; abundance; health, comfort, ease; (તંદુરોસ્તીના) ૫।૧ ઈજ. ૩૧, ૬; ઈજ. ૩૪, ૧; weal and immortality (ખુશ્પાકારી, તંદુરોસ્તી અને અમરપણું) ૨।૨ ઈજ. ૪૫, ય. ૧૦; (આ દુનિયાની ખુશ્પાકારી તથા પેલી દુનિયાંનું અમરપણું) ૨।૨ ઈજ. ૪૪, ૧૭; ૨।૨ ઈજ. ૫૮, ૭; ૨।૨ ઈજ. ૪૭, ૧; ખોરદાદ તથા અમરદાદના બક્ષેશો ઢોરોને પીવાની તથા ખાવાની ચીજો ૪।૨ ય. ૨૨, ૭. ૬।૨ વીસ્પ. ૯, ૫.

ખ) વિ. ના. નારી. = = ખોરદાદ અમશાસ્પંદ; the sixth of the seven Amshâspands, presiding over health, weal and water. He is the Chief (*Rat*) of the years, months and days. His *collaborateurs* are Tir, Farvardin and Govâd (Vâta); he is the opponent of the Demon Tauru; *vide* ૧।૧ ઈજ. ૫૭, ૨૪; (ખોરદાદ તથા અમરદાદ) ૧।૧ ય. ૧૯, ૯૬; ૨।૧ ઈજ. ૧૯, ૩; ઈજ. ૭૧, ૧૨; ગેહ ૧, ૫; ય. ૪, ૦. ૧૦; ય. ૨, ૮; ૩।૧ ઈજ. ૪૪, ૧૮; ૬।૧ ય. ૪, ૦. ૧; (ખોરદાદ તથા અમરદાદ) ૧।૨ ય. ૧, ૨૫. ય. ૧૦, ૯૨; (૨।૨ ની મતલબે) ઈજ. ૩૪, ૧૧; ય. ૪, ૧; ૪।૨ ઈજ. ૧, ૨; ૬।૨ ઈજ. ૭૦, ૨; * ખોરદાદ તથા અમરદાદની જાયુક બક્ષેશો (૬।૨ ની મતલબે) ઈજ. ૩૩, ૮. જુઓ માદી.

ગ) સા. ના. નારી. પાણી; ૨।૨ ઈજ. ૩, ૧; ઈજ. ૭, ૧. ૨૦.

(જુઓ ૧ તથા ૩) સમાસ ના. નર. આખા ઢોરોને ખામી વગરના પશુ; તંદુરોસ્ત પશુ; herds of cattle in a sound state; healthy herds; ૨।૩ ઈજ. ૫૮, ૬.

(Geld. Ys. 19, 67) *vide*

(જુઓ ૨ ધા.) સા. ના. નાન્ય.

---

* ખેડેના — નીકળીને ... પ્રત્યય, લાગો; ... સમાસે (માઠી) ની ... (જુઓ ખરવ ૧૭, ૧૭.)

* Geld.

સુકો દુકાળ, પાણીની ટિપણી; પાણીની ખુટ; want of rain; a drought of water; [illegible] ૨/૧ વં. ૧૩, ૫૧; [illegible] ૬/૧ વં. ૭, ૨૬; [illegible] ૬/૧ ૫. ૧૩, ૧૩૦.

[illegible] (=Pehl. [illegible]) વિ. ના. નર. પેગમબર જરતોશ્તના બપાવાના બપાવાનું નામ, હએચત-અસ્પ; Haechat-aspa was an ancestor of Zarathustra at the fifth generation; the ascending line is Zarathustra, Pourushaspa, Paitîrâspa, Aurvat-aspa and Haechat-aspa; the father of Zoroaster, Pourushaspa, was the great grandson of Haechat-aspa. [illegible] ૮/૧ ઈજ. ૪૬, ૧૫. જુઓ [illegible]

[illegible] ([illegible] ઉપરથી) વિ. હએચત-અસ્પના ખાનદાનનો; of the family or of the blood of Haechat-aspa; [illegible] [illegible] (અએહએચત-અસ્પના ખાનદાનની પોઉરૂચિસ્ત!) નારી. ૮/૧ ઈજ. ૫૩, ૩.

[illegible] (= सेतु) (જુઓ ધા. [illegible]) સા. ના. નર. પુલ; a bridge; [illegible] ૭/૧ વં. ૧૯, ૩૦. જુઓ નીચેનો બોલ.

[illegible] (= [illegible] = [illegible] = Gr. Etymander) ([illegible] ઉપરથી) વિ. ના. નર. ક) હિલ્મન્દ નામનો મુલક; the region of Hilmand, to the east of Vackereta; *vide* [illegible]; [illegible] ૨/૧ વં. ૧, ૧૩; વં. ૧૯, ૩૯. (જુઓ મોટી.)

ખ) હિલ્મન્દ નામની નદી, જે હામુન નામના સરોવરમાં ખાલી થાએ છે; the River Hilmend which falls into the Lake Hâmûn; [illegible] [illegible] XIX. §67 (Geld.) the magnificent and glorious Haetumant (Dar.); [illegible] ૨/૧ ૫. ૧૯, ૬૬.

[illegible] સા. ના. ધાસ્તી, દેહેશત; દુઃખ, પીડા; possibly, a corrupt form of [illegible] terror, fright, affliction; [illegible] Wester. ૬/૧ ઈજ. ૪૬, ૬. Geld. [illegible]

[illegible] (= [illegible], [illegible] = सेना) (જુઓ ધા. [illegible]) સા. ના. નારી. લશ્કર; an army, a host; [illegible] ૧/૧ ૫. ૮, ૫૬; ૫. ૧૪, ૪૮; [illegible] (૧/૩ ની મતલબે) ૫. ૮, ૬૧; ૫. ૧૪, ૫૩; [illegible] ૨/૧ વં. ૧૮, ૧૨; [illegible] ૬/૧ ૫. ૪, ૩; ૫. ૫, ૧૩૧; ૫. ૧૦, ૮. ૪૭; ૫. ૧૫, ૪૯; ૫. ૧૯, ૯૩; [illegible] [illegible] ૬/૧ ઈજ. ૯, ૧૮; ઈજ. ૬૮, ૧૩; ૫. ૧, ૧૧; ૫. ૧૩, ૧૩૬; [illegible] ૫/૩ ઈજ. ૫૭, ૨૫; ૫. ૧૦, ૯૩; [illegible] ૬/૩ ૫. ૫, ૧૨૦. જુઓ નીચેનો બોલ.

[illegible] (= सैन्य) ([illegible] ઉપરથી) વિ. લશ્કરને લગતું; pertaining to the army; [illegible] [illegible] a war-chariot (લશ્કરને લગતી ગાડી; લડાઈની ગાડી) નર. ૧/૧ ૫. ૮, ૫૬; ૫. ૧૪, ૪૮.

[illegible] (= [illegible] = [illegible]) સા. ના. નાન્ય. ખસલત, આદત, તેવ; character, habit; [illegible] ૧/૧ વં. ૧૩, ૪૪. ૪૫. ૪૬. ૪૭. ૪૮.

[illegible] ([illegible] = જુઓ ૨ [illegible] તથા [illegible]) સમાસ ના. નાન્ય. સારૂં ડહાપણ—દાનેશ; good sense—wisdom; [illegible] ૩/૧ ઈજ. ૫૭, ૨૩; [illegible] ૫/૧ ઈજ. ૪૫, ૯.

[illegible] વિશે જુઓ [illegible]

[illegible] (= [illegible] = सोम) (જુઓ ૧ ધા. [illegible])

ક) સા. ના. નર. હોમ નામનો રોપો, જે ઘણું કરીને ઉંચી જગા તથા પાહાડો ઉપર* ઉગે છે; the Haoma plant, the Soma (सोम) of the Vedas, well-known with the epithets of [illegible] [illegible] [illegible], *i. e.*, the golden-coloured Haoma, growing on the heights. It possesses medicinal properties and is used in religious ceremonies.

"The offering of Haoma ([illegible]) is the centre of Mazdian sacrifice, as the offering of Soma (सोम) is the centre of the Vedic

* એના પુરતા ખોલાસા બાબે જુઓ મારી ખોરદેહ અવસ્તા બા માએની, ખોરશેદ નીઆએશને છેડે. [illegible] [illegible] ના ફકરાની નીચે આપેલો ખોલાસો.

sacrifice. In the one as in the other, the subject matter is an intoxicating plant, which concentrates in it the natural and supernatural virtues of the vegetable world; whose juice and tasting of it by the priest bestow on him and on the community all the felicity of this world as well as of the next. The two plants have the same name, for Haoma is the form which Soma ought to take in Avesta; and it is possible that at a very ancient epoch the plant employed might have been the same on both sides" (Dar.).

The Haoma ceremony is very antique, even anterior to the time of Zoroaster, as appears from Yasna, chapter IX., wherein it is explicitly mentioned, that Vivanghvat (father of King Jamsheed), Âthwya (father of King Faridoon), Thrita (father of the noted hero Kereshâspa) and Pourushaspa (father of the prophet Zoroaster) were among its first priests who performed the sacred ceremonies peculiar to its own and were, in return, blessed with the illustrious sons mentioned above.

ખ) વિ. ના. નર. હોમ નામનો પેગમબર; the prophet Haoma who introduced the Haoma ceremony at a very antique period, known with the epithet of [illegible] [illegible] *i. e.*, the prosperity-giving Haoma (*vide* Yas. LVII. §19; Yt. X. §88)

ગ) વિ. ના. નર. હોમ નામનો પેહેલવાન, જે પાદશાહ કૈખસરૂના જમાનામાં અફ્રાસીઆબને પાહાડ ઉપરથી પકડી લાવ્યો હતો; a warrior by name Haoma (or according to the Shâh-Nâmeh, a saintly person) who captured Afrâsyâb and handed him over to King Kaikhosru (*vide* Yas. XI. §7; Yt. IX. §17).

ઘ) વિ. ના. નર. હોમ યઝદ; the Yazata Haoma, better known by the name of [illegible] [illegible] *i.e.*, Haoma that removes sickness or disease afar.

[illegible] ૧|૧ વં. ૬, ૪૩; યજ. ૯, ૧૬; ય. ૮, ૩૩; ય. ૯, ૧૭; ય. ૧૦, ૮૮. ૧૨૦; ય. ૧૭, ૩૭; [illegible] ૧|૧ વં. ૧૫, ૧૯; યજ. ૯, ૧. ૨. ૨૨; યજ. ૧૧, ૧; યજ. ૫૭, ૧૯; [illegible] ૨|૧ યજ. ૧૦, ૮. ૨૧; યજ. ૨૨, ૧; યજ. ૪૨, ૫; વીસ્પ. ૧૧, ૩; ય. ૧૪, ૫૭; સીરો. ૨, ૩૦; [illegible] ૨|૧ યજ. ૩, ૨; યજ. ૧૦, ૧૫; [illegible] ૨|૧ યજ. ૪૨, ૫; [illegible] [illegible] [illegible]* Wester. ૩|૧ ય. ૩, ૧૮; ય. ૧૦, ૬; તથા દરેક નીઆએશ તથા યશ્તને છેડે; [illegible] ૪|૧ યજ. ૯, ૩; યજ. ૧૧, ૭. ૧૦; [illegible] ૫|૧ વં. ૯, ૫૬; વં. ૧૩, ૫૫; ય. ૧૦, ૬૧; આફ્રી. ૨પિ. ૫; [illegible] ૬|૧ વં. ૧૮, ૧૨; યજ. ૧૦, ૧; ય. ૧૭, ૫; ય. ૨૧, ૯; [illegible] ૬|૧ યજ. ૮, ૧; [illegible] ૮|૧ યજ. ૯, ૩; યજ. ૧૦, ૩. ૪; [illegible] ૧|૨ વં. ૬, ૪૨; [illegible] ૨|૩ વં. ૫, ૩૯; [illegible] ૨|૩ યજ. ૩, ૩; ય. ૧૦, ૯૦; [illegible] ૨|૩ વીસ્પ. ૧૧, ૧; વીસ્પ. ૧૨, ૨; [illegible] યજ. ૪, ૧; યજ. ૨૪, ૧; [illegible] ૨|૩ યજ. ૭, ૩; યજ. ૧૦, ૧૭; [illegible] ૬|૩ વીસ્પ. ૯, ૧; [illegible] ૬|૩ વીસ્પ. ૧૨, ૧. જુઓ [illegible], તથા એની પછીના બોલો.

[illegible] વિશે જુઓ [illegible]

[illegible] (જુઓ [illegible] તથા [illegible]) સમાસ વિ. હોમને પસંદ કરતો (અસલ.); હોમની ક્રિયાને પસંદ કરતો; delighting in the Haoma (lit.); deriving pleasure in the Haoma ceremonies; [illegible] (Geld. [illegible]) નર. ૨|૧ ય. ૧૮, ૮.

[illegible] (= [illegible] = सौमनस) ([illegible] = જુઓ ૨ [illegible] તથા [illegible]) સમાસ ના. નાન્ય. નેક મનશ્ની, સારો વિચાર; good-mindedness, good intent. Comp. [illegible];—[illegible] ૨|૧ યજ. ૭૧, ૧૭. જુઓ [illegible]

[illegible] ([illegible] ઉપરથી) નામ સાધિત વર્ત. કૃ. આત્મને. (Denom. Partic.) સારા વિચારનો થઈને—થતાં; being good-minded; with good intent; [illegible] (Wester. [illegible]) નર. ૧|૩ ય. ૧૦, ૩૪.

* Geld. [illegible] [illegible]; *vide* [illegible]

[illegible] વિશે જુઓ [illegible]

[illegible] (= [illegible] = सोमवन्त) ([illegible] ક ઉપરથી) વિ. હેામને લગતું, હેામ સાથનું; (an offering) accompanied with the Haoma; [illegible] ... [illegible] [illegible] નારી. ૧|૧ ઇજ. ૬૮, ૧; [illegible] [illegible] નારી. ૨|૧ ઇજ. ૬૬, ૧; [illegible] [illegible] નારી. ૨|૩ ઇજ. ૨૨, ૨; વીસ્પ. ૧૧, ૪; [illegible] [illegible] પા૩ (૩|૩ ની મતલબે*) ય. ૫, ૮; [illegible] [illegible] નારી. ૬|૩ વં. ૧૪, ૪; વં. ૧૮, ૭૨; ય. ૫, ૬૩.

[illegible] ([illegible] ક ઉપરથી) વિ. હેામને લગતેા (અસલ.); હેામની ક્રિયા કરનાર; adj. provided with the Haoma (lit.); one who performs the Haoma ceremony. [illegible] Geld. mas. nom. plu.; †[illegible] ... [illegible] [illegible] [illegible] (હમેા જે) હેામની ક્રિયા કરનારા (અથવા હેામની ક્રિયા કબૂલ રાખનારા) (તેઓ) જીવામથી (તથા) બરસમ ઇત્યાદિથી (ફલાના ઇજદને) આરાધ્યે છિયે— ય. ૩, ૧૮; ય. ૧૦, ૬; તથા દરેક નીઆએશ તથા યસ્તને છેડે.

[illegible] (જુઓ [illegible] ક તથા ધા. [illegible] ક) સમાસ વિ. હેામ ગાળવાની (વરસીઆના બાલની ચાળણી); (the filter) for straining the Haoma; [illegible] [illegible] ૪|૧ વીસ્પ. ૧૦, ૨; વીસ્પ. ૧૧, ૧૮.

[illegible] (જુઓ [illegible] ક તથા ધા. [illegible] ખ) સમાસ ભૂ. કૃ. વિ. હેામના રસથી ભીંજવેલી (જબાન); Haoma-moistened tongue); [illegible] [illegible] ૬|૧ આફ્રી. ૨પિ. ૫.

[illegible] વિ. ના. નર. નામાંકિત પુરૂષનું નામ; name of an illustrious personage; [illegible] ૬|૧ ય. ૧૩, ૧૧૯.

[illegible] Wester. (જુઓ [illegible] ક તથા [illegible] ગ) સમાસ વિ. હેામ સલીના રંગનું; Haoma-coloured; [illegible]* ... [illegible] નર. ૨|૧ ય. ૮, ૫૮; ય. ૧૪, ૫૦.

[illegible] (જુઓ [illegible] ક તથા ૧ધા. [illegible] ગ) સમાસ વિ. હેામ કુટવાની (હાવનીમ); (the mortar) for pounding the Haoma; [illegible]† [illegible] નારી. ૬|૨ વીસ્પ. ૧૨, ૨.

[illegible] (= सोम्य) ([illegible] ક ઉપરથી) ક) વિ. હેામને લગતું, હેામનું; relating to the Haoma; of the Haoma; [illegible] [illegible] the Haoma-water, i. e., the water mixed with the Haoma (હેામનું પાણી ઇઆને હેામમાં ભેળેલું—નામેલું પાણી) નારી. ૨|૧ ઇજ. ૩, ૩; ઇજ. ૭, ૩; [illegible] [illegible] ૨|૧ વીસ્પ. ૧૧, ૪; [illegible] [illegible] the Haoma-cups (હેામ મુકવાની રકાબી) નાન્ય. ૧|૩ વં. ૧૪, ૮.

ખ) સા. ના. નાન્ય. હેામ મુકવાનું વાસણ; હેામ નામવાનું કુલીઉં—રકાબી; the Haoma-cup, i. e., [illegible] [illegible]; [illegible] [illegible] these Haoma cups ૨|૩ વીસ્પ. ૧૧, ૨.

[illegible] વિશે જુઓ [illegible]

[illegible] સા. ના. એ બાલનેા ચેાકસ અર્થ કર્યો નથી; પેાલાદ (દારમે.); તાંબું, ત્રાંબું (સ્પી.); પિત્તલ તથા કલઇ (હારલે); જસદ ?; (meaning unsettled); Zinc?; steel (Dar.); copper (Sp.); brass, tin (Har.) જુઓ નીચેનેા બાલ.

[illegible], [illegible] ([illegible] ઉપરથી) વિ. પેાલાદનું (વાસણ); of steel; steel; [illegible] (a utensil) of steel નર. ૧|૧ વં. ૭, ૭૫; [illegible] [illegible] (Geld. [illegible]) quoits of steel; (લડાઇમાં દુશ્મન ઉપર ફેંકવાના) પેાલાદના ચક્રેામાંના નર. ૬|૩ ય. ૧૦, ૧૩૦. જુઓ નીચેનેા બાલ.

[illegible] (જુઓ [illegible]) સમાસ વિ. પેાલાદ ઓતવાનું (કારખાનું);

* જુઓ મારૂં અવસ્તા વ્યાકરણ, સદેા ૩૦૧.

† Wester. [illegible] [illegible] [illegible] [illegible]

* Geld. [illegible]...[illegible] a head of cattle of the same colour એકજ અથવા એકસરખા રંગનું પશુ.

† ...[illegible] Geld. તથા Wester.

(a foundry) for smelting steel and moulding it into various forms; [illegible] [illegible] [illegible] નર. ૫|૧ વં. ૮, ૯૦.

[illegible] ([illegible] = જુઓ ૨ [illegible] તથા ૧ [illegible], [illegible]—ક) સમાસ ના. નાન્ય. સારી કીર્તિ; ભલી નામદારી; fair fame, good renown; [illegible] ૧|૧ ५. ८, ४; ५. १०, ૯૦; [illegible] ૨|૧ ५. १०, ૩૩; [illegible] ४|૧ ५. २४, ૩૨; [illegible] ૭|૧ (४|૧ ની મતલબે) ઇજિ. ૯૮, ૨.

ખ) વિ. ના. નર. કેકાઉસ પાદશાહના છોકરા સીઆવક્ષનો છોકરો; કેખસરૂ પાદશાહ = [illegible] the son of Syâvarshâna (Per. Syâvakhsh) and the grandson of Kavi Usa (Per. Kâûs). Comp. [illegible], q. v.; [illegible] [illegible] (કેઆની તોખમના કેખસરૂ પાદશાહને) ૨|૧ સીરો. ૨, ૯; [illegible] [illegible] ૬|૧ ५. ૯, १८; નીઆ. ૫, ૫; સીરો. ૧, ૯; [illegible] [illegible] [illegible] [illegible] [illegible] [illegible] that I may flee from King Kaikhosru; કેખસરૂ પાદશાહ (નાં પંજામાં) થી હું છુટી જાઉં (૫|૧ ની મતલબે) ५. १५, ३२; [illegible] [illegible] કારાંત ૬|૧ ५. १३, १३२.

ગ) વિ. ના. નર. સરોવરનું નામ; the Lake Haosravangh, according to the Bundehesh, is within 50 leagues to the north-west of Lake Chaechast (Lake Urumiah). For particulars, *vide* [illegible] & Yt. XIX. § 56. [illegible] [illegible] ૨|૧ સીરો. ૨, ૯; [illegible] [illegible] ૬|૧ નીઆ. ૫, ૫; સીરો. ૧, ૯; [illegible] નું બીજું રૂપ [illegible] આવેછે (જુઓ મોદી.).

[illegible] ([illegible] ઉપરથી) વિ. કેખસરૂ પાદશાહને લગતો (અસલ.); કેખસરૂ પાદશાહનો કુટુંબી; કેખસરૂ પાદશાહનો છોકરો; (a member) of the family of Husravangh; the son of Husravangh; [illegible] ૬|૧ ५. १३, १३७; [illegible] members of the family of Husravangh (કેખસરૂ પાદશાહના ખાનદાનવાળાઓ) । કારાંત ૧|૩ ५. १४, ३૯.

[illegible] ([illegible] = જુઓ ૨ [illegible] તથા ૧ ધા. [illegible]) સમાસ ના. નાન્ય. પુરતી ખુશાલી, ઘણી ખુશાલી ભરેલી હાલત; full joy; happy state; [illegible] ૭|૧ ५. १३, ૯૯.

[illegible] (= [illegible] = هوشنگ) વિ. ના. નર. પેશદાદી ખાનદાનનો પેહેલો પાદશાહ હુશંગ; બુનદેહેશ તથા વજરકર્દદીની પ્રમાણે ગયોમર્દના નબીરા સીઆમકના છોકરા ફ્રવાકનો છોકરો; ફીરદોસી પ્રમાણે ગયોમર્દના છોકરા સીઆમકનો છોકરો; Hushangh; the founder of the Peshdâdyan dynasty; according to the Bundehesh and the Vajarkard-dini, he was the son of Fravâk, the son of Syâmak, the grandson of Gayo-mard. According to the Shâh-Nâmeh, he was the grandson of Gayomard, and the son of Syâmak; his father having been killed by the black Dîv (دیو سیاه), he encoumtered him at the head of an army and destroyed him. He then succeeded his grandfather; [illegible] ૧|૧ ५. ५, २१; ५. ૯, ૩; ५. १५, ૭; ५. १७, २४; [illegible] ૨|૧ ५. १૯, २૯; [illegible] ૬|૧ ५. १३, १३७. (જુઓ મોદી.)

[illegible] વિશે જુઓ ૧ ધા. [illegible] ગ.

[illegible] સમાસ વિ. નેકનામીના ગુણવાળો; સારી નામદારી મેળવવાના ગુણ ધરાવનાર; possessing qualities adapted for gaining renown; [illegible] = [illegible] = renown, fame; [illegible] = Sans. गुण = a quality; ગુણ, ખાસિયત; [illegible] નર. ૧|૧ ५. ४, ૯.

[illegible] (જુઓ ધા. [illegible]) ક્રિ. અ. તાબડતોબ; તેજ વખતે; તુરત; forthwith; immediately; rt. [illegible] = सच् = to follow; pres. partic. [illegible]; [illegible] વં. ८, ७०. ७१; વં. ૯, २५. २૯; વં. १८, १૯. २४. ५५. ५૯; વં. २२, ३. ४. १०. ११. १૯. १७; ५. १०, ७२; ५. १३, ७८; ५. १૯, ૯८.

[illegible] (= सकृत) (જુઓ [illegible] ખ તથા ૧ ધા. [illegible]) ક્રિ. અ. ક) એક વખત; once; one time, but no more; [illegible] વં. ૨, ४०;

વં. ૭, ૨૯. ૩૦. ૩૧. ૩૩. ૩૪. ૩૫. ૭૪; વં. ૯, ૩૧; ય. ૧૮, ૩૭.

ખ) કોઈ વખત; sometimes; [illegible] વં. ૧૪, ૧૧.

ગ) એકદમ; એકફટકે (મારતો); at once; (killing) at one stroke; *vide* [illegible]

[illegible] (જુઓ [illegible]) (ગ તથા ધા. [illegible]) સમાસ વિ. એકદમ મારતો ઈઆને એક ફટકે મારી નાખતો; killing at once, *i. e.*, killing at one stroke; [illegible] નર. ૬|૧ ય. ૧૦, ૭૦. ૧૨૭; ય. ૧૪, ૧૫.

[illegible] (= [illegible]) (જુઓ ધા. [illegible]) સા. ના. નર. પગનું તળિઉં; the sole of the foot; rt. [illegible]; [illegible] + [illegible] = [illegible] = [illegible]; [illegible] ૨|૧ વં. ૮, ૬૯. ૭૦; વં. ૯, ૨૪. ૨૫.

[illegible], [illegible] (= सखि) (જુઓ ધા. [illegible]) સા. ના. દોસ્ત, સાથી; a friend, a companion. Comp. [illegible] & [illegible];— [illegible] ૧|૧ વં. ૧૮, ૨૬; ઈજ. ૬૨, ૮; [illegible] • કારાંત ૧|૩ વં. ૪, ૪૪; ય. ૨૪, ૧૦; [illegible] ૧|૩ ય. ૧૯, ૯૫; [illegible] ૨|૩ ય. ૧૧, ૧૬; [illegible] ૨|૩ ય. ૧૯, ૮૯. જુઓ [illegible]

[illegible] (જુઓ ધા. [illegible]) સા. ના. નાન્ય. દોસ્તી, મિત્રાચારી; friendship; [illegible] ૨|૧ ય. ૧૦, ૮૦; [illegible] ૨|૧ ય. ૬, ૫; નીઆ. ૧, ૧૫; [illegible] ૩|૧ ય. ૨૪, ૧૦; [illegible] ૪|૧ ય. ૧૦, ૭૯. ૮૧; ય. ૧૭, ૬; ય. ૨૪, ૩૪; [illegible] ૭|૧ ય. ૨૪, ૩૧. ૪૩; [illegible] ૪|૩ ય. ૧૩, ૩૦; [illegible] ૬|૩ ય. ૬, ૫; નીઆ. ૧, ૧૫. જુઓ [illegible] [illegible]

[illegible] વિરો જુઓ [illegible]

[illegible] વિરો જુઓ ધા. [illegible]

[illegible] (= [illegible] = सख्य) સા. ના. *નાન્ય. પીડું; the abdomen; [illegible] ૨|૧ વં. ૮, ૫૮. ૫૯; વં. ૯, ૨૧.

[illegible] (જુઓ ધા. [illegible]) સા. ના. નર. દોસ્ત, મિત્ર, સોબતી; a friend, a companion. Comp. [illegible] & [illegible];- [illegible] ૨|૩ ઈજ. ૪૦, ૪; [illegible] ૨|૩ ઈજ. ૪૯, ૩.

[illegible] (જુઓ ધા. [illegible]) સા. ના. નાન્ય. દોસ્તી, મિત્રાચારી; friendship; companionship. Comp. [illegible];- [illegible] ૨|૧ ઈજ. ૬૦, ૭; [illegible] ૨|૧ ઈજ. ૬૦, ૧૨; [illegible] ૨|૧ ઈજ. ૪૦, ૨; [illegible] ૪|૧ ઈજ. ૪૦, ૩. જુઓ, [illegible]

[illegible] વિરો જુઓ ધા. [illegible]

[illegible] વિ. તૃપ્ત થએલો, ખુશી થએલો; satisfied; pleased; *or*: rendering assistance (rt. [illegible] to follow); મદદ કરતો; યારી આપતો; [illegible] ...[illegible] (નર. ૧|૧ ને બદલે) વં. ૧૮, ૨૬; ઈજ. ૬૨, ૯; ય. ૨૪, ૩૮; નીઆ. ૫, ૧૫.

[illegible] સા. ના. ખાવું; eating; rt. [illegible] = [illegible] = to eat; redupli. [illegible]; [illegible] = ખાવું; [illegible] for eating (lit.); as food; ખાવા સારૂ (અસલ.); ખોરાક તરીકે; ૭|૧ (૪|૧ ની મતલબે; સામાન્ય રૂપ તરીકે) ઈજ. ૧૧, ૪. ૫. *Otherwise*: jaw-bone (Dar. & Jackson); જડબું (દારમે તથા જાકસન); [illegible] ૨|૨.

[illegible] વિ. ના. નર પુરૂષનું નામ; name of a person; [illegible] ૬|૧ ય. ૧૩, ૧૦૪.

[illegible] વિ. ના. નર. નામાંકિત પુરૂષનું નામ; name of an illustrious personage; probably, the only son of Jâmâspa, better known in the later legend, by the name of Gîramik (Pehl.), Girâmi (Dar.); Girâmi literally means precious, beloved; Comp. Per. گرامی;—[illegible] ૬|૧ ય. ૧૩, ૧૦૪.

* અવસ્તા તેમજ સંસ્કૃતમાં [illegible], ति પ્રત્યયવાળા બોલો ઘણું કરીને નારી જાતીના હોએછે. સંસ્કૃતમાં બી અવસ્તા [illegible] ની માફક सख्य બોલ નાન્યતર-જાતીમાં આવેલો છે.

[Avestan] (વિરો જુઓ ધા. [Avestan]

[Avestan] સા. ના. પુષ્કળપણું, પુરતાપણું; અથવા સુખ; abundance, sufficiency; *or*: enjoyment, comfort; [Avestan] [Avestan]* (the comfort of food and clothing) ૧|૧ વં. ૫, ૩૮; *or*: [Avestan] (adv.) sufficiently પુરતી રીતે ૧|૧ (ક્રિ. અ. ની મતલબે) યજ. ૫૩, ૪.

[Avestan] = सच् = Lat. Sequi =) પુઠે જવું; પુઠે ચાલવું, સાથે સાથે ચાલવું, સાથે રેહીને ચાલવું; પોહોંચવું; to follow, to pursue, to go after, to reach; cl. 1; [Avestan] વર્તે. પરસ્મૈ. ૧ લો વર્ગ ૨|૧ ય. ૧૭, ૬. ૭. ૮; [Avestan] ૩|૧ યં. ૧૦, ૬૬. ૧૦૭; [Avestan] આત્મને. યજ. ૧૦, ૮; યજ. ૩૪, ૨; ય. ૧૪, ૪૪; [Avestan] (અનુસરતું હોએછે) યજ. ૪૮, ૪; [Avestan] (અનુસરતાં—એક બીજાને મળતાં હોએછે) ૩|૩ યજ. ૪૫, ૨; [Avestan] (ઉપલેજ અર્થે) યજ. ૧૯, ૧૫; [Avestan] (ઉસકેરેછે) યજ. ૧૦, ૮; [Avestan] (સાથે સાથે જાએછે) યજ. ૩૩, ૯; [Avestan] (સાથે અથવા—વળગી રેહેશે) સંશ. યજ. ૪૮, ૧૨; [Avestan] (સાથે સાથે ચાલે) ય. ૮, ૧; [Avestan] આજ્ઞા. આત્મને. ૧|૧ ય. ૫, ૬૯; [Avestan] પરસ્મૈ. ૩|૧ ય. ૨૪ ૮; [Avestan] અ. ભૂ. સંશ. પરસ્મૈ. ૩|૧ ય. ૧૮, ૪; ય. ૧૯, ૫૪; [Avestan] (caus.) to lead, સાથે અથવા પુઠે ચલાવવું (પ્રયો.); [Avestan] (હું ચલાઉં) પ્રયો. આજ્ઞા. આત્મને. ૧|૧ ય. ૫, ૧૮. ૧૦૫; ય. ૯, ૨૬; [Avestan] ય. ૨૪, ૪૭; [Avestan]† I will lead—guide (હું ચલાવીશ, રેહેનુમાઈ કરીશ) પ્રયો. આજ્ઞા. ૧|૧ યજ. ૮, ૭; [Avestan] વર્તે. કૃ. આત્મને. નર. ૧|૧ યજ. ૪૩, ૧૦; ય. ૧૦, ૬૭. ૧૪૨; ય. ૧૩, ૩; ય. ૧૯, ૫૪; [Avestan] નારી. ૧|૧ યજ. ૧૯, ૧૭; [Avestan] ૩|૧ યજ. ૪૪, ૧૦; [Avestan]‡ Wester. ૪|૧ ય. ૫, ૮;

[Avestan] (સાથ લઈને) નારી. ૧|૩ યજ. ૬૦, ૪; [Avestan] ૨|૩ ય. ૧૩, ૩૨; [Avestan] ૬|૩ વીસ્પ. ૯, ૧.

ખ) પામવું, મેળવવું; to get, to obtain; જુઓ [Avestan]

ગ) ચલાવવું, માર્ગે બતલાવવો, રેહેનુમાઈ કરવી; to lead, to guide; [Avestan] [Avestan] whom I shall lead on ભવિ. સંશ. આત્મને. ૧|૧ યજ. ૪૬, ૧૦; [Avestan]* શક્યા. ૨|૧ વં. ૧૯, ૨૬; [Avestan]† આજ્ઞા. આત્મને. ૧|૧ વં. ૧૯, ૨૬.

ઘ) તાકીદ કરવી, ફરમાવવું; to enjoin, to urge, to order; [Avestan] (તુંએ તાકીદ કરવી જોઈએ) વં. ૭, ૫૦.

[Avestan] = પુઠે જવું, સાથે સાથે ચાલવું; to follow, to accompany; [Avestan] [Avestan] ય. ૧૦, ૧૧૭.

[Avestan] =) નજદીક આવવું, પુઠે ચાલવું; વળગવું, વળગી રેહેવું; to adhere with strong attachment; to cling, to follow, to attend; [Avestan] અ. ભૂ. પરસ્મૈ. ૩|૧ વં. ૯, ‡૯; ય. ૧૫, ૪; ય. ૧૯, ૨૬; [Avestan] [Avestan] do thou attend me (મારી સાથે રેહે—ચાલ) આજ્ઞા. ૨|૧ ય. ૧૭, ૭; [Avestan] (હું વળગી રહીશ ‖) પ્રયો. આજ્ઞા. પરસ્મૈ. ૧|૧ ય. ૫, ૮. જુઓ [Avestan]

ખ) ઉત્પન્ન થવું, નીકળવું, પરિણામ નીપજવું; to issue, to spring, to proceed; [Avestan] વં. ૭, ૫૧; [Avestan]...[Avestan] ભવિ. શક્યા. પરસ્મૈ. ૩|૧ વં. ૧૮, ૨૭; યજ. ૬૨, ૧૦; ય. ૨૪, ૩૮; નીઆ. ૫, ૧૬.

[Avestan] (= [Avestan] = सचा =) (જુઓ ધા. [Avestan])

૧) ઉપ. દૂર, થી;—far off, implying "departure from;" *e. g.*, [Avestan] = to depart from, [Avestan] [Avestan] [Avestan] [Avestan] = [Avestan] [Avestan] [Avestan] (તે માણસની) બુદ્ધિ બહાર

* Wester. [Avestan]

† ધા. [Avestan] ની ઉપર [Avestan] વધેલો હોએ અથવા ભવિષ્યનો [Avestan] ગણવો. Wester. [Avestan]

‡ Geld. [Avestan]

* Wester. [Avestan]

† Wester. [Avestan]

‡ એ ઠેકાણે એનો અર્થ વળગી પડી અથવા ચલાવી એ બેહુ અર્થ થઈ શકેછે.

§ Geld. [Avestan]

‖ યમોનઅ ૨૫ છતાં એ અર્થ લાગુ પડેછે.

(નીકળીને) દૂર જતી રેહે (વં. ૭, ૨.) [illegible] [illegible] = [illegible] [illegible] વં. ૬, ૩૧. ૩૪. ૩૭. ૪૦.

૨) શબ્દ. અ. ક) થી; from; [illegible] વં. ૧, ૧૮; વં. ૨, ૪૧; વં. ૩, ૭. ૧૪. ૧૬. ૧૭; વં. ૫, ૧. ૨. ૧૫. ૧૭. ૧૯. ૪૦. ૪૭. ૪૮; વં. ૬, ૨૯. ૩૧. ૩૪. ૩૭; વં. ૭, ૨૪. ૫૨; વં. ૮, ૬. ૭. ૧૧. ૨૭. ૩૭. ૩૮. ૩૯. ૭૫—૭૮. ૮૩—૬૬; વં. ૯, ૨. ૪. ૫. ૮. ૩૩. ૩૪. ૩૫. ૩૯. ૪૦. ૪૫. ૪૭. ૫૨. ૫૩; વં. ૧૦, ૧. ૫. ૬. ૯. ૧૦. ૧૩. ૧૪. ૧૭. ૧૮; વં. ૧૧, ૧૦. ૧૩; વં. ૧૩, ૧૦. ૧૧. ૧૭. ૧૮. ૪૦. ૫૨; વં. ૧૬, ૨. ૩૪; વં. ૧૭, ૪; વં. ૧૮, ૧—૫; વં. ૧૯, ૧. ૫. ૧૨. ૨૦. ૩૧. ૩૨. ૩૩. ૪૧; વં. ૨૦, ૧. ૨; વીસ્પ. ૧૧, ૧૨; ય. ૧૦, ૬૭; [illegible] [illegible] (જેને લીધે) વં. ૨, ૨૨; [illegible] ઇજિ. ૪૭, ૧.

ખ) વાસ્તે, માટે, કાજે; for; on account of; [illegible] વં. ૧૨, ૧. ૩. ૫. ૯. ૧૧; વં. ૩, ૩૯.

ગ) કરતાં, થી; than; [illegible] વં. ૧૬, ૨.

ઘ) લીધે; on account of; owing to; [illegible] વં. ૧૩, ૩૮; વં. ૧૫, ૧. ૨. ૪. ૬. ૭. ૮; [illegible] ઇજિ. ૩૫, ૧૦.

ચ) માં; in; [illegible] [illegible] [illegible] in the dark night (અંધારી રાતે) ય. ૧૪, ૩૧.

છ) વિશે; about; concerning; [illegible] ય. ૧૭, ૫૭. ૫૮.

જ) પાસે (મિલ્સ); સાથે (દારમે.); beside (M.); with (Dar.); [illegible] ઇજિ. ૩૭, ૨.

શબ્દ. અ. તરીકે એ અવ્યય ૨ જી, ૩ જી, ૫ મી, ૬ ઠી તથા ૭ મી વિભક્તિવાળાં નામ તથા સર્વનામ સાથે વપરાએલો આવેછે.

કોઈ વખતે [illegible] ને માટે ફારસી ز (ز નો ટુંકો) આવેછે:—જેમકે [illegible] [illegible] بزا; = بز ; [illegible] [illegible] = بزا = بز

[illegible] (જુઓ ધા. [illegible] ખ) વર્તે. કૃ. વિ. પાંમતું, મેળવતું; obtaining, getting; જુઓ એની પછીના બોલ.

[illegible] (જુઓ [illegible] તથા ૧ [illegible] ખ) સમાસ વિ. ખાહેશ પાંમતું; મુરાદ મેળવતું; obtaining one's desires; [illegible] [illegible] નારી. ૨/૧ ય. ૨૪, ૧૪.

[illegible] (જુઓ [illegible] તથા [illegible]) સમાસ વિ. દુધ પાંમતું—મેળવતું; દુધમાં ભરપુર; obtaining milk (lit.); rich in milk; [illegible] (Geld. [illegible]) નારી. ૨/૧ વં. ૨૧, ૬. ૧૦. ૧૪.

[illegible] (જુઓ [illegible] તથા [illegible]) સમાસ વિ. છોકરાં પાંમતું; છોકરાં મેળવતું; છોકરાં બચ્ચાંમાં ભરપુર; rich in children, blessed with children; [illegible] નારી. ૨/૧ વં. ૨૧, ૬. ૧૦. ૧૪; [illegible] ૧/૩ ય. ૧૩, ૧૫.

[illegible] વિશે જુઓ ધા. [illegible]

[illegible] =सह= છિનવી લેવું; લુંટી લેવું, લઈ લેવું; to snatch, to seize away; જુઓ [illegible]

[illegible] (જુઓ [illegible] ખ તથા [illegible]) સમાસ વિ. સાથે મરજી રાખતો, એકજ ખાહેશ રાખતો (અસલ.); દોસ્ત, ચાહાનાર; having the same desire, of one accord (lit.); a friend, a well-wisher; [illegible] નર. ૧/૧ ઇજિ. ૨૯, ૭; [illegible] ૨/૧ ઇજિ. ૨૮, ૮; [illegible] નર. ૧/૩ ઇજિ. ૫૧, ૨૦. જુઓ [illegible]

[illegible] (= [illegible] =सहस्र= هزار) કેવળ સંખ્યા. વિ. ક) હજાર, ૧૦૦૦; a thousand, 1000; [illegible] ૧/૧ ઇજિ. ૬૫, ૪; ય. ૧, ૧૯; ય. ૧૦, ૬૯; નીઆ. ૪, ૫; [illegible] ૧/૧ ય. ૬, ૧; નીઆ. ૧, ૧૧; [illegible] ૨/૧ વં. ૨, ૨૦. ૩૮; વં. ૩, ૩૧. ૩૭; વં. ૪, ૧૦. ૧૬; વં. ૬, ૨૫; વં. ૮, ૨૫. ૮૨; વં. ૧૩, ૪; વં. ૧૮, ૭૦—૭૪; વં. ૨૧, ૭. ૧૧. ૧૫; વં. ૨૨, ૩. ૧૦. ૧૭; ય. ૧૦, ૧૨૮; ય. ૫, ૨૧; ય. ૯, ૩; [illegible] [illegible] (છસો અને હજાર = * ૧૬૦૦) ૨/૧ ય. ૫, ૯૫; [illegible] ૪/૧ ય. ૫, ૯૬; ય. ૮, ૪૯; [illegible] [illegible] (હજાર ઘણા હજાર) ય. ૩, ૧૦, ૧૩; ય. ૪, ૨; ય. ૨૪, ૧૯; [illegible] [illegible] (બે હજાર) ૨/૨ વં. ૧૮, ૭૩; [illegible] [illegible] (અને નવ 'હજાર) ૨/૩ વં.

* છસો ઘણા હજાર=૬૦૦૦૦૦ (ગુજરાતી).

૨૨, ૨. ૬. ૯. ૧૫; ય. ૧૩, ૬૦; [Avestan] વ. ૧૩, ૫૧; વં. ૧૪, ૧; [Avestan] વીસ્પ. ૮, ૧. જુઓ [Avestan] તથા એની પછીના બોલો.

ખ) હજાર ઘણું; a thousand-fold; [Avestan] ય. ૧૦, ૧૧૭.

[Avestan] (= [Avestan]) (જુઓ [Avestan] તથા [Avestan] ૬) સમાસ વિ. હજાર કાનવાળો; એ સિફત મેહેર ઈજદને માટે આવેછે; એની મતલબ એ કે 'તેની સાંભળવાની શક્તિ હજાર કાનના જેટલી તીક્ષ્ણ'; (Mithra) who has a thousand ears; *i. e.*, whose auditory sense is as powerful as 1000 ears taken together; [Avestan] નર. ૧/૧ ય. ૧૭, ૧૬; [Avestan] ય. ૧૦, ૧૪૧; [Avestan] નર. ૨/૧ ઈજ. ૨, ૩; ઈજ. ૬, ૨; ય. ૧૦, ૭; [Avestan] નર. ૪/૧ ય. ૧૦, ૯૧; [Avestan] નર. ૬/૧ ઈજ. ૧, ૩; ઈજ. ૩, ૫; ઈજ. ૪, ૮; ય. ૧૦, ૦. ૧૪૬.

[Avestan] ક) સમાસ વિ. સોઘણું (જુઓ ૨ [Avestan]); a thousand times; [Avestan] ૪/૧ વં. ૭, ૫૫. ૫૬; ય. ૫, ૫૪. ૫૮. ૧૧૭; ય. ૮, ૬૧; ય. ૯, ૩૧; ય. ૧૩, ૪૮; [Avestan] ૩/૩ વં. ૭, ૫૫. ૫૬; ય. ૫, ૫૪. ૫૮. ૧૧૭; ય. ૮, ૬૧; ય. ૯, ૩૧; ય. ૧૩, ૪૮.

ખ) સમાસ ના. નાન્ય. સોઘણું મારવું (જુઓ ૧ [Avestan]); smiting (evil beings) a thousand times; [Avestan] ૪/૧ ય. ૧૦, ૪૩; [Avestan] ૩/૩ ય. ૧૦, ૪૩.

[Avestan] (જુઓ [Avestan] ખ) સમાસ ના. નાન્ય. હજાર મારવું; હજાર ઘણો નાશ; a thousand-smiting; killing (the Daevas) a thousand times; [Avestan] ૮/૧ ઈજ. ૧૦, ૬; ય. ૧૩, ૪૫.

[Avestan] (જુઓ ધા. [Avestan]) સમાસ વિ. હજાર (ઘણો) મારનાર; one who smites or kills (evil-beings) a thousand times; [Avestan] નર. ૧/૧ વં. ૧૩, ૧. ૨. ૫. ૬; [Avestan] ([Avestan] ની મતલબે) વં. ૮, ૮૦.

[Avestan] (જુઓ [Avestan]) સમાસ વિ. હજાર યુક્તિ—તદબીરવાળો; હજાર કોવતવાળો; endowed with a thousand contrivances, artifices or powers; [Avestan] [Avestan] નર. ૧/૧ ય. ૧૦, ૧૦૭; ય. ૧૯, ૩૫; [Avestan] = કારાંત નર. ૧/૧ ય. ૨૩, ૩; [Avestan] નર. ૨/૧ ઈજ. ૯, *૮; ય. ૫, ૩૪; ય. ૧૦, ૩૫.

[Avestan] ([Avestan] ઉપરથી) વિ. હજાર ઘણું; a thousand times; [Avestan] નારી. ૬/૧ વં. ૫, ૧૯.

[Avestan] (જુઓ [Avestan]) સમાસ વિ. હજાર ઘોડાવાળું; હજાર ઘોડેસ્વારનું (લશ્કર); [Avestan] [Avestan] a body of 1000 troops serving on horse-back; 1000 horse (હજાર ઘોડે સ્વારનું લશ્કર) નારી. ૨/૧ વં. ૧૮, ૧૨.

[Avestan] — એ બોલ વિશે જુઓ [Avestan]

[Avestan] (જુઓ [Avestan], [Avestan]) સમાસ ના. નર. હજાર શિયાળા ઈઆને હજાર વરસ; a thousand winters, *i. e.*, a thousand years; [Avestan] વં. ૨, ૨૦ (Wester.)

[Avestan] (જુઓ [Avestan] તથા [Avestan]) સમાસ વિ. હજાર ઘણી અંધારી (જગા); (a place) a thousand times dark; *i. e.*, a place of thick darkness; [Avestan] [Avestan] નર. ૭/૩ ય. ૧૫, ૫૩.

[Avestan] (જુઓ [Avestan]) સમાસ વિ હજાર ઘણા હજાર = ૧૦૦૦૦૦૦; a thousand times a thousand; 1,000,000; [Avestan] ૨/૩ ય. ૨૯, ૧૯.

[Avestan] (જુઓ ([Avestan] ખ) સમાસ વિ. હજાર ભારવટિયાંવાળું (ઘેર); (a house) with a thousand beams; [Avestan] [Avestan] . . . નાન્ય. ૨/૧ વં. ૧૮, ૨૮.

[Avestan] (જુઓ ૧ [Avestan], [Avestan])

---

* જોહાકની સિફત તરફે આવેછે ત્યારે એનો અર્થ 'હજાર મક્કરવાળો' વધારે લાગુ પડશે.

સમાસ ના. નર. હજાર ઘણો વરસાદ; a thousand showers of rain; [Avestan] ૧|૩ વં. ૨૧,૨.

[Avestan] (જુઓ [Avestan]) સમાસ વિ. હજાર માણસની ઉંચાઈ જેટલુ (ઉંડું), ઇઆને માણસની ઉંચાઈનાં કરતાં હજાર ઘણું (ઉંડું); (the River Rangha) whose depth is a thousand times the height of a man; [Avestan] [Avestan]... [Avestan] નારી. ૬|૧ ય. ૧૪, ૨૯; ય. ૧૬, ૭.

[Avestan] ([Avestan] = सहस्र-स्थूण) (જુઓ [Avestan]) સમાસ વિ. હજાર થાંભલાવાળું (ઘેર); (a house) with a thousand pillars; [Avestan]... [Avestan] નાન્ય. ૧|૧ ઇજ઼. ૫૭, ૨૧; ય. ૫, ૧૦૧.

[Avestan] (જુઓ [Avestan]) સમાસ વિ. હજાર બચ્ચાંવાળું (સોસવાટ); (an alligator) with its thousand-fold brood; [Avestan] [Avestan] [Avestan] નારી. ૨|૧ વં. ૧૮, ૬૫.

[Avestan] (= सहस्) (જુઓ ધા. [Avestan]) સા. ના. નાન્ય. ક) લુટફાટ; ચોરી; છીનવી લેવાનું કામ; plunder, spoliation; snatching away; [Avestan] (લુટફાટ) ૧|૧ ઇજ઼. ૨૯, ૧; [Avestan] ૨|૧ ય. ૧૯, ૮૦; [Avestan] (છીનવી લીધાથી) ૩|૧ વં. ૪, ૧. જુઓ [Avestan]

ખ) જોર, કૌવત; strength, vigour; [Avestan] ૨|૧ ઇજ઼. ૩૩, ૧૨; [Avestan] ૨|૧ ઇજ઼. ૪૩, ૪.

ગ) લુટારો; a plunderer; a freebooter; [Avestan] નર. ૫|૧ ઇજ઼. ૧૨, ૨.

[Avestan] ([Avestan] ક ઉપરથી) સા. ના. નર. લુટારો; a plunderer; a freebooter. Comp. Sans. साहसिन् (cruel, violent); [Avestan] ૧|૧ ઇજ઼. ૬૫, ૮; [Avestan] ૨|૧ ય. ૧૨, ૮; [Avestan]* ૬|૩ ઇજ઼. ૬૧, ૩; ય. ૬, ૪; નીઆ. ૧, ૧૪.

[Avestan]† = છીનવી લેવું, લઈ લેવું; to snatch away, to seize from.

[Avestan] = છીનવી લેવું, ઝુંટાવી લેવું; to snatch away; to rob away; [Avestan]...[Avestan] શકયા. પરસ્મૈ. ૩|૧ ય. ૧૩, ૧૩.

[Avestan], [Avestan], [Avestan], [Avestan] (= [Avestan], [Avestan] = सं, सह, सम, सत्, सम्, = Gr. Syl, Sym, Syn = [Avestan], [Avestan]) ૧. ઉપ. સાથે, સામટુ, એકઠું, એકંદર, જોડે; તમામ; પુરીરીતે; *a prefix* implying 'together; with; completely, wholly'; Gâthic forms: [Avestan], [Avestan], [Avestan]

દાખલા:— [Avestan] = સાથે જવું, સાથે મળવું (વં. ૧૯, ૨૭); [Avestan] સાથે મળવું (ઇજ઼. ૩૦, ૪); [Avestan] (દેવોનું) સાથે દોડવું (વં. ૩, ૭; વં. ૭, ૫૫. ૫૬); [Avestan] = નસાની ચીજ સાથે આલુદે થવું; હમરીત થવું (વં. ૧૦, ૬; વં. ૧૯, ૨૧); [Avestan] તમામ પડવું, ઉપર તુટી પડવું (વં. ૧૯, ૪૧); [Avestan] =મેવા સાથનું, ફળ આપનારૂં (વં. ૩, ૨૭); [Avestan] =સંપૂર્ણ કરવું; તમામ કરવું (ઇજ઼. ૭૧, ૧).

કેટલીએક વખતે એ ઉપસર્ગ ક્રિયાપદની પાસેજ નથી આવતો, પણ તેની આગમચ જરા દૂર આવેછે; જેમકે [Avestan] [Avestan] [Avestan] [Avestan] [Avestan] વં. ૮, ૧૧; [Avestan] [Avestan] [Avestan] [Avestan] વં. ૭, ૫૮, ઇત્યાદિ.

૨) શબ્દ. અ. સાથે; *Prep.* with, together with; [Avestan] [Avestan] નારીઓ—સ્ત્રીઓની સાથે (વં. ૫, ૨૭).

[Avestan] (જુઓ ૧ ધા. [Avestan]) સા. ના. નર. ખોદેલી જગા (અસલ અર્થ); ભોંયરૂં, ગોફ઼ા; સંતાવાની જગા; એ બોલ અફ઼રાસીઆબની સંતાવાની જગાને લાગુ પડેછે; name of a cave on the top of a mountain, near Barda (on the frontier of Adarbaijân), where Afrâsyâb, when defeated, took refuge. At last, he was discovered by the hermit Hom, who delivered him to King Kaikhosru. Firdosi calls this cave هنگ افراسیاب, *i. e*, the cave of Afrâsyâb. In an older form of the legend, that cave was a place built under-ground, with walls of iron and a hundred column (Dar.); [Avestan] ૭|૧ ય. ૫, ૪૧. (જુઓ મોટી.)

---

* ૧ ની આગમચનો [Avestan] નીકળી ગયાથી.

† સમાસ રૂપમાં ધાતુ આવેલોછે: [Avestan] + [Avestan]; જુઓ મારૂં અવસ્તા વ્યાકરણ, સેક્ટ્રો ૨૫૫ મો.

[Avestan] (જુઓ [Avestan] ખ) વિ. સાંકડું; contracted, narrow; [Avestan] [Avestan] [Avestan] [Avestan] [Avestan] [Avestan] extended at the bottom, contracted at the top (નીચેના ભાગ તરફથી પોહોળું અને ઉપરના ભાગ તરફથી સાંકડું) ૨|૧ વં. ૧૪, ૭.

[Avestan] (જુઓ [Avestan]) સમાસ ના. નારી. સંપૂર્ણ કરવું; તમામ ભણી જવું; completing, accomplishing; [Avestan] [Avestan] the complete delivery of the Gâthâs ૧|૧ હ્રિ. ૭૧, ૧.

ખ) ભક્તિ, પરસ્તેશ; adoration, worship; [Avestan] (Geld. [Avestan]) ૧|૧ ય. ૧૫, ૫૪.

ગ) સંપૂર્ણતા, અંત; છેડો; completion; end; final state; [Avestan] ([Avestan] Geld.) ૭|૧ હ્રિ. ૩૧, ૧૪.

[Avestan] (જુઓ ૧ ધા. [Avestan]) ક) સા. ના. ના-મ. સંપૂર્ણતા; છેડો; completion; end; [Avestan] ૧|૧ હ્રિ. ૧૯, ૧૬.

ખ) વિ. સંપૂર્ણ—તમામ કીધેલું, છેડા સુધી લાવેલું; છેડેનું, આખેરનું (મિસ); છેડે સુધી ભણેલું (દારમે.); completed, finished; ending (M.); finished up to the end (Dar.); [Avestan] [Avestan] નર. ૨|૩ હ્રિ. ૭૧, ૧૮.

[Avestan] (જુઓ ૧ ધા. [Avestan]) સમાસ ના. નર. સાથે એકઠું કરનાર; સાથે જોડી નાખનાર (રાજને); one who has united or embodied into one whole (as a kingdom); [Avestan] ૧|૧ ય. ૫, ૪૯; એ સિફત કેખસરૂ પાદશાહને માટે આવેલી છે; [Avestan] [Avestan] ૧|૧ ય. ૫, ૪૯; ય. ૯, ૨૧; ય. ૧૫, ૩૨.

[Avestan] = *[Avestan] = ખેંચવું, તાણવું; to extend, to stretch; [Avestan] અ. ભૂ. આત્મને. ૧૦ મો વર્ગ ૩|૧ વં. ૯, ૯. ૧૦; *Otherwise*: rt. [Avestan] = आ-सञ्ज् to annex lengthwise એક બીજાની સાથે લંબાઇમાં જોડવું.

[Avestan] = सञ्ज् = to adhere; to be attached, to be rooted; ચોંટવું; જડ ઘાલવી; [Avestan] = सक्त attached, rooted; [Avestan] ભૂ. કૃ. નારી. ૬|૧ હ્રિ. ૫૩, ૭.

* Per. [Avestan]=Av. [Avestan]

[Avestan] (જુઓ ધા. [Avestan]) સમાસ ના. નાન્ય. જમાવ થવાની જગા; the gathering place (of the waters); [Avestan] .... [Avestan] ૧|૧ વં. ૨૧, ૪. ૮. ૧૨. ૧૬.

[Avestan] (= [Avestan] = सङ्गाम = [Avestan]) (જુઓ ધા. [Avestan]) સા. ના. નર. ક) અનજુમન, મંડળી (ઇજિદો અથવા સારાં માણસોની); an assembly, a meeting (of the celestial spirits or of good men). Contrast [Avestan] running together (of the Daevas) [Avestan] ૨|૧ વં. ૨, ૨૧; [Avestan] ૨|૧ ગેહ ૨, ૮; [Avestan] ૭|૧ હ્રિ. ૧૧, ૨; [Avestan] ૩|૩ ય. ૧૧, ૪.

ખ) સાથે મળીને વીચાર કરવો, મસલેહત; consultation; mutual deliberation; [Avestan] [Avestan] ૭|૩ હ્રિ. ૧૨, ૫. ૬.

ગ) (રસ્તાઓનું) સાથે મળવું—એકઠું થવું; the meeting (of the roads); [Avestan] [Avestan] (રસ્તાઓનું સાથે મળવું) — કારાંત નારી. ૨|૩ હ્રિ. ૪૨, ૧.

[Avestan] સા. ના. નારી. વેહેવું; flowing (rt. [Avestan] = सञ्च् to flow); *or*: strengthening (rt. [Avestan] = सञ्च् = to strengthen કૌવત આપવું); [Avestan] [Avestan] ૨|૩ વં. ૨૧, ૭. ૧૧. ૧૫; [Avestan] [Avestan] [Avestan] ૨|૩ ય. ૨૪, ૪૯.

[Avestan] (= सन्त = Lat. Ens*)(જુઓ ધા. [Avestan]) વર્ત. કૃ. હોતાં, જીંદગી ભોગવતાં, જીવતાં; હયાત; being, existing, living; [Avestan] a person (શખ્સ†) નર. ૧|૧ હ્રિ. ૪૬, ૪. ૫; હ્રિ. ૪૭, ૪; હ્રિ. ૫૧, ૫; [Avestan] નર. ૧|૧ ય. ૧૩, ૧૨૯; [Avestan] નારી. ૧|૧ ય. ૫, ૯૫; [Avestan] નર. ૨|૧

* અસલ રૂપ Lat. Ent-s છે; t નીકળી ગયાથી Lat. Ens થયું. એની ઉપરથી Entity (હયાતી.)

† એજ પ્રમાણે To be ઉપરથી Being (પુરૂષ, શખ્સ) વપરાએલો આવેલો.

ઇજિ. ૨૧, ૪; વીસ્પ. ૧૮, ૨; [Avestan] (ચપળ, ચાલાક, તેજીવાળો) નર. ૨।૧ ઇજિ. ૧૦, ૧૫; [Avestan]......[Avestan] (*રોશન આતશ) નર. ૨।૧ ઇજિ. ૬૨, ૮; નીઆ. ૫, ૧૪; [Avestan] real (ખરેખરૂં, હોતું) નારી. ૨।૧ ઇજિ. ૩૨, ૯; [Avestan] મોજુદ (દીન)ને નારી. ૨।૧ ય. ૧૩, ૧૦૦; [Avestan] વં. ૧, ૨ (Wester.); ય. ૨૨, ૧૪; [Avestan] (ખરેખર) નાન્ય. ૨।૧ (ક્રિ. અ.) ઇજિ. ૩૫, ૬; [Avestan] (મોજુદને) નારી. ૪।૧ ઇજિ. ૫૨, ૧; ઇજિ. ૬૮, ૨૨; [Avestan]† નર. ૧।૩ ઇજિ. ૬૦ ૧૧; [Avestan] નર. ૨।૩ ય. ૬૨, ૧૪૬; [Avestan] નારી. ૨।૩ (Geld. [Avestan]) ય. ૧૩, ૨૧; [Avestan] (ઇજિ. ૩૨, ૬) વિશે જુઓ [Avestan] (૨ ધા. [Avestan] માં). [Avestan] (હયાત માણસોથી—સાથે) નર. ૩।૩ ઇજિ. ૨૧, ૨; [Avestan] (હયાતી ભોગવનારાઓમાંના, જીવતાઓમાંના) નર. ૬।૩ ઇજિ. ૬૫, ૬; [Avestan] વં. ૧૮, ૪૩; ઇજિ. ૪, ૨૬; ઇજિ. ૧૨, ૪; ઇજિ. ૧૯, ૧૧; ઇજિ. ૩૫, ૩; ય. ૧૩, ૧૫૨; ય. ૨૪, ૩૦; તથા દરેક નીઆએશ, ગેહ તથા યશ્તને છેડે આવતા [Avestan] [Avestan] ના ફકરામાં; [Avestan] મોજુદ (દીનો) માંની નારી. ૬।૩ ઇજિ. ૧૨, ૯; [Avestan] નારી. ૬।૩ ય. ૧૩, ૯૧; ...[Avestan] [Avestan] [Avestan] [Avestan] [Avestan] ([Avestan] ની મતલબે ઇજિ. ૪૪, ૧૦; [Avestan] ઘણાજ ચાલાક—તેજીવાળા) અતિ. વિ. નર. ૨।૩ ઇજિ. ૧૩, ૨. [Avestan] = [Avestan] + [Avestan]

[Avestan] (જુઓ ધા. [Avestan]) સમાસ ના. નાન્ય. ક) સાથે બાંધવું; બાંધણ, બંધ, જોડી; binding together; a chain, a bond; [Avestan] ૩।૧ વં. ૯, ૪૯.

ખ) સાથે મેળવી નાખવું—જોડવું (બળતી ચૂલને બીજાં લાકડાં સાથે); joining or mixing together; uniting (as a fire brand with a piece of log); [Avestan] ૨।૩ વં. ૮, ૭૬. ૭૭. ૭૮.

* અંગ્રેજીમાં Live બોલ વિશેષણ તરીકે વપરાએછે તેમ સમજવું; [Avestan] [Avestan] [Avestan] [Avestan] [Avestan] [Avestan]— એ બોલો માહેસર ગેલ્ડનરનાં પુસ્તકમાં નથી; નોટમાં આપેલા છે.

† Geld. [Avestan]

[Avestan] / [Avestan] } એ બોલો વિશે જુઓ ધા. [Avestan]

[Avestan] વિશે જુઓ [Avestan]

[Avestan] (જુઓ ૨ ધા. [Avestan]) સમાસ ના. નારી. (સતુદ યશ્તનાં) લખાણનો જથ્થો; લખાણની બાબદ; the entire collection or the complete writings (of the Staota Yasna); [Avestan] ૨।૧ ઇજિ. ૫', ૮; ઇજિ. ૭૧, ૧૮.

[Avestan] (જુઓ ૨ ધા. [Avestan]) સમાસ ના. નાન્ય. સાથે ગોઠવીને મુકેલું તે; તમામ લખાણ; બંદગી; that which is put together or arranged (lit.); the complete writings; prayers; [Avestan] ૩।૧ ઇજિ. ૪૨, ૧; [Avestan] ૨।૩ વીસ્પ. ૧૬, ૪; ય. ૨૪, ૨૮; [Avestan] ૬।૩ વીસ્પ. ૧, ૩.

[Avestan] (= [Avestan]) (જુઓ ૨ ધા. [Avestan]) સા. ના. નર. શરીરનો સાંધો—અવયવ; the limb of the body; [Avestan] ૨।૩ ય. ૧૪, ૫૬.

[Avestan] (જુઓ ધા. [Avestan]) સમાસ ના. નર. (દેવો—દરૂજોનું) સાથે દોડવું, સાથે દોડીને એકઠું થવું; running or gathering together (as of the Daevas and Drujes). *Contra* [Avestan], q. v. [Avestan] [Avestan] ૧।૧ વં. ૭, ૫૩. ૫૪.

[Avestan] (જુઓ ધા. [Avestan]) વર્ત. કૃ. આત્મને. (દેવ—દરૂજો) સાથે દોડતાં—દોડીને; running together (as of the Daevas). [Avestan]* નર. ૧।૩ ય. ૧૧, ૬.

[Avestan] (અસલ રૂપ [Avestan] + [Avestan]) (જુઓ ૨ ધા. [Avestan]) સા. ના. નર. ચાહાનાર, ખાહેશ રાખનાર; one who loves or desires; [Avestan] ૧।૧ વં ૪, ૪૬.

* આએ ઠેકાણે વર્તમાન કૃદંત આત્મનેપદનો પ્રત્યય [Avestan] ને બદલે [Avestan] લેવો પડેછે; [Avestan] Wester; [Avestan] Geld.

† [Avestan], [Avestan], [Avestan] ઇત્યાદિ બોલોની માફક [Avestan] ને બદલે [Avestan] કર્તરિ પ્રત્યય આવેલો સમજવો.

[Avestan] (= सत्रा) ([Avestan] ક ઉપરથી) ક) ક્રિ. અ. તે તરફ; *adv.* thither, to that place; [Avestan] વં. ૨, ૨૫—૨૮. ૩૩—૩૬; વં. ૫, ૧૯. ૨૦; વં. ૯, ૫૬; વં. ૧૩, ૫૫; [Avestan] ઈજ. ૩૦, ૯.

ખ) ક્રિ. અ. તુરત, એકદમ; *adv.* at once; immediately; [Avestan] ઈજ. ૧૦, ૭; ય. ૧૦, ૧૦૧. ૧૧૦. જુઓ એની પછીના બોલો.

ગ) ક્રિ. અ. સાથે મળીને, એકઠા થઇને; *adv.* united, joined together; [Avestan] ય. ૮, ૪૪.

ઘ) શબ્દ. અ. સાથે, સહિત; *prep.* with, together with; [Avestan] વં. ૨, ૨૧; વં. ૫, ૧૫. ૧૭; ઈજ. ૧૦, ૧૯; ઈજ. ૬૫, ૧૪; વીસ્પ. ૮, ૧; ય. ૧૦, ૯; ય. ૧૨, ૪; ય. ૧૦, ૭૧; ય. ૧૩, ૪૮; [Avestan] ઈજ. ૩૮, ૧.

ચ) શબ્દ. અ. મારફતે; *prep.*, through; [Avestan] ઈજ. ૨૮, ૮.

શબ્દયોગી અવ્યય તરીકે એ બોલ ૨ જી, ૩ જી તથા ૮ થી વિભક્તિવાળાં નામ તથા સર્વનામ સાથે વપરાએલો આવે છે.

[Avestan] (જુઓ [Avestan] ખ તથા ૧ ધા. [Avestan] ક) સમાસ ના. નાન્ય. એકદમ મારવું—મારી નાખવું; તુરત નાશ કરવો; smiting at once; crushing at one stroke; [Avestan] ૬।૧ ય. ૧૩, ૧૩૩; ય. ૧૫, ૧.

[Avestan] સમાસ ના. નર. એકદમ નાશ કરનાર (જુઓ ૧ ધા. [Avestan] ક); અથવા એકદમ જીતનાર—તાબે કરનાર (જુઓ ૧ ધા. [Avestan] ખ); one who crushes at one stroke; *or*: one who conquers at once (rt. [Avestan], Sans. वन् to smite, to crush; to conquer); [Avestan] (૧।૧ ની મતલબે) ય. ૬, *૧૪; ય. ૧૫, ૪૬.

[Avestan] સમાસ વર્ત. કૃ. વિ. એકદમ મારતો (જુઓ ૧ ધા. [Avestan] ક); અથવા એકદમ જીતતો—ફતેહ મેળવતો (જુઓ ૧ ધા. [Avestan] ખ); smiting at one stroke; *or*: conquering at once; [Avestan] નર. ૬।૩ની આ. ૩, ૧૦.

[Avestan] (જુઓ [Avestan] ઘ તથા ધા. [Avestan]) સમાસ ના. નર. સાથે ચાલનાર—જનાર; એકઠા રાખનાર (દારમે.); one who accompanies; one who keeps united (Dar.); [Avestan] ૧।૧ ય. ૧૦, ૬૬.

* Geld. [Avestan]

[Avestan] (જુઓ [Avestan] ખ તથા ૨ [Avestan]) સમાસ ના. નારી. એકદમ નીચે તોડી પાડવું—હરાવી દેવું; એકદમ નાશ કરવો; smiting down at once; destroying at one stroke; [Avestan] ૨।૧ ઈજ. ૫૭, ૨૬; ય. ૧૦, ૧૧. ૯૪; ય. ૨૪, ૨૫.

[Avestan] ના. ના. નાન્ય. શેતાબી, જલદપ અથવા દલીરી; quickness, haste (Sans. सत्वर); *or* valour, bravery (Sans. सत्वन्); [Avestan] ૨।૧ (ક્રિ. અ. તરીકે) ય. ૨૪, ૪૬.

૧ [Avestan] = सद् = Ger *Sit*-zen = Lat. *Sed*-ere, *Sid*-ere = To Sit = ક) બેસવું; to sit down; cl. 6; [Avestan], in its conjugated forms, is changed to [Avestan] (*vide* my Av. Gram., p. 217). જુઓ [Avestan]

ખ) મુકામ—રેહેઠાણ કરવું, રેહેવું; to rest, to abide, to dwell; જુઓ [Avestan], [Avestan] [Avestan]

[Avestan] = अप-सद् = દૂર બેસવું, પોતાની જગાએથી જઇને દૂર બેસવું; to sit at a distance; to change the seat; [Avestan] (अप-सिसृत) અ. ભૂ. પરસ્મૈ. ૩।૧ ય. ૧૯, ૫૬.

[Avestan] = नि-सद् = نشستن = બેસવું, બેસીજવું; to sit down; [Avestan] ([Avestan] Wester.) વર્ત. પરસ્મૈ. ૩।૧ ઈજ. ૧૦, ૧૫; ય. ૨૨, ૨; [Avestan]* ઈજ. ૫૭, ૩૦; [Avestan] શક્યા. પરસ્મૈ. ૨।૧ ય. ૨૨, ૧૩; [Avestan] ૩।૧ વં. ૯, ૨૯; [Avestan] આત્મને. વં. ૮, ૧૧; વં. ૯, ૩૩–૩૫; વં. ૧૬, ૮–૧૦; [Avestan] અ. ભૂ. પરસ્મૈ. સંશ. ૩।૧ વં. ૧૬, ૧; [Avestan] [Avestan] (તું બેસાડી શક્યો) પ્રેયો. ય. ૨૨, ૧૪; ય. ૨૪, ૬૦; [Avestan] (નીચે બેસાડયો) અ.

* ૨ જા વર્ગના રૂપમાં આવ્યો; [Avestan] ની પછીનો [Avestan] નકામો છે. જુઓ મારૂં અવસ્તા વ્યાકરણ સફો ૨૩૨ મો.

બૂ. ઈજ. ૯, ૨૪; [Avestan] (= [Avestan] + [Avestan] + [Avestan]) બૂ. ફ. ૫૨૨મે. નારી. ધા૧ વં. ૧૬, ૧૫. ૧૬.

૨ [Avestan] = साध् = ઠાર કરવું, મારી નાખવું; to smite down, to kill; [Avestan] અ. બૂ. ૫૨૨મે. ૩।૩ ૫. ૧૪, ૫૬. જુઓ ૨ [Avestan], [Avestan]

[Avestan], [Avestan] (જુઓ ૧ ધા. [Avestan] ખ) સા. ના. નર. મુકામ રાખનાર, મુકામનો માલિક. એને કાંઈક મળતો **सं.** सदस् = મુકામ, રેહેઠાણ; one who keeps the residence; the owner of the abode. Comp. Sans. **सदस** seat, residence; abode; [Avestan] [Avestan] *ધા૧ વી-૨૫. ૨, ૧૧; [Avestan] [Avestan] [Avestan] ધા૧ વીસ્પ. ૯, ૫; [Avestan] [Avestan] ધા૧ વીસ્પ. ૧, ૯.

[Avestan] (જુઓ ૧ ધા. [Avestan] ખ) સા. ના. નાન્ય. રેહેઠાણ, મુકામ; an abode, a residence; [Avestan] ૭।૧ ઈજ. ૪૪, ૯; ઈજ. ૪૬, ૧૪.

૧ [Avestan] (= सह) ([Avestan] ક ઉપરથી) ક) ઉપ. સાથે, સહિત, સુદ્ધાં; with, together with; accompanied by; જેમકે, [Avestan] એસમ સાથનું (વીસ્પ. ૧૨, ૫); [Avestan] આગ્ગે સાથનું (વીસ્પ. ૧૨. ૫); [Avestan] the possessor of the Mānthra માંથ્ર સાથનો ઈઆને માંથ્રવાની રાખનાર (વીસ્પ. ૧૩, ૧); ઇત્યાદિ. જુઓ એની પછીના બોલો.

ખ) ક્રિ. અ. **सदा** હમેશાં; always; [Avestan] ૫. ૫, ૧૯; [Avestan] ઈજ. ૨૯, ૨; ઈજ. ૪૬, ૧૭; ઈજ. ૫૦, †૬; ઈજ. ૫૮, †૬.

ગ) રાબ્દ. અ. સાથે, સહિત; with, along with, accompanied by; [Avestan] [Avestan]‡ વં. ૪, ૫-૧૦; [Avestan] [Avestan] (દેવોની સાથે) ઈજ. ૫૩, ૧૭; ૫. ૧૧, ૧૨; [Avestan] ૫. ૧૪, ૪૭.

૫) માં, દરમ્યાનમાં; during; [Avestan] ઈજ. ૬૨, ૩; વીઆ. ૫, ૯.

રાબ્દયોગી અવ્યય તરીકે [Avestan] બોલ ૩ જી, ૪ થી, ૫ મી તથા ૬ ઠી વિભક્તિવાળાં નામ સાથે વપરાએલો આવેછે.

[Avestan] (જુઓ [Avestan] ક તથા ૨ [Avestan]) સમાસ વિ. અઇવ્યાઓનઘન સાથનો (બરસમ): with the Aiwyânghan; *vide* [Avestan]; [Avestan] . . . [Avestan] [Avestan] [Avestan] નાન્ય. ૨।૧ ઈજ. ૨, ૧; ઈજ. ૩, ૪; ઈજ. ૫૯, ૨૮; [Avestan] [Avestan] [Avestan] નાન્ય. ૨।૧ ગેહ ૪, ૫.

[Avestan] (જુઓ [Avestan] ક તથા [Avestan]) સમાસ વિ. એસમ સાથે; with or accompanied with the fire-wood used for ceremonial purposes; [Avestan] નર. ધા૩ વીસ્પ. ૧૨, ૫.

[Avestan] (= [Avestan]) (= [Avestan] + [Avestan]) વિ. ના. નર. હાદોખ્ત નામનો નુસ્ક; હાદોખ્તની બધી બાબદ—તમામ લખાણ; the Hādokht Nask; also, the subjects treated of in the Hādokht Nask; it is also designated by the name of Fshûsha Mânthra (Dar.); [Avestan] ૨।૧ ઈજ. ૫૯, ૩૨; વીસ્પ. ૨, ૧૦; [Avestan] ધા૧ વીસ્પ. ૧, ૮.

[Avestan] (જુઓ [Avestan] ક તથા [Avestan]) સમાસ વિ. ક્રિયાની જોર-જોર સાથે; accompanied with the Zaothra, q. v. [Avestan] [Avestan] [Avestan] નાન્ય. ૨।૧ ઈજ. ૨, ૧; ઈજ. ૩, ૪; ઈજ. ૫૯, ૨૮; ગેહ ૪, ૫; [Avestan] [Avestan] [Avestan] ૨।૧ ઈજ. ૨, ૧; . . . [Avestan] [Avestan] નાન્ય. ૩।૧ ઈજ. ૩, ૧; ઈજ. ૨૨, ૧.

[Avestan] [Avestan] [Avestan] Wester. (Yt. 12, 38) (meaning unsettled). Harlez, altering the text [Avestan] [Avestan] [Avestan] (or [Avestan]) translates. "in places of repose fixed for the dead body."

[Avestan] (જુઓ [Avestan]) સમાસ વિ.

---

* [Avestan] ની માફક ધા૧ નો ફકત [Avestan] લાગો; [Avestan] + [Avestan] = [Avestan]

† એ ઠેકાણે એનો અર્થ 'સાથે થી' બી થઈ શકે:—[Avestan] [Avestan] રારતી સાથે, રાસ્તીથી.

‡ Geld. [Avestan]

ખુરાએા—એાએ સાથે; accompanied with the perfumes; [Avestan] નર. ૬।૩ વીસ્પ. ૧૨,૫.

[Avestan] (જુએા [Avestan]) સમાસ વિ. ધર્મનાં પવિત્ર બખાણ—માંથ્રવાળો, ઇઆને માંથ્રવાની બનાવનાર; [Avestan] we praise Zarathushtra, the writer or the composer of the Mânthras (માંથ્રવાની બનાવનાર પેગમબર જરતોશ્તને હમો વખાણીએ છિયે) નર. ૨।૧ વીસ્પ. ૧૩, ૧.

[Avestan] (જુએા [Avestan]) સમાસ વિ. વખત સરની બંદગી સાથે; અથવા સરદારોની આરાધના સાથે; with the timely prayers; *or*: with the adoration of the spiritual masters; [Avestan] નર. ૬।૩ વીસ્પ. ૧૨, ૫.

[Avestan] (જુએા [Avestan]) સમાસ વિ. હુનર સાથનો, ખુબીવાળો, સારા ગુણ ધરાવનાર; possessing merit—excellence—good qualities; [Avestan] ... [Avestan] નર. ૧।૧ ય. ૫. ૯૧; [Avestan] નર. ૨।૧ વં. ૧૮, ૫૧.

[Avestan], [Avestan] (= [Avestan], [Avestan]) વિ. ના. નારી. એક જાતની ખુરાએા; હધાનએપત નામની ખુરાએા; દાડમનું ઝાડ, દાડમરી (સાધારણ અર્થ); a sweet smelling wood, burnt on the fire in order to purify the house in which a man dies; a kind of perfume; the pomegranate tree (trad.); from [Avestan] = सदा ever હમેશાં; rt; [Avestan], [Avestan] = to be green or verdant; [Avestan] ૧।૧ વં. ૧૪, ૪; [Avestan] ૨।૧ ઇજ. ૬૨, ૯; નીઆ. ૫ ૧૫; [Avestan] ૨।૧ ઇજ. ૩, ૩; ઇજ. ૨૨, ૧; વીસ્પ. ૧૧, ૩; [Avestan] ૬।૧ વં. ૮, ૨. ૩. ૭૯; વં. ૯, ૩૨; વં. ૧૪, ૩; વં. ૧૮, ૭૧. જુએા [Avestan]

[Avestan] (= [Avestan]) (- [Avestan] [Avestan] ઉપરથી) વિ. હધાનએપત નામની ખુરાએાને લગતી—સાથની (ક્રિયાની ભેટ); (the offerings) with the Hadhânaepata q. v; [Avestan] . . . [Avestan] [Avestan] નારી. ૧।૧ ઇજ. ૬૮, ૧; [Avestan] . . . [Avestan] [Avestan] નારી. ૨।૧ ઇજ. ૬૬, ૧; [Avestan] [Avestan] . . . નારી. ૨।૩ ઇજ. ૨૨, ૨; વીસ્પ. ૧૧, ૪.

[Avestan] વિશે જુએા [Avestan]

[Avestan] (જુએા [Avestan] ક તથા [Avestan] ગ) સમાસ ના. નર. સાથે મિલકત રાખનાર; ભાગમાં વજીફો રાખનાર; the co-proprietor of a landed estate; [Avestan] ૨।૨ ય. ૧૦, ૧૧૬.

[Avestan] (જુએા [Avestan] ક તથા [Avestan]) સમાસ ભૂ. કૃ. વિ. સાથે જનમેલો, ઇઆને એકજ કોઠાનો જનમેલો; (a brother) born from the same womb; [Avestan] [Avestan] [Avestan] નર. ૪।૧ ય. ૪, ૯; ય. ૧૪, ૪૬.

[Avestan] વિશે જુએા [Avestan]

૧ [Avestan] = सज = ક) લાએક—સજાવાર થવું; to be worthy—deserving; cl. 1; [Avestan] શક્યા. પરસ્મૈ. ૨।૧ ઇજ. ૫૯, ૩૦; [Avestan] ૧।૩ ઇજ. ૪૧, ૪; [Avestan] આજ્ઞા. પરસ્મૈ. ૧।૧ ઇજ. ૪૪, ૧૮; [Avestan] [Avestan] Periphrastic Perfect Paras. 3 sing. ઇજ. ૫૯, ૩૦; [Avestan] (લાએક ગણેછે)* Impersonal Verb ઇજ. ૪૬, ૧૯; [Avestan] (સજાવાર કરે) અ. ભૂ. સંશ. ૩।૧ ઇજ. ૫૪, ૧; [Avestan] ઇજ. ૮, ૪; [Avestan] લાએક—ઘટતા (માણસ)ને વર્ત. કૃ. નર. ૪।૧ ઇજ. ૪૪, ૧૯; [Avestan] † પૂ. કૃ. પરસ્મૈ. નર. ૪।૧ ય. ૧૩, ૮૮; [Avestan] † આત્મને. ય. ૧૩, ૮૮; [Avestan] (ઘણોજ લાએક) અતિ. વિ. નર. ૨।૧ ઇજ. ૭૧, ૩; તથા દરેક ગેહના [Avestan] [Avestan] ના ફકરામાં.

ખ) મ્હોટાઈ આપવી, માન આપવું; to exalt; to raise to dignity; to revere; જુએા [Avestan]

---

* એનો અર્થ ૨ ધા. [Avestan] (ચાહાવું) માંથી લેવાઈ શકાએ.

† આએ ઠેકાણે એનો અર્થ " તમો લાએક થએલા છેઓ" લાગુ પડછે. પૂર્ણ ભૂતકાળ આત્મનેપદ ૩।૧ (૨।૩ ને બદલે).

૨ [illegible] = सन् = ચાહવું, આદેશ રાખવી; to wish, to desire; જુઓ [illegible]

[illegible] (Gr. Henos = Lat. Senex = सनात्, सनातन) (જુઓ ૧ ધા. [illegible] ખ) સા. ના. નર. બુઢો માણસ; ઘરડો—જઇફ શખ્સ; an old man; [illegible] (fem.) an old woman; બુઢી બાઇડી; ઘરડી સ્ત્રી; [illegible] નર. ૧/૧ વં. ૩, ૧૯. ૨૦; [illegible] નારી. ૧/૧ વં. ૧૫, ૧૪; [illegible] નારી. ૧/૧ વં. ૧૫, ૧૪; ય. ૨૪, ૪૮; [illegible] નારી. ૨/૧ વં. ૧૫, ૧૩. ૧૪.

[illegible] (જુઓ ૧ ધા. [illegible] ક) ક) વિ. લાયક, સજાવાર; deserving, fit; [illegible] ૧/૧ ઇજ. ૩૧, ૧૫.

ખ) સા. ના. નાન્ય. હિસ્સો; a portion, lot; due; [illegible] ૨/૧ ઇજ. ૪૭, ૫.

[illegible]:- [illegible] [illegible] (Yt. 24, 31) Pehl. *jut-dôstân*, he who has no friends (Dar.); દોસ્ત વગરનો શખ્સ (દારમે.).

[illegible] = सप् = વધારવું; બંચાવવું; to promote, to nurture, to guard; [illegible] વર્ત. પરસ્મૈ. ૨/૧ ઇજ. ૪૩, ૪; [illegible] ૩/૧ ઇજ. ૩૧, ૨૨.

[illegible] સા. ના. બાળવાનાં કામમાં નહી લાવવા લાયક કોઈ ચોકસ જાતનું લીલું લાકડું; a species of green wood unfit for putting on fire; *vide* [illegible];- [illegible] ૧/૧ ય. ૧૪, ૫૫.

[illegible] ([illegible] ઉપરથી) વિ. સીતેર ઘણું; seventy-fold; [illegible] નર. ૧/૧ ય. ૧૦, ૧૧૬.

[illegible] ([illegible] ઉપરથી) વિ. સાત ભાગ અથવા કેશ્વરવાળી (જમીન); [illegible] [illegible] [illegible] on the earth of the seven Keshvars, *i.e.*, continents (સાત કેશ્વર—ખંડવાળી જમીન ઉપર) નારી. ૨/૧ ય. ૧૫, ૨૬.

[illegible] (= [illegible], [illegible]) (યસ્ન ૩૫ [illegible] + [illegible]) (જુઓ [illegible] તથા [illegible]) વિ. ના. નર. ૭ કરદાવાળી બંદગી (યસન.); હપ્તન યશ્ત (ઇજ. ૩૫-૪૧); ૪૨ મો હા છેલ્લા તરીકે ઉમેરાએલો છે; Yasna Haptanghâiti (Y. 35-41). Literally, it means 'the seven chapters' ([illegible] + [illegible]) in praise of the seven archangels including Ahura Mazda. It is written in the prosaic Gâthâ dialect. The eighth chapter, *viz.*, Yasna 42, which is commonly included in the Yasna Haptanghâiti, is a series of invocations consecrated to the grand objects of nature.

[illegible] [illegible] ૧/૧ ઇજ. ૫૭, ૨૨; [illegible] [illegible] [illegible] ૨/૧ ઇજ. ૪૧, ૭; ઇજ. ૭૧, ૧૨; વીસ્પ. ૨, ૭; વીસ્પ. ૨૦, ૩; [illegible] [illegible] ૬/૧ ઇજ. ૪૨, ૧; વીસ્પ. ૧, ૫; વીસ્પ. ૧૫, ૨.

[illegible] (= [illegible] = सप्तथ = [illegible] = Lat. Septimus = Fr. Septiéme = Ger. Siebente = Seventh) ([illegible] ઉપરથી) ક્રમ સંખ્યા. વિ. સાતમું, ૭ મું; seventh; 7th; [illegible] નર. ૧/૧ વં. ૧૪, ૯; ય. ૧, ૭; ય. ૧૪, ૧૯; ય. ૧૯, ૨; [illegible] નર. ૨/૧ વં. ૫, ૨૯; [illegible] નાન્ય. ૨/૧ (ક્રિ. અ.) વં. ૧, ૯; વં. ૪, ૧૯. ૨૪; વં. ૮, ૭૭; [illegible] [illegible] (પૃથ્વીના ૭ ભાગ ઇગ્લ્યાને કેશ્વરોમાં) ૭/૧ ઇજ. ૩૨, ૩.

[illegible] (= [illegible] = सप्तदश = [illegible]) ([illegible] ઉપરથી) ક્રમ સંખ્યા. વિ. સતરમું, ૧૭ મું; seventeenth; 17th; [illegible] (૧/૧ નીમતલબે) ય. ૧, ૮.

[illegible] (= [illegible] = सप्तदशन् = [illegible]) (જુઓ [illegible] તથા [illegible]) કેવળ સંખ્યા. વિ. સતર, ૧૭; seventeen; 17; જુઓ ઉપરનો બોલ.

[illegible] (= [illegible] = सप्तन् = [illegible] = Gr. Hepta = Lat. Septem = Fr. Sept = Ger. Sieben = Seven) કેવળ સંખ્યા. વિ. સાત, ૭; seven; 7; [illegible] નર. ૧/૩ વં. ૧, ૩; ય. ૧૩, ૮૩; [illegible] [illegible] નારી. ૧/૩ વં. ૧૬, ૯. ૧૦; [illegible] ૨/૩ વં. ૧૫, ૪૫; [illegible] [illegible] (સીદ) ૨/૩ વં. ૧૪, ૯. ૧૬; વં. ૧૫, ૪૫; *[illegible] [illegible]. ૨/૩ વં. ૧,

* [illegible] [illegible] = the basin of the affluents of the Indus, the modern Panjâb (= the Five

૧૮; ૨|૩ વં. ૧૯, ૪૨; (= ૭૦૦) ૨|૩ વં. ૪, ૧૩. ૫૫; વં. ૧૩, ૧૩; વં. ૧૫, ૫૧; (સાત અમશાસ્પંદ) ૨|૩ ય. ૨, ૧૨; નાન્ય. ૨|૩ ફ્રજિ. ૬૧, ૫; ફ્રજિ. ૬૫, ૫; ય. ૧૦, ૬૪.

(જુઓ તથા) સમાસ વિ. સાત મહીનાનું (પેટમાંનું બચ્ચું); (a woman with child) in the course of seven months; ૨|૧ વં. ૫, ૪૫.

(જુઓ તથા) સમાસ ના. નારી. સાત ડાંખળી; 7 branches or stems; ૨|૩ ફ્રજિ. ૫૭, ૬.

(= = सप्तति =) (ઉપરથી) કેવળ સંખ્યા. વિ. સિત્તેર; ૭૦; seventy; 70; ૨|૧ વં. ૪, ૧૯. ૨૩. ૨૭. ૩૧. ૩૪. ૩૭; વં. ૬, ૧૫; વં. ૮, ૬૦; વં. ૧૩, ૨૬; વં. ૧૬, ૧૫; (પાંચ અને સિત્તેર = ૭૫) ૨|૧ આફ્રરં. ગાહામ. ૧૨.

(ઉપરથી) વિ. સાત ગણું; sevenfold; seven times more; ફ્રજિ. ૧૧, ૯.

(=) વિ. ના. નર. ઉત્તર તરફના સેતારાઓમાંનો મુખ્ય સેતારો; એને મંગલનો હરીફ ગણેલો છે; The chief of the stars of the north; the Ursa Major. The north is the region of Demons, consequently it is particularly invoked against them. Its function is to guard the gate and passage of hell, and to keep back myriads of demons, fairies and sorcerers who are in opposition to the celestial sphere and constellations (Dar.); *vide* ; ૨|૩ ય. ૮, ૧૨; ય. ૧૨, ૨૮; સીરો.

Rivers), formerly called Hind, by contradistinction to Sindh, the basin of the lower river (Dar.).

* Geld.

૧, ૧૩; સીરો. ૨, ૧૩; (Geld. ૨|૩ ય. ૧૩, ૬૦. (જુઓ બોદી.)

(ઉપરથી) સમાસ વિ. હફ્તે કેશ્વરને લગતી, સાત કેશ્વરને લગતી (જમીન); the earth consisting of the seven Keshvars, *i. e.*, continents (હફ્તે કેશ્વર જમીન) નારી. ૨|૧ વં. ૧૯, ૧૩; ફ્રજિ. ૫૭, ૨૩; ય. ૧૧, ૧૪; ગેહ ૫, ૫; * ૨|૧ ય. ૮, ૯.

(=) (જુઓ તથા) સમાસ ના. નાન્ય. હફ્તે કેશ્વર, પૃથ્વિના સાત ખંડ—મુલુક; the seven Keshvars; the seven continents; for particulars, *vide* ; ૭|૩ ય. ૬, ૩.

વિ. ના. નર. નામાંકિત પુરૂષનું નામ; ગુશ્તાસ્પ પાદશાહના એક કુટુંબીનું નામ ધારવામાં આવેછે; name of an illustrious personage; possibly, a member of the royal family of King Gushtâsp; ૬|૧ ય. ૧૩, ૧૦૨. (જુઓ બોદી.)

૧ (= समा = Ger. Sommer = Summer) સા. ના. ઉનાળો; summer. Comp. ; કારાંત ૬|૧ વં. ૯, ૬. ૭. ૯; (૭|૧ ની મતલબે) વં. ૫, ૪૨; વં. ૧૫, ૪૫; વં. ૧૬, ૧૨; ફ્રજિ. ૧૬, ૧૦; ૧|૩ વં. ૫, ૧૦. જુઓ

૨ , (= = सम = Lat. Simul, Similis = Same =) (જુઓ) ઉપ. એકસરખું, એકજ, તેજ, મુકાબેલ; a prefix, implying 'alike, similar, same; in comparison with'; જુઓ

ખ) વિ. તમામ, પુરૂં, દરેક, એકસરખું, એકજ; all, whole, every, similar, same; (Wester.) (એકજ) નર. ૧|૧ ય. ૧૩, ૮૩; (તમામ) નારી. ૧|૧ ય. ૧૯, ૧; (એકસરખો, એકજ) નાન્ય. ૧|૧ ય. ૧૩, ૮૩; નાન્ય. ૧|૧ ફ્રજિ. ૩૨, ૧૬; ....

* Geld.

(હમેશાની દોસ્તી) નાન્ય. ૨|૧ ઇજ઼. ૬૦, ૧૨; [illegible] (દર દીવસે) નાન્ય. ૬|૧ (૭|૧ ની મતલબે) ઇજ઼. ૫૭, ૩૧; [illegible] (દર રાતે) નારી. ૬|૧ (૭|૧ ની મતલબે) ઇજ઼. ૫૭, ૩૧; [illegible] નાન્ય. ૬|૧ ય. ૮, ૫૪; [illegible] નારી. ૬|૧ ય. ૮, ૫૪; [illegible] (એકજ-તેજ જગામાં) નર. ૭|૧ ય. ૧૩, ૫૭; [illegible] (એકજ જગામે) નર. ૭|૧ ય. ૧૩, ૫૩. ૫૫.

[illegible] (= [illegible]) (જુઓ ૧ [illegible] ક તથા ધા. [illegible]) સા. ના. નર. સાંમે ઉભો રેહેનાર —થનાર (અસલ.); હરીફ; દુશ્મન; one who stands in opposition (orig.); an opponent, an enemy; [illegible] ૨|૧ ય. ૧૦, ૨૬; ય. ૧૧, ૫; ય. ૧૮, ૧; [illegible] (૧|૧ ને બદલે) વં. ૧૦, ૧૭; [illegible] ૨|૨ ય. ૧૧, ૧૫; [illegible] ૧|૩ ઇજ઼. ૪૮, ૧૨.

[illegible] (જુઓ ૨ [illegible] તથા [illegible] ગ) સમાસ વિ. એકજ રંગનું; of the same colour (as a horse); [illegible] four horses of one and the same colour (ચાર એકજ રંગના ઘોડા) નર. ૧|૩ ય. ૫, ૧૩; [illegible] four stallions of one and the same colour (ચાર એકજ રંગના ઘોડા) નર. ૧|૩ ય. ૧૦, ૧૨૫.

[illegible] વિ. ના. નર. પાહાડનું નામ દીસે-છે; અથવા પાસે પાસે આવેલા (દારમે.); possibly, the name of a mountain; *or*: contiguous (Dar.); [illegible] = सम same; and [illegible] = अंक = side; [illegible] (વરફ઼ નામના પાસે પાસે આવેલા બે પર્વતો). ૧|૨ ય. ૧૯, ૩.

[illegible] (૨ [illegible] ઉપરથી) ક) ક્રિ. અ. એક સરખી રીતે, બરોબર; alike, similar, exactly; [illegible] (બરોબર અગાઉની માફ઼ક) ક્રિ. અ. વં. ૬, ૩૨. ૩૫. ૩૮. ૪૧. ૪૩; વં. ૭, ૭૭; વં. ૮, ૨૨; ય. ૫, ૬૫; [illegible] (એક સરખી રીતે) ઇજ઼. ૬૫, ૫; નીઆ. ૪, ૬.

ખ) હમેશાં; જાયુક; always, incessantly; [illegible] ય. ૮, ૫૩; ય. ૧૦, ૧૦૧; ય. ૧૪, ૫૩.

[illegible] (જુઓ ૨ [illegible] તથા [illegible] ખ) સમાસ વિ. એકજ બુન્યાદ—ઓલાદનું; of the same blood. Comp. [illegible] નર. ૧|૩ ય. ૫ ૧૩.

[illegible] (= समर) (જુઓ [illegible] ખ તથા ૧ ધા. [illegible] ક) સા. ના. નાન્ય. લડાઈ; battle; [illegible] (Wester. [illegible]) ૫|૧ ય. ૧૩, ૩૧.

[illegible] (= Pehl. [illegible], [illegible], [illegible]) વિ. ના. નર. હમસ્પથમએદએમ ગાહામબાર; અસફ઼ંદારમદ મહીનો પુરો થયા પછી ગાથાના પાંચ દાહાડા જે આવેછે તે ગાહામબારનું નામ; વરસના છ ગાહામબારોમાંના છેલ્લા ગાહામબારના દાહાડાનું નામ; એ બોલનો અર્થ 'સરદી તથા ગરમી'નું સમતોલ થવું, તથા દાહાડાનું રાત અને દિવસના બારબાર કલાકના બે સરખા ભાગમાં વેહેંચાઈ જવું; name of the five days of the Gâthâ Gâhâmbâr immediately following the month Asfandârmad; name of the last of the six Gâhâmbârs of the year. The word *Hamaspathmaedaya* means "the equality of heat and cold, and the division of the period of 24 hours of the day into two equal periods of 12 hours." It was consecrated to the works of religion and dedicated to the singing of divine and moral hymns; ([illegible], q. v.); [illegible] ૨|૧ ઇજ઼. ૨, ૯; વીસ્પ. ૨, ૨; ય. ૧૩, ૪૯; [illegible] ૪|૧ ઇજ઼. ૧, ૯; ઇજ઼. ૩, ૧૧; [illegible] ૬|૧ વીસ્પ. ૧, ૨; આફ઼રં. ગાહામ. ૨, ૧૨. (જુઓ મોટી.)

[illegible] સમાસ ના. નર. સભાનો વડો, સભાપતિ, સરનશીન (સ્પી. તથા હારલે); પવિત્ર આતશની ઉપર કાઠી મુકનાર; the chief of the assembly (Sp. & Har.). *Otherwise*: from [illegible] = समिध = fuel for the sacred fire; [illegible] = पति = master; [illegible] the master of the log of wood for the sacred fire. Comp. [illegible] ૬|૧ ય. ૧૩, ૧૦૫.

[Avestan] સા. ના. નારી. ક) સાંમે થવું, સાંમે બડવું; encountering, fighting against; [Avestan] ૪|૧ (સામાન્ય રૂપની મતલબે) ઈજ઼. ૫૨, ૪; ઈજ઼. ૬૧, ૫; [Avestan] ૪|૧ (સામાન્ય રૂપની મતલબે) ઈજ઼. ૬૧, ૨. ૩. ૪.

ખ) દુઃખ, સંકટ; affliction, distress; [Avestan] [Avestan] (દુઃખ—સંકટમાં પડેલો) ૭|૧ ઈજ઼. ૮, ૬.

[Avestan] (જુઓ [Avestan] ખ તથા [Avestan]) સા. ના. નર. સાથે મરનાર; સાથે જીવ જોખમમાં નાખનાર (અસલ.); દુશ્મન, હરીફ; a foe; an enemy; [Avestan] ૨|૧ ય. ૧૩, ૧૦૭; ય. ૧૪, ૩૫; [Avestan] ૪|૧ ય. ૧૦, ૬૯; [Avestan] ૫|૧ ય. ૧૦, ૭૧; [Avestan] ૨|૩ ય. ૧૦, ૪૮. ૭૧; ય. ૧૩, ૩૩; ન્યાઆ. ૩, ૧૦; [Avestan] ૬|૩ ઈજ઼. ૫૭, ૨૬; ય. ૧૦, ૧૧; ય. ૧૩, ૧૩૩; ય. ૧૫, ૧; ય. ૨૪, ૧૯; [Avestan] ૬|૩ ય. ૨, ૧૨.

[Avestan] વિરો જુઓ [Avestan]

[Avestan] સા. ના. સાંમે થવું; લડાઈ કરવી; opposition, fighting against; [Avestan] (Wester. [Avestan]) ૭|૧ (૪|૧ ની મતલબે) ઈજ઼. ૧૬, ૮; ઈજ઼. ૬૮, ૮.

[Avestan] (જુઓ ૨ [Avestan] તથા [Avestan] ખ) સમાસ વિ. તમામ-પુરતી રીતે રાજ કરતો; આપખ્ત્યાર, ઘણો જોરેમંદ (પાદશાહ); possessing full power; very powerful; [Avestan] [Avestan] [Avestan] the ruler of the country with full power (દેશનો આપખ્ત્યાર પાદશાહ) નર. ૧|૧ ય. ૧૩, ૧૮. ૬૯; ય. ૧૫, ૫૦; [Avestan] [Avestan] નર. ૧|૧ ય. ૧૪, ૧૩; [Avestan] [Avestan] (આપખ્ત્યાર જુલમગાર) નર. ૬|૧ ય. ૧૦, ૧૦૯. જુઓ એની પછીનો બોલ.

[Avestan] (જુઓ ઉપરનો બોલ તથા ૧ ધા. [Avestan]) સમાસ ફ઼. વિ. તમામ-પુરતી સત્તાથી રાજ ચલાવતો, આપખ્ત્યારીથી હકુમત ભોગવતો; ruling with full power; swaying the authority with absolute power; [Avestan] નારી. ૧|૩ ય. ૧૫, ૫૪.

[Avestan] (જુઓ ૨ [Avestan] તથા [Avestan] ગ) સમાસ વિ. એકજ રંગનું; એકજ તરાહનું; of one and the same colour; *[Avestan] ...[Avestan] નર. ૨|૧ ય. ૮, ૫૮; ય. ૧૪, ૫૦.

[Avestan] (જુઓ ૨ [Avestan] તથા [Avestan] ક) સમાસ વિ. એક સરખા વિચારનું; એકજ વિચારનું; (the Ameshâspands) who are of one thought—accord; [Avestan] [Avestan] [Avestan] નર. ૧|૩ ય. ૧૩, ૮૩.

[Avestan] (જુઓ [Avestan]) સમાસ વિ. એકસરખા—એકજ સખુનવાળું; એક સરખી-રીતે બોલતું; of one speech; (the Ameshâspands) whose speech is the same; [Avestan] નર. ૧|૩ ય. ૧૩, ૮૩.

[Avestan] (જુઓ [Avestan]) સમાસ વિ. એકસરખાં કામવાળો ઈચ્ચાને એકજ રીતે કામ કરતો; of one deed; (the Ameshâspands) whose action is the same; [Avestan] નર. ૧|૧ ય. ૧૩, ૮૩.

૧ [Avestan] = Lat. Salvere = બંચાવવું, રક્ષણ કરવું; પોષણ કરવું; to protect, to shelter, to nourish. ધા. [Avestan] નું વધેલું રૂપ [Avestan] પણ આવે છે. જુઓ [Avestan], [Avestan], [Avestan], [Avestan], [Avestan], [Avestan]

[Avestan] ક) = બંચાવવું, રક્ષણ કરવું; to guard, to keep watch over; [Avestan]† વર્તમાન કાળ પરસ્મૈપદ ૩|૧ ઈજ઼. ૫૭, ૧૬; ય. ૧૦, ૧૦૩; [Avestan]‡ આજ્ઞા. પરસ્મૈ. ૩|૧ ઈજ઼. ૫૮, ૪.

ખ) બનચવું, બનચી જવું; to be protected or sheltered; [Avestan] . . . વા ઈજ઼. ૧૯, ૧૦.

* Wester. [Avestan] of the colour of the Haoma.

† [Avestan] ને બીજે [Avestan] નકામો આવેલો છે. અથવા ધાતુ [Avestan] થી થઈ શકે.

‡ [Avestan] ની આગમચનો [Avestan] નકામો આવેલો.

२ [illegible] = જવું, વેહેવું; to go; to move, to flow. Comp. Sans. सर who or what goes; moving; જુઓ [illegible], [illegible], [illegible], [illegible]

[illegible] (જુઓ ૨ ધા. [illegible]) સા. ના. નારી. પાહાડ, પાણીવાળી ઉંચી જગા; a mountain, an elevated place of water. Comp. [illegible]; [illegible] [illegible] (વિ. ના. નારી.) [illegible] = [illegible] = અલબુર્જ નામનો પાહાડ; the Mount Alborz; for particulars, *vide* 2 [illegible];- [illegible] [illegible] (અલબુર્જ પાહાડ ઉપરથી) પાં१ ય. १०. ५१; [illegible] [illegible] [illegible] ६|१ ઈજ. १०, १०; ઈજ. ५७, २१: ય. ૯, १७; ય. १०, ५०. ८८; ય. १२, २३; [illegible] [illegible] ६|१ ઈજ. ४२, ३; ય. १२, २५. (જુઓ આદી.)

[illegible] (= [illegible] = सरस्वती = Gr. Arachosia = Cune. Harauwatis) (જુઓ ૨ ધા. [illegible]) વિ. ના. નારી. મુલકનું નામ; કાબુલની દક્ષિણ પૂર્વે આવેલા કનદાહારની નજદીકનો મુલક; name of the region near Kandâhâr, lying to the south-east of Kâbul. Dr. Stein identifies it with the modern Arghandâb ([illegible]). [illegible] ૨|१ વં. १, १२.

[illegible] (જુઓ ૨ ધા. [illegible]) સા. ના. નારી. પાહાડ, પાણીવાળી ઉંચી જગા; a mountain, an elevated place of water. Comp. [illegible]; [illegible] [illegible] (વિ. ના. નારી.) [illegible] = [illegible] = અલબુર્જ નામનો પાહાડ; [illegible] [illegible] ૨|१ વં. १५, ३०; વં. २१, ५. ६. १३; ય. १०, १३. ११८; ય. १२, २३; [illegible]* (અલબુર્જ પાહાડની) ६|१ ય. ५, २१; ય. १५, ७; [illegible] [illegible] (અલબુર્જ પાહાડની) ६|१ ય. ૯, ३; ય. १७, २४. (જુઓ આદી.)

[illegible] (જુઓ ધા. [illegible]) સા. ના. નાન્ય. નાખવું, ફેંકવું; throwing, casting; [illegible] ૨|३ વં. ५, ६०. ६१.

[illegible] = નાખવું, ફેંકવું; to throw, to cast; [illegible] અ. ભૂ. સંશ. પરસ્મૈ. ३|१ વં. ५० ६०. ६१.

[illegible] = આગળ ફેંકવું—નાખવું; to fling; [illegible] અ. ભૂ. પરસ્મૈ. ३|१ ય. १५, ४६.

[illegible] = ક) ગાળવું, આળવું; to filter, to strain (as the Haoma); cl. 6; [illegible] (હોમ ગાળવામાં આવરી †) કર્મણિ ભવિષ્ય કાળ ३|३ વીસ્પ. १२, १. અસલ રૂપ [illegible] + [illegible]; [illegible] ભવિ. કૃ. નર. ६|३ વીસ્પ. १२, १. જુઓ [illegible]

ખ) છોડવું; છાંટવું, પાણી સીંચવું, ભીંજવવું, ભીનું કરવું; to sprinkle, to water, to moisten; [illegible] શક્યા. પરસ્મૈ. ३|३ વં. ६, २ ३. ४. જુઓ [illegible]

ગ) મની છાંટવી, ખી નાખવું; to emit seed, to sow seed; જુઓ [illegible]

ઘ) રાખવું, રેહેવા દેવું; to let lie, to let stand; [illegible] વં ८, २. ३.

ચ) મોકલવું, રવાના કરવું; to let loose, to despatch; [illegible] વર્ત. પરસ્મૈ. ३|३ ય. १३, ४३.

[illegible] = છોડી દેવું, માફ કરવું; to remit; to forgive; જુઓ [illegible]

[illegible] = પાછું હઠાવવું; to repel, to drive away; [illegible] વર્ત. પરસ્મૈ. १|१ ઈજ. १०, १५.

[illegible] = ક) છાંટવું, નાખવું, રેડવું; to sprinkle, to pour, to let down; [illegible], શક્યા. આત્મને. ३|१ વં. ५, ५१; જુઓ [illegible],

ખ) નાખી દેવું, ફેંકી દેવું, બારેવાટ કરવું; to throw away, to waste; [illegible] વર્ત. પરસ્મૈ ३|१ વં. ६, १०. १२. १४. १६. १८. २०. २२. २४.

ગ) નાખવું; to throw (a thing on a person). [illegible] વર્ત. પરસ્મૈ. ३|१ વં. ८, २३. २४. २५.

---

* આ એકાદી [illegible] બીજા નથી આવ્યો.

* પ્રોફેસર વેસ્ટરગાર્ડ પ્રમાણે [illegible] લઈએ તો Intensive Verb ગણવો પડે છે.

† એનો અર્થ 'તેઓ હોમ ગાળશે' એવી બની શકે. જુઓ મારૂં અવસ્તા વ્યાકરણ, સફો २५५ મો.

[Avesta] બરાબર ગાળવું—ચાળવું; to filter or strain thoroughly; [Avesta] કર્મ. ભવિ. ૩|૩; જુઓ [Avesta]

[Avesta] = ક) નીચે નાખવું, હલકા દરજ્જાનો કરવો ; to throw down ; to degrade ; [Avesta] અ. ભૂ. પરસ્મૈ. ૩|૧ વં. ૨, ૬ (Wester.).

ખ) બી—તોખમ નાખવું; to emit seed ; to have intercourse with : [Avesta] વર્ત. ૩|૧ વં. ૮, ૩૨; વં. ૧૫, ૭. ૮; વં. ૧૬, ૧૭; વં. ૧૮, ૬૭. ૬૯ ; [Avesta] [Avesta] (બી અથવા તોખમ નાખનારા નરોનાં ઇચ્છાને જવાન નરોનાં) વર્ત. કૃ. નર. ૬|૩ ય. ૧૪, ૧૩. જુઓ [Avesta]

૧ [Avesta] (જુઓ ૧ ધા. [Avesta]) ભૂ. કૃ. વિ. રક્ષણ કીધેલું; પોષણ કીધેલું; protected, nourished; fed જુઓ [Avesta]

૨ [Avesta] સા. ના. નર. દુશ્મન, દુઃખ દેનાર; an adversary; a tormenter; [Avesta] ૧|૧ ય. ૫, ૬૨.

[Avesta] (જુઓ ૧ ધા. [Avesta]) સા. ના. નર. બચાવનાર, રક્ષણ કરનાર; આબાદ કરનાર; a protector, a guardian, a thriver ; [Avesta] ૧|૧ ઈજ. ૫૭, ૧૫; ય. ૧૧, ૧૦; [Avesta] ૧|૧ ય. ૧૦, ૧૦૩; [Avesta] ૧|૧ વં. ૨, ૪. ૫; [Avesta] ૨|૧ ય. ૧૦, ૧૦૩.

[Avesta] (જુઓ ૧ [Avesta], [Avesta] તથા [Avesta] ગ) સમાસ વિ. પોષણ કીધેલું તથા દરેક જાતનું (નાહનું પશુ); (small cattle) of all species and well-fed; [Avesta]* [Avesta] [Avesta] નર. ૬|૩ વં. ૨૨, ૪. ૧૧. ૧૭.

[Avesta] સા. ના. નર. દુશ્મન; a foe; an enemy, an adversary ; [Avesta] [Avesta] ૨|૩ ય. ૧૦, ૩૪.

[Avesta] (જુઓ ૧ ધા. [Avesta]) સા. ના. નાન્ય. ક) પોષણ, ગુજરાણ, ખોરાક; nourishment, food, support; [Avesta] ૨|૧ વં. ૧૪, ૧૭; વં. ૧૫, ૧૬. ૧૭. ૧૯—૪૨; [Avesta] ૪|૧ વં. ૧૩, ૩૯; [Avesta] ૭|૧ ઈજ. ૬૨, ૨; નીઆ. ૫, ૮.

ખ) બચાવ, રક્ષણ; protection, shelter; [Avesta] ૪|૧ ઈજ. ૫૫, ૪; [Avesta] ૪|૧ ઈજ. ૫૮, ૨; ઈજ. ૭૧, ૧૧; ય. ૫, ૬. જુઓ [Avesta] તથા એની પછીનો બોલ.

[Avesta] ([Avesta] ખ ઉપરથી) વિ. રક્ષણ —બચાવ કરતું; affording protection, sheltering; [Avesta] નારી. ૧|૩ ઈજ. ૫૫, ૨.

[Avesta] વિ. ના. નર. નામાંકિત નરનું નામ; name of an illustrious personage; [Avesta] ૬|૧ ય ૧૩, ૧૧૭.

[Avesta] સા. ના. દુઃખ; જુલમ; દુશ્મની; affliction, oppression ; enmity. Comp. [Avesta] ૧|૧ વં. ૨, ૨૯. ૩૭.

[Avesta], [Avesta] } એ બોલો વિશે જુઓ ધા. [Avesta] ક.

[Avesta] (= [Avesta] = सरयु = Cune. Hariva = Gr. Aria = Herat.) (જુઓ ૨ ધા. [Avesta]) વિ. ના. નર. હરી નામની નદીની પાસેનો મુલક; હેરાત ; the region situated near the River Heri (هری رود); Herat to the south of Khorâsân; [Avesta] ૨|૧ વં. ૧, ૮. જુઓ બોદ્ધી.

[Avesta] ([Avesta] નું બીજું રૂપ) સામાન્ય સર્વ. પોતાનું; one's own; [Avesta] [Avesta] (તેનું પોતાનું રવાન); નર. ૧|૧ વં. ૧૩, ૮; ય. ૨૨, ૧; [Avesta] [Avesta] (તેનું પોતાનું અંતઃકરણ) નારી. ૧|૧ ય. ૨૨, ૯. ૧૧; [Avesta] [Avesta] નર. ૨|૧ વં. ૧૩, ૯; ઈજ. ૫૯, ૨૮; ઈજ. ૭૧, ૧૮; ય. ૬, ૪; નીઆ. ૧, ૯; નીઆ. ૨, ૯; [Avesta] [Avesta] (નારી. ૨|૧ ને બદલે) ય. ૪, ૪; [Avesta] [Avesta] નારી. ૨|૧ ઈજ. ૫૯, ૨૮; ઈજ. ૭૧, ૧૮; નીઆ. ૧, ૯; નીઆ. ૨, ૯; [Avesta] [Avesta] (પોતાની અક્કલથી) નર. ૩|૧ વં. ૧૫, ૨; [Avesta] નર. ૪|૧ વં. ૧૯, ૨૭; ઈજ. ૭૧, ૧૧; ય. ૧૩, ૩૩. ૬૬; [Avesta] [Avesta] નારી. ૪|૧ ય. ૧૩, ૬૬; [Avesta] નર. ૬|૧

* Geld. [Avesta] [Avesta]

ઇજ. ૧, ૧૮; ઇજ. ૨૩, ૪; [illegible] નારી. ६।१ વં. ૧૦, ૫. ६. ૯. ૧૦, ૧૩. ૧૪; વં. ૧૯, ૭; [illegible] . . . [illegible] (પોતાનાં અંતઃકરણનું) નારી. ६।१ વં. ૧૦, ૧૯; [illegible]* [illegible] (પોતાનાં પેટનું) નારી. ६।१ ઇજ. ૧૧, ૧; [illegible] [illegible] (પોતાની જગાએ—જગામાં) નાન્ય. ७।१ ય. ૧૩, ६७; [illegible] નર. ૩।૨ વં. ६, ૪६; ય. ૧૩, ૧૦૭; [illegible] નાન્ય. ૩।૩ ય. ૧૦, ૮૪; [illegible] ६।૩ ઇજ. ८, ૫; Frag. 4, 2.

[illegible] સા. ના. નાન્ય. ક) કુટુંબની આબાદી, છોકરાં બચ્ચાંનો વધારો; prosperity of the family; propagation of offspring; [illegible] ૩।૧ ઇજ. ૫૫, ૩; [illegible] ૪।૧ ઇજ. ૧૪, ૧; વીસ્પ. ૫, ૧; વીસ્પ. ૧૧, ૨૦; [illegible] ૪।૧ ઇજ. ૧૧, ૧૦; ય. ૧૦, ૫; નીઆ. ૨, ૧૪.

ખ) સુખાકારી, ખુશાલી; આનંદ; શાન્તિ; happiness, comfort; joy; tranquillity; [illegible] [illegible] ૧।૧ ય. ૧૭, ૨૨; ઇજ. ७૧, ૧૧; [illegible] ૨।૧ ય. ૧૦, ૩૩; [illegible] ૪।૧ ઇજ. ६८, ८; [illegible] ७।૧ ઇજ. ६૨, ६; નીઆ. ૫, ૧૨. જુઓ [illegible]

[illegible] વિરો જુઓ, [illegible] ખ.

[illegible] (જુઓ [illegible] ખ તથા ૧ ધા. [illegible]) સમાસ ના. વિ. ખુશાલી—સુખાકારી બખશતો; cheerfulness-giving, comfort-bestowing; [illegible] ૧।૧ ય. ૧૦, ६૫; [illegible] નર. ૨।૧ વં. ૧८, ६.

[illegible] (= [illegible]) ([illegible] ક ઉપરથી) વિ. ક) તેને લગતું, તે સાથે; accompanied with; provided with; *vide* [illegible]

ખ) તેટલું, એટલું; this much; so much; જુઓ [illegible]

ગ) જેવું; એકસરખું, એક સરખી રીતનું; like as; alike, similar, uniform; [illegible] (Wester. [illegible]) નર. ૧।૧ વં. ८, ૩૧; [illegible] (Wester. [illegible]) ૧।૩ વં. ૧૫, ૧૪.

ઘ) અગાઉના જેવું, આગળની માફક; as before; જુઓ નીચેનો બોલ.

[illegible] (જુઓ [illegible] ઘ તથા [illegible] ક) સમાસ ના. નારી. અગાઉના જેવી જમીન, આગળની માફકની જમીન; the ground (becomes pure) as before; *[illegible] ૧।૩ વં. ७, ૪७-૪૯.

[illegible] (= [illegible]) (જુઓ [illegible] તથા [illegible]) સમાસ વિ. એટલું મ્હોટું; એટલું ઉંચે દરજ્જેનું; as great; so much grand or exalted; [illegible] નાન્ય. ૨।૧ ઇજ. ૧૦, ૧૩.

[illegible] (= सवन) (જુઓ ૧ ધા. [illegible] ગ) સા. ના. નાન્ય. હોમ કુટવો; હોમ છુંદીને નીચવવો; હોમ કુટવાનું—છુંદીને નીચવવાનું કામ; expressing the juice of the Haoma; from Pehl. [illegible]; [illegible] ૨।૧ ઇજ. ૧૦, ૨; [illegible] [illegible] [illegible] તારાં પેહેલ્લાં નીચવવાના કામને; thy mortar for pounding the Haoma (Dar.); તારો હાવનીમનો નીચેનો ભાગ ઇઆને હાવનીમ પોતે (દારમે.); [illegible] [illegible] [illegible] તારાં બીજાં નીચવવાનાં કામને; the pestle (Dar.); હાવનીમનો ઉપરનો ભાગ ઇઆને હાવનીમનો બતો—લાથો (દારમે.).

[illegible] (અસલ રૂપ [illegible] † છે) (જુઓ ૨ [illegible] તથા ૧ ધા. [illegible] ખ) સા. ના. નાન્ય. ખુબી, સારો ગુણ; excellence, a good quality, goodness; [illegible] ૩।૩ ઇજ. ૫, ૨; ઇજ. ૩७, ૨.

[illegible] Yt. 24, 10 (meaning unsettled). [illegible] [illegible] [illegible] [illegible]

[illegible] (= [illegible] = सव्य) વિ. ડાબું; left (opposed to right). Comp. [illegible] & [illegible]; [illegible] (Wester. [illegible]) નર. ૨।૧ વં. ८, ૪૫. ૪६. ૪૯. ૫૩. ૫૪. ૫૫. ६૦. ६૧. ६૨. ६૪.

---

* Wester. [illegible]

* Wester. [illegible] [illegible]

† જેમ [illegible] (=स्व=પોતે) નું બીજું રૂપ [illegible] આવેછે તેમ આએ બોલમાં થયું છે.

૬૬. ૬૮. ૭૦; વં. ૯, ૧૭. ૧૮. ૧૯. ૨૨. ૨૩. ૨૫; વં. ૧૩, ૩૨. એ બોલની સમજ:— [illegible] = [illegible] = [illegible]; પછી ૨/૧ નો ૯ બાગ્યાથી [illegible]* થયું; [illegible]* નર. ૨/૧ ઈજ. ૧૧, ૪; ય. ૫, ૧૩૧; [illegible] (” નો ૧ થયાથી) (Wester. [illegible]) નારી. ૨/૧ વં. ૮, ૪૭. ૪૮. ૫૭. ૫૮; વં. ૧૩, ૩૩; [illegible] વં. ૯, ૧૭. ૩૦; [illegible] (Wester. [illegible]) નર. ૨/૩ વં. ૮, ૭૧; વં. ૯, ૨૬.

[illegible] (= [illegible] + [illegible]) (જુઓ ૧ ધા. [illegible]) સા. ના. નર. મુકામ, રેહેઠાણ; an abode (lit.); an enclosure (for the cattle); *vide* [illegible]

[illegible] વિરી જુઓ [illegible]

[illegible] (અસલ રૂપ [illegible] + [illegible])(જુઓ ધા. [illegible]) સા. ના. નર. દોસ્ત, સોબતી; a friend, a companion; [illegible] ([illegible] કારાંત) ૪/૧ ઈજ. ૬૨, ૮; [illegible] [illegible] (બે દોસ્તો વચ્ચે) ૨/૨ ય. ૧૦, ૧૧૬; [illegible] ૨/૩ વં. ૧૮, ૨૬; [illegible] (= [illegible] + [illegible]) ૬/૩ ઈજ. ૬૮, ૧૨.

૧ [illegible] ([illegible] નું બીજું રૂપ) સા. ના. નર. દોસ્ત; a friend, a companion. Comp. [illegible]; જુઓ [illegible], [illegible]

૨ [illegible] વિ. ના. નર. ચોક્કસ જાતની ખરાબી કરનાર દેવનું નામ; name of a Daeva. Comp. [illegible] & [illegible] [illegible] (૨/૧ ને બદલે) ય. ૪, ૨; [illegible] (૫/૧ ને બદલે) ય. ૪, ૩.

[illegible] (જુઓ ૧ [illegible] તથા ધા. [illegible]) સમાસ ના. નર. દોસ્તને દુઃખ દેનાર—નુકસાન કરનાર; a friend-tormenter; [illegible] ૪/૧ ઈજ. ૬૫, ૬.

[illegible] (જુઓ ૧ [illegible] તથા ૩ ધા. [illegible]) સમાસ વિ. દોસ્તને ઠગતો; (an evil-doer) who deceives his friend; [illegible] ૬/૧ ય. ૧૩, ૧૩૭.

[illegible], [illegible] વિરી જુઓ [illegible]

[illegible] (= सस्य) ક) સા. ના. નાન્ય. અનાજ, દાણો; corn; grains.

વિ. અનાજની કાપણીના વખતવાળો (પઐતિશહેમ ગાહામબાર); corn-giving; [illegible] [illegible] [illegible] the corn-giving (Paitish-hahya Gâhâmbâr) નર. ૨/૧ વીસ્પ. ૨, ૨; [illegible] [illegible] નર. ૬/૧ વીસ્પ. ૧, ૨; જુઓ [illegible]

૧ [illegible] (= सा, सो = કાપવું, ભાગ કરવો; to cut, to divide; જુઓ [illegible], [illegible]

૨ [illegible] વિરી જુઓ [illegible]

૩ [illegible] (Vend. 7, 57) a sort of interjection (Justi).

[illegible] (= [illegible] = साति) (જુઓ ૧ ધા. [illegible]) સા. ના. નારી. ભાગ, કરદો *હા; a chapter; a section; [illegible] ૨/૧ ઈજ. ૧૩, ૮; ઈજ. ૨૮, ૧૨; તથા ગાથાના દરેક હાને છેડે, ઈઆને ઈજ. ૨૮ થી તે ૩૪ સુધી; ઈજ. ૪૩ થી તે ૫૧ સુધી તથા ઈજ. ૫૩-એઓમાંના દરેક હાને છેડે; [illegible] (Geld. [illegible]) ૨/૩ વીસ્પ. ૧૩, ૩.

[illegible] (જુઓ ૨ ધા. [illegible]) અતિ. વિ. ઘણોજ ઠાર કરતો; ઘણોજ નાશ કરતો—મારી નાખતો; the best killer or destroyer; (super. adj.); [illegible] નર. ૮/૧ ય. ૧૨, ૮.

[illegible] (જુઓ ધા. [illegible] ગ) સા. ના. નારી. બચ્ચાંનો જન્મ આપનારી માતા—†ઓરત; a woman that gives birth to a child; a female; [illegible] ૧/૩ વં. ૧૫, ૧૯; ય. ૧૩, ૧૫; [illegible] ૨/૩ ઈજ. ૬૫, ૨; ય. ૫, ૨; નીઆ. ૪, ૩; [illegible] ૬/૩ ઈજ. ૬૫, ૨; ય. ૫, ૨; ય. ૧૩, ૫; ય. ૨૪, ૫૦; નીઆ. ૪, ૩.

---

* બીજ પ્રમાણે [illegible] ની ૨/૧ [illegible], [illegible] બાંધેછે.

* એજ મુજબ અંગ્રેજીમાં Section બોલ Lat. Secare (કાપવું) ઉપરથી નીકળેલો છે.

† ફકત એક ઠેકાણે (વં. ૧૫, ૧૯.) એ બોલ જાનવરની માદાને માટે વપરાએલો છે.

૧ [illegible] (= असौ) તૃ. પુ. સર્વ. તે, પેલો, પેલી; એ બોલ નર. તથા નારી. બેહુ જાતીમાં ફક્ત ૧/૧ નાં. રૂપમાંજ વપરાએલો આવેછે; બીજી વિભક્તિઓનાં રૂપ મળતાં નથી; he, she; this, that; a rare form, used in the nom. sing. both mas. and fem. [illegible] (mas.) નર. ૧/૧ વં ૮, ૩૨; વં. ૯, ૪૧. ૫૦; વં. ૧૭, ૨; વં. ૧૯, ૪૬; ય. ૧૪, ૪૧; ય. ૧૯, ૫૬; [illegible] નર. ૧/૧ વં. ૪, ૪૮; [illegible] (fem.) નારી. ૧/૧ વં. ૮, ૩૨; વં ૧૩, ૧૬; વં. ૧૯, ૩૦; [illegible] [illegible] [illegible] † (for [illegible] [illegible] [illegible]) તે દુકાળ ઉત્પન્ન કરનારી પરી ય. ૮, ૫૪.

૨ [illegible] ક્રિ. અ. ત્યાંહાં, તે જગાએ; there, in that place; [illegible] વં. ૭, ૫૪.

[illegible] સા. ના. નાન્ય. સાથે કરવું—કામ કરવું; મદદ; working together (lit.); co-operation; [illegible] = [illegible] सं= together; [illegible] working; rt [illegible] कृ; gunated forms: [illegible], कर [illegible], क्रिद [illegible], कृद: [illegible] = a fellow-help, a friendly help; [illegible] ૨/૧ ઈજ. ૩૩, ૯; [illegible] [illegible] to offer friendly help (મદદ આપવાને માટે) ૨/૩ ઈજ. ૪૪, ૧.

[illegible] (જુઓ ધા. [illegible]) વર્ત. કૃ. પુઠે ચાલવું, સાથે જવું; following, pursuing; [illegible] = [illegible] pres. partic.; [illegible] નાન્ય. ૧/૧ ઈજ. ૫૮, ૧; [illegible] નાન્ય. ૨/૧ ઈજ. ૭૧, ૧૧.

[illegible] ([illegible] ઉપરથી) સા. ના. નર. હયાતી ભોગવનારા, જીવતાં (અસલ.); માણસો મુતલક; existing, living; beings; men in general; ખરેખર જોતાં એ બોલ [illegible] બોલનું પહેલી—બીજી બહુવચનનું રૂપ છે. જુઓ નીચેનો બોલ.

[illegible] (જુઓ [illegible] તથા ૨ ધા. [illegible]) સમાસ ના. નર. માણસોનો શુમાર કરનાર, ઈમાને આએ દુનિયાંમાં માણસોએ કીધેલાં કામોનો હિસાબ ગણનાર; one who weighs and makes account of (lit.); *i. e.*, one who weighs and makes account of the good and evil deeds of men done in this world; epithet of Ahura [illegible] [illegible] Y. 32, 6; [illegible] [illegible]

[illegible] વિરો જુઓ [illegible] ... ૮.

[illegible] (= [illegible]) (જુઓ ૧ ધા. [illegible]) ... ના. નર. હજાર કદમનું માપ, એક મેલ; હાસર, a measure of 1,000 paces; one mile, a *hâthra.* "There are many kinds of *hâsar* (hâthra), the mean *hâsar* counts 1,000 paces of two feet each. The mean hâsar is then a Roman mile; two *hâsars* make one tacar" (Dar.); [illegible] ૨/૧ ય. ૮, ૧૦૦. ૧૦૧. ૧૦૨. જુઓ [illegible], [illegible]

[illegible] (= [illegible]) (જુઓ [illegible] તથા [illegible]) સમાસ વિ. એક હાસર જેટલું લાંબું; one hâthra long (as a road); [illegible] [illegible] નર. ૨/૧ વં. ૨, ૨૬. ૩૪; વં. ૧૩, ૧૮; ય. ૮, ૨૩.

[illegible] = clear, obvious, manifest (Sp. & Jus.); Pehl. [illegible] ખુલ્લું, જાહેર દેખીતું (સ્પી. તથા યુસ્તી); [illegible] ૧/૧ (ક્રિ. અ.) ઈજ. ૩૨ ૭; જો એ બોલને એની આગમચના બોલ ([illegible]) નો વિશેષણ ગણીએતો; [illegible] ની ૭/૧ [illegible] = [illegible] (ગાથા રૂપ) થઈ શકે.

[illegible] ([illegible] નું બીજું રૂપ) (જુઓ ૨ [illegible]) ક) ઉપ. એક સરખું, એકજ, તેજ; a prefix implying "similar, same, uniform"; *vide* [illegible], [illegible], [illegible], [illegible]

ખ) વિ. તમામ, પુરૂં, એક સરખું, એકજ; adj. all, whole, similar, same, uniform; [illegible] (તમામ) નર. ૧/૧ ય. ૧૯, ૧; [illegible] (એક સરખો, તેજ) નર. ૧/૧ ઈજ. ૩૧, ૭; [illegible] (તમામ, સંપૂર્ણ) (૨/૧ ને બદલે) ઈજ. ૧૯, ૧૫. [illegible] (તેમજ, તે મુજબ, એક સરખું) ૧/૧ (ક્રિ. અ. ની મતલબે) ય. ૧૮, ૫.

[illegible] (= [illegible]) (જુઓ [illegible]) સમાસ વિ. એકજ જગા; એકજ બેઠક; the same seat; the same place; [illegible] ૭/૧ વં. ૫, ૨૭; વં. ૭, ૬.

† Geld. [illegible] [illegible]

[illegible] (જુઓ [illegible]) સમાસ વિ. [illegible]રીતે મજબૂત; બધી તરફથી મજબૂત [illegible]; (a chariot) sufficiently strong; [illegible] નર. ૨|૧ ય. ૧૦, ૧૨૪.

[illegible] (= [illegible] = [illegible]) (જુઓ [illegible]) સમાસ વિ. એકજ દિનવાળો; એકજ મજહબવાળો, હમદીન; (a person) of the same religion; of the same faith; [illegible] નર. ૧|૩ વં. ૪, ૪૪.

[illegible] (જુઓ [illegible]) ૫) સમાસ વિ. એકજ ખુન્વાદ—તોખમનો; of the same lineage (lit.); of the same blood. Comp. [illegible] નર. ૧|૧ ય. ૨૪, ૯. ૩૭.

[illegible] (જુઓ [illegible]) સમાસ ના. નાન્ય. એક સરખું કામ; a similar action; [illegible] ૧|૩ વં. ૪, ૪૩.

[illegible] (જુઓ ૧ ધા. [illegible]) સા. ના. નર. બચાવ કરનાર; રક્ષણ કરનાર; a protector, a guardian; reduplic. form—[illegible] (*vide* Y. 57, 17); [illegible] ૧|૧ ર્યજ. ૪૪, ૨; [illegible] (હમો) બધાઓથી ખરાબી અથવા ગુમરાહીને દૂર કરનાર ર્યજ. ૪૪, ૨; [illegible] અમે પાસબાની કરનાર (સાહેબ)ને ૮|૧ ર્યજ. ૩૧, ૧૩.

[illegible] વિશે જુઓ [illegible]

[illegible] (= [illegible] = [illegible]) (જુઓ ૧ ધા. [illegible] ગ) સા. ના. નર. ક) ક્રિયાનાં કામમાં વાપરવામાં આવતી હાવનીમ જેની અંદર હોમ છુંદેછે—કુટેછે તે; હોમ કુટવાની ખાણણી; the sacred metallic mortar used for pounding the Haoma to be used for ceremonial purposes; [illegible] ૩|૧ ય. ૧૦, ૯૦; [illegible] ૩|૧ વં. ૧૯, ૯; [illegible] — કારાંત નારી. ૬|૧ વીસ્પ. ૧૨, ૨; [illegible] ૧|૨ (અથવા ૧|૩) વં. ૧૪, ૮; ર્યજ. ૨૨, ૨; વીસ્પ. ૧૨, ૫; ગેહ ૪, ૫; [illegible] ૨|૨ (અથવા ૨|૩) વં. ૫, ૪૦; [illegible] [illegible] ૩|૨ ય. ૧૦, ૯૧; આફ્રી. ૨પિ. ૫; [illegible] ૪|૨ વીસ્પ. ૧૦, ૨; જુઓ [illegible]

ખ) સાધારણ વપરાસમાં આવતી ખાણણી—ખલ; a mortar; [illegible] ૧|૨ વં. ૧૪, ૧૦.

[illegible] ([illegible] ક ઉપરથી) વિ. ના. નર. હોમને લગતી ક્રિયા કરનાર મોબેદ; the priest who strains the Haoma and performs its ceremony; [illegible] ૨|૧ વીસ્પ. ૩, ૧; ગેહ ૩, ૫; [illegible] ૪|૧ વં. ૫, ૫૭. ૫૮; [illegible] ૬|૧ ય. ૨૪, ૭૫. (જુઓ ખોદી.)

[illegible] (= [illegible], [illegible]) સા. ના. નર. અવસ્તા પ્રમાણે ૨૪ કલાકનો દાહાડો જે પાંચ ભાગમાં વહેંચાએલો છે, તેમાંનો બીજો ભાગ, જે વખતે ઘણું કરીને હોમને લગતી ક્રિયાનું કામ ચાલે છે; સુરજના ઉગવાથી તે સુરજ માથે આવે ત્યાંહાં સુધીનો વખત; હાવન ગેહ. હાવન ગેહની ઉપરનો મવક્કીલ ફરેશ્તો; the second of the five divisions of the day, when the Haoma ceremony is generally performed, from sunrise to mid-day; also, the Genius of ibid; [illegible] ૨|૧ ર્યજ. ૨, ૩. ૧૮; ર્યજ. ૬, ૨; ર્યજ. ૯, ૧; આફ્રી. ગાહામ. ૧; [illegible] ૪|૧ ર્યજ. ૧, ૩ ૨૩; ર્યજ. ૩, ૫; ગેહ ૧, ૧; [illegible] ૬|૧ ર્યજ. ૧, ૧૭; ર્યજ. ૨૨, ૧૯; [illegible] (Geld. [illegible]) ૮|૧ ર્યજ. ૧, ૨૦. જુઓ [illegible]

[illegible] (= [illegible]) (જુઓ [illegible] ક તથા [illegible]) સમાસ વિ. હાવનીમના હાથ સાથે; હાથમાં હાવનીમ પકડીને; (the pious man) who holds the sacred mortar in his hand; [illegible] નર. ૧|૧ વં. ૩, ૧; ર્યજ. ૬૨, ૧; ય. ૧૦, ૯૧.

[illegible], [illegible] (= [illegible]) વિ. ડાબું; left (opposed to right). *Variant* [illegible]. Comp. [illegible]; [illegible] નર. ૩|૧ વં. ૩, ૨૫. ૨૬. ૨૮; વં. ૧૯, ૧૯. ૨૩. ૨૫; ય. ૧૭, ૨૨; [illegible] (Geld. [illegible]) નર. ૩|૧ વં. ૩, ૨૫. ૨૬. ૨૮; વં. ૧૯, ૨૩. ૨૫; [illegible] નર. ૩|૧ ય. ૧૭, ૨૨.

[illegible] (= [illegible]) સા. ના. નર. ચેલો,

શાગેર્દ, શિષ્ય; a pupil; a disciple; [Avestan] [Avestan] between two pupils of the same master (એકુજ શિક્ષકના) બે શાગેર્દો વચ્ચે ૨।૨ વ. ૧૦, ૧૧૯; [Avestan] ૬।૩ ઈજ. ૬૮, ૧૨.

[Avestan] = सि* = બાંધવું; ઘેરી લેવું; to bind; to surround; જુઓ [Avestan], [Avestan], [Avestan], [Avestan]

[Avestan] = છુટું પાડવું, સંબંધ છોડાવવો; [Avestan] . . . [Avestan] આજ્ઞા. પરસ્મૈ. ૨।૩ [Avestan]† [Avestan] [Avestan] તમારાં તનનો સંબંધ છોડાજો (શે. દા. ભરૂચા) ઈજ. ૫૩, ૬.

[Avestan] (ધા. [Avestan] = જુઓ ૨ ધા. [Avestan]) સા. ના. સુક્કું રાખવાનું સાધન (અસલ.); આતશને જલતી રાખવાનું સાધન, જેમકે ગાંઠનાં લાકડાં; ધંમન (દારમે.); the means of preserving the fire (from being extinguished), such as a hard knotty log of wood; a pair of round bellows (Dar.): [Avestan] ૨।૧ વં. ૧૪, ૭.

[Avestan] (ધા. [Avestan] = જુઓ ૨ ધા. [Avestan]) વિ. સુક્કું, ખુશ્ક; [Avestan] નર. ૨।૩ વં. ૧૮, ૨૭; ઈજ. ૧૨, ૧૦.

[Avestan] (ધા. [Avestan] = જુઓ ૧ ધા. [Avestan]) વિ. ધુળવાળો (રસ્તો); dusty; [Avestan] . . . [Avestan] the dusty way નર. ૨।૧ વં. ૩, ૧૧.

[Avestan] (જુઓ ૧ ધા. [Avestan]) સા. નારી. પાણી સીંપવું; watering (the field); [Avestan] ૪।૧ (સામાન્ય રૂપ) વં. ૬, ૬.

[Avestan] (= [Avestan]) (જુઓ ૨ ધા. [Avestan]) સા. ના. સુક્કો નસો, હેરનસો, જેમકે નખ, બાલ; dry unclean matter, such as the nails pared off and the hair shaven; [Avestan] ૨।૧ વં. ૫, ૧૬. ૧૮; [Avestan] ૬।૩ વં. ૫, ૧૪.

[Avestan] = सघ् = મારવું, તોડી નાખવું; to smite; to knock down.

[Avestan] = નાશ કરવો, દફે કરી નાખવું; to destroy; to annihilate; *[Avestan] વર્ત. પ્ર. આત્મને. નર. ૧।૧ વ. ૧૯, ૬૭; જો એ બોલને ૨ ધા. [Avestan] ઉપરથી ગણીએતો 'સુકવી નાખતો' અર્થ થઈ શકે.

[Avestan] (જુઓ ૨ ધા. [Avestan]) વિ. સુક્કું; dry; [Avestan] નારી. ૧।૧ વં. ૬, ૩૧.

૧ [Avestan] = सेच् = ભીનું કરવું, ભીજવવું, પાણી સીંપવું; to wet, to moisten, to water; cl. 6. [Avestan] વર્ત. પરસ્મૈ. ૩।૧ વં. ૫, ૫. જુઓ [Avestan], [Avestan], [Avestan]

[Avestan] = છાંટવું (પાણી અથવા ગોમેજ.); to sprinkle (a person) with gômez or water; to cleanse; [Avestan] વર્ત. પરસ્મૈ. ૩।૧ વં. ૯, ૫૨; [Avestan] ([Avestan] ને બદલે) વર્ત. સંશ. પરસ્મૈ. ૨।૧ વં. ૯, ૧૪; [Avestan] [Avestan] શક્યા. ૨।૧ વં. ૮, ૪૦. ૫૮. ૭૧; વં. ૯, ૧૫–૨૬; [Avestan] ૩।૧ વં. ૯, ૪૭.

[Avestan] = પાણીને બાહાર કાહાડી નાખવું; to draw off the water; [Avestan] શક્યા. પરસ્મૈ. ૩।૩ વં. ૬, ૩૨. ૩૫. જુઓ [Avestan]

૨ [Avestan] = Lat. *sic*-care = Fr. *Séch*-er = સુકઈ જવું; સુક્કું થઈ જવું; to dry, to become dry; જુઓ [Avestan], [Avestan], [Avestan], [Avestan], [Avestan], [Avestan], [Avestan]

[Avestan] = તદન સુકઈ જવું; to dry up (intransitive); [Avestan] (caus.) to dry up, to desiccate (transitive); તદન સુકવી નાખવું; [Avestan] [Avestan] [Avestan] [Avestan] (પત્ન જમીનને સુકવી નાખે) અ. ભૂ. સંશ. પરસ્મૈ. ૩।૧ વં. ૫, ૧૨. ૧૩; વં. ૮, ૯. ૧૦.

[Avestan] (૧ ધા. [Avestan] ઉપરથી) = વેહેવું; આગળ ચાલવું; ફરવું; to flow, to move on; to roll.

[Avestan] = બધી તરફ વેહેવું; to flow round about, to roll along; [Avestan] (Geld. [Avestan]) આજ્ઞા. આત્મને. ૨।૧ વં. ૨૧, ૪. ૮. ૧૨. ૧૬.

* એ ધાતુ ઉપરથી *Se*-ries (હાર, એક પછી એક) બોલ નીકળ્યો છે.

† સુધારેલું રૂપ. વેસ્તરગાર્ડ તથા ગેલ્ડનરમાં નીચે મુજબ છે:— [Avestan] [Avestan] [Avestan] [Avestan]

* ગેલ્ડનરે એ બોલનો ફકત પાછલો ભાગ ([Avestan]) એ પ્રમાણે આપ્યો છે.

[Avestan] ([Avestan] નું ટુંકું રૂપ) સા. ના. જબાન; the tongue; [Avestan] [Avestan] * (જબાનની દાનેશાવટે) ૬।૧ ય. ૩, ૧૮; ય. ૫, ૧૭; ય. ૯, ૨૫; તથા દરેક નીઆએશ તથા યશતમાં [Avestan] [Avestan] ના ફકરામાં; [Avestan] ૬।૧ આફ્રં. રપિ. ૫; [Avestan] ૬।૧ (૩।૨ ને બદલે) યજ. ૫૨, †૧૩. [Avestan] ૩।૩ યજ. ૪૯, †૪. જુઓ નીચેના બોલો.

[Avestan] (અસલ રૂપ [Avestan] + [Avestan]) (જુઓ [Avestan] તથા [Avestan]) સમાસ વિ. સખુન-વાળી જબાનવાળો (અસલ.); સ્પષ્ટ—સુભાષિત બોલવાની શક્તિ ધરાવતો; fluent-tongued, ready-tongued. Contrast [Avestan] tongue-fettered (Yaç. 65, 9). [Avestan] (Wester.— [Avestan] નર. ૧।૧ ય. ૧૫, ૪૦.

[Avestan] ([Avestan]) (જુઓ [Avestan] તથા [Avestan]) સમાસ (વિ. ક) લાંબી જબાન—જીભવાળો, ઇશ્વાને વારેઘડિયે બકબકારો કરનારો; long-tongued (lit.); chattering, loquacious; [Avestan] નર. ૧।૧ વં. ૧૩, ૪૮.

ખ) જબાન જેટલું લાંબું; as long as the tongue; [Avestan] (Wester. [Avestan] નર. ૧।૧ વં. ૧૮, ૧૧.

[Avestan] ([Avestan] ઉપરથી) સા. ના. નર. જબાન, જીભ; the tongue. Comp. [Avestan] & [Avestan]; [Avestan] [Avestan] (જબાનમાંથી) ૫।૧ વં. ૩, ૧૪; વં. ૯, ૪૦.

[Avestan] ([Avestan] નું બીજું રૂપ) સા. ના. નાન્ય. જબાન, જીભ; the tongue. Comp. [Avestan] & [Avestan]; [Avestan] ૨।૧ યજ. ૫૦, ૬; [Avestan] ૨।૧ વં. ૧૮, ૫૫. ૫૯. જુઓ [Avestan]

[Avestan] (= [Avestan] = जिह्वा = Ger. Zunge = Lat. Lingua = Fr. Langue = Tongue = [Pahlavi]) (જુઓ ધા. [Avestan]) સા. ના. નારી. જબાન, જીભ; the tongue; rt. [Avestan]; reduplic. [Avestan] = [Avestan]; [Avestan] ૧।૧ વં. ૨, ૬ (Wester.); ય. ૧૯, *૪૫; [Avestan] ૨।૧ વં. ૧૫, ૪; યજ. ૬૨, ૪; ય. ૧, ૩૧; નીઆ. ૫, ૧૦; [Avestan] (જબાનથી ઇશ્વાને બોલવાની ફસાહતથી) ૩।૧ યજ. ૨૮, ૫; [Avestan] (જીભથી) ૩।૧ યજ. ૩૧, ૩; [Avestan] (જબાનને લીધે, નાલાએક સખુનને લીધે) ૩।૧ યજ. ૪૫, ૧.

[Avestan] Geld. subs. the force (lit., movement) of the tongue; જબાનનું હીલવું (અસલ.); જબાનનું કૌવત; fr. [Avestan] the tongue; [Avestan] moving, going; rt. [Avestan] = Sans. अय् to go. [Avestan] instr. sing. Yt. 5, 6; Nyâ. 4, 7. *Vide* [Avestan] Wester.

[Avestan] વિશે જુઓ [Avestan] તથા [Avestan]

[Avestan] (જુઓ [Avestan] તથા ૨ [Avestan]) સમાસ ના. નર. જબાનને સીધે માર્ગે ચલાવનાર, ઇશ્વાને રાસ્ત સખુન બોલનાર; leading the tongue to the right direction, *i. e.*, one who is fair in his utterances; [Avestan]† ૨।૧ યજ. ૫૦, ૬.

[Avestan] સમાસ વિ. જબાનને વશમાં—તાબે રાખતો, ઇશ્વાને વિચાર કરીને બોલતો; મોહોડાંમાં જે આવે તે નહી બોલતો; curbing the tongue, *i. e.*, speaking after mature thought; not speaking recklessly. Comp. Sans. वश subdued. ‡[Avestan] નર. ૧।૧ યજ. ૩૧, ૧૯.

[Avestan] વિશે જુઓ [Avestan]

[Avestan] (= [Avestan] -सिन्धु- [Pahlavi]) વિ. ના. નર. સિન્દ (અસલ.); હિંદુસ્થાન; the Sind (orig.); India; [Avestan] [Avestan] = Ved. सप्तसिन्धवः પંજાબ, સિંધુ નદીનો મુલક; the Punjab; a name

* વેસ્તરગાર્ડ પ્રમાણે [Avestan] લઇએ તો સમાસ રૂપમાં બીજ અર્થ થાએ, પણ [Avestan] બોલ સમાસ રૂપમાં [Avestan] ઘણીએ સમજવો

† આ ઠેકાણે એનો અર્થ 'નાલાએક સખુન, અપશબ્દ' લાગુ પડે.

* Geld. [Avestan]

† Geld. [Avestan]

‡ Geld. [Avestan]

of the Indus country ; [Avestan] ૨।૧ વં. ૧, ૧૯ (Wester.) ; [Avestan] ૩।૧ વં. ૧, ૧૯ (Wester.) ; [Avestan] ૭।૧ ઇજ. ૫૭, ૨૯ ; ય. ૧૦, ૧૦૪; [Avestan] [Avestan] ૨।૩ વં. ૧, ૧૮ (Geld.)

[Avestan] વિ. ના. નર. પાહાડનું નામ ; એ બોલની આગમચ [Avestan] આવેલો છે તે ઉપરથી [Avestan] [Avestan] ને સાથે ગણીને [Avestan] નામનો પાહાડ બુનદેહેશમાં આવેલો છે. હાઉગ સિવાએ યુરોપિયન સ્કાલરો એને ઉસ-હિંદુમ નામનો પાહાડ ગણેછે. હાઉગ [Avestan] ને હિંદુકુશ ધારેછે ; the Mount Us-hindu that stands in the middle of the Sea Vouru-Kasha ; the Hindu Kush (Haug) ; [Avestan] (Geld. [Avestan]) ૫।૧ ય. ૮, ૩૨. (જુઓ બોદી.)

[Avestan] (= सित) (જુઓ ધા. [Avestan]) ક) ભૂ. કૃ. બાંધેલું ; દાબમાં—લગામમાં રાખેલું ; bound (lit.) ; curbed, restrained; [Avestan] નારી. ૨।૧ ય. ૧૩, ૧૦૦; ય. ૧૯, ૮૧.; [Avestan] [Avestan] (દાબમાં રાખેલા ઘોડાઓને) નર. ૨।૩ ઇજ. ૯, ૨૨. જુઓ [Avestan], [Avestan]

ખ) સા. ના. નર. ઘોડો ; a horse ; [Avestan]* ૬।૧ ય. ૧૪, ૧૩; [Avestan] [Avestan] (ઘોડાઓનેમાટે જોર) ૪।૩ ઇજ. ૫૭, ૨૬; ય. ૫, ૫૩; ય. ૧૦, ૧૧.૬૪.

[Avestan] વિ. ના. નર. એક બુરા પુરૂષનું નામ; સામના છોકરા ઉર્વાક્ષનું ખુન કરનાર; Hitâspa, the murderer of Urvâkhshaya (one of the two sons of Sâma); he was avenged by his brother, Kereshâspa who dragged him to his chariot as Achilles dragged Hector; *vide* [Avestan]; [Avestan] ૨।૧ યં. ૧૫, ૨૮; ય. ૧૯, ૪૧. (જુઓ બોદી.)

[Avestan] (જુઓ [Avestan] ક તથા [Avestan]) સમાસ વિ. દાબમાં—કબજામાં રાખેલી જબાનવાળો, બંધ કીધેલી જબાનવાળો; tongue-fettered. Contrast [Avestan] fluent-tongued (Yt. 15, 40). [Avestan] નર. ૧।૧ ઇજ. ૬૫, ૯.

* Geld. [Avestan]

[Avestan] રેહેઠાણ (સ્પી. તથા યુસ્ટી); મુખ્ય— આસાએશનું મુકામ (દારમે.); ખરૂં (મિલ્સ); મુખ્ય ખાસિયત (હારલે); an abode (Sp. & Jus.); the place of rest (Dar.); true (Mills); the essential characteristic (Har.); [Avestan] ૨।૧ ઇજ. ૩૪, ૧૦.

[Avestan] (જુઓ ધા. [Avestan]) સા. ના. નર. ગાંઠ, બંધણ; અથવા જાહેર નીશાન; bond, union; *or:* a landmark. Comp. Sans. सेतु a boundary, a limit; [Avestan]* ૧।૧ ઇજ. ૪૮, ૭.

[Avestan] (જુઓ ધા. [Avestan]) વિ. શીતાબ, તેજ, જહદપવાળું; hasty, speedy, quick; [Avestan] (શીતાબીથી) નાન્ય. ૨।૧ (ક્રિ. અ.) ઇજ. ૧૯, ૧૫.

[Avestan] વિશે જુઓ ૧ ધા. [Avestan]

[Avestan], [Avestan] } એ બોલો વિશે જુઓ ૧ ધા. [Avestan]

[Avestan] (જુઓ ધા. [Avestan] ખ) સા. ના. નર. જોનારો, તપાસ—નેગાહ રાખનાર ; one who sees or surveys. એ બોલ ધાતુ ([Avestan]†) નાં બેવડાં રૂપમાં આવેલો છે ; જુઓ [Avestan]

[Avestan] (જુઓ ૧ ધા. [Avestan]) સા. ના. નર. બચાવનાર, રક્ષણ કરનાર ; a guardian, a protector. Reduplicated form of [Avestan], q. v. ધાતુ બેવડાં રૂપમાં આવેલો છે ; [Avestan] ૧।૧ ઇજ. ૫૭, ૧૭; ય. ૧૧, ૧૨.

[Avestan], [Avestan] (=Lat. Siccus) (જુઓ ૨ ધા. [Avestan]) વિ. સુકું ; dry ; અસલ ધાતુ [Avestan] = [Avestan]; પછી [Avestan] પ્રત્યય લાગ્યાથી [Avestan] + [Avestan] = [Avestan] ([Avestan] અને [Avestan] અવારનવાર થયાથી); [Avestan] નારી. ૧।૧ વં. ૯, ૩૧ ; [Avestan] (Geld.

* [Avestan], [Avestan] બોલોની માફક ૧।૧ ના ઘડેના › ની ગુણ થઈ.

† [Avestan] ધાતુ પણ થઇ શકે ; પણની આગમચની ને લીધે [Avestan] નો [Avestan] થયો હોએ; જુઓ અસ્લ અવસ્તા આકરણ, સફો ૪૩ મો.

[illegible]) નારી. ૧/૧ વં. ૮, ૩૪; વં. ૬, ૩૦;
[illegible]* નાન્ય. ૧/૧ વં. ૮, ૩૪; [illegible] ૪/૧ વં. ૮, ૩૪; જુઓ એની પછીનો બોલ.

[illegible] (જુઓ [illegible] તથા [illegible]) સમાસ ના. નારી. સુકી ધુળ; dry dust; [illegible] ૧/૧ વં. ૧૬, ૨.

[illegible], [illegible] વિશે જુઓ [illegible]

[illegible] = માંગવું, ઇચ્છવું; to ask for, to beg; to desire; [illegible] (હમો માંગીએ છિયે†) વર્ત. આત્મને. ૧/૩ ઈજ. ૪૦, ૪.

[illegible], [illegible] } ઇત્યાદિ બોલોને માટે જુઓ ધા. [illegible]

[illegible], [illegible] } એ બોલો વિશે જુઓ ૨ ધા. [illegible] ક.

[illegible] (જુઓ ૧ ધા. [illegible]) સા. ના. નારી. ક) પાણી છાંટવું (અસલ.); રીમન નહ વારવું; sprinkling water (lit.); cleansing, purifying; ધાતુનો [illegible] બદલાઈને [illegible] થયાથી [illegible] થયું; એ બોલમાં ધાતુ બેવડાં રૂપમાં આવેલો દીસેછે. [illegible]‡ ૩/૧ વં. ૯, ૫૨.

ખ) રીમન કરવું; defiling, rendering impure; [illegible] (Geld. [illegible] ૩/૧ વં. ૫, ૩૪.

[illegible], [illegible], [illegible] વિશે જુઓ [illegible]

[illegible] વિશે જુઓ ધા. [illegible] ક.

૧ [illegible] = સુ = ક) (દેવી—દરુજને) હમેલ રેહેવા; હમેલદાર થવું; બચ્ચાં જનવાં; to be pregnant; to bear offspring (of evil beings); [illegible] વર્ત. પરસ્મૈ. ૯ મો વર્ગ ૧/૧ વં. ૧૮, ૩૧; [illegible] ૨/૧ વં. ૧૮, ૩૦.

ખ) તૈયાર કરવું, પકાવવું; to prepare (food); to cook; [illegible] શક્યાર્થ આત્મને. ૩/૩ (૨/૩ ને બદલે) વં. ૭, ૫૭; [illegible] પ્રથિ. અ. ભૂ. સંરા. પરસ્મૈ. ૩/૩ વં. ૮, ૭૩.

ગ) બાળવું; બાળી નાખવું. to burn; to burn out; [illegible] વર્ત. પરસ્મૈ. ૩/૧ ઈજ. ૭૧, ૮.

ઘ) [illegible] =(હોમ) છુંદવો—કુટવો; હોમ છુંદીને તેનો રસ કાહાડવો; to pound the Haoma-twigs; to express the juice of the Haoma; [illegible] અ. ભૂ. ૫ મો વર્ગ આત્મને. ૩/૧ ઈજ. ૯, ૩. ૬. ૯. ૧૨; [illegible] = [illegible] = છુંદેલો—કુટેલો—નીચવેલો હોમ) ભૂ. કૃ. વિ. નર. ૧/૧ વં ૬, ૪૩; [illegible] ૬/૧ વ. ૧૮, ૧૨; ય. ૨૧, ૯; [illegible] ૬/૩ વીસ્પ. ૧૨, ૩; [illegible] વર્ત. કૃ. આત્મને. ૧/૩ વીસ્પ. ૯, ૩; [illegible] ભવિ. કૃ. પરસ્મૈ. ૧/૩ વીસ્પ. ૯, ૩.

ચ) તૈયાર કરીને આપવું, મેળવી આપવું; આપવું; to prepare, to provide, to give; [illegible] ઈજ. ૩૧, ૧૫.

[illegible] (હોમ) કુટીને—છુંદીને તેનો રસ કાહાડવો; to express the juice of the Haoma-twigs; [illegible] ભૂ. કૃ. નર. ૨/૧ ઈજ. ૧૧, ૩.

[illegible] = (હોમ) કુટીને—છુંદીને રસ કાહાડવો; (હોમ) છુંદીને નીચવવો-તૈયાર કરવો; to express the Haoma-juice; to prepare the juice by pounding the Haoma-twigs; [illegible] (મને છુંદીને તૈયાર કર) આજ્ઞા. આત્મને. ૨/૧ ઈજ. ૯, ૨.

૨ [illegible] (= [illegible] = Gr. Eu = સુ) ઉપ. ક) સારૂ, ખુબસુરત; બરાબરરીતે, પુરતીરીતે; a prefix implying "good, well, beautiful, much, sufficient;" sometimes, though rarely, [illegible] and [illegible] are used; e. g., [illegible] [illegible], &c.

ખ) મજબુત, ઉસ્તેવાર; strong, firm; જુઓ [illegible] ૫, [illegible], [illegible]

[illegible] (જુઓ ૨ [illegible] તથા [illegible] [illegible]) સમાસ વિ. [illegible] દોડતા, રીતાબીથી

---

* Geld. [illegible]

† હમો ઉઠીએ—હિમ્મત પકડીએ (મિલ્સ); હમો ઉસકેરયે છિયે—આગળ ચલાવ્યે છિયે (દારમે); દારમેસ્તેતે [illegible] ને ધાતુ [illegible] નું બેવડું રૂપ ગણેછે.

‡ કે કેટલાક નરની ચોપડીમાં એ બોલ આવેલો નથી.

[Avestan]: running quickly; going fast; [Avestan]* નારી. ૨।૧ ય. ૧૬, ૧.

[Avestan] (જુઓ ૨ [Avestan] તથા ધા. [Avestan] ૫) સમાસ ભૂ. કૃ. વિ. સારી પેઠે ભરેલું—પુર કીધેલું; well filled up; [Avestan] ૨।૧ ય. ૧૦, ૬૮.

[Avestan] (= [Avestan]) વિ. ના. નામ. હુકર નામનો પાહાડ; એ પાહાડ જાણીતા અલબુર્જની એક ઉંચી ટોચ છે; the Mount Hukar, one of the peaks of the Alborz wherefrom the River Aredvîsûra flows. Comp. [Avestan] the central and the highest peak of the Alborz; for particulars, *vide* 2[Avestan]; [Avestan] ૧।૧ ય. ૧૦, ૮૮; [Avestan] [Avestan] ૨।૧ ય. ૫, ૯૬; ય. ૧૨, ૨૪; [Avestan] [Avestan] [Avestan] ૫।૧ ઇજ. ૬૫, ૩; ય. ૫. ૩. ૨૫; ય. ૯, ૮; ય.૧૩, ૬; ય. ૧૫, ૧૫. (જુઓ ભાઇ.)

[Avestan] (= [Avestan] = सुकृत) (જુઓ ૨ [Avestan] તથા [Avestan]) સમાસ ભૂ. કૃ. વિ. સાઇ કીધેલું, સુંદર બનાવેલું; બરાબર—સારી રીતે બનાવેલું; well-made, well-shapen; [Avestan] નર. ૧।૧ ય. ૧૭,૨૨; [Avestan] નાન્ય. ૧।૧ ય. ૫, ૧૦૧; [Avestan] નારી. ૨।૧ ય. ૫, ૧૨૮; [Avestan] ૩।૧ ય. ૧૦, ૧૨૫; [Avestan] નર. ૧।૩ ય. ૧૭, ૯; [Avestan] નર. ૧।૩ (૩।૧ ને બદલે) વં. ૧૯, ૮. ૯; [Avestan] નારી. ૬।૩ ય. ૧૦, ૧૨૮.

[Avestan] (જુઓ ૨ [Avestan] તથા [Avestan]) સમાસ ભૂ. કૃ. વિ. સાઇ બનાવેલું, સારા ઘાટ—આકારનું; well-shapen; well-formed; [Avestan] નર. ૧।૨ ય. ૫, ૧૨૭.

[Avestan] અતિ. વિ. ઘણોજ સવાબકાર, સાઇ કામ કરતો; most virtuous; practising good deeds in the highest degree; [Avestan] = كرفه = સવાબ, પુન્ય, સાઇ કામ; merit, virtue, a good deed; epithet of Ahura Mazda and of His Fravashi. Comp. Per. كرفه‌ترين most virtuous; [Avestan] ... [Avestan] નારી. ૨।૧ વં. ૧૯, ૧૪; ઇજ. ૨૬, ૨; ય. ૧૩, ૮૦;

[Avestan] .... [Avestan] [Avestan] નર. ૧।૧ ઇજ. ૧, ૧.

[Avestan] (= [Avestan]) (જુઓ ૨ [Avestan] તથા [Avestan] ક) સમાસ ત્રિ. સારાં સુંદર શરીરવાળો (અસલ.); સારા ઘાટ—રૂપનો; beautiful of form; [Avestan] [Avestan]...[Avestan] નર. ૧।૧ ઇજ. ૯, ૧૬.

ખ) સમાસ ના. સાઇ—સુંદર શરીર; a beautiful shape or body; [Avestan] ૩।૧ ([Avestan] ની મતલબે) ય. ૧૦, ૭૦. ૧૨૭; ય. ૧૪, ૧૫; Geld. [Avestan] [Avestan]; *vide* 1 [Avestan]

[Avestan] (= [Avestan] = सुक्रतु) (જુઓ ૨ [Avestan] તથા [Avestan]) સમાસ વિ. સારી દાનેશ—અકલવાળો; possessing good sense; discreet; sensible; [Avestan] નર. ૧।૧ ઇજ. ૯, ૨૩; ઇજ. ૩૪, ૧૦; ઇજ. ૫૧, ૫; [Avestan] (Wester. [Avestan]) નર. ૮।૧ ઇજ. ૧૦, ૨.

[Avestan] (= सुक्षत्र) (જુઓ ૨ [Avestan] તથા [Avestan] ખ) સમાસ ના. નર. સારો પાદશાહ; નીતિવાન—ભલો રાજ *કર્તા; a good king; a virtuous ruler; [Avestan] તું હમારેમાટે નેક પાદશાહ (છે) નર. ૧।૧ ઇજ. ૪૧, ૨; [Avestan] ૪।૧ વીસ્પ. ૧૧, ૧; [Avestan]† ૮।૧ ઇજ. ૪૪, ૨૦; [Avestan] ૧।૩ વં. ૧૯, ૯; ઇજ. ૪૮, ૫; [Avestan] ૨।૩ ઇજ. ૨, ૨; [Avestan] ૨।૩ ઇજ. ૭૦, ૧; [Avestan] ૩।૩ ઇજ. ૫૩, ૮; [Avestan] ૪।૩ ઇજ. ૪, ૪; ઇજ. ૨૪, ૯; વીસ્પ. ૮, ૧; વીસ્પ. ૯, ૪; [Avestan] ૬।૩ ઇજ. ૫૬, ૩; [Avestan] ૮।૩ વીસ્પ. ૫, ૨; [Avestan] (સર્વોત્તમ રાજ કરનાર—હકુમત ભોગવનાર) અતિ. વિ. નર. ૧।૧ ય. ૧૯, ૭૯; [Avestan] (ઘણીજ સાહેબી ભોગવતો) નર. ૨।૧ ય. ૧૩, ૧૫૨; [Avestan] નર. ૪।૧ ઇજ. ૩૫, ૫; વં. ૧૦, ૮; વં. ૧૮, ૪૩; વીસ્પ. ૮, ૨; [Avestan] નર. ૪।૧ આફ્રી. ગાહામ. ૬; [Avestan] નર. ૮।૩ આફ્રી. ગાહામ. ૪.

---

* વેસ્ટરગાર્ડ તથા ગેલ્ડનેરમાં એમજ પ્રમાણે છે; * તથા = નો. [illegible] નહી થશે.

* 'સારી પાદશાહી ધરાવતો, નેક રાજ કરતો' એવે અર્થે વિશેષણ પણ થઇ શકે.

† એજ રૂપ વીસ્પ. ૫, ૨ માં ૮।૩ ને અર્થે આવેલ છે.

[Avestan] (= [Avestan]) (જુઓ ૨ [Avestan] તથા [Avestan]) ક) સમાસ વિ. ઘણો સંતોષી—આનંદ—ખુશાલ; well-satisfied, greatly pleased or happy; [Avestan] [Avestan] [Avestan] (કુતરો) આથવનના જેવો ઘણો સંતોષી (હોય છે) નર. ૧/૧ વં. ૧૩, ૪૫.

ખ) સમાસ ના. નાન્ય. ઘણી ખુશાલી; ઘણો આનંદ; a great delight or satisfaction; [Avestan] ૭/૧ ય. ૧૪, ૧૩.

[Avestan] (જુઓ ૨ [Avestan] તથા ૨ ધા. [Avestan]) સમાસ ભૂ. કૃ. વિ બરાબર—સારીપેઠે તીક્ષ્ણ કીધેલું; (a spear) well-sharpened; [Avestan] [Avestan] નારી. ૬/૧ ય. ૧૦, ૨૪; [Avestan] [Avestan] ૧/૩ ય. ૧૦, ૩૯.

[Avestan] (જુઓ ૨ [Avestan] તથા [Avestan]) સમાસ ના. નારી. ઘણી ખુશાલી; ઘણો આનંદ; a great satisfaction—delight; [Avestan] ૨/૧ ય. ૧૦, ૧૦૯.

[Avestan] વિ. ના. નર. નામાંકિત પુરૂષનું નામ; name of an illustrious personage; [Avestan] ૬/૧ ય. ૧૩, ૧૧૮.

[Avestan] (જુઓ ૨ [Avestan] તથા [Avestan] ૪) સમાસ 'વિ. ક) સારી તોખ્મનું, નેક બુન્યાદનું; of a noble seed; of high parentage; [Avestan] [Avestan]...[Avestan] નારી. ૧/૧ ય. ૧૭, ૧૫.

ખ) સારાં મૂળની (બંદગી): સારૂં પરિણામ નીપજે તેવી (બંદગી); producing a good result; [Avestan] [Avestan] the prayer which has its beneficent results નાન્ય. ૨/૧ ઇજ. ૫૮, ૧.

[Avestan] વિ. ના. નારી. નામાંકિત સ્ત્રીનું નામ; name of a noted woman; lit., of high parentage; [Avestan] ૬/૧ ય. ૧૩, ૧૪૧.

[Avestan] (જુઓ [Avestan]) સમાસ ના. નારી. સારૂં ડહાપણ, નેક બુદ્ધિ; sacred wisdom; [Avestan] ૨/૧ ઇજ. ૩૪, ૧૪; [Avestan] ૬/૧ ઇજ. ૪૬, ૪.

[Avestan] (જુઓ [Avestan]) સમાસ ના. નારી. સારી—સુખી જીંદગી; જીંદગીનું સુખ; a happy life; the happiness of life; [Avestan] ૨/૩ ઇજ. ૧૯, ૧૩; [Avestan] ૨/૩ ઇજ. ૧૩, ૪; ઇજ. ૩૩, ૧૦. વીસ્પ. ૫, ૨.

[Avestan] (જુઓ [Avestan]) સમાસ ના. નારી. જીંદગીને લગતી સારી—અવશ્યની ચીજ; જીંદગીનું સુખ; necessaries of life; the happiness of life; [Avestan] ૨/૧ ય. ૫, ૧૩૦; [Avestan] ૬/૧ (૫/૧ ને બદલે) ઇજ. ૪૬, ૮. જુઓ [Avestan], [Avestan]

[Avestan] (= [Avestan]) (જુઓ ૨ [Avestan]) સમાસ વિ. સારાં હથિયારવાળો; well-armed; [Avestan] [Avestan]* નાન્ય. ૧/૧ વં. ૧૯, ૨૮; [Avestan] [Avestan] નર. ૨/૧ વં. ૧૯, ૧૫.

[Avestan] (જુઓ ૨ [Avestan]) વિ. સારાં જ્ઞાનવાળો; સારી દાનેશવાળો; of good intellect; of good sense. Comp. [Avestan]; [Avestan] ૬/૧ ય. ૧૩, ૧૩૪.

[Avestan] (જુઓ ૩ ધા. [Avestan]) સમાસ વિ. બરાબર સીધા કદનું; erect, upright; of straight stature; [Avestan]...[Avestan] નારી. ૬/૧ ય. ૨૨, ૯.

[Avestan] (જુઓ [Avestan]) સમાસ ના. નારી. સેહેલાઇથી—આસાનીથી બચ્ચાંનો જન્મ આપવો; કષ્ટ વગર જનવું; easy delivery or childbirth; [Avestan] ૨/૧ ય. ૫, ૮૭.

[Avestan] (જુઓ ૨ [Avestan]) સમાસ ના. નારી. સેહેલાઇથી—આસાનીથી બચ્ચાંનો જન્મ થવો; easy delivery or childbirth; [Avestan] ૭/૧ ઇજ. ૬૫, ૨; ય. ૫, ૨; ય. ૧૩, ૫. ૧૫.

[Avestan] (જુઓ [Avestan]) સમાસ વિ. સારાં ડહાપણવાળો, સારી દાનેશ—બુદ્ધિવાળો; of good intellect—wisdom; highly intelligent; †[Avestan] નર. ૧/૧ ઇજ. ૪૩, ૩; [Avestan] નર. ૧/૧ ઇજ. ૪૬, ૫; ઇજ. ૪૯, ૫.

[Avestan] (જુઓ [Avestan]) ભૂ. કૃ. વિ. સારી રીતે આરાધના પામેલું; ઘટતી રીતે યાદ કીધેલું;

* Wester. [Avestan]

† છેડનો ક કવિતાની માત્રાને માટે નકામો આવેલો છે.

well-invoked; adequately called on for assistance; [Avestan] નારી. ૧|૩ ય. ૧૩, ૪૨. Geld. [Avestan] = [Avestan] + [Avestan]

[Avestan] (જુઓ ૩ ધા. [Avestan]) સમાસ ના. નાન્ય. ઘણું કૌવત; પુરતું જોર; sufficient strength; [Avestan] strength, vigour. Comp. [Avestan] [Avestan] [Avestan] ૩|૧ ય. ૫, ૬; નીઆ. ૪, ૭. Geld. [Avestan], q. v.

[Avestan] વિશે જુઓ ૧ ધા. [Avestan] ગ.

[Avestan] (= [Avestan]) વિ. ના. નારી. ગુશ્તાસ્પ પાદશાહની બાનુનું નામ; કેતાયુન; the beloved wife of King Gushtâsp and the patroness of Zoroaster; she was a descendant of the illustrious Naodar family. The Gâthâs make an allusion to the pious influence of the queen on her husband (*vide* Yas LIII. 5). [Avestan] ૧|૧ ય. ૧૫, ૩૫; [Avestan] ૨|૧ ય. ૯, ૨૬; ય. ૧૭, ૪૬; [Avestan] ૬|૧ ય. ૧૩, ૧૩૯. (જુઓ મોદી.)

[Avestan], [Avestan] (= [Avestan]) (જુઓ ધા. [Avestan]) સમાસ ભૂ. કૃ. વિ. સારો—સુંદર બનાવેલો; સારા ઘાટનો; well-shapen; beautifully formed; [Avestan] નર. ૧|૧ ય. ૧૪, ૭. ૯. ૪૪; [Avestan] નર. ૨|૧ ય. ૧૦, ૭; નીઆ. ૧, ૬; નીઆ. ૨, ૧૧; [Avestan] નર. ૨|૧ ઈજ. ૨, ૬; ઈજ. ૬, ૫; ય. ૨, ૧૦; ય. ૧૩, ૪૨; ગેહ ૪, ૧૦; [Avestan] નર. ૬|૧ ઈજ. ૧, ૬; ઈજ. ૩, ૮; ઈજ. ૪, ૧૧; ઈજ. ૭, ૮.

[Avestan] (જુઓ [Avestan]) સમાસ ભૂ. કૃ. વિ. સારીપેઠે ખેંચેલું-ખિલ્લો ચહડાવેલુ (કામઠું); (a bow) well-bent or stretched; [Avestan] [Avestan] [Avestan] નાન્ય. ૫|૧ ય. ૧૦, ૩૯.

[Avestan] (= [Avestan]) સમાસ વિ. સારી દીનવાળો; (જુઓ [Avestan] ૬); અથવા સારી ઘાનતવાળો, નેક નયતવાળો (જુઓ [Avestan] ૫); (a man) of good religion; *or*: of good conscience; [Avestan] નર. ૧|૧ ય. ૪, ૯; [Avestan] નર. ૧|૧ વીસ્પ. ૩, ૩; ગેહ ૪, ૮; [Avestan] નર. ૬|૧. ય. ૨૨, ૧૮; [Avestan] (Geld. [Avestan]) નર. ૧|૩ ય. ૧૯, ૫૫; [Avestan]...[Avestan] O thou youth of good religion નર. ૮|૧ ય. ૨૨, ૧૧.

[Avestan] (= [Avestan]) (જુઓ ૨ [Avestan]) સમાસ વિ. સારાં ડહાપણવાળો, ઘણી દાનેશવાળો; (a man) of good wisdom; possessing great intelligence. Comp. [Avestan]; - [Avestan] નર. ૧|૧ ઈજ. ૩૧, ૧૬; [Avestan]* નર. ૧|૧ ઈજ. ૪૬, ૯; ઈજ. ૫૦, ૯; [Avestan] (Wester. [Avestan]) the Wisest of the Wise (ઘણીજ સારી દાનેશવાળો) અતિ. વિ. નર. ૧|૧ ય. ૧, ૧૫.

[Avestan] = સારાં ડહાપણની રૂયે કરતો રેહે—કામ કરતો રેહે; act with good wisdom (= [Avestan] + [Avestan]); [Avestan] good wisdom; [Avestan] impera. Âtmane. 2 per. sing.; orig., [Avestan] + [Avestan]; [Avestan]† ઈજ. ૫૩, ૩.

[Avestan] વિશે જુઓ ૨ [Avestan]

[Avestan] સમાસ ના. નાન્ય. સારો દમ (ફા. [Avestan]); અથવા સારી—ઘણી શક્તિ; [Avestan] = સારૂં, ઘણું; good; sufficient; [Avestan] = दम = self-command; [Avestan] [Avestan] [Avestan] [Avestan] I wish to give him (*i. e.*, Zarathustra) the fluency of speech (lit., a sufficient command of words); તેને (ઈઆને જરતોશતને) બોલવાની ફસાહત—શક્તિ હું આપવા માંગુંછું ૨|૧ ઈજ. ૨૯, ૮.

[Avestan] (જુઓ [Avestan]) સમાસ વિ. સારી નજરવાળો; તીક્ષ્ણ જોવાની શક્તિ ધરાવતો; gazing with sharp looks; epithet of Fravashi; [Avestan] નારી. ૧|૩ ય. ૧૩, ૨૯.

૧ **[Avestan]** (= [Avestan], [Avestan]) (જુઓ ૨ ધા. [Avestan] ૬): ૬) સમાસ વિ. સારી પેદાએશનું; belonging to the good creation; [Avestan] [Avestan] (સારી પેદાએશનું ગોસ્પંદ) નર. ૧|૧ ઈજ. ૧૨, ૭;

* , કારાંતબોલનાં ૧|૧ માં કોઈ વખતે એમ આવેછે; જેમકે [Avestan], [Avestan]

† *Vide* my Av. Gram., pp. 255—256, & p. 287.

[Avestan] [Avestan] ૨/૧ વં. ૧૩, ૪૫; [Avestan] [Avestan] વીસ્પ. ૧૧, *૩; [Avestan] ... [Avestan] નર. ૨/૧ ઇજિ. ૧૯, ૫; [Avestan] [Avestan] નારી. ૨/૧ ઇજિ. ૧૯, ૬; [Avestan] [Avestan] ૪/૧ વં. ૫, ૨૦; વીસ્પ. ૧, ૯; વીસ્પ. ૨, ૧૧; [Avestan] [Avestan] ૫/૧ વીસ્પ. ૭, ૪; [Avestan] નર. ૬/૧ ઇજિ. ૧૩, ૭; ઇજિ. ૧૯, ૪; સીરિ. ૧, ૨૮; Frag. 6, 1; [Avestan] નર. ૮/૧ વં. ૨૧, ૧. નીચ્યા. ૫, †૪.

ખ) [Avestan] [Avestan] = ગોશોદો, બાજમાં દરૂનની ઉપર ઘી અથવા કવાબ મુકેછે, તે; clarified butter or mutton-ball placed on the sacred bread in the Bâj ceremony; Goshodo; [Avestan] [Avestan] (૨/૧ ને બદલે) ઇજિ. ૩, ૧; [Avestan] [Avestan] ૨/૧ ઇજિ. ૪, ૧.

૨ [Avestan] (જુઓ ખ [Avestan]) સમાસ વિ. સારાં ડહાપણુવાળો, ઘણો દાનેશમંદ; possessing good sense; very discreet, judicious. Comp. [Avestan]; [Avestan] નર. ૧/૧ ઇજિ. ૪૫, ૬; ઇજિ. ૪૮, ‡૩; ઇજિ. ૬૧, ૫; [Avestan] નર. ૨/૧ ય. ૧૦, ૯૦; [Avestan] (૧/૧ ને બદલે) ય. ૨૩, ૩; [Avestan] ૪/૧ ઇજિ. ૩૧, ૨૨; [Avestan] નર. ૧/૩ વં. ૧૯, ૯; ઇજિ. ૨, ૨; ઇજિ. ૭૦, ૧; [Avestan] નર. ૧/૩ ઇજિ. ૩૦, ૩; ઇજિ. ૩૪, ૩; [Avestan] નર. ૪/૩ ઇજિ. ૪, ૪; ઇજિ. ૨૪, ૯; વીસ્પ. ૮, ૧; વીસ્પ. ૧૦, ૪; [Avestan] નર. ૪/૩ ઇજિ. ૩૪, ૧૩; [Avestan] નર. ૬/૩ ઇજિ. ૫૬, ૩; [Avestan] નર. ૮/૩ વીસ્પ. ૫, ૨; [Avestan] possessing good sense in the highest degree (super. adj.) ઘણોજ સારાં ડહાપણુવાળો અતિ. વિ. નર. ૨/૧ ય. ૧૩, ૧૫૨; [Avestan] નર. ૮/૧ ઇજિ. ૪૧, ૨. ૩.

[Avestan] (૨ [Avestan] ઉપરથી) સમાસ ના. નાન્ય. સારૂં ડહાપણ, ઘણી દાનેશ; good sense, great wisdom; [Avestan] ૩/૧ ઇજિ, ૫૫, ૩.

[Avestan] (જુઓ ૨ [Avestan]) સમાસ ભૂ. કૃ. વિ. ક) સારો—નેક—ભલો પેદા કરેલો; well-created, noble-created; [Avestan] નર. ૧/૧ ઇજિ. ૯, ૧૬; ય. ૧૦, ૧૪૨; [Avestan] નારી. ૧/૧ ય. ૧૭, ૧૫.

ખ) સારૂં—મજબૂત બાંધેલું (ઘેર—મુકામ) (a palace) well-founded; [Avestan] ... [Avestan] નાન્ય. ૧/૧ ય. ૫, ૧૦૧; *[Avestan] [Avestan] નારી ૧/૩ ય. ૧૭, ૮.

[Avestan] ત્રિરી જુઓ [Avestan]

[Avestan] (જુઓ ૨ [Avestan]) સમાસ વિ. સારાં ડહાપણુવાળો, ઘણી દાનેશવાળો; possessing great wisdom; very sensible; [Avestan] [Avestan] [Avestan]...[Avestan] નર. ૬/૧ ઇજિ. ૧, ૧.

[Avestan] (જુઓ ૧ ધા. [Avestan] ક) સા. ના. નર. (અ-રાબ પેદાએશનું) બચ્ચું—જનમ પામેલું તે; the brood (of evil creation). Comp. [Avestan]; જુઓ [Avestan]-[Avestan]

[Avestan] (જુઓ ૨ [Avestan], [Avestan] તથા ૧ ધા. [Avestan]) સમાસ વિ. પુરતી મરદાનગીથી ચાલનાર—જનાર; walking with great courage—manliness; [Avestan] નર. ૨/૧ ય. ૧૦, ૧૦૨; [Avestan] નર. ૬/૧ ય. ૮, ૧૩.

[Avestan] (= [Avestan] = [Pahlavi]) (જુઓ [Avestan]) સમાસ ના. નર. ક) સારો †ગુણ; ખુબી, હુનર; a good quality; virtue, goodness, excellence; [Avestan] ૬/૩ વં. ૧૩, ૧૯; જુઓ [Avestan]—[Avestan], [Avestan] [Avestan], [Avestan]—[Avestan] તથા નીચેના બોલો.

ખ) ઇનસાફવાળી રીતિ, અદેલ કાએદો; an equitable ordinance; a just code of laws; [Avestan], [Avestan] (તારી ઇનસાફવાળી રીતિ મુજબ) ૩/૧ ઇજિ. ૪૩, ૫.

[Avestan] (= [Pahlavi] = [Persian]) ([Avestan] ઉપરથી) વિ. ખુબીવાળું, સારો ગુણ ધરાવતું, સદ્ગુણી; possessing excellence—good qualities;

* એ ઠેકાણે 'ગોશોદો' અર્થ બી થઈ શકે.
† એ ઠેકાણે એનો અર્થ "સારૂં આપનાર, ફાએદો કરનાર" બી થઈ શકે.
‡ એ ઠેકાણે એનો અર્થ 'સારી નેઆમત બખશનાર.'

* [Avestan] [Avestan] (Geld.) = well-managed houses (Dar.)
† એજ પ્રમાણે અંગ્રેજીમાં virtue (ખુબી, નેકી) બોલ Lat. Vir (માણસ) ઉપરથી નીકળ્યો છે.

morally good; [Avestan] નારી. ૧/૧ વં. ૧૯, ૩૦; [Avestan] નારી. ૨/૧ ય. ૧૬, ૧.

[Avestan] ([Avestan] ઉપરથી) સા. ના. નારી. ખુબી; excellence, merit, goodness; [Avestan] [Avestan] (નેક મનશ્નીની ખુબીની મારફતે) ૩/૧ ઈજ. ૫૦, ૮.

[Avestan] (જુઓ ૨ [Avestan], ૧ તથા ધા. [Avestan]) સમાસ બ્રૂ. ફ્ર. વિ. સારી પેઠે ભારી કીધેલા (ગુરૂજ); (a club) sufficiently made ponderous—heavy; [Avestan] [Avestan] નર. ૧/૧ ય. ૧૩, ૭૨; [Avestan] [Avestan] નર. ૨/૧ ય. ૬, ૫; નીઆ. ૧, ૧૫; [Avestan] [Avestan] (૧/૧ ને બદલે) ય. ૧૦, ૧૩૨; [Avestan] ... [Avestan] ૧/૩ ય. ૧૦, ૧૪૦.

૧ [Avestan] (= સૂનુ*) (જુઓ ૧ ધા. [Avestan]) સા. ના. નર. (દેવ—દરૂજનો) છોકરો; ખરાબ પેદાએશની) ઓલાદ; the brood (of evil creation); [Avestan] ૧/૧ ઈજ. ૫૧, †૧૦; [Avestan] ૧/૩ ય. ૧૦, ૧૧૩; [Avestan] ૨/૩ ય. ૧૯, ૪૧.

૨ [Avestan] વિ. ના. નર. જરતોશ્તી દીનની સાંમે થનાર બુરાં ટોળાં—તાએફાનું નામ; name of a fiendish tribe, antagonistic to the Zoroastrian religion; [Avestan] ૧/૩ ય. ૫, ૫૭; [Avestan] ૨/૩ ય. ૫, ૫૪; [Avestan]‡ ૫/૩ ય. ૧૩, ૧૦૦; ય. ૧૯, ૮૯. (જુઓ મોદી.)

[Avestan] વિશે જુઓ ૧ [Avestan]

[Avestan] વિશે જુઓ [Avestan]

[Avestan] (જુઓ ૨ [Avestan] તથા [Avestan])સમાસ ના. નર. સારી પેઠે—ઉસ્તેવાર ઉભું રહેવું; standing firmly; firm-footedness; [Avestan] ૭/૧ ય. ૧૪, ૧૩.

[Avestan] (જુઓ ૧ ધા. [Avestan]) સમાસ ના. નર. આસપાસ વીખરી નાખનાર; ગગરાવી નાખનાર; one who disperses or hurls away; [Avestan] ૧/૩ ય. ૧૫, ૪૬.

[Avestan] (જુઓ ૧ [Avestan]) સમાસ બ્રૂ. ફ્ર. વિ. બરાબર ચોકસી કીધેલું—તપાસીને જોએલું; well-tested, thoroughly examined; [Avestan] [Avestan] નર. ૨/૧ ઈજ. ૭૧, ૮.

[Avestan] (જુઓ [Avestan]) વિ. ઘણું ચઢતે દરજ્જેનું; (charitable deeds) of a very exalted dignity; [Avestan] [Avestan] નારી. ૨/૩ ઈજ. ૫૨, ૩.

[Avestan] (જુઓ [Avestan]) સમાસ વિ. સારી પાંખવાળું (પક્ષિ); (a bird) well-winged; [Avestan]* [Avestan] [Avestan] Wester. (fleeter than well-winged birds) ૩/૨ ઈજ. ૫૭, ૨૮.

[Avestan] (જુઓ [Avestan]) સમાસ વિ. સારો—નેક માર્ગ બતલાવતું; (બેહેશતના માર્ગને માટે) સારો ખોરાક—સારૂં ભાતું આપનાર (સ્પી., યુસ્તિ, હારલે તથા દારમે.); leading to the righteous or heavenly path; supplying good provision to men on their way to Paradise (Sp., Justi, Har. & Dar.); epithet of Chista, *i. e.*, the angel presiding over religion; [Avestan] ... [Avestan] નારી. ૨/૧ ય. ૧૬, ૧.

[Avestan] (જુઓ ધા. [Avestan]) સમાસ વિ. સારીપેઠે લડતો—લડાઈ કરતો; fighting bravely; [Avestan]† નર. (૧/૧ ની મતલબે) ય. ૧૫, ૪૬.

[Avestan] (જુઓ [Avestan]) સમાસ બ્રૂ. ફ્ર. વિ. બરાબર.—સારી પેઠે રક્ષણ થએલું; well-protected; [Avestan] નર. ૨/૧ ય. ૨૪, ૪૨; [Avestan] (super. adj.) best protected (ઘણીજ સારી રીતે રક્ષણ થએલી) અતિ. વિ. નારી. ૧/૩ ય. ૧૪, ૧૨.

[Avestan] (= [Avestan]) (જુઓ [Avestan]) સમાસ ના. સદ્ગુણી ઓલાદ; સદાચરણી બચ્ચાં.

* એની ઉપરથી અંગ્રેજીમાં Son (છોકરો, દીકરો).

† [Avestan] Geld., [Avestan] Wester.

‡ Geld. [Avestan]

* Geld. [Avestan] winged birds.

† Geld. [Avestan] he who extends; સં. [Avestan] = [Avestan] = to extend.

well-behaved children; virtuous offspring; [Avestan] ૨|૧ હ્જ. ૧૦, ૧૫.

[Avestan] (જુઓ [Avestan]) સમાસ વિ. સેહેલાઇથી પગે પસાર થઇ શકે એવું (જંગલ); (a forest) that can be easily crossed ; [Avestan] (Wester. [Avestan]) નારી. ૧|૧ ય. ૧૯, ૩; [Avestan] . . . [Avestan] well-forded waters નારી. ૨|૩ હ્જ. ૩૮, ૩.

[Avestan] (જુઓ [Avestan]) સમાસ વિ. સારી પાંખવાળું (પક્ષિ); (a bird) well-winged. Comp. [Avestan];- [Avestan] [Avestan] નર. ૧|૧ ય. ૧૩, ૭૦.

[Avestan] સમાસ વિ. બરાબર—સારી પેઠે સંગારેલું; well-adorned ; [Avestan] = [Sanskrit] well, properly = સારી પેઠે ; ધા. [Avestan] = भूष † = to adorn સંગારવું; [Avestan] ... [Avestan] (Wester. [Avestan]) seats or beds well-adorned નર. ૧|૩ ય. ૧૭, ૯.

[Avestan] (= [Avestan]) (જુઓ [Avestan]) સમાસ વિ. સારાં ખાનદાનનું, ઉંચી—અશરાફ તોખમનું; of noble parentage ; [Avestan] . . . . [Avestan] નારી. ૨|૩ વીસ્પ. ૨, ૭.

[Avestan] (જુઓ [Avestan]) સમાસ વિ. હુશિયારીથી (ગાડીને) ફેરવતું, cleverly turning (the chariot) round; [Avestan] નર. ૧|૧ ય. ૫, ૧૩૧.

[Avestan] (જુઓ ધા. [Avestan]) ભૂ. કૃ. વિ. બરાબર ફેંકેલી—ભોંકેલી (તલવાર); well-thrust, well-stabbed (as a sword); [Avestan] [Avestan] નર. ૧|૧ ય. ૧૩, ૭૨.

[Avestan] (જુઓ [Avestan]) સમાસ ના. નારી. સારી ભેટ; સારી અર્પણની ચીજ; a good offering or gift. Comp. [Avestan];- [Avestan] ૩|૧ હ્જ. ૬૮, ૯; ય. ૧૦, ૭૭.

[Avestan] (જુઓ ૨ ધા. [Avestan]) સમાસ ભૂ. કૃ. વિ. સારી પેઠે યાદ કરેલું, બરાબર ભણેલું; well-recited ; epithet of the Gâthâ Ahunavaiti ; [Avestan] નારી. ૨|૧ વીસ્પ. ૧૪, ૧.

[Avestan] (જુઓ [Avestan]) સમાસ ના. નારી. સારી પેઠે યાદ કરવું—ભણવું ; complete recital ; [Avestan] ૪|૧ વીસ્પ. ૯, ૩.

[Avestan] વિ. ના. નર. નામાંકિત પુરૂષનું નામ ; name of an illustrious personage of the family of Kahrka; *[Avestan] ૬|૧ ય. ૧૩, ૧૨૭.

[Avestan] વિશે જુઓ [Avestan]

[Avestan] (જુઓ [Avestan]) સમાસ ભૂ. કૃ. વિ. સારી પેઠે વખાણાએલું—આરાધના પામેલું ; well-praised ; well-invoked ; [Avestan] [Avestan] નારી. ૨|૧ હ્જ. ૨૧, ૫ ; હ્જ. ૬૬, ૧; વીસ્પ. ૨, ૬; વીસ્પ. ૧૪, ૧; [Avestan] નારી. ૬|૧ વીસ્પ. ૧, ૪; [Avestan] ૬|૩ વીસ્પ. ૧, ૩.

[Avestan] (જુઓ [Avestan]) સમાસ ભૂ. કૃ. વિ. બરાબર ઘડેલી, સારી પેઠે બનાવેલી (તલવાર); (a sword) well-moulded; well-cast; [Avestan] [Avestan] નર. ૧|૩ ય. ૧૦, ૪૦.

[Avestan] (જુઓ [Avestan]) સમાસ ના. નારી. સારી આરાધના, પુરતી—પુષ્કળ વખાણ ; good offerings of Yasna; good consecrations; [Avestan] ૩|૧ ય. ૧૦, ૭૭; [Avestan] ૪|૧ વીસ્પ. ૯, ૩.

[Avestan] (જુઓ [Avestan]) સમાસ ના. નર. નેક દુઆ, ભલી વખાણ ; a good blessing ; pious benediction ; [Avestan]† ૫|૧ ય. ૧૬, ૩.

[Avestan] ([Avestan])(જુઓ [Avestan]) સમાસ વિ. ખુશબોદાર, સુગંધી, સારા પમરાતવાળું; sweet-scented ; fragrant ; [Avestan] નર. ૧|૧ હ્જ.

---

* [Avestan] (પેહેાળું) ઉપરથી ગણીએ તેા 'બેહેાળાં સારાં વિસ્તારવાળાં (પાણી)' થઇ શકે.

† જુઓ ધા. [Avestan], [Avestan]

* [Avestan] ની માફક ૬|૧ ના [Avestan] ને બદલે [Avestan] લાગેા.

† એ બેાલ ગેલ્ડનરનાં પુસ્તકમાં નથી.

૧૦, ૪; [Avestan] નર. ૧|૧ ય. ૨૨, ૭; [Avestan] નારી. ૧|૧ ય. ૧૭, ૬; [Avestan] નાન્ય. ૨|૩ ય. ૫, ૧૩૦; ય. ૧૭, ૭; [Avestan] (compara. adj.) sweeter-scented અધિ. વિ. નર. ૧|૧ ય. ૨૨, ૭; [Avestan] = [Avestan] (super. adj.) sweetest of odour ૧|૩ વં. ૨, ૨૮. ૩૮; [Avestan] નારી. ૬|૩ વં. ૮, ૨. ૩. ૭૯; વં. ૯, ૩૨; વં. ૧૪, ૩; વં. ૧૮, ૭૧. જુઓ એની પછીનો બોલ.

[Avestan] ([Avestan] ઉપરથી) સમાસ ના. નારી. ખુશબો, સુગંધી; sweet-scentedness; [Avestan] ૩|૧ ય. ૨૨, ૧૧.

[Avestan] ([Avestan] ઉપરથી) સમાસ વિ. સુગંધી, ખુશબોદાર, સારા ખમરાતવાળું; sweet-scented; [Avestan] નાન્ય. ૧|૧ ય. ૫, ૧૦૨.

[Avestan] (= [Avestan] = सुभग) (જુઓ ૧ [Avestan] ખ) સમાસ વિ. સારાં નસીબવાળી, બખ્તાવર, સકર્મી; fortunate, lucky; [Avestan] [Avestan] fortunate women (બખ્તાવર ઓરતો) નારી. ૨|૩ વીસ્પ. ૨, ૭.

[Avestan] (જુઓ ૧ [Avestan] ગ) સમાસ વિ. સારી સ્વારીને લાએકનો (ઘોડો); (a horse) admirably fit for riding; [Avestan] [Avestan] નર. ૧|૩ ય. ૨૪, ૪૮.

[Avestan] (જુઓ [Avestan]) સમાસ વિ ઘણા ચળકાટ—ઝળકાટવાળું; full of splendour—radiance; highly resplendent; epithet of Mithra; [Avestan] Wester. (૧|૧ની મતલબે) ય. ૧૦, ૧૪૩; Geld. [Avestan] of the radiance of the sun; as brilliant as the sun; સુરજના ઝળકવાળો.

[Avestan] સમાસ વિ. સારા તંદરોસ્તીના ઉપાયવાળું; (the tree) of good remedies; [Avestan] for [Avestan] remedy; *vide* [Avestan], [Avestan] [Avestan] ૧|૧ ય. ૧૨, ૧૭.

[Avestan] (જુઓ ૧ ધા. [Avestan] ક): ક) સમાસ ના. નર. સારી ભેટ લઈ જનાર; સારી ભેટ આપનાર; one who offers good gifts; [Avestan] ૧|૧ ય. ૧૦, ૧૧૨. [Avestan] પ્રત્યય કર્તરિ તરીકે છે.

ખ) સમાસ ના. સારી ભેટ—અર્પણની ચીજ; a good offering; *[Avestan] Wester. નાન્ય. ૨|૧ ય. ૧૩, ૧૮; [Avestan] નારી. ૨|૩ ય. ૧૩, ૧૮.

[Avestan] સમાસ ના. નારી. સારી ચાલચલણ; સારાં સલુક; good treatment (lit., well carried, *i. e.*, well-behaved) [Avestan] [Avestan] [Avestan] [Avestan] who may treat us well (જે હમારી સાથે સારી ચાલ ચલાવે ઇચ્આને હમારી સાથે સારી રીતે ચાલે) ૨|૧ ય. ૧૫, ૪૦.

[Avestan] (જુઓ [Avestan]) સમાસ ના. નારી. સારી ભેટ—અર્પણની ચીજ; a good offering or gift; [Avestan] ૨|૧ ય. ૧૦, ૭૮; [Avestan] ૨|૧ ઇજિ. ૬૦, ૬; ઇજ. ૬૨, ૧. ૭; [Avestan] (૨|૧ ને બદલે) ઇજિ. ૬૮, ૧૪; [Avestan] ૨|૩ Frag. 7, 2.

[Avestan] (= [Avestan] = सुमत) (જુઓ [Avestan]) ક) સમાસ ના. નાન્ય. સારો વિચાર, નેક મનશની; a good or holy thought, an honest intention; [Avestan] ૧|૧ ઇજિ. ૧૯, ૧૬; [Avestan] ૨|૧ ય. ૧૦, ૧૦૬; [Avestan] ૬|૧ ઇજિ. ૧૦, ૧૬; [Avestan] ૨|૩ વીસ્પ. ૧૭, ૧; [Avestan] ૨|૩ ઇજિ. ૪, ૧; [Avestan] ૨|૩ ઇજિ. ૧૧, ૧૭; [Avestan] ૩|૩ ઇજિ. ૭૦, ૪; [Avestan] ૩|૩ વં. ૫, ૨૧; વં. ૧૦, ૧૮. ૧૯; [Avestan] ૪|૩ ઇજિ. ૧૧, ૧૭; ય. ૧, ૦; [Avestan] ૬|૩ ઇજિ. ૩૫, ૨; [Avestan] ૬|૩ વીસ્પ. ૨૦, ૨; [Avestan] ૭|૩ ય. ૧૩, ૮૪.

ખ) સમાસ ભૂ. કૃ. વિ. સારો વિચારેલો; નેક વમાસેલો (વિચાર); well-thought; honestly considered; [Avestan] [Avestan] નાન્ય. ૨|૧ ઇજિ. ૧૨, ૮; [Avestan] [Avestan] નાન્ય. ૨|૧ વીસ્પ. ૨, ૫; [Avestan] [Avestan] નાન્ય. ૬|૧ વં. ૧૮, ૧૭. ૨૫; [Avestan] [Avestan] ૨|૩ ઇજિ. ૩, ૪. જુઓ [Avestan]

ગ) વિ. ના. નાન્ય. હુમત પાયાનુ બેહેશ્ત; સતર પાયાનુ બેહેશ્ત; the Good-Thought Paradise, called in Pâzend Satar-Pâe Behesht

* [Avestan] Geld.

( ); ૭|૧ ય. ૨૨, ૧૫;

dvandva acc. plu. (Jns.) Yt. 22, 14.

(= सुमनस्)(જુઓ) સમાસ વિ. સારા વિચારવાળો,નેક મનશ્ની વાળો; નેક નશતવાળો (જવાન); (the youth) of holy thoughts; well-minded; નર. ૨|૧ વીસ્પ. ૩, ૩; ગેહ ૪, ૮; નર. ૪|૧ ય. ૫, ૮; નર. ૬|૧ ય. ૨૨, ૧૮; O thou youth of good thoughts નર. ૮|૧ ય. ૨૨, ૧૧; નર. ૧|૩ ય. ૧૦, ૩૪; ય. ૧૯, ૯૫.

, (જુઓ ૧) ક) સમાસ ના.-નાન્ય. સારો કાએદો; સારી દાનાઈ ભરેલી રીતિ; a good ordinance; a wise code of laws; ૨|૩ ય. ૯, ૨૧.

ખ) સમાસ વિ. સારી દાનેશ—સમજવાળો; possessing good understanding; rich in wisdom; નર. ૨|૧ ઇજ. ૪૧, ૩; વીસ્પ. ૩, ૩; ગેહ ૪, ૮; નર. ૬|૧ વીસ્પ. ૯, ૨; ય. ૨૪, ૧૭; ‡ (ફ્રાએદાકારક) ૧|૩ વીસ્પ. ૧૨, ૪.૫; ૧|૩ વીસ્પ. ૧૨, ૪; (વધારે ફ્રાએદાકારક) અધિ. વિ. ૧|૩ વીસ્પ. ૧૨, ૪; ૧|૩ વીસ્પ. ૧૨, ૪.

એ બોલને વિશેષનામ ગણવો કે વિશેષણ લેવો એ ચોકસ નથી; વિશેષનામ ગણતાં કોઈ ચોકસ બુરા દેવયસ્નનું નામ લેવાઈ શકાએ; વિશેષણ ગણતાં એનો અર્થ 'કરામત—દગલબાજી —ફ્રેબવાળો' થઈ શકે; name of a Daeva-worshipper; literally, implying 'full of tricks, crafty'; નર. ૨|૧ ય. ૫, ૧૧૩. (જુઓ માઘ.)

(= =) વિ. ના. નારી. ગુશતાસ્પ પાદશાહની છોકરી; હોમાએ; a daughter of King Gushtâsp's, renowned for her beauty; she was carried away, along with her sister Beh Âfrid into captivity, by the king's mortal foe Arjâsp; but they both were gallantly rescued by their heroic brother Isfendyâr, as told in the Shâh-Nâmeh (Jackson). Humâe; (Wester.) ૬|૧ ય. ૧૩, ૧૩૯. (જુઓ માઘ).

વિશે જુઓ

(જુઓ) સમાસ વિ. સારો બદલો આપનાર; giving good rewards; નારી. ૧|૩ ઇજ. ૫૫, ૨.

(જુઓ) સમાસ ના. નારી. દીનનો સારો કાનુન—કાએદો; a good religious law or doctrine; ૬|૧ ઇજ. ૩૧, ૧૦.

(જુઓ ક) સમાસ ના. નર. ખુબીવાળો માંથ્ર—જરતોશ્તી ધર્મનો છુપો ભેદ; benignant mysteries of the Zoroastrian religion; efficacious Mãthras; ૨|૩ ઇજ. ૩૦, ૧.

(જુઓ) સમાસ વિ. સારી મદદ કરનારી, ઘણું કોવત આપનાર; giving great assistance—strength; *or:* having a good residence. Comp. ;- નારી. ૧|૩ ય. ૧૩, ૨૯.

૧ (જુઓ) સમાસ વિ. સારી રીતે આરાધનાને લાએકનો, ઘણો માનને લાએકનો; well worthy of adoration—reverence; ... નારી. ૨|૧ ય. ૧૭, ૧.

૨ વિ. ના. નર. નામાંકિત પુરૂષનું નામ; name of an illustrious personage; ૬|૧ ય. ૧૩, ૧૧૭.

(જુઓ) સમાસ ભૂ. કૃ. વિ. સારી પેઠે આરાધના પામેલી—ઇજાએલી; ઘણી વખાણાએલી; well-adored; greatly praised; નર. ૩|૧ ય. ૫, ૯; નીઆ. ૪, ૯; (અએ અરેદ્વી-

---

* *Or:* through this good thought, through this good speech, through this good deed.

† Geld.

‡ વીસ્પરદના ૧૨મા કરદામાં નો અર્થ 'ફ્રઝાનગી, ફાએદાકારક' બી થઈ શકે.

ગર!) તું વધારે આરાધના પામેલી થજે! અધિ. વિ. નારી. ૧/૧ ય. ૫, ૯; ની આ. ૪, *૯.

[Avestan] (જુઓ [Avestan]) સમાસ વિ. સારાં—ફલદ્રુપ વરસને લગતું; આબાદીની મોસમનું, સુકાલનાં વરસનું; ફલદ્રુપ; of fruitful or cropful year; fertile, producing fertility. Contrast [Avestan], q. v.; [Avestan] નારી. ૨/૧ ય. ૮, ૫૧; [Avestan]† ૪/૧ ય. ૮, ૩૬; [Avestan] નારી. ૨/૩ ય. ૮, ૯. ૪૦.

[Avestan] (અસલ રૂપ [Avestan] + [Avestan] + [Avestan]) (જુઓ ધા. [Avestan]) સમાસ ના. નર. સારી—ઘણી આરાધના કરનાર—ઇજિશ્ને કરનાર; a good performer of the Yasna ceremony; a good adorer of spiritual beings; [Avestan] = यज्ञ adoration, divine worship; આરાધના; [Avestan] ૨/૨ ય. ૧૦, ૧૧૬.

[Avestan] વિશે જુઓ ૧ ધા. [Avestan] ૫.

[Avestan] (જુઓ [Avestan]) સમાસ ના. નારી. સારી-ભલી આરાધના; a good or worthy adoration; full-offered Yasna; [Avestan] ૩/૧ (૨/૧ ને બદલે) ઇજિ. ૬૮, ૧૪; [Avestan] ૩/૧ ય. ૧૦, ૧૦૮; [Avestan] ૩/૧ ઇજિ. ૬૮, ૯.

[Avestan] (જુઓ [Avestan]) સમાસ વિ. સારી ગાડીવાળો, સુંદર ગાડી રાખનાર; possessing a good chariot; [Avestan] નર. ૧/૧ ય. ૧૦, ૧૬; Geld. [Avestan] having good ways (Dar.). Comp. [Avestan]

[Avestan] (જુઓ [Avestan]) સમાસ વિ. સારા દેખાવ-રૂપ-કદનો; ખુબ સુરત; tall-formed; stately; well-shapen; beautiful; Pehl. [Avestan]; [Avestan] નર. ૧/૧ વં. ૧૯, ૪૦; ય. ૧૪, ૭. ૪૪; [Avestan] નારી. ૧/૧ વં. ૩, ૨૪; વં. ૧૯, ૩૦; ઇજિ. ૧૦, ૧૪; ઇજિ. ૧૧, ૧૦; [Avestan] નર. ૨/૧ વં. ૧૯, ૧૫; ઇજિ. ૨, ૬; ઇજિ. ૫૭, ૨. ય. ૭. ૯. ૧૧. ૧૩. ૧૫. ૧૯. ૨૧. ૨૩. ૨૭. ૩૦. ૩૩; ય. ૧૧, ૧. ૧૦. ૧૪. ૧૫. ૧૮; [Avestan] નારી. ૨/૧ ઇજિ. ૨, ૧૪; ય. ૫, ૧૫; ય. ૯, ૨; ય. ૧૭, ૧; [Avestan] નર. ૬/૧ ઇજિ. ૧, ૬; ઇજિ. ૩, ૮; ય. ૧, ૨૭; ય. ૮, ૮; [Avestan] નારી. ૬/૧ ય. ૫, ૬૪; ય. ૧૦, ૯૦; ય. ૧૩, ૧૦૭; ય. ૨૨, ૯; [Avestan] નર. ૮/૧ વં. ૧૮, ૨૨. ૩૧. ૩૪. ૩૭. ૪૦. ૪૩ ૪૬. ૪૯. ૫૪. ૫૭; ઇજિ. ૫૭, ૨૫. જુઓ એની પછીનો બોલ.

[Avestan] ([Avestan] નું બીજું રૂપ) સમાસ વિ. સારા દેખાવ—રૂપ-કદનું; beautiful, stately, tall-formed; [Avestan]...[Avestan] well-shapen women નારી. ૨/૩ વીસ્પ. ૨, ૭.

[Avestan] (= [Avestan] = सुरा) (જુઓ ૧ ધા. [Avestan] અ) સા. ના. નારી. કેફીદારૂ; કેફ—ખુશાલી ઉત્પન્ન કરવાને માટે જે દારૂ લીધામાં આવેછે તે; [Avestan] = તંદુરોસ્તી આપવાને માટે—નાકૈાવતી તોડી નાખવાને માટે જે દારૂ લીધામાં આવેછે તે; strong drink; intoxicating liquor. Contrast [Avestan] health-giving wine; [Avestan] ૬/૧ વં. ૧૪, ૧૭; [Avestan] ૬/૧ આફ્રે. ગાહામ. ૪.

[Avestan] (ધા. [Avestan] = જુઓ ૧ ધા. [Avestan], [Avestan]) સમાસ ના. નાન્ય. સારો વધારો; સારી પેદાએશ; good growth; good creation; [Avestan] *[Avestan] the good creation of Ahura (હોરમજદની સારી પેદાએશ) ૧/૧ ઇજિ. ૧૦, ૪.

[Avestan] (= [Avestan], [Avestan], [Avestan]) (અસલ રૂપ [Avestan] + [Avestan] + [Avestan]; જુઓ [Avestan]) સમાસ ના. નાન્ય. જીવની શાન્તિ; રવાનની સુખી હાલત; peace of mind; equanimity; blissful state of soul; [Avestan] ૨/૧ ય. ૧૦, ૩૩; [Avestan] ૪/૧ ઇજિ. ૬૮, ૨; વીસ્પ. ૫, ૧; વીસ્પ. ૧૧, ૨૦.

[Avestan] (જુઓ ૧ [Avestan] ગ) સમાસ વિ. ઘણી આબાદીવાળું, ફલદ્રુપ, ફલવંત (દેશ); very prosperous or thriving; fruitful (as a country); [Avestan] [Avestan]* ૪/૧ વં. ૪, ૨. Wester. [Avestan]

[Avestan] વિશે જુઓ [Avestan]

[Avestan] (જુઓ ૧ ધા. [Avestan] ઠ) સમાસ વૃ. ફ.

* બીજે ઠેકાણે ગેલ્ડનરે [Avestan] લીધું છે.

† Geld. [Avestan]

* Wester [Avestan].

વિ. સારી પેઠે—બરાબર શિખવેલું; well-taught; properly instructed; [illegible] [illegible] [illegible] નારી. ૬/૧ ય. ૧૩, ૧૩૩.

[illegible] (જુઓ [illegible] ક) સમાસ ભૂ. કૃ. વિ. બરાબર બીછાવેલું; સારી પેઠે પાંથરેલું; (a bed) well spread; [illegible] નર. ૧/૩ ય. ૧૭, ૯.

[illegible]* (= [illegible] = सुश्रवस = [illegible]) વિ. ના. નર. ક) [illegible] [illegible] = [illegible] = કઅિ-આસફ પાદશાહ; કેકાઉસ પાદશાહના છોકરા સીઆવક્ષનો છોકરો. The son of Syâvarshâna (Per. Syâvakhsh) and the grandson of Kavi Usa (Per. Kâus). He successfully begs of Aredvi-sûra to enable him to overcome Afrâsyâb who had killed his father. In the Vîshtâsp Yasht, he is called immortal. For particulars, *vide* [illegible]

[illegible] ૧/૧ ય. ૫, ૪૯; ય. ૯, ૨૧; ય. ૧૫, ૩૨; ય. ૧૭, ૪૧; [illegible] [illegible] ૧/૧ ય. ૯, ૧૮; ય. ૧૭, ૩૮; ય. ૧૯, ૭૭; ય. ૨૩, ૭; ય. ૨૪, ૨; [illegible] [illegible] ૨/૧ ય. ૧૯, ૭૪; જુઓ મોદી.

ખ) સરોવરનું નામ; a lake of the same name; the Var-i-Husru of the Bundehesh; [illegible] (Geld. [illegible]) ૧/૧ ય. ૧૯, ૫૯.

[illegible] (જુઓ ૧ ધા. [illegible] ખ) સમાસ ના. ના-ય. સારો રાગ; સારી રીતે રાગ કાહાડીને ભણવું; good intonation; recital of prayers in a musical tone; [illegible]† ૭/૧ નીઆ. ૪, ૮.

[illegible] = [illegible] = शुष = [illegible] = સુકઈ જવું, સુકું થઈ જવું; to become dry; to dry (intrans.); જુઓ [illegible], [illegible]

[illegible] (જુઓ [illegible]) સમાસ ભૂ. કૃ. વિ. સારીપેઠેકાપેલું (ઐસમ); બરાબર કાપેલું (લાકડું) a log of wood) well-cut; . . . . [illegible]

* ગેલ્ડનરે એ બોલને [illegible] લીધો છે.

† જો એ બોલને ક્રિ. આજ્ઞા. ૫૨સ્મૈ. ૧/૧ લઈએ તો, એનો અર્થ "હું સારી પેઠે આઈ—આઈને ભણું" થઈ શકે.

[illegible] નર. ૬/૩ વં. ૧૮, ૭૬ ...[illegible] [illegible] નર. ૬/૩ આફ્રૈ. ગાહામ. ૫.

[illegible] (જુઓ [illegible] ખ) સમાસ વિ. સારી બેઠકવાળો; સારીબેઠક રાખનાર; (Tishtrya) of a good dwelling; epithet of [illegible] and [illegible]; [illegible] નર. ૨/૧ ય. ૮, ૨; ય. ૧૦, ૪; નીઆ. ૨, ૧૩.

[illegible] (= सुक्षिति) (જુઓ [illegible]:ક) સમાસ ના. નારી. ખુશનુમા મુકામ, સારું રેહેઠાણ; a pleasant or joyful abode; a good residence; [illegible] (Geld. [illegible]) ૧/૧ ઈજ. ૨૯, ૧૦; ઈજ. ૪૮, ૧૧; [illegible] (૨/૧ ને બદલે) ઈજ. ૬૮, ૧૪; [illegible] (Geld. [illegible]) ૨/૧ ય. ૧૦, ૭૭; [illegible] ... ૬/૧ (૭/૧ ની મતલબે) ઈજ. ૩૦, ૧૦.

ખ) સમાસ ના. નારી. (ફસલનું) વખતસર આવી પોહોંચવું; the coming (of the season) at its proper time; *vide* [illegible]; [illegible] [illegible] (ફસલનાં વખતસર આવવાને) ૨/૧ ઈજ. ૨, ૬; ગેહ ૪, ૧૦; [illegible] [illegible] ૬/૧ ય. ૨, ૩; ય. ૪, ૦; [illegible] [illegible] ૬/૧ ઈજ. ૧, ૬; ઈજ. ૩, ૮; ગેહ ૪, ૨.

[illegible] (જુઓ ધા. [illegible]) સમાસ ના. ના-ય. સુખી મુકામ; સુખથી રેહેવું; સુખથી જીંદગી ગુજારવી; a happy abode; living happily; [illegible] ૧/૧ ઈજ. ૫૩, ૫.

[illegible] સમાસ ના. ના-ય. સારી—કીમતી *મતા; a valuable property—possession; rt. [illegible] = क्षि = to own; માલેક થવું; [illegible] ૧/૧ ઈજ. ૪૮, ૬.

૧ [illegible] (જુઓ [illegible]) સમાસ વિ. સારું કામ કરતો–કરનાર; નેક કુનશ્નીવાળો; (the youth) of good deeds; practising virtuous actions; [illegible] નારી. ૧/૧ ઈજ. ૪૫, ૪; [illegible]...[illegible] નર. ૨/૧ વીસ્પ. ૩, ૩; ગેહ ૪, ૮; [illegible]...[illegible] નર. ૬/૧ ય. ૨૨, ૧૮; ય. ૨૪, ૧૭; . . . . [illegible] [illegible] O thou youth of good deeds!

* ખુશનુમા મુકામ—મેર (મિલ્ક); સુખ (ફારસી.).

નર. ૮/૧ ય. ૨૨, ૧૧; [illegible] નર. ૧/૩ ય. ૧૯, ૯૫.

૨ [illegible] વિ. ના. નર. એ નામના બે જુદા નામાંકિત પુરૂષોનાં નામ આવેલાં છે; એ બેહુનાં ફરોહરોને આરાધ્યાં છે. એકને (ય. ૧૩, ૧૦૩) ગુશ્તાસ્પ પાદશાહનો છોકરો ધારવામાં આવેછે; બીજો (ય. ૧૩, ૧૦૪) ફરશોસ્તરનાં ખાનદાનનો–કુટુંબી છે; names of two different illustrious personages; (1) possibly, a son of King Gushtâsp's (*vide* Yt. 13, 103); (2) a member of the well-known family of Frashaostra (*vide* Yt. 13, 104); [illegible] ૬/૧ ય. ૧૩, ૧૦૩. ૧૦૪. (જુઓ મોદી.)

[illegible] (= [illegible] = शुष्क = خشک) (જુઓ ધા. [illegible]) વિ. સુકું; dry; [illegible] નર. ૨/૧ ઇજિ. ૭૧, ૮; ય. ૫, ૭૭. ૭૮; [illegible] ૭/૧ વં. ૬, ૨૯. ૩૧. ૩૪. ૩૭. ૪૦; [illegible] ૬/૩ વ. ૭, ૨૯. ૩૦. ૩૧. ૩૩. ૩૪; વં. ૮, ૩૩. જુઓ [illegible] તથા [illegible]

[illegible] (= [illegible]) (જુઓ [illegible] તથા [illegible]) સમાસ વિ. સુકી જમીનને લગતું; જમીનનું; (the place) whereof the ground is dry; [illegible] ૬/૩ વં. ૮, ૮; [illegible] (= [illegible]) સઉથી સુકી જમીનને લગતી (જગા) અતિ. વિ. નાન્ય. ૧/૧ વં. ૩, ૧૫; વ. ૫, ૪૬; વં. ૮, ૫; વં. ૯, ૩.

[illegible] (અસલ રૂપ [illegible] + [illegible]) (જુઓ [illegible] તથા ધા. [illegible]) સમાસ વિ. ખુશ ઉંઘાતો, નીરાંતથી સુતો; sleeping pleasantly; enjoying a happy sleep (adj.); [illegible] નર. ૧/૧ ઇજિ. ૫૭, ૧૭; ય. ૧૧, ૧૨. Otherwise:—perf. Parasmai. 3 per. sing.; rt. [illegible] Sans. स्वप् to sleep; reduplic. [illegible]; [illegible] [illegible] who (*i. e.*, the holy Sraosha) has never slept (*vide* Yas. 57, 17; Yt. 11, 12).

[illegible] (જુઓ [illegible]) સમાસ ના. નર. સારો—ભલો દોસ્ત; a good or well-wishing friend. Comp. [illegible] ૧/૧ ઇજિ. ૩૨, ૨.

[illegible] (જુઓ [illegible]) સમાસ ના. નર. સારો—ભલો દોસ્ત; a good companion; a real friend; [illegible]* ૨/૧ ઇજિ. ૪૬, ૧૩.

[illegible] (જુઓ [illegible]) સમાસ વિ. સારી દોસ્તી ધરાવતો–રાખતો; (the Fravashis) whose friendship is good; ...[illegible] [illegible] નારી. ૨/૩ ય. ૧૩, ૩૦.

[illegible] (જુઓ ૨ [illegible] તથા ૧ ધા. [illegible]) સમાસ ભૂ. કૃ. વિ. સારી પેઠે એકઠું કીધેલું, પુરતી રીતે જમાવ કીધેલું; પુરતું ભરી રાખેલું; well-hoarded, provided with full store; [illegible] નર. ૨/૧ ય. ૧૮, ૧; [illegible] ૫/૧ ય. ૧૩, ૬૭.

[illegible] (જુઓ ૨ [illegible] તથા [illegible]) સમાસ ભૂ. કૃ. વિ. સારીપેઠે શિખેલો; પુરતી રીતે—બરાબર કેળવણી પામેલો; સારા તરીકાનો; well instructed or trained; well-principled; [illegible] ...[illegible] નારીજાતી ૨/૧ વીસ્પ. ૩, ૪; ગેહ ૪, ૯; [illegible]...[illegible] નારી. ૪/૧ ય. ૨૨, ૧૮.

૧ [illegible] (= सू, शू) સા. ના. નર. ડુક્કર; a swine. Comp. Sans. सू, शू; सूकर, शूकर; [illegible] [illegible] in the shape of a wild boar (ડુક્કરનાં શરીરમાં) ય. ૧૦, ૭૦. ૧૨૭; ય. ૧૪, ૧૫. Wester. [illegible] in the beautiful shape.

૨ [illegible] વિશે જુઓ [illegible]

૧ [illegible] (જુઓ ૧ ધા. [illegible] ગ) સા. ના. નારી. હોમને છુંદી—કુટીને તેનો રસ કાહાડવો; expressing the juice of the Hoama. Comp. Sans. सुति a place where Soma juice is extracted; [illegible] ૧/૧ ઇજિ. ૧૦, ૬.

૨ [illegible] (= [illegible]) સા. ના. નર. કારીગર,

* [illegible] ને બદલે [illegible] ઉમેરાયો; જુઓ મારૂં અવસ્તા વ્યાકરણ, સેક્શન ૨૮૨ મો.

* Mark the lengthening of the vowel of the base (*viz.*, [illegible]).

[Avestan]ની ધંધો-હુનર જાણનાર શખ્સ; an artisan; a handicraftsman. The hûtukhshân (Pehl. [Avestan]) are the fourth class of the community, and are very rarely mentioned in the Avesta. The first three classes of the ancient Irânians are: Âthravan (Av. [Avestan]), Rathaeshtar (Av. [Avestan]) and Vâstrya Fshuyant (Av. [Avestan] [Avestan]); corresponding to the three classes of India, viz., Brahmana, Kshatrya and Vaishya; [Avestan] ૧/૧ ઈજ. ૧૯, ૧૭.

[Avestan] ([Avestan] = જુઓ ૨ [Avestan], [Avestan]) સમાસ ના. નારી. સારી ઈચ્છા—મુરાદ; a good wish or desire; [Avestan] [Avestan] [Avestan] Wester. ૨/૧ ય. ૪, ૮. [Avestan] [Avestan] [Avestan] [Avestan] Geld. ય. ૪, ૭.

[Avestan] ([Avestan] = જુઓ ૨ [Avestan] તથા ૧ ધા. [Avestan]) સમાસ ના. નર. સારૂં કામ કરનાર; ભલું કરનાર; a doer of virtuous actions; a well-doer; [Avestan] = कर्त्तृ = a doer in general કરનાર; [Avestan] ૧/૧ ઈજ. ૩૮, ૧૩. Wester. [Avestan]

[Avestan] (= [Avestan] = सूक्त) (અસલ ૩૫ [Avestan] + [Avestan]; જુઓ એ બે બોલો) *) સમાસ ના. નાન્ય. સારો સખુન-બોલ; નેક ગવશની; a good word; a well-intentioned speech. *Contra*, [Avestan];- [Avestan] ૧/૧ ઈજ. ૧૯, ૧૬; [Avestan] ૨/૧ ય. ૧૦, ૧૦૬; [Avestan] ૬/૧ ઈજ. ૧૦, ૧૬; [Avestan] ૧/૩ Frag. 3, 1; [Avestan] ૨/૩ વીસ્પ. ૧૭, ૧; [Avestan] ૨/૩ ઈજ. ૪, ૧; [Avestan] ૨/૩ ઈજ. ૧૧, ૧૭; [Avestan] ૩/૩ ઈજ. ૭૦, ૪; [Avestan] ૩/૩ વં. ૫, ૨૧; વં. ૧૦, ૧૮. ૧૯; [Avestan] ૪/૩ ઈજ. ૧૧, ૧૦; ય. ૧, ૦; [Avestan] ૬/૩ ઈજ. ૩૫, ૨; [Avestan] ૬/૩ વીસ્પ. ૨૦, ૨; [Avestan] ૭/૩ ય. ૧૩, ૮૪.

* દારમેસ્તેતે એ બોલને * કારાંત ના. નાન્ય. ૩/૧ ગણીને 'સારાં કામ મુજબ' અર્થ કરેલો છે.

ખ) સમાસ બ્રૂ. કૃ. વિ. સાફ-નેક બોલેલું; well-spoken; honestly uttered; [Avestan] [Avestan] નાન્ય. ૨/૧ ઈજ. ૧૨, ૮; [Avestan] [Avestan] નાન્ય. ૨/૧ વીસ્પ. ૨, ૫; [Avestan] [Avestan] નાન્ય. ૬/૧ વં. ૧૮, ૧૭. ૨૫; [Avestan]...[Avestan] ૨/૩ ઈજ. ૩, ૪. જુઓ [Avestan]

ગ) વિ. ના. નાન્ય. હૂખ્ત પાયાનું બેહેશ્ત, માહ પાયાનું બેહેશ્ત; the Good-Word Paradise; called in Pâzend Mâh-Pâe-Behesht ([Avestan] [Avestan]); [Avestan] ૭/૧ ય. ૨૨, ૧૫; [Avestan] (હંદ) ૨/૩ ય. ૨૨, ૧૪.

[Avestan] વિશે જુઓ [Avestan]

[Avestan] વિશે જુઓ ૨ [Avestan]

[Avestan] ([Avestan] = જુઓ ૨ [Avestan] તથા ધા. [Avestan]) સમાસ વિ. સારીપેઠે ધોતું; બરાબર સાફ કરતું; well-washing, purifying thoroughly; effective for the bathings (as water); ...[Avestan] [Avestan] નારી. ૨/૩ ઈજ. ૩૮, ૩.

[Avestan], [Avestan], [Avestan], [Avestan] } એ બોલો વિશે જુઓ ૧ ધા. [Avestan]

[Avestan], [Avestan] વિશે જુઓ [Avestan]

[Avestan], [Avestan] વિશે જુઓ [Avestan]

[Avestan] વિશે જુઓ [Avestan]

[Avestan] વિશે જુઓ ધા. [Avestan]

[Avestan] (જુઓ ધા. [Avestan]) વર્ત. કૃ. વિ. એકઠું થતું, સાથે મળી જતું (પાણી); gathering or meeting together; (waters) that stand in pools (Mills); the water that flows from the mountains, that is to say, the rivers (Bund. & Dar.); [Avestan] is the Gâthic form of [Avestan]; [Avestan] .. [Avestan] નારી. ૨/૩ ઈજ. ૩૮, ૩; વં. ૧૧, ૫.

[Avestan] વિશે જુઓ ૨ ધા. [Avestan]

[Avestan] (જુઓ ધા. [Avestan]) સમાસ

ના. નારી. સાથે મળીને પુછપરછ કરવી; એક બીજા સાથે વાતચીત કરવી; સાથે મસલેહત-મશ્વરત કરવી; consultation, interview; [illegible] ૬|૧ ઇજ. ૩૩, ૬.

[illegible] વિશે જુઓ ધા. [illegible]

[illegible], [illegible], [illegible] વિશે જુઓ [illegible]

[illegible] વિશે જુઓ [illegible]

[illegible] (ઇજ. ૫૩, ૬.)

એના ખોલાસા બાબે જુઓ ધા. [illegible]

[illegible], [illegible] વિશે જુઓ. [illegible]

[illegible] વિશે જુઓ [illegible]

[illegible] વિશે જુઓ [illegible]

[illegible] (= [illegible] = [illegible]) (૧ [illegible] ઉપરથી) ક) સા. ના. નર. ઉનાળો, ગરમીની ઋતુ; summer; the warmest season of the year. Comp. [illegible]; [illegible] ૨|૧ (૭|૧ ની મતલબે) ઇજ. ૬૫, ૫; ય. ૫, ૫; ય. ૧૩, ૮; નીઆ. ૪, ૬.

ખ) વિ. ઉનાળાને લગતું; ગરમીની ઋતુને લગતું; belonging to summer; [illegible] [illegible] two summer (months) બે (મહીના) ઉનાળાના નર. ૧|૨ વં. ૧, ૩; [illegible] [illegible] seven summer months (સાત મહીના ઉનાળાના) નર. ૧|૩ વં. ૧, ૪ (Wester.)

[illegible] (જુઓ [illegible]) સમાસ ના. નારી. એકજ પુલ (ગાડીનો); the same pole of the chariot; *vide* [illegible]; [illegible] ૨|૧ ય. ૧૦, ૧૨૫. Geld. [illegible]

[illegible] (જુઓ ધા. [illegible]) સમાસ વિ. સાથે મળી જતાં, સાથે મળીને-એકઠા થઈને; meeting together; [illegible] નર. ૧|૩ વં. ૩, ૩૨.

[illegible] વિશે જુઓ [illegible]

[illegible] (જુઓ ધા. [illegible]) સમાસ વિ. ઉકળતું, ગરમ થતું, ખપપડતું (પાણી); boiling (water); [illegible] નારી. ૪|૩ વં. ૪, ૪૬.

[illegible] (જુઓ ધા. [illegible] તથા [illegible] ક) સમાસ વિ. એક બીજાની બાહુને સાથે અથડાવતો—અથડાવીને; grappling each other by the arm; [illegible] નર. ૧|૧ ય. ૮, ૨૨. Geld. [illegible]

[illegible] (= [illegible]) (જુઓ [illegible] ક) સમાસ વિ. નસાની સાથે લાગેલું, મુએલાં શરીરને અડકેલું; (the body) defiled by the dead; [illegible] ૨|૧ વં. ૯, ૧.

[illegible] (= [illegible]) (જુઓ ધા. [illegible]) સમાસ ના. નાન્ય. સાથે ધસારો કરીને આવવું-ઉપર તુટી પડવું; rushing on; making an onset; [illegible] ૧|૧ વં. ૭, ૫૩. ૫૪.

[illegible] (જુઓ ૨ ધા. [illegible]) સમાસ ક. વિ. શુદ્ધિ-ભાન ઠેકાણે રાખતો; અક્કલ ઠેકાણે રાખતો; healthy or sound in mind; જુઓ [illegible]

[illegible] વિ. ના. નર. નામાંકિત પુરૂષનું નામ; name of an illustrious personage; literally, the gatherer (of good things= [illegible]); [illegible] ૬|૧ ય. ૧૩, ૧૧૧. (જુઓ મોદી.)

[illegible], [illegible] (જુઓ ૧ ધા. [illegible]) સમાસ ના. નાન્ય. સાથે લઈ જવું—લાવવું; bringing together; carrying together; [illegible] ૩|૧ વં. ૮, ૮૫. ૮૬; [illegible] ૩|૧ વં. ૧૯, ૪૪. ૪૫.

[illegible] (જુઓ ૧ ધા. [illegible] ગ) સમાસ ના. જથ્થો; (અનાજનો) પાક; collection; harvest; [illegible] [illegible] [illegible] વં. ૩, ૨૭.

[illegible] exerting, striving after;*

rt. [illegible] = बत् = to exert; [illegible] = to exert together; reduplic. [illegible]; weak base, [illegible]; [illegible] (mas. nom. plu.) Vend. 21, 4. 8.

* Mark the weak form is the strong case.

[Avestan] વિગેરે જુઓ ૨ ધા. [Avestan]

[Avestan] (જુઓ ધા. [Avestan]) સમાસ ના. નારી. સાથે સંબંધમાં આવવું, સંબંધ; connection; coming in contact; *[Avestan] ૭।૧ વં. ૫, ૫૭. ૫૮; વં. ૭, ૧૭. ૧૮.

૧ [Avestan] (= [Avestan]) (જુઓ ૧ [Avestan]) સમાસ ના. ના-પ. નસાને—મુવેલાંને અડકીને રીમન થવું, હમરીત; direct defilement; *vide* [Avestan] indirect defilement; [Avestan] ૨।૧ વં. ૧૦, ૬; વં. ૧૧, ૯. ૧૨; વં. ૧૯, ૧૨.

૨ [Avestan] નામ સાધિત ક્રિયાપદનો અધુરો આકાર (base of the Denom. Verb) ક) હમરીત થવું, મુવેલાંને અડકીને રીમન થવું; to be polluted by direct defilement; caus. [Avestan] (the Druj Nasus) defiles (a man) directly (હમરીત કરેછે) પ્રયો. વર્ત. પરસ્મૈ. ૩।૧ વં. ૫, ૩૩. ૩૪. ૩૫. ૩૬; વં. ૧૨, ૨૧; વં. ૧૯, ૨૦; [Avestan] (હું રીમન કરીશ) આજ્ઞા. પરસ્મૈ. ૧।૧ ય. ૧૯, ૫૮.

ખ) સાથે મળી જવું; સાથે ભેળઈ જવું; આલુદેહ થવું (સારી ચીજનું ખરાબ સાથે); to be mixed a bad thing with a good one (orig.). [Avestan] mixes (caus.) (સાથે આલુદેહ કરેછે) પ્રયો. વર્ત. પરસ્મૈ. ૩।૧ વં. ૧૮, ૬૨; [Avestan] [Avestan] [Avestan] [Avestan] [Avestan] [Avestan] વં. ૧૮, ૬૨.

[Avestan] (જુઓ ૧ ધા. [Avestan], [Avestan]) વિ. ઉછરતો, ઉછરતો, કદાવર (છોકરો); (an offspring) growing up; thriving; stately. Comp. [Avestan] ... [Avestan] નારી. ૨।૧ ફ્રજ઼િ. ૬૨, ૫; નીઆ. ૫, ૧૧.

[Avestan] (જુઓ [Avestan])-ક) વિ. મોહોબત ભરેલી, ફતેહમંદ (દોસ્તી); friendly; victorious; [Avestan] [Avestan] નારી. ૨।૧ વીસ્પ. ૭, ૧; ય. ૨, ૬; [Avestan] [Avestan] નારી. ૬।૧ ય. ૨, ૧; સીરો. ૧, ૨.

ખ) સા. ના. નારી. ફતેહમંદી, ફતેહમંદ કૌવત; તથા તેની ઉપરનો મવક્કેલ ફરેશ્તો (વિ. ના. નારી); triumphant success; victorious power; also, the angel presiding over the same; [Avestan] [Avestan] (દ્દ) ૪।૨ વીસ્પ. ૧૧, ૧૯.

[Avestan] (અર્થ અચોકસ); મ્હોટો મેવો (સ્પી. તથા યુસ્તી); છાલવાળો મેવો (હાઉગ); (દુધનો) ખીર જેવો બનાવેલો નરમ ખોરાક (દારમે.); (meaning unsettled); a large fruit (Sp. & Jus.); fruits with rind (Haug); (milk) with pap (Dar.); *vide* [Avestan]; [Avestan] ૬।૩ વં. ૫, ૫૨.

[Avestan] (Geld. [Avestan]) (જુઓ ૧ ધા. [Avestan]) સા. ના. નારી. બચાવ, ટેકો; કૌવત, જોર; protection, support; strength; vigour; [Avestan] ૧।૧ ય. ૧૦, ૬૬; ય. ૧૧, ૨; ય. ૧૯, ૩૯; [Avestan] ૨।૧ ફ્રજ઼િ. ૬૨, ૪; નીઆ. ૫, ૧૦; વીસ્પ. ૭, ૩; ય. ૧૯, ૩૯; સીરો. ૨, ૨૨. [Avestan]* ૩।૧ ય. ૧૦, ૭૧; [Avestan] (Geld. [Avestan]) ૫।૧ ય. ૧૯, ૩૮; [Avestan] ૬।૧ સીરો. ૧, ૨૨. જુઓ નીચે.

[Avestan]† ([Avestan] ઉપરથી) વિ. બચાવ કરતો; કૌવત—હિમ્મતવાળો; affording protection—support; giving vigour—courage; [Avestan] નર. ૬।૧ ફ્રજ઼િ. ૫૭, ૩૩; ય. ૧૧, ૧૯; [Avestan] નારી. ૨।૩ ય. ૧૩, ૩૩. જુઓ [Avestan]

[Avestan] (જુઓ ધા. [Avestan]) ભૂ. કૃ. વિ. શિખેલો, કેળવણી પામેલો; instructed, trained, educated; જુઓ [Avestan], [Avestan]

[Avestan] (= संस्थिति)(જુઓ [Avestan]) સમાસ ના. નારી. સાથે ઉભું રેહેવું; સાથે થઈને ઉભું રેહેવું; standing together (to fight); [Avestan] ૪।૧ ય. ૧૩, ૩૯.

[Avestan] (meaning unsettled);

* બીજા પ્રમાણે [Avestan], [Avestan] ની જગાએ [Avestan], [Avestan] આવેછે.

* Geld. [Avestan]

† Geld. [Avestan]

[Avestan] [Avestan] [Avestan] [Avestan] (Yt. 24, 36) thou art *entreated* (for charity) by the whole of the living world (Dar.).

[Avestan] વિશે જુઓ [Avestan]

[Avestan] એ નાન્યતર રૂપનો સર્વનામ [Avestan] ની માફક 'કે જે, જે કાંઈ' ને અર્થે ઘણું કરીને ગાથામાં વપરાએલો આવેછે; પ્રોફેસર વેસ્ટરગાર્ડનાં પુસ્તકમાં કેટલેક ઠેકાણે [Avestan] ને બદલે [Avestan] જોવામાં આવેછે: an indefinite pronoun of the neuter gender, mostly used in the Gâthâ dialect, implying 'that which'; [Avestan] (જે, જે કાંઈ) યજ. ૭, ૨૪; યજ. ૧૫, ૩; યજ. ૩૧, *૫; યજ. ૩૭, ૪; યજ. ૪૯, ૧૨; યજ. ૫૬, ૧. યજ. ૬૫, ૧૪;

વળી એ સર્વનામ નર જાતીનાં નામને માટેબી વપરાએલો આવેછે; sometimes, used in the mas.; *e. g.*, [Avestan] [Avestan] the leader *who* (સરદાર કે જે) યજ. ૨૯, ૨.

Sometimes, though rarely, used in the plu.; બહુવચનનાં નામને માટે બી આવે છે; જેમકે, [Avestan]...[Avestan] the names which (નામો કે જે) યજ. ૩૮, ૪; [Avestan] (જેને માટે) યજ. ૪૩, *૧૮.

વળી કેટલીએક વખતે અવ્યય તરીકે નીચે જણાવેલા અર્થે વપરાએલો આવેછે; [Avestan] is also used as a particle, with following different meanings :—

ક) એટલા માટે ; therefore, consequently ; [Avestan] યજ. ૨૯, ૮.

ખ) જેથી કરીને; thereby; [Avestan]† યજ. ૪૪, ૧૭.

ગ) જ્યારે ; when ; [Avestan] યજ. ૩૦, ૪. *૬.

ઘ) જ્યારથી ; from the time ; [Avestan] યજ. ૩૧, ૮.

ચ) કારણ કે; because; [Avestan] યજ. ૪૩, ૪.

છ) યાને, એટલે, અર્થાત ; that is, *i. e.*; [Avestan] યજ. ૫૮, ૧.

જ) નામ તથા વિશેષણની વચ્ચે ; as a connecting particle between a noun and its qualifying adjective. Compare Per. [Persian]; *e. g.*, [Avestan] [Avestan] [Avestan] યજ. ૨૮, ૯.

વળી કેટલીએક વખતે [Avestan] બોલ ગાથામાં કવિતાનાં બીજાન યાને માત્રાનેમાટે નકામો આવેછે (સ્પી.); in several instances, [Avestan] is used as an expletive in the Gâthâs for the purposes of scansion (Sp.); *e. g.*, [Avestan] યજ. ૩૧, ૧૪.

[Avestan], [Avestan], [Avestan] } એ બોલો વિશે જુઓ ૧ ધા. [Avestan]

[Avestan] (= स्व = Lat. Se, Suus) ક) વિ. પોતાનું ; એનું બીજું રૂપ [Avestan] આવેછે. pronominal adj.: own; belonging to one's self; also [Avestan];- [Avestan] નર. ૧/૧ વં. ૭, ૫૪; ય. ૨૪, ૫૩; [Avestan] નારી. ૧/૧ વં. ૨, ૬. (Wester.); ય. ૨૨, ૯. ૧૧; ય. ૨૪, ૫૬; [Avestan] નારી. ૨/૧ વં. ૨. ૧૧. ૧૫. ૧૯; વં. ૫, ૨૧; વં. ૮, ૩૬—૪૦. ૫૮; વં. ૯, ૧૫. ૩૧; વં. ૧૦, ૧૮. ૧૯; [Avestan] નર. ૧/૨ ય. ૧૦, ૧૧૩; સમાસ રૂપમાં કેટલીએક વખતે [Avestan] આવેછે; in compound forms [Avestan] is generally used; *e.g.*, [Avestan], [Avestan], [Avestan], [Avestan]

ખ) સામાન્ય સર્વ. પોતે; હું પોતે, તું પોતે, તે પોતે—એ પ્રમાણેઉ પુરૂષોમાં વપરાએલો આવેછે : *reflex. pron.*; self, used in the three persons; *viz.*, myself; thyself ; himself ; itself ; [Avestan] I myself; (હું પોતે) નર. ૧/૧ યજ. ૩૩, ૬; [Avestan] thou thyself (તું પોતે) નર. ૧/૧ યજ. ૭, ૨૪; યજ. ૪૦, ૨; યજ. ૪૪, ૨; [Avestan] he himself (તે પોતે) નર. ૧/૧ યજ. ૨૯, ૪; યજ. ૪૩, ૧૬; યજ. ૫૧, ૧૯; યજ. ૫૩, ૮; યજ. ૭૧, ૧૩; [Avestan] (તું પોતાને માટે) નર. ૪/૧ યજ. ૫૯, ૩૦.

[Avestan] (=[Avestan] + [Avestan] + [Avestan]) (જુઓ ૨ [Avestan] તથા ધા. [Avestan] ગ) સમાસ બુ. ફ્ર. વિ. બરાબર તાકીને—ફેંકેલો મારેલો (ભાલો); (a spear) well-darted. Comp. [Avestan];- [Avestan]

---

* Wester. [Avestan]

† Wester. [Avestan]

* [Avestan] ઉપરથી [Avestan] (મારે માટે) આવેલું તે મુજબ [Avestan] ઉપરથી [Avestan] આવ્યું.

[Avestan] નારી. ૧|૧ ય. ૧૩, ૭૨. Wester. [Avestan]

[Avestan] (= [Avestan] + [Avestan] + [Avestan]) (જુઓ ૨ [Avestan] તથા [Avestan] ગ) સમાસ ના. નર. સારી—સુખી જીંદગી ; a blissful life ; [Avestan] a blissful life for all eternity, (હમેશ સુધીની સુખી જીંદગી ઇવ્યાને બેહેશ્તનું સુખ) ૨|૧ ઈજ. ૫૩, ૧; Geld. [Avestan]

[Avestan] (= [Avestan] + [Avestan]) (જુઓ ૨ [Avestan] તથા [Avestan]) સમાસ વિ. સારો સખુન બોલનાર; speaking good—gracious words; [Avestan] નર. ૧|૧ ઈજ. ૫૭, ૨૦; [Avestan] નર. ૨|૧ વીસ્પ. ૩, ૩; ગેહ ૪, ૮; [Avestan] નર. ૬|૧ ય. ૨૨, ૧૮; [Avestan] ... [Avestan] O thou youth of good words! નર. ૮|૧ ય. ૨૨, ૧૧; [Avestan] નર. ૧|૩ ય. ૧૯, ૯૫.

[Avestan] (જુઓ ૨ [Avestan] તથા ૨ ધા. [Avestan] ખ) સમાસ વિ. સારી હાંકવા લાએક (ગાડી); (a chariot) admirably fit for driving. ... [Avestan] ... [Avestan] (the sovereign) with good horses to ride and good chariots to drive નર. ૧|૩ ય. ૨૪, ૪૮.

[Avestan] (= [Avestan] + [Avestan]) (જુઓ ૨ [Avestan] તથા [Avestan] ખ) સમાસ વિ. સારી—શોભઈતી ઝાલર સાથની (ગાદી—તકીઆ); (a cushion) beautifully-fringed; [Avestan] નાન્ય. ૧|૧ ય. ૫, ૧૦૨. Geld. [Avestan] provided with cushions. Comp. [Avestan] Yt. 17, 9 & 10.

[Avestan] વિશે જુઓ [Avestan]

[Avestan] સમાસ વિ. સારૂં કામ કરતો, ચમત્કાર કરતો ; ખુબીવાળો; કરામતવાળો ; well-working (lit.); working wonders; possessing intrinsic merit; orig. [Avestan] + [Avestan]; [Avestan] good સારૂં; [Avestan] = Lat. Opus, work, કામ.

Otherwise: [Avestan] = Per. [Persian] good સારૂ [Avestan] નર. ૧|૧ ય. ૫, ૮૫; [Avestan] નર. ૧|૧ ય. ૧૦, ૫૪; [Avestan] નર. ૮|૧ ઈજ. ૭૧, ૧૦; *[Avestan] ... [Avestan] (ખુબીવાળાં પાણી) નારી. ૨|૩ ઈજ. ૩૮, ૩.

૧ [Avestan] = [Sanskrit] = ચળકવું, પ્રકાશવું; to shine, to give light; જુઓ ૨ [Avestan]

૨ [Avestan] (= [Avestan] = स्वर्, हर = [Persian]) (જુઓ ૧ ધા. [Avestan] સા. ના. નાન્ય. સુરજ, સૂર્ય, આફતાબ ; the sun. Comp. Gâthic [Avestan] (Yas. 44, 3). [Avestan] ૧|૧ વં. ૨, ૪૦; વં. ૭, ૫૨; ય. ૧૨, ૨૫; [Avestan] ૧|૧ વં. ૯, ૪૧; ય. ૧૦, ૯૦; ય. ૨૩, ૬; [Avestan] ૧|૧ ઈજ. ૩૬, ૬; ઈજ. ૫૮, ૮; [Avestan] ૨|૧ વં. ૧૧, ૧. ૨. ૧૦. ૧૩. ૧૬. ૧૯; [Avestan] ૨|૧ ઈજ. ૨, ૧૧; ઈજ. ૭૧, ૯; વીસ્પ. ૧૯, ૨; ય. ૬, ૫; [Avestan] ([Avestan] માંથી [Avestan] નીકળીને [Avestan] પ્રત્યય લાગ્યાથી) ૬|૧ ઈજ. ૧, ૧૬; ઈજ. ૩, ૧૮; ય. ૧૩, ૫૭; [Avestan] ([Avestan] નીકળી ગયાથી) ૬|૧ વં. ૨, ૧૦. ૧૪. ૧૮; વં. ૭, ૭. ૫૮; વં. ૧૩, ૧. ૨. ૫. ૬; ઈજ. ૧૯, ૮; ઈજ. ૫૭, ૧૦. ૧૬; ય. ૪, ૮; ય. ૫, ૯૧. ૯૪; ય. ૧૦, ૧૩. ૯૫; ય. ૧૨, ૩. જુઓ એની પછીના બોલો.

૩ [Avestan] (૧ ધા. [Avestan] નુ બીજું રૂપ†) = ખાવું; to eat; જુઓ [Avestan], [Avestan]

[Avestan] = ક) ખાવું; to eat‡; [Avestan] વર્ત. પરસ્મૈ. ૩|૧ વં. ૫, ૧; [Avestan] ૩|૩ વં. ૫, ૮; ય. ૫, ૯૩; [Avestan] સંશ. ૩|૧ વં. ૭, ૨૩. ૭૬; ય. ૧૦, ૧૨૦; §[Avestan] શક્યા. ૨|૧ ય. ૫, ૯૧; [Avestan]‖ આજ્ઞા. પરસ્મૈ. ૩|૩ ય. ૫, ૯૨; [Avestan] ભૂ. કૃ. ૬|૩ વં. ૫, ૧૪.

ખ) પીવું (પાણી); to drink‡; [Avestan] વં. ૭, ૭૧; [Avestan] ([Avestan] ને બદલે) પ્રયો. અ. ભૂ. પરસ્મૈ. ૩|૧ આફ્રરં. ગાહામ. ૪

---

* Geld. [Avestan]

† એના ખોલાસા બાબે જુઓ માહૂં અવસ્તા આકરણ, સહે ૩૩ મો.

‡ Comp. Per. [Persian] to eat; to drink.

§ Geld. [Avestan]

‖ Geld. [Avestan]

[Avestan] (= [Avestan] = خورشید)

(જુઓ ર [Avestan] તથા [Avestan]) સમાસ ના. નાન્ય. નુરમંદ-ચળકાટવાળો આફતાબ (અસલ.); ફક્ત 'ખોરશેદ આફતાબ' ને અર્થે સાધારણ રીતિ વપરાએલા આવેછે; the shining sun; commonly used for 'the sun.' [Avestan] ૧/૧ વં. ૧૫, ૨૮; ય. ૧૦, ૧૧૮; [Avestan] ૨/૧ ય. ૫, ૯૦; ય. ૬, ૧; ય. ૧૨, ૩૬; ય. ૧૩, ૮૧; નીઆ. ૧, ૭. ૧૧; ઇજ. ૧૬, ૪; ઇજ. ૨૫, ૪; [Avestan] ૪/૧ ઇજ. ૬૮, ૨૨; નીઆ. ૧, ૫; [Avestan] ૬/૧ ઇજ. ૨૨, ૨૪; ય. ૬, ૦; નીઆ. ૧, ૧૦; સીરો. ૧, ૧૧; [Avestan] [Avestan] (૬/૧ ની મતલબે) ઇજ. ૧, ૧૧; ઇજ. ૩, ૧૩; [Avestan] ૮/૧ વ. ૨૧, ૫.

[Avestan] (= [Avestan]*) વિ. ના. નર. ક) રસ્તાખેજના છેલ્લાં ૫૭ વરસની મુદતમાં જે ૭ જન રસ્તાખેજ ઉત્પન્ન કરવામાં ભાગ લેશે તેઓમાંનો આ એક છે; one of the six foremost helpers of Saoshyant; for particulars, *vide* [Avestan];- [Avestan] ૬/૧ ય. ૧૩, ૧૨૮.

ખ) નામાંકિત પુરૂષનું નામ; એ શખ્સને એજ નામના ઉપલા શખ્સથી જુદો ગણવો; name of an illustrious personage, different from the one mentioned above; [Avestan] ૬/૧ ય. ૧૩, ૧૨૧.

[Avestan] (= [Avestan]) વિ. ના. નર. પેગમબર અશો જરતોસ્તના સઉથી નાહલા છોકરાનું નામ; ખોરશેદચેહેર; the youngest son of Zoroaster; he was a warrior, commanding the armies of Peshutan, son of King Gushtásp's; [Avestan] ૬/૧ ય. ૧૩, ૯૮. (જુઓ મોદી.)

૧ [Avestan] (અસલ રૂપ [Avestan] + [Avestan]) (જુઓ ર [Avestan] તથા [Avestan] ક) સમાસ વિ. સારૂં કામ કરનાર; કામમાં નેક-પ્રમાણિક; good in deed; honest in work—practice; [Avestan] નર. ૧/૧ ઇજ. ૯, ૧૬.

૨ [Avestan] વિ. ના. નર. નામાંકિત પુરૂષનું નામ; name of an illustrious personage; [Avestan] [Avestan] [Avestan] [Avestan] ૬/૨ ય. ૧૩, ૧૨૪.

[Avestan] (અસલ રૂપ [Avestan] + [Avestan]) (જુઓ ર [Avestan] તથા ધા. [Avestan] ક) સમાસ કૃ. વિ. સારૂં કામ કરતો—કરનાર; doing good; benefiting; [Avestan] નારી. ૨/૩ ય. ૧૩, ૩૦.

[Avestan] (= स्वर्दृश) (જુઓ ર [Avestan] તથા [Avestan]) સમાસ વિ. સુરજના દેખાવનો,* સુરજના જેવો દેખાને ઘણોજ નુરમંદ; sun-faced; sunlike; *or:* (the most glorious of all men) born to behold the sun; epithet of King Jamsheed; [Avestan] નર. ૧/૧ ઇજ. ૯, ૪; ય. ૧૫, ૧૬.

[Avestan] (જુઓ ર [Avestan] તથા [Avestan]) સમાસ વિ. ખોરશેદને જોતું, ખોરશેદ તરફ નજર કરતું; ખોરશેદ-નગીરસ્તેને લગતું; beholding the sun; exposed to the sun; [Avestan] ૨/૧ વં. ૫, ૧૩. ૧૪; [Avestan] ૨/૩ વં. ૬, ૫૧; વં. ૭, ૪૫. ૪૬.

[Avestan] વિ. ના. નારી. નામાંકિત કન્યાનું નામ; name of a famous maiden; lit., beholding the sun([Avestan] the sun & [Avestan], [Avestan] to behold). [Avestan] ૬/૧ ય. ૧૩, ૧૪૧.

[Avestan] (= [Avestan] [Avestan])(જુઓ ર [Avestan] તથા [Avestan]) સમાસ વિ. ખોરશેદની ઉંચાઈ જેટલું; high-reaching as the sun; [Avestan] ૨/૩ ઇજ. ૧૦, ૪; ય. ૧૩, ૩૨.

[Avestan] (જુઓ ર [Avestan] તથા [Avestan] [Avestan]) સમાસ ના. નાન્ય. ખોરશેદની રોશની; the light of the sun; †[Avestan] ૧/૧ ય. ૬, ૧; નીઆ. ૧, ૧૧.

[Avestan] (જુઓ ર [Avestan] તથા [Avestan])

---

* ધારયામેજે પેહેલવીવાળા [Avestan] સમજીને એ તરજુમો કીધોછે.

* વળી એનો અર્થ 'સુરજની તરફ જોનાર' એટલે આંખને દીપાવ્યા વગર સુરજની તરફ જોવાની શક્તિ ધરાવનાર ' બી થઇ શકે.

† [Avestan] (Wester.); [Avestan] (Geld.)

સમાસ ના. નાન્ય. ખોરશેદનો ચળકાટ—નુર; the brightness of the sun; [illegible] * ૬|૧ ય. ૬, ૧; નીઆ. ૧, ૧૧.

[illegible] (જુઓ ૨ [illegible] તથા [illegible] [illegible]) સમાસ વિ. ખોરશેદની સાથે એકજ મરજી રાખતો ઇઆને એક દિલથી સાથે કામ કરતો; (the Amesha-Spentas) in one accord with the sun; epithet of [illegible] [illegible]; [illegible] નર. ૬|૩ ય. ૧૦, ૫૧; [illegible] નર. ૮|૩ નીઆ. ૧, ૧.

[illegible]—એનો ચોકસ અર્થ ઠરયા નથી. ખોરશેદનો ઝળકાટ—ચળકાટ (મિલ્સ); the splendours of the sun (Mills); [illegible] [illegible] ખોરશેદના પુષ્કળ ઝળકાટમાં ઇઆને ખોરશેદ પાયાના બેહેશ્તમાં); in the many splendours of the sun (*i. e.*, in the Khorshed-Pâe Behesht) loc. plu. Y. 50,2. Geld. [illegible]

[illegible] (અસલ રૂપ [illegible] + [illegible]) (જુઓ ૩ [illegible]) સા. ના નારી. ખાવું; ખોરાક ખાવો; eating; eating the food; જુઓ [illegible]

[illegible] (= [illegible]) (અસલ રૂપ [illegible] તથા [illegible]; જુઓ એ બે બોલો) ક) સમાસ ના. નાન્ય. સારૂં કામ, નેક કુનશ્ની; a good deed; a moral action; [illegible] ૧|૧ ઇજ. ૧૯, ૧૬; [illegible] ૨|૧ ય. ૧૦, ૧૦૬; [illegible] ૬|૧ ઇજ. ૧૦, ૧૬; [illegible] ૨|૩ વીસ્પ. ૧૭, ૧; [illegible] ૨|૩ ઇજ. ૪, ૧; [illegible] ૨|૩ ઇજ. ૧૧, ૧૭; [illegible] ૩|૩ ઇજ. ૪૯, ૪; ઇજ. ૭૦, ૪; [illegible] ૩|૩ વં. ૫, ૨૧; વં. ૧૦, ૧૮. ૧૯; [illegible] ૪|૩ ઇજ. ૧૧, ૧૭; ય. ૬, ૦; [illegible] ૬|૩ ઇજ. ૩૫, ૨; [illegible] ૭|૩ ય. ૧૩, ૮૪. જુઓ એની પછીનો બોલ.

ખ) સમાસ બૂ. કૃ. વિ. સારૂં કીધેલું; નેક કીધેલું (કામ); (a deed) well-done; honestly performed; [illegible] [illegible] નાન્ય. ૧|૧ વં. ૩, ૪૨; [illegible] નાન્ય. ૨|૧ ઇજ. ૧૨, ૮; [illegible] ૨|૧ વીસ્પ. ૨, ૫; [illegible] ૬|૧ વં. ૧૮, ૧૭. ૨૫; [illegible] [illegible] (સારી રીતે—પુર કાબેલિયતથી બનાવેલા માંથ્ર) નારી. ૨|૩ ઇજ. ૩, ૪; વીસ્પ. ૧૯, ૨; [illegible]...[illegible] (સારાં અમલમાં આવેલા વચનો) ૨|૩ ઇજ. ૩, ૪; [illegible] [illegible] [illegible] (તમામ સારાંકીધેલાં કામો) નાન્ય. ૨|૩ ઇજ. ૫૭, ૪; તથા એજ હાના દરેક કરદાને છેડે તથા સરોશ હાદોખ્તના દરેક કરદાને છેડે; [illegible] [illegible] નાન્ય. ૬|૩ વીસ્પ. ૧૫, ૧; [illegible] નાન્ય. ૬|૩ વીસ્પ. ૧૨, ૩. જુઓ [illegible]

ગ) વિ. ના. નાન્ય. હવરશ્ત પાયાનું બેહેશ્ત, ખોરશેદપાયાનું બેહેશ્ત; the Good-Deed Paradise, called in Pâzend Khorshed-Pâe Behesht ([illegible] [illegible]); [illegible] ૭|૧ ય. ૨૨, ૧૫; ય. ૨૪, ૫૪; [illegible] (ઇદ) ૨|૩ ય. ૨૨, ૧૪.

[illegible] (જુઓ [illegible] ક તથા [illegible] ક) સમાસ વિ. સારૂં કામ કરતો; નેક કામ કરનાર; (the Saints) who do good deeds. *Contra*, [illegible]; [illegible] [illegible] નર. ૬|૩ વીસ્પ. ૧૧, ૧૪; [illegible] [illegible] નારી. ૬|૩ વીસ્પ. ૧૧, ૧૪.

[illegible] (જુઓ ૨ [illegible] તથા [illegible]) સમાસ વિ. (પગનાં) સારાં ટેટાંવાળો; મજબૂત ટેટાંવાળો; having good—strong legs (lit., calves of legs); [illegible] નર. ૧|૧ ય. ૧૭, ૨૨.

[illegible] (= [illegible] + [illegible]) (જુઓ ૨ [illegible] તથા ધા. [illegible] ગ) સમાસ બૂ. કૃ. વિ. સારી પેઠે તાંકીને ફેંકેલું—નાખેલું (હથિયાર); (a weapon) well-flung, well-shot; Comp. [illegible]; [illegible] ૨|૧ ય. ૧૦, ૨૧; ય. ૧૪, ૨૦; [illegible] નારી. ૬|૧ ઇજ. ૫૭, ૨૮.

૧ [illegible] (= [illegible] = [illegible]) (જુઓ ૨ [illegible] તથા [illegible]) સમાસ વિ. સારો—તેજ ઘોડો રાખનાર; having a fleet horse; (riding) on a good horse; [illegible] નર. ૧|૧ ય. ૧૦, ૭૬;

* [illegible] [illegible] Geld.

નર. ૨।૧ ઇજિ. ૬૫, ૪; ય. ૫, ૧૦૧; નાઆ. ૮. ૫.

૨ વિ. ના. નર. વોઉરૂ-બરેશ્ત નામનાં કેશ્વરના વડા ધર્મગુરૂનું નામ; the spiritual chief of the Karshvare Vouru-Bareshti; Comp. ૧।૧ ય. ૧૩, ૧૨૨. (જુઓ મોદી).

૩ વિ. ના. આફગાનીસ્તાનમાં આવેલી નદીનું નામ (ગેલ્ડનર); name of a river in Afghanistan; the Khoaspa of Arachosia, an eastern tributary of the Hāmûn (Geld.); * Yt. 19, 67.

= = स्व = self (*reflex. pron.*); પોતે; for particulars, *vide*

વિશે જુઓ

(અસલ રૂપ + + ; જુઓ ધા.) સમાસ વિ. મજબૂત ઉભો રહેતો; ૬૯; માંથી 'નીકળી ગયાથી થયું; અથવા સારી દોસ્તીવાળો (+); standing steadily, firm-footed; *or*, entertaining good friendship; fr. + ; , = = friendship; નર. ૨।૧ ય. ૧૬, ૨૮. ૩૦. ૩૨.

૧ (અસલ રૂપ + + ; જુઓ એ બોલો) સમાસ બૂ. ૬. વિ. પોતાનો જનેલો, પોતાનાં પેટનો (છોકરો); (a son) self-begotten; one's own; નર. ૧ વં ૧૬, ૧૭.

૨ (અસલ રૂપ + ; જુઓ એ બોલો) સમાસ વિ. ઘણાં સારાં ખાનદાનનું, ઘણાં ઉંચાં કુળનું; nobly born; of high parentage; નારી. ૧।૧ ય. ૫, ૧૨૭.

* ડાક્ટર ગેલ્ડનર એ બોલને તથા એની સાથના નીચે જણાવેલા ૭ બોલોને આફગાનીસ્તાનમાં આવેલી નદીનાં નામો ગણેછે: — — — (જુઓ મોદી.)

(=) (જુઓ ૨ તથા) વિ. દુઃખ ખમી જનાર, ખામોસીવાળો; સબુરીવાળો; suffering any evil (lit.); forbearing; patient; patient like a priest (આથ્રવનની માફક સબુરીવાળો) નર. ૧।૧ વં. ૧૩, ૪૫.

(=) વિ. ના. ઝાડનું નામ. એ ઝાડ 'હરવેસ્પ તોખ્મ' (ઇઆને સર્વ ઝાડોનું મુળ) ને નામે બી જણાએલું છે; બુનદેહેશ પ્રમાણે એનાં બીઆં પક્ષિની મારફતે બધે પથરાયાથી બીજાં ઝાડો ઉગેછે; The tree of all seeds mentioned in the Bundehesh. These seeds are scattered about by birds, thus causing new plants to grow therefrom (*vide* Yt. 12, 17). Lit., well-watered (&). (Pehl.) નારી. ૨।૧ વં. ૫, ૧૯. Geld. ; (જુઓ મોદી.)

(નું બીજું રૂપ. જુઓ તે બોલ) સમાસ વિ. ક) ખુબીવાળો; કરામતવાળો; ચમત્કાર કરતો; possessing intrinsic merit; well-skilled; working wonders; cf. ; નર. ૧।૧ ઇજિ. ૪૪, ૫; ય. ૧૦, ૬૨.

ખ) કેરફેગર, સવાબકાર; practising good deeds; નર. ૧।૧ ઇજિ. ૧૦, ૧૦.

ગ) સારી ઇજ્જતવાળો; highly respectable; = good સારૂં; = honour; lustre; આબરૂ, તેજ; નારી. ૨।૧ ઇજિ. ૬૨, ૫; નારી. ૧।૩ ય. ૫, ૮૩.

વિશે જુઓ

(અસલ રૂપ +) (જુઓ ૨ તથા ૧ ધા.) સમાસ બૂ. ૬. વિ. ઘણો ચહવાએલો; પુરતી રીતે આશિર્વાદ પામેલો; greatly beloved; fully blessed; નર. ૧।૧ ય. ૫, ૧૩૦.

(જુઓ) સમાસ વિ. ઘણો દયાળુ–માફી બખશનાર; highly merciful or forgiving (fr. + +);

or: self-forgiving (fr. [Avestan] + [Avestan]†) પોતે જાતે માફી બક્ષરાતો ; [Avestan] નર. ૨/૧ ય. ૧૦, ૧૪૦.

[Avestan] (જુઓ [Avestan]) સમાસ વિ. પોતે પાક—પવિત્ર કરતું ([Avestan] + [Avestan]†); અથવા સારીપેઠે પવિત્ર કરતું; પુરતીરીતે પાક કરતું ([Avestan] + [Avestan] + [Avestan]); purifying one's self (fr. [Avestan] + [Avestan]); or: cleansing well (fr. [Avestan] + [Avestan] + [Avestan]); [Avestan] નારી. ૨/૧ ય. ૧૯, ૧.

[Avestan] ક) સમાસ વિ. પોતે મદદ કરતો; પોતે ટેકો આપતો ; assisting or supporting one's self (*vide* [Avestan] & [Avestan] ગ); [Avestan] નર. ૨/૧ ય. ૩, ૩.

ખ) સમાસ વિ. ઘણાં—પુરતાં કૌવતવાળો; possessing sufficient vigour (*vide* 2 [Avestan] & [Avestan] ગ); [Avestan] નર. ૨/૧ ય. ૧૪, ૨૮. ૩૦. ૩૨; [Avestan] નારી. ૨/૧ ય. ૧૯, ૧; [Avestan] નર. ૧/૩ ય. ૧૯, ૩.

ગ) સમાસ ના. નાન્ય. પોતાનું મુકામ—રેહેઠાણ one's own residence (જુઓ [Avestan] ખ); [Avestan] [Avestan] [Avestan] ગરોત્માન ઓહેસ્ત હોરમજદનું પોતાનું મુકામ (છે) ૧/૧ ય. ૩, ૩.

[Avestan] (જુઓ [Avestan] તથા [Avestan]) સમાસ વિ. પોતાની મેળે રોશની આપતું: self-shining; self-lighted. Comp. [Avestan]; [Avestan] નર. ૧/૧ ય. ૧૦, ૧૮૨.

[Avestan] (= [Avestan] + [Avestan]) (જુઓ [Avestan] તથા ધા. [Avestan] ગ) સમાસ વિ. પોતે ધસારો કરતું; પોતે ધસીને જતું ; rushing on one's self ; self-attacking ; [Avestan] નારી. ૧/૩ ય. ૧૩. ૨૩.

[Avestan] (જુઓ ૨ [Avestan], [Avestan] તથા [Avestan]) સમાસ વિ. જોસથી ફટકો વાગે તેવું (હથિયાર); (a weapon) sufficiently smiting ; [Avestan] [Avestan]...... નાન્ય. ૨/૧ ઇજ. ૫૭, ૩૧. Geld. [Avestan] (the weapon) which flies as of itself (Mills & Dar.).

[Avestan] (જુઓ [Avestan] તથા [Avestan]) વિ. પોતાના જેવો ; like one's self ; as himself ; [Avestan] નર. ૨/૧ ય. ૧૩, ૧૪૯.

[Avestan] (જુઓ [Avestan] તથા ધા. [Avestan] ગ) સમાસ વિ. પોતે મદદ કરતું; પોતે ટેકો આપતું self-helping; self-supporting; [Avestan] ૩/૧ ઇજ. ૫૫, ૪.

[Avestan] (જુઓ [Avestan] તથા [Avestan]) સમાસ વિ. પોતાનાં વસ્ત્ર સાથનો ઇઆને કુદરતી ઢાંકણ સાથનો; self-clothed; [Avestan]... [Avestan] નર. ૨/૧ વં. ૧૩, ૩૯.

[Avestan] વિશે જુઓ [Avestan] ખ.

[Avestan] વિશે જુઓ [Avestan]

[Avestan] (= [Avestan] = सुवीर) (જુઓ ૨ [Avestan] તથા [Avestan]) સમાસ વિ. ઘણાં કૌવતવાળું, પેહેલવાનના જેવું જોરેમંદ; possessing heroic *strength ; as powerful as a hero ; [Avestan] નારી. ૨/૧ ઇજ. ૬૨, ૫; ની‌આ. ૫, ૧૧; [Avestan] નારી. ૬/૧ ય. ૧૩, ૧૩૪; [Avestan] નર. ૧/૩ ય. ૧૩, ૩૮.

[Avestan] (જુઓ [Avestan] તથા [Avestan]) સમાસ વિ. પોતે પુઠે ચાલનાર; પોતેસાથે ચાલનાર; self-following; going hand in hand; [Avestan]...[Avestan] નારી. ૨/૧ ઇજ. ૫૨, ૧.

[Avestan] વિશે જુઓ નીચેનો બોલ.

[Avestan] (= [Avestan], [Avestan]) વિ. ના. નર. નામાંકિત ખાનદાનનું નામ, જે હવુબનાં ખાનદાનથી મશહુર થએલું છે. પેગમબર અશો જરતોશતની બાનુ ડી, ફરશોગતર તથા જામાસ્પ એ ખાનદાનનાં હતાં. ગાથામાં [Avestan] આવેછે; the most

* Of good intelligence (Dar.). સારી-ઉંચી બુદ્ધિ ધરાવતું (દારમે.).

† In compound forms, [Avestan] is, in several instances, changed to [Avestan], *e.g.*, [Avestan]

† એજ પ્રમાણે [Avestan] નું ગાથા ૩૫ [Avestan] આવેછે. [Avestan] વચમાં નકામો આવ્યો.

illustrious family at the court of King Gushtásp, to which belonged Jámásp, the minister of the King and Frashaostra his brother; [Avestan] ૧|૧ ય. ૫, ૯૮; [Avestan] (Geld. [Avestan]) ૧|૧ ઇજ. ૫૧, ૧૭; [Avestan] ૬|૧ ય. ૧૩, ૧૦૩; [Avestan] (Geld. [Avestan]) ૮|૧ ઇજ. ૪૬, ૧૬; [Avestan] ૧|૩ ય. ૫, ૯૮. (જુઓ મોદી.)

[Avestan] સમાસ વિ. પુષ્કળ—સારી પેઠે વેહેતું (પાણી); sufficiently flowing; full-flowing; [Avestan] = full ધણું, પુષ્કળ; [Avestan] ([Avestan] નું રૂપ) to flow વેહેવું; [Avestan] ...[Avestan] નારી. ૨|૩ ઇજ ૩૮, ૩.

[Avestan] ([Avestan] ઉપરથી) વિ. ના. નારી. પેગમબર અશો જરતોશતની બાઇડીનું નામ, જે હવુબ નામનાં ખાનદાનની અને ફરશોસ્તરની દીકરી થાએ; the daughter of Frashaostra and the pious wife of Zarathushtra and the putative mother of the three apostles at the end of the time. The three apostles are Saoshyant, Ukhshyat-Ereta and Ukhshyat-Nemangh; [Avestan] ૧|૧ ય. ૧૬, ૧૫; [Avestan] (Geld. [Avestan]) ૬|૧ ય. ૧૩ ૧૩૯. (જુઓ મોદી.)

[Avestan] (= [Avestan] + [Avestan]; જુઓ એ બોલો) ક) સમાસ ના. સારા ચાકર નફર; સારો જથ્થો—ટોળું (માણસ તથા ગાએ ઢોરનું); a good retinue; a sufficient number of men and herds; *vide* [Avestan]

ખ) સમાસ વિ. સારા ચાકર નફરવાળો; અથવા રૈયતની સારી રીતે પાસબાની કરનાર. પેહેલવી [Pahlavi]; એ બોલ જમશેદ પાદશાહની સિફતમાં આવેછે; provided with a good retinue. Pehl. [Pahlavi].—*Otherwise:* watching over the subjects; epithet of King Jamsheed. ...[Avestan] [Avestan] નર. ૧|૧ વં. ૨, ૨૧; ઇજ. ૯, ૪; ય. ૫, ૨૫; ય. ૯, ૮; ય. ૧૯, ૩૪; [Avestan] [Avestan] નર. ૧|૧ ઇજ. ૯, ૫; [Avestan] ... [Avestan] નર. ૨|૧ ય. ૧૯, ૩૧; [Avestan] ... [Avestan] નર. ૪|૧ વં. ૨, ૨; વં. ૧૯, ૩૯.

[Avestan] (જુઓ [Avestan] ક) સમાસ વિ. સારા ચાકર નફરવાળું; માણસ તથા ગાએ ઢોરના પુરતા જથ્થાવાળું—જથ્થાથી ભરપુર; provided with a good retinue; rich in good herds; furnished with a sufficient number of men; [Avestan] ...[Avestan] ના-ય. ૨|૧ વં. ૩, ૨.

[Avestan] ([Avestan] ઉપરથી) = પોતાનો કરીને ગણવું; to consider a person as closely connected with one's self; [Avestan] વર્ત. પરસ્મૈ. ૧|૩ આફ્રૂં. ગાહામ. ૬; [Avestan] (Geld. [Avestan]) ઇજ. ૩૫, ૫.

[Avestan] વિશે જુઓ [Avestan]

FINIS.